சோழவேங்கை கரிகாலன்

(பகுதி - 1)

அசோக் குமார்

விஜயா பதிப்பகம்
20, ராஜ வீதி,
கோயம்புத்தூர் - 641 001.
www.vijayapathippagam.com

சோழவேங்கை கரிகாலன் (பகுதி - 1)

Chozhavengai Karikalan (Part -1)

அசோக் குமார்

முதற்பதிப்பு : மே 2022

இரண்டாம் பதிப்பு : **செப்டம்பர் 2025**

விஜயா பதிப்பகம்

20, ராஜ வீதி, கோயம்புத்தூர் - 641 001.

✆ 0422 - 2382614 / 📱 90470 87053

vijayapathippagam2007@gmail.com

ஒளியச்சு / புத்தக வடிவமைப்பு /

அட்டை வடிவமைப்பு : **ஐரிஸ் கிராபிக்ஸ், கோவை.**

முகப்பு ஓவியங்கள் : **திரு. மணியம் செல்வன், சென்னை.**

உள் ஓவியங்கள் : **திரு.ஷ்யாம், சென்னை**

அச்சாக்கம் : **ஜோதி எண்டர்பிரைசஸ், சென்னை - 5.**

ISBN - 81-8446-988-8 / பக்கம் : 500 / **விலை : இரண்டு பாகங்களும் ரூ.** 1500 /-

சோழ வேந்தன் இளஞ்சேட்சென்னி

சோழ அரசி இளவெயினி

இரும்பிடர்த்தலையார்

கொங்கண நாடு
வெளிமா
இடைச்சுரம்
வாணாவி
(வேங்கி நாடு)
கடம்ப நாடு
அருவா நாடு
பாயல நாடு
மல்லி நாடு
வெள்ளிமலை
வேங்கட நாடு
புல்லி நாடு
விச்சிகோ
குடநாடு
வொளிமா
புங்கி
முழம்புல
குட்டநாடு
எருமை
நாடு
குதிரைமலை
வாணர் நாடு
ஓய்மான்
முக்காவல்
முத்திர மலை
அதிகன் நாடு
பாயல் மலை
தோட்டி மலை
தொண்டை நாடு
மோகூர்
அழுந்தூர்
முள்ளூர்
புன்னாடு
பறம்பு மலை
தோன்றிமலை
சேர நாடு
கொல்லிமலை
நாடு
காண்கெழு நாடு
கருவூர்
சேரநாடு
சோழ நாடு
மலை நாடு
கோடை மலை
நீடூர் மிழலை
பொதிகை
(ஆய் நாடு)
பாண்டிய நாடு
கறநாடு
காந்தள்
நாஞ்சில்
போந்தை

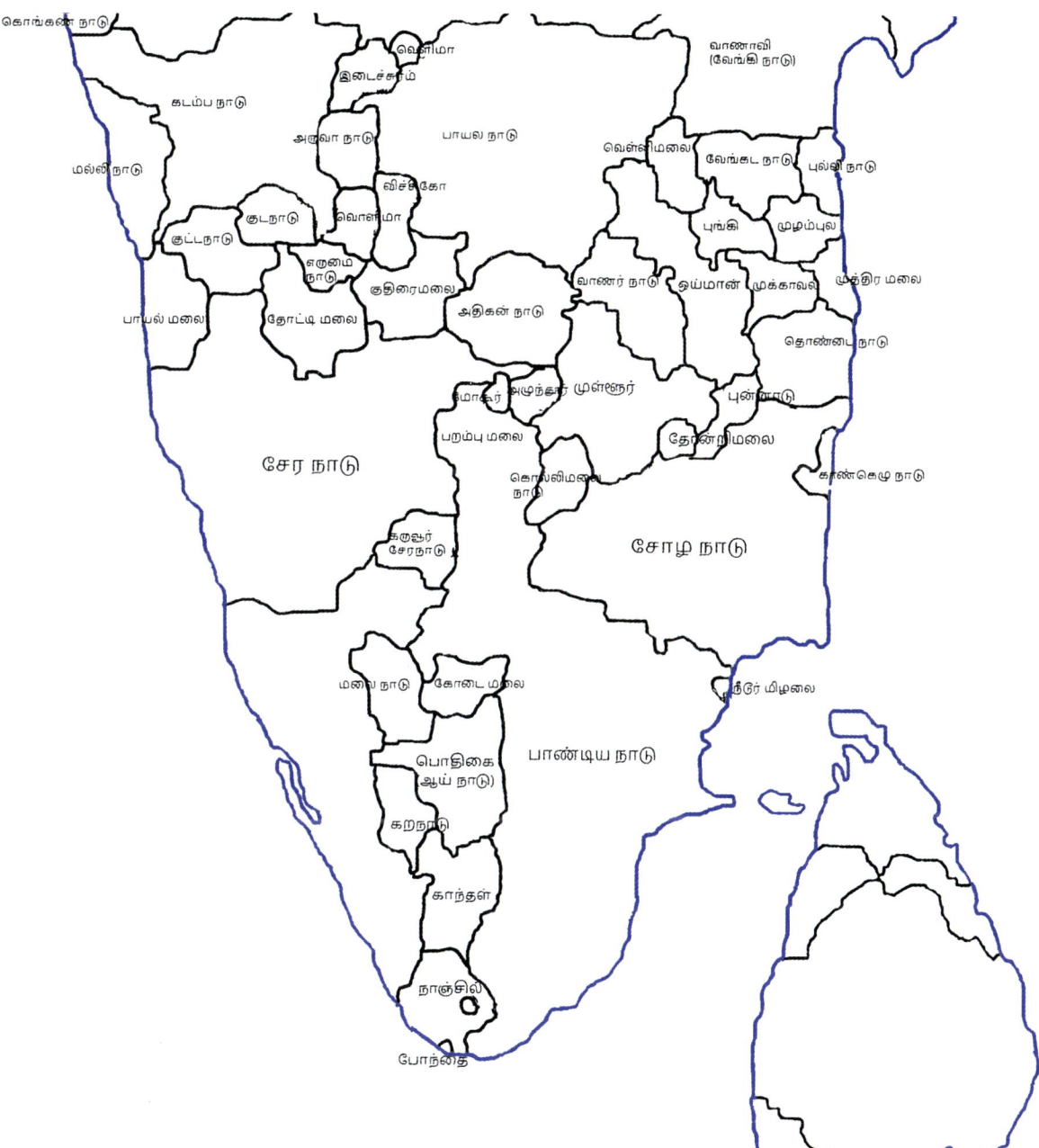

மூன்று பங்கு நீரையும்
ஒரு பங்கு நிலத்தையும்
முழுப்பங்கு வீரத்தால் ஆண்டவன்.
சோழத்தின் ஆண்டவன்.

வீரம் என்பது
வெல்ல முடியாததல்ல
எவரும் வெல்ல நினைக்காதது
என்று உணர்த்தியவன்.

காலன்களின் காலன்
கரிகாலன்.
சோழவேங்கை கரிகாலன்.

பதிப்புரை

ஆயிரமாண்டுகள் கடந்தும் ஒரு வீர வரலாறு மொழிக்குள் வாழ்ந்திருக்கும் என்பதற்கு நிகழ்காலச் சான்று 'சோழவேங்கை கரிகாலன்' என்ற இந்த நாவல்.

தமிழகத்தின் வாழ்வு முழுவதையும் வரைந்து காட்டியிருக்கக்கூடிய நூல் என்பதே இதன் பெருஞ்சிறப்பு.

இனங்கள் பல சேர்ந்து ஒரு சமுதாயமாகப் பின்னி பிணைந்து இயங்கும் பொழுது உருவாகும் பெருமிதம், வாழ்க்கை நெறி, பழக்க வழக்கங்கள், காதல், வீரம், கலையுணர்வு, ஆட்சி அதிகாரம், சிந்தனை ஆகிய அனைத்தும் இணைந்து ஒரு வகைச் சமுதாய சிந்தனையாக வெளிப்படுவதே பண்பாடு என்றால் அந்தச் சிந்தனை இந்த நாவல் முழுவதும் பொங்கி வழிவதை நீங்கள் பார்த்து உள்ளம் பூரிப்பீர்கள் என்பது உண்மை.

குடிமக்களின் நலனைப் பேணிக் காப்பது ஒரு அரசின் இன்றியமையாத கடமை என்பதுபோல ஒரு அரசின் தலைவனை குடிமக்கள் காப்பதும் ஒரு அன்புக் கடமைதான் என்பதை உணர்த்துவதன் மூலமாக சமூகத்தின் வாழ்வியல் கூறுகளும், அறநெறிகளும், கலாச்சாரப் பண்பாட்டு விழுமியங்களும், அதன் மானுடப் பண்புகளிலிருந்து விலகிச் செல்லக் கூடாது என்ற கருத்தை 'சோழவேங்கை கரிகாலனின்' வாயிலாகச் சொல்லியிருக்கக்கூடிய இந்நாவலின் ஆசிரியர் திரு. அசோக்குமார் நமது பாராட்டிற்கு உரியவர்.

தமிழரின் வீரவரலாற்று இயக்கப்பதிவாகவும், தமிழர்களின் பன்முகப் பரிமாணங்களையும், வாழ்வியல் மேன்மைகளையும் பதிவிட்டிருக்கிற பெரு நவீனமாகவும் வாசகர்கள் சோழவேங்கை கரிகாலனைக் கொண்டாடிப் போற்றி மகிழ்வார்கள்.

- மு. வேலாயுதம்

முன்னுரை

வானம் என்பது வரையறை இல்லாதது என்ற வரையறைக்கு உட்பட்டது. ஆனால் தென்னகத்தை ஆண்ட மூவேந்தர்களின் வீரம் எவ்வித வரையறைக்கும் உட்படாதது. வீரம் என்ற ஒற்றைச் சொல்லுக்குள் அடங்காமல் திமிறியெழக் கூடியது. இவர்களில் சோழர்களின் வரலாறு தமிழ் மண்ணில் பிறந்த ஒவ்வொருவரின் மனதிற்கும் நெருக்கமானது.

வளம் பொருந்திய பொன்னி நதி என்றழைக்கப்படும் காவிரி ஆற்றுப் படுகையில் தோன்றினாலும், தனது வீரத்தாலும், பண்பாட்டினாலும் பார் முழுதும் புகழ்பெற்றது சோழ குலம். சூரியனின் வழித்தோன்றல்கள் என்று அனைவராலும் போற்றப்பட்ட பெருமையுடையது.

வெவ்வேறு காலங்களில் ஏறக்குறைய ஆசியா முழுவதிலும் பரந்து விரிந்த பேரரசாக விளங்கிய சோழ நாட்டில், வான் புகழ் கொண்டு நாடாண்ட சோழ மாமன்னர்களின் வீரச்சிறப்பும், வெற்றி வரலாறுகளும் ஏராளம். அவ்வகையில் 'தனக்கு ஒப்பாரும் இல்லை, தனக்கு மிக்காரும் இல்லை' என்று பெரும்புகழ் கொண்டு இமயம் வரைச் வென்று புலிக் கொடி நாட்டிய திருமாவளவன் என்னும் கரிகால் சோழனின் ஆட்சி சிறப்பையும், கொடைத்தன்மையையும் பட்டினப்பாலை, பொருநராற்றுப்படை, கலிங்கத்துப் பரணி போன்ற நூல்கள் ஒரு சில குறிப்புகளை அளிக்கின்றன.

அதே நேரம் தமிழர்தம் நீர் மேலாண்மைத் திறனுக்கு சான்றாக காலத்தை வென்று, இன்றளவும் நிலைகொண்டுள்ள கல்லணையைக் கட்டிய மாவீரனின் வரலாற்றை முழுமையாக அறிந்து கொள்ளும் வகையில் அதிக அளவிலான தரவுகளோ, பாடல்களோ நம்மிடம் இல்லை.

வீரம் என்ற நீரூற்றில் வேர் பிடித்த மாக்கடலாய் போர்க் கலையில் புகழ் கொடி நாட்டிய கரிகாலனைப் பற்றிய செய்திகள் அடுத்தடுத்து ஆட்சி செய்த வேற்று அரசுகளால் மறைக்கப் பட்டிருக்கலாம் அல்லது அதற்கான சான்றுகள் அதற்கு பிந்தைய போர்க்காலங்களில் அழிக்கப் பட்டிருக்கலாம்.

இந்த நூலுக்காக சங்கப் பாடல்களில் இருந்து கரிகாலனின் வாழ்வைத் தேடுவது ஒரு மழையின் துளியிலிருந்து கடலின் முகவரியைத் தேடும் முயற்சியாய் இருந்தது. தென்றலை மணமிட்ட மலரைத் தேடும் முயற்சியாய் இருந்தது. எனினும் பலநூறு ஆண்டுகள் தொன்மையான சங்கப்பாடல்களை அகழ்ந்தெடுக்கையில், செய்யுளின் சொற்களில் பயணித்து அமிழ்தினும் இனிய பொருளை அடைய முடிந்தது. பொருளின் கண் கொண்டு நோக்குகையில் உலக மொழிகள் பிறப்பதற்கு முன்னரே உயர்ந்தோங்கி இருந்த தமிழின் செம்மையை உணர முடிந்தது. அணுவிலிருந்து அண்டம் வரை பகுத்தாய்ந்த பேரறிவைக் கண்டு உள்ளம் திளைத்தது. எந்த இனமும் அறியாத, கடைபிடித்திராத மேம்பட்ட வாழ்வை வாழ்ந்தவர்கள் தமிழர்கள் என்ற பெருமை தோன்றியது. தமிழரின் மேன்மையும், அறமிகு வாழ்வு முறையும், பின்பற்றிய போர்நெறியும், பயன்படுத்திய ஆயுதங்களும் பெரும் வியப்பை ஏற்படுத்தியது.

முதல் நாளிரவு நீரூற்றிய நெற்சோற்றை உண்பதால் விளையும் மேன்மையை மேற்கத்திய நாடுகள் இப்போது கண்டு வியந்து கொண்டிருக்க, இரண்டாயிரம் ஆண்டுகளுக்கு முன்னரே அணுவைத் துளைத்து ஏழ் கடலைப் புகட்டி பகுத்து ஆய்ந்தவன் தமிழன் என்பது தெரிந்தது.

கொம்புத்தேனை நாவில் தடவியது போன்று மனமெங்கும் மகிழ்ச்சி பரவ, அந்த ருசியை இம்மியளவும் குறையாமல் சொற்களில் சேகரிக்க முயன்றுள்ளேன். இதற்கு தமிழின் மீதுள்ள இயல்பான பற்றுதலும், அதனைத் தரணியெங்கும் எடுத்து செல்லும் விருப்பமும் என்னைச் செலுத்தியது.

கரிகாலனை இளம் வயதிலிருந்து பேணிக் காத்து, வளர்த்து பெரும் வீரனாக்கியத்தில் அவருடைய அன்னையின் பங்கு பெருமளவில் இருந்திருக்கும். கூட்டிலிருந்து குஞ்சுப்பறவையை கீழே தள்ளி பறக்க கற்பிக்கும் தாய்க்கழுகாய் கரிகாலனின் தாய் இருந்திருக்க வேண்டும். புலிப்பரழாய் இருந்தாலும் வளர்க்கும் விதத்தில் சீற்றத்தை பன்மடங்காக்கி இருப்பார்.

> "உரைமுடிவு காணான் இளமையோன் என்ற
> நரைமுது மக்கள் உவப்ப - நரைமுடித்துச்
> சொல்லால் முறைசெய்தான் சோழன் குலவிச்சை
> கல்லாமல் பாகம் படும்"

பழமொழி நானூறில் இடம் பெற்றுள்ள முன்றுரையரையனாரின் இச்செய்யுள் "முறையாகக் கற்காவிடினும் குலத்திற்குரிய அறிவை இயல்பிலேயே பெற்றவன்" என்று கரிகாலனைப் புகழ்கிறது.

தென்னாட்டின் மீது படையெடுத்து வந்த மௌரியர்களை விரட்டியடித்த மாவீரர் இளஞ்சேட்சென்னியின் இளவலாய் வந்துதித்து, வீரவாள் கொண்டு கூடி நின்ற பகைவர் குழாம் முடித்த பெருவீரன் கரிகாலனின் பிறப்பில் துவங்கி, வெண்ணிப்போர் வரையிலான வரலாற்றை, சொற்பத் தரவுகளை அடிப்படையாகக் கொண்டு, அவர்தம் வளர்ப்பை, வீரத்தை சிறப்பிக்கும் வகையில் இந்நூலை எழுதியுள்ளேன்.

வீரம் என்ற கலப்பையைக் கொண்டு குமரியிலிருந்து, இமயம் வரை உழுத சோழனின் பிறப்பும், இளையவனே ஆனாலும் வாளாண்மையால் வெற்றிகளைக் குவித்தவனின் அடித்தளமும் சிறுவயது முதலே எங்கனம் இருந்திருக்கும் என்ற கற்பனையை அடிப்படை உண்மைகளைக் குலைக்காமல் அவற்றின் மேலேயே இப்புனைவை எழுதியுள்ளேன்.

கரிகாலன் அரண்மனையில் வளராவிடினும் தாயின் வளர்ப்பிலும், தாய்மாமனின் பயிற்சியிலும் வீர வேங்கையென வளர்ந்திருக்க வேண்டும். வலியென்னும் மூலக்கூறுகளில் வாழ்வைக் கட்டமைத்து, வேரற்ற தீப்பொறியாய் அலைந்திருக்க வேண்டும். வீரமென்பது ஆயுதங்களால் கொல்வதல்ல, அன்பால் கொள்வது என்பதை வளர்ப்பில் கற்றிருக்க வேண்டும். வீரம் என்பது ஒரு சொல், ஒரு செயல் என பல வடிவங்களில் வெளிப்பட்டிருக்கலாம். ஆனால் வீரத்தின் ஒட்டுமொத்த உருவமாய் கரிகாலன் இருந்திருக்க வேண்டும் என்று நிறுவ முயன்றுள்ளேன்..

நரை முடித்து அறம் நிறுத்தவனின் வேர்களைத் தேடிச் சென்றதில் விளைந்ததே இந்நூல்.

பாணர்களையும், புலவர்களையும் இரு கண்களாய் போற்றி, வான்மழைக்கு நிகரென கொடை அளித்த வள்ளலின் மாண்பைக் கூற எண்ணிப் புனையப்பட்டதே "சோழவேங்கை கரிகாலன்" என்னும் இந்த நூல்.

சோழத்தை ஆண்டவன்,

சோழத்தின் ஆண்டவன் என்று ஆட்சி புரிந்த கரிகால் சோழனின் வரலாற்றிற்கு சங்கப் பாடல்களையும், பல்வேறு சான்றுகளையும் புடம் போட்டு அணிகலனாக்கியுள்ளேன்.

சோழகுலம் ஒரு குறுநில அரசிலிருந்து ஐந்நிலம் முழுதும் பரவ வழி வகுத்த மாமன்னனின் புகழை மென்மேலும் உயர்த்தும்படியாக இந்நூல் அமையும் என நம்புகிறேன்.

வரலாற்று நூல்களை எழுதுகையில் கதை சார்ந்த ஓவியங்கள் கதையோடு இணைநின்று நூலுக்கு ஏற்றம் தருபவை. ஒரு நூறு வார்த்தைகள் தரும் உணர்வை, அழகை ஒரு ஓவியம் காட்சிப் படுத்திவிடும். அந்த வகையில் கதைக்களத்தை மெய்நிகராய் காட்சிப்படுத்தும்படி ஓவியங்கள் வரைந்தளித்த திரு ஸ்யாம் சங்கர் அவர்கள், இந்நூல்களின் அட்டைப்படங்களை வரைந்து உதவிய திரு மணியம் செல்வன் அவர்கள், இக்கதையைப் படித்தவுடன் நூலாக பதிப்பிக்க பேரார்வத்துடன் இசைந்த விஜயா பதிப்பகத்தின் உரிமையாளர்களான திரு.மு.வேலாயுதம் ஐயா மற்றும் திரு. வே. சிதம்பரம், தோழர் ரெங்கலெ. வள்ளியப்பன், அங்கயற்கண்ணி அவர்களுக்கு என் மனமார்ந்த நன்றிகள்.

மேலும் இந்த நூலை எழுத ஊக்குவித்து, உறுதுணையாய் நின்று என்னுடன் பயணித்த நண்பர்களுக்கும், உறவுகளுக்கும் எனது பேரன்பின் வணக்கங்களும், நன்றிகளும்.

அன்புடன்

அசோக் குமார்

பாகம் – 1

சோழ நாடு

1

அணங்கு உறையும் சோழநாட்டின் தலைநகரான புகார் எனப்படும் காவிரிப்பூம்பட்டினம் பூவுலகின் சொர்க்கபுரி என்று புலவர்களால் போற்றிப் பாடப்பட்டது. படைப்புக் காலந்தொட்டே வாழும் குடியினரைக் கொண்டது என்ற பழம்பெருமையும், சிறப்பும் வாய்ந்தது.

“மணம் என்பது காற்றைப் பொருத்தது. காட்சி என்பது ஒளியைப் பொருத்தது. அது போல் நாடு என்பது மக்களை பொறுத்தது. அன்பால் கட்டப்படும் மனங்கள் தவறிழைப்பதில்லை. நம் மக்கள் நமக்கு அறத்தை போதிப்பவர்களாய் இருக்கின்றனர்”

வானத்தை வானவில் இருகூறாய் பிரிப்பதுபோல் சோழநாட்டை காவிரி ஆறு பிரித்திருக்க, உலகிற்கே உணவளிக்கும் வளமையையும், மனிதத்தைக் கொண்டாடும் ஒப்பற்ற பண்பாட்டையும் கொண்டிருந்தது சோழநாடு.

அன்றைய வைகறைப் பொழுதில் நீலவானின் வெண்மேகத்திற்கு மேல் மிதந்து கொண்டிருந்த பொன்னாங்கழுகு கண்களை உருட்டியபடி உற்றுப் பார்க்க, சுவர்க்கத்திற்கு நிகராயிருந்த சோழநாட்டின் புகார் நகர அரச வீதியில் சிறிய படையொன்று பகலின் மச்சத்தைப் போல தெரிந்தது.

திரண்ட காவிரியை ஒத்த அகன்ற சாலையின் இருபுறங்களிலும் நெடிய பசுமையான சரக்கொன்றை மரங்கள் வளர்ந்து சரம்சரமாக பொன்னிற மலர்களை தங்க மழையாகச் சொரிந்து சாலைகளுக்குப் பொன் வேய்ந்திருக்க, மரங்களின் கிளைகள்

சாலையின் மேல் விதானம் போன்று இணைந்திருந்தது. அதிகாலையில் வெளிப்பட்ட மலர்களின் நறுமணம் மகிழ்வைத் தர, படையுடன் நகர்ந்து கொண்டிருந்தவர்களின் சிந்தை மணத்தில் சிக்கிக் கொண்டது வண்டுகளைப் போல.

மஞ்சள் சாலையின் நடுவே இரண்டு வெண்புரவிகள் பூட்டப்பட்டு அழகிய மயிலைப் போன்று வடிவமைக்கப்பட்டிருந்த சோழத் தேரொன்று சென்று கொண்டிருந்தது. தேர் வடிவமைப்பில் ஈடிணையற்றவன் என்பதால் உருவப் பல்தேர் இளஞ்சேட்சென்னி என்றும் வயமான் சென்னி என்றும் அழைக்கப்பட்ட சோழ வேந்தன் இளஞ்சேட்சென்னி தனது மனைவிக்காக உருவாக்கியிருந்த மயூரத்தேர் அது.

அரசி அமருமிடத்தின் முற்பகுதியில் அடர்நீல மயிலின் கழுத்து உயர்ந்திருக்க, மயிலின் கண்களில் மரகதப் பச்சை கற்கள் பதிக்கப் பட்டிருந்தன. அரசியும், அவள் தோழியும் அமருமிடம் மயிலின் உடலாய் இருக்க, தேரின் பின்புறம் மயிலின் தோகையாய் விரிந்து அவற்றில் நவரத்ன கற்கள் பதிக்கப்பட்டு பேரழகுடன் மிளிர்ந்தது.

தேரின் நாற்புறங்களிலும் சோழப்படையின் குதிரை வீரர்கள் பாதுகாவலாய் செல்ல, அவர்களின் முன்புறத்தில் சோழ இலட்சினையை ஏந்திய வீரனும், சோழநாட்டின் புலிக்கொடியை ஏந்திய வீரர்களும் சென்றனர். அவர்களை வழிநடத்தி சோழநாட்டின் தளபதி பரஞ்சுடர் குதிரையில் சென்று கொண்டிருந்தான். காலைப்பொழுதில் கடல் நீரின் ஈரத்தை கருவில் சுமந்து திரிந்த காற்று உடலை தழுவிச் செல்ல உடல் சிலிர்த்தது பரஞ்சுடருக்கு.

தெருவின் இருபுறங்களிலும் நின்ற மக்கள் உற்சாக வாழ்த்தொலியை எழுப்ப பரஞ்சுடர் மிகுந்த எச்சரிக்கையுடன் இருந்தான்.

மாரி பொய்த்தாலும், புரவலர்க்கு சென்னி பொய்க்க மாட்டான் என்ற கொடைத்தன்மைக்கு பெயர் பெற்றவன் இளஞ்சேட்சென்னி. நாடு எனப்படுவது பல தொழில் செய்யும் மக்கள் இணைந்து ஒருவரின் தேவையை மற்றொருவர் பூர்த்தி செய்து ஒரு கொடியின் மலர்களாய் வாழ்வது என்று கூறுபவன். மக்கள் தொப்புள் கொடிக்கு நிகராய் சோழத்தின் கொடியைக் கருதினர்.

கருணையில் நிலவாய் குளிர்ந்தாலும், வீரத்தில் கதிரவனாய் எரிக்கக்கூடியவன் சென்னி. சோழநாட்டின் வளத்தினால் ஈர்க்கப்பட்டு படையெடுத்து வந்த வம்பர், வடுகர் போன்ற குலத் தலைவர்களை தனது குதிரைப்படையை மட்டும் பயன்படுத்தி தோற்கடித்தவன். பேராசையுடன் மக்களை அடக்கும் வேந்தர்களுக்கு இடையே, பேரன்பினால் மக்களை ஆள்பவன்.

இளஞ்சேட்சென்னியின் சிறந்த ஆட்சியினால் மனம் வெதும்பும் குறுநில மன்னர்கள் ஆட்சியைக் கவிழ்க்க சதிசெய்வதாய் ஒற்றர்களிடமிருந்து தகவல் வந்திருந்ததால் கூடுதல் கவனத்துடன் இருந்தான் பரஞ்சுடர்.

வருடந்தோறும் பெருமழை பெய்தவுடன் காவிரியில் புதுப்புனல் கரைபுரண்டு வரும்போது ஆற்றின் கரையில் அமைந்திருக்கும் காவிரித்தாய்க்கு வழிபாடுகள் நடப்பது வழக்கம்.

இன்று காவிரியில் புதுப்புனல் வருவதனால் தேவியின் வழிபாட்டிற்கென்று ஏற்பாடுகள் செய்யப்பட்டிருந்தன. சென்னிக்கு உடல்நல குறைவு ஏற்பட்டிருந்ததால் சோழத்தின் வளத்தையும், பொருளாதாரத்தையும் வழிநடத்தும் இளவெயினி புறப்பட்டு வந்திருந்தாள்.

சுட்ட கற்களால் வேயப்பட்ட சாலையில் குதிரைகளின் குளம்புகள் இசையொலித்துக் கொண்டிருக்க, தேர் காவிரிக்கரையருகில் அமைந்திருந்த சோழநாட்டின் நுழைவு வாயிலை நெருங்கியது.

சோழத்தின் புலிக்கொடி பறந்து கொண்டிருந்த மதிற்சுவரின் மேல் காவல் வீரர்கள் வரிசையாய் நின்றிருந்தனர். அரசியின் வருகையை உணர்த்த மதிற்சுவரின் மேலிருந்த ஒருவன் நெடுந்தாரையை ஊத, மற்றொருவன் முரசடிக்கத் துவங்கினான்.

தேர் மெதுவாக முன்னேறி நுழைவு வாயிலில் நுழைந்து செல்ல, உயரமாகவும், பலமாகவும் பொருத்தப்பட்டிருந்த கதவுகளில் சோழ நாட்டின் புலிச்சின்னம் தங்கத் தகடுகளில் பெரிதாக பொறிக்கப்பட்டிருந்தது.

காவிரிக்கரையில் கூடியிருந்த மக்கள் ஆடலும் பாடலுமாய் பேரொலியை எழுப்பிக்கொண்டிருக்க, அவர்களின் வேகத்திற்கு ஈடுகொடுக்க இசைக்கருவிகள் முயன்று கொண்டிருந்தன. ஆண்கள் ஒருபுறத்தில் தோலால் செய்யப்பட்ட கருவிகளை முழக்கும் இயவர்களின் அதிர்வொலிக்கு நடனமாடினர். அவர்கள் ஆட்டத்தை நிறுத்தியதும் அவர்களுக்கெதிரே நின்றிருந்த பெண்கள் நரம்புக் கருவிகளை மீட்டும் குயிலுவர்களின் இன்னிசைக்கு நளினமாக ஆடினர். பெண்கள் நிறுத்தியதும் ஆண்கள் தொடர்ந்தனர்.

இரண்டு குழுவினரும் போட்டியிட்டு மாறி மாறி ஆட, இவர்களின் போட்டியை வேடிக்கைப் பார்த்துக்கொண்டிருந்த மக்களின் கால்கள் தோல் கருவிகளுக்கும், மனங்கள் நரம்புக் கருவிகளுக்கும் அசைந்து கொண்டிருந்தன. கண்கள் பெண்களையும், சிந்தை ஆண்களையும் பார்த்துக் கொண்டிருந்தன. மென்மையை குழைத்து ஒலியெழுப்பிய இசைக்கருவிகள் வேகமெடுத்து அதிர்வெடியாய் ஒலிக்கத் துவங்க இரண்டு குழுக்களும் மின்னலாய் வளைந்து ஆடினர். வேடிக்கை பார்த்த

மக்களும் தாளமாட்டாமல் ஆடத்தொடங்கினர். காற்றின் கைப்பிடித்து ஒரே திசையில் அசையும் மரத்தின் இலைகளாய் மக்களும் ஆட, இசை பேரலையாய் ஆர்ப்பரித்தது.

வேறொரு இடத்தில் பாணர்களின் பாடல்களும், இசைக்கருவிகளின் இன்னிசையும் பிணைந்து காற்றை இசையாக்கிக் கொண்டிருக்க, மக்களினூடே மயூரத்தேர் முன்னேறியது. சென்னி வருவான் என்று எதிர்பார்த்திருந்த மக்கள் அரசியின் தேரைக் கண்டவுடன் இருவரும் இணைந்து வருகின்றனரோ என்று ஆவலுடன் கவனிக்கத் தொடங்கினர்.

தேர் காவிரித்தாயின் கோவிலை நெருங்க, முழங்கால் அளவில் வட்டுடை அணிந்த வீரர்கள் கேடயங்களால் மக்கள் திரளைப் பிளந்து பாதுகாவலை ஏற்படுத்தினர். தேர்நின்றவுடன், அரசியின்தோழி நன்முகை தேரிலிருந்து முதலில் இறங்கினாள்.

அவளைத் தொடர்ந்து மணிக்குலை மலரின் தண்டை ஒத்த கைகள் வெளிப்பட, பொன்னிற ஆடை அணிந்த வானிலவு காற்றில் கால் பதித்து பூமியில் இறங்குவது போல தேரிலிருந்து இறங்கினாள் சோழநாட்டின் அரசி இளவெயினி.

இசை நின்றுபோய், காற்று உறைந்து போய், பூவுலகை ஒருகணம் அமைதிசூழ, மக்கள் அதிசயித்துப் போயினர். இளவெயினியின் மரகதப் பச்சை விழிகளில் நட்சத்திரங்கள் மின்னி மறைந்து காந்த சக்தியுடன் பார்ப்பவர்களின் மனங்களை சுண்டி இழுத்தன. விழிகளில் பச்சையம் கொண்ட இவள் வனங்களை ஆளும் வனதேவதையா இல்லை மனங்களை ஆளும் மனதேவதையா என்று மகிழ்ந்து நின்றனர் புகார் மக்கள்.

அருவி போல் அடர்ந்து சரிந்திருந்த தலை முடியில் பிறையை கவிழ்த்தது போன்றிருந்த சிறிய கிரீடத்தில் நவரத்தின கற்கள் மின்ன, முழுநிலவென மாசற்ற முகத்தில் கார் மேகமாய் நெற்றியில் சுருள் முடி மிதக்க, நெற்றிச்சுட்டிக்கு மிச்சமிருந்த நெற்றியும், அதில் பொன்னிற சருமத்தில் செந்நிறப் பொட்டும், செதுக்கி வைத்த நாசியும், முத்துப் போன்று வியர்வைத்துளி அரும்பியிருந்த பவளவாயும், செழுமையான கன்னங்களுமாய் தேரிலிருந்து உதிர்த்தாள் இளவெயினி. அதிகாலையில் கார்கூந்தலில் மொட்டுகளாய் பதியனிடப்பட்ட மலர்கள், அவளின் கதகதப்பில் மலர்ந்து நறுமணம் வீச, மக்களை வணங்கி நின்றாள். அரசியின் விழிகளில் தொலைந்த மக்கள் 'இவள் வான்மகள்' என்று உறுதி செய்த மறுகணம் உச்சக் குரலில் வாழ்த்தொலியை எழுப்ப நிலமும், நீரும் அதிர்ந்தன.

மக்களை வணங்கிய இளவெயினி, அங்கு நின்றிருந்த அமைச்சர் திகழ்செம்மானை வணங்க,

'வா மகளே' என்றார் திகழ்செம்மான்.

சோழநாட்டிலிருந்த ஐந்து அமைச்சர்கள் குழுவின் தலைவர் திகழ்செம்மான். சென்னியினுடைய தந்தையின் காலந்தொட்டே அமைச்சராக இருப்பவர். வேந்தராலும்,

மக்களாலும் போற்றப்படுபவர். இளவெயினியை சிறுவயதிலிருந்தே அறிந்தவர். இவரும் இளவெயினியின் தந்தை சங்கருள்நாதனும் நண்பர்கள். சென்னிக்கு மணம் முடிக்க பெண் தேடத் துவங்கியபொழுது இளவெயினியைப் பார்க்க சென்னியை முதன்முதலில் அழைத்துச் சென்றவர்.

"வேந்தர் வரவில்லையா?" என்று திகழ்செம்மான் கேட்க,

"அவருக்கு உடல் நலமில்லை" என்றாள் இளவெயினி.

"இன்று மாலையில் நடைபெறும் இந்திர விழாவின் கொடி இறக்கும் நிகழ்விற்கு வர வேண்டுமே?" என்றவரின் குரலில் கவலை தொனித்தது.

வேந்தன் இளஞ்சேட்சென்னி சோழநாட்டில் இந்திர விழாவை நடத்திக் கொண்டிருந்தான். ஒவ்வொரு ஆண்டும் சித்ரா பௌர்ணமியன்று ஆரம்பித்து இருபத்தெட்டு நாட்கள் தொடர்ச்சியாய் நடைபெறும் இந்திரவிழா என்பது சோழநாட்டின் தனிப்பெரும் விழா. பூவுலகின் விழாக்களுக்கெல்லாம் தலையாய விழா. அரசனே முழுமுதல் தலைவனாய் இருந்து வழிநடத்துவான்.

கடந்த இருபத்தெட்டு நாட்களாக விமரிசையாக நடைபெற்று வந்த இந்திர விழா இன்றுடன் முடிகிறது. விழாவின் தொடக்க நாளில் வேந்தன் இளஞ்சேட்சென்னி கொடி மரத்தில் இந்திரனின் கொடியை ஏற்றியிருந்தான். அந்தக் கொடியை இன்று மாலை வேந்தனே இறக்குவது தான் மரபு. சென்னியின் உடல்நிலை சரியில்லாமலிருக்க வர இயலுமா என்ற கவலை திகழ்செம்மானின் மனதை ஆட்கொண்டது.

"உறுதியாக வருவார்" என்று சொல்லில் ஒளியேற்றினாள் இளவெயினி.

எதிரே அகன்ற காவிரி தனது கைகளை விரித்து இருகரைகளையும் அணைத்தவாறு பெருக்கெடுத்து ஓடிக்கொண்டிருந்தது. கடலை அடைய மேகத்தில் தவமிருந்த தண்ணீர் நிலத்தில் விழுந்து, உருண்டு, காவிரியுடன் இணைந்து கழிமுகம் தேடி ஓடி வந்தது. செந்நீரும், வண்டல் மணலும் கலந்து நுரைத்துக்கொண்டு ஓடும் ஆற்றைவிட, அதிக உற்சாகத்தில் மக்கள் திளைத்துக் கொண்டிருந்தனர்.

தன்னை விட அதிகமாய் திரண்டிருக்கும் மக்கள் வெள்ளத்தைக் கண்டு காவிரி சுழித்துக் கொண்டு ஓட, காவிரியின் அழகில் மயங்கி நின்றாள் இளவெயினி. நன்முகை அரண்மனையிலிருந்து கொண்டு வந்திருந்த வழிபாட்டுப் பொருட்களின் தாலங்களை தேரிலிருந்து எடுத்து கோவிலுக்கு அனுப்பினாள்.

திகழ்செம்மானும், இளவெயினியும் பேசியபடி காவிரி தேவியின் கோவிலை நோக்கி நடந்தனர். காவிரிக் கரையில் மண்ணால் மேடாக்கப்பட்டு பத்தடி உயர தேவியின்

சிலை ஒரே கல்லினால் வடிக்கப்பட்டிருந்தது. சிலையின் நான்கு புறங்களிலும் தூண்கள் அமைக்கப்பட்டு தூணின் உச்சிகள் சதுரமாக இணைக்கப்பட்டிருக்க, கோவிலின் கூரை வானை நோக்கி திறந்தவெளியாக இருந்தது.

கருணை பொங்கும் விழிகளும், குறுநகை புரியும் இதழ்களும், முகிழ்நகை ததும்பும் முகமுமாக அமைந்திருந்த சிலையானது மலர் மாலைகளால் நிறைந்திருக்க, சிலையின் முன்னால் காவிரி தேவியின் கருணையால் விளைபவற்றில் நீரில் வேகும் அனைத்து தானியங்களையும் பக்குவமாக சமைத்துப் படையலிட்டிருந்தனர். மா, கொய்யா, அத்தி, விளாத்தி, வாழை என பழத்தட்டுகளின் வரிசைகளும், அனிச்சம், ஆம்பல், குறிஞ்சி, குவளை, நந்தி, நரந்தம் என அனைத்து மலர்த் தட்டுக்களின் வரிசைகளும் வைக்கப்பட்டிருந்தன.

இளவெயினியும், திகழ்செம்மானும் சிலையை நெருங்கியதும் வைராவி வழிபாடு களைத் தொடங்கினார். இளவெயினி கைகளைக் குவித்து வணங்கி நிற்க அசையும் சிலை அழகா, அசையா சிலை அழகா என்று மக்கள் அரசியைப் பார்த்தவாறு நின்றனர்.

வைராவி வழிபாட்டுப் பொருட்களைக் கேட்டதும் இளவெயினி கீழே குனிந்து மலர் மாலையை எடுக்க முயல 'நான் எடுக்கிறேன்' என்று பதறினாள் நன்முகை. திருமணம் கழிந்து சில வருடங்கள் மகவின்றி இருந்த அரசி இப்போது சோழநாட்டின் ஏழு மாதக் கருவைச் சுமந்து கொண்டிருந்தாள். அரசியின் கொடியிடை மட்டும் சற்று பெருத்திருக்க, வயிறு வெளியே தெரியாமலிருந்ததால் பல சமயங்களில் கருவுற்றிருப்பதையே மறந்து விடுவாள்.

சோழவேந்தர் சூடும் ஆத்தி மலரால் கோர்க்கப்பட்டிருந்த மாலையை நன்முகை எடுத்து தர, இளவெயினி மாலையை வாங்கி வைராவியிடம் கொடுத்தாள். இசைக் கருவிகள் முழங்க நெல், கரும்பு, மஞ்சள், இஞ்சி, வரகு, சாமை என ஒவ்வொரு தட்டாக நன்முகை எடுத்து நீட்ட, அவற்றில் இருந்தவற்றை இளவெயினி கைகளில் அள்ளியெடுத்து காவிரித் தாயின் பாதங்களில் வைத்து வணங்கினாள்.

இளவெயினி கைகளில் அள்ளியதும் நன்முகை தட்டுகளை மக்களிடம் கொடுக்க, மக்கள் ஆற்றின் கரைக்கு எடுத்துச் சென்றனர். பறைகள் அதிர, பேரிகைகள் முழங்க தட்டுகளில் இருந்த பொருட்களை மக்கள் ஆற்று நீரில் கொட்டினர்.

அனைவரும் வணங்கி நிற்க வைராவி காவிரித் தாய்க்கு தீவர்த்தி காட்டிவிட்டு, காவிரியின் கரையிலேறிச் சென்று கடலென அகன்றிருந்த காவிரிக்கு தீவர்த்தியைக் காட்ட, மங்கல இசைக்கருவிகளின் ஒத்திசைவுடன் பெண்கள் குலவையொலியை எழுப்பினர். மக்கள் பெரும் உவகையில் மிதந்திருக்க, வழிபாடுகள் நிறைவடைந்ததும் அரசி தனது தேரினை நோக்கி நடந்தாள்.

இளவெயினியும், செம்மானும் தேரினை நோக்கி நடக்க, சற்று தூரத்தில் தளபதி பரஞ்சுடர் குதிரையின் மேலிருந்தவாறே சுற்றிலும் கண்களைச் சுழல விட்டுக் கொண்டிருந்தான். கேடய வீரர்கள் தவிர, மக்களினூடே மறைந்து பாதுகாப்பளிக்கும் நிழற்படை வீரர்களை சாதாரண உடையில் நிறுத்தியிருந்தான்.

''காவிரியின் நீர்ப் பெருக்கை விட மக்களின் மகிழ்ச்சிப் பெருக்கு அதிகமாயுள்ளது'' என்றார் திகழ்செம்மான் நடந்தவாறே.

'கண்கொள்ளாக் காட்சியாக காவிரி நிறைந்து வருகிறாள். நம் நாட்டில் நடந்து வரும் இந்திரவிழா முடியும் நாள் இன்று. வேறென்ன வேண்டும் மக்களின் மகிழ்வுக்கு' என்றாள் இளவெயினி.

'தாயென அரவணைக்கும் அரசியும், தந்தையாக நிர்வகிக்கும் அரசனுமே காரணமென்று எனக்குத் தோன்றுகிறது' என்றார் திகழ்செம்மான். பகலும், இரவும் போல் வெண்மையும், கருமையும் கலந்திருந்த தாடியைத் தடவியபடி.

'குடிகள் எவ்வழி அரசன் அவ்வழி' என்று சிரித்தாள் இளவெயினி.

'பழமொழியை மாற்றி தனக்கு சாதகமாகக் கூறுகிறாள்' என நினைத்த செம்மான், மக்களே முதல்வர்கள் என்றிருக்கும் அரசியின் மனதை உணர்ந்தார். சிறுவயதிலேயே மிகுந்த பக்குவத்துடனும், மதியூகத்துடனும் இருக்கும் அரசி சோழநாட்டிற்குக் கிடைத்த பெரும்பேறு என்றெண்ணினார்.

'அறம் மீறும் குடிகளிருப்பின் அரசன் மட்டும் என்ன செய்ய முடியும்?'

''மணம் என்பது காற்றைப் பொருத்தது. காட்சி என்பது ஒளியைப் பொருத்தது. அது போல் நாடு என்பது மக்களை பொறுத்தது. அன்பால் கட்டப்படும் மனங்கள் தவறிழைப்பதில்லை. நம் மக்கள் நமக்கு அறத்தை போதிப்பவர்களாய் இருக்கின்றனர்''

இளவெயினி மக்களை வார்த்தையிலும் விட்டுத்தராமல் பேசுவதை உணர்ந்தவாறு, 'நாடெங்கிலும் பாடசாலைகளை அமைத்து மக்கள் அனைவரையும் கல்வி கற்க வைப்பதும், தமிழ்ச் சுவடிகளை படியெடுத்து அனைத்து இடங்களை அடையச் செய்வதும், வரிகளை குறைத்து, வளத்தை பெருக்கி சோழநாட்டை செல்வம் கொழிக்கச் செய்வதும் நீங்கள் தானே' என்றார் செம்மான்.

''நீங்கள் காட்டும் நல்வழியிலேயே நாங்கள் பயணிக்கிறோம்'' என்ற இளவெயினி சிறிய இடைவெளிக்குப் பின் ''ஆற்றின் கரைகளை உயர்த்த வேண்டும். முடிந்தால் ஒரு அணையை ஏற்படுத்துவது அவசியம்'' என்றாள்.

'பேச்சை மடை மாற்றுகிறாளோ' என்றெண்ணிய செம்மான் 'எதனால் அப்படி நினைக்கிறாய்?' என்றார்.

‘ஆற்று நீரில் தாமரைகள் மிதந்து செல்வதைக் கண்டேன். வரும் வழியில் எங்கோ கரைகளை உடைத்து பொய்கைகளில் புகுந்து தாமரைகளைக் கொய்து வருகிறாள் காவிரி. நமது நாட்டினருகே இது நடந்தால் சேதம் அதிகமாகும்’

‘காட்சிகளைக் காண்பதற்கு மட்டுமல்ல கண்கள். காட்சிகளை இனம் பிரித்தறிவதற்கு என்பது போல நீரோட்டத்தைப் பார்த்தது மட்டுமல்லாது காவிரியைக் கண்களால் அளவெடுத்திருக்கிறாள். காட்சிகளை அனைவராலும் காணமுடிந்தாலும் சிலராலேயே அவற்றை உள்வாங்க முடிகிறது. மேலும் சிலராலேயே அவற்றை பகுத்தறிந்து காரண காரியங்களை ஆராய்ந்து, எதிர் வினைகளை ஆற்ற முடிகிறது’ என்று நினைத்தார் செம்மான்.

‘கரைகளை உயர்த்துவது சுலபம். ஆனால் நீரின் வேகத்தால் அணை கட்ட இயலாது.’

‘வானம் என்பது சிறகுகள் ஆள்வது. அந்த வானத்தினை ஆண்ட செம்பிய வேந்தரின் குடிகள் நாம். காவிரிக்கு பாதை வகுத்த காந்தனின் குடிகள் நாம். வானத்தின் கொடையாய் வரும் நீரை ஆளும் ஆற்றலைப் பெறுவது அவசியம். உலகில் அழிவற்ற பொருள் நீர் மட்டுமே. மற்றொன்றாக மாறுமேயன்றி ஒருபோதும் அழியாது. அனைத்து உயிர்களிலும் நீக்கமற நிறைந்திருப்பது. அத்தகைய நீரை வீணாகக் கடலில் கலக்க விடக் கூடாது. வரும் காலங்களில் நமது குடிகள் பெருகுமாதலால், வளத்தையும் பெருக்க வேண்டியிருக்கும். வளர்ச்சி தேவையை உருவாக்கும். தேவை வழிகளை உருவாக்கும். வழிகள் கடலைக் கால்வாயாக மாற்றும்.’

சொல் எனப்படுவது சொன்னவற்றின் அர்த்தத்தையும், சொல்லாதவற்றின் அழுத்தத்தையும் சுமந்து திரிவது. கடல் போன்று ஆர்ப்பரித்துச் செல்லும் ஆற்றை மறிக்கும் எண்ணம் எவ்வாறு எழுந்தது என்று அதிர்ந்த செம்மான் ‘காவிரியைத் தடுத்து தேவையான நீரை வெளியேற்றி வேளாண்மைக்கு பயன்படுத்த முடிந்தால் சோழநாடு மிகப் பெரும் சக்தியாக உருவெடுக்கும்’ என்பதை முதன்முதலாய் உணர்ந்தார்.

காட்சிகளில் காலத்தை அளக்கிறாள். எண்ணத்தில் மக்களை சுமக்கிறாள் என்றெண்ணிய செம்மான் ‘உண்மை தான்’ என்றார். மனதின் மாற்றம் வாழ்வை மாற்றும். இவள் வாழ்வின் மாற்றத்தில் உலகை மாற்றக் கூடியவள் என்று நினைத்தார்.

செம்மானிடம் பேசியவாறே இளவெயினி கண்களை உயர்த்தி பரஞ்சுடரை ஒருகணம் பார்க்க, குறிப்பை உணர்ந்த பரஞ்சுடர் வேகமாக குதிரையை விட்டிறங்கி தேரின் அருகே வந்து நின்றான்.

‘நான் வருகிறேன்’ என்று செம்மானை வணங்கிய இளவெயினி தேரின் அருகே சென்றாள்.

இளவேனியை நெருங்க மக்கள் முயல, காவலர்கள் அவர்களைத் தடுத்து நிறுத்தினர். திடீரென தேரில் பிணைக்கப்பட்டிருந்த குதிரை மிரண்டது. குதிரையின் கண்கள் பெரிதாக, கால்களை உயர்த்தி தரையில் அடித்து கனைத்தது. காவலர்கள் செய்வதறியாது திகைக்க…

பரஞ்சுடர் 'தள்ளி வாருங்கள் அரசி' என்றான்.

இளவேயினி சற்றும் பதட்டமடையாமல் 'என்னாயிற்று உன்னி' என்றவாறு குதிரையின் முகத்தைப் பற்றி, அதன் முகத்தில் மென்மையாகத் தடவினாள். குதிரை மெல்ல அமைதியடைந்தது. குதிரை ஆபத்தை உணர்ந்துள்ளது என்பதைப் புரிந்து கொண்டாள் இளவெயினி.

சிறுவயதிலிருந்தே குதிரைகளுடன் பழகியவள் இளவெயினி. குதிரைகளின் மொழியைப் புரிந்து கொள்ளக்கூடியவள். குதிரைகளின் ஒவ்வொரு கனைப்பும் ஒரு தகவலைக் கூறும். அவற்றிற்கு மோப்ப சக்தியும் அதிகமாதலால் அதன் தலைவன் அரை காத தூரத்தில் வரும் போதே வருகையை உணர்ந்துகொள்ளும்.

குதிரையின் உடலைத் தொடுவதின் மூலமும், தட்டுவதன் மூலமும் சாரதி கூறுவதை குதிரைகள் புரிந்துகொள்ளும். சாரதி கடிவாளத்தினைச் சுண்டும் விதத்தைக் கொண்டு, செல்லவேண்டிய திசையை அறிந்து கொள்ளும்.

தன்னைச் சூழ்ந்திருக்கும் ஆபத்தைத் தானும் புரிந்து கொண்டதற்கு அடையாளமாய் இளவெயினி குதிரையின் முகத்தில் தடவி இரண்டு விரல்களால் தட்ட குதிரை அமைதியானது.

பரஞ்சுடரை நோக்கித் திரும்பிய இளவெயினி 'செந்நிறத் தலைப்பாகை அணிந்து மக்களினூடே கலந்திருப்பவர்கள் யாரென்று கண்டறியுங்கள்' என்று கூறி விட்டு நன்முகையின் கைகளைப் பற்றி தேரின் மீதேற, மக்களின் வாழ்த்தொலியும், முரசுகளின் ஒலியும் விண்ணைப் பிளந்தது.

இளவெயினியின் ஒற்றை வாக்கியத்தில் 'மக்களுடன் கலந்திருக்கும் எதிரி நாட்டு ஒற்றர்களை அரசி கண்டறிந்துவிட்டாள்' என்றுணர்ந்த பரஞ்சுடர் பறைகளை விட அதிகமாக அதிர்ந்து கொண்டிருந்தான். நீரின் தடத்தை காண்பவர்கள் மத்தியில் காற்றின் தடங்களை கணிக்கிறாள் இளவெயினி என்ற எண்ணம் அவனை திகைக்கச் செய்தது.

கண்ணிகள் இறுகும்…

2

சோழ அரசி இளவெயினியின் மயூரத்தேர் காவிரிக் கரையிலிருந்து தென்றலாய் மிதந்து சென்று கொண்டிருக்க, இளவெயினி சிந்தனையில் இருந்தாள். "மனம் என்பது அறிவுவெளி. உடலும் உயிரும் இணைந்து உருவாகும் உணர்வுநிலை. மனதில் தோன்றும் எண்ணங்கள் சொற்களை கடைந்தெடுக்கும். சொற்கள் காலத்தைச் செதுக்கும் உளியாய் மாறும்."

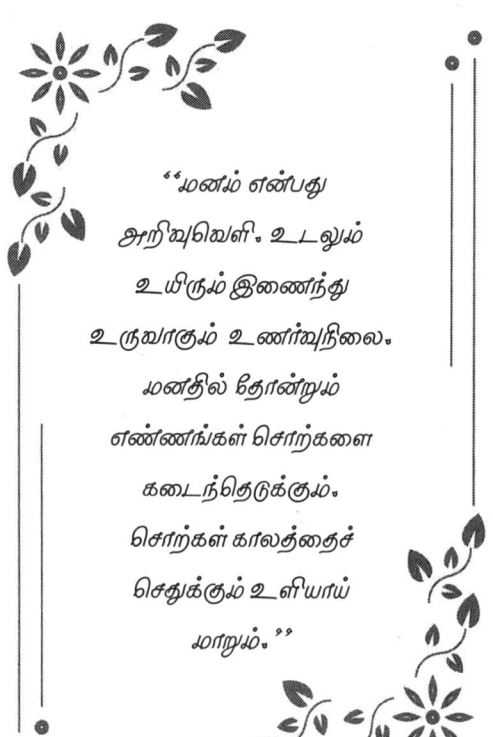

"மனம் என்பது அறிவுவெளி. உடலும் உயிரும் இணைந்து உருவாகும் உணர்வுநிலை. மனதில் தோன்றும் எண்ணங்கள் சொற்களை கடைந்தெடுக்கும். சொற்கள் காலத்தைச் செதுக்கும் உளியாய் மாறும்."

இந்திர விழா என்பது சோழ வம்சத்தை தோற்றுவித்த செம்பியன் காலத்திலிருந்து ஆண்டுதோறும் தேவர்களின் தலைவன் இந்திரனையும், மற்ற தேவர்களையும் புகாரில் வந்து தங்கி பசி, பிணி, பகையிலிருந்து மக்களைக் காத்தருள வேண்டி நடத்தப் படுவது. அத்தகைய விழாவில் பகைவர்கள் ஊடுருவியிருப்பது உறுதியாகி இருக்க, பகையின் பரிமாணத்தை உள்வாங்க முயன்று கொண்டிருந்தாள் இளவெயினி.

தேரின் நாற்புறமும் குதிரை வீரர்கள் பாதுகாவலாய் செல்ல, ஒற்றர்களை பிடிப்பதை விட அரசியைக் காப்பதே தனது முதற்கடமை எனக் கருதிய பரஞ்சுடர் தனது நம்பிக்கைக்குரிய எழினியை அழைத்தான்.

‘மக்களுடன் சிகப்புத் தலைப்பாகை அணிந்த ஒற்றர்கள் கலந்துள்ளனர். கூட்டத்திலிருக்கும் நமது வீரர்களிடம் கூறி குழப்பத்தை ஏற்படுத்தாமல் அவர்களை பிடிக்கச் சொல்’ என்று கூறி விட்டு தேரினைப் பின்தொடர்ந்தான்.

இளவெயினி மெல்லிய திரைகளினூடே வெளியே பார்க்க மீன்கள் மலர்களைத் தாவிக் களிக்கும் நன்னீர்ப் பொய்கைகளில் தாமரைகள் மங்கையரின் முகம் போல மலர்ந்திருந்தன. மலர்களின் உட்பாகம் செம்பொன்னால் செய்தது போல சிவந்திருக்க, வண்டுகள் துணையுடன் பாடி மகிழ்ந்திருந்தன. நறுமணம் வீசும் பூஞ்சோலையைத் தாண்டி தேர் நகர்ந்தது.

பரஞ்சுடர் கையை உயர்த்திக் காட்டியவுடன் மதிலுக்கப்பால் நின்றிருந்த நூறு குதிரைவீரர்கள் திரும்பிச் செல்லத் துவங்கினர். எவ்விதத் தாக்குதலையும் எதிர்கொள்ள ஆயத்தமாய் வந்திருந்தான் பரஞ்சுடர்.

தேர் நகரத்துக்குள் நுழைந்ததுமே கஞ்சியின் வாசம் இளவெயினியின் நாசியை வந்தடைய...

‘சத்திரங்களில் மதிய உணவை சமைக்கத் துவங்கி விட்டனர்’ என்றாள்.

“எப்படிக் கூறுகிறீர்கள்?”

‘காலையில் நாம் செல்லும்போது சத்திரங்களில் இருந்து காலை உணவுக்கு மெல்லடையும், பிட்டும் சமைக்க பயன்படுத்தும் கல்லுருண்டை அரிசியின் மணம் வந்தது. இப்போது மதிய உணவிற்கு சுவையான அன்னமழகியை சமைக்கின்றனர். அந்த அரிசிக் கஞ்சியின் மணத்தைத் தான் காற்று உடலெங்கும் பூசித் திரிகிறது’

‘வேளிர் குல இளவரசியல்லவா தாங்கள். உங்களுக்கு தெரியாத வேளாண்மை ரகசியமா’ என்று சிரித்தாள் நன்முகை.

சேர, பாண்டியர்களும், குறுநில மன்னர்களும் இளஞ்சேட்சென்னிக்கு பெண் கொடுக்கத் துடித்தனர். எனினும் சோழநாட்டின் வளத்திற்கு வேளாண்மையே முழுமுதற் காரணமாயிருந்ததால் வேளாண் குடியில் மணமுடிக்க சென்னி விரும்பினான்.

வேளாண்குடிகளில் பெரியதும், பழமையானதும் அழுந்தூர் குடியே. சேர, சோழ, பாண்டிய நாட்டை ஆள்பவர்களை வேந்தர்கள் என்றும், குறுநிலபரப்பை ஆள்பவர்களை மன்னர் என்றும் குலங்களின் தலைவர்களை வேள் மற்றும் வேளிர் என்றும் மக்கள் அழைத்தனர். அழுந்தூர்வேள் சங்கருள்நாதனின் மகள் இளவெயினி. மக்களுடன் நெருங்கிப் பழகி வேளாண்மையின் நுட்பங்களையும், குலத்தின் இளவரசியாதலால் போர்க்கலைகளையும் முறையாகக் கற்றுத் தேர்ந்திருந்தாள்.

சோழ அமைச்சர் திகழ்செம்மான் இளஞ்சேட்சென்னியை அழைத்துச் சென்று இளவெயினியைக் காட்டுவதற்கு விரும்பினார். ‘அரசப் பணியின் நிமித்தமாக சென்று வரலாமா?’ என்று செம்மான் அழைத்தபோது, இளவெயினியின் பேரழகை கேள்விப்பட்டிருந்த சென்னி உடன் இசைந்தான்.

அமைச்சர் செம்மானுடன் காவல் படைகளோ, அணுக்க வீரர்களோ எவருமின்றி தனித்துச் சென்ற சோழவேந்தனின் துணிவையும், எளிமையையும் கண்டு சங்கருள் நாதன் அதிர்ந்து போனார். திசைகள் நடுங்கும் சென்னியின் வீரத்தை சோழநாடு உணர்ந்திருந்தது. சென்னி மட்டுமே ஒரு படையை ஒத்தவன் என்பதை அழுந்தூர் அறிந்திருந்தது. தனித்துச் சென்றாலும் செஞ்சூரியனை நெருங்க முடியாதென்று தென்னாடு தெளிந்திருந்தது.

இளவெயினியின் பைங்கடல் விழிகளில் இளஞ்சேட்சென்னி அமிழ்ந்து போக, வேறெங்கும் பெண் தேடும் அவசியம் இல்லாமல் போனது. இளவெயினி என்ற நிலவைச் சுற்றும் பூமியானான் சென்னி.

‘இம்முறை இந்திர விழா நடத்துவதில் ஏன் இத்தனை சிக்கல் எனத் தெரிய வில்லை’ என்றாள் அருகில் அமர்ந்திருந்த நன்முகை.

இளஞ்சேட்சென்னி இந்திர விழாவினை நடத்த முடிவு செய்து நன்னாள் குறிக்க சோதிடர்களை அழைக்கையில் நாள் கணிக்க சிரமம் ஏற்பட்டு விழாத் துவங்குவது இருமுறை தள்ளிப்போனது.

விழாவின் முதல் நாளான கால்கோள் விழாவில் இந்திரனுக்கு பூசைகள் நடை பெற்றதும் இந்திரனின் யானை ஐராவதம் பொறிக்கப்பட்ட மங்கல நெடுங்கொடியை சோழவேந்தன் சென்னி ஏற்றினான். அவ்வாறு கொடியை ஏற்றும்போது இந்திரனின் கொடிமரம் சாய்ந்தது. சென்னியும், வீரர்களும் மரத்தை தாங்கிப் பிடிக்க நேர்ந்தது.

கொடிமரம் சாய்ந்ததை துர்நிமித்தமாக அனைவரும் நினைத்தனர். அதை நினைத்து இளவெயினி மனம் வருந்தியபோது ‘‘நல்ல செயல்களைச் செய்யும் நேரமே நன்நேரம். அதற்குத் தனியாக நிமித்தமோ, காலமோ தேவையில்லை. நிமித்தங்களில் நிம்மதியை தொலைக்காமல், விழாவை சிறப்புடன் செய்வோம்’’ என்று இளவெயினியை தேற்றினான் சென்னி.

விழாவின் தெய்வமான இந்திரனே சோழநாட்டை கெடுதலில் இருந்து காத்தருள வேண்டுமென்று மனமுருக வேண்டி வந்தாள் இளவெயினி.

ஒவ்வொரு நாளும் நடக்க இருக்கும் விழா நிகழ்ச்சிகளை வள்ளுவன் முரசறைந்து ஊர்மக்களுக்கு அறிவிக்க, கோவில் வளாகங்கள் பலவகையான மங்கலப் பொருட்களால் அலங்கரிக்கப்பட்டு வழிபாடுகள் மூன்று வேளைகளிலும் நடந்தது. அகன்ற வீதிகளில் வாழை, மஞ்சள், மாவிலை, பூங்கொடிகள் தோரணங்களாகக் கட்டப்பட, முருகன், வருணன், கொற்றவை, திருமால் என நகரில் உறைந்திருக்கும் அனைத்து தெய்வங் களுக்கும் கோவில்களின் மரபுப்படி பூசைகள் நிகழ்ந்தன.

இந்திர விழாவின்போது சிறைப்பட்டிருந்த எதிரி நாட்டு வீரர்களையும், பகை மன்னரையும் சோழ வேந்தன் விடுவிப்பது வழக்கம். சென்னி போர்களை வெறுப்பவன். நாடுகளை வெல்வதை விட, மக்களின் நலத்தினில் கவனம் செலுத்துபவன். போர் என்பது பொருளையும், நிலத்தையும், பெயரையும் ஈட்ட மக்களை பறிகொடுப்பது. வீரமென்பது ஆளும் நிலப்பரப்பில் இல்லை, ஆளும் விதத்தில் இருக்கிறது என்றெண்ணுபவன். எனவே சிறைக்கூடங்கள் எல்லாக் காலங்களிலும் வெறுமையாகவே இருந்தன.

நன்முகையின் கேள்வியை நினைத்தபடி இளவெயினி தனது மனவெளியில் தொலைந்திருந்தாள்.

‘சில கேள்விகள் பதிலை எதிர்பார்த்து கேட்கப்படுவதில்லை. கவலையை வெளிப்படுத்தவே கேட்கப்படுகின்றன. நன்முகை அறியாமல் கேட்ட கேள்வியில், தனது மனதில் உறங்கிக் கொண்டிருந்த குழப்பங்களை மீண்டும் எழுப்பி விட்டாள்’ என்று நினைத்தாள் இளவெயினி.

கவலைகள் மனதின் எண்ணங்களை தின்று வாழ்பவை. தூக்கியெறிந்து கடக்கும் மனதிடம் எறும்பாய் தேய்கின்றன. தொடர்ந்து நினைக்கும் மனதில் யானையாய் வளர்ந்து மதம் பிடித்து அலைகின்றன. சிலரின் மனங்கள் யானையை அடக்க மற்றவரின் வார்த்தைகளை துணைக்கு அழைக்கின்றன. நன்முகை அவளின் மனதை அடக்கும் அங்குசத்தை வடிப்பதற்கு இளவெயினியிடம் கேள்வியெழுப்பினாள்.

‘நாட்டின் நன்மை வேண்டி தெய்வத்தை வணங்க வேண்டியுள்ளது. கேடு நிகழ்வதை தடுக்கவும் தெய்வத்தையே வணங்குவோம்’ என்றாள் இளவெயினி.

சில பதில்கள் கேள்விக்கான பதிலாக அளிக்கப்படுவதில்லை. அவரவர் மனதை ஆற்றுப் படுத்தவே கூறப்படுகின்றன.

நன்முகைக்கு பதிலளித்துவிட்டு மீண்டும் வெளியே பார்த்தாள் இளவெயினி. விருந்தினர் வந்தால் ஏழடி நடந்து முன்சென்று வரவேற்றும், ஏழடி பின்சென்று வழியனுப்பும் விருந்தோம்பல் முறையை உடையவர்கள் சோழநாட்டு மக்கள். நகரில் நுழைபவர்கள் முதலில் பசியாறி விட்டு பின்னர் நகருக்குள் நுழையும் வகையில்

சோழநாட்டின் நான்கு இடங்களில் அமைந்திருந்த நுழைவு வாயில்களினுள் நுழைந்ததுமே சாலையின் இருபுறங்களிலும் சத்திரங்களும், விருந்தினர் மாளிகைகளும் அமைக்கப்பட்டிருந்தன. உணவு உண்டவுடன் நூறடி தூரம் உலவ வேண்டுமென்பதற்காக மண்டபங்கள் நூறடி நீள நடை மண்டபத்துடன் இணைக்கப்பட்டிருந்தன.

சத்திரங்களின் பின்புறத்தில் சோறு வடித்த கஞ்சி ஆறாய் பெருக்கெடுத்து ஓடியது. இந்திர விழா அன்று முடிவதாக இருந்ததால் அண்டைய நாட்டிலிருந்து குறுநில மன்னர்களும், குலத் தலைவர்களும், மக்களும், அயல் தேசத்து வணிகர்களும் விழாவினைக் காண புகார் நகரத்திற்கு வந்த வண்ணம் இருந்தனர். அனைத்து வீதிகளும் அழகுபடுத்தப்பட்டிருக்க, விழாக்கோலங்கள் களைகட்டியிருந்தன.

வீதிகளின் இருபுறத்திலும் எழில்மிகு மாடி வீடுகளும், மானின் கண்களைப் போன்ற சன்னல்கள் வைத்த மாளிகைகளும் அமைந்திருக்க, ஒவ்வொரு இடத்தையும் அடையாளம் காட்டுவதற்கு விதவிதமான வண்ணக் கொடிகளை மாளிகைகளுக்கு வெளியே கட்டியிருந்தனர்.

தமிழ் அறிஞர்கள் நூல்களைப் பற்றி சொற்பொழிவுகளும், விவாதங்களும் நடத்துமிடத்திற்கு வெளியே நீலநிறக் கொடிகள் அசைந்தன.

ஆண்கள் வீரத்தைக் காட்ட தமக்குள் போரிட்டு மகிழும் இடத்தில் சிகப்பு நிறக் கொடிகள் படபடத்தன.

வகைவகையான உணவு விடுதிகளிருக்கும் இடத்தைக் காட்ட பச்சை நிற கொடிகளும்,

மருத்துவச் சாலை அமைந்திருக்கும் இடத்தை குறிப்பிட மஞ்சள் நிறக் கொடிகளும்,

தமிழ் ஓலைச் சுவடிகளும், நூல்களும் படிப்பதற்காக ஏற்படுத்தப்பட்டிருந்த நூலகத்தைக் குறிக்க வெண்ணிறக் கொடியும் ஏற்றப்பட்டிருந்தன.

பெண்களின் ஆடல், பாடல்கள் நடக்கும் கேளிக்கை விடுதிகளுக்கு வெளியே வானவில்லைப் போன்று பல நிறங்களில் கொடிகள் களியாடின.

காலை நேரத்தில் புகார் நகரம் கவின் மிக்கதாக விளங்கியது. வீதிகள் தோறும் மாடமாளிகைகள், கதிரவனின் ஒளியில் மின்னும் கோவில் கோபுரங்கள், ஆடல் அரங்குகள், மலர்ச் சோலைகள், நீராழி மண்டபங்கள் எனப் பேரழகுடன் மிளிர்ந்தன.

காவிரி ஆறு வங்க கடலில் புகுமிடத்தில் அமைந்த பழம்பெரும் நகரம் புகார். ஆறு புகுமிடம் என்பது 'புகும் ஆறு' என்று மாறி 'புகாறு' என மருவி 'புகார்' என்று நிலைத்தது. நகரைப் பட்டினப்பாக்கம், மருவூர்பாக்கம் என்று பிரித்திருந்தனர்.

இரண்டிற்குமிடையே அங்காடித் தெரு அமைந்திருந்தது. இங்கு பகலில் செயல்படும் நாளங்காடியும், இரவில் செயல்படும் அல்லங்காடியும் அருகருகே இருந்தன. பல தேசத்தார் வணிகத்திற்காக வந்து செல்லும் இடமாதலால் உணவு பண்டங்களுக்கு என்று தனியாக தெரு ஒன்று அமைந்திருந்தது.

அரண்மனையை நோக்கி நகர்ந்த தேர் ஒவ்வொரு வீதியாக செல்ல அரசியின் தேரினைக் கண்ட மக்கள் ஒதுங்கி வழிவிட்டு உற்சாக வாழ்த்தொலியை முழங்கினர். மக்களின் உற்சாகத்தைப் பார்த்து மனம் கொந்தளித்தபடி தேரின் பின்னால் முள்ளூர் நாட்டின் தளபதி இருங்கோவேள் நடந்து சென்றான்.

அரசியின் தேர் நாளங்காடியில் நுழைகையில் அங்கு காத்திருந்த தோன்றிமலை நாட்டின் படைத்தளபதி பரமன் இருங்கோவேளைப் பார்க்க, 'தாக்க வேண்டாம்' என்பது போல தலையசைத்தான் இருங்கோவேள். பரமன் மக்களுடன் இணைந்து நடக்கத் துவங்கினான்.

துறைமுகத்தைக் கொண்டு அமைந்த நகரங்களுள் புகாரும் ஒன்று. புகாரின் வடக்குக் கரையில் துறைமுகம் அமைந்திருக்க, வணிகத்திற்காக வந்திருந்த பெரும் படகுகளான நாவாய், சங்கரம் போன்றவை கடல் நீரில் நிலைகொண்டிருந்தன. மரக்கலங்களும், தோணிகளும் மணல்வெளியில் ஓய்வெடுத்துக் கொண்டிருந்தன. ஏற்றுமதி, இறக்குமதிக்கான பொருட்களைப் பாதுகாக்க துறைமுகத்தில் பண்டக சாலைகள் இருந்தன. புலி முத்திரையைப் பதித்து சுங்க வரியை வசூலிக்கும் சுங்கச் சாவடிகள், காவலர்களின் மாளிகைகள் அமைந்திருந்தன.

ஆண்களும், பெண்களும், குழந்தைகளும் மிகுந்திருக்க, தெருக்களில் உணவுக் கடைகளும், வண்டிக் கடைகளும் புதிதாக முளைத்திருந்தன.

நாளங்காடியைக் கடந்த மயூரத்தேர் அரச வீதியில் நுழைந்தபோது மக்களுடன் கலந்து நின்ற புன்னாட்டு படைத்தளபதி கோடன் தேரினை தொடர்ந்து வந்த இருங்கோவேளை பார்த்தான். 'தகவல் கிடைத்தது. தாக்கவில்லை' என்பது போல தலையசைத்து விட்டு மக்களுடன் இணைந்து கொண்டான்.

அரண்மனை நுழைவு வாயிலின் வலப்புறத்தில் சங்குமணி என்ற ஆராய்ச்சி மணியின் மணி மண்டபம் கட்டப்பட்டிருந்தது. குலத்தலைவர்களும், வேந்தர்களும் குடிகளின் துன்பங்களைக் களையவும், வளங்களைப் பேணவும், பகைவரிடமிருந்து காக்கவும் மக்களால் தேர்ந்தெடுக்கப்பட்டவர்கள். குடிகள் வேந்தனை அழைத்து நேரடியாக குறைகளை முறையிட வகை செய்யவேண்டும் என்றெண்ணிய சோழ வேந்தர்கள் ஏற்படுத்தியதே ஆராய்ச்சிமணி.

சங்குமணியின் மேற்பகுதி ஆம்பல் போன்று மலர்ந்திருக்க மணியின் கீழ்பகுதி சங்கு போன்று குவிந்திருந்தது. குறையைத் தீர்க்க ஒலிக்கும் மணியின் நாக்கு எவருக்கும் தெரியக்கூடாதென்று வெளித்தெரியாமல் உள்பக்கமாய் மறைக்கப்பட்டிருக்க, ஓசை வெளியேற மணியைச் சுற்றி சிறு துளைகள் அறத்தின் கண்களாய் விழித்திருந்தன.

களவு, கொலை போன்ற பாதகச் செயலுக்கு சோழ நாட்டில் கடும் தண்டனைகள் உண்டு. களவு என்பது பசிக்காகத் தொடங்கி, வசதிக்காக தொடர்வது. கொலை என்பது கோபத்திலோ, பொறாமையிலோ நிகழ்வது. இரண்டையும் தீர்க்க நகரின் ஒவ்வொரு பாக்கத்திலும் குறைதீர்க்கும் மன்றங்களை சென்னி அமைத்திருந்தான். அங்கு வழங்கப் படும் நீதியில் மன அமைதி பெறாதோர் பட்டினப்பாக்கத்தில் மேல் முறையீடு செய்யலாம்.

அவற்றில் நிம்மதி அடையாதோரும், நாட்டின் குறைகளைத் தெரிவிக்க விரும்புவோரும் ஆராய்ச்சி மணியை முழங்கினால் அரை நாழிகையில் வந்து நிற்பான் சென்னி. குறையற்ற மக்களே நிர்வாகத்தின் பொருள். குடிகள் வேறு, கொற்றன் வேறல்ல என்று நினைப்பவன் அவன். குறைகளேதும் இல்லாததால் பலகாலமாய் ஒலிக்க மறந்து நாவடங்கி கிடந்தது சங்குமணி.

வீரர்களின் காவலுடன் முன்னேறிய இளவெயினியின் தேர் சோழ அரண்மனை அமைந்திருந்த மதிற்சுவருக்குள் நுழைந்ததும் மக்கள் கலையத் துவங்கினர். மயூரத் தேர் அகநகரினுள் நுழைவதை வெறித்தவாறு நின்றனர் மூன்று தளபதிகளும்.

அரண்மனை வாயிலெதிரே தேரினை விட்டு நன்முகை இறங்கியதும் அவளின் கைகளைப் பற்றி இளவெயினி இறங்குகையில் பிடர்த்தலையின் பிளிறல் கேட்டது.

‘இரண்டு நாட்களாக அவனைப் பார்க்க செல்லவில்லை. அழைக்க ஆரம்பித்து விட்டான்’ என்ற இளவெயினி சோழநாட்டின் பட்டத்து யானை கட்டப்பட்டிருந்த சோலையை நோக்கி நடக்க, நன்முகை பின்தொடந்தாள்.

தொலைவிலிருந்தே இளவெயினி வருவதை கண்டு கொண்ட பிடர்த்தலை தலையை ஆட்டியபடி துதிக்கையை உயர்த்தி பிளிற சோலை நடுங்கியது. பிடர்த்தலை சோழநாட்டின் வலிமை வாய்ந்த யானை. கூரிய கண்களும், செந்நிற வாயும், பெரும் தந்தமும், உயர்ந்த உடலும், கம்பீரமான நடையும், நீண்ட கொம்புகளும் கொண்ட பேரழகு யானை. நகர்வலம் காண யானையின் மீதேறி சென்னி புறப்பட்டால் ஐராவதத்தின் மேலேறி வரும் இந்திரனைக் கண்டதாய் பெருமகிழ்ச்சி கொள்வர் சோழ மக்கள்.

அரசியை வணங்கிய பாகன் யானையின் அருகில் விழிப்புடன் நிற்க, ‘வந்து விட்டேன்’ என்றபடி இளவெயினி பிடர்த்தலையை நெருங்கினாள்.

துதிக்கையை நீட்டி அரசியைத் தூக்க பிடர்த்தலை முயல, கருவை சுமந்திருந்த இளவெயினி யானையின் துதிக்கையை பற்றிக்கொண்டு, நெற்றியில் தடவிக் கொடுக்க தலையைத் தாழ்த்தி மகிழ்வை வெளிப்படுத்தியது பிடர்த்தலை.

''அன்பைக் கொண்டு உலகை அளப்பது விலங்குகள் மட்டுமே'' என்ற இளவெயினி பாகனிடமிருந்து கரும்பை வாங்கி பிடர்த்தலைக்கு தந்தாள்.

சற்று நேரம் பேசி விட்டு அரண்மனையை நோக்கி நடக்கத் துவங்க, பிடர்த்தலை மீண்டும் பிளிறியது. 'நாளை வருகிறேன்' என்று சத்தமிட்ட இளவெயினி விலகி நடந்தாள்.

இளவெயினியைத் தொடர்ந்த நன்முகை 'பூவுலகின் வலிமையான விலங்கு உங்களிடம் இத்தகைய அன்பு கொண்டிருப்பது எப்படியென்று எனக்கு புரிவதேயில்லை' என்றாள்.

'அன்பிற்கு பணியாத மிருகங்கள் இல்லை. ஆனால் மனிதர்கள் உண்டு'

சிலகணங்கள் அமைதியாக நடந்தவள் 'சிகப்பு தலைப்பாகையை அணிந்தவர்கள் யாரென எதற்காக கேட்டீர்கள்?' என்று கேட்க...

'காவிரித் தாயின் கோவிலில் நின்று மக்களை பார்த்தபோது சிகப்பு தலைப்பாகை அணிந்த ஒருவனைப் பார்த்தேன். எனது பார்வையை அவசரமாக தவிர்த்துக் கொண்டான். சற்றுத் தள்ளியிருந்த மற்றொருவனும் அதே நிறத்தில் தலைப்பாகை அணிந்திருந்தான். அவனும் என்னை காண்பதை தவிர்த்தான். அவர்களுக்குள் அடையாளம் தெரிந்துகொள்ள ஒரே நிறத்தில் தலைப்பாகையை அணிந்துள்ளனர்'

'ஆம்பல் நாணும் உங்கள் முகத்தையும், பைந்தேன் சுரக்கும் உங்கள் விழிகளையும் காண்பதை ஆடவனொருவன் தவிர்த்துக் கொண்டானா! என்ன அதிசயம், யார் அவர்கள்?'

'அண்டைய நாட்டின் ஒற்றர்களாக இருப்பர்'

சற்று மிரண்ட நன்முகை 'எதற்காக அவர்கள் வந்திருப்பர்?' என்று கேட்க

'சோழ வேந்தரை கொல்வதற்காக' என்றாள் இளவெயினி.

கண்ணிகள் இறுகும்...

3

சோழநாட்டு அரண்மனை அமைந்திருக்கும் அகநகரினுள் சோழ அரசி இளவெயினியின் ரதம் நுழைந்து செல்வதைக் கவனித்தவாறு வெளியில் நின்றிருந்தனர் மூன்று சிற்றரசர்களின் தளபதிகளும். அகநகரைச் சுற்றிலும் கட்டப்பட்டிருந்த வானுயர மதிற்சுவர்களையும், முதன்மை வாயிலில் பொருத்தப்பட்டிருந்த உயரமான கோட்டைக் கதவுகளுக்கு அருகே சற்றுத் தள்ளியிருந்த ஆராய்ச்சி மணியைக் கண்ட கோடன் ‘‘இதுதானா சங்குமணி!’’ என்றான் கண்கள் விரிய.

சங்குமணி என்ற சொல் இருங்கோ வேளின் மனஅறைகளில் படிந்திருந்த பெரு நெருப்பை அதிரச்செய்ய, தீக்கங்குகள் சிதறி செம்பொறிகள் சடசடத்து மேலெழுந்தன. நெருப்பின் வெம்மையை முகம் வெளிப் படுத்தியது.

இறந்த வீரனின் வீரத்தைக் காலமெல்லாம் கூறி நிற்கும் நடுகல்லைப் போல சோழ வேந்தன் சென்னி குடிகளுக்காக நிகழ்த்திய பெரும் வீரத்தின் சின்னமாய் இருந்தது சங்குமணி. அந்த வீரத்தின் மறுபுறத்தில் குலமொன்று அழிக்கப்பட்டதை நினைவு கூர்ந்த இருங்கோ, இறுகிய முகத்துடன் அவ்விடத்தை நீங்கி நடக்கத் துவங்கினான்.

‘‘வணிகம் என்பது தேவையை
தீர்ந்து வைக்கும் அமுதசுரபி.
இருக்குமிடத்தையும்
இல்லாவிடத்தையும்
இணைக்கும் வழிமுறை.
வணிகமே வளர்ச்சியின் வித்து.
வளர்ச்சியடையா சமூகம் ஒரே
இடத்தில் தேங்கி விடும்.
திறனுடையவர்கள்
உயர்நிலையை அடைய
உதவும் கருவி வணிகம்’’

சங்குமணியைப் பற்றி முழுதும் தெரிந்திராத கோடன் இருங்கோவின் முகம் மாறியதையும், வேகமாக விலகுவதையும் கவனித்தவாறு ‘என்ன நடந்தது‘ என்றான்.

‘‘சில வருடங்களுக்கு முன்னர் தென்னாடுகளை அதிரச் செய்த போர் அது. இளஞ்சேட்சென்னி முடிசூட்டிய சில மாதங்களில் நிகழ்த்திய வீரமது. வீரமும், விவேகமும் இணைந்து ஆடிய வேட்டையது. இளமையின் ஆற்றலும், வீரத்தின் சீற்றமும் கைகோர்த்த தருணமது’’ என்ற பரமன் கூறத் துவங்கினான்.

‘‘கதிரவனின் கதிர்கள் கடலின் மேற்பரப்பில்பட்டு நீரலைகளை பொன் வண்ணக்குழம்பாக சிதறடித்துக் கொண்டிருக்க புகார் துறைமுகம் அதிகாலையிலேயே பரபரப்புடன் இயங்கிக் கொண்டிருந்தது. மலையாய் குவிந்திருந்த மீன்களிருந்து பெரியவற்றை தின்றுவிட்டு கடல் நாரைகள் சோம்பியபடி அமர்ந்திருந்தன.

யவன நாட்டிலிருந்து பெருங்கப்பலில் வந்திருந்த பொருட்கள் நாவாய்களில் இறக்கப்பட்டு துறைமுகத்தின் சுங்கச்சாவடியை வந்தடைந்து கொண்டிருந்தன. வணிகர்களின் சுறுசுறுப்புடன் இயங்க, பணியாட்களின் குரல்கள் ஒலித்துக் கொண்டிருந்தன. சோழ வீரர்கள் புலி முத்திரையைப் பதித்து சுங்க வரியை வசூலித்தவுடன் பொருட்கள் குதிரை வண்டிகளில் ஏற்றப்பட்டன. பொருட்களை ஏற்றிய வண்டிகள் வெளியேறிக் கொண்டிருக்க, மேலும் வண்டிகள் துறைமுகத்தினுள் நுழைந்து கொண்டிருந்தன.

குதிரைகள் இரண்டிரண்டாய் பூட்டப்பட்ட ஐந்து வண்டிகள் ஆயத்தமாக இருக்க, சோழநாட்டின் பெருவணிகன் மாசாத்துவன் மிக்க மகிழ்வுடன் நின்றிருந்தார். யவன தேசத்திலிருந்து வந்திறங்கிய நவமணிகள், பொன் விளக்குகள், பட்டுத் துணிகள் என விலையுயர்ந்த பொருட்கள் முதல் குதிரை வண்டியிலும், மற்ற வண்டிகளில் கண்ணாடியினாலான அழகுமிகு பொருட்கள், வாசனைப்பொருட்கள் ஏற்றப்பட்டன. அனைத்தையும் சேர இளவரசனின் திருமணத்திற்காக வரவழைத்திருந்தார் மாசாத்துவான்.

மரப்பெட்டிகளை வண்டிகளில் அடுக்கி முடித்ததும் மாசாத்துவனை நெருங்கிய பணியாட்களின் தலைவன் ‘முடிந்தது’ என்று கூற, மாசாத்துவன் ஒரு வெள்ளி நாணயத்தைப் பரிசளித்தார்.

‘‘வணிகம் என்பது தேவையை தீர்த்து வைக்கும் அமுதசுரபி. இருக்கு மிடத்தையும் இல்லாவிடத்தையும் இணைக்கும் வழிமுறை. வணிகமே வளர்ச்சியின் வித்து. வளர்ச்சியடையா சமூகம் ஒரே இடத்தில் தேங்கி விடும். திறனுடையவர்கள் உயர்நிலையை அடைய உதவும் கருவி வணிகம்’’ என எண்ணினார் மாசாத்துவான்.

முதல் வண்டியினை செலுத்திய சோழவீரனுடன் மாசாத்துவான் அமர்ந்து கொள்ள, ஐந்து வண்டிகளும் மெதுவாக நகர்ந்தன. குதிரை வண்டிகளுக்கு முன்னால் பத்து வீரர்களும், பின்புறத்தில் இருபது வீரர்களும் காவலுக்கு வர மாசாத்துவான் முகத்தில் மகிழ்வு தெரிந்தாலும், மனதினுள் சிறு கலக்கமும் இருந்தது.

சோழ நாட்டினைத் தாண்டி சேரநாட்டிற்குச் செல்லும் வழியில் முள்ளூர் நாட்டினை கடந்து செல்லவேண்டும். முள்ளூரின் வட்டப்பாறையிலும், அதற்கடுத்திருந்த வேங்காடுகளிலும் வணிகர்களைத் தாக்கி பொருட்களை கவர்ந்து செல்லும் வம்பர்கள் மறைந்திருப்பர்.

சோழ நாட்டின் எல்லைக்கப்பால் இருந்ததால் சோழ வேந்தர் பாதுகாப்பு அளிக்க இயலாமல் இருக்க, முள்ளூர் நாட்டினாலும் வம்பர்களை கட்டுப்படுத்த முடியாமல் இருந்தது. புகாரில் மட்டுமல்லாமல், பாண்டிய நாட்டின் கொற்கை துறைமுகத்திலும், சேரநாட்டின் முசிறி துறைமுகத்திலும் வணிகர்கள் விலையுயர்ந்த பொருட்களை கொண்டு செல்லும் போது வம்பர்கள் தாக்கினர். எங்கிருந்து வருகிறார்கள், எவ்வாறு தாக்குகிறார்கள் என்று எவரும் அறியாமலிருக்க வணிகம் செய்ய முடியாமல் வணிகர்கள் தவித்து வந்தனர்.

★★★

இது நிகழ்வதற்கு சில நாட்கள் முன்பாக பெருஞ்செல்வத்தை செலவழித்து யவனத்திலிருந்து பொருட்களை வரவழைக்க வேண்டியிருந்ததால் மாசாத்துவன் இம்முறை சோழ வேந்தனை பார்க்க முடிவு செய்திருந்தார். வணிகர்களின் குறையை தீர்க்கவேண்டி சென்னியின் அரண்மனைக்கு செல்லாமல் ஆராய்ச்சிமணி கட்டப் பட்டிருந்த கூடத்திற்கு சென்றார்.

மணிக்கூடத்தை அணுகிய மாசாத்துவன் பொன் சங்கிலியை இழுத்து மணியை அடித்ததும் மணியின் இசையும், சங்கின் ஓசையும் கலந்த பேரொலி எழும்ப சோழ நாட்டின் மதிற்சுவரில் நின்றிருந்த வீரர்கள் அதிர்ந்தனர். அரண்மனையின் மேன் மாடத்தில் வசித்து வந்த பறவைகள் நடுங்கின.

அரண்மனை அமைந்திருந்த அகநகருக்குள் தளபதிகள், அமைச்சர்கள் மற்றும் விருந்தினர் மாளிகைகள் கட்டப்பட்டு இருக்க, சோழநாட்டின் தளபதியாய் புதிதாக பதவியேற்றிருந்த பரஞ்சுடர் திகைத்துப்போனான்.

மணி ஒலித்தவுடன் சோழவேந்தன் இளஞ்சேட் சென்னி வேகமாக அரண் மனையை விட்டு வெளியேறி ஆராய்ச்சிக் கூடத்திற்கு செல்வான் என்றறிந்த பரஞ்சுடர் அவனின் பாதுகாப்புக் கருதி விரைவாக ஆயத்தமாகி மாளிகையை விட்டு வெளிவந்து குதிரையில் தாவியேறினான்.

குதிரையை விரட்டிச் சென்ற பரஞ்சுடர் முதன்மை நுழைவு வாயிலைக் கடந்து வலப்புறத்தில் பாய்ந்து சென்றான். 'பலகாலம் ஒலிக்காமல் இருந்த ஆராய்ச்சிமணி இன்று ஒலித்ததன் காரணம் என்ன? சென்னி அரசாட்சியில் அமர்ந்தவுடன் குறையென்ன வந்திருக்க முடியும்' என்று மனம் பதற, குதிரையை வேகமாக செலுத்தினான்.

பரஞ்சுடர் ஆராய்ச்சி மணியை நெருங்கியபோது அங்கு மற்றொருத் தளபதி வானவன் நின்றிருந்தான். இளஞ்சேட்சென்னி, பரஞ்சுடர் மற்றும் வானவன் ஆகிய மூவரும் ஒரே ஆசானிடத்தில் பயின்றவர்கள். இணைபிரியாத நண்பர்கள். சென்னி அரியணையேறிய தருணத்தில் பொறுப்பிலிருந்த முதியத் தளபதிகள் பதவியை விடுத்து ஓய்வெடுக்க விரும்ப, தனது நண்பர்களை தளபதியாக்கியிருந்தான் சென்னி. இருவரும் சென்னியின் வீரத்திற்கு சற்றும் குறையாத பெரும் வீரர்கள். அவர்களை நண்பர்களாகவே பாவித்தான் சென்னி.

'அதற்குள் வந்து விட்டாயா?' என்று ஆச்சரியத்துடன் கேட்டபடி பரஞ்சுடர் இறங்க,

'சென்னி எனக்கு முன்னால் கூடத்தினுள் சென்று விட்டான்' என்று வானவன் கூற, பரஞ்சுடர் அதிர்ந்தான்.

'என்ன குறை நேர்ந்து விட்டதாம் அதற்குள்?' என்று கேட்ட பரஞ்சுடரின் குரலில் சினம் துளிர்த்தது.

'குறை சொல்பவனை சிறையில் அடைப்பாய் போலிருக்கிறதே நீ' என்று சத்தமாக சிரித்த வானவன், 'உள்ளிருப்பவன் முதலில் வெளியேறட்டும். சென்னியிடம் கேட்டறியலாம்' என்றான். சங்கின் ஒலியைக் கேட்டு வியந்த சோழ மக்களும் கூடத்துவங்கினர்.

★★★

புகார் துறைமுகத்திலிருந்து மாசாத்துவனின் விலையுயர்ந்த பொருட்களை ஏற்றிச் சென்ற குதிரை வண்டிகள் பொன்கொழிக்கும் சோழ எல்லையை கடந்து ஐந்து ஓரைகள் ஆகியிருந்தன. நிலப்பரப்பின் தன்மை மாறியிருக்க கருமண் நிலம் ஆள்பவரின் மனம் போல் வறண்டு கிடந்தது.

கோடைக் காற்று மண்புழுதியை எழுப்பியபடி இருக்க குதிரை வீரர்கள் தலைப்பாகையுடன் சேர்த்து முகத்தையும் இறுக கட்டியிருந்தனர். பாதையை காண்பதற்கு மெல்லிய பருத்தித் துணியினால் கண்களை கட்டியிருந்தனர்.

வட்டக்கரடை நெருங்கும்போது மாசாத்துவானின் மனம் தடுமாறத் துவங்கியது. ‘சோழ நாட்டிலிருந்து செல்லும் வணிகர்களின் மாட்டு வண்டிகளையும், குதிரை வண்டிகளையும் வம்பர்கள் சூழ்ந்து பொருட்களை கவர்ந்து செல்வது இங்குதான் அதிகம் நிகழுமென்று கேள்விப்பட்டிருந்தார். மேலும் வம்பர்கள் இருபது பேர் கொண்ட குழுவாக தாக்குதலை நிகழ்த்துவர். வண்டிக்கு பாதுகாவலாய் வரும் வீரர்களை கொடூரமாக கொன்றுவிட்டு பொருட்களை கவர்ந்து செல்வர். வணிகர்கள் மீண்டும் பொருட்களை கொண்டு வரவேண்டும் என்பதற்காக அவர்களை உயிருடன் விட்டுச் செல்வர்’ என்றெல்லாம் அறிந்திருந்தார்.

துறைமுகத்திலிருந்து விலையுயர்ந்த பொருட்கள் செல்லும் தகவல் கிடைத்ததும் தாக்குதலை திட்டமிடுவது வம்பர்களின் குலத் தலைவன் இளங்கோவேள் என்பவன். பெரும் உயரத்தையும், மிரட்டும் உருவத்தையும் உடையவன் என்பதையும் மாசாத்துவன் கேள்விப் பட்டிருந்தார்.

பொய்கையில் மிதக்கும் அன்னம் மெதுவாக நகர்ந்தாலும், அதன் கால்கள் அதிவேகமாக தண்ணீரைத் தள்ளுவது போல வண்டிகள் மெதுவாக சென்றாலும், மாசாத்துவனின் உள்ளம் பதற்றத்துடன் இருந்தது.

வண்டிகள் வட்டக்கரட்டினைத் தாண்டியதும் மாசாத்துவான் அமைதியடையத் தொடங்கினார். முகத்தில் சற்று சிரிப்பு மலர்ந்தது. சோழநாட்டு வீரர்கள் காவலுக்கு வருவதால் வம்பர்கள் தாக்குவதற்கு தயங்கியிருக்கலாமென நினைத்தார். சற்று தொலைவில் தெரிந்த வேங்காட்டினைக் கடந்து விட்டால் முள்ளூர் நாட்டின் தலைநகரான முள்ளூர் வந்து விடும். அதன்பின்னர் வம்பர்களின் தொல்லை இருக்காது என்றெண்ணினார்.

உதிரவேங்கை மரங்கள் மஞ்சள் நிறத்தில் பூக்களைச் சொரிந்து மனிதனின் குருதியைப் போல செந்நிறமாக பால் வடிக்கும் தன்மையுடையது. இம்மரங்கள் ஏராளமாய் வளர்ந்திருந்ததால் வேங்காடு என்றழைக்கப்பட்ட காட்டில் வண்டிகள் நுழைந்தது.

மறுகணம் மரங்களின் பின்னால் மறைந்திருந்த வம்பர்கள் பெரும் பாய்ச்சலுடன் வெளிப்பட்டனர். வாட்களையும், ஈட்டிகளையும் சுழற்றியபடி சோழர்களைச் சுற்றி வளைக்க, மாசாத்துவனின் முகம் வெளிறியது.

சோழவீரர்கள் மிரளும் குதிரைகளை அமைதிப்படுத்த முயல வம்பர்களினூடே குதிரையைச் செலுத்தியபடி ஒருவன் முன்னே வந்தான். கழுத்து முழுவதும் தங்க அணிகலன்களை அணிந்திருந்த இளங்கோவேள் ‘அருமையான வேட்டை மாசாத்துவா. எனக்கு பலிகொடுக்க சோழ வீரர்களையும் அழைத்து வந்திருக்கிறாயா’ என்றபடி

ஆர்ப்பாட்டமாக சிரிக்க காடு அதிர்ந்தது. சிறிய விலங்குகள் விலகி ஓடின. சூழ்ந்திருந்த வம்பர்களும் இளங்கோவேளுடன் இணைந்து சிரிக்கத் தொடங்க மாசாத்துவனின் உடல் நடுங்கியது.

குதிரையின் குளம்பொலிகள் பின்புறத்திலிருந்து ஒலிப்பதைக் கேட்ட அனைவரும் திரும்பிப் பார்க்க, குதிரையை விரட்டியபடி ஒருவன் இளங்கோவேளிடம் வந்து சேர்ந்தான்.

'வண்டிகளைப் பின்தொடர்ந்து யாரும் வரவில்லை' என்று அவன் கூற, சோழ நாட்டிலிருந்தே இவர்களைப் பின்தொடர்ந்து வருகிறான் என்பதை மாசாத்துவன் உணர்ந்தார். புகார் துறைமுகத்தில் பெட்டிகளை ஏற்ற உதவிய பணியாட்களின் தலைவன் அவன் என்பதை உணர்ந்ததும் மேலும் அதிர்ந்தார்.

'சங்குமணியை ஒலித்து சோழ நாட்டிடம் உதவி கோரிய உன்னை என்ன செய்யட்டும்?' என்று இளங்கோவேள் கேட்க...

பதறிய மாசாத்துவன் 'மன்னித்து விடுங்கள். பொருட்களை எடுத்துக்கொண்டு உயிர்ப்பிச்சைத் தாருங்கள்' என்று கை கூப்பினார்.

இளங்கோவின் அருகில் நின்ற வம்பன் ஒருவன் இளங்கோவின் உத்தரவை நிறைவேற்ற வாளை உருவியபடி முன்னேற, மாசாத்துவான் அச்சத்துடன் பின்னேறினார்.

'ஒரு கையினை வெட்டி விடு. கையின்றி இவன் புகாரில் திரியும்போது இவனை பார்ப்பவர்களின் மனதில் இளங்கோவேள் நினைவிற்கு வரவேண்டும்'

'வலது கையா. இடது கையா. எது வேண்டாம்?' என்று சிரித்தபடி வம்பன் நெருங்கினான்.

'வெட்டியெறி' என்று இளங்கோ இரைய...

இரண்டாவது குதிரை வண்டியின் வலப்புறத்தில் குதிரையின் மேல் அமர்ந்திருந்தவன் வலதுகாலை குதிரையின் சேணத்தில் பதித்து எகிறினான். முதல் வண்டிச் சக்கரத்தின்மேல் இடதுகால் பதிந்த கணத்தில் மீண்டும் எழும்பியவன் முதல் வண்டிக் குதிரையின் சேணத்தில் வலதுகாலை ஊன்றிப் பறந்தான். காற்றுவெளியில் மிதந்து செல்லும்போதே இடையிலிருந்த வாளை உருவியிருந்தான். வாளை ஓங்கிய வம்பன் நிமிர்கையில், சாட்டையின் நுனியாய் வாள்நுனி சொடுக்க, வம்பனின் வலது கை வெட்டப்பட்டு மண்ணில் சரிந்தது.

என்ன நடந்ததென அறியாமல் அனைவரும் உறைந்திருக்க வம்பனின் அலறல் மரங்களை உலுக்கியது. இளங்கோ உறைந்து போய் குதிரையில் அமர்ந்திருந்தான். குருதி செந்நீர் ஊற்றாய் பீச்சியடித்தது. காற்று வேகமாய் சுழன்றடிக்க இலைச்சருகுகள் மீண்டும் மரத்தின் மேல் சென்றன.

காற்றில் நீந்திச் சென்ற வேகத்தில் தலைப்பாகை சரிந்து முகத்தின் துணி விலகியிருக்க, தோள் வரை நீண்டிருந்த முடிக்கற்றைகள் முகத்தில் சரிந்து கிடந்தன. வலதுகை வாளினை உறையிலிட, இடதுகை முடிக்கற்றைகளை மேலேற்ற...

'நீ கூறியது போல வெட்டியெறிந்து விட்டேன்' என்றான்.

அனைவரும் அதிர்ந்து நிற்க, 'யார் நீ?' என்று உறுமினான் இளங்கோவேள்.

'சோழவேந்தன் இளஞ்சேட்சென்னி' என்று அதிர்ச்சியுடன் கூறினான் பணியாட்களின் தலைவன்.

மாசாத்துவன் 'வேந்தே' என்று அதிர, வம்பர்கள் சூழ நின்றிருந்தான் சோழவேந்தன்.

கிழக்கில் தோன்றி ஞாயிறு திரும்பியை மலரச்செய்யும் கதிரவனைப் போல், காண்போர் கண்களை மலரச்செய்பவன் சென்னி. அன்பினால் வசப்படுத்துபவன். பகைவர்கள் காணும்போது பிடரி சிலிர்த்து நிற்கும் சிம்மத்தைப் போல் நடுங்கச் செய்யும் கம்பீரம் உடையவன். காணும் கண்களைப் பொறுத்து பரவசத்தையும், பதற்றத்தையும் மனதில் விதைப்பவன்.

சென்னியின் வீரத்தை கேள்விப்பட்டிருந்த வம்பர்களிடையே பதற்றமும் சலசலப்பும் ஏற்பட, முகங்கள் வெளிறி, அச்சம் படிந்தது.

'நான் பாதுகாப்பேன்' என்று வாக்களித்த சென்னி அண்டைநாடு வரை உறுதுணையாய் வந்து நிற்பதைக் கண்டதும் மாசாத்துவானுக்கு உடல் சிலிர்த்துப் போனது. மறுகணம் பகைவர்களை குறைவாக மதிப்பிட்டு இவனும் சிக்கிக் கொண்டானே என்று தோன்றியதும் மனம் பதறியது. இளங்கோவேள் முகத்தில் தோன்றிய அதிர்ச்சி மெல்ல புன்னகையாய் மலர்ந்தது.

சோழநாட்டின் ஆராய்ச்சி மணி கூடத்தினுள் இருந்த சென்னி 'அமருங்கள் மாசாத்துவரே. சோழநாட்டின் பெருவணிகருக்கு என்ன குறை இருக்க முடியும்?' என்றான்.

மாசாத்துவான் எதிரில் நின்ற சென்னியைக் கண்டதும் பேருவகை அடைந்தார். சென்னியின் தந்தையைக் காண அரண்மனைக்கு சென்ற போதெல்லாம் சிறுவனாக சென்னியை பார்த்திருக்கிறார். சென்னி முடிசூட்டிய போதும் அரசவையில் அமர்ந்து மகிழ்ந்திருக்கிறார். சிறுவனாக இருந்த சென்னி வளர்ந்து இளைஞனாக நிற்பதைக் காண நெஞ்சம் நெகிழ்ந்தது.

மேல்சட்டை அணியாமல் திறந்த மேனியுடன் சென்னி நின்றிருக்க, வைரத்தின் நீர்க்கோடுகள் போல உடலெங்கும் சதைகள் இறுகி புடைத்திருந்தன. நீண்ட முடியும், புலியைப் போன்ற கூர்மையான கண்களும், மெல்லிய மீசையும், எடுப்பான நாசியுமென இருந்தவனை தனது மகளுக்கு மணம் முடிக்க வேண்டுமென்ற எண்ணம் மீண்டும் எழுந்தது.

வேந்தருக்கு இணையானவன் தான் என்பதை சென்னியின் மனதில் பதியச் செய்யவேண்டும் என எண்ணியவர் 'வேந்தே தென்னாட்டின் பெருவணிகன் நான் என்பது தாங்கள் அறிந்ததே. சோழ அரண்மனைக்கு அடுத்த பெரும் மாளிகையை உடையவன். சேரவேந்தர் தனது மகன் நெடுஞ்சேரலாதனின் திருமணத்திற்கு யவனத்திலிருந்து விலையுயர்ந்த பொருட்களை தருவித்துக் தரும்படி வேண்டியிருக் கிறார். அவற்றை பெரும்பொருள் அளித்து தருவிப்பதற்கு தென்னகத்தில் என்னைத் தவிர வேறெந்த வணிகராலும் இயலாதென கருதுகிறார். பாண்டியத் துறைமுகத்தில் பொருட்களை வரவழைத்தால் எனக்கு சேரநாடு எடுத்துச்செல்ல அருகாமையில் இருக்கும் என்றாலும் நமது புகார் துறைமுகத்தில் தருவித்து சுங்கவரியை நமது நாட்டிற்கு செலுத்த எண்ணுகிறேன்.

ஆனால் வம்பர் குலத்தலைவன் இளங்கோவேளினால் மூன்று பேரரசுகளின் வணிகர்கள் அடையும் இன்னலும், இழப்பும் தாங்கள் அறியாததல்ல. அவனை வெல்ல எவராலும் முடியாமலிருப்பதால் வணிகம் செய்யவே அச்சப்படும் நிலை உருவாகியுள்ளது. நீங்கள் எனக்கு பாதுகாப்பைத் தர இசைந்தால் நான் பொருட்களை இங்கு வரச் செய்கிறேன். இல்லையெனில் என்னால் இயலாதென தகவல் அனுப்பி விடுகிறேன். மிகப் பெரும் லாபத்தையும், அதே சமயம் பறிபோனால் மிகப்பெரும் இழப்பையும் ஏற்படுத்தும் வணிகமிது' என்றார்.

சென்னி சற்றுநேரம் தீவிரமாக யோசித்தவாறு இருந்தான். இறுதியாக 'பணியை ஏற்றுக் கொள்ளுங்கள். உங்கள் பொருட்களுக்கு நான் பொறுப்பு. தேவையான பாதுகாவலை ஏற்படுத்தித் தருகிறேன்' என்றான்.

மாசாத்துவான் முகத்தில் நம்பிக்கை ஏற்படாமல் இருப்பதை கவனித்த சென்னி 'உங்கள் பொருட்களை இழக்க நேர்ந்தால் அதற்கு ஈடான செல்வத்தை நான் வழங்குகிறேன். நம்பிக்கையுடன் பொருட்களை தருவியுங்கள்' என்று கூறியதும் மாசாத்துவான் களிப்படைந்தான்.

'உங்களின் சொல்லுக்கு பணிகிறேன்' என்று சென்னியை வணங்கிய மாசாத்துவான் பேருவகையுடன் வெளியேறினார்.

மணிக்கூடத்திலிருந்து வெளியில் வரும்போது தளபதிகள் நின்றிருப்பதைக் கண்ட மாசாத்துவான் அவர்களையும் வணங்கிவிட்டு நீங்க, தளபதிகள் கூடத்தினுள் நுழைந்தனர்.

'அரண்மனையில் முறையிடாமல் சங்குமணியை அடிக்குமளவு சோழநாட்டு பெருவணிகருக்கு என்ன குறை?' என்றான் பரஞ்சுடர்.

இருவரையும் அமரச் சொன்ன சென்னி மாசாத்துவானின் வேண்டுதலை கூற..

'பாண்டியத் துறைமுகம் கொற்கையிலிருந்து சேரநாட்டிற்கு பொருட்களை எடுத்துச் சென்றாலும் வம்பர்கள் தாக்குவார்கள் என்றறிந்து தான் நம்மிடம் வந்திருக்கிறார் மாசாத்துவான்' என்றான் பரஞ்சுடர்.

'எனினும் வம்பர்களால் நமது வணிகமும் செழிப்படையாமல் இருப்பது உண்மையே' என்றான் வானவன்.

'இளங்கோவேளுக்கு முள்ளூர் நாட்டின் சிற்றரசன் பெருஞ்சாத்தனும் துணைபுரிகிறான்' என்றான் சென்னி.

'எப்படி கூறுகிறாய்?' என்றான் வானவன்.

'நான் அரசாட்சியை ஏற்றவுடன் சோழநாடு எதிர்கொள்ளும் முக்கிய இடர்களை குறித்துப் பேசினோமல்லவா. ஒற்றர் படைத்தலைவரிடம் வம்பர்களை குறித்து ஆராயச் சொல்லியிருந்தேன். அவன் தெரிவித்த தகவல் இது.'

'வம்பர்கள் அனைத்து வண்டிகளையும் தாக்குவதில்லை. விலையுயர்ந்த பொருட்களை கொண்டு செல்கையில் மட்டுமே தாக்குகின்றனர்' என்றான் பரஞ்சுடர்.

'எனில் நமது துறைமுகத்திலிருந்தும் தகவல்கள் தடம் பிரிந்து செல்வது உறுதி என்றாகிறது' என்றான் வானவன்.

'எப்பொழுதும் இருபதற்கும் மேற்பட்ட வம்பர்கள் வண்டிகளைத் தாக்குவார்கள் என்று கேள்விப்பட்டிருக்கிறேன்' என்றான் பரஞ்சுடர்.

'இம்முறை மாசாத்துவனின் பொருட்கள் செல்லும்போது காவல் வீரர்களை நான் வழிநடத்திச் செல்கிறேன்' என்றான் சென்னி.

'வேண்டாம்' என்று இரண்டு தளபதிகளும் ஒரே நேரத்தில் கூற, மூவரும் சிரித்தனர்.

'வேந்தனுக்கு அழகு அரண்மனையில் இருப்பது. நாங்கள் போகிறோம்' என்றான் வானவன்.

'நண்பனுக்கு அழகு நண்பர்கள் இன்னலைத் தேடிச் செல்லும்போது உடனிருப்பது' என்றான் சென்னி.

'அது முன்பு. சோழமக்களின் உடமை நீ. எங்களை விட உன்மேல் அவர்களுக்கே உரிமை அதிகம்'

'உங்கள்மேல் எனக்கு உரிமை அதிகம். நான் சொல்வதைக் கேளுங்கள். இணைந்து செயலாற்றுவதே வெல்வதற்கான வழி'

'உன்னை பேச்சில் வெல்ல இயலாது'

'பாதுகாவலுக்கு முப்பது வீரர்களை அனுப்பி விட்டு அடையாளங்களை மறைத்து நாமும் இணைந்து கொள்வோம்' என்றான் பரஞ்சுடர்.

'துறைமுகத்தில் சில நாட்கள் தங்கி ஆராய்கிறேன். நமது வியூகமென்ன என்று பின்னர் தெரிவிக்கிறேன்' என்றான் வானவன்.

★★★

சோழநாட்டிலிருந்து பொருட்களை ஏற்றிச் சென்ற குதிரைவண்டிகளை வம்பர்கள் சூழ்ந்திருக்க...

'சோழநாட்டு வணிகர்களின் செல்வத்தை கவர்ந்து செல்ல வந்தேன். சோழ வேந்தனைக் கொன்று சோழநாட்டையே வெற்றிகொள்ள வாய்ப்பு அமைந்திருக்கிறது' என்று சிரித்தான் இளங்கோவேள்.

'வெற்றி கொள்ள சோழநாடு நிலப்பரப்பால் ஆனதல்ல. மக்களின் மனப் பரப்பால் ஆனது' என்றான் சென்னி.

'மக்களை வெற்றி கொள்ள முடியாதெனில் அடிமைப்படுத்துவேன்'

'சோழ மக்கள் விருந்தோம்பலில் அடிபணிவர். வீரமெனில் உயர்திணை, அஃறிணை இரண்டையும் வெற்றிக் கொள்வர்'

'இறப்பின் வாசலில் நின்று பேசிக்கொண்டிருக்கிறாய்'

'இறப்பிற்கு அஞ்சாத வீரமே இறப்பை வெல்லக்கூடியது'

வீசும் வார்த்தைகளின் முனைகளை முறித்தெறியும் சோழவேந்தனை உற்றுப் பார்த்த இளங்கோ "உன்னைக் கொல்வது என் வாழ்வின் இன்பம் பயக்கும் செயலாயிருக்கும்" என்றான்.

"எனக்கு துன்பச் செயலாய்த் தானிருக்கும். போர் என்பது என் வாழ்வின் நெறியல்ல. விதிமீறல். இறுதியாக சொல்கிறேன். விலகிச்செல்' என்றான் சென்னி.

'முடிந்தால் நீ உயிருடன் தப்பிச் செல்' என்ற இளங்கோ, தனது வலது புறத்திலும், இடது புறத்திலும் நின்ற இரண்டு வீரர்களை பார்த்து 'கொல்லுங்கள்' என்றான்.

சென்னியை நோக்கி குதிரை வீரர்கள் குதிரையை முன்னேற்றிய கணத்தில், குதிரை வண்டிகளின் இரண்டு புறங்களிலும் ஆயுதங்கள் உயிர் கொண்டன.

வலதுபுறத்தில் நின்ற வம்பர்களினூடேயும், மரங்களினிடையேயும் காற்றை எரித்தபடி அரைவட்டமாய் பறந்து சென்ற வளரி இளங்கோவினருகே நின்றவனின் கழுத்தை சீவிச்செல்ல தலை உருண்டு சென்றது. தலையற்ற உடல் குதிரையிலிருந்து மெதுவாக சரிந்தது.

வண்டிகளின் இடதுபுறத்தில் மாசாத்துவானின் தலைக்கு மேலே விசையுடன் பறந்து சென்ற கட்டாரி குதிரையில் அமர்ந்திருந்த வம்பனின் நெஞ்சினில் பாய்ந்து குதிரையிலிருந்து அவனை பெயர்த்துச் சென்றது. உடல் தரையைத் தொடுமுன்னர் உயிர் பிரிந்திருந்தது.

இருபுறங்களிலும் குதிரைகள் மட்டும் நின்றிருக்க இளங்கோவேள் விக்கித்து அமர்ந்திருந்தான்.

'கொன்று விட்டேன்' என்றான் சென்னி.

குதிரை வண்டிகளைச் சுற்றி ஈட்டியுடன் நின்ற வம்பர்கள் பதைத்து விலக, வலப்புறத்திலிருந்த பரஞ்சுடரும், இடப்புறத்தில் இருந்த வானவனும் குதிரையை நகர்த்திச் சென்று சென்னியின் இருபுறங்களில் நிறுத்தினர்.

'வண்டியில் ஏறிக் கொள்ளுங்கள் மாசாத்துவாரே. சிறிது நேரத்தில் கிளம்பலாம்' என்றான் சென்னி. மாசாத்துவான் விரிந்த விழிகளுடன் பின்னேறினான்.

'சோழத்தின் தளபதிகள்' என்றான் புகார் துறைமுகத்தில் பணியாட்கள் தலைவனாக இருந்த வம்பன் இளங்கோவிடம்.

'உங்கள் அனைவரையும் கொன்றுவிட்டு சோழநாட்டை அழிப்பேன்' என்றான் இளங்கோவேள்.

'மும்முனை தாக்குதலாக இடி, மின்னலுடன் பிரளயமாய் இறங்கப்போகும் மழையை வெற்றி கொண்டால் நீ சோழநாட்டை அடைவது குறித்து கனவு காணலாம்' என்றான் சென்னி.

‘நீ நிற்பது சோழ நாடல்ல. எனது அடிமை நாடு’

‘‘எந்த நாட்டு மக்களாயினும் அறம் காக்க வேண்டினால் ஐவகை நிலங்களையும் கைக்கொள்வேன். புகார் துறைமுகத்தில் விலையுயர்ந்த பொருட்கள் வண்டிகளில் வருவதை தெரிவிக்க புகாரிலிருந்து குதிரையில் புறப்பட்டுச் சென்ற உனது ஒற்றனை பின்தொடர்ந்து சென்ற சோழவீரர்கள் உனது இருப்பிடத்தை கண்டறிந்திருப்பர். இந்நேரம் உன் மறைவிடம் அழிக்கப்பட்டு இதுநாள் வரையில் நீங்கள் கவர்ந்த செல்வங்கள் மீட்கப்பட்டு சோழ நாட்டை நோக்கி சென்று கொண்டிருக்கும். அறமின்றி வரும் செல்வம் பயனின்றி விலகிவிடும்’’.

தனது காதுகள் கேட்பதை நம்ப முடியாமல் அதிர்ந்தான் இளங்கோ. பல காலமாக சேர்த்து வைத்திருந்த செல்வம் அத்தனையும் பறிபோய்விட்டது என்ற எண்ணம் கடுஞ்சினத்தை உருவாக்கியது.

‘வெளியேறுங்கள்’ என்று இளங்கோ சத்தமிட மரங்களில் மறைந்திருந்த நூற்றுக்கணக்கான வம்பர்கள் வெளிப்பட்டனர். சங்குமணியை அடித்து சோழநாட்டின் உதவியை மாசாத்துவான் வேண்டியிருந்ததால், சோழவேந்தன் உதவிக்கு சிறு படை ஒன்றை அனுப்பிவைப்பான் என்று எதிர்பார்த்து இருந்தான். இதைத் தவிர வேறேதும் சூதுகள் இருந்தாலும் அவற்றை எதிர்கொள்ள ஆயத்தமாய் குலத்தின் அனைத்து வீரர்களையும் அழைத்து வந்திருந்தான் இளங்கோ.

பெரும்புயலொன்று கப்பலை சூழ்வது போல ஏராளமான வம்பர்கள் சோழர்களை சுற்றி வளைத்தனர்.

கண்ணிகள் இறுகும்...

4

முள்ளூர் நாட்டின் எல்லையிலிருந்த வேங்காட்டின் உதிர வேங்கை மரங்கள் உறைந்திருந்தன. சோழநாட்டு வீரர்களை வம்பர்களின் பெரும்படை சுற்றி வளைத்திருக்க வீரர்களின் உணர்வுகள் சூடேறி காற்றுவெளியை நிறைக்க, அமைதி அமைதியற்று நின்றது.

"ஆற்றல் என்பது உடலில் ஊற்றெடுப்பதெனில் நுட்பம் என்பது பயிற்சியின் மூலம் உறுப்புகளில் பாயச் செய்வது."

வானவன் வாளை உருவி குதிரை வண்டியின் சக்கரத்தை இருமுறை தட்ட குதிரை வண்டிகளின் பின்திறப்பை விலக்கிய படி சோழவேந்தனின் மெய்க்காவல் படையை சார்ந்த வேளைக்கார படையினர் வெளிப்பட்டனர். எப்படையும் நடுங்கும் ஈடிணையற்ற வீரர்கள். மேகத்தை கைக் கொண்டு இடியை துயிலெழுப்பி மின்னலைப் பாய்ச்சி மழையாய் குருதியை பெருக் கெடுக்கச் செய்பவர்கள். கண்ணை காக்கும் இமையாய் சோழவேந்தனை காக்கக் கூடியவர்கள்.

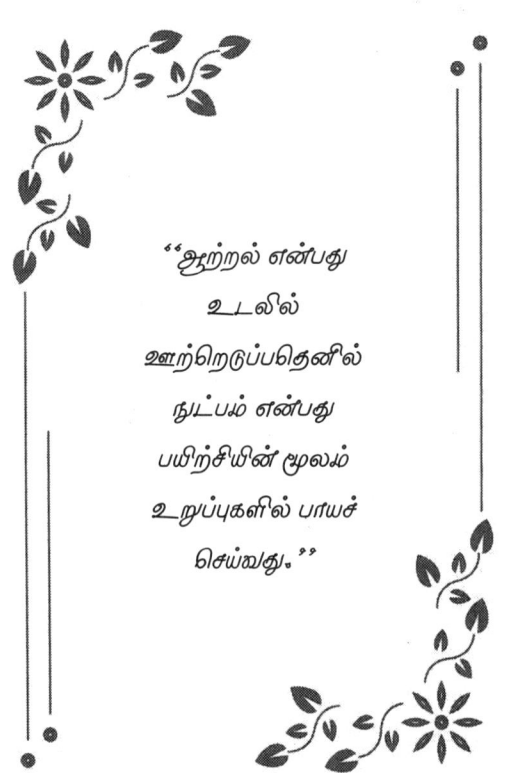

ஒருகையில் கேடயமும், மறுகையில் வாளையுமேந்தி வெகுவேகமாக ஓடிவந்த வேளைக்காரப் படையினர் சென்னியையும், தளபதிகளையும் சுற்றி இரு வட்டங்களாக அரணை ஏற்படுத்தினர். இறுதி வண்டியி

லிருந்து இறங்கிய வீரர்கள், குதிரை வண்டியின் மேற்புறத்திலிருந்த ஆரையை இழுத்து மண்ணில் எறிந்தனர். ஆரையானது வண்டியின்மேல் மரச்சட்டங்களை வளைத்து அதன்மேல் துணிகொண்டு போர்வைபோல மூடியிருப்பது. ஆரைத் துணியின் உட்புறத்தில் மழை நீர் புகாமலும், வெயில் தாக்காமலிருக்க செவ்வரக்கு மெழுகைப் பூசியிருந்தனர்.

சோழவீரன் குப்பியிலிருந்த இலுப்பை மரத்தின் எண்ணெயை ஊற்ற மற்றொருவன் பற்றவைத்தான். வீரர்கள் தளபதிகளைச் சுற்றி நிலை கொண்டனர். வேகமாக தீப்பற்றிய ஆரை கரும்புகையை கக்கியபடி எரிய, கருவளையத்திரள் வானத்தை நிறைத்தது.

'சோழவீரர்கள் ஆரையை ஏன் எரிக்கின்றனர்' என்று இளங்கோ பார்த்திருக்க..

'வெளியேறி விட்டனர்' என்றான் சென்னி.

தான் கூறும் சொற்களை தனக்கெதிராக செ ன்னி சுழற்றுவதைக் கண்ட இளங்கோவின் கண்கள் சிவந்தது.

வண்டியிலிருந்து வீரர்கள் வெளியேறுவதைக் கண்ட மாசாத்துவான் பேரதிர்ச்சி அடைந்தார். 'தனது பொருட்களை இடம் மாற்றி வீரர்கள் எப்போது அமர்ந்தார்கள்' என்று அதிசயித்தபடி நின்றார்.

துறைமுகத்திலிருந்து குதிரை வண்டிகள் வெளியேறி வணிக வீதியின் இடப்புறம் திரும்புமிடத்தில் நாற்புறத்தையும் பார்வையிட வானவன் காவல் வீரர்களை இருத்தியிருந்தான். மாசாத்துவானின் பின்னால் வந்த நான்கு வண்டிகள் வளைந்து சோலைக்குள் சென்றுவிட, வேளைக்காரப் படையினர் அமர்ந்திருந்த ஐந்து வண்டிகள் இணைந்து கொண்டு மாசாத்துவானைப் பின்தொடர்ந்து வந்திருந்தன. இறுதியில் வந்த வண்டி சற்று இடைவெளி விட்டு தொடர்ந்தது.

புகார் நகரை நீங்கி வெளியேறும் வாயிலில் மாசாத்துவான் சுங்கவரி செலுத்திய முத்திரை ஓலைகளைக் காட்டுவதற்கு சோதனைச் சாவடியில் நுழைந்த கணத்தில் முதல் வண்டி விலகிச் செல்ல, முதல் வண்டியின் வண்டியோட்டி இரண்டாவது வண்டிக்கு மாறிக்கொண்டான். இடைவெளியுடன் வந்த ஐந்தாவது வண்டி சேர்ந்து நிற்க, மாசத்துவான் திரும்பி வந்து வண்டியோட்டியுடன் அமர்ந்து கொண்டார்.

முகத்தில் திரையுடன் வண்டிகளைப் பின்தொடர்ந்த வானவன் காண்பவரின் கண்களைத் திரையிட்டு மறைத்துவிட்டு அவர்கள் காண விரும்பும் காட்சிகளை காட்டிக் கொண்டிருக்க, வண்டிகள் நகரை நீங்கியவுடன் செ ன்னியும் பரஞ்சுடரும் இணைந்து கொண்டனர்.

‘‘உன்னைக் கொல்ல எண்ணியிருந்தேன். இனி சோழமக்கள் அடிமைப்பட்டு, உனது நாடு பற்றியெரிவதைக் காண உன்னை மூடமாக்கி வைத்திருக்கப் போகிறேன்’’ என்றான் இளங்கோவேள்.

பெருஞ்சீற்றத்துடன் துடித்தெழுந்து முகத்தை சிவக்கச் செய்த சினத்தின் குருதியை அன்பை கேடயமாக ஏந்தி சென்னி அடக்கினான். ‘உனது விருப்பமென்ன சொல். நிறைவேற்றுகிறேன்’ என்றான் அமைதியுடன். மனப்பரப்பை கட்டியாளும் கருணையின் சுவடுகள் மூழ்கிச் சென்று அடித்தளத்தில் படியத் தொடங்கின.

‘கைகள் இரண்டையும் துண்டிக்க வேண்டும்’

இறுகிய முகத்துடன் ‘நிறைவேற்றுகிறேன்’ என்ற சென்னி இரண்டு கைகளாலும் இடையின் இருபுறத்திலும் இருந்த வாட்களை உருவ, சூரிய ஒளியில் தகதகத்தன வைரவாட்கள்.

சோழநாட்டு உலைக்கூடத்தின் தலைமைக் கொல்லர் செங்கிழார் ஆயுதங்களை உருவாக்குவதில் தலைச்சிறந்தவர். வட நாடுகள், தென்னாடுகள், யவன தேசங்கள் என்று எட்டு திசைகளிலும் பயணித்து வாட்களை உருவாக்கக் கற்றவர். இரும்பைக் கொதிநிலையில் உருக்கி மடிப்புகளாக இவர் உருவாக்கும் வாட்கள் மற்ற வாட்களை வெட்டியெறியக்கூடியது.

சென்னிக்காக மூன்று நாட்கள் இரவும் பகலுமாக இரும்பைக் கொதிநிலைக்கு உயர்த்தியும், குளிர்வித்தும் எண்ணற்ற மடிப்புகளை ஒன்றன் மேல் ஒன்றாய் இருத்தி அவர் உருவாக்கிய வாட்கள் உலோகத்தின் உச்சத்தை அடைந்தவை. பாறைகளைப் பிளந்து, கேடயங்களை ஊடுருவக் கூடியவை. திண்மங்கள் அனைத்தையும் வெட்டக் கூடியவை. கைப்பிடியின் இருபுறங்களிலும் ஒற்றை வைரம் பதிக்கப்பட்ட, வாட்களுக்கெல்லாம் தலையாய வாட்கள் வைர வாட்கள்.

‘தாக்குங்கள்’ என்று இளங்கோ சத்தமிட்டதும் வம்பர்கள் வெறியுடன் ஓடிவர, சோழப்படையின் வீரர்கள் இஞ்சி அரணாய் இறுகி நின்றனர்.

சோழ வீரர்கள் போரில் பலவிதமான வாட்களை பயன்படுத்தினர். மிக கூர்மையான கூர்வாள், நீளமாகவும், அகலமாகவும் இருக்கும் பட்டயம், நுனியில் இரண்டாகப் பிரிந்திருக்கும் ஈரிதழ் வாள், மெல்லியதாயும், நீளமாயும் இருக்கும் படைவாள், இருபுறங்களிலும் பற்களைக் கொண்ட சுடர்வாள், நீளமாயும், நெளிந்துமிருக்கும் நெளிவாள், எடையற்று நீண்டிருக்கும் கண்டம், நன்கு வளைந்திருக்கும் கூன்வாள், குட்டையாக இருக்கும் கண்டா. இன்னும் இழிகை, குறும்பிடி, குறுக்கை, மாவசி என்று பலவிதமான வாட்கள்.

இளங்கோவேள் குதிரையின் பூணை இழுத்தபடி மெதுவாகப் பின்னேற வம்பர்கள் அலையென முன்னேறினர். வானவன் சீழ்க்கையை வெளிப்படுத்த அவர்களுக்கு முன்னால் இரட்டை வளையங்களாக நின்ற வேளைக்காரர்கள் வரப்பை திறந்து நீரை உட்கொள்வது போல, இடைவெளியை ஏற்படுத்தி வம்பர்களை சென்னியிடமும், தளபதிகளிடமும் அனுப்பி வைத்தனர்.

வானவன் நீள்வாளை உருவியபடி முன்னேற, பரஞ்சுடர் இரண்டு கண்டா வாட்களுடன் முன்னேறினான். வரையற்று செல்லும் பெருங்காற்றாய் மூவரும் முன்செல்ல, வம்பர்களின் உறுப்புகளும், குருதியும் சிதறின.

நீண்ட படைவாளுடன் போரிட்ட வானவன் வம்பர்களை வெட்டிச் சரித்தபடி முன்னேறினான். இடுப்பைச் சுற்றியிருந்த சிற்றுறைகளில் சாணளவு நீளமான எறிவாள் களைச் சொருகியிருந்தான். நாலைந்து வம்பர்கள் சுற்றி வளைத்தாலும் எவராலும் நெருங்கமுடியா வேகத்தில் நீள்வாள் சுழன்றுவர, திடீரென இடது கையிலிருந்து அம்பைப்போல் வெளிப்பட்ட எறிவாட்கள் வம்பர்களை வீழ்த்தியது. வெட்டப் பட்டு சரியும் வீரர்களை இடது கையில் பற்றி மற்றவர்களின் மேல் தூக்கி எறிந்தான். உக்கிரத்துடன் இடமும் வலமும் தாவிச்சென்று மரங்களினூடே காற்றாய் மிதந்து சென்றான். வானவன் சென்ற இடமெல்லாம் குருதி தெறிக்க, உதிரவேங்கை மரங்கள் கீறப்படாமலேயே, மனிதனின் குருதிப்பாலை சொரிந்தன. சூறைக்காற்றாய் சுழன்றடித்தவன் வம்பர்களை விசிறியடித்தபடி இருந்தாலும் சென்னியை விலகாமல் போரிட்டான்.

வானவனை விட உயரமும், ஆற்றலும் உடையவன் பரஞ்சுடர். இருகை களிலும் வாட்களையேந்தி வெறித்தனமாய் போரிட்டான். நீளம் குறைவான வாட்களென்பதால் எதிரியை நெருங்கிப் போர் புரிவது அவசியம். அதீத ஆற்றலுடன் வெளிப்பட்ட முதல் வாளின் வீச்சு வீரர்களின் உடலை இரு துண்டாக்கிச் செல்ல, தொடர்ந்து வந்த வாள் உடலை நான்காக பிரித்துச் சென்றன. வெட்டப்பட்டு கீழே சரிபவர்களின் உடல்களை மற்றவர்களை நோக்கி காலால் எட்டி உதைத்து பறக்க விட்டான். எதிர்கொள்ள முடியாதளவு பரஞ்சுடரின் வாள்வீச்சில் சினமும், சீற்றமும் கொப்பளித்தது. காட்டுத்தீயாய் பற்றியெரியும் நெருப்பின் உறுமலுடன் பரஞ்சுடர் நெருப்புக் கோளமாய் முன்னேறினான். வம்பர்களின் அலறல்கள் ஒலித்தபடி இருக்க, உறுப்புகளும், வேங்கை மரங்களும் வெட்டப்பட்டு சரிந்தன.

சூறைக்காற்றாய் வானவன் சுழன்று கொண்டிருக்க, நெருப்புச் சுழலாய் பரஞ்சுடர் கனன்று கொண்டிருக்க, நீருக்கும், வானுக்குமிடையே எழும்பிய ஆழிப் பேரலையாய் சென்னி பாய்ந்து கொண்டிருந்தான். முத்தலைச் சூலத்தின் நடுசூலமாக சென்னி இருந்தான். மூன்று சக்திகளின் மொத்த உருவமாக, ஆர்ப்பரிக்கும் பேரருவி

பாறைகளையும், மரங்களையும் உருட்டி, புரட்டிச் செல்வதுபோல் சென்னி பெருஞ்சீற்றத்துடன் வம்பர்களை சிதைத்துச் சென்றான். நீரிடி இறங்கியது போல பேராற்றல் கரைபுரண்டோட வம்பர்களின் குருதி ஆறாய் ஓடியது. வைரவாட்களை சுழற்றிய இரும்பு கைகள் வம்பர்களின் வாட்களை வெட்டி, உடல்களைப் பிளந்தபடி இருக்க, சென்னியின் உள்ளம் அமைதி கொண்டிருந்தது.

மனம் விரும்பாததை சிந்தை செய்யத்தூண்டியது. சூழல் வற்புறுத்தியது. மனதை விலக்கி விட்டு ஒரு பணியாக விருப்பு வெறுப்பின்றி செய்து கொண்டிருந்தான். கண்கள் இளங்கோவைப் பார்த்திருக்க தொலைவிலிருந்து இரண்டு வம்பர்கள் வீசியெறிந்த ஈட்டிகளை ஒரே வீச்சில் வெட்டியெறிந்தபடி நெருங்கினான். இளங்கோவை வீழ்த்திவிட்டால் உயிர் சேதத்தை தவிர்த்து விடலாமென்று எண்ணினான்.

குதிரையின் மேல் அமர்ந்திருந்த இளங்கோ போரிடும் படைகளுக்கு அப்பால் புழுதித் திரளுடன் கருவண்டுகள் வருவது போலிருக்க, கண்களை இடுக்கி உற்றுப்பார்த்தான். குதிரைப்படையொன்று பெரும்பாய்ச்சலில் வந்து கொண்டிருப்பதைக் கண்டதும், சோழவீரர்கள் ஆரையை எரித்து புகையை உருவாக்கியதன் காரணம் புரிந்தது.

குதிரைப்படை தேவையில்லை என்று சென்னி சொன்னாலும் கேட்காத வானவன் பகைவனுக்கு வாய்ப்பு தரக்கூடாது என்பதில் உறுதியாய் இருந்தான். வம்பர்களுக்கு உதவியாக மூள்ளூர் படை இணைந்தாலும் எதிர்கொள்ள ஆயத்தமாய் வந்திருந்தான். புகார் துறைமுகத்தின் ஒற்றன் குதிரை வண்டிகளை பின்தொடர்ந்து சோழநாட்டின் நுழைவு வாயிலை விட்டு வெளியேறியதும், ஒரு காத இடைவெளியில் குதிரைப்படையை நடத்தி வர கட்டளை இட்டிருந்தான். குதிரைப்படை வெளியேறியதும் வேறெவரும் பின்தொடராமலிருக்க நுழைவு வாயிலை மூடச் செய்திருந்தான்.

வேகமாக வந்த குதிரைப்படை இரண்டாக பிரிந்தது. போரிட்டவர்களை சூழ்ந்தபடி வலப்புறத்திலிருந்து பாதிப்படை சுற்றி வளைக்க, இடப்புறத்தில் பாதிப்படை சுற்றி வந்து இணைந்து கொண்டது. மறுகணம் இரையை ஆரத்தழுவும் மலைப்பாம்பைப் போல வம்பர்கள் படையை இறுக்கி பிழியத்துவங்கியது.

போரின் ஒவ்வொரு கணமும் திட்டமிடப்பட்டு தெளிவாக நிறைவேற்றப் படுவதை உணர்ந்த இளங்கோ குதிரையிலிருந்து குதித்து இறங்கினான். சென்னி இயல்பிலேயே உயரமும், பேராற்றலும் உடையவன். ஆனால் சென்னியை விட உயரமாயும், அகலமாயும் இருந்த இளங்கோ குதித்ததில் நிலம் அதிர்ந்தது. போரை இழந்தாலும் சென்னியை கொன்றொழிக்க வேண்டுமென்ற வெறியுடன் வாளை உருவிக்கொண்டு பெருஞ்சத்தத்துடன் முன்னேறினான்.

இளங்கோவை எதிர்பார்த்திருந்த சென்னியும் முன்னேற, இருவரும் பேராற்றலுடன் மோதத் தொடங்கினர். ஆலத்தைப் போன்று அகன்றிருந்த இளங்கோ உடலின் ஆற்றலை மொத்தமும் குவித்து சென்னியை தாக்க, தேக்கினைப்போல் இறுகியிருந்த சென்னி தாங்கி நின்றான். அகன்றிருந்த வாளின் ஆற்றல் சென்னியின் உடலை அதிரச் செய்தது.

''ஆற்றல் என்பது உடலில் ஊற்றெடுப்பதெனில் நுட்பம் என்பது பயிற்சியின் மூலம் உறுப்புகளில் பாயச் செய்வது.'' அணைக்கட்டாய் தேங்கி நிற்கும் உடலின் ஆற்றலை நுட்பமெனும் மதகுகளின் வழியே பீறிடச் செய்பவன் சென்னி. எதிர் கொள்ள முடியாதவன். எதிர்நின்று கொல்ல முடியாதவன்.

வானவன் போரிட்டபடி இருவரையும் கவனித்திருந்தான். இடையில் ஒரு எரிவாள் மீதமிருந்தது. ஒரு நொடியில் இளங்கோவின் தலையை ஊடுருவச் செய்ய முடியும். பரஞ்சுடரின் முதுகிலிருந்த உறையில் ஒரு வளரி மீதமிருந்தது. கண்ணிமைக்கும் நேரத்தில் இளங்கோவின் தலையை சரிக்கமுடியும். இரண்டு தளபதிகளும் சென்னியை தாய்ப்பறவையைப் போல பார்த்திருந்தனர்.

வாட்களின் மோதலில் தீப்பொறிகள் பறக்க, இளங்கோவின் கையில் இருந்த வாள் சற்று மாறுதலாய் இருப்பதை கவனித்த சென்னி அது முக்குத்துவாள் என்பதை உணர்ந்தான். கைப்பிடியில் இருக்கும் விசையை அழுத்தியதும் வாள் மூன்றாகப் பிரிந்து தாக்கும். விசையை விடுவித்தால் ஒன்றாகும். எப்போது விடுவிப்பான் என்ற ஆர்வத்துடன் இளங்கோவின் வாளை சென்னி தேக்கிக்கொண்டிருக்க, இளங்கோவேள் சென்னியின் முடிவிலேயே தனது வாழ்வின் மீதம் இருப்பதை உணர்ந்தான். ஆவேசத்துடன் இடமும் வலமுமாய் தாக்கினான். சென்னியின் உடலை நோக்கி வாளை சொருகிய கணத்தில் மலரின் இதழ்களாய் மூன்று கத்திகள் விரிந்தன. வேகமாக உடலை இடப்புறமாய் சுழற்றிய சென்னி வலதுகரத்தின் வாளை திரும்பாமலே வீசினான். மூன்று கத்திகளில் ஒரு கத்தியை வெட்டியெறிந்தது சென்னியின் வாள்.

இளங்கோ உறைந்து போனான். இந்த வாள் நுட்பத்தில் பலரை வீழ்த்தியிருக் கிறான். வாளின் தன்மையையும், நுட்பத்தையும் சென்னி ஒருங்கே கணித்து சிதைத்து இருக்கிறான் என்று தோன்ற மேலும் ஆவேசத்துடன் தாக்கினான். ஒரு கையில் முக்குத்து வாளை ஏந்தி இளங்கோ போரிட, சென்னி இருகைகளிலும் வைரவாட்களையேந்தி, வலைப்பின்னலில் இரையை சுருட்டும் சிலந்தியாய் எண்ணற்ற கைகளுடன் போரிட்டான்.

இளங்கோ பெரும்பாறையாய் பேராற்றலுடன் சென்னியை நசுக்க முயல, பாறையைப் பிளக்கும் வேராய் சென்னி இளங்கோவை ஊடுருவிக் கொண்டிருந்தான். உடலைத் தாக்காமல் தற்காத்து சென்னி போர் புரிவதை உணராத இளங்கோ முன்னேறித் தாக்கிய கணத்தில், தனது இடதுகை வாளினால் இளங்கோவின் வாளை

தேக்கிய சென்னி, வலதுகையின் வாளை மின்னலாய் வீசி இளங்கோவின் வலதுகையை வெட்டித் தள்ளினான். இளங்கோ நடந்ததை உணரும் முன்னர் சென்னியின் இடது கையின் வாள் சீறிச்சென்று இளங்கோவின் மற்றொரு கையை வெட்டித் தள்ளியது.

இளங்கோவின் அலறல் காடுகளை உலுக்க, அவனின் நிலையை காண சகியாது சென்னி வாட்களை உறையிலிட்டுக் கொண்டு திரும்பி நடந்தான். உதட்டைக் குவித்து மெல்லிய சீழ்க்கை ஒலியை வெளிப்படுத்த, அவனுடைய குதிரை அவனை நோக்கி ஓடி வந்தது.

சென்னி நடந்து சென்று குதிரையில் ஏறிக் கொள்ள, சில கணங்களில் வானவனும் பரஞ்சுடரும் இணைந்துகொண்டனர். இருவரின் உடல்களும் குருதியால் குளித்திருக்க, முகத்தில் மகிழ்ச்சி மின்னியது. அலறல்களும் ஓலங்களும் ஒலித்துக் கொண்டிருக்க சென்னியின் முகம் உணர்ச்சிகளை வெளிக்காட்டாமல் இருந்தது. இத்தனை வீரர்கள் இறக்க நேர்ந்ததை எண்ணி வருந்துகிறான் என்றெண்ணிய வானவன் ''நாம் திரும்பலாம்'' என்றான்.

''மாசாத்துவானின் பொருட்கள் வைக்கப்பட்டிருந்த குதிரை வண்டிகள் வந்து விடட்டும். சேரநாட்டின் எல்லை வரை நமது குதிரைப்படை பாதுகாத்துச் செல்லட்டும். அதற்குமேல் இன்னல்கள் ஏற்படாது'' என்றான் சென்னி.

சென்னியின் அருகே வந்து வணங்கிய மாசாத்துவான் கண்களில் ஈரம் கசிந்தது. 'வேந்தே எனக்காக தாங்களே வர வேண்டுமா. தங்களுக்கு ஏதேனும் நேர்ந்திருந்தால் சோழ மக்களின் நிலை என்ன' என்று கலங்க,

'மாசாத்துவரே என் மக்கள் யார் வந்து கேட்டிருந்தாலும் இதையே தான் செய்திருப்பேன். காப்பதுதான் என் கடமை. என்னைத் தாண்டியே என் குடிகளை எவராலும் நெருங்க முடியும்' என்று கூற, சிறுவனாக அரண்மனையில் விளையாடித் திரிந்த சென்னியல்ல இவன். பேருருக் கொண்டு எழப்போகும் சோழத்தின் தெய்வம்' என்று எண்ணினார் மாசாத்துவான்.

சிறிது நேரத்தில் மாசாத்துவானின் பொருட்களுடன் குதிரை வண்டிகள் வந்துசேர, மூவரும் ஒருவரை ஒருவர் பகடி செய்தவாறு சோழநாட்டை நோக்கி மிதமான வேகத்தில் குதிரைகளை செலுத்த தொடங்கினர். மூவரின் சிரிப்பொலிகளும் காற்றுவெளியை நிறைத்தது.

சென்னி வம்பர்களுடன் போரிட தனியே சென்றுள்ளான் என்ற தகவல் சோழ வீதிகளில் பரவத் துவங்க புகார் மக்கள் பேரதிர்ச்சிக்கு உள்ளாயினர். வம்பர்கள் வணிகர்களிடம் நிகழ்த்திய கொடூரங்களை அறிந்திருந்த அவர்கள் பதறிப்போயிருக்க, வாள் தூக்க முடிந்த ஆண்கள் அனைவரும் குதிரைகளைத் திரட்டத் தொடங்கினர். பெரும்

படை ஒன்று நுழைவு வாயிலை நெருங்கிய கணத்தில் மதிலின் மேலிருந்து நெடுந்தாரையின் ஒலி எக்களித்தது. அத்துடன் முரசின் பேரதிர்வுகள் உவகையுடன் வெளிப்பட்டது.

சோழவேந்தன் தளபதிகளுடன் வெற்றியுடன் திரும்புவதைக் கண்ட மகிழ்வில் வீரன் கழுத்தின் நரம்புகள் புடைக்க நெடுந்தாரையை ஊத, கைகளின் நரம்புகள் வெடிக்க மற்றொருவன் முரசை ஒலிக்க, குயிலின் ஓசைக்கு இலைகளை உதிர்க்கும் குருகிலை மரங்கள் இலைகளையும், மொட்டுகளையும் சொரிந்து வெறுமையாய் நின்றன.

சென்னியும், தளபதிகளும் நுழைவாயிலில் நுழைவதைக் கண்ட மக்கள் பெருமகிழ்வின் உச்சியில் பேரொலியை எழுப்ப, புகாரின் பெண்களும், குழந்தைகளும் திரண்டோடி வந்தனர். மக்களின் ஆட்டமும், பாட்டமும் துவங்க வாழ்த்தொலிகளை எழுப்பியபடி மக்கள் நாற்புறமும் சென்னியை சூழ்ந்து கொண்டனர்.

வயதில் மூத்திருந்த ஒருத்தி சென்னியின் குதிரைக்கு முன்னே வந்து நின்றாள். 'வேந்தே, சோழ வேந்தரான நீங்கள் பொறுப்பேற்று சில காலமே ஆகியிருக்கும் நிலையில் இவ்வாறு பாதுகாவலின்றி தனித்து போருக்குச் செல்லுதல் முறையா? உங்களின் உயிருக்கு தீங்கு ஏற்பட்டிருந்தால் சோழத்தின் கதியென்ன? உங்கள் தந்தையை இழந்ததால் ஏற்பட்ட மனவலியே இன்னும் மறையாமல் இருக்கிறது' என்றாள்.

'போர் அறிவித்து விட்டு செல்ல முடியாத நிலை. நிலத்தடி நீரைக் கண்டறிய நிலத்தின் அதிர்வாய் மறைந்து செல்ல நேர்ந்தது' என்றான் சென்னி.

'மறைந்திருக்கும் குழிமுயல்களைப் பிடிக்க எங்களிடம் கூறுங்கள். நாங்கள் வேராய் செல்கிறோம். தனித்து செல்ல வேண்டாம்' என்று வேண்டி வணங்கினான் மற்றொருவன்.

'போதுமான காலம் இல்லாததால் உடனடியாக செயல்பட நேர்ந்தது'

'எப்படியெனினும் இனி நாங்கள் இல்லாமல் போருக்கு செல்ல வேண்டாம்' என இறைஞ்சினான் ஒருவன்.

மக்களின் அளவுகடந்த அன்பை புரிந்து கொண்ட சென்னி 'சரி' என்றதும் மக்களின் பேரொலி மீண்டும் எழ, மக்கள் ஆட்டத்துடன் சென்னியை அரண்மனைக்கு அழைத்துச் சென்றனர்.

வம்பர்களின் மீதான வெற்றியை மக்கள் விழாவாய் களியாட விரும்பினர். ஒரு குலத்தை அழிக்க நேர்ந்தது மகிழ்வான ஒன்றல்ல என்று கருதிய சென்னி வம்பர்களின் மேலான வெற்றியை களித்து மகிழ வேண்டாமெனக் கூறிவிட, வீரத்தில் வானமாய் நின்றவன், குணத்தில் பெருங்கடலாய் இருக்கிறான் என்று பேசி மகிழ்ந்தனர்.

இளங்கோவேளின் இருப்பிடத்திற்கு சென்றிருந்த சோழப்படையினர் எண்ணற்ற வண்டிகளில் விலையுயர்ந்த பொருட்களை சோழநாட்டிற்கு எடுத்து வந்தனர்.

அடுத்த சில தினங்களில் வம்பர்களிடமிருந்து கைப்பற்றப்பட்ட ஏராளமான பொருட்கள் சோழநாட்டின் திடல்களில் பிரித்து வைக்கப்பட்டன. பொன், வெண்பொன், ஆடைகள், பாவை விளக்குகள், நவரத்தினங்கள், அயல்நாட்டு குதிரைகள் என்று களவாடப்பட்ட அனைத்தும் தனித்தனி திடல்களில் வைக்கப்பட...

''பறிகொடுத்த வணிகர்கள் வந்து பெற்றுக்கொள்ளலாம்'' என்று அனைத்து நாடுகளுக்கும் தகவல் அனுப்ப செய்தான் சென்னி. வம்பர்களிடம் பொருட்களை பறிகொடுத்த அண்டை நாட்டின் வணிகர்கள் பெருமகிழ்வுடன் சென்னியை புகழ்ந்தபடி சோழநாட்டை வந்தடைந்தனர். இழந்த பொருட்களின் தகவலைக் கூறி பெற்றுச் சென்றனர். சென்னியின் வீரமும், கருணையும் அனைத்து நாடுகளுக்கும் பரவியது.

சென்னி போரிட்ட விதத்தை வேளைக்காரர்கள் மக்களிடம் கூறி மகிழ, சென்னியின் வீரத்தை சோழமக்கள் பேசி மகிழ்ந்தனர்.

சென்னி வம்பர்களுடன் நடத்தியப் போரை கூறி முடித்த பரமன் 'சங்குமணி அடிக்கப்பட்டதால் ஒரு குலமே அழிக்கப்பட்டது. அவ்வாறு கைகளை இழந்து முடமாக அலைந்த இளங்கோவேள் சில மாதங்களில் தனது சகோதரனின் வீட்டில் இறந்து போனான். வம்பர்களின் குலத்தலைவன் இளங்கோவேளின் சகோதரன் தான் முள்ளூரின் தளபதி இருங்கோவேள்.

சென்னியை வஞ்சினம் தீர்ப்பதற்காக முள்ளூர் நாட்டின் தளபதியாக இணைந்திருக்கிறான். சென்னியின் குலத்தை வேரறுத்தவுடன் கொற்றவைக்கு நவகண்டம் படைப்பதாக வேண்டியிருக்கிறான்' என்று பரமன் கூற...

'கொற்றவை முன் அமர்ந்து தனது உடலை ஒன்பது துண்டுகளாக வெட்டி தெய்வத்திற்கு அளிப்பது. ஒன்பதாவது துண்டாக கழுத்தை வெட்டி உயிர்க்கொடை செய்வதே நவகண்டம் அளித்தல்' என்பதை அறிந்திருந்த கோடன் உறைந்து போனான்.

கண்ணிகள் இறுகும்...

5

தென்னாடானது எண்ணற்ற சிற்றரசர்கள், வேளிர் குலத் தலைவர்கள், தெற்கே சேர, பாண்டிய நாடுகளால் ஆளப்பட்டாலும், இவற்றுள் வளமையானது சோழ நாடு. இளஞ்சேட்சென்னி தனது நாட்டை விரிவு படுத்துவதிலோ அல்லது போரினால் உயிர்சேதத்தை ஏற்படுத்துவதிலோ விருப்பமின்றி இருந்ததால் சிறிய படையையே நிர்வகித்தான்.

தாக்குவது வேறு. தற்காத்துக் கொள்வது வேறு என்பதை அறிந்திருந்ததால் சோழ நாட்டின் ஆண்கள், பெண்கள் அனைவரையும் போர்ப்பயிற்சிகள் பெறவைத்தான். அவர்களின் வீரத்தை வெளிக்கொணர பல்வேறு போட்டிகளை தொடர்ந்து நிகழ்த்தி பரிசுகளையும், பட்டங்களையும் வழங்கினான்.

வளமும், வீரமும் சோழநாட்டின் இரு கண்களாய் இருப்பதைக் கண்டு பேரரசர்களும், சிற்றரசர்களும் பொருமிக் கொண்டிருந்தனர். சோழநாட்டுக்கு அருகிலிருந்த முள்ளூர் நாட்டு சிற்றரசன் பெருஞ்சாத்தன் அவர்களில் முதன்மையானவன். முகத்தில் சிரிப்பையும், நாக்கில் தேனையும், சிந்தையில் நஞ்சையும் தேக்கி இருப்பவன்.

> "வீரம் என்பது எரிதழல் போல. அறத்தின் முன் மட்டுமே குளிரக்கூடியது. வஞ்சகம் என்பது நஞ்சைப் போல. சேருமிடத்தையும் கெடுக்கக் கூடியது. நல்லவர்களின் இணைதல் நன்மைக்கும், தீயவர்களின் சேர்தல் அழிவிற்குமே வித்திடும்."

சோழநாட்டுடன் போரிட்டு வெற்றி பெறமுடியாதென்பதை பெருஞ்சாத்தன் நன்கு அறிந்திருந்தான். எனவே களமாடி வெல்வதைவிட உறவாடிக் கெடுப்பது எளிதென தக்க சமயத்திற்காக காத்திருந்தான்.

''வீரம் என்பது எரிதழல் போல. அறத்தின் முன் மட்டுமே குளிரக்கூடியது. வஞ்சகம் என்பது நஞ்சைப் போல. சேருமிடத்தையும் கெடுக்கக் கூடியது. நல்லவர்களின் இணைதல் நன்மைக்கும், தீயவர்களின் சேர்தல் அழிவிற்குமே வித்திடும்.''

பெருஞ்சாத்தன் வார்த்தை வித்தையில் இருள் கொண்டு ஒளி நெய்பவன். ஆசையெனும் மணல் வெளியைத் தோண்டி கானல் ஊற்றுகளை விளைவிப்பவன். தனது இன்மொழிகளால் தோன்றிமலை, புன்னாட்டு சிற்றரசர்களின் மனதைக் கலைத்து தன்னுடன் இணைத்துக்கொண்டான். தனது படைத்தலைவன் இருங்கோவேளின் தலைமையில் திறமையான ஐம்பது வீரர்களை ஆயத்தப்படுத்தி வந்தான். தொலைவிலிருந்து குறுங்கத்திகளை எறியும் பயிற்சிகளை அளித்து, கத்திகளில் தடவி பயன்படுத்துவதற்காக கொடிய பாம்புகளின் நஞ்சுகளை சேகரித்து வைத்திருந்தான்.

அன்பையும், அறத்தையும் ஒழுகுபவன் அனைவரிடத்திலும் நற்பண்புகளை மட்டுமே காண்கிறான். அனைத்து நாடுகளுடன் நட்பைப் பேண விரும்பிய இளஞ்சேட்சென்னி இந்திரவிழாவில் கலந்து கொள்ள அனைத்து குறுநில மன்னர்களுக்கும், சேர, பாண்டியர்களுக்கும் ஓலை அனுப்பினான்.

சோழநாட்டிலிருந்து அழைப்பு ஓலை வந்தவுடன் பெருஞ்சாத்தன் மனம் மகிழ்ந்தான். இந்திரவிழாவில் சென்னியை கொல்வதற்கு சிற்றசர்களுடன் இணைந்து சதித்திட்டத்தை உருவாக்கத் துவங்கினான். அதன்படி அவனது படைத்தலைவன் இருங்கோவேளையும், ஐம்பது வீரர்களையும் சோழநாட்டிற்கு அழைத்து சென்றான். அதேபோன்று தோன்றிமலை நாட்டின் படைத்தளபதி பரமனும், புன்னாட்டு படைத்தளபதி கோடனும் ஐம்பது வீரர்களுடன் இந்திரவிழாவைக் காண சாதாரண மக்களைப் போல் புகார் நகருக்குள் நுழைந்தனர். மூன்று படையினரும் இருங்கோவேள் தலைமையில் செயலாற்றுவதென சிற்றரசர்கள் முடிவு செய்திருந்தனர்.

இருங்கோவேள் சிறந்த மதிநுட்பமும், வீரமும் உடையவன். நினைத்ததை நிறைவேற்றும் ஆளுமை உடையவன். காவிரியாற்றின் புதுப்புனல் விழாவிற்கு இளஞ்சேட்சென்னி வருகிறான் என்றறிந்ததும், அவனை மூன்று இடங்களில் தாக்கிக் கொல்ல இருங்கோவேள் திட்டம் தீட்டினான். அதன்படி படைகளை அந்தந்த நாட்டு தளபதிகளின் தலைமையில் மூன்றாய் பிரித்து கண்ணிகளை பொருத்தினான்.

சென்னியை தானே கொல்ல வேண்டுமென எண்ணிய இருங்கோ ‘சோழ வேந்தன் வரும்போது காவிரிக் கரையில் நான் தாக்குகிறேன். எனது வீரர்கள் மக்களிடையே நஞ்சு தடவிய குறுங்கத்திகளுடன் மறைத்திருப்பர். இடையில் குறுக்கிடும் அனைவரையும் கொன்று குவித்து காவிரிக் கரையில் குருதித் தாரைகளை உருவாக்குகிறேன். எனது தாக்குதல் முறியடிக்கப்பட்டால், சென்னி அரண்மனைக்கு திரும்பும் போது தாக்குவதற்கு நாளங்காடியில் பரமனும், மூன்றாவது தாக்குதலுக்கு அரச வீதியில் கோடனும் நில்லுங்கள்’ என்று உத்தரவிட்டான். ஆனால் சென்னி வராமல் அரசி மட்டும் காவிரிக்கரைக்கு வந்ததில் ஏமாற்றமடைந்திருந்தான்.

விழா முடிந்ததும் அரசி திரும்பிச் செல்கையில் குதிரையிலிருந்த படைத் தலைவனை அழைத்துப் பேசுவதையும், அவன் திரும்பி மக்களினூடே கண்களால் தேடுவதையும் கண்டதும் திடுக்கிட்டான். ‘அரசி தனது வீரர்களை கண்டறிந்து விட்டாளா’ என்று ஒரு நொடி நினைத்தவன் எப்படி இது சாத்தியமாயிற்று என்று யோசித்தான்.

‘தனது வீரர்களை கூட்டத்தில் எளிதில் அடையாளம் காண்பதற்காக சிகப்பு நிற தலைப்பாகையை கட்டச் சொன்னது தவறாயிற்றோ’ என்று யூகித்தவன், மக்களின் ஆரவாரத்திற்கிடையே பலமான சீழ்க்கையை வெளிப்படுத்த, இருங்கோவேளின் வீரர்கள் அவனை நோக்கித் திரும்பினர். தலையிலிருந்த சிகப்பு நிற தலைப்பாகையை விலக்கிய இருங்கோவேள் மக்களுடன் ஆடியபடி தனது வலது கையை உயர்த்தி, மூடியிருந்த விரல்களை அகலமாக விரிக்க, ஆபத்துச் சூழ்வதை வீரர்கள் உணர்ந்து கொண்டனர். அடுத்தகணம் தலைப்பாகையை அவிழ்த்து விட்டு மக்களுடன் கலந்து மறைய முயன்றனர்.

பரஞ்சுடர் எழினியை அழைத்து ஒற்றர்களை பிடிக்கச் சொல்லி உத்தரவிட்டதும், எழினி வேகமாக குதிரையிலேறி திரண்டிருந்த மக்களை நோட்டமிட்டான். கூட்டத்திலிருந்தவர்களில் ஒருவன் சிகப்பு தலைப்பாகையை கழற்றியெடுத்துவிட்டு விலகுவதைக் கண்டதும் மக்களினூடே குதிரையை செலுத்தி அவனைப் பின்தொடர்ந்தான். குதிரை வீரன் தன்னை நோக்கி வருவதைக் கண்ட முள்ளூர் ஒற்றன் வேகமாக மக்களைக் கடந்து செல்ல முயன்றான்.

தனது வீரனை நோக்கி சோழக் குதிரை வீரன் செல்வதைக் கண்ட இருங்கோ, அருகிலிருந்த வீரனை அழைத்து செய்ய வேண்டியதை உணர்த்தி அனுப்பினான். மற்றொரு வீரனை அழைத்து ‘‘அரசி மட்டுமே வந்துள்ளதால் திட்டத்தை செயல்படுத்த வேண்டாமென பரமனிடமும், கோடனிடமும் கூறு’’ என்று கூறி அரசியின் தேருக்கு முன்னே செல்ல பணித்தான்.

சோழநாட்டு குதிரை வீரனை தவிர்ப்பதற்காக மக்களினூடே புகுந்து முள்ளூர் வீரன் வேகமாக செல்ல, எழினி குதிரையை விரைவுபடுத்தினான். எழினி ஒருவனை துரத்துவதைக் கண்ட சோழ வீரர்கள் எழினியுடன் இணைந்து கொண்டனர். தப்பி ஓடுபவனை சுட்டிக்காட்டிய எழினி 'அவனை பிடியுங்கள்' என்று கூற, சோழ வீரர்கள் அவனை துரத்திக் கொண்டு ஓடத்தொடங்கினர்.

மக்களைத் தாண்டி வயல்வெளியில் நுழைந்து ஓடிய முள்ளூர் வீரன் திடீரென மடங்கி விழுந்தான். வேகமாக அவனை நெருங்கிய சோழவீரர்கள் அவனை சூழ்ந்து கொள்ள, எழினி குதிரையிலிருந்து இறங்கினான்.

கீழே கிடந்தவனை நெருங்கிய எழினியின் கண்கள் கவனத்துடன் ஆராய்ந்தது. ஒற்றனின் கையில் கூரான ஆயுதத்தால் கிழிக்கப்பட்ட இடத்திலிருந்து ரத்தம் மெல்லிய கோடாக வெளியேற, உடல் நீலம் பாரிக்கத் துவங்கியது.

நஞ்சு தடவிய ஆயுதங்களுடன் ஒற்றர்கள் ஊடுருவி உள்ளனர் என்பதை புரிந்து கொண்ட எழினி அதிர்ந்து போனான்.

★★★

சோழ நாட்டு அரண்மனையைச் சுற்றி அகநகரும், அதன் நாற்புறங்களில் உயர்ந்த மதிற்சுவரும், காவல் கோபுரங்களும் அமைக்கப்பட்டிருந்தன. அரண் மனையினுள் நுழைந்ததும் இளவெயினி தனது அறையை நோக்கிச் செல்ல, அவளை வாசலில் விட்டு நன்முகை நீங்கினாள். அறையின் கதவுகளை மென்மையாகத் திறந்த இளவெயினி வானில் நகரும் மேகம் போல் ஓசையின்றி நடந்தாள். சென்னிக்கு இரவு முழுதும் கடுமையான சுரம் கண்டிருக்க, காலையில் இள்வெயினி கிளம்பிய போது தான் உடல் குளிர்ந்து உறங்கியிருந்தான்.

சென்னியின் விழியிமைகள் சிப்பியாய் மூடியிருக்க அவனுக்கு அருகிலமர்ந்து, அவனின் எழில் ததும்பும் முகத்தை பார்த்தவாறு இருந்தாள் இளவெயினி.

சென்னியின் நெற்றியில் கையை வைத்தவள் 'உடலில் சுரம் குறைந்தாலும் தலைவலி இன்னும் நீங்கவில்லையா?' என்று கேட்க, உறங்குவது போல் விழிகள் பின்னியிருந்த சென்னியின் உதடுகளில் சிரிப்பு பரவியது. மெதுவாக கண்களைத் திறந்தவன் அவளை நோக்கித் திரும்பி ஒருக்களித்து படுத்துக்கொண்டான்.

'எப்படி கண்டுபிடித்தாய் உறங்கவில்லை என்பதை?'

'உடல் வியர்த்துள்ளது. சற்றுமுன் தலைவலிக்கான மூலிகைச் சாறை நெற்றியில் தடவி உள்ளீர்கள். இன்னும் கூட விரல்களில் சாறு காயவில்லை'

இளவெயினி விரல்களை தன் விரலோடு கோர்த்து முத்தமிட்ட சென்னி ''இந்த அறிவில் பாதி இருந்தாலும் என் மகன் அகிலத்தை ஆள்வான்'' என்றான்.

சென்னியை கூர்ந்து நோக்கிய இளவெயினி 'நீங்கள் உறங்கவில்லை என்பதை நான் கண்டு பிடிக்க வேண்டுமென்பதற்காக மூலிகைச் சாறை பூசியிருக்கிறீர்கள். எனில் உங்களுக்கு தலைவலியும் இல்லை என்றாகிறது' என்றாள்.

அவளை உற்றுப் பார்த்தவன் 'அவ்வளவுதானா அரசி' என புன்முறுவலுடன் கேட்க...

நீண்ட மூச்சை இழுத்து நுகர்ந்த இளவேயினி 'அரண்மனையில் இத்தனைபேர் இருக்க பழச்சாறை ஏன் நீங்கள் பிழிகிறீர்கள்?' என்றாள்.

'எனது உயிரில் கரைந்த உயிர் மற்றொரு உயிரை தாங்கி பிழியப்படும் இன்னலுக்கு ஈடாகுமா இது?'

'போதுமே. உங்கள் உடல் எப்படி உள்ளது?'

'சிறு களைப்பு மட்டுமே மீதமுள்ளது' என்றவன் கீழிறங்கி நிலத்தில் அமர்ந்து அவளின் பாதத்தை கையில் ஏந்தியபடி 'உனது கால்களின் வீக்கம் எப்படி உள்ளது?' என்றான்.

'இந்த மாதங்களில் இது வழக்கம் தான். எழுந்திருங்கள்' என்று அதட்டிய இளவெயினி 'சோழநாட்டு வேந்தன் மனையாளின் காலடியில் வீழ்ந்து கிடக்கிறார் என நகை யாடுவார்கள்' என்றாள்.

'இல்லை. ஒப்பற்ற தாரமே காதலியாகவும், தாயாகவும், நட்பாகவும், வழி நடத்தும் குருவாகவும் அமையும் பேறு பெற்றவன் என்று கொண்டாடுவர்.'

பெண் பார்க்கச் சென்ற நாளில் இளவெயினியின் பச்சை விழிகளெனும் பனி மலைகளை பார்த்த கணத்தில் உறைந்து போனான் சென்னி. கண்ணுக்கு விருந்து காட்சிகளெனில், காட்சிக்கு விருந்து இவள் கண்களோ என அதிசயித்தான். முதல் பார்வையிலேயே கண்களின் வழியே இதயங்கள் இடம் மாற, பார்த்த கணத்தில் மனதைப் பறிகொடுத்தவன் சென்னி. சென்னியை பார்க்கும் முன்னரே மனதைப் பறிகொடுத்தவள் இளவெயினி.

ஆணின் இதயத்தை பெண் கண்கள் வழியாகவும், பெண்ணின் இதயத்தை ஆண் செவிகள் வழியாகவும் சென்றடைகிறான். சென்னியை உறவின் தொடக்கமாக இளவெயினி காண, இளவெயினியை பற்பல பிறவிகளின் நீட்சியாக சென்னி கண்டான்.

இருவரின் மணமும் உறுதியான கணத்திலிருந்து திருமணத்திற்கு முன் பலமுறை இளவெயினியை காணச் சென்று சந்திப்புகளை உருவாக்கி பொழுதுகளை களவாடியவன் சென்னி.

தொடர்ந்த சந்திப்புகளில் வாழ்வின் அர்த்தமாக ஒருவரையொருவர் உணரத் தொடங்க காதல் மனதில் வேர்விட்டுப் பரவி உயிர் வரை கிளை பரப்பியது. உணர்வின் மொழியான காதல், இவர்களின் இதயத் துடிப்பில் லயமாக உருவெடுத்து, இருவர் மட்டுமே கேட்டு இன்புறும் இசைப் பிரவாகமாக மாற, காரிருள் சூழ்ந்தாலும், இவர்களின் மனங்களில் தோன்றிய ஒளி முகத்தில் வெளிச்சத்தை பாய்ச்சி உடல்களை பிரகாசிக்கச் செய்தது.

காதல் என்பது பனித்துளி போல. அன்பெனும் குளுமை அதை பெருகச் செய்கிறது. இருவரின் ஒருமித்த காதல் வழிநடத்த, காலத்தின் கைகளில் இறுகிய பனித்துளி வைரமாய் மிளிர்ந்தது. காதலின் விதையை பார்வைகள் பயிரிட, எண்ணங்கள் உரமிட்டு, வார்த்தைகள் நீர் பாய்ச்சி வளர்த்தன. இவர்களின் மகிழ்வு பயிர்களையும், மரங்களையும் செழித்து வளரச் செய்ய தேனத்தி, விளா, நாவல், அகில் மரங்களின் உடலெங்கும் காய்கள் காய்த்துக் குலுங்கின.

ஒவ்வொரு நாளும் இருவரும் ஒளிந்தவாறு சந்தித்து மகிழ, இவர்களை இனங்கண்டு கொண்ட அழுந்தூர் மக்களுக்கு சோழவேந்தனை நாற்புறமும் காவல் காப்பதே அன்றாட வேலையாய் போனது. மக்களின் கிண்டல்களையும், மகிழ்ச்சியையும் கண்டுகொண்டாலும் காதலர்கள் அவர்களுக்கென உருவாகிய பால் வீதியில் திரிந்து மகிழ்ந்தனர். இந்த நிலை இருவரின் மணமுடிக்கும் திருநாள் வரை நீடித்தது.

மக்களின் நலம் பேணும் பணியே முதன்மையாகக் கொண்டவன் சென்னி என்பதால் அவன் மேல் பேரன்பு கொண்ட மக்கள் மிகுந்த உற்சாகத்தோடும், ஆர்வத் தோடும் மணவிழாவை எதிர்பாத்திருந்தனர். மணநாளை அறிவித்ததும் மொத்த நகரமும் அணி செய்துகொள்ளத் துவங்கியது.

மிகப் பெரிய கோபுர வாயில்களில் தொடங்கி, மருவூர்ப்பாக்கம், பட்டினப் பாக்கம் என அனைத்து இடங்களையும் தோரணங்களால் அழகு படுத்த, மதிற்சுவர்கள் மலர்கள் பூத்து நின்றன. கோட்டை வாயில், கதவுகள், மதில்கள், கோபுரங்கள், வீதிகள், அரண்கள் அனைத்தும் கண்கவரும் வகையில் புது வண்ணம் பூசப்பட்டு, பல்வகை மணிகளும் கற்களும் பதிக்கப்பட்டு மின்னின. சோழநாட்டின் அரசியை வரவேற்க அகன்ற தெருக்களை வண்ண வண்ண கோலங்களால் நிறைத்தனர். குலைகுலையாக பழங்களுடன் வாழை மரங்கள் கட்டப்பட்ட உயரமான பந்தல்கள் நகரத்தை எழிலாக்கின.

தண்ணீரை தானே நிரப்பிக் கொள்ளவும், வெளியேற்றவும் வல்ல இயந்திர அமைப்புடைய, நீர் வாவியைக் கொண்ட இலவந்திகைச் சோலை என்ற மலர் வனங்கள் புதிதாக நகரெங்கும் உருவாக்கப்பட்டு புது அரசியின் பாதம்படக் காத்திருந்தன. இவற்றில் வேந்தன் வேனிற் காலத்தில் அரசியுடன் தங்கியிருக்க ஏற்றவண்ணம் குளிர்ந்த நிழல் தரும் மரங்களையும், மணமுள்ள மலர்களையும் கொண்ட செடிகளையும், நீர்நிலைகளையும், மதிலால் சூழப்பட்ட காவல் சோலைகளையும் உருவாக்கினர்.

நிலா முற்றங்களும், தாமரை மலர்கள் நிறைந்த பொய்கைகளும் புதுநீர் நிரப்பப்பட்டு பளிங்கு கற்கள் மின்ன அழகுற சீர் செய்யப்பட்டன. தேர்களை வடிப்பதில் தேர்ந்தவனாகிய வேந்தன் தன் மனம் கவர்ந்த இளவெயினிக்கான அந்தப்புரத்தைப் பேரழகுடன் வடிவமைத்தான். சிற்பநூல் வல்ல தச்சர்கள், நூலறி புலவர்கள் கூறிய இலக்கணப்படி மாளிகை எழுப்பப்பட்டது. உள்ளிருந்து வெளியில் பார்க்கும் வகையிலும், வெளியிலிருந்து உள்ளே பார்க்கமுடியாத வகையில், ஒன்பது வகை சாளரங்களுடன், பெரிய மதில்களும், மேல் விதானங்களில் குவளை மலர்களும், பெண் யானைகளுமாக வண்ணமிகு ஓவியங்கள் வரையப்பட்டன. அகில் சந்தன மரங்களினால் செய்யப்பட்டு, யானைத் தந்தங்களை கால்களாக கொண்ட கட்டில்கள் உருவாக்கப்பட்டு, அவற்றின் மேல் மேகங்களைப் போல் மிருதுவான பஞ்சணைகள் இடப்பட்டன.

சீன நாடுகளிலிருந்து வரவழைக்கப்பட்ட உயர்வகை பட்டுத் திரைச்சீலைகள் அரண்மனையெங்கும் பேரழகுடன் தொங்கவிடப்பட்டு, தேவலோகம் போன்ற தோற்றத்தை ஏற்படுத்தின.

அரண்மனையின் முதல் அடுக்கில் யவன தேசத்திலிருந்து தருவிக்கப்பட்ட வண்ணக் கண்ணாடிகளால் அறையேற்படுத்தி நவரத்தினங்களையும், முத்துக் களையும் கோர்த்து திரைச்சீலை அமைக்கப்பட்டது. அரண்மனையெங்கும் நிறுவப் பட்ட யவன தேசத்து பாவை விளக்குகள் மாளிகையை ஒளிவெள்ளத்தில் ஆழ்த்தின. அரண்மனை வாயிலில் மிகப்பெரிய பந்தல் கமுகு, வாழை, தென்னை, மாந்தழை களால் பெரும்பொலிவுடன் இடப்பட்டன.

காவிரிப் பூம்பட்டினத்தில் கோட்டங்கள் என அழைக்கப்பட்ட பல்வேறு கோயில்களில் சிறப்பு வழிபாடுகள் தினமும் நடத்தப்பட, மண நாளும் வந்தது.

மங்கலச் சடங்குகள் தொடங்கும் விதமாக கால் கோள் ஊன்றப்பட்டு முளைப் பாரிகள், தாழை மலர், வெற்றிலை, பூக்கள், பழங்கள் என வளமையையும், வளர்ச்சியையும் குறிக்கும் பொருட்களால் நிரம்பியிருந்த மணவிழாத் திடலில் நிகழ்வுகள் துவங்கின.

மங்கல வாத்தியங்களுடன் மண முரசும், பனை முரசும் இணைந்து ஒலிக்க, சோழ மக்கள் சாலையெங்கும் மலர்களை மழையாய் சொரிந்திருக்க, முப்படைகள் முன் செல்ல பட்டத்து யானையின் மேல் இளஞ்சேட்சென்னியும் இளவெயினியும் சோழ வீதிகளினூடே மணத்திடலுக்கு அழைத்து வரப்பட்டனர். இருவரும் ஆத்தி மாலைகளை ஒருவொருக்கொருவர் அணிவித்து மகிழ, மக்களும், வானவரும் சூழ்ந்து நின்று வாழ்த்த, மணவிழா நிகழ்ந்தது.

திருமணத்திற்குப் பின் ஒருமித்த கருத்துடனும், புரிதலுடனும் இருவரும் இசைந்து இன்புறத் தொடங்க, பூத்துக் குலுங்கும் நந்தவனமாய் காதல் களிப்புற்றுக் கிடந்தது. தென்றலின் திசையில் வளைந்திருக்கும் மூங்கிலின் துளையிலிருந்து இசை வெளியாவதைப் போல், ஒருவரின் பிடிக்குள் மற்றொருவர் கட்டளையின்றி சிறைப்பட, வாழ்வை ரசிக்கும் உன்னத நிலையாக, தவறுகளைத் தேடாத குழந்தை நிலையாக, உலகே ரம்மியமான சோலையாக மாற காதல் அரண்மனையெங்கும் கொடிகளாய் படர்ந்து, மலர்களாய் மலர்ந்து மணம் வீசியது. தீராத் தேனை வழங்கும் மலரும், பூவில் கட்டுண்டு கிடக்கும் வண்டுமாய் இருவரும் ஒருவரில் ஒருவர் தொலைந்து மீண்டும் கண்டெடுத்து மகிழ, அறுவகை காலமும் கனிந்து வாழ்வில் வசந்த காலம் மட்டுமே நிலைத்திருந்தது.

படுக்கையிலிருந்து எழுந்த சென்னி தான் பிழிந்து வைத்திருந்த பழச்சாறை குவளையில் ஏந்தி வந்து இளவெயினிக்கு தந்தான். அதில் ஒரு மிடறு பருகியவள்...

'உங்கள் உடல் தான் பலமிழந்து உள்ளது. நீங்கள் பருகுங்கள்' என்று அவனிடம் குவளையை நீட்டினாள்.

'பழத்தை சாறெடுத்து பருகுவனல்ல நான்' என்றபடி இளவெயினியின் முகத்தை நெருங்கினான் சென்னி.

இளவெயினி முகத்தை பின்னால் இழுத்துக்கொண்டாள். பெண்கள் விலகுவது ஈர்ப்பதற்கே. உடன் இசையும் மோகத்தை விட, விலகி இசைக்கும் மோகத்திற்கு அன்பை அதிகரிக்கச் செய்யும் ஆற்றல் அதிகம். மனதை மயங்கவைக்கும் மந்திரத்தை கைவரப் பெற்றவர்கள் பெண்கள். இதில் பிரியமுடன் பின்செல்வதும், தவிப்பிற்கு ஆயத்தமாயிருப்பதும் ஆண்கள்.

காதல் காமம் இரண்டும் ஒரே புள்ளியில் துவங்குகிறது. இரண்டும் ஈரிழைகளாக பின்னிப் பிணைந்து பயணித்தாலும் காதலின் உச்சம் காமத்தில் இளைப்பாறி கண்சிமிட்டுகிறது. காதல் மழையில் நனைவது போன்றது. காமமோ அருவியில் குளிப்பது போன்றது. மழை நீர் மனங்களுக்கானது. அருவி நீர் உடல்களுக்கானது. மழை மனங்களை மயக்கும் மென் சாரல். அருவி நீர் உடல்கள் சங்கமிக்கும் உணர்வு

பெருக்கு. மயங்கும் இரு மனங்களில் உருவாகும் தேன் உடலெங்கும் ஊற்றெடுக்க, பற்களின் பதிவுகளிலும், நகங்களின் கீறல்களிலும் தேனை முகிழ்ந்தெடுத்து உதடுகள் சேகரிக்க, ஒருவரின் மூச்சுக்காற்றில் மற்றொருவர் கரைந்து மீண்டெழும் வித்தை. உதடுகளின் வரிகளை உதடுகள் படிக்க, உடலின் வரிகளை விரல்கள் படிக்க, தேகத்தின் வேகம் தாங்காது கண்கள் பின்ன, வேர்வைக் குளியலில் முத்துக் குளிக்க முயல்கிறது மனம்.

காதல் நிலையானதாக இருக்க காமம் மட்டும் துளிர்த்து, மலர்ந்து மீண்டும் துளிர்க்கிறது. கொஞ்சலும் கெஞ்சலுமாய் மாறியவர்கள் ஒருவருக்குள் ஒருவர் தொலைந்து மற்றவராய் மாற முயன்றனர். தகிக்கும் மூச்சினில் நாணம் உருகி, மோகம் முற்றி, காலம் கரைந்து, மோட்சம் இறங்கி வந்தது.

ஒரு நாழிகைக்குப் பின்னர் அறையின் வெளியிலிருந்து அழைப்பு மணி அடிக்கப்பட்டது. மிக அவசரமான காலங்களில் மட்டுமே அடிக்கப்படுமென்பதால் சென்னி படுக்கையிலிருந்து எழுந்தான்.

'நீங்கள் இருங்கள். பரஞ்சுடராய் இருக்கும். நான் பார்க்கிறேன்' என்றாள் இளவெயினி.

'செங்காந்தள் மலரைப் போல் சிவந்திருக்கும் உன் முகத்தை கண்டதும் அறைக்கு வெளியிலிருக்கும் தோழிகள் நடந்ததை யூகித்தறிவர். நான் போகிறேன்' என்றான் சென்னி.

'உங்கள் முகத்திலும் தான் மகரந்தங்கள் ஒட்டிக் கொண்டு, மகிழ்ச்சி தனி ஆவர்த்தனம் நிகழ்த்துகிறது'

''இருப்பினும் ஆண்களின் முகம் பூவைப் போன்று மறைக்க முடிபவை. பெண்களின் முகம் மலரைப் போன்று மணம் வீசி காட்டிக்கொடுப்பவை''

'என்ன வேறுபாடு இரண்டுக்கும்?'

'மலர் என்பது அரும்பு, மொட்டு, முகை என்று மூன்று நிலைகளை கடந்து அழகுக்கும், மணத்திற்குமாக செடியிலும், கொடியிலும் உருவாவது. பூவென்பது பொதுவாக மரத்தில் உருவாவது. காய்கள் உருவாவதற்கு முந்தைய நிலை. மென்மையோ, மணம் வீசுவதோ எங்கள் முகத்தில் தெரியாது' என்று கூறி சிரித்தவாறு அறையை விட்டு நீங்கி வெளியே வந்தான் சென்னி.

அறையின் வெளியே பரஞ்சுடரும், வானவனும் நின்றிருக்க, சென்னி அவர்களை நோக்கி நடந்தான். வானவன் இந்திரவிழா தொடங்கியதிலிருந்து சென்னிக்கு காவலாய் இருப்பவன். பரஞ்சுடர் அரசிக்கு காவலாயிருப்பவன்.

‘உடல்நிலை எப்படி உள்ளது?’ என்றான் பரஞ்சுடர்

‘இப்பொழுது பரவாயில்லை’ என்ற சென்னி இருவரையும் அருகிலிருந்த ஒலி அறைக்கு அழைத்துச் சென்றான்.

ஒலி அறை என்பது ஒலியின் எதிரொலிக்கும் தன்மையை உணர்ந்து அதற்கேற்றவாறு வடிவமைக்கப்பட்ட அறை. அறையின் சுவர்களில் நுட்பமாக ஏற்படுத்தப்பட்ட துளைகளின் வழியே ஓசைகள் எதிரொலிக்கப்பட்டு, சேதமின்றி உள்ளறைக்கு கடத்தப்படும். இங்கு பேசுபவற்றை உள்ளறையில் இருக்கும் செம்பியனின் பெற்றோரும், அரசியும் கேட்க வேண்டும் என்றும், அவர்களின் கருத்துகள் தேவைப்படும் என்றும் நினைத்த சோழ வேந்தன் செம்பியன் அவனது காலத்தில் அறையை வடிவமைத்திருந்தான். இந்த அமைப்பைப் பற்றி அறிந்தவர் வெகு சிலரே.

இளவெயினி வந்து சேர சிறிது நேரமாகுமென்று நினைத்த சென்னி, தளபதிகளை ஒலி அறையில் அமரச் செய்து ‘என்ன தகவல்?’ என்றான்.

காவிரிக்கரையில் இளவெயினி சொன்ன குறிப்பின்படி சோழ வீரர்கள் ஒற்றனை பிடிக்க முயன்றபோது அவன் நஞ்சு தடவிய ஆயுதத்தால் கீறப்பட்டு உயிரிழந்ததை விரிவாகக் கூறிய பரஞ்சுடர், ‘மாட்டிக் கொள்வோம் என்று தெரிந்ததும் அவர்களின் ஒற்றனையே கொன்றிருக்கின்றனர். இதிலிருந்து எதிரி நாட்டிலிருந்து ஒற்றர்கள் புதிய திட்டத்துடன் சோழ நாட்டிற்குள் நுழைந்துள்ளது தெளிவாகிறது’ என்றான்.

‘எந்த நாட்டினர் என்று கண்டறிய முடிந்ததா?’

‘இல்லை. உடலில் பச்சை குத்தியது, துளைகள் போன்ற தனித்த அடையாளங் களோ, அணிகலன்களோ இல்லை’

‘எத்தகைய ஆபத்திலிருந்து இளவெயினி மீண்டு வந்திருக்கிறாள்’ என்பதை உணர்ந்ததும் சென்னியின் இதயம் ஒருகணம் துடிக்க மறந்தது. ‘தன்னுயிரை விட இளவெயினிக்கு ஏதும் ஆகாமல் காக்க வேண்டியது முக்கியம்’ என்றெண்ணியவன்...

‘என்னை தாக்க வந்திருக்கலாம். நான் காவிரிக் கரைக்கு செல்லாத காரணத்தால் தாக்குதலை கை விட்டிருந்தால், இன்று மாலை இந்திர விழாவில் தாக்க முயல்வர்’

‘மாலையில் நடக்க இருக்கும் இந்திர விழாவில் ஒற்றர்கள் மக்களினூடே கலந்திருப்பர். எனவே மக்களை தொலைவிலேயே நிறுத்தி பாதுகாப்பு வளையத்தை உருவாக்குகிறேன்’ என்றான் வானவன்.

‘தாக்குதலை எப்படி நடத்துவார்கள் என நினைக்கிறாய்?’ என்றான் சென்னி.

‘தொலைவிலிருந்து தாக்க உதவும் கருவிகளான அம்பு, ஈட்டி போன்றவைகள் அல்லது தடையைத் தாண்டி முன்னேறித் தாக்க முயலலாம்’ என்றான் வானவன்.

‘மக்களினூடே இருந்து கொண்டு வில்லைப் பயன்படுத்தி அம்பெய்ய முயன்றால் மக்களே அவர்களைக் கொன்று விடுவர்’ என்றான் பரஞ்சுடர்.

‘ஈட்டியை எறியலாம்’ என்றான் வானவன்.

‘குறுங்கத்திகளை மறந்து விட்டீர்கள்’ என்றான் சென்னி.

‘உண்மையே. உடலில் எளிதாக மறைத்துக் கொள்ள முடியும்’

‘கோவிலில் மக்களுக்கு தரும் திருச்சோற்றில் நஞ்சு கலக்க முயலலாம்’ என்றான் பரஞ்சுடர்.

அதற்குள் இளவெயினி முகத்தைக் கழுவி, ஆடைகளை மாற்றிக்கொண்டு மெதுவாக நடந்து வர தளபதிகள் எழுந்து நின்றனர். இருவரும் சென்னியின் உற்ற தோழர்கள் என்பதை இளவெயினி அறிவாள்.

‘அமருங்கள்’ என்று கூறிவிட்டு அருகிலிருந்த மற்றொரு இருக்கையில் அமர்ந்தாள். அறையினுள் இருந்தவாறே பேச்சின் போக்கை கவனித்திருந்தாள் இளவெயினி.

‘‘ஒற்றர்களின் சதித்திட்டம் வேந்தரை தாக்குவதாக மட்டுமல்லாமல் பெருஞ் சேதத்தை ஏற்படுத்துவதாகவும் இருக்கலாம். இந்திரவிழா நடக்கும் வேளையில் நமது கருவூலகத்தையோ அல்லது தானியக் கிடங்கையோ தாக்கலாம். படையொன்று மதிற்சுவர்களைக் கடந்து நாட்டினுள் நுழைவதாக இருக்கலாம். மக்களிடையே பெருமளவில் உயிர்ப்பலிகளை ஏற்படுத்துவதோ அல்லது பாக்கங்களை தாக்கி சேதமேற்படுத்துவதாகவோ இருக்கலாம்’’ என்று ஒவ்வொன்றாக இளவெயினி கூறிக்கொண்டே போக அனைவரும் அதிர்ந்தனர்.

இன்னலை எதிர்பார்த்து மலரின் மொட்டாய் ஒரு திசையில் குவிந்திருந்த மனதை மடல் விரிய செய்தாள் இளவெயினி. கண்ணுக்கு தெரியும் பகையின் கழுத்திற்கு குறிபார்க்கவும், காண இயலா பகைக்கு வலை வீசவும் கற்றவள்.

இளவெயினி சொல்பவை நடக்கும் சாத்தியக்கூறுகள் இருப்பதை உணர்ந்த அனைவரும் ஒருகணம் அமைதியாக இருக்க ‘தேவைப்பட்டால் நமது நாட்டுப் படையை சேர்த்துக்கொள்ளுங்கள்’ என்றாள்.

சோழநாட்டில் அறுவகைப் படைகள் இருந்தன.

மூலப்படை அல்லது தொல்படை என்போர் வழிவழியாக நாட்டிற்காக போரிடும் வீரர்கள்.

கூலிப்படை அல்லது விலைப்படை என்பது போர் சமயத்தில் மட்டும் உதவும் படையினர். இவர்கள் மற்ற நட்பு அரசருக்காகவும் பொருளைப் பெற்றும் போரிடுபவர்கள்.

நாட்டுப்படை என்பது நகரிலும் திறந்தவெளியிலும் போரிடுவோர் மற்றும் நாட்டின் பாதுகாவலில் பயன்படுத்தப்படுவோர்.

காட்டுப்படை என்பது காட்டுப்பகுதியில் போரிடும் திறன் பெற்ற வீரர்கள்.

துணைப்படை என்போர் அவசரத் தேவையின்போது அழைத்துக் கொள்ளக் கூடியவர்கள்.

பகைப்படை என்போர் போரில் பயன்படுத்தப்படுவோர். சோழ மக்கள் அனைவருமே பகைப்படையினராய் மாறி போரிடும் வீரமுள்ளவர்கள்.

இவர்களுடன் வேளைக்கார படையினர் என்றும் வேளப்படை என்றும் அழைக்கப்படுவோர் அரசரின் மெய்காவலர்கள். அரசருக்காக தங்களின் உயிரையும் தருவதாக உறுதிமொழி எடுத்துக் கொள்பவர்கள்.

'மூலப்படையே போதும்' என்றான் பரஞ்சுடர்.

'சரி. இந்திர விழாவிற்கு தேவையான பாதுகாப்பு ஏற்பாடுகளை கவனித்துக் கொள்' என்று கூறிவிட்டு எழுந்தான் சென்னி.

கண்ணிகள் இறுகும்...

6

பட்டினப்பாக்கம் என்று அழைக்கப்படும் புகாரின் கடற்கரையை ஒட்டியிருந்த பகுதிகளில் அன்று அலைகளின் ஆவேசம் அதிகமாயிருந்தது. பரந்து விரிந்திருந்த கடல் ஒவ்வொரு முறையும் மூச்சிழுத்து விடுக்கையில் அலைகள் வெளிப்பட்டு ஓசையுடன் கரையில் மோதின.

> "அமைதியை நிலைநாட்ட பேராற்றலைக் வெளிக்காட்டும் தேவை ஏற்படுகிறது. அன்பை பலவீனமாக கருதும் உலகில் அமைதியை விரும்புபவனும் போருக்கு ஆயத்தமாக வேண்டியிருக்கிறது."

வணிகக் கப்பல்களுக்கு இரவில் திசை காட்டுவதற்காக சோழர்கள் அமைத்திருந்த நெடிய ஒளிவிளக்கான கலங்கரை விளக்கத்தில் நெருப்பு எரிந்து கொண்டிருக்க அதனருகில் பரமனும், கோடனும் வந்தமர்ந்தனர்.

'இருங்கோவேள் இன்னும் வரவில்லையே'

'வருவார்'

'எண்ணற்ற அரசுகள் சோழ நாட்டைப் போல் இருப்பினும் சோழ மக்கள் மட்டும் தமது வேந்தனை உயிராய் தாங்குவதன் காரணம் விளங்கவில்லை?' என்றான் கோடன். வருடத்தை முகவையாய் கொண்டு காலத்தை அளந்தால் இருபது அகவையை தாண்டியிராத இளையவனின் முகத்தைப் பார்த்தான் பரமன்.

‘ஆயுதங்களால் ஆள்பவர்களின் இடையே மக்களை அன்பினால் ஆள்பவன் சென்னி’

‘மற்ற அரசர்களுமே மக்களைப் பகையிலிருந்து காத்து அவர்களின் நலத்தை பேணுபவர்கள் தாமே?’

‘வேந்தனாக முடி சூடிய சென்னியை சோழத்தின் தெய்வமாக உருமாற்றியது மோரியப்போர்’ என்ற பரமன் கூறத்துவங்கினான்.

போரை விரும்பாத சென்னி முடி சூட்டிய சில காலங்களில் போரில் ஈடுபட வேண்டிய நிலை வந்தது. வடநாட்டிலிருந்து கிளம்பிய மோரியப் பேரரசன் காரவேலன் பெரும்படையுடன் குடகையும், மைசூர் நாட்டையும் வென்ற பின்னர் சோழத்தை நெருங்க மலைகளை குடைந்து ஆற்றூர்க் கணவாயை வெட்டி தேர் செல்லும் பாதையை உருவாக்கினான்.

அதன் வழியாக கடலென நுழைந்த பெரும்படையுடன் துளுவ நாட்டின் கோசர் வேந்தனைப் போரில் முறியடித்து, அந்நாட்டின் சிறந்த கோட்டை நகராகிய ‘பாழி’யை கைப்பற்றி, வலிமைப்படுத்தி தனது அரணாக்கிக் கொண்டான். அதன்பின் அதிய மரபினன் எழினியையும், சிற்றரசன் முக்கண்ணனையும் வென்றான். வெற்றிகளை தொடர்ந்து குவித்த காரவேலன், சிறிய படையை கொண்டிருந்த சென்னியை கோழையென்று இகழ்ந்து தனது சிறு படையை சோழநாட்டிற்கு அனுப்ப, எரியும் வரையே நெருப்பிற்கு மதிப்பு என்றெண்ணினான் சென்னி. தென் நாடுகளைக் காக்க மோரியர்களை வென்று, வடநாட்டிற்கு துரத்த வேண்டிய நிலை உருவாகியிருப்பதை உணர்ந்தான்.

“அமைதியை நிலைநாட்ட பேராற்றலைக் வெளிக்காட்டும் தேவை ஏற்படுகிறது. அன்பை பலவீனமாக கருதும் உலகில் அமைதியை விரும்புபவனும் போருக்கு ஆயத்தமாக வேண்டியிருக்கிறது.” அன்பின் ஆற்றலை வெளிப்படுத்த வாளின் கூர்மை தேவைப்படுகிறது.

மோரியர்களுக்கு எதிராக போரிட அழைப்பு விடுத்து சோழ நாடெங்கும் பறையடிக்க செய்தான் சென்னி. விழுப்புண் இல்லாத ஆண்களை வெறுப்பவர்கள் சோழநாட்டுப் பெண்கள். சென்னி படை திரட்டுவதை அறிந்ததும் மகிழ்ச்சியில் சோழ தேசத்து ஆண்கள் ஆர்ப்பரித்தனர். கதிர் அறுத்தக் கைகளுக்கு பகை அறுக்க வாய்ப்பு கிட்டியதென மகிழ்ந்தனர். காவிரி நீரில் குளித்தவர்கள் குருதியில் குளித்தெழ விழைந்தனர். பறைகள் முழங்க, முரசுகள் அதிர, உலகங்கள் அதிர வாளேந்தும் திறனுடைய அனைத்து ஆண்களும் பெருந்திரளாக திரண்டனர்.

சென்னியின் படைகளும் காரவேலனின் படைகளும் சோழ நாட்டு எல்லையில் மோதின. தேர்ப்படையின் வல்லமையை வெளிப்படுத்த விரும்பாத சென்னி 'குதிரைப் படையும், காலாட் படையும் முன்னேறித் தாக்கட்டும்' என்று உத்தரவிட்டான்.

வானவனும், பரஞ்சுடரும் இரண்டு பிரிவாக முன்னேறி காரவேலனின் படையை எளிதாக முறியடிக்க, தப்பிப் பிழைத்தோர் துளுவ நாட்டிற்கு பின்வாங்கினர். மோரியர்களை முற்றிலுமாக களையெடுக்க விரும்பிய சென்னி அவர்களை தொடர்ந்துச் செல்ல, செருப்பாழி போர்க்களத்தில் இரண்டு படைகளும் சந்தித்தன.

கண்ணுக்கெட்டியவரை காரவேலனின் படைகள் திரண்டிருக்க, அவற்றில் ஐந்தில் ஒரு பங்கு இருந்த சென்னியின் படைகள் மூன்று பிரிவாய் பிரிந்து சூலாயுத முனைகளாய் நிலை கொண்டன.

சென்னியின் படைகளில் தலையாயது தேர்ப்படை. போருக்கென்று பல்வேறு பொறிகளை உள்ளடக்கிய சிறப்பான தேர்களை வடிவமைக்கும் பொறியியல் வித்தகன் சென்னி. அவனால் உருவாக்கப்பட்ட தேர்களில் 'சயந்தனம்' என்றழைக்கப் பட்ட ஐந்து குதிரைகள் பொருத்தப்பட்ட பெருந்தேரே ஈடிணையற்றது. இரண்டு தேர்கள் அளவு பெரிதானது.

முற்றிலும் சூலிக மரத்தினால் உருவாக்கப்பட்டு குதிரைகளைச் சுற்றிலும் மெல்லிய இரும்பு தகடுகள் பொறுத்தப்பட்டது சயந்தனம். தேர் சக்கரங்களின் இரண்டு புறங்களிலும் நீண்டிருக்கும் பட்டாக் கத்திகளின் அகன்ற முனைகள் பகைவரின் தேர் சக்கரங்களை பிளந்து செல்லக்கூடியது.

யானையைக் காட்டிலும் அகன்ற தேரின் உட்புறத்தில் அம்புகளை வெளிப் படுத்த இரண்டு வீரர்கள் அமர்ந்திருப்பர். விசைகளின் மூலம் நானூறு அம்புகள் வரை எய்யும் எந்திரப் பொறிகள் கொண்ட பேராற்றலுடைய தேர்.

தேர்ப்படைக்கு தலைமை தாங்கிய சென்னி சயந்தனத்திலேறி விசையொன்றை இழுக்க தேரைச் சுற்றிலும் ஆளுயர கத்திகள் நொடிப்பொழுதில் முளைத்தெழுந்தன. கத்திகள் நீட்டியபடி சூறைக் காற்றாய் முன்னேறிய சயந்தனம், பிடரி மயிர் பறக்க தாவி வரும் சிம்மத்தைப் போலிருக்க, மோரியர்கள் அதிர்ந்தனர்.

சயந்தனம் போர்க்களத்தில் நுழைந்த கணத்தில் பேரழிவு துவங்கியது. காட்டாற்று வெள்ளம் நுழைகையில் நிலங்களை அரித்து, கற்களை உருட்டி, மரம் செடிகளை ஒடித்து முன்னேறுவதுபோல, தேர்களை பிளந்துகொண்டு, உயிர்களை பறித்துக்கொண்டு, உடல்களை உதிர்த்துக்கொண்டு சயந்தனம் முன்னேற, தேரிலிருந்து சீறிக்கிளம்பிய அம்புகள் எதிரிப்படையை சின்னாபின்னமாக்கியது.

பொறியின் ஆற்றலால் வெறியேறிய இரும்பு அம்புகள் தேர்களையும், உடல்களையும் வரிசையாய் ஊடுருவி நெடுந்தூரம் வரை சென்றன.

ஆளுயர இரும்பு வில்லை ஏந்திய சென்னி, தேக்கின் நீட்சியாக உருண்டு திரண்டிருந்த கைகளில் வில்லை வளைக்க, கைகளின் இருதலைத்தசைகள் புடைத்து திமிலைப் போல திரண்டெழுந்தன. இடது காலை உயர்த்தி தேரின் மேல் வைத்து, காது வரை நாணையிழுத்து அம்புகளை சென்னி விடுக்க, பொறிகளிலிருந்து வெளிப்பட்ட அம்புகளுக்கு இணையாக தேர் தலைவர்களின் உடலை ஊடுருவி, மீண்டும் உடல் தேடி தொடர்ந்து சென்றன.

மோரியப் படைக்குள் நுழைந்த சயந்தனம் இடதும், வலதுமாய் வளைந்து குருதியாற்றை உருவாக்கியவாறு தீப்பிழம்பாய் முன்னேற, காரவேலனின் தேர்கள் நொறுங்கி, உருளத்தொடங்க, காலுடைந்த குதிரைகளின் கத்தல்கள் நெஞ்சைப் பிளந்தன. இறப்பின் ஓலங்களை உருவாக்கியபடி சயந்தனம் உக்கிரத்துடன் முன்னேற, மேலும் பல சயந்தனங்கள் தொடர்ந்து வந்தன.

தேர்ப்படையை அடுத்திருந்த சென்னியின் யானைப்படை சோழத்தளபதி வானவனின் தலைமையில் காரவேலனின் யானைப்படையுடன் மோதியது. சோழ வம்சத்தை தோற்றுவித்த செம்பியன் காலத்திலிருந்தே மிக வலிமையான ஆண் யானைகளையும், பெண் யானைகளையும் தொடர்ந்து இணை சேர்ப்பதின் மூலம் ஆற்றலின் உச்சநிலைக்கு உயர்த்தப்பட்டிருந்த வலிமையும், உக்கிரமுமேறிய போர் யானைகள் சோழப்படையில் இருந்தன. எதிரிநாட்டு யானைகளை மோதிச் சரிக்கும் தனித்துவமான பயிற்சிகள் நாள்தோறும் வழங்கப்படுபவை அவை. நிலமதிர பிளிறியபடி முன்னோக்கி ஓடிய சோழயானைகள் காரவேலனின் யானைகளின் மேல் மோத, இடியிறங்கியது போன்று மோரிய யானைகள் சரிந்தன. அவற்றின் தந்தங்களை உடைத்தெறிந்து, கால்களைப் பற்றி தூக்கியெறிந்தன சோழ யானைகள்.

யானைப்படையைத் அடுத்திருந்த சென்னியின் குதிரைப்படை பரஞ்சுடரின் தலைமையில் களம் புகுந்தது. அரபு நாட்டிலிருந்து வருவிக்கப்பட்ட வலிமையான குதிரைகள் அவை. கட்டுக்கடங்காத பாய்ச்சலுடன் முன்னேறிய குதிரைகள் பெரும்படகு கடல் நீரை கிழித்தபடி செல்வது போல எதிரிப்படையை மின்னலாய் ஊடுருவிச் சென்றன. குதிரையின் கடிவாளத்தை சேணத்தில் பிணைத்திருந்த பரஞ்சுடர் இரண்டு கைகளிலும் வாட்களையேந்தி பகைவரின் தலைகளை சரித்தபடி முன்னேறினான். தலைவனின் எண்ணப்படியும், சொற்படியும் குதிரை தானாக வளைந்து முன்னேறியது.

தளபதிகள் வானவனும், பரஞ்சுடரும் தமது படைப்பிரிவின் வீரத்தை நிலைநாட்ட ஒருவரையொருவர் முந்திக்கொண்டு வெறித்தனமாய் முன்னேற, அலை அலையாய் பாய்ந்து பகை கொன்றன சென்னியின் படைப்பிரிவுகள்.

தனது படை முற்றிலும் முறியடிக்கப்பட்டு விட்டதை உணர்ந்த காரவேலன் குதிரையிலேறி பின்வாங்கித் தப்ப முயல, அவனைத் தொடர்ந்து சென்ற பரஞ்சுடரின் குதிரைப்படை சுற்றி வளைத்தது. காரவேலனின் அருகே சயந்தனத்தை நிறுத்திய சென்னி...

''என்னை கோழையென்று பரிகசித்த உனது ஓட்டம் மனோ வேகத்தை மிஞ்சியதாக அல்லவா இருக்கிறது'' என்று சொல்லிச் சிரிக்க,

இரண்டு வாட்களை உருவிய காரவேலன் ''நீ என்னுடன் தனித்து போரிட்டு பார். யார் கோழை என்பது தெரியும்'' என்று சீறினான்.

''உனது வாய் பேசுமளவு வாள் பேசுகிறதா என பார்த்துவிடலாம்'' என்று கூறிய சென்னி இரண்டு வாட்களை உருவிக்கொண்டு கீழே குதிக்க, வீரர்கள் ஆரவாரித்தனர்.

காரவேலன் வாட்களுடன் நெருங்கி சென்னியை மூர்க்கத்துடன் தாக்கத் துவங்க தனது இரண்டு வாட்களை கீழிறக்கியவாறே வேகமாக உடலை திருப்பியும் விலக்கியும் சென்னி நகர்ந்து கொண்டான். காரவேலன் வெறியுடன் மேலும் வேகமாக வாட்களை வீச, சென்னி தனது வாட்களால் தடுத்துக் கொள்ளாமல் உடலை மட்டும் வளைத்து நகர்ந்தவாறு அவனது வாள்வீச்சின் நுட்பத்தையும், வேகத்தையும் கணித்துக் கொண்டிருக்க, அனைவரும் சிரிக்கத் தொடங்கினர்.

சென்னியுடன் ஒன்றாகப் பயின்ற பரஞ்சுடரும், வானவனும் சென்னியின் ஆற்றலை அறிவர். இடியின் ஆற்றலைத் தாங்கி மின்னலாய் சென்னியின் வாள் தாக்கும்போது காரவேலன் எவ்வாறு சமாளிப்பான் என்று தெரிந்துகொள்ள ஆவலுடன் பார்த்திருந்தனர்.

வாளை தடுத்துக்கொள்ளாமல் சென்னி வளைந்து நகர்வதால் வெறியேறிய காரவேலன், வேகமாக முன்னேறி வாளை சென்னியின் வயிற்றை நோக்கிப் பாய்ச்ச, தனது உடலை நகர்த்தி முன்னேறிய சென்னி, தனது இடதுகையை உடலுடன் இறுக்கி காரவேலனின் வலதுகையை பிணைத்துக் கொண்டான். பதற்றத்துடன் காரவேலன் வலதுகையை உருவ முயல, அவனது கை செக்கில் அகப்பட்ட தானியம் போல சென்னியின் உடலில் சிக்கிக் கொண்டு அசைய மறுத்தது.

சென்னி புன்முறுவலுடன் காரவேலனை பார்த்தவாறு இருக்க, காரவேலன் தனது இடதுகையின் வாளை உயர்த்தி சென்னியை தாக்க முயல, தனது தலையை வேகமாக

முன்னோக்கி செலுத்திய சென்னி காரவேலனின் முகத்தில் இடிக்க யானை முட்டியது போல காரவேலன் நிலைகுலைந்து போனான். தலை நொறுங்கிப் போனது போலிருக்க கீழே விழுந்தான்.

''என்னுடன் வாட்போரிட தகுதியற்றவன் நீ. எஞ்சியிருக்கும் படைகளை அழைத்துக்கொண்டு வட தேசத்திற்கு திரும்ப செல். மீண்டும் இங்கு வரத் துணியாதே'' என்று சொன்ன சென்னி அருகிலிருந்த குதிரையில் ஏறிக்கொள்ள, காரவேலனின் படைகள் முற்றிலும் அழிக்கப்பட்டு அரை நாளில் செருப்பாழி போர் முடிவுக்கு வந்தது.

'காயமடைந்த நமது வீரர்கள் மருந்திட்டுக் கொண்டு தேர்களில் ஏறட்டும். இரு நாழிகைகளில் கிளம்பலாம்' என்ற சென்னி பாழி நகரைக் காண குதிரையை செலுத்த, வானவனும், பரஞ்சுடரும் இணைந்து கொண்டனர்.

பாழி நகரை அணங்கு என்னும் பூதக் கடவுள் காவல் புரிந்ததாகவும், அதனால் வேளிர்குடி மூத்தோர்கள் தாங்கள் ஈட்டிய அரிய செல்வங்களை அவ்வூரில் மறைத்து வைத்தனர் என்றும் சென்னி சிறுவயதில் கேள்விப் பட்டிருந்தான். மிகுந்த செழிப்புடன் திகழ்ந்த இந்த நகரை பல்யானைச் செல்கெழு குட்டுவன் என்ற சேரவேந்தன் பல ஆண்டுகளுக்கு முன்னர் கைப்பற்றியதையும் அறிவான்.

குதிரைகள் மெதுவாக பாழி நகரத் தெருக்களில் நடக்க சாலைகள் சிதைந்தும், வீடுகள் சிதிலடைந்தும் இருப்பதைக் கண்டு சென்னி அதிர்ந்தான். நவீனமாக கட்டப்பட்டிருந்த மாளிகைகள் விரிசலோடிக் கிடக்க, அவற்றில் செடிகள் முளைத்து புதராய் மண்டிப் போயிருந்தது. வீடுகளின் வர்ண பூச்சுகள் மங்கிப் போய், தெருக்கள் களையிழந்து இருந்தன. சாலையைக் கடந்த நாய் மார்பெலும்புத் தெரிய இளைத்துப் போயிருந்தது. நாட்டை வென்ற சேரப்படைகள் செல்வங்களை சூறையாடிவிட்டு, வாழ்வாதாரங்களை அழித்து சென்றிருந்தது கண்கூடாகத் தெரிந்தது.

ஒரு வீட்டினுள் இருந்து வெளியே வந்த சிறுவன் இவர்களைப் பார்த்தபடி நிற்க, பதட்டத்துடன் ஓடிவந்த தாய் அவனின் கையைப் பற்றி இழுத்துச் செல்லும்போது இவர்களை நிமிர்ந்து பார்த்தாள். மருண்ட கண்களுடன் அவள் பார்த்த கணத்தில் வெறுப்பும், ஆற்றாமையும் கண்களில் மின்னி மறைய, சென்னி நிலைகுலைந்து போனான். நெஞ்சில் இனம் புரியா சோகமும், வயிற்றில் பெருவலியும் ஏற்பட்டது. அதற்குமேல் செல்ல மனமின்றி குதிரையை திருப்பினான்.

சென்னியின் மனதில் வேர்விட்டு துளிர்த்திருந்த துயரம் முகத்தில் கொடி விட்டு படர்ந்து இலைகளை பரப்ப, சென்னியின் மனதை படித்தான் வானவன்.

'பகை நாடுகளை வென்றவுடன் வளங்களை பறிப்பதும், ஆண்களை அடிமை யாக்கி இழுத்துச் செல்வதும் இன்னும் தொடர்ந்து கொண்டு தானிருக்கின்றன' என்றான்.

'தனது மக்களை வளத்துடன் வாழவைக்க, பிறநாட்டின் செல்வத்தை பறிப்பது தவறல்லவா?'

சென்னியின் மனதை அமைதிப்படுத்த 'சில அரசுகளின் நியதி இது. வெண்கொற்றக் குடையால் தனது காலடியில் மட்டும் நிழல் பரப்பிக் கொள்கிறார்கள்' என்றான் வானவன்.

'அதற்காக வாழும் உரிமையை மக்களிடமிருந்து பறிப்பதா? ஒரு நாட்டின் அரசன் பெருவேராய் இருக்க, மக்கள் சிறு வேர்களாய் இருப்பதால் தானே இந்த நிலை. தனித்து வேரூன்ற மக்கள் ஏன் கற்கவில்லை?' என்றான் சென்னி.

'அரசர்கள் அனுமதிப்பதில்லை'

சென்னியின் மனதில் தோன்றி மறைந்த அந்த பெண்ணின் வெறித்த விழிகள் தன்னைக் குறை கூறுவது போல் உணர்ந்தான். நாளை தனது நாடும், நாட்டு மக்களும் இவளின் நிலையில் நிற்கலாம். நாடுகளை வெல்வதும், செல்வங்களை சேர்ப்பதும் ஒருநாள் அழிந்து போகும் என்று தோன்ற மனதில் வேதனை ஏற்பட்டது. வானையும் மண்ணையும் தவிர அனைத்தும் நிலையற்றது. காலத்தின் சுழற்சியில் நிலைகள் மாறிப் போகுமெனில் மக்களை காப்பது எப்படி என்று யோசித்தவாறே முன்னேற, எதிரில் ஒருவர் தன்னை வணங்கி நிற்பதைக் கண்டு குதிரையை நிறுத்தினான் சென்னி.

'வணங்குகிறேன் வேந்தே. என் பெயர் பசுங்குடையார். பாக்கள் புனையும் புலவன் நான்' என்று கூற, சென்னி குதிரையிலிருந்து கீழிறங்கினான்.

'சொல்லுங்கள்'

'சேர நாட்டினன் நான். பாண்டிய நாட்டிற்கு வந்திருந்தேன். நீங்கள் காரவேலனிடம் போர் புரிய வருவதாகக் கேள்விப்பட்டதும் தங்களை பார்த்து பொருள் பெற்றுச் செல்ல காத்திருந்தேன்'

'போர்க்களத்தில் என்னிடம் தருவதற்கு குதிரைகளும், யானைகளுமே இருக்கின்றன. சோழ தேசத்தின் யானைகளை சேரனிடம் கொடுத்தால் அதிகப் பொருள் கொடுத்து வாங்கிக் கொள்வான். எத்தனை வேண்டுமோ அழைத்துச் செல்லுங்கள்'.

'மிக்க நன்றி அரசே. உங்கள் முகத்தில் போரை வென்றதற்கான மகிழ்ச்சி இல்லையே. காரணம் அறியலாமா?'

‘செல்வம் என்றால் என்ன புலவரே?’

‘ஒருவர் எதை அதிகம் விரும்புகிறாரோ அதுவே செல்வம்’

‘என்ன கூறுகிறீர்கள் என விளங்கவில்லை?’

‘நீரை நோக்கி வேர் நகர்கிறது. தேனைத் தேடி தும்பி செல்கிறது. இல்லாதவற்றையே மானுட வாழ்வும் விழைகிறது. வறியவனான எனக்கு பொருள் தான் செல்வம். செல்வம் மிகுந்திருக்கும் உங்களுக்கு பொருளில் நாட்டமிருக்காது. உங்களுக்கு புகழ் தான் செல்வம். சிலருக்கு உடல் நலமே செல்வம். சிலருக்கு அழகு. மொத்தத்தில் எளிதில் கிட்டாததே செல்வம்’

‘‘செல்வத்தை அளிப்பதன் மூலம் என் மக்களுக்கு அமைதியை உறுதி செய்ய இயலுமா?’’

‘‘அது அறிவை பயன்படுத்துவதில் உள்ளது. போதாது என்று செல்வத்திற்கு பின்சென்றால் உப்பு நீரை பருகுவது போலாகி விடும். மேலும் மேலும் வேண்டுமென்ற ஆசையை தூண்டும். இம்சை அளிப்பது செல்வம். இச்சை கொள்வது மனம். மனங்களை திருப்தியுற செய்வது வேந்தனாலும் இயலாதது’’

‘எனில் அழியாத செல்வம் எது?’

‘தொழிலறிவு, இயற்கை அறிவு, பட்டறிவு, நூலறிவு என்பதை போன்ற அறிவு தான் அழியாத செல்வம். போராலோ, இயற்கைச் சீற்றத்தாலோ அழியாதது. நிலை மாறினாலும் மாறாதது. உயிர் உள்ளவரை உடனிருப்பது. ஓரிடத்திலிருந்து பிடுங்கி மற்றொரு இடத்தில் நட்டாலும் வளரச்செய்வது. அழித்தால் முளைக்க கூடியது. வளர்த்தால் படரக்கூடியது’

‘‘அறிவை அளிப்பதன் மூலம் நான் இல்லாத போதும் எனது மக்களை மகிழ்ந்திருக்க செய்ய இயலுமா?’’

‘மகிழ்வு என்பது புறவெளியால் உருவாகும் பருப்பொருள் அல்ல. மனவெளியில் ஏற்படும் அகப்பொருள். எதுவும் இல்லாமல் மகிழ்ந்திருக்க இயலும். எல்லாம் இருந்தும் நிம்மதியற்று இருக்க இயலும். நிறை கொண்டது பொருள். நிறை தருவது மகிழ்வு. நெல்மணிகள் வளர தேவையானவற்றை உங்களால் அளிக்க இயலும். அது வளர்வது இயற்கையை சார்ந்தது. மக்களுக்கு அடிப்படை அறிவை அளிப்பதே நீங்கள் செய்யக்கூடியது. மகிழ்ந்திருப்பது அவர்களிடத்தில் தான் உள்ளது.’

சென்னிக்கு மனதில் தெளிவு வந்தது போலிருந்தது. வேந்தனை சார்ந்து இருக்காமல் தனது மக்கள் தனித்து வேர் விட்டு வளர என்ன தேவையென்று புரிந்தது. 'மிகுந்த நன்றி புலவரே' என்று வணங்கிவிட்டு குதிரையில் ஏறிக்கொண்டான்.

சோழ நாட்டை வந்தடைந்த சென்னி ஒவ்வொரு தெருவிலும் கோவில்களுக்கு இணையாக கல்விக் கூடங்களை ஏற்படுத்தி கணக்காயர்களை நியமித்தான். மாணவர்கள் பொருள் கொடுத்து கற்கும் நிலையை மாற்றி, அரசே கணக்காயர்களுக்கு ஊதியம் வழங்கச் செய்தான். குழந்தைகள் படிப்பதை அவசியமாக்கினான்.

சோழ நாட்டில் மக்கள் செய்த தொழிலுக்கு ஏற்ப இடையர், உழவர், எயினர், கம்மியர், குயவர், குறவர், கூத்தர், கொல்லர், தச்சர், பரதவர், வணிகர், வேடுவர் எனப் பல குலங்கள் இருந்தன. குழந்தைகள் பள்ளியில் படிக்கும்போதே விருப்பப்படும் தொழிலை செய்து பழக வகை செய்தான்.

ஓவியம், இசை, நாடகம், நாட்டியம் ஆகிய கலைகளை கற்கவும், கலைகளுக்கான ஏடுகளைப் படிக்கவும் வழிவகுத்தான். பதினொரு வகை கூத்துக்களான கடையம், மரக்கால், குடை, துடி, அல்லியம், மல், குடம், பேடு, பாவை, கொடுகொட்டி, பாண்டரங்கம் போன்றவற்றை கற்க பள்ளிகள் ஏற்படுத்தினான்.

ஆண்கள் செய்யும் அனைத்து பணிகளிலும் பெண்களையும் இணையச் செய்தான். அரண்மனையின் கருவூலகம், சுங்க வரி, பொருள் வரி வசூலிக்கும் வேலைகளுக்கு பெண்களை நியமித்தான். இவ்வாறு இதுவரை எவரும் கண்டிராத புதிய உலகை உருவாக்கினான் இளஞ்சேட்சென்னி' என்று கூறி முடித்த பரமன்...

''சென்னி ஒரு வேந்தனுக்கான வரையறையை மாற்றினான். நாட்டிற்கான விதிமுறையை மாற்றினான். மக்களுக்கான நெறிமுறையை மாற்றினான். அதனால் தான் சோழ மக்கள் அவனைத் தொழுகின்றனர்''

காலடியோசைகள் கேட்டு இருவரும் திரும்ப, அவர்களை நெருங்கிய இருங்கோ அருகில் அமர்ந்தான்.

'இன்றைய விழாவில் பாதுகாப்பு ஏற்பாடுகள் குறைவாகவே இருந்தன. காவிரிக் கரைக்கு சோழ வேந்தன் வந்திருந்தால் மிக எளிதாக அவனை கொன்று இருக்கலாம்' என்று துவங்கினான் பரமன்.

'பரஞ்சுடரை குறைத்து மதிப்பிடாதே. மக்களினூடே அவனது நிழற்படை வீரர்கள் கலந்திருந்ததை காவிரிக் கரையில் கவனித்தேன்..... ஆனால்' கடற்கரையின் மணலை கையால் அளைந்தவாறு இருந்தான் இருங்கோ.

‘ஆனால் என்ன?’

‘‘குதிரையின் மேல் அமர்ந்திருந்த பரஞ்சுடரால் மக்களினுடைய கலந்திருந்த எனது வீரர்களை கண்டறிய முடியவில்லை. ஆனால் சோழ அரசி எளிதாக கண்டறிந்து விட்டாள். அதைப் பற்றித்தான் யோசித்துக் கொண்டிருக்கிறேன். வேந்தனை முதலில் கொன்றுவிட்டு அதன் பின்னர் அரசியை கொல்ல எண்ணியிருந்தேன். ஏனெனில் வேளிர் குலப் பெண்ணைக் கொல்வது சிரமமான காரியமாக இராது என்று நினைத்தேன். ஆனால் இன்று அரசியின் மதியூகத்தைக் கண்டபின் நமது முதல் பகைவன் யாரென்பதில் குழப்பம் ஏற்படுகிறது. வீரத்தை முதலில் எதிர்கொள்வதா இல்லை விவேகத்தை சிதைப்பதாவென’’

‘அரசியை முதலில் கொன்றால் அதன் பின்னர் வேந்தனைக் கொல்ல வாய்ப்பு கிடைக்காது. அரசியின் இறப்பிற்கு காரணமான அனைவரையும் கொன்றொழிக்கும் வரை இளஞ்செட்சென்னி ஓயமாட்டான். எனவே அரசியை தாக்க வேண்டாமென நீ எடுத்தது சரியான முடிவே’ என்றான் கோடன்.

‘கூட்டத்தை வழிநடத்தும் புலியானது தனது எல்லைக்குள் நுழையும் மற்றொரு புலியை இனம் காணுவதுபோல, ஒரு சிறந்த மதியூகியால் மற்றொரு மதியூகியை இனம் கண்டறிய முடியும்.சோழ அரசியால் இன்று வீரன் ஒருவனை இழக்க நேர்ந்ததை நினைத்தான் இருங்கோ. அவள் தற்செயலாக ஒற்றர்களை கண்டறிந்தாளா இல்லையா என்பதை காலம் தான் உணர்த்த வேண்டும்’ என்று எண்ணிக்கொண்டான்.

‘சோழவேந்தன் இன்று மாலையில் வருவானா? நமது திட்டம் என்ன?’ என்றான் பரமன்.

‘விழாத் தலைவன் கற்பகத்தரு கோட்டத்தில் நடப்பட்டுள்ள கொடிமரத்திலிருந்து இந்திரனின் கொடியை இறக்கிவிட்டு, கொடி மரத்தை வெட்டியெறிவதுதான் இந்திர விழாவின் மரபு. மக்களும் அரசனை பெரிதும் எதிர்பார்த்து காத்திருப்பர். மக்களுக்காக வாழ்பவன் இளஞ்சேட்சென்னி. கண்டிப்பாக வருவான். நாம் மக்களுடன் கலந்திருப்போம். இன்று காலை நமது ஒற்றனின் மரணத்திற்குப்பின் பரஞ்சுடரும், சோழ வேந்தனும் மிகுந்த எச்சரிக்கையுடன் இருப்பார்கள். எனினும் நமது முதன்மை திட்டத்தில் எந்த மாற்றமும் இல்லை. அது தொடரட்டும்’ என்று சொல்லும்போது சீற்றத்துடன் பாய்ந்து வந்த அலை அவர்கள் அமர்ந்திருந்த இடம் வரை மணலை நனைத்துக்கொண்டு முன்னேற அனைவரும் எழுந்து கொண்டனர்.

கண்ணிகள் இறுகும்...

7

இந்திர விழாவின் கடைசி நாளில் அண்டை நாடுகளிலிருந்து ஏராளமான மக்கள் புகாருக்கு வந்திருந்தனர். அனைவரும் முதலில் சென்ற இடம் கடைகள் மிகுந்த நாளங்காடியே. சோலைகள் மிகுந்த இப்பகுதியில் மரங்களின் நிழலில் கடைகள் அமைந்திருக்க, இவற்றில் வெளிதேசங்களிலிருந்து கப்பலின் மூலம் தருவிக்கப்பட்ட பொருட்கள் குவிந்திருந்தன.

இங்கு பலிப் பீடிகை எனப்படும் சோழ நாட்டின் காவல் பூதத்திற்கான பூதத் திருவிழா நடந்து கொண்டிருக்க அனைவரும் மிகுந்த வியப்புடன் கவனித்துக் கொண்டிருந்தனர். ஒரு சமயத்தில் இந்திரனுக்கும், அசுரர்களுக்கும் பெரும்போர் நடந்தபோது முசுகுந்தன் என்னும் சோழ வேந்தன் அசுரர்களை அழிக்க இந்திரனுக்கு உதவினான். இதனால் போரில் தோற்ற அசுரர்கள் முசுகுந்தனை பழிவாங்கு வதற்காக தீய சக்திகளையும், அசுரர்களையும் ஏவி சோழ நாட்டை அழிக்க முயல, அவர் களிடமிருந்து காக்க இந்திரன் காவல் பூதத்தை அனுப்பி வைத்தான். அந்த பூதம் அசுரர்கள் அனுப்பிய தீய சக்திகளை வென்று சோழ நாட்டிலிருந்த பீடிகையிலேயே நிலைத்து அந்நகருக்கு காவல் பூதமாக மாறியது என்பர்.

"ஐம்புலன்கள் தூண்டப்பட்டு உணர்வுகள் உச்ச நிலையை அடையும்போது உடல் சிலிர்க்கிறது. ஐம்புலன்களின் துணையின்றி உணர்வின் உச்ச நிலையை அடையச் செய்யும் வல்லமை பெற்றது மனம். வழிபாடுகள் மனதை ஒருபுள்ளியில் குவிக்க உதவுகின்றன."

திறந்த வெளியில் ஒரு காலை நிலத்தில் ஊன்றி, மற்றொரு காலை மடித்து சம்மணமிட்டு அமர்ந்தவாறு பூதத்திற்கு மிகப்பெரிய சிலை அமைந்திருக்க, சுருண்ட முடிகளும், பெரிய கண்களும், வாயின் வெளியே நீண்டிருந்த கோரைப் பற்களும், பருத்த வயிறுமாய் சிலை மிரட்டும் வகையில் இருந்தது. பூதத்திற்கு நன்றி தெரிவிக்கும் வகையிலும், தொடர்ந்து நாட்டைக் காத்தருள வேண்டியும் ஒவ்வொரு வருடமும் மறக்குடியினர் விழா எடுப்பது வழக்கம்.

பூதத்தின் எதிரில் உயிர்கள் பலியிடப்பட்டிருக்க, புழுக்கல் எனப்பட்ட அவித்த அவரை, துவரை போன்ற பருப்பு வகைகள், நெய் உருண்டை, நிணச்சோறு, பொங்கல், பூக்கள், அகில் புகை முதலானவற்றை படைத்த மறக்குடியினர் எங்கள் வேந்தன் ஆட்சியில் பசி, நோய், பகை எல்லாம் நீங்கி மழை பொழியட்டும் என்று வேண்டி நடனமாடினர். இசைக்கருவிகளின் இன்னிசையில் இணையர் இசைந்தாட மகிழ்ச்சி கரைபுரண்டு ஓடியது.

விழாவினைக் காண வந்திருந்த மக்கள் பூதத்தின் சிலையைத் தொட்டு வணங்கி விட்டு அடுத்து முசுகுந்த சோழனால் புகாரில் அமைக்கப்பட்ட ஐம்பெரும் மன்றங் களையும் கண்டு மகிழ்ந்துவிட்டு இறுதியாக கற்பகத்தரு கோட்டத்தில் நடைபெற இருந்த கொடி மரம் வெட்டும் விழாவிற்கு வந்து சேர்ந்தனர்.

வெள்ளி முளைக்கும் வேளையானதால் கோட்டமெங்கும் பணியாளர்கள் நீண்ட தீவட்டிகளையும், சிட்டி விளக்குகளையும் இலுப்பை எண்ணையை ஊற்றி ஏற்றத் தொடங்கினர். இலுப்பை எண்ணெய் நின்று நிதானமாக எரியும் தன்மை கொண்டது. எனவே சோழ நாட்டின் இருளை விலக்கிய பெருமை இலுப்பைக்கு உண்டு. மக்களுக்கு எளிதில் எண்ணெய் கிடைக்கவேண்டும் என்பதற்காக சென்னி இலுப்பை மரத் தோப்புகளை உருவாக்கியிருந்தான். கோட்டமெங்கும் நட்சத்திரங்களை பொருத்தியது போல விளக்குகள் மின்னத் தொடங்கின.

சோழ நாட்டு அரண்மனை மதிற் சுவரிலும் காவலர்கள் பெரிய தீவட்டிகளையும், எண்ணெய் ஊற்றப்பட்ட விளக்குகளையும் ஏற்றத் தொடங்க...

பொழுது கனியும் வேளையில் சென்னியும், இளவெயினியும் அரண்மனைத் தேரில் இந்திர விழாவின் இறுதி நாள் விழாவிற்கு புறப்பட்டனர். தேரின் முன்னால் பரஞ்சுடர் ஐம்பது குதிரை வீரர்களுடன் சோழ நாட்டின் இலச்சினை, புலிக்கொடி போன்றவற்றை ஏந்தியவாறு செல்ல, தேரின் பின்புறம் வானவன் ஐம்பது குதிரை வீரர்களுடன் பின் தொடர்ந்தான். தேரின் இருபுறமும் குதிரை வீரர்கள் பாதுகாவலாய் வந்தனர்.

சென்னியும், இளவெயினியும் புறப்பட்டதும் மதிற்சுவரின் மேலிருந்தவர்கள் நெடுந்தாரையை முழங்கி வேந்தன் வெளியே வருவதை மக்களுக்குத் தெரிவித்தனர்.

தேர்வலவன் தேரினைச் செலுத்த இருவரும் தேரில் அமர்ந்தவாறு முதன்மை நுழைவு வாயிலிருந்து வெளியே வந்தபோது இருவர், ஒரு பெண்ணுடனும், இரண்டு குழந்தைகளுடனும் நெருங்க முற்பட்டனர். காவலர்கள் அவர்களை தடுத்து நிறுத்தியதைக் கண்ட சென்னி...

''வரட்டும்'' என்று சத்தமாகக் கூற, அவர்களை தேரின் அருகில் செல்ல அனுமதித்த காவலன் வறியவர்களின் நிழலாக கூடவே வந்தான். அவர்கள் அணிந்திருந்த ஆடைகள் பழையனவாயிருப்பதைக் கண்ட சென்னி தேரிலிருந்து இறங்கி ''சொல்லுங்கள்'' என்றான்.

தேரின் அருகில் வந்தவர் ''நன்றி வேந்தே. நான் ஊன்பொதி பசுங்குடையார். உங்களை பாழி நகரில் சந்தித்த புலவன். இவர் நாகனார். செந்தமிழில் பாக்கள் இசைக்கும் மற்றொரு புலவர். அதற்கேற்றாற் போல் வறியவர். இவரின் வறுமையைப் போக்க தங்களிடம் அழைத்து வந்தேன்'' என்று கூற....

''இப்பொது நான் இந்திரவிழாவிற்கு செல்கிறேன். நாளை அரண்மனைக்கு வர முடியுமா?'' என்று கேட்கும்போதே புலவரின் முகத்தில் ஏமாற்றத்தைக் கண்டான். காலம் தாழ்த்தி பெய்யும் மழையால் பயிர்களுக்கு பலனில்லை என்று உணர்ந்தவன் சென்னி. கொடை என்பது இரந்தவர்க்கு எதிர்பார்ப்பைக் காட்டிலும் அதிகமாக வாரி வழங்குவதே என்றெண்ணுபவன்.

நாகனாரின் மனைவியின் முகமும் சோர்ந்து போனதைக் கண்டதும் மனம் பதறிப் போனான்.

வான் பொய்த்தாலும், மண் பொய்த்தாலும் தன்னை வேண்டி வருபவருக்கு பொய்க்காத சென்னியின் மனதில் நாளை என்பது நிச்சயமற்றது. கொடுத்த வாக்கை நிறைவேற்ற இயலாமல் போகலாம். இல்லையென ஏமாற்றமளிக்காமல் இயன்றதை இத்தருணத்தில் அளிப்பதே சிறப்பானது என்று தோன்ற...

''பொறுங்கள். என்னிடம் இருப்பதைத் தருகிறேன்'' என்று கூறிவிட்டு உடலில் அணிந்திருந்த அணிகலன்களை கழற்றத் துவங்கினான்.

கழுத்திலிருந்த கழுத்தணி, வன்னசரம், முத்து வடம், பதக்கம், வாகுவலயம், காதில் அணிந்திருந்த கடுக்கண், குண்டலம், கைகளில் அணிந்திருந்த கங்கணம், வீரவளை, கடகம், மோதிரங்கள், காப்பு, இடுப்பில் மற்றும் காலில் அணிந்திருந்த வீரக்கழல், வீரக்

கண்டை, சதங்கை, அரைஞாண், பவள வடம் போன்ற அனைத்தையும் மல்லிகைச் செடியின் மொக்குகளைப் பறிப்பது போல கழற்றத் தொடங்க, நாகனார் பதறிப்போய் ‘‘வேண்டாம் வேந்தே. நாளை வருகிறேன்’’ என்று பதறினார்.

‘‘நாளையும் வாருங்கள்’’ என்ற சென்னி அனைத்தையும் அவரிடம் கொடுத்தான்.

புலவரின் மனைவி வெறுங்கையுடன் தன்னைப் பார்த்தவாறு நிற்பதைக் கண்டு தயங்கியவன், மெதுவாக பின்னால் திரும்ப இளவெயினி அதற்குள் அவளுடலில் இருந்து கழட்டியிருந்த ரசிலை, இலம்பகம், கன்னசரம், சடாங்கம், சூடாமணி, தலைப்பட்டம், பதுமம், கொந்திளவோலை, விசிறி முருகு, வல்லிகை, மாங்காய் மாலை, கொந்திக்காய், மாம்பிஞ்சுக் கொலுசு, கான் மோதிரம், காலாழி, தாழ், செறி, நல்லணி, பில்லணை என்ற அனைத்தையும் கையிலேந்தித் தர சென்னியின் மனது ஒரு கணம் நெகிழ்ந்து போனது. அவளைக் காதலுடன் பார்த்த ஒற்றைப் பார்வையில் கடலின் ஈரம் மொத்தமும் பூத்திருந்தது.

மகிழ்வுடன் வாங்கியவன் புலவரின் மனைவியிடம் தந்து விட்டு ‘‘புலவர் மாளிகை உள்ளே இருக்கிறது. அங்கு தங்கியிருங்கள். நான் வந்து பார்க்கிறேன்’’ என்று கூற...

நாகனாரின் கூப்பிய கைகள் அப்படியே இருக்க அவரின் கண்களில் நீர் பெருகியது. ‘‘வேந்தே பகையாய் வந்தால் கதிரவனையும் எரிப்பவன் நீ. வேண்டி வந்தால் வானத்தையும் வாரி வழங்குபவன். அறத்தைச் செங்கோலாகக் கொண்டு ஆட்சி புரியும் நீ இந்திரனுக்கு ஒப்பானவன். நின் புகழ் என்றும் நிலைத்திருக்கும்’’ என்று வாழ்த்தினார்.

‘‘காலில் விழுந்து இறைஞ்சினால் பகை மன்னனை விடுவித்து அருளும் கருணை வள்ளல் நீ. கொடை என்பது உனக்கு மூச்சுக்காற்றை போன்று இயல்பானதே. புகழுடன் வாழ்க’’ என்று கூறி பசுங்குடையார் வணங்க, அவர்களை வணங்கி விட்டு தேரிலேறினான் சென்னி.

தேர் மெதுவாக முன்னேற, தேரின் பின்னால் வந்துகொண்டிருந்த வானவன் திரும்பிப் புலவரைப் பார்த்தான். புலவரும் அவரது இல்லாளும் கரங்களில் நிறைந்திருந்த அணிகலன்களை எங்கே அணிவது என்று தெரியாமல் திகைத்துப்போய் காதில் அணிவதை விரலிலும், இடுப்பில் அணிவதைக் கழுத்திலும் போட்டு அழகுப் பார்ப்பதைக் கண்டு சிரித்தான்.

சாலையின் இருபுறங்களிலும் நின்ற மக்கள் சோழ வேந்தனை வாழ்த்தி மலர்களைத் தூவினர். கற்பகத்தரு கோட்டம் செல்ல சென்னி மூன்று குதிரைகள் பொருத்திய புலித்தேரினை எடுத்து வந்திருந்தான். மூன்று புறங்களிலும் தங்கத் தகடுகள் பொருத்தப்

பட்டு, உட்புறம் இரும்புத் தகடினால் காக்கப்பட்டிருக்க தொலைவிலிருந்து எறியப்படும் எந்த ஆயுதமும் ஊடுருவ முடியாதவாறு சென்னி வடிவமைத்திருந்தான். தேரினுள்ளே கையினால் பயன்படுத்தக்கூடிய ஆயுதங்கள் சில வைக்கப்பட்டிருந்தன.

தேர்வலவன் மெதுவாக தேரைச் செலுத்த, மக்களுக்குத் தெரியுமாறு தேரின் நடுவில் சென்னி அமர்ந்திருக்க இளவெயினி தேர்க்கூடில் உள்ளடங்கி அமர்ந்திருந்தாள். குதிரைகள் இணைக்கப்பட்டிருந்த பலகையின் இருபுறத்திலும் தூண்கள் நிறுத்தப்பட்டு அதிலிருந்து மிக மெல்லிய இரும்புக் கம்பிகள் தேரின் கூட்டில் இணைந்திருந்தன. தேரின் நிறமும் தேரின் உட்புறமும் பொன்னிறத்தில் இருக்க, கம்பிகளும் அதே நிறத்தி லிருந்தன. தூரத்திலிருந்து பார்க்கும் மக்களின் கண்களுக்கு சென்னி மட்டுமே தெரிந்தான். சாலையின் இருபுறங்களிலும் இருபதடிக்கு ஒரு காவலன் மக்களை நோக்கியபடி நின்றிருந்தான். மக்கள் திரளுடன் கலந்த பரமனும், கோடனும் தேரினைப் பின்தொடர்ந்தனர்.

சென்னியை எதிர்பார்த்து இந்திரனின் கோவிலில் சமயவாதிகள், சோதிடர், சில வேற்று நாட்டினர், ஐம்பெருங் குழுவினர், எண் பேராயத்தினர் என்று அனைவரும் காத்திருந்தனர். சோழநாட்டின் முந்தைய தளபதிகளான படர்சடையனும், தழல்மேனியும் ஒரு புறத்தில் நின்றிருக்க

‘‘ஏன் உங்கள் முகம் துவண்டுள்ளது?’’ என்றார் படர்சடையன்.

‘‘உன்ன நிமித்தம் சரியில்லை. மனம் பேதலிக்கிறது’’ என்றார் தழல்மேனி.

உன்னம் என்பது ஒருவகை மரம். அது நல்லது நடக்குமெனில், தளிர்த்து தோன்றும். தீயது நடக்குமெனில் உதிரத் தொடங்கும் என்று மக்கள் சோழநாட்டில் நம்பினர்.

‘‘அம்புகளை மழையாய் பொழிவிக்கும் நீங்களுமா இதை நம்புகிறீர்கள்?’’

‘‘பொய்க்க வேண்டுமென்றுதான் இறைஞ்சுகிறேன். எனினும் நம்பிக்கை வேறு. அனுபவம் வேறு. இதற்கு முன் எல்லாளன் சதியினால் கொல்லப்படும் முன்னரும், சென்னியின் தந்தை இறக்கும் முன்னரும் உன்ன மரம் இலையினை சொரிந்து கதறியதென்பர்’’

‘‘இம்முறை அது பொய்ப்பதைக் காண்பீர்’’ என்று படர்சடையன் தழல்மேனியைத் தேற்ற முயன்றார்.

சோழ வேந்தனும், அரசியும் கோவிலை வந்தடைய எதிர்கொண்டழைத்தார் அமைச்சர் திகழ்செம்மான். சென்னி தேரிலிருந்து இறங்கி இளவெயினி இறங்குவதற்கு கையை நீட்ட, இளவெயினி அவன் கையைப் பற்றி கீழிறங்கினாள். பொன்

அணிகலன்கள் அணிசேர்க்கும் வேந்தனின் இரும்பு மார்புகள் இன்று மேல்துண்டினூடே தெளிவாகத் தெரிய, கோடுகளில்லா வேங்கையாய் வேந்தன் வந்திருப்பதைக் கண்டு திகைத்தார் அமைச்சர் திகழ்செம்மான்.

'என்னவாயிற்று' என்று கேட்க அரசியை செம்மான் பார்க்க அரசியும் ஒப்பனைகளின்றி தேரிலிருந்து இறங்குவதைக் கண்டு குழம்பினார்.

அல்லி இரவில் மலர்ந்து காலையில் குவியும். தாமரை காலையில் மலர்ந்து இரவில் குவியும். நிலவின் குளுமையிலோ ஆதவனின் வெம்மையிலோ ஒரு பொழுது மட்டும் மலர்ந்திருக்கும் மலர்கள் போலல்லாமல் இருமலர்களின் தன்மையும் கொண்ட நறுமலராய் எப்பொழுதிலும் மலர்ந்து ஒளிவீசும் தளிர்முகம் கொண்ட அரசி தேரிலிருந்து இறங்கினாள்.

சென்னியும், இளவெயினியும் மூத்தோர் அனைவரையும் வணங்கிவிட்டு, அதன்பின் மக்களை வணங்க, மக்களின் வாழ்த்தொலியில் கோட்டம் அதிர்ந்தது. உறுதியான மூங்கில்களால் சற்று உயர்ந்த இடத்தில் மேடை அமைக்கப்பட்டு இருக்கைகள் போடப்பட்டிருக்க, சென்னியும், இளவெயினியும் இருக்கைகளில் அமர்ந்ததும் மற்றவர்கள் அமர்ந்தனர்.

இளவெயினியின் அருகில் அமர்ந்த செம்மான் ஆர்வம் தாளாமல் "என்னவாயிற்று. அணிகலன்கள் அணிவதற்கு ஏதாவது புதிய கட்டுப்பாடுகளை இயற்றப் போகிறீர்களா?" என்று சிரிப்புடன் வினவ,

"அணிகலன்கள் அழகை விட அவசியத்திற்கே அதிகம் தேவையென்று வேந்தர் உணர்ந்தார். எனவே வழியில் நின்ற ஒரு புலவரிடம் கழற்றிக் கொடுத்துவிட்டார்" என்று கூறி இளவெயினி சிரிக்க, திகழ்செம்மானும் சிரித்தார்.

இருவரும் சிரிப்பதைக் கண்ட சென்னி திரும்பி "நகைப்பது ஏன் என்று தெரிந்து கொள்ளலாமா?" என்று வினவ...

"அமைச்சரும் புலவராகப் போகிறாராம். அவரது பொருளாதாரத்தை உயர்த்திக் கொள்ள" என்றாள் இளவெயினி. சென்னி சிரிக்க, செம்மானும் சிரிக்கத் தொடங்கினார்.

மேடையைச் சுற்றி மூங்கில்களால் வட்டம் அமைத்து மக்களை தொலைவில் அமரச் செய்திருப்பதைக் கண்ட சென்னியின் முகம் சோர்ந்தது. தனது மக்களிட மிருந்தே விலகியிருக்க நேர்ந்ததை எண்ணி வாடிப்போக, அவன் முகமாற்றத்தை உணர்ந்த இளவெயினி அவனது கையின்மேல் தனது கையை இருத்தி தேற்றுப் படுத்த, சென்னி அவளை நோக்கிப் புன்னகைத்தான்.

கற்பகத்தரு கோட்டத்தை பசும் மஞ்சள், சந்தனம் சேர்த்துத் தெளித்து சுத்தப் படுத்தி, தினைக் கோலங்கள், மாவிலைத் தோரணங்கள், ஆத்தி, செவ்வரளி மாலையுடன் மற்ற மலர்களின் மாலைகளையும் தொங்க விட்டு அழகு படுத்தியிருந்தனர். வாழை மரம், கமுகு மரத்துடன், வேப்பிலையை கட்டியிருந்தனர். பல நிறக் கொடிகள் அசைந்தாட, மணிகள் கிணுகிணுவென்று ஓசையை எழுப்பியது.

வெண்மை மற்றும் சிவந்த காப்பு நூல்கள் கட்டப்பட்டிருந்த கொடி மரத்தை இலைகளாலும், தழைகளாலும், பூக்களாலும், கடம்ப மாலையாலும் அழகுபடுத்தி யிருந்தனர். வெள்ளரிசி, பசு நெய், வெண்சிறு கடுகு, தினை, சீரகம், மிளகு, உப்புடன் சேர்த்து சமைக்கப்பட்டிருந்த திருவமுதின் மனம் கோட்டத்திலிருந்து கமழ்ந்து வந்தது.

அண்டைநாடுகளிலிருந்து வந்திருந்த குறுமன்னர்கள், குலத் தலைவர்கள் அவர்களின் உறவினர்கள், பாதுகாவலர்கள் அமர தனிப்பகுதி பிரிக்கப்பட்டிருந்தது. அயல் தேசங்களிலிருந்து வந்திருந்த ரோமர், கிரேக்கர், சீனர், எகிப்தியர் போன்றோர் அமர தனிப்பகுதி அமைக்கப்பட்டிருந்தது.

முள்ளூர் நாட்டு சிற்றரசன் பெருஞ்சாத்தன், தோன்றிமலை சிற்றரசன் முத்துமேனி மற்றும் புன்னாட்டு சிற்றரசன் தீச்செல்வன் மூவரும் ஒன்றாக அமர்ந்திருக்க அவர்களின் பார்வை சென்னியின் மீதே இருக்க...

"இன்று வாய்ப்பிருக்கிறதா?" என்று தீச்செல்வன் வினவினான்.

"நடந்தால் நல்லதே" என்று கூறி பெருஞ்சாத்தன் சிரித்தான்.

இருளின் நாவுகள் கோட்டத்தை சூழாவண்ணம் எண்ணற்ற தீப்பந்தங்கள் செந்நிற கண்களை உருட்டியபடி காவலிருக்க, களத்திற்கு வந்த சோழநாட்டின் பாணர்குழு வேந்தனையும், அரசியையும் வணங்கினர். பெரும்பாணனும், பாடினியும் முன்னேறி கடவுள் வாழ்த்தையும், மருதப்பண்ணையும் வாய்ப்பாட்டான மிடற்றிசையை பேரியாழின் இசையில் குழைத்துப் பாடினர்.

அடுத்து பெரும்பாணன் உரத்தக் குரலில் சோழநாட்டில் இந்திரவிழா துவங்கிய விதத்தை பாடத் துவங்கினான்.

"சோழ வம்சத்தை தோற்றுவித்தவன் விண்ணிலிருந்த தூங்கு எயில்கள் எனப்படும் தொங்கும் கோட்டைகளை அழித்தவனாகிய சோழகுல திலகம் தூங்கெயில் எறிந்த தொடித்தோட் செம்பியன் ஆவான். தனது மக்கள் பசி, பிணி, பகையற்று வாழ வேண்டுமென்றும் அதற்கு சோழ நாட்டின் தலைநகரான காவிரிப்பூம்பட்டினம் உலகம்

மெச்ச சிறப்புற்று இருக்க வேண்டுமென செம்பியன் விரும்பினான். அக்கணத்தில் செம்பியனைக் காண சோழ நாட்டின் அரசவைக்கு எழுந்தருளினார் அகத்திய முனிவர். அவரின் பாதம் பணிந்து அரசவைக்கு வரவேற்ற செம்பியன் அவரின் நலம் வினவ...

"உன் முகம் ஏன் வாடியுள்ளது செம்பியா?" என்றார் அகத்தியர்.

"மக்களின் நலன் நீடித்திருக்க வேண்டுகிறேன்" என்றான் செம்பியன்.

செம்பியனாக ஒருவனும், அகத்திய முனிவனாக மற்றொருவனும் மாறிக்கொண்டு கதையை பாடல்களினால் நடித்துக் கொண்டிருக்க, மற்ற பாணர்கள் ஒவ்வொருவராக இணைந்து கொள்ள இசையின் வீரியம் கூடத் துவங்கியது.

பரஞ்சுடரும், வானவனும் களத்தின் இருபுறங்களில் நின்றவாறு கண்களை சுழல விட்டுக் கொண்டிருக்க, சோழ நாட்டு மக்களினூடே இருங்கோ அமர்ந்திருந்தான்.

பாதுகாப்பு முறைகளை பரஞ்சுடர் பார்த்துக்கொண்டிருக்க, குறைகளை இருங்கோ கவனித்துக் கொண்டிருந்தான். நிறை, குறை இரண்டையும் இளவெயினி உள்வாங்கிக் கொண்டிருக்க, எதுவாகினும் பார்த்துக்கொள்ளலாம் என்று சென்னி அமர்ந்திருந்தான். ஓநாய்கள் திட்டங்கள் தீட்டி நிகழ்த்தும் வேட்டையை, சிம்மம் வீரத்தால் நிகழ்த்துமென காத்திருந்தான்.

தாக்கும் தருணத்தை எதிர்நோக்கிக் காத்திருந்த இருங்கோ தன்னுடன் வந்திருந்த வீரர்களை மூன்று பிரிவுகளாகப் பிரிந்திருந்தான். சோழவேந்தன் கற்பகத்தரு கோட்டத்தில் கோவிலின் எதிரே நடப்பட்டிருந்த கொடிமரத்தின் கொடியை இறக்கவும், கொடி மரத்தை வெட்டவும் வந்தாக வேண்டும் என்பதை அறிந்திருந்ததால் கொடிமரத்தின் வடதிசையில் தனது வீரர்களின் ஒரு பிரிவை இருத்தியிருந்தான். மற்றொரு பிரிவு கொடிமரத்தின் தென்திசையில் மக்களினூடே காத்திருந்தது.

வேட்டைக்கு உருவாக்கிய திட்டத்தை வெற்றியாக மாற்றுவது காத்திருத்தலே. நோக்கத்தை வெளிப்படுத்தாமல் உலகுடன் இரண்டறக் கலந்திருந்து பாயும் தருணம் வரை பதுங்கியிருத்தலே வேட்டைக்கு அழகு. இருங்கோ பிறவியிலேயே வேட்டைக் குடியினன். மலர்ந்த முகத்துடன் காத்திருந்தான்.

கற்பகத்தரு கோட்டத்தின் அருகில் மூதூர் பொழில் அமைந்திருந்தது. மூதூர்ப் பொழில் என்பது விழாக்காலத்தில் காதலர்கள் தங்குவதற்காக ஏற்படுத்தப்படும் அழகிய பூஞ்சோலை. இளவந்திகை என்றும் அழைக்கப்படும் இப்பூங்காவில் இளவேனிற்

காலத்தில் மலரும் மலர்களான நுணவம், கோங்கம், குரா, அதிரல், பாதிரி, புங்கம், வெண்கடம்பு, வேம்பு, செருந்தி, காஞ்சி, ஞாழல் ஆகிய பூக்களைப் பூக்கும் மரங்களும் மலர்க்கொடிகளும் வளர்ந்திருக்க அம்மலர்களின் வாசம் கற்பத்தரு கோட்டம் வரை வீசியது. இந்த பூங்காவில் இருங்கோவேளின் முப்பது வீரர்கள் அமர்ந்திருந்தனர்.

மக்கள் திரளிலிருந்து விலகி ஒரு வீரன் இருங்கோவின் சமிக்கைக்காக காத்திருந்தான். சென்னியைத் தாக்க முடிவு செய்து இருங்கோ தலையசைத்தால் மறுகணம் மூதூர் பொழிலிலிருந்து அவனது வீரர்கள் அம்புகளை எய்து சோழ மக்களைக் கொன்று குவித்தவாறு முன்னேறுவர். சோழ மக்கள் தாக்கப்படும்போது சென்னி நிலை குலைவான். சிந்திக்கும் திறனை இழப்பான். அந்த நொடிப் பொழுதின் குழப்பத்தில் கொடிமரத்தின் தென்திசையிலிருக்கும் முப்பது வீரர்கள் சோழ தற்காப்புக்களை உடைத்துக்கொண்டு சென்னியை நோக்கி முன்னேறுவர்.

சென்னியைக் காக்க சோழப்படை வட திசைக்கும், தென் திசைக்கும் இரண்டாய் பிரிகையில் கொடி மரத்தின் எதிரிலிருந்து இருங்கோ மூன்றாவது பிரிவுடன் வேந்தனை நோக்கி முன்னேறுவான். இந்தத் தாக்குதலை இருங்கோ மனதில் நிகழ்த்தி வெற்றி பெறும் சாத்தியக்கூறுகளை ஆராய்ந்து கொண்டிருக்க, அவன் கண்கள் பாணர்களின் மேல் நிலைகுத்தி நின்றன.

பாணர்களின் பாடல் தொடர்ந்தது. அகத்திய முனிவர் ‘‘புகார் நகரம் மேலும் வளமுடன், பொலிவடைய வேண்டுமெனில் மழை, இடி, மின்னல்களின் கடவுளான தேவர்களின் தலைவன் இந்திரனுக்கு காவிரிப்பூம்பட்டினத்தில் இந்திர விழாவை இருபத்து எட்டு நாட்கள் தொடர்ந்து எடுக்க வேண்டும். இந்திரனின் ஆசி கிட்டினால் மாதம் மும்மாரி மழை பொழிந்து பயிர் செழிக்கும். மக்கள் பிணியும், பகையுமற்று வாழ்வர்’’ என்று தெரிவித்தார்.

இக்கருத்தையேற்ற செம்பியன் அவரையே முன்னின்று விழாவை குறைவின்றி நடத்திக்கொடுக்க வேண்டினான். அகத்தியரும் செம்பியனின் வேண்டுகோளுக்கு இணங்க, உடனடியாக விழாவிற்கான ஏற்பாடுகளை செம்பியன் துவங்கினான். முதல் இந்திர விழா புகாரில் சிறப்புடன் தொடங்கி நடைபெற, தேவர் தலைவனாகிய இந்திரனும், மற்ற தேவர்களும் மனம் மகிழ்ந்து விழா நடைபெற்ற இருபத்தெட்டு நாட்களிலும் புகார் நகரத்தில் வந்து தங்கியிருந்தனர். இந்திரனின் வான உலகமான இந்திரபுரி காலியாக இருக்க, புகார் சொர்க்கபுரியாய் மாறியது.

செம்பியனின் காலத்திற்குப்பின் வந்த வேந்தன் எல்லாளனும் இந்திரவிழாவை தொடர்ந்து நடத்தியதால் சோழநாடு உலகிற்கே உணவளிக்கும் வல்லமையைப் பெற்றது என்று பாணர்கள் பாட, தட்டழியும், தடாரியும் தடதடக்க, சச்சரியும், சல்லரியும் இயைந்து வர, துத்திரியும், துந்துபியும் முழங்கத் துவங்கியது.

நறுமணப் புகையின் மணமும், மணிகளின் ஓசையும், இசைக் கருவிகளின் ஒத்திசைவும் உச்ச நிலையில் ஒலிக்க, பாணர்கள் சுழன்றவாறு ஆடிக்கொண்டிருக்க, அருகிலிருந்த ஒரு பாணன் தன்னிலை இழந்து ஒருவித மயக்க நிலையில் வெறியாடத் துவங்கினான். மற்ற இரு பாணர்கள் அவனை அடக்கி பிடித்து அவனது ஆவேசத்தை குறைக்க முயன்றாலும், முடியாமல் துள்ள அருகிலிருந்த காவலர்கள் அவனை இறுக்கிப் பிடித்து கட்டுப்படுத்தினர்.

பாணர்கள் கூத்தை முடித்ததும் குழுமியிருந்த மக்கள் அனைவரும் உற்சாகக் குரலெழுப்பியும், கைகளைத் தட்டி ஒலியெழுப்பியும் மகிழ்வைத் தெரிவிக்க, சென்னியும், இளவெயினியும் இந்திரனுக்கு வழிபாடுகளை நடத்த கற்பகத்தரு கோட்டத்தை நோக்கி நடந்தனர்.

மூங்கில் வளையத்திற்கு அருகில் நடப்பட்டிருந்த கொடிமரத்தினருகே குறைவான சோழ வீரர்களே காவலிருக்க, இருங்கோ தனது திட்டத்தை நிறைவேற்ற முடிவு செய்தான். குழப்பம் நிகழும் சூழலில் தன்னுடன் அமர்ந்திருந்த நூற்றுக்கணக்கான வீரர்களால் எளிதாக சென்னியை நெருங்க முடியும். நஞ்சு தடவப்பட்ட குறுங்கத்திகள் சென்னியின் உடலைக் கீறினால் கூட இறப்பு நிச்சயம். இல்லையெனினும் கருவுற்றிருக்கும் இளவெயினியை சிறைபிடித்தால் சென்னியை எளிதாக பணியச் செய்ய இயலும். வெற்றி உறுதியென்று தோன்ற இருங்கோ ஆயத்தமானான்.

ஆயிரங்கண்ணுடைய இந்திரனின் மண்டபத்தை ஆயிரம் மலர் மாலைகளால் அழகு செய்து, கோட்டத்தினுள் கரும்பினால் பந்தல் ஏற்படுத்தி அதனுள் இந்திரனின் சிலையை மலர்களால் நிரப்பியிருந்தனர். ஐவகை நிலங்களின் திணைகளில் அமுதுகள் சமைத்து வாழை இலைகளில் படைத்திருந்தனர். ஒருபுறத்தில் மக்களுக்கு வழங்கு வதற்காக திருவமுது நிறைந்த பெரிய பாத்திரங்களும், கூடைகளில் முக்கனிகளையும், தொன்னைகளையும் வைத்திருந்தனர்.

கோட்டத்தின் வைராவி வழிபாடுகளைத் தொடங்கினார். மலர்களைத் தூவி, நீரைத் தெளித்து, ஒரு சாண் நீளத் துணியினால் உருவாக்கப்பட்டிருந்த கைத்தீவர்த்தியைக் காட்டி தமிழ்த் திருமுறைகளை உச்சக் குரலில் பாடத் தொடங்க இளவெயினிக்கு உடல் சிலிர்த்தது.

"ஐம்புலன்கள் தூண்டப்பட்டு உணர்வுகள் உச்ச நிலையை அடையும்போது உடல் சிலிர்க்கிறது. ஐம்புலன்களின் துணையின்றி உணர்வின் உச்ச நிலையை அடையச் செய்யும் வல்லமை பெற்றது மனம். வழிபாடுகள் மனதை ஒருபுள்ளியில் குவிக்க உதவுகின்றன.'' இங்கு இளவெயினி அடைந்தது ஒருவிதமான பரவச நிலை.

வைராவி திருமுறைகளைப் பாடி முடித்ததும் இந்திரனுக்கு முன்னர் வைக்கப் பட்டிருந்த வாளை எடுத்துத் தர, அதை வணங்கிப் பெற்றுக் கொண்ட இளஞ்சேட் சென்னி கோட்டத்தின் வெளியில் நடப்பட்டிருந்த கொடிமரத்தை நோக்கி நடக்கத் துவங்கினான். கொடிமரத்தின் அருகே கட்டப்பட்டிருந்த பட்டத்து யானை பிடர்த் தலை பிளிறியது. இளவெயினியின் விற்புருவங்கள் சுருங்கின.

கண்ணிகள் இறுகும்...

௪

சோழவேந்தன் இளஞ்சேட்சென்னியை வஞ்சகத்தால் கொல்வதற்கு பகைவர்கள் கற்பகத்தரு கோட்டத்திற்கு வெளியில் அமர்ந்திருந்த மக்களினூடே மறைந்திருக்க, சென்னி கோவிலில் இருந்து வெளியில் வருகையில் பரஞ்சுடரைப் பார்த்து தலையசைத்தான்.

பரஞ்சுடர் தொலைவில் நின்றிருந்த வானவனை நோக்கி கையசைத்தான். அடுத்த கணம் மக்கள் திரளுக்கு வெளியே காத்திருந்த எண்ணற்ற சோழ வீரர்கள் ஆளுயர கேடயங்களைத் ஏந்தியபடி தடதடவென்று உள்நுழைந்து வட்டமாக அமைக்கப் பட்டிருந்த மூங்கில் தடுப்புகளுக்கு அருகில் தோளோடு தோள் உரசுமாறு மக்களைப் பார்த்தபடி நிலை கொண்டனர்.

"காலம் காலமாய் சதிகள் நடைபெற்றுத் தான் வந்திருக்கின்றன. அறத்தை குலைக்கும் அநீதியும், வெளிச்சத்தைச் சூழ முயலும் இருளும் மனிதரின் இயல்பைப் போல தவிர்க்க இயலாதவை"

படைவீரர்கள் அரண் போல் கற்பகத் தரு தோட்டத்தைச் சுற்றி நிலை கொள்வதைக் கண்ட இருங்கோ அதிர்ந்து போனான். தனது தாக்கும் திட்டம் முறியடிக்கப்பட்டதை விட தனது உத்தியை தெளிவாக படித்த மதியூகத்தை எண்ணி வியந்தான். இருங்கோவின் சிந்தையில் எண்ணங்கள் புயலாய் வீசிக்கொண்டிருந்தன. இதை யூகித்தவர்கள் மக்களினூடே ஒற்றர்கள்

மறைந்திருப்பர் என்பதையும் உணர்ந்திருப்பர். விழாவிற்குப் பின்னர் வெளியேறும் மக்களை வீரர்கள் சோதிக்கலாம். இரவிலும் வீடுகளில் தேடல்கள் தொடரலாம். தனது வீரர்களை எச்சரிக்க வேண்டும் என்று நினைத்துக் கொண்டான்.

இனி தாக்குதலால் எந்தப் பயனுமில்லை என்று உணர்ந்ததும், மெதுவாக எழுந்து மக்கள் திரளை விட்டு வெளியேற, திட்டம் கைவிடப்பட்டதை உணர்ந்த அவனது வீரர்கள் எவருக்கும் ஐயம் எழாதவாறு கலையத் தொடங்கினர்.

காவிரிக் கரையில் இறந்த ஒற்றனின் உடலில் குறுங்கத்தியும், அதில் கொடிய நஞ்சும் தடவப்பட்டு இருந்ததாக பரஞ்சுடர் சொன்னவுடனே 'இது தன்னை தொலைவிலிருந்து தாக்க பகைவர்கள் உருவாக்கியுள்ள உத்தி' என்றும் 'நாட்டில் ஒற்றர்கள் ஊடுருவி யிருக்கக்கூடும்' என்றும் சென்னி உணர்ந்து கொண்டான். எனவே கோட்டத்தில் நடக்கும் விழாவில் கேடயமேந்திய படைவீரர்களை ஈடுபடுத்தக் கூறியிருந்தான். இந்திரனின் கொடிமரமானது மக்கள் தடுப்புக்கு அருகில் இருந்ததால் 'தான் கொடி மரத்தை இறக்கப் போகும்போது தாக்குதல் நடைபெற வாய்ப்புள்ளது' என்று யூகித்தான்.

பரஞ்சுடர் சோழ நாட்டின் வைத்தியரை தேவையான நஞ்சு முறி மூலிகைகளுடன் விழாவிற்கு வரவழைத்திருந்தான். அரசனின் உடலில் சிறு கீறல் விழுந்தாலும் உடனே கீறலின் மேல் பிழிவதற்கு தேவையான மூலிகையைத் தனது இடைக் கச்சையில் வைத்திருந்தான்.

சென்னியும், இளவெயினியும் கொடிமரத்தை நெருங்கினர். கொடிமரத்திற்கான மங்கள வழிபாடுகள் அகில் புகையுடனும், கைத்தீவர்த்தியின் ஆராதனையிலும் நடைபெற பறைகளும், முரசுகளும் ஒலிக்கத் தொடங்கின. சென்னியின் கண்கள் மக்களை துழாவியவாறு இருக்க 'பயிர்களில் விளையும் களைகளைப் போல், மலர்வனத்தில் முளைத்த முட்செடி போல், இசையின் சுருதி பிசகலாய் தன் மக்களுடன் கலந்திருப் பவர்கள் யார், அவர்களின் திட்டமென்ன' என்று சிந்தை யோசித்திருக்க, இரண்டு சித்தர்கள் மரத்தின் மேல் பறந்துகொண்டிருந்த இந்திரனின் கொடியை கீழிறக்கத் துவங்கினர்.

சென்னியை நெருங்கிய வைராவி 'கொடி மரத்தை வெட்டலாம் வேந்தே' என்று கூற, வாளுடன் மரத்தை நெருங்கிய சென்னி, கோட்டத்தின் உள்ளிருந்த வெற்றிடத்தில் விழுமாறு ஒரே வீச்சில் மரத்தை சரிக்க, முரசுகளின் பேரோசை பெருமழையாய் உச்சத்தைத் தொட்டது.

மழையின் சீற்றம் மெதுவாக அடங்குவது போல இசைக்கருவிகளின் ஒலிகள் குறைய வள்ளுவன் தனது வண்ணமிகு முரசை குறுந்தடியால் அடித்து 'இன்றுடன் இந்திர விழா நிறைவடைகிறது. விழாவில் கலந்து கொண்ட வானவருக்கும், வானவர்

தலைவன் இந்திரனுக்கும் சோழநாட்டின் வணக்கங்கள். நிறைகுறைகளைப் பொறுத்து சோழநாடு செழிப்புற்றிருக்குமாறு என்றென்றும் காத்தருள வேண்டும். மக்கள் போற்றும் வேந்தனின் புகழ் ஓங்கட்டும், வேந்தன் காக்கும் மக்களின் மாண்பு உயரட்டும். பசியும், பிணியும், பகையும் நீங்கி மழையும் வளமும் எங்கும் சுரக்கட்டும்' என வாழ்த்தினான்.

அதனைத் தொடர்ந்து 'இந்திர விழா நிறைவடைந்ததையொட்டி நாளை சோழநாட்டின் புகழ் பெற்ற தேர்ப் போட்டி நடைபெறும். திறமை வாய்ந்த அயல் தேசத்து வீரர்களும் போட்டியில் கலந்து கொள்கின்றனர். போட்டியில் வெற்றி பெரும் வீரருக்கு அவரின் தேர் கொள்ளுமளவு பொன் நாணயங்கள் வெகுமதியாக அளிக்கப் படும். நாளைய இரண்டாம் சாமத்தில் போட்டி துவங்கும்' என்று அறிவித்துவிட்டு முரசைத் தொடர்ந்து ஒலிக்கத் துவங்கினான்.

சென்னி தேர்ப் போட்டிகளை நடத்துவதில் மிகுந்த ஆர்வம் கொண்டவன். அவனது ஆட்சியில் நடந்த ஆறு போட்டிகளையும் வென்றவன். சோழநாட்டின் தேர்ப் போட்டி பெரும் புகழுடைய அண்டை நாட்டினரும், வட தேசத்தினரும், அயல் தேசத்தாரும் போட்டியில் கலந்து கொள்ளவும், காணவும் வருவதை வழக்கமாய் கொண்டிருந்தனர்.

சென்னியும், இளவெயினியும் மக்களையும், வந்திருந்த மூத்தோரையும் வணங்கி விட்டு தேரிலேற பரஞ்சுடரும், வானவனும் மற்ற காவல் வீரர்களுடன் தேரின் முன்னும், பின்னும் இணைந்து கொண்டனர்.

மீண்டும் சாலைகளின் இருபுறங்களிலும் காத்திருந்த மக்களினூடே பயணித்த புலித்தேர் அரண்மனையை நெருங்கியது. நுழைவு வாயிலிலும், மதிற் சுவரிலும் ஏராளமான தீவட்டிகளும், சிட்டி விளக்குகளும் ஒளிர, சோழ அரண்மனை ஒளிகளின் நாடாய் மின்னியது.

மன்னர்கள் தமது கோட்டை அரண்களை நான்கு வகைகளில் அமைப்பர். உயரத்தை மட்டும் கொண்ட அரண் மதில். நெடிதுயர்ந்தும், பாறைகளாலும் உருவாக்கப் பட்டு பற்றியேற முடியாத வழவழப்புடன் இருக்கும்.

உயரத்துடன் மதிலின் உச்சியில் அகலத்தையும் கொண்டிருக்கும் அரண் எயில். வீரர்கள் ஆயுதங்களுடன் நடமாட, பொறிகளைப் பொறுத்த போதுமான அகலத்தைக் கொண்டிருக்கும்.

உயரம், மற்றும் அகலத்துடன் உடைக்க முடியாத திண்மையையும் கொண்ட அரண் இஞ்சி. செம்பை உருக்கிச் சாந்தாக வார்த்துக் கருங்கல்லால் கட்டிய ம[illegible] இஞ்சி.

இம்மூன்றுடன் பகைவர் நெருங்க முடியாத வலிமையைக் கொண்டது சோ அரண். இயந்திரப் பொறிகளும், கோட்டைகள், மதிற் சுவரை விட்டு நீண்டிருக்கும் கொத்தளங்களும் உடையது.

சோழ அரண்மனை சோவரண் என்ற ஈடிணையற்ற அரணின் வகையைச் சார்ந்தது. மதிற் சுவரின் உச்சியில் முடக்கறை எனப்படும் மறைந்து அம்பெய்தற்குரிய சிறிய இடைவெளிகள் அமைக்கப்பட்டிருந்தன.

சுவற்றின் மேல் நான்கு சிறு கோட்டைகளும் அவற்றின் இரண்டினருகே எதிரிகளைக் கண்காணிக்க உதவும் உக்கடம் எனும் உயர்ந்த கட்டுமானமும் அமைக்கப்பட்டிருந்தது. பகைவர்கள் மதிலை நெருங்க முடியாமலிருக்க பாதுகாப்புக்காக பல்வேறு விசைக் கருவிகளும், பொறிகளும் சுவரின்மேல் பொருத்தப்பட்டிருந்தன. ஒரே நேரத்தில் நூற்றுக் கணக்கான சிற்றம்புகளை எய்யக்கூடிய எந்திரவில் கோட்டைகளில் பொருத்தப் பட்டிருந்தன. எதிரிகளை நோக்கி அம்பெய்யும் ஏவறை என்ற பொறிகளும், நாளிகம் என்ற இரும்பினால் செய்யப்பட்ட மெல்லிய அம்புகளை எய்வதற்கு வளைவிற்பொறி எனப்பட்ட அம்பெய்யும் பொறிகளும் சுவரின்மேல் வரிசையாக பொருத்தப்பட்டிருந்தன.

பகைவர் நெருங்கி வரும்போது அவர்கள் மீது கொதிக்கும் இரும்புக் குழம்பு, தேன் மற்றும் எண்ணெய் போன்றவற்றை ஊற்ற மதிலின் உச்சியில் காய்பொன் உலை, பாகடு குழிசி, பரிவுறு வெந்நெய் என்று பெயரிடப்பட்ட பெரும் பாத்திரங்கள் இருந்தன. மேலும் பாஞ்சாலிகம், துருகணம், முற்கரம், முட்செண்டு, குந்தாலி, பெருமுழக்கு, விற்காடிமம், நூற்றுவரைக்கொல்லி எனப்பட்ட பல வகையான பொறிகள் பொருத்தப்பட்டிருந்தன.

அரண்மனை மதிற்சுவருக்குள் இருந்த அகநகருக்குச் செல்ல மூன்று வாயில்கள் இருந்தன. இரண்டு வாயில்களில் எழுவுஞ் சீப்பு என்ற மேலிருந்து கீழிறங்கும் இரும்பால் செய்யப்பட்ட சிறிய கதவுகள் இருந்தது.

முதன்மை வாயிலின் உயரமான கோட்டைக் கதவுகள் உறுதியான கணைய மரத்தினால் செய்யப்பட்டு, கதவுகளின் பின்புறம் குறுக்குக் கட்டை அமைத்து வலுவேற்றப்பட்டிருந்தன. அகநகருக்குள் செல்ல காலை முதல் மாலை வரை மட்டுமே அனுமதி உண்டு. தேர்கள் மற்றும் படைகள் போகும்போது மட்டுமே பெரிய கதவுகள் திறக்கப்படும். மற்ற சமயங்களில் மக்கள் சென்று வருவதற்காக ஒரு ஆள் மட்டும் நுழையக்கூடிய சிறிய கதவு தனியாக உண்டு. இப்பொது இந்திரவிழா அறிவிக்கப் பட்டிருந்ததால் மக்கள் சுற்றிப் பார்ப்பதற்காக அனைத்து நேரங்களிலும் திறந்து வைக்கப்பட்டிருந்தன. முதன்மை நுழைவு வாயிலிலும், மதிற்சுவரின் மேலும் காவலர்கள் எப்போதும் பாதுகாப்பில் நின்றிருப்பர்.

அகநகரில் வேந்தனின் அரண்மனையும், அமைச்சர்கள், தளபதிகள் மற்றும் முக்கிய அலுவலர்களின் மாளிகைகளும், விருந்தினருக்கென தனி மாளிகைகளும் அமைந்திருந்தன. சிறிய அங்காடியும், தங்கம், வைரம் போன்ற விலையுயர்ந்த கற்களை விற்கும் கடைகளும் இருந்தன.

புலித்தேர் சோழ மதிற்சுவருக்குள் நுழைந்து அரண்மனையின் வாசலில் நிற்க, அங்கு காத்திருந்த நன்முகை இளவெயினியை அரண்மனையுள் அழைத்துச் சென்றாள்.

'இரவின் திட்டம் என்ன?' என்றான் சென்னி.

'இந்திர விழாவிற்காக அண்டை நாடுகளிலிருந்து வந்து நமது நாட்டின் சத்திரங்களிலும், விருந்தினர் மாளிகைகளும் தங்கியிருக்கும் மக்களினூடே சந்தேகத்திற்குரியவர்கள் எவரேனும் இருக்கின்றனரா என்று பார்த்து விடுகிறோம்' என்றான் பரஞ்சுடர்.

'கடற்கரையில் உலவுபவர்களையும், ஏதாவது வீட்டில் அதிக நபர்கள் தங்கியுள்ளார்களா என்றும் சோதித்து விடு. மக்களுக்கு சிரமமில்லாமல் பார்த்துக் கொள். மேலும் காலையில் தேர்ப் போட்டி நடக்கும் திடலின் பாதுகாவலை உறுதிப்படுத்தி கொள்' என்றான் சென்னி.

'சரி' என்று கூறிவிட்டு பரஞ்சுடர் திரும்பி வானவனைப் பார்த்து 'மருவூர்ப்பாக்கத்தின் அனைத்து பகுதிகளிலும் தேடலைத் தொடங்கு. நான் பட்டினப்பாக்கத்தை பார்த்து விடுகிறேன்' என்று கூறிவிட்டு குதிரை வீரர்களை அழைத்துக்கொண்டு வெளியேறினான்.

அரண்மனையிலிருந்த தனது அறைக்குச் சென்ற இளவெயினி அறையின் பின்புற வாயிற் கதவை திறந்துச் சென்று தோட்டத்திலிருந்த இருக்கையில் அமர்ந்தாள். சிறிய பொய்கையும், அழகிய பூக்களைச் சொரியும் மரங்களும் நிறைந்திருந்த சோலையிலிருந்து மலர்களின் மணம் சுகந்தமாய் பரவியது. மான்களும், அன்னங்களும் திரிய எங்கிருந்தோ மயிலின் அகவல் செயற்கை நீரூற்றின் ஓசையை மீறி ஒலித்தது. முழு நிலவின் ஒளி வீசிக் கொண்டிருக்க, குளிர்ந்த கடல் காற்று அவளின் முடியைக் கலைத்து உடலை ஊடுருவிச் சென்றது.

இளவெயினியைக் கண்டவுடன் தோட்டத்திலிருந்த சிறிய மான் ஓடி வந்து அவளின் அருகில் நிற்க, அதனுடன் விளையாடும் மனநிலையில் அவள் இல்லாமலிருந்தாள். இருந்தும் அதன் தலையை மென்மையாக தடவிக் கொடுத்தாள். விழாத்திடலில் ஏராளமான மக்கள் அமர்ந்திருக்க சிலரின் முகத்தில் இருள் படிந்திருப்பதை கண்டிருந்தாள். அதிகப்படியான காவல், அதிகப்படியான ஆபத்தை குறிக்க, மனம் அமைதியின்றி தவித்தது.

ஒரு குவளையில் நீருடன் இளவெயினியின் அருகில் பரிவுடன் அமர்ந்த சென்னி..

'களைப்பாக இருக்கிறதா?' என்றான்.

"இப்போது பரவாயில்லை" என்றாள் இளவெயினி. உடலைவிட மனதில்தான் தளர்வும், கலக்கமும் அதிகரித்திருந்தது. கண்களுக்குத் தெரியாமல் நாட்டில் நிலவும் சூழலை சென்னியும் உணர்ந்திருந்தான்.

"காலம் காலமாய் சதிகள் நடைபெற்றுத் தான் வந்திருக்கின்றன. அறத்தை குலைக்கும் அநீதியும், வெளிச்சத்தைச் சூழ முயலும் இருளும் மனிதரின் இயல்பைப் போல தவிர்க்க இயலாதவை"

'நாளை தேர்ப்போட்டியிலும் ஒற்றர்கள் ஊடுருவியிருப்பர். நீங்களே அவர்களின் குறி என்பது தெளிவு'

'நஞ்சு தடவிய கத்தியை தூரத்திலிருந்து எறிவதே அவர்களின் எண்ணமென்று தோன்றுகிறது. எனில் நுழைவு வாயிலினருகே நான் செல்லும்போது மட்டுமே அவர்களுக்கு வாய்ப்பு உண்டு. அங்கு காவலை பலப்படுத்தி விடலாம்.'

'தேரோட்டிகள் எவரேனும் எறிந்தால்?'

'வாய்ப்புகள் குறைவு. எனினும் எச்சரிக்கையுடன் இருப்பேன்'.

தேர்ப் போட்டிகளை நடத்தாமல் இருப்பது கோழைத்தனமான செயல். சோழநாட்டில் நடக்கும் நிகழ்வில் பங்கேற்க வேந்தனே அச்சமடைந்தால் குடிமக்களை எவ்வாறு காக்க இயலும். இருப்பினும் இளவெயினியின் மனது ஏனோ நிம்மதியின்றி தவித்தது.

அவளின் மனதைப் படித்த சென்னி 'நீ மனஅமைதி கொள். நான் பார்த்துக் கொள்கிறேன்' என்றான்.

இளவெயினியின் தோளைப் பற்றி சென்னி ஆதரவாக அவனது நெஞ்சில் சாய்த்துக்கொள்ள, காற்றில் அலையும் கொடி கொம்பைப் பற்றிக் கொள்வது போல அவன் தோள்களில் இளவெயினி சாய்ந்துகொண்டாள். அவளின் விரல்களினூடே தனது விரல்களைச் செலுத்தி இறுக்கிக் கொண்டான் சென்னி. உள்ளங்கையின் வெப்பத்தினால் அவளுக்கு பாதுகாப்பை உணர்த்த முயன்றான். கோழிக்குஞ்சு கோழியின் உடலில் ஒடுங்கிக் கொண்டு மேலும் வெம்மையை தேடுவது போல இளவெயினி அவனுடன் ஒட்டிக் கொண்டாள்.

அவன் நெஞ்சத் துடிப்பை இவளால் உணரமுடிந்தது. இவளின் உயிரின் துடிப்பை அவனால் உணர முடிந்தது. ஒருமித்த சிந்தையுடன் வாழ்வின் பயணத்தை துவங்கியவர்கள் இருவரும். சொன்ன வார்த்தைகளை விட சொல்லாத வார்த்தைகளை எளிதில் புரிந்து கொண்டனர்.

சிறிது நேரம் அமைதியாகக் கழிய இருவரும் அவரவர் மனவெளியில் நிகழ்வுகளை எண்ணிப்பார்க்க எண்ணங்களின் வண்ணங்கள் ஒவ்வொன்றாய் மறைந்து காரிருள் மிதந்து மேலே வந்தது. அதில் இருளை கிழித்தெறிந்து முளைக்கும் விடிவெள்ளியாய் சென்னியின் 'நான் பார்த்துக் கொள்கிறேன்' என்ற சொல் ஆறுதலை தந்தது.

'இன்று புலவருக்கு அணிகலன்களை கழற்றித் தருகையில் பேரழகாய் தெரிந்தாய் நீ' என்றான் சென்னி எண்ணங்களை அணி மாற்ற.

'எனில் அணிகலன்களுடன் இருக்கும்போது அழகில்லையா?' பிறவிக் குறும்பு மீண்டும் குரலில் துளிர்த்தது இளவெயினியின் குரலில்.

"ஐந்தடி வெண்பா நீ. உனை வைத்தே அணிகலன்கள் அழகு பெறுகின்றன. எனினும் பெண்கள் கொடுக்கும்போது தான் அழகாகின்றனர். முத்தமோ, மொத்தமோ"

'நான் அணிகலன்கள் கொடுத்ததைப் பற்றி பேசுகிறேன்'

'தந்து விட்டதைப் பற்றி நமக்கென்ன பேச்சு. தரவிருப்பதைப் பற்றி பேசுவோம்'

மெல்லிய வெளிச்சத்தில் தெரிந்த அவனின் முகத்தைப் பார்த்தபடி...

'சமவெளியிலும், சொல்வெளியிலும் வாள் வீசுவதில் வித்தகர் நீங்கள்' என்றாள் இளவெயினி.

'வாள் வீச்சை, வாள் வீச்சால் தான் முறியடிக்க வேண்டும். கண்களின் வீச்சால் முறியடிப்பது எவ்வகைப் போர்?'

'அவரவரின் ஆயுதத்தை வைத்துத்தான் போர் புரிய முடியும்'

'எனில் இப்போரில் நிராயுதபாணி நான்'

சற்றென்று இளவெயினி வயிறைப் பற்றிக்கொண்டு சிரமப்பட,

'என்னவாயிற்று' என்று பதறினான் சென்னி. சற்று மூச்சை இழுத்துவிட்டவள்

'ஒன்றுமில்லை. உங்கள் மகன் அசைகிறான்' என்று கூற, சென்னியின் முகம் அரையிருளிலும் மகிழ்ச்சியில் ஒளிவீசியது.

'நமக்கு மகன் தான் பிறப்பான் என்று மருத்துவி கூறி விட்டாள். அவனுக்கு பெயர் ஏதும் முடிவு செய்தீர்களா?'

'நம் உயிரின் உறையாக இருந்து காப்பவள் நீ. நீயே சொல்' என்றான் சென்னி.

'நாட்டின் வளங்களைப் பெருக்கி, மேலும் பெருமை சேர்ப்பவன் என்ற வகையில் பெருவளத்தான் என்ற பெயர் பொருத்தமாக இருக்குமா?'

'அழகான காரணப் பெயர்'.

'உங்களுக்கு பிடித்தமான ஒரு பெயரை சொல்லுங்களேன்'

'நீ வைத்த பெயரையே சற்று மாற்றி திருமாவளவன் என்றும் வைக்கலாம்'

'இந்தப் பெயர் இன்னும் அழகாக இருக்கிறது'

'இரண்டுமே இருக்கட்டும். மக்களின் மனங்களை ஆளப் போகிறவன் அவன். தனது பெயரைத் தானே தேடிக்கொள்வான்'

சென்னியின் மார்பில் சாய்ந்தவாறே 'ஒரு பாடலைப் பாடுங்களேன்' என்றாள் இளவெயினி.

சென்னி சிறு வயதிலேயே முறையாக இசை பயின்றவன். தமிழிசையின் ஏழு பண்களான குரல், துத்தம், கைக்கிளை, உழை, இளி, விளரி, தாரம் போன்றவற்றையும், இசைக்கருவிகளின் வகைகளான நரம்புக் கருவிகள், தோல் கருவிகள் சிலவற்றையும் மற்றும் ஊதுக் கருவிகளில் துளையிட்டவை, துளையிடாதவை என்ற இரண்டையும் ஆளக் கற்றவன்.

'உள்ளே சென்று விடலாம். நீ உறங்கி விடுவாய்' என்றவன் மலர் மாலையை தூக்குவது போல அவளை தூக்கிச்செல்ல இளவெயினி சிரித்தபடி அவனின் மார்பில் சாய்ந்து கொண்டாள். உள்ளிருந்த படுக்கையில் அவளை கிடத்தியவன் அறையினிலிருந்த வில் யாழை கையிலெடுத்துக் கொண்டு இளவெயினியின் அருகே அமர்ந்தான்.

யாழ்களில் முதலில் தோன்றியது வில் யாழே. வேட்டைச் சமூகம் பயன்படுத்திய ஆயுதங்களில் தலையாதது வில். அந்த வில்லிலிருந்து அம்பு விடுபட்ட பொழுது முறுக்கேற்றிக் கட்டப்பட்டிருந்த நாண் எழுப்பிய வெற்றி அதிர்வே யாழ் உருவாகக் காரணமாக இருந்தது. வீரத்தில் விளைந்தது வில்யாழ்.

இளவெயினியின் அருகே அமர்ந்த சென்னி யாழ் நரம்புகளைப் பரிசோதித்து சுருதி கூட்டியவன் மென்மையான குரலில் பாடத் துவங்கினான். பருந்து பறக்கும் பொழுது நிழல் அதனைத் தொடர்ந்து வருவது போல குரலையும், யாழின் இசையையும் இணைத்து மதுரக்குரலில் ரம்மியமாகப் பாட, காலவெளியில் பயணித்து இளவெயினியின் மனதில் விழுந்த விதையொன்று விருட்சமாய் வளர்ந்து அதன் நிழலைப் பரிசளிக்க, அந்த நிழலில், நிழலின் அமைதியில் கவலைகளை மறந்து உறங்கத் தொடங்கினாள். பாடலை நிறுத்திய சென்னி அவளைப் பார்த்தவாறே அமர்ந்திருந்தான். இக்கணம் இப்படியே நிலைத்து விடாதா என்று ஏங்கினான்.

★★★

அறையின் மூலையிலிருந்த தீவட்டியின் வெப்பத்தில் பூச்சிகள் கருகிக் கொண்டிருக்க சிற்றரசர்கள் பெருஞ்சாத்தன், முத்துமேனி மற்றும் தீச்செல்வன் இருக்கைகளில் அமர்ந்திருந்தனர். அவர்களின் எதிரே இருங்கோவேள், பரமன் மற்றும் கோடன் நின்றிருக்க, இருங்கோ நடந்ததை விளக்கிக் கொண்டிருந்தான்.

'இன்றைய விழாவில் நமது தாக்குதலை துல்லியமாக கணித்து அதை முறியடிக்க திட்டம் தீட்டியுள்ளனர். கொடி மரம் மக்களின் அருகே இருந்ததால் கொடி மரத்தை வெட்டும்போது நாம் தாக்குவோமென்று எதிர்பார்த்து, கேடயம் தாங்கிய சோழ வீரர்களைக் கொண்டு அரண் அமைத்தனர்'.

'எதிரியைப் புகழ்கிறாய் நீ' என்றான் தீச்செல்வன்.

'வேட்டையில் தப்பித்துக்கொள்ளும் விலங்கின் தந்திரத்தை புரிந்து கொள்தல் அவசியம் அரசே. சரியான கண்ணிகளை உருவாக்க இது உதவும்'

'கேடயப்படையினர் வரும் முன்னரே நீ தாக்கியிருக்கலாம் அல்லவா? அப்போது சோழவீரர்கள் குறைவாகத்தானே இருந்தனர்' என்றான் முத்துமேனி.

'நாம் நிகழ்த்துவது மான் வேட்டை அல்ல. புலிவேட்டை. காயத்துடன் தப்பிக்கும் மானினால் பாதகமில்லை. ஆனால் அடிபட்ட புலியின் சீற்றம் பன்மடங்காகி விடும். பகையைக் கிழித்து, குருதியில் நனைந்து, உடலை மண்ணில் தேய்த்தெடுக்காமல் ஓயாது. சென்னியிடமிருந்து கூட கருணையை எதிர்பார்க்கலாம் ஆனால் பரஞ்சுடர் நமது நாட்டின் கடைசி உயிர் வரை கொன்று குவிக்காமல் ஓயமாட்டான். உறுதியான வெற்றியே நமது தேவை'

'உறுதியான வெற்றியைப் பெற்றுத்தரும் திட்டம் இருக்கிறதா உன்னிடம்?'

'நாளை நடக்கும் தேர்ப்போட்டியில் பொறிகளை களமெங்கும் பொருத்தி யிருக்கிறேன்.

'திடலிலும் காவல் அதிகமிருக்கும். கற்பகத்தரு கோட்டத்தில் முடியாதது தேர்ப்போட்டியில் மட்டும் எப்படி நடக்குமென நினைக்கிறாய்?'

'தேர்ப்போட்டியில் வீரர்கள் காவலுக்கு வரஇயலாது. சென்னி தனித்தே பங்கேற்பான்'

'தனித்து வந்தாலும் அவனை வீழ்த்துவது கடினம்'

''அதற்குத்தான் கண்ணிகள் உருவாக்கப்படுகின்றன. ஆறு மாதங்களாக தெளிவாக பின்னப்பட்ட கண்ணிகள். தவற வாய்ப்பேயில்லை''.

''வேந்தனைக் கொல்லும்போதே அரசியையும் அவள் வயிற்றில் வளரும் மகவையும் கொன்றாக வேண்டும். அப்போதுதான் சோழநாடு தலைமையின்றி இருக்கும்.''

'அரசியும், அமைச்சர்களும் அமரும் இருப்பிடத்திற்கு இரண்டு புறங்களிலும் நமது வீரர்கள் அமர்வர். சென்னி தாக்கப்படும் கணத்தில் அரசியும் மற்ற அனைவரும் அழிக்கப்படுவர்.'

இதுவரை பேச்சுக்களைக் கவனித்து வந்த பெருஞ்சாத்தன் 'நாளை தவறவிட்டால் மீண்டும் நமக்கு வாய்ப்பு கிட்டாது' என்றான்.

'நான் உறுதியளிக்கிறேன் அரசே. நாளைய தேர்ப்போட்டியில் நானோ, சென்னியோ எங்கள் இருவரில் ஒருவரின் உடல் மண்ணில் சரியும்' என்று கூற..

பெருஞ்சாத்தன் 'நீயே வெல்வாய். உனது வெற்றியில் தான் நமது விடியல் உள்ளது. வேந்தனும், மற்றவர்களும் அழிக்கப்பட்டதும், நமது மூன்று நாடுகள் படையெடுத்து சோழ நாட்டை துண்டாடும்போது, நீயே தலைமை தாங்கி வழிநடத்துவாய். சென்னியின் முடிவில் நமது துவக்கம் இருக்கிறது' என்றவன் தொடர்ந்து 'ஒவ்வொரு போரின் துவக்கத்திலும் உயிர்களை பலி கொடுப்பது நம் மரபு. சோழநாட்டைக் கைப்பற்றும் இம்முயற்சியில் நாளை சோழ வம்சத்தையே பலியெடுத்து வா' என்று கூற இருங்கோவேள் வணங்கி விட்டு வெளியே வந்தான்.

சோழநாட்டின் அகநகரினுள் இருந்த விருந்தினர் மாளிகையிலிருந்து இருங்கோவேள் வெளியே வர அவனுடன் பரமனும், கோடனும் இணைந்து கொண்டனர். இருங்கோ சற்றுநேரம் சோழவேந்தனின் அரண்மனையை வெறித்தவாறு நின்றான். கண் பார்க்கும் தொலைவில் பகையின் உயிர் துடிப்பதை இருங்கோவால் உணர முடிந்தது. அவன் கண்களில் வெறுப்பு கரைபுரண்டோடியது.

கண்ணிகள் இறுகும்...

9

கிழக்கில் சூரியனின் செங்கதிர்கள் கடலின் நீரை பொன்னிறக் குழம்பாக மாற்றியவாறு நீந்திச் சென்று சோழநாட்டின் கரைகளைத் தொடும் முன்னர் சோழம் விழித்தெழுந்திருந்தது. சென்னி போட்டியிடுகிறான் என்ற காரணத்தினால் மக்கள் அனைவரும் பறை, துத்தேறி போன்ற இசைக் கருவிகளை முழங்கிக்கொண்டு மட்டற்ற மகிழ்வுடனும், உற்சாகத்துடனும், கடல் நீர் நிலம் புகுந்ததைப் போன்ற ஆரவாரத்துடன் போட்டி நடக்கும் திறந்தவெளி திடலை நோக்கிச் சென்று கொண்டிருந்தனர். இந்திர விழாவைக் காண வந்திருந்த பிற நாட்டு மக்களும் தேர்ப்போட்டியை காண்பதற்காக தங்கியிருந்ததால் மக்களின் கூட்டம் அதிகமாக இருந்தது. மக்கள் நடந்தும், மாடுகள் பூட்டிய வண்டிகளிலும், குதிரைகளிலும் சென்றவாறு இருந்தனர்.

மருவூர்பாக்கத்திற்கு கிழக்கில் தேர்ப் போட்டிக்காக மிகப்பெரிய திறந்தவெளித் திடல் நீள்வட்ட வடிவில் அமைக்கப் பட்டிருந்தது. ஒரே நேரத்தில் பதினைந்து தேர்கள் போட்டியில் கலந்து கொள்ளும் வகையில் அகன்ற பாதைகளுடனிருந்த திடலினுள் நுழையவும், வெளிவரவும் பதினாறு வாயில்கள் இருந்தன.

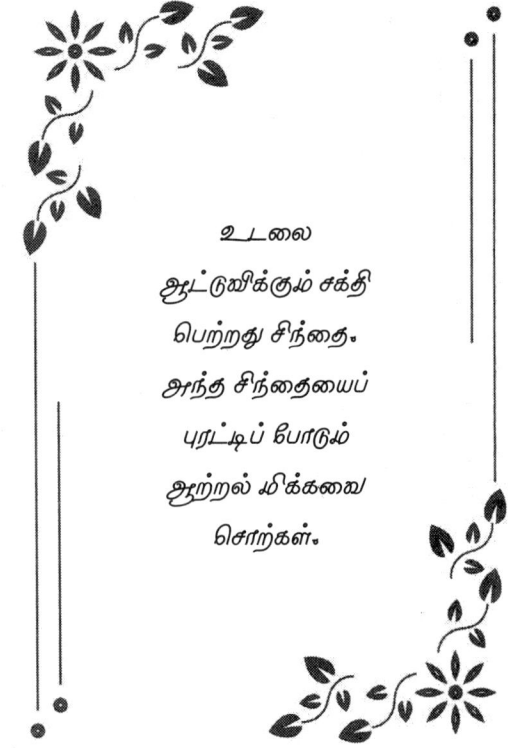

> உடலை
> ஆட்டுவிக்கும் சக்தி
> பெற்றது சிந்தை.
> அந்த சிந்தையைப்
> புரட்டிப் போடும்
> ஆற்றல் மிக்கவை
> சொற்கள்.

பரஞ்சுடரும், வானவனும் பாதுகாப்பு ஏற்பாடுகளை மிகுந்த கவனத்துடன் செய்திருந்தனர். மூங்கில்களையும், கயிறுகளையும் பிணைக்கச் செய்து மக்கள் திடலுள் நுழையும் வழிகளை முறைப்படுத்தி இருந்தனர்.

மக்கள் திடலில் அமர்ந்து ரசிப்பதற்காக அனைத்து புறங்களிலும் படிகட்டுகள் போன்ற அமருமிடங்களை கருங்கல்லினால் அடுக்கடுக்காகக் கட்டி, அதன்மேல் எலுமிச்சை பழச்சாறு, சுண்ணாம்புக்கலவை மற்றும் களிமண்ணால் உருவாக்கப்பட்ட கலவை பூசி, மக்கள் தேர்கள் செல்லும் திடலுக்குள் நுழையாதவாறு சிறிய மதிற்சுவரை எழுப்பியிருந்தனர்.

நீள்வட்டத் திடலின் நடுவில் திடலை இரண்டாகப் பிரிக்குமாறு அரைபனை உயரத்திற்கு மண்மேட்டை உருவாக்கி அவற்றில் செம்புல்லைப் பயிரிட்டிருந்தனர். தேர்கள் மண்மேட்டை சுற்றி வர செய்திருந்தனர்.

போட்டி துவங்குமிடத்திலிருந்த அழகிய நுழைவு வாயிலில் இருந்து தேர்கள் புறப்பட்டு நீள் வட்ட திடலைச் சுற்றி மீண்டும் நுழைவு வாயிலுக்கு வந்து சேருவது ஒரு சுற்று. தேர்களுக்கு இடையூறு ஏற்பட்டால் உதவி செய்வதற்காக நடுவிலிருந்த மேட்டில் சில வீரர்கள் நின்றிருந்தனர்.

ஒவ்வொரு தேரிற்கும் முன்னிருந்த பாதையை விதவிதமான நிறத்தில் அமைத்திருந்தனர். முதல் தேரின் பாதையில் புற்கள் வேயப்பட்டு பசுமையான நேர்கோடாய் இருந்தது. இரண்டாவது தேரின் பாதையில் சுண்ணாம்பின் துகள்கள் தூவப்பட்டு வெண்ணிறமாய் இருக்க, மூன்றாவது தேரின் பாதை செம்மண்ணால் அமைக்கப்பட்டு சிகப்பாகவும், நான்காவது தேரின் பாதை கருமண்ணினால் அமைக்கப்பட்டு கருமையாக இருக்க, வானவில்லை பெயர்த்தெடுத்து நிலத்தில் பதித்தது போலிருந்தது.

போட்டி துவங்கும் நுழைவு வாயிலினருகே இரண்டு அடுக்கில் உயர்ந்த தளங்கள் இருந்தன. மேலிருந்த அடுக்கில் சோழ நாட்டின் அரச குடும்பத்தினர், அமைச்சர்கள் மற்றும் தளபதிகள் வீற்றிருப்பர். கீழடுக்கில் விருந்தினராய் வந்திருக்கும் பிற தேசத்து மன்னர்களும், முக்கிய விருந்தினர்களும் அமருவர். காலையில் புறப்படும்போது இளவெயினி களைப்புடன் இருப்பதாகக் கூறியதால் சென்னி மட்டுமே போட்டிக்கு வந்திருந்தான். அரசி அமருமிடம் வெறுமையாக இருக்க தலைமை அமைச்சர் செம்மான், முதிய தளபதிகள் படர்சடையன், தழல்மேனி மற்றும் அமைச்சர்கள் மேலடுக்கில் அமர்ந்திருந்தனர்.

தேர்ப்போட்டியில் சென்னியுடன் மேலும் ஒன்பது வீரர்கள் பங்கேற்றனர். அவற்றில் ஒரு கிரேக்க வீரனும் ஒரு ரோமானியனும், இரண்டு வடநாட்டு வீரர்களும்

வந்திருக்க, மற்ற வீரர்கள் தென்னாடுகளில் இருந்து வந்திருந்தனர். தேர்கள், குதிரைகள் மற்றும் வீரர்களை நன்றாக சோதித்த பின்னர் போட்டித் திடலினுள் சோழவீரர்கள் அனுமதித்தனர்.

ஐந்து குதிரைகள் இழுக்கும் தேர்களுக்கான போட்டியில் ஒருவர் மட்டுமே நிற்கும் எடை குறைந்த தேர்களை வீரர்கள் கொண்டு வந்திருந்தனர். குதிரைகளின் கழுத்துகள் தோலினால் பிணைக்கப்பட்டிருக்க, ஒவ்வொரு தேரும் சிறிய சக்கரங்களுடன் வெவ்வேறு வகையில் வடிவமைக்கப்பட்டு இருந்தது.

தேர்கள் திடலுக்குள் நுழைய தனி வாயில் அமைக்கப்பட்டிருக்க, ஒவ்வொரு தேராய் உள்ளே நுழையத் துவங்கியதும் மக்கள் பேருவகையுடன் கூச்சலிடத் தொடங்கினர். குதிரைகள் மிகுந்த கம்பீரத்துடன் நடை போட்டுச் சென்று போட்டி துவங்குமிடத்தில் அணிவகுத்தன.

சிவந்த மேலாடையணிந்த சென்னி ஐந்து வெண் குதிரைகள் பூட்டப்பட்டிருந்த தேரில் திடலினுள் நுழைய, ஏழு குதிரைகள் பூட்டும் தேரில் வலம் வரும் சிவந்த சூரியனைப் போல விளங்கினான். அடுத்த கணம் சோழநாட்டு மக்களின் கூக்குரல்கள் விண்ணைப் பிளந்தன. மக்கள் வெறிகொண்டவாறு இசைக்கருவிகளை முழக்கத் தொடங்கினர்.

அனைத்துத் தேர்களும் போட்டி துவங்குமிடத்தில் நேர்கோடாய் நின்றிருக்க, நடுவிலிருந்த இடைவெளியில் தனது தேரினை நிறுத்தினான் சென்னி. தேரினை நிறுத்தும்போதே அழகும், கம்பீரமுமாய் அணிவகுத்திருந்த மற்ற அயல் தேசத்துக் குதிரைகளை ஒருமுறை கவனித்தான். குதிரைகள் அடர் கருப்பு, பழுப்பு, காவி, அரை வெள்ளை போன்ற நிறங்களில் நின்றிருந்தன. அவற்றினுள் இடது புறத்தில் அடர் கருப்பு நிறத்தில் நின்றிருந்த குதிரையின் உடலும், திரண்ட வாகும் சென்னியின் கவனத்தை ஈர்த்தது.

தேர்ப்போட்டி என்பது குதிரைகளின் ஆற்றலும் அதனைக் கட்டியாளும் மனிதனின் மதியும் இணையுமிடம். இருவருக்குமான புரிதலின் வெளிப்பாடு. ஐந்தறிவும், ஆறறிவும் அணி சேருமிடம். ஆற்றல் மட்டுமே வெற்றியை ஈட்டுவதில்லை. அதேபோல் உத்திகள் மட்டுமே தேரினைச் செலுத்துவதில்லை. தேர் வடிவமைக்கப்பட்ட விதம், அதன் எடை, காற்றின் வேகம், மற்ற வீரர்களின் செயல்பாடு போன்ற காரணிகள் ஒத்திசைந்து உருவாகும் கூட்டிசையே தேர்ப்போட்டி.

அனைத்து வீரர்களும் தேரிலிருந்து கீழிறங்கி திடலின் வலதுபுறத்தில் உயரமாக அமைக்கப்பட்டிருந்த தளத்தை நோக்கி நடக்க, சென்னியும் கீழிறங்கினான்.

காரிருள் போன்ற கரிய குதிரைகள் பூட்டப்பட்டிருந்த தேரிலிருந்து கீழிறங்கிய கிரேக்க வீரனை சென்னி பார்க்க, கிரேக்கனும் சென்னியைப் பார்த்து புன்னகையை உதிர்த்தபடி தலையை முன்புறம் சாய்த்து வணங்க, சென்னி இளநகையுடன் கைகளைக் கூப்பினான்.

தேர்ப்போட்டிக்கு நியாயவாதிகள் அடங்கிய நான்கு குழுக்கள் அமைக்கப் பட்டிருந்தன. ஒவ்வொரு குழுவிலும் மூவர் இருந்தனர். திடலின் நான்கு இடங்களில் அமர்ந்து அவர்கள் போட்டியை மேற்பார்வையிடுவர். தேர்ப் போட்டியாளர்கள் குழுவினரிடம் வந்து நிற்க, வயதில் முதிர்ந்தவர் ஒருவர் போட்டியின் விதிகளைச் கூறத் துவங்கினார்.

"இங்கிருக்கும் முரசு ஒருமுறை ஒலித்ததும் மக்களின் பார்வைக்காக நீங்கள் திடலை ஒருமுறை தேரில் சுற்றி வரவேண்டும். போட்டி நடைபெறும் திடலை மதிப்பீடு செய்துகொள்ள இது உதவும். சோழநாட்டின் குதிரை வீரர்கள் உங்களை வழிநடத்துவர். சுற்றி வந்த பின்னர் குதிரை வீரர்கள் விலகிக் கொள்வர். அதன் பின்னர் நீங்கள் போட்டிக்கு ஆயத்தமானதும் இரண்டாம் முறை முரசு அதிர்ந்ததும் தேர்ப்போட்டித் துவங்கும்''.

தனது விரலை மேல்நோக்கி சுட்டிக் காட்டியவர் 'போட்டி துவங்குமிடத்தில் பத்துக் கொடிகள் ஏற்றப்பட்டுள்ளன'.

அனைவரும் மேலே பார்க்க அங்கு பல நிறங்களில் பெரிய அளவிலான பத்துக் கொடிகள் காற்றில் அசைந்து கொண்டிருந்தன.

'தேர்கள் புறப்பட்டவுடன் முதல் கொடி கீழிறக்கப்படும். போட்டி நடைபெறும் நீள்வட்டத் திடலை ஒருமுறை சுற்றி வரும் தொலைவு ஒரு கூப்பீடு. முதல் சுற்றை முடித்து இரண்டாவது முறை தேர்கள் இந்த இடத்தினை கடந்தவுடன் அடுத்தக் கொடி இறக்கப்படும். மிக வேகமாக பத்துமுறை முதலில் திடலைச் சுற்றி வருபவரே போட்டியில் வெற்றி பெற்றவராக அறிவிக்கப்படுவார். நீங்கள் ஆயத்தமாகலாம்' என்று அவர் கூறியதும் வீரர்கள் திரும்பிச் சென்று தேரில் ஏற, தனது குதிரைகளிடம் சென்ற சென்னி அவற்றின் முகங்களை தடவிக் கொடுத்தான்.

பஞ்ச பூதங்களின் பெயர்களால் குதிரைகளுக்கு பெயரிட்டிருந்தான் சென்னி. தேரின் இடப்புறத்தில் முதலில் இருந்தவன் நிலன், அடுத்து நீரன். நடுவில் இருந்தவன் நெருப்பன். பட்டறிவு மிக்கவன். பல போட்டிகளில் கலந்து கொண்டு சென்னி நினைப்பதுபோல் மற்ற குதிரைகளை வழிநடத்துபவன். அடுத்து காற்றனும், வானனும் அதிக ஆற்றலுடையவர்கள். திடலின் இருபுறங்களிலிருக்கும் வளைவுகளில்

திரும்புகையில் வெளிப்புறமிருக்கும் குதிரை அதிக தூரத்தை கடக்க வேண்டி இருக்குமாதலால், சென்னி ஆற்றலுடைய குதிரைகளை வலப்புறத்தில் கட்டியிருந்தான். அனைவரும் கடற்கரை மணலில் ஓடியும், நீரில் நீந்தியும் இடைவிடாது பயிற்சி பெற்றவர்கள். மதியும், பரியும் இணைந்து ஒலியை விஞ்ச முயலும் தனது தேரிற்கு மதிவயம் என்று பெயரிட்டிருந்தான் சென்னி.

‘கிளம்பலாமா நெருப்பா’ என்று சென்னி கேட்க, நெருப்பன் கனைத்தபடி தலையை அசைத்தது. அதைக்கண்டு மற்ற குதிரைகளும் தலையசைத்தன. குதிரைகளை அடிக்கடி அவற்றின் பெயரைக் கூறி அழைக்கும்போது அவை புரிந்து கொள்ளும் என்பாள் இளவெயினி. அவளால் வர இயலவில்லையே என்ற எண்ணமே நெஞ்சில் சிறிய வலியை ஏற்படுத்த, பெருமூச்சை வெளியிட்ட சென்னி தேரின் மேலேறிக் கொண்டு கடிவாளத்தைக் கையிலெடுத்தான். திடல் சென்னிக்காக காத்திருந்தது.

முரசுகள் ஒருமுறை பலமாக அதிர்ந்தன. சோழநாட்டின் புலிக்கொடியை தாங்கிய குதிரை வீரர்கள் முன்செல்ல அனைத்துத் தேர்களும் திடலை மெதுவாக சுற்றிவரத் தொடங்கின. மக்களின் உற்சாகக் கூக்குரல்கள் எழும்பின. சிலர் இசைக் கருவிகளை இசைத்தபடி களித்திருக்க, பலர் ‘சென்னி’யென்று முழங்கி வாழ்த்தொலியை எழுப்பினர். சென்னி என்ற சொல்லே அனைவரின் மனங்களையும் ஆக்ரமித்து, நாவில் திருமந்திரமாய் ஒலிக்கத் துவங்கியது.

தேர்வீரர்கள் திடலைச் சுற்றி வந்து முடிக்கும் தருவாயில் திடீரென நெடுந்தாரையின் பேரொலி கேட்க, சென்னியின் இதயம் துள்ளிக் குதித்தது. குருதியோட்டம் நரம்புகளை மீட்ட சென்னியின் முகத்தில் களிப்பு பொங்கியது. அரச குடும்பத்தினர் வரும்போது மட்டுமே நெடுந்தாரையை ஒலிப்பது சோழநாட்டில் வழக்கம் என்பதால் இளவெயினி வந்து விட்டாள் என்பதை உணர்ந்து கொண்டான். குருதியின் மீட்டலில் இசை வெள்ளம் உடலெங்கும் பெருக்கெடுக்க முகத்தில் மகிழ்வு செந்நிறத்தை வாரியிறைத்தது.

மீண்டும் போட்டி துவங்குமிடத்தில் சென்னி வந்த போது அவனின் கண்கள் மேலடுக்கில் இளவெயினியைத் தேடியது. இளவெயினி மேலிருந்து தனது கைகளை அசைக்க, சென்னியும் கையசைத்தான். தன்னால் வர இயலவில்லை என்று சொன்னதும், சென்னியின் முகம் சோர்ந்ததைக் கண்ட இளவெயினி சிரமத்துடன் புறப்பட்டு வந்திருந்தாள். களைப்பும், கிறுகிறுப்பும் இருந்தாலும் சென்னியின் மலர்ச்சியைக் கண்டதும், செங்கோட்டு மலராய் இளவெயினியின் முகம் மலர, பசும்புல்லில் வைரமாய் மின்னும் பனித்துளியாய் சென்னியின் மனதில் இளவெயினியின் முகம் மிளிர்ந்தது.

கீழடுக்கில் அமர்ந்திருந்த பெருஞ்சாத்தனின் மனமும் மகிழ்ச்சியில் திளைத்தது. இளவெயினி போட்டிக்கு வராததைக் கண்டு தனது திட்டம் தோல்வியடைந்திடுமோ என்றெண்ணி இருந்தவன் நிம்மதிப் பெருமூச்சை வெளிப்படுத்தினான்.

சென்னி பேருவகையுடன் இடப்புறத்தில் நின்ற வீரனைப் பார்க்க, அந்தத் தேரில் நின்ற இருங்கோவேள் சென்னியைப் பார்த்து புன்னகைத்தான். சென்னி திரும்பி வலப்புறத்தில் நின்ற வீரனைப் பார்க்க, அங்கிருந்த பரமனும் அதற்கடுத்து நின்றிருந்த கோடனும் புன்னகைத்தனர்.

தேர்களின் முன்னே நின்றிருந்த குதிரை வீரர்கள் விலகிக்கொள்ள போட்டி யாளர்கள் ஆயத்தமாகினர். நடுவில் நின்ற ஒரு சோழவீரன் "அனைவரும் ஆயத்தமா?" என்று உரக்கக் கேட்க ஒவ்வொருவராய் கையை உயர்த்திக் காட்டினர். சோழவீரன் விலகிச்சென்று வீரர்கள் ஆயத்தம் என்று கையை உயர்த்திக் காட்ட, தேர்வீரர்கள் கடிவாளத்தை இறுக்கிப் பிடித்தனர். திடலிலிருந்த மக்களின் ஓசையும் அடங்கி அனைவரையும் பதட்டம் சூழ்ந்து கொள்ள, திடீரென பேரோசையுடன் முரசு அதிர்ந்தது. அடுத்த கணம் அருவி கொட்டும் பேரொலியுடன் குதிரைகளும், தேர்களும் சீறிப் பாய்ந்தன. சோழநாட்டின் புகழ் பெற்ற தேர்ப்போட்டி துவங்கியது.

அனைத்துக் குதிரைகளும் மின்னலாய் விரைய, மக்களின் ஆரவாரம் காதுகளை செவிடாக்கும் வகையில் ஒலித்தது. குதிரைகளின் குளம்போசைகளும், தேர் சக்கரங்களின் ஒலிகளும் திடலை அதிர வைக்க, குதிரைகள் வெகுவேகமாகச் சென்றன. திடலிலிருந்து புழுதி பறக்கத் துவங்க, சென்னியின் தேரும், கிரேக்க வீரனின் தேரும் முன்னேறத் துவங்கின.

நீள்வட்ட திடலின் நடுவில் சுவரின் அருகாமையிலிருந்த உள்வட்டமே தூரம் குறைந்தது. எனவே ஒவ்வொரு வீரனும் தனது தேரினை உள்வட்டத்திற்கு கொண்டு வந்து குறைந்தளவு தூரத்தையுடைய பாதையில் விரைந்து பயணிக்கவே விரும்புவான். கிரேக்கவீரன் தேர்வரிசையின் இடதுபுறத்தில் நின்றிருந்ததால் அவனின் பாதையிலேயே செல்ல, சென்னி வரிசையின் நடுவிலிருந்து இடதுபுறத்திற்கு தேரினை நகர்த்தினான். ஆர்ப்பரிக்கும் நொடிகளின் முதல் தருணங்கள் மிகுந்த சத்தத்துடன் நகர, அதற்குள் நீள்வட்டப்பாதையில் திரும்பும் வளைவு வந்தது. இப்போது கிரேக்க வீரன் முன்னதாகவும், சென்னி அவனை ஒட்டி இரண்டாவதாகவும் தேரினை செலுத்திச் சுழல, மற்ற தேர்களும் புழுதிபரப்பியபடி திரும்பின. இருங்கோவேள், பரமன், மற்றும் கோடனின் தேர்கள் தொடர்ந்தன.

இருங்கோ தான் பற்றியிருந்த தோலினாலான கடிவாளத்தினூடே சிறிய துவாரத்தினுள் ஒளித்து வைக்கப்பட்டிருந்த நஞ்சு தடவிய ஊசிக்கத்திகளை வெளியிலெடுத்து மிகுந்த எச்சரிக்கையுடன் தனது இடையில் கட்டியிருந்த தோலினாலான பட்டையில் சொருகிக் கொண்டான். ஊசிக்கத்தி என்பது கத்தியை விட அகலம் குறைந்தும், ஊசியை விட அகலமாகவும் இருப்பது. தொலைவிலிருந்து எறிந்து எதிரியை வீழ்த்த உதவுவது.

மிகுந்த வேகத்தோடு பாய்ந்த குதிரைகள் முதல் சுற்றின் முடிவில் திரும்பின. சுவரை ஒட்டி திரும்பிய கிரேக்கனால் குறுகிய வட்டத்தில் தேரினை திருப்ப முடியாமல் சற்று சுவரை விட்டு விலகிச் சென்று தேரினை திருப்பினான். சுவரை விட்டு தள்ளி வந்து கொண்டிருந்த சென்னியால் தேரினை சுவரை ஒட்டி திருப்ப முடியும். எனினும் அப்படி திருப்பாமல் சற்று தள்ளியே தேரினை திருப்பினான். தொடர்ந்து கிரேக்கனை முதலில் செல்ல வைத்தான்.

முதல் சுற்று முடிந்து நுழைவு வாயிலில் தேர்கள் வேகமாகத் திரும்ப சென்னியின் கண்கள் அவனை அறியாமல் ஒருமுறை இளவெயினியிடம் சென்று மீண்டன. இறுக்கிக் கட்டியிருந்த சென்னியின் முடிகள் காற்றில் அலையாட, கடிவாளத்தை இறுகப் பற்றியிருந்த வெற்றுடலின் நரம்புகள் முறுக்கேறியிருக்க, சிவந்த முகம் மேலும் ரத்தம் பாய்ந்து சிவந்திருந்தது. இளவெயினியின் பசும்பொன் விழிகள் அவன் நெஞ்சில் ஊடுருவுவதை சென்னியால் உணர முடிந்தது. குதிரைகள் நிலமதிர கடந்து செல்ல, ஒரு கொடி இறக்கப்பட்டு இன்னும் ஒன்பது முறை சுற்றிவரவேண்டுமென உணர்த்தியது. பத்துத் தேர்களும் பயங்கரச் சத்தத்துடன் விரைய ஓரிரண்டு தேர்கள் பின்தங்கத் துவங்கின.

கடகடவென்று பேரோசையுடன் வளைவில் சாய்ந்து திரும்பிய குதிரைகள் மீண்டும் வேகமெடுக்க கிரேக்க வீரனும், சென்னியும் இணைந்தே விரைய, ரோம வீரன் மூன்றாவதாகத் தொடர, மற்ற வீரர்கள் நெருக்கத்தில் தொடர்ந்தனர். சென்னி குதிரைகளை உச்ச வேகத்தில் செலுத்தாமல் இறுதிச் சுற்றில் முன்னேறுவான் என்பதை இளவெயினி அறிவாள்.

இளவெயினி அமர்ந்திருந்த இருக்கைக்கு அருகில் அமைச்சர் செம்மான் அமர்ந்திருக்க, படர்சடையன் மற்றும் தழல்மேனி பின்னே அமர்ந்திருந்தனர். கடைசியில் நன்முகை அமர்ந்திருந்தாள். அரசி அமர்ந்திருந்த அடுக்கின் இடப்புறம் பரஞ்சுடரும், வலப்புறம் வானவனும் மக்களைப் பார்த்தவாறு நின்றிருக்க, கேடயம் தாங்கிய சோழவீரர்கள் காவலுக்காக இருபுறமும் நின்றிருந்தனர்.

தேர்ப் போட்டியாளர்கள் கையிலிருந்த சவுக்கால் குதிரைகளை அடித்து விரட்ட, சென்னி குரலின் சொடுக்கில் குதிரைகளை விரட்டிக் கொண்டிருந்தான். வலிக்கு பணியும் உயிர்களை விட அன்புக்கு பணியும் உயிர்களின் முயற்சியும், ஆற்றலும் அதிகம்.

பிடரி மயிர் பறக்க குதிரைகள் பறந்து கொண்டிருந்தன. போட்டியில் வீரர்கள் தடுமாறுமிடம் நீள்வட்டத்தின் வளையுமிடமே. தேரின் எடை குறைவாக இருந்தால் குதிரையின் வேகத்தில் உருண்டு விடும். எடை அதிகமாக இருந்தால் வேகமாகத் திரும்ப இயலாது. இரண்டிற்கும் இடையேயான எடையை கணிப்பதில்தான் தேர் செய்பவனின் முழுத்திறன் அடங்கியிருக்கிறது. சென்னியே தேரினை உருவாக்குவதால் அதன் எடைகளை மனதில் உணர்வான்.

தேர்ச் சக்கரங்கள் மற்றும் அச்சுக்களை தேக்கினால் உருவாக்கியிருந்தான் சென்னி. சக்கரத்தின் எடையைக் குறைக்க அதனுள் மூன்று அச்சுகளை பொருத்தியிருந்தான். சக்கரங்களையும், குதிரைகளையும் இணைத்து, அதன் மேலிருக்கும் தேரின் கீழ்த்தட்டை இலுப்பை மரத்தினால் பன்னிரு முகத்துடன் இது ஒரு வகை போல அமைத்து எடையைக் கூட்டியிருந்தான். வேகமாக தேர் திரும்பும்போது புரண்டு விடாமலிருக்க அடித்தட்டின் பரிவட்டப் பரப்பை பன்னிரண்டு கோணங்களாக அமைத்திருந்தான். எனவே வளைவுகளில் குறுகிய வட்டத்தில் அவனால் மின்னலாய் திருப்ப முடிந்தது.

சக்கரங்களும், ஆரங்களும், தேர்க்கால் அச்சுகளும், அடித்தட்டும் கொண்ட தேர் உறுதியான கட்டமைப்பைக் கொண்டிருக்க வேண்டும். இதில் சிறிது பிசகினாலும் தேரின் உறுதித் தன்மை குலைந்து விடும். அப்படி ஒருங்கிணைந்த தேரினை தேவைக்கேற்ப உருவாக்குவதில் வித்தகன் சென்னி.

இரண்டாவது, மூன்றாவது, நான்காவது சுற்றுகளில் கிரேக்க வீரனுக்கு இணையாகத் தேரினை செலுத்திய சென்னி, ஐந்தாவது சுற்றில் வேகத்தை அதிகரித்து முதலிடத்திற்கு முன்னேற மக்களின் ஆரவாரம் செவிகளைச் செவிடாக்கியது. மூச்சுப்பைகள் வெடிக்க காற்றுக் கருவிகளை ஊதி மகிழ்ந்தனர்.

தேர்கள் புழுதிப்புயலை உருவாக்கியபடி ஐந்தாவது சுற்றை முடிக்க, இருங்கோவும் மற்ற தளபதிகளும் ஆயத்தமாகினர்.

காலங்கள் தொட்டே நல்லதை அழிக்கும் தீமையின் மகிழ்வும், வளர்ச்சியும் பெரிதாகவே இருக்கும் ஓரிரவு மட்டும் வாழும் புற்றீசல்களைப் போல. நல்லதை அழிக்க தீமையெடுத்த பேருருவமாய், சூரியனை விழுங்கும் கிரகணமாய், காட்சிகளை கலங்கச்செய்யும் பேரிருளாய் இளவெயினியின் இருபுறங்களிலும் அமர்ந்திருந்த ஏராளமான ஒற்றர்படை வீரர்களும் ஆயத்தமாகினர்.

தேர்ப்போட்டியில் மூன்று குறுநில மன்னர்களின் தளபதிகளும் சென்னியைத் தொடர்ந்து செல்ல, நான்காவது தேரில் அவர்களின் மற்றொரு ஒற்றன் வெள்ளியன் சென்று கொண்டிருந்தான். ஐந்தாவது சுற்றில் துவக்கத்திலிருந்தே தேரின் வேகத்தை வெள்ளியன் குறைக்கத் துவங்கினான்.

ஆறாவது சுற்றின் துவக்கத்தில் நுழைவு வாயிலில் கிரேக்கனும், சென்னியும் வேகமாகத் திரும்பினர். சென்னியின் பின்னே வலப்புறத்தில் இருங்கோ வந்து கொண்டிருக்க, இருங்கோவைத் தொடர்ந்து கோடனும், பரமனும் வந்து கொண்டிருந்தனர்.

இருங்கோ எளிமையாக திட்டத்தை வடிவமைத்திருந்தான். வெள்ளியன் தனது தேரினை சென்னியின் தேருடன் மோதி நொறுக்க, பரமனும், கோடனும் தேரிலிருந்து இறங்கிச் சென்னியை நஞ்சு தடவிய ஊசிக் கத்தியால் கொல்ல வேண்டும். இவற்றில் தவறு நேர்ந்தால் இருங்கோ களமிறங்கி சென்னியை கொல்வான்.

புயல் காற்றாய் முன்னேறிய சென்னி தனக்கு முன்னால் முந்தைய சுற்றை இன்னும் முடிக்காத தேரொன்று சென்று கொண்டிருப்பதைக் கண்டான். அதை வலப்புறத்தில் தாண்டினால் தூரம் அதிகமாகிவிடும் என்று நினைத்தவன் தேருக்கும் நடுச்சுவருக்குமிடையே செல்ல குதிரைகளை இடப்புறம் நகர்த்தினான்..

சென்னியின் தேர் இடப்புறத்தில் நெருங்குகையில் தனது குதிரைகளை மெதுவாக இடப்புறம் இழுக்கத் துவங்கினான் வெள்ளியன். முன்னாலிருப்பவன் வழிவிடாமலிருப்பதை உணர்ந்த சென்னி தனது குதிரைகளை மேலும் இடப்புறத்தில் நகர்த்தி சுவரை ஒட்டியவாறு செலுத்தினான். வெள்ளியன் மேலும் இடப்புறத்திற்கு நகர்த்த, வீரன் தன்னை நெருங்குவதை உணர்ந்த சென்னி வேகத்தை அதிகரித்தான். சென்னியின் குதிரைகள் அதிவேகமாக வெள்ளியனின் தேர் சக்கரங்களை கடந்த போது, தனது இடது காலினருகில் இருந்த பொறியை அழுத்திய வெள்ளியன் தேரினை விட்டு குதித்தான். பொறியை அழுத்திய கணத்தில் சக்கரங்களை பிணைக்கும் குறுக்கு கம்பியிலிருந்து வெளியேறிய இரும்புக்கம்பி சென்னியின் வலப்புறத்தில் பூட்டப்பட்டிருந்த குதிரையின் கால்களுக்குள் நுழைந்தது.

அடுத்த நொடியில் முதல் குதிரையின் கால் ஒடிந்து சரிய, கழுத்தில் இணைக்கப் பட்டிருந்த தோல் பட்டைகளால் அனைத்துக் குதிரைகளும் மடங்கி நிலத்தில் மோதின. கம்பி இழுக்கப்பட்டதால் வெள்ளியனின் குதிரைகளும் ஒடிந்து விழ, இரண்டு தேர்களும் தூக்கி எறியப்பட்டன. என்ன நடந்ததென உணரும் முன்னரே சென்னி

சுவரை நோக்கி தூக்கி எறியப்பட்டான். மேலெழும்போதே தனது உடலைச் சுருட்டி உடலைக் காத்துக் கொள்ள சென்னி முயல, அவனது உடல் வெகுவேகமாகச் சென்று சுவற்றில் முழுவேகத்தில் அடிக்கப்பட, கீழே விழுந்தவன் அசைவற்று கிடந்தான்.

தொலைவில் புழுதிப்படலம் எழுவதை முதல் அடுக்கிலிருந்து பார்த்த இளவெயினியும் மற்றவர்களும் என்ன நடந்ததெனத் தெரியாமல் திகைத்திருக்க, பரஞ்சுடர் மேலடுக்கில் இருந்து அடுத்த அடுக்கிற்குத் தாவிக் குதித்தான். மீண்டும் கீழடுக்கிலிருந்து தடுப்புச் சுவரை தாண்டிக் குதித்து தேர்கள் மோதிய இடத்தை நோக்கி ஓடத்துவங்கினான்.

மேலடுக்கின் இருபுறங்களிலிருந்தும் சரமாரியாக எறியப்பட்ட நஞ்சு தடவிய குறுங்கத்திகள் சீறிச்சென்று சோழத்தின் கேடய வீரர்களைத் தாக்க, வீரர்கள் அலறலுடன் சரிந்தனர். காவலுக்கிருந்த அனைத்து வீரர்களும் ஒரு சில நொடிகளில் வீழ்த்தப்பட, முதலடுக்கின் இரண்டு புறங்களிலிருந்தும் குறுவாட்களை ஏந்தியவாறு ஒற்றர்கள் அரசியை நோக்கி வேகமாக முன்னேறினர்.

இளவெயினியின் கண்களோ தூரத்தில் சரிந்த தேர்களை வெறித்தபடி இருக்க இதயம் உறைந்து போயிருந்தது. கால்கள் நிற்கும் திடத்தை இழக்க, இரண்டு இடங்களிலும் ஒரே நேரத்தில் நடத்தப்படும் தாக்குதல்கள் ஏற்கனவே உருவாக்கப்பட்ட உத்தியின் கண்ணிகள் என்பதை அறிவு உணர்த்த, சிந்தை கலங்கி, கண்கள் நீர் இறைக்கத் துவங்கின.

கணங்கள் வலியுடன் கனத்துச் செல்ல சடாரென்று கண் விழித்தான் சென்னி. உடலை அசைத்து எழ முயன்றபோது வலது கண்ணைக் குருதி மறைக்க, துடைத்துக் கொண்டான். ஒவ்வொரு எலும்பும் நொறுங்கியதைப் போன்று வலிகள் ஆட்சி செய்ய, வலதுகாலின் எலும்புகள் நொறுங்கி வளைந்திருப்பதைக் கண்டான்.

வளையா செங்கோலை உடையவனின் கால் வளைந்திருக்க, தன்னை நோக்கி இரண்டு போட்டியாளர்கள் வருவதைக் கண்டான். மெதுவாக எழ முயலும்போது சுவரினருகில் நின்றிருந்த சோழவீரர்கள் பதற்றத்துடன் சென்னியை நோக்கி ஓடிவந்தனர். சென்னியை நெருங்கிய கோடனும், பரமனும் ஊசிக்கத்திகளை எறிந்து வீரர்களை வீழ்த்த எஞ்சிய வீரர்கள் அதிர்ந்தனர்.

வீரர்களை எதிர்கொள்ள பரமன் நின்று கொள்ள, கோடன் நஞ்சு தடவிய ஊசிக்கத்தியுடன் சென்னியை நெருங்கினான். சென்னியின் சிந்தை அணுவின் வேகத்தில் சிந்திக்கத் துவங்கியது. நடந்தவை அனைத்தும் இவர்களின் திட்டமென்று உணர்ந்த கணத்தில் சிந்தையில் சினத்தின் ஊற்றுகள் தீயை சுரந்தன. அருகில் சிதைந்து

கிடந்த குதிரைகளைக் கண்டதும் சிந்தையில் சுரந்த தீக்குழம்பு நரம்பில் பாய்ந்து உடலெங்கும் தீப்பற்றி எரிய, சென்னி எழுந்தான். வலது காலை நிலத்தில் ஊன்ற முடியாமல் தடுமாறியவன் ஒற்றைக் காலில் நிற்க முயல, கோடன் சென்னியின் அருகில் வந்து ஊசிக்கத்தியை பாய்ச்ச முயன்றான்.

வெள்ளியனின் சில குதிரைகள் எழுந்து நிற்க, நொறுங்கிக் கிடந்தத் தேர்கள் மக்களிடமிருந்து சென்னியை மறைத்தன. தனது நெஞ்சில் கத்தியைப் பாய்ச்சமுயன்ற கோடனின் இரண்டு கைகளையும் தனது கைகளால் இறுகப் பற்றிக்கொண்டான் சென்னி. கோடன் முன்னோக்கி தள்ள சென்னி கீழே விழுந்தான். சென்னியின் மேலே படுத்தவாறு கோடன் தனது வலது கையில் நீண்டிருந்த கத்தியை சென்னியின் நெஞ்சினில் இறக்க முயல, உடல் சிதைந்த நிலையிலும் யானையைப் போல் சென்னியின் கைகளை அசைக்க முடியாமலிருப்பதைக் கோடன் உணர்ந்தான்.

கோடனின் கையில் நீலம் பாரித்திருந்த கத்தியைக் கண்டவுடன் கத்தியில் நஞ்சு தடவியிருப்பதை உணர்ந்த சென்னி, தனது வலது கையில் பற்றியிருந்த கோடனின் கையை இடப்புறம் இழுத்து கத்தியால் அவனுடைய கையில் கீறினான். பதற்றமடைந்த கோடன் கைகளை விடுவிக்க முயல, சென்னி பிடியை இறுக்கினான். கோடன் மேலும் பதற்றமடைய சில நொடிகளில் அவன் கண்கள் இருண்டது. கோடனின் உடல் தளர, கோடனை இடதுபுறத்தில் தள்ளிய சென்னி எழுந்து அமர்ந்தான்.

சோழ வீரர்களை நஞ்சு தடவிய கத்தியினால் தாக்கி வீழ்த்திய பரமன் திரும்பிப் பார்க்க, கோடன் விழுந்து கிடப்பதையும் சென்னி எழுவதையும் கண்டு அதிர்ந்து போனான். வெறியுடன் தனது கையிலிருந்த ஊசிக்கத்தியை சென்னியை நோக்கி எறிய, சென்னி வேகமாக உடலை நகர்த்திக்கொண்டான். பரமன் மற்றொருக் கத்தியை இடையிலிருந்து உருவ முயல, கோடனின் கையிலிருந்து கத்தியை எடுத்து சென்னி எறிந்தான். சீறிச்சென்ற கத்தி பரமனின் நெஞ்சிலிறங்க, பரமன் தடுமாறியபடி கீழே சாய்ந்தான். கோடனின் ஆடையை கிழித்தெடுத்த சென்னி உடைந்திருந்த காலை இறுகக் கட்டி எழுந்தபோது, ஏழாவது சுற்றை முடித்து வந்த இருங்கோ தனது தேரினை விட்டு குதித்திறங்கினான்.

‘உன்னைக் கொல்லவே முடியாதா?’ என்று இரைந்தபடி இடையிலிருந்த கத்தியை உருவிக்கொண்டு சென்னியை நோக்கி சென்றான்.

மேல்திடலின் இரண்டு புறங்களில் இருந்தும் அரசி தாக்கப்படுவதைக் கண்ட பரஞ்சுடர் ‘சென்னியிடம் செல்வதா அல்லது அரசியைக் காப்பாற்றச் செல்வதா’ என்று திகைத்த பரஞ்சுடர், சென்னியின் தேர் இன்னலுக்கு உள்ளாகியதா என்றறியாமல்

அங்கு செல்வது சரியல்ல என நினைத்து மீண்டும் முதல் அடுக்கை நோக்கி ஏறத்து வங்கினான். சுற்றிலும் நடப்பதை உணர்ந்த வானவன் 'வீரர்களே' என்று கத்த அடுத்த கணம் திடலுக்கு வெளிப்புறத்திலிருந்து மேலடுக்கிற்குச் செல்லும் படிக்கட்டுகளில் காவலுக்கிருந்த சோழவீரர்கள் வேகமாக முதலடுக்கை நோக்கி ஏறிவரத் துவங்கினர்.

சோழவீரர்கள் வேகமாக படிக்கட்டிலேறி முதலடுக்கை அடைந்து பாதுகாத்து நிற்க, ஒற்றர்கள் மீண்டும் குறுங்கத்திகளை வீசினர். கத்திகளைக் கேடயத்தில் தேக்கிய சோழவீரர்கள் ஒற்றர்களை நோக்கி முன்னேறினர்.

இளவெயினியை அங்கிருந்து வெளியேற்றி விடலாமென நினைத்த வானவன் 'வாருங்கள். படிக்கட்டின் வெளியே வெளியேறலாம்' என்று கூற 'வேந்தரிடம் போங்கள்' என்றாள் இளவெயினி.

'அவருக்கு ஒன்றும் ஆகியிருக்காது. நீங்கள் அரண்மனைக்குச் செல்லுங்கள்' என்றபடி பரஞ்சுடர் வந்து சேர்ந்தான்.

தளபதிகள் இருவரும் இளவெயினியைப் படிக்கட்டுகளின் வழியாக வெளியேற்ற முயல, படிக்கட்டுகளின் வழியாகவும் ஒற்றர் படை வீரர்கள் மேலேறி வந்தனர்.

பரஞ்சுடர், வானவன் இருவரும் சில வீரர்களுடன் இளவெயினியைச் சுற்றி பாதுகாத்து நிற்க, செம்மான், படர்சடையன் மற்றும் தழல்மேனி போன்றவர்களும் கீழே சரிந்திருந்த சோழவீரர்களின் வாட்களையும், கேடயங்களையும் எடுத்துக் கொண்டு அரசியை காக்க ஆயத்தமாகினர். நாற்புறங்களிலும் ஒற்றர்கள் முன்னேறினர்.

சென்னியை நோக்கி முன்னேறிய இருங்கோ கீழே கிடக்கும் கோடனையும், பரமனையும் பார்த்து ஒரு கணம் தயங்கினான். தேர்ப்போட்டியின் மற்ற தேர்கள் கடந்து செல்ல சென்னியின் அருகில் தேரினை நிறுத்திய ரோமன் வேகமாக 'என்னவாயிற்று' என்றபடி ஓடிவந்தான்.

சென்னி இருங்கோவை எதிர்கொள்ள ஆயத்தமாய் நிற்க, அருகில் நெருங்கிய ரோமன் வேகமாக சென்னியின் உடைந்திருந்த காலை உதைத்தான். சென்னி வலியில் துடித்தபடி கீழே விழுந்தான். சென்னியின் மேல் அமர்ந்த ரோமன் சென்னியின் கழுத்தை நெரிக்க, சென்னி வலியுடன் ரோமனின் மணிக்கட்டுகளைப் பற்றி விலக்கினான்.

சென்னியை வேகமாக நெருங்கிய இருங்கோ கீழமர்ந்து நஞ்சு தடவியிருந்த கத்தியை சென்னியின் இடுப்பில் சொருகி 'வம்பர்கள் தலைவன் இளங்கோவேளின் சகோதரன் இருங்கோவேள் நான்' என்றான்.

மீண்டும் கத்தியை உருவி நெஞ்சினில் பாய்ச்சி விட்டு 'புறப்படு' என்று கூற ரோமன் எழுந்து கொண்டான். இருவரும் ஓடிச்சென்று தேர்களில் ஏறிக்கொள்ள, சோழமக்கள் சென்னியின் தேரினை நோக்கி ஓடி வந்து கொண்டிருந்தனர்.

மேலடுக்கில் பெரும் குழப்பம் நிலவ, மக்கள் பதற்றத்துடன் சிதறினர். ஒற்றர்கள் குறுங்கத்தியை வீசி சோழ வீரர்களை சரித்த வண்ணம் முன்னேறினர். அரசியை ஒற்றர்கள் நெருங்குவதைக் கண்ட படர்சடையன் இடிமுழக்கம் போன்ற குரலில் 'செம்பா' வென்று முழங்க, சோழமக்கள் விதிர்த்து திரும்பினர்.

சோழநாட்டின் வேந்தனாக செம்பியன் இருந்தபோது நடந்த நிகழ்வு அது. செம்பியன் தனது அன்னையுடன் நாளங்காடியில் சென்ற போது அண்டைய நாட்டின் ஒற்றர்கள் தாக்க, அவர்களின் தாக்குதலை செம்பியன் முறியடித்து, அவர்களை துரத்திச் சென்ற பொழுது மறைந்திருந்த சிலர் செம்பியனின் தாயைக் கொல்ல முயன்றனர். அப்போது 'செம்பா' வென்று செம்பியனை அழைத்தாள் அவனது தாய்.

சோழநாட்டைக் காத்தருளும் தாய் தெய்வம் உதவி வேண்டி அழைப்பதைக் கேட்டு கொந்தளித்த சோழநாட்டின் மக்கள் வெகுண்டெழுந்து பகைவர்களை அழித்தனர். அப்போதிருந்து 'செம்பா' என்ற சொல் அரசக்குடியினருக்கு பேரிடையூறு என்பதைக் குறிக்கும் சொல்லாக சோழநாட்டில் விளங்கியது.

உடலை ஆட்டுவிக்கும் சக்தி பெற்றது சிந்தை. அந்த சிந்தையைப் புரட்டிப் போடும் ஆற்றல் மிக்கவை சொற்கள். சிந்தையை சீர்குலைக்கும், உத்வேகப்படுத்தும் வலிமை மிக்கவை. தீயைப் போல எதிரெதிர் உலகங்களை ஆள்பவை.

ஒற்றர்கள் சோழநாட்டின் அரசியை கொல்ல முயல்கின்றனர் என்று மக்கள் உணர்ந்த கணத்தில், செம்பாவென்று ஒலித்த சொல் சிந்தையை ஊடுருவி, நீறு பூத்த தணலை வெடிக்கச் செய்தது. அது தீபத்தின் சுடரல்ல, எரிமலைக் குழம்பென்று படர்சடையன் அறிவார்.

மக்களை தெய்வமாகக் காத்து நிற்கும் அரசகுடியினர் அவர்களைக் காக்க வேண்டுவதை உணர்ந்த கணத்தில் மக்களின் சிந்தையில் பெருநெருப்பு சுழன்றெழுந்தது. சீற்றமும், உக்கிரமும் கொழுந்து விட்டு எரியத் துவங்கியது.

அடுத்த கணம் போர்க்கலையில் ஊறிய மக்கள் தங்கள் பாய்ச்சலைத் துவங்கினர். அரசியைக் காக்க ஆண்களும், பெண்களும் பேராற்றலுடன் தாக்கத் தொடங்க, ஒற்றர்களின் குறுவாட்களே அவர்களின் காலனாக மாறின. ஒவ்வொரு வீரனையும்

பலர் சூழ்ந்து கொண்டு வேட்டையாடத் தொடங்கினர். ஒற்றர்களின் உடல்கள் மேலடுக்கிலிருந்து தூக்கி வீசப்பட்டு கீழடுக்கில் விழுந்து நாற்புறமும் சிதறின. செங்குருதி மழை நீராய் பாய்ந்தோடியது.

சோழமக்கள் ஒற்றர்களை வெட்டி வீசுவதைக் கண்ட பரஞ்சுடர் ‘இனி இங்கிருக்க அவசியமில்லை’ என்றுணர்ந்தான். ‘‘அரசியைப் பார்த்துக்கொள்’’ என்று கூறிவிட்டு மீண்டும் கீழிறங்கத் துவங்கினான். பரஞ்சுடர் திடலில் இறங்கி ஓடுவதைக் கண்டதும் நுழைவு வாயினருகில் நின்றிருந்த சோழவீரர்கள் வேகமாக அவனைப் பின்தொடர்ந்தனர்.

இளவெயினியின் கண்களோ சென்னியின் தேர் சுற்றி வராததைக் கண்டவுடன் நடந்திருப்பதை உணர்ந்தது. ஐயம் உறுதியாக கண்கள் சொருக மயங்கி விழுந்தாள்.

கண்ணிகள் இறுகும்...

10

வானவரும் பொறாமை கொள்ளும் வண்ணம் மண்ணுலகின் சுவர்க்கமாக விளங்கிய சோழ நாடு நிலைகுலைந்து போயிருந்தது. இருபத்தெட்டு நாட்கள் இந்திர விழா நிகழ்த்தி இந்திரனைக் கொண்டாடிய மகிழ்வெல்லாம் ஒருநாளில் கரைந்து போக, சோழ நாட்டின் நிலையை வானவர் முடிவு செய்யாமல் வஞ்சகர் முடிவு செய்திருந்தனர்.

சோழநாட்டு மக்கள் தந்தையற்ற பிள்ளைகளாய் தடுமாற அவர்களின் கண்களில் பெருக்கெடுத்து வழிந்தோடிய கண்ணீரில் கடல் உப்பேறிக் கொண்டிருந்தது. சோலைகளில் பறவைகள் குரலிழந்திருக்க கூகைகள் ஆட்சி புரிந்தன. நாட்டின் இசை ஒப்பாரியாகவும், அமைதியே மொழியாகவும் மாறி மக்கள் திக்கற்று நிற்கதியாய் நின்றனர்.

பாணர்கள் இசையால் கதற, புலவர்கள் தமிழால் உருக, விலங்குகள் பெருங் குரலெடுத்து ஓலமிட, பறவைகள் வானத்தை வெறுத்து பறக்க மனமின்றி இருந்தன. மக்களின் விருப்பங்கள் அற்று போய், மனங்கள் விட்டுப்போய், பணிகள் குறைந்து போய், தொழில்கள் முடங்கிப் போய், வாழ்க்கை நின்று போயிருந்தது.

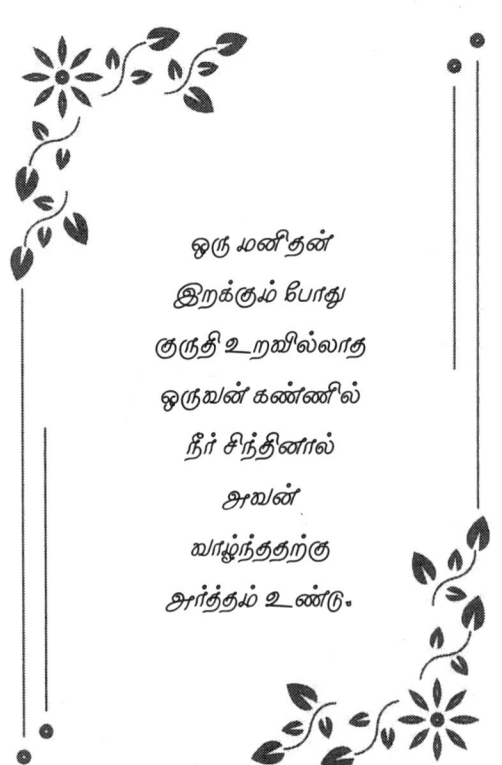

ஒரு மனிதன் இறக்கும் போது குருதி உறவில்லாத ஒருவன் கண்ணில் நீர் சிந்தினால் அவன் வாழ்ந்ததற்கு அர்த்தம் உண்டு.

சோழநாட்டு அரண்மனையில் இளவெயினி மயக்கத்தில் இருந்தாள். அவளருகே வைத்தியரும், செம்மானும் அமர்ந்திருக்க, நன்முகை நின்று கொண்டிருந்தாள். படர் மேனியும் மற்றவர்களும் அறைக்கு வெளியே காத்திருந்தனர்.

இளவெயினி மெதுவாக கண்களைத் திறக்கையில் உலகம் மாறியிருந்தது. உயிரற்ற உடலாய், எழுத்துகளற்ற மொழியாய், வண்டுகள் இல்லா சோலையாய், தெய்வமற்ற கோவிலாய், வேந்தனற்ற நாடாய் மாறியிருந்தது.

இளவெயினியின் நினைவலைகள் சிந்தையில் பின்னோக்கிச் சென்று வலிகளை மீட்டெடுத்துக் கொண்டு கரையெனும் நிகழ்வெளிக்கு வர 'என்னவாயிற்று?' என்றாள் இளவெயினி நிச்சயமற்ற நம்பிக்கையுடன்.

செம்மான் தயங்க 'கூறுங்கள்' என்றாள்.

'வேந்தர் நம்முடனில்லை' என்றார் செம்மான் மெல்லிய குரலில்.

இளவெயினி கண்களை மூடிக்கொள்ள கண்களின் இருபுறமும் கண்ணீர் வரப்பெடுத்து ஓடியது. உடலும் உயிரும் எதையெண்ணி கலங்கியதோ, எதன் நிழல் வேந்தனை அணுகக்கூடாதென உள்ளம் துடித்ததோ, அது நிகழ்ந்து விட்டது என்றெண்ணினாள்.

சில நொடிகளுக்கு பின் எப்படி நிகழ்ந்தது? என்றாள்.

பரஞ்சுடர் சென்னியை அணுகிய பொழுது மக்கள் வேந்தனைச் சூழ்ந்திருந்தனர். சிலர் சென்னியின் நாடித்துடிப்பைப் பார்த்துவிட்டு 'வேந்தர் இறந்துவிட்டார்' என்பதைக் கூற, அங்கு ஏற்கனவே மக்களின் கதறல்கள் துவங்கியிருந்தன. தேர்களின் மோதலில் சென்னி காயமடைந்திருக்கலாம் என்று பரஞ்சுடர் எண்ணியிருந்தான். சென்னியின் அருகில் சென்று பார்த்தபோது உடல் நீலம் பாரித்திருப்பதைக் கண்டவுடன் அதிர்ந்து போனான். நஞ்சு தடவிய கத்தியால் உயிரை பறித்திருக்கின்றனர் என்று தெரிந்ததும் கண்கள் பெருக்கெடுக்க, சென்னியின் அருகே சிலையாய் அமர்ந்திருந்தான். 'ஒரு நண்பனாகவும் உதவவில்லை. தளபதியாகவும் காக்கவில்லை' என்று தோன்ற சிந்தை சிதைந்து உள்ளம் ரணமானது.

சோழநாட்டின் உயிர்கள் பதைபதைத்திருக்க நண்பனைக் கொன்றவர்கள் களிப்புற்று இருப்பார்கள் என்றெண்ணியபோது பரஞ்சுடருக்கு சினத்தால் உடல் நடுங்கியது. எதிரிகளைக் கண்டறிந்து அழிப்பதே தனது தலையாயக் கடமை என்றெண்ணினான்.

தளர்வாய் எழுந்தவன் அருகில் கிடந்த மற்றவர்களின் உடல்களை ஆராய்ந்தான். சோழ வீரர்களின் உடல்களில் ஊசிக்கத்திகள் பாய்ந்திருப்பதையும், சென்னியின் அருகில் இரண்டு போட்டியாளர்களின் உடல்கள் கிடப்பதையும் கண்டவுடன் புரிந்து கொண்டான். கொலையாளிகள் போட்டியாளர்களாக வந்துள்ளனர் என்று உணர்ந்தவன்...

அங்கிருந்த மக்களிடம் 'இறுதியாக வேந்தனிடம் சென்றவர்கள் யார்?' என்று கேட்டான்.

அங்கிருந்த ஒருவன் இரண்டு போட்டியாளர்கள் தேரிலிருந்து இறங்கி வேந்தரின் அருகே சென்றனர். அதில் ஒருவன் ரோமானியன். மற்றொருவன் யாரெனத் தெரியவில்லை'' என்றான்.

தேர்ப்போட்டியில் கலந்துகொண்ட ரோமானியனை பரஞ்சுடர் ஏற்கனவே அயல் தேசத்தார் தங்கும் தெருவில் பார்த்திருக்கிறான். அவனைப் பிடித்தால் இந்த சிலந்திப் பின்னலை உருவாக்கியவனைக் கண்டு பிடித்து விடலாமெனத் தோன்றியது. அடுத்தகணம் பரஞ்சுடரிடமிருந்து கட்டளைகள் பறந்தன.

முதலில் நின்ற சோழவீரனிடம் 'தேர்ப் போட்டியாளர்களின் விவரங்களை பதிவு செய்த, அவர்களின் உடல்களை சோதித்த, நுழைவு வாயிலில் நின்ற அனைத்து வீரர்களையும் அழைத்துவா' என்றான்.

அடுத்தவனிடம் 'துறைமுகத்திலிருந்து எந்தக் கப்பலும், நாவாயும் வெளியேறக் கூடாது என்று சொல்'

வேறொருவனிடம் ''சோழநாட்டிலிருந்து வெளியேறும் நான்கு நுழைவு வாயில்களில் இருந்து வெளியேறும் அனைத்து ரோமானியர்களையும் சிறை பிடிக்கச் சொல்' என்றான். 'இவை இல்லாமலும் பல இடங்களில் வெளியேற முடியும், எனினும் இவையே அகன்ற சாலைகளை உடையது' என்று பரஞ்சுடர் எண்ணினான். அதன் பின்னர் பரஞ்சுடர் வேந்தரின் உடலை அரண்மனைக்கு எடுத்து வந்தான்'' என்று நடந்தவற்றை இளவெயினியிடம் கூறிய செம்மான் 'பரஞ்சுடர் தொடர்ந்து விசாரித்துக் கொண்டிருக்கிறான்' என்று கூற...

'ஒரே நேரத்தில் இரண்டு தாக்குதல்களையும் திட்டமிட்டு நிகழ்த்தியுள்ளனர்' என்று இளவெயினிக்கு புரிந்தது.

'இப்போது வேந்தர் எங்கிருக்கிறார்?' என்றாள்.

'அரண்மனை சமுதாயக் கூடத்தில் இருக்கிறார். வைதேகிகள் முறைகளை செய்துகொண்டுள்ளனர். உனது தந்தைக்கு தகவல் அனுப்பிவிட்டேன். விரைவில் வந்து விடுவார். இன்று மாலை திருப்பயணத்தை தொடங்கிவிடலாம்' என்றார்.

சமுதாயக்கூடம் புலவர்களின் கவிதைகளை அரங்கேற்றவும், நூல் குறித்த இலக்கிய விவாதங்கள், சமயக் கருத்துக்களை இணைந்து விவாதிக்கவும் கட்டப்பட்டிருந்தது. ஒரே நேரத்தில் நூற்றுக்கணக்கானோர் அமர்ந்து கருத்துக்களைப் பகிர்ந்து கொள்ளுமிடம்.

இயற்கையில் நிகழும் துன்பத்தால் மனம் இடிந்து போனால் தெய்வத்தின் நிழலில் சாய்ந்து ஆறுதல் தேட முயலும். ஆனால் வஞ்சகத்தின் சுவடுகள் வாழ்வை பறிக்கும்போது வன்மம் தலையெடுக்கிறது. சிந்தையில் தீப்பிடித்து வஞ்சினம் நெருப்பாட்டத்தை நிகழ்த்துகிறது. கயமை ஏற்படுத்திய ஆற்றாமையும், இயலாமையால் உருவாகிய கடுஞ்சினமும் தலைவிரித்தாட இளவெயினி எழுந்து அமர்ந்தாள்.

'உனது இறப்பிற்கு காரணமான அத்தனை நாடுகளையும் வெல்வேன். அனைத்து மன்னர்களின் குடிகளை அழித்தொழிப்பேன்' என்று வஞ்சினம் பூண்டாள்.

'ஒரு நாழிகையில் வருகிறேன்' என்று இளவெயினி கூற, செம்மான் அறையை விட்டு நீங்கினார்.

இளவெயினி மெதுவாக எழும்போதே பலவீனமான உடல் தடுமாற நன்முகை தாங்கிக் கொண்டாள். மீண்டும் இருக்கையில் அமர்ந்தவள் இந்நிலையில் தான் கதறுவதை சென்னி விரும்பமாட்டான் என்று தோன்ற மனதைத் திடப்படுத்திக் கொண்டாள்.

'வெண் துணியையும் எழுத்தாணியும் கொண்டு வா' என்று இளவெயினி கூற, நன்முகை விரைந்து சென்று விரலளவு அகலத்தில் மெல்லிதாக கிழிக்கப்பட்டிருந்த வெண் துணி, எழுத்தாணி, மையைக் கொண்டு வந்தாள்.

அவற்றை வாங்கிய இளவெயினி துணியில் ''வேந்தர் கொல்லப்பட்டார். கிளம்பி வா'' என்றெழுத, அதற்குள் நன்முகை குருகுப் பறவையை கூண்டுடன் எடுத்து வந்தாள்.

பறவையை எடுத்து அதன் காலில் துணியை மென்மையாகக் கட்டிய இளவெயினி எழுந்து சென்று அறையின் பின்புறமிருந்த தோட்டத்தில் பறக்கவிட, குருகுப் பறவை மேலெழுந்து தாழம்பூ மிதப்பதுபோல விண்ணில் பறந்து சென்றது. சிலகணங்களில் வெளியே வந்த இளவெயினி தேரிலேறிக் கொள்ள தேர் புறப்பட்டது.

சோழ மக்கள் பெருவெள்ளமாய் அகநகரை நிறைத்திருக்க, மதிற் சுவற்றிற்கு வெளியிலும் மக்கள் திரண்டு சென்னியின் பெயரை உச்சரித்து அரற்றிக் கொண்டிருந்தனர். தோளோடு தோளாக இணைந்து நின்று துயரத்தை எதிர்கொள்ள முயன்றனர்.

வானவன் கட்டுக்கடங்காத மக்களை கவச வீரர்களைக் கொண்டு இரண்டாக பிரித்திருக்க, அதன் வழியே தேர் மெதுவாக முன்னேற செம்மானும், மற்றவர்களும் தொடர்ந்தனர்.

இளவெயினியின் தேரினைக் கண்டதும் மக்களின் கதறல் அதிகமாகியது. சோழ நாட்டிற்கு வாழவந்தவளைக் காத்து, சிறப்பாக வாழவைக்கும் தகுதியற்ற நாடாக சோழநாடு மாறிவிட்டதை எண்ணிக் கதறியவாறு நின்றனர்.

மெதுவாக ஊர்ந்து சென்ற தேர் சமுதாயக் கூடத்தை அடைய, துவண்ட மலராய் தேரிலிருந்து உதிர்ந்த இளவெயினியைக் கண்டதும் மக்கள் வெடித்து ஓலமிட்டனர். மக்களின் கதறல்களும், தேம்பல்களும் இளவெயினியின் மனதை நெக்குருக்க, இறுகிய மனதுடன் நடந்தாள்.

சமுதாயக் கூடத்தின் உயரமான மேடையில் சென்னியின் உடலை அகில் மரத்தினாலான பலகையின்மேல் பவளமல்லி மலர்களைக் குவித்து அதன்மேல் கிடத்தியிருந்தனர். உடலின் ஐம்புலன்களை அமைதிப்படுத்த ஐந்து எண்ணெய்களை பூசி, உடலின் நவத்துவாரங்களை தூய்மைப்படுத்த ஒன்பது நீர்நிலைகளில் இருந்து வருவிக்கப்பட்ட நீரினால் சென்னியின் உடலை நீராட்டியிருந்தனர். பட்டு ஆடைகளை உடுத்தி, இருபது வகையான அணிகலன்களை பூட்டியிருந்தனர். வாசனைத் திரவியங்கள் உடலெங்கும் பூசி, கழுத்தில் ஆத்தி மாலையை அணிவித்திருந்தனர். தலையில் கிரீடம் பொருத்தி செங்கோலையும், வெண்கொற்றக்குடையையும் தலையினருகே இருத்தி, அவனது வாளை நெஞ்சின் மேல் வைத்திருந்தனர். நெற்றியில் மூன்று விரல்களால் வெண்ணீறைப் பூசி, நடுவில் குங்குமத்தால் திலகத்தை இட்டிருந்தனர்.

திடமான மனதுடன் சென்ற இளவெயினி சென்னியின் முகத்தைக் கண்ட கணத்தில் நீருண்ட நிலமாய் கரைந்து போனாள். கண்கள் மேகமாய் நீர் சொரிய, தொண்டையிலிருந்து விம்மல் வெடித்தெழுந்தது.

கைகள் நடுங்க அவனருகில் சென்று அவன் திருமுகத்தை கண்ட கணத்தில், மனதின் உணர்வுகள் வெடித்துச் சிதற, இளவெயினி கதறத் துவங்கினாள்.

'படுத்த படுக்கையின் மணம், பற்றிய கைகளின் கதகதப்பு, பார்த்த பார்வையின் கனிவு மனதை விட்டு அகல்வதற்குள் என்னைப் பிரிந்து விட்டாயே. மண்ணுலகின் தேவன், அன்பினால் ஆள்பவன், உன்னைச் சிதைக்க பகைவர்களுக்கு எவ்வாறு மனம் வந்தது. அண்டைய நாடுகளை காலடியில் கிடத்தி நசுக்காமல் மக்கள் அனைவரையும் மனிதராய் பார்த்தது தவறா? அன்பை விதைத்தால் அன்பே விளையும் என்பது தவறா? மனித பிறப்பின் சிறப்பையோ, வாழ்வின் மகத்துவத்தையோ அறியாதவர்கள் இறப்பின் வலியை மட்டும் எப்படி அறிவர்?'

சென்னியின் தலையருகே அமர்ந்தவள் அவன் தலைமுடியை தன் விரல்களால் கோதியபடி உரக்கக் கூறினாள்.

‘இறந்த பின்னும் சில நாழிகைகள் ஐம்புலன்களும் இயங்குமெனில் நன்றாகக் கேள். வாழ்வின் திருப்பத்தில் சந்தித்த நாம் கைகளை இணைத்து வழிகளை மாற்றிக் கொண்டோம். அமைதியில் கதை பேசி, சொற்களில் வாழ்வை கவிதையாக்கிக் கொண்டோம்.

உன் கண்களில் உலகைக் கண்டு, உன் சுவாசத்தில் உயிர் வாழ்ந்தேன். என் உடலின் நிழலானாய். என் வாழ்வின் வண்ணங்களானாய். என் உயிர் நிலவு சுழலும் வானமானாய். நான் துவளும்போது தோள் கொடுப்பாய், என் கதைகளைக் கேட்க மடி கொடுப்பாய். இன்று உனைப் பிரிந்து நான் துடிக்கக் காரணமாகிய அனைத்து நாடுகளையும் உன் மகனால் பழியெடுப்பேன்.

கண்களை மூடிக்கொண்டால் காட்சிகள் மறையாது. சூரியன் மேற்கில் மறைந்தால் உலகில் இருள் நிரந்தரமாகி விடாது. மீண்டும் சூரியன் உன் மகன் வடிவில் உதிக்கும். அப்போது உனைக் கொன்றதற்கு பல நாடுகள் மண்ணோடு மண்ணாகும்’’ என்றவாறு இளவெயினி கதறியழ, அமைச்சர்கள் கண்களில் விழிநீர் வழிந்தோடியது. சுற்றியிருந்த மக்களும் கதறத் தொடங்க சோழநாட்டின் திசைகளை அழுகையின் ஓலங்கள் நிறைக்கத் தொடங்கின.

ஒரு மனிதன் இறக்கும் போது குருதி உறவில்லாத ஒருவன் கண்ணில் நீர் சிந்தினால் அவன் வாழ்ந்ததற்கு அர்த்தம் உண்டு. வேந்தனின் இறப்பில் தெய்வத்தை இழந்து ஒரு நாடே கதறிக் கொண்டிருந்தது.

வைராவிகள் முறைகளைத் தொடர்ந்து செய்யத் தொடங்கினர். அவர்களின் திருமந்திரங்களுக்கு இணையாக பறையின் ஒலியும், அந்தரியின் ஓசையும் விட்டு விட்டு ஒலிக்க, நற்புகைகளின் நறுமணங்கள் காற்றை நிறைக்க, அறமும் அன்பும் கண்ணுறங்கியது.

★★★

அரண்மனையில் மக்கள் தவித்துக்கொண்டிருக்க, பரஞ்சுடர் ஏராளமான வீரர்களுடன் மருவூர் பாக்கத்தில் அயல் நாட்டினர் வசிக்கும் தெருவின் மாளிகைகளை பரிசோதித்துக் கொண்டிருந்தான். அனைத்து ரோம நாட்டு வணிகர்களையும், அடிமைகளையும் இழுத்து வந்து தெருவில் நிற்க வைத்தான்.

சிகை கலைந்திருக்க, கண்கள் குருதியாய் சிவந்திருக்க பரஞ்சுடர் அனைவரிடமும் ஒரே கேள்வியை திரும்ப திரும்ப கேட்டான் ‘தேர்ப் போட்டியில் பங்குபெற்ற ரோமன் யார்?’

சில வணிகர்கள் தேர்ப்போட்டியைக் காண வந்திருந்ததால் அவர்கள் நீரோவின் அடிமையை இனம் கண்டு கொண்டிருந்தனர். வணிகர்களில் ஒருவன் முன் வந்து 'அவன் நீரோவின் அடிமை' என்று கூற, அடிமையா இவ்வளவு சிறப்பாகத் தேரினை ஓட்டினான் என்று எண்ணினான் பரஞ்சுடர். அடிமையைத் தேர் ஓட்டப் பழக்கியுள்ளனர் எனில் இது நீண்ட நாட்களாக உருவாக்கப்பட்டத் திட்டம் என்று புரிந்தது.

வணிகர்களையும் அவர்களின் அடிமைகளையும் விடுவித்துவிட்டு, நீரோவின் அடிமைகளைத் தனிமைப்படுத்தி விசாரிக்கத் துவங்கினான். அனைவரும் அமைதி காக்க, பரஞ்சுடர் 'இறுதியாக எச்சரிக்கிறேன். சோழவேந்தனை வஞ்சகத்தால் கொடூரமாக கொன்று சிதைத்துள்ளனர். நீரோ இதில் ஈடுபட்டுள்ளது தெளிவாகிறது. மற்ற தகவல் உடனடியாக வெளிவரவேண்டும். இல்லையெனில் நீங்கள் ஒருவரும் உங்கள் நாட்டிற்கு திரும்ப இயலாது. வாழ்நாள் முழுதும் சோழநாட்டின் சிறைகளில் அடைபட்டுக் கிடக்க வேண்டியிருக்கும்' என்றான்.

அடிமைகளிடையே சிறிய சலசலப்பு ஏற்பட்டு அடங்கியது. எவரும் முன்வராமல் இருக்க, பரஞ்சுடர் 'அனைவரையும் சிறைக்கூடத்திற்கு அழைத்துச் செல்லுங்கள். ஒருவேளை மட்டும் உணவும், நீரும் கொடுங்கள்' என்று இரைய, ஒரு அடிமை முன்வந்தான். நிறமற்ற உண்மைகள் வண்ணத்தில் வெளிப்பட்டன.

★★★

அழுந்தூர் வேளிர் குலத்தலைவரும், இளவெயினியின் தந்தையுமான சங்கருள்நாதன் மாலைப் பொழுது நெருங்குகையில் தனது வீரர்களுடன் குதிரையில் வந்து சேர்ந்தார். சோழவீரன் தகவலைக் கூறியதும் இடிந்து போனவர், உடனடியாக தனது வீரர்களுடன் புறப்பட்டிருந்தார். கூடத்தில் மெதுவாக நுழைந்தவர் சென்னி கிடத்தப்பட்டிருப்பதையும், இளவெயினியின் கோலத்தைக் கண்டதும் கலங்கிப்போனார்.

தனது தந்தையைக் கண்டதும் இளவெயினி வேகமாக வந்து கட்டிக்கொண்டுக் கதற, சங்கருள்நாதன் அவளை ஆற்றுப்படுத்த வகையின்றி நொறுங்கிப் போயிருந்தார். சிறுவயதிலிருந்தே தாயின்றி வளர்ந்தவள் இளவெயினி. இப்போது இளவயதிலேயே கணவனையும் பறிகொடுக்க நேர்ந்ததே இதென்ன சாபம்? உலகைக் காக்கும் ஆற்றலுடையவன் நீங்கியபின்னர், அவனையே அச்சாகக் கொண்டு சுழன்ற இவள் உலகம் இனி என்னாகுமோ என்று கலங்கினார்.

இரவின் முதல் பொழுதில் வேந்தனின் உடல் அவனது சயந்தனத்தில் ஏற்றப்பட, மக்களின் கதறல்கள் விண்ணை நிறைத்தன. குதிரைப்படை வீரர்கள் சோழ நாட்டின் இலட்சினையையும், கொடியையும் ஏந்தியவாறு முன்னேச் செல்ல,

வேந்தருக்கென செம்மான் தேர்வு செய்திருந்த சோலையை நோக்கித் தேர் நகர்ந்தது. இளவெயினியின் தேர் பின்தொடர, சோழ மக்கள் தேரினை வழியொற்றி நடந்தனர். அரசியின் தேரினைச் சுற்றிலும் வானவன் கடுங்காவலை உருவாக்கியிருந்தான்.

நாற்புறமும் மரங்கள் சூழ்ந்த பொய்கையின் அருகே பள்ளம் உருவாக்கப் பட்டிருந்தது. ஐவகை நிலங்களையும் வீரத்தால் ஆண்டவனுக்கு ஆறடி நிலத்தை அகழ்ந்திருந்தனர். சென்னியின் உடலை இறக்கிய பின்னர் இறுதி சடங்குகள் துவங்க, இளவெயினி தனது உலகத்தில் ஆழ்ந்திருந்தாள்.

பிறப்பு என்பது ஒரு நிகழ்வாய் இருந்தாலும் வாழும் முறையே காலத்தின் சுவடு களாய் நிலைத்திருக்கிறது. அண்டை நாடுகளை அடக்கி ஒடுக்கி தனது ஆளுகையின் கீழ் கொண்டுவர நினைக்காமல் அனைத்து நாடுகளும் மகிழ்வுடன் தனித்திருக்கவும், தென்னாடுகள் அமைதி நிலமாக நிலைத்திருக்கவும் எண்ணிய சென்னியின் இறப்பு எதிர்காலத்தின் சுவடுகளை புரட்டிப் போட்டிருந்தது. விடியலின் தன்மையை மாற்றியிருந்தது.

முள்ளூர் நாட்டு அரண்மனையில் பெருஞ்சாத்தனுடன், இரண்டு சிற்றரசர்கள் அமர்ந்திருக்க, எதிரே இருங்கோவேளும், ரோமானிய வியாபாரி நீரோவும் நின்றிருந்தனர்.

சென்னியைக் கொன்றதும் இருங்கோ தேர்த்திடலை விட்டு வெளியேற, நுழைவு வாயிலின் கீழடுக்கில் அமர்ந்திருந்த சிற்றரசர்கள் மூவரும் சோழமக்கள் வெகுண்டெழுந்து, தீராச் சினத்துடன் ஒற்றர்களின் உடல்களை பிய்த்தெறிவதைக் கண்டனர். அரசியை வீழ்த்த முடியாதெனத் தெரிந்ததும், இனி சோழநாட்டில் இருப்பது கேடினை விளைவிக்குமென எண்ணி வீரர்களுடன், முள்ளூர் நாட்டிற்கு உடனடியாகத் திரும்பினர்.

சென்னி இறந்ததைக் கேட்ட அனைத்து மக்களும் அரண்மனையை நோக்கி ஓடிக் கொண்டிருக்க, பெருஞ்சாத்தனும் மற்றவர்களும் வளையில் ஓடிப் பதுங்கும் எலிகளைப் போல, தங்களது நாட்டை நோக்கி ஓடிக் கொண்டிருந்தனர்.

'நான் கொடுத்த வாக்கின்படி, எனது அடிமை தேர்ப் போட்டியில் பங்குபெற்று சோழ வேந்தனை கொல்ல உங்களுக்கு உதவியுள்ளான். இனி நீங்கள் கூறியது போல் துறைமுகத்தை எனது கட்டுப்பாட்டில் தந்து உதவவேண்டும்' என்றான் நீரோ.

சென்னிக்கு தேர்ப் போட்டியில் பொறிகளை அமைக்க முடிவு செய்ததும் இருங்கோ போட்டியில் பங்கெடுக்க தனது நான்கு வீரர்களின் பெயர்களை போட்டியில் பதிவு செய்யக் கூறியிருந்தான்.

சோழநாட்டின் புகாருக்கு வணிகத்திற்காக ரோமா புரியிலிருந்து வந்தவன் நீரோ. தனது நாவாய்களையும், மரக்கலங்களையும், அடிமைகளையும் கொண்டு துறைமுகத்திற்கு வரும் அனைத்து அயல் நாட்டுப் பெரும் படகுகளுக்கு பொருட்களை ஏற்றி, இறக்கவும், துறைமுகத்தின் பணிகளுக்கு தனது அடிமைகளையும் பயன்படுத்தினால் பெரும்பொருள் ஈட்ட முடியும் என்றெண்ணினான். அதற்காக அடிமைகளுடன் சோழநாட்டில் தங்கினான். ஏற்கனவே துறைமுகத்தில் தமிழ் மற்றும் சீனர்கள் இதுபோன்ற தொழில்களில் ஈடுபட்டிருந்ததால் கடும் போட்டிகள் நிலவின.

துறைமுகப் பணிகளில் தனக்கு சிறப்பு உரிமைகள் கிடைக்க முயற்சி செய்தான் நீரோ. சோழநாட்டினர் அதற்கு உடன்படாமல் அனைவருக்கும் சம உரிமையை வழங்கினர். இந்நிலையில் சென்னியைக் கொல்ல உதவி செய்தால் தனது நாடு துறைமுகத்தை நீரோவின் கட்டுப்பாட்டிற்கு வழங்குமென இருங்கோ கூற, முள்ளூர் நாட்டிற்கு உதவி செய்ய முன்வந்தான். தனது அடிமையான டேடோவை தேர் ஓட்டும் பயிற்சிக்கும், சென்னியைக் கொல்லவும் அனுப்பியிருந்தான்.

'திட்டத்தின் ஒரு பகுதியே நடைபெற்றுள்ளது. சோழநாட்டின் மீது படையெடுத்துச் சென்று வெல்வது இன்னும் முடியவில்லை. சோழநாடு எங்கள் வசப்பட்டதும், துறைமுகம் உனது கட்டுப்பாட்டிற்கு உறுதியாக வழங்கப்படும். நீ சோழநாட்டிலிருந்தே எங்களுக்கு உதவி வா. மற்றதை இருங்கோ பார்த்துக் கொள்வான்' என்று கூற, நீரோ தலையசைத்தான்.

'சோழ வேந்தனைக் கொல்வதில் வெற்றி ஈட்டி விட்டோம். ஆனால் அரசியைக் கொல்ல முயலும்போது சோழ மக்கள் குறுக்கிட்டது எவரும் எதிர்பாராதது' என்றான் தீச்செல்வன்.

''இதுவரை இத்தகைய உத்வேகத்தை சாதாரண மக்களிடம் கண்டதில்லை. முதன்முறையாகக் காண்கிறோம். அதனால் தான் அவர்களை பொருட்டாகக் கருதவில்லை' என்றான் இருங்கோ.

'அரசியால் என்ன செய்ய இயலும். சோழநாட்டின் மீதான தாக்குதலுக்கு இக்கணமே படைகளை நாம் திரட்டலாம்' என்றான் முத்துமேனி.

'சரியே. சென்னி இறந்து விட்டதால் அதிகன், தொண்டை, வாணர் போன்ற சிற்றரசுகள் நம்முடன் இணையும். அவர்களுடன் பேசி நான் இணைக்கிறேன்' என்று தீச்செல்வன் கூற

‘ஒய்மான், எருமை, நீடூர் மிழலை நாடுகளுக்கு நான் சென்று வருகிறேன்’ என்றான் முத்துமேனி.

‘எப்போது கிளம்புகிறீர்கள்?’

‘‘நாளை கிளம்புகிறோம்’’ என்றனர் இருவரும்.

‘இனிமேல் எத்தனை நாடுகள் இணைந்தாலும் சோழ அரசின் ஆட்சியுரிமை நம் மூவரிடமே இருக்கும் என்று கூறி விடுங்கள்’ என்றான் பெருஞ்சாத்தன்.

இருங்கோ அமைதியாய் இருப்பதைக் கண்ட பெருஞ்சாத்தன் ‘உனது எண்ணம் என்ன?’ என்று கேட்டான்.

‘என்னைப் பொறுத்தவரையில் சென்னிக்கு இணையாக அரசியையும் கருத வேண்டும். அவர்களின் மதியூகத்தைக் கண்டிருக்கிறேன்’ என்றான் இருங்கோ.

‘சோழநாடு நிலைகுலைந்து உள்ளது. இப்போது தாக்குவதே சரியாக இருக்கும்’ என்றான் முத்துமேனி.

‘நானும் அப்படித்தான் நினைத்தேன்’ என்றான் இருங்கோ.

‘இப்போதென்ன மாற்றத்தைக் கண்டாய்?’

‘இரண்டாம் முறை சோழ மக்களைத் தவறாக கணிக்க வேண்டாமென்கிறேன். தேனீக்களின் கூட்டில் கல்லெறிந்து இருக்கிறோம். சோழமக்கள் வஞ்சினம் கொண்டு இருக்கின்றனர். இப்போது நாம் படையெடுத்தால், இதுவரை நாம் கண்டிராதளவு பெரும்படையாக திரண்டெழுவர்’

‘அரசி போரை வழிநடத்த மாட்டாள். தலைவனற்ற படையால் என்ன சாதிக்க இயலும்?’

‘தலைமை இல்லாவிடினும் சோழநாட்டு மக்கள் வீரத்தில் புலிகளைப் போன்றவர்கள். பரஞ்சுடரும், வானவனும் மிகச் சிறந்த படைத் தளபதிகள். அவர்கள் இருவரே போதும். நமது படைகளை அழிக்க’

‘நமது வீரர்களின் வீரத்தை குறைத்துக் கூறுகிறாயா?’

‘இல்லை மன்னா. நமது மக்கள் வாழ்வாதாரத்திற்கு செலவழிக்கும் நேரம் அதிகம். ஆனால் சோழநாட்டில் வளம் மக்களின் காலடியில் கொட்டிக் கிடக்கிறது. மக்கள்

போர்ப்பயிற்சிகளை திறம்பட கற்க சென்னி சிறந்த கட்டமைப்பை உருவாக்கி இருக்கிறான். மாதந்தோறும் அங்கு வீரவிளையாட்டுப் போட்டிகள் நடந்த வண்ணமிருக்கும். மேலும் நமது படைகளின் எண்ணிக்கை போதாது'.

'குரலில் உறுதியின்றி பேசும் நீ எவ்வாறு படைக்கு தலைமை தாங்கி வெற்றியை ஈட்டுவாய்?' என்றான் தீச்செல்வன்.

'நம்மிடமுள்ள குறைகளையும், சோழப்படையின் நிறைகளையும் எடுத்து கூறுகிறேன் அரசே. நாளையே படையை நடத்திச் செல்ல ஆணையிட்டால் அதற்கும் சித்தமாக இருக்கிறேன்'

அனைவரும் அமைதியாக 'என்ன செய்யலாமென்று எண்ணுகிறாய்?' என்றான் பெருஞ்சாத்தன்.

'சிறு படையை அனுப்பி சோழநாட்டு அரசியைக் கொல்லவேண்டும்' என்றான் இருங்கோ.

கண்ணிகள் இறுகும்...

11

முள்ளூரின் அரண்மனையில் சிற்றரசர்கள் அமர்ந்திருக்க, ‘சோழநாட்டின் அரசியைக் கொல்ல வேண்டும்’ என்று இருங்கோ கூறியதும் அனைவரும் பேரதிர்ச்சிக்கு உள்ளாகினர். முத்துமேனியின் கைகள் நடுங்கி அடங்கியது. கண்முன்னே முள்ளூர் ஒற்றர்களின் உடல்கள் கீழடுக்கில் விழுந்து சிதறியதைக் கண்டவன்.

‘‘அரசியைக் கொல்ல மீண்டும் ஒரு முயற்சியா? எப்படிச் சாத்தியம்?’’ என்றான் முத்துமேனி.

‘‘மீண்டும் முயல்வோம் என்று சோழர்கள் சற்றும் எதிர்பார்க்க மாட்டார்கள். அது நமக்கு சாதகம். எதிர்பாராத தாக்குதலே வெற்றிக்கான வழி’’

‘‘அரசியின் மீதான தாக்குதலுக்குப் பின்னர் நாடெங்கும் காவலை பலப்படுத்தி யிருப்பார்கள்’’

‘‘உண்மையே. தாக்கியவர்களை தேடிக் கொண்டிருப்பார்கள். அவர்களின் அரண் மனையில் மீண்டும் தாக்குவோம் என்று எதிர்பார்க்க மாட்டார்கள்’’.

‘சோழநாட்டை இருள் சூழ்ந்திருக்கும் இவ்வேளையில் போர் தொடுப்பதே சரியான செயலாய் இருக்கும்’ என்றான் தீச்செல்வன்.

> ‘வெளிச்சத்தை மக்களின் மனதில் விதைத்துச் சென்றிருக்கிறான் சென்னி. மனதின் இருளை வெளிச்சம் அகற்றக் கூடும். ஆனால் மனதின் வெளிச்சத்தை யாராலும் அகற்ற இயலாது.’

'வெளிச்சத்தை மக்களின் மனதில் விதைத்துச் சென்றிருக்கிறான் சென்னி. மனதின் இருளை வெளிச்சம் அகற்றக் கூடும். ஆனால் மனதின் வெளிச்சத்தை யாராலும் அகற்ற இயலாது.'

மீண்டும் தாக்குதலா, போரா என்று அனைவரும் பெருஞ்சாத்தனைப் பார்க்க 'நாளை இரவு தாக்குதல் நடக்கட்டும். சில நாட்களில் போர் தொடுப்போம்' என்றவன் 'மீண்டும் சோழநாட்டிற்கு உன்னால் செல்ல இயலாது. உனது திட்டம் என்ன?' என்றான் இருங்கோவைப் பார்த்து.

'நமது துணைத் தளபதி ஒருவனின் தலைமையில் ஐம்பது வீரர்களை அனுப்புவோம். நாளைப் பகலில் சிறந்த பத்து வீரர்கள் அகநகருக்குள் நுழைந்து ஒளிந்திருக்கட்டும். சோழநாட்டின் அகநகருக்குள் நுழைய ஒரு முதன்மை வாயிலும், இரண்டு எழுவுஞ்சீப்பு எனப்படும் சிறு வாயில்களும் உள்ளன. நாளை இரவில் காவலாளிகள் குறைவாயிருக்கும் எழுவுஞ் சீப்பை நமது வீரர்கள் உள்ளிருந்து தாக்கி மற்ற வீரர்கள் உள்ளே நுழைய வழியேற்படுத்தட்டும். அதன் பின்னர் அரண்மனையைத் தாக்கி அரசியைக் கொன்றுவிட்டு அதே வழியில் வெளியேறட்டும்' என்றான்.

'அகநகரில் எவ்வாறு ஒளிந்திருப்பது. அங்கும் பலத்த காவலிருக்கும் அல்லவா?'

'நமது மன்னர் தங்கியிருந்த விருந்தினர் மாளிகையின் திறவுகோல் நம்மிடமே உள்ளது. அங்கு அதிகம் காவலிருக்காது. அது சாத்தியமில்லையெனில் வேறிடத்தை கண்டுணர வேண்டும். சிறந்த வேட்டையானது சுற்றுப்புறத்துடன் இரண்டற ஒன்றாக கலந்திருப்பது. திடப்பொருள் நீரில் மிதப்பதைப் போன்றது வேட்டை'

'திடப்பொருளால் எவ்வாறு நீரில் மிதக்க முடியும்?'

'பனிக்கட்டியாய் உறையும்போது நீரில் மிதக்கலாம். நீரிலிருந்து தோற்றத்தில் மாறுபடாமல் ஆனால் குணத்தில் வேறுபட்டு இருப்பது'

'அதற்குத் தகுந்தவன் குமுதன். வேடுவ குலத்தைச் சார்ந்த எனது துணைத் தளபதி. வேட்டையை தொழிலாகக் கொண்ட குலத்தவன். இன்றே அவனை அனுப்பி வைக்கிறேன்' என்றான் முத்துமேனி.

'இன்று பாதி வீரர்களுடன் குமுதன் செல்லட்டும். மீதமிருப்பவர்கள் நாளை சோழநாட்டில் நுழையட்டும். அங்கு தங்கும் விபரங்களையும், தாக்கும் முறையையும் குமுதனிடம் நான் கூறி அனுப்புகிறேன். நாளை இரவு தாக்குதல் நடைபெறட்டும்'

அனைவரும் பேசிக் கொண்டிருக்கையில் மாளிகையினுள் நுழைந்த காவல் வீரன் வணங்கி விட்டு 'சோழநாட்டிலிருந்து தகவல் வந்துள்ளது' என்றபடி ஒரு கழுகைக் கொடுத்தான்.

கழுகின் காலில் கட்டியிருந்த மெல்லிய ஓலையை பிரித்தெடுத்த மற்றொரு வீரன், ஓலையை இருங்கோவிடம் கொடுத்தான். தகவலை படித்த இருங்கோ நிமிர 'என்ன வாயிற்று?' என்றான் பெருஞ்சாத்தன்.

'பரஞ்சுடர் ரோம வீதியில் நுழைந்து அனைத்து ரோம நாட்டினரையும் சோதித்து நீரோவின் அடிமைகளை கைது செய்து அழைத்துச் சென்றிருக்கிறான்.'

'எதிர்பார்த்தது தான். இந்நேரம் நீரோவைப் பற்றி அறிந்திருப்பான்' என்றான் பெருஞ்சாத்தன்.

சோழ நாட்டிலிருக்கையில் இருங்கோ மட்டுமே நீரோவுடன் தொடர்பிலிருந்தவன். இருங்கோ எந்த நாட்டை சேர்ந்தவனென்று நீரோவிடம் வெளிப்படுத்த வேண்டா மென்று பெருஞ்சாத்தன் கூறியிருந்தான். நீரோவிற்கே இன்று தான் தெரியும் என்றிருக்கையில் சென்னியைக் கொன்றது எந்த நாட்டின் சதியென்று பரஞ்சுடரால் உறுதியாக கண்டுபிடிக்க இயலாது என பெருஞ்சாத்தன் எண்ணினான்.

சென்னியைக் கொல்லும் திட்டம் தோல்வியுற்றால் தன்னால் சோழநாட்டில் இருக்க இயலாதென அறிந்திருந்த நீரோ ஏற்கனவே தனது செல்வத்தை ரோம நாட்டிற்கு அனுப்பியிருந்தான். அவனது ஒரு பெரும்படகும், சில நாவாய்களும் மட்டுமே புகாரில் இருந்தன. அடிமைகளை ஏற்றிக்கொண்டு பெரும்படகை பாண்டியனின் கொற்கைத் துறைமுகத்திற்கு எடுத்து வரும்படி கூறியிருந்தான். திட்டம் முழுத்தோல்வி அடைந்தால் தனது பெரும் படகில் ரோமிற்குத் திரும்ப எண்ணியிருந்தான்.

அவர்கள் நிற்கும் நிலையின் அச்சுக்கள் முறிந்து விட்டால் தப்பிப்பது எப்படி என்று ஒவ்வொருவரின் மனதிலும் திட்டங்கள் ஓடிக்கொண்டிருக்க...

''நாளையத் திட்டத்தை குமுதனுக்கு விளக்கி விடு. அரசி வீழ்ந்தால் சோழநாடு உடனடியாக சிதையும். இல்லையென்றால் சில நாட்களில் அழியும். மொத்தத்தில் அழிப்பது நிச்சயம்'' என்றான் பெருஞ்சாத்தன்.

★★★

காலைக் கதிரவனின் கதிர்கள் சோழ அரண்மனையின் கோபுரங்களில் வேயப்பப்பட்டிருந்த தங்கத்தகடுகளில் பட்டு ஒளிர, அரண்மனையினுள்ளே கோபமும், துயரமும் காற்றை செரித்துக் கொண்டிருந்தது.

சோழத்தின் வேந்தனை மண்ணிற்கு தாரை வார்த்த மறுநாள் காலையில் இளவெயினியுடன் செம்மான், பரஞ்சுடர், வானவன் ஆகியோர் அமர்ந்திருந்தனர்.

அரசியை சிரமப்படுத்த வேண்டாமென்று பரஞ்சுடர் நினைத்தான். ஆனால் சதியின் முழுத் தகவலும் தனக்கு உடன் தெரியவேண்டும் என்று இளவெயினி கூறியிருக்க, பரஞ்சுடரும் அரசவைக்கு வந்திருந்தான்.

சென்னியைக் கொல்ல தேர்ப் போட்டியில் அண்டைய நாட்டினர் செய்திருந்த சதியை விரிவாகக் கூறிய பரஞ்சுடர், அதில் ஈடுபட்ட இருவரை சென்னி வீழ்த்தியதையும் கூற இளவெயினியின் கண்களில் மீண்டும் நீர் கோர்த்தது.

'நமது வேந்தனையும், அரசியையும் ஒரே நேரத்தில் கொல்ல திட்டம் தீட்டியவன் இருங்கோவேள் என்பவன். நம் நாட்டின் ரோமச் சேரியில் தங்கி வணிகம் செய்த நீரோ என்பவனுடன் இணைந்து இந்த சதித்திட்டத்தை உருவாக்கி இருக்கிறான். தேர்ப்போட்டியில் பங்கேற்ற டீடோ என்பவன் நீரோவின் அடிமை. இதற்காக டீடோ சில மாதங்கள் அண்டை நாட்டிற்குச் சென்று தேரோட்டக் கற்றான். ஆனால் எந்த நாட்டிற்கு அழைத்துச் செல்லப்பட்டான் என்பதை டீடோவே அறியவில்லை என்று சிறையிலுள்ள அவனது நண்பன் அல்பினா கூறினான். எனவே இந்த சதி நெடு நாட்களாக பின்னப்பட்டு வந்துள்ளது.

அரசியைக் கொல்லும் திட்டம் நிறைவேறாதவுடன் அனைவரும் சோழநாட்டை நீங்கிச் சென்று விட்டனர். இருங்கோவேள் யாரென கண்டுபிடித்தால், இது எந்த நாட்டின் சதி என்பதையும் கண்டறியலாம். நீரோவின் அனைத்து அடிமைகளையும் சிறைச்சாலையில் அடைத்திருக்கிறேன்' என்றான்.

சற்று நேரம் அனைவரும் அமைதியாக இருக்க 'நமது அற நிலையை பலவீனமாக பகைவர்கள் பார்க்கின்றனர். எழுத்தாணியை விரும்பும் மக்களிடம் வாளைக் கொடுக்கும் நேரமிது. சில கடினமான முடிவுகளை எடுத்து பணிவதல்ல சோழநாடு, திமிறி எழுவது என்பதைக் காட்ட வேண்டிய நேரமிது' என்றான் வானவன்.

'என்ன செய்யலாம் என்கிறீர்கள்?' என்றாள் இளவெயினி.

'பகைவர்கள் யாரெனக் கண்டறிய வேண்டும். இடிதாங்கும் ஆத்தி மரத்தின் பூக்களை அணிபவன் சோழ வேந்தன். அத்தகைய வேந்தனைக் கொன்றவர்களின் நாடு இடி இறங்கியது போன்று தீப்பற்றி எரிய வேண்டும்' என்ற வானவன், தொடர்ந்து 'நீரோவின் அடிமைகளை முதலில் கொல்ல வேண்டும்' என்றான்.

''அடிமைகள் என்ன செய்வார்கள். அவர்களிடமிருந்து வேறு ஏதேனும் தகவல் கிடைக்குமா என்று பாருங்கள். துறைமுகத்தில் நீரோவின் படகுகள் இருக்கிறதா?''

'துறைமுகத்திலிருந்து கிளம்பிய பெரும்படகையும், இரண்டு நாவாய்களையும் பிடித்து வைத்திருக்கிறோம்' என்றான் பரஞ்சுடர்.

"இன்றைய நிலையில் தென்னகம் சோழ, சேர, பாண்டிய வேந்தர்களால் மட்டுமல்லாமல், எண்ணற்ற சிற்றரசர்களாலும், வேளிர்களாலும் ஆளப்படுகிறது. சோழ வேந்தனைக் கொன்றது இவர்களில் யாராகவும் இருக்கலாம். சிலர் ஒன்றுபட்டும் திட்டம் தீட்டியிருக்கலாம். எனவே வள்ளுவனை அழைத்து சோழநாட்டின் படைகளை பெரிதாக்க புதிய வீரர்களை தேர்ந்தெடுக்கிறோம் என்று முரசறைய கூறுங்கள். ஆயுதவாரிகளை அழைத்து புதிய ஆயுதங்களையும், கேடயங்களையும் உருவாக்க உத்தரவிடுங்கள். மதிற்சுவரின் பொறிகளையும், சயந்தனங்களையும் சீரமையுங்கள். போருக்குத் தேவையான அனைத்து நடவடிக்கைகளையும் உடனடியாக மேற்கொள்ளுங்கள்' என்றாள் இளவெயினி.

'அண்டை நாடுகளின் மேல் படையெடுக்கப் போகிறோமா?' என்றார் செம்மான்.

'இந்த சதியை உருவாக்கியவர்கள் சோழ நாட்டின் மீது படையெடுக்கப் போகின்றனர். இதற்காக ஏற்கனவே அவர்கள் படைகளைத் ஆயத்தப்படுத்தியிருக்க வாய்ப்புண்டு. எனவே நமது படையை வலுப்படுத்த வேண்டிய அவசியத்தில் இருக்கிறோம். வேந்தனில்லா நாடு அனைவரின் ஆசைகளையும் தூண்டும்'

'படைக்கு புதிய வீரர்களை எப்போது தேர்ந்தெடுக்க வேண்டும்?' என்றான் வானவன்.

'நாளையிலிருந்து. இதுவே தாமதமென எண்ணுகிறேன். ஏற்கனவே படையில் இருக்கும் வீரர்களுக்கு போர்ப் பயிற்சிகளை அளிக்கத் துவங்குங்கள். தேவையெனில் நமது பழைய தளபதிகளின் உதவிகளை வேண்டிப் பெறுங்கள். தலைச்சிறந்த குதிரைகளை யவனத்திலிருந்து கொண்டு வரவும், யானைகளின் எண்ணிக்கையை அதிகப்படுத்தவும் கூறுங்கள்'

'உனது வயிற்றில் வளரும் நமது வேந்தர் சோழ நாட்டின் ஆட்சி பொறுப்பை ஏற்கும்வரை சிரமமாக இருக்கப் போகிறது' என்றார் செம்மான்.

'அதற்கு எதிரிகளை மிரளவைக்கும் வலிமையான படையே தீர்வாக இருக்க இயலும்' என்ற இளவெயினி தொடர்ந்து

"ஆறு குழந்தைகளுக்கு மேல் பெற்றிருக்கும் குடிகள் அரசுக்கு வரி கட்டத் தேவையில்லை என்று அறிவியுங்கள். என் மகன் ஆட்சிப் பொறுப்பை ஏற்கும்போது சோழ நாட்டின் படைவீரர்களின் எண்ணிக்கை பல மடங்காக அதிகரிக்க வேண்டும். உலகை வெல்லும் படைபலம் அவனுக்கு தேவைப்படும்.

காவிரிக்கரையின் அருகிலிருக்கும் காடுகளை அழித்து விளைநிலங்களை உருவாக்க வேண்டும். ஊற்று நீரில் நெற்கதிர்கள் நன்கு விளையும். தேவைப்பட்டால் மதகுகள் மூலம் நீரை பாய்ச்சிக் கொள்ளலாம். சேர, பாண்டிய நாடுகளுக்கும், அயல் தேசத்திற்கும் தேவையான அரிசி வகைகளை இங்கு பயிரிட்டுக் கொள்ளலாம். படைவீரர்களை வாரத்திற்கு ஒருநாள் இந்த நிலங்களின் வேளாண்மைக்கு பயன்படுத்தி அவர்களுக்கான ஊதியத்தை இதிலிருந்தே பெறலாம்''.

இளவெயினி பரஞ்சுடரைப் பார்த்து 'சில வீரர்களுடன் இருங்கோவேள் ஏற்படுத்திய குதிரைத் தடங்களை பின்தொடர்ந்து செல்லுங்கள். தகவலேதும் திரட்ட முடிகிறதா என்று பாருங்கள்' என்றாள். அடுத்து வானவனைப் பார்த்து 'துறைமுகத்தில் இருக்கும் நீரோவின் பெரும்படகை கையகப்படுத்துங்கள். இரண்டு நாவாய்களையும் துறைமுகத்தில் இருந்து தள்ளிச் சென்று நெருப்பை பற்ற வைத்து எரிய விடுங்கள். மற்ற அயல் தேசத்தினருக்கு ஒரு எச்சரிக்கையாக இருக்கட்டும். எந்த அயல் நாட்டவரும் ஒரு மாதத்திற்கு மேல் சோழநாட்டில் தங்கக்கூடாது. திரும்பவும் அவர்கள் நாட்டிற்குச் சென்று விட்டு மூன்று மாதங்களுக்கு பின்னரே வரவேண்டும். அதற்கான விவரங்களை குறிப்பெடுக்கச் சொல்லுங்கள்'.

'வேறு ஏதும் தகவல்கள் கிடைத்தால் தெரிவியுங்கள்' என்று இளவெயினி கூற இருவரும் வணங்கிவிட்டு வெளியேறினர்.

வெள்ளமாய் பாய்ந்த அரசியின் உத்தரவுகளில் செம்மான் ஒரு தெளிவான திட்டத்தை உணர்ந்தார். பதினைந்து வருடங்களுக்கு பின்னர் சோழநாடு எப்படி இருக்க வேண்டும் என்பதன் அடித்தளம் உருவாகிறது. மாபெரும் சக்தியாக சோழப்பேரரசு உருவெடுக்க விதைகள் விதைக்கப்படுகின்றன என்று.

'நானும் புறப்படுகிறேன்' என்று எழுந்த செம்மான் அருகில் அமர்ந்திருந்த சங்கருள் நாதனைப் பார்த்து 'எனது மாளிகைக்கு வா. போகலாம். இங்கிருப்பது உனக்கும் மனவேதனையாக இருக்கும்' என்று கூற, சங்கருள்நாதன் இளவெயினியைப் பார்த்தார்.

'சென்று வாருங்கள் தந்தையே' என்றாள் இளவெயினி.

இருவரும் புறப்பட்டுச் செல்ல இளவெயினி மெதுவாக எழுந்து நிலவற்ற வானம் போல் வெறுமையாயிருந்த தனது அறையை நோக்கி நடந்தாள். அதுவரை மனதை அடக்கி வைத்திருந்த இறுக்கம் தளர்ந்து துயரம் வெள்ளமாகப் பாய்ந்து இளவெயினியைச் சூழ்ந்தது.

அரசவையிலிருந்து வெளியேறிய பரஞ்சுடர், வானவனிடம் 'நான் சிறையி லிருக்கும் அடிமைகளைப் பார்த்துவிட்டு, நமது வீரர்களுடன் இருங்கோவேளைப் பின்தொடர்ந்து செல்கிறேன். டடோவின் நண்பன் ஒருவனையும் அழைத்துச் செல்கிறேன். திரும்ப ஓரிரு நாட்கள் ஆகலாம். நீ பார்த்துக்கொள். துறைமுகத்தி லிருக்கும் சீன, கிரேக்க வணிகர்களையும் ஒரு முறை பார்த்து விடு' என்றான்.

'ஆகட்டும்' என்று கூறிய வானவன் தனது குதிரையிலேறி சில வீரர்களுடன் துறைமுகத்தை நோக்கிச் சென்றான்.

பரஞ்சுடர் அங்கிருந்த வீரனிடம் ''ஒன்பது வீரர்களை சாதாரண உடையில் சிறைச்சாலை அருகே காத்திருக்கச் சொல்'' என்று சொற்களை இரைத்து விட்டு தனது மாளிகைக்கு குதிரையில் சென்றான்.

சென்னியின் புதைகுழியில் பரஞ்சுடரின் மனமும் புதைந்திருக்க, வார்த்தை களற்ற அமைதியே ஆறுதலாயிருந்தது. சோழதேசத்தின் உடைகளைக் களைந்து விட்டு ஒரு வணிகனைப் போல உடையணிந்து கொண்டு புறப்பட்டான்.

புகாரின் தெருக்களில் பயணிக்கையில் சோழநாடு மகிழ்ச்சியை தொலைத்து சோகத்தின் இழையில் சிக்குண்டு கிடப்பதைக் கண்டான். ஒருவனின் ஆசைக்கு ஒரு நாடே பலியாகி இருந்தது.

சோழ நாட்டின் நுழைவு வாயிலிருந்து வெளியேறியவுடன் அருகிலிருப்பது கருமலைப் பாலம். காவிரி ஆறு கருமலையை அறுத்துக்கொண்டு ஓடும் இடத்தில் இருபுறமும் இருக்கும் மேடுகளை கரைத்து கயிற்றாலும், மரப்பலகைகளாலும் இணைத்து தேர்கள், குதிரைகள் மற்றும் யானைகள் செல்லக்கூடிய வகையில் வலுவான பாலங்களை அமைத்திருந்தனர். இந்திர விழா முடிவடைந்ததும் ஏராளமான மக்கள் வண்டிகளிலும், நடந்தும் சோழநாட்டை விட்டு வெளியேறி இருந்ததால் ஏராளமான தடங்கள் பதிந்திருந்தன.

பாலத்தைத் கடந்ததும் நிலத்தில் குதித்த பரஞ்சுடர் தடங்களைப் பார்வையால் வருடியபடி முதல் நாளில் குதிரைகள் ஏற்படுத்தியிருந்த குளம்புக்குறடுகளை பார்வையால் பிரித்தெடுக்க முயன்றான். குதிரையின் குளம்புகள் தேயாமலிருக்க அரைவட்ட இரும்பினாலான குறடுகளை குளம்புகளில் பதிப்பது வழக்கம். குறடுகளின் பதிவுகளும், வண்டிகளின் தடங்கலும் மூன்றாகப் பிரிந்தன.

நாட்டுக் குதிரைகளை விட அயல் தேசத்திலிருந்து வருவிக்கப்பட்ட குதிரைகளின் எடை அதிகமாதலால் குளம்புகள் ஆழமாக பதிந்திருந்தன. ஒரு குதிரையின் கால்

குளம்பின் பாதி உடைந்திருப்பது முதல் மற்றொரு குதிரையின் தடத்தில் குளம்புகள் இல்லாதிருப்பது வரை கவனித்தான். இது அயல் தேசத்திலிருந்து புதிதாக வந்திறங்கிய குதிரை. இன்னும் குறடுகள் அடிக்கப்படாமல் உள்ளது என்று நினைத்தான்.

சோழநாட்டின் அருகில் முள்ளூர், தோன்றிமலை, மற்றும் புன்னாடு இருந்தன. அனைத்து நாடுகளிலிருந்து வரும் மக்களும் இந்த நாடுகளின் வழியாக வரநேரிடும். எனவே தடங்கள் மூன்று திசைகளை நோக்கிப் பிரிந்தன. இதனை எதிர்பார்த்தே பரஞ்சுடர் வந்திருந்தான். இவ்வளவு மக்கள் சென்ற பாதையில் தடங்களை வைத்து பெரிதாக தெரியப் போவது ஏதுமில்லை. எனினும் சோழநாட்டில் இருந்துகொண்டு திறந்த கண்களுடனும் திறக்காத மனதுடனும் தன்னிரக்கத்தில் சிதைவதை விட, இயலாமையின் கோபம் துரத்தாத பெருவெளியில் எங்காவது தொலைந்து போக விரும்பியது மனம்.

பரஞ்சுடர் தன்னிடமிருந்த வீரர்களை மூன்று பிரிவாக பிரிக்க ஒவ்வொரு பிரிவிலும் மூன்று வீரர்கள் இருந்தனர். 'இங்கிருந்து மூன்று நாடுகளுக்கும் பிரிந்து செல்வோம். நீங்கள் செல்லும் நாட்டில் வணிகர்களைப் போலக் காட்டிக்கொள்ளுங்கள். இருங்கோவேள் என்ற வணிகரை பார்க்க வந்திருப்பதாகச் சொல்லுங்கள். அப்படி யாரும் இல்லை என்று மக்கள் கூறினால் இருங்கோவேள் என்று வேறு யாரும் இருக்கின்றனரா என்று விசாரியுங்கள்.

நீங்கள் செல்லும் நாட்டினர் சோழ வேந்தனை கொல்லும் சதியில் பங்கேற்றிருந்தால் அங்கு காவல்கள் பலமாக இருக்கும். புதிய மனிதர்களை எளிதில் நம்ப மாட்டார்கள். நீங்கள் இருங்கோவேளைப் பற்றி விசாரிப்பது வெளிப்பட்டால் நீங்கள் இன்னலுக்கு உள்ளாவது உறுதி. எனவே ஐயம் ஏற்படாமல் விசாரித்துவிட்டு அங்கிருந்து பிரிந்து தனித்தனியாக மற்ற நாடுகளுக்குச் செல்லுங்கள். முடிந்தவரை மற்ற நாடுகளில் விசாரித்து விட்டு சில நாட்களில் திரும்புங்கள். வணிகன் என்று அடையாளப்படுத்திக் கொள்ளத் தேவையான தங்கக் காசுகள் இதில் உள்ளன. பிரித்து எடுத்துக்கொள்ளுங்கள்' என்றவன் பொன்முடிப்புகளை அவர்களிடம் அளித்தான்.

'நாம் தோன்றிமலை நாட்டிற்கு செல்லலாம்' என்று ஒரு குழுவினரை அழைத்துக் கொண்டு புறப்பட்டான்.

'சோழநாட்டின் இந்திர விழாவிற்கு ஐந்து குறுமன்னர்களும், நான்கு வேளிர் குலத் தலைவர்களும் வந்திருந்தனர். அவர்களில் எவராவது இந்த சதியில் இணைந் திருப்பார்களா' என்றெண்ணியவாறு வறண்டு காணப்பட்ட நிலங்களைக் கடந்து தோன்றிமலையை மாலையில் அடைந்தான் பரஞ்சுடர். அருகிலிருந்த பயணியர்

மாளிகையில் தங்கியவர்கள் அருகிலிருந்த அங்காடிக்குச் சென்று இருங்கோவேளைப் பற்றி பலரிடம் விசாரித்தனர். அந்தப் பெயரை எவரும் கேள்விப்பட்டிராததால் மாளிகைக்குத் திரும்பிய பரஞ்சுடர் இரவு அங்கேயே தங்கினான்.

★★★

சோழ அரண்மனையிலிருந்து யவனச்சேரிக்கு புறப்பட்ட வானவன் அங்கு வசித்து வந்த சீன, ரோம, கிரேக்கப் பெருவணிகர்களை சந்தித்து புதிய கட்டுப்பாடு களைத் தெரிவித்து விட்டு துறைமுகத்தை நோக்கி கடற்கரையோரமாய் குதிரையை செலுத்தத் துவங்கினான்.

கடற்கரையில் தாழை மலர்கள் அன்னம் போலப் பூத்திருக்க, கொழுத்த மீன் களைச் சுடும் மணமும் தாழையின் மணமும் மிதந்து வந்தது. கடல் அலைகளில் முண்டகப் பூக்கள் கலந்து பொற்காசுகளைப் போல கதிரவனின் ஒளியில் மின்னி மறைந்தன. புன்னை மரத்தின் அரும்புகள் முத்துக்களை நினைவு படுத்தினாலும் வானவனின் மனம் சென்னியை நினைத்து துயரத்திலேயே மூழ்கியிருந்தது. கருமணலும், வெள்ளியின் துகள்களும் கலந்தது போலிருந்த மணல்வெளியில் கடற்கரையின் ஓரத்தில் ஓலைகளால் வேயப்பட்ட பரதவர்களின் வீடுகளைப் பார்த்தவாறே மெதுவாக குதிரையில் சென்று கொண்டிருந்தான். ஒரு வீட்டைக் கடக்கையில் கருங்கழுகின் உதிர்ந்த இறகுகள் கிடப்பதைப் பார்த்தவாறு தாண்டிச் சென்றவனின் சிந்தையில் பொறி தோன்ற, குதிரையை நிறுத்தினான். மற்ற வீரர்களும் குதிரைகளை நிறுத்தினர். குதிரையைத் திருப்பிக்கொண்டு குடிலின் முன்னால் வந்து நிறுத்தினான் வானவன்.

குதிரைகளின் அரவத்தைக் கேட்டு வீட்டினுள்ளிருந்து வெளியே வந்த பரதவன் உயரத்தில் குறைவாயும் பருமனாயும் இருந்தான். தளபதியைக் கண்டு ஒருகணம் திடுக்கிட்டவன் சமாளித்துக்கொண்டு ‘வணக்கம் தளபதியாரே‘ என்று வணங்கினான்.

‘உனது பெயரென்ன?’

‘மிருதன்’.

‘கழுகுகள் வைத்திருக்கிறாயா’ என்று கேட்காமல் ‘எத்தனைக் கழுகுகள் வைத்திருக்கிறாய் மிருதா?’ என்று கேட்டான் வானவன்.

சிறிது தயங்கியவன் ‘மூன்று’ என்றான்.

நாளங்காடியில் கழுகுகள் விற்பனை ஆவதில்லை என்றறிந்த வானவன் ‘எந்தக் கடையில் அவற்றை வாங்கினாய்?‘ என்றான்.

'கடலுக்கு போகாத தினங்களில் காடுகளுக்குச் சென்று கழுகுகளை பிடித்து வருவேன்' என்றான் மிருதன்.

மனதின் ஐயம் வலுக்க, குதிரையிலிருந்து கீழிறங்கிய வானவன் 'மனிதர்கள் அணுகமுடியாத உயரமான இடத்தில் கழுகுகள் கூட்டினை அமைக்கும். அவற்றை பிடிக்கிறாய் என்றால் நீ நன்கு மரம் ஏறத்தெரிந்தவனாக இருக்க வேண்டும்' என்றவாறு வீட்டினுள் நுழைந்தான்.

'படிப்பறிவைப் பெற்றிருக்கிறாயா?'

'இல்லை'

பரதவனின் வீட்டில் விலையுயர்ந்த யவனத் தேறல் இருப்பதைக் கவனித்தபடி 'கல்வியே ஒருவனை மனிதனாக மாற்றும் வல்லமையுடையது என்று எண்ணிய சோழவேந்தர் பரதவர்கள் கற்றுக்கொள்ள பாடசாலையை நிறுவி, கல்வி கற்பிக்கும் கணக்காயரை நியமித்து இருந்தாரே. எந்த நாட்டவன் நீ?' என்றான் வானவன்.

'நான் பாண்டிய நாட்டினன். ஒவ்வொரு நாடாகச் செல்வது என் வழக்கம்'

குரலின் பிறழ்வில் பொய்யுரைக்கிறான் என்பதை உணர்ந்த வானவன் 'உன்னுடன் வேறு யார் இருக்கிறார்கள்?' என்று கேட்க ...

'நான் மட்டுமே இருக்கிறேன்'

வீட்டின் உள்ளறையில் பூட்டியிருந்த இரும்புப் பெட்டியைக் கண்ட வானவன் 'இதைத் திற' என்றான்.

மிருதன் தயங்கியபடி 'அதிலொன்றுமில்லை' என்றான்.

வானவன் இடையிலிருந்த தனது வாளின் கைப்பிடியைப் வலதுகையால் பற்ற, மிருதன் வேகமாக முன்னேறி இடைக் கச்சையிலிருந்த திறவுகோலை எடுத்து பெட்டியினைத் திறந்தான்.

உள்ளே எழுத்தாணி, மைக்கூடு, ஓலைச் சுருள், கழுகின் காலில் கட்டக்கூடிய சிறிய பை போன்றவை இருந்தன. மற்றொரு பையில் ரோம நாட்டின் தங்கக் காசுகள் இருக்க..

'படிப்பறிவு இல்லையென ஏன் கூறினாய்?' என்று இரைந்த வானவன் 'இருங்கோவேள் எப்போது வந்தான் இங்கே?' என்று கேட்க..

'இல்லை. இல்லை. இங்கு வரவில்லை' என்றான் மிருதன் தடுமாறியபடி.

அவனை உற்று நோக்கிய வானவன் 'இருங்கோவேள் யார் என்று கேட்பதுதான் சரியான பதில்' என்று கூற அதிர்ந்த மிருதன் மின்னல் வேகத்தில் திரும்பி வெளியே ஓடினான். வாசலில் நின்ற சோழ வீரனொருவன், மிருதனின் இடையிலிருந்த ஆடையை பற்றி ஒரே கையில் மிருதனை தூக்கினான்.

அவனை நான்கு குதிரையில் கட்டி இறுக்குங்கள் என்று வானவன் கூற, அடுத்த சில நொடிகளில் மிருதனின் இரண்டு கைகளிலும், இரண்டு கால்களிலும் கயிறுகளைக் கட்டி, மறுமுனையை நான்கு குதிரைகளின் உடலில் கட்டி இழுக்க, மிருதன் ஆகாசத்தில் மிதந்தவாறு அலறத் துவங்கினான்.

வீட்டை முழுவதும் ஆராய்ந்து விட்டு மெதுவாக வெளியே வந்த வானவன் 'இன்னுமா இவனின் உறுப்புகளை பிய்த்தெறியவில்லை?' என்று கூற குதிரைகள் சற்று முன்னேறின.

மிருதனின் அலறல் மேலும் அதிகரிக்க, நெஞ்சின் உயரத்தில் தொங்கிக் கொண்டிருந்தவனை நெருங்கிய வானவன் 'உண்மையை சொன்னால் சிறைச் சாலைக்கு அனுப்பி வைப்பேன். இல்லையென்றால் உனது கழுகுகளுக்கே இரையாக்கி விடுவேன். எந்த நாட்டவன் நீ?' என்றான்.

'முள்ளூர் நாடு'

'ஐந்து கழுகு கூண்டுகளில் இரண்டு காலியாக உள்ளது. என்ன தகவல் அனுப்பினாய்?'

'ஒரு கழுகை இருங்கோவேள் எடுத்துச் சென்றார். மற்றொரு கழுகில் ரோமவீரர்கள் சிறைபிடிக்கப்பட்ட தகவலை அனுப்பினேன்'.

'இருங்கோவேள் யார்?'

'முள்ளூர் நாட்டுத் தளபதி'

'உன்னைப் போல் இன்னும் எத்தனை பேர்கள் இங்கு தங்கியிருக்கிறீர்கள்?'

'எனக்குத் தெரியாது. வலிக்கிறது. கீழிறக்குங்கள். உண்மையைக் கூறுகிறேன்'

வானவன் இடதுபுறத்திலிருந்த குதிரை வீரர்களை பார்க்க, வீரர்கள் குதிரைகளை சற்று பின் நகர்த்தினர்.

பரதவனின் முகத்தை நெருங்கிய வானவன் 'என் கண்களைப் பார்த்தவாறு பதில் சொல். எத்தனை நாடுகள் இந்த சதியில் ஈடுபட்டனர்?'

'எனக்குத் தெரியாது' என்று கூற, அவன் கருவிழிகள் அசைந்ததை கவனித்த வானவன்

'கிழித்தெறியுங்கள் இவனை' என்று இரைய,

'மூன்று நாடுகள்' என்று அலறினான் மிருதன்.

'எந்தெந்த நாடுகள்?'

'முள்ளூர், தோன்றிமலை, புன்னாடு'

"இங்கிருக்கும் எந்த அயல் நாட்டவர் சதியில் இணைந்தனர்?"

"ரோம வணிகன் நீரோ".

'வேறென்ன திட்டம் தீட்டியுள்ளனர்?'

'அரசியும் கொல்லப்பட்டிருந்தால் மேலும் குறுமன்னர்களைச் சேர்த்துக் கொண்டு ஓரிரு நாட்களில் சோழநாட்டை போரிட்டு கைப்பற்ற திட்டம் தீட்டியிருந்தனர்'

'வேறென்ன தகவல் தெரியும்?'

'இங்கேயே தங்கியிருந்து தகவல்களை அனுப்பக் கூறினார்கள்'

'இறக்குங்கள் இவனை' என்று வானவன் கூறியதும், சோழவீரர்கள் மிருதனை கீழிறக்கினர்.

"இவனை சிறைச்சாலைக்கு அழைத்துச் செல்லுங்கள்" என்று கூறிவிட்டு குதிரையிலேறிய வானவன் துறைமுகத்தை நோக்கி குதிரையைச் செலுத்த, இரண்டு சோழவீரர்கள் மிருதனை சிறைச்சாலைக்கு அழைத்துச் சென்றனர்.

'மூன்று நாடுகளா இல்லை இன்னும் அதிகமாக இருக்குமா?' என்று யோசித்த வானவன் 'அரசியை சந்திக்கையில் உடனடியாக போர் தொடுக்கக் கூறி மூன்று சிற்றரசுகளையும் முற்றாக அழிக்க வேண்டும்' என்று நினைத்தவாறே துறைமுகத்தை அடைந்தான்.

சோழ நாட்டு துறைமுகத்தில் காவிரி கடலில் கலக்குமிடத்தின் முகத்துவாரம் மிக ஆழமாக இருக்கும். அதனால் பெரும்படகுகளும் எளிதில் துறைமுகத்திற்கு அருகே வந்து நங்கூரமிட்டு நிற்கும். மற்ற தென்னாட்டு துறைமுகங்களில் இல்லாத மேன்மை இது.

வானவனின் உத்தரவின் பேரில் நீரோவின் பெரும் படகும், இரண்டு நாவாய்களும் துறைமுகத்தை விட்டு வெளியேற்றப்பட்டு நடுக்கடலில் நெருப்பு வைக்கப்பட, கடற்காற்றின் வேகத்தில் தீ கொளுந்து விட்டு எரியத் துவங்கியது.

நிலவு வெள்ளொளியை வீசியபடி வானில் வெளிப்பட்டிருக்க, துறைமுகத்தில் நின்ற அனைத்து நாட்டவர்களும் அச்சத்துடன் பார்த்துக் கொண்டிருந்தனர். சுழன்று வீசிய காற்றில் கொடிமரங்கள் வெடித்துச் சிதற, பாய்கள் பற்றியெரிய, பெரும்படகும், நாவாய்களும் கீழ்வானத்தை நெருப்பாக்கியபடி எரிந்தன.

வானவன் பார்த்தவாறு நின்றிருந்த அதே கணத்தில் ...

முள்ளூர் நாட்டு ஒற்றர்கள் சோழநாட்டிற்குள், வீட்டிற்குள் புகும் கருநாகத்தைப் போல நுழைந்தனர்.

கண்ணிகள் இறுகும்...

12

சோழ அரண்மனையைச் சுற்றியிருந்த மதிற்சுவற்றிலும் அகநகரின் பல இடங்களிலும் தீப்பந்தங்களும், விளக்குகளும் ஏற்றப்பட்டிருக்க ஆறாம் சாமம் துவங்குவதற்கான மணி அடிக்கப்பட்டது.

ஒரு நாளை சூரிய உதயத்திலிருந்து கணக்கிட்டு எட்டு சாமங்களாக பிரித்திருந்தனர். சூரிய உதயத்தின்போது அரண்மனையில் இருக்கும் பானையில் ஊற்றப்படும் நீர் சிறிய துளையின் வழியே கீழிருக்கும் பானைக்கு வெளியேறிக் கொண்டிருக்கும். மேல்பானையில் எஞ்சியிருக்கும் நீரின் அளவைக் கொண்டு நாழிகையைக் கணக்கிட்டுச் சொல்லும் நாழிகைக் கணக்கரின் சொற்படி ஒவ்வொரு சாமத்தின் முடிவிலும் அங்கிருந்த மணி அடிக்கப்படும். இந்த முறைக்கு குறுநீர்க் கன்னல் என்று பெயர். எட்டு சாமங்கள் கொண்டது ஒரு நாள். பகல் பொழுதின் நான்கு சாமங்கள் கழிந்ததும், ஐந்தாம் சாமத்தின் தொடக்கத்தில் அரண்மனையின் காவலர்களும், பணியாட்களும் பணிகளை மாற்றிக் கொள்வர்.

இதைத்தவிர காலத்தை பொதுமக்கள் தங்கள் நிழலைக் கொண்டும், சிலர் காட்டுப் புல்லை நிறுத்தியும் நாழிகையைக் கணக்கிட்டனர். காடுகளில் இருப்பவர்கள் இரவு வேளையில் குறிப்பிட்ட விண்மீன்களின் இருப்பிடத்தைக் கொண்டும் காலத்தைக் கணித்தனர்.

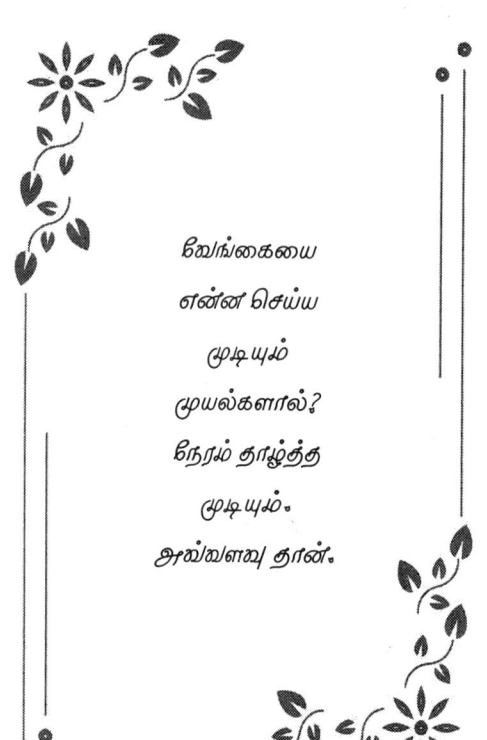

வேங்கையை என்ன செய்ய முடியும் முயல்களால்? நேரம் தாழ்த்த முடியும். அவ்வளவு தான்.

சிற்றரசர்களுக்கான விருந்தினர் மாளிகையினுள் குமுதனும் இருபதற்கும் மேற்பட்ட வீரர்களும் ஒளிந்திருந்தனர். அவர்களின் அருகே இரண்டு சோழவீரர்களின் உடல்கள் கிடத்தப்பட்டிருந்தன. ஐந்தாம் சாமத்தில் பணிகள் மாறியதும் இருள் சூழக் காத்திருந்த குமுதன், மாளிகைக்கு வெளியே காவலிருந்த சோழ வீரர்களைக் கொன்றிருந்தான். அவர்களின் உடைகளை அணியச் செய்து இரண்டு முள்ளூர் ஒற்றர்களை வெளியே காவலுக்கு நிறுத்தியிருந்தான்.

அகநகரினுள் பத்து வீரர்களுடன் நுழைந்ததும், எழுவுஞ் சீப்பை பார்வையிடச் சென்ற குமுதன், அந்த வாயிலை இரவில் தாக்கி தனது மற்ற வீரர்களை உள்ளே கொண்டு வருவது சாத்தியமில்லாத ஒன்று என்பதை புரிந்து கொண்டான். தாக்குதலை எதிர்கொள்ள உருவாக்கப்பட்ட இடமது என்பதால் கடுமையான காவல் இருந்தது மட்டுமல்லாமல் மதிற்சுவரின் மேலிருந்தும் வாயில் காக்கப்பட்டிருந்தது. ஆனால் சோழ அரண்மனை வேந்தனின் வசதிக்காக உருவாக்கப்பட்ட இடமாதலால் அங்கு காவல் குறைவாயிருந்தது. எனவே அதிகப்படியான வீரர்களை உள்ளே கொண்டுவந்து நேரடியாக அரண்மனையைத் தாக்க குமுதன் முடிவு செய்திருந்தான்.

தன்னிடமிருந்த வீரனை வெளியே அனுப்பி மேலும் வீரர்களை அகநகருக்குள் வரவழைத்து மாளிகையினுள் ஒளியச் செய்தான். மாலை வேளையில் அரண்மனையை கண்காணிக்கச் சென்றான். அரண்மனையை சில முறை சுற்றி வந்து காவல் நிலைகளில் சோழவீரர்கள் தனித்திருக்கும் இடங்களையும், இரண்டு காவலர்கள் அருகருகே இருக்கும் இடங்களையும் கவனத்துடன் மனதில் இருத்திக் கொண்டான். தனித்திருக்கும் காவலனை வீழ்த்துவது மற்றவரின் கவனத்தை ஈர்க்காது. ஆனால் இரண்டு காவலாளிகள் ஒருவரின் பார்வையில் மற்றொருவர் இருக்கும்போது இருவரையும் ஒரேநேரத்தில் அம்பெய்து வீழ்த்துவது அவசியம்.

தன்னுடன் காடுகளில் வேட்டையில் ஈடுபடும் இரண்டு வேடவர்களை குமுதன் அழைத்து வந்திருந்தான். இருவரும் சிறந்த வில்லாளிகள். ஒலிகளின் மூலமே மனதின் திட்டங்களை பரிமாறிக் கொள்பவர்கள். அரண்மனையில் நுழையும் முறையையும், தாக்கும் விதத்தையும் அவர்கள் இருவரிடமும் தெளிவாக எடுத்துக் கூறினான். இருங்கோ ஏற்கனவே அரண்மனை பற்றியும், காவல் முறைகளையும் கூறியிருந்தது பயனுள்ளதாக இருக்க, ஆறாம் சாமம் முடியும் தருவாயில் அரண்மனையின் பின்புறத்திலிருந்து தாக்குதலை நிகழ்த்த முடிவு செய்தான்.

'முதன்மை வாயிலில் நடக்கும் சோதனைகளால் மிகக் குறைவான ஆயுதங் களையே எடுத்து செல்ல முடியும்' என்று இருங்கோ முள்ளூரில் சொன்ன போது...

‘இரண்டு விற்களும், சில அம்புகளும் போதும்’ என்றான் குமுதன்.

‘மற்ற வீரர்களுக்கு என்ன செய்வாய்?’ என்று கேட்டான் இருங்கோ.

‘நான் வீழ்த்தும் சோழவீரர்களின் ஆயுதங்கள் இருக்கின்றவே. ஆயுதங்களுக்கு என்ன நாட்டுப்பற்றா இருக்கிறது. அவை யார் வெட்டினாலும் வெட்டும்’ என்று குமுதன் கூற, இருங்கோ மகிழ்வுடன் தலையசைத்தான்.

நகர்வலம் செல்லும் சோழவீரர்கள் வரும் சத்தம் கேட்க, மாளிகையின் இருளில் குமுதனும் சிலரும் மறைந்தனர். சாலையில் நடந்து வந்த சோழவீரர்கள் மாளிகையை நெருங்குகையில் சோழதேசத்தின் உடையில் காவலிருந்த இரண்டு ஒற்றர்களும் ‘பொறுங்கள்’ என்றவாறு மாளிகையை விட்டு வெளியே வர, சோழவீரர்கள் மாளிகையின் வாசலில் நின்றனர்.

ஒற்றர்கள் சோழவீரர்களை நெருங்கிய கணத்தில் மாளிகையின் இரண்டு புறங்களில் இருந்தும் சீறிப்பாய்ந்த அம்புகள் சோழவீரர்களின் கழுத்தில் பாய, குருதி பீச்சிட இருவரும் சத்தமின்றி சரிந்தனர். அவர்களை நெருங்கிய ஒற்றர்கள் இருவரையும் மாளிகையினுள் இழுத்து வந்தனர். சற்று நேரத்தில் அவர்களின் ஆடைகளையும் மாற்றிக்கொண்ட ஒற்றர்கள் வெளியே வர, குமுதனும் மற்ற வீரர்களும் பதுங்கியவாறு அரண்மனையை நோக்கி முன்னேறினர். மழைமேகங்கள் மலையை அணுகுவது போல் ஒற்றர்கள் அரண்மனையின் பிற்பகுதியை ஓசையின்றி அணுகினர்.

பரந்து விரிந்திருந்த அரண்மனையைச் சுற்றிலும் சிறிய மதிற்சுவர் எழுப்பப் பட்டிருக்க, நான்கு புறங்களிலும் கண்காணிப்பு கோபுரங்கள் அமைக்கப் பட்டிருந்தன. தீப்பந்தங்களும், விளக்குகளும் ஒளிவீசிக் கொண்டிருக்க அரண்மனையின் பின் புறத்தை குமுதனும் மற்றவர்களும் அடைந்தனர்.

முள்ளூர் ஒற்றன் சோழ காவல் வீரனின் உடையில் படிக்கட்டுகளின் வழியே கண்காணிப்பு கோபுரத்தின் உச்சிக்கு ஏறினான். மேலிருந்தக் காவலாளி ‘யாரது?’ என்று கேட்க ‘அவசர தகவல். இதோ வருகிறேன்’ என்று கூறியபடி மேலேறினான்.

மேலேறியவனிடம் ‘என்ன தகவல்’ என்று சோழவீரன் கேட்க, அவனை நெருங்கிய ஒற்றன் வலதுகையின் பின்புறத்தில் மடக்கப்பட்டிருந்த குறுங்கத்தியை அரைவட்டமாக வீசி நொடிப்பொழுதில் காவல் வீரனின் குரல்வளையை அறுத்தெறிந்தான். சோழவீரன் கழுத்தினை பிடித்தபடி தடுமாற, அவனின் நெஞ்சினில் மீண்டும் குறுங்கத்தியை சொருகிய ஒற்றன், காவலனின் உடலை தரையில் அழுத்திப் பிடித்தான். சில கணங்களில் உட்கார்ந்த நிலையிலேயே காவலனை அமரச் செய்துவிட்டு கீழிறங்கினான்.

சற்று நேரத்தில் மற்றொரு கண்காணிப்பு கோபுரத்திலிருந்த காவல் வீரனும் வீழ்த்தப்பட, மதிற்சுவரை தாண்டிக்குதித்த குமுதனும், மற்றவர்களும் இருட்டில் அமர்ந்திருந்தனர். அரண்மனையின் காவல் நிலைகளை கண்களால் அளவெடுத்த குமுதன் முன்னேற, மற்றவர்களும் இருளினூடே நகர்ந்தனர்.

வெவ்வேறு நிலைகளில் நிற்கவேண்டிய மூன்று காவலர்கள் ஒன்றாகக் கூடி பேசிக் கொண்டிருக்க, குமுதன் காத்திருந்தான்.

காடுகளில் யானையை வேட்டையாட வேகம் அவசியம். காட்டுப்பன்றியை வேட்டையாட பொறுமை அவசியம். கண்ணிகளை பொருத்திவிட்டு தக்க சமயத்திற்காக காத்திருக்க வேண்டும். காட்டு பன்றி சிறியதெனினும் அவற்றை வீழ்த்துவதே வீரமான செயல். ஒரு கண்ணில் உணவைத் தேடியும், மறுக்கண்ணில் ஆபத்தை எதிர் நோக்கியும் வாழும் மிருகம் காட்டுப்பன்றி. ஆபத்தைக் கண்டவுடன் யானையைப் போன்று திரும்பி ஓடாமல், அதிவேகமாக எதிர்த்து வரும் மூர்க்கத்தனத்தை உடையது. தாடையில் நீட்டியபடி இருக்கும் எயிறு மரங்களை முறிக்கக் கூடியது. ஒரே அம்பில் காட்டுப் பன்றியை வீழ்த்த வேண்டும். அதற்கு மிருகத்தை நெருங்க வேண்டியது அவசியம்.

சிறிய சலனத்தையும் ஏற்படுத்தாமல் மரங்களின் நிழல்களில் ஊடுருவி, பாறையில் இறுகி, கொடிகளில் பிணைந்து முன்னேற வேண்டும். காற்றில் அலையும் இலைகளிலும், பறவைகளின் ஒலிகளிலும் கலந்திருக்க வேண்டும். அதற்கு மலர்கள் முகிழ்வதை பார்த்திருக்கும் பொறுமை அவசியம். குமுதன் காத்திருந்தான். காடுகளின் அமைதியை நரம்புகளில் தேக்கி, வில்லில் இருந்து கிளம்பும் அம்பை போல் கணப்பொழுதில் பாய்வதற்கு ஆயத்தமாக இருந்தான்.

பேசிக்கொண்டிருந்த சோழவீரர்கள் மரணத்தை எதிர்கொள்ளப் பிரிந்து அவர்களின் நிலைகளுக்கு திரும்பினர். இரண்டு சோழ வீரர்கள் அருகருகே நிலை கொள்ள அதற்காக காத்திருந்த ஒற்றர்களில் ஒருவன் கூகையைப் போல மெல்லிய சத்தத்தை ஏற்படுத்த காற்றைக் கிழித்துக்கொண்டு ஒரேகணத்தில் இரண்டு அம்புகள் சீறிச்சென்று வீரர்களின் தலையில் பாய்ந்து வீழ்த்தின. வீரர்களை வீழ்த்தியவுடன் அம்புகளை இரண்டு வில்லாளிகளும் உருவிக்கொள்ள, அவர்களிடமிருந்த வாட்களை ஒற்றர்கள் எடுத்துக்கொண்டனர்.

நல்லோர் உறங்க, தீவினை ஆற்றுவோர் உலவும் நேரத்தில் அரண்மனைக் காவலர்களின் தலைவன் பணியில் விழித்திருந்தான். காற்றை கிழித்துக்கொண்டு அம்பு செல்லும் ஓசையைக் கேட்டவுடன் யோசித்தான். மெதுவாக எழுந்து அரண்மனை சாளரத்தின் திரைச்சீலையை சற்று ஒதுக்கி இருளை ஆராய, செடிகளின் அசைவையும்,

நாலைந்து வீரர்கள் இருளில் பதுங்கியபடி முன்னேறுவதைக் கண்டதும் பெரும் அதிர்ச்சிக்கு உள்ளானான். வேகமாக பின்னோக்கிச் சென்று அரண்மனையின் பேரிடர் மணியின் கயிற்றை இழுத்து மணியை அடிக்கக் துவங்கினான்.

அமைதியாக இருந்த இரவை கிழித்துக்கொண்டு மணியின் சத்தம் அகநகரெங்கும் எதிரொலித்தது. அரண்மனையிலிருந்து பேரிடரைக் குறிக்கும் மணி ஒலிப்பதைக் கண்டு அரண்மனை மதிற்சுவரின் மேலிருந்த காவலர்களும், அகநகரின் காவல் தலைவனும் உறைந்து போயினர். மறுகணம் காவலர் தலைவன் குதிரையிலேறி புயலாக அரண்மனையை நோக்கிச் செல்ல, மேலும் பல சோழவீரர்கள் புழுதி பறக்க குதிரைகளை விரட்டிக்கொண்டு தொடர்ந்துச் சென்றனர்.

தனது திட்டம் வெளிப்பட்டு விட்டதை உணர்ந்த குமுதன் இனி அரசியை கொல்வதை மட்டுமே செயல்படுத்த முடியும், வெளியேறுவது கடினம் என்பதை உணர்ந்து கொண்டான். அரசியை கொன்றால் மட்டுமே தனது பெயர் முள்ளூர் நாட்டில் எக்காலத்திலும் நிலைத்திருக்கும் என்று எண்ணினான். வேட்டை கடினமாகி விட்டதென்ற எண்ணமே உடலை முறுக்கேற்றி நரம்புகளில் தீவைக்க 'முன்னேறுங்கள்' என்று சத்தமிட்டான். ஒற்றர்கள் வேகமாக அரண்மனையின் சாளரங்களில் வழியே ஏறிக்குதித்து அரண்மனையில் நுழைய காவலர் தலைவன் அவர்களை வாளுடன் எதிர்கொண்டான்.

இரண்டு ஒற்றர்கள் தலைவனுடன் மோத, அவர்கள் இருவரையும் சிலகணங்களில் சரித்தான் காவல் தலைவன். அவனின் வேகத்தைக் கண்டு அதிர்ந்த ஒற்றர்கள் இருவர் முன்னேறி தலைவனுடன் போரிடத் தொடங்கினர். தலைவனின் ஆற்றலைக் கண்ட குமுதனின் வில்லாளிகள் தூரத்திலிருந்து தலைவனின் நெஞ்சினில் அம்பெய்ய, தலைவன் சரிந்தான்.

அரண்மனையைச் சுற்றிலும் காவலிருந்த சோழவீரர்கள் ஓடிவர 'பத்து பேர் வாயிலை காத்து நில்லுங்கள். மற்றவர்கள் அரசியின் அறையைத் தேடுங்கள்' என்று குமுதன் சத்தமிட, ஒற்றர்கள் அரண்மனையினுள் இங்குமங்கும் ஓடத் தொடங்கினர். அரண்மனை வாயிலில் நுழைந்த சோழ வீரர்களின் மேல் அம்புகள் பாய, அம்புகளை மீறி சோழவீரர்கள் உள்ளே நுழைந்தனர். வீரர்களும், ஒற்றர்களும் போரிடத் தொடங்க வாட்களின் மோதலில் நெருப்புப் பொறிகள் பறக்க, குருதி தெறிக்கத் துவங்கியது.

எச்சரிக்கை மணியின் ஓசையை கேட்டு வெளிவந்த அரண்மனை பணியாளர் களையும், பெண்களையும் வெட்டியெறிந்த ஒற்றர்கள் இங்குமங்குமாக அரசியின் அறையை வேகமாக தேடினர்.

அரண்மனையின் கீழ்த்தளத்தில் பெரியதாயிருந்த படுக்கை அறையை பயன்படுத்தி வந்த இளவெயினி சென்னி இறந்த பிறகு அந்த அறையில் உறங்க விரும்பவில்லை. அறையின் அனைத்துப் பொருட்களிலும் சென்னியின் நினைவு களும், மணமும் கலந்திருந்தன. எனவே தனது படுக்கை அறையை அன்று காலையில் தான் மேல் தளத்துக்கு மாற்றியிருந்தாள். அவளருகில் இருந்த படுக்கையில் நன்முகை படுத்திருந்தாள். எச்சரிக்கை ஒலியைக் கேட்டவுடன் திடுக்கிட்டு எழுந்த இளவெயினி சூழ்ந்து வரும் ஆபத்தை உணர்ந்து கொண்டாள். அரண்மனையின் கீழ்தளத்தில் கேட்ட அலறல்கள் அவளின் எண்ணத்தை உறுதி செய்தன.

கண்விழித்த நன்முகை 'என்ன நடக்கிறது?' என்றாள் அச்சத்துடன்.

கீழ்த்தளத்திலிருந்து படிக்கட்டில் மேலேறியதும் திறந்தவெளியும் அதனைத் தாண்டி, அயல் நாட்டிலிருந்து தருவிக்கப்பட்ட விலையுயர்ந்த கண்ணாடிகளால் படுக்கை அறையையும் ஏற்படுத்தியிருந்தான் சென்னி. வரிவரியாக கோர்க்கப்பட்ட நவரத்னங்களும், முத்துக்களும் திரைச்சீலையாக தொங்கி கொண்டிருந்தன.

கண்ணாடி அறையினுள் ஆயுதம் ஏதும் உள்ளதாவென்று சுற்றிலும் பார்த்த இளவெயினி சுவற்றில் அழகுக்காக மாட்டப் பட்டிருந்த தங்கத்திலான வாளையும், யானைத் தந்தத்தினாலான வில்லையும் இரண்டு அம்புகளையும் பார்த்தாள். 'அவற்றை எடுத்து வா' என்றாள்.

ஒற்றர்கள் அரண்மனையின் கீழ்த்தளத்திலிருந்த அறைகளில் நுழைந்து அங்கிருந்த அனைவரையும் கொன்று குவித்துவிட்டு, முதல் தளத்திற்கான படிக்கட்டு களில் ஏறத் துவங்கினர்.

அறையினுள் விளக்கொன்று எரிந்து கொண்டிருக்க 'விளக்கின் சுடரை அணைத்து விடு' என்றாள் இளவெயினி. நன்முகை சுடரை அணைக்க, அறையினுள் இருள் சூழ்ந்தது. படிக்கட்டின் கைப்பிடிகளில் இரண்டு விளக்குகள் எரிந்துகொண்டிருக்க கையில் வாளுடன் படிக்கட்டுகளில் ஏறிவந்த ஒற்றனின் உருவம் கண்ணாடிக்கு அப்பால் நிழலாய் தெரிந்தது. அம்பை நாணில் பொருத்திய இளவெயினி காதுவரை அம்பை இழுத்துவிட கண்ணாடியை ஊடுருவிக்கொண்டு பாய்ந்த அம்பு நிழலின் தலையில் பாய்ந்தது. ஒற்றன் பின்னோக்கி சரிந்து படிகளில் உருண்டுச் சென்றான்.

கீழ்த்தளத்தில் சோழவீரர்களும் ஒற்றர்களும் போரிட்டுக் கொண்டிருக்க, மேல் தளத்திலிருந்து தலையில் அம்பு பாய்ந்த ஒற்றன் உருண்டு வருவதைக் கண்ட குமுதன் அரசி மேல்தளத்தில் இருப்பதை உணர்ந்து மேலேறத் துவங்கினான்.

குமுதன் படிக்கட்டில் மெதுவாக மேலேற, மற்றொரு ஒற்றன் படிக்கட்டுகளிலேறி தளத்தை கடந்து சென்று அங்கிருந்த தூணிற்கு பின்னால் மறைந்து கொள்ள முயன்றான். வேகமாக வெளிப்பட்ட அம்பு ஒற்றனின் நெஞ்சினில் பாய, மேல் தளத்திலிருந்து அரைவட்டமாக திறந்திருந்த இடைவெளியில் கீழே விழுந்தான். மீண்டும் அம்பு வருமா என்று குழப்பத்திலிருந்த ஒற்றர்கள் மேலேறாமல் தயங்கி நின்றிருக்க...

'வேறு அம்புகள் இல்லையம்மா' என்றாள் நன்முகை மெதுவாக.

'என் பின்னாலிரு. நான் பார்த்துக்கொள்கிறேன்' என்றாள் இளவெயினி வாளை எடுத்துக்கொண்டு.

ஒற்றர்கள் சோழ வீரர்களை வீழ்த்திவிட்டு படிக்கட்டுகளின் மேலேற முயலும் போது, அகநகரின் காவல் தலைவனும் மற்றவர்களும் குதிரையில் வந்திறங்கி வேகமாக அரண்மனையின் உள்ளே நுழைய முயல, சாளரத்தின் திரைச்சீலைகளை பற்றியிழுத்த ஒற்றன், அருகிலிருந்த தீப்பந்தத்தை எடுத்து திரைச்சீலையை பற்றவைக்க நெருப்பு வேகமாக துணியில் பரவியது. எரியும் திரைச்சீலையை வாயிலை நோக்கி எறிந்த ஒற்றன், மேலும் திரைச்சீலைகளை கிழித்தெடுத்து வாயிலில் எறிந்தான். அரண்மனையினுள்ளிருந்த பாவை விளக்குகளையும் அழகுப் பொருட்களையும் நெருப்பில் வீசியெறிந்தனர். நெருப்பு வேகமாக எரிய சோழவீரர்கள் உள்ளே நுழைய முடியாமல் தடுமாறி நின்றனர்.

'இருவர் ஒன்றாக தூணை நோக்கிச் செல்லுங்கள்' என்று குமுதன் கூற இரண்டு ஒற்றர்கள் குனிந்தவாறு ஓடி தூணின் பின்புறத்தில் மறைந்து நிற்க 'முன்னேறுங்கள்' என்றான் குமுதன் அடுத்து நின்ற ஒற்றர்களிடம். மேலும் இரண்டு ஒற்றர்கள் வேகமாக ஓடி மற்றொரு தூணின் பின்னே மறைந்தனர். தீப்பந்தத்தின் பிரதிபலிப்பில் கண்ணாடி அறையின் வெளிப்புறம் ஒளிர்ந்தது. அறையினுள் வெளிச்சம் ஏதுமின்றி இருப்பதைக் கண்ட ஒற்றர்கள் முன்னேற தயங்கி நிற்க, குமுதனும் தூணின் பின்புறம் வந்து சேர்ந்தான்.

அரண்மனை வாயிலில் நெருப்பு வேகமாக எரிந்து கொண்டிருக்க சோழ வீரர்கள் நுழையமுடியாமல் தடுமாறியபோது கண்ணிமைக்கும் நேரத்தில் காற்றைக் கிழித்தபடி வேகமாக வந்த ஒரு குதிரை கதவுகளைச் சிதறடித்தபடி நெருப்பைத் தாண்டிக்கொண்டு அரண்மனையினுள் நுழைந்தது.

குதிரையின் மேலிருந்தவன் உள்ளே நுழைந்த கணத்திலேயே கையிலிருந்த கட்டாரிகளை வீசி வாயிலினருகே நின்ற இருவரைச் சரித்தான். வேகமாக உள்நுழைந்த குதிரை சற்று தூரம் செல்ல, குதிரையின் மேலிருந்த வீரன் கடிவாளத்தை இழுத்து பிடித்து குதிரையை திருப்பினான். அந்த கணத்திலேயே அரண்மனையின் கீழ்த்தளமெங்கும் உடல்கள் சிதறிக் கிடப்பதையும், வாளேந்தியவர்கள் மேல்தளத்திற்கு செல்ல முயலு வதையும் கவனித்தான். குதிரையை படிக்கட்டினருகே செலுத்தியவன் கடிவாளத்தை இழுக்க குதிரை முன்னங்காலை உயர்த்தி கனைத்தது.

படிக்கட்டில் நின்ற ஒற்றர்கள் தங்களுக்கு முன்னால் மேலெம்பும் குதிரையின் கால்களை பார்த்தவாறு திகைத்து நிற்க, குதிரையின் தலையின் மேல் கால்வைத்து எகிறிய வீரன் படிக்கட்டுகளின் நடுவில் வந்திறங்கினான். படிக்கட்டுகளின் நடுவில் இறங்கும்போதே கையிலிருந்த வாட்களால் இருவரின் தலைகளை சீவித் தள்ளினான். குருதியைப் பீச்சியபடி உடல்கள் சரிய, அதிவேகமாக மேலேறத் துவங்கினான். மேலிருந்த இரண்டு ஒற்றர்கள் வீரனை நோக்கி முன்னேற, சற்றும் தயங்காமல் முன்னேறிய வீரன் ஒற்றர்களை நொடிப்பொழுதில் வெட்டியெறிந்தபடி நகர்ந்தான்.

மேல்தளத்திலிருந்த குமுதன் 'முன்னேறுங்கள்' என்று கூற ஒற்றனொருவன் கத்தியை உருவியபடி இளவெயினியின் அறையை நெருங்கினான். உருவிய வாளுடன் ஒருவனின் நிழல் பெரிதாகியபடி அறையை நெருங்குவதைக் கண்ட இளவெயினி வாளை இறுகப் பற்றினாள்.

நன்முகை செய்வதறியாது திகைத்திருக்க படிக்கட்டில் நிழல்கள் பெரிதாக மாறி மாறி குழப்பமாகத் தெரிய கண்ணாடி அறையின் கைப்பிடி மெதுவாக திறந்தது. அடுத்த கணம் கையில் வாளுடன் கதவை திறந்த நிழலின் கழுத்து பறந்து சென்றது. நிழலின் வெட்டப்பட்ட கழுத்திலிருந்து குருதி பீச்சியடிப்பதும் கண்ணாடியை நனைப்பதும் தெரிய, என்ன நடக்கிறதென தெரியாமல் அறையிலிருந்த இருவரும் குழப்பமடைந்தனர். ஒற்றனின் உடல் சரிய அவனை பின்னாலிருந்து வெட்டி வீசிய வீரனின் நிழல் திரும்பியபோது அவன் காதிலணிந்திருந்த குண்டலங்களும், கழுத்தைத் தாண்டி சுருண்டிருந்த கேசத்தின் நிழலும் சுழன்று திரும்ப, இளவெயினி வாளை படுக்கையில் போட்டு விட்டு பெருமூச்சுடன் அமர்ந்தாள்.

'யாரம்மா அது?' என்றாள் நன்முகை.

'பாக்களின் பாவலன். வீரத்தின் பகவன், பகை கொல்லும் காலன், என் மகன் கொள்ளும் கவசம், என் அண்ணன் இரும்பிடர்த்தலையார்' என்றாள் இளவெயினி குரலில் பெருமை பொங்க.

'பகைவர்கள் எண்ணற்றோர் உள்ளனர் போலுள்ளதே' என்றாள் நன்முகை குரலில் நடுக்கத்துடன், இரும்பிடர்த்தலையாரின் வெண்ணிறக் கண்களையும், அழகிய முகத்தையும் நினைவு கூர்ந்தபடி.

வேங்கையை என்ன செய்ய முடியும் முயல்களால்? நேரம் தாழ்த்த முடியும். அவ்வளவு தான். அவன் வாட்களின் ஓசையில் இசை பயில்பவன், குருதியின் வெம்மையில் குளிர் காய்பவன். பகையின் கண்களில் பயத்தை விதைப்பவன். விளக்கை ஏற்று. சுடராய் வந்து நிற்பான்' என்றாள் இளவெயினி.

திடீரென மேலேறி வந்த உயரமான வீரன் தனது வீரர்களை வெட்டியெறிவதைக் கண்டு அதிர்ந்த குமுதன் 'கொல்லுங்கள் அவனை' என்று கத்த மேலும் இரு ஒற்றர்கள்

இரும்பிடார்த்தலையாரின் மேல் பாய்ந்தனர். வலது காலை முன்னகர்த்திய இரும்பிடார்த் தலையார் வலது கையின் வாளை வீச, மேலுயர்ந்த இருவரின் வாட்களை வெட்டிக் கொண்டு வாள் செல்லும்போதே, எதிர் திசையில் வந்த இடதுகையின் வாள் ஒற்றர்களின் உடல்களை பிளந்து கொண்டு வெளியேறியது. வாட்களின் அகலத்தையும், நீளத்தையும் கண்டு திகைத்த குமுதன் தனது ஒற்றர்களை ஊடுருவி வந்த வாளின் வேகத்தில் வீரனின் அளப்பரிய ஆற்றலைக் கவனித்தான்.

'யாரிவன்' என்ற கேள்வி குமுதனின் சிந்தையை துளைக்க, அந்த இரவில் முதன் முறையாக பதற்றம் அடையத் துவங்கினான்.

மேற்தளத்தில் மீதமிருந்த இரண்டு ஒற்றர்கள் முன்னேற தனது இடது கையிலிருந்த வாளை ஈட்டிபோல் எறிந்தான் இரும்பிடார்த்தலையார். மின்னலாய் சென்ற வாள் கைப்பிடி வரை ஒருவனின் நெஞ்சில் வாள் சொருகி நிற்க, மற்றொருவன் அதிர்ந்துபோய் பார்க்கும்போதே அவனை நெருங்கியிருந்த இரும்பிடார்த்தலையார் தனது வலது கையிலிருந்த வாளினால் அவனை சரித்துவிட்டு குமுதனை நோக்கி நடந்தான். தங்கையின் மீதான தாக்குதலால் வெறி கொண்டிருந்தான் இரும்பிடார். ஆனால் சினம் சிந்தையை நெருங்காமல் அமைதியாயிருந்தான்.

வீரனின் வாள்வீச்சில் திகைத்து நின்ற குமுதன், சுதாரித்துக்கொண்டு தனது வாளால் வேகமாக தாக்கத் துவங்கினான். ஆனால் அந்த வீரன் வாளை காற்றாய் சுழற்றி எளிதாக சமாளிப்பதைக் கண்டதும் 'இவன் சாதாரணன் அல்ல' என்பதை உணர்ந்தான்.

வீரனின் அதிக உயரத்தால் அவனை நெருங்க முடியாமலிருப்பதைக் கண்ட குமுதன் எப்படி அணுகுவதென நினைக்கையில் வீரன் தன்னை முதல் தளத்தின் சுவற்றிற்கே நகர்த்திக்கொண்டு வந்து விட்டதை உணர்ந்தான். இனி நகரமுடியாதெனத் தெரிந்தவுடன் சுவற்றில் தனது வலது காலை பின்னோக்கி வைத்து திடீரென உந்தியவன் வேகமாக பாய்ந்து வாளினைப் பாய்ச்ச, குமுதனின் வலது கரத்தை தனது இடது கரத்தால் பற்றினான் இரும்பிடார். அடுத்த கணம் குமுதனின் தலை மேல்தளத்திலிருந்து கீழ் நோக்கிப் பறந்தது.

'இளா' என்ற சத்தமாக அழைத்த இரும்பிடார் கண்ணாடி அறையை நோக்கி வேகமாக முன்னேற, மீண்டும் விளக்கை ஏற்றியிருந்தாள் நன்முகை. வெண்ணிற கண்கள் சிவந்திருக்க, கேசங்கள் பறக்க, குண்டலங்கள் அசைய இரும்பிடார் உள்ளே நுழைந்தான். படுக்கையில் அமர்ந்திருந்த இளவெயினி 'அண்ணா' என்ற கேவலுடன் முன்னேறி அவனின் மார்பில் புதைந்தாள்.

கண்ணீகள் இறுகும்...

13

மஞ்சள் பூத்த காலையில், மலர்களின் மொட்டுக்களை கதிரவன் மென்மையாக முகிழ்ந்து கொண்டிருக்க இளவெயினியின் எதிரே செம்மான், சங்கருள்நாதன், இரும்பிடர்த்தலையார், வானவன் மற்றும் நான்கு அமைச்சர்கள் செம்மானின் மாளிகையில் அமர்ந்திருந்தனர். அரண்மனையின் மீது சூழ்ச்சியின் கோரமும், மரணத்தின் ஓலமும், படிந்திருக்க இரவிலேயே இரும்பிடார் இளவெயினியை செம்மானின் மாளிகைக்கு அழைத்துச் சென்றிருந்தான்.

நெருப்பு பற்றியெரிந்த அரண்மனையின் வாயிற்கதவுகளின் வழியே இரும்பிடார் குதிரையில் நுழைந்தவுடன் பின்தொடர்ந்து வேகமாக நுழைந்த சோழவீரர்கள் குமுதன் சரிந்த சில நொடிகளில் அனைத்து ஒற்றர் களையும் வீழ்த்தியிருந்தனர்.

இளவெயினியை முதல் தளத்திலேயே இருக்க கூறி விட்டு கீழிறங்கிய இரும்பிடார் அரண்மனையில் கிடந்த இருபதிற்கும் மேற்பட்ட ஒற்றர்களின் உடல்களையும், அதன் இருமடங்கு இருந்த அரண்மனைப் பணியாளர்கள், பணிப்பெண்களின் உடல் களை இரவிலேயே அகற்றக் கூறினான்.

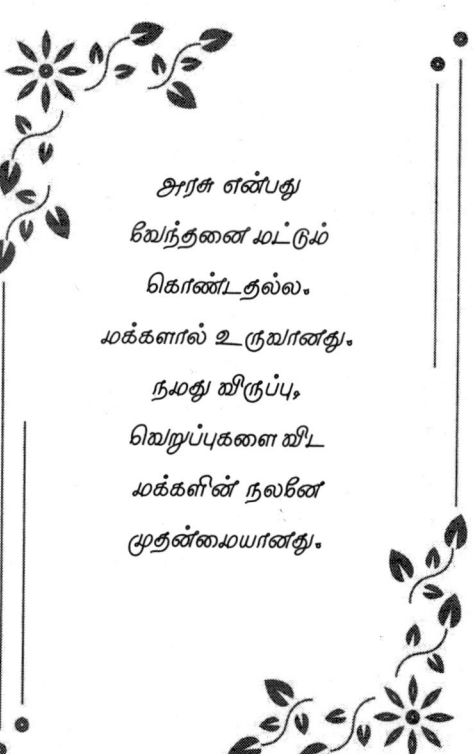

*அரசு என்பது
வேந்தனை மட்டும்
கொண்டதல்ல.
மக்களால் உருவானது.
நமது விருப்பு,
வெறுப்புகளை விட
மக்களின் நலனே
முதன்மையானது.*

இரும்பிடார் அரசியின் அண்ணன் என்பதையும், இளவயதிலிருந்தே அழுந்தூரின் வேளிர் குல இளைஞர்களுக்கு வீரக்கலைகளை கற்பிக்கும் ஆசான் என்பதையும் சோழ வீரர்கள் அறிவர். இரும்பிடாரின் உயரமும், தேக்குப் போல செதுக்கிய உடற்கட்டும், திண் தோள்களும், காதில் தொங்கும் குண்டலங்களும் பார்ப்பவர் கண்களை வியப்பில் ஆழ்த்தும். மறுமுறை காண உள்ளம் விரும்பும். இரும்பிடார் அழுந்தூரில் வீரக்கலை களை பயிற்றுவிப்பவன். வருடத்திற்கு இருமுறை வானமலைக்குச் சென்று அங்கிருக்கும் பளியர்களுக்கு வீரக்கலைகளைக் கற்றுத் தருவதை மிகச் சிலரே அறிவர்.

சென்னி இறப்பதற்கு சில தினங்கள் முன்னர் 'வானமலைக்கு வந்திருக்கிறேன். உனது மகன் பிறக்கும் முன்னர் அங்கு வந்து சேர்வேன்' என்று இளவெயினிக்கு ஓலை அனுப்பியிருந்தான் இரும்பிடார். சென்னி இறந்ததை பறவையின் காலில் வந்த ஓலையின் மூலம் அறிந்த கணத்தில் புறப்பட்டு காற்றாய் வந்திருந்தான்.

வீரர்கள் அரண்மனையின் கீழ்தளத்தை ஓரளவு சீர்செய்தவுடன் தேரினை அரண்மனையின் வாயிலுக்கு எடுத்து வர பணித்துவிட்டு, செம்மானிடம் தகவல் கூற ஒரு வீரனை அனுப்பி வைத்தான். மீண்டும் மேல் தளத்திற்கு வந்தவன் சென்னி கொல்லப்பட்ட விதத்தை கேட்டறிந்ததும் இடிந்து போனான். சென்னி இரும்பிடாருக்கு உறவாக மட்டுமில்லாமல் இனிய நண்பனாகவும் இருந்தவன். தனது நலனை விட மக்களின் நலனில் அதிக கவனம் செலுத்திய ஒப்பற்ற வேந்தன்.

பல நூறு ஆண்டுகளாய் அன்பெனும் கிளை பரப்பி, பரந்து விரிந்து நிழல் தந்த கனிந்த மரமாய் விளங்கிய சோழ நாட்டின் ஒப்பற்ற வேந்தனை வீழ்த்தி, மக்களின் வாழ்வை இருளடையச் செய்தவர்கள், மொத்த நாட்டையும் கைக்கொள்ள, எஞ்சியுள்ள சின்னஞ்சிறு தளிரையும் அடியோடு பிடுங்கியெறிய மீண்டும் தாக்கியிருக்கிறார்கள். அதுவும் 'இன்றையத் தாக்குதல் இளவெயினியின் வயிற்றில் வளரும் தனது மருமகனைக் குறிவைத்தே' என்று உணர்ந்ததும் தாய்மாமனின் மனம் பதறியது. ஒரு தாயானவள் மகனின் மேல் வைக்கும் பாசத்திற்கு இணையானது தாய்மாமனின் பாசம். தொப்புள் கொடியால் இணையாமல் மனதில் கருத்தரித்து இணையும் உறவு.

விலங்குகளை வேட்டையாடும் வேடர்கள் கூட கருவுற்ற விலங்குகளை வேட்டையாட மாட்டார்கள். அப்படி இருக்கையில் பூவுலகில் இன்னும் அரும்பாத சிசுவை கொல்ல நினைக்கும் சூழ்ச்சிக்காரர்களின் மேல் எரிமலையாய் சினம் கொப்பளிக்க...

'என்ன செய்யட்டும் சொல். சதிகாரர்கள் எவராயினும் அவர்களின் நாட்டிற்குச் சென்று தலையைக் கொய்து வரட்டுமா?' என்பதுதான் இரும்பிடாரின் முதல் கேள்வியாக இருந்தது.

‘வேண்டாம் அண்ணா. இவனுக்கு கவசமாய் நீ இருக்க வேண்டும். மண்ணா சையில் வேந்தனைக் கொன்றவர்களை இவன்தான் அழிக்க வேண்டும். அதற்கு என் மகன் உன்னைப் போல் மாபெரும் வீரனாக வளரவேண்டும்’.

‘இன்று நான் உனக்கு வாக்களிக்கிறேன் இளா. இவன் தனது எதிரிகளின் குருதியில் கை நனைக்கும்போது நான் அருகிலேயே நின்றிருப்பேன். இது உறுதி’.

மனதளவில் இடிந்து போயிருந்த இளவெயினி, இரும்பிடாரின் நிழலைக் கண்டதும் நிம்மதி அடைந்தாள். தனக்காக உலகத்தை எதிர்த்து நிற்கும் வல்லமை பொருந்திய அண்ணன் வந்ததுமே, தெய்வத்தின் கருவறைக்குள் அடைக்கலமானதாய் உணர்ந்தாள்.

மனதில் நெகிழ்ச்சியும், மகிழ்ச்சியும் வந்து போக ‘அதில் எனக்கு எந்த ஐயமும் இல்லை. ஆனால் இவன் தன்னைக் காத்துக்கொள்ளும் ஆற்றலைப் பெறும் வரை சதிகாரர்களின் சதியிலிருந்து காக்க வேண்டும்’’ என்றவள் தொடர்ந்து ‘‘அரண்மனையில் இருந்தவர் களின் நிலை என்னவாயிற்று?’ என்றாள்.

‘அனைவரையும் கொன்று விட்டனர்’ என்று இரும்பிடார் கூற, இளவெயினி கலங்கிப் போனாள்.

‘நான் கீழறையில் தங்கியிருந்து இருந்தால், சதிகாரர்கள் என்னைக் கொன்று விட்டு வெளியேறியிருப்பர். இப்போது என்னால் மற்றவர்கள் இறந்து விட்டனர்’

‘அப்படியல்ல. போர்க்களத்தில் தலைவனைக் காக்கும் வீரர்களைப் போல அவர்கள் உன்னைக் காத்துள்ளனர். எதிர்கால சோழ மண்டலத்தைக் காத்துள்ளனர்’.

இளவெயினி தனது தாயை சிறுவயதிலேயே இழந்த பின்னர் அவளது தாயாக இருந்து வளர்த்தவன் இரும்பிடார். அவளின் வருத்தத்தைக் காணமுடியாமல் ‘செம்மானின் மாளிகையில் இன்றிரவு தங்கி கொள்ளலாம். மற்றவற்றை நாளை பேசிக்கொள்ளலாம். புறப்படு’ என்று இளவெயினியையும், நன்முகையையும் அழைத்துச் சென்றான்.

செம்மானின் மாளிகையில் இருந்த இரும்பிடார் அகநகர் காவல் தலைவனிடம் ‘மாளிகைகளை அழகுபடுத்தும் பணி செய்பவர்கள் அனைவரையும் காலையில் வரச்சொல். அரண்மனையை ஒரே நாளில் சீரமைக்க வேண்டும். காலையின் இரண்டாம் சாமத்தில் தளபதிகளையும், மற்ற அமைச்சர்களையும் செம்மானின் மாளிகைக்கு வரச் சொல்’ என்று கூறி அனுப்பினான்.

அரசியின் மீதான தாக்குதலைக் கேள்விப்பட்ட வானவன் நள்ளிரவிலேயே செம்மானின் மாளிகையை வந்தடைய, ‘அகநகரில் மேலும் பகைவர்கள் மறைந்து இருக்கின்றனரா என்பதை பார்க்க வேண்டும்’ என்றான் இரும்பிடார்.

‘அகநகரை முழுதும் சோதித்து விடுகிறேன்’ என்று கூறி விட்டு வானவன் சென்றான்.

காலையில் செம்மானின் மாளிகையில் அமர்ந்திருந்த இளவெயினி...

‘‘பகைவர்கள் எவ்வாறு அகநகரில் நுழைந்தனர் என்பது தெரிந்ததா?’’ என்று வினவினாள்.

செம்மானின் மாளிகையில் இரும்பிடாரிடம் அரசியின் பாதுகாப்பை உறுதிப் படுத்திக் கொண்ட வானவன் நள்ளிரவில் வீரர்களுடன் அகநகரைச் சுற்றி வந்தான். சற்று நேரத்தில் கண்காணிப்பு கோபுரங்களிலும், குறுமன்னர்களின் மாளிகையிலும் சோழவீரர்களின் உடல்கள் கிடப்பது கண்டறியப்பட, அவ்விடங்களுக்குச் சென்று பார்வையிட்டான். முள்ளூர் நாட்டு மன்னனுக்கு அளிக்கப்பட்டிருந்த மாளிகையின் பூட்டுகள் உடைக்கப்படாமல் இருப்பதையும், அறையினுள்ளே விளை பொருட்கள் கிடப்பதையும் கண்டவன் நடந்தவற்றை எளிதாகக் கணித்தான்.

‘‘ஒற்றர்கள் முதன்மை வாயிலின் வழியே அகநகரிலிருக்கும் அங்காடிகளில் விற்பனை செய்ய விளைபொருட்களையும், அவற்றில் மறைத்து ஆயுதங்களையும் கொண்டு வந்துள்ளனர். முள்ளூர் நாட்டு மன்னருக்கு கொடுக்கப்பட்ட விருந்தினர் மாளிகையின் திறவுகோலைக் கொண்டு மாளிகையைத் திறந்து இருளும் வரை மாளிகையினுள் மறைந்து இருந்துள்ளனர். இருட்டிய பிறகு அரண்மனையைத் தாக்கியுள்ளனர்’’ என்றான் வானவன்.

தொடர்ந்து ‘நேற்று துறைமுகத்திற்குச் சென்றபோது வேந்தரைத் தாக்க சதி செய்தது முள்ளூர், தோன்றிமலை மற்றும் புன்னாட்டு நாட்டின் சிற்றரசர்கள் என்பது தெரிய வந்தது’ என்று வானவன் கூற, அனைவரும் அதிச்சியுடன் பார்த்தனர். மிருதனைக் கண்டறிந்த விதத்தை எடுத்துரைத்த வானவன் மற்ற தகவல்களையும் தெரிவித்தான்.

‘நேற்று அரசியை தாக்கியதும் அவர்களின் திட்டமாகவே இருக்கும். எனவே மூன்று நாடுகளின் மேலும் படையெடுத்து அழிக்கவேண்டும்’ என்றான் கொந்தளிப்புடன்.

வானவன் கூறியதை முழுதும் உள்வாங்கிய இளவெயினி சிலகணங்கள் சிந்தனையில் ஆழ்ந்திருந்தாள். மூன்று குறுமன்னர்களும் இந்திர விழாவிற்கு வந்திருந்ததை நினைவு கூர்ந்தவளின் முகத்தில் உணர்வுகள் அலையடிக்க, மனம் கரை சேரக் காத்திருந்தாள்.

‘‘அரசனற்ற நாடென்பதால் சோழநாட்டைத் தாக்கி கைப்பற்றும் வழிகளை மற்ற நாடுகள் யோசித்திருக்கும் இவ்வேளையில் நாம் மூன்று குறுநாடுகளின் மேல் போர்

தொடுத்தால் மற்ற சிற்றரசர்களும் இவர்களுடன் இணைந்து கொள்ள வாய்ப்புண்டு. பெரும்போராக அது உருவெடுக்கும். போரில் அவர்களை வென்றாலும், போரின் முடிவில் நமது பலம் குறைந்திருக்கும் நிலையில் மீண்டும் சேரர்களோ, பாண்டியர் களோ நம்மீது போர் தொடுக்கலாம். எனவே போர் தொடுப்பது சரியான செயலாக அமையாது'' என்றாள் இளவெயினி.

அப்போது மாளிகைக்குள் நுழைந்த பரஞ்சுடர், அரசியை வணங்கி விட்டு ''அரசி அரண்மனையில் இருப்பார்கள் என்று அங்கே சென்றபோது தான் நேற்றிரவு நடந்த தாக்குதலைக் கேள்விப்பட்டேன். வேந்தன் இருந்தவரை சிங்கத்தின் குகையில் நுழைய நடுங்கும் நரிகள் போல பயந்திருந்தவர்கள், இப்போது அரண்மனையில் நுழைந்து தாக்கியிருக்கிறார்கள் என்றால் அனைத்து சிற்றரசுகளையும் போர் தொடுத்து அழிப்பது தான் சரியான செயலாயிருக்கும்'' என்றான் ஆவேசத்துடன்.

'நீங்கள் இருங்கோவேளை தொடர்ந்து சென்றது என்னவாயிற்று?' என்றாள் இளவெயினி.

பரஞ்சுடர் 'அனைத்து நாடுகளுக்கும் விசாரிக்க வீரர்களை அனுப்பியிருக்கிறேன்' என்ற போதே வானவன் தான் கண்டுபிடித்த விவரங்களைக் கூற,

'பகைவரை இனம் கண்ட பின்னும் தாமதிக்கத் தேவையில்லை. நாளை ஒருநாள் மட்டும் தாருங்கள். மூன்று நாடுகளையும் உருத்தெரியாமல் அழித்துவிட்டு வருகிறோம்' என்றான் பரஞ்சுடர் வெறியுடன்.

'நீங்கள் படையெடுத்துச் சென்றாலே மூன்று நாட்டு மன்னர்களும் வேறு நாட்டில் பதுங்கி விடுவர். ஏதுமறியா மக்களே பலியாவார்கள். எனவே அவர்கள் படையெடுத்து வரட்டும். அதற்கு முன்னர் நமது படையை வலுப்படுத்த வேண்டியது அவசியம். எனவே புதிய வீரர்களை இன்று தேர்ந்தெடுங்கள்'

'இவ்வளவு சதிகளை எதிர்கொண்ட பின்னும் நாம் செயலாற்றாமல் இருப்பதை நமது பலவீனமாக பகைவர்கள் கருதுவர்' என்றான் பரஞ்சுடர்.

நண்பனின் இறப்புக்கு காரணமானவர்களை கருவழிக்க துடிக்கும் தளபதிகளின் கோபத்தையும் அதிலிருந்த நட்பையும் இளவெயினி உணர்ந்தாள். எனினும் போரை விரும்பாத சென்னி சிறிய படையை வைத்திருந்தது சோழமண்ணிற்கு பாதகமாக போய்விடக்கூடாது என நினைத்தாள். போர்க்களத்தில் சென்னி நின்றாலே கிரணங் களுடன் வெளிப்படும் சூரியனைக் கண்ட பனித்துளிகள் போல பகைவர்கள் நிலை குலைவர். அத்தகைய ஆளுமையுடையவன். அவன் இல்லாமல் படையெடுப்பது தவறென்று எண்ணினாள்.

மீண்டும் மறுப்பது தளபதிகளின் மனதை புண்படுத்தும் என்பதால் செம்மானைப் பற்றி நன்கு அறிந்திருந்த இளவெயினி 'நீங்கள் என்ன நினைக்கிறீர்கள்?' என்று அவரைப் பார்த்துக் கேட்டாள்.

'சதியை எதிர்கொண்ட பின்னும் பொறுத்திருக்கவே ஆற்றல் தேவை. இக்கணத்தில் போரை விட முக்கியமான செயல் ஒன்றுள்ளது' என்று கூற அனைவரும் அவரையே பார்த்தனர்.

'சதிகாரர்கள் மீண்டும் அரசியின் வயிற்றில் வளரும் நமது வருங்கால வேந்தரின் மேல் தாக்குதலை நிகழ்த்தலாம். அதை எவ்வாறு தடுப்பது?' என்றார்.

'அரண்மனையின் காவலை கடுமையாக்கி வேந்தர் பிறக்கும்வரை அரசியை எவருமே அணுகஇயலாது செய்கிறோம். நானும் வானவனும் அரண்மனையில் காவல் இருக்கிறோம். இரும்பிடாரும் இருக்கையில் எவராலும் அரண்மனையை நெருங்கக் கூட இயலாது' என்றான் பரஞ்சுடர்.

சோழ நாட்டின் தளபதிகள் சாதாரண வீரர்களைப் போல தனக்கு காவலாய் நிற்கின்றோம் என்கின்றனர் என்பதை கேட்டவுடன் இளவெயினியின் மனம் நெகிழ்ந்தது.

சங்கருள்நாதனும், இரும்பிடாரும் அங்கு அமர்ந்திருந்தாலும் தங்களுக்கு உரிமையில்லாத இடம் என்பதால் எந்த கருத்தையும் கூறாது மற்றவர்களின் வார்த்தைகளைக் கேட்டவாறு அமர்ந்திருந்தனர்.

'அரசி அங்கிருப்பார் என்றெண்ணி நீ அரண்மனைக்கு சென்றேன் என்று கூறினாய். அரசி அரண்மனையில் இருப்பார் என்று அனைவருக்கும் தெரியுமென்பதால் தான் அங்கு தாக்க முயல்கின்றனர். அரசியை ஏன் பாதுகாப்பாக வேறெங்காவது வைத்திருக்க கூடாது?' என்றார் மற்றொரு அமைச்சர் நல்லான்.

'சோழ நாட்டு அரசியை காக்க நம்மால் முடியவில்லை என்றாகி விடாதா?' என்றான் பரஞ்சுடர் சற்று சினத்துடன்.

'நமது காவல்களை மீறி வேந்தரை வீழ்த்தினர். அரண்மனையை நேற்றிரவு மீண்டும் தாக்கி அவர்களின் சூதினை காட்டியுள்ளனர். இத்தகைய சூழ்நிலையில் நமது பலவீனத்தை வெளிக்காட்ட விரும்பவில்லை என்பதற்காக திடமான முடிவுகளை எடுக்காமல் இருக்க இயலாது. அவர் சோழநாட்டின் அரசி மட்டுமல்ல. சோழ மக்களின் எதிர்காலத்தை நிர்ணயிக்கும் நமது வேந்தரை சுமந்திருப்பவர்' என்றார் நல்லான்.

நாட்டின் பாதுகாவல் சரியில்லை என்பதை அமைச்சர் மறைமுகமாக உணர்த்தியதும், பகைவர்கள் வேந்தனை வீழ்த்தியதே தாங்கள் காவல்களை திறம்பட செய்யாதனாலோ என்று ஏற்கனவே மனதில் வருந்தியிருந்த இரண்டு தளபதிகளும் ஏதும் பேசமுடியாமல் திகைக்க..

அவர்களின் முகவாட்டத்தை உணர்ந்த இளவெயினி 'வேந்தர் அமைதியை அன்பால் நிலைநாட்ட முயன்றதும், பகையின் தன்மையை சரியாக கணிக்காததுமே நடந்தவற்றிற்கான காரணம். இதைவிட சிறந்த காவல் ஏற்பாடுகளை எவராலும் ஏற்படுத்தியிருக்க இயலாது' என்று கூற...

வேந்தரின் மறைவால் அதிகம் பாதிக்கப்பட்ட அரசியின் வாயிலிருந்தே இத்தகைய சொல் வெளிப்பட்டதும் பரஞ்சுடரின் மனதில் ஏதோ உடைந்தது போலிருந்தது. தங்களைக் காக்க அரசி இவ்வாறு பேசுகிறார் என்பதை உணர்ந்ததும் வானவனின் கண்கள் பனித்தன.

'மன்னிக்க வேண்டும் அரசி. காவலைக் குறை கூற எண்ணவில்லை. பகைவரின் சதிகளை முறியடிக்க அவர்கள் எதிர்பாராததை செய்ய வேண்டிய நிலையில் இருக்கிறோம். போரில் சிலசமயம் பின்னேறுவதும் வீரமே'

வார்த்தைகளைக் கடந்து போக எண்ணிய இளவெயினி 'வேறெங்கு தங்கலாம் என்று கூறுகிறீர்கள்?' என்றாள்.

'எவரும் அறியாவண்ணம் அரண்மனையைத் தவிர்த்து அகநகரிலேயே வேறிடத்தில் தங்கலாம்' என்ற செம்மான் 'நீ என்ன நினைக்கிறாய்?' என்று சங்கருள் நாதனிடம் கேட்க...

''அரசி சோழநாட்டு அரண்மனையில் பாதுகாவலாய் இருப்பது போலவே காவலர்களை நிறுத்துங்கள். உணவளிப்பது போன்று அனைத்து நிகழ்வுகளும் நடக்கட்டும். நான் அவளை அழுந்தூருக்கு அழைத்துச் சென்று தங்க வைக்கிறேன். ஆயுதங்கள் குடைவிரிக்காமல் உணர்வுகள் கிளைபரப்பி காத்து நிற்குமிடம் அழுந்தூர். சோழ நாட்டின் அரசி அங்கிருப்பாள் என்று எவராலும் கற்பனைகூட செய்து பார்க்க இயலாது''

'அழுந்தூரிலா' என்று அனைவரின் மனதிலும் கேள்விகள் எழ 'பகைவர் எண்ணிப் பார்க்க இயலாத இடம் என்று நீங்கள் கூறியது முற்றிலும் உண்மை. ஆனாலும் தலைசிறந்த சோழநாட்டினால் தனது அரசியை காக்க இயலவில்லை என்று பகைவர்கள் நகைக்கும்படி ஆகிவிடாதா' என்றான் பரஞ்சுடர்.

'நாம் சற்றும் எதிர்பாராத தாக்குதல்களை பகைவர்கள் நிகழ்த்திக் காட்டியிருக்கும் இத்தருணத்தில் சோழவேந்தனைக் காப்பதுதான் தலையாயக் கடமை. பகைவர்கள் யோசிப்பதைப் பற்றி எண்ண வேண்டியதில்லை' என்றார் செம்மான்.

'உணர்ச்சிகளின் கொந்தளிப்பில் முடிவுகளை எடுக்க வேண்டாம். படை பலத்தை அதிகரிக்கும் முயற்சிகளில் ஈடுபடுங்கள். பின்னர் பார்த்துக் கொள்ளலாம்' என்றாள் இளவெயினி.

'அரண்மனையில் பணிபுரிய நம்பிக்கையான பணியாளர்களை நியமிக்க வேண்டும்' என்றார் செம்மான்.

'புறச்சேரியில் இருக்கும் மக்களையாவது வெளியேற்றவேண்டும். அங்கும் ஒற்றர்கள் ஊடுருவியிருக்கலாம்' என்றான் வானவன்.

அண்டை நாடுகளில் வசிக்கும் மக்கள் அவர்களின் நாடுகளில் கடும் சூழல்கள் நிலவும்போது உயிர்பிழைக்க சோழநாட்டிற்கு வந்து சேர்வர். அவர்களுக்காக சென்னி உருவாக்கிய தெருவே புறச்சேரி. அவர்களை சோழநாட்டில் அனுமதிக்க வேண்டாமென சென்னியிடம் பலமுறை கூறியிருந்தான் வானவன்.

'மனிதர்கள் வறண்ட நிலங்களை விடுத்து பல்கிப் பெருக ஆற்றின் கரைகளில் குடியேறினார்கள். அப்போது நாடுகள் இல்லை. இப்போது மட்டும் நாடுகளின் எல்லைகள் ஏன் தடுக்க வேண்டும்' என்பான் சென்னி.

'அப்போது சதி செய்யும் மன்னர்களில்லை. மக்கள் ஒருவருடன் ஒருவர் இயைந்து வாழ்ந்தனர். இப்போது மண்ணாசை பிடித்த மன்னர்கள் மக்களின் மனங்களிலும் நஞ்சை கலந்து இருக்கின்றனர்'

'மன்னர்களின் அடக்கு முறைக்கு அஞ்சி உயிர்களைக் காத்தருள வேண்டி நம்மை வந்தடையும் மக்களை எப்படி நிராகரிப்பது. மேலும் பகைவரிடமிருந்து காத்துக் கொள்ளத்தான் நமது படை இருக்கிறதே' என்று சிரிப்பான் சென்னி.

இளவெயினி 'பசியால் வாடும் எந்நாட்டு மக்களும் பசி தீர்த்துக்கொள்ள நாடவேண்டிய இடம் என்பதால் நாடு எனப்பட்டது என்றெண்ணி மக்களுள் பிரிவு பாராட்டாமல் இருந்தவர் நமது வேந்தர். வேந்தனையே விலையாய் கொடுத்த பின்னரும் மக்களைக் காப்பதிலிருந்து ஒருபோதும் பின்வாங்காது சோழ மண்டலம். வேண்டுமெனில் புறச்சேரியில் நமது ஒற்றர்களையும் குடியேறச் செய்யுங்கள். மக்களைப் பாதிக்காமல் காவல்கள் ஏற்படுத்துங்கள். சதிகளைக் கண்டறிய எதிர் வினைகளை உருவாக்குங்கள்' என்றவள் தொடர்ந்து...

'அரசு என்பது வேந்தனை மட்டும் கொண்டதல்ல. மக்களால் உருவானது. நமது விருப்பு, வெறுப்புகளை விட மக்களின் நலனே முதன்மையானது. போர் திணிக்கப் படும் வரை பொறுத்திருப்போம்' என்று கூற, அனைவரும் ஆமோதித்தனர். அரசியை வணங்கி விட்டு தளபதிகள் வெளியேறினர்.

பரஞ்சுடர் புதிய வீரர்கள் தேர்ந்தெடுக்குமிடத்திற்குச் செல்ல, வானவன் வீரர்களுக்கு இரும்புக் கவசங்கள், உடைகள், ஆயுதங்கள் உருவாக்கும் கொல்லர்கள், தச்சர்கள், ஆயுதவாரிகள் போன்றோர்களை திரட்டத் துவங்கினான்.

'சென்னியைக் கொன்ற சதிகாரர்கள் சோழநாட்டின் மீது போர் தொடுக்கப் போகின்றனர். அதை எதிர்கொள்ள சோழ நாடு ஆயத்தமாகிறது' என்ற தகவல் நாடெங்கும் பரவ, போருக்குத் தேவையான ஏற்பாடுகளில் மக்களும் ஈடுபடத் துவங்கினர். அழுத்தத்திலும், சினத்திலும் கனன்று கொண்டிருந்த மக்களின் உணர்வுகள் ஒன்று திரண்டு எரிமலையாய் குமுறத் துவங்கியது.

தனித்தனியாக வாட்சண்டையிட்டு பழகியிருந்த புதிய வீரர்கள் படர்சடையனிடம் ஒன்றாகப் போர் புரியும் வழிமுறைகளை கற்கத் துவங்கினர். துந்துபியின் எந்த ஒலிக்கு புலிப்பரழ்களாய் பாய வேண்டும், எந்த ஒலிக்கு நீர்ச் சுழலாய் வளைய வேண்டும், எந்த ஒலிக்கு நின்ற இடத்தில் அரணெழுப்பி மலையாய் இறுக வேண்டுமென கற்க, விற்படை வீரர்கள் தழல்மேனியிடம் அம்புகளின் வகைகளையும், யானை, குதிரை போன்ற விலங்குகளைத் தாக்கும் முறைகளையும் கற்றனர்.

வானவன் யானைப் படையின் பாகன்களிடம் எதிரி நாட்டு யானைகளை வீழ்த்தும் முறையையும், எதிரி வீரர்களினூடே செல்லும்போது பெரும் சேதங்களை ஏற்படுத்தும் விதங்களையும் கூற,

பரஞ்சுடர் குதிரை வீரர்களிடம் எதிரிப் படையை ஊடுருவும் விதங்களையும், வேகத்தின் முக்கியத்தையும் விளக்கிக் கூறினான்.

சென்னி இல்லாத நிலையில் போர் மூண்டால் தேர்ப்படையை இரும்பிடாரே வழிநடத்துவான் என்பது உறுதியாக சயந்தனத்தின் நுணுக்கங்களை இரும்பிடார் செயல்படுத்தி பார்க்க முயன்றான்.

மற்றொருபுறம் சென்னி சதியினால் கொல்லப்பட்டதில் வெறியேறியிருந்த சிறுவர்கள் சோழப்படையில் இடம் பெறாவிட்டாலும் பகைவர்களை எதிர்த்து நிற்க உறுதி பூண்டனர். இதுநாள் வரை பொழுது போக்கிற்காக மட்டும் சமரிட்டவர்கள் நெஞ்சில் கனலுடன் பகையை அழிக்க வாட்பயிற்சியில் ஈடுபடத் தொடங்கினர்.

சோழ நாட்டின் உலைக்கூடங்கள் நாள் முழுதும் நெருப்பை உழுது கொண்டிருக்க, கொல்லர்கள் இரவு பகலாய் முறை மாற்றி வேலை செய்தனர். தீப்பொறிகள் பறக்க, இரும்பு அடிபடும் சத்தம் ஒலித்துக்கொண்டே இருந்தது.

இரும்பினால் செய்யப்பட்ட புதிய வாட்கள், வில், அம்புகள், ஈட்டிகள் அனைத்தும் மயிற்பீலி சூடி, மாலை அணிந்து அணிவகுத்து நின்றன. நெய் பூசப்பட்டிருந்த ஆயுதங்கள் கதிரவனின் ஒளியில் மின்ன, தேர்கள் எண்ணெய் பூசப்பட்டு பளபளத்தன. காவிரிக் கரையிலிருந்த நுழைவு வாயிலை அகலப்படுத்திய பரஞ்சுடர் அங்கும் இயந்திரப் பொறிகளை பொருத்தக் கட்டளையிட்டான்.

நிலமெங்கும் பெய்யும் மழைத் துளிகள் உருண்டு வந்து பெரும் ஆறாக உருவெடுப்பது போல பகையை எதிர்பார்த்து சோழம் திரண்டு நின்றது.

கண்ணிகள் இறுகும்...

14

நீண்ட இரவில் பல்லுயிர்கள் எதிர்கொள்ளும் துன்பங்களை அகற்ற கதிரவன் தன் கிரணங்களைப் பரப்பியபடி மேலெழுந்த நேரத்தில், சோழநாட்டில் காரிருளை விதைக்க முள்ளூர் நாட்டில் பெருஞ்சாத்தன் நண்பர்களுடன் அமர்ந்திருந்தான்.

அழிப்பதற்குத் துணை வேண்டி அண்டைய நாடுகளுக்குச் சென்றிருந்த தீச்செல்வன் அன்று காலையில் திரும்பியிருக்க, அவன் முகத்தில் மகிழ்ச்சி காட்டரளியாய் மலர்ந்து கிடந்தது.

உடலின் துன்பம் உடலை வலுவாக்க கூடியது. மனதின் துன்பம் மனதை வலுவிழக்கச் செய்வது. மக்களின் துயரங்களை அறிந்து வாழும் வேந்தனை விட, மக்களின் துயரங்களை தானும் நுகர்ந்து வாழும் வேந்தனே தலைசிறந்து விளங்க முடியும்.

‘சென ்ற காரியம் என்னவாயிற்று? என்றான்’ பெருஞ்சாத்தன்.

‘தொண்டை நாட்டு அரசன் பாசநாசனும், வாணர் நாட்டு அரசன் மரைக்காடனும் நம்முடன் அணி சேர இசைந்து விட்டனர். படைகளை திரட்டத் தொடங்கியுள்ளனர். சோழ நாட்டைத் துண்டாட எவருக்குத் தான் எண்ணமிருக்காது’ என்று சிரித்த தீச்செல்வன் ‘ஒய்மான், எருமை, நீடூர் மிழலை நாடுகளுக்கு நீ சென்றது என்னாயிற்று?’ என்றான் முத்து மேனியைப் பார்த்து.

‘உடனடியாக பதில் கூற இயலாது என்று மறுத்து விட்டனர் இருவரும்’ என்றான் முத்துமேனி.

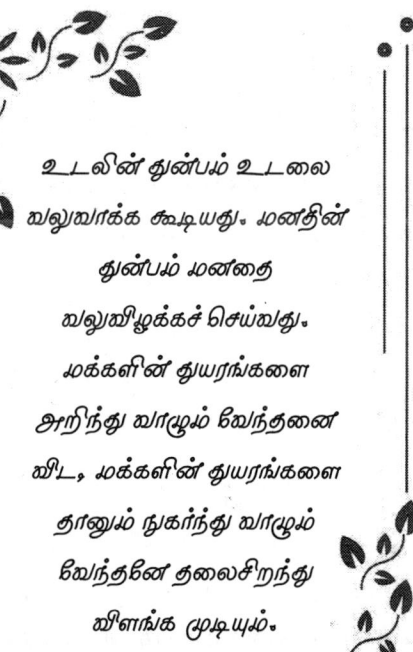

‘அரசியின் மீதான தாக்குதல் நிறைவேறியதா?’ என்றான் தீச்செல்வன்.

‘முறியடிக்கப் பட்டுவிட்டது. சோழ நாட்டின் மதிற்சுவருக்கு வெளியே காத்திருந்த நமது வீரர்களை குமுதனால் எழுவஞ் சீப்பின் வழியாக அகநகருக்குள் அழைத்துச் செல்ல முடியவில்லை என்று தெரிகிறது. எனினும் அரண்மனைக்குள் ஊடுருவி அங்கு காவலுக்கு நின்றிருந்த வீரர்களையும், பணியாளர்களையும் கொன்றது உறுதியாகி இருக்கிறது. மீண்டும் அரசியைத் தாக்குவது கடினம்’ என்றான் பெருஞ்சாத்தன்.

‘அதனால் பாதகமில்லை. அரசியால் பெரிய தாக்கத்தை ஏற்படுத்த இயலாது என்று நான் நினைக்கிறேன். வேறு ஏதும் தகவல்?’ என்றான் தீச்செல்வன்.

‘முள்ளூர் நாட்டின் ஒற்றர் தலைவன் மிருதன் துறைமுகத்தினருகே பிடிபட்டி ருக்கிறான். எவருமே சந்தேகிக்க முடியாத உருவ அமைப்பை உடையவன். மிகுந்த திறமைசாலி. எப்படி இது சாத்தியமானதெனத் தெரியவில்லை. அவனின் மூலமாக நமது நாடுகள் மூன்றும் இணைந்து வேந்தனைக் கொன்றது தெரிந்திருக்கும். சோழநாடு போருக்கு ஆயத்தமாவதாக தகவல் வந்துள்ளது. எனவே நம் மீதான தாக்குதல் உறுதியாகி விட்டது’ என்றான் பெருஞ்சாத்தன்.

‘நமது பணி இன்னும் எளிதாகி விட்டது. போர் நமது நாட்டு வாயிலுக்கே வருகிறது. நாம் ஐந்து நாடுகள் இணைந்திருப்பது அவர்களுக்குத் தெரிய வாய்ப்பில்லை. எனவே நமது படை வீரர்களின் எண்ணிக்கை சோழப்படையின் எண்ணிக்கையை விட அதிகமாக இருக்கும்’ என்றான் தீச்செல்வன்.

சற்று யோசித்த பெருஞ்சாத்தன் ‘உனது கருத்தென்ன?’ என்றான் இருங்கோவிடம்.

‘சோழநாட்டின் அருகே இருப்பது முள்ளூர் நாடென்பதால் கருமலைப் பாலத்தை கடக்கும் சோழப்படை நம்மை நோக்கியே நகரும். நமது நாட்டின் எல்லையில் பொறி களை அமைக்கத் துவங்கலாம். அருகிலிருக்கும் கரடுகள் நமக்கு சாதகமாக இருக்கும். ஐந்து நாடுகள் ஒன்றாகத் திரளுகிறது என்று தெரிந்தால், அழுந்தூர் குலமும் சோழப்படையுடன் இணையும். இரும்பிடர்த்தலையார் ஏற்கனவே அரண்மனைக்கு வந்து விட்டானாம். எனவே நாம் மேலும் சில குலங்களையோ, சிற்றரசர்களையோ இணைப்பது அவசியம்’

‘நம்மால் இயலாதென நீ ஏன் எப்போதும் எண்ணுகிறாய்?’ என்றான் தீச்செல்வன்.

‘தனது படையைப் போன்று நான்கு மடங்கிருந்த காரவேலனின் படைகளை சென்னி சிதறடித்ததை மறக்கக்கூடாது. சென்னி இல்லாவிட்டாலும் அவனது படையின் ஆற்றல் குறையவில்லை. மேலும் இரும்பிடர்த்தலையார் மிகச் சிறந்த வீரன். அவனையும் கருத்தில் கொள்ள வேண்டும்’ என்றான் பெருஞ்சாத்தன்.

‘எனில் சேர, பாண்டியர்களை இணைத்துக் கொள்ளலாமா?’ என்றான் முத்துமேனி.

‘அவர்கள் இணைந்தால் சோழ நாட்டின் வளங்களை நம்மால் அடைய இயலாது’ என்றான் பெருஞ்சாத்தன்.

இதுநாள் வரை எதிர்பார்த்திருந்த போர் மேகங்கள் காரிருளாய் சூழ்வதை உணர்ந்தான். தலைமையற்ற சோழப் படையிடம் மனஉறுதி குன்றி, வேகம் குறைந்திருக்கும் என எதிர்பார்த்திருந்தான். ஆனால் கதிரவனை அழித்த பின்னரும், வீரர்களின் மனதில் வஞ்சினம் என்னும் தீப்பிழம்பை இளவெயினி ஏற்படுத்தி விட்டாள். இனி நீரைத் தேடி அலையும் வேராய் சென்னியை கொன்றவர்களைத் தேடி அலைவாள் என்று நினைத்தவன்...

‘குமுதனுடன் சென்று அகநகரில் நுழைய முடியாமல் நின்று விட்ட வீரர்கள் இன்னும் அங்கு தானே இருக்கின்றனர்?’ என்று இருங்கோவிடம் கேட்டான்.

‘ஆம். புறச் சேரிகளிலும், குப்பங்களிலும் மறைந்துள்ளனர்’

‘அவர்களுக்கு உடனடியாக தகவல் அனுப்பு. ஒரு வேந்தனை முழுதாக அழிக்க வேண்டுமெனில் அவனை மட்டும் கொல்லக் கூடாது. அவனின் உறவுகளையும், நண்பர்களையும், மந்திரிகளையும் கொல்ல வேண்டும். இரும்பிடர்த்தலையார், பரஞ்சுடர், வானவன் போன்ற தளபதிகளுக்கு உடனடியாக குறி வைக்கச் சொல். புலியின் தலையை சிதைக்க முடியாவிட்டாலும், கால்களைத் துண்டாடுவோம். கோட்டையின் மேல் விழும் ஒவ்வொரு அடியும் அதை பலவீனமாக்கும்’

‘அருமையான உத்தி மன்னா. உடனடியாக அனுப்புகிறேன்’.

‘நமது நாட்டிற்கு நுழைவு வாயிலோ, பெரும் அரண்களோ கிடையாது. சோழப் படை கருமலைப் பாலத்திலிருந்து வரும் வழியில் ஆழமான பள்ளங்களைத் தோண்டி அதனுள் ஈட்டியின் முனைகளை நட்டு வைக்கச் சொல். சோழப்படை புறப்பட்டு வரும் போது மெல்லிய ஆடைகளாலும், மண்ணினாலும் குழிகளை மறைத்து வைப்போம்.

காடுகளில் மிருகங்களின் கால்கள் சிக்க நாம் பொருத்தும் இரும்புப் பொறிகளை ஏராளமாக உருவாக்கச் சொல். அவற்றை சோழப்படை முன்னேறும் பாதையில் வழியெங்கும் புதைத்து வைக்கலாம்.

கரட்டின்மேல் உருண்டையான பாறைகளை நகர்த்திச் சென்று நிறுத்தச் சொல். சோழப்படையின் மேல் உருட்டி பெருஞ்சேதத்தை உருவாக்கலாம். போருக்கான ஏற்பாடுகளை உடனடியாகத் தொடங்கு என்று பெருஞ்சாத்தன் கூறியதும் இருங்கோ வணங்கிவிட்டு வெளியேறினான்.

பெருஞ்சாத்தன் தொடர்ந்து நம்மிடம் காலம் குறைவாயுள்ளது. சோழநாட்டிற்கெதிரே ஏழு நாடுகள் போர் புரிய சம்மதித்துள்ளன என்று திரித்துக் கூறி மற்ற குலங்களையும்,

சிற்றரசுகளையும் சம்மதிக்கச் செய்யுங்கள். வெற்றி உறுதி எனத் தெரிந்தால் இணைந்து கொள்வார்கள். என்று இரண்டு சிற்றரசர்களிடம் கூற அவர்களும் வெளியேறினர். சிற்றரசுகள் போரை எதிர்கொள்ள ஆயத்தமாகத் துவங்கின.

★★★

சோழநாட்டு அரண்மனையின் முதல் தளத்தில் இளவெயினியை தங்க வைத்து பாதுகாவல்களை பலப்படுத்தி இருந்தான் இரும்பிடார். முதல் தளத்தின் படிக்கட்டு களில் அனுமதியின்றி எவரும் ஏறக்கூடாதென தடை விதித்திருந்தான். சங்கருள் நாதனை அழுந்தூருக்கு திரும்பக் கூறிவிட்டு அரண்மனையிலேயே தங்கியிருந்தான்.

முதல் தளத்தில் பின்புறத்தில் தோட்டத்தை நோக்கி அமைந்திருந்த மாடத்தில் அம்புகள் நுழையமுடியாமல் மெல்லிய இரும்பு கம்பிகளால் வலை பின்னி, கண்ணாடி யிலான தடுப்பையும் அமைத்திருந்தான். சிறிய கூடுகளில் இருந்த பறவைகள் தடுப்பில் ஏற்படுத்தப்பட்டிருந்த துளையின் வழியே வெளியே சென்று வந்தன.

மனதின் துயரம் மகனைத் தாக்கக் கூடாது என்று இளவெயினி நினைத்தாள். துயரம் என்பது வேரில் வெந்நீர் ஊற்றுவது போல. வேரை மட்டுமல்லாமல் செடியையும் பாதிக்கக்கூடியது. கருவிலேயே குழந்தையின் வளர்ச்சியை பாதிக்கக் கூடியது. கருவை சுமக்கும் பெண்ணின் துன்பம் எந்த சமூகத்தையும் சபிக்கக் கூடியது. சோழ நாட்டு அரசியின் துன்பம் சோழநாட்டின் எதிர்காலத்தை பாதிக்கக் கூடியது. எனவே இளவெயினி சென்னியை மறந்து பெண்களுடன் பழங்கதைகளைப் பேசிச் சிரித்தபடி, களித்திருக்க முயன்றாள்.

பெண்களுடன் இணைந்து அம்மானை போன்ற விளையாட்டுகளை விளை யாடினாள். தமிழ் செய்யுள்கள் இயற்றி அவற்றிற்கு சில பெண்கள் இசையமைக்க, சிலர் நடனமாடினர்.

வெவ்வேறு மண்ணில் ஊன்றப்படும் ஒரே வகையான மரங்களின் விதைகள் வளர்ந்து வெவ்வேறு சுவையையும், பண்புகளையும் கொண்ட கனிகளைத் தரக் கூடியது. ஒத்த பண்புகளுடன் மேகத்தின் நீராகக் கருவுறும் குழந்தைகள், கருவிலிருந்தே சூழ்நிலைகளால் மாறத் துவங்குகின்றன. தனது மகன் சிறந்த பண்புகளுடன் ஒப்பற்ற மனிதனாக வளர வேண்டும் என்று நினைத்த இளவெயினி மாலை நேரங்களில் தமிழின் அறநூல்களை நன்முகையைப் படிக்கக் கூறிக் கேட்பாள்.

இதன் நடுவில் தனது தந்தை அழுந்தூருக்கு வந்து மறைந்திருக்கும்படி கூறியதையும் யோசித்தபடி இருந்தாள். அரண்மனையின் நிழலில் வளரும் செடிகள் அழகுக்காகவே வாழ்கின்றன. தனித்து வாழும் தன்மையை இழந்து மற்றவர்களின் உதவியை எதிர் பார்த்து இருக்கின்றன.

வெயிலையும் மழையையும் தாங்கும் செடிகள் பல உயிர்களைக் காக்கும் மரமாய் தழைத்தோங்குகின்றன. மண்ணைப் பிணைத்து விண்ணை மறைத்து ஆலமாய் தலையெடுக்கின்றன.

உடலின் துன்பம் உடலை வலுவாக்க கூடியது. மனதின் துன்பம் மனதை வலுவிழக்கச் செய்வது. மக்களின் துயரங்களை அறிந்து வாழும் வேந்தனை விட, மக்களின் துயரங்களை தானும் நுகர்ந்து வாழும் வேந்தனே தலைசிறந்து விளங்க முடியும்.

இன்பமும் துன்பமும் எதிர் எதிரானவை. தனது மகன் துன்பத்தின் வழியில் சென்று இன்பத்தை அடைய வேண்டும். அதற்கு அழுந்தூரில் வளர்ப்பதே சரியானதாக இருக்கும் என்று எண்ணியபடி இருந்தாள்.

அரண்மனையின் பணியாளர்களையும், பெண் உதவியாளர்களையும் மிகுந்த கவனத்துடன் தேர்ந்தெடுத்திருந்தான் பரஞ்சுடர். உணவுகள் சமைக்க சிறந்த அடுமகன் களை நியமித்து தண்ணளி என்பவனை தலைமை அடுமகனாக நியமித்திருந்தான்.

இளவெயினிக்கான உணவுகளை நன்முகை மூன்று வேளைகளிலும் கீழிறங்கிச் சென்று அட்டிற்சாலையிலிருந்து எடுத்துச் செல்வாள். சமைக்கப்பட்டிருந்த உணவு களை தண்ணளி சிறிய தங்கக் கலன்களில் இட்டு மூடிக் கொடுக்க அவற்றை நன்முகை எடுத்துச் செல்வாள். ஒரு நாழிகைக்குப் பின்னர் இளவெயினி சாப்பிட்டு முடித்ததும் வெற்றுக் கலன்களை தந்துவிட்டு வருவாள்.

இளவெயினி உணவுகளில் அதிகம் நாட்டமின்றி இருந்தாள். காலை உணவாக புழுங்கிய நெல்லிலிருந்து எடுத்த பொரியையோ அல்லது மூங்கில் அரிசியை இடித்துச் செய்யப்பட்ட அவலையோ பாலுடன் கலந்து பருகுவாள். சில நேரங்களில் பச்சை நெல்லை உரலில் இட்டு இடித்து உருவாக்கிய பாசவலை கரும்புச்சாறும், பாலும் கலந்து சாப்பிடுவாள்.

மதியத்திற்கு பாற்சோறும், இரவிற்கு அப்பமும், பாலும் அருந்துவாள். இவற்றிக்கு நடுவில் தேவைப்பட்டால் சுவாகு எனப்படும் நீர்ச் சோறை சாப்பிடுவாள்.

‘நன்றாக சாப்பிடுங்கள்’ என்று நன்முகை கூறியும் இளவெயினி கேட்காததால், நன்முகை இரும்பிடாரிடம் ‘அரசி குறைவாகவே உணவு உட்கொள்கிறார்’ என்றாள்.

அன்றிலிருந்து ஒவ்வொரு நாளும் இளவெயினி சாப்பிடவேண்டிய உணவை இரும்பிடார் முடிவு செய்து தண்ணளியிடம் கூறி விடுவான். இறைச்சியின் மணம் இளவெயினிக்கு குமட்டலை உருவாக்குகிறதென்று அறிந்திருந்ததால் அவற்றை தவிர்த்தான்.

தினமும் உணவின் சுவைகளான உவர்ப்பு, துவர்ப்பு, கைப்பு, கார்ப்பு, இனிப்பு, புளிப்பு என்ற ஆறும், உணவை உண்ணும் முறைகளான கொறித்தல், நக்கல், பருகல், விழுங்கல், மெல்லல் என்ற ஐந்தும் கொண்ட உணவுகளை செய்யச் சொன்னான்.

காலை உணவிற்கு மெல்லடை, குழாய் பிட்டு, பச்சரிசியால் பொங்கப்பட்ட பொங்கல், புழுங்கல் அரிசியால் பொங்கப்பட்ட புழுங்கல், அவல்.

மதியத்திற்கு மூன்று ஆண்டுக் காலம் பாதுகாக்கப்பட்ட பழைய அரிசியில் சமைக்கப்பட்ட ஊன் சோறு, கொழுஞ்சோறு, செஞ்சோறு, நெய்ச்சோறு, உளுந்தச்சோறு, புளிச்சோறு, பாற்சோறு, வெண்சோறு போன்றவற்றில் இரண்டும்...

காய்கறி கூட்டுகள் வரிசையில் பொரியல், அவியல், துவட்டல், துவையல் என்றவைகளும்...

தினமும் கீரை ஆணம், வெண்சோற்றுடன் பிசைந்து சாப்பிட கொடுகளி, பாகு...

மாங்காய், மாதுளங்காய், எலுமிச்சை, நார்த்தங்காய் போன்றவற்றின் ஊறுகாய்....

அக்காரக்கரைசலில் வறுக்கப்பட்ட பழத் துண்டுகள், உப்பும், மிளகும் தூவப்பட்ட புளிக்காய். மாங்காய், நெல்லிக்காய் துண்டுகள்

இரவு உணவிற்கு கொள்ளும், பாலும் கலந்து வைத்த கஞ்சி, அவரை விதையை, அரிசியுடன் கலந்து சமைத்த கஞ்சி, நெல், காணம், வரகு, இறுங்கு, தினை, சாமை, புல், கோதுமை என எண் வகைத் தானியங்களின் கஞ்சியை சமைக்கச் சொன்னான்.

தினமும் மூன்று வேளையும் உணவில் இனிப்பு இடம் பெறவேண்டும். அதிரசப்படி அரிசியிலிருந்து சமைக்கப்பட்ட அதிரசம், அவித்த பயிற்றுடன் சர்க்கரை சேர்த்த கும்மாயம், வெல்லப்பாகையும் பாலையும் கலந்து செய்த பண்ணியம், காரத்திற்கு காரெற்றினுருண்டை போன்றவைகளை செய்யச் சொல்வான்.

இளவெயினி உணவுண்ணும் நேரத்தில் அருகில் அமர்ந்து பழங்கதைகளை பேசிக்கொண்டே சாப்பிட வைப்பான்.

சுடர் விட்டு எரியும் விளக்கினடியில் உறைந்திருக்கும் நிழலைப்போல இருவருக்குமிடையே துயரம் அமர்ந்திருந்தது. வாள் கொண்டு சிறுசிறு துண்டுகளாக வெட்டுமளவு அடர்ந்திருந்தது. இறுகிய வெண்ணையை உருக்கி, உருகும் நெய்யில் விளக்கேற்றுவது போல, மனதின் துயரத்தைக் கரைத்து சிரிப்பெனும் சுடரேற்ற முயன்றனர். நீர் பட்ட திரியாய் பொரிந்த மனம் வெளிச்சத்தையேற்ற மறுத்தது. எனினும் இரும்பிடார் தொடர்ந்து பேசி இருளைக் கரைக்க முயற்சித்தான்.

அரண்மனையில் பணிபுரிந்த ஒவ்வொரு அடுமகனும் ஒவ்வொரு சமையலில் கைதேர்ந்தவன். ஏழு வகை கீரைகளை ஒருவன் சமைக்க, மற்றொருவன் வழுதுனை, பூசணி, கும்பளை, புடலை, சுரை என்னும் ஐந்து நீர்க்காய்களைக் கொண்டு கூட்டுகள் செய்வான்.

ஒருவன் ஐவகை நார்க்காய்களான வெண்டைக்காய், பாகற்காய், அவரைக்காய், பயறுக்காய், கோவைக்காய் போன்றவற்றை தேங்காய் எண்ணையில் பொரித்தெடுப்பான். சதுரன் என்பவன் இனிப்பு வகைகள் செய்வதில் கைத்திறனுள்ளவன்.

இரும்பிடார் சொன்னவை மட்டுமல்லாமல் கரும்புப் பாகில் ஊறவைத்த ஐவகைக் கிழங்குகளான கருணைக்கிழங்கு, சேப்பங்கிழங்கு, வள்ளிக்கிழங்கு, முக்கிழங்கு, நனைகிழங்கு ஆகியவற்றை வேகவைத்து தேனுடன் சேர்த்து உருண்டைகளாக்குவான். எண் வகைத் தினைகளை இடித்து தேனுடன் பிசைந்து உருளைகள் ஆக்குவான். பழங்களை நெருப்பில் வாட்டியும், வேகவைத்தும் ஈச்சையும் தேனும் கலந்து பழக்கூழ்களை உருவாக்குவான். அவனின் இனிப்பிற்கு மயங்காத அரண்மனை வாசிகளே கிடையாதெனப் பெயர் பெற்றவன்.

அன்றைய இனிப்பை சமைத்து முடித்த சதுரன் அருகில் சோற்றில் ஊற்றி சாப்பிட பருப்பில் கொடுகளி செய்து கொண்டிருந்தவனிடம் ‘இரண்டாம் சாமத்தின் மணி ஒலிக்கப் போகிறது. இன்னும் ஆயத்தமாகவில்லையா?’ என்றான்.

அரண்மனைப் பணியாளர்களும் சாப்பிடுவார்கள் என்பதால் பெரிய கலனில் கொடுகளி கொதித்துக் கொண்டிருக்க ‘விறகு சரியாக எரியவில்லை’ என்றபடி கீழே அமர்ந்தவன் கொடிஅடுப்பின் விறகுகளை சரிசெய்யத் துவங்கினான்.

சுற்றிலும் பார்த்தபடி தனது இடையில் மறைத்திருந்த கண்ணாடிகுப்பியை லாவகமாக வெளியிலெடுத்த சதுரன் அதை உள்ளங்கையில் மறைத்தபடி அதன் மூடியை திறந்து அதனுள்ளிருந்த நஞ்சை கொதித்துக் கொண்டிருந்த கொடுகளியில் நொடிப்பொழுதில் ஊற்றினான். மீண்டும் குப்பியை மறைத்து விட்டு ‘நான் விறகுகளை சரி செய்கிறேன். நீ சீக்கிரம் செய்து முடி’ என்றபடி கீழே அமர்ந்து விறகுகளை சரிசெய்ய உதவினான்.

உண்ணும் உணவில் நஞ்சைக் கலந்து அரசியை கொல்வதற்காக இருங்கோ சதுரனை சோழநாட்டிற்கு அனுப்பியிருந்தான். முள்ளூர் நாட்டின் பாம்புப் பிடாரன்கள் கடுமையான பாம்பின் நஞ்சை குப்பிகளில் நிரப்பி அனுப்பியிருந்தனர். சில பாம்புகளின் நஞ்சுகள் இளமஞ்சள் நிறமுடையது. சில நஞ்சுகள் நீரைப் போன்று நிறமற்றவை. உணவில் கலந்து விட்டால் கண்டறிய இயலாது.

நாகப்பாம்பு, பவளப்பாம்பு, எண்ணெய்விரியன், கருநாகம் போன்ற பாம்புகளின் நஞ்சு நரம்பு மண்டலத்தைத் தாக்கும். தசைகளை இறுகச் செய்து மரணத்தை உண்டாக்கும்.

கண்ணாடி விரியன், சட்டித் தலையன் போன்ற பாம்புகளின் நஞ்சு குருதி நாளங்களையும், குருதி அணுக்களையும் தாக்கி அழித்து குருதி உறைவதை தடுக்கும். இவற்றில் கொடியவற்றை தேவையான அளவு கலந்து முள்ளூர் நாட்டின் பாம்பு பிடாரன்கள் நஞ்சை உருவாக்கியிருந்தனர்.

அரண்மனைக்கு வந்ததிலிருந்தே தினமும் அரசியின் உணவுகளை நன்முகை எடுத்துச் சென்றுவிட்டு, ஒரு நாழிகைக்கு பின்னர் கலன்களை திரும்பக் கொண்டு வருவதை கவனித்தபடி இருந்தான் சதுரன். அரசியின் உணவுகளை தண்ணளியே போட்டுத் தருவதால் கலன்களை அணுகமுடியாமல் இருந்தது. சோழப் படைகள் போருக்காக ஆயத்தமாவதால் விரைவாக பணியை முடிக்கும்படி இருங்கோ தகவல் அனுப்பிக் கொண்டிருக்க, வேறுவழியில்லாமல் இன்று மொத்த உணவிலும் நஞ்சைச் சேர்க்க முடிவு செய்திருந்தான்.

சற்று நேரத்தில் நன்முகை சேலையின் நுனியைத் திருகியபடி வந்து நிற்க, தண்ணளி தங்கக்கலன்களில் ஒவ்வொரு உணவாக எடுத்து தட்டில் வைக்கத் துவங்கினார். கொடுகளியையும் ஒரு கலனில் எடுத்து தட்டில் வைத்து வாழை இலையால் மூடி தண்ணளி கொடுக்க, நன்முகை தட்டை வாங்கிக் கொண்டாள்.

தண்ணளியிடம் வந்த சதுரன் ‘வீட்டில் சற்று பணி உள்ளது’ என்றான்.

‘போய்விட்டு சீக்கிரம் வா. மாலைக்கு ஏதாவது இனிப்பு செய்ய வேண்டும்’ என்று தண்ணளி கூற,

‘இரண்டு நாழிகைகளில் வந்து விடுகிறேன்’ என்றுக் கூறிவிட்டு வெளியே வந்த சதுரன் முகத்தைத் துண்டால் துடைத்தபடி நடந்தான்.

அரண்மனையின் சிறிய நுழைவு வாயிலில் நின்றிருந்த காவலர்களைக் கடந்து சுற்றும் முற்றும் பார்த்தபடி விரைவாகச் செல்ல, நன்முகை உணவுத் தட்டுடன் படிகளில் ஏறி முதல் தளத்தை அடைந்தாள்.

கண்ணிகள் இறுகும்...

15

வஞ்சனையில் ஊறித்திளைக்கும் நெஞ்சத்தில் ஊற்றெடுக்கும் தாரைகள் செல்லும் வழிகளை கணிக்க, நல்ல உள்ளங்களும் நஞ்சைப் பின்தொடர்ந்து செல்ல வேண்டியிருக்கிறது. கொடியவர்களின் கண்கொண்டே காட்சிகளை காண வேண்டியிருக்கிறது.

வீரத்தை வஞ்சகம் வீழ்த்துமெனில், வீரமுடையவன் வஞ்சகத்தை கற்றுக் கொள்ளாமல் விலகி நின்று அதைப் புரிந்து கொள்ள வேண்டியிருக்கிறது. இருளின் குணத்தை வெளிச்சம் கற்றுக்கொள்வது போல. நெருப்பின் வெப்பத்தை நீர் தெரிந்து கொள்வது போல. தீயவனின் எண்ண ஓட்டத்தை நல்லவனும் மனதில் நிகழ்த்திப் பார்க்க வேண்டியிருக்கிறது. சிரமமான செயல் என்ற போதிலும் வாழ்வின் நியதி இது.

பகைவர்கள் சோழநாட்டு அரசியை தாக்கக் கூடிய வழிவகைகளை இரும்பிடார் ஏற்கனவே சிந்தித்து அகநகரின் தலைமைக் காவலனுக்கு பல்வேறு உத்தரவுகளை பிறப்பித்திருந்தான்.

> வீரத்தை வஞ்சகம்
> வீழ்த்துமெனில்,
> வீரமுடையவன் வஞ்சகத்தை
> கற்றுக்கொள்ளாமல் விலகி
> நின்று அதைப் புரிந்து கொள்ள
> வேண்டியிருக்கிறது. இருளின்
> குணத்தை வெளிச்சம்
> கற்றுக்கொள்வது போல.
> நெருப்பின் வெப்பத்தை நீர்
> தெரிந்து கொள்வது போல.

அகநகரினுள் புதியவர்களுக்கு அனுமதி மறுக்கப்பட்டிருந்தது. அனைத்து விருந்தினர் மாளிகைகளும் மூடப்பட்டிருந்தன. அரண்மனையில் தேர்ந்தெடுக்கப்

பட்ட வீரர்களே எல்லா நேரங்களிலும் காவல் புரிந்தனர். புதியவர் எவரும் சேர்ந்தாலோ அல்லது பணி முடியும் முன்னர் எவரும் வெளியேறினாலோ உடனடியாக தெரிவிக்கும்படி இரும்பிடார் கூறியிருந்தான்.

இளவெயினி தங்க கலன்களில் இருந்து உணவை நேரடியாக உட்கொள்கிறாள் என்ற தோற்றத்தை உருவாக்க வெற்றுக் கலன்களை ஒரு நாழிகையில் கீழே அனுப்பி வைப்பார் இரும்பிடார்.

நன்முகை தினமும் உணவை எடுத்து வந்தவுடன் உணவின் சிறிதளவை வெள்ளி சுருக்கில் எடுத்து யவனதேசத்திலிருந்து வரவழைக்கப்பட்ட வெண்ணிறத் தட்டில் வைப்பாள். அடுத்து அரண்மனையின் மாடத்தில் வைக்கப்பட்டிருந்த நஞ்சுருவி செடியின் அகன்ற இலைகளில் உணவின் ஒரு துளியை வைப்பாள்.

அதன் பின்னர் யவனத்தட்டை பறவைக் கூட்டினுள் எடுத்து வைக்க, உள்ளிருக்கும் பறவைகள் உணவைக் கொத்தித் தின்னும்.

பறவைகள் உணவை உண்ட பின்னர், உணவுப் பொருட்களை வாழை இலையில் பரிமாறி விட்டு வெற்றுக் கலன்களை அட்டிற்சாலையில் இருக்கும் தண்ணளியிடம் தந்துவிட்டு வருவாள். இரும்பிடார் அருகிலிருக்க இளவெயினி உணவுண்ணத் துவங்குவாள்.

உணவு பல்வேறு ஆராய்தலுக்கு உள்ளான பிறகே அரசி உட்கொள்கிறாள் என்பது மூவரைத் தவிர வேறெவருக்கும் தெரியாமல் இரும்பிடார் பார்த்துக் கொண்டான். இளவெயினி சோழநாட்டிற்கு மணமுடித்து வந்த போதே யவனத் தட்டை வரவழைத்திருந்தான் இரும்பிடார்.

இன்றும் நன்முகை உணவை மேலேக் கொண்டு வந்தவுடன் ஒவ்வொன்றிலிருந்தும் சிறிதளவை யவனத் தட்டில் வைத்தாள். அடுத்து நஞ்சுருவிச் செடியின் இலைகளின் மேல் வைத்துவிட்டு திரும்பிச் சென்று தட்டை எடுத்தபோது வெண்ணிறத்தட்டின் ஒரு பகுதி நீலநிறத்திற்கு மாறியிருந்தது.

அதிர்ந்து போன நன்முகை இரும்பிடாரையும், இளவெயினியையும் அழைத்துக் காட்ட, இரும்பிடார் வேகமாகச் சென்று நஞ்சுருவியின் இலைகளைப் பார்க்க, கொடுகளியின் துளி இடப்பட்டிருந்த இலை கறுத்துப் போயிருந்தது.

அப்போது அரண்மனையின் முதல் தளத்திற்கு வந்த தலைமைக் காவலன் 'சதுரன் என்னும் அடுமகன் அரண்மனையிலிருந்து வெளியேறுகிறான்' என்று கூற...

‘குதிரை வீரர்களை அனுப்பி அவனை உடனடியாக அழைத்து வா. இரண்டு தளபதிகளையும் வரச் சொல்’ என்றான் இரும்பிடார்.

‘அரண்மனையில் எவரும் உணவை சாப்பிடக் கூடாதெனச் சொல். வேறெதுவும் கூறவேண்டாம்’ என்று இளவெயினி நன்முகையை கீழே அனுப்பினாள்.

தகவலை அறிந்து முதல் தளத்திற்கு வந்த தளபதிகள் இருவரும் நிகழ்ந்தவற்றை கேட்டு அதிர்ந்து போயினர். இத்தனை சோதனைகளுக்கு பின்னரே அரசி உணவை உட்கொள்கிறாள் என்ற தகவல் அவர்களுக்கு மகிழ்வை தந்த போதிலும், நீலம் பூத்திருந்த தட்டும், கறுத்திருந்த இலையும் அவர்களின் முகங்களை வெளிறிப் போகச் செய்தன. ஒவ்வொரு முறையும் பகைவர்கள் எதிர்பாராத விதங்களில் தாக்குதல்களை தொடர்ந்து கொண்டிருக்கின்றனர் என்ற எண்ணம் இடிந்து போகச் செய்தது.

‘உணவில் நஞ்சைக் கலந்தது உறுதியாக சதுரனாகத்தான் இருப்பான். அதனால் தான் நஞ்சை கலந்ததும் சோழ நாட்டை விட்டு வெளியேற முயல்கிறான். ஆனால் அவனாக ஒத்துக் கொள்ளாவிட்டால் அவனைப் பேச வைப்பது கடினம்’ என்றான் இரும்பிடார்.

‘என்னிடம் விடுங்கள். ஒரு நாழிகையில் ஒத்துக்கொள்ள வைக்கிறேன்’ என்றான் வானவன்.

‘சித்ரவதைகளுக்கு பணிபவனாகத் தெரியவில்லை. மேலும் அவன் கொடுகளியை தயாரிப்பதில்லை. இனிப்புகளை தயாரிப்பவன். கொடுகளியை குமணன் தயாரிப்பான். இருவரில் யார் நஞ்சை கலந்தனர் என்பதைக் கண்டறிவது எப்படி? ஒருவேளை சதுரன் நஞ்சை அவன் கலந்திராவிட்டால் ஒரு நல்லவனை தண்டித்ததாய் ஆகி விடும்’

‘வேறு எப்படித்தான் உண்மையை வரவழைப்பது’

‘அதிகாரம் இருப்பவர்கள் அனைத்து செயல்களையும் அதிகாரம் கொண்டே செய்ய விழைகின்றனர். அன்பை பயன்படுத்த முனைவதில்லை’ என்றாள் இளவெயினி.

‘அன்பினால் உண்மையை எப்படி வரவழைப்பது’

‘உணவைச் சாப்பிடச் சொல்லுங்கள் அவனை’ என்றாள் இளவெயினி.

அரசி சொல்வது மெதுவாகப் புரிய, அனைவரின் முகத்திலும் சிரிப்பு படர்ந்தது.

‘சிறிதும் வன்முறையின்றி சதுரன் உண்மையை கூறுவான். ஆயுதங்களுக்கு திறக்காத கதவுகள் அன்புக்குத் திறக்கும்’ என்று கூறிச் சிரித்தான் வானவன்.

சற்று நேரத்தில் காவலர்கள் சதுரனை அழைத்துக் கொண்டு சேர, சதுரனின் முகத்தில் பதற்றம் தெரிந்தது.

‘சதுரா, உனது இனிப்புகளை ரசித்து உண்பவன் நான். ஏன் இன்று விரைவாக கிளம்பி விட்டாய்?’ என்றார் இரும்பிடார்.

‘மன்னிக்கவும். எனது மனைவி கருவுற்று இருக்கிறாள். அனைத்து வேலைகளையும் செய்ய முடியாமல் சிரமப்படுகிறாள். எனவே வீட்டிற்குச் சென்று உணவு தயாரித்துவிட்டு வர எண்ணினேன். இரண்டு நாழிகையில் வந்துவிடுகிறேன் என்று அனுமதி பெற்றுத்தான் சென்றேன்’

‘உணவருந்தாமலே சென்று விட்டாய் போலுள்ளதே? இங்கேயே உணவருந்திச் செல். மாலை வரவேண்டாம். ஓய்வெடுத்துக் கொள்’ என்று கூறும்போதே...

நன்முகை வாழையிலையில் உணவுப் பொருட்களை எடுத்து பரிமாறத் துவங்க, சதுரனுக்கு பதற்றத்தில் வியர்த்தது.

‘நான் கீழேயே உணவருந்திச் செல்கிறேன்’ என்றான் அனைவரையும் பார்த்தவாறு.

‘இது எங்களின் அன்புக் கட்டளை. இங்கேயே உணவருந்தி விட்டுச் செல்‘ என்றான் வானவன் சிரித்தபடி.

நன்முகை வெண்சோறை போட்டு கொடுகளியை ஊற்ற, சதுரனின் நெஞ்சம் வெகுவேகமாக துடிக்கத் துவங்கியது.

சதுரனின் அருகே வந்த இரும்பிடார் யானையின் துதிக்கை போன்ற தனது கையை அவன் தோள்களில் இருத்தி இழுத்துச் சென்று இருக்கையில் அமர்த்தினான்.

‘கொஞ்சம் உணவை எடுத்துச் சென்று அவனின் மனைவிக்கு தந்துவிட்டு வரட்டுமா?’ என்றான் பரஞ்சுடர் வெறுப்புடன்.

‘உணவில் நஞ்சு கலந்திருப்பதைக் கண்டுபிடித்து விட்டனர் என்பதை உணர்ந்தான் சதுரன். அதனால்தான் அதைக் குறிப்பிடாமல் சாப்பிடச் சொல்கின்றனர். தான் குற்றமற்றவன் என்று காண்பிப்பதற்காக உணவை உட்கொண்டால் உடனடி மரணம் நிச்சயம். உணவில் நஞ்சு கலந்ததை ஒத்துக்கொண்டு விட்டால் சிறையில் அடைத்து விடுவார்கள். இன்னும் சில நாட்களில் சிற்றரசர்கள் படையெடுத்து வந்து சோழநாட்டை பிடித்து விட்டால் சிறையிலிருக்கும் தன்னை விடுவிப்பது உறுதி’ என்று நினைத்த சதுரன்

சடாரென்று எழுந்து ‘மன்னித்து விடுங்கள் அரசி. உணவில் நஞ்சு கலந்தது நான்தான்’ என்று கதறத் துவங்கினான்.

‘உணவில் நஞ்சை கலக்கச் சொன்னது யார்? எந்த நாட்டை சேர்ந்தவன் நீ?’

‘தளபதி இருங்கோவேள். நான் முள்ளூர் நாட்டினன்’.

★★★

கரிய மேகங்கள் உருண்டு, திரண்டு விண்ணை நிறைத்திருக்கும் வேளையில், வானம் இருண்டு நெஞ்சைப் பிளக்கும் இடிகள் தொடர்ந்து பூவுலகில் இறங்குவது போல் அரண்மனையின்மேல் நடக்கும் தொடர் தாக்குதல்கள் அனைவரின் மனங்களையும் பதைக்கச் செய்திருந்தன.

'அரண்மனையில் நிகழவிருந்த பேராபத்து மீண்டும் தடுக்கப்பட்டுள்ளது' என்றாள் இளவெயினி.

சோழநாட்டின் தளபதிகள் இருவரும், அமைச்சர்கள் ஐவரும் அரசியுடன் அரண் மனையின் நாளோலக்கத்தில் அமர்ந்திருக்க, இரும்பிடார் சற்றுத் தள்ளி அமர்ந்திருந்தான்.

'மூன்று நாடுகளின் மேலும் போர் தொடுத்து அழிப்பதுதான் இதற்கான தீர்வாக இருக்கும்' என்றான் பரஞ்சுடர்.

'முள்ளூர் நாட்டு அரசன் பெருஞ்சாத்தனுடன் தோன்றிமலை, புன்னாட்டு நாடுகள் ஏற்கனவே இணைந்துள்ளன. இப்போது தொண்டை நாடும், வாணர் நாடும் இணைய சம்மதித்து உள்ளன. சோழநாடு முள்ளூர் நாட்டின் மேல் படையெடுக்கப் போவதாக நினைக்கும் சிற்றரசர்கள் மேலும் பல நாடுகளையும், குலங்களையும் தங்களுடன் இணைக்கப் பேசி வருகின்றனர் என்று ஒற்றர்களிடமிருந்து தகவல் வந்துள்ளது' என்றான் வானவன்.

'வேங்கையின் தாக்குதலைத் தடுக்க குழிமுயல்கள் வலை பின்னுகின்றன. நாம் தாக்க நினைத்தால் பகை நாடுகளில் குருதியாறு கரைபுரண்டு ஓடும். வானமும் தீப்பற்றி எரியும்' என்றான் பரஞ்சுடர்.

'போர் என்பது தற்போது சாத்தியமில்லாத ஒன்று. நமது படைகளின் வலிமையை வெளிக்காட்டாமல் இருக்கும்வரை தான் பகைவர்களுக்கு அச்சமிருக்கும். எனவே படைகளின் எண்ணிக்கையை அதிகரித்தவாறு இருங்கள்'

'பகைவர்களின் வஞ்சனையிலிருந்து பிறக்கப்போகும் வேந்தனைக் காப்பதெப்படி?'

''ஒரு நாடென்பது மக்களின் நலன்களை தன்னுயிராய்க் கொண்டு இயங்குவது. இன்றைய சூழலில் நாம் எல்லா நேரங்களிளும் பகைவர்களின் சூதினை எதிர்பார்த்தே நின்றிருக்கிறோம். அமைச்சர் செம்மான் கூறியது போல நான் இங்கிருக்கிறேன் என்று தெரிவதாலேயே சிற்றரசர்கள் என்னைக் கொல்ல முயல்கின்றனர். என்னால் மேலும் பல உயிர்கள் பறிபோகும் நிலை ஏற்படுகிறது. எனவே சில காலமாவது நான் மறைந் திருப்பதே சரியான செயலாக இருக்கும். நாளைக் காலை அழுந்தூர் செல்ல முடிவு செய்துள்ளேன்' என்றாள் இளவெயினி.

இம்முறை தளபதிகள் மறுத்துப் பேசமுடியாமல் அமைதி காக்க....

'தொடர்ந்து வீசப்படும் வஞ்சக வலைகளின் ஒரு கண்ணி அரசியின் மீது விழுந்தாலும் பெரும் பாதகம் உருவாகும். பலம்பொருந்திய வேந்தன் இல்லாததாலேயே எதிரிகளின் முயற்சிகள் தொடர்கின்றன' என்று எண்ணினார் செம்மான்.

"நான் அழுந்தூருக்குச் செல்லும் தகவல் வெளியே தெரிய வேண்டாம். நான் அரண்மனையில் இருப்பதாகவே பகைவர்கள் எண்ணட்டும். அரண்மனையில் காவல்களை பலப்படுத்தி எவரும் என்னைக் காண முடியாமல் செய்துவிடுங்கள். நன்முகை எனக்கு பணியாற்றுவது போல தொடர்ந்து முதல் தளத்தில் தங்கியிருக்கட்டும்.

சோழ நாட்டிற்கு வருகை தரும் புலவர்களுக்கு, பாணர்களுக்கு, வறியவர்களுக்கு, கோவில்களுக்கு வழங்கப்படும் பொருள்கள் தொடர்ந்து அமைச்சரின் தலைமையில் அளிக்கப்படட்டும்"

'நீங்கள் அழுந்தூரில் இருக்கும்போது பகைவர்கள் படை எடுத்து வந்தால்?'

'சோழநாட்டின் மீது படையெடுக்க சிற்றரசர்களுக்கு துணிவு ஏற்படாது. நாம் யோசிக்க வேண்டியது சேர, பாண்டியர்களைக் குறித்தே'.

இந்திர விழாவின் கடைசி நாளில் வந்த சேரநாட்டுப் புலவர் இன்னும் சோழ நாட்டில் தான் இருக்கின்றார். இன்று மாலை அவருக்குத் தேவையான பொருட்களை செம்மான் வழங்கட்டும். இவருக்குப் பின்னரும் வருகை தரும் புலவர்களின் மனதில் அரசனற்ற நாட்டை கைக்கொள்வது வீரமான செயலன்று. ஒருவேளை தோற்கும் நிலையேற்பட்டால் உலகம் உள்ளளவும் அவர்களின் பெயர்கள் இழித்துரைக்கப் படும் என்ற எண்ணத்தை தோற்றுவித்து அனுப்புங்கள்.

சேரவேந்தன் நெடுஞ்சேரலாதனும், பாண்டிய வேந்தன் முடத்திருமாறனும் சிறந்த வீரர்கள். தாக்க மாட்டார்கள் என்று எண்ணுகிறேன். எனினும் புலவர்களின் மனதில் நாம் ஏற்படுத்தும் எண்ணம் அவர்களைச் சென்றடையும்.

சிறிய கயிற்றை வைத்து யானையை கட்டுவது போல, சிறிய எண்ணத்தைக் கொண்டு சேர, பாண்டியர்களை கட்டப் போகிறோம். ஒரு எண்ணம் சோழநாட்டைப் போர்களிலிருந்து காத்து நிற்கப் போகிறது.

ஒரு எண்ணம் இரண்டு பேரரசுகளை முடக்கி வைக்கப் போகிறது.

ஒரு எண்ணம் நமது வேந்தர் வளரத் தேவையான நேரத்தைப் பெற்றுத் தரப்போகிறது.

சிற்றரசர்கள் சதியினில் மூழ்கியிருக்க, பேரரசர்கள் பெருமையில் முடங்கியிருக்க இடைப்பட்டக் காலத்தில் நாம் வேந்தரை வளர்த்தெடுப்போம்.

சோழநாட்டின் அடுத்த அரசன் அன்பைக் கேடயமாகக் கொள்ளாமல், வீரத்தை ஆயுதமாக தரிக்கப் போகிறவன். நாடுகளின் எல்லைகளைக் கரைத்து மக்களின் மனங்களை இணைக்க, கதிரவன் உதிக்கும் திசையிலிருந்து, மறையும் திசை வரையிலிருக்கும் அனைத்து நாடுகளையும் வெல்லும் போர்க் கடவுளாக அவதரிப்பான். பகை நாடென்று ஒன்று இல்லாத நாட்டையும், போர்களில்லாத உலகையும் உருவாக்குவான். உலகையே சோழநாடாக மாற்றுவான்.

அவன் உருவாக ஆகும் இடைப்பட்ட காலத்தில் எரிமலை கனிந்து, பெருகி, வெடிக்குமளவு வளரக் காத்திருப்போம்' என்று கூறி விட்டு எழுந்தாள் இளவெயினி. சொற்கள் மனச்சுவர்களையும் கரைத்திருந்தன. உயிர் எழுத்துக்கள் உயிர் மூகந்து செல்ல, மெய் எழுத்துக்கள் மெய் உண்டு சென்றிருக்க, பதிலுரைக்க முடியாமல் அனைவரும் பணிந்து நின்றனர்.

மறுநாள் காலையில் அரசிக்குரிய அணிகலன்களையும், ஆடைகளையும் நீக்கி விட்டு பணிப்பெண்ணைப் போல எளிய ஆடைகளை அணிந்திருந்த இளவெயினியைக் கண்டதும் நன்முகையின் மனம் பதறிப் போனது.

ஏராளமான பணிப்பெண்கள் தங்கத் தட்டினில் செல்வக் குவியல்களை ஏந்திவர, சாலையெங்கும் மலர்கள் சொரிந்திருக்க, குதிரைப்படையும், யானைப்படையும், முன் செல்ல, சோழ நாட்டின் மக்கள் பின்தொடர, நட்சத்திரங்கள் சூழ்ந்து வெளிப்படும் நிலவாய் சோழநாட்டில் நுழைந்தவள் இளவெயினி. தேவர்களும், புலவர்களும், மக்களும் மலர் தூவி ஆசிர்வதிக்க அரண்மனையில் நுழைந்தவள். இன்று அனைத்தையும் துறந்து செல்லும் துறவியைப் போல பணிப்பெண்ணின் உடையில் இருந்தவளைக் கண்டதும் நன்முகையின் கண்களில் கண்ணீர் வழிந்தது.

'என்ன கோலம் அம்மா இது' என்றவளை தழுவிக்கொண்டாள் இளவெயினி.

'சோழ நாட்டிற்கு மறுபெண்ணாய் வந்த காலத்திலிருந்து என் தாயாக இருந்து பார்த்துக் கொண்டாய். உனக்கு நான் என்றும் கடமைப் பட்டவள் நன்முகை' என்று கூற

'மீண்டும் எப்போது வருவீர்கள்' என்றாள்.

'விலகுவது மட்டுமே என் கையில். திரும்புவதை காலமே தீர்மானிக்கும்'

கதறி அழுத நன்முகையைத் தேற்றிய இளவெயினி, சென்னியுடன் வாழ்ந்த அரண் மனையை வாஞ்சையுடன் கண்களால் பார்த்தபடி நடந்தாள். ஒவ்வொரு பொருளும் சென்னியின் அன்பையும், குறும்புகளையும் கூறியது. முதன்முதலாய் அரண் மனையில் காலடி எடுத்து வைத்த நினைவுகள் நெஞ்சில் தோன்ற சுற்றிலும் நோக்கினாள்.

வறண்டிருந்த விழிகளில் நீர் அரும்பியது. சென்னியுடன் வாழ்ந்த வாழ்வைப் பறைசாற்றும் அரண்மனையின் தூண்களும், நன்மாடங்களும், நந்தவனங்களும் ஏற்கனவே பொலிவற்றிருக்க இப்போது இளவெயினியும் நீங்குவதால் இருண்டதைப் போல் தோன்றியது. பார்வையற்ற மனிதனுக்கு சிறிது காலம் பார்வையைத் தந்து விட்டு பறித்ததைப் போல உணர்ந்தாள்.

சென்னியின் சிரித்த முகம் மனதில் நிழலாட, நெஞ்சு வலித்தது. மூச்சு விட சிரமப் பட்டவளின் கால்கள் நடுங்கின. அடிவயிற்றில் கையை வைத்தபடி சமாளித்தவள் மெதுவாக அரண்மனையின் நுழைவு வாயிலை நோக்கி நடந்தாள்.

அரண்மனையின் வாயிற்காவலர்களை தலைமைக் காவலனிடம் அனுப்பிவிட்டு இரும்பிடார் அரண்மனை வாயிலில் நின்றிருந்தான். இளவெயினியின் கோலத்தைக் கண்டதும் இரும்பிடாரின் முகம் வெடித்துப் போனது. கணப்பொழுது கலங்கி நின்றான்.

இளவெயினி தலைகுனிந்தவாறே இரும்பிடாரைத் தாண்டிச் செல்ல உயிரினும் மேலாய் வளர்த்த தங்கை அனாதையைப் போல தனித்துச் செல்வதைக் கண்டதும் நெஞ்சில் வலியேற்படுவதை உணர்ந்தான்.

புகார் நகரமே ஒன்று கூடி நிற்க, வாத்தியங்களின் முழக்கங்களோடு மக்களின் அன்பு மிகுந்த வாழ்த்தொலி விண்ணை முட்ட, யானையின் அம்பாரியின் மேல் இந்திரனை யொத்த அழகுடன் கூடிய இளஞ்சேட்சென்னியின் அருகமர்ந்து, தேவகன்னிகையே மண்ணிறங்கி வந்தாளோ என காண்போர் வியக்கும்வண்ணம் பொன்னாபரணங்கள் விண்மணிகளாய் மின்ன சோழநாட்டில் நுழைந்த தங்கை இப்படி வெளியேறுவதா என்று அதிர்ந்து நின்றான்.

இளவெயினி ஆடையின் நுனியைத் தலையில் மூடியபடி முதன்மை நுழைவு வாயிலை நெருங்க அங்கு வானவன் நின்றிருந்தான். அகன்ற கதவுகள் திறந்திருக்க மேலும் சிலர் அகநகரை விட்டு வெளியேறிக் கொண்டிருந்தனர். மற்ற காவலர்கள் நெருங்கும் முன்னர் 'வேகமாகச் செல்லுங்கள்' என்று வானவன் சத்தமாகக் கூற, மக்களினூடே இளவெயினி தலையைக் குனிந்தபடி வெளியேறினாள்.

கதிரவன் நீங்கிய சோழநாட்டில் வாழ்வதை வெறுத்து நிலவும் நீங்குகிறது. இனி சோழநாட்டை வெளிச்சமற்ற காரிருளே சூழ்ந்திருக்கும். வசந்த காலங்கள் மடிந்து, துன்பங்கள் கிளைபரப்ப, மலர்கள் கண்ணீர் சொரிய துயரக்காலம் ஆட்கொள்ளும் என்று வானவன் நினைத்தான்.

இரண்டாம் சாமம் வரை அகநகருக்குள் பொருட்களை எடுத்துச் செல்லும் வண்டிகள் நுழையலாம். இளவெயினியைத் தொடர்ந்து வயதான ஒருவன் மாடுகள்

பூட்டிய வண்டியொன்றை நகர்த்திக்கொண்டிருக்க, அதைத் தொடர்ந்து குதிரை இழுக்கும் வண்டியை தலைப்பாகை அணிந்த வணிகன் ஒருவன் சாக்கு மூட்டையின் மேலே நின்றவாறு ஒட்டி வர, வானவன் அவர்களை வெறித்து பார்த்தபடி சிந்தனைகள் தொலைந்திருந்தான்.

அரண்மனையின் நுழைவு வாயிலுக்கு வலது புறத்தில் ஆராய்ச்சிமணி கட்டப்பட்ட மாளிகையிருக்க, இடதுபுறத்தில் சோலை அமைந்திருந்தது. மரங்களில் கனிகள் காய்த்து தொங்கியபடி இருக்க அவற்றினடியில் மக்கள் படுத்தும், அமர்ந்தும் இருந்தனர்.

மக்களினூடே இருந்த முள்ளூர் நாட்டு ஒற்றர்கள் நுழைவு வாயிலினருகே நின்ற வானவனைப் பார்த்தவாறு அமர்ந்திருந்தனர். இரண்டு தளபதிகளையோ அல்லது இரும்பிடாரையோ வீழ்த்தச் சொல்லி இருங்கோவிடமிருந்து தகவல் வந்திருக்க, ஒற்றர்கள் தளபதியை எப்படி அணுகுவது என்று எண்ணிக் கொண்டிருந்தனர்.

இந்திர விழாவின் கடைசி நாளான கொடி வெட்டும் விழாவிற்கு சென்னியுடன் இணைந்து அரச வீதியில் தேருடன் சென்றது இளவெயினிக்கு நினைவிற்கு வர, மனவெளியில் சென்னியின் கைகளைப் பற்றியபடி நடந்தாள். மணவிழாவிற்கு சென்னியின் விரல் பற்றி இளவெயினி தொடர்ந்து சென்றது போல இப்போதும் சென்னி முன்னே நடக்க, இளவெயினி குனிந்த தலையுடன் பின்தொடர்ந்தாள்.

மாடு இழுக்கும் வண்டியில் இளவெயினியைத் தாண்டிச் சென்ற முதியவர் ‘ஏனம்மா நடக்கிறாய். வண்டியிலேறிக் கொள். உன்னை வீட்டில் விட்டுச் செல்கிறேன்’ என்று கூற...

‘வீடு அருகில் தானிருக்கிறது. நீங்கள் செல்லுங்கள்’ என்றாள் இளவெயினி. தொடர்ந்து நடக்க அவளுக்கு மூச்சு வாங்கியது.

இளவெயினி தளர்வாக அரச வீதியின் இறுதியை நெருங்க, முன்னேச் சென்ற வணிகன் தேரினை நிறுத்தி ‘மேலேறிக் கொள்ளுங்கள்’ என்றான். வண்டியில் மெதுவாக ஏறிய இளவெயினி வண்டியுடன் படிந்திருந்த கம்பிகளை உயர்த்த, நான்கு புறத்திலும் திரைச்சீலைகள் உயர்ந்து இளவெயினியை மறைத்துக் கொண்டது. தேர் அரசவீதியைக் கடந்து நாளங்காடித் தெருவில் திரும்பி முன்னோக்கி நகர, காட்சிகளில் சிக்கிக்கொண்டு எண்ணங்கள் திரும்ப மறுத்தன.

நீர் நிறைந்த தடாகங்களும், வண்ண மலர்கள் பூக்கும் சோலைகளும், நீர் சிறுத்தோடும் ஓடைகளும் என காணும் இடங்களெல்லாம் சென்னியோடு வலம் வந்த நாட்களை அலையடிக்கும் நினைவுகளின் நுரையாய் கரை சேர்த்தன. எத்தனையோ பேர் உடனிருந்தாலும் வெளிப்படுத்த முடியா தனிமையும் வெறுமையும் மனதின் நிழலாய் நின்று வாட்டியது.

தனிமை அனைவருக்கும் இனிமையாய் அமைவதில்லை. என்றேனும் வருவான் என காத்திருக்கும் தனிமையும், என்றுமே வரமாட்டான் என உண்மை உரைக்கும் தனிமையும் வெவ்வேறானவை. அவன் விட்டுச்சென்ற பொறுப்புகளும், சோழ நாட்டை சூழ்ந்துள்ள ஆபத்துகளும், தன் உயிரைப் பறிக்க நேர்ந்த சூழ்ச்சிகளும் ஒருங்கிணைந்து சென்னியை சிறிதளவேனும் மறக்கடிக்கச் செய்திருந்தன.

காலம் வாழ்வை அடுத்த கட்டத்திற்கு உந்தித் தள்ளியிருந்தது. பற்றிக்கொள்ள விழுதாய் வாரிசு ஒன்றையும் விதைத்தே சென்றிருந்தது. பொழுதுகள் செல்லச்செல்ல எண்ணத்தினுள் மாற்றங்களைப் புகுத்தி நினைவுகளை மறக்கடிக்கும் கருவியாய் காலம் செயல்படுகிறது. ஆனால் சென்னியின் நினைவுகள் எளிதில் கலைந்துவிடும் கோலமல்ல. உயிரோவியமாய் உதிரத்தில் உறைந்து விட்ட உறவு. விடிவெள்ளியாய் விழிகளுக்குள் வலம் வந்தவனை கண்ணிமைக்கும் நேரத்தில் கைமீறிச் சென்ற வாழ்க்கைப்பாதை இமை சேரும் உறக்கத்தையும் பறித்துச் சென்றிருந்தது.

புதையலை கைக்கொண்டதாய் குதூகலித்த மனமானது இன்று கண் முன்னே காலனிடம் களவு போனதை எண்ணிப்பொங்கியது. எதிர்வினை ஆற்ற இயலா துயரத்தில் மூழ்கியது.

முதன்மை நுழைவு வாயிலின் வழியே குதிரையில் அமர்ந்து வெளியேறிய இரும்பிடாரைக் கண்டதும் சோலையில் அமர்ந்திருந்தவன் ''இரும்பிடார் போகிறான்'' என்றான்.

வேகமாக எழுந்த வாணன் என்பவன் 'நீ சென்று பரதவத் தெருவிலிருக்கும் மற்ற வீரர்களை அழைத்து வா. நாங்கள் அவனைப் பின்தொடர்கிறோம்' என்றான்.

'நம்மால் அவனை வீழ்த்த முடியுமா?'

'நாம் முப்பது பேர். அவன் ஒருவன். வேகமாகச் செல்' என்று வாணன் கூற, ஒருவன் குதிரையிலேறி பரதவத் தெருவிற்கு விரைய, இருவர் இடைவெளி விட்டு இரும்பிடாரை தொடர்ந்தனர்.

காவிரிக்கரையின் நுழைவு வாயிலை நெருங்கிய தேர் அதற்கு முன்பாக இடப்புறத்திலிருந்த அழுந்தூர், புகலூர், மேலூர் போன்ற வேளிர் நாடுகளுக்குச் செல்லும் மண்சாலையில் திரும்பியது. சாலையில் காவலுக்கு இருந்த காவலன் சோம்பலுடன் தேரினைப் பார்த்தவாறு அமர்ந்திருந்தான்.

தேர் மெதுவாகச் செல்ல, அடுத்த சில கணங்களில் இரும்பிடார் குதிரையில் வந்து சேர்ந்தான். இரும்பிடாரின் அகன்ற தேகத்தையும், பொலிவையும் தூரத்திலிருந்தே கண்டு கொண்ட காவலன் சோம்பலை உதறி எழுந்து நிற்க,

மண் சாலையில் குதிரையை திருப்பிய இரும்பிடார் வேகமாக தேரினை சென்றடைந்தான். இரும்பிடாரைக் கண்டதும் தேரினை நிறுத்திய பரஞ்சுடர் தலையிலிருந்த தலைப்பாகையை கழற்றியபடி இறங்கினான்.

இரும்பிடாரின் உருவத்தை பகைவர்கள் எளிதாக கண்டு பிடித்து விடுவார்கள் என்பதால் பரஞ்சுடர் வணிகனின் வேடத்தில் தேரினை செலுத்தி இளவெயினியை சோழநாட்டை விட்டு வெளியே அழைத்து வந்திருந்தான்.

கண்கள் பார்ப்பதை சிந்தை புரிந்து கொள்ளும். சில சமயங்களில் சிந்தை விரும்புவதையே கண்கள் பார்க்கிறது. தளபதி என்றாலே அதற்குரிய ஆடையணிந்து வருவான் என்றெண்ணிய முள்ளூர் நாட்டு ஒற்றர்களின் மனது சாதாரண தேரில் வெளியேறிய பரஞ்சுடரை கண்டறிய விடாமல் தடுத்து விட்டது.

பரஞ்சுடரிடம் குதிரையை தந்து விட்டு தேரிலேறிய இரும்பிடார் 'பின்னர் சந்திப்போம்' என்றான்.

'தெய்வங்களற்ற கோவிலில் வைராவிக்கென்ன பணி. அழூந்தூர் வரை வருகிறேன். உங்கள் நிலை அறியாமல் அரண்மனைச் சென்றாலும் என்னால் மனமொன்றி இருக்க இயலாது' என்ற பரஞ்சுடர் குதிரையில் ஏறிக்கொள்ள, மூவரும் அழூந்தூரை நோக்கி பயணித்தனர்.

தேரின் வலப்புறத்தில் காவிரியின் கிளை ஆறான முடிகொண்டான் சலசலத்து ஓடிக் கொண்டிருக்க, அதனை ஒட்டியே மண்பாதை ஆற்றிற்கு இணையாக பாம்பைப் போல உடலை நீட்டிக்கிடந்தது.

'இளஞ்சூரியனை உங்களைப் போலவே பெரும் வீரனாக்குங்கள். சென்னிக்கு நீங்கள் இருவரும் இருந்தது போல உங்கள் பிள்ளைகள் என் மகனுக்கு நண்பராய் இருக்க வேண்டும். அவன் அரியணை ஏறும்போது உங்கள் மகனும், வானவனின் மகனும் அருகில் இருக்க வேண்டும்' என்றாள் இளவெயினி.

'உறுதியாக' என்றான் பரஞ்சுடர்.

சென்னிக்கும், இளவெயினிக்கும் மணம் நிகழ்ந்த பின்னர் இரண்டு தளபதிகளுக்கும் மணமாகியிருந்தது. பரஞ்சுடருக்கு செஞ்சூரியன் என்ற மகன் இருக்க, வானவனுக்கு திதியன் என்ற மகனிருந்தான்.

'இந்திர விழாவிற்குப் பின்னர் வாழ்வில் நாட்டம் குறைந்து விட்டது' என்று பரஞ்சுடர் கூற...

'நம்பிக்கை ஏற்படவேண்டிய தருணமிது. மனிதத்தின் மீது. மக்களின் மீது. வஞ்சித்து வாழ ஒரு சிலர் நினைக்கும் உலகில் தான் ஓராயிரம் மக்கள் நம்மை காக்க வெகுண்டெழுந்தனர். அதை எப்படி மறப்பது. அவர்களின் நம்பிக்கையை எப்படி உடைப்பது?'

'நண்பனை இழந்தது மனதைச் சிதைத்து விட்டது'

'இழப்புகள் எப்போதும் உண்டு. சிலருக்கான இழப்புகள் மற்றவர்களுக்கு பயன் தரவே நிகழ்கின்றன. இதுவும் எதிர்கால நன்மைக்கென்று மனதை தேற்றிக் கொள்வோம்'. இளவெயினி பரஞ்சுடரை தேற்ற உள்ளத்திற்கு புறம்பாக பேசிக்கொண்டிருந்தாள்.

சோழ நாட்டிலிருந்து அழுந்தூரை நோக்கி மண் பாதை பிரியுமிடத்தில் இரும்பிடாரைத் தொடர்ந்து வந்த குதிரை வீரர்கள் காத்திருக்க, சிறிது நேரத்தில் எண்ணற்ற குதிரை வீரர்கள் வந்து சேர்ந்தனர். அங்கிருந்த காவலன் 'யார் இவர்கள்' என்று யோசித்திருக்க முள்ளூர் நாட்டின் முப்பது குதிரை வீரர்கள் வேகமாக இரும்பிடாரைத் துரத்திக்கொண்டு குதிரைகளை விரட்டத் தொடங்கினார்கள்.

கண்ணிகள் இறுகும்...

16

அமுழுந்தூர்ச் செல்லும் மண் சாலையின் இரண்டு ஓரங்களிலும் தென்னை மரங்களும், பனை மரங்களும் ஓங்கி உயர்ந்திருக்க மரங்களில் வெட்டுவதற்கு தேவையின்றி, ஆளின்றி காய்கள் குலைகுலையாய் காய்த்துச் சோழ நாட்டின் வளமையைப் பறை சாற்றிக் கொண்டிருந்தன.

சாலையின் இடது புறத்தில் மனித வாழ்வின் இளமையான பகுதியைக் குறிக்கும் வகையில் கண்ணுக்கெட்டிய தூரம் வரை பச்சை பசேலென்ற நிலங்களை போர்த்திய நெல் வயல்களும், வலது புறத்தில் மனித வாழ்வின் பிற்பகுதியை உணர்த்துமாறு அமைதியாய் கடலைத் தேடி ஓடிக்கொண்டிருந்த கிளை ஆறும் இருக்க, தேர் நிகழ்காலத்தின் நிழலாய் நடுவில் சென்று கொண்டிருந்தது.

மனிதனோ,
மிருகமோ, ஒரு
இனம் வளங்களைச்
சுரண்டும் போது
எதிர்ப்பு உண்டாகிறது.
பாதிக்கப்படும் இனம்
எதிர்க்கத்
தொடங்குகிறது.

வாகை மரத்தில் பூத்திருக்கும் வெண் மலர்களைப் போல வெண்ணிற கொக்குகள் பசும்வெளியில் ஆங்காங்கு மீன்களைத் தேடி அமர்ந்திருக்க அவைகளைப் பார்த்தவாறு இளவெயினி அமர்ந்திருந்தாள். பிறரின் மடியில் தலை சாய்த்து துயரங்களை கூற முடியாமல், மற்றவரின் துயரத்திற்கு வடி காலாய் இருக்க வேண்டியிருக்கும் தனது

நிலையை எண்ணி இருந்தாள். சூரியனைத்தேடும் சூரியகாந்தி மலர் போல இளவெயினியின் மனது சென்னியின் நினைவுகளில் அமைதியைத் தேடி பின்னோக்கிச் சென்றது.

மக்களின் குறைகளைக் கண்டறிய மாறுவேடம் அணிந்து நகர்வலம் செல்லும் வழக்கமுடையவன் சென்னி.

திருமணமான புதிதில் சோழநாட்டின் தெருக்களில் நடக்க விரும்பிய இளவெயினி 'நானும் வருகிறேன்' என்று கூற, அவளையும் அழைத்துக் கொண்டு நகர்வலம் புறப்பட்டான்.

அமைச்சர் செம்மானிடம் தகவல் தெரிவித்துவிட்டு அரண்மனைக்குரிய பட்டு ஆடைகளை விடுத்து பருத்தி ஆடைகளை அணிந்த இருவரும் பொருட்களேற்றும் வண்டியொன்றில் வெளியேறினர். நகர்வலம் காணக் கிளம்பியவர்கள் தளைகளி லிருந்து விடுபட்டு வானத்தில் சிறகடித்து மகிழும் பறவைகளைப் போல மருவூர் பாக்கத்தின் நாளங்காடிகளில் அலைந்து திரிந்து விட்டு இதே மண்சாலையில் பேசி மகிழ்ந்தபடி சோழ நாட்டின் எல்லையிலிருந்த கரடு வரை சென்றனர்.

மாலை மயங்கும் நேரத்தில் இருவரும் திரும்பியபோது கரட்டின் அருகே மூதியவர் ஒருவர் மாட்டு வண்டியை நகர்த்த முடியாமல் தடுமாறுவதைக் கண்ட சென்னி வண்டியை நிறுத்தினான்.

இரண்டு நெல்வயல்களின் நடுவே போடப்பட்டிருந்த பாதையில் ஒரு பக்க வரப்பு உடைந்திருக்க, கற்கள் உருண்டு பாதையில் நீர் தேங்கி சேறாகியிருந்தது. வண்டியின் சக்கரம் குழியில் இறங்கி அங்கிருந்த கற்களில் மாட்டிக்கொண்டு நகர மறுக்க...

'வண்டியைக் கொஞ்சம் மேலேற்ற உதவமுடியுமா? என்றார்' முதியவர்.

வண்டியிலிருந்து சென்னி இறங்க, இளவெயினியும் கீழிறங்கினாள்.

வண்டியின் பின்புறத்தில் இரண்டு கைகளையும் வைத்த சென்னி கால்களை நிலத்தில் ஊன்றி முழு ஆற்றலுடன் தள்ள வண்டி இலேசாக அசைந்தது. பறவையின் சிறகு போல விரிந்த சென்னியின் முதுகைப் பார்த்தவாறு இளவெயினி நின்றிருக்க...

'நீங்களும் தள்ளுங்கள் அரசி' என்றான் சென்னி மெதுவான குரலில் கண்களில் குறும்பு மின்ன.

இளவெயினியும் மருதாணியால் சிவந்திருந்த தனது கைகளால் வண்டியைத் தள்ளினாள். மாட்டு வண்டி கற்களிலிருந்து நொடிகளில் விடுபட்டு வேகமாக முன்னேற,

சென்னி வண்டியுடன் முன்னேறி சேற்றிலிறங்கினான். அவன் கால்களும், ஆடைகளும் சேறாக இளவெயினி வாய்விட்டு சிரித்தாள். சென்னியும் அவளுடன் இணைந்து சிரிக்க, அவர்களை திரும்பி பார்த்த முதியவர் ‘எனது வீட்டிற்கு வாருங்கள். சுத்தப்படுத்திக் கொண்டு செல்லலாம்’ என்று கூற, இருவரும் அவருடன் நடந்தனர்.

வீட்டினருகே வண்டியை நிறுத்தி கீழிறங்கிய முதியவர் சத்தமான குரலில் ‘வேலம்மா’ என்றழைத்து விட்டு ‘அமருங்கள்’ என்றார். மண் கலத்தில் நீருடன் அரிவை வயதுப் பெண்ணொருவர் வெளியே வர ‘இவள் என் மனைவி’ என்றார்.

மட்குவளையில் நீரை ஊற்றி சென்னியிடம் கொடுக்க, அதை வாங்கியபடி ‘நீங்கள் இருவர் தானா?’ என்றான் சென்னி.

‘எங்களுக்கு இரண்டு மகன்கள். முதல் மகன் சோழ வேந்தன் நிகழ்த்திய செருப்பாழி போரில் வீரமரணம் எய்தி விட்டான்’ என்று கூறியதும் குவளையை ஏந்தியிருந்த சென்னியின் கை ஒருகணம் நடுங்கியது.

‘இரண்டாவது மகன் ஊர்க்காவலர் படையில் இருக்கிறான்’

‘முதல் மகன் இறந்த பிறகும் எதற்காக இரண்டாவது மகனை படையில் சேர்த்தீர்கள்?’

‘மண்ணைக் காப்பது மக்களின் கடமை அல்லவா?’

‘அதற்காக ஒரு குடும்பம் மட்டுமே நாட்டின் பாரத்தைச் சுமக்க வேண்டுமா?’

‘இன்னொரு மகனிருந்தாலும் அவனையும் படைக்குத்தான் அனுப்பி இருப்பேன். நீ எங்கள் வேந்தனைப் பற்றித் தெரியாமல் பேசுகிறாய். மண்ணாசை, பொருளாசை, புகழாசைக்காக போர் தொடுப்பவனல்ல சென்னி. மக்களைக் காப்பதற்கு மட்டுமே ஆயுதமேந்துபவன்’

‘அதற்காக கூறவில்லை. வயதான பின்னர் உங்களைத் தாங்கி நிற்க மகன் வேண்டுமல்லவா. நாட்டை பாதுகாக்க பல குடும்பங்கள் உள்ளன. உங்களுக்கு மகன் மட்டும் தானே’

‘பெரிய பலனேதும் தராமல் தனித்து நிற்கும் நெற்பயிரைப் போன்றது என் குடும்பம். வேராக எனக்கு என் மனைவி இருக்கிறாள். அவளுக்கு நானிருக்கிறேன். ஆனால் சோழ நாடு ஆலமரம் போன்றது. பல உயிர்களைக் காத்து நிற்கும் அரணாயிருப்பது. அதைக் காப்பது எங்களின் கடமை’.

உங்களைப் போன்ற தன்னலமற்ற தனித்த பயிர்களின் வயல் தான் சோழநாடு. மக்கள் தான் ஆலமரத்தை தாங்கி நிற்கும் விழுதுகள் என்று கூற நினைத்த சென்னி 'உங்கள் மகனைக் காணவில்லையே?' என்று கேட்க...

'இந்த மாதம் முழுவதும் அவனுக்கு இரவுக்காவல் பணி. இன்று விரைவாக கிளம்பி விட்டான். அவனுக்கு பகலில் பணி மாறுவதற்குள், எனது வயல்கள் பாழாகி விடும் போலுள்ளது'.

'என்ன ஆயிற்று'?

'கரட்டின் அடிவாரத்திலிருக்கும் மக்கள் அனைவரும் வயல்களில் வள்ளிக் கிழங்குகளை பயிரிட்டுள்ளோம். கிழங்குகள் பால் பிடித்து திரண்டு பெரிதாகியுள்ளன. ஆனால் இரவுகளில் காட்டுப் பன்றிகள் கரட்டின் மேலிருந்து இறங்கி வயல்களில் பேரழிவை உண்டாக்குகின்றன. அவற்றை கொல்வதற்கு என் மகன் இரண்டு பரண்களை அமைத்திருக்கிறான். ஆனால் இரவுப் பணியாதலால் அவனால் பரணில் காவலிருந்து பன்றிகளை கொல்ல முடியவில்லை. ஒரு முறை பன்றிகளை விரட்டி விட்டால் மீண்டும் சில நாட்கள் வராது. அதற்குள் கிழங்குகளை பறித்து விடலாம்'

''காவல் காக்கும் பணியைத்தான் நானும் செய்து வருகிறேன். நான் இன்றிரவு காவலிருக்கட்டுமா?'' என்றபடி இளவெயினியைப் பார்த்தான் சென்னி. நாட்டை தனது வீடாய் கருதும் குடிக்கு தன்னால் செய்ய முடிந்த சிறிய பணியிது என்று நினைத்தான்.

'உங்களுக்கு வேறு பணி ஏதுமில்லையா?'

'நாங்கள் அழுந்தூரை சேர்ந்தவர்கள். ஒரு பணியின் நிமித்தமாய் சோழ நாட்டிற்கு செல்கிறோம். அதை நாளை செய்து கொள்வோம்'

'எங்கள் அரசியும் அழுந்தூர் தான்'

'உங்கள் அரசி எப்படி?' என்றான் சென்னி புன்முறுவலுடன்.

'பேரறிவும், பெருங்கருணையும் உடையவள் என்று கேள்விப்பட்டிருக்கிறேன்'

'நீங்கள் சோழ நாட்டிற்குள் சென்றதில்லையா?' என்றாள் இளவெயினி இடையில் புகுந்து.

'நான் சென்று பல வருடங்கள் ஆகிவிட்டன. மக்கள் திரளில் என்னால் செல்ல முடிவதில்லை.'

'கதிரவனின் ஒளி இருக்கும்போதே வயலை பார்த்துவிட்டு வந்து விடலாம்' என்று சென்னி கூற..

அவர்களின் வீட்டின் பின்புறமிருந்த வயலில் இறங்கி இருவரும் நடக்க, இளவெயினியும் இணைந்து கொண்டாள்.

'நீயேனம்மா சிரமப்படுகிறாய்?' என்றார் முதியவர்.

'அம்பெய்யப் பயிற்சி பெற்றுள்ளேன். என் கணவருடன் காவல் பணியையும் செய்வேன்'

'ஆபத்தான வேட்டையிது'

கரடின் அடிவாரத்தில் வரிசையாய் இடப்பட்டிருந்த கற்களால் உயரமான வேலியமைக்கப்பட்டு இருக்க, அகன்ற வயல் முழுதும் வள்ளிக் கிழங்குகள் பயிரிடப்பட்டு இருந்தன. சில இடங்களில் இருந்த செடிகளின் கிழங்குகள் நோண்டப்பட்டுக் செடிகள் சாய்ந்து கிடந்தன.

வயல்களின் நடுவே பனைமரங்கள் வளர்ந்திருக்க, ஆளுயரப் பரண்கள் இரண்டு நடுவில் நின்றன.

'வேட்டையின் அறம் என்பது விலங்கைத் துன்புறுத்தாமல் கொல்வதே. வலியற்ற, விரைவான மரணம். காட்டுப் பன்றிகளை இரண்டு முன்னங் கால்களுக்கு பின்னாலும், காதுகளின் பின்புறத்திலும் அம்பெய்து கொல்ல வேண்டும். வேறிடங்களில் அம்பெய்து காயப்படுத்தினால் காட்டுப்பன்றி மூர்க்கத்துடன் தாக்கும். யானைகளுக்கு இருக்கும் தந்தம் போல பன்றிகளின் வாயின் கீழ் தாடையில் நீட்டிக்கொண்டிருக்கும் எயிறு என்ற கோரைப் பற்கள் கால்களின் எலும்புகளை உடைத்தெறியும் வலிமை வாய்ந்தது'.

'இவ்வளவு யோசிக்க வேண்டுமா. நான் தலையை வெட்டினால் போதும் என்று நினைத்தேன்' என்று சிரித்தான் சென்னி.

'பன்றிகளை தொலைவிலிருந்து தாக்க அம்புகள் பாதுகாப்பானவை'

'உனக்கெப்படி இவ்வளவு தெரியும்?' என்றார் முதியவர்.

'எனது தந்தையின் காடுகளும் கரட்டின் அருகில் உள்ளன. அவரின் நண்பர்கள் வேட்டையாடுவதற்கு வருவார்கள். அப்போது அறிந்த தகவல்கள் இவை'

'பன்றிகளை விரட்ட முடியாதா. ஏன் கொல்ல வேண்டும்?' என்றான் சென்னி.

'பன்றிகளின் எண்ணிக்கை காட்டுத்தீ போல அதிகரிக்கக் கூடியவை. கரட்டிலிருக்கும் வளங்களை உட்கொண்டு அழித்ததும், அருகிலிருக்கும் வயல்களில் இறங்கி பயிர்களை அழிக்கவும், மக்களை தாக்கவும் துவங்கும்'

வயலின் வேலிக்கருகே நான்கு மரக்கொம்புகள் நடப்பட்டிருக்க, அவற்றில் நான்கு தீப்பந்தங்கள் எரிந்து அணைந்த நிலையில் இருந்தன....

'வேலிகளை மீறி பன்றிகள் வருகின்றனவா?' என்றான். சென்னி.

வேலிகளுக்கு அடியில் குழித் தோண்டி பன்றிகள் நுழையுமென அறிந்த இளவெயினி 'தீப்பந்தங்களின் ஒளியிலும் பன்றிகள் வருகின்றனவா?' என்றாள்.

'வெளிச்சத்திற்கு அஞ்சி சில நாட்கள் வராமல் இருந்தன. ஆனால் கரடுகளில் உணவுப்பொருட்கள் கிடைக்காததால் மீண்டும் கீழிறங்கி நிலங்களுக்குள் நுழைகின்றன. இரண்டு முறை வந்ததிலேயே எனக்கு பெருஞ்சேதம். கரட்டினருகில் இருக்கும் அனைத்து வயல்களும் பாதிப்புக்கு உள்ளாகின்றன'

மனிதனோ, மிருகமோ, ஒரு இனம் வளங்களைச் சுரண்டும் போது எதிர்ப்பு உண்டாகிறது. பாதிக்கப்படும் இனம் எதிர்க்கத் தொடங்குகிறது. வம்பர், வடுகர் குலங்களிடமிருந்து சோழ மக்களை காத்தது போல, மிருங்களிடமிருந்து வளங்களைக் காக்க வேண்டுமென உணர்ந்தான் சென்னி.

'பன்றிகள் எப்போது வரும்?'

'முதல் சாமம் முடியும்போது வரலாம். வேறு புறத்தில் இறங்கி விட்டால் இன்று வராது'

புதிய தீப்பந்தங்களை எண்ணையில் நனைத்து சென்னி கட்டி வைத்தான்.

'இரவு உணவை முடித்து விட்டு வரலாம்' என்றார் முதியவர்.

அனைவரும் வீட்டிற்கு திரும்பி கை, கால்களை அலம்பி விட்டு உணவருந்த அமர, வேலம்மா அதற்குள் ஈச்சம்பாயை விரித்து வாழையிலைகளை பரப்பி, மூங்கில் குப்பிகளில் கருப்பஞ்சாற்றையும், நீரையும் ஊற்றி வைத்திருந்தாள்.

மூவரும் அமர்ந்தவுடன் 'புதிதாக மணமுடித்தவர்களா?' என்று இருவரையும் கேட்டு மகிழ்ந்த வேலம்மா வாழை இலையில் நுவணை என்ற தினைமாவை வைத்து விட்டு வெண்சோற்றையும், நண்டும் பீர்க்கங்காயும் கலந்த கூட்டையும் வைத்தாள்.

மூவரும் அவற்றை உண்ட பின்னர் இராசன்னம் அரிசி சோற்றுடன் மாதுளம் பிஞ்சைப் பிளந்து, மிளகுப் பொடியும், கறிவேப்பிலையும் கலந்து, பசு வெண்ணெயிலே வேக வைத்த அவரைப் பொறியலை வைத்தாள்.

மூவரும் மெதுவாக உணவருந்தி விட்டு முற்றத்திற்கு வந்ததும் முதியவர் யவனக் கள்ளை எடுத்து வர, வேண்டாமென சென்னி மென்மையாக மறுதலித்து விட்டு

'என்ன ஆயுதங்கள் இருக்கின்றன? என்றான்.

'விற்கள், அம்புகள், ஈட்டிகள், வாட்கள் என்ற அனைத்தும்'

இளவெயினி இரண்டு விற்களை தோளில் மாட்டிக்கொண்டு, அம்பறாத் தூணிகளில் அம்புகளை நிறைத்து எடுத்துக் கொள்ள 'எதற்காக இத்தனை அம்புகள்?' என்றான் சென்னி.

''பன்றிகள் புத்திக்கூர்மையுள்ள விலங்குகள். வயதான பெண் பன்றி வழிநடத்த கூட்டமாக அலையும். ஒரு கூட்டத்தில் குறைந்தது முப்பது மிருகங்கள் இருக்கும். இரண்டு முறை வந்ததில் இவ்வளவு சேதங்கள் ஏற்பட்டுள்ளதெனில் இன்னும் அதிகமிருக்கலாம்'

சென்னி இரண்டு ஈட்டிகளையும், வாளையும் எடுத்துக் கொண்டான்.

முதியவர் ஒரு அம்பறாத் தூணியையும், அம்புகளையும் எடுத்துக் கொள்ள..

'நீங்கள் வரவேண்டாம். இங்கேயே இருங்கள்' என்றான் சென்னி.

'எல்லாளனின் காலத்தில் சோழப் படையில் பணி புரிந்தவன் நான். என் பிள்ளைகள் போலிருக்கும் உங்களை தனித்து அனுப்புவேனா?'

மூவரும் வயலை நோக்கி நடக்க, இருளில் வரப்பில் நடக்க தடுமாறிய சென்னி இளவெயினியை பாதுகாப்பாய் அழைத்துச்செல்ல கை நீட்டினான். சென்னியின் மணிக்கட்டைப் பற்றிய இளவெயினி அவனை சிரமில்லாமல் வரப்பில் அழைத்துச் செல்ல, 'வயல்களை ஆளும் வேளாண் குல அரசியல்லவா' என்று சென்னியின் மனதில் தோன்ற உதடுகளில் புன்னகை மலர்ந்தது. தீப்பந்தங்களைப் பற்ற வைத்துவிட்டு திரும்பினான் சென்னி.

''அனைத்து பன்றிகளுக்கும் கடைசியில் கூட்டத்தை வழிநடத்தும் பன்றி வரும். அது வயலுக்குள் நுழைந்த பின்னரே தாக்க வேண்டும். அதுவரை பொறுத்திருங்கள்'' என்றாள் இளவெயினி.

ஒரு பரணின் மேலே சென்னியும், இளவெயினியும் ஏறிக்கொள்ள சற்று தொலைவிலிருந்த மற்றொரு பரணுக்கு முதியவர் சென்றார்.

பரணின் மேற்புறத்தில் பொருத்தப்பட்டிருந்த மரப்பலகைகளின் மேல் தென்னங்கீற்றுகள் போடப்பட்டு அவற்றின் மேல் மாவிலைகள் நிரப்பட்டிருக்க, அரண்மனைச் சுவர்களினிடையே இரவுகளை கழித்தவர்களுக்கு வானுக்கும் மண்ணுக்கும் இடையே மிதப்பது புதிய நுகர்தலாய் இருந்தது.

அடர்ந்த இரவில் தவழும் மேகங்களைப் போல் மரங்கள் அசையாமலிருக்க, பயிர்களில் தவழ்ந்து வந்த குளிர்காற்றின் மணம் சிலிர்க்க வைக்க, இரவுப் பூச்சிகளின் முணுமுணுப்பும், முழுநிலவின் ஒளியும், கண்சிமிட்டும் நட்சத்திரங்களையும் பார்த்தவாறு பால்வீதியில் மிதந்த இருவரின் மனங்களும் மலர்ந்து கிடந்தன.

மெல்லிய குரல்களில் இருவரும் பேசிக்கொண்டும், சிரித்துக்கொண்டும் இருக்க இளவெயினியின் கழுத்தில் சிலிர்த்திருந்த பொன்முடிகள் முழுநிலவின் வெளிச்சத்திலும், தீப்பந்தத்தின் ஒளியிலும் முளரி மலரின் சுனைகளைப் போல சிலிர்த்திருந்தன. சென்னியின் பார்வை அவளின் கழுத்தில் சிக்கியிருக்க, இளவெயினியின் கண்கள் கரட்டின் அடிவாரத்தை கவனித்தவாறு இருந்தது. மெதுவாக நகர்ந்த சென்னி இளவெயினியின் காதுமடலில் முத்தமிட்டான். முளரியின் சுனைகளை இதழ்களால் கவ்வ முயல்கையில், அவனின் கன்னத்தைத் தொட்டுத் திருப்பிய இளவெயினி தூரத்தில் காட்டினாள். பன்றிகள் கூட்டம் கீழிறங்கிக் கொண்டிருந்தது.

சுற்றிலும் கவனித்தவாறு சில பன்றிகள் கவனமாக கீழிறங்க மேலும் பன்றிகள் தொடர்ந்து இறங்கின. தீப்பந்தங்களின் வெளிச்சத்தைக் கண்டதும் தயங்கியவை தொடர்ந்து முன்னேற, நிறைய பன்றிகள் வெளிப்பட்டன. நெற்றியிலிருந்து சிலிர்த்துக் கிளம்பிய முடிகள் பன்றிகளின் வால் வரை கோடாக நீண்டிருக்க, கூட்டத்தின் இறுதியிலிருந்து பெரிய பன்றியொன்று மெல்லிய உறுமலுடன் வழிநடத்தியது.

பன்றிகள் கூட்டம் வயலில் நுழைய சென்னியும், இளவெயினியும் பரணின் மேல் ஒருக்காலை மடக்கி அமர்ந்து கொண்டு நாணில் அம்புகளை பொருத்தினர். பெரிய பன்றி வயலில் நுழைந்த கணத்தில் இளவெயினியின் வில் கண் விழிக்க, பார்வையின் நீட்சியாய் அம்பொன்று சீறிச்சென்றது. முதல் அம்பிலேயே கூட்டத்தை வழிநடத்திய பெரிய பன்றியை இளவெயினி வீழ்த்தினாள்.

கூட்டத்தை வழிநடத்திய பன்றி சரிந்ததும் மற்ற பன்றிகள் பெரும் கிறீச்சிடலுடன் தறிகெட்டு ஓடத் துவங்கின. சென்னியும், முதியவரும் இணைந்து கொள்ள மூவரும் வெகுவேகமாக அம்புகளை எய்யத்தொடங்கினர். பன்றிகளின் ஓலம் இருளைக் கிழித்தவாறு ஒலிக்க, நிலமெங்கும் குருதி சிதறியது.

பன்றிகள் உறுமியபடி வயலைச் சுற்றிலும் ஓட, முதியவர் எழுந்து நின்று அம்புகளை எய்தார். வேகமாக முன்னேறிய பன்றி ஒன்று முதியவர் நின்ற பரணின் காலில் மோதி முறித்தெறிய, பரண் மெதுவாக சரிந்தது. பரண் சாய்வதைக் கண்டு பதறிய சென்னி கணப்பொழுதில் பரணின் மேலிருந்து வயலில் குதித்து முதியவரை நோக்கி ஓடினான்.

பரணிலிருந்து விழுந்திருந்த முதியவரைத் தாக்க வேகமாக ஒரு பன்றி ஓடி வர, இடையில் புகுந்த சென்னி ஒரே வீச்சில் அதன் தலையினை வெட்டி எறிந்தான். இடது புறத்தில் மற்றொரு பன்றி ஓடிவர, மின்னலாய் நகர்ந்தவன் மீண்டும் வாளை வீச தலையற்ற உடல் உருண்டு சென்றது.

முதியவரை குனிந்து தூக்கியவன் அவரைத் தோளில் தாங்கியபடி தனது பரணுக்கு அழைத்து வந்தான். வேறொரு பன்றி பின்புறத்திலிருந்து சென்னியை நோக்கி ஓடிவர, சென்னி திரும்பினான். அதற்குள் இளவெயினியின் அம்பு பன்றியை சாய்க்க, சென்னி முதியவர் பரணின் மேலேற உதவினான்.

இடப்புறமும், வலப்புறமும் ஓடி வந்த பன்றிகளை இளவெயினி அம்பெய்து வீழ்த்த, வயலைச் சுத்தி வந்த பன்றிகளின் பெருங்கூட்டம் சென்னியை நோக்கி வெறியுடன் ஓடிவர, முதியவரிடமிருந்து பன்றிகளை விலக்கி அழைத்துச் செல்ல நினைத்த சென்னி பனை மரத்தினை நோக்கி ஓடினான். முன்னால் வந்த பெரிய பன்றி தாக்கும் ஒலியெழுப்ப, பன்றிகள் வெகுவேகமாக சென்னியை துரத்தின.

எதிரியைத் தாக்கும்போது கண்களை விலக்கக்கூடாதென்பது தாக்குதலின் அடிப்படைப் பாடம். தன்னைத் தாக்கும் பன்றிகளிடமிருந்து கண்களை விலக்காமல் ஓடினான் சென்னி. சென்னியின் எதிரிலிருந்து ஓடி வந்த பன்றி, தலையினைத் தாழ்த்தி எயிறினால் குத்த முயல, சென்னி பன்றியைத் தாண்டினான். நாற்புறங்களிலும் இருந்து பன்றிகள் சென்னியைத் துரத்த, அம்புகள் தன்னையொட்டி பறந்து சென்று பன்றிகளைச் சரிப்பதை உணர்ந்தவாறு ஓடினான்.

கூட்டமாக துரத்திய பன்றிகள் நெருங்கிய கணத்தில், ஓடிய வேகத்தில் பனை மரத்தின் பாதி வரை மேலேறினான். பன்றிகளின் கூட்டம் மரத்தைத் தாண்டிச் செல்ல,

கூட்டத்தின் இறுதியில் குதித்த சென்னி இரண்டு பன்றிகளை வெட்டி வீழ்த்தினான். அவற்றின் தலையிலிருந்து பீச்சியடித்த குருதி சென்னியின் முகம் வரை தெறித்தது. அவனின் தலைக்கு மேல் இளவெயினியின் அம்புகள் இரண்டிரண்டாய் அணிவகுத்துச் செல்ல, இளவெயினியின் அம்பெய்யும் ஆற்றலை முதன்முறையாக உணர்ந்தான் சென்னி.

அம்பறாத்தூணிகளை முழங்காலினருகே சாய்த்தவாறு வைத்துக்கொண்ட இளவெயினி, நடனமாடுபவர்கள் இரண்டு கைகளையும் ஒத்திசைவுடன் அசைப்பதைப் போல அம்புகளை உருவியெடுக்கும்போதே நாணில் பொருத்தி பின்னோக்கி இழுத்தாள். மானைத் துரத்திச் செல்லும் புலியின் முன்னங்கால்கள் முன்னோக்கி செல்லும்போது, பின்னங்கால்கள் பின்னோக்கிச் செல்வது போல இளவெயினியின் இடது கைகள் முன் சென்றபோது, வலதுகை பின்னோக்கி சென்றது. முறுக்கப்பட்ட நாண் கன்னத்தில் உரசி நிற்க, அம்பு மின்னலாய் சீறியது.

துரத்தப்படும் விலங்கின் திசையை கணிப்பதை விட துரத்தும் விலங்கின் திசையை கணிப்பது எளிது. கண்களின் பார்வையில் விலங்கைக் குறிவைத்து அம்புகளின் முனைகளால் வீழ்த்தினாள். கூட்டத்தை நோக்கி எய்யும்போது இரண்டிரண்டு அம்புகளாய் விடுத்தாள் இளவெயினி. பன்றிகளின் உடல்கள் சரிந்து கொண்டிருக்க அவற்றின் உடலிலிருந்து ஊற்றைப் போல குருதி பொங்கியது.

சென்னி வயலின் நடுவிற்கு வர, மீண்டும் பன்றிகள் காதைக் கிழிக்கும் ஓசையுடன் பாய்ந்தோடி ஓடிவந்தன. சென்னிக்கு அருகே ஈட்டி ஒன்று மண்ணில் பாய்ந்து நின்றது. ஈட்டியை கையிலெடுத்த சென்னி பன்றிகளின் கூட்டத்திற்கு முன்னால் வந்த பெரிய பன்றியை நோக்கி வீச, ஈட்டி பன்றியை சாய்த்தது. பன்றிகள் தொடர்ந்து வர சென்னி மீண்டும் அடுத்த மரத்தை நோக்கி ஓடினான். எதிரேயிருந்து சில பன்றிகள் ஓடிவர, இடமும் வலமுமாய் வளைந்தோடினான். வலப்புறம் வேகமாக வந்த இரண்டு பன்றிகளின்மேல் ஒரே கணத்தில் அம்புகள் பாய, தன்னை பலியாடாய் வைத்து இளவெயினி வேட்டையை நிகழ்த்திக் கொண்டிருக்கிறாள் என்று சென்னி நினைத்ததும் அவன் மனதில் உற்சாகக் குமிழ்கள் மேலெழுந்தன.

ஓடியவாறே அருகில் எரிந்து கொண்டிருந்த தீப்பந்தத்தை உருவி எடுத்த சென்னி கீழே அடிக்க தீக்கங்குகள் சிதறி விழுந்தவாறு எரிய பன்றிகள் விலகி ஓடின. மேலும் சில கணங்கள் சென்னியை தாக்க முயன்று சுற்றித்திரிந்த பன்றிகள் கரட்டை நோக்கி ஓடத்துவங்க எழுந்து நின்று அம்புகளால் பன்றிகளை வீழ்த்தினாள் இளவெயினி.

அம்புகள் பாய்ந்து துடித்துக்கொண்டிருந்த சில பன்றிகளை வெட்டி அவற்றை வலியிலிருந்து விடுவித்தான் சென்னி. இளவெயினியும், முதியவரும் பரணிலிருந்து இறங்கி சென்னியை நோக்கி நடந்தனர்.

‘இவளைப் போன்ற வில்லாளியையோ, இத்தனைப் பன்றிகளிடம் ஓடித்தப்பிய வீரனையோ நான் வாழ்நாளில் பார்த்ததில்லை. பன்றிகளிடமிருந்து எனது உயிரையும் காப்பாற்றி விட்டீர்கள்’ என்றார் முதியவர்.

‘பன்றிகளின் ஏராளமான குருதி வெளியேறியுள்ளது. இதன் மணத்தை உணரும் பன்றிகள் இன்னும் பல நாட்களுக்கு வராது. அதற்குள் நீங்கள் கிழங்குகளை அறுவடை செய்து விடலாம். ஆனால் மேலும் பன்றிக் கூட்டங்கள் இருக்கும். அவை மற்ற வயல்களை நாசம் செய்யும்’ என்றாள் இளவெயினி.

‘வாருங்கள் வீட்டிற்கு திரும்பலாம்’ என்று முதியவர் அழைக்க, இருவரும் நடக்கத் துவங்கினர். உடலில் படிந்திருந்த குருதியைக் கழுவ சென்னி நீராடி விட்டு வர முதியவர் வேலம்மாவிடம் இருவரும் நிகழ்த்திய வீரத்தை பெரும் உற்சாகத்துடன் நடித்துக் காட்டிக் கொண்டிருந்தார். இரவு நெடுநேரம் பேசிக்கொண்டிருந்து விட்டு அனைவரும் படுக்க, சென்னி வீட்டிற்கு வெளியே இருந்த கயிற்றுக்கட்டிலில் படுத்துக் கொண்டான்.

மறுநாள் காலையில் ஓசையை உணர்ந்து சென்னி கண்விழிக்கையில் எதிரே குதிரைப்படை நின்றிருந்தது. முதியவர் அருகில் பரஞ்சுடரும், வானவனும் நின்றிருக்க, வீட்டினுள்ளிருந்து இளவெயினி வெளியே வந்தாள் .

முதியவர் கைகளை கூப்பியபடி ‘மன்னித்து விடுங்கள் வேந்தே’ என்று கூற சென்னி அவரை மார்போடு அணைத்துக் கொண்டான். ‘உங்கள் பிள்ளையாக ஒரு நாள் வீட்டில் எனக்கு இடம் கொடுத்தது எனது பெரும்பேறு. அரண்மனைக்கு நீங்கள் வரவேண்டும்’

அதன் பின்னர் சிறிதுநேரம் உரையாடிவிட்டு முதியவரிடமும், வேலம்மாவிடமும் விடைபெற்றுக் கிளம்பியபோது “உங்களின் பெயரை நான் கேட்கவே இல்லை?” என்றான் சென்னி.

‘செம்பியன்’ என்றார் முதியவர் மகிழ்வுடன்.

வயலிலிருந்து கரடு வரை ஏராளமான பன்றிகள் வீழ்த்தப்பட்டுக் கிடக்க, அன்று சோழநாட்டின் அரண்மனை, சத்திரங்கள், விருந்தினர் மாளிகைகளில் பன்றியின்

இறைச்சியே பரிமாறப்பட்டது. அடுத்த நாளே கரடுகளிலிருந்த பன்றிகளின் கூட்டத்தை குறைப்பதற்கு சென்னி குதிரைப்படையை அழைத்துச் சென்றான். பழைய நிகழ்வுகளை நினைவுகூர்ந்த இளவெயினியின் கண்களில் நீர் திரள்கையில், தேர் செம்பியன் வீட்டினைக் கடந்து சென்றது.

தேரை செலுத்திய இரும்பிடார் ஓசையை உணர்ந்து பின்னோக்கித் திரும்ப தொலைவில் எழும் புகைப்படலத்தைக் கண்டான். கண்களில் ஐயத்துடன் பார்த்தவாறு இருக்க, பரஞ்சுடரும், இளவெயினியும் திரும்பி பார்த்தனர்.

பகையை நுகர்ந்ததும் மனதில் எரிந்த நெருப்பு கனன்று உடலெங்கும் பரவத் தொடங்க தேரினை நிறுத்த முற்பட்டான் இரும்பிடார். ‘வேண்டாம் வேகமாக போ’ என்றாள் இளவெயினி. மறுகணம் கடிவாளத்தை உதறி குதிரைகளை வேகமாக்கினான் இரும்பிடார்.

வயிற்றில் உயிர் சுமந்திருக்கும் தங்கையை வைத்துக்கொண்டு தேரினை வேகமாக செலுத்த இயலாது. அதனால் தேரை நிறுத்தி பரஞ்சுடருடன் அவளை அனுப்பி விட்டு பகையின் தலைகொய்ய துடித்தான். எனினும் தங்கையின் புத்திக்கூர்மையை முழுதும் அறிந்தவன் இரும்பிடார். புகையைக் காணும்போதே நெருப்பை வேரறுக்க திட்டம் தீட்டியிருப்பாள். புழுதிப் படலத்தைக் கண்டவுடன் புதைக்குமிடத்தை முடிவெடுத்திருப்பாள் என்றெண்ணினான்.

தீக்கங்குகளாய் மலர்களை சொரிந்த வேங்கை மரத்தினருகே பாதை வலதுபுறம் திரும்ப தேரினை திருப்பிய இரும்பிடார் முடித்தவரை வேகமாகச் செல்ல அடிவயிற்றில் கையை வைத்து மகனை தாங்கியபடி அமர்ந்திருந்தாள் இளவெயினி.

சாலையை அதிர வைத்துக்கொண்டு குதிரைகளை விரட்டிச் சென்ற முப்பது முள்ளூர் ஒற்றர்களுக்கு வேங்கை மரத்தினருகே திரும்பியவுடன் தேர் தெரியத் தொடங்க, வாட்களை உருவியெடுத்தனர்.

கண்ணிகள் இறுகும்...

17

முள்ளூர் நாட்டு ஒற்றர்களின் குதிரைகள் பெருத்த இரைச்சலை ஏற்படுத்தியபடி நாலுகால் பாய்ச்சலில் தாவி ஓடிக்கொண்டிருக்க, ஒற்றர்களின் கண்களில் கூட்டத்தை விட்டு பிரிந்து சென்ற இரையைத் துரத்திச் செல்லும் விலங்குகளின் ஆர்வம் தெரிந்தது.

சோழநாட்டின் ஒரு தளபதியைக் கொன்றாலும் அனைவரின் வாழ்வையும் சொர்க்கபுரியாய் மாற்றுவதாய் இருங்கோ தகவல் அனுப்பியிருந்தான். பூவுலகில் சொர்க்கத்தைக் கண்டெடுக்க ஒவ்வொருவனும் துடித்துக் கொண்டிருந்தான். வாழ்வின் கனவுகளை துரத்திக் கொண்டிருந்தான்.

'அழிவின் பாதைகள்
பசுமையாகத் துவங்கும்.
வஞ்சகம் மட்டுமே
நிறைந்திருக்கும் மனது
எல்லோரிடமும்
நம்பிக்கையை இழக்கும்.
மனிதத்தின் மேல்
நம்பிக்கை போகும்போது
வாழ்வு அர்த்தமற்றுப்
போகும்'

சாலையின் மேடு பள்ளங்களில் அதிகம் குலுங்காதவாறு இரும்பிடார் தேரைச் செலுத்த, பெரும்பாறைகளுடன் கரடு எழும்பியிருந்த இடத்தில் நேராகச் சென்ற பாதை திரும்பியது.

''பாதை திரும்புமிடத்தில் தேரினை நிறுத்தி விடு'' என்றாள் இளவெயினி.

இடப்புறம் கரடு உயர்ந்திருக்க, வலப் புறத்தில் முடிகொண்டான் ஆறு ஓடிக் கொண்டிருந்த இடத்தின் பாதை குறுகலாக இருக்க, இளவெயினியின் திட்டம் இரும் பிடாருக்கு புரியத் துவங்கியது.

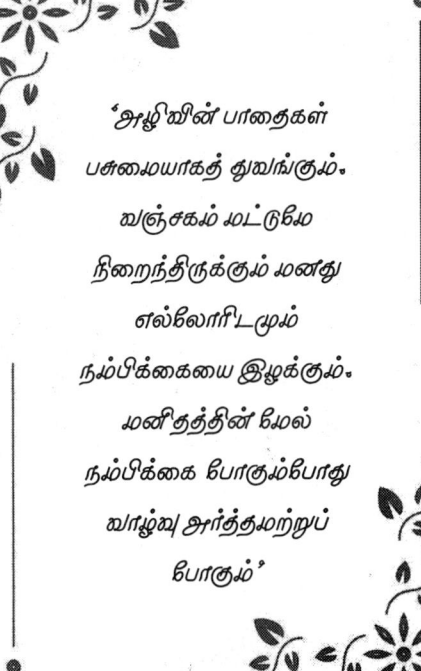

இடப்புறத்தில் கரட்டின் மீதேறி சூழமுடியாது. வலப்புறத்தில் ஆற்றில் இறங்கினால் குதிரைகளின் வேகம் மட்டுப்படும். பகைவர்கள் எத்தனை பேராக இருந்தாலும் சுற்றி வளைக்க இயலாது. நேராகத்தான் மோதியாக வேண்டும். நேராக மோதும்போது அனைத்து வீரர்களும் ஒருங்கே முன்னேற முடியாது. எண்ணிக்கையை எண்ணி துரத்தும் எண்ணத்தின் முதுகெலும்பு எடுத்தவுடனே முறிக்கப்படும். மொத்தப் படையையும் ஒரே இடத்தில் வைத்து கரும்பாய் பிழிய இயலும்.

குதிரையை திருப்பி பாதையை முழுவதும் மறைத்தவாறு தேரினை நிறுத்திய இரும்பிடார் கீழிறங்கினான். உடலின் அணுக்கள் சூறாவளியாய் சுழன்றெழ, சூறாவளியின் கருவான மனம் அமைதியடைந்தது.

போரில் சினம் என்பது அவசியமான உணர்வு. வேறெந்த உணர்வும் ஏற்படுத்தாத வீரத்தையும், வேகத்தையும் சீற்றம் ஏற்படுத்தும். உடலில் மத்தியில் ஆழித்தீயை மூட்டி, அத்தனை அணுக்களிலும் ஆற்றலை ஊற்றெடுத்து தெறிக்க வைக்கும். இத்தகைய தருணங்களில் சிந்தையை சினம் மறைக்காமலிருக்க இரும்பிடார் அமைதி கொள்வான். பகைவர்கள் நாற்புறமும் சூழ்வதைக் கண்டறிய உடலைச் சுற்றியிருக்கும் கூட்டுக்கண்களை திறந்து, எதிரிகளின் சிறிய அசைவுகளையும் இனங்கண்டறிவான்.

காலடியில் கிடந்த சாக்குப் பையிலிருந்து இரண்டு நீளமான இரும்புக் கழிகளை வெளியிலெடுத்து அவற்றின் பின்பகுதிகளை இணைத்து முறுக்க, கழிகள் சங்கார வேலாய் உருமாறின. ஒருபுறத்தில் சுடரிலை வேலின் கூரிய முனையும், மறுபுறத்தில் தளிமவேலின் அகன்ற பட்டாக்கத்தியும் இணைந்து கதிரவனின் ஒளியில் பளபளத்தன.

மனதிலும், சிந்தையிலும் எரிந்த நெருப்பு உடலெங்கும் கோபக்கனலை மூட்ட கண்களில் வெறி தலைவிரித்தாடியது. தங்கையின் வாழ்வை அழித்தவனின் படைகளை எதிர்கொள்ள ஆயத்தமானான். கால்களை விரித்து, வலது கையிலேந்திய வேலை நிலத்தில் ஊன்றி நிலைகொண்டான்.

பரஞ்சுடர் பையிலிருந்து இரண்டு நீண்ட வாட்களை எடுத்துக்கொண்டு குதிரையிலேறினான். உயிர் நண்பன் வீழ்த்தப்பட்டதையும், அதற்குப்பின் சோழ நாட்டின் மீது வஞ்சகர்கள் தொடர்ந்து நடத்திய தாக்குதல்களையும் நினைவுகூர்ந்து சிந்தையில் புகைந்து கொண்டிருந்த கனலை வஞ்சினத்தால் ஊதத்துவங்கினான். மனதில் மதமேற்றத் துவங்கினான். இதுநாள் வரையில் மறைவிலிருந்து தாக்கிய பகைவர்கள் முதன்முறையாக கண்ணெதிரே வருவதைக் கண்டு நரம்புகள் புடைக்க காத்திருந்தான். சினம் உறுமலோசையை வெளிப்படுத்தியது.

வேகமாக வந்த குதிரை வீரர்கள் பாதையின் குறுக்கே தேர் நிறுத்தப்பட்டு இருப்பதையும் இரும்பிடாருடன் மற்றொருவன் நிற்பதையும் கண்டனர். வீரர்களை வழிநடத்திய வாணன் 'வீரர்கள் பின்தொடர்வதை இரும்பிடார் எப்படி கண்டறிந்தான். இத்தனை வீரர்கள் துரத்தும்போது தப்பியோடாமல் எதனால் காத்திருக்கிறான்' என்ற யோசனையுடன் குதிரையின் வேகத்தைக் குறைத்தான்.

ஒற்றர்கள் குதிரைகளை நிறுத்த, குதிரையிலிருப்பது பரஞ்சுடர் என்று தெரிந்ததும் வாணன் அதிர்ந்தான். அடுத்த கணம் ஒரே நேரத்தில் இருவரை வீழ்த்த வாய்ப்பு கிடைத்திருப்பதை எண்ணி அகமகிழ்ந்தான்.

அதேகணத்தில் அரசியை வழியனுப்பியதும் மனதில் நிலையின்மையை உணர்ந்த வானவன் குதிரையிலேறி பரஞ்சுடரின் தேரினை பின்தொடர்ந்து மெதுவாக வந்தான். அழுந்தூருக்குச் செல்லும் மண்சாலையை நெருங்குகையில்...

காவலிருந்த வீரன் எழுந்து வணங்க ''தேர் ஏதும் சென்றதா இப்பாதையில்'' என்றான்.

'முதலில் ஒரு தேரும் அதன் பின்னர் ஒரு குதிரை வீரனும் சென்றனர். அதனையடுத்து சிறிய குதிரைப்படை வேகமாகச் சென்றது' என்று காவலன் சொன்னதும் பேரதிர்ச்சிக்கு உள்ளான வானவன் கணப்பொழுதில் கீழே குனிந்து காவலனின் இடையிலிருந்த வாளின் கைப்பிடியை பற்றி உருவியவாறே குதிரையின் வயிற்றில் உதைக்க, குதிரை காற்றாய் பறக்கத் துவங்கியது.

தேரின் எதிரே நின்றிருந்த வாணன் 'சுற்றி வளையுங்கள்' என்று உத்தரவிட்டதும் இரண்டு வீரர்கள் குதிரைகளை ஆற்று நீரில் செலுத்தினர். அடுத்த கணம் மின்னலாய் பாய்ந்து வந்த அம்புகள் இருவரின் நெஞ்சிலும் பாய்ந்தது. மற்ற வீரர்கள் அதிர்ந்து போய் தேரினைப் பார்க்க, திரைச்சீலைகளை தாங்கியிருந்த கம்பி கீழிறங்கியிருக்க எழுந்து நின்றாள் இளவெயினி. அம்பு பாய்ந்த வீரர்கள் நீரில் சரிய, குதிரைகள் திரும்பி ஓடின.

இளவெயினியை கண்டு கொண்ட ஒருவன் 'சோழ அரசி' என்று அதிர்ந்து போய் சொற்களை உதிர்த்தான். இடது காலை முன்னோக்கி வைத்து அம்பறாத் தூணியை காலருகில் சாய்வாக வைத்துக் கொண்ட இளவெயினி அடுத்த இரண்டு அம்புகளை வில்லேற்றினாள்.

வாணனுக்கு புரியத் துவங்கியது. சோழநாட்டின் அரசி அரண்மனையிலிருப்பதாக அனைவரையும் நம்பச் செய்து விட்டு இவர்கள் அழுந்தூருக்கு செல்கின்றனர்.

இரும்பிடாரை பின்தொடர்ந்த நிலையில் பரஞ்சுடரும், அரசியும் சேர்த்து சிக்கியிருப்பதைக் கண்டதும் வாணன் மகிழ்வின் எல்லைக்கே சென்றான். இம்மூவரையும் அழித்தாலே போதும். சோழநாட்டை கைக்கொண்டதற்குச் சமம். தனக்கு புகழ் கிட்டுவதல்லாமல் இருங்கோவின் நன்மதிப்பைப் பெற்று தனது நிலையை உயர்த்திக் கொள்ளலாம் என்று கணக்கிட்ட வாணன் ‘வீரர்களே தாக்குங்கள்’’ என்று சத்தமிட, குதிரை வீரர்கள் முன்னேறினர்.

குறுகியிருந்த சாலையில் எட்டுக் குதிரை வீரர்கள் முன்னேறி இருவரையும் தாக்கத் தொடங்க, இரண்டு குதிரை வீரர்கள் வேகமாக ஆற்றிலிறங்கி முன்னேறினர். இம்முறை இளவெயினியின் அம்புகள் இருவரின் தலையில் பாய்ந்தன. அதற்குப் பின்னர் ஆற்று நீரிலிறங்க துணிவு கொள்ளாமல் ஒவ்வொரு வீரனும் சாலையிலேயே முன்னேறினான்.

பரஞ்சுடர் இரண்டு கைகளிலும் வாட்களுடன் வலதுகாலை குதிரையின் வயிற்றில் உரச குதிரை முன்னேறியது. நான்கு ஒற்றர்கள் முன்னேறி தாக்கத் துவங்க இரண்டு வாட்களையும் பயன்படுத்தி அவர்களின் வீச்சுகளை தடுத்தான்.

குதிரைகளின் மேலமர்ந்து வாட்சண்டையிடும் போது குதிரைகளை நிறுத்தி வீரர்கள் மோதுவது வழக்கம். ஆனால் குதிரையின் வயிற்றில் காலை அழுத்தி தனது குதிரையை முன்னால் நகர்த்திக் கொண்டேயிருந்தான் பரஞ்சுடர். அனைவரின் வாட்களையும் தடுத்த கணத்தில் அதிவேகமாக வலதுகையின் வாளினை கால்வட்டத்தில் வீசினான். இருவரின் நெஞ்சை பிளந்துகொண்டு வாள் வெளிவர அதே கணத்தில் இடது கையின் வாள் கால்வட்டமாக சுற்றி வந்தது. இம்முறை வாள் அடுத்த இருவரின் வயிறுகளை அறுத்தெறிய, மீண்டும் வலதுகையின் வீச்சு நால்வரின் கழுத்துக்களை சீவிச் சென்றது. பரஞ்சுடரின் குதிரை நான்கு குதிரைகளையும் ஊடுருவி முன்னேறிக் கொண்டே இருந்தது. தன்னைச் சுற்றி ஒரு அரண் வட்டத்தை பரஞ்சுடர் ஏற்படுத்துவதைக் கண்டவாறு இளவெயினி நின்றாள்.

இரும்பிடாரின் போர்முறையினை அறிந்தவள் இளவெயினி. பகைவர்களை பாதி ஆயுதத்தாலும் பாதி மனதளவிலும் ஒருங்கே சிதைக்கும் வழியினை பின்பற்றுவான் என்றறிந்தவள். பரஞ்சுடர் போரிடுவதைக் கண்டதில்லை என்பதால் அவனுக்கு உதவுவதற்கு ஆயத்தமாக காத்திருந்தாள். ஆனால் பகைவர்களை சிறிதும் நெருங்க விடாமல் புதிய உத்தியை பரஞ்சுடர் பயன்படுத்துவதை கவனித்தவாறு நின்றாள்.

ஓரடி முன்னேறிய இரும்பிடார், தன்னைவிட உயரமாயிருந்த சங்கார வேலின் கூரிய முனையைப் பற்றி சிலம்பத் தடியைப் போல வேகமாகச் சுழற்ற குதிரையில்

அமர்ந்திருந்த இரு வீரர்களின் தலைகள் வெட்டப்பட்டுப் பறந்தன. தலைகள் சென்ற திசையில் பறந்த குருதித் துளிகள், சதியால் மனம் குமுறியிருந்த ஒருவனின் சீற்றத்தைக் காற்றில் பரப்பிச் சென்றன. இரும்பிடார் நிகழ்த்தப் போகும் வெறியாட்டத்தின் துவக்கப் புள்ளிகளை இட்டுச் சென்றன. குருதி மேல் நோக்கி பீய்ச்சியடித்தவாறு இருவரின் உடல்களும் சரிய, வேல் சுழலும் வட்டத்திலிருந்து வெளியேற அனைவரும் பின்னகர்ந்தனர்.

வேலினை நிலத்தில் ஊன்றி எகிறிய இரும்பிடார், ஒருகணத்தில் இரண்டு குதிரைகளின் மேலேறி நின்றான். அதிர்ந்து போன ஒற்றர்கள் குதிரைகளைப் பின்னே நகர்த்துவதற்குத் தடுமாற, மீண்டும் வேலை இரும்பிடார் உக்கிரத்துடன் உயர்த்தினான். வேலின் வீச்சை தடுத்துக்கொள்ள இருவர் தங்களது வாட்களை உயர்த்தியபடி பின்னகர்ந்தனர். அலையடிக்கும் ஆவேசத்துடன் கனமான வேலினை இரும்பிடார் அரை வட்டமாய் வீச, வாட்கள் உடைந்து உடல்கள் துண்டாகின.

குதிரையிலிருந்து கீழே குதிக்கும்போது இரும்பிடார் தலைக்கு மேல் வேலினை உயர்த்தி வெறியுடன் ஒரு வீரனின் தலையில் அடிக்க, கனமான வேலின் அகன்ற வாள் முனை வீரனின் வாளை உடைத்து தலையிலிருந்து இடுப்பு வரை வீரனை இரண்டாகப் பிளந்தது. ஆவேசம் கொப்பளிக்க தனக்கு முன்னாலிருந்த ஆளில்லா குதிரையின் உடலைப் பற்றி அத்துடன் மேலும் இரண்டு குதிரைகளை வீரர்களுடன் சேர்த்து ஆற்றில் தள்ளினான்.

இரும்பிடாரின் உயரமும், அவன் கையிலிருந்த வேலின் ஆற்றலையும் கண்ட குதிரை வீரர்கள் வேலின் வீச்சுக்குள் நுழையவே நடுங்கினர். வலப்புறம் நகர்ந்த இரும்பிடார் பரஞ்சுடரை நோக்கி முன்னேறிய வீரர்களை வேகமாக அடிக்க இரண்டு வீரர்களின் உடல்கள் வெட்டப்பட்டு விழுந்தன.

சிலகணங்களில் பாதி வீரர்கள் கொன்றொழிக்கப் பட்டதைக் கண்டு அதிர்ந்த வாணன், கரட்டின் சரிவுகளின் மேலேறி பாறைகளை அடையுமாறு கூற, இரண்டு வீரர்கள் கரடுகளில் ஏற முயன்றபோது அவர்களின் கழுத்தில் அம்புகள் பாய்ந்தன.

வீரர்களின் உடல்கள் சரிந்து கொண்டிருக்க ஆளில்லாத குதிரைகளை ஊடுருவியவாறு பரஞ்சுடர் குதிரையில் முன்னேறினான். குதிரையிலிருந்து போரிடும்போது உடலின் ஆற்றலை வெளிப்படுத்துவது கடினம். தோளின் ஆற்றலில் வாட்களை சுழலச் செய்ய வேண்டும். இதில் இணையற்றவன் பரஞ்சுடர். கால்களை குதிரையில் இறுக்கிக்கொண்டு இடுப்பிலிருந்து ஆற்றலை உருவாக்கி தீயாய் வெளியேற்றுபவன். வாட்களின் உரசல்களில் தீப்பொறிகள் பறக்க, வீரர்களை சிதைத்து முன்னேறினான்.

இரும்பிடார் நிலத்தின் ஆற்றலை கால்களில் ஆலமாய் உறிஞ்சியெடுத்து, விழுதுகள் போன்ற கைகளினால் வேலினைச் சுழற்றி சூறாவளியை உருவாக்கிக் கொண்டிருந்தான். வீரர்களின் உடல்கள் வெட்டப்பட்டன. எலும்புகள் பிளக்கப்பட்டன. கொடியவர்களின் குருதி தன்னில் கலப்பதைக் கண்டு ஆற்று நீர் சிவந்தது.

இரும்பிடார் பரஞ்சுடரைத் தாண்டி முன்னேற, குதிரைகளை நகர்த்திய வீரர்கள் வேகமாக இரும்பிடாரைச் சுற்றி வளைத்தனர். ஆனால் இரும்பிடார் வேலினை சிலம்பமாகச் சுழற்றி அவனைச் சுற்றி உருவாக்கிய வளையத்தை ஊடுருவ முடியாமல் திகைத்தனர். வேலின் சுழற்றலில் அனைத்து குதிரைகளின் முன்னங்கால்களையும் உடைத்து வீரர்களை உருளச் செய்ய முடியும் இரும்பிடரால். மிருகங்களை துன்புறுத்த அவசியமில்லை என்றெண்ணியவன், இடப்புறம் முன்னேறி இருவரை நோக்கி வேலினை சுழற்ற, வேலின் வீச்சிலிருந்து தப்பிக்க இருவரும் குனிந்தவாறு கீழே குதித்தனர்.

இருவரும் வாட்களுடன் முன்னேற முயல, அவர்களை வேலின் அகன்ற பட்டாக் கத்தி முனையால் தாக்கத் துவங்கினான் இரும்பிடார். இருவரும் வாட்களால் தடுத்துக் கொள்ள இரும்பிடாரின் பின்னிருந்தவன் வேகமாக குதிரையை முன்னேற்றி இரும்பிடாரை பின்னிருந்து தாக்க நெருங்கினான்.

அடுத்த கணம் இடக்கையின் ஆட்காட்டி விரலையும், பெருவிரலையும் கோர்த்து வளையமாக்கி வேலினைப் பற்றி வலது கையினால் வேகமாக வேலினை பின்னோக்கி இரும்பிடார் செலுத்த, நெருங்கியவனின் நெஞ்சினில் வேலின் கூரியமுனை சொருகியது. வலக்கையினால் வேலினை இறுகப்பற்றி உருவிய இரும்பிடார், வேலினைத் தலைக்கு மேல் உயர்த்தி சுழற்ற முன்னால் நெருங்கிய இருவரின் வாட்களை உடைத்த வேலின் பட்டாக்கத்தி முனை இருவரையும் வெட்டி எறிந்தது.

இரும்பிடாரின் வேகத்தைக் கண்டு திகைத்த வாணன் குதிரையை விரட்டி வேகமாக இரும்பிடாரை நெருங்க முயன்றான். அவனின் குதிரை நெருங்கும் முன்பே தனது உள்ளங்கையில் வேலின் முனையைப் பற்றி நேர்க்கோட்டில் இரும்பிடார் பாய்ச்ச வேலின் பட்டாக்கத்தி வாணனின் நெஞ்சில் நுழைந்தது. இடக்கையால் வேலின் நடுப் பகுதியை பற்றி வாணனை தூக்கி நிறுத்தினான் இரும்பிடார். வேலின் தலைப்பகுதியில் மடங்கி தொங்கிய வாணனின் உடலிலிருந்து வெளிப்பட்ட இளஞ்சூடான குருதி ஈட்டியிலும், இரும்பிடாரின் கையிலும் வழிந்தோட இரும்பிடாரின் மனம் எக்களித்தது.

இதைக்கண்டு மிரண்ட ஐந்து வீரர்கள் தப்பியோடுவதற்காக குதிரைகளை பின்னோக்கி இழுக்க 'தப்பிச் செல்ல விடாதீர்கள்' என்று சத்தமிட்ட இளவெயினி இரண்டு அம்புகளால் இருவரை வீழ்த்தினாள்.

வாணனை உதிர்த்துவிட்டு வேலினை தோளிற்கு மேல் உயர்த்திய இரும்பிடார் வேகமாக எறிய, ஒருவன் இடுப்பில் வேல் பாய்ந்தது. அதற்குள் குதிரைகளை திருப்பியிருந்த இருவர் வேகமாக தப்பிச் செல்ல, பரஞ்சுடர் அவர்களை துரத்திச் செல்லத் துவங்கினான்.

அம்பின் எல்லையைத் தாண்டி இரண்டு குதிரை வீரர்களும் விரைய 'அவர்கள் தப்பி விட்டால் தான் அழுந்தூர் செல்வது வெளிப்பட்டு விடுமே' என்று இளவெயினி எண்ணினாள். சிலகாலமாவது பகைவர்களை குழப்பத்தில் வைத்திருக்க எண்ணியிருந்தாள்.

அழுந்தூருக்குச் செல்ல சாதாரண இனக் குதிரையை இரும்பிடார் கொண்டு வந்திருந்ததால் ஒற்றர்களை விரட்டிச் செல்ல முடியாமல் இடைவெளி அதிகமாவதை பரஞ்சுடர் உணர்ந்தான். இரண்டு ஒற்றர்களும் வேங்கை மரத்தை நெருங்க, திருப்பத்திலிருந்து மின்னலாய் வானவன் வெளிப்பட்டான். ஒரு கணத்தில் வானவனை கண்டறிந்த பரஞ்சுடர் வாளை உயர்த்திக்காட்ட, இருவர் தப்பி வருவதை வானவன் புரிந்துகொண்டு இடையிலிருந்த மற்றொரு வாளையும் உருவினான்.

குதிரைகளில் வந்த ஒற்றர்களின் கண்கள் கண்ட காட்சி சிந்தையை அடைந்து 'எதிரே வருவது வானவன்' என்று உணர்த்தியபோது இருவரின் தலைகளையும் பனங்குலையை சீவுவதுபோல் வானவன் வெட்டியெறிய, தலையற்ற உடல்கள் குதிரைகளின்மேல் குருதியை பீய்ச்சியவாறு வானவனைக் கடந்து சென்றன.

★★★

இளவெயினியுடன் மூவரும் அழுந்தூர் எல்லையில் நுழையும்போதே கண்கள் காணும் காட்சிகள் முற்றிலும் மாறின. மரகதப் போர்வைக்கு நடுவே வண்ண மலர்களை இறைத்தது போல, வெண் மணலைத் தாண்டி நீலவண்ணக் கடல் புலப்பட்டது போல.

அழுந்தூரில் விண்ணைத் தவிர காண்பவையெல்லாம் பசுமையாயிருக்க, நிலமே பாலைச் சுரந்து விளைச்சலை வாரியிறைத்திருப்பது புலப்பட்டது. நெற்கதிர்கள் நெஞ்சுயரத்திற்கு வளர்ந்து தலை நாணியிருக்க, பனையைப் போன்று உயர்ந்திருந்த கரும்புகளோ உடலெங்கும் கணுக்களை சிறுத்த இடுப்புகளாய் தாங்கியிருந்தன.

யானைகளுக்கு உணவிடுவதற்காக கழனிகளில் கரும்பு, செந்நெல் கதிர், அதிமதுரத் தழை போன்றவற்றை வளர்த்திருந்தனர். அந்தக் கழனிகளில் கட்டப் பட்டிருந்த யானைகள் உணவுண்ணாமல் குட்டிகளுடன் விளையாடிக்கொண்டிருந்தன.

மண்ணின் தன்மையை உணர்ந்து கரிசலை கரைத்து வண்டலாக்கி, வண்டலை வளைத்து செம்மண்ணாக்கி, செம்மண்ணை மயக்கி பயிர்களை வளர்த்தெடுக்கும் ஆற்றலைக் கைவரப் பெற்றவர்கள் அழுந்தூர் மக்கள். வரகு, சாமை, பருத்தி, மிளகு, இஞ்சி, மஞ்சள் என்றனைத்திற்கும் நிலத்தை இறுக்கியும், இளக்கியும் மண்ணில் வித்தைகளைப் புரிபவர்கள்.

சங்கருள்நாதன் அழுந்தூரில் மழைநீர் தேக்குவதற்கு நான்கு குளங்களை ஏற்படுத்தியிருந்தார். இருப்பினும் சோழநாட்டினளவு நீர்வளம் இல்லாமலேயே எவ்வாறு இத்தகைய விளைச்சல்களை உருவாக்குகின்றனர் என்று ஒவ்வொரு முறை அழுந்தூர் வரும்போதும் வானவனுக்குத் தோன்றும்.

இளவெயினி வருகிறாள் என்ற தகவல் வயலில் உழுது கொண்டிருந்தவனிட மிருந்து விதைப்பவளுக்கும், விதைப்பவளிடமிருந்து அறுவடை செய்தவளுக்குமென, வயலிலிருந்து வயலுக்கும், நிலத்திலிருந்து வீட்டுக் கூரைக்குமென இசையாய் கடந்து செல்ல, இளஆடு ஒன்றை வெட்டவும், கோழிகளை தோலுரிக்கவும் கூறிவிட்டு அழுந்தூர் வேளிர் குலத்தலைவர் சங்கருள்நாதன் மாளிகையின் வாயிலில் காத்திருந்தார்.

மணமுடித்துச் சென்ற மகள் வீட்டிற்கு திரும்புவது மனதிற்கு மகிழ்ச்சி திரும்புவதுபோல. இசையுடன் தாளம் இணைவது போல. அதிலும் தந்தைக்கும் மகளுக்குமான உணர்வு தனித்துவமானது. மொழிக்கு உயிரெழுத்துப் போல. மலருக்கு மகரந்தத்தைப் போல.

ஒற்றர்கள் அனைவரையும் கொன்றொழித்ததும் அவர்களின் உடல்களை பகைவர்கள் கண்டறியாமலிருக்க, ஆற்றின் நீரோட்டத்தில் எறிந்துவிட்டு, இரும்பிடார் உடலை சுத்தப்படுத்தி வந்திருந்ததால் உடல் முழுவதும் நனைந்திருக்க சங்கருள்நாதன் 'என்னவாயிற்று?' என்றார்.

மீண்டும் தாக்குதலுக்கு உள்ளானதைக் கூறியதும் சங்கருள்நாதன் அதிர்ந்து போனார்.

"அரசி அழுந்தூருக்குச் செல்வது எவ்வாறு ஒற்றர்களுக்கு தெரிந்ததெனத் தெரியவில்லை" என்றான் பரஞ்சுடர்.

‘ஒற்றர்கள் இரும்பிடார் தனித்து செல்வதைக் கண்டதும் பின்தொடர்ந்து வந்துள்ளனர். அங்கே உங்களையும், என்னையும் எதிர் பார்க்கவில்லை. நாளை சோழநாட்டுடன் போர் மூளும்போது எதிர் கொள்ள வேண்டிய சிறந்த வீரர்களை இப்போதே கொன்று நமது ஆற்றலைக் குறைக்க எண்ணுகிறார்கள் பகைவர்கள். அரண்மனையின் நுழைவு வாயிலிலோ, அகநகரிலோ அல்லது அரச வீதியிலோ காத்திருக்கின்றனர். இனிவரும் காலங்களில் நீங்களிருவரும் எச்சரிக்கையுடன் இருக்க வேண்டும்’ என்றாள் இளவெயினி.

‘பகைவரெனினும் இத்தனை சிறந்த திட்டங்களை வகுப்பது யாரெனத் தெரியவில்லை’.

‘அழிவின் பாதைகள் பசுமையாகத் துவங்கும். வஞ்சகம் மட்டுமே நிறைந்திருக்கும் மனது எல்லோரிடமும் நம்பிக்கையை இழக்கும். மனிதத்தின் மேல் நம்பிக்கை போகும்போது வாழ்வு அர்த்தமற்றுப் போகும்’

‘பகைவரின் மொழியிலேயே பதிலுரைக்க வஞ்சத்தின் பகடைகளை உருட்டி மூன்று சிற்றரசர்களின் தலைகளை உருளச் செய்யட்டுமா?’ என்றான் பரஞ்சுடர்.

‘சூதினை ஆயுதமாக சோழநாடு பயன்படுத்த வேண்டாம். விளக்கின் சுடர் மேல்நோக்கியே எரியட்டும். பகைவர்கள் சோழநாட்டினை வீழ்த்த காலமெல்லாம் கனவு காணட்டும். அழிவு நெருங்குகையில் சூரிய உதயம் போல தெளிவாய் தெரிய வரும்’

பரஞ்சுடரையும், வானவனையும் அழுந்தூரில் தங்கி அடுத்த நாள் செல்லும்படி சங்கருள்நாதன் கேட்டுக்கொள்ள, இருவரும் இசைந்தனர். விருந்துக்கான ஏற்பாடுகளை இரும்பிடார் கவனிக்கத் துவங்கினான். புதிதாக இறக்கப்பட்ட தென்னங்கள், ஈச்சங்கள் ஆகியவற்றுடன், அழுந்தூரில் காய்ச்சி இறக்கிய மது வகைகளும் கொண்டு வரப்பட்டன.

மாளிகைக்கு வெளியே வந்த இளவெயினி அழுந்தூரின் தளபதி எரியாடியை அழைத்து வர ஆளனுப்பினாள்.

எரியாடி சங்கருள்நாதனைவிட வயதில் சற்றேச் சிறியவர். சிறுவயதிலிருந்தே இளவெயினியை நன்கு அறிந்தவர். அவரின் மகன் இமையனும் அழுந்தூர் படையில் வீரனாயிருந்தான்.

நாடுகளின் படைகள் நிலையான படை, நிலையற்ற படை என்ற இரண்டு வகைகளில் அமையும். பேரரசுகள் மாதந்தோறும் ஊதியத்தை வழங்கி நிலையான

படையை கொண்டிருப்பர். வேள் எனப்படும் குலத் தலைவர்கள் நிலையற்ற படையை கொண்டிருப்பர். மக்கள் போர் பயிற்சியை பெற்றிருப்பினும் அவரவர் தொழிலைச் செய்த வண்ணமிருப்பர். தேவையேற்படுகையில் வீரர்களைத் திரட்டிக் கொள்வர். எனவே அழுந்தூரில் நாப்பதிலிருந்து ஐம்பது காவல் வீரர்கள் மட்டுமே அழுந்தூரின் எல்லைகளையும், குளங்களையும் காத்திருந்தனர்.

எனினும் பகையை பகைக்க வீரம் அவசியமென்பதால் அனைவருக்கும் வீரக்கலைகளைக் கற்றுத்தர தென்னாட்டிலிருந்து வந்திருந்த வீரக்கோனை ஆசானாக நியமித்திருந்தார் சங்கருள்நாதன். வீரக்கோன் களரிப் பயிற்றுவித்தலில் தலைச்சிறந்து விளங்கினார். அவரின் வீட்டிலேயே இருந்து பணிவிடைகள் செய்து கலைகளை கற்றவன் இரும்பிடார். வாட்களின் உராய்விலும், அம்புகளின் சீற்றத்திலும் உருவானவன்.

ஆசான் இறந்த பின்னர் அவரின் முதன்மை மாணவனான இரும்பிடாரே மாலை வேளைகளில் ஆண்களுக்கும், பெண்களுக்கும் வீரக்கலைகளைக் கற்றுத் தந்தான். அழுந்தூர் வீரர்கள் சோழநாட்டில் நடைபெறும் போட்டிகளில் பங்கெடுத்து வெற்றி வாகை சூடியதுண்டு. இரும்பிடார் மணம் செய்ய மறுத்து வீரக்கலைகளில் மனதை ஒருமுகப்படுத்தி வாழ்ந்து வந்தான். சங்கருள்நாதனும், இளவெயினியும் பலமுறை வற்புறுத்தியும் அவனை மாற்ற முடியாமலிருந்தது.

சற்று நேரத்தில் எரியாடி மாளிகைக்கு வந்து சேர சிறிது உரையாடலுக்குப் பின்னர் ‘அழுந்தூரின் காவல்களை பலப்படுத்தி விடுங்கள்’ என்றாள் இளவெயினி.

‘ஏன் இளவெயினி. ஏதாவது இன்னல்களை எதிர்பார்க்கிறாயா?’

‘சூது வாழ்வினை வன்மத்துடன் தொடருகிறது. சோழ வேந்தனைக் கருவிலேயே அழித்தொழிக்க மூன்று தாக்குதல்கள் நடந்து விட்டன. இங்கும் அதன் நிழல் படியக் கூடும்’

‘தந்தை ஏற்கனவே கூறியிருந்தார். நீ இங்கு வேலைக்காரத் தேனீக்களால் சூழப்பட்ட ராணித் தேனீயல்ல. அனைவரும் அறிந்திருக்க. குடகு மலைக் காவிரியின் ஊற்றைப் போன்று உன்னை எவராலும் காணமுடியாமல் காத்திருப்போம்’

‘அதை அறிவேன். நான் இருக்குமிடம் தெரிந்துவிட்டால் சோழ வேந்தனை அழிக்க புற்றில் நுழையும் பாம்பைப் போன்று இங்கேயும் வஞ்சகம் குடியேறும். அதற்காகத் தான் மறைந்திருக்க எண்ணுகிறேன். அழுந்தூரில் நுழைய வேண்டுமெனில் வணிகரைப் போலவோ, வயலில் பணிபுரியும் பணியாளைப் போலவோ பகைவர்கள் நுழையலாம். எனவே அழுந்தூருக்குள் புதிதாக நுழைபவர்களை எச்சரிக்கையுடன் கவனியுங்கள்’

அழுந்தூரின் விளைச்சல்களை சேமிக்க ஒவ்வொரு வீட்டிலும் நெற்கூடு அமைத்திருந்தனர். நாட்டின் பெருங்கூட்டில் ஐந்து வருடத்திற்குத் தேவையான நெல்மணிகளை சேமித்திருந்தனர்.

அழுந்தூரின் பலஇடங்களில் சங்கருள்நாதன் பண்டசாலைகளை உருவாக்கி யிருந்தார். விளைச்சல்களை வேளாளர்கள் அறுவடைக்குப் பின்னர் இங்கு சேமித்துக் கொள்வர். அவற்றில் சிறிதளவை வேளாளர்கள் அங்காடிக்கு எடுத்துச் சென்று வணிகர்களிடம் காட்டி விலை பேசுவர். பொருட்களின் மதிப்புக்கேற்ப சோழ நாட்டின் வெள்ளி, செப்புக் காசுகளையோ, யவனத்தின் தங்க, வெள்ளி காசுகளையோ வணிகர்கள் தந்துவிட்டு பண்டசாலையிலிருந்தோ, வயலிலிருந்தோ நேரடியாக விளைச்சல்களை வண்டிகளில் ஏற்றிச் செல்வர்.

வணிகர்களின் அங்காடிகளில் மற்ற நாடுகளிலிருந்து தருவிக்கப்பட்ட பொருட்கள் விற்பனைக்கு நிறைந்திருக்கும். அவற்றிற்கு அங்காடியிலேயே பண்டமாற்று செய்து கொள்வதும் உண்டு. ஐயத்தை ஏற்படுத்தாமல் அழுந்தூருக்குள் நுழைய வணிகராய் வருவதே சிறந்த வழி என்பதை உணர்ந்த எரியாடி தலையசைக்க ''நமது குலத்தில் இந்த வருடத்தில் ஆண் குழந்தைகளைப் பெற்றெடுத்தவர்களையும், குழந்தை பிறக்கும் நிலையில் இருப்பவர்களையும் காணவேண்டும்'

'எதற்காக?'

'குழந்தை பிறந்த பின்னர் வேறிடத்திற்குச் சென்று சில காலங்கள் மறைந்திருக்க வேண்டும். அப்போது அவர்களையும் அழைத்துச் செல்ல விரும்புகிறேன். ஒரே இடத்தில் ஒத்த வயதில் நான்கைந்து பிள்ளைகள் இருக்கும்போது என் மகனை இனம் கண்டறிவது சிரமம். இதனால் அவர்களின் பிள்ளைகளுக்கு பேரிடர் ஏற்படலாம். இதனை அவர்கள் தெளிவாக அறிந்து கொள்வது அவசியம்'

'எனது மகன் இமையனின் இல்லத்தாளும் பேறுக்காலத்தை எதிர்நோக்கியே இருக்கிறாள். அவர்கள் கண்டிப்பாக வருவார்கள். மற்றவர்களைக் கண்டறிகிறேன்'

'இரும்பிடாரும், நானும், என் மகனும் மறைந்திருக்கும் காலங்களில் பகைவர்களின் ஒற்றர்கள் சோழ நாட்டிலும், சுற்றிலுமுள்ள அனைத்து வேளிர் நாடுகளிலும் எங்களை தேடித் திரிவர். எனவே இரும்பிடாரைப் போன்று உயரமான ஆணையும், ஒரு குழந்தையையும் கொண்டிருக்கும் நமது குடிகள் எத்தனை உள்ளன? அவர்கள் இசைந்தால் வேறு நாட்டிற்குச் சென்று சிறிது காலம் வாழும்படி கூறவேண்டும். இது பகைவர்களைக் குழப்ப உதவும்'

'நமது குடிகள் நமக்காக உயிரையும் தருவர். நாளையே அனைவரையும் வரச் சொல்கிறேன்' என்று கூறிவிட்டு விலகினார்.

நாளை போர் மூளும்போது, தன் மகனுக்குத் துணை நிற்க வேண்டுமெனில் வேளாண் குடியாக இருக்கும் அழுந்தூரை போர்க்குடியாக மாற்ற வேண்டியிருக்கும். மண்ணின் நரம்பைப் பிடித்து, மயக்கி பயிர்களை வளர்த்தெடுக்கும் ஆற்றலைக் கைவரப் பெற்றவர்களின் மனதையும், குணத்தையும் மாற்ற வேண்டும். அதற்கான விதையை நாளைக் காலையே விதைக்க வேண்டும் என்று நினைத்தவாறு இளவெயினி தனது அறையை நோக்கி நடந்தாள்.

கண்ணிகள் இறுகும்...

18

அழுந்தூரில் நுழையும் காற்றையும் கட்டுப்படுத்திய உறவுகள் இளவெயினி இருப்பதை நிலத்தடி நீராய் மறைத்திருக்க, சோழநாட்டு அரண்மனையில் காவல்களை மேம்படுத்தி அரசி இருப்பது போன்ற சூழலை உருவாக்கியிருந்தனர் பரஞ்சுடரும், வானவனும்.

எதிர்பார்ப்பு இல்லாமல் வாழ்பவன் ஏமாறுவதில்லை. அனைத்தையும் ஆள்வதற்கு அலையும் மனிதனின் மனதில் பேராசை எனும் வேர் துளிர் விட்டு வளர்ந்து பெரும் மரமாகி பகையையும், வெறுப்பையும் வெளிப்படுத்த, அதன் கிளைகளில் சூது, கோபம் என்ற மிருக குணங்கள் படர்கின்றன.

அமைச்சர் செம்மான் அடிக்கடி அரண்மனையின் முதல் தளத்திற்குச் சென்று அரசியைக் கண்டு பேசிவருவது போன்ற தோற்றத்தை உருவாக்கினார். சோழநாட்டின் மருத்துவியிடம் உண்மையை எடுத்துரைத்த செம்மான் அவளை வாரம் ஒருமுறை அரண்மனை வந்துசெல்லும்படி பணித்தார். நன்முகை அட்டிற்சாலையிலிருந்து உணவை தினமும் எடுத்துச் சென்றுவிட்டு வெற்றுக் கலன்களை தண்ணளியிடம் திரும்பத் தருவாள். அரசி வேறு எவரையும் காண விரும்பவில்லை என்ற தகவலை பரப்பியிருந்தனர்.

சோழநாடு படையின் ஆற்றலை உயர்த்துவதை புறச்சேரியிலிருக்கும் முள்ளூர் நாட்டின் ஒற்றர்கள் தெரிந்து கொள்ள வகை செய்தான் வானவன். சோழநாட்டின் ஒற்றர்

படையை பலப்படுத்தத் துவங்கினான் பரஞ்சுடர். பொருளாதாரத்தை மேம்படுத்திய செம்மான் சோழநாடு வணிகத்தில் முதன்மையாக இருக்கும்படி பார்த்துக் கொண்டார்.

அரசியையோ, தளபதிகளையோ வீழ்த்தமுடியாமல் சிற்றரசர்கள் அமைதியிழந்து கொண்டிருந்தனர்.

முள்ளூர் நாட்டின் அரண்மனையில்...

'புகாரிலிருக்கும் முப்பது ஒற்றர்களுக்கு தகவலனுப்பி மாதங்கள் கடந்து விட்டன. என்ன தகவல்?' என்றான் தீச்செல்வன்.

''அவர்கள் இரும்பிடரைத் தொடர்ந்து சென்ற பின்னர் தகவல் ஏதுமில்லை. ஒற்றர்கள் புகாருக்கு திரும்பாததால் சோழ நாட்டில் வணிகனாய் வாழ்ந்து கொண்டிருக்கும் நமது துணைத் தளபதி மாறன் அவனின் ஒற்றன் ஒருவனை அழுந்தூருக்கு அனுப்பி விசாரித்திருக்கிறான். அழுந்தூரில் எந்த வீரர்களும் சிறைப் படுத்தப்படவில்லை. எனில் அனைவரையும் இரும்பிடார் கொன்று விட்டான் என்பது தெளிவு''.

'ஒருவன் முப்பது பேரை கொல்ல முடியுமா?' என்று அதிர்ந்தான் முத்துமேனி.

'மனிதனால் முடியாது. இரும்பிடாரால் முடியும்'

சிற்றரசர்கள் திகைத்திருக்க சிறிது நேரத்திற்கு பின்னர் பெருஞ்சாத்தன் துவங்கினான். 'சில வருடங்களுக்கு முன்னர் சென்னிக்கு திருமணம் நடந்ததையொட்டி சோழநாட்டில் அனைத்து நாடுகளுக்குமான வீரவிளையாட்டுப் போட்டி நிகழ்வுற்றது. மூன்று நாட்கள் நடந்த போட்டியின் இறுதி நாளில் சேரவீரனுக்கும், சோழ வீரனுக்குமான இறுதிப்போட்டி நடந்தது. அதைக் காண சென்னி இளம் மனைவி இளவெயினியுடனும், இரும்பிடாருடனும் வந்திருந்தான். திருமணத்திற்குச் சென்றிருந்த சிற்றரசர்களில் நானும் ஒருவன்.

போட்டியில் வெற்றிப் பெற்ற சோழவீரனுக்கு மாலை சூடப்பட்டு பட்டமும், பரிசில்களும் வழங்கப்பட்டன. அப்போது வெற்றி பெற்ற வீரன் இரும்பிடாருடன் மோத விரும்புவதாக விருப்பத்தை தெரிவித்தான். ஈடிணையற்ற வீரனென்று இரும்பிடார் பெயர் பெற்றிருந்தது தான் காரணம்'.

பெருஞ்சாத்தனுடன் இருங்கோவும் புகாருக்கு சென்றிருந்ததால் நடந்ததை அறிந்திருந்தான். தீச்செல்வனும், முத்துமேனியும் ஆர்வமாக கேட்டனர்.

''வீரனிடமிருந்து இத்தகைய வேண்டுதலை எதிர்பார்க்காத சென்னி தயங்க, எந்த உணர்வையும் வெளிக்காட்டாமல் இரும்பிடார் களமிறங்கினான். வாளை எடுத்துக் கொண்டு வீரனை நெருங்க இருவரும் ஆயத்தமாகினர். அடுத்து நிகழ்ந்தது எவருமே

எதிர்பாராதது. அனைத்து நாடுகளுக்கான போட்டியில் வெற்றி பெற்ற மாபெரும் வீரனின் கையிலிருந்த வாள் சில நொடிகளில் வீரனின் கையை விட்டுப் பறந்தது. இணையற்ற வீரனான சென்னியும் திகைத்துப்போன தருணமது.

போர்க்கலைகளின் நுணுக்கங்களை கற்பதில் வாழ்வைக் கடத்தியவன் இரும்பிடார். அதனுடன் மனதையும், உடலையும் ஒருங்கிணைத்து வீரத்தை வெளிப் படுத்துகிறான். வெடிக்கக் காத்திருக்கும் எரிமலை அவன். அதனால்தான் அவனை போருக்கு முன்னரே வீழ்த்த எண்ணினேன்''

சில நொடிகள் மீண்டும் அமைதியாகக் கழிய 'சோழநாடு நம்மீது போர் தொடுப்பதாகத் தெரியவில்லை. அரசியையும் நெருங்க முடியவில்லை. என்ன செய்வது. நாம் போர் தொடுத்தாலென்ன?' என்றான் தீச்செல்வன்.

'சோழநாடு நம்மை தாக்க முற்படுவதைப் போன்ற தோற்றத்தை ஏற்படுத்தி ஏமாற்றி விட்டார்கள். அவர்கள் படைபலத்தை பெருக்குகிறார்கள். யாரும் எதிர் பார்த்திராத தாக்குதலை சென்னி இறந்தவுடனேயே நாம் நிகழ்த்தியிருக்க வேண்டும். இப்போது ஐந்து நாடுகளின் படைகள் சோழநாட்டைக் கைக்கொள்ள போதுமானதல்ல'

'இளவெயினிக்குப் பேறுகாலம் நெருங்கி விட்டது'.

'பிறந்தாலென்ன. சென்னியை வீழ்த்த முடிந்த நம்மால் குழந்தையை பலியெடுக்க இயலாதா? இப்போது மேலும் சிற்றரசுகளை இணைக்க வேண்டியதே நமது தலையாயப் பணி'

'மீதமுள்ள நான்கு சிற்றரசுகளுடன் பேசிவிட்டோம். இப்போது போர் தொடுத்தால் சோழமக்களின் எதிப்புக்குள்ளாக நேரிடும். மக்கள் ஒன்று திரண்டால் வெல்லுவது இயலாத காரியம் என்று நினைக்கின்றனர்'.

'விளைவை எண்ணி பயப்படுகிறார்கள். விளைவை உருவாக்குபவர்கள் நாம். காலம் கனியட்டும்' என்ற பெருஞ்சாத்தன் இருங்கோவைப் பார்த்து 'அரசியை வீழ்த்தும் முயற்சிகளை மாறனிடம் தொடரச் சொல்' என்றான்.

எதிர்பார்ப்பு இல்லாமல் வாழ்பவன் ஏமாறுவதில்லை. அனைத்தையும் ஆள்வதற்கு அலையும் மனிதனின் மனதில் பேராசை எனும் வேர் துளிர் விட்டு வளர்ந்து பெரும் மரமாகி பகையையும், வெறுப்பையும் வெளிப்படுத்த, அதன் கிளைகளில் சூது, கோபம் என்ற மிருக குணங்கள் படர்கின்றன.

★★★

அழுந்தூர்க் கரடிலிருந்து தவழ்ந்து நெற்கதிர்களைத் தழுவி அதன் மணத்தை அள்ளியெடுத்துச் சென்ற தென்றல் அரண்மனையெங்கும் மணத்தை இறைத்துச் சென்றது.

அரண்மனையைச் சுற்றிலும் தீப்பந்தங்கள் நடப்பட்டிருக்க அழுந்தூர் மக்கள் அமர்ந்திருந்தனர். மாலையில் இளவெயினிக்கு பேறுக்கால வலி கண்டுவிட்டதாக தகவல் வந்ததும் மக்கள் அனைவரும் களிப்புற்று அரண்மனையின் வெளியே குழுமி விட்டனர். ஆட்டமும், பாட்டமும் களை கட்டியிருந்தது. இரும்பிடார் சோழநாட்டிற்கு தகவல் கூற உடனடியாக வீரன் ஒருவனை அனுப்பியிருந்தான்.

இளவெயினியின் மகன், சோழநாட்டு வேந்தன் பிறப்பதைக் களியாடி மகிழ அழுந்தூரையே மலர்களாலும், மங்கலப் பொருட்களாலும் அழகுபடுத்தி உண்டாட விரும்பினார் சங்கருள்நாதன். ஆனால் தான் மறைந்திருப்பது வெளிப்பட்டுவிடும் என்று இளவெயினி மறுத்து விட்டாள். அதன்பின் அழுந்தூர் குலதெய்வமான நிசும்பசூதனிக்கு இரவுப் பூசையாவது சங்கருள்நாதன் நடத்த விரும்ப அதற்கு இசைந்தாள் இளவெயினி.

அழுந்தூரின் முதற்குடிகளை காத்தருளிய அழுந்தூரின் பெண்தெய்வம் நிசும்பசூதனி. சிங்கத்தின் மேலமர்ந்து நிசும்பன் என்ற பகைவனை காலடியில் கிடத்தியவாறு ஆவேசமும், கொந்தளிப்புமாய் இருப்பவள். உடலெங்கும் குருதியாய் குங்குமம் இறைக்கப்பட்டு பகைவரை அழிக்க ஆயத்தமாயிருப்பவள்.

ஆதியில் பகை கொண்ட சிற்றரசன் நிசும்பன் அழுந்தூரை சூழ்ந்து குலத்தை அழிக்க முற்பட்டபோது, குலத்தைக் காக்கப் போரிட்ட அழுந்தூரின் அரசி நிசும்பசூதனி. வான்மழையாய் ஆற்றலைப் பொழிந்து, வெள்ளமாய்ப் பகைவர்களைப் புரட்டி, சூறைக்காற்றாய் சுழற்றியடித்து அனைவரையும் அழித்துவிட்டு விண்ணுலகம் புகுந்தவள். அவளை தங்களின் குலதெய்வமாயும், போர்த் தெய்வமாயும் அழுந்தூர் மக்கள் வணங்கி வந்தனர்.

மக்களில் சிலர் கோவிலை அழகுபடுத்தி, பூசைக்குத் தேவையானவற்றை ஆயத்தப் படுத்திக் கொண்டிருந்தனர்.

அரண்மனையில் மருத்துவச்சிகள் நிறைந்திருக்க, அனைவரும் தும்பிகளாய்ப் படபடத்துக் கொண்டிருந்தனர். அரண்மனைச் சோதிடர் சுவடிகளையும், நேரத்தை கணிக்கும் காலேந்திரம் கருவியையும் கொண்டு இளவெயினியின் அறைக்கு அருகிலேயே அமர்ந்திருந்தார். குழந்தை பிறக்கும் நேரத்தை துல்லியமாகத் தெரிந்து கொள்ள இளவெயினியின் அறையில் நெடுந்தாரை வைக்கப்பட்டு அதை ஊதுவதற்கு பெண்ணொருத்தி காத்திருந்தாள்.

நாழிகையைக் கணக்கிட்டுச் சொல்லும் நாழிகைக் கணக்கர் குறுநீர்க் கன்னலுடன் அமர்ந்திருக்க ஒவ்வொரு சாமத்தின் முடிவிலும் மணி குரலெழுப்பியது.

இரவின் முதல் சாமம் முடிந்ததின் மணி ஒலித்ததும் தழைகளாலும், பூக்களாலும், கடம்ப மாலையாலும் அழகுபடுத்தப் பட்டிருந்த நிசும்பசூதனியின் கோவிலுக்கு பூசையை துவக்கி வைப்பதற்காக விரைந்தார் சங்கருள்நாதன்.

இரவில் துவங்கி காலை சூரிய உதயத்திற்கு முன்னர் முடிவுறும் விழா அது. இருளாய் சூழ்ந்த பகையை வேரறுத்து, நிசும்பசூதனி சூரியனாய் வெளிப்பட்ட தருணம் அது. தேவியின் வழிபாட்டிற்காக பெரிய செம்பிலான தாலங்களில் நெல், மலர்கள், கனிகள், குங்குமம் ஆகியவற்றை வீரர்கள் ஏந்திவர, சிலர் ஆடுகளை இழுத்துச் சென்றனர்.

ஆடுகளின் முதல் குட்டிகளும், கோழிகளும் கோவிலுக்கெதிரே ஏற்கனவே கட்டப்பட்டிருக்க, மக்கள் உறுமி, பறை, உடுக்கைகளை நெருப்பில் சூடேற்றிக் கொண்டிருந்தனர்.

கோவிலின் முன்னால் உடல் முழுவதையும் தரையில் கிடத்தி நிசும்பசூதனியிடம் மகளைக் காத்தருள வேண்டினார் சங்கருள்நாதன். கருத்த மேகங்களாய் துயரங்கள் சூழ்கையில் தவிர்த்துக் கொள்ளவும், தாங்கிக் கொள்ளவும் இறையையே மனம் நாடுகிறது. உடலை உள்ளிழுத்துக் கொள்ளும் நத்தையைப் போல புலன்கள் ஒடுங்கி, தேவியிடம் தனது மகளை ஒப்படைத்தார்.

வீரர்களிடமிருந்த தாலங்களை வாங்கி கோவில் சித்தரிடம் சங்கருள்நாதன் கொடுக்க, அவற்றை தேவியின் எதிரே வைத்த சித்தர் ஐமுனைகளைக் கொண்ட விளக்கினை ஏற்றினார். தேவியின் சிலைக்கு ஒளிச்சுடர்களைக் காட்டி விட்டு, சிகப்புத் துணியில் வைக்கப்பட்டிருந்த அகன்ற வெண்சங்கை எடுத்து முகத்தின் சதைகள் உப்ப, கழுத்தின் நரம்புகள் வெடிக்க ஊதத் தொடங்க, இடியோசையைப் போன்று ஒலித்த சத்தத்தில் மரங்களில் துயிலிருந்த பறவைகள் மிரண்டு இருளை தூக்கிக் கொண்டு வேறிடத்திற்கு பறந்தன.

நிசும்பசூதனியின் இரவு விழா துவங்கியது.

இரவின் இரண்டாம் சாமத்தின் முடிவில் சங்கருள்நாதனிடம் வந்த மருத்துவச்சி 'குழந்தை வயிற்றில் பிரண்டு இருப்பதால் தாமதமாகிறது' என்று கூற, சங்கருள்நாதன் அதிர்ந்து போனார். இதே போன்றதொரு பின்னிரவில் இளவெயினி பிறந்தபோது பேறுகாலத்தில் சிக்கலேற்பட்டு இளவெயினியின் தாயை காக்க முடியாமல் மகளை மட்டுமே காக்க முடிந்தது நினைவிற்கு வர சங்கருள்நாதனுக்கு பதற்றம் உண்டாகியது. அங்கிருந்த மக்களும் மனம் துடித்து மகளைக் காத்தருளத் தாயிடம் வேண்டத் துவங்கினர்.

நாழிகைகள் கடந்து செல்ல, எந்த நாழிகை வேந்தன் பிறப்பதற்கு சிறந்ததென்று சோதிடர் கணக்குகளை மாற்றி மாற்றி போட்டவாறு இருந்தார்.

சில நாட்களுக்கு முன்னர் இளவெயினி தந்தையிடமும், இரும்பிடாரிடம் சில கோரிக்கைகள் வைத்திருந்தாள்.

'குழந்தை பிறப்பதை அரண்மனையின் முதல் தளத்தில் வைத்துக் கொள்ளலாம். சோழநாட்டின் வழக்கப்படி குழந்தை பிறந்தவுடன் தந்தை போருக்கான கவச ஆடையை தரித்து குழந்தையைக் காண்பது சோழநாட்டின் வழக்கம். தந்தை இல்லாததால் சோழகுலத்தின் தந்தையான சூரியனை இவனுக்கு முதலில் காட்ட விரும்புகிறேன்' என்றாள்.

'தந்தையில்லாத குழந்தை' என்ற சொல்லே மனதை சிதைக்க சங்கருள்நாதனும், இரும்பிடாரும் இளவெயினியின் அறையை முதல் தளத்திற்கு மாற்றி, இளவெயினி குழந்தையை முதலில் சூரியனிடம் காட்டவும் அதன் பின்னர் இருவரும் குழந்தையைக் காணவும் சம்மதித்தனர்.

வைசுத மனு வம்சத்தில் தோன்றிய சூரிய வம்சத்தினனான இகவாகுவும் அவன் வழித்தோன்றலான முசுகுந்தனும், வல்லபனும் அவன் வழியில் சிபியும் சூரிய வம்சத்தினரே என்பதால் சோழர்களும் சூரிய மரபினராகின்றனர். இதனாலேயே சோழர்கள் திருமால், பிரம்மா வழியில் சூரியனை குலமுதலாய் கொண்டிருந்தனர்.

'சோழநாட்டில் இவனது பெயர் பெருவளத்தான் என்று அறிவிக்கப்படட்டும். நாம் அழைக்கும் பெயர் திருமாவளவன் என்று இருக்கட்டும்' என்றாள்.

சங்கருள்நாதனும், இரும்பிடாரும் இசைந்தனர்.

'நாளை குழந்தையின் பிறப்பில் ஏதாவது இடர் ஏற்படின் குழந்தையின் உயிரை காப்பதுவே உங்களுக்கு தலையாயக் கடமையாக இருக்க வேண்டும்' என்று பேரிடியாய் வார்த்தைகள் இறங்க,

உள்ளம் துடித்துப் போன சங்கருள்நாதன் 'ஏனம்மா இப்படி பேசுகிறாய்' என்றார் கண்ணீர் மல்க...

இளவெயினி கருத்தரித்த நேரத்தில் சோழநாட்டின் சோதிடரை சென்னி வரவழைத்திருந்தான். நற்கிரகங்கள் வலுவிழந்து இருப்பதால் பெற்றோர்களின் உயிருக்கு ஆபத்து வர வாய்ப்பிருப்பதாகவும், அவற்றை சமன் செய்ய பூசைகள் செய்வதாகவும் சொல்லிச் சென்றிருந்தார். அதை நினைவு கூர்ந்த இளவெயினி

'காலம் பகைவருடன் கைகோர்த்து நிற்கிறது. அறம் வலுவிழந்து இருக்கிறது. துயரத்திற்கு வழிகாட்டியாய் இயற்கையும் உள்ளது. எனவே எதை இழக்க வேண்டுமென்பதில் தெளிவடைவோம்'

'மனமே வாழ்வினை செலுத்துவது என்று நீதானே அடிக்கடி சொல்வாய். நீயே மனதை தளர விடலாமா?'

சூதின் பற்கள் முதன்முதலில் படிந்தபோது மனம் நடுங்கி சோர்ந்தது. மீண்டும் மீண்டும் வாழ்க்கையை குதறியபோது பழகிவிட்டது. அதனாலேயே சொல்கிறேன். நாளைக்கான திட்டங்களை இன்றுதான் உருவாக்க முடியும். இரண்டு உயிரில் எது தேவை என்று தீர்மானிக்க இருக்கிறோம். குழந்தையை பெற்றெடுத்ததும் எனது பணி நிறைவடைந்தது. சென்னியை நிம்மதியுடன் சென்றடைவேன். ஆனால் மகனை நம்பி அவன் தந்தை விட்டுச்சென்ற பணிகள் உள்ளன. அவன் வருவானென்று ஒரு நாடே காத்திருக்கிறது. இருள் சூழவிருக்கும் ஒரு நாட்டின் விடிவெள்ளியாக அவன் உதயமாவது அவசியமான ஒன்று. எனவே அவனைக் காப்பதுதான் உங்கள் முதல் கடமை' எனக் கூற சங்கருள்நாதன் கண்ணீருடன் இசைந்தார்.

குழந்தை பிரண்டிருக்கிறது என்று தகவல் வந்தவுடன் இளவெயினி அஞ்சியது போல நிகழ்ந்து விடுமோ என்று பதறிய சங்கருள்நாதன் இங்குமங்கும் அலைந்து கொண்டிருந்தார்.

முகமெங்கும் தோல் சுருங்கிப் போயிருந்த மூத்த மருத்துவி சுக்குக் களி, மிளகின் கசாயத்தையும், மூலிகைச் சாறுகளையும் இளவெயினிக்கு தந்து கொண்டிருந்தாள். அவள் நிகழ்த்தும் மகட்பேறுகள் தவறுவது கிடையாது. குழந்தையை திருப்பியும், தளர்த்தியும் உயிர் வடிப்பவள். இறப்பின் விளிம்பிலிருந்து வாழ்வின் வெளிச்சத்திற்கு விரல்களால் உயிர்களை நகர்த்தி வார்த்தெடுப்பவள்.

வயிற்றில் பிரண்டிருந்த குழந்தையை நேர்செய்து குழந்தையை நகர்த்த முயன்றபோது குழந்தையின் கழுத்தில் மாலை சுற்றியிருப்பதை உணர்ந்தாள். காலத்தை திருப்பி இளவெயினியின் தாய்க்கு நிகழ்ந்தவையே மீண்டும் நிகழ்கின்றன என்பதைக் கண்டாள். இரவின் மூன்றாம் சாமம் முடிவதற்கான மணி அடிக்க இளவெயினியின் உடல் சக்தியற்று துவளுவதையும், மீட்கவியலா பேரிருளில் உயிர் அமிழ்வதையும் உணர்ந்தாள்.

கோவிலின் நாற்புறங்களிலும் மரக்கட்டைகள் போடப்பட்டு நெருப்பு மூட்டப்பட்டிருந்தது. கோவிலின் எதிரே மரத்தின் அடி துண்டங்கள் போன்ற பெரிய

மரக்கட்டைகள் போடப்பட்டு குடம் குடமாய் நெய் ஊற்றப்பட்டிருக்க, நெருப்பு ஆழித்தீயாய் கனன்று கொண்டிருந்தது. வெண்சோறு பொங்குவதற்கு அடுப்புகள் தனியே எரிந்து கொண்டிருந்தன.

கோவிலில் சங்கு ஊதப்பட்டு விழாத் துவங்கியதும் தோல் கருவிகள் இடிகளை மண்ணில் இறக்கத் தொடங்கின. பறையும், முழவும் தொடர்ந்து அடிக்கப்பட நெஞ்சு அதிர்ந்தது. மாட்டுக்கொம்பால் செய்யப்பட்ட கொக்கறைகளும், கொம்பும் ஊதப்பட காதின் சவ்வுகள் கிழிந்தன. செம்பு மணிகளின் ஓசையும், விறலியப் பெண்களின் சிலம்ப ஓசைகளும் பேரிசையை முழங்கின. நடுநிசியில் ஒலித்த பூசையின் உச்ச இசைகள் ஊரின் எல்லையில் காவல் நின்ற வீரர்களுக்கு கேட்டது. அறையில் உடல் கிழிபடும் வலியில் துடித்த இளவெயினிக்கும் கேட்டது. தாய் நண்டு உடலை பிளந்து குஞ்சுகளை வெளியேற்றுவது போல, வயிற்றை கிழித்தாவது மகனைப் பெற்றெடுக்க வன்மம் பூண்டாள்.

அருகிலிருந்த மருத்துவியிடம் 'வயிற்றை கிழித்து குழந்தையை எடு. மீண்டும் பிணைக்க உன்னால் முடியும். எதற்காகத் தயங்குகிறாய்' என்றாள்.

'வயிற்றை கிழித்தால் உன்னை காக்க இயலாமல் போகலாம். உங்கள் இருவரையும் காக்க முடியாவிட்டால் இம்முறை உனக்குமுன் நான் உயிர்துறப்பேன். நீ மனவுறுதியுடன் இரு' என்றாள்.

மூன்றாம் சாமம் துவங்கியதும் கோவிலுக்கு எதிரே ஆடுகளும் கோழிகளும் இழுத்து வரப்பட அவற்றின்மேல் சித்தர் புனித நீரைத் தெளித்துச் சென்றார். கோவிலிலிருந்து நீண்ட கொடுவாளை எடுத்து வந்தவர் ஆயத்தமாக நின்று கொள்ள, கோவில் சிலைக் கெதிரே வட்டமாக தேவியின் பாதம் அமைக்கப்பட்டிருந்த இடத்திற்கு கருவுற்ற ஆட்டை இழுத்து வந்தனர். ஒரே வீச்சில் ஆட்டின் தலை துண்டாகி உருண்டு செல்ல குருதி பீறிட்டு தரையில் வழிந்தோடியது. அடுத்து கருவுற்ற பெட்டைக்கோழி ஒன்றின் தலையை துண்டாக்கி எறிந்தனர். கருவுற்ற உயிர்களை தின்று அமைதியுறும் அம்மன் வயிற்றில் வளரும் பிள்ளையை தாய்க்கு விட்டுக் கொடுப்பாள். தொடர்ந்து ஆடுகளை இழுத்து வந்தனர். உடல்கள் ஒருபுறமும் தலை ஒருபுறமும் குவிந்து கொண்டிருக்க குருதி ஆறாய் பெருகி ஓடத்துவங்கியது. பறையும், உறுமியும் தொடர்ந்து உறுமிக் கொண்டிருக்க திடீரென்று ஒரு பெண் வெறியாடத் துவங்கினாள்.

நாக்கைத் துருத்தி கண்களைப் பெரிதாக்கி பயங்கரமாக சிரித்தாள். பற்களை நறநறவென்று கடித்தாள். முடிகள் காற்றில் பறக்க கைகளை உயர்த்தி, உடலை முறுக்கிக் கொண்டு கால்களை தரையில் உதைத்தாள். நான்கு பெண்கள் சேர்ந்து அவளை அழுத்திப்

பிடிக்க, நால்வரையும் இழுத்துக் கொண்டு நடந்தாள். மேலும் இருவர் அவளை இழுத்துப் பிடிக்க, 'ஏய்' என்று சத்தம் தொண்டையிலிருந்து பீறிட்டெழும்ப, நாக்கை துருத்தி பற்களைக் கடித்தவளின் கடைவாயில் குருதி ஒழுகியது.

நிசும்பசூதனி அவளின் உடலில் இறங்கியதை உணர்ந்த மக்கள் அவளின் காலில் விழுந்து 'எங்கள் மகளை காப்பாத்து தாயே' என்று வேண்ட, பதில் சொல்லாமல் நாற்புறமும் பார்த்துக்கொண்டு ஒய்யாரமாய் சிரித்தாள்.

'குருதி வேண்டும். கொண்டா' என்று ஆங்காரமாய் கத்தினாள்.

அவளின் முன்னே பெரிய ஆட்டை இழுத்து வந்து வீரர்கள் நிறுத்த, சித்தர் கொடுவாளை வீசி கழுத்தை வெட்டியெறிய, குருதி நுரைத்துக்கொண்டு பீறிட்டது.

கண்ணை மூடிக் கொண்டு மனம் மகிழ்ந்தவள் 'இன்னும் இன்னும்' என்றாள்.

முன்னே வந்த சித்தர் 'எங்கள் மகளையும் அவள் குழந்தையையும் காத்து குடுப்பேன்னு வாக்கு குடும்மா' என்றார்.

முகத்தில் சீற்றம் கொப்பளிக்க சுற்றிலும் பார்த்தவள் வாக்கு தரத் தயங்க..

'உன் மகளை காக்க நீயே மறுத்தால், நீ காத்த அழுந்தூர் மண்ணாகிப் போகும். பகையின் விழிகள் பட்டு பற்றியெறியும்' என்றார் சித்தர் சத்தமாக.

உடலை உலுக்கி கடுங்கோபத்துடன் எகிறியவளின் வாயிலிருந்து அடங்கா ஆவேசத்துடன் வார்த்தைகள் தெறித்து வந்தன. 'மகன் பிறப்பான். உயிர்க்கடன் தொடர்ந்து வரும். பிண மலையில், குருதியாறு ஓடும்' என்று சொன்னவளின் ஆவேசம் அடங்கத் துவங்கியது. ஆடையெல்லாம் வேர்வையால் நனைய பெண்கள் ஆற்றுப்படுத்தினர்.

தாயின் நிலையை கூறவில்லையே என்று கலங்கிய சித்தர், கோவிலில் சமைக்கப் பட்ட சாதத்தில் வெட்டப்பட்ட ஆடு, கோழிகளின் குருதியை சேர்த்து பிணைந்த குருதிச் சோறினை ஊரின் அனைத்து திசைகளை நோக்கியும் எறிந்தார். பழங்களை அறுத்து குங்குமத்தில் புரட்டி வீசினார்.

அரண்மனையில் சோதிடர் பதட்டத்துடன் இங்குமங்கும் அலைந்து கொண்டிருக்க 'என்னவாயிற்று?' என்றார் சங்கருள்நாதன்.

'இரவின் நாலாம் சாமம் துவங்கி விட்டது. இதன் கடைசி நாழிகைக்குள் பிறக்கும் குழந்தை நெருப்பு தத்துவத்தில் பிறந்து உலகையாளும் சித்தத்துடன் அமையும். சூரியன் உதயமாகிவிட்டால் பகலின் முதல் சாமம் துவங்கி விடும்...' என்று தடுமாற...

'அதனாலென்ன?'

‘தாயின் உயிரைக் காக்க முடியாமல் போகலாம்’ என்று கூற, சங்கருள்நாதனின் நெஞ்சில் வலியேற்பட்டது. தடுமாறியபடி கீழே அமர்ந்தார். இரும்பிடார் அவரைத் தேற்ற முயன்றான்.

குறுநீர்க் கன்னலின் மேல்ப் பானையிலிருந்து நீர் கீழ்ப்பானைக்கு இறங்கிக் கொண்டிருக்க, எவருக்கும் இரக்கம் காட்டாமல் நேரம் ஓடிக்கொண்டிருந்தது.

தாயின்றி இளவெயினியை வளர்த்தது போல தாய், தந்தை இருவருமின்றி பெயரனை வளர்க்கப் போகிறோமா என்று மனம் குமுற, கண்களில் அருவியாய் கண்ணீர் வழிய தலை குனிந்து அமர்ந்திருந்தார். இளவெயினியின் கதறல்கள் ஒலிக்கத் துவங்க, இரும்பிடார் கையறு நிலையில் இங்குமங்கும் நடந்து கொண்டிருந்தான்.

நான்காம் சாமத்தில் இருளின் எல்லை முடிந்து கதிரவனின் கதிர்கள் கீழ்வானத்தை சிவப்பாக்கத் துவங்க, கோவிலில் நடைபெறும் இறுதிபூசையை உணர்த்த நகரா என்ற தோல் கருவியை வீரர்கள் நெருங்கினர். தோல்கருவிகளில் பெரியது நகரா. அறுவர் சூழ்ந்து நின்று ஒரே நேரத்தில் அடிக்குமளவு மிகப்பெரியது. கோவில்களில் மட்டுமே இருப்பது.

உடலை முறுக்கி, மூச்சிழுக்கத் தடுமாறிய இளவெயினி கணப்பொழுதில் உறைந்து போக, உடலின் அசைவுகள் நின்று போனது. பசும்விழிகள் மெதுவாக ஒளியிழக்க, மூச்சு விடைபெற்றது. அறையிலிருந்த மருத்துவிகள் பெருங்கூச்சலுடன் இரைய, பதைத்துப் போன சங்கருள்நாதன் முகத்தை மூடிக்கொண்டு கதறத்துவங்கினார். கண்களில் நீர் வழிய இரும்பிடார் இடிந்து போய் அமர்ந்தான். மூத்த மருத்துவி ஈரத் துணியை இளவெயினியின் நெஞ்சில் அடிக்கும் ஓசை கீழே கேட்க, அரண்மனை யெங்கும் அழுகையொலி ஈரமாய் நிரம்பியது.

கோவிலில் நகராவை வீரர்கள் அடிக்கத்துவங்க அழுந்தூர் அதிர்ந்தது. அரண்மனையின் சுவர்கள் நடுங்கின. ஒலி ஓலமிட்டபடி திரிய, மருத்துவி இளவெயினியை ஈரத்துணியால் அடித்துக்கொண்டிருந்தாள். கணங்கள் இறப்பிற்கும், வாழ்விற்கும் இடையில் ஊசலாடின, சோழ குலத்திற்கே மறு உயிர் கொடுக்கும் வேகத்தில் மருத்துவியின் கைகள் இயங்கிக் கொண்டிருக்க, நகராவின் இடியொலி அடங்கி, நிலம் அமைதியணிந்த கணத்தில் சிறுஅதிர்வுடன் மீண்டும் மூச்செடுத்து இளவெயினி பிறப்பெடுத்தாள்.

அறையிலிருந்து நெடுந்தாரை வெடித்தபடி முழங்கியது. சங்கருள்நாதனுக்கு ஒருகணம் கண்கள் இருண்டு மீள, முகத்தில் குழப்பம் சூழ்ந்தது. தடுமாறி எழுந்தார். அறையினுள்ளிருந்து குழந்தையின் அழுகுரல் கேட்கத் துவங்கியது. இரும்பிடார் படிக்கட்டினருகே ஓடிச்சென்று தகவலை எதிர்நோக்கி நின்றான்.

சோதிடர் ‘குழந்தை அற்புதமான நேரத்தில் பிறந்திருக்கிறான். காளியையும் யமனையும் தெய்வங்களாகக் கொண்ட பரணி நட்சத்திரத்தில் பிறந்திருக்கிறான். உலகையே ஆள்வான்’ என்று மகிழ, மகளுக்கு என்னவாயிற்றோ என்று பதறினார் சங்கருள்நாதன்.

இளவெயினியின் கன்னத்தில் தட்டி அவளை எழுப்பிய மூத்த மருத்துவி ‘வாழ்வில் வலியது மரணம். மரணத்தையும் வென்றவள் நீ. இந்தா உன் மகன்’ என்று கொடுக்க இளவெயினியின் மனம் சுரந்து, கண்களில் நீர் கொட்டியது. தடுமாறி எழுந்து அமர்ந்தாள்.

‘எவ்வளவு அழகு’ என்றாள் ஒரு மருத்துவி. ‘நல்ல நீளம். எடையும் அதிகம்’ என்றாள் மற்றொருத்தி கண்களை துடைத்தபடி.

‘உன் அண்ணனை விட உயரமாய் வளர்வான்’ என்றாள் மூத்த மருத்துவி.

கீழே வந்த மருத்துவி ‘இருவரும் நலம். இறப்பை வென்று மீண்டும் பிறப்பெடுத்துள்ளனர்’ என்று கூற, பெரும் வாழ்த்தொலி எழும்பியது. இசைக்கருவிகள் முழங்கின. துயரம் மறைந்து சங்கருள்நாதனின் முகத்தில் களிப்பு தோன்றியது.

இளவெயினி குழந்தையைக் கைகளில் ஏந்த, சுருட்டை முடி, பால் போன்ற வெண்ணிறக் கண்களுடன், கருப்பு விழிகளை உருட்டியது குழந்தை. சூரியன் வெளிப்பட்டு பகலின் முதல் சாமம் துவங்குவதற்கான மணி ஒலிக்க, சூரியனின் ஒளித்துண்டுகள் சாளரங்களில் நுழைந்து எட்டிப்பார்க்க முயன்றன. இளவெயினி குழந்தையை கையில் பிடித்துக் கொண்டு எழ முயன்றாள்.

‘விழுந்து விடுவாய்’ என்று சொன்ன இரண்டு மருத்துவிகள் இளவெயினியை தாங்கிக் கொண்டனர். காய்ந்த கொடியாய் உடல் துவண்டு கிடக்க, மனதின் ஆற்றலில் எழுந்தாள். சிந்தை உடலின் அணுக்களில் ஆற்றலை சொடுக்க, குருதியில் வெளிச்சம் படர்ந்து, நரம்புகள் மீண்டும் துளிர்த்தன.

உடலின் பாரத்தை தாங்க முடியாமல் கால்கள் நடுங்க நெஞ்சுடன் குழந்தையை இறுக்கிக்கொண்டு இளவெயினி நகர்ந்தாள். முதல் தளத்தின் திறந்தவெளிக்கு வந்து நிற்க, இளமஞ்சள் கதிரவன் தன் குலத்தில் உதித்த நிலச்சூரியனைக் கண்டு மகிழ்ந்தான். கண்களை உருட்டி, இமைகளை மூடித்திறந்து சூரியனைப் பார்த்த குழந்தை கையை நீட்டியது.

விண்ணை கண்களால் அளந்த குழந்தை தலையைத் திருப்பி மண்ணைக் காண நிலம் மலர்ந்தது. கழனிகளில் செழித்து வளர்ந்திருந்த பயிர்கள் காற்றில் ஆர்ப்பரித்தன. பறவைகள் இன்னிசையெழுப்பியபடி தலைக்கு மேல் வட்டமிட்டன.

மூத்த மருத்துவி சிறிய கலனில் அதிமதுரம் சாறைக் கொண்டுவந்து குழந்தைக்குப் புகட்டினாள். நாக்கை சுழற்றியபடி சப்பியது குழந்தை. குழந்தை பிறந்தவுடன் அதிமதுர சாறை கொடுப்பது அழுந்தூர் வழக்கம். யானைகளுக்கு அதிகம் பிடிப்பது அதிமதுரம். யானைகளின் காலனாக பிறந்திருந்த வேங்கைக்கும் பிடித்திருந்தது.

திடீரென்று யானையின் பெரும் பிளிறல் அதிரச்செய்ய இளவெயினி முன்னகர்ந்து அரண்மனைக்கு எதிரே பார்த்தாள். பார்த்தவுடன் அவள் முகத்தில் புன்னகை விரிந்தது. சோழத்தின் பட்டத்து யானை பிடர்த்தலை முகப்படாம், காப்பரண்கள் அமைக்கப் பட்டு போருக்கு செல்ல ஆயத்தமாக நின்றிருந்தது. நெஞ்சில் படுக்கை வசத்தில் தாங்கி யிருந்த மகனை நேராக்கி, மகனின் தலையை தோளுக்கு உயர்த்தி கீழே காட்டினாள்.

அழுந்தூரின் யானைப்படை, குதிரைப்படை, தேர்ப்படை ஆகிய முப்படை களுக்கும் வானவன், பரஞ்சுடர், இரும்பிடார் தலைமையேற்று அமர்ந்திருக்க, வீரர்கள் போருக்கான கவசங்களை தரித்து நின்றிருந்தனர்.

குழந்தை கீழே குனிந்து படையின் அணிவகுப்பை பார்த்த கணத்தில் நிலத்தை அதிர வைத்துக்கொண்டு போர்முரசுகள் ஒலிக்க, பேரிகைகள் அதிர்ந்து, துந்துபிகள் முழங்கின.

போர்க்களம் நுழைய படை ஆயத்தமாக நின்றது. அவற்றைக் கண்கொட்டாமல் பார்த்துக் கொண்டிருந்தான் அரசியின் வயிற்றிலேயே சிம்மாசனத்தைப் பெற்ற சோழவேந்தன் திருமாவளவன்.

வீரம் வளரும்...

19

அழுந்தூரில் இளவெயினிக்கு மகன் பிறந்ததும் சற்று நேரம் களித்திருந்த சங்கருள் நாதன், பரஞ்சுடர், வானவன் உடனடியாக புகாரை நோக்கி குதிரைகளில் புறப்பட்டனர்.

அரசியின் முகத்தில் பலநாட்களுக்குப் பின்னர் பால்வண்ண நிலவின் பொலிவினைக் கண்ட அனைவருக்கும் மனம் நிறைந்திருந்தது. இனி சென்னியின் இறப்பிலிருந்து மீண்டெழுவாள் என்ற நம்பிக்கை துளிர்த்திருந்தது.

பற்றவும், படரவும் கொம்பின்றி காற்றில் அலையாடிக் கொண்டிருந்த கொடிக்கு ஆலமரமே கிட்டியது போன்றிருந்தது. ஒரு உயிரின் இழப்பை ஈடுகட்ட மற்றொரு உயிரால்தான் முடியும் போல என்று சங்கருள் நாதன் நினைக்க, ஒரு கதிரவனின் மறைவை ஈடுகட்ட ஒரு நட்சத்திரத் திரளே திரண்டெழுந்து இளவெயினியின் வானத்தை வசப்படுத்தி இருப்பதை வானவன் கண்டான்.

அழுந்தூரிலிருந்து இளவெயினிக்கு பேறுகால வலிதுவங்கிவிட்டதாக இரும்பிடாரிட மிருந்து தகவல் வந்ததும், புகாரில் நிறைந் திருக்கும் ஒற்றர்களை ஏமாற்ற சோழ அரண் மனையிலிருக்கும் அரசிக்கு பேறுகால வலி துவங்கி விட்டதாக கூறி மருத்துவியை வர வழைத்திருந்தார் செம்மான்.

கேள்விகளால் அமைவது வாழ்வு. சரியான நேரத்தில் உருத்திரளும் சரியான கேள்விகள் மனதை வழிநடத்தக் கூடியவை. தேடுதலை உண்டாக்கி, பாதையை உருவாக்கித் தருபவை. பதிலை விட கேள்விகளே அவசியமானவை.

செம்மானும், மற்ற அமைச்சர்களும் அரண்மனையின் கீழ்த்தளத்தில் காத்திருக்க, நன்முகை சுடுநீர், மூலிகை கரைசல், துணிகளுக்காக இங்குமங்கும் அலைந்து கொண்டிருந்தாள். அழுந்தூரிலிருக்கும் இளவெயினிக்கு மகன் பிறக்கப்போகிறான். இனி அரசி அரண் மனைக்கு வந்துவிடுவாள் என்றெண்ணிய நன்முகையின் மனதில் மகிழ்வு பொங்கியது.

அரசிக்கு பேறுகால வலி துவங்கி விட்டதாக நகரில் தகவல் பரவ, சென்னி இறந்ததிலிருந்து வாடிய பயிர்களாய் துவண்டிருந்த மக்களின் மனதில் கோடை மழையாய் வந்திறங்கியது அந்த தகவல். அடுத்த கணம் மக்கள் அகநகரிலிருந்த அரண்மனைக்கு விரைந்து வந்தனர். தீப்பந்தங்களின் ஒளியில் நரம்புக் கருவிகள் மக்களின் நரம்புகளை மீட்டி, உள்ளத்தை இசையால் நிரப்ப சோழமன்னனின் பிறப்பை எதிர்நோக்கி ஆடிக்கொண்டும், பாடிக்கொண்டும் காத்திருந்தனர்.

மறுநாள் காலையில் சங்கரருள்நாதன் தளபதிகளுடன் சோழ அரண்மனைக்கு வந்து இளவெயினிக்கு மகன் பிறந்துவிட்ட தகவலைச் சொன்னதும் செம்மான் மருத்துவியிடம் பேசிவிட்டு, நகரில் முரசறையும் வள்ளுவர்களை வரவழைத்தார்.

‘அரசிக்கு வேந்தர் பிறந்திருக்கிறார். இந்நிகழ்வு பதினோரு நாட்கள் அரச விழாவாக நாடெங்கும் கொண்டாடப்படும். பதினோறாவது நாள் சூரியக் கோவிலுக்கு அரசி வேந்தருடன் வந்து பெயர் சூட்டுவார் என்று முரசறையுங்கள்’ என்றார். மருத்துவிக்கு பொன்னும், அணிகலன்களும் பரிசளித்து அனுப்பி வைத்தார்.

அகநகரில் குழுமியிருந்த மக்களுக்கும் தகவல் கூறப்பட மக்களின் இரைச்சலிலும், வாழ்த்தொலியிலும் அரண்மனை அதிர்ந்தது. வள்ளுவர்கள் யானையின் மீதேறி எட்டு திசைகளுக்கும் சென்று தகவலை தெரியப்படுத்த புகார் மீண்டும் விழாக்கோலம் பூணத் துவங்கியது.

புதுநீரின் வரவால் நன்னீரில் படிந்திருந்த பசும்பாசிகள் விலகுவது போல் மக்களின் மனங்களிலிருந்து துயரம் வடியத் தொடங்க, புத்துயிர் ஒன்று புகார் நகரில் புத்துணர்வு பாய்ச்சத் துவங்கியது.

அனைத்துக் கோவில்களிலும் வழிபாடுகளும், முக்காலப் பூசைகளும் நடக்கத் துவங்கின. தகவல் அண்டைய நாடுகளுக்கும் பரவ புலவர்களும், இசைக் கலைஞர்களும் சோழ நாட்டை நோக்கி படையெடுக்கத் தொடங்கினர்.

தென்னங்கள்ளும், ஈச்சங்கள்ளும் நகரில் ஆறாய் பெருக்கெடுத்து ஓடிக் கொண்டிருக்க, துறைமுகத்தின் இறக்குமதி செய்யப்பட்டு மண்ணில் புதைக்கப்பட்டிருந்த யவனத் தேறல் சாடிகள் வெளியில் எடுக்கப்பட்டு மக்களுக்கு வழங்கப்பட்டன.

அரண்மனைக்கு வந்த புலவர்களுக்கு பொன் அணிகலன்களையும், பொற்றாமரைப் பூக்களையும் பொன்முடிப்புகளையும் பரிசில்களாக செம்மானே வழங்கினார். அரசியைக் கண்டு பாக்கள் படைக்க விரும்பிய புலவர்களிடம் அரசியின் உயிரின்மேல் பல்வேறு தாக்குதல்களை அண்டைய நாடுகள் நிகழ்த்தியதையும், சூதினால் சோழ வேந்தனை வீழ்த்தியதையும் தெரிவித்தார். வஞ்சகத்தை வீரமாக கைக்கொண்ட நாடு எப்படியும் விரைவில் படையெடுக்கும். அதற்காக காத்திருக்கிறோம் என்பதையும் கூறி அனுப்பினார்.

பாணர், பொருணர், கூத்தர் என்றழைக்கப்படும் ஆண்களும், பாடினியர், விறலியர் என்றழைக்கப்படும் பெண்களும் சோழநாட்டில் குவிந்தனர்.

இவர்களில் பாணர் என்பவர்கள் வாய்ப்பாட்டிலும், இசைக்கருவிகளை இசைப்பதிலும் சிறந்தவர்கள். பொருணர் என்பவர் பரணி பாடுவதிலும் நடனம் ஆடுவதிலும், கூத்தர் என்பவர் பாடிக்கொண்டே ஆடும் ஆடலில் வல்லவராயும் இருந்தனர். இவர்கள் தங்களது நடிப்பின் மூலம் மக்களிடம் கதைகளை நாட்டிய நாடக வடிவில் வெளிப்படுத்துவர்.

பாடினியர் எனும் பெண்கள் வாய்ப்பாட்டிலும் இசைக்கருவிகளை இசைப்பதிலும், விறலியர் எனும் பெண்கள் நடனம் ஆடுவதில் வல்லவர்கள்.

நகரின் பல்வேறு இடங்களில் பல இசைக்கருவிகள் இணைந்து ஒலிக்கும் இன்னியத்தை இரவுபகலாய் நிகழ்த்திக் கொண்டிருந்தனர்.

பரணி பாடும் பொருணர்கள் ஒவ்வொரு நாளும் வெவ்வேறு சோழ அரசர்கள் போர்க்களங்களில் ஈட்டியிருந்த வெற்றிகளை கூத்தாக வடிவமைத்து பாடி ஆடினர். பத்தாவது நாளில் சென்னியின் வெற்றிகளைக் கூறி விட்டு மக்கள் அவன்மேல் கொண்டிருந்த பேரன்பையும், பேறுகாலத்தை எதிர்நோக்கியிருந்த அரசியை வஞ்சகர்கள் சூழ்ந்தபோது மக்கள் ஆழித்தீயாய் அரசியை சூழ்ந்துகொண்டு காத்து நின்றதையும் நடித்துக் காட்ட, மக்களின் கண்களில் நீர் வடிந்தது.

பதினொன்றாம் நாள் அரசி சூரியக் கோவிலுக்கு வருவதாக அறிவிக்கப்பட்டிருந்த நாளின் காலையில் பரஞ்சுடர் நகரின் பாதுகாப்பு ஏற்பாடுகளை இரும்பைப் போன்று இறுக்கியிருந்தான். சோழவீரர்கள் அனைவரும் புலிச்சின்னம் பொறிக்கப்பட்ட கவசங்கள் அணிந்து நின்றனர்

சோழ மக்கள் அனைவரும் கோவிலைச் சுற்றி காத்திருக்க முள்ளூர் நாட்டு துணைத் தளபதி மாறன் மக்களினிடையே காத்திருந்தான். சிறிது கால தாமதத்திற்கு பின்னர் இளவெயினிக்கு ஏற்பட்ட உடல்நிலைக் குறைவால் கோவிலுக்கு வர இயலவில்லை என்று அறிவித்த செம்மான் "சோழ வேந்தனுக்கு பெருவளத்தான்" என்ற பெயர்

இடப்பட்டிருப்பதாக மக்களிடம் அறிவித்தார். அந்தப் பெயரிலேயே கோவிலில் பூசைகள் கோவிலில் நடைபெறத் தொடங்க 'சோழவேந்தன் பெருவளத்தான்' என்ற பெயர் மக்களின் உதட்டிலும், மனதிலும் ஒலிக்கத் தொடங்க, வாழ்த்தொலிகள் விண்ணை எட்டியது.

★★★

காலத்தின் ஆறு பருவங்களும் மாறிமாறி ஆற்றின் நீராய் மிதந்து சென்று கொண்டிருக்க பெருஞ்சாத்தனின் மனதில் மட்டும் காலம் உப்பங்கழியாய் சிக்கிக் கொண்டு நகர மறுத்தது. இளவெயினியைப் பற்றிய எண்ணங்கள் காலத்தை கொடும் வேனிலாய் நிறுத்தி வெப்பத்தை கக்கியபடி கிடந்தது.

திசைகள் அனைத்தும் ஒன்றொடுங்கி, சோழநாடு செல்லும் ஒரே திசையை பற்றித் தொங்கிக் கொண்டிருக்க, சோழவேந்தன் பெருவளத்தான் பிறந்தது மேலும் உக்கிரத்தை அதிகமாக்கிக் கொண்டிருந்தது. பலமாதங்களுக்குப் பின்னர் தீச்செல்வனும், முத்துமேனியும் முள்ளூர் நாட்டிற்கு வந்திருந்தனர்.

''வேறெந்த நாடுகளையாவது நம்முடன் இணைக்க முடிந்ததா?'' என்றான் பெருஞ்சாத்தன்.

'முன்னேற்றம் எதுவுமில்லை. சோழ நாட்டை எதிர்க்க எவருக்கும் துணிவு வர வில்லை' என்றான் முத்துமேனி.

'சோழநாட்டின் படை வலிமையும், எண்ணிக்கையும் அதிகரித்த வண்ணம் உள்ளது என்று கேள்விப்பட்டேன்' என்றான் தீச்செல்வன்.

'உண்மைதான். ஒரு பேரரசுக்கு படையே அவசியம். மக்களின் நலன் அல்ல என்பதை சென்னியின் இறப்பிலிருந்து கற்றுக் கொண்டுள்ளனர்'

'சோழ அரசியைத் தாக்க வாய்ப்புகள் கிட்டியதா?'

''புகாரிலிருந்து துணைத்தளபதி மாறன் தொடர்ந்து அனைத்து தகவலையும், நிகழ்வுகளையும் தெரிவித்துக் கொண்டு தானிருக்கிறான். சோழ அரண்மனையிலும் ஆட்களை நியமித்துள்ளான். எனினும் அரசியைப் பற்றி எதுவும் தெரிந்து கொள்ள முடியவில்லை என்றுதான் தகவல் வருகின்றன''.

'காற்றுக்கூட அரசியை அணுகமுடியாமல் காவல்களை பலப்படுத்தியுள்ளதாக கேள்விப்பட்டேன்' என்றான் முத்துமேனி.

'குழந்தையையுமா வெளியே கொண்டு வருவதில்லை. என்ன அதிசயம். அரசி அங்கு இருக்கிறாளா, இல்லையா?' என்று தீச்செல்வன் கையறு நிலையில் கேட்க

பெருஞ்சாத்தனின் மனம் அதிர்ந்து அடங்கியது. அவனின் கண்கள் இருங்கோவைப் பார்க்க இருங்கோவின் கண்களிலும் ஐயம் உருப்பெற்று வெளியேறத் துடிப்பது தெரிந்தது.

பெருஞ்சாத்தனின் மனதில் நினைவுகள் அலையடிக்கத் தொடங்கின. பல மாதங்களாக அரசியை பார்க்க முடியாதது ஏன்? பெருவளத்தான் பிறந்த தினத்தில் சங்கருள்நாதன் மட்டும் சோழ நாட்டிற்கு வந்து திரும்பிச் செல்ல, அதன் பின்னர் இரும்பிடார் அரண்மனைக்கு வந்து சென்றதன் காரணம் என்ன? இருவரும் இணைந்து வராமல் யாரைக் காக்கின்றனர்? மன்னனின் பெயர் சூட்டு விழாவிற்கு அரசி ஏன் வரவில்லை? குழந்தையின் குரல் ஏன் அரண்மனையில் ஒலிக்கவில்லை? என்று நீர்த்திவலைகளாய் மனவெளியில் மிதந்த சொற்கள் ஒன்றிணைந்து கேள்வியென்ற மேகமாய் உருப்பெற்றன. மேகத்தை தேடுபவர்களின் கண்களையும், மனங்களையும் திசைத்திருப்பி கானல்வெளியினை காணச் செய்துள்ளனர் என்பதை விழுங்க முடியாமல் தடுமாறினான் பெருஞ்சாத்தன்.

கேள்விகளால் அமைவது வாழ்வு. சரியான நேரத்தில் உருத்திரளும் சரியான கேள்விகள் மனதை வழிநடத்தக் கூடியவை. தேடுதலை உண்டாக்கி, பாதையை உருவாக்கித் தருபவை. பதிலை விட கேள்விகளே அவசியமானவை. சோழநாடு பறையடித்து கட்டியங்கூறியதை எல்லாம் கேள்விகள் எழுப்பாமல் நம்பியது தான் இன்றைய நிலைக்குக் காரணமாயிருக்க, இருங்கோ மீனுக்குத் தூண்டிலிட மரக்கிளை களில் தேடியவன் போலிருந்தான். புலியை வேட்டையாட கடலில் திரிந்தவனின் நிலையில் இருந்தான். கண்கட்டு வித்தையைப் போல நிலம் மாற்றி, நிலைமாற்றி அலைய விட்டுள்ளனர் என்று நினைத்திருக்க..

‘இளவெயினியின் மகப்பேறை நடத்திய மருத்துவியை விசாரிக்கச் சொல்லி மாறனுக்கு தகவல் அனுப்பு. முப்பது வீரர்களை நமது துணைத் தளபதி வரை வில்லானின் தலைமையில் புகாருக்கு அனுப்பி மாறனிடம் தகவலறிந்து கொண்டு அழுந்தூருக்கு போகச் சொல். அரசி அங்கிருக்க வாய்ப்புகள் உள்ளன. அரசியையும், குழந்தையையும் கொன்று வரச்சொல்’ என்றான் பெருஞ்சாத்தன்.

‘இம்முறை நானே போகிறேன்’ என்று இருங்கோ கூற....

சற்று யோசித்த பெருஞ்சாத்தன் ‘நீ இப்போது கிளம்பினால் சோழ நாட்டைச் சென்றடைய நள்ளிரவு ஆகிவிடும். நுழைவு வாயிலில் எண்ணற்ற கேள்விகளை சந்திக்க நேரும். எனவே அதிகாலையில் வீரர்களை அழைத்துக்கொண்டு புறப்பட்டுச் செல். மேலும் சோழவீரர்கள் உன்னை இனங்கண்டு கொள்ளலாம் எச்சரிக்கையுடன் இரு’

வெகு சாதாரணமாக பேசிய வார்த்தைகள் புயலை உருவாக்குவதை பார்த்தவாறு 'சோழநாட்டு அரசி அழுந்தூரிலா ! வாய்ப்பே இல்லை' என்றான் தீச்செல்வன்.

'அதனால்தான் அங்கு மறைந்திருக்க வாய்ப்புகள் அதிகம்' என்றான் பெருஞ்சாத்தன்.

★★★

அழுந்தூரில் இளவெயினியின் பொழுதுகள் திருமாவளவனை பார்த்துக் கொள்வதிலேயே கழிந்தன. உணவூட்டவும், குளிப்பாட்டவும் மருத்துவிகள் ஓரிரு நாட்கள் உதவி செய்ய அதன் பின்னர் திருமாவளவனை அவளே பார்த்துக் கொள்ளத் துவங்கினாள். சோழநாட்டின் அமுதத்தை 'வளவன்' என்று சுருக்கமாக அழைத்தாள். எப்படி அழைத்தாலும் நாவில் மதுரத்தையே தடவிச் சென்றது மகனின் நினைவு.

பாலையெனக் காய்ந்திருந்த இளவெயினியின் மனதில் கண் பார்வையிலே பசுந்தோட்டங்களை பயிரிட்டான் வளவன். அவன் சிரிக்கையில் விழும் கன்னக்குழியில் அவளின் கவலைகள் புதைந்து போயின. அவன் வயிற்றில் விரலை அழுத்தி விரலால் மீட்டுகையில் இசைக் கலவையாய் சிரித்தான்.

அவனைப் படுக்க வைத்து அவள் சுற்றி வருகையில், தலையைச் சுழற்றி அவள் முகத்தை தேனெடுக்க நோட்டமிடும் வண்டைப் போல புன்னகையுடன் பின் தொடர்ந்தான். கையையும் காலையும் அசைத்து இளவெயினியின் வாழ்வின் வறண்ட பக்கங்களை புரட்டி எறிந்தான். எக்களிக்கும் சிரிப்பிலும், உதடுகள் பிதுக்கி அழும் அழகினிலும் அவனைத் தூக்கத் தோன்றாமல் பார்த்தபடி உயிர் உருகிக் கிடந்தாள்.

பிறந்த ஓரிரு தினங்களில் ஒருக்களித்தவன் முதல் மாதத்திலேயே உடலை திருப்பி படுத்தான். மூன்றாம் மாதத்தில் தவழத் துவங்கினான். குழந்தைகளுக்கான விதிகளை மாற்றி புது விதிகளை எழுதிச் சென்றான். பிறந்தவுடன் நடக்கும் புலிப்பரழாய் தவழ்ந்தான்.

காலிலிருந்த சதங்கையின் ஒலியும், இடுப்பின் அரையணியில் கட்டப்பட்டிருந்த பொன்மணிகளின் ஓசையும், அவன் உறங்கும் நேரத்தை தவிர மற்ற நேரங்களில் இசைபாடித் திரிந்தன.

அவன் வயதிற்கான குழந்தைகளை விட பெரியவனாகவும் ஆற்றல் மிகுந்த வனாகவும் வளர, மூன்று மாதத்திலிருந்தே அரண்மனையின் பின்புறமிருந்த ஆற்றிற்கு வளவனை தூக்கிச் சென்று இளவெயினி நீச்சல் பழக்கத் துவங்க, நடப்பதற்கு முன்னர் நீச்சலைக் கற்று மீனாய் நீந்தினான்.

மாலை வேளைகளில் மாமனின் மடி சொத்தாக மாறியவன், இரும்பிடாருடன் அமர்ந்து கொண்டு ஆயுதங்களின் இசைகளையும், போரிடுபவரின் நடனங்களையும்

ரசிக்கத் துவங்கினான். தடுமாறி நடக்கையில் போரிட மாமனை அழைத்தான். மாமன் எல்லாப் போர்களிலும் தோற்றான். வெற்றியடைந்த போர்கள் தராத மனநிறைவை தோற்ற போர்கள் தந்தன.

அழுந்தூரை நீங்கும் நாளுக்காக ஆயத்தமாக இருந்தாள் இளவெயினி. அவள் கூறியது போல் தளபதி எரியாடி நான்கு குடிகளை அழைத்து வந்திருந்தார். வளவன் பிறந்த காலத்திலேயே அனைவரும் ஆண் குழந்தையைப் பெற்றிருந்தனர். அவர்களில் எரியாடியின் மகன் இமையனும் ஒருவன்.

இரும்பிடாரைப் போலவே உயரமான ஆண்களையுடைய இரண்டு குடிகளையும் எரியாடி அழைத்து வந்திருந்தார். அவர்கள் அழுந்தூரிலிருந்து விலகி வேறு நாடுகளுக்குச் சென்று தனித்தனியே மறைந்திருக்க வேண்டுமென இளவெயினி கூறினாள்.

இவ்வாறு தனித்து சென்றாலோ, இளவெயினியுடன் சென்றாலோ அவர்களின் உயிருக்கு இன்னல் ஏற்படலாமென்பதை விளக்கிக் கூறினாள். அழுந்தூரின் அரசிக்காக உயிரிழப்பதை பெரும்பேறாக கருதுவதாக அனைவரும் கூற, எந்நேரத்திலும் அழுந்தூரை விட்டு விலக ஆயத்தமாக இருக்கும்படி கூறினாள். பொழுதுகளில் சரம் தொடுத்து காத்திருந்தாள்.

★★★

முள்ளூர் நாட்டிலிருந்து பறந்து வந்த கருங்கழுகு மாறனை வந்தடைந்ததும், அதன் காலில் சுற்றப்பட்டிருந்த மெல்லியத் துணியை பிரித்தெடுத்தான் மாறன்.

'அரசி சோழ அரண்மனையில் இருப்பது உண்மையாவென்று அரசியுடன் பேறுகாலத்தில் உடனிருந்த மருத்துவியை வினவிக் கண்டுபிடி' என்று எழுதப்பட்டிருக்க, மாறன் ஒருகணம் அதிர்ந்தான்.

ஒற்று அறிவதற்காகவே பொன்னும், பொருளும் முள்ளூர் நாட்டிலிருந்து வழங்கப் பட்டு புகாரில் தங்க வைக்கப் பட்டிருப்பவன் மாறன். இந்நிலையில் அரண்மனையில் அரசி இல்லை என்ற தகவலே முள்ளூர் நாட்டிலிருப்பவர்கள் கூறித்தான் தெரிய வேண்டுமெனில் மாறன் இங்கிருக்க வேண்டிய அவசியமென்ன என்று இருங்கோ கடுஞ்சினம் கொள்வான் என்ற தோன்ற, மாறனுக்கு நடுக்கமேற்பட்டது.

உடனடியாக புறச்சேரியில் வணிகர்கள் வேடத்தில் வசித்த முள்ளூர் நாட்டு ஒற்றர்கள் மூவரை வரவழைத்தான். ''அரசிக்கு மகப்பேறு செய்த மருத்துவியைக் கண்டு பிடியுங்கள்'' என்று அனுப்பி வைத்தான். மூன்று ஒற்றர்களும் உடல்நிலை சீரற்றவர்களைப் போல மருத்துவச் சேரிக்கு விரைந்து சென்றனர்.

புகார் நகரில் மருத்துவத் தொழில் புரிவோருக்காக ஒரு தெருவை சென்னி ஏற்படுத்தியிருந்தான். மருத்துவக் குடியினர் 'ஆயுள் வேதர்' என்றழைக்கப்பட்டனர். மருத்துவத் தொழில் செய்பவரும், மருத்துவ நூல் இயற்றுபவர்களும் இங்கு வசிக்க, மருத்துவம் படிப்பதற்காக பாடசாலைகளையும் இங்கு அமைத்திருந்தான். இங்கு அமைந்திருந்த ஆதுலர் சாலையில் மருத்துவர்கள் தங்கி இலவசமாக மருத்துவம் செய்வர். இவர்கள் அசுவந்தாம பட்டர்கள். இருபது படுக்கைகளுடன் மருத்துவர்களும், பணிப்பெண்களும், மூலிகை செடிகள் வளர்த்துத் தருவோரும், மருந்தை பாதுகாப்போரும், பணியாட்களும் இங்கிருந்தனர்.

சில நாழிகைகளில் மருத்துவியையும், அவளின் வீட்டையும் ஒற்றர்கள் கண்டறிய, மாறன் இரண்டு ஒற்றர்களுடன் மருத்துவியின் வீட்டிற்குச் சென்றான். மருத்துவி மட்டுமே வீட்டிலிருப்பதை உறுதி செய்து கொண்ட மூவரும் உள்ளே நுழைய 'யார் நீங்கள்?' என்றாள் வயதான மருத்துவி.

'சோழ அரசிக்கு மகப்பேறு பார்த்தது நீதானே'

'ஆமாம். அதனாலென்ன?'

'அரசி அரண்மனையில் இருப்பது உண்மையா?'

'வெளியே போங்கள் முதலில். வீரர்களை அழைப்பேன்' என்று சீறினாள் மருத்துவி.

மாறன் இடையில் மறைத்திருந்த கட்டாரியை உருவியெடுக்க மருத்துவியின் கண்களில் பயம் தெரிந்தது.

'அரசி அரண்மனையில் இருப்பது உண்மையா?' என்றான் மீண்டும்.

'இல்லை' என்று மருத்துவி கூற, மாறன் அதிர்ந்தான்.

'பின்னர் அரசிக்கு மகன் பிறந்ததாக அறிவித்தது எப்படி?'

'அமைச்சர் அவ்வாறு கூறச் சொன்னார்'

அதிர்ச்சி விலகாத மாறன் 'எப்போதிருந்து அரசியை நீ பார்க்கவில்லை?' என்று கேட்க

'அரசியின் பேறுகாலத்தின் எட்டாவது மாதத்திலிருந்து'

சோழநாட்டின் அரசி அரண்மனையை விட்டு விலகி ஒன்றரை வருடத்திற்கும் மேலாகி விட்டதா என்று நினைத்த மாறனுக்கு மூச்சே ஒருகணம் நின்று போனது.

'இப்போது அரசி எங்கிருக்கிறார்?'

'எனக்கு வேறெதுவும் தெரியாது'

வீட்டிற்கு வெளியே ஏதோ சத்தம் கேட்க மாறன் மற்றொருவனிடம் கண்ணைக் காட்ட, மருத்துவியின் பின்புறமாக நெருங்கி அவளின் வாயை இறுகப் பற்றினான் அவன். மருத்துவியின் நெஞ்சில் கட்டாரியைச் சொருகிய மாறன் மீண்டும் உருவி எடுத்தான். மருத்துவி இறந்ததை உறுதிப் படுத்திக் கொண்டு சிலகணங்களில் மூவரும் வெளியேறினர்.

★★★

முள்ளூர் நாட்டில் அதிகாலையில் மூன்று வீரர்களுடன் புறப்பட்ட இருங்கோ, மதியத்தில் புகாரின் புறச்சேரியிலிருந்த மாறனின் வீட்டை வந்தடைந்தான். மாறன் தளபதியை வணங்கி வரவேற்க, இருக்கையில் அமர்ந்தான் இருங்கோ.

முள்ளூரிலிருந்து வரும் போதே இரும்பிடாரை வீழ்த்தும் விதத்தை யோசித் திருந்தான். வாள்வீச்சில் சிறந்த இருபது வீரர்களையும், பத்து விற்படையினரையும் அவனுடன் இணைத்துக் கொண்டான். ஒரே நேரத்தில் ஐந்து அம்புகளை விடுக்கக் கூடிய வில்லையும், அதை பயன்படுத்தக் கூடிய வீரனையும் அழைத்து வந்திருந்தான். பாம்புப் பிடாரனிமிருந்து சில குப்பிகள் நஞ்சையும் வாங்கி இருந்தான்.

'என்ன தகவல்?' என்று இருங்கோ கேட்க..

முதல் நாள் மருத்துவியிடம் தெரிந்து கொண்ட தகவல்களை கூறினான் மாறன். சிலகணங்கள் அமைதியாக இருந்த இருங்கோ ''ஒற்றறிய வந்து விட்டு வாழ்வை மகிழ்வுடன் கழித்துக் கொண்டிருக்கிறாய். அரண்மனையில் ஒன்றரை வருட காலத்திற்கும் மேலாக அரசி இல்லாததை உன்னால் கண்டறிய இயலவில்லை'' என்று கேட்க...

'மன்னிக்கவும் தளபதியாரே. இது போன்ற தவறு மீண்டும் நிகழாது' என்று மாறன் தடுமாற...

''மீண்டும் நிகழ்ந்தால் உன் உடலில் தலை இருக்காது'' என்று பாம்பைப் போன்று சீற்றத்தை இருங்கோ வெளிப்படுத்த, மாறன் ஒடுங்கிப் போனான்.

''காட்டுப்பன்றி ஒன்று வேண்டும். உடனடியாக ஏற்பாடு செய்''

'அருகினிலிருக்கும் அங்காடியில் இருக்கும்' என்ற மாறன் பன்றியை வாங்கி வருவதற்கு உடனடியாக ஒருவனை அனுப்பினான்.

''பன்றியின் வாயையும், கால்களையும் இறுக கட்டி குதிரையில் வைத்துக் கொண்டு வா'' என்று ஒரு வீரனிடம் கூறிவிட்டு இருங்கோ கிளம்பினான்.

இருங்கோவின் மற்ற வீரர்கள் சோழநாட்டினுள் நுழையாமல் வேறுபாதையில் சென்று சோழநாட்டிலிருந்து அழுந்தூருக்கு வரும் மண்பாதையில் காத்திருந்தனர்.

புகாரிலிருந்து கிளம்பி சில நாழிகைகளில் அவர்களை வந்தடைந்த இருங்கோ குதிரைகளை ஆற்றின் கரையிலிருந்த மரத்தில் கட்டி வைக்க கூறினான்.

இரண்டு வீரர்களை காவலுக்கு நிறுத்தியவன் ''யாராவது கேட்டால் இவை பயன் படுத்தப்பட்ட குதிரைகள். அழுந்தூரில் விற்பனை செய்வதற்காக அழைத்து வந்துள்ளேன் என்று சொல்'' என்று கூறி விட்டு அழுந்தூரை நோக்கி வீரர்களுடன் நடக்கத் துவங்கினான்.

அழுந்தூரை நெருங்கியதும் பாதைகளை தவிர்த்துவிட்டு கழனியில் இறங்கி பயிர்களினூடே இருங்கோ முன்னேற, அனைவரும் பின்தொடர்ந்தனர். கழனியில் மக்கள் நடமாட்டம் இருக்கையில், பொறுத்திருந்து விட்டு முன்னேறினர். கதிரவன் மறையத் துவங்க அழுந்தூரின் அரண்மனை தெரியத் துவங்கியது. அனைவரும் இரவின் முதல் சாமம் கழியும்வரை காத்திருந்து விட்டு அரண்மனையை நெருங்கினர்.

அரண்மனையைச் சுற்றி எரிந்து கொண்டிருந்த தீப்பந்தங்கள் எரித்து கொண்டிருக்க, இருள் நெருப்பை தின்று செரிக்க முயன்று கொண்டிருந்தது. இரண்டையும் கண்களால் விழுங்கிக் கொண்டிருந்த இருங்கோவின் மனதில் தாக்க வேண்டிய திட்டத்தின் வடிவங்கள் உருப்பெறத் துவங்கின. வீரர்கள் காக்கவேண்டிய நிலைகளையும், தாக்கவேண்டிய முறைகளையும் விவரிக்கத் துவங்கினான்.

இரும்பிடாரை எதிர் கொள்கையில் சிங்கத்தை சூழ்ந்து வேட்டையாடும் ஓநாய்களின் தந்திரத்தை கைக்கொள்ளக் கூறினான்.

ஓநாய்கள் தனித்திருக்கும் சிங்கத்தை தாக்கும்போது, எந்த ஓநாயும் சிங்கத்தை நெருங்காது, நீங்கவும் செய்யாது. தாக்குதல் அனைத்தும் சிங்கத்தின் பின்புறத்திலேயே நிகழும். பின்னிருந்து தாக்கும் ஓநாயை சிங்கம் திரும்பி துரத்தும்போது முன்புறத்தில் நின்றிருந்த ஓநாய்கள் சிங்கத்தின் பின்புறத்தைத் தாக்கிக் காயப்படுத்தும்.

அந்த உத்தியையே பின்பற்றும்படி வீரர்களிடம் கூறிய இருங்கோ, அவர்கள் சமரிடும்போது அம்பெய்யும் வீரர்கள் இரும்பிடாரைச் சூழ்ந்து ஒரே நேரத்தில் அம்பெய்யும் அவசியத்தை விளக்கினான்.

அழுந்தூரின் மாளிகையில் வளவனை மார்பில் தூக்கிக்கொண்டு முத்தங்களை பொழிந்த சங்கருள்நாதனின் கண்கள் கலங்கின. ''மீண்டும் இவனை பார்க்கும் வரை என் உடலில் உயிர் தங்கியிருக்குமா என்று தெரியவில்லை'' என்று கூற, இளவெயினியின் கண்களும் கலங்கின.

'அப்படிக் கூறாதீர்கள் தந்தையே. இவன் சோழ அரியணையில் அமரும்போது நீங்கள் இவனருகில் உறுதியாக நின்று இருப்பீர்கள்''

“குழந்தைகள் வளர்வதை அருகிலிருந்து பார்ப்பது ஒரு வரம். அந்த கொடுப்பினை எனக்கு இல்லாமல் போய்விட்டது”

‘காலத்தின் கட்டாயம் தந்தையே. இவன் இங்கிருப்பதினால் நம் குடிகளுக்கு இடர் வந்து சேரும்’

சோழநாட்டின் மருத்துவி கொல்லப்பட்டதாக அன்றைய காலையில் தகவல் கிடைத்ததும், மருத்துவியின் வீட்டை வந்தடைந்த வானவன் கணப்பொழுதில் சூது முளை விடுவதை உணர்ந்து கொண்டான். சோழ நாட்டில் கொலையும், களவும் நடப்பதில்லை. அப்படி நடந்தால் அது சோழ மக்களினால் நிகழ்வதில்லை.

அரசியின் மகப்பேற்றை நடத்திய மருத்துவி கொல்லப்பட்டிருக்கிறாள் எனில் பகைவர்கள் அரசி புகாரில் இல்லை என்பதைக் கண்டறிந்து விட்டார்கள் என்பதைப் புரிந்து கொண்ட வானவன் உடனடியாக ஒரு வீரனை ‘புயல் வேகத்தில் தகவலை கொண்டுபோய்ச் சேர்க்கவேண்டும்’ என்று கூறி அழுந்தூருக்கு அனுப்பியிருந்தான்.

வீரன் தகவலைத் தெரிவித்த கணத்தில் இளவெயினி அவளது திட்டத்தின் வலைகளைப் பின்னத் தொடங்கினாள். தோற்றத்தில் இரும்பிடாரை ஒத்த ஆண்களிருந்த இரண்டு குடும்பங்கள் தங்களுக்கான பொருட்களை மாட்டு வண்டியில் ஏற்றிக் கொண்டு விச்சிகோ நாட்டிற்கும், வேளாவி நாட்டை நோக்கியும் புறப்பட்டனர்.

இளவெயினியுடன் செல்லும் நான்கு குடிகளும் பொருட்களை மாட்டு வண்டிகளில் ஏற்றத் தொடங்கினர். அழுந்தூரிலிருந்து பாண்டிய நாடு செல்லும் பாதையில் வண்டிகள் நிறுத்தப்பட்டன.

இருங்கோவும், வீரர்களும் மெதுவாக நகர்ந்து அரண்மனையின் எதிரேயிருந்த கழனியின் பயிர்களுக்கிடையே பரவலாய் மறைந்திருந்தனர். எதிர்பார்த்தது போல் அரண்மனையைச் சுற்றி வீரர்கள் அதிகம் இல்லாதது தெரிந்தது.

சோழநாட்டு வேந்தன் இளவெயினியை மணமுடிக்கும் வரை மாளிகை மட்டுமே இருந்தது. சென்னி அழுந்தூரில் தங்கும் போது வசதிகள் வேண்டுமென்பதற்காக சிறிய அரண்மனையை சங்கருள்நாதன் கட்டியிருந்தார். உயரம் குறைவான மதிற்சுவரும், நுழைவு வாயிலும் கொண்டு அரண்மனை தனித்து நின்றது.

அரண்மனையை விட்டு வெளியே வந்த காவல் நாயொன்று இவர்களிருந்த திசையை நோக்கி பார்த்தவாறு நின்றிருக்க, இருங்கோ வீரனிடம் காட்டுப் பன்றியை விடச் சொன்னான். காட்டுப்பன்றியின் கால்களிலும், வாயிலும் கட்டப்பட்டிருந்த கயிறுகளை அறுத்தெறிந்த வீரன் அரண்மனையை நோக்கி பன்றியை எறிய, பலத்த கத்தலுடன் பன்றி ஓடத்துவங்கியது.

பன்றியைக் கண்டவுடன் நாய் அதைத் துரத்தத் துவங்க, அரண்மனையிலிருந்து வெளிப்பட்ட மற்ற நாய்கள் குரைப்பொலியுடன் அதை துரத்தத்தொடங்கின. நாயைத் தொடர்ந்து வெளிப்பட்ட அரண்மனையின் காவலர்கள் நாய்களைப் பிடிக்க அவற்றைத் தொடர்ந்து ஓடினர்.

நாய்களின் குரைப்பொலி கேட்டவுடன் இளவெயினி ''நான் கிளம்புகிறேன் தந்தையே. உத்தரவு தாருங்கள்'' என்று கூற சங்கருள்நாதன் பெருந்துயரத்துடன் வளவனை மகளிடம் கொடுத்தார். வளவன் இடுப்பில், கழுத்தில், காலில் அணிந்திருந்த அணிகலன்களை கழட்டிய இளவெயினி படுக்கையில் வைக்க...

'என் நினைவாக அவற்றையாவது கொண்டு செல்' என்றார் சங்கருள்நாதன்.

'மற்ற பிள்ளைகள் அணிகலன்கள் இல்லாமலிருக்கும்போது இவன் மட்டும் அணிந்திருந்தால் தனித்துத் தெரிவான்' என்றாள் இளவெயினி.

'தாத்தா' என்ற ஒலி வளவனின் வாயிலிருந்து வெளிப்பட, சங்கருள்நாதன் முற்றிலும் உடைந்து போனார். கண்களில் நீர் சொரிய வளவனின் கைகளைப் பற்றிக்கொண்டார்.

புலியொன்று இரையை நெருங்குவதைப் போல அணுஅணுவாய் நெருங்கியிருந்த இருங்கோ இடையிலிருந்து வாளை உருவிக்கொண்டு கையை அசைக்க வீரர்கள் இருளினூடே புலிப்பாய்ச்சலில் அரண்மனையை நோக்கி முன்னேறினர்.

இருங்கோவின் ஒவ்வொரு வீரனும் அவர்களுக்கு கூறப்பட்டிருந்த இடங்களை நோக்கி விரைந்தனர். மதிற்சுவரினருகே கிளைகளைப் பரப்பி, செந்நிறப் பூக்களை சொரிந்திருந்த செங்கொன்றை மரத்தின் மீதேறி ஒரு விற்படை வீரன் நின்று கொண்டான்.

மரத்தின் மீதேறிய வீரனைக் கண்டு அரண்மனையின் வாசலில் கட்டி வைக்கப் பட்டிருந்த நாயொன்று சத்தமாக குரைக்கத் துவங்கியது. மரத்திலிருந்த வீரன் ஒரு நொடியில் அதன் தலையில் அம்பெய்து வீழ்த்த, நாய் ஓலமிட்டபடி சரிந்தது.

நாலைந்து வீரர்கள் அரண்மனையின் நாற்புறங்களுக்கும் ஓடி அங்கிருந்த இருளில் மறைந்து நின்றனர். விலங்கையோ, மனிதரையோ தாக்கும்போது எதிர் திசையில் தப்பிக்க முயல்வர் என்பதை அறிந்திருந்த இருங்கோ நான்கு வீரர்களை அரண்மனையின் பின்புறத்திற்கு அனுப்பினான்.

இருங்கோ நுழைவு வாயிலில் புயலாய் நுழைந்ததும் மரத்தின் மீதிருந்த வீரன் நாயை அம்பெய்து வீழ்த்தியதைக் கண்டான். தனது அருகிலிருந்த ஐவண்ணனிடம் 'பகைவர்கள் பின்புறத்தில் தப்பிக்கலாம். நீ முன்புறத்திலிருந்து தாக்குதலைத் தொடங்கு. உள்ளிருக்கும் அனைவரையும் கொன்று விடு' என்று கூறிவிட்டு நகர்ந்தான்.

இருங்கோ தன்னிடம் பணியை ஒப்படைத்ததில் பேருவகை அடைந்த ஐவண்ணன், கணமும் தாமதிக்காது அரண்மனையினுள் நுழைய, வீரர்கள் அனைத்து அறைகளை நோக்கியும் விரைந்தார்கள். கீழ்த்தளத்தில் யாருமில்லாததை உறுதி செய்து கொண்டு முதல் தளத்திற்குச் செல்லும் படிகளில் ஐவண்ணன் பதுங்கியபடி ஏறத்துவங்கினான். முதல் தளத்தில் விளக்கின் சுடர் எரிந்து கொண்டிருப்பது தெரிந்தது.

நான்கு குடிகளுக்கும் தேவையான பொருட்களை மாட்டுவண்டிகளில் ஏற்றிய பின்னர்...

இமையனிடம் 'இளவெயினியை அழைத்து வருகிறேன். புறப்பட ஆயத்தமாக இரு' என்று கூறிவிட்டு நடந்த இரும்பிடாருக்கு நாய்கள் குரைப்பதும் அதைத் தொடர்ந்து நாயின் ஓலமும் கேட்க அரண்மனையை நோக்கி ஓடத் துவங்கினான். கால்கள் தரையைத் தொடாமல் மிதப்பது போலிருக்க இரும்பிடாரின் வேகம் காற்றை விஞ்சியது.

மென்மையாக அடியெடுத்து முதல் தளத்தை வந்தடைந்த ஐவண்ணனும் வீரர்களும் மூடியிருந்த கதவை நெருங்கினர். அனைவரையும் நோக்கித் தலையை அசைத்து ஆயத்தப்படுத்திய ஐவண்ணன், கதவை உதைத்துத் திறந்து கொண்டு வேகமாக உள்ளே நுழைந்தான்.

வீரம் வளரும்...

20

அரண்மனையின் முதல் தளத்திலிருந்த அறையில் யாருமில்லாமல் விளக்கு மட்டும் எரிந்து கொண்டிருப்பதைக் கண்ட ஐவண்ணன் அதிர்ந்து நிற்க, அதேகணத்தில் அரண்மனை மதிற்சுவருக்கு அருகே மரத்தில் நின்று கொண்டிருந்த ஒற்றனின் தலையில் இருளைக் கிழித்தபடி வந்த அம்பு ஒன்று பாய்ந்தது. மரத்திலிருந்து கீழே விழுந்த வீரனின் அலறல் அரண்மனையின் உள்ளே நின்றிருந்தவர்களை நடுங்கச் செய்தது.

மனிதன் கணிக்கக் கூடிய விலங்கு. அவன் பொருத்தும் கண்ணிகள் அவனைப் போலவே எளிதில் கணிக்கக் கூடியவை.

அரண்மனையின் நாற்புறத்திலும் இருளில் மறைந்திருந்த ஒற்றர்களின் மேல் சரமாரியாக அம்புகள் பாயத் தொடங்க அவர்களின் அலறல்கள் இரவின் அமைதியைக் குலைக்கத் தொடங்கின. அவர்கள் சரிந்ததும் பயிர்களினூடே மறைந்திருந்த எரியாடி எழுந்து வர, ஏராளமான அழுந்தூரின் வீரர்கள் வெளிப்பட்டு அரண்மனையைச் சுற்றி வளைத்தனர். பொறியில் சிக்கியிருப்பதை உணர்ந்த ஐவண்ணனும், வீரர்களும் பதற்றத்துடன் முதல் தளத்திலிருந்து கீழிறங்கத் தொடங்கினர்.

நாயின் ஓலத்தைக் கேட்டதும் மாளிகையை விட்டு வெளியே வந்த இளவெயினி தூரத்தில் தெரிந்த அரண்மனையைப் பார்த்தாள். ‘‘பகைவர்கள் அரண்மனையில் நுழைந்து

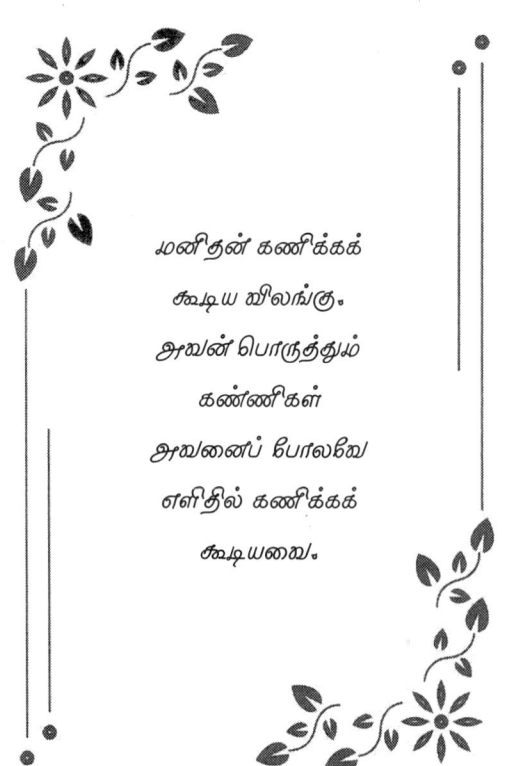

விட்டதாகத் தெரிகிறது'' என்ற இளவெயினி தந்தையை நோக்கி ''நீங்கள் உடனே செல்ல வேண்டாம். எரியாடி வந்து அழைத்துச் செல்லும்வரை இங்கேயே காத்திருங்கள்'' என்றாள்.

மருத்துவி கொல்லப்பட்ட தகவல் தெரிந்ததுமே இளவெயினி சிலந்தியின் நுட்பத்துடன் வலைப்பின்னலை உருவாக்கியிருந்தாள். அழுந்தூருக்குள் நுழையும் அத்தனை சாலைகளையும் வீரர்கள் கவனிக்கத் தொடங்கினர். இன்றிரவோ அல்லது நாளையோ தாக்குதல் நிகழும் என்று எதிர்பார்த்த இளவெயினி எரியாடியிடம் மிகுந்த எச்சரிக்கையாக இருக்க கூறினாள். அரண்மனையை விட்டு விலகி தந்தையுடனும், வளவனுடனும் அவர்களின் பழைய மாளிகைக்கு வந்து சேர்ந்தாள். அங்கிருந்தே பாண்டிய நாட்டுக்குச் செல்ல தேவையான பொருட்களை மாட்டு வண்டியில் ஏற்றச் செய்தாள்.

முப்பது குதிரைகளில் ஒற்றர்கள் சோழநாட்டிலிருந்து வருவது தெரிந்ததும், அவர்கள் அழுந்தூர் அரண்மனையை நோக்கித் தடையின்றி முன்னேற வழிகளை உருவாக்கி உள்ளிழுத்தார் எரியாடி.

'தாக்கும் வீரர்களில் இருங்கோவேள் இருந்தால் அவனை உயிருடன் பிடிக்க முயற்சி செய்யுங்கள்' என்று கூறியிருந்தாள் இளவெயினி.

அழுந்தூர் வீரர்கள் கேடயங்களை ஏந்தியவாறு அரண்மனையில் நுழைவு வாயிலில் நுழைய ஒற்றர்கள் அரண்மனையை விட்டு வெளியேற முயன்றனர். அரண்மனையின் வாசலிலிருந்த போரடிக்கும் களத்தில் வீரர்களும், ஒற்றர்களும் மோதத் தொடங்க மதிற் சுவரின் மேல் வரிசையாக அழுந்தூரின் விற்படையினர் ஏறி நின்று அம்புகளை விடுக்கத் தொடங்கினர்.

வஞ்சினத்தை நெஞ்சில் தாங்கியவர்களுக்கும், உயிர் பிழைக்கப் போராடியவர் களுக்குமான போரில் ஒற்றர்களின் குருதி சிதறத் துவங்கியது. வாட்களின் ஒலிகளும், இருளில் சிதறிய நெருப்புப் பொறிகளும், வீரர்களின் ஓலமும் அரண்மனையில் ஒலிக்க..

இளவெயினியை அழைத்துச் செல்ல மாளிகையை நோக்கிச் சென்று கொண்டிருந்த இரும்பிடாருக்கு நாயின் ஓலம் கேட்டதும் ஒற்றர்கள் அரண்மனையில் நுழைந்து விட்டனர் என்பதை உணர்ந்தான். 'உணர்வுகளைக் கட்டுப்படுத்திக் கொள். நாம் விலகிச் செல்லலாம். எரியாடி பார்த்துக் கொள்வார்' என்று இளவெயினி கூறியிருந்தாள். எனினும் சென்னியைக் கொன்றவனை, அழுந்தூரில் நுழைந்தவனை சிதைக்காமல் அனுப்புவதா என்ற வெறி மேலிட இரும்பிடார் கட்டுக்கடங்காத கடுஞ்சினத்துடன் ஓடிக்கொண்டிருந்தான்.

அரண்மனையை நெருங்கும்போதே அழுந்தூர் வீரர்கள் நுழைவு வாயிலினுள் செல்ல முயல்வதைக் கண்டவன் ஓடிய வேகத்தில் செங்கொன்றை மரத்தின் மீது காலைப் பதித்து எகிறி மதிற்சுவரைத் தாண்டி உள்ளிறங்கினான்.

அதே வேகத்தில் இரும்பிடார் முன்னேற, எதிரில் நின்ற ஒற்றன் இரும்பிடாரின் வேகத்தைக் கண்டு திகைத்துப் போனான். கணப்பொழுது தயங்கியவன் கையிலிருந்த வாளை உயர்த்தும்போதே அவனின் கையைப் பற்றி முறுக்கி மணிக்கட்டை முறித்த இரும்பிடார் அவனின் கையிலிருந்த வாளைப் பறித்து மற்றொருவனின் கழுத்தைச் சீவினான்.

மீண்டும் முன்னேறி இரண்டு ஒற்றர்களுடன் மோதியவன் இடதும், வலதும் நகர்ந்து அவர்களின் உடலைப் பிளந்து எறிய, மற்றொருவன் கையிலிருந்த கனமான வில்லை உயர்த்தி ஐந்து அம்புகளை ஒரே கணத்தில் செலுத்தினான். மின்னலாக இடப்புறம் சரிந்த இரும்பிடார், சரிந்த நிலையில் கையிலிருந்த வாளை எறிய, அம்பெய்தவனின் நெஞ்சில் சொருகி நின்றது வாள். அதே வேகத்தில் மேலெழுந்தான் இரும்பிடார்.

அடுத்து நெருங்கிய ஒற்றன் வாளை இடப்புறமும், வலப்புறமும் வீசித் தாக்க, உடலை பின்னோக்கி நகர்த்தி தவிர்த்துக் கொண்ட இரும்பிடார், வாள் அவனைக் கடந்து வலப்புறம் சென்ற கணத்தில் முன்னேறினான். வாளுடன் திரும்பிய கையின் மணிக்கட்டை வலதுகையால் பற்றி இடது கையை அவன் தோளில் வைத்து கீழ்நோக்கி அழுத்த, ஒற்றன் கீழே மடங்கினான். கையை தோளுடன் முறித்து அவனின் கையிலிருந்த வாளை இரும்பிடார் பறித்தெடுக்க, மற்ற ஒற்றர்கள் முதல் தளத்தை நோக்கி மேலேறினர்.

அழுந்தூர் வீரர்கள் வேகமாக படிக்கட்டுகளில் துரத்திச் செல்ல முதல் தளத்திலிருந்து உறுப்புகளும், குருதியும் மழையாய் பொழிந்தன. அரண்மனையெங்கும் அலறல்கள் எதிரொலித்தன. முதல் தளத்தின் திறந்தவெளிக்கு ஓடிய ஒற்றர்கள் மேலிருந்து கீழே குதிக்க முயல அவர்களை அரண்மனையை சூழ்ந்திருந்த அழுந்தூர் வீரர்கள் அம்பெய்து வீழ்த்தினர்.

இரும்பிடார் முதல் தளத்தினை சென்றடைவதற்குள் அனைத்து வீரர்களும் வீழ்த்தப்பட்டிருக்க, நெஞ்சில் அம்பு பாய்ந்திருந்த ஒற்றன் ஒருவனை தூக்கிய இரும்பிடார் 'இருங்கோவேள் உங்களுடன் வந்தானா?' என்று கர்ச்சிக்க...

'அரண்மனையின் பின்புறத்திற்குச் சென்றார்' என்று தடுமாறியபடிக் கூறினான் ஒற்றன்.

அவனை எறிந்துவிட்டு இரும்பிடார் வேகமாக கீழிறங்க "இவர்களிடமிருந்து ஒருவன் விலகி பயிர்களில் நுழைவதைக் கண்டேன். அவனை வீழ்த்த இருவரை அனுப்பி யுள்ளேன்" என்றார் எரியாடி.

மறுகணம் இரும்பிடார் ஓடத்துவங்கினான். சோழநாட்டிலிருந்து வந்த ஒற்றர்கள் ஆற்றங்கரையில் குதிரைகளை நிறுத்தியிருப்பதாக அழுந்தூர் வீரன் கூறியிருந்தான்.

தப்பிச் செல்பவன் இருங்கோவேளாக இருந்தால் அவன் குதிரையிடம் செல்லும் முன்னர் அவனை பிடிக்க எண்ணிய இரும்பிடார் உக்கிரம் கொளுந்து விட்டெரிய ஓடத் துவங்கினான். வீரர்கள் அவனைத் தொடர்ந்து சென்றனர்.

இரும்பிடாருக்கு சற்று முன்னால் இருங்கோ ஓடிக் கொண்டிருந்தான். அரண்மனையின் நுழைவு வாயிலில் நுழையும்போதே நாய்களனைத்தும் பன்றியைத் துரத்திச் செல்ல, ஒரு நாய் மட்டும் வாசலில் கட்டப்பட்டிருக்க காரணமென்ன' என்ற கேள்வி மனதில் உதித்தது.

'நாயைக் கட்டி வைப்பது வழக்கமில்லையே' என்ற எண்ணம் இருங்கோவின் மனதில் தோன்ற, அரண்மனையில் எந்த வீரனும் இல்லாததும் சிந்தையில் பளிச்சிட பொறியில் நுழைகிறோம் என்பதை உணர்ந்தான் இருங்கோ. அடுத்த கணம் ஐவண்ணனிடம் தாக்குதலை நடத்த கூறி விட்டு பின்வாங்கி கழனியில் நுழைந்தான். கழனிகளினூடே நகர்ந்தவன் பதுங்கியிருந்த அழுந்தூர் வீரர்களைக் கண்டதும் விலகத் துவங்கினான்.

நல்ல வேட்டையன் எப்போது முன்னேற வேண்டும், எப்போது பின்னடைய வேண்டுமென்பதை அறிந்திருப்பது அவசியம். அரண்மனையைப் பொறியாக்கிக் காத்திருப்பவர்களை வீழ்த்த இயலாது என்றெண்ணியவன் குதிரையை நிறுத்தியிருந்த இடத்திற்கு ஓடத் துவங்கினான்.

கணிக்க முடியாத விலங்குகளை அடர்காடுகளில் வேட்டையாடுபவன் இருங்கோ. மனிதன் கணிக்கக் கூடிய விலங்கு. அவன் பொருத்தும் கண்ணிகள் அவனைப் போலவே எளிதில் கணிக்கக் கூடியவை.

வேட்டையில் தப்பிக்கும் மிருகங்கள் மகிழ்வதில்லை. அதேபோல் இருங்கோவாலும் இம்முறை மகிழ முடியவில்லை. வேட்டைக்குச் சென்றவன் வேட்டையாடப்பட்டது எவ்வாறு என்பதை யோசித்தவாறே ஓடிக் கொண்டிருந்தான். இளவெயினியே உத்திகளை வகுத்திருப்பாள் என்பதில் இருங்கோவிற்கு எந்த ஐயமும் இல்லை. அனைத்து வீரர்களையும் பறிகொடுக்க நேர்ந்தது அரசியைக் குறைத்து மதிப்பிட்டதன் விளைவே என்பது தெளிவாகத் தெரிந்தது. இம்முறை அரசியின் ஈடிணையற்ற மதியூகம் மழையில் தோன்றும் வானவில்லாய் தெளிவாகத் தெரிந்தது.

அவன் எதிர்பார்த்தது போலவே பின்புறத்தில் காலடியோசை கேட்க 'வீரர்களை ஏவியிருக்கிறார்கள்' என்றெண்ணியபடி அருகிலிருந்த மரத்தின்மீது நொடிப்பொழுதில் ஏறிக்கொண்டு காத்திருந்தான். தப்பி ஓடுபவன் இந்த நிலையில் எதிர்க்க மாட்டானென்ற எண்ணத்தில் வீரர்கள் இருவரும் வேகமாக மரத்தை கடந்த போது கீழே குதித்தவாறு ஒருவனை வெட்டியெறிந்தான்.

சிலகணங்களில் மற்றொருவனின் வயிற்றில் வாளை சொருகி சாய்த்தான். அவனருகில் நெருங்கிய இருங்கோ 'உங்கள் அரசி எங்கே இருக்கிறாள்?' என்று கேட்க

'அரசியின் இடத்தை கண்டு பிடிக்கவே இயலாது' என்றான் வீரன். தடுமாறிய படி முகத்தில் ஏளனப் புன்னகை மிளிர.

மீண்டும் அவன் நெஞ்சில் வாளை பாய்ச்சிய இருங்கோ அங்கிருந்து ஓடத் துவங்கினான்.

இந்நேரத்தில் அரண்மனையில் கொன்றொழிப்பு முடிந்திருக்கும். அடுத்து தன்னைத் தேடி வருவார்கள் என்று எண்ணிய இருங்கோ வேகமாக சென்று கொண்டிருந்தான். இருளில் வரப்புகளில் வேகமாக ஓடமுடியாததால் முடிந்தவரை வேகமாக ஓடிக் கொண்டிருந்தான்.

இரும்பிடார் உச்ச வேகத்தில் துரத்தி வந்து கொண்டிருந்தான். இது அவனது மண். அவனுடைய நிலம். சிறுவயதிலிருந்தே கழனிகளிலும், வரப்புகளிலும் ஒட்டி உறவாடியவன். வரப்பை பார்க்கவே அவசியமின்றி சினமும் சீற்றமும் கொப்பளிக்க பறந்து கொண்டிருந்தான். 'இருங்கோவேள்' என்று திசுக்கள் அனைத்தும் மதம் பிடித்து உறும, தழைகளை களையெடுப்பவன் தலையொன்றை கதிரடிக்க ஓடினான். 'தங்கையுடன் மறைந்து வாழச் சென்ற பின்னர் மீண்டும் இருங்கோவை சந்திக்க இயலாமல் போகலாம். அதற்குள் இவன் மேலும் சதித்திட்டங்களை உருவாக்கி எண்ணற்றவர்களைக் கொல்லலாம்' என்றெண்ணியவன் இன்றே அவனை ஒடித்தெறிய நினைத்தான். நீரோட்டம் கலனை செலுத்துவது போல கால்கள் உடலை செலுத்த, இருபுறத்தின் துடுப்புகளாக கைகள் காற்றை கிழித்தெறிய உடல் அம்பாக முன்னேறியது.

வேகம் வேகம் என்று வெறித்தனமாக மனம் துரத்த, புற்கள் நசுங்கி, கற்கள் உடைய, பாறைகள் நொறுங்க, இதயம் துடிக்க, உடலிலிருந்து வியர்வைத் துளிகள் காற்றில் பறக்க வரப்பிலிருந்து கற்களுக்குத் தாவி, கற்களிலிருந்து சிறுஓடையைத் தாண்டி, மண் பாதையில் இறங்கி வெறியுடன் துரத்தினான்.

சிலகணங்களில் குதிரைகள் நிற்பதும் மூன்று குதிரைகளில் ஒற்றர்கள் தப்பித்துச் செல்வதையும் கண்ட இரும்பிடார் கண்களில் வெறி குறையாமல் குதிரைகளைத் துரத்தத் துவங்கினான்.

சிறிது தூரம் ஓடிய பின்னர் இடைவெளி அதிகமாகத் துவங்க, ஓடுவதை நிறுத்தி வெறித்த விழிகளுடன் குதிரைகளை பார்த்தபடி இரும்பிடார் நிற்க...

குதிரையில் இருந்தபடி இருங்கோ அரைபனை உயரத்தில் சாலையின் நடுவில் நின்றிருந்த இரும்பிடாரைப் பார்த்தபடி விலகினான். 'வீரம் பெரிதா. விவேகம் பெரிதாவென்று அடுத்தமுறை பார்த்து விடலாம்' என்று சூளுரைத்தான்.

அழுந்தூர் மாளிகைக்குத் திரும்பிய இரும்பிடார் ''தப்பியது இருங்கோவேளாகத் தான் இருக்கும். இனிமேல் அழுந்தூரில் நீ இருக்க மாட்டாய் என்பதால் இங்கே தாக்க மாட்டார்கள்'' என்றான்.

'இன்னும் எத்தனை காலம் இது போன்று மறைந்து இருக்கப் போகிறாய்?' என்று சங்கருள்நாதன் கேட்க..

'சில வருடங்களோ அல்லது வளவன் தன்னைத் தானே காத்துக் கொள்ளும் நிலையை அடையும் வரையோ இருந்துதான் ஆக வேண்டும்' என்றாள் இளவெயினி.

'நான்கு மாதங்களுக்கு ஒருமுறை சோழ நாட்டிற்கு வரும்போது உங்களையும் பார்த்துச் செல்கிறேன்' என்று இரும்பிடார் சங்கருள்நாதனிடம் கூறிவிட்டு விடைபெற்றான்.

'சென்று வருகிறேன் தந்தையே' என்று இளவெயினி கூற, சங்கருள்நாதன் மகளையும், பெயரனையும் கட்டியணைத்துக் கண்ணீர் மல்க அனுப்பி வைத்தார்.

ஐந்து மாட்டு வண்டிகளும் அழுந்தூரை நீங்கி பாண்டிய நாட்டை நோக்கி உருளத் தொடங்கின. இரும்பிடார் வண்டியை ஓட்டிச்செல்ல இளவெயினி அவனின் பின்னால் வளவனை மடியிலேந்திக் கொண்டு அமர்ந்திருந்தாள். நவமணிகள் பதிக்கப்பட்ட பொன் தேரில் வலம் வரவேண்டிய அரசி குளிர்க் காற்றில் பயணித்துக் கொண்டிருந்தாள். படை சூழ, பேரிகைகள் முழங்க பயணிக்க வேண்டிய வேந்தன், சாதாரண குடிமகனாக வாழ்வதற்கு பயணித்துக் கொண்டிருந்தான். பயணத்தின் துவக்கமும், முடிய வேண்டிய தருணமும் கண்களுக்கு தெரிந்தது. பாதை மட்டும் நிச்சயமற்ற இருளாய் சூழ்ந்து நின்றது.

நாட்டை விட்டு மற்றொரு நாட்டுக்கு செல்லும் குடிகள் இவ்வாறு பயணிப்பது வழக்கமான ஒன்று என்பதால் பெரிதாக எவரது கவனத்தையும் ஈர்க்காமல் வண்டிகள் சென்று கொண்டிருந்தன. ஆனால் அவ்வாறு செல்லும் வண்டிகள் பசியை போக்க பொருளைத் தேடிச் செல்வது வழக்கம். இளவெயினி பொருளை விடுத்து பசியைத் தேடிச் சென்று கொண்டிருந்தாள். தனது வாழ்வை துறந்து மக்களின் வாழ்விற்காக சென்று கொண்டிருந்தாள்.

வண்டி அசைந்தாடிக் கொண்டு நகர, வெளிச்சத்தை வாரியிறைத்தபடி வானின் முழுமதி இளவெயினியுடன் சேர்ந்து பயணித்தது. 'அந்த நிலவிருக்கும்வரை நீ மட்டுமே' என்ற சென்னியின் வார்த்தை நினைவில் வந்தது.

‘நிலவும் இருக்க, நானும் இருக்க, நீ எங்கு சென்றாய்’ என்று நினைக்க, சென்னியின் நினைவுகள் பூவின்மேல் வண்டாய் இளவெயினியின் மனதில் வந்தமர்ந்தது. வண்டு மதுரத்தை மலருக்கு ஊட்டியது.

சென்னியுடன் மணமுடித்த சிலநாட்களில் இளவெயினி கடலைக் கண்டதில்லை என்று கூற, காலம் காலமாக சோழர்களுக்கு தீராத் தலைவலியாயிருந்த பரதவத் தலைவனை போரில் தோற்கடித்த சென்னிக்கு பெரும் வியப்பாயிருந்தது.

‘ஐந்து நாட்கள் பொறு. அழைத்துச் செல்கிறேன்’ என்றான் சென்னி.

‘அதென்ன ஐந்து நாட்கள்?’ என்றாள் இளவெயினி.

‘அன்றே முழுநிலவு வெளிப்படும். உன் முகம் அழகா இல்லை முழுமதி அழகா என்று பார்க்க வேண்டும்’.

ஐந்தாவது நாளின் இரவில் மாறுவேடமணிந்த இருவரும் பரதவர்கள் வாழும் கடற்கரைக்கு குதிரையில் சென்றனர். அங்கிருந்த துறைவன் என்றழைக்கப்படும் மூதூரின் தலைவனின் வீட்டில் குதிரைகளை நிறுத்தினர்.

சென்னியைக் கண்டு பணிந்த துறைவன் ‘கடற்கரையில் நடக்கும் களியாட்டத்தில் கலந்து கொள்ளுங்கள்’ என்றான். சென்னி தலையை அசைத்துவிட்டு நகர்ந்தான்.

இருவரும் கைகோர்த்தவாறு நடக்கத் தொடங்கினர். சிறிய சந்தின் வழியாக மாளிகை களைக் கடந்து நடக்கும்போதே கடலின் இரைச்சல் கேட்கத் துவங்க இளவெயினி சென்னியின் விரல்களை இறுக்கிக் கொண்டாள். பரதவக் குடில்களை தாண்டிய கணத்தில் திடீரென வானமென பரந்திருந்த கடலும், ஓவென்று ஆர்ப்பரித்தவாறு நுரையுடன் ஓடி வந்த அலைகளும் தெரிய, இளவெயினியின் கண்கள் வியப்பில் விரிந்தது. கருவானில் தோன்றும் மின்னல்கொடி போல் கருங்கடலில் உருண்டு வரும் அலைகள் தோன்ற இளவெயினியின் மனதில் களிப்பு கரைபுரண்டது.

சென்னியின் கையை விடுத்து சிறுபெண்ணைப் போல் கடலை நோக்கி ஈரமண்ணில் ஓடியவள், சென்னியின் மனதில் காலடித் தடங்களை பதித்துக் கொண்டு சென்றாள்.

அலை தொடாத தூரத்தில் நின்று பெரும் மகிழ்வுடன் பார்த்திருக்க கடல் நீர் அத்தனையும் அவள் பாதத்தில் சரணடைய ஓடிவந்தது. நிலத்தின் பெருமை நீருக்கும் கிடைத்ததென உவகை கொண்டது.

அவளின் உடலில் பட்ட உப்புக் காற்று துவர்ப்பை இழந்து இனிக்கத் தொடங்க, அவள் பார்ப்பதற்காக கடல் மீண்டும் மீண்டும் தன்னை உரித்து அழகு படுத்திக் கொண்டது.

அவளின் பாதத்தில் நண்டொன்று ஏறி ஓட பதற்றத்தில் துள்ளிக் குதித்தாள். சென்னி வாய்விட்டு சிரித்தான்.

'இவை கடல் மணலில் வளையமைத்து வாழும் வெள்ளி நண்டுகள். உன்னைக் கண்டு பயந்து ஓடுகிறது. கடல் நீரில் வாழ்பவை சீவாளி நண்டுகள்' என்றான்.

சென்னி அவளின் கரத்தைப் பற்றிக்கொண்டு கடலினுள் சற்று தூரம் அழைத்துச் சென்றான். அலையொன்று சீறியபடி உருண்டு வர, இளவெயினி அச்சத்துடன் பின்னகர்ந்தாள். அலையின் வேகத்தில் இளவெயினியின் முழங்கால்வரை நனைந்து இளவெயினி பின்னே சரிய, அவளை இழுத்து அணைத்துக் கொண்டான் சென்னி.

இருவரும் சற்று நேரம் நின்றிருக்க அலைகள் ஆசை தீராமல் இருவரையும் நனைத்து மகிழ்ந்திருந்தன. 'வா போகலாம்' என்று அவளை இழுத்துக்கொண்டு நடந்தான் சென்னி.

சற்று தூரத்தில் கடற்கரையில் நெருப்புக் கட்டைகள் எரிந்து கொண்டிருக்க அதைச் சுற்றி ஆண்களும் பெண்களும் ஆடுவது தெரிய, சென்னி அதை நோக்கி நடந்தான்.

கடற்கரையை அடுத்து காணப்படும் நீர்க்கழிகளில் நீர்ப்பூங்கொடியான நெய்தற் கொடிகளில் நெய்தல் மலர் பூத்துக்குலுங்கியது. நெய்தல் நிலத்து மலர்களான தாழை, புன்னை, ஞாழல், செருந்தி, அடும்பு போன்ற மலர்கள் மலர்ந்து இருந்தன. பரதவ மகளிர் தாழை மரங்களில் கட்டியிருந்த ஊஞ்சல் காற்றில் அலையாடியது. ஒன்றிரண்டு அன்னப் பறவைகளும், அன்றில் பறவைகளும் இங்குமங்கும் அலைந்து கொண்டிருந்தன. பெருமீன்கள் சிதைத்த செந்நிற வலையை வயதானவர்கள் சிலர் சரி செய்து கொண்டு அமர்ந்திருந்தனர்.

நிலத்தின் ஐந்து பகுதிகளான குறிஞ்சி, முல்லை, மருதம், நெய்தல், பாலை ஆகியவை இந்நிலங்களில் அதிகம் மலரும் மலர்களின் அடிப்படையிலேயே பெயரிடப்பட்டன. அவ்வகையில் நெய்தற் பூ அதிகம் மலரும் கடலும் கடல் சார்ந்த பகுதியும் நெய்தல் ஆகியது.

மனித குலம் தோன்றிய பின்னர் முதலில் தோன்றிய தொழில் வேட்டைத் தொழிலே. மீன் பிடிப்பதையும், காட்டு விலங்குகளை வேட்டையாடுவதையும் செய்த ஆதிக் குடியினர் பரதவர்களும், வேடவர்களுமே.

நீர் மிகுந்த பெருங்கடலில் விசையோடு இயங்கும் காற்றின் போக்கையும் திறத்தையும் உணர்ந்து பாய்மரத்தை விரித்து விரும்பும் திசையில் மரக்கலத்தை செலுத்தும் நுண்ணிய திறன் பெற்றவர்கள் பரதவர்கள். இவர்களில் பகல் பரதவர், நிலா பரதவர் என்று இரண்டு பிரிவுகள் இருந்தனர்.

நெய்தல் நிலத்தின் ஆண்மக்களை நுளையர், திமிலர், பரதவர் என்றும் பெண்களை நுளத்தியர், பரச்சியர், நுளைச்சியர் என்றும் அழைத்தனர். நெய்தல் நிலத் தலைவன் கொண்கன், மெல்லம்புலம்பன், துறைவன், சேர்ப்பன் என்று அழைக்கப்பட்டான்.

இவர்கள் முத்துக்குளித்தல், சங்குக் குளித்தல், உப்புக் குளித்தல் ஆகிய தொழில் களை செய்தனர். வெறும் கலங்களை செலுத்தும் பணியாளராக மட்டுமில்லாமல் பெரும் வணிகர்களாகவும் விளங்கினர். சில இடங்களில் மன்னர்களை எதிர்த்து நிற்கும் பெரும் படையையும் கொண்டிருந்தனர்.

சென்னியும், இளவெயினியும் நடந்து செல்லும்போது காற்றில் வெண்மணலில் உலர்த்தப்பட்டிருந்த இறாமீன் குவியலில் இருந்தும், உப்பில் பிரட்டி காயவைக்கப் பட்ட கருவாட்டிலிருந்தும் புலால் நாற்றம் வீசியது. காற்று மாறி வீசும்போது வெண்ணிற புன்னை மலர்களின் நறுமணமும், செம்பொன்னிற ஞாலம் மலர்களின் நறுமணமும் வீசியது.

நெருப்பைச் சுற்றி ஆண்களும், பெண்களும் வளைந்து சுழன்று துடியின் இசைக்கேற்ப ஆடிக்கொண்டிருக்க, தாழை மரத்தின் கீழே பெருமீனின் கொம்பை நட்டு, நெய்தல் தெய்வம் வருணனுக்கு தாழை மலர்கள் சூட்டி வழிபாடுகள் நடந்திருந்தன. உணவு ஒருபுறம் ஆயத்தமாகிக் கொண்டிருந்தது.

பெண்களின் தலையில் செருந்தி, அடும்பு போன்ற மலர்களை அணிந்து கழுத்தில் நீலமணி போன்ற நெய்தற் மலர்களை கதம்பமாய் கோர்த்து அணிந்திருந்தனர். சில பெண்கள் முத்துக்களைக் கோர்த்து மாலையாக அணிந்து, சங்குகளில் அழகிய வளையல்களை அணிந்திருந்தனர்.

இவர்களுக்காக காத்திருந்த துறைவனிடம் 'என்ன விழா' என்று கேட்டான் சென்னி.

ஒருவனைச் சுட்டிக் காட்டிய துறைவன் 'இன்று அவன் விண்ணில் தாவி சீறியெழும் பெருமீனை எறியுளியால் தாக்கிக் கொன்றான். உதிரம் பெருக்கெடுத்து கடலை உலுக்கி, செந்நீராய் கலக்கிய கொடுஞ்சுறாவை வலையில் கட்டி இழுத்து வந்தான்'. மற்றொரு பெண்ணைக் காட்டியபடி 'வீரத்தைக் காட்டி அவள் தந்தையின் இசைவைப் பெற்று தனது மனதுக்கு பிடித்த பெண்ணை நாளை பொன்னும், திரண்ட பொருட்களும், அளவற்ற அணிகலன்களும் கொடுத்து மணமுடிக்கிறான்' என்று கூறி மூங்கில் குப்பியில் பனங்கள்ளினை நிரம்பித் தந்தான்.

சென்னி வேண்டாமென்று மென்மையாய் மறுக்க அருகிலிருந்த இளவெயினி 'ஏன் இன்று கள் பருகுவதில்லையா?' என்றாள்.

'எனது மனதை மயக்க உன் இதழில் இருக்கும் கள் போதாதா. இவை எதற்கு?' என்றான் சென்னி. 'பரதவர்களுக்கு மன்னன் என்று அறிவித்துக்கொண்டு சோழநாட்டை சீண்டிய பரதவத் தலைவனை வீழ்த்தி இன்னும் ஒரு வருடம் கூட ஆகாத நிலையில் எவரேனும் வஞ்சினம் கொண்டு தாக்கினால் அதை சமாளிக்க தெளிவான மனநிலையில் இருக்க வேண்டும்' என எண்ணினான். இளவெயினியிடம் இதை கூறி அச்சப்படுத்த வேண்டாமென்று நினைத்தவன் மீன்கள் இருக்குமிடத்திற்கு நடந்தான்.

பொறித்து வைக்கப்பட்டிருந்த குழல், அயிலை, இறா மீன்களை ஆம்பல் இலையில் எடுத்தவாறே அருகில் தலைப்பாகை கட்டியிருந்தவனிடம் "இங்கென்ன செய்கிறாய்?" என்றான்.

சென்னியை நோக்கித் திரும்பிய தலைப்பாகைக்காரன் "எனது வேலையை" என்றான்.

"என்னை வேவு பார்க்க அரண்மனையிலேயே ஒற்றர்கள் வைத்திருக்கிறாயா?"

"அது எனது முழுநேர வேலை அல்லவா" என்று வானவன் சிரிக்க, சென்னியும் சிரித்தான்.

சென்னி திரும்பி நடக்கத் துவங்க 'சென்னி' என்றழைத்தான் வானவன்.

எச்சரிக்கையுடன் இருக்கும்படி சொல்வான் என்று நினைத்த சென்னி திரும்பி 'என்ன' என்பது போல் பார்க்க..

'கடலில் செல்ல விரும்பினால் பனந்தோப்பினருகே ஒரு அம்பியை நிறுத்தி வைத்திருக்கிறேன்' என்று கூற, சென்னி சிரித்தவாறு விலகினான்.

வீரனின் முகத்தில் தெரியும் வெற்றிக் களிப்பை ரசித்தவாறு இருந்த சென்னி சிறிது நேரத்திற்கு பின்னர் இளவெயினியின் விரல்களை கோர்த்துக் கொண்டு அருகிலிருந்த பனந்தோப்பை நோக்கி நடந்தான். இருளின் கறைகளாய் ஆங்காங்கே சோழவீரர்களை வானவன் காவலுக்கு நிறுத்தியிருப்பது தெரிந்தது. கரையில் அம்பியும், துடுப்பும் இருவருக்குமாக காத்திருக்க இளவெயினியை அமரச் சொல்லி விட்டு மரக்கலத்தை கடலில் இறக்கி தள்ளத் துவங்கினான்.

நீரில் முழுவதும் தள்ளிவிட்டு தாவி அமர்ந்தவன் திறமையுடன் கலத்தை செலுத்தத் துவங்கினான். கடலின் இரைச்சலும், குளிர்ந்த காற்றின் சத்தமும் இளவெயினியின் மனதில் அச்சத்தை படரச் செய்ய சென்னியின் காலருகே அமர்ந்து கொண்டாள். கடல் அலைகளின் சீற்றம் அதிகமாயிருக்க கலம் மேலும் கீழும் ஏறியிறங்கியது. சென்னி செவ்வானமும் கருங்கடலும் இணையும் இடத்தை நோக்கி செலுத்தத் துவங்கினான்.

யாழிசையின் சுருதி போல் மேலும் கீழும் ஏறியிறங்கிய கலம் அலைகளை நளினமாய் கடந்து செல்ல, இளவெயினி துடிக்கும் மனதை அடக்கிக் கொண்டு அமர்ந்திருந்தாள். கடலினுள் செல்லச்செல்ல அலைகளின் வேகம் குறைந்து பேரமைதி சூழத் தொடங்க மிதமான வேகத்தில் துடுப்பினை சுழற்றினான் சென்னி.

இளவெயினியின் பதட்டம் மெதுவாக அடங்கத் தொடங்க

"சோழ மன்னர் பரதவரானது எப்படி?" என்றாள் இளவெயினி.

'சோழ அரசிக்காக அடிமையும் ஆவேன்'

'பரதவரின் தொழிலை கற்றது எப்படி என்றேன்'

பரதவ நண்பர்களுடன் சேர்ந்து சிறுவயதிலேயே பழகியிருக்கிறேன்'

கடற்கரையிலிருந்து தொலைவிற்குச் சென்ற பின்னர் துடுப்பு போடுவதை நிறுத்திவிட்டு, துடுப்பை படகினுள் வைத்தான் சென்னி. கலங்கரை விளக்கின் ஒளியும், மாளிகைகளில் சுடர் விட்ட ஒளியும் வானிற்கு இடப்பட்ட பொட்டுக்களாய் ஒளிர்ந்து கொண்டிருந்தது.

நிலவொளியை மருதாணியாய் இட்டுச் சிவந்த வானம் இருவரையும் வேடிக்கைப் பார்த்துக் கொண்டு அமர்ந்திருக்க...

"ஆதிகாலத்தில் தோன்றிய பரதவர் பூவுலகின் மையப்புள்ளியாக சொல்வது இந்த இடம்தான்" என்றான்.

ஒரு கண்ணில் கடலின் ஆழத்தையும் மறு கண்ணில் வானின் அகலத்தையும் தேக்கிய கண்களால் அதிசயித்து, "அப்படியா" என்று கேட்க இருந்தவள், நொடிப்பொழுதில் "உருண்டையான பூமியின் எல்லா இடமும் மையப்புள்ளி தானே" என்று சிரித்தாள்.

வாய்விட்டு சிரித்த சென்னி "உன்னை ஏமாற்ற முடியுமா" என்றான்.

இளவெயினியை மணமுடித்த நாளிலிருந்து அவளின் புத்திக்கூர்மையை எண்ணி பெரிதும் வியப்பான் சென்னி. சோழ அரண்மனையைச் சுற்றி அழகுக்காக படர வந்த பூங்கொடி அல்ல இவள். சோழ வம்சத்தை தாங்கி நிற்க போகும் ஆலம் என்பதை சென்னி உணர்ந்து கொண்டிருந்தான்.

மெதுவாக கடல் இருவரையும் தாலாட்டிக் கொண்டிருக்க நிலவொளியில் இளவெயினியின் முகம் அழகு ததும்புவதை பார்த்தவாறு இருந்தான். அன்னச் சேவலின் கழுத்துப்போன்று வளைந்து நெளிந்த புருவங்கள் சென்னியின் மோகத்திற்கு தூது விட்டுக்கொண்டிருந்தன.

வானின் மணிமகுடமாய் பிரகாசிக்கும் நிலவை பரிகசிக்கும் முகம். காதோர சுருள் முடியும், நெற்றியில் மின்னிய பொட்டும், மீன் போன்ற கண்களும், மீனை விழுங்க அன்றில் பறவையாய் சடசடத்த இமைகளும் சேர்ந்து இளவெயினியின் முகம் செம்பொன் மலராய் பிரகாசித்தது. முழுநிலவின் பொன்னொளி கடல் நீரின் மேல் தாவிக்குதித்து விளையாடிக் கொண்டிருக்க, நீரின் உடல்பரப்பு ஒளியிதழ்களாய் ததும்பிக் கொண்டிருந்தது.

இருளின் அமைதியைக் குலைத்தபடி 'சளப்' என்ற நீரை சிதறடிக்கும் சத்தம் கலத்தின் அருகே கேட்க சென்னியின் காலை இறுக்கிக் கொண்டாள் இளவெயினி. சிரித்த சென்னி 'மீன்கள்' என்றபடி அவளைத் தனது நெஞ்சின் மேல் சாய்த்து இறுக்கிக் கொண்டான்.

இளவெயினியின் நெஞ்சு சென்னியின் மார்பில் துடித்தது. சென்னியின் மூச்சு இளவெயினியின் கழுத்தில் நிகழ்ந்தது. பூந்தோட்டமாய் நெஞ்சில் கொட்டிக் கிடந்தவளின் கழுத்தில் உதடுகளைப் பதித்தவன், முகத்தைத் திருப்பி இதழ்களைக் கைப்பற்றினான். இளவெயினியின் மனமும், உடலும் மலர்ந்து கிடந்தது.

கடல் நீரில் நனைந்து நிலவு எரிந்து கொண்டிருக்க, மீன் நெய்யில் எரியும் விறகாய் மனங்கள் எரிந்து கொண்டிருந்தன. இரு உடல்களில் பற்றிய நெருப்பு ஒன்றையொன்று விழுங்க முயற்சித்து முடியாமல் இணைந்து எரியத் துவங்கியது.

கருங்கடலும் நிலவொளியும் பின்னிப் பிணைந்து கிடக்க, அம்பியில் இரு உடல்கள் பின்னிக் கிடந்தன. நெய்தல் நீர் இருவரின் காதலையும் நெய்துகொண்டிருந்தது. நட்சத்திரங்கள் மேகத்திரளில் மறைந்து கொள்ள, மேகம் மறைய இடமின்றி வேகமாக நகர்ந்து கொண்டிருந்தது. காதல் என்பது வெற்றியால் அடிமையாவது. அடிமையாய் வெற்றி கொள்வது.

'நிலவழகா நானழகாவெனக் கூறவில்லையே' என்றாள் இசையின் முனகலாய்.

'தினம் மாறும் நிலவை மாற்றமில்லா உன்னுடன் ஒப்பிட்டது தவறுதான்'

'மணமுடித்த சிலகாலங்கள் சிந்தை இப்படித் தான் பிதற்றுமாம். அதன் பின்னர் சரியாகி விடுமாம்'

ஒருபோதும் மாறாது. என் உலகில் கடல் போல் நிறைந்து*43* விட்டாய். என் மனம் முழுவதும் நீ ஆட்சி செய்வதை உணர்கிறேன்..

'மன்னர்களின் அந்தப்புரங்களைப் பற்றித் தெரியாதா' என்று சிரித்தாள் இளவெயினி.

ஆம்பலின் மொக்கு போன்ற இளவெயினியின் தாடையைக் கையால் பற்றித் திருப்பிய சென்னி 'நிலவின் சாட்சியாய் சொல்கிறேன். அந்த நிலவிருக்கும்வரை நீ மட்டுமே' என்றான்.

கடலரசன் கைகளில் தாலாட்ட களமாடிய காதலர்க்குப் பன்னீர் சாரலாய்த் தெறித்த கடல் நீரனைத்தும், இன்று இளவெயினியின் கன்னத்தைத் தகித்தவாறு கண்ணீராய் நெஞ்சினில் விழுந்தது.

இன்று கடலும், காதலும், நிலவுமிருக்க, நீயெங்கு சென்றாய்? உயிர் கொண்டு சென்றவன் உடல் கொண்டு செல்லாததேன்? என்று மனம் கதறியது. மடியில் துயில் கொண்டிருந்த மகனைப் பார்த்தவள், தலையை மாட்டு வண்டியில் சாய்த்துக் கொண்டாள்.

மனதை விட்டு அகலாத காரிருளில் நெடிய பயணம் காத்திருந்தது, சென்னியில்லாமல். சென்னியின் உணர்வுகளினூடே.

வீரம் வளரும்...

பாகம் – 2

பாண்டிய நாடு

21

தமிழ் மண்ணை வளப்படுத்திய மூன்று பேரரசுகளில் மூத்தவர்கள் பாண்டியர்கள். நாடோடிகளாக வாழ்ந்த பண்டைய மக்கள் இனக்குழுக்களாக பிரிந்ததும் குறிஞ்சி, முல்லை, மருதம், நெய்தல், பாலை என்ற நிலங்களின் தன்மைக்கேற்ப வாழ்வினை அமைத்துக் கொண்டனர். குறிஞ்சி நிலத்தில் உணவை சேகரிப்பதும், விலங்குகளை வேட்டையாடு வதும் வாழ்வாக அமைந்தது. மனிதரைக் கண்டு அஞ்ச வேண்டியிராமல் மிருகங்களிட மிருந்து மட்டும் தப்பி வாழ நேர்ந்தது.

முல்லைநில மக்களின் வாழ்வு ஆடு, மாடுகளை மேய்க்கும் மேய்ச்சல் நில வாழ்க் கையை மையமாகக் கொண்டு அமைந்தது. இவர்களுக்கு ஆநிரைகள் சொத்தாக இருந்தது. ஆநிரைகளை கைக்கொள்ள முதல் தாக்குதல்கள் நிகழத் தொடங்க, இவர்கள் தற்காத்துக்கொள்ள அறிவிலும், ஆற்றலிலும் சிறந்து போருக்கு தலைமை தாங்கும் தகுதியுடையவனை குலத் தலைவனாக ஏற்றுக்கொண்டனர். குறிஞ்சி, முல்லையின் கரடுமுரடான நிலத்தன்மை யையும், அடர்காடுகளின் விளைச்சலும் வாழ்வை தன்னிறைவு அடையச் செய்தது. மனதின் மகிழ்வே வாழ்வின் நிறைவு என்று வாழ்ந்தனர்.

சொற்கள் செவிகளில் நுழைந்து
சிந்தையை அடையும்.
புகழுரைகள் செவிகளைத்
தொடும்போதே மனதை
குளிர்வித்து விடும்.
நீர்த்துளியை விழுங்கி இதழ்
மூடும் முத்துச் சிப்பியைப்
போல. புகழுரையில் மயங்கும்
சிந்தை, சிந்திக்கும் திறனை
இழந்து விடுகிறது.

மருதநிலத்தில் நிலையாக இருந்த மக்கள் உழவுத் தொழிலின் மூலம் உணவை உற்பத்தி செய்தனர். ஆற்று நீரைத் தேக்கி பயன்படுத்தினர். இதன் மூலம் கிடைத்த செல்வங்களையும், நிலங்களையும் மற்றவர்களிடமிருந்து பாதுகாத்துக் கொள்ள அரசுகளை உருவாக்கிக் கொண்டனர். எல்லைகளை நிர்ணயித்து நாடுகளாக பரிணமித்தனர். மருதநில அரசு நீர்வளம் மிகுந்து அமைந்ததால் செல்வம் நிறைந்ததாகவும், சமவெளிப் பகுதி நிறைந்தும் இருந்தது. மக்களின் ஓய்வு நேரங்களில் கலை, பண்பாடு, இலக்கியம் போன்றவை வளர்ச்சி அடைந்தன. உற்பத்தியையும், வணிகத்தையும் பெருக்கு வதற்காக நெய்தல் நிலத்தையும் இணைத்துக் கொண்டனர்.

நெய்தல் பகுதியை வணிக மையமாகவும், மருதநிலப் பகுதியை நாட்டினை நிர்வகிக்கவும் பயன்படுத்தி, பேரரசுகளாக உருமாறின. குறிஞ்சி, முல்லை நிலங்களின் சிற்றரசுகளையும் தம்முடன் இணைத்துக் கொண்டன. போர்கள் நிலத்திற்காக நிகழத் தொடங்கின. பகையை அழித்து, சிற்றரசுகளை இணைத்து திமிறி எழுந்த முதல் பேரரசு பாண்டியர்களுடையது.

தழைத்தோங்கிய குலங்களுக்கிடையே இருந்த சண்டையையும் சச்சரவுகளையும் களைந்து மக்களை நல்வழிப்படுத்தி அறத்துடன் வாழ வகை செய்தவர்கள் பாண்டியர்கள். பாண்டிய நாட்டின் பலத்தினாலும் மேன்மையினாலும் மேலும் சில குலங்கள் தாமாக இணைந்தன. சில இணைக்கப்பட்டன. கொடையும் அறமும் பின்தங்கி வீரம் நிமிர்ந்து நின்றது.

ஐவகை நிலங்களையும் கொண்டிருந்த பாண்டியர்கள் சந்திர வம்சத்தைச் சார்ந்தவர்கள். வேப்பம் பூ மாலை அணிந்து மீன்கொடியினை உடையவர்கள்.

மக்களின்றி நாடில்லை. மக்களின் உதவியின்றி நாட்டை முன்னேற்ற முடியாது என்பதை நன்கு அறிந்தவர் பாண்டிய வேந்தர் கருங்கை ஒள்வாள் பெரும்பெயர் வழுதி எனப்பட்ட முடத்திருமாறன். மக்களின் நலனே நாட்டின் சிறப்பினை அளக்க உதவும் அளவுகோல் என்பவர். அறம் தவறா நல்லாட்சியே அரசின் கடமை என்று நினைத்தார்.

அனைவருக்கும் குலவேறுபாடின்றி கல்வி கற்பிக்க முடத்திருமாறன் பாலாசிரியர், கணக்காயர் ஆகியோரை நியமித்திருந்தார். இதனாலேயே கற்றவர்க்குச் சென்ற இடமெல்லாம் சிறப்பு என்றுணர்ந்த பாண்டிய நாடு மூன்று தமிழ்ச் சங்கங்களை நடத்தி பெருமை பெற்றது.

முடத்திருமாறனின் ஆட்சியில் மக்கள் பாதுகாவலுடனும், மகிழ்வுடனும் இருக்க, பாண்டியர்களின் தலைநகரான மதுரை அன்று விழாக்கோலம் பூண்டிருந்தது. பெரும்

அகழியால் சூழப்பட்ட கோட்டையின் மதிற்சுவர்கள் புதுப்பிக்கப்பட்டு அகநகர் மாவிலைத் தோரணங்களாலும், மலர்களாலும், மங்கலப் பொருட்களாலும் நிரம்பியிருந்தது. பாண்டிய இளவரசன் நம்பி நெடுஞ்செழியனுக்கும் காந்தள் நாட்டின் இளவரசி பரிநிதாவுக்கும் ஐந்து நாட்களாக நடைபெற்ற மணவிழா அன்று காலையில் தான் முடிந்திருந்தது.

பல நாடுகளிலும் இருந்து வந்திருந்த புலவர்கள், பாணர்கள், மக்கள் அனைவரும் அகநகரின் பெருமண்டபத்தில் நடைபெற்ற மணவிழாவைக் கண்டு களித்துவிட்டு திரும்பிக் கொண்டிருந்தனர்.

பாண்டிய வேந்தன் முடத்திருமாறன் தனது மகன் நம்பியின் மணவிழா முடிந்த நிறைவில் அரண்மனையின் மண்டபத்தில் வீற்றிருந்தார். எதிரே இளவரசன் நம்பி நெடுச்செழியன், படைத்தளபதி தென்னவன், அமைச்சர் நீறுடைமேனியுடன் பொறுப்பாளர்கள் அமர்ந்திருந்தனர்.

இவர்களுடன் பரிநிதாவின் தந்தையும் காந்தள் நாட்டின் அரசனுமான தொல்லோன் மற்றும் விருந்தினர்களாக வந்திருந்த ஒய்மான் நாட்டு அரசன் நந்தியன், எருமை நாட்டு அரசன் விகுபன் மற்றும் நீடூர் மிழலை நாட்டு அரசன் அணியன் ஆகியோர் அமர்ந்திருந்தனர்.

பாண்டிய வேந்தன் நவரத்தினங்கள் பதிக்கப்பட்ட அரசவையின் சிம்மாசனத்தில் அமர்ந்திருக்க, மற்ற அனைவரும் பாண்டிய முத்துக்களால் அழகு செய்யப்பட்ட இருக்கைகளில் அமர்ந்திருந்தனர். அரண்மனையின் மேல்மாடம் பொன்னால் வேயப்பட்டு மிளிர்ந்தது.

'பழமையும் பெருமையும் கொண்ட இரண்டு நாடுகள் இணைந்த பின்னர் நமது வளமும், வலிமையும் இருமடங்காகி விட்டது' என்றார் அமைச்சர் நீறுடைமேனி.

'பாண்டிய நாட்டின் மேற்குப் புறத்தில் இனி நமக்கு மலைகளும் காந்தள் நாடும் அரணாகி விட்டன' என்றான் தென்னவன்.

'இந்த மண நிகழ்வினால் பெரிதும் மகிழ்ந்திருப்பது மக்களே'

"இணைவது என்றும் இனியது தானே. மனங்கள் இணைவது காதல் எனில் நாடுகள் இணைவது வலிமை என்றாகிறது"

'சோழநாட்டைத் தாக்கி கைக்கொள்ளும் அளவிற்கு நமது வலிமை மிகுந்து விட்டது' என்று தென்னவன் கூற தொல்லோனின் மனம் மகிழ்ந்தது. 'சோழ நாட்டைப் பிடித்து விட்டால் அதன்பிறகு சேரநாட்டை கைக்கொள்வது சுலபம். பாண்டிய நாட்டு அரசியாக தனது மகள் இருப்பதைவிட தென்னாட்டின் அரசியாக இருப்பது பெருமைக் குரியது' என்றெண்ணினார்.

அசோக்குமார் ★ 237

சொற்கள் செவிகளில் நுழைந்து சிந்தையை அடையும். புகழுரைகள் செவிகளைத் தொடும்போதே மனதை குளிர்வித்து விடும். நீர்த்துளியை விழுங்கி இதழ் மூடும் முத்துச் சிப்பியைப் போல. புகழுரையில் மயங்கும் சிந்தை, சிந்திக்கும் திறனை இழந்து விடுகிறது.

ஆனால் பாண்டிய வேந்தன் முடத்திருமாறன் பழுத்த வயதையுடையவர். சொற்களையும், புகழுரைகளையும் வடிகட்டியே சிந்தைக்கு அனுப்ப கூடியவர். உண்மையை உரைக்கவும், திரித்துக் கூறவும், மிகைப்படுத்திச் சொல்லவும் சொற்களே பயன்படுகின்றன. உண்மையற்ற சொற்களே அழகானவை. எனினும் சொற்களில் இருக்கும் உண்மையைக் கொண்டே அவற்றின் மதிப்பு எடைபோடப் படுகிறது. நடக்கும் உரையாடல்களில் அவையோர் பகலவனின் ஒளியில் இதழுரியும் பனித்துளியாய் கரைந்து கொண்டிருந்தாலும் அனைத்தையும் செவிகளில் வாங்கிக்கொண்டு அமைதியாக இருந்தார் முடத்திருமாறன்.

''சோழவேந்தன் சென்னி பகைவர்களால் வீழ்த்தப் பட்டதும் வேந்தனற்ற நிலையை சாதகமாக பயன்படுத்திக் கொள்ள முள்ளூர் அரசன் பெருஞ்சாத்தன், தோன்றிமலை அரசன் முத்துமேனி, புன்னாட்டு அரசன் தீச்செல்வன் ஆகியோர் முனைகின்றனர். சோழநாட்டின் மீது படையெடுத்து செல்ல சிற்றரசர்களை ஒன்று திரட்டி வருகின்றனர். கூட்டுப்படையினால் சோழநாட்டை வென்று அதன் வளங்களை பிரித்துக் கொள்ளலாம் என்று கேட்பதற்காக முத்துமேனி எங்களை அணுகினான்'' என்று ஒய்மான் நாட்டு அரசன் நந்தியன் கூற மற்ற இரண்டு மன்னர்களும் ஆமோதித்தனர்.

'நீங்கள் என்ன பதிலுரைத்தீர்கள்?'

'அனைத்து சிற்றரசர்களும் இணைந்தாலும் சோழநாட்டை வெல்ல முடியாது. எனவே இப்போதைக்கு பதிலுரைக்க இயலாது என்று கூறி விட்டோம்' என்றான் நீடூர் மிழலை நாட்டு அரசன் அணியன்.

சோழநாட்டை துண்டாடுவதில் சிற்றரசர்கள் மிகுந்த ஆர்வத்துடன் இருப்பதை உணர்ந்தார் முடத்திருமாறன்.

'சிற்றரசர்கள் படையெடுக்கும் முன்னர் நாம் முந்திக் கொள்ளவேண்டும்' என்றான் நம்பி.

'நீங்கள் படையெடுப்பதாக இருந்தால் நாங்களும் உங்களுடன் இணைந்து கொள்வோம்' என்றான் எருமை நாட்டு அரசன் விகுபன்.

'பாண்டிய நாடு முதலில் உள்நாட்டிலிருக்கும் இடர்களை களைய வேண்டியிருக்கிறது. இவற்றுள் தலையாதது துறைமுகத்திலிருக்கும் திமிலர்கள்' என்றார் முடத்திருமாறன்.

பாண்டிய நாட்டில் நறவு, நீலகண்ட நகரம், அழகன்குளம், காயல், பாண்டிச்சேரி, எயிற்பட்டினம் போன்ற துறைமுகங்கள் இருந்தாலும் கொற்கையே பாண்டியர்களின் முக்கியத் துறைமுகம். தாமிரபரணி ஆறு பாய்ந்து துறைமுகத்தின் முகத்துவாரம் ஆழமாகவும், அகலமாகவும் இருந்ததால் பெரிய கப்பல்கள் தடையின்றி வந்து போகும். இதனால் உள்நாட்டு மற்றும் அயல்நாட்டு வாணிகம் பெருமளவில் நடைபெற்றது.

கொற்கை துறைமுகத்தில் திமில், அம்பி, தோணி, வங்கம், நாவாய், ஓடம், கலம், பஃறி என்ற மரக்கலங்கள் உபயோகிக்கப்பட்டன. இதில் திமில், அம்பி, தோணி ஆகிய மூன்றும் மீன் பிடிக்கப் பயன்பட்டன. வங்கம், நாவாய் இரண்டும் பண்டங்களை ஏற்றிக் கொண்டு நீண்ட தூர பயணங்களுக்கு பயன்படுத்தப்பட்ட பெருங்கலங்கள். ஓடம், கலம், பஃறி ஆகியவை பண்டங்களை துறைமுகத்தில் ஏற்றுவதற்கு உதவும் மரக்கலங்கள்.

மீன்பிடித்தலுக்கும், முத்து குளித்தலுக்கும் திமில் பெரிதும் பயன்படுத்தப் பட்டது. இவற்றை பயன்படுத்தியவர்கள் திமிலர்கள். இவர்களின் புதிய குலத்தலைவனாக பொறுப்பேற்றிருந்த சிங்கராயன் முடத்திருமாறனுக்கு பணியாமல் இருந்தான்.

சிங்கராயனின் தந்தை வருடமொருமுறை பாண்டிய நாட்டிற்கு குறிப்பிட்ட தொகையைச் செலுத்தி, பரதவர்கள் வரிச்சுமை ஏதுமில்லாமல் வாழ வகை செய்திருந்தார். மேலும் முத்துக்குளித்தலில் கிடைக்கும் முத்துகளில், பத்தில் ஒரு பகுதியைப் பாண்டிய மன்னனுக்கு தருவது வழக்கம். பாண்டிய முத்துக்கள் யவனப் பெண்களால் பெரிதும் விரும்பப்பட்டு ஏராளமான வருவாயை நாட்டிற்கு ஈட்டித் தந்ததால், திமிலர்களை அடக்கி பணிய வைக்காமல் இணைத்திருக்க முயன்றார் முடத்திருமாறன்.

தந்தையின் மறைவிற்குப் பின்னர் பொறுப்பேற்ற சிங்கராயன், வருடாந்திர தொகையையும், முத்துக்களின் பங்கையும் தராமல் படை பலத்தைப் பெருக்கி வந்தான்

'சிங்கராயனை வீழ்த்தி அனைவரையும் சிறைபிடிப்போம். கைதிகளாக அவர்கள் முத்துக் குளிக்கட்டும்' என்று எப்போதும் கூறுவதையே நம்பி மீண்டும் கூறினான்.

'முத்துக்குளித்தலில் மட்டுமல்லாமல் வீரத்திலும் சிறந்தவர்கள் திமிலர்கள். போரிட்டு இறப்பார்களே தவிர சிறைப்பட மாட்டார்கள். அவர்களை வென்றாலும் பாண்டிய நாடு பெரும் பொருளாதார பின்னடைவை சந்திக்க வேண்டியிருக்கும். இவர்களை அழிப்பதல்ல. பணிய வைப்பதே சரியான உத்தி'

'அவர்கள் ஒருபோதும் பணியமாட்டார்கள்'

'எளிதில் பணிபவராயிருந்தால் இது ஒரு சிக்கலாகவே இருக்காதே' என்ற முடத்திருமாறன் தொடர்ந்து,

'இரண்டாவதாக பாண்டிய நாட்டுக்கு இன்னல்களை உருவாக்கும் பொற்குலத்தினரை சரிசெய்ய வேண்டும்'.

பாண்டிய நாட்டிற்கு பெரும் வருவாயை ஈட்டித் தரும் மற்றொரு குடியினர் பொற்குடியினர்.

உயர்ந்த தரமுடைய பருத்தி மற்றும் பட்டு இழைகளைக் கொண்டும், எலி மற்றும் ஆட்டு மயிரினாலும் நெய்யப்பட்ட துணிகளுக்கு யவன தேசங்களில் பெரும் வரவேற்பு இருந்தது. இவற்றை நெய்வதில் சிறந்தவர்கள் நெசவுக் குடியினர். சிலந்தியின் வலை பின்னலைக் கண்டு வியந்தவர்கள் விலங்கின் முடியிலும், சணலைத் திரித்தும் ஆடைகள் வடிவமைத்தார்கள். பருத்தியை நுண்ணிய இழைகளாய் பிரித்தெடுத்து துணிகளை உருவாக்கினர். துணிகளில் மென்மையைக் கூட்டி, வண்ணத்தை இறைத்தார்கள். பால் ஆவியை விடவும், பாம்பின் சட்டையை விடவும், மூங்கிலின் உரியை விடவும் மெல்லிய துணிகள் நெய்யும் திறனை பெற்றார்கள்.

தோலாடைகளையும், மரவுரிகளையும் அணிந்து திரிந்த மக்கள் அணிவதற்கு பட்டினைப் பளபளப்பாக்கி, வண்ணங்களை இணைத்து வானவில்லின் அழகினை ஆடையில் சேர்த்தனர். சணல், பருத்தி, பட்டு என்று நெய்யும் ஆடைகளை பொறுத்து குலம் மூன்றாகப் பிரிந்தது.

ஆடைகளை நெய்வதுபோல பொன்னை உருக்கி மின்னல் கொடிகளாய் பிரித்து இழைஇழையாய் இழுத்து அணிகலன்களாக பின்னத் தொடங்கியவர்கள் பொற்குடியினர். அணிகலன்கள் மட்டுமல்லாமல், பொருட்கள், கலன்கள் என்று அனைத்தையும் பொன்னால் வடிவமைக்கத் தொடங்கியபோது பொற்கொல்லர் என்றாகினர்.

இவர்கள் நெல்முனை பருமனில் நவரத்னங்கள் பதித்து உருவாக்கிய பொற் சேலையை, பரிநிதா மணவிழாவில் அணிந்திருந்ததைக் கண்டு பாண்டிய மக்கள் அதிசயித்துப் போயினர்.

இந்த இரண்டு குலங்களை பாண்டியநாடு இணைத்துக்கொண்டதும் வணிகம் மென்மேலும் தழைத்தோங்கத் தொடங்கியது.

பொற்குடியினர் பாண்டிய நாட்டுடன் இணைக்கப்பட்டதை ஏற்காதவர்கள் பாண்டிய நாட்டிற்கு எதிராக பல்வேறு இன்னல்களை ஏற்படுத்தி வந்தனர். அவர்களை ஆற்றுப்படுத்த முடத்திருமாறன் விரும்பினார்.

'துறைமுகத்திற்குச் செல்லும் பொருட்களை தாக்கி கைப்பற்றியும், மக்களிடமிருந்து சொத்துக்களை அபகரிக்கும் கொள்ளையர்கள் அவர்கள். அவர்களின் தலைவன் கதிரொளி நேற்று நம்மிடம் பிடிபட்டு விட்டான்' என்றான் நம்பி.

‘‘ஒரு தலைவன் மறைந்தால் மற்றொருவன் வழிநடத்துவான். கொள்கைகளின் வழியில் நடப்பவர்களை அடிபணிய வைக்க முடியாது. அவர்களின் குறைகளை தீர்ப்பது அவசியம். நெருப்பினை நெருப்பால் அணைக்க முடியாது. நசுக்கி, அழுத்தி அணைக்கப்படும் நெருப்புகள் கனன்று கொண்டு தானிருக்கும். அவர்களுள் இருக்கும் வெம்மையைத் தணிக்க அவர்களுடன் பேசி புரியவைப்பதுதான் சரியான செயல்’’

‘அவர்களுள் தகிக்கும் கடைசித்துளி நெருப்பையும் கானலாக்குகிறேன்’ என்றான் நம்பி.

‘‘இந்த இரண்டு இடர்களையும் அகற்றிய பின்னரே மற்ற நாடுகளை கைப்பற்றுவது குறித்து நினைக்க முடியும்’’ என்றார் முடத்திருமாறன் குரலில் உறுதியைக் கலந்து. நம்பி அமைதியானான்.

சொற்களால் கரை எழுப்பினாலும் சோழ நாட்டின் மீது படையெடுப்பதை முடத்திருமாறன் துளிகூட விரும்பவில்லை. காக்கும் சக்திகள் அழிவை ஏற்படுத்தக் கூடாது என்றெண்ணுபவர் அவர். சோழநாடு மூன்று பேரரசுகளை விட அளவில் சிறிதாக இருந்தாலும், நாட்டின் பரப்புகளை விரிவாக்க எண்ணாமல் மக்களின் நலன்களை பெரிதாக கருதும் சென்னியைப் பற்றி அறிந்திருந்தார்.

சென்னியின் மறைவிற்குப் பின்னரும், சோழநாடு அரசியின் தலைமையில் சீருடனும், வணிகத்தில் சிறந்து விளங்குவதையும் கவனித்து வந்தார். சென்னியைக் கொன்ற வஞ்சகர்களிடம் சோழநாடு சிக்கினால் அதன்பின்னர் போர் தொடுத்து சோழநாட்டை மீட்கத் திட்டமிட்டிருந்தார்.

ஆனால் நம்பியும், தென்னவனும் படையெடுத்து சோழநாட்டினை கைப்பற்ற விரும்புகின்றனர் என்பதை அறிவார். இளவயது குருதி வேட்கை கொண்டிருக்கிறது. வீரத்தை விட அன்பே சிறந்த ஆயுதம். அன்பை வைத்து சிதைக்கவும் முடியும், செம்மை படுத்தவும் முடியும் என்பதை அறியாமல் இருந்தது.

‘‘கதிரொளியை சித்திரை நாளங்காடியில் கட்டி வைக்க சொல்லியிருக்கிறேன். அவனை மீட்க அவனது நண்பர்கள் முயல்வர். அப்போது அவர்களையும் பிடித்து விடலாம். இனி கதிரொளியை காக்க எவராலும் முடியாது’’ என்றான் நம்பி.

★★★

ஓரையால் முக்காடிட்ட மாட்டு வண்டிகள் சீவாளி நண்டுகள் போல ஒன்றன் பின் ஒன்றாய் நகர்ந்து மதுரையை அடைந்திருந்தன. பல நாழிகைகளுக்கு முன்பே பாண்டிய நாட்டில் ஐந்து வண்டிகளும் நுழைந்திருந்தாலும் மதுரையை நெருங்குகையில் மக்கள் திரள் அதிகமாயிருக்க ‘என்ன விழா’ என்று இரும்பிடார் அருகில் நடந்தவனிடம் கேட்டான்.

'பாண்டிய இளவரசர் நம்பி நெடுஞ்செழியனுக்கும், காந்தள் நாட்டின் இளவரசி பரிநிதாவுக்கும் நடந்த மணவிழா நிகழ்வுகள் இன்றுடன் முடிகின்றன' என்றான் அவன்.

மக்கள் வெள்ளத்தில் தம்மை கவனிப்பார் எவருமில்லை என்றெண்ணிய இரும்பிடார் வண்டியை மெதுவாக செலுத்தினான். வீட்டுக்கு வீடு தொங்க விடப்பட்டிருந்த மாவிலை, தென்னங்குருத்தின் அழகிய தோரணங்களை ரசித்தவாறு இளவெயினி அமர்ந்திருக்க அவள் மடியில் வளவன் அமர்ந்திருந்தான்.

இரும்பிடாருக்கு பாண்டிய நாடு ஏற்கனவே பழக்கப்பட்டது என்பதால் மதுரைக்கு அருகிலிருக்கும் வேளாண் குடியினருடன் மறைந்து வாழலாம் என்று கூறினான். ஆனால் சிற்றரசர்களின் ஒற்றர்கள் நம்மை தேடுவதாயிருந்தால் வேளாண் குடியினர் இருக்குமிடத்தில் தான் தேடுவார்கள். எனவே நாம் அவர்களுடன் தங்குவது அவர்களை இன்னலுக்குள்ளாக்கும் என்று இளவெயினி கூற, மதுரைக்கு அடுத்திருக்கும் வெள்ளி மலையின் அடிவாரத்தில் தங்கலாம் என்று முடிவு செய்திருந்தனர்.

மதுரையின் நாளங்காடித் தெருவில் மக்கள் நெருக்கம் அதிகமாக இருக்க ஐந்து வண்டிகளும் தாண்டிச் செல்ல தாமதமாகியது.

'வண்டியை நிறுத்தி விட்டு பின்னர் செல்லலாம்' என்று இரும்பிடார் கூற, 'பாண்டிய நாட்டை காப்பவளான மதுரை மீனாட்சியைக் காண்பதற்கு வாய்ப்பு கிட்டியதாக' இளவெயினி எண்ணினாள்.

வண்டிகளை அருகிலிருந்த திடலில் நிறுத்திவிட்டு தெருவினூடே அனைவரும் நடந்து சென்றனர். இரும்பிடார் கைநீட்ட வளவன் சிரித்தபடி மாமனை நோக்கித் தாவி வந்தான்.

சித்திரை நாளங்காடியின் இருபுறங்களிலும் ஆற்றின் கரைகளாய் ஏராளமான அங்காடிகள் நெருக்கமாய் இருந்தன. மலர்களால் அழகுபடுத்தப்பட்ட அங்காடிகளில் முத்துகளினாலான பொருட்களும், யவன தேசத்திலிருந்து தருவிக்கப்பட்ட பொருட்களும் நிறைந்திருந்தன. மணவிழாவிற்கு அண்டைய நாட்டு மக்களும் வருவார்கள் என்பதால் புதிய அங்காடிகளும், உணவு அங்காடிகளும் திறக்கப்பட்டிருந்தன. அருகிலிருந்த திடல்களில் பாணர்களின் கூத்துகள் நடைபெறுவது தெரிந்தது.

மதுரைக்கு முதன்முறையாக வந்திருந்த இமையன் இரும்பிடாருடன் இணைந்து நடக்க, இளவெயினி மற்ற பெண்களுடன் சேர்ந்து கொண்டாள். பெண்களின் தோள்களில் இருந்த குழந்தைகளும் வேடிக்கைப் பார்த்தவாறே வந்து கொண்டிருந்தனர்.

நாளங்காடியின் இடதுபுறத்திலிருந்த சிறிய திடலில் மக்கள் வட்டமாக நின்றிருக்க, பெரும் இரைச்சலும், சாட்டையின் ஒலியும் கேட்டது. இரண்டு அங்காடிகளின் இடைவெளியில் நுழைந்து இரும்பிடார் அதை நோக்கி நடந்தான். மற்றவர்களும் அவனைப் பின்தொடர்ந்தனர். மூங்கில்களால் வட்டமாக உருவாக்கப்பட்டிருந்த வேலியைச் சுற்றிலும் ஏழெட்டு பாண்டிய வீரர்கள் காவலிருந்தனர். அவர்களின் கண்கள் கூட்டத்தில் இருந்த மக்களை எச்சரிக்கையுடன் கவனித்துக் கொண்டிருப்பதை இரும்பிடார் உணர்ந்தான்.

திடலின் நடுவில் மண்ணில் நடப்பட்டிருந்த மூங்கிலில் உயரமாகவும், திடமாகவுமிருந்த ஒருவன் கட்டப்பட்டிருக்க, அவனைவிட திடமாக இருந்த மற்றொருவன் ஆணிகள் பதிக்கப்பட்ட சாட்டையால் அடித்துக் கொண்டிருந்தான். துள்ளிச் சென்ற சாட்டை உடலைச் சிதைத்து குருதியை சிதறடிக்க, மக்கள் பதறிக் கொண்டிருந்தனர்.

இளவெயினி இரும்பிடாரை நோக்கி 'உணர்வுகளை கட்டுப்படுத்திக் கொள்' என்றாள்.

''சுடக்கூடாதென்று நெருப்பிற்கு உத்தரவிடுகிறாய்'' என்று இமையன் சிரித்தான்.

வீரம் வளரும்...

22

சாட்டையின் சீற்றம் கம்பத்தில் கட்டப்பட்டிருந்த மனிதனின் உடலில் குருதிக் கோடுகளை வரைந்து கொண்டிருக்க, அவன் உடல் கிழிந்தாலும் வலியை குரலில் காட்டக் கூடாதென்று இடிதாங்கும் நிலமாய் இறுகியிருந்தான். வலியில் உதடு துடித்தாலும் உடல் சிதைந்தாலும் வேதனையை வெளிப்படுத்தாமல் நிற்பதைக் கண்ட மக்கள் மனம் பதைத்து நின்றனர்.

'கொள்ளையனாக இருப்பானோ?' என்றான் இமையன்.

'சூழ்ந்திருக்கும் மக்களின் கண்களில் சுழலும் சாட்டையின் வலி தெரிகிறது' என்ற இளவெயினி அருகில் இருந்த பெண்ணிடம் 'யார் அவன்? எதற்காக இந்த கொடுந்தண்டனை?' என்று கேட்க...

பள்ளத்தை நோக்கி ஓடும் நீரைப் போல, உள்ளத்தின் குமுறலை அடக்கியிருந்த பெண்ணின் வாயிலிருந்து வார்த்தைகள் ஆறுதலைத்தேடி ஓடிவரத் துவங்கின.

'இவன் பொற்குடி குலத்தலைவரின் மகன் கதிரொளி. பொன்னின் அரும்புகளை குவித்தும், முகிழ்த்தும் சரம் சரமாய் தொடுத்தும்

'வலிமையின் முன் அறம் நசிந்து போக வலியவன் விரல்களே வரலாற்றை தீர்மானிக்கிறது. வலிமைக்கு அடிபணியாத மனங்களில் மட்டும் அறம் தீக்கொளுந்தாய் துளிர் விட்டபடி இருக்கின்றது'

அணிகலன்களாய் மாற்றிய முதல் குலத்தினர். கம்மியர்கள் எனப்படுபவர்கள். பாண்டிய நாட்டிற்கும், பொதிகை நாட்டிற்கும் நடுவில் தனித்திருந்த பொன்னூரைச் சார்ந்தவர்கள். பாண்டியநாடு, சேரநாடு, கொங்குநாடு போன்ற பல நாடுகளுக்கு அணிகலன்கள் செய்து தந்து குபேரனைப் போன்ற செல்வ செழிப்புடன் விளங்கியவர்கள். சிறியவர் களில் இருந்து பெரியவர்கள் வரை உடல் முழுவதும் பொன் அணிகலன்களை அணியும் பழக்கம் உடையவர்கள்.

இவர்களின் குலத்தை பாண்டிய நாட்டுடன் இணைத்துக் கொள்வதற்காக இளவரசர் நம்பி படையெடுத்துச் சென்று ஊரை முற்றுகையிட, குலத்தலைவர் ஊர் மக்களுடன் எதிர்த்துப் போர் புரிந்தார். அப்போது பொற்குடியின் தலைவர் கொல்லப்பட, கதிரொளி நண்பர்களுடன் தப்பியோடினான்.

பாண்டிய நாடு பொற்குலத்தை வணிகத்திற்காக பயன்படுத்தத் தொடங்க, சிறு குளத்தில் ஏற்படும் அலையானது குளத்தின் விளிம்புக்குச் சென்றதும் எதிர்த்து வருவதைப்போல இளைஞர்கள் ஊரிலிருந்து தப்பியோடி கதிரொளியுடன் இணைந்து சில வருடங்களாக போராடி வந்தனர். இன்று இவனை பிடித்து விட்டார்கள். பாண்டிய நாட்டை எதிர்க்கும் துணிவு வேறெவருக்கும் வரக்கூடாது என்பதற்காக மக்களின் முன்னால் நிறுத்தி தண்டனை தருகிறார்கள் போல' என்றாள்.

'பாண்டிய நாட்டில் கைதிகளை தண்டிப்பது இவ்வாறு தானா?' என்ற இளவேனியின் முகத்தில் சினம் தெரிந்தது.

'இல்லை. இம்முறை தான் இந்த கொடூரம் நிகழ்கிறது. வல்லோர் வகுப்பது தானே நியதி'

'வலிமையின் முன் அறம் நசிந்து போக வலியவன் விரல்களே வரலாற்றை தீர்மானிக்கிறது. வலிமைக்கு அடிபணியாத மனங்களில் மட்டும் அறம் தீக்கொளுந்தாய் துளிர் விட்டபடி இருக்கின்றது' என்று நினைத்தாள் இளவெயினி.

இரும்பிடாரின் பயிற்சி பெற்ற கண்களுக்கு மக்கள் திரளினூடே சிலர் பாண்டிய வீரர்களை நோக்கி மெதுவாக நகர்வது தெரிந்தது. இரும்பிடார் நிலையை கணிப்பதையும், அவன் கண்கள் திசைகளை அளப்பதையும் இளவெயினி கவனித்தாள்.

'மீனாட்சி அம்மன் கோவிலில் இருக்கிறோம். வந்து விடு' என்ற இளவெயினி வளவனை வாங்குவதற்கு கைகளை நீட்ட, தங்கையின் முகக்குறிப்பில் செய்ய வேண்டியது என்னவென்பதை இரும்பிடார் படித்தான்.

வளவனை இளவெயினியிடம் கொடுத்த இரும்பிடார் தலைப்பாகையை இறுகக் கட்டினான். மெல்லிய துகிலை முகத்தில் கட்டினான். காதிலிருந்த குழைகளை அவிழ்த்தான். இடி, மின்னலை நிலமிறக்கும் கரிய மேகங்களைக் கண்டுணரும் மயில்களைப் போல, நிலையின் தீவிரத்தை உணர்ந்த இளவெயினியும் மற்றவர்களும் கோவிலை நோக்கி நடக்கத் துவங்கினர்.

திருவாலவாய் என்றும் நான்மாடக்கூடல் என்றும் அழைக்கப்பட்ட மதுரை நகரின் மத்தியில் கோவில் கொண்ட தெய்வம் மீனாட்சியம்மன். ஆம்பலின் உள் கூம்பாய் கோவிலும் அதன் விரிந்த இதழ்களாய் தெருக்களும் ஒளிவீசின.

கோவிலுக்கருகில் ஆடி வீதியும், அதனைச் சுற்றி சித்திரை வீதி, ஆவணி வீதி, மாசி வீதிகளென்று தமிழ் மாதங்களின் பெயர்களில் வீதிகள் அமைந்திருக்க இளவெயினியும், மற்றவர்களும் மக்கள் திரளில் இருந்து விலகி கோவிலை நோக்கி நடக்கத் தொடங்கினர். வழித்தடங்களில் கடம்ப மரங்கள் உயர்ந்திருக்க அவற்றின் கிளைகள் சூரிய ஒளியை மறைக்குமாறு அடர்ந்து இருந்தன. கடம்ப மரங்கள் பொன்னிற உருண்டை மலர்களை சொரிந்து நிலத்தில் பாய்விரித்திருக்க மலர்களின்மேல் நடந்தனர். கடம்ப மலர்களின் சுகந்த மணம் காற்றில் நிறைந்து மனதை மயக்கி ஏகாந்த நிலைக்குத் தள்ளியது.

கோவிலை நோக்கிச் செல்லும் பாதை அகலமாகவும், நேர்த்தியாகவும் அமைக்கப் பட்டு இருமருங்கிலும் பலவகை மலர்ச்செடிகள் பதியனிடப்பட்டு மணம் பரப்ப கோவிலுக்குச் செல்லும் பாதை நந்தவனமாய் விளங்கியது. கண்கள் காட்சிகளில் திளைக்க, நாசிகள் நறுமணத்தில் மயங்க மீனாட்சியை காணும் முன்னரே மனம் பரவச நிலையை அடையத் தொடங்கியது. பறவைகளின் மெல்லிய ஒலிகள் அமைதியைத் கொத்திக் கொண்டிருக்க மேகத்தில் மறைந்திருந்த கோவிலின் உயர்ந்த கோபுரங்கள் தெரியத் துவங்கியது. சொர்க்கம் மண்ணில் தவழ்ந்து இருந்தது.

அனைவரும் பின்தொடர்ந்து வர, எளிமையான மயில்பச்சை நிற கலிங்கத்து பருத்தியாடையில் சந்தனச் சிலையாயிருந்த இளவெயினி நடக்க, அவளின் மென்மையும், மேன்மையும் அவளுக்கு முன்னே நடந்தது. கோவிலில் பச்சை நிற மரகதக்கல் சிலையை வணங்கித் திரும்பியவர்கள், மரகத விழிகளுடன் நடக்கும் இளவெயினியைக் கண்டு அம்மன் உலா வருகிறாளோ என்று வியந்தனர்.

கோவிலை நெருங்க நெருங்க அதன் அகலமும், உயரமும் பிரமிப்பை ஏற்படுத்தின. மதிற்சுவரில் பூதகணங்கள், காவல் தெய்வங்களின் சிற்ப வேலைப்பாடுகள் நுணுக்கமாக செதுக்கப்பட்டிருந்தன. கோவிலின் உயர்ந்த நுழைவு வாயிலின் கதவுகளில் பொன் தகடுகள் வேயப்பட்டிருக்க அனைவரும் கோவிலில் நுழைந்தனர்.

பாண்டிய வீரன் பொற்குலத்தின் தலைவன் கதிரொளியை தொடர்ந்து சாட்டையால் அடிக்க ஆடைகள் கிழிந்து, சதைகள் சிதைந்து உடலெங்கும் குருதி வடிந்தது. குருதிப் போக்கினால் கதிரொளி மயங்க, திடலைச் சுற்றியிருந்த பாண்டிய வீரர்களை திடீரென்று சில வீரர்கள் தாக்கத் துவங்கினர்.

மக்களின் பின்னே மறைந்து மெதுவாக வாட்களை உருவியிருந்த பொற்குலத்தினர் பாண்டிய வீரர்களை நெருங்கியதும் ஒரே சமயத்தில் வீரர்களின் வயிற்றில் வாளைப் பாய்ச்ச முயன்றார்கள். இந்த தாக்குதலை எதிர்பார்த்திருந்த பாண்டிய வீரர்களில் சிலர் வேகமாக நகர்ந்து தாக்குதலை தவிர்த்துக் கொண்டாலும் சிலர் வீழ்த்தப்பட்டனர். மீதமிருந்த பாண்டிய வீரர்கள் வாட்களினால் பொற்குலத்தினரை தாக்கத் தொடங்க, மக்கள் சிதறி ஓடினர். இரும்பிடார் சற்று ஒதுங்கியவாறு நடப்பவற்றை கவனித்துக் கொண்டிருக்க, வீரர்களிடமிருந்து விலகியிருந்த ஒருவன் மிகுந்த ஓசையுடன் சங்கொலியை எழுப்பினான்.

ஏராளமான பொற்குலத்தினர் திடலை சூழ்ந்து வீரர்களைத் தாக்கத் தொடங்க, இரண்டு பொற்குல வீரர்கள் மூங்கில் வேலியின் இடைவெளிக்குள் நுழைந்து கதிரொளியை நோக்கி ஓடினர். கதிரொளியை சாட்டையால் அடித்துக் கொண்டிருந்தவன் இவர்களை நோக்கித் திரும்பினான்.

சாட்டையை சுழற்றுவதில் இரண்டு வகைகள் உண்டு. வெறுமனே சாட்டையை சுழற்றி அடிப்பது ஒரு வகை. சாட்டையை பற்றியிருக்கும் கையின் மணிக்கட்டை சொடுக்கி சாட்டையின் நுனி மட்டும் உடலைக் கொத்துமாறு தாக்குவது பிறிதொரு வகை.

பாண்டிய வீரன் சாட்டையைச் சொடுக்க சாட்டையின் நுனி பாம்பைப் போல் சீறிச்சென்று பொற்குல வீரனின் தலையைத் தாக்கியது. தலையிலிருந்து குருதி பீச்சியடிக்க, அவன் சரிந்தான். பாண்டிய வீரன் மீண்டும் சாட்டையைச் சொடுக்கி அடுத்தவனை உடலில் அடிக்க சதையை பிளந்து சாட்டை வெளியேறியது. இருவரையும் பாண்டிய வீரன் சாட்டையால் தொடர்ந்து தாக்க அவர்கள் வலியினால் துடிக்கத் தொடங்கினர்.

மேலும் நான்கைந்து பொற்குலத்தினர் மூங்கிலினூடே உடல்களை நுழைத்து சாட்டையேந்திய வீரனை நோக்கி முன்னேறினர். ஆனால் பாண்டிய வீரன் சாட்டையை வட்டமாக சுழற்றிய வேகத்தில் கதிரொளியை நெருங்க முடியாமல் தடுமாறினர்.

அதேநேரத்தில் சங்கொலியைக் கேட்டவுடன் மறைந்திருந்த ஐம்பது பாண்டிய குதிரை வீரர்கள் பேரிரைச்சலுடன் புழுதியைக் கிளப்பியபடி திடலை நோக்கி விரைந்து வந்தனர். கதிரொளியை மீட்க பொற்குலத்தின் வீரர்கள் அனைவரும் முயல்வார்கள் என்பதால் பாண்டிய நாட்டின் சிறந்த படையான வன்படையினரை தென்னவன் அனுப்பியிருந்தான். புயலாகப் பாய்ந்து வந்த குதிரைப் படையைக் கண்டு பொற் குலத்தினர் திகைத்துப் போயினர். எனினும் சிலகணங்களில் தங்களை மீட்டெடுத்துக் கொண்டு குதிரைகளின் குறுக்கே வந்து தடுக்க முயன்றனர்.

குதிரைப்படையை தலைமை தாங்கி வந்த பாண்டிய தளபதி தென்மாறன் ஒரே வீச்சில் குதிரையை மறித்தவனை வெட்டியெறிந்துவிட்டு கதிரொளியை நோக்கி முன்னேறினான். குதிரைகளை மறித்த பொற்குலத்தினருடன் வீரர்கள் போரிடத் தொடங்க, மீதமிருந்தவர்கள் தென்மாறனைப் பின்தொடர்ந்து சென்று மூங்கில் வேலியைச் சுற்றி வளைத்தனர்.

தெளிவான திட்டத்துடன் முன்னேறிய பாண்டிய வீரர்கள் பொற்குலத்தினரை சூழ்ந்து கொள்ள 'அனைவரையும் வெட்டி எறியுங்கள்' என்று சத்தமிட்டான் தென்மாறன். பொற்குலத்தினர் தடுமாறத் துவங்கினர்.

மனதுக்கு வெளியில் அமைதியை நாட கோவில்களும், மனதுக்குள் அமைதியைத் தேட மதங்களும் பிறந்தன. மண்ணை இறுக்கிப் பிடித்திருக்கும் தாவரங்களின் வேர்கள் போல மதங்கள் மக்களின் மனங்களை இணைத்தன. மதங்களின் பெயர்கள் மாறினாலும் இறைவனை நோக்கிச் செல்லும் பாதையாய் அன்பும், அறமும் அமைந்தன.

கோவிலில் அகன்றிருந்த பெரிய பொற்றாமரைக் குளத்தின் நீரில் காற்று சிற்றலைகளை ஏற்படுத்த, தாமரை மலர்களும் வண்டுகளும் உரசிக்கொண்டு அசைந்தாடின.

அண்டங்களின் பேரமைதியை, கோவிலின் வழியாகச் சிந்தையில் தேக்குவதற்கு, சிலர் மனம் குவிந்து அமர்ந்திருந்தனர். இறைவழிபாடுகள் நம்பிக்கையால் விளைந்து மனதில் அமைதியை விதைக்கின்றன. அமைதியில் அன்பு மலர்கிறது. அன்பின் வெளிப்பாட்டில் தெளிவு பிறக்கிறது. சூழல் குளிர்வடைகிறது. விண்ணுலக வாழ்வை மண்ணுலகில் வாழ முடிகிறது.

மணவிழாவைக் காண வந்திருந்த அண்டை நாட்டு மக்களுடன் இணைந்து இளவெயினியும் மற்றவர்களும் கோவிலின் அழகை வியந்து பார்த்தவாறே நடந்தனர். கோவிலின் உட்பகுதி பரந்து விரிந்திருந்தது. மக்களுடன் மக்களாக நடக்கும்

இளவெயினியைப் பார்த்து இமையன் மனம் வருந்தினான். இதுவே சோழ நாடாக இருந்திருந்தால் காவிரி அன்னையும் நீரைப் பிளந்து இளவெயினிக்கு வழியேற் படுத்தியிருப்பாள் என்றெண்ணினான்.

இசையெழுப்பும் தூண்களையும், உயிரோட்டமாய் படைக்கப்பட்டிருந்த சிற்பங்களையும் பார்த்தவாறே இளவெயினி நடந்தாள். சுற்றிலுமிருந்த துணை தெய்வங்களை வணங்கிவிட்டு பச்சைத்தேவி, மரகதவல்லி, தடாதகை, அபிராமவல்லி, கயற்கண்குமாரி, கற்பூரவல்லி, சுந்தரவல்லி, மதுராபுரித் தலைவி, மாணிக்கவல்லி என்று பல பெயர்களில் அழைக்கப்படும் மீனாட்சி அம்மனை நெருங்கினாள்.

இரும்பிடார் தனது தலையில் கட்டியிருந்த தலைப்பாகையை கீழே இழுத்து கண்கள் மட்டும் தெரியுமாறு முகத்தைச் சுற்றி துணியை இறுக்கிக் கொண்டான். அடுத்த கணம் விருட்டென்று முன்னேறினான். பொற்குலத்தினன் ஒருவனை வீழ்த்தி அவன்மேல் வாளைப் பாய்ச்ச முயன்ற பாண்டிய வீரனின் மணிக்கட்டைப் பற்றிய இரும்பிடார் கையை முழுவதும் சுழற்றித் தோள்மூட்டினை முறித்தான். வலியில் அலறிய வீரனின் கையிலிருந்த வாளைப் பறித்த கணத்தில் கழுத்தை சீவியவன், இடதுகையை மூங்கில் வேலியில் மேல் வைத்து கணப்பொழுதில் வேலியைத் தாண்டினான்.

சாட்டையைச் சுழற்றும் வீரனின் வீச்சுக்குள் நுழைய முடியாமல் பொற்குலத்தினர் தவித்திருக்க, இரும்பிடார் வேகமாக முன்னேறினான். பாண்டிய வீரன் சாட்டையைச் சொடுக்கி இரும்பிடாரை தாக்க, சீறிவந்த சாட்டையை மின்னல் வீச்சாய் வாளை வீசி வெட்டியெறிந்தான் இரும்பிடார். ஒருகணம் அதிர்ந்த பாண்டிய வீரன் துண்டான சாட்டையை எறிந்துவிட்டு இடுப்பிலிருந்த வாளை உருவிக்கொண்டு இரும்பிடாரை நோக்கி வெறியுடன் முன்னேறினான்.

முன்னேறிய வேகத்தில் வலது கையின் வாளினால் இரும்பிடாரைத் தாக்க, தனது வாளின் நுனியை மேல்நோக்கி உயர்த்தியபடி பாண்டியவீரனின் வாளைத் தேக்கிய இரும்பிடார் அடுத்த கணத்தில் வாளை கிடைமட்டமாக வீசி கழுத்தை வெட்டியெறிய, சுற்றிலுமிருந்த பொற்குலத்தினர் நடுங்கிப் போயினர்.

இரும்பிடாரின் இணையற்ற ஆற்றலையும், வேகத்தையும் கண்ட கதிரொளியின் நண்பன் சந்தனவேல் 'யாரிவன்' என்று திகைத்துப் போனான். கதிரொளியின் அடுத்த நிலையில் நின்று பொற்குலத்தினரை வழிநடத்துபவன் சந்தனவேல். அன்றைய தாக்குதலை திட்டமிட்டவன். சந்தனவேல் அதிர்ந்த நிலையில் நிற்க, மற்றவர்கள் இரும்பிடாரை அச்சத்துடன் கவனித்தனர்.

வாளிலிருந்து குருதி சொட்ட முன்னேறிய இரும்பிடார் ஒரே வீச்சில் கதிரொளியைக் கட்டியிருந்த கயிறுகளை வெட்டியெறிந்தான். அரைமயக்கத்தில் சரிந்த கதிரொளியை இரும்பிடார் முன்னே சென்று தாங்கிக் கொள்ள, கதிரொளி முகம் உயர்த்தி இரும்பிடாரைப் பார்த்தான்.

'குதிரையில் இவனை அழைத்துச் செல்ல முடியுமா உங்களால்?' என்று பொற் குலத்தினரைப் பார்த்து இரும்பிடார் வினவினான்.

'நாளங்காடியின் மறுபுறத்தில் குதிரைகள் உள்ளன. இவனை அங்கு அழைத்துச் செல்ல வேண்டும்' என்றான் சந்தனவேல்.

கதிரொளியை பொற்குலத்தினர் மூங்கிலில் இருந்து விடுவித்ததை தென்மாறன் பார்த்திருக்க, சங்கை முழங்கிய பாண்டியவீரன் மூங்கில் வேலியை வாளினால் வெட்டி பாதையை உருவாக்கினான். தென்மாறன் குதிரையை இரும்பிடாரை நோக்கி விரைவாக செலுத்த பாண்டிய குதிரை வீரர்கள் அவனைத் தொடர்ந்தனர். குதிரைகள் கனைத்தபடி பாய்ந்து முன்னேறின.

கதிரொளி அரைமயக்கத்திலிருந்து விடுபடத் துவங்க கதிரொளியை சந்தனவேலின் தோளுக்கு மாற்றிய இரும்பிடார் வாளை எறிந்துவிட்டு கதிரொளியைக் கட்டியிருந்த உயரமான மூங்கிலை நொடிப்பொழுதில் மண்ணிலிருந்து பிடுங்கி எடுத்தான்.

வாளைச் சுழற்றிய தென்மாறன் வேகமாக இரும்பிடாரை நெருங்க, மூங்கிலின் ஒரு முனையைப் பற்றி உயர்த்திய இரும்பிடார் உக்கிரமாக மூங்கிலைச் சுழற்றி அடிக்க தென்மாறன் கழுத்தில் அடி விழுந்தது. கழுத்தொடியும் சத்தமும் மூங்கில் நுனி இரண்டாகப் பிளந்த சத்தமும் ஒன்றாய் கேட்க தென்மாறன் குதிரையிலிருந்து தூக்கியெறியப்பட்டான். மீண்டும் மூங்கிலைச் சுழற்றி தொடர்ந்து வந்த வீரர்களை இரும்பிடார் அடிக்க, பெருஞ் சத்தத்துடன் குதிரைகளிலிருந்து வீரர்கள் சரிந்தனர். மூங்கிலை உயர்த்தி ஓடிவந்த குதிரைகளின் குறுக்கே பிடித்து அனைத்து குதிரைகளையும் நிறுத்தினான் இரும்பிடார்.

'ஏறுங்கள்' என்று இரும்பிடார் சொல்ல சந்தனவேல் ஒரு குதிரையில் ஏறிக் கொள்ள மற்றொரு குதிரையில் கதிரொளியை ஏற்றினான் இரும்பிடார். மற்ற சிலரும் குதிரைகளில் ஏறிக்கொண்டனர்.

அதற்குள் மேலும் நாலைந்து பாண்டிய குதிரை வீரர்கள் இரும்பிடாரை நோக்கி முன்னேற, இரும்பிடார் முன்னேறி அரைவட்டமாக மூங்கிலைச் சுழற்றி அடிக்க

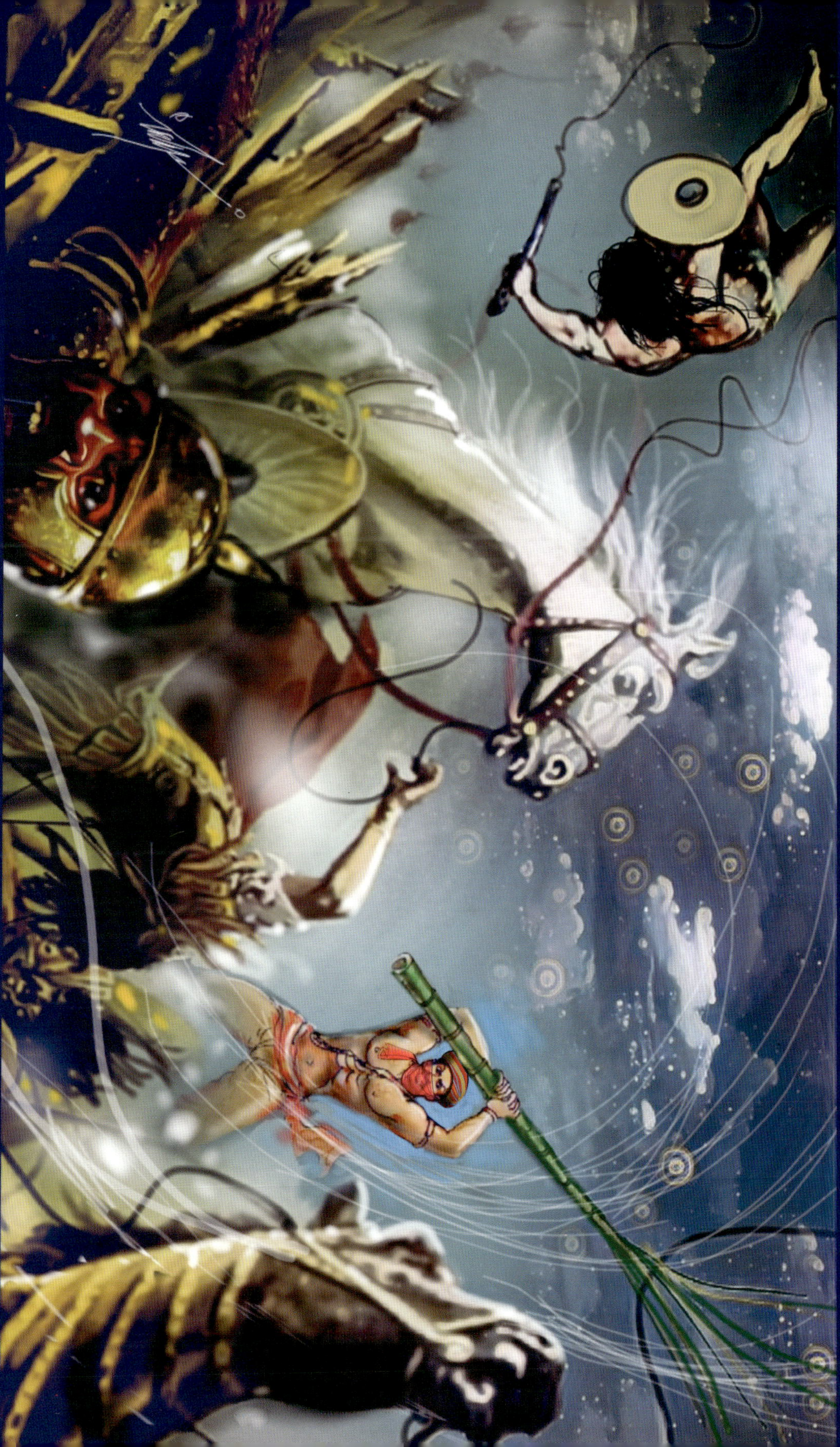

மூன்று வீரர்கள் குதிரையிலிருந்து தூக்கியெறியப்பட்டனர். இரும்பிடார் மீண்டும் பின்னோக்கி மூங்கிலை வீச மேலும் இரண்டு வீரர்கள் கழுத்தில் அடிபட்டு விழுந்தனர். வீரர்களை உதிர்த்த குதிரைகள் மட்டும் இரும்பிடாரைத் தாண்டி ஓடின.

எலும்புகள் முறிபட்ட பாண்டிய வீரர்களின் கதறல் திடலெங்கும் ஒலிக்க நாளங்காடியிலிருந்த மக்கள் வேடிக்கைப் பார்க்கத் தொடங்கினர். இரும்பிடாரின் வேகத்தையும், வீரத்தையும் கண்டு கலங்கியது சோழநாடு எனில் கண்டிராதது பாண்டிய நாடு. தனியொரு வீரன் ஒரு படையை சிதைப்பதைக் கண்டு அதிசயித்து நின்றனர் மக்கள்.

முகத்தை மறைத்து துணியைக் கட்டியிருந்த இரும்பிடாரைப் பார்த்து 'யார் நீ' என்றான் சந்தனவேல்.

'சோழத்தின் அறம்' என்றான் இரும்பிடார்.

சந்தனவேல் திகைக்க, 'நீ எப்படித் தப்பிச் செல்வாய்?' என்றான் கதிரொளி சற்று தெளிந்தவனாய்.

'என்னை பிடிக்கக்கூடிய படையல்ல இது. நீங்கள் செல்லுங்கள்' என்ற இரும்பிடார் கையிலிருந்த மூங்கிலால் வேலியின் மறுபுறத்தில் அடிக்க வேலி சிதறியது. இரும்பிடாரின் கையிலிருந்த மூங்கிலின் நுனி நீளவாக்கில் பல மூங்கில் பட்டைகளாக பிரிந்தது.

மேலும் பாண்டிய வீரர்கள் வருவதைக் கவனித்த கதிரொளி குதிரையை உதைத்து பாய்ந்து செல்ல மற்றவர்கள் பின்தொடர்ந்தனர். இரு அங்காடிகளின் இடைவெளியில் குதிரைகள் விரைந்து செல்ல, இரும்பிடார் வேகமாக முன்னேறி இடதுகையில் மூங்கிலைப் பற்றியவாறு இடைவெளியை அடைத்து நிற்க, அவனது கையிலிருந்த மூங்கில் பட்டைகள் விரிந்து பல்லிதழ்கள் கொண்ட பூவாய் மலர்ந்து நின்றது.

தேவேந்திரனால் கோவிலின் விமானம் அமைக்கப்பட்ட கருவறையைச் சிங்கங்களும், சிவகணங்களும், கல்யானைகளும் தாங்கி நிற்க, மீன் போன்ற கண்களைப் பெற்ற மீனாட்சிபுன்னகைத்திருக்க, இளவெயினியும் மற்றவர்களும் அம்மனை நெருங்கினர்.

சோழ நாட்டு அரசி தனது கோவிலில் காலடி எடுத்து வைப்பதை பாண்டிய நாட்டு அரசி என்றழைக்கப்படும் பாண்டிப் பிராட்டி பார்த்துக் கொண்டிருந்தாள். கிளியை தோளில் தாங்கி நின்றவள் புலிப்பரலைத் தோளில் ஏந்தி வருபவளைக் கண்டு மனம் மகிழ்ந்தாள்.

இளவெயினியின் தோற்றத்தைப் பார்த்து வியந்த வைராவி வேகமாகச் சென்று பூசைகளைத் தொடங்க, சோழ அரசியும், பாண்டிய அரசியும் ஒருவர் அழகில் மற்றவர் மனம் மயங்கி நின்றனர். நீலவானின் அழகை மீனாட்சி கொண்டிருக்க, பூவுலகின் அழகை இளவெயினி கொண்டிருந்தாள். உடுத்தியிருந்த ஆடையிலும், அணிந்திருந்த நவரத்தின அணிகலன்களிலும், மலர்களின் அலங்கரிப்பிலும் தூபத்திலும், தீபத்திலும் வானவில்லாய் அம்மன் மிளிர அனைவரும் கண்மூடி வணங்கினர். இளவெயினி அம்மனின் அழகில் மயங்கி வேண்டக்கூட மனமின்றி நின்றிருந்தாள்.

வைராவி தட்டிலிருந்த விளக்கின் சுடரை இளவெயினிக்குக் காட்ட, சுடரை வணங்கிவிட்டு கையிலிருந்த வைரம் பதிக்கப்பட்ட சூடகத்தைக் கழற்றி தட்டில் வைத்தாள். தாழம்பூ குங்குமத்தை வைராவி இளவெயினிக்கு கொடுக்க, வளவனும் கையை நீட்டினான்.

வட்ட முகமும், பொன்னின் நிறமும், அன்னத்தைப் போன்று வெண்ணிற கண்களில் கருந்திராட்சை விழிகளும், சுருட்டை முடியுமாய் இருந்த வளவனின் பேரழகில் வைராவி அதிசயித்தார்.

'இவர்கள் சாதாரண குடியினர் அல்லர். அரச பரம்பரையாய் இருத்தல் வேண்டும்' என்று மனதில் நினைத்தவர் 'உலகை ஆள்வாய் நீ' என்று வாழ்த்த அனைவரின் முகத்திலும் மகிழ்ச்சி பரவியது. பாண்டிய அரசி சிரித்தாள். ஒரு சொல் உணர்த்தும் பல அர்த்தங்களைப்போல, பல சொற்கள் ஓர் அர்த்தத்தை உணர்த்தின. ஓர் அர்த்தம் எதிர்காலத்தை சுமந்து நின்றது.

தனியொரு வீரன் மேருமலையாய் உயர்ந்து பொற்குடியினரை பாண்டிய குதிரை வீரர்களிடமிருந்து மறித்து நிற்பதைக் கண்ட மக்கள் மகிழ்ந்திருக்க, பொற்குடியினர் விலகிச் செல்லும் வரையில் குதிரை வீரர்களை தடுத்து நிறுத்தினால் போதுமென்று சிந்தித்த இரும்பிடார் அசையாது நின்றான்.

கதிரொளியைத் துரத்திப்பிடிக்க நினைத்த குதிரை வீரர்கள் வேகமாக இரும்பிடாரை மோதிச் சரிக்கும் எண்ணத்துடன் விரைந்து வர மூங்கிலை தலைக்கு மேலே சுழற்றிய இரும்பிடார் தனது வலதுபுறத்தில் முன்னேறிய குதிரையின் முகத்தில் மிகவேகமாக அடித்தான். வலியில் தடுமாறிய குதிரை மற்ற குதிரைகளின் பாதையில் சரிய, மற்ற குதிரைகளும் இடறி உருண்டன.

தடுமாறியப எழுந்த வீரர்கள் தளர்வுடன் இரும்பிடாரை நெருங்க முயல, மலர்க்கொத்தாய் பிரிந்திருந்த மூங்கிலை இரும்பிடார் மீண்டும் வீசினான். வீரர்களின் உடல்கள் வரிவரியாய் கிழிய, அனைவரும் தூக்கியெறியப்பட்டனர். குதிரைகள் தடுமாறி எழுந்தபடி இருக்க மற்ற வீரர்கள் இரும்பிடாரை நெருங்கத் தயங்கி குதிரைகளை நிறுத்திக்கொண்டனர்.

பாண்டிய வீரனொருவன் உடலைச் சாய்த்து குதிரையின் வலதுபுறத்தில் மறைந்தவாறு இரும்பிடாரை நோக்கி உருவிய வாளுடன் வேகமாக முன்னேறினான். மூங்கிலை இடது கைக்கு மாற்றிய இரும்பிடார் இடதுபுறத்திலிருந்து மேல்நோக்கி அரை வீச்சாய் மூங்கிலை வீச குதிரையின் மேலிருந்த வீரன் அடிபட்டு குதிரையிலிருந்து பறந்து சென்றான். வலது தோளின் மேல் மூங்கிலை வைத்துக் கொண்டு இரும்பிடார் காத்திருந்தான்.

நெருக்கமாய் முன்னேறுகையில் மூங்கிலைச் சுழற்றி தாக்குவதைக் கணித்த நாலைந்து வீரர்கள் இடைவெளியுடன் குதிரைகளை நகர்த்தி இரும்பிடாரை நெருங்கினர். தோளிலிருந்த மூங்கிலைச் சுழற்றி, குதிரைகளின் கால்களை நோக்கி வீசினான். மண்ணைக் கீறிக்கொண்டு விரைந்த மூங்கில் குதிரைகளின் கால்களை ஒடித்தெறிய, ஐந்து குதிரைகளும் தரையில் உருண்டன. குதிரைகளின் கதறலும், வீரர்களின் அலறலும் இணைந்து ஒலித்தன.

கதிரொளியை வைத்து பொற்குலத்தினர் அனைவரையும் கொல்வதே தென்னவனின் திட்டமாக இருந்தது. இப்போது கதிரொளியைப் பறிகொடுக்க நேர்ந்தால் இன்னல் வந்து சேரும் என்று நினைத்த பாண்டிய வீரர்கள் இரும்பிடாரை தவிர்த்து வேறு பாதையில் கதிரொளியை துரத்திச் செல்ல முடியுமா என்று சுற்றிலும் கண்களால் தேடினர். வரிசையாக அங்காடிகள் இணைந்திருக்க, ஒருவன் குதிரையை வளைத்து சுற்றுப்பாதையில் விரைய மற்ற வீரர்களும் அவனைத் தொடர்ந்து சென்றனர்.

அருகிலிருந்த குதிரையில் பாய்ந்தேறிய இரும்பிடார் மதுரை அம்மன் கோவிலின் எதிர் திசையில் குதிரையை விரட்டினான். இரும்பிடாரை வாழ்த்தும் விதமாக பாண்டிய மக்கள் பெரும் ஆரவாரத்தை எழுப்பத் தொடங்கினர்.

குதிரையை சிறிது தூரம் செலுத்திய இரும்பிடார் மக்கள் யாருமில்லாத இடத்தில் குதிரையை விட்டுக் கீழே குதித்தான். தலையில் சுற்றியிருந்த தலைப்பாகையை அவிழ்த்து இடுப்பில் கட்டிக்கொண்டு மீனாட்சி அம்மன் கோவில் இருக்கும் திசையை நோக்கி விரைவாகச் செல்லத் தொடங்கினான்.

மீனாட்சி அம்மனை வணங்கி விட்டு சோமசுந்தரரின் கருவறைக்குச் சென்ற இளவெயினியும் மற்றவர்களும் சொக்கலிங்கநாதரை மனமுருகி வணங்கியபடி இருக்கையில் வளவன் 'மாமா' என்று ஒலியெழுப்பினான். அனைவரும் கண்களைத் திறந்து பார்க்க இளவெயினியிடமிருந்து வளவனை வாங்கியபடி இரும்பிடார் நின்றான்.

'என்ன ஆயிற்று' என்றான் இமையன்.

'வலிமையை சிதைக்க அறத்தால் இயலும்' என்று இரும்பிடார் சொல்ல இளவெயினியின் முகத்தில் மகிழ்ச்சி பரவியது. இமையன் களிப்புடன் இரும்பிடாரை கட்டிக்கொண்டான்.

வீரம் வளரும்...

23

பாண்டிய நாட்டு அரண்மனையின் அடுக்கு மாடங்களில் கண்ணாடிக்குமிழ் விளக்குகள் ஒளியிறைத்து இருளை வெளியேற்றிக் கொண்டிருக்க, உள்ளிருந்த அறையின் வெப்பம் அதிகரித்திருந்தது. அறையைச் சுற்றிலும் விளக்குகளைக் கையிலேந்தி நின்ற அழகுப் பதுமைகள் அமைதியாய் நிற்க, சுடர்கள் படபடத்துக் கொண்டிருந்தன.

பாண்டிய நாட்டு இளவரசன் நம்பி கடுஞ்சினத்துடன் இங்குமங்கும் நடந்து கொண்டிருந்தான். அவனுக்கெதிரே நின்ற குதிரைவீரன், பொற்குலத்தினர் கதிரொளியை மீட்டுச் சென்ற விதத்தை விவரித்துக்கூற, நம்பி தனது செவிகள் கேட்பதை நம்ப முடியாமலிருந்தான். ஒற்றை வீரன் மூங்கிலைக் கையிலேந்தி வன்படையினரை நிர்மூலமாக்கியதைக் கேட்டு அதிர்ந்து போனான். நெஞ்சம் பதைபதைத்தது.

உயரமான சாளரங்கள் திரைச்சீலைகளை அணிந்திருக்க, அரண்மனைக்கு வெளியில் பரவிக்கிடந்த இருள் அதனூடே அரண்மனைக்குள் எட்டிப் பார்த்து நின்றது. சாளரத்தினருகே வந்து நின்ற நம்பி இருளை வெறித்தபடி நின்றான்.

> அறம் என்பது உணர்வல்ல வாழ்க்கை. கருணை என்பது செயலல்ல. மனதின் ஊற்று. வெற்றி என்பது நினைத்ததை அடைவதல்ல. நன்மையை செய்வது. வீரம் என்பது பெருமிதம். விவேகம் என்பது புரிதல். இவைகள் அனைத்தும் அடங்கிய வாழ்வு என்பது உதவுதல்.

பாண்டிய வீரர்களின் பாதையை மூங்கிலுடன் மறித்து நின்றவனை தவிர்த்துக் கொண்டு, சுற்றுப்பாதையில் சென்ற பாண்டிய வீரர்கள் பொற்குலத்தினர் சென்ற பாதையை கண்டுபிடிக்க முடியாமல் திரும்பியிருந்தனர். குதிரை வீரர்களுடன் போரிட்ட மற்றவர்களும் தப்பியிருக்க, பொற்குலத்தின் வீரன் ஒருவனைக்கூட கைது செய்ய முடியாமல் திரும்பியிருந்தனர்.

கதிரொளியை ராணித் தேனீயாய் பயன்படுத்தி மொத்தக் குலத்தையும் பொறியை நோக்கி ஈர்த்து அழிக்க திட்டமிட்டு இருந்தான் நம்பி. ஆனால் நம்பியின் திட்டம் ஈடேறும் நேரத்தில் சூறாவளியாய் உருக்கொண்ட ஒருவன் அனைத்தையும் சூறையாடிச் சென்றிருந்தான்.

பாண்டிய நாட்டின் வலுவான குதிரைப்படை தோற்றதுமில்லாமல் இவர்களை வீழ்த்தியது தனித்த ஒரு வீரன் என்பது தகிக்கும் நெருப்பின் கங்குகளை உடலெங்கும் கொட்டியது போலிருக்க, மனம் துடித்தது.

'காலமெல்லாம் பொன்னைக் காய்ச்சி உருக்குவதில் வாழ்வை தொலைப்பவர் களிடையே இப்படியொரு வீரமா? பொன்னைத் திரிக்கும் கைகள் வீரத்தின் பரிமாணங் களை கைக்கொண்டது எப்படி? யாரவன்?' என்ற கேள்வி நம்பியின் மனதில் நின்றிருக்க...

தளபதி தென்னவனோ முற்றிலும் இடிந்து போயிருந்தான். குதிரைப்படையின் பாதிவீரர்கள் திரும்பி வந்து நடந்தவற்றைக் கூறியபோது பாண்டிய நாட்டின் வீரத்திற்கு இழுக்கு வந்தடைந்ததாக எண்ணித் துடித்துப் போனான். தென்மாறனைப் போன்ற சிறந்த வீரன் கொல்லப்பட்டு, பல வீரர்கள் மருத்துவரின் சிகிச்சையில் கிடக்கிறார்கள். அவர்கள் மீண்டெழ சில மாதங்கள் ஆகும் என்ற செய்தி மனதை அதிர வைத்தது. உடனடியாக நம்பியிடம் தகவல் தெரிவிக்க குதிரைவீரனை அழைத்துக்கொண்டு அரண்மனைக்கு வந்தான்.

பொற்குலத்தினரை அழிக்கும் வாய்ப்பைத் தவறவிட்டபின் அடுத்து செய்வதென்ன் என்று இருவரும் திகைத்திருந்தனர்.

பாண்டிய வேந்தர் முடத்திருமாறன் அறையின் தளத்தில் இடப்பட்டிருந்த சிகப்புக் கம்பளத்தில் நடந்துவர மூவரும் அமைதியாய் நின்றனர்.

அறையின் அமைதியும், மூவரின் உடல் மொழியும் தவறு நிகழ்ந்திருப்பதை உணர்ந்த 'என்ன நிகழ்ந்தது?' என்று கேட்டபடி யானைத் தந்தத்தினாலான ஆசனத்தில் அமர்ந்தார் முடத்திருமாறன்.

தென்னவன் மெதுவாகவும் தெளிவாகவும் நடந்ததை எடுத்துரைக்க முடத்திருமாறன் சிறிய சலனத்தையும் முகத்தில் காட்டாமல் பொறுமையுடன் கேட்டார்.

'பொற்குலத்தின் வீரத்தினைக் குறைத்து மதிப்பிட்டது தவறு'.

'ஆனால் நமது சிறந்த குதிரைப்படையை அனுப்பியிருந்தேன்'

'நாம் எண்ணிய அளவு சிறந்ததல்ல என்பதை நிரூபித்துச் சென்றிருக்கிறான் ஒருவன். கற்பனையின் ஆற்றல் இணையற்றதாய் தோன்றும், உண்மையுடன் ஒப்பீடு செய்யும் வரையில்'

சில கணங்களுக்கு பின்னர் ''பொற்குலத்தினர் அனைவரும் முகத்தை துணியால் மறைத்திருந்தனரா?'' என்றார் வேந்தர்.

'இல்லை. மூங்கிலையேந்தி அனைவரையும் சிதறடித்த ஒருவன் மட்டுமே முகத்தை மூடியிருந்தான்' என்றான் குதிரை வீரன்.

'அவன் மட்டும் முகத்தை மூடியிருக்க என்ன காரணம்?'

அதைப் பற்றி யோசித்திராத இருவரும் அமைதியாய் இருக்க ''பாண்டிய நாட்டில் அனைவரும் காணுமிடத்தில் இருந்து பொற்குலத்தினருக்கு உதவும் ஒற்றனாக இருக்கலாம். நமது படையின் ஏதோ ஒரு நிலையில் பணியாற்றும் பொற்குலத்தை சேர்ந்தவனாய் இருக்கலாம் அல்லது பொற்குலத்தின் வீரனாக இல்லாதிருக்கலாம். அவனின் உடலமைப்பை ஒத்திருக்கும் வீரனை நாடெங்கும் தேடத் தொடங்குங்கள்''.

'உத்தரவு' என்றான் தென்னவன்.

'பாண்டிய நாட்டிற்கு மிகப்பெரும் கறையிது. இப்படியே விட முடியாது' என்றான் நம்பி.

நாளங்காடியில் நடந்தது இந்நேரம் மக்களிடையே தீயைப் போல் பரவியிருக்கும். பாண்டிய நாட்டின் வலிமையை பகைவர்கள் குறைத்து மதிப்பீடு செய்ய வைக்கும் என்று முடத்திருமாறனும் எண்ணினார். நாட்டின் உண்மையான வலிமையை விட அதைப் பற்றிய அச்சமே அனைவரையும் கட்டுக்குள் வைத்திருக்க உதவும் கருவி. காட்டின் மிகப்பெரும் விலங்கான யானையை அடக்க யானைப்பாகன் பயன்படுத்தும் சிறிய கவைமுள்ளைப் போல.

'என்ன செய்ய நினைக்கிறாய்'

'கதிரொளி மறைந்திருக்கும் இடத்தை ஒற்றர் தலைவன் கச்சிகன் கண்டுபிடிக் கட்டும். நான் பரதவத் தலைவன் சிங்கராயனின் முடிவைக் கேட்டு வரச்சொல்கிறேன்.

பாண்டிய நாட்டிற்கு அடிபணியா விட்டால் அவர்களை அடக்குவதைத் தவிர வேறு வழியில்லை. தோல்வியை மறையச் செய்வது வெற்றி தான்'

முடத்திருமாறன் யோசித்தார். நம்பி ஏதாவது பெருஞ்செயலை செய்து புகழீட்ட எண்ணுகிறான். சூழ்நிலையை அதற்கேற்ப பயன்படுத்துகிறான். இது பாண்டிய நாட்டில் தொன்று தொட்டு வரும் பண்பு. பாண்டியர்கள் முன்னோர்களின் பெயர் களையோ, சொத்தையோ வைத்து வாழ்வைக் கடத்த மாட்டார்கள். புதிதாக புகழையும், வருவாயையும் பெருக்கும் குணமுடையவர்கள்.

''அவன் முடிவெடுக்க தேவையான நேரத்தைக் கொடு. கொலை செய்பவனிடத்திலும் வாள் இருக்கிறது. நாட்டை காப்பவனிடத்திலும் வாள் இருக்கிறது. நிலையும், சூழலுமே அறம் என்றாகிறது. கொல்வதையும் மற்றவர்களின் பார்வையில் அரச நியதியாகத் தோன்றவை. சிங்கராயன் வாக்குக் கொடுப்பான். ஆனால் காப்பாற்ற மாட்டான். சுவைக்க மட்டும் பயன்படும் இறந்த நாவினை உடையவன். அவனுடனான போர் தவிர்க்க இயலாதது. ஆனால் காலம் தாழ்த்தி வரட்டும். பாண்டியர்கள் போர்வெறி ஊறியவர்கள் என்று தோன்றக்கூடாது. பாண்டிய நாட்டிற்கு இடர் தந்த பரதவர்களை பாண்டியர்கள் வென்றார்கள் என்ற புகழ் உருவாக வேண்டும். நாட்டின் நலனுக்காக என்றாலும் அறமற்ற செயலை அறத்தின் போர்வையில் செய்து பழகு''

'வாக்கை காப்பாற்றாதவன் மண்ணில் வாழத் தகுதியற்றவன். விரைவில் மண்ணில் புதையட்டும். அடுத்து பொற்குடியினர் அனைவரையும் கொன்றொழிக்கிறேன். மூங்கிலை ஏந்திப் போரிட்ட வீரனின் குருதியால் மூங்கிலுக்கு குருதி நீராட்டு நடத்துகிறேன். அதன் பின்னர் ...' என்ற நம்பி தயங்கினான்.

'சொல்' என்றார் முடத்திருமாறன் வரப்போகும் வார்த்தைகளை அறிந்திருந்தும்.

'சோழநாட்டின் மீது படையெடுக்கத் தாங்கள் இசைய வேண்டும்'

'மன்னனற்ற நாட்டை கைக்கொள்வது புகழைத் தராது. எனினும் உள்நாட்டு இடர்களை களைந்ததும் நீ சோழநாட்டின் மீது படையெடுக்கலாம்' என்றார் வேந்தர். சோழநாட்டைச் சூழும் போர்மேகங்கள் பாண்டிய நாட்டில் மொட்டவிழ்ந்தது.

★★★

பாண்டிய நாட்டின் அரண்மனையில் எரிதழல் பறந்து கொண்டிருக்க, தணலுக்கு விதையூன்றிய இரும்பிடார் மற்றவர்களுடன் தேனூரின் எல்லையில் வீடுகளை அமைத்துக் கொண்டிருந்தான். அனைத்து வீடுகளும் வெளிப்பார்வைக்கு சிறியதாகவும்,

ஒன்றைப் போல மற்றொன்று இருந்தாலும் வீட்டினுள் வசதியாக இருக்குமாறு சுட்ட செங்கற்களாலும், சுண்ணாம்பு சாந்துகளாலும் இணைத்து உறுதியாகக் கட்டினான். இளவெயினியின் வீட்டின் இருபுறமும் மற்றவர்களின் வீடுகளை அமைத்தான்.

தேனூரின் எல்லையில் நிலத்தின் முடிச்சு போல் அமைந்திருந்த கரடின் அடிவாரத்தில் சில வீடுகளே இருந்தன. அங்கிருந்தவர்களிடம் 'நாங்கள் கடம்ப நாட்டை சேர்ந்தவர்கள். பிழைப்புத் தேடி வந்திருக்கிறோம்' என்று இரும்பிடார் கூறினான்.

வீடுகளுக்கு அருகிலிருந்த செங்கரடானது கரடை விடப் பெரியதாகவும் மலையை விடச் சிறியதாகவும் இருந்தது. பசுமையான புற்கள் மண்ணைப் போர்த்தியிருக்க, உசில், தடசு, வன்னி மரங்கள் அடர்ந்து வளர்ந்திருந்தன. அடிவாரத்தில் வெண் பொன்னாய் நதிநீர் ஓடிக்கொண்டிருந்தது.

முதல் சிலநாட்கள் சிரமமாக இருந்தாலும் மாற்றி நடப்பட்ட நெற்பயிரைப் போல் இளவெயினியும், மற்றவர்களும் சூழலுக்கு பழகத் தொடங்கினர். சிறுகச் சிறுக வேர்பிடித்தனர்.

வீடுகளைக் கட்டி முடித்ததும் இரும்பிடாரும் மற்றவர்களும் அருகிலிருக்கும் கரும்பு ஆலைக்கோ அல்லது கரும்பு கழனிகளுக்கோ பணிக்குச் செல்லத் தொடங்கினர். பேய்க்கரும்பு, வேழக்கரும்பு, மென்கரும்பு, குச்சிக்கரும்பு போன்ற கரும்புகள் அடர் மூங்கிலாய் விளையும் கழனிகளை உடையது தேனூர். இங்கு கரும்பிலிருந்து சாறெடுக்கும் எந்திரங்களும், கருப்பஞ்சாற்றிலிருந்து வெல்லமும், சர்க்கரையும் காய்ச்சும் ஆலைகளும் இருந்தன. ஆலைகளில் கரும்பு காய்ச்சுவதால் இடைவிடாது புகை வந்து கொண்டிருந்தது.

கரும்பின் தீஞ்சாறில் உருவாக்கப்பட்ட விசயம் என்ற வெல்லக் கட்டியையும், சர்க்கரையும் பணித வணிகர்கள் மாட்டு வண்டிகளில் வந்து வாங்கிச் சென்றனர். அண்டை நாடுகளில் விற்பனையும், பண்டமாற்றும் செய்வதுடன் யவன நாடுகளுக்கு ஏற்றுமதி செய்தும் செல்வத்தில் கொழித்தனர்.

இரும்பிடாரும், மற்றவர்களும் எவருக்கும் ஐயம் ஏற்படாமலிருக்க மக்களிடமிருந்து விலகியிருந்தனர். சில நேரங்களில் செங்கரட்டின் மேலேறி மரங்களின் மறைவில் ஆயுதப் பயிற்சிகளை மேற்கொண்டனர்.

வளவனும் மற்ற நான்கு குழந்தைகளும் நடக்கத் தொடங்கியதும் ஒன்றாகவே விளையாடித் திரிந்தன. அனைவரும் ஒன்றரை வயதிலிருந்து மூன்று வயதுக்குள் இருந்தாலும் அகவையில் பெரியவன் முகில். இமையனின் மகன் நிலவன் சிறியவன்.

வளவன், சுடரொளி, இளம்பரிதி மூவரும் ஒத்த வயதினையுடையவர்கள். அனைவரையும் விட வளவனே உருவத்தில் பெரியவனாயிருந்தான். அனைவரையும் இணைத்து வழிநடத்துபவனாயிருந்தான்.

பெண்கள் வீட்டில் இருந்து குழந்தைகளுக்கு பாதுகாவலாய் விளங்கினர். இளவெயினி குழந்தைகளுக்கு தினமும் நுங்கின் நீர், இளநீர், கரும்புச்சாறு ஆகியவை கலந்த முந்நீரைத் தந்தபடி நீதிநெறிக் கதைகளைப் புகட்டுவாள். கதை என்பது வண்ணக் கனவுகள். தத்தளிக்கும் மனங்கள் தங்கிச் செல்லும் கரைகள். தீபங்களுக்கு ஊற்றப்படும் எண்ணெய் போல. கதை எனும் சொற்களின் சேர்க்கையில் மனதின் வேட்கையை இணைத்து, எதிர்காலத்தை நிர்ணயிக்கும் கனவுகளை குழந்தைகளின் மனதில் விதைத்தாள்.

குழந்தைகளுக்கு இருக்கவேண்டிய பண்புகள் கதையில் வரும் மாந்தர்களுக்கு அளிக்கப்பட்டன. அறம் என்பது உணர்வல்ல வாழ்க்கை. கருணை என்பது செயலல்ல. மனதின் ஊற்று. வெற்றி என்பது நினைத்ததை அடைவதல்ல. நன்மையை செய்வது. வீரம் என்பது பெருமிதம். விவேகம் என்பது புரிதல். இவைகள் அனைத்தும் அடங்கிய வாழ்வு என்பது உதவுதல்.

மலர்களுக்குள் மகரந்தத்தை நிரப்புவது போல குழந்தைகளின் மனதில் வீரமும் அறமும் விதைக்கப்பட்டன. குழந்தைகளின் மனவெளியில் புதிய உலகம் விரிந்தது. புதிய உலகைப் படைக்கும் எண்ணங்கள் முளைவிட்டன.

உறங்கும் நேரம் தவிர மற்ற எல்லா நேரங்களில் வளவன் இளவெயினியை கேள்விகளுடன் நெருங்கினான். கேள்விகளை எதிர்க் கேள்விகளால் பதிலை நோக்கித் திசைதிருப்பினாள் இளவெயினி. கேள்விகள் மனதை விரிவாக்க எரிமலையின் ஊற்றுக்கண்கள் திறந்தவண்ணம் இருந்தன. மென்காற்றினுள் அதிவேக சூறாவளியின் வித்துக்கள் விதைக்கப்பட்டன.

இளவெயினிக்கு பலதருணங்களில் வளவனின் சாயல்கள் சென்னியை நினைவூட்டின. ஆவி உதிர்ந்த மனதின் படிமங்களை மெதுவாக ஒன்று சேர்த்துக் கொண்டிருந்தாள். நிலவில்லா வானிருளில் வாழப் பழகிக் கொண்டிருந்தாள். வாழ்வின் பயணத்தைத் தொடர வேண்டியிருந்ததால் எதிர்பார்ப்புகளையும் ஆசைகளையும் விலக்கக் கற்றுக்கொண்டிருந்தாள்.

கவலையின் வெந்நீர் தாரைகள் மகிழ்வின் வேர்களை அழித்துக்கொண்டே இருக்கும். கவலையில் உழலும் மனமானது, சின்னஞ்சிறு செடியில் துளிர்த்த மலர்

தென்றலோடு நிகழ்த்தும் காதல் உரைகளை ரசிக்கமுடியாமல் பட்டுப்போகச் செய்கிறது. இழந்த ஒன்றில் நிம்மதியைத் தேடுவதைவிட கிட்டிய ஒன்றைக் கொண்டாடும் மனது வாழ்வில் அமைதி கொள்கிறது.

பாலையாய்க் காய்ந்திருந்த இளவெயினியின் கானல் வெளிகளில் மழையாய் வந்திறங்கினான் வளவன். மனதை முகிழ்த்து, மகிழ்வை விதைத்து வசந்தங்களை அறுவடை செய்யத் தொடங்கினான். சிறகடித்துப் பறக்கும் பறவைகளின் குதூகலத்தையும், அசைந்தாடும் மரம், செடி, கொடிகளின் மொழியையும் ரசிக்கும் மனதை மீட்டெடுத்தான். இளவெயினி மனதளவில் மீண்டும் பிறந்தாள்.

இளவெயினியிடம் மாற்றங்களைக் கண்ட இரும்பிடார் நான்கு மாதங்களுக்குப் பிறகு மனமகிழ்வுடன் சோழநாட்டிற்குப் புறப்பட்டுச் சென்றான். மாறுவேடமணிந்து அகநகரில் நுழைந்தவன் அமைச்சர் செம்மானையும், தளபதிகளையும் நேரில் கண்டு நிகழ்வுகளை எடுத்துரைத்தான்.

பாண்டிய நாட்டில் பொற்குலத்தின் தலைவன் கதிரொளியை மீட்க நேர்ந்ததை இரும்பிடார் சொல்ல 'இதற்கான எதிர் விளைவுகள் நிகழலாம். பாண்டிய நாட்டு அரண்மனையிலிருக்கும் நமது ஒற்றனிடம் சொல்லி வைக்கிறேன். உனக்குத் தேவையான தகவல் உன்னை வந்தடையும்' என்றான் வானவன்.

'நீங்கள் இருக்கும் இடத்தைச் சுற்றி ஒரு பாதுகாப்பு வளையத்தை உருவாக்கட்டுமா?' என்றான் பரஞ்சுடர்.

'நாங்கள் ஆலைக்குச் செல்லும் நேரங்களில் வளவனைக் கவனித்திருக்க சிறந்த இரண்டு ஒற்றர்கள் அருகில் இருந்தால் போதும். வீட்டிலேயே இருந்துகொண்டு பணி செய்பவராய் இருக்க வேண்டும்'

'சிலதினங்களில் வந்தடைவர். உன்னிடம் மட்டுமே தொடர்பு கொள்வார்கள்' என்ற பரஞ்சுடர்...

'மாறுவேடத்தில் இருந்தாலும் ஒற்றர்கள் உன்னை அடையாளம் கண்டு கொள்ள வாய்ப்பிருக்கிறது. எச்சரிக்கையுடன் திரும்பச் செல்' என்றான்.

'என்னைத் தொடர்வது மரணத்தைத் தொடர்வது போல. பகையை எதிர் கொள்ளும் வெறியுடன் இருக்கிறேன்'

'அடிக்கடி தகவல் தெரிவித்துக் கொண்டிரு' என்றார் செம்மான்.

சோழநாட்டிற்குப் பின்னர் அழுந்தூருக்குச் சென்ற இரும்பிடார் தந்தையிடம் தகவல் தெரிவித்துவிட்டு மீண்டும் நள்ளிரவில் அழுந்தூரை நீங்கி தேனூரை வந்தடைந்தான்.

அடுத்த சில தினங்களில் இளவெயினியின் குடிலுக்கு நேரெதிரே சற்றுத் தொலைவில் சகோதரர்கள் இருவர் புதிதாக வந்து குடிலொன்றை ஏற்படுத்தினர். அவர்களிடம் பேசிவிட்டு வந்த இமையன் இளவெயினியிடம் ‘இருவரும் மரத்தச்சர்கள். பிழைப்புத் தேடி வந்துள்ளனர்’ என்றான்.

‘சோழ நாட்டிலிருந்து திரும்பிய சில நாட்களில் புதியவர்கள் வருகிறார்களே’ என்று ஐயத்துடன் இளவெயினி இரும்பிடாரைப் பார்த்தாள். தங்கையிடம் எதையும் மறைக்க முடியாதென்பதை அறிந்திருந்த இரும்பிடார் மெல்லிய சிரிப்புடன் தலையசைத்தான்.

அதே சமயத்தில் சோழநாட்டின் நாளங்காடியில் வந்து நின்ற முள்ளூர் நாட்டு ஒற்றர்களில் ஒருவன் ....

‘சோழநாட்டின் அரசி இளவெயினி அரண்மனையில் இல்லையாமே’ என்றான்.

‘ஆமாம். அரசியைக் கொல்ல பகைவர்கள் தொடர்ந்து தாக்கியதால் அரண் மனையை விட்டு வெளியேறி விட்டாராம்’ என்றான் மற்றொருவன்.

‘வேந்தர் பெருவளத்தான் அரண்மனையில் பிறந்தாரா இல்லையா?’

‘தெரியவில்லை. ஆனால் இப்போது சோழ அரண்மனையில் அரசியும், வேந்தரும் இல்லை. நாமனைவரும் அரண்மனைக்குச் சென்று அமைச்சர் செம்மானிடம் இதுகுறித்து கேட்கவேண்டும்’

அருகிலிருந்த சோழநாட்டு மக்கள் அதிர்ச்சியுடன் இவர்களைப் பார்க்க, பட்டினப் பாக்கத்தில் இருவரும், மருவூர்ப்பாக்கத்தில் இருவரும் இதே தகவலை பரப்பிக் கொண்டிருந்தனர்.

சோழநாட்டின்மீது பற்றுடைய மக்கள் அரண்மனைக்குச் சென்று அரசியை காணவேண்டி கிளர்ச்சியில் ஈடுபடுவர். இதனால் இளவெயினி மீண்டும் சோழநாட்டிற்கு திரும்ப நேரிடும் என்று முள்ளூர் நாட்டு மன்னன் பெருஞ்சாத்தன் எண்ணியிருந்தான். அவன் திட்டப்படி சோழ நாடெங்கும் ஒற்றர்கள் தகவலை பரப்பத் தொடங்கினர்.

அழுந்தூரில் இளவெயினியை அணுகமுடியாமல் வெளியேறியிருந்த இருங்கோவேள் தனது தோல்வியை வெளிக்காட்டாமல் ‘அழுந்தூரின் ஏராளமான வீரர்களை கொல்ல முடிந்தது. ஆனால் அரசியை நெருங்க முடியவில்லை. நானும் இரண்டு வீரர்கள் மட்டுமே தப்பிவர முடிந்தது’ என்று பெருஞ்சாத்தனிடம் கூறியிருந்தான். ‘மீண்டும் அரசி வேறு நாட்டில் மறைந்து வாழ்வதற்காக தப்பிச்சென்று விட்டாள்’ என்று சொல்ல பெருஞ்சாத்தன் புதிய திட்டங்களை வகுத்துக் கொண்டிருந்தான்.

அரசி அரண்மனையில் இல்லையென்ற தகவல் சோழநாடெங்கும் பரவத் தொடங்க மக்கள் பதற்றத்துக்கு உள்ளாயினர். அரசி இல்லாதபோதும் சிறு குறையுமின்றி செம்மான் ஆட்சி புரிவதில் மகிழ்ந்தவர்கள் எங்கிருந்தாலும் இளவெயினி சோழமக்களின் நலத்தினைக் காத்திருப்பாள் என்று எண்ணினர். அரசியும், மன்னரும் எங்கிருந்தாலும் நலமுடன் இருக்க வேண்டுமென்று தெய்வங்களிடம் வேண்டியவாறு இருந்தனர்.

மக்களிடையே கிளர்ச்சி ஏற்படும் என்று பெருஞ்சாத்தன் எண்ணியது நிறைவேறாமல் போக, மூன்று நாட்டு ஒற்றர்களையும் பல நாடுகளுக்கும் அனுப்பினான். பச்சை நிற விழிகளைக் கொண்ட அரசியையும், உயரமான இரும்பிடாரையும் அடையாளமாய் கொண்டு ஒற்றர்கள் தேடத் தொடங்கினர். அயல் தேசத்திலேயே இளவெயினியையும், பெருவளத்தானையும் கொன்று விட்டால் அதை வெளிப் படுத்தி மக்களின் போராடும் உறுதியினை உடைத்தெறியலாம். மற்ற சிற்றரசர் களையும் அணிதிரட்டலாம் என்றெண்ணினான் பெருஞ்சாத்தன்.

★★★

பாண்டிய நாட்டின் பரதவக் குடிலில், சிங்கராயனும் மற்றவர்களும் அமர்ந்திருந்தார்கள். பாண்டிய நாட்டுடன் பணிந்து செல்லுமாறும், வரிகளை அளிக்குமாறும் இளவரசன் நம்பி வீரர்களின் மூலமாய் தகவல் அனுப்பினான். வீரர்களிடம் சரியான பதிலைக் கூறாமல் ஒரு வருடமாகத் தவிர்த்து வந்த சிங்கராயன் கடந்த முறை வந்த வீரனிடம்...

'சாத்தியமில்லாத ஒன்று. இனிமேல் வருடந்தோறும் பொருளும், கொழிக்கும் முத்துக்களில் பாகமும் அளிக்க இயலாது' என்று பதிலனுப்பி இருந்தான்.

சில தினங்களில் நம்பி படைகளைத் திரட்டத் தொடங்கியதாக தகவல் வந்ததைத் தொடர்ந்து சிங்கராயனும், நண்பர்களும் கூடியிருந்தார்கள்.

கடலை ஆளும் பரதவர்கள் பாண்டியர்களிடம் அடிபணிந்து இருப்பதை இழிவாகக் கருதிய சிங்கராயன் போரை எதிர்கொள்ளத் தயாராக இருந்தான். பாண்டிய நாட்டிலிருந்து பிரிந்து ஒரு சிற்றரசாக பரதவ நாட்டை ஏற்படுத்த எண்ணினான். அவனது தந்தை இருந்தவரை இதற்கு இசையவில்லை. தந்தையின் மறைவிற்குப் பின்னர் பரதவர்களின் மனதில் தனிநாடெனும் கனவை வளர்க்கவும், நம்மால் முடியும் என்ற நம்பிக்கையை உருவாக்கவும் சிலகாலம் ஆகியது. மனதின் எண்ணங்களை உடலின் உறுப்பாய் வடித்துக் கொண்ட அவனது முயற்சிகள் ஈடேறும் காலம் கனிந்திருந்தது.

'பாண்டியப்படைகளை நம்மால் தோற்கடிக்க இயலாது? உனது திட்டம் என்ன?' என்றான் ஒரு பரதவன்.

பாண்டிய நாட்டுப் படைகளை நேருக்கு நேராக எதிர்கொண்டு நம்மால் வெல்ல இயலாது' என்றான் ஒரு பரதவன்.

'பரதவக் குலத்தின் எண்ணூறு வீரர்களை வெல்ல நம்பி முழுப்படையை அழைத்து வரமாட்டான். பழம்பெருமையை மனதில் சுமந்து திரிபவன் அவன். எனவே பத்தாயிரம் வீரர்கள் வரை அழைத்து வருவான். நம்மை எளிதாக எண்ணி யானைப்படையை விடுத்து காலாட்படை, விற்படை, குதிரைப்படை, தேர்ப் படைகளை அழைத்து வருவான்'

'அவற்றை எதிர்கொள்வதும் கடினமான செயல்'

'வெல்வதற்கான போரல்ல இது. கொல்வதற்கானது'

'விளங்கவில்லை'

'பாண்டிய இளவரசன் நம்பியைக் கொன்று பேரழிவை உருவாக்கிவிட்டு பின்வாங்குவோம். பாண்டிய வேந்தர் முடத்திருமாறன் மனமுடைந்து நமது வேண்டு கோளை செவிமடுக்கலாம் மாற்றாக பழிவாங்கும் எண்ணத்துடன் அழிக்க முயலலாம். வயதாகிவிட்ட பாண்டிய வேந்தனால் பெரிதாக எதையும் சாதிக்க இயலாது. மென்மேலும் பேரழிவுகளை உருவாக்கி அவரைப் பணிய வைத்து கொற்கை துறைமுகத்தின் தெற்கே உள்ள சிறிய கடலோரப் பகுதியை பரதவ நாடாக அறிவிக்க கோருவோம். அதற்கு பாண்டியப் படையை முதல் தாக்குதலில் மண்டியிடச் செய்வது அவசியம். அதற்காகத்தான் நாம் இவ்வளவு நாட்கள் பொறுத்திருந்தோம்'

சிங்கராயன் பாண்டிய நாட்டிற்கு வருடத் தொகையும், முத்துக் குளித்த பங்கையும் தராமல் போருக்கான ஆயத்தங்களை உருவாக்குவதில் செலவழித்து வந்தான்.

பாண்டிய நாட்டு போர்த் திடலில் திரளும் படையானது அரச வீதி வழியாக, நாளங் காடிகளைக் கடந்து, கடற்கரைச் சாலையில் நகர்ந்து கடற்கரையின் வடக்கில் அணி வகுக்கும். அதன் பின்னர் கடல் அலைகளுக்கு அருகில் திரண்டிருக்கும் பரதவர்களை நோக்கி முன்னேறும்.

பாண்டியர்கள் முன்னேறும் கடற்கரை மணலில் ஏராளமான இடங்களில் ஒரு அடி ஆழக்குழிகளைத் தோண்டி, ஈட்டியின் முனை பதிக்கப்பட்ட வட்ட வடிவ மரக்கட்டைகளை மெல்லிய துணியினால் மூடி, மணல் தூவி மறைக்கச் செய்திருந்தான்.

கைப்பெயர் ஊசி எனும் விரல் நீள இரண்டு இரும்புக் கம்பிகளை முறுக்கி நான்கு கூரிய முனைகளையுடைய ஆயிரக்கணக்கான முட்களை உருவாக்கி கடற்கரையின் வெண்மணலில் சங்குகளைப் போல கலந்திருந்தான். எப்படி திருப்பினாலும் ஒரு முனை

மேல்நோக்கியே இருக்குமாறு ஊசிகள் முறுக்கப் பட்டிருந்தன. பாண்டியப் படை திரளத் துவங்கிய கணத்திலிருந்து பரதவர்கள் பொறிகளைப் பொருத்துவதில் ஈடுபட்டிருந்தனர்.

பாய்ந்து முன்னேறும் குதிரைகளின் கால்கள் குழிகளில் இடறி உடைய குதிரைகள் உருளும். வீரர்களின் பாதங்களை ஈட்டி முனைகளும், ஊசிகளும் துளைக்கும். படைகளின் முன்னணியில் நகரும் வீரர்கள் பாதிப்புக்குள்ளானதும் படை பின்வாங்கும். பொறிகளை தவிர்ப்பதற்காக படையை வலதுபுறத்தில் நகர்த்தி, மணல்வெளியை விட்டு விலகியதும் நேராக நம்பி முன்னேற்றுவான். பரதவக் குடியிருப்புகள் அங்கிருந்தன.

பரதவர் குடிலில் இருந்த அனைத்துப் பெண்களையும், குழந்தைகளையும் வெளியேற்றியிருந்தான் சிங்கராயன். ஒரு யோசனைக்கப்பால் குடில்களை ஏற்படுத்தி அவர்களுக்குத் தேவையான உணவுப் பொருட்களை நிரப்பியிருந்தான். பரதவச் சேரியில் நுழையும் படையானது ஆளரவமின்றியிருக்கும் குடில்களை ஆராய்ந்து விட்டு மீண்டும் இடப்புறத்தில் கடலருகே நின்றிருக்கும் பரதவப்படையை நோக்கித் திரும்பும்.

கடற்கரை மணலில் இரண்டு காதங்கள் நீளத்துக்கு நேர்கோடாக மீன்வலை களைப்போல பொறிகளின் வலையை சிங்கராயன் விரித்திருந்தான். எத்தகைய படைகளும் கடலருகே நின்றிருக்கும் பரதவர்களை வேகமாக நெருங்க இயலாது.

இன்னல்களைக் கடந்து பாண்டியப் படை மணல்வெளியில் முன்னேறும்போது, காலியாக இருந்த பரதவ வீட்டின் நான்கு வீடுகளின் தரையடியில் மறைந்திருக்கும் பரதவ வீரர்கள் வெளியேறி, வீட்டின் கதவுகளைத் தாளிட்டுக்கொண்டு யவன தேசத்திலிருந்து வருவிக்கப்பட்ட அம்பெய்யும் பொறிகளை பொருத்துவர். ஒரே நேரத்தில் பத்து அம்புகளை விடுக்கும் இயந்திரப் பொறிகள் அவை. அனைத்து அம்புகளின் கூரிய முனைகளும் நம்பியையும், தளபதி தென்னவனை நோக்கியுமே இருக்கும். தலைகளைக் கொய்து விட்டால் மீதமிருக்கும் படைகளைச் சிதைப்பது சுலபம்.

கடற்கரையின் மணலில் பொதிந்திருக்கும் பொறிகளைக் கடந்து கடலை நோக்கி முன்னேறும் பாண்டிய வீரர்களை, பரதவர்களின் விற்படையினர் அம்பெய்து வீழ்த்துவர். விற்படையினரே வாளையும் தாங்கியிருந்தனர். மிகவும் வலிமையான திமிலர்களின் குதிரைப் படையும் சிங்கராயனுடன் இணைந்திருந்தது.

பரதவப்படையின் பின்னால் கரையை ஒட்டி நின்றிருக்கும் ஐந்து மதலை படகுகளில் பரதவ வீரர்கள் மறைந்திருப்பர். தொலைதூரம் அம்பெய்யும் யவன விற்பொறிகள் படகில் பொருத்தப்பட்டிருந்தன. இந்த பொறியிலிருந்து வெளியேறும்

நீண்ட அம்புகள் குதிரைகளை வீழ்த்தக்கூடியது. இரும்பிலான அம்புகள் தேர்களைச் சிதைக்கக் கூடியது. குடில்களில் இருக்கும் பரதவர்கள் நம்பியை வீழ்த்தத் தவறினால் படகிலிருப்பவர்கள் வீழ்த்துவர்.

போர் பரதவர்களுக்கு எதிராகத் திசை திரும்பினால் தனது இடதுபுறத்தில் தப்பிச் செல்ல எண்ணியிருந்தான் சிங்கராயன். இங்கிருந்த மணல்வெளிகளிலும் ஆயிரக் கணக்கான பொறிகள் பொருத்தப்பட்டிருந்தன. மணல்வெளியில் பரதவர்கள் செல்ல வேண்டிய பாதைகளை மணற்பரப்பில் நடுவில் கருமண்ணால் குறித்திருந்தனர். இவர்களைத் தொடரும் பாண்டிய வீரர்கள் பொறிகளில் சிக்குவர்.

இதற்கு மேலும் பாண்டியப் படைகள் சூழ்ந்தால் கடலிலிருக்கும் மதலைக்கு நீந்திச் சென்றும், குதிரைகளிலும் தப்பிவிடலாம் என்று சிங்கராயன் எண்ணினான்.

'நாளைக் காலை பாண்டியப் படைகள் வரும். அனைத்தும் ஆயத்தமாகி விட்டதா?' என்றான் சிங்கராயன்.

'முடிந்தது' என்றான் அருகிலிருந்தவன்.

'துவங்கியது எனச் சொல்' என்று சத்தமாகச் சிரித்தான் சிங்கராயன். இரவு இருள் பூசி நின்றது.

கடலரசியின் சிறையிலிருந்து விடுதலை கிட்டிய உவகையில் பொன்வண்ண மேனியன் தன்னொளியை கடற்பரப்பெங்கும் பாய்ச்ச, அலைகடலின் மேனியெங்கும் வான் நட்சத்திரக் கூட்டங்கள் சிதறியதைப் போல் மினுமினுக்க, கதிரவன் மேலெழும்பிய போது பாண்டியப் படைகள் கடற்கரைச் சாலையை கடந்து கடற்கரையில் அணிவகுக்கத் தொடங்கின.

வீரம் வளரும்...

24

ஆர்ப்பரிக்கும் கடலலைகளின் அருகே குதிரைப்படைக்குத் தலைமை தாங்கி நின்றிருந்த பரதவத் தலைவன் சிங்கராயன், தான் நினைத்ததில் பாதியளவே பாண்டிய வீரர்கள் கடற்கரையில் அணிவகுத்திருப்பதைக் கண்டு மனம் மகிழ்ந்தான்.

"பரதவர்களை எளிதாக எண்ணி பாண்டிய மீன்கள் வலையை நெருங்குகின்றன. வெற்றி உறுதியாகிவிட்டது. பின்வாங்க வேண்டிய அவசியம் இருக்காது. அனைவரையும் கொன்று குவியுங்கள்" என்றான்.

சிங்கராயன் பாண்டியப்படையை கண்களால் அளவெடுத்தபடி இருக்க, பாண்டியப் பட்டத்து யானையின் அருகில் குதிரையில் அமர்ந்திருந்த நம்பி பரதவப் படையை மனதினால் உள்வாங்கிக் கொண்டிருந்தான். இரண்டு படைகளும் ஒரு காத தொலைவில் நிலைகொண்டிருக்க இடையில் கடல் மணல் கம்பளம் விரித்திருந்தது.

நம்பியினருகே ஐந்தாயிரம் வீரர்கள் நின்றிருந்தனர். சிறு குலத்தினை அடக்க முழு வலிமையைப் பயன்படுத்த வேண்டிய தில்லை என்று எண்ணிய நம்பி யானைப் படையும், தேர்ப்படையும் தேவையில்லை

> தீயின் கடுமையை விட உண்மையின் வெம்மை அதிகம்

என்று கூறியிருந்தான். காலாட்படையில் மூவாயிரம் விற்படையினரும், ஆயிரம் வாட்படையினரும் இருக்க, குதிரைப் படையில் ஆயிரம் வீரர்கள் இருந்தனர். காயமுறும் வீரர்களை எடுத்துச் செல்ல மட்டும் இருபது தேர்களை வரவழைத்திருந்தான்.

போர்க்களம் கொற்கை துறைமுகத்தின் அருகாமையில் இருந்தது. யவன தேசத்திலிருந்து விற்பொறிகளை கப்பலில் தருவித்து அவற்றை நடுக்கடலில் சிங்கராயன் தனது கப்பலுக்கு மாற்றியதாகவும், பரதவக் குடில்களில் போருக்கான ஆயுதங்கள் தயாரிக்கப் படுவதாகவும் ஒற்றர்கள் தகவல் அளித்திருந்தனர். ஆனால் மணல்வெளியில் பொறிகள் தென்படாததைக் கண்டு யோசித்தவாறு அமர்ந்திருந்தான். பொறிகளை மறைத்திருக்கிறான் என்பதை உணர்ந்தான்.

பரதவப் படையைச் சுற்றியிருந்த எட்டு திக்குகளையும் நம்பி கண்களால் அளந்தான். போர்க்களத்தினை உள்வாங்குவது போருக்கான அடிப்படை. போர்க்களம் என்பது வீரம் வீரத்துடன் பொருந்தும் இடம் மட்டுமன்று. உத்திகள் உத்திகளுடன் மோதுமிடம். பகைவரின் பொறிகளை யூகித்தறிந்து, அதனூடாகவே தனது பொறியினைப் பொருத்துவது. பகைவனின் பொறியினுள் பகைவனைச் சிக்கவைப்பது. சிலந்தியின் வலையில் சிலந்தியைச் சிக்க வைப்பது போல.

இந்தக் களம் பரதவர்களின் நிலம். போரை எதிர்பார்த்து நெடுநாட்களாக காத்திருக் கின்றனர். பொறிகளைப் பொருத்தவும், உத்திகளை வகுக்கவும் போதுமான நேரம் அவர் களுக்கு இருந்தது.

பரதவப் படையின் இடப்புற கடலில் சில கப்பல்கள் நிற்பதையும், வலப் புறத்தில் கடற்கரையும் அதற்கடுத்திருந்த மேட்டுப்பகுதியில் ஐம்பதற்கும் மேற்பட்ட பரதவக் குடில்கள் அருகருகாமையில் இருப்பதையும் கண்கள் உள்வாங்கின. குடில்களில் பரதவர்கள் மறைந்திருக்கலாம். மணல்வெளியில் தெப்பம், யானம், புணை போன்ற மரக்கலங்கள் கவிழ்ந்து கிடப்பதை கவனித்தான். தேர்ப்படை வேகமாக முன்னேறுவதைத் தடுக்க இவை போடப்பட்டிருக்கின்றன. நம்பியின் கண்கள் வானையும் அளக்கத் தவறவில்லை. கண்கள் அலைபாய்ந்தாலும் சூதின் வித்து சிந்தைக்கு சிக்காமலிருப்பதை நம்பி உணர்ந்தான். ஆற்று நீரின் போக்கிலேயே சென்று கரையேறுவதைப் போல, சூதினை எதிர்கொண்டு முறியடிக்க முடிவு செய்தான்.

‘சிறிய படை நம்மை தாக்கச் சொல்லி அழைப்பு விடுக்கிறது. இதில் சூது மறைந்திருப்பது வானின் நிலவு போல தெளிவாகத் தெரிகிறது’ என்றான் தென்னவன்.

‘சூதினை வீரத்தால் தகர்ப்போம். கேடயமேந்திய வீரர்களின் வரிசை முன்னேறட்டும். அவர்களைத் விற்படையினர் பின்தொடர்ந்து செல்லட்டும். செங்கொடி அம்பை விடச்சொல்’ என்றான் நம்பி.

தென்னவன் கையசைத்ததும், பாண்டிய வீரர்கள் சிலர் வானை நோக்கி அம்புகளை விடுக்க அம்புகள் சீறிப் பாய்ந்தன. வானின் உயரத்திற்குச் சென்ற அம்புகள் கீழே விழுந்தபோது அம்புகளில் கட்டப்பட்டிருந்த சிகப்புநிற துணி விடுபட்டது. துணியின் மெல்லிய இருமுனைகள் அம்புடன் இணைக்கப்பட்டிருக்க துணியின் அகலமான நடுப்பகுதி விரிந்துகொண்டது. அம்புகள் மிதந்தவாறு கீழிறங்க நீலவானில் செந்நிறப் பறவைகள் மிதப்பது போன்று கொடிகள் அசைந்தாடின.

செங்கொடிகளை பரதவர்கள் பார்த்தபடி நிற்க 'எதற்காக துணிகளை எய்தனர்' என்று சிங்கராயன் யோசித்தான்.

அடுத்த கணம் பாண்டிய பட்டத்து யானையின் மேலிருந்த போர் முரசு இடியென முழங்கியது. பேரரசுகளில் நீதி முரசு, கொடை முரசு, போர் முரசு என்று மூன்று வகைகள் இருந்தன. புலியை எதிர்த்து நின்று கொம்பினால் முட்டிச் சரித்த பெருங்காளையின் தோலினால் செய்வது போர்முரசு.

போர் முரசு வெறியுடன் அதிர்ந்ததும் பறைகள் ஒலிக்கத்துவங்க, மணல்வெளி அதிர பாண்டியப்படை நகர்ந்தது. வீரர்கள் ஆயுதங்களை மோதி தீப்பொறிகளை ஏற்படுத்தி பேரிரைச்சலுடன் முன்னேறினர். கடல்அலைகளின் ஓசையை மீறி வீரர்களின் பேரொலி எழ கடல் பறவைகள் மிரண்டு ஒதுங்கின.

பாண்டிய வீரர்கள் பேரார்வத்துடன் முன்னேறிக் கொண்டிருக்க திடீரென முன்வரிசை வீரர்களின் அலறல் அனைவரின் உற்சாகத்தையும் குலைத்தது. கைப்பெயர் ஊசிகள் வீரர்களின் பாதங்களை ஊடுருவி மேலே வந்திருக்க, வலிதாங்க முடியாமல் வீரர்கள் அலறினர். மற்றவர்கள் குழப்பமடைய, தென்னவன் படையின் முன்னணிக்கு விரைந்தான். வீரர்களின் கால்களில் ஊசிகள் துளைத்திருப்பதையும் குருதி ஊற்றெடுப்பதையும் கண்டவுடன் படை முன்னேறுவதை நிறுத்தினான்.

காயமடைந்தவர்களை பின்னேறச் சொல்லிவிட்டு 'மணலை ஆராயுங்கள்' என்று தென்னவன் சத்தமிட, பாண்டிய வீரர்கள் வரிசையாய் மண்டியிட்டு அமர்ந்து கைகளால் மணலை கோதியபடி முன்னகர்ந்தனர். பாண்டிய வீரர்கள் மண்டியிட்டு நகர்வதைக் கண்ட பரதவர்கள் எள்ளி நகையாடினார்கள்.

முன்நகர்ந்த பாண்டிய வீரர்களின் கைகளில் எண்ணற்ற ஊசிகள் அகப்பட்டன. வீரனொருவன் கையூன்றிய இடத்தில் நிலம் நெகிழ மணல் மூடியிருந்த துணியை அகற்றினான். குழியும் அதனடியில் கூரிய ஈட்டிமுனை பொருத்தப்பட்டிருந்த வட்டவடிவ மரப்பலகையும் தெரிந்தது. ஈட்டிமுனையை பலகையுடன் கையிலெடுத்த வீரன் தென்னவனிடம் கொடுக்க, ஆழமான குழியினை தென்னவன் கவனித்தான். இதுபோன்று ஏராளமான குழிகள் உருவாக்கப்பட்டிருக்கும் என்று எண்ணினான்.

படையின் நடுப்பகுதிக்குச் சென்று ஈட்டிப் பலகையை நம்பியிடம் காட்டிய தென்னவன் ‘இங்கிருந்து பரதவப்படை நிற்குமிடம் வரை ஏராளமான பொறிகளை பரதவர்கள் பொருத்தியிருப்பர். இனி நாம் படையை நேராக முன்னேற்ற முடியாது. வீரர்கள் காயமுறுவர். குதிரைகளின் காலொடியும். இடப்புறம் கடல் இருப்பதால் வலப்புறம் நகர்ந்து மணல்வெளியை விட்டு விலகி புல்வெளிக்குச் செல்வோம். அங்கிருந்து நேராக முன்னேறி பரதவரின் குடியிருப்பை அடைவோம். அங்கிருந்து இடப்புறம் திரும்பி பரதவப் படையை நெருங்குவோம்'' என்றான் தென்னவன்.

‘சிங்கராயன் நம்மை கட்டாயப்படுத்தி அவன் எண்ணிய திசையில் நகரச் செய்கிறான்’

‘நமக்கு வேறு வழியுமில்லை’

‘படைகளை வலதுபுறம் நகர்த்தி மணலை விட்டு விலகு. பரதவக் குடிலிலிருந்து பரதவர்களை நெருங்குமிடத்திலும் பொறிகள் இருப்பது உறுதி. கடற்கரை சாலைக்கு அருகே உள்ள மரத்தச்சர்களின் தெருவுக்கு இருபது தேர்களையும் அனுப்பி, அனைத்து தச்சர்களையும் அழைத்து வரச்சொல். தேர்க் குதிரைகள், சாரதிகள், தேரிலிருக்கும் வீரர்களை பரதவர்களின் அம்புகளிடமிருந்து காக்க இரும்புத் தகடுகளை தேரில் பொருத்த வேண்டும். அங்காடிகளில் இருந்து யவனக் கம்பளங்களை கொண்டு வரச்சொல். தேவைப்பட்டால் கடற்கரை மணலை பலகையாலும், கம்பளங்களாலும் மூடி படையை நகர்த்த வேண்டும்’ என்று நம்பி உத்தரவிட, தேர்படையினர் குதிரைகளை விரட்டிக் கொண்டு பாண்டிய நாட்டிற்குள் விரைந்தனர். தென்னவன் படையை வலதுபுறம் நகர்த்தத் தொடங்கினான்.

பொறிகளைக் கண்ட கணத்தில் மிரளும் படைகள் வலதுபுறம் நகரும் என்பதை யூகித்திருந்த சிங்கராயன் ஒரு பனை தூரத்திற்கே அங்கு பொறிகளை விதைத்திருந்தான். வெட்ட வெளியைக் காணும் கண்கள் சிந்தையை ஏமாற்றி களம் முழுவதும் பொறிகள் இருப்பதாக கற்பனை செய்யத் தூண்டும் என்பதை எதிர்பார்த்தான். அவன் எண்ணியது போலவே, பாண்டியப்படைகள் முன்னேறாமல் வலதுபுறம் நகர்ந்தன. கடற்கரையின் மணலை விட்டு விலகியதும் பரதவக் குடிலை நோக்கி முன்னேறி அங்கிருந்து இடது புறத்திலிருக்கும் பரதவப் படையை அணுகும். ஆனால் பாண்டியப் படைக்கான எண்ணற்ற பொறிகள் அங்கு தானிருந்தன.

தென்னவனின் திட்டப்படி பாண்டியப்படை நகர்ந்து இரண்டு நாழிகையில் பரதவக் குடில்களை அடைந்தது. குடில்களை ஆராய்ந்த பாண்டிய வீரர்கள் குடில்களுக்குள் எவருமில்லை என்று தகவல் தெரிவிக்க ‘அனைத்துக் குடில்களையும் தீக்கிரையாக்குங்கள்’ என்றான் நம்பி.

அடுத்த கணம் வீரர்கள் குடிலில் இருந்த தீப்பந்தங்களை பற்ற வைத்து குடில்களுக்கு தீமூட்டினர். கடற்காற்றின் வேகத்தில் தீயின் சிவந்த நாக்குகள் உக்கிரமாய் எரியத் தொடங்க, கரும்புகை மேகக்கூட்டமாய் மேலெழும்பி வானத்தை நிறைக்கத் தொடங்கியது.

குடில்கள் அனைத்தும் தீப்பற்றி எரிவதைக் கண்டு அதிர்ந்த சிங்கராயன் உள்ளே ஒளிந்திருக்கும் வீரர்கள் புகையிலும், நெருப்பிலும் சிக்கிக்கொள்வர் என்றெண்ணி "இரக்கமில்லாத வெறியன்" என்றான்.

பரதவர்கள் குடில்களின் ஒருபுறத்தில் பள்ளம் தோண்டி விற்பொறியை மண்ணுக்கடியில் மறைந்திருந்தனர். பள்ளத்தினை துணியால் மூடி அதை மண் பூசி குடிலின் தரையை போன்று மாற்றி அதன்மேல் பனை ஓலையினாலான பாயைக் கொண்டு மூடியிருந்தனர். மறுபுறத்தில் சிறிய பள்ளத்தை ஏற்படுத்தி அதனடியில் பொறியை இயக்கும் நான்கு பரதவர்கள் மறைந்திருந்தனர். இதுபோன்று நான்கு குடில்களில் பரதவர்கள் இருந்தனர். பாண்டியப்படை மணல்வெளியில் முன்னேறி பரதவர்களை தாக்கும்போது பொறிகளை வெளியிலெடுத்து பின்னிருந்து நம்பியைத் தாக்க சிங்கராயன் கூறியிருந்தான்.

கரும்புகை குடிலை நிறைக்க, குடிலினில் நீடித்திருக்க முடியாமல் தடுமாறிய பரதவர்கள் வெளியேறி சுழன்றெரியும் நெருப்பின் செந்நாக்கில் சிக்கிக் கொண்டனர். சரியும் குடிலிலிருந்து சிலர் அலறியவாறு வெளிப்பட்டனர்.

'மறைந்திருக்கும் கோழைகள். கொல்லுங்கள் அவர்களை' என்றான் நம்பி.

'அவர்களை சிறைப் பிடிக்கலாமா' என்றான் தென்னவன்.

"போர்க்களம் வந்த பின்னர் இரக்கம் எதற்கு?"

'பரதவர்களின் திட்டத்தைக் கேட்டறியலாம்'

'இவர்களிடம் கேட்டறிவது இழிவானது. அவர்களின் திட்டம் எதுவாகினும் முறியடிக்கிறேன்'

வெளியேறிய பரதவர்களின் மேல் சரமாரியாக அம்புகள் பாய்ந்தன. அனைவரையும் வீழ்த்திய பாண்டிய வீரர்கள் முன்னேறி பத்து பனை தூரத்தில் இடப் புறமிருந்த பரதவப் படைக்கு நேரெதிராக நிலைகொள்ள மேலும் கண்ணிகள் உள்ளனவா என்று நம்பியின் கண்கள் வலதுபுறத்திலிருந்த பின் நிலைநீர்களையும், மரங்களையும் ஆராய்ந்தவாறு இருந்தன. தென்னவன் மணல்வெளியில் பொறிகள் உள்ளனவா என்று வீரர்களை ஆராயச் சொன்னதும் படைவீரர்கள் மண்டியிட்டு மணலைக் கைகளால் அலசி அங்கும் இரும்புக் கொக்கிகள் நிறைந்திருப்பதைக் கண்டனர்.

நம்பியின் உத்தரவெனத் தெரிந்ததும் மரத்தச்சர்கள் இரண்டு நாழிகைகளில் தங்கள் வசமிருந்த அனைத்து இரும்புப் படல்கள், மரப்பலகைகளை தேர்களில் ஏற்றிக் கொண்டு பரதவக் குடிலுக்கு வந்து சேர்ந்தனர். பாண்டியப்படை மணல்வெளியில் முன்னேற ஆயத்தமாகியது.

பத்து தேர்களின் குதிரைகள், சாரதிகள், தேரிலிருக்கும் வீரர்களை பரதவர்களின் அம்புகளிலிருந்து காப்பதற்காக தச்சர்கள் மெல்லிய இரும்புப் படல்களை தேர்களின் முன்னால் பொருத்தினார்கள். தேரின் முன்பாக அடிப்புறத்தில் முக்கோணமாய் மணலை விலக்கிச் செல்லுமாறு மரசட்டங்களைப் பொருத்தினர். தேரின் பின்புறத்திலும் மணலில் அழுந்தி இருக்குமாறு முக்கோணமாய் சட்டங்களைத் தேரோடு அறைந்தனர்.

'குதிரைகளை மெதுவாக நகர்த்துங்கள். குழிகளில் கால்கள் இறங்கக்கூடாது' என்றான் முன்களத்தில் நின்ற தென்னவன்.

தேர்கள் நேர்க்கோடாய் சிறிய இடைவெளி விட்டு நகரத் தொடங்க அம்பின் முனையைப் போலிருந்த மரச்சட்டங்கள் மணலை இரண்டாக பிரித்தவாறு முன்னேறின. மரக்கலம் நீரைக் கிழித்து இருபுறங்களிலும் விலக்கியபடி முன்னேறுவதுபோல் மரப்பலகையின் கூரியமுனை மணலைப் பிரிக்க தேரின் இருபுறத்திலும் மணல் வழுக்கிச் சென்று குவிந்தது. பாண்டிய வீரர்கள் தேர்களின் மறைவில் முன்னேறினர். தேரின் பின்புறத்தில் தப்பிவந்த ஊசிகளை அகற்றியவாறு வீரர்கள் நடந்தனர்.

தேர்களின் இடைவெளியில் பலகைகளை மணலில் கிடத்தியும், கம்பளங்களை விரித்தும் கேடயப்படை வீரர்கள் முன்னேறினர்.

கடற்கரையில் முட்கள் முளைத்தது போன்று ஏராளமான அம்புகளை தரையில் சொருகியிருந்த பரதவர்கள் தேர்கள் நெருங்கியதும் அம்புகளை விற்களில் பொருத்திக் கொண்டு காத்திருந்தனர்.

"தேர்களைத் தாக்க கப்பலில் இருக்கும் வீரர்களுக்கு சமிக்கை தரட்டுமா?" என்றான் ஒருவன்.

'நெருங்கி வரட்டும். நம்பியை வீழ்த்த அதுவே நமது இறுதி ஆயுதம். அதன் எதிர்பாராத தாக்குதலே வெற்றிக்கு வழி வகுக்கும்' என்றான் சிங்கராயன்.

பாண்டியப்படை பாதியளவு தூரத்தை கடந்த கணத்தில் ரதத்தை இழுத்துச் சென்ற ஒரு குதிரை திடீரென்று தோன்றிய பெரும்பள்ளத்தில் சரிந்து அடியில் நடப் பட்டிருந்த கூரிய ஈட்டிமுனைகளின் மேல் விழுந்தது. குதிரை இழுத்துச் சென்ற ரதமும்

குதிரையின் மேலேயே விழ குதிரையின் கத்தலும் கதறலும் ஒலித்தது. மீன்வலையை விரித்து தரையில் பொருத்தி, அதன் நாற்புறங்களிலும் தளையால் இறுக்கமாக அறைந்து, அதன்மேல் துணியை போர்த்தி மணலால் மூடியிருந்தனர் திமிலர்கள்.

ரதம் பள்ளத்தில் இறங்கிய கணத்தில் அதன் பின்னால் மறைந்து முன்னேறியிருந்த பாண்டிய வீரர்கள் வெளியே தெரிய பரதவர்கள் எண்ணற்ற அம்புகளை எய்யத் தொடங்கினர். பாண்டிய வீரர்கள் பின்னேற முயன்றாலும் பலவீரர்களின் மேல் அம்புகள் பாய்ந்தன.

தென்னவன் கையசைக்க பாண்டிய விற்படையினரும் அம்பெய்யத் தொடங்கினர். ஒரேநேரத்தில் மூவாயிரம் அம்புகள் வானின் ஒளியை மறைத்து மேலேற அம்புகளின் நிழல் பறவையின் நிழலைபோல நகர்ந்தது. முன்னேறும் இருளைக் கண்டு பரதவர்கள் ஒருகணம் அதிர்ந்தாலும் இதை எதிர்பார்த்திருந்தனர்.

தேனூரில் பொற்குலத்தின்மேல் நம்பி தாக்குதலை நிகழ்த்தியபோது பெருமளவு விற்படையினரையே பயன்படுத்தினான் என்பதை சிங்கராயன் அறிந்திருந்தான். போர்க்களத்தில் தலைமை வகிக்கும் ஒருவனின் வழக்கமான உத்திகளும் அணுகு முறையும் மாறுவதில்லை. கணிக்கக்கூடிய விலங்கு எளிதில் வேட்டையாடப்படும் என்று சிங்கராயன் எண்ணினான்.

பரதவர்கள் மணலில் கிடத்தப்பட்டிருந்த நீளமான மரச்சட்டங்களை உயர்த்தி பிரிக்க அத்துடன் இணைக்கப்பட்டிருந்த இரும்புத்தகடுகள், அகலமான காளான்கள் போல விரிந்து பரதவர்களை அம்புகளிலிருந்து காத்தது. கடற்கரையில் இரும்புக் காளான்கள் மலர்ந்திருக்க பாண்டியப்படை அம்புமழை பொழிந்தபடி நகர்ந்தது. முள்ளம்பன்றியின் முட்கள் போல ஏராளமான கரிய நிறத்திலிருந்த அம்புகள் பரதவர்களை சுற்றிலும் பாய, ஒரு பரதவன் அம்பொன்றை உருவியெடுத்தான். அம்பை முகர்ந்து பார்த்தவன் 'இலுப்பை எண்ணெயில் அம்பை நனைத்திருக்கிறார்கள்' என்றான்.

'முதல் தாக்குதலுக்கு எண்ணெயில் நனைக்கப்பட்ட கரியநிற அம்புகள். அடுத்து நெருப்பு அம்புகளை எய்வார்கள்' என்றான் சிங்கராயன்.

மற்றொரு பாண்டியக் குதிரை பெரும்பள்ளத்தில் சரிய, ரதத்தின் பின்னாலிருந்த வீரர்கள் ரதத்தைப் பற்றி பின்னிழுத்தனர்.

'முன்னாலிருக்கும் மணல்வெளியில் அம்புகளை எய்யுங்கள்' என்று தென்னவன் சத்தமிட வீரர்கள் மணலில் அம்புகளை எய்தனர். அம்புகள் முழுதும் மணலை ஊடுருவிச் சென்ற இடங்களில் வீரர்கள் முன்னேறி வலைகளை அகற்ற பல இடங்களில் பள்ளங்கள்

வெளிப்பட்டது. பள்ளங்களைச் தவிர்த்துக்கொண்டு தேர்களை நகர்த்தினான் தென்னவன். பாண்டியப் படை வாளின் கூர்மையில் நகரும் கருநந்தைப் போல மெதுவாக நகர்ந்தது. ஆனால் உறுதியாக முன்னேறியது.

பாண்டிய விற்படை வீரர்கள் இரண்டு பிரிவாகப் பிரிந்து சிலநொடிகள் இடைவெளியில் தொடர்ந்து அம்பெய்ய, பரதவர்கள் கேடயங்களிலிருந்து வெளிவர முடியாமல் இருந்தனர். கற்பூரப்புல் போன்று பரதவர்களை சுற்றிலும் கருப்பு அம்புகள் அடர்த்தியாய் பாய்ந்திருந்தன.

விற்படையினர் தொடர்ந்து அம்புகளை எய்ய, வேகமாக முன்னேறினால் முட்களிலோ, பொறிகளிலோ விழநேரிடும் என்று பாண்டிய வீரர்களை தென்னவன் மெதுவாக நகர்த்தினான்.

பாண்டியப்படையைத் தாக்கினால் மட்டுமே அம்புகளின் சீற்றத்தைத் தவிர்க்க இயலும் என்றெண்ணிய பரதவர்கள் பாண்டியப்படை மேலும் நெருங்க காத்திருந்தனர்.

திடீரென்று பேரிரைச்சல் பரதவர்களின் பின்னாலிருந்து கேட்க பரதவர்கள் திரும்பினர். மறுகணம் உயிர் துடித்தனர். ஐந்து மதலைகளும் தீப்பற்றி எரிந்து கொண்டிருக்க, கலங்களில் மறைந்திருந்த பரதவர்கள் நெருப்பிலிருந்து தப்பிக்க கடலில் குதித்துக் கொண்டிருந்தனர்.

நீலக்கடலெங்கும் புற்றீசலாய் ஏராளமான பஃறுகள், வள்ளங்கள், படுவைகள், வஞ்சிகள் போன்ற மரக்கலங்களில் பாண்டிய வீரர்கள் வந்துகொண்டிருந்தனர். அவர்கள் எய்த அம்புகள் நீரில் குதித்து நீந்திக்கொண்டிருந்த பரதவர்களின் மேல் பாய, கடலின் உப்பில் குருதி சேர்ந்தது.

நெருப்பு அம்புகள் கடற்கரையில் வந்திறங்க, பரதவர்களை சூழ்ந்திருந்த கரியநிற அம்புகள் நெருப்பில் பற்றியெரியத் தொடங்கின. கடற்கரையும், கடலும் ஒருங்கே பற்றியெரிய பரதவர்கள் போரின் உக்கிரத்தை உணரத் தொடங்கினர். பரதவர்களின் குதிரைகள் தடுமாற, யவனப் பொறிகளை கொண்டிருந்த மதலைகள் வெடித்து சிதறின.

தீயின் கடுமையை விட உண்மையின் வெம்மை அதிகம் சுட, சிங்கராயன் விக்கித்து நின்றான். பரதவர்களை இரண்டு புறத்திலிருந்தும் தாக்க நம்பி திட்டமிட்டுள்ளான். மணல்வெளியில் குறைந்த எண்ணிக்கையில் வீரர்கள் வந்தது இவர்களைத் திசை திருப்பவே. செங்கொடி அம்புகளை வானத்தில் விடுத்தது கடலிலிருந்து தாக்குவதற்கான சமிக்கை. அலையரய் மனம் சேர்ந்த எண்ணங்கள் திகைக்க செய்தது.

நம்பி படையின் நடுவிலிருந்து போரின் போக்கை திசைமாற்றுவதைக் கண்டு வெறியான சிங்கராயன் 'நம்பியை நோக்கி முன்னேறுங்கள்' என்று அலற பரதவர்கள் நெருப்பினூடே நுழைந்து பாண்டிய வீரர்களை நோக்கி ஓடத் தொடங்கினர். குதிரையின் மேல் தாவியேறிய சிங்கராயன் பெருஞ்சத்தத்துடன் முன்னேற திமிலர்களின் குதிரைப் படையும் தொடர்ந்தது.

பரதவர்கள் முன்னேறி வருவதிலிருந்து இனிமேல் மணல்வெளியில் பொறிகள் கிடையாது என்பதை உணர்ந்த தென்னவன் "தாக்குங்கள்" என்று உத்தரவிட பாண்டிய வாட்படையினர் பரதவர்களை நோக்கி ஓடத்தொடங்கினர். பாண்டியர்களின் குதிரைப் படை எகிறிப் பாய்ந்தது.

பரதவப்படை மூன்றாகப் பிரிந்தது. முதலில் குதிரைப்படை ஆவேசமாய் முன்னேற, வாளேந்திய பரதவர்கள் நிலமதிர தொடர்ந்து ஓடினர். மூன்றாவது பிரிவில் நிலைகொண்டிருந்த பரதவர்கள், அம்புகளை மேல்நோக்கி எய்து பாண்டிய வீரர்களை வீழ்த்தினர்.

அதிவேகமாக முன்னேறிய இரண்டு படைகளும் ஒன்றுடன் ஒன்று பேரோசையுடன் மோதின. கரைபுரண்டு வரும் பேரலையை பாறைகள் தாங்கி நிற்பது போல எண்ணற்ற பாண்டிய வீரர்களை பரதவர்கள் எதிர்த்து நின்றனர். மறுகணம் பரதவர்களின் ஆற்றல் வெளிப்பட்டது. பரதவர்கள் கையிலிருந்த அகலமான பட்டாக்கத்தியால் பாண்டிய வீரர்களை வெட்டியெறிந்தபடி முன்னேறினர். பரதவர்களின் வேகத்தில் பாண்டியர்களின் ஆயுதங்கள் உடைந்தன. உடல்கள் பிளந்தன. கடற்கரையில் குருதி மழையாய்ப் பொழிய கதறல்களும், அலறல்களும் ஒலிக்கத் தொடங்கின.

பரதவர்கள் மூன்றாகப் பிரிவதையும், அம்பெய்யும் பரதவ வீரர்கள் பாண்டிய குதிரை வீரர்களை வீழ்த்துவதையும் கவனித்தவாறு நம்பி அமர்ந்து இருந்தான். விற்படையினர் பகைவரின் விற்படையைத் தாக்குவதே போரின் நியதி. இணையான எதிர் படைப் பகைவரிடம் இல்லாதபோது எந்த படையையும் தாக்கலாம். 'ஆனால் பரதவர்களிடம் அறத்தை எதிர்பார்க்க முடியாது' என்று எண்ணினான்.

திமிலர்கள் இரண்டு கைகளிலும் வாளேந்தியபடி பெரும் ஓலத்துடன் குதிரை களைச் செலுத்தி வந்து பாண்டியக் குதிரைகளின் மேல் மோதினர். அடுத்த கணம் பாண்டியக் குதிரைகள் சரியும் முன்பு பாண்டிய வீரர்களின் தலைகள் பறந்தன. கடலைக் கிழித்து பாயும் படகாய் திமிலர்கள் முன்னேறினர். போர்வெளியெங்கும் பாண்டியர்களின் குருதி நுரைத்து சிதறியது.

பரதவப்படை சூலத்தினைபோல பாண்டியப்படையை பிளந்துகொண்டு நம்பியை நோக்கி முன்னேறியது. அனைத்து திட்டங்களும் துவளும் நேரத்தில் நம்பியைக் கொன்றுவிட்டு தப்பிக்க வேண்டுமென்று சிங்கராயன் கூறியிருந்தான். எனவே திமிலர்களின் குதிரைப்படை பாண்டியர்களை இருகூறாகப் பிளக்க, வாளையேந்திய பரதவர்கள் பிரிந்த படைகளைத் தடுத்து நிறுத்த, அம்பெய்து கொண்டிருந்த பரதவர்கள் வாட்களை உருவிக்கொண்டு நம்பியை நோக்கி முன்னேறினர். பரதவ சூலத்தின் முனையில் சிங்கராயன் இருந்தான்.

அனல் பறக்கும் உக்கிரத்துடன் சிங்கராயன் எண்ணற்ற வீரர்களின் உடலைச் சிதைத்து முன்னேற அவனின் கரிய உடல் பாண்டியவீரர்களின் குருதித்துளிகளால் சிவந்து கொண்டிருந்தது. சூடான குருதி சிங்கராயனை மேலும் சூடேற்ற, உறுப்பை யிழந்த பாண்டியர்களின் கதறல்கள் வெறியேற்றின.

ஒவ்வொரு பரதவனும் ஒரு கையில் கேடயத்தையும் மறுகையில் வாளையுமேந்தி கட்டுக்கடங்காத ஆற்றலுடன் போர்புரிந்தாலும் பாண்டிய வீரர்கள் கடல் அலையைப் போல் வந்து கொண்டேயிருந்தனர். எண்ணிக்கையின் ஆற்றல் இழப்பை தாங்கி நிற்க ஒவ்வொரு பரதவ வீரனுடனும் நான்கைந்து பாண்டியர்கள் மோதினர். சிந்தும் குருதி கடல்நீரை விஞ்ச, சிதறும் உறுப்புகள் மணல்வெளியில் உருள வெண்மணல் குருதியில் சிவந்தது. அடங்கா ஆவலுடன் குருதியை உறிஞ்சியது.

சில திமிலர்கள் குதிரைகளை வேகமாக இங்குமங்கும் செலுத்தி பாண்டியப் படையின் கட்டுக்கோப்பினைச் சிதைத்து, பாண்டியக் குதிரை வீரர்களை நெருக்கி பள்ளங்களில் தள்ளினர். பள்ளங்களில் பதிக்கப்பட்டிருந்த ஈட்டிகளில் விழுந்த உயிர்களின் ஓலம் வான்வெளியை நிறைத்தது.

சிங்கராயனின் திட்டத்தை புரிந்து கொண்ட நம்பி புன்னகையுடன் குதிரையில் அமர்ந்திருந்தான். போரின் வெற்றி அதன் கடுமையில் உள்ளது. ஒரு நல்ல திட்டத்தை முறியடிக்கப்போகும் மகிழ்ச்சி நம்பியின் முகத்தில் தெரிந்தது. சிங்கராயனின் படை நெருங்க நம்பியின் முன்னால் குதிரையிலிருந்த வன்படையின் நூறு வீரர்கள் ஆயத்தமாகினர்.

பாண்டிய நாட்டின் மூலப்படையினர் வன்படையினரென்று அழைக்கப்பட்டனர். வன்படை என்பது பாண்டியநாட்டின் தலைமைப்படை. எல்லா நேரங்களிலும் ஆயுதப் பயிற்சியில் ஈடுபட்டிருக்கும் சிறந்த வீரர்களைக் கொண்டது. பாண்டிய வன்படையில் ஐந்தாயிரம் வீரர்கள் இருந்தனர். அவர்களில் ஐநூறு வீரர்களை நம்பி அழைத்து வந்திருந்தான்.

வன்படைக்கு அடுத்து நம்பியின் கவசமணிந்த பத்து மெய்க்காவலர்கள் குதிரைகளில் அமர்ந்திருந்தனர். வன்படையின் மிகச் சிறந்த வீரர்களே மெய்க்காவலர்களாக தேர்ந்தெடுக்கப்படுவர். அவர்களுக்குப் பயிற்சியும் மிகக் கடுமையாக இருக்கும். தளபதிகளுக்கு அடுத்து மிகவும் போற்றப்படுபவர்கள் மெய்க்காவலர்கள் என்பதால் ஒவ்வொரு வீரனும் அரசனின் மெய்க்காவலனாவதை கனவாகக் கொண்டிருப்பான்.

திமிலர்களின் குதிரைப்படையும் வன்படையினரும் மோத போர் கடுமையாகியது. வன்படையின் திறமையான தாக்குதலின் முன்னால் திமிலர்கள் முன்னேற முடியாமல் திணற, அவர்களை வீழ்த்த முடியாமல் வன்படையினர் தடுமாறினர்.

தேரொன்றின் மேல் தாவியேறிய இரண்டு திமிலர்கள் சாரதியையும், தேரில் நின்ற வீரனையும் வீழ்த்திவிட்டு தேரைத் திருப்பி பாண்டியப் படை வீரர்களினூடே ஓட்டிச் செல்ல பாண்டிய வீரர்கள் தேரில் அடிபட்டு விழுந்தனர். பாண்டியப் படையை சிதைத்துக் கொண்டு தேரினை திருப்பிய திமிலர்கள் நம்பியை நோக்கி தேரைச் செலுத்தினர். தேர் வன்படையை நெருங்கிய கணத்தில் சற்றே விலகிய வன்படையினர் குதிரையிலிருந்து தேருக்குத் தாவியேறி திமிலர்களை வீழ்த்தினர். சிங்கராயனும், திமிலர்களும் நம்பியை நோக்கி முன்னேறும் பாதையில் தேரினை நிறுத்தினர்.

மறுபுறத்தில் எண்ணற்ற மரக்கலங்கள் கடற்கரையை வந்தடைய ஏராளமான பாண்டிய வீரர்கள் குதித்திறங்கினர். பாண்டிய நாட்டின் துணைத்தளபதி வஞ்சியரசு தலைமை தாங்க பாண்டிய வீரர்கள் பேரோசையுடன் பரதவர்களை நோக்கி ஓடிவந்தனர். இருபுறமும் பாண்டியர்களால் சூழப்பட்டதால் சேதத்தை தவிர்க்க, பின்னேறுவதுதான் வழியென்பதை சிங்கராயன் புரிந்துகொண்டான்.

'பின்னேறுங்கள்' என்று சிங்கராயன் சத்தமிட, ஏற்கனவே திட்டமிட்டபடி திமிலர்களின் குதிரைப்படை போரிடுவதைக் கைவிட்டு தெற்கு திசையில் திரும்பியது. மற்றொரு தேரினைக் கைப்பற்றிய திமிலர்கள் பாண்டியப் படைகளை நொறுக்கிக் கொண்டு தெற்கு திசையில் முன்னேற பரதவப்படை தேரினைப் பின்தொடர்ந்தது. பாண்டிய வீரர்கள் பரதவர்களை துரத்திச் செல்லத் தொடங்கினர்.

தெற்கு புறத்தில் பொறிகள் பொருத்தப்பட்டிருந்த இடத்தைக் கடந்துவிட்டால் மீண்டும் தாக்கவோ, தப்பிக்கவோ முயலும் என்றெண்ணியபடி சிங்கராயன் குதிரையை செலுத்தினான்.

சிங்கராயன் தப்பியோடுவதைப் பார்த்தவாறு நம்பி மெதுவாகக் குதிரையை செலுத்த தென்னவன் அருகில் இருந்தான்.

‘நான்கைந்து பொறிகளைப் பொருத்திவிட்டு பாண்டியப் படையை வீழ்த்தி விட்டதாக நினைத்திருக்கிறான் சிங்கராயன்’ என்றான் நம்பி.

‘அவனை உயிருடன் பிடிக்க வேண்டுமா?’ என்றான் தென்னவன்.

‘தலையை எப்போதும் சிதைத்துவிட வேண்டும். மீண்டும் தலைகள் துளிர்க்காமல் தடுக்கும்’

வேகமாக முன்னேறிய சிங்கராயன் எதிரே பாண்டியப் படைப்பிரிவொன்று மறித்து நிற்பதைக் கண்டு அதிர, அவனை எதிர்பார்த்து பாண்டிய நாட்டின் துணைத் தளபதி ஓங்காரன் படைகளுடன் காத்திருந்தான்.

‘மணல்வெளியில் பொறிகளை பொறுத்தியுள்ளனர். எச்சரிக்கையுடன் முன்னேறுங்கள்’ என்று நம்பி அனுப்பிய தகவல் வந்தவுடன் கடற்கரையை ஆராய்ந்த படியே ஓங்காரன் முன்னேறினான். பொறிகள் நிறைந்த இடத்தை வந்தடைந்ததும் வீரர்களின் மூலம் மணலை ஆராய்ந்து நடுநடுவே கருமணலால் பாதைகள் ஏற்படுத்தப் பட்டிருப்பதைக் கண்டறிந்து அதன் வழியே படைகளை நகர்த்தி வந்திருந்தான்.

நாற்புறமும் சூழப்பட்டது தெரிந்ததும் சிங்கராயன் குதிரையை நிறுத்த பரதவர்கள் வட்டமாக நிலைகொண்டு பாண்டியர்களின் தாக்குதலை எதிர்கொள்ள ஆயத்த மாகினர். பாண்டியர்களின் விற்படையும், மற்ற படைகளும் அனைவரையும் சூழ்ந்து நிற்க நம்பியும், தென்னவனும் முன்னிலைக்கு வந்தனர்.

அனைவருக்கும் முன்னால் வந்த நம்பி உரத்த குரலில் பேசத்துவங்கினான். ‘சிங்கராயனை நம்பியது தவறென்பதை அனைவரும் உணர்ந்திருப்பீர்கள். பரதவக் குடிலிலிருந்து இரண்டு நாட்களுக்கு முன்னால் நீங்கள் அனுப்பிய உங்கள் குடும்பத்தினர் அனைவரையும் மற்றொரு படையை அனுப்பி சிறைப்பிடித்து விட்டேன். பெண் களையும், குழந்தைகளையும் திரும்ப அழைத்து வந்து கொண்டிருக்கிறார்கள். அவர்களுக்கு சிறந்த குடில்களை அமைத்து தந்து சீருடன் வாழ வகைசெய்கிறேன். பாண்டிய நாட்டிற்கு அடிபணிந்திருக்கும் குடிகள் செம்மையுறுவர்.

நீங்கள் அனைவரும் கைது செய்யப்படுவீர்கள். ஆறுமாத காலம் பாண்டிய நாட்டிற்காக சிறையிலிருந்து முத்துக் குளிக்க வேண்டும். முத்துகள் பாண்டிய நாட்டிற் கானவை. அதன் பின்னர் மீண்டும் பழைய வாழ்விற்கு திரும்பி எப்போதும் போல திறைகளை அளிக்கலாம். போரைத் தொடர நினைப்பவர்கள் அம்புகளால் வீழ்த்தப்படுவர்.

ஆயுதத்தைக் கைவிடுவதோ அல்லது அம்புகள் பாய்ந்து இறப்பதோ உங்கள் முடிவு. முத்து குளிக்கும் பரதவ ஆண்கள் நீங்கள் இல்லையெனில் உங்கள் குடும்பங்களைக் காப்பதில் எனக்குப் பயனில்லை. முடிவு செய்யுங்கள்' என்று சொல்ல அனைவரும் அதிர்ந்தனர்.

நம்பி சொன்ன செய்தியை விட 'ஆண்கள் அடிபணியா விட்டால் குடும்பத்தினர் அனைவரும் கொல்லப்படுவர்' என்ற சொல்லாத செய்தி பேரிடியாக இறங்கியது.

'ஆயுதங்களைக் கைவிட்டதும் எங்களைக் கொன்றால்?' என்று ஒரு பரதவனின் குரல் ஒலித்தது.

'ஆயுதங்களைக் கைவிடா விட்டாலும் உங்களை என்னால் கொல்லமுடியும். பாண்டிய வேந்தன் வாக்கு தவறுபவனல்ல'

'சிங்கராயனின் நிலை?'

'மரண தண்டனை' என்றான் நம்பி. நச்சுக்கொடியை உந்தித்தள்ளி கடல் பிரசவித்த காற்று உப்பேறி இருந்தது.

வீரம் வளரும்...

25

நெருப்பின் நாக்குகள் உமிழ்ந்த புகையில் வானம் கருத்திருக்க அலையின் ஓசைகள் மட்டுமே கேட்டபடி இருந்தது. அலையின் ஓசையை அறுத்துக்கொண்டு ஒரு கடல் பறவையின் ஒலி கேட்க பரதவப்படை வீரர்கள் அனைவரும் அமைதியாக தலைகுனிந்து நின்றிருந்தனர். தோல்வியின் வலியைத் தாளமுடியாமல் மனங்கள் நொறுங்கிக் கிடந்தன. ஏமாற்றம் என்பது உயிர் வாழ்வதை விட அதிக வலியை தரக்கூடியது.

வாழ்விற்கும் சாவுக்கும்
இடையிலான சுழற்சியில்
ஆசையும், சூதும்
மனிதத்தை
முறியடிக்கின்றன.
அறமும், வீரமும் தலை
குனிந்து நிற்கின்றன

‘தோல்வி என்பது முயற்சிக்கு கிடைத்த பலன். எண்ணத்திற்கு அல்ல. ஆயுதங்களை கைவிடுங்கள்’ என்றான் சிங்கராயன்.

பரதவர்கள் ஆயுதங்களை தரையில் வீசிவிட்டு விலகி நிற்கத் தொடங்கினர். வெற்றி பெற்ற ஆயுதங்கள் தலைநிமிர்ந்து நிற்க, மற்ற ஆயுதங்கள் தலைகுனிந்து மண்ணில் கிடந்தன. சில பரதவர்கள் சிங்கராயனுக்கு அருகில் சென்று

‘உனது முடிவினை நாங்களும் ஏற்கிறோம்’ என்றனர்.

‘இந்த முயற்சியின் முடிவுரைகள் எனது குருதியால் எழுதப்படட்டும். விடுதலையின் வித்துக்களை அடுத்த தலைமுறைக்கு எடுத்துச் செல்ல நீங்கள் அவசியம்’ என்று சொல்ல ஒவ்வொருவராக விலகினர்.

‘ஆயுதங்களை கைவிட்டு சரணடை. அரசவையினர் உன்மேல் கருணை கொள்ளக் கூடும். மரணதண்டனை மாறலாம்’ என்றான் நம்பி.

‘மரணத்தை பெறுபவனல்ல சிங்கராயன். எடுத்துக்கொள்பவன்’ என்று வாளுடன் முன்னே வந்தான் சிங்கராயன்.

‘பெற்றாலும், எடுத்தாலும் கொடுப்பவன் பாண்டியன் தான்’ என்று நம்பி சொல்ல, வெறியுடன் முன்னேறினான் சிங்கராயன்.

நம்பியின் மெய்க்காவலர்கள் மறித்து நிற்க நம்பி தனது வாளை உருவ, ‘நான் பார்த்துக் கொள்கிறேன்’ என்ற தென்னவன் வாளை உருவியபடி மெய்க்காவலர் களின் முன்னே வந்தான்.

குருதி உறைந்துபோய் அகலமான பட்டாக்கத்தி வகை வாளினை சிங்கராயன் ஏந்தி நிற்க, தென்னவன் தனது கையிலிருந்த வாளின் நுனியை மற்றொரு கையினால் வளைக்க புல்லைப் போல வாள் வளைந்தது. வாளின் நுனியை விடுக்க வாளானது மறுபுறம் சென்றுவிட்டு திரும்பவும் நேராகியது. மெல்லியதாயும், நீளமாயும் இருக்கும் வாள் ஆம்பலின் கொடி போல் இரண்டு புறமும் வளைவதை சிங்கராயன் கவனித்தான்.

‘எனது வாளின் வீச்சைத் தாங்கி நிற்குமா?’ என்றான் சிங்கராயன்.

‘வளைவது உயிர் வாழும். வளையாதது முறிந்து விடும்’

‘இரண்டும் என்னிடம் கிடையாது. முறிப்பது மட்டுமே’

வீரர்கள் விலகி இடைவெளியை ஏற்படுத்த இருவரும் ஒருவரை ஒருவர் மெதுவாக அணுகினர்.

சிங்கராயன் பருத்த உடலுடனும் இணையற்ற ஆற்றலுடனும் எடுத்த கணத்திலேயே தாக்கத் தொடங்கினான். சிங்கராயனின் சினமும், உக்கிரமும் வாளின் தாக்குதலில் பேராற்றலை வெளிப்பட வைத்தது. இழப்பதற்கு ஏதுமில்லாத போது சிறுவிலங்கும் ஈடற்ற வீரத்தை வெளிப்படுத்தும். சிங்கராயன் பெரும் வீரன். பரதவர்களை அடிமைத் தளையிலிருந்து மீட்டு தனிநாட்டைப் பெறுவதை கனவாகக் கொண்டிருந்தவன். அந்தக் கனவு உடலில் நெருப்பாக கனன்று கொண்டிருந்தது. பெருங்காடு வெந்து தணியும் நேரத்தில் மரங்கள் பிளக்க அவற்றின் தீக்கங்குகளின் விரிசல்களில் வெளிப்படும் நெருப்பு போல, சிங்கராயன் மனதில் கருவாய் சுமந்த கனவு அணைந்து போக, மனதின் வெறுப்பு உடலெங்கும் ஆவேசமாகக் கொளுந்துவிட்டு எரிந்தது.

முதல் தாக்குதலிலேயே தென்னவனின் வாள் உடையும் என்று சிங்கராயன் எதிர்பார்த்தான். ஆனால் புயலைத் தாங்கும் நாணலைப் போல மெல்லிய வாள்

பட்டாக்கத்தியை தாங்கி நின்றது. சிங்கராயன் வலதுகையை சுழற்றி முழுவேகத்தில் அறைவீச்சாய் அடிக்க தென்னவன் தனது வாளால் தேக்கிய கணத்தில் தென்னவனின் உடல் அதிர்ந்தது. பாண்டிய வீரர்கள் விக்கித்து நின்றனர்.

சிங்கராயன் தொடர்ந்து முன்னேறியபடித் தாக்க, தென்னவன் மிகுந்த நுட்பத்துடன் தேக்கியபடியே பதில் தாக்குதலை நிகழ்த்திக் கொண்டிருந்தான். திடீரென தென்னவன் முன்னேறி வாளினால் தாக்க சிங்கராயன் தனது வாளினால் தேக்கிய கணத்தில் தென்னவனின் வாள் பாம்பைப் போல உள்நோக்கி வளைந்து சிங்கராயன் வலதுதோளை துளைத்துவிட்டு வெளியேறியது. சிங்கராயன் அதிர்ந்து போனான். தோளிலிருந்து குருதி பொங்கியது.

சிங்கராயன் தென்னவனின் வாளை உற்று நோக்கினான். இரும்பினைப் போல உறுதியாக இருந்த வாள் கயிற்றை வீசி தாக்கியது போல உள்ளே வளைந்து தாக்கியது எப்படி எண்ணினான். மீண்டும் தென்னவன் தாக்கத் தொடங்க சிங்கராயன் எச்சரிக்கையுடன் விலகியே போர்புரிந்தான். குருதி வெளியேற்றத்தால் வாளினை இறுக்கிப் பிடிக்க சிரமமாயிருப்பதை சிங்கராயன் உணர்ந்தான். தென்னவனின் வாள்வீச்சை சிங்கராயன் தேக்கியபோது மீண்டும் தென்னவனின் வாள் உள்நோக்கி வளைந்து சிங்கராயனின் உடலை கீறிச் சென்றது.

தென்னவன் பயன்படுத்தியது நாணல் வாள். வாளின் இரண்டு கூரிய முனைகளில் தாக்கும்போது வாள் உறுதியாக நிற்கும். வாளின் பட்டையான பகுதியில் தாக்கும் போது பகைவரின் வாள் தடுக்குமிடத்திற்கு மேலிருக்கும் வாள் பகுதி, வாள் செல்லும் திசையிலேயே உள்நோக்கி வளைந்து பகைவரின் உடலை துளைக்கும்.

வாளின் நுட்பத்தை புரிந்துகொண்டதும் சிங்கராயன் விலகியே போர் புரிந்தான். தென்னவன் வாளின் கூரிய பகுதியிலும், பட்டையானப் பகுதியிலும் மாறி மாறித் தாக்கியபடி நெருங்க முயன்றான். விலகியபடி போர்புரிந்த சிங்கராயன் தென்னவன் எதிர்பாராத நேரத்தில் விருட்டென்று முன்னேறி வாளை வீசினான். மின்னலாய் நகர்ந்து தேக்கிக்கொண்ட தென்னவன் தனது வாளினால் தாக்க, சிங்கராயன் தடுத்துக் கொண்டான்.

மறுகணம் தென்னவன் வாளை உறையிலிட்டுக் கொண்டு திரும்பி நடக்க சிங்கராயனுக்கு எதுவும் புரியவில்லை. பரதவர்கள் வெடித்த குரலெழுப்பிக் கதறுவதை கவனித்தான். ‘என்னாயிற்று’ என்று கேட்க முயல்கையில் வாயிலிருந்து குருதி வெளியேறியது. கண்கள் இருள்வது போலிருக்க கழுத்தின் இருபுறங்களில் இருந்தும் குருதி வடிவதை உணர்ந்தான். தென்னவனின் வாள் கழுத்தை ஊடுருவிச் சென்றிருப்பதை உணர்ந்தபோது கால்கள் மடங்கியன.

சிங்கராயனின் நிலையைக் கண்டு வெறியேறிய இரண்டு பரதவர்கள் குவிந்திருந்த ஆயுதங்களிலிருந்து வாட்களை எடுத்துக் கொண்டு தென்னவனை நோக்கி ஓடுவதைக் கண்ட சிங்கராயன் 'வேண்டாம்' என்று சொல்ல கையை உயர்த்திய போது நினைவு தப்பியது. வாழ்வின் எல்லைக்கோட்டை உயிர் தாண்டியது.

இரண்டு பரதவர்கள் தாக்கத் தொடங்க, தென்னவன் இருவரையும் திறமையுடன் சமாளித்தான். சிங்கராயன் கொல்லப்பட்டதைக் கண்டு தன்னிலை இழந்தவர்கள் தென்னவனை வெட்டியெறிய முயன்றனர். இருவரின் தாக்குதலையும் தடுத்துக்கொண்ட தென்னவன் தாக்கத் துவங்கியபொழுது நிலை முற்றிலும் மாறியது. இடதும், வலதுமாய் சாட்டையைப் போல வளைந்து தாக்கிய வாளினை தடுக்கத் தெரியாமல் பரதவர்கள் தடுமாற சில கணங்களில் வாளின் முனை நெஞ்சை துளைத்துச் செல்ல இருவரும் சரிந்தனர்.

நம்பியின் அருகில் வந்த தென்னவன் குதிரையில் ஏறிக்கொள்ள ..

'பரதவர்களை சிறைக் கூடத்திற்கு அழைத்துச் செல்ல ஏற்பாடு செய். அவர்களின் குடும்பத்தினர் பாண்டிய நாட்டினை அடைந்ததும் தங்குவதற்கு ஏற்பாடு செய். நாளையே அவர்களுக்கு புதிய குடில்கள் உருவாக்கும் பணி துவங்கும்' என்று நம்பி தென்னவனிடம் கூறிவிட்டு குதிரையைத் திருப்பினான்.

அடுத்து பதுங்கியிருக்கும் பொற்குலத்தினரை விரைவாகக் கண்டறிய பாண்டிய ஒற்றர்களிடம் கூறவேண்டும். அவர்களை வீழ்த்தினால்தான் வேந்தரிடம் வாக்கு தந்தது போல சோழ நாட்டின்மேல் படையெடுக்க முடியும் என்று நம்பியின் கற்பனை விரிந்தது.

★★★

தேனூரின் குடிலொன்றில் அமர்ந்திருந்த இளவெயினி சிந்தனையில் ஆழ்ந்திருந்தாள். பாண்டிய நாடு கடல் வழியே நாவாய்களைக் கொண்டு வந்து திமிலர்களைத் தாக்கியது பற்றி கேள்விப்பட்டதும் அதிர்ந்தவள், ஆக்கத்திற்காக உருவாகிய அனைத்தும் அழிவுக்குப் பயன்படுவதை எண்ணி வருந்தினாள்.

இரும்பிடாரிடம் 'அடுத்த முறை நீ சோழ நாட்டிற்கு செல்லும்போது சொல். சோழநாடு கடல் வழியான தாக்குதலை எதிர்கொள்ள ஆயத்தமாக வேண்டும். நாளை பாண்டிய நாடு புகாரை நிலத்தில் தாக்கும்போது மற்றொரு படை துறைமுகத்தில் வந்திறங்க வாய்ப்புள்ளது. எனவே பொறிகள் தாங்கிய உறுதியான கப்பல்களையும், மதலைகளையும், கடற்கரையில் இயந்திரப் பொறிகளுடன் கூடிய பாதுகாப்பு கோபுரங்களை உருவாக்கச் சொல்' என்றாள்.

இரும்பிடார் ஐந்தாறு மாதங்களுக்கு ஒருமுறை சோழ அரண்மனைக்குச் சென்று தகவல்கள் தெரிவித்தும், அறிந்தும் வந்தான். பரஞ்சுடருக்கு முதல் ஆண் மகவுக்கு அடுத்து இரண்டும் பெண் மகவுகள் பிறந்திருக்க, வானவனுக்கு இரண்டாவதாயும் ஆண் மகவு பிறந்திருப்பதை அறிந்த இளவெயினி வளவனுக்கு மேலும் நண்பர்கள் கிடைத்திருப் பதை எண்ணி உள்ளம் மகிழ்ந்தாள். அவசர செய்திகள் ஏதுமிருப்பின் சோழவீரர்கள் தேனூருக்கு வந்து தெரிவித்துச் சென்றனர். வானிலிருந்து அனைவருக்கும் ஒளிதரும் கதிரவனைப் போல, தொலைவிலிருந்து சோழத்தை ஆண்டு வந்தாள் இளவெயினி.

கரட்டின் அடிவாரத்தில் ஏராளமான புதிய மரங்களை நட்டு வளர்ப்பதை ஐந்து சிறுவர்களும் பணியாகச் செய்தனர். ஏராளமான வளங்களை மண்ணிலிருந்து பெறும் மக்கள் மண்ணிற்கு திரும்பச் செலுத்துவது மரமாகத் தானிருக்க முடியும் என்றென்னும் இளவெயினி சிறுவர்களிடம் மரங்களை நட்டு பேணிக்காக்கச் சொல்லியிருந்தாள்.

விடாமுயற்சியுடன் தலையால் முட்டி முட்டி விதைகளின் உறைகளை கிழித்து வெளியேறிய இளந்தளிர்கள் மண்ணுடன் உறவாடி, முகிழ்ந்து, மேலேறி சிறுவர்களை விட சிலமடங்கு உயரமாக வளர்ந்திருக்க பருவங்கள் உருண்டோடி ஆறாண்டுகள் கடந்து சென்றன.

சிறுவர்கள் அவரவர் மரத்தின் உயரத்தையும், அவற்றில் துளிர்க்கும் தளிர்களைப் பற்றியும் பேசும்போது இளவெயினிக்கு மகிழ்வாக இருக்கும். சிறுவர்களின் பிஞ்சுக் கரங்கள் மகிழ்ந்து செய்யும் எந்த செயலுக்கும் அண்டவெளியும், இயற்கையும் துணை நிற்கின்றன.

வளவனும் மற்றவர்களும் அருகிலிருந்த ஆற்றிலிருந்து சிறிய மண்குவளைகளில் நீரை முகர்ந்து வந்து மரங்களுக்கு ஊற்றிக் கொண்டிருக்க, குடிலின் வாசலில் அமர்ந்து இளவெயினி பார்த்துக் கொண்டிருந்தாள்.

முதல் நாளிரவு சோழ நாட்டிற்கு சென்று திரும்பியிருந்த இரும்பிடார் ‘சிறுவர்களுக்கு பாடம் நடத்தவில்லையா’ என்றான்.

‘இவர்களுக்கு பாடம் நடத்தவே அச்சமாக இருக்கிறது’.

‘ஏன் அப்படிச் சொல்கிறாய்?’

‘அவர்களின் வினாக்களுக்கு பதில் சொல்லத் தெரியவில்லை’ என்றாள்.

சத்தமாக சிரித்த இரும்பிடார் ‘உன்னை விட சிறப்பாக யாரால் கற்பிக்க முடியும்?’ என்றான்.

‘‘நீ இன்று கற்பித்து பார். புரியும்’’

‘சரி’ என்று இரும்பிடார் கூற...

வளவனையும் மற்றவர்களையும் இளவெயினி விளித்து ‘இன்று மாமா உங்களுக்கு பாடம் நடத்துவார். உங்களின் அனைத்து ஐயங்களையும் அவரிடம் கேட்டுத் தெளிவு பெறுங்கள்’ என்றாள்.

அனைவரும் துணிகளில் கட்டப்பட்டிருந்த வெண்மணல் முடிச்சை எடுத்து தரையில் விரித்து மணலை பரப்பிக் கொண்டு காத்திருந்தனர்.

‘தமிழின் இனிமையையும், வளமையையும் எடுத்துச்சொல்ல கவி படைக்கும் இரும்பிடாரை விட சிறந்தவர் யார்’ என்று இளவெயினி நினைத்தாள்.

பொன்முடியார் என்ற பெண்புலவர் தும்பைத் திணையில் பாடிய

‘‘பால்கொண்டு மடுப்பவும் உண்ணான் ஆகலின்,
செறாஅது ஓச்சிய சிறுகோல் அஞ்சியடு,
உயவொடு வருந்தும் மன்னே! இனியே
புகர்நிறங் கொண்ட களிறட்டு ஆனான்,
முன்நாள் வீழ்ந்த உரவோர் மகனே,
உன்னிலன் என்னும், புண்ஒன்று அம்பு
மான்உளை அன்ன குடுமித்
தோல்மிசைக் கிடந்த புல்அண லோனே’’

என்ற பாடலை சொல்லி அதன் பொருளை விளக்கினான்.

‘‘பிள்ளைப் பருவத்தில் பாலை ஊட்டினால் குடிக்க மாட்டான். பொய்ச் சினம் காட்டிச் சிறிய கோலை நான் ஓங்கிய போது அச்சம் கொண்ட மகனை எண்ணிக் கவலை கொண்டு என் மனம் வருந்தியது. இப்பொழுது நெற்றியில் புள்ளிகள் கொண்ட யானைகளைக் கொன்று குவிக்கும் இவன் முந்தைய நாளில் போரிட்டு வீழ்ந்த வீரனின் மகன். மார்பில் தைத்து நிற்கும் அம்பை நான் அறியவில்லை என்று சொல்லி உறுதியுடன் போரிட்டு குதிரையின் பிடரி மயிர் போன்ற குடுமியுடனும், சிறிய தாடியோடும் கேடயத்தின் மேல் வீழ்ந்து கிடக்கிறான்’’.

‘தமிழரின் வீரம் அத்தகையது. முதல் நாள் கணவனை இழந்தாலும் அடுத்த நாள் மகனை போருக்கு அனுப்பும் வீரத்தாயை கொண்ட குடிகள் நமது’ என்று கூறி மேலும் சில பாடல்களின் அர்த்தங்களை விளக்கி அதன் இனிமையையும் எடுத்துக்கூறிய இரும்பிடார் ‘இவற்றில் ஐயங்கள் ஏதும் உள்ளனவா?’

‘போரில் வெல்வது வீரம். ஆனால் வீழ்வது எப்படி வீரம்?’ என்றான் இளம்பரிதி.

‘வெல்வதோ, வீழ்வதோ. மரணம் நெருங்கும்போதும் அவற்றின் கண்களை உற்றுப் பார்த்து எதிர்த்து நிற்பது தான் வீரம்’

அனைவரும் அமைதியாய் இருக்க ‘‘எண்களையும் எழுத்துக்களையும் கற்று விட்டீர்கள் அல்லவா. அதில் ஐயம் ஏதும் இருக்கிறதா’’ என்று கேட்டான்.

‘ஐ, ஔ என்ற எழுத்துகள் குறில் இல்லாமல் நெடிலாக மட்டும் தனித்திருக்கக் காரணம் என்ன? ஆய்த எழுத்து தேவையில்லை அல்லவா?’

‘சொற்களின் தேவைகளுக்கு உருவாக்கியவை எழுத்துக்கள். ஐ, ஔ, ஃ மூன்றின் பயன்பாடுகள் குறைவு. எனவே ஓரே எழுத்து. தேவைப்படுமிடத்தில் ஐ, ஔ இரண்டும் மாத்திரையில் குறைந்து ஒலிக்கும். இதற்குப் பெயர் ஐகாரக் குறுக்கம் மற்றும் ஔகாரக்குறுக்கம்.’

ஐ என்ற எழுத்தை அய் என்றும் ஔ என்ற எழுத்தை அவ் என்றும் எழுதுவதால் தமிழின் எழுத்துக்கள் குறையுமல்லவா?’

‘ஆமாம். இத்தனை எழுத்துக்களையும் மனனம் செய்ய முடியவில்லை’ என்றான் நிலவன் சலிப்புடன்.

‘சில சொற்களின் பயன்பாட்டையும், மொழியின் அழகையும் குலைத்துவிடும்’ என்றான் இரும்பிடார்.

‘தமிழில் ஐந்து குறில் எழுத்துக்கு ஏழு நெடில் எழுத்துக்கள் ஏன்?’

‘ஒவ்வொரு எழுத்தையும் உச்சரிக்க எடுத்துக் கொள்ளும் கால அளவை வைத்துத் தான் இந்தப் பிரிவினை. கண்ணிமைப்பதற்கும், விரலைச் சொடுக்குவதற்கும் தேவைப்படும் நேரம் ஒரு மாத்திரை. குறில் எழுத்துகள் ஒலிக்க ஒரு மாத்திரையளவு நேரம் எனில் நெடிலுக்கு இரண்டு மாத்திரையளவு நேரம்.

தமிழ் உடல் நலத்தினை பேணும் மொழி. தமிழின் எழுத்துக்களிலேயே மூச்சுப் பயிற்சியை கட்டமைத்துள்ளனர் நம் மூதோர். ஓர் எழுத்தை நீட்டித்து ஒலிப்பது உடலுக்கும், உயிருக்கும் ஊட்டம் தரவல்ல மூச்சுப் பயிற்சியாகும். நெடில் எழுத்துகளை ஒலிக்கும் போது நம் மார்பு சுருங்கி விரிகிறது. ஆ என்னும்போது மார்புக் காற்று நன்கு வெளியேறு கிறது. ஊ என்னும்போது ஊதுகிறோம். ஒலித்து முடித்ததும் நுரையீரலுக்குள் புத்தம் புதிதாய் உயிர்க்காற்று நிரம்புகிறது. அதனால்தான் குறில்களைவிட நெடில்கள் மிகுந்திருக் கின்றன. உயிர் எழுத்துக்கள் அனைத்தும் உதடுகளாலேயே ஒலிக்கக்கூடியவை. மெய் எழுத்துக்கள் தொண்டை வரை மட்டுமே ஒலிக்கக்கூடியவை. பிற மொழிகளை போல வயிற்றிலிருந்து எழும் ஒலிகள் தமிழில் கிடையாது’

''எழுபது, எண்பதிற்கு அடுத்து தொன்பது தானே வரவேண்டும். தொண்ணூறு என்று ஏன் வருகிறது? நூறு என்ற எண்ணே அதற்கடுத்துத் தானே வருகிறது''.

'அதேபோல் எழுநூறு, எண்ணூறு என்ற எண்களுக்கு அடுத்து தொண்ணூறு என்று தானே வரவேண்டும். தொள்ளாயிரம் என்று ஏன் வருகிறது'

''தொள் என்றால் குறைவு என்று அர்த்தம். தமிழின் எண்களான தொண்ணூறும், தொள்ளாயிரமும் கழித்தல் முறையைப் பின்பற்றுகின்றன. நூற்றுக்கு ஒரு பத்து குறைவு என்னும் பொருளில் தொண்ணூறு என்றும், ஆயிரத்துக்கு ஒரு நூறு குறைவு என்பதைக் குறிக்க தொள்ளாயிரம் என்றும் கூறுகின்றனர். இதே முறையை உலகின் பல மொழிகள் பின்பற்றுகின்றன''

அனைவரும் கேள்விகள் கேட்பதை கண்ட நிலவன் தானும் ஏதாவது கேட்க வேண்டும் என்று எண்ணினான். ''உயிர் எழுத்து அனைத்தும் ஆண் எழுத்து. மெய் எழுத்துகள் அனைத்தும் பெண் எழுத்துகள் தானே ?''

சற்று அதிர்ந்த இரும்பிடார் 'எப்படிச் சொல்கிறாய்?' என்றான்.

'மெய்யெழுத்துக்கள் தான் பெண்களைப்போல் நெற்றியில் திலகமிட்டு கொண்டிருக்கிறது' என்று நிலவன் சொல்ல அனைவரும் சிரிக்கத் தொடங்க இரும்பிடாரும் சிரித்தான்.

'உங்களுக்கு பாடம் சொல்லித் தருவது சிரமம் தான். கரும்பு ஆலையின் பணியே எளிதாக இருக்கிறது.'

ஒவ்வொரு நாள் அதிகாலையிலும் இரும்பிடார் சிறுவர்களுக்கு உடற்பயிற்சி களையும், ஆயுதப் பயிற்சியின் அடிப்படைகளையும் கற்றுத் தந்தான். பயிற்சிகளை பாரமாக ஏற்றாமல் விளையாட்டுகளாக மாற்றியமைத்தான். விண்ணைத் தாங்கி நிற்கப் போகும் ஆலங்களின் வேர்களை வலுப்படுத்திக் கொண்டிருந்தான். தோள்களையும், கால்களையும் பலப்படுத்தும் விளையாட்டுகளை அதிகம் விளையாடச் செய்தான். வலது கையினை மட்டும் பயன்படுத்தாமல் அனைத்துப் பணிகளையும் இடது கையினாலும் செய்யப் பழக்கினான்.

சிறுவர்கள் வாத்தைப் போல கத்திக்கொண்டு தரையில் அமர்ந்தபடி நகர்ந்தனர். பனையின் கயிறுகளை மரங்களில் கட்டி அதில் யாரால் உயரமாக ஏறமுடியுமெனப் போட்டியிட்டனர்.

வளவன் மற்ற சிறுவர்களை விட உயரமாகவும் உறுதியாகவும் இருந்ததால் அவனுடன் மற்றவர்களால் போட்டியிட முடியாமலிருந்த தருணங்களில் இரும்பிடார் போட்டியிட்டான்.

கையின் பெருவிரல், ஆட்காட்டி விரல் போன்று விரிந்திருந்த மரக் கொப்புகளை வெட்டி அனைவருக்கும் சுண்டுவில்லை வடிவமைத்து தந்தான். அவற்றில் களிமண் உருண்டைகளை பொருத்தி, செலுத்தப் பழக்கினான். வரிசையாக இலக்குகளைப் பொருத்தி அவற்றை அடிக்க தினமும் பயிற்சி அளித்தான். வளவன் எல்லா நேரங்களிலும் சுண்டுவில்லை ஏந்தி பயிற்சி செய்தவன் தொலைவிலிருக்கும் இலக்குகளை தாக்குவதில் அனைவரையும் விடத் திறம்பட விளங்கினான்.

'என்னுடன் போட்டியிடு' என்று இரும்பிடார் சொல்ல இருவரும் இலக்குகளை பொருத்தி மண்ணுருண்டையால் அடிக்கத் தொடங்கினர். பெரும்பாறை, மரம், கலன், கல் என்று இலக்கு சிறுத்துக்கொண்டே போக இறுதியில் வளவன் இரும்பிடாரை வென்றதும் மகிழ்ச்சியில் குதித்தான். பிள்ளைகளும் இணைந்து கொண்டு ஆரவாரம் செய்தனர்.

வளவன் வெல்வதற்காகக் குறி தவறி எய்த இரும்பிடார் 'உனது தாயை வெல்ல முயற்சித்து பார்' என்று கூற, ஒருகணம் திகைத்த வளவன் இளவெயினியிடம் ஓடினான்.

'அம்மா எனது திறமையைப் பார்' என்று சுண்டுவில்லினால் மரத்தின் காய்ந்த இலையொன்றை வீழ்த்திக் காண்பிக்க...

இளவெயினி 'உருண்டையை வானில் விடு' என்றாள்.

வளவன் ஒரு உருண்டையை வானில் செலுத்த அவனின் கையிலிருந்து சுண்டு வில்லை வாங்கினாள். ஒரு உருண்டையை பொருத்தியவள் சிலகணங்கள் குறிபார்த்து கீழிறங்கிக் கொண்டிருந்த உருண்டையை அடிக்க வளவன் அதிர்ந்தான். சிறுவர்கள் அதிசயித்தனர்.

'அசையாமலிருக்கும் பொருளை அனைவராலும் அடிக்க முடியும். உனது தனித்தன்மை வெளிப்பட வேண்டுமெனில் மற்றவர்கள் செய்ய முடியாததைச் செய்ய வேண்டும். அசையும் பொருளை மட்டுமல்ல, மறைந்திருக்கும் பொருளையும் அடிக்க முடியும்'.

வளவன் ஒரு உருண்டையை விண்ணில் செலுத்தி மற்றொரு உருண்டையால் அடிக்க முயல மண்ணுருண்டை விலகிச் சென்றது.

'கண்ணால் குறிபார்க்காமல் மனதால் குறி பார். நகரும் பொருளின் வேகத்தை உள்வாங்கு. உனது கல்லின் வேகத்தை முடிவு செய். உருண்டையை செலுத்த வேண்டிய கணத்தை உனது உள்ளுணர்வு முடிவு செய்யட்டும். இதை பயிற்சி செய்து விட்டு வா. உருண்டையை நேராக செலுத்தாமல் வளைவாக செலுத்தக் கற்றுத் தருகிறேன்'. வளவன் அதிசயித்தவாறு நிற்க 'ஒன்றை நினைவில் கொள். சுண்டுவில் ஒரு கருவியே. இயக்குவது நீ' என்றாள்.

பணியில்லாத நாட்களில் சிறுவர்கள் அவர்களின் தந்தையுடன் கரட்டிலேறி காடுகளில் பிணைந்திருக்கும் புது உலகத்தையும், தாவரங்கள், விலங்குகள் பற்றியும் அறிந்து கொண்டனர். வேட்டையின் நுட்பங்களையும், இயற்கையின் சமத்துவத்தையும் கற்ற போது

'உயிர்களைக் கொல்வது தவறில்லையா?' என்றான் வளவன்.

'உன்னைப் பாதுகாத்துக்கொள்ள கொல்லலாம். தவறில்லை. உணவுக்காக சில விலங்குகளை பழங்குடியினர் கொல்வர்'

ஒருநாள் வேட்டையை முடித்துக்கொண்டு அனைவரும் கரட்டிலிருந்து கீழிறங்குகையில் மேகங்கள் சூழ்ந்து கொள்ள பெருமழை பெய்தது. மழை நின்றதும் போகலாமென அனைவரும் குகையொன்றில் அமர்ந்திருந்தனர். மழையின் சத்தத்தையும், தெறிக்கும் திவலைகளையும் பார்த்தபடி அனைவரும் அமர்ந்திருக்க வளவன் திடீரென இரும்பிடாரிடம் கேட்டான்.

'மாமா, அனைவருக்கும் தந்தை இருக்கிறார். எனக்கு மட்டும் ஏனில்லை?'

வளவனின் வார்த்தைகள் இரும்பிடாரின் மனதைக் கிழித்துக் குதறியது. இரும்பிடார் துடித்துப் போனான். நீரிடி விழுந்த நிலம் போல மனம் சிதைந்து போக உணர்ச்சிகள் வெள்ளமாகக் கொப்பளிக்க கண்களில் நீர் படர்ந்தது. வாழ்வின் ரணங்களை இந்த சிறுவனுக்கு எவ்வாறு புரிய வைப்பது. இரக்கமில்லாத சிலரின் ஆசைகள் பலரின் உறக்கமில்லா இரவுகளுக்குக் காரணமாக அமைந்ததை எப்படிச் சொல்வதென நினைத்தவன் வளவனை இறுக அணைத்துக் கொண்டான். இதைக் கேட்ட அழுந்தூர் வீரர்களின் மனங்களும் துடித்துப்போக, முகங்கள் இருண்டு போயின.

'வளவா உனது தந்தை மாபெரும் வீரர். ஒரு போரில் கொல்லப்பட்டார். அவரைப் போல நீயும் பெரிய வீரனாக வேண்டும்'

சரியென்பது போல தலையசைத்தான் வளவன்.

'அம்மாவிடம் இதைப்பற்றிக் கேட்காதே' என்று இரும்பிடார் சொல்ல, புரிந்தும் புரியாமலும் வளவன் மீண்டும் தலையசைக்க, உலகில் பேராசையையும், அநீதியையும் எண்ணமாகக் கொண்ட அத்தனை மனிதர்களையும் ஒரு சேரக் கொல்ல வேண்டுமென இரும்பிடாருக்கு வெறி மேலிட்டது.

வாழ்விற்கும் சாவுக்கும் இடையிலான சுழற்சியில் ஆசையும், சூதும் மனிதத்தை முறியடிக்கின்றன. அறமும், வீரமும் தலை குனிந்து நிற்கின்றன என்று எண்ணினான் இரும்பிடார்.

மழை நின்றுபோய் இயற்கை அமைதி காத்திருக்க, மரங்கள் கண்ணீர் சொட்டிக் கொண்டிருந்தது. இரும்பிடார் வளவனை தூக்கிக்கொண்டு நடந்தான். உடலின் அரவணைப்பில் வளவனின் மனதை ஆற்ற முயன்றான். வலிகள் மறையலாம். வடுக்கள் மறைவதில்லை. பாதை நீண்டு கிடந்தது.

★★★

முள்ளூர் நாட்டு அரண்மனையில் பெருஞ்சாத்தன் அமர்ந்திருக்க காவலன் ஒருவன் உள்ளே நுழைந்து வணங்கினான்.

'சொல்' என்றான் பெருஞ்சாத்தன்.

'ஒற்றன் ஒருவன் வந்திருக்கிறான். உங்களைக் காண அனுமதி வேண்டுகிறான்'

'உள்ளே வரச் சொல்'

வெளியே சென்ற காவலன் ஒற்றனுடன் உள்ளே நுழைந்தான்.

'என்ன தகவல்?'

பெருஞ்சாத்தனை வணங்கிய ஒற்றன் மகிழ்வுடன் கூறினான். 'சோழ நாட்டு அரசியும், இரும்பிடாரும் இருக்குமிடத்தை கண்டறிந்து விட்டேன்'

வீரம் வளரும்...

26

நீலவானின் மேற்கே செங்குழம்பைப் பூசியதுபோல், தனது செம்மையை வான்மங்கைக்கு தாரை வார்த்துவிட்டு கருநீலக் கடலுக்குள் இறங்கி கதிரவன் மறைய, தவழும் மேகங்களினூடே குளிர்த் தென்றலை வீசியபடி நட்சத்திரங்களுக்கு நடுவே வெண்தாரகையாய் உதயமானாள் நிலவு மங்கை.

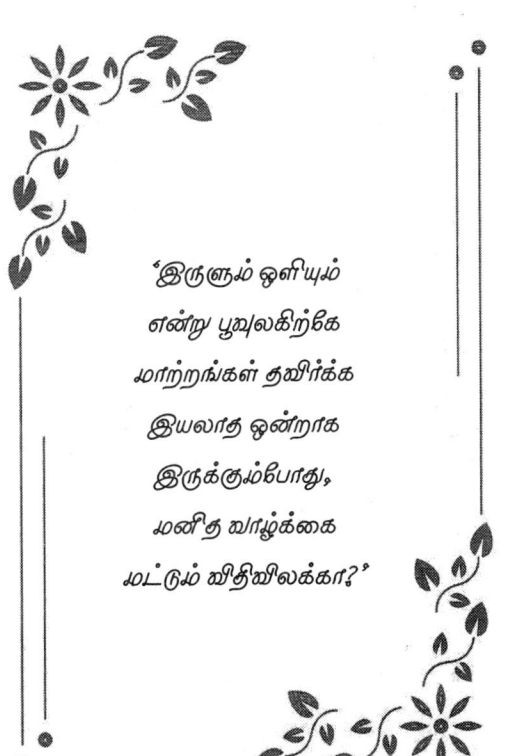

‘இருளும் ஒளியும் என்று பூவுலகிற்கே மாற்றங்கள் தவிர்க்க இயலாத ஒன்றாக இருக்கும்போது, மனித வாழ்க்கை மட்டும் விதிவிலக்கா?’ என்றெண்ணியபடி நின்றான் பொற்குலத்தின் தலைவன் கதிரொளி.

‘இருளும் ஒளியும் என்று பூவுலகிற்கே மாற்றங்கள் தவிர்க்க இயலாத ஒன்றாக இருக்கும்போது, மனித வாழ்க்கை மட்டும் விதிவிலக்கா?’

பாண்டிய நாட்டின் உயர்ந்த மலையான பொதிய மலை தொடங்குமிடம் வெண்ணங்கல் மலை. இரண்டு மலைகளும் இணையுமிடம் சிறுத்திருக்க வெண்ணங்கல் மலையை தனி மலையாகவே கருதுவோரும் உண்டு. இருள் கவிழும் நேரமா இல்லை இருள் விலகும் நேரமா என்று உணர முடியாதவாறு மெல்லிய இருளும், வெளிச்சமும் நாகங்கள் போல் ஒன்றுடன் ஒன்று பிணைந்து கிடந்தன.

கைக்கெட்டும் தூரத்தில் வெண்மேகக் கூட்டங்கள் மிதக்க, சூழ்ந்திருந்த மரங்களில் அமர்ந்திருந்த பறவைகள் களைப்பில்

உறங்குவதற்கு ஆயத்தமாகிக் கொண்டிருந்தன. மலையின் சிறிய பொந்திலிருந்து ஊற்றெடுத்து, பேரொழுக்காக உருண்டோடி வந்த அருவிநீர் குழந்தைகள் போல ஒன்றோடு ஒன்று இடித்துக் கொண்டும், மரங்களைத் தழுவிக்கொண்டும், பாறைகளில் வழுக்கிக்கொண்டும் சலசலப்புடன் ஓடிவந்து சிற்றருவியாய் கீழிறங்கியது.

உயரத்திலிருந்து வெள்ளிக்கொடி போலிறங்கிய நீரின் விழுதுகள் பாறையில் விழுந்து நீர்ப்புகையாய் சிதறி மிதக்க, நீரினடியில் கதிரொளி நின்றான். இரைச்சலுடன் தலையில் கொட்டிய தண்ணீர் உடலை சில்லிட வைத்து நடுக்கத்தைத் தர, மனம் மட்டும் நீரை நீங்கிய மீனாக தவித்துக் கொண்டிருந்தது. உடலின் வெம்மையை தணித்த நீரானது மனதின் வெம்மையை தணிக்க இயலாமல் உருண்டோடி மீண்டும் மலைமுகட்டிலிருந்து கீழே விழுந்து நீர்த்தேக்கத்தை உருவாக்கியது.

பாண்டிய நாட்டின் அக்கசாலை மீதான இணையற்ற தாக்குதலை இரண்டு நாட்களுக்கு முன்னர் கதிரொளி துல்லியமாக நிகழ்த்தியிருந்தான். நிகழ்வுகள் மனதில் நிழலாய் ஓடிக்கொண்டிருக்க, எங்கேயும் தவறிழைத்தோமா என்று ஆராய்ந்து கொண்டிருந்தான்.

அக்கசாலை என்பது அக்கம் எனப்படும் பாண்டியர்களின் நாணயங்களை உருவாக்குமிடம். சதுர, நீள்சதுர வடிவிலான காசுகள் இரும்பு, செம்பு மற்றும் பொன்னினால் உருவாக்கப்பட்டு ஒருபுறம் இரட்டைமீனின் வடிவமும், மறுபுறம் பாண்டிய மன்னனின் உருவமும் பொறிக்கப்பட்டு புழக்கத்தில் விடப்பட்டிருந்தன.

ஒவ்வொரு மாதத்தின் முதல் திங்களன்றும் அரண்மனையின் கருவூலகத்திலிருந்து நான்கு தேர்கள் மதுரையின் எல்லையிலிருந்த அக்கசாலைக்குச் செல்லும். குதிரை பூட்டிய தேர்களின் பின்புறம் மரத்தினாலான பெரிய பெட்டி இரும்பு சட்டங்களுடன் தாழிடப் படும் வகையில் இருக்கும். அக்கசாலையில் நாணயங்களை ஏற்றிய பின்னர் பெட்டிகள் பூட்டப்பட்டு அரக்கில் பாண்டிய முத்திரை பதிக்கப்பட்டு கருவூலகத்திற்கு திரும்பும்.

பாண்டிய நாட்டின் துணைத்தளபதி பொன்னழகு ஐம்பது வீரர்களுடன் வண்டிகளைப் பாதுகாத்துச் செல்வான். உயர்ந்த மதிற்சுவர்களைக் கொண்ட அக்கசாலையின் உள்ளேயும் ஏராளமான வீரர்கள் காவலுக்கு நின்றிருப்பர். பல மாதங்களாக இவற்றை கண்காணித்து கதிரொளி திட்டம் தீட்டியிருந்தான்.

அன்று காலை பாண்டியர்களின் நான்கு வண்டிகளும், வீரர்களின் பாதுகாவலில் யவனவீதியில் திரும்பி நாளங்காடி சாலையில் நுழையும்போது அவர்களுக்கு முன்னால் அதிக பாரம் ஏற்றிச்சென்ற மாட்டு வண்டியின் அச்சு முறிந்து சக்கரம் கழன்றுவிட,

மீன்பெட்டிகள் சரிந்தன. சாலையெங்கும் சிதறிய மீன்கள் வெள்ளி இலைகளாய் மின்னின. வண்டிகள் செல்ல முடியாமல் சாலை அடைபட்டிருக்க தேருடன் வந்த பாண்டிய வீரர்கள் மீன் பெட்டிகளை அகற்ற உதவினர்.

அதேகணத்தில் பாண்டிய அரசின் தேர்களைப் போன்றே வடிவமைக்கப்பட்ட தேர்களுடன் பாண்டிய வீரர்களின் உடையணிந்து கதிரொளியும் பொற்குலத்தினரும் அக்கசாலையை அடைய காவல் வீரர்கள் உயரமான வாயிற்கதவுகளை திறந்தனர். நான்கு தேர்களும் உள்ளே நுழைந்தவுடன் அக்கசாலையின் பெருங்கதவுகள் மூடப்பட்டன.

'துணைத் தளபதி பொன்னழகு வரவில்லையா?'

'அவருக்கு உடல் நலமில்லை' என்ற கதிரொளி கையிலிருந்த முத்திரையிடப் பட்ட ஓலையைக் காட்டி 'அக்கசாலையின் பொறுப்பாளர் எங்கே?' என்று கேட்க, தொலைவிலிருந்த மாளிகையை நோக்கி கையை காட்டினான் ஒருவன்.

அக்கசாலையில் இரும்பு, செம்பு, தங்க நாணயங்கள் செய்ய தனித்தனியான இடங்கள் அமைக்கப்பட்டிருந்தன. உலோகங்களை உருக்குமிடம், நாணயத்திற்கான சிறு துண்டுகள் நறுக்குமிடம், நாணயங்களில் அச்சுகளை பதிக்குமிடங்களில் பணிகள் நடந்து கொண்டிருந்தன. பொற்குலத்தின் வீரர்கள் மெதுவாக நகர்ந்து காவலுக்கு நின்ற பாண்டிய வீரர்களுக்கு அருகில் நிலை கொண்டனர்.

மாதந்தோறும் நடைபெறும் வழக்கமான பணியென்பதால் ஒவ்வொரு பாண்டிய வீரனும் அவரவர் பணியினை செய்யத் தொடங்கினர். நாணயங்கள் சேமிக்கப்படும் அறைகள் திறக்கப்பட்டன. புதிய நாணயங்களை இரும்புத் தாழிகளில் நிறைத்து பாண்டிய முத்திரையிட்டு வெளியிலெடுத்து வைத்தனர். பொறுப்பாளர் அவற்றை சரிபார்த்து தேர்களின் பெட்டிகளில் ஏற்றுவது வழக்கம்.

தேரினருகே வந்த ஒரு பாண்டிய வீரன், பெட்டியின் கதவை எதிர்பாராமல் திறக்க உள்ளே பொற்குலத்தின் வீரர்கள் அமர்ந்திருந்தனர். அடுத்த கணம் தேனீக்களின் கூட்டினை கலைத்தது போல அமைதி சிதைந்தது.

இந்தத் தருணத்தை எதிர்பார்த்து ஆயத்தமாக இருந்த பொற்குலத்தின் வீரர்கள் ஒரு நொடியில் பாண்டிய வீரர்களை வீழ்த்த அக்கசாலையின் உள்ளிருந்து ஏராளமான காவல் வீரர்கள் பொற்குலத்தினரை நோக்கி ஓடிவந்தனர். நான்கு பெட்டிகளிலும் மறைந்திருந்த பொற்குலத்தினர் வாட்களுடன் வெளிப்பட்டனர். நுழைவு வாயிலருகே நின்ற காவல் வீரர்களை பொற்குலத்தினர் வீழ்த்தி வாயிற்கதவுகளை திறக்க மேலும் பொற்குல வீரர்கள் உள்ளே நுழைந்தனர்.

இருதரப்பினரும் உக்கிரமாக மோதத் துவங்கினர். காற்று முழுவதும் குரல்களின் ஓலங்கள் ஒலிக்க, அக்கசாலை குருதியால் நனையத் தொடங்கிய வேளையில் கதிரொளி அக்கசாலையின் பொறுப்பாளரை வாள் முனையில் இழுத்து வந்தான்.

'வீரர்களே இது நம்பிக்கும் பொற்குலத்தினருக்கும் நடைபெறும் போர். அழிப்பவனுக்கும், மீண்டெழுபவர்களுக்குமான போர். பொன்னூரின் வீடுகளில் களவாடிய தங்கத்தினை மீட்க வந்திருக்கிறோம். ஒதுங்கி நில்லுங்கள். உங்கள் பொறுப்பாளரிலிருந்து அனைவரையும் உயிருடன் விட்டு வைக்கிறோம்' என்றான்.

ஆயுதங்கள் தராத அச்சத்தை சில குரல்கள் உருவாக்கும். குரல்கள் தராத தாக்கத்தை அறத்தினை தாங்கி வரும் வார்த்தைகள் உருவாக்கும். கதிரொளியின் குரல் இடியைப் போன்று முழங்க, வார்த்தைகள் அறத்தின் வலியைச் சுமந்து வெளிப் பட்டன. நம்பி பொற்குலத்தினரை கொன்றொழித்து பொன்னூரைக் கைப்பற்றியதை அறிந்த பாண்டிய வீரர்கள் போரிடும் உறுதியை இழந்தனர். பொறுப்பாளர் கையசைக்க வீரர்கள் ஆயுதங்களைக் கைவிட்டனர்.

பொற்குலத்தினர், வீரர்களை அறைகளில் அடைத்தனர். தங்கப் பாளங்களும், தங்க நாணயங்களும் நிறைந்திருந்த தாழிகள் ஒரு வண்டியில் ஏற்றப்பட, மற்றொரு வண்டியில் செப்புக்காசுகளின் தாழிகள் அடுக்கப்பட்டன. தேரிலிருந்து மரப்பெட்டி அமைப்பை கழற்றிய பொற்குலத்தினர் மூங்கில் பட்டைகளை வளைவாக பொறுத்தி துணியினால் மறைத்து வண்டிகளின் அமைப்பை மாற்றினர்.

இரும்பு, வெண்கல நாணயங்கள் தேவையில்லையென்று கதிரொளி கூற, இரண்டு தேர்களை அக்கசாலையின் உட்புறத்தினுள் நிறுத்திவிட்டு, பொற்குலத்தினர் பாண்டியத் துணைத்தளபதி பொன்னழகு வருவதற்காக காத்திருந்தனர்.

சிறிது நேரத்தில் பொன்னழகு நான்கு தேர்களுடனும், வீரர்களுடனும் அக்க சாலையை அடைந்தான். நுழைவு வாயிலைத் திறந்ததும் வீரர்கள் உள்ளே நுழைய, வாயிலை அடைத்து விட்டு கணப்பொழுதில் அனைவரையும் வாள்முனையில் சூழ்ந்து கொண்டனர். பொன்னழகு பேரதிர்ச்சிக்கு உள்ளாக அவனையும், பாண்டிய வீரர்களையும் கயிற்றினால் கட்டி அறைகளுக்குள் அடைத்தனர். அக்கசாலையின் வாயில் கதவுகளை மூடிவிட்டு இரண்டு வண்டிகளுடன் கதிரொளி வெளியேற தெருக்களின் இரண்டு புறங்களிலும் கண்காணிப்பில் இருந்த பொற்குலத்தினர் விலகினர்.

வணிகத் தெருவில் முன்னேறிய வண்டிகள் ஒரு வீட்டின் முன்னால் நிறுத்தப் பட்டன. நாணயத் தாழிகள் வீட்டினுள் கொண்டு செல்லப்பட, இரண்டு வண்டிகளிலும் மணல் மூட்டைகள் அடுக்கப்பட்டன. அதே அளவான பாரத்துடன் வண்டிகள்

மண்சாலைகளின் வழியாக வைகையாற்றின் கரையை அடைந்தன. மணல் மூட்டை களைக் கிழித்து அதிலிருந்த மணலைக் கரையில் இறைத்த பொற்குலத்தினர் வண்டிகளைத் தீக்கிரையாக்கி விட்டு விலகினர்.

தங்க நாணயங்கள் மற்றும் செம்பு நாணயங்களிருந்த தாழிகளை சமமாக பிரித்த கதிரொளி வீட்டின் பின்புறத்திலிருந்த மாட்டு வண்டிகளில் அடுக்கச் செய்ததும், இரண்டு வண்டிகளும் வெவ்வேறு திசைகளில் பயணித்தன.

ஒரு மாட்டு வண்டியில் கொற்கை துறைமுகத்தின் பரதவத் தெருவிற்கு பயணித்த கதிரொளி அங்கு பாண்டியர்கள் அமைத்திருந்த குடிலினருகில் வண்டியை நிறுத்தச் செய்தான். குடிலினுள்ளிருந்து சிங்கராயனின் நண்பர்கள் இருவர் வெளியே வர..

'நான் முன்பே கூறியது போல வண்டிகளில் பாண்டிய நாட்டின் நாணயங்கள் உள்ளன. இதை பாண்டியர்களால் கண்டறிய இயலாது. இவற்றை சில காலம் கழித்து உங்கள் குடிகளுக்கு பயன்படுத்திக் கொள்ளுங்கள்' என்றான் கதிரொளி.

பாண்டிய நாட்டை எதிர்த்த சிங்கராயன் கொல்லப்பட்டதையும், பரதவர்கள் சிறையில் அடைக்கப்பட்டதையும் கேள்விப்பட்ட கதிரொளி மனம் வருந்தினான். பரதவர்களின்றி பொருளீட்ட சிரமப்பட்ட பரதவக் குடிகளுக்கு தேவையான உதவிகளைச் செய்திருந்தான். ஆறு மாதங்களுக்குப் பின்னர் சிங்கராயனின் நண்பர்களும், பரதவர்களும் சிறையிலிருந்து விடுவிக்கப்பட்ட பின்னரும் உதவிகள் செய்துவந்தான்.

'நீ பேசும்போது சிங்கராயன் பேசுவது போலவே இருக்கிறது' என்றான் பரதவன்.

'ஆதிக்கத்தை எதிர்க்கும் குரல்கள் ஒன்று போலத்தான் ஒலிக்கும்'

'மதம் கொண்ட யானை தாவரங்களை ஒடித்தெறிவது போல மக்களை அழித்தொழிக்கும் அரசுக்கெதிரே என்ன செய்ய முடியும்?'

'யானைகள் மிரளும் முட்செடிகளாக மக்கள் மாறவேண்டிய நிலை இன்று. சிறு துளிகளாய்ப் பெய்யும் மழை ஒன்றிணையும்போது பற்றியெரியும் காட்டுத் தீயையும் அணைக்க முடியும்'

'சிங்கராயனின் முடிவு உங்களுக்கும் ஏற்படக் கூடாது'

'எழுச்சிகள் விளைவுகளை எண்ணி அச்சமுறுவதில்லை. ஆள்பவரிடையே அச்சத்தை உருவாக்குகின்றன' என்ற கதிரொளி ''எங்கே பரதவர்கள் எவரும் தென்படவில்லை?' என்றரன்.

'இன்று சிங்கராயன் இறந்த தினம். அவனின் நினைவாக நடுகல் நடப்பட்டிருக்கும் வன்னிமரத்தனடியில் குழுமியுள்ளனர்'

'நான் வருகிறேன்' என்று விடைபெற்றுக்கொண்டு கதிரொளி புறப்பட்டான். கதிரொளியின் திட்டம் எண்ணியதுபோல் நடந்திருந்தாலும் நடைபெற்ற மோதலில் மூன்று பொற்குலத்தினர் கொல்லப்பட்டிருக்க, சந்தனவேல் காயமடைந்திருந்தான்.

வயிற்றைத் துளைத்திருந்த வாளின் காயம் சிறியதாக இருந்தாலும் மெதுவாக மோசமடையத் தொடங்கியது. பாண்டியர்களிடம் மீட்டு வந்த தங்கமோ தனது கொள்கையோ சந்தனவேலை காப்பாற்ற முடியாமலிருக்க தனது இனத்தினரை மெதுவாக இழந்து கொண்டிருப்பதை கதிரொளி உணர்ந்தான். பாண்டிய நாட்டை எதிர்க்கத் தொடங்கியபோது கதிரொளியுடன் முன்னூறு வீரர்கள் இருந்தனர். இன்று இருநூறு வீரர்களே மீதமிருக்க தனது போராட்டம் அர்த்தமற்றதோ என்று கதிரொளி குழம்பியிருந்தான்.

களைத்த மனதுடன் குகையை நோக்கி நடக்கத் தொடங்கினான். உடலில் ஈரம் சொட்டிக்கொண்டிருக்க ஆன்மாவின் ஈரம் உலர்ந்து போயிருந்தது. வழிநடத்தும் நம்பிக்கையின் ஒளி நிகழ்வுகளால் ஒடுங்கிக் கொண்டிருந்தது. மனதின் பாதை மங்கிக் கொண்டிருந்தது.

குகையின் வாயிலை மறைத்திருந்த திறப்பைத் திறந்துகொண்டு உள்ளே நுழைந்தான். மலைப்பாம்பைப் போன்று நீண்டு கிடந்த குகை, பகலின் வெப்பத்தை வெளியேற்றிக்கொண்டு இளைப்பாறிக் கிடந்தது. தீப்பந்தங்கள் ஆங்காங்கே எரிந்துகொண்டிருக்க, மலைக்குகையினுள் ஒளிரும் நெருப்பு வெளியே தெரியக் கூடாதென குகையின் வாயிலை கற்களால் நிரப்பி மண் பூசி சிறிய வாயிலை மட்டும் இலைகளால் மறைத்து திறக்கும்படியாக அமைத்திருந்தனர். பொற்குலத்தினர் அமர்ந்து பேசிக்கொண்டிருக்க உணவின் வாசனை வீசியது.

கதிரொளி குகையின் இறுதிக்குச் சென்று ஆடையை மாற்றிக்கொண்டான். அருகிலிருந்த கல்லினாலான படுக்கையில் சந்தனவேல் உறங்கிக் கொண்டிருக்க வாள் துளைத்திருந்த இடத்தில் பச்சிலைகள் கட்டப்பட்டிருந்தது. பாண்டியப் படையிட மிருந்து தப்பி வந்ததிலிருந்து இருவரும் மனதில் ஒரே கனவைச் சுமந்து வந்தவர்கள். இருவரும் இணைந்தே பொற்குலத்தினரை வழிநடத்தினார்கள். அவனருகில் அமர்ந்து அவனையே பார்த்துக் கொண்டிருந்தான் கதிரொளி.

'போராட்டம் என்பது மக்களின் அழுகுரல்களுக்கிடையே வெடிக்கும் ஆவேசக் குரல். மக்களற்ற குலத்தில் யாருக்காகப் போராட வேண்டும்?' என்றெண்ணினான். அருகிலிருந்த சுடர் தலையசைத்து மறுத்துக் கொண்டிருந்தது.

★★★

முள்ளூரிலிருந்து புறப்பட்டிருந்த முப்பது குதிரைகள், புகைப்படலத்தை எழுப்பியவாறு தடதடத்து ஓடிக்கொண்டிருக்க அவற்றின் நிழல்களும் பின்தொடர்ந்து ஓடிக்கொண்டிருந்தன. படையினைத் தலைமைத் தாங்கி சென்று கொண்டிருந்த இருங்கோவேள் சிந்தனையில் ஆழ்ந்திருந்தான்.

‘எளிமையான குடிலில் இளவெயினி, இரும்பிடார், சிறுவன் பெருவளத்தான் ஆகிய மூவரும் வசிக்கின்றனர்’ என்று ஒற்றன் சொல்லியதைக் கேட்டதும் இருங்கோ பேரதிர்ச்சிக்கு உள்ளாகியிருந்தான். இதுநாள் வரையில் மூவரும் ஏதாவது ஒரு குலத்தின் அரண்மனையில் மறைந்திருப்பர் என்றே எண்ணியிருந்தான். ஆனால் எவரும் கண்டறியாமல் சோழ வேந்தனுடன் மறைந்து வாழ இதுவே சிறந்த வழியென்பதை உணர்ந்ததும் இளவெயினியின் புத்திக்கூர்மையும், எளிய வாழ்க்கையை மேற்கொள்ளும் பக்குவமும் பிரமிக்க வைத்தது. உலகிற்கே உணவளிக்கும் சோழவேந்தன் பெருவளத்தான் சிறிய குடிலில் வசிப்பானென்பதை எவரால் கற்பனை செய்ய முடியும்?

முள்ளூர் வீரர்களால் இரும்பிடாரை வீழ்த்த முடியாதென்பதால், இம்முறை தனது பத்து விற்படை வீரர்களுடன் யவன வணிகன் நீரோவின் இருபது வீரர்களையும் இருங்கோ அழைத்து வந்திருந்தான். சோழநாட்டின் மீதான போர் துவங்குமென சில காலம் காத்திருந்த நீரோ அதன் பின்னர் தனது அடிமைகளுடன் பாண்டிய நாட்டின் கொற்கைத் துறைமுகம் வழியாக தனது நாட்டிற்கு திரும்பியிருந்தான். தனது அடிமைகளில் சிறந்த இருபது வீரர்களை முள்ளூரில் விட்டுச் சென்றிருந்தான்.

எத்தனை வீரர்கள் சென்றாலும் இரும்பிடாரை வீழ்த்துவது எளிதல்ல என்பதை இருங்கோ அறிந்திருந்தான். எனினும் சிறந்த திட்டத்திடம் வீரம் அடிபணியும் என்று உறுதியாக நம்பினான். பெருவளத்தானையும், இளவெயினியையும் பிடித்து விட்டால் இரும்பிடாரைப் பணிய வைக்க முடியும். அதன்பின் மூவரையும் கொல்வது எளிது. இரும்பிடாரைப் போன்ற பகைவனை விட்டுச் செல்வது கொளுந்து விட்டு எரியும் நெருப்பை அணைத்து விட்டு உள்ளே கனன்று கொண்டிருக்கும் தணலை அணைக்காமல் செல்வது போல.

ஆளுயரம் வளர்ந்திருந்த நெற்கழனிகளைத் தாண்டி ஊரினுள் குதிரைகள் நுழைந்ததுமே ‘இங்கிருந்து அருகில்தான் இரும்பிடாரின் குடில் இருக்கிறது’’ என்றான் ஒற்றன்.

இருங்கோவேள் குதிரையை நிறுத்த, மற்றவர்களும் குதிரைகளை நிறுத்தினர். இளவெயினி அழுந்தூரிலிருந்து வெளியேறி விட்டாள் என்றறிந்ததும் முள்ளூரின் எண்ணற்ற வீரர்களை அனைத்து நாடுகளுக்கும் பெருஞ்சாத்தன் அனுப்பியிருந்தான். இரும்பிடாரின் அடையாளங்களையும் அவனுடன் இளவெயினியும், ஒரு சிறுவனும் இருப்பர் என்ற தகவல்களையும் கூறியிருந்தான்.

குதிரைகளைப் பார்த்துக்கொள்ள இரு வீரர்களை நிறுத்திய இருங்கோ, இரும்பிடார் இருப்பதை உறுதி செய்துக்கொள்ள ஒற்றனை முதலில் அனுப்பினான். ஒரு நாழிகையில் திரும்பிய ஒற்றன் 'இரும்பிடார் குடிலில் இருக்கிறான்' என்றதும் மீண்டும் ஒரு தாக்குதலுக்கு ஆயத்தமானான்.

பகலின் நிறம் குறைந்து இரவின் நிறம் மிகுந்து கொண்டிருக்க, இருங்கோ ஒற்றனுடன் முன்னால் சென்றான். மற்றவர்கள் பின்தொடர்ந்தனர். வரிசையாக குடில்கள் அமைந்திருக்க ஒற்றன் தொலைவிலிருந்தே குடிலை காண்பித்தான்.

யவனர்களையும், வில்லேந்திய வீரர்களையும் இரண்டு பிரிவுகளாகப் பிரித்த இருங்கோ 'நான் குடிலின் வாயிலுக்கு சென்று இரும்பிடாரை எதிர்கொள்கிறேன். நீங்கள் இருபுறத்திலும் இருக்கும் குடில்களுக்கு பின்னால் மறைந்திருங்கள். ஒரு பிரிவு இரும்பிடாரை தாக்கும்போது மற்றொரு பிரிவு குடிலுக்குள் சென்று அரசியையும், சிறுவனையும் வாள்முனையில் இழுத்து வாருங்கள்' என்றதும் வீரர்கள் குடில்களின் இரண்டு புறங்களுக்கும் விரைந்தனர்.

குடில்களிலிருந்து வெளியே வந்த பெண்கள் யவனர்களைக் கண்டதும் அதிர்ந்தனர். ஒவ்வொரு யவனனும் கால் பனை உயரத்தில் அகலமாக இருந்தான். அவர்களை அச்சத்துடன் பார்த்த பெண்கள் விலகிச் செல்ல இருங்கோ குடிலுக்கு எதிரே சற்று தொலைவில் நின்று கொண்டான். வேட்டையிலிருந்து தப்பியிருந்த விலங்கு இறுதியில் பொறிக்குள் சிக்கி விட்டதை எண்ணிய இருங்கோ தாக்குதலைத் துவங்க ஆயத்தமானான்.

குடிலின் இரண்டு புறங்களிலும் வாட்களை உருவியபடி யவனர்கள் நிலைகொள்ள, அம்பெய்யும் வீரர்கள் அம்புகளை வில்லில் பொருத்திக்கொண்டு ஆயத்தமாக இருங்கோ குடிலை நோக்கி முன்னேறினான்.

குடிலை நெருங்குகையில், குடிலினுள்ளிருந்து உயரமாயும், நீள முடியுடனும், காதில் குண்டலங்களை அணிந்த ஒருவன் வெளியே வர, அவனைக் கண்ட கணத்தில் உருவத்தில் தோன்றிய மாறுபாட்டை இருங்கோ உணர்ந்தான். விலங்கின் காலடித்தடத்தை வைத்தே ஆண் விலங்கா, பெண் விலங்கா என்று கணிக்கக்கூடியவன் இருங்கோ.

ஒருகணம் திடுக்கிட்டாலும் உடன் சமாளித்துக்கொண்ட இருங்கோ 'இவனை இரும்பிடார் என்று ஒற்றன் தவறான நினைத்துள்ளான்' என்றெண்ணி 'இந்த நாட்டின் வீரர்கள் நாங்கள். நீ யார்?' என்றான்.

குடிலிலிருந்து வெளியே வந்தவன் இருங்கோவைக் கண்டு குழம்பியவாறு 'நான் வஞ்சிகொண்டான். மண்ணாலான பொருட்கள் செய்யும் குயவன்' என்று சொல்லும் போதே இருங்கோவிடம் யவனர்கள் உருவிய வாளுடன் வந்து சேர அவன் மேலும் பதற்றமடைந்தான்.

வீட்டிற்குள்ளும், வெளியேயும் மண் கலயங்கள் உலர வைக்கப்பட்டிருப்பதை இருங்கோ பார்க்க, உள்ளிருந்து ஒரு பெண் வெளியே வந்தாள். அவளைப் பார்த்த இருங்கோ 'எவ்வளவு காலமாக இங்கே இருக்கிறாய்?' என்றான்.

'பல காலமாக இங்குதான் வசிக்கிறேன்'

இருங்கோ வேறேதும் கூறாமல் திரும்பி நடக்க, மற்ற வீரர்களும் அவனை பின் தொடர்ந்தனர்.

'இரும்பிடாரை இதற்கு முன்னால் பார்த்திருக்கிறாயா?' என்று சினத்துடன் இருங்கோ பேசிக்கொண்டு விலக...

அழுந்தூரிலிருந்து நான்கு வருடங்களுக்கு முன்னரே வேளாவி நாட்டிற்கு வந்திருந்த வஞ்சிகொண்டான் தன்னை இரும்பிடார் என்றெண்ணி ஏமாற்றமடைந்த ஒற்றர்கள் வேறெதுவும் கேட்கத் தோன்றாமல் திரும்புவதை பார்த்தவாறு நின்றான். இளவெயினி சொல்லியிருந்தது போல 'இனிதான் அழுந்தூர் திரும்பலாம்' என்றெண்ணி மகிழ்ந்தான்.

★★★

மாலை நேரத்தில் கரும்பு ஆலையில் பணிகளை முடிந்ததும், இரும்பிடார் மற்றவர்களுடன் வெளியேறி குடில்களை நோக்கி நடக்கத் தொடங்கினான். அவன் கண்கள் வழக்கம் போல சுற்றுப்புறத்தின் தன்மையையும், நிலையையும் உள்வாங்க மனம் மாறுபாடுகளை அலசியது. இமையன் அன்றைய தினத்தின் நிகழ்வுகளைக் கூறி சிரிக்க மற்றவர்களும் சிரித்துக்கொண்டு நடந்தனர்.

பாண்டிய அரண்மனையில் இருக்கும் சோழநாட்டு ஒற்றன், முதல் நாள் தேனூருக்கு முக்கியத் தகவலுடன் வந்திருந்தான். ''பாண்டிய இளவரசன் நம்பி சோழநாட்டின் மேல் படையெடுக்க ஒப்புதல் வேண்டும் என்று பாண்டிய வேந்தரிடம் கேட்க, உள்நாட்டின் இடர்களை நீக்கினால் மட்டுமே படையெடுத்துச் செல்லலாம் என்று வேந்தர் அறுதியிட்டு கூறியுள்ளார். பரதவர்களை அடக்கிய நம்பி விரைவாக பொற் குலத்தினரையும் அழிக்க எண்ணுகிறான்'' என்று இரும்பிடாரிடம் கூறிச் சென்றிருந்தான்.

பாண்டியநாடு சோழ நாட்டின் மீது போர் தொடுத்தால் மேலும் சில சிற்றரசர்கள் இணைவது உறுதி. சென்னி இல்லாத சோழநாட்டினால் பாண்டியரை முறியடிக்க

இயலுமா? போர் நடைபெற்றால் வளவனை விடுத்து தான் அங்கே செல்ல வேண்டுமா? என்ற ஐயங்கள் இரும்பிடாருக்கு தலைதூக்கியது. வேந்தனில்லா சோழ நாட்டை எவ்வளவு காலம் பகைவர் விட்டு வைப்பர் என்பதும் கேள்வியாகவே இருக்க 'போர் மூளும் போது பார்த்துக் கொள்ளலாம்' என்று இளவெயினி எளிதாக கூறிவிட்டாலும் இரும்பிடார் குழப்பத்துடன் இருந்தான்.

குடில்களின் அருகே ஆலைகள் இருந்ததால் சிறுவர்கள் கவணுடன் வந்திருக்க சிறுவர்களை அழைத்துக்கொண்டு அனைவரும் நடந்தார்கள். 'மாமா என்னால் மேலிருந்து கீழே விழும் கற்களையும் அடிக்க முடியும்' என்று வளவன் சொல்ல அவன் தலையை வாஞ்சையுடன் கோதிய இரும்பிடார் 'மற்றவர்களும் முயலுங்கள்' என்றான்.

'களிமண் உருண்டைகளை இன்று அடுப்பில் சுட்டோம்' என்றான் இளம்பரிதி.

சுண்டு வில்லில் வைத்து எய்வதற்காக முதல்நாள் காலையில் சிறுவர்களிடம் களிமண்ணை சிறிய உருண்டைகளாக உருட்டச் சொல்லி வெயிலில் காய வைக்க செய்திருந்தான் இரும்பிடார். இவற்றை அடுப்பில் சுடுகையில் மேலும் இறுகிவிடும்.

சுண்டுவில்லை வேட்டைக்குப் பயன்படுத்தும் சில பழங்குடியினர் களிமண் உருண்டைகளை இரும்புத்துகள்கள், முட்கள், கண்ணாடி துகள்கள் சேர்த்து உருவாக்குவர்.

ஆலைகளைக் கடந்து வண்டிகள் செல்லும் மண்சாலையில் இரும்பிடார் மற்றவர்களுடன் குடிலை நோக்கி நடக்கும்போது எதிரில் ஏழெட்டு குதிரைகள் வருவதைக் கவனித்தான். அனைவருக்கும் முன்னால் வந்த குதிரையில் பொற்குலத்தின் தலைவன் கதிரொளி அமர்ந்திருப்பதைக் கண்டவன் திடுக்கிட, கதிரொளி இரும்பிடாரை உற்றுப் பார்ப்பது தெரிந்தது.

கதிரொளியின் கண்களை பார்ப்பதிலிருந்து தனது கண்களை விலக்கிக் கொண்ட இரும்பிடார் குனிந்தவாறு சலனமின்றி நடந்தான். இருவரும் ஒருவரையொருவர் நெருங்கிய கணத்தில்...

கதிரொளி 'வீரனே' என்றழைக்க, இரும்பிடார் கதிரொளியை நோக்கித் திரும்பினான்.

'நீ யார்' என்றான் கதிரொளி.

வீரம் வளரும்...

27

பாண்டிய நாட்டின் உயர்ந்த மதிற்சுவருக்கு அப்பால் அரண்மனையிருக்க அதன் பின்புறத்தில் வண்ண மலர்களை சொரியும் மயில்கொன்றை, மனோரஞ்சிதம், முள்ளிலவு மரம் என எண்ணற்ற மரங்களுடன் நந்தவனம் மலர்ந்திருந்தது. மரங்கள் மதிற்சுவரைத் தாண்டி நகரைக் கண்ணுறும் ஆவலில் முண்டியடித்துக்கொண்டு மேல்நோக்கி வளர்ந்திருந்தன. பேரரசின் இயல்பை ஒத்து தேவையற்ற பழுத்த இலைகளை உதிர்த்துவிட்டு புதிய இலைகளை மட்டும் தாங்கி நின்றன.

நந்தவனத்தின் அருகே அமைந்திருந்த திடலில் இளவரசன் நம்பி வேகமாக சமரிட்டுக் கொண்டிருந்தான். அவனை இரண்டு வீரர்கள் தாக்கிக் கொண்டிருக்க, ஓரிடத்தில் நில்லாது வட்டமாக நகர்ந்தபடி தடுத்துக்கொண்டும் தாக்கிக் கொண்டுமிருந்தான். நம்பியின் உடலில் வியர்வை வழிந்தோட மூச்சு வாங்கியது. வாட்கள் மோதும் ஓசை இசையாய் ஒலித்துக் கொண்டிருக்க வாள்பயிற்சி தொடர்ந்தது. நம்பியின் மனதில் ஆவேசம் கொப்பளித்துக் கொண்டிருக்க தனது சினத்தை வெளிப் படுத்த பயிற்சியை வடிகாலாய்ப் பயன்படுத்திக் கொண்டிருந்தான். வடிகாலால் வடிக்க முடியாமல் வஞ்சினம் பெருத்துக் கொண்டிருந்தது.

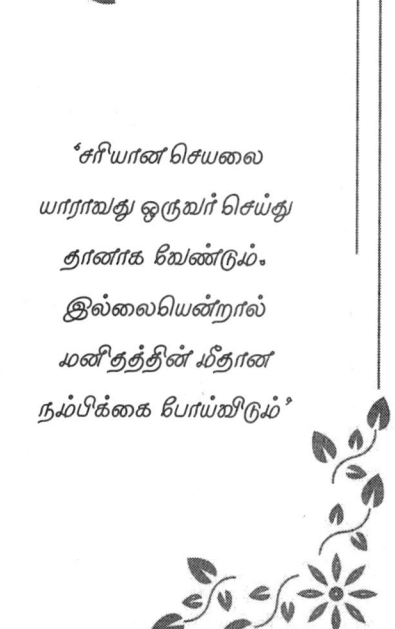

"சரியான செயலை யாராவது ஒருவர் செய்து தானாக வேண்டும். இல்லையென்றால் மனிதத்தின் மீதான நம்பிக்கை போய்விடும்"

பாண்டிய நாட்டின் அக்கசாலை தாக்கப்பட்டு, அங்கிருந்த நாணயங்கள் அனைத்தையும் பொற்குலத்தினர் கைப்பற்றிச் சென்று மூன்று நாட்கள் ஆகியிருந்தன. பாண்டிய நாட்டிற்கு நேர்ந்த பேரிழப்பை விட கதிரொளி நிகழ்த்தியிருந்த தாக்குதல் வெறியேற்றியது. பாண்டிய ஒற்றர்கள் நாடெங்கும் பொற்குலத்தினரை தேடிக் கொண்டிருக்க தலைநகரில் தாக்குதலை நிகழ்த்தி அவனது வீரத்தையும், விவேகத்தையும் பறைசாற்றி, பாண்டிய நாட்டினரை பரிகசித்து இருந்தான் கதிரொளி.

அக்கசாலை தாக்கப்பட்டது அன்றைய தினத்தின் மாலையில் தெரியவர, பாண்டியநாடு அதிர்ந்து போனது. நம்பி சினத்தின் உச்சத்தை அடைந்தான். தடங்களைக் கொண்டு பாதையைக் கண்டறியும் திறன் படைத்த வன்படையின் சிறந்த வீரர்கள் விரைந்து சென்றனர். பாரமேற்றிய வண்டிக்கும், பாரமில்லாத வண்டிக்குமுள்ள சிறிய வேறுபாட்டை பதிவின் அழுத்தத்தைக் கொண்டு கணிக்கக் கூடியவர்கள்.

அக்கசாலையிலிருந்து வெளிப்பட்ட தேர்களின் சக்கரங்கள் மண்சாலையில் அச்சுக்களை தெளிவாகப் பதித்திருக்க, வன்படையினர் பதிவுகளை பின்தொடர்ந்து வைகையாற்றினை அடைந்தனர். அங்கு தீக்கிரையாக்கப்பட்டு இருந்த இரண்டு தேர்களை கண்டதும் பொற்குலத்தினர் தாழிகளை படகின் வழியாக கொண்டு சென்றிருப்பர் என்றும் நகரிலிருந்து விலகியிருந்த மணற்பரப்பு என்பதால் எவரும் எதையும் கண்டிருக்கவில்லை என்பதையும் வன்படையினர் தெரிவித்தனர்.

உடனடியாக நம்பி மரக்கலங்களையும், எண்ணற்ற வீரர்களையும் கொண்டு தேடுதலைத் தொடங்க உத்தரவிட்டான். அனைத்து படகுகளிலும் வீரர்கள் ஆற்றோரத்திலும், ஆறு மற்ற நீர்வழிகளுடன் கலக்கும் இடங்களையும் அதன் கரையிலிருந்த வீடுகளையும் சோதனையிட்டனர். இதுவரை எந்த தகவலும் கிடைக்காமல் இருந்தது.

நம்பி பிடித்திருந்த வாளானது வாள்மீன் வகையை சார்ந்தது. கத்தி அகலமாயிருக்க இடதுபுறம் கூர்மையாகவும், வலதுபுறத்தில் சிறிய வெட்டுக்கள் ஏற்படுத்தப்பட்டு வாள்மீனின் பற்கள் போன்று இடைவெளியுடனும் இருந்தது.

வாளை வலதுபுறத்திலிருந்து வீசித் தாக்கிய வீரன், மீண்டும் இடதுபுறத்தின் மேலிருந்து கீழ்நோக்கி வீச, நம்பி தனது வாளை மேல்நோக்கித் திருப்பி தேக்கினான். வீரனின் வாள் நம்பியின் கத்தியின் இடைவெளியில் நுழைந்து சிக்கியது. அதேகணத்தில் மற்றொருவனை எட்டி உதைத்து விலக்கிய நம்பி வீரனின் வாள் சிக்கியவுடன் கையை சொடுக்கி இழுக்க வீரனின் கையிலிருந்த வாளை பறித்துக்கொண்டு நம்பியின் வாள் பின்னேறியது.

வலது கை பழக்கமுடைய வீரர்களின் வலதுபுற வீச்சு உடலின் ஆற்றல் முழுதையும் தாங்கி வெளிப்படும். இடதுபுறத்திலிருந்து வீசும்போது ஆற்றல் குறைந்திருக்கும். வாளின் பிடியில் இறுகியிருக்கும் கைகளின் இறுக்கமும் தளர்ந்திருக்கும்.

வேகமாகச் சுழன்ற நம்பி வாளை வீச, கத்தியின் நுனி வீரனின் கழுத்தை ஒட்டிச் சென்றது. தனது கையிலிருந்த வாட்களை வீரனை நோக்கி எறிந்துவிட்டு நம்பி அரண்மனையை நோக்கி நடக்க, ஒரு காவலன் வேகமாக வந்து வணங்கி நின்றான்.

'வேந்தர் அழைக்கிறார் இளவரசே' என்று காவலன் சொல்ல 'புதிய தகவல் எதுவும் கிடைத்திருக்குமா' என்றெண்ணியவாறு நம்பி அரண்மனையின் ஆலோசனைக் கூடத்திற்கு நடந்தான்.வேந்தர் மூடத்திருமாறனுடன் ஒற்றர் தலைவனும், மூன்று தளபதி களும் அமர்ந்திருந்தனர்.

ஒற்றர் தலைவன் கச்சிகனின் முகத்தைக் கண்டபோதே முயற்சிகளினால் பலனேதுமில்லை என்பதை உணர்ந்தான் நம்பி.

'ஒற்றர்கள் அனைவரும் திரும்பி விட்டனர். தாழிகளைக் கண்டறிய முடியவில்லை' என்றான் கச்சிகன்.

'ஒவ்வொரு முறையும் இதுவே தான் நிகழ்கிறது' என்றான் தளபதி ஓங்காரன்.

'நாம் சிறைபிடித்த கதிரொளியை அவனது வீரர்கள் நாளங்காடியிலிருந்து மீட்டுச்சென்று பல ஆண்டுகள் ஆகி விட்டன. அதன்பின் நமது ஆயுத சாலையை, தானியக் கிடங்கை, கொற்கை துறைமுகத்தைத் தாக்கி பொருட்களை கைப்பற்றிச் சென்றான். இம்முறை அக்கசாலை. ஒவ்வொரு முறையும் நமக்கு பெருஞ்சேதத்தை விளைவித்து விட்டு காற்றில் கரைந்து விடுகிறான். ஒற்றர் படை இருந்தும் பயனில்லாமல் இருக்கிறது' என்றான் நம்பி.

'அவர்கள் மக்களைத் தாக்குவதில்லை. பாண்டிய நாட்டின் உடமைகளுக்கே சேதத்தை விளைவிக்கின்றனர். நம்மிடம் கவர்ந்து செல்லும் பொருட்களை மக்களுக்கு தருகின்றனர். இதனால் மக்களின் அன்பும், ஆதரவும் அவர்களுக்கு பெருகி வருகிறது' என்றான் கச்சிகன்.

'செடிகள் மண்ணை வெறுப்பது போல் மக்கள் வேந்தனை வெறுப்பது தவறான செயல். பகைவனுக்கு உதவி செய்யும் மக்கள் நமக்கும் பகைவர்களே. அவர்களையும் களையெடுக்க வேண்டும்' என்றான் தளபதி தென்னவன்.

'இந்த இடரைக் களைவது அவசியமாகிறது. பேரரசு என்ற பெருந்தேர் நகரும்போது சக்கரத்தில் சிக்கி சிற்றுயிர்கள் மடிவது இயல்பு. பொற்குலத்தினருக்கு உதவுபவர்களை கண்டறியுங்கள்' என்றான் நம்பி.

''இதுநாள் வரையில் நாம் பொற்குலத்தினரை தேடினோம். இனி இடங்களைத் தேடுவோம். பொற்குலத்தினர் எண்ணிக்கையில் அதிகமிருப்பதால் நகரிலோ, ஊர்களிலோ தங்கியிருக்க சாத்தியமில்லை. அவர்கள் அண்டை நாடுகளிலோ, காடுகளிலோ, மலைகளிலோ மறைந்திருப்பர். வீரர்களை அனைத்து திசைகளிலும் அனுப்பு. பொற்குலத்தினரை கண்டுபிடிப்போருக்கு ஏராளமான பரிசுகள் வழங்கப்படும் என்று அறிவிக்கச் சொல்'' என்றார் வேந்தர்.

'உத்தரவு' என்று விலகினான் கச்சிகன்.

★★★

சந்தனவேலின் உடல்நிலை சீர்குலைவதை உணர்ந்த கதிரொளி பாண்டிய நாட்டின் சிறந்த மருத்துவன் தேனூரில் இருப்பதை அறிந்து அங்கு வந்திருந்தான். ஆனால் அங்கிருந்த மருத்துவன் தொண்டிக்குப் போயிருப்பதை அறிந்ததும் ஏமாற்றம் அடைந்தான். அருகிலிருக்கும் வேறொரு மருத்துவனைக் கண்டறிந்து வெண்ணங்கல் மலைக்கு அழைத்துச் செல்லலாம் என்ற முடிவோடு குதிரையை நடத்தி வந்தபோது இரும்பிடாரைக் கண்டான்.

நிமிர்ந்து பார்க்க வைக்கும் உயரமும், தினவெடுத்த தோள்களும் இரும்பிடாரைப் பறைசாற்ற அரைமயக்கத்தில் தான் கண்டவன் இவனே என்று எண்ணினான் கதிரொளி. களையான முகத்தை துணி மறைத்திருந்தாலும் மேகத்தை ஊடுருவி ஒளிர்ந்த இரட்டை சூரியன்களாய் மின்னிய கண்கள் தனது மயக்கத்தையும் மீறி மனதில் பதிந்திருந்ததை கதிரொளி மறந்துவிடவில்லை. உள்ளுணர்வு உணர்த்தியதை இரும்பிடாரின் குரலைக் கொண்டு உறுதி செய்துகொள்ள முதல் கேள்வியை வீசினான்.

'யார் நீ?'

''கரும்பு ஆலையில் பணி செய்பவன்''

செவிகளை அதிர வைத்து உள்ளிறங்கிய குரலின் ஆளுமை மனதைப் பணிய வைப்பதை கதிரொளி உணர்ந்தான். செவியின் அதிர்வுகள் மனதில் பதிந்திருந்த ஒலியின் அதிர்வுகளுடன் ஒத்திசைந்த கணத்தில் மனம் மகிழ்ச்சியில் ஆரவாரம் செய்தது. மணியை ஒலித்ததும் சிதறும் ஓசையைப் போல் பாண்டிய வீரர்களை சிதறடித்து வேட்டையாடியவன் ஆலையில் பணிபுரிபவனா என்றதிர்ந்த கதிரொளி 'சாத்திய மில்லாத ஒன்று' என்று முடிவு செய்தான்.

'உனது பெயர் என்ன?'

'பிடாரன்' என்று பதிலுரைத்த இரும்பிடார், திரும்பி நடந்தான்.

கதிரொளி பேசும்போதே விலகிச் செல்பவனைக் கண்ட பொற்குல வீரன் குதிரையை நகர்த்தி இரும்பிடாரின் வழியை மறித்தான். இமையனும், அழுந்தூர் வீரர்களும் பொற்குலத்தினரை எதிர்கொள்ள ஆயத்தமாகினர்.

பிடாரனின் உடனிருப்பவர்களின் உடல்கள் இறுகுவதையும் கணப்பொழுதில் சமருக்கு ஆயத்தமாவதையும் கண்ட கதிரொளி, தனது வீரன் இரும்பிடாரை வழிமறிப்பதைக் கண்டு உரக்க சிரித்தான்.

"கோலைக் கொண்டு பறவைகளை விரட்டுவது போல, மதுரையில் மூங்கிலைக் கொண்டு பாண்டியக் குதிரைப்படையினரை விரட்டியடித்த வீரன் இவன். பெரும் படையை புரட்டியெறிந்த சூறாவளி. நான் இன்று உயிருடன் இருக்க காரணமானவன்" என்று கதிரொளி சொல்ல பொற்குலத்தின் வீரனும் இரும்பிடாரை அடையாளம் கண்டுகொண்டான்.

இரும்பிடார் திரும்பி கதிரொளியை பார்க்க..

'இவனை தன்னுடன் இணைத்துக் கொண்டால் பொற்குலத்தின் வலிமை பன்மடங்கு அதிகரிக்கும்' என்று நினைத்த கதிரொளி 'வீரனே நீ செய்த உதவிக்கு நன்றிக் கடன் செலுத்த நினைக்கிறேன். என்னுடன் விருந்தினராக வர இயலுமா? நீ நினைத்த கணத்தில் திரும்பி விடலாம். எனது உயிர் நீ இட்ட பிச்சை. உனக்கு வர விருப்பமில்லை எனில் நான் விலகிச் செல்வேன். கட்டளையிட வேந்தரல்ல நாங்கள். வேண்டுகோளை மட்டும் விடுக்கத் தெரிந்த எளிய குடியினர்' என்று கூற...

இனி மறுப்பதில் பயனில்லை என்றுணர்ந்த இரும்பிடார் "அரை நாழிகையில் வருகிறேன்" என்று கூறிவிட்டு விலகினான்.

குடிலுக்கு திரும்பிய இரும்பிடார் தன்னைக் கதிரொளி கண்டறிந்ததை கூற, இளவெயினியின் எண்ண சுழல்கள் வேகமெடுத்தன. நிகழ்வுகளை உள்வாங்கி விளைவுகளை வெளித்தள்ளின. வீசும் காற்றை எதிர்த்து கலத்தை செலுத்தக் கூடியவள் இளவெயினி. காற்று துணையாய் இருக்கும்போது கடலையே செலுத்தக் கூடியவள். கணப்பொழுதில் முடிவெடுத்தாள்.

"பொற்குலத்தைக் காப்பதன் மூலம் பாண்டிய நாடு சோழ நாட்டின் மேல் போர் தொடுப்பதை தள்ளிப்போட முடியும். கதிரொளியிடம் பேசி பாண்டிய நாட்டை விட்டு விலகியிருக்கச் சொல் அல்லது பாண்டியரிடம் சிக்காமலிருக்க தேவையான பாதுகாவல்களைக் கற்றுக் கொடுத்து விட்டு வா" என்றாள்.

'நம்பி வேந்தரிடம் தந்த வாக்கைக் கொண்டே அவனுக்கு சுருக்கிட முயல்கிறாள்' என்று புரிந்துகொண்டான் இரும்பிடார்.

‘வளவனைப் பார்த்துக்கொள். விரைவில் வருகிறேன்’ என்று சொல்லிவிட்டு வெளியேறினான்.

குடிலுக்கு வெளியே நின்ற இமையனிடமும் மற்றவர்களிடமும் ‘‘நான் திரும்ப சில நாட்கள் ஆகலாம். வழக்கம் போல் ஒருவர் இரவுபகலாக அரசிக்கு காவலிருங்கள்’’ என்று சொல்லிவிட்டு நடக்கத் தொடங்கினான்.

வெண்ணங்கல் மலையை நோக்கிச் செல்லும்போதே, அக்கசாலையின் மீதான தாக்குதலையும், அதில் சந்தனவேல் காயமுற்றதையும் கதிரொளி இரும்பிடாரிடம் கூறினான். சந்தனவேலின் உடல்நிலை மோசமடைந்ததால் மருத்துவனைத் தேடியே தேனூருக்கு வந்ததாக கூறி விட்டு, வேறெங்காவது மருத்துவர் இருந்தால் அழைத்து வாருங்கள் என்று தன்னுடனிருந்த வீரர்களை பிரித்து அனுப்பினான்.

இரும்பிடாரை எப்படித் தன்னுடன் சேர்ப்பது என்று கதிரொளியும், கதிரொளியை எப்படி பாண்டிய நாட்டிலிருந்து வெளியேற்றுவது என்று இரும்பிடாரும் சிந்தித்தவாறு குதிரைகளைச் செலுத்தினர். மனதின் எண்ணங்களை நிறைவேற்ற ஒருவரை ஒருவர் வார்த்தைகளால் அளவெடுக்க முயன்றனர்.

‘‘என்னை எதனால் அன்று காப்பாற்றினாய்?’’ இரும்பிடாரைப் பற்றி அறிந்து கொள்ள கேள்விகளை தொடுக்க ஆரம்பித்தான் கதிரொளி.

‘சரியான செயலை யாராவது ஒருவர் செய்து தானாக வேண்டும். இல்லையென்றால் மனிதத்தின் மீதான நம்பிக்கை போய்விடும்’

‘உனது வீரத்திற்கும் செய்யும் பணிக்கும் பொருத்தமில்லை. எதனால் ஆலையில் பணி புரிகிறாய்?’

‘சிலசமயங்களில் பெரும் நன்மையை அடைய எளிய செயல்களைச் செய்ய வேண்டியிருக்கிறது’

‘பெரும் நன்மையென்று எதை கூறுகிறாய்?’

‘பலருக்கு உண்டாகும் நன்மையை. என்னால் எவருக்கும் இன்னல் வேண்டாமென்று ஒதுங்கி இருக்கிறேன்’

‘மாரியைப் போன்றவன் நீ. உன்னால் எவருக்கும் இன்னல் ஏற்படாது’

‘காலத்தே பெய்யாத மாரியினால் என்ன பயன்?’ என்றான் இரும்பிடார் சென்னியை எண்ணியபடி.

‘கடலளவு துன்பத்தை மனதில் சுமக்கிறான் இவன். கணம் கணமும் மனதில் துயரம் அலைவீசுகிறது’ என்றெண்ணிய கதிரொளி ‘எனினும் பலருக்கு நன்மை செய்ய முடியும்’ என்றான்.

கதிரொளி மெதுவாக தனது எண்ணத்தை வெளிப்படுத்த முயல, கதிரொளி தன்னை அழைத்துச் செல்வதின் நோக்கத்தை இரும்பிடார் புரிந்துகொண்டான்.

‘உன்னால் உன்னுடன் இருப்பவர்களுக்கு நன்மை செய்ய முடிகிறதா?’ என்று கேட்டபடி இரும்பிடார் கதிரொளியை பார்க்க, கதிரொளியின் முகம் துவண்டு போனது. சிலநாட்களாக அவன் தன்னுள் எழுப்பி வந்த கேள்வியின் அடிநாதத்தை இரும்பிடார் தொட்டு விட்டதை உணர்ந்தான்.

சந்தனவேல் தாக்கப்பட்டதிலிருந்து கதிரொளி வேர் இற்றுப்போன மரத்தைப் போல் பிடிப்பின்றி இருந்தான். மனதில் குழப்பமும், சோகமும் அலையடிக்க அதன் தாக்கத்தை முகம் பிரதிபலித்தது. தெளிவற்ற ஒருவன் மற்றவனை வழிநடத்த இயலாதென்பதால் கதிரொளி அமைதியானான். உரையாடல் அக்கணமே உதிர்ந்து போக, நீர் செல்லும் பாதையில் மிதந்து செல்லும் இலையாய் குதிரையின் பாதையில் மனதை செலுத்தினர். அன்று நள்ளிரவே மலையை அடைந்தாலும் தீப்பந்தங்கள் ஏற்ற வேண்டாம் என்று நினைத்து மலையின் அடிவாரத்திலேயே தங்கினர்.

பொழுது புலர்ந்ததும் குதிரைகளை நடத்தியபடி இருவரும் மேலேற இரும்பிடார் கதிரொளியிடம் ‘நீ செல். சந்தனவேலுக்காக சில பச்சிலைகளைப் பறித்து வருகிறேன்’ என்றான்.

ஒருகணம் வியந்த கதிரொளி ‘மலையின் பல இடங்களில் பொறிகளை பொருத்தியிருக்கிறோம். நான் உடனிருக்கிறேன். நீ பறிக்கத் தொடங்கு’ என்று கூற இரும்பிடார் மலையில் தேடத் தொடங்கினான்.

சேரநாட்டில் வசிக்கும் பளியர்களின் மலைப் பகுதிகளுக்கு ஆண்டுதோறும் சென்று தற்காப்புக் கலைகளை இரும்பிடார் கற்றுத் தருவது வழக்கம். பழங்குடியினரில் மிகவும் எளிமையானவர்கள் பளியர்கள். அங்குள்ள மலைகளிலிருக்கும் சென்டல் குடியினர் பளியர்களைக் கொன்று கால்நடைகளை கவர்ந்து செல்வதை வழக்கமாகக் கொண்டிருக்க, அவர்களின் கிராமத்தின் பாதுகாவலை இரும்பிடார் வலுப்படுத்தி, அவர்களுக்கு தற்காப்புக் கலைகளையும், ஆயுதங்களையும் வழங்கி வந்தான். அவர்களுடன் தங்கிய நாட்களில் இயற்கையின் மடியில் விளையும் மூலிகைகளின் மகத்துவத்தைக் கற்றிருந்தான்.

இயற்கை உயிர்களுக்கு அருளும் மிகப்பெரும் கொடை பச்சிலைகள். ஒவ்வாததை உண்ணும் குரங்கு, நாய் போன்ற விலங்குகள் செரிக்காததை வெளித்தள்ள தேள்

கொடுக்கு இலையை உண்ணுகின்றன. நஞ்சிறக்கி இலையை உட்கொண்டு விலங்குகள் கொடிய நஞ்சுகளிலிருந்து காத்துக்கொள்கின்றன. இயற்கையுடன் ஒன்றி வாழும் மிருகங்கள் எவரும் கற்பிக்காமல் இவற்றை தங்கள் அணுக்களில் உணர்கின்றன. இயற்கையை விட்டு விலகிப்போன மனிதன் எத்தனை கல்வி பயின்றாலும் அறிய முடியாமலிருக்கிறான்.

இரும்பிடார் துண்டாக வெட்டப்பட்ட உடல் உறுப்புகளை ஒட்டவைக்கும் அணுத்துளுத்தான் தழையைத் தேடினான். அது கிடைக்காமலிருக்க, வியர்முள்ளி, நவதளவில்வம், பெண்துடரியின் இலைகளை பறித்துக் கொள்ள, இருவரும் மேலேறிச் சென்றனர்.

★★★

இரவின் மொட்டுக்கள் அவிழ்ந்து இருளென்னும் வாசத்தை பரப்பிக் கொண்டிருந்தன. மலையைச் சுற்றி வண்டுகள் முரலும் ஒலியும், கூகைகள் குழறும் ஒலியும் கேட்டுக்கொண்டிக்க, காரிருளில் சில தீப்பூச்சிகள் மின்னி மறைந்து கொண்டிருந்தன. இரும்பிடார் வெண்ணங்கல் மலைக்கு வந்து இரண்டு இரவுகள் கழிந்திருந்தது.

இரும்பிடார் குகைக்கு வந்த நாளிலிருந்து சந்தனவேலின் காயத்தில் பச்சிலையை மாற்றி மூன்று வேளையும் அவற்றின் சாறைக் குடிக்கச் செய்து கொண்டிருந்தான். சந்தனவேலுக்கு உடலில் சுரம் குறைந்து, பிதற்றல் நின்றிருக்க அன்று காலையில் கண்விழித்து பேசத் தொடங்கியிருந்தான். பொற்குடியினரிடம் மனதில் மகிழ்ச்சி மீண்டும் ஊற்றெடுக்கத் தொடங்கியிருந்தது.

'நீ இணையற்ற வீரன் என்பது தெரியும். ஆனால் சிறந்த மருத்துவன் என்பது இப்போதுதான் தெரிகிறது' என்றான் கதிரொளி.

'காடுகளின் மடியினில் தங்கி, காலத்தின் தொட்டிலில் வசிக்கும் வீரன் நான். நஞ்சு முறிக்கும் மூலிகை, காயத்தை குணமாக்கும் பச்சிலைகளை தெரிந்து கொள்தல் அவசியம்' என்றான் இரும்பிடார்.

வீரர்கள் அனைவரும் நெருக்கமாக அமர்ந்திருக்க நடுவில் நெருப்பு எரிந்து கொண்டிருந்தது. அனைவர் கையிலும் சிறு குவளையில் தோப்பிக் கள் நிறைந்திருந்தது.

சுவையில் மிகுந்த நல்ல பழுத்த மாம்பழம், பிசினையுடைய பலாப்பழம், தேன் ஆகியன கலந்து செய்த கலவையை மூங்கில் குழாயில் அடைத்து நெடுநாட்களுக்கு பின்னர் உருவாகிய தோப்பிக்கள் இணையற்ற சுவையையும், மிதமான கிறக்கத்தையும் வாரி வழங்கி கொண்டிருந்தது. இரவு உணவுக்காக உடும்புகளை இரும்பிடார் ஈட்டியால் வேட்டையாடிய வேகத்தைக் கண்டு அதிசயித்து கிடந்தனர் பொற்குலத்தினர்.

இரும்பிடார் முதல் குவளையைக் கடந்து செல்லாததைக் கண்டு கதிரொளியும் முதல் குவளையில் நின்று உரையாடிக் கொண்டிருந்தான். மலையில் தங்கிய இரண்டு நாட்களில் இரும்பிடார் பாதுகாவல்களை வலுப்படுத்தியவாறு இருந்தான். உணவை உருவாக்கும் அடுமனைகளை குகையின் மறுபுறத்திற்கு மாற்றி வெளியேறும் புகை அருவியுடன் கலக்கும்படி செய்தான். காவல் நிலைகளை மாற்றி, அதிகப்படுத்தி இருந்தான். நெருப்பில்லாமல் உணவை உருவாக்கும் முறைகளைக் கற்றுத் தந்தான்.

கதிரொளி கையசைக்க, வீரனொருவன் அக்கசாலையிலிருந்து கவர்ந்து வந்த தாழியை இரும்பிடாரின் முன்னால் வைத்துத் திறந்தான். தாழியினுள் தங்கக் கட்டிகளும், நாணயங்களும் தீப்பந்த ஒளியில் பொன்மஞ்சள் நிறத்தை வாரியிறைத்தன.

‘எங்களிடமிருந்து பாண்டியர்கள் பறித்த தங்கமிது. வேண்டியதை எடுத்துக் கொள்’ என்றான் கதிரொளி.

‘இதனால் எனக்கு எந்த பலனுமில்லை’ என்று இரும்பிடார் கூற, சுற்றியிருந்தவர்கள் அதிர்ந்தனர். கதிரொளி இதை எதிர்பார்த்திருந்தான். இரும்பிடாரின் தோற்றமே இவன் முத்துக்களுடன் கலந்திருக்கும் வைரமென்று கூறியது.

‘எனது உயிரைக் காத்ததற்கு ஈடாக எனது உயிரைத் திருப்பித் தருவது தான் சரியான செயல். ஆனால் பெரும்படையை சிதறடிக்க எனக்காக உனது உயிரை பணயம் வைத்தாய். அத்தகைய திறனுடைய உனது உயிர் ஒப்பில்லாதது. அதற்கு நான் எப்படி கைம்மாறு செய்வது?’

‘உயிருடன் இருங்கள்’ என்றான் இரும்பிடார்.

கதிரொளி ஒருகணம் திகைத்து போனான். இரும்பிடார் சொல்வது புரியாமலிருக்க..

‘வீரத்தை விட உயர்ந்தது நோக்கம். குலத்திற்காக போராடும் உனது உயிர், என்னுயிரை விட மேலானது. அதைக் காத்துக்கொள்ள பாண்டிய நாட்டுடன் போரிடுவதை தவிர்த்து அனைவரும் உயிர் வாழுங்கள்’ என்றான் இரும்பிடார்.

‘உயிர் வாழ்தல் எங்களுக்கு இரண்டாம் பட்சமே. எழுச்சியை மக்களின் மனதில் விதைத்து இந்த நிலை மாறும் என்ற நம்பிக்கையை தருவதே தலையாயது’

‘‘பாண்டிய மக்கள் உனது குலமல்ல. அவர்கள் பாண்டியர்களையே அரவணைப்பர். பொன்னூரின் மக்கள் எண்ணிக்கையில் மிகக்குறைவு. அனைவரும் போராடினாலும் உங்களால் வெற்றி பெற முடியாது. வேறேன்ன நிகழுமென்று எண்ணுகிறாய். சிறு சிறு வெற்றிகளில் மகிழ்ந்து இருக்கலாம். பிடிபடும் வரையில்’’

இரும்பிடாரின் குரலிலிருந்த உண்மை கதிரொளியையும் அருகிலிருந்தவர்களையும் பேசமுடியாமல் செய்தது.

'எங்கள் குலம் நசுக்கப்பட்டு, உறவுகள் கொல்லப்பட்டு துடிதுடித்தவர்கள் நாங்கள். வாழ்ந்த இடத்தை விட்டு விரட்டப்பட்டவர்கள். பழிவாங்குவதை சுமந்து திரிபவர்கள். குருதிக்கு குருதியே தீர்வாக இருக்கும்' என்றான் ஒருவன்.

"பகையை வெளிப்படுத்த தருணம் பாருங்கள். அதன் பின்னர் வாழ்வின் எஞ்சிய நாட்கள் உங்களுடையதாக இருக்கும்"

சற்று அமைதி சூழ 'வெற்றியை மட்டுமே எதிர்பார்த்து நிகழ்வதல்ல போராட்டம்' என்றான் ஒருவன்.

'வெற்றியடையாமல் அழிந்துபோகும் குலத்தின் பயனென்ன?'

'பாண்டியர்களுக்கு அணிகலன்கள் செய்து வாழ்வதை விட இறப்பதே மேல்' என்றான் மற்றொருவன்.

'நீங்கள் காப்பீர்கள் என்று பொன்னூரின் மக்கள் காத்திருக்கின்றனர். அவர்களுக்கு உங்கள் பதிலென்ன?'

'போராடாமல் நம்பியை கொன்றொழிப்பது எவ்வாறு?'

'உங்களால் நம்பியை நெருங்க முடியாது. அவன் அழிந்தால் அவனிடத்தில் வேறொருவன் இருந்து பாண்டிய நாட்டை வழிநடத்துவான். நேற்று சந்தனவேல் காயமுற்றது போல நாளை கதிரொளி வீழ்ந்தால் உங்கள் நிலையென்ன?' அனைவரும் அதிர்ந்தனர்.

'போராளிகளை எந்த நிலையிலும் பயமுறுத்தவோ, பலவீனப்படுத்தவோ இயலாது' என்றது ஒரு குரல்.

'வன்முறை என்பது இருபுறத்திலும் கூரிய முனைகளை உடைய கத்தியைப் போன்றது. இங்கு கத்தியின் இருமுனைகளும் உங்களை நோக்கியே உள்ளன'

'இருளுக்கு பின்னர் பகல் தோன்றியே ஆகவேண்டும். இது உலகின் நியதி'

'அதைக் காண உங்கள் குலம் உயிர்பிழைத்திருக்க வேண்டாமா?'

சந்தனவேல் காயமுற்றதிலிருந்து குழப்பத்திலிருந்த கதிரொளி 'இவனை தன்னுடன் சேர்க்க நினைத்து அழைத்து வந்தால் இவன் தனது போராட்டமே அர்த்தமற்ற ஒன்று' என்று சுட்டிக்காட்டுவதை உணர்ந்தான்.

‘வெற்றியில்லாத போராட்டத்தில் உயிரை விடுவதை விட வெற்றியடையும் போராட்டத்தை நிகழ்த்துங்கள்’

‘அதெப்படி சாத்தியம்?’ என்றான் கதிரொளி.

‘உயிர்களை விடுவது அருபெருஞ்செயலாய் இருக்கலாம். ஆனால் பயனுள்ளதாக இருக்காது. பயனில்லாத தியாகங்கள், மணமில்லாத மலர்களை போல. பலனளிப்பது மில்லை. தேவைப்படுவதில்லை. உங்களின் இழப்பு உங்கள் மக்களின் கண்ணீரை துடைக்காது. அதிகரிக்கவே செய்யும். காத்திருங்கள் எந்த எழுச்சியும் ஒரு நாளில் முடிவுக்கு வருவதில்லை. வேறு நாடு பாண்டிய நாட்டின் மேல் படையெடுத்து வரும்போது அவர் களுடன் இணைந்து கொள்ளுங்கள். பாண்டியர்களை வென்று பொன்னூரை விடுவியுங்கள். இதன்மூலம் உங்கள் எண்ணமும் நிறைவேறும். குலமும் உயிர் வாழும்’.

‘அதுவரை எங்கே வசிப்பது? நம்பி எங்களை வேட்டையாடி வருகிறான்’ என்றான் ஒருவன். தனது எண்ணத்திலிருக்கும் உண்மை அனைவருக்கும் விளங்குவதை உணர்ந்த இரும்பிடார் ...

‘நீங்கள் நினைக்கும் எந்த நாட்டிற்கும் செல்லுங்கள். ஆனால் காலம் கனியக் காத்திருங்கள். சில விதைகள் முளைக்க ஓரிரு நாட்கள் போதும். சில விதைகள் முளைக்க ஆண்டுகளாகும்’

‘நாங்கள் அனைவரும் குடியேற ஒரு கிராமமே தேவைப்படும். பாண்டிய நாட்டை எதிர்த்து எங்களுக்கு இடமளிக்க எந்த நாடும் இசையாது’

சற்று யோசித்த இரும்பிடார் ‘சோழநாட்டிற்கோ, அழுந்தூருக்கோ செல்லுங்கள். அவர்கள் உங்களை பாதுகாப்பார்கள்’ என்றான்.

‘நீ இவ்வளவு உறுதியாகக் கூறக் காரணம்? நீ உண்மையில் யார்?’ என்றான் கதிரொளி.

‘இரும்பிடார்த்தலையார்’

பொற்குலத்தினர் பேரதிர்ச்சியுடன் எழுந்து நின்றனர். கதிரொளியின் கையிலிருந்த குவளை நடுங்கி மீண்டது. இணையற்ற இரும்பிடாரா தங்கள் முன்னால் எளிமையாக அமர்ந்து பேசிக்கொண்டிருப்பது. அழுந்தூரில் கருத்தரித்த சூறாவளியா? தென்திசையின் ஈடில்லா வீரனா? சோழ அரண்மனை பற்றி எரிந்தபோது நெருப்பினை எரித்து அரசியைக் காத்தவனா? சோழ குல மரபுரிமையரை காக்க அரசியுடன் மறைந்து வாழ்பவனா? எனில் சோழநாட்டின் அரசி சிறிய ஊரில் வசிக்கிறாளா என்ற எண்ணம் திகைக்க வைத்தது. உடல் சில்லிட்டுப் போக மனதில் அதிர்ச்சியும், பேருவகையும் கரைபுரண்டோடியது.

அனைவரும் திகைப்பிலிருந்து மெதுவாக மீள 'இன்றோ நாளையோ போர் தவிர்க்க இயலாதது. சோழநாட்டுடன் இணைந்து போரிடுங்கள். வெற்றி பெற்றால் பாண்டிய நாட்டினை உங்களுக்கு தருகிறோம். ஒரு துண்டு வானத்திற்கு ஆசைப் படாதீர்கள். வானத்தையே வசப்படுத்தி தருகிறேன்' என்று இரும்பிடார் சொல்ல, பொற்குலத்தினர் மேலும் அதிர்ந்தனர்.

பொன்னூரை மீட்க முடியுமா என்று கலக்கத்துடன் இருந்தவர்களுக்கு பாண்டிய நாட்டையே தருகிறேன் என்றான் இரும்பிடார்.

'இன்றைய இரவு பொற்குலத்தின் வாழ்வை தீர்மானிக்கட்டும். முடிவெடுங்கள். நீங்கள் இசைந்தால் நாளையே சோழநாட்டிற்கோ, அழுந்தூருக்கோ பயணிக்கலாம். இல்லையேல் நான் எனது வழியில் பிரிந்து செல்கிறேன்' என்ற இரும்பிடார் எழுந்து குகையின் பிற்பகுதியை நோக்கி நடந்தான். கல்லிலான படுக்கையில் படுத்து கண்களை மூட, குகைக்கு வந்ததிலிருந்து முதன்முறையாக நெஞ்சில் நம்பிக்கையின் முதல் இலை துளிர்த்திருந்தது.

இரும்பிடாரின் இரவு முடிய, பொற்குலத்தினரின் நீண்ட இரவு துவங்கியது.

கதிரவனின் ஒளி அம்புகள் மேகத்தை துளைத்துக்கொண்டு பூவுலகை நெருங்க, பறவைகள் சிறகுகளை அலகால் கோதியபடி சோம்பல் முறித்துக் கொண்டிருந்தன. மெல்லியக் காற்று மரங்களின் தலையை வருடி எழுப்பிக் கொண்டிருக்க, வெண்ணங்கல் மலையின் நடுப்பகுதியிலிருந்து ஒரு பொற்குல வீரன் வேகமாக குகையை நோக்கி ஓடினான். குகையின் வாயிலை மறைத்திருந்த திடலை விலக்கியவன் மூச்சு வாங்கியபடி பதற்றத்துடன் இரைந்தான்.

'பாண்டியப்படை மலையை சூழ்ந்து விட்டது'

வீரம் வளரும்...

28

பாண்டிய அரண்மனையின் காலைப் பொழுதில் நம்பி வேந்தருடன் அமர்ந்து உணவருந்திக் கொண்டிருந்தான்.

"ஒரு நாட்டை மேம்படுத்தக் கூடியது வணிகமே" என்று சொன்ன முடத்திருமாறன் "மூவேந்தர்களில் சோழர்களே வணிகத்தில் கோலோச்சி வருகிறார்கள். பாண்டிய நாட்டின் வணிகத்தை அதிகரிக்க வழிகளை மேற்கொள்ள வேண்டும்' என்றார்.

'சோழநாட்டினை கைக் கொள்ளும் போது நமது வலிமை அதிகரித்துவிடும்' என்று சொல்லி நம்பி சிரிக்க

'வீரமென்பது புலியை அதன் குகையில் மோதி சரிக்கும்போது ஏற்படும் உணர்வு. புலியில்லாதபோது குகையை கைக்கொள் வதல்ல. அரசனற்ற நாட்டினை வெற்றி கொள்வது நமது நிலப்பரப்பை அதிகரிக்கும். மாண்பையல்ல'.

'எப்படியெனினும் பொற்குலத்தை அழித்ததும் சோழநாட்டின் மீது படை யெடுத்துச் செல்வேன்' என்று நம்பி சொல்ல, வேந்தர் தலையசைத்தார்.

> வீரம் பகைவரிடமும் அதன் மதிப்பினைப் பெறத் தவறுவது இல்லை. மனதை உருகச் செய்வது அன்பெனில், மனதை மயங்கச் செய்வது வீரம்.

இருவரும் பேசியபடி உணவருந்தி முடித்ததும், அறையினுள் நுழைந்த காவலன் 'ஒற்றர் தலைவன் அவசர செய்தி கொண்டு வந்திருக்கிறார்' என்று சொல்ல நம்பியின் மனது வேகமாக துடிக்கத் தொடங்கியது.

'வரச்சொல்' என்றான் அவசரமாக.

அறையினுள் நுழைந்த கச்சிகன் 'வெண்ணங்கல் மலையில் பொற்குலத்தினர் மறைந்திருப்பதாக தகவல் வந்துள்ளது' என்று சொல்ல நம்பியின் மனதில் உற்சாகக் குமிழ்கள் வெளியேறி உடலெங்கும் வெடிக்கத் தொடங்கியது.

அருகிலிருந்த காவலனிடம் 'தளபதிகளை உடனடியாக வரச்சொல்' என்று கட்டளையிட்டவன் மூடத்திருமாறனிடம் 'நாம் எதிர்பார்த்த தகவல் வந்துவிட்டது. கிளம்பும் முன்னர் உங்களிடம் விவரங்களைத் தெரிவித்துச் செல்கிறேன்' என்று கூறி விட்டு தனது அறைக்குச் சென்றான். மலையைத் தாக்கும் உத்திகள் மனதில் உருப்பெறத் தொடங்கியிருந்தது.

குதிரையில் பயணித்தாலும் வெண்ணங்கல் மலையை சென்றடைய அரை நாளுக்கும் மேலாகும். அதற்குள் பொற்குலத்தினருக்கு தகவல் தெரிந்து இடம் மாறிவிடலாம். எனவே உடனடியாக குதிரைப்படையுடன் விரைந்து சென்று மலையை சுற்றி வளைப்பது அவசியம்.

மலையை கைப்பற்றுவது சமவெளித் தாக்குதல் போல எளிதானதல்ல. வாட்போரிடும் குதிரைப்படை வீரர்கள் மலையின் மேலேறிச் செல்வது சிரமம். அவர்களுக்கு பொற்குலத்தினரை நகராமல் உறையச் செய்யும் விற்படையினரின் உதவி அவசியம். மலையின் மேலிருந்து பொற்குலத்தினர் எய்யும் அம்புகள் மிகுந்த வேகத்துடன் கீழிறங்கும். அதேசமயம் மலையின் அடிவாரத்திலிருந்து பாண்டிய விற்படையினர் மேல்நோக்கி எய்யும் அம்புகள் மலை உச்சியை அடையும்போது வேகம் குறைந்து வலுவிழக்கும். எனவே மேலேறும் பாண்டிய வீரர்களைப் பாதுகாக்க கேடயமேந்திய வாட்படையினரின் உதவி அவசியம்.

நம்பியின் மனம் வேகமாக சிந்திக்கத் தொடங்கியது. இருள் சூழ்ந்தால் பொற்குலத்தினர் தப்பிச்செல்வது எளிதென்பதால் காலையில் தொடங்கி இரவுக்குள் தாக்குதலை முடிக்கத் திட்டமிட்டான். மோரில் திரளும் வெண்ணெயாய் மனதில் திட்டம் உருத்திரண்ட போது, மூன்று தளபதிகளும் வந்து சேர்ந்தனர்.

வெண்ணங்கல் மலையைச் சூழ்ந்து தாக்குவதில் அவர்களின் கருத்துக்களை கேட்டறிந்த பின்னர் ஓங்காரனிடமும், வஞ்சியரசிடமும் தேவையான படைகளைத் திரட்டச் சொல்லி அனுப்பினான் நம்பி.

‘குறைந்த அளவே பொற்குலத்தினர் இருந்தாலும் அவர்கள் தப்பிச் செல்லாமலிருக்க மலையைச் சுற்றி வளைக்க வேண்டியிருக்கும். கூலிப்படையின் குதிரை வீரர்களை வரச்சொல். வன்படையின் அனைத்து வீரர்களையும் புறப்படச் சொல். இன்றிரவு நூறு தேர்கள், நான்காயிரம் குதிரைப் படையினர் கிளம்ப வேண்டும்’ என்று நம்பி உத்தரவிட, தென்னவன் வெளியேறினான்.

பகலவனின் ஆட்சி முடிந்து நிலவின் ஆட்சி துவங்கியபொழுது வெண்ணங்கல் மலையை நோக்கி பாண்டிய நாட்டின் தேர்ப்படையும், குதிரைப் படையும் வரிசை வரிசையாய் நகரத் தொடங்கின. ஒவ்வொரு தேரிலும் சில விற்படை வீரர்கள் அமர்ந்திருந்தனர். முரசு, பேரிகை போன்ற இசைக்கருவிகளை முழக்காமல் அமைதியாக படை நகர்ந்தது.

படையின் இருபுறங்களிலும் தீப்பந்தமேந்திய வீரர்கள் சிறிய இடைவெளியில் வரிசையாகச் செல்ல தீயின் கண்கள் இருளை உற்று நோக்கியபடி இருகோடுகளாக நகர்ந்தது. வெளிச்சக் கண்களைக் கண்ட இருள் சற்று நகர்ந்து படுக்க, இரையை நோக்கி முன்னேறும் மலைப்பாம்பை போல மிதமான வேகத்தில் இரவெல்லாம் படை நகர்ந்தது.

பெருவெற்றியை வேண்டி தெய்வத்திற்கு நிகழ்த்தும் பூசையின் துவக்கத்தில் சிறிய விலங்கை பலிகொடுப்பது போல, சோழநாட்டினை வெற்றி கொள்ளும் முன்னால் பொற்குலத்தினரைப் பலிகொடுக்க எண்ணினான் நம்பி.

பாண்டியப்படை வெண்ணங்கல் மலையைச் சுற்றி வளைத்து இரும்பு சங்கிலியாய் இறுக்கும்போது பொற்குலத்தினரிடம் இரண்டு வழிகளே மீந்திருக்கும். முதலாவது எதிர்த்துப் போர் புரிவது. இதில் பாண்டியநாடு வெற்றி பெறுவது தவிர்க்க இயலாதது. இரண்டாவது பொற்குலத்தினர் தப்பிச் செல்வது.

வெண்ணங்கல் மலையின் தொடர்ச்சியாக இருக்கும் பொதிய மலை நீண்ட மலைத்தொடர். இரண்டு மலைகள் இணையுமிடம் பெண்ணின் இடுப்பைப் போல சிறுத்திருக்கும். பொற்குலத்தினர் வெண்ணங்கல் மலையிலிருந்து பொதிய மலைக்கு மாறிவிட்டால் அவர்கள் தொடர்ந்து பொதிய மலையிலேயே தப்பிச் செல்லலாம். அதற்கு இடம் தராமல் இரண்டு மலைகளும் இணையுமிடத்திற்கு நம்பி படையை வழிநடத்திச் சென்றான். பொற்குலத்தினர் அனைவரும் ஒன்றிணைந்து பாண்டியப் படையின் சங்கிலிப் பின்னலை ஓரிடத்தில் பிளந்து வெளியேற முயல்வர். எனவே அதற்கு தகுந்தபடி திட்டமிட்டிருந்தான் நம்பி.

பொற்குலத்தினர் சரணடைவார்கள் என்று நம்பிக்குத் தோன்றவில்லை. சரணடைந்தாலும் தலைவர்களின் தலை உருள்வது உறுதி. வாழைமரம் வீழ்ந்தாலும் அதனருகில் குருத்துக்கள் முளைத்த வண்ணமிருக்கும். மரத்தை குருத்துகளுடன் பிடுங்கி எறிவதே அதை அழிக்க சிறந்த வழி.

பாண்டிய நாட்டிற்குப் பெருந்துயரை விளைவித்து வந்த கதிரொளியையும், பாண்டியப் படையை மூங்கிலால் சிதறடித்த வீரனையும் எதிர்கொள்ள ஆர்வமாயிருந்தான் நம்பி. தனியொருவன் குதிரைப் படையை சிதைத்ததாக கேள்விப்பட்ட கணத்தில் நம்பியின் மனம் கொதித்திருந்தாலும் அதேகணத்தில் வீரனின் வீரமும், துணிவும் வியக்கச் செய்திருந்தது.

வீரம் பகைவரிடமும் அதன் மதிப்பினைப் பெறத் தவறுவது இல்லை. மனதை உருகச் செய்வது அன்பெனில், மனதை மயங்கச் செய்வது வீரம்.

பாண்டியப்படை மலையை நோக்கி முன்னேறும்போதே நம்பி தென்னவனிடம் திட்டத்தை தெளிவாக விளக்கினான்.

இருளைக் கிழித்துக் கொண்டு ஆதவனின் வண்ண ஒளிக்கீற்றுகள் வெளிவந்த பொழுது பாண்டியப்படை வெண்ணங்கல் மலையை நெருங்கியது. பெரும் எலியொன்று அமர்ந்திருப்பது போன்று மலை அமைந்திருக்க குறுகிய மேட்டுப்பகுதி பொதியமலையுடன் இணைத்திருந்தது.

பாண்டியப்படை மேட்டுப்பகுதியை அடைந்த கணத்தில் இரண்டாகப் பிரிந்தது. முதல் பிரிவின் குதிரைகளும், தேர்களும் மலையை வலதுபுறத்தில் சுற்றி வளைத்தபடி முன்னேற இரண்டாவது பிரிவு மேட்டுப்பகுதியின் மேலேறி மறுபுறத்தில் இறங்கி மலையை இடதுபுறத்தில் சூழத் தொடங்கியது.

காற்றைப் போல புழுதியை கிளப்பியபடி விரைந்த இரண்டு பிரிவுகளும் ஒன்றிணைகையில், மரத்திலிருந்து விழுந்த மலைப்பாம்பு மானைச் சுற்றி வளைப்பது போல பாண்டியப்படை மலையைச் சுற்றி வளைத்திருந்தது.

மலையைச் சுற்றிலும் வீரர்கள் இரண்டு வளையங்களாக நிலைகொள்ள ஆங்காங்கே தேர்களை நிறுத்தி அவற்றில் குதிரைகளைக் கட்டி வைத்தனர். பொற் குலத்தினர் தப்பிச்செல்ல கீழிறங்கினால் முரசடித்து எச்சரிக்க மலையின் எண்திசை களிலும் முரசடிப்பவர்கள் நிறுத்தப்பட்டனர்.

வீரர்களிடமிருந்து விலகியிருந்த நம்பி குதிரையை நடத்தியபடி மலையுச்சியை கூர்ந்து கவனித்தான். அவனைச் சுற்றிலும் கவசங்கள் அணிந்த பத்து மெய்க்காவலர்கள் சென்று கொண்டிருந்தனர். மலையின் கால்பகுதி வரை மரங்கள் அடர்ந்து வளர்ந் திருக்க, அவற்றில் மறைந்து முன்னேறுவது சிரமமாக இருக்காது என்று எண்ணினான். அதன் பின்னர் பாறைகளும், மரங்களும் குறைந்து இருந்தது. அங்கிருந்த மரங்களை பொற்குலத்தினர் வெட்டியிருக்கலாம். அங்கு கடுந்தாக்குதலைச் சந்திக்க வேண்டியிருக்கும்.

மலையுச்சியிலிருந்து சிற்றருவி விழுந்துகொண்டிருக்க, அதன் இடதுபுறத்தில் முட்டையை போன்ற மிகப்பெரிய ஒற்றைப் பாறை அமைந்திருந்தது. அதன் வழியே

கீழிறங்குவது சாத்தியமில்லாத ஒன்று. அருவியின் வலதுபுறத்தில் மலை சரிந்திருந்தது. மேலிருந்து விழுந்த அருவி சிறிய நீர்த் தேக்கத்தை ஏற்படுத்தி சிற்றாறாக ஓடிக்கொண்டிருந்தது.

மலையின் அமைப்பை முழுதும் உள்வாங்கிய நம்பி மெய்க்காவலனிடம் தலையசைத்தான். மெய்க்காவலன் முரசடிப்பவனை நோக்கி கையசைக்க, முரசடிப்பவன் மிகுந்த ஓசையுடன் ஒருமுறை முரசை அடித்தான். முரசொலி எழுந்ததும் மரங்களிலிருந்த பறவைகள் அச்சத்துடன் மேலெழுந்து பறக்க, மலையின் இடதுபுறத்தில் சற்று தொலைவில் நின்றவன் முரசை அடித்தான். ஒவ்வொரு முரசாக தாவிச் சென்ற ஒற்றை ஒலி மலையைச் சுற்றி வந்து நம்பியின் வலதுபுறத்தில் ஒலித்தது. முதலில் முரசை ஒலித்தவன் முரசை இருமுறை அடிக்க வீரர்களின் முதல் வரிசை எச்சரிக்கையுடன் மலையை நோக்கி முன்னேற, பாண்டியப்படை மலையின் மேலேறத் துவங்கியது.

★★★

பொற்குலவீரனின் குரல் குகையெங்கும் எதிரொலிக்க குகையிலிருந்த வீரர்கள் திகைத்துப் போயினர். குகையின் இறுதியிலிருந்த கதிரொளியும், இரும்பிடாரும் துள்ளியெழுந்தனர்.

‘ஆயுதங்களை எடுத்துக் கொள்ளுங்கள்’ என்று கதிரொளி சத்தமிட, வீரர்கள் விரையத் தொடங்கினர்.

பாண்டியநாட்டின் ஆயுத சாலையைத் தாக்கி ஏராளமான வாட்களையும், விற்களையும், அம்புகளையும் பொற்குலத்தினர் கவர்ந்து வந்திருந்தனர். ஒவ்வொரு வீரனும் வில்லையும், அம்புக் கட்டுகளையும் சுமந்தவாறு குகையிலிருந்து வெளியேறினர்.

வீரர்கள் திரண்டதும் ‘நமது குலத்தினை அடிமையாக்கிய பாண்டியர்களை கொன்றொழிக்க உறுதி பூண்டவர்கள் நாம். இறந்த வீரர்களுக்காக துடிதுடித்தவர்கள். இறப்பின் வலியை உண்டாக்க இன்று நமது முறை. இன்று நாம் நிகழ்த்தும் போர் காலம் உள்ளவரை கதைகளாக நிலைத்திருக்க வேண்டும். புறப்படுங்கள். அனைவரையும் கொன்றொழியுங்கள்’ என்று முழக்கமிட, பொற்குலத்தினர் உத்வேகத்துடன் கீழிறங்கத் தொடங்கினர்.

பாண்டியப்படை மலையைச் சூழும் நிலையேற்பட்டால் மலையின் நடுப் பகுதியில் வட்டமாக பொற்குலத்தினர் நிலைகொண்டு பாண்டிய வீரர்களைத் தாக்க வேண்டிய இடங்களை கதிரொளி கூறியிருந்தான். முதல்நாள் இரும்பிடார் அந்த தற்காப்பு நிலைகளை மேம்படுத்தி இருந்தான். கதிரொளி பாறைகளின் பின்னால் நிற்குமிடங்களை சொல்லியிருக்க, மரத்தின் மேலும் வீரர்கள் இருக்க வேண்டிய அவசியத்தை இரும்பிடார் விளக்கியிருந்தான்.

பொற்குலத்தினர் வேகமாக மலையின் நடுப்பகுதியை நோக்கி கீழிறங்கத் தொடங்க, இரும்பிடார் கதிரொளியை நோக்கி 'மலையின் கீழே சென்று பாண்டியப் படையைக் கணித்தவாறு வலதுபுறம் நகர்ந்து மலையின் மறுபுறத்தில் மேலேறுகிறேன். நீ மறுபக்கத்தில் கீழிறங்கி உனது வலதுபுறத்தில் நகர்ந்து நானிறங்கும் இடத்தில் மேலேறு. ஒரு நாழிகையில் மேலே வா. பின்னர் பாண்டியப் படையை உடைத்து வெளியேறும் விதத்தை முடிவு செய்வோம்' என்றான்.

கதிரொளி தனதருகில் நின்ற சந்தனவேலிடம் 'நீ உடலை வருத்திக் கொள்ளாதே. மலையுச்சியிலேயே இரு. பகைவர்கள் மேலே வரும்போது ஆயத்தமானால் போதும்' என்று கூறிவிட்டு மலையின் மறுபுறத்திற்கு விரைந்தான்.

இரும்பிடார், பொற்குலத்தினருடன் இணைந்து வேகமாக கீழிறங்கத் தொடங்கினான். நடுமலையை அடைந்ததும் பொற்குலத்தின் பாதி வீரர்கள் பாறைகளின் பின்னாலும், மரங்களின் மறைவிலும் விற்களுடனும், அம்புகளுடனும் நிலைகொண்டனர். இரும்பிடாரும், விற்களை ஏந்திய மற்ற பொற்குல வீரர்களும் கீழிறங்கி மரங்கள் அடர்ந்திருந்த பகுதியைச் சென்றடைந்தனர். பொறிகளை இயக்குமிடத்தில் பொற்குலத்தினர் மறைந்து கொள்ள, இரும்பிடார் பாண்டியப்படையை கணிக்க மேலும் சற்று கீழிறங்கினான்.

தொலைவில் எண்ணற்ற பாண்டிய வீரர்கள் வளையமாக முன்னேற விற்படையினர் மிகக் குறைவாக இருப்பதை இரும்பிடார் கவனித்தான். வாளை யேந்திய வீரர்களில் சிலர் வில்லையேந்தி வருவதையும், குதிரைகள் தேர்களில் கட்டப்பட்டு இருப்பதையும், முரசொலிப்பவர்கள் நின்றிருப்பதையும் கவனித்தவாறு வலப்புறத்தில் நகரத்தொடங்கினான். ஓரிடத்தில் கவசப்படையினர் சூழ ஒருவன் குதிரையில் நகர்வதைக் கண்டதும்' பாண்டிய இளவரசன் நம்பி'யாகத் தானிருக்குமென இரும்பிடார் எண்ணினான்.

பாண்டிய வீரர்கள் மலையின் மேலேறிக் கொண்டிருந்த போது திடீரென்று சரமாரியான அம்புகள் மேலிருந்து வரத் தொடங்கியது. வீரர்கள் அம்புகளின் பாதையிலிருந்து விலகி மரங்களின் பின்னால் ஒளிய முற்பட அடுத்த கணம் வீரர்களின் அலறல்கள் மலையை உலுக்கியது. வீரர்களின் கால்களை முதலைவாய் பொறிகள் கவ்வியிருந்தன.

முதலைவாய் என்பது முதலையின் வாயைப் போன்ற கூரான எண்ணற்ற இரும்பு முனைகளையுடைய வட்டமான பொறி. பொறியின் நடுவில் சிறிய தகடு பொருத்தப்பட்டு அதனை மிதிக்கும்போது, பொறியின் இருபுறங்களும் நடுப் பகுதியை நோக்கி அதீத வேகத்தில் குவியும்.

கதிரொளி மதுரையில் மறைந்திருந்த போது பாண்டியப் படையினரிடம் சிக்கி இரும்பிடாரின் உதவியால் மீண்ட பின்னர், பொற்குலத்தினருடன் வெண்ணங்கல் மலைக்கு வந்து சேர்ந்திருந்தான். நான்காண்டுகளில் பாண்டிய வீரர்கள் மலையைச் சூழும் நிலையேற்பட்டால் என்னென்ன பாதுகாவல் தேவைப்படும், மலையின் அடிவாரத்திலிருந்து மேலேறும் பாண்டிய வீரர்கள் மேலிருந்து பொற்குலத்தினர் தாக்குகையில் எவ்வாறு மறைந்து மேலேறுவார்கள் என்பதை யோசித்திருந்தான்.

மனிதனின் எண்ணங்கள் ஒரே மாதிரியானவை. வலிகளைத் தவிர்த்து எளிய வழியை நாடும் மனமுடையவர்கள் என்பதனை அறிந்து அதற்கு தகுந்தவாறு பொறிகளை பொருத்தியிருந்தான்.

முதலைவாய் மூடிய வேகத்தில் இரும்புப் பற்கள் காலின் ஆடுசதையைக் கிழித்து, எலும்புகளை நொறுக்கி உள்ளிறங்க வீரர்கள் அலறினார்கள். குருதி கொப்பளிக்க சிலரின் கால்கள் துண்டாகியது. தென்னவன் அதிர்ந்தான். மேலேறும் வீரர்களை மரங்களின் பின்னால் ஒதுங்கச் செய்ய சரியான நேரத்தில் அம்புகள் எய்யப்பட்டதையும், மரங்களின் பின்னால் பொறிகள் பதிக்கப்பட்டிருப்பதையும் உணர்ந்தான்.

‘மரங்களின் அருகில் செல்லாமல் விலகி இருங்கள். நீளமான கோல்களை வெட்டியெடுங்கள். முன்னாலிருக்கும் நிலத்தினை ஆய்ந்தவாறு முன்னேறுங்கள். மற்றவர்களுக்கும் தெரிவியுங்கள்’ என்று உத்தரவிட தென்னவனின் எச்சரிக்கை ஒலிகள் வீரர்கள் மூலம் காற்றில் இருபுறங்களிலும் பறந்து சென்றன. வீரர்கள் மரக்கிளைகளை வெட்டி நீளமான கோல்களை உருவாக்கத் தொடங்கினர்.

காயமுற்ற வீரர்களை கீழிறங்கச் சொல்லிவிட்டு, அம்புகள் எங்கிருந்து வந்ததெனக் கண்டறிய மரத்தின் பின்னால் மறைந்தவாறு பார்வையை செலுத்தினான் தென்னவன். பொற்குலத்தின் வீரர்கள் தென்படாமலிருக்க மீண்டும் வீரர்களை முன்னேற்றினான்.

பத்துக்கும் மேற்பட்ட வீரர்கள் அகலமான மரத்திற்கு முன்னேறிய போது தொலைவில் மறைந்திருந்த பொற்குலவீரன் கயிற்றினை இழுக்க மரத்தின் உச்சியிலிருந்து மெல்லிய வலை வீரர்களின் மேல் விழுந்தது. வலை முழுவதும் மீன்பிடி கோலின் நுனியிலிருக்கும் கொக்கி முள் போன்று விரல் நீளத்தில் கூர்மையான ஏராளமான முட்கள் பதிக்கப்பட்டிருந்தன.

காடுகளில் வசிக்கும் காடர்கள் விலங்குகளைப் பிடிக்கும் பொறிகளில் வட்ட வடிவினாலான சுருக்குக் கயிற்றினை பொருத்தியிருப்பர். வளையத்தில் சிக்கும் மிருகம் சுருக்கிலிருந்து விடுபட இழுக்கத் தொடங்கும். அப்போது சுருக்கு மேலும் இறுகும். அது போன்று வலை விழுந்ததும் பதற்றமடைந்த வீரர்கள் அனைத்துப் புறங்களிலும்

இழுத்து விடுபட முயல, வலைகளில் பதிந்திருந்த கொக்கிகள் உடலின் சதைகளைக் கிழித்து எலும்பு வரை ஊடுருவியது. வலையின் தன்மையை உணர்ந்து ஒருவன் நிறுத்தும்போது மற்றொரு புறத்தில் வேறொருவன் இழுக்க மேலும் கொக்கிகள் உடலில் இறங்கின. வீரர்களின் தோள், முகம், கழுத்தைக் கிழித்து கொக்கிகள் ஊடுருவ, வீரர்கள் அலறினர்.

பதற்றத்தில் வீரர்கள் மரத்தின் மறைவிலிருந்து வெளியேற, பொற்குலத்தினர் அம்பெய்து சிலரை வீழ்த்தினர். மீண்டும் வீரர்கள் வலியுடன் மரத்தின் மறைவுக்கு நகர்ந்தனர். தென்னவன் கையசைக்க பாண்டிய விற்படை வீரர்கள் பொற்குலத்தினரின் திசையில் அம்புகளை எய்யத் தொடங்கினர்.

வலையில் சிக்காமல் விலகியிருந்த பாண்டிய வீரர்கள் வேகமாக வலையை நெருங்கி கொக்கிகளை வீரர்களின் உடல்களிலிருந்து உருவியெடுக்க முயல, கொக்கிகளின் நுனியில் எதிர்புறத்தில் நீட்டியிருந்த கூர்முனை வேறுபுறத்தில் சதையை கிழித்து பதிந்தது. வலியால் துடித்த வீரர்களை அமைதிப்படுத்திய பாண்டிய வீரர்கள் கொக்கியை விடுத்து வலையை வெட்ட இயலுமா என்று ஆராய்ந்தனர். மறைந்திருந்த பொற்குலவீரன் மீண்டும் கயிற்றினை இழுக்க இரண்டாவது வலை மரத்தின் உச்சியிலிருந்து விழுந்து அனைவரையும் சிறைப்படுத்த, கொக்கிகள் மற்றவர்களின் உடல்களையும் துளைக்கத் தொடங்கின.

பறவைகள் கூட்டமாக வலையில் சிக்குவதைப் போல வீரர்கள் கொத்துக் கொத்தாக வலைகளில் சிக்குவதைக் கண்ட தென்னவன், ஒருகணம் செயலற்று நின்றான். உடனே சுதாரித்தவாறு 'மரத்தின் மேலிருந்து விழும் வலைகளை வாளினால் தடுத்துக் கொள்ளுங்கள். வலையில் சிக்கியிருப்பவர்களை விடுவிக்க குறுங்கத்தி களினால் வலையை வெட்டி எறியுங்கள். முட்களை வெளியில் எடுக்க முயலாமல் அது பிணைத்திருக்கும் கயிற்றினை வெட்டுங்கள்' என்று உரக்கச் சொல்ல வீரர்கள் வலையை வெட்டத் தொடங்கினர்.

காயமுற்ற வீரர்கள் மலையிலிருந்து கீழிறங்க, நம்பி அவர்களிடம் குதிரையை செலுத்தி 'என்ன விதமான பொறி' என்று பொறியின் தன்மையை கேட்டறிந்தான். எண்ணற்ற வீரர்கள் காயத்துடன் கீழிறங்கிக் கொண்டிருக்க 'போர் தொடங்கும் முன்னரே இத்தனைச் சேதமா' என்று எண்ணினான் நம்பி.

பாண்டிய வீரர்களைத் தென்னவன் மெதுவாக முன்னேற்றினான். சில மரங்களில் உச்சியில் வலைகள் இருப்பதைக்கண்டு அவற்றிலிருந்து படையை விலக்கி

நகர்த்தினான். வீரர்கள் விலகி நடக்கும் பாதையில் மறைந்திருந்த முதலைப்பொறிகளில் சிக்கி அலற, மரத்தின் மேலிருக்கும் வலைகள் அச்சுறுத்தவே கட்டப்பட்டுள்ளன என்பதைத் தென்னவன் உணர்ந்தான்.

கண்கள் காண்பவற்றில் கலக்கத்தை விதைத்து, காணாதவற்றில் இடர்களைப் புதைத்து பொற்குலத்தினர் வேட்டையிட வந்த விலங்கை வேட்டையாடிக் கொண்டிருந்தனர்.

சிங்கராயன் பாண்டியரிடம் போரிடும்போது மணல்வெளியின் துகள்களை பொறிகளினால் பிணைத்திருந்தான் என்று கேள்விப்பட்ட கதிரொளி வெண்ணங்கல் மலையினைச் சுற்றிலும் பாதுகாப்பு கண்ணிகளை பின்னியிருந்தான். விலங்கைப் பொறி வைத்துச் சிறைபிடிக்கக் கற்றவன் மனிதன். மனிதன் மிருகமாகி மனிதரை வேட்டையாட, தற்காத்துக்கொள்ள பொறிகளை ஆயுதமாக்கியிருந்தான் கதிரொளி.

பாண்டிய வீரர்கள் சூழ்ந்திருந்த கொடிகளையும், இலைகளையும் வாளால் வெட்டி வழிகளை உருவாக்கியபடி முன்னேறினர். தொலைவிலிருந்து கேட்கும் வீரர்களின் அலறல்கள் நடுக்கத்தை ஏற்படுத்த கலக்கத்துடன் முன்னேறினர். நெருக்கமாக வளர்ந்திருந்த நான்கு மரங்களுக்கிடையே அவர்கள் நடந்தபோது மறைந்திருந்த பொற்குலவீரன் பொறியை விடுவிக்கும் கயிற்றினை வெட்ட, கொடிகளால் மறைக்கப் பட்டிருந்த பத்தடி நீள இரும்புப் பொறி மரத்தின் உச்சியிலிருந்து கீழே விழுந்தது.

அதீத எடையுடைய இரும்புச் சட்டங்கள் சதுரமாக வடிவமைக்கப்பட்டிருக்க அவற்றின் குறுக்கிலும் சட்டங்கள் இணைக்கப்பட்டு அவற்றில் ஈட்டி முனைகள் பதிக்கப்பட்டிருந்தன. அதிவேகமாக விழுந்த ஈட்டி முனைகள் வீரர்களின் தலையில் இறங்கி கழுத்தை ஊடுருவி நெஞ்சு வரை உள்ளிறங்க குருதி பீச்சியடித்தது. வீரர்கள் அலறக்கூட முடியாமல் சரிந்தனர்.

பாண்டிய வீரர்களின் எண்ணிக்கை அதிகமிருந்ததால் நெருக்கமாக முன்னேறினர். கல்தாமரை கொடியினூடே வீரர்கள் முன்னேறியபோது ஒருவனின் கால் தரைக்கு சற்றுமேல் கட்டப்பட்டிருந்த கயிற்றில் இடற, வலதுபுற மரத்தில் உச்சியில் இழுத்துக் கட்டப்பட்ட அகலமான வாள் விடுவிக்கப்பட்டு அதிக வேகத்தில் கிளையில் கட்டப் பட்டிருந்த தேன் கூட்டை வெட்டித்தள்ளியது. மேலிருந்து நிலத்தில் விழுந்த தேன் கூடு சிதற எண்ணற்ற தேனீக்கள் வெறியுடன் வெளியேறி பாண்டிய வீரர்களை கொட்டித் தள்ள, வீரர்கள் அலறியபடி சிதறி ஓடினர். வெறிகொண்ட பாறைத் தேனீக்கள் வீரர்களை விடாமல் துரத்திச் செல்ல, அருவி நீருக்கு அருகிலிருந்த வீரர்கள் நீர் தேக்கத்தில் குதித்தனர். சிலர் மரங்களை விட்டு விலகி அடிவாரத்தை நோக்கி ஓடினர். சிதறியவர்கள் சிலரை பொற் குலத்தினர் அம்பெய்து வீழ்த்த, வீரர்களின் அலறல் மலையின் நாலாபுறங்களிலும் ஒலித்தது.

இவையன்றி தோட்டி எனும் இரும்பு முட்கள் பல இடங்களில் பொருத்தப்பட்டிருக்க, உடலில் பட்டதும் சதையை கிழித்தெறியும் கூர்ந்தரி நுண்ணூல் செடிகளுக்கிடையே கட்டப்பட்டிருந்தது. பொறிகளில் சிக்கிய பாண்டிய வீரர்கள் உடலெங்கும் காயத்துடன் முன்னேறினர்.

மலையைச் சுற்றிலும் பொருத்தியிருந்த பொறிகளைத் தொடர்ச்சியாக இயக்கி எண்ணற்ற பாண்டிய வீரர்களை வீழ்த்திய பொற்குலத்தினர், மறைவிலிருந்து வெளியேறி மலையின் நடுப்பகுதிக்கு விரைந்தனர்.

கால்கள் துண்டிக்கப்பட்டும், உடல் முழுதும் குருதி சொட்டும் கொக்கிகளுடனும், தேனீயால் கொட்டப்பட்டு உடல் வீங்கியும் மலையடிவாரத்தை சென்றடைந்த வீரர்களைப் பார்த்து இரண்டாவது வளையத்தில் நின்ற வீரர்கள் அதிர்ந்து போயினர். படைக்கு நேரும் சேதத்தைக் கண்டு நம்பி சினத்தில் கொதித்துக் கொண்டிருந்தான்.

படையின் தன்மையை கணித்துவிட்டு இரும்பிடார் மலையின் மேலேற, சில நொடிகளில் கதிரொளியும் வந்து சேர்ந்தான்.

'பாண்டிய வீரர்கள் இரண்டு வளையங்களாக மலையைச் சூழ்ந்திருக்கின்றனர். முதல் வளையம் மேலேற, இரண்டாவது வளைய வீரர்கள் நம்மை எதிர்பார்த்து மலையின் அடிவாரத்திலேயே நிற்கின்றனர்' என்றான் கதிரொளி.

மலைச்சரிவாய் கீழிறங்கி தடைகளைத் தகர்த்து, வளையத்தைச் சிதைத்து வழிகளை ஏற்படுத்தக் கூடியவன் இரும்பிடார். பாண்டிய குதிரைப்படை சூழும்போது பொற்குலத்தினர் பலர் இறக்க நேரிடலாம் என்பதால் அதைத் தவிர்க்க எண்ணினான்.

மேலும் தாக்க வந்துள்ள பாண்டியப் படைகளின் தேர்ந்தெடுப்பில் தவறிருப் பதாக உள்ளம் உணர்த்தியது. என்னவென்று பிடிபடாமலிருக்க யோசித்தவாறு இருந்தான் இரும்பிடார்.

மரத்தின் உறுதி கண்களுக்குத் தெரியும் மேற்பாகத்தில் இல்லை. மண்ணிற்கு அடியிலிருக்கும் வேர்களில் உள்ளது என்பதை அறிந்தவன்.

'வளையத்தை உடைத்து கீழிறங்கினாலும், கீழிருப்பவர்கள் நம்மைச் சூழ்வது உறுதி'

'நாம் தப்பிக்க முயல்வோமென நம்பி எதிர்பார்க்கிறான். மலையின் மீதேறிக் கொண்டிருக்கும் வீரர்கள் போர்க்காலங்களில் பொருளுக்காக போரிடும் கூலிப் படையினர். மலையில் பொறிகள் ஏதுமிருப்பின் அவற்றை தெரிந்து கொள்ள அவர்களை பலியாடுகளாக மேலே அனுப்பியுள்ளான். சிறந்த வீரர்கள் அடிவாரத்தில் நிற்கின்றனர்' என்றான் இரும்பிடார்.

'இந்த படையால் மேலேறி நம்மை வெற்றி கொள்ள முடியாது' என்று கதிரொளி உறுதியுடன் சொல்ல, நிமிர்ந்த இரும்பிடார்

'நம்மைத் தாக்க மற்றொருப் படை வருகிறது' என்றதும் கதிரொளி அதிர்ந்தான்.

'மலையிலிருந்து தப்பிச் செல்லாமல் நம்மை தேக்கி நிறுத்தவே இவர்கள் வந்துள்ளனர். மரங்கள் சூழ்ந்திருக்கும் கீழ்மலையை மட்டும் கைக்கொள்வர்' என்றான் இரும்பிடார்.

'என்ன சொல்கிறாய்?'

'கேடயங்கள் தாங்கிய வாட்படையினரும், விற்படையினரும் மதுரையிலிருந்து வந்து சேர காலதாமதமாகும். அதனால் குதிரைப்படை முற்றுகையிட மட்டுமே வந்துள்ளது. நமக்கு எவ்வளவு நேரமிருக்கிறதெனத் தெரியவில்லை' என்றான்.

அதேநேரத்தில் ஆயிரம் விற்படையினரும், கேடயமேந்திய ஆயிரம் வாட்படையினரும் பாண்டியத் தளபதிகள் ஓங்காரன், வஞ்சியரசின் தலைமையில் வெண்ணங்கல் மலையை நெருங்கிக் கொண்டிருந்தனர்.

வீரம் வளரும்...

29

நண்பகல் கதிரவனின் ஒளியில், வெண்ணங்கல் மலை நிலமகளின் முகத்தில் பூத்திருந்த பருவைப்போல திரண்டிருக்க, மிருகங்களும் பறவைகளும் இருப்பிடத்தை விட்டு அலைந்து திரிந்தவாறு இருந்தன. மரங்களின் சுள்ளிகளும், ஈர்க்குகளும், கொப்புகளும், கிளைகளும் ஒடிக்கப்பட்டு சிதறடிக்கப்பட மலையேறும் புதிய உயிர்கள் அனைத்தையும் அழித்துச் செல்வதைக் கண்டு மிரண்டு ஓடின.

வெண்ணங்கல் மலையில் மரங்கள் அடர்ந்திருந்த கால் பகுதிக்கு பாண்டிய வீரர்கள் முன்னேறியதும் தென்னவன் படையை நிறுத்தினான்.

"இங்கேயே நிலைகொண்டு ஓய்வெடுத்துக் கொள்ளுங்கள். காலாட்படை வந்ததும் தாக்குதல் துவங்கும்" என்று கூறியதும் வீரர்கள் மரங்களின் நிழலில் அமர்ந்தனர். தாக்குதல் துவங்கும் முன்னரே எண்ணற்ற கூலிப்படை வீரர்கள் காயமுற்றது அவர்களுக்கு கலக்கத்தை தந்திருக்க முகத்தில் சோர்வு படர்ந்திருந்தது.

பொறிகள் விலங்குகளுக்கானவை. ஆனால் விலங்குகள் நிலத்தில் சிறிய மாற்றத்தைக் கண்டாலும் ஐயமுற்று நெருங்காது. மனிதர்கள் காடுகளில் விலங்குகளுடன் வாழ்ந்தபோது,

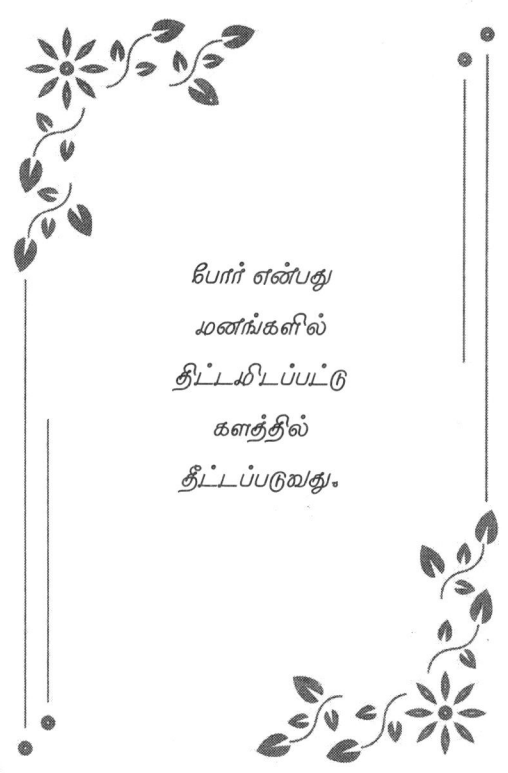

போர் என்பது மனங்களில் திட்டமிடப்பட்டு களத்தில் தீட்டப்படுவது.

சிந்தையில் எச்சரிக்கை உணர்வு அனைத்து அணுக்களிலும் தலைசிலுப்பி நின்றது. நகரங்களின் மதிற்சுவர்களுக்குள் பாதுகாவலுடன் வசிக்கத் துவங்கியதும் எச்சரிக்கை உணர்வை கைவிட்டு மனதை ஆசையால் நிறைத்தனர். ஆசையின் கண்கள் வாய்ப்பைத் தேடி அலைந்தன. இயற்கையின் அணுக்கமும், நுட்பமும் விலகியது.

காற்றில் பரவும் தாவரங்களின் மணத்தில் காலத்தையும், மலர்களின் வண்ணத்தில் பருவத்தையும் கணித்த மனிதன் நிலத்தின் தன்மையிலிருந்த மாறுபாட்டினை கவனிக்கத் தவறினான்.

புற்களின்றி இருக்கும் மண்ணினடியில் பொறிகள் இருப்பதையும், மரத்தின் மேல் மறைந்திருக்கும் வலைகள், பழுத்த இலைகள் விழுவதை தடுப்பதால் மரத்தினடியில் சருகுகள் இல்லாமலிருப்பதையும் கவனிக்கத் தவறினான். கண்கள் காண்பதை சிந்தை ஆராயத் தவறியது. வேட்டை என்பது ஐம்புலன்கள் ஒருமித்து நிகழ்த்தும் வீரம். ஒவ்வொரு புலனின் தகவலையும் கணப்பொழுதில் பொருத்தி திட்டத்தை வடிவமைக்கும் மதியூகம். ஒன்றில் தவறினாலும் வேட்டை தோல்வியில் முடியும். சில சமயம் உயிரிழப்பிலும்.

மலையைச் சுற்றி எல்லா இடங்களிலும் எழுந்த வீரர்களின் அலறல்களும், ஓலங்களும் மற்றவர்களின் மனஉறுதியை குலைத்து பதற்றத்தைத் தந்து கொண்டிருந்தது.

துறைமுகத்தில் பரதவர்களின் மேல் நடத்திய தாக்குதலை விட அதிகளவு சேதமாகியிருப்பதை தென்னவன் உணர்ந்தான்.

பகைவரின் கோட்டையை முற்றுகையிடும்போது மதிற்சுவரின் மேலிருக்கும் பொறிகளுக்கு வீரர்கள் கூட்டமாக பலியாவதைக் கண்டிருக்கிறான். ஆனால் மலையெங்கும் விதைக்கப்பட்டிருந்த பொறிகள், தென்னவனை அதிர வைத்தது. பொற்குலத்தினரின் எண்ணிக்கை குறைந்தளவில் இருப்பதால் கதிரொளி எண்ணற்ற பொறிகளை பொருத்தியிருக்கிறான். பகைவனின் இருப்பிடத்திற்குச் சென்று தாக்குவதால் ஒவ்வொரு முறையும் அவர்களின் பொறிகளுக்கு பலியாக நேரிடுகிறதென எண்ணினான்.

முதல்நாள் காலையில் பொற்குலத்தினர் வெண்ணங்கல் மலையில் பதுங்கியிருப் பதாகத் தகவல் வந்தவுடன் முத்தளபதிகளை வரவழைத்த நம்பி வாட்படையையும், விற்படையையும் உடனடியாக ஆயத்தப்படுத்த ஓங்காரனையும், வஞ்சியரசையும் அனுப்பினான்.

‘மதுரையில் பொற்குலத்தின் ஒற்றர் எவரேனுமிருந்தால் வெண்ணங்கல் மலைக்குத் தகவல் சொல்ல விரைந்து செல்வர்’ என்றெண்ணிய நம்பி, அகப்படையின் துணைத்தளபதியை வரவழைத்து ‘பாண்டிய நாட்டிலிருந்து சேரநாட்டிற்கும், வெண்ணங்கல் மலைக்கும் செல்லும் சாலைகளில் வீரர்களை நிறுத்து. எவரும் அந்த

சாலைகளில் செல்லக்கூடாது. காரணம் சொல்லவேண்டாம். இன்றிரவு பாண்டிய குதிரைப்படை வெண்ணங்கல் மலையை நோக்கிப் புறப்பட்ட பின்னர் மக்களை அனுமதிக்கலாம்' என்று உத்தரவிட்டான்.

ஓங்காரனிடம் 'எதற்காக படையெடுத்துச் செல்கிறோமென்று வீரர்களிடம் அறிவிக்க வேண்டாம்' என்று சொல்லிய நம்பி, சேரநாட்டின் திசையில் படையை நகர்த்த சொல்லியிருந்தான்.

அடுத்த ஆறு நாழிகைகளில், பாண்டிய காலாட்படை மதுரையிலிருந்து நிலமதிர சேரநாட்டினை நோக்கிப் புறப்பட்டது. துணைப் படையினர் உணவு வண்டிகளுடன் தொடர்ந்து சென்றனர். பாண்டியக் கொடிகள் சடசடக்க, வீரர்கள் உரத்த குரலில் முழங்க மாளிகைகளை அதிரச் செய்தபடி படை நகர்ந்தது. படை நகர்ந்து திசையைக் கொண்டு பாண்டியநாடு சேரநாட்டின் மேல் படையெடுப்பதாக எண்ணிய மக்கள் பெருமகிழ்வுடன் வீரர்களை வாழ்த்தத் தொடங்கினர்.

ஓங்காரன் வீரர்களுக்கு ஓய்வெடுக்க குறைந்த நேரத்தை அளித்தபடி படையை நடத்த, பாண்டிய வீரர்கள் மிகுந்த ஆர்வத்துடன் முன்னேறிக் கொண்டிருந்தனர். மற்றொரு நாட்டை தங்கள் கொடியின் கீழ் கொண்டு வருவதை வீரர்கள் பெரு வீரமாகக் கருதினர்.

பரதவர்களை வென்ற பின்னர், நம்பி போரிட்ட வீரர்களுக்கு ஏராளமான பரிசில்களை வழங்கியிருந்தான். இறந்த, காயமுற்ற வீரர்களின் குடும்பத்தினருக்கு வாழ்நாள் முழுதும் வரிச்சலுகைகள் அளித்து பொருளுதவிகளும் செய்திருந்தான். போர்களை நிகழ்த்துவது நாட்டின் நலனிற்காக என்று மக்கள் எண்ணும் வண்ணம் வெகுமதிகள் அறிவித்திருந்தான்.

சேரநாட்டினை நோக்கி நகர்ந்த படையை கடைசிப் பொழுதில் வெண்ணங்கல் மலையை நோக்கி ஓங்காரன் திருப்ப வீரர்கள் குழம்பினர். ஓரிரு நாழிகைகள் அதிகமானாலும் படையைச் சேரநாட்டுக்கு செல்லும் பாதையில் முன்னேற்றி பின்னர் வெண்ணங்கல் மலையை வந்தடையச் சொல்லியிருந்தான் நம்பி.

மனதின் துடிப்புகளை அதிகரித்தவாறு நாழிகைகள் நகர, புழுதியை எழுப்பியவாறு பாண்டியப்படை வருவது தெரிந்தது. ஆயுதங்களின் ஒலிகளும், வீரர்களின் கூக்குரல்களும் எழ, பாண்டிய வீரர்களின் மனதில் ஆவேசம் தீப்பிடிக்கத் தொடங்கியது. ஆயுதங்களைத் தட்டி பேரொலியை எழுப்பினர்.

சீற்றத்துடன் நுரைத்துக்கொண்டு முன்னேறும் ஆற்றை அலையலையாய் எதிர்கொண்டு வாரியணைக்கும் பெருங்கடலாய், காலாட்படையினரை வன்படையினர் ஆர்ப்பரிப்புடன் வரவேற்றனர். இரண்டு படை வீரர்களும் எழுப்பிய உற்சாக ஓசை

மலையைப் பிளப்பது போல எதிரொலிக்க, பாண்டியப் படையை மலையின் காற்பகுதியை கைப்பற்றியிருந்த பாண்டிய வீரர்களால் பார்க்க முடிந்தது. மலையின் நடுப்பகுதியிலிருந்த பொற்குலத்தினரால் கேட்கமுடிந்தது.

ஓங்காரன் அதிகம் ஓய்வளிக்காமல் படையை விரட்டி வந்துள்ளான் என்று நம்பியும்,

பாண்டிய நாட்டின் மற்றொரு படை வருகிறதென்று கூறிய இரும்பிடாரின் யூகம் முற்றிலும் சரியானதென்று கதிரொளியும்,

இன்னும் இரண்டு நாழிகைகளில் படை மேலேறுமென இரும்பிடாரும் எண்ணினார்கள்.

மலையில் எத்தகைய பொறிகள் இருக்குமென்று நம்பியும்,

பாண்டியப்படையை எவ்வாறு தடுத்து நிறுத்துவதென கதிரொளியும்,

படையைப் பிளந்து எப்படி வெளியேறுவதென இரும்பிடாரும் சிந்தித்துக் கொண்டிருந்தனர்.

இருள் சூழ்வதற்குள் போரை முடிக்கவேண்டுமென நம்பியும்,

குலத்தினரைக் காக்கும் விதத்தினைக் கதிரொளியும்,

பாண்டிய வீரர்களின் கண்ணைக் கட்டி பொற்குலத்தினரை அழைத்துச் செல்ல இரவின் துணை அவசியம் என்று இரும்பிடாரும் நினைத்தார்கள்.

ஒவ்வொருவரின் எண்ணமும் வெவ்வேறு திசையில் பயணித்துக் கொண்டிருக்க இருதரப்பு வீரர்களும் ஆயத்தமாகினர்.

ஓங்காரனும், வஞ்சியரசும் நம்பியை வந்தடைய "மலையைச் சுற்றி வீரர்களை நிறுத்துங்கள். வீரர்கள் ஒரு நாழிகை ஓய்வெடுக்கட்டும். முரசொலி கேட்டதும் மலையேறத் தொடங்குங்கள். மரங்களினிடையே பொறிகள் பொருத்தப்பட்டிருந்தன. அதற்கு மேலேயுள்ள பகுதியிலும் பொறிகள் இருக்கலாம். எச்சரிக்கையுடன் முன்னேறுங்கள். இரவுக்குள் பொற்குலத்தினரின் தலைகள் உருளவேண்டும். குறைந்த அளவினாலான வீரர்களைச் சிறை பிடித்தால் போதும்" என்று கூற, இரண்டு தளபதிகளும் மலையின் இரண்டு திசைகளுக்கு விரைந்தனர்.

ஒரு நாழிகையின் முடிவில், முரசுகள் அதிர பாண்டியப் படை ஆரவாரத்துடன் மலையின் மேலேறத் தொடங்கியது. இரண்டாவது வளையமாக இதுவரை மேலேறாமல் நின்றிருந்த வன்படையினரும் முன்னேற, மூன்று தளபதிகள் மூன்று திசைகளில் இருந்து படையை வழிநடத்தினர். படைகளுக்கு பின்னாலிருந்த நம்பி குதிரையை விட்டிறங்கி மலையின் மேலேற, அவனுக்கு முன்பாக மெய்க்காவலர்கள் மேலேறினர்.

மரங்கள் அடர்ந்திருந்த காட்டினைத் தாண்டி பாறைகளும், மரங்களும் சொற்பமாயிருந்த வெட்டவெளியில் ஏறும்போது கேடயமேந்திய வீரர்கள் மரத்தின் கணுக்களைப் போல மலையைச் சுற்றி மூன்று வளையங்களாக முன்னேறினர். அதற்கடுத்து விற்படை வீரர்கள் மூன்று வரிசையில் மேலேற வன்படையினர் இறுதியாக மற்றவர்களுடன் மேலேறினர்.

கேடயமேந்திய வாட்படை வீரர்கள் பொற்குலத்தின் அம்புகளிலிருந்து தற்காத்து மேலேறி பொற்குலத்தினருடன் போரிடும்போது விற்படையினரும், வன்படையினரும் மேலேறிவிடலாம். அதன்பின் எண்ணிக்கை போரின் வெற்றியை உறுதி செய்யும் என்றெண்ணி திட்டத்தை தீட்டியிருந்தான் நம்பி.

கேடயவீரர்கள் மேலேறத் துவங்கியதும் காற்றை கிழித்தவாறு பொற்குலத்தினரின் அம்புகள் கீழிறங்க, பாண்டிய விற்படையினரும் அம்புகளை எய்யத் தொடங்கினர். மேலிருந்து கீழிறங்கிய அம்புகள் அதீத ஆற்றலுடன் பாய, மேல்நோக்கிச் சென்ற அம்புகள் பொற்குலத்தினரை நெருங்கியபோது வலுவிழந்தன.

கேடய வீரர்கள் கேடயத்தால் மேலுடலை மறைத்துக் கொண்டு மேலேற, பாறையின் பின்னிருந்து பொற்குலத்தினர் செலுத்திய அம்புகள் வீரர்களின் கேடயங்களில் பட்டு முறிந்து விழுந்தது.

மேலிருந்து அம்பு பாயும் கோணத்தினால் கேடயத்திற்கும், நிலத்திற்கும் இடையில் சிறிய இடைவெளியே இருப்பதைக் கண்ட கதிரொளி அந்த இடைவெளியில் அம்பினை செலுத்துவது இயலாதென்பதால்..

'மரத்தின் மேலிருக்கும் வீரர்கள் கேடய வீரர்களை வீழ்த்தட்டும். பாறையின் பின்னிருப்பவர்கள் விற்படையினரைத் தாக்குங்கள்' என்றான்.

அடுத்த கணம் பாறையின் பின்னிருந்த பொற்குலத்தினர் விற்படையினரின் மேல் அம்பெய்யத் தொடங்க, வீரர்கள் அம்புகள் பாய்ந்து உருண்டனர். விற்படை வீரர்கள் முன்னேறும் வேகம் குறைந்தது.

இரும்பிடாரும், கதிரொளியும் அம்புகளைத் தொடர்ந்து விடுத்துக் கொண்டிருந்தார்கள். இரும்பிடார் அம்பை காதுவரை இழுத்து விடுவிக்க வீரனின் கேடயத்தின் கீழ்முனைக்கும், நிலத்திற்குமிடையில் இருந்த சிறிய இடைவெளியில் அம்பு நுழைந்து வயிற்றில் பாய்ந்து வீரனை வீழ்த்தியது. இரும்பிடார் அம்பெய்யும் திறமையைக் கண்டு வியந்தபடி கதிரொளி விற்படையினரின் மேல் அம்பெய்தான்.

அதிவேகமாக அம்புகளை பொருத்தி இரும்பிடார் எய்தபடி இருக்க, பாண்டிய வீரர்கள் அருகிலிருந்த மரங்களின், பாறைகளின் பின்னால் மறைத்தபடி மேலேறினர்.

ஓங்கியிருந்த மரங்களின் மேலேறிய பாண்டிய விற்படை வீரர்கள் கிளைகளில் மறைந்தவாறு அம்பெய்ய முயல, இரும்பிடார் கிளைகளின் மேலிருந்தவர்களை வீழ்த்தினான்.

அம்புகள் சரம்சரமாகப் பாய்ந்து காற்றை எரித்துக் கொண்டிருக்க, அம்பு பாய்ந்த பாண்டிய வீரர்களின் உடல்கள் மலையிலிருந்து உருண்டவாறு இருந்தது. மேலேறிய சில வீரர்களின் கால்களை திடீரென முதலைவாய் பொறிகள் கவ்விக்கொள்ள குருதி தெறித்தது. புதிதாய் வந்து இணைந்திருந்த காலாட்படையின் கேடய வீரர்கள் அதிர்ந்தனர்.

'முன்செல்பவர் செல்லும் வழியிலேயே பின்வரிசையில் இருப்பவர்கள் தொடர்ந்து செல்லுங்கள்' என்ற சத்தமிட்டான் தென்னவன்.

'கற்களில் கால்பதித்து முன்னேறுங்கள்' என்று உரக்கக் கூறினான் மற்றொரு திசையிலிருந்து படையை நகர்த்திய ஓங்காரன்.

வீரர்களின் கால்களில் மரப்பட்டைகளை கட்டச் சொல்லிவிட்டு அதன் பின்னர் படையை நகர்த்தலாமா என்றெண்ணிய வஞ்சியரசு, மலையின் நடுப்பகுதியை விரைவாக அடைவதையே நம்பி விரும்புவான் என்றெண்ணி 'முன்னேறுங்கள்' என்று முழக்கமிட்டான்.

கேடயத்தால் உடலை மறைத்தவாறு மேலேறும் வீரர்களைப் பார்த்த இரும்பிடாருக்கு தனது தங்கையின் நினைவு வந்தது. அவள் விடுக்கும் சுழி அம்பு வளைந்து சென்று இலக்கினை தாக்கக்கூடியது. கேடயமேந்திய வீரர்களை வீழ்த்தக் கூடியவள் அவள் மட்டுமே. அம்பு காற்றில் செல்லும் நேர்கோட்டு விதியை மாற்றக்கூடியவள். அம்பின் காதை பிடித்து வளைவாக வழிநடத்துபவள்.

பொற்குலத்தினரின் அம்புகளில் தற்காத்துக் கொண்டு பாண்டிய கேடயவீரர்கள் தொடர்ந்து மேலேற,

'பாறைகளை உருட்டுங்கள்' என்றான் கதிரொளி.

மலையிலிருந்த பாறைகளின் அடிப்பகுதியைத் தகர்த்து சிறிய கல்லில் நிற்கச் செய்திருந்தனர் பொற்குலத்தினர். பல உருண்டையான பாறைகளை அடிவாரத்திலிருந்து தூக்கி வந்து நிற்கச் செய்திருந்தனர்.

கதிரொளி சத்தமிட்டதும் பொற்குலத்தினர் தளைகளை விடுவித்து பாறைகளை மேலிருந்து உருட்ட, பாறைகள் பெருஞ்சத்தத்துடன் உருளத் தொடங்கின. கட்டுக்கடங்காத

பாறைகளின் வேகத்தைக் கண்டு பதறிய கேடய வீரர்கள் விலக முயன்றாலும் கடும் வேகத்துடன் விழுந்த பாறைகள் புற்களை நசுக்கிச் செல்வது போல வீரர்களை நசுக்கிச் சென்றன. இடமும், வலமுமாய் நகர்ந்தவாறு கீழிறங்கிய பாறைகள் வீரர்களை சிதறடிக்க பலர் உருண்டு சென்றனர்.

பாறையின் பாதையிலிருந்து மெல்லிய இழையில் விலகிய தென்னவன் அதிர்ந்து போயிருந்தான். எண்ணற்ற வீரர்கள் வீழ்த்தப்பட்டிருக்க, கேடயங்களை இழந்து உருண்ட வீரர்களின் மேல் பொற்குலத்தினரின் அம்புகள் வெறியுடன் பாய்ந்து கொண்டிருந்தன. ஒவ்வொரு பொற்குல வீரனும் வஞ்சினத்துடன் வில்லை இயக்கிக் கொண்டிருந்தான். சீறும் அம்புகளில் சினம் கொப்பளித்தது.

'இணையுங்கள் மீண்டும்' என்று தென்னவன் உத்தரவிட, அதிர்ச்சியிலிருந்து முதலில் மீண்ட வன்படை வீரர்கள் முன்னேறி வளையத்தை உருவாக்கினர். உறுப்புகள் சிதறடிக்கப்பட்டவர்களைத் தவிர மற்றவர்கள் மண்ணிலிருந்து எழுந்து வேகமாக இணைந்துகொள்ள, படை சில கணங்களுக்குப் பின்னர் முன்னேறியது.

பேரோசையுடன் கீழிறங்கிய பாறைகள் பெருமரங்களின்மேல் மோதி கிளைகளை ஒடித்தெறிந்தன. சிறுமரங்களை வேருடன் பெயர்த்தெறிந்தன. சூறாவளியில் சிக்கிய கொப்புகள் போல மரங்கள் ஒடிவதைக் கண்ட நம்பி அதிர்ந்தான்.

போர் என்பது மனங்களில் திட்டமிடப்பட்டு களத்தில் தீட்டப்படுவது. பொற்குலத்தினரின் பொறிகள் கணிக்க முடியாத வகையில் இருக்க, கண்ணியில் சிக்கிய மிருகத்தைப் போல உணர்ந்தான் நம்பி. மலை உச்சியில் இன்னும் பொறிகள் இருக்குமோ என்று யோசிக்கையில் திகைப்பாயிருந்தது.

'தானே முன்னின்று படையை வழிநடத்தலாம்' என்று நினைத்த நம்பி முன்னேற முயல...

'வேண்டாம் இளவரசே. நமது மூன்று தளபதிகள் வழிநடத்திச் செல்கின்றனர். சற்று பொறுத்திருப்போம்' என்றான் மெய்க்காவல் படையின் தலைவன்.

போரிடும் வீரர்களின் வீரத்துக்கு இணையானது படையின் பின்னிருந்து துரிதமாய் இயங்கும் துணைப்படைகள். தங்குவதற்கு கூடாரங்கள், உண்ணப் பழங்கள், பருக நீர், ஆயுதங்களை கொண்டு செல்பவர்கள், காயமுற்றவர்களுக்கு மருந்திடும் மருத்துவர்களை உள்ளடக்கியது.

வீரர்களின் குருதிப்பெருக்கை நிறுத்தி மருந்திட்டுக் கொண்டிருந்தனர் மருத்துவர்கள். ஒழுகும் வானத்தைப்போல மலையின் எல்லா புறங்களிலிருந்தும் வீரர்கள் குருதி சொட்ட சிதைந்த உடலுடன் கீழிறங்கிக் கொண்டிருக்க ..

'பகைவரின் தாக்குதல் உக்கிரமாக இருக்கிறதா?' என்று கேட்டான் ஒரு மருத்துவன்.

'பகைவரை இன்னும் பார்க்கவே இல்லை' என்றான் வீரன் வலியுடன். மருத்துவர்கள் மிரண்டு நிற்க, பாறைகளும், மரங்களும் மலையிலிருந்து வெளியேறி பேரோசையுடன் உருண்டு வந்தன.

பொற்குலத்தினரின் அம்புகள் விசையுடன் பாய்ந்து பாண்டிய விற்படையினரை நெருங்கவிடாமல் செய்ய, கேடயமேந்திய வீரர்கள் மலையின் நடுப்பகுதியை நெருங்கினர். வீரர்களை மலை உச்சிக்கு பின்னேறச் சொல்வதா என்று கதிரொளி யோசித்தான்.

மூன்று வளையங்களாய் சிறு இடைவெளியுடன் மேலேறும் வீரர்களைக் கண்ட இரும்பிடார் வில்லை விடுத்து மின்னலாய் கீழிறங்கினான். ஆயுதமின்றி முன்னேறு பவனைக் கண்டு கதிரொளி பதற, பனையை ஒத்த உயரத்தையும், இரும்பை ஒத்த உடலையும் கொண்டு காற்றாய் இறங்குபவனைக் கண்டு கேடய வீரர்கள் மருண்டனர்.

கீழிறங்கிய வேகத்தில் வாளை ஓங்கிய வீரனின் கேடயத்தை இரும்பிடார் எட்டி உதைக்க, பாறையால் தாக்கப்பட்டதுபோல் தூக்கியெறியப்பட்ட வீரன் அடுத்தடுத்த வரிசைகளில் மேலேறிக்கொண்டிருந்த வீரர்களின்மேல் விழுந்து அவர்களையும் உருட்டிச் சென்றான். தாக்க முயன்ற மற்றவனின் கையினைப் பற்றிய இரும்பிடார் அவனை தலைக்குமேல் தூக்கி அடுத்த வரிசையில் எறிய, வீரர்கள் அதிர்ந்தனர். முதல் வரிசை வீரர்களை வைத்து மூன்று வரிசைகளை தகர்த்தபடி நகர்ந்தான் இரும்பிடார்.

தாக்கும் வீரர்களின் வாள்வீச்சுகளுக்கு உடலை நுட்பமாக நகர்த்தி விலக்கிக் கொண்டு வீரர்களின் உடல்களைப் பற்றி எறிந்தவாறு அதீத வேகத்தில் இரும்பிடார் முன்னேற, வீரர்கள் இரும்பிடாரை சுற்றி வளைக்க முயன்றனர்.

அடுத்தகணம் பொற்குலத்தினரின் அம்புகள் அவர்களின்மேல் பாய்ந்தது. கேடயத்தை விலக்கி இரும்பிடாரை நெருங்கினால் அம்புகள் பாய்ந்தன. மலையின் மீதேற முயன்றால் வீரர்களை ஒடித்தெறிந்தபடி இரும்பிடார் சுழன்றான்.

இருவர் முன்னேறி அரைவட்டமாக வாளை வீசித் தாக்க, வீச்சுகளை தவிர்த்த இரும்பிடார் இடதுபுறத்தில் நகர்ந்தான். முன்னால் நின்றவன் இடதும் வலதுமாய் வாளை வீச இரும்பிடார் பின்னகர்ந்தான். இரும்பிடாரின் வயிற்றை நோக்கி வாளைப் பாய்ச்சிய கணத்தில் உடலை ஒதுக்கி முன்னேறிய இரும்பிடார் இடது கையினால் வாளின் கைப்பிடியைப் பற்றினான். வலது கையினால் முகத்தில் வெடிக்க, சரியும் முன்னர் அவன் மயங்கியிருந்தான்.

வீரனின் வாளினைப் பறித்த இரும்பிடார் அடுத்தவனைப் பற்றி தூக்கியெறிந்தான். அபரிதமான வேகத்தில் முன்னேறுபவனைக் கண்டு அஞ்சிய நான்கைந்து வீரர்கள் ஒன்றாக இரும்பிடரை நெருங்க முயல, இரும்பிடாரின் கண்கள் தளபதி எவரையும் வீழ்த்த முடியுமாவென்று தேடியது. தளபதியைப் போன்று கவசத்தையும், ஆடையையும் எவரும் அணிந்திராமலிருக்க, தளபதியை வீழ்த்திவிட்டால் இங்கு முன்னேறும் வீரர்களின் வேகத்தை தணித்து விடலாமென தோன்றிய கணத்தில் இரும்பிடாரின் சிந்தையில் மின்னல் பளிச்சிட்டது. பொற்குலத்தினரை மீட்டெடுக்கும் உத்தி முளை விட்டது.

மனதில் உருளும் எண்ணங்களுடன் முன்னேறி எதிரிலிருந்தவனின் மணிக் கட்டை வெட்டிய இரும்பிடார் அவனை எட்டி உதைத்து மேலும் சிலரை வீழ்த்தினான். ஓரிடத்தில் நில்லாது இடமும் வலமும் பாய்ந்து வீரர்களை சிதறடித்த இரும்பிடாரின் வேகத்தைக் கண்டு வீறு கொண்ட பொற்குலத்தினர் பேரிரைச்சலுடன் அம்புகளை விடுத்துக் கொண்டிருந்தனர்.

ஒருபுறம் இரும்பிடார் வீரர்களை சிதறடித்தாலும் மற்ற இடங்களில் பாண்டிய வீரர்கள் முன்னேறுவதைக் கண்ட கதிரொளி 'மலை உச்சிக்கு பின்னேறுங்கள்' என்று சத்தமிட இரும்பிடாரும் போரிடுவதை விடுத்து மேலேறத் தொடங்கினான். இரும்பிடாரின் முகம் மின்னலில் பூத்த மலராய் மலர்ந்திருந்தது.

பொற்குலத்தின் பாதி வீரர்கள் மலை உச்சிக்கு விரைய மீதமிருந்தவர்கள் பாண்டிய வீரர்களை தடுத்து நிறுத்த அம்பெய்தபடி இருந்தனர். ஒரு நாழிகைக்கு பின்னர் மீதமிருந்த பொற்குல வீரர்கள் அம்பெய்தபடி மேலேற, கதிரொளியும், இரும்பிடாரும் மேலேறத் தொடங்கினர்.

சற்று நேரத்தில் மலையின் நடுப்பகுதியை பாண்டிய வீரர்கள் வந்தடைய தென்னவன் படை நகர்வதை நிறுத்தினான். பொற்குலத்தினர் ஏற்படுத்தியிருந்த மறை விடங்களிலும், மரங்களின் நிழலிலும் அனைவரையும் ஓய்வெடுக்கச் சொன்னான்.

இரண்டு தளபதிகளையும் அழைத்து வரச்சொல்லி தென்னவன் ஆளனுப்ப, சற்று நேரத்தில் ஓங்காரனும், வஞ்சியரசும் வந்து சேர்ந்தனர். மூவரும் படைக்கு ஏற்பட்ட சேதங்களைக் கணக்கிட்டனர்.

'ஏராளமான வீரர்கள் வீழ்த்தப்பட்டு உள்ளனர். இருப்பினும் பொற்குலத்தினரின் எண்ணிக்கை மிகக் குறைந்தளவே இருப்பது நம்மை நோக்கி வந்தடையும் அம்புகளிலிருந்து தெரிகிறது. மலை உச்சியை அடைந்து விட்டால் நமது வெற்றி உறுதியாகி விடும்' என்றான் தென்னவன்.

‘மேலும் பொறிகளையோ, பாறை உருட்டுதலையோ எதிர்பார்க்கலாம்’ என்றான் ஓங்காரன்.

‘முன்னால் நடக்கும் வீரனின் பாதையிலேயே அடுத்த வரிசையிலிருக்கும் வீரர்களை முன்னேறச் சொல்லுங்கள். பொறிகளை தவிர்க்கலாம்’

‘உறுதிய உடலும், உயரமும் உடைய ஒருவன் காலன் போன்று கீழிறங்கி வீரர்களைச் சிதறடித்ததாக வீரர்கள் கூறுகின்றனர். அவனை மலை உச்சியில் எதிர்கொள்ள வேண்டியிருக்கும்’ என்றான் வஞ்சியரசு.

தென்னவன் ‘நாளங்காடியில் கதிரொளியை மீட்டுச் சென்ற வீரனாக இருப்பான். அவனை நான் பார்த்துக் கொள்கிறேன்’ என்றான். நாணல் வாள் வீச்சின் நுட்பம் எத்தகைய வீரனையும் வீழ்த்தும் என்பதை அறிந்தவன் அவன்.

‘ஒரு நாழிகைக்குப் பின்னர் சங்கொலியைக் கேட்டதும் படையை நகர்த்த ஆயத்தமாயிருங்கள்’ என்று தென்னவன் கூற, இரண்டு தளபதிகளும் நிலைகளுக்குத் திரும்பினர்.

மரங்களுக்கு நடுவில் நின்றிருந்த நம்பி, பாண்டியப்படை மலையின் நடுப் பகுதியை அடைந்து ஓய்வெடுப்பதைக் கண்டான். தொலைவிலிருந்து வீரர்கள் சிறிதாகத் தெரிய மேலேறிச் செல்லலாமாவென்ற எண்ணத்தைக் கைவிடுத்தான். கதிரவனின் ஒளி மயங்க இன்னும் நேரமிருப்பதால் அதற்குள் படை உச்சியை அடைந்து விடுவோமென எண்ணினான்.

மலையின் உச்சியில் பொற்குலத்தினர் கையினால் உருட்டிச் செல்லும் மூன்று சிறிய வண்டிகளை நகர்த்திச் சென்று மலையின் நாற்புறங்களிலும் நிறுத்தினர். வண்டிகளின் மேலிருந்த மரப்பெட்டிகளில் குறுக்குச் சட்டங்கள் பொருத்தப்பட்டு தேனீக்கள் வளர்க்கப்பட்டிருந்தன. அதிர்வினால் குழப்பமடைந்த சில தேனீக்கள் விலகிப் பறந்தன. உக்கிரமான பாறைத் தேனீயும், அடுக்கு தேனீயும் பெட்டிகளில் இருந்தன. வெவ்வேறு தேனீக்களை அருகருகே வளர்க்க இயலாததாலும், தேனீக்கள் பொற்குலத்தினரைக் கொட்டி விடுவதை தவிர்க்கவும் கதிரொளி மூன்று பெட்டிகளை வெவ்வேறு இடத்தில் வைத்து தேனீக்களை வளர்க்கச் சொல்லியிருந்தான்.

பொற்குலத்தினர் உருண்டையான பாறைகளை மலையின் ஓரத்திற்கு நகர்த்திக் கொண்டிருக்க...

‘இவையனைத்தும் பாண்டியப்படை மலையுச்சியை அடைவதை தாமதிக்கச் செய்யும். தடுத்து நிறுத்தாது’ என்றான் இரும்பிடார்.

'தெரிகிறது. நாங்கள் போரிட்டு உயிர் துறப்போம். குகையினுள்ளிருந்து அருவி நீருக்கு செல்ல இரகசிய வழியான சுருங்கை உள்ளது. அருவியில் குதித்து ஓரிருவர் தப்பிச் செல்ல முடியும். நீ விலகிச் செல்லும் நேரம் வந்து விட்டது' என்றான் கதிரொளி.

'நீங்கள் அனைவரும் அருவி நீரின் வழியாக கீழிறங்குவீர்கள். பாண்டியப்படை உங்களை தாக்காது. அதற்கு நான் பொறுப்பு'

'படை முன்னேறுவதை எப்படி நிறுத்த முடியும்?'

'அருவியின் வழியே நானும், நான்கு வீரர்களும் கீழிறங்குகிறோம். மலையின் அடிவாரத்தில் புகை தெரியும்போது நீங்கள் அருவியின் வழியே கீழிறங்குங்கள்'

'என்ன செய்யப் போகிறாய்?'

'நம்பியை சிறை பிடிக்க போகிறேன்'

வீரம் வளரும்...

30

பாண்டிய இளவரசன் நம்பி நெடுஞ்செழியனைச் சிறை பிடிக்கிறேனென்று இரும்பிடார் கூறியதும், கதிரொளி அதிர்ந்துபோய் ஒருகணம் சுவாசிக்க மறந்தான்.

'என்ன?' அதிர்ச்சியில் சொற்கள் சிக்கிக்கொண்டன. 'எவரும் கனவிலும் செய்யத் துணியாத செயலை பொற்குலத்திற்காக செய்யத் துணிகிறான். அவனது உயிரை பின்னிருத்தி பொற்குலத்தின் உயிரை முன்னிறுத்துகிறான்' என்று எண்ணினான்.

'படையின் பின்புறத்தில் தாக்குதலை எதிர்பார்க்காத நம்பி படை முழுவதையும் மலையிலேற்றி விட்டு பின்னிருந்து நடத்து கிறான். அதனால் படையின் பின்புறத்தில் காவல் குறைவு'

'கவசமணிந்த மெய்க்காவலர்கள் அவனுக்கருகில் இருப்பார்கள். மிகச்சிறந்த வீரர்கள் அவர்கள்'

'உனது நான்கைந்து வீரர்களை என்னுடன் அனுப்பு. நம்பிதப்பிச்செல்லாமல் கண்ணிமைக்கும் நேரத்தில் அவனைச் சிறைபிடிக்கிறேன்'

'அவனைச் சிறைபிடித்த பின்னர் என்ன செய்வதாக உத்தேசம்?'

"சரியான செயல் என்பது தேவையுள்ளவனை பொறுத்து அமைவதல்ல. தேவை இல்லாதவனையும் பொறுத்து அமைவது"

'பொற்குலத்தினரின் மீதான தாக்குதலை நிறுத்தச் சொல்வேன்'

'அதற்கு அவன் சம்மதிக்காவிட்டால்?'

'கழுத்தைக் கத்தி நெருக்கும்போது என்ன செய்கிறான் என்று பார்க்கிறேன். நம்பி சிறை பிடிக்கப்பட்ட தகவல் பாண்டியத் தளபதிகளை அடைந்துவிட்டால் அவர்கள் மலையின் மேலேறத் துணியமாட்டார்கள்'

'எளிதில் கணிக்க முடியாதவன் நம்பி'

'வாய்ப்புகள் வழங்காதவன் நான். மலையின் அடிவாரத்தில் புகையைக் கண்டதும் உனது குலத்தினருடன் அருவியின் வழியாக கீழிறங்கு. நம்பியை பாண்டிய நாட்டினை நோக்கி இழுத்து செல்கிறேன். நீ எதிர் திசையில் விலகு. அதன் பின்னர் வாழ்வின் திசையினை முடிவெடுத்துக் கொள்ளுங்கள். பாண்டிய நாடா அல்லது சோழ நாடாவென்று. நமக்கு அதிகம் நேரமில்லை. பாண்டியப்படை விரைவில் மேலேறத் தொடங்கும்'

இருவரும் பேசுவதைக் கேட்டபடி அருகில் நின்ற வீரன் ''நான் செல்கிறேன்'' என்றான்.

''இவன் மஞ்சன். சிறந்த வீரன்'' என்ற கதிரொளி 'நான்கு வீரர்களை அழைத்து வா'' என்றதும், மஞ்சன் விரைவாகச் சென்றான்.

இரும்பிடாரின் அருகில் வந்த கதிரொளி ''உனது எண்ணம் ஈடேறவில்லை யெனில் உடனடியாக விலகிச்செல். இது உனது போர் அல்ல. சோழ நாட்டின் காவலன் நீ. விதையிலிருந்து விருட்சத்தை வளர்த்தெடுக்கும் பொறுப்புள்ளவன்'' என்றான்.

'கொடுஞ்செயல்களை செய்யாதிருப்பது மட்டும் நல்லவரின் பணியல்ல. கண்ணெதிரில் நடைபெறும்போது தடுப்பதும்தான்' என்று இரும்பிடார் சொல்ல, தன்னை யாரென்றே அறிந்திராத நிலையில் நாளங்காடியில் போரிட்டது கதிரொளியின் நினைவில் வந்தது.

'உங்களை உறுதியாக மீட்டுச்செல்வேன்' என்று இரும்பிடார் கூற, கதிரொளி கண்கள் பனிக்க இரும்பிடாரின் கையைப் பற்றிக்கொண்டான்.

மஞ்சன் நான்கு வீரர்களுடன் வந்தடைய 'கவனமாகச் செல்' என்றான் கதிரொளி.

தலையசைவில் கதிரொளியின் மனதை ஆற்றிய இரும்பிடார் ''நூறு அணுக்களுக்குப் பின்னர் அருவியின் வலதுபுறத்தில் ஒரு பாறையை உருட்டுங்கள். அருவியின் கீழ் காவலிருந்தால் அவர்களை திசைதிருப்ப உதவும்'' என்று சொல்ல கதிரொளி தலையசைத்தான்.

நீருள்ள பாத்திரத்தில் மூங்கில் குழலால் ஊதும் பொழுது ஏற்படும் குமிழியானது ஒரு சாண் அளவு உயரும் நேரம் சிற்றூழி.

ஒரு மனிதனின் இதயம் ஒருமுறை துடிக்கத் தேவைப்படும் இரண்டு சிற்றூழிகள் ஒரு வினாடி.

ஐந்து வினாடிகள் ஒரு அணு. இரும்பிடார் சொன்ன நூறு அணுக்கள் துடிக்கத் துவங்கின.

இரும்பிடார் கதிரொளியை விட்டு விலக...

"நாங்கள் அழுந்தூர் செல்லும்போது நீயும் எங்களுடன் வருவாயா?" என்றான் கதிரொளி.

திரும்பிய இரும்பிடாரின் முகத்தில் புன்னகை விரிந்தது.

'கண்டிப்பாக' என்றபடி வேகமாக நடக்கத் தொடங்கினான்.

குகையினுள் நுழைந்து முன்னேறிய மஞ்சன், அனைவருக்கும் குவிக்கப் பட்டிருந்த ஆயுதங்களில் இருந்து வாட்களையும், கட்டாரிகளையும் எடுத்துத் தந்தான். மஞ்சனின் முகத்தில் இரையைக் கண்ட மிருகத்தின் உறுதி தெரிய, அவன் மனதில் வேறொரு திட்டம் உருவாகிக் கொண்டிருந்தது. மனதில் நீறுபூத்துக் கிடந்த வஞ்சினம் பற்றியெரியத் துவங்கியது.

தீப்பந்தத்தை பற்றவைத்துக் கொண்டு நீண்டுக் கிடந்த குகையினூடே அனைவரையும் வழிநடத்திச் சென்றான் மஞ்சன். ஓரிடத்தை நெருங்கியதும் குகையின் சுவரில் பதிந்திருந்த கற்களைப் பெயர்த்தெடுத்து மறைக்கப்பட்டிருந்த பாதையில் நடக்க அனைவரும் பின்தொடர்ந்தனர். வவ்வாலின் வீச்சமும், இருளும் அதிகரிக்க கால்களின் வேகத்தைக் கூட்டினர். இருள் படர்ந்த குகையை காலடிகள் ஓசையுடன் எண்ணத் துவங்கின.

சற்று தூரம் அனைவரும் இருட்டினுள் நடந்ததும் மெலிதாக நீரின் ஓசை கேட்கத் துவங்கியது. மஞ்சன் ஓரிடத்தை நெருங்கி, சுவரிலிருந்த கற்களை நீக்கி மீண்டும் வழியை ஏற்படுத்தினான். குகையின் சுவர்களில் ஈரம் கசிந்து பசும்பாசிகள் படர்ந்திருக்க தரையில் நீர் தேங்கியிருந்தது. அனைவரும் வெளியில் வர கண்ணெதிரே வெண்ணிறமாய் நுரைத்துக்கொண்டு பெருஞ்சத்தத்துடன் அருவியின் நீர் திரையாய் இறங்கிக் கொண்டிருந்தது.

குகையின் சுவரை விட்டு முன்னகர்ந்த இரும்பிடார் அருவிநீருடன் நின்றபடி மலையின் இரண்டு புறங்களிலும் பாண்டிய வீரர்கள் தென்படுகின்றனரா என்று

கண்களால் துளாவினான். எவருமில்லாமலிருக்க கீழே நோக்கினான். அருவி விழுந்து உருவாக்கியிருந்த நீர்த்தேக்கத்திற்கு சற்று தொலைவில் பாண்டியர்களின் கவசப்படை மற்றும் விற்படை வீரர்கள் ஒன்றுகூடி பேசியபடி நிற்பதைக் கண்டான்.

இரும்பிடாரின் அருகே வந்த மஞ்சன் 'அருவி விழுமிடத்தின் அருகே பாறைகள் உண்டு. நான் முதலில் குதிக்கிறேன்' என்று சொல்ல...

நகர்ந்து கொண்ட இரும்பிடார் 'பாறை உருளும் வரை காத்திரு. குதித்ததும் நீருடன் செல்லாமல் அருவி நீரின் பின்புறத்திற்கு நீந்திச் சென்று மேலேறி காடுகளுக்குள் செல்' என்றான்.

பொற்குலத்தினரின் உள்ளத்துடிப்பு அருவியின் ஓசைக்கு ஈடாக கேட்டபடியிருக்க திடீரென்று பாறையொன்று பெருத்த ஒலியுடன் மலையின் மேலிருந்து கற்களை சிதறடித்தபடி உருளத் தொடங்கியது. நடுமலையின் நின்றிருந்தவர்கள் மலையுடன் ஒட்டிக்கொள்ள பாறை அவர்களைத் தாண்டிச் செல்ல, அருவி நீரினருகில் நின்றவர்களும், கூடாரத்தினருகே நின்ற வீரர்களும் இடிமுழக்கமாய் எழும்பும் ஓசையில் மருண்டு நின்றனர்.

பாறை உருளத் துவங்கிய கணத்தில் 'குதி' என்று இரும்பிடார் சொல்ல, மஞ்சன் தாவி அருவியுடன் கீழே விழுந்தான். ஒவ்வொருவராக மேலிருந்து குதித்து அருவியின் பின்புறத்திற்கு நீந்திச் சென்று பாறைகளின் மறைவில் மேலேறி காடுகளில் நுழைந்தனர்.

அடிவாரத்திலிருந்து விலகி அமைக்கப்பட்டிருந்த கூடாரங்களையும், முரசடிக்கும் வீரர்களையும் கவனித்த இரும்பிடார் எச்சரிக்கையுடன் கண்களைச் சுழல விட்டபடி 'நம்பி இருக்குமிடம் தெரியவில்லை. விரைவாக மலையை சுற்றி வரவேண்டும். ஒலியெழுப்பாமல் பின்தொடருங்கள்' என்றபடி நகரத் துவங்கினான்.

மான் கூட்டத்தைத் தேடி புற்களில் நகரும் புலியைப் போன்று இரும்பிடார் மரங்களை ஊடறுத்து விரைய, பொற்குலத்தினர் பரவலாகப் பின்தொடர்ந்தனர்.

நேரத்துடன் போட்டியிட்டபடி இரும்பிடார் ஓடிக்கொண்டிருக்க...

கண்களில் வெறி மின்ன மஞ்சன் தொடர்ந்து கொண்டிருந்தான். பாண்டியப்படை பொன்னூரைக் கைப்பற்றியபோது தனது தந்தையும், சகோதரனும் நம்பியின் வாளால் வெட்டுண்டு சரிந்ததை கண்ணால் கண்டு மனம் சிதைந்தவன் மஞ்சன். நம்பியைக் கொன்றொழிக்கும் விருப்பத்துடன், விடியாத இரவுகளில் விண்மீனை வெறித்தபடி காலங்களைக் கழித்தவன். நாள்தோறும் வாட்பயிற்சியில் ஈடுபட்டு கதிரொளிக்கு இணையாகப் போரிடக் கற்றவன்.

பொற்குடியினரை மீட்பதை விட நம்பியைப் பழிதீர்க்க வஞ்சினம் பூண்டிருந்தான். இன்று நம்பியை விட்டுச் சென்றால் மீண்டும் பொற்குடியினரை வீழ்த்த முனைவான். கையிலிருந்து விடுபட்ட காலம் கூட கிடைத்து விடலாம். நம்பியைக் கருவறுக்க இதைப்போன்ற தருணம் மீண்டும் கிடைக்காது என்று எண்ணினான்.

மரத்தின் மேலிருக்கும் பறவைகள் சலனமடைகிறதா, நம்பியும் மெய்க்காவலர்கள் தென்படுகின்றனரா என்று கண்கள் தேட, மெய்க்காவலர்களின் பேச்சொலி கேட்கிறதா, பொற்குலத்தினர் ஓசையேதும் ஏற்படுத்துகின்றனரா என்று செவிகள் கேட்க மண்ணில் தவழ்ந்து செல்லும் பனிப்புகையாய் இரும்பிடார் ஓசையின்றி மிதந்து சென்றான்.

இரும்பிடார் முன்னேறும் முறையைக் கண்டு அதேபோல் பொற்குலத்தினர் சற்று இடைவெளியில் பின்தொடர்ந்தனர்.

மண் கட்டி ஒன்று தொலைவில் உருண்டு செல்வதைக் கவனித்த இரும்பிடார் நீர்ச்சுழியாய் நிலை கொண்டான். மரத்தின் பின்னிருந்து பார்க்கத் தொலைவில் கவசமணிந்த மெய்க்காவலர்கள் இருவரைக் கவனித்தான். மெதுவாய் நகர்ந்து உற்று நோக்கையில் நம்பி மரமொன்றில் சாய்ந்து மலையுச்சியை பார்த்தபடி நிற்பதையும், அவனருகே மெய்க்காவலர்கள் வட்டமாக நிற்பதையும் கண்டான்.

பொற்குலத்தின் ஐந்து வீரர்களையும் அருகில் அழைத்த இரும்பிடார் 'மெய்க்காவலர்கள் வட்டமாக நம்பியை சூழ்ந்துள்ளனர். அரைவட்டமாக நாம் முன்னேறலாம். நம்பியின் இருபுறங்களிலும் இருக்கும் வீரர்களை நீங்கள் தாக்குங்கள். நான் நடுவிலிருப்பவர்களை வீழ்த்திவிட்டு நம்பியை வாள் முனையில் சிறைபிடிக்கிறேன். அதன் பின்னர் எவரும் எதிர்க்கத் துணியமாட்டார்கள்' என்று இரும்பிடார் கூற, மஞ்சனும், மற்றவர்களும் இரும்பிடாரின் இருபுறங்களிலும் பிறை வடிவத்தில் நிலை கொண்டனர்.

மறைந்திருந்து தாக்கவேண்டாமென எண்ணிய இரும்பிடார் 'முன்னேறுங்கள்' என்று சத்தமாக உத்தரவிட நம்பியும், மெய்க்காவலர்களும் அதிர்ந்து திரும்பினர்.

இரண்டு கைகளிலும் வாட்களை ஏந்தி வில்லிலிருந்து விடுபட்ட அம்பைப் போல் சீறிச்சென்ற இரும்பிடார், மெய்க்காவலர்கள் வாளை உருவும் முன்னர் இருவரின் கழுத்துகளை சீவிச்சென்றான். மெய்க்காவலர்கள் அதிவேகமாக நகர்ந்து நம்பியின் முன்னால் வந்தடைய, நம்பி பின்னேறினான்.

பொற்குலத்தின் வீரர்கள் மெய்க்காவலர்களைத் தாக்கத் துவங்கினர். உடலெங்கும் கவசங்களைத் தாங்கிய வீரர்கள் முன்னேற, தாவிய வேகத்தில் மஞ்சன் ஒருவனின்

நெஞ்சில் அணிந்திருந்த கேடயத்திற்குக் கீழிருந்த இடைவெளியில் வாளைச் சொருக, வாள் வயிற்றில் நுழைந்தது. வேகமாக வாளை உருவிய மஞ்சன் நம்பியை நோக்கிச் சென்றான்.

நம்பியின் முன்னாலிருந்த இருவர் இரும்பிடாரை நோக்கி முன்னேற, இருவரையும் ஒருவர் பின் ஒருவராக இருக்கும்படி செய்வதற்கு, இரும்பிடார் வலப்புறம் நகர்ந்தான். நகரும்போதே இடுப்பில் சொருகியிருந்த கட்டாரியை உருவியெடுத்து வீரனின் கழுத்தை நோக்கி எறிந்தான். முன்னாலிருந்த வீரன் அதிர்ந்தாலும் கணப்பொழுதில் கழுத்தை விலக்கிக் கொள்ள, பின்னால் வந்தவன் கழுத்தில் விசையுடன் பாய்ந்திறங்கியது கட்டாரி.

தன்னை நோக்கி வருபவனை பார்த்த நம்பி தனது வாள்மீன் வகை வாளினை உருவியபடி சிந்தித்தான்.

அனைவரின் உடலும் நனைந்திருப்பதைக் கண்ட நம்பி அருவியின் வழியாக கீழிறங்கியுள்ளனர். எனில் அருவியை காவல் காக்க அனுப்பிய வீரர்கள் என்னவானார்கள் என்று குழம்பினான். உயரமாக வந்த வீரன் ஒரு கணத்தில் மூவரை வீழ்த்தியதைக் கண்டதும் நாளங்காடியில் கதிரொளி மீட்டவன் இவன் தானோ அல்லது பொற்குலத்தில் இவனைப் போன்று சிறந்த வீரர்கள் மேலும் இருக்கின்றாரா என்று எண்ணினான்.

எண்ணங்கள் அலைக்கழிக்க, தன்னை தாக்க நெருங்குபவனின் கண்களில் சினமும், சீற்றமும் தெறிப்பதைக் கண்ட நம்பி வேகமாக முன்னேற, இருவரும் உக்கிரத்துடன் போரிடத் துவங்கினர். ஆவேசமாய் தாக்கிய வீரன் சிறப்பாக வாள் வீசுவதை உணர்ந்த நம்பி தக்க தருணத்தை எதிர்நோக்கியபடி போரிட்டான். வாளை வலதுபுறத்திலிருந்து வீசித் தாக்கிய மஞ்சன், மீண்டும் இடதுபுறத்தின் மேலிருந்து கீழ்நோக்கி வீச, நம்பி தனது வாளை மேல்நோக்கித் திருப்பியபடி தேக்கினான். மஞ்சனின் வாள் நம்பியின் கையிலிருந்த கத்தியின் கூரான பற்களில் சிக்கியது.

அடுத்த கணம் கையைச் சொடுக்கி நம்பி வாளைப் பின்னிழுக்க, மஞ்சனின் கையிலிருந்த வாள் நழுவிச் சென்றது. மஞ்சன் அதிர, அதிவேகமாகச் சுழன்ற நம்பி மஞ்சனின் கழுத்தை நோக்கி வாளை வீசினான்.

தவறை உணர்ந்து வாழ்வினை வெறுத்த மஞ்சன் விலகாமலிருக்க, விரைந்து வந்த வாளினை மின்னலாய் நுழைந்த இரும்பிடாரின் வாள் தேக்கி நிறுத்தியது.

மஞ்சன் நம்பியை நோக்கிச் செல்வதைக் கண்டபடி கவச வீரனை நெருங்கிய இரும்பிடார் உடலின் ஆற்றலை வாளின் வீச்சில் குவித்து தாக்க, வீச்சைத் தேக்கிய கவசவீரனின் உடல் அதிர்ந்தது. கவசவீரன் மீள்வதற்குள் நெருங்கிய இரும்பிடார் தலையினால் வீரன் தலையில் மாட்டியிருந்த முகக்கவசத்தில் மோதினான். தடுமாறிய

கவசவீரன் இரும்பிடாரை இருகைகளால் பிடித்துக்கொள்ள, மீண்டும் தலையால் ஒரு முறை மோதிய இரும்பிடார் கவசவீரனை பற்றித் தூக்கியெறிந்தான். நம்பி மஞ்சனின் வாளைப் பறிப்பதையும் சுழன்றவாறு வாளை வீசுவதையும் கண்டவன் இடையினில் புகுந்தான்.

மஞ்சனை இடதுகையால் புறந்தள்ளிய இரும்பிடார் முன்னேறினான். கையில் சிக்கிய இரையைத் தவற விட்ட பருந்தைப் போல உணர்ந்த நம்பி, இரும்பிடாரை கண்களால் அளந்தான். இரும்பிடாரின் உடலசைவில் வெளிப்பட்ட உறுதித்தன்மை நம்பியின் மனதை சலனப்படுத்தியது. சமரின் முதல் கணம் எதிராளியின் உருவத்தை எடைபோடுவதில் துவங்குகிறது. அதில் எதிராளியை திகைக்க செய்யும் உருவத்தைக் கொண்டவன் இரும்பிடார்.

நம்பி இரும்பிடாரை நெருங்க, இருவரும் வேகமாக போரிடத் துவங்கினர். நம்பி உக்கிரமாய் தாக்குதலைத் துவங்கினான். மனம் நொறுங்கிய மஞ்சன் மண்ணில் கிடந்த வாளை எடுத்துக்கொண்டு பொற்குலத்தின் வீரர்களுக்கு உதவ விரைந்தான்.

நம்பி வேகமாகத் தாக்க, தன்னுடன் போரிடும் வீரன் உடலை அதிகம் நகர்த்தாமல் காத்துக் கொள்வதை கவனித்தான். வீரனின் வாள்வீச்சில் ஆற்றல் அதிகமில்லாவிட்டாலும் லயத்துடன் தேக்கியும், தாக்கியும் முன்னேறுபவன் தவறிழைக்கக் காத்திருந்தான்.

நம்பி வாளின் பற்களை பயன்படுத்தும் நுட்பத்தை கண்டிருந்த இரும்பிடார் அதிகம் வேகத்தைக் காட்டாமல் நம்பியின் கண்ணியில் விழுவதற்கு ஆயத்தமாய் இருந்தான்.

வீரன் போரிட்டபடி அருகில் நெருங்க முயல்வதை உணர்ந்த நம்பி விலகினான். இருவரும் வேகமாகத் தாக்கிக் கொள்ள, நம்பியின் வலதுபுறத்தில் வாளை வீசித் தாக்கிய இரும்பிடார், மீண்டும் இடதுபுறத்தின் மேலிருந்து கீழ்நோக்கி வீசித் தாக்க அதற்காக காத்திருந்த நம்பி வாளை மேல்நோக்கி உயர்த்தி வாளை சிக்கச் செய்தான். அடுத்த கணம் நம்பி கையை சொடுக்கி வேகமாக இழுக்க, அதற்கென காத்திருந்த இரும்பிடாரும் இழுக்க, நம்பியின் கையிலிருந்து வாள் நழுவிச் சென்றது.

ஒருகணத்தில் முன்னேறிய இரும்பிடார் நம்பியை பின்னிருந்து இறுக்கி, கழுத்தில் வாளை பதித்து 'நிறுத்துங்கள்' என்று சத்தமாக உத்தரவிட, எஞ்சியிருந்த மெய்க்காவலர் தலைவன் அதிர்ந்து போனான். மெய்க்காவலர்கள் அனைவரும் வீழ்ந்திருக்க, நம்பி திகைப்பில் உச்சியில் இருந்தான். அவனது வித்தையிலேயே வீழ்த்தப்பட்டதை நம்பமுடியாமலிருந்தான்.

பொற்குலத்தினர் வெறியுடன் மெய்க்காவலனை நெருங்க 'வேண்டாம்' என்று ஒலித்த இரும்பிடாரின் குரல் இம்முறை கண்டிப்புடன் இருந்தது.

மெய்க்காவலர் தலைவன் பதற்றத்துடன் முன்னேற, நம்பி கையை உயர்த்தி அவனை நிறுத்தினான்.

‘என்னுடன் பேச விரும்புகிறாய் எனில் இந்த வாளை எடு’ என்றான் நம்பி.

இரும்பிடார் சில நொடிகள் யோசித்திருக்க..

‘தாக்கவோ, தப்பிக்கவோ முயல மாட்டேன். வாக்கு தவறாதவன் நான்’

‘தந்திரத்தால் வாளைப் பறிக்க நினைக்கும் நீ வீரன் என்கிறாய்’ என்றான் வாளை விலக்கிய இரும்பிடார்.

‘தலையையும் ஆயுதமாய் பயன்படுத்திய உனது செயலையே நானும் செய்தேன். வாளின் துணையுடன்’

வாக்குவாதத்தைத் தவிர்க்க நினைத்த இரும்பிடார் ‘உனது படையை மலையிலிருந்து கீழிறங்கச் சொல்’ என்றான்.

‘வாய்ப்பில்லை. பாண்டிய நாட்டின் செல்வத்தைச் சூறையாடியவர்கள் அவர்கள்’.

‘நீ பொன்னூரை அழித்து எங்களிடம் பறித்ததை விடவா?’ என்றான் மஞ்சன்.

‘எளியவனை வலியவன் போரில் வீழ்த்துவது தவறான ஒன்றல்ல. தோற்பவனின் உடைமைகள் வெல்பவனுக்கு உரியதே. நீங்கள் என்னுடன் போரிட்டு மீட்டிருக்க வேண்டும்’

‘பெரும்படையுடன் வந்து எங்களை வீழ்த்தியவன் நீ. வீரமெனில் சமமான படையுடன் போரிட்டிருக்க வேண்டும்.’

‘படையின் எண்ணிக்கை நாட்டின் அளவை பொறுத்து மாறுபடும். எண்ணிக் கையை தேவை முடிவு செய்யும். அது சரியான செயலே’

‘‘சரியான செயல் என்பது தேவையுள்ளவனை பொறுத்து அமைவதல்ல. தேவை இல்லாதவனையும் பொறுத்து அமைவது’’ என்ற இரும்பிடார், ‘பாண்டியப் படை முன்னேறினால் முதல் பலியாக உனது தலை உருளும்’ என்றான்.

தன்னைச் சிதைக்க இவன் சிறிதும் தயங்கப்போவதில்லை என்றெண்ணிய நம்பி, ‘எதற்காக நீ இவர்களுக்கு உதவி செய்கிறாய்?’ என்றான்.

‘தான் பொற்குலத்தினை சேர்ந்தவனல்ல என்பதை கண்டறிந்து விட்டான்’ என்றுணர்ந்த இரும்பிடார் ‘தனது நாட்டை மேம்படுத்த மற்ற நாட்டின் மக்களை கொன்றொழிப்பவராய் அனைவரும் இருப்பதில்லை. போரில் பின்வாங்கும் நிலை ஏற்படும்போது பின்னேறுபவனே மதியூகி’

‘பொற்குலத்தினரிடம் தோற்று எனது புகழ் மங்குவதை விட உயிரிழப்பேன்’

சற்று யோசித்த இரும்பிடார் ‘உனது படையை ஒரு நாழிகைக்கு பின்னர் மலையேறச் சொல். அருவியின் முன்னால் நிற்கும் வீரர்களை கூடாரங்களுக்கு திரும்பச் சொல். பொற்குலத்தினர் அருவியின் வழியாக கீழிறங்குவர். இதனால் பொற்குலத்தினர் தப்பிவிட்டதாக மட்டுமே உனது வீரர்கள் எண்ணுவர்’ என்றான்.

இம்முறை நம்பி யோசித்திருக்க, தனது வாளுடன் சிக்கியிருந்த நம்பியின் வாளை உருவி நம்பியிடம் நீட்டினான் இரும்பிடார்.

‘வேண்டாம்’ என்று பதறினான் மஞ்சன்.

மஞ்சனைக் கண்டுகொள்ளாத இரும்பிடார் ‘பொற்குலத்தினர் இனிமேல் பாண்டிய நாட்டை தாக்க மாட்டார்கள் என்று நான் வாக்களிக்கிறேன்’ என்றான்.

வாளினை வாங்கி தூக்கியெறிந்த நம்பி ‘இனி இது எனக்கு தேவையில்லை. நீ யார்’ என்றான்.

‘இருளுக்கு பழகும் கண்கள் வழியைக் கண்டறியும். புறக்கண்கள் நிகழ்த்துவது மாயை. அகக்கண்கள் உரைப்பதே உண்மை. விரைவில் என்னைக் கண்டறிவாய்’

‘என்னை வென்று விட்டதாக நீ காணும் மாயையை விரைவில் கிழித்தெறிவேன்’ என்ற நம்பி, மெய்க்காவல் படையின் தலைவனை நோக்கி ‘ஒளியைக் காட்டி தாக்குதலை நிறுத்து’ என்றான்.

தலைவன் மரங்களின் நிழலிலிருந்து விலகிச்சென்று தனது ஆடையில் வைத்திருந்த மண்டிலத்தை வெளியிலெடுத்து, சூரிய ஒளியை மலையின் மேல் பகுதியை நோக்கி மின்னச் செய்தான்.

மலையின் நடுப்பகுதியில் நின்ற தென்னவன் ஒரு நாழிகை ஓய்வுக்கு பின்னர் அருகிலிருந்த முரசடிப்பவனை ஆயத்தமாக கூறிவிட்டு மலையின் உச்சியை பார்த்தவாறு நின்றான்.

வீரர்கள் மலையேறாத போது பொற்குலத்தினர் பாறையை உருட்டியது ஏன் என்ற கேள்வி அவனது சிந்தையில் தொக்கி நின்றது. பாண்டியர்களை எச்சரிக்கவா அல்லது வேறேதும் திட்டமிருக்குமா? மலையின் ஓரத்தில் நிறுத்தும்போது தவறி விழுந்திருக்கலாமென்று தோன்ற மனதை அமைதிப்படுத்த முயன்றான்.

தவறுகளுக்கு இடமில்லாத இடம் போர்க்களம். நிகழ்பவை அனைத்தும் திட்டமிட்டவையே என்று அனுபவம் உணர்த்த மனம் தவித்தது. படையை பொறியில் சிக்க வைத்து விடக்கூடாது என்ற பதற்றம் சூழ, சிந்தித்தபடியே நின்றான்.

சிந்தையில் வேறெதுவும் தோன்றாமலிருக்க இனி பொறிகளை சந்தித்து மீள்வதைத் தவிர வேறு வழியில்லை என்று உணர்ந்ததும் முரசடிப்பவனை நோக்கி கையை அசைத்தான். தென்னவனின் உத்தரவிற்காக காத்திருந்த முரசொலிப்பவன் முரசை ஒலிக்கச் செய்ய தடியை உயர்த்தினான். அப்போது மலையின் அடிப்பகுதியிலிருந்து மின்னும் ஒளியை கண்டவன் தளபதியிடம் கையை உயர்த்திக் காட்ட, தென்னவன் திரும்பி மரங்களினருகே தெரிந்த ஒளியின் பிரதிபலிப்பை கண்டான்.

தொலைவிலிருப்பவர்களுக்கு சிறிய தகவல்களைத் தெரிவிக்க பாண்டியர்கள் சூரிய ஒளியின் பிரதிபலிப்பைப் பயன்படுத்துவது வழக்கம். இதற்கு மண்டிலங்கள், தகடுகள், மெருகூட்டப்பட்ட கற்கள் போன்றவை பயன்பட்டன. தனது ஆடையிலிருந்த சிறிய தங்கத் தகடை எடுத்த தென்னவன் பதில் ஒளியை காட்டியதும், மெய்க்காவலர்களின் தலைவன் ஒளியை நான்கைந்து முறை உள்ளங்கையால் மறைத்து, வெளிப்படுத்தி ஒரு நாழிகை காத்திருக்கும்படி செய்தி அனுப்பினான். தென்னவன் புரிந்து கொண்டதாக செய்தி அனுப்பிவிட்டு 'ஒரு நாழிகைக்கு பின்னர் முன்னேறலாம்' என்று வீரர்களிடம் சொன்னான்.

நம்பியிடம் திரும்பிய மெய்க்காவலர் தலைவன் 'தகவல் அனுப்பி விட்டேன்' என்று சொல்ல,

'அருவிக்கு காவலிருக்கும் வீரர்களை சமவெளியில் இருக்கும் கூடாரங்களுக்கு திரும்ப சொல்' என்றான் நம்பி.

மெய்க்காவலர் தலைவன் வேகமாக விரைந்து செல்ல..

'இவனைப் பின்தொடர்ந்து செல். தூரத்திலிருந்து கவனி. பாண்டியப்படை விலகியதும் புகையை எழுப்பு' என்று இரும்பிடார் மஞ்சனை அனுப்பினான்.

'அவசியமில்லாத ஒன்று. வாக்கு தவறுவதில்லை நான்' என்றான் நம்பி.

'உனது வார்த்தைகளை நம்பி எனது உயிரைப் பணயம் வைப்பேன். மற்றவர்களின் உயிரை அல்ல'

சற்று நேரத்தில் அருவியினருகே நீரின் வெண் புகைப் படலத்துடன் குழைந்து நெருப்பின் கரும்புகை மேலெழுவதை இரும்பிடார் கண்டான். தென்னவனும் கண்டான். கதிரொளியும் கண்டான்.

உயிர்களின் வாழ்வில் ஒளியேற்றும் கதிரவனின் உதயம், பனிமுட்டத்தின் வாழ்வில் முற்றுப்புள்ளியாகிறது. அதுபோல் ஒரு நிகழ்வு வெவ்வேறு மனங்களில் வெவ்வேறு உணர்ச்சிகளைத் தோற்றுவிக்க...

இரும்பிடாரின் முகத்தில் நிம்மதி பரவியது. நம்பியின் முகத்தில் துயரம் படிந்தது. கதிரொளியின் முகத்தில் வியப்பு விரிந்தது.

'இரும்பிடார் நிகழ்த்தி விட்டான். சாத்தியமே இல்லாத ஒன்றைச் சாதித்து விட்டான். நம்பியைப் பணியச் செய்துவிட்டான்' என்றெண்ணிய கதிரொளி 'அனைவரும் நிலைகளை கைவிட்டு வேகமாக அருவிக்குச் செல்லுங்கள்' என்று சொல்ல,' காவல் நிலைகளை ஏன் நீங்கக் கூறுகிறான்' என்று பொற்குலத்தினர் திடுக்கிட்டனர். எனினும் கதிரொளியைப் பின்தொடர்ந்தனர். குகையின் வழியாக அருவியை அடைந்தவர்கள் சுனையில் குதித்து கரையேறி வேகமாக விலகிச் சென்றனர்.

கதிரொளிக்காகக் காத்திருந்த மஞ்சன் 'இரும்பிடார் நம்பியுடன் இருக்கிறான். அவனை அழைத்து வருகிறேன்' என்று சொல்ல கதிரொளி தலையசைத்து விட்டு குலத்தினருடன் விலகினான்.

சற்று நேரத்தில் இரும்பிடாரை அடைந்த மஞ்சன் 'நாம் விலகலாம்' என்றான்.

நம்பியும், மெய்க்காவலர் தலைவனும் நின்றிருக்க 'இந்த சமர் முடியவில்லை. தென்னகம் முழுதையும் சல்லடைக்கண்களாய் துளைத்தெடுத்து உன்னைக் கண்டறிவேன். மீண்டும் ஒருமுறை நமக்குள் சமர் நிகழும்' என்றான் நம்பி.

கையிலிருந்த வாளை இரும்பிடார் மண்ணை நோக்கி எறிய அது நம்பியின் காலருகே மண்ணில் புதைந்து நின்றது.

'அன்றைய தினம் உனது வாழ்நாளின் இறுதி தினமாக இருக்கும்'' என்ற இரும்பிடார் விலகினான்.

கொளுந்து விட்டு எரியும் மனதுடன் மண்ணில் புதைந்திருந்த வாளை உருவிய நம்பி வேகமாகத் திரும்பி, ஒரே வீச்சில் மெய்க்காவலர் தலைவனின் தலையை வெட்டியெறிந்தான்.

'இழிவு தரும் இந்நிகழ்வு என்னுடன் மடியட்டும்' என்றெண்ணிய நம்பி கூடாரத்தை நோக்கி வெறுப்புடன் நடக்க, நடுமலையிலிருந்த பாண்டியப்படை முரசொலியுடன் மலை உச்சிக்குச் செல்லத் தொடங்கியது. நிலவற்ற வானத்தை கைக்கொள்ளச் செல்லும் தீப்பூச்சிகள் போல.

வீரம் வளரும்...

31

பாண்டிய அரண்மனையில் நம்பி அமைதியாக அமர்ந்திருக்க, வேந்தர் முடத்திருமாறன் மெதுவாக நடந்து கொண்டிருந்தார். வெண்ணங்கல் மலையில் நடந்தவை அனைத்தையும் நம்பி சொல்லி முடித்திருந்தான். பொற்குல வீரனால் தாக்கப்பட்டதிலிருந்து, வீழ்த்தப்பட்டது வரையில் மொத்தத்தையும் கொட்டியிருந்தான். தந்தையிடமிருந்து எவற்றையும் மறைத்தறியாதவன் நம்பி. அவனை முற்றிலும் அறிந்தவர் அவர்.

'இந்த இழிவு தனது நிழலாய் தொடர்ந்து வரும்' என்று மனம் வெதும்பி நம்பி அமர்ந்திருக்க, அவனது நிலை முடத்திருமாறனுக்கு துயரத்தைத் தந்தது. எனினும் தடுமாறி விழாமல் எழுந்து நடக்க முடியாது. உடலைத் தாழ்த்தாமல் உயரே பாயமுடியாது என்பதை அறிந்தவர் அவர்.

'இனிமேல் பொற்குலத்தினர் தாக்க மாட்டார்கள்' என்று பொற்குல வீரன் சொன்ன தன் காரணமென்ன என்றறிந்து கொள்ளவும், பொற்குலத்தினர் நகரும் திசையை கண்டறியவும் வெண்ணங்கல் மலைக்கு ஏற்கனவே ஒற்றர்களை அனுப்பியிருந்தார்.

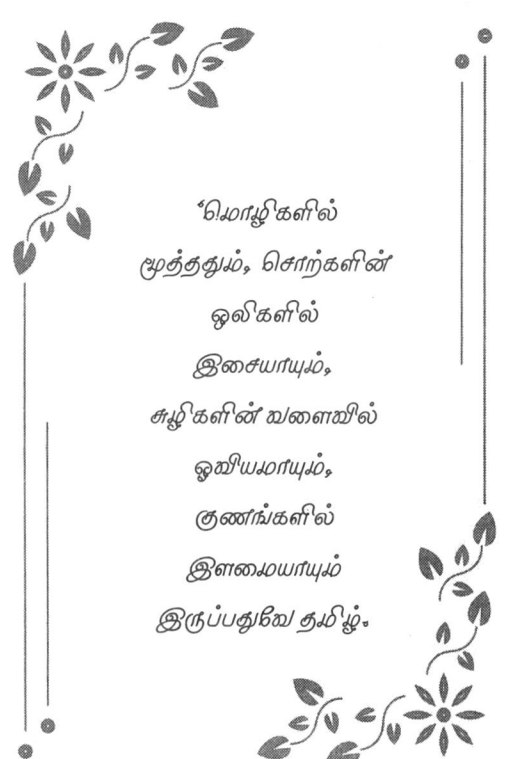

'மொழிகளில்
மூத்ததும், சொற்களின்
ஒலிகளில்
இசையாயும்,
சுழிகளின் வளைவில்
ஓவியமாயும்,
குணங்களில்
இளமையாயும்
இருப்பதுவே தமிழ்.

'விரைவில் என்னைக் கண்டறிவாய்' என்றவன் கூறிய வார்த்தைகளில் அவர் மனம் சிக்குண்டு இருந்தது. எதிர்காலத்தின் முடிச்சொன்று சிக்கியிருந்தது. 'அனைவரும் அறிந்த வீரனாயிருக்க வேண்டும். பாண்டிய நாட்டினனாக இருக்கமுடியாது. விலகிச் செல்லாமல் மக்களுக்கு உதவும் குணமுடையவன். யார் அவன்?'

கண்ணெதிரில் இருக்கும் பதில் சிந்தையை அடையாதபோது புதிரை மற்றொரு புறத்திலிருந்து அணுகக்கூடியவர் முடத்திருமாறன். மரத்தின் அணுகமுடியாத கிளையில் காய்த்திருக்கும் கனியை பறவையாயிருந்து நெருங்க முடியாவிட்டால், ஆயுதமாயிருந்து மரத்தை வீழ்த்த முடியுமா என்றெண்ணக் கூடியவர். தென்னாட்டின் அனைத்து நாடுகளிலும் ஒற்றர்களைத் தங்க வைத்திருந்தார். ஒற்றர்கள் திரட்டும் தகவல்கள் உண்மையா என்றறியவும் அவர்களை மேற்பார்வையிடவும் நிழல் ஒற்றர்களை இருத்தியிருந்தார். ஒற்றறிதலில் புதிய இலக்கணங்கள் வகுத்தவர்.

கடலின் ஆழத்தில் முத்துச் சிப்பியைத் தேடுபவனைப் போல நினைவின் ஆழத்தில் ஒவ்வொரு நாட்டிலும் நிலவும் சூழலிலும், அங்கிருந்தவர்களின் நிலையிலும் தேடலைத் துவங்கினார். வடக்கிலிருந்து ஒவ்வொரு நாடாகத் துழாவியது மனம். சோழநாட்டின் இளவரசி இளவெயினி தனது அண்ணன் இரும்பிடர்த் தலையாருடன் மறைந்து வாழ்வது எண்ணத்தில் தோன்றியதும் நிமிர்ந்தார்.

முடத்திருமாறன் அருகிலிருந்த மணியை ஒலித்ததும் வாயிலில் நின்றிருந்த வீரனொருவன் உள்ளே வந்து வணங்கினான். 'ஒற்றர் தலைவனை உடனே வரச்சொல்' என்றார் முடத்திருமாறன்.

மனதின் கேள்விக்கு பதில் கிடைத்தது போல ஒரு உணர்வு தோன்ற மயிலாசனத்தில் அமர்ந்தார். 'யாரென்று கண்டுணர்ந்து விட்டீர்கள் என்று நினைக்கிறேன்' என்றான் நம்பி தந்தையின் உடல்மொழியை கணித்து.

'யூகமே. தவறாகவும் இருக்கலாம்'

'யாரவன்'

'அழுந்தூரின் இரும்பிடர்த்தலையார்'

வார்த்தைகள் நம்பியின் செவியை அதிரவைத்தது. மனதைத் திடுக்கிட வைத்தது. இரும்பிடர்த்தலையாரின் வீரத்தினை அறியாத வீரர்களே இருக்க முடியாது. ஒவ்வொரு பாடசாலையிலும் இரும்பிடர்த்தலையார் போல வீரனாக வேண்டுமென்பதே பயில வருபவர்களின் கனவாக இருந்தது.

'பாண்டிய நாளங்காடியில் தனியொருவனாக குதிரைப்படையை எதிர்த்து நிற்கும் வீரமும், துணிச்சலும் வேறெவருக்கு இருக்கும்?' என்றார் வேந்தர்.

'இரும்பிடர்த்தலையார் பொற்குலத்துடன் இணைந்தது எப்படி?' என்றான் மெதுவாக.

'முன்பே நண்பர்களாய் இருந்திருக்கலாம். உதவி செய்ய வந்திருப்பான்'

ஒற்றர்களின் தலைவன் கச்சிகன் உள்ளே வந்து வணங்க 'அழுந்தூர் இரும்பிடர்த் தலையார் உருவத்தை வருணித்து சொல்' என்றார் வேந்தர்.

'அரைப் பனை உயரமுடையவன். கணைய மரத்தினைப் போல இறுகிய தேகம். நரம்புகள் புடைத்து திமிரும் கரங்கள். தோள் வரை புரளும் சுருள்முடி. பின்புறத்தில் முடியை அம்பின் நுனி போல் கீழ்நோக்கி வெட்டியிருப்பான். இடதுதோளில் வாளின் தழும்பு இருக்கும். நீண்ட முகமும், நாசியும். கீழ்நோக்கி வளைந்து பின்னர் முறுக்கி ஏற்றப்பட்டிருக்கும் மெல்லிய மீசை, செவிகளில் ஊசலாடும் குழைகள்...'

கச்சிகன் சொல்லிக்கொண்டே போக, நம்பிக்கு இரும்பிடர்த்தலையாரைக் காண்பது போலவே இருந்தது. நம்பியின் முகத்தைக் கண்டதும் வேந்தர் புரிந்து கொண்டார்.

'வெண்ணங்கல் மலையைச் சுற்றியிருக்கும் ஊர்களில் சோழ அரசியும், இரும்பிடர்த்தலையாரும், சோழவேந்தன் பெருவளத்தானும் மறைந்திருப்பதாகத் தெரிகிறது. கடந்த ஐந்தாறு ஆண்டுகளில் புதிதாக குடியேறியவர்களின் தகவல்களை ஊர் பொறுப்பாளரிடம் பெற்று ஒரே நாளில் கண்டுபிடி. பாண்டியப்படையின் அனைத்து ஒற்றர்களும், வீரர்களும் தகவல் திரட்ட செல்லட்டும்' என்றார் வேந்தர்.

'உத்தரவு' என்று கச்சிகன் விலகினான்.

'என்ன செய்ய எண்ணுகிறீர்கள்?'

'சோழ அரசியையும், சோழவேந்தனையும் சிறைபிடித்து விட்டால் போரின்றி சோழநாட்டினைக் கைப்பற்றி விடலாம்' என்றார் முடத்திருமாறன்.

★★★

தேனூரில் வானின் மேகங்கள் ஒன்றுடன் ஒன்று உரசியவாறு உருண்டு கொண்டிருந்தன. பகலுமில்லாமல், இரவுமில்லாமல் வானம் மயங்கியிருக்க காற்று மழை நீரைக் கருவில் சுமந்து திரிந்து கொண்டிருந்தது.

இளவெயினி குடிலினுள் தமிழ் மொழியினைக் கற்பித்துக் கொண்டிருக்க, வளவனும் மற்ற பிள்ளைகளும் அமர்ந்து படித்துக் கொண்டிருந்தனர்.

‘மொழிகளில் மூத்ததும், சொற்களின் ஒலிகளில் இசையாயும், சுழிகளின் வளைவில் ஓவியமாயும், குணங்களில் இளமையாயும் இருப்பதுவே தமிழ்.

தமிழ் என்ற சொல்லுக்கு அழகு, இனிமை என்று பொருள் சொல்வர். இத்துடன் தம் + இழ். தம்மிடத்தே ‘ழ்’ என்ற சிறப்பெழுத்தைக் கொண்ட மொழி என்ற அர்த்தமும் இருக்கிறது. தமிழானது வல்லினம், மெல்லினம், இடையினம் என்ற மூன்று இனங்களைக் கொண்டது. இதில் த என்பது வல்லினம், மி மெல்லினம், ழ் இடையினம் என்ற மூன்றையும் உள்ளடக்கியது தமிழ்.

தமிழ் சொற்பரப்பு ஒரு பெருங்கடல். தமிழின் சொற்கள் சிறியவை. ஓரெழுத்திலிருந்து, ஏழு எழுத்துகளுக்குள் அடங்கி உலகையே வசப்படுத்துகின்றன. நீளமான சொற்களை உச்சரிக்கும் சிரமம் கிடையாது.

தமிழ்ச் சொற்கள் மட்டுமே உருவத்தையும் பருவத்தையும் காட்டக் கூடியவை. மங்கை, மறவோன் என்ற சொற்கள் பெண், ஆண் என்று பாலையும், அவர்களது வயதையும் குறிக்கும். தமிழின் சிறப்பு இது.

மேலும் அரும்பு, மொட்டு, முகை, மலர், மலர், வீ, செம்மல் என்பவை பூவையும் அதன் பருவத்தையும்...

கொழுந்து, தளிர், இலை, பழுப்பு, சருகு என்பவை இலையையும் அதன் பருவத்தையும் குறிக்கும்.

‘‘தமிழில் செய்யுள் இயற்றுவது பூக்களைத் தொடுப்பது போல ஒரு கலை. உரைநடையின் சொற்கள் உதிரிப்பூ போன்றவை. கவிதையில் உள்ள சொற்கள் சரம் போன்றவை. உதிரிப்பூ ஒன்றைத் தொட்டு எடுத்தால் அது மட்டுமே வரும். கட்டப் பட்ட பூச்சரத்திலிருந்து ஒரு பூவை எடுத்தால் ஆயிரம் பூக்கள் தொடர்ந்து வரும். உரைநடையின் சொற்களில் ஒன்றை நினைத்தால் அது மட்டுமே நினைவுக்கு வரும். கவிதையில் உள்ள ஒரு சொல்லை நினைத்தால் கவிதையின் கடைசி வரி வரை தொடர்ந்து நினைவுக்கு வரும்.

‘ஓலைகளில் செய்யுளாய் ஏன் எழுதினர்? உரைநடையில் எழுதினால் புரிவதற்கு எளிதாக இருக்குமே’ என்று கேட்டான் வளவன்.

‘உரைநடையின் நாற்பது சொற்கள், செய்யுளின் நான்கு வரிகளில் அடங்கி விடும். ஓலையில் உரைநடையில் எழுதுவதை விட, செய்யுளாக எழுதுவது எளிது‘ என்றாள் இளவெயினி.

‘ஓலையும் குறைவு. வேலையும் குறைவு’ என்று சிரித்தான் நிலவன்.

‘நீ மனனம் செய்வதும் எளிது’ என்று இளவெயினி சொன்னதும் மற்றவர்கள் சிரித்தனர்.

‘அப்படியென்றால் பூக்களை நாரினால் கட்டுவது போல, சொற்களை எதைக்கொண்டு கட்டுகிறார்கள்?’ என்று கேட்டான் சுடரொளி.

பூக்களைக் கட்டுவதற்கு நார் அமைவதுபோல சொற்களைக் கட்டுவதற்கு சந்தி அமைகிறது. பசையைப் போல. சங்கு ஒலி என்பதை சங்கொலி என்று ஓசை கெடாமல் சொற்களை இணைத்து, எழுத்துக்களை குறைக்கிறது. இத்துடன் எதுகையும், மோனையும் இணையும்போது மலருடன் வண்ணமும், மணமும் இணைந்தது போல இனிமையாகிறது.

‘‘நமது மூத்தோர் வீரத்தை, கொடையை, காதலை பொன்னைப் போலவும், அறத்தையும், பண்பாட்டையும் உயிராயும் கருதுகின்றனர். அவர்கள் கண்டறிந்த வற்றை சேமிக்கும் கருவூலகமாக கவிதைகள் உள்ளன. மனங்களின் குரல்களையும், வாழ்வின் நெறிகளையும் பதியச் செய்ய கவிதைகள் இருக்கின்றன.

தமிழ் இயல், இசை, நாடகம் என்று மூன்று பிரிவுகளாக இருப்பதால் முத்தமிழ் என்றும் அழைக்கப்படுகிறது.

இயற்றமிழ் சிந்தையை வளர்க்கும்.

இசைத்தமிழ் பேச்சை பண்படுத்தும்.

நாடகத் தமிழ் மக்களின் செயல்களை அறவழியில் வழிநடத்தும்.

இயற்றமிழ் என்பது வசனமும், செய்யுளுமாய் இயங்கும் முதல் தமிழ். இலக்கண, இலக்கியங்களுடன் மற்ற இரண்டு தமிழுக்கு உயிராக விளங்குவது.

இசைத்தமிழ் என்பது பண்ணோடு கலந்து தாளத்தோடு இயங்கும் செந்தமிழ். இதில் கீர்த்தனங்களும், வரிப்பாட்டுக்களும், ஆனந்தக் கும்மிகளும், தெம்மாங்குகளும் அடங்கும். பெருநாரை, பெருங்குருகு, இசை நுணுக்கம், தாளவகையோத்து ஆகிய நூல்கள் இசைத்தமிழை சார்ந்தது.

உடலும், ஆடையும் போல இயற்றமிழும், இசைத்தமிழும் இணைந்து தோன்றியது நாடகத்தமிழ். அகத்தியம், முறுவல், சயந்தம், செயிற்றியம், கூத்தநூல் ஆகியவை நாடக நூல்கள்.

இதன் முக்கியத்தை உணர்ந்த வேந்தர்கள் புலவர்க்கு பரிசில் கொடுத்து இயலையும், பாணர்க்கு பரிசில் கொடுத்து இசையையும், கூத்தர்க்கு பரிசில் கொடுத்து நாடகத்தையும் வளர்த்தனர்.

இளவெயினி நடத்திக்கொண்டிருக்க, நிலவனுக்கு மாலை நேரம் மயக்கத்தை தந்தது. தமிழ், இசை, ஓவியம் மற்றும் கதைகள் படிப்பது நிலவனுக்கு ஓரளவு எளிதாக இருந்தது. கதை வகுப்பில் இளவெயினி அறத்தை சார்ந்த கதைகள் சொல்வதைக் கேட்க பேருவகையாக இருக்கும். தமிழ்க் கதைகள் மட்டுமல்லாமல் யவன தேசத்து மக்களைப் பற்றியும் அவர்களின் வீரம், வாழ்க்கை முறைகளை விவரித்துக் கூறும்போது அவனும் ரோமபுரியின் அரங்குகளில் போர் புரியும் வல்லாளனாக எண்ணிக்கொள்வான்.

இது போன்ற கதைகளை மேலும் கூறுமாறு வீட்டில் கேட்டால் அவனது தாயும், தந்தையும் அறிந்திருக்கவில்லை. மற்றெவரும் தெரிந்திருக்கவில்லை. இளவெயினி அம்மா நிறைய படித்திருக்கிறார் என்று எண்ணிக் கொள்வான். கணித வகுப்பில் அமர்வது மட்டும் கடுங்கசப்பை உட்கொள்வது போல சிந்தை உள்ளொடுங்கும். உடலெங்கும் நடுக்கம் எடுக்கும்.

இவனுக்கு கணிதம் கற்பிக்க இளவெயினி அங்காடியில் பொருட்களை வாங்குவது போன்றும், விற்பது போன்றும் நடித்துக் காட்டுவாள். அப்போதும் கணக்கு நிலவனின் கைப்பிடியில் சிக்காத நீராகவே இருந்தது.

வேகமாகக் கற்றுத் தேறும் மாணவனைத் தூண்டி மதியூகி ஆக்குவது போலத்தான், மெதுவாக கற்றுக்கொள்ளும் மாணவனை முன்னேற்றுவதும். ஆசிரியரின் தகுதி மெதுவாய் புரிந்து கொள்பனைக் கற்க வைப்பதில் தானிருக்கிறது என்றுணர்ந்தவள் இளவெயினி. நிலவன் கற்றுக் கொள்வதாயில்லை. இளவெயினி விடுவதாயில்லை.

இளவெயினி வகுப்புகள் முடிந்ததும் ஈட்டி எறிவதை சில தினங்களாக பயிற்றுவித்து வந்தாள். சிறுவர்கள் சுட்டு வில்லைக் கற்றுத் தேர்ந்ததும், அந்த விளையாட்டின் மேல் ஈர்ப்பு குறைவதை உணர்ந்த இளவெயினி அடுத்த கட்டத்திற்கு நகர்ந்தாள். புரிந்து கொள்ளும் வரை ஒரு செயல் ஈர்ப்பதும், பழகிய பின்னர் அதன் மேல் சலிப்பு வருவது மனிதனின் இயல்பு.

நிலவனுக்கு இது போன்ற விளையாட்டுகளே மிகுந்த மகிழ்ச்சியைத் தந்தது. ‘வீரனுக்கு கணக்கு எதற்கம்மா’ என்று இளவெயினியிடம் மல்லுக்கு நிற்பான்.

‘நாளை பெரும் வீரனாக நீ வளரும்போது கணக்கிடத் தெரியாதவன் என்று யாரும் சொல்லக் கூடாதல்லவா. உனக்காக வீரத்தைக் கற்றுக் கொள். எனக்காக கணிதத்தை கற்றுக்கொள்’ என்று முடித்து வைப்பாள் இளவெயினி.

ஈட்டியெறிவதைப் பற்றி நிலவனின் மனம் எண்ணியிருக்க நான்கு நாழிகைகள் சிரமத்துடன் கழிந்தது.

பாடங்களை முடித்ததும் அனைவரும் எழத்துவங்க, இளவெயினி மேலும் பாடத்தை நீட்டித்து விடுவாளோ என்ற அச்சத்துடன் அனைவருக்கும் முதலில் நிலவன் வெளியே ஓட, அனைவரும் சிரித்தனர்.

பிள்ளைகள் வெளியே வந்தபோதே ஈட்டிகளையும் எடுத்து வந்திருந்தான் நிலவன். ஐவரும் ஈட்டியை வாங்கிக்கொண்டு சற்று தொலைவிலிருந்த இலக்குகளை நோக்கி நடந்தனர்.

குடில்கள் எதிரே திறந்தவெளியில் கரும்பின் தோகைகளை பிணைத்து பனை நாரினால் முடிச்சிட்டு இறுக்கி ஆளுயரத்திற்கு இரண்டு இலக்குகளை உருவாக்கியிருந்தனர். அவற்றினெதிரே நின்றபடி சிறுவர்கள் ஈட்டியெறியப் பயின்றனர். ஈட்டியின் முனைகளை கூராக்காமல் தந்திருந்த இளவெயினி சிறுவர்கள் ஈட்டியை நேராக எறியக் கற்றுக் கொண்டதும் ஈட்டியின் இருபுறத்து முனைகளை கூராக்கித் தந்தாள்.

'கரும்புக்கூட்டை ஊடுருவி ஈட்டி வெளியேற வேண்டும்' என்றவள் 'ஈட்டியைப் பற்றும்போது முழங்கையை சற்று மடித்து தோலுக்கு மேலிருக்குமாறு வைத்துக் கொள்ளுங்கள். ஈட்டியின் முனையை மேல்நோக்கி பிடிக்காமல் நிலத்துடன் சமதளமாக இருக்குமாறும், ஈட்டியை எறியும்போது உடலையும், மனதையும் ஒன்றிணைத்து கட்டைவிரலின் மூலம் ஈட்டிய்யைக் கட்டுப்படுத்துங்கள். புலி இரையினை வீழ்த்த வெளிப்படுத்தும் ஆற்றலைப் போல, ஈட்டி விடுபடும் கடைசி வினாடியில் ஆற்றல் வெடிக்க வேண்டும். காற்றின் வேகத்தையும், திசையையும் கண்டுணர்ந்து உடலின் ஐம்புலன்களும் ஒன்று குவிய, ஈட்டி மின்னலாய் வெளியேறட்டும்' என்றாள்.

இமையனும் மற்ற பாலகர்களின் தந்தைகளும் அருகாமையில் நின்று பிள்ளைகள் ஈட்டியெறிவதைப் பார்த்துக் கொண்டிருக்க, அழுந்தூர் பெண்கள் அமர்ந்து ரசித்துக் கொண்டிருந்தனர்.

போர்க்கலைகள் வளவனுக்கு இயல்பாய் வந்தது. அனைவரையும் விட வயதுக்கு மீறிய வேகத்தில் வளவன் ஈட்டியை எறிவதைக் கண்ட இளவெயினி தந்தையின் ஆற்றலை முழுவதும் கொண்டிருக்கிறான் என்றெண்ணினாள்.

பிள்ளைகள் ஓரடியில் ஈட்டியை எறிந்து பயின்றதும், மூன்று அடிகள் நடந்து ஈட்டி எறியும் முறையை கற்றுத்தந்தாள். 'வலதுகாலை முன்னிறுத்தி ஈட்டியை ஏந்தி நில்லுங்கள். முன்னகரும்போது மூன்றாவதாக இடதுகாலில் தேங்கி நிற்கும்போது ஈட்டி பறக்கவேண்டும். வில்லைப் போன்று வளையும் உடலிலிருந்து மொத்த ஆற்றலும் கைகளின் வழியாக வெளிப்பட்டு ஈட்டி அம்பைப்போல சீறிப்பாய வேண்டும்'.

முதலில் நான்கைந்து முறை ஈட்டியில்லாமல் வெறும் கையினால் எறிவது போல பழகிய வளவன் இறுதி முறையில் மூன்றடி எடுத்து வைத்து ஈட்டியை எறிய, வேகமாகச் சென்ற ஈட்டி தோகைக் கட்டினை கீழே சரித்தது.

'அற்புதம்' என்ற ஒலி கேட்டதும் அனைவரும் திரும்ப இரும்பிடார் நின்று கொண்டிருந்தான். 'மாமா' என்று வளவன் இரும்பிடாரைச் ஓடிச் சென்று கட்டிக் கொள்ள, அவனை அணைத்துக் கொண்டான் இரும்பிடார்.

'அருமையான குறி. நல்ல வேகம் வளவா' என்றவன் 'இன்னும் சில நாட்கள் நான் வராமல் இருந்திருந்தால் சிறுவர்களுக்கு அனைத்து கலைகளையும் கற்றுத் தந்திருப்பாய் போலிருக்கிறதே' என்று இளவெயினியைப் பார்த்துச் சொல்ல, இரும்பிடாரின் கண்களை உற்று பார்த்த, இளவெயினி சிரித்தாள். நல்ல தகவலையே கொண்டு வந்திருக்கிறான் என்று உள்ளம் கூறியது.

'இன்னல் விலகியது' என்று சுருக்கமாக கூறிய இரும்பிடார், வளவன் மற்றவர் களுடன் ஈட்டியெறிவதை கண்கொட்டாமல் ரசித்தபடி நின்றான்.

பெரும் நதி பிறக்கும் நீரூற்றாய், வளவனின் உடலில் ஆற்றல் ஊற்றெடுப்பதை பல கணங்களில் கண்டிருக்கிறான் இரும்பிடார். ஆனால் வளவன் ஈட்டியை எறிந்த வேகம் திகைக்கச் செய்வதாய் இருந்தது. ஈட்டியுடன் முன்னேறும் விதத்தையும், உடலை வளைத்து எறிவதையும் முறைப்படுத்தினால் வேகமும், ஆற்றலும் அதிகரிக்கும்.

வாட்களில் பல வகைகள் இருந்தாலும் ஒவ்வொருவரும் ஒரு வகையை தேர்ந்தெடுப்பர். அதுபோல பிடித்த ஆயுதம் என்றும் ஒன்று உண்டு. வளவன் ஆளப்போகும் ஆயுதம் ஈட்டியென்று மனதில் தோன்றியது.

பிள்ளைகளை நெருங்கிய இரும்பிடார் 'ஒரு மரத்தின்மேல் ஈட்டியெறியும்போது மரத்தின் மேற்பகுதியை கண்கள் பார்த்ததும் மரத்தில் பாய்ச்சுவதற்கு தேவையான ஆற்றலை வெளிப்படுத்த சிந்தை முடிவு செய்யும். எனவே மரத்தின் மறுபுறத்திற்கு ஈட்டி செல்வதற்காக வேகத்தை முடிவு செய்ய உங்களின் சிந்தையைத் தூண்ட வேண்டும். உங்களின் குறி மரத்தைத் தாண்டி இருக்க வேண்டும்' என்றான்.

இம்முறை சிறுவர்கள் மூன்றடி நடந்து வந்து எறிய அனைவரின் ஈட்டிகளும் தோகைக் கட்டுகளில் பாய்ந்தது. முகிலின் ஈட்டி தோகையைச் சரித்தது. வளவனின் ஈட்டி தோகையை ஊடுருவிச் சென்று மண்ணில் பாய்ந்தது.

'எனது ஈட்டி ஏன் தோகையைச் சரிக்கவில்லை?' என்றான் வளவன்.

‘உனது வேகத்தினால் ஈட்டியின் ஆற்றல் தோகையில் படியும் முன்னர் ஈட்டி ஊடுருவிச் சென்று விட்டது. அதீத வேகம் இலக்கை பாதிக்காது. தொடர்ந்து பயிற்சி செய்’

சற்றுநேரம் ஈட்டியெறிவதை பார்த்திருந்த இரும்பிடார் இளவெயினியை நோக்கி நடக்க இருவரும் விலகி நடந்தனர். ‘வளவன் ஈட்டியை கையிலிருந்து விடுவித்த அடுத்த அடிகளில் குதித்து நிற்பது சென்னியைப் பார்ப்பது போலவே இருக்கிறது. புலிப்பரழ் புலியின் உருவத்தை மட்டுமல்லாமல் ஆற்றலையும், சீற்றத்தையும் தாங்கி வந்துள்ளது’ என்றான் கண்களில் ஈரம் படர.

நெகிழ்ந்த சிந்தை வார்த்தைகளை உதிர்க்க, இரும்பிடார் திரும்பி தங்கையைப் பார்த்தான். அவளின் முகம் கூம்புவதைக் கண்ட நொடியில் ‘வெண்ணங்கல் மலையின் நடைபெற்ற போரையும் அதன் பின்னர் கதிரொளியையும், பொற்குலத்தினரையும் அழுந்தூருக்கு அழைத்துச் சென்று தந்தையில் பொறுப்பில் விட்டு வந்ததையும் கூறி விட்டு ‘சோழநாட்டின் மீதான போர் தவிர்க்கப்பட்டதாக எண்ணுகிறேன்’ என்றான்.

அழுந்தூர் மக்கள் நெற்பயிரைக் கணிப்பதைப் போல இரும்பிடார் மனிதர்களைக் கணிக்கக் கூடியவன். அவனது கணிப்பில் தவறிருக்காதென்று இளவெயினி யோசிக்க...

‘நான் பொற்குலத்தினன் அல்ல என்பதை நம்பி எளிதில் கணித்து விட்டான்’ என்றான்.

‘பொன்னூர் சிதைக்கப்பட்டதால் வன்மத்தை சிந்தையில் சுமந்து திரியும் பொற்குல வீரர்கள் நம்பியை நெருங்கியிருந்தால், அடுத்த கணம் உயிரை பறித்திருப் பார்கள். நீ உயிரைப் பறிக்க எண்ணாமல் சிறைபிடிக்க எண்ணியதும், காலமெல்லாம் பயிற்சியில் கணுவேறியிருக்கும் உனது தோற்றமும் காரணமாயிருக்கலாம். நாம் மறைந்து வாழ்வதைக் கேள்விப்படும் நம்பி இரண்டையும் இணைத்துப் பார்க்க அதிக காலமாகாது. இன்னல்கள் உருவாகும் முன்னர் பாண்டிய நாட்டினை விட்டு விலகுவது நல்லது’ என்று கூற, இளவெயினியின் வார்த்தைகளில் பொதிந்திருந்த உண்மை இரும்பிடாருக்கு விளங்கியது.

‘பிள்ளைகள் இப்போதுதான் இவ்விடத்தில் வேர் பிடிக்கத் துவங்கினர். உடன் மாற வேண்டி இருக்கிறது’

‘இது நமக்குப் புதிதல்லவே. முளைப்பது ஓரிடம். விளைவது வேறிடம் என்று வாழ்பவர்கள் தானே நாம். பழகிக்கொள்ளட்டும்’

‘இன்னும் எத்தனை வருடங்கள் இப்படி மறைந்திருக்கத் தேவைப்படுமென்று எண்ணுகிறாய்?’

‘பிள்ளைகள் ஓடியாடும் பருவத்தில் இருக்கின்றனர். குழந்தையாய் இருந்தபோதில் தாக்குதலை நடத்துவதை விட இப்போது தாக்குதல் நிகழ்த்துவது எளிது. வளவன் தன்னைக் காத்துக்கொள்ளும் தகுதியை அடையும்வரை விலகி இருப்போம். எளியவர் களின் வாழ்வினையும், வலியையும் படித்து அறிவதை விட, பழகி அறியட்டும். வேந்தனுக்கு அவசியமான ஒன்று’

‘சேரநாட்டின் பளியர்கள் வசிக்கும் மலையினடிவாரத்தில் நாங்கூர் எனும் ஊர் இருக்கிறது. ஓரிரு நாட்களில் புறப்படலாம்’ என்ற இரும்பிடார் ‘அழுந்தூரை நீங்கி நான் சோழநாட்டிற்கு சென்றபோது, காவிரியாற்றில் வெள்ளம் உண்டாகி இடப்புறத்தில் கரைகளை உடைத்து ஊர்களையும், பயிர்களையும் சேதப்படுத்தியதை அறிந்தேன்’ என்றதும் அதிர்ந்த இளவெயினி...

‘என்னவாயிற்று’ என்றாள் குரலில் விசனத்துடன்.

‘பெருஞ்சேதம் நிகழ்ந்துள்ளதாக மக்களைக் கண்டு திரும்பிய திகழ்செம்மான் கூறினார். அமைச்சர் மக்களிடம் பேசுகையில் சோழ அரசிக்குத் தகவல் உடனடியாக தெரிவிக்கப்பட்டது. வளமையில் சேமிக்கும் செல்வம் இடரின்போது மக்களுக்கு பயன்படவே என்று கூறி நாட்டின் தானியக் கிடங்குகளை மக்களுக்காகத் திறக்கவும், ஊர்களை புனரமைக்கச் சொல்லியும் உத்தரவிட்டிருக்கிறார். மக்கள் கலங்க வேண்டிய தில்லை என்று சொல்லியிருக்கிறார். உணவுப் பொருட்கள், துணிகள் மற்றும் தேவையான பொருட்களை ஏற்றிக்கொண்டு சோழ ரதங்கள் விரைகின்றன‘ என்றான்.

சோழநாட்டின் நிலஅமைப்பின் தன்மையால் அடிக்கடி காவிரி வடதிசையில் ஊடறுத்துச் செல்வதை நினைவு கூர்ந்த இளவெயினி, வடதிசையிலிருக்கும் ஊர்களை மனதால் கணக்கிட்டாள். ‘நீர் வடியும்வரை ஊர்களை புனரமைப்பது சிரமம். உடனடியாக அண்டை நாடுகளிலிருந்து தானியங்கள், துணிகள் வரவழைக்க வேண்டும். ஆதுலர் சாலையில் தங்கியிருக்கும் அசுவந்தாம பட்டர்களையும், மருத்துவப் பணிப்பெண் களையும் பாதிக்கப்பட்ட ஊர்களில் தங்கி பணிபுரியச் சொல்ல வேண்டும். மக்களுடனே தங்கியிருந்து குறைகளை கவனிக்க ஒரு அமைச்சரும் மற்ற அலுவலர்களும் செல்ல வேண்டும். அமைச்சரிடம் எடுத்துச் செல்ல மடலொன்றை வரைகிறேன். இமையனிடம் இருக்கும் பொன்னாங்கழுகின் மூலமாக அனுப்பி விடலாம். நீ ஆலைக்குச் சென்று ஐந்து மாட்டு வண்டிகளை கேட்டுப் பெறு’ என்றாள்.

இரும்பிடார் சரியென்று தலையசைத்து விட்டு இமையனிடம் சென்றான். நிகழ்ந்தவற்றை சுருக்கமாக கூறியவன் ‘இளவெயினியிடம் ஓலையை வாங்கி அனுப்பி

விடு. பாண்டிய நாட்டை ஓரிரு நாட்களில் நீங்க வேண்டும். நான் ஆலைக்குச் சென்று வருகிறேன்' என்று கூறி விட்டு கரும்பாலையை நோக்கி நடந்தான்.

சில நாழிகைகளில் பொன்னாங்கழுகு பெருங்காற்றை எழுப்பியபடி மேலெழும்பி வட்டமிட்டது. சூரியனை உற்றுப் பார்க்கக்கூடிய ஒரே உயிரினம் கழுகு. அவற்றில் பொன்னாங்கழுகே மிகப்பெரியது. வலிமையானது. பழக்குவதற்கு மிகவும் கடினமானது. பொன்னூரை ஒரு முறை வட்டமிட்ட கழுகு சோழநாட்டை நோக்கிச் செல்லும் திசையை கணித்துக் கொண்டிருக்க, அருகே கருங்கழுகு ஒன்று மேலெழும்பி பாண்டிய நாடு செல்லவேண்டிய திசையை தேடித் கொண்டிருந்தது. பொன்னாங் கழுகைக் கண்டதும் அச்சமடைந்த கருங்கழுகு சற்று விலகிப் பறந்தது.

சோழமக்களைக் காப்பாற்றும் வழிகளைத் தாங்கி பொன்னாங்கழுகு சோழநாட்டை நோக்கி விரைந்தது. போரின்றி சோழநாட்டை வீழ்த்த இளவெயினியின் இருப்பிடத்தைக் கண்டறிந்ததை தெரிவிக்க கருங்கழுகு பாண்டிய நாட்டிற்கு விரைந்தது.

கருங்கழுகு செல்வதைப் பார்த்தபடி தேனூரில் பாண்டிய ஒற்றர் படைத்தலைவன் கச்சிகன் நின்று கொண்டிருந்தான்.

வீரம் வளரும்...

பாகம் - 3
சேர நாடு

32

ஒருபுறம் ஆர்ப்பரிக்கும் நீலமும் மறுபுறம் எழில் கொஞ்சும் பசுமையுமாய், அகன்ற கடலுடன் உயர்ந்த மலைகள் அமைந்திருக்க, இடையில் வெண்ணிற மணல்வெளி இரண்டையும் பிரிப்பதால் மூன்று நிற வண்ணங்களை குழைத்து உருவாக்கியதாய் விளங்குவது சேரநாடு.

உதிப்பது தான்
கதிரவனுக்கு
அழகு. நிமிர்ந்து
நடப்பது தான்
அரிமாவிற்கு
அழகு.

மலைகளின் ஆளுமையால் மலை ஆளும் நாடு என்று அழைக்கப்பட்டாலும் இதை உச்சரிக்கத் தெரியாத வடநாட்டினரும், யவனரும் ‘மாலை நாடு’ என்று அழைப்பர்.

பல்லுயிர்கள் உறக்கம் நீங்கி நினைவுகளை அணிந்து கொள்ளும் அன்றைய வைகறைப் பொழுதில் கையில் விற்கொடியை உயர்த்தி பிடித்தபடி சேர அரண்மனையை நோக்கி காற்றாய் விரைந்து கொண்டிருந்த நாலைந்து குதிரை வீரர்கள் ‘வெற்றி’ என்ற ஒற்றைச் சொல்லை சேரமக்களை நோக்கி எய்தபடி விரைந்தனர். இட்ட சொற்கள் முளைத்து மனங்களில் களிப்பினைப் படரச் செய்தது.

தென்னாடுகளின் மேல் படையெடுத்துச் சென்ற சேரவேந்தன் உதிய நெடுஞ்சேரலாதன் பொதிகை, நாஞ்சில், கற நாடு, மலை நாடு

என தெற்கிலிருந்த அனைத்து நாடுகளையும் வெற்றி கொண்டு திரும்பும் செய்தியை வீரர்கள் அறிவித்துச் செல்ல, சாலையின் இருபுறங்களிலும் இருந்த மக்கள் மகிழ்ச்சிப் பேரொலி எழுப்பினர்.

நெல்லிலிருந்து உருவாக்கிய கள், தேனிலிருந்து பிரித்தெடுத்து மூங்கில் கழிகளில் நிரப்பி நிலத்தில் புதைத்து வைக்கப்பட்ட கள் ஆகியவற்றை வெளியிலெடுத்தனர். மக்கள் உற்சாகத்துடன் கொக்கரைகளை ஊதத்தொடங்க வானுயர்ந்த மேடுகளும், பெரும்பள்ளங்களும் என்ற நிலப்பரப்பைக் கொண்ட சேரநாட்டின் காடுகளினுள் வசித்த மக்கள் பெருமகிழ்வுடன் படை திரும்பிவரும் சாலையை வந்தடைந்தனர். பறை, சமகளங்கள் முழங்கத் துவங்க மக்கள் ஆடிப்பாடத் தொடங்கினர்.

ஓரிரு நாழிகைகளில் சேரமானின் பட்டத்து யானை வேந்தனின் வெண்கொற்றக் குடையையும், போர் முரசையும் ஏந்தி முன்னே செல்ல கருங்குன்று போலிருந்த எண்ணற்ற யானைகள் அசைந்தபடி பின் தொடர்ந்தன. யானைப்படையை அடுத்து குதிரைப்படையை தலைமை தாங்கி குதிரையில் அமர்ந்து வந்த வேந்தனைக் கண்டதும் மக்கள் பேரொலி எழுப்ப கையசைத்தபடி முன்னேறினான் ‘பெருந்தோள் ஆதன்‘ என்று மக்களால் அழைக்கப்படும் உதியஞ்சேரலாதன்.

தொடர்ந்து வந்த வீரர்களுக்கு பனையோலையிலும், மூங்கில் குவளைகளிலும் கள்ளை ஊற்றித் தந்தனர் மக்கள். அவற்றை வாங்கிக் கொண்டு வீரர்கள் நகர்ந்தபடி இருக்க மக்களும் படையைத் தொடர்ந்து அரண்மனையை நோக்கி செல்லத் தொடங்கினர். ஒவ்வொரு சாலை இணையுமிடத்திலும் நின்றிருந்த மக்கள் இவர்களுடன் இணைந்து கொண்டு ஆடிப்பாடியபடி சென்றனர். பேரொலிகள் சேரநாட்டை மேகமாய்ச் சூழ, பேருவகை மக்களை மழையாய் நனைத்தது.

சேரப்படை அரண்மனையை நெருங்கியதும் அத்தி மரங்களும், முட் காடுகளும் சூழ்ந்த காவல் காடுகளின் நுழைவு வாயிலினூடாக நுழைந்து முன்னேறியது.

கோட்டையை காக்கும் அரண்கள் மதிலரண், நீரரண், காட்டரண், மலையரண், நிலவரண் என்று ஐந்து வகையில் அமைக்கப்பட்டன.

கோட்டையைச் சுற்றிலுமிருக்கும் மதிற்சுவரானது இட்டிகைகளாலும், கற்களாலும் திண்மையாக உருவாக்கப் பட்டிருப்பது மதிலரண்.

நாற்புறமும் நீரால் சூழப்பட்டு தீவு போல தனித்திருப்பது நீரரண்.

முட்செடிகள், கொடிகள், மரங்கள், நச்சுத் தாவரங்கள் ஆகியவை இறுக பிணைத்து காத்திருப்பது காட்டரண்.

கோட்டையானது நீர், புல் இல்லாத பெரும்பாறைகளால் சூழப்பட்டு மலையாக நின்றிருப்பது மலையரண்,

பகைவர் முன்னேறுவதை தடுக்க களர் நிலத்தில் குழிகள், முட்கள், பெரும் கற்களினால் சூழப்பட்டிருப்பது நிலவரண்.

சேரனின் கோட்டைக்கு ஒரு காத தொலைவு முன்பிருந்தே காட்டரண் அமைக்கப் பட்டிருக்க, யானைப்படை விலகிச் சென்றது. குதிரைப்படையும், வீரர்களும் காவல் காடுகளினூடே முன்னேற, நுழைவு வாயிலைப் பாதுகாத்தபடி கோட்டையின் இரண்டு புறங்களிலும் உயர்ந்த காவல் கோபுரங்கள் இயந்திரப் பொறிகளுடன் ஏற்படுத்தப் பட்டிருந்தன.

மலையரண், காடரண் இரண்டையும் இணைத்து சேரமானின் மலை அரண்மனை காக்கப்பட்டிருந்தது. கோட்டையைச் சுற்றிலும் உருவாக்கப்பட்டிருந்த காட்டரணை பலப்படுத்த மூங்கில் மரங்கள், நொச்சி மரங்கள், கள்ளிச் செடிகள், நச்சுச் செடிகள் ஆகியவை பின்னலாக வளர்க்கப்பட்டிருந்தன.

இயற்கையாக முட்செடிகளையும், மரங்களையும் வளர்ப்பது வாழ்முள்வேலி. முட்களும் மரங்களும் வெட்டி கொண்டு வந்து வேலி அமைப்பது இடுமுள்வேலி. சேரநாட்டில் காடுகள் வாழ்முள்வேலியாக வளர்க்கப்பட்டிருந்தன.

சேரவேந்தன் போரினை வென்றவுடன் துணைப்படையினர் சேரநாட்டின் அரசி நல்லினிக்கு குருகு பறவையின் மூலம் தகவல் தெரிவித்திருந்தனர். சேரப்படை வந்தடையும் நேரத்தை கணக்கிட்ட நல்லினி, கோட்டையின் எதிரே மூங்கில் கால்களை நிறுத்தி, தென்னை ஓலைகளினால் நிழல் தரும் வெற்றிப்பந்தல் அமைக்கச் செய்திருந்தாள்

சேரமான் காவல் காடுகளில் நுழைந்து கோட்டையை நெருங்கும் முன்னரே 'ஆதன் வாழ்க' வென்ற மக்களின் வாழ்த்தொலி வந்தடைய, நல்லினி மலையை விட்டுக் கீழிறங்கி சமதளத்திற்கு வந்தாள். மலைக்கு எதிரேயிருந்த சமவெளியில் வெற்றியைக் களியாட வீரர்களும், பாணர்களும் வெற்றி முரசுகளையும், பறைகளையும் ஏந்தி நின்றனர். எண்ணற்ற பானைகளில் தேறலும், உடும்பு இறைச்சி, கடமான் தசை, முள்ளம்பன்றியின் ஊன் ஆகியவற்றுடன் வெண்சோறும் கலயங்களில் நிரம்பியிருக்க, வெண்ணெல்லோடு ஆட்டிறைச்சியைக் கலந்து சமைத்திருந்தனர்.

நெருப்பிலிட்டு தின்னும் பக்குவத்துக்குச் சமைக்கப்பட்ட இறைச்சியான திற்றியும், உலையேற்றி வேக வைக்கப்பட்ட புழுக்குவும் கலயங்களில் நிறைந்திருந்தது. வெற்றி பெற்று வரும் வீரர்களுக்கு வேந்தர்கள் அளிக்கும் பெருஞ்சோற்று விழாவுக்கு அனைத்தையும் ஆயத்தம் செய்திருந்தாள்.

காடுகளைத் தாண்டி சமவெளியில் படை நுழையும்போதே இசைக்கருவிகள் அதிரத் தொடங்கின. வெற்றி முரசுகள் அதிர, தவண்டைகளும், பெருமத்தளங்களும் உறுமு பாணர்களின் ஆட்டம் மண்ணை அதிர வைத்தது. வெண்புரவியில் அமர்ந்தபடி அனைவருக்கும் முதலில் சேரமான் வருவதைக் கண்டதும், முதல் மழையில் நனைவது போல நல்லினியின் உடலெங்கும் குளிர்ச்சி பரவ, மனதில் வெப்பமும், மகிழ்வும் கலந்து பரவியது. உடல் சிலிர்த்திருக்க, மனம் படபடத்திருக்க வேந்தனைத் தொடர்ந்து வந்த படையில் வீரர்கள் குறைவாக இருப்பதை நல்லினி கவனித்தாள். வென்ற நாடுகளில் வீரர்களை காவலிருக்க பணித்திருப்பான் என்றெண்ணிக் கொண்டாள்.

குதிரையிலிருந்து இறங்கிய சேரமான் நிமிர்ந்து பார்க்கச் செய்யும் உயரத்தையும், முற்றிய பனைமரத்தினைப் போன்ற உடலையும் கொண்டிருக்க அகன்று விரிந்திருந்த வன்தோள்கள் மலைகளாய் காட்சியளித்தன.அடர்ந்து சுருண்டிருந்த குழல் சிம்மத்தைப் போல தோள்களில் அகன்றிருந்தது.

தலைமை அமைச்சர் நெறியுடை நம்பியையும், புலவர்கள் ஊன்பொதி பசுங்குடையார், முடிஞ்சியூர் முடிநாகராயர் ஆகியோரை வணங்கி நின்றான். ‘‘வேந்தே தென்னாடுகளை வென்ற நீ இன்று முதல் நாடுகண் அகற்றிய உதியஞ்சேரல் என்று அழைக்கப்படுவாயாக’’ என்றார் ஊன்பொதி பசுங்குடையார்.

முடிஞ்சியூர் முடிநாகராயர் ‘நிலம் போன்ற பொறுமையும், வான் போன்ற பரந்த தன்மையும், காற்றைப் போன்ற வலிமையும், தீயைப் போன்ற எரிக்கும் ஆற்றலும், நீரைப் போன்ற கொடைத் தன்மையும் உடையன் நீ. பால் புளித்தாலும், கதிரவன் மறைந்தாலும், நான்மறை வேதங்கள் திரிந்தாலும், குற்றமில்லாச் சுற்றத்துடன் இமயமும் பொதியமும் போன்று நீண்டு வாழ்வாயாக’ என்று வாழ்த்தினார்.

சேரமான் மீண்டும் அவர்களை வணங்க, கார்முகிலைக் காண காத்திருந்த மயிலைப் போல நல்லினி வேந்தனை நெருங்கினாள். சுடர் விடும் முகத்தைக் கண்டவள் அவன் கண்களில் மின்னிய காதலையும், மறுகணம் கதிரவனை மறைக்கும் மேகத்தைப் போல கண்களின் ஒளியைத் துயரம் விழுங்குவதைக் கண்டு துடித்துப் போனாள். நல்லினியின் மனம் இலச்சி செடியின் இலைகள் போல சுருண்டு போனது. அவன் தலையை மார்பில் இறுக்கி ஆறுதல் கூற துடித்த மனதைக் கட்டுப்படுத்தி வேந்தனை பனம்பூ மாலை சூடி, வெற்றிப் பொட்டிட்டு வரவேற்றாள். பணிப்பெண்கள் பொற்குவளைகளில் கள்ளை நிரப்பி தாலங்களில் வைத்து நல்லினியிடம் எடுத்து வர, தாலத்தை வாங்கி வேந்தனிடம் அளித்தாள் நல்லினி.

நல்லினியின் கண்கள் வேந்தனின் உடலை வருடியவாறு இருக்க, சிந்தை என்னவாயிருக்கும் என்று எண்ணியவாறு இருந்தது. நாடுகளை வென்ற மகிழ்வு சற்றுமில்லையே என்று கலங்கினாள்.

சேரமான் தளபதிக்கும், போரில் பெருவீரம் நிகழ்த்திய வீரர்களுக்கும் குவளையை எடுத்துக் கொடுக்க, அவர்கள் பெருமகிழ்வுடன் பெற்றுக்கொண்டனர். அமர்ந்திருந்த அனைத்து வீரர்களுக்கும், அமைச்சர்களுக்கும், புலவர்களுக்கும் கள் வழங்கப் பட்டதும் அனைவரும் பேரோசையை எழுப்பி சேரநாட்டினையும், வேந்தனையும் வாழ்த்தி விட்டு கள்ளைப் பருகத்தொடங்கினர்.

மது வீரபானம், காமபானம் என இருவகைப்படும். போருக்கு செல்லும் முன்னர் உண்டாட்டு விழாவின் போதும், வெற்றியடைந்த பின்னர் பெருஞ்சோற்று விழாவின் போதும் வேந்தன் தளபதிகளுக்கும், சிறந்த வீரர்களுக்கும் வழங்குவது வீரபானம்.

இணையர்கள் கூடுகையில் நுகரும் காமபானம் மணமிக்க பூக்களும், மா, பலா, வாழை போன்ற சுவை மிகுந்த கனிகளும் சேர்த்து உருவாக்கப்பட்டவை. இவற்றில் பூக்கமழ் தேறல், மணங்கமழ் தேறல் என்று இரண்டு வகையுண்டு..

இசைக்கருவிகள் முழங்கத் துவங்கியதும் வீரர்களும் இணைந்து ஆடத் துவங்கினர். இனி களியாட்டங்கள் பல நாட்கள் தொடரும். சேரமான் விலகி அரசியுடன் கோட்டையை நோக்கி நடக்கத் தொடங்கினான். வேந்தனின் மெய்க்காவலர்கள் தொடர்ந்து செல்ல 'நீங்கள் வெற்றியை களித்திருங்கள்' என்று கூறிவிட்டு அரசியுடன் விலகிச் சென்றான்.

கோட்டையின் கிழக்கு புறத்திலிருந்த ஒற்றைப் பாறையினடியில் பொறிதூக்கி நிறுவப்பட்டிருந்தது. ரதத்தைப் போன்று கூண்டு வடிவமைக்கப்பட்டிருக்க, வேந்தனும், நல்லினியும் கூண்டில் அமர்ந்ததும் வேந்தன் அருகிலிருந்த மணியை அடிக்க கோட்டையின் மேலிருந்த வீரர்கள் கயிற்றினை இழுக்கும் பொறியினை இயக்கினர். கயிறுகள் கூண்டினை இழுத்தபடி உருளைகளில் உருண்டோட சிலநொடிகளில் கொத்தளத்தை அடைந்தனர்.

சேரநாட்டின் மலை அரண்மனை ஒற்றைப்பாறையின் உச்சியில் அமைந்திருந்தது. நிலத்தை விடுத்து வானுடன் உறவாடிய விண்ணகக் கோட்டை அது. தளபதிகளும், முக்கியமானவர்களும் கோட்டைக்குச் செல்ல மற்றொரு பொறிதூக்கியிருக்க, வீரர்களும், மக்களும் செல்ல பாறையில் 'சோபானம்' எனும் இருவர் மட்டுமே செல்லக்கூடிய சிறிய அளவினாலான படிக்கட்டுகள் செதுக்கப்பட்டிருந்தன.

மலையுச்சியில் வேந்தனுக்கு அரண்மனையையும், அமைச்சர்கள், தளபதிகள், விருந்தினர்கள் தங்க தனித்தனி மாளிகைகளையும் அழகுற வடிவமைத்திருந்தனர். வீரர்களுக்கென வீடுகள், படைக்கலக்கொட்டில் எனும் ஆயுதங்கள் செய்யும் சாலைகள், போர்க்கருவிகள் சேமிக்கும் கிடங்கு, தானியக் கிடங்கு போன்றவற்றை உருவாக்கி யிருந்தனர். பாறையைக் குடைந்து மண் நிரப்பி ஆண்டு முழுதும் தானியங்களை விளைவிக்கக் கூடிய கழனிகளையும், கோட்டையின் நடுவில் பெரிய குளத்தையும் ஏற்படுத்தியிருந்தனர். பகைவர் முற்றுகையிட்டாலும் மேலேற இயலாதவாறு எண்ணற்ற பொறிகள் அமைந்திருக்க, பல காலம் தனித்து நிற்கும் வல்லமை பெற்றது சேரனின் மலைக்கோட்டை.

நெருப்பிலிருந்து தோன்றிய குடியினர் எனப்படும் சேரமக்களின் சேரநாடு ஆண்பொருநை ஆற்றின் கரையில் அமைந்து வஞ்சியை தலைநகராக கொண்டது. காஞ்சி எனும் நொய்யலாறும் நாட்டை வளம் சேர்த்தது. மலை வளங்கள், கடல் வளங்கள், காட்டு வளங்கள் என்று மூவகை வளங்களும் பெற்று ஒப்பற்று விளங்கிய சேரநாட்டின் கிழக்கில் மலையம், தர்துரம் போன்ற பெரிய மலைகளையும், வருசகிரி, வராககிரி போன்ற சிறிய மலைகளையும் கொண்டிருந்தது. இம்மலைகளில் அகில், சந்தனமரங்கள், மிளகு என மிகுதியாகக் கிடைத்ததால் சேரநாட்டின் மக்கள் மேலைநாட்டு மக்களுடன் பெருவணிகம் நடத்தி வந்தார்கள்.

சேரநாட்டின் முக்கியத் துறைமுகங்களான முசிறிக்கும், தொண்டிக்கும் மேனாட்டு யவனர்களும், கீழ்நாட்டுச் சீனர்களும் வணிகம் செய்ய வந்தனர். இவையன்றி மாந்தை துறைமுகமும், தென் பகுதியில் நறவு துறைமுகமும் இருந்தன. சேரநாட்டு துறை முகங்களில் யவனர்கள் மூட்டை மூட்டையாக தங்கத்தை கொட்டிக் கொடுத்து மிளகை வாங்கிச் சென்றனர். சேரநாட்டுத் தேக்கு மரங்கள் உலகின் பல நாடுகளுக்கும் கப்பல்களில் கொண்டு போகப்பட்டன. கடல் வணிகத்தில் மட்டுமில்லாமல், கடல் மீதான ஆளுமையிலும் சேரர்கள் சிறந்து விளங்கினர்.

சேரர்கள் மலைநாட்டில் வாழ்ந்தமையால் மலைகளிலும் மலைச்சரிவுகளிலும் மண்டியிருந்த பெருங்காடுகளில் வேட்டை புரிவதைத் தொழிலாக கொண்டவர்கள். விற்களைப் பயன்படுத்துவதில் பெரும் திறமை பெற்றிருந்ததால், சேரக் கொடியில் வில்லை தங்கள் சின்னமாகக் கொண்டனர்.

சேரக் கடற்கரைப் பகுதியில் காடு போல் அடர்வாக பனை மரங்கள் வளர்ந்திருக்கும் வளத்தை குறிக்க சேரவேந்தர்கள் பனம்பூவை மாலையாக அணிவர்.

சேரமானும், நல்லினியும் அரண்மனையினுள் நுழைந்து இருக்கைகளில் அமர்ந்தனர். சேரமான் அமைதியாக இருக்க, நல்லினி மீண்டுமொரு குவளையில் தேறலை நிரப்பி தந்துவிட்டு அருகில் அமர்ந்தாள். சேரமான் பெரும் வீரர்களை எதிர்த்து நிற்கும் வீரர். எவராலும் வீழ்த்த முடியா வலிமையுடையவர். இவ்வாறு நிலை குலையுமளவிற்கு என்ன நிகழ்ந்திருக்குமென மனம் பதறினாலும் நல்லினி காத்திருந்தாள். பெரும்படையுடன் சென்றவன் குறைந்த வீரர்களுடன் திரும்பியிருக் கிறான். வீரர்கள் பலரை பலிகொடுக்க நேர்ந்ததோ என்றெண்ணினாள்.

சிறிது நேரத்திற்கு பின்னர் 'போர் எதிர்பார்த்தபடி அமையவில்லை தேவி' என்றான் சேரமான்.

'நீங்கள் இப்படி கலங்குமளவிற்கு என்னவாயிற்று?'

'போரை வென்று விட்டேன். ஆனால் பெருமளவினாலான வீரர்களை இழக்க வேண்டியதாயிற்று. பேரழிவு. இறுதியாக நாஞ்சில் நாட்டில் நடந்த போரில் பகை வீரர்கள் காடுகளில் மறைந்திருந்து போரிட்டார்கள். காட்டரணை ஊடுருவி நுழைய முடியாத நிலை. எனினும் பின்வாங்க மனமில்லாமல் தொடர்ந்து தாக்கி நாட்டினை வீழ்த்தினேன். எண்ணற்ற உயிர்பலி. போரின் வெற்றியில் களித்திருக்கும் சேரக் குடும்பங்கள் தமது மகன்களும், தந்தைகளும் திரும்பப் போவதில்லை என்றுணரும் போது மகிழ்வு துயரமாகும்' என்றதும் நல்லினி அதிர்ந்து போனாள். தான் அச்சமுற்றது போலவே நடந்திருக்கிறதென்று எண்ணினாள்.

'சேரநாட்டில் இன்னும் பல ஆண்டுகளுக்கு வீரர்கள் இல்லாத நிலை உருவாகி விட்டது. என் மக்களுக்கு நானே பெருந்துயரை ஏற்படுத்தி விட்டேன். அவர்களின் குடும்பங்களுக்கு பொருளீட்டவே ஆண்கள் இல்லாத நிலை' என்றான் சேரமான் நொறுங்கிய மனமுடன்.

'வாழ்வதைவிட போரில் உயிரிழப்பதை பெருமையாகக் கருதும் வீரர்களைக் கொண்டது சேரநாடு. அவர்களின் குடும்பத்தினரும் தோல்வியை ஏற்பதைவிட உயிர் துறந்தாலும் வெற்றியடைவதையே விரும்புவர். எனவே நீங்கள் மனம் கலங்கத் தேவையில்லை. இனி மக்களைக் காப்பது நமது கடமை. போரில் இறந்த வீரர்களின் குடும்பத்திற்கு அவர்கள் ஒவ்வொரு மாதமும் பெற்ற ஊதியத்தைத் தொடர்ந்து அளிப்போம். சேரமான் இனி நாட்டின் வேந்தன் மட்டுமல்ல. குடிகளை காக்கும் மகனுமாக இருப்பார்'

'இதனால் நாட்டின் பொருளாதாரமும் பெருமளவு பாதிக்கும்' என்பதை நல்லினி உணந்திருந்தாள். எனினும் மக்களைக் காக்க வேறு வழியிருப்பதாக அவளுக்கு தோன்றவில்லை'

மக்களை காக்கமுடியும் என்ற நல்லினியின் சொற்கள் சேரமானின் மனதை பெரிதும் ஆற்றுப்படுத்தியது.

'இது சாத்தியமான செயலா?' என்றான் சேரமான்.

'நிச்சயமாக முடியும். நீங்கள் வென்று வந்த நாட்டு மக்களையும் சமமாகவே நடத்துவோம். அங்கு எஞ்சியிருக்கும் செல்வத்தை நமது நாட்டுடன் பகிர்ந்து கொள்வோம்'.

கடும் கசப்பேறிய எண்ணங்களின் திரட்சியில் தன்னை வெறுத்து இருந்தவன், அரசியின் மலர் உதடுகளில் தேனென வெளியாகும் இன்சொற்களால் மனம் தெளிந்தான். சேரமானின் முகத்தில் ஒளி தோன்ற, நல்லினியின் கரத்தைப் பற்றி 'தேவி என் உயிர் நதியின் மூலம் நீ. என் வீரத்தின் வித்தாய் இருக்கிறாய். நீயின்றி என் வாழ்வில் ஒளியில்லை' என்றபடி கன்னத்தில் வைத்துக்கொண்டான்.

'உதிப்பது தான் கதிரவனுக்கு அழகு. நிமிர்ந்து நடப்பது தான் அரிமாவிற்கு அழகு. செருக்குடன் இருப்பதுதான் சேரமானுக்கு அழகு'

இழப்பினால் ஏற்பட்ட துன்பத்தில் வருந்தியிருந்த சேரமானின் உடல் அணுக்கள் நல்லினியின் ஆறுதலான சொற்களால் புத்துயிர் பெற்றன. 'இவளின்றி என்செய்வேன் நான்' என்று மனம் மயங்க 'உடலில் படிந்திருக்கும் குருதியை கழுவி விட்டு நீராடி வருகிறேன்' என்று விலகினான்.

அனைத்து நாடுகளையும் ஒருங்கே கட்டமைத்து செல்வங்களை ஓரிடத்தில் கொண்டு வந்து சேரமக்களை காப்பதெப்படி என்று நல்லினி எண்ணத் தொடங்கினாள்.

★★★

பாண்டிய நாட்டில் இருள் படர்ந்திருந்தது. அடர் காடுகளைப் போன்ற கருங்கூந்தலில் பெண்கள் அணிந்திருக்கும் நெற்றிச் சுட்டியைப் போல இருளினூடே சாலை தெளிவாகத் தெரிந்தது. சாலையின் இருமருங்கிலும் வளர்ந்திருந்த மரங்கள், பறவைகளின் உறக்கம் கெடாமலிருக்க காற்றைத் தாங்கி மெதுவாக அசைந்து கொண்டிருந்தன. வண்டுகளின் இரைச்சலினூடே இரவுப் பறவைகள் வேட்டையை நிகழ்த்திக் கொண்டிருக்க, காரிருளின் மொழியான அமைதியினூடே ஒரு மாட்டு வண்டி நகர்ந்து கொண்டிருந்தது. மாட்டு வண்டியின் வேகத்தில் அதன் பின்னால் சற்று தொலைவில் ஒரு குதிரைப்படை ஊர்ந்து சென்றது.

பாண்டியர்களின் ஒற்றர் தலைவன் கச்சிகன் குதிரைப்படையை நடத்திச் செல்ல, கண்ணுக்கெட்டும் தொலைவில் இரும்பிடர்த்தலையார் சோழநாட்டு அரசியுடனும், வேந்தனுடனும் மாட்டு வண்டியில் சென்று கொண்டிருந்தான்.

பாண்டிய வேந்தர் உத்தரவிட்டவுடன் வெண்ணங்கல் மலையினைச் சுற்றியிருந்த அனைத்து ஊர்களுக்கும் நான்கு ஒற்றர்களை சாதாரண உடையில் அனுப்பி விட்டு, கச்சிகன் மலையூருக்கு மூன்று ஒற்றர்களுடன் வந்திருந்தான். மலையூரின் ஊர்த் தலைவரிடம் பேசியதில் ஐந்தாறு வருடங்களில் குடியேறியது எவருமில்லை என்று தெரிய, அருகிலிருந்த தேனூரை வந்தடைந்தான்.

தேனூரின் தலைவரிடம் பேசுகையில் சில குடும்பங்கள் பிழைப்பு தேடி வந்ததாயும், அவர்கள் கரும்பாலைகளில் பணி செய்வதையும் அறிந்து கொண்டான். அவர்கள் குடிலமைத்திருந்த இடத்தைக் கேட்டறிந்தவன் ஒற்றர்களை விடுத்துத் தனியே சென்றான். கரும்பாலையருகே தலையில் தலைப்பாகை முடிந்து கொண்டு அமர்ந்திருந்தபோது ஆலையிலிருந்து வெளியேறிய இரும்பிடாரைக் கண்டு அதிர்ந்து போனான். மேகத்தின் நிழலாய் பின் தொடர்ந்தான். இரும்பிடார் ஒரு குடிலில் நுழைவதைக் கண்டதும் குடிலுக்கெதிரே தொலைவிலிருந்த மரத்தடியில் அமர்ந்து கொண்டான்.

ஒற்றறிவது மிக சிரமமானத் தொழில். காத்திருப்பதைத் தவமாக கொள்ளவேண்டும். வலைப்பின்னலைப் பொருத்திவிட்டு சிலந்தியைப் போல அசைவற்று காத்திருக்க வேண்டும். சில நாட்கள் இரையேதும் கிடைக்காமல் போகும். சில நாட்களில் நூலிழையை பிய்த்தெறிந்து விட்டு இரை விலகி விடும். எனினும் பொறுமையே ஒற்றறிதலின் அடிநாதம். எதிர்பாராத சூழல் ஏற்பட்டாலும் பின்னலை மாற்றியமைத்துக் கொண்டு காத்திருப்பதைத் தொடர வேண்டும். ஆற்றின் குறுக்கே காற்றை மறித்து பெரும் வலை பின்னும் மாச்சிலந்தி போன்றவன் கச்சிகன். சிந்தையில் வலையைப் பின்னியவாறு அசைவற்றுப் பார்த்திருந்தான்.

தொலைவில் சிறுவர்கள் ஈட்டியெறிந்து பழகிக் கொண்டிருந்தனர். சில குடில்களில் புகை வெளியேறிக் கொண்டிருந்தது. இரும்பிடாரின் குடிலின் அருகேயும், எதிரேயும் ஐந்தாறு குடில்கள் இருந்தன. இரும்பிடார் நுழைந்த குடிலின் வாசலில் மாக்கோலம் இடப்பட்டிருக்க, கூரைகளில் மலர்களும், வேப்பிலைகளும் சொருகப்பட்டிருந்தது. எவருக்கும் ஐயம் ஏற்படாமலிருக்க அருகில் வசிக்கும் பாண்டிய மக்களுடன் நட்புறவாய் பழகுகிறார்கள் என்றெண்ணினான். கச்சிகன் இரும்பிடாரைக் கண்டிருந்தாலும், சோழ அரசியை இதற்கு முன்பாக பார்த்ததில்லை என்பதால் ஆவலுடன் காத்திருந்தான்.

குடிலிலிருந்து பேரழகும், மேன்மையான தோற்றத்தையும் கொண்டிருந்த பெண் வெளியேறி சிறுவர்களிடம் பேசுவதைக் கச்சிகன் கண்டதும் அந்தப் பெண் இளவெயினி யாகத்தான் இருக்கும் என்று முடிவு செய்தான். மற்ற பெண்களைப் போல் எளிமையான உடையிலிருந்தாலும் அவளின் பொலிவு மேகம் மறைக்க முயலும் நிலவின் ஒளி

போல ஒளிர்வதைக் கண்டான். வலையில் சிக்கிய இரையின் அதிர்வுகள் சிலந்தியை சென்றடைய சிலந்தி செயல்படத் துவங்கியது. காத்திருந்ததன் பலன் கிடைத்து விட்டதாக எண்ணிய கச்சிகன் எழுந்து நடந்தான்.

இடத்தை விட்டு நழுவிச் சென்றவன் தனது ஒற்றர்கள் கொண்டு வந்திருந்த கருங்கழுகை கூண்டிலிருந்து வெளியிலெடுத்தான். 'இரும்பிடர்த்தலையாரும் மற்றவர்களும் தேனூரில் இருக்கின்றனர். படையுடன் வரவும்' என்று சுருக்கமாக எழுதி கழுகின் காலில் கட்டி கழுகை வானில் எறிந்தான்.

தேனூரின் அருகே நான்கு ஊர்கள் இருந்தன. தன்னிடமிருந்த மூன்று ஒற்றர்களிடம் 'அருகிலிருக்கும் ஊர்களுக்கு செல்லுங்கள். அங்கிருக்கும் ஒற்றர்களிடம் தகவல் சொல்லி அவர்களைத் தேனூருக்கு அனுப்பி விட்டு, ஒருவர் நான்காவது ஊருக்குச் சென்று அங்கிருக்கும் ஒற்றர்களை அழைத்து வாருங்கள். காற்றைப்போலச் சென்று திரும்புங்கள்' என்றான். 'ஐந்து ஊர்களின் ஒற்றர்கள் இணைந்து விட்டால் சிறு படை உருவாகிவிடும். அதன் பின்னர் பாண்டியப்படை வரும்வரைக் காத்திருக்கலாம்' என்றெண்ணினான்.

பாண்டிய வேந்தர் பெரிதும் பாராட்டுவார் என்ற எண்ணமே மனதில் மகிழ்ச்சியை ஏற்படுத்தியது. உள்ளம் துள்ளியபடி இருக்க, மீண்டும் இரும்பிடார் குடிலுக்கு எதிரேயிருந்த மரத்தடிக்கு சென்று அமர்ந்து கொண்டான்.

பாலகனாய் இருக்கும் சோழவேந்தன் யாரென்பதை அறிய ஆவலாயிருந்தது. சிறுவர்களில் ஒருவனாய் இருக்கவேண்டுமென்று எண்ணினான். ஒரு நாழிகைக்குப் பின்னர் இரும்பிடார் வெளியேறிச் செல்வதைப் பார்த்தவாறு அமர்ந்திருந்தான். மீண்டும் குடிலுக்கே திரும்பவேண்டும் என்பதால் அமைதியுடன் காத்திருந்தான்.

இரும்பிடார் சற்று நேரத்தில் ஒரு மாட்டு வண்டியுடன் வந்து நிற்க, ஆரையைப் பொருத்தி மூங்கில்கள் பிணைக்கப்பட்டு, குடிலிலிருந்த பொருட்கள் வண்டியில் ஏற்றப்படுவதைக் கண்டு அதிர்ந்தான். குடிலை விட்டு நீங்குகிறார்கள் என்பது புரிந்தது. 'என்னவாயிற்று' என்று எதுவும் புரியாமலிருக்க, தான் ஒற்றறிவது தெரிந்து விட்டதா என்று யோசித்தான். தானிருப்பது தெரிந்திருந்தால் இந்நேரம் இரும்பிடார் தன்னை நோக்கி வந்திருப்பான். எனவே வெண்ணங்கல் மலையை விட்டு வந்ததுமே எடுக்கப்பட்ட முடிவாக இருக்கவேண்டும் என்றெண்ணினான்.

கச்சிகன் மரத்தடியை நீங்கிச் சாலையை அடைந்தபோது இரண்டு ஊர்களிலிருந்து ஒற்றர்கள் வந்திருந்தனர். குதிரைகளை கரும்பு தோட்டங்களுக்குள் மறைத்து விட்டு வரச்சொல்லி சிலரை அனுப்பினான். மற்றவர்களிடம் 'இரும்பிடார் நாட்டை விட்டு

விலகிச் செல்கிறான். வேறெந்த நாட்டிற்கு செல்கிறான் என்று தெரியவில்லை. மற்றவர்கள் வந்ததும் அவர்களை இங்கேயே நிறுத்தி வையுங்கள். என்ன செய்வதென்று கூறுகிறேன்' என்று சொல்லிவிட்டு மீண்டும் இரும்பிடாரின் மரத்தடிக்கு விரைந்தான்.

மெல்லிய இருள் புகைமூட்டம் போன்று சூழத்துவங்க, இரும்பிடாரின் பக்கத்து குடில்களில் இருந்தவர்கள் பொருட்களை வண்டியிலேற்றி இருந்தனர். வண்டியைச் சூழ்ந்திருந்த அனைவரிடமும் பேசிவிட்டு இரும்பிடார் மாட்டு வண்டியிலேறியதும் சோழ அரசி ஒரு சிறுவனுடன் வண்டியின் முன்புறத்திலேறி அமர்வது தெரிந்தது.

விண்ணில் உருண்டு கொண்டிருந்த மேகங்கள் ஒரு முடிவுக்கு வந்துவிட்டு நிலத்தின் வேரை நனைப்பதற்கு மழையாய் பெய்யத் தொடங்கியது. இரும்பிடார் வண்டியை நகர்த்திச் செல்ல, கச்சிகன் வேகமாக வீரர்களிடம் சென்றான்.

அனைத்து ஊர்களிலிருந்தும் ஒற்றர்கள் வந்திருக்க, இருபது பேர் இருந்தனர். இரும்பிடாரை தங்களால் தாக்கி நிறுத்த முடியுமா என்றெண்ணியவாறு குதிரையிலேறிய கச்சிகன் மற்றவர்களுடன் இரும்பிடாரைப் பின்தொடர்ந்து செல்லத் துவங்கினான். சோழ அரசியையும் வேந்தனையும் பிடித்து விட்டால் இரும்பிடாரைப் பணிய வைப்பது எளிது. எனவே பாதி வீரர்கள் இரும்பிடாரைத் தாக்கும்போது பாதி வீரர்கள் சோழ அரசியை அணுகி சிறைபிடிக்க வேண்டுமென எண்ணினான். இரவின் இருளும், மழையின் தூறலும் தங்களுக்கு சாதகமாயிருக்கும் என்பதால் நாற்புறத்திலிருந்தும் தாக்கலாமென்று முடிவு செய்தான்.

நேராக செல்லும் சாலை வலதுபுறத்தில் மதுரைக்கும், இடது புறத்தில் காந்தள் நாட்டுக்கும், நேராகச் சென்றால் சோழநாட்டிற்கும் செல்லும். இரும்பிடார் சோழநாட்டிற்கோ, மதுரைக்கோ செல்ல மாட்டான் என்பதால் இடதுபுறம் திரும்பிச் செல்லும்போது மரங்கள் அடர்ந்திருக்குமிடத்தில் தாக்குதலை நிகழ்த்த முடிவு செய்தான்.

விடிவதற்குள் பாண்டியப்படை உறுதியாக வந்து விடுமென கச்சிகன் எண்ணினான். அதற்குள் மூவரையும் சிறைப் பிடித்துவிட்டால் வேந்தர் கச்சிகனை மேலும் உயர்நிலைக்கு உயர்த்துவது திண்ணம்.

தலைக்கு மேல் அரை நிலவும் துணைக்கு வர மெல்லிய வெளிச்சத்தில் மாட்டு வண்டி செல்வது தெரிந்தது. சாலைகள் பிரியுமிடத்தை வண்டி நெருங்க 'ஆயத்தமாகுங்கள். இரும்பிடாரை அம்பெய்து வீழ்த்தினாலும் பாதகமில்லை' என்றான் கச்சிகன்.

நேராகச் சென்ற மாட்டு வண்டியை இரும்பிடார் குரலைப் பெரிதாக உயர்த்தி சத்தத்தை எழுப்பியபடி வலப்புறம் திருப்புவதைக் கண்டு ஒருகணம் அதிர்ந்தான் கச்சிகன். 'இரும்பிடார் மதுரைக்கு எதற்கு செல்கிறான்? வழியில் வேறேதும் சிற்றூருக்கு சென்று ஒளிந்திருக்க எண்ணமா?' என்று குழப்பமடைந்தவன்...

'இப்போது தாக்க வேண்டாம். வண்டி நேராகச் சென்றால் விடியும்போது பாண்டியப் படையை எதிர்கொள்வான். வழியில் வேறெங்கும் திசை திரும்பினால் ஒருவர் சாலையில் நின்று படையை அழைத்து வாருங்கள். மற்றவர்கள் வண்டியை பின்தொடர்ந்து செல்கிறோம்' என்றான்.

'இரும்பிடார் தனது வாழ்வின் இறுதிக்கு அழைத்துச் செல்லும் திசையை தேர்ந்தெடுத்து இருக்கிறான்' என்று தோன்றியது.

ஒற்றர்கள் மாட்டு வண்டியைப் பின்தொடர்ந்து கொண்டிருக்க, மதுரையிலிருந்து நம்பியின் தலைமையில் நூறு வீரர்களைக் கொண்ட பாண்டியக் குதிரைப்படை வெகு வேகமாக நெருங்கிக் கொண்டிருந்தது.

கதிரவனின் கதிர்கள் தயக்கத்துடன் கிழக்கு வாசலில் நுழைந்தபோது, அதிவேகமாக பாண்டிய குதிரைப்படை தொலைவில் வருவதைக் கண்ட கச்சிகன் இரையை நோக்கிப் பாய்ந்து செல்லும் சிலந்தியைப் போல குதிரையை விரட்டிச் சென்றான். இரும்பிடாரின் மாட்டு வண்டியை நோக்கி கையைக் காட்டியவாறு கச்சிகன் முன்னேற, பாண்டியப் படை மாட்டுவண்டியை நாற்புறங்களிலும் சுற்றி வளைத்தது.

வீரம் வளரும்...

33

வானத்தின் ஆரத்தை அளந்த கருங்கழுகு, கார்மேகங்களுக்கு மேலெழுந்து கடுங்காற்றாய் பாண்டிய அரண்மனையைச் சென்றடைந்தது. சில கணங்களில் சித்திரக் கூடத்தில் அமர்ந்திருந்த நம்பியிடம் தகவல் தெரிவிக்கப்பட துள்ளியெழுந்தான். இரும்பிடாரின் மறைவிடம் இத்தனை சீக்கிரத்தில் வெளிப்படுமென்று சிறிதும் நினைத்திருக்காததால் பெருமகிழ்ச்சி அடைந்தான்.

இருநூறு வன்படையினரை ஒரு பொழுதில் திரட்டும்படி உத்தரவிட்டான். இரும்பிடாரை வஞ்சினம் தீர்க்கவும், சோழ நாட்டை கைக்கொள்ளும் தனது எண்ணம் ஈடேறவும் கிடைத்த வாய்ப்பைப் பயன் படுத்திக் கொள்ள மழையினூடே மின்னலாய் புறப்பட்டான்.

வன்படையினரை வழிநடத்தி குதிரை களை விரட்டிக்கொண்டு இரவின் தூதர்களைப் போலப் பயணித்தான். தொலைவில் தெரிந்த மாட்டு வண்டியினை நெருங்கும்போது வண்டியின் பின்னிருந்து கச்சிகன் சமிக்கை செய்தபடி வண்டியினை நெருங்குவதைக் கண்டதும் நம்பி கையசைக்க வீரர்கள் சுழல் காற்றாய் வண்டியைச் சுற்றி வளைத்தனர்.

ஒவ்வொரு
விதையினுள்ளும்
ஒரு காடு
உறைந்திருக்கும்.
அதை விதை
அறியாது.
விதைப்பவன்
அறிவான்.

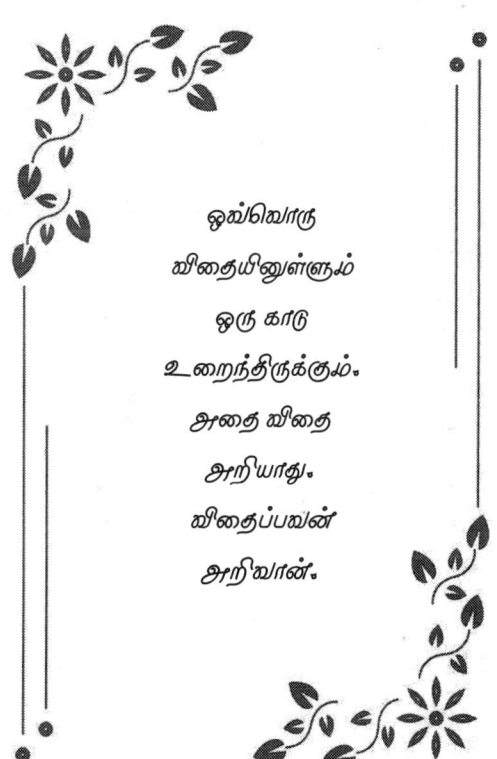

வண்டிக்கு முன்னால் குதிரையைச் செலுத்திய கச்சிகன் வண்டியின் முன்புறத்தில் எவரும் இல்லாமலிருப்பதைக் கண்டு திகைத்தான். கீழே குதித்து ஆரையை விலக்கிப் பார்க்க உள்ளேயும் எவருமில்லாமலிருப்பதைக் கண்டு அதிர்ந்து போனான்.

நிகழ்ந்ததை ஒரு நொடியில் புரிந்து கொண்ட நம்பி சினம் கொப்பளிக்க 'எங்கே இரும்பிடார்?' என்றான்.

'இருளினூடே நழுவிச் சென்றிருக்கிறார்கள்'

'மாடுகளையா பின்தொடர்ந்து வந்தாய்?' என்று இரைந்த நம்பி நேரத்தை வீணாக்க விரும்பாமல் 'தேனூரில் இரும்பிடார் இருந்த குடிலைக் காட்டு' என்றபடி குதிரையைத் திருப்ப, கச்சிகன் குதிரையிலேறிக்கொண்டு பின்தொடர்ந்தான்.

'கச்சிகனை திசை திருப்பி அனுப்பியவன் இனிமேல் அங்கிருக்க வாய்ப்பில்லை' என்று மனதில் தோன்றியது. இருப்பினும் தடத்தை பின்தொடர்ந்து இரும்பிடாரை பிடிக்க முடியும்' என்ற எண்ணம் நம்பியை தொடர்ந்து செலுத்தியது.

பொழுது நன்றாகப் புலர்ந்த தருணத்தில் அனைவரும் தேனூரை அடைந்தனர். பெரும்படையைக் கண்டு அங்கிருந்தவர்கள் அச்சமடைய கச்சிகனும், சில பாண்டிய வீரர்களும் இரும்பிடாரின் குடிலுக்குள் நுழைந்து தேடினர்.

மாட்டு வண்டியின் தடங்கள் விலகிச் செல்வதைக் கவனித்த நம்பி குதிரையை மெது வாகச் செலுத்தி பின்தொடர்ந்து செல்ல, வன்படையினர் உடன் சென்றனர். இரும்பிடார் நீங்கி விட்டான் என்பதை உணர்ந்த கச்சிகன் வீரர்களுடன் குதிரையிலேறி நம்பியிடம் சென்றான். நிகழ்பவற்றை தொலைவிலிருந்து அழுந்தூரின் மரத்தச்சர்கள் கவனித்திருந்தனர்.

நம்பியை தயக்கத்துடன் நெருங்கிய கச்சிகன் 'இரும்பிடார் தப்பிச் சென்று விட்டான் இளவரசே' என்று சொல்ல...

'நீ அறிவிலி என்பதை மெய்ப்பித்து சென்றிருக்கிறான்' என்றான் நம்பி.

மழையினால் தடங்கள் சிதைந்திருக்க இனி தொடர்ந்து செல்வதில் பயனில்லை என்றுணர்ந்தான் நம்பி. மனதில் சினம் கொப்பளிக்க, வேறேதும் செய்ய இயலா நிலையில் இருந்தான். 'இரும்பிடாரின் பாதையைத் தொடர்ந்து சென்று அவனைக் கண்டு பிடித்து வா. இல்லையெனில் உன் தலையிருக்காது' என்று கச்சிகனை நோக்கி இரைந்த நம்பி படையுடன் மதுரையை நோக்கிச் செல்லத்துவங்கினான்.

அதிகப்படியான ஆசை நிறைவேறாத பொழுது அதற்கீடான பெரும் வலியை தருகிறது. பகைவன் உன்னை விடச் சிறந்தவன் என்றெண்ணித் திட்டமிடு என்ற அடிப்படைப் பாடத்தை மறந்து விட்டதை எண்ணியபடி நின்றிருந்தான் கச்சிகன்.

★★★

நிலவு மகளின் முகம் காண கிழக்கில் முளைத்த கதிரவன், தன் பொன்னிற ஒளிக்கற்றைகளைப் பரப்பியபடி வெளிவர, ஐந்து மாட்டு வண்டிகள் சேரநாட்டை நோக்கிச் சென்று கொண்டிருந்தன. முதலில் சென்ற வண்டியை இரும்பிடார் செலுத்திக் கொண்டிருக்க அவனின் பின்னே இளவெயினி அமர்ந்திருந்தாள். இளவன் உறங்கிக் கொண்டிருந்தான். மரங்களின் கிளைகளிலும், இலைகளிலும் மறைந்து மறைந்து இறங்கிய ஒளித்துண்டுகள் இளவெயினியின் முகத்தில் பட்டுத் தெறிக்க, நிலவு மகளா என்று கதிரவன் அதிர்ந்தான்.

முந்தைய நாளின் மாலை நேரத்தில் பாண்டிய நாட்டினை விட்டு விலகலாமென்று இளவெயினி கூறியதும் மாட்டு வண்டிகள் தேவைப்படுமென்று நினைத்த இரும்பிடார் கரும்பாலைக்குச் சென்றான். தேனூரிலிருந்து மதுரைக்கும், கொற்கை துறைமுகத்திற்கும் கரும்புக் கட்டி, சர்க்கரையை எடுத்துச் செல்லும் மாட்டு வண்டிகள் கரும்பாலையில் இருந்தன. பொன் நாணயத்தைக் கொடுத்து ஐந்து வண்டிகளை மாட்டுடன் வாங்கிக்கொண்ட இரும்பிடார் வெளியேறுகையில் வழக்கம் போல காட்சிகளைக் கண்களால் துழாவ, தலைப்பாகையுடன் ஒருவன் அமர்ந்திருந்ததைக் கண்டான்.

ஐயத்தை வெளிகாட்டாமல் நடந்த இரும்பிடார், குடிலில் நுழைவதற்கு முன் ஈட்டியெறியும் சிறுவர்களிடம் பேசியவாறு கவனிக்க தன்னைப் பின்தொடர்ந்தவன் தொலைவிலிருக்கும் மரத்தை நோக்கிச் செல்வதைக் கண்டான்.

குடிலினுள் நுழைந்த இரும்பிடார் இளவெயினியிடம் 'நம்பி நம்மை தேடி வருகிறான். ஒற்றனொருவன் என்னை பின்தொடர்ந்து வந்து எதிரிலிருக்கும் மரத்தடியில் அமர்ந்துள்ளான். பாண்டிய நாட்டின் ஒற்றன் என்று எண்ணுகிறேன். பாண்டிய நாட்டின் காலணியை அணிந்திருக்கிறான். தலைப்பாகை, குறுங்கத்தி போன்ற ஒற்றர்களுக்கான ஆயுதங்களை மறைத்து வைத்திருக்கிறான். எத்தனை ஒற்றர்கள் இவனுடன் இருக்கின்றனர் எனத் தெரியவில்லை' என்றான்.

சோழநாட்டின் வெள்ளத்தை சமாளிக்கும் வழிமுறைகளை அமைச்சருக்கு மடலில் எழுதி முடித்திருந்த இளவெயினி யோசித்தாள். அடிக்கடி உடை மாற்றும் ஒற்றர்கள் கூட காலணியை மாற்றத் தவறுகின்றனர். முள்ளூர் மக்கள் அணியும் காலணியும், அதன் நிறமும் வேறு. பாண்டியர்களின் காலணிகள் வேறு. எனவே பெருஞ்சாத்தனின் ஒற்றனாய் இருக்க இயலாது. இரும்பிடாரின் கணிப்பு சரியாகத்தானிருக்கும் என்று சிந்தித்தாள் இளவெயினி. சிந்தை அணுவின் வேகத்தில் அனைத்து சாத்தியக் கூறுகளையும் ஆராயத் துவங்கியது.

இளவெயினியின் பாதுகாவலுக்காக அவளின் குடிலுக்கெதிரே மரத்தச்சர்களாகப் பணிபுரிந்த சோழநாட்டின் சகோதரர்கள், மரத்தடியில் ஒற்றனொருவன் அமர்ந்திருப்பதை நோக்கியவாறு அமர்ந்திருந்தனர். தகவலை இரும்பிடாரிடம் தெரியப்படுத்த ஒருவன் சுற்று வழியில் சென்று இரும்பிடாரின் குடிலுக்கு அருகிலிருந்த குடிலில் நுழைந்தான். இரண்டு குடில்களின் பின்புறங்களும் இணைக்கப்பட்டிருப்பது அழுந்தூர் வீரர்கள் அனைவருக்கும் தெரியும். குடில்களின் பின்புறத்தில் சிறிய கதவைக் கண்டறிய இயலாதவாறு பொருத்தியிருந்தான் இரும்பிடார். இரண்டு குடில்களின் இடையிலிருந்த கதவைத் தச்சன் தட்டியதும் இரும்பிடார் கதவைத் திறந்தான்.

'என்ன தகவல்' என்று இரும்பிடார் கேட்க...

'எதிரிலிருக்கும் மரத்தடியில் அமர்ந்து ஒருவன் உங்கள் குடிலைப் பார்த்தவாறு இருக்கிறான்'

'கவனித்தேன்' என்றான் இரும்பிடார்.

'அருகில் படையேதும் மறைந்திருக்கிறதாவென்று முதலில் தெரிய வேண்டும். நானும் குடிலில் இருக்கிறேனா என்பதை உறுதிப் படுத்திக்கொள்ள அமர்ந்திருக்கிறான். நீ வெளியேறி காத்திரு. நான் என்னை வெளிப்படுத்தியதும் அவனின் செயல்களை பார்த்து வந்து சொல். அதன் பின்னர் முடிவெடுக்கலாம்' என்றாள் இளவெயினி.

தச்சன் வெளியேறிய பின்னர் குடிலை விட்டு வெளியே வந்த இளவெயினி சிறுவர்களை நோக்கி 'அனைவரும் குடிலுக்குத் திரும்புங்கள். வளவா நீ நிலவனின் குடிலுக்குச் செல். பின்னர் அழைத்துக் கொள்கிறேன்' என்று சொன்னதும் சிறுவர்கள் நகர, இளவெயினி குடிலுக்குத் திரும்பினாள்.

'இப்போது விலகிச் செல்வான். ஒற்றைக் குடிலில் நாம் மட்டும் தங்கியிருப்பதாக ஒற்றன் எண்ணியிருப்பான். நமது குடிலைத் தாக்க பாண்டியப் படை சூழும்போது நமது வீரர்களைப் பின்னிருந்து தாக்கச் சொல். அதுவரை ஆயுதங்களுடன் குடிலினுள் மறைந்திருக்கட்டும்' என்றவள் 'வளவனைக் காப்பது அவசியம். நான் எதிரிலிருக்கும் மரத்தச்சரின் குடிலுக்கு வளவனுடன் செல்கிறேன். பாண்டிய ஒற்றனின் செயலைக் கண்டறிந்துவிட்டு நாம் எதிர்வினை ஆற்றலாம்' என்றாள்.

இரும்பிடார் 'சரி' என்றான்.

சிலகணங்களில் ஒற்றன் மரத்தடியை நீங்கிச் செல்ல, குடிலின் பின்புறம் வழியாக வெளியேறிய இளவெயினி நிலவனின் குடிலுக்குச் சென்றாள். இமையனிடம்

ஓலையை தந்தவள் 'கழுகின் கால்களில் கட்டி சோழ நாட்டிற்கு அனுப்பி விடு. மீதத்தை இரும்பிடார் கூறுவார்' என்றாள். பாண்டிய ஒற்றன் மீண்டும் வருவதற்குள் வளவனை அழைத்துக்கொண்டு நேரெதிரேயிருந்த மரத்தச்சனின் குடிலுக்கு வந்து சேர்ந்தாள்.

பாண்டிய வீரர்கள் தாக்கினால் எதிர்கொள்வதற்கு அழுந்தூர் வீரர்களை ஆயத்தமாக்கினான் இரும்பிடார்.

ஒரு நாழிகையில் மரத்தடிக்கு திரும்பிய பாண்டிய ஒற்றன் இரும்பிடார் இருந்த குடிலைப் பார்த்தபடி அமர, அவனைப் பார்த்தபடி அவனுக்கு பின்னிருந்த குடிலினுள் அமர்ந்திருந்தாள் இளவெயினி. அவளினருகே மரத்தச்சன் ஒருவன் நின்றான்.

காற்றில் வலைபின்னும் சிலந்திகளை வேட்டையாடும் பறக்கும் சிலந்தியைப் போன்றவள் இளவெயினி. பெருஞ்சிலந்திகளை தாக்கும் பறக்கும் சிலந்தி முதலில் திட்டமிடும். தான் எதிர்பார்க்கும் இடத்தில் சிலந்தி இல்லாவிட்டால் அதன் வலையின் மேல் நடந்து வலையில் சிக்கிக்கொண்ட பூச்சிகள் ஏற்படுத்தும் அதிர்வுகளைப் போல இழைகளை மீட்டும். யாழின் கம்பிகளை இசைக்கும் பாணனைப் போல. இரை சிக்கியதென்று நகரும் சிலந்திகள் எதிர்பார்க்குமிடத்தில் வரும்போது மீட்டுவதை நிறுத்திவிடும். சிலந்தியை விட்டு விலகிச் சென்று சிலந்தியின் பின்னால் வந்தடையும். சிலந்தி எதிர்பார்க்காத தருணத்தில் தாக்கி இரையாக்கிக் கொள்ளும்.

மாச்சிலந்தியை வெல்வதா அல்லது கொல்வதா என்று இளவெயினி பார்த்திருந்தாள். மனதின் அடுக்குகளில் வெவ்வேறு திட்டங்கள் மலரின் அடுக்குகளாய் விரிந்தன.

சில கணங்களில் பாண்டிய ஒற்றனை ஒற்றறியச் சென்ற மற்றொரு மரத்தச்சன் குடிலுக்கு திரும்பினான். 'இவன் தலைமை ஒற்றனாய் இருக்க வேண்டும். பாண்டியப் படைகள் அதிகாலைக்குள் வந்துவிடும் என்று அங்கிருந்த மூன்று வீரர்களிடம் கூறினான். அதன் பின்னர் மூவரையும் வெவ்வேறு திசைகளுக்கு அனுப்பினான்' என்றான்.

மூன்று வீரர்களை அனுப்பியது அருகிலிருக்கும் மற்ற வீரர்களை வரவழைப்பதற்காக இருக்கும். மேலும் பாண்டியப்படை காலையில்தான் வந்தடையும் என்றுணர்ந்த இளவெயினி மரத்தச்சனிடம் தனது திட்டத்தை விளக்கிக் கூறினாள். குடிலை நீங்கி சுற்று வழியாக சென்ற மரத்தச்சன் இரும்பிடாரிடம் திட்டத்தை எடுத்துரைத்தான்.

இளவெயினியின் திட்டத்தை உள்வாங்கிக் கொண்ட இரும்பிடார் கரும்பாலைக்குச் சென்று ஒரு மாட்டு வண்டியை அழைத்து வர குடிலை விட்டு வெளியேறினான். இரும்பிடார் வெளியேறிச் செல்வதைப் பார்த்தவாறு கச்சிகன் அமர்ந்திருந்தான். மீண்டும் குடிலுக்கே திரும்பவேண்டும் என்பதால் அமைதியுடன் காத்திருக்க, மாட்டு வண்டியுடன் இரும்பிடார் குடிலுக்கு திரும்பினான்.

மெல்லிய இருள் புகைமூட்டம் போன்று சூழத்துவங்க அழுந்தூர் வீரர்கள் இளவெயினியின் குடிலிலிருந்த பொருட்களை வண்டியிலேற்றத் தொடங்கியதும் பதற்றமடைந்த பாண்டிய ஒற்றன் மரத்தை விட்டு நீங்கிச் செல்ல மரத்தச்சர்களில் ஒருவன் பின்தொடர்ந்தான்.

சற்று நேரத்தில் இருவரும் மீண்டும் திரும்ப, மரத்தச்சன் இளவெயினியிடம் ‘இப்போது பாண்டிய வீரர்கள் பத்துப் பேர் உள்ளனர்’ என்றான்.

இரும்பிடாரின் குடிலிலிருந்து பொருட்கள் ஏற்றப்பட்டதும் அழுந்தூர் வீரர்கள் வண்டியை சூழ்ந்து நின்றிருக்க நிலவனும் அவனது தாயும் இரும்பிடாரின் பின்னால் ஏறி அமர்ந்தனர்.

விண்ணில் உருண்டு கொண்டிருந்த மேகங்கள் ஒரு முடிவுக்கு வந்துவிட்டு மண்ணின் வேரை நனைப்பதற்கு மழையாய் பெய்யத் தொடங்கியது. வண்டி மெதுவாக நகர்ந்து மற்ற குடில்களின் மறைவில் நகர்ந்த போது நிலவனும் அவனது தாயும் இறங்கிக் கொண்டனர்.

இரும்பிடார் வண்டியை நகர்த்திச் சென்றதும், பாண்டியத் தலைமை ஒற்றன் வேகமாக தனது ஒற்றர்களிடத்திற்கு விரைய, தச்சன் அவனைத் தொடர்ந்து சென்றான்.

சில வினாடிகளில் திரும்பிய தச்சன் ‘இருபதற்கும் மேற்பட்ட குதிரை வீரர்கள் மாட்டு வண்டியை பின்தொடர்ந்து செல்கின்றனர்’ என்றான்.

மதுரை நாளங்காடியில் குதிரைப் படையை தனியொருவனாக இரும்பிடார் சங்காரம் செய்ததை அறிந்திருந்தால் பாண்டிய வீரர்கள் எவரும் இரும்பிடாரை நெருங்க மாட்டார்கள் என்று இளவெயினி எண்ணினாள்.

இருப்பினும் ‘நீங்களிருவரும் குதிரைகளைப் பின்தொடர்ந்து செல்லுங்கள். ஒற்றர்கள் இரும்பிடாரை தாக்கினால் உதவுங்கள்’ என்று அனுப்பி விட்டு குடிலுக்கு விரைந்தாள். அடுத்த இரண்டு நாழிகைகளில் அழுந்தூர் வீரர்கள் ஐந்து மாட்டு வண்டிகளைக் கொண்டு வந்து பொருட்களை ஏற்றிக் கொண்டு இரும்பிடாருக்காக காத்திருக்கத் துவங்கினர்.

ஒரு நாழிகை மாட்டு வண்டியைச் செலுத்திய இரும்பிடார் இருள் சூழ்ந்ததும் குரலைப் பெரிதாக உயர்த்தி சத்தத்தை எழுப்பியபடி மாட்டு வண்டியை மதுரையை நோக்கி வலப்புறம் திருப்பினான். பழக்கப்பட்ட மாடுகள் மதுரை வரை நேராகச் செல்லும் என்று கரும்பாலைக்காரர் கூறியிருந்ததால் இரும்பிடார் மரங்கள் நிறைந்திருந்த இடத்தில் வண்டியிலிருந்து கீழிறங்கிக் கொண்டான். சிலகணங்களில் குதிரை வீரர்கள் மெதுவாகப்

பின்தொடர்ந்து செல்வதைக் கண்டான். அவர்கள் கடந்ததும் சாலையிலேறி வேகமாக பின்னோக்கிச் செல்லும்போது இரண்டு தச்சர்களைக் கண்டு அவர்களையும் அழைத்துக் கொண்டு தேனூரை நோக்கி விரைந்தான்.

இரும்பிடார் தேனூரை அடைந்ததும் முதல் மாட்டு வண்டியில் இளவெயினியையும், வளவனையும் ஏற்றிக்கொண்டு சேரநாட்டை நோக்கி செல்லத் துவங்கினான். மற்ற நான்கு வண்டிகள் இரும்பிடாரின் வண்டியுடன் இணைந்து மழையினூடே சேரநாட்டை நோக்கி பயணிக்கத் துவங்கின. சேரநாட்டை நோக்கிப் பிரியும் கணவாயை நெருங்கியதும் வலதுபுறம் திரும்பிய வண்டிகள் இறுகிய பாறைகளினூடே சேரநாட்டை நோக்கிச் சென்றன. மிதமான மழை தொடர்ந்து பெய்ததால் வண்டிகளின் தடங்களைப் பின்தொடர்வது கடினமென இளவெயினி நினைத்தாள். சேரநாட்டை நெருங்குகையில் மழையினை வெற்றி கொண்டு மேலெழுந்தான் சோழகுலத்தின் மூத்தவன் கதிரவன்.

★★★

சோழ, பாண்டிய நாடுகளிலிருந்து சேரநாட்டுக்குச் செல்லும் வழியை மறித்து மலைப் பாம்பைப் போல மேற்கு மலைத்தொடர் நீண்டு நெடிந்து கிடந்தது. மலையை ஊடுருவி மறுபுறம் செல்வதற்கு பாலைக்காடு என்ற பேரூரின் அருகே மக்கள் ஏற்படுத்தியிருந்த இருபத்தைந்து கல் இடைவெளி பாலைக்காட்டு கணவாய். கணவாய்க்கு வடபுறத்திலிருக்கும் மலைத்தொடர் வானமலை. தென்புறத்தில் உள்ளது தென்பொருப்பு.

மேற்கு மலைத்தொடரை வில்லாகவும், மேலை கடற்கரையை நாணாகவும் கொண்டிருந்த சேரநாட்டில் பாலைக்காட்டு கணவாய் சோழநாட்டிற்கு விரைவாகச் செல்ல உதவும் அம்பைப் போன்றிருக்க அதற்கருகிலிருந்த நாங்கூரில் தங்கியிருக்க முடிவு செய்திருந்தான் இரும்பிடார். இங்கிருந்து சோழநாட்டை விரைவாகச் சென்றடையலாம். மேலும் அருகிலிருந்த தென்பொருப்பின் முதல் அடுக்கில் பளியர்களின் குடில்கள் இருந்தன. அவர்களிடமிருந்தும் வளவன் கற்கவேண்டியது ஏராளமாக உள்ளது என நினைத்தான்.

நாங்கூரில் வேளாண் குடியினரின் குலம் இருந்தது. ஆதியின் வெளிச்சத்தில் ஓரிடத்தில் தோன்றிய வேளாண்மை பேரறிவு குலத்தின் வழிமக்களால் ஆற்றிலிருந்து பிரிந்து செல்லும் கிளைகள் போல பரவி விரவியது. செல்லுமிடமெல்லாம் வளமையையும், அறிவையும் விதைத்துச் சென்றது.

நாங்கூரானது வேளாண் குலத்தினர் வசிக்கும் இடமென்பதால் இம்முறை நீலச்சம்பாவில் கலந்து விடும் தங்கச் சம்பா நெற் பயிரைப் போல அழுந்தூர் வீரர்களால்

மறைந்து வாழமுடியும் என்று இரும்பிடார் எண்ணினான். தன்னைப் பிடாரன் என்றும் இளவெயினியை இளவேனில் என்றும் அழைக்குமாறு அனைவரிடமும் கூறினான்.

நாங்கூரின் மண் தெரியாத வகையில் மரங்களும், செடிகளும், பூண்டுகளும் பசும்வெளியை இறுக்கி பிணைத்திருக்க, நாங்கூருக்கு வெளியே கரட்டினடியில் ஆறு குடில்களை அமைத்தான் இரும்பிடார். வழக்கம்போல் இரண்டு குடில்களை வெளியில் தெரியாதளவு இணைத்து, பின்வாசல்களையும் ஏற்படுத்தி இருந்தான்.

சேரநாடு வீரக்கலைகளை கற்பிப்பதில் தலைச்சிறந்து விளங்கியது. கம்பை ஆயுதமாக தரித்த மனிதன் பல்வேறு உருவங்களில் ஆயுதங்களை உருவாக்கி தற்காப்பிற்கும், தாக்குவதற்கும் பயன்படுத்த ஆரம்பித்தான். அவற்றை உச்ச திறனில் பயன்படுத்த பல வழிமுறைகளை வடிவமைத்தான். அனைத்து இடங்களுக்கும் ஆயுதங்களை எடுத்துச் செல்லமுடியாத நிலையில் உடலையே மாபெரும் ஆயுதமாக மாற்றும் வித்தைகளை உருவாக்கினான்.

பயன்படாத களர் நிலத்தில் பயிற்சிகளை அனைவருக்கும் பயிற்றுவிக்கும் முறை களரி என்றும் களரிப் பயிற்று என்றும் ஆகியது. இத்தகைய போர்ப் பயிற்சியை கற்பிக்க பாடசாலைகள் இருந்தன.

தற்காப்பதும், தாக்குவதுமாக வெறும் கை கொண்டு அடிப்பது அடிமுறை. கம்பு முதலான ஆயுதப் பயிற்சிகளுக்கு கால்களை மாற்றி மாற்றி தரையில் பதிக்கும் முறை சுவடு. சுவடுகளைப் பயன்படுத்தி தாக்கும் வழிமுறை அடவு. ஒவ்வொரு ஆயுதத்திற்கும் ஆசான்களைப் பொருத்து பல அடவுகள் உருவாகின.

கம்புகளைச் சுழற்றும் முறையானது கம்பின் நீளத்தை பொறுத்து இரண்டு வகை இருந்தது. கம்பின் அளவு இரண்டு முதல் ஐந்து சாண் வரை இருப்பது குறுந்தடி முறை. நெற்றியளவுள்ள கம்புகளைப் பயன்படுத்துவது நெடுந்தடி முறை. இவற்றிலான பயிற்சி சிலம்பம்.

இவையன்றி சாலைகளில் ஆயுதப்பெருக்கம் எனப்பட்ட அனைத்து ஆயுதங்களின் பயிற்சி, வெற்றுடலுடன் சமரிடும் போர்வரிசை, மல்வரிசை, கசரத்வரிசை, பூட்டு எனப்படும் வர்மப் பிடிமுறைகள், சாட்டங்கள், மறிவுகள், தட்டு மர்மங்கள், கைப்பிரயோகங்கள், தடவுகள் போன்ற பயிற்சிகளை அளித்தனர்.

காயத்திலிருந்தும், பிணியிலிருந்தும் வீரர்கள் உடலை குணப்படுத்திக் கொள்ள தைல யோகங்கள் கற்றுத் தந்தனர்.

பல்வேறு தைலங்களைப் பயன்படுத்தி உடலைத் தடவி அல்லது திருகி விடுவது உழிச்சல் முறை.

சூடான மருந்து எண்ணெய்யை உடலில் பிழிந்து விட்டு ஓரே சீராக உடலைச் சுண்டி விடுவது பிழிச்சல் முறை.

தலைக்கு எண்ணெய் தேய்த்து பின் மூலிகைக் குழம்பால் குறிப்பிட்ட நேரம் தலையைப் பொதிந்து வைத்திருப்பது பொதிச்சல் முறை.

மருந்துப் பொட்டலங்களைச் சூடாக்கி உடலில் ஒற்றியெடுவது கிழி முறை. இதில் இலைக்கிழி, மருந்துக் கிழி, நவரக்கிழி, இறைச்சிக்கிழி ஆகிய முறைகள் உண்டு.

நீரோட்டம் போல தொடர்ச்சியாக திரவ மருந்துகளை உடலில் அல்லது தலையில் ஊற்றி செய்யப்படுவது தாரை. இதில் தைலங்கள், மோர் அல்லது பாலுடன் சேர்க்கப் பட்ட மூலிகைச் சாறு, பசு நெய் சேர்க்கப்பட்ட சாறுகள், காடிகள், குறுந்தொட்டியில் காய்ச்சிய பால் போன்றவற்றைப் பயன்படுத்துவர்.

சேரநாட்டிலிருந்த சாலைகளில் காந்தளூர் சாலையே மிகப் பழமையானது. மிகப் பெருமையுடையது. காந்தளூர் சாலையிலிருந்து வெளிவருபவன் வெறும் கைகளால் அழித்தலையும், காத்தலையும் படைக்கும் திறன் பெற்றிருப்பான்.

காந்தளூர்ச் சாலையின் தலைமை ஆசானான உச்சிநாதருக்கு வயது முதிர்ந்து இருந்தாலும் வீரத்திலும், நுட்பத்திலும் தலைச்சிறந்து விளங்கினார். இரும்பிடாரின் குருவான வீரக்கோனும் காந்தளூர்ச் சாலையிலிருந்து பிரிந்து அழுந்தூருக்கு வந்தவரே. வீரக்கோனிடமிருந்து காந்தளூர்ச் சாலையின் மாண்பை அறிந்திருந்த இரும்பிடார் வளவனுக்கு கலைகள் கற்பிக்க காந்தளூர்ச் சாலையே சிறந்ததென்று எண்ணினான்.

சேரவேந்தர்களின் பொருளுதவியும், வரி விலக்கும் நாட்டிலிருந்த அனைத்து சாலைகளுக்கும் வழங்கப்பட்டன. அதற்கு மாற்றாக சாலைகள் வருடத்திற்கு ஒருமுறை தமக்குள் போட்டியிட்டு தலைச்சிறந்த வீரர்களைக் கண்டறிந்து சேரவேந்தரின் அரண்மனைக்கு அனுப்பினர். அவர்களுக்கு சிறந்த பதவிகள் வழங்கப்பட்டன.

ஒவ்வொரு ஆண்டும் காந்தளூர்ச் சாலையின் வீரர்களே போட்டியில் வென்றதால் உச்சிநாதரின் புகழ் சேரநாடெங்கும் பரவியிருந்தது.

மலைச்சரிவினடியில் சிற்றாற்றின் கரையில் அமைதியான சூழலில் காந்தளூர்ச் சாலை அமைந்திருந்தது. குடிலுக்கெதிரே வெண்பிடவ மரங்கள் செம்மண்ணில் நிலவினைப் போன்ற வெண்ணிறப் பூக்களைச் சொரிந்து மாக்கோலத்தை வரைந்திருந்தன. காந்தளூர் சாலையில் சேர்க்க ஐந்து சிறுவர்களையும் இரும்பிடார் அழைத்துச் சென்றான்.

அங்கை போர்முறை எனப்படும் வெறும் கையினால் நிகழ்த்தும் போர்களையும், ஆயுதங்களின் பயன்பாட்டை சொல்லித் தருவதிலும் இரும்பிடார் நிகரற்றவன். ஒவ்வொரு கலையைப் பயன்படுத்தும்போது குருவின் அடிமுறையும், அடவு முறைகளும் தெளிவாகத் தெரியும். உச்சிநாதரின் முறைகளை வளவன் கற்றுத் தேர்ந்தவுடன், தனது குருவான வீரக்கோனின் அடவுகளையும் கற்றுத் தந்து அவனை மேம்படுத்த எண்ணினான்.

இரும்பிடார் சிறுவர்களை அழைத்துக்கொண்டு குடிலினுள் நுழைந்தான். அறையின் பீடத்தில் வெண்ணிற ஆடையில் உச்சிநாதர் அமர்ந்திருக்க, அவருக்கெதிரே நிலத்திலிருந்து ஆறு அடிகளுக்கு பள்ளம் ஏற்படுத்தப்பட்டு நாற்பத்து இரண்டடிகள் நீளமும் இருபத்தொரு அடிகள் அகலமும் கொண்ட செவ்வக வடிவிலான களம் அமைக்கப்பட்டிருந்தது. அதனுள் சட்டர்கள் எனப்படும் மாணவர்கள் குழிக்களரி பயின்று கொண்டிருந்தனர்.

இவர்களை நோக்கித் திரும்பிய உச்சிநாதரின் முகத்தில் அமைதியும் கருணையும் குடிகொண்டிருக்க மை பூசிய கண்கள் நெருப்புத்துண்டு போல் கனன்று கொண்டிருந்தன. நோக்கு வர்மம் என்ற பார்வையில் பகைவனை நகரமுடியாமல் செய்யும் கலையில் உச்சிநாதர் தலைச்சிறந்தவர் என்று இரும்பிடார் அறிந்திருக்க, அவரின் பார்வையை இரும்பிடாரின் கண்கள் சந்தித்தபோது மனம் ஒருகணம் சில்லிட்டுப் போனது.

'தனது ஆசான் வீரக்கோன் கூறியது முற்றிலும் உண்மை' என்று இரும்பிடார் நினைத்துக் கொண்டான். வீரக்கோனும் உச்சிநாதரும் காந்தளூர் சாலையின் தலை சிறந்த மாணவர்களாய் இருந்தவர்கள். இருவருக்கும் மனவேறுபாடு ஏற்பட்டதால் வீரக்கோன் காந்தளூர்ச் சாலையை பிரிந்து வந்ததாய் அழுந்தூருக்கு வந்தபோது கூறியிருந்தார்.

அவரை வணங்கிய இரும்பிடார் 'சிறுவர்களை சாலையில் சேர்க்க வந்துள்ளேன்' என்றான்.

முறுக்கேறியிருந்த இரும்பிடாரின் உடலமைப்பையும், சதைத் திரட்சியையும் கவனித்த உச்சிநாதர் 'நீயும் கலைகள் கற்றவன் தானா?' என்றார்.

'நான் கடம்ப நாட்டை சார்ந்தவன். அங்குள்ள சாலையில் சிலகாலம் பயின்றுள்ளேன்'

சிறுவர்களை அருகில் அழைத்த உச்சிநாதர் ஒவ்வொருவரின் மணிக்கட்டுக்கு ஓர் அங்குலம் மேலே தனது நடு விரல், மோதிர விரல், சுண்டு விரல்களால் ஒரே நேரத்தில் மெதுவாக அழுத்தி நாடியின் துடிப்பை உணர்ந்தார். வளவனின் துடிப்பினைக்

காணும்போது அவரின் முகம் ஆச்சரியத்தில் மலர்ந்தது. மீண்டும் விரல்களை மாறி மாறி அழுத்தியும், தளர்த்தியும் உறுதி செய்துகொண்டார். அவரின் முகத்தில் முழுமையான நிறைவு தெரிந்தது.

நாடியை உணர்வதன் மூலம் உடலின் முழு ஆற்றலையும், வேகத்தையும், வீரனின் எதிர்காலத்தையும் மனதில் அளக்கிறார் என்பதை இரும்பிடார் அறிவான். விதையைக் கண்டு உள்ளிருக்கும் ஆலத்தின் பேருருவைக் காணும் முறை.

வளவனின் இதயம் மிக மெதுவாகவும், வலுவாகவும் துடிப்பதையும், கதிரவனின் துண்டொன்றை உட்கொண்டதைப் போல பேராற்றல் உடலில் கொந்தளிப்பதையும் இரும்பிடார் ஏற்கனவே நாடிப்பிடித்து அறிந்திருந்தான்.

'உனது பெயர் என்ன?'

'திருமாவளவன்'

ஒவ்வொரு விதையினுள்ளும் ஒரு காடு உறைந்திருக்கும். அதை விதை அறியாது. விதைப்பவன் அறிவான். இந்த விதையில் உலகமே அடங்கியிருப்பதை உச்சிநாதர் உணர்ந்தார். பட்டை தீட்டப்பட காத்திருக்கும் பெரும் வைரம் கையில் கிடைத்தது போல மகிழ்ந்தவர் 'கடம்ப நாட்டில் என்ன தொழில்?' என்று கேட்டார் இரும்பிடாரை நோக்கி.

'வேளாண்மையே'

'எத்தனைக் காலம் களரி கற்றாய்?'

'நானும் சிறுவயதிலிருந்தே கற்று வந்தேன். வேளாண் தொழில் செய்யத் துவங்கியதும் விடவேண்டியதாயிற்று'.

தனது உருவத்தைப் பார்த்ததும் உச்சிநாதருக்கு சிறிய ஐயம் ஏற்பட்டிருப்பதை இரும்பிடார் உணர்ந்தான்.

'உனது பெயர்?'

'பிடாரன்'

'யாரிந்த சிறுவர்கள்?'

'நாங்கள் ஐந்து குடும்பங்கள் பிழைப்புத்தேடி கடம்ப நாட்டிலிருந்து வந்திருக்கிறோம். வளவனைத் தவிர மற்றவர்கள் வேறு குடும்பத்து மக்கள். உறவுமுறை கொண்டவர்கள். அருகிலிருக்கும் கரட்டின்மேல் தங்கியிருக்கிறோம்'

‘நாங்கூரின் வேளாண் மக்களை வரச்சொல்ல இருந்தேன். நமது சாலையில் மதியத்தில் அரிசி உணவை உண்ணும் மாணவர்கள் சுறுசுறுப்பின்றி இருக்கின்றார்கள். எந்த அரிசியை மாற்றித் தரலாம்?’

தன்னை சோதிக்கிறார் என்றெண்ணிய இரும்பிடார் ‘வசரமுண்டான் விரைவில் சீரணமாகும். உடலின் எதிர்ப்பு சக்தி கூடி உள் உறுப்புகளை வலுவாக்கும்’

‘புதிய குடிலொன்றை வைக்கோல் படப்பினால் உருவாக்க வேண்டும். அதற்கு எந்த நெல்லின் தாள்களை வாங்கி வரசொல்லட்டும்?’

‘கூம்வாளையின் தாள்கள் நீளமாயிருப்பதால் குடில் வேய வசதியாய் இருக்கும். தேவைப்பட்டால் சொல்லுங்கள். நாங்களே வேய்ந்து தருகிறோம்’ என்றான்.

உச்சிநாதரின் முகத்தில் சிறிய அமைதி தோன்ற ‘தாள்கள் வந்ததும் சொல்கிறேன். நாளைக்காலை இவர்களை அழைத்து வா’ என்றார்.

இரும்பிடார் மீண்டும் வணங்க சிறுவர்களும் வணங்கினர். ‘அனைவரும் பெரும் வீரர்களாய் வருவீர்கள்’ என்று உச்சிநாதர் வாழ்த்த, இரும்பிடார் சிறுவர்களை அழைத்துக் கொண்டு நடந்தான்.

உச்சிநாதரின் கண்கள் வளவனைப் பார்த்தவாறு இருப்பதை இரும்பிடார் தனது முதுகில் உணர்ந்தான்.

மறுநாளிலிருந்து சிறுவர்கள் காந்தளூர்ச் சாலையில் பயிற்சியைத் துவங்கினர். நாட்டுப்பயிரை காட்டுச்செடிகளுடன் நட்டது போல சிரமப்பட்ட வளவன் மெதுவாக வேர்பிடிக்கத் துவங்கினான். துளிர்க்கும்போதே மரங்களின் வேர்களை அசைக்கத் துவங்கினான்.

அவனுடன் பல சிறுவர்களும் பயின்றனர். விண்ணின் மழைத்துளிகள் பொதுவாக விழுந்தாலும் மண்ணின் குணத்தைக் கொண்டு மழைத்துளியின் தன்மை அமைவது போல, பாடங்கள் அனைவருக்கும் பொதுவாக இருந்தாலும் வளவன் மழைத்துளிகளை முத்துச்சிப்பியாய் உள்வாங்கினான். களர் மண்ணில் முத்துக்களைத் தோற்றுவித்துக் கொண்டிருந்தான்.

தினமும் பயிற்சியின்போது சிவப்பு நிற கச்சா ஆடையை இடுப்பில் அணிவர். எள்ளெண்ணையை உடலெங்கும் பூசிக்கொள்வர். களத்தின் தென்மேற்கு மூலையில் வைக்கப்பட்டிருக்கும் புனிதமான பூத்தாரையையும் அதனை ஒட்டியிருக்கும் குருதாரையும் வணங்கி விட்டு பயிற்சிகளைத் துவங்குவர். பூத்தாரையானது ஒடுங்கிச்செல்லும் ஏழு அடுக்குகள் கொண்டது. ஒவ்வொரு அடுக்கும் களரிக்குரிய ஒவ்வொரு தெய்வங்களுக்கு

உரியது. பூத்தாரைக்கு அருகிலிருக்கும் நந்தா விளக்குடன் கூடிய குருதாரை எனப்படுவது குருக்களை வழிபடும் இடம். அருகில் களரிக்கான ஆயுதங்கள் சுவற்றில் சாய்த்து வைக்கப்பட்டிருக்கும்.

களரியின் துவக்கத்தில் ஆயுதங்களைக் கையாளுவதற்கு உடலை வலுவேற்றும் உடற்பயிற்சிகள் தொடங்கும். பின்னர் ஆயுதப் பயிற்சிகளான பன்னிரு சாண் பெருவடி, முச்சாண் சிறுவடி, கதாயுத அடவுகள், ஒற்றை அடவுகள், கட்டாரி அடவுகள், வாள்-கேடயம், குந்தம் எனப்படும் ஈட்டி, உறுமியும் பரிசையெனப்படும் சுருள் வாளும் கேடயமும், வில்லம்பு மற்றும் கத்திப் பயிற்சிகள் போன்றவை ஒவ்வொன்றாய் கற்றுத் தரப்பட்டன.

நிலத்தின் நீரை உட்கொண்டு மலர்களின் நுனியில் தேனாய் வடிக்கும் செடிகளைப் போல, உச்சிநாதரின் அடவுகளை உள்வாங்கித் தனது புத்தியால் வேறு வடிவத்தில் வெளிப்படுத்தினான் வளவன். கடல் அலைகளைப் போல பருவங்கள் மாறி மாறிக் கடந்து செல்ல, ஆண்டுகள் ஆறு கடந்து சென்றன.

அன்றையப் பயிற்சி முடிந்து திரும்பிய வளவன் வேகமாக இளவெயினியை நோக்கி ஓடி வந்தான். மூச்சிரைக்க வந்து தன்னை பார்த்தபடி நின்ற வளவனிடம் ‘என்ன சொல்’ என்றாள் இளவெயினி குறுநகையுடன்.

‘இளஞ்சேட்சென்னி யார்?’

வீரம் வளரும்...

34

சோழநாடு கிழக்கில் கடலை எதிர்த்து நின்றது. வடக்கில் சிற்றரசர்களின் சதிகளை எதிர்பார்த்து நின்றது. மேற்கில் சேரநாட்டையும், தெற்கில் பாண்டிய நாட்டையும் விழிப்புடன் கவனித்தவாறு இருந்தது.

சேரநாடும், பாண்டிய நாடும் சோழ நாட்டின் மீது தற்போதைக்கு படையெடுக்கும் எண்ணத்தில் இல்லை என்பதைப் பரஞ்சுடர் அறிந்திருந்தான். எனவே இடைப்பட்ட காலத்தில் சோழநாட்டின் வடக்கு எல்லைகளை வலுப்படுத்தியிருந்தான். மதிற்சுவர்களில் காவல் பொறிகளையும், எண்ணற்ற காவல் கோபுரங்களையும் உருவாக்கி இருந்தான். மலைகள் காட்டரணையும், சமவெளிகள் நிலஅரணையும் தாங்கி நின்றன. காவலில்லாத இடங்களில் கண்ணிகளை மறைவாகப் பதித்து அதன் வழியிலிருந்த ஊர்களில் காவல் வீரர்களைக் குடியேற்றினான். அனைத்து நேரங்களிலும் சிறு காவல் படை எல்லைகளில் சுற்றுக்காவலில் ஈடுபட செய்தான்.

'சமர் என்று வந்து விட்டால் வெல்வது மட்டுமே வீரம். கொல்வதற்கும், உயிரை இழப்பதற்கும் ஆயத்தமாய் இருக்கும் வீரனே தலைச்சிறந்த வீரனாக முடியும்'

நிலவெளியின் பாதுகாப்பைப் பரஞ்சுடர் கவனித்துக் கொள்ள, கடல்வெளியை வானவன் பார்த்துக்கொண்டான். சோழஅரசி

கூறியது போல வலுவான கப்பல் படையை உருவாக்கி வந்தான். பெருங்கப்பல்களை உடைத்து முன்னேறும் கூரான முனையைக் கொண்ட பஃடுகள், வஞ்சிகள், திமிலை களை உருவாக்கச் செய்தான். கடற்கரையில் காவல் கோபுரங்கள் அமைக்கப்பட்டு எண்ணற்ற இரும்பு அம்புகளைத் தொடர்ந்து எய்யும் இயந்திரப் பொறிகள் பொருத்தவும், சுரைக்காய் போன்ற பெருங்காய்களில் எண்ணெய் ஊற்றி நெருப்புப் பற்றவைத்து தொலைதூரம் எரியும் விசைக் கருவிகளையும் அமைத்தான்.

பாண்டிய இளவரசன் நம்பி, சோழ அரசியையும், இரும்பிடாரையும் சிறையெடுக்க முயன்று தோல்வியுற்றதாக, பாண்டிய ஒற்றன் அனுப்பிய தகவல் கிடைத்ததும் வானவன் அதிர்ந்து போனான். இளவெயினியை மதியூகத்தில் மிஞ்ச முடியாது. இரும்பிடாரை வீரத்தில் வெல்ல முடியாது. இருவரும் இணைந்திருக்கும் போது அவர்களை பிடிக்க முனைவது சுடாத நெருப்பு, ஈரமில்லாத நீரை உருவாக்க முனைவது போல. இரவின் இருளைப் பிளந்து காற்றின் திசையில் கரைந்து செல்லக் கூடியவர்கள் அவர்கள் என்பதை வானவன் அறிந்திருந்தான். இருப்பினும் சோழத்தின் பேரரசி இப்படி மறைந்து வாழ்வதும், ஓடி ஒளிவதும் மனதை ரணப்படுத்துவதாய் இருந்தது.

சோழநாட்டில் மறைந்து வாழ்ந்த பல நாட்டு ஒற்றர்களைக் கண்டறிந்து வானவன் வெளியேற்றியிருந்தான். அரண்மனையில் சிலர் இருப்பதை அறிந்ததும் அவர்களை தேவைப்படும்போது பயன்படுத்திக் கொள்ளலாம் என்றெண்ணினான். கொல்லும் தன்மையுடைய நஞ்சில் மருந்தை பிரித்தெடுக்க விட்டு வைத்தான்.

உத்தி என்பது மனவெளியில் உருவாகி சமவெளியில் நிகழ்த்தப்படுவது. அதில் வானவன் இணையற்றவன். பகைவரின் ஒற்றர்களைத் தனக்காக பயன்படுத்தத் தொடங்கினான்.

சேரநாட்டிற்கு இடம் பெயர்ந்த சில மாதங்களுக்கு பின்னர் இரும்பிடார் சோழ அரண்மனைக்கு வந்திருந்த போது சில ஏவலர்களின் முன்னால் கலிங்க நாட்டிற்கு அப்பாலிருந்து வருவதாகக் கூறச் செய்தான். தகவல் வெளியேறும்போது பகைவர்களின் தேடல் திசைமாறுமென எதிர்பார்த்தான்.

சென்னியை காக்கத் தவறியதற்குத் தண்டனையாக சோழவேந்தன் பெருவளத்தான் வரும்வரை நாட்டை அரணாய் நின்று காத்திருப்பதே தமது கடமையென பரஞ்சுடரும், வானவனும் எண்ணினர். நொடிகள் தோறும் நினைவுகளைப் பலியிடும் கொலைக்களமாக மனம் மாறி துடித்திருக்க பகலிரவாய் எல்லைகளைக் காத்தனர். பெருவளத்தானுடன் படைதிரண்டு சிற்றரசர்களை அழித்தொழிக்கும் நாளை எதிர்பார்த்து உயிர் தாங்கி இருந்தனர். சோழ அரசியின் சொல்லுக்கிணங்கி பிள்ளைகளுக்கு சிறுவயதிலிருந்தே வீரக் கலைகளை கற்பித்து வந்தனர்.

நாட்டின் பாதுகாவலை பரஞ்சுடரும், வானவனும் பார்த்துக்கொள்ள மக்களின் நலத்தையும், வணிகத்தையும் திகழ்செம்மான் இரண்டு கண்களாக மேலாண்மை செய்தார். பூங்கட்டிலிலும், பொன்மாடத்திலும் வாழவேண்டிய அரசியும், வேந்தனும் சோழ நாட்டின் நலன் கருதி பணியாட்களைப் போல உழன்று திரிவதை எண்ணி வருந்திய செம்மான், வளவன் வரும்வரை குடிகளைக் காத்திருப்பது தனது கடமையென கருதினார். சோழநாட்டின் அனைத்து நற்செயல்களும் அரசியின் உத்தரவிற்கிணங்க நடைபெறுவதாய் மக்களிடம் அறிவித்திருந்தார். இதனால் சோழ நாட்டு அரசி அரண்மனையில் இல்லாதது மக்களுக்கு ஒரு குறையாய் தோன்றாமலிருக்க, அரசியும், வேந்தனும் அரண்மனைக்கு வரும் நன்னாளை எதிர்பார்த்திருந்தனர்.

மூச்சுக்காற்று இடைவிடாமல் உடலை நிரப்புவதைப் போல முள்ளூர் சிற்றரசன் பெருஞ்சாத்தன் தொடர்ந்து மற்ற சிற்றரசர்களை இணைக்க முயன்றான். சோழநாட்டின் படை பாழியில் நிகழ்த்திய உக்கிரம் பல சிற்றரசர்களின் மனத்தில் வடுவாகப் பதிந்திருக்க, ‘‘அரசனற்ற நாட்டை தாக்குவது வீரமன்று'' என்று கூறி, அறத்தின் பின்னே ஒளிந்து கொண்டனர்.

பெருஞ்சாத்தன் சோழநாட்டின் வளத்தினைக் குறிப்பிட்டு தேன் தடவிய வார்த்தை களால் எவ்வளவு முயன்றாலும் ஐந்து நாடுகளுக்குமேல் இணைக்க முடியாமல் இருந்தது. சோழ அரசி நாட்டில் இல்லையென்பதை வெளிப்படுத்தி மக்களினூடே கிளர்ச்சியை ஏற்படுத்தும் முயற்சியும் திகழ்செம்மானின் நல்லாட்சியால் பலனின்றி இருந்தது.

சோழத்தைப் பலவீனமாக்க பரஞ்சுடரையோ, வானவனையோ வஞ்சகமாகக் கொல்ல முயன்றான் பெருஞ்சாத்தான். ஆனால் புறநகரிலிருந்த பெரும்பாலான ஒற்றர்களை வானவன் கண்டறிந்து வெளியேற்றி விட்டதால் அதற்கும் வழியில்லாமலிருந்தது.

இரும்பிடார் வேளாவி நாட்டிலிருப்பதாக தகவல் வந்து பெருஞ்சாத்தன் ஏமாந்திருக்கையில், இரும்பிடாரும் இளவெயினியும் பாண்டிய நாட்டின் தேனூரில் எளிய மக்களாக வாழ்ந்ததாகவும், சில மாதங்களுக்கு முன்னர் பாண்டிய இளவரசன் நம்பி அவர்களைச் சிறையெடுக்க முயன்று தோல்வியடைந்தான் என்பதையும் அறிந்தபோது அதிர்ந்து போனான். போரில்லாமல் சோழநாட்டைக் கைப்பற்றுவதற்கு பாண்டியஇளவரசனும் சோழ அரசியைத் தேடுவதை உணர்ந்தான்.

நம்பிக்கு முன்பாக இளவெயினியையும், சோழவேந்தன் பெருவளத்தானையும் கண்டறிந்து கொன்று விட்டால் சோழநாட்டின் மேல் படையெடுக்க மற்ற சிற்றரசர்கள்

ஒத்துழைப்பர் என்றெண்ணினான். அரண்மனையில் எஞ்சியிருந்த ஒற்றனிடமிருந்து இரும்பிடாரும், சோழ அரசியும் கலிங்க நாட்டிற்கு வடக்கிலிருக்கும் ஏதோவொரு நாட்டில் மறைந்திருப்பதாய் தகவல் வர, பெரும் மகிழ்வுடன் ஒற்றர்களை வட நாடுகளுக்கு அனுப்பி விட்டுக் காத்திருந்தான்.

★★★

பாண்டிய அரண்மனையின் முத்துக்கூடத்தில் இளவரசன் நம்பி அமர்ந்திருந்தான். பொற்குடியினரை வீழ்த்தியதும் சோழநாட்டின் மீது போர் தொடுப்பதற்கு வேந்தரிடம் ஒப்புதல் பெற்றிருந்தான். ஆனால் பொற்குடியினரை வீழ்த்தும் முயற்சி தோல்வியுற, போர் தொடுக்கும் எண்ணத்தைக் கைவிட்டிருந்தான்.

நம்பியின் மனதை அமைதி படுத்துவதற்காக ‘காலம் கனியட்டும். சோழஅரசி நாடு திரும்பிய பின்னர் படையெடுத்துக் கொள்ளலாம்’ என்று முடத்திருமாறன் கூறியிருக்க, வன்மத்தை மனதில் கொண்டு நம்பி காத்திருந்தான். இரும்பிடாரை வீழ்த்த நாள்தோறும் போர்ப் பயிற்சிகளை மேற்கொண்டான்.

சோழ அரசியின் இருப்பிடம் தெரிந்து விட்டால் சோழநாட்டைக் கைப்பற்றுவது எளிது என்று முடத்திருமாறனும், நம்பியும் எண்ணினர். தேனூரிலிருந்து விலகிய இரும்பிடாரும், இளவெயினியும் கலிங்கத்திற்கு வடக்கிலிருக்கும் நாடுகளுக்குச் சென்று விட்டதாய் தகவல் வந்திருந்தது.

‘சோழநாட்டின் மேல் பகையும், சூதும் கொண்டிருந்த தென்னாடுகளை விடுத்து வடக்கில் சென்று மறைந்திருப்பது நுட்பமான செயல்’ என்றெண்ணிய முடத்திருமாறன் இளவெயினியின் இருப்பிடத்தை கண்டறிய பாண்டிய ஒற்றன் கச்சிகனுடன் வீரர்களை அனுப்பியிருந்தார். மாதங்கள் உருண்டோடினாலும் சோழஅரசியின் இருப்பிடத்தைக் கண்டறிய இயலாமல் இருந்தது. எண் திசைகளும் அறியாமல் சோழ அரசி மாயமாகியிருந்தாள்.

★★★

மலையிலிருந்த மரங்களின் தலைகளைக் கோதியபடி காற்றின் மேலேறி பயணித்த வெண்பஞ்சு மேகங்கள் நிலமிறங்கி இளவெயினியின் குடிலில் நுழைந்தன. வெளிச்சம் குறைந்து மெல்லிய இருள் சூழ உடல் சில்லிடுவதை உணரமுடியாமல் இருந்தாள் இளவெயினி. வளவனின் கேள்வியால் அவளின் மனம் நொறுங்கியிருந்தது. வாழ்க்கையெனும் நீரில் ஒட்டாத ஆம்பலாய் வளவன் ஒருவனைத் தண்டாகப் பற்றி

நாட்களைக் கடத்திக் கொண்டிருந்தாள். வளவனின் கேள்வி மனவானிலிருந்து அடுக் கடுக்காய் நினைவுகளைக் கரையிறக்கியது. உணர்வுகள் காட்டாறாய் கரைபுரண்டு வர மனதை உடைத்துக்கொண்டு கண்ணீர் வெளியேற முயன்றது. கண்ணீரை மறைக்க இளவெயினி திரும்பிக் கொண்டாள். மனம் ஆற்றாமையால் தேம்பியது.

'இளஞ்சேட்சென்னி யாரம்மா?' என்றான் வளவன் மீண்டும்.

தறிகெட்டுச் செல்லும் மனப்படகின் சுக்கானைப் பிடித்து நிறுத்திய இளவெயினி 'எதற்காக கேட்கிறாய்?' என்றாள் உடைந்த குரலில்.

'அவரைப் போல் வாள்வீச வேண்டும் என்று சாலையில் கூறினர்'

இளவெயினி புரிந்து கொண்டாள். மீனுக்காக வீசப்பட்ட வலையில் சிக்கிய பெருங்கடலாய் தடுமாறி போயிருந்தாள். உணர்வுகளை ஒரே வீச்சில் புறந்தள்ளி மனதை கட்டுக்குள் இழுத்து வந்தாள்.

"மக்களின் வேந்தர். சோழநாட்டை ஆண்ட மாபெரும் வீரர். சோழத்தினைக் கைப்பற்ற நினைத்த பகைவர்களால் வஞ்சகமாய் கொல்லப் பட்டவர்' என்ற இளவெயினி திரும்பினாள். "சோழமக்களை நிரந்தரத் துயரில் ஆழ்த்திய அந்தக் கொடியவர்களை என்ன செய்யலாம் என்று நினைக்கிறாய்?' சினமேறிய வார்த்தைகளில் தீப்பொறிகள் தெறித்தன.

"ஏன் செய்தார்கள் என்று அவர்களையும் கேட்ட பின்னர்தானே கூற இயலும்'' இருதரப்பு உண்மைகளையும் அறிய விளையும் அறம் தோய்ந்த வார்த்தைகள் தீப்பொறிகளை குளிரச் செய்தன.

இளவெயினி சற்று ஏமாற்றமடைந்தாள். வளவன் கருணையின் வடிவமாக வளர்ந்து கொண்டிருந்தான். மரங்கள், பறவைகள், விலங்குகள் என அனைத்தின் மேலும் அன்பு செலுத்தினான். பகை நாடுகளை அறிந்த பின்னரும் வாள் உயர்த்த தயங்கியதால் சென்னி வீழ்த்தப்பட்டான். அந்தத் தவறை வளவனும் செய்ய விடக்கூடாது என்று நினைத்தாள். தகுந்த நேரத்தில் களையாத களைகள் பயிர்களைப் பாதிக்கும்.

'நோக்கங்களை விட செயல்படுத்தும் வழிகளை கவனிக்கும் உலகமிது. இளஞ்சேட்சென்னியை நேருக்குநேர் எதிர்த்து நின்று வீரத்தால் வீழ்த்தியிருந்தால் உலகம் பகைவர்களை புகழ்ந்திருக்கும். ரதப்போட்டியில் பங்குகொள்ள வந்து வஞ்சகமாய் கொன்றவர்களின் தரப்பில் அறமென்ன இருக்க முடியும்?' சொற்கள் கங்குகளாய் தெறித்தன.

'உண்மை தான். வீரமான செயலன்று. எனினும் அனைத்து அரசர்களும் அண்டைய நாட்டை வென்று தனது நாட்டு மக்களை வாழவைக்க எண்ணுகின்றனர். ஒரு நாட்டின் அறம் மற்ற நாட்டின் அறமற்று இருக்கிறது. ஒவ்வொரு குலமும் அவர்கள்

பிழைப்பதற்கு உருவாக்கியுள்ள நெறிகள் ஒன்றுக்கொன்று முரணாக அல்லவா உள்ளது' அன்னையின் சீற்றத்தை உணர்ந்தாலும் சிறிதும் தயக்கமின்றி பனிமுகடுகளாய் சொற்கள் உயர்ந்து நின்றன. பனி பூசி அமைதியாய் எதிர்கொண்டன.

'இதற்கென்ன தீர்வாக இருக்க முடியும்?' வளவனின் மனஓட்டத்தை தனது எண்ணத்தை நோக்கித் திருப்ப முயன்றாள்.

வளவன் சிந்தித்தான். 'அனைத்து மக்களும் ஒரே நாட்டில் விருப்புடன் வாழ்ந்தால் போரில்லாமல் இருக்கும்' என்றதும் இளவெயினி மகிழ்ந்தாள்.

'அப்படியொரு நாட்டை வாளினால்தான் உருவாக்க இயலும். வாட்களில் உறைந்திருக்கும் வீரமே அறத்தை நிலைநிறுத்தும். மக்களைக் காக்கும்'

'போரின் மூலமாகவா?'

'ஆம். போர் என்பது அமைதிக்கான பாதை. கரடுமுரடானது. ஆனால் இறுதியில் அதன் முடிவு நன்மை பயப்பதாய் இருக்கும்.

'எண்ணற்றவர்களைக் கொல்ல நேரிடுமே?'

'நல்லதைக் காக்க தீமையை அழித்து தான் ஆகவேண்டும். பல உயிர்களைக் காக்க சில உயிர்களை பலியெடுக்க நேரிடும். உன்னால் இயலுமா?'

'கொல்வதா! என்னால் இயலாது' என்று முகத்தை சுளித்தபடி திரும்பி நடந்தான் வளவன்.

'சொற்களில் திருந்தாத உலகம் கொல்வதற்கு மடியேந்தி நிற்கும். அப்போது உயிர்களின் மீதான பேரன்பு கொல்லவும் வைக்கும். விண்ணுக்கும் மண்ணுக்குமாய் பேரோசையுடன் சுழன்றெரியும் வீரத்தின் தணல்கள் திசைகளை தாழ்பணியச் செய்யும்' என்றெண்ணினாள் இளவெயினி.

★★★

சேரநாட்டின் மலை அரண்மனையின் உச்சியில் சிறுகளரி எனப்பட்ட பயிற்சித்தளம் வெண்மணல் நிரப்பி அமைந்திருந்தது. களங்களின் நீளத்தைப் பொறுத்து பெருங்களரி, சிறுகளரி என்று இரண்டு வகைகள் இருந்தன. இவையில்லாமல் சமவெளியில் பயில்வது நிலக்களரி. களத்தினை குழியாகத் தோண்டி அதற்குள் பயில்வது குழிக்களரி.

களத்தின் அருகே சில வீரர்கள் அமர்ந்து பார்த்திருக்க, களரியின் மறுபுறத்தில் இடப்பட்டிருந்த இருக்கைகளில் நல்லினியும், சேரமானின் மகன்களில் மூத்தவனான செங்கெழுக்குட்டுவனும், இளையவனான வேல்கெழுக்குட்டுவனும் அமர்ந்திருந்தனர்.

களத்தினுள் சேரலாதனும் மற்றொரு களரி வீரனும் உக்கிரமாக சமரிட்டுக் கொண்டிருந்தனர். பெரும் உயரத்தையும் மலையை ஒத்த உடலையும் கொண்ட சேரமான் அவிழ்ந்த கேசத்துடன் சிம்மத்தை ஒத்திருந்தார். சேரமானால் வீழ்த்தப்பட்ட வீரர்கள் அமைதியாக அமர்ந்திருக்க, இறுதியாக முன்னேறிய சேரவீரன் எச்சரிக்கை யுடன் சேரமானை எதிர்கொண்டான். களரிச் சாலைகளில் நடந்த போட்டிகளில் கடந்த ஆண்டின் சிறந்த சேரவீரனாக தேர்ந்தெடுக்கப்பட்டவன் அவன்.

சேரமானின் உடலில் வியர்வை ஆறாக ஓடிக்கொண்டிருக்க, நீரோடையில் வெளித்தெரியும் மண் திட்டுக்களாய் ஆங்காங்கே வெண்மணல் ஒட்டியிருந்தது. களரியில் வெறுங்கை அல்லது அங்கைப்பயட்டு எனப்படும் ஆயுதமில்லாத தாக்குதலை இருவரும் துவங்கினர். சேரமானை வீழ்த்தினால் உடனடியாக பொற்கிழி பரிசளிக்கப்படும் என்றறிந்த சேர வீரன் விசையுடன் மோதினான்.

ஒருவரின் கை வாளைப் போல் வெட்டியிறங்கியபோது, மற்றவரின் கை கேடயத்தைப் போல் தாங்கி நின்றது. கைகளைப்போல கால்களும் நிலத்தில் ஊன்றாமல் சுழன்றன. நிலத்தில் நின்று தாக்குவதை விட விண்ணில் பறந்து தாக்குவது அதிகமாயிருக்க, உடல்கள் சக்கரமாய் சுழன்று மோதிக்கொண்டன. உடல்கள் மோதிய சத்தம் மதம் கொண்ட யானைகள் மோதியதைப் போன்று எதிரொலித்தது. ஒருவரையொருவர் பூட்டு எனப்படும் முறையில் கைகளையும், கால்களையும் இறுக்கிப் பிடித்து மற்றவரை நகரமுடியாமல் செய்ய முயன்றனர். ஆனாலும் இருவரும் பிடியில் சிக்காத மீனாய் நழுவியபடி இருந்தனர்.

சேரமான் களரிப்பயிற்றில் கரை கண்டவர். வீரத்தைப் பெரிதும் மதிப்பதால் ஒவ்வொரு வருடமும் சேரநாட்டின் சாலைகளில் போட்டிகளை நடத்துவார். வீரர்களுக்கு பதவிகளையும், வெகுமதிகளையும் வழங்கி பெருமைப்படுத்தி, அந்த வீரர்களுடன் தினமும் சமரிட்டு மகிழ்வார். போரில் முன்னேறும்போது சேரமானைச் சுற்றி இந்த வீரர்களே நிறைந்திருப்பர். இறுதியாக நடந்த போரில் எண்ணற்ற களரி வீரர்கள் பலியாகிவிட கடந்த நாலைந்து வருடங்களில் வென்ற வீரர்களே எஞ்சியிருந்தனர்.

வீரன் வேகமாக வலதுகையால் தாக்கியபோது தனது இடதுகையினால் தேக்காமல் தலையால் தேக்கிக்கொண்ட சேரமான் கணப்பொழுதில் முன்னேறி இரண்டு கைகளாலும் வீரனின் கழுத்தைப் பற்றி இழுத்தவாறு எகிறி வலதுகால் முட்டியால் வீரனின் முகத்தில் மென்மையாகத் தாக்கிவிட்டு காலை கீழிறக்கினார். வீரனின் முகத்தில் கால்முட்டி முழுவேகத்தில் வெடித்திருந்தால் நினைவை இழந்திருப்

போமென வீரனுக்குத் தெரியும். தோல்வியை ஏற்று வீரன் சேரமானை வணங்க, சேரமான் வணங்கிவிட்டு நல்லினியிடம் சென்றமர்ந்தார். வேறு இரண்டு வீரர்கள் களத்தில் இறங்கினர்.

'இளையவனைக் காந்தளூர் சாலைக்கு நாளையிலிருந்து அனுப்ப எண்ணியுள்ளேன்' என்றான் சேரமான்.

சேரஅரண்மனைக்கு அருகிலிருந்த திருவல்லவாய் சாலையில் இரண்டு மகன்களும் களரி கற்று வந்தாலும், இளையவனை காந்தளூரின் உச்சிநாதரிடம் அனுப்பி கலைகளை கற்பிக்கவேண்டும் என்பது சேரமானின் விருப்பம். காந்தளூர் சாலை அரண்மனையிலிருந்து இரண்டு குரோசம் தொலைவிலிருந்தது. உச்சிநாதரை அரண்மனைக்கு வரச்சொல்ல முடியாது. கலைகளை கற்பிக்கும் ஆசானின் இடத்திற்குச் சென்று கற்றுக்கொள்வதே கலைக்கான மதிப்பு. அணுகி நிற்பது நட்பு. விலகி நிற்பது வஞ்சகம். நிமிர்ந்து தருவது கொடை. பணிந்து கற்பது கல்வி என்பதை அறிந்தவர் நெடுமான்.

'நாளை முதல் வீரர்களின் பாதுகாப்பில் சென்று வரட்டும்' என்றாள் நல்லினி.

'முதல்நாள் வேல்கெழு குட்டுவனை நான் சென்று சாலையில் சேர்ப்பதுதான் முறை. உச்சிநாதருக்கு தரும் மதிப்பு. அதன் பின்னர் வீரர்களின் காவலில் தினமும் சென்று வரட்டும்'

மறுநாள் காலையில் காந்தளூர் சாலை பரபரப்பாய் இருந்தது. சேரமான் தனது மகனை சாலையில் சேர்ப்பதற்காக வருகிறார் என்ற தகவல் வந்திருக்க, சோலையின் மரங்கள் புது மலர் சூடியிருக்க, காற்று ஈர ஆடையை உடுத்தித் திரிந்தவண்ணம் இருந்தது.

சேரமான் சிறு படையுடன் வந்திறங்க, உச்சிநாதர் சாலையின் வெளியே வந்து வேந்தரை வரவேற்று அழைத்துச் சென்றார். ஆசானுக்கு காணிக்கை செலுத்தும் விதமாய் சேரமான் எண்ணற்ற தட்டுகளில் பொருட்களை எடுத்து வந்திருந்தார்.

சாலையினுள் சென்று இருவரும் அமர 'எனது மகன் வேல்கெழு குட்டுவன். தங்களிடம் கலைகள் கற்பதற்காக அழைத்து வந்துள்ளேன்' என்றார் சேரமான்.

வேல்கெழு குட்டுவனை அருகே அழைத்து அவனின் நாடியைப் பிடித்துப் பார்த்த உச்சிநாதர் 'தந்தையைப் போல பெரும் வீரனாக வருவான்' என்றார்.

சாலைக்கு வந்த சேரவேந்தரை மகிழ்விக்க காந்தளூர் சாலையின் சிறந்த வீரர்களைப் பல்வேறு ஆயுதங்களேந்தி சமரிட உச்சிநாதர் ஏற்பாடு செய்திருந்தார். இது போன்ற எண்ணற்ற சமர்களை சேரமான் கண்டிருப்பார் என்பதால் இறுதியில் சமரிட சிறப்பான இரண்டு வீரர்களை வரவழைத்தார் உச்சிநாதர்.

சாலையின் சிறந்த வீரன் ஒருவனும் அவனது அகவையில் பாதியளவே இருந்த வளவனும் களமிறங்கினர். ஆயுதமில்லாமல் இருவரும் களத்தில் நுழைய, ஒருவன் சிறியவனாக இருக்கிறானே என்று சேரமான் எண்ணினார். வீரனும் வளவனும் நெருங்கினர்.

இருவரும் சமரிடத் துவங்கியதும் அகவையென்பது காலத்தின் கணக்கே. வீரத்தின் கணக்கல்ல என்பதை சேரமான் உணர்ந்தார்.

எதிராளி சிறியவனென்ற எண்ணம் சிறிதுமின்றி மூத்தவன் வெறியுடன் மோத, வளவனின் வேகம் அவனின் தாக்குதலுக்கு சற்றும் குறைவில்லாமலிருந்தது. மூத்தவனின் அதிகப்படியான ஆற்றலைத் தனது வேகத்தினால் சமாளித்தான். தாக்குதலுக்கு உடலை வளைத்தும், நெளித்தும் காற்றாய் சுழன்றான். வீச்சுக்கு வீச்சு, அடிக்கு அடி என்று சிறுவன் சமமாக மோதுவதை அதிசயத்துடன் பார்த்தார் சேரமான். சிறிது நேரத்தில் மூத்தவன் வளவனை இடுப்புடன் கைகளைக் கோர்த்து விடுபட முடியாமல் இறுக்கிப் பிடிக்க சமர் முடிவுக்கு வந்தது.

தணலின் உள்ளிருந்த வெம்மையை உணர்ந்த சேரமான் ''யார் அந்த சிறுவன்?'' என்றார்.

'திருமாவளவன். கடம்ப நாட்டிலிருந்து இங்கு வந்து குடியேறிய வேளாண் குடியினரைச் சேர்ந்தவன். களரியின் தெய்வங்கள் அளித்திருக்கும் மிகப்பெரும் கொடை' என்ற உச்சிநாதர் வளவனை அருகில் அழைத்தார். மற்றவர்கள் கலைந்து சென்றனர்.

'எதனால் தோற்றாய்?' என்று கேட்டார் உச்சிநாதர்.

வளவன் அமைதியாக நிற்க, 'சொல்' என்றார்.

'பிடியிலிருந்து என்னால் விடுவித்துக்கொள்ள முடியவில்லை'

'இல்லை வளவா. வேந்தரின் முன்னால் சிறுவனுடன் சமரிடச் சொல்லி விட்டார்களே என்ற சினத்துடன் அவன் சமரிட்டான். அவனை தாக்குவதற்கு மனமின்றி நீ தற்காத்து சமரிட்டாய். அந்த வெறியும் சினமும் உனக்கு இருந்திருந்தால் இவ்வளவு விரைவில் சமர் முடிந்திருக்காது. தாக்குவதும் தற்காப்பில் சேர்ந்ததுதான்'

'வீரம் என்பது பகைவரை அழிப்பதே' என்றார் சேரமான்.

'வீரம் என்பது மற்றவரைக் காப்பதே என்பாள் எனது தாய்'

'இரண்டும் ஒன்றுதானே. பகைவனை அழிப்பதன் மூலமே உன்னையும் மற்றவர்களையும் காக்க முடியும்'

'வீரத்தை அழிப்பதற்கு வெளிப்படுத்துதற்கும், காப்பதற்கு வெளிப்படுத்து வதற்கும் நோக்கம் வேறாயல்லவா இருக்கும்?' நுணுக்கமாக வெளிப்பட்டது வளவனின் பதில்.

இரண்டுக்கும் இடையிலிருந்த மெல்லிய வேறுபாட்டை சிறுவன் அறிந்திருந்தது சேரமானுக்கு ஆச்சரியத்தை அளித்தது.

'சமர் என்று வந்து விட்டால் வெல்வது மட்டுமே வீரம். கொல்வதற்கும், உயிரை இழப்பதற்கும் ஆயத்தமாய் இருக்கும் வீரனே தலைச்சிறந்த வீரனாக முடியும்' என்ற உச்சிநாதர் அருகிலிருந்த வேல்கெழு குட்டுவனைக் காட்டி 'இவனை அழைத்துச் சென்று நமது சாலையை காட்டு' என்று வளவனை அனுப்பி வைத்தார்.

சேரமானும், உச்சிநாதரும் மீண்டும் பேசத்தொடங்கினர். 'இளகிய மனமே இவனின் மிகப்பெரும் தடை. காலமும், எண்ணமும் துணையிருப்பின் உலகத்தை வெல்லும் மிகச் சிறந்த வீரனாவான்'

'இது போன்ற வீரர்களால் மட்டுமே நமது கலை நீலவானை அணி செய்யும் வானவில்லாய் ஒளிர்கிறது' என்றார் சேரமான்.

களரியை குருதியில் கொண்டிருந்த இருவரின் பேச்சும் வர்மத்தை நோக்கி திரும்பியது. களரியின் தாக்குதல்களில் முதன்மையானது வர்மக்கலை. வர்மத்தில் படுவர்மம், தொடுவர்மம், நோக்குவர்மம், தட்டுவர்மம், நுனிவர்மம், மெய்தீண்டா வர்மம் முதலிய வகைகள் இருந்தன. வர்மத்தில் சிறந்தவர்களுக்கு பார்வையே ஆயுதம். களரி கற்கும் வீரன் பன்னிரண்டு ஆண்டுகள் சிரத்தையுடன் கற்று அனைத்துப் பயிற்சிகளிலும் நிகரற்று விளங்கும்போது எண்ணத்திலும் செயலிலும் மாசற்று விளங்கும் வீரனுக்கு ஆசான் வர்மக்கலையை கற்றுத் தருவார். வர்மக்கலையின் நுட்பம் என்பது தன்னையும், தனது மனதையும் கட்டுப்படுத்துவதில் துவங்கும்.

கையால் காற்றைச் சிறைப்பிடிக்க முயன்று பலர் தோற்றுக்கொண்டிருக்க, மிகச் சிலர் மட்டும் உடலின் காற்றுப்பையில் காற்றை கட்டும் வல்லமையை அடைவர். அதிலும் அசாதாரணமானவர்களால் மட்டுமே ஆற்றலைப் பார்வையில் வெளிப் படுத்தும் வர்மத்தின் உச்சத்தை எட்டமுடியும். மனிதனையும், விலங்கையும் கண்களால் தாக்கி மண்டியிடவோ, வெறிபிடிக்கவோ செய்யமுடியும். போரில் முன்னேறும் யானை போன்ற மிருகங்களை மதம் பிடிக்கச் செய்து பகைவரின் படையின்மேல் திருப்பி அனுப்ப முடியும். இந்த உச்ச நிலையை அடையும் சித்தர்களுக்கு உலகமே துச்சமாய் போய்விடுவதால் மனிதர்களிடமிருந்து விலகிச் சென்று விடுவது வழக்கம்.

'உங்கள் நண்பர் வீரக்கோனைக்குறித்து தகவல் ஏதும் தெரிந்ததா?' என்றார் சேரமான்.

‘இல்லை. அவனைக் கண்டுபிடிக்க எல்லா வழியிலும் முயன்று தோற்று விட்டேன். களரியில் அவனை மிஞ்சிய வீரன் உலகில் கிடையாது’

‘காந்தளூர் சாலையின் ஆசான் நோய்வாய்ப்பட்டிருந்த போது காந்தளூர் சாலையை அடுத்து தலைமை தாங்குவது யாரென நடந்த போட்டியில் நீங்கள் அவரை நோக்கு வர்மத்தில் வீழ்த்தி அல்லவா சாலையின் தலைமை பொறுப்பை அடைந்தீர்கள்’

‘இதற்காக அவன் பிரிந்து செல்வான் என்று தெரிந்திருந்தால் நான் போட்டியிட்டே இருக்கமாட்டேன். வெற்றியால் தோற்றவன் நான்’

‘நீங்கள் மனம் வருந்த வேண்டியதில்லை. போட்டியில் தோற்றதனால் விலகிச் சென்றார். வீரத்தில் சிறந்தவரே வழிநடத்தும் பொறுப்பை அடைய முடியும்’

‘இருப்பினும் அவன் என் தோழன் என்பதில் மாற்றென்ன இருக்க முடியும். நாங்கள் இருவரும் இருந்திருந்தால் இந்நேரம் காந்தளூர் சாலை இன்னும் புகழ்பெற்றிருக்கும்’

‘மனம் வருந்தாதீர்கள். நான் புறப்படுகிறேன்’ என்று சேரமான் கிளம்ப, உச்சிநாதர் வேந்தரை வழியனுப்பச் சென்றார்.

★★★

வளவனும் மற்ற நான்கு சிறுவர்களும் தென்பொருப்பு மலைத் தொடரின் மேல்நோக்கி ஓடிக்கொண்டிருந்தனர். உயர்ந்தோங்கி வளர்ந்த மரங்கள் சூரிய ஒளி புகாதளவு அடர்ந்திருக்க மரங்களின் வேர்களின் மேலும், பாறைகள் மேலும் காலை வைத்துத் தாவியேறினர். கடமானைப் போல வளவன் அனைவருக்கும் முன்னால் சென்று கொண்டிருக்க, அனைவரையும் விட உயரத்தில் குறைவாயிருந்த நிலவன் இரண்டாவதாக ஓடிக்கொண்டிருந்தான். இவர்களைத் தொடர்ந்து இரும்பிடாரும், இளவெயினியும் மெதுவாக மேலேறிக்கொண்டிருக்க, அனைவரும் பளியனூரை நோக்கிச் சென்று கொண்டிருந்தனர். தென்பொருப்புத் தொடரின் முதல் மடிப்பில் சிறிய சமவெளியிருக்க அங்கு புற்கள், நாணல்கள், மலர்ச் செடிகள், கொடிகள், மரங்கள் என்ற தாவர உலகத்தில் பளியர்கள் குடியிருந்தனர். ஊர் என்று சொல்லமுடியாத ஐம்பதிற்கும் மேற்பட்ட குடில்கள் அருகருகாமையில் அமைந்திருந்தன.

பளியர்களின் குடிலில் மறுநாள் மணவிழா நடக்கவிருந்தது. அதற்கு வரச்சொல்லி பளியர்கள் விரும்பி அழைத்ததை ஏற்று இளவெயினியும் சென்று கொண்டிருந்தாள். இதற்கு முன்னர் நாலைந்து முறை இளவெயினி வளவனுடன் சென்றிருந்தாள்.

நாடுகளின் பரபரப்பும், ஆசைகளும், வெறுப்புகளும் இல்லாமல் அன்பை வானமாய் கொண்ட பளியனூர், இளவெயினிக்கு சுவர்க்கமாகத் தோன்றும். அங்கிருக்கும் மக்களின் எளிய வாழ்வும், வெளிப்படுத்தும் அன்பும் மனதை கட்டிப்போட்டு விடும். அன்பால் ஆளத்தெரிந்தவர்கள் பளியர்கள்.

சிறுவர்கள் பளியனூருக்கு வருவது இதுவே முதல் முறை. பளியர்களைப் பற்றி வளவன் அதிகம் கூறியிருந்ததால் சிறுவர்கள் அவர்களைக் காண மிகுந்த ஆவலுடன் இருந்தனர்.

முதலில் ஓடிய வளவன் வேகமாக ஊரினுள் நுழைந்தான். நாலைந்து நாய்கள் மகிழ்ச்சியுடன் வளவனைச் சூழ்ந்து கொண்டு குரைக்க, தனது கையினால் தடவிக் கொடுத்தான். குடில்களின் வாயில் குனிந்து செல்லுமாறு சிறிதாயிருக்க, ஊரைச் சுற்றிலும் நஞ்சுச் செடிகளையும், முட்செடிகளையும் கொண்டு ஆளுயர வேலி அடர்த்தியாகவும், அகலமாகவும் பிணைக்கப்பட்டிருந்தது.

சத்தத்தைக் கேட்டு குடினுள்ளிருந்து எட்டிப்பார்த்த சிறுவன் சிரித்தபடி வேகமாக ஓடிவந்து வளவனை இறுகக் கட்டிக்கொள்ள, வளவனும் சிரித்தான்.

சிறுவர்கள் மூச்சு வாங்கியபடி வளவனிடம் வந்து நிற்க 'இவன் குவிரன். இவன் சகோதரிக்கே நாளை மணநிகழ்வு'

அருகிலிருந்த குடிலில் இருந்து வெளியே வந்த வயதானவள் 'வா வளவா' என்றாள் பெருமகிழ்வுடன். விரல் ரேகையின் சுருக்கங்களைப் போல உடலெங்கும் நெகிழ்வுகளைத் தாங்கியிருந்தாள் மூதாய். கண்கள் மட்டும் அன்றலர்ந்த குழந்தையின் கண்களாய் மாசற்று இருந்தது.

'இவள் குலத்தின் மூதாய் ஆதிமந்தி' என்றான் வளவன்.

வீரம் வளரும்...

35

தென்பொருப்புத் தொடரில் இரவின் மொத்த இருளும் பளியனூரைச் சுற்றி சுருண்டிருக்க, ஊரின் நடுவில் நெருப்பு கனன்று கொண்டிருந்தது. பளியர்கள் இசைக் கருவிகளை இசைத்துக் கொண்டிருக்க, மூங்கிலை ஊடுருவி வெளியேறும் காற்றாக இசை வீசிக்கொண்டிருந்தது. மரங்கள் அசைவின்றிப் பார்த்திருக்க, காற்றும், மேகங்களும் நெருக்கி அமர்ந்திருந்தன. இசையால் உறைந்து போன நிலவு அசையாமல் நின்றது.

'மனிதர்களின் மனம் அமைதியில் வெண்மையாகவும், ஆசையில் நீலமாயும், பொய்யுரைக்கும்போது மஞ்சளாகவும், சினமடையும்போது அடர் சிவப்பெனவும், கடும்பற்றில் பச்சையாகவும், வஞ்சத்தில் கருப்பாகவும் மாறுகிறது'.

நெருப்பைச் சுற்றிலும் ஆதிமந்தி, இளவெயினி, இரும்பிடார் மற்றும் சிறுவர்கள் பனைநாரினால் பின்னப்பட்டிருந்த கட்டில் களில் அமர்ந்திருந்தனர். கொடியின் மலர்கள் போல ஆங்காங்கே பளியர்கள் அமர்ந்திருந்தனர். ஊரின் நடுவில் சுடுகற்களால் கட்டமாக ஓரடி உயரத்திடல் அமைத்து அதன் மேல் அகலமான மரப்பலகை இருத்தியிருக்க, இசைக்கருவிகளை வாசிப்பவர்கள் அமர்ந்திருந்தனர். அவர்களுக்கு அருகே சிலர் ஆடிக்கொண்டிருந்தனர்.

இசையின் மத்திமக் கருவிகளாக தக்கையும், தகுணிச்சமும் இருக்க நிசாளம், துடுமை, சாரங்கிகள் ஒத்திசைக் கருவிகளாக விட்டு விட்டு ஒலித்தன. தவழும் இசைக்கேற்ப ஆண்களும், பெண்களும் உடலையும், கைகளையும் அசைத்து மெதுவாக ஆடிக் கொண்டிருந்தனர்.

பளியர்களுடன் ஆடிய ஒரு பெண் அடிக்கடி தன்னைப் பார்ப்பதை உணர்ந்த வளவன் மனதில் சிறிய வெப்பத்தையும், கூச்சத்தையும் உணர்ந்தான். மெதுவாக திரும்பி இளவெயினியை பார்த்தான். மீண்டும் அவளை நோக்கித் திரும்பினான். அவள் பார்க்கும்போது படபடப்பையும், பார்க்காதபோது பதைபதைப்பையும் உள்ளம் ஏற்படுத்த 'என்ன இது' என்று எண்ணிக்கொண்டு தன் மேல் சாய்ந்திருந்த குவிரனைப் பார்த்தான். குவிரன் உறங்குவதைக் கண்டவன் தனது மடியில் அவனை சாய்த்துக்கொண்டான். உள்ளம் எக்களிப்பதை உணர்ந்தவன் தன்னிடமிருந்து தானே சற்று தள்ளியமர்ந்து அவளையே பார்த்துக் கொண்டிருப்பதை உணர்ந்தான். ஒரு வளவன் கட்டுப்படுத்த, மற்றொருவன் கரைபுரண்டோட கதிரவ வெப்பமும், நிலவுக் குளிருமாய் இருவரும் ஒருடலில் போராடிக் கொண்டிருந்தனர்.

பாணர்களின் இசை முழக்கத்தையும், சூறைக்காற்றை போன்ற ஆட்டத்தையும் பார்த்திருந்த சிறுவர்களுக்கு தென்றலாய் வருடும் இசையும், மென்மையான ஆட்ட அசைவுகளும் மிகுந்த வியப்பை அளித்தன. பளியனூர் வந்ததிலிருந்து சிறுவர்களுக்கு அனைத்துமே புதிதாக இருந்தது.

நண்பகலில் ஆதிமந்தியை சிறுவர்கள் கண்டபோது நிலவன் அருகிலிருந்த சிறுசோலையை நோக்கி அதிசயத்துடன் கைநீட்டினான். சோலையின் நடுவில் நிலத்திலிருந்து நீர் ஊற்றெடுத்து சரிவில் ஓடியது. அதனை சுற்றியிருந்த மரங்கள் பல வண்ண நிறத்தில் இருந்தன.

'என்ன விந்தை இது?' என்றான் நிலவன்.

'இது வானவில் மரம். இந்தப் பருவத்தில் இதனின் பட்டைகள் பலநிறச் சாறுகளை உருவாக்கும். அதனால் பட்டைகள் சிவப்பு, பச்சை, இளஞ்சிவப்பு, மஞ்சள், வெள்ளை என்று பல வண்ணங்களில் ஒளிரும்' என்றான் வளவன்.

'மனிதர்களை போல நிறம் மாறும் மரம்' என்றாள் ஆதிமந்தி.

'எப்படி?' என்றான் வளவன்.

'மனிதர்களின் மனம் அமைதியில் வெண்மையாகவும், ஆசையில் நீலமாயும், பொய்யுரைக்கும்போது மஞ்சளாகவும், சினமடையும்போது அடர் சிவப்பெனவும், கடும்பற்றில் பச்சையாகவும், வஞ்சத்தில் கருப்பாகவும் மாறுகிறது'.

'அதெப்படித் தெரியும்?'

'மனதின் வண்ணங்களை முகமும், உடலும் வெளிப்படுத்தும். மனதைப் படிக்க உங்கள் மனம் பழகவேண்டும். மொழியைப் படிக்க மொழியைக் கற்பது அவசியம் அல்லவா'.

சடசடவென்ற பெருஞ்சத்தத்துடன் மரத்திலிருந்து இறங்கிய கழுகொன்று வளைந்து சென்று அவர்களை நோக்கி வந்து கொண்டிருந்தவனின் கையில் சென்று அமர்ந்தது.

'இவர் பறவைமுனி. அந்தக் கழுகின் பெயர் செம்பாறு' என்றான் குவிரன்.

பறவைமுனி மெல்லிய உடலுடன் உயரமாயிருந்தார். பளியர்கள் குலத்தில் ஆதிமந்திக்கு அடுத்து அகவையில் மூத்தவர். அவரின் வலதுகையில் கட்டப்பட்டிருந்த துணியை இறுகப் பற்றியவாறு கழுகு அமர்ந்திருந்தது. கழுகை உயர்த்திப் பிடித்தபடி நடந்து வந்தார்.

தலையைத் திரும்பி சிறுவர்களைக் கழுகு பார்க்க அதன் நீளமான கால் நகங்களை பார்த்தவாறு இருந்தான் மூகில்.

'இதன் கால்நகங்கள் கையை கிழித்து விடாதா?' என்றான் சுடரொளி.

'எனது கையின்மேல் மரக்கட்டை வைத்துத் துணியால் இறுகக் கட்டியிருக்கிறேன். இல்லாவிட்டால் நகங்கள் எனது எலும்புகளை துளைத்துவிடும்'

'முனி சொன்னால் செம்பாறு மேலே சென்று எந்த பறவையையும் பிடித்து வந்து விடும்' என்றான் குவிரன்.

'வாருங்கள் குடிலில் அமர்ந்துகொண்டு பேசுவோம்' என்று அனைவரையும் அழைத்துச் சென்ற ஆதிமந்தி ஈச்சங்குருத்துக்களையும், சிறு துண்டுகளாக வெட்டி தேனில் ஊற வைக்கப்பட்ட பலாச் சுளைகளையும் சிறுவர்களுக்கு தந்தாள்.

'எங்கே எவரையும் காணவில்லை?'

'அனைவரும் நாளை மணவிழா என்பதால் உணவு சேகரிக்கச் சென்று இருக்கின்றனர். சிலநாட்களாக கிழங்குசாமி விழா நடந்ததால் யாரும் உணவு சேகரிக்கவில்லை' என்றார் பறவைமுனி.

'அதென்ன கிழங்குசாமி?'

'காடுகளில் கிடைக்கும் காட்டுவள்ளிக் கிழங்கு எங்களின் ஆதி உணவு. கிழங்குகள் நன்றாக விளைந்தவுடன் அனைவரும் ஒன்று கூடி தோண்டி எடுக்கும் முதல் கிழங்கை தெய்வமாக வைத்து வணங்குவோம். அந்த கிழங்கின் கொடியினை சிறு துண்டுகளாக வெட்டி, காட்டினுள் பல இடங்களில் நட்டு வைப்போம். அதன் பின்னர் தேவையான வற்றை அறுவடை செய்து கொள்வோம்'

'அந்த செடிகளுக்கு யார் நீர் ஊற்றுவார்கள்?' என்றான் இளம்பரிதி.

"நாங்கள் காட்டினுள் மழை வேண்டி மழைப் பொங்கல் நடத்தும் வழக்கம் உள்ளவர்கள். ஒவ்வொரு கோடையிலும் புது மண்பானையில் கேழ்வரகு பொங்கலைப் படைத்து குலதெய்வமான பளிச்சி சாமிக்கு மஞ்சள் நீர் ஊற்றி, பச்சை நிற ஆடையணிந்து வழிபடுவோம். ஒரு முறை கூட பளிச்சியம்மா எங்களை ஏமாற்றியதில்லை. நாங்கள் வேண்டினால் இயற்கை எங்களுக்கு கட்டுப்பட்டு காட்டுக்குள் மழை பொழியும். நாங்கள் அழுது வணங்கினால் இயற்கையும் மழையாய் கதறி விடும்" என்றாள் ஆதிமந்தி.

சிறுவர்கள் திகைத்துப் போயிருக்க, இளவெயினியும், இரும்பிடாரும் குடிலினுள் நுழைந்தனர்.

'வா மகளே' என்ற ஆதிமந்தி இளவெயினியிடம் சென்று அணைத்துக் கொண்டாள். 'இளவெயினி சோழநாட்டின் அரசி என்பதும், வளவன் சோழநாட்டு வேந்தன் என்பதும் பளியர்களில் ஆதிமந்திக்கு மட்டுமே தெரியும். வளவனை வீரனாக வளர்க்கவே சோழநாட்டை விடுத்து சிற்றூர்களில் மறைந்திருக்கின்றனர்' என்பதையும் அறிவாள்.

சிறுவர்களின் முகத்திலிருந்த வியப்பைக் கண்டு என்ன நடந்திருக்குமென இளவெயினி புரிந்து கொண்டாள். முதல்முறை ஆதிமந்தியுடன் பேசியபோது இளவெயினியும் ஆதிமந்தியை கண்டு வியந்திருக்கிறாள். போதுமென்பதை அச்சாகக் கொண்டு மகிழ்ந்தது பளியர்களின் வாழ்வு. போதாது என்பதை மூச்சாகக் கொண்டு இயங்கியது நாடுகளில் வாழ்வு.

'குதிரைகள், வண்டிகள் போன்று எதுவும் இங்கு இல்லையே. ஏன்?' என்றான் முகில்.

'பளியர்கள் மிக எளிய வாழ்க்கை முறையை கொண்டவர்கள். நிலத்தையும், நீரையும் அனைவருக்கும் பொதுவென்றும், காடுகளைத் தெய்வமாகவும், தேவை களைப் பூர்த்தி செய்யும் தாயாகவும் பார்ப்பவர்கள். தங்களுக்குத் தேவையான மீன், உப்பு, ஆடைகளைப் பெற பண்டமாற்றிற்காக சில பொருட்களைக் காடுகளிடம் வேண்டி சந்தைக்கு எடுத்துச் செல்வர். காட்டிற்குள் எந்த வேலையைச் செய்தாலும் குறிப்பாக பாறைகளிலோ, மரங்களிலோ ஏறும்போது அவற்றைத் தொட்டு வணங்கிவிட்டு அந்த வேலையைச் செய்வர்.

வணிகமும், பொருளும் அளவுக்கு மீறினால் மக்களிடையே பிரிவுகளை உருவாக்கும் என்றெண்ணி ஆசைகளற்று இருப்பவர்கள். இயற்கையிடமிருந்து குறைவாக எடுப்பதையே பெருமையாக எண்ணுபவர்கள். காடுகளிலிருந்து சேகரித்து வரும் உணவில் குடும்பத்தின் தேவைக்கு அதிகமாயிருக்கும் உணவை ஆதிமந்தியின் குடிலுக்கு அருகிலிருக்கும் குடிலில் வைத்துவிடுவர். வயதானவர்கள், உடலுக்கு முடியாதவர்கள் அனைவருக்கும் அங்கு

உணவிருக்கும். வேறு உணவு வேண்டும் என்று எண்ணுபவர்கள் தமது உணவை வைத்துவிட்டு மற்றதை எடுத்துச் செல்வர். ஆண்கள், பெண்கள் இருவரும் உணவு சேகரிக்கவும், வேட்டைக்கும் செல்வர்'' என்றான் இரும்பிடார்.

'இவர்களுக்கு தாய் மரத்தை காட்டி வா அண்ணா' என்றாள் இளவெயினி இரும்பிடாரிடம்.

'வாருங்கள் போகலாம்' என்று இரும்பிடார் வெளியேற, அவர்களுடன் பறவைமுனியும் சென்றார். வலது கையினை உயர்த்தி நாவினால் சத்தம் எழுப்பியதும் செம்பாறு பறந்து சென்று குடிலின் மேல் அமர்ந்து கொண்டது. குடிலின் மேல் மேலும் சில கழுகுகள் அமர்ந்திருந்தன. கணுங்குப்புல்லினால் குடில்கள் அழகாக பின்னப்பட்டிருக்க, குடில்களுக்கு கதவுகளின்றி துணி மட்டுமே தொங்க விடப்பட்டிருந்தது. சில வீடுகளின் வாசலில் படல் வைக்கப்பட்டிருந்தது. குடில்களைச் சுற்றிலும் ஆடு, கோழி, நாய், பூனை போன்றவை சுற்றிக் கொண்டிருந்தன.

கிராமத்தினுள் பளிச்சி அம்மனுக்காக நடப்பட்டிருந்த மரத்தின் அடிப்பகுதியை மஞ்சள் துணியால் சுற்றி, மலர் மாலைகளை அணிவித்திருந்தனர். அதனருகில் இரண்டு நடுகற்களுக்கு இடையே சூலமொன்று நடப்பட்டிருந்தது.

'யார் இது?' என்றான் முகில்.

'எங்களின் குல தெய்வம்' என்றார் முனி.

'நடுகல் யாருடையது?'

'பளியர்கள் குலத்தில் தோன்றி ஒளிர்வதற்கு முன்னரே உதிர்ந்த விண்மீன். குலத்தைக் காக்கப் போரிட்டு இறந்த வீரப்பெண்'

முதன்மை வாயிலின் வழியாக வெளியேறி மலைகளின் மேல் ஏறத்தொடங்கினர். 'ஊரைச் சுற்றிலும் ஏன் வேலி அமைக்கப்பட்டுள்ளது?' என்றான் சுடரொளி.

'மிருகங்கள் ஊருக்குள் புகுந்து தாக்காமலிருக்க' என்ற இரும்பிடாரின் பார்வையும், பறவைமுனியின் பார்வையும் நொடிப்பொழுதில் சந்தித்துப் பிரிந்தன.

'இது என்னுடைய தந்தை'யென்று பறவைமுனி ஒரு மரத்தைக் காட்ட நிலவன் சிரித்தபடி 'தந்தையர்' என்றான்.

"எனது தந்தை இறந்தவுடன் இங்கு தான் புதைத்தோம். இறப்பவர்கள் அனைவரையும் மரங்களின் வேர்களில் புதைப்பது எங்கள் வழக்கம். இங்கிருக்கும்

மரங்களில் பளியனின் உயிர் நிலைத்திருக்கும். மனதைக் கவலை சூழும்போது இந்த மரத்தின் நிழலில் அமர்ந்திருப்பேன். மரம் எனது வலியை புரிந்து கொண்டு அமைதிப்படுத்தும்'

உயரமானதொரு மரத்தில் தேனீக்கள் கூடு கட்டியிருக்க அதன் கிளையில் ஒரு கயிறு கட்டப்பட்டிருந்தது. 'ஒரு பளியன் அந்த மரத்திலிருந்து தேவையான தேனை எடுத்துவிட்டு கயிறைக் கட்டியிருக்கிறான். மற்றவர்கள் அந்த மரத்தில் தேனெடுக்க மாட்டார்கள்' என்றான் இரும்பிடார்.

'மிருகங்களை வேட்டையாடுவீர்களா நீங்கள்?' என்றான் சுடரொளி.

'மரத்திலிருந்து பழத்தை பறிக்கும்போது பழம் பழுத்திருந்தால் மட்டுமே பறிப்போம். பிய்த்தெடுக்க மாட்டோம். காய்கள் ஒவ்வொன்றும் தாய்ப்பால் குடிக்கும் பிள்ளைகள் போல தண்ணீரையும், சத்தையும் உறிஞ்சுகிறது. அந்தப் பழத்தை பறிப்பது தாயிடமிருந்து குழந்தையைப் பிரித்தெடுப்பது போல. அப்படி இருக்கையில் வலியில் துடிக்கக்கூடிய மிருகங்களை வீழ்த்த மனம் வருவதில்லை. எங்களின் தேவையைப் பூர்த்தி செய்ய காட்டினால் இயலும். ஆனால் இப்போது எங்களில் சிலரும் உணவுக் காக வேட்டையாடத் துவங்கி விட்டோம். எனினும் கர்ப்பமான விலங்குகளை, குட்டிகளை வேட்டையாட மாட்டோம்'.

இரும்பிடார் 'பளியர்கள் நாள், கிழமை, மாதம், அகவையைக் குறித்து கவலையில்லாத வர்கள். வாழ்க்கை என்பது கூடி வாழ்தலே என்றெண்ணி வாழ்க்கையைக் குறித்து கவலையோ, பயமோ இல்லாதவர்கள். காடுகளைப் பற்றியும், அதிலிருக்கும் பாதைகள், உண்ணக்கூடிய, உண்ணக்கூடாத பொருட்கள், மூலிகைகள், வனவிலங்குகள், மரம், செடி, கொடி, மூலிகை, பல்லுயிர்கள் பற்றிய பேரறிவு உடையவர்கள். குழந்தை களைத் தமது செல்வமாகக் கருதி, குழந்தைகளைத் தொட்டிலில் போடாமல் முதுகினில் துணியால் சுமந்து செல்வார்கள். தங்கள் வேலைகளுக்காக குழந்தைகளைப் பிரிவதில்லை. பேதமுமின்றி பிற குழந்தைக்கும் தாய்ப்பால் ஊட்டுவார்கள். முதியோர், யாரும் இல்லாத குழந்தைகள், உடல் நலக்குறைவு உள்ளவர்களை கிராமத்தில் உள்ளவர்களே உணவளித்து பராமரிப்பர்' என்றான்.

'நாம் கற்க வேண்டியவை நிறைய இருக்கின்றன இவர்களிடம்' என்றான் வளவன்.

சிறுவர்கள் ஆங்காங்கே உயர்ந்திருந்த ஆலமரங்களின் வேர்களைத் தாண்டித் தாண்டி முன்னேறினர். நிலத்தை மரங்களின் காய்ந்த சருகுகள் மூடியிருக்க மண்ணில்

புரண்டவாறு இருந்த விழுதுகள் வேர்பிடிக்கத் தொடங்கியிருந்தன. காணும் திசையெல்லாம் அகல் போன்று அகன்ற மரங்களின் கிளைகளில் இருந்து கீழ்நோக்கி வளரும் வேர்கள் தரையிறங்கி விழுதுகளின் உலகமாய்க் காட்சியளித்தது.

பிடவச்செடிகளின் மணமும், நரந்தம்புல்லின் மணமும் காற்றின் கண்ணிகளில் பொதிந்திருக்க, புற்களை மேய்ந்திருந்த மான்கள் இவர்களைக் கண்டதும் நகர்ந்தன.

'எங்கே இருக்கிறது தாய் மரம்?'

'அதற்குள்தான் நடந்து கொண்டிருக்கிறீர்கள்'

சிறுவர்கள் சுற்றிலும் பார்க்க எண்ணற்ற ஆலமரங்கள் கிளைகள் கோர்த்து நின்றன. சற்று தொலைவு நடந்ததும் பேரளவிலான ஆலமரம் வானுக்கும், மண்ணுக்கு மாய் விரவியிருப்பதைக் கண்ட சிறுவர்கள் திகைத்தனர். அடிமரத்தினளவு பெரும் மலையைப் போன்று அகன்றிருந்தது. ஓங்கி உயர்ந்த அதன் கிளைகளிலிருந்து கீழிறங்கிய விழுதுகள் அனைத்தும் பெருமரங்களாய் வளர்ந்திருக்க, மரங்களின் கிளைகள் நெட்டையாய் வளர்ந்து அதன் பின்னர் கிளைகளை விரித்திருக்க, பந்தலொன்றைப் பரப்பியது போல முதலுமின்றி முடிவுமின்றி பச்சை வானமாய் பரவியிருந்தது.

ஆலமரங்களினூடே வளர்ந்திருந்த மற்ற மரங்கள் அனைத்தும் அளவில் சிறியதாகவே தோன்றின. குரங்குகள், பறவைகள் என எண்ணற்ற உயிர்களின் ஓசைகள் மரத்தின் மேலிருந்து கேட்டன.

"உலகில் முதன் முதலாய் தோன்றிய ஆதிமரம் என்பர் எங்கள் மூத்தோர். எத்தனையோ ஆயிரம் வருடங்களாய் கிளை பரப்பி நிற்கிறது இந்த தெய்வத்தின் முதுமரம். இதன் விழுதிலிருந்து உயிர்த்தெழும் எந்த ஆலமரமும் பட்டுப் போவதில்லை. இங்கு முளைக்கும் மற்ற மரங்கள் அனைத்தும் கிளை பரப்பாமல் மேல் நோக்கி வளரும்" என்று சொன்னதும் சிறுவர்கள் சுற்றிலும் பார்க்க வேம்பு, வேங்கை மரங்கள் உயரமாய் வளர்ந்து உச்சியில் கிரீடம் போல் விரிந்து இருந்தன.

"ஏன் எந்த மரமும் பட்டுப் போவதில்லை?" என்றான் சுடரொளி.

"காடுகளிலிருக்கும் மரங்கள் அனைத்துமே வேர்களின் மூலம் இணைந்திருக்கும். வேர்களின் மூலம் தகவல், உணவுகளை பரிமாறிக் கொள்ளும். ஒரு மரத்தினை நோய் தாக்கும்போது அந்த மரம் குறிப்பிட்ட மணத்தை வெளிப்படுத்தி மற்ற மரங்களை எச்சரிக்கும். உடன் மற்ற மரங்கள் எதிர்ப்பு சக்தியை உருவாக்கிக் கொள்ளும். இவளோ அனைத்திற்குமான தாய் மரம். அனைத்து மரங்களையும் அரவணைக்கும் ஆதிமரம். தனது மரங்களை பட்டுப் போகாமல் காத்து வருகிறாள்'

தாய்மரத்தை நெருங்கி இரண்டு கைகளாலும் கட்டிக்கொண்டு நீள்மூச்சை உள்வாங்கிய பறவைமுனி 'இந்த மரத்திலிருந்து வெளிவரும் காற்றானது உடலின் பிணிகளைப் போக்கும் குணமுடையது. இதற்கு ஆண்டுக்கு ஒரு முறை வெண்பொங்கல் படையலிட்டு நன்றி செலுத்துவோம். இந்த தென்பொருப்பு மலை உருவாகக் காரணமான விதை இவள். மலையின் உயிர் இவள்''

சிறுவர்கள் தாய்மரத்தைச் சுற்றி வந்து பார்த்தனர். அருகிலிருந்த வேம்பின் இலையைக் குனிந்து எடுத்த சுடரொளி அருகிலிருந்த வேங்கை மரத்தினடியில் வீழ்ந்திருந்த இலையையும் எடுத்தான். ''இந்த மரங்களின் இலைகள் ஆலத்தின் இலையினைப் போலல்லவா இருக்கிறது?'' என்று கேட்டான் அதிசயத்தவாறு.

''தாயைப் போல பிள்ளை இருப்பதில் வியப்பென்ன இருக்கிறது?''

இயற்கையின் பேராற்றலைக் கண்டு திகைத்த சிறுவர்கள் திரும்பும்போது அமைதியாகத் திரும்பினர்.

'தாய் மரத்தைப் பார்த்தீர்களா?' என்றாள் ஆதிமந்தி.

'உயிர்ச் சங்கிலியில் மனிதன் ஒரு கண்ணி மட்டுமே. எந்த விதத்திலும் உயர்ந்தவன் அல்ல' என்றான் வளவன்.

'கண்ணால் காணாவிட்டால் நம்ப முடியாமல் இருந்திருக்கும்' என்றான் முகில்.

'பிற உயிர்களுக்கு இன்னல் தராமல் காத்திருக்க வேண்டும்' என்றான் நிலவன்.

இளவெயினி அமைதியாக இருப்பதைக் கண்ட வளவன் 'நீயென்னம்மா நினைக்கிறாய்?' என்றான்.

'ஓரறிவுள்ள மரம் தாயாய் மாறி இவ்வளவு உயிர்களை காக்க முடியுமென்றால், ஆறறிவுள்ள மனிதர்களால் எவ்வளவு உயர்வான செயல்களை நிகழ்த்த முடியும்?' என்றாள்.

'கற்பிக்கும் தருணத்தை இளவெயினி தவற விடுவதேயில்லை' என்று ஆதிமந்தி நினைத்துக் கொண்டாள்.

கடலின் தேறலைப் பருகி மகிழ்ந்த கதிரவன் மாலையில் மயங்கத் துவங்கிய போது பளியர்கள் பளியனூருக்குத் திரும்பத் தொடங்கினர். பெண்கள் தலையில் நொச்சி இலையை சூடி, கைகளில் கூடையை வைத்திருந்தனர். அவற்றில் மூங்கிலரிசி, கிழங்குகள், தேன், கனிகள், தேறல்கள் நிறைந்திருந்தன. ஆண்கள், வரையாடையும், மலைக்காடைகளையும் சுமந்து வந்தனர்.

ஆண்கள் ஊரைச் சுத்தம் செய்து, மணப்பெண் வீட்டு வாசலில் கால்களை நட்டு புதிதாக பந்தல் அமைக்க, பெண்கள் அனைத்து குடில்களையும் மலர்களாலும், இலைகளாலும் அழகு படுத்தத் தொடங்கினர். மணமானது இருவரின் பெற்றோர், ஊர்ப் பெரியவர்களால் இணைந்து முடிவு செய்யப்பட்டிருந்தது. ஊரெங்கும் தீப்பந்தங்களும், அகல் விளக்குகளும் ஏற்றப்பட்டன. சிலர் மணமுழவு, துடிப்பறை, மகுளிப்பறையை ஆயத்தப்படுத்தத் துவங்கினர்.

இரவின் முதல் நாழிகையின் துவக்கத்தில் குலத்தின் வயதானவர்களும், பளியர்களும் திடலுக்கு வந்தமர்ந்தனர். பெண்ணை மணமுடிக்க இருந்தவன் பெண்ணின் தந்தையை வணங்கி நின்றான்.

'உங்கள் மகளை மணமுடிக்க விரும்புகிறேன்' என்றவன் கேட்க, பெண்ணின் தந்தை அவனின் கைகளைப் பற்றிக் கொண்டு ''சரி''யென்றார்.

முழவுகளும், முரசுகளும் முழங்க, பிக்கி இழைந்தோட ஆண்களும், பெண்களும் ஆடத்துவங்கினர். நீரின் மேல் பயணிக்கும் காற்று மெல்லிய அலைகளை உருவாக்குவது போல மென்மையாக ஆடினர். ஆட்டத்தினூடே அனைவருக்கும் மூங்கில் அரிசிச்சோறு, வரையாடுகள், மலைக்காடைகளின் கறி, தேன் தேறல், அரிசித் தேறல் ஆகியவை வெண்தேக்கு, மந்தாரை இலைகளிலும், மூங்கில் குவளைகளிலும் அளிக்கப் பட்டன.

வளவன் குவிரனை எழுப்பி உணவுண்ணச் செய்தான். இரவு உணவிற்குப் பின்னரும் பளியர்கள் ஆடிக்கொண்டிருக்க வளவனும், சிறுவர்களும் ஆதிமந்தியின் குடிலுக்கு உறங்கச் சென்றனர்.

மறுநாள் காலையில் இருள் நீங்கி ஒளி புலரும் நேரத்திலேயே மணச் சடங்குகள் துவங்கியது. முதலில் சிலம்பு கழி நோன்பு எனப்படும் மணப்பெண் காலில் அணிந்திருந்த சிலம்புகளை தாய் அகற்றும் நிகழ்வு நடந்தது. அதற்கடுத்து பெண்கள் மணப்பெண்ணை நீராட்டி தூய மணப்புடவை அணிவித்தனர். பின்னர் பெண்ணின் கையில் கிழங்கோடு பிடுங்கிய பூத்த அருகம்புல்லையும், வாகைப் பூவையும் வெண்மையான காப்பு நூலில் கட்டி திடலுக்கு அழைத்து வந்தனர்.

மணவினை நிகழுமிடத்திற்கு தலையில் நிறைகுடமாக நீரைச் சுமந்தபடி பெண்கள் முன்னேற, புதுப்பானை ஏந்திய பெண்கள் மணப்பெண்ணைப் பின்தொடர்ந்து செல்ல, பளியர்கள் பெருமகிழ்வுடன் உரக்கக் குரலெழுப்ப, இசைக்கருவிகள் அதிர்ந்தன.

மணப்பெண்ணைச் சூழ்ந்து சடங்குகளைச் செய்த முதுசெம்பெண்டிரும், புதல்வன் பயந்த மகளிரும், மலர்களும் நெல்லும் கலந்த நீரை மணமக்களின் தலைமீது தெளித்து

‘‘கற்பில் வழுவாது நட்புதவி செய்து கணவன் விரும்பும் இல்லத்தாள் ஆகுக’’ என வாழ்த்தினர். மணப்பெண்ணின் உறவுகள் மணமகளை வாழ்த்தி மணமகனின் கையில் ஒப்படைத்தார்கள்.

மணப்பெண்ணும், மணமகனும் ஒன்றாகச் சென்று பளிச்சியம்மனைச் சுற்றி வந்து வணங்கினர்.

மணவிழா ஒருபுறம் நிகழ்ந்து கொண்டிருக்க மறுபுறத்தில் உளுத்தம்பருப்பை நன்றாக அரைத்து எண்ணெயில் சுட்டெடுத்தும், நெய்சோறு, கூட்டுக் கறிகளை மந்தாரை இலைகளில் வழங்கினர். இரவில் தன்னைப் பார்த்தவாறு ஆடிய பெண் எங்கிருந்தாலும் அடிக்கடி தன்னை பார்ப்பதை உணர்ந்தான் வளவன்.

இரும்பிடார் பளியனூரைச் சுற்றியிருந்த வேலிகளைப் பார்வையிடச் செல்வதைக் கண்ட வளவன் வேகமாகச் சென்று இரும்பிடாருடன் இணைந்து கொண்டான்.

‘வேலிகள் எதற்காக அமைக்கப்பட்டுள்ளன மாமா?’ என்று கேட்டான் வளவன்.

இரும்பிடார் திரும்பி வளவனைப் பார்க்க, ‘நீயும் பறவைமுனியும் பார்த்துக் கொண்டதை நானும் பார்த்தேன். என்ன காரணம்?’ என்றான் வளவன்.

‘வளவா தென்பொருப்பு மலைத் தொடரின் காடுகளில் தொதவர், முதுவர், இருளர், காடர் என எண்ணற்ற பழங்குடியினர்கள் வசித்து வருகிறார்கள். இவர்கள் அனைவரும் ஒருவருக்கு ஒருவர் எந்தவித இடையூறுகளையும் தராமல் வாழ்ந்து வருகின்றனர். இவர்களிடமிருந்து விலகி வாழ்பவர்கள் சென்டல் குடியினர்.

மற்ற பழங்குடியினர்களைத் தாக்கி, கொன்று அவர்கள் வைத்திருக்கும் உணவுப் பொருட்களையும், வளர்க்கும் விலங்குகளையும், பறவைகளையும் எடுத்துச் செல்லும் வெறியர்கள். இவர்கள் மனிதர்களையும் தின்னும் பழக்கம் உடையவர்கள் என்கிறார்கள். மற்ற பழங்குடியினர் வேட்டைத் தொழிலில் ஈடுபடுவதால் எதிர்த்து தாக்கும் வல்லமை உடையவர்கள். ஆனால் பளியர்கள் ஆயுதங்களையோ, போர்ப்பயிற்சிகளையோ அறியாதவர்கள். இதனால் சென்டல்கள், பளியர்களை அடிக்கடி தாக்கி பெருஞ்சேதம் விளைவித்து வந்தனர். நான் முதலில் பளியனூருக்கு வந்த போது பளியர்கள் உதவியுடன் நஞ்சு செடிகளையும், முட்செடிகளையும் கொண்டு உயரமாகவும், அகலமாகவும் அரணமைத்தேன். முதன்மை வாயிலை ஏற்படுத்தி அதன் இருபுறத்திலும் எளிதில் இயக்கக் கூடிய விற்பொறிகளை பொருத்தினேன். இரவு பகலாக பளியர்களை காவலுக்கு நிறுத்தினேன். சென்டல்கள் தாக்குவதற்கு காத்திருந்தேன். சில நாட்களில் சென்டல்கள் முதன்மை வாயிலின் வழியாகத் தாக்கியபோது அம்புகளை விடுத்து எண்ணற்ற சென்டல்களை வீழ்த்தினேன். அதன் பின்னர் சென்டல்கள் தாக்குவதில்லை’

இருவரும் நடந்து கொண்டிருக்க வளவன் மீண்டும் 'அந்த நடுகல்லினடியில் உறங்கும் பெண் யார்? பறவைமுனி பேசுகையில் உனது முகம் மாறுவதைக் கவனித்தேன்' என்றான்.

நினைவுகளின் தேக்கம் மனம். நிகழ்ச்சிகள் படிமங்களாய் படிந்திருக்குமிடம். மனம் கலையும்போது சில எண்ணங்கள் கலங்கி மேலெழுந்து உடலை உரமூட்டக் கூடும். சில மனதைச் சிதைத்து, உடலை வலுவிழக்கச் செய்யும். மனதை வலுப்படுத்துவதும், சிதைப்பதும் மனமே. பெருநெருப்பை உருவாக்கும் தீக்குச்சியின் நெருப்பைப் போல. இரும்பிடாரின் கால்கள் தளர்ந்து போக அருகிலிருந்த கல்லில் மெதுவாக அமர்ந்தான்.

'இந்தச் சிறிய வயதிலேயே மனிதர்களை படிக்கத் தொடங்கி விட்டான். தங்கையைப் போல' என்று தோன்ற வளவனின் முகத்தையே பார்த்தவாறு அமர்ந்திருந்தான்.

''பெரிதாக ஏதுமில்லையெனில் சொல்ல வேண்டாம் மாமா'' என்றான் வளவன்.

'விரும்பாவிட்டால் சொல்ல வேண்டாம்' என்பதை மென்மையாக கூறுகிறான் என்று நினைத்த இரும்பிடார் கூறினான்.

''ஆதிமந்தியின் பெயரத்தி. நான் மணமுடித்த பெண்''

வீரம் வளரும்...

36

தென்பொருப்பு மலைத்தொடரின் பளியனூரில் மகிழ்வு ஒருபுறம் காட்டாறாய் கரைபுரண்டு ஓடிக் கொண்டிருக்க, மறுபுறத்தில் சோகம் நிலைகுத்தி நின்றது. நினைவுகளின் அடுக்குகள் அதிர்ந்து உணர்வுகள் புகையத் தொடங்க இரும்பிடாரின் கண்களில் மழைமேகங்கள் திரண்டன. கரையை நனைக்கும் அலையாக, நினைவுகள் மீண்டும் மீண்டும் மனதை நனைத்துச் சென்றன. அலையின் நுரையாக மனதில் பாரத்தை விட்டுச் சென்றன. உருகும் உணர்வுகளை இறுக்கி மேகங்களை காற்றாய் கலைத்தான் இரும்பிடார்.

வளவன் அதிர்ந்து போயிருந்தான். மாமனுக்கு மணம் ஆகியது என்ற தகவல் ஒரு புறமிருக்க, இரும்பிடார் மனம் கலங்கி பார்த்தறியாதவன் அவன். கடம்ப நாட்டி லிருந்து வந்தது முதல் ஐந்து குடிகளையும் தாங்கும் முதுகெலும்பு அவன். இரும்பிடாரின் நிலை வளவனை நிலைகுலையச் செய்தது. கேட்டிருக்க வேண்டாமோவென்று உள்ளம் பதறியது. சொற்களையும், அம்புகளையும் விடுத்த பின்னர் வருந்திப் பயனில்லை என்று எண்ணியவன் மாமனைத் தேற்றுவது எப்படி என யோசித்தான்.

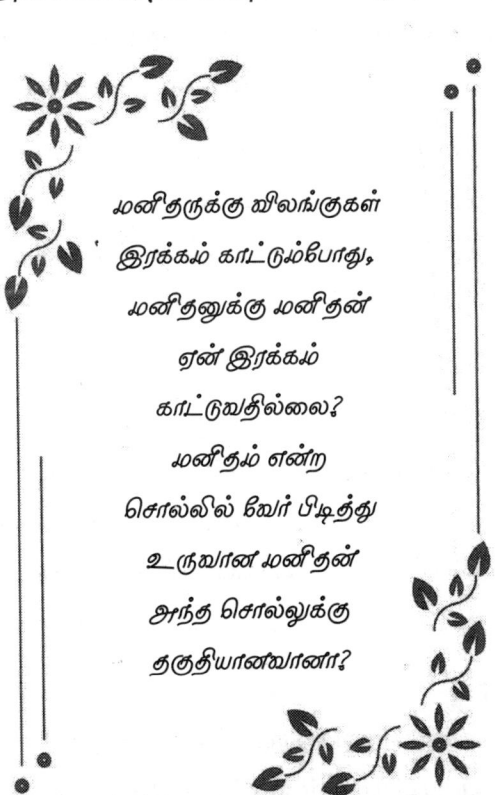

மனிதருக்கு விலங்குகள் இரக்கம் காட்டும்போது, மனிதனுக்கு மனிதன் ஏன் இரக்கம் காட்டுவதில்லை? மனிதம் என்ற சொல்லில் வேர் பிடித்து உருவான மனிதன் அந்த சொல்லுக்கு தகுதியானவானா?

இரும்பிடாரின் நினைவுகள் வேறொரு உலகில் பயணித்திருக்க, விழிகள் அடிவானில் நிலைத்திருந்தன. உள்ளம் கனிந்திருந்த போதும் வளவனுக்குத் தெரிந்த தகவல்களை ஒட்டியே உண்மைகளை வெளிப்படுத்தவேண்டுமென்று எண்ணியவன் மெதுவாக பேசத் தொடங்கினான்.

'கடம்ப நாட்டில் எனக்குக் வீரக்கலைகளைக் கற்பித்த ஆசான், செண்டல்களினால் பளியர்கள் பாதிக்கப்படுவதை அறிந்திருந்தார். பளியனூருக்குப் பாதுகாவல்களை ஏற்படுத்த என்னை அனுப்பினார்.

நான் பளியனூருக்கு வந்தபோது எந்த உயிருக்கும் துன்பமிழைக்காமல் சிறு குழந்தைகளைப் போல வாழ்ந்து வந்த பளியர்களின் குற்றமில்லா வாழ்வு என்னை வியப்படையச் செய்தது. பளியனூரின் பாதுகாவல்களைத் திட்டமிட்டேன். பளியர்கள் நீரூற்றுக்கு செல்வதைத் தடுக்க ஊற்றுநீர் பாய்ந்திறங்கும் நீர்க்கொடியிலிருந்து மண்ணிற்கு அடியில் சுடுமண் குழாய்கள் பதித்து ஊருக்குள் கொண்டுவந்தேன். அந்த நீர் தான் பளியனூரின் நடுவே பொங்கி வெளியேறுகிறது. செண்டல்களிடமிருந்து இவர்களைக் காக்க ஒருபுறத்தில் பளியனூரைச் சுற்றிலும் காட்டரண் அமைக்கத் துவங்கினேன். மறுபுறத்தில் அனைவருக்கும் அம்பெய்ய கற்றுக்கொடுத்தேன். ஆதிமந்தியின் பெயரத்தியும் அம்பெய்ய கற்றுக்கொண்டாள். நாணிலிருந்து விடுபட்ட அம்பின் வேகத்தில் கற்றுத் தேர்ந்தாள். மெல்லிய அம்பொன்று வில்லை வளைத்தது.

பேரழகுப் பெண்களிடமும், நாட்டிய மங்கைகளிடமும் மயங்காத என் மனது எளிமையின் சுழலில் சிக்குண்டது. பெருங்கப்பல்களால் அளக்க முடியாத என் மனதை தனது துடுப்பினால் அளந்தது மரப்படகு. பெருமரங்களை சாய்த்த சூறைக்காற்று நாணலில் சிக்குண்டது. காதல் மலரும் தருணங்களை மனிதர்களோ, மனங்களோ முடிவு செய்ய இயலாது. மனங்கள் மலரும் நேரத்தை மனங்கள் அறியாது. காட்டின் வெளிகளில் காதல் பயணிக்க, காதல் வெளிகளில் மனங்கள் பயணித்தன.

அவளை அழைத்து வந்து நம்மூரில் மணமுடிக்க விரும்பினேன். ஆனால் பளியர்கள் தங்கள் பெண்களை மணமுடிக்காமல் வெளியூருக்கு அனுப்ப மாட்டார்கள். எனவே மணம் முடித்த பின்னர் அழைத்து வர எண்ணினேன். உரோகிணி நட்சத்திரத்துடன் திங்கள் சேரும் நன்னாளில் எனது மணம் இங்கேயே நடைபெற்றது. எங்கள் காதல் கருவாய் உருவெடுத்தது.

சேர நாட்டின் தலைநகர் வஞ்சிக்கு ஆயுதங்கள் வாங்க நான் சென்றிருந்தபோது செண்டல்கள் தாக்கியுள்ளனர். முதன் முறையாக பளியர்கள் எதிர்த்து நின்றனர். சில

சென்டல்கள் கொல்லப்பட்டது அவர்களின் தலைவனுக்கு கடுஞ்சினத்தை ஏற்படுத்த, எண்ணற்ற பளியர்கள் அன்று அழிக்கப்பட்டனர். தப்பியோடியவர்கள் உயிர் பிழைத்தனர். வயதில் முதிர்ந்தவர்களை சென்டர்கள் கொல்லாமல் விட்டுச் சென்றனர்.

பளியர்களைத் திரட்டி எதிர்த்து நின்ற அவளும் சரிந்தாள். கால வெள்ளத்தில் எழுந்த சிற்றலை மீண்டும் அதனுள்ளே அமிழ்ந்தது. வாழ்வின் பேரின்பம் என்பது சில கணங்கள் நீடிப்பதே. என் மணவாழ்வும் அப்படித்தான்.

அதற்கு பின்னர் பளியனூரைச் சுற்றிலும் எழுப்பிய காட்டரணை நிறைவு செய்தேன். சில மாதங்களுக்கு பின்னர் சென்டல்கள் மீண்டும் தாக்க முனைந்த போது காட்டரணை மீறி அவர்களால் உட்புக முடியவில்லை. முதன்மை வாயில் வழியாக உள்ளே நுழைந்தபோது பெருஞ்சேதத்தை ஏற்படுத்தினேன். அதன் பின்னர் அவர்கள் தாக்குவது நின்று போனது''

'அன்னைக்குத் தெரியுமா?'

'அவளிடம் நான் எதையும் மறைத்ததில்லை. நாடிகளின் துடிப்பில் நோயை கண்டறியும் மருத்துவி போல முகங்களின் துளிர்ப்பில் உள்ளத்தை கண்டறிபவள் உன் அன்னை. மறைக்க முயற்சி செய்யாதே' என்று சொல்லி வெறுமையாய் சிரித்தான் இரும்பிடார்.

மனம் தளர்ந்திருந்த வளவன் இரும்பிடாரின் அருகே அமர்ந்து கொண்டான். வளவனின் மனம் உணர்வு வெளியில் சிக்குற்று தடுமாறுவதை உணர்ந்த இரும்பிடார் அவன் தோளில் கையை போட்டபடி...

'காடர்களின் குலத்தலைவர் அவர்களின் கிராமத்துக்கு வரும்படி பலமுறை அழைத்திருக்கிறார். சென்று வரலாம். மற்றவர்களையும் அழைத்து வா' என்று கூற வளவன் எழுந்து சென்றான். பளியனூர் வரும்போதெல்லாம் இருவரும் காடுகளைத் தெரிந்து கொள்வதற்காக சுற்றித் திரிவர். சமவெளியினைப் போலல்லாமல் காடுகள் தன்னுள் புதைத்து வைத்திருப்பது மற்றொரு உலகம். கொடுப்பதை மட்டுமே அறிந்த உலகம்.

வளவனும், சிறுவர்களும் ஆதிமந்தியிடமும், இளவெயினியிடமும் விடைபெற்று இரும்பிடாருடன் புறப்பட்டனர்.

'ஆளுக்கொரு ஈட்டியை எடுத்துக் கொள்ளுங்கள்' என்றான் இரும்பிடார். செம்பாறிடமும், மற்றொரு கழுகான கரும்பாறிடமும் ஏதோ சொல்லி விண்ணில் பறக்க விட்ட பறவைமுனி இரும்பிடாருடன் இணைந்து கொண்டார். பளியர்கள் அனைவரும் தங்களின் குலத்தலைவனைப் போல இரும்பிடாரை நடத்துவதின் காரணத்தை வளவன் இப்போது புரிந்து கொண்டான்.

'நம்மை தொடர்ந்து கழுகுகள் வானில் பறந்து வரும். முனி வைத்திருக்கும் மூங்கில் குழாயை ஊதினால் இரண்டு கழுகுகளும் கீழிறங்கி வரும். ஏதாவது மிருகங்கள் நம்மை நோக்கி வந்தால் செம்பாறு கீழிறங்கி எச்சரிக்கும்' என்ற குவிரனும் அவர்களுடன் இணைந்து கொண்டான். இரும்பிடார் முன்னேச் செல்ல சிறுவர்கள் பின்தொடர இறுதியில் பறவைமுனி நடந்தார்.

பளியனூரின் அருகே சில இடங்களில் மண் சமதளமாக நிரவப்பட்டு கிழங்குக் கொடிகள் பயிரிடப் பட்டிருந்தன. எண்ணற்ற மரங்களும், புல்வெளிகளும் சூழ்ந்திருக்க, பெரும் அரணைப் போன்று உயர்ந்திருந்த மலைத்தொடர்களும், சரேலென்று இறங்கும் பள்ளங்களுமாய் உயர்ந்து நின்ற தென்பொருப்பைப் பார்க்க சிறுவர்களுக்கு பரவசமாக இருந்தது. நீண்ட இலைகளைக் கொண்ட செடிகளும், காடுகள் முணுமுணுப்பது போல ஓயாமல் ஒலித்த வண்டுகளின் இரைச்சல்களையும் கடந்து சென்றனர்.

சற்று நேரம் நடந்ததும் வலப்பக்கச் சரிவில் குடில்கள் தென்படுவதைக் கண்ட நிலவன் 'இவர்கள் யார்?' என்றான்.

'தொல்வேடர்கள். இறஞ்சி மரத்தின் மரப்பட்டைகளை உரித்தெடுத்து அழகாய் வார்க்கப்பட்ட மரவுரி ஆடைகளை அணிந்திருப்பார்கள். இவர்களுக்கு உறவுக் குடியான மன்னான் மக்கள் வட்டக்கன்னி மரத்தின் இலைகளில் ஆடைகளை உருவாக்கி அணிவர். மூலிகைச் சாறில் ஊறவைத்து பின்னப்படும் ஆடைகள் பருத்தியின் ஆடைகளை விட உறுதியாய் இருக்கும்' என்றார் முனி.

கொன்றை, கோங்கம், நாக மரங்கள் வானளாவ நின்றன. பலாமரங்களில் மேல் மிளகுக் கொடிகள் படர்ந்து வளர்ந்திருக்க, பழுத்த பலாக்கனிகளைச் சுற்றி கொடிகளாலான வலை இறுக்கமாக பின்னப்பட்டிருந்தது. 'வலைகள் எதற்கு?' என்றான் இளம்பரிதி.

'குரங்குகள் பறித்து வீணாக்காமலிருக்க வலை அமைத்துள்ளனர்' என்றான் குவிரன்.

குடில்களிலிருந்து நாய்கள் குரைக்கும் சத்தம் கேட்க 'நம்மைக் கண்டு தான் குரைக்கின்றன' என்றான் இளம்பரிதி.

'இல்லை. வேறு திசையை பார்த்து குரைக்கின்றன. ஏதோ பெரிய விலங்காக இருக்கும். அதனால் தான் நாய்கள் குடிலில் இருந்தே குரைக்கின்றன' என்ற இரும்பிடாரின் முகத்தில் குழப்பம் தெரிந்தது. சிறுவர்களை சைகையின் மூலம் ஒரு பெரிய பாறையின் பின்னே அழைத்துச் சென்றான்.

காற்றின் திசையை தனது உடலில் உணர்ந்த இரும்பிடார் 'காற்று எதிர் திசையில் வீசுகிறது. விலங்கால் நம்மை மோப்பம் பிடிக்க முடியாது. கவனியுங்கள். விலங்குகளைக் கொல்லாமல் விரட்ட விரும்பினால் கண்களைத் தாக்க வேண்டும். கொல்ல முடிவு செய்தால் தலையையும், இதயத்தையும் குறி வைக்க வேண்டும். நொடிப்பொழுதில் எந்த விலங்கையும் சரிக்க காதினில் ஈட்டியைப் பாய்ச்ச வேண்டும். வளவனை உற்றுப் பார்த்த இரும்பிடார் ''நீ இரக்கம் காட்டும் சிறு தருணம் போதும் விலங்குக்கு. உன்னையோ, உனது நண்பனையோ கொல்ல. இரக்கம் என்பது இடத்தை பொறுத்தது'' என்றான் உறுதியாக.

வளவன் வானத்தைப் பார்க்க செம்பாறு கீழிறங்குவது தெரிந்தது. இவர்கள் இருக்கும் இடத்திலிருந்து சற்றுத் தொலைவில் இறங்குவதை பார்த்த முனி 'புலி, சிறுத்தை போன்ற பெரிய விலங்காய் தானிருக்கும். விலங்கை திசை திருப்ப போகிறது செம்பாறு' என்றான்.

'திசை திருப்பவா?' என்றான் முகில்.

'விலங்கினருகே நாமிருக்கும் திசைக்கு எதிர்திசையில் சென்று கழுகு அமரும். அதை பிடிக்க மிருகம் நெருங்கும்போது பறந்து சென்று சற்று தள்ளி அமரும். மீண்டும் விலங்கு கழுகை நோக்கி ஓடும். இப்படியே நம்மை விட்டு விலகி அழைத்துச் சென்று விட்டு செம்பாறு மேலேறி விடும்'

'என்னவொரு அறிவு' என்றான் சுடரொளி.

'இதற்காக பறவைமுனி அவற்றை பழக்குவார்' என்றான் குவிரன்.

செம்பாறு மேலெழுந்து இவர்களின் தலைக்கு மேலே பறக்க அனைவரும் நடக்கத் துவங்கினர். மலையின் நறுமணம் நெஞ்சை நிரப்ப கடுக்காய், மா, புளி, நுணா, நாவல், காய்ச்சான் மரங்கள் வளர்ந்திருக்க கனிகளைப் பறித்து தின்றபடி நடந்தனர். கேளை ஆடு, கடமானின் தடங்களைக் கண்டறியும் விதங்களைக் காட்டிக்கொண்டே இரும்பிடார் நடந்தான்.

அனைவரும் ஒற்றையடிப்பாதையில் நடந்து கொண்டிருந்தனர். வலப்புறத்தில் கருங்கற்கள் வரிசையாக அடுக்கப்பட்டு உயரமாயிருக்க, மலைச்சரிவு கீழிறங்கிச் சென்று அடர் காடுகளில் நுழைந்தது. காடுகளின் துவக்கத்தில் இரண்டு கொம்புகள் மண்ணில் நடப்பட்டு அவற்றில் மனித மண்டை ஓடுகள் சொருகப்பட்டிருக்க, மனித எலும்புகள் தொங்க விடப்பட்டிருந்தன. பாதையில் செல்பவர்கள் வலப்புறத்தில்

இறங்காமலிருக்க கற்கள் அடுக்கப்பட்டிருப்பதை உணர்ந்த வளவன் மனித எலும்புகளைப் பார்த்தவாறு நிற்க, மற்ற சிறுவர்களும் நின்றனர். காலடி ஓசை நின்று விட்டதை உணர்ந்த இரும்பிடார் திரும்பி பார்க்க...

'கற்களை எதற்காக அடுக்கியிருக்கிறார்கள்?' என்றான் வளவன்.

சென்டல் குடியினர் பளியர்களைக் கொன்றதைக் கேட்டதிலிருந்து வளவன் மனதால் அவர்களை தேடுவதை இரும்பிடார் அறிவான். ஆழ்மனம் தேடும் ஒன்றை கண்கள் கண்டதும் சிந்தை உணர்ந்து விடுகிறது.

'இந்த அடர் காடுகளுக்கு அப்பால் சென்டல் குடியினர் வசிக்கின்றனர். மலை ஒடுங்கி இருக்குமிடத்தில் மூன்று புறங்களிலும் மலை சூழ்ந்த பகுதியில் வசிப்பதாக கூறுவர். பறவைகளும், விலங்குகளும் செல்ல அஞ்சும் அடர் காடு அது. இதற்குள் யாரும் செல்ல வேண்டாமென்று தான் மற்ற குடியினர் கற்களை அடுக்கியிருக்கின்றனர்'

'சென்டல் குடியினர் யார்?' என்றான் சுடரொளி.

'மற்ற பழங்குடியினரை அழிப்பவர்கள். மனிதர்களைத் தாக்கும் மனிதமிருகங்கள்'

'அழிப்பவர்களை என் இன்னும் விட்டு வைத்திருக்கிறார்கள்?'

'மனிதர்களை தின்னும் வெறி பிடித்தவர்கள். உக்கிரமாக தாக்கக் கூடியவர்கள். அதனால் யாரும் அவர்களை நெருங்குவதில்லை'

சிறுவர்கள் அதிர்ந்து போக 'போகலாம்' என்றபடி இரும்பிடார் நடந்தான். அனைவரும் நடக்கத் துவங்க, வளவன் முதன்முறையாக ஒரு உணர்வை குருதியில் உணர்ந்தான். உடல் கசந்து போக மனம் தடுமாறியது. இதுவரை வளவன் உணர்ந்திராதது அது. மனதை நெருப்பாய் தின்றது வெறுப்பு.

இரண்டு நாழிகைகள் நடந்ததும் சற்று தொலைவில் மலையின் குகைகளிலிருந்து புகை வருவதைக் கண்ட பரிதி 'அங்கிருப்பவர்கள் யார்?' என்றான்.

'அவர்கள் மலைக்குறவர்கள். விவசாயத்தில் ஈடுபடாமல் வேட்டையை மட்டுமே தொழிலாக கொண்டவர்கள். காட்டுப்பன்றி, மான் போன்ற விலங்குகளையும், பறவை களையும் வேட்டையாடுவர். பலா மரத்தின் சிறு காய்களை கீறி அதிலிருந்து ஒழுகும் பாலை குடுவைகளில் எடுத்துச் சென்று நீர்நிலைகளில் கொம்புகளை நட்டு அதன் உச்சியில் தடவி வைப்பர். மீன்களுக்காக வரும் பறவைகள் கொம்பில் உட்காரும்

போது அதன் இறக்கைகளும், கால்களும் பிசினில் ஒட்டிக்கொள்ளும். விரைந்து சென்று பறவைகளை பிடித்துக் கொள்வர். கண்ணிகள் பொறுத்தியும் பறவைகளை பிடிப்பர்.

சிறு குட்டைகளிலும், மடுவுகளிலும் மீன் பிடிக்கும்போது சொக்கு மரத்தின் பட்டையை நசுக்கிப் போடுவார்கள். சொக்குப்பட்டை நீரில் கரைந்து சாறை வெளியிடும் போது மீன்கள் மயக்கமுற்று மிதக்கும். பெரிய மீன்களை மட்டும் பிடித்துக் கொண்டு, சிறிய மீன்களை விட்டுவிடுவர். அவை சற்று நேரத்தில் மயக்கம் தெளிந்து சென்று விடும். தேவையை மட்டும் நிறைவேற்றிக் கொள்வர்' என்றார் மூனி.

கதிரவன் வானிலிருந்து வழுக்கத் தொடங்கியபோது காடர்கள் கிராமத்தை நெருங்கினர். மலையின் சரிவுகளில் குடில்கள் ஆங்காங்கே இருக்க, கிராமத்தின் இருபுறங்களும் சரிவுகள் அழகாக சீரமைக்கப்பட்டு இருந்தன. ஒருபுறத்தில் சாமை, கேழ்வரகு, காட்டுசோளம் போன்றவை பயிரிடப்பட்டிருக்க மறுபுறத்தில் வெவ்வேறு வகையான புற்கள் தனித்தனியாக வளர்க்கப்பட்டிருந்தன.

'ஏன் ஒருபுறம் மட்டும் தினைகளை விளைவித்திருக்கிறார்கள்?' என்றான் சுடரொளி.

'காடர்கள் கொத்துக்காடுகளில் அருந்தினை, இளந்தினை, பெருந்தினை, மாப்பிள்ளைத் தினை, மயில் சாமை, கருஞ்சாமைகளை பயிரிடுவர். மூன்று, நான்கு ஆண்டுகள் மட்டும் ஒருபுறத்தில் பயிர் செய்வர். அதன் பின்னர் மண்ணின் வளம் குன்றி விடும். அப்போது மறுபுறத்தில் பயிர் செய்வர். தினை பயிரிடாத இடத்தில் மருந்தாகவும், கால்நடை களுக்கு உணவாகவும் பயன்படும் புற்களை வளர்ப்பர்'.

'அதென்ன கொத்துக்காடு?' என்றான் நிலவன்.

'மலையின் மேல் கோவிலுக்கு அருகில் இருப்பது கோவில் காடு. இவற்றில் வளரும் மரங்களை வெட்டமாட்டார்கள். மரங்களை வெட்டி, தீயிட்டு எரித்துவிட்டு தினைகள் பயிரிடுவது புனர்காடு. சிறு கருவிகளால் நிலங்களை கொத்தி தினைகள் பயிரிடுவது கொத்துக்காடு. சமதளத்தில் நிலத்தை உழுது பயிரிடுவது உழவுக்காடு'

வழியில் ஓரிரு இடங்களில் சிறுகற்கள் குவியலாக கொட்டப்பட்டிருப்பதைக் கண்ட பரிதி 'கற்கள் எதற்காக குவிக்கப்பட்டுள்ளன?' என்றான்.

'விலங்குகளை விரட்டுவதற்காக இருக்கும்' என்று நிலவன் கூறியதும் நகைத்த பறவைமுனி...

‘இல்லை. பழங்குடிகளில் யாராவது ஒருவர் விலங்குகளால் கொல்லப்பட்டால் உடல் சிதறிய இடத்திலேயே குழி தோண்டி கல் வைத்து மூடிவிடுவார்கள். அந்த வழியாகப் போகும் போதெல்லாம் சிறுகற்களை இறந்தவரிடத்தில் போட்டு வணங்கிச் செல்வார்கள். சிறு கற்கள் தொடர்ந்து சேர்வதால் கற்குவியலாக மாறிவிடுகிறது’ என்றார்.

தினைகள் நன்கு விளைந்திருந்த காட்டின் நடுவில் பறவைகளையும், விலங்குகளையும் விரட்டுவதற்காக பரண் அமைத்து அமர்ந்திருந்த ஒருத்தி பறவை முனியைக் கண்டதும் உச்சக் குரலில் பறவையைப் போன்று ஒலியெழுப்பினாள். குரல் ஒருவரிடமிருந்து மற்றொருவருக்கென பயணிக்கத் தொடங்கியது.

‘நாம் வருவதை குலத்தலைவன் பெருங்காடனுக்கு தெரிவிக்கிறாள்’ என்றார் முனி.

விளைபொருட்களைப் பண்டமாற்று செய்ய பெருங்காடன், மற்றவர்களுடன் நாங்கூருக்கு செல்லும் போதெல்லாம் பளியனூருக்குச் சென்று பறவைமுனியின் குடிலில் தங்குவது வழக்கம். எனவே பெருங்காடனும், பறவைமுனியும் பல காலமாக அறிந்திருந்தனர். பறவைமுனியும் மற்றவர்களும் சரிவுகளில் இறங்கும்போதே கிராமத்திலிருந்து ‘வா முனி’ என்றபடி உற்சாகத்துடன் வந்த பெருங்காடனின் முகத்தில் மகிழ்வு தெரிந்தது. தனது நீண்ட கைகளை விரித்து முனியை அணைத்துக் கொண்டவர் ‘வாருங்கள் அனைவரும்’ என்று அழைத்துச் சென்றார். பனை நாரினால் முடியப் பட்டிருந்த கட்டில்களை வெளியிலெடுத்து ஒருவன் போட,

‘என் மாப்பிள்ளை’ என்றார் பெருங்காடன்.

‘மகளுக்கு மணமாகிவிட்டதா?’ என்றான் இரும்பிடார்.

‘இல்லை. போன மாதம் பெண் கேட்டு வந்தான். பெண்ணுக்கு பிடித்திருக்கவே சில மாதங்கள் கூடவே வைத்திருக்க முடிவு செய்துள்ளேன். குடும்பத்தினர் அனைவருக்கும் பிடிக்குமாறு நடந்து கொண்டால் பின்னர் நாலைந்து மாதத்திற்கு பின்னர் மணம் முடிக்க முடிவு செய்துள்ளேன்’

கிராமத்தில் நுழைந்ததுமே காடர்கள் குடில்களை வேய பயன்படுத்தியிருந்த போதைப்புல்லின் நறுமணமும், உப்புக்கண்டம் போட்டு உலர வைத்திருந்த விலங்குகளின் இறைச்சியின் மணமும் நாசியைத் தாக்கியது. பெண்கள் தழைகளையும் பூக்களையும் மரல் நாராலும், நறை நாராலும் கோர்த்து அழகுற ஆடையாக்கி அணிந்திருந்தனர்.

விலங்குகளின் தோலால் உருவாக்கப்பட்ட ஆடைகளையும் கிராமத்தைச் சுற்றிலும் ஆளுயரத்திற்கு கருங்கற்கள் ஒன்றன் மேல் ஒன்றாக அடுக்கப்பட்டு அரண் போன்று எழுப்பப்பட்டிருக்க, சென்டல்களுக்காக அவை இருப்பதை வளவன் புரிந்து கொண்டான்.

அனைவரும் பேசிக்கொண்டிருக்கையில் பெருங்காடனின் துணைவி தினைமாவு உருண்டைகள், மூங்கில் குருத்துகளுடன் கள்ளிமுள்ளியானை வேகவைத்து தேனுடன் எடுத்து வந்து தந்தாள்.

வயலின் நடுவில் நின்ற பரணிலிருந்து காடன் ஏதோ பறவையினை விரட்ட, தொண்டகப்பறையை முழங்கும் சத்தம் கேட்டது.

இருள் சூழ்ந்துவர குடில்களைச் சுற்றிலும் தீப்பந்தங்கள் பற்ற வைக்கப்பட்டு, கிராமத்தின் நடுவில் பெருநெருப்பு ஏற்றப்பட்டு அனைவரும் நெருப்பைச் சுற்றிலும் அமர்ந்து கொண்டனர். விலங்கின் கொழுப்பு இடப்பட்ட நெருப்பு நிமிர்ந்து எரிந்தது.

வயலுக்கும், பழங்களைச் சேகரிக்கவும் சென்றிருந்த காடர்கள் குடில்களுக்கு திரும்பத் தொடங்கினர். பரணில் காவலிருக்க சிலர் சென்றனர். முழுநிலவின் வெளிச்சத்தில் மரக்கட்டைகள் வெடித்து எரியும் ஓசையும், வயலின் நடுவிலிருந்த பரணிலிருந்து மெல்லிய குழலோசையும் ஒலித்துக் கொண்டிருந்தன. காடர்கள் சிலர் ஆயுதங்களுடன் காவலுக்கு நின்றனர்.

ஈச்சங்கள்ளும், சோற்றுக் காடியிலிருந்த இறக்கப்பட்ட கள்ளும் பெரியவர் களுக்கு வழங்கப்பட 'பருகியதும் நாகத்தைப் போன்று தாக்கும் நாக தேறலைக் கொண்டு வா. முனியால் தாங்க முடியுமாவென பார்க்கவேண்டும்' என்று பெருங்காடன் சொல்ல, காடர்கள் பெருஞ்சத்தத்துடன் சிரித்தனர்.

சிறுவர்களுக்கு மந்தாரை இலைகளில் காட்டுப் பன்றியின் கறியும், கடமான்களின் தசையும், மலைநெல் சோறுடன் தரப்பட்டது. நாற்புறங்களிலும் சிறிய கலனொன்று வைக்கப்பட்டு அவற்றில் தணலில் புற்கள் போடப்பட்டிருந்தன. புற்கள் கருகி புகைந்து கொண்டிருக்க பூச்சிகள் விலகிச் சென்றன.

தேறலிருந்த மூங்கில் குவளையை கீழே வைத்த இரும்பிடார் எழுந்து மெதுவாக நடக்கத் தொடங்கினான். காலையில் பளியர்களுக்கு நிகழ்ந்த மணநிகழ்வும், சென்டல் குடியினரின் குடியிருப்பைத் தாண்டி வந்ததும் இரும்பிடார் மனதிலிருந்த நினைவுகளின் ஆடையை விலக்கியிருந்தது.

நீர் அறுத்த பாறையின் தடங்கள் மறைவதில்லை. நினைவுகள் அறுத்த மனதின் வடுக்களும் மறைவதில்லை. மனதின் வடுக்களில் இருந்து மீண்டும் நினைவுகள் வடிந்தன. வளவன் இரும்பிடார் விலகிச் செல்வதை பார்த்தவாறே அமர்ந்திருந்தான். மனதின் முதல் வலி மருவாய்த் தோன்றியிருந்தது.

காடர்களின் கிராமத்தின் மூலையிலிருந்த பெரிய பாறையையும், மரத்தையும் சுற்றி சிகப்பு நிறத் துணி சுத்தப்பட்டிருக்க அதன்மேல் வேங்கை மலர்கள் வைக்கப் பட்டிருந்தன. உயிர்களைப் பலியிட்ட குருதி காய்ந்திருக்க, கள் படையலிட்டது தெரிந்தது. தினைக்கதிர்கள் சமைக்கும் அடுகலன்கள் இருந்தன. காடர்களின் மலை தெய்வத்தை பார்த்தவாறு நின்றான் இரும்பிடார்.

திடீரென காடுகளின் அமைதியை சிதைத்தவாறு எழுந்த பேரோசையில் காடு நடுங்கியது. மரங்கள் புயல் காற்றில் சிக்கியது போல் அசைய, நிலம் அதிர்ந்தது. காட்டின் ஒருபுறமிருந்து யானைகள் பிளிறுவதும், விரைந்து வரும் ஓசையும் ஒலிக்க, 'யானைக் கூட்டம் வருகிறது' என்று கத்தியபடி பெருங்காடன் வேகமாய் எழுந்து ஓடினார்.

துள்ளியெழுந்த வளவன் யானைகள் வரும் வழியில் நெருப்பை ஏற்படுத்தினால் யானைகள் திசை திரும்பும். இல்லையென்றால் குடில்களை நாசம் செய்துவிடும் என்றெண்ணியபடி பற்றியெரியும் நெருப்புக்கட்டையை எடுத்துக்கொண்டு பெருங்காடனின் பின்னே ஓடினான். காடர்கள் ஓடிவந்தனர்.

குடிலினருகே எரிந்த தீப்பந்தத்தை கையிலெடுத்த இரும்பிடார் யானைகளை நோக்கிச் செல்ல 'வேண்டாம்' என்று தடுத்த பெருங்காடன் முன்னே சென்றார். அவருடன் காடர்கள் இணைந்து கொண்டனர். பெரும் மரமொன்றின் கிளையை ஒடித்தெறிந்தபடி பெண்யானையொன்று முன்னே வர அதன் இருபுறங்களிலும் பல யானைகள் பிளிறியபடி வந்தன.

பாறைகளை உருட்டி, மரங்களை வேரோடு பிடுங்கியெறிந்து கடுஞ்சினத்துடன் யானைகள் ஓடி வருவதற்கு என்ன காரணம் என்று யோசித்த பெருங்காடன் அனைவருக்கும் முன்னே சென்று இருகரங்களையும் உயர்த்தி வணங்கி நின்றார்.

மற்ற காடர்களும் அவரின் பின்னே வணங்கியபடி நிற்க பெருங்காடன் புரியாத மொழியில் உரக்கக் கத்தினார். யானைக் கூட்டத்தை வழிநடத்திய பெண்யானை வெறியுடன் முன்னேற இரும்பிடார் ஈட்டிகள் இருக்குமிடத்தையும், சாமைப்பயிரின்

தாள்கள் குவிக்கப்பட்டிருப்பதையும், மிளகு கொட்டி வைக்கப்பட்டிருப்பதையும் கவனித்தான். தாள்களில் நெருப்பைப் பற்ற வைத்து மிளகில் எறிந்தால் மிளகு வெடிக்கும்.

பெருஞ்சினத்துடன் பெண்யானை முன்னேற பெருங்காடனின் குரல் காட்டை அதிரவைக்குமாறு இறைஞ்சியது. யானையின் மொழியை அறிந்தவர்கள் காடர்கள் என்று அறிந்திருந்தான் இரும்பிடார். குடிலை விட்டு விலகிச் செல்ல வேண்டுகிறாரோ என்று எண்ணினான். தலையை இடதும், வலதுமாக ஆட்டி பிளிறிய யானை வெறியுடன் அச்சுறுத்தியது. பெருங்காடன் இறுகி நின்றார். யானைக்கூட்டத்தின் பின்னிருந்தும், சரிவின் இடப்புறத்திலிருந்தும் முரசுகளின் பேரொலி கேட்கத் தொடங்க யானைகள் பயந்தோடுவதன் காரணத்தை பெருங்காடனும், மற்றவர்களும் உணர்ந்து கொண்டனர். காடர்கள் அனைவரும் கைகுவித்து வணங்கி, பணிந்து நின்றதைப் பார்த்த பெண்யானை மனமிறங்கியது. காடர்களின் குடிலை விடுத்து வலதுபுறத்தில் கீழிறங்கத் துவங்கியது. மற்ற யானைகள் பின்தொடர்ந்தன. பெரிய யானைகளுக்கு நடுவில் குட்டி யானைகள் பயந்து ஓடுவது தெரிந்தது.

முரசுகளை அதிர வைத்தவாறு, ஏராளமான தீப்பந்தங்களுடன் பழங்குடியினர் ஒரு திசையில் யானைகளைத் துரத்தி வருவதைக் கண்டான் இரும்பிடார்.

பின்தொடர்ந்தவர்களில் ஒருவனை நிறுத்திய பெருங்காடன் ‘எங்கு கொண்டு செல்கிறீர்கள்?’ என்று கேட்க ‘சேரமன்னனின் படைக்காக யானைகள் பிடிக்கிறோம். கீழே சமவெளியில் பள்ளம் தோண்டியிருக்கிறோம். யானைகள் அதிவேகமாக் ஓடுகின்றன. சரியான திசையில் செலுத்த முடியவில்லை’ என்றபடி ஓடினான்.

யானைகளின் ஓலங்களும், முரசின் ஒலிகளும் சற்று நேரம் கேட்டுக்கொண்டிருக்க அனைவரும் பெருநெருப்பு எரிந்த இடத்திற்கு திரும்பினர். பழைய உற்சாகமும், மகிழ்வும் தொலைந்து போக அமைதியாகத் தேறலைப் பருகியபடி அமர்ந்திருந்தனர்.

‘அவர்கள் பெட்டக் குறும்பர்கள். யானைகளைப் பிடிப்பதிலும், பழக்குவதிலும் வல்லவர்கள். காட்டு யானைகளைக் குழிவெட்டி அதில் விழச் செய்வர். கும்கி வளர்ப்பு யானைகளைக் கொண்டு அவற்றைப் பழக்குவார்கள். ஒவ்வொரு யானையையும் மன்னர்கள் பொருள் கொடுத்து வாங்கிக் கொள்வர். நாடுகளுக்கிடையே போர் இருக்கும்வரை படைகளை பெருக்குவதும், விலங்குகளை துன்புறுத்துவதும் நிற்காது’ என்றார் பெருங்காடன்.

‘‘வெறியுடன் ஓடிவரும் யானைகள் மனமிறங்கினாலன்றி வேறெதற்கும் அச்சப்படாது. சில நொடிகளில் அனைவரையும் சிதைத்து சென்றுவிடும்’’ என்றார் முனி.

மண்ணின் தன்மைக்கேற்ப விளையும் வெவ்வேறு மலர்களைப் போல எவருக்கும் இன்னலை விளைவிக்காமல் இயற்கையுடன் ஒன்றி வாழும் பழங்குடியினரின் வாழ்வை எண்ணியவாறு இருந்தான் வளவன். சமவெளியில் பரவும் போர் நெருப்புக்கு மலையின் மனிதர்களும், கானுயிர்களும் பழியாவதை எண்ணினான். நாடுகளில் பற்றியெரியும் போர் நெருப்பு அடர்காடுகளிலும் நுழைந்து அழிக்கும் நாள் வெகு தொலைவில் இல்லை என்பது தெரிந்தது.

மனிதருக்கு விலங்குகள் இரக்கம் காட்டும்போது, மனிதனுக்கு மனிதன் ஏன் இரக்கம் காட்டுவதில்லை? மனிதம் என்ற சொல்லில் வேர் பிடித்து உருவான மனிதன் அந்த சொல்லுக்கு தகுதியானவனா? மனிதரை வெண்பளிங்காய் மட்டும் கண்டவன், அடர் இருளாய் செறிந்திருந்த மறுபுறத்தை காணத்துவங்கினான். அன்பின் நிழல் பரப்பும் ஆலமாய் கண்டவன், முட்செடிகளைக் காணத்துவங்கினான். மனிதன் வாழும் முறைகளை கேள்வி கேட்கும் நீண்ட இரவு அவனுக்காக காத்திருந்தது.

வீரம் வளரும்...

37

தென்பொருப்பு சரிவினடியில் அமைந்திருந்த காந்தளூர் சாலையில் மழைத்தூறல் மண்ணின் மணத்தை கிளறி விட்டிருக்க, மரங்கள் நீர் பூத்து நின்றன. வெண்பிடவ, வகுள மரத்தின் மலர்கள் அவற்றை விரும்பி அணியும் பெண்களின் கார்கூந்தலை நினைவுறுத்தின.

சேர இளவரசன் வேல்கெழு குட்டுவன் சாலைக்கு வந்து சில தினங்கள் ஆகியிருக்க, அவன் முன் நின்று பேச சட்டர்கள் எவருக்கும் துணிவில்லாமல் இருந்தது. அவனுடன் சமரிட பட்டதிரி சட்டர்களை அழைத்தபோது அவனைத் தாக்குவதற்கு பலரும் தயங்கினார்கள். சிறிய தவறும் சிரச்சேதத்திற்கு வித்திட்டு விடுமென்று அஞ்சினர். உச்சிநாதர் நிகழ்வதை கவனித்து வந்தார். கல்லை சிதைக்காமல் சிற்பத்தை வெளியிலெடுக்க முடியாது. அன்றைய காலைப் பயிற்சியின்போது அங்கை போர் முறையில் குட்டுவனுடன் சமரிட வளவனை அழைத்தார்.

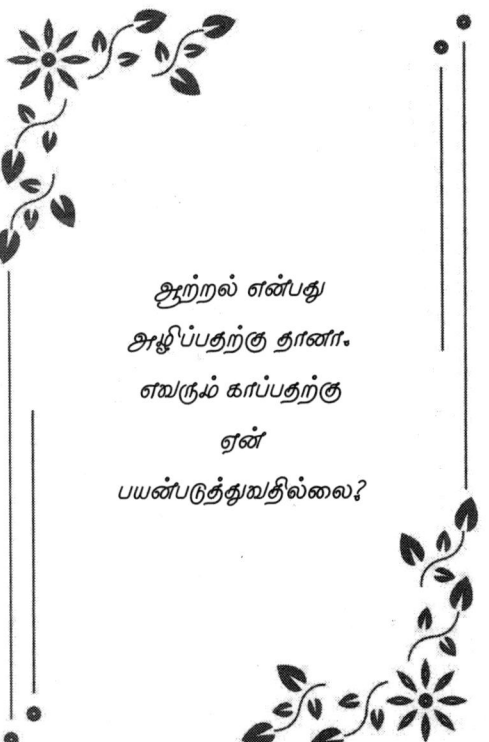

ஆற்றல் என்பது
அழிப்பதற்கு தானா.
எவரும் காப்பதற்கு
ஏன்
பயன்படுத்துவதில்லை?

வளவன் சாலைக்கு வந்ததிலிருந்து அவனது கண்களில் அச்சத்தைக் கண்டதில்லை

அவர். அவனை விட மூத்தவர்களிடம் மோதியபோதும் அச்சம் வளவனை அணுக மறுப்பதைக் கண்டு பலமுறை அதிசயித்திருக்கிறார். வித்தைகளின் எல்லைகளைக் கடந்தவர்க்கும், சித்தர்களுக்கும் வரும் மன நிலை இவனுக்கு இப்போதே எப்படி சாத்தியமாயிற்று என்று எண்ணுவார்.

விளைவுகளை எண்ணுவோரின் மனதில் அச்சம் உருவாகிறது. இவன் விளைவு களை எண்ணுவதில்லை. விளைவிக்க வேண்டியதை மட்டுமே எண்ணுகிறான். உலகின் அசைவை விட தன்னை அதிகம் நம்புகிறான். உலகை அசைக்க முடியுமென தீர்க்கமாக நம்புகிறான் என்பதை மெதுவாக உணர்ந்தார்.

வேல்கெழு குட்டுவன் அடிப்படை வரிசைகளையும், தாக்குதல்களையும் திருவல்லவாய் சாலையில் கற்றிருந்தான். மூத்தவனைப் போல இளையவன் களரியில் கவனம் செலுத்துவதில்லை. பட்டதிரிகள் தனிக்கவனத்துடன் கலைகளை கற்பித்தாலும் பெரிதாக பிரகாசிக்க இயலவில்லை என்பதால் காந்தளூர் சாலையில் சேர்ப்பதாக சேரமான் கூறியிருந்தார்.

வளவனும், குட்டுவனும் சமரிடத் துவங்கினர். குட்டுவனின் வரிசை முறைகள் சற்று மாறுபட்டிருந்தன. ஆயுதங்களின் உருவம் மாறுபடினும் நோக்கம் ஒன்றே. தாக்குவதா, தேக்குவதா என்பது அதனைப் பற்றியிருப்பவரின் சிந்தையைச் சார்ந்தது.

சாலைக்கு வந்த முதல் நாள் வளவன் போரிட்டதை சேரமானுடன் நின்று குட்டுவன் கவனித்திருந்தான். வளவன் எதிராளியை தாக்குவதில்லை என்பதை அறிந்திருந்தான். தற்காப்பை விடுத்து முன்னேறித் தாக்கினான். வளவனை வீழ்த்தினால் தனது வீரத்தை அனைவரும் உணர்வர் என்று பேராவலுடன் மோதினான். குட்டுவனின் தாக்குதல்களை வேகமாக தேக்கிக் கொண்ட வளவன் கொக்காய் உறுமீனுக்கு காத்திருந்தான். எவ்வளவு வேகமாகத் தாக்கியும் வளவனின் உத்தியை ஊடுருவ முடியாததை குட்டுவன் உணர்ந்தபோது மின்னலாய் குட்டுவனின் பின்னால் நகர்ந்த வளவன், குட்டுவனின் கழுத்தில் பிடி போட்டு அசைய முடியாமல் நிறுத்தினான்.

பின்புறமிருந்து கழுத்தை பிடிப்பவனை ஒரு நொடியில் உடலை வளைத்து முன்னால் தூக்கியெறிய முடியும். கைகளைப் பின்புறம் செலுத்தி எதிராளியின் தலையைத் திருக முடியும். காலை மடக்கிப் பின்னோக்கி உதைத்து முட்டியை சிதறடிக்க இயலும். ஆனால் எதனையும் செயல்படுத்த முடியாமல் வளவனின் பூட்டு இறுகியிருப்பதை உணர்ந்தபோது குட்டுவனுக்கு வளவனின் ஆற்றல் புரிந்தது. முகம் சினத்தில் சிவந்தது. பிடியை விலக்கிய வளவன் பட்டதிரிகளையும். உச்சிநாதரையும் வணங்கி விட்டு அமர்ந்தான்.

காலைப் பயிற்சிகள் முடிந்து அனைவரும் இளைப்பாறியிருக்க குட்டுவன் நடந்து வந்தான். அவனைக் கண்டதும் சட்டர்கள் வணங்கிவிட்டு நகர்ந்து கொள்ள, குட்டுவனின் கண்கள் வளவனைத் தேடின. குடிலிற்கு வெளியிலிருந்த புல்வெளியில் மான்கள் மேய்ந்து கொண்டிருக்க, வேங்கை மரத்தின் பொன்னிறப் பூக்களின் நடுவே வளவன் அமர்ந்திருப்பதைக் கண்டதும் அவனை நோக்கி நடந்தான்.

பளியர்களையும், காடர்களையும் பார்த்து வந்து ஓரிரு தினங்கள் ஆகியிருந்தன. வளவனின் மனமெங்கும் உடைந்த சொற்கள் சிதறிக் கிடந்தன. சொற்களின் கூரிய முனைகள் மனதை சிதைத்தன. ஆற்றல் என்பது அழிப்பதற்கு தானா. எவரும் காப்பதற்கு ஏன் பயன்படுத்துவதில்லை? என்ற சிந்தனையில் தொலைந்திருக்க, மற்றவர்கள் பேசிக் கொண்டிருந்தனர்.

''மீண்டும் என்னுடன் சமரிட்டு வெல்ல முடியுமா உன்னால்?'' என்ற குரல் ஒலிக்க வளவன் திரும்பினான். குட்டுவன் எதிரே நிற்பதை கண்டதும் அனைவரும் எழுந்தனர்.

வளவன் குட்டுவனைப் பார்த்தான். வளவனின் வெண்ணிற விழிகளும், அழகுசூழ் முகமும் அவனைக் கடிந்து கொள்ள முடியாமலிருப்பதைக் குட்டுவன் உணர்ந்தான். அமைதி தவழும் சில முகங்கள் ஒளி சிந்துபவை. அன்பை ஒலியாய் பிரதிபலிப்பவை.

மனதின் வெம்மை தணிவதை உணர்ந்த குட்டுவன் 'அமருங்கள். மற்றவரைப் போலவே என்னையும் பாவியுங்கள்' என்றான்.

எப்படி பேச்சைத் தொடங்குவது என்று மற்றவர்கள் யோசித்திருக்க 'நீ இன்னும் எனக்கு பதிலளிக்கவில்லை' என்ற குட்டுவன் 'என்னுடன் போரிடத் தயாரா?' என்றான்.

'களரிக் களத்திலன்றி நான் வேறெங்கும் போரிடுவது கிடையாது'

'ஏன்? என்னைப் போல உனக்கும் சமரிடுவது பிடிக்காதா?''

'வீரக்கலைகளை கற்க வேண்டுமென்பது எனது தாயின் விருப்பம். கலைகளின் உச்சத்தை அடையவேண்டுமென்பது மாமனின் விருப்பம். அதனால் கற்று வருகிறேன்'

'உனது விருப்பமென்ன?'

'நானறிந்த வரையில் போர் என்பது துயரத்தைத் தவிர வேறில்லை'

'நானும் உன்னைப் போன்றவன் தான். எனக்கு நாட்டியத்தில் விருப்பம் அதிகம். ஆனால் அரச குடும்பத்தை சார்ந்தவன் வீரக்கலைகளைக் கற்க வேண்டும் என்கிறார் என் தந்தை. அதற்காக கற்றுக்கொள்கிறேன்'

'போரிடத் தெரியாமல் வேந்தனாக இருக்க முடியாதே' என்றான் நிலவன்.

'வேந்தனென்றால் போரிட வேண்டுமென்பதில்லையே'

'உனது நாட்டை காத்துக் கொள்ள கற்பது அவசியமல்லவா?'

அதற்குத்தான் தளபதிகள் இருக்கின்றனரே'

'எங்களைப் போன்ற சிறந்த வீரர்கள் உனக்கு தளபதிகளாய் கிடைக்கா விட்டால்?' என்று நிலவன் கேட்டதும்...

'நிலவன் அவனை தளபதியாக்க வேண்டுகிறான்' என்று இளம்பரிதி கூற அனைவரும் வெடித்து சிரித்தனர்.

எதிர் நின்று சரிக்கு சமமாய் பேசும் எவரையும் கண்டிராதவன் குட்டுவன். இவனுடன் இணைந்து மற்றவர்களும் சிரிப்பது குட்டுவனுக்குப் புதுமையாய் இருந்தது. ஒரு கிளையின் மலர்களைப் போல காற்றின் திசையில் களித்திருப்பது மகிழ்வைத் தந்தது. ஒத்த அகவை உடைய மனங்களின் குறும்புகளும், கிண்டல்களும் ஒன்றாய் இணைந்து கொண்டன. சிறகுகளை அலகினால் கோதி சோம்பல் முறித்துக் கொண்ட மனங்கள் ஒரே திசையில் பறக்கத் துவங்கின.

இளவரசன் என்பதால் குட்டுவனுக்கு கட்டுப்பாடுகள் இருந்தன. அவனுடைய காவலுக்கு வரும் துணைத்தளபதி அரண்மனையிலிருந்து காந்தளூர் சாலைக்கும், சாலையிலிருந்து அரண்மனைக்கும் மட்டுமே அழைத்துச் செல்ல பணிக்க பட்டிருந்தான். மாலை பயிற்சிகள் முடிந்ததும் வளவன், நண்பர்களுடன் சில சமயங்களில் நாங்கூரின் நாளங்காடி நடைபெறும் தெருவிற்குச் செல்வான். குட்டுவன் அவனுடன் செல்ல விரும்பினாலும், துணைத்தளபதி குட்டுவனை அனுப்புவதற்கு இசைய மாட்டான். எனினும் காலையிலிருந்து மாலை வரை நண்பர்களுடனே பயிற்சிகள் செய்வது, உணவு உண்பது என்று அனைத்து நேரத்திலும் ஒன்றாக இருந்தான். இவர்களுடன் இருக்கும்போது மட்டுமே சிறுவனாய் இருப்பதை உணர்ந்தான்.

'நான் உன்னைப் பற்றியும், நீ போரிடும் முறையை பற்றியும் என் தாயிடம் கூறியுள்ளேன். உங்கள் அனைவரையும் அரண்மனைக்கு அழைத்து வரக் கூறினார்' என்றான் குட்டுவன்.

'இப்போது முடியாது. சூழ்நிலை ஏற்பட்டால் வருகிறேன்'

'எனது தாயிடம் இசைவு பெற்று உங்கள் குடிலுக்கு ஒருநாள் வரட்டுமா? உங்கள் அனைவரின் குடும்பங்களையும் காண வேண்டும்'

'வீரர்களையும், ஆயுதங்களையும் காண எனது தாய் தயங்குவாள்' என்றான் வளவன்.

‘பின்னர் ஏன் உன்னைக் கலைகள் கற்றுக் கொள்ள வற்புறுத்துகிறாள்?‘

‘அவளைப் போல நானிருக்கக்கூடாதென்று எண்ணுகிறாள்’.

வாளின் இரண்டு புறங்களைப் போல இருவருக்குமிருந்த ஒத்த குணமும், ஒரே சிந்தனையும் நட்பை பலப்படுத்தின.

வளவன் இயற்கையாக வீரம் பெருக்கெடுக்கும் பேரூற்று. குட்டுவன் தோண்டி எடுக்கப்பட வேண்டிய நீரைப் போன்றவன் என்று இருவருக்குள்ள வேறுபாட்டை ஆசான் உச்சிநாதர் உணர்ந்திருந்தார். எனவே குட்டுவனுக்கு வரிசைகளைக் கற்பிக்க வளவனை பணித்தார். குட்டுவன் நண்பர்கள் அனைவருடனும் சமரிட்டுப் பழகுவான். சிறுவர்களுள் வளவனுக்கு அடுத்து சிறப்பாக சமரிடுபவனாக நிலவன் திகழ்ந்தான்.

இரண்டு, மூன்று ஆண்டுகளுக்கு ஒருமுறை சேரநாட்டின் பயிற்சி சாலைகளுக்கு இடையேயான களரிப் போட்டி பதினாறு அகவைக்கு உட்பட்டவர்களுக்கு தனியாகவும், அதற்கு மேற்பட்டவர்களுக்கு தனியாகவும் சேரவேந்தனின் முன்னால் வஞ்சியில் நடைபெறும். ஒவ்வொரு சாலையின் ஆசானும் இரண்டு பிரிவுகளிலும் தலைச்சிறந்த சட்டர்களை வஞ்சிக்கு அழைத்து வருவார்கள்.

அந்த ஆண்டின் போட்டிகள் நெருங்குவதை அறிந்ததும், காந்தளூர் சாலையின் பதினாறு அகவைக்கு உட்பட்டவர்களுக்கான போட்டியில் சிறுவர்கள் யாரும் பங்கு பெறவேண்டாமென இரும்பிடார் கூறினான். இதில் வென்றால் வளவன் சேரவேந்தனின் முன்னால் சமரிட வஞ்சிக்கு செல்ல வேண்டி நேரும். மறைந்திருக்கும் சூழ்நிலையில் தங்களை வெளிப்படுத்திக்கொள்ள வேண்டாமென்று இரும்பிடார் எண்ணினான்.

சிறுவர்களுக்கான போட்டியை விட, பெரியவர்களுக்கான போட்டியே மக்களிடையே பெரும் எதிர்பார்ப்பைப் பெற்றிருந்தது. சேரநாட்டின் தலைச்சிறந்த வீரனாக வெற்றி பெற்றால் சேரமானின் நன்மதிப்பைப் பெற்று துணைத் தளபதியாய் உயர முடியும். சாலைகளுக்கும் நற்பெயர் கிடைக்கும் என்பதால் தலைமை ஆசான்கள் பெரியவர்களின் போட்டியையே முக்கியமானதாகக் கருதுவர். எனவே சிறுவர்கள் போட்டியில் வளவனை இப்போதே அனுப்பி அவனின் முழுத் திறமையை வெளிப்படுத்த வேண்டாமென்று உச்சிநாதர் எண்ணியது இரும்பிடாருக்கு சாதகமாகியது.

எதிர்காலத்தின் போட்டிகளுக்காக வளவனை ஆயத்தப்படுத்தி வந்தார் உச்சிநாதர். வளவனின் திறனை மேம்படுத்த அவனை விட மூத்த சட்டர்களுடன் சமரிட வைப்பார். எதிராளியை பூட்டுகளாலும், பிடிமுறைகளாலும் நகர முடியாமல் செய்யவே வளவன் முயன்றான். அவர்களைத் தாக்காமல் தடுத்துக்கொள்ளவே முயன்றான்.

உள்ளத்தை அணைபோட்டு தடுத்திருக்கிறான் வளவன். அணைக்கட்டு உள்ளிருந்து உடைய வேண்டும். வெளியிலிருந்து உடைப்பது நிரந்தரமானதல்ல என்பதால் உச்சிநாதர் காத்திருந்தார்.

★★★

நான்கைந்து மாதங்களுக்கு ஒருமுறை புகாருக்கு செல்லும் வழக்கத்தைக் கொண்டிருந்த இரும்பிடார் சில நாட்களில் இளவெயினியிடம் கூறி விட்டு புறப்பட்டுச் சென்றான். புகாரை அடையும் முன்னர் வயதானவனைப் போல் தோற்றத்தை மாற்றியவன் உடலை முன்புறமாய் வளைத்து உயரத்தைக் குறைத்துக்கொண்டு அகநகரிலிருந்த பரஞ்சுடரின் மாளிகையைச் சென்றடைய, பரஞ்சுடரும் அவனது மனையாள் சிற்பிகாவும் பெருமகிழ்வுடன் இரும்பிடாரை வரவேற்றனர். அனைவரும் ஒன்று கூடும் இடத்தை அடிக்கடி வானவன் மாற்றியதால், இரும்பிடார் முதன் முறையாக பரஞ்சுடரின் மாளிகைக்கு வந்திருந்தான்.

பரஞ்சுடரின் பிள்ளைகள் அனைவரும் இரும்பிடாரை வணங்க 'நெற்கதிர்களாய் வளம் பெறுங்கள்' என்று வாழ்த்தினான் இரும்பிடார்.

'இவன் மூத்தவன் செஞ்சூரியன். அடுத்தவள் பனிமுகில். இளையவள் மென்னிலா' என்றாள் சிற்பிகா.

'மூவரும் கல்வியையும், வீரக்கலைகளையும் கற்க துவங்கி விட்டனர்' என்று சிற்பிகா கூற..

'மிக்க மகிழ்ச்சி. சோழ வேந்தன் நாடு திரும்புகையில் அவனை வழிநடத்த இவர்கள் உறுதுணையாய் இருப்பர்'

சிறிது நேரத்தில் வானவன், திகழ் செம்மானுடன் மற்ற அமைச்சர்கள் வந்து சேர்ந்தனர்.

'அனைவருக்கும் வணக்கங்கள்' என்று இரும்பிடார் எழுந்து வணங்க,

'வா இரும்பிடார். எப்படி இருக்கிறார் நமது சோழ வேந்தர்?' என்றார் செம்மான்.

'காந்தளூர் சாலையில் பயிற்சி தொடர்கிறது. இன்னும் சில வருடங்களில் தனித்து வேட்டையாடும் வேங்கையாய் மாறி விடுவான். அப்போது அவனுடைய வேட்டைக்கு கானகம் போதாது. தனது எல்லையை விரிவுபடுத்த நாட்டை வந்தடைவான்'

சற்று நேரம் அமைதியாகி இருந்த செம்மான் 'ஒரே காட்சியைப் பல்வேறு படிவங்களாக மாற்றி புதிய பரிமாணங்களை படைக்க கூடியவள் சோழ அரசி. அவளின் விவேகத்துடன்

உனது வீரமும் இணைந்திருப்பது ஆறுதலைத் தந்தாலும் நிழலாய் தொடரும் சூதுகள் நெஞ்சை வருத்துகின்றன. சோழ வேந்தன் குடிலில் வசிப்பது நிம்மதியை குலைக்கிறது. சோழநாட்டினை விட்டு வெளியேறியது தவறோ என்று தோன்றுகிறது. நீங்கள் ஏன் புகாருக்கு திரும்பக் கூடாது?' என்று கேட்க...

'இளாவிடம் கூறுகிறேன்' என்றான் இரும்பிடார்.

'தேனூரில் மரத்தச்சர்களாய் உடனிருந்த வீரர்களை மீண்டும் காவலுக்கு அனுப்பட்டுமா?' என்று வானவன் கேட்க...

'பளியர்களின் துணை உள்ளது. இப்போது தேவைப்படாது. எப்படி இருக்கிறார்கள் பிள்ளைகள்?'

'மூத்தவன் திதியனும், இளையவன் கபிலனும் சோழ ஆசான் மையற்கோமானிடம் கல்வியையும், கலைகளையும் பயின்று வருகின்றனர். செஞ்சூரியன், பனிமுகில் அனைவரும் ஒன்றாகவே செல்கின்றனர்'

அதனைத் தொடர்ந்து சோழத்தின் பொருளாதார நிலையைப் பற்றி செம்மான் கூறத் தொடங்கினார்.

'யவனத்துடனான வணிகத்தில் சோழத்தை முறியடிக்கப் பாண்டிய வேந்தர் முடத்திருமாறன் பெரிதும் முயல்கிறார். சிங்கராயனை வென்று பரதவர்களைச் சிறை பிடித்த பின்னர் பாண்டிய நாட்டில் முத்துக் குளித்தல் அதிகமாகியுள்ளது. அதிக ஏற்றுமதியும் ஆகிறது. கிரேக்கர்கள், ரோமானியர்கள், சீனர்கள், அரேபியர்களின் கப்பல்கள் கொற்கைக்கும் செல்கின்றன. பருத்தியாடைகள், சந்தனம் மிகுதியாய் ஏற்றுமதி ஆகிறது.

சேரவேந்தர் போரில் ஏராளமான ஆண்களை இழந்தது நமக்கு சாதகமாய் உள்ளது. அவர்களின் வணிகம் குறைந்ததால் எகிப்தியர், யூதர், அரேபியர், ரோமானியர்களின் கப்பல்கள் வஞ்சியை விடுத்து நமது துறைமுகத்தை அடைகின்றன. முத்துக்களைத் தவிர்த்து ஏனைய பொருட்களின் ஏற்றுமதியில் புகார் முதன்மையாய் இருக்கிறது.

இளவெயினி உத்தரவிட்டது போல அயல் நாட்டு வணிகர்களையும், உள்நாட்டு வணிகர்களையும் மட்டும் எண்ணியிராமல் நமது வீரர்களையே பதினென் விசையர்கள் எனப்படும் வணிகக் குழுவினராய் மாற்றியது பெரும் பலனை அளிக்கத் துவங்கியுள்ளது. இவர்கள் பதினெட்டு நாடுகளுக்கு சென்று நமது பொருட்களை ஏற்றுமதி செய்யத் துவங்கியுள்ளனர். நம்மிடம் மிகுதியாய் இருக்கும் யானைகளை யவன நாடுகள் பெரும் பொருள் கொடுத்துப் பெற்றுக் கொள்கின்றனர்'

'சோழம் நேரடியாக வணிகம் செய்யும் தகவல் வெளிப்படாமல் பார்த்துக் கொள்ளக் கூறினாள் இளவெயினி'

'எவராலும் கண்டறிய இயலாது. சோழ மக்களுக்கே தெரியாமல் ஏற்படுத்தி உள்ளேன்'

'பாண்டிய நாட்டில் பொற்குடியின் தலைவன் கதிரொளியையும் அவன் குலத்தினரையும் காப்பாற்றி அழுந்தூருக்கு அழைத்து வந்தேன் அல்லவா. அவர்கள் விரும்பியது போல அழுந்தூரின் அருகே தனித்த கிராமத்தினை ஏற்படுத்தி, வீடுகளையும், அணிகலன்கள் உருவாக்க தேவையான கருவிகளையும் தருவித்து வழங்க எனது தந்தையிடம் கூறியிருந்தேன். பாண்டிய நாட்டின் அருகில் தனித்தியங்கியதைப் போல சோழ நாட்டிலும் அவர்களின் விருப்பப்படி இருக்கலாம். நட்பு முறையில் பாதுகாவலை சோழ நாடு ஏற்கும். அதற்கு மாற்றாக அவர்கள் வரி செலுத்தவோ, நமது தலைமையை ஏற்கவோ தேவையில்லை என்று இளவெயினி கூறியிருந்தாள். அவர்களுடைய பொன் அணிகலன்களுக்கு பெரும் வரவேற்பு இருந்ததாக கதிரொளி கூறியிருந்தான். எனவே சீனக் கனகம் எனப்படும் சீன பொன்னை தருவித்து அவர்களுக்கு வழங்க இளா கூறினாள். இன்றிரவு அழுந்தூர் சென்று கதிரொளியிடம் பேசிவிட்டு செல்கிறேன். அவர்களிடமிருந்து பொன்னாபரணங்களை உரிய விலை தந்து பெற்றுக் கொள்ளலாம். நாம் அவர்களுக்கு செய்த உதவிக்கு நன்றிக்கடன் செலுத்த விரும்பும் கதிரொளியும் அகமகிழ்வான்' என்றான் இரும்பிடார்.

'அரசியின் சொல் சோழத்தின் வாக்கு' என்றார் செம்மான்.

புகாரின் பாதுகாவல் ஏற்பாடுகளைப் பற்றி பரஞ்சுடர் கூறத் தொடங்கினான். "ஒற்றர் படைகளை அதிகப்படுத்தி அண்டை நாடுகள் மட்டுமல்லாது நமது நாட்டின் தெருக்களிலும் குடியேறச் செய்திருக்கிறோம். போர்க் கலைகளை பயிற்றுவிக்கும் இடங்களை அதிகப்படுத்தி இருக்கிறோம். நமது படை வீரர்களின் எண்ணிக்கையை உயர்த்தி, அரண்களில் பொறிகளை அதிகரித்து காவல்களை பலப்படுத்தியுள்ளோம். அனைத்து நேரத்திலும் போரை எதிர்கொள்ள சோழம் ஆயத்தமாயுள்ளது"

அடுத்து துவங்கிய வானவன் "அரசி கூறியது போல கல்விச் சாலைகளை மேம்படுத்தி அனைவரும் கல்வி கற்பது தொடர்கிறது. விரும்பிய கலைகளைக் கற்பது, செய்யுள் வடிக்கப் பயிற்சி அளிப்பது, நன்னூல்களைப் படியெடுப்பது தொடர்கிறது. சோழ நாட்டிற்கு வரும் புலவர்களுக்கு கொடைகள் அளிப்பது தொடர்ந்தாலும் புலவர்களும், பாணர்களும் வருவது குறைந்து விட்டது' என்றான்.

'அரசியில்லா நாட்டில் பொருளினை மட்டும் பெற்றுச் செல்ல அவர்களும் விரும்புவதில்லை' என்றார் ஒரு அமைச்சர்.

அமைச்சர்கள் ஒவ்வொருவரும் அவர்களின் கருத்துகளையும், மேற்கொண்டு செய்யக் கூடிய திட்டங்களையும் எடுத்துக் கூறினர். அனைத்தையும் செவிமடுத்த இரும்பிடார் 'நல்லது. இளவெயினிடம் தெரிவித்து அடுத்த முறை உத்தரவுகளை பெற்று வருகிறேன்' என்றதும் அமைச்சர்கள் ஒவ்வொருவராய் வெளியேறினார்.

வானவன் மட்டும் எஞ்சியிருக்க மூவரும் அங்கேயே மதிய உணவை உண்டவாறு பேசிக்கொண்டிருந்தனர்.

'அடுத்த முறை நீ அகநகருக்குள் வரவேண்டாம். உனது மூலமாகத்தான் நாங்கள் அரசியிடமிருந்து உத்தரவுகளைப் பெறுகிறோம் என்பதை சிற்றரசர்களும் அறிந்து விட்டனர். நீ அகநகருக்குள் வருவதைக் கண்டறிய முயல்கின்றனர். துறைமுகத்தின் அருகே முத்திரை மாளிகை உள்ளது. நம்பிக்கையான வீரர்களை அங்கு நிறுத்தி வைக்கிறேன். நீ மாளிகையை வந்தடைந்ததும் வீரனின் மூலம் தகவல் அனுப்பு. நாங்கள் அங்கே வருகிறோம். அவசரத் தகவல் இருந்தால் மட்டும் அகநகருக்குள் வா' என்றான் வானவன்.

'சரி' என்று இரும்பிடார் கூற, 'நமது வீரனை இரும்பிடாருடன் அனுப்பி மாளிகையைக் காட்டச் சொல்' என்று கூறி விட்டு வானவன் விடை பெற்றுக் கொண்டு வெளியேறினான்.

இரவின் முதல் சாமம் முடிவடைந்ததும் பரஞ்சுடரிடமும், அவனின் குடும்பத்தாரிடமும் விடை பெற்று அகநகரை விட்டு நழுவிச் சென்றான் இரும்பிடார்.

★★★

செங்கதிரோன் ஒளிச்சாமரம் வீசி இருளைக் கலைத்தபடி மேலேற, குளிர் நீங்கிய மென்காற்று பயிர்களின் மேல் நடந்து மாளிகையினுள் நுழைய இரும்பிடார் கண்விழித்தான். எதிரேயிருந்த-இருக்கையில் அமர்ந்து தன்னைப் பார்த்தபடி தந்தை அமர்ந்திருப்பதைக் கண்டான்.

சங்கருள்நாதனின் உடல் இளைத்திருக்க கண்களில் ஒளி குறைந்து இருந்தது. இரவின் மூன்றாம் பொழுதின் துவக்கத்தில் அழுந்தூருக்கு வந்த இரும்பிடார் தந்தைக்கு இடர் ஏற்படுத்த வேண்டாமென்று எண்ணி தனது அறைக்கு வந்திருந்தான்.

சங்கருள்நாதன் 'எப்படி இருக்கிறார்கள் இளாவும், வளவனும்?' என்று கேட்க...

'நலமாக இருக்கிறார்கள். அவர்களை விட உங்களை எண்ணினால் தான் எனக்கு துயரமாக இருக்கிறது. ஏன் இவ்வளவு பலவீனமாக இருக்கிறீர்கள்?' என்றபடி எழுந்து அமர்ந்தான் இரும்பிடார்.

'நீங்கள் அருகில் இல்லாததே எனது பலவீனம். வேர்கள் இல்லா மரமாய் தனித்திருக்கிறேன். இமைகள் இல்லா விழியாய் வெறித்திருக்கிறேன்'

அவரை எப்படி அமைதிப்படுத்துவது என்று இரும்பிடார் யோசிக்க, 'என்ன செய்கிறான் என் பெயரன்?' என்று கேட்டார் சங்கருள்நாதன். சொற்களின் உருட்டில் மகிழ்ந்தபடி.

தந்தையின் மனதில் மகிழ்வை உண்டாக்க எண்ணிய இரும்பிடார் 'காந்தளூர் சாலையில் தலைச்சிறந்த சட்டராக உருவாகியுள்ளான். அவனின் நாடி பிடித்து ஆற்றலைக் கணித்த தலைமை ஆசானின் நம்பிக்கையை மெய்ப்பித்துள்ளான். வலம்புரியில் ஒளிந்திருக்கும் கடலின் பேரோசை வெளியே கேட்கத் துவங்கி உள்ளது'

காட்சியை நேரடியாக காண்பது போல் சங்கருள்நாதன் முகம் மலர...

'பல்லுயிர்களைக் காக்கும் ஆலம் வானத்தை நோக்கி தனது முதல் அடியை எடுத்து வைப்பது போல, காற்றின் கிளைகளில் கால் வைத்து வீரத்தின் சிகரத்தை நோக்கி பயணிக்கத் துவங்கியுள்ளான். கலைகளைக் கற்று முடிக்கையில் சிகரங்கள் இறங்கி வரும்' என்றான்.

சொற்களின் சுவையில் தேங்கியிருந்த மனம் மெதுவாக விடுபட, 'இளவெயினி எப்படி இருக்கிறாள்?' என்று கேட்கும்போதே அவரின் கண்களில் நீர் ஊறியது.

''நலமுடன் இருக்கிறாள். வளவன் வளர்வதற்காக காலத்தைக் கடத்தி வருகிறாள். மகனின் விடியலைச் செதுக்கி வருகிறாள்''

சங்கருள்நாதன் சற்று நேரம் அமைதியாய் இருக்க...

''கதிரொளியை அழைத்து வர வீரன் ஒருவனை அனுப்புங்கள்'' என்றான் இரும்பிடார்.

'நீ வந்ததை அறிந்ததுமே கதிரொளிக்குத் தெரிவிக்க வீரனை அனுப்பியிருந்தேன். கதிரொளி அவனின் ஊரான பொன்னூருக்கு சென்றிருப்பதாக பொற்குடியினர் தகவல் அனுப்பியுள்ளனர்' என்றதும் இரும்பிடார் அதிர்ந்தான்.

‘அங்கே எதற்கு சென்றுள்ளான்?’

‘பொன் ஆபரணங்கள் உருவாக்க பாண்டிய வீரர்கள் பொற்குடியினரை அவர்களின் ஊரிலேயே சிறை வைத்திருப்பதை அறிவாயல்லவா. பொன்னூரினுள் தனது வீரன் ஒருவனை ஊடுருவச் செய்த கதிரொளி தாங்கள் அனைவரும் சோழநாட்டில் தனித்து வாழ்வதைத் தெரிவிக்க செய்திருக்கிறான். வாய்ப்பு கிடைக்கையில் எல்லாம் பாண்டிய காவலர்களை திசை திருப்பி மக்களை மீட்டு இங்கு அழைத்து வருகிறான். விரைவில் திரும்பி விடுவான் என்று கூறுகின்றனர்’

‘சோழம் ஒரு புறத்தில் போராடிக் கொண்டிருக்க மறுபுறத்தில் கதிரொளி தமது மக்களுக்காக போராடி வருகிறான்’ என்பதை இரும்பிடார் உணர்ந்தான். அவனின் எண்ணத்தைக் கூறியிருந்தால் பொன்னூரைச் சூழ்ந்திருக்கும் பாண்டிய வீரர்களை ஓரிரவில் அழித்து அனைவரையும் அழைத்து வந்திருக்க முடியும். தனக்கு மேலும் இன்னலைத் தரவேண்டாமென தனித்து சென்றிருக்கிறான்’ என்பதைப் புரிந்து கொண்ட இரும்பிடார், புகாரில் செம்மானுடன் நிகழ்ந்த உரையாடலை தந்தையிடம் கூறினான்.

‘சோழநாட்டிற்காக பொன் அணிகலன்களை உருவாக்கித் தர இயலுமா என்று கதிரொளியிடம் கேளுங்கள். அவர்கள் கூறும் பொருள் கொடுத்து வாங்கிக் கொள்ளலாம். விற்பது அவர்களின் விருப்பமே. எவ்வித கட்டுப்பாடும் இல்லை’

‘புரிகிறது. நிச்சயம் உதவுவான்’

அன்றையப் பொழுதை தந்தையுடன் கழித்த இரும்பிடார், அவரின் மனம் திடப்படுமாறு நற்சொற்களை எடுத்துரைத்தான். வாழ்வின் இடர்பாடுகள் தற்காலிக மானதே. விரைவில் திரும்பி விடுவோம் என்று திடப்படுத்தினான்.

பகலின் மூன்றாம் சாமம் முடிகையில் ‘நான் புறப்படுகிறேன். உடலைக் கவனித்துக் கொள்ளுங்கள்’ என்று கூறி விட்டு அரண்மனையை விட்டு வெளியே வர, அழுந்தூர் தளபதி எரியாடி இரண்டு குதிரைகளுடன் ஆயத்தமாய் நின்றார்.

இருவரும் பேசிக்கொண்டே குதிரைகளைச் செலுத்தத் துவங்கினர். இரும்பிடார் அழுந்தூர் வந்து திரும்பும் போதெல்லாம் அவனுடன் பாதுகாப்பான தொலைவு வரை பயணிப்பதை வழக்கமாய் கொண்டிருந்தார் எரியாடி. ‘‘அவரின் மகன் இமையனும், பெயரனும் நலமாக இருக்கிறார்கள். நிலவன் களரியில் தேர்ச்சி அடைந்து வருகிறான்’’ என்று கூறி மற்றொரு முதிய மனதில் நிழலைப் பரப்பினான் இரும்பிடார்.

‘அடுத்த முறை வரும்போது இமையனை அழைத்து வரட்டுமா?’

'வேண்டாம். இளவெயினியை விட்டு நொடியும் பிரியக்கூடாது அவன். ஒரு குடும்பத்தை விட ஒரு நாடு முக்கியமானது' என்று எரியாடி சொல்ல, இரும்பிடாரின் மனம் நசிந்து போனது. ஒரு தீயவனின் பேராசையால் எத்தனை நல்உள்ளங்கள் பெரும் இன்னலுக்கு உள்ளாகிறது என்றெண்ணியபடி குதிரையை செலுத்தினான்.

கானகத்தின் மடியிலிருந்து நாக்கினைச் சுழற்றி இரையின் மணத்தை உணரும் கருநாகங்கள் இரையினை பின்தொடர்வதைப் போல, சீரான இடைவெளியில் பத்து முள்ளூர் ஒற்றர்கள் இரும்பிடாரை பின்தொடரத் துவங்கினர். ஒற்றர்களை வழிநடத்திய குமணன், இரும்பிடாருக்குத் தெரியாமல் பின்தொடர்ந்து சென்று சோழ அரசியைக் கண்டறிய உறுதி பூண்டான். விலகிச் செல்லும் பகலின் ஒளியைத் தொடரும் இரவின் இருளாய் பின்தொடர்ந்தான்.

வீரம் வளரும்...

38

பெருமரத்தின் கிளைகள், கொப்புகள், ஈர்க்குகள், இலைகளின் நரம்புகள் என ஊடுவிச் செல்லும் நீரை கண்களால் காண இயலாததை போல, இரும்பிடார் புகாருக்கு காற்றாய் வந்து செல்கிறான் என்பதை முள்ளூர் சிற்றரசன் பெருஞ்சாத்தன் உணர்ந்தான். சோழவேந்தனைக் கண்டறிவதிலேயே தனது எண்ணங்களை ஈடேறச் செய்யும் திறவுகோல் இருக்கிறது என்றெண்ணியவன் இரும்பிடார் தந்தையைக் காண அழுந்தூருக்கு உறுதியாய் வருவான் என்று யூகித்தான். புகாரில் தப்பும் இரைக்கு அழுந்தூரில் பொறி வைத்தான்.

களரி என்பது உடல் அமைப்பின் சக்தி ஓட்டத்தைப் புரிந்து கொள்ளச் செய்வது மட்டுமல்லாமல், உடலின் உறைந்திருக்கும் ரகசியங்களை உணரச் செய்வது. உடலை குணப்படுத்திக் கொள்ளவும், உடலின் சக்தி நாளங்களைத் தூண்டி புத்துணர்வை ஏற்படுத்தவும் கூடியது.

அழுந்தூருக்குள் நுழைவதற்கு மூன்று சாலைகள் இருந்தன. ஒவ்வொரு சாலையிலும் நான்கு வீரர்களை இருத்தியிருந்தான். காத்திருப்பு நீடிக்க, மாதந்தோறும் வீரர்களை மாற்றி சாலைகளைத் தனது கண்காணிப் பிலேயே வைத்திருந்தான்.

அன்றைய இரவு வேளையில் முதிய வனொருவன் அழுந்தூருக்குள் நுழைவதைக் கண்ட வீரனொருவன் குதிரையில் பயணித்த வனின் உயரத்தையும், தோரணையையும் கண்டு அவன் இரும்பிடாராக இருக்குமென யூகித்தான். அடுத்த கணம் ஏற்கனவே காத்திருந்த திட்டமொன்று செயலில் இறங்கியது.

மறுநாள் அதிகாலையிலோ அல்லது இரவிலோ இரும்பிடார் திரும்பிச் செல்வான் என்று எதிர்பார்த்த முள்ளூர் ஒற்றன், புகாருக்கு வேகமாக சென்று தகவலை தெரிவிக்க, பத்து வீரர்கள் அழுந்தூருக்கு புயலாய் புறப்பட்டு வந்து சேர்ந்தனர். இரும்பிடார் சோழவேந்தனுடன் கலிங்க நாட்டில் மறைந்திருக்கிறான் என்ற தகவலை ஒற்றர்கள் ஏற்கனவே சொல்லியிருக்க, ஆறு வீரர்கள் அழுந்தூரிலிருந்து வடக்கு நோக்கி செல்லும் சாலைக்கு சென்று அங்கிருந்த நால்வருடன் சேர்ந்து கொண்டனர். இருவர் சோழ நாட்டிற்கு செல்லும் பாதையிலும், இருவர் தென்திசையில் பாண்டிய நாட்டிற்கு செல்லும் பாதையிலும் காத்திருந்தவர்களுடனும் இணைந்து கொண்டனர்.

இரும்பிடாரும், எரியாடியும் குதிரையில் கடந்து சென்றதும் ஒருவன் இடைவெளியுடன் தொடர்ந்து செல்ல மேலும் இடைவெளி விட்டு மற்றவர்கள் சென்றனர்.

இரும்பிடார், எரியாடியின் மனங்கள் இருவேறு திசையில் பயணித்திருக்க குதிரைகள் கலிங்க நாட்டினை நோக்கி சென்று கொண்டிருந்தன. ஓரிடத்தில் சாலையை நீங்கி வலப்புற ஒற்றையடிப் பாதையில் இரும்பிடார் குதிரையை செலுத்த எரியாடியும் இணைந்து கொண்டார். மரங்களினூடே குதிரைகளை மெதுவாக செலுத்தி செங்கரடை வந்தடைந்தனர்.

செம்மண்ணைக் குவித்து நீண்ட கயிறாய் திரித்தது போல செங்கரடு இறுகி நீண்டு கிடக்க, கரட்டைக் குடைந்து மக்கள் பயணிக்க சிறிய இடைவெளியை உருவாக்கி இருந்தனர்.

இருவரும் குதிரைகளை நிறுத்தியதும் எச்சரிக்கைக்கான நீண்ட சீழ்க்கை ஒலியை இரும்பிடார் எழுப்ப எரியாடி அதிர்ந்தார்.

'ஏன்? என்னவாயிற்று?'

'குதிரைகள் தொடர்ந்து வரும் ஒலி கேட்கிறது. வீரர்கள் பின்தொடர்கிறார்கள்'

'எனக்கு கேட்கவில்லையே' என்ற எரியாடி சேவலைப் போன்று தலையை சாய்த்து கண்களை மூடி உற்று கேட்க....

''காற்று நமக்கு எதிர் திசையில் வீசுவதால் உங்களுக்கு கேட்கவில்லை. ஆட்காட்டி பறவையின் ஒலியும், பறவைகள் சிதறுவதையும் கவனியுங்கள். பத்துக்கும் மேற்பட்ட குதிரைகள் வருகின்றன''

'சரி நீ செல். நான் பார்த்துக் கொள்கிறேன்' என்று எரியாடி கூற,

சற்று தயங்கிய இரும்பிடார், ஒற்றர்களை எரியாடி சமாளித்து விடுவார் என்றெண்ணியதும் 'சென்று வருகிறேன். கவனமாகத் திரும்புங்கள்' என்று கூறி விட்டு கரட்டின் இடைவெளியினூடே குதிரையை விரட்டிச் சென்றான்.

இடைவெளியை மறித்தபடி குதிரையை நிறுத்திக் கொண்ட எரியாடி காத்திருக்க, சற்று நேரத்தில் வேகமாக முள்ளூரின் ஒற்றர்கள் வந்து சேர்ந்தனர்.

இரும்பிடார் மற்றொருவருடன் செல்வதை சாலையில் மறைந்திருந்து கவனித்தவர்கள் அவர்களைப் பின்தொடர்ந்து வந்திருந்தனர். இரும்பிடார் சாலையை விட்டு விலகி வலப்புற ஒற்றையடிப் பாதையில் பிரிந்ததை உணராமல் சிறிது தூரம் நேராகச் சென்று விட்டு பின்னர் குதிரைகளை திருப்பி வந்திருந்தனர்.

இரும்பிடாருடன் சென்றவன் மட்டும் வழியை மறித்தவாறு நிற்பதைக் கண்டு அதிர்ந்த முள்ளூர் வீரர்களின் தலைவன் குமணன் தாங்கள் பின்தொடர்வதை இரும்பிடார் உணர்ந்து விட்டான். அருகிலிருந்த மரங்களின் பின்னாலிருந்து தாக்குவதற்காக மறைந்திருக்கிறான் என்றெண்ணினான். சுற்றிலுமிருந்த மரங்களை நோட்டம் விட்டவாறு குதிரையை நிறுத்த மற்றவர்களும் குதிரையை நிறுத்தினர்.

'யார் நீங்கள்?' என்று எரியாடி கேட்க..

'இரும்பிடார் எங்கே?' என்று கேட்டான் குமணன்.

'இனி அவனைப் பின்தொடர இயலாது. குதிரையை விட்டு கீழிறங்குங்கள் அனைவரும்' என்று எரியாடி கூற, குமணன் சிரித்தான்.

'இரும்பிடாரை பின்தொடர்ந்து சென்று சோழ வேந்தனைக் கண்டறிய இயலா விட்டால் இரும்பிடாரைச் சிறைபிடியுங்கள். அதற்கும் இயலாவிட்டால் கொன்று விடுங்கள்' என்று இருங்கோவேள் கட்டளை இட்டிருந்தான். இரும்பிடாரின் துணை இல்லாவிட்டால் சோழ அரசி புகாருக்கு திரும்ப நேரிடும் என்று உறுதியாக எண்ணினான் இருங்கோ.

'இறங்கா விட்டால்?' என்ற குமணன் அவனை இழுத்து வாருங்கள் என்று சொல்ல, சில வீரர்கள் வாட்களை உருவியபடி குதிரையை விட்டு கீழிறங்கினர்.

'குரல்வளையில் அம்புகள் பாயும்' என்ற எரியாடி மெல்லிய சீழ்க்கை ஒலியை எழுப்ப, செங்கரடின் மேல் மறைந்திருந்த அழுந்தூர் வீரர்கள் வில், அம்புகளுடன் எழுந்து நின்றனர். ஒற்றர்களின் இருபுறங்களில் இருந்தும், பின்னாலிருந்தும் அழுந்தூர் வீரர்கள் அம்புகளை குறிபார்த்தபடி மரங்களின் பின்னிருந்து வெளிப்பட்டனர். அழுந்தூரிலிருந்து வெளியேறுகையில் எளிதாக கண்டறியப்படலாம் என்றெண்ணிய இரும்பிடார் ஒவ்வொரு முறையும் செங்கரடின் வழியாகவே சுற்றிக்கொண்டு தென்திசை நோக்கி பயணிப்பான். இரும்பிடார் புறப்படுவதற்கு முன்பாக எரியாடி ஐம்பது வீரர்களை குறுக்கு வழியில் செங்கரடிற்கு அனுப்பி விடுவார்.

முள்ளூர் ஒற்றர்கள் பேரதிர்ச்சிக்கு உள்ளாக செங்கரடின் மேலிருந்து வீரனொருவன் விடுத்த அம்பு குமணனின் காதை ஒட்டி வேகமாக செல்ல, குமணன் நடுங்கிப் போனான்.

'பொறுமை காத்திரு மலரவா' என்று சத்தமிட்ட எரியாடி 'கீழிறங்குங்கள்' என்று சொல்ல, சுற்றி வளைக்கப்பட்டதை உணர்ந்த குமணனும் மற்றவர்களும் கீழிறங்கினர். குதிரைகளையும், வாட்களையும் பறித்துக் கொண்ட அழுந்தூர் வீரர்கள் ஒற்றர்கள் அனைவரையும் நடக்கச் செய்து அழைத்துச் சென்றனர்.

★★★

சோழத்தையும், அதன் அரசியையும் இணைக்கும் பாலமாக இரும்பிடார் இருந்து வர, தொலைவிலிருந்து ஒளி தரும் கதிரவனைப் போல இளவெயினி சோழமக்களுக்கான திட்டங்களை உருவாக்க, திகழ்செம்மானும், தளபதிகளும் சோழத்தை வழி நடத்தினர். சோழம் என்ற பெரும் ரதம் இருள் சூழ்ந்த காலத்தைக் கடந்து கொண்டிருக்க, அதன் அச்சாணியாக இளவெயினி தாங்கி நின்றாள்.

காலத்தின் பெருவெளியில் நேரங்கள் சுழன்று சென்றன. நாட்களும், மாதங்களும் கடந்து செல்ல கார், கூதிர், முன்பனி, பின்பனி, இளவேனில், முதுவேனி என காலம் வளர்ந்தது. ஒரே நாளில் மூன்றடி வளரும் மூங்கில்கள் விண்ணைத் தொட்டு நிற்க, விலங்குகள் ஈராண்டுகளில் வளர்ந்து நிற்க, காடுகள் முகம் மாற்றிக் கொண்டன. வருடங்கள் அலைஅலையாய் சென்றன.

சிறுவர்கள் வளர்ந்து இளங்காளைகளாய் உருமாறினர். அரும்பு மீசையும், தேக்கு உடலுமாய் உயர்ந்து நின்றனர். அனைவரையும் விட வளவன் உயரமாக இருந்தான். நிலவன் உயரம் குறைவாக இருந்தான். முகில் அகவைக்கு தகுந்த வளர்ச்சியையும், சுடரொளி மெல்லிய தேகத்தையும், இளம்பரிதி தடித்தும் வளர்ந்திருந்தார்கள். ஒரே களத்தில் விளைந்தாலும் வெவ்வேறு மரமாய் வளர்ந்திருந்தனர். எந்தப் பூவில் எடுத்திருந்தாலும் இனிக்கும் தேனடையைப் போல அன்பாலும், நற்குணங்களாலும் சிறந்திருந்தனர்.

தமிழ், கணிதம், அறம், மொழிகள், நாடுகள், அயல் தேசங்கள் பற்றிய அறிவை அனைவருக்கும் இளவெயினி கண்டிப்புடன் கற்பித்தாள். இசைக் கருவிகள் வாசிப்பது, ஓவியம் வரைவது, நாட்டியம் போன்றவற்றை விருப்பத்திற்கு கற்றுத் தந்தாள். இசைக்கருவிகளின் நுணுக்கங்கள் வளவனுக்கு அணுக்களில் நீந்தி வந்தது. சுடரொளிக்கு ஓவியங்கள் வரைவது எளிதாய் கைவந்தது. இளம்பரிதியும், முகிலும் இரும்பிடாருடனும், மற்றவர்களுடனும் இணைந்து ஆடுவதில் களிப்புற்றனர். நிலவனுக்கு களரியில் மட்டுமே மனம் சென்றது.

இசையென்பது காற்றின் அசைவுகள். கம்பிகளின் அதிர்வுகள். ஒருங்கிணைந்த ஒலிகள் இசையாகின்றன. ஒழுங்கற்ற பிறழ்வுகள் ஓசையாகின்றன. வளவன் யாழிசைக்கும்போது இளவெயினியின் கண்களின் நீர் திரையிடும். அவன் அமரும் முறையும், வில்யாழை கைக்கொள்ளும் விதமும் சென்னியின் பிரதியாய் இருக்க, மனதின் கிளையில் ஒரே இடத்தில் வந்தமரும் பறவையைப் போல நினைவுகள் திரும்பின. மகிழ்வும், துயரமும் கலவையாய் மனதைப் பிழிய மரங்களின் மலர்களில் தேன் ஒழுகியது. உணர்வுகளில் துயரம் தழும்பியது.

இரும்பிடாரின் தூண்டுதலால் அனைவரும் களரியைத் தொடர்ந்து கற்று வந்தார்கள். களரி என்பது உடல் அமைப்பின் சக்தி ஓட்டத்தைப் புரிந்து கொள்ளச் செய்வது மட்டுமல்லாமல், உடலின் உறைந்திருக்கும் ரகசியங்களை உணரச் செய்வது. உடலை குணப்படுத்திக் கொள்ளவும், உடலின் சக்தி நாளங்களைத் தூண்டி புத்துணர்வை ஏற்படுத்தவும் கூடியது. அதன் நுட்பங்களை இளைஞர்கள் கற்றுத் தேர்ந்தார்கள்.

களரியை களத்தில் மட்டுமன்றி ஆற்று மணல், கடல் மணல், சேற்றுக்குழி, பள்ளம், மேடு, காடுகள், மலைகள், நெருப்பு புகை மூட்டங்கள், கடும் வெயில், கடுங்குளிர், கடும்பட்டினி, நன்கு உணவருந்திய பிறகு என்று பல நிலைகளில் பயின்றனர்.

அன்றையப் பயிற்சியில் குழிக்களரி களத்தில் வளவன் ஒருவனை வீழ்த்தியவுடன் 'இரு வளவா' என்ற உச்சி நாதர் சாலையின் நான்கு சிறந்த சட்டர்களை அழைத்தார்.

'நீங்கள் முசலத்தை எடுத்துக்கொள்ளுங்கள். வளவா நீ சிறு ஆவரணத்தை எடுத்துக்கொள். அதைக் கொண்டு சமரிடுங்கள்' என்றார். களத்தைச் சூழ்ந்திருந்த மாணவர்கள் ஆச்சரியத்துடன் நிகழ்வதை கவனிக்கத் துவங்கினர்.

நான்கு சட்டர்களும் கையளவு நீளமுள்ள மரத்திலான குறுந்தடியை எடுத்துக்கொண்டு வளவனைச் சூழ்ந்து நிற்க, வளவன் கேடயத்தை எடுத்துக்கொண்டு ஆயத்தமானான்.

'துவங்குங்கள்' என்று களத்தினுள் நின்ற பட்டதிரி சொன்னதும் நான்கு சட்டர்களும் பாய்ந்தனர். சட்டர்களின் தாக்குதலை ஆவரணத்தால் தேக்கிக் கொண்ட வளவன் மின்னலாய் நகர்ந்தான். வளையத்தை உடைத்து அனைவரையும் ஒருபுறமாக நகர்த்தினான்.

வளவனின் உத்தியைப் புரிந்து கொண்ட சட்டர்கள் ஒருமித்துத் தாக்குவதற்காக காட்டுப்பன்றிகளின் வடிவில் நிலை கொண்டனர். களரியில் தாக்குவதற்கும், தற்காத்துக் கொள்வதற்கும் பத்து வடிவங்கள் இருந்தன. வடிவங்கள் என்பது உடலைக் குறுக்கியும், விரித்தும் மற்ற விலங்குகள், பறவைகளின் வடிவத்திற்கு மாறி நிலை கொள்வது.

யானை, குதிரை, சிம்மம், பெருமீன், மயில், காட்டுப்பன்றி, பூனை, பாம்பு, சேவல், கழுகு போன்ற வடிவங்கள் ஒவ்வொன்றும் ஒரு திறனை வெளிப்படுத்தக் கூடியது.

ஒன்றிணைந்து தாக்க சட்டர்கள் காட்டுப் பன்றியைப் போல நிலை கொண்ட மறுகணத்தில் முசலங்கள் ஏககாலத்தில் தாக்குதலைத் துவங்கின. வளவன் தேக்கும் போதே பிரிந்த இருவர் வளவனின் பின்புறத்திற்கு நகர, முன்னால் இருந்தவர்களின் முசல வீச்சுகளை ஆவரணத்தால் தேக்கியபோது முதுகில் அடி விழுந்தது.

களரியில் சிறந்த நால்வர் சூழ்ந்து தாக்கத் துவங்க, வளவனால் எவரையும் பூட்டி நிறுத்த முடியாமலிருக்க தோளிலும், முதுகிலும் மாறி மாறி விழுந்த அடிகள் உடலை துடிக்கச் செய்தன. இருவர் மேலுடலையும், இருவர் கீழுடலையும் தாக்க சில கணங்களில் தூக்கியெறியப்பட்டான். குட்டுவனும், நண்பர்களும் நிகழும் தாக்குதலைக் கண்டு அதிர்ந்து மேலே அமர்ந்திருந்த உச்சிநாதரைப் பார்க்க, அவர் முகத்தில் எந்த சலனமும் இல்லாமல் அமர்ந்திருந்தார்.

சமரை நிறுத்துவதா என்ற கேள்வியுடன் பட்டதிரி மேலே பார்க்க, தொடரட்டும் என்பது போல உச்சிநாதர் கையசைத்தார். மீண்டும் காட்டுப் பன்றிகள் வடிவில் சட்டர்கள் சூழ்ந்து கொள்ள வளவன் சுற்றிலும் பார்த்தவாறு ஆயத்தமானான். எண்திசையையும் உற்று நோக்கும் உடலின் அகக்கண்கள் திறந்தன. தாக்குதலை தேக்கினால் மட்டும் போதாது என்று நினைத்த வளவன், சட்டர்கள் நெருங்கியதும் கேடயத்தை ஒரு கையில் ஏந்திக்கொண்டு தாக்குதலை துவங்கினான். ஒரு நேரத்தில் ஒரு காலை மட்டும் நிலத்தில் இருத்தி மறு காலையும், இரண்டு கைகளையும் சக்கரமாய் சுழற்றி இருவரை வீழ்த்தினான்.

எவரையும் நெருங்க விடாமல் வளவன் சூறாவளியாய் சுழன்று தாக்க, சட்டர்கள் காத்திருந்தனர். வளவனின் தற்காப்பை ஊடுருவி முன்னேறிய ஒருவன் வளவனைத் தாக்க அவன் சமாளித்த வேளையில் மீண்டும் முதுகில் அடி விழத்தொடங்க, வளவனின் சிந்தையில் சினத்தின் ஊற்றுக்கண் திறந்தது.

வீரமும், உக்கிரமும் திமிறி எழுந்தது. சூறாவளியொன்று கருக்கொண்டு, உருக்கொண்டு சுழலத் துவங்கியது. கேடயத்தை தூக்கியெறிந்த வளவன் உடலைக் குறுக்கி கைகளை இறுக்கி தலையை உயர்த்தி சிம்மமாய் உருவெடுத்தான். களம் அதிர்ந்தது. உச்சிநாதரின் முகம் மலர்ந்தது.

வளவனை நோக்கி ஒருவன் பாய்ந்து முன்னேற, அவனை நோக்கிப் பாய்ந்த வளவன் அவனின் கையையும், இடுப்பையும் பற்றி மறுபுறத்தில் நெருங்கியவனை

ஆவேசத்துடன் அடித்தான். உள்ளிருந்த வேங்கையொன்று கண் விழித்தது. உணராமலே வேட்டை ஒன்றைத் துவங்கியது. உக்கிரத்துடன் அடுத்தவனை நோக்கி வளவன் முன்னேற, அதிர்ந்து போன வீரன் பின்னேறினான். அந்த கணத்தில் வளவனின் பின்னாலிருந்தவன் பாய, திரும்பாமலேயே பின்புறத்திலிருந்து தாக்கியவனின் கையைப் பற்றி இழுத்து, முன்புறத்தில் எறிந்த வளவன், அவனை எட்டி உதைக்க, மற்றவனைச் சரித்தவாறு சாய்ந்தான்.

கையை ஓங்கியவாறு முன்னேறிய வளவன் நிலையை உணர்ந்து அப்படியே நிற்க, உச்சிநாதர் பெருமகிழ்வுடன் எழுந்து சென்றார். கருவானில் தோன்றிய மின்னல் கொடியாய் ஒரு நொடிக்கு வெடித்தெழுந்தது வளவனின் வீரம். என்ன நிகழ்ந்தது என உணரும் முன்னர் மயங்கிக் கிடந்தனர் நால்வர். மயங்கியிருந்தனர் மற்றவர். காற்று கைகட்டி நிற்க, களரிக்களம் ஒலியிழந்த சொல்லாய் பதைத்து நின்றது. மயங்கிக் கிடந்த சட்டர்களின் முகத்தில் நீரைத் தெளித்து எழுப்ப முயன்றார் பட்டதிரி. சிலர் உதவிக்கு விரைந்தனர்.

பேரமைதி அனைவரின் சிந்தையில் குடிகொள்ள, சாலையிலிருந்த அனைவரும் உறைந்திருந்தனர். சாலையின் பயிற்சி நேரம் முடிவடைய, வளவனை அழைத்துக் கொண்டு நண்பர்கள் வெளியேறினர்.

அனைவரின் மனங்களையும் அமைதி சூழ்ந்திருக்க, வளவனின் துயரத்தை உணர்ந்த நிலவன் பேச்சைத் துவங்கினான். ‘அற்புதமான சமர்’

‘இனி களரி கற்றுக்கொள்ளப் போவதில்லை நான்’ என்று வளவன் சொல்ல அனைவரும் அதிர்ந்தனர்.

‘ஏன்?’ என்றான் இளம்பரிதி.

‘தேவைக்கு அதிகமான அனைத்துமே தவறு தான். என்னை தற்காத்துக்கொள்ள தேவையான களரியை கற்றுவிட்டேன்’

மனம் சோர்ந்து உடல் தளர்ந்து ஆம்பலாய் குவிந்து நின்றவனிடம் ஏதும் பேசவேண்டாமென எண்ணிய நிலவன் ‘நாளங்காடிக்குச் செல்லலாம்’ என்றான்.

இருபுறமும் கடைகள் வரிசையாக அமைந்திருக்க பொருட்களை விற்பவர்களும், வாங்குபவர்களும் மகிழ்வுடன் சிரித்துக் கொண்டிருப்பதைப் பார்த்தவாறே வளவன் நடந்தான். பொருட்களை கடையில் இறக்கிய மாட்டு வண்டிகள் நகர்ந்து கொண்டிருக்க, குதிரைகளில் அமர்ந்தவாறே சிலர் பொருட்களை வாங்கிக் கொண்டிருந்தனர். பனங்கூடையை கையிலேந்திய மக்கள் நடந்து கொண்டிருக்க சிறுவர்கள் இங்குமங்கும் ஓடிக்கொண்டிருந்தனர். வானம் சிவந்திருக்க கிழக்கில் வானவில் ஒன்று உருவாகியிருந்தது.

'விலகுங்கள்' என்ற சத்தத்துடன் வீரர்கள் பல்லக்கு ஒன்றை சுமந்து வருவது தெரிந்தது. நாங்கூர் மக்கள் விலகி வழியேற்படுத்த, நண்பர்கள் ஒதுங்கி நின்றனர்.

சாலையின் உக்கிரம் மனதை சோர்வடைய செய்திருக்க வளவன் தோளில் புரண்ட முடிக்கற்றைகளை விரல்களால் கோதி தலையை சாய்த்து சரி செய்து கொண்டான். பல்லக்கு மெதுவாக கடக்கையில் உள்ளுணர்வு உறுத்த பல்லக்கை நோக்கித் திரும்பினான்.

மெலிதாக விலகியிருந்த திரைசீலையின் இடைவெளியில் மையேந்திய கண்ணொன்று வில்லேந்திச் செல்வதை கண்டான். உற்று நோக்க முயல்கையில் மனதை மின்னலாய் துளைத்த பார்வை, திரையெனும் மேகத்திரளில் மறைந்தது. அரைகண நேரத்தில் தோன்றிய ஒரு கண்ணின் வீச்சு கைப்பிடி உயிரை கடன் வாங்கிச் செல்ல வளவனின் இதயம் துடிக்க மறந்தது. மயிற்பீலி இமைகளை விரித்து வளவனின் முகத்தை படியெடுத்துக் கொண்ட கண்கள், கடல்நீரை முகர்ந்து கொண்ட மேகம் போல விலகிச் செல்ல, 'யாரது' என்ற கேள்வி இருமனங்களில் வேள்வி செய்ய மனங்களில் தீப்பற்றியது.

கண்ணில் சிறைபிடித்த உருவம் தப்பிவிடுமோ என்றஞ்சியவள் மின்னல் பாய்ச்சிய விழிகளை மூடிக்கொண்டாள். காட்சியை உறையிட்டு நினைவடுக்குகளில் சேமித்தாள்.

'யாரவன்?' என்றாள் பல்லக்கில் அமர்ந்திருந்த அறமொழி.

'யார்... யார்' என்று தடுமாறியபடி கேட்டாள் நாங்கூரின் இளவரசி ஆதிரா.

'திரையை விலக்கி பார்த்தாயா அவன் தான்'

'நான் யாரையும் பார்க்கவில்லையே'

'உண்மைக்கு புறம்பாய் பேசுவது தவறல்லவா. பார். முகம் சிவந்து விட்டது. மறைக்காமல் சொல்' என்றாள் அறமொழி. ஆதிராவின் அத்தை மகள். இருவரும் சம வயது உடையவர்கள்.

'சொல்லத் தெரியவில்லை. சிம்மத்தின் பிடரி போன்ற கேசத்தை அதட்டி அடக்குகிறான். வேங்கையின் வீரத்தை கண்களில் தேக்கி நிற்கிறான். குதிரையின் பேரழகை சுமந்து திரிகிறான். ஒளி ததும்பும் முகத்தில் ஏனோ சோகத்தை மிளிரச் செய்கிறான். அவனின் சோகத்தை கண்டதும் என் மனம் வாடுகிறது. ஏனென்று தெரியவில்லை'

'மேகத்தைக் கண்டதும் பருவம் தோகை விரிக்கிறது'

'சரி போதும். அந்தப் பேச்சை விடு' என்று ஆதிரா சொல்ல

'நான் பிடித்திருக்கவில்லையே. விடுவதற்கு'

ஆதிரா விலக்கினாலும் மனம் விடுவதாயில்லை. உயிரில் சிக்கிக் கொண்ட மற்றொரு உயிராய் பின்தொடர, என்ன இது என்றெண்ணி வெளியே பார்க்கத் தொடங்கினாள். ஒருவேளை அவன் நாங்கூராய் இல்லாமலிருந்தால் மீண்டும் காண இயலாதே என்று எண்ணியபோது மனம் வலித்தது.

பின்னால் திரும்பிப் பார்த்த அறமொழி 'அவனும் கண்களால் கண்களை தேடியபடி நிற்கிறான்' என்று சொல்ல ஆதிராவிற்கு மகிழ்வாய் இருந்தது.

'அதைப்பற்றி பேசாதே' என்றாள்.

நிலவன் 'போகலாம்' என்று கையை பற்றி இழுத்தபோது தான் வளவனின் தன்னிலை முன்னிலை பெற்றது. அதற்குள் வானவில் மனதுக்குள் நகர்ந்திருக்க, வளவன் சிரித்தபடி நடந்தான். மலர் உரசிய வண்டு மகரந்தங்களை சுமந்து செல்வது போல அவளைக் கண்டதும் உயிர் பெற்ற விழிகளில் கனவுகள் மிதந்தது.

'ஏன் சிரிக்கிறாய்?' என்றான் நிலவன்.

'மனம் வானிலையை போன்றது. மேகமூட்டம், மழை, வெயில், கடுங்காற்று என்று உணர்வுகளுக்கு தகுந்தாற்போல வண்ணங்களை மனதில் பூசுகிறது'

'இப்போது என்ன மாற்றத்தை கண்டாய்?'

'வானத்தின் நுழைவு வாயில் போலிருக்கும் அந்த வானவில்லைப்பார்'

'அழகாகத்தான் இருக்கிறது'

'நகரும் வானவில்கள் பூமியிலும் உண்டு' என்ற வளவனை நிலவன் ஐயத்துடன் பார்த்தான். என்ன சொல்கிறான் இவன் என்று குழம்பியபடி சுற்றிலும் பார்த்தான்.

அனைவரும் குடிலுக்குத்திரும்ப, வளவனின் முகம் மழையும், வெயிலும் கலந்து அடிக்கும் வானத்தைப் போலிருப்பதை இளவெயினி கண்டாள். கைகளும், முதுகும் சிவந்திருப்பதை கண்டவள் அவன் முன்னால் அமர்ந்தாள்.

'நாளை முதல் நான் சாலைக்கு செல்லவில்லை அம்மா' என்றான் வளவன். மற்ற சிறுவர்கள் அமைதியாக இருக்க …

'என்ன நிகழ்ந்தது?'

சாலையில் நடந்ததை நிலவன் கூற 'உன்னை உனக்கே அறிமுகப்படுத்தி இருக்கிறார் ஆசான். மேகத்தைப் பற்றி வானத்தை விட நன்கறிந்தவர் யார்?'' என்றாள் இளவெயினி.

'களரியில் கற்க வேண்டியவற்றை கற்றுவிட்டேன். நோக்கு வர்மம் மட்டுமே மீதமுள்ளது. எனக்கு அது தேவையில்லாத ஒன்று'

வளவனின் குரலில் உறுதியை கண்ட இளவெயினி 'உனது மாமனை வீழ்த்தினால் நீங்கள் எவரும் சாலைக்கு செல்ல வேண்டாம்' என்றதும் சிறுவர்கள் சிரித்தனர்.

'மாமா அவ்வளவு பெரிய வீரரா இளாம்மா?' என்றான் நிலவன்.

இரும்பிடார் இளவெயினியை இளா என்றழைப்பதைப் பார்த்து அனைத்து சிறுவர்களும் இளவெயினியை இளாம்மா என்றே அழைத்தனர். அதிலும் நிலவன் மட்டும் வளவனைப் போன்று இரும்பிடாரை மாமாவென்று அழைப்பான்.

குலத்தின் தலைவனை முறை சொல்லி அழைப்பதாவென்று எண்ணிய அவனின் தாய், தந்தை தடுத்தபோதும் கேட்க மாட்டான். அவனைத் தடுக்க வேண்டாமென இரும்பிடாரும் கூறியிருந்தான்.

இரும்பிடாரை நோக்கி திரும்பிய இளவெயினி 'கரடின் நடுவில் மரங்களினூடே நீண்ட குடிலெழுப்பி அதனுள் களரியின் களத்தை உருவாக்கு அண்ணா. மற்றவர் களுக்கு எளிதில் புலப்படாமல் இருக்க இரண்டு குடில்கள் இணைந்திருப்பது போன்ற வெளிப்புறத்தை உருவாக்கு' என்றாள்.

அடுத்த நான்கைந்து நாட்களில் இரும்பிடாரும், அழுந்தூர் வீரர்களும் சுவரை எழுப்பி, தென்னங்கீற்று வேய்ந்து குடிலை எழுப்பினர். இளைஞர்களும் அவர்களுடன் இணைந்து கொண்டனர். குடிலினுள் செம்மண் கொட்டி, மண்ணிலிருந்த கற்களை நீக்கி எள், ஆமணக்கு எண்ணெய், தயிர், பால்,போன்றவற்றை ஊற்றி மண்ணை நன்றாக அடித்து, கட்டியாக்கி, வெயிலில் உலரவிட்டனர். மண் உலர்ந்த பின்னர் மீண்டும் இடித்து மென்மையாக்கினர். ஓரிரு தினங்களில் அங்கக்களரிக்கான களம் ஆயத்தமானது.

களரிக் களத்தின் தென் மேற்கு மூலையான கன்னி மூலையில் புனிதமான பூத்தாரையையும் அதனை ஒட்டி குருதாரையையும் அமைத்தான். பூத்தாரைக்கு அருகே அணையாது எரியும் நந்தா விளக்கை ஏற்றினான்.

அன்று காலையில் சமரிடலாம் என்று இரும்பிடார் சொல்லியிருந்ததால் மெய்த்தாரியெனும் உடற்பயிற்சிகளை செய்ய களத்திற்கு வந்த இளைஞர்கள் வாள்,

ஒற்றைக் கேடயம், இரட்டைக் கேடயம், ஈட்டி, கோடாரி, கதாயுதம், குறுவாள், வில், அம்பு, சுருள் கத்தியான உறுமி, கதை, கட்டாரி, கொம்பு வடிவிலான ஓட்டம், வளரி மற்றும் குந்தம் போன்ற ஆயுதங்கள் வைக்கப்பட்டிருப்பதைக் கண்டு அதிர்ந்தனர்.

சிவப்பு நிற கச்சா ஆடையுடன் முதன்மை பயிற்சிகளை முடித்து ஆயத்தமாயிருந்த இளைஞர்கள் வெண்ணிற ஆடையுடன் களத்திற்குள் நுழைந்த இரும்பிடாரைக் கண்டு அதிசயித்தனர். அவனைத் தொடர்ந்து இளவெயினி, இமையன் என அழுந்தூர் குடும்பத்தினர் உள்ளே நுழைந்து நாற்புறமும் நின்று கொண்டனர்.

பூத்தாரையையும், குருதாரையையும் வணங்கிய இரும்பிடார் நடுக்களத்திற்கு வந்து நின்றான். ஆசானின் கண்டிப்புடன் முகம் இறுகியிருக்க மெதுவாக கூறினான்.

'வலி தாங்குபவர்கள் முதலில் வாருங்கள்'

வீரம் வளரும்...

39

அங்கக்களரி களத்திற்கு வெளியில் இளவெயினியும், அழுந்தூர் வீரர்களும் நின்றிருக்க, நடுக்களத்தில் இரும்பிடார் நின்றான். எள்ளெண்ணெய் தேய்த்திருந்த உடல் பவளப்பாறையாய் மிளிர, மேலுடல் மரத்தின் கணுக்களாய் இறுகியிருக்க, இடையில் வெண்ணிற கச்சா ஆடையை முடிந்து நின்றவன், கைகளை உயர்த்தி கேசத்தை முடிந்து கொண்டான்.

அழுந்தூர் குடியினருக்கு களரி கற்பிக்கும் போது குலத்தின் காவல் தெய்வம் போல் இரும்பிடார் தினமும் களத்தில் இத்தகைய பேருருவம் தாங்கி நிற்பதை அழுந்தூர் வீரர்கள் கண்டிருந்தனர். அழுந்தூரை நீங்கியது முதல் இந்த காட்சியை காணமுடியாமல் இருந்தது. இளவெயினியும், இரும்பிடாரும் யாரென்று பிள்ளைகளுக்கு சொல்ல முடியாமல் வாழ்ந்திருக்கும் நிலையில், இரும்பிடார் மீண்டும் களத்தின் நடுவில் ஆசானாய் எழுந்தது, பன்னிரெண்டு ஆண்டுகளுக்கு பின்னர் குறிஞ்சி மலரைக் காண்பது போல பெரு மகிழ்வாய் இருந்தது. குறிஞ்சி ஆலமாய் உயர்ந்து நின்றது.

களத்தின் ஓரத்தில் இளைஞர்கள் அமர்ந்திருக்க சுடரொளி முதலில் எழுந்து

உன்னால் மற்ற
உயிர்களுக்கு உதவ
முடிந்தும்
உதவாவிட்டால்
நீங்கள் உயிர்
வாழ்ந்தும்
அர்த்தமில்லை

இரும்பிடாரை அணுகினான். 'இவ்வளவு உறுதியாகச் சொல்வதால் மாமா களரியை சிறப்பாக கற்றிருக்க வேண்டும். கவனத்துடன் சமரிடுங்கள்' என்று நிலவன் அனைவரிடமும் கூறியிருந்தான்.

சுடரொளி கைகளை உயர்த்தி இரும்பிடாரை நெருங்க, மூச்சை இழுத்து வெளியிட்ட இரும்பிடார் கைகளை உயர்த்தி கால்களை அகற்றி நின்றான். சுடரொளி முன்னேறி கையை வீசித் தாக்க, ஒரு நொடியில் கையைப் பற்றி சுழற்றிய இரும்பிடார், அவன் உடலுக்கு பின் நகர்ந்து கைகளை உடலுடன் சேர்த்துப் பிணைத்தான். சுடரொளி உடலைத் திமிறி வெளியெடுக்க முயல இரும்பிடார் தோள்பட்டையை அழுத்தினான். வலியால் துடித்த சுடரொளி..

'போதும்' என்று அலற, அவனை விலக்கிய இரும்பிடார் 'அடுத்தது யார்?' என்றான்.

இம்முறை இளம்பரிதி எழுந்து வந்தான். சுடரொளி எளிதில் சிக்கியதைக் கண்டவன் இரும்பிடாரை நெருங்காமல் தாக்கத் துவங்கினான். தாக்குதலைத் தடுத்துக் கொள்ளாமல் இரும்பிடார் நகர்ந்தான். கால்கள் காற்றுச்சுழலாய் சுழன்று வந்தன. இரும்பிடார் நகரும் முறை மாறுபட்டிருப்பதை வளவன் உணர்ந்தான். இடதுகையால் தாக்குகையில் உள்நகர்ந்து வலது கையால் தேக்கிக்கொண்ட இரும்பிடார் கணப்பொழுதில் கழுத்தில் வெட்ட இளம்பரிதி சுருண்டு விழுந்தான். அவனின் கழுத்தின் எதிர்புறத்தில் தட்டி, இருபுறமும் நீவிய இரும்பிடார், இளம்பரிதியை அமரச் செய்தான்.

முகிலை நிறுத்திவிட்டு நிலவன் எழுந்து வந்தான். வந்த வேகத்தில் தாக்குதலைத் துவங்கினான். நிலவனிடம் வேகம் அதிகமாக இருப்பதை உணர்ந்த இரும்பிடார் உடலை நகர்த்தி திருப்பித் தாக்க, நிலவன் தேக்க முயன்றான். தேக்கிய கைகளை இரட்டைப் பூட்டினால் பிணைத்த இரும்பிடார் நிலவனைப் பற்றி சுழற்றி எறிந்தான். அனைவரும் சிரிக்க நிலவன் இடுப்பைப் பிடித்தவாறு எழுந்தான். இரும்பிடார் பின்புறத்தில் கைகளால் தேய்த்து சரிசெய்ய 'அடிக்கவும் செய்கிறீர்கள், தேய்க்கவும் செய்கிறீர்கள். இது சரிதானா மாமா' என்றான். இளைஞர்கள் சிரித்தனர்.

விலகிச் செல்லாமல் நிலவன் மீண்டும் சமரிட்டான். இம்முறை முழுவேகத்தில் தாக்குதலில் ஈடுபட்டான். உடல்கள் மோதி திடலில் மண் பறந்தது. நிலவனின் ஒவ்வொரு வீச்சையும் தேக்கிய இரும்பிடார், நிலவனின் வலது கையை இருகைகளாலும் பற்றி பின்னே தள்ள முயன்றான். நிலவன் முன்னே தள்ள முயல, அதை எதிர்பார்த்த இரும்பிடார் அவனுடைய விசையுடன் தனது ஆற்றலையும் சேர்த்து இழுத்து தூக்கியெறிந்தான். மீண்டும் அனைவரும் சிரிக்க களத்தின் ஓரத்திற்கு சென்று அமர்ந்து கொண்டான் நிலவன்.

அடுத்து வளவன் இரும்பிடாருடன் சமரிட எழுந்தான். இருவரும் எதிரெதிரே நிற்க, வளவன் இரும்பிடாருக்கு இணையான உயரத்தில் இருப்பதை இளவெயினி கண்டாள். ஒருபுறத்திலிருந்து பார்க்கும்போது மாமனைப் போலவே இருக்கிறான் என்றெண்ணினாள். இந்த காட்சியினை சென்னி கண்டிருந்தால் என்ன நினைப்பான் என்றெண்ண மனம் கசிந்தது. போய் வருகிறேனென்று ஒரு வார்த்தை சொல்லாமல் பிரிந்தவனை எண்ணி மனம் விரிசலிட, பசும்கண்களில் பனி படர்ந்தது.

மாமனைத் தாக்க மனதில்லாத வளவன், இரும்பிடார் தாக்கும்போது முன்னேறி கழுத்தினை பூட்டினால் பிணைக்க முடிவு செய்து காத்திருந்தான். அவன் தாக்காம லிருப்பதைக் கண்ட இரும்பிடார் முன்னேறித் தாக்க, கையைக் கோர்த்து பிடித்த வளவன் இரும்பிடாரின் பின்னால் நகரமுயன்றான். ஒருகணத்தில் பிடியை வளவனின் கைக்கு இரும்பிடார் மாற்ற, இருவரும் உடலை நகர்த்தியபடி நகர, கைகள் நாகங்களாய் சுழன்று மாறி மாறி பிடிகளை அடுத்தவரின் கைகளுக்கு மாற்றியது. கைகளைச் சிக்க வைக்க வளவன் முயன்றிருக்க, வலது காலால் வளவனின் இடது காலைத் தட்டி தூக்கி யெறிந்தான் இரும்பிடார். அதிர்ந்து போன வளவன் எழுந்து வந்தான்.

‘உனது உடலின் நீளமான ஆயுதம் கால்கள். தேளின் கொடுக்கை போல பயன் படுத்த வேண்டும்’

வளவன் இம்முறை தாக்கத் துவங்க இரும்பிடார் தேக்கினான். இளமையின் சீற்றமும், ஆற்றலுடன் கனிந்து நின்ற பட்டறிவும் மோதின. வளவனின் தாக்குதலின் வேகம் அதிகமாகிக் கொண்டே வந்தது. குறைந்தளவு உடலை நகர்த்தி சமாளித்த இரும்பிடார் மீண்டும் கையைப் பற்றி, காலைத் தட்டி தூக்கியெறிந்தான். சிலந்தி அனைத்து கால்களையும் பயன்படுத்தி இரையைச் சுருட்டி எறிவது போல இரும்பிடாரின் கைகளும் கால்களும் ஒன்றாய் செயல்பட்டன.

‘மாமனுடன் மோதுவதாக எண்ணி சமரிடுகிறாய். எதிராளியாய் எண்ணி சமரிடு. நீ சாய்க்க அவன் வெறும் மரமல்ல. அசைக்க முடியா மேரு மலை. உனது மனதின் தயக்கம் உடலைத் தடுக்கிறது‘ என்றாள் இளவெயினி.

வளவன் மீண்டும் எழுந்தான். தசைகள் விம்மிப் புடைக்க, இரு உடல்கள் மோதின. வீச்சுக்கு வீச்சாய் தாக்குதல் தொடர்ந்தன. வளவன் படபடக்கும் தீப்பொறியாய் ஆற்றலை உமிழ, பெருஞ்சுடராய் இரும்பிடார் நின்று நிதானமாக எரிந்தான். நெருப்பாய் கனன்றவனை நிலமாய் திசைதிருப்பினான். முன்னேறித் தாக்கிய வளவனின் ஆற்றலையே பயன்படுத்தி மீண்டும் தூக்கியெறிந்தான்.

இரும்பிடாரின் களரி நுட்பமாய் உள்ளதை உணர்ந்த வளவன் 'எந்த வகையான களரி முறை இது?'' என்றான்.

'நான் சொல்வதை கூர்மையாகக் கேட்டுக்கொள்ளுங்கள். சிந்தையில் விழும் சொற்கள் ஆழ்கடலின் காரிருளைப் போல மூழ்கி இருக்கட்டும். வெளியில் வரக்கூடாது. பல வருடங்களுக்கு முன்னர் நிகழ்ந்தது இது. காந்தளூர் சாலையில் உச்சிநாதரும், வீரக்கோன் என்பவரும் தலைசிறந்த பட்டதிரிகளாக இருந்தார்கள். இருவருக்கு மிடையே உண்டான மனவேறுபாட்டில் வீரக்கோன் காந்தளூரை விட்டு விலகி நமது நாட்டை வந்தடைந்தார். அவரே எனது ஆசான். இருவரின் வரிசை முறைகளும் மாறுபட்டு இருக்கும். இருவரின் வழிமுறைகளையும் நீங்கள் அறிந்து கொள்ள வேண்டுமென்பதற் காகவே உங்களை முதலில் காந்தளூர் சாலைக்கு அனுப்பினோம். இன்றிலிருந்து நீங்கள் வீரக்கோனின் வரிசை முறைகளைக் கற்றுக் கொள்வீர்கள். இங்கு கற்பவற்றை நாங்கூரில் பயன்படுத்த வேண்டாம்' என்றான் இரும்பிடார்.

''இத்தனை ஆயுதங்கள் எப்படி வந்தன?''

''எனது ஆசானின் மறைவுக்கு பின்னர் ஆயுதங்களை நான் வைத்திருந்தேன். அவைதான் இவை. கற்பது எந்த வரிசையாக இருப்பினும் பயன்படுத்தும் முறையில் தான் ஆற்றல் உள்ளது. வெட்டும் ஆயுதத்தை விட அதை தாங்கியிருக்கும் மனமே கூர்மையானது என்பதை உணர்ந்து கொள்ளுங்கள்''

'இப்படி களரியைக் கற்க வேண்டியதன் அவசியமென்ன? களரியைக் கற்றுக் கொள்ளாதவர்களின் வாழ்வும் மகிழ்ச்சியாய் தானே இருக்கிறது' என்றான் வளவன்.

'ஆற்றல் இருந்தும் பயன்படுத்தாமல் யானையைப் போன்று அடிமையாய் வாழப் போகிறாயா?' இடியென இறங்கியது இளவெயினியின் குரல்.

சூழ்ந்திருந்த அனைவரும் அதிர்ந்தனர். இளவெயினியின் சீற்றம் பெரும் மலையை பிளந்திறங்கும் மின்னலாய் அனைவரின் மனதையும் வெடித்து இறங்கியது. அனைவரும் அமைதியாய் இருக்க...

இளவெயினியின் குரல் சற்று கனிந்து வெளிப்பட்டது.

'உடலால் மட்டும் உணர்பவை ஓரறிவு உயிர்கள். மரம், செடி, கொடி, புல், பூண்டு போல. இவற்றிற்கு உடலால் உணர முடியுமே தவிர அன்பை, சினத்தை வெளிப் படுத்த தெரியாது.

உடலாலும், நாக்காலும் உணரும் மீன் போன்றவை ஈரறிவு.

உடல், நாக்கு, மூக்கு ஆகியவற்றால் உணரும் எறும்பு, கரையான், அட்டை போன்றவை மூன்றறிவு.

உடல், நாக்கு, மூக்கு, கண்ணால் உணரும் பூச்சி இனங்கள் நான்கறிவு.

உடல், நாக்கு, மூக்கு, கண், காது ஆகியற்றால் உணரும் விலங்குகள், பறவைகள் ஐந்தறிவு.

இவை அனைத்துடன் மூளையையும் பயன்படுத்துவது ஆறறிவு கொண்ட மனிதர்கள். ஆறறிவின் பொறுப்பு மற்ற உயிர்களைக் காப்பது. களரி என்பது ஏழாவது அறிவெனும் அகக்கண்ணை திறக்க உதவுவது என்று ஆசான்கள் கூறுகின்றனர். உன்னால் மற்ற உயிர்களுக்கு உதவ முடிந்தும் உதவாவிட்டால் நீங்கள் உயிர் வாழ்ந்தும் அர்த்தமில்லை' என்ற இளவெயினி களத்தை விட்டு வெளியேறினாள்.

மலரின் மொட்டொன்று அவிழும் அமைதி களத்தில் குடிகொண்டது. வெளியேறிய மலரொன்று காற்றின் பாதையை அறுதியிட்டுச் சென்றது.

இரும்பை செந்நாக்குழியின் வெப்பத்தில் உருக்கும்போது அடிக்க வேண்டிய நேரத்தில் அடித்து வடிவை மாற்றக்கூடியவள் இளவெயினி என்பது இரும்பிடாருக்குத் தெரியும். இளவெயினியின் சுவாலைக்கு உலோகம் மட்டுமன்றி மனமும் வளையும்.

இரும்பிடார் பயிற்சியைத் தொடங்கினான். காந்தளூர் சாலையின் குறைகளை வீரக்கோனின் வரிசைகள் நிறை செய்தன. மிருகங்களின் வர்ம புள்ளிகள், நாலைந்து சட்டர்களுடன் சமரிடும் உத்தி, தலையை நகர்த்தாமல் அனைத்துப் புறங்களிலும் கவனிப்பது என்று பயிற்சிகள் தினமும் தொடர்ந்தன.

'அனைவரும் நினைப்பது போல களரி என்பது போர்க்கலை மட்டுமல்ல. உடல்களைப் பேணி காப்பது மட்டுமல்ல. மருத்துவம், அறிவியல், ஆயுதங்கள் மற்றும் கட்டுமானங்கள் வடிவமைப்பு போன்ற பல அறிவுகளின் ஒருங்கிணைப்பு. களரியை ஆள்பவன் மற்ற கலைகளையும் ஆளும் வல்லமை அடைகிறான். களரியைக் கொண்டு ஆக்கவும் இயலும். அழிக்கவும் இயலும். கலையைக் கற்காமல் கலையாய் மாற முயற்சி செய்யுங்கள். எதிராளியின் அசைவுகளை உங்களுக்கானதாய் மாற்றிக் கொள்ளுங்கள். அவனது ஆற்றலை அவனுக்கெதிராய் திருப்புங்கள்' என்றான் இரும்பிடார்.

உடலை அதிகம் நகர்த்தாமல் போரிடும் உத்தியை கற்பித்தான். ஆயுதங்களைக் கொண்டு வர்மப் புள்ளிகளைத் தாக்கி கணப்பொழுதில் எதிராளியை சாய்க்கும் வித்தைகளை கற்பித்தான்.

ஒருநாள் வாட் பயிற்சி, மறுநாள் விற்பயிற்சி என கலைகள் தொடர்ந்தன. வாட்பயிற்சியின் போது ஒரு கையில் சமரிடுவது, இரண்டு கைகளிலும் வாளேந்தித் தாக்குவது போன்றவற்றையும் வாட்களின் வகைகள், அவற்றின் நிறை, குறைகள் போன்றவற்றை கற்பித்தான்.

விற்பயிற்சியின் போது அம்பைக் கையாளும் முறைகளான எடுத்தல், தொடுத்தல், விடுத்தல், மீட்டல் என்ற நான்கு வகையையும், இலக்கெய்வதில் நால்வகை இலக்குகளான பெருவண்மை, சிறுநுண்மை, சலம், நிச்சலம் போன்றவற்றை தாக்கவும் கற்று தந்தான். பெருவண்மை என்பது மரத்தின் அடி போன்ற அகன்ற பருப்பொருள். சிறு நுண்மை என்பது மரத்தின் மேலுள்ள சிற்றிலை போன்ற நுண்பொருள். சலம் என்பது சுழலாப் பொருள், நிச்சலம் என்பது சுழலும் பொருள். அனைத்து வகை இலக்குகளிலும், விற்களிலும் பயிற்சிகள் தொடர்ந்தன.

கட்டாரி, சன்னகம், கவண்டை, விட்டேறு, குந்தம், சல்லரி, தோமரம் என்ற கைவிடுபடைகளின் பயிற்சியையும், குத்துப்படை, வெட்டுப்படை, அடுபடை, தடுபடை போன்ற கைவிடாப்படைகளையும் கற்றுத் தந்தான். குதிரையேற்றத்தை இரும்பிடார் கற்றுத்தர, குதிரைகளை வசப்படுத்துவதை இளவெயினி கற்றுத் தந்தாள். கணந்தோறும் இளவெயினி உடனிருந்தாள். தலைவனின் பண்புகளை கரிகாலனின் அணுக்கள்தோறும் எழுதிக் கொண்டிருந்தாள். ஐம்பூதங்களால் ஆன உடலில் ஆறாவது பூதமான ஆற்றலை வார்த்துக் கொண்டிருந்தாள். உடலின் கூறுகளை இரும்பிடார் வலுவேற்ற, உள்ளத்தின் கூறுகளை இளவெயினி செதுக்கினாள்.

ஒருநாள் பயிற்சிகள் முடிந்து அனைவரும் அமர்ந்திருக்கும்போது ‘மாமா, உங்களால் இரும்பிடார்த்தலையாரை வீழ்த்த முடியுமா?’ என்றான் நிலவன்.

‘எந்த இரும்பிடார்த்தலையார்?’ என்றான் இரும்பிடார் சற்று அதிர்ந்து.

‘சோழநாட்டைச் சேர்ந்தவராம். காந்தளூர் சாலையின் தலைச்சிறந்த வீரனொருவன் சேரநாட்டின் போட்டிகளில் வென்ற பின்னர் சோழநாட்டின் நடைபெற்ற போட்டிகளில் பங்கேற்க சென்றுள்ளான். அங்கும் வெற்றி பெற்று பரிசு பெறும் போது இரும்பிடார் வந்திருக்கிறார். அவருடன் சமரிடும் விருப்பத்தை தெரிவித்தானாம். பல நாட்டு வீரர்களை வென்ற வீரன் சில கணங்களில் அவரால் வீழ்த்தப்பட்டானாம். அவரைப் பற்றி சாலையில் பேசுவர்’

சற்று யோசித்த இரும்பிடார் ‘சமரிட முடிந்தால் சொல்வேன்’ என்றான்.

'இனி அவருடன் சமரிட முடியாது'

'ஏன்?'

'சோழவேந்தனுடன் கலிங்க நாட்டில் மறைந்திருந்த போது பகைவர்களால் கொல்லப்பட்டாராம்'

இரும்பிடார் ஒருகணம் அதிர்ந்து போனான். பாண்டிய நாடும், முள்ளூர் நாடும் ஒற்றர்களின் மூலம் இவர்களிருக்கும் இடத்தை தேடி வருவதை அறிவான். பகைவர்களைக் குழப்ப வானவனின் புதிய உத்தியாக இருக்குமெனத் தோன்ற, மனதில் இளநகை உருண்டோடியது.

"இருள் சூழ்ந்திருக்கும் வாழ்வில் இறப்பே விடியலாகிறது. மரணித்தும் உயிர் தர சிலரால் மட்டுமே முடிகிறது" என்றான் சிந்தனையுடன்.

மறுநாள் காலையில் வளவன் ஆயத்தமாகி குடிலிலிருந்து வெளியே வந்தபோது குட்டுவன் வருவது தெரிந்தது. காவல் வீரர்கள் குதிரையில் தொலைவில் நின்றிருப்பது தெரிய, வளவன் மகிழ்வுடன் குட்டுவனை நோக்கிச் சென்றான்.

'எப்படி இருக்கிறாய் வளவா?'

'நலமுடன் இருக்கிறேன்'

'நீ சாலைக்கு வராததால் எனக்கும் பயிற்சியில் ஈடுபாடு இல்லாமல் போய்விட்டது. மனம் பாரமாக இருந்தது. ஆசானும் கேட்டு வர சொன்னார். அதான் நானே வந்துவிட்டேன்'

'மனம் ஒருநிலையில் இல்லை. சமரிடுவதில் விருப்பமில்லை. விலகிச் செல்லவும் இயலவில்லை. காற்றில் பயணிக்கும் வெண்மேகமாய் இருக்கிறேன்'

'நீருக்கும் நெருப்பிற்கும் இடையேயான உன் மனநிலை புரிகிறது. செங்கதிரவனை ஒத்த வீரத்துடனும், குளிர் நிலவின் மனதுடனும் இருப்பது தான் உன்னுடைய இடர். திசையைத் தேர்ந்தெடுத்து நகரும் ஆற்று நீரே முடிவை தீர்மானிக்கிறது. ஓரிடத்தில் நிலைத் திருக்கும் நீர் குட்டையாய் தேங்கி விடுகிறது. முடிவுகளே துயரத்தைப் போக்கும் வழிகள்'

'மனதின் விருப்பத்தை அறிய முயல்கிறேன். இலக்கில்லாமல் பரந்து விரிகிறது மனவெளி'

"தேடலைக்கொண்டே நோக்கங்கள் அமைகின்றன. நீ பயணிப்பது எத்திசை யாகினும் இரண்டின் முடிவிலும் நான் காத்திருப்பேன். என்னுடன் அரண்மனைக்கு வந்தால் மிக மகிழ்வேன்"

"ஒருநாள் உறுதியாக வருவேன்"

‘எங்கே மற்றவர்கள்?’

‘குடிலில் இருப்பார்கள். நாளை நீ சாலையில் பயிற்சி முடிந்து வருகையில் சந்திக்கிறோம்’

‘சரி’ என்ற குட்டுவன் வளவனைப் பார்த்தபடி ‘நீ எந்த வழியை முடிவு செய்தாலும் என்னுடன் இருக்க விரும்புகிறேன். வீரனாகவோ, விவேகியாகவோ. வருவாய் என்ற நம்பிக்கையைச் சுமந்து செல்கிறேன். நீ வரவில்லையெனில் நான் தேடி வருவேன்’ எனச் சொல்லிவிட்டு விலகினான்.

அன்றைய பயிற்சியில் நஞ்சுகளைப் பற்றியும், அவற்றை முறிக்கும் விதங்களைப் பற்றியும் இரும்பிடார் கற்றுத் தந்தான். காந்தளூர் சாலையில் சொல்லித் தந்ததை விட நுட்பமாக கையிலேயே வைத்திருக்கக் கூடிய மூலிகைகளைக் காண்பித்தான்.

வளவனை நிறுத்தி தொலைவிலிருந்து முனை உடைந்த கட்டாரிகளாலும், அம்புகளாலும் தாக்கச் செய்தான். ‘அம்பின் வேகத்தை கணிக்குமுன் எய்பவனின் உடலையும், தோள் வலிமையையும் கணக்கிடு. அதன் பின்னர் உடலை அணுவின் வேகத்தில் நகர்த்து’ என்றான். அனைவர் அம்பெய்யும்போதும் இளம்பரிதி தாக்கப்பட்டான். இரும்பிடார் அம்பெய்தபோது அனைவரும் தாக்கப்பட்டனர்.

நாள் முழுதும் அம்புகளும், கட்டாரிகளும் வளவனை நோக்கி எறியப்பட்டன. தொலைவிலிருந்தும், சற்று தூரத்தை குறைத்துமென ஆயுதங்கள் சீறிபாய்ந்தன. ஆயுதங்களை எறிந்து தாக்கும் முறையை கூர் தீட்டினர். திரண்ட தோள்களையும், பேராற்றலையும் கொண்டிருந்த வளவன் எறியும் அம்புகளின் வேகமும், ஈட்டிகளின் ஆற்றலும் இரும்பிடார் திகைக்கும் வகையில் இருந்தது.

சில பயிற்சிகள் வளவனுக்கு குழப்பத்தை ஏற்படுத்தும். எக்கணமும் தாக்குதலை எதிர்பார்த்திருக்கும் ஒருவன் கற்க வேண்டிய பயிற்சிகளை எதற்காக கற்கவேண்டும். மற்றவர்களின் குடில்களை போலல்லாமல் இவர்கள் குடியிருந்த குடில்களின் மாறுபட்ட அமைப்பு. கடம்ப நாட்டின் ஆண்களும், பெண்களும் தனது தாயிடமும், மாமனிடமும் பேசும்போது அவர்களின் கண்களில் தெரியும் பெருமதிப்பு. அனைத்து ஆண்களும், பெண்களும் நாளங்காடி, கோவில் என்று வெளியில் செல்லும்போது இவர்கள் அனைவரும் எங்கும் செல்லாமல் இருப்பது. சிலரின் கழனிகளுக்கு மட்டுமே ஆண்கள் பணிக்கு செல்வது என. கண்ணுக்கு தெரியாத நீராவியைப் போல வேறுபாட்டை உணர்வான்.

இளவெயினியிடம் கேட்கையில் ‘கடம்ப குடியினரில் இரும்பிடாரே வயதில் மூத்தவன். பிழைப்பு தேடி அனைவரையும் அழைத்து வந்தவன். வயதுக்கான மதிப்பை காட்டுகிறார்கள்’ என்று எளிமையாக புறந்தள்ளிச் சென்று விடுவாள்.

அன்றையப் பயிற்சிகள் முடிந்ததும் வளவனும் நண்பர்களும் நாங்கூர் நாளங்காடியை நோக்கி நடந்தனர். கடைகளில் மக்கள் அதிகம் இல்லாததைக் கண்ட இளம்பரிதி கடைக்காரரிடம் கேட்டு வந்து ‘நாங்கூர் கோவிலில் விழா நடைபெறுகிறதாம். மக்கள் அங்கு சென்றிருக்கிறார்களாம்’ என்றான்.

‘நாமும் போகலாமா?’ என்று சுடரொளி கேட்க, அனைவரும் கோவிலை நோக்கி நடந்தனர்.

கோவிலை நெருங்குகையில் மக்கள் திரள் கூடிக்கொண்டே வர, சுற்றிலும் புதிய கடைகள் உருவாகியிருந்தன. இரண்டு நாள் நடக்கும் விழாவாம் என்றான் இளம்பரிதி. சுற்றுச்சுவர் மட்டும் அமைந்த திறந்த வெளியாய் கோவில் இருந்தது. அதன் இடப்புறத்தில் பனயங்களி ஆட்டம் நடந்து கொண்டிருக்க, பலர் ஆட்டத்தின் அழகில் மயங்கி நின்றனர். நண்பர்கள் கோவிலில் நுழைந்தனர். விதம் விதமான மலர்களால் அழகுபடுத்தப்பட்ட கோவில் பேரெழிலுடன் தோன்றியது.

ஒளி நுழைய அஞ்சும் பெருங்காட்டில் பூதப்படைகளை ஏவலாகவும், அமரி, குமரி, கவுரி, சமரி, சூலி, நீலி, கொற்றி என்ற சப்த கன்னிகளாய் வடிவம் கொண்டும், மான்கள் வசிக்கும் வனத்தில் வாழ்பவள் காடுறை தேவியான கொற்றவை. வேப்ப மரத்தடியில் கிழக்கு திசை நோக்கி அமர்ந்து, எண்ணற்ற பூத கணங்கள் காவலிருக்க வாகை, விளா, ஓமை, புங்கன், நெல்லி, கூகை, இலுப்பை மரங்களும், செங்கொடி வேரி, இண்டங்கொடி, வள்ளி, குறட்டை போன்ற கொடிகளும், காரை, முள்ளி போன்ற செடிகளும் அடர்ந்து வளரும் வனப்பகுதியில் உறைந்திருப்பவள். முறுக்கிய கொம்புள்ள கலைமானின் மேல் அமர்பவள்.

காடுறை உக்கிர அணங்கின் அமைதி வடிவமே நாட்டுக்குள் குடி கொண்ட கன்னிகை காட்டேரி அம்மன். காட்டேரி அம்மனுக்கு பூசை செய்ய முடிவெடுத்தவுடன் கோவிலின் வயதான வைராகி புதுத் துணியால் வாயைக் கட்டிக்கொண்டு அம்மன் உறைகின்ற இடத்தை சுத்தம் செய்வார். அம்மனைச் சுற்றி சிறுகற்களாய் வீற்றிருக்கும் தேவியின் எண்ணற்ற பூதப்படைகளையும் சுத்தம் செய்வார். அம்மனிருக்கும் இடத்திலிருந்து பழைய மண்ணை எடுத்து விட்டு புதிய மண்ணில் தண்ணீர் தெளித்து, பிசைந்து சிலை வடிவத்தை உருவாக்குவார். அம்மன் உருவாகியவுடன் மலர் சூட்டி, மஞ்சள், குங்குமம் இறைத்து தீவர்த்தி ஒளியில் முதல் பூசையை செய்வார். அன்றைய நாளின் இரவில் படையலுடன் பூசைகள் நடைபெறும்.

நள்ளிரவில் பூசையை ஏற்பவள் காட்டேரி. எனவே இரவில் தொடங்கும் பூசையில் தேவிக்கு மலர் மாலைகள் சூட்டி, எள்ளெண்ணெய் விளக்கேற்றி முக்கனிகள்,

உருளைகள் தினை உருண்டைகள், வெண்சோறு போன்றவற்றை இலையில் படைப்பர். அமைதி வடிவாய் இருப்பவள் என்பதால் குருதி பலியை ஏற்காதவள். இரவில் துவங்கும் பூசை நடுநிசிக்குப் பின்னர் முடிவடையும். காலையில் சிலையைத் தண்ணீர் விட்டு கரைத்துவிட்டு குழியை மூடி விடுவர். மீண்டும் மாலையில் காட்டேரியின் இடத்திற்கு பூசை செய்து விழாவை முடித்து விடுவர்.

பெருங்கிளைகளைப் பரப்பி வளர்ந்திருந்த வேப்ப மரத்தினடியில் அம்மனின் சிலை உருவாக்கப் பட்டிருந்தது. சிலையைச் சுற்றி எண்ணற்ற மலர்களும், அழகான மாலைகளும் நிறைந்திருந்தன. பட்டாடைகளும், துணிகளும் வைக்கப்பட்டு, மஞ்சளும், குங்குமமும் இறைக்கப் பட்டிருந்தன. சூலங்கள் ஆங்காங்கே மண்ணில் நடப்பட்டிருக்க வேப்ப மரத்தின் மேலிருந்து தொங்கிய மணிகள் அசைந்தாடிக் கொண்டிருந்தன. மக்கள் காட்டேரியை வணங்க, வளவனும், மற்றவர்களும் கோவிலைச் சுற்றியிருந்த செம்மண்வெளியைச் சுற்றி வந்தனர்.

வேப்ப மரத்தின் வடிவமே அச்சுறுத்தும் வகையில் பல கிளைகளுடன் பரந்திருக்க, மக்களினூடே நகர்ந்து வாயிலை வந்தடைந்தனர் இளைஞர்கள். வாயிலில் நிற்கும்போது இரண்டு குதிரைகள் பூட்டிய ரதமொன்று மக்களை விலக்கியபடி கடந்து செல்ல தலை முடியைக் கோதியபடி வளவன் கோவிலின் படிகளில் நின்றான். முதல் ரதத்தில் நாங்கூர் வேளும், அவரின் துணைவியும் செல்ல, ரதத்தை தொடர்ந்து மற்றொரு ரதம் வந்தது.

ரதத்தின் திரைச்சீலை விலக உள்ளிருந்து மலர்களின் பேருலகமாய் பேரழகு முகமொன்று வெளிப்பட்டது. கண்களை மூடி அம்மனை வணங்கியபடி மெதுவாகக் கடந்த முகத்தின் இமைகள் திறக்க மீனாய்த் துள்ளிய இரு கண்களில் வெண்கடல் பொங்கி அலையாடுவதைக் கண்ட வளவன் உறைந்து போனான். வெண் நாரைகளை விழுங்க இணை சேர்ந்த இரு கயல்களாய் சுழன்ற விழிகள் வளவனின் மனதை விழுங்கின.

வேண்டுதல் சொற்களை முணுமுணுத்த செவ்விதழ்கள் நெகிழ்ந்து விலக முல்லைப்பூ பற்கள் அரும்பின. சிவந்த முகத்தில் மோதிய காற்றும் சிவந்து விலக, ஆம்பல் மலராய் குவிந்து வணங்கிய கைகளைக் கண்ட வளவன் அவனையறியாமல் வணங்கினான். கோவிலின் தேவியை வணங்கி மீண்ட கண்கள் படிகளில் நின்ற தேவனைக் கண்டதும் அதிர்ந்தன. வணங்கி நிற்கும் வளவனைக் கண்டவள் புருவத்தைக் குவித்து இளநகையை உதடுகளில் தவழ விட்டு திரையினுள் மறைந்தாள்.

ரதத்திலிருந்தவளின் முகம் நாணத்தில் சிவந்ததைக் கண்ட வளவனின் மனம் ஆதியாழின் ஆயிரம் நாண்கள் போல அதிர்ந்தது. மறுகணம் நாண்கள் எழுப்பிய

இசைப்பிரவாகத்தில் மனம் மலர்ந்தது. பார்ப்பதை விட பார்க்கப்படுவது காதலின் பரவசம். மழையின் ஈரத்தைப்போல், மலரின் மணத்தைப்போல, கோபத்தின் தகிப்பைப் போல, பருவத்தின் காதல் அற்புதமானது.

'இதுதான் பூமியின் வானவில்லா?' என்றான் நிலவன்.

'வானவில்லின் எட்டாவது நிறம். வானவில்லுக்கும் எட்டாத நிறம்'

'இரு வருகிறேன்' என்ற முகிலும், சுடரொளியும் விலக, நண்பர்கள் நடக்கத் தொடங்கினர்.

'நாங்கூரின் இளவரசி என்று நினைக்கிறேன்' என்றான் நிலவன்.

'அதைக் கண்டறியத்தான் இருவரும் சென்றிருக்கின்றனர்' என்றான் வளவன்.

சற்று நேரத்தில் இருவரும் ஓடிவந்து இணைந்து கொண்டனர். 'அவள் பெயர் ஆதிரா. நாங்கூரின் இளவரசி. ஒரு சகோதரன். ஊரின் தெற்கில் அவர்களின் மாளிகை உள்ளது' என்றான் முகில்.

'மலர்கள் வளர்ப்பதில் பேராவல் கொண்டவளாம். எண்ணற்ற மலர்ச் செடிகளை தருவித்து ஐம்பொழில் எனும் பெருஞ்சோலை ஒன்றை உருவாக்கி இருக்கிறாள். அவள் தொடுத்து அனுப்பிய மலர்களைக் கொண்டே கோவிலை அழகு படுத்தி இருக்கிறார்கள்' என்றான் சுடரொளி.

முகில் 'மற்றொரு தகவல்' என்று சொல்லி சிரித்தான்.

'சொல் முகிலா' என்றான் நிலவன்.

'களரியை வெறுக்கும் நம் வளவன் மனதினைக் கவர்ந்தவள் பரஹூர் சாலையில் களரி கற்ற பெண்ணிடம் வீட்டிலிருந்தே களரி பயின்று வருகிறாள். இனி வளவனை பயிற்றுவிக்க இன்னொருத்தியும் வந்து விட்டாள்' என்றதும் அனைவரும் வெடித்துச் சிரித்தனர்.

'நாளையும் கோவிலில் பூசைகள் இருக்குமாம். நாளை மறுநாள் ஏறு தழுவுதல். நாங்கூர் வேளின் காளையும் கலந்து கொள்கிறதாம். அதை அடக்கினால் அவர் ஒருவேளை பெண்ணை மணமுடித்து தரலாம்' என்றான் சுடரொளி.

'கனவுலகில் மிதக்காதீர்கள். வாருங்கள் போகலாம்' என்றான் வளவன்.

கோவிலின் வாயிலை ரதம் கடக்கையில் திரைச்சீலை விலக்கி கோவிலை வணங்கிய ஆதிரா, அம்மனை எதிர்பார்த்து கண்களைத் திறக்கையில், அம்மனின் வரமாக வளவன் இடையில் நின்றிருந்தான். ஆதிராவின் மனம் மகிழ்ச்சியில் ஆர்ப்பரிக்க உடலெங்கும் குருதி பாய்ந்தது. அதிர்ந்த நிலையில் அவன் தன்னை நோக்கி கைகுவிப்பதைக் கண்டதும் முகம் சிவந்தவள் திரும்பிக் கொண்டாள். அவளின் களிப்பை உடலில் துள்ளல் காட்டிக் கொடுக்க, முகம் மகிழ்வைப் பிரதிபலித்தது.

'கோவிலுக்கு வந்தவன் அம்மனைக் களவாடி செல்கிறானா இல்லை அம்மனே அருள்பாலிக்கிறாளா?' என்றாள் அறமொழி.

பேருவகையால் விம்மித் தணிந்த மார்பில் மூச்சைத் தேடிப் பிடித்த ஆதிரா 'அந்த அம்மன் பார்த்துக் கொள்வாள். நமக்கு ஏனடி வீண் கவலை?' என்றாள்.

'நாளை வருவோம். உறுதியாகத் தெரிந்து விடும்'

சற்று யோசித்த ஆதிரா 'நான் வரவில்லை. முதன்முறையாக என் மனம் என்னுடன் சமரிடுகிறது. விண்ணைத் தாண்டி பறக்க முயல்கிறது. உடலெங்கும் மழை பெய்யச் செய்து அணுக்கள் தோறும் மலர்களை மலரச் செய்கிறது. இதிலிருந்து தப்பும் வழி தப்பிச் செல்வது தான்' என்றாள்.

காதல் கொண்ட மனது, வழி விடுவதுமில்லை. வழியை நீங்குவதுமில்லை.

வீரம் வளரும்...

40

நாங்கூரின் அங்கக்களரி களத்தில் இளைஞர்கள் ஒவ்வொருவரையும் ஒரு வகையான வாளைத் தேர்ந்தெடுத்து அதில் தீவிரமாக பயிற்சியை மேற்கொள்ளச் சொன்னான் இரும்பிடார். மற்றவர்கள் நீள்வாள், கண்டா என்று அவர்களுக்குப் பிடித்த வாட்களைத் தேர்ந்தெடுத்துக் கொள்ள வளவன் சமரிடுவதில் விருப்பமில்லாததால் எந்த வாளையும் தேர்ந்தெடுக்க முடியாமல் இருந்தான்.

இளைஞர்கள் இரும்பிடார் அருகில் இல்லாதபோது ஆதிராவைக் கொண்டு வளவனைப் பரிகசித்து மகிழ, அன்றைய களரிப் பயிற்சி விரைவில் முடிந்தது. அனைவரும் குடிலுக்குத் திரும்புகையில் 'இன்று மாலையிலும் அவளைக் காண முடியுமா' என்று வளவனின் மனதில் ஏற்பட்ட எதிர் பார்ப்பு வலியாக மாறியிருந்தது. நிலவைப் போன்ற பேரழகு முகத்தின் பொன்னொளி மனவானில் பரவியிருக்க குருதியின் ஓட்டத்திலும், முறுக்கேறிய நரம்புகளிலும் அவளின் நினைவுகளே பாய்ந்து கொண்டிருந்தன.

காட்டேரி அம்மனின் கோவிலில் இறுதி பூசைநடைபெற்றுக் கொண்டிருக்க, வளவனும், இளைஞர்களும் காத்திருந்தனர். கோவிலில் மறுநாள் நடக்கும் ஏறு தழுவும் நிகழ்விற்காக

மனமென்னும் மேகத்தில் ஈரமிருக்க வேண்டும். மழை பொழிய மேகத்தை வற்புறுத்த இயலாது.

ஆண்களும், பெண்களும் இணைந்து குரவைக் கூத்து நடத்திக் கொண்டிருக்க, பெண்கள் சிலர் தமது மனம் கொண்டவனுடன் இணைந்து ஆடிக்கொண்டிருந்தனர். ஏறுதழுவும் வீரர்களை உற்சாகமூட்டி, அவர்களின் வீரத்தை புகழ்ந்து பாடிக்கொண்டிருந்தனர்.

இருள் கவிழ்ந்ததும் மக்கள் கனலாட்டத்தைத் துவங்கி ஆடத்துவங்கினர். நாங்கூர் இளவரசி வராததைக் கண்ட வளவன் பெரும் ஏமாற்றமடைந்தான். தன்னைக் காணும் ஆவல் இருந்திருந்தால் வந்திருப்பாளே என்ற எண்ணம் எழும்பியது. தன்னை விரும்பவில்லை என்று மனதின் ஒரு பாதியும், பணியேதும் இருந்திருக்கலாம் என்று மறுபாதியும் வாதிட்டன. அன்றிரவு உடலுக்கு மனம் பகையாக, மனதுக்கு எண்ணங்கள் சுமையாய் இருந்தன. உடலைப் படுக்கையில் கிடத்தி விட்டு, மனம் கட்டற்று அலைந்தது.

நாங்கூரின் கரடினருகே மிச்சமிருந்த இருளை விலக்கிக்கொண்டு சூரியன் மேலேறியபோது, ஒருபுறம் மட்டும் அடிக்கப்படும் பதலையின் ஒலியை கேட்ட வளவன் குடிலை விட்டு வெளியில் வந்தான்.

‘இரண்டாம் பொழுதில் ஏறு தழுவல் துவங்கும். அனைவரும் வாருங்கள்’ என்று ஒருவன் பறையை ஒலித்து தகவல் கூறிக் கொண்டிருந்தான்.

சற்று நேரத்தில் வளவனின் குடிலுக்கு வந்த நிலவனும் மற்ற நண்பர்களும் வெளியில் நின்ற இளவெயினியிடம் ‘இளாம்மா, எங்கே வளவன்?’ என்று கேட்க...

‘உள்ளே படுத்திருக்கிறான்’ என்றாள் இளவெயினி.

’ஊரில் நடைபெறும் ஏறுதழுவுதல் விழாவைக் காணச் செல்வதால் அன்றைய பயிற்சி வேண்டாம்’ என்று இரும்பிடாரிடம் சுடரொளி கேட்டதால், களரிப் பயிற்சி இல்லாமலிருக்க, வளவனைப் பார்த்து ‘இன்னும் புறப்படவில்லையா?’ என்றான் இளம்பரிதி.

‘நான் வரவில்லை’ என்றான் வளவன்.

‘வானவில்லும் உதிக்கலாமங்கே’ என்றான் நிலவன் சிரித்தபடி.

‘அதற்கு அவள் மனமென்னும் மேகத்தில் ஈரமிருக்க வேண்டும். மழை பொழிய மேகத்தை வற்புறுத்த இயலாது’

‘குளிர்த் தென்றல் முகம் காட்டினால் தானே சூல் கொண்ட மேகம் மனமிரங்கும்’

‘மனமில்லா மேகத்திற்கு அனல் காற்றாய் இருக்க விருப்பமில்லை. நீங்கள் சென்று வாருங்கள்’ என்று வளவன் சொல்ல அனைவரும் மனமின்றி விலகினார்கள்.

‘‘நாமும் செல்ல வேண்டாம்’’ என்று பரிதி கூற, அனைவரும் குடிலை நோக்கி நடந்தனர். நண்பர்களைக் கண்டால் இளவரசியின் கண்கள் ஒருவேளை வளவனை தேடுமல்லவா’ என்று எண்ணிய நிலவன்,

‘நாம் சென்று வரலாம். இளவரசியின் அருகிலிருக்கும் யாரிடமாவது பேச முயலலாம்’ என்று கூற அனைவரும் நாங்கூரை நோக்கி நடக்கத் தொடங்கினர். இளைஞர்கள் வளவனிடம் உரையாடிவிட்டு குடில் நோக்கி நகர்வதையும், பின் மனம் மாறி நாங்கூரை நோக்கிச் செல்வதையும் இளவெயினி கவனித்துக் கொண்டிருந்தாள்.

இளைஞர்கள் ஏறுதழுவும் திடலை நெருங்கும்போதே பேரிரைச்சல் கேட்கத் துவங்க நாங்கூரின் அனைத்து மக்களும் திடலில் குழுமியிருந்தனர். சிறிய கொட்டில்கள் அமைக்கப்பட்டிருக்க அதனுள் பிடவம்பூ, செங்காந்தள்பூ, காயாம்பூ ஆகியவற்றை தலையில் சூடியிருந்த ஆண்கள் காளைகளைக் கயிற்றுடன் பிடித்தவாறு நின்றிருக்க, சில பெண்கள் அவர்கள் வளர்க்கும் காளைகளுடன் நின்றனர்.

‘காளையை அடக்குபவன் அந்தப் பெண்ணை மணந்து கொள்ளலாம். அதைக் தெரிவிக்கவே அவர்கள் காளையுடன் நிற்கின்றனர்‘ என்றான் சுடரொளி.

‘நாலைந்து காளைகளை அடக்கினால்?’ என்று நிலவன் கேட்க ...

‘உனது உடலைக் கட்டி அழ பெண்கள் அலைதிரண்டு வருவர்’ என்று கூறி முகில் சிரித்தான்.

‘சிலர் மட்டுமே தனது மகளை மணமுடித்து தருவதாக அறிவிப்பர். மற்றவர்கள் அவர்களது காளைகளின் கொம்பில் வெகுமதிப் பொருட்களை முடிந்திருப்பர். வீரர்களை முட்டி தூக்கியெறியப் பழக்கப்படுத்தப் பட்ட காளைகளென்பதால் கழுத்தைத் தொடுதலே கடுஞ்செயலாயிருக்கும்’ என்றான் இளம்பரிதி.

சதுர வடிவிலான எண்ணற்ற கொட்டில்கள் அமைக்கப்பட்டிருக்க, ஒரு கொட்டிலைத் திறந்ததும் வெண்கால்காரி, புள்ளிவெள்ளை, செவலைக்காளை, செம்புள்ளிக்காளை போன்ற காளைகள் அடுத்திருந்த கொட்டிலுக்கு இறுமாப்புடன் நடந்து சென்றன. பெரிதும் சிறிதுமாய் இருந்த கொம்புகள் சீவப்பட்டு, மலர்களால் அழகுபடுத்தப் பட்டிருக்க தலையை அசைத்தபடி நின்றன. காளைகளின் கழுத்தில் புளியம் விளாறால் சல்லி எனும் வளையம் மாட்டியிருக்க, அவற்றில் பொன் நாணயங்களும், வெகுமதிகளும் கட்டப்பட்டிருந்தன.

கொட்டில்களின் இறுதியில் பெரும் வட்டமாக ஏறுதழுவுதல் நிகழும் தொழு இருந்தது. தொழுவைச் சுற்றி மரக்கம்புகளால் வேலியும் அதை ஒட்டி மக்கள் அமர்ந்து

காண்பதற்கு பரண்களும் இருந்தன. காளைகள் நுழையும் வாயிலுக்கு எதிர்புறத்தில் இருந்த பெரும் ஆலமரத்தினடியில் நாங்கூரின் தெய்வம் வீரக்கண்ணியின் சிலை இருந்தது. காளையை அடக்க விரும்பிய வீரர்கள் பிடவம், கோடல், காயா, வெட்சி, தளவம், குல்லை, குருந்து போன்ற மலர்களைச் சூடிக்கொண்டு தெய்வத்தை வணங்கி தொழுவினுள் நுழைந்தனர்.

கொல்லக்கூடிய காளையை தழுவிப் போரிட்டு அடக்குவதால் கொல்லேறு தழுவுதல் என அழைக்கப்பட்ட இந்த வீர விளையாட்டு பெண்ணுக்கும், பொன்னுக்கும் மட்டுமன்றி ஆண்களின் வீரத்தைப் பறைசாற்றவும் நடத்தப்பட்டது. போரில் பகைவர்களை அச்சமின்றி எதிர்கொள்ளவும், வேட்டையில் விலங்குகளை வீழ்த்தவும் ஒரு பயிற்சியாய் இருந்தது. ஒருமுறை கூட தொழுவில் இறங்காத ஆணை நாங்கூரின் எந்தப் பெண்ணும் ஏறெடுத்து பார்க்க மாட்டாள்.

ஒவ்வொரு கொட்டிலாய் நடந்த காளைகள் ஏறுதழுவுதல் நிகழும் தொழுவுக்கு முன்னேற, இடைக்கச்சையை இறுக்கிக்கொண்டு மனதினில் உரத்தை விதைத்துக் கொண்ட வீரர்கள், காளைகளை வீழ்த்தும் காளையராய் வலம் வந்தனர்.

நிலவனும், இளைஞர்களும் தொழுவினைச் சுற்றி வந்தனர். வேலியை ஒட்டியிருந்த பரண்களில் ஆண்கள் ஒருபுறமும், பெண்கள் ஒருபுறமும் அமர்ந்திருக்க, காவல் வீரர்கள் நின்றனர். நாங்கூர் வேள் துணைவியுடன் இருந்த பரணில் இளவரசி இல்லாததை நிலவன் கவனித்தான். பெண்கள் அமருமிடத்தில் சோலையின் மலர்கள் போல எண்ணற்ற பெண்கள் பெரும் ஒப்பனையுடன் அமர்ந்திருக்க, இந்த நட்சத்திர திரளில் இளவரசி இருந்தாலும் தன்னால் கண்டுணர முடியாதென நினைத்தான்.

வளவனின் சோர்ந்த முகத்தைக் கண்டு வருந்திய நிலவன் தன்னால் ஏதும் செய்ய முடியுமா என்றெண்ணியபடி ஒரு பரணில் ஏறி மற்றவர்கள் ஏறு தழுவுவதை காணத் துவங்கினான். பரணிலிருந்து பார்க்கையில் தொழு குருதி படிந்த போர்க்களத்தை போல காட்சியளித்தது.

வட்ட வடிவத் தொழுவில் ஒற்றை வீரன் காளையுடன் போரிடும்போது காளையின் கொம்பினை விடாமல் பத்து அணுக்கள் பற்றியிருந்தாலும், மாட்டின் முகத்தை தமது மார்புடன் தழுவியிருந்தாலும், மாட்டின் கழுத்து ஓடியுமாறு கைகளால் இறுக பிடித்திருந்தாலும், திமில் முறியும்படி கைகளால் இறுக்கியிருந்தாலும் வீரன் வென்றதாக அறிவிக்கப்பட்டான். இதைப் பரணின் அமர்ந்திருந்த மூன்று நியாய வாதிகள் முடிவு செய்தனர்.

காளையை எவரும் நெருங்காமலும், வெல்லாமலும் இருந்தால் காளை வென்றதாக அறிவிக்கப்பட்டு தொழுவின் மறுபுறத்தின் வழியே வெளியேற்றப்படும்.

களத்திற்கு வந்த சில வீரர்கள் தாங்கள் விரும்பும் பெண்ணின் காளைக்காக காத்திருக்க, மற்றவர்கள் தங்கள் வீரத்தைக் காட்ட அனைத்துக் காளைகளையும் நெருங்கினர். பறையின் ஒலி எழுந்ததும் ஒவ்வொரு காளையாய் தொழுவுக்குள் நுழைந்தது.

சில காளைகள் கூட்டத்தைக் கண்டதும் பேரொலியை எழுப்பியபடி சுற்றி வர, சில காளைகள் தலை நிமிர்ந்து, திமிலை அசைத்தபடி மதர்ப்புடன் நடந்து வந்தன. வீரர்கள் நெருங்க முற்படும்போது கடும்புலியை எதிர் நின்று வலிய கொம்புகளால் பிளந்தெறியும் காளைகள் இறுமாப்புடன் நிமிர்ந்து நின்றன.

தன்னை அணுகிய வீரனைக் காளையொன்று கொம்பால் குத்தித் தூக்கியெறிந்தது. வயிறு கிழிந்து, குடல் சரிந்தவனை மற்றவர்கள் தொழுவுக்கு அருகிலிருந்த மருத்துவர் களிடம் தூக்கிச் சென்றனர். பெண்கள் அமர்ந்திருந்த இடத்திலிருந்து ஒரு பெண் கதறலுடன் அவனை நோக்கி ஓடுவதை நிலவன் கவனித்தான்.

வீரனொருவன் காளையின் திமிலை விடாப்பிடியாய் பற்றிக்கொண்டு தொழுவைச் சுற்றி வர இசைக்கருவிகள் ஏககாலத்தில் முழங்கின. மக்கள் பேரோசையை எழுப்பிய படி மலர்களுள் சிறந்தவை எனப்படும் குரவம், தளவு, குருந்து, முல்லை போன்ற வெண்ணிற மலர்களைத் தூவி மகிழ்ந்தனர். வீரன் வெற்றி பெற்றதை அறிவிக்க நியாய வாதிகள் செந்நிற மணிக்குலை மலர்க் கொத்துகளை வானில் எறிந்தனர். ‘மூன்றாவது காளை’ என்று வீரன் பெருமகிழ்வுடன் விரல்களை உயர்த்திக் காட்டினான்.

மீண்டும் பறை ஒலித்ததும் தொழுவின் நுழைவு வாசல் திறக்கப்பட காளை யொன்று சூறைக்காற்றாய் நுழைந்தது. வீரர்கள் எவரையும் நெருங்கவிடாமல் சுற்றி வந்தது. திமிலைப் பற்ற முயன்றவர்களைச் சுழற்றி எறிந்தது. கொம்பை பற்றியவர் களைப் பறக்க விட்டது. சற்று நேரம் காளை சுற்றி வர, காளை வென்றதாக நியாய வாதிகள் அறிவித்ததும் வாயில் திறக்கப்பட்டு காளை வெளியேற்றப்பட்டது.

‘அடுத்து வரும் காளையை நான் பிடிக்கட்டுமா?’ என்று கேட்டுச் சிரித்தான் இளம்பரிதி.

‘அவர்கள் இதற்காக பயிற்சி பெற்றவர்கள்’ என்றான் சுடரொளி.

‘இரண்டு வருடங்களுக்கு முன்னர் நிகழ்ந்த ஏறுதழுவுவதை நாம் பார்த்தோமல்லவா. வளவனும் இருந்தானே’

‘பார்த்தவுடன் கற்றுக்கொள்ளும் கலையல்ல இது’

'நான் நிறையக் காளைகளை அடக்கி விடுவேனென்று நீ அச்சப்படுகிறாய்' என்று இளம்பரிதி கூற, அனைவரும் சிரித்தனர்.

'அடுத்து வருவது நாங்கூர் இளவரசியின் காளை' என்றொருவன் இரைந்ததும் பறைகள் முழங்க கருமைநிற பெருங்காளையொன்று உள்நுழைந்தது. மக்கள் அனைவரும் கையிலிருந்த இசைக்கருவிகளைத் தட்டி, ஊதி பெரும் ஆரவாரத்தை எழுப்பினர். யானையின் உடலைப் போன்ற பேருடலை அசைத்து பீடுடன் நடந்த காளை இடியைப் போன்று ஒலியெழுப்ப, தொழுவில் நின்ற வீரர்கள் அனைவரும் வேலியிலேறி பரணில் அமர்ந்து கொண்டனர். கொம்புகளின் கூர்மை மனதில் அச்சத்தை ஏற்படுத்தியது.

'என்ன ஆயிற்று?' என்று முகில் வினவ,

'இதுவரை இந்த காளைக்கு எதிர் நின்று உயிர் பிழைத்தவர் எவருமில்லை' என்றான் இளம்பரிதிக்கு அருகில் அமர்ந்திருந்தவன்.

வட்டத் தொழுவை தனது எல்லையாகக் கருதிய காளை எவரையும் நிலத்தில் கால் பதிக்கவிடாமல் சுற்றி வந்தது. நாங்கூர்வேள் பெருமகிழ்வுடன் அமர்ந்திருக்க, பெண்களின் பரணில் அறமொழியுடன் அமர்ந்திருந்த ஆதிராவின் முகம் சோர்ந்திருந்தது. வளவனின் நண்பர்கள் வருவதைக் கண்டதும் விழிகள் கருவண்டாய் அலைந்து வளவனைத் தேடின. அவர்களுடன் வளவன் இல்லையென்பதை உணர்ந்ததும் பார்வை இறகையிழந்து நிலத்தில் உதிர்ந்தது. மனதினை சிந்தை போரிட்டு அடக்க முயல, மனம் காளையைப் போல் அடங்காமல் சுற்றித் திரிந்தது.

நிலவனின் பரணில் ஏறியிருந்த வீரன் கீழிறங்கி காளையைச் சீண்ட, காளை பெரும் உக்கிரத்துடன் பாய்ந்து வந்தது. இறுதி நொடியில் வீரன் பரணில் ஏறிக்கொள்ள, மூர்க்கத்துடன் பாய்ந்த காளை வேலியின் மூங்கிலை சிதறடித்து, பரணின் கால்களில் பெரும் வேகத்தில் மோத, வேலி சிதைந்து பரண் சரிந்தது. நிலவனும் மற்றவர்களும் தொழுவினுள் விழுந்தனர்.

மேலிருந்து கீழே விழுந்த வீரனைக் கொம்பில் குத்தி தூக்கியெறிய குருதி பீறிட்டது. அடங்காவெறியுடன் காளை மற்றவர்களின் மேல் பாய்ந்தது. பரணில் அமர்ந்திருந்த மக்கள் கலவரமடைய...

'காளையை பிடியுங்கள்' என்று உரக்க கத்தினார் நாங்கூர் வேள். தனது காளையைக் கட்டுப்படுத்த பரணிலிருந்து ஆதிரா வேகமாக கீழிறங்க, காவலிருந்த வீரர்கள் ஓடினர்.

நிலவனின் மேல் விழுந்த இளம்பரிதி வேகமாக எழுந்து நிலவனைத் தூக்க முயன்றான். மேலிருந்து விழுந்ததில் அதிர்ந்திருந்த நிலவன் தடுமாறி எழுந்தபோது காளை இளம் பரிதியை நோக்கிப் பாய, இடையினில் பாய்ந்து கொம்பை பற்றினான் முகில்.

புதியவன் ஒருவன் கொம்பினைத் தொட்டதில் வெறியேறிய காளை, ஒரு நொடியில் தலையை ஆட்டி முகிலின் பிடியிலிருந்து விடுவித்துக்கொண்டது. தலையை சாய்த்து முகிலை முட்டித் தூக்கியெறிந்தது. குருதி தெறிக்க நிலத்தில் விழுந்த முகில் உருண்டு சென்றான். திரும்பிய வேகத்தில் பாய்ந்த காளை மற்றொருவனை கீழேத் தள்ளி முட்டியது. நிலமெங்கும் குருதி பீச்சியடிக்க மக்கள் அலறத் தொடங்கினர். ஆதிரா தொழு உடைந்த இடத்தை நோக்கி ஓடினாள்.

அருகிலிருந்த பரணிலிருந்து குதித்த வீரர்கள் காளையை திசை திருப்ப முயல அவர்களை நோக்கிப் பாய்ந்தது காளை.

முகிலின் உடலை இழுத்துக்கொண்டு நகர்ந்த நிலவன் 'வெளியேறுங்கள்' என்று கத்த, இளம்பரிதியும், சுடரொளியும் காயமுற்றிருந்த மற்ற இருவரின் உடல்களை இழுத்துக்கொண்டு வேலி உடைந்த இடத்தை நோக்கி நகர்ந்தனர்.

ஒருவனை முட்டியெறிந்து விட்டு பேருடலைச் சுழற்றி திரும்பிய காளை முகிலை இழுத்தவாறு நகரும் நிலவனை கண்டது. நிலத்தில் சரிந்து கிடக்காமல் கால் பதித்து நின்றவனைக் கண்டு கொடுஞ்சினத்துடன் நாற்கால் பாய்ச்சலில் தாவியது. பெருஞ் சீற்றத்துடன் பாய்ந்த காளையைக் கண்டு நிலவன் விதிர்த்து நிற்க, நிலவனுக்கும் காளைக்கும் இடையில் வேங்கையின் பாய்ச்சலில் புகுந்தவன் தனது தோளினால் இடியென காளையின் உடலில் மோதிய வல்லாண்மையில் தொழு அதிர்ந்தது.

நிலத்திலிருந்து மேலெழும்பி சமநிலையை இழந்திருந்த காளை, இடி இறங்கியது போல நிலத்தில் விழுந்து புரள, மக்கள் அதிர்ச்சியில் உறைந்தனர். இரண்டு உடல்கள் மோதிய ஓசை நிலம் வெடித்தது போல ஒலிக்க, உயிர்களை காக்க திருவிறங்கிய தேவன் இவனென்று சுவாசிக்க மறந்தனர் மக்கள். பெருங்காற்று ஒன்று ஆலமரத்தின் கிளைகளை அசைக்க, இலைகளும், கொப்புகளும் உரசும் ஓசை கேட்குமளவு அமைதி சூழ்ந்தது.

காளையைத் தவிர்க்க பின்னோக்கி சரிந்திருந்த நிலவன் பேரதிர்ச்சியுடன் நிமிர்ந்தான்.

கண்கள் காளையை வெறித்திருக்க, உடல் பேராயுதமாய் உயிர்த்திருக்க, இடக்கையை உயர்த்தி 'அவர்களை அழைத்துச் செல்' என்றான் வளவன்.

நிலத்தில் புரண்ட கணத்தில் உடலை சிலிர்த்து வெறியுடன் மேலெழுந்தது காளை. அனைவரும் வெளியேறட்டுமென வளவன் எதிர்திசையில் மெதுவாக நகர, காளை வளவனை நோக்கி திரும்பியது.

'மருத்துவரிடம் தூக்கிச் செல்' என்று சுடரொளியிடம் கூறிய நிலவன் 'வளவா, வேலியின் மேலேறு' என்று கத்தினான்.

யானையின் தந்தங்களைப் போல நீண்டு விரிந்திருந்த கொம்புகளில் குருதி படிந்திருக்க, பருத்த திமிலின் திரட்சியும், கனல் துண்டுகளாய் மின்னிய கண்களும் மிரளச் செய்வதாயிருக்க, காளை தனது வலது காலினால் நிலத்தைக் கிளறியது.

புடைத்திருந்த ஒற்றைத் திமிலின் பாய்ச்சலை எதிர்நோக்கி விம்மிப் புடைத்தன இரட்டை திமிலென திரண்ட திண்தோள்கள்.

காளைத் தலையை இருபுறமும் அசைத்துக்கொள்ள, கொம்புகளை ஒடிக்க துதிக்கையென விரிந்தன அகன்ற கைகள்.

மலையாய் உருண்ட காளையின் சதைத்திரளை எதிர்கொள்ள மென்னிரும்பாய் இறுகின வளவனின் உடல். இரு உயிர்களும் அச்சமின்றிச் சுழன்றன.

தொழுவைச் சுற்றி ஓடிவந்த ஆதிரா வேலியின் இடைவெளியில் வளவனைக் கண்டதும் அதிர்ந்து போனாள். உயிர் துடிக்க காளையை அழைக்க ஓடினாள். கண்களில் திரண்ட நீர் சிறகு முளைத்து காற்றில் பறந்தது.

வலக்கை விரல்களை இறுக மூடிய வளவன் நடுவிரல் முட்டியை சற்று வெளியே நீட்டிக்கொண்டான். காளை பாயும்போது நடுவிரல் முட்டியால் கண்களில் அடித்தால் கண் சிதையும். தலையில் அடித்தால் இரும்பால் அடித்தது போல நிலைகுலையும். தொழு சரிந்த இடத்தை வந்தடைந்த ஆதிரா, வளவன் ஓடாமல் கையை ஓங்கி விரலை மடித்து நிற்பதைக் கண்டு அதிசயித்தாள். கணப்பொழுது தாமதித்தாள். அலறிய மக்கள் உடல் உறைந்து வெறித்திருந்தனர்.

காளை கொம்பை நீட்டியபடி உக்கிரத்துடன் பாய, இறுதி நொடியில் வளவன் காளையை தாக்காமல் ஒதுங்கினான். வலதுகாலை உயர்த்தி காளையின் முன்னங்கால் நரம்பில் அடிக்க முயன்றவன் காலை வீசிய வேகத்தில் நிறுத்திக் கொண்டான். வலதுகால் பெருவிரலால் முன்னங்கால் நரம்பில் அடித்திருந்தால் காளை நடக்க முடியாமல் நின்றிருக்கும். நடக்க முயன்றால் கால் மடங்கி சரிந்திருக்கும். வீரம் சமரிடும் களத்தில் காளையிடம் வர்மத்தை பயன்படுத்துவது முறையல்ல என்றெண்ணினான். ஒரு கலையைக் கற்றவன் மட்டுமே வித்தையை நம்பி இருக்க வேண்டும். வளவன் வித்தைகளை வடிவமைக்கக் கூடியவன். உடலில் வித்தைகள் ஊற்றெடுக்கும் வித்தகன்.

வர்மம் குடியிருக்கும் கைவிரல் திருகி உயர்ந்ததையும், கால் விரல் உயர்ந்து தணிந்ததையும் கண்ட ஆதிரா காக்க வேண்டியது வீரனை அல்ல. காளையை என்றெண்ணினாள். மனதில் குளிர்ச்சி பரவ, சிறிய பதற்றத்துடன் காணத் தொடங்கினாள்.

வேகமாக ஓடிவந்த காளை கொம்பினில் வளவனை குத்தி கிழித்தெறிய முயல, கொம்புகளை இருகைகளாலும் இறுக பற்றினான் வளவன். காளை பேராற்றலுடன் வளவனை நிலத்திலிருந்து பெயர்த்து தூக்கி பின்னால் எறிந்தது. கொம்புகளிலிருந்து கைகளை விடுவித்துக் கொண்ட வளவன் திமிலில் கைவைத்து கால்களை விரித்து காளையை தாண்டி பின்னால் இறங்கினான். நாகத்தைப் போல தலையையும் உடலையும் மடக்கி கணப்பொழுதில் திரும்பியது காளை. வளவன் மீண்டும் கொம்புகளைப் பற்றினான்.

முன்னங்கால்களை உயர்த்தி ஒரே துள்ளலில் விடுவித்துக்கொண்ட காளை வளவனை தூக்கியெறிந்தது. நிலத்தில் எறியப்பட்டவனை நோக்கி ஓடிவர, ஒரு துள்ளலில் வளவன் விலகினான். நீண்ட உடலை கொண்ட காளை திரும்புவதற்குள், தாண்டி திமிலை பற்றிக்கொண்டான். காளை துள்ளியபடி எகிறியது. வளவனும் இணைந்து காற்றில் பறந்தான். மக்கள் ஆரவாரித்தனர். காளை கொம்பை வளைத்து வளவனை குத்தித் தள்ள முயல, நீளமான கொம்புகள் தன் உடலை நெருங்குவதை வளவன் உணர்ந்து பிடியை விட, காளை வளவனைத் தூக்கியெறிந்தது. கொம்பினால் நிலத்தைக் குத்திப் பிளந்து தலையை சிலுப்பியது காளை.

ஐந்தறிவு உக்கிரத்துடன் மோதியது. ஆறறிவு நுட்பத்துடன் விலகியது. ஐந்தை ஆளும் வழிமுறையை வடிவமைக்க முயன்றது.

உடலெல்லாம் குருதிக் கீறல்கள் உருவாக, வளவன் எழுந்தான். அணுக்களில் ஆற்றல் பீறிட, சிந்தை அமைதியடைவதை உணர்ந்தான். பேராற்றலுடைய காளையை ஆற்றலை பயன்படுத்தி வீழ்த்தமுடியாது என்றெண்ணிய கணத்தில் சிந்தையில் உத்தி திரண்டது. மீண்டும் பாய்ந்து வந்த காளையிடமிருந்து மின்னலாய் விலகியவன் உட்புறத்தில் மடங்கி காளையின் கழுத்தை இருகரங்களாலும் இறுகப் பற்றிக்கொண்டான். காளை துள்ளியபடி வளவனை கொம்பால் குத்த முயல, நீண்ட கொம்புகள் வளவனின் உடலை தாண்டிச் சென்றன. வளவனைத் தூக்கிக்கொண்டு காளை வானில் எகிறிப் பாய்ந்தது. தலையை சாய்த்து வளவனை உதிர்க்க முயன்றது. தொழுவைச் சுற்றி காளை ஓடத்துவங்க, காலால் நிலத்தை உழுதுகொண்டு வளவனும் சென்றான். காளையின் கழுத்தை இறுக்கி குரல்வளையில் அழுத்தத்தை கொடுக்கத் துவங்கினான்.

தொழுவை நான்கைந்து முறை சுற்றி வந்த காளை கழுத்தை விடுவிக்க முடியாமல் சோர்ந்து வலியால் நின்று விட, இதுவரை கண்டிராத வீரத்தைக் கண்ணுற்று, கண்களை

நம்பமுடியாமல் நின்றிருந்த மக்கள் ஒரு கணத்தில் மலர்ந்து கூக்குரலும், குலவையொலியும் எழுப்பி ஆர்ப்பரித்தனர். இசைக்கருவிகள் இடைவிடாமல் முழங்க, நியாயவாதிகள் மணிக்குலை மலரை பேருவகையுடன் வானில் எறிந்தனர். நாங்கூர்வேள் மிகுந்த மகிழ்வுடன் கைகளைத் தட்டியபடி அருகிலிருந்த மலர் மாலையை எடுத்து வீசினார்.

வலியால் துவண்டிருந்த காளையின் கழுத்திலிருந்து வளவன் பிடியை விடுத்து விலகினான். ஆதிராவின் கண்களில் திரண்ட நீரை விரல் நுனியால் சுண்டியெறிந்தாள். அச்சத்தால் சுரந்த விழிகளின் நீர் துளிகள் ஆனந்தத்தின் நிறத்திற்கு மாறியிருந்தன.

மக்கள் வெண்மலர்களை ஆரவாரத்துடன் தூவ பனித்தூவலுக்கிடையே நகரும் சூரியனாய் வளவன் நிலவனை நோக்கி நடக்க, நிலவன் ஓடி வந்து கட்டிக்கொண்டான்.

முகிலை வைத்தியரிடம் ஒப்படைத்த சுடரொளியும், இளம்பரிதியும் வளவனை நினைத்து ஓடிவந்தனர். சுடரொளி ஓடிவரும்போதே காளையை குத்தி சரிப்பதற்காக காவலன் ஒருவன் கையில் வைத்திருந்த ஈட்டியை பறித்துக்கொண்டு வந்திருந்தான். வளவனும், நிலவனும் நின்றிருப்பதைக் கண்டதும் 'என்ன நடந்தது?' எனக் கேட்டான் சுடரொளி.

'வேங்கையிடம் காளை பணிந்து விட்டது' என்று நிலவன் சொல்ல, வளவனை இருவரும் கட்டிக்கொண்டனர்.

'முகிலுக்கு பெரிய காயமேதுமில்லை. நீ மெதுவாக வா' என்ற நிலவன் வைத்தியரை நோக்கிச் செல்ல, சுடரொளியும், இளம்பரிதியும் அவனைப் பின்தொடர்ந்தனர்.

'மெதுவாக ஏன் வரச் சொல்கிறான்' என்றெண்ணியபடி நிமிர்ந்த வளவன் அழுந்தூரின் இளவரசி நிற்பதைக் கண்டான். இளவரசியைக் கண்டதும் பேரலையாய் மனம் மேலெழும்பியது. உடலெங்கும் மழைச்சாரலின் சிலிர்ப்பு ஏற்பட, நெஞ்சம் மலர்ந்து வேகமாக துடிக்கத் தொடங்கியது. பிறை நிலவு, அரை நிலவு என்று தோன்றியவள் இன்று முழுநிலவாய் தரை இறங்கியிருந்தாள். வண்ணச் சிறகுகளை உதிர்த்த வானவில்லாய் நிலத்தில் தோன்றியிருந்தாள். விழிகளைத் தழுவி நுழைந்த வானவில், ஒளித்திரளாய் விழிகளில் நழுவி மனதை நிறங்களால் அளந்தது. மனமெங்கும் வண்ணம் பூசத் துவங்கியது.

காளையை அடக்கியவன் காளையின் சல்லியிலிருந்த பொற்காசுகளை மதிக்காமல் நண்பர்களை நோக்கிச் செல்வதையும், அலைஅலையாய் சரிந்த முடிக்கற்றைகளை விரல்களால் உழுது சரிசெய்வதையும் பார்த்தவாறு ஆதிரா நின்றாள்.

'விலகிச் செல்' என்று மெலிதாக வேண்டியது மனது. 'இனியொரு நாளில்லை. இதைவிட இனிதான நாளில்லை' என்று விலகாமல் நின்றாள்.

வளவன் அவளை நெருங்க 'ஈடிணையற்ற வீரத்தை முதன்முறையாக காண்கிறேன்' என்றாள் ஆதிரா.

'இசையைப் பாடலாய் கேட்டிருக்கிறேன் இளவரசி. பேச்சாய் இன்றுதான் கேட்கிறேன்' என்று வளவன் கூறியதும் ஆதிராவின் முகம் சிவந்தது.

'வார்த்தையில் அமிர்தம் கோர்க்கிறான். பார்வையில் அம்பைத் தொடுக்கிறான். இவன் தேவனா? வேடனா?' என்றெண்ணியவள்...

'உங்களிடம் மயங்குவதற்காக எனது காளை இவ்வளவு நாளாக காத்து இருந்திருக்கிறது' என்றாள்.

'இளவரசியின் காளையா அது' என்றெண்ணிய வளவன் 'ஐந்தறிவு உயிர்கள் ஆறறிவை முந்திக் கொள்கின்றன' என்றதும் ஆதிராவின் முகம் மீண்டும் சிவந்தது.

'ஐந்துக்கு இலக்குகள் மட்டுமே. ஆறுக்கு இலக்கணங்கள் உண்டு'

'இலக்கணத்தில் பொருந்தும் மெய் எழுத்து நான். உயிரைத் தேடுகிறேன்'

மனதை சொற்களால் உறையிட்டு வெளிப்படுத்தும் அழகை எங்கு கற்றானோ என்றெண்ணிய ஆதிரா..

'நிலையான மொழியினுடைய மெய்யின் ஈற்றில் இணைவது தானே உயிர்'

'வளவனின் மனம் மாறாமல் நிலையாய் இருந்தால், இறுதியில் அவள் வந்து சேர்வாள் என்ற இரண்டு அர்த்தங்களை ஒரே வாக்கியத்தில் அமைத்து தமிழின் தோள்களில் தூதனுப்புகிறாள். காற்றின் மூச்சினில் மணம் சேர்த்து அனுப்புவது போல தமிழ் விதிகளில் காதல் விதிகளை எழுதுகிறாள்' என்றுணர்ந்தான்.

'வானத்தைப் போன்று நிலையான மெய் எழுத்து இது. மெய்யான எழுத்து' என்றான்.

மேகத்தின் நீராய் மறைத்து பேசினாலும் கதிரவனாய் நொடியில் கண்டறிகிறான் என்பதை உணர்ந்த ஆதிரா...

'மெய்யை விட வர்மத்தை வெளிப்படுத்த துடித்த கையையும், காலையும் தடுத்து வீரத்தை வெளிப்படுத்திய உள்ளத்தின் செயல் உன்னதமானது' என்றாள்.

‘உடலின் அசைவையும், உள்ளத்தின் மாற்றத்தையும் கணித்த சிந்தைக்கு ஈடாகாது’

காந்தள் செடியின் பொன்நிற மலர்களில் இருக்கும் சிவந்த கோடுகளைப் போல வளவனின் இடது தோளிலிருந்து முழங்கை வரை பூத்திருந்த குருதி மொட்டுக்களை கண்டவள்...

‘உங்கள் கையில் குருதி கசிகிறது. மருத்துவரிடம் செல்லுங்கள்’ என்று ஆதிரா கூற, வளவனுக்கு முகிலின் நினைவு வந்தது. ‘எனது நண்பனும் காயமடைந்திருக்கிறான்’ என்றபடி நடந்தான்.

‘உங்களின் பெயர்’

‘திருமாவளவன். கடம்ப நாட்டின் வேளாண் குடியினன் நான்’

முகம் சிவந்த ஆதிரா ‘கடம்ப நாட்டில் வசிக்கும் அழுந்தூர் குடியா நீங்கள்? வேளாண் குல தெய்வம் நிசும்பசூதனியை வணங்குபவரா?’ என்று கேட்க,

‘தெரியவில்லை. அதைப்பற்றியேதும் எனது அன்னைக் கூறியதில்லை’

‘நிசும்பசூதனிக்கும், எங்கள் தெய்வம் வீரக்கண்ணிக்கும் முறை இருக்கிறது தெரியுமா?’

சற்று யோசித்த வளவன் ‘என்ன உறவு?’ என்றான்.

‘உங்கள் தாயை கேளுங்கள். இரண்டு குலங்களும் சகோதர முறையோ என்னவோ.....’ என்றவள் நகைப்புடன் திரும்பி ஓடினாள். வளவன் அதிர்ந்தான்.

வீரம் வளரும்...

41

நாங்கூரின் காற்றில் வீரத்தின் மணம் கமழ்ந்து இருந்தது. சில வருடங்களாய் எவராலும் நெருங்க முடியாத நாங்கூர்வேளின் காளையை வீழ்த்தியதன் மூலம் அஃறிணையை விஞ்சியது உயர்திணை என்று பறை சாற்றியிருந்தான் வளவன். நாங்கூர் மக்கள் காளையுடன் வளவன் போரிட்டதை கழனிகளிலும், படித்துறையிலும், நாளங்காடியிலும் மற்றவர்களுடன் பேசி மகிழ்ந்தனர். தனித்திருந்தபோது வளவன் காளையை எதிர்கொண்டதை மனக் கண்ணில் கண்டு வியந்தனர். மக்களின் மனங்களில் வளவன் காளையுடன் பலமுறை போரிட்டுக் கொண்டிருந்தான்.

முகிலின் இடப்புற வயிற்றை காளையின் கொம்பு கிழித்துச் சென்றிருந்தது. வைத்தியர் 'அச்சமடைய தேவையில்லை. விரைவில் சரியாகிவிடும்' என்று கூற, முகில் களரிப் பயிற்சிகள் ஏதுமின்றி ஓய்வில் இருந்தான்.

வளவன் தொழுவில் நிகழ்த்திய வீரத்தை கேட்டறிந்த அழுந்தூர் வீரர்கள், வீட்டில் வளர்த்தாலும் வேங்கையைச் சீண்டினால் அதன் உக்கிரம் வெளிப்படுவதை நிறுத்த முடியாது. வேங்கை வேட்டையாடுவதை தவிர்க்க இயலாதென பேசி மகிழ்ந்தனர்.

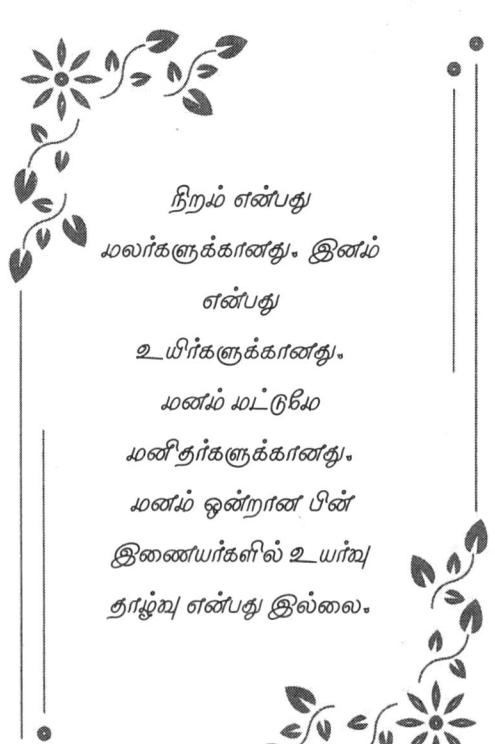

நிறம் என்பது மலர்களுக்கானது. இனம் என்பது உயிர்களுக்கானது. மனம் மட்டுமே மனிதர்களுக்கானது. மனம் ஒன்றான பின் இணையர்களில் உயர்வு தாழ்வு என்பது இல்லை.

வளவனோ ஆதிரா கூறிய வார்த்தைகளில் விதிர்த்து இருந்தான். இரண்டு குலங்களும் சகோதர முறையா என்று மனமுடைந்தவன் யாரைக் கேட்டு அறிவதென தவித்துக் கொண்டிருந்தான். இறுதியில் இளவெயினியை கேட்கலாமென எண்ணி குடிலுக்குள் சென்று அவளருகில் அமர்ந்தான்.

'என்னவாயிற்று?' என்றாள் இளவெயினி.

'நிசும்பசூதனியை வணங்குபவர்களுக்கும், வீரக்கண்ணியை வணங்கும் நாங்கூர் மக்களுக்கும் என்ன உறவுமுறை?'

மகனைக் கூர்ந்து நோக்கிய இளவெயினி 'எதனால் கேட்கிறாய்?' என்றதும்...

ஆதிராவை சந்தித்ததைக் கூறிய வளவன் 'இரண்டு குலங்களுக்கும் முறையொன்று உள்ளது என்று கூறி அவள் சிரித்தாள். என்ன முறை அது?' என்று கேட்க இளவெயினி அமைதியாய் யோசிக்கத் துவங்கினாள். வளவனிடம் ஏற்படும் மாற்றத்தை ஏற்கனவே கவனித்து இருந்தாள். அவளின் ஐயம் உறுதியாக அதைப்பற்றி ஏதும் பேச வேண்டாமென எண்ணினாள்.

காதல் என்பது மனதை மென்மையாக்குவது. நெருப்புச் சுவாலையின் நுனியில் நீர் பூக்கச் செய்வது. பாலையில் நீரூற்றாய் துளிர்த்து மேலெழுவது. வளவன் இயல்பிலேயே மென்மையானவன். காதல் அவன் வாழ்வினை திசை திருப்பிவிடுமோ என்றெண்ணினாள். ஒரு தாயாய் மகிழ்ந்தாலும், அவனுக்கென்று கடமைகள் இருக்கும் நிலையில் சோழநாட்டு அரசியாய் வாட்டமுற்றாள். யானை சிறு கன்றாக இருக்கும் போதே அதனை அங்குசத்தால் கட்டுப்பட வைத்து, ஆற்றல் மிகுந்த செயல்களை செய்யப் பழக்குவதைப்போல மகனை பாசத்தால் கட்டுப்படுத்தி பெருஞ்சக்தியாய் உருவாக்கிக் கொண்டிருந்தாள். ஆற்றலைக் கொண்டு பகையை அழிக்க எண்ணியிருந் தவளுக்கு மகனின் மாற்றம் இன்னலாய் வந்து சேர்ந்தது.

எண்ணங்களின் முடிச்சுகளில் இருந்து விடுபட்ட இளவெயினி கூறத் துவங்கினாள். பல காலத்திற்கு முன்னால் நடந்த நிகழ்விது. அழுந்தூர் குலத்தின் வேளாக அதிகுணன் இருந்தார். அவரின் இரண்டு மகள்களில் மூத்தவள் தேவசூதனி. இளையவள் மதிசூதனி. நிலத்தை தெய்வமாக வணங்கிய வேளாண்குடியினர்.

எப்போதும் விளைச்சலைத் தந்த மருதநில வயல்கள் கழனி என்றழைக்கப் பட்டன. அழுந்தூரின் மண்ணானது ஒரு வேலி நிலத்தில் ஆயிரங் கலம் நெல்விளையும் வளம் கொண்டது. இடைவிடாது முயலும் மெய்முயற்சியே உழத்தல். நிலத்தை ஆழ, அகல உழுது நிலத்தை பண்படுத்திய மக்களே உழவர்கள். பருவம் தவறாது மழை

பொழிந்து பசுமை மாறாதிருந்த வயல்களில் எப்போதும் சோம்பலில்லாது உழைத்த மக்கள் நிறைவான வாழ்வை வாழ்ந்தனர். உழவு மாடுகளைக் காப்பதை கடமையாகவும், உணவைப் பிறருடன் பகிர்ந்து உண்பதை வாழும் முறைமையாகவும் கொண்டிருந்தனர்.

நெல், வரகு, கரும்பு என்று எப்போதும் நல்விளைச்சலைத் தரும் அழுந்தூர் நிலங்களில், ஆற்றங்கரைச் சமவெளிகளில் கடும் வெப்பம், வெள்ளம், மிதமான வெப்பம், நீடித்த மழை போன்ற பருவமாற்றங்களைத் தாங்கி வளரும் செந்நெல், வெண்ணெல், மடுமுழுங்கி, மட்டை நெல் உள்ளிட்ட பலவகைகளை பயிரிட்டனர்.

வளமான மண்ணில் சரியான வெப்பமும், நீரும் கூடவே உழவர் கண்காணிப்பும் பெற்று வளர்ந்த பயிர்கள் வரப்பெங்கும் உயர்ந்து நின்றன. நெல் வயலின் அடி நீரில் மீன்கள் அளைய, நீர் மட்டத்தில் குவளை மலர்கள் அசைய, அதற்கு மேல் நெல் விளைந்தது. அடர் நெல்மணி கதிர்களில் உச்சியில் பறவைகள் கூடு கட்டின.

வேளாண்மையில் ஆண்களும், பெண்களும் இணைந்து பயிர் நடவு செய்தல், களை பறித்தல், தினைபுனம் காத்தல், கதிரறுத்தல், தானிய மணிகளைத் தூற்றி சுத்தம் செய்யும் பணிகளை செய்தனர்.

கொக்கு, நாரை, குருகு, அன்றில், தாரா பறவைகள் உணவு மிகுதியால் சோம்பியிருக்க, அறுவடைக்குச் சென்ற உழவர்கள் பறவைகளுக்குச் சேதம் ஏற்படக் கூடாதென்ற கவலையால் அரிப்பறை, தண்ணுமை கருவிகளை முழக்கி அவை பறந்து செல்லும்படி ஒலி எழுப்புவர். இந்த ஓசையைக் கேட்டு, வயல்களைச் சுற்றி இருந்த மூங்கில் காடுகளில் இருந்த தேனீக்கள் தேனடையை நீங்கிப் பறக்க, தேனடையிலிருந்து தேன் சொட்டும்.

விளைந்த நெல்மணிகளை மலையை போல் ஏணியால் எட்ட முடியாத உயரமிருந்த நெற்கூடுகளில் சேமித்த உழுகுடிப் பெண்கள், தம் நிலத்தைக் கடந்து செல்லும் பாணர்களை, பிள்ளைகளை அனுப்பித் தடுத்து நிறுத்தி வீட்டுக்கு அழைத்து வரச் செய்து, வெண்ணெல் அரிசிச் சோற்றைக் கறியுடன் அவர்களுக்கு வழங்குவர்.

அழுந்தூர் மக்களின் இயல்பை கேட்டறிந்த சாமகண்டன் என்ற ஆயர் குலத் தோன்றல் பஞ்சம் பிழைப்பதற்காக அதிகுணனை நாடி தனது மக்களுடன் வந்தார். முல்லை நிலம் தனது இயல்பிலிருந்து திரிந்து பாலையானதால் நிலத்தை துறந்து அழுந்தூருக்கு வந்த இவர்கள் இயற்கை பிறழ்ந்ததால் வாழ்வை இழந்தவர்கள். வீரக்கண்ணி தெய்வத்தை வணங்கிய குலத்தினர். தினை, வரகு போன்ற தானியங்களை விதைத்து, அறுவடை செய்வதில் தேர்ந்தவர்கள்.

தம்மை நாடிவந்தவர்களின் குலத்திற்கு இடம் கொடுத்து நெல்லைப் பயிர் செய்யும் முறைகளை கற்றுத்தந்தார் அதிகுணன். வேட்டையாடும் முறைகளை ஆயர்கள் கற்றுத் தந்தனர். இரண்டு குலங்களின் மக்களும் இணைந்து காடுகளைத் திருத்தி வேளாண்மையை பெருக்கினார்கள். அழுந்தூர் பெருங்குலமாய் உருவெடுத்தது.

அந்த வருடத்தின் முதல் மழை துவங்கிய மறுநாள் அழுந்தூர் மக்கள் கழனியில் உழவுப் பணிகள் ஒவ்வொன்றாக ஆரம்பித்தனர். வேளாண் குடித் தலைவரின் கழனியில் வேலை செய்ய வந்திருந்த பெருங்கூட்டத்துடன் நன்மாறனும் வந்திருந்தான். ஆயர் குலத்தின் இளைஞன். உழவின் அத்தனை கூறுகளிலும் பயிற்சி பெற்றவன். கடுமையான உழைப்பினால் அறியப்பட்டு குடித்தலைவரின் நன்மதிப்பிற்கு உரியவனாயிருந்தான். வயல்களுக்கான நீர் மேலாண்மைக்கான பொறுப்பிலிருந்தவன். இவற்றையெல்லாம் விட வேளாண் குடியின் இளவரசி தேவசூதனியின் மனத்தை அறுவடை செய்தவன். இருவரும் காதலை நடவு செய்து விட்டு பருவத்திற்காக காத்திருந்தனர்.

உழவுக்கு பழகியிருந்த பெரும் எருதுகள் பெண் யானையின் துதிக்கை போன்று வளைந்த கலப்பையையும், உடும்பின் முகம் போல கொழுவைக் கொண்டிருந்த ஏர்களில் பூட்டப்பட்டிருந்தன. வலிய தோளுடைய செஞ்சால் உழவர்கள் கரம்பு நிலத்தை ஆழமாக உழுதனர். அவர்களிடையே நெடிய உருவத்துடனும், அகன்ற தோளுடனும், உழைப்பின் அடையாளமாய் திரண்டு பருத்திருந்த கைகளுமாய் வியர்வை ஊற்றெடுக்க நிலத்தை பண்படுத்திக் கொண்டிருந்தான் நன்மாறன். நன்செய் நிலத்தை ஆழமாகக் கிளறி மண் மேலும், கீழுமாக புரளும்படி பலமுறை உழுது சேறுகலக்கி பரம்படித்து பண்படுத்தினான்.

பணிகளைப் பார்வையிட தந்தையோடு வந்திருந்தாள் இளவரசி தேவசூதனி. பருவத்தின் வாயிலில் அடி எடுத்து வைத்திருக்கும் சீரிய பேரெழில் கொண்டவள். அழகும் பண்பும் சேர்ந்து ஒளிவீசும் முகமும், தேர்ந்த சிற்பமொன்று உயிர்பெற்று வந்தாற்போல் வடிவான உடலும் கொண்டவள். இளவரசியின் பொன்வண்டு விழிகள் நன்மாறனைத் தேடின. முதல் இருநாட்கள் உழவுப்பணிகளின் போது கண்பூக்க அவனைப் பார்த்துக் கொண்டிருந்த போதும், நன்மாறன் இளவரசியின் பக்கம் திரும்பவில்லை. அவன் கவனம் முழுவதும் பணியிலிருக்க, சற்றே சினத்துடன் வந்து சென்று கொண்டிருந்தாள் அவள். அவன் கவனத்தை கலைக்கும் முயற்சிகள் செய்வது பணியை பாதிக்கும் என்பதால் அவனாகப் பார்க்கக் காத்திருந்தாள்.

பரம்படித்தவுடன் நடவு செய்யாமல் அடுத்த சில நாட்களுக்கு நிலம் காயவிடப் பட்டது. நன்கு காய்ந்து அளவில் குறைந்து புழுதி படியும் மண்ணே வளமிக்கது. ஒரு

பலம் புழுதி கால் பலம் புழுதி ஆகும்படி உழுது காயவிட்டால் அந்நிலத்தில் பயிர் நன்கு செழித்து வளரும். அந்த நாட்களில் கூட ஓய்வின்றி மண்ணில் தளம்பு கொண்டு சேற்றுக் கட்டிகளை உடைத்துக் கொண்டிருக்கும் அவனைக் கண்டதும் அவள் முகம் ஒளிகொண்டு மலர்ந்தது.

பார்வையின் குறுகுறுப்பில் மெல்லிய குளிர்ச்சி தாக்க நிமிர்ந்தவன், அகன்ற வான்விழிகள் மின்ன தன்னைப் பார்த்துக் கொண்டிருந்தவளை நோக்கிப் புன்னகைத்தான். இளவரசியிடம் பழகத் துவங்கியிருந்தாலும் தன் நிலையை எண்ணி சிறிய தயக்கம் கொண்டிருந்தான். பணிக்கிடையில் உழவர்களும், உழத்திகளும் குளிர்மோர் பருகித் தாகம் தணியும் நேரத்தில் அருகில் வரும் அவளிடம் ஓரிரு வார்த்தைகள் பேசினாலும், சந்திக்கும் நேரம் வாய்க்காதிருந்தது. காவல் வீரர்கள் உடனிருக்கும் நிலையில் தேவ சூதனியும் நன்மாறனோடு தனித்திருக்கும் நேரம் வாய்க்க காத்திருந்தாள். எவருமறியாமல் பார்ப்பதும் கண்களால் பேசிக்கொள்வதுமாக நாட்கள் போனது.

அரச குடும்பம் உட்பட குலத்தின் அனைத்து மகளிரும் வேளாண்மை பயின்று சிறந்த பட்டறிவைக் கொண்டவர்கள். விளைச்சலையும் செழிப்பையும் வேண்டி குலப்பெண்களே விதைப்பை தொடங்கி வைப்பர்.

கழனியில் நீர் தேங்கி இருக்கும்படி செய்யப்பட்ட அடுத்த நாட்களில் விதைப்புக்கு மீண்டும் அவள் வருவாளென அறிந்திருந்தான் நன்மாறன்.

விதைப்பு நாளின் காலையில் கழனியில் அனைவரும் காத்திருக்க, நன்னாளில் முதல் விதைப்பை தன் குலமகள் கரங்களால் தொடங்கி வைக்க அதிகுணன் தன் மகள் இளவரசி தேவசூதனியுடன் வந்து சேர்ந்தார். முன்பருவத்து விளைச்சலின் முதல் கதிர்கள் பக்குவப்படுத்தப் பட்டு விதைகளாக சேமிக்கப்பட்டிருந்த கடகப் பெட்டியிலிருந்து வயதில் மூத்த உழத்தி விதைகளை எடுத்துத் தர, இருகைகள் கூப்பி நல்விளைச்சலுக் காக வானை வணங்கி விதைகளை சிறுகூடையில் எடுத்துக் கொண்டு, கழனியில் இறங்கினாள் இளவரசி.

பூந்தளிர் கைகளால் விதை நெல்லை தூவிக் கொண்டே அவள் சேற்றில் நடந்தாள். இரு கைகளிலும் நிறைந்த வளையல்கள் இன்னிசைகளை எழுப்ப, காதுகளின் குழை நடமிட எ்ழிலாகக் கைகளை வீசி தேராக நகர்ந்தாள். தேன் சிந்தும் பேரழகு தாமரைப் பூ ஒன்று பொய்கை முழுவதும் வலம் வருவதுபோலிருந்தது அவள் நகர்வு. ஆற்று மடைகள் வழி வந்து, வயல் நீரில் நீந்திக் கொண்டிருந்த கரிய விரால் மீன்கள் தேவ

சூதனியின் பெரிய கண்களைக் கண்டு தரையில் வாழும் மீனோ என எண்ணியபடி நீரில் அலைந்தன. அந்த விழிகளின் அழகில் மயங்கியவனாய் நன்மாறன் யாரும் காணாதபடி அவள் வனப்பை இமைகளில் நிரப்பி இதயத்தில் பதித்துக் கொண்டிருந்தான்.

விதைகள் முளை விட்டு நீரினின்றும் வெளி வந்த நான்காம் வாரம், பயிரோடு நெய்தலும் ஆம்பலுமாக களைகள் வளர்ந்திருந்தன. களைகளைப் பறிக்க வந்த கைவினை மாக்களோடு நன்மாறனும் பணி செய்து கொண்டிருந்தான்.

பாசனத்துக்காக நீரைத் தேக்கி வைத்திருந்த குட்டையின் கரையினருகில் நின்ற தேவசூதனி, அவளுக்கருகிலிருந்த பகுதியில் களை நீக்க வருமாறு அவனை அழைத்தாள்.

களை பறிக்க வருவது போல வந்தவனின் கைகளைப் பற்றி வரப்போரமிருந்த மாமரத்தின் பின் எவர் பார்வையும் படாதபடி அழைத்துச் சென்றாள். இத்தனை நாட்களாக தேடிய தனிமை கிடைத்ததும் இருவரின் மனமும் கட்டுத்தறியை விலக்கிய வேகத்துடன் துடிக்க, மரநிழலில் அமர்ந்தவன் பற்றியிருந்த அவள் கையை இழுத்து அருகில் அமர்த்திக் கொண்டான்.

இளஞ்சிவப்பு நிறத்தில் செவ்வல்லி பூத்திருந்தது போலிருந்த அவள் முகம், அவன் கைகளின் தீண்டலில் அடர் செம்மை நிறம் கொண்டது. அத்தனை நெருக்கத்தில் அவளைக் கண்டதும் இளமையின் அலை கரை மீற தொடங்கியது. முகத்தை காட்டாமல் வெட்கத்தோடு புறம் திரும்பி அமர்ந்த அவளின் கரிய அடர் கூந்தலை மெல்ல கைகளால் அளந்தான். அகில், சந்தனத்தால் புகையூட்டப்பட்ட அவளுடைய கூந்தலின் மணம் அவன் மூச்சை நிறைத்தது. கண்களை மூடி அந்த மணத்தை நுகர்ந்து அனுபவித்த வனின் சுவாசம் வெம்மையாக அவள் புறங்கழுத்தில் படர்ந்தது, உடலின் அத்தனை உரோமக்கால்களும் சிலிர்க்க, துடித்து விலக முற்பட்டாள்.

அவளை நகரவிடாமல் அழுத்தியவன், அவள் மடியில் சாய்ந்து கொண்டான். அச்சத்துடன் யாரும் பார்க்கிறார்களா என எட்டிப்பார்த்தாள். உணவு வேளைக்கான நேரமாகியிருந்த படியால் உழவர்கள், உழத்திகள் ஆங்காங்கு நிழல்களில் அமர்ந்து கலயங்களில் கொண்டுவந்திருந்த உணவைப் பகிர்ந்து பசியாறிக் கொண்டிருந்தனர். அவர்களோடு இளவரசியின் காவலுக்கு வந்திருந்த வீரர்களும் இளைப்பாறிக் கொண்டிருக்க, அவர்களுக்கு தனிமை காவலானது.

பூவேலைப்பாடுகள் நிறைந்த தன் கலிங்கத் துகிலாடையை மெல்ல இடையிலிருந்து விடுவித்து அவன் நெற்றியிலும் மார்பிலும் பதிந்திருந்த வியர்வைத்துளிகளை மெல்ல ஒற்றி எடுத்தாள். நாணத்தால் லேசான நடுக்கத்துடன் இருந்த அவள் கைகளை வருடியவன்...

'தேவி, இளவரசியின் கைகள் என்னைப் போன்ற ஒருவனுக்கு சேவை செய்வதை எண்ணி நடுக்கம் கொள்ளவேண்டியவன் நானே' என்று அவள் கைகளை தன் கன்னத்தில் வைத்துக் கொண்டான்.

'நிறம் என்பது மலர்களுக்கானது. இனம் என்பது உயிர்களுக்கானது. மனம் மட்டுமே மனிதர்களுக்கானது. மனம் ஒன்றான பின் இணையர்களில் உயர்வு தாழ்வு என்பது இல்லை. இனி இதுபோன்ற மொழிகள் வேண்டாம். என் தந்தையும் முதலில் நானொரு உழவன், பின்பு தான் குடித்தலைவன் என்றே எப்போதும் கூறுவார்' என அவனுக்கு மறுமொழி கூறிய இளவரசி அவன் கேசத்தை கலைத்து விளையாடினாள்.

காதலும், நாணமும் கொண்டு படபடக்கும் விழிகள் அவன் பேச்சை தடை செய்தன. அவள் பூவிதழை மெல்ல வருடியவாறே நகர்ந்த கைகளைப் பிடித்த அவள்,

'தேடி வந்து நான் பார்க்கும் போதெல்லாம் பாராமல் தவிக்க விட்டவர்தானே நீங்கள்' என்றவள் சிவந்து கனிந்திருந்த இதழ்களை சுழிக்க அந்த அழகில் சொக்கிப்போனான்.

'தேவி! சிறைப்படுத்தும் இந்த விழிகளில் சிக்கிவிட்டால் என்னால் வேறு வேலை செய்ய முடியுமா? எனவேதான் பார்வையை தவிர்க்கிறேன். தவற விட்ட கணங்களின் தவிப்புகளை இப்போது சரி செய்து விடவா'' என்றவாறு நெகிழ்ந்திருந்த இடையாடையைப் பற்றினான். தடுக்கவோ தவிர்க்கவோ இயலாத உணர்வுப் பெருக்கில் தடுமாறிய இளவரசி அவன் பிடியிலிருந்து விலக்கி கொண்டு,

'உங்களின் ஓவியத்திறன் எந்நிலையில் உள்ளது?' என்றாள்.

ஓவியம் என்பது கால ஒளித்திரளின் உறைந்த துகள். காலத்தை பிரதிபலிக்கும் கண்ணாடி. உலகை மயக்கும் பெருங்கலையாய் விரைவில் பெருகும்'

'என்னை ஓவியமாய் வரைவதாக கூறினீர்களே. முடிந்து விட்டதா?' என்று கேட்க..

'பொன்னை உருக்கி நிலவொளியில் கரைத்தது போன்றிருக்கும் உனது நிறம் பூவுலகில் எவருக்கும் இல்லாதது. அந்நிறத்தை உருவாக்க இப்போது தான் கண்டறிந் திருக்கிறேன். தனித்த உயிரைக் கொண்டிருக்கும் உனது கண்களையும், அதன் பேரெழில் வண்ணத்தையும் கண்டறிந்த பின்னர் பட்டுச்சுருளிலும் சிறைசெய்வேன்'

சூடான காற்று அவளது கன்னத்தை சிவக்க செய்ய, 'சுருளிலும் என்றால் வேறெங்கு எனது முகம் சிறைப்பட்டு உள்ளது' என்றாள்.

'எனது மனச்சுருளில்' என்றவன் அவளை நெஞ்சுடன் இறுக்கிக் கொள்ள, பணியாட்கள் பணிக்கு திரும்பும் அரவம் கேட்டது. வேகமாக எழுந்த இருவரும் வெளி வந்தனர். மற்றவர்கள் அவ்விடத்தைக் கடக்கையில் பணிகளை கவனிப்பவள் போல அவள் நன்மாறனை நோக்கி 'இந்தப்பக்கம் உள்ள களைகளை நீங்குங்கள்' என்றாள்.

காலையிலேயே அந்தப் பாத்தியின் களைகள் நீக்கப்பட்டு சீர்படுத்தப் பட்டிருக்க, செய்வதறியாமல் முளைவிட்டு வளர்ந்திருந்த பயிர்களை கொத்துக் கொத்தாக பிடுங்கி எடுத்தான் நன்மாறன். அவன் வேகத்தில் கால் பாத்தியிலிருந்த பயிர்கள் வேரோடு பிடுங்கப் பட்டிருந்தன.

'அடடா இத்தனை பயிர்கள் வீணாகி விட்டதே. இப்போது என்ன செய்வது' என நன்மாறனைப் பார்த்து கேட்கும் போதே தொலைவில் தந்தை குதிரையில் வருவதைக் கண்டு பதறிப்போனாள் தேவசூதனி.

ஒரு கணம் யோசித்தவள், 'வாருங்கள். தந்தை அருகில் வருவதற்குள் மீண்டும் இந்த பயிர்களை மண்ணில் நடவு செய்து விடலாம்' என்றவாறு சேற்றில் இறங்கினாள். இருவரும் பதற்றத்தோடு பிடுங்கி எறியப்பட்டிருந்த பயிர் கொத்துக்களை எடுத்து சீராக சேற்றில் நட்டு வைத்தனர். தந்தை பிறரிடம் உரையாடிவிட்டு வருவதற்குள் நடவை முடித்து விட்டு ஏதுமறியாதவர்கள் போன்று விலகிச் சென்றனர்.

மறுநாளிலிருந்து நன்மாறன் பறித்த நெற்கதிர்கள் வாடத் தொடங்க, இணையர்கள் இருவரும் மனம் வாடினர். கெட்ட நிமித்தமோவென்று நன்மாறன் மனம் சோர்ந்திருக்க, வேர் மீண்டும் பற்றியதும் நெற்கதிர்கள் முளைத்து விடுமென இளவரசி அவனைத் தேற்றினாள். பயிர்கள் வாடுவதன் காரணத்தை அறியாத மற்றவர்கள் குழப்பத்திலிருக்க, தினமும் காலையில் சென்று தளர்ந்திருந்த நெற்கதிர்களை பார்ப்பதே இருவருக்கும் பணியானது.

பயிர்கள் ஓங்கி வளர்ந்து கொண்டிருக்க, மறுநடவு செய்யப்பட்ட பயிர்கள் மெதுவாக உயிர்பெற்று தலைநிமிர்ந்தன. மீண்டும் பலம் பெற்று புதிய வேகத்தில் வானை நோக்கி உயர்ந்தன. இணையர்கள் பெருமகிழ்வு கொள்ள, மற்றவர்களும் நிம்மதி அடைந்தனர்.

வயல்வெளிகளினூடே கதிர்கள் நீண்டு உயரமாகவும், மணிகள் நிரம்பி நிறை தாங்காமல் மண்ணை நோக்கி சாய்ந்து வரப்பெங்கும் உயர்ந்து நின்றன. மற்ற பாத்திகளின் சால்களில் விளைந்த கதிர்கள் செழிப்பாக வளர்ந்திருந்தாலும் ஒழுங்கற்று அடர்ந்திருந்தன. அதே நேரம் பொய்கையின் வரப்போரத்தில் இளவரசியும், நன்மாறனும் மறு நடவு

செய்த பயிர்கள் மற்ற பகுதிகளை விட சீரான இடைவெளி கொண்டும், மிக அதிக உயரமாயும், மற்ற பயிர்களை விட அதிக நெல்மணிகளைத் தாங்கியும் தனித்துத் தெரிந்தன. வரப்போரமாக தென்னை போல் உயர்ந்து வளர்ந்திருந்த வாழை மரங்களின் குலைகளில் இருந்த வாழைப்பூக்களை அசைத்து ஆடவிடும்படியான அடைப்புடையதாக இருந்தன. நெற்கதிர்கள் கரும்பு போல் வளரும் காரணமறியாமல் மக்கள் மீண்டும் குழப்பமடைய, தாங்கள் இருவரும் இணைந்து நட்டதால் பயிர்கள் அதிக உயரமாய் உள்ளனவென்று நன்மாறன் கூறினான்.

நிகழ்வுகளை எப்போதும் அறிவின் திசையிலிருந்து அணுகக்கூடிய தேவசூதனி 'நெற்பயிர்களை மறுநடவு செய்ததால் பெரும் செழிப்புடன் வளர்ந்ததாக' எண்ணினாள்.

தந்தையின் இசைவுடன் அடுத்த முறை வெண்ணெல் முளைத்தவுடன் வெவ்வேறு நாட்களில் பயிர்களை பிடுங்கி வெவ்வேறு கழனிகளில் மீண்டும் நடச் செய்தாள். அதிக செழிப்புடன் வளர்ந்த பயிர்களைக் கண்டு மக்கள் அதிசயிக்க, ஒவ்வொரு வகையான நெல்லுக்கும் மறுநடவு செய்ய வேண்டிய நாட்களை கண்டறிந்து வகைப்படுத்தினாள்.

அழுந்தூரின் விளைச்சல் பன்மடங்காகியது. வேளாண்மைக்கு மழை நீர் பற்றாமல் போக, ஆறுகள், குளங்களில் இருந்து வாய்க்கால்கள் வெட்டி வயல்களுக்கு நீர்ப்பாசன வழிகள் அமைக்கச் செய்தாள். கதிரடிக்க காளைகளை விடுத்து யானைகளை பயன்படுத்த வைத்தாள்.

தொடர்ந்த பருவங்களில் வளமான மண்ணில் செழிப்புடைய பயிர் வளரும் போதே, அன்பினால் இணைந்த இரு மனங்களின் காதலும் செழித்து வளர்ந்தது. பயிர்களின் ஊடே விளையாடிச் செல்லும் மயில்களின் தோகையிலிருக்கும் வண்ணங்கள் வெளிப்படுவது போல இளவரசியின் காதல் மெல்ல அனைவருக்கும் தெரியத் துவங்கியது. குலத்தலைவரின் கவனத்திற்கும் கொண்டு செல்லப்பட்டது.

ஆயர் குலத்தலைவன் சாமகண்டன் சற்று குழப்பத்திலிருக்க, இரண்டு குலங்களும் இணைய வாய்ப்பு கிட்டியதாக அதிகுணன் பெரும் மகிழ்ச்சி அடைந்தார். மகளிடம் தனது இசைவை தெரிவித்து விட்டு மணவிழாவை நடத்த நன்னாளை முடிவு செய்தார். மக்கள் அழுந்தூரை அழகு படுத்தத் துவங்கினர். நெல்லரி பறையுடன் வேய்ங்குழல், கொண்றையந்தீங்குழல், ஆம்பலந்தீங்குழல் போன்ற குழல்களை இயைந்து இசைத்து ஆடி மகிழ்ந்தனர்.

இணையர்களும், இரண்டு குலத்தின் மக்களும் களித்திருக்க, வேட்டைக்கு சென்று திரும்பும் வழியில் ஆளியூர் சிற்றரசின் இளவரசன் நிசும்பன் தேவசூதனியைக் கண்டான். மண்ணுலக தேவதையாய் தோன்றிய அவளின் பேரெழிலில் மயங்கினான். இளவரசியைத் தொடர்ந்து அவளின் மாளிகைக்கு வந்து அதிகுணனிடம் தேவசூதனியை மணமுடித்து தர வேண்டினான்.

இளவரசியின் மனதை அறிந்திருந்த அதிகுணன், மகளை மணமுடித்து தர மறுத்தார். ஆளிய நாடு போர் தொடுத்தாவது இளவரசியை கவர்ந்து செல்லுமென நிசும்பன் எச்சரித்தான். ஆளிய நாடு பெரும்படையை கொண்டது. உக்கிரத்துடன் போரிடக் கூடியது. போர் நிகழ்ந்தால் தனது குலத்திற்கு பேரழிவு ஏற்படுமென அதிகுணன் சிந்தித்தபோது, அவையிலிருந்த அழுந்தூர் மக்கள் ஒற்றை குரலில் எதிர்த்து நின்றனர். ‘அழுந்தூர் அடிபணியக்கூடாது. இளவரசியை நன்மாறனுக்கே மணமுடிக்க வேண்டும்’ என்று முழக்கமிட்டனர்.

‘‘அழுந்தூர் முழுவதையும் தீப்பற்றி எரிய வைப்பேன்’’ என்று கூறிவிட்டு நிசும்பன் பெருஞ்சீற்றத்துடன் வெளியேறினான். தனது தளபதியையும், வீரர்களையும் அழுந்தூருக்கு வெளியிலிருந்து ஒற்றறிய கூறி விட்டு ஆளியூருக்கு படை திரட்டச் சென்றான்.

ஆயர் குல தலைவனான சாமகண்டனிடம் அவர்கள் விரும்பினால் போரிலிருந்து விலகிச் செல்லுமாறு அதிகுணன் கூறினார். ‘அழுந்தூர் மக்களை ஒருபோதும் தனித்து விடமாட்டோம்’ என்று சாமகண்டன் கூறிவிட அழுந்தூர் ஒருபுறம் போருக்கு ஆயத்தமானது. மறுபுறம் மண விழாவிற்கு.

அடுத்த நாளின் விடியலில் மண நிகழ்வை முடிப்பதற்கு அழுந்தூர் மக்கள் நன்மாறனை தேடியபோது, அவனைக் காணாமல் அதிர்ந்தனர்.

பெருஞ்சினத்துடன் ஆளியூருக்கு சென்றிருந்த நிசும்பன் தனது சகோதரர்களான சண்டன், முண்டன், சும்பன் ஆகியோருடன் பெரும் படையை அழைத்து வர, இரண்டாவது நாள் விடியலில் ஆளியர்களின் படை அழுந்தூரை சூழ்ந்து நின்றது. போரை எதிர்கொள்ள அழுந்தூரின் ஆண்களும், பெண்களும் மூன்று வட்டங்களாய் நிலை கொண்டனர். வெளி அடுக்கில் ஆண்கள் விற்களையும், வாட்களையுமேந்தி நிற்க, நடு அடுக்கில் பெண்கள் வில்லேந்தி நின்றனர். உள்அடுக்கினுள் குழந்தைகளையும், ஆயுதமேந்த இயலாத முதியவர்களையும் இருக்கச் செய்து பெண்கள் வில்லேந்தி காவலிருந்தனர்.

நிசும்பன் போர் தூது சொல்ல ஒற்றனை அனுப்பினான். சிறிய மூங்கில் கூடையுடன் அழுந்தூரின் மாளிகைக்கு வந்த ஒற்றன் 'தேவசூதனியை மணமுடித்து தர இசையா விட்டால் அழுந்தூரின் அத்தனை உயிர்களும் கொன்றொழிக்கப்படும்' என்றபடி கூடையை திறக்க, அதனுள் நன்மாறனின் தலை வெட்டி வைக்கப்பட்டிருந்தது. அதிகுணன் அதிர்ந்தார். மக்கள் உறைந்து போயினர்.

எரிமலையென வெடித்த தேவசூதனி நொடியில் முன்னேறி தனது வாளினால் தூதுவனின் தலையை வெட்டியெறிந்தாள். சிகை அவிழ்ந்து, விரிந்த கூந்தலோடும், சிவந்த கண்களோடும் நின்றவள் கட்டளையிட்டாள்.

'இனி பின்னேறும் நிலையில்லை. அழுந்தூர் ஆளி நாட்டின் மேல் போர் தொடுக்கும். ஆளிவேட்டை துவங்கட்டும்'

வீரம் வளரும்...

42

அழுந்தூரை மழை மேகங்களுடன் போர் மேகங்களும் சூழ்ந்திருக்க, ஒற்றனின் தலையை ஆளியர்களின் படை நின்ற இடத்தில் தூக்கியெறியச் செய்தாள் தேவசூதனி. போர் துவங்கியது. தேவசூதனியின் போர் உத்திகளைக் கண்டு அழுந்தூர் வியந்து நின்ற தருணமது. காதலும், கோபமும் மட்டுமே உயிரைப் பொருட்படுத்தாது போரிட தூண்டும் வல்லமையை வழங்கக் கூடியவை. பேரழகு ஒரு குலத்தை துடைத் தெறியும் பெருந்துயராய் உருவெடுத் திருக்க, காதல் காக்கும் சக்தியாய் உருமாறியிருந்தது.

அழுந்தூரின் வெளிவட்டத்தில் நின்ற அழுந்தூர் வீரர்கள் அம்புகளை எய்தபடி ஆளியர்களின் தாக்குதலை எதிர்த்து நின்றனர். குதிரைகள் நுழையக்கூடிய அழுந்தூரின் சாலைகளை மாட்டு வண்டிகளால் மறித் திருந்தனர். நீர் நிறைந்து குவளை மலர்ந்திருந்த கழனிகளினுள் தடுமாற்றத்துடன் நுழைந்த ஆளியர்களின் குதிரைகள் அம்புகளால் வீழ்த்தப்பட்டன. வீரர்கள் அடுத்து வீழ்ந்தனர். கள்ளூற்றி வெறியேற்றப்பட்ட பெருங் காளைகள் ஆளியர்கள் படைகளுக்குள் அனுப்பப்பட்டு பெருஞ்சேதத்தை விளைவித்தன.

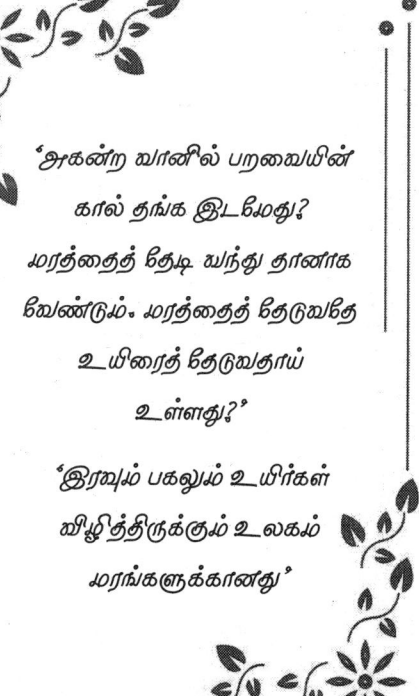

'அகன்ற வானில் பறவையின்
கால் தங்க இடமேது?
மரத்தைத் தேடி வந்து தானாக
வேண்டும். மரத்தைத் தேடுவதே
உயிரைத் தேடுவதாய்
உள்ளது?'

'இரவும் பகலும் உயிர்கள்
விழித்திருக்கும் உலகம்
மரங்களுக்கானது'

அமைதியின்போதே போருக்கு ஆயத்தமாக முடியும் என்பதை அறிந்த தேவசூதனி, நிசும்பன் போர் மூளுமென்று எச்சரித்து விலகிய தருணத்திலிருந்து அழுந்தூரை போருக்கு ஆயத்த படுத்தியிருந்தாள்.

வீரர்கள் ஊரெல்லையைச் சுற்றிலும் வைக்கோல் போர்களை குவித்திருந்தனர். ஆளியர்கள் நெருங்கியபோது வைக்கோலை தீமூட்டி கரும்புகையை ஏற்படுத்திய அழுந்தூர் வீரர்கள் மெல்லிய துணியைத் தண்ணீரில் நனைத்து முகத்தில் கட்டியபடி புகையின் சுருளாய் சென்று ஆளியர்களை வீழ்த்தினர். புதர்களில் இருந்தும், அடர்ந்த மரங்களின் மேலிருந்தும் வில்லேந்திய அழுந்தூர் ஆண்கள் முளைத்தனர். ஊரின் பல இடங்களில் சிறிய தடுப்பு சுவர்கள் எழுப்பப்பட்டு இருக்க அதன் பின்னிருந்து அம்புகள் பாய்ந்து வந்தன. தடுப்பு சுவற்றின் பின்னிருக்கும் வீரர்களை வீழ்த்த நெருங்கிய ஆளியூர் வீரர்களை குடில்களின் மேல் உதித்த அழுந்தூர் வீரர்கள் வீழ்த்தினர்.

ஆயர்கள், தங்கள் ஆநிரைகளுடன் ஊரிலிருந்து விலகிச் சென்று வளசை எனப்படும் புல்வெளிகளில் குடியிருப்புகளை அமைத்து தங்கும் பழக்கம் உடையவர்கள். தேவசூதனி ஆயர்களில் பாதி வீரர்களை ஊரின் நாற்புறத்திலிருந்த வளசைகளுக்கு அனுப்பியிருந்தாள்.

மேகமாய் மாறி நிலத்தைச் சூழ்ந்திருப்பதாய் நிசும்பன் எண்ணினான். ஆனால் வானமாய் மாறி மேகத்தைச் சூழ்ந்திருந்தாள் தேவசூதனி. ஆளியர்கள் தாக்குதலைத் துவங்கியதும் நாவை மடித்து 'வீளை' ஒலியெழுப்பிய ஆயர்கள், ஆளியர்களின் பின்புறத்திலிருந்து தாக்குதலைத் துவங்கினார்கள்.

நிசும்பன் தலைமை தாங்கி முன்னேறிய இடத்தின் வெளிவட்டத்தில் நின்றிருந்த அழுந்தூர் வீரர்கள் தாக்குதலை சமாளிக்க முடியாதது போல பின்னேறி வாய்க்காலாய் வழியேற்படுத்த, ஆளியர்கள் வேகமாக உள்ளே நுழைந்து பொறிகளில் சிக்கினர். நடு வளையத்தைக் காத்திருந்த அழுந்தூர் ஆண்களும், பெண்களும் அம்புகளை எய்து ஆளியர்களை வீழ்த்த நிசும்பன் சகோதரர்களுடன் தேவசூதனியிடம் சிக்கினான்.

தலைவிரி கோலமாய் உக்கிரமாக இருந்த தேவசூதனி சினம் கொப்பளிக்க வாளேந்தி நால்வருடன் போரிட்டாள். கதிர்களின் தலையறுப்பவள் நால்வரின் உடல்களைத் தாளடித்தாள். நால்வரின் தலைகளை வெட்டியெறிந்த பின்னரும் ஆவேசமடங்காமல் ஒரு கையில் முத்தலை சூலத்தில் சொருகியிருந்த நிசும்பனின் தலையும், மறுகையில் அவனது சகோதரர்களின் தலைகளையும் கொத்தாக தூக்கிக்கொண்டு நடந்தாள்.

நண்பகலில் துவங்கிய போரானது அன்றைய இரவில் முடிவுக்கு வந்தது. ஆளியர்கள் அனைவரும் கொன்றொழிக்கப் பட்டனர். ஆளியர்களின் அம்புகளால் துளைக்கப் பட்ட தேவசூதனி உடலெங்கும் குருதி வழிந்தபடி சூலத்துடன் வந்தமர்ந்தாள்.

பேரழகும், பெரும்பொலிவும், கருணையும் தவழ்ந்திருக்கும் சந்திர முகம் வெறியின் உச்சத்தில் உக்கிரமாக மாறியிருந்தது. செருவிளையை ஒத்த வெண்ணிற விழிகள் செங்கொடுவேரி மலராய் குருதி பூத்திருந்தது. பல்லைக் கடித்தபடி ஆவேசம் தணியாது உறுமிக் கொண்டிருந்தவளை நெருங்கவே மக்கள் அஞ்சினர். அதிகுணன் அவளை நெருங்கி ஆற்றுப்படுத்த, நடுநிசியில் அவரின் மடியில் உயிர் பிரிந்தது. அவள் மறைந்த இடத்திலேயே அவளுக்கு கோவிலை எழுப்பினர். நிசும்பனை அழித்ததால் நிசும்பசூதனி என போற்றப்பட இரவு நேரத்தில் தண்டைகள் அதிர, தீப்பிழம்பாய் அவள் அலைவதைப் பார்த்ததாக மக்கள் கூற, அவளின் சினத்தை தணிக்க பலிகள் தரப்பட்டன.

எண்ணற்ற அழுந்தூர் மக்களும் போரில் மடிந்திருக்க, சிலமாதங்களுக்கு பின்னர் ஆயர்குலத் தலைவன் சாமகண்டன் போரின் இழப்புகளை மறக்க தனது மக்களுடன் இடம் பெயர்ந்து செல்ல விரும்பினார். வரக்கூடிய எல்லா காலத்திலும் மணமக்கள் இசைந்தால் இரண்டு குலங்களும் பெண் கொடுத்து, பெண் எடுப்பதில் முதல் உரிமை கொண்டிருப்பர் என்று குலத்தலைவர்கள் இருவரும் நிசும்பசூதனியின் கோவிலில் வாக்கு தந்தனர்.

அழுந்தூரிலிருந்து விலகி வந்த ஆயர்கள் நாங்கூரில் குடியேறி வேளாண்மைச் செய்யத் துவங்கினர். இரண்டு குலங்களுக்கும் இருப்பது மண முறை. ஆணும், பெண்ணும் மனம் விரும்பினால் பெற்றோர்கள் மறுக்க கூடாதென உறுதி தந்துள்ளனர்' என்று முடித்தாள் இளவெயினி.

நிசும்பசூதனியின் கதையைக் கேட்டதும் துவளும் மனமும், இரண்டு குலங்கள் பெண்ணெடுக்கும் முறை என்றறிந்தவுடன் மலரும் உள்ளமுமாய் வளவனின் முகத்தில் உணர்வுகள் மின்னி மறைவதை பார்த்தவாறு அமர்ந்திருந்தாள் இளவெயினி.

'கடம்ப நாட்டின் வேளாண் குடியான நாமும் அழுந்தூர் குடியை சேர்ந்தவர்களா?' என்று வளவன் கேட்டதும் வயிற்றில் புரண்ட வலியொன்று மேலெழுந்து குரல் வளையை நெறித்தது.

'நிசும்பசூதனியின் கால்வழியடா நீ. அவளின் குருதித் தோன்றல் நீ. நிசும்பசூதனியின் தங்கை மதிசூதனியின் கொடிவழி வந்தவன். குலத்தைக் காக்க உதித்த கதிரவனின் விள்ளல் நீ' யென்று இரைய மனம் திமிறியது. உணர்வு பெருக்கெடுத்து ஓடும்போது முடிவுகளை தள்ளிப் போடுபவள் இளவெயினி.

'ஆம். அழுந்தூரின் குடிகள் நாம்' என்று கூறி விட்டு குடிலை விட்டு வெளியே வந்தாள். வான்மேகங்கள் வாட்டத்துடன் அவள் முகத்தைப் பார்த்தபடி மிதந்தன.

★★★

சேரநாட்டில் மலை அரண்மனையின் சோலையில் சேரமான் உதியஞ்சேரலாதன் நல்லினியுடன் அமர்ந்திருந்தார். 'குடிகளுக்கு இத்திங்களுக்கான பொருளை அனுப்பியாகி விட்டதா?'

'சென்று விட்டது'

போரில் இறந்த அனைத்து வீரர்களின் குடும்பத்திற்கும் ஒவ்வொரு திங்களும் சிறிய கலனில் காசுகளை அரசு முத்திரையுடன் சீலிட்டு அனுப்புவதற்கென சாவடிகளை ஏற்படுத்தியிருந்தாள் நல்லினி. அரசின் தலையாயப் பணியாக இதைக் கருதி வந்தாள். நாட்டிலிருக்கும் ஆதரவற்ற முதியவர்கள், உடல்நலம் இல்லாதவர்கள், ஏழை, எளியவர்கள் தங்கி உணவருந்த ஒரு ஊரினை ஏற்படுத்தியிருந்தாள். இவ்வூர் ''உதியன் அட்டில்'' என்றாகியது.

'நேற்று அரசவைக்கு வந்த மாமூலனார் என்ற புலவர் முதியோர்களைச் சிறந்த முறையில் நான் பேணி காப்பதாக கருதி என்னைப் புகழ்ந்தார்' என்று சேரமான் சிரிக்க..

'அரசு என்பது வேந்தர் பெயரால் நடைபெறுவதே. நாட்டின் குடிகள் செய்யும் நற்செயல்கள் உங்களையேச் சாரும். மேலும் உங்களை புகழ்ந்தால் என்ன, என்னை புகழ்ந்தால் என்ன? சேரமானை ஆள்பவள் என்ற பெரும் புகழை நான் பெற்றிருக்கிறேனே. அது போதாதா'

'எனினும் பொருட்கள் அனுப்புவதை திறம்பட நிர்வகிப்பது அரசி தான் என்று அவரிடம் கூறினேன். வானத்தை பாடாமல் நிலவின் மேன்மையை பாடுவது எப்படி என்கிறார் அவர்'

'நமது புகழை விட குடிகளின் மேன்மையே முக்கியம்' என்ற நல்லினி 'அரசு வணிகத்தில் ஈட்டும் பொருளில் பெரும்பங்கு பணிபுரியும் வீரர்களுக்கும், இறந்தவர்களின் குடும்பத்தினருக்கும் சென்று விடுகிறது. வருவாயை பெருக்க வேண்டிய நிலையில் இருக்கிறோம்'

காடுகளில் விளையும் பொருட்களை வணிகத்திற்கு கொண்டு வரும் குடியினர், முத்துக் குளிப்பவர்கள் என்று பலர் போரில் இறந்து விட்டதால் மலைகளில் வளமிருந்தும் அவற்றை வணிகப்படுத்த முடியாத நிலையில் இருந்தது சேரநாடு. கருவூலகங்கள் கரைந்து நாட்டின் பொருளாதாரம் குறைந்து வருவதை சேரமான் அறிவார்.

''உன்னால் மீட்டெடுக்க இயலும் என்ற நம்பிக்கை எனக்கு இருக்கிறது''

'யவன அடிமைகளை வரவழைத்து நமது பொருட்களைத் துறைமுகத்திற்கு எடுத்து செல்லலாம் என்று எண்ணுகிறேன்'

'சரியான எண்ணம்'

சற்று யோசித்த நல்லினி 'ஒற்றர்களின் கூற்றுப்படி சோழநாட்டின் வேந்தனும், அரசியும் கலிங்கத்தில் கொல்லப் பட்டதாக தெரிகிறது' என்றாள்.

'அதில் உண்மை இருக்குமென தோன்றவில்லை'

'தலைமையற்ற சோழ நாட்டை நம்மால் கைப்பற்ற இயலுமா?'

'சோழ அரசி சோழ நாட்டை பல்லாண்டுகளாக மறைந்திருந்தே சிறப்பாக நடத்தி வந்திருக்கிறாள். அரசனற்ற நாடென்பதால் படைபலத்தை பெருக்கி வந்துள்ளாள். அதிக எண்ணிக்கையில் வீரர்கள் இல்லாத நாம் புகார் வரை படை நடத்திச்சென்று கைப்பற்றுவது கடினம்'

'உயிருடன் இருப்பார்கள் என்பது உண்மையெனில் சோழ வேந்தன் வளர்ந்தவுடன் தனது தந்தையைக் கொன்றவர்களை வஞ்சினம் தீர்க்க அனைத்து நாடுகளின் மேலும் போர் தொடுப்பது உறுதி'

'அதைக்குறித்து அஞ்ச வேண்டியதில்லை. நமது நாட்டில் நுழைந்து நம்மை வீழ்த்துவது இயலாத காரியம். இன்னும் சில ஆண்டுகளில் நமது நாட்டிலிருக்கும் சிறுவர்கள் இளைஞர்களாக வளர்ந்து விடுவார். படையில் வீரர்களின் எண்ணிக்கை உயர்ந்து விடும்'

'கலிங்கம் செல்வதற்கு முன்னர் அவர்கள் பாண்டிய நாட்டில் மறைந்திருந்ததாக தெரிகிறது. ஒருவேளை அவர்கள் சேரநாட்டில் மறைந்திருந்தால்?'

அரசியின் மனதில் கானலாய் உருவாகிய எண்ணத்தை உணர்ந்த சேரமான் அதைத் துடைத்தெறிய 'எனது தனிப்பட்ட பாதுகாவலை அவர்கள் விரும்பும் வரையில் அளிப்பேன். அதற்கு பின்னர் என்னை போர்க்களத்தில் சந்திக்க விரும்பினால் மகிழ்வுடன் செல்வேன். வீரமென்பது கண்ணோடு கண் பொருந்தி எதிர்த்து நிற்பது. பகைவனின் நிலையை பயன்படுத்திக் கொள்வதல்ல' என்றார்.

உதியமானின் பதில் இப்படித்தான் இருக்குமென்று அறிந்திருந்த நல்லினி அமைதியானாள். பகையைப் போர்க்களத்தில் சந்திக்க விரும்புபவர் சேரமான். வஞ்சத்தால் கைக்கொள்பவர் அல்ல. எனினும் சோழ நாட்டை கைப்பற்ற முடிந்தால் தென்னாட்டிலிருக்கும் அனைத்து முதியவர்களுக்கும் உணவளிக்கும் வல்லமையைப் பெறமுடியும். சோழத்தின் அபரிமிதமான வளத்தை அனைத்து நாடுகளுக்கும் பிரித்தளிக்க இயலும் என்றெண்ணினாள்.

★★★

கதிரவன் நடுவானிலிருந்து நழுவத் துவங்கியிருந்தான். வளவனும், சுடரொளியும் காந்தளூர் சாலைக்கு அருகிலிருக்கும் ஆற்றங்கரைக்கு சென்று திரும்பிக் கொண்டிருந்தனர். குட்டுவனைப் பார்க்க தோன்றும் போதெல்லாம் வளவன் அங்கு சென்று பயிற்சியை முடித்து திரும்பும் குட்டுவனைச் சந்தித்து வருவது வழக்கம்.

அன்று மாலையில் இரும்பிடாரின் பயிற்சிகளை முடித்து விட்டு வளவன் புறப்பட்டபோது சுடரொளியும் வளவனுடன் இணைந்து கொண்டான். இருவரும் குட்டுவனைச் சந்தித்து விட்டு திரும்பிக் கொண்டிருந்தனர்.

தொலைவில் மிதமான வேகத்தில் பழுப்பு நிறக் குதிரையொன்று வந்து கொண்டிருந்தது. மக்கள் அதிகம் பயன்படுத்தாத ஒற்றையடி பாதையாயிற்றே என்று எண்ணிய வளவன் உற்று நோக்க...

பொற்சிலையொன்று குதிரையில் நளினத்துடன் வருவதைப் போல ஆதிரா வந்து கொண்டிருப்பதைக் கண்டதும் மனம் துள்ளத் துவங்கியது. பால்வண்ண உடலில் செந்நிற ஆடையணிந்து விளச்சிப்பழத்தை போலிருந்தவள், குதிரையை செலுத்திய விதத்தைக் கண்டதும் குதிரையேற்றத்தை நன்கு பயின்றவள் என்பதை புரிந்து கொண்டான்.

வளவனைக் கண்டதும் குதிரையை நிறுத்திய ஆதிரா 'தோகையுடைய மயிலும் மயங்கும் சிகை கொண்டவன்' இவனென்று எண்ணியபடி ...

'எங்கே பயணம் வளவரே?' என்றாள். வளைந்து நெளிந்த செந்நிற இதழ்கள் இரு நாண்களாய் இழுபட்டு சொற்களை எண்ணற்ற அம்புகளாய் எய்தன. அம்புக்கு பணியின்றி நாண்களே வளவனை வீழ்த்தியிருந்தன.

கண்கள் சுழற்றிய கசையில் சிக்குண்டு இருந்த வளவன் 'ஓவியமொன்று உயிர் பெற்று குதிரையில் செல்வதாக அறிந்தேன். தேடி வந்தேன் இளவரசி' என்றான்.

'இருக்குமிடத்தில் தேடியதாக தெரியவில்லையே. நில மலரை நீரில் தேடுவது போலிருக்கிறது. உங்கள் நண்பர் சுடரொளி அதிர்ந்து நிற்பதைக் காண்கையில் தேடும் எண்ணம் இருந்ததாகவும் தெரியவில்லை'

'அவளைத் தேடிச் செல்லாததை இடித்து காட்டுகிறாளோ' என்று வளவன் எண்ண....

'அவனது பெயர் எப்படித் தெரிந்தது' என்று அதிர்ந்த சுடரொளி 'என்னை எப்படி இளவரசிக்கு தெரியும்? என்றான்.

‘தகவல் திரட்டுவது உங்கள் பிறப்புரிமையா என்ன? என்று ஆதிரா குறுநகையுடன் சொல்ல, சுடரொளி மேலும் அதிர்ந்தான்.

‘நிலையில்லா பறவை வானைத் தாங்கும் மரத்தில் அமரலாமா என்ற கேள்வி தான் பறவைக்கு’ என்றான் வளவன்.

‘மெய் உயிரை தேடியதாய் தெரியாததால், மரம் தான் பறவையை தேடி வந்துள்ளது இப்போதும்’ என்று முகம் சிவக்க கூறிய ஆதிரா குதிரையை நகர்த்த...

‘தன்னைத் தேடி தான் இந்த வழியில் வந்திருக்கிறாள்’ என்ற எண்ணம் வளவனின் உடலெங்கும் சிலிர்ப்பை ஏற்படுத்தியது.

‘அகன்ற வானில் பறவையின் கால் தங்க இடமேது? மரத்தைத் தேடி வந்து தானாக வேண்டும். மரத்தைத் தேடுவதே உயிரைத் தேடுவதாய் உள்ளது?’ என்றான்.

‘இரவும் பகலும் உயிர்கள் விழித்திருக்கும் உலகம் மரங்களுக்கானது’ என்ற ஆதிரா குதிரையை விரட்டிச் செல்ல, ‘ஆச்சரியக் குறிகள் அதிசயித்து நிற்கும் அதிசயக் குறி இவள்’ என்றெண்ணிய வளவனின் முகம் மலர்ந்தது.

‘அதெங்கு உள்ளது?’ என்றான் சுடரொளி குழப்பத்துடன்.

‘பகலிலும், இரவிலும் மலரும் மலர்களைக் கொண்டு அவள் உருவாக்கியுள்ள சோலையைக் குறிப்பிடுகிறாள்’ என்றான் வளவன்.

ஆதிரா பேசுவதிலிருந்தே அவளின் மதியூகத்தை உணர்ந்த வளவன், ‘இவளின் அகம் இனிதா, புறம் இனிதா என்பதைப் புலவர்களாலும் கணிக்க முடியாது’ என்று எண்ணினான்.

அன்றிரவும் வளவனால் கண்ணுறங்க இயலவில்லை. பருவம் என்பது உடலின் திருவிழா. அணுக்கள் தோறும் உணர்வுகள் ஊற்றெடுத்து சுழன்று ஆர்ப்பரிக்கும் காலம். சிற்றோடையாகவும், சீறும் நீர்வீழ்ச்சியாகவும் அலையடிக்கும் தருணம். ஆதிராவின் மின்னும் விழிகள் வளவனின் மனதில் ஒளி பாய்ச்சி உழுது கொண்டிருக்க, உறக்கம் விழிகளை தழுவாமல் தள்ளி நின்று வேடிக்கை பார்த்தது. உடலெங்கும் பவளமல்லியாய் மலர்ந்த கனவுகள் படுக்கையெங்கும் சிதறிக் கிடந்தன.

மறுநாள் காலையில் வளவன், ஆதிராவின் ஐம்பொழிலுக்கு பேராவலுடன் குதிரையில் சென்று இறங்கினான். சோலையின் நுழைவாயிலின் இருபுறமும் ஓங்கி உயர்ந்திருந்த சரக்கொன்றை மரங்கள் பொன்மஞ்சள் மலர்களைச் சொரிந்து வரவேற்றன. அவற்றை ரசித்தபடியே வளவன் சோலையினுள் நுழைய மலர்களின் நறுமணம்

நாசியை அடைந்து மனதை மகிழ்வித்தது. அகன்று படர்ந்த நடைபாதையின் இரு மருங்கிலும் குடை கவித்தாற்போல இருவாச்சி, மயிற்கொன்றை மரங்கள் நிழல் பரப்பிக் கொண்டிருப்பதைக் கண்ணுற்ற வளவன் வியந்து போனான்.

நிழல்தந்த குளிர்ச்சியும் மலர்களின் மணமும் இணைந்து வளவனின் மனதை மிதக்கச் செய்தன. ஏற்கனவே ஆதிராவின் நினைவில் அலைபாய்ந்த அவன் மனதுக்கு, அம்மரங்களின் மலர்கள் யாவும் காதலின் வசந்த விழாவுக்கு அவனை ஆயத்தப் படுத்தும் காமனின் கணைகளாகவே தெரிந்தன. அவ்வழகிய சோலையில் உள்ள மலர்ச் செடிகளும் மரவகைகளும் ஆதிராவால் பல்வேறு நிலப்பகுதிகளிலிருந்து கொணர்ந்து வளர்க்கப்படுபவை என சுடரொளி கூறியது வளவனின் நினைவிலாடியது.

மென் ரசனையும், தாவர வகைகள் பற்றிய இயற்கை அறிவும் மிக்கவளாயிருந்த ஆதிரா ஒவ்வொரு செடி, கொடி, மரமாகத் தேர்ந்தெடுத்து அவற்றின் பண்பை உணர்ந்து சரியான இடங்களில் நுட்பத்துடன் நட்டு வளர்ந்திருந்ததில் சோலை அழகிய ஒழுங்குடன் செழித்திருந்தது.

ஐவகை நிலங்களில் இருந்து மண்ணையும், தாவரங்களையும் வரவழைத்து நீரை இறைத்தும், இறுக்கியும் நிலங்களுக்கான குணங்களை கொண்டு வர முயன்றிருப்பது தெரிந்தது. அணிவகுத்து அடர்ந்து நின்ற நிலங்களின் மரங்கள் முயற்சி செம்மை யடைந்திருப்பதை உணர்த்தியது.

பாலைநிலத்திற்குரிய பாதிரிப்பூக்கள் பறிக்கவியலா உயரத்தில் நத்தையின் நாவடிவில் மலர்ந்திருந்தன. அவற்றோடு உரசியபடி கருநிறக்கிளைகளில் சிவந்த நிறத்தில் கொத்துக் கொத்தாக பூத்திருந்தன மருத நிலதிற்குரிய ஞாழல் பூக்கள். நீண்ட சினை களோடு படர்ந்திருந்த குரவ மரத்தின் அரும்புகளும் பூக்களும் சிறுகாம்புகளில் திகழ்ந்து மணம் பரப்பின. தரையெங்கும் அவற்றின் பூந்துகள் விரவிக் கிடந்தது. குரவ மரத்தின் பூக்களை விரும்பி வாழும் குயில்கள் கிளைகளில் அமர்ந்து இனிமையாகக் கூவி வளவனை வரவேற்றன. அவற்றோடு சேர்ந்து கொண்டு, தென்றலும் கைகோர்த்து மரங்களை வருடி இலைகளை அசைத்தது.

புல்வெளியின் நடுவே அமர்ந்து கொள்ள அழகிய சிற்ப வடிவிலான கல்மேடைகள் அமைக்கப்பட்டிருந்தன. மலர்ப்படுகைகளைப் பார்வையிட ஆங்காங்கே உயரமான மாடங்கள் பூங்கொடிகள் பின்னிப் படர நிறுவப்பட்டிருந்தன. தட்டினால் இசை கேட்கும்படியாக வரிசையாக கல்தூண்களும், அவற்றில் சிறு குழிகள் மாலையில் எண்ணெய் திரியிட்டு விளக்கேற்றும் வகையில் இருந்தன.

புல்வெளிகளுக்கு அடுத்திருந்த சரிவான இடத்தில் நாங்கூரின் கோவில்களுக்காக மலர்ச் செடிகள் பதியனிடப்பட்டிருந்தன. தினமும் பிறக்கும் மலர்களால் தெய்வங் களை வழிபடுதல் பெருமகிழ்வை தரக்கூடியதென்பதால் வழிபாட்டுக்கு உகந்த எண் வகை மலர்களான புன்னை, சண்பகம், பாதிரி, வெள்ளெருக்கு, நந்தியாவர்தம், அரளி, நீலோத்பலம், தாமரை போன்றவை வளர்க்கப் பட்டிருந்தன. செவ்வரளி செடிகள் தலை நிமிர்ந்து மலர்களுடன் அசைந்து கொண்டிருக்க, மருவும், கதிர்பச்சையும் மணம் பரப்பி மனதைக் கிறங்கடித்தன. சிறிய பூஞ்சோலையை எதிர்பார்த்து வந்த வளவன் பேரழகு மிக்க மலர் உலகைக் கண்டு பிரமித்து போனான்.

சோலையின் நடுவில் அழகிய வேலைப்பாடமைந்த தூண்களோடு நிறுவப் பட்டிருந்தது பூக்கட்டு மண்டபம். சோலையில் மலர்ந்த பூக்கள் பறிக்கப்பட்டு சிறு குவியல்களாக குவிக்கப்பட்டிருக்க, சில பெண்கள் நாங்கூரின் கோவில்களுக்கான மலர்மாலைகளை சரம் சரமாய் தொடுத்துக் கொண்டிருந்தனர். மாலைகளைத் தொடுக்கும் இளம்பெண்களையும் அழகிய மலரென்று கருதி வண்டுகள் மொய்த்தன. மயில்களும், மான்களும், கிளிகளுமென அழகுயிர்கள் இங்குமங்கும் திரிந்தன.

ஆங்காங்கே தாழ்ந்திருந்த தில்லை மரக்கிளைகளில் அழகிய ஊஞ்சல்கள் பூங்கொடிகளால் பின்னப்பட்டு தொங்கிய வண்ணமிருக்க ஊஞ்சலொன்றில் அமர்ந்த வளவன் மெல்ல ஊஞ்சலை அசைத்தவாறே, அவ்வழகிய சோலையினை அமைத்த அழகு மலரின் வரவுக்காக காத்திருந்தான்.

சோலையின் அழகில் மயங்கி தன்னை மறந்தவனாக ஊஞ்சலில் அமர்ந்திருந்த வளவனுக்கு குதிரையொன்று சோலையின் வாயிலில் நுழையும் ஓசை கேட்க, அமைதியில் லயித்திருந்த வளவனின் இதயம் படபடப்புடன் துடிக்கத் துவங்கியது.

மேகங்களைக் கிழித்து வரும் மின்னல் இதழ் போல சோலையின் மரங்களினூடே குதிரையை வளைத்து நெளித்து செலுத்தியவாறு அழகரசியாய் வந்த ஆதிரா வளவனின் எதிரில் குதிரையை நிறுத்தினாள்.

பொன்னிற நெற்றியில் செந்நிலவாய் குங்குமம் தீற்றியிருக்க, துள்ளிப் புரளும் கண்களும் சோலைக் காற்றில் அலைபுரளும் கூந்தலைக் காந்தள் விரல்களால் ஒதுக்கியவள் ‘வளவரே ஏன் இவ்வளவு தாமதம்?’ என்று மென்நகையுடன் கூறியபடி, குதிரையிலிருந்து குதித்து இறங்கினாள்.

‘ஏன் முன்பே வரவில்லையென்று பரிகசிக்கிறாள்’ என்பதை வளவன் புரிந்து கொண்டான்.

அன்னங்களின் நடைதோற்குமாறு மென்னடை நடந்தவள் விழிகளால் வளவனை வருடினாள். ஊஞ்சலில் அசைந்தவாறு தன்னையே இமைக்காமல் பார்த்திருந்த அவனை நோக்கி, முன்னும் பின்னுமாய் அசையும் மனதுடன் அவனை நோக்கி நடந்தாள்.

இருவரும் நெருங்க மன்மதன் பெருவகையுடன் தனது அம்பறா தூணியில் வைத்திருக்கும் பிண்டி, தாமரை, மாம் பூ, முல்லை, குவளை என்ற ஐவகை மலரம்பு களை எய்து காதல் சோலையை கவித்துவமாய் கட்டத் துவங்கினான்.

வீரம் வளரும்...

43

பூவுலகின் மலர்களெல்லாம் அற்புத மலரான ஆதிராவைக் காண, அணிதிரண்டு வந்து ஐம்பொழிலில் காத்திருப்பது போல் மலர்வனம் அமைந்திருக்க, ஊஞ்சலில் அமர்ந்திருந்த வளவனும் காத்திருந்தான். பொன்னில் வார்க்கப்பட்ட வெண்ணிலவு தரையிறங்கி வந்தது போலிருந்தவளை வியப்புடன் பார்த்தவாறு அமர்ந்திருந்தான். பொன்னிலவு இளநகை புரிய நெஞ்சை வலது கையால் பற்றிக் கொண்டான்.

அவன் செய்கையின் பொருளை புரிந்து கொண்டவள் 'என்னவாயிற்று?' என்றாள் குறுநகையுடன்.

"வேல் கொண்ட கூர்முனையாய் உங்கள் பார்வை இதயத்தைத் தாக்கினால், வேறென்ன செய்வது?"

மடை திறந்த வெள்ளத்தில் தாவும் மீனாக தெறித்து விழுந்தன வளவனின் சொற்கள்.

ரசிக்கப்படுவதை விரும்புவர்கள் பெண்கள். அதுவும் மனதைக் கவர்ந்தவன் அழகை வர்ணிக்கும்போது மனத்தின் மகிழ்ச்சி கடலின் பேரலையாய் ஆர்ப்பரிக்கும். சலங்கையின் மணிகளில் சிக்குண்ட காற்று உருள்வது போல இசையாய் சிரித்தவள், 'அவ்வளவு தானா?' என வினவ...

"பார்வையில் அனிச்சமலர் போல மெல்லினமாய் தோன்றினாலும், வல்லினமாய் எனைத் தாக்கும் ஆயுதங்களை உங்கள் விழிகள் சுமந்து வருகின்றன. வளைந்திறங்கும் சிற்றிடையும், இடையினத்தை தழுவிப் படர்ந்த மென்துகிலும் அதன் மேலணிந்த பவளவட மேகலையும் நடக்கையில் இருபுறமும் அசைந்தாடி என்னை மயக்க, இமைகளின் சிமிட்டல்கள் உளியாய் என் மனதைச் செதுக்கி விளையாடுகின்றன.

இத்தனையும் ஒவ்வொரு முறை பார்க்கும் போதும் நிகழ்வதால் இதயம் அதிர்ந்து மீள்கிறது. மீண்டும் அதிர்கிறது. இவற்றில் தெளிவடைந்து மீண்டு வர தாமதமாகி விட்டது?'

'பசுமை நிறம் எங்கும் நிறைந்திட்ட சோலையில், கிள்ளை மொழி பேசும் பறவைகளும், மருண்டு தாவும் மான்களும், பன்னீர் தெளிக்கும் மரங்களும், பூக்களுமாய் சேர்ந்து ஈடிணையற்ற வீரரை கவியாக்கி விட்டனவோ? இன்னும் சிறிது நேரம் கழித்து நான் வந்திருந்தால் காவியமே படைத்திருப்பீர்கள் போலவே?' என்று செவ்விதழ்கள் விரித்து, காட்டுமுல்லையின் மொட்டுக்கள் போலிருந்த பற்கள் தெரிய சிரித்தாள் ஆதிரா.

'சோலையின் அமைப்பும், தேடித் தேடி விதைத்து வளர்க்கப்பட்ட அரிய செடி மரங்களின் வகைகளும், அவற்றின் திட்டமிட்ட பராமரிப்பும் வியப்பளிக்கின்றன. உயிர் வரை வருடும் தென்றலும் பசுமையும் குளுமையும் என கவிச்சோலையை அமைத்திருக்கிறாய். இங்கே வருபவர் எவராயினும் கவிஞராவது நிச்சயம்'.

பாராட்டை ஏற்பது போல ஆதிரா புன்முறுவல் செய்ய,

'ஆனால் காவியம் படைப் பதென்றால் இச்சோலையின் மீதல்ல. விழி பூக்கும் பனிப்பூக்களும், இதழ் விரிக்கும் கனிப்பூக்களும், நேசமுணர்த்தும் மொழிப்பூக்களுமென மலர்ந்து நிற்கும் உன்னைப் பற்றித் தான் எழுதவேண்டும்.'

உங்களின் என்ற சொல்லை விடுத்து உன்னை என்ற சொல்லை தொடுத்து இடைப்பட்ட தொலைவை தாவிக் கடந்து விட்டான் என்றெண்ணி மகிழ்ந்த ஆதிரா, 'போதும் வளவரே. காவியம் பின்பு எழுதலாம். வாருங்கள் ஐம்பொழிலை சுற்றிக் காண்பிக்கிறேன்' என்று அழைத்துச் சென்றவள் 'சோலையில் என்ன கண்டீர் கள்?' என்று மென்மையாக வினவ..

'இப்பூவுலகம் நமக்கு அளித்த பெருங்கொடை தாவரங்களே. உலகில் தோன்றிய முதல் உயிர். விலங்குகளும், மனிதர்களும் தோன்றுவதற்கு முன்னரே தாவர இனங்கள் உண்டாகி விட்டன. தாவரங்களுக்கு உயிரும், உணர்வும், அறிவும் உண்டு. உலகில் இருக்கும் அத்தனை உயிர்களும் அழிந்தாலும் தாவரங்கள் ஒரு போதும் அழியாது. இவ்வுலகத்தின் உயிர்களுக்கு உணவையும், வலிமையையும் தருவது அது.

‘ஐவகை நிலங்களையும் அவற்றில் தன்மையையும் படைக்க முயன்று அதை செவ்வனே செய்திருக்கிறாய். தாவரங்களில் மலர்கின்ற வண்ண மலர்கள் பெரும்பாலும் செம்மை, வெண்மை, மஞ்சள், நீலம், கருநீலம் என்று ஐந்து நிறங்களை கொண்டிருக்கும். அவை மலரும் இளவேனில், முதுவேனில், கார், கூவுதிர், முன்பனி, பின்பனி என்று காலங்களை பொறுத்து பதியனிட்டு வளர்த்திருக்கிறாய்’ என்றதும் ஆதிரா பெரும் வியப்படைந்தாள்.

வீரத்தை விளைநிலமாய் கொண்டவன், மலர்களையும் அவற்றின் நுட்பங்களையும் கண்டுணர்ந்ததைக் கண்டு ஆச்சரியமடைந்தாள்.

‘மக்களிடமிருக்கும் மாறுபாட்டைப் போல பல ஆண்டுகளுக்கு ஒரு முறை மலரும் மலர்கள் தனித்து நடப்பட்டுள்ளன’

‘எந்த மலர்கள் அவை?’

‘‘ஏழு ஆண்டுகளுக்கு ஒரு முறை மலரும் பிரம்ம கமலம், பன்னிரண்டு ஆண்டு களுக்கு ஒரு முறை மலரும் குறிஞ்சி, பதினைந்து ஆண்டுகளுக்கு ஒரு முறை மலரும் லிம்பா, ஐம்பது ஆண்டுகளுக்கு ஒரு முறை மலரும் கற்றாழை, நூறு ஆண்டுகளுக்கு ஒரு முறை மலரும் தாளிப்பனை என காலம் கைகட்டி நிற்கிறது. தென்னாட்டின் மிகப்பெரிய மலரான பெருதண் சண்பகமும், மிகச் சிறிய மலரான நெற்பூவும் எதிரெதிராய் உள்ளது’’

சில இடங்களில் பெண்கள் களையெடுப்பதையும், சிறு கிளைகளை வெட்டிக் கொண்டிருப்பதையும் வளவன் கவனித்தான். அவர்களின் முகத்தில் தவழும் பரிகாசத்தை கண்ணுற்றவன் ‘இந்த சோலையில் நுழைய ஆண்களுக்கு ஒப்புதல் இல்லையா?’ என்று கேட்டதும் ஆதிரா மேலும் வியப்படைந்தாள். தனது கேள்விகளுக்கு பதில்களை சரம்சரமாய் தொடுத்தாலும் சூழலை எளிதில் கணிக்கிறான் என்றெண்ணினாள்.

‘ஆண்கள் வருவதற்கு ஒப்புதல் இல்லை. மேலும் நான் சோலையை சுற்றிக் காண்பிப்பதும் புதிது. நீங்கள் வருவீர்கள் என்று எனது மாமன் மகள் அறமொழி முன்பே வந்து காவலர்களை விரட்டி விட்டாள்’ என்று சொல்லி ஆதிரா சிரிக்க...

‘பெண்களின் சித்து விளையாட்டில் சிக்கியிருக்கிறேன் போல’ என்றான் வளவன்.

‘வேளாண்குடியினன் என்று வளவன் கூறினாலும், சிறுவயது முதலே வீரக் கலைகளில் ஈடுபட்டு தினவு கொண்டிருந்த அவன் தடந்தோளும், நெடிய உருவமும், ஆராய்ந்தறியும் கூர்விழிகளும், வீரம் தெறிக்கும் பேச்சும், ஒளிபொருந்திய கம்பீரமான முகவெட்டும் காண்கையில் ஆதிராவின் மனதில் இவன் ஏதோ வகையில் சிறப்புக்கும், புகழுக்கும் உரியவன். வெளிப்படாத வைரமாய் இருக்கிறான்’ என்ற எண்ணம் தோன்றியது.

‘ஆழிக்காற்றை சிக்க வைக்க இயலுமா? உங்களது வீரத்தைப் போலவே தாவர அறிவும், சூழலை அணுகும் முறையும் பெரும் வியப்புக்கு உள்ளாக்குகின்றன வளவரே’

‘அறிவை இட்டவள் எனது அன்னை. வீரத்தை கற்பித்தவர் எனது மாமா’

‘உங்களது தந்தை?’

‘நான் சிறு வயதாய் இருக்கும்போதே ஒரு போரில் இறந்து விட்டார். பெரும் வீரனென்று மாமா அடிக்கடி நினைவு படுத்துவார்’

தந்தையில்லாமல் வளர்ந்தவன் என்ற நினைவு ஆதிராவின் மனதை கனியச் செய்ய, பேச்சை மாற்றினாள்.

‘இப்பூவுலகம் நமக்கு அளித்த பெருங்கொடை தாவரங்களே. உலகில் தோன்றிய முதல் உயிர். விலங்குகளும், மனிதர்களும் தோன்றுவதற்கு முன்னரே தாவர இனங்கள் உண்டாகி விட்டன. தாவரங்களுக்கு உயிரும், உணர்வும், அறிவும் உண்டு. உலகில் இருக்கும் அத்தனை உயிர்களும் அழிந்தாலும் தாவரங்கள் ஒரு போதும் அழியாது. இவ்வுலகத்தின் உயிர்களுக்கு உணவையும், வலிமையையும் தருவது. அது அவற்றின் மீதான அன்பினால் தான் இந்த சோலையை உருவாக்கினேன்’

இருவரும் சோலையின் மறுபுறத்திலிருந்த தடாகத்திற்கு வந்திருக்க, ‘அமரலாம் வாருங்கள்’’ என்றாள்.

இருவரும் அருகிலிருந்த மாடத்திலேறி அங்கிருந்த ஆசனங்களில் அமர்ந்தனர். கதிரவனும், சந்திரனும் எதிரெதிர் திசையிலிருந்து நெருங்கும் போது பார்த்துக் கொள்வது போல முகம் பார்த்து அமர்ந்து கொண்டனர்.

‘கடம்ப நாட்டின் நிசும்பசூதனிக்கும், எங்கள் தெய்வம் வீரக்கண்ணிக்கும் என்ன முறை என கண்டறிந்தீர்களா?’ என்றாள் குறும்பு கொப்பளிக்க.

‘என் அன்னையிடம் கேட்டு அறிந்தேன். கலங்க வைக்கும் அந்நிகழ்வை அறிந்ததோடு நான் அழுந்தூர் குடியைச் சேர்ந்தவன் என்பதும் தெரிந்தது’

‘அப்படியா?’ என்ற ஆதிரா, ‘இதுவரை தங்கள் அன்னை கூறவில்லையா?’ என்றாள் சிந்தனையுடன்.

‘‘இல்லை. அதன் காரணமும் கூறவில்லை. சகோதர முறை இல்லை என்றானதுமே வேறெதையும் கேட்க தோன்றவில்லை’ என்று சொல்லி விட்டு வளவன் ஆதிராவை பார்க்க, சகோதர முறையாய் இருக்குமோவென தவிக்க விட்டவளின் முகத்தில் குறும்பும் நாணமும் பொங்கியது.

‘இரு குலங்களுக்கும் மண உறவு தான் என்பதும் விளங்கி விட்டது. மண உறவே இல்லையென்றாலும் மனங்கள் ஒன்றுபட்டால் வாழ்வில் இணைய தடையேது இளவரசி’

உற்சாகம் மிக்கவனாய் வளவன் பேசிக்கொண்டிருக்க, அருவியென கொட்டும் அவன் வார்த்தைகளுக்கு செவிகொடுத்துக் கொண்டே காந்தமாய் ஈர்க்கும் அவன் முகத்தை விழிகளால் விழுங்கி கொண்டிருந்தாள்.

‘மனங்கள் ஒன்று பட்டால்! இன்னும் ஒன்று படவில்லையா வளவரே?’ என குறும்போடு கேட்டவளின்,

வலக்கையை மெல்ல பற்றியவன், ‘மின்னலாய் வெட்டிய உன் முதல் பார்வையே என் மனதைக் கவர்ந்து சென்று விட்டது இளவரசி. உன் நிலையென்ன?’’ என்று கேட்டவாறே அவள் விரல்களை வருட,

‘அன்றே தங்கள் பின்னால் வந்துவிட்ட மனதை இன்னும் அறியவில்லையா தாங்கள்?’ என்றபடி அவன் கைகளை விலக்கி முகம் சிவக்க எழுந்தாள். இரு மனங்களும் பார்வையில் தத்தளிக்க காதல் கரையேறியது.

தொடர்ந்து வாய்ப்பு கிடைக்கும் போதெல்லாம் இருவரும் சந்தித்து பேசி மகிழ காதல் ஒவ்வொரு முறையும் புதுப்பித்து கொண்டது. ஆழமாகவும், அகலமாகவும் ஆதி மரமாய் வேரூன்றியது. ஆதிராவின் அனைத்து திசைகளுமாய் வளவன் மாறியிருந்தான். வளவனோ அவளின் கண்ணில் காதலைக் கற்றான். அசைவில் நாட்டியம் கற்றான். வார்த்தையில் இசையினைக் கற்றான். மொத்தத்தில் வாழ்வதனைக் கற்றான்.

ஆதிராவை பரிகசித்து மகிழ்ந்த அறமொழி, பெண்கள் களித்து விளையாட இடையூறாய் இருக்கிறதென நாங்கூர்வேளிடம் கூறி காவலர்களை நிரந்தரமாக ஐம்பொழிலிலிருந்து விலக்கி வைத்தாள். இணையர்கள் சந்திப்புகளை ஏற்படுத்திக் கொண்டனர். ஐவகை நிலங்களும் உருமாறி, நிலைமாறி காதல் நிலமாய் மாறிப்போயின.

வளவனின் மனதில் ஏற்பட்டிருந்த மாற்றங்களை உள்வாங்கியிருந்த இளவெயினி மகனை கண்டிக்காமல் அவனின் இசைவுடன் சோழ நாட்டிற்கு அழைத்துச் செல்ல வேண்டுமென்று எண்ணினாள். போரிட விரும்பாதவனை, காதல் நீரோட்டத்தினூடே இணைந்து செல்லும் மீனாய் பயணிப்பவனை பிரித்து அழைத்துச் செல்வது எப்படி என்று எண்ணியவள் நிசும்பசூதனியை வேண்டத் துவங்கினாள்.

இளவெயினியின் வேண்டுதலுக்கு எப்போதும் நிசும்பசூதனி மனம் இறங்குவாள் என்று சொல்வர் அழுந்தூர் மக்கள்.

வளவனின் காதல் ஒருபுறம் வளர்ந்து கொண்டிருக்க, இரும்பிடாரின் அங்கக்களரி திடலில் இளைஞர்கள் வீரக்கோனின் போர்முறைகளை கற்றுத்தேர்ந்தனர். சூழலை பயன்படுத்துவது போன்ற நுண்ணிய திறன்களை வளர்த்துக் கொண்டனர். பயிற்சி களைக் குறைத்து இளைஞர்களின் உடல்களை இரும்பாக வலுவேற்றினான் இரும்பிடார்.

★★★

முடிவுற்ற இரவின் ஆட்சியை விடிகாலை பறவைகள் உலகிற்கு கட்டியங்கூற, மலர்களிலும் இலைகளிலும் முத்து துளிகளாய் திரண்டிருந்த பனித்துளிகளை ஆட்கொள்ள பகலவன் பன்னிரு கரங்களை விரித்தபடி வானேறினான்.

சற்று நேரத்தில் குடிலுக்கு வெளியே ஓசை கேட்பதை உணர்ந்த வளவன் உறக்கம் களைந்து வெளியே எழுந்து வந்தான். அழுந்தூர் குடியினர் அனைவரும் வானத்தை பார்த்தவாறு நின்றிருப்பதைக் கண்டவன் நிமிர்ந்து மேலே பார்க்க கிழக்கின் கீழ்வானம் பொன்வண்ணக் குழம்பாய் காட்சியளிக்க மூன்று சூரியன்கள் உதித்திருந்தன.

பேரதிர்ச்சிக்கு உள்ளான வளவன் உற்றுப் பார்க்க, பேரொளியாய் இருந்த முழு சூரியனுக்கு இருபுறங்களிலும் இரண்டு அரை சூரியன்கள் பெருஞ்சுடராய் தகதகத்துக் கொண்டிருந்தன. இரண்டு பொன்னிற வானவில்கள் மூன்று சூரியன்களை இணைத் திருந்தன. நெருப்புச் சூரியன் வெள்ளொளி அம்புகளை எண் திசைகளிலும் எய்திருக்க, கிழக்கின் வானம் செவ்வொளியால் தீப்பற்றி எரிந்து கொண்டிருந்தது.

‘என்ன இது?’ என்று வளவன் அருகில் நின்ற அழுந்தூர் வீரன் இமையனிடம் கேட்க ‘தெய்வத்தின் நெற்றிக்கண். இன்று பேரழிவோ அல்லது பெரும் நலமோ நிகழும்’ என்றான்.

சற்று தள்ளி நின்றிருந்த இளவெயினியிடம் சென்ற வளவன் ‘என்னம்மா இது?’ என்று கேட்க...

‘வானில் ஈரப்பதம் மிகுந்திருக்கும் போது கதிரவனின் ஒளி பனித்துகள்களில் சிதைவுற்று இருபுறங்களிலும் பிரதிபலிக்கும் என்று கற்றிருக்கிறேன். சூரியனின் ஒளி பிரதிபலிக்கப்பட்டு மற்ற இரண்டு சூரியன்கள் உருவாகின்றன. இவை மழை வருவதற்கு முன்போ, குளிர் காலத்திலோ உருவாகும் முச்சூரியன்கள் சிறிது நேரம் மட்டுமே நீடிக்கும்’

வானை வெற்றி கொள்ள போட்டியிடுவது போல சற்று நேரம் முச்சூரியன்களும் ஒளி வீசிக் கொண்டிருக்க, அழுந்தூர் குடிகள் அனைவரும் அந்த அதிசயத்தை கண்டவாறு நின்றிருந்தனர். இளவெயினி கூறியது போல சற்று நேரம் நீடித்த மாயக் காட்சி மெதுவாகக் கலைந்தது.

அன்று பயிற்சியேதும் இல்லாததால் ஆதிராவைக் காண காலையிலேயே ஐம்பொழிலுக்கு கிளம்பிச் சென்றான் வளவன். ஆதிராவைக் கண்டு பேசி மகிழ்ந்து விட்டு திரும்பிக்கொண்டிருந்த வளவன், நாங்கூர் நாளங்காடியின் வழியாக குதிரையைச் செலுத்தினான். மனதில் பெருமகிழ்வு தரை தங்காமல் மிதந்து கொண்டிருக்க நாளங்காடியை நெருங்கும்போது மலையை ஒட்டியிருந்த குடியிருப்புப் பகுதியில் மக்களின் அலறல்கள் கேட்பதை உணர்ந்து திடுக்கிட்டான். குதிரையை நொடியில் திருப்பி குடியிருப்புப் பகுதிகளை நோக்கி செலுத்தினான்.

நாலைந்து குடில்கள் இடிந்து விழுந்திருக்க, மக்கள் இங்குமங்கும் ஓடிக் கொண்டிருந்தனர். குதிரையைத் தொடர்ந்து செலுத்தியவன், சாலையின் நடுவில் பெரும் ரதத்தைப் போன்றிருந்த கரிய யானையொன்று, மதம் பிடித்து குடிலின் சுவரைச் சிதைத்து கூரையைப் பிய்த்தெறிவதைக் கண்டு அதிர்ந்தான். மக்கள் தீப்பந்தங்களை காட்டியும், முரசை அறைந்தும் யானையை அச்சுறுத்த முயன்று கொண்டிருந்தனர். கிடைக்கும் பொருட்களையெல்லாம் எடுத்து யானையை நோக்கி மக்கள் எறிந்து கொண்டிருக்க அவ்விடமே போர்க்களம் போல காட்சியளித்தது.

யானை இயல்பான நிலையிலிருக்கும் போது அச்சப்படும் நெருப்பு, முரசு, அங்குசம் போன்றவைகள் மதம் பிடித்த கணத்திலிருந்து துச்சமாகும். அளப்பரிய ஆவேசம் அச்சுறுத்திய அனைத்தையும் அழித்தொழிக்கும் வெறியை தூண்டும். சிறுகுழந்தையைப் போன்று விளையாடி மகிழும் பெருமா என்ற பெரிய விலங்கின் அழிக்கும் ஆற்றலை உலகம் உணர்ந்து நடுங்கும் கணமது.

சிலரின் உடல்கள் உருக்குலைந்து தரையில் கிடப்பதைக் கண்ட வளவன் பதறிப்போனான். அம்பெய்து வீழ்த்த முயன்றவர்களை யானை பெருங்கோபத்துடன் துரத்த அவர்கள் சிதறி ஓடினர். வளவன் யானையை நெருங்க முற்பட்டபோது சற்று தொலைவில் மற்றொரு யானை அடங்கா ஆவேசத்துடன் மரத்தின் கிளைகளை ஒடித்தெறிந்துவிட்டு காளையொன்றை தந்தத்தால் குத்தி தூக்கியெறிவதைக் கண்டு பேரதிர்ச்சிக்கு உள்ளானான். மக்களின் அலறலும், காளையின் கத்தலும் நெஞ்சை பதைபதைக்க செய்ய, காளையை நிலத்திலெறிந்த யானை காலால் நசுக்கி தேய்த்தது.

மக்கள் ஓயாமல் அலறிக் கொண்டிருக்க, இரண்டு யானைகளுக்கு ஒரே நேரத்தில் மதம் பிடித்தது எப்படி என்று குழம்பிய வளவன் ‘என்னவாயிற்று’ என்றான்.

‘மலையிலிருக்கும் யானைகள் குருகு இலையை சாப்பிடும்போது மதம் பிடித்து விடும். அப்படி மதம் பிடிக்கும் யானைகளில் சில கீழிறங்கி ஊருக்குள் நுழைந்து விடுகிறது. கரட்டின் அடிவாரத்தில் சுவர் எழுப்பியிருந்தாலும் சிதைத்து விட்டு வந்து விடுகிறது. இனி ஊரையே அழித்துவிட்டு தான் ஓயும்’ என்றான் கதறியபடி.

‘நாங்கூர்வேளுக்கு தகவல் சென்று விட்டது. வீரர்கள் யானையை அழிக்க விரைவில் வந்து விடுவார்கள்’ என்று மற்றொருவர் சொல்லிக் கொண்டிருந்த போதே இருபதுக்கும் மேற்பட்ட வீரர்கள் வேகமாக குதிரைகளில் வந்திறங்கினர். அவர்களைத் தொடர்ந்து நாங்கூர்வேளும் வந்து சேர்ந்தார்.

‘கரியை வீழ்த்துங்கள்’ என்று நாங்கூர்வேள் இரைய, யானைகளுக்கு சற்று தொலைவில் நின்ற வீரர்கள் அம்பெய்யத் துவங்கினர். யானைகளின் மேல் பாய்ந்த அம்புகள் குத்தி நிற்க, ஒழுகும் குருதியுடன் யானைகள் வீரர்களைத் துரத்த, வீரர்கள் அச்சத்துடன் விலகியோடினர்.

சேரநாட்டின் பெரிய ஊர் நாங்கூர் என்பதால் அனைத்து நாடுகளிலிருந்தும் வணிகத்திற்கான பொருட்கள் நாங்கூரின் நாளங்காடிக்கு வருவது வழக்கம். அங்கிருந்து சிற்றூர்களுக்குப் பிரிந்து செல்லும். சோழ, பாண்டிய நாடுகளிலிருந்து பொருட்களை வாங்கிச் செல்ல வண்டிகளுடன் வந்திருந்த வணிகர்கள் நாங்கூரின் சத்திரத்தில் தங்கியிருந்தனர். அவர்களின் மாட்டு வண்டிகளும், குதிரை வண்டிகளும் வெளியே கட்டப்பட்டு இருக்க, மதம்கொண்ட யானைகளில் ஒன்று மாட்டு வண்டியின் சக்கரத்தை பிய்த்தெடுத்து தூக்கியெறிய சக்கரம் உருண்டு சென்றது. வண்டியை தூக்கியெறிந்து, குதிரை வண்டிகளில் பூட்டப்பட்டிருந்த குதிரைகளை குத்திச் சரித்தது. சத்திரத்திலிருந்து வெளியே ஓடிவந்த வணிகர்கள் தங்களின் விலங்குகளும், வண்டிகளும் சிதைக்கப்படுவதைக் கண்டு அலறினர்.

ஆநிரைகள் இருந்த கொட்டிலில் நுழைந்த மற்றொரு யானை அங்கிருந்த பசுக்களை குத்திக் கிழித்தெறியத் தொடங்க, விலங்குகள் கத்துவது கேட்டது. மக்களின் ஓலங்களும், அழுகுரல்களும் காதுகளை கிழித்தன. பேரழிவிலிருந்து காத்தருள ‘வீரக்கண்ணி தாயே காப்பாற்று’ என்ற மக்கள் கதறினர்.

யானைகளிடமிருந்து தப்பி வெளியேற இயலாத மக்கள் குடிலொன்றில் ஒளிந்திருக்க, குடிலின் சுவரை ஒரு யானை இடித்துத் தள்ளியது. சுவற்றின் இடிபாடு களில் சிக்கியவர்கள் வலியால் அலற, இடிந்த சுவற்றின் வழியாக சிலர் வெளியேற முயன்றனர். தப்பியோடுபவர்களை யானை துரத்தத் துவங்கியது.

கண் முன்னால் நடக்கும் கோரத்தைக் கண்ட வளவனின் மனதில் வெறுப்பும், உக்கிரமும் கொழுந்து விட்டு எரியத்துவங்கியது. உடலில் குருதி பாய்ந்த சீற்றத்தில் கைகளில் நரம்புகள் புடைத்து முறுக்கேறின. ‘அழிக்கும் உயிருக்கு வாழும் தகுதி இல்லை’ என்ற இளவெயினியின் குரல் மனதில் உறும, சினம் பெரும் ஆங்காரமாய் உருவெடுத்தது.

அறமென்பது செய்யவேண்டியதை நேரத்தே செய்யும் துணிவு என்று புதிய பரிமாணம் துலங்கியது. நாங்கூர் வீரனொருவன் யானையை நோக்கி எறிந்த இரும்பினாலான ஈட்டியொன்று யானையைத் தவறவிட்டு பறந்து வந்து வளவனின் முன்னால் குத்தி நின்றது.

சில நிகழ்வுகள் தெய்வங்களால் ஆசீர்வதிக்கப்பட்டவை. காலத்தால் நிர்ணயிக்கப் பட்டவை. வாழ்வின் பயணத்தை மாற்றி அமைக்கும் ஆற்றல் கொண்டவை. அத்தகைய கணங்கள் காலத்தின் சாட்சிகளாக நிலைகொள்கின்றன. ஒற்றைப் புள்ளியில் ஒரு வாழ்வு அச்சில் சுழன்றது. திசையொன்று திசைமாறியது. பேரண்டத்தில் பாய்ந்த துருவ ஒளியொன்று வெறி கொண்டது. பனிமலையொன்று தீப்பற்றி எரியத் துவங்கியது.

வளவன் யானையை நோக்கி நடந்தான்.

சோழகுல மூதாதையர்களின் தீரம் பொருந்திய அணுக்களைக் குருதியில் தாங்கியவன் சூரிய குல வளவன். வலிமையில் வானத்தில் அசைந்து கொண்டிருந்த பகைவரின் மதிலை அழித்தொழித்த வீரவாளைத் தாங்கிய தோளையுடையவன் எனப்பட்ட செம்பியனையும், அறத்தில் பசுவுக்காக மகனைத் தேர்க்காலில் இட்டுக் கொன்ற சிபிச் சக்கரவர்த்தியாகிய எல்லாளனையும், வீரத்தில் இளஞ்சேட்சென்னியையும், மதியூகத்தில் இளவெயினியையும் கொண்டவன்.

சிறிய பெண்ணொருத்தி கண்ணீர் வழியக் கத்தியபடி வளவனை நோக்கி ஓடிவந்து கொண்டிருக்க, யானை அவளை ஒடித்தெறியும் வேகத்துடன் வலப்புறத்திலிருந்து நெருங்கியது.

'பல உயிர்களைக் காக்க சில உயிர்களைத் துடைத்தெறிய உன்னால் இயலுமா என்ற இளவெயினியின் கேள்விக்கு விடை பிறந்தது''. வளவன் யோசிக்கவே இல்லை. யோசிப்பதாயும் இல்லை.

ஆற்றல் அலையாடும் அளப்பரிய தோள்கள் தினவெடுத்து விரிய, சூறைக் காற்றாய் முன்னேறி கணப்பொழுதில் ஈட்டியை கைக்கொண்டான். மூன்றடியில் தன் மனதைக் கடந்தான். முதலடியில் தன் கருணையை துடைத்தெறிந்தான். இரண்டாவது அடியில் தயக்கத்தை உடைத்தெறிந்தான். மூன்றாவது அடியில் அழிக்கும் சக்தியாய் உருவெடுத்தான்.

'விலங்கினைக் கொல்ல முடிவு செய்தால் தலையையும், இதயத்தையும் குறி வைக்க வேண்டும்' என்று பயிற்சிகள் வழிநடத்த, கண்டிக்கும் மனநிலையில் இல்லாமல் தண்டிக்கும் மனநிலையில் இருந்தான் வளவன். வலது கையை உயர்த்தி முழுவேகத்தில் ஈட்டியை எறிந்தான்.

கைகளிலிருந்து விடுபட்ட ஈட்டி காற்றை எரித்து தீப்பொறிகளை உருவாக்கியபடி மின்னலாய் பாய்ந்து யானையின் தலையில் வலப்புறம் நுழைந்து இடப்புறத்தில் வெளியேறியது. ஒரு அடி எடுத்து வைத்த யானை மடங்கிச் சரிந்தது. மக்கள் உறைந்து போக கூக்குரல்கள் நின்று போயின. யானையின் தலையை ஊடுருவிச் செல்லும் ஈட்டியின் ஆற்றலைக் கண்டு நாங்கூர் வேள் அதிசயித்துப் போனார்.

சாலையின் நடுவில் வளவன் மெதுவாக அடுத்த யானையை நோக்கி நடந்தான். ஆநிரைகளைக் கொன்று குவித்து விட்டு தந்தத்திலும், துதிக்கையிலும் குருதி சொட்ட வெளியே வந்த யானை குடில்களுக்கு இடையிலிருந்த இடத்தில் தனித்து நடந்து வந்த வளவனைக் கண்டது. பெருங்கோபத்துடன் வளவனை நோக்கி ஓடிவரத் துவங்கியது.

ஏறுதழுவும் தொழுவில் வீரத்தால் காளையை மண்டியிடச் செய்த வேங்கையவன் என்பதை கண்டுணர்ந்த சிலர் "வளவா" என்று உச்ச குரலில் இரைய, வளவன் நடந்தான்.

இருபுறங்களிலும் குடில்களுக்குப் பின்னால் நின்று கவனித்த மக்கள் வெளி வந்தனர். அனைவரும் கழுத்து நரம்புகள் புடைக்க, குரல் வெடிக்க 'வளவா' என்று முழங்கினர். வளவன் சிந்தையில் பனியாறு ஓட, நரம்புகளில் நெருப்பாறு ஓட அமைதியுடன் நடந்தான். மரங்களை உலுக்கியபடி பெருங்காற்று வீச, அருகில் நின்ற வேங்கை மரம் புலித்தோல் நிறமுடைய வேங்கை மலர்களைச் சொரிந்தது.

தொலைவில் நின்ற வீரனை வளவன் பார்க்க, அவ்வீரன் பெருமகிழ்வுடன் ஈட்டியை எறிந்தான். பறந்து வந்த ஈட்டியை வலது கையால் பற்றிய வளவன் நிலம் நடுங்க ஓடி வரும் யானையைப் பார்த்தான். கடைக்கண்ணில் துளிர்த்த கருணையை தந்தத்தில் படிந்திருந்த குருதி துடைத்தெறிய ஓரடியெடுத்து ஈட்டியை எறிந்தான்.

சீறிச்சென்ற ஈட்டி யானையின் நெற்றியில் சொருகி முழுதும் ஊடுருவியது. மூன்று கொம்புகளுடன் நடந்த யானை தள்ளாடியபடி சரிந்து விழ, மக்கள் ஆரவாரத்துடன் வளவனை நோக்கி ஓடிவந்தனர். ஒரே ஈட்டியில் யானையை சரிக்க இயலுமாவென்று நாங்கூர்வேள் அதிர்ந்து நிற்க, மக்கள் உற்சாகத்துடன் வளவனை தோளில் தூக்கிக் கொண்டனர். பன்னாட்டு வணிகர்கள் ஆரவாரிக்க....

'கரிகளைச் சரித்த வளவன்' என்று ஒருவன் இரைய,

'வாழ்க வாழ்க' என்று மக்கள் முழங்கினர்.

'கரிகளின் காலன் வளவன்'

'வாழ்க'

'கரிகளின் காலன்'

'வாழ்க'

'கரிகாலன் வளவன்'

"வாழ்க"

'கரிகாலன்'

"வாழ்க....வாழ்க"

மக்களின் வாழ்த்தொலி விண்ணை நிறைத்தபடி இருக்க, பல்லாண்டுகளாக மண்ணில் புதைந்திருந்த வீரத்தின் குருத்தொன்று நிலத்தைப் பிளந்து வெளிவந்திருந்தது. உறங்கியிருந்த எரிமலையொன்று கணப்பொழுது கமறி கங்கொன்றை தெளித்திருந்தது.

கதிரவ ஒளித்துளிகள் மழையாய் சிந்த, வளவன் முதல் யானையை சரித்தபோதே வந்து சேர்ந்திருந்த மாமன் இரும்பிடார் கண்கள் கலங்கப் பார்த்திருந்தான். இரும்பொன்று நெகிழ்ந்திருந்தது.

வீரம் வளரும்...

இளஞ்சேட்சென்னி உதிரமாய்
வந்துதித்த இளவல்.
இளவெயினி இமைகளுக்குள்
வளர்த்தெடுத்த வேங்கை.

அம்மானும் ஆசானுமாகி
அருங்கலைகள் பயிற்றுவித்து
இரும்பிடார் வார்த்தெடுத்த
இணையில்லா வீரன்.

பகலில் மேகங்கள் மறைத்திருக்க
இரவில் விண்மீன்கள் துணையிருக்க
இலைமறை கனியென்றே
எழுஞாயிறு காத்திருந்தான்.

கருவறையில் உருக்கொண்ட
கணம் கொண்ட வெஞ்சினம்
களம் கண்டு கதை முடிக்கும்
காலமின்று வந்தது. இனி,

வனம் கொண்ட தீயாக படை திரட்டி
வஞ்சகர் தலை சரித்து துண்டாடி
தடமழித்து பகைமுடிப்பான்
காலத்தின் காலன் கரிகாலன்...

பகைவர் இல்லாதவன்
பகைக்க இயலாதவன்
மலர்களில் ஆத்தி சூடி
வீரத்தின் ஆத்திசூடி
சோழவேங்கை கரிகாழன்.

சோழவேங்கை கரிகாலன்

(பகுதி -2)

அசோக் குமார்

விஜயா பதிப்பகம்
20, ராஜ வீதி,
கோயம்புத்தூர் - 641 001.
www.vijayapathippagam.com

சோழவேங்கை கரிகாலன் (பகுதி - 2)

Chozhavengai Karikalan (Part -2)

அசோக் குமார்

முதற்பதிப்பு : மே 2022

இரண்டாம் பதிப்பு : **செப்டம்பர் 2025**

விஜயா பதிப்பகம்

20, ராஜ வீதி, கோயம்புத்தூர் - 641 001.

✆ 0422 - 2382614 / 📱 90470 87053

vijayapathippagam2007@gmail.com

ஒளியச்சு / புத்தக வடிவமைப்பு /

அட்டை வடிவமைப்பு : **ஐரிஸ் கிராபிக்ஸ், கோவை.**

முகப்பு ஓவியங்கள் : **திரு. மணியம் செல்வன், சென்னை.**

உள் ஓவியங்கள் : **திரு.ஷ்யாம், சென்னை**

அச்சாக்கம் : **ஜோதி எண்டர்பிரைசஸ், சென்னை - 5.**

ISBN - 81-8446-988-8 / பக்கம் : 512 / **விலை : இரண்டு பாகங்களும் ரூ.**1500 /-

சோழ வேந்தன் கரிகாலன்

ஆதிரா

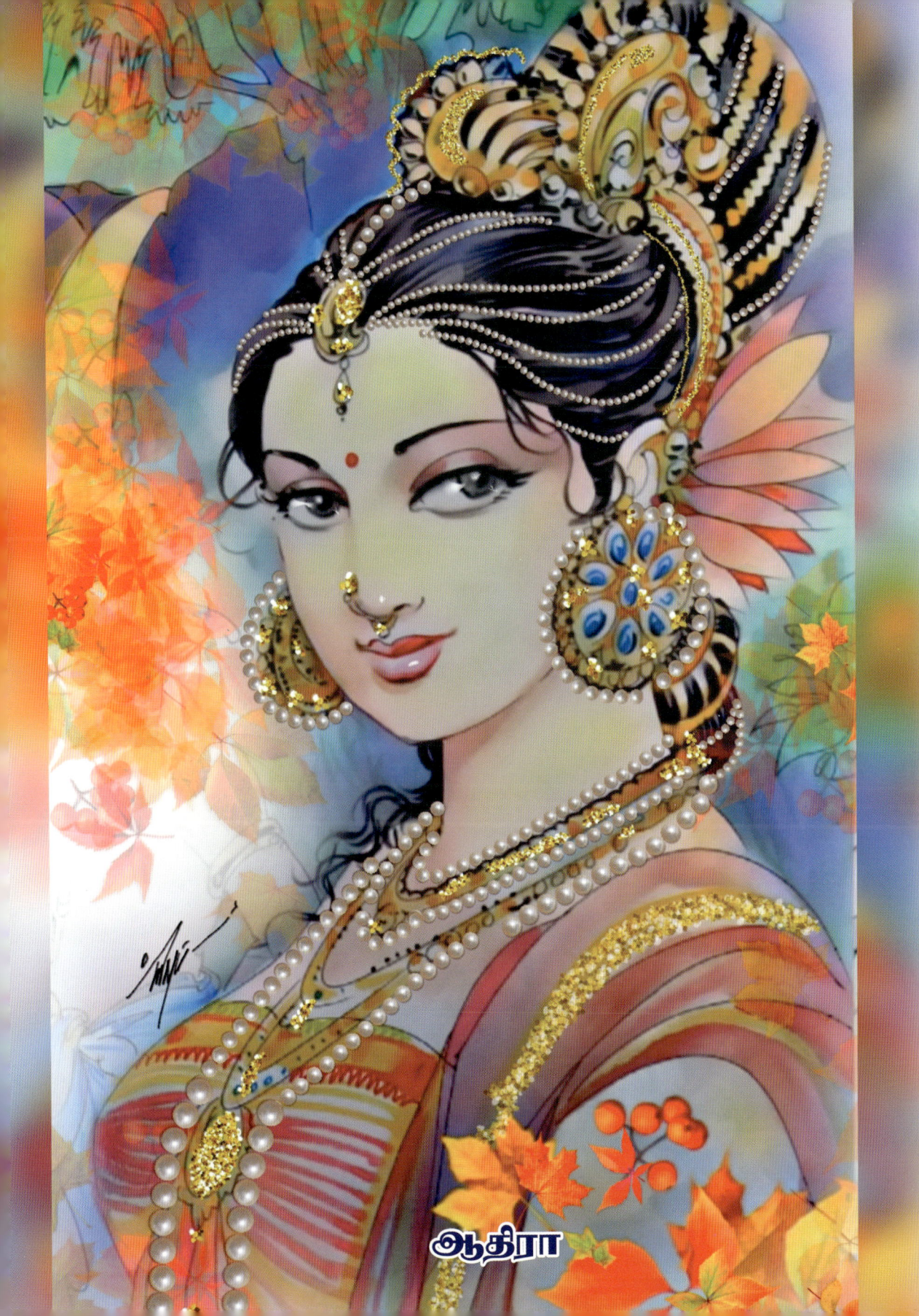

சேரமான் உதிய நெடுஞ்சேரலாதன்

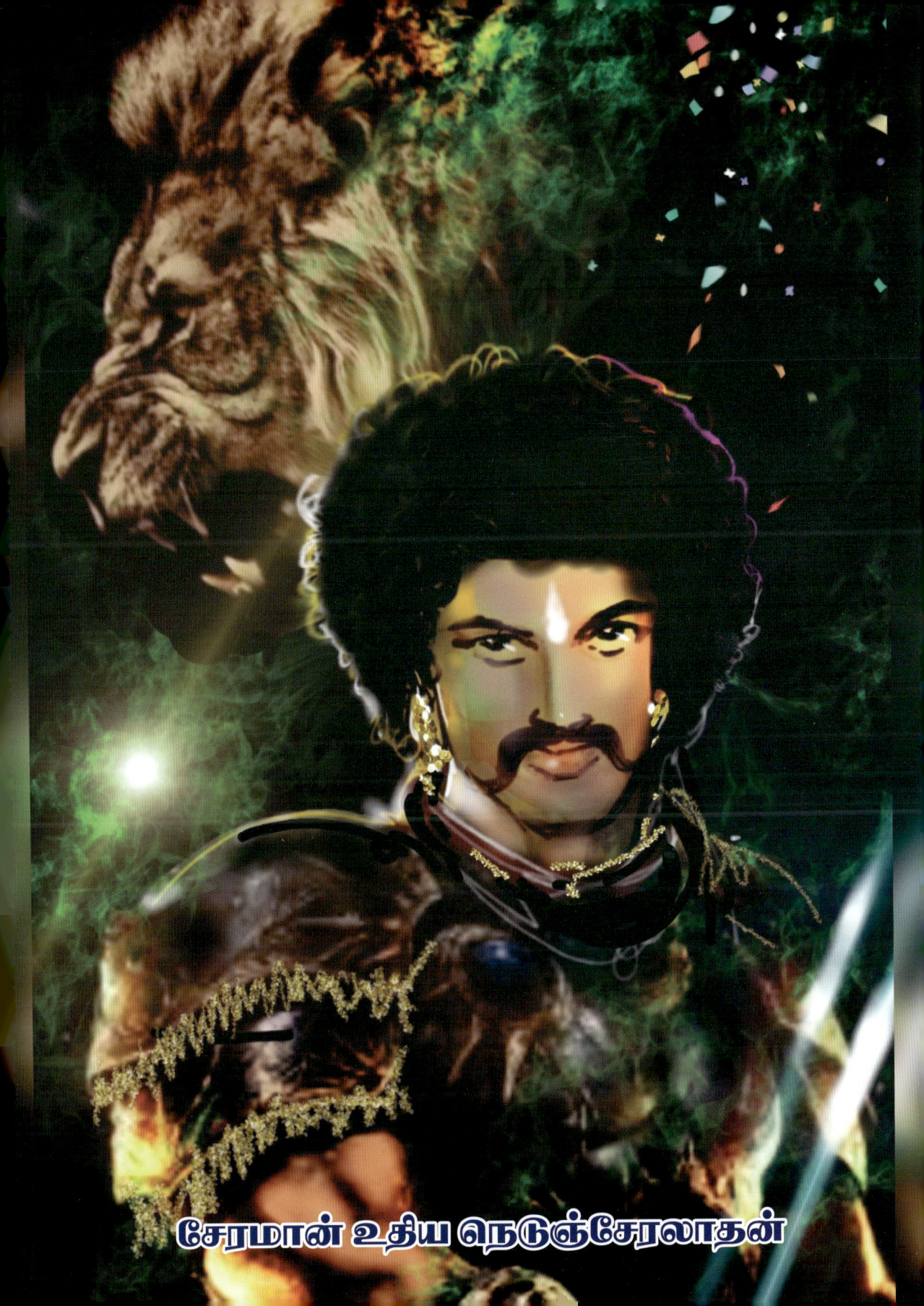

44

ஆழிப்பேரலையென வான்மேவி நிலத்தின் அடுக்குகளைப் புரட்டி, காற்றின் ஏடுகளைக் கிழித்தெறிந்து எதிர்ப்போர் யாருமின்றி நாங்கூர் புகுந்தன இரண்டு மதகரிகள். நிலம் கண்ட உயிர்களில் தணல் கொண்ட உயிரென, செங்கண் கொண்டெழுந்த வயமா ஒன்று, வான்மழை தடுக்கும் பெருமலையாய் மறித்து நின்றது. ஒற்றை அறையில் கரிகளைச் சாய்த்தது.

தோன்றுவதையும், மறைவதையும் கதிரவன் அறிவதில்லை. பூவுலகின் சுழற்சியும் காரிருள் மேகங்களுமே மறைவுக்கு காரணம். மேலும் கதிரவன் மறைவதும் வெளிப்படுவதும் உயிர்களின் நலனுக்குத் தான்

பேரழிவும் பெருங்குழப்பமும் விளைந்த நாங்கூரில், விடியலென்று ஒன்றில்லாத நாளில் கதிரவனாய் வெளிப் பட்டிருந்தான் கரிகாலன். வீரமென்று ஒன்றில்லா நாளில் காலனாய் தோன்றி யிருந்தான்.

அணங்கு உறையும் பெருந்தலை, சிவந்து கசியும் சிறு கண்கள், கரிய பனையென ஆடும் துதிக்கை, ஒளிர்ந்திடும் மருப்புகள் மின்ன ஓங்கிய பெருங்கால்களோடு வெறி யாடிய யானைகளை ஒற்றை ஈட்டியால் சரித்துவிட்டு நின்றான். நிகழ்த்தியிருந்த பெரும் வீரச்செயலின் பெருமிதம் துளியுமின்றி அமைதி கொண்டிருந்தது அவன் முகம்.

நாங்கூர் மக்கள் வளவனைத் தோளில் தூக்கி மகிழ்ந்தபடி இருக்க நாங்கூர்வேள் எல்லையற்ற மகிழ்வுடன் குதிரையிலிருந்து இறங்கி வளவனை நோக்கி நடந்து வந்தார்.

மக்களின் தோள்களிலிருந்து வளவன் இறங்கி நிற்க 'மனிதர்கள் எவரும் கண்டிராத வீரமிது. உனது வீரத்தை வெளிப்படுத்தத் தான் வீரக்கண்ணி யானைகளை மதம் பிடிக்கச் செய்திருக்கிறாள்' என்றார் நாங்கூர்வேள்.

வளவன் அமைதியாய் நிற்க 'நாங்கூரின் உயிர்களைத் காத்த வீரன் நீ. தொழுவில் காளையை வீழ்த்தியபோதே உன்னைக் காண விரும்பினேன். உனது பெயர் என்ன?' என்றார்.

'திருமாவளவன்'

'எந்த நாட்டை சேர்ந்தவன் நீ?'

'கடம்ப நாடு'

'நீ எனது மாளிகைக்கு வரவேண்டும். பெரும் வீரனான உன்னை சந்திப்பதில் எனது மகளும், துணைவியும் பெருமகிழ்வு அடைவர்' என்றார்.

'உறுதியாக வருகிறேன்' என்றான் வளவன் ஆதிராவை எண்ணியபடி.

அனைவரையும் வணங்கி விட்டு வளவன் நாங்கூரின் குடியிருப்புப் பகுதியை நீங்கி நடக்க துவங்கினான். அதற்குள் வளவனின் குதிரையை அழைத்து வந்த ஒருவன் வளவனிடம் தர, அதை கையில் பிடித்துக்கொண்டு வளவன் நடந்தான்.

மகிழ்வின் சுழலில் சிக்குண்டிருந்த நாங்கூர் மக்கள் வளவனைத் தொடர்ந்து 'கரிகாலன் வாழ்க' என்றும் 'கரிகளின் வேந்தன் வாழ்க' என்றும் முழக்கங்களால் நிலத்தை அதிர வைத்துக் கொண்டு பின்னே நடந்தனர்.

காற்றுத்திரளெங்கிலும் கலந்திருந்த காணவியலா தூசி போல, மனத்திரளெங்கும் பரவியிருந்த பதற்றமும் அச்சமும் மறைந்து, உற்சாகம் வண்ணங்களை வாரி இறைத்திருக்க, நாங்கூர் வளவனைப் பின்தொடர்ந்தது. விரும்பியோ விரும்பாமலோ தேனீக்கள் பின்தொடரும் ராணித்தேனீயாய் மாறியிருந்த வளவன் குடிலை நோக்கி நடந்தான். இருண்ட வானில் கதிரவனாய் வெளிப்பட்டு வீரமெனும் ஒளியை மக்கள் மத்தியில் பரவவிட்டபடி சென்றான்.

உயிர்களுக்கு உதவுவதால் உண்டாகும் பெருமகிழ்வு நெஞ்சில் அடர்ந்திருக்க, யானைகளை சிதைத்தது மனதை வருந்தச் செய்தது. எனினும் உயிர்களைக் காத்தது உயிர்களை உருவாக்கியது போன்ற உணர்வைத் தர, காக்கின்றவன் மக்களின் தலைவனாகவும் கடவுளாகவும் உருவெடுப்பதை முற்றிலும் உணர்ந்தான். அடங்காத சினமும், விலகாத கருணையும் மனதினுள் குமிழிகளை ஏற்படுத்த, மழைத் தூறலும், சூரிய ஒளியுமாய் வானமும் குழம்பி இருந்தது.

மயங்கிய மனதும், கலங்கிய விழிகளுமாய் வளவனைப் பார்த்தவாறு நின்றிருந்த இரும்பிடார் சிதைந்து கிடந்த குடில்களில் இருந்து மக்களை மீட்க நகர்ந்தான். குடிலின் சுவரொன்று சிலரின் மேல் விழுந்து கிடக்க, நாங்கூரின் வீரர்கள் சுவரைத் தூக்க முயன்று கொண்டிருந்தனர். அவர்களை விரைவாக நெருங்கியவன் ஒரு நொடியில் சுவரைப் புரட்டி எறிந்து விட்டு காயமுற்று இருந்தவர்களைத் தூக்கி வந்து நிலத்தில் ஓலைப்பாய்களை விரிக்கச் சொல்லி அதன்மேல் கிடத்தினான்.

மருத்துவம் அறிந்த இரும்பிடார் எலும்பு முறிந்தவர்களுக்கு எலும்பைப் பொருத்தி, குருதி கசிந்தவர்களுக்கு கசிவை நிறுத்தினான். குழந்தைகளின் அழுகுரல்கள் ஒலித்தவாறு இருக்க, மருத்துவரை அழைத்து வரச் சிலர் ஓடினர். இடிபாடுகளில் சிக்கியவர்களை வெளியேற்ற உதவிய இரும்பிடார், இனி தனது உதவி தேவைப் படாது என்று எண்ணி விலக, வளவனோடு கரட்டில் தங்கியிருக்கும் கடம்ப நாட்டைச் சேர்ந்தவன் இவன் என்பதை உணர்ந்து கொண்ட நாங்கூர் மக்கள் இரும்பிடாரை வணங்கி நன்றி தெரிவித்தனர்.

இரும்பிடார் குடில்களை நெருங்கியபோது நாங்கூர் மக்கள் வளவனின் வீரத்தை விவரித்துக் கொண்டிருப்பதைக் கண்டான். இளவெயினியும் அழுந்தூர் குடிகளும் நிகழ்ந்தவற்றைக் கேட்டுக்கொண்டிருந்தனர். 'கரிகாலன்' என்ற பெயரை அதிர வைத்து சிலர் மகிழ்ந்து கொண்டிருந்தனர்.

'அவனது பெயரை அவனே தேடிக் கொள்வான்' என்று சென்னி கூறியது இளவெயினியின் நினைவிற்கு வர, கண்களில் நீர் திரையிட்டது. சோழவேந்தன் பெரும் வீரனாக உருவெடுத்து விட்டான் என்பதை உணர்ந்த அழுந்தூர் குடியினர் உள்ளம் சிலிர்க்க கேட்டு மகிழ்ந்து கொண்டிருந்தனர்.

நாங்கூர் மக்களின் பேசுபொருளாய் மீண்டும் வளவன் மாறியிருக்க, பொங்கும் மகிழ்வுக்கிடையே ஐந்தாறு நாட்கள் கழிந்தன. வளவன் குடிலை விட்டு வெளியேறினாலே நாங்கூர் மக்கள் சூழ்ந்து கொண்டு பேசத் தொடங்கியதால் வளவன் குடிலிலேயே தங்கியிருந்தான்.

நாங்கூரில் வணிகம் செய்து விட்டுப் பல நாடுகளுக்குப் பிரிந்து சென்ற வணிகர்கள் கரிகாலன் யானைகளை ஒரே ஈட்டியால் சரித்ததை அனைவரிடமும் கூறி மகிழ்ந்தனர்.

மனிதர்கள் யானைகளைப் போரில் பயன்படுத்த துவங்கியதிலிருந்து பெரும் அழிவுசக்தியாய் உருவாகி இருந்தவை யானைகள். எண்ணற்ற அம்புகள் பாய்ந்தாலும் முன்னேறி பகையை சிதைக்கக் கூடியவை. அத்தகைய யானையை வீரனொருவன் ஒரே ஈட்டியால் சரித்தால் போரில் யானைப்படையின் நிலை என்ன என்பதை எண்ணியவர்கள் அதிர்ந்தனர்.

கரிகாலன் என்ற பெயர் மூவேந்தர்களின் தலைநகரங்களிலும் மக்களின் நாவில் அதிரத் துவங்கியது. கரிகாலன் என புகழப்படும் அத்தகைய வீரன் யார் என்றறிய ஆவல் கொண்டனர் பலர். நாங்கூரின் அருகிலிருந்த சிலர் புறப்பட்டு கரிகாலனைப் பார்க்க வந்த வண்ணமிருந்தனர்.

அன்றைய நண்பகலில் வளவனின் குடிலை நோக்கி நாங்கூர் மக்கள் வந்து கொண்டிருந்தனர். நாங்கூரின் குடியிருப்புகளைக் காத்த வளவனுக்கு வெகுமதிகள் அளிக்க வேண்டுமென்று பேரூரின் நிர்வாகிகள் நாங்கூர்வேளை கேட்டுக் கொண்டதைத் தொடர்ந்து நாங்கூர்வேள் வளவனின் குடியிருப்புக்கு வந்து மரியாதை செலுத்த இருந்தார். அவரின் வருகையை எதிர்பார்த்து மக்கள் சூழத் தொடங்கினர்.

நான்கைந்து மாட்டு வண்டிகள் ஏராளமான பொருட்களைச் சுமந்தபடி செல்ல, அதன் முன்னால் நாங்கூர்வேள், துணைவியுடன் ரதத்தில் சென்றார். அவர்களருகில் ஆதிரா குதிரையை செலுத்திக் கொண்டிருந்தாள். வண்டிகள் வளவனின் குடிலை நெருங்க, குடிலிலிருந்து வெளிப்பட்ட இரும்பிடார் ஒரு கணத்தில் நிகழ்வதையும் நிகழவிருப்பதையும் கணித்தான். குடிலினுள் சென்றவன் இளவெயினியிடம் மறைமுகமாக கூறிவிட்டு இமையனின் குடிலுக்குள் சென்றான்.

இரும்பிடார் குடிலிலிருந்து வெளியே வந்ததை மக்களினூடே இருந்து கண்ட கணியன் வெலவெலத்துப் போனான். அச்சம் அடி வயிற்றில் அமிலமாய் சுரக்க உடல் ஒரு கணம் விறைத்துப் போனது. யானைகளை சரித்த வீரன் என்று மக்கள் சொன்னதால் கரிகாலனைக் காண மக்களுடன் வந்திருந்தான் கணியன். இது கண்களை ஏமாற்றும் கானல் காட்சியோ என்று சிந்தை ஏற்றுக்கொள்ள மறுத்தது. தென்னாடுகளின் ஒற்றர்கள் கலிங்கத்தின் அனைத்து ஊர்களிலும் தேடியலைந்த இரும்பிடர்த்தலையாரை, நாங்கூரில் கண்டது பேரதிர்ச்சியாக இருந்தது. இரும்பிடார் தானா என்பதை உறுதிப்படுத்திக் கொள்ள மக்களினூடே இரும்பிடாரை நெருங்கினான்.

கணியன் முள்ளூரின் வாட்படை வீரன். நாங்கூர் பெண்ணை மணமுடித்தவன். காட்டேரி அம்மன் திருவிழாவில் கலந்து கொள்ள அவனின் துணைவி சில நாட்கள் முன்பாக நாங்கூர் வந்திருந்தாள். அவளை அழைத்துச் செல்ல கணியன் வந்திருந்தான்.

இரும்பிடாரின் காதுமடல்களில் இருந்த துளைகளை உற்றுக் கவனித்ததும் அவனது ஐயம் தீர்ந்தது. குண்டலங்களைக் களைந்து, நீண்டு சுருண்டிருக்கும் கேசங்களை வெட்டி இருக்கிறான் என்பது புரிந்தது. இவனுடன் சோழ அரசியும், சோழ வேந்தனும் தங்கியுள்ளனரா என்று உறுதிப்படுத்திக் கொள்ள கண்களால் தேடலைத் துவங்கினான்.

நாங்கூர்வேள் வருவதற்கு முன்னர் குதிரையை வேகமாக செலுத்தி முதலில் வந்த நாங்கூர் வீரன் வளவனின் குடிலைக் கேட்டறிந்து வளவனின் குடிலை அடையும் போது இமையனும் அவனது துணைவியும் குடிலின் வாயிலில் நின்றிருந்தனர்.

'நாங்கூர்வேள் உங்களைக் காண வருகிறார்' என்றான் குதிரை வீரன். வளவன் வெளியே வந்து நிற்க, அவன் பின்னால் இளவெயினி நின்றாள். தொலைவில் நின்று நிகழ்பவற்றை கவனிக்கத் துவங்கினான் இரும்பிடார்.

குடிலினுள்ளிருந்து எளிய உடையில் வெளியே வந்த சோழ அரசியைக் கண்டதும் கணியன் அதிர்ந்து போனான். சில கணங்கள் சலனமற்று நின்றவன் நாங்கூர் நண்பனிடம் 'இவர்கள் யார்?' என்று கேட்டான்.

'கடம்ப நாட்டை சேர்ந்தவர்கள்' என்றான் அவன்.

'எத்தனை குடும்பங்கள் தங்கியுள்ளனர்?'

'ஐந்து குடும்பங்கள் ஒன்றாக வந்தார்கள். மற்றவர்களின் கழனிகளில் ஊதியத்திற்கு பணி செய்கின்றனர்'

'ஊதியத்திற்கு பணி புரிபவர்களா' என்று அதிர்ந்து போனான் கணியன்.

'ஊதியத்திற்கு பணி செய்பவர்கள் எவருமின்றி, அனைவரும் சொந்தமாய் கழனிகளைக் கொண்ட அழுந்தூர் குடியைச் சேர்ந்தவனல்லவா இரும்பிடார். ஊழியம் புரிபவரும் மாளிகையில் வசிக்கும் நாட்டை உடையவள் அல்லவா சோழ அரசி. பிறப்பதற்கு முன்பே வேந்தனாகும் நல்லூழைக் கொண்டு வறியவர்களும், சோம்பேறிகளும், பிணிகளும் இல்லா சொர்க்க பூமியின் அரசனல்லவா சோழ வேந்தன். அத்தகைய வானோர் போன்ற வளம் உடையவர்கள் ஊதியத்திற்குப் பணி செய்கின்றனரா?' என்று அதிர்ந்த கணியன் 'எவரும் அறியாமல் மறைந்திருக்க இதைவிட நல்ல வழி ஏது?' என்று எண்ணினான்.

கணியனின் நண்பன் இளவெயினியைச் சுட்டிக்காட்டி 'அவளின் மகன் தான் அவளருகில் நிற்கும் திருமாவளவன். அவன் சிறியவனாக இருந்தபோது இங்கு வந்தனர். அவனேயானைகளை ஒரே ஈட்டியில் சரித்து கரிகாலன் என மக்களால் வாழ்த்தப் படுபவன். சில தினங்களுக்கு முன்னர் தொழுவில் காளையை அடக்கினான். நாங்கூர் அதிர்ந்த தருணமது. இப்போது யானைகளைச் சரித்து மக்களைக் காத்துள்ளான்' என்றான். அடுத்து இரும்பிடாரைச் சுட்டிக் காட்டி 'அவனே குடில்களில் சிக்கிக் கிடந்த உனது துணைவிக்கு உதவியவன்' என்றான்.

‘எத்தனை வருடங்களாய் இங்கு இருக்கின்றனர்?’

‘ஐந்தாறு வருடங்கள் இருக்கலாம். இங்கு குடிலமைத்து தனித்து வாழ்கின்றனர். ஆண்கள் மட்டுமே பணிக்கு செல்வர். கரிகாலன் மிக விரைவில் சேரநாட்டின் தளபதியாகுவது உறுதி’ என்று சொல்லிக்கொண்டிருக்க...

சோழ அரசியும், சோழ வேந்தனும் இருப்பதை உறுதி செய்து கொண்ட கணியன் மெதுவாக விலகி நடந்தான்.

நாங்கூர்வேளும் அவரின் துணைவியும் ரதத்திலிருந்து கீழிறங்க ஆதிராவும் குதிரையிலிருந்து இறங்கி நின்றாள்.

‘வாருங்கள்’ என்று வரவேற்றனர் இமையனும் அவனது துணைவியும்.

‘கரிகாலன் மாளிகைக்கு வரும்போது மரியாதை செய்ய எண்ணியிருந்தேன். வீரமோ, விளைச்சலோ. விளையுமிடத்திற்கு சென்று மரியாதை செய்வதே சரியான செயல் என்று துணைவியாரும், மகளும் இடித்துரைக்க, நாங்கள் கிளம்பி வந்தோம்’ என்று சொல்லி புன்னகைத்தார் நாங்கூர் வேள்.

சற்று தள்ளியிருந்த இளவெயினியை அருகில் வருமாறு வளவன் கையசைக்க, இளவெயினி தயக்கத்துடன் நெருங்கி வளவனின் பின்னால் நின்றாள்.

இமையனையும் அவள் துணைவியையும் வளவனின் பெற்றோர் என்றெண்ணி நாங்கூர்வேள் பேசிக்கொண்டிருக்க, ஆதிராவின் கண்கள் பெருமகிழ்வுடன் வளவன் கண்களுடன் பின்னிக்கிடந்தது. ‘கரிகாலன் என்ன வீரமான பெயர்!’ என்றெண்ணிய ஆதிரா கண்களால் தேனெடுத்துக் கொண்டிருக்க, தலை குனிந்திருந்த இளவெயினி மெதுவாக விழிகளை உயர்த்தி ஆதிராவைப் பார்த்தாள்.

வளவன் அன்றாடம் செல்லும் இடங்களையும் சந்திக்கும் பெண்ணையும் அவள் யார் என்பதைப் பற்றியும் அழுந்தூர் வீரர்களை அனுப்பி தகவல் திரட்டி இருந்தாள். ஆதிரா சிறந்த அழகுடையவள். பெரும் கருணை உடையவள். நுட்பமாக சிந்திக்கும் ஆற்றல் பெற்றவள் என்று அறிந்ததும் தனது மகனுக்கு சிறந்த துணை கிடைத்திருப் பதாக எண்ணி மனம் மகிழ்ந்தாள். ஆனால் மகனை சோழ நாட்டிற்கு அழைத்துச் சென்று போரிட வற்புறுத்த வேண்டுமே என தயக்கம் மலையாய் மறித்திருக்க, தனது மகனின் மனதை மலர செய்தவளைக் காண ஆவலுடன் நிமிர்ந்தாள்.

வளவனிடமிருந்து பார்வையைப் பிரித்தெடுத்து அவன் பின்னால் நின்ற இளவெயினியின் பச்சை விழிகளைக் கண்ட ஆதிரா நெருப்பை மிதித்தவள் போன்று அதிர்ந்து போனாள்.

வளவனின் கம்பீரமும், உடல்மொழியும் மற்றவர்களிடமிருந்து மாறுபட்டிருப்பதை முன்னரே உணர்ந்திருந்த ஆதிராவின் மனம் அதிவேகமாக வளவனை பற்றித் தான் அறிந்த தகவல்களை திரட்டத் துவங்கியது. திரட்டியவற்றை பிரித்தது. பிரித்தவற்றை தொகுத்தது. தொகுத்ததை தொடுத்ததில் திரைகள் விலக சோழக்கதிரவனின் முகம் வெளிப்பட்டது.

குடிலை நெருங்குகையில் உயரமாக இருந்த ஒருவன் குடிலிலிருந்து விலகிச் சென்றதை ஆதிரா குதிரையில் வரும் போதே கவனித்திருந்தாள். வளவனின் மாமனே இரும்பிடர்த்தலையார் என்று புரிந்து கொண்டாள். மனதில் ஏற்பட்ட நடுக்கம் பரவசமாக மாற, முகம் மலர்ந்தது.

தன் விழிகளைக் கண்டதும், ஆதிராவின் எழில் ததும்பும் முகத்தில் எண்ணங்கள் வண்ணங்களாய் மாறுவதைக் கண்டதும் இளவெயினி அதிர்ந்து போனாள். சிறு பெண்ணொருத்தி கணப்பொழுதில் தன்னைக் கண்டறிந்து விட்டதை புரிந்து கொண்டாள். அனைத்து நாடுகளைப் பற்றியும் அங்கு நிகழ்வன பற்றியும் தகவல் அறிந்திருக்கிறாள் என்பதை உணர்ந்தாள். பதற்றத்தால் நிறத்தை இழந்த முகம் செவ்வானமாய் பரவசமடைவதைப் பார்த்தவாறு நின்றாள். இருவரின் பார்வைகளும் நிலைத்திருந்தன. தான் உண்மையை அறிந்து விட்டதை சோழஅரசியும் தெரிந்து கொண்டாள் என்பதை ஆதிரா உணர்ந்தாள். இவள் சோழ அரசி எனில் வளவன் சோழ வேந்தன் என்று உணர்ந்ததும் மனதின் களிப்பு பெருங்காற்றாய் சுழன்றது.

எதிரில் இருப்பவரின் கண்களை ஊடுருவி மனதைப் படிக்கக் கூடியவள் ஆதிரா. சோழ அரசியின் மனதைக் கண்டறிய அரசியின் முகத்தைப் பார்வை அம்புகளால் துளைத்தாள்.

துளாவும் விழி அம்புகளை இளவெயினியின் பனிபடர்ந்த விழிகள் கடலாய் உட்கொள்வதைக் கண்டு திகைத்தாள்.

கடலைச் சிறைபிடிக்கும் வலையாய் கூர்ந்து நோக்கினாலும், வலையில் சிக்காத வானமாய் இளவெயினியின் முகம் உணர்வுகளை வெளிக்காட்டாமல் பார்த்திருக்க, அவளின் இசைவின்றி அவளைப் படிப்பது கடினம் என்பதை ஆதிரா உணர்ந்தாள்.

இரண்டு இணையற்ற அறிவுகளும் ஒன்றையொன்று எடை போட, ஆதிரா கண்களைத் தாழ்த்தி கைகளைக் குவித்து வணங்கினாள். ஆதிராவின் மதியூகத்தையும், அதன் வேகத்தையும் உணர்ந்த இளவெயினியின் மனதில் சிறிய நிம்மதி ஏற்பட்டது. ‘நிலையை உணர்ந்து கொள்வாள். தகவல்களை வெளிப்படுத்த மாட்டாள்’ என்று கணித்தாள்.

‘இந்த சிறிய வயதிலேயே கரிகாலன் வெளிப்படுத்தியிருக்கும் வீரம் வியப்புக் குரியது. தொழுவில் நிகழ்த்திய வீரம் மதியூகத்தையும், இன்று யானைகளை ஒரே ஈட்டியில் வீழ்த்தியது பேராற்றலையும் காட்டுகிறது. தென்னாடுகள் மெச்சும் பெரும் வீரனாக உருவாவது உறுதி. பொருட்களை ஏற்றுக்கொள்ளுங்கள். நில அலுவலரிடம் கூறி உங்களுக்கு பத்து காணி நிலத்தைப் பண்படுத்தி தர கூறியுள்ளேன். நீங்கள் விரும்புமிடத்தில் எடுத்துக் கொள்ளுங்கள்’ என்றார் நாங்கூர்வேள்.

வளவனும் ஆதிராவும் ஒருவரை ஒருவர் விரும்புவதை ஏற்கனவே அறிந்திருந்த நாங்கூர் வேளின் துணைவி வளவனைக் காணவே வந்திருந்தாள். கண்களுக்கு இனிமையாயும், வீரத்தில் நிகரற்றும் விளங்கியவனைக் கண்டு மனம் உவந்தாள்.

‘அனைவரும் மாளிகைக்கு வருகை புரியவேண்டும்’ என்று அழைத்து விட்டு நாங்கூர்வேளின் துணைவி ரதத்திலேறிக் கொள்ள ரதம் புறப்பட்டது. வீரர்கள் இணைந்து கொண்டனர்.

‘பீறிட்டெழுந்த வீரத்தின் ஊற்றை கண்டறிந்ததாக எண்ணினேன். ஆனால் மேகத்தில் மறைந்திருந்த கதிரவன் வெளிப்பட்டு சிறுகணத்தில் பாய்ச்சிய சிற்றொளி என்பதை உணருகிறேன்’ என்றாள் ஆதிரா.

இமையனும் அவன் துணைவியும் அமைதியாக இருக்க, தனது வீரத்தை ஆதிரா புகழ்வதாக வளவன் எண்ணினான்.

மறைந்திருக்கும் சூரிய குலத்தினரை கண்டறிந்ததை ஆதிரா குறிப்பால் உணர்த்து கிறாள் என்றெண்ணி மகிழ்ந்த இளவெயினி சற்று முன்னால் வந்தாள்.

‘தோன்றுவதையும், மறைவதையும் கதிரவன் அறிவதில்லை. பூவுலகின் சுழற்சியும் காரிருள் மேகங்களுமே மறைவுக்கு காரணம். மேலும் கதிரவன் மறைவதும் வெளிப்படுவதும் உயிர்களின் நலனுக்குத் தான்’ என்றாள் இளவெயினி.

உண்மையைத் தெரிவிக்காமல் கண்களுக்குத் திரையிடப்பட்டு வளர்க்கப் பட்டிருக்கிறான் வளவன் என்பதை இளவெயினி கூறியதன் மூலம் ஆதிரா உணர...

தனது அன்னையும், ஆதிராவும் முதன் முதலாய் சந்தித்து உரையாடுவது வளவனுக்கு பெரும் மகிழ்வைத் தந்தது. இருவரும் தன்னைக் கதிரவனுடன் ஒப்பிட்டுப் பேசியது மிகையாய் தோன்ற உவகையுடன் ரசித்துக் கொண்டிருந்தான்.

சொற்கள் மிதந்து செல்லும் பெருவெளியில் பெண்கள் இருவரும் எதிரெதிராய் நின்று வார்த்தைகளின் வண்ணக் கோர்வையில் அர்த்தங்களை பொதிந்து, சொல்லம்புகளால் ஒருவரை ஒருவர் அறிய முயன்றிருக்க, காண்போர் வண்ணங்களில் தொலைந்திருந்தனர்.

‘‘பேரொளியாய் வெளிப்பட்டு எண் திசைகளை கிரணங்களால் எரிக்க வேண்டிய பகலவன் மேகத்தின் பின்னால் மறையலாமா?’’ என்று ஆதிரா கேட்க...

‘பகையை சிதைக்காமல் சோழவேந்தன் ஒளிந்து திரிவதா என்று கேட்கிறாள்’ என்பதைப் புரிந்து கொண்ட இளவெயினி...

‘‘கருணையெனும் கிரகணங்களால் சூழப்பட்ட கதிரவன் விரைவில் வெளி யேறுவான்’’ என்ற இளவெயினி வளவனைப் பார்த்து புன்னகைக்க...

‘கதிரவனை மறைக்க நேர்ந்தது மேகத்திற்காக அல்ல. சூரியனை மறைக்கும் ஆற்றல் பெற்ற கிரகணங்களுக்காக’ என்று சோழ அரசி கூறுகிறாள் என்பதை ஆதிரா புரிந்து கொண்டாள்.

‘கருணையை விடுத்து வீரத்தை வெளிப்படுத்தி உயிர்களை காக்க வேண்டும் என்று எப்போதும் உரைப்பதையே அன்னை கூறுவதாக வளவன் எண்ணினான்’.

பட்டறிவும், பகுத்தறிவுமாய் பெண்கள் இருவரும் இயைந்து வளவனை கருப்பொருளாய்க் கொண்டு வளவனைச் சுற்றி சந்தமும், தொடையுமாக வார்த்தை களால் வெவ்வேறு அர்த்தங்களைத் தொடுத்துக் கொண்டிருக்க சற்று தள்ளி நின்ற இரும்பிடார் தனது தங்கைக்கு நிகராய் ஆதிராவின் சொற்கள் இசைந்தோடுவதைக் கண்டு இன்புற்று நின்றிருந்தான்.

‘வானம் மேகங்களை விலக்கி கதிரவனை பூமிக்கு அருளட்டும். அதுவரை மக்கள் பொறுத்திருப்போம்’ என்று சொல்லிவிட்டு மீண்டும் இளவெயினியை வணங்கிய ஆதிரா திரும்பி நடந்தாள்.

‘தன்னிடமிருந்து உண்மை வெளிப்படாது. வளவனை இளவெயினியே அளிக்கும் வரை மணத்திற்கு காத்திருப்பேன்’ என்பதை சொல்லிச் செல்கிறாள் என்றுணர்ந்த இளவெயினியின் மனம் பெருமகிழ்வில் திளைத்தது. ‘தன் மகனை வழிநடத்த இவளை விடச் சிறந்த பெண் கிடைக்கமாட்டாள்’ என்று எண்ணினாள்.

குதிரையில் ஏற நடந்து சென்ற ஆதிரா கம்பீரமான தோற்றத்துடன் உயரமாக சற்றுத் தள்ளியிருந்தவன் அவளை கவனித்தவாறு இருப்பதைக் கண்டாள். சோழ அரசியின் அண்ணன் இவன். சோழவேந்தனின் தாய்மாமன். தென்னாடுகளின் நிகரற்ற வீரன் இரும்பிடார்த்தலையார் என்று மீண்டும் உணர்ந்தவளுக்கு உடல் ஒரு முறை சிலிர்த்தது. வீரம் இவர்கள் பயில்வதல்ல. வழிவழியாய் தொடர்ந்து வரும் குணம் என்றெண்ணியவள் தலையை சாய்த்து வணங்கி விட்டு குதிரையில் தாவி ஏறினாள்.

குதிரையைச் செலுத்தும் முன்னர் உள்ளம் தவிக்க, உணர்வுகள் துடிக்க ஆதிரா மயில் கழுத்தை திருப்பி வளவனைப் பார்க்க...

குலவழிக் கொடையெனக் கொண்ட கருணையும் அன்பும் முகத்தில் ஒளிர்ந்து சுடர்விட, வெற்றிக்கு வித்தாகும் வீரமும் விவேகமும் ஒருங்கே பொருந்தியவனாக, மலையின் அடிவாரத்தில் சேரனின் வான்மலைத் தொடரையே மாலையாய் சூடியது போன்ற தோற்றத்துடன் சோழ வேந்தன் கரிகாலன் நின்றிருந்தான்.

★★★

வளவனின் குடிலை நீங்கி தனது துணைவியின் குடிலுக்கு திரும்பிய கணியன், காயமுற்று இருந்த துணைவியிடம் 'அவசரப் பணியின் நிமித்தமாக உடனடியாக முள்ளூர் திரும்ப வேண்டியுள்ளது. ஓரிரு தினங்களில் திரும்பி விடுவேன்' என்று கூறிவிட்டு வெளியே வந்தான். குதிரையில் ஏறி முள்ளூர் நோக்கி விரையத் துவங்கினான்.

சோழ வேந்தனையும் அரசியையும் கண்டுபிடிப்பவர்களுக்கு கனவிலும் எண்ணமுடியாத வெகுமதிகள் வழங்கப்படும் என சிற்றரசன் பெருஞ்சாத்தன் அறிவித்திருந்தான். பதவிகளும் பட்டங்களும் செல்வத்தைத் தொடர்ந்து வரும் என கணியன் அறிந்திருந்தான்.

சோழ வேந்தன் இளஞ்சேட்சென்னியை முள்ளூர் சிற்றரசர் வஞ்சகத்தினால் கொன்றதை அறிந்திருந்தான் கணியன். இப்போது தனது குடும்பத்திற்கு உதவிய இரும்பிடாரை சிக்க வைப்பதா என்றெண்ணியது மனம்.

மறுகணம் 'பெருஞ்சாத்தனிடமிருந்து பொருள் கிடைத்தால் போர்வீரன் எனும் பதவியை விடுத்து நாங்கூரிலேயே தங்கி விடலாம். வணிகத்தில் ஈடுபட்டு சுகபோகங்களுடன் வாழலாம் என்று தோன்றியது. பெருங்களிறுகள் மோதிக்கொள்ளும் இடத்தில் தன்னைப் போன்ற சிறிய புற்கள் நீண்ட நாள் உயிர் பிழைத்திருக்க இயலாது. விரைவில் முள்ளூர் சோழநாட்டின் மேல் போர் தொடுக்கும். அப்போது எண்ணற்ற வீரர்கள் இறப்பது உறுதி. எனவே சோழவேந்தன் இருக்குமிடத்தை பெருஞ்சாத்தனிடம் கூறி செல்வத்தைப் பெறுவதுதான் சரியான செயல்' என்று சிந்தை உணர்த்த குதிரையை விரட்டினான்.

தீயவர்களுக்கு அருகில் இருக்கும் காற்றும் நஞ்சாகிப் போக, தீயவர்களின் பழக்கம் தீயவற்றையே கற்றுத் தருகிறது. நஞ்சின் கலப்பு பாலையும் கெடுத்து விடுகிறது.

நாங்கூருக்கும் முள்ளூருக்கும் இடைப்பட்ட பல யோசனை தூரத்தை விரைவாகக் கடக்க எண்ணிய கணியன் குதிரைக்கு சற்றும் ஓய்வு தராமல் விரட்டிச் சென்றான்.

உணவுக்கும் நீருக்கும் அல்லாடிய ஐந்தறிவின் தேவையைவிட செல்வத்துக்கும் சுகத்திற்கும் அலையாடிய ஆறறிவின் பேராசை அதிகமாக இருந்தது.

வீரம் வளரும்...

45

சேர நாட்டு மலை அரண்மனையின் எதிரே இருந்த திடலில் சிறிய படையொன்று நின்றிருக்க, சேரமான் வேட்டைக்குச் செல்ல ஆயத்தமாகிக் கொண்டிருந்தார். வேட்டையில் பெரும் ஆர்வம் உள்ள சேரமான் வருடமொருமுறை தென்னம்பொருப்பு எனும் தென்பொருப்பு மலைக்குச் சென்று வேட்டையில் ஈடுபடுவது வழக்கம். வேட்டையின் தன்மையைப் பொறுத்து பத்து நாட்கள் வரை தங்கியிருந்து விலங்குகளை வேட்டையாடி மகிழ்வார். சில சமயங்களில் பத்து நாட்களுக்கு மேலும் வேட்டை நீடிக்கும்.

அவருடன் செல்லக் களரியிலும், வேட்டையிலும் தேர்ச்சி பெற்ற மெய்க் காவலர்கள் நின்று கொண்டிருந்தனர். இசைக்கருவிகளை முழக்கி விலங்குகளை வேந்தர் இருக்கும் திசைக்கு விரட்டும் பெட்ட குறும்பர்கள், சமையல் செய்பவர்கள், கூடாரம் அமைப்பவர்கள் என்று ஒரு படை முன்னதாகச் சென்றிருந்தது.

சேரமானை அனுப்பி வைக்க நல்லினி, குட்டுவன், உடன் அமைச்சர்கள் நின்றிருக்க சேரமான் புறப்பட ஆயத்தமானார்.

ஒரு செடியை எப்படி பார்க்க வேண்டும். ஒரு மரத்தின் கனியை எப்போது பறிக்க வேண்டும். ஓர் நதியை எப்படி மதிக்க வேண்டும், ஒரு விதையை எப்படிப் போற்ற வேண்டும் என இயற்கையை நேசிப்பதை பளியர்களிடமிருந்து நகரத்தினர் கற்றுக் கொள்ள வேண்டும்’

அவருடன் மூத்த மகனான செங்கெழுக் குட்டுவனும் நின்றிருக்க, சேரமான் தனது இளைய மகன் வேல்கெழுக் குட்டுவனைப் பார்த்து 'நீயும் வருகிறாயா' என்று கேட்டார்.

'அடுத்த முறை வருகிறேன்' என்றான் வேல்கெழு குட்டுவன்.

'காந்தளூர் பயிற்சி இல்லாமலிருந்தால் அவன் இப்போதே தங்களுடன் புறப்பட்டு இருப்பான்' என்றாள் நல்லினி.

சிறியவன் மனதளவில் சற்று மென்மையானவன் தாயைப்போல. இசையிலும் நாட்டியத்திலும் பெரும் ஆர்வம் கொண்டவன் என்பதால் வேட்டைக்கு வர தயங்குகிறான் என்பதை சேரமான் உணர்ந்திருந்தார். எனினும் தாயானவள் சிறியவனை விட்டுத்தர மனமில்லாமல் பேசுகிறாள் என்பதைப் புரிந்து கொண்ட சேரமான் செங்கழுக் குட்டுவனைப் பார்க்க அவனும் தந்தையின் பார்வையில் மறைந்திருக்கும் பொருளைப் புரிந்துகொண்டு புன்னகைத்தான்.

தந்தையும், பெரியவனும் தமக்குள் தகவல்களைக் கண்களால் பரிமாறிக் கொள்வதைக் கண்ட நல்லினி, எங்கே சேரமான் தனது முடிவை மாற்றிக் கொள்வாரோ என்றெண்ணி,

'பெரும் வேட்டையை நிகழ்த்தி வெற்றியுடன் திரும்புங்கள்' என்றாள்.

சேரமானும், செங்கெழுக் குட்டுவனும் குதிரைகளைத் திருப்பி முன்னேற, துந்துபியை முழங்கியபடி வீரர்கள் நகரத் துவங்கினர்.

★★★

நாளின் இரண்டாம் சாமம் மெல்லமாய் வடிந்து கொண்டிருக்க மதிய உணவுக்குப் பின்னர் உயிர்கள் சோம்பல் முறித்துக் கொண்டிருந்தன.

முள்ளூர் சிற்றரசின் மாளிகையில் வணிகன் நீரோ அமர்ந்திருக்க பெருஞ்சாத்தனும், தீச்செல்வனும் அவன் சொல்வதைக் கேட்டு கொண்டிருந்தனர். அன்று காலையில் தான் நீரோ அவனது அடிமைகளுடன் முள்ளூர் நாட்டிற்கு வந்திருக்க, அருகில் டீடோ நின்றிருந்தான். சோழவேந்தன் சென்னியைக் கொல்வதற்கு உதவி செய்த பின்னர் நீரோ எதிர்பார்த்தது போல போர் மூளாததால் பாண்டியநாட்டின் கொற்கைத் துறைமுகத்தின் வழியாக ரோமுக்கு திரும்பிச் சென்றிருந்தான்.

'நமது திட்டத்தின் முதல் பாகமும், முக்கியமானதும் நிறைவேறிவிட்டது. அடுத்த பாகத்தை நிறைவேற்றுவதில் ஏன் இவ்வளவு தாமதம்?' என்று நீரோ கேட்க...

'எந்தத் துறைமுகத்தின் வழியாக இன்று முள்ளூர் நாட்டை வந்தடைந்தாய்?' என்றான் தீச்செல்வன்.

'புகார்' என்று நீரோ சொன்னதும் திடுக்கிட்டுப் போனார்கள் பெருஞ்சாத்தனும், தீச்செல்வனும்.

'சோழமண்டலம் உன்னைத் தேடிக் கொண்டிருக்கையில் புகார் வழியாக வருகிறாயா? இதென்ன துணிச்சலா இல்லை சிறுபிள்ளைத்தனமா?'

'அறிவற்ற செயலா' என்று கேட்கிறான் பெருஞ்சாத்தன் என்பதைப் புரிந்து கொண்ட நீரோ, 'காலத்தின் கைகள் எனது உடலில் வடித்திருக்கும் மாற்றங்களை எண்ணியே புகாரில் வந்திறங்கினேன். சோழநாட்டை அருகிலிருந்து கவனிக்க ஒரு வாய்ப்பாகவும் இருந்தது'

'என்ன மாற்றத்தை கவனித்தாய்?'

'சோழத் தலைநகரம் புகாரின் மதிற்சுவர்களில் பொறிகள் பொருத்தப்பட்டுள்ளன. காவல் பலமாக்கப்பட்டுள்ளது. எல்லா கணங்களிலும் தாக்குதலை எதிர்பார்த்து நிற்பதை வீரர்களின் கண்களில் காண முடிகிறது.'

'அதுமட்டுமல்ல. சக்கர வியூகத்தை அடிப்படையாகக் கொண்டு வானவனும் பரஞ்சுடரும் பல வளையங்களாகப் பாதுகாவலை மேம்படுத்தி உள்ளனர். தாக்குதலுக்கு இல்லாது தற்காப்புக்கும் சக்கர வியூகத்தைப் பயன்படுத்தி இருக்கிறார்கள். நகரினூடே வெளிப்பார்வைக்கு பேரழகுடன் திகழும் பல மாளிகைகளுக்குள் பொறிகளைப் பொருத்தியுள்ளனர். முள்ளம்பன்றியின் உடலிலிருந்து வெளிப்படும் முட்களைப் போல அனைத்துப் புறங்களிலும் அம்புகளை எய்யக்கூடிய அம்புக் கூண்டுகள் இவை. ஆம்பலின் வெளி இதழ்களைப் பறித்ததும் அடுத்த அடுக்கின் இதழ்கள் வெளிப்படுவது போல காவல் சங்கிலிகளை வட்டமாக அரண்மனையைச் சுற்றிலும் இறுக்கியுள்ளனர். அரண்மனையின் மதில்கள், எல்லையிலுள்ள அரண்கள் யாவும் இடிகளை இறக்கும் கோபுரங்களாய் பாதுகாவலின் உச்சத்தைத் தொட்டுள்ளது. புகாரைத் தாக்கி கைக்கொள்வது ஐந்து சிற்றரசுகளுக்கு கற்பனையிலும் இயலாத செயல்' என்றான் பெருஞ்சாத்தன்.

'ஆண்டுகள் பல கடந்து விட்டன. சோழ நாட்டில் வேந்தனும், அரசியும் இல்லை. இப்போது போரைத் தொடங்காவிடில் சோழ வேந்தன் நாட்டிற்குத் திரும்பிய பின்னர் போரிட்டு வெல்ல இயலாது' என்றான் நீரோ.

‘சோழ வேந்தனையும், அரசியையும் கொல்ல முயன்ற நமது அனைத்து முயற்சிகளும் வீணாகி விட்டன. காலவெளியில் மறையும் நாட்களைப் போல இருவரும் மக்களுடன் கலந்து விட்டனர். இனிமேல் அவர்களை கண்டறிவது சாத்தியமில்லாத ஒன்று’ என்றான் தீச்செல்வன்.

‘இருவரும் கலிங்க நாட்டில் இறந்து விட்டதாகவும் கூறுகின்றனர். நம்மை திசை திருப்பும் உத்தியாக இருக்கலாம்’

‘இருங்கோவேள் எங்கே?’ என நீரோ கேட்க,

‘இரும்பிடார் சோழ அரண்மனைக்கு வருவான் என்றெண்ணி புகாரில் மறைந்து இருக்கிறான். இரும்பிடாரைப் பின் தொடர்ந்து சென்று சோழ வேந்தனைக் கண்டறிய எண்ணுகிறான். தனது சகோதரன் இறந்ததற்கு சோழ வம்சத்தை வேருடன் களைய உறுதி பூண்டவன். சோழத்தின் வேர்களைத்தேடிக் கீழுலகம் வரை செல்வான்’ என்றான் பெருஞ்சாத்தன்.

அச்சமயம் மாளிகையினுள் நுழைந்த காவலன் சிற்றரசரை வணங்கி விட்டு ‘முள்ளூரின் வாட்படைவீரன் கணியன் மன்னரை சந்திக்க விரும்புகிறான்’ என்று சொல்ல,

‘வரச் சொல்’ என்றான் பெருஞ்சாத்தன்.

மாளிகையின் உள்நுழைந்து அனைவரையும் வணங்கிய கணியன் சொற்களை வீணாக்காமல், ‘சோழவேந்தனும், சோழ அரசியும் இருக்குமிடத்தைக் கண்டறிந்து விட்டேன் மன்னா’ என்றதும் அனைவரும் அதிர்ந்தனர்.

‘எங்கே... எங்கே’ என்றான் தீச்செல்வன் படபடப்புடன்.

‘எனது துணைவியின் ஊரான சேர நாட்டின் நாங்கூருக்குச் செல்கையில் இரும்பிடாரை வனத்தினருகில் கண்டேன். அவனறியாமல் அவனைப் பின்தொடர்ந்து சென்று சோழ வேந்தனும், சோழ அரசியும் நாங்கூரில் ஊதியத்திற்குப் பணிபுரியும் குடியினராய் வாழ்ந்து வருவதைக் கண்டேன். கடம்ப நாட்டிலிருந்து பஞ்சம் பிழைக்க வந்ததாய் கூறிக் கொண்டுள்ளனர்’

சோழவேந்தனை சிரமப்பட்டு கண்டறிந்ததாய் தோன்றுவதற்காக இரும்பிடாரை வனத்தில் பார்த்ததாக கணியன் கூற...

‘உண்மையாகவா. இரும்பிடார் என்றெண்ணி நமது ஒற்றன் ஒருவன் ஏற்கனவே ஏமாந்திருக்கிறான்’ என்றான் தீச்செல்வன் அதிர்ச்சியுடன்.

‘உறுதியாகக் கூறுகிறேன். இரும்பிடாரை நான் இதற்கு முன்னரும் பார்த்திருக்கிறேன்’

‘அருமையான தகவல். இது உறுதியானால் உனக்கு பொற்காசுகளை மலையாய் அளிக்கிறேன்’ என்ற பெருஞ்சாத்தன் ‘வேறென்ன தகவல் உள்ளது?’ என்றான்.

செல்வத்தை வாரி வழங்குவதாக பெருஞ்சாத்தன் கூறியதும் மனம் மகிழ்ந்த கணியன் உற்சாகத்துடன் ‘சோழ அரசி பாண்டிய நாட்டிலிருந்து நான்கு குடிகளின் பாதுகாவலுடன் நாங்கூருக்கு சென்றிருக்கிறார். ஐந்து குடிகள் ஒன்றாய் பயணித் திருக்கின்றனர். இளஞ்சேட்சென்னியின் மகன் அறிவிலும் வீரத்திலும் சிறந்த இளைஞனாய் வளர்ந்து நிற்கிறான். அங்கு சோழ வேந்தனின் பெயர் திருமாவளவன். சிறுவயதிலிருந்தே காந்தளூர் சாலையில் வீரக்கலைகளை பயின்றிருக்கிறான். நாங்கூரின் தொழுவில் காளையை அடக்கியும், நாங்கூரைத் தாக்கிய மதம் பிடித்த யானைகளை ஒரே ஈட்டியில் சரித்தும் சோழவேந்தன் பெரும் வல்லமையை வெளிப்படுத்தியுள்ளான். அவனின் வீரத்தைக் கண்டு மகிழ்ந்த நாங்கூர் மக்கள் அவனை கரிகாலன் என்று பெயரிட்டு அழைக்கின்றனர்’ என்றான்.

சேர நாடு, ஊதியத்திற்குப் பணிபுரிகின்றனர் போன்ற தகவல்களை விட, வீரக்கலைகளைப் பயின்று யானையை சரிக்கும் பெரும் வீரனாய் சோழ வேந்தன் உருவெடுத்துள்ளான் என்ற தகவல்கள் நிலநடுக்கத்தின் தொடர் அதிர்வுகளைப் போல அலைஅலையாய் தாக்க பெருஞ்சாத்தன் இடிந்து போனான்.

‘பெயர்கள் வேறாய் இருக்கும் என்று யூகித்தது தான். எனினும் தனித்து வாழ்ந்திருக்கும் ஒரு குடும்பத்தை ஒற்றர்கள் தேடிக்கொண்டிருக்க ஐந்து குடிகள் ஒன்றாய் பயணித்திருக் கின்றனர் பெருவளத்தான் என்ற பெயரைத் திருமாவளவன் என்று மாற்றியிருக்கின்றனர்’ என்று தீச்செல்வன் எண்ண ...

‘அவனது தந்தையைப் போன்றே பெரும் வீரனாய் உருவெடுத்துள்ளான். அதன் பின்னரும் சோழ நாட்டிற்கு திரும்பாமல் ஏன் இருக்கின்றனர்?’ என்று யோசித்த பெருஞ்சாத்தன்...

‘நீ வந்த தருணம் அற்புதமான தகவல் வந்துள்ளது. உடனடியாக இருங்கோவேளை அழைத்து வர வீரனை அனுப்புகிறேன்’ என்றான்.

‘இருங்கோவேளுக்காகக் காத்திருக்க நேரமில்லை. எனது தளபதி சதுரன் இருக்கிறான். திட்டமிடுதலிலும், வீரத்திலும் இருங்கோவேளுக்கு இணையானவன். உடனடியாக வீரர்களை அனுப்புவோம். சோழ அரசி மீண்டும் இடம் மாறிடக் கூடும்’ என்றான் தீச்செல்வன்.

‘நானும் எனது வீரர்களுடன் செல்கிறேன். சென்னியைக் கொன்றது போல கரிகாலனையும் கொன்று வருகிறோம். நீங்கள் போரைத் துவக்கும் ஏற்பாடுகளை கவனியுங்கள்’ என்றான் நீரோ.

'இம்முறை அவர்களைக் கொல்லக்கூடாது. அனைவரையும் சிறைபிடித்து வர வேண்டும். அவர்களைச் சிறையிலடைத்தே நாம் சோழ நாட்டை கைப்பற்ற முடியும்' என்றான் பெருஞ்சாத்தன்.

நிகழ்வதைக்கண்டு கலங்கிய கதிரவன் முகம் சிவந்து வானிலிருந்து கீழிறங்கத் தொடங்கினான். ஒரு நாழிகையில் முள்ளூரின் சிறந்த அறுபது வீரர்கள் தளபதி சதுரனின் தலைமையில் திரண்டனர்.

அவர்களுடன் நீரோ, தனது முப்பது யவன அடிமைகளை அழைத்துக் கொண்டு புறப்பட்டான். ரோமாபுரியை ஆண்ட மன்னர்களுக்கும், மக்களுக்கும் இறக்கும் வரை போராடும் அடிமை மல்லர்களின் வீரசாகசங்களைப் பார்ப்பதில் விருப்பம் அதிகம். குறிப்பிட்ட நாட்களிலும், விழாக்காலங்களிலும் போர்க் கூடங்களில் மக்கள் பெருந் திரளாகக் கூடியிருக்க, அடிமை வீரர்கள் பல்வேறு ஆயுதங்களுடன் இருவரில் ஒருவர் இறக்கும் வரை போரிடுவர். பெரும் செல்வந்தர்கள் அடிமைகளை வாங்கி கடுமையான பயிற்சிகள் தந்து, போரிட அனுப்புவதற்கென்று கூடங்களை அமைத்திருந்தனர்.

பெருவணிகனின் மகனான நீரோவும் இது போன்ற போர்ப்பயிற்சி கூடமொன்றை ரோமாபுரியில் கொண்டிருந்தான். புகாருக்குப் புறப்படுகையில் போர்த்திறம் மிக்க தனது அடிமை வீரர்களைத் தன்னுடன் அழைத்து வந்திருந்தான். இருதரப்பின் வீரர்களும் இணைந்து கொள்ள படை முள்ளூரிலிருந்து புறப்பட்டது.

இருளின் நிழல் போல கரைந்து, காற்றில் ஒலி போல மறைந்து சிறிதளவு மட்டும் ஓய்வெடுத்த முள்ளூர் படை இரவு முழுதும் பயணித்தது. முள்ளூரிலிருந்து நாங்கூருக்கு செல்லும்போதே வளவனைப் பற்றிய அனைத்து தகவல்களையும் சதுரன் கணியனிடமிருந்து கேட்டு அறிந்து கொண்டான். நாங்கூர் மக்களிடையே வளவன் பெருமதிப்பைப் பெற்றிருந்ததால் அவனைத் தாக்கும்போது நாங்கூர் மக்கள் உதவிக்கு வரக்கூடும். சேரநாட்டின் வணிகப் பேரூர் நாங்கூர் என்பதால் காவல் வீரர்களும் நாங்கூரில் இருப்பர். எனவே இரவு நேரத்தில் தாக்குவதே சிறந்தது என்று முடிவு செய்தான்.

மறுநாளின் இரண்டாம் பொழுதில் முள்ளூர் வீரர்கள் பாலைக்காட்டு கணவாயைக் கடந்து தென்பொருப்பு மலையின் அடிவாரத்திலிருந்த நாங்கூர் எல்லையை அடைந்தனர்.

பசுமை பயிர் செய்திருந்த இடத்தில் சுனை ஒன்று அமைந்திருக்க சதுரன் அதனருகில் குதிரையை நிறுத்தியதும், மற்றவர்களும் குதிரையை நிறுத்தினர்.

'மலையின் அடிவாரத்தில் ஓய்வெடுங்கள். பகல் வேளையில் நாம் ஊருக்குள் நுழைய முடியாது. நாங்கூரின் காவலர்களை எதிர்கொள்ள வேண்டி வரும். நான்

இருவருடன் சோழ வேந்தன் குடிலில் இருப்பதை உறுதி செய்து கொண்டு அங்கேயே காத்திருக்கிறேன். இரவின் இரண்டாம் நாழிகையில் கணியன் இங்கு வந்து உங்களை அழைத்து வருவான். அதன் பின்னர் தாக்குதலை நிகழ்த்தலாம்'.

நீரோ 'சரி' என்று சொல்ல, சதுரன் கணியனையும், மற்றொரு வீரனையும் அழைத்துக் கொண்டு நாங்கூருக்குள் நுழைந்தான். கழனிகளையும் அவற்றின் செழிப்பையும் பார்த்தபடி சதுரன் குதிரையை நடத்த, நாளங்காடியின் வழியாக கணியன் அழைத்துச் சென்றான். நாங்கூரின் வீரர்கள் சில இடங்களில் நின்றிருக்க...

'இனிமேல் நடந்து செல்லலாம்' என்றான் கணியன்.

குதிரைகளை வீரனிடம் தந்து காத்திருக்கச் சொல்லிவிட்டு இருவரும் வளவனின் குடிலை நோக்கி நடக்கத் துவங்கினர். கரட்டை நெருங்கும்போது இரண்டு வரிசைகளில் ஆறு குடில்கள் எதிரெதிரே அமைந்திருப்பதை சதுரன் கவனித்தான்.

'கரட்டினருகிலிருக்கும் மூன்று குடில்களின் நடுவிலிருக்கும் குடிலில் வளவன் இருக்கிறான்' என்றான் கணியன்.

இருவரும் குடில்களுக்கு தொலைவிலிருந்து சற்று நேரம் பார்த்திருந்தனர். நடமாட்டம் ஏதும் இல்லாமலிருக்க ''எவரும் குடிலில் இல்லை போலுள்ளதே'' என்றான் கணியன்.

'அருகில் சென்று பார்க்கலாம்' என்று கணியன் சொல்ல இருவரும் நடந்தனர்.

இருவரும் குடில்களை நெருங்குகையில், வளவனின் குடிலுக்கு எதிரேயிருந்த குடிலில் இருந்து வெளியே வந்த இமையன் அவர்களைப் பார்த்து விட்டு 'என்ன வேண்டும்?' என்று கேட்டான்.

'வளவன் யானைகளை ஒரே ஈட்டியில் சிதைத்ததாக கேள்விப்பட்டேன். அத்தகைய வீரனை பார்த்துச் செல்ல எண்ணினேன்' என்றான் சதுரன்.

'அனைவரும் கடம்ப நாட்டிற்கு சென்றுள்ளனர். திரும்பி வர சில நாட்கள் ஆகும்' என்று இமையன் சொல்ல இருவரும் அதிர்ந்தனர்.

'அப்படியா. பின்னர் வருகிறோம்' என்ற சதுரனின் கண்கள் குடில்களை துழாவ, உள்ளே எவரும் இல்லாததைக் கண்டான். இருவரும் ஏமாற்றத்துடன் திரும்பி நடந்தனர்.

★★★

நாங்கூர்வேள் துணைவியுடன் பொருட்களைத் தந்து விட்டு சென்ற அடுத்த நாளின் காலையிலிருந்து நாங்கூர் மக்கள் வளவனின் குடிலுக்கு வெகுமதி பொருட்

களோடோ அல்லது வளவனுடன் பேசி மகிழவோ வந்த வண்ணம் இருந்தனர். அன்றைய மாலைப் பொழுதில் இளவெயினி தீவிர சிந்தனையில் ஆழ்ந்திருந்தாள்.

அவளருகே வந்த இரும்பிடார் 'என்ன சிந்தனை இளா?' என்று வினவ...

'மனம் ஒருநிலையில் இல்லாமல் அதிர்கிறது அண்ணா. மறைந்திருக்கும் நாம் தேவைக்கு அதிகமாக கவனத்தை ஈர்க்கிறோம். வேடத்தைக் கலைத்து, சோழத்தை வழிநடத்தும் நாள் நெருங்கி விட்டது. சோழகுல வாரிசான வளவனின் இருப்பை உலகுக்கு தெரிவிக்கும் நேரம் வந்து விட்டது. நீ நாளைக் காலையில் புறப்பட்டு அழுந்தூருக்குச் செல். சென்ற முறையே தந்தைக்கு உடல்நிலை சரியில்லாமல் இருந்தது. அவரைப் பார்த்து விரைவில் உங்கள் பெயரன் சோழ நாடு திரும்புகிறான் என்ற நற்செய்தியை தெரிவித்து விட்டு சோழ நாட்டிற்குச் செல். பட்டத்து யானை பிடர்த்தலையை சிறு படையுடன் அழைத்து வா' என்றாள்.

சோழ நாட்டிற்கு திரும்பலாம் என்றதும் மனமகிழ்வுற்ற இரும்பிடார் 'சரி' என்றான்.

மறுநாள் காலையில் இரும்பிடார் இளவெயினியிடம் விடைபெற்று புறப்பட்டுச் செல்ல, இளவெயினி வளவனையும் மற்ற இளைஞர்களையும் அழைத்தாள். 'நீங்கள் உடனடியாகப் புறப்பட்டு பளியர்களின் கிராமத்திற்கு செல்லுங்கள். ஓரிரு நாட்களில் மாமா உங்களை அழைத்து வருவார்'

'ஏனம்மா? என்னாயிற்று?' என்றான் வளவன்.

'பளியர்களின் கிராமத்திற்குச் சென்று இரண்டு திங்கள் ஆகிவிட்டமையால் இன்று செல்ல மாமா எண்ணியிருந்தார். ஆனால் இன்று காலையில் கடம்ப நாட்டின் சிற்றரசரைக் காண செல்ல வேண்டியதாயிற்று. எனவே உங்களை சென்று வரச்சொன்னார்'

'கடம்ப நாட்டின் சிற்றரசரைக் காண எதற்காக செல்கிறார்?'

'கடம்ப நாட்டின் சிற்றரசர் மாமாவிற்கு தெரிந்தவர். அவரைப் பார்த்து வரவே சென்றிருக்கிறார். நீங்கள் புறப்பட்டுச் செல்லுங்கள். குளிர் காலம் நெருங்குகிறது. ஆதிமந்திக்கும் மற்ற முதியவர்களுக்கும் கம்பளி ஆடைகள் வாங்கிச் செல்லுங்கள்' என்றதும் வளவன் மற்றவர்களை அழைத்துக் கொண்டு நாங்கூரின் நாளங்காடியை நோக்கிப் புறப்பட்டான். மாலையில் ஆதிராவைக் காண வருவதாக சொல்லியிருந்தான். தகவலேதும் அனுப்ப முடியுமா என்று சிந்தித்தவாறே நடந்தான்.

வளவன் மற்றவர்களுடன் விலகியதும் இளவெயினி இமையனை அழைத்தாள். ‘கரட்டின் நடுவிலிருக்கும் களரித்திடலில் பெண்கள் தங்கிக் கொள்கிறோம். நீயும் மற்றவர்களும் எவர் கண்ணிலும் படாமல் குடிலில் இருஙகள். எவர் தேடிவந்தாலும் அனைவரும் கடம்ப நாட்டிற்கு சென்றிருக்கின்றனர். ஓரிரு நாட்களில் திரும்பி வருவர் என்று கூறுங்கள்’ என்றாள்.

‘சரி’ என்று சொல்லி விட்டு இமையன் செல்ல, ஒரு நாழிகையில் பெண்கள் மேலிருக்கும் குடிலுக்கு சென்றனர். இளவெயினியின் மனதில் பதற்றம் குமிழிகளை உருவாக்க, இளவெயினியின் வலது கண் துடிக்கத் தொடங்கியது.

ஆண்களுக்கு வலதுபுறமும், பெண்களுக்கு இடது புறமும் கண், புருவம், தோள் முதலியன துடித்தால் நல்நிமித்தமென்றும் மாறி துடித்தால் துர்நிமித்தம் என்றும் அழுந்தூர் மக்கள் கருதுவர்.

பசு நிறைய பால் கறப்பது, உன்ன மரம் துளிர்ப்பது நல்நிமித்தங்கள். இரவில் நிமித்தங்கள் தெளிவாகத் தெரியாத போது பிறர் பேசும் வார்த்தைகள், பறவைகளின் ஒலிகள், பல்லியின் ஓசைகள் முதலியன கேட்டு சுபமா, அசுபமா என்றறிந்து கொள்வர். நிமித்தம் எதுவாகினும் இம்முறை பகையைத் தகர்த்தெறிய இளவெயினி உறுதி பூண்டாள்.

நாளங்காடியை இளைஞர்கள் அடைந்ததும் அங்கிருந்தவர்கள் வளவனிடம் பேசியபடி இருக்க, இளைஞர்கள் கம்பளி ஆடையை வாங்கத் துவங்கினர். ‘நிறைய துணிகள் வாங்குகிறீர்களே? குடிலுக்கு வண்டியில் அனுப்பி வைக்கட்டுமா?’ என்று விற்பவர் கேட்க,

‘நாங்களே எடுத்துக் கொள்கிறோம். பளியர்களுக்கு தருவதற்காக அவர்களின் மலையூருக்குச் செல்கிறோம்’ என்றான் சுடரொளி.

மற்றொரு அங்காடியில் வளவன் ஆதிமந்திக்கு வெண்முத்துகள் கோர்த்த அழகிய மாலை ஒன்றை வாங்கிக் கொண்டான். கம்பளித் துணிகளை கயிற்றில் கட்டி தூக்கிக் கொண்டு அனைவரும் மலையிலிருந்த பளியர்களின் சிற்றூரை நோக்கி நடக்கத் துவங்கினர்.

கிராமத்தை நெருங்கும் போதே கிராமத்தைச் சுற்றிலும் முடந்தை நெல் மூங்கில் போல நீண்டு பருத்து வளர்ந்திருப்பதை வளவன் கண்டான். பீர்க்கம்பூ குடில்களின் மேலேறி இளமஞ்சள் பூக்களை கூரையாய் போர்த்தியிருந்தது. அனைவரும் நுழைவு வாயிலின் கதவைத் திறந்து கொண்டு நுழைய ‘காவலிருப்பவர்களைக் காணவில்லையே’ என்றான் நிலவன்.

ஊரினுள் களாமரம், விளாமரம், மாமரம் போன்ற மரங்கள் வளர்ந்திருக்க, குடில்களின் ஓரத்தில் முல்லை மலர், குருக்கத்தி மலர், சண்பக மலர்கள் வளர்ந்திருந்தன. செம்பாறு வளவனை அடையாளம் கண்டு கொண்டு ஒலியெழுப்பத் துவங்க குடில்களுக்கிடையே மான்களும், முயல்களும், மயில்களும் ஓடின. ஓசையைக் கேட்டு வெளியே வந்த பறவைமுனி பெருமகிழ்வுடன் ‘வாருங்கள்’ என்றபடி அனைவரையும் வரவேற்றார்.

‘காவலுக்கு ஏன் எவருமில்லை?’ என்று வளவன் கேட்க...

‘இப்போதெல்லாம் செம்பாறுவும், கரும்பாறுவும் அந்தப் பணிகளை செய்கின்றனர். நீங்கள் தொலைவில் வரும்போதே பார்த்திருப்பான். மேலும் பகல் பொழுதில் எந்த இன்னலும் ஏற்படுவதில்லை’

ஆதிமந்தியின் குடிலிலிருந்து ஆதிமந்தியும், குவிரனும் வெளியே வர, குவிரன் ஓடி வந்து வளவனைக் கட்டிக் கொண்டான். ஆதிமந்தி இன்னும் அகவையில் குறைந்தது போலிருக்க ‘உனக்கும் தென்பொருப்பு மலைக்கும் காலம் நின்று விட்டதா? அப்படியே இருக்கிறீர்கள்’ என்றான் நிலவன்.

எப்போதும் போல உடல் அதிரச் சிரித்த ஆதிமந்தி ‘வாருங்கள் உள்ளே’ என்று அழைத்துச் சென்றாள். கீழே விரிக்கப்பட்டிருந்த பாயில் அனைவரும் அமர்ந்தனர்.

குடிலுக்குள் கிளிகள் அமர்ந்திருக்க ‘முன்பை விடப் பறவைகளும், விலங்குகளும் அதிகம் உள்ளதே’ என்றான் முகில்.

‘தாமாக வந்தன. விலகிச் செல்ல மனமில்லாமல் இங்கேயே தங்கி விட்டன’

‘அன்பும், அமைதியும் சூழ்ந்திருக்கும் இடத்தை நீங்க எந்த உயிருக்குத்தான் விருப்பமிருக்கும்?’

‘ஒரு செடியை எப்படி பார்க்க வேண்டும். ஒரு மரத்தின் கனியை எப்போது பறிக்க வேண்டும். ஓர் நதியை எப்படி மதிக்க வேண்டும், ஒரு விதையை எப்படிப் போற்ற வேண்டும் என இயற்கையை நேசிப்பதை பளியர்களிடமிருந்து நகரத்தினர் கற்றுக் கொள்ள வேண்டும்’ என்றான் வளவன் நெகிழ்வுடன்.

செம்பாறு கத்தும் ஓசை கேட்க அதை கவனிக்காது பறவைமுனி மற்றவர் களுடன் பேசிக்கொண்டிருந்தார்.

குடிலினுள் பொன்னிறத் துகள்கள் கொட்டிக் கிடக்க ‘இவையென்ன பொன்னா?’ என்று கேட்டான் இளம்பரிதி.

'கோங்க மலரின் மகரந்தப் பொடி. பெண்கள் மேனியில் பூசிக்கொள்வர். செல்வந்தர்கள் இவற்றை சம அளவு பொன் கொடுத்து வாங்குவர். உனக்கு மணமானதும் இவையெல்லாம் தெரியும்' என்று ஆதிமந்தி கூற அனைவரும் நகைத்தனர்.

'விரைவில் வளவனுக்குத்தான் தேவைப்படும்' என்று இளம்பரிதி சொல்லிச் சிரிக்க, வளவன் பரிதியைப் பார்த்து வெளிப்படுத்த வேண்டாமென்று கண்களால் இறைஞ்சினான்.

'வானவில்லுக்காக வானத்தையே பொன்வானமாக மாற்ற வேண்டியிருக்குமே' என்று சிரித்தான் நிலவன்.

மற்றவர்களும் சிரிக்க 'எங்கள் வளவனை மயக்கியவள் யார்?' என்றாள் ஆதிமந்தி.

செம்பாறுவும், கரும்பாறுவும் சேர்ந்து கத்துவது கேட்க 'நான் பார்க்கிறேன்' என்றபடி பறவைமுனி எழுந்தார்.

'நாங்கூரின் இளவரசி தான் வானத்தை வளைத்த வானவில்' என்றான் நிலவன்.

'அற்புதமான செய்தி' என்றார் பறவைமுனி வாயிலினருகில் நின்றபடி.

'மென்மையான வளவன் மையல் கொண்டானென்றால் இளவரசி மனதை வசியப்படுத்தும் பேரழகியாய் இருக்க வேண்டும்' என்ற ஆதிமந்தி வளவன் சோழ நாட்டிற்கு செல்ல வேண்டுமே என்றெண்ணியவளாய் 'மணத்திற்கு உனது அன்னை ஒப்புதல் வழங்கிவிட்டாளா?' என்றாள்.

'அன்னையிடம் இன்னும் தெரிவிக்கவில்லை'

'உனது அன்னைக்குத் தெரியாமல் இருக்க வாய்ப்பில்லை. முக வரிகளைக் கொண்டு அக வரிகளை படிக்கக் கூடியவள்'

'அதை விடு. ஆதி. உனக்காக வாங்கி வந்துள்ளேன்' என்றபடி வளவன் பால் வண்ண நிறத்தினாலான முத்துமாலையை எடுத்து தர 'இதை அணிவதால் உடலுக்கு என்ன பயன்?' என்றாள் ஆதிமந்தி.

'உடலின் நலனுக்காக பொருட்களைப் பயன்படுத்துபவர்கள் நீங்கள். உடலின் அழகுக்காக அணிகலன்களை பயன் படுத்துபவர்கள் நகரத்து மக்கள். எனக்காக அணிந்து கொள்' என்ற வளவன் ஆதிமந்தியின் கழுத்தில் மாலையை அணிவித்தான்.

குடிலுக்கு வெளியே சென்ற பறவைமுனி மலையின் சரிவை உற்றுநோக்க நிறைய வீரர்கள் வருவதைக் கண்டார். குழப்பத்துடன் குடிலுக்குத் திரும்பியவர் 'நகரத்து வீரர்கள் மேலேறி வருகின்றனர்' என்று சொல்ல...

'என்னவென்று கேள்' என்றாள் ஆதிமந்தி.

காற்றின் இறுக்கம் அதிகரிப்பதை ஆதிமந்தி உணர, 'எங்களில் மூத்தவன் முகில் தான். அடுத்து முகிலை செலுத்தும் தென்றலை தேடியாகவேண்டும்' என்று வளவன் கூற, மீண்டும் அனைவரும் சிரித்தனர்.

குடிலில் இருந்த இடைவெளியினூடே ஆதிமந்தி பார்வையைச் செலுத்த நுழைவுக் கதவை திறந்து கொண்டு சதுரன் நுழைந்தான். அவனைத் தொடர்ந்து எண்ணற்ற முள்ளூர் வீரர்களும், யவன வீரர்களும் வேகமாய் உள்ளே நுழைந்தனர்.

ஆட்டுக் கிடாய்களும், மான்களும் மிரண்டு ஓட, முயல்கள் குடில்களுக்குள் ஒளிந்து கொண்டன. விலங்குகளின் கத்தல்களும், பறவைகளின் கிறீச்சிடல்களும் தொடர்ந்து ஒலிக்க மற்ற குடில்களிலிருந்து வயதானவர்கள், பெண்கள், சிறுவர்கள் வெளியே வந்தனர். ஒவ்வொரு யவன வீரனும் கால் பனை உயரத்துடன், கோதுமை நிறத்தில், பருமனான உடற்கட்டுடன் இருப்பதைக் கண்ட பளியர்கள் அச்சத்துடன் கவனித்தனர்.

'யார் வேண்டும் உங்களுக்கு?' என்று பறவைமுனி கேட்க...

'திருமாவளவன்' என்றான் சதுரன் இடையிலிருந்த வாளை உருவியபடி.

வீரம் வளரும்...

46

பளியர்களின் கிராமத்தினுள் முள்ளூரின் ஒற்றர்கள் நுழைவதைக் கண்டு பெருங்கோளமான கதிரவன் கடுஞ்சினத்துடன் எரிய, மேகங்கள் அடர் சாம்பலாய் மிதந்து கொண்டிருந்தன.

சோழ அரசியையும், சோழ வேந்தனையும் தேடி குடிலுக்குச் சென்ற சதுரனும், கணியனும் அவர்கள் குடிலில் இல்லாததைக் கண்டு ஏமாற்றத்துடன் திரும்ப 'நாளங்காடியில் வளவனைப் பற்றி தகவலேதும் கிடைக்கிறதா என்று கேட்டு வா' என்றான் சதுரன்.

அங்காடிக்கு வினவச் சென்ற கணியன் சற்று நேரத்தில் வளவனும், சில இளைஞர்களும் கம்பளி ஆடைகள் வாங்கிக் கொண்டு பளியனூருக்கு சென்றிருப்பதைக் கண்டறிந்து வர, சதுரன் மற்றவர்களை அழைத்துக் கொண்டு வேகமாக யவனர்கள் காத்திருந்த இடத்திற்குச் சென்றான். பளியனூர் செல்ல கணியனுக்கு வழி தெரிந்திருக்க, அவர்கள் தங்கியிருந்த இடத்திலிருந்தே தென்பொருப்பு மலையின் மேலேறி பளியனூரை வந்தடைந்திருந்தனர்.

குடியிருப்புக்குள் நுழைந்திருப்பவர்கள் சோழ வேந்தன் வளவனைத் தேடி வந்துள்ளனர் என்பதைப் புரிந்து கொண்ட ஆதிமந்தி "வளவா

உயிர்களில் மனிதர்கள் மட்டுமே அழிப்பதற்கென்று ஆயுதங்களை உருவாக்கியவர்கள்.

வெளியே வராதே. வாய்ப்பை உருவாக்கி இங்கிருந்து தப்பி உன் அன்னையைச் சென்றடைந்து விடு'' என்று சொல்லி விட்டு குடிலை விட்டு வெளியே வந்தாள்.

குடிலின் இடைவெளியினூடே வீரர்களைக் கண்ட வளவன் அவர்களின் ஆடைகளிலிருந்து 'இவர்கள் வேறு நாட்டை சேர்ந்தவர்கள்' என்பதைப் புரிந்து கொண்டான். 'யார் இவர்கள்? எதற்காக தன்னை தேடுகின்றனர்' என்பது புரியாமலிருக்க மற்றவர்களுடன் கீழே அமர்ந்து கொண்டு நிகழ்வதைக் கூர்ந்து கவனிக்கத் தொடங்கினான்.

''யார் நீங்கள்?'' என்றாள் ஆதிமந்தி.

'எங்கே திருமாவளவன்?' என்றான் சதுரன்.

''அப்படி யாருமில்லை இங்கு''

''நாங்கள் பார்க்கிறோம். அனைத்து குடில்களையும் சோதியுங்கள்'' என்று சதுரன் கூற, யவன வீரர்களும், முள்ளூர் வீரர்களும் கிராமத்திலிருந்த குடில்களை நோக்கிச் செல்லத் தொடங்கினர். பளியனூர் ஆண்கள் சிலர் வீரர்களைத் தடுக்க முயல அவர்களை நகர்த்தி விட்டு குடிலுக்குள் நுழைந்தனர்.

கணியன் ஆதிமந்தியின் குடிலினுள் நுழைய முயல 'நுழையாதே. உள்ளே எவருமில்லை' என்றாள் ஆதிமந்தி. கணியன் திரும்பி சதுரனை பார்க்க ''இழுத்து எறி அவளை'' என்றதும், மற்றொருவன் ஆதிமந்தியின் கையைப் பற்றி இழுக்க ஆவேசமுற்ற ஆதிமந்தி அவனைக் கீழே தள்ளினாள்.

'விட்டு விடுங்கள்' என்றபடி பறவைமுனி முன்னேற அவரை ஒரு யவனன் எட்டி உதைத்தான்.பறவைமுனி தாக்கப்படுவதைக் கண்ட செம்பாறு கணப்பொழுதில் பாய்ந்து யவனனின் முகத்தைக் கிழித்தெறிய, மற்றொருவன் வாளை வீசி அதன் சிறகுகளை வெட்டியெறிந்தான். கீழே விழுந்த செம்பாறு கிறீச்சிட, முகத்தில் குருதி ஒழுக நகர்ந்த யவனன் அதன் தலையின் மேல் காலை வைத்துத் தேய்த்தான்.

'வேண்டாம்' என்று பறவைமுனி அலறினார். எண்ணிக்கை ஏற்படுத்திய நம்பிக்கையொன்று வலுவைத் தர, இயலாமையை நசுக்கும் செருக்கொன்று உருப்பெற்றது.

குடிலினுள் நுழைய விடாமல் தடுப்பதைக் கண்டு சினமடைந்த கணியன் வாளை உருவி ஒரே வீச்சில் ஆதிமந்தியின் நெஞ்சைப் பிளந்தெறிய, பின்னேறிய ஆதிமந்தியின் உடல் குடிலினுள் சாய்ந்தது.

சூடான குருதி நீர்க்கொடியாய் நிலத்தில் படர, குருதியில் நனைந்த செந்நிற முத்துக்கள் வளவனை நோக்கி உருண்டோடின. வளவன் பேரிடி விழுந்தவனாய் துடித்துப் போனான்.

உள்ளத்தின் வரையறைகள் நொடித்துப் போக, உடலெங்கும் எரிமீன்கள் வெடித்துச் சிதறின. கூட்டுப்புழுவாய் இருந்த கனலொன்று சிறகுகள் பெற்று மேலெழுந்தது. குருதி கொந்தளிக்கப் பீறிடும் ஆவேசத்துடன் வளவன் எழ, கருணைசூழ் வளவனைப் பிளந்து கொண்டு ஆங்காரமும், உக்கிரமும் தெறிக்கும் கரிகாலன் வெளியே வந்தான்.

செந்நிறக் கண்கள் தணலென்று கொளுந்து விட்டு எரிய வெளியே வருபவனைப் பார்த்து அதிர்ந்த கணியன் பின்னோக்கி நகர முயல, விருட்டென்று முன்னேறிய கரிகாலன் வலது கையின் ஆட்காட்டி விரலை கணியனின் குரல்வளையில் பாய்ச்சினான். மண்ணையும், மரத்தையும் துளைத்து பயின்றிருந்த கரிகாலனின் விரல் வெண்ணையில் நுழையும் கத்தியைப் போல் கணியனின் தொண்டையில் நுழைந்தது. குரல்வளையைச் சிதைத்து முன்கழுத்தில் நுழைந்த விரல் பின்கழுத்தில் வெளித்தெரிந்தது.

கரிகாலன் விரலை உருவ அதிர்ந்த கண்களுடன், குருதி பொங்கும் கழுத்தைப் பற்றியபடி தடுமாறிய கணியன் கீழே சரிய, பீறிட்ட வெறியுடன் கணியனை வலது காலால் எட்டி உதைத்தான் கரிகாலன். நெஞ்செலும்பு நொறுங்கப் பறந்து சென்றது கணியனின் உடல். உயிர்களை எரித்து சுடர் விட முயன்ற பேராசையொன்று அணைந்து போனது.

சிந்தையில் அணுப்பிளவு நிகழ, சினத்தை கட்டுப்படுத்தத் தடுமாறினான் கரிகாலன். சினம் கொள்ளத் தெரியாதவன், உக்கிரத்தின் பேருருவமாக உயரத் துவங்கினான். கருணையின் வடிவமாய் இருந்தவன், கொந்தளிக்கும் கொதிகலனாய் தகித்துக் கொண்டிருந்தான். தீபத்தின் சுடரொன்று, காட்டுத்தீயாய்ப் பற்றியெரியத் தொடங்கியது

வளவனைத் தொடர்ந்து மற்ற நால்வரும் வெளியே வந்து நின்றனர். என்ன நடக்கிறது என்று தெரியாமல் இருந்தாலும் அன்பின் உயிரொன்று கண்முன்னே கணப்பொழுதில் வெட்டப்பட்டது இளைஞர்களை அதிரச் செய்து வெறியேற்றி இருந்தது.

முகத்தில் ஆவேசம் வெடிக்கத் திரண்ட தோள்களையும், திண்ணிய உடலையும் கொண்டு குடிலை விட்டு வெளியே வந்து நின்ற ஐவரையும் கண்டு சதுரன் திகைத்தான். இவர்களில் 'யார் வளவன்' என்று குழம்பி நிற்க, தடுமாறி எழுந்து வந்த பறவைமுனியை கைகளால் தாங்கி குடிலுக்குள் அனுப்பினான் இளம்பரிதி. பறவைமுனியைப் பிடிக்க முன்னேறிய யவனனின் நெஞ்சில் தனது வலதுகை

முட்டியால் கரிகாலன் அடித்த வேகத்தில் மார்பு எலும்புகள் நொறுங்கின. இடது கையின் ஆள்காட்டி விரலை மடக்கி யவனனின் வலது நெற்றிப் பொட்டில் அடித்ததில் கண்களின் வழியாக குருதி தெறித்தது. அண்டத்தை அழிக்கும் காலன் இவனோ என்று முள்ளூர் வீரர்கள் கலக்கமுற்றனர்.

பளியர்களின் குடில்களுக்கு முன்னே எண்ணற்ற வீரர்கள் நிற்பதையும், தன்னைக் காப்பதற்கு பெண்களும், முதியவர்களும் ஆயுதங்களை எடுப்பதையும் கண்ட கரிகாலன் பளியர்களைக் காக்க கிராமத்தை விட்டு விலகிச் செல்வதே சிறந்த வழி என்றெண்ணினான்.

'வாருங்கள்' என்றபடி கரிகாலன் நுழைவு வாயிலை நோக்கி விரைய, மற்ற நால்வரும் அவனைத் தொடர்ந்து ஓடத் துவங்கினர்.

'அவர்களைப் பிடியுங்கள்' என்று சதுரன் இரைய நுழைவு வாயிலுக்கு அருகில் நின்ற முள்ளூர் வீரர்கள் இளைஞர்களைப் பிடிக்க முயன்றனர். அடுத்த கணம் இளைஞர்களின் தாக்குதல் உக்கிரத்துடன் நிகழ்ந்தது.

'இளைஞர்களை உயிருடன் சிறை பிடிக்க வேண்டும்' என்ற உத்தரவினால் முள்ளூர் வீரர்கள் வாளை பயன்படுத்த முடியாமல் கைகளினால் தாக்க முயன்றனர். அதைக் கண்ட வளவன் தன்னைச் சிறைபிடிப்பதே இவர்களின் நோக்கம் என்றுணர்ந்தான்.

அங்க களரியின் உச்சத்தை எட்டியிருந்த இளைஞர்களின் தாக்குதல் உக்கிரமாய் இருக்க, உயிரில் கலந்த களரியின் நுட்பம் விரல்களினூடே வெளிப்பட்டது. கையின் விரல்களை இறுக மூடி நடுவிரலின் முட்டியை வெளிப்படுத்தி அடித்த ஒவ்வொரு அடியும் வீரர்களின் வர்மப் புள்ளிகளை சிதைத்தன. அடிபட்ட உறுப்பு வாளினால் வெட்டப்பட்டது போல உணர்வின்றிச் சிதைந்து போனது.

வாயிலை மறித்து நின்ற வீரர்களை நாற்புறமும் தூக்கியெறிந்தபடி இளைஞர்கள் வெளியேற, முள்ளூர் வீரர்கள் அவர்களைத் துரத்தத் துவங்கினர்.

குடிலை விட்டு வெளியே வந்த பறவைமுனி 'அவர்களை பின் தொடர்ந்து செல்' என்று சைகை செய்ய கரும்பாறு வானில் எழும்பியது.

கிராமத்திலிருந்து வெளியேறிய கரிகாலன், வீரர்களை நாங்கூருக்கு அழைத்துச் சென்றால் அங்கிருக்கும் மக்களுக்கு சேதம் உண்டாகும் என்றெண்ணினான். அனைவரையும் மலையிலேயே புதைக்க முடிவு செய்தான்.

இளைஞர்கள் உள்ளம் தடதடக்க, உணர்வுகள் வெடிக்க ஓடத்துவங்கினர். புற்கள் சிதைய, செடிகள் ஒடிய, மரங்களின் கொப்புகளும், ஈர்க்குகளும் முறிய, காற்றைக் கிழித்தபடி இளைஞர்கள் ஓட, காலமெல்லாம் போர்த் தொழில் செய்து உடல் இறுகியிருந்த யவனர்கள் முழுவேகத்தில் துரத்திச் சென்றனர். யவனர்கள் பேருடலுடன் கால்களைப் பதிந்து ஓடிய இடத்தில் மண் அதிர்ந்தது. யவனர்களைத் தொடர்ந்து முள்ளூர் வீரர்கள் ஓடிக் கொண்டிருந்தனர். கரும்பாறு தொடர்ந்து சென்றது.

கற்கள் சரிய, புழுதி பறக்க மனிதர்கள் ஓடிய வேகத்தைக் கண்டு பறவைகளும், விலங்குகளும் கத்தியபடி விலகிச் சென்றன. விலங்குகளின் வேட்டையைக் கண்டிருந்த பெருங்காடு, மனித வேட்டையைப் பார்த்து திகைத்து நிற்க, காற்று உறைந்து நின்றது. நாழிகைகள் பறந்து கொண்டிருந்தன.

பிடரிமயிர் பறக்க ஓடும் சிம்மமாய் கரிகாலன் வழிநடத்திச் செல்ல, காற்றில் அலையும் கேசம் பின்தொடர்ந்தது. வியர்வைத் துளிகள் மழையாய் பொழிய, மூச்சின் வெப்பத்தில் பொறிகள் பறக்க, காற்றாய் பயணித்த இளைஞர்கள் தொல்வேடர்களின் குடியிருப்பைத் தாண்டிச்சென்றனர். சூறைக்காற்றாய் முழுவேகத்தில் செல்லக் கூடிய கரிகாலன், தென்றலாய் மிதந்து செல்வதைக் கண்ட நிலவன் 'இவன் தப்பித்துச் செல்லவில்லை. வேட்டையைத் துவங்க இரையை அழைத்துச் செல்கிறான்' என்றெண்ணினான். தப்பித்துச் செல்லும் இரை, துரத்தும் விலங்குகளை ஈர்த்துச் செல்ல, வேட்டையின் விதிகள் நிலைமாறி இருந்தன.

நீரோவும், டடோவும் வேகமாகத் துரத்திக் கொண்டிருக்க 'பேராற்றல் கொண்ட யவனர்களை மீறி எவ்வளவு தூரம் இவர்களால் ஓடமுடியும். ஓட்டம் நிற்கும்போது வேட்டை துவங்கும்' என்றெண்ணினான் நீரோ.

அவரவரும் ஆற்றலைக் கொண்டு நிகழ்வை அளவிட்டுக் கொண்டிருக்க, ஒருவன் மட்டுமே நிலையை உருவாக்கிக் கொண்டிருந்தான். கருணையின் உருவமாய் இருந்தவன் அழிக்கும் நிசும்பசூதனியாய் உருவெடுத்துக் கொண்டிருந்தான்.

பழங்குடியினர் செல்லாமலிருக்க கருங்கற்களால் உயரமாகக் கட்டப்பட்டிருந்த சுவரை ஒரே தாவலில் கரிகாலன் தாண்டி முன்னேற, 'வளவா இது சென்டல்களில் குடியிருப்பு' என்றான் நிலவன் பதற்றத்துடன் சுவரைத் தாண்டியபடி.

மற்றவர்களும் சுவரைத் தாண்டிச் செல்ல, ''தொடர்ந்து வா'' என்றான் கரிகாலன் தீர்க்கமாக, இருளுலகத்தை பெயர்த்தெடுக்கும் முடிவுடன்.

★★★

அழுந்தூர் அரண்மனையில் இரும்பிடார் அமர்ந்திருக்க அழூந்தூர்வேள் சங்கருள்நாதனின் விழிகள் ஒளிபெற்றது போல மின்னிக் கொண்டிருந்தது. கார்முகிலில் மோதும் ஈரக்காற்று, முகிலுக்குள் நீர்த் திவலைகளை உருவாக்குவது போல, சிந்தையில் மோதிய தகவல் உணர்வுகளைத் தூண்டி கண்களில் நீர்த் திவலைகளை உருவாக்கிக் கொண்டிருந்தன.

'சோழ வேந்தன் வருகிறான். புவியை ஆளப் புறப்படப் போகிறான்' என்று இரும்பிடார் சொன்ன தகவல் வறண்டிருந்த உள்ளத்தில் நீரூற்றாய் மகிழ்வை உருவாக்க, கொழுவில் காளையை வீழ்த்தியதும், யானைகளை சரித்து கரிகாலனாய் உருவெடுத்த தகவல்களும் மகிழ்ச்சியை பன்மடங்கு பெருக்கி இருந்தன.

'வேந்தரை அழைத்து வர நானும் வரட்டுமா?' என்றார் கண்களில் ஆவலுடன்.

'சோழநாடு திரும்புகையில் வஞ்சகர்கள் தாக்க முற்படலாம் என்று இளா எதிர்பார்க்கிறாள். நீங்கள் சோழ அரண்மனைக்கு வாருங்கள்'

'பார்ப்பதற்கு எப்படி இருக்கிறான் என் பெயரன்?' என்றார் சங்கருள்நாதன். ஒவ்வொரு முறையும் பெயரனை குறித்து எண்ணற்ற கேள்விகள் கேட்டுக் கொண்டே இருப்பார். அவனைப் பற்றிய தகவலே அவரைச் செலுத்தும் ஆற்றலாய் இருந்தது.

'மண்ணில் உதித்த தேவனாய் பெருங்கருணையும், வீரமும் உடையவனாய் இருக்கிறான். உயிர்கள் அனைத்தையும் தன்னுயிராய்க் காண்கிறான். அவனை எப்படி போரிடச் செய்வது என்ற எண்ணமே இளாவின் கவலையாய் இருக்கிறது'

'அவன் தந்தை வஞ்சகமாகக் கொல்லப்பட்டதை அறியும்போது மனம் திரும்பும். மென்மையான மலர் காயாக இறுகும். அன்பு செலுத்தும் உள்ளமும் வஞ்சகத்தை மன்னிப்பதில்லை. எப்படி இருக்கிறாள் இளா?'

''வஞ்சினமே வாழ்க்கையாய் போய்விட, விருப்பு வெறுப்பின்றி வாழ்வைத் தவமாய் கடத்தி வருகிறாள். சோழ அரசியாய் பொன்மாளிகையில் இருக்க வேண்டியவள் குடிலில் வாழ்ந்து வருகிறாள்'

சங்கருள்நாதனின் முகம் துவண்டு போக ''சென்னியின் உடலின் மேல் வஞ்சினம் உரைத்தவள். வஞ்சம் தீர்க்க கடலையும் தூர்க்காமல் ஓயமாட்டாள்'' என்றார்.

இருவரும் அமைதியாய் இருக்க ''நீ எப்போது சோழநாட்டிற்கு புறப்படுகிறாய்?'' என்று கேட்க...

'கதிரொளியையும், பொற்குடியினரையும் பார்த்து விட்டு நாளைச் செல்கிறேன்' என்றான் இரும்பிடார்.

சங்கருள்நாதன் தொடர் கேள்விகளால் விடுபட்ட காலத்தை இணைத்துக் கொள்ள முயல, இரும்பிடார் வளவனின் செயல்களை அவர் மனதில் பதியனிட்டுக் கொண்டிருந்தான். காலம் ஓடிக் கொண்டிருந்தது.

★★★

தென்பொருப்பு மலையில் சென்டல் குடியிருப்பை நோக்கி கரிகாலனும் மற்றவர்களும் ஓடிக்கொண்டிருந்தனர். மரங்களில் மனித எலும்புகளும், மிருகங்களின் எலும்புகளும் கட்டப்பட்டு தொங்கிக் கொண்டிருக்க வளவனும், இளைஞர்களும் சென்டல்களின் குடியிருப்பை நோக்கி வேகமாக ஓடினர். உள்ளே நுழையும்போதே துர்மணம் நாசியைத் தாக்கியது.

ஒழுங்கற்று இருந்த கிராமத்தில் மரங்களினூடே இங்குமங்குமாக இருந்த குடில்கள் நரந்தம் புற்களால் வேயப்பட்டும், இலை, தழைகளால் மூடப்பட்டும் இருந்தன. கிராமத்தின் ஒருபுறத்தில் எலும்புகள் குவியலாக குவிக்கப்பட்டிருக்க, மற்றொரு புறத்தில் அடுகலன்களும், பெரும்கலன்களும் இருந்தன. காலடிகளின் ஓசையைக் கேட்டு குடிலில் இருந்து ஒருவன் வெளி வந்தான். கைகள் முழுதும் அணிகலன்களை அணிந்த பெண்ணொருத்தி திரும்பி பார்க்க, விளையாடிக் கொண்டிருந்த சிறுவர்கள் விளையாடுவதை நிறுத்திவிட்டு இவர்களை பார்த்தவாறு நின்றனர். அனைவரும் விலங்கின் தோலை இடையாடையாக அணிந்து உடலெங்கும் வெண்கோடு களையும், கருப்பு உருவங்களையும் பச்சை குத்தியிருந்தனர். காதுகளில் இருந்த துளைகளில் எலும்புத் துண்டுகளைச் சொருகியிருந்தனர்.

இளைஞர்களைக் கண்ட மறுகணம் அடிபட்ட விலங்கைப் போல பெருங் கிரீச்சலொன்றை அவன் வெளிப்படுத்த குடில்களிலிருந்து மேலும் சென்டல்கள் வெளிவந்தனர். அடுத்த கணம் உற்சாகத்தில் குதித்த சென்டல்கள் பெருங்கூச்சலை எழுப்பிக்கொண்டு இளைஞர்களை நோக்கி ஓடிவந்தனர்.

சென்டல்களின் தலைவன் போன்றிருந்தவன் கைகளை உயர்த்தி புரியாத மொழியில் உத்தரவிட சென்டல்கள் இளைஞர்களை நெருங்கினர். இதற்கு முன்னர் சிலர் வழி தவறி வந்திருந்தாலும், ஐந்து மனித இரைகள் மந்தையாக வருவது இதுவே முதன் முறை என்பதால் தலைவன் பெருமகிழ்ச்சி அடைந்தான்.

வளவன் சரிந்திருந்த மரங்களின் மேலும், பாறைகளின் மேலும் கால் வைத்து தாண்டிச் செல்ல இளைஞர்கள் பின்தொடர்ந்தனர். சென்டல்கள் இளைஞர்களின் மேல் பாய்ந்து வீழ்த்த முயன்றனர். சுடரொளியைப் பற்றிய சென்டல் ஒருவன் பற்களால்

கடித்து உடலை கிழித்தெறிய முயல, சுடரொளி அவன் தாடையில் அடித்த வேகத்தில் கழுத்து பின்புறமாய் ஒடிந்தது. இரைகள் போராடுவதைக் கண்ட தலைவன் உற்சாகத்துடன் ஆர்ப்பரித்தான்.

இளைஞர்களை சென்டல்கள் சூழ முயன்றபோது முள்ளூர் வீரர்கள் கிராமத்தில் நுழைந்தனர். மேலும் பல வீரர்கள் உள்ளே நுழைவதைக் கண்ட சென்டர்களில் தலைவன் அதிர்ச்சி அடைந்தான்.

அனைவரும் உறைந்து நிற்க, 'இளைஞர்களுக்கு உதவும் மற்றொரு பழங்குடி போல இவர்கள்' என்று சதுரன் எண்ணினான். சென்டல்கள் வீரர்களை நோக்கி முன்னேற, முள்ளூர் வீரர்கள் இடையிலிருந்த வாட்களை உருவினர். மேலும் வீரர்கள் வருவதைக் கண்ட சென்டல்களின் தலைவன் உரத்த குரலில் சத்தமிட்டான்.

தென்பொருப்பு மலைச்சரிவில் வரிசையாக குகைகள் அமைந்திருக்க, தலைவனின் அழைப்பைக் கேட்டதும் குகைகளில் தங்கியிருந்த ஆண்களும், பெண்களும் வெளியே வந்தனர். பகைவர்கள் தங்கள் குடியிருப்பில் நுழைந்திருப்பதைக் கண்டதும் பெண்கள் விற்களையும், அம்புகளையும் எடுத்துக் கொண்டு கீழிறங்க, ஆண்கள் மரக்கம்புகளையும், கூர்மையான கற்களையும் எடுத்துக்கொண்டு ஓடிவரத் துவங்கினர்.

அடுத்த கணம் நெறிகளிலும், வழிமுறைகளிலும் மாறுபட்டிருந்த எதிரெதிர் துருவங்கள் மோதிக்கொண்டன. இரைக்கு போட்டியிட்ட ஓநாய்களின் கூட்டம் ஒன்றையொன்று வீழ்த்திக் கொண்டிருக்க, பகையை பகையால் கருவறுக்கத் திட்ட மிட்டிருந்த கரிகாலனின் முகத்தில் பெருநகை தவழ்ந்தது. இரையாக வந்த வேங்கை பொறுத்திருந்தது. சிற்றுயிர்கள் பகை முடிக்க பேருயிர் காத்திருந்தது.

சென்டல்கள் தொலைவிலிருந்து அம்புகளை சரமாரியாக எய்யத் தொடங்க, அருகிலிருந்த மரக்கிளையொன்றை ஒடித்தெடுத்த கரிகாலன் சீறிவந்த அம்புகளை எளிதாக அடித்தெறிந்தான். சென்டல்கள் இளைஞர்களை தாக்குவதைக் கண்டு குழம்பிய சதுரன் 'இளைஞர்கள் வழிமாறி வந்து விட்டார்களோ' என்றெண்ணி 'இளைஞர்களை காத்து நில்லுங்கள்' என்று கட்டளையிட, முள்ளூர் வீரர்கள் சென்டல்களை வெட்டி வீசியவாறு இளைஞர்களைத் தாக்கும் சென்டல்களை நோக்கி ஓடினர்.

வீரர்கள் தங்களை காக்க முயல்வதைக் கண்ட கரிகாலன் 'தங்களை உயிருடன் கொண்டு செல்லவே முயல்கின்றனர்' என்பதை உறுதி செய்து கொண்டான்.

சென்டல்கள் எய்த அம்புகள் சில யவனர்களையும், வீரர்களையும் சாய்க்க, மற்றவர்கள் வாட்களைக் கொண்டு அம்புகளை தடுத்துக் கொண்டனர். அதற்குள் அடிவாரத்திலிருந்து வந்த சென்டல்களின் ஆண்களும், பெண்களும் விலங்கினைப்

போன்ற ஒலியை ஏற்படுத்திக்கொண்டு பாய, சிறியவர்களும் கற்களை வீசி தாக்கத் துவங்கினர். மரங்களின் மேலிருந்து கீழே குதித்த சென்டல்கள் வீரர்களைக் கடித்துக் குதறியும், கற்களால் அடித்தும் சிதைத்தனர். வீரர்களைக் கடித்துக் குதறும் மனிதர்களைக் கண்டு முள்ளூர் வீரர்கள் திகைக்க 'அனைவரையும் வெட்டி எறியுங்கள்' என்று சதுரன் இரைந்தான்.

முறையான தாக்குதலாய் இல்லாமல் வெறித்தனமே வழிநடத்த, ஓநாய்கள் போல பாய்ந்த சென்டல்கள் முள்ளூர் வீரர்களின் உடலை உக்கிர வெறியுடன் கிழித்தெறிந்தனர். வேகமாக செயல்பட்ட வீரர்கள் வாளைச் சுழற்றி சென்டல்களை வெட்டியெறிந்தனர்.

கூரான கல்லை மரக்கொம்பில் பிணைத்திருந்த சென்டல் முள்ளூர் வீரனின் தலையிலடித்துச் சிதறடிக்க, மரக்கொம்பை வாளால் வெட்டிய மற்றொரு யவனன் சென்டலை வெட்டியெறிந்தான்.

கல்லை எறிந்து முள்ளூர் வீரனின் தலையை சென்டல் உடைத்தெறிய, தப்பிய வீரன் சென்டலின் உடலைத் துண்டாக்கினான்.

போர்ப் பயிற்சி பெற்ற முள்ளூரின் தலைசிறந்த வீரர்கள் சென்டல்களை பாரபட்சமின்றி வாட்களால் துண்டாடினர். எண்ணிக்கையில் அதிகமிருந்த சென்டல்கள் வீரர்களின் கண்களைப் பிடுங்கி, குரல்வளையைக் கடித்து குதறிக் கொண்டிருக்க, பேராற்றல் கொண்ட யவனர்கள் சென்டல்களின் உடல்களை ஒடித்தெறிந்தனர். குருதி வேட்கை கொண்ட இரண்டு குலங்கள் ஒன்றையொன்று கிழித்தெறிய உறுப்புகளும், குருதியும் மழையாய் பொழிந்தன. வலிகளின் ஓலங்களும், சீற்றத்தின் ஒலிகளும் மலையை நடுங்கச் செய்தன.

நிலமாய் இறுகியிருந்தாலும், கருணை ஊற்றெடுக்கும் கரிகாலனின் உள்ளம் நெகிழ்ந்தே இருந்தது. ஒவ்வொரு சருகிலும் படரும் நெருப்பு புதிதாகப் பிறப்பது போல, ஒவ்வொரு உயிரையும் கொல்லும் சினம் புதியதாய் பிறக்கிறது. அதனை அணைக்கும் ஊற்றாய் கரிகாலனின் கருணை துணை நின்றது.

புரியாத மொழி பேசி, அறியாமல் வாழும் சென்டல்களைக் கொல்ல மனமில்லாமல் கை, கால்களின் வர்மப் புள்ளிகளை அடித்து உறுப்புகளைச் செயலிழக்கச் செய்தான். தன்னைக் கொல்வதற்கு பாய்ந்த சென்டல்களை பற்றித் தூக்கியெறிந்தான். மலையிலிருந்து கீழிறங்கும் காற்றாய் அச்சம் சிறிதுமின்றி சென்டல்கள் வந்து கொண்டேயிருக்க, இளைஞர்கள் சென்டல்களைத் தாக்கி வீழ்த்தினர்.

சதுரன் வாளுடன் முன்னேறி பாயும் செண்டல்களை சரித்துக் கொண்டிருக்க, நீரோ பின்னிருந்து நிகழ்வதை கவனித்துக் கொண்டிருந்தான். யவனர்கள் பிறை வடிவில் முன்னேற, டடோ நீரோவின் முன்னாலிருந்தான். செண்டல்களின் தலைவன் ஓயாமல் உத்தரவுகளைப் பிறப்பித்துக் கொண்டிருப்பதைக் கவனித்த நீரோ டடோவிடம் 'தலைவனைக் கொல்' என்றதும் டடோ தலைவனை நோக்கி முன்னேறினான்.

கழுத்தில் சிறிய விரல் போன்று எலும்புகளை அணிந்திருந்த செண்டல்களின் தலைவனை டடோ நெருங்க, இருவரும் வெறுங்கைகளுடன் சண்டையிட்டனர். இருவரின் உயரமும், அகலமும் ஒத்திருக்க இரண்டு காட்டெருமைகள் போல மோதினர்.

உணவுக்குப் போரிட்டு பழகியவன் செண்டல்களின் தலைவன். உயிருக்குப் போரிட்டு பழகியவன் டடோ. இருவரும் கைகளினால் அடித்து நொறுக்க முற்பட, டடோவின் உடலைக் கட்டியணைத்து இறுக்கிய தலைவன் நீரோவின் தோளைக் கடித்துக் குதற முயல, அவனின் தலைமுடியைப் பற்றிப் பின்னிழுத்த டடோ தலைவனின் குரல்வளையைக் கடித்துக் குதறினான். தலைவன் தடுமாறிப் பின்னேற முயல, குருதியைத் துப்பியபடி முன்னேறிய டடோ தலைவனின் தலையில் ஓங்கி அடிக்க, தலைவன் கீழே விழுந்தான். தலைவனைக் காக்க முன்னேறிய செண்டல்களை மற்ற யவன வீரர்கள் தடுத்துக் கொள்ள தலைவனின் கழுத்தை ஒடித்தெறிந்தான் டடோ.

தலைவனை இழந்தாலும் செண்டல்கள் தொடர்ந்து முன்னேற முள்ளூர் வீரர்களின் அழித்தொழிப்பு தொடர்ந்தது. செண்டல்களின் எண்ணிக்கை குறைவதைக் கண்ட கரிகாலன் மெதுவாக மலையை நெருங்கினான்.

உயிர்களில் மனிதர்கள் மட்டுமே அழிப்பதற்கென்று ஆயுதங்களை உருவாக்கியவர்கள். அத்தகைய வாட்களின் முன்னால் செண்டல்களின் மரக்கொம்புகளும், கற்களும் பயனின்றிப் போக, சில நாழிகைகளில் போர் முடிவுக்கு வந்தது. செண்டல்கள் அனைவரும் அழிக்கப்பட சதுரன் இளைஞர்களைத் தேடினான். கரிகாலனும் மற்ற இளைஞர்களும் செங்குத்தாக நிமிர்ந்திருந்த மலைச்சரிவில் ஏறுவதைக் கண்டவன் தனது இடையில் அணிந்திருந்த எறிபடைக் கண்ணியை உருவினான்.

இரண்டு இரும்பினாலான உருளைகள் நீண்ட கயிற்றினால் இணைக்கப் பட்டிருப்பது எறிபடைக் கண்ணி. கயிற்றை நடுவில் பற்றி இரண்டு உருண்டை களையும் தலைக்கு மேல் சுழற்றி தப்பியோடும் விலங்கின் மேல் எறியும்போது சுழன்று செல்லும் எடைகள் விலங்கின் கால்களில் சுருக்கிட்டு இரையை முடக்கி விடும். சதுரனின் எறிபடைக் கண்ணியில் மூன்று குண்டுகள் இருந்தன.

ஐந்து இளைஞர்களும் மலையின் மீதேறிக் கொண்டிருக்க, சதுரன் எறிபடைக் கண்ணியை தலைக்கு மேல் உயர்த்தி சிலமுறை சுழற்றி வேகமாக எறிந்தான். சுழன்று சென்ற எறிபடைக்கண்ணி இறுதியாக ஏறிய இளம்பரிதியின் காலில் சுற்றிக்கொள்ள, தடுமாறி விழுந்த இளம்பரிதி மலையிலிருந்து உருண்டு வந்தான்.

வேகமாக இளம்பரிதியை நெருங்கிய சதுரன் 'நீங்கள் கீழே இறங்காவிட்டால் இவன் கழுத்தை அறுத்தெறிந்து விடுவேன் என்று இரைய, சதுரனின் குரல் மலையெங்கும் எதிரொலித்தது.

இளம்பரிதி சிக்கிக் கொண்டதை மேலிருந்த பார்த்த கரிகாலன் திடமாக கீழிறங்க, 'நீ சென்று விடு. நாங்கள் அவனை மீட்டு வருகிறோம்' என்றான் சுடரொளி.

'உன்னைத்தான் தேடுகின்றனர். நீயேன் இறங்குகிறாய்?' என்றான் முகில்.

'மீட்பதற்கல்ல. அழிப்பதற்கு' என்றான் கரிகாலன்.

வீரம் வளரும்...

47

தென்பொருப்பு மலையின் மேலிருந்த வானத்தை மேகங்கள் சூழ்ந்திருக்க, இருதரப்புக்கு இடையேயான போர் முடிவுக்கு வந்திருந்தது. வாள் என்பது மரணத்தின் துளி. மரணத்தைச் சுட்டும் வழி. சென்டல்களின் எண்ணிக்கையை பயிற்சியும், ஒழுங்கும் வென்றிருக்க, கிராமத்தின் அனைத்து புறங்களிலும் உடல்கள் சிதறிக் கிடந்தன. அழிப்பதை வாழ்வாய் கொண்ட குலமொன்று தென்பொருப்பின் மலையின் மண்ணிலிருந்து முற்றிலுமாய் துடைக்கப் பட்டிருக்க, மரத்தில் அமர்ந்திருந்த கரும்பாறு தனது அலகை மரத்தில் தீட்டிக்கொண்டது.

"எக்காலத்திலும் வாய்மையை மட்டுமே மக்கள் ஐயத்துடன் நோக்குவர். சிதை புகுந்து நிரூபிக்க வேண்டிய அவசியம் வாய்மைக்கே உண்டு.

சதுரன் எறிந்த எறிபடைக்கண்ணியில் சிக்குண்ட சுடரொளி கீழே சரிய கரிகாலனும் இளைஞர்களும் கீழிறங்கினர். நால்வரும் கீழிறங்கியதும் 'வாருங்கள் சோழவேந்தரே!' என்றான் சதுரன் மகிழ்வுடன். கரிகாலனும், இளைஞர்களும் அதிர்ந்து போய் நின்றனர்.

முள்ளூர் வீரர்கள் வாட்களுடன் அவர்களைச் சூழ்ந்து கொள்ள, 'கொடி களைப் பறித்து இவர்களின் கைகளைப் பின்புறமாக இரட்டைக் கண்ணி முடிச்சில் கட்டுங்கள்' என்றான் சதுரன்.

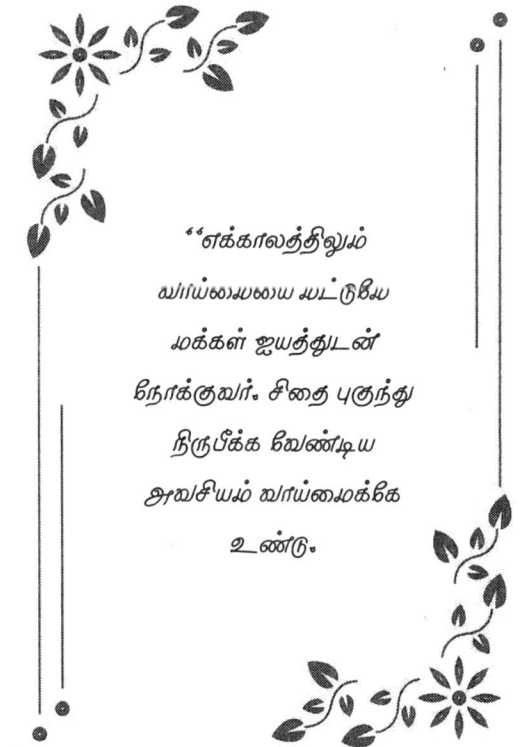

முடிச்சுகளில் இருக்கும் அனைத்து வகைகளையும் அறிந்தவன் சதுரன். கயிற்றையோ, கொடியையோ கொண்டு முடிச்சிடும்போது அதன் நிலைமுனை, நிலைப்பகுதி, செயல்முனை, செயற்பகுதி, இடைப்பகுதி, தடம், முழங்கைத்தடம், திருப்பம் என கட்டும் வகையறிந்து கட்டுபவனின் முடிச்சை எவராலும் அவிழ்க்க இயலாது. இவற்றில் இரட்டைக் கண்ணி முடுச்சு மிக உறுதியானது.

மலையில் படர்ந்திருந்த கொடிகளைப் பறித்து வந்த வீரர்கள் இளைஞர்களின் இரண்டு கைகளையும் பின்புறத்தில் படுக்கையாய்க் கோர்த்து, மேலுடல் முழுதையும் சுற்றி கழுத்தின் பின்புறம் இரட்டைக் கண்ணி முடிச்சுப் போட்டு இறுக்கினர்.

இளைஞர்களின் முகத்திலும் சிறிய அச்சம் கூட தென்படாததைக் கவனித்த சதுரன், சோழ வேந்தன் எவரென அறியும் ஆவலுடன்...

"உங்களில் யார் திருமாவளவன்?" என்று கேட்க...

பகைவனின் நோக்கத்தை அறியாமல் கரிகாலனை வெளிப்படுத்தக் கூடாது என்றெண்ணிய நிலவன், கரிகாலன் பதிலளிக்கும் முன்னர் 'எதற்காக கேட்கிறாய்?' என்றான்.

நிலவனை கூர்ந்து கவனித்த சதுரன் "அவனை சிறைபிடித்து வர அனுப்பப்பட்ட முள்ளூர் வீரர்கள் நாங்கள்" என்றான்.

'எதற்காக சிறைப் பிடிக்க வேண்டும்?' என்று சுடரொளி கேட்க...

சுடரொளியைப் பார்த்த சதுரன் 'கரிகாலன் எனப்படும் திருமாவளவன் யார் என்பதை கூறுங்கள். உங்கள் கேள்விகளுக்கு பதிலளிக்கிறேன்' என்றான்.

'நான் தான் திருமாவளவன். என்ன வேண்டும் உனக்கு?' என்றான் கரிகாலன்.

கரிகாலனின் தோற்றத்தையும், கம்பீரத்தையும் கண்ட சதுரனின் கண்களில் திருப்தி ஏற்பட்டது. "உனது அன்னையின் பெயர் என்ன?"

"இளவேனில்"

"மாமனின் பெயர்?"

"பிடாரன்"

'எந்த நாட்டைச் சேர்ந்தவன் நீ?'

'கடம்ப நாடு' என்று கரிகாலன் கூறியதும் சதுரன் இடியோசையாய் சிரித்தான். நீரோவும் பேரோசையுடன் மலையதிரச் சிரிக்க, மற்றவர்களும் இணைந்து கொண்டனர். பரிகாசத்தின் ஒலி மலையெங்கும் எதிரொலித்தது.

''இவன் யாரென்றே தெரியாமல் வளர்க்கப் பட்டிருக்கிறான்'' என்றான் சதுரன் ஏளனத்துடன்.

அதிர்வும், விதிர்ப்பும் முகத்தில் தோன்ற 'நான் யார்?' என்றான் கரிகாலன்.

கரிகாலனின் மாசற்ற முகத்தை உற்று நோக்கிய சதுரன் 'பொன்னி நதி பாய்வதால் பொன்கொழிக்கும் மண்ணின் செல்வன் நீ. பூவுலகின் சுவர்க்கபுரியாகத் திகழும் வளம் மிக்க சோழமண்டலத்தின் வேந்தன் நீ. உனது பெயர் பெருவளத்தான்' என்றான்.

தென்பொருப்பு வெடித்து சிதறியதைப் போன்ற பேரதிர்வை உள்ளம் உணர, பூமி பிளந்து மண்ணுக்குள் புதைவதைப் போன்ற நடுக்கத்தைப் பாதங்கள் உணர, கரிகாலனின் கண்களில் நம்பிக்கையின்மையும், குழப்பமும் தோன்றியது. இளைஞர்கள் திகைத்து நின்றனர்.

'இது உண்மையல்ல. நான் கடம்ப நாட்டைச் சேர்ந்தவன்' என்றான் கரிகாலன் குரலை உயர்த்தி ...

'உன்னைப் பகைவரிடமிருந்து காப்பதற்காகவே உன் அன்னையும், மாமனும் பல வருடங்களாக மறைந்து வாழ்ந்து வருகின்றனர். உங்களுடன் இருக்கும் நான்கு குடிகள் உன்னை பாதுகாக்கவே இருக்கின்றனர். வளருமிடத்தில் உனது பெயரை மாற்றி திருமாவளவன் என்று சூட்டியிருக்கின்றனர். உனது தந்தை சோழவேந்தன் இளஞ்சேட்சென்னி. உனது அன்னை சோழ நாட்டின் அரசி இளவெயினி. உனது மாமன் அழுந்தூரின் இளவரசன் இரும்பிடர்த்தலையார்'

கடுஞ்சீற்றத்துடன் உயர்ந்து வந்த கடலின் பேரலைகள் பாறைகளைப் பேரோசையுடன் தாக்குவது போல, சொல் அலைகள் கரிகாலனின் மனதை மீண்டும் மீண்டும் தாக்க, தாளடிக்கையில் சிதறும் நெல்மணிகளாய் மனம் சிதறிக் கொண்டிருந்தது.

கரிகாலனின் கண்களில் நம்பிக்கை இன்மையையும், குழப்பத்தையும் கண்ட சதுரன்...

'ஒளிரும் பசும்பொன் விழிகளை கொண்டவள் உன் அன்னை. உனது மாமன் நெடியவனாகவும், வீரக்கலைகளில் நிகரற்றும் இருப்பான். செவிகளில் குழைகளை அணிந்திருப்பான்' என்று கூற, கரிகாலன் மனதில் மகிழ்வு சூறைக்காற்றாய் மேலெழுந்தது. 'சென்னியின் மகனா' என்ற பேருவகை குருதியில் கலந்து உடலை சூடாக்க முகம் செங்காந்தளாய் சிவந்தது.

சிறுவயதில் இரும்பிடாரின் செவிகளில் துளைகளைக் கண்ட கரிகாலன் 'செவிகளில் குழைகள் அணிந்திருந்தீர்களா?' என்று கேட்ட பொழுது...

'காலத்தின் கைகள் கைப்பற்றிச் சென்று விட்டன' என்று இரும்பிடார் கூறியது நினைவிற்கு வந்தது.

இளைஞர்களின் கண்களிலும் பேரதிர்ச்சி தெரிய, அனைவரும் விக்கித்து நின்றனர்.

''உனது அன்னையும் மற்றவர்களும் முதலில் பாண்டிய நாட்டில் மறைந்து வாழ்ந்தனர். பாண்டிய வேந்தர் உங்களைக் கண்டறிந்து சிறைப் பிடிக்க முயல அங்கிருந்து தப்பிச் சென்றனர். கலிங்க நாட்டில் வாழ்வதாக உலகத்தினரை திசைதிருப்பி விட்டு சேரநாட்டின் நாங்கூரில் மறைந்து வாழும் உங்களை சில தினங்களுக்கு முன் தான் கண்டறிந்தோம்'' என்றான் சதுரன்.

தேனூரின் ஞாபகங்கள் நினைவடுக்குகளில் இடற, 'என்னைச் சிறைபிடிக்கும் நோக்கம் என்ன?' என்றான்

'தெரிந்து கொள்வாய்'

''மற்றவர்களை என்ன செய்யலாம்?'' என்று நீரோ கேட்க

'அழைத்துச் செல்லலாம். பயன்படுவார்கள். முதலில் இவ்விடத்தை விட்டு நீங்கிச் செல்லலாம்'

பதின்மூன்று முள்ளூர் வீரர்களும் எட்டு யவன வீரர்களும் மட்டும் மீதமிருக்க 'பெருஞ்சேதத்தை அடைந்திருக்கிறோம்' என்றான் நீரோ.

'குதிரைகள் இல்லாமல் நாங்கூருக்கோ, முள்ளூருக்கோ வேகமாகப் பயணிக்க முடியாது. நாம் நிற்குமிடத்தின் மறுபுறத்தில் சோழ நாட்டின் எல்லை உள்ளது. அதன் வழியாக இளைஞர்களை அழைத்துச் செல்ல இயலாது. எனவே தென்பொருப்பு மலையின் வடக்கே தொடர்ந்து பயணித்து அதிகன் நாட்டு எல்லையை அடைவோம். அதிகன் நாடும், குதிரை மலையும் இணையுமிடத்தில், அதிகன் நாட்டு சிற்றரசர் வேட்டைக்கு வரும்போது தங்குவதற்காக வலுவான குடில்களை அமைத்திருக்கிறார். எனது நண்பன் மட்டுமே அதற்கு காவல் இருக்கிறான். நாம் அங்கு சென்று தங்குவோம். அதன் பின்னர் தீர்மானிப்போம்' என்று சதுரன் நீரோவிடம் கூற, முள்ளூர் வீரர்கள் இளைஞர்களை அழைத்துக் கொண்டு நடக்கத் துவங்கினர்.

கரிகாலனின் மனம் வெறுமையாய் இருக்க, கண்ணிமைக்கும் நேரத்தில் வாழ்வு தலைகீழாய் மாறியிருந்தது. வெளிச்சத்தில் இருப்பதாக எண்ணிய மனம் ஒளியைத் தேடாமல் இருந்திருக்க, உள்ளத்தில் பின்னப்பட்டிருந்த கேள்விகளின் முடிச்சுகள்

ஒவ்வொன்றாக அறுபடத் துவங்கின. வாழ்வின் விடுபட்ட கண்ணிகள் இணையத் துவங்கின. கண்களின் திரை அவிழ்ந்திருக்க, கதிரவனை மறைத்த மேகங்கள் நகர்ந்திருந்தன.

'சோழவேந்தன் இளஞ்சேட்சென்னியா தனது தந்தை' என்ற தகவலை நம்ப முடியாமல் மனம் உருகி நின்றது. தான் யாரென்ற கேள்விக்கு பதில் கிடைத்தாலும் மேலும் கேள்விகள் சல்லி வேர்களாய் கிளைத்து மனதில் பின்னிக் கிடந்தன. 'சோழவேந்தன் வஞ்சகமாக கொல்லப்பட்டதை கரிகாலன் அறிந்திருந்தான். எனினும் அவரைக் கொன்றது யார்? எந்தெந்த நாடுகள் இதன் பின்னணியில் உள்ளன? இவர்களின் திட்டம் என்ன?' என்பது வளர்பிறையின் முதல் நாள் நிலவு போல் கண்களுக்குப் புலப்படாமல் இருந்தது.

இருள் சூழத்துவங்கியதும் குளிர் வெண்புகையாய்த் தவழ்ந்து வர, மரங்களை போர்த்தி சுருண்டு கொண்டது மலை. இருளின் உயிர்கள் சிற்றோசையை எழுப்பியபடி இருக்க, மற்றவை உயிர் ஒடுங்கிக் குடில்களில் அடங்கியிருந்தன. வீரர்கள் தீப்பந்தங் களைப் பற்ற வைத்துக்கொள்ள, நட்சத்திரங்களின் துணை கொண்டு வீரர்களை வழிநடத்திச் சென்றான் சதுரன். மேகங்கள் சூழ்ந்திருந்ததால் விண்மீன்கள் தோன்றுவதும், மறைவதுமாய் இருக்க திடீரென சதுரன் நின்றான்.

'என்ன ஆயிற்று?' என்றான் நீரோ.

'நாம் நாங்கூரை நோக்கி பயணிக்கிறோமா?'

'இல்லை. அதன் எதிர் திசையில் சென்று கொண்டிருக்கிறோம்?'

'வயங்கு விண்மீன் நம்முடனே வடக்கு திசையில் நகர வேண்டும். ஆனால் வடக்கிலிருந்து தென் திசைக்கு நகர்ந்துள்ளது. அப்படி நிகழ சாத்தியமே இல்லை' என்றான்.

'நாம் நாங்கூரை நோக்கிச் செல்லவில்லை. எதிர் திசையில் செல்கிறோம் என்பது உறுதி'

'பின் எப்படி விண்மீன் எதிர் திசையில் நகருகிறது? திசை தவறா? இல்லை வானமே தவறிழைக்கிறதா?'

இவர்களின் குழப்பத்தைப் பார்த்துக்கொண்டிருந்த கரிகாலன் 'வெண்ணிற மாயுள்ள வயங்கு வெண்மீன் ஆண்டில் சில திங்கள் மட்டும் தோன்றுமே. எப்போதும் தெற்கிலிருந்து வடக்கு நோக்கி நகரும். இவ்வாண்டு அதிசயமாக எதிர் திசையில் பயணிக்கிறது. இவ்வாறு நிகழ்ந்தால் பருவக்காற்று பொய்த்து கடும் வறட்சி ஏற்படும். நீ செல்லும் திசை சரியானது தான். வெள்ளியின் திசை மாறுகிறது' என்றான்.

வெள்ளியைப் பற்றிக் கூறுகிறானா இல்லை அவனின் வாழ்வைப் பற்றிக் கூறுகிறானா என்று யோசித்த சதுரன் தனது உள்ளுணர்வை நம்பி மீண்டும் நடக்கத் துவங்கினான். சில ஓரைகள் நடந்தவர்கள் நள்ளிரவில் அதிகன் நாட்டு மன்னரின் குடில்களை அடைந்தனர்.

'நீங்கள் இங்கேயே இருங்கள். நான் என் நண்பனிடம் பேசிவிட்டு உங்களை அழைத்துச் செல்கிறேன்' என்று கூறிவிட்டு சதுரன் செல்ல, அனைவரும் இருளில் காத்திருந்தனர்.

ஒரு நாழிகையில் திரும்பி வந்த சதுரன் "வாருங்கள். போகலாம்" என்றதும் அனைவரும் கீழிறங்கிச் சென்றனர். வட்டமாய் பல குடில்கள் அமைந்திருக்க நடுவிலிருந்த குடில் பெரியதாயிருந்தது. சிற்றரசர் தங்கும் குடிலாயிருக்குமென கரிகாலன் எண்ணினான்.

"கரிகாலனை ஒரு குடிலிலும், மற்ற நால்வரை அருகிலிருக்கும் குடிலிலும் அடையுங்கள்" என்றதும் வீரர்கள் இளைஞர்களை அழைத்துச் சென்று குடில்களுக்குள் அடைத்தனர்.

"கதவுகளைத் தாளிட்டு இரண்டு வீரர்கள் காவலிருங்கள்" என்று கூறிய சதுரன் மற்ற முள்ளூர் வீரர்களை நோக்கி "உங்களில் விரைவாக பயணிக்கக் கூடியவன் யார்?" என்று கேட்க, ஒருவன் முன்னே வந்தான்.

"நீ சற்று ஓய்வெடுத்து விட்டு அதிகன் நாட்டினூடே முள்ளூருக்கு விரைந்து செல். நிகழ்ந்தவை அனைத்தையும் முள்ளூர் சிற்றரசரிடம் சொல். சோழ அரசியையும், இரும்பிடாரையும் சிறை பிடிக்க இயலவில்லை. அவர்கள் எச்சரிக்கை அடைந்திருப்பர் என்பதால் இனி நாங்கூருக்கு சென்று தாக்குதல் நிகழ்த்த இயலாது. அதிகன் நாட்டு சிற்றரசர் முள்ளூர் சிற்றரசரின் செயல்களுக்கு எதிரானவர். எனவே சிறைபிடித்த இளைஞர்களை அதிகன் நாட்டினூடே அழைத்துச் செல்ல முடியாது. குதிரைமலை வழியாக சுற்றிச் செல்ல சில நாட்கள் ஆகும். நடுவில் இன்னல்கள் ஏற்படலாம். இந்த இடத்தை எவராலும் கண்டறிய இயலாது என்பதால் இங்கேயே காத்திருக்கிறோம். அடுத்து என்ன செய்ய வேண்டுமென்று கேட்டு வா" என்றதும் வீரன் வணங்கி விட்டு விலகினான்.

★★★

முள்ளூர் அரண்மனையில் அமர்ந்திருந்த பெருஞ்சாத்தனும், தீச்செல்வனும் நற்செய்தியை எதிர்பார்த்து காத்திருந்தனர். சோழ வேந்தனையும், சோழ அரசியையும் பகடையாய் கொண்டு நிகழ்த்த வேண்டியதை எண்ணியவாறு அமர்ந்திருந்தான் பெருஞ்சாத்தன்.

‘சோழ வேந்தனையும் மற்றவர்களையும் சிறைபிடித்த பின்னர் நமது அடுத்த நடவடிக்கை என்ன?’ என்றான் தீச்செல்வன்.

‘மற்ற சிற்றரசர்களின் படைகளைத் திரட்டிக் கொள்வோம். சோழநாட்டின் மணிமுடியை விட்டு கொடுத்தால் சோழத்தின் வம்சாவளியை உயிருடன் சிறையில் விட்டு வைப்போம். மறுத்தால் அழிக்க நேரிடுமென்று அமைச்சர் செம்மானை எச்சரித்துப் பணியவைப்போம்’

‘மணிமுடியை ஒப்படைக்க இசைவார்களா?’

‘‘உறுதியாக’’ என்று இருவரும் பேசிக் கொண்டிருக்கையில் அதிகன் நாட்டிலிருந்து புறப்பட்டிருந்த முள்ளூர் வீரன் அரண்மனையை வந்தடைந்தான். சிற்றரசரை வணங்கியவன் நாங்கூரில் நிகழ்ந்த நிகழ்வுகளை எடுத்துரைத்தான்.

முள்ளூர் வீரன் கூறியதைக் கேட்ட பெருஞ்சாத்தன் இடிந்து போனான். ‘‘அனைவரையும் பிடித்து வரச்சொன்னால் சோழ வேந்தனை மட்டும் சதுரன் சிறைபிடித்திருக்கிறான். இதற்குத்தான் இருங்கோவேள் வரும்வரை பொறுத்திருக்கலாம் என்று சொன்னேன். நிலையைப் பொருத்து செயலைத் தீர்மானிப்பதே அறிவு. பளியனூரில் சிறுவர்கள் இருந்தபோது முதலில் நாங்கூரைத் தாக்கி சோழ அரசியையும் இரும்பிடாரையும் அல்லவா முதலில் சிறைபிடித்திருக்க வேண்டும். இனி அவர்களைச் சூழ்ந்திருக்கும் காற்றைக்கூட நெருங்க இயலாது’’ என்றான் சினத்துடன்.

சதுரனை அனுப்பலாமென்று கூறிய தீச்செல்வன் வார்த்தைகளற்று இருக்க, பெருஞ்சாத்தன் யோசித்தான். புதிய சூழலை எப்படி அவனுக்கு சாதகமாய் மாற்றுவது என்று எண்ணத் தொடங்கினான். ஆட்டத்தின் போக்கு மாறும்போது ஆட்டத்தின் விதிகளை மாற்றத் தெரிந்தவன் பெருஞ்சாத்தன்.

சில நொடிகளுக்குப் பின்னர் ‘இனி கரிகாலனை வைத்தே அவர்களைப் பிடிக்க முயல வேண்டும். அதற்கு முன்னர் சோழநாட்டில் மக்களிடையே பதட்டத்தையும், குழப்பத்தையும் விதைக்கவேண்டும்’ என்ற பெருஞ்சாத்தன் தனது துணைத் தளபதி கைசிகனை அழைத்தான்.

‘‘உடனடியாக நாலைந்து வீரர்களுடன் புகாருக்குச் செல். இருங்கோவேளை முள்ளூருக்கு திரும்ப சொல். அங்கிருக்கும் நமது ஒற்றர்களிடம் கூறி சோழ வேந்தன் கரிகாலன் சேரநாட்டின் நாங்கூரில் மறைந்திருக்கையில் பகைவர்களால் சிறைபிடிக்கப் பட்டான். நாலைந்து மாதங்களாக சிறையில் உழன்று கொண்டிருக்கிறான் என்ற தகவலை பரப்பச்சொல்’’ என்றான். உண்மை ஏற்படுத்தும் அதிர்வை விட உண்மையின் அடித்தளத்தில் கட்டப்படும் பொய்மையின் அதிர்வு அதிகமானது.

‘நாலைந்து மாதங்கள் ஏன்?’

‘பல மாதங்களாக சிறைப்பட்டு கிடப்பவன் மேல் நம்பிக்கை குறையும். மீண்டு வருவான் என்ற எண்ணம் மறையும்’

‘மக்கள் நம்புவார்களா?’

‘‘எக்காலத்திலும் வாய்மையை மட்டுமே மக்கள் ஐயத்துடன் நோக்குவர். சிதை புகுந்து நிருபீக்க வேண்டிய அவசியம் வாய்மைக்கே உண்டு. பொய்மையை மனமுவந்து ஏற்றுக்கொள்வர். நமது பொய்யினால் குழப்பம் நிகழும்’’

தகவல் கொண்டு வந்த முள்ளூர் வீரனை நோக்கிய பெருஞ்சாத்தன் ‘‘இருங்கோவேள் வந்தவுடன் அவனை அதிகன் நாட்டில் கரிகாலன் இருக்குமிடத்திற்கு அழைத்துச் செல்ல வேண்டும். ஆயத்தமாயிரு’’ என்று கூற, வீரன் சிற்றரசரை வணங்கிவிட்டு வெளியேறினான். நிலைமாறியிருந்த சூதின் அடுக்குகள் மீண்டும் சுழலத் துவங்கின. கரிகாலனை வைத்து சோழ அரசியை சிறைப்பிடிக்கும் வஞ்சமொன்று முளைவிடத் துவங்கியிருந்தது.

★★★

செஞ்சூரியனின் வெப்பம் தாளஇயலாமல் தென்பொருப்பு மரங்களெல்லாம் தமக்குத் தாமே நிழல் தந்து கொண்ட உச்சிப்பொழுது அது. அதிகன் நாட்டு எல்லையில் இளைஞர்கள் சிறைப்பட்டிருந்த குடிலின் கதவு திறக்கப்பட, நிலவன் நிமிர்ந்து அமர்ந்தான்.

குடிலினில் இரண்டு முள்ளூர் வீரர்கள் நுழைய ‘எவருக்கும் நீர் வேண்டுமா?’ என்றான் ஒருவன்.

நிலவன் ஆமென்று தலையசைக்க ஒருவன் மட்கலனிலிருந்த நீரை சிறுகுவளையில் ஊற்றி மற்றவனிடம் தர, அவன் நிலவனின் தலையைப் பற்றி புகட்டத் துவங்கினான்.

‘உணவேதும் இல்லையா?’ என்று சுடரொளி கேட்க, ‘பிண்டமாய் படைப்பார்கள்’ என்று முள்ளூர் வீரன் கூற, மற்றவன் நகைத்தான்.

இரண்டு வீரர்களும் கதவைச் சாத்தியபடி வெளியேற, நிலவன் கருங்குருவி போன்று ஒலியெழுப்பினான். சில கணங்களில் கரிகாலனின் குடிலிலிருந்து குயிலின் ஓசை கேட்டது. பயிற்சிகளின் போது பறவைகளின் ஒலிகள் மூலம் தகவல் பரிமாறிக் கொள்ள இரும்பிடார் கற்றுத் தந்திருந்தான். அவற்றைக் கொண்டே இளைஞர்கள் கரிகாலனுடன் தொடர்பில் இருந்தனர். சொற்களின் ஓசையை விட ஒலிகளின் வீச்சு பெருந்தூரத்தை எளிதில் கடக்கும்.

புதைந்திருந்த ரகசியங்கள் எதிர்பாராமல் வெளிப்பட்டிருந்ததில் இளைஞர்கள் அனைவருமே குழப்பத்திலிருக்க, தனித்திருக்கும் கரிகாலன் மனதளவில் துவண்டிருப்பான் என எண்ணி அவனைத் தேற்றவும், தங்கள் துணையை உணர்த்தவும் ஒவ்வொரு பொழுதிலும் இளைஞர்கள் குரலிசைத்துக் கொண்டிருந்தனர்.

‘கரிகாலன் தான் சோழவேந்தனா?’ என்றான் இளம்பரிதி.

‘உண்மைதான் என்று தோன்றுகிறது. நமது பெற்றோர்கள் இரும்பிடாரிடம் பேசும்போது வெளிப்படுத்தும் பணிவைக் கண்டு பலமுறை வியந்திருக்கிறேன். குடியின் பெரியவர் என்பதால் அவ்வாறு பேசுகிறார்கள் என்று இதுநாள் வரையில் எண்ணியிருந்தேன்’ என்றார் முகில்.

‘நம்மை வேளாண் பணிகளில் ஈடுபடுத்தாமல் வீரக்கலைகளில் மட்டும் ஈடுபடுத்தியதன் காரணமும் இதுதான் போல’

‘நமது குடிகள் வளவனை காப்பதற்கே தங்கியிருந்தனர் எனில் கரிகாலனை காப்பது நமது பணி’ என்றான் சுடரொளி.

‘கட்டுகளை முதலில் அவிழ்க்கவேண்டும். மேலுடலைச் சுற்றி கொடிகளை இறுக்கும் போது மூச்சை இழுத்து உடலை விரித்துக் கொண்டேன். கட்டுகள் சற்று இளகி இருக்கின்றன. அறுக்க முயற்சிக்கிறேன்’ என்று நிலவன் சொல்ல மற்றவர்கள் ‘நாங்களும் உடலை விரித்து கட்டுகள் இறுக்கி கட்டப்படாமல் தடுத்துக்கொண்டோம்’ என்றனர்.

‘இப்போது வேண்டாம். கரிகாலனிடமிருந்து நாம் ஆயத்தமாகும்படி ஒலியேதும் வரவில்லை’

‘தெளிவாக சிந்திக்க முடியாமல் மனம் அதிர்ந்து இருக்கிறான் அவன். இந்த இருபது வீரர்கள் நமக்கொரு பொருட்டல்ல. மேலும் வீரர்கள் வந்துவிட்டால் சிரமமாகும்’

‘அவசரப்படவேண்டாம். அவன் ஒலி எழுப்பட்டும்’

‘சரி’ என்ற நிலவன் மீண்டும் நினைவுகளில் அமிழ்ந்தான். இளமையிலிருந்து கரிகாலனுடன் விளையாடி மகிழ்ந்தது, அவனை பரிகசித்து மகிழ்ந்த பொழுதுகள் போன்ற எண்ணங்கள் மனதில் தோன்ற, இனி அவ்வாறு இருக்க இயலுமா என்று மனம் ஏங்கியது. ஒரே நாளில் நண்பர்களுக்குள்ளே மலைக்கும், மடுவுக்குமான இடைவெளியைக் காலம் ஏற்படுத்தியிருக்க, மனம் முதுமை அடைந்ததாய் உணர்ந்தான்.

★★★

நாங்கூரிலிருந்து புறப்பட்ட இரும்பிடார் இரண்டாம் பொழுதின் துவக்கத்தில் புகாரினுள் நுழைந்து துறைமுகத்தின் அருகிலிருந்த சிறிய மாளிகையை அடைந்தான். இரும்பிடார் வந்தவுடன் மாளிகையில் இருந்த சோழ வீரன் அரண்மனைக்குச் சென்று தகவல் தெரிவிக்க அமைச்சர் திகழ்செம்மானுடன், தளபதிகள் வானவனும், பரஞ்சுடரும் வந்து சேர்ந்தனர். அரண்மனையைப் பகைவர்கள் கண்காணிப்பார்கள் என்பதால் இரும்பிடாரை துறைமுகத்தினருகே இருந்த மாளிகையில் சந்தித்தனர். எவரும் ஐயம் கொள்ள இயலாத எளிய மாளிகை அது.

நாங்கூரில் நிகழ்ந்த நிகழ்வுகளை எடுத்துரைத்த இரும்பிடார் ''சோழவேந்தனைப் பட்டத்து யானையின் மீதேற்றி உலகறிய அழைத்து வர சோழ அரசி எண்ணுகிறாள். இருநூறு குதிரை வீரர்களுடன் நாங்கூருக்கு பிடர்த்தலையை அழைத்துவரச் கூறியிருக்கிறாள்'' என்று கூறியதும், அனைவர் முகத்திலும் பூரிப்பு சுடர்விட்டது.

''கரிகாலன் என்றொரு வீரன் நாங்கூரில் யானைகளை அழித்ததாக வணிகர்கள் கூறக் கேட்டதும் அந்த வீரனின் பெயர் என்ன என்று கேட்டேன். திருமாவளவன் என்று சொன்னதுமே நமது வேந்தன் தான் என்பதைத் தெரிந்து கொண்டேன். நமது அமைச்சர்களிடமும், வானவனிடம் கூறினேன்' என்றான் பரஞ்சுடர் முறுவலுடன்.

'யானைகளை ஒரே அடியில் வீழ்த்தும் சோழத்தின் வேங்கையைக் காண ஆவலாய் உள்ளேன்' என்றார் திகழ்செம்மான் பகலைப் போல் வெளுத்திருந்த தாடியைத் தடவியபடி.

'சோழவானை நீங்கிய வான்மதி துருவ நட்சத்திரத்துடன் வானுக்குத் திரும்புகிறது. முன்சென்று அழைத்து வருவோம். நான் சென்று குதிரைப்படை வீரர்களை ஆயத்தப்படுத்துகிறேன். இரண்டாவது அடுக்குப் பாதுகாவலும் அவசியம்' என்று சொல்லிவிட்டு வானவன் களிப்புடன் நீங்கினான்.

'நான் கணிகனிடம் சென்று புறப்படுவதற்கு நல்ல நேரத்தை அறிந்து வருகிறேன்' என்ற பரஞ்சுடர் மாளிகையை விட்டு வெளியேறினான்.

'நானும் உடன் வருவதற்கு ஆயத்தமாகிறேன்' என்று திகழ்செம்மான் புறப்பட...

'நீங்கள் சோழ அரண்மனையிலேயே தங்கி அதன் பாதுகாப்பை உறுதிப்படுத்த இளா வேண்டினாள்' என்றான் இரும்பிடார்.

சொற்களின் அர்த்தத்தை உணர்ந்தவர் 'உண்மையே. பகைவர்கள் எண்ணுவதற்கு முன்னர் அதை கணிக்கக் கூடியவள் இளவெயினி' என்றார். இருவரும் தொடர்ந்து பேசிக்கொண்டிருக்க..

மாளிகைக்கு வெளியே வந்து குதிரையில் தாவி ஏறிய பரஞ்சுடரின் மனம் மகிழ்வில் திளைத்தது. அருகிலிருந்த வீரனிடம் 'கழுமலத்திற்கு விரைந்து செல். அங்கிருக்கும் பாகனிடம் கூறி பட்டத்து யானை பிடர்த்தலையை ஆயத்தப்படுத்துமாறு கூறு. மீண்டும் தகவல் தெரிவித்ததும் புறப்பட்டு பாலக்காட்டு கணவாயருகே இணைய வேண்டியிருக்கும்' எனக் கூறிவிட்டு குதிரையைச் செலுத்தத் துவங்கினான். சோழவீரன் மற்றொரு குதிரையிலேறி பிடர்த்தலை இருக்கும் கழுமலம் நோக்கி விரைந்தான்.

மாளிகையின் அருகில் நின்றவாறு பரஞ்சுடர் சொல்வதை கேட்டவன் 'எதற்காக பட்டத்து யானை பாலக்காட்டு கணவாய்க்கு செல்கிறது?' என்று எண்ணியபடி மறைவாக நின்ற தனது குதிரையிடம் சென்றான். மனதில் கரைபுரண்ட எண்ணங்கள் வேகமெடுக்க முகத்தில் குறுநகை பரவியது. அவன், நாகத்திற்கு கொடிய பல்லைப் போல் முள்ளூரின் தளபதியாய் விளங்கிய இருங்கோவேள்.

பகலின் மூன்றாவது சாமம் முடியும் தறுவாயில் முள்ளூரின் துணைத்தளபதி கைசிகனும், இரண்டு வீரர்களும் வணிகர் போல வேடமிட்டு புகாரின் நுழைவு வாயிலில் நுழைந்தனர். இரவே புறப்பட்டு வந்திருந்தாலும் காலையில் புகாருக்குள் நுழையும் வணிகர்களின் கூட்டம் அதிகமாயிருக்க, காவலும் கடுமையாய் இருந்தது. இவர்களின் உடலமைப்பு வணிகர் போல இல்லாதிருக்க, நுழைவு வாயிலின் காவலர்கள் இவர்களைத் தடுத்தனர். சோழ வீரர்களின் கேள்விகளுக்கு பொறுமையாய் பதிலளித்து விட்டு உள்ளே நுழைந்திருந்தனர்.

புகாரின் நாளங்காடிக்கு விரைவாகச் சென்ற கைசிகன் முள்ளூர் ஒற்றனின் அங்காடிக்குச் சென்றான். மற்ற இருவரும் விலகி நிற்க 'தளபதி எங்கே?' என்று மெதுவாக கேட்டான்.

அங்காடியில் இருந்த ஒற்றன் ''புகாரில் நுழையும் அனைத்து சாலைகளிலும் ஒற்றர்களை நிறுத்திவிட்டு இருங்கோவேள் காத்திருந்தார். இன்றைய மதியம் இரும்பிடார் அழுந்தூரின் மண் சாலையின் வழியாக புகாருக்குள் நுழைந்ததாக தகவல் வந்தது. அவரைப் பின்தொடர்ந்த நமது ஒற்றன் துறைமுகத்தின் மாளிகையில் இரும்பிடார் தங்கியிருப்பதாக தகவல் அனுப்ப, இருங்கோவேள் மாளிகைக்கு சென்றிருக்கிறார். உங்களை அழைத்துச் செல்ல ஒரு வீரனை அனுப்புகிறேன்'' என்று சொல்ல...

"சரி. நான் மாளிகைக்குச் சென்று தளபதியைப் பார்க்கிறேன். நீ நமது ஒற்றர்களிடம் கூறி சோழ வேந்தன் கரிகாலன், சேரநாட்டின் நாங்கூரில் மறைந்திருக்கும் போது பகைவர்களால் சிறைபிடிக்கப்பட்டு பல மாதங்களாக சிறையில் இருக்கிறான் என்ற தகவலைப் பரப்பு" என்றான்.

'உத்தரவு' என்ற வீரன், மற்றொருவனை உடன் அனுப்ப கைசிகன் நாளங்காடியை நீங்கிச் சென்றான். சற்று நேரத்தில் முள்ளூர் ஒற்றர்கள் தகவலைப் பரப்ப துவங்கினர். குருதியோட்டத்தில் பரவும் நஞ்சைப் போல தகவல் சோழ மக்களிடையே பரவத் துவங்கியது.

வீரம் வளரும்...

48

பளியனூர் ஆதிமந்தியின் குடிலில் இளவெயினி அமர்ந்திருக்க, எண்ணங்கள் பெரும் நீர்ச் சுழலாய் சுழன்று கொண்டிருந்தது. சிந்தை என்பது எண்ணங்களின் சேர்க்கை. உள்ளம் என்பது உணர்வுகளின் பெட்டகம். உள்ளமும், சிந்தையும் ஒன்றெனக் கொண்டவள் அவள்.

> பூவுலகம் ஒவ்வொரு நேரத்திற்கும் ஒரு மணத்தை வெளிப்படுத்தும். அதிகாலை நேரம் மரங்களின் மணத்தையும், நண்பகல் நேரம் மண்ணின் மணத்தையும், இரவு நேரம் உயிர்களின் மணத்தையும் வெளிப்படுத்தும்.

முந்தைய நாளின் மதியத்தில் வீரர்கள் பளியனூரைத் தாக்கி ஆதிமந்தியை வெட்டி வீசி விட்டு, வளவனைத் துரத்திச் சென்ற பின் சிறிது நேரம் பறவைமுனி கண்களில் நீருடன் இடிந்து போய் அமர்ந்திருந்தார். பளியர்களின் கேவல்களும், விசும்பல் களும் அவரை நிலைகுலையச் செய்தன. ஊரின் அனைத்து செயல்களுக்கும் முடிவெடுப்பவள் ஆதிமந்தி. அவளின்றி கண்களை இழந்தது போலிருக்க வாழ்வு வெறுமையாய் மாறியிருந்தது.

இறந்தவர்களுக்காக இருப்பவர் களைப் புறம் தள்ள முடியாது என்று முன்பொருமுறை ஆதிமந்தி கூறியது நினைவிற்கு வர, ஆதிமந்தியை அடக்கம்

செய்வதை விட வளவன் துரத்திச் செல்லப்படுவதை இளவெயினியிடம் கூறுவதே தலையாயது என்று உணர்ந்தார். கிராமத்திலிருந்து இறங்கி கரிகாலனின் குடிலை விசாரித்து வந்தடைந்தார்.

கரட்டின் நடுவிலிருந்த குடிலில் பெண்களுடன் அமர்ந்திருந்த இளவெயினி இமையன் பறவைமுனியை அழைத்து வருவதைக் கண்டதுமே விபரீதகாலம் மொட்டவிழ்வதை உணர்ந்தாள். பளியனூரில் நிகழ்ந்தவற்றை பறவைமுனி எடுத்துரைக்கும்போதே இளவெயினியின் மனமானது சூழலை கணிக்கத் துவங்கியது. துரத்துபவர்கள் பாண்டிய வீரர்களா அல்லது முள்ளூர் வீரர்களா என்றெண்ணியவள்...

'எத்தனை வீரர்கள் இருந்தனர்?' என்று கேட்க...

'நூறு வீரர்கள் இருக்கலாம்' என்றார் பறவைமுனி.

'வளவனையும் மற்றவர்களையும் நூறு வீரர்கள் சமவெளியில் சிறைப்பிடிப்பதே இயலாத செயல். இதில் மரங்கள் அடர்ந்திருக்கும் மலையில் சிறைபிடிப்பதற்கு சற்றும் வாய்ப்பில்லை' என்று எண்ணியவள்...

இமையனிடம் 'நீ மற்றொரு வீரனுடன் வளவனின் தடத்தில் தொடர்ந்து செல். அவர்களுக்கு உங்கள் உதவி தேவைப்படலாம்' என்றதும் இமையன் பதற்றத்துடன் இன்னொரு வீரனுடன் பளியனூரை நோக்கி விரைந்தான்.

'நாமிருக்குமிடம் பகைவர்களுக்குத் தெரிந்துவிட்டது. இனி கணப்பொழுதும் இங்கிருக்க வேண்டாம். பகையவர்கள் பளியனூரைத் தாக்கியதால் நாம் அங்கு செல்ல மாட்டோம் என்று எண்ணுவர். எனவே பளியனூரே மறைந்திருக்க சிறந்த இடம். உடனடியாக புறப்படுங்கள். இங்கிருக்கும் குடில்கள் தாழிடப்படாமல் இருக்கட்டும். நம்மை எவரும் தேடிவந்தால் நாம் இங்கிருப்பது போலவே தோன்றட்டும். ஒருவர் மட்டும் இங்கே காத்திருங்கள். வளவனோ மற்ற இளைஞர்களோ வந்தால் பளியனூருக்கு அனுப்பி வையுங்கள்' என்று கூற அனைவருடன் புறப்பட்டு பளியனூரை வந்தடைந்தாள்.

இறந்து கிடந்த வீரர்களின் ஆடைகளைக் கண்டதும் துரத்திச் செல்பவர்கள் முள்ளூர் வீரர்கள் என்பதை இளவெயினி கண்டறிந்தாள். அவர்களின் உடல்களைக் கிராமத்திற்கு வெளியில் அடக்கம் செய்யச் சொல்லிவிட்டு ஆதிமந்தியின் உடலை அவளின் பெயரத்தியின் உடலுக்கு அருகே நல்லடக்கம் செய்வித்தாள்.

கரிகாலன் முள்ளூர் வீரர்களை வீழ்த்திவிட்டு உறுதியாக திரும்பி வருவான் என்றெண்ணியவள்...

அழுந்தூர் வீரர்களிடம் பொற்காசுகளை வழங்கி 'இன்னும் சில நாட்கள் இங்கு தான் அனைவரும் தங்கப் போகிறோம். அவசியமான உணவுப் பொருட்களை வாங்கி

வந்து விடுங்கள். பொருட்களை வாங்குகையில் அனைவரும் கடம்ப நாட்டிற்கு செல்கிறோம். இன்னும் சில நாட்களுக்கு பின்னரே திரும்புவோம் என்று கூறுங்கள்' என்றாள்.

பறவைமுனியை அழைத்த இளவெயினி 'உங்களின் உதவி தேவை. இன்றிலிருந்து சில நாட்கள் பளியர்கள் வேட்டைக்குச் செல்லவேண்டாம். மீண்டும் வீரர்கள் தாக்க முற்பட்டால் தற்காத்துக்கொள்ள வேண்டியிருக்கும். ஆயுதங்களை உருவாக்குங்கள்' என்று வேண்ட...

'எங்கள் மகளை மணந்ததிலிருந்து இரும்பிடாரே எங்களின் குலத்தலைவர். அவரின் தங்கையான நீங்களும் எங்களுக்கு தலைவியே. உங்களுக்காக பளியர்கள் உயிரையும் கொடுப்பார்கள்' என்று கூறி விட்டு பளியர்களை ஆயத்தப்படுத்தச் சென்றார். இளவெயினி காத்திருக்கத் துவங்கினாள்.

அன்றைய நாள் எவ்வித தகவலுமின்றி கடந்து செல்ல இளவெயினி அழுந்தூரின் வீரனை அழைத்தாள். 'நீ உடனடியாக சோழநாடு சென்று இரும்பிடாருக்கும், திகழ் செம்மானுக்கும் தகவல் தெரிவி. தளபதி வானவனிடம் கூறி தென்பொருப்பிலிருந்து கீழிறங்கி முள்ளூர் நாட்டிற்கு செல்லும் வழிகள் அனைத்திலும் சோழ வீரர்களை காவலுக்கு நிறுத்துமாறு கூறு. எத்தனை ஆயிரம் வீரர்கள் தேவைப்பட்டாலும் பயன்படுத்தச் சொல்.

சோழ நாட்டின் படைகள் போருக்கு ஆயத்தமாகட்டும். கரிகாலன் ஐந்து தினங்களுக்குள் கிடைக்கவில்லை என்றால் வடக்கிலிருக்கும் அனைத்து சிற்றரசுகளும் தீப்பற்றி எரியவேண்டும்' என்று கூற அழுந்தூர் வீரன் விரைந்தான். ஒரு அன்னை என்ற நிலையை விடுத்த இளவெயினி சோழநாட்டின் அரசியாய் உருவெடுத்தாள். எதிர்காலத்தை நிர்ணயிக்கும் ஓசைகள் கட்டளைகளாய் பறந்தன.

★★★

சோழக் கடலலைகளின் மேல் தவழ்ந்து வந்த எல்லைகளில்லா இருள், புகாரை விழுங்கத் துவங்க, புகாரின் மாடமாளிகைகளில் தீபமலர்கள் மலரத்துவங்கின. தளபதி பரஞ்சுடர் குதிரையில் சென்று கொண்டிருக்க சற்று இடைவெளி விட்டு இருங்கோவேள் குதிரையில் பின்தொடர்ந்து கொண்டிருந்தான்.

சோழவேந்தன் வடக்கில் இல்லையா? சேரநாட்டில் தான் மறைந்திருக்கிறானா? அவனை சோழ நாட்டிற்கு அழைத்து வர முடிவு செய்து விட்டார்களா' என்று கேள்விகள் மனதில் ஊர்ந்து கொண்டிருந்தன.

அரண்மனைக் கணிகனின் மாளிகைக்கு வெளியே நின்றவனிடம் குதிரையை ஒப்படைத்த பரஞ்சுடர் மாளிகைக்குள் நுழைய, பரஞ்சுடரை கவனித்தபடி சாலையில் குதிரையைத் தொடர்ந்து செலுத்தினான் இருங்கோவேள். ‘நல்நிமித்தம் அறியவே வந்துள்ளான் எனில் சோழவேந்தன் புகாருக்கு திரும்புகிறான் என்பது உறுதி’ என்றெண்ணி குதிரையை துறைமுக மாளிகையை நோக்கித் திருப்பினான்.

மாளிகையின் அருகிலிருந்த முள்ளூர் ஒற்றர்களைச் சென்றடைந்த இருங்கோ ‘மேலும் ஓரிரு வீரர்களை அழைத்துக் கொண்டு காத்திருங்கள். இரும்பிடாரும் மற்றவர்களும் இன்றிரவு வெளியேறினால் பின்தொடர்ந்து வாருங்கள். நான் சோழநாட்டிற்கு வெளியே காத்திருக்கிறேன்’ என கூறி விட்டு குதிரையை விரட்டினான்.

இருங்கோ விலகிய சற்று நேரத்தில் கைசிகன் வந்தடைய, ‘தளபதி சோழநாட்டிற்கு வெளியில் காத்திருக்கிறார். இரும்பிடார் வெளியேறும்போது தொடர்ந்து வரக் கூறியிருக்கிறார்’ என்றான் ஒற்றன்.

இருங்கோவைச் சோழநாட்டிற்கு வெளியே சென்று தேட இயலாது என்றெண்ணிய கைசிகன் ‘சரி’ என்றபடி காத்திருக்கத் துவங்கினான்.

துறைமுக மாளிகையில் இரும்பிடார் திகழ்செம்மானுடன் பேசிக் கொண்டிருக்கையில் பதற்றத்துடன் நுழைந்தான் வானவன்.

‘என்னவாயிற்று?’ என்று இரும்பிடார் கேட்க...

‘‘சோழவேந்தன் கரிகாலனை நாங்கூரில் பகைவர்கள் சிறைபிடித்து நாலைந்து மாதங்களாக மறைத்து வைத்திருப்பதாக நாளங்காடிகளில் தகவல் பரவுகிறது’’ என்று கூறியதும் இரும்பிடாரும், திகழ்செம்மானும் அதிர்ந்தனர்.

இரும்பிடாரின் முகம் வெளிறிப் போக ‘வாய்ப்பே இல்லை’ என்றபடி எழுந்தான். மாளிகையில் பதற்றம் சூழ ‘பகைவர்கள் தகவலை பரப்பியுள்ளனர் என்பது தெளிவாகிறது. புரளியாக இருக்குமோ?’ என்று செம்மான் கேட்க...

‘நாலைந்து மாதங்களாக சிறைபிடித்து வைத்திருப்பதாகக் கூறுவது தவறு. ஆனால் கரிகாலன் சோழவேந்தன் என்பதும் நாங்கூரில் வசிப்பதும் பகைவர்களுக்கு எப்படித் தெரியும்? கரிகாலனைச் சிறைபிடிப்பதில் வெற்றி பெற்றதை நமக்கு தெரிவிக்கின்றனர்’ என்றான் வானவன்.

‘ஏதோ தவறு நடந்துள்ளது. நான் முதலில் செல்கிறேன். என்னிடமிருந்து தகவல் வந்ததும் நீங்கள் புறப்பட்டு வாருங்கள்’ என்று இரும்பிடார் கூற...

‘ஒருகணம் பொறு’ என்ற வானவனின் மனதில் எண்ணங்கள் வேகமெடுத்தன. தகவலை சொற்களாக உடைத்து அவை தூண்டும் வினைகளை கணித்தான். வினைகளின் வேர்களைத் தேடிச்சென்றான்.

சில கணங்களுக்கு பின்னர் ஒரு சோழவீரனை தெற்கு நுழைவாயிலுக்கு முதலில் அனுப்பி வைத்தான் வானவன். உயிர் பொழுது சணிகமாகவும், சணிகம் கண்ணிமையாகவும், கண்ணிமை நொடிகளாகவும் பாய்ந்தோட ‘நீ புறப்படு’ என்று வானவன் கூறியதும், இரும்பிடார் உள்ளம் பதைபதைக்க குதிரையில் பாய்ந்தேறி விரட்டத் துவங்கினான். அவனைப் பின்தொடர்ந்து முள்ளூரின் ஐந்து ஒற்றர்கள் செல்லத் துவங்கினர்.

சோழநாட்டை விட்டு வெளியேறியிருந்த இருங்கோவேள் கருங்குறிஞ்சி நாகத்தின் நஞ்சை பிரித்தெடுத்து அம்புகளில் தடவிக் கொண்டிருந்தான். இளஞ்சேட்சென்னியின் குலக்கொடி மீண்டும் தழைப்பதைத் தாங்கமுடியாமல் உடலெங்கும் வெறுப்பு எண்ணையாய் படிய, உள்ளம் பற்றியெரிந்தது.

கானகத்தை உள்ளடக்கிய கனிகளைப் போல வஞ்சினத்தைத் தாங்கிய உள்ளத்தின் சீற்றம் விழிகளில் வைரமாய் மிளிர, வழிமேல் விழிவைத்து வன்மம் காத்திருந்தது.

★★★

தென்பொருப்பில் காலை மயங்கி மாலை கண்விழிக்க காரிருள் பரவத் துவங்கியிருந்தது. அதிகன் நாட்டு மலைக்குடில்களின் அருகே இருந்த வேங்கை மரத்தில் கூகை ஒன்று அமர்ந்திருந்தது. சிற்றெலியொன்று எழுப்பிய மெல்லிய ஓசை ஒரு செவியை அடைந்து குற்றுழி நேரத்திற்கு பின்னர் மற்றொரு செவியை அடைய, கூகை தலையை மெதுவாகத் திருப்பி இரையிருக்கும் திசையை உற்று கவனித்தது.

ஓசையை தனித்தனியாக கேட்கும் திறனுடைய செவிகள் இரை இருக்கும் இடத்தை துல்லியமாக கணிக்கும் திறனுடையது. இருளை ஊடறுத்து விழிகள் நோக்கினாலும் பனிப்புகை திரையிட, தலையை அசைத்து இரண்டு புலன்களையும் ஒன்றிணைத்த கூகை விருட்டென்று பறக்கத் துவங்கியது.

வெண்முகிலை ஒத்த மென்மையான இறகுகள் காற்றில் சிறகுகள் அசையும் ஓசையை முற்றிலும் அமிழ்த்து விட, சிறிய ஓசையும் எழுப்பாமல் இரையை நெருங்கிய கூகை சிற்றெலியை கூரிய நகங்களில் பற்றிக்கொண்டு பறந்து சென்று மரத்தின் கிளையில் அமர, அங்கிருந்த கரும்பாறு கிரீச்சிட்டது. அடுத்த கணம் கூகை

கரும்பாறுவை தாக்கியது. இருள் திரையை விலக்கி காண உதவும் கண்கள் பகையை தெளிவாகக் காண உதவ, கூகை ஆவேசத்துடன் தாக்கியது. இரண்டு நாட்களாக மரத்திலேயே அமர்ந்து கரிகாலனை கவனித்திருந்த கரும்பாறு பதற்றத்துடன் மேலெழுந்து அவ்விடத்தை விட்டு அகன்றது.

குடில்களில் நடுவில் நெருப்பு எரிந்துகொண்டிருக்க, முள்ளூர் வீரர்கள் வட்டமாக அமர்ந்து பன்றியின் கொழுப்பு தடவிய மானொன்றை நெருப்பில் சுட்டுக் கொண்டிருந்தனர். அதிகன் நாட்டு வேந்தருக்கு உணவு சமைக்கப்படும் கலன்களில் வெண்ணெல் சோறும், குழம்பும் தயாராக, கிழங்குகளும், கனிகளும் தாலங்களில் இருந்தன. சதுரனின் நண்பனும் அதிகன் நாட்டு மன்னனின் மலைக்குடிலுக்கு காவலனுமான வீரன் அனைவருக்கும் இலுப்பைப்பூவையும், பழத்தின் சதைப்பகுதியையும் நொதிக்க வைத்து தயாரித்த தேறலை சுரைக்குடுவையிலிருந்து ஊற்றித் தர, வீரர்கள் அருந்தினர்.

'எப்படி இருக்கிறார்கள் கைதிகள்?' என்றான் நீரோ.

'ஐந்து இளைஞர்களும் திண்ணிய உடலுடனும் இருப்பதால் இறக்க மாட்டார்கள். குடிப்பதற்கு நீர் மட்டும் தந்து வருகிறோம்' என்றான் சதுரன்.

'கரிகாலன் என்ன செய்கிறான்?'

'இரண்டு நாட்களாக அமைதியாய் உறங்கிக் கொண்டே இருக்கிறான். சிறை பிடிக்கப்பட்டதில் இடிந்து போயிருக்கிறான். இவன் சோழ வேந்தன் தானா என்று எனக்கு ஐயம் ஏற்பட்டுள்ளது' என்று சதுரன் கூறியதும் அனைவரும் நகைத்தனர்.

"இன்று மதியம் நீர் தரும் போது, எப்போது முள்ளூர் அழைத்துச் செல்வீர்கள் என்று கேட்டான். ஓரிரு நாட்களில் என்றதும் நீர் அருந்தி விட்டு மீண்டும் கண்களை மூடிக்கொண்டான்"

'மனதின் தளர்ச்சி பெரும் வேந்தனையும் கோழையாக்கி விடும். இவனோ தான் வேந்தனென்றே அறியாத பராரி வேந்தன்' என்று நீரோ கூற, மீண்டும் அனைவரும் நகைத்தனர்.

'நமது வீரர்கள் எப்போது வருவார்கள்?'

"நமது வீரன் நேற்றிரவே முள்ளூர் சென்றிருப்பான். ஒருவன் மட்டும் அதிகன் நாட்டின் வழியாக நம்மை வந்தடைந்து தகவல் சொல்ல, மற்றவர்கள் தேவையான குதிரைகளுடன் குதிரைமலை அடிவாரத்திற்கு சென்று காத்திருப்பார்கள் என்று எண்ணுகிறேன். நாளை இரவுக்குள் தகவல் வரலாம்" என்றான் சதுரன்.

கூகை குழறும் ஓசை கேட்க 'கூகை குழறினால் தலைவனுக்கு கேடு விளையும். துன்பம், அழிவு, இறப்பு, பாழ்நிலையின் குறியீடு இது' என்றான் ஒருவன்.

'சோழத்தின் அழிவை குறிப்பிடுகிறதா?' என்று கேட்டு நகைத்தான் நீரோ.

'இவையெல்லாம் நாட்டில் இருக்கும்போது சரியாக இருக்கலாம். நாம் இப்போது மலையில் அதன் இருப்பிடத்தில் இருக்கிறோம். அதற்குத் தான் துர்நிமித்தம்' என்றான் சதுரன்.

உருண்டு திரண்டிருந்த கண்களை சுழற்றிய கூகை மீண்டும் குழறியது.

★★★

கரிகாலனைச் சிறை பிடித்து விட்டார்கள் என்ற தகவல் நெஞ்சினில் ஈட்டியை பாய்ச்சியது போன்ற வலியை ஏற்படுத்த, இரும்பிடார் குதிரையை வெறியுடன் செலுத்தினான். தலைவனின் பதற்றத்தை உணர்ந்த விலங்கு கழுத்தை முன்னோக்கி அசைத்து, நிலத்தை உதைத்து, பிடரி மயிரும் வாலும் காற்றில் பறக்க விரைந்தது. சோழநாட்டின் தெற்கு நுழைவாயிலின் கதவுகள் அகன்று திறந்திருக்க காவல் வீரர்கள் எவரும் இரும்பிடாரை நிறுத்த முயலவில்லை. அவர்களைத் தாண்டி இரும்பிடார் விரைந்தான்.

சற்று நேரத்தில் இரும்பிடாரைப் பின்தொடர்ந்து குதிரைகளில் வந்த கைசிகனுடன் ஐந்து முள்ளூர் ஒற்றர்கள் நுழைவு வாயிலை நெருங்க, பேரோசையுடன் பெருங் கதவுகள் அடைக்கப்பட்டு எண்ணற்ற சோழ வீரர்கள் வேல்களுடன் சூழ்ந்து கொண்டனர். மதிலின் மேலிருந்த விற்பொறிகள் முள்ளூர் வீரர்களை குறி பார்த்திருக்க அனைவரும் சிறைபிடிக்கப்பட்டனர்.

இரும்பிடாரை ஒற்றர்கள் எவரேனும் பின்தொடர முயலலாம் என்று யூகித்து சோழ வீரனை நுழைவு வாயிலிற்கு முன்னதாக அனுப்பிய வானவனும் வந்து சேர 'அனைவரையும் சிறைக்கு இழுத்துச் செல்லுங்கள். தளபதி பரஞ்சுடர் இவர்களிடம் உரிய முறையில் விசாரிப்பார்' என்று கூறிவிட்டு அரண்மனைக்குத் திரும்பினான்.

சோழ நாட்டின் வேந்தன் சிறைபிடிக்கப்பட்ட தகவல் மக்கள் கூடுமிடங்களில் நெருப்பு விதையென விதைக்கப்பட்ட சிறிது நேரத்தில் நகரெங்கும் காட்டுத் தீயாய் பரவத் துவங்கியது. சொற்களின் ஓசையில் வேர்பிடித்து வளர்ந்த கனல் கொடிகள் அச்ச மலர்களையும், பதற்றக் கனிகளையும் மக்களிடையே உண்டாக்க, சோழமக்கள் கரைபுரண்டோடும் பொன்னி நதியென அரண்மனையின் அகநகரை நோக்கிச் செல்லத் துவங்கினர். நகரின் இரவு களியாட்டங்கள் மறைந்து துயரம் இருளென நகரை போர்த்திக் கொண்டது.

மக்களினூடே பகைவர்கள் கலந்து அரண்மனையைத் தாக்க முயலலாம் என்றெண்ணிய வானவன், அகநகரில் மக்கள் நுழையும் முன்னர் நுழைவு வாயிலின் பெருங்கதவை அடைக்கச் செய்து மதிற்சுவரின் மேல் நின்றிருந்தான்.

'சோழவேந்தன் சிறைபிடிக்கப்பட்டதாக தகவல் பரவியுள்ளதே. இது உண்மையா?' என்று மக்கள் கூட்டத்திலிருந்து ஒருவன் இரைய..

'அல்ல. இருப்பினும் தகவலை உறுதிப்படுத்த வீரர்களை அனுப்பியுள்ளேன். நீங்கள் இதுபோல் திரளாகக் கூடுவதை பயன்படுத்தி அரண்மனையைத் தாக்குவதற்கு பகைவர்கள் தீட்டிய சதியாகவும் இருக்கலாம். நீங்கள் கலைந்து செல்லுங்கள். உண்மைத் தகவல் விரைவில் தெரிவிக்கப்படும்' என்று வானவன் மக்களின் மனங்களை ஆற்றுப்படுத்த முயன்றான்.

'எங்களினூடே இருந்து தாக்க முயன்றால் நாங்களே அவர்களுக்கு காலனாய் மாறி கொன்றொழிப்போம்' என்று குரல்கள் ஆவேசத்துடன் இரைய...

''அதில் எனக்கு ஐயமில்லை. வஞ்சகர்களை அழிக்க சோழவேந்தனாய் திருவிறங்கிய கரிகாலன் விரைவில் சோழநாட்டை வந்தடைவான். ஆயிரம் சூரியன்கள் ஒன்றிணைந்தது போன்ற ஆற்றலுடன் படையெடுத்துப் பகைவர்களை அழித்தொழிப்பான். சோழ அரசியின் வஞ்சினம் தீர்க்கும் நாள் நெருங்கி விட்டது. காத்திருங்கள்'' என்று வானவன் இரைய...

'சோழவேந்தன் கரிகாலன்' என்று ஒருவன் கழுத்தின் நரம்புகள் வெடிக்க முழங்கினான்.

'வாழ்க வாழ்க' என்று மக்களின் குரல்களால் மதிற்சுவர்கள் அதிர, வாழ்த்தொலிகள் தொடர்ந்து காற்றில் கட்டவிழ்ந்தன.

★★★

சோழநாட்டை நீங்கிய இரும்பிடார் காற்றும் அஞ்சும் வேகத்தில் குதிரையைச் செலுத்திக் கொண்டிருக்க, இருங்கோவேள் பின் தொடர்ந்து கொண்டிருந்தான். அரிந்து வைத்த பூசணியைப் போன்ற மெல்லிய நிலவு ஒளியை கசிய விட்டபடி இருவரையும் கவனித்துக் கொண்டிருந்தது.

'பகைவர்களின் தகவலிலிருந்து கரிகாலன் மட்டுமே சிறைபட்டதாக தெரிகிறது. எனில் இளவெயினி சிறைபிடிக்கப் படவில்லை என்றாகிறது. மக்கள் கொண்டாடும்

நாங்கூரில் கரிகாலனை எவ்வாறு சிறைபிடிக்க இயன்றது? கரிகாலனுடன் மற்ற இளைஞர்களும் சிறைபட்டார்களா? குடில்களின்மேல் தாக்குதல் நிகழ்ந்திருந்தால் மற்ற அழுந்தூர் குடியினரின் நிலை என்ன?' என்று இரும்பிடாரின் எண்ணங்கள் படபடத்துக் கொண்டிருக்க குதிரை விரைந்து கொண்டிருந்தது.

இரும்பிடார் குதிரையின் குளம்பொலிகளைக் கேட்டவாறு இருங்கோ பின்தொடர்ந்து கொண்டிருந்தான். இருங்கோவேளின் காதுகள் மிக கூர்மையானவை. காற்று முன்புறத்திலிருந்து அவனை நோக்கி வீசி கொண்டிருந்ததால் இரும்பிடாரால் இவன் குதிரையின் காலடி ஓசையை கேட்க இயலாது. மேலும் இருளின் அமைதியில் குதிரையின் குளம்பொலி வெகுதூரம் பயணிக்கும் என்பதால் அதிகம் நெருங்காமல் பின்தொடர்ந்தான்.

'முள்ளூரின் மற்ற வீரர்கள் பின்தொடர்ந்து வராததன் காரணம் என்ன' என்று இருங்கோவேள் குழம்பி இருந்தான். அனைவரும் சிறைபிடிக்கப்பட்டு இருப்பார்களோ என்ற எண்ணம் தோன்ற சோழநாட்டினர் அவர்களை எவ்வாறு கண்டறிந்தனர் என்று எண்ணினான். இவர்களின் தொடர்பில் உள்ள வேறு சிலரும் சிறைபிடிக்கப்பட வாய்ப்பு இருந்தது. இதை ஏற்கனவே கணித்திருந்த இருங்கோவேள் சோழ நாட்டில் இருக்கும் முள்ளூர் ஒற்றர்களை ஐந்து அணிகளாக பிரித்திருந்தான். ஒவ்வொரு அணியிலும் பத்து வீரர்கள் இருந்தனர். ஒரு அணியினரை மற்றவர் அறியாமலும், ஒரு சமயத்தில் ஒரு அணியினரை மட்டுமே பயன்படுத்தியும் வந்தான். இதனால் மற்ற அணிகள் நிலத்தடியில் பயணிக்கும் நீர்த்தாரைகள் போல மறைந்தே இருந்தன.

இரும்பிடார் 'கரிகாலனை சிறைபிடித்து விட்டனர் எனில் அவனை முள்ளூருக்கு கொண்டு சென்று விட்டார்களா இல்லை வேறெங்கும் சிறை வைத்திருக்கிறார்களா' என்றெண்ணினான். கரிகாலனைக் காப்பாற்ற இயலாமல் போய்விடுமோ என்று முதன்முறையாக மனதில் அச்சம் உருவாகியது. கரிகாலனின் உயிருக்கு ஆபத்து ஏற்பட்டால் அக்கணமே முள்ளூரை மண்ணோடு மண்ணாகப் புதைக்க வேண்டும். இளவெயினி தடுத்தாலும் இசையாமல், இரக்கத்தைக் கைவிட்டு அரனாய் உருக்கொள்வதென சூளுரைத்தான். ஆவேசம் உடலை நடுங்கச் செய்ய கரிகாலனின் நிலையை எண்ணி கண்களில் நீர் கோர்த்தது.

இருங்கோவேள் 'நல்நிமித்தம் கண்டறிந்து சோழப்படை சேரநாட்டிற்கு வரும் முன்னர் இரும்பிடாரை பின்தொடர்ந்து சோழவேந்தன் இருக்குமிடத்தை கண்டறிய வேண்டும். காவல் குறைவாக இருக்கும்போதே முதலில் சோழவேந்தனையும் அடுத்து

இரும்பிடாரையும் வீழ்த்தவேண்டும்' என்றெண்ணினான். எண்ணங்கள் சிலந்தி பின்னல்களாய் பின்னியிருக்க, திடீரென்று குதிரையை ஒருபுறமாக இழுத்த இருங்கோவேள் புதரொன்றின் பின்னால் பாய்ந்தான்.

நொடிகள் படபடக்க உள்ளம் துடிதுடிக்க நிலமொடு நிலமாய் படர்ந்து இருந்தான். எண்ணங்களில் சிக்குண்டு நிலை மறந்தவன் இரும்பிடார் செலுத்திய குதிரையின் குளம்பொலி நின்று போனதை கவனிக்க தவறியிருந்தான். தான் பின்தொடர்வதை அறிந்து கொண்ட இரும்பிடார் குதிரையை நிறுத்தி தனக்காக காத்திருப்பதை உணர்ந்த இருங்கோ இரும்பிடாரைக் குறைத்து மதிப்பிட்டதற்காக தன்னைத்தானே கடிந்து கொண்டான். தொலைவில் மரங்கள் அடர்ந்திருப்பதைக் கண்ட இருங்கோ, அதன் நிழல்களினூடே இரும்பிடார் மறைந்திருப்பான் என்று கணித்தான். விலங்குகளை வேட்டையாடுவதில் இளமையைத் தொலைத்தவன் இருங்கோ.

ஒரு விலங்கைப் பின்தொடர்கையில் அதன் காலடித் தடங்கள், கழிவுகள், கொன்ற விலங்குகளின் மிச்சங்கள், பலிகளை இழுத்துச் சென்ற விதம், உராய்ந்து கொண்ட மரங்கள், ஒலிகள், நறுமணம், பிற விலங்குகளின் நடத்தை, சென்ற பாதைகள் ஆகியவற்றைக் கொண்டு விலங்கின் இடத்தை கண்டறிந்து கொன்றொழிப்பவன். கண்களைச் சுருக்கி இரும்பிடார் ஏற்படுத்தும் சிறு அசைவையும் எதிர்நோக்கி காத்திருந்தான். விலங்குகளை வீழ்த்த மனிதனாய் இருக்கவேண்டும். மனிதனைக் கொல்ல விலங்காய் இருக்கவேண்டும்.

மரங்களின் நிழலில் அமர்ந்திருந்த இரும்பிடார் தொலைவிலிந்து குதிரையில் நெருங்கிய பகைவன் புதரின் பின்னால் பாய்ந்திறங்கி மறைந்ததைக் கவனித்தான். தான் மறைந்திருப்பதை பகைவனும் உணர்ந்து விட்டான் என்பதைப் புரிந்து கொண்டான்.

குதிரையில் சென்று கொண்டிருந்த இரும்பிடாரின் எண்ணங்கள் தொலைந் திருந்தாலும் வீசிய காற்று ஒருகணம் நின்ற போது தனக்குப் பின்னால் குதிரையின் மெல்லிய குளம்பொலி ஒலிப்பதை உணர்ந்தான். ஒரு குதிரை மட்டுமே தொடர்கிறது என்பதை உறுதிப் படுத்தியவன், பகைவனை வீழ்த்த பொருத்தமான இடம் வரும் வரை காத்திருந்து மரங்கள் அடர்ந்திருந்த இடத்தினருகில் குதிரையை நிறுத்திவிட்டு சாலையினருகே வந்து சேர்ந்தான்.

சில வினாடிகளில் தோளில் வில்லேந்திய உருவம் குதிரையின்மேல் வருவதைக் கண்டதும் வீழ்த்துவதற்கு ஆயத்தமானான். தன்னை நெருங்கிக் கொண்டிருந்த வீரன் திடீரென பாதையிலிருந்து விலகுவதையும், புதருக்குப் பின்னால் குதிரையைச் செலுத்தி

மறைந்து கொண்டதையும் கவனித்தான். அவனை எதிர்பார்த்து தான் காத்திருப்பதை உணர்ந்து கொண்டான் எனில் சிறந்த வீரனே என்றெண்ணியவன் காத்திருந்தான்.

நேரம் துளித்துளியாய் வடிந்து கொண்டிருந்தது. ஒருவனை வீழ்த்த மற்றொருவன் பார்த்திருக்க இரண்டு வேட்டையர்கள் மற்றவரின் தவறுக்காக காத்திருந்தனர். மன சிலந்திகள் இரண்டு எண்ணங்களை உமிழ்ந்து வெவ்வேறு விதமாய் இழைகளை பின்னிக்கொண்டிருந்தன.

இரும்பிடாரை இனி பின்தொடர இயலாது என்றெண்ணிய இருங்கோ நஞ்சு தடவிய அம்பைச் செலுத்தி கொன்றுவிட முடிவு செய்தான். சோழ வேந்தனை அழைத்து வரச் செல்லும் படையுடன் கலந்து சென்று, சோழவேந்தனைக் கொல்ல முடிவு செய்தான். நேரம் கரைந்து கொண்டிருக்க இரும்பிடாரும் தன்னைப்போல் காத்திருப்பதை உணர்ந்தான்.

விரைந்து சென்று வளவனின் நிலையை அறிய வேண்டும் என்ற எண்ணமும் பெருஞ்சாத்தனையும், இருங்கோவேளையும் தேடிக் கொன்றொழிக்கும் ஆவேசமும் மேலிட்டபடி இருக்க, இரும்பிடார் யோசித்தபடி இருந்தான்.

வேட்டையின் இரண்டாவது விதி இரையின் கவனத்தை திசை திருப்புவது என்றறிந்தவன் இருங்கோ. இருள் சினத்துடன் நிலத்தை இறுகக் கட்டியிருக்க, மெதுவாக எழுந்த இருங்கோ தனது குதிரையின் கடிவாளத்தை அதன் முன்னங்கால்களுக்கு இடையே நுழைத்து பின்னங்கால்களுடன் இறுக்கி நிகளம் கட்டினான். இரவில் நெடுந்தூரம் பயணிக்கையில் இரவில் உறங்க நினைத்தால், அருகில் குதிரையை கட்டுவதற்கு மரமேதும் இல்லாதபோது குதிரைக்கு நிகளமிடுவான். குதிரையால் பயணிக்க இயலாமல் அருகிலேயே மேய்ந்தபடி இருக்கும். குதிரையும் நிகளத்திற்கு பழக்கப்பட்டது என்பதால் விலகிச் செல்லாது.

இருங்கோ குதிரையின் பின்புறம் மெல்ல தட்ட, குதிரை குளம்போசையை ஒலித்தபடி மெதுவாக விலகிச் சென்றது. இருங்கோவேள் புதர்களில் இருந்து விலகி மெதுவாக மரங்களை நோக்கி நகர்ந்தான். மரங்களை நெருங்கியதும் அகன்று விரிந்திருந்த மரத்தின் மேல் ஓசையின்றி மேலேறினான். உள்ளம் துடிக்கும் ஓசை காதுகளில் ஒலித்தது. உயர்ந்த கிளையை அடைந்தவன் வில்லில் அம்பை பொருத்திக் கொண்டு கண்களால் இருளை விலக்கி இரையைத் துழாவத் தொடங்கினான்.

வேட்டையின் முதல் விதி காத்திருத்தல். கண்களையும், செவிகளையும் தீட்டியபடி இருளினூடே கூகையைப் போல இருங்கோ காத்திருந்தான்.

நள்ளிரவைக் கடந்த கணத்தில் தொலைவிலிருந்த மரங்களினூடே சிறிய அசைவு தெரிய உயிர் அளவு நேரத்தில் அம்பை விடுத்தான். சிறிய சலசலப்பும் மரங்களை விட்டு தள்ளிச்செல்லும் நிழல்களும் தெரிய மரத்திலிருந்து கீழிறங்க முயன்றான். அடுத்த கணம் தன்னை வெளிப்படுத்துவதற்கு இரும்பிடாரின் உத்தியாக இருக்குமோவென்று எண்ணி மீண்டும் கிளையில் அமர்ந்து கொண்டான்.

அம்பின் முனை கீறியிருந்தாலும் நஞ்சு குருதியில் கலந்து நரம்புகளையும், அணுக்களையும் சிதைத்து விடும். அதன் பின்னர் உதவியின்றி உயிர் பிழைப்பது கடினம். இருங்கோ காத்திருந்தான். இம்முறை மகிழ்வுடன்.

பூவுலகம் ஒவ்வொரு நேரத்திற்கும் ஒரு மணத்தை வெளிப்படுத்தும். அதிகாலை நேரம் மரங்களின் மணத்தையும், நண்பகல் நேரம் மண்ணின் மணத்தையும், இரவு நேரம் உயிர்களின் மணத்தையும் வெளிப்படுத்தும். இருக்குமிடத்தை பொறுத்து மணம் மாறுபடும். இருங்கோ இறப்பின் மணத்தை உணர்ந்து கொண்டு மரத்தில் அமர்ந்திருந்தான். சில நாழிகைகளில் கிழக்கு வானில் பொன்வண்ணம் படியத் துவங்க, இரவின் உயிர் நீங்கிக்கொண்டிருந்தது.

வீரம் வளரும்...

49

தீமைக்கு துணை நிற்கும் இருள், கதிரவன் ஒளி கண்டு மெல்ல விலகிக் கொள்ள, பூவுலகம் இரவில் இழந்த தன் நிறங்களை விடியலில் மீட்டுக் கொண்டிருந்தது. மரத்தின் கிளையாய் மாறி சிறிய அசைவும் இல்லாமல் இருங்கோ அமர்ந்திருக்க, காடும் அவனை பார்த்துக் கொண்டு விழித்திருந்தது.

இரும்பிடார் குதிரையின் கழுத்திலிருந்த மணி இரவில் இருமுறை ஒலிக்க, குதிரை தலையை அசைப்பதை இருங்கோ புரிந்து கொண்டான். இரும்பிடாரை மீண்டும் குறைத்து மதிப்பிடும் தவறை செய்யக் கூடாது என்றெண்ணியவன், காற்றில் கிளைகளின் முணுமுணுப்பையும், உறங்கும் விலங்குகளின் முனகல்களையும் கேட்ட வாறு அமர்ந்திருந்தான்.

பொறுமையை இழப்பவன் முதல் தவறிழைப்பான் என்பது வேட்டையின் அடிப்படை விதி. பறவைகளின் ஒலிகள் மரங்களை துயில் எழுப்பத்துவங்க, இருங்கோ சூழ்ந்திருந்த மரங்களின் கிளை களில் மேல் இரும்பிடார் அமர்ந்திருக்கிறானா என்பதை முதலில் கவனித்தான். பின்னர் எச்சரிக்கையுடன் நாற்புறமும் கண்களை சுழல விட்டபடி மரத்திலிருந்து கீழிறங்கினான்.

பொறுமையை இழப்பவன் முதல் தவறிழைப்பான் என்பது வேட்டையின் அடிப்படை விதி.

இரவில் இரும்பிடாரென்று எண்ணி அம்பெய்த இடத்திற்கு பதுங்கியபடி முன்னேறினான். சிறிது தொலைவில் மானொன்று கிடப்பதையும் அதன் கழுத்தில் தனது அம்பு புதைந்திருப்பதையும் கவனித்தான்.

மீண்டும் மெதுவாக சாலைக்கு திரும்பியவன் இரும்பிடார் இரவில் வந்த குதிரையின் தடங்களை கண்டறிந்து பின்தொடர்ந்து சென்றான். குளம்பின் பதிவுகள் சாலையை விட்டு விலகி மரங்களுக்குள் சென்றது. இருங்கோ தொடர்ந்து முன்னேற பெரிய பாறையின் பின்னர் இரும்பிடாரின் காலடித் தடங்களையும், குதிரைக் குளம்புகளின் பதிவுகளையும் கண்டான். குதிரையின் மணி மரத்தின் கொப்பில் கட்டப்பட்டிருக்க, காற்றில் வேகத்தில் இரவில் மணி ஒலித்திருப்பதைப் புரிந்து கொண்டான். இரண்டு தடங்களும் உட்காடுகளுக்குள் சென்றதும் மாயமானது.

சிறிய அசைவோ, ஓசையோ இல்லாமல் இரும்பிடார் தப்பிச் சென்று விட்டது தெரிய, இது எப்படி சாத்தியமானது என்றெண்ணி வெறுப்புடன் குதிரையிலேறி சேரநாட்டை நோக்கிச் செல்லத் துவங்கினான். இரும்பிடார் தன்னை எளிதாக ஏமாற்றிச் சென்று விட்டதை எண்ணுகையில் சினமும், ஆத்திரமும் கொப்பளிக்க, குதிரையை அடித்து விரட்டினான்.

இரவின் இருளில் மரத்தின் மேலிருக்கும் வீரன் தான் தவறிழைக்க காத்திருக்கிறான் என்பதை இரும்பிடார் புரிந்து கொண்டான். தொலைவில் மானொன்று மேய்வதைக் கண்டவன் அதன் உடலில் கிளையொன்றை பிணைத்து பகைவனை திசைதிருப் பலாமா என்று யோசித்தான். கொன்று புதைக்க ஒரு நாடே காத்திருக்கும்போது ஒரு வீரனுக்காக காத்திருப்பது பயனற்றது. எனவே காலத்தை விரையமாக்காமல் நாங்கூர் சென்றடைய எண்ணினான்.

மெதுவாக எழுந்த இரும்பிடார் உட்காடுகளில் குதிரையை நிறுத்தியிருந்த இடத்திற்கு நகர்ந்து சென்றான். விரலால் நிலத்தை அழுத்தி பார்க்க, பட்டு போன்ற மென்மையுடன் புற்கள் வளர்ந்திருந்தன. எனினும் பகைவனும் சிறந்த மதியூகி என்பதை உணர்ந்திருந்த இரும்பிடார், குதிரையின் கழுத்திலிருந்த மணியை சத்தமில்லாமல் அகற்றி அருகிலிருந்து மரத்தின் கொப்பொன்றில் பிணைத்தான். குதிரையின் நான்கு குளம்புகளிலும் தழைகளை பொருத்தி துணியால் இறுகப் பிணைத்து விட்டு, கடிவாளத்தைப் பிடித்து ஓசையில்லாமல் குதிரையை நடத்திச் சென்றான். சிறிது தொலைவு நடந்ததும் அடர்மரங்களை விட்டு வெளியேறி சாலையை அடைந்து குதிரையின் மேலேறி பயணிக்கத் துவங்கினான்.

இரவு முழுதும் குதிரையைச் செலுத்திய இரும்பிடார், வைகறையில் நாங்கூரின் குடில்களை வந்தடைந்தான். குடில்களில் எவருமில்லாததைக் கண்ட போது, கரட்டின்

நடுவில் மறைந்திருந்த அழுந்தூர் வீரன் இரும்பிடாரை அழைத்தபடி கீழிறங்கினான். இளைஞர்கள் பளியனூரில் தாக்கப்பட்டதையும், இளவெயினி பளியனூருக்கு சென்றிருப் பதையும் கூற, உயிர்ப்பொழுதும் வீணாக்காமல் பளியனூருக்கு விரைந்தான்.

அரை நாழிகையில் பளியனூரைச் சென்றடைந்தவன் சோர்ந்து துயர்வுற்றிருந்த இளவெயினியின் முகத்தைக் கண்டதும் இடிந்து போனான். கண்கள் உறக்கமிழந்து முகம் களையிழந்து துவண்டிருந்தாள்.

உயிர்த்துணையாயிருந்த சென்னி இறந்த பிறகு வாழ்வைத் தொடர்வதற்கு நம்பிக்கைத்துளியாக, சிறு வெளிச்சமாக வளவன் இருந்தான். அவனையே பிடிமானமாகக் கொண்டு, இத்தனை வருடங்கள் வஞ்சினத்தின் நெருப்பு அணையாமல் அவனை வளர்த்து வந்தாள் இளவெயினி.

எப்போது வேண்டுமானாலும் ஆபத்து வரும் என்பதால் இமைக்குள் விழியென காத்திருந்தவனை பகைவர்கள் சிறைக்கொண்டதில் கலங்கிப் போயிருந்தாள். மனதில் எண்ணங்கள் மழையெனத் தூறிக் கொண்டிருக்க, எண்ணத்தை ஒரு நிலைப்படுத்தி வீரர்களுக்கு அடுத்தடுத்து உத்தரவுகளைப் பிறப்பித்து கொண்டிருந்தாள்.

இரும்பிடாரைக் கண்டதும் அதுவரை அடக்கி வைத்திருந்த கண்ணீர் அணையை உடைத்து பாய்ந்து வந்தது.

இளவெயினியைத் தேற்றியவன் சோழநாட்டில் நிகழ்ந்தவற்றை சுருக்கமாக கூற, 'கரிகாலனின் தடத்தை பின்தொடர்ந்து செல்ல இமையனை அனுப்பியிருந்தேன் அண்ணா. இன்னும் திரும்பவில்லை' என்றாள் இளவெயினி.

'நானும் தடத்தை பின்தொடர்ந்து செல்கிறேன்' என்று கூறிவிட்டு இரும்பிடார் குடிலை விட்டு வெளியே வந்தபோது பறவைமுனி ஓடிவந்தார்.

'கரிகாலனை தொடர்ந்து செல்ல கரும்பாறுவை பணித்திருந்தேன். என்ன காரணத்தினாலோ திரும்பிவிட்டது. அதை பின்தொடர்ந்து சென்றால் கரிகாலன் இருந்த இடத்தை கண்டறிந்து விடலாம்'

சரியென்பது போல் தலையசைத்த இரும்பிடார் 'நான் சென்று வருகிறேன்' என்று இளவெயினியிடம் கூற...

'அண்ணா கரிகாலனை அழைத்து வா' என்றாள் இளவெயினி கண்களில் நீர் ததும்ப.

இரும்பிடாரின் மனம் ஒருகணம் நொறுங்கிப் போனது. உள்ளத்தின் ரணத்தில் குருதி கசிய, மகிழ்வென்பதையே அறியாமல் மனதளவில் இறந்து உடலளவில் வாழ்வை கடத்துபவளுக்கு மீண்டும் இத்தகைய பேரிடரா என்று எண்ணியவன்,

‘உறுதியாக’ என்றான் தீர்க்கமான குரலில்.

பறவைமுனி சீழ்க்கை ஒலியை எழுப்பியதும் கரும்பாறு பறந்து வந்து அவரின் கையில் அமர்ந்தது. இரும்பிடாரை காட்டி சீழ்க்கை ஒலி மூலம் பறவைமுனி கட்டளையிட சிறகை அடித்து, காற்றைத் துவைத்து மேலெழுந்த கரும்பாறு, வானத்தில் வட்டமிட்டபடி கரிகாலன் சென்ற திசையை நோக்கி பறக்கத் துவங்கியது.

இரும்பிடார் ஓடத் துவங்கினான். இளவெயினியின் இறைஞ்சும் கண்கள் பின்தொடர்ந்து வர, மேற்கில் புதைந்த சூரியனை மீட்டெடுக்க ஓடத் துவங்கினான். காற்றுவெளி பதறி வழிவிட, நிலவெளி அதிர்ந்து மிதிபட, வான்வெளி நடுங்கி விலக, உடலின் அணுக்கள் வெடிக்க ஆவேசத்துடன் ஓடத்துவங்கினான். மண்வெளியில் பாதம் படுவதற்கு முன்னர் காற்றாய் பெயர்ந்து சென்றான்.

உடலில் துளிர்த்த வியர்வைத்துளிகள் மழையாய்ப் பொழிந்தன. காற்றை கைகள் துழாவ, நிலத்தைக் கால்கள் துழாவ முதலில் யார் சென்றடைவார் என்று உறுப்புகள் போட்டியிட இரும்பிடார் விரைந்தான். காற்றை எரித்துச் செல்லும் பறவையா இல்லை நிலத்தைச் சிதைத்து செல்லும் விலங்கா இவன் என்று காடு அதிர்ந்தது.

கரும்பாறு வானத்தில் வட்டமிட்டபடி பறந்து செல்ல, இரும்பிடார் நேர்க்கோட்டில் பாய்ந்து சென்றான். கரிகாலனை மீட்க முடியவில்லையெனில் முள்ளூரை எரித்த பின்னரே இளவெயினியின் முகத்தில் விழிப்பது என்ற எண்ணத்துடன் எண்ணத்தின் வேகத்தை மிஞ்சியபடி ஓடிக்கொண்டிருந்தான். காலம் பறந்தது.

★★★

கணிகனிடம் நல்நிமித்தம் கேட்டு வெளியே வந்த பரஞ்சுடர் நிலைமை தலைகீழாய் மாறிவிட்டதைக் கண்டு அதிர்ச்சியடைந்தான். சிறையிலிருந்த முள்ளூர் வீரர்களை கேள்விகளால் துளைத்தெடுத்து அவர்களுடன் தொடர்பிலிருந்த ஒற்றர்களை இரவே சிறைபிடித்தான். புகாரில் இருங்கோவேள் தங்கியிருந்து விட்டு நீங்கியதாய் ஒற்றர்கள் கூற, அதனை நம்பாமல் வீரர்களை நான்கு அணிகளாய் பிரித்து நகரினுள் தேடுதலைத் துவங்கியிருந்தான்.

புகாரின் பெருந்திடலில் ஆயிரத்திற்கும் மேற்பட்ட குதிரை வீரர்கள் திரண்டிருக்க, அவர்களின் முன்னால் ஐந்து துணைத் தளபதிகள் நின்றனர். அதிகாலையில் இளவெயினியின் கட்டளைகள் வந்தவுடன் வானவன் குதிரைப்படை வீரர்களை உடனடியாக திடலுக்கு வரச்சொல்லி உத்தரவிட்டிருந்தான்.

தளபதிகளை முன்னே அழைத்த வானவன் ‘ஒற்றர்கள் கரிகாலனை சிறைபிடித்துக் கொண்டு கிழக்கு புறத்தில் கீழிறங்கினால் கோழிமலை, பறம்பு மலை,

அழுந்தூர், அதிகன், பாயல் நாடுகளின் வழியாக முள்ளூரை அடைய வாய்ப்புள்ளது. ஒவ்வொரு துணைத்தளபதியும் ஒரு நாட்டின் எல்லையில் சுற்றுக்காவலில் ஈடுபடுங்கள். அழுந்தூர் வீரர்களையும் ஈடுபடுத்திக் கொள்ளுங்கள். ஐந்துக்கு மேற்பட்ட வீரர்கள் ஒன்றாகச் சென்றால் அவர்களை சோதியுங்கள். பகைவர்கள் கரிகாலனை முள்ளூருக்கோ அல்லது வேறெந்த பகை நாட்டிற்கோ அழைத்துச் செல்ல விடக்கூடாது. முள்ளூரை தாக்குவதாய் இருந்தால் இரண்டு நாட்களில் அடுத்த உத்தரவு வந்து சேரும். புறப்படுங்கள்' என்றதும் குதிரை வீரர்கள் பெரும்புழுதியை கிளப்பியபடி விரைந்தனர்.

'வேந்தரை நாங்கள் எப்படி இனம் காண்பது?'

'சிறு படையொன்று ஒரு இளைஞனை இழுத்துச் செல்வதைக் கண்டால் அவர்களை சிறைபிடியுங்கள். எவராய் இருப்பினும்'

மற்றொரு துணைத்தளபதியை அழைத்தவன் 'நீ ஐம்பது வீரர்களுடன் பளியனூருக்குச் செல். உன்னை சோழ அரசி அறிவார் என்பதால் இன்னலேதும் இருக்காது. அரசிக்கு பாதுகாவலாக இருங்கள். சோழத்திற்கு தகவல் அனுப்ப கழுகுகளை எடுத்துச் செல். நாங்கூரில் நுழையாமல் தென்பொருப்பு தொடரிலேறி எவரும் அறியாமல் பளியனூரை சென்றடையுங்கள்' என்றதும் துணைத்தளபதி வணங்கிவிட்டு வீரர்களுடன் புறப்பட்டான்.

★★★

அதிகன் நாட்டு மலைக்குடிலில் இளைஞர்கள் சோர்வாக அமர்ந்திருந்தனர். நீர் கொடுத்து விட்டு முள்ளூர் வீரர்கள் விலக 'இன்னும் எத்தனை நாட்கள் இப்படி இருப்பது. நமது சக்தியை இழந்து விடுவோம்' என்றான் நிலவன்.

'இப்போது தாக்க வேண்டாம் என்று கரிகாலன் நேற்றிரவு ஒலி எழுப்பினான். அவர்களை நம்மால் வீழ்த்த முடியாது என்று எண்ணுகிறான் போல' என்றான் இளம்பரிதி.

'அவனா! நம்மை அழைத்துச் செல்லும் போது தப்பிச் செல்ல திட்ட மிட்டிருப்பான்' என்றான் முகில்.

'நம்மில் மென்மையானவன் அவனே. வீரர்களைக் கொல்ல நேர்ந்ததால் வேதனையில் இருப்பான். அவனை பார்த்துப் பேசினால் தான் எனக்கு நிம்மதி' என்றான் சுடரொளி.

சில கணங்கள் அமைதியாய் கழிய 'கதவருகில் அமர்ந்திருந்த காவல் வீரர்கள் இன்றோ நாளையோ முள்ளூர் வீரர்கள் வந்து விடுவர் என்று பேசிக் கொண்டிருந்தனர்' என்றான் முகில்.

‘எறிபடைக்கண்ணியில் நான் சிக்கிக்கொண்டதால் நீங்களும் அகப்பட நேர்ந்தது’ என்றான் சுடரொளி.

‘அப்படியல்ல. தென்பொருப்பு மலையிலிருந்து கீழிறங்கியதும் நாம் தாக்குதலைத் துவங்கியிருக்க வேண்டும். இன்றிரவு வரை நான் காத்திருப்பேன். அதற்குப்பின் நாம் தப்பிச் செல்ல முயல வேண்டும்’ என்ற நிலவன் மூச்சை இழுத்து கட்டுகளை அறுக்க முயன்றான்.

சில கணங்களுக்கு பின்னர் ‘முடியவில்லை. மிருதுவான கொடிகள் இளகி நீள்கின்றன. உறுதியான கொடியாய் தெரிகிறது’ என்றான்.

இளம்பரிதியும், முகிலும் மூச்சை இழுத்து கட்டுகளை அறுக்க முயன்றனர். சிலகணங்களுக்கு பின்னர் ‘கட்டுகளை அவிழ்க்க முடியவில்லை’ என்று இருவரும் கூற..

‘பாதகமில்லை. இவர்கள் மதியற்றவர்கள். நம்மை ஒன்றாக வைத்துள்ளனர். உங்களின் கட்டுகளை என்னால் பற்களால் கடித்தே அறுத்தெறிய முடியும்‘ என்றான் சுடரொளி.

அனைவரும் வியப்புடன் பார்க்க ‘நீ சுடரொளி அல்ல. சுடர் எலி என்பது அவர்களுக்கு தெரியவில்லை’ என்றான் முகில்.

இன்னலை மறந்து அனைவரும் நகைக்கத் துவங்கினர். சூரியன் வானின் உச்சியை அடைந்திருந்தான்.

★★★★

முள்ளூர் வானத்தின் உச்சிப்பொழுதில் கதிரவனை இறகுகளால் மறைத்தபடி பறந்து வந்து அரண்மனையில் பின்புறத்தில் இறங்கிய வெண்முதுகு கழுகுக்கு சிற்றெலி ஒன்றை தந்தான் பறவைகளை பழக்கும் முள்ளூர் வீரன். அதன் காலில் கட்டப்பட்டிருந்த மெல்லிய துணியை அவிழ்த்துக் கொண்டு அரண்மனைக்கு விரைந்தான்.

அரண்மனையில் பெருஞ்சாத்தனும், தீச்செல்வனும், அன்று காலையில் வந்திருந்த முத்துமேனியுடன் அமர்ந்திருந்தனர். கரிகாலன் சிறைப் பிடிக்கப்பட்டதை அறிந்த கணத்தில் பெரும் மகிழ்வுடன் புறப்பட்டு வந்திருந்தான் முத்துமேனி.

‘கரிகாலனை மூன்று நாட்டிலும் சிறை வைப்பது சரியான செயல் அல்ல. சோழநாட்டினர் எளிதில் கண்டு பிடித்து விடுவார்கள். எனவே வேறெங்கிலும் வைத்திருக்க வேண்டும்’ என்றான் முத்துமேனி.

‘எங்கு சிறை வைக்கப்போகிறோம் என்று முடிவு செய்துவிட்டால் முள்ளூருக்கு அழைத்து வராமல் நேராக சிறைக்கே கொண்டு சென்று விடலாம்’ என்றான் தீச்செல்வன்.

‘கரிகாலனை நாம் சிறையெடுத்து விட்டதை அறிந்ததும் நமது மூன்று நாடுகளை சோழப்படைகள் சுற்றி வளைக்கலாம். நம்மீது போர் தொடுக்கவும் செய்யலாம். எனவே சோழநாட்டிற்குள்ளே இழுத்துச் சென்று நமது ஒற்றர்களின் மாளிகையில் சிறை வைப்பதே சிறந்த செயல்’ என்றதும் இருவரும் அதிர்ந்தனர். பின்னர் மெதுவாக முகம் மலர்ந்தனர்.

‘உண்மையே. கண்கள் ஒருபோதும் இமைகளைக் காண்பதில்லை. அதுபோல் சோழ நாடு கரிகாலனை ஒருபோதும் தனது நாட்டிற்குள்ளே தேடாது. ஆனால் சாத்தியமா’ என்றான் தீச்செல்வன்.

‘சோழ மக்கள் இதுவரையில் கரிகாலனைக் கண்டதில்லை. எனவே அவனை இனம் காணவும் எவராலும் இயலாது. இருங்கோவேள் வரட்டும். கலந்து ஆலோசிப்போம்’

அரண்மனைக்குள் நுழைந்து சிற்றரசரை வணங்கிய வீரன் ‘சோழநாட்டிலிருந்து தகவல் வந்திருக்கிறது மன்னா’ என்று அருகிலிருந்த வீரனிடம் தர, அவன் சிற்றரசரிடம் வாங்கித் தந்தான்.

பட்டுத்துணியை பிரித்த பெருஞ்சாத்தன் உரக்க படித்தான். ‘முள்ளூரின் துணைத் தளபதியும், வீரர்களும் சோழத்தில் சிறைபிடிக்கப்பட்டனர். தளபதியைப் பற்றி தகவல் கிடைக்கவில்லை’

சற்று நேரம் மூவரும் அமைதியாக அமர்ந்திருக்க ‘இருங்கோவேள் தப்பியிருப்பான் எனத் தோன்றுகிறது. எங்கிருக்கிறான் என்பது தெரியவில்லை‘ என்றான் பெருஞ்சாத்தன்.

‘அவனுக்காகக் காத்திருக்க இயலாது’ என்றான் முத்துமேனி.

‘என்ன செய்யலாம். அதிகன் நாட்டு சிற்றரசர் நம்முடன் இணைய மறுத்தவர். அவரின் மலைக்குடிலில் கரிகாலனை வைத்திருப்பது சரியல்ல’ என்றான் தீச்செல்வன்.

‘முள்ளூருக்கு கரிகாலனை அழைத்து வந்து விடுவோம். பின்னர் பார்த்துக் கொள்ளலாம்’ என்ற பெருஞ்சாத்தன் அருகிலிருந்த வீரனிடம் ‘ஐம்பது குதிரை வீரர்களை ஆயத்தப்படுத்து. அதிகன் நாட்டில் இருப்பவர்களுக்காக இருபது குதிரைகளையும் அழைத்துச் செல். மூன்றாம் சாமம் முடிவதற்குள் படை கிளம்ப வேண்டும். நீயே தலைமையேற்று செல். நான்கைந்து வீரர்கள் அதிகன் நாட்டினூடே மலைக்குடிலுக்குச் சென்று தகவலைக் கூறி அங்கிருக்கும் நமது வீரர்களை குதிரை

மலை அடிவாரத்திற்கு அழைத்துச் செல்லுங்கள். மற்றவர்கள் குதிரை மலை அடிவாரத்தில் காத்திருங்கள். இதில் இடரேதும் ஏற்பட்டால் கரிகாலனைக் கொன்று விடுங்கள்' என்று பெருஞ்சாத்தன் கூற சிற்றரசர்கள் அதிர்ந்தனர்.

'கரிகாலன் வாழ்வினில் தைத்த முள்ளைப் போன்றவன். களையவில்லை எனில் வாழ்வையும், உயிரையும் இழக்க நேரிடும். சோழ அரசியையும், இரும்பிடாரையும் பின்னர் பார்த்துக்கொள்ளலாம்' என்ற பெருஞ்சாத்தன்...

'நீ குதிரை வீரர்களை ஆயத்தப்படுத்தச் செல். ஒரு நாழிகையில் நான் படையை மேற்பார்வையிட வருகிறேன்' என்றதும் வீரன் வணங்கி விட்டு வெளியேறினான்.

★★★

நாளின் மூன்றாம் பொழுதில் கரிகாலனின் குடிலுக்குள் சதுரன் நுழைந்தபோது கதவருகே கரிகாலன் சுவரில் சாய்ந்தவாறு கண்களை மூடியிருப்பதைக் கண்டான்.

'நீர் வேண்டுமா?' என்று சதுரன் உரக்க கேட்க, வறண்டிருந்த உதடுகளை நாக்கினால் ஈரப்படுத்திக் கொண்ட கரிகாலன் சற்று பலகீனத்துடன் தலையசைக்க, அருகில் நின்ற வீரன் கரிகாலனின் தலையைப் பற்றி நீரை புகட்டினான்.

நீரை பருகியதும் களைப்புடன் 'எப்போது முள்ளூர் அழைத்துச் செல்வீர்கள்?' என்று கரிகாலன் கேட்க..

'சிறைக்குச் செல்ல பேரார்வத்துடன் இருக்கும் முதல் வேந்தன் நீ' என்று கூறி நகைத்தான் சதுரன்.

'மாபெரும் வீரனான சென்னியை வீழ்த்த திட்டமிட்டது சேர நாடா? இல்லை பாண்டிய நாடா?'

'முள்ளூர்' என்றான் அதிரன் பெருமையுடன்.

'சோழப்பேரரசரை ஒரு சிற்றரசு கொன்றதாக கூறுவது நகைப்புக்குரியது' என்றான் கரிகாலன் சுவரில் தலையை களைப்புடன் சாய்த்தபடி.

'இந்த திட்டத்தை தீட்டியவர் எங்கள் சிற்றரசர் பெருஞ்சாத்தன். தோன்றிமலை, புன்னாட்டு சிற்றரசர்கள் பின்னர் இணைந்து கொண்டனர். செயல்படுத்தியவர் எங்கள் தளபதி இருங்கோவேள்'

'திட்டத்தை நீங்கள் தீட்டியிருந்தாலும் சோழ அரண்மனையின் காவலை மீறி சென்னியை நெருங்கியிருக்க வாய்ப்பே இல்லை. எவரோ செய்த செயலுக்கு நீங்கள் பெருமை கொண்டாடுகிறீர்கள்'

கரிகாலனை உற்றுப் பார்த்த சதுரனின் கண்கள் சிவக்க, சினம் மிளிர்ந்தது. இலுப்பை தேறலின் வேகம் இறுமாப்பைக் கூட்டியது. 'உனது தந்தை சென்னியை அவர் நடத்திய ரதப்போட்டியில் கொன்றோம். பத்து வீரர்கள் கலந்து கொண்ட போட்டியில் ஐவர் முள்ளூரின் ஒற்றர்கள். சென்னியின் தேரோடு தனது தேரை மோதி ஒருவன் சரித்தான். சென்னியின் குதிரைகள் காலுடைந்து தேருடன் உருண்டன. சென்னியின் கால் எலும்புகள் சிதறின. சென்னி உடைந்த காலுடன் போரிட்டு தோன்றிமலை நாட்டின் படைத்தளபதி பரமனையும், புன்னாட்டு படைத்தளபதி கோடனையும் கொன்றான். வெளியில் இருக்கும் யவன வீரன் டேடோ முள்ளூரின் ஒற்றன் என்பதை உணராததே சென்னியின் பிழை. முள்ளூர் தளபதி இருங்கோவேளுடன் போரிட சென்னி ஆயத்தமாக, டேடோ சென்னியை எதிர்பாராமல் தாக்கி வீழ்த்தினான். இருங்கோவேள் நஞ்சு தடவிய கத்தியை சென்னியில் உடலில் பாய்ச்சி கொன்றார். விளக்கம் போதுமா?'

கரிகாலனின் வயிற்றில் நெருப்புக் கோளமாய் குழைந்து இறுகியது சினம். கண்களை மூடி பெருமுயற்சியுடன் கட்டுப்படுத்தியவன் 'அவரைக் கொன்றதற்கு காரணம் இருக்கிறதா உங்களிடம்?' என்றான்.

'சோழ வேந்தனையும், சோழ அரசியையும் வீழ்த்திய பின்னர் மற்ற சிற்றரசர்களுடன் இணைந்து சோழத்தை கைப்பற்ற எண்ணினோம்'

'இது உண்மையெனில் சோழ அரசியையும், என்னையும் ஏன் கொல்லவில்லை?'

'நீ கருவில் இருந்தபோதே சோழ அரசியைக் கொல்ல மும்முறை முயன்றோம். அரசி சோழ நாட்டை விட்டு பயந்தோடி அழுந்தூரில் பதுங்கிக் கொண்டு உன்னைப் பெற்றெடுத்தாள். நீங்கள் அழுந்தூரில் இருப்பது தெரிந்ததும் அங்கும் தாக்குதலை நிகழ்த்தினோம். உனது அன்னை பாண்டிய நாட்டிற்கு தப்பியோடினாள். பாண்டிய நாட்டில் நீங்கள் மறைந்திருப்பதை அறிந்த பாண்டிய வேந்தன் உங்களைச் சிறைப் பிடிக்க முயன்றபோது நீங்கள் மீண்டும் நாங்கூருக்கு தப்பிச் சென்று எலிகள் போன்று வளைகளில் பதுங்கி இருந்து இருக்கிறீர்கள். உங்களின் மறைவிடத்தை சில நாட்களுக்கு முன்னரே கண்டறிந்தோம்.''

'இத்தனை காலமாக சோழநாட்டின் மேல் போர்த்தொடுக்காததன் காரணம்?'

''நீங்கள் சோழநாட்டிற்கு திரும்பி விடுவீர்கள் என்ற அச்சத்தால் மூன்று சிற்றரசர்களைத் தவிர மற்றவர் எவரும் எங்களுடன் இணையவில்லை. உன்னை சிறைபிடிப்பதில் இம்முறை வெற்றி பெற்று விட்டோம்''

கரிகாலன் அயர்ப்புடன் கண்களை மூடிக்கொள்வதைப் பார்த்த சதுரன் 'பகைவர்களின் அச்சத்தால் காலமெல்லாம் ஓடியவள் உன் தாய்' என்றான் மிகுந்த திருப்தியுடன்.

'இனி ஓடவேண்டி இருக்காது'

'உண்மை தான். உன்னை நாங்கூரில் சிறை வைத்த பின்னர் நான் உனது அன்னையையும், மாமனையும் சிறைபிடிப்பேன். இயலவில்லையெனில் கொன்று குவிப்பேன்'

'அதற்கு நீ உயிருடன் இருக்கவேண்டியது அவசியம்' என்ற கரிகாலன் கண்களை திறக்க, விழிகள் தணலாக தகித்துக்கொண்டிருந்தது.

சதுரன் குழப்பத்துடன் புருவங்களை சுருக்க...

'நான் சிறைப்பட்டதன் நோக்கம் நிறைவேறிவிட்டது. இனி தாக்குதல் சோழத்தின் முறை' என்றபடி துள்ளியெழுந்த கரிகாலன் மூச்சை இழுத்து தசைகளை திரட்டி, உடலை விரித்து முறுக்க கொடிகள் தெறித்தன. இரண்டு கைகளையும் முன்னால் கொண்டு வந்து கொடிகளை எறிய, சதுரனும், வீரனும் பதறிப் போயினர்.

குடுவையில் நீரை வைத்திருந்த வீரன் அதிர்ந்துபோய் கரிகாலனைப் பிடிக்க முன்னேற வலது உள்ளங்கையை இறுக்கி வீரனின் காதில் அறைந்தான் கரிகாலன். குருந்து குத்தி வர்மம் எனப்படும் காதின் வர்மப்புள்ளி சிதற, யானைகளை சரிக்கும் திண்ணிய தோள்களில் வெடித்த பேராற்றல் வீரனின் கழுத்தை ஒடித்தெறிந்தது. வீரனின் உடல் பேரோசையுடன் நிலத்தில் மோதியது.

அதிர்ந்துபோன சதுரன் பின் நகர்ந்தபடி இடையில் இருந்த வாளை விரைவாக உருவ முயல, சிந்தையில் வெறி கொப்பளிக்க ஒரு கணத்தில் முன்னேறிய கரிகாலன் தனது ஆட்காட்டி விரலை முண்டெள்ளு வர்மம் எனப்படும் குரல்வளையின் புள்ளியில் சொருக, குருதி பீச்சியடித்தது. கரிகாலனின் விரலையும், மணிக்கட்டையும் நனைத்தபடி வெளியேறிய குருதி முழங்கையில் சொட்டியது. கரிகாலன் விரலை உருவ குருதி கொப்பளித்தது.

சதுரன் தடுமாறியபடி பின்னெறி குடிலின் சுவரில் சாய்ந்தான். முகத்தில் ஆவேசம் மேலிட்டபடி கரிகாலன் முன்னேற, சதுரன் கையை உயர்த்தி தடுக்க முயன்றான்.

'சோழத்தின் அரசாட்சி இன்று முதல் துவங்குகிறது' என்ற கரிகாலன் இடது கை முட்டியை மடக்கி அவன் நெஞ்சில் அடிக்க, கையின் முட்டி உடலின் நெஞ்செலும்புகளை நொறுக்கிச் சென்று சுவரில் மோதியதில் சுவர் அதிர்ந்தது.

சதுரனின் இடையில் இருந்த வாளை உருவிக்கொண்டு கரிகாலன் குடிலை விட்டு வெளியேற முற்பட, குடிலினுள் ஏற்பட்ட அரவத்தை கேட்டு மற்றொரு காவலன் உள்ளே நுழைந்தான். கரிகாலன் வாளை மேல்நோக்கி வீசிய வேகத்தில் வயிற்றிலிருந்து தாடை வரை உடலை இரண்டாக பிரித்தது வாள். பின்னேறிய காவலன் வாசலை தாண்டிச் சென்று விழுந்தான்.

கரிகாலனின் உடலை இறுக பிணைத்திருந்த கொடிகள் உடலெங்கும் வரிவரியாய் செந்நிறக் கோடுகளை வரைந்திருக்க, வேங்கையைப் போல் வெளிவந்தான் கரிகாலன். குருதி தோய்ந்த வாளுடன் வெளிப்பட்ட கரிகாலனைத் தொலைவிலிருந்த மரமொன்றின் நிழலில் அமர்ந்திருந்த நீரோ முதலில் கவனித்தான்.

திடுக்கிட்ட நீரோ ‘கரிகாலன் தப்பிச்செல்கிறான்’ என்று உரக்க சத்தமிட குடில்களில் இருந்த வீரர்கள் வேகமாக வெளிப்பட்டனர்.

முதலில் ஓடிவந்த வீரன் வாளினால் தாக்கியபடி முன்னேறி கரிகாலனைப் பிடிக்க முயல, தனது வாளினால் தேக்கிய கரிகாலன் கைப்பிடியால் முகத்தில் வெடித்தான். வீரன் சரிந்தான். வீரன் எழ முயல அவனின் நெஞ்சில் வாளைச் சொருகி நிறுத்திய கரிகாலன் தனது இடையாடையை இறுக்கிக் கொண்டான்.

‘டேடா’ என்ற கரிகாலனின் உறுமல் தென்பொருப்பை அதிரச்செய்து எதிரொலிக்க, பெருவிலங்குகள் சிதறியோடின.

வீரம் வளரும்...

50

அதிகன் நாடானது தென்பொருப்பு மலையின் கிழக்குச் சாரலில் அமைந்த மலை நாடு. நாட்டின் குடியிருப்புகள் அதிகன் குன்றிலும், தென்பொருப்பு மலைச் சரிவின் கால் பகுதி வரையிலும் விரவியிருக்க, அதிகன் நாட்டு மன்னர் வேட்டையின் போது தங்குவதற்காக மலைக்குடிலை தென்பொருப்பு உச்சியினருகே அமைத்திருந்தார்.

சில நொடிகளில் உச்சியைச் சென்றடைந்து பூவுலகின் முடி போலிருக்கும் சிகரத்தில் அமர்ந்து நாற்புறமும் தெரியும் பள்ளத் தாக்குகளைக் காண்பது மன்னருக்கு பிடித்த ஒன்று. பேரமைதியும் பெரும் மகிழ்வும் தவழ, உள்ளத்தைத் தாலாட்டும் மென்மையான தென்றலின் பிறப்பிடம் அது.

> உடலின் எந்த நரம்பில் அடித்தால் உறுப்பின் செயலிழத்தலும், நோய் தோன்றலும், மயக்கமும், மரணமும் ஏற்படும் என்ற அறிவே வர்மம். உயிர்நிலைகளின் ஓட்டம் எனப்படும் அத்தகைய வர்ம நிலைகள் உடலில் நூற்றியெட்டு. அவை உடலில் ஏற்படுத்தும் பாதிப்புகளைப் பொருத்து படு வர்மம், தொடு வர்மம், தட்டு வர்மம், நோக்கு வர்மம் என்று பிரியும்.

குருதியின் ஓட்டத்தைப் போன்று அங்கிருந்து புறப்பட்ட காற்று விளையாடித் திரிந்தவாறு கீழிறங்குகையில், அதிகன் நாட்டு மலைக்குடிலில் கருக்கொண்ட சூறைக்காற்றாய் கரிகாலன் வெளியே வந்தான். ஆட்டு மந்தையில் நுழைந்த வேங்கை சிறிதும் அச்சமின்றி நாற்புறமும் பார்ப்பதைப் போல கண்களைச் சுழல விட்டான்.

வழிவழியாய் அணுக்களில் பதிந்திருந்த போர்க்குணம் களரியால் கூர் தீட்டப் பட்டிருக்க, உடலில் ஊறும் பேராற்றல் இரும்பிடரால் பன்மடங்கு பெருக்கப் பட்டிருந்தது. ஆவேசம் தலைவிரித்தாடியது.

உடலின் எந்த நரம்பில் அடித்தால் உறுப்பின் செயலிழத்தலும், நோய் தோன்றலும், மயக்கமும், மரணமும் ஏற்படும் என்ற அறிவே வர்மம். உயிர் நிலைகளின் ஓட்டம் எனப்படும் அத்தகைய வர்ம நிலைகள் உடலில் நூற்றியெட்டு. அவை உடலில் ஏற்படுத்தும் பாதிப்புகளைப் பொருத்து படு வர்மம், தொடு வர்மம், தட்டு வர்மம், நோக்கு வர்மம் என்று பிரியும்.

இவை அனைத்திலும் படுவர்மமே பேராபத்தானது. இறப்பை ஏற்படுத்தும் பன்னிரெண்டு வர்மப் புள்ளிகளைக் கொண்டது. தொடு வர்மம் உறுப்பை செயலிழக்கவும், தட்டு வர்மம் உடலில் வலியையும் ஏற்படுத்தும். இம்மூன்றையும் ஆள்பவன் கரிகாலன். கைகளால் தொடாமல் கண்களாலேயே பகைவனை செயலிழக்கச் செய்வது நோக்கு வர்மத்தை வீரமல்ல என்று விடுத்தவன்.

சென்டல்களை வீழ்த்தி விட்டு தென்பொருப்பு மலையின் மேலேறும்போது சுடரொளி எறிபடைக்கண்ணியில் சிக்கியதால் கீழிறங்க நேரிட, ஆதிமந்தியை கொன்றதற்காக அனைவரையும் அப்பொழுதே கொன்று புதைக்க எண்ணினான் கரிகாலன். அடிவாரத்தை அடைந்தபோது 'வாருங்கள் சோழ வேந்தரே' என்ற சதுரனின் குரல் கரிகாலனை உறையச் செய்தது.

உணர்வுகளைப் போன்று உண்மையும் கண்ணுக்குப் புலப்படாதது. பார்வைக்கு சிக்காவிட்டாலும் உணர்வுகள் உணர்த்திய உண்மையை கண்டறிய விளைந்தது மனம். முள்ளூர் வீரர்கள் சிறை பிடித்து செல்லவே வந்துள்ளனர் என்பதை கரிகாலன் அறிந்திருந்தான். தென்பொருப்பை நீங்குவதற்கு முன்னர், தளைகளைக் களைந்து அனைவரையும் கொன்று குவிக்க முடியும் என்று எண்ணினான். காலவெளியில் பின்னோக்கிப் பயணித்து தனது வாழ்வின் வேர்களை கண்டறிய விரும்பினான். வேர்களைத் தேடிச் சென்றவன் வேறு உலகத்தை கண்ணுற்றான். சூதும் வஞ்சமும் தனது குடும்பத்தையும், நாட்டையும் சிதறடித்து இருந்ததை அறிந்து கொண்டான். பகைவருடனே பயணித்து மேலும் தகவல்கள் திரட்ட விரும்பினான்.

குடிலில் அடைக்கப்பட்டதும் தனது முடிவால் நண்பர்களின் உயிர்களுக்கு இன்னல் வரக்கூடாது என்றெண்ணிய கரிகாலன், குடிலின் தன்மையை ஆராய்ந்தான். உறுதியான செம்மண் சுவர்களின் நாற்புறத்திலும் நான்கு பனைமரங்களை நட்டு, மேற்கூரைக்கு மூங்கிலால் சட்டங்களும், விட்டங்களும் அமைத்து, சந்திக்கொடி, கூரைப்புல், வாலம்புல்லால் மேற்கூரையை வேய்ந்திருந்தனர்.

எந்த நேரத்திலும் சுவரை தகர்த்து வெளியேற தன்னால் இயலும் என்பதை உறுதி செய்து கொண்டு கதவினருகே அமர்ந்து காவலர்கள் பேசுவதை செவிமடுக்கத் துவங்கினான். வீரர்கள் பேசியதிலிருந்து முள்ளூர் வீரன் ஒருவன் அதிகன் நாட்டின் வழியாக முள்ளூர் சென்று இருப்பதையும், ஓரிரண்டு நாட்களில் திரும்புவான் என்பதையும் அறிந்து கொண்டான். பக்கத்து குடிலிலிருந்து இளைஞர்கள் தாக்குதலைத் துவங்க ஒலியெழுப்பிய போது காத்திருக்கச் சொல்லி பதிலொலி எழுப்பினான்.

நிழலுருவான வாழ்வை மீண்டும் மனக்கண்ணில் வாழ்ந்து பார்த்தபோது மெய்யுருவான வாழ்வின் விளிம்புகள் தென்பட்டன. கானல் உலகம் மறைந்து சோழமண்டலம் வெளிப்பட்டது. ஈடிணையற்ற சோழவேந்தன் இளஞ்சேட்சென்னியின் மகனா தான் என்ற உணர்வு மனமெங்கும் மகிழ்வு கரைபுரண்டோட, உடலெங்கும் வண்ணச் சிறகுகள் முளைத்துப் படபடத்தன. முகமறியா தந்தையின் பெயர் வானமாய் வளர்ந்தது. தனது தந்தை பெரும் வீரர் என்று மாமா அடிக்கடி நினைவூட்டியதும், தந்தையைப் பற்றி அன்னையிடம் கேட்க வேண்டாமெனக் கூறியதற்குமான காரணங்கள் புரிந்தன.

சென்னி கொல்லப்பட்டதன் நினைவுகள் அன்னையை வாட்ட, வஞ்சினம் தீர்க்க இயலாமல் அவளது உயிரையே பாரமாய்ச் சுமந்திருக்கிறாள். உடலை நிலத்திலும், மனதை நெருப்பிலும் கொண்டு வாழ்ந்திருக்கிறாள். தன்னை வீரனாக உருவாக்கி சோழநாட்டிற்கு அழைத்துச் செல்லவே உயிர் சுமந்திருக்கிறாள் என்பது புரிய கண்களில் நீர்கோர்த்தது. சென்னியின்றி வாழ்வை நரகமாய் கழித்தவள் எவரிடமும் தனது வேதனையைக் கூறமுடியாமல் கணங்களைக் கடத்தி இருக்கிறாள் என்றுணர கரிகாலனின் மனம் வெதும்பிப் போனது.

தந்தையை வஞ்சகமாகக் கொன்று, அன்னையின் வாழ்வைப் பறித்த பகைவர்களைக் கொன்றொழிக்க வெறி மேலிட்டாலும் உணர்வுகளைக் கட்டுப் படுத்திக் கொண்டான். உருவிலியாய் மிதந்த கேள்விகள் உருப்பெற்றிருக்க தகுந்த நேரத்திற்காகக் காத்திருந்தான். மூன்றாவது நாள் சதுரன் குடிலினுள் நுழைந்து தேறலின் மயக்கத்தில் தகவல்களைக் கூறியதும் வெளியேற முடிவு செய்தான்.

சதுரனை வதைத்துக் குடிலை விட்டு வெளியேறி கரிகாலன் இடையாடையை முடிய, வீரர்கள் ஓடி வந்தனர். இதுநாள் வரையில் மனதின் அறைகளில் ஏற்பட்டிராத மொத்த வெறுப்பும் ஒன்று திரண்டது. வாளின்றி அறம் காக்க இயலாதென்ற உண்மை புரிய, உள்ளத்தின் கருணை ஊற்றும் தீப்பற்றியெரிந்தது.

வஞ்சகம் இல்லாத உலகை உருவாக்க வஞ்சிப்பவர்களைக் களையெடுப்பதே தீர்வு என்று தீர்மானித்தான். இனி எஞ்சுவது உலகல்ல. தான் உருவாக்குவதே உலகு என உறுதி கொண்டான். கரிகாலன் காலனாக உருமாறினான்.

இடது கையில் மற்றொரு வாளை எடுத்துக் கொண்டான். முள்ளூர் வீரர்கள் கரிகாலனை சிறை பிடிப்பதா இல்லை கொல்வதா என்ற தயக்கத்துடன் தாக்க, கரிகாலன் தயக்கமேயில்லாமல் இருவரை வெட்டியெறிந்தான்.

வீரர்களின் தயக்கத்தைப் புரிந்து கொண்ட நீரோ 'அவனைக் கொல்லுங்கள்' என்று கத்த, முள்ளூர் வீரர்கள் வெறியுடன் ஓடினர். ஆட்டு மந்தைக்குள் புகுந்த ஆவேசம் கொண்ட வேங்கை திரும்பிய பக்கமெல்லாம் பாய்ந்து ஆடுகளைக் கிழித்தெறிவதைப் போல கரிகாலன் வீரர்களைக் கொன்று குவித்தான். கைவிடா ஆயுதமான வாட்களைக் கைவிடும் ஆயுதமான ஈட்டியைப் போல வீசினான். குறுவாட்களைப் போல நீள்வாட்களை எறிந்தான். எலும்பையும் சிதைத்து ஊடுருவிய வாட்கள் கைப்பிடி வரை சொருகி நிற்பதைக் கண்ட வீரர்கள் மிரண்டனர். வாட்களை எறிந்த வேகத்தில் புயலென முன்னேறினான். வாளுக்குத் தப்பியவரின் உடலுக்குள் கரிகாலனின் விரல்கள் கட்டாரியாய் நுழைந்தன. வர்மப் புள்ளிகளைத் தாக்கிய விரல்கள் வாட்களை விட அதிக சேதத்தை உண்டாக்கின. குருதி ஊற்றுகள் கரை புரண்டோட, உறுப்புகள் கிளை பிரிந்து ஓடின.

சதுரனின் வீரர்களைக் கரிகாலன் சில கணங்களில் வெட்டியெறிய, நீரோ பதற்றமடையத் துவங்கினான். ரோமின் போர்த்திடலில் அடிமைகள் போரிடும் விதத்தைக் கொண்டு அவர்களின் வீரத்தை கணிக்க கூடியவன் நீரோ. எதிரிலிருப்பவன் வாட்களை ஆள்பவன் என்பதை உணர்ந்து கொண்டான்.

கரிகாலனின் நுட்பமான வாள்வீச்சைக் கண்டதும் இவனை எப்படி வீழ்த்துவது என்று வேகமாக சிந்தித்தான் நீரோ. கரிகாலனைப் பதற்றம் அடைய செய்வதே அவனை வீழ்த்த உதவும் செயல் என்று முடிவு செய்தவன் 'இளைஞர்கள் இருக்கும் குடில்களுக்கு தீயிடுங்கள். கரிகாலன் குடிலுக்கு செல்ல முடியாமல் இடைமறித்து தாக்குதலைத் துவங்குங்கள்' என்று இரைய, யவன வீரனொருவன் அடுகலனில் எரிந்து கொண்டிருந்த நெருப்பு கட்டையை எடுத்து குடிலின் மேற்கூரையில் சில இடங்களில் பற்ற வைத்தான்.

ஊழிக்காற்றாய் பேரோசையுடன் வீசிய காற்றில் மரங்கள் சருகுகளாய் அசைந்தாட, காற்று நெருப்பைத் தத்தெடுத்துக் கொண்டது. குடிலிலிருந்து மற்றொரு

குடிலுக்கு தாவிச் சென்ற நெருப்பு ஆவேசத்துடன் பரவியது. எரியும் குடிலின் முன்னால் யவனர்கள் இணைந்து நிற்க, கரிகாலன் நிகழ்வதைப் புரிந்து கொண்டான்.

கரிகாலனை தாக்குவதற்கு யவனர்கள் வேகமாக முன்னேற, 'உங்களில் யார் டீடோ?' என்று கழுத்தின் நரம்புகள் புடைக்க கத்தினான் கரிகாலன்.

அனைவரும் திகைக்க 'நான் தான்' என்றான் மரத்தடியில் நீரோவுக்கு பாதுகாவலாக நின்ற டீடோ.

மற்றவர்கள் அனைவரும் இறப்பிலும் கருணையை பெறக்கூடியவர்கள் என்றெண்ணிய கரிகாலன் இரண்டு கைகளின் வாட்களைச் சுழற்றியபடி முன்னேறினான்.

கரிகாலனின் குரலை இனம் கண்ட முகில் 'கரிகாலன் வெளிவந்து விட்டான். தனியாகப்போராடுகிறான். விரைவாக வெளியேற வேண்டும்' என்று பதறினான். குடிலினுள் கரும்புகை சூழத்துவங்க, மேற்கூரை கொளுந்து விட்டு எரியத் துவங்கியது. நெருப்பின் கொடிகள் பின்னிப் பிணைந்து கீழிறங்க, கட்டுகளை அறுக்க முடியாமல் இளைஞர்கள் தடுமாறத் துவங்கினர்.

நிலத்தை எரித்தபடி அனல் காற்றாய் நெருங்கிக் கொண்டிருந்தான் இரும்பிடார். சென்டல்கள் குடில்களை கடக்கும்போது எண்ணற்ற கழுகுகள் பறப்பதைக் கண்டதும் நொடிப்பொழுதில் கற்சுவரைத் தாண்டி கிராமத்திற்குள் நுழைந்தான். எண்ணற்ற சென்டல்களின் உடல்களும், முள்ளூர் வீரர்களின் உடல்களும் சிதறிக் கிடப்பதைக் கண்டவன் தனக்காக வஞ்சினம் தீர்க்க கரிகாலன் முள்ளூர் வீரர்களைப் பகடையாய் பயன்படுத்தி இருக்கிறான் என்பதைப் புரிந்து கொண்டான். உடல்களின் மேல் அமர்ந்திருந்த பறவைகளைச் சிதறடித்தபடி ஓடியவன் அனைவரின் உடல்களையும் உற்று நோக்கியபடி கிராமத்தைச் சுற்றி வந்தான்.

கரும்பாறு வானிலிருந்து குரலெழுப்ப, இளைஞர்களின் உடல் இல்லாததை உறுதி படுத்திக் கொண்டு ஓடத் துவங்கினான். நிலத்தில் எறிந்த மீன் வாய்ப்பிளந்து தவிப்பதைப் போல, உடலின் ஒவ்வொரு அணுவும் காற்றை வேண்டி துடித்தது. அதிகன் நாட்டு மலைக்குடிலை நெருங்குகையில் மேலெழும் புகையைக் கண்டான். கால்கள் பயணிக்கும் உச்ச வேகத்தை கடந்தான்.

யவனர்கள் சென்டல்களைத் தாக்கிய போதே அவர்களின் பேராற்றலை உணர்ந்திருந்த கரிகாலன், ஓரிடத்தில் நில்லாது சூறாவளியாய் சுற்றி வந்தான். முதலில் நெருங்கிய யவனினன் மேல் ஈட்டியை போல கரிகாலன் வாளை எரிய, வாள் யவனினின் நெஞ்சினில் சொருகி நின்றது. முன்னேறிய வேகத்தில் ஒரே வீச்சில் அவன் தலையை சரித்தவன் நெஞ்சினில் சொருகியிருந்த வாளை உருவி மற்றவனின் மேல்

எறிந்தான். அதிவேகத்தில் உடலை விலக்கி வாளிடம் தப்பிய யவனன் மீண்டும் திரும்பியபோது கரிகாலன் முன்னே நின்றிருந்தான். யவனன் அதிர்ந்து போக கரிகாலனின் வாள் யவனனின் தலையைச் சரித்தது. கதிரென ஆடும் தலைகளை வெட்டி சதிராடிக் கொண்டிருந்தான் கரிகாலன். ஆத்திரமும், உக்கிரமும் இணைந்த சொல்லொன்று உயிர் பெற்று உயிர் வேட்டை ஆடிக்கொண்டிருந்தது.

யவனர்கள் சூழ்ந்து கொண்டு தாக்க, கரிகாலனின் பின்னல் வாள்வீச்சை எவராலும் ஊடுருவ முடியாமல் தடுமாறினர். மின்னல் கொடியைப் பற்றி சாட்டையாய் வீசுவது போல, இரு கைகளின் வாட்களை சக்கரமாய் சுழற்ற, யவனர்களுக்கு பல கைகளும் எண்ணற்ற வாட்களும் மின்னி மறைந்தன.

வாளை ஒருவனின் வயிற்றில் சொருகி அவனைக் கேடயமாகப் பயன்படுத்திய கரிகாலன் மற்றவர்கள் நெருங்கியபோது யவனனைப் பற்றி அவர்களின் மேல் வீசினான். இருவர் சரிய மற்றொருவனைப் பாய்ந்து தாக்கியவன் அவனைக் கேடயமாக கைக்கொண்டான்.

காற்றின் வேகத்தில் குடிலின் மேற்கூரையைத் தின்று கொழுத்திருந்த நெருப்பு அருகிலிருந்த குடில்களுக்குத் தாவ சுருள் சுருளாய் மேலெழுந்த கரும்புகை வானை நிரப்பியது. இளைஞர்களிருந்த குடிலின் சட்டங்களில் நெருப்பு பற்றியது. நெருப்பின் கங்குகள் குடிலினுள் மழையாய் பொழியத் துவங்கின. நாசியில் நுழைந்த புகை கிறுகிறுப்பை உண்டாக்க நிலவன் இருமலுடன் கீழே அமர்ந்து கொண்டான். நிலத்தினருகே முகத்தை தாழ்த்தி புகை கலக்காத காற்றை சுவாசிக்க முயன்றான். கண்களில் நீர் பெருக்கெடுத்து ஓட 'வளவா' என்று இளம்பரிதி கத்தினான். முகிலும், சுடரொளியும் கதவை உதைத்து தகர்க்க முயன்றனர். பேரோசையுடன் மூங்கில்கள் வெடித்து சிதற விட்டமும், கதவு தீப்பற்றியது.

யவனர்களை சரித்ததும் பற்றியெரியும் குடிலை நோக்கி கரிகாலன் பதற்றத்துடன் ஓட நீரோவும், டடோவும் குறுக்கிட்டனர்.

'சென்னியை எப்படிக் கொன்றேனென்று அறிந்து கொள்ள விருப்பமில்லையா' என்றான் டடோ பரிகாசத்துடன்.

'உனது குருதியில் உன்னை மூழ்கடிக்கும்போது இறப்பின் வலியை உணர்வாய்' என்ற கரிகாலன் பாய்ந்தான்.

மீனை கொத்திச் செல்ல நீர்ப்பரப்பை நெருங்கும் பறவைகளாய் நீரோவும், டடோவும் எதிரெதிர் புறங்களில் கரிகாலனை நெருங்கினர். இந்த வேட்டையில் நீரிலிருந்து வானுக்கு பறந்து பறவைகளை விழுங்கும் பெருஞ்சுதும்பு மீன் கரிகாலன்.

இரண்டு யவனர்களும் தாக்க, ஓரிடத்தில் நிலைகொண்டு சுழலும் நீர்ச் சுழலாய் கரிகாலன் சுழன்றான். வலதுகை, இடதுகையென்று ஆற்றலில் வேறுபாடில்லாதவன் கரிகாலன். இரண்டு கைகளும் தனித்த உயிர்களாய் இயங்கின.

இடிகளை இறக்கும் வானமாய் கரிகாலன் சுழன்று தாக்க யவனர்கள் தற்காத்து சமரிட்டனர். ஒவ்வொரு கணமும் தீயின் நாக்குகள் இளைஞர்களை நெருங்குவதைக் கண்ட கரிகாலன் சமரை விரைவாக முடிக்க முயன்றான். இடது கையிலிருந்த வாளினால் கரிகாலன் டடோவை தாக்க, டடோ தேக்கிய கணத்தில் கரிகாலனின் இடது கால் பெருவிரல் சுழன்று சென்று கண்ணு வர்மம் என்ற வலதுகால் முட்டியில் அடித்தது. அதீத வலியை உணர்ந்த டடோ காலை எடுத்து வைக்க முடியாமல் தடுமாற, கரிகாலன் டடோவை விடுத்து நீரோவின் மேல் பாய்ந்தான்.

இரண்டு வாட்களும் அதிவேகமாக சுழல, நீரோவின் உடலில் பல இடங்களில் குருதிக் கோடுகள் உருவாகின. நரம்புகள் சிதைந்து குருதி பீச்சியது. நீரோ தடுமாற்றத்துடன் கீழே சரிய, உடலெங்கும் குருதி வெளியேறத் துவங்கியது.

ஒற்றைக்காலை நிலத்தில் ஊன்ற முடியாமல் டடோ தடுமாற, இரண்டு வாட்களையும் எறிந்து விட்டு கரிகாலன் வேகமாக நெருங்கினான். டடோ வாளினால் தாக்க முயல, வீச்சிலிருந்து நகர்ந்து கொண்டு முன்னேறிய கரிகாலன் இரண்டு கைகளின் ஆட்காட்டி விரல்களை மடக்கி உடலின் பல வர்மப்புள்ளிகளை அடித்து விட்டு குடிலை நோக்கி ஓடினான். இனி மரணத்தை அவன் குருதியோட்டமே அழைத்துச் செல்லும்.

உடலின் இயக்கம் நின்று போனதை உணர்ந்த டடோ கீழே சரிய உடலெங்கும் வலிகள் மின்னல் வெட்டின. கதறக்கூட முடியாமல் வாயின் இயக்கம் உறைந்து போயிருக்க, அணுக்கள் தோறும் வலி உலா வந்தது. இமைக்காமல் நின்றிருந்த கண்களில் நீர் வடிந்து கொண்டிருந்தது. வலி வானமாய் உடலெங்கும் பரவியிருக்க உயிர் துளித்துளியாய் வடியத் துவங்கியது.

குடிலின் கதவை கரிகாலன் எட்டி உதைக்க செந்தணலாய் எரிந்து கொண்டிருந்த கதவு வெடித்துச் சிதறியது. சுழன்று வெளியேறிய கரும்புகை கரிகாலனின் முகத்தில் அறைய மூச்சை பிடித்துக் கொண்டு உள்ளே நுழைந்தான். கதவருகே சரிந்திருந்த இருவரின் உடல்களிலும் கட்டப்பட்டிருந்த கொடிகளைப் பற்றி வெளியே தூக்கி வந்து கிடத்தினான். விரல்களை இறுக்கி நொடிப்பொழுதில் இருவரின் கட்டுகளையும் அறுத்தெறிந்தான்.

அருகில் மட்பானையிலிருந்த நீரைத் தூக்கி தலையில் ஊற்றிக்கொண்டு மீண்டும் குடிலுக்குள் ஓடினான். கண்கள் கரும்புகையை சுவாசிக்க, நாசி நெருப்பை சுவாசித்தது. கண்களை இடுக்கிக் கொண்டு புகையினூடே தேட, இடது மூலையில் ஒருவன்

தரையோடு படுத்திருப்பதை கவனித்தவன் பற்றியெரியும் நெருப்பு துண்டங்களை தாண்டிச் சென்று அவனை தூக்கிக் கொண்டு வெளியே வந்தான்.

கரிகாலனின் இரண்டு கண்களிலும் நீர் சொரிய, கண்களை திறக்கமுடியாமல் இமைகள் துடித்தன. நீரை அள்ளி கண்களில் அடித்தவன் கடுஞ்சிரமத்துடன் கண்களை பிரித்து நிலவன் மீதமிருப்பதை உணர்ந்தான். மீண்டும் தடுமாறியபடி குடிலினுள் நுழைய முயல குடிலின் பின் பகுதி தீப்பற்றி எரிந்தபடி சரிந்தது. நெருப்பின் பொறிகள் சீறின.

‘வளவா கவனம்’ என்றான் சுடரொளி. பேரிரைச்சலுடன் குடில் எரிந்து கொண்டிருக்க தயக்கமின்றி குடிலினுள் பாய்ந்தான் கரிகாலன். வலதுபுறத்திற்கு விரைந்தவன் அங்கு படுத்திருந்த நிலவனைக் ஒரு கையால் சுமந்து கொண்டு நகர, உடலெங்கும் தீக்கங்குகள் குளவிகளாய் கொட்டின. கரும்புகை மயக்கத்தை ஏற்படுத்த, நிலவனை தோளில் மாற்றிக் கொண்டு நெருப்புத் திரையை ஊடறுத்து பாய்ந்தான்.

நெருப்பின் வெப்பத்தில் உடலின் தோல் உருகுவதை உணர்ந்தவன், கண்களை மூடிக்கொண்டு கதவை நெருங்கிய கணத்தில் மேற்கூரையில் சட்டம் முறிந்து கரிகாலனின் தோளிலிருந்த நிலவனின் மேல் விழ கரிகாலன் கீழே சரிந்தான். குடிலின் ஓரத்தில் நட்டிருந்த பனைமரமும் கரிகாலன் மேல் சரிந்தது. வலதுகையை நீட்டி நிலவனை வாசலுக்கு வெளியே தள்ளிய கரிகாலன், வலது காலினால் மரக்கட்டையை உதைக்க, செந்தணலாய் எரிந்த கட்டை நொறுங்கியது. இடதுகால் கட்டையினடியில் சிக்கியிருக்க இடையாடை தீப்பற்றியது.

உள்ளே நிகழ்வதை காணமுடியாத அளவில் நெருப்பின் சுவாலைகள் காற்றாய் இங்குமங்கும் வீசிக்கொண்டிருக்க, வாசலில் கிடந்த நிலவனை வெளியில் இழுத்தான் சுடரொளி. அதற்குள் எழுந்திருந்த முகில் ‘வளவா’ என்று இரைந்தபடி உள்ளே நுழைய, அவனின் தோளைப் பற்றி வெளியே தள்ளி விட்டு உள்ளே பாய்ந்தான் இரும்பிடார்.

அலைஅலையாய் சீறும் நெருப்பைக் கண்டு அஞ்சாது உள்ளே நுழைந்தவன், சரிந்த நிலையில் நெருப்புக் கட்டையை நகர்த்த முயன்ற கரிகாலனைக் கண்டான். மறுகணம் பனைமர தூணைக் கைகளால் பற்றித் தூக்கியெறிந்தான் இரும்பிடார். ஆழிப் பேரலையாய் நெருப்பு இருவரையும் சூழ்ந்து கொண்டது. இரும்பிடாரின் கேசம் நெருப்பில் பொசுங்க, முகத்தின் தோல் உருக, கரிகாலனை இழுத்துக்கொண்டு வெளியேறினான்.

தீப்பற்றியெரியும் இடையாடையுடன் கரிகாலனை இரும்பிடார் சுமந்து வருவதைக் கண்டு பதறிய இளம்பரிதி தலைச்சுற்றலுடன் தடுமாறியபடி எழுந்தான். நீரிருந்த மட்கலனை சுமந்து வந்த சுடரொளி கரிகாலனின் காலில் நீரை ஊற்றி நெருப்பை அணைக்க, மற்றொரு கலனிலிருந்த நீரை இரும்பிடாரின் தலையில் ஊற்றினான் முகில்.

கரிகாலனின் இடதுகால் முட்டிக்கு கீழிருந்த தோலானது முற்றிலும் உருகி பலாச மலராய் சிவந்திருக்க...

'புகையைக் கண்டு அதிகன் நாட்டு வீரர்கள் எந்நேரமும் வந்து சேரலாம். பளியனூர் செல்லும் திசையில் சற்றுத் தள்ளி காத்திருக்கிறேன். வாழை மரத்தை வெட்டியெடுத்து வா' என்று முகிலிடமும்,

'அவுரி, குங்கிலியம், வெற்றிலைகளை விரைவாக பறித்து வா' என்று சுடரொளியிடம் இரும்பிடார் கூறினான்.

குடில்களிலிருந்து மரங்களுக்குத் தாவிய நெருப்பு, கண்கள் மின்ன பேரோசையுடன் நாவை சுழற்றி அனைத்தையும் உட்கொள்ளத் துவங்கியது.

இருமலுடன் நிலத்தில் சுருண்டிருந்த நிலவனை நோக்கி கையை காட்டிய இரும்பிடார் 'அவனை அழைத்துக் கொண்டு வா' என்று இளம்பரிதியிடம் கூறி விட்டு, கரிகாலனை இரண்டு கைகளாலும் தூக்கிக்கொண்டு வேகமாக நடக்கத் துவங்கினான். நிலவனின் முகத்தில் நீரை ஊற்றி முகத்தையும், கண்களையும் நீரினால் கழுவச் செய்த இளம்பரிதி அவனை அழைத்துக்கொண்டு பின்தொடர்ந்தான்.

கால்களின் எரிச்சல் தாளாமல் மூடியிருந்த கண்களை மெதுவாக திறந்த கரிகாலன் 'அத்தையைக் கொன்ற சென்டல் குடியினரை பலியெடுத்து விட்டேன் மாமா' என்றான்.

'மாமனால் இயலாததை மருமகன் செய்வது தானே முறை' என்று இரும்பிடார் கண்கலங்க...

'என் மாமன் இரும்பிடார்த்தலையார். அவரால் இயலாதது என்பது ஈரேழு உலகங்களிலும் இல்லை' என்று கரிகாலன் கூற, தான் யாரென்பதை அறிந்து விட்டான் கரிகாலன் என்றெண்ணிய இரும்பிடார்...

'அதிகாலை சூரியனாய் உதித்து உயிர்களின் குளிர் நீக்கும் பகலவன், காடுகளை எரிக்கும் கதிரவனாய் உருமாறும்போது உலகமறியும். நீ ஆயிரம் இரும்பிடாருக்கு சமம் என்று' என்றான்.

சிறிது தொலைவு சுமந்து சென்றதும் மரங்கள் அடர்ந்திருந்த இடத்தில் இரும்பிடார் கரிகாலனை மெதுவாக இறக்கி மரமொன்றில் சாய்ந்து கொள்ள செய்தான். காலில் ஏற்பட்ட சிறு அசைவும் வலியை பன்மடங்கு அதிகரிக்க, தீயினுள் இன்னும் கால் இருப்பதைப் போன்ற கடும் எரிச்சல் தகித்தது. கண்களில் நீர் அருவியாய் கொட்டியது.

வாழைமரத்துடன் முகில் வந்தடைய, இரும்பிடார் அதன் மேல் பட்டைகளை உறித்து நடுப்பாகத்தை பிரித்தெடுத்தான். இரும்பிடாரும், முகிலும் கைகளால் பற்றி முறுக்க, வாழைமரத்தின் சாறு கரிகாலனின் காலை நனைத்தது.

சுடரொளி கொண்டு வந்த அவுரி, குங்கிலியத்தின் இலைகளை பறித்து அதன் சாறை கரிகாலனின் காலில் வடித்த இரும்பிடார், வாழை மரத்தின் பட்டைகளை இடது காலைச் சுற்றி கட்டினான்.

விரலை மடக்கிய இரும்பிடார் கரிகாலனின் முட்டிக்கு மேலிருந்த வர்மத்தில் அடித்து வலியை மூடமாக்க முயல 'வேண்டாம் மாமா. எனது அன்னை அடைந்த வலியில் இது சிறிதளவு கூட கிடையாது. பகைவர்கள் எனக்கு அளித்துள்ள கொடை. என்னிடமிருந்த கருணை தீக்கிரையான தருணமிது. என் நினைவில் நீங்காமலிருக்க வேண்டும். எரியட்டும்' என்றான்.

தீயின் தாக்கத்திலிருந்து விடுபட்டிருந்த நிலவன் தயக்கத்துடன் 'மாமா, தென்னகத்தின் மாவீரன் இரும்பிடார் நீங்கள் தானா?' என்று கேட்க, இரும்பிடார் மெதுவாக தலையசைத்தான்.

'மாமா' என்று நெகிழும் குரலுடன் முன்னேறிய நிலவன் இரும்பிடாரை கட்டியணைத்துக்கொள்ள, மற்றவர்களும் இரும்பிடாரைக் கட்டிக் கொண்டனர்.

இளைஞர்களின் கண்களில் நீர் வடிய இளைஞர்களை இறுக்கிக்கொண்ட இரும்பிடாரின் கண்களிலும் நீர் வடிந்தது. அமர்ந்திருந்த கரிகாலனின் வலி விலகி மனம் நெகிழ்ந்திருந்தது. கணங்கள் யுகங்களாய் கழிய, இளைஞர்களை விடுத்த இரும்பிடார் 'புறப்படலாம். உங்களைக் காணாமல் அனைவரும் உயிர் வெறுத்து இருக்கின்றனர்' என்று கூற, இளைஞர்கள் கண்களைத் துடைத்துக் கொண்டு விலகினர்.

மரங்களினூடே சென்ற இரும்பிடார் இரண்டு மூங்கிலையும், இண்டங் கொடியையும் பறித்தெடுத்து வந்தான். மூங்கில்களை கொடியால் இணைத்து படுக்கை அமைத்தவன் கரிகாலனை படுக்கச் செய்ததும், நான்கு இளைஞர்களும் கரிகாலனை சுமந்து கொள்ள நாங்கூரை நோக்கி நடக்கத் துவங்கினர்.

''இப்போது உறுதியாகி விட்டது. இரும்பிடாருடன் சமரிட்டால் எனது மாமா தான் வெல்வார்'' என்றான் நிலவன். துயரம் குறைந்து அனைவரும் நகைத்தனர்.

தென்பொருப்பு மலையிலிருந்து மேலெழும்பிய புகைமேகங்கள் நாற்புறமும் பரவியபடி இருக்க, கரிகாலனை சிறை கொண்டதற்காக தென்பொருப்பு அனலையும், வெளிச்சத்தையும் உமிழ்ந்தவாறு பற்றியெரிந்து கொண்டிருந்தது. பேரலையாய் எழுந்து பரவிய நெருப்பு மலையை வளைத்துக் காட்டியது. இரவின் முதல் சாமம் குளிர் காய்ந்து கொண்டிருந்தது.

வீரம் வளரும்...

51

இருள் போர்த்திய தென் பொருப்பின் மலையுச்சி செங்குழம்பைப் பூசியபடி வானளாவ எரிந்து கொண்டிருக்க, அதிகன் மலை நாட்டு மக்கள் கையில் வெட்டுக் கருவிகளுடன் நெருப்பினை நோக்கி ஓடிக் கொண்டிருந்தனர்.

மலையில் பற்றும் நெருப்பு எரிமலைக் குழம்பாய் பரவி தொடு வானையும் கரியாக்கிச் செல்லக் கூடியது. அவர்களின் பசும்பூமியை எரிதணலாய் கொளுந்து விட்டெரியச் செய்து தாவரங்களையும், உயிர்களையும் அழித்து கரும்பூமியாக்க கூடியது. மலையுச்சியில் கரும்புகையை கண்ட கணத்தில் ஆண்கள், பெண்கள், குழந்தைகள் என அனைவரும் மேலேறத் துவங்கியிருந்தனர். மலையில் ஏற்படும் நெருப்பை காலம் காலமாய் கட்டுப்படுத்த அறிந்தவர்கள். நெருப்பின் நரம்புகளை உருவி விட்டு அழுத்தத்தை அடக்க பயின்றவர்கள். காடுகளின் குழந்தை களான அவர்கள் நெருப்பின் அரசர்கள்.

நெருப்பின் கதிர்கள் முளை விட்டு எரிய, தீயின் இழைகள் பின்னிப்படர்வதைப் பார்த்தபடி வளையமாக மேலேறினர். ஒவ்வொருவரும் இடைவெளி விட்டு

> பல்லுயிரைப் பேண தீய
> உயிர்களைக் களைவதே
> வேந்தனின் நெறி.
> உயிர்களைக் காப்பதற்கு
> உயிர்களை எடுக்கும்
> உரிமை வேந்தனுக்கே
> உண்டு.

பரவினர். மஞ்சள் அசுரனாய் ஒளிர்ந்த மரங்கள் இருளை எரித்து ஒளியேற்படுத்த, நெருப்பைக் கண்டு விலகி ஓடிய கானுயிர்கள் மக்களைத் தாண்டி சென்றன.

செந்தணலின் விளிம்புக்கு தள்ளியிருந்த தாவரங்களை வெட்டியெறிந்த மக்கள் நெருப்பிற்கும் தாவரத்திற்கும் இடைவெளியை உருவாக்கினர். எரியும் மரங்களை உட்புறமாய் வெட்டியெறிந்தனர். விடியும் வரையில் பெருங்கோபத்துடன் பொருமியவாறு காடு பற்றியெரிய, மக்கள் வளையமாய் நின்று பார்த்திருந்தனர். வெள்ளி முளைக்கையில் நெருப்பின் சீற்றம் தணிந்து மரமும், மண்ணும் கருகி, கருஞ்சாம்பல் எலும்புக்கூடானது காடு. மலையின் தழும்பாய் மாறி நின்றது.

மலையில் நெருப்பு ஏற்பட்டதன் காரணத்தை அறிய அதிக நாட்டு வீரர்கள் நெருப்பின் வேரை தேடிச் சென்றனர். வெந்து தணிந்த குடில்கள் புகைந்து கொண்டிருப் பதையும், எண்ணற்ற யவனர்களும், வீரர்களும் இறந்து கிடப்பதையும் கண்டு அதிர்ந்தனர். இரண்டு படைகளுக்கிடையே போர் நிகழ்ந்திருக்கிறதென்று முடிவு செய்தனர்.

சிலர் விரைந்து சென்று எரிந்து கொண்டிருக்கும் குடில்களை உட்புறமாய் இடித்துத் தள்ளி நெருப்பை அணைத்தனர். அவர்களில் மூத்தவரான கிழான் ‘நெருப்பை முற்றிலும் அணைக்க வேண்டும். அருகிலிருக்கும் சுனையிலிருந்து நீரைக் கொண்டு வந்து ஊற்றுங்கள்’ என்றதும் வீரர்கள் விரைந்தனர்.

இறந்த வீரர்களின் உடல்களை சோதித்த கிழான் யவனன் ஒருவன் முனகியபடி இருப்பதைக் கண்டார். கரிகாலனால் வாளினாலும், வர்மத்தாலும் தாக்கி வீழ்த்தப் பட்டிருந்த அவனது வயிற்றில் வாளினால் பாய்ச்சிய காயம் இருப்பதை கவனித்தவர் யவனனின் மேலாடையைக் கழற்றி விட்டு காயத்திலிருந்து குருதி வெளியேறாமல் இருக்க துணியால் கட்டினார். நெஞ்சில் சில இடங்களில் சிவந்திருப்பதைக் கவனித்தவர் நாடியைப் பிடித்துப் பார்த்தார். நாடித் துடிப்பு பெருமழையாய் சடசடத்துக் கொண்டிருக்க ஒன்றும் புரியாமல் திகைத்தார்.

‘இவனை காப்பாற்ற இயலுமா?’ என்று அருகிலிருந்தவன் கேட்க ‘தெரியவில்லை. நாடித்துடிப்புகள் பின்னலிட்டு தனக்குத் தாமே சுருக்கிட்டுக் கொள்கின்றன. என்ன நிகழ்கிறதென்றே புரியவில்லை’ என்றார்.

யவனன் மெதுவாக கண் விழிக்க ‘யார் நீங்கள்? என்ன நடந்தது?’ என்று கிழான் கேட்க...

‘சேரநாட்டில் மறைந்திருந்த சோழவேந்தன் கரிகாலனைச் சிறைப் பிடிக்க அனுப்பப் பட்டவர்கள் நாங்கள். அவனை சிறையெடுத்து வந்து மூன்று நாட்களாக

இங்கு தங்கியிருந்தோம். அவனைக் கொல்ல குடிலுக்கு தீவைத்த போது எங்களைத் தாக்கி விட்டு தீக்காயங்களுடன் தப்பி விட்டான்' என்றான் திணறலுடன்.

'ஆனால் இத்தனை வீரர்கள் எப்படி இறந்தனர்?'

'அவன் ஒருவனே பெரும்படைக்கு சமம். ஆர்ப்பரிப்புடன் கடந்து சென்ற பெருஞ்சூறாவளியின் ஓசையை மட்டுமே கேட்டோம். எப்படி சரிந்தோமென தெரியவில்லை'

களமெங்கிலும் சிதறிக் கிடந்த வீரர்களின் உடல்களைக் கண்டு அதிர்ந்தவர்கள் 'ஒருவன் நிகழ்த்திய பேராண்மையா இது' என்று நடுங்கிப் போயினர். அவன் மனிதனா இல்லை மனித உருக்கொண்ட தேவனா என்று திகைத்தனர்.

'எந்த நாட்டவர் நீங்கள்?' என்று கிழான் கேட்க...

'தகவலை வெளிப்படுத்துவதா வேண்டாமா'வென்று எண்ணிய வீரன் 'எனக்கு உதவுங்கள்' என்று வேண்டுகையில் உடல் ஒருமுறை அதிர, விழிகள் மெதுவாக மேலேறின.

இறந்தவர்களின் சடலங்களை ஒருபுறமாகக் கிடத்த சொன்ன கிழான், அதிகன் நாட்டு சிற்றரசருக்கு தகவல் தெரிவிக்க ஒருவனை அனுப்பினார்.

மறுநாளின் முதல் பொழுதில் முள்ளூர் நாட்டு வீரர்கள் நால்வர் அதிகன் நாட்டை வந்தடைந்தனர். குதிரைகளை கீழேயே நிறுத்தி விட்டு வணிகத்திற்காக தேனையும், பழங்களையும் வாங்க வந்தவர்கள் போல மலையின் மேலேறினர். குடியிருப்புகளை நெருங்கியபோது மலையுச்சியில் இருந்த மலைக்குடிலின் அருகே எண்ணற்ற தீப்பந்தங்கள் எரிவதைக் கண்டவர்கள் வேகமாக மேலேறினர். மலைக்குடிலை அதிகன் நாட்டு மக்கள் சூழ்ந்திருக்க...

முள்ளூர் வீரனொருவன் மெதுவாக முன்னேறி 'என்ன நிகழ்ந்தது?' என்று வினவினான்.

'சோழ வேந்தன் கரிகாலனைப் பகைவர்கள் இங்கு கொண்டு வந்து சிறை வைத்திருக்கிறார்கள். குடிலுக்கு நெருப்பிட்டு அவனை கொல்ல முயன்றிருக்கின்றனர். இவர்களை வீழ்த்திவிட்டு அவன் தீக்காயத்துடன் தப்பிச் சென்றுவிட்டான்'

அங்கு குவிக்கப்பட்டிருந்த உடல்களைப் பார்த்து 'இத்தனை வீரர்களா? எவரும் உயிருடன் மீளவில்லையா?' என்று கேட்க...

'இல்லை. யவனன் ஒருவன் சற்று நேரம் உயிருடன் இருந்தான். அவனும் இறந்து விட்டான்'

'எந்த நாட்டவர்கள் என்று தெரிந்ததா?'

'இல்லை. கண்டறிய இயலவில்லை' என்று கூற, முள்ளூர் வீரன் மெதுவாக கீழிறங்கத் துவங்கினான். இரையாக இருந்தது இறையாக மாறி வேட்டையாடி இருக்கிறது என்றெண்ணியபடி.

★★★

பளியனூர் கிராமத்தில் இளவெயினியும், பறவைமுனியும் மற்றவர்களுடன் காத்திருந்தனர். இரும்பிடார் கரிகாலனைத் தேடி கரும்பாறுவுடன் சென்ற சற்று நேரத்தில் இளவெயினி வானவனுக்கு தகவல் தெரிவிக்க அனுப்பியிருந்த அழுந்தூர் வீரன் ஐம்பது சோழ வீரர்களுடன் வந்து சேர்ந்திருந்தான். அவர்களுக்கு தலைமை தாங்கி வந்தவன் இளவெயினி புகாரை நீங்கியபொழுது அரண்மனைக் காவலர்களின் தலைவனாக இருந்தவனென்பதால் இளவெயினியால் எளிதாக அடையாளம் கண்டு கொள்ள முடிந்தது.

அனைவரும் அணிந்திருந்த ஆடைகளைக் கண்டவள் 'ஏன் அனைவரும் ஒரே நிறத்திலான ஆடையை அணிந்திருக்கிறார்கள்?' என்று கேட்க...

'நமது வீரர்களை இனம் கண்டு கொள்ளவும், பகைவர்கள் நம்மிடையே ஊடுருவாமல் இருக்கவும் இப்படி ஆடையணிந்து கொள்ள தளபதி பணித்தார்' என்றான்.

வீரர்களை பளியனூரின் குடில்களில் தங்கியிருக்க செய்தவள் பறவைமுனியுடன் காத்திருந்தாள். இளவெயினி சோழ அரசி என்பது பறவைமுனிக்கும் பளியர்களுக்கும் தெரிய வந்திருக்க, அனைவரும் பெரும் மகிழ்வையும் அதே நேரத்தில் கரிகாலனுக்கு ஏற்பட்டிருக்கும் இன்னலை எண்ணி கவலையும் கொண்டனர்.

மறுநாள் காலையில் வானிலிருந்து துண்டான மேகம் கீழிறங்குவது போல் கரும்பாறு பளியனூரை வந்தடைய பறவைமுனி பேராவலுடன் பளியனூரின் நுழைவு வாயிலை விட்டு வெளியேறி பார்த்தார். இரும்பிடார் இளைஞர்களை மீட்டு வருவதைக் கண்டதும் பெருமகிழ்வுடன் எதிர்கொண்டழைக்க ஓடினார். அருகில் நெருங்குகையில் கரிகாலனை இளைஞர்கள் சுமந்து வருவதைக் கண்டதும் 'என்னாயிற்று கரிகாலனுக்கு?' என்று பதற...

'அச்சப்பட ஏதுமில்லை. யார் அந்த வீரர்கள்?' என்றான் இரும்பிடார் கண்களில் ஐயத்துடன்.

'இளவெயினியைக் காக்க சோழத் தளபதி வீரர்களை அனுப்பியுள்ளார்' என்றார் பறவைமுனி.

கிராமத்தில் நுழைந்ததும் இளைஞர்கள் ஆதிமந்தியின் குடிலுக்குள் தூக்கிச் சென்று கரிகாலனை படுக்க வைத்தனர். கரிகாலன் கால்களை நீட்டியபடியே எழுந்து அமர்ந்தான்.

குடிலுக்குள் வேகமாக நுழைந்த இளவெயினி இரும்பிடாரின் கேசமும், முகமும் சேதமுற்று இருப்பதையும், கரிகாலனின் காலில் வாழை மட்டை சுற்றப்பட்டு இருப்பதையும் கண்டதும் நெருப்பிலிருந்து தப்பி வந்துள்ளதைப் புரிந்து கொண்டாள்.

வேகமாக ஓடிச்சென்று கரிகாலனை மார்புடன் இறுக அணைத்துக் கொண்டாள். பசும்பாசிகளில் ஓடிவரும் சுனை நீரைப்போல, இளவெயினியின் பசுங்கண்களில் இருந்து கண்ணீர் பெருக்கெடுத்து ஓடியது.

'எப்படி நிகழ்ந்தது?' என்றாள் உடைந்த குரலுடன்.

அதிகன் நாட்டு மலைக்குடில்களில் நிகழ்ந்தவற்றை எடுத்துக் கூறிய இரும்பிடார் 'காலின் மேற்புற தோல் மட்டுமே பாதித்துள்ளது. அச்சமடைய ஏதுமில்லை' என்றான். கொவ்வைப் பழம் போல் சிவந்திருந்த கால்களைப் பார்த்ததும் இளவெயினி உடைந்து போனாள். பாலும், தேனும், தெவிட்டாத அமுதத்தையும் ஊட்டி இளங்கன்றாய் வளர்த்த மகனின் கால் நெருப்பில் உருக்குலைந்து கிடப்பதைக் கண்டதும் மனம் கதறியது.

கரிகாலன் உடல் சுடுவதை உணர்ந்தவள் வேகமாக தன்னை மீட்டெடுத்தாள். 'இவனின் உடல் தணலாய் தகிக்கிறது' என்றாள்.

'சுரம் நல்லதே. உடல் எதிர்த்துப் போராடுகிறது. மூலிகைச் சாறு தந்துள்ளேன். பத்து நாட்களில் முற்றிலும் குணமடைவான்'

கலங்கிய கண்களுடன் தன்னையே பார்த்திருக்கும் கரிகாலனைக் கண்டவள் 'எண்ணற்ற கேள்விகள் உன் விழிகளில் தெரிகிறது. உணவுண்டு இளைப்பாறு. அனைத்திற்கும் பின்னர் பதில் அளிக்கிறேன்' என்று கூற...

''ஒரே ஒரு கேள்விதான் அம்மா''

கண்களில் கேள்வியுடன் இளவெயினி மகனைப் பார்க்க...

'எப்போது போர் தொடுக்கிறோம்?' என்றான் சோழவேந்தன் கரிகாலன்.

★★★

முள்ளூர் அரண்மனையின் அரசவையில் பெருஞ்சாத்தன் கடுஞ்சினத்துடன் இங்குமங்கும் உலவிக்கொண்டிருக்க, எதிரேயிருந்த இருக்கைகளில் தீச்செல்வனும், முத்துமேனியும் அமர்ந்திருந்தனர். காவலர்கள் நாற்புறமும் பாதுகாவலுக்கு நின்றிருக்க, பல்லி கத்தும் ஓசை கேட்ட திசையை கவனித்த முத்துமேனி...

'கெட்ட நிமித்தம்' என்றான்.

"தரமற்ற வீரர்களைக் கொண்டிருக்கும் எந்நாட்டிற்கும் கெட்ட நிமித்தமே விளையும். இத்தனை வீரர்கள் ஒன்றாகச் சென்றும் ஐந்து இளைஞர்களை சிறை பிடிக்க முடியவில்லை, கொல்லவும் இயலவில்லை எனில் இவர்கள் வீரர்களாய் கொண்டு என்ன செய்வது?' என்றான் பெருஞ்சாத்தன்.

'நாம் இப்போது என்ன செய்வது?' என்றான் தீச்செல்வன்.

"சோழ அரசி காத்திருந்த தருணம் வந்துவிட்டது. இனி சோழ நாடு நமது நாடுகளின் மேல் போர் தொடுப்பது திண்ணம்'

'சோழ நாடு போர் தொடுத்தால் மூன்று நாடுகளும் அழிவது உறுதி' என்றான் முத்துமேனி.

'சிற்றரசர்களை நம்புவதால் இனி எந்தப் பயனுமில்லை. பாண்டிய வேந்தருடன் இணைந்து கொள்வோம். நம்பி சோழநாட்டின் மேல் போர்தொடுத்தால் நாமும் ஒத்துழைப்பதாய் கூறுவோம்'

'பாண்டிய நாட்டுடன் இணைந்து போர் தொடுத்தால் வெற்றி பெற்றாலும் பயனில்லை. சோழத்தின் அரசாட்சியும், வளமும் நமது கைகளை விட்டுச் சென்று விடும்' என்றான் சுடர்மேனி.

'நாட்டிற்கு வளம் சேர்க்கும் நிலையிலிருந்து நாட்டைக் காத்துக் கொள்ளும் நிலைக்கு வந்துவிட்டோம்'

'நம்முடன் இணைந்து போர்புரிய பாண்டிய நாடு உடன்படுமா?'

'சென்னியை கொன்றது நாமென பாண்டியர்கள் அறிந்திருக்க வாய்ப்பில்லை. கரிகாலனை சிறைபிடிக்க முயன்றது மட்டுமே நாம் என்று கூறிக் கொள்ளலாம். பாண்டிய இளவரசன் நம்பியும் ஏற்கனவே சோழ அரசியை சிறைபிடிக்க முயன்றவன். பாண்டிய வேந்தர் முடத்திருமாறன் நோய்வாய்ப்பட்டிருக்கிறார். இத்தருணத்தில் நம்பியை இசைய வைக்க முயல்வோம்'

எங்கிருந்து இவன் தகவல் திரட்டுகிறான் என்று வியந்த முத்துமேனி 'பாண்டிய நாடு போர் தொடுத்தால் மேலும் சிற்றரசுகள் நம்முடன் இணைய முன் வரும்'

'பாண்டிய நாடு நம்முடன் இணைந்து போர் தொடுத்தால் வேறு நாடுகள் தேவையில்லை'

'சரி. ஓரிரு நாட்களில் புறப்பட்டுச் செல்கிறேன்' என்றான் தீச்செல்வன்.

'நானும் உடன் வருகிறேன். பாண்டிய வேந்தரை போருக்கு இசைய வைப்பதில் தான் நமது எதிர்காலம் அடங்கியிருக்கிறது' என்றான் பெருஞ்சாத்தன்.

சூழலுக்கு ஏற்ப நிறங்களை மாற்றும் விலங்கு ஓந்தி. தனது நிறத்தை மட்டுமல்லாமல் சூழலின் நிலையையும் மாற்றிக்கொண்டு ஓந்தியையே நாணும்படி செய்யக்கூடியவன் பெருஞ்சாத்தன். தனது நிலையை காத்துக் கொள்ள பாண்டியக் குடையின் கீழ் நிறம் மாற முடிவு செய்தான்.

★★★

பளியர்களின் கிராமம் சோழ வீரர்களால் சூழப்பட்டிருக்க, ஆதிமந்தியின் குடிலுக்குள் எவரும் நுழைய முடியாமல் காவலிடப்பட்டிருந்தது. குடிலினுள் கரிகாலன் கடும் சுரத்தினால் கண்களைத் திறவாமல் மூன்று நாட்களாக படுத்திருக்க, இளவெயினி இரவு பகலாக அவனருகே இருந்து பார்த்து வந்தாள்.

இரும்பிடார் கரிகாலனின் காயத்திற்கு ஒருநாள் வேப்பங்கொழுந்து, ஆமணக்கு இலையை அரைத்துப் பூசியும், மறுநாள் துளசிச் சாறு, தேன், உதிரமர இலையின் பற்று என்று வெவ்வேறு முறையில் கலவையாக சிகிச்சை அளிக்க, மூன்றாம் நாள் சுரம் குறைந்திருந்தது.

கரிகாலன் வந்தடைந்த முதல் நாளே துணைத் தளபதி கொண்டு வந்த பொன்னாங்கழுகின் கால்களில் 'கரிகாலன் திரும்பி விட்டான். பிடர்த்தலையை குதிரைப்படையுடன் அழைத்து வாருங்கள். கரிகாலனை அழைக்க படை எங்கு செல்கிறதென்று எவரும் அறியலாகாது' என்று இளவெயினி தகவல் அனுப்பியிருந்தாள். கணப்பொழுதையும் வீணாக்காமல் படையைத் திரட்டிய வானவன், படை புறப்பட்டு விட்டதாக அன்றைய மாலையே கழுகின் மூலம் தகவல் அனுப்பியிருந்தான்.

சோழவீரர்களைப் பளியனூரைச் சுற்றிலும் பல இடங்களில் நிறுத்திய இரும்பிடார் பகைவரின் படை எத்திசையில் அணுகினாலும் ஒலியெழுப்பச் செய்தான்.

ஆதிமந்தியின் குடிலில் நுழைந்த தென்றல் கரிகாலனின் உடலை சோதித்து செல்ல, கிளிகளின் சத்தத்தைக் கேட்டு கரிகாலன் கண்விழித்தான். சுரம் முற்றிலும் தணிந்திருக்க கிளிகளை பார்த்தவாறு படுத்திருந்தவனுக்கு ஆதிராவின் நினைவு வந்தது. அவளைக் கண்டு பல யுகங்கள் ஆனது போலிருந்தது. எத்தனை மாற்றங்கள் இடையில் என்று எண்ணினான். காலில் எரிச்சல் தணிந்திருக்க எழுந்து அமரும்போது இளவெயினி உள்ளே நுழைந்தாள்.

கரிகாலன் அமர்ந்திருப்பதைக் கண்டு மலர்ந்தவள் 'இப்படி உன்னைக் கண்டு மூன்று நாட்களாகி விட்டன' என்றாள்.

‘மூன்று நாட்களா?’ என்றான் கரிகாலன் திகைப்புடன்.

‘ஆம். வலி மிகுந்த நாட்கள்’

அமைதியாய் இருந்த கரிகாலன் ‘எத்தனை மாற்றங்கள். காண்பது கனவோ என்று தோன்றுகிறது’

‘‘கனவிலிருந்துதான் உன்னை பகைவர்கள் எழுப்பியுள்ளனர். நீ சோழ வேந்தன் பெருவளத்தான்’’

‘திருமாவளவன் என்ற பெயரும் புனை பெயர் தானா?’

‘உனது தந்தை சென்னி உனக்காக தேர்ந்தெடுத்த பெயர் திருமாவளவன். நான் வைத்ததும், சோழ மக்கள் அறிந்ததும் பெருவளத்தான் என்று’

‘ஏன் இத்தனை காலம் என்னிடம் சொல்லத் தயங்கினீர்கள்?’

‘உடல் அளவு மனம் திடமாகவில்லை. கருணையால் நிரம்பியிருந்தது. கரியும் வைரமாக மாறுவதற்கு காலம் தேவை’

பேச்சுக்குரலைக் கேட்டு குடிலினுள் நுழைந்த இரும்பிடார் ‘எழுந்து விட்டாயா. காலில் எரிச்சல் உள்ளதா?’ என்று கேட்க...

‘இல்லை மாமா’

‘என்னை விட உனது மாமனே அதிகம் துவண்டிருந்தார்’ என்றாள் இளவெயினி.

‘இரும்பிடார்த்தலையார் துவளுவதா?’ என்று கரிகாலன் இளநகை புரிய,

‘உனது மாமனால் வெல்ல இயலாதது பாசத்தையே’

‘அன்பில் தோற்பதே அன்பை வெல்வதற்கான வழி’ என்றான் இரும்பிடார் இளவெயினியின் பின்னிருந்து இரண்டு தோள்களிலும் கைகளை வைத்தபடி.

‘தந்தையை மூன்று நாடுகள் இணைந்து கொன்றதாக கூறினார்கள். எப்படி சாத்தியமானது அவர்களுக்கு?’ என்று கரிகாலன் கேட்க...

இளவெயினி இறந்த காலங்களில் இழந்த காரணங்களைக் கூறத் துவங்கினாள். மண்ணை விரும்பாமல் மக்களை விரும்பிய சென்னி, சென்னியின் நண்பர்கள், சென்னி வம்பர்களையும், வடுகர்களையும் வென்ற விதம், இந்திர விழாவில் நடைபெற்ற சூதுகள், ரதப்போட்டியில் கொல்லப்பட்டது, அரண்மனையை விலக நேர்ந்தது, பாண்டிய நாடு, சேரநாடு என்று காலத்தைத் திருப்பிக்காட்டினாள்.

பகலின் மூன்றாம் சாமம் கழிந்து கொண்டிருக்க கரிகாலன் மற்றொரு காலவெளியை கண்ணால் கண்டு கொண்டிருந்தான். உள்ளத்தின் உணர்வுகளை விலக்கி விட்டு இளவெயினி பேசிக்கொண்டிருந்தாள். முட்களும், நெருப்பும், பேராசையும் ஆளும் அரச பாதையைக் கடந்து வந்த விதத்தைக் கூறினாள். கரிகாலன் அறியவேண்டி யவற்றை கூறிவிட்டு அமைதியானாள்.

மூவருக்குமிடையில் காற்றின் நகர்வும் பேரோசையாய் ஒலிக்கும்படி அமைதி அமர்ந்திருந்தது. கிளிகளும், புறாக்களும் அனைத்தையும் ஓசையின்றி கேட்டுக் கொண்டிருந்தன.

''தந்தை இறந்தவுடன் போர் தொடுத்து மூன்று நாடுகளையும் சிதைக்காமல் பகையை ஏன் வளர விட்டீர்கள்''

''சோழவேந்தனைக் கொன்று சோழத்தை கைப்பற்றுவதே சிற்றரசர்களின் கனவு. அதை அடைய இயலாமல் வாழும் வரை அவர்கள் இலவு காத்த கிளியாய் தவித்திருக்கட்டும் என்று எண்ணினேன். மேலும் உனது தந்தையைக் கொன்றவர்களை உனது கையால் பலியெடுக்க விரும்பினேன். பகையைத் தீர்ப்பது மட்டுமே என் எண்ணமல்ல.

தென்னகம் பல சிற்றரசுகளாகவும், வேளிர் குலங்களாகவும் சிதறிக் கிடக்கின்றன. தமது நாட்டை மேம்படுத்த அனைவரும் சூதிலும், வஞ்சகத்திலும் ஈடுபட்டு மக்களின் வாழ்வைச் சிதைக்கின்றனர். மக்களின் வாழ்வு நலம் பெற தென்னகம் முழுவதையும் ஒரு குடையின் கீழ் கொண்டு வந்து, நாடுகளுக்கு இடையில் இருக்கும் கற்பனைக் கோடுகளை அழித்து, நல்லாட்சியை வழங்க வேண்டும் என்பதே எனது பேராவல். நிலையான பேரரசை ஏற்படுத்தி மக்களின் துயர் தீர்க்கவே வஞ்சினம் பூண்டேன். நீ விளைவதற்காக விதைக்கப்பட்டவன். பூமியை பிளந்து வெளிவருவற்காக மறைக்கப்பட்டவன்''

காற்றையும் ஒளிரச் செய்யும் திறன் கொண்டவள் இளவெயினி. மக்களின் நலனுக்காக கருணை உருவாயிருந்த கரிகாலன் எனும் எரிகல்லின் திசையை மாற்றிக் கொண்டிருந்தாள். காற்றினால் மலையை கரைத்துக் கொண்டிருந்தாள்.

'மக்களின் தலைவனாக உருவாகி விட்டாய். இனி நல்ல வேந்தனாக இருப்பதைக் கற்க வேண்டும். உயிர்கள் அனைத்திடமும் அன்பு செலுத்திய ஆதிமந்தியைக் கொல்லும் கொடியவர்களும் இவ்வுலகில் இருக்கிறார்கள் என்பதை உணர வேண்டும். ஆதிமந்தியைப் போல இன்னும் பலரை இவர்கள் கொல்வதைத் தடுக்க வேண்டும். பல்லுயிரைப் பேண தீய உயிர்களைக் களைவதே வேந்தனின் நெறி. உயிர்களைக்

காப்பதற்கு உயிர்களை எடுக்கும் உரிமை வேந்தனுக்கே உண்டு. அதை செய்து முடிப்பாயா? தென்னகத்தை ஒரே நாடாக மாற்றுவாயா' என்று இளவெயினி கேட்க...

'உறுதியாக' என்று கண்களில் தீர்க்கம் மின்னக் கூறிய கரிகாலன் ''புகாரில் எழும் புலியின் உருமல் தென்னகமெங்கும் எதிரொலிக்கும். புகாரில் வேர்விட்டு துளிர்க்கும் கொடி வானத்தைப் பற்று கோலாகக் கொண்டு தென்னகமெங்கும் பின்னிப் படர்ந்து மலர்களை சொரியும். புலிக்கொடியின் நிழலில் தென்னகம் குளிரும்'' என்றான்.

மனம் குளிர்ந்த இளவெயினி கரிகாலனின் தலையைத் தடவி 'நீ ஓய்வெடு' என்று சொல்லி விட்டு குடிலை விட்டு வெளியே வர, இரும்பிடாரும் வெளியே வந்தான்.

'எங்கே நமது இளைஞர்கள்?' என்று இளவெயினி கேட்க அருகிலிருந்த பறவைமுனி சென்று இளைஞர்களையும் அவர்களின் பெற்றோர்களையும் அழைத்து வந்தார்.

'உங்களைக் காணவே இயலவில்லையே' என்று இளவெயினி கேட்க...

சோழ வீரர்கள் சூழ்ந்திருக்கையில் சோழ அரசியிடம் எப்படி பணிவாக நடந்து கொள்ள வேண்டும், சோழ வேந்தனிடம் எப்படி நடந்து கொள்ள வேண்டும் என இளைஞர்களின் பெற்றோர்கள் கூறியிருக்க...

முன்னேறித் தலை வணங்கிய நிலவன் 'அருகிலிருந்த குடிலில் இருந்தோம்' என்றான் பணிவுடன்.

'எனது பிள்ளைகளுக்கு யார் இவற்றைக் கற்றுத் தந்தது' என்று சினத்துடன் இமையனையும் மற்றவர்களையும் பார்த்த இளவெயினி முன்னேறி அனைவரையும் அணைத்துக் கொண்டாள்.

'நான் உங்கள் அனைவருக்கும் இளாம்மா தான் எப்பொழுதும். அதில் சற்றும் மாற்றமில்லை. இனியொரு முறை இப்படிச் செய்யாதீர்கள்' என்று கடிந்து கொண்டவள் 'உள்ளிருக்கும் உங்கள் தோழன் கண்விழித்து விட்டான். சென்று பாருங்கள்' என்று கூற இளைஞர்கள் மகிழ்வுடன் குடிலினுள் நுழைந்தனர்.

★★★

சேரநாட்டின் தலைநகர் வஞ்சியை விட்டு விலகியிருந்த பாறை அரண்மனையின் அரசவையில் சேரநாட்டு அரசி நல்லினி சிந்தனை வயப்பட்டிருந்தாள். அரசவையின் நான்கு புறங்களிலும் சுவரளவு பெரும் சாளரங்கள் அமைந்திருக்க, பட்டுத் திரைச்சீலைகள் ஒருபுறமாக இழுத்துக் கட்டப்பட்டிருந்தன. மென்காற்று உள்நுழைந்து நல்லினியின் கூந்தலை கலைத்துச் சென்றது. சுவர்களை ஒட்டி மலர்ச் செடிகள்

மட்கலன்களில் வளர்ந்திருக்க, அரசவை சோலையினுள் அமைந்திருப்பது போலிருந்தது. அத்திப்பழங்களைப் போன்ற செந்நிறக் கண்களை உடைய கடுவன் ஒன்று சாளரத்தின் மறுபுறத்தில் அமர்ந்து உரையாடலைக் கவனித்துக் கொண்டிருந்தது.

நல்லினியின் எதிரே சேரநாட்டுத் தளபதி வேங்கைமார்பன் நிற்க, பாண்டிய நாட்டிலிருந்து சோழவேந்தனைப் பற்றி தகவல் கொண்டு வந்திருந்த ஒற்றர்படைத் தலைவன் அருகில் நின்றிருந்தான்.

'இத்தனை நாட்களாக சோழவேந்தன் நாங்கூரில் தான் வசித்திருக்கிறான் இல்லையா' என்றாள் நல்லினி. மலர்களை கோர்ப்பது போல மனதின் எண்ணங்களை கோர்த்துக் கொண்டு.

'ஆமாம். திருமாவளவன் என்ற பெயரில் காந்தளூர் சாலையில் வீரக்கலைகளை பயின்று பெரும் வீரனாக உருவெடுத்துள்ளான். பகைவர்கள் அவனை சிறைபிடித்து சென்றபோது பகையைச் சிதறடித்து, மலையைக் கலங்கடித்து தீக்காயத்துடன் தப்பிச்சென்றுள்ளான்'

தனது மகன் குட்டுவன் அடிக்கடி புகழ்ந்துரைக்கும் வளவன் தான் சோழ வேந்தனா! சோழவேந்தன் கலிங்கத்திற்கு செல்லாமல் சேரநாட்டில் மறைந்திருக்கலாமென்று சேரமானிடம் கூறியது மெய்யாகி விட்டது என்றெண்ணியவளின் சிந்தை அதிவேகமாக சிந்தித்தது.

இப்போது எங்கிருக்கிறான் என தெரியவில்லை என்றெண்ணியவள் 'தகவல் கொண்டு வருவதில் ஏன் இத்தனை தாமதம்?' என்றாள்.

'சோழ தளபதி வானவன் அனைத்து நாட்டு ஒற்றர்களையும் இனம் கண்டறிந்து வெளியேற்றி விட்டான். நமது மன்னரும் சோழ நாட்டில் ஒற்றர்களை வைத்திருக்க அவசியமில்லை என்று கூறிவிட்டதால் நமது ஒற்றர்கள் எவரும் சோழநாட்டில் இல்லை'

'இப்போது எப்படி தகவல் கிட்டியது?'

'சோழ நாட்டிலிருந்து பாண்டிய நாட்டிற்கு பயணித்த வணிகர்களிடமிருந்து நமது பாண்டிய ஒற்றர்கள் தகவல் சேகரித்திருக்கிறார்கள். உடனடியாக தகவலனுப்பினார்கள்' என்றான் ஒற்றர் படைத்தலைவன்.

'வேறென்ன தகவல்?'

'சோழ நாட்டிற்கு கரிகாலனை அழைத்துச் சென்று முடிசூட்டுவதற்கு சோழத்தின் பட்டத்து யானை குதிரைப்படையுடன் சென்று கொண்டிருக்கிறதாம்'

‘பட்டத்து யானை எங்கே செல்கிறது?’

‘அதை எவருமே அறிந்திருக்கவில்லை. சோழத்தளபதிகள் எவரிடமும் சொல்லாமல் பட்டத்து யானையையும், சிறிய குதிரைப்படையையும் வழிநடத்திச் செல்கிறார்களாம். பட்டத்து யானை பாண்டிய நாட்டின் எல்லையில் வந்து கொண்டிருக்கிறதாம். தென்பொருப்பின் கிழக்கு சாரலில் எங்காவது மறைந்திருக்கலாம்’

‘அல்லது நாங்கூர் திரும்பியிருக்கலாம்’

‘அவர்கள் மறைவிடம் வெளிப்பட்டு விட்டதால் அங்கே இருப்பதற்கு வாய்ப்புகள் குறைவு’ என்றான் வேங்கை மார்பன்.

‘உண்மையே’

‘சூதினால் சென்னி கொல்லப்பட்டது அனைவருக்கும் தெரியும் என்பதால் அதற்கு வஞ்சினம் தீர்க்க சோழவேந்தன் முடிசூடிய பின்னர் விரைவில் சிற்றரசுகளின் மேல் படையெடுப்பான் என்றும் வணிகர்கள் பேசிக்கொள்கின்றனர்’ என்றான் ஒற்றர் தலைவன்.

‘அது உறுதி. சிற்றரசுகளுடன் நிறுத்திக்கொள்வானா என்பதை பற்றித்தான் எண்ண வேண்டியுள்ளது’ என்ற நல்லினி ‘நமது வீரர்களை அழைத்துக் கொள்ளுங்கள். உடனடியாக நாங்கூர் விரைந்து சென்று சோழவேந்தனைத் தேடுங்கள். அவர்களைப் பற்றி தகவல் சேகரியுங்கள். முடிந்தால் அனைவரையும் சிறைப் பிடியுங்கள்’ என்றாள்.

‘அம்மா’ என்ற அதிர்ந்த குரல் அரசவையை உலுக்க, நல்லினி பின்னால் திரும்பினாள். குட்டுவன் நின்றிருந்தான்.

வீரம் வளரும்...

52

சேர அரண்மனையின் அரசவையில் நுழைந்த காற்று குட்டுவனின் பெருங்குரலின் அதிர்வினால் கரைந்து போக, குட்டுவன் கடுஞ்சினத்துடன் நின்றிருந்தான். குரல் நடுங்கியது. சாளரத்தில் அமர்ந்திருந்த கடுவன் எழுந்து ஓடியது.

நல்லினி 'நாங்கூரில் சோழர்கள் தங்கியிருந்த குடில்களின் நிலையென்ன என்பதைக் கண்டறிந்து உடனடியாக தகவல் அனுப்புங்கள். நீங்கள் செல்லலாம்' என்று தளபதியிடமும், ஒற்றர் தலைவனிடமும் கூற, அவர்கள் வணங்கி விட்டு வெளியேறினர்.

'அம்மா என்ன இது? வளவன் எனது நண்பன் என்பது உங்களுக்குத் தெரியாதா?' என்றான் குட்டுவன்.

'சோழ அரசி நமது நாட்டில் மறைந்திருந்தால் அவர்கள் விரும்பும் வரை போதிய பாதுகாப்புகளை அளிக்க வேண்டுமென உனது தந்தைக் கூறினார். அவர் வேட்டையிலிருந்து திரும்பும் வரை சோழர்கள் நமது பாதுகாவலில் இருக்கட்டும். அரண்மனையிலேயே தங்க வைக்கிறேன். நீ உனது நண்பனோடு இணைந்து இருக்கலாம்'

> வாழ்வின் நிகழ்வுகளை நம்மால் உருவாக்க இயல்வதில்லை. அவை நம்மைக் கொண்டு தாமாக உருவாகிக் கொள்கின்றன. நாம் கருவிகளே.

'பாதுகாப்பிற்கும், பாதுகாவலிற்கும் வேறுபாடு உள்ளது. அவர்களின் இசைவின்றி நமது அரண்மனைக்கு அழைத்து வருவது முறையன்று'

'கரிகாலனைக் கொல்ல முயன்ற பகைவர்கள் நாங்கூரில் மறைந்திருக்கலாம். நெருப்புக் காயத்துடன் இருக்கும் வளவனால் நீண்ட நாட்கள் மறைந்திருக்க இயலாது. அவனுக்கு மருத்துவ உதவி உடனடியாகத் தேவை. இந்த நேரத்தில் உனது நண்பனையும், சோழக் குடும்பத்தையும் நம்மால் மட்டுமே பாதுகாக்க இயலும். அச்சமும், ஐயமும் சூழ்ந்திருக்கும் நிலையில் நமது நோக்கத்தை அவர்கள் புரிந்து கொள்ள மாட்டார்கள். எனவே தான் அவர்களை சிறையெடுக்க கூறினேன்'

'அன்னை கூறுவதில் உண்மை இருப்பதை உணர்ந்த குட்டுவன் தீக்காயமடைந்த வளவன் எப்படி இருக்கிறானோ' என்று கவலை கொண்டான். 'சரி நானும் நாங்கூர் சென்று வளவனை பார்த்து வருகிறேன்' என்று சொல்ல..

'வேண்டாம். நீ அரண்மனையிலேயே இரு. சோழ அரசியையும், வேந்தனையும் நமது அரண்மனைக்கே அழைத்து வரச் செய்கிறேன்'

'அவர்களை விருந்தினராக அழைத்து வருவதாக இருந்தால் நீங்கள் செல்வது தான் முறை. நீங்களே சென்றால் நமது நோக்கத்தை வளவன் புரிந்து கொள்வான்'

'உனது விருப்பப்படி நானே சென்று அழைத்து வருகிறேன். உனது விருப்பத்திற்கு மாறாக எந்த செயலும் நடைபெறாது' என்று நல்லினி கூற, மனம் அமைதியான குட்டுவன் கவலையுடன் அரண்மனையினுள் சென்றான்.

வாயிற் கதவருகே நின்ற காவலனிடம் 'எனது ரதத்தை ஆயத்தப் படுத்தச் சொல். நாங்கூர் புறப்படுகிறோம். நான் வருவதாக தளபதிக்கு தகவல் அனுப்பு' என்று நல்லினி கூற, காவலன் வணங்கி விட்டு வெளியேறினான்.

துயரத்தை மற்றொரு நிகர் துயரத்தால் மட்டுமே அளவிட இயலும். வஞ்சக நெருப்பில் சோழ வேந்தனையும், தனது வாழ்வையும் இழந்து துடிதுடிக்கும் சோழ அரசியின் துயரத்தை அவள் நிலையிலிருக்கும் மற்றொருத்தியால் மட்டுமே உணர இயலும். மேலும் பெண்களின் மனம் அனைத்து உணர்வுகளையும் பன்மடங்காக்கிக் கொள்ளும். பழிவாங்கும் உணர்வும் அப்படித்தான். அவளின் நிலையில் தானிருந்தால் சிற்றரசர்களை வீழ்த்துவதுடன் அமைதி கொள்ள மாட்டேன். தென்னகமெங்கும் குருதியாறு பெருக்கெடுத்து ஓடச் செய்யாமல் கண்ணுறங்க மாட்டேன். ஆனால் பெண்ணின் உணர்வை சேர வேந்தரோ, குட்டுவனோ உணர மாட்டார்கள். ஆண்களின் உலகம் உணர்வுகளால் பின்னப்பட்ட ஒன்றல்ல.

சோழக் குடும்பத்தை சிறை பிடிப்பதையோ, நாங்கூர் வரும் சோழப்படையை எதிர்ப்பதையோ சேரமான் சற்றும் விரும்ப மாட்டார். எனினும் சேரநாட்டு அரண்மனையில் அவர்களை வைத்திருந்து நட்பாக்கிக் கொள்ள எண்ணினாள் நல்லினி. அவர்கள் விரும்பா விட்டாலும் அவர்களை வலுக்கட்டாயமாக அழைத்து வர எண்ணினாள். சிறைபிடித்த பின்னர் தளபதியை கடிந்து விட்டு சோழரிடம் நல்லுறவை ஏற்படுத்திக் கொள்ளலாம். மூன்று பேரரசுகளில் சேரநாடு வலிமை குன்றியிருக்கும் நிலையில் சோழ நாட்டுடன் நட்பாக இருக்கவே விரும்பினாள்.

வாழ்வின் நிகழ்வுகளை நம்மால் உருவாக்க இயல்வதில்லை. அவை நம்மைக் கொண்டு தாமாக உருவாகிக் கொள்கின்றன. நாம் கருவிகளே என்றெண்ணினாள் நல்லினி.

★★★

பாண்டிய அரண்மனையில் நம்பி நெடுஞ்செழியன் அமர்ந்திருக்க, அருகில் பாண்டிய இளவரசி பரிநிதா, தளபதி தென்னவன், அமைச்சர் நீறுடைமேனி ஆகியோர் இருந்தனர். அறையினுள் நுழைந்து வணங்கிய காவல் வீரன் 'முள்ளூர் நாட்டு அரசர் பெருஞ்சாத்தனும், புன்னாட்டு அரசர் தீச்செல்வனும் வந்திருக்கின்றனர் வேந்தே' என்று கூற…

'வரச் சொல்' என்றான் நம்பி.

சிற்றரசர்கள் இருவரும் அறையினுள் நுழைந்ததும் 'மூவேந்தர்களில் மூத்ததும், வலியதுமான பாண்டிய நாட்டின் இளவரசருக்கும், இளவரசிக்கும் எங்கள் பணிவான வணக்கங்கள்' என்று பெருஞ்சாத்தன் கூற…

'பாண்டிய நாடு உங்களை உவகையுடன் வரவேற்கிறது. அமருங்கள்' என்றான் நம்பி.

'பாண்டிய வேந்தர் எப்படி இருக்கிறார்?' என்றபடி மீன்கொடி நாட்டின் இளவரசனுக்கான தூண்டிலை ஆயத்தம் செய்தான் பெருஞ்சாத்தன்.

'சில மாதங்களாக நலம் குன்றியிருக்கிறார். அவரை நலமடையச் செய்ய மருத்துவர்கள் முயன்று வருகின்றனர்' என்றான் நம்பி.

'விரைவில் மீண்டு வரவேண்டும். பாண்டிய நாட்டை வணிகத்தில் பெரும் முன்னேற்றம் அடையச் செய்து மக்களின் வளத்தைப் பெருக்கியவர்'

'உண்மை தான். பாண்டிய நாடு வணிகத்தில் ஒப்பற்ற நிலையிலிருப்பதன் காரணம் வேந்தரே' என்றான் நம்பி சிந்தனையுடன்.

பாண்டிய அரண்மனை ஒவ்வொரு பருவ காலத்திற்கும் பொருந்துமாறு கட்டப்பட்ட ஆறு மாடங்களைக் கொண்டது. முழு நிலவு நாட்களில் நிலவொளியை துய்ப்பதற்காக உச்சியில் வேயா மாடமெனும் ஏழாவது மாடம் கட்டப்பட்டிருந்தது. பாண்டிய வேந்தன் நம்பியும், பரிநிதாவும் முதல் நாளிரவு வேயா மாடத்தில் அமர்ந்திருக்கையில் இரண்டு சிற்றரசர்களும் வந்திருப்பதாக தகவல் வர, அவர்களை விருந்தினர்கள் மாளிகையில் தங்க வைக்க கூறியிருந்தான்.

'இரண்டு சிற்றரசர்களும் இணைந்து வந்திருப்பது மணவிழாவிற்கோ அல்லது வேறு விழாக்களுக்கோ அழைப்பதற்காக அல்ல. வணிகம் பேசவும் இருக்காது' என்றான் நம்பி.

நிலவொளியில் இருவரும் முகங்களும் பொன்மஞ்சள் பூசியிருக்க, 'சோழநாட்டின் மேல் போரிட உதவி கோரி வந்திருப்பர்' என்றாள் பரிநிதா.

'இருக்கலாம். இல்லாமலும் இருக்கலாம்'

'இவர்களின் பிடியிலிருந்து தான் கரிகாலன் தப்பியிருக்க வேண்டும். இனி சோழ நாடு இவர்களின் மேல் போர் தொடுக்குமென்று அஞ்சியே வந்துள்ளனர்'

சோழவேந்தனைச் சிறைப்பிடித்த பகைவர்கள், அதிகன் நாட்டுக் குடிலில் அவனைக் கொல்ல முயன்றதாகவும், சோழவேந்தன் தப்பிச் சென்றதாகவும் ஒற்றர்கள் தகவல் கொண்டு வந்திருந்தனர். கரிகாலனைக் கொல்ல முயன்றது முள்ளூர் வீரர்களாகத் தான் இருக்குமென்று நம்பி எண்ணினான். அரசி கூறியது போல சோழ வேந்தனின் மீதான அச்சத்தால் பாண்டிய நாட்டுடன் இணைவதற்கு வாய்ப்புள்ளதென்று எண்ணினான். சிற்றரசர்கள் மனதில் அடிப்பரப்பில் இருக்கும் எண்ணக்குமிழ்கள் மேற்பரப்பிற்கு வந்து வெடிக்க காத்திருந்தான்.

'பாண்டிய வேந்தரும் இச்சபையில் இருந்திருந்தால் எனது எண்ணம் நிறைவேற எளிதாக இருந்திருக்கும்'. ஆசையெனும் பெருங்கடலில் அலைகள் குறைந்த நிலையருகே அமர்ந்து கொண்ட பெருஞ்சாத்தன் தூண்டிலின் முள்ளைப் பொருத்தினான்.

'எண்ணத்தை சொல்லுங்கள். பரிசீலிக்கலாம்'

'பாண்டிய நாடு சோழ நாட்டை ஆளவேண்டும். அதற்கு பாண்டிய நாடு சோழத்தின் மேல் போர் தொடுக்க வேண்டும்'

இதை ஏற்கனவே எதிர்பார்த்த பரிநிதாவின் முகத்தில் மென்நகை மிளிர, பரிநிதா முகம் மலர்ந்ததை பெருஞ்சாத்தன் கவனித்தான். சோழநாட்டின் மீதான போரை அரசியும் விரும்புகிறாள் என்பதை அவளின் முகக் குறிப்பிலிருந்து உணர்ந்தான்.

நம்பி இருக்கையின் கைப்பிடியிலிருந்த பொன் மீனின் முகத்தை தடவியவாறு யோசிக்க, குறிப்பை உணர்ந்த தென்னவன் துவங்கினான்.

'சென்னியைக் கொன்றதே உங்களின் சிற்றரசுகள் தானென்று பேசிக்கொள்கிறார்கள். உங்களுடன் இணைவது பாண்டிய நாட்டிற்கு உகந்த செயலா?' அறிகுறியே இல்லாமல் தாக்குதலைத் துவங்கினான் தென்னவன். தென்னவனின் நீர் வாளைப் போல, கூர்மையாக இருந்தன சொற்கள்.

உறுதியற்ற தகவலைக் கேட்க வேண்டாமென்றும், விருந்தினரின் மனதை நோகச் செய்வது முறையன்று என்ற நோக்கிலும் நம்பி தென்னவனை கேட்கப் பணித்திருந்தான்.

''சென்னி போன்ற வீரனை வஞ்சகத்தால் வீழ்த்துவது எங்களுக்கு அழகல்ல. சென்னியைக் கொன்றது அவனால் அழிக்கப்பட்ட வம்பர், வடுகர் குலங்களாக இருக்கலாம். நாங்கள் கொன்றிருந்தால் சோழநாடு உடனடியாக எங்களை முற்றோடு அழித்திருக்கும். அதற்கு அவர்கள் முயலாததே நாங்கள் கொல்லவில்லை என்பதற்கான சான்று. சென்னி கொல்லப்பட்டதும் சிற்றரசர்களைத் திரட்டி சோழநாட்டினை கைப்பற்ற முயன்றேன். முயற்சி கைகூடவில்லை. நான் முயற்சியை கைவிடுவதில்லை. இப்போதும் போரிட்டு வெல்லவே விரும்புகிறேன்''. தெளிந்த நீரென தெறித்தன சொற்கள்.

எதிர்கொள்ள இயலா ஆற்றலைத் தாங்கி வரும் தாக்குதலைத் திசை திருப்புவதே சரியானது. கவசம் தாங்கிய சொற்கள் கூரிய முனைகள் கொண்ட தென்னவனின் சொற்களைத் திசை திருப்பின.

பொய்யை உரத்து கூறவேண்டும். அரிதாரம் பூசிய பொய்கள் உண்மையை விட வலிமையானவை என்றெண்ணுபவன் பெருஞ்சாத்தன்.

'சோழத்தை வெல்ல இத்தனை காலமும் நீங்கள் தனியாய் முயன்று விட்டு இப்போது பாண்டிய நாட்டினை வந்தடையக் காரணம் சோழவேந்தனைக் குறித்த அச்சமே' என்றார் நீறுடைமேனி. மதியின் வாயிலில் இருந்து வெளிப்பட்ட சொற்கள் மனதை ஆழம் பார்க்க முயன்றன.

'உண்மையே. சோழ வேந்தன் கரிகாலனைச் சிறை பிடிக்க முயன்றோம். அந்த சினமும், ஆவேசமும் சோழ அரசிக்கு உறுதியாக இருக்கும். சிற்றரசர்களை வீழ்த்திய பின்னர் சோழநாடு பாண்டிய நாட்டின் மீது போர் தொடுக்கும். சோழ அரசி பாண்டிய நாட்டிலிருந்தபோது நீங்களும் சிறை பிடிக்க முயன்றீர்கள் அல்லவா?'

சூதும், நஞ்சும் கலந்து ஆழம் கண்டறிய இயலாத, அடியற்ற பாதாளம் பெருஞ்சாத்தன். இருண்ட உலகத்திலிருந்து பதில் தாக்குதல் வெளிப்பட்டது.

பெருஞ்சாத்தனின் சொற்கள் பாண்டியனின் பலவீனத்தை சரியாகத் தாக்க, ‘போர்தொடுக்கட்டும். பாண்டிய நாடு ஒருபோதும் அஞ்சாது’ என்றான் நம்பி சற்று சினத்துடன்.

‘அரசாட்சி, போர் என்று எதைப்பற்றியும் அறியாத சிறுவன் போர் தொடுக்க காத்திருப்பதா? கரிகாலனை வென்று சோழநாட்டினை கைக்கொள்ளுங்கள். பரதவரை வென்ற தங்களின் வீரம் தென்னகம் அறிய வேண்டாமா?’ நம்பியும் சோழ நாட்டின்மேல் போர் தொடுக்கும் எண்ணமுள்ளவன் என்றறிந்த பெருஞ்சாத்தன் வீரத்தின் புறத்திலிருந்து நம்பியை அணுகினான். மீன் தூண்டிலின் முள்ளில் புழுவை இரையாக சொருகி தூண்டிலை நீரினுள் அமிழ்த்தினான்.

பெருஞ்சாத்தன் எளிதாக உண்மையை திரித்து கூறுவதைக் கண்ட தீச்செல்வன் அதிசயித்துப் போனான். பெருஞ்சாத்தனுடன் இணைந்து திட்டங்களை தீட்டாமல் இருந்திருந்தால் இவன் கூறியதை முழுவதும் நம்பியிருப்போம் என்றெண்ணினான்.

நம்பியின் முகம் சிந்தனையிலிருக்க, மீன் இரையை கடிக்கத் துவங்கி விட்டதை உணர்ந்த பெருஞ்சாத்தன் ‘‘பரப்பளவில் உங்களில் பாதியளவே உள்ள சோழ நாடு உங்களின் வளத்திற்கு எதிராயும், புகழுக்கு மிகையாயும் இருக்கிறது. நீங்கள் சோழநாட்டை கைப்பற்றினால் புகாரின் வணிகமும் உங்களுக்கே உரியது. தென்னகத்தின் மிகப்பெரும் பேரரசாக பாண்டிய நாடு உருவெடுக்கும்’’.

‘இதனால் உங்களுக்கு என்ன பயன்?’

‘‘சோழத்தின் தாக்குதலில் இருந்து தப்புவது மட்டுமல்லாமல் வானமாக வந்திறங்கும் வளத்தில் சில கிராமங்களையாவது சிற்றரசர்களுக்கு விட்டு கொடுங்கள். எங்கள் மக்கள் பசியின்றி வாழ்ந்திருப்பர்’’.

‘சோழப்படை பாலைக்காட்டு கணவாயில் இன்று காலை நுழைந்ததாக தகவல் வந்துள்ளது’ என்றான் நம்பி.

‘கரிகாலன் சேரநாட்டில் தான் எங்கோ மறைந்திருக்கிறான் என்பது உறுதியாகி விட்டது. போதிய படைகள் இருப்பின் கரிகாலனை அழைத்து வரும் போதே போரைத் துவங்கி விடலாம்’

‘அது முறையல்ல. போரெனில் பாண்டிய நாடு சோழத்தினை அறத்தின் வழியில் களத்தில் சந்திக்கும்’

அனைவரும் அமைதியாக இருக்க ‘நீங்கள் மாளிகையில் ஓய்வெடுங்கள். உங்களுக்கு பதிலை நாளை கூறுகிறேன்’ என்றான் நம்பி.

‘மிக்க மகிழ்ச்சி. நீங்கள் போர் தொடுப்பதாயிருந்தால் மற்ற சிற்றரசர்களை திரட்ட நான் முயல்கிறேன். சோழநாட்டினைக் கைப்பற்றும் உங்களின் வீரம் காலமெல்லாம் நிலைத்திருக்கும்’ என்ற பெருஞ்சாத்தன் இருக்கையிலிருந்து எழ, தீச்செல்வனும் எழுந்து கொண்டான். இருவரும் பாண்டிய இளவரசனையும், இளவரசியையும் வணங்கி விட்டு வெளியேறினர்.

அரண்மனைக்குள்ளிருந்த சோலைகளின் வழியாக இருவரும் மாளிகைக்கு நடந்து செல்லும்போது ‘நம்பி போர்த் தொடுக்க இசைவான் என்று எண்ணுகிறாயா?’ என்றான் தீச்செல்வன்.

‘உறுதியாக. சோழ நாட்டினை வெல்வது அவனது கனவென்று கேள்விப் பட்டிருக்கிறேன்’

‘நீ கூறியதை முழுமையாக நம்பி விட்டானென்று தோன்றுகிறது’

‘கூறுவது பொய் எனினும் அதை உறுதியாகவும், உரத்த குரலிலும் கூற வேண்டும். நீறுடைமேனியும், அரசியும் நான் கூறியதை நம்பவில்லை. பொறுத் திருப்போம். இவர்கள் இசையாவிட்டால் அடுத்து சேரநாட்டிற்குச் செல்வோம்’

அரண்மனையின் அறையினுள் ‘பொய்மையை உருட்டி சரடாக்கி வாய்மையின் நிறமேற்றி சொற்களை வடிக்கிறான் பெருஞ்சாத்தன்’ என்றாள் பரிநிதா.

‘உண்மையல்ல என்று எப்படி கூறுகிறாய்?’

‘நாம் கேக்கும் கேள்விகளை ஏற்கனவே அவன் மனதில் கேட்டு பதில்களுடன் வந்திருக்கிறான். உண்மையைத் தங்கு தடையின்றி கூற இயலாது. உண்மைக்கு அணிகலன்கள் தேவையில்லை. பாண்டிய நாட்டிற்கு நல்லதெனத் தோன்றும் அனைத்தையும் கூறி போர் தொடுக்க தூண்டுகிறான்’

‘அரசி கூறுவது உண்மையே’ என்றார் நீறுடைமேனி.

‘இருப்பினும் அவன் சொன்னவை அனைத்தும் நடப்பதற்கான சாத்தியக் கூறுகள் உள்ளன. சோழ நாடு படையெடுக்கும் முன்னர் நாம் போர் தொடுத்தால் என்ன? சோழ வேந்தன் வந்து விட்டதால் அரசனில்லாத நாட்டின் மேல் போர் தொடுக்கிறோமென்ற அவப்பெயரும் ஏற்படாது’ என்றான் தென்னவன்.

‘போர் தொடுப்பதாயின் சிற்றரசர்களின் உதவி நமக்கு தேவையா என்பதே கேள்வி’ என்றாள் பரிநிதா.

‘வேந்தரிடம் கேட்டு இசைவு பெற வழியில்லை. அவர் இந்நிலையில் இருக்கும் போது போருக்கு புறப்படுவது முறையாகாது’ என்றார் நீறுடைமேனி.

'படையெடுக்க முடிவு செய்துவிட்டேன். எனினும் காலம் காத்திருக்கச் சொல்கிறது. பெருஞ்சாத்தனிடம் இதையே கூறுவோம்' என்றான் நம்பி.

பாண்டிய இளவரசனும், இளவரசியும், சிற்றரசர்களும் சோழநாட்டின் மேல் படையெடுக்கும் வேட்கையில் இருக்கும்போது அவர்களுக்கு சாதகமானவற்றையே கருத்தில் கொள்வர். அதையே அறமென்றும், வீரமென்றும் கூறுவர். அறம் என்பது ஆள்பவரின் சொல்லே என்றுணர்ந்த நீறுடை மேனி அமைதியானார்.

★★★

காந்தளூர்ச் சாலையைச் சுற்றிலும் எரிந்து கொண்டிருந்த தீப்பந்தங்கள் இருளில் முகிழ்ந்த மொட்டுக்களாய் ஒளி வீசிக் கொண்டிருக்க, வேங்கை மார்பனும், சேரவீரர்களும் குடிலுக்கு வெளியே நின்றனர். குடிலினுள் இருந்த அறையில் ஐந்து முக விளக்கின் அருகே உச்சிநாதர் அமர்ந்திருக்க, சேர அரசி நல்லினி எதிரே அமர்ந்திருந்தாள். சுடரின் ஒளியில் உச்சிநாதரின் முகம் ஒளிர்ந்தது.

வெண்மையான இடையாடையை அணிந்து, வெண்துகிலால் உடலைப் போர்த்தி அமைதி தவழும் முகத்துடன் உச்சிநாதர் அமர்ந்திருந்தார். திருமண்ணும், செந்நிறப் பொட்டும் அணிந்த நெற்றியின் கீழ் மெல்லிய கருஞ்சாந்தை பூசியிருந்த இமைகளுக்குள் கண்கள் வைரத்துண்டுகளாய் ஒளிர்ந்தன.

குட்டுவனை அரண்மனைக் காவலில் இருத்திவிட்டு, வேங்கைமார்பனின் தகவலை எதிர் நோக்கி நல்லினி அரண்மனையில் காத்திருந்தபோது, வேங்கை மார்பனின் வீரன் வந்து சேர்ந்தான்.

'சோழர்களின் குடிலில் எவருமில்லை. குடிலருகில் தளபதி வீரர்களை இருக்கச் செய்திருக்கிறார். சோழவேந்தனை அழைத்துச் செல்ல வரும் சோழப்படைப் பாலக்காட்டு கணவாயைக் கடந்து நாங்கூரை நோக்கி முன்னேறுவதாக தகவல் வந்திருக்கிறது. எனவே சோழ வேந்தன் சேரநாட்டினுள் அல்லது சேரநாட்டை ஒட்டிய தென்பொருப்பில் மறைந்திருப்பது திண்ணம் என்று தளபதி கருதுகிறார்' என்று கூறியதும் நல்லினியின் மனதில் வெளிச்சம் தோன்றியது.

'சோழப்படை நாங்கூரின் திசையில் முன்னேறுகிறது என்ற சொல் நல்லினியின் சிந்தையில் வழிகளைத் திறந்தது. இரும்பிடார் சோழவேந்தனுக்கு அருகிலிருப்பதால் அவன் என்ன செய்வான் என்பதை நல்லினியால் யூகிக்க முடிந்தது. மனிதர்களின் குணங்கள் மாறுவதேயில்லை. கரிகாலன் காந்தளூர் சாலையிலோ அல்லது பளியனூரிலோ மறைந்திருக்கிறான் என்ற எண்ணம் உதிக்க 'நான் புறப்பட்டு வருகிறேன். தளபதியைக் காத்திருக்கச் சொல்' என்று கூறியதும் வீரன் வணங்கி விட்டு வெளியேறினான்.

சிறிது நேரத்தில் நல்லினி புறப்பட்டு ரதத்தில் நாங்கூரைச் சென்றடைய, வேங்கைமார்பன் அரசியை எதிர்நோக்கி நின்றிருந்தான்.

நல்லினியின் மனதில் திட்டமொன்று வடிவம் கொள்ள....

'காந்தளூர் சாலைக்கு செல்வோம்' என்றாள்.

காந்தளூர் சாலைக்கு எதற்கு அரசி செல்கிறாள் என்றெண்ணிய வேங்கைமார்பன் சஞ்சலத்துடன் அரசியின் ரதத்தை பின்தொடர்ந்தான். சேர அரசி முன்னறிவிப்பின்றி காந்தளூர் சாலைக்குள் நுழைந்ததும் அனைவரும் வியப்படைந்தனர்.

'அனைவரும் குடிலுக்கு வெளியே காத்திருங்கள்' என்று வேங்கைமார்பன் கூற, பட்டதிரிகளும், மாணவர்களும் வெளியேறினர்.

சேரஅரசியை பெரும் மகிழ்வுடன் அழைத்துச் சென்ற உச்சிநாதர் அரசி இருக்கையில் அமர்ந்ததும் எதிரிலிருந்த இருக்கையில் அமர்ந்தார். மை அணிந்த கண்களின் விழிகள் ஒளியை குவித்து உருட்டியதை போல் சுடரிட்டு கொண்டிருக்க, மிரட்டும் விழிகளை அச்சமின்றி நோக்கிய நல்லினி 'திருமாவளவன் சோழவேந்தன் என்பது உங்களுக்கு தெரியுமா?' என்று முதல் இடியை இறக்கினாள்.

பேரதிர்ச்சிக்கு உள்ளான உச்சிநாதரின் முகம் வெளுத்துப் போக, அவரின் முகத்தில் வெளிப்படும் அதிர்ச்சி அலைகளை கூர்ந்து கவனித்த நல்லினி 'இவர் அறியவில்லை. எனவே இரும்பிடார் கரிகாலனை பளியனூரில் மறைத்திருக்கவே வாய்ப்புகள் அதிகம்' என்றெண்ணினாள்.

'என்ன சொல்கிறீர்கள்?' என்றார் உச்சிநாதர் தடுமாற்றத்துடன்.

'உங்களிடம் களரி பயின்ற திருமாவளவனே சோழவேந்தன். காந்தளூர் சாலையில் களரி கற்பதற்காக நாங்கூரில் மறைந்து வாழ்ந்திருக்கிறான். சில நாட்களுக்கு முன்னர் பகைவர்கள் வளவனை சிறைபிடித்துச் சென்ற போது அவன் தப்பித்து விட்டான். அவனின் மாமன் இரும்பிடாருடன் பளியனூரில் மறைந்திருப்பான் என்றெண்ணுகிறேன். வளவன் மறைந்திருந்தது வெளிப்பட்டு விட்டதால் அவனை சோழநாட்டிற்கு அழைத்துச் சென்று முடிசூட்ட சோழப்படை வந்து கொண்டிருக்கிறது. அவர்களை அரண்மனைக்கு அழைத்துச் சென்று சிலநாட்கள் விருந்தினராக உபசரித்து நட்பாக்கிக் கொண்டு அதன் பின்னர் சோழநாட்டிற்கு அனுப்பி வைக்க விழைகிறேன். இல்லாவிடில் சோழநாடு சேரநாட்டின் மேல் படையெடுத்து வர வாய்ப்புள்ளது. அவனைப் பிடிக்க தங்களின் உதவி வேண்டும்' என்றாள் நல்லினி.

'இதில் நான் எப்படி உதவுவது என்று தெரியவில்லை'

'மரத்திற்கு மண்ணின் மேலிருக்கும் பிடிப்பைப் போல காந்தளூர் சாலையின் மாணவர்கள் குருவின் மேல் வைத்திருக்கும் நன்மதிப்பை அறிவேன். நாளை விடியலில் ஒரு மாணவனை பளியனூருக்கு அனுப்பி வளவனைக் காந்தளூர் சாலைக்கு வரும்படி கூறுங்கள். வளவன் சோழநாட்டிற்கு செல்லும் முன்னர் உங்களைக் காண உறுதியாக வருவான். எங்கள் வீரர்கள் இங்கிருந்து அவனை அரண்மனைக்கு அழைத்துச் செல்வர். அதன் பின்னர் தளபதி பார்த்துக் கொள்வார்'.

'மன்னிக்க வேண்டும். மாணவன் குருவின் மேல் வைத்திருக்கும் மதிப்புக்கு இணையானதே குரு மாணவனின் மேல் செலுத்தும் அன்பு. எனது மாணவனை சிறையெடுக்க நான் உதவ இயலாது'

'உங்கள் மாணவன் மேல் சிறு தீங்கும் விளையாது. சோழ குடும்பத்தை விருந்தினராய் வைத்திருந்து நட்பை ஏற்படுத்திக் கொள்ளவே விழைகிறேன். போரைத் தடுக்கும் வழியாக இதை கருதுகிறேன். இப்போது இருக்கும் நிலையில் சோழர்கள் எவரையும் நம்ப மாட்டார்கள் என்பதால் தான் அவர்களை வற்புறுத்தி அழைத்துச் செல்ல எண்ணுகிறேன். எனது மகன் குட்டுவன் வளவனின் நண்பன் என்பது தாங்கள் அறியாததா?'

''அனைத்தும் உண்மையே. அவர்களை சிறையெடுத்த பின்னர் நாளை காட்சிகள் மாறலாம். அதற்கு நான் உறுதுணையாக இருக்க இயலாது''

'சோழநாடு சேரநாட்டின் மீது தொடுக்கப்போகும் போரினை தடுக்க உங்களால் தான் இயலும். போர் நிகழ்ந்தால் மீண்டும் சேரநாடு எண்ணற்ற வீரர்களை இழப்பதை தடுக்கவே இதைக் கோருகிறேன்'

'அரச காரியங்களில் காந்தளூர் சாலை தலையிடுவதில்லை. வீரர்களை உருவாக்குவது மட்டுமே எங்களின் பணி. அவர்களுக்கு விருப்பமெனில் வேந்தருடன் இணைந்து கொள்கின்றனர்' என்றார் உச்சிநாதர் உறுதியான குரலில்.

'இதுதான் உங்கள் இறுதி முடிவா?'

'காலம் காலமாக இது தான் காந்தளூர் சாலையின் நிலைப்பாடு'

நல்லினியின் முகம் இறுகிப்போக 'வீரக்கோன் இவ்விடத்தில் இருந்திருந்தால் எனது கோரிக்கையை மறுத்திருக்க மாட்டார்' என்றாள்.

'புரியவில்லை' என்றார் உச்சிநாதர் குழப்பத்துடன்.

'காந்தளூர் சாலையின் தலைமைக்கு ஏற்பட்ட போட்டி முறையாக நடந்திருந்தால் வீரக்கோன் இந்நேரம் உங்களிடத்தில் அமர்ந்து இருந்திருப்பார். அதைக் கூறுகிறேன்' என்று நல்லினி அடுத்த இடியை இறக்க, உச்சிநாதர் அதிர்ந்தார்.

முகத்தில் நரம்புகள் புரண்டு எழும்ப 'என்ன சொல்கிறீர்கள்?' என்றார் மெல்லிய குரலில்.

'உங்களுக்குப் புரியும். இல்லை நீங்கள் நிகழ்த்திய சூதுகளை விளக்கி கூறவேண்டுமென விரும்புகிறீர்களா?'

உச்சிநாதர் அமைதியாய் இருக்க அவரின் கைகள் இருக்கையை இறுகப் பற்றியிருந்தன.

'காந்தளூர் சாலையின் தலைமைக்கு நீங்களும் உங்கள் நண்பர் வீரக்கோனும் போட்டியிட்டீர்கள். இருவரும் உயிர் நண்பர்கள். எனினும் தலைமைப் பொறுப்பின் மீதான பேராசை உங்களின் கண்களை மறைத்தது. நட்பைப் புறம் தள்ளியது. நேர்மையாக போட்டி நடைபெற்றால் உங்களால் வெல்ல முடியாதென்பதை நீங்கள் உணர்ந்திருந்தீர்கள். எனவே சாலையின் உணவு படைப்பவரை இசையச் செய்தீர்கள்.

போட்டி நிகழும் முதல் நாளிரவு சிந்துரங்கம் மூலிகையை வீரகோனின் உணவில் கலந்தீர்கள். மனதை குழப்பி நரம்புகளில் நடுக்கத்தை தரக்கூடியது அம்மூலிகை. அடுத்த நாள் போட்டியில் உடல் தளர்ந்திருப்பினும் சரிநிகராய் வீரக்கோன் சமரிட்டார். நோக்கு வர்மத்தை பயன்படுத்திய நீங்கள் அவரின் சிந்தையை மயக்கி உடலை வர்ம அடிமுறைகளால் சிதைத்தீர்கள். நடுநிலை செய்த பட்டதிரி குறுக்கிடாமல் இருந்திருந்தால் கொல்லவும் செய்திருப்பீர்கள். காந்தளூர் சாலையின் தலைமையை வஞ்சகத்தினால் அடைந்தீர்கள்.

மயங்கி விழுந்த வீரக்கோன் அறையினுள் கண்விழித்ததும் உங்களின் சதியை கண்டறிந்தார். இரவின் இருளோடு தப்பிச் சென்றார். உங்களின் சதியை வெளிப்படுத்தி தலைகுனியச் செய்து விடுவாரென்று எண்ணிய நீங்கள், உங்களுக்குத் துணை நின்ற மாணவர்களை அனுப்பி சேரநாடு முழுவதும் தேடினீர்கள். அவர் இருக்குமிடத்தை கண்டறிவதில் தோல்வியுற்றீர்கள். அத்தகைய குணமுடைய நீங்கள் காந்தளூர் சாலையின் முறைகளைப் பற்றி பேசுகிறீர்கள்'.

உச்சிநாதர் அமைதியாக தலைகுனிந்து அமர்ந்திருக்க 'இனி நீங்கள் அறியாத உண்மைகளை உரைக்கிறேன் கேளுங்கள். தப்பிச் சென்ற வீரக்கோன் பளியனூரை அடைந்து அவர்களின் பாதுகாவலில் இருந்திருக்கிறார். உடல் நலமுற்றதும் சோழநாட்டிற்கு அருகிலிருக்கும் அழுந்தூரை சென்றடைந்திருக்கிறார். அவரின் தலைமை மாணவனே பிடாரன் என்ற பெயரில் இங்கு வாழ்ந்த இரும்பிடர்த்தலையார். தென்னகத்தின் பெரும் வீரன். வளவனின் தாய் மாமன். அவன் உங்களின் மறுமுகத்தை முழுவதும் அறிந்திருப்பான் என்பது திண்ணம்.

இந்த தகவல்களைக் கூறி உங்களைப் பணிய வைத்து உங்கள் உதவியுடன் மறைந்திருப்பான் என்று முதலில் எண்ணினேன். ஆனால் உங்களுக்கே இந்த தகவல் புதிது என்பதால் இரும்பிடர்த்தலையார் வீரக்கோனுக்கு உதவிய பளியர்களுடன் நட்பு கொண்டிருப்பது தெளிவு.

உங்களிடம் தன்னை வெளிப்படுத்திக் கொள்ளாததால், தனது குருவின் வஞ்சினம் தீர்க்க, உங்களை அழிக்க, காந்தளூர் சாலையை மண்ணோடு மண்ணாக்க இரும்பிடார் திட்டமிட்டிருக்கிறான் என்று தோன்றுகிறது. அதற்காக சேரநாட்டின் மேல் போர் தொடுக்கலாம்.

இதைத் தடுக்க ஒரே வழி, வளவனைக் கைப்பற்றி இரண்டு நாடுகளுக்கும் இடையே இணக்கத்தை உருவாக்குவது தான். இந்த இன்னலுக்கு வித்திட்ட நீங்களே இதற்கு விடை காண வேண்டும். இந்த உண்மை சேரமக்களுக்கோ, சேரமானுக்கோ தெரியாது. உங்களின் புகழை கறைப்படுத்திக் கொள்ளாமலிருப்பது உங்களின் கைகளிலே உள்ளது. இனி உங்கள் விருப்பம். வளவன் நாளை காலை காந்தளூர் சாலையில் இருக்கவேண்டும். நான் வருகிறேன்' என்று நல்லினி எழ, இடி விழுந்த மரம் போல உச்சிநாதர் நிலைகுலைந்து அமர்ந்திருந்தார். விளக்கின் சுடர் அதிர்ந்து கொண்டிருந்தது.

வீரம் வளரும்...

53

பகலின் வெளிச்சம் தேய்ந்து கொண்டிருக்க பாண்டிய அகநகரெங்கும் தீமலர்கள் மலரத் துவங்கின. விருந்தினர் மாளிகையில் பெருஞ்சாத்தனும், தீச்செல்வனும் அமர்ந்திருக்க எதிரில் பாண்டியத் தளபதி தென்னவன் அமர்ந்திருந்தான்.

‘பாண்டிய இளவரசர் சோழத்தின் மேல் போர் தொடுக்க இசைந்துள்ளார். எனினும் பாண்டிய வேந்தர் சுகமற்று இருக்கும் இந்நிலையில் படையெடுத்துச் செல்வது முறையாகாது என்று கருதுகிறார். காலத்தின் வழிகாட்டலை பொறுத்து பாண்டிய நாடு ஆயுதம் தரிக்கும் என்று கூறச் சொன்னார்’

‘காலம் தாழ்த்துவது கரிகாலன் தனது படையை வலுப்படுத்த உதவிடக் கூடும்’

‘எத்தகைய வலுவுடைய படையும் பெரும் பாய்ச்சலுடன் முன்னேறும் பாண்டிய படையை எதிர்கொள்ள இயலாது. எனவே இளவரசர் உங்களைப் பொறுத்திருக்கப் பணித்தார். நற்கோள்களின் நிலையறிந்து போருக்கான நன்னாளைக் குறிப்போம். அதன் பின்னர் போருக்கான திட்டங்களை வகுத்துக் கொண்டு மேலும் சிற்றரசர்களை அணிசேர்க்க வேண்டுமா என்பதை முடிவு செய்வோம் என்றும் கூறினார்’

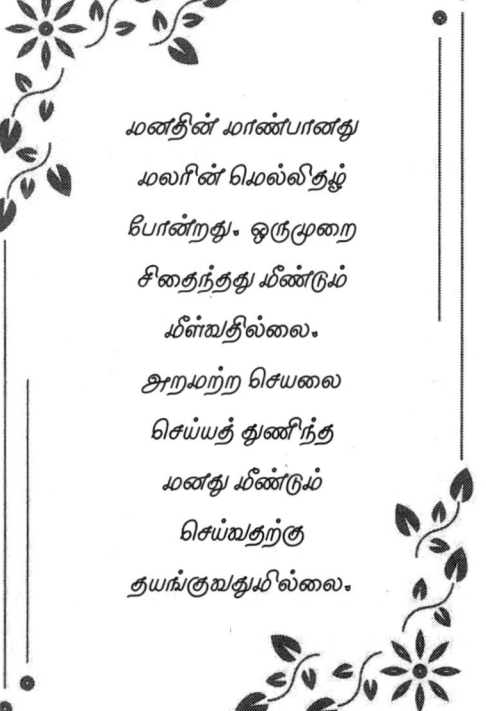

*மனதின் மாண்பானது
மலரின் மெல்லிதழ்
போன்றது. ஒருமுறை
சிதைந்தது மீண்டும்
மீள்வதில்லை.
அறமற்ற செயலை
செய்யத் துணிந்த
மனது மீண்டும்
செய்வதற்கு
தயங்குவதுமில்லை.*

‘மிக்க மகிழ்வான தகவல். ஆனால் கரிகாலன் அதற்கு முன்பாக சிற்றரசுகளின் மேல் போர் தொடுத்தால் என்ன செய்வது?’ என்று கேட்டான் தீச்செல்வன்.

‘சோழநாடு படையெடுத்து வந்தால் பாண்டிய நாடு உதவிக்கு வந்து சேரும். அதைக் குறித்து அச்சமடைய வேண்டியதில்லை’

‘இளவரசரிடம் எங்களின் மகிழ்வை தெரிவி. நாளைக் காலையில் நாங்கள் புறப்பட எண்ணியுள்ளோம்’

‘ஓரிரு நாட்கள் மதுரையில் தங்கிச் செல்லலாமே. உடனடியாக ஏன் புறப்படுகிறீர்கள்?’

‘அவசரப் பணிகள் உள்ளன. வந்த நோக்கம் செவ்வனே நிறைவேறியது’ என்ற பெருஞ்சாத்தன் தொடர்ந்து ‘கரிகாலனை அழைக்கச் செல்லும் சோழப்படையின் நிலையென்ன?’ என்று கேட்க..

‘சற்று முன்பு வந்த தகவலின்படி சோழப்படை பாலைக்காட்டு கணவாயை கடந்து தென்திசையில் நாங்கூரை நோக்கி முன்னேறுகிறதாம்’

‘எத்தனை வீரர்கள் துணை செல்கிறார்கள்?’

‘குதிரைப்படையின் முன்னூறு வீரர்கள். நான் புறப்படுகிறேன்’ என்று கூறிவிட்டு வெளியேறினான்.

‘என்ன பணி உள்ளது?’ என்று தீச்செல்வன் கேட்க...

‘முன்னூறு வீரர்களின் துணையுடன் வரும் கரிகாலன் நமது மூவாயிரம் வீரர்களை எதிர் கொண்டால் என்ன நேரிடும்?’

‘சோழப்படை முற்றோடு அழியும். ஆனால் பாண்டிய நாட்டுடன் இணைந்தல்லவா நாம் போர் தொடுக்க இருக்கிறோம்!’

‘தோன்றிமலை நாட்டு அரசன் முத்துமேனி தாக்குவதை நாம் தடுக்க இயலாதே’ என்ற பெருஞ்சாத்தன் வெடிச்சிரிப்பை வெளிப்படுத்த, தீச்செல்வனுக்கு மெல்ல புரியத் துவங்கியது.

பாம்பு தன் தோலை உரித்து புதியதை மாற்றிக் கொள்வது போல பெருஞ்சாத்தன் எளிதாக திட்டங்களை மாற்றிக் கொள்வதைக் கண்ட தீச்செல்வன் அதிர்ந்து போனான். வஞ்சகத்தின் பேரொலியுடன் இணைந்து கொண்டு அவனும் சிரிக்கத் துவங்கினான்.

★★★

காந்தளூர் சாலையில் ஊழ்வினை மீண்டு வந்து உறுத்திக்கொண்டிருக்க உச்சிநாதர் செய்வதறியாது அமர்ந்திருந்தார். சுடர்கள் ஒவ்வொன்றாய் அணைவது கூடத்தெரியாமல் வெறித்த விழிகளுடன் இருந்தார்.

காந்தளூர் சாலையின் கலைகளை இணைந்தே கற்றாலும் வீரக்கோனும், உச்சிநாதரும் அவர்களின் குணங்களின் அடிப்படையிலேயே திறன்களை வெளிப் படுத்தத் துவங்கினர். தற்காப்பை அடிநாதமாக கொண்ட வீரக்கோனின் அடிமுறை வெண் களரி என்றும், தாக்குதலை அடிநாதமாக கொண்ட உச்சிநாதரின் களரி செங்களரி என்றும் பெயர் பெற்றது. இருவரும் இணையற்ற வீரர்களாய் திகழ்ந்தாலும் சாலையின் பட்டதிரிகளும், மாணவர்களும் வீரக்கோனையே உயர்வாய் கருதியதும், பேசியதும் உச்சிநாதரின் மனதில் பொறாமையையும், சினத்தையும் முளைக்கச் செய்தன. துயரங்களின் துவக்கம் அரும்பியது. துளித் துளியாய் பெய்யும் மழை ஒன்றிணைந்து காட்டாறாய் உருவெடுப்பது போல கறை படிந்த எண்ணங்கள் நட்பின் கரையை உடைத்துச் சென்றன.

சாலையின் தலைமைக்கு போட்டி அறிவிக்கப்பட்டபோது தன்னுடன் இணக்கமாக இருந்த பட்டதிரிகளை இணைத்து சதியை உருவாக்கினார். சாலையை கைக்கொள்வதில் வெல்லவும் செய்தார். உடலின் வர்ம புள்ளிகள் சிதைந்த நிலையில் வீரக்கோன் தப்பிச் சென்றதே அவர் எதிர்பார்த்திராதது. மாணவர்களை அனுப்பி வீரக்கோனை தேடிய முயற்சிகள் யாவும் நிறைவேறா பெருங்கனவாய் முடிந்தன. இந்த தகவல் நல்லினிக்கு எப்படித் தெரிந்தது என்றெண்ணினார். அரசியின் கோரிக்கைக்கு செவிசாய்த்து வளவனை சேரநாட்டிடம் ஒப்படைப்பதைத் தவிர வேறு வழியில்லை என்பதை உணர்ந்தார்.

சோழவேந்தனை சிறைபிடித்தப் பின்னர் அவனைக் கொண்டு சோழ அரசியையும் சிறைபிடித்து, சோழநாட்டை அடிபணியச் செய்ய எண்ணுகிறாள் நல்லினி. சோழ அரசியுடன் நட்புறவைப் பேணுவதாயிருந்தால் பளியனூர் சென்று சோழர்களை அரச மரியாதையுடன் அழைக்கலாமே. வார்த்தைகளில் வித்தைகள் புரிந்து மனதை வசப்படுத்த முனைகிறாள். செயலை வார்த்தைகளால் மறைக்கப் பார்க்கிறாள் என்று உச்சிநாதர் நினைத்தார்.

மனதின் மாண்பானது மலரின் மெல்லிதழ் போன்றது. ஒருமுறை சிதைந்தது மீண்டும் மீள்வதில்லை. அறமற்ற செயலை செய்யத்துணிந்த மனது மீண்டும் செய்வதற்கு தயங்குவதுமில்லை. காலையில் மாணவனை அனுப்பி வளவனை அழைத்து வர

முடிவு செய்தார். மனதில் மீண்டும் இருள் சூழத் துவங்கியது. ஒளி வீசிக்கொண்டிருந்த விளக்கில் எண்ணெய் தீர்ந்து போக, திரிகள் கரிந்து புகையை வெளிப்படுத்தியபடி கருஞ்சித்திரத்தை காற்றில் வரையத் துவங்கின.

★★★

இரவின் கடைசி நாழிகையில் மண்ணைக் கவ்வியிருந்த இருளின் முடிச்சுகள் அவிழ்ந்து அடைபட்ட வெளிச்சம் விண்ணை நிறைக்கத்தொடங்க, முகில் கூட்டங்களை விலக்கி வெய்யோன் வெளிப்படலானான்.

பளியனூர் குடிலினுள் நுழைந்த இரும்பிடார் 'சோழப்படை இன்றைய மூன்றாம் பொழுதில் வந்தடையுமென வானவன் தகவல் அனுப்பியுள்ளான். சேரநாட்டின் ஊர்களில் நுழையாமல் வெளிப்புறத்திலேயே படையை நகர்த்தி வருகிறான். நாங்கூரின் எல்லையில் நிற்கச் சொல்லியிருக்கிறேன். தென்பொருப்பு மலையின் மேலேயே பயணித்து நாங்கூரின் எல்லையில் கீழிறங்கி சோழப்படையுடன் இணைந்து கொள்ளலாம்' என்றான்.

'வீரர்களை ஆயத்தப்படுத்து அண்ணா. பளியனூர் மக்கள் விரும்பினால் நம்முடனே சோழநாட்டிற்கு வரட்டும். பறவைமுனியைக் கேள். அவர்களுக்கென்று மலையில் குடியிருப்புகளை அமைத்து தந்துவிடலாம்' என்றாள் இளவெயினி.

'தென்பொருப்பில் வேர் விட்டு படர்ந்திருப்பவர்கள் அவர்கள். முயற்சிக்கிறேன்'

'கரிகாலனைப் பற்றிய தகவல்கள் நாங்கூரையும், சேரநாட்டையும் வந்தடைந்திருக்கும். சோழப்படையுடன் நாம் இணையும்போது தாக்குதல் நிகழலாம். பாண்டியர்கள் நம்மை சிறையெடுக்க முயன்றது போல, சேரர்களும் முயன்றால் நமது சிறிய படையால் எதிர்கொள்ள இயலாது. நாங்கூருக்குள் மறைவாக சென்று நாங்கூரின் நிலையென்ன என்பதை அறிந்து வா. சேரப்படையோ, அண்டை நாட்டு வீரர்களோ வந்துள்ளனரா என்பது தெரியவேண்டும். நாம் சோழப்படையுடன் இணைந்ததும் தாக்குவதற்கு திட்டமிட்டிருந்தால், நாங்கூர் எல்லையில் சோழப்படையை நமக்காக காத்திருக்க சொல்லிவிட்டு நாம் சோழ நாட்டை நோக்கிப் பயணித்து விடலாம்'

காலத்தைக் கண்கட்டி அழைத்து செல்லக்கூடியவள் தங்கை என்றெண்ணிய இரும்பிடார் 'சரி' என்று கூறிவிட்டு இரும்பிடார் வெளியேறினான்.

'அம்மா நான் நாங்கூர் வரை சென்று வரட்டுமா' என்றான் கரிகாலன் சிறிய தயக்கத்துடன்.

காலின் காயங்கள் குணமாகி வர, நான்கைந்து நாட்களாக கிராமத்தினுள் சிறிது நேரம் நடந்து வந்தான். இடது காலின் முட்டிக்கு கீழ் கரிய நிறத்துடன் புதிய தோல் உருவாகி வந்தது. செம்பொன் விளக்கினுள் படரும் கரும்புகையை போல.

ஐம்பொழிலுக்குச் சென்று ஆதிராவை காணவே நாங்கூர் செல்ல விழைகிறான் என்பதை இளவெயினி புரிந்து கொண்டாள். கரிகாலனை பளியனூருக்கு செல்ல அனுப்பியதிலிருந்து அவனைக் கண்டிராமல் ஆதிரா பெரும் துன்பத்திற்கு ஆளாகியிருப்பாள். இவனை எதிர்பார்த்து கணம் கணமும் உயிர் துடித்திருப்பாள் என்ற எண்ணம் இளவெயினிக்கு இருந்தது. அவளுக்குத் தெரிவிக்காமல் கரிகாலனை சோழநாட்டிற்கு அழைத்துச் செல்வது ஆதிராவுக்கு தரும் தண்டனையாய் அமைந்து விடும் என்று தோன்றியதால் அவளைச் சந்தித்து வர கரிகாலனை அனுப்புவதே சரி என்றெண்ணினாள். அத்துடன், ஐம்பொழில் நாங்கூரை விட்டு விலகி தென்பொருப்பின் அடிவாரத்தில் இருப்பதால் கரிகாலன் மலையினூடே பயணித்து ஐம்பொழிலை சென்றடைய இயலும். எவர் கண்ணிலும் தென்படாமல் திரும்பவும் இயலும்.

சோழ அரசியின் மனதை அன்பானது வெல்ல, பகையைத் தவிர்த்துக் கொள்ளும் விதங்களையும், தவிர்க்க இயலா விட்டால் தாக்குதல்கள் நிகழக்கூடிய முறைகளையும், நிகழ்ந்தால் அவற்றை எதிர்கொள்ளும் வழிகளையும் சிந்தை அணுவின் வேகத்தில் சிந்திக்கத் துவங்கியது.

‘உனது நண்பர்களையும் அழைத்துச் செல். பளியர்களைப் போல உடையணிந்து கொள்ளுங்கள். இடையாடையை கீழிறக்கி உனது கால்கள் தெரியாமல் மறைத்துக் கொள். நாங்கூருக்கோ, நமது குடில்களுக்கோ செல்லவேண்டாம். உங்களுக்கு காவலாக நமது வீரர்கள் பின்தொடர்ந்து வருவார்கள். தாக்குதல் நிகழ்ந்தால் தவிர்த்துக் கொண்டு பளியனூருக்கு வந்து விடுங்கள்’ என்றாள்.

கரிகாலன் நாங்கூர் செல்வதற்கு இளவெயினி உடன் இசைந்ததால் அதிசயித்த கரிகாலன் வியப்பு மேலிட, பெரும் உவகையுடன் கிளம்பினான். நண்பர்களுடன் இணைந்து கொண்டு நடக்கத் துவங்க ‘கரிகாலா’ என்றழைத்தாள் இளவெயினி.

கரிகாலன் திரும்பி பார்க்க ‘போர் முடிந்ததும் வீரக்கண்ணி குலத்திடம் பெண் கேட்டு வரும்போது, நிசும்பசூதனியின் குலத்திற்கே முழுமுதல் உரிமை உள்ளதென்று ஆதிராவிடம் கூறிவிட்டு வா’ என்றதும் கரிகாலன் திகைத்துப் போனான்.

மறுகணம் செஞ்சூரியனாய் முகம் சிவந்து போக, வேகமாக திரும்பி ஓடினான். கரிகாலனின் கூச்சத்தைக் கண்ட இளவெயினி, களிப்புடன் கரிகாலன் சென்ற திசையை பார்த்தவாறு நின்றிருந்தாள். காலத்தையும், சூழலையும் தாண்டியது காதல். இடர்களையோ, பகையையோ ஒரு பொருட்டாய் கொள்வதில்லை என்றெண்ணினாள்.

இரும்பிடார் மலையிலிருந்து கீழிறங்கி அடிவாரத்தை அடைகையில் காந்தளூர் மாணவன் ஒருவன் மலையின் மேலேறுவதைக் கண்டதும் அவனை இனம் கண்டு கொண்டான்.

அவனை நெருங்கி ‘எங்கு செல்கிறாய்?’ என்று கேட்க...

வளவனின் மாமன் இவன் என்பதை அவனும் அறிந்து கொண்டான். மலையேற அவசியமில்லை என மகிழ்ந்தான்.

‘வளவனின் மாமா தானே நீங்கள். அவனைப் பார்த்து தகவல் ஒன்றைக் கூற சொன்னார் ஆசான்’

‘தகவலைக் கூறு. நான் தெரிவித்து விடுகிறேன்’

‘உடனடியாக புறப்பட்டு காந்தளூர் சாலைக்கு வந்து அவரை சந்திக்க கூறினார். முக்கியமான தகவல் உள்ளது என்று கூற சொன்னார்’

‘என்ன தகவலாய் இருக்கும்? இளவெயினி எண்ணியது போல சேரநாடு படை திரட்டுகிறதா. வளவனை எச்சரிக்க எண்ணுகிறாரா?’ என்றெண்ணிய இரும்பிடார் சிந்தனையுடன் ‘சரி. நீ செல்’ என்று கூறியதும், மாணவன் நாங்கூரை நோக்கி செல்ல, இரும்பிடார் காந்தளூர் சாலையை நோக்கி நடக்கத் துவங்கினான். வானில் மேகங்கள் மோதிக்கொள்ள, வெளிப்பட்ட பேரோசையில் நிலம் அதிர்ந்தது.

★★★

ஐம்பொழிலுக்கு வெளியே நண்பர்களை இருக்கச் செய்து விட்டு கரிகாலன் ஆதிரா வழக்கமாக காத்திருக்கும் இடத்தை நோக்கி ஓடினான். கரிகாலனைக் கண்டதும் சோலையின் மலர்கள் அசைந்தாட, ஆதிராவிடம் தெரிவிக்க மயில்கள் பறந்தோட, மான்கள் பாய்ந்தோடின.

கதிரவனைக் காணா ஞாயிறு மலராய் அத்தனை நாளும் வாடியிருந்த ஆதிரா கரிகாலன் ஓடிவருவதைக் கண்டதும் உடலின் அணுக்கள் மலர, பேரானந்தம் மனதை ஆட்கொள்ள, கால்கள் முளைத்த மாமலராய் அவனை எதிர்கொண்டு அழைக்க துள்ளலுடன் வந்தாள். இமைகளுக்குள் சிறைபட்ட கண்களின் விழிநீர், கரையருகே மோதும் அலைகளாய் தளும்பிச் சிதற, கரையை அணைக்க நீரின் மேல் தவழ்ந்து வரும் மென்னலையாய் மிதந்து வந்தாள்.

இரண்டு கைகளையும் விரித்தவாறு பருவ மானாய் பாய்ந்தவள் கரிகாலனின் கழுத்தைக் கட்டிக்கொள்ள, பாய்ந்தவளின் இடையை இறுக கட்டியணைத்து

நிலத்திலிருந்து பெயர்த்தெடுத்தான் கரிகாலன். கரிகாலனின் தோள்களில் ஆதிரா மாலையாய் சுற்றிக்கொள்ள, மேகங்கள் கலந்தது போல இருவரின் மனமும் உறைந்து நிற்க, கைகட்டிக் கனிந்து நின்றது காதல்.

ஒருவரின் நெஞ்சத் துடிப்பு மற்றவரின் நெஞ்சத்தில் ஒலிக்க, இருவரும் நிலைமறந்து, நிலைகுலைந்து நின்றனர். காமவர்த்தினி இலைகள் போல் குவிந்திருந்த பெண்ணின் மனம் முதலில் விரிய, தோளிலிருந்து கைகளை விடுத்து மெல்ல இறங்கியவளின் விழிகளில் மீண்டும் குறும்பு மின்னியது.

புருவங்கள் பேச்சினைத் துவங்க, உதடுகள் பின் தொடர்ந்தன. 'என்ன கரிகாலரே! யானையை தேடி வந்தீர்களோ?'

'பேசும் யாழினைத் தேடி வந்தேன் இளவரசி'

அவனின் மேல் இறுகியிருந்த கன்னங்கள் சிவந்திருக்க, குழைகள் அணிந்த காதின் மடல்கள் சிவந்திருக்க, காற்று மோதியதில் உடல் சிவந்திருக்க, காதல் கொடி இறுக படர்ந்ததில் முகம் நிலவென ஒளிர்ந்தது.

அவனை விட்டு திரும்பியவள் விலகி நடந்தவாறு 'மீட்டும் விரல்கள் மறந்த பின்னர் யாழ் எப்படி இசையெழுப்பும்?'

தவிப்பும் தாபமுமாய் ஒலித்த அவள் குரலில் தாக்கப்பட்டவனாய் அவளை நோக்கி முன்னேறிய கரிகாலன் அவள் விரல்களை தனது விரல்களுடன் கோர்த்துக் கொண்டான். சிவந்திருந்த அவள் செவிமடல்களில் இதழ்கள் உரச 'மூச்சினில் கலந்த உயிரின் இசை மூச்சிருக்கும் வரையில் ஒலித்துக் கொண்டே தானிருக்கும். விலகி இருந்தாலும் என்னுள் கலந்த நீ என்னுள்ளே தானிருப்பாய்' என்றான்.

அவனை நோக்கித் திரும்பியவள் இடதுகாலில் தென்பட்ட மாற்றத்தை கவனித்ததும் அதிர்ந்து போனாள். 'என்னாயிற்று?' என்று பதற,

'சூதும், வஞ்சமும் எனது வாழ்வை தலைமுறையாக துரத்தியதன் விளைவு இது' என்ற கரிகாலன், சோழ அரசி இளவெயினி நாங்கூரில் மறைந்து வாழ்ந்ததையும், முள்ளூர் வீரர்கள் தன்னை சிறைபிடித்ததையும், தனது வாழ்வுடன் தன்னை பிறிதொருவன் அறிமுகப் படுத்தியதையும் கூறினான். சோழநாட்டிற்கு அழைத்துச் சென்று முடிசூட்ட சோழப்படை வந்து கொண்டிருப்பதையும் இன்னும் ஒரு பொழுதில் நாங்கூரை நீங்கிச் செல்வேன் என்பதையும் எடுத்துரைத்தான்.

பிரிந்திருந்த நாட்களில் அவன் மனதளவிலும், உடலளவிலும் அடைந்திருந்த துன்பங்கள் அவள் மனதை கரைத்து கண்ணீராய் வெளிப்பட, அவன் நிழலாக அவன் தோளின் மேல் சாய்ந்துகொண்டாள்.

ஆதிராவின் தலையில் தனது கன்னத்தை சாய்த்துக் கொண்டான் கரிகாலன். இளவெயினியே சோழ நாட்டின் அரசி என்று கூறுகையில் ஆதிராவின் முகத்தில் எந்த மாற்றத்தையும் கண்டிராததால் ''எனது அன்னையே சோழத்தின் அரசி என்பதை அறிவாயா?''என்றான் சிறு அதிர்வுடன்.

'உங்களது அன்னையை கண்ட கணத்தில் அவரே அழுந்தூரின் இளவரசி இளவெயினி என்பதை தெரிந்து கொண்டேன். மற்றவை தாமாக பொருந்திக் கொண்டன'

'எனது அன்னையை எப்படி கண்டறிந்தாய்?' என்றான் வியந்தபடி.

'வாருங்கள்' என்று அவனை அழைத்துச் சென்றவள் தனது குதிரையின் சேணத்திலிருந்து பொன்னாலான உருளையை வெளியிலெடுத்தாள். அதனின் மூடியை நீக்கியவள் உள்ளிருந்த துணிச்சுருளை மென்மையாக வெளியிலெடுத்து பிரித்தாள். முழுவதும் பிரித்ததும் கரிகாலனை நோக்கி திருப்ப அத்துணியில் இளவெயினியின் உருவம் வரையப்பட்டிருந்ததைக் கண்டு அதிர்ந்தான் கரிகாலன்.

'எனது தாயின் உருவம் எப்படி சுருளில்?' என்று கரிகாலன் கேட்க...

ஆதிரா 'அழுந்தூரின் நிசும்பசூதனி இவள்' என்றதும் வானம் உறுமியது. பெருங்காற்று வெறிகொண்டு வீச மரங்கள் வேருடன் அசைந்தன. குதிரையின் கனைப்பொலி கேட்டது. காற்றில் மேலேறி சருகுகள் சிறகுகளாய் படபடத்து செல்ல, அதிரும் மனதுடன், திகைத்த விழிகளுடன் நின்றான் கரிகாலன்.

'வீரக்கண்ணியுடன் சேர்த்து எங்கள் குலம் வணங்கும் இறைவி இவள். இவளைப் போன்றே பசும்விழிகளுடன் உங்கள் அன்னை பிறந்ததால் நிசும்பசூதனியே மீண்டும் பிறந்ததாய் உங்கள் குலம் மகிழ்ந்தது. உங்கள் அன்னையின் குரலுக்கு நிசும்பசூதனி செவிமடுப்பாள் என்று அழுந்தூர் மக்கள் எண்ண காரணம் இதுதான். உங்கள் அன்னைப் பிறந்த போது எனது குலத்தின் மூத்தோர் அழுந்தூர் மாளிகைக்கு வந்து பார்த்து மகிழ்ந்ததாக இன்றும் கூறுகின்றனர். இவள் உருவத்தை மனதில் தாங்கியிருந்தேன் நான்.

உங்களின் பின்னால் விழி தாழ்த்தி நின்றவள், தலையை உயர்த்தி நிசும்பசூதனியாய் என்னை ஏறிட்ட போது நடுங்கிப் போனேன். நான் அதிர்ந்ததும் உருவத்தால் உண்மையை உணர்ந்து விட்டேனென்று உங்கள் அன்னையும் புரிந்து கொண்டார்.

பகைவருக்கு அஞ்சி உங்களை மறைத்து வளர்ப்பதாய் கூற, உங்கள் அன்னை வெளிப்படுத்தும் வரையில் எவரிடமும் தெரிவிக்க மாட்டெனென்று மறைபொருளாய்

உரைத்திருந்தேன். உங்கள் அன்னை நாங்கூரில் இருப்பது தெரிந்திருந்தால் மக்கள் பெருங்களிப்புற்று, உண்டாட்டு விழாவினை நிகழ்த்தியிருப்பர்'

வானக்கிண்ணத்திலிருந்து வழிந்து வரும் மழை நீர் நிலத்தினுள் இறங்குவது போல, சிந்தையில் துளிர்த்த அதிர்வு மெல்ல கீழிறங்க, கரிகாலனின் மனம் தேராய் நிலை திரும்பியது.

'நீங்கள் சோழவேந்தர் என்பது அறியாமல் வளர்ந்து வருகிறீர்கள் என்பதும், உயிர்களை அழிக்க மனம் ஒப்பாமல் உலகைக் கருணையால் அளப்பதையும் அறிவேன். கருணை என்பது பொருந்தாத இடத்தில் பலவீனமாகும். இதனால் உங்களுக்குப் பகைவரிடமிருந்து இன்னல் ஏதேனும் ஏற்பட்டிருக்குமோ என்று தான் இத்தனை நாளாக மருகி வந்தேன். இனி அச்சமில்லை. அழிப்பதும் கருணையின் வடிவமே என்பதை உணர்ந்து விட்டீர்கள். சோழத்தினை வழிநடத்தும் பணி உங்களை எதிர்நோக்கி உள்ளது. மக்கள் எதிர்பார்த்து இருக்கிறார்கள். அன்னையின் வஞ்சினம் தீர்க்க உலகையும் எதிர்த்து நிற்கத் தயங்காதீர்கள். பகையை வெல்ல புறப்படுங்கள்'

தான் பிரிவதால் ஏற்படும் துயரத்தை மறைத்து ஆதிரா தன்னைத் தேற்ற முயல்வதை கரிகாலன் உணர்ந்தான். ஆண்களின் உடல் ஆற்றலால் ஆனது. பெண்களின் உடல் மனஉறுதியால் ஆனது. ஆண் உள்ளிருந்து வெளிநோக்கி இறுகியவன். பெண் வெளியிலிருந்து உள்நோக்கி இறுகியவள். எனவே மனதின் முதிர்ச்சியில் ஆணை விஞ்சி துயரை எளிதாக கைக்கொள்கிறாள் பெண்.

காதலில் நெகிழ்ந்தவன் ஆதிராவை இறுக அணைத்துக் கொள்ள பொன்னிற வெண்ணையாய் குழைந்திருந்தாள். இடைப்பட்ட காற்று சுவாசிக்கத் திணறியது.

'உன்னை நினைத்து இருக்கையில் உலகம் ஒரு பொருட்டாய் தெரிவதில்லை. உன்னுடன் இருக்கையில் உலகமே தெரிவதில்லை. உன் மீதான காதல் மட்டுமே பேரண்டத்தின் முதலும் முடிவுமாய் தோன்றுகிறது'

'அங்கே பாருங்கள் கரிகாலரே. உலகை உய்விக்க, எவ்வளவு அழகாக சூரிய உதயம் நிகழ்கிறது. அதைப் போல் நீங்கள் சோழத்தின் வேந்தராக முடிசூட்டி, போரெனும் எரிதழலில் பகையை பனியாய் விரட்டுங்கள். அதன் பின்னர் வாருங்கள். உங்களுக்காக நான் உயிர் தாங்கியிருப்பேன்' என்று கதிரவனை நோக்கிய முகமும், கலங்கும் விழிகளுமாய் ஆதிரா கூற...

கரிகாலன் கதிரவனை நோக்கித் திரும்பாமல், கண்ணால் காண்பதால் தீராத வஞ்சியவளின் முகத்தை மென்மையாகப் பற்றி தன்னை நோக்கித் திருப்பினான். முகங்கள் இரண்டும் நெருங்கியிருக்க, மென்காந்தங்களாய் ஈர்த்தன விழிகள்.

"உன்னை விடவா சூரிய உதயம் அழகு. அழகியலின் பிரதி நீ. தேவதைகளின் பிரதிநிதி நீ"

இதழ் மொக்குகள் பிரிந்து மலர 'நான் இன்னும் இளவரசி தானா உங்களுக்கு' அமுதத்தை சொரிந்தன ஈரமலர்கள்.

'மன்னிக்கவும். இனி சோழநாட்டு அரசியல்லவா தாங்கள்' வெப்பக் காற்றில் சிவந்து வந்தன சொற்கள்.

'போரில் வென்ற நற்செய்தியை எதிர்நோக்கி காத்திருப்பேன் கரிகாலரே' மலரிதழ்கள் கணப்பொழுதில் இன்சுளைகளாய் கனிந்து நின்றன.

மலரின் மெல்லிதழ்களில் படிந்திருக்கும் பனித்துளிகளாய் ஆதிராவின் இதழ்களின் மேல் தேன்துளிகள் துளிர்த்திருக்க, ஆதிராவின் முகத்தை நெருங்கிய கரிகாலன் அவளின் இதழ்களை முத்தமிட்டான். இதழ்கள் வழுக்காதிருக்க விரல்கள் இணைந்து கொள்ள, இதழ் ரேகைகள் இடம் மாறின. பசி கொண்ட இதழ்கள் உயிர் களைய, உயிர் கொண்ட மோகம் இதழ் தின்றது. உலகின் அத்தனை மலர்களின் தேனும் குழைந்து அமிர்தமாய் ஊற்றெடுக்க கொடுத்தது யார், எடுத்தது யாரெனக் கூற இயலாமல் இதழ்கள் பின்னிக்கிடந்தன. இதழ்களின் வேகத்தில் இமைகள் கவிழ்ந்து கிடந்தன. இதழ்கள் தேன் குளிக்க, உணர்வுகள் தீக்குளித்தன. உயிரில் இட்ட முத்தம் உலகை மறக்கச் செய்ய, சில யுகங்களுக்குப் பின்னர் ஆதிரா நாணத்துடன் பிரிந்தாள்.

இதழ் நீரில் சுவாசித்த இதழ்கள் காற்றைச் சுவாசிக்கத் தடுமாற 'போர் முடிந்ததும் நாங்கள் நாங்கூருக்குப் பெண் கேட்டு வரும்போது நிசும்பசூதனியின் குலத்திற்கே முழுமுதல் உரிமை உள்ளதென்று அன்னை கூறச் சொன்னார்' என்றான் கரிகாலன் அவளின் தோள்களை இரண்டு கையினாலும் பற்றியபடி.

'உங்கள் அன்னையின் சொல்லுக்கு அழுந்தூர் மட்டுமல்ல, நாங்கூரும் அடிபணியும் கரிகாலரே'

ஆதிராவை உயிர் குழைய இறுகத் தழுவிய கரிகாலன் தீரும் கணங்களை தீரா மோகத்திற்கு இறைத்து 'அன்னையின் வஞ்சினம் தீர்த்து திரும்பி வருவேன் ஆதிரா' என்று கூறிவிட்டு பிரிந்து நடந்தான்.

கரிகாலன் உயிரை நீங்கி நடந்து செல்ல, மேற்கில் பிரியும் சூரியனைக் கண்டதும் நிலம் கவிழும் ஞாயிறு திரும்பியாய் மனம் கவிழ்ந்தாள் ஆதிரா.

★★★

காந்தளூர் சாலையைச் சூழ்ந்திருந்த மரங்கள் பறவைகளின் ஒலிகளை எழுப்பிக்கொண்டிருக்க, உதிரும் மலர்களும், இலைகளும் பறந்து கொண்டிருந்தன.

அதிகாலையில் அங்கப் பயிற்சிகளைச் செய்யும் பட்டதிரிகளும், மாணவர்களும் இல்லாததை உணர்ந்த இரும்பிடார் சாலையில் நுழைந்தான். மரங்கள் சொரிந்திருந்த மலர்களின் மணம் காற்றில் நிறைந்திருக்க, சோற்றுக் கஞ்சியின் மணம் வராததை உணர்ந்தான். சாலையினுள் மெதுவாக நுழைய அறையினுள் உச்சிநாதர் அமர்ந்திருந்தார்.

அவரை வணங்கியவன் ‘வளவனை வரச் சொல்லியதாக மாணவன் தகவல் சொன்னான். அவனால் வரமுடியாத நிலை. அதனால் நான் வந்தேன்’ என்று பணிவுடன் கூற, உச்சிநாதர் பெரும் ஏமாற்றமடைந்தார்.

வளவனைச் சாலைக்கு அழைத்து சேரர்களிடம் சிறைப்படுத்தி தருவதை எவரும் அறியலாகாது என்றெண்ணிய உச்சிநாதர் அன்றைய பயிற்சி வேண்டாமென்று கூறி அனைவரையும் வெளியில் அனுப்பியிருந்தார்.

சேரப்படை அருகிலிருப்பதை வளவனோ அவனுக்கு காவலாய் வரும் வீரர்களோ அறிந்தால் வளவன் திரும்பிச் சென்று விடுவான் என்றெண்ணி வேங்கை மார்பனிடம் ‘நீங்கள் பகலின் இரண்டாம் பொழுதில் வந்தால் போதும். இப்போது சென்று விடுங்கள். ஒரு சிறுவனை முடக்க உங்களின் உதவி எனக்கு தேவையில்லை’ என்று கூறி அவர்களையும் அனுப்பிவிட்டு வளவனை எதிர்பார்த்து காத்திருந்தார்.

காந்தளூர் சாலைக்கு வளவன் வராமல் இரும்பிடார் வந்தடைய, இனி சோழ வேந்தன் வரப்போவதில்லை என்பதை உணர்ந்தார். இருக்கையிலிருந்து எழுந்தவர் இரும்பிடாரை மெதுவாக நெருங்கினார். இரும்பிடார் கண்களை உயர்த்தி அவரின் விழிகளை நோக்க, உச்சிநாதரின் விழிகள் இரும்பிடாரின் விழிகளைக் கவ்விக் கொண்டன.

காரிருளை அணிந்த வெண்ணிறக் கண்கள் தணலாய் ஒளிர, உச்சிநாதரின் விழிகள் அம்புகளைப் போல இரும்பிடாரை ஊடுருவியது. அதிர்ந்து போன இரும்பிடார் பதற்றத்துடன் விழிகளை விலக்க முயல, இமைகள் உறைந்து விழிகள் நிலைகுத்தி நின்றன.

உச்சிநாதரின் விழிகளிலிருந்து சிந்தையை மயக்கும் நோக்குவர்மம் வெளிப்பட, சுருள் சுருளாய் உலகம் மயங்கிச் சுழன்றது. காட்சிகளின் சுழல்களில் சிக்கிக்கொண்ட இரும்பிடார், பெரும் நீர்ச்சுழலில் சிக்கிய துரும்பாய் மனதினுள் ஆழத்தினுள் புதையத் துவங்கினான். இரும்பிடாரின் மனம் அவனின் மனதினுள்ளேயே சிறைப்பட, தன்னால் விரலைக் கூட அசைக்க முடியாத நிலையில் இறுகி நின்றான். முகத்தில் வியர்வைத் துளிகள் அரும்பின.

வீரக்கோனின் மீதான வன்மமும், ஆத்திரமும் உச்சிநாதரின் மனதில் கணப் பொழுதில் மீண்டும் தலைதூக்க, உச்சிநாதர் நிலையிழந்தார். வீரக்கோனின் மாணவனை ஒழித்துவிட வேண்டுமென்று பெருஞ்சினம் ஆழித்தீயாய் சுழன்று எரிந்தது. வலதுகையின் விரல்களை மடக்கி, நடுவிரலின் முட்டியை சிறிதளவு நீட்டியவாறு வெறியுடன் முன்னேறினார்.

ஆளரவம் ஏதுமின்றி தனித்திருந்த காந்தளூர் சாலையில், காலம் கடந்து செல்லும் நொடிகளை படபடப்புடன் கவனிக்கத் துவங்கியது.

வீரம் வளரும்...

54

மலைமுகடுகள் நிரம்பப் பெற்ற மலைநாட்டு மன்னர்கள் என்பதால் வானவர்கள் என்றும் வில் ஆற்றல் மிகக் கொண்டவர்கள் என்பதால் வில்லவர்கள் என்றும் புகழ்பட அழைக்கப்பெற்ற சேரமான்கள் ஆண்ட சேரநாட்டின் தலைநகரான வஞ்சி, எண்ணற்ற வஞ்சி மரங்களுடன் பேரியாறு கடலில் கலக்குமிடத்தில் அமைந்த எழில்மிகு நகரம்.

பொன்னை மலையெனக் கொடுத்து மிளகினை வாங்கிச்செல்ல எண்ணிலடங்கா யவன, கிரேக்க, சீன கப்பல்கள் எப்போதும் அணிவகுத்து நிற்கும் துறைமுகங்களை கொண்ட வஞ்சியில், அழகிய நூலாடைகள், லவங்கம், ஏலம், மயில்தோகை, யானைத் தந்தங்களின் ஏற்றுமதியும், பவழம், கண்ணாடி, செம்பு, மதுவின் இறக்குமதியும் நடைபெறும் துறைமுகப் பகுதிகள் எப்போதும் நிறைந்த கூட்டத்துடன் விளங்கின.

அயல் நாட்டிலிருந்து கப்பலில் வரும் பொற்குவியல்களை உப்பங்கழித் தோணியால் அகன்று ஆழமிக்கதாயிருந்த ஆற்றின் வழியாக உள்நாடுகளுக்கு கொண்டு சென்று இறக்கிவிட்டு மாற்றுப் பொருட்களை ஏற்றிச் செல்வர். பேரூர்களில் இருந்து வஞ்சிக்கு வரும் மக்கள் நெல்லுக்கு பண்ட மாற்றாக மீனை வாங்கிக் கொள்வர்.

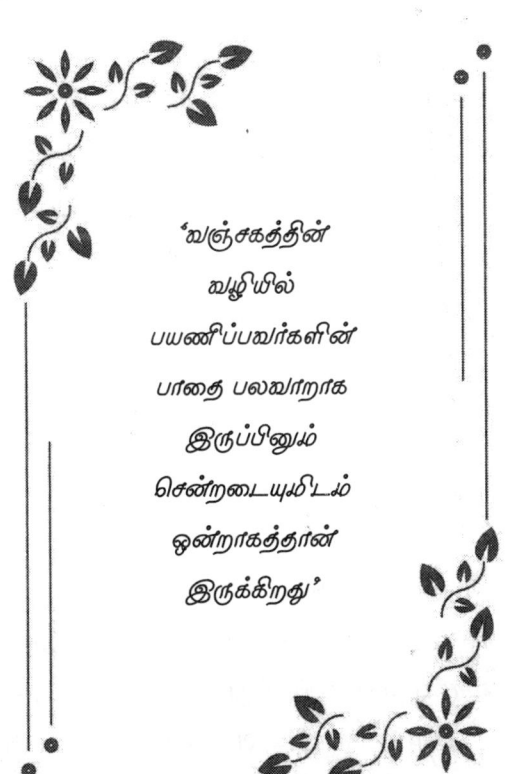

"வஞ்சகத்தின் வழியில் பயணிப்பவர்களின் பாதை பலவாறாக இருப்பினும் சென்றடையுமிடம் ஒன்றாகத்தான் இருக்கிறது"

வஞ்சியின் பந்தர் பகுதியில் மிகப் பெரிய முத்துச்சந்தையும், கொடுமணத்தில் பொன் அணிகளுக்கான சந்தையுமிருக்க, கொடுமணத்தின் தெருக்களினூடே செல்வம் கொழிக்கும் சேரநாட்டு அங்காடிகளை கண்ணுற்றவாறே இருங்கோவேள் நடந்து கொண்டிருந்தான். சேரநாட்டின் பேரூர்களில் சோழவேந்தனைத் தேடிவிட்டு பத்து நாட்களுக்குப் பின்னர் அதிகாலையில் வஞ்சியை அடைந்து இருந்தான்.

சோழத்தின் மீதான கொடுவெறி வழிநடத்த, மனம் போன திசையில் பயணித்து சோழவேந்தனை தேடிக்கொண்டிருந்தான். வேந்தனைக் கண்டறிவது காற்றில் மிதக்கும் மணத்தை பிரித்தெடுக்கும் செயலாய் இருக்க, தனது குலத்தை அழித்த சென்னியின் சோழ குலத்தை முற்றோடு அழிக்க வேண்டும் என்று வஞ்சினம் மட்டுமே அவனை செலுத்திக் கொண்டிருந்தது.

வஞ்சியிலிருந்த குதிரைச் சாலையின் பாதுகாப்பில் தனது குதிரையை ஒப்படைத்து விட்டு, திசைக்கொன்றாய் எண்ணங்கள் சிதறிக் கிடக்க தெருக்களில் நடந்தான். வணிகர்கள் தங்கும் சத்திரமொன்றில் கூட்டம் தென்படுவதைக் கண்டதும் உள்ளே நுழைந்தான்.

வணிகர்கள் ஒரு குழுவாக புறப்பட்டு வண்டிகளில் பயணிக்கும் வழக்க முடையவர்கள். சோழ நாட்டிலிருந்து, பாண்டிய நாட்டிற்கும் அங்கிருந்து சேரநாட்டிற்கும் மாறி மாறி பயணித்த வண்ணம் இருப்பர். ஒரு நாட்டில் தேவைப்படுவதை வாங்கி மற்ற நாட்டில் விற்பனையோ பண்டமாற்றோ செய்து கொள்வர். அத்துடன் பேச்சுவாக்கில் நாடுகளைப் பற்றிய தகவல்களையும் பரிமாற்றம் செய்து கொள்வர். அவர்களிடமிருந்து தகவலேதும் கிட்டக்கூடுமென்று இருங்கோ எண்ணினான். முதல் நாளிரவு வந்திருந்த வணிகர்கள் சிலர் அமர்ந்திருக்க, வணிகனொருவனின் அருகே அமர்ந்து கொண்டு பேச்சைத் துவங்கினான்.

‘எங்கிருந்து வருகிறீர்கள்?’

‘புகாரிலிருந்து’

‘புகாருக்குச் சென்று பல திங்கள் ஆகிவிட்டது. சோழத்தைப் பற்றி தகவல் ஏதும் உள்ளதா?’

‘சோழ நாட்டில் பெரும் மாற்றங்கள் நிகழ்ந்து கொண்டிருக்கின்றன. சோழ வேந்தன் பெருவளத்தான் சேரநாட்டின் நாங்கூரில் திருமாவளவன் என்ற பெயரில் மறைந்து வாழ்ந்திருக்கிறான். அவனைப் பகைவர்கள் சிறைபிடித்து அதிகன் நாட்டின் வழியாக அழைத்துச் சென்றிருக்கின்றனர். அவனை குடிலுக்குள் அடைத்து நெருப்பிட்டு கொல்ல முயன்றபோது தீக்காயங்களுடன் தப்பிச் சென்று விட்டானாம்’

திடுக்கிட்டுப் போன இருங்கோ 'சிறை பிடித்தது யார்? பாண்டியர்களா?' என்று கேட்க..

'யாரெனத் தெரியவில்லை. சிற்றரசர்களின் வீரர்களாக இருக்குமென பேசிக் கொள்கிறார்கள்' என்றதும் மேலும் அதிர்ந்தான்.

'சிற்றரசர்கள் எனில் முள்ளூர் வீரர்கள் சோழவேந்தனை சிறை பிடித்து இழந்து விட்டார்களா! எப்படி நிகழ்ந்தது இது! உடனடியாக கொன்றிருக்க வேண்டாமா என்றெண்ணினான். தான் சோழநாட்டில் இருந்திருந்தால் தகவல் வந்திருக்கும். இரும்பிடாரை பின்தொடர்ந்து வந்ததிலிருந்து முள்ளூருடன் எவ்விதத் தகவலும் இல்லாது இருக்கிறோம் என்று நினைத்தவன்...

'அப்படியா. சோழவேந்தர் கிடைத்து விட்டாரா?'

'தெரியவில்லை. அதற்குப் பின் நாங்கள் புகாரிலிருந்து புறப்பட்டு விட்டோம். எனக்கு அவசரப் பணி இருந்ததால் நான் நேரடியாக சேர நாட்டிற்கு வந்தேன். என்னுடன் பயணித்தவர்கள் பாண்டிய நாட்டிற்குச் சென்றுள்ளனர். அவர்கள் வந்தால் தெரியும்'

இரும்பிடாரைப் பின்தொடர்ந்து சோழவேந்தனைத் தேடித் திரிந்தது தவறாகப் போயிற்று. சோழநாட்டிலேயே இருந்திருந்தால் முள்ளூர் வீரர்களிடமிருந்து தகவல் கிட்டியிருக்கும் என்றெண்ணிய இருங்கோ மன உளைச்சலுக்கு உள்ளானான். பகைவரிடமிருந்து தப்பிய சோழவேந்தன் மீண்டும் நாங்கூர் வந்து சேர்ந்திருக்க வாய்ப்புண்டு என்றெண்ணி வணிகனிடம் விடைபெற்றுக்கொண்டு வெளியேறினான். தன்னைத்தானே கடிந்து கொண்டு நாங்கூரை நோக்கி குதிரையை விரட்டத் துவங்கினான்.

இரண்டு சாமங்களில் நாங்கூரை வந்தடைந்த இருங்கோ கரிகாலன் தங்கியிருந்த இடத்தை கேட்டறிந்து, குடில்களை நெருங்கியபோது சேரவீரர்கள் குடில்களுக்கு காவலிருப்பதைக் கண்டான். குதிரையை நிறுத்தாமல் தொடர்ந்து செலுத்தி அங்காடித்தெருவை நோக்கிச் சென்றான்.

★★★

காந்தளூர் சாலையில் பதற்றத்துடன் காற்றும் வீசுவதை நிறுத்தியிருக்க, ஒளிரும் விழிகளுடன் உச்சிநாதர் இரும்பிடாரை நோக்கி முன்னேறினார்.

''சோழவேந்தனை சிறைபிடிப்பதன் மூலம் சோழ அரசியையும் சிறைபிடித்து சோழநாட்டை அடிபணியச் செய்ய எண்ணுகிறாள் நல்லினி. அதற்காகத் தான்

வளவனை வரச்சொல்லி இருந்தேன். வீரக்கோன் தப்பிச் சென்றதிலிருந்து எத்தருணத்தில் வெளிப்பட்டு தாக்குவான் என்றெண்ணி அஞ்சிய நிலையிலேயே வாழ்வைக் கடத்தி வந்தேன். அவனுடைய மாணவனும் எனக்குப் பகைவனே. அந்தவகையில் உன்னைக் கொல்வதில் எனக்குப் பெருமகிழ்ச்சி" உச்சிநாதரிடமிருந்து கடும்நஞ்செனவெளிப்பட்டது சொற்கள்.

"சோழவேந்தனைச் சிறைபிடிக்க நீ உயிருடன் இருக்க வேண்டிய அவசியமில்லை. உன்னை சிறைப்படுத்தி இருப்பதாய் கூறி எங்களால் சோழவேந்தனைச் சிறை பிடிக்க இயலும். வீரக்கோனின் வெண்களரி முறையை பயின்றிருக்கும் அனைத்து அழுந்தூர் மாணவர்களையும் அழித்து, வீரக்கோனின் முறையை முற்றிலும் ஒழிப்பேன்" என்று வெறியுடன் இரைந்த உச்சிநாதரின் வலதுகை இறுக, நரம்புகள் புடைத்து முறுக்கேறின. இரும்பிடாரை நெருங்கியவர் முழுவேகத்தில் நெஞ்சில் அடித்தார்.

புயல் காற்றும் கலங்கும் வேகத்தில் விலகிய இரும்பிடார் தனது வலதுகையின் ஆட்காட்டி விரலின் முட்டியால் உச்சிநாதரின் மணிக்கட்டில் அடிக்க, மணிக்கட்டின் எலும்பு சிதறியது. வலியால் துடித்துப் போனார் உச்சிநாதர். அதைவிட நோக்கு வர்மத்திலிருந்து எப்படி மீண்டான் என்று பேரதிர்ச்சிக்கு உள்ளானார்.

'உனது விழிகள் நிலைகுத்தி சொருகியதே. எப்படி மீண்டாய்?' என்று உச்சிநாதர் கேட்க..

இரும்பிடார் வாயிலிருந்த தனது குருதியைத் துப்பினான். 'நாங்கள் பளியனூரில் இருப்பதை நீங்கள் எப்படி கண்டறிந்தீர்கள் என்பதே எனது முதல் ஐயம். அத்தோடு காந்தளூர் சாலையில் எவருமில்லாததை உணர்ந்ததும் வளவனுக்கான புதை குழியை உணர்ந்து கொண்டேன்.

எனது ஆசான் நோக்கு வர்மத்தில் எனக்கு பயிற்சி அளித்திருப்பதால் அதன் விளைவுகளை அறிவேன். எனவே சிந்தை மயங்குவதைப் போல என்னால் நடிக்க முடிந்தது. உங்கள் நோக்கு வர்மம் மிக வீரியமானது என்று ஆசான் எச்சரித்து இருந்தார். எனவே சாலையினுள் நுழைவதற்கு முன்னரே நரம்புகளை வலுவேற்றும் திருநீற்றுப்பச்சையை மென்று தின்றிருந்தேன். இருப்பினும் உங்கள் நோக்கு வர்மத்தை முறியடிக்க கூடியது உடலின் வலி என்பதால் நீங்கள் கண்களை பின்னியபோது நாக்கினை கடித்துக் கொண்டேன்.

எனது ஆசானுக்கு நீங்கள் செய்த வஞ்சகத்தை தனது இறுதி நாட்களில் என்னிடம் கூறினார். அப்போதே உங்களை பலியெடுக்கத் துடித்தேன். ஆனால் உங்களால் எனக்கு இன்னல் ஏற்படாத வரையில் உங்களுக்கு துன்பம் விளைவிக்க கூடாதென்றார் நட்பை

மறவாத எனது ஆசான். எனக்கு மட்டுமே துன்பத்தை விளைவிக்க எண்ணியிருந்தால் இப்போதும் மன்னித்து விலகியிருப்பேன். ஆனால் எனது கரிகாலனுக்கு குறி வைத்தால் அவர்களின் வம்சம் முழுவதையும் கருவறுப்பேன். தெய்வமாய் இருப்பினும்.

வீரக்கோனின் கலையை அழிக்க எண்ணினீர்கள். ஆனால் உங்களின் செங்களரியையும், எங்களது வெண்களரியையும் ஒருங்கே கற்றுத் தேர்ந்த ஐந்து இளம் வீரர்கள் உருவாகியுள்ளனர். கலைகளுக்குள் பேதமில்லை. இனி இவை யிரண்டும் இணைந்த புதிய கலை உருவாகும். இவற்றை ஒன்றிணைக்கவே நான் விரும்பினேன்.

சேரஅரசிக்கான தண்டனையை காலம் தீர்மானிக்கும். உங்களின் தண்டனையை நான் தீர்மானித்து விட்டேன்" என்ற இரும்பிடார் நெருங்க, உச்சிநாதர் இடதுகையினால் இரும்பிடாரை தாக்கினார்.

தனது வலதுகையினால் உச்சிநாதரின் தாக்குதலைத் தேக்கி விலக்கிய இரும்பிடார் உள்ளங்கையினால் முழுவேகத்தில் உச்சிநாதரின் நெஞ்சிலடிக்க, நெஞ்சுக் கூட்டிலிருந்த அனைத்து உறுப்புகளும் சிதறின. உச்சிநாதர் தடுமாறியபடி கீழே சரிய 'என்னை மன்னியுங்கள்' என்று வணங்கிய இரும்பிடார் வெளியேறினான். நிகழ்ந்தவற்றிற்கு சாட்சியாய் நின்ற காற்று கனத்த இதயத்துடன் மெதுவாக நகர்ந்து சென்றது.

★★★

புயலுக்கு முன்பான பேரமைதியாய் நாங்கூர் விளங்க, கரிகாலனை அச்சாகக் கொண்டு அனைவரின் திட்டங்களும் சுழன்று கொண்டிருந்தன. கரிகாலன், நண்பர்களுடன் பளியனூர் திரும்பிய சற்று நேரத்தில் சோழப்படை நாங்கூரின் எல்லையை அடைந்து விட்டதாக வானவன் தகவல் அனுப்ப, அனைவரும் இரும்பிடார் திரும்புவதற்காக காத்திருந்தனர்.

இரண்டாம் பொழுதில் காந்தளூர் சாலைக்குச் சென்ற வேங்கைமார்பன் உச்சிநாதர் இறந்து கிடப்பதைக் கண்டு திகைத்துப் போனான். அரண்மனைக்கு விரைந்து சென்றவன் அரசவையில் அமர்ந்திருந்த நல்லினியிடமும், குட்டுவனிடமும் "காந்தளூர் சாலைக்கு வந்த கரிகாலன் உச்சிநாதரை கொன்று விட்டு தப்பிச் சென்று விட்டான்' என்று கூற, நோக்கு வர்மத்தில் தலைச்சிறந்த ஆசானை கரிகாலன் வீழ்த்தி விட்டானா என்று நல்லினி பேரதிர்ச்சிக்கு உள்ளானாள். தனது ஆசானையே வளவன் கொன்று விட்டானா என்று குட்டுவன் இடிந்து போனான்.

காந்தளூர் சாலையைச் சுற்றிலும் வீரர்களை நிறுத்தாமல் உச்சிநாதரால் கரிகாலனை வீழ்த்திவிட முடியுமென்று எண்ணியதை நினைத்து நல்லினி தன்னைத்தானே கடிந்து கொண்டாள். எக்காரணத்தைக் கொண்டும் சோழப்படையை நேரடியாக தாக்கி கரிகாலனைச் சிறைபிடிப்பதை சேரமான் விரும்ப மாட்டார் என்பதால் இனி கரிகாலனை அரண்மனைக்கு அழைத்து வர எந்த வழியும் இல்லை என்றுணர்ந்தாள்.

'சிறிய படையுடன் நீ மட்டும் செல். கரிகாலனை அழைத்துச் செல்ல சோழத் தளபதிகள் சிறந்த படையையே அழைத்து வந்திருப்பர். தொலைவிலிருந்து கரிகாலனையும், சோழப் படையின் தன்மையையும் அறிந்து வா' என்று நல்லினி கூற, வேங்கைமார்பன் வெளியேறினான்.

கரிகாலனின் குடிலைச் சுற்றிலும் சேரவீரர்கள் சூழ்ந்திருக்க இருங்கோவேள் நாங்கூரின் அங்காடிவீதிக்குச் சென்றான். அங்கு மக்கள் பெருந்திரளாய் கூடி 'நமது கரிகாலன் தான் சோழவேந்தனாம். இதுநாள் வரையில் சோழ அரசி இளவெயினியுடன் நாங்கூரில் மறைந்து வாழ்ந்திருக்கிறான். அவனை அழைத்துச் செல்ல சோழப்படை பட்டத்து யானையுடன் நாங்கூரின் எல்லைக்கு வந்திருக்கிறது' என்று பேசிக்கொண்டிருப்பதைக் கேட்டு திகைத்தான்.

''நிசும்பசூதனியின் மறுபிறப்பான இளவெயினியின் மகன் தான் கரிகாலன். அழுந்தூரைக் காத்த நெருப்பின் கனல். தெய்வங்கள் பணியும் வீரத்தின் வழித்தோன்றல்'' என்றான் ஒருவன்.

'கரிகாலன் வளர்ப்பால் அழுந்தூர் குடியினன். அவனை சோழ நாட்டிற்கு நாமே வழியனுப்பி வைக்கலாம்' என்று ஒருவன் கூற 'உண்மையே! வாருங்கள்' என்றபடி நாங்கூர் மக்கள் எல்லையை நோக்கி நடக்கத் துவங்கினர்.

கரிகாலனின் மேல் நாங்கூர் மக்கள் கொண்டிருந்த அன்பைக் கண்டு அதிர்ந்த இருங்கோவேள் மக்களைப் பின்தொடர்ந்து செல்லத் துவங்கினான். மக்களினூடே மறைந்திருந்து கரிகாலனை வீழ்த்த முடியுமாவென்று என்றெண்ணியபடி குதிரையை நடத்தினான்.

காந்தளூர் சாலையை நீங்கிய இரும்பிடார் ஒரு நாழிகையில் பளியனூரை வந்தடைந்தான். சேரஅரசியும், உச்சிநாதரும் இணைந்து தீட்டிய திட்டத்தையும், காந்தளூர் சாலையில் நிகழ்ந்தவற்றையும் கூற, உச்சிநாதரைக் கொல்ல நேர்ந்ததைக் கேட்ட இளவெயினியும், இளைஞர்கள் அதிர்ந்து போயினர்.

'வஞ்சகத்தின் வழியில் பயணிப்பவர்களின் பாதை பலவாறாக இருப்பினும் சென்றடையுமிடம் ஒன்றாகத்தான் இருக்கிறது' என்றாள் இளவெயினி.

‘நல்லினியின் திட்டம் முறியடிக்கப்பட்டதால், நாம் சோழப்படையுடன் இணையும் போது சேரப்படை நம்மை மீண்டும் தாக்க முயற்சிக்கலாம்’ என்றான் இரும்பிடார்.

‘இல்லை. நம்மை தாக்குவதாய் இருந்தால் நல்லினி இந்த திட்டத்தை தீட்டியிருக்க வேண்டிய அவசியமில்லை. ஐயம் சிறிதும் ஏற்படாமல் நாமனைவரும் சோழப் படையுடன் இணையும்போது தாக்கியிருக்கலாம். கரிகாலனை பிடிப்பதன் மூலம் குருதி சிந்தாமல் நம்மை சிறைபிடிக்க முயன்றிருக்கிறாள்’

‘குட்டுவன் இதற்கொரு காரணமாய் இருக்கலாம்’ என்றான் கரிகாலன்.

‘அல்லது சேரவேந்தர் இல்லாததும் காரணமாய் இருக்கலாம். நாம் எச்சரிக்கையுடன் இருப்போம். புறப்படலாம்’ என்று இளவெயினி கூற, இரும்பிடார் வெளியேறி காப்பு படையை முன்னேறிச் செல்லப் பணித்தான்.

படைகள் செல்லும்போது முன்னே சென்று பகைவர் எவரும் இல்லாததை உறுதிப் படுத்திக் கொள்வது காப்புப் படை. மலையின் உச்சியிலும், இரண்டு சரிவுகளிலுமிருந்து பகைவர்கள் வெளிப்பட்டு தாக்காமலிருப்பதை உறுதி செய்ய வீரர்கள் மூன்று பிரிவுகளாக முன்சென்றனர்.

இரும்பிடாரும், மற்றவர்களும் பறவைமுனியிடமும், பளியர்களிடமும் விடைபெற்றுக் கொண்டனர். ‘சோழநாட்டிற்கு நீங்கள் அனைவரும் ஒருமுறை விருந்தினராய் வரவேண்டும்’ என்று இளவெயினி வேண்டிக்கொள்ள, ‘கண்டிப்பாக வருகிறோம்’ என்றார் பறவைமுனி.

‘எப்போதும் போல நான்கைந்து மாதங்களுக்கு ஒருமுறை நான் வந்து செல்வேன்’ என்று இரும்பிடார் உறுதி அளித்தான்.

பறவைமுனி இரண்டு கைகளையும் விரித்தபடி வாயால் சீழ்க்கையை எழுப்ப கறும்பாறுவும், செம்பாறுவைப் போலிருந்த மற்றொரு கழுகும் கைகளில் வந்தமர்ந்தன. ‘செம்பாறுவின் குழந்தை இவள். இரண்டு கழுகுகளும் உங்களின் தலைக்கு மேல் பறந்தபடி கண்காணிக்கும். வீரர்கள் எவரும் கூட்டமாக உங்களை நோக்கி முன்னேறினால் உங்களிடம் பறந்து வந்து எச்சரிக்கும்’ என்றவர் சீழ்க்கை ஒலியை எழுப்பி கைகளை உயர்த்த, இரண்டு கழுகுகளும் படபடவென்று இறக்கைகளை அடித்தபடி மேலெழுந்தன.

‘இனி அச்சமடைய ஏதுமில்லை’ என்ற இரும்பிடார் ‘வருகிறோம்’ என்று விடைபெற்று முன்னேச் செல்ல, அனைவரும் பின்தொடர்ந்தனர்.

காடுகளை கண்களால் கோதியபடி இரும்பிடார் முன்னேறினான். பறவைகள் சிதறிப் பறப்பது மனிதர்கள் வருவதைக் காட்டும். நேராகப் பறந்து செல்லும் பறவைகள் மேல்நோக்கி எழும்புவது அந்த இடத்தில் மனிதர்கள் மறைந்திருப்பதைக் குறிக்கும். சிதறியோடும் மிருகங்கள் மனிதர்கள் ஓடிவருவதை உணர்த்தும்.

இளவெயினியைச் சுற்றி இளைஞர்கள் நடக்க, சோழப்படை வீரர்கள் முன்னும் பின்னுமாய் நடந்து சென்றனர். மரங்களின் அசைவு, பறவைகளின் அமைதி, ஆயுதங்களின் பளபளப்பு போன்றவற்றைத் தேடி மலையின் விழிகளாய் கரிகாலனின் விழிகள் சுழல, வானத்தின் விழிகளாய் கழுகுகள் சுற்றி வந்தன.

தென்பொருப்பின் ஒற்றையடிப் பாதையில் சோழர்கள் நடந்து கொண்டிருக்க, அடிவாரத்தில் நாங்கூர் மக்கள் திரளாகச் சென்றனர். இரண்டு கழுகுகளும் கிரீச்சிட்டபடி இரும்பிடாரை நோக்கி பறந்து வந்து அருகிலிருந்த மரத்திலமர்ந்தன. பெரும் ஒலியை எழுப்பியபடி மீண்டும் மக்கள் முன்னேறும் திசையை காட்டுவதற்கு அவர்களை நோக்கிப் பறந்து சென்றன. இரும்பிடார் மலையின் மேலிருந்து உற்று நோக்க, எண்ணற்ற மனிதர்கள் எறும்புகளைப் போல் நகர்வதைக் கவனித்தான்.

மலையின் நடுப்பகுதியில் பயணித்த காப்புப் படையினரின் வீரனொருவன் மேலேறி வந்து ‘எண்ணற்ற ஆண்களும், பெண்களும் சோழப்படை நிற்குமிடத்தை நோக்கி செல்கின்றனர்’ என்று கூற இரும்பிடார் புரிந்து கொண்டான்.

‘கரிகாலனின் மேலுள்ள அன்பினால் நாங்கூர் மக்கள் அவனை வழியனுப்ப வருகின்றனர். எனினும் மக்களினூடே பகைவர்கள் மறைந்திருக்கலாம். தளபதிகளிடம் கூறி எவரும் அணுகாமலிருக்க வீரர்களை வளையமாய் நிறுத்த சொல்’ என்றதும் வீரனொருவன் சோழப்படை காத்திருக்கும் இடத்தை நோக்கி ஓடத் துவங்கினான்.

இளவெயினியும், மற்றவர்களும் சோழப்படை இருக்கும் இடத்தின் மேற்பகுதியைச் சென்றடைய ‘காப்பு வீரர்கள் மலையின் மேலேயே தொடர்ந்து முன்னேறுங்கள். பகைவர்கள் இல்லாததை உறுதி செய்து கொண்டு சற்று தொலைவில் கீழிறங்கி எங்களுடன் இணைந்து கொள்ளுங்கள்’ என்று இரும்பிடார் சொல்ல, வீரர்கள் முன்னேறினர்.

சோழப்படையின் நடுவில் குதிரையில் அமர்ந்திருந்த பரஞ்சுடர் சற்று தொலைவில் நின்ற சேரப்படையைக் கவனித்தான்.

‘நம்மைத் தாக்க வந்திருக்கிறார்களா?’

'குறைந்த வீரர்களே உள்ளனர். நமது படையின் தன்மையை கணிக்க வந்திருக்கலாம். சோழவேந்தன் நம்முடன் இணைந்ததும் தாக்குவதற்கு தொலைவில் வேறு படைகள் காத்திருக்கலாம்' என்று வானவன் கூற...

'தாக்கட்டும். முதலில் சேரநாட்டை கைக்கொண்டு கரிகாலனுக்கு இங்கேயே முடி சூட்டுவோம்' என்றான் பரஞ்சுடர் வெறுப்புடன்.

தென்பொருப்பின் எதிர்திசையில் சேரப்படை நகர்ந்து மூன்று புறங்களிலும் சுற்றி வளைத்துத் தாக்கினால் எதிர்கொள்வது சிரமமாய் இருக்குமே என்று வானவன் சிந்திக்கத் துவங்கினான்.

'எச்சரிக்கை ஒலியெழுப்பச் சொல்' என்று வானவன் கூற, வீரனொருவன் சிறிய ஊதுகுழலைக் கொண்டு மெல்லிய குற்றொலியை எழுப்பினான். சில கணங்களில் காற்றை எரித்துக்கொண்டு பதிலொலி கேட்க, சோழவீரர்கள் எச்சரிக்கையுடன் நின்றனர்.

சோழப்படையைப் பார்த்தபடி நின்றிருந்த வேங்கைமார்பன் சோழவீரர்கள் அனைவரும் ஒரே விதமான சீரான உடையும், உடைகளை மறைத்து மேலாடை ஒன்றையும் அணிந்திருப்பதை கவனித்தான். வெளியடுக்கில் நின்ற வீரர்களின் மேலாடையை தாண்டி வாள் நீட்டியிருப்பதையும், உள்ளடுக்கில் நின்றவர்கள் விற்படையினர் என்பதையும் கவனித்தான். ஒவ்வொரு வில்வீரனும் மூன்று அம்பறாத்தூணிகளை முதுகில் சுமந்திருந்தனர்.

வாட்படை வீரனொருவன் மேலாடை காற்றில் விலகியபோது அவனின் இடையில் தோலினாலான பட்டை ஒன்றை அணிந்து அவற்றைச் சுற்றிலும் எண்ணற்ற குறுங்கத்திகள் சொருகியிருப்பதை கவனித்து அதிர்ந்தான். சோழவேந்தனை அழைத்து செல்லும்போது தாக்குதல் நிகழக்கூடும் என்றெண்ணும் சோழத்தளபதிகள் படை வீரர்களை சிறப்பான பயிற்சிக்கு உட்படுத்தி இருக்கின்றனர். ஒவ்வொரு வீரனின் இடையிலும் இருபது குறுங்கத்திகளை கொண்டிருந்தால், பகைவர்கள் தாக்கும்போது கத்திகளை எரிந்து ஒவ்வொரு சோழ வீரனும் இருபது வீரர்களை சரிப்பான். அதற்கு பின்னரே வாளைக் கையிலேந்துவான் என்பதை புரிந்து கொண்டான்.

தென்பொருப்பின் மேலிருந்து சோழவீரர்கள் சீழ்க்கை ஒலியை எழுப்பி எச்சரித்ததும் இளவெயினியும் மற்றவர்களும் கீழிறங்கத் துவங்கினர். மலைச்சாரலில் சோழப்படை நிலை கொண்டிருக்க, குதிரை வீரர்கள் வளையமாய் நின்று மக்கள் முன்னேறாமல் தடுத்தனர்.

வீரர்களின் நடுவில் கம்பீரமாய் நின்ற பட்டத்து யானை பிடர்த்தலை சோழ வேந்தனை வரவேற்கும் விதமாக சிறப்பான முறையில் அழகுபடுத்தப் பட்டிருந்தது. நெற்றியில் சாமோற்பலத்துடன் பொன்னாலான முகபடாம் அணிந்திருக்க, மணிகளும், நவரத்தினக் கற்களும் பதிக்கப்பட்ட பொன்னிற ஆடை போர்த்தி மணி நிறைந்த கழுத்தணிகள் இசைகூட்ட, பிடர்த்தலை கால்களை அசைத்தபோது பொன் சதங்கைகள் ஒலி எழுப்பின.

இரும்பிடார் முன்னே செல்ல கடல் நீர் உள்வாங்குவது போல வீரர்கள் இருகூறாகப் பிரிந்து சோழ குடும்பத்தினரை உள்வாங்கினர். மறுகணம் வளையத்தின் இருமுனைகளும் முன்னேறி ஒன்றையொன்று விழுங்கின. சோழவீரர்கள் அரச குடும்பத்தை வட்டமாக சூழ்ந்தபடி முன்னேற, நீர்ப்பரப்பில் மேல் நகரும் காற்றுக்குமிழ் போல் கரிகாலனும், மற்றவர்களும் பாதுகாவலுடன் நடுநிலைக்கு முன்னேறினர்.

கரிகாலனைக் கண்ட நாங்கூர் மக்கள் உற்சாகப் பேரொலியை எழுப்பினர்.

'நாங்கூரின் கரிகாலன்' என்று ஒருவன் முழங்க

'வாழ்க... வாழ்க' வென்று மக்கள் வாழ்த்தொலித்தனர்..

'சோழவேந்தன் கரிகாலன் என்று மற்றொருவன் இரைய,

'வாழ்க... வாழ்க' வென்று மக்கள் முழங்கினர்.

சேரத்தின் மக்கள் கரிகாலனை வாழ்த்துவதைக் கண்டு சோழவீரர்கள் வியப்படைய, பெருமகிழ்வுற்ற தளபதிகள் குதிரையிலிருந்து கீழே குதித்து சோழவேந்தனை எதிர்கொண்டழைக்க முன்னேறினர். நீர் கழனியை சென்றடையும் வரப்பாய் வீரர்கள் வழியேற்படுத்த, இளவெயினியை நெருங்க நெருங்க வானவனையும் பரஞ்சுடரையும் இனம்புரியாத உணர்வுகள் ஆட்கொண்டன. தாயை நெருங்கும் கன்றின் மனமாய் களியாட்டமிட்டன.

இளவெயினியை கண்ட கணத்தில் இருவரின் மனமும் அன்பினால் ததும்ப, கண்கள் வியப்பினால் விரிந்தன. காலங்கள் கரம் குவித்து மண்டியிட்டு பணிந்திருக்க, இயற்கை இயல்பிழந்து கைவிரித்து நின்றிருக்க இளவெயினியின் கம்பீரமும், பேரழகும் மாற்றங்கள் ஏதுமின்றி மாறாமலிருந்தன. மென்மஞ்சள் அடர்ந்து பொன்மஞ்சளாய் மாறுவதைப் போல, மேகத்தில் ஒளிந்து விளையாடிய இளம் நிலவு, ஒளிக்கயிறுகளை பாய்ச்சி நிச்சலமான வானத்தைத் தாங்கி நிற்பது போல அவளின் முகத்தில் சுடர் விட்ட அறிவு தெளிவடைந்திருந்தது. இருவரையும் பேருவகை ஆட்கொள்ள சோழத்தின் பேரரசி இளவெயினியை பெருமையுடன் வணங்கினர்.

‘உங்களை மீண்டும் காண்பதில் பெருமகிழ்வை அடைகிறோம்’ என்று வானவன் கூற...

‘சோழத்தின் பெண் தெய்வம் மீண்டும் நாடு திரும்பட்டும். பதுங்கியிருந்த காலம் முடிந்து வேட்டையைத் துவங்கட்டும்’ என்றான் பரஞ்சுடர்.

இருவர் கண்களின் தேடலை உணர்ந்த இளவெயினி ‘நம் கரிகாலன்’ என்று கைநீட்டிக் காட்ட, கைகளை குவித்து இருவரையும் வணங்கினான் கரிகாலன்.

கரிகாலனின் வெண்ணிறக் கண்களையும், சுருண்ட கேசங்களையும் கண்ட வானவன் ‘சென்னியைக் காண்பது போலவே உள்ளது’ என்றான் உணர்ச்சி மேலிட.

பேச வார்த்தைகளின்றி விரிந்த விழிகளுடன் கரிகாலனை நெருங்கிய பரஞ்சுடர், கரிகாலனின் கைகளை விலக்கி விட்டு இறுக அணைத்துக் கொண்டான்.

இரண்டு தளபதிகளும் சென்னியின் உயிர் நண்பர்கள். எளிதில் உணர்ச்சி வயப்படும் நெருப்பைப் போன்றவன் பரஞ்சுடர். சிறந்த மதியூகியான வானவன் காற்றைப் போல மென்மையானவன். சென்னி இறந்ததற்கு காரணம் தங்களின் கவனக்குறைவே என்றெண்ணி இருவரும் மனம் வெதும்பி வாழ்கின்றனர் என இளவெயினி கூறியிருக்க, இருவரையும் கண்டவுடன் தனது தந்தையின் மிச்சத்தைக் காண்பது போல உணர்ந்தான் கரிகாலன்.

சில கணங்களுக்கு பின்னர் தனது இரும்புப் பிடியை தளர்த்திய பரஞ்சுடர் கலங்கிய விழிகளுடன் ‘வாருங்கள் சோழவேந்தே. பகைவரின் குருதியில் குளிக்க காத்திருக் கிறேன். வஞ்சினம் வேண்டி அலையும் எனது ஆவிக்கு அமைதி வேண்டும்’ என்றான்.

‘பிடர்த்தலையை அழைத்து வாருங்கள்’ என்று வானவன் உற்சாகத்துடன் கூற...

யானைப்பாகன் யானையை அழைத்து வந்தான். இளவெயினி அங்கே வந்தது முதலே தன் நுகரும் தன்மையால் எதையோ உணர்ந்து பதட்டத்திலிருந்த பிடர்த்தலை இளவெயினியைக் கண்டதும் விழிகள் விரிய, நாகம் படமெடுப்பது போல துதிக்கையை உயர்த்தி பெருங்காற்று மூங்கில் மரங்களை அசைப்பது போன்ற பெரும் ஓசையுடன் பிளிறியபடி வேகமாக நடந்து வர, கரிகாலன் அதிர்ந்தான்.

‘பதற வேண்டாம்’ என்றாள் இளவெயினி.

பெருங்களிப்புடன் நெருங்கிய யானை இளவெயினியை துதிக்கையால் வளைத்து இறுகப் பற்றிக் கொண்டது. இளவெயினி துதிக்கையை தன் கையால் நீவி

ஆற்றுப்படுத்த, சற்று நேரம் அப்படியே நின்ற பிடர்த்தலை துதிக்கையால் அவளின் முகத்தையும், தலையையும் தடவி மகிழ்ந்தது. மனதில் மகிழ்வு கரைபுரண்டோட பேருடலை அசைத்து காதுகளை வீசி, தலையை வேகமாக ஆட்டியது.

வீரனொருவன் ஆத்தி மாலையைக் கொண்டு வந்து தர, இளவெயினி பிடர்த் தலையிடம் மாலையை தந்து கரிகாலனை நோக்கி கை காட்டினாள்.

இளவெயினி, சென்னி இருவரின் வார்ப்பாயிருந்த கரிகாலனைக் கண்டதும் உற்சாகம் கரைபுரள அவனை நெருங்கிய பிடர்த்தலை, கரிகாலனின் கழுத்தில் மாலையை அணிவிக்க, சோழமுரசுகளும், திருச்சின்னமும், கொக்கரைகளும் முழங்கின. சோழப்படை மகிழ்ச்சியில் ஆர்ப்பரித்தது. நாங்கூர் மக்கள் வாழ்த்தொலியை எழுப்பினர்.

சோழவேந்தனை யானைமீது ஏறிக்கொள்ளும்படி தளபதிகள் வேண்ட, கரிகாலன் ஏறுவதற்கென வீரனொருவன் கயிற்றிலான ஏணியை ஆயத்தம் செய்தான். யானையின் மேல் நூலேணியை வீசப்போன வீரனை இரும்பிடார் புன்னகையுடன் தடுத்து விட்டு யானையை நெருங்கினான்.

'மதம் கொண்ட யானைகளை சரித்தவனுக்கு தன் பட்டத்து யானையின் மேலெறுவதா பெருஞ்செயல்' என்றெண்ணினான் நிலவன்.

பிடர்த்தலையின் தந்தங்களை இரண்டு கைகளால் பற்றி கரிகாலன் கீழே இழுக்க, பிடர்த்தலை தலையை வேகமாக உயர்த்தியது. பாயும் வேகத்தில் யானையின் துதிக்கையைப் பற்றி மேலேறும் வேங்கையைப் போல, உடலை உயர்த்தி எகிறிய கரிகாலன் யானையின் நெற்றியில் கால் பதித்து முன்னேறி, அதன் தலையின் மீதேறி நடுவில் அமர்ந்தான். வீரர்கள் முரசுகளை முழங்கி வான்வெளியை உலுக்க, மக்கள் குரல் நாண்களை முறுக்கி நிலவெளியை நடுங்கச் செய்தனர். கிரணங்களைச் சொடுக்கி மேகத்தை விலக்கிய கதிரவன் தனது தோன்றலைக் கண்டு உவகை கொண்டான்.

அகக்கண் முதன்முறையாய் அமைதி கொள்ள இளவெயினி ரதத்திலேறி அமர்ந்தாள். இரும்பிடாரும், இளைஞர்களும் குதிரைகளில் ஏறிக்கொள்ள, முரசுகள் அதிர, ஆலவட்டங்கள் புடைசூழ, புலிக்கொடி இலச்சினை முன் செல்ல, சோழப்படை புகாரின் திசையில் புயலாய் திரும்பியது. கரிகாலனின் தலைக்கு மேல் சுற்றிய இரண்டு கழுகுகளும் கிரீச்சிட்டபடி பளியனூரை நோக்கித் திரும்பிச் சென்றன.

மக்களுடன் இருந்த இருங்கோவேள் சோழ வீரர்களின் உடல்களில் தரித்திருந்த ஆயுதங்களையும், அணிவகுத்திருந்த விதத்தையும் கண்டு செய்வதறியாது நின்றான். வீரர்களால் சூழப்பட்ட கரிகாலனை நெருங்குவது இயலாத செயல் என்றெண்ணி யவனின் மனதில் சூது மீண்டும் கூடு கட்ட துவங்கியது.

சோழப்படை மீண்டும் பாலைக்காட்டு கணவாயைக் கடந்து நேராக சோழநாட்டை நோக்கி சென்றாக வேண்டும். குறைவான வீரர்களைக் கொண்ட சோழப்படை கணவாயை நீங்கி வெளியேறும்போதோ, சோழநாட்டினை நோக்கி செல்லும்போதோ நாற்புறங்களிலும் இருந்து தாக்கினால் எளிதாக வெல்ல இயலும். சிற்றரசர்களின் விற்படைகளை மட்டுமே கொண்டு தொலைவிலிருந்தே சோழர்களை கொன்று குவிக்க இயலும். சோழநாட்டை கைக்கொள்ளும் பேராசையுடன் இருக்கும் பெருஞ்சாத்தனை இசையச் செய்வது எளிதான செயல் என்றெண்ணிய இருங்கோவேள் மக்களை நீங்கி, குதிரையிலேறி முள்ளூரை நோக்கி விரையத் துவங்கினான். குதிரையை விட வேகமாக எண்ணங்கள் பயணித்தன.

கரிகாலனை அழைத்துச் செல்லும் பேராவலில் சோழநாடு முதன் முதலாக தவறிழைத்திருக்கிறது. முன்னூறு வீரர்களுடன் சோழவேந்தனை அழைத்துச் செல்ல வந்தது பெருந்தவறு. அதற்கு தண்டனை பேரழிவு. சோழ நாட்டின் பேரழிவு.

வீரம் வளரும்...

55

தோன்றிமலை நாட்டு சிற்றரசன் முத்துமேனியின் மாளிகையில் பட்டினாலான திரைச்சீலைகள் காற்றில் படபடத்துக் கொண்டிருக்க, தொலைவில் தெரிந்த குதிரைப்படையை வெறித்த விழிகளுடன் பார்த்தவாறு சாளரத்தின் அருகே நின்றான் பெருஞ்சாத்தன். தோன்றிமலையின் குதிரை வீரர்கள் திடலில் திரண்டிருக்க, குதிரைகளின் கனைப்பொலியும், வீரர்களின் சிரிப்பொலியும் காற்றில் மிதந்து வந்தன. வீரர்களைப் போருக்கு வழியனுப்ப வந்த பெண்கள் அருகில் நின்று பேசியவாறு இருக்க, குதிரைகள் ஓரிடத்தில் நிற்காமல் கால்களை அசைத்தபடி நின்றன.

சோழத்திற்கு எதிராக முதன் முறையாக படையை அனுப்ப முடிவெடுத்திருந்தான் பெருஞ்சாத்தன். மிகக்கூர்மையுடன் திட்டங்களை வகுக்கும் சோழத் தளபதிகள் முன்னூறு வீரர்களின் துணையுடன் சோழ வேந்தனை அழைத்துச் செல்வது மனதில் நெருடலை ஏற்படுத்தியது. இதில் ஏதாகினும் சூது மறைந்திருக்குமா என்றும், சோழர்களை தாக்குவதால் ஏற்படும் விளைவுகளையும், பலன்களையும் சிந்தை கணக்கிட்டு கொண்டிருந்தது.

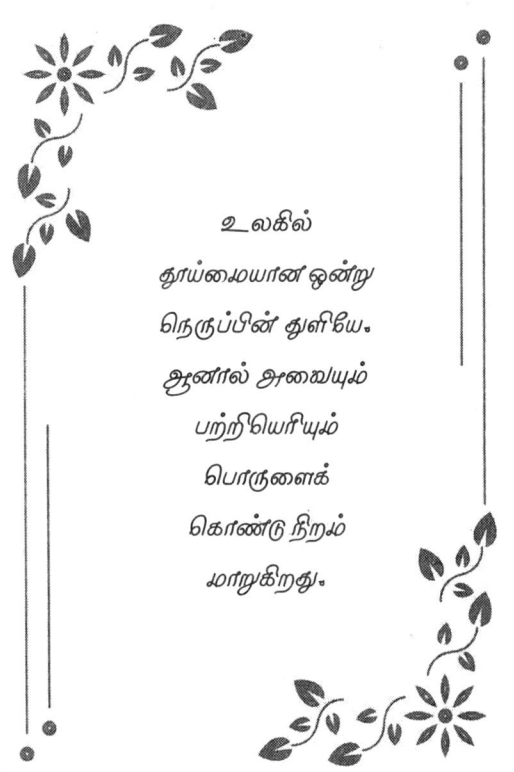

உலகில்
தூய்மையான ஒன்று
நெருப்பின் துளியே.
ஆனால் அவையும்
பற்றியெரியும்
பொருளைக்
கொண்டு நிறம்
மாறுகிறது.

அறையில் முத்துமேனியும், தீச்செல்வனும் அமர்ந்திருக்க, ‘என்ன சிந்தனை?’ என்று வினவினான் முத்துமேனி.

‘சோழப்படை சரியான பாதையில் திரும்பிக் கொண்டிருக்கிறதா?’

‘எனது ஒற்றர் படைத் தலைவன் சில வீரர்களுடன் சோழப்படையை பின்தொடர்ந்து வருகிறான். நேற்றைய இரவு வந்த தகவலின்படி சோழர்கள் பாலக்காட்டு கணவாயை கடந்து ஒரு நாளாகியுள்ளது. இன்னும் ஒரு நாளில் வலசை கரட்டை நெருங்குவர்’ என்றான் முத்துமேனி.

‘நமது திட்டம் என்ன?’ என்றான் தீச்செல்வன்.

பெருஞ்சாத்தன் ‘முத்துமேனியின் தளபதி மகிழருவி படைகளை வழிநடத்திச் செல்வான். நமது வீரர்கள் வலசை கரட்டினருகே ஒரு பிரிவாகவும் அதன் எதிரிலிருக்கும் வலசைக் காடுகளினுள்ளே மற்றொரு பிரிவாகவும் மறைந்திருப்பர். இரண்டுக்கும் இடையில் சோழப்படை முன்னேறும்போது இரண்டு புறங்களில் இருந்தும் விற்படையினர் தாக்குதலை நிகழ்த்துவர். அதைத் தொடர்ந்து வாட்படையினர் முன்னேறி அனைவரையும் கொன்று குவிப்பர். முடிந்தால் சோழ அரசியையும், சோழவேந்தனையும் சிறைபிடிப்பார்கள்’ என்றான்.

‘நமது தாக்குதல் வெற்றியடைந்தால் சோழ நாடு நமது நாட்டின் மேல் போர் தொடுக்குமென்ற அச்சம் மறைந்து விடும்’

‘மாறாக பாண்டியர்களுடன் இணைந்து நாம் சோழநாட்டை வெல்வது எளிதாகி விடும்’

‘இவ்வாறு நாம் தாக்குதலை நிகழ்த்துவதைப் பாண்டியர்கள் விரும்ப மாட்டார்கள்’ என்று தீச்செல்வன் கூற....

‘நாம் இணைந்து திட்டமிடுவதை அவர்களால் கண்டறிய இயலாது. மேலும் சோழநாட்டை வெல்வதே அவர்களுக்கு முதன்மையாக தோன்றும். மனமென்பது மாறிக்கொண்டே இருப்பது’

மாளிகையினுள் நுழைந்து முத்துமேனியை வணங்கிய வீரனொருவன் ‘நமது ஒற்றன் வந்திருக்கிறான். தங்களைக் காணவேண்டும் என்கிறான்’ என்று சொல்ல...

‘வரச்சொல்’ என்றான் முத்துமேனி.

சிலகணங்களில் உள்ளே நுழைந்த வீரன் முத்துமேனியை வணங்கிவிட்டு ‘சோழவேந்தனை பின்தொடர்ந்து பயணித்து வரும் ஒற்றர் தலைவர் தகவல் அனுப்பினார்’

‘என்ன தகவல்?’

‘சோழப்படையினர் முக்குத்தியூரினருகே பாதையை மாற்றி அரிசில் ஆற்றின் கரையினூடே செல்கின்றனர்’ என்றதும் மூன்று சிற்றரசர்களும் அதிர்ந்தனர்.

‘நான் எண்ணியது சரியாயிற்று. பாதையை மாற்றும் எண்ணம் இருந்ததாலேயே சோழத்தளபதிகள் குறைந்த வீரர்களுடன் சோழவேந்தனை அழைத்துச் செல்கின்றனர்’ என்றான் பெருஞ்சாத்தன்.

‘பகைவர் தாக்குகையில் எதிர் கொள்ள முடியாத நிலையேற்பட்டால் அரிசில் ஆற்றில் பாய்ந்து மறுக்கரையிலேறி தப்பிச் செல்ல திட்டம் தீட்டியுள்ளனர்’

‘அதற்கு அரிசிலின் சீற்றம் இடம் தராது. எனினும் சோழப்படையை முழுதும் வீழ்த்தி விட்டால் நமது குதிரை வீரர்கள் ஆற்று நீரின் போக்கில் தப்பிச் செல்பவர் களையும் அம்பெய்து வீழ்த்த இயலும்’

பகைவரின் திட்டத்தைக் கண்டறிவது பாதி வெற்றிக்கு இணையானது. சோழத்தின் உத்தி வெளிப்பட்டதால் பெரிதும் மகிழ்ந்த பெருஞ்சாத்தன் ‘உனது தளபதிக்கு உத்தரவிடு. கரிகாலன் சோழநாட்டினுள் நுழைவதற்குள் தாக்குதலை நிகழ்த்த வேண்டும். எனில் அரிசில் கரையிலிருந்து விலகி தருமத்தூருக்கு முன்பாக நமது வீரர்கள் காத்திருக்கட்டும். சோழப்படை நெருங்கியதும் நிலாக்கொழுந்தின் வடிவத்தில் படைகள் முன்னேறி தாக்குதலைத் துவங்கட்டும். தேவைக்கேற்ப திட்டத்தை மாற்றி அமைத்துக் கொள்ளச் சொல். மூவாயிரம் வீரர்களை ஒருபோதும் சோழப்படையால் வீழ்த்த இயலாது. தேனீக்களின் கூட்டம் யானையை வீழ்த்துவது போல, எண்ணிக்கை வலிமையை அழித்தொழிக்கும்’ என்று கூற...

‘தளபதிக்கு உத்தரவைப் பிறப்பித்து படையை அனுப்பி விட்டு வருகிறேன்’ என்றபடி முத்துமேனி வெளியேறினான்.

படையை நெருங்கிய முத்துமேனி தனது உத்தரவுகளை தெளிவாக எடுத்துரைக்க, மகிழருவி உச்ச குரலில் ஆணையிட்டதும் போர் முரசுகளோ, கொடியோ ஏதுமின்றி தோன்றிமலையின் படை பெரும் ஓசையுடன் புறப்பட்டது. வீரர்கள் உற்சாக முழக்கங்களை எழுப்ப, குதிரையின் கனைப்பொலிகள் இணைந்து ஒலிக்க, செந்நிற மேகமாய் அடர் புழுதி மேலெழுவதைப் பார்த்தவாறு சாளரத்தின் அருகே நின்றனர் பெருஞ்சாத்தனும், தீச்செல்வனும்.

‘இந்தத் தாக்குதலுக்கு இருங்கோவேள் தலைமையேற்றிருந்தால் வெற்றி உறுதியாகி இருக்குமென பெருஞ்சாத்தன் எண்ணினான். வாழைப்பூவின் அடுக்குகள் போல ஒன்றன் பின் ஒன்றாய் இரண்டாவது, மூன்றாவது திட்டங்களை உருவாக்கி நிலைமைக்கேற்ப திட்டங்களை மாற்றி, செயல்படுத்துபவன். அவனுக்கு என்ன வாகியிருக்க கூடுமென யோசித்தான்.

மூன்று சிற்றரசர்களும் முத்துமேனியின் மாளிகையிலேயே மதியம் வரை பேசி மகிழ்ந்திருக்க, வீரனொருவன் உள்ளே வந்து வணங்கி 'முள்ளூரின் தளபதி இருங்கோவேள் வந்திருக்கிறார்' என்று கூற, பெருஞ்சாத்தன் பெரும் மகிழ்வடைந்தான்.

'உடனடியாக வரச் சொல்' என்று கூற, வீரன் வெளியேறினான்.

மாளிகைக்குள் நுழைந்த இளங்கோவேள் அனைவரையும் வணங்கி நிற்க 'உட்கார். எங்கே சென்றாய் இத்தனை நாட்களாக?' என்று கேட்டான் பெருஞ்சாத்தன்.

சோழநாட்டிலிருந்து இரும்பிடாரை பின்தொடர்ந்து சென்றதிலிருந்து, சேரநாட்டில் கரிகாலனை தேடியலைந்ததையும், பளியனூரில் சோழர்கள் மறைந்திருப்பதை கண்டறிந்ததையும் மெய்யையும், பொய்யையும் இரண்டு இழைகளாய் பிரித்து, திரித்து இளங்கோவேள் கூறினான். இறுதியாக 'கரிகாலனை வீழ்த்த வாய்ப்பு கிட்டுமாவென்று நாங்கூரிலேயே தங்கியிருந்தேன். கரிகாலன் சோழப்படையுடன் இணைந்ததும் புறப்பட்டு விட்டேன்' என்று கூற...

'சோழப்படையை வீழ்த்த தோன்றிமலையின் மூவாயிரம் குதிரைப்படை வீரர்கள் சென்றுள்ளனர். நீ செய்யத் தவறியதை தோன்றிமலை தளபதி மகிழருவி செய்து முடிப்பான்' என்றான் தீச்செல்வன் பெருமையுடன்.

வாய்ப்பு கிடைக்கும்போதெல்லாம் தீச்செல்வன் தன்னை தாக்கிப் பேசுவதைக் கவனித்திருந்த இருங்கோவேள், அமைதியாக தீச்செல்வனைப் பார்க்க,

'அரிசில் ஆறு தருமத்தூரில் நுழைவதற்கு முன்னால் இருக்கும் காடுகளில் மறைந்திருந்து தாக்குதலை நிகழ்த்த உத்தரவிட்டிருக்கிறோம்' என்றான் முத்துமேனி.

'உங்கள் வீரர்களின் மூச்சுக்காற்று கூட நாடு திரும்பாது' என்றான் இருங்கோ முகத்தில் எவ்வித சலனமும் இன்றி. மூவரசர்களும் அதிர்ந்தனர்.

'என்ன சொல்கிறாய் நீ? முன்னூறு வீரர்களால் எவ்வாறு மூவாயிரம் வீரர்களை எதிர்த்து நிற்க இயலும்?' என்று படபடத்தான் தீச்செல்வன்.

"பூச்சிகளை ஈர்க்க மலர்ந்திருக்கும் செம்பூளைச் செடியின் மலரை அறிந்திருப்பீர்கள். நன்மணம் கமழ்ந்து, தேனினை ஒத்த பிசினை சுரந்து பூச்சிகளை ஈர்க்கும். மணத்தில் கட்டுண்டு, சுவையில் மயங்கும் பூச்சிகளின் உயிர்களை சிறைபிடிக்கும்"

'அதனாலென்ன?'

'கரிகாலனை கொல்லத் துடிக்கும் பகைவர் அனைவரையும் கவர்ந்திழுத்து ஒரே நேரத்தில் கொன்று குவிக்க வடிவமைக்கப்பட்டுள்ள செம்பூளை படை அது' என்று இருங்கோ கூறியதும், சிற்றரசர்கள் பேரதிர்ச்சிக்கு உள்ளாகினர்.

‘என்ன சொல்கிறாய் நீ?’ என்று துடித்தான் முத்துமேனி.

‘சொல்கிறேன்’ என்று துவங்கினான் இருங்கோவேள் திருப்தியுடன்.

★★★

சோழப்படைகளைத் தாக்கும் திட்டத்துடன் கரிகாலனின் படைக்கு முன்பாக நாங்கூரிலிருந்து புறப்பட்ட இருங்கோவேள் சூறைக்காற்றாய் முன்னேற மனதில் மகிழ்வு மொட்டவிழ்ந்திருந்தது. சென்னியின் குடும்பத்தை வேரறுக்க நேரம் அமைந்து விட்டதாக மகிழ்ந்தான்.

உலகின் ஆதித்தொழிலான வேட்டையினைச் செய்த வேடர் குலத்தினை மூதாதையராய் கொண்டவர்கள் வம்பர்கள். கொல்லி மலையில் சிறு சிறு கூட்டங்களாக பிரிந்து வேட்டையாடித் திரிந்தவர்கள். வம்பர்களின் குலத்தலைவனின் வழித் தோன்றல்களே இளங்கோவேளும், இருங்கோவேளும். இருங்கோ சிறியவனாய் இருந்தபோதே பெற்றோர் காட்டுப்புலி வேட்டையில் பலியாகிவிட, இளங்கோவேளே இருங்கோவையும், இரண்டு சகோதரிகளையும் வளர்த்து வந்தான். மிருகங்களிட மிருந்தும், கடும் சூழல்களிடமும் மக்கள் மடிவதைத் தவிர்க்க, அனைவரையும் ஒன்று திரட்டி மலையடிவாரத்தில் கிராமத்தை அமைத்து அமைதியாக வாழ விரும்பினான்.

கிராமத்தை உருவாக்க இயன்றாலும் மக்களின் பசியைத் தீர்க்க இயலாமல் முதன் முறையாக பாண்டிய நாட்டிலிருந்து சோழநாட்டிற்கு வணிகர்கள் கொண்டு சென்ற உணவுப்பொருட்களை வழிமறித்து கொள்ளையடித்தான். உயிர் பிழைக்கத் துவங்கிய கொள்ளைகள் இன்பம் துய்ப்பதற்காக தொடர்ந்தன. கொள்ளையடித்த செல்வத்தில் உணவுப் பொருட்களும், ஆடைகளும் வாங்கி மக்களுக்கு வழங்கினான். எளிதில் கைவரப் பெற்ற செல்வம் உழைத்து பொருளீட்டும் மனநிலையை குறைக்கத் துவங்கியது.

உலகில் தூய்மையான ஒன்று நெருப்பின் துளியே. ஆனால் அவையும் பற்றியெரியும் பொருளைக் கொண்டு நிறம் மாறுகிறது. கோவிலின் அகல் விளக்கில் எரியும் பொன்னிற நெருப்புச் சுடராய் இருந்தவர்கள் பண்புகளை இழந்து குப்பையில் எரியும் நெருப்பாய் மாறினர். நிலை மாற, நிறம் மாறியது. வம்பர்கள் குலம் கொள்ளையர்கள் குலமாக மாறிப்போனது.

வம்பர்களைத் துறைமுகங்களில் பணி செய்யவும், நகரங்களில் வணிகர்களைப் போன்றும் அனுப்பிய இளங்கோ, பொருட்கள் செல்லும் தகவல் வந்தவுடன் வீரர்களை அனுப்பி பொருட்களை பறித்துக் கொள்வதைத் தொடர்ந்தான்.

கொள்ளைத் தொழிலை விரும்பாத இருங்கோவேள் சகோதரனை நல்வழிப் படுத்த முயன்றான். தொடர்ந்து வீசும் பிடிவாத காற்று மலையை மடுவாக்குவது போல, மெதுமெதுவாக குலத்தினர் அனைவரையும் மாற்றினான்.

விலை உயர்ந்த பெருஞ்செல்வங்களை மாசாத்துவன் புகாருக்கு வரவழைக்கப் போவதாய் தகவல் கிடைக்க, குடிகளின் மேலும், இருங்கோவேளின் மேலும் அதீத அன்பு கொண்டிருந்த இளங்கோ இறுதியாக ஒரு கொள்ளையை நிகழ்த்தி விட்டு விலகி விடலாமென கூறினான். பொருட்களைக் கொள்ளையடித்த பின்னர் வம்பர்கள் சில காலம் மறைந்திருப்பது அவசியமென எண்ணிய இருங்கோ சேரநாட்டில் தங்குமிடத்தைக் கண்டறிய சேரநாட்டிற்கு சென்றான்.

புகாரிலிருந்து சேரநாட்டிற்கு மாசாத்துவன் பொருட்களைக் கொண்டு செல்வதைத் தெரிவிக்க இளங்கோவின் ஒற்றன் வம்பர்களின் கிராமத்திற்கு செல்ல, வம்பனை பின்தொடர்ந்து சோழ ஒற்றன் சென்றான்.

பொருட்களைக் கொள்ளையடிக்க இளங்கோ வட்டப்பாறைக்கு செல்ல, பொருட்களை மீட்க சோழப்படை வம்பர்களின் கிராமத்திற்கு சென்றது.

இளங்கோவைச் சென்னி சிதைத்தெறிய, வம்பனைப் பின்தொடர்ந்த சோழப் படையினர் வம்பர்களின் கிராமத்தில் நுழைந்தனர். வேட்டைத் தொழிலை பழகிய ஆண்களும், பெண்களும், சிறுவர்களும் வில்லேந்தி எதிர்த்து நிற்க, வில்லேந்திய அனைவரும் துளைக்கப்பட்டனர். வம்பர்கள் கொள்ளையடித்து சேகரித்து வைத்திருந்த பொருட்களைச் சோழப்படை ரதங்களில் ஏற்றிச் சென்றது.

கிராமத்திற்கு திரும்பிய இருங்கோ, உடல்கள் சிதறிக் கிடப்பதையும், சகோதரிகள் கொல்லப்பட்டிருப்பதையும், இளங்கோவின் கைகள் துண்டாடப் பட்டிருப்பதையும் கண்டு துடிதுடித்துப் போனான். கைகளை இழந்ததை விட, குலத்தை இழந்தது இளங்கோவின் மனதை அதிகம் வதைக்க, சில நாட்களில் இளங்கோ இறந்து போனான்.

சென்னி வம்பர் குலத்தின் சிதைக்கு இட்ட நெருப்பு, பேருலகங்களை எரிக்கும் பெருநெருப்பாய் இருங்கோவின் மனதில் நின்று எரிந்தது. முள்ளூர் சிற்றரசன் பெருஞ்சாத்தன் இளங்கோவிற்கு உதவியவன் என்பதை அறிந்த இருங்கோ குலத்தில் எஞ்சியிருந்த குழந்தைகளுடன் முள்ளூருக்கு சென்றான்.

சென்னியை கொல்வதற்கு இருங்கோ எதையும் செய்ய சித்தமாயிருப்பதைக் கண்ட பெருஞ்சாத்தன், இருங்கோவைத் தனது படைத்தளபதியாய் நியமிக்க...

சோழத்தை அடைய பெருஞ்சாத்தன் பேராசையுடன் இருப்பதை உணர்ந்த இருங்கோ தளபதியாக இசைந்தான். திரியும், எண்ணையுமாய் இணைந்த இருவரும் சூதின் வெளிச்சத்தைப் பரப்பத் துவங்கினர்.

சோழப்படையின் வலிமையால் சென்னியை போரிட்டு வெல்ல முடியாது என்பதை எடுத்துக் கூறிய பெருஞ்சாத்தன், வஞ்சகத்தை ஆயுதமாய் கைக்கொள்ள அறிவுறுத்தினான். பகைக்கு கூர் தீட்டினான். இருங்கோவின் உலகிற்கு வஞ்சினமே வானமாய் மாறியிருந்தது.

எண்ணத்தில் தொலைந்திருந்த இருங்கோ பாலக்காட்டு கணவாயை நெருங்கும்போது சாதாரண உடையில் ஏராளமான குதிரை வீரர்கள் நின்றிருப்பதைக் கண்டு குழம்பிப் போனான். மெதுவாக அவர்களைக் கடந்து சென்றவன் ஏதோ ஒன்றைத் தவறவிடுவதாக உள்ளுணர்வு உணர்த்தியது. காட்டினூடே செல்லும்போது பகை விலங்கொன்று பின்தொடர்கையில் ஏற்படும் குறுகுறுப்பை உணர்ந்தான்.

இதுவரை கண்ட காட்சிகளை எண்ணியபடி எண்ணத் தாரைகளில் பின்னோக்கிச் சென்று தேடினான். கைகளில் சிக்காத காற்றாய் நழுவியது உள்ளுணர்வில் சிக்கியிருந்த ஏதோவொன்று.

குதிரையைத் தொடர்ந்து செலுத்த, ஒரு காத தொலைவிற்கு பின்னர் ஒருவன் குதிரையில் அமர்ந்திருப்பதைக் கண்டான். அடுத்த ஒரு காதத்திற்கு பின்னர் மற்றொருவன். கரிகாலன் சோழப்படையுடன் இணையும் முன்னர் சோழப்படை குற்றொலி எழுப்பியதையும், பதிலொளி திரும்பியதையும் நினைவு கூர்ந்தவன் வீரர்கள் நின்றிருந்த பாதையை பின்பற்றி குதிரையை தொடர்ந்து செலுத்தியபோது ஏராளமான ரதப்படை வீரர்கள் நின்றிருப்பதைக் கண்டதும் சோழர்களின் உத்தி பிடிபட்டது.

நாரில் தொடுக்கும் மலர்களைப் போல சிறிய இடைவெளிகளில் சோழப்படையின் வீரர்கள் நிலை கொண்டுள்ளனர். நான்கைந்து காத தூரத்திற்கு ஒருமுறை சோழர்களின் சிறிய படையொன்று ஆயத்த நிலையில் இருந்தது. கரிகாலனின் படையை பகைவர்கள் தாக்கினால் சோழ வீரர்கள் குழலூதி குற்றொலியை எழுப்புவர். அடுத்த கணம் மலைப்பாம்பின் தலையைத் தொடர்ந்து வரும் உடலைப்போல் முன்னேறும் சோழப்படை பகையை வளைத்துக் கொள்ளும்.

பின்னோக்கி உடலை நகர்த்தி புற்றுக்குள் செல்லும் நாகத்தை போல, ஒவ்வொரு நாழிகைக்கும் ஒருமுறை சோழப்படை பின்னோக்கி நகர்வதை கவனித்த இருங்கோ தொடர்ந்து பயணித்து சோழப்படை வீரர்களின் எண்ணிக்கையை கணக்கிட

முயன்றான். நீரின் மேற்பரப்பில் மிதக்கும் தாமரையின் கொடி நீண்டு மண்ணில் புதையுண்டிருப்பதைப் போல சோழ நாட்டின் எல்லை வரை சோழப் படைகள் ஆயத்தமாயிருப்பதைக் கண்டு மனம் நொடித்து போனது.

தென்னாட்டில் பெரும்படையைக் கொண்டிருந்த பாண்டிய வேந்தனே தாக்கினாலும், எதிர்த்து வெல்ல சோழம் ஆயத்தமாகி வந்துள்ளதென எண்ணி, குதிரையை திருப்பி முள்ளூரை நோக்கி விரைந்தான்.

'முள்ளூரின் சிற்றரசர் தோன்றிமலைக்கு சென்றிருப்பதாய் கேள்விப்பட்டதும் சோழப்படையைத் தாக்க திட்டம் தீட்டியிருப்பீர்கள் என்றெண்ணி அதை நிறுத்துவதற்காக விரைந்து வந்தேன். இப்போதும் நேரம் கடந்து விடவில்லை. தாக்குதலை நிறுத்திக்கொண்டு படையைத் திரும்பப் பெறுங்கள்' என்று இருங்கோ முடிக்க, மூன்று சிற்றரசர்களும் இடிந்து போய் அமர்ந்திருந்தனர்.

'சோழத் தளபதிகளை குறைவாக எண்ணி, தொலைவிலிருந்தே முடிவெடுத்தது பெருந்தவறாக அமைந்து பேரழிவை ஏற்படுத்தி இருக்குமென எண்ணிய பெருஞ்சாத்தன் வீரனொருவனை அனுப்பி தாக்குதலை நிறுத்தத் சொல். வீரர்கள் நாடு திரும்பட்டும்' என்று சொல்ல, முத்துமேனி நசிந்த மனதுடன் காவல் வீரனை விளித்தான்.

★★★

சோழ வீரர்களின் இசைக்கருவிகள் இன்னியம் இசைக்க, குரல்கள் பண்களை எழுப்ப, குதிரையொலிகள் லயத்தைக் கூட்ட கரிகாலனின் படை சோழ நாட்டினுள் நுழைந்தது. வழியெங்கும் நின்ற சோழ மக்கள் மலர்களைத் தூவி, வாழ்த்தொலிகளை எழுப்பி வரவேற்றனர். பெருந்திரளான மக்கள் படையைத் தொடர்ந்து வர, முழக்கங்களில் நிலமும், நீரும் அதிர்ந்தன.

நீலமாய் மிதந்து கொண்டிருக்கும் வானத்தட்டில் வெய்யோனும் வெண்ணிலவும் இரு பந்துகளாய் விண்ணை முட்டி ஒன்றன் பின் மற்றொன்றாய் ஏறி இறங்கி கரிகாலன் செல்வதைப் பார்த்துக் களித்தபடி பூமிப்பந்தை ஒளிர்வித்தும், இருளச் செய்தும் விளையாடிக் கொண்டிருக்க, கரிகாலன் புகாரை நெருங்கினான்.

கரிகாலனின் வருகையை எதிர்பார்த்து புகார் மக்கள் மேற்கு நுழைவு வாயிலில் கின்னாரி, கச்சபி, மயூரி சிதார் இசைக்கருவிகளை இசைத்தபடி பெருங்கடலாய் காத்திருந்தனர். மதிற்சுவரின் மேலிருந்த சோழக்கொடிகளில் பாயும் புலிகள் அசைந்தாடின. மதிலெங்கும் எண்ணற்ற முரசுகள் விழி திறந்திருக்க, நெடுந்தாரைகள் மதிலைத் தாண்டி நீண்டு பார்த்திருக்க, வீரர்கள் அவற்றை ஒலிப்பதற்கு காத்திருந்தனர்.

கரிகாலன் புகாரில் நுழைவதற்காக இருளினுள் அமிழ்ந்து காத்திருந்த பகலவன் கரிகாலனை ஒளி வெள்ளத்தால் நனைத்தபடி கிழக்கு வானில் மேலேற, பிடர்த்தலையின் மேல் அமர்ந்தபடி கரிகாலன் புகாரின் நுழைவு வாயிலில் நுழைந்தான்.

அடுத்த கணம் வீரர்கள் ஆவேசம் கொண்டவர்களாய் முரசுகளை ஒலிக்க, நெடுந்தாரைகள் கொக்கரிக்க, புகார் மக்கள் கட்டுக்கடங்கா முழக்கங்களை எழுப்பிய படி சோழவேந்தனை பெரும் ஆரவாரத்துடன் வரவேற்றனர். மக்களின் குரல்கள் இணைந்து இடியாய் முழங்க, நிலமெழுப்பும் இடியோசையா இதுவென்று வானம் மருண்டது.

மக்களைக் கட்டுப்படுத்த சாலையின் இருபுறமும் வீரர்கள் நின்றாலும் அதற்கு அவசியமின்றி மக்களே ஒதுங்கி நின்றபடி பேரொலியை எழுப்பினர். ஒவ்வொருவரும் சோழவேந்தனைக் கண் குளிர காணும் ஆவலில் பார்வையால் தேட, பிடர்த்தலையின் உச்சியில் இளஞ்சேட்சென்னியே தெரிந்தான். மக்களின் விழிச்சுடர்கள் ஒளியுடன் பற்றியெரிய, தீப்பற்றிய உணர்வுகள் குரலை வெடிக்கச் செய்து ஒலியலைகளை காற்றில் பரப்பின.

'சோழ வேந்தன் பெருவளத்தான்' என்றொருவன் இரைய..

'வாழ்க... வாழ்க' வென்று மக்கள் கண்களில் நீர் பெருக்கெடுக்க இரைந்தனர்.

'சோழ வேந்தன் கரிகாலன்' என்றொருவன் இரைய..

'வாழ்க... வாழ்க' வென்று எழும்பிய குரல்கள் மேகத்தை சிதறடித்தன.

தெய்வத்திற்கு பூசை செய்கையில் வெவ்வேறு பெயர்களால் விளிப்பதை போன்று, ஒவ்வொருவரும் தமக்குப் பிடித்த பெயர்களால் கரிகாலனின் பெயரை அர்ச்சிக்க, ஒலிக்கற்றைகள் நாற்புறமும் வானேறின. மக்களின் பேரிரைச்சல் கடலின் ஓசையை விழுங்கின. பல்லாண்டுகளுக்கு பின்னர் புகார் மக்கள் மீண்டும் களியாடத் துவங்கினர்.

கோவில்களில் நிகழ்த்தப்பட்ட சிறப்பு பூசைகளின் மங்களப் பேரிசைகளும், நறுமணப் பொருட்களும் காற்றின் மேலேறி வந்து கரிகாலனை வரவேற்றன. மாடமாளிகைகள் மேல் முளைத்த மக்களின் விழிகள் கரிகாலனை மொய்க்க, மனங்கள் கூத்தாடின.

பலவண்ணக் கொடிகள் அசைந்து கரிகாலனை வரவேற்க, இளைஞர்கள் விரிந்த விழிகளுடன் புகாரின் அழகை விழுங்கியபடி குதிரையைச் செலுத்தினர்.

நாளங்காடியைக் கடந்த பிடர்த்தலை, அரச வீதியில் நுழைந்து முன்னேறியது. அரண்மனையின் முதன்மை வாயிலில் பிடர்த்தலை நிலைகொள்ள, தளபதிகள் முன்வந்து வரவேற்றனர்.

வாயிலில் அமைச்சர் திகழ்செம்மான், சங்கருள்நாதனுடன் முகமலர்ச்சியுடன் நின்றிருந்தார். யானையின் மேலிருந்து எழுந்த கரிகாலன் தன் மண்ணில் முதன்

முறையாக கால் பதிக்கப் போகும் நெகிழ்வுடன் முன்னேறி யானையின் தோளிலிலிருந்து சறுக்கியபடி குதித்தான். வேகமாக விழுந்தவன் இறுதி நொடியில் யானையின் ஒரு தந்தத்தைப் பற்றி வேகத்தைக் குறைத்து மென்மையாக நிலத்தில் இறங்க, வீரத்தை விளைவிக்கும் சோழத்தின் மண் கரிகாலனின் பாதங்களை முத்தமிட்டு வரவேற்றது.

மதிற்சுவர்களின் மேலிருந்து இசைக்கருவிகள் முழங்க, மலர்கள் மழையாய் பொழிந்தன. குடிமக்களின் வாழ்த்தொலிகள் கொந்தளிக்கும் பேரலைகளாய் தொடர்ந்து ஒலித்தபடி இருக்க, புலவர்களும், அமைச்சர்களும் புகழ்மொழிகளை உரைத்து வரவேற்றனர்.

'வாருங்கள் வேந்தே' என்று வணங்கி வரவேற்ற திகழ்செம்மான் ஏழடியில் எழுஞாயிறாய் உதித்திருந்த சோழத்தின் விடியலைக் கண்டு மகிழ, கைகளைக் குவித்து வணங்கினான் கரிகாலன்.

'வா மகளே' என்று செம்மான் அருகில் நின்ற இளவெயினியை வரவேற்க, இளவெயினி அவரை வணங்கினாள்.

வெண்ணிற கேசங்களும், மெல்லிய உடலுமாய் இளைத்திருந்த சங்கருள்நாதன் கண்ணில் ஊற்றெடுக்கும் நீருடன் முன்னேற, 'தந்தையே' என்று விளித்த இளவெயினியின் குரல் உடைந்திருந்தது.

முன்னேறிய இளவெயினியை ஒரு கையாலும், மற்றொரு கையால் கரிகாலனையும் அணைத்துக் கொண்ட சங்கருள்நாதனின் உடல் நடுங்க, அவரை ஆறுதலாய் இறுக்கிக் கொண்டான் கரிகாலன்.

அனைவரும் அகநகரினுள் நுழைந்து முன்னேற, தளபதிகளும், இளைஞர்களும், வீரர்களும் புடை சூழ நட்சத்திரங்களை வழிநடத்தும் கதிரவனாய் கரிகாலன் முன்னேறினான். இருபுறமும் நின்றிருந்த பெண்கள் பலரும் மங்கல ஆலங்கள், தென்னம் பாலைகள் ஏந்தி, மலர்களைச் சொரிந்து வரவேற்க மங்கல ஒலிகளுடன் நடந்தவர்கள் சோழ அரண்மனையின் முன் வந்து நின்றனர்.

அரண்மனையின் வாயிலில் இளவெயினியை எதிர்நோக்கி ஆவலுடன் நின்ற நன்முகை 'அம்மா' என்றழைக்க அவளின் விழிகளில் கண்ணீர் வழிந்தோடியது.

பெருமகிழ்வுடன் அவளை நோக்கி நடந்த இளவெயினி அவளை இறுக அணைத்துக் கொள்ள நன்முகையின் குரல் விம்மலை வெளிப்படுத்தியது. இளவெயினி நன்முகையின் உடலைத் தடவி மெதுவாகத் தேற்றினாள்.

சோழப்பெண்கள் முன்னேறி கரிகாலனுக்கு ஆத்தி மாலையைச் சூட, அவற்றை ஏற்று நிமிர்ந்தவனின் கண்கள் அருகில் மிளிர்ந்த பொன்னொளியில் நிலைத்தன.

மின்னிய பலவண்ண மணிக்கற்கள் ஆங்காங்கே பதிக்கப்பட்டு, இடையிடையே முத்துக்கள் கோர்க்கப்பட்ட பொன்னிழை துகிலை அணிந்த சிலை ஒன்று நெருங்க, விழிகளை விலக்க விடாமல் கட்டி வைத்தது அதன் அழகு. சிலை மெல்ல அசைந்து முன்னகர, அவள் பாதங்களின் நகர்வில் கற்சிலையல்ல. மனங்களை மயக்கும் பெண் சிலை என்பதை உணர்ந்து மீண்டான் கரிகாலன்.

சிறிய பாதங்களில் செம்பஞ்சு குழம்புப் பூச்சும், பொன் பாடகமும், மணிசதங்கையும் அழகு செய்திருக்க, இளஞ்சிவப்பு பட்டாடை சரிகை மடிப்புகளுடன் அசைந்தது. பெரிய முத்துக்கள் கொண்ட விரிசிகை இடையை கட்டியிருக்க, அதன் பிடிப்பில் சிற்றிடை அகப்பட்டிருந்தது. இடையணிக்கு தோதாக முத்து வளைகள் தோளைப் பற்றியிருக்க, செம்பொன் வளையல்கள் முன் கையை நிறைத்திருந்தன. அடர் சந்தனமாய் விளைந்த நிறம் அவள் அழகுக்கு மெருகூட்டியது. இதுவரை கண்டதை நினைவில் சேமித்த பார்வை, மேற்கொண்டு காணும் ஆவலில் பூந்துகிலின் சரிகையைப் பற்றி மேலேறியது.

செந்நிற ஒளிவீசும் மாணிக்க மாலையும், அதற்கு இணையான காதணிகளும் தந்த ஒளி அவள் முகத்தை ஒளிரச் செய்தது. சிறிய இதழ்கள் தானே சிவந்திருந்ததா இல்லை இவற்றின் ஒளியால் மாணிக்கங்கள் ஒளி பெற்றதா என வியக்கும் போதே அவை மெல்லத் திறந்து உள்ளிருக்கும் முத்துகள் மின்னி மறைந்தன. தும்பிச் சிறகாய் படபடத்த இமைகள் அவனை விழுங்கக் காத்திருப்பது போலப் பார்த்திருக்க, அழகின் தடாகத்தில் விழுந்த கண்களை மீட்டு பார்வையை மெல்லத் திருப்பினான் கரிகாலன்.

கரிகாலனுக்கு ஆத்திமாலையை அணிவித்து நெற்றியில் பொட்டிட்டு 'வாருங்கள் வேந்தே' என்றவள் வரவேற்க...

அணிகள் அவளுக்கு அணியா இல்லை அவைகளுக்கு இவள் துணையா என்று அதுவரை வியந்து நின்ற இளவெயினியும், இவள் யாரென்ற கேள்வியுடன் விழிகளை உயர்த்த...

'எனது மகள் பனிமுகில்' என்றான் பரஞ்சுடர்.

கார்முகிலாய் கனிந்த புருவங்களை உயர்த்தி, பனி பூசிய விழிகளால் பார்வையை வீசியவள் இதழ்களை மலர்வித்து இளநகை புரிய, அத்திக்கட்டி மழையால் அதிரும் நீர்வெளியென அனைவரின் மனங்களும் அதிர்ந்தன. அதிர்வின் அலைகள் மலர்கள் விரிவதைப் போல பரவின.

வீரம் வளரும்...

பாகம் – 4
வெண்ணிப்பறந்தலை

56

விண்ணோரும், மண்ணோரும் மயங்கும் புகார் நகரம் பல வருடங்களுக்குப் பின்னர் பேருவகையுடன் விழாக்கோலம் பூணத் துவங்கியது. சோழவேந்தனாக கரிகாலனுக்கு முடிசூட்டுவதற்கு நற்கோள்களின் நிலையறிந்து காலக் கணக்கர்கள் நன்னாளையும், நன்நேரத்தையும் கணக்கிட்டு கூறினர். நன்னாள் வருவதற்கு பத்து நாட்கள் இருக்க, சோழத்தின் தலைநகரம் பழையவற்றைக் களைந்து, புதியவற்றை அணிந்து மகிழ்வின் தலைநகராய் மாறியது.

“பொறுமையில் நிலமாகவும், கருணையில் மழையாகவும், வீரத்தில் நெருப்பாகவும், விவேகத்தில் காற்றாகவும், மாண்பில் வானாகவும் இருந்து ஐம்பூதங்களுக்கு இலக்கணமாய் நீடூழி வாழ்வாயாக”

நகரின் கொலு மண்டபங்கள், நாடக அரங்குகள், விளையாட்டுத் திடல்கள், கோவில்கள், பூஞ்சோலைகள், நீர்த்துறைகள், நன்னீர்ப் பொய்கைகள் முதலானவை புதுப்பிக்கப்பட்டன. வாழை மரங்களும், கமுகு மரங்களும் தெருக்களை அழகு செய்ய இடம் பெயர்ந்து சென்றன.

மாடமாளிகைகள் வண்ணப் பூச்சுக் களை மாற்றிக்கொள்ள, தெருக்களும், சோலைகளும் பேரழகை சூடிக் கொண்டன. தெருக்களில் வீடுதோறும் பூக்களைச் சுமந்து சென்று விற்கும் பூவிலைப் பெண்டிர்கள் களிப்புறுமாறு செடிகளும், கொடிகளும், மரங்களும் மலர்களைப்

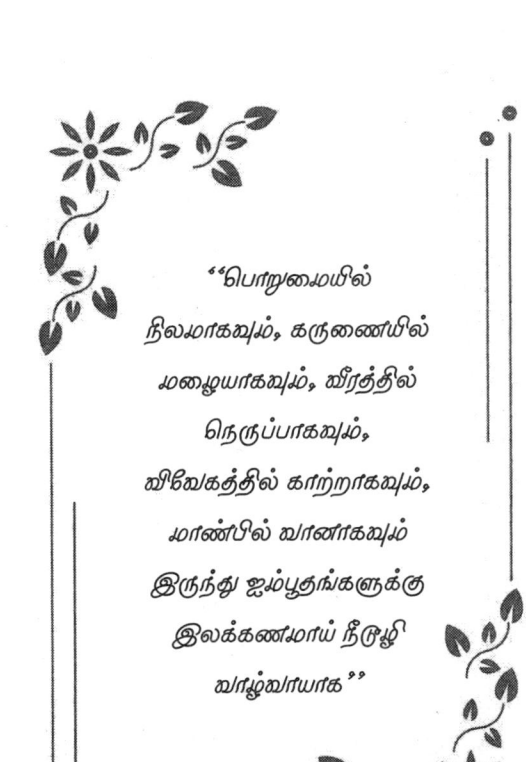

புதுப்பித்துக் கொண்டன. மோரைக் கடைகையில் திரளும் வெண்ணையைப் போன்று, செடிகள் சூடிய மலர்களை சிலுப்பி மணத்தை அள்ளிச் சென்றது காற்று. பொன்னி நதி பூரிப்புடன் கரைபுரண்டு ஓட, பாணர்களின் இசைக்கருவிகள் ஒலியெழுப்பி குரல்களை பரிசோதித்துக் கொண்டன.

சோழ வேந்தன் இல்லாததால் புகாரின் கோவில்களில் தெய்வங்களுக்கு மனமின்றி நிகழ்ந்த பூசைகள் புதிய நம்பிக்கையுடன் உணர்வுப் பூர்வமாய் நிகழத் துவங்கின.

அயல் நாடுகளிலிருந்து பட்டாடைகளும், நவரத்தினங்களும், அழகுப் பொருட்களும், அணிகலன்களும் வெள்ளமாய் குவிந்தவண்ணம் இருக்க, அண்டைய நாடுகளிலிருந்து மிளகு, வரகு, சாமை போன்ற உணவுப் பொருட்கள் வந்து கொண்டிருந்தன. சோழத்தின் நுழைவு வாயில்கள் அனைவருக்கும் திறக்கப்பட்டிருக்க, மக்களும், புலவர்களும், பாணர்களும் படை திரண்டு வந்தனர். நகரெங்கும் காவல் நிலைகள் கண்ணுக்குப் புலப்படா கானல் நீராய் மறைந்திருக்க, கானல் நீரின் நீர்த்தாரைகளைச் சோழத்தின் அறுவகைப் படைகள் பின்னியிருந்தன.

அரண்மனையில் சில நாட்கள் தங்கியிருந்த நிலவனும் மற்ற இளைஞர்களும் கரிகாலனின் வெள்ளணி விழாவிற்கு முன்னதாக திரும்பி விடுவதாகக் கூறிவிட்டு சங்கருள்நாதனுடன் அழுந்தூருக்குப் புறப்பட்டு சென்றனர். இரும்பிடாரும் அவர்களுடன் சென்றிருக்க, அரண்மனை வாசம் கரிகாலனுக்குப் புதியதாய் இருந்தது.

காட்டில் வசிக்கும் வேங்கையைத் தனியறையில் அடைத்தது போலிருக்க, இரவெல்லாம் இளவெயினியின் அறையிலேயே அமர்ந்து பேசிக் கொண்டிருந்தான். சோழ குலத்தின் பெருமைகளையும், மாண்புகளையும் இளவெயினி குலத்தின் முதல்வனுக்கு எடுத்துக் கூறினாலும், பச்சிளங்குழந்தையைச் சுற்றி வரும் தாயைப் போல பேச்சுகள் சென்னியிடமே வந்து நின்றன.துவக்கம் ஏதாகினும் முடிவாய் சென்னியே இருந்தான்.

இளவெயினியின் வானில் சென்னி வெள்ளியாய் முளைத்தது, சுடரை தொடரும் வெளிச்சமாய் அவனுடன் மனம் இணைந்தது, உயிர்கள் அதிசயிக்க மணமுடித்தது, முகிழும் மலராய் வாழ்வு மலர்ந்தது என வாழ்வின் அழியா நினைவுகளைக் கூறினாள். வம்பர், வடும்பர் போர்களில் சென்னி நிகழ்த்திய வீரத்தை மீண்டும் கூறினாள். விண்ணவர் வியக்கும் கருணையை கூறினாள். கருணையால் நிகழ்ந்த விளைவுகளைக் கூறினாள். சில சமயங்களில் அவளின் குரல் உடைந்தது. சில சமயங்களில் அவளின் விழித்தேக்கங்கள் உடைந்தன. கரிகாலன் செய்யக் கூடியது ஏதுமின்றி மனம் நெகிழ்ந்து அமர்ந்திருந்தான்.

சொற்கள் ஒலியிழந்து, கண்கள் களையிழந்து, உடல் உணர்விழந்து வெட்ட வெளியாய் தூர்ந்து நின்ற மனம், அன்னையின் மடியில் சாய்ந்து உரம் தேட முயன்றது.

உண்மை விறகுகளைக் கொண்டு இளவெயினி மூட்டிய தவத் தீயொன்று, பொன் துகள்களாய் மென்மை படர்ந்திருந்த கரிகாலனின் மனதைக் கொதி நிலைக்கு உயர்த்தி, குளிரச் செய்து கொண்டிருந்தன. பொன்னுலகைப் படைக்க மனமொன்று புடம் போடப்பட்டது.

அன்று காலையில் இளவெயினியுடன் தளபதிகளும், அமைச்சர்களும் அரசவையில் அமர்ந்திருக்க, கரிகாலன் முதன் முறையாக அவர்களுடன் அமர்ந்திருந்தான்.

பரஞ்சுடரினருகில் அவனது மகன் செஞ்சூரியன் அமர்ந்திருக்க, வானவனின் அருகில் அவனது மகன்கள் திதியனும், கபிலனும் அமர்ந்திருந்தனர்.

'போரை எப்போது துவங்குவது?' என்றான் பரஞ்சுடர்.

'கரிகாலனுக்கு வெள்ளணி விழா முடிந்து சில நாட்கள் செல்லட்டும். குருதி வேட்கை கொண்டவனென கரிகாலனை மக்கள் எண்ணக்கூடாது' என்றாள் இளவெயினி.

'வஞ்சினம் தீர்ப்பது அரச நியதி தானே. மக்களும் போரிடுவதற்கு துடிப்புடன் உள்ளனர்' என்றான் பரஞ்சுடர்.

'பெருஞ்சாத்தனும், தீச்செல்வனும் பாண்டிய வேந்தன் நம்பியைக் காணச் சென்றதாக தகவல் வந்திருந்தது. கரிகாலனை அழைத்து வரும்போதே தாக்குதல் நிகழுமென எதிர்பார்த்தேன். ஒற்றனிடமிருந்து முழுத்தகவல் விரைவில் கிட்டும்' என்றான் வானவன்.

'வஞ்சினம் தீர்க்க மூன்று சிற்றரசுகளின் மேலும் நாம் விரைவில் போர் தொடுப்போம் என்பதால் பாண்டிய நாட்டினிடம் சரணடையச் சென்றிருப்பர்' என்றான் பரஞ்சுடர்.

'நம்மீது போர் தொடுக்க பாண்டியர்களை ஈர்க்கும் முயற்சியாகவும் இருக்கலாம். பாண்டிய இளவரசன் நம்பிக்கும் சோழ நாட்டினை கைக்கொள்ளும் எண்ணம் உள்ளது' என்றாள் இளவெயினி.

'பாண்டியர்கள் படையெடுத்தால் மூன்று சிற்றரசர்களும் இணைந்து கொள்வது உறுதி' என்றான் வானவன்.

'நான்கு நாடுகளும் இணைந்தால் நமது வீரர்களைப் போல் மும்மடங்கு வீரர்களைக் கொண்டிருப்பர். எனினும் அது ஒரு பொருட்டன்று. புகாரின் தெருக்களை

மறித்து, பொறி மாளிகைகளை உருவாக்கி இருக்கிறோம். அதன் உள்ளிருக்கும் நமது வீரர்கள் வாயிலை அடைத்து கொண்டால் அதனை வீழ்த்த எத்தனை வீரர்களாலும் இயலாது'

கரிகாலன் அமைதியாக அமர்ந்திருப்பதைக் கண்ட இளவெயினி அவனையும் மெதுவாக அரச விவாதங்களில் உள்ளிழுக்க வேண்டுமென எண்ணி 'நீயென்ன நினைக்கிறாய்?' என்று கேட்டாள்.

கழுகு தனது குஞ்சைக் கூட்டிலிருந்து தள்ளி விட்டு பறக்கக் கற்றுத் தருவது போல, இளவெயினி கரிகாலனின் மனத் தடைகளை உடைத்து வேந்தனாக மாற்ற பயிற்சி அளிக்கிறாள் என்பதைப் புரிந்து கொண்ட வானவன் ஆவலுடன் கரிகாலனை நோக்கினான்.

'தாக்குவதை விடுத்து தடுத்து நிற்க நாம் ஏன் திட்டமிட வேண்டும். இரையல்ல நாம். சோழத்தின் வேட்டையர்கள். முள்ளூர் சிற்றரசனைப் பயன்படுத்தி நமது பகைவர்கள் அனைவரையும் ஏன் ஒன்று திரட்டக்கூடாது?' என்று கரிகாலன் கூற, சபை அதிர்ந்தது. அமைதியானது.

பாண்டிய அவையில் நிகழ்ந்த இறந்த காலத்தின் சதியை சீர்படுத்த அனைவரும் விவாதித்துக் கொண்டிருக்க, எதிர் காலத்தை கட்டமைக்க கரிகாலன் எண்ணுகிறான் என்று அனைவரும் உணர்ந்தனர். சென்னியின் இளவல் இருமடங்கு பாய்கிறான். நீச்சல் கற்றுத் தர தேவையில்லாத பெருமீன் இதுவென்று உணர்ந்த வானவன்...

'அது எவ்வாறு சாத்தியம்?' என்றான் கரிகாலனின் மனப்போக்கை புரிந்து கொள்ளும் ஆவலுடன்.

'விழாக்களை விமரிசையாக உண்டாடுவது பாண்டிய வழக்கம். நாமும் அதைப் பின்பற்றுவோம்: வெள்ளணி விழாவில் புலவர்களுக்கும், ஏழைகளுக்கும் பெருமளவு கொடைகளை அளிப்போம். கொடைகள் கொடியவர்களின் மனதில் பொறாமையை விதைக்க வேண்டும். மற்றதை பெருஞ்சாத்தன் கவனித்துக் கொள்வான். தீச்சுடருக்கு பாய்ந்து வரும் விட்டில்களைப் போல, செல்வத்திற்கு பாய்ந்து வருவர் பகைவர்கள்.'

'மேலும் நாடுகள் ஒன்றிணைந்தால் அவர்களை எதிர்கொள்வதில் நமது படைகளுக்கு சிரமம் ஏற்படலாம்'

'போருக்கான ஆயத்தங்களைத் துவங்குவோம். வெட்சிப் பூ அணிந்து நிரை கவர்தலும், கரந்தை பூ அணிந்து மறித்து நிற்பதுமென மலர்களைக் கொண்டு வீரர்களை இனம் கண்ட காலம் முடியட்டும். வீரர்கள் அனைவருக்கும் ஒரே விதமான

பொன்னாலும், வெண்பொன்னாலும், இரண்டும் இணைந்தும் உருவாக்கப்பட்ட கோவில் தூண்கள், நீராழி மண்டபச் சிற்பங்கள், பொய்கைகளில் மிதந்த பொற்றாமரைகள் என்று காணுமிடமெல்லாம் பொன் இழைக்கப்பட்டு புகார் நகரம் கந்தர்வர்கள் வசிக்கும் பொன்னுலகமாகத் திகழ்ந்தது.

காடுகள் அழிக்கப்பட்டு அகன்ற வீதிகளுடன், யவன விளக்குகள் பொருத்தப் பட்ட புதிய தெருக்கள் ஒளி வீசின. பரதவர்களின் குடில்கள் அகற்றப்பட்டு சுட்ட கற்களால் வீடுகள் உருவாக்கித் தரப்பட்டன.

தெருக்கள் தோறும் பாணர்கள் இன்னியமும், பண்ணியமும் இணைந்த இசையை குதூகலத்துடன் மீட்டிக் கொண்டிருக்க, திருவாரூர், திருவாழப்புத்தூர், தேவிகாபுரம் ஆகிய ஊர்களிலிருந்து வந்திருந்த கணிகையர் ஆடல் நிகழ்ச்சிகளை நகரெங்கும் நிகழ்த்தினர்.

விழாவின் முதல் நாள் மதியத்திலிருந்து நிகழ்வுகள் விமரிசையாகத் துவங்கின. இந்திர விழா நிகழ்வது போல் புகாரின் வீதிகள் பொலிவேறி இருக்க, மங்கலப் பொருட் களால் வீதிகள் நிறைக்கப்பட்டு, அத்தர், புனுகு திரவியங்களின் வாசனையும், பூக்களின் நறுமணமும் அகிற்புகையுடன் இணைந்து சுகந்த மணத்தை நகரெங்கும் கமழச் செய்தது.

விழா நிகழும் பெருந்திடலை நோக்கி ஒளிச்சுடர்களாய் மிளிரும் பெண்கள், குழந்தைகள், ஆண்கள் அனைவரும் பெருந்திரளாய் சென்று கொண்டிருந்தனர். அவர்களினூடே முகபடாம் அணிந்த யானைகளும் முண்டியடித்துக் கொண்டு நடந்தன. மஞ்சள் நிற ஆடையணிந்து ஆசையைத் துறந்த துறவிகள் கரிகாலனைக் காணும் ஆவலுடன் விரைந்து கொண்டிருந்தனர்.

தங்கத்தினால் சரிகை வேய்ந்த வெண்பட்டுடுத்தி மின்னும் கதிரவனாய் பிடர்த்தலையின் மேல் கரிகாலன் நகரின் முக்கிய வீதிகள் வழியாக பெருந்திடலுக்கு முன்னேற, பொற் தாலங்களில் முளைப்பாரிகளும், நன்னீர் கலசங்களும், பொற்கலங்களில் தானியங்களும் ஏந்திய மக்கள் கோலாகலத்துடன் அவனை அழைத்துச் சென்றனர். நறுமண மலர்கள் தெருக்களில் மலை மலையாக குவிக்கப் பட்டிருக்க, மலர்களைச் சொரிந்து மக்கள் கரிகாலனை வரவேற்றனர்.

புதுமணல் பரப்பியிருந்த பேரழகுப் பந்தல்களில் வாழை, பனை, மாவிலை யினாலான தோரணங்கள் மலர்ச்சியுடன் அசைய, இடைவிடாமல் எழும்பிய மங்கல வாத்தியங்களின் இனிய ஒலிகள் கரிகாலனுக்காகக் காத்திருந்தன.

நகரை வலம் வந்த கரிகாலன் விழாத் திடலில் இறங்கியதும் அங்கு விரித்திருந்த வண்ணக் கம்பளங்களின் மேல் வைராவிகள் அழைத்துச் சென்றனர். பெண் ஒருத்தி கையில் விளக்கேந்தி நிற்பது போல பொன்னால் செய்யப்பட்ட பாவை விளக்குகள் இருபுறமும் வரிசையாக நின்றிருந்தன. பதுமைகளின் கையில் இருந்த தகளியில் எண்ணெய் ஊற்றப்பட்டு அவற்றில் மிதந்து கொண்டிருந்த பருத்த திரிகள் தீச்சுடரை எதிர்பார்த்துக் காத்திருந்தன. கண்ணாடிக் குழல் விளக்குகள் கொம்புகளில் தொங்க விடப்பட்டிருக்க அவற்றின் உச்சியில் புலிக் கொடிகள் அசைந்து கொண்டிருந்தன.

நாற்புறமும் கடல் சூழ்ந்திருக்கும் தீவைப் போல மக்கள் விழாத்திடலை சூழ்ந்திருக்க, கரிகாலனின் ஒரு புறத்தில் வானவனுடன், நிலவனும் மற்ற இளைஞர்களும் நின்றனர். மறுபுறத்தில் பரஞ்சுடருடன் செஞ்சூரியன், திதியன், கபிலன் நின்றனர். திடலைச் சுற்றி எண்ணற்ற சோழ வீரர்கள் காவலிருந்தனர்.

நவரத்தினங்கள் பதிக்கப்பட்ட பொன்னாலான இருக்கையில் கரிகாலனை அமரச் செய்து வைராவிகள் சடங்குகளை துவங்கினர். யாகத்தீயில் அசைந்தாடிய பொன்னிற நெருப்பலைகள் கண்கொட்டாமல் கரிகாலனைப் பார்த்து மயங்கி நிற்க, சுடர்களுடன் இணைந்து நறுமணப் புகையும் வேள்வி செய்தன. கரிகாலனுக்கு எதிரில் தங்க கைப்பிடியுடைய தாலம் போன்று மிக அகலமான வெண்கொற்றக்குடை வைக்கப்பட்டிருந்தது. தாலத்தைச் சுற்றிலும் வட்ட வட்டமாய் நவமணிகள் பொருத்தப்பட்டு வண்ண மயமாயிருக்க, அதன் உச்சியில் வைரங்கள் பதிக்கப்பட்ட பொற்கலசம் அமைக்கப் பட்டிருந்தது. நாற்புறத்திலும் உறுமும் புலியின் வடிவம் பொன்னால் செதுக்கப்பட்டிருந்தது.

வெண்கொற்றக்குடையின் அருகில் பொன்னை உருக்கி முறுக்கி, வைரங்களால் இழைக்கப்பட்ட ஆளுயரச் செங்கோல் இருந்தது. அவற்றினருகே நான்கு வகை சங்குகளான இடம்புரி, வலம்புரி, சலஞ்சலம், பாஞ்ச சன்னியம் வைக்கப்பட்டிருந்தன.

இடப்புறம் சுழியுடைய சங்குகள் இடம்புரி. இவற்றில் கிடைப்பதற்கு அரிய வலப்புறம் சுழியுடைய வலம்புரி சங்குகள் பெருஞ்சிறப்பு வாய்ந்தது. வலம்புரிச் சங்குகள் கடற்கரைக்கு வந்து முத்துகளை உதிர்த்து விட்டு செல்லும் என்றும், தானே முழங்கும் என்றும் மூத்தோர் கூறுவர். ஆயிரம் இடம்புரிச் சங்குக்கு இணையானது ஒரு வலம்புரி. ஆயிரம் வலம்புரிக்கு இணையானது ஒரு சலஞ்சலம். ஆயிரம் சலஞ்சலத்துக்கு நேரானது ஒரு பாஞ்சசன்யம் என்பர். ஆயிரம் பாஞ்சசன்யங்கள் மயங்குமாறு கரிகாலன் அமர்ந்திருந்தான்.

சோழத்தின் தெய்வமான கதிரவனுக்கு முதல் பூசையை அளித்த பின்னர் ஐம்பூதங்களுக்கு பூசைகளை வைராவிகள் நிகழ்த்த, ஐந்து சக்திகளும் மனம் கனிந்து நின்றன. இந்திரன் முதலான வானவர்க்கும், சோழத்தின் மூத்தோர்களுக்கும் பூசைகளைத் தொடர்ந்தனர். கரிகாலனின் பின்புறத்தில் இளவெயினியுடன் பனிமுகிலும், அமைச்சர்களும் நிற்க, பனிமுகிலின் கண்கள் கரிகாலனின் மீதே மொய்த்துக் கிடந்தன.

ஒரு சாமம் நீடித்த சடங்குகள் முடிவுக்கு வர, நறுமணப் புகையும், மங்கல ஒலிகளும், மக்களின் வாழ்த்தொலிகளும் கதிரவனின் ஒளியாய் புகாரெங்கும் விரவியிருந்தன. அன்றைய நிகழ்வுகள் முடிந்ததும் கரிகாலன் மீண்டும் பிடர்த்தலையின் மேல் அரண்மனைக்கு அழைத்துச் செல்லப்பட்டான்.

மறுநாள் வைகறையில் புகார் நகரம் கோலாகலமாக காட்சி அளித்தது. சோழ அரண்மனை, அகநகர் முதலாக அனைத்து இடங்களிலும் மக்கள் திரண்டிருந்தனர். அரசவையில் கடியலூர் உருத்திரங்கண்ணனார், முடத்தாமக் கண்ணியார், கருங்குழலாதனார் போன்ற புலவர்கள் சோழர் குல திலகம் கரிகாலனின் வெள்ளணி விழாவினைக் காண வந்திருக்க, அவர்களுடன் அமைச்சர்களும், தளபதிகளும் அமர்ந்திருந்தனர். அண்டை தேசங்களில் இருந்து வந்திருந்த சான்றோர்களும், குழுமியிருந்த மக்களும் கரிகாலனை எதிர்பார்த்து காத்திருந்தனர்.

அழகிய சிற்பங்களும், பூமாலைத் தோரணங்களும், துகிலானாலான மாலைகளும் அமைக்கப் பெற்று அரசவை பேரெழில் கொண்டிருக்க, பட்டு விரிப்பும் அலங்கார நாற்காலிகளும் வண்ணத்திரைச் சீலைகளும் எழிற்கோலம் தந்தன.

கரிகாலனை எழுவகை எண்ணெய்கள் பூசி, மூன்று திசைகளின் கடல் நீரும், மூன்று ஆறுகளின் நீரும், மூவகை நன்னீர் குளங்களின் நீரும் கலந்த புனித நீரினால் நீராடச் செய்தனர். நவரத்தினங்கள் பதிக்கப்பட்ட வெண்பட்டினால் உருவாகிய மீக்கோளும், பொன்னிலான நீண்ட இடைக்கச்சையையும் கரிகாலன் அணிந்து இருந்தான். தீயினால் புடம் போடப்பட்ட இடது கால் எவருக்கும் தெரிய வேண்டாமென்று நீண்ட இடைக்கச்சையை இளவெயினி உருவாக்கக் கூறியிருந்தாள். இருபதுக்கும் மேற்பட்ட அணிகலன்களை அணியச் செய்த இளவெயினி வாசனைத் திரவியங்களைப் பூசி மகனை மேலும் அழகுற செய்தாள்.

புகாரின் காற்றைச் சுவாசித்த பின் இளவெயினியின் முகம் பொலிவடைந்து இருந்தது. மெல்லிய சரிகையுடைய இளம்பச்சை நிறப்பட்டாடை உடலைத் தழுவியிருக்க, மரகத பச்சை விழிகளுக்கு இணையான கற்கள் மின்னும் ஆரம் ஒன்று கழுத்தை கட்டியிருக்க, பவளமும் மரகதமும் மாற்றி மாற்றி பதிக்கப்பட்டிருந்த அழகிய

வளையல்கள் இரண்டு கைகளை அணிந்திருந்தன. ஒப்பனைகள் எதுவுமின்றி இயல்பாய் இருந்தவளின் செம்பொன் முகம் வயதோடு தானும் மெருகேறியிருந்தது.

குளிர் நிலவு போல் ஒளி வீசிய விழிகளில் ஆழ்கடலின் அமைதி குடி கொண்டிருந்தது. நீண்ட நாட்களுக்குப் பிறகு அரசிக்குரிய ஆடைகளும், பொன்னாபரணங்களும் அணிந்து நின்ற அவளின் தோற்றம் தந்த ஒளி, அரண்மனையின் அத்தனை திசைகளையும் ஒளிரச் செய்வதாய் இருந்தது. அனுபவங்கள் தந்த அறிவினால் அவ்வொளி முன்பை விட கூடுதலாய் இருந்தது.

அரசவையில் அனைவரின் விழி தங்கும் இடமாய் பனிமுகிலே இருந்தாள். பொன்னொளி வீசிய பெண் சிலையாக முதல் நாள் தோன்றியவள், இன்று பூக்குவியலில் விளைந்த மலர்க்கொடியாகத் தோன்றினாள். ஆடையெங்கும் சிறிதும் பெரிதுமாய் சிதறியிருந்த மலர்கள் வெள்ளிச்சரிகை இழைகளால் தொடுக்கப் பட்டிருந்தன.

இடையாடையின் கீழ்ப்பகுதியில் சிவப்பும், வெண்மையுமாய் அல்லிமலர்கள் மலர்ந்தது போல் நெய்யப்பட்டிருக்க, அவற்றைத் தாங்கியிருந்த விரியிதழ்கள் மாம்பிஞ்சு நிறத்தில் நெய்யப்பட்டு, சரிகை நரம்புகள் இலையின் நரம்புகளாய் பார்வையைக் கடத்தின.

விளிம்புகளை அலங்கரித்த பெரும்பூக்களின் மேல் மெல்லிய கொடிகள் போன்ற நூல் வேலைப்பாடு செய்யப்பட்டு அவற்றில் மல்லிகை, பிச்சிபூ, நெருஞ்சிப் பூக்கள் மாற்றி மாற்றி நெய்யப் பட்டிருந்தன. இலைகள் படர்ந்த கொடிகள் இடையை மறைத்து மேலேறி வெண்பட்டுத் துகிலின் மடிப்புகள் தோறும் சிறு சிறு தாமரை இலைகளாய் நெய்யப்பட்டிருக்க, மார்பை மூடிய மேலாடையில் இளஞ்சிவப்பு நிற தாமரை மடல் பரப்பியிருந்தது. ஆடையின் எடையை இடை தாங்குமாவென எண்ண மேற்படும் வகையில் அவளே காற்றில் அசைந்தாடும் மெல்லிய பசுங்கொடி போல நடந்தாள்.

வண்ணமிகு ஈர மலர்கள் கருங்கொடிகளாய் பின்னியிருந்த அவளின் நீண்ட கூந்தலுக்கு அழகு செய்திருக்க, அவற்றின் மணம் காற்றில் மிதந்து அவளின் அழகுக்கு கட்டியம் கூறியது. எல்லாப் பூக்களுடனும் போட்டியிட்டு வெல்லும் புது மலராய் பன்னீரில் குளித்த அவளின் முகமே இருந்தது.

அழுந்தூர் இளைஞர்கள் துணையாய் இருக்க, நில்வன் இணையாய் இருந்து வண்ண மலர்களால் அழகு படுத்தப்பட்டிருந்த அரசவை மண்டபத்திற்கு கரிகாலனை கைபிடித்து அழைத்து வந்தான். பாதம் வரை நீண்டு நழுவிய துகிலை இடது கையில் தாங்கியபடி கரிகாலன் நடந்து வர, மேகமாய் அலைபாயும் கேசங்களையும், வேங்கையைப் போல நடக்கும் கம்பீரத்தையும் கண்டு, அவையோர் விழிமயங்க பார்த்திருந்தனர்.

வழிவழியாய் சோழ வேந்தர்கள் அமர்ந்து நல்லாட்சி புரியும் சோழகேசரி பொற்சிம்மாசனத்தின் மேற்பகுதியில் புலியின் தலையொன்று பொறிக்கப்பட்டிருக்க, கைகளைத் தாங்கும் பிடிகளிலும் உறுமும் புலியின் முகம் பொறிக்கப்பட்டிருந்தன.

சிம்மாசனத்தின் எதிரே கரிகாலன் அமர்த்தப்பட்டதும் யாகம் துவங்கியது. தானியங்கள் நிரம்பிய கலசங்களும், பொன்னி நதியின் புனித நீரும், மலர்களும், நீதிவாளும், கிரீடமும் வைக்கப்பட்டிருந்தன. சோழர்களின் நீதிவாளின் உறை முழுதும் பொன்னால் உருவாக்கப்பட்டு கைப்பிடியில் புலியின் முகம் பதிக்கப்பட்டிருக்க, பல்நிற மணிகள் அணிசேர்த்தன. அதற்கடுத்து தாமரை மலராய் மடல் பரப்பி விரிந்திருந்த பொற்கிரீடத்தில் இரத்தினக் கல் பெரிதாக பதிக்கப்பட்டு பொன் இருக்கையில் வைக்கப்பட்டிருந்தது.

மலர்களும், வாசனைப் பொருட்களும், ஐம்பொன்னும், மூலிகை வேர்களும் இடப்பட்ட யாகத்தீ பெருமகிழ்வுடன் அனைத்தையும் ஏற்றுக்கொள்ள, வைராவிகள் கூறியதும் சங்கருள்நாதனும், திகழ்செம்மானும் கரிகாலனின் கைகளைப் பற்றி சிம்மாசனத்திற்கு அழைத்துச் சென்றனர். வானவன் நீதிவாளையும், பரஞ்சுடர் வெண்கொற்றக் குடையையும் எடுத்துச் சென்று கரிகாலனின் அருகில் நின்றனர். வேந்தருக்கு குடை, முடி, கோல் மூன்றும் உரித்தானவை. வெண்கொற்றக்குடை காவல் தொழிலையும், மணிமுடி நாட்டின் தலைமையையும், செங்கோல் நீதியையும் குறிக்கும் குறியீடுகள்.

நீதி முரசு இடியென முழங்க, பேரிகைகள் பேரொலியை எழுப்ப, குடமுழா, கணப்பறை, சந்திரவளையம், மொந்தைக் கருவிகள் இணைந்து கொள்ள, அவையில் இருந்தவர்கள் அனைவரும் எழுந்து நிற்க கரிகாலன் சிம்மாசனத்தில் அமர்ந்தான்.

கரிகாலனின் அருகில் நின்ற தாய்மாமன் இரும்பிடார் கண்கள் கலங்கிப் பார்த்திருக்க, திதியன் தந்த பொற்கிரீடத்தை வாங்கிய இளவெயினி கரிகாலனுக்கு அணிவித்தாள். மறுகணம் அரசவையில் நின்றிருந்த பெண்களின் குலவையொலிகளும், மக்களின் வாழ்த்தொலிகளும் அரண்மனையை அதிரச் செய்தன. அரண்மனையின் இசைக் கருவிகள் ஒன்றின் ஒலியோடு மற்றொன்று போர் தொடுக்க, அதே கணத்தில் கோவில்களில் வைக்கப்பட்டிருந்த நகரா முரசுகளும் அதிர்ந்தன. பொங்கு கடலின் அலைகள் மேலெழுந்து ஓசையெழுப்ப, காற்று சுழன்றவாறு ஒலியெழுப்பி மகிழ்ந்தது.

அரண்மனைக்கு வெளியே அகநகரில் நின்ற மக்கள் பெரும் ஆராவாரத்தை ஏற்படுத்த மாளிகைகளும், மரங்களும் அதிர்ந்தன. மக்கள் இசையொலியை ஆவேசத்துடன் எழுப்ப, முடிவற்ற பேரிசையில் புகார் நகரம் எழுந்து ஆடத் துவங்கியது.

அரண்மனையினுள் சான்றோர்கள் கரிகாலனுக்கு நல்லுரைகளைக் கூறி வாழ்த்தினர். "குடிகளை தாயாய் காத்தும், வளங்களை தந்தையாய் மேம்படுத்தியும், பிழை செய்பவர்களை ஆசானாய் திருத்தியும், அறத்தின் செங்கோல் வளையா வேந்தனாய் ஆட்சி புரிந்தும், பகை வேண்டுவோரை தெய்வமாய் அழித்தொழித்தும் வாழ்வாங்கு வாழ்வாயாக" என்று உருத்திரங்கண்ணனார் அறிவுறுத்தினர்.

'பொன்னானது எத்தனை முறை உருக்கினாலும், வார்த்தாலும் தனது பண்பிலிருந்து மாறாது. அதுபோல் இன்று போல் என்றும் குடிகளுக்கு நற்தலைவனாய் இருப்பாயாக' என்று முடத்தாமக் கண்ணியார் கூறினார்.

கருங்குழலாதனார் 'வேந்தனுக்கு படை, குடிமை, கூழ், அமைச்சு, நட்பு மற்றும் அரண் என்று ஆறு வகை அணிகலன்கள் அவசியம். அனைத்தையும் கொண்டு நீர்நிலைகளைப் பெருக்கி, விவசாய மக்களைக் காத்து அருள்வாயாக" என்று உரைத்தார்.

"பொறுமையில் நிலமாகவும், கருணையில் மழையாகவும், வீரத்தில் நெருப்பாகவும், விவேகத்தில் காற்றாகவும், மாண்பில் வானாகவும் இருந்து ஐம்பூதங்களுக்கு இலக்கணமாய் நீடூழி வாழ்வாயாக" என்று இளவெயினி வாழ்த்தினாள்.

புகாரில் துவங்கிய ஆட்டங்களும் பாட்டங்களும் நாட்கணக்கில் நீடிக்க இரவின் இருள் நெருங்க முடியாமல் பகல் மட்டுமே பள்ளி கொண்டிருந்தது. இரவு தள்ளி நின்று கொண்டிருந்தது.

வீரம் வளரும்...

57

பூவுலகின் ஒருபுறத்தில் பொன்னொளி படர்கையில் மறுபுறத்தில் இருள் வெள்ளம் பாய்வதைப் போல, சோழத்தின் வேந்தனாக கரிகாலனுக்கு முடிசூட்டு விழா நிகழ்ந்ததால் புகார் பெருமகிழ்வில் திளைத்திருக்க, வஞ்சி கடுந்துயரில் மூழ்கியிருந்தது. காந்தளூர் சாலையின் ஆசான் உச்சிநாதர் கொல்லப்பட்ட தகவல் நாடெங்கும் பரவியிருக்க, என்ன நிகழ்ந்ததென எவரும் அறிந்திருக்கவில்லை. அறிந்தவர்களின் துயரம் இன்னும் அதிகமாய் இருந்தது.

பாறை அரண்மனையில் சேரமான் உள்ளம் சிதைந்து அமர்ந்திருந்தார். அருகே நல்லினியும், எதிரில் தளபதி வேங்கை மார்பனும் அமர்ந்திருந்தனர்.

பெரும் வேட்டையை முடித்து மகிழ்வுடன் திரும்பிய சேரமான் நாங்கூரின் நிகழ்வுகளைக் கேட்டதும் பேரதிர்ச்சிக்கு உள்ளானார். சேர மகுடத்தில் ஒளிரும் வைரக்கல்லைப் போன்றது சேரநாட்டின் காந்தளூர் சாலை. அதன் ஆசானை மாணவன் கொன்று விட்டான் என்ற தகவல் நெஞ்சத்தில் பேரிடியாய் இறங்கியது. வஞ்சினம் தீர்க்கும் எண்ணம் சூறைக்காற்றாய் சுழன்றெழுந்தது. அனுபவம் பொறுமை காக்க வேண்டி நின்றது.

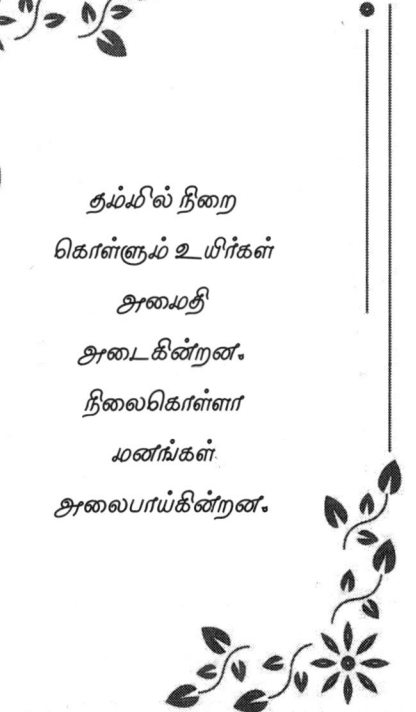

தம்மில் நிறை கொள்ளும் உயிர்கள் அமைதி அடைகின்றன. நிலைகொள்ளா மனங்கள் அலைபாய்கின்றன.

சிறுவனாய் தான் பார்த்த வளவன், இத்தகைய பேராற்றலை அடைந்து விட்டானா, நல்லினி கூறியது போல் சோழர்கள் சேரநாட்டில் தான் மறைந்திருந்தார்களா, ஆசானைக் கொல்ல நேர்ந்தது எதனால்?' என்ற எண்ணங்கள் அடுக்கடுக்காய் எழுந்தபடி இருக்க...

'வளவன் ஒற்றர்களால் சிறை பிடிக்கப்பட்டு நெருப்புக் காயத்துடன் அதிகன் நாட்டிலிருந்து தப்பியதாக தகவல் வந்ததும் வளவனை அரண்மனைக்கு அழைத்து வந்து குணப்படுத்த எண்ணி நமது வீரர்களை சோழர்கள் தங்கியிருந்த குடில்களுக்கு அனுப்பினேன். அங்கு எவருமில்லை எனத் தெரிந்ததும், வளவன் இருக்குமிடத்தை உச்சிநாதர் அறிந்திருக்கலாமென காந்தளூர் சாலைக்குச் சென்றேன். வளவனுக்குத் தகவல் அனுப்புவதாகக் கூறினார். மறுநாள் தளபதி வீரர்களுடன் சென்ற போது அவர் கொல்லப்பட்டுக் கிடந்ததைக் கண்டிருக்கிறார்' என்றாள் நல்லினி.

எண்ணங்களின் நரம்புப் பின்னல்களை மாற்றி சொற்களை தேவைக்கேற்ப நல்லினி தொடுக்க...

'சோழர்களை சிறையெடுக்கச் சொன்ன வார்த்தைகளைத் தவிர்த்து விட்டு நிகழ்ந்தவற்றை மட்டும் நல்லினி உரைப்பதைக் கண்ட வேங்கை மார்பன் அந்த வார்த்தைகளைக் கூற அரசி விரும்பவில்லை என்பதை உணர்ந்து கொண்டான். அதை வெளிப்படுத்துவதும் தேவையற்ற ஒன்றென கருதினான்'.

'வளவன் தங்கியிருந்த இடம் அவருக்கு எப்படி தெரிந்தது?'

''அதை அவர் வெளிப்படுத்தவில்லை. கரிகாலனுடன் தொடர்பு கொள்ள ஆசானுக்கு சாத்தியமானதெனில் வளவனின் மறைவிடத்தை அறிந்திருந்தார் என்பது தெளிவு. வளவன் சோழ வேந்தன் என்பதை அறியாமல் தனது மாணவன் என்பதற்காக அவனை பாதுகாத்திருக்கலாம்' என்றான் வேங்கை மார்பன்.

நல்லினி அமைதியாயிருக்க...

'உச்சிநாதரை கரிகாலன் வீழ்த்தியதை எவருமே காணவில்லையா?'' என்று கேட்டார் சேரமான்.

'எவரும் கண்டதாய் தெரியவில்லை. சேர அரசியார் ஆசானுடன் பேசிவிட்டு வெளியேறியதும் எனது வீரனொருவனை சாலையில் இருக்கச் செய்திருந்தேன். மறுநாள் பயிற்சிகள் வேண்டாமென அனைவரையும் அனுப்பி விட்டு, முதல் பொழுதில் கரிகாலனை வரச்சொல்லி பேசுவதாயும், இரண்டாம் பொழுதில் தன்னை

வந்து பார்க்கும்படியும் வீரனிடம் தகவல் அனுப்பியிருந்தார். இரண்டாம் பொழுதில் சென்று பார்த்தபோது அவர் கொல்லப்பட்டிருப்பதைக் கண்டோம்' என்றான் வேங்கை மார்பன்.

'அவனுக்கு உதவியவரை வளவன் எதனால் கொன்றான்?'

'தான் சோழவேந்தன் என்பதை மறைத்து வளவன் ஏமாற்றியதால் ஆசான் சினமடைந்திருக்கலாம். இருவருக்கும் வாக்குவாதம் நிகழ்ந்திருக்கலாம். ஆசான் எதிர்பார்க்காத போது வளவன் தாக்கியிருக்கலாம்'

'இருப்பினும் நோக்கு வர்மத்தில் தலைச்சிறந்த ஆசானை இளைஞன் ஒருவன் வீழ்த்தியதை நம்ப முடியவில்லை. வளவன் தனித்து வந்தானா இல்லை வீரர்களுடன் வந்தானா?'

'ஒரே ஈட்டியில் யானையைச் சரித்தவன் என்கின்றனர் நாங்கூர் மக்கள். உச்சிநாதரின் வலது கையின் மணிக்கட்டு உடைந்துள்ளது. நெஞ்சுக்கூடு சிதறியுள்ளது. பழுத்த இலை உலகின் தளைகளிலிருந்து விடுபட்டு காற்றின் மடியில் தவழ்ந்து செல்வது போல, முறையாகக் களரி பயின்ற ஒருவன் பகைக்கு துன்பத்தைத் தராமல் உயிரை விடுவித்திருக்கிறான். தாக்கியது ஒருவன் என்பது திண்ணம்'

அமைதியாக யோசித்த சேரமான் 'சோழப்படையுடன் இணைய தென்பொருப்பு மலையிலிருந்து சோழர்கள் இறங்கி வந்தார்கள் எனில் அவர்கள் எங்கு மறைந்திருந்தனர்?' என்று கேட்க...

'மலைத்தொடரில் எங்காவது மறைந்து இருந்திருக்கலாம். பழங்குடியினர் எவராவது சோழர்களுக்கு உதவினார்களா என கேட்கச் சொல்லியிருக்கிறேன்'

காந்தளூர் சாலையில் கலைகளைப் பயின்றவனுக்கு ஆசானைக் கொல்ல எப்படி மனம் வந்தது என்று சிந்தித்த சேரமானின் மனதில் விடை தெரியா கேள்விகள் திரண்டு கொண்டே இருந்தன. நம்பிக்கை கொண்டோருக்கு இரண்டகம் செய்வதைப் போன்று கொடுஞ்செயல் உலகில் வேறில்லை.

இரண்டகம் இழைப்பதில் ஆசானுக்கு, அரசனுக்கு, தெய்வத்திற்கு, தனது குலத்திற்கு, தனது மூத்தோருக்கு என்று ஐவகைகள் இருந்தன. அவற்றில் கலைகள் கற்பித்த ஆசானுக்கு இழைக்கும் இரண்டகமே மிக இழிவானது. அத்தகைய செயலைப் புரிந்த கரிகாலனை வெட்டி வீழ்த்த வேண்டுமென்று உள்ளம் கொதிக்க, சினம் நீராவியாய் மேலெழுந்தது.

சேரநாட்டில் குறைந்த வீரர்கள் இருக்கும் நிலையில் சோழ நாட்டின் மேல் படையெடுத்து கரிகாலனை அழிப்பது சாத்தியமில்லாத ஒன்று என்றுணர்ந்த சேரமான், காத்திருக்க முடிவு செய்தார். உலகமே எதிர்த்து நின்றாலும் கரிகாலனைப் பழியெடுக்க உறுதி பூண்டார். ஆசானைக் கொன்றவனின் குருதியில் நனையா விட்டால் தான் வீரனல்ல என்று உலகம் இகழட்டும் என்றெண்ணினார்.

★★★

புகார் நகரெங்கும் வெள்ளணி விழாவின் கோலாகலங்கள் தொடர்ந்தன. விழாக்களுக்கு வந்திருந்த பாணர்களுக்கும், புலவர்களுக்கும் பொன்முடிச்சுகளையும், லட்சக்கணக்கான பொற்காசுகளையும், கிராமங்களையும் கரிகாலன் கொடையாக வழங்கினான். ஆயிரக்கணக்கான பசுக்களையும், கன்றுகளையும், காளைகளையும் ஏழைகளுக்கு வழங்கினான். குதிரைகளையும், யானைகளையும் வேண்டுவோர்க்கு வழங்கினான். கொண்டது யாவையும் கொடையாய் வழங்கினான். வேண்டுவோர் வேண்டும் முன்னரே மழையாய் வழங்கினான்.

சத்திரங்களில் மூன்று வேளையும் உணவுடன் இனிப்புகளையும், பழங்களையும் உண்டு களைத்தவர்களுக்கு ஆடைகளும், போர்வைகளும், பெண்கள் மகிழ மலர்களும், குழந்தைகள் விளையாட பொம்மைகளும் அளிக்கப்பட்டன.

அனைத்து நாடுகளிலிருந்தும் வந்திருந்த பாணர்கள் இத்தகைய விழா பூவுலகில் இதுவரை நிகழ்ந்ததும் இல்லை இனி நிகழப் போவதுமில்லை என்று கூறி வியந்தனர். மக்களோ சோழத்தின் செல்வச் செழிப்பைப் பேசிப் பேசி மாய்ந்தனர். புலவர்கள் பனை மரங்களின் ஓலைகள் தீருமளவு பாக்களைப் புனைந்து மகிழ்ந்தனர்.

மக்கள் வெள்ளணி விழாவில் திளைத்திருக்க, காடுகளில் வீழ்த்தப்பட்ட கருவாகை மரங்கள் அம்புக் கொல்லர்களிடம் விற்களும், அம்புகளும் செய்வதற்காக எடுத்துச் செல்லப்பட்டன. பலகாலமாய் இயங்காமல் நின்ற சயந்தனங்களைச் சீரமைக்கும் முயற்சிகளைத் துவங்கினர். ஆற்றின் நீரோட்டம் மேற்பரப்பில் அமைதியாய் நகர, அடிப்பரப்பில் ஆறு மணற்பரப்பைத் தோண்டி தன்னை அகலப்படுத்திக் கொள்வது போல சோழநாடு போருக்கு ஆயத்தமாகிக் கொண்டிருந்தது.

‘நமது சிறைச்சாலைக்கு சோழ வீரர்கள் சிலரைக் கைதியாக அனுப்புங்கள். உண்மைக்குப் புறம்பான சில தகவல்களை சிறையிலிருக்கும் பகை நாட்டு ஒற்றர்கள் மூலம் பரப்ப வேண்டும்’

‘எத்தகைய தகவல்?’

'புகாரில் இருந்த அனைத்துப் பொறி மாளிகைகளையும் அகற்றி விட்டனர். சோழவேந்தன் ஏராளமான செல்வங்களைச் செலவழிப்பதை மக்கள் விரும்பவில்லை. மக்கள் கரிகாலனை வெறுக்கத் துவங்கி விட்டனர் போன்ற தகவல்களைக் கூறுங்கள்' என்றாள் இளவெயினி.

சோழ வீரர்கள் சிறைக்குச் சென்று ஒற்றர்களின் மனங்களில் கானல் விதைகளை விதைத்தனர். சோழத்தைக் கைக்கொள்ளும் பேராசைக் கொடிகள் வஞ்சகத்தில் வேர் பிடித்து ஒற்றர்களின் மனதில் ஓங்கி வளர்ந்தன.

கரிகாலனின் முடிசூட்டு விழாவிற்காக சிறையில் இருப்பவர்களை விடுவிப்பதாக அறிவித்த சோழ நாடு அனைவரையும் ஓரிரு நாட்களில் விடுவிக்க, கடலின் அலைகள் குப்பையைக் கரையில் துப்பிச் செல்வது போல, ஒற்றர்கள் சோழத்தை விட்டு வெளியேற்றப்பட்டனர். ஆற்றுநீரில் பயணிக்கும் நுரையைப் போல அவர்கள் அறியாமலேயே ஒற்றர்கள் தகவலைச் சுமந்து சென்றனர்.

புகாரின் மக்கள் மகிழ்வில் திளைத்துக் கொண்டிருக்க, கரிகாலன் தினந்தோறும் நண்பர்களுடன் மாறுவேடத்தில் நகரெங்கும் உலா வரத்துவங்கினான். அவனது பாதுகாவலுக்கு மற்ற இளைஞர்கள் பின் தொடர்ந்து சென்றனர்.

கபிலன் மற்றவர்களை விட அகவையில் சிறியவனாய் இருந்தாலும் இளைஞர்களுடன் இணைந்து கொண்டான். மாலை நேரங்களில் அகநகரினுள்ளே அவர்களுடன் வாட்பயிற்சிகளை மேற்கொண்டான்.

"சென்னிக்கு நீங்கள் நண்பர்களாய் இருந்தது போல என் மகனுக்கு உங்களின் பிள்ளைகள் துணை நிற்க வேண்டும்" என்று இளவெயினி கூறியதைச் சிரமேற்கொண்டு வானவனும், பரஞ்சுடரும் பிள்ளைகளுக்கு இணையற்ற போர்பயிற்சிகளை அளித்திருந்தனர். எனவே புகார் இளைஞர்களின் வாள் வேகம் உக்கிரத்துடன் இருக்க அவற்றை மென்மேலும் வளர்த்த வண்ணமிருந்தான் இரும்பிடார்.

புகார் நகர மக்களின் மனவெளியிலும், புறவெளியிலும் வெளிச்சம் பரவியிருக்க, சிற்றரசர்களின் மனங்களில் இருள் சூழ்ந்திருந்தது. பெருஞ்சாத்தன் தணலில் விழுந்த புழுவாகத் துடித்த வண்ணம் இங்குமங்கும் நடந்தவாறு இருந்தான்.

முள்ளூரின் மாளிகையில் சிற்றரசர்கள் மூவருடன் இருங்கோவேள் அமர்ந்திருந்தான். புகாரிலிருந்து வந்த தகவல் அனைத்தும் மனதை சிதையச் செய்வதாகவே இருந்தன.

'எத்தனை வருடங்கள்! எத்தனை திட்டங்கள்! அனைத்தும் பயனற்றுப் போய் விட்டன. சோழத்தின் பிடி மண்ணைக் கூட நம்மால் கைக்கொள்ள இயலவில்லை'

'பூவுலகம் இதுவரை கண்டிராத வகையில் வெள்ளணி விழா நிகழ்ந்ததாக கேள்விப்பட்டேன். பொன்னானது பொன்னி ஆற்று நீராய் வீதிகளில் பெருக்கெடுத்து ஓடியதாம்' என்றான் முத்துமேனி.

'மதியற்ற கொடையினால் மக்களின் நன்மதிப்பை கரிகாலன் இழந்து விட்டதாகவும், பொறி மாளிகைகளை கரிகாலன் அகற்றி விட்டதாகவும் சிறையிலிருந்து வந்த ஒற்றர்கள் கூறுகிறார்கள்'

'அவை உண்மையாய் இருக்குமென தோன்றவில்லை. செல்வத்தைக் குறித்து சோழர்கள் ஒரு போதும் வருந்தியதில்லை. அத்தகைய வளம் கொண்ட நாடு அது. இந்தத் தகவலைப் பரப்பியதில் ஏதோ சூது உள்ளது' என்றான் பெருஞ்சாத்தன் சிந்தனையுடன்.

'எதனால் பொய் தகவலைப் பரப்புகிறார்கள்?'

'செல்வத்தை இறைத்து வளத்தைக் காட்டுகிறார்கள். மக்கள் வெறுக்கிறார்கள் என்று தகவலை பரப்புகிறார்கள். ஏன்?' என்று எண்ணிய இருங்கோவேள் 'மக்கள் வேந்தனை வெறுப்பதால் வேந்தனை எதிர்க்க மக்களின் உதவி நமக்குக் கிட்டுமென நம்மை எண்ண வைக்க முயல்கிறார்கள். இதனால் நாம் படை திரட்டிச் சென்று தாக்குவோமென எதிர்பார்க்கிறார்கள். எனில் அவர்கள் தாக்காமல் நம்மைத் தாக்கச் சொல்லி அழைக்கிறார்கள். புகாரில் பொறி மாளிகைகள் அகற்றப்படவில்லை. புதிய மாளிகைகளும், தற்காக்கும் கோபுரங்களும் அமைக்கிறார்கள். பகையை புகாரினுள் ஈர்த்து மண்ணோடு மண்ணாய் புதைக்க எண்ணுகிறார்கள்'' என்றான் இருங்கோவேள்.

''அது உண்மையெனில் புகாரில் நுழைந்து சோழத்தை வீழ்த்துவது இனி நடவாத காரியம்'' என்றான் பெருஞ்சாத்தன்.

'சென்னியை வீழ்த்தியது போல் கரிகாலனை வீழ்த்த இயலுமா?' என்று கேட்டான் தீச்செல்வன்.

'உறுதியாக இயலும். ஆனால் தாமதம் ஆகும். சோழம் அழிவிலிருந்து பாடம் கற்றுள்ளது. எனவே திட்டத்தை வடிவமைக்க நமக்குப் போதுமான நேரம் இருக்கிறதாவெனத் தெரியவில்லை' என்றான் இருங்கோ.

முத்துமேனி 'பொய்த் தகவல்களால் நம்மைக் குழப்பி விட்டு சோழம் நம்மீது போர் தொடுத்தால்?' என்று கேட்க..

'வாய்ப்புள்ளது. சோழம் எப்போது போர் தொடுக்குமோ என்ற எண்ணமே சிந்தையை பிறழச் செய்கிறது' என்றான் தீச்செல்வன்.

'கரிகாலனின் முடிசூட்டு விழாவிற்குப் பின்னர் நம்மைத் தாக்கலாம்' என்றான் முத்துமேனி.

'பாண்டியர்களை இசையச் செய்து விரைவில் போர் தொடுப்பதே இதற்கான தீர்வு. மீண்டும் மதுரைக்குச் சென்று வரவேண்டும்' என்றான் பெருஞ்சாத்தன்.

தம்மில் நிறை கொள்ளும் உயிர்கள் அமைதி அடைகின்றன. நிலைகொள்ளா மனங்கள் அலைபாய்கின்றன.

★★★

புகாரின் பலிப் பீடிகை எனப்பட்ட சோழ நாட்டின் காவல் பூதத்தினருகே கரிகாலனும், நிலவனும் மாறுவேடத்தில் நின்றிருக்க, சற்று தொலைவில் சுடரொளியும், இளம்பரிதியும், முகிலும் கோவிலின் அழகை ரசித்தபடி நின்றனர். ஆலமரமொன்றின் அடியிலிருந்த பீடத்தில் திறந்தவெளியில் பூதத்தின் சிலை அமைந்திருக்க, அருகிலிருந்த மருத மரங்கள் இளம்பச்சை நிற மலர்களை மலர்வித்து ரம்மியமான மணத்தைக் காற்றுவெளியில் நடவு செய்திருந்தன. இருவாச்சி மரத்தின் தும்பியைப் போன்று சிற்றிலைகள் காற்றில் படபடத்துக் கொண்டிருக்க, எண்ணற்ற பசுந்தும்பிகள் மரத்தின் கிளைகளை மொய்த்துக் கொண்டிருப்பது போலிருந்தது.

ஒவ்வொரு நாளும் இளைஞர்கள் புகாரின் ஒவ்வொரு பகுதியாய் சுற்றிப் பார்த்தனர். புகாரின் தெருக்களிலும், கோவில்களிலும், சோலைகளிலும் பொழுதைக் கழித்தனர். மக்கள் வாழும் முறைகளையும், பழக்க வழக்கங்களையும் நேரில் பார்த்தனர். விவசாய நிலங்களிலும், காடுகளிலும் சுற்றித் திரிந்தனர்.

சோழத்தை ஆள்வதற்கு முன்னர் மக்களையும், தலைநகரையும் கரிகாலன் அறிந்து கொள்வது அவசியமென இளவெயினி எண்ணினாள். "பகை நாட்டின் ஒற்றர்கள் தாக்க முயலலாம். எச்சரிக்கையுடன் இருங்கள்" என்பதை மட்டும் இளவெயினி கூறியிருந்தாள்.

கரிகாலன் பலி பீடிகையை கண்ட பின்னர் அவ்விடத்தை நீங்க முயன்ற பொழுது அருகிலிருந்த ஒருவன் 'சோழ நாடு எப்போது போர் தொடுக்குமென எண்ணுகிறாய்?' என்று மற்றவனிடம் கேட்பதைக் கண்டான்.

'நமது வேந்தன் இளைஞனாய் இருப்பதால் இன்னும் நான்கைந்து வருடங்களுக்குப் பின்னரே போர் தொடுப்போம்'

‘என்ன பேசுகிறாய். நான் போரில் பங்கேற்க பேராவலுடன் இருக்கிறேன். கரிகாலன் யானையை வீழ்த்தும் பேராற்றலை உடையவன் என உனக்குத் தெரியாதா?’

‘இருப்பினும் ஆயுதங்களை ஆளவும், போர்களை நிகழ்த்தவும் முதிர்ச்சி வேண்டுமல்லவா?’

‘காந்தளூர் சாலையில் கலைகளைப் பயின்றவரல்லவா வேந்தர்’

‘உண்மைதான். ஆனால் எத்தகைய வீரமுள்ளவர் என்பது நமக்கு தெரியாதே. பயிற்சிகள் என்பது கனவைப் போன்றது. கலைந்து எழுந்துவிடலாம். போர் என்பது வேங்கையின் வாலைப் பிடித்தது போல. ஒருவர் இரையாவது உறுதி’

‘இதில் வேங்கை என்பது கரிகாலனே. வேங்கையின் பறழ் அவர். விரைவில் போர் வரவேண்டும்’ என்று மற்றவன் கூற, கரிகாலன் புன்முறுவலுடன் நகர்ந்தான்.

கரிகாலன் மெதுவாக நடக்க, அவனது பாதசுவடுகளில் கால் வைத்து கால்விரல்களில் நல்லணியும், காலாழியும், கணுக்காலில் சாலகமும் அணிந்த பொன்பாதங்கள் தொடர்ந்து வந்தன.

கரிகாலனின் தலைமுடியையும், திரண்ட தோள்களையும் மைபூசிய விழிகளைக் கருவியாய் கொண்டு மனத்தால் பார்த்து மகிழ்ந்தபடி பனிமுகில் பின்தொடர, அவளுடன் தோழி நீரல் நடந்து சென்றாள்.

புகார் நகரின் வணிகத்தை ஆளும் பெரும் வணிகன் ஆடலரசின் மகள் நீரல். பனிமுகிலும், நீரலும் சோழ ஆசான் மையற்கோமானிடம் ஒன்றாகக் கல்வியையும், வீரக்கலைகளையும் கற்று வந்தனர். இருவரும் நெருங்கிய தோழிகள். பயிற்சி முடிந்ததும் சில நாட்கள் நீரலின் வீட்டிற்குச் சென்று நேரத்தைக் கழித்து வருவாள் பனிமுகில்.

கரிகாலன் தினமும் மாறுவேடத்தில் நகருலா செல்வதைச் செஞ்சூரியனிடத்தி லிருந்து அறிந்திருந்த பனிமுகில், மறுநாள் கரிகாலன் பலி பீடிகைக்கு செல்கிறான் என்பதைக் கேட்டு அறிந்திருந்தாள். நீரலின் வீட்டிற்குச் சென்று எளிமையான ஆடையை அணிந்து கொண்டு பலிப் பீடிகைற்கு வந்திருந்தாள்.

கரிகாலனும், நிலவனும் தெருக்களினூடே நடந்து வெண்குடை மன்னவன் இந்திரனின் வச்சிரக் கோட்டத்தை அடைந்த போது உள்ளே செல்வோரும் வருவோருமாகப் பாதையெங்கும் மக்கள் நிறைந்திருந்தனர். காலைக் கதிரவனின் ஒளியில் கோவில் தளங்களும், கோபுரமும் அழகுற மின்ன, கிளிகளும் புறாக்களும் கோபுர மாடங்களை விட்டுச் சிறகடித்து மேலெழும்பின.

முன்னோர்களின் சிற்பக்கலைச் சிறப்பையும், கோவில் கட்டுமானங்களின் நுட்பங்களையும் வியந்தவனாய் உள்ளே நுழைந்தான் கரிகாலன். உயர்ந்த விதானங்களும், அகன்ற தாழ்வாரங்களைத் தாங்கி நின்ற பேரழகுத் தூண்களும் நிறைந்திருந்த வச்சிரக்கோட்டம் அவனை வெகுவாகக் கவர்ந்தது.

ஆண்கள், பெண்கள், குழந்தைகள் என வழிபாட்டுக்கு வந்திருந்தவர்களின் பேச்செல்லாம் கரிகாலனும் இளவெயினியும் நாடு திரும்பிய நிகழ்வைப் பற்றியும், வெள்ளணி விழாவினைப் பற்றியுமாக இருந்தது. அவர்களின் மொழிகளைக் கேட்டவாறே மனநிறைவும், மகிழ்வுமாகக் கரிகாலன் கோட்டத்தினுள் நுழைந்து கோவிலின் கருவறை நோக்கி நகர்ந்தான். இந்திரனின் ஆயுதத்தின் பேரால் அமைந்த வச்சிரக்கோட்டத்தில் சிறப்பு வழிபாடுகள் மங்கல ஒலிகளுடன் நடந்த வண்ணமிருந்தன.

இளவெயினியும், அமைச்சர் பெருமக்களும், புலவர்களும் கூறியிருந்த குலப்பெருமைகள் மனதில் மின்னி மறைய வஞ்சினம் தீர்க்கும் வீரமும், மன வலிமையும் தரவேண்டி கண்மூடி முன்னோர்களையும், இந்திரனையும் வேண்டினான்.

கரிகாலனின் எதிரே நின்ற பனிமுகில் குவிந்த கைகளும், குமிழ்ந்த மனமுமாய் கரிகாலனையே பார்த்திருந்தாள். எதிரில் உயிர் கொண்டு நிற்கும் இந்திரனை விடுத்து சிலையைக் காண்பதில் என்ன இருக்கிறது என்றெண்ணினாள். கரிகாலனின் விழி அசைவை உணர்ந்த கணத்தில் சிலையை நோக்கித் திரும்பிக் கொண்டாள்.

நாதமாக ஒலித்த மணியோசையில் சிலிர்க்கும் உணர்வுகளுடன் கரிகாலன் கண்களைத் திறக்க எதிரில் தென்பட்டன மஞ்சள் பூச்சணிந்த மலர்ப் பாதங்கள். எளிமையான பருத்திச் சேலையில் மயிலின் தோகை பூத்தையலிட்டு இருக்க, கையிலிருந்த பூக்குடலை வழிய பூக்களையும் ஏந்தி நந்தவனமாய் மலர்ந்திருந்தாள் அவள். படிய வாரித் தழையப் பின்னலிட்டு, நீலமும் நெய்தலும் இணைத்துத் தொடுத்த பூச்சரம் சூடியிருந்தாள்.

துகில் மறைத்த நிலா முகத்தின் மஞ்சள் பூச்சும், பெரிதான கண்களில் மையிட்டு இன்னும் பெரிதாக்கியிருப்பதும் ஒளிக்கீற்றாய் தெரிந்தது. சங்கு வளையல்கள் உரசி ஒலிக்க பூசைக்கு மலர்களைத் தந்து விட்டு நின்றிருந்தாள். தூணை ஒட்டி கோவில் சிற்பமாய் நின்றவளின் மேல், தாமரை இலையில் படாது உருளும் நீர் முத்தைப் போன்று, கணப்பொழுது பார்வையைப் பதித்த கரிகாலன் திரும்பி நடக்கத் தொடங்கினான்.

தனது மக்களுடன் இணைந்து எளியவனாய் நடந்ததில் மனம் இலகுவாயிருக்க கோட்டத்தின் எதிரேயிருந்த சோலையின் வடிவமைப்பைக் கண்டவாறு கரிகாலன் நிலவனுடன் நடக்க, பனிமுகில் நீரலுடன் தொடர்ந்தாள்.

மரங்களின் அழகைக் கண்டவாறு நின்றவனை நெருங்கியவள் 'கோட்டத்தில் வேண்டுதல் முடிந்ததா?' என்று கேட்க...

மெதுவாக திரும்பிய கரிகாலன் துகிலின் விளிம்பை செவ்வுதடுகளால் கடித்து முகத்தின் பாதியை மறைத்திருந்தவளை நோக்கி 'முடிந்தது' என்றான்.

'யாரிவள்?' என்று நிலவன் அதிசயத்துடன் கவனிக்க, நீரலின் முகத்தில் குறும்பு படர்ந்தது. கரிகாலனின் முகத்தில் குழப்பமேதும் தென்படாததைக் கவனித்த பனிமுகில்...

'என்ன வேண்டினீர்கள்?'

'துகினம் சிந்தும் விசும்பு விரும்புவதே நிகழ வேண்டுமென வேண்டினேன்'

என்ன சொல்கிறான் என்று யோசித்த பனிமுகில், வேந்தனை அதிர வைக்க எண்ணி...

'தாங்கள் நாடு திரும்பியதால் மகிழ்ந்திருக்கும் குடிகளின் குறைகளைக் கேட்காமல் போவது முறையா?' என்று தொடர்ந்தவள் 'வேந்தே!' என்று முடிக்க, அதிர்ந்த நிலவனின் கண்கள் பதற்றத்துடன் நாற்புறமும் அலைபாய்ந்தது. நீரலின் முகத்தில் சிரிப்பு மொட்டிட்டது.

கரிகாலனை இனம் கண்ட பெருமிதமும், குறுநகையும் முகத்தில் மின்ன அவன் பதிலுக்காகக் காத்திருந்தவளை, ஒரு கணம் அமைதியாக பார்த்தவன்....

'நிச்சயமாக! அது என் கடமையல்லவா! உன் குறையைச் சொல். இக்கணமே நிறைவேற்றுகிறேன் என்று தொடர்ந்தவன் 'பனிமுகில்!' என்று முடிக்க...

அதுவரை அவனை எதிர்பாராத வியப்பில் ஆழ்த்தியதாக எண்ணிக் கொண்டிருந்தவள் கலவரத்துடன் பின்னே நகர்ந்தாள்.

'இதற்காக பலி பீடிகையிலிருந்து தொடர்ந்து வரவேண்டுமா? தாமரை பாதங்கள் என்னவாகும்?' என்று தணிந்த குரலில் கரிகாலன் தொடர, தன்னை எப்படி கண்டறிந்தான் என்ற கேள்வியும் வியப்பும் முகமெங்கும் பூக்க செய்வதறியாது நின்றாள் பனிமுகில்.

அதிர்ந்து போன நீரல் வேந்தன் சினமடைவானோ என்றெண்ணிப் பதற்றத்துடன் விலகி நிற்க, 'பனிமுகிலா இவள்! பலிபீடிகையிலிருந்து தொடர்ந்து வருகிறாளா!' என்றதிர்ந்த நிலவன் இருவரையும் தனியே விட்டு சுடரொளியை நோக்கி நடந்தான்.

முகம் சிவந்து தடுமாறியவள் 'என்னைக் கண்டறிந்தும் பேசத் தோன்றவில்லையா உங்களுக்கு?' என்றபடி முகத்தை மறைத்த துகிலை விடுவித்தாள்.

‘எவ்விடத்தில் பேச எண்ணுகிறாய் என்ற முடிவை உன்னிடமே விட்டு விட்டேன்’

‘என்ன பேசப்போகிறேன் என்று எண்ணினீர்கள்?’

’எதுவாயினும் துகினம் சிந்தும் விசும்பு எனும் பனிமுகில் விரும்புவதே நிகழ வேண்டுமென வேண்டினேன் என்று கூறினேன் அல்லவா’

சொற்களின் அர்த்தத்தை புரிந்து கொண்டவள் சோர்ந்த குரலில்..

‘எளிய உடையில் ஒப்பனைகளின்றி உருவம் மாற்றி வந்தும் என்னை எப்படி கண்டறிந்தீர்கள்?’ என்று கேட்க...

வாடிய அவள் முகத்தினைக் கண்டவன் ‘உன் கால் பெருவிரலில் கருமணியாய் விளைந்திருக்கும் மச்சம் காட்டிக் கொடுத்தது உன்னை’ என்று நகைத்தான். ‘புகாருக்கு வந்த முதல் நாளில் நீ எனக்கு ஆத்தி மாலை சூட வந்தபோது உனக்கு முன் அறிமுகமானது உனது கால் விரல் கருமுத்தே’ என்றதும், தென்றல் இளைப்பாறும் பனிமுகிலின் கன்னங்களில் குருதி பாய்ந்தது.

இத்தனை நுட்பமாகத் தன்னைக் கவனித்திருக்கிறான் என்றெண்ணியவளின் முகத்தில் மகிழ்வும், நாணமும் நிறமூட்ட, அவனை நிமிர்ந்து பார்க்க விடாமல் பெண்மை தடைபோட, ‘‘வருகிறேன்’’ என்றபடி வேகமாக விலகினாள். விலக விலக வளர்ந்து கொண்டேயிருந்தான் கரிகாலன். கிளைகள் கிளைத்து விழுதுகள் விதைத்து ஆலமாய் வேரூன்றினான். நிழல் கொண்ட கதிரிவன். நிலம் தாங்கும் கதிர் இவன். நெருப்பை ருசிக்கும் மலரிவன். நெஞ்சைக் கொள்ளும் மோகம் இவன். வானத்தை சுமக்கும் தென்றலிவன். வாழ்வை வதைக்கும் மகிழ்வு இவன் என்றெண்ணியபடி மூச்செறிய நடந்தாள்.

கரிகாலன் திரும்பி நடக்க அவனை நோக்கி நகைப்புடன் நெருங்கிய நிலவன் ‘வானில் உதிக்கும் புதிய வானவில்லா இது?’ என்றான்.

‘வானவில் எனப்படும் இந்திரனின் வில் எண்ணற்று இருக்கலாம். ஒவ்வொரு மழையிலும் புதிதாகத் தோன்றலாம். ஆனால் கரிகாலனின் வில் ஒன்றே. என் மன வானை வளைத்த ஆதிரா மட்டுமே’

வீரம் வளரும்...

58

புகாரின் புறநகர் பகுதியில் இருந்த வேதிகை மன்றத்தை வானில் மேகங்கள் சூழ்ந்திருக்க, நிலத்தில் சோழ மக்கள் சூழ்ந்திருந்தனர். பல்வேறு சமயங்களைச் சார்ந்த மக்கள் வாழ்ந்த சோழ நாட்டில் வாரமொரு முறை சமயப்பெரியோர்கள் தத்தம் சமயத்தில் பொதிந்திருந்த உயரிய தத்துவங்களை விளக்கிப் பொருள் கூறுவது வழக்கம்.

"இயற்கை அத்தனையும்
கடவுளால்
உருவாக்கப்பட்டவை.
மனதை ஒரு சிலையில்
குவிக்காமல் காண்பவை
அனைத்திலும் கடவுளைக்
காண்கையில் உள்ளம்
மேலும் பண்புறும்.
மாண்புறும். அனைத்தும்
இறையென்று என்னும்
பக்குவம் உருவாகும்"

மக்களுக்கு அறவுரைகள் கூறி, விளக்கி நல்வழிப்படுத்தும் விதமாக இம்மன்றங்கள் செயல்பட்டன. கழனியிலும், சமர் களத்திலும் வாழும் மக்கள் உள்ளத்தையும் எண்ணத்தையும் மேம்படுத்த வேதிகை மன்றத்திற்கு தவறாது வருவது வழக்கம்.

சிலசமயங்களில் சமயப் பெரியோர் களுக்குள் வாதங்கள் நிகழ்வதுமுண்டு. அத்தருணங்களில் அனைத்துத் தரப்பு களை நெறிப்படுத்தவும், அறத்தை எடுத்துரைக்கவும் வேதிகை மன்றத்தின் பொறுப்பாளரும், மூத்தவருமான பெருந்தேவனார் செயல்படுவார்.

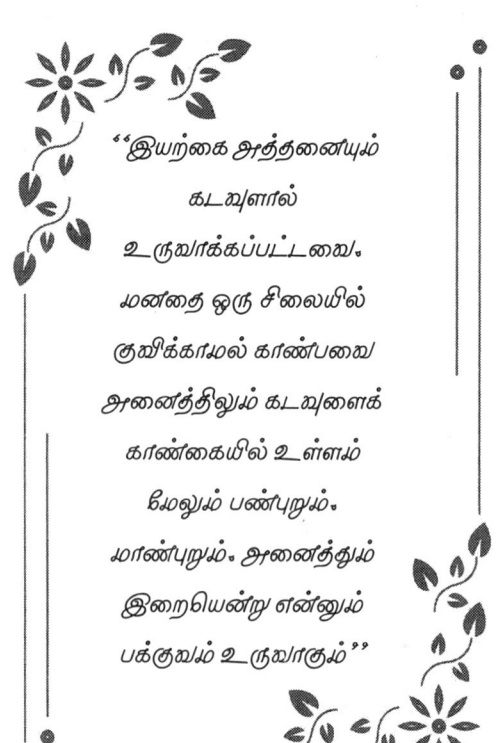

பெருந்தேவனார், புகாரின் மூத்தோர் களில் ஒருவர். தமிழ் நூல்களை உயிர் மூச்சாய் பயின்று நூல்கள் இயற்றுவதிலும், தமிழின் ஒப்பற்ற நூல்களுக்கு விளக்க

உரைகள் எழுதுவதிலும் வாழ்வினைக் கழிப்பவர். புலவர்கள் நூல் இயற்றி சோழ நாட்டில் படைக்கும்போது சான்றோர்கள் கூடிப் பேசி முடிவெடுக்கும் புணர்கூட்டு அவையின் தலைவர். அவரின் கல்வியறிவு வானில் ஒளிரும் நிலவாய் பேசும் வார்த்தைகளில் மிளிர, வேதிகை மன்றங்களில் பேசவும், விவாதங்களுக்கு தலைமை தாங்கவும் அழைக்கப்பட்டார். சோழநாடு மட்டுமல்லாமல் பிற நாடுகளில் நடக்கும் விவாதங்களுக்குத் தலைமை தாங்கவும் சென்றார்.

அன்றைய நாளில் பல சமயப் பெரியோர்களும், வேதியர்களும் தத்தமது சமயத்தின் சாரத்தை எடுத்தியம்ப ஆவலாய் இருந்தனர். அவையின் மையத்தில் அமைந்திருந்த மேடையின் நடுவில் சற்றே உயர்ந்த இருக்கையில் பெருந்தேவனார் அமர்ந்திருந்தார்.

பெருந்தேவனாருக்கு அடுத்த வரிசையில் சமயப் பெரியோர்கள் அமர்ந்திருக்க, மக்கள் பெருந்திரளாய் கூடியிருந்தனர்.

நல்வினை தீவினைகளின் பயன்களையும், தத்தம் சமயங்கள் காட்டும் வழியில் மெய்ப்பொருள் எனும் ஞானத்தை அடையும் வழிகளையும் ஒவ்வொருவராக முன்வைக்கத் தொடங்கினர். அவையில் கடவுளை, உருவமாக வணங்குபவர்கள், உருவமில்லா இயற்கையை கடவுளாக வணங்குபவர்கள், ஞானிகளை இறைவனின் தோற்றமாய் கருதி பின்பற்றுபவர்கள் என்று பலவகையான பெரியோர்களும், மக்களும் கலந்திருந்தனர்.

அவையோர் அனைவரையும் வணங்கி வரவேற்ற பெருந்தேவனார் சமயப் பெரியோர்களுக்கு முகமன் கூறி, "துவங்கலாம்" என்றார்.

"புலன்களின் பேராசைக்கு அடிபணிவதன் மூலம் ஒருவனுடைய மனபலமும், ஞானமும் படிப்படியாக மறைகின்றன" என்று கூறிய ஒரு வேதிகர் 'நம் உள்ளிருக்கும் இறையைச் சுடரேற்றி படிப்படியாக முயன்று மெய்ப்பொருளைக் காண வேண்டும். மனதை ஒன்று குவிக்கப் பயன்படுபவை உருவ வழிபாடுகள். வேறெந்த புறஅமைப்பும் இதனை அளிக்க இயலாது. அதற்கு ஒரே வழி தெய்வ பக்தியும், உருவ வழிபாடும்" என்றார்.

அதனை மறுக்க எழுந்த மற்றவர் 'இயற்கைதான் உண்மையான சக்தி. எங்கும் நிறைந்தது இறை என்று நாம் திரும்பத் திரும்ப உரைப்பது உண்மையென்றால், விரிந்த வானையும் பரந்த வெளியையும் தானே இறைவன் என கொள்ள வேண்டும். சிலையொன்றில் மட்டும் இறைவன் இருப்பதாகக் கூறுவது முறையன்று. இயற்கையே எங்கும் பரவிய சக்தி. எனவே உருவ வழிபாடு அர்த்தமற்றது" என்றார்.

மற்றவர் இடைமறித்து பேசியதால் சிறிது காயமுற்ற வேதிகர் "வளியில் எவற்றையும் நிலைநிறுத்த இயலாது. அதுபோல் அலைபாயும் மனதை ஒன்று குவிக்க

சாதாரணமானவர்களால் இயலாது. எதையும் சிந்திக்காமல் இருப்பதை விட சிந்தையில் சிறிய சுடரொன்றை ஒளியேற்றி அதனில் மனதை ஒன்று குவிப்பது எளிது. அதைப் போல பெருவெளியில் மனதைத் தொலைத்து விடாமல் சிலையொன்றில் மனதை குவிக்கவே உருவ வழிபாடுகள்''

''இயற்கை அத்தனையும் கடவுளால் உருவாக்கப்பட்டவை. மனதை ஒரு சிலையில் குவிக்காமல் காண்பவை அனைத்திலும் கடவுளைக் காண்கையில் உள்ளம் மேலும் பண்புறும். மாண்புறும். அனைத்தும் இறையென்று என்னும் பக்குவம் உருவாகும்''

இருக்கையிலிருந்து எழுந்த மற்றொருவர் ''எவருக்கும் உதவ இயலாத சிலையையும், உயிர்களை அழித்தொழிக்கும் இயற்கையையும் கடவுளெனக் கொள்வது தவறான நம்பிக்கை. எப்படிக் கடல் சிறிது பின்னோக்கிச் சென்று, பின்னர் பன்மடங்கு சீற்றத்துடன் பெருகி வந்து அனைத்தையும் வளைத்துக் கொள்கிறதோ, அதுபோல் மூட நம்பிக்கை நம்மை உள்ளிழுத்து அழித்து விடும். உயிர்களுக்கு உதவுவது மட்டுமே அறம், கடவுள் எல்லாம்'' என்றார்.

மன நிம்மதியும் அமைதியும் கொண்ட வாழ்வுக்கு தத்தமது வழியே சிறந்தது என்றும், அவரவர் சமயத்தின் வழிபாட்டு முறைகளே இறைவனை அடைய வழி என்றும் வாதம் தொடர்ந்தது.

அவரவர் பின்பற்றும் சமயப் பிரிவுகளின் கருத்துக்களைக் கேட்கும்போது மக்கள் குரலெழுப்பி உற்சாகம் செய்தனர்.

கனல் மெல்ல காற்றில் பெருகித் தழலாகி சுடர் விட்டுப் பின் பெருந்தீயாக மாறுவது போல கருத்துப் பகிர்வு விவாதமாகி மோதல் உருவாகும் நிலை ஏற்பட்டது. யாருடைய கருத்து உயர்ந்தது என்ற அகந்தை உருவாகி, சச்சரவு தொடங்கியது. பெருங்குரல்கள் ஒலிக்க, அவையில் இரைச்சல் அதிகரித்தது.

நிலைமையின் தீவிரம் உணர்ந்த பெருந்தேவனார், அனைவரையும் அமைதிப் படுத்தி விட்டு தன் பேச்சைத் துவங்கினார். 'மக்களின் உள்ளத்திற்கு தெளிவையும், எண்ணத்தின் அழுக்குகளை நீக்கி நல்வாழ்வின் பாதைக்கு இட்டுச் செல்லும் விளக்காகவே சமயம் என்பது இருக்க வேண்டும். சமயங்கள் அனைத்தும் தேடும் பொருள் ஒன்றுதான். அதை நோக்கிச் செல்லும் வழிமுறைகள் தான் வெவ்வேறாக அமைந்துள்ளன. விரிந்து பரந்த மலைச்சாரலின் கீழிருந்து நீங்கள் எல்லோரும் தத்தமது பாதையில் இறைவடிவான மெய்ப்பொருள் என்னும் சிகரம் நோக்கி பயணிக்கிறீர்கள். மலைக்குப் பாதைகள் பல இருப்பினும் சென்று சேரும் இடம் ஒன்றே என்பதை அனைவரும் உணர்ந்தால் இத்தகைய சச்சரவுகள் எழாது' என்றார்.

அதன் பின்பும் சமாதானமடையாத சமயவாதிகள், இறைவனை நோக்கிப் பயணிக்க, தாம் செல்லும் பாதையே சிறந்ததென்று வாதிடத் துவங்க, பெருந்தேவனார் கவலையடைந்தார். சலசலப்புகள் இரைச்சலாக மாறுவதைக் கண்டவர், முடிவுரையாக எதனையும் கூறாமல் அன்றைய மன்றத்தைக் கலைத்து விட எண்ணினார்.

மக்கள் குழப்பத்துடன் பார்த்த வண்ணமிருக்க, கூட்டத்தின் நடுவிலிருந்து எழுந்தான் அந்த இளைஞன். செதுக்கி வைத்த உடலும், தெளிவு கொண்ட முகமும், மிகுந்த உயரமுமாயும் இருந்தவன் எழுந்து நின்று 'அவையின் பெரியோருக்கு வணக்கம்' என்று உரத்த குரலில் கூற, கோட்டத்தில் வெண்கல மணி ஒலித்தது போன்றிருந்தது. அரங்கம் அதிர்ந்து திரும்பியது. அமைதி செவிமடுத்து நின்றது.

பேசிக் கொண்டிருந்த வேதியர்கள் அவனைக் கேள்வியாக நோக்க, அவன் பணிவாக கூறத் துவங்கினான். 'சான்றோர் குழுமியிருக்கும் இந்த அவையில் நல்மொழிகள் கேட்கவே கூடியுள்ளோம். எங்களுக்கு வழிகாட்ட வேண்டிய பெரியோர்களே தமக்குள் வேறுபாடு கொண்டால், நாட்டில் சமயப் பூசல்களே விளையும். எந்த ஒரு சமயத்தையும் பழித்துப் பேசுபவர்கள் தன்னுடைய சமயத்திற்கு உண்மையான வர்களாக இருக்க முடியாது. ஏனெனில் எந்த சமயமும், அதன் தத்துவங்களும் ஒருபோதும் மற்றவர்களைப் பழிக்கவோ, துன்பம் விளைவிக்கவோ உரைப்பதில்லை'

இளைஞன் இவ்வாறு கூறியதும், தாம் அவமதிக்கப்பட்டதாக எண்ணிய சமயப் பெரியோர்கள் கோபமடைந்தனர்.

'பல நூல்களைக் கற்றுத் தேர்ந்து சமயத்தின் அறச்சாலைகள் அமைத்து மக்கள் நலன் ஒன்றையே நினைத்து தவவாழ்வு வாழும் எங்களுக்கு அறிவுரை கூற வந்து விட்டாயா? அதற்கான வயதும் அனுபவமும் துளியுமில்லாத நீ இந்த மன்றத்தில் பேச எப்படித் துணிந்தாய்?' என்று கோபத்துடன் வினவினார் ஒரு சமயவாதி.

பெருந்தேவனார் இடைமறித்து. 'அய்யா, பொறுங்கள். தாங்கள் எல்லோரும் செய்யும் அறப்பணிகளும், தங்கள் வாழ்வும் மக்களுக்கானது எனில், அதன் மூலம் அவர்கள் பெற்றது என்ன, பெற விரும்புவது என்ன என்பதை அவர்கள் கூறுவதே பொருத்தமானது. அந்த இளைஞனைப் பேச அனுமதிப்போம். அவர் தவறாகவோ, மரியாதைக் குறைவாகவோ பேசும் பட்சத்தில் அவருக்கான தண்டனையை நான் உறுதி செய்வேன்' என்றார்.

அரைமனதோடு ஒப்புக் கொண்ட சமயப் பெரியோர் அவரவர் தம் இருக்கையில் அமர, மொத்த மன்றத்தின் பார்வையும் அந்த இளைஞனின் மேல் குவிந்தது.

கனிவான பார்வையால் பெருந்தேவனார் அனுமதி தர, அவையை மீண்டும் வணங்கி மக்களைப் பார்த்து பேசத்துவங்கினான் அவன்.

'எத்தனை சமயங்கள் தத்துவங்கள் இருப்பினும், நல்வழியில் வாழ்வை நடத்தும் முயற்சியை நம்மிடமிருந்தே துவங்க வேண்டும். அம்முயற்சியில் நாம் பின்பற்ற வேண்டிய தத்துவங்கள் அன்பு செலுத்துதல், பிறர் குறைகளைப் பெரிது படுத்தாமை, பிற உயிர்க்கு தீங்கு நினையாமை, பேராசையைத் தவிர்த்தல் போன்றவையே. இங்கே கூடியிருக்கும் மக்களில் பல சமயத்தவர் உள்ளோம். இந்தத் தத்துவங்களை எந்தெந்த சமயங்கள் வலியுறுத்துகின்றனவோ, அச்சமயங்களைச் சேர்ந்தவர்கள் மட்டும் கை உயர்த்துங்கள்' என்றான். அனைவரது கைகளும் உயர்ந்தன.

அவையில் இருந்தவர்கள் வியப்புடன் ஒருவரை ஒருவர் பார்த்திருக்க, முகத்தில் படர்ந்த அழகிய புன்னகையுடன் தொடர்ந்தான் அவன்.

'இனி நான் சொல்வதற்கு ஏதுமில்லை. அன்பு செலுத்துதலை முதன்மையாகக் கொள்வோம். அன்பின் மூலமாக அமைதியான வாழ்வினை எட்டிய பின்னர் நம் பெருந்தேவனார் கூறியது போல குன்றின் மேல் ஒளிரும் தீபம் போன்ற மெய்ப் பொருள் நோக்கிய உங்கள் பயணம் துவங்கட்டும். குன்றின் உச்சியைச் சென்றடைய நாம் பயணிக்கும் பாதை அன்பென்று இருக்கட்டும். நீங்கள் கைகளில் ஏந்தும் விளக்கு அனைவருக்கும் ஒளியளிக்கட்டும். ஒளியில் உயர்வென்றும், தாழ்வென்றும் ஏதுமில்லை. சமய வேற்றுமை நம் கண்களை மறைக்காமல் இருக்கட்டும்.

நாம் அருகருகே கைகோர்த்து பயணிக்கிறோம் என்ற உண்மையை உணர்த்தும் தத்துவங்களையே பெரியோர்களிடம் எதிர்பார்க்கிறோம். அதனை முற்றிலும் உணரும் போது, அனைவரும் நட்புடனும், சகோதரத்துடனும் பயணித்து இலக்கை அடைவது உறுதி. அங்கே பூசல் எனும் இருள் தன்னால் விலகி விடும்' என்று முடித்தான்.

எளிமையான வார்த்தைகளைக் கொண்டு அவன் கூறியது மிகப் பெரிய உண்மை என உணர்ந்த மக்கள் மகிழ்வோடு கரவொலி எழுப்பினர்.

இருக்கையிலிருந்து எழுந்த வேதிகர் 'நான் கூறுவதும் அதையே தான் கடவுள் என்பதே ஒரு மாயை. தேவையற்ற ஒன்று. மாயைக்குப் பின்னர் அலைந்து வாழ்வை இழக்க வேண்டியதில்லை'

'கடவுள் இருக்கிறார் என்றோ இல்லையென்றோ நான் கூறவில்லை. அது அவரவரின் நம்பிக்கையைச் சார்ந்தது. ஆனால் சமயங்களை வெவ்வேறு வடிவிலான மரங்களாகக் கொண்டால் அவற்றின் வேராய் அன்பிருக்க வேண்டும். ஒரு மரம் வளர மற்றொரு மரம் இடையூறாய் இருப்பதில்லை. குறைகூறுவதில்லை. சமயங்களும் அவ்வாறே. சமயம் இல்லையென்று கூறும் உங்கள் கருத்து மற்றவருக்கு இடையூறாய் இருக்க கூடாது. அன்பே கடவுள் எனக் கூறும் நீங்கள் மற்றவர்கள் அதை மறுக்கும் போது அன்புடன் கடந்து செல்லாமல் அறிவைப் பயன்படுத்தி வாதத்தினை வெல்ல வேண்டிய தேவையென்ன? உங்களின் சொற்களை நீங்களே கடைபிடிக்காத நிலையில் மற்றவர்களை வற்புறுத்துவதால் விளைவதென்ன'

வேதிகர் அதிர்ந்து போய் அமர, அகவையில் குறைந்த இளைஞன் கணீரென்ற குரலில் ஆணித்தரமாய் பேசுவதைக் கண்டு அதிசயித்த பெருந்தேவனார் 'மக்களின் வாழ்விற்கு கடவுளும், சமயங்களும் அவசியமென்று கருதுகிறாயா?' என்றார்.

'சமயம் என்பது துன்பத்தில் உழலும் மக்களைப் பக்குவப்படுத்தி, அன்பால் பூக்கச் செய்து, முழுமைப்படுத்தி ஏற்றுவதே தவிர அது கட்டுப்படுவதோ கட்டப்படுவதோ அல்ல. அது மனிதனின் இயல்பான உட்கிடக்கை. யானைக்கு மதம் பிடித்ததால் பாகனைக் கொன்று விடும். அது போல மனிதனை அடிமைப்படுத்தும், பிரித்து வைக்கும் சமயம் எதுவும் அவனை விலங்காக்கி மதம் கொள்ளச் செய்து, மற்றவர்களிடம் பகை கொள்ளச் செய்யும். மதமானது மதியை வலுப்படுத்தவும், நெறிப்படுத்தவும் அறிவிற்கு ஒளியூட்டவுமே இருக்கவேண்டும். அப்போது தான் உலகில் உண்மையான அமைதி நிலவும்.'

மக்களிடமிருந்து மீண்டும் கரவொலி எழும்ப, அவன் கூறுவதை உண்மையென்று உணர்ந்த பெரியோர்களும் அமைதியாய் இருந்தனர்.

பெருந்தேவனார் பெரும் மகிழ்வுடன் அவனை அருகே அழைத்தார். இளைஞன் தயக்கத்துடன் அருகில் வர, அவனுடன் மற்றொருவனும் இணைந்து வந்தான். அருகில் வந்த இளைஞனிடம் மென்மையான குரலில் 'தளைகளை அறுத்து, விதிகளை மீறிடத் துடிக்கும் இளமைப் பருவத்தில் இத்தகையதொரு பக்குவம் கொண்டவனாக நீ இருப்பதும் இந்த அவை உன் மொழிகளை ஏற்று அமைதி கொண்டதும் பெரும் வியப்புக்குரியதாக உள்ளது. நீ யார் உன் பெயரென்ன?'' என்றார்.

கைகுவித்து அவரை வணங்கியவன், 'பெருந்தேவனாரே, என் பெயர் வளவன். எந்நிலையிலும் நீதி வழுவாமல் பகைவருக்கும் பேரறம் பேணும் சோழகுல ஆட்சியில் குடிமக்கள் அவ்வண்ணமே இருப்பதில் வியப்பென்ன?' என்றான் முறுவலுடன்.

‘மேலும் மேலும் அறிவார்ந்த பதில்கள் உன் மேலான மதிப்பைக் கூட்டுகின்றன. இத்தனை சிறந்தவனாக உனை வளர்த்தெடுத்த பெற்றோருக்கே இப்புகழ் சேரும். உன் பெற்றோர் பற்றிக் கூறு. அவர்களையும் சந்தித்து அவர்களுக்கு என் வாழ்த்துகளையும் மரியாதையையும் தெரிவிப்பேன்’ என்றார் மகிழ்வுடன்.

இளைஞன் தடுமாற, அருகில் நின்ற இளைஞன் ‘கூறு’ என்றான்.

‘இதிலென்ன தயக்கம்?’ என்றார் பெருந்தேவனார்.

‘நான் பிறக்கும் முன்பே தந்தையை இழந்தவன். என் தாயின் பெயர் இளவெயினி’ என்று மெதுவாகக் கூறியவன் முகத்தில் புன்னகையுடன் தலைப்பாகையை நீக்க, வெள்ளணி விழாவில் கண்ட வேந்தனின் முகம் வெளிப்பட்டது.

இருக்கையிலிருந்து அதிர்ச்சியுடன் எழுந்த பெருந்தேவனார் ‘வேந்தே! தாங்களா, இதென்ன கோலம்! தாங்கள் நேரிடையாக வந்து இந்த அவையில் பங்கேற்றிருக் கலாமே?’ என்று கேட்க...

‘இது போன்ற மன்றங்களை வழிநடத்தப் பெரியோர்களாகிய தாங்கள் இருக்கிறீர்கள். உங்கள் வழியில் குறுக்கிடுதல் கூடாது. எனினும் என் மனதில் தோன்றியதைக் கூறுவதற்காக எழுந்தேன்’ என்றான் கரிகாலன்.

‘சென்னியென்னும் பேராற்றல் கொண்ட சோழ சயந்தனத்தின் அச்சாணியாக இருந்து நாட்டை வழி நடத்தியவள் எங்கள் அரசி இளவெயினி. அவள் பெற்றெடுத்த இளவல், சோழம் விடிவு பெற உதித்த இளஞ்சூரியன் இவ்வாறே திகழ்வார். மனம் மட்டற்ற மகிழ்ச்சி கொள்கிறது’ என்று அவன் கைகளைப் பற்றி நெகிழ்ந்தார்.

வேந்தன் இருப்பதை அறிந்தால் மக்கள் கூடிவிடுவார் என்பதை உணர்ந்த பெருந்தேவனார், உரிய காவலர்களுடன் கரிகாலனை விடை தந்து அனுப்பிவிட்டு தன் இருக்கையில் மீண்டும் அமர்ந்தார். அவையைத் தன் அறிவு செறிந்த மொழிகளால் அமைதிப்படுத்திய இளைஞனைக் காவலர்களுடன் அனுப்பியதை நோக்கிய மக்களில் சிலர் பெருந்தேவனாரிடம் ‘அவரை எங்கே கொண்டு செல்கிறீர்கள்?’ என்று கேட்கத் துவங்க,

அவர்களைக் கையமர்த்தி அமரச் செய்த பெருந்தேவனார் பெருமை பொங்கும் முகத்துடன் ‘சான்றோர் நிலை பிறழ்ந்த பொதுமன்றத்தில் அமைதியை நிலை நாட்டி, இன்றைய வாதங்களுக்கு முடிவுரை வழங்கி பெருமைப் படுத்தியவர் வேறு யாருமல்ல. நமது சோழவேந்தர் கரிகாலர்’ என்று கூற அதிர்ந்த மக்கள் கணப்பொழுதில் ஆரவாரித்தனர்.

வாட்களின் வீச்சாய் மனங்களை ஊடுருவும் வார்த்தைகளை வீசி அனைவரையும் பணியச்செய்தவன் சோழத்தின் கரிகாலன் என்று தெளிந்ததும் அவையைக் கடல் கொண்டது போல மகிழ்ச்சி வெள்ளம் ததும்பியது.

சிறுவயதினான வேந்தன் பெரும் விவாதத்தைக் கையாண்ட விதத்தையும், அவனது அறிவாற்றலையும் தமக்குள் மீண்டும் மீண்டும் பேசியவாறு பேருவகையுடன் கலைந்து சென்றனர் சோழமக்கள்.

★★★

பாண்டிய நாட்டின் தலைநகர் மதுரையில் கதிரவன் மறைந்திருக்க, இருளின் நிழலாய் துயரமும் நகரைப் போர்த்தி இருந்தது. படுத்த படுக்கையாய் இருந்த வேந்தர் முடத்திருமாறன் முதல் நாளிரவு உலகை நீங்கி விண்ணுலகம் சென்றிருக்க, பாண்டிய மக்கள் பெருந்துயரில் மூழ்கியிருந்தனர்.

நாளங்காடியும், அல்லங்காடியும், சோலைகளும், கோவில்களும் எவருமில்லாமல் வெறிச்சோடிக் கிடந்தன. தெருக்களும், மாளிகைகளும் துயரத்தைப் பூசி நிற்க, ஆழ்ந்த அமைதியே நகரின் தன்மையாக மாறியிருந்தது. நகரின் பொலிவு மங்கி மரங்களும் தலைகுனிந்து நின்றன.

அன்றையக் காலையில் வேந்தரின் உடல் பெருந்திடலில் வைக்கப்பட்டு, அனைவரும் இறுதி வணக்கம் செலுத்திய பின்னர் நல்லடக்கம் செய்யப்பட்டிருந்தது. குருதியும், சதையுமாய் இயங்கிய உயிர் ஒன்று எண்ணங்களின் மிச்சமாயும், கதைகளின் எச்சமாயும் மாறிப்போயிருந்தது. நாளின் முடிவில் இருள் சூழ்வது போல், வாழ்வின் முடிவில் துயர் சூழ்ந்திருந்தது.

தனது உடல்நிலை மோசமாவதை உணர்ந்திருந்த முடத்திருமாறன் சில நாட்களுக்கு முன்னர் நம்பி நெடுஞ்செழியனுக்கு பாண்டிய வேந்தனாய் முடிசூட்டியிருந்தார். மகிழ்வான நிகழ்வாக இல்லாமல் கடமையை கைமாற்றிச் செல்லும் நிகழ்வாகவே அமைந்திருந்தது.

அரண்மனையின் ஆலோசனைக் கூடத்தில் நுழைந்த நம்பி அங்கிருந்த வெண்ணிற யானை தந்தத்திலான இருக்கையில் அமர்ந்தான். முடத்திருமாறன் எப்போதும் அமரும் இருக்கை அது. யானையைப் போன்ற வலிமையுடன் நாட்டை ஆளவேண்டுமென்று எண்ணி யானையின் தந்தத்தினால் உருவாக்கியிருந்தார்.

பகையையும், பாசத்தையும் நினைவில் கொள்ளக்கூடியது யானை. ஒரு வேந்தனும் அதைப் போல இரண்டையும் தனது கண்களாக எண்ணி அருகிலேயே வைத்திருக்க வேண்டுமென்று கூறுபவர்.

இருக்கையில் அமர்ந்திருந்த நம்பி தீவிர சிந்தனையில் இருந்தான். பாண்டிய நாட்டின் அனைத்து முடிவுகளையும் இது வரையில் முடத்திருமாறனே எடுத்திருந்தார். நம்பியின் வாழ்வைத் தீர்மானித்தவரும் அவரே. முதன் முறையாக பெரிய முடிவொன்றை எடுப்பதில் நம்பிக்குத் தயக்கம் இருந்தது. எனினும் தன்னைக் குறித்த அவரின் முடிவுகள் தவறென நிரூபிக்க எண்ணியவன் தளபதியை அழைத்து வர காவலனை அனுப்பினான்.

சிறிது நேரத்தில் தென்னவன் வந்து சேர 'படைப்பிரிவுகளை ஆயத்தப்படுத்து. போர்பயிற்சிகளைத் துவங்கச் சொல். விரைவில் சோழத்தின் மீது படையெடுக்கிறோம்' என்றான்.

வீரம் வளரும்...

59

சோழ நாட்டின் அகநகரில் ஆயுதங்கள் மோதும் ஒலி காற்றில் இன்னியம் வாசித்துக் கொண்டிருந்தது. ஆயுதப்பயிற்சி செய்யும் சரம்புச்சாலை உயரமான சுவரால் காக்கப்பட்டு காவல் இருத்தப்பட்டிருந்தது. வட்டமாக வடிவமைக்கப்பட்ட சரம்புச்சாலையை உருண்ட தூண்கள் தாங்கி நின்றிருக்க, மேற்கூரை மரச்சட்டங்களால் இணைக்கப்பட்டு, சுற்றிலும் சுவருக்கு பதிலாக மரப்பலகைகள் பொருத்தப் பட்டிருந்தன. கலையம்சத்துடன் செதுக்கப் பட்டிருந்த பெரும் சாளரங்கள் ஒளி இறைத்துக் கொண்டிருக்க, வண்ண மலர்களைச் சூடிய மரங்கள் காற்றினை விசிறிக் கொண்டிருந்தன.

சரம்புச்சாலையின் நடுவில் மென்மை யான வெண்மணல் திடலில் கபிலனும், திதியனும் வாட் பயிற்சியை மேற்கொண்டிருந் தனர். தலை, மார்பு, தோள், முன்கைகள் என்று உடலின் மேற்பகுதியைக் கவசங்கள் மறைத்திருக்க, முதுகுப்பகுதியும் இடைக்கு கீழும் கவசமில்லாமல் இருந்தது. முதுகிலும், இடைக்குக் கீழும் தாக்குவது வீரமாகாது என்பதால் கவசங்கள் உருவாக்கப் படுவதில்லை.

சமரிடும் இரண்டு இளைஞர்களிட மிருந்து விலகி நின்று நிலவன் இருவரையும்

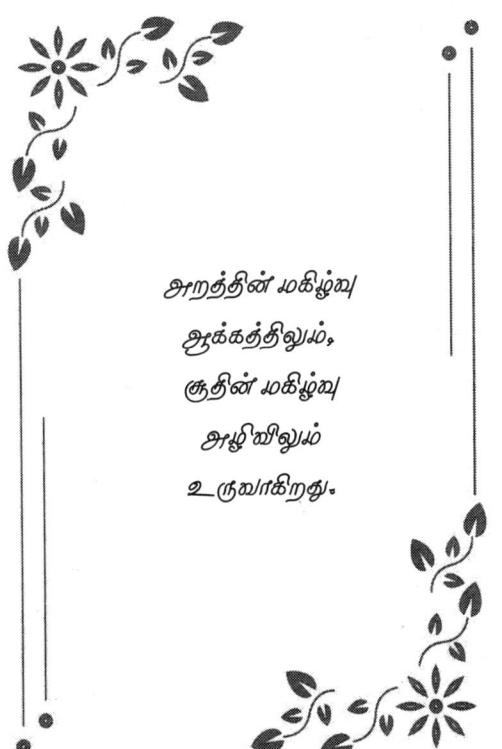

அறத்தின் மகிழ்வு
ஆக்கத்திலும்,
சூதின் மகிழ்வு
அழிவிலும்
உருவாகிறது.

நெறிப்படுத்திக் கொண்டிருந்தான். களத்தைச் சுற்றிலும் செம்பினால் இருக்கைகள் உருவாக்கப்பட்டிருக்க கரிகாலன் மற்ற இளைஞர்களுடன் ஒருபுறத்தில் அமர்ந்து சமரைக் கவனித்துக் கொண்டிருந்தான். பனிமுகில், தங்கை மென்னிலாவுடன் எதிர்புறத்தில் அமர்ந்து சமரை பார்ப்பது போல கரிகாலனைக் கவனித்துக் கொண்டிருந்தாள்.

தகரச்சாந்து பூசி நீராடி, கழல்மணிக்கொடியின் கனிகள் அரைத்துப் பூசி, குளிர் நீரில் அலசி, கோதி சீர் படுத்தி, மேகம் போல மென்மையாய் நெளிவுகளோடு அலையும் நீண்ட கருங்குழலை சுருட்டி சிறு குழல் போன்று முடிந்திருந்தாள். வெண்நூலில் பூக்கள் கோர்த்து குழலைச் சுற்றி அணிந்திருந்தாள். பூக்களின் மணமும், குழலுக்கிட்ட அகிற்புகையின் மணமும் மெல்லக் காற்றில் கலந்து சரம்புச்சாலையெங்கும் இதமாகப் பரவிக் கொண்டிருந்தது. மரகதக்கல் இழைத்த மோதிரமும், மகரவாய் தலையணியும், வயிரமிழைத்த மெல்லிய கழுத்தாரமும் மின்ன, அதனோடு போட்டியிடும் தோதில் மையிழைத்த அவள் பெரிய விழிகள் கரிகாலனைப் பார்த்து இன்னும் அகன்று பெரிதாகி, நெடுமரம் போலிருந்த அவன் தோற்றத்தை அப்படியே உள்வாங்கியதில் கருப்பு வைரங்களென மின்னிக் கொண்டிருந்தன.

பார்வைக்குக் குளிர்ச்சியாகவும், மனதிற்கு மலர்ச்சியாகவும் இருக்கிறான். கற்பனையும் திகைக்கும் உண்மை இவன். இமை மூடியும் தோன்றும் காட்சி இவன் என்று எண்ணங்களில் தொலைந்திருந்தாள்.

இளையவர்களாய் இருந்தாலும் வேகத்திற்கோ, சீற்றத்திற்கோ சிறிதும் குறைவின்றி தீப்பொறிகள் பறக்க சமரிட்டனர். கபிலன் வீசிய வாளை தேக்கிக் கொண்ட திதியன் சடாரென்று முன்னேறி இடக்கையால் கபிலனின் மணிக்கட்டை பற்றி முறுக்கினான். கபிலனின் வாள் கீழே விழ சமர் முடிவிற்கு வந்தது.

'பலத்தைக் கொண்டு என்னை வீழ்த்தி விடுகிறான்' என்றான் கபிலன் சலித்துக் கொண்டு.

'நுட்பத்தை மேம்படுத்து. ஆற்றலை நுட்பம் வீழ்த்தும்' என்றான் இளம்பரிதி.

'அவனும் அதே நுட்பத்துடன் சமரிடுகிறானே!'

'நுட்பம் இணையானதாக இருந்தால் வேகத்தினால் வீழ்த்து' என்றபடி எழுந்து வந்தான் முகில்.

'வேகமும் இணையானதாக இருந்தால்?' என்றாள் பனிமுகில் இருக்கையில் அமர்ந்தபடி.

‘தாங்கு திறனும், மன உறுதியும் உள்ளவரே வெல்வர்’ என்ற நிலவன் ‘நீயும் வீரக்கலைகள் கற்பவள் தானே. எழுந்து வா. உனது வாள் வீச்சை பார்க்கலாம்’ என்றழைத்தான்.

கரிகாலனிடம் தனது வீரத்தினை காண்பிக்க வேண்டும் என்ற ஆவல் மனதில் முளைத்தெழ, முகத்தில் புன்னகை சுடர் விட, கொடியொன்று காற்றில் மிதப்பது போல நகர்ந்து வந்தாள்.

‘எந்த வாள் வேண்டும்?’

‘இரண்டு பட்டயங்கள்’

அனைத்து வாட்களின் வகைகளும் இரும்பிலான தாங்கிகளில் வரிசையாக அடுக்கப்பட்டிருந்தன. பயிற்சிக்கான வாட்களென்பதால் கூர்தீட்டப்படாமல் முனை உருட்டப் பட்டிருந்தது.

பட்டையான பரப்புடன் சிறிதாக இருந்த பட்டயத்தை எடுத்து நிலவன் பனிமுகிலிடம் தந்தான்.

‘ஏன் பயிற்சி கத்திகள்? காயமேற்படும் என்று அஞ்சுகிறீர்களா?’ என்று பனிமுகில் நகைக்க...

‘உனது வாட்திறனை கண்ட பின்னர் மெய் வாளைத் தருவதா என்று முடிவு செய்கிறேன்’

‘யார் மோதுகிறீர்கள்?’ என்றவள் கேட்க, நிலவன் மற்றவர்களை பார்க்கும்போதே ‘வேந்தர் சமரிட மாட்டாரா?’ என்றாள் புன்முறுவலுடன்.

‘உன்னால் அவனை வீழ்த்த இயலாது’ என்று நிலவன் நகைக்க...

‘உங்களால் இயலா விட்டால் என்னாலும் இயலாதென்று எப்படி முடிவு செய்கிறீர்கள்?’ என்றாள் குறும்புடன்.

‘நீ இவனை முதலில் வீழ்த்து’ என்ற நிலவன், முகிலின் கைகளில் இரண்டு பட்டயங்களை திணித்துவிட்டு நகர்ந்து செல்ல, முகில் விழித்தான். அவன் தடுமாறுவதைக் கண்ட அனைவரும் நகைத்தனர்.

சமரைக் காணும் ஆவலுடன் இளைஞர்கள் சுற்றிலும் அமர்ந்து கொள்ள ‘விடாதே. வீழ்த்து அவரை’ என்று மென்னிலா சத்தமிட, மீண்டும் அனைவரும் சிரித்தனர்.

ஆடையை இறுக்கி முடிந்த பனிமுகில் வாட்களை உயர்த்தி ஆயத்தமாக, முகில் தயக்கத்துடன் வாட்களை உயர்த்தினான்.

‘துவங்குங்கள்’ என்று நிலவன் கூறிய கணத்தில், பெண்புலியாய் பாய்ந்த பனிமுகில் வாட்களால் தாக்கத் துவங்க முகில் தடுமாறிப் போனான். நொடிப்பொழுது பின்னேறியவன் மறுகணம் சமாளித்துக் கொண்டு தேக்கத் துவங்கினான்.

மின்னல் கொடியாய் பனிமுகில் சுழல, இரண்டு கைகளிலும் வாட்கள் சுழன்று முகிலை தாக்கின. ஆடை சுழன்று வர, தலையின் கேசம் விரிந்து பரவ, கூந்தலின் மலர்கள் சிதற, வாட்களின் வீச்சுகள் மாறி மாறி காற்றை கிழித்துப் பாய்ந்து வந்தன. வேகத்தைக் கைக்கொண்டு முகிலின் தற்காப்பை ஊடுருவ முயன்றாள்.

சிறுவயதிலிருந்தே கலைகளில் ஊறியவன் முகில். பாயும் வீச்சுகளை எளிதில் தேக்கினான். வாய்ப்பு கிடைக்கையில் தாக்கத் தயங்கினான். பனிமுகிலும், முகிலும் வாட்களுடன் சமரிட்டபோது, எதிரெதிர் திசையில் பயணிக்கும் முகில்கள் ஒன்றுடன் ஒன்று மோதுவதால் ஏற்படும் இடியைப் போன்று வாட்களின் ஒலிகள் சரம்புச்சாலையை அதிரச் செய்தன.

ஆண்களின் உடல் உள்ளீடு கொண்ட மரத்தினை போன்றது. எளிதில் வளையாதது. பெண்களின் உடல் உள்ளீடு இல்லாமல் துளை கொண்ட புல்லை போன்றது. எளிதில் வளையும் தன்மையுடையது. அதிலும் பனிமுகில் காற்றில் வளையும் பருவக் கொடியாய் சுழன்று படர்ந்தாள். நெருப்பாய்க் கனன்றாள்.

களரியில் தேர்ந்த முகில் உடலை நீர்ச்சுழலாய் சுழற்றத் தெரிந்தவன். நெருப்பை உள்வாங்கி குளிர்வித்தான்.

தெளிந்த நீரை நீராவியாய் மாற்ற முயன்றாள் பனிமுகில். பனிக்கட்டியாய் இறுகினான் முகில்.

பனிமுகிலைத் தாக்காமல் முகில் சமரிடுவதை அனைவரும் உணர்ந்தனர். பனிமுகிலின் கால்கள் அதிகம் விலகாமல் கோளமாய் சுழல்வதை கரிகாலன் கவனித்தான். வாட்களின் வீச்சு இடைவெளியின்றி பின்னலாய் சீறுவதை கவனித்தான். கால்களை விலக்கிப் போரிடுவது உடலின் சமச்சீர் நிலையை குலைக்கும். பின்னல் வீச்சு ஆற்றலைத் தாங்கி இருக்கா விட்டாலும் பகையை நிலைகுலையச் செய்யும். கலையை நுட்பமாய் பயின்றிருக்கிறாள் என்றெண்ணினான்.

பனிமுகிலின் வீச்சுகளை அதே முறையில் எதிர் கொண்ட முகில் ஒரு கணத்தில் வாட்களைப் பின்னி இழுக்க, பனிமுகிலின் கைகளிலிருந்து வாட்கள் விடுபட்டன.

‘அற்புதமான சமர்’ என்றான் நிலவன். இளைஞர்கள் அனைவரும் கைகளைத் தட்டியும், கூக்குரலை எழுப்பியும் பாராட்டத் துவங்க, பனிமலரின் முகத்தில் ஏமாற்றம் தென்பட்டது. சிறிய வருத்தத்துடன் கரிகாலனை நோக்கினாள்.

'அவன் உன்னை ஆற்றலைப் பயன்படுத்தியே வீழ்த்தினான் பனிமுகில். உனது வாட்களின் வீச்சு வேகத்தின் கரைகளை உடைப்பதாய் இருந்தது. வேகமே உனது பலம். பட்டயத்தைப் பயன்படுத்தாமல் புல்லைப் போன்று மெல்லியதாயிருக்கும் நவிர் வாட்களைப் பயன்படுத்து. கண்களால் காண இயலாத அளவில் இருக்கும் உனது வாள்வீச்சு'

'அவை எளிதில் சிதைந்து விடுமே'

'நமது தலைமைக் கொல்லர் செங்கிழாரிடம் கூறி உறுதியான நவிர்களை உருவாக்க கூறுகிறேன். வாட்களில் அதிக ஆற்றலும், எடையும் கொண்ட ஆளுயர மாவசியால் தாக்கினாலும் சிதையாமல் எதிர்த்து நிற்கும். அடுத்த முறை மின்னல் கொடிகளை ஏந்தி சமரிடுவாய்' என்றான்.

அன்பின் நீட்சி எண்ணங்கள். எண்ணங்களின் நீட்சி சொற்கள். தனக்காக வாட்களை உருவாக்குகிறேன் என்ற சொற்களில் கமழ்ந்த அன்பை உணர்ந்ததும் பனிமுகிலின் முகத்தில் பெருமகிழ்வு வண்ணமேற்ற 'வருகிறேன்' என்றபடி வெளியேறினாள். காற்றோடு செல்லும் மேகமாய், அவன் நினைவுகளோடு பிரிந்தது மனம். இறக்கையில்லாத் தும்பியாய் அவள் படபடத்துச் செல்ல, மனதைத் தத்தெடுத்துக் கொண்ட காதல், கண்சிமிட்டாமல் பார்த்திருந்தது.

★★★

பெருங்குன்று போன்ற கரிய யானை மெதுவாக எழுவது போல சோழ நாடு போருக்கு ஆயத்தமாகிக் கொண்டிருக்க, புகாரின் பெருந்திடலில் வீரர்களுக்கு சலகு பிடித்தல் எனும் போர் பயிற்சிகளை பரஞ்சுடரும், வானவனும் அளித்துக் கொண்டிருந்தனர். படர்சடையனும், தழல்மேனியும் ஒரு புறத்தில் நின்று கவனித்தவாறு இருந்தனர்.

பயிற்சிகளைப் பார்வையிட குதிரைகளில் சென்ற இரும்பிடாரும், கரிகாலனும் தளபதிகளை நெருங்க 'வாருங்கள் வேந்தே' என்று இருவரும் வரவேற்றனர். குதிரைகளில் இருந்து கீழிறங்கிய கரிகாலன் தளபதிகளைக் கைகளை குவித்து வணங்கினான். வீரர்களின் நகர்வுகளைக் கவனித்தபடி அனைவரும் சற்று நேரம் நின்றிருந்தனர்.

வீரர்கள் அனைவரும் செந்நிற மேலாடையும், முட்டிக்குக் கீழ் வரையிருந்த வெண்ணிற இடையாடையும் அணிந்திருந்தனர். பெரும் ஓசையுடன் முன்னேறிய காலாட்படை வீரர்கள் முரசின் ஒலிக்கேற்ப வியூகங்களை மாத்துவதும், பின்னேறுவதுமாய் இருக்க, புதியதாக உருவாக்கப்பட்டிருந்த வேல்படையினர் நீளமான வேல்களைச் சுழற்றித் தாக்கக் கற்றுக் கொண்டிருந்தனர். போரின் உயிர் நாடியாய்

முரசொலி இருந்தது. முரசு ஒரு முறை அதிர வீரர்கள் இருந்த இடத்தில் நிலை கொண்டனர். இரண்டு முறை ஒலித்தபோது பின்னேறினர். வானின் இடியோசையாய் உருண்ட போது வேகமாக முன்னேறினர். உடலின் வேகத்தை உணர்த்தும் நெஞ்சின் துடிப்பாய் படையின் வேகத்தை முரசொலி உணர்த்தியது.

வீரர்களின் பெயர்வுகளை கவனித்த கரிகாலனின் முகத்தில் நிறைவில்லாததைக் கண்ட இரும்பிடார் 'என்ன மாற்றத்தை எதிர் பார்க்கிறாய்?' என்றான்.

'தளபதிகளை வரச் சொல்லுங்கள் மாமா'

தளபதிகளை அழைத்து வர இரும்பிடார் அருகிலிருந்த வீரனைப் பணிக்க, பரஞ்சுடரும், வானவனும் சில நொடிகளில் வந்து சேர்ந்தனர்.

'காலாட் படையினர் முரசொலித்ததும் சிதறிய நிலையில் ஏன் முன்னேறு கின்றனர்?' என்று கரிகாலன் கேட்க...

ஐயத்துடன் படர்சடையனைப் பார்த்த பரஞ்சுடர் 'போர்க்களத்தில் இவ்வாறு முன்னேறுவது தானே வழக்கம்?' என்றான்.

'போர் முழக்கத்தை எழுப்புவது என்?'

'முன்னேறும் வீரர்களின் மனதில் சோழத்தை காக்கும் வெறியைத் தூண்ட' என்றார் படர்சடையன்.

தளபதியின் வார்த்தைகளை செவிமடுத்த கரிகாலன் சற்று அமைதியானான். சிலகணங்களில் மென்மையான குரலில் தனது எண்ணங்களைக் கூறத் துவங்கினான்.

"போர்க்களத்தில் நாட்டுப் பற்றையும், வீரத்தையும் விட பெரும் உக்கிரத்தை ஏற்படுத்தக் கூடிய ஒன்று உள்ளது. அது நட்பு. கண் முன்னே நண்பன் களம் படுவதைக் காணும் வீரன் தெய்வத்தையும் எதிர்த்து நிற்கும் வல்லமை கொள்வான். காலாட் படையில் ஒரு தொகுதியில் முன்னூறு வீரர்கள் இருப்பர். அதைப் பத்து குறுந்தொகுதியாய் பிரித்து ஒவ்வொரு குறுந்தொகுதியிலும் முப்பது நண்பர்களை இடம்பெறச் செய்யுங்கள். கூடாரம் அமையும்போது, படை நகரும்போது, பயிற்சியின்போது என அனைத்துத் தருணங்களிலும் அவர்கள் ஒன்றாகவே இருக்கட்டும். ஒவ்வொரு குறுந்தொகுதியும் அருகிலிருக்கும் குறுந்தொகுதி வீரர்களுடன் பழகி நண்பர்களாகட்டும். மலரிதழ்களின் அடுக்குகளாய் குறுந்தொகுதிகள் இறுகி தொகுதியைக் கொண்டிருக்கும்.

போர் முறையில் ஒவ்வொரு மாற்றமாய் கரிகாலன் கூறத் துவங்கினான். கரிகாலனின் சொற்கள் அனைவரின் மனங்களையும் அதிரச் செய்தன. இதுவரையிலான போர்

முறைகளை அசையச் செய்தன. போர்க் களங்களில் குருதியைக் காட்டாறாய் பாயச் செய்தவர்களின் முகங்கள் நிறமிழந்து மீண்டன. சிந்திக்கும் விதங்களில் மாற்றம் ஏற்படத் துவங்கியது. போர் முறைகளுக்கான புது இலக்கணம் வித்திடப்பட்டது.

'வெள்ளணி விழாவில் செல்வத்தைப் பொழிந்து, பகைவரின் மனதில் விதைத் திருக்கும் வித்து வேர்பிடிக்க சில மாதங்கள் ஆகும். அதற்குள் நமது வீரர்களுக்கு உயரிய கட்டுப்பாடும், ஒன்றிணைந்து தாக்கும் திறனும் வளர வேண்டும். போரில் எதிராளியைக் கொல்வதை விட உயிர் காத்து ஒன்றிணைந்து நிற்பது அவசியம்' என்ற கரிகாலன்...

இரும்பிடாரை நோக்கித் திரும்பி 'உங்கள் மேற்பார்வையில் மருவூர் பாக்கத்தில் ஒரு களரிக் கூடத்தையும், பட்டினப் பாக்கத்தில் ஒரு களரிக் கூடத்தையும் ஏற்படுத்துங்கள். மருவூர் பாக்கத்தில் நிலவனும், முகிலும் கலைகளை கற்பிக்கட்டும். பட்டினப் பாக்கத்தில் சுடரொளியும், இளம்பரிதியும் பட்டதிரிகளாக இருக்கட்டும். ஒழுங்கின் மேல் கட்டமையும் நிகரற்ற படை உருவாக வேண்டும்' என்று கூற, இரும்பிடார் மன நிறைவுடன் தலையசைத்தான். போருக்கான ஆயத்தங்கள் வளர்பிறையாய் வளர்ந்தன.

★★★

மதுரையின் விருந்தினர் மாளிகையில் பெருஞ்சாத்தனுடன், முத்துமேனியும், தீச்செல்வனும் அமர்ந்திருந்தனர். அருகில் பாண்டிய அரசி பரிநிதாவின் தந்தையும், காந்தள் நாட்டின் அரசனுமான தொல்லோன் அமர்ந்திருக்க, அவரருகில் வாணர் நாட்டு அரசன் மரைக்காடன், எருமை நாட்டு அரசன் விகுபன், ஒய்மான் நாட்டு அரசன் நந்தியன் ஆகியோர் அமர்ந்திருந்தனர்.

அனைவரும் இருக்கைகளில் அமர்ந்திருக்க, எதிரே பொன்னிறத்தில் வறுக்கப் பட்ட ஆட்டிறைச்சியும், நீரில்லாமல் வேகவைக்கப்பட்ட மான் இறைச்சியும், தேனில் ஊறவைக்கப்பட்ட பழத்துண்டுகளும், பொற்கலன்களிலும், தாலங்களிலும் நிறைக்கப் பட்டிருந்தன. சிற்றரசர்கள் கையிலிருந்த பொற்கிண்ணங்களில் யவனத்திலிருந்து வந்திருந்த திராட்சைப் பழச்சாறினால் செய்யப்பட்ட கொடிமுந்திரிச் சாறு ததும்பிக் கொண்டிருந்தது. உணவைப் பரிமாறவும், குறையாமல் பார்த்துக் கொள்ளவும் பணியாட்களும், பணிப்பெண்களும் அருகிலிருக்க, அறைகளின் வாசல்களில் காவலர்கள் நின்றனர்.

பாண்டிய வேந்தர் மறைந்து விட்டாரென்ற தகவல் கிடைத்தவுடன் களிப்புற்ற பெருஞ்சாத்தன் முத்துமேனியையும், தீச்செல்வனையும் அழைத்துக் கொண்டு உடன் புறப்பட்டிருந்தான். வேந்தரின் மறைவுக்கு இரங்கல் தெரிவிக்க வரும் சிற்றரசர்கள் அனைவரையும் சந்தித்து சோழத்திற்கு எதிரான போரில் ஒன்று திரட்ட விரும்பினான்.

பாண்டிய வேந்தர் முடத்திருமாறனைக் குறித்தும் அவர் நல்லாட்சி புரிந்த விதத்தையும், வணிகத்தை முன்னேற்ற எடுத்த முயற்சிகளையும் வியந்து பேசிக்கொண்டிருந்தனர் அனைவரும்.

'வணிகத்தில் சோழ நாட்டிற்கு ஈடுகொடுக்க அவரால் மட்டுமே முடிந்தது' என்றான் விகுபன்.

'சோழநாட்டில் கரிகாலனுக்கு நிகழ்ந்த வெள்ளணி விழாவினைப் பற்றி கேள்விப் பட்டீர்களா? உங்களுக்கு அழைப்பு வந்ததா?' என்று தொல்லோன் கேட்க...

தொல்லோன் உரையாடலை மெதுவாக திசை திருப்புவதை பெருஞ்சாத்தன் உணர்ந்தான். மருமகன் சோழத்தை ஆளவேண்டுமென எண்ணுகிறாரா? அல்லது பாண்டிய வேந்தன் நம்பி நெடுஞ்செழியன் சிற்றரசர்களின் மனதை அறியும்படி கூறியிருக்கிறானா?' என்றெண்ணியவன், சொற்கள் பயணிக்கும் திசையைக் கண்டுணர அமைதியை மொழியாக்கிக் கொண்டான்.

சோழநாடு செல்வத்தை இறைத்து, கொடைகளால் நிறைத்து வெள்ளணி விழா நிகழ்த்தியதை கேள்விப்பட்டிருந்த சிற்றரசர்களின் சிந்தையில் பொறாமை ஏற்கனவே தீயாய் எரிந்து கொண்டிருக்க...

'செல்வத்தைச் செலவழித்து சோழநாடு தனது வளமையை வெளிப்படுத்த எண்ணுகிறது' என்றான் மரைக்காடன் வெறுப்புடன்.

"சோழவேந்தர் குறைவான வரிகளுடன் நல்லாட்சி நடத்துகிறார் என்றும் மற்ற நாடுகள் மக்களை வரிச்சுமையால் சிரமப்படுத்துவதாகவும், நமது மக்களே பேசத் துவங்கியுள்ளனர்" என்றான் நந்தியன்.

'நமது நாட்டு மக்களுக்கும், புலவர்களுக்கும், பாணர்களுக்கும் தகவல் வந்துள்ளது. ஆள்பவர்களை அழைக்க எண்ணவில்லை' என்றான் முத்துமேனி.

'வேந்தர்களுக்கும், சிற்றரசர்களுக்கும் அழைப்பு அனுப்பாமல் அனைத்து நாடுகளையும் துச்சமாக கருதுகிறது சோழநாடு' என்றான் விகுபன்.

'அழைப்புகள் அனுப்பி எவருடனும் நட்புறவு கொள்ள கரிகாலன் விளைய வில்லை. தந்தையின் இறப்பிற்கு காரணமானவர் எவரென்று அறியாததால் அனைத்து நாடுகளின் மேலும் படையெடுத்து நிர்மூலமாக்க கரிகாலன் எண்ணியிருக்கலாம்' என்றார் தொல்லோன்.

பெருஞ்சாத்தனும், தீச்செல்வனும் சோழத்தின் மேல் போர் தொடுக்க வேண்டினர் என்பதைக் கூறியிருந்த நம்பி, மற்றவர்களின் மனநிலையைக் கண்டுணர கூறியிருந்தான்.

சோழ நாடு அனைத்து நாடுகளையும் தாக்கும் என்று அச்சுறுத்தி சிற்றரசர்களை இணைக்க தொல்லோன் முயல்வதை பெருஞ்சாத்தன் புரிந்து கொண்டான். ஆற்றின் நீரோட்டத்தோடு இணைந்து மேலும் அச்சுறுத்த எண்ணியவன்...

'கரிகாலன் படைகளை வலுப்படுத்தி வருகிறான். முதலில் சோழத்திற்கு அருகிலிருக்கும் சிற்றரசுகளை வீழ்த்தி தன்னுடன் இணைத்துக் கொள்ளவும், அதற்கடுத்து தென்திசையில் பயணித்து அனைத்து சிற்றரசர்களையும் தாக்கவும் திட்டமிடுவதாய் எனது ஒற்றர்கள் தகவல் கொண்டு வந்துள்ளனர்' என்று கூற, சிற்றரசர்கள் கலவரமடைந்தனர்.

'இத்தகவல் எப்போது வந்தது?' என்பது போல தீச்செல்வனும், முத்துமேனியும் திகைப்புடன் பெருஞ்சாத்தனைப் பார்த்தனர்.

எதுவும் கூறாமலே தனது எண்ணப் போக்குடன் இணைந்து கொண்ட பெருஞ்சாத்தனின் மதியூகத்தை எண்ணி தொல்லோன் வியந்திருக்க...

சூதின் பகடைகள் உருளத் துவங்கின. சிற்றரசர்களைக் காய்களாய் கொண்டு தொல்லானும், பெருஞ்சாத்தனும் உருட்டத் துவங்கினர். பகடைகளின் எண்ணிக்கை எத்தனை விழுந்தாலும் வெற்றி பெறுவது இருவருமாக இருக்கும்படி ஆட்டம் வடிவமைக்கப்பட்டிருந்தது. பலியாடுகளாய் சிற்றரசர்கள் உருளத் துவங்கினர்.

ஆட்டத்தின் கட்டங்களில் சிக்குண்ட விகுபன் 'சிற்றரசர்களின் நிலை என்ன? நாம் எவ்வாறு பாதுகாத்துக் கொள்வது?' என்று வினவ...

'தாக்குதலே சிறந்த பாதுகாவல். சிற்றரசர்களுடன் நட்புறவு கொண்டிருக்கும் பாண்டிய வேந்தரை சோழ நாட்டின் மேல் போர் தொடுக்கும்படி வேண்டுவோம். வேந்தருடன் இணைந்து சோழத்தின் மேல் போர் தொடுப்போம்' என்று பெருஞ்சாத்தன் கூற, அனைவரும் தலையசைத்தனர். பெருஞ்சாத்தனின் வஞ்சம் சுரக்கும் சொற்கள் மற்றவரின் மனதில் கூடுகட்டிக் குடியேறின. கண்காணாத நச்சு ஊற்றுகளை ஊற்றெடுக்கச் செய்தன.

'நாளைக் காலை பாண்டிய வேந்தரை சந்திப்போம். உடனடியாக போர் தொடுக்க வேண்டுவோம்' என்றான் நந்தியன்.

தமது எண்ணம் ஈடேறியதில் தொல்லோனும், பெருஞ்சாத்தனும் மகிழ, 'நாளை இரண்டாம் பொழுதில் அரசவைக்கு சென்று வேந்தரை சந்திப்போம்' என்றார் தொல்லோன். சூதுகளின் அனலில் முகம் வாடிய வெண்ணிலவு வேகமாக மறுபுறத்திற்கு விரைந்து கொண்டிருந்தது.

அசோக்குமார் ★ 183

சூதெனும் அடர்க்காட்டினுள் சிக்குண்டு தவித்த நிலவினைக் காப்பாற்ற கதிரவன் உதயமாகிய மறுநாளின் முதல் பொழுதில் நம்பியையும், பரிநிதாவையும் சந்தித்த தொல்லோன் முந்தைய நாளின் உரையாடல்களையும், சிற்றரசர்கள் போரில் இணைந்து கொள்ள சம்மதித்து விட்டதையும் கூறினார்.

சற்று நேரத்தில் நம்பியும், பரிநிதாவும் தொல்லோனுடன் அரசவையில் நுழைய, சிற்றரசர்கள் அனைவரும் எழுந்து வணங்கி வரவேற்றனர். அவர்களுடன் தளபதி தென்னவனும், அமைச்சர் நீருடைமேனியும் நின்றிருந்தனர்.

'அமருங்கள்' என்றபடி பாண்டிய வேந்தனும், அரசியும் இருக்கைகளில் அமர்ந்தனர்.

பெருஞ்சாத்தன் துவங்கினான். 'வேந்தர் இறந்த ஓரிரு நாட்களே ஆகியிருக்கும் நிலையில் போரைப்பற்றி பேசுவது முறையன்று. எனினும் சிற்றரசுகளை போர் மேகங்கள் சூழத் துவங்கியுள்ளன. அனைத்து சிற்றரசுகளையும் மண்ணோடு மண்ணாக்க சோழ அரசி வஞ்சினம் பூண்டதை நிறைவேற்ற கரிகாலன் செயல்படத் துவங்கி விட்டான். சோழ நாடு ஆயுதம் தரிக்கத் துவங்கியுள்ளது. சிற்றரசர்களுக்கு உதவ பாண்டிய நாட்டினால் மட்டுமே இயலும். உங்களுடன் இணைந்து போர் புரிய நாங்கள் ஆயத்தமாயுள்ளோம்'

நம்பி அமைச்சரைப் பார்க்க 'சோழத்தை கைக்கொள்வது பாண்டிய நாட்டினை விரிவுபடுத்தவும் வளத்தை பெருக்கிக் கொள்ளவும் உதவும். அதற்கு முன்னர் ஒற்றர்களை அனுப்பி சோழநாட்டின் படைத்திறனை கணிக்க வேண்டும்' என்றார் நீருடைமேனி. பாண்டிய நாடு சோழத்தின் மேல் படையெடுப்பது தவிர்க்க இயலாதது என்றெண்ணிய நீருடைமேனி பாண்டிய நாட்டின் குறைகளை எவ்வாறு நிவர்த்தி செய்வது என்றெண்ணத் துவங்கினார்.

'சோழ வீரர்களின் எண்ணிக்கையை விட நமது கூட்டுப் படை வீரர்களின் எண்ணிக்கை பல மடங்கு அதிகமாயிருக்கும்' என்றான் மரைக்காடன்.

'சோழ நாடு இத்தருணத்திற்காகப் பல்லாண்டுகளாக படைபலத்தைப் பெருக்கி வந்துள்ளது. ஆறு குழந்தைகள் பெற்றவர்களுக்கு வரிகள் கிடையாதென அரசி அன்று உத்தரவிட்டதின் காரணம் இன்று புரிகிறது. எனவே பகையை குறைத்து மதிப்பிட கூடாது.'

'சோழ வீரர்கள் இருமடங்கு ஆகியிருந்தாலும் நமக்கு கவலை இல்லை. நமது எண்ணிக்கை அதிகமாயிருக்கும்'

'பொருளுக்குப் போரிடும் கூலிப்படையினரை நம்முடன் சேர்த்துக் கொள்ளலாம்' என்றான் தளபதி தென்னவன்.

'நமது நாடுகள் ஆயுதங்களைத் திரட்டி முழுவதும் ஆயத்தமாக சில மாதங்கள் ஆகும்' என்றான் நந்தியன்.

அனைத்தையும் அமைதியாக செவிமடுத்த நம்பி 'சோழத்தின் மீது போர்த் தொடுக்க எனக்கு எண்ணமில்லை. எனினும் சிற்றரசர்களைக் காப்பதற்கு போர் தொடுக்க இசைகிறேன். பாண்டிய வேந்தர் இறந்தவுடன் போர் தொடுப்பது முறையாகாது. ஆறு மாதத்திற்குப் பின்னரே எந்த நற்காரியத்திலோ, போரிலோ ஈடுபட இயலும். இதற்கு இடைப்பட்ட காலத்தில் நீங்கள் உங்கள் படைகளை ஆயத்தப்படுத்துங்கள். கூலிப்படைகளுடன் பேசுவதற்கு எனது தளபதிகளை அனுப்புகிறேன்' என்றவன் தொடர்ந்து 'போரில் வென்றதும் அனைத்து சிற்றரசுகளுக்கும் சோழத்தின் செல்வம் பகிர்ந்தளிக்கப்படும். மற்ற சிற்றரசர்களுக்கும் தெரிவியுங்கள்' என்றான்.

அறத்தின் மகிழ்வு ஆக்கத்திலும், சூதின் மகிழ்வு அழிவிலும் உருவாகிறது. சூதினை கருவில் சுமந்து வந்த சொற்கள் சிற்றரசர்களின் மனதில் அச்சத்தை நடவு செய்து போருக்கான இசைவை அறுவடை செய்ய, கூட்டுப்படைகள் போருக்கு ஆயத்தமாகத் துவங்கின.

வீரம் வளரும்...

60

அதிகாலைக் குளிர் காற்று உடலெங்கும் நடுக்கத்தைத் தர, பொன் கிரணங்களை கடல் நீருக்குள் கவிழ்த்தாற் போல் பகலவன் மேலெழும்ப, நீரில் மிதந்த ஒளியின் நிறங்கள் அலைகளின் மேல் தகதகத்துச் சுடர்விட, இதமான வெம்மையுடன் நாள் துவங்கியது.

சென்னியின் காலத்தில் தேர்ப்போட்டிகள் நிகழ்ந்த புகாரின் மாபெரும் தேர்த்திடல் சென்னியின் மறைவுக்குப் பின்னர் பராமரிப்பின்றி சிதிலமடைந்திருந்தது. ஐந்து குதிரைகளில் அமர்ந்து கதிரவனாய் சென்னி நுழையும் முதன்மை வாசல் சரிந்து கிடந்தது. தேர்கள் செல்லும் பாதைகளில் மரங்களும், புற்களும் முளைத்துக் கிடக்க, மக்கள் அமரும் இருக்கைகள் நொறுங்கி யிருந்தன. சோழ குடும்பத்தினரும், சிற்றரசர் களும் அமரும் அடுக்குகள் போர்க்களமாய் காட்சியளித்தன. இறந்த உடல்களும், ஆயுதங் களும் அகற்றப்பட்டிருக்க, ஒரு பெருந்துயரின் அழியா சாட்சியாய் தேர்த்திடல் நின்றது. முறிந்து கிடந்த கொடிக்கம்பங்கள் துயரத்தைப் பறைசாற்றின. மண்டிக் கிடந்த புதர்களும், செடிகளும் கண்ணீர் பூத்து நிற்க, பறவை களின் அழுகைகள் கேட்பது போலிருந்தது.

சூதின்
வாழ்வு
நிலையற்றது.
அறம்
மீண்டும்
தழைத்தோங்கும்.

தேர்கள் பயணிக்கும் சுற்றுப்பாதையின் மறுமுனையில் சென்னி கொல்லப்பட்ட இடத்திற்கு அருகில் கரிகாலன் அமர்ந்திருந்தான். உடலின் ஆற்றல் வடிந்திருக்க, கால்கள் வலுவிழந்து சோர்ந்திருந்தது. கண்களில் அமைதி மையிட்டிருந்தது. உயிர் வரை உருக்கும் வலியொன்று வயிற்றில் புரண்டு படுத்தது. சொற்கள் அறியாத் துயரமொன்று மனதைக் கனக்க செய்தது. காலத்தைக் கடந்து பின்னோக்கிச் சென்று காலத்தின் அச்சுகளை முறித்தெறிய தோள்கள் துடித்தன. இயலாமையின் வெளிப்பாடு கண்ணீர். காலத்தை மாற்ற இயலா கையறு நிலை கண்களில் நீராய் துளிர்த்தன.

இளைஞர்களும், குதிரைகளும் அருகில் நிற்க அனைவரின் மனதிலும் வலியின் அலகுகள் கூர்தீட்டியபடி இருந்தன. கரிகாலனை எவ்வாறு அமைதிப்படுத்துவது என்றெண்ணியபடி செய்வதறியாது துவண்டிருந்தனர்.

எண்ணங்கள் கூரிய வாளாய் கரிகாலனின் மனதைச் சிதைத்து ரணப்படுத்த, தனது வாழ்வு தலைகீழாய் புரட்டி எறியப்பட்ட இடத்தைப் பார்த்தபடி இருந்தான். சிதறிக்கிடந்த தேர் துணுக்குகளும், அவற்றில் மிச்சமிருந்த வண்ணங்களும் சூதின் பற்களாகக் கொட்டிக் கிடந்தன. அறத்தின் குருதி சிதறிக் கிடக்க, மனிதத்தின் மாண்புகள் முனை உடைந்து கிடந்தன. நாற்புறமும் சூழ்ந்து வெறித்தனமாய் வேட்டையாடப் பட்ட வேங்கையை நினைவு படுத்தும் மிச்சங்கள் எஞ்சிக்கிடந்தன.

‘மனதை சிதைக்குமிடம் இது. எழுந்து கொள். போகலாம்’ என்றான் நிலவன் கண்டிப்புடன்.

கரிகாலன் ‘இல்லை நிலவா. எனது தாயின் வாழ்வு புதைக்கப்பட்ட இடமிது. கதிரவன் ஒன்று அணைந்த இடம். அரசியாய் இருந்தவளை அபலையாய் மாற்றி நாடு நாடாய்த் துரத்திய இடம். எனது சீற்றத்திற்கு முதுகெலும்பு முளைத்து, அணையா ஆவேசம் அடங்கா எரிமலையாய் கொப்பளிக்க உதவுமிடம்’ என்றான் அமைதியாய்.

கரிகாலனின் பேச்சில் மாற்றத்தைக் கண்டான் நிலவன். ‘உணர்வுகளின் கொந்தளிப்பில் மூழ்காமல் அவற்றில் மிதக்கக் கற்றுக் கொண்டான். சினமென்னும் நெருப்பை உடைத்து அவற்றை ஏவல் செய்யப் பழகி விட்டான்’ என்றெண்ணினான்.

கரிகாலனின் அருகில் அமர்ந்த சுடரொளி ‘நடந்து முடிந்தவற்றை நம்மால் மாற்ற இயலாது’ என்று ஆறுதலாய் கூற...

‘இழந்ததை மீட்டெடுக்க எண்ணவில்லை. இருப்பதை மாற்றியமைக்கும் ஆற்றல் தேடுகிறேன். என்னை வழி நடத்தும் ஒளியைத் தேடுகிறேன்’

‘உன்னுடன் இணைந்து அகிலத்தையே எதிர்த்து நிற்க எங்களால் இயலும். ஆனால் நீ துன்பப்படுவதை பாத்திருக்க இயலாது’ என்றான் இளம்பரிதி.

‘சோழத்தை போர் காட்டாறாய் நெருங்கும் வேளையில் நீ கடலெனத் திரண்டு பகையை உட்கொள்ள வேண்டியவன். எழுந்து வா’ என்றான் மூகில்.

தளர்வுடன் எழுந்த கரிகாலனின் வெண்ணிறக் கண்கள் சிவந்திருக்க ‘தந்தையே, அன்னையின் ஆணைக்கிணங்க போரற்ற புது உலகை படைத்ததும் மீண்டும் வருவேன். உங்களைக் கொன்ற மூவரசர்களையும் அடிமைகளாய் கொண்டு அவர்களின் கைகளாலேயே உங்களுக்கு கோவில் ஒன்றைக் கட்டுவிப்பேன். சூதின் வாழ்வு நிலையற்றது. அறம் மீண்டும் தழைத்தோங்கும் என்பதற்குச் சான்றாய், உங்கள் கோவில் காலமெல்லாம் நிலைத்திருக்கும். இது உறுதி’ என்று நிலமதிர கரிகாலன் வஞ்சினம் உரைக்க, காற்றுவெளி அதிர்ந்தது. வான்வெளி மகிழ்ந்தது.

தாவரங்களும், பறவைகளும் அமைதியுற, தேர்த்திடல் இளைப்பாறியது. சென்னி சாய்க்கப்பட்ட இடத்திலிருந்து உருவான சிறிய காற்றுச் சுழலொன்று கரிகாலனுக்கு எதிரில் சுழன்று விட்டு அவ்விடத்திலிருந்து நீங்கிச் சென்றது.

★★★

புகாரில் அறுவடை காலம் நடந்து கொண்டிருக்க, மக்கள் விளைந்த நெற்கதிர்களை அரிவாளால் அறுத்து ஒருபுறத்தில் சேர்த்திருந்தனர். அவற்றைப் பதரடித்து நெல் மணிகளாக்கி மூட்டைகளில் அடைத்தவை மறுபுறத்தில் மலைபோல் குவிந்திருக்க, அவற்றின் மேல் ஆட்டுக்கிடாய்கள் ஏறி விளையாடிக்கொண்டிருந்தன. நகரெங்கும் நெற்கதிர்களும், தாள்களும் நிரம்பியிருந்ததால் காற்றில் ஈரப்பயிரின் மணமும், மண்ணின் சுவையும் விரவியிருந்தது. எண்ணற்ற பணிகள் காத்திருக்க, மக்கள் பணிகளை விடுத்து சமர் திடலுக்கு சென்று கொண்டிருந்தனர்.

பத்து நாட்களாக புகாரின் பேரரங்கில் நிகழ்ந்து வந்த சோழ நாட்டு இளைஞர்களுக்கான சமர் போட்டியின் இறுதி நாள் அன்று. எண்ணற்ற வீரர்கள் கலந்து கொண்ட போட்டியில் கரூரின் வீரனும், புகாரின் வீரனும் இறுதிப்போட்டியில் பங்கேற்க தகுதி பெற்றிருந்தனர். இரண்டாம் பொழுதில் சமர் நடைபெறுமென்றும், பட்டத்தையும், பொற்கிழியையும் சோழ வேந்தன் வழங்குவார் என்றும் வள்ளுவன் முரசடித்து அறிவித்திருக்க மக்கள் பெருந்திரளாய் குவிந்து கொண்டிருந்தனர்.

வட்டவடிவமாய் அமைக்கப்பட்ட அரங்கில் எண்ணற்ற வாசல்கள் சுற்றிலும் இருக்க, மக்கள் அமர சுண்ணாம்புக் கற்களால் அடுக்குகள் அமைக்கப்பட்டு மரப்

பலகைகள் பொருத்தப்பட்டிருந்தன. வேந்தர்களும், விருந்தினர்களும், அரச குடும்பத்தினரும் அமரும் அடுக்கு இருபுறத்திலிருந்து பிரிக்கப்பட்டு தனியான நுழைவு வாசலுடன் அமைந்திருந்தது. சரங்களாய் தொடுக்கப்பட்ட மலர்கள், தென்னம் பாளைகள், கமுகு மரத்தின் தளிர் இவை தவிர பனையோலையை முடைந்தும், கீற்றுகளைக் கொண்டும் திடல் அழகுபடுத்தப்பட்டிருந்தது.

கோணத்தாரையின் ஒலி கேட்டதும் மக்கள் பெரும் ஆவலுடன் இருக்கைகளில் இருந்து எழுந்து பார்க்க தளபதிகளுடன் இரும்பிடாரும், இளவெயினியும் முன்னே வர இறுதியாக கரிகாலன் மேலடுக்கில் தோன்ற, மக்கள் பெரும் ஆரவாரத்துடன் ஒலியெழுப்பி வேந்தனை வரவேற்றனர். கரிகாலனைத் தொடர்ந்து வந்த இளைஞர்கள், பனிமுகில், மென்னிலா ஆகியோர் இருக்கைகளில் அமர்ந்து கொண்டனர்.

மக்களை வணங்கிய கரிகாலன் அருகில் அமர்ந்திருந்த அமைச்சர்கள், தளபதிகள், சோழ ஆசான் மையற்கோமான், புலவர் முடத்தாமக் கண்ணியார் ஆகியோரை வணங்கி விட்டு இருக்கையில் அமர்ந்ததும் வீரர்கள் ஆயத்தமாகினர்.

சோழ வீரர்களை உற்சாகப்படுத்தும் சமர் போட்டி நடைபெற்று பல்லாண்டு களாகி விட்டதென இரும்பிடார் நினைவு படுத்த, மக்களை மகிழ்விக்க போட்டியொன்றை நடத்த இளவெயினி கூறியிருந்தாள். சோழத்தின் சமர் போட்டியை நாடெங்கும் அறிவித்த இரண்டு மாதத்திற்குப் பின்னர் போட்டிகள் துவங்கின. மக்களில் ஒருவன் வெற்றி பெறட்டுமென எண்ணிய கரிகாலன் தனது நண்பர்களைப் பங்கு பெற வேண்டாமெனக் கூறியிருந்தான்.

சமர் திடலின் நடுவில் நின்றிருந்த நடுவர் இறுதிப் போட்டியில் பங்கு பெரும் வீரர்களை அழைக்க கரூர் வீரனும், புகார் வீரனும் ஒரு கையில் கேடயத்தையும், மறு கையில் வாளையுமேந்தி நடுவரிடம் வந்து நின்றனர். அரங்கத்தை உற்சாகமும், பரபரப்பும் சூழ்ந்தது.

போட்டியில் காயங்கள் உருவாவது தவிர்க்க முடியாதது எனினும் வீரனைக் கொல்லக்கூடாது. இடுப்பிற்கு கீழோ, பின்புறத்திலோ, ஆயுதத்தை இழந்தவனை, சமரை விட்டு நீங்குபவனைத் தாக்க கூடாது என விதிகள் இருந்தன. மருத்துவர் ஒருவர் திடலிலேயே இருந்தார். வட்ட வடிவிலான சிறிய சுவர் திடலை மக்களிடமிருந்து பிரித்திருக்க சுற்றிலும் காவலர்கள் நின்றனர்.

சோழவேந்தனை வணங்கிய வீரர்கள் நடுவரையும், எதிராளியையும் வணங்கி விட்டு சமருக்கு ஆயத்தமானதை குறிக்க வாளினால் கேடயத்தை தட்டி விட்டு நின்றனர்.

'துவங்குங்கள்' என்று நடுவர் கூறிய கணத்தில் ஒருவரை நோக்கி மற்றொருவர் பாய்ந்து தாக்கத் துவங்கினர்.

துவக்கத்திலேயே முன்னிலை பெற இருவரும் முயல்வது தெரிந்தது. வாட்களை கேடயங்கள் எதிர் கொள்ள, அடுத்து வாளும் வாளும் மோதிக் கொண்டன. கேடயத்தினால் ஒருவரை ஒருவர் முட்டி சரிக்க முயன்றனர்.

மலையிலிருந்து கீழிறங்கும் அருவி நீரின் இரண்டு விழுதுகள் காற்றில் பிரிந்தும், பிணைந்தும் மோதிக் கொள்வதை போல நெருங்கியும், விலகியும் தாக்கிக்கொண்டனர். புகார் வீரன் இயல்பாகவே தாக்கி போர் புரிபவனாக இருக்க, கரூர் வீரன் தற்காத்து போர் புரிந்தான்.

புகார் வீரன் தொடர்ந்து தாக்கியபடியே முன்னேற, கரூர் வீரன் தற்காத்து தாக்கினான். திடலைச் சுற்றி இருவரும் சுழன்றவாறு சமரிட்டனர். புகார் வீரனின் தாக்குதல் முன்னிலை அடைவதைக் கண்ட புகாரின் மக்கள் உற்சாக ஒலியை எழுப்பினர்.

இருவரும் ஓரிடத்தில் நில்லாது சுழன்றவாறு சமரிட, சற்று நேரத்தில் புகார் வீரன் தாக்கும் வேகத்தினை அதிகரித்ததும் கரூர் வீரன் தடுமாறுவது தெரிந்தது.

புகார் வீரன் மையற்கோமானின் பயிற்சி கூடத்தில் பயில்பவன் என்பதால் அவரின் முகத்தில் மகிழ்வு தெரிவதை கரிகாலன் கவனித்தான். கரூர் வீரனின் தடுமாற்றம் இயல்பானதாக இல்லாமலிருப்பதைக் கவனித்த கரிகாலன், புகார் வீரன் தற்காப்பை விடுத்து முன்னேறி தாக்குவதைக் கண்டதும், கரூர் வீரனின் பொறியில் விழுகிறான் என்பதைப் புரிந்து கொண்டான்.

புகார் வீரன் வீசிய வாளை, கேடயத்தால் தேக்கிய கரூர் வீரன் தனது வாளினைப் புகார் வீரனின் நெஞ்சில் பாய்ச்சினான். புகார் வீரன் கேடயத்தால் தடுத்துக்கொள்ள, இதை எதிர்பார்த்திருந்த கரூர் வீரன் முன்னேறி வலது முழங்கையை மடக்கி முழுவேகமாக புகார் வீரனின் முகத்தில் அடிக்க, புகார் வீரனின் மூக்கிலிருந்து குருதி கொட்டியது. புகார் வீரன் தடுமாறியபடி பின்னேற, தனது வாளினை வீசி புகார் வீரனின் கையிலிருந்து வாளை பறந்து போகச் செய்த கரூர் வீரன் தனது வாளை மற்றவனின் நெஞ்சில் பதித்தான்.

புகார் மக்கள் கைகளைத் தட்டி நீடித்த பேரொலியை எழுப்ப, கரூர் வீரன் வெற்றி பெற்றதாக நடுவர் அறிவித்தார். முழக்கங்கள் தொடர்ந்தபடி இருக்க வெற்றி பெற்றவனுக்கு பரிசிலையும், பட்டத்தையும் வழங்கும்படி வானவன் கூற, கரிகாலன் மேலடுக்கிலிருந்து படிகளினூடே கீழிறங்கினான்.

தளபதிகள் கரிகாலனின் முன்பாகச் செல்ல கரிகாலனைத் தொடர்ந்து இரும்பிடார் சென்றான். ஆளுயரக் கேடயங்களை ஏந்திய வீரர்கள் திடலை சுற்றிலும் நிலை கொண்டனர்.

கரூர் வீரனின் கைகளை மகிழ்வுடன் பற்றி வாழ்த்தைத் தெரிவித்த கரிகாலன் பொன்னாலாகிய வாள் ஒன்றைப் பரிசளித்து பொற்கிழியையும் வழங்கினான். வெற்றி கிரீடத்தை வீரனுக்கு அணிவித்து 'பெருமைக்குரிய நமது நாட்டின் சோழ மல்லன்' என்று பட்டத்தை கரிகாலன் அறிவிக்க, மக்கள் கைகளைத் தட்டி வாழ்த்தொலியை எழுப்பினர்.

கரிகாலனை வணங்கிய கரூர் வீரன் 'வேந்தே எனக்கு ஒரு வேண்டுதல் உள்ளது' என்று கூற,

'சொல். வீரத்தின் சொல்லுக்கு சோழம் எப்போதும் செவிசாய்க்கும்' என்றான் கரிகாலன்.

'தவறெனில் மன்னியுங்கள். உங்களின் வல்லமையைப் பற்றி கேள்விப் பட்டுள்ளேன். உங்களுடன் சமரிட ஒரு வாய்ப்பை வழங்குங்கள்' என்று வேண்ட, தளபதிகள் அதிர்ந்தனர்.

காலமே மாறுகிறது. நிகழ்வுகள் மாறுவதில்லை. வடிவங்கள் மாறினாலும், விதங்கள் மாறுவதில்லை. சென்னி இருக்கையில் போட்டியில் வென்றவன் இரும்பிடாருடன் சமரிட வேண்டியதைப் போல, இரும்பிடார் இருக்கையில் வெற்றி பெற்றவன் கரிகாலனுடன் சமரிடவேண்டினான்.

'வாய்ப்பில்லை' என்று சீறினான் பரஞ்சுடர்.

பரஞ்சுடரின் சீற்றத்தைக் கண்டு அதிர்ந்த கரூர் வீரனின் கண்கள் கணப்பொழுதில் இரும்பிடாரின் கண்களை சந்தித்து மீள்வதைப் பார்த்த கரிகாலனுக்கு நிகழ்வது புரிந்தது.

மாறுவேடத்தில் புகாரின் பலிப் பீடிகைக்குச் சென்று திரும்பிய நாளில் குடிமக்களில் இருவர் 'சோழவேந்தனின் வீரம் எத்தகையது என்பது தெரியாதே. பயிற்சி வேறு. போர் வேறு' என்று பேசினர் என்பதை இளவெயினிடம் கூறியிருந்தான்.

அன்னையும், மாமனும் இணைந்து தனது வாட்திறனை மக்களுக்குக் காட்டுவதற்கு நிகழ்த்திய போட்டியே இது என்பதை கணப்பொழுதில் உணர்ந்தவன் திரும்பி மேலடுக்கில் அமர்ந்திருந்த அன்னையைப் பார்க்க, இளவெயினியின் முகத்தில் குறுநகை மலர்ந்தது.

கரிகாலன் இரும்பிடாரை நோக்கித் திரும்ப இரும்பிடாரும் மலர்ச்சியுடன் தன்னை பார்த்துக் கொண்டிருப்பதைக் கண்டான்.

'அப்படியே ஆகட்டும்' என்று கரிகாலன் கூற...

'வேண்டாம். இதில் சூழ்ச்சியேதும் இருக்கும்' என்றான் வானவன்.

'ஐயமே வேண்டாம். சூழ்ச்சி தான். எனது மாமனின் சூழ்ச்சி. நன்மையில் முடியும்'' என்று கரிகாலன் சிரிக்க, வானவன் இரும்பிடாரை நோக்கினான்.

'சோழத்தை நாளைய போரில் வழிநடத்துபவனின் வீரத்தை மக்கள் அறியட்டும்' என்றான் இரும்பிடார்.

'பயிற்சிக்கான வாட்களைப் பயன்படுத்தலாம்' என்றான் பரஞ்சுடர்.

'வாட்களை சிதைக்கும் உடலை உடையவன் கரிகாலன். அவனுக்கு வாளே தேவையிருக்காது. அச்சம் வேண்டாம்' என்றதும் தளபதிகள் விலகி திடலின் விளிம்பு களில் நின்று கொண்டனர். வானவனின் வலது கை இடைக்கச்சையிலிருந்த குறுவாளில் இளைப்பாறியது.

கரிகாலன் கச்சையை முடியத் துவங்க, சோழ வேந்தன் வென்றவனுடன் சமரிடப் போகிறான் என்பதை உணர்ந்த மக்கள் பெரும் ஆரவாரத்தை எழுப்பினர். யானை களைச் சரிக்கும் தோள்களின் வாள் வலிமையைக் கண்டுணர ஆவல் கொண்டனர்.

மீண்டும் திடல் ஆயத்தமானது. கரூர் வீரன் வாளையும், கேடயத்தையும் எடுத்துக்கொள்ள கரிகாலன் வலது கையில் ஒரு வாளினை மட்டும் எடுத்துக் கொண்டான். இருவரும் சோழ அரசியையும், நடுவரையும் வணங்கி விட்டு எதிரெதிரே நிலை கொண்டனர்.

'துவங்குங்கள்' என்ற ஒலி கேட்டதும் இருவரும் நெருங்கினர். துவக்கத்திலேயே தாக்க முயல்வான் என்றெண்ணிய கரிகாலன் தனது உடலின் சமநிலையை பின்னங்காலில் இருத்தி நின்றான். சமர் என்பது முதலில் எதிராளியை மனதில் கணிப்பதே. அதன் பின்னர் உடலின் தன்னிச்சை நகர்வுகள் தத்தெடுத்துக் கொள்ள ஆற்றல், உத்தி, வேகம், திறன், போன்ற உணர்வுகள் வழிநடத்திச் செல்லும்.

கரூர் வீரன் திடீரெனப் பாய்ந்து கரிகாலனின் மேல் வாளைப் பாய்ச்ச, கண்ணிமைக்கும் பொழுதில் கரிகாலனின் இடது கையிலிருந்த வாள் கரூர் வீரனின் வாளை உரசி, விலக்கி, முன்னேறி நெஞ்சினைத் தொட்டு நின்றது. சமர் நிறைவடைந்தது.

கரூர் வீரனின் வாள் கரிகாலனின் உடலை உரசியபடி நிற்க, கரிகாலன் இடது காலை முன்னகர்த்தி இடது கையினை நீட்டி வாளால் கரூர் வீரனின் நெஞ்சைத் தொட்டு

நிறுத்தியிருந்தான். இன்னும் சற்று கையை முன்னகர்த்தி இருந்தால் வாள் நெஞ்சினை ஊடுருவியிருக்கும் என்பதைப் புரிந்து கொண்ட கரூர் வீரன் தோல்வியுற்றதை ஏற்றுக் கொண்டு வாளினை தாழ்த்தி கரிகாலனை வணங்கினான்.

வலது கையிலிருந்த வாள் எப்போது இடது கைக்கு மாறியது என்று தளபதிகள் திகைத்திருக்க, கண் சிமிட்டியவர்கள் நிகழ்ந்ததைப் புரிந்து கொள்ளாமலிருந்தனர். புரிந்து கொண்டவர்கள் கண் சிமிட்டாமலிருந்தனர்.

சோழத்தின் மல்லனாகத் தேர்ந்தெடுக்கப்பட்டவனை குற்றுழிப் பொழுதில் கரிகாலன் வீழ்த்தி விட்டான் என்றுணர்ந்த மக்கள் வெறியுடன் கூச்சலிட்டனர். கரிகாலனின் வீரத்தில் அதிர்ந்த சிலர் கைகளைத் தட்டி மற்றவர்களுடன் இணைந்து கொண்டனர். மக்களின் பேரொலி அரங்கத்தை அதிரச் செய்ய, ஓசை அடங்குவதற்கு காத்திருந்த இரும்பிடார் தலையசைக்க போட்டியில் சிறப்பாகப் போரிட்ட மூன்று வீரர்கள் கரூர் வீரனுடன் இணைந்து கொண்டனர்.

நடுவர் தளபதிகளைப் பார்க்க, வானவன் தலையசைத்தான். ‘இரண்டு பயிற்சி வாட்களைத் தாருங்கள்’ என்று இரும்பிடார் கூற, வீரனொருவன் முனை உருண்டிருந்த வாட்களைக் கொண்டு வந்து கரிகாலனிடம் தந்தான். வாட்களை ஏந்தியபடி கரிகாலன் ஆயத்தமாக, வீரர்கள் நால்வரும் எதிரே நிலை கொண்டனர்.

நடுவர் ‘துவங்கட்டும்’ என்றதும் நால்வரும் கரிகாலனை நோக்கி வேகமாக முன்னேற, புதரிலிருந்து எகிறிப்பாயும் வேங்கையாய் கரிகாலன் இரண்டு வாட்களையும் சுழற்றியவாறு பாய்ந்தான். வீரர்கள் திகைப்புடன் பின்னேற, மக்கள் மூச்சு இறுகி இருந்தனர். எவரையும் நெருங்க விடாமல் விலக்கிய கரிகாலன் அருகிலிருந்தவனின் வாள்வீச்சை தேக்கியபடி உள்நுழைந்தான். தனது வாளின் கைப்பிடியால் நெற்றியில் இடிக்க, வீரன் கீழே விழுந்தான். அவனது நெஞ்சில் வாளை தட்டி விட்டு அடுத்தவனை நோக்கி பாய்ந்தான்.

மலர்த் தோட்டத்தில் மலர்களைக் கொய்யும் காற்றாய் ஒவ்வொரு செடியாய் சுழன்று சென்றான் கரிகாலன்.

கரிகாலனின் அபரிதமான வேகத்தைக் கண்டு மக்கள் மெய்மறந்திருக்க, மூவரின் வாட்களையும் தேக்கியபடி நகர்ந்த கரிகாலனின் வாள் இரண்டாமவனின் மணிக்கட்டை விசையுடன் தாக்க, வாள் விடுபட்டு பறந்து சென்றது.

மீதமிருந்த இருவரும் மலைத்துப்போய் பின்னடைய மூன்றாமவனை கரிகாலன் தாக்கினான். வீரன் வாளினைத் தேக்கிய கணத்தில் கரிகாலன் அவனது காலை தட்ட, அவன் தடுமாறி கீழே சரிந்தான். கீழே கிடந்தவனின் வாளை காலினால் நகர்த்தித் தள்ளி விட்டு, கரிகாலன் எஞ்சியிருந்த கரூர் வீரனை நெருங்கினான்.

கரூர் வீரன் வாளை வேகமாகச் சுழற்ற, தனது வாட்களை உடலுடன் நெருக்கமாகப் பிடித்துத் தேக்கிக்கொண்ட கரிகாலன் கணப்பொழுதில் முன்னேறி வாளின் கைப்பிடியை வயிற்றில் பாய்ச்ச, அதிர்ந்த கரூர் வீரன் தளர்வுடன் வணங்கி விட்டு விலகி நின்றான். சமர் நிறைவுக்கு வந்தது.

போட்டியின் சிறந்த வீரர்களை கரிகாலன் மின்னலாய் வீழ்த்தியதைக் கண்ட மக்கள் களிவெறியுடன் உச்சக் குரலில் இரைந்தபடி பேருணர்ச்சி நிலையை அடைய, தளபதிகள் பிரமித்து நின்றனர். பனிமுகில் மெய்யுருகி, உணர்வுகள் குழைந்து அமர்ந்திருந்தாள்.

'சோழ வேந்தன் கரிகாலன்' என்று ஒருவன் சத்தமிட…

'வாழ்க வாழ்க' என மக்கள் ஆவேசத்துடன் இரைந்தனர்.

'சோழத்தின் புதல்வன்' என்று ஒருவன் கூற,

'வாழ்க வாழ்க' என்ற வாழ்த்தொலி திடலை அதிரச் செய்தது.

வாழ்த்தொலிகள் விண்ணை நிறைத்தபடி இருக்க, அனைவரையும் வணங்கிய கரிகாலன், வாட்களைத் தந்து விட்டு இளவெயினியை நோக்கி மேலேறிச் சென்றான்.

பெருந்திடலில் மகிழ்ச்சி வெள்ளமாய் அலைமோதியபடி இருக்க, மக்களினூடே அமர்ந்திருந்த பன்னாட்டு ஒற்றர்கள் உறைந்திருந்தனர். பயிற்சியில் இத்தகைய வேகத்தைக் காட்டுபவன் போர்க்களத்தில் வெறிபிடித்து வேட்டையாடும்போது என்ன நிகழும் என்றெண்ணி இடிந்து போயிருந்தனர்.

★★★

பாண்டிய அரண்மனையின் தோட்டத்தில் வேந்தன் நம்பி நெடுஞ்செழியன் மெதுவாக நடந்து கொண்டிருந்தான். எந்த ஒளியிலும் கருப்பாய் மட்டுமே வெளிப்படும் நிழலைப் போல, பெருஞ்சாத்தனும், தீச்செல்வனும் நம்பியின் நிழலாய் தொடர்ந்து செல்ல, தென்னவன் அருகிலிருந்தான்.

காலநெருப்பில் மாதங்கள் புகைந்து கொண்டிருக்க வேந்தர் முடத்திருமாறன் இறந்து மாதங்கள் கடந்தன. நம்பி தனது வீரர்களை போர்ப் பயிற்சியில் தொடர்ந்து

ஈடுபடுத்தி வந்தான். பாண்டிய நாடு சிற்றரசர்களுடன் இணைந்து சோழ நாட்டின் மேல் போர் தொடுக்கப் போவது வெளிப்பட்டிருக்க, பாண்டிய மக்கள் பெருமகிழ்வுடன் போரை எதிர்பார்க்கத் துவங்கினர்.

சிற்றரசர்களின் படைகளும் பயிற்சியில் ஈடுபட்டிருந்த நிலையில் பாண்டிய வேந்தன் அவசரமாக அழைப்பதாக தகவல் மூள்ளூரை வந்தடைய, நேரத்தை விரயமாக்காமல் இரண்டு சிற்றரசர்களும் புறப்பட்டிருந்தனர்.

'விரும்பத் தகாத தகவல் ஒன்று விழிகளை வெறித்தபடி தனக்காக காத்துள்ளது' என்ற எண்ணம் குளவியாக சிந்தையை கொட்டிக் கொண்டிருக்க, வலியை வழியாக எவ்வாறு மாற்றியமைப்பது என்றெண்ணியவாறே பெருஞ்சாத்தன் வீரர்கள் சூழ, மதுரைக்கு வந்திருந்தான்.

அரண்மனையை அடைந்தவுடன் அழைத்து வருமாறு உத்தரவு காத்திருக்க இருவரும் தோட்டத்திற்கு வந்திருந்தனர்.

'சோழ நாட்டைத் தாக்கி கைக்கொள்ள நமது படைகள் போதாது என்று தோன்றுகிறது' என்றான் நம்பி சிந்தனையுடன்.

'என்ன சொல்கிறீர்கள்? உங்களது படையுடன் ஏழு சிற்றரசுகள் இணைந்திருக் கிறோம். சோழ வீரர்களை விட எண்ணிக்கையில் மூன்று, நான்கு மடங்குகள் இருப்போம்' என்றான் பெருஞ்சாத்தன்.

'கூலிக்குப் போரிடும் கலிங்கர், கவுடத்தர் போன்ற அண்டை நாட்டு படையினருடனும், பப்பரர், விதேகர், கேகயர் போன்ற தென்னாட்டு குலங்களுடனும் பேசுவதற்கு தளபதிகளை அனுப்பியிருந்தேன்'

'என்னவாயிற்று?' என்றான் தீச்செல்வன் ஆவலுடன்.

'சோழ நாட்டுடன் இணைந்து போர் புரிய ஒரு வருடத்திற்கு முன்பாகவே இளவெயினி அவர்களுக்கு செல்வத்தை அளித்து விட்டதாகக் கூறிவிட்டனர்'

'வியப்பாக உள்ளது. ஒரு வருடத்திற்கு முன்னதாகவா?'

'வியப்படையச் செய்வது இத்தகவல் அல்ல. யாருடன் போர் நடைபெறும் என்று கூலிப்படையின் தலைவர்கள் சோழத்தைக் கேட்டபோது பாண்டிய நாட்டுடனும் சில சிற்றரசர்களுடனும் நடைபெறும் என்று பதில் அளித்துள்ளனர்' என்று நம்பி கூறியதும், இரண்டு சிற்றரசர்களும் உறைந்து போயினர். வானம் வெடித்துச் சிதற, நிலம் பிளப்பதாய் தோன்றியது.

நம்பி 'நாம் இணைந்து போரிடும் திட்டத்தை எண்ணும் முன்னரே இந்த போரின் போக்கை சோழ அரசி கணித்திருக்கிறாள் என்றால் அரசியின் போருக்கான திட்டமிடுதல் எப்படி இருக்கும்?' என்று கேட்க, சிற்றரசர்கள் இடிந்து போயினர்.

நாம் போர் தொடுக்காவிட்டாலும் சோழ நாடு படையெடுத்து சிற்றரசர்களை அழிப்பது உறுதி என்றெண்ணிய தீச்செல்வன் பதற்றத்துடன் 'போரை கைவிடப் போகிறோமா?' என்று கேட்க....

'அமங்கலமாக துவங்குகிறானே என்றெண்ணிய பெருஞ்சாத்தன், 'மேலும் சிற்றரசர்களை இணைக்க முயல்வோம்' என்று கூறினான்.

'இளவெயினி எதிர்பாராத ஒன்றை செயல்படுத்துவதில் தான் நமது வெற்றி அடங்கியிருக்கிறது. சேர வேந்தனை இணைக்க முயலுங்கள். அவரது சேரப்போர் களினால் வீரர்களின் எண்ணிக்கையும், வணிகமும் பெருமளவு குறைந்துள்ளது. போரில் இறந்த வீரர்களின் குடும்பத்திலிருக்கும் முதியவர்களை பேணிக் காப்பதற்கு பெரும் செல்வத்தை அளித்து வருகிறார். அவரும் நம்முடன் இணைய வாய்ப்புள்ளது. பாண்டிய நாடும், சேர நாடும் இணைந்தால் சோழம் வீழ்வது உறுதி'

சூழலின் பாதையறிந்து சொற்களின் துணையோடு பயணிக்கக் கூடியவன் பெருஞ்சாத்தன் என்றெண்ணிய நம்பி, சேரமானை இசையச் செய்ய பெருஞ்சாத்தனை சேரத்திற்கு அனுப்புவதே சரியான செயல் என்றெண்ணினான்.

பாண்டியர்களையும், சேரர்களையும் இணைத்து போர் தொடுக்கச் செய்வது அரிதான செயல். மூவேந்தர்களில் பேரரசான நம்பியே சேரத்தை இணைக்கக் கூறியதும் பெருஞ்சாத்தன் களிப்புற்றான். சோழ நாட்டின் மேல் போர் தொடுக்கும் தகவல் வெளிப் பட்டிருக்கும் நிலையில் பின்வாங்குவது கோழைத்தனமென்று மக்கள் எண்ணுவர் என்பதாலேயே நம்பி இம்முடிவை எடுத்திருக்கிறான் என்பதைப் புரிந்து கொண்டான்.

சேரநாடு இணைந்தால் தங்களது வலிமை பலமடங்காகி விடும் என்றெண்ணியவன் 'இன்றே புறப்பட்டுச் சென்று கூட்டுப்படையில் சேரவேந்தனை இணைக்க முயல்கிறேன்' என்றான்.

நீண்டு கொண்டே சென்ற அந்த நாளின் பொழுதைப் போல சோழத்திற்கு எதிரான பகையும் வளர்ந்து கொண்டே இருந்தது. ஆசையின் தீநாக்குகள் சருகுகள் தோறும் பரவியது.

வீரம் வளரும்...

61

சேரநாட்டின் மலைக்கோட்டையில் வெண்மேகங்கள் தங்கி ஓய்வெடுத்துச் சென்று கொண்டிருக்க, கதிரவனின் முதற் கதிர்கள் வசந்த காலத்தின் குளிர்ப் போர்வையை விலக்கிக் கொண்டிருந்தன.

விருந்தினர் மாளிகையில் தங்கியிருந்த பெருஞ்சாத்தனும், தீச்செல்வனும் சாளரத்தின் வழியாக எதிரில் தெரிந்த அகநகரின் காட்சிகளை பெரும் வியப்புடன் ரசித்துக் கொண்டிருந்தனர். பாறையில் பட்டுச் சிதறும் கொடியருவியின் நீரைப் போல், மாளிகைகளின் அடுப்புகளிலிருந்து மெல்லிய கோடாய் மேலேறிய கரும்புகை, வானின் வெண்புகையை ஊடறுத்துச் சிதறி, புதிய வர்ணங்களை குழைத்துக் கொண்டிருந்தது.

காதல் கொண்ட மனம்
காற்றைப் போல.
ஓரிடத்தில் அமைதி
கொள்வதில்லை. காதல்
கொண்ட பெண் தீயைப்
போல. சுவாசத்தில்
உருகி மீண்டும்
நினைவில்
இறுகுகிறாள்.

சேரத்தின் பேரதிசயமான பாறை அரண்மனையைப் பற்றிக் கேள்விப் பட்டிருந்தாலும் இருவரும் சேரநாட்டிற்கு முதன்முறையாக வந்திருந்தனர். அரண்மனை இயற்கை அரண்களோடு அமைக்கப்பட்ட எழிலையும், அதை உருவாக்கிய மனிதரின் ஆற்றலையும் உணர்ந்து பிரமித்தனர். பாறையைக் குடைந்து மண்ணை மேலே கொண்டு வந்து நிரப்பி உணவுக்காக கீரைச்

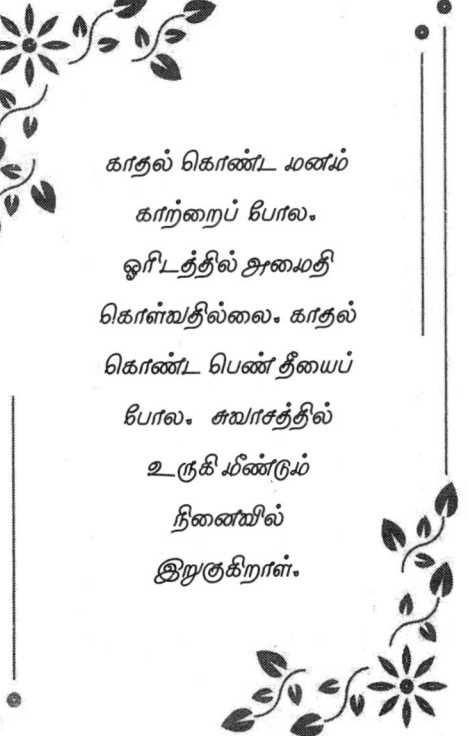

செடிகளையும், கொடிகளையும், பழ மரங்களையும் விளையச் செய்திருந்தனர். சிறிய நீர்தேக்கத்தின் அருகில் கழனியை ஏற்படுத்தி நெற்பயிர்களை பயிரிட்டிருந்தனர். பறவைகள் அருகிலேயே மிதந்து சென்று கொண்டிருக்க, வெண்ணை போன்ற மேகங்கள் மாளிகைக்குள் தவழ்ந்து செல்ல, பாறை அரண்மனை விண்ணகக் கோட்டையைப் போலிருக்க, பூவுலகம் தலைகீழாய் மாறியிருந்தது.

'சோழ நாட்டினை வெல்ல முயன்றதற்கு பதிலாக சேர அரண்மனையைக் கைப்பற்ற முயற்சித்திருக்கலாம். மண்ணின் சுவர்க்கம் போல் உள்ளது' என்று தீச்செல்வன் கூற,

'சோழத்தை வென்றதற்குப் பின்னர் முயல்வோம்' என்று நகைத்தான் பெருஞ்சாத்தன்.

முதல் நாள் மாலையில் சேர அரண்மனைக்கு வந்த இருவரையும் அழைத்துச் சென்ற அணிபதி விருந்தினர் மாளிகையில் தங்க வைத்தான். சற்று நேரத்தில் அவர்களைக் காண வந்த சேரத்தளபதி 'ஓய்வெடுங்கள். நாளை பகலின் இரண்டாம் பொழுதில் சேரவேந்தர் உங்களை சந்திப்பார்' என்று கூறிச் சென்றான்.

இருவரும் சுடுநீரில் குளித்து ஆயத்தமானவுடன் காலை உணவாக தானியத்தில் வெல்லமிட்டு உருவாக்கப்பட்ட நான்கு வகை இனிப்புகளும், மெல்லடையுடன் மோதகமும், தீஞ்சோறும் அளிக்கப்பட்டன. சிற்றரசர்களின் விருப்பத்திற்கேற்ற பழச்சாறுகள் கொண்டு வரப்பட்டன.

நாழிகைகள் மலர்ந்து செல்ல, இரண்டு வீரர்கள் சிற்றரசர்களை அரண்மனைக்கு அழைத்துச் சென்றனர். முதன்மை வாசல் மரவேலைப்பாட்டுடன் கூடிய இரட்டைக் கதவுகளுடன் அமைந்திருக்க சில வீரர்களே காவலுக்கு நின்றனர். அரண்மனை முழுதும் கருங்கல்லினால் அமைக்கப்பட்டு கூரைகளிலும், சுவர்களிலும் பல்வேறு ஓவியங்களும், மலர்களும் வடிக்கப்பட்டிருந்தன.

எண்ணற்ற மலர்ச் செடிகளும், கொடிகளும் பிணைந்து, சுவர்களில் பசுங்கொடிகள் படர்ந்திருக்க, ஆளுயரச் சாளரங்களின் வழியாக அரண்மனைக்குள் சூரியக் கதிர்கள் பாயும் இடங்களில் செடிகள் நடப்பட்டிருந்தன. அரசவைக்குள் தோட்டம் இருக்கிறதா இல்லை தோட்டத்தில் அரசவை நடைபெறுகிறதா என்பது போல அரண்மனை இயற்கையுடன் பிணைந்திருந்தது.

அரசவையில் சேரவேந்தன், நல்லினி, வேங்கை மார்பனுடன் அமைச்சர்கள் அமர்ந்திருந்தனர். செங்கெழு குட்டுவனும், வேல்கெழு குட்டுவனும் சற்று விலகியமர்ந்து

நிகழ்வதைக் கண்டிருந்தனர். சிற்றரசர்கள் இருவரும் சேரவேந்தருக்கும், சேர்அரசிக்கும் முகமன் கூறி வணங்கினர். ஒரு வார்த்தை விடுபடும் முன்னரே சேரவேந்தனின் தோற்றமும், ஆளுமையும் சிற்றரசர்களைத் திகைப்படையச் செய்தது.

'அமருங்கள்' என்றார் சேரவேந்தர்.

'தென்னாட்டு சிற்றரசர்களின் பொருட்டு சேரவேந்தரின் உதவியை நாடி வந்துள்ளோம்' என்று இருக்கையில் அமர்ந்தபடி பேச்சைத் துவங்கினான் பெருஞ்சாத்தன்.

'கூறுங்கள்.' அதிகாலைப் புல்லின் ஈரமாய் வார்த்தைகள் சுருக்கமாய் வெளிப் பட்டன.

''சோழ வேந்தனாக முடிசூடியிருக்கும் கரிகாலன் அனைத்துச் சிற்றரசுகளையும் அழிப்பதற்குப் படைகளை ஆயத்தம் செய்து வருவதைத் தாங்கள் அறிந்திருப்பீர்கள். சிற்றரசுகளுக்கு அடுத்து பாண்டிய நாட்டையும், சேரநாட்டையும் வெல்வதற்கு திட்டம் தீட்டுவதாக தகவல் கிடைத்தது. சிற்றரசுகளைக் காத்துக்கொள்ளவும், சோழத்தை தடுத்து நிறுத்தவும் ஏழு சிற்றரசர்கள் ஒன்றிணைந்து பாண்டிய வேந்தரிடம் உதவி வேண்டினோம். புகாரின் அனைத்து நுழைவு வாயில்கள் வழியாகவும் நுழைந்து ஏக காலத்தில் தாக்குதலைத் துவங்க பாண்டிய வேந்தர் எண்ணுவதால் தங்களின் உதவியை வேண்டிப் பெறக் கூறினார்''

சேரமான் பெரும் வீரனென்றும், அறத்தின் வழியில் நடப்பவரென்றும் கேள்விப்பட்டிருந்த பெருஞ்சாத்தன் நுட்பத்துடன் அணுகினான். அவரின் வார்த்தைகள் விரவும் திசையிலேயே தனது மனக்கலனைச் செலுத்தி, அதன் பின்னர் காற்றின் திசையை மாற்ற எண்ணினான்.

சோழம் இரண்டு பேரரசுகளையும் தாக்க திட்டமிடுவதாய் கூறுவதை சேரமானால் நம்ப முடியவில்லை. சேரத்தையும் போருக்குள் இழுக்கப் பெருஞ்சாத்தன் திட்டமிடுகிறானோ என்று எண்ணினார். தென்னாட்டின் பெரும் படையைக் கொண்டிருக்கும் பாண்டிய வேந்தன் எதனால் சேர நாட்டையும் இணைத்துப் போரிட விரும்புகிறான் என்றெண்ணியவர் 'சோழ வேந்தன் அனைத்து சிற்றரசர்களையும் அழிக்க எண்ணுவதற்கான காரணம்?' என்று வினவ...

'சோழ வேந்தர் கரிகாலன் தனது தந்தையைக் கொன்றவர்களை வஞ்சினம் தீர்க்க விழைகிறார். அது வீரமான செயலே. ஆனால் வஞ்சகம் புரிந்தவர் எவரென்று அறியாத நிலையில் அனைத்து சிற்றரசர்களையும் பலியெடுக்க எண்ணுவதை என்னவென்று உரைப்பது?' என்று முகவுரையுடன் துவங்கினான் பெருஞ்சாத்தன்.

நம்பியிடம் பேசும்போது கரிகாலனை சிறுவனென்று குறைத்துப் பேசியவன், சேரமானிடம் பேசும்போது கரிகாலனைக் குறிப்பிட பொன்னைப் போன்று தரமான சொற்களைப் பயன்படுத்தினான். பேச்சின் தரம் என்பது பேசுபவரை பொருத்தும், சில சமயங்களில் கேட்பவரைப் பொருத்தும் மாற வேண்டுமென அறிந்தவன். சொல்லெடுக்கத் தெரிந்தவன் பெருஞ்சாத்தன்.

'சோழத்திடம் எங்களுக்கு எவ்வித பகையுமில்லை. நாங்கள் போரிட வேண்டிய அவசியமென்ன?'

சேரவேந்தனின் எண்ணவோட்டத்தை கணிக்க விடாமல் சொற்கள் நத்தையாய் சுருங்கியிருக்க 'எளியோரை வலியோர் தாக்குகையில் காப்பது அறமல்லவா. பேரரசுகளின் பாதுகாவலில் இருப்பவை சிற்றரசுகள். சோழப்பேரரசர் போர் வெறியால் அனைத்து நாடுகளையும் சீரழிப்பதைத் தடுக்கவே பாண்டிய வேந்தர் படையெடுக்க இசைந்தார்'. வீரத்தையும், அறத்தையும் முன்வைத்தே விவாதத்தைத் தொடர்ந்தான் பெருஞ்சாத்தன்.

'பாண்டிய நாட்டுடன், ஏழு சிற்றரசுகள் இணைந்தும் சோழத்தை வீழ்த்த இயலாது என்றெண்ண காரணம்?'

'சோழ நாடு பல்லாண்டுகளாகப் போருக்கு ஆயத்தமாகி வருகிறது. பாண்டிய வேந்தர் சிற்றரசர்களுக்கு உதவுவார் என்பதை யூகித்த சோழ அரசி சோழத்துடன் இணைந்து போரிட ஒரு வருடத்திற்கு முன்பாகவே செல்வங்களை அளித்து அண்டை நாட்டிலும், தென்னாட்டிலும் இருக்கும் கூலிப்படையினரை தம்முடன் இணைத்துள்ளார். அதனால் வெற்றியை உறுதி செய்ய பாண்டிய வேந்தர் உங்களையும் இணைக்க விரும்புகிறார்'

சூதும், சாமர்த்தியமும் நிகழ்த்த முடியாததை வாய்மை செய்து காட்டியது. ஆலமாய் ஓங்கிய சேரமானை அசைத்துப் பார்த்தது. 'ஒரு வருடத்திற்கு முன்னதாகவே போருக்கான திட்டமிடல் உள்ளதெனில் சிற்றரசர்களின் மேல் மட்டும் குறி இல்லை. அடுத்து பேரரசுகளும் தாக்கப்படலாம்' என்றுணர்ந்தார் சேரமான்.

சேரமானின் மனதில் ஊறிய உணர்வுகள் மேலேறி முகத்தில் குமிழிட, அறத்தை எதிர்த்து நிற்கும் வல்லமை பொருந்தியது வாய்மை மட்டுமே என்றெண்ணிய பெருஞ்சாத்தன் 'கரிகாலனின் வெள்ளணி விழாவில் செல்வத்தை நீராய் இறைத்ததை அறிந்திருப்பீர்கள். எனினும் சோழர்களின் வளத்தின் மேல் தமக்கு நாட்டமில்லை என்றும் சோழவேந்தரின் எண்ணத்தை முறியடித்து சிற்றரசர்களைக் காப்பதே தனது எண்ணம் என்றும் பாண்டிய வேந்தர் கூறியனுப்பினார்'. சோழத்தின் செல்வம் பெருமளவு சேர நாட்டிற்கு கிடைக்கும் என்பதை இலைமறைவாய் உணர்த்தினான்.

'எப்போது போர் தொடுக்க எண்ணியுள்ளீர்கள்?'

'சேர நாடும் இணைவதாய் இருந்தால் உடனடியாக துவங்கலாம். உறுதியான வெற்றியைத் தள்ளிப் போட எந்த காரணமுமில்லை'

சற்று நேரம் சேரமான் அமைதியுடன் சிந்தித்தபடி இருந்தார். நல்லினியின் முகம் அமைதியாய் இருக்க, வேல்கெழு குட்டுவனின் மனம் வெகுவேகமாய் துடித்தது.

'நீங்கள் மாளிகையில் ஓய்வெடுங்கள். எனது முடிவைத் தெரியப் படுத்துகிறேன்'

''தென்னாடுகள் அனைத்தையும் சோழநாடு அடிமைப்படுத்துவதைத் தடுத்து நிறுத்துவது உங்களின் முடிவில் தான் அடங்கியுள்ளது வேந்தே. சிற்றரசுகளைக் காத்தருளும் நல்ல பதிலை அளியுங்கள்'' என்று கூறி சேரமானை வணங்கிய சிற்றரசர்கள் அவையை நீங்கிச் சென்றனர்.

சாளரத்தின் வழியாக நுழைந்த காற்று அனைவரையும் வருடிச் செல்ல, முதலில் யார் சொற்களை அவிழ்ப்பதென்று அனைவரும் இறுகியிருக்க 'உச்சிநாதரைக் கொன்றதற்கு கரிகாலனை பலியெடுக்க அழைப்பு வந்துள்ளது' என்றான் வேங்கைமார்பன்.

'சோழத்திற்கு எதிராக அனைத்து நாடுகளும் திரண்டால் வெற்றி உறுதி. குறைந்த சேதத்தில் சோழத்தின் வளங்களை நாம் கையகப்படுத்த இயலும். நமது பொருளா தாரத்தை மீட்டெடுத்து விடலாம்' என்றார் சேர அமைச்சர்.

'உனது எண்ணமென்ன?' என்று சேரமான் நல்லினியை கேட்க...

உச்சிநாதரை தான் பணிய வைத்ததே அவர் உயிரிழக்க காரணமாய் அமைந்தது என்று மனம் வெதும்பியிருந்த நல்லினி, அந்த காரணமே கரிகாலனின் அழிவுக்கு வித்தாய் அமைவதை உணர்ந்தாள். நடவு செய்த தவறொன்று வேர்பிடித்து வளர் வதைக் கண்டாள். நடந்த நிகழ்வுகளை சேரமானிடம் கூறலாமா என்றெண்ணினாள். கரிகாலன் உச்சிநாதரை கொன்றிருக்கும் நிலையில் தான் கூறுவது எந்த மாற்றத்தையும் உருவாக்காது என்று முடிவு செய்தாள்.

படையெடுப்பதைத் தடுக்க இயலுமா என்றெண்ணியவள் 'அரவமொன்று அரண்மனையில் புகுவதாய் தீங்கனவு ஒன்றை நேற்றிரவு கண்டேன். இவர்கள் இன்று வந்திருக்கிறார்கள். மனம் நிலைப் படவில்லை' என்றாள்.

'கனவில் என்ன இருக்கிறது. நாம் படையெடுக்கலாம்' என்றான் செங்கெழு குட்டுவன்.

'இத்தனை நாடுகள் இணைந்து கரிகாலனை அழிப்பதில் வீரமென்ன இருக்கிறது?' வீரத்தை துணைக்கு அழைத்தாள் நல்லினி.

மற்றவரோடு இணைந்து படையெடுப்பது தனது வீரத்திற்கு இழுக்கென்று எண்ணுகிறாளோ என எண்ணிய சேரமான், வேல்கெழு குட்டுவனின் முகம் பதட்டமாக இருப்பதை கவனித்தார். நண்பனைக் குறித்து வருந்துகிறான் என்று உணர்ந்து 'உனது நிலையென்ன?' என்று கேட்க...

'கரிகாலனை சந்தித்து வர எனக்கு ஒரு வாய்ப்பு அளியுங்கள். பல புதிர்களுக்கு பதில் கிடைக்கும்' என்றான்.

'அது சாத்தியமற்றது. உன்னைச் சிறைப்படுத்தி விட்டால் நமது நிலை முற்றிலும் மாறிவிடும்' என்றாள் நல்லினி.

'ஒரு போதும் அப்படிச் செய்ய மாட்டான்'

'நீ அறிந்த வளவன் வேறு. தந்தையைக் கொன்றவர்களை பழிவாங்கத் துடிக்கும் இன்றைய கரிகாலன் வேறு' என்றார் சேரமான்.

'அவனை சந்திக்காமல் எவ்வாறு கூற இயலும்? இத்தனை நாடுகள் ஒன்றிணைந்து தாக்குவது வீரமாகுமா?' என்று தனது அன்னையின் கேள்வியை கையிலெடுத்தான் வேல்கெழு குட்டுவன். தனது ஆயுதங்களில் இது மட்டுமே வலுவானதாக அவனுக்கு தோன்றியது.

'கலையைக் கற்பித்த ஆசானை கொன்றது மட்டும் வீரமா?' கேள்வியை பதில் கேள்வியால் சிதறடித்தான் செங்கெழு குட்டுவன்.

'அவனிடம் உறுதியாக காரணமிருக்கும்' என்றான் வேல்கெழு குட்டுவன் நம்பிக்கையுடன்.

'ஆசானைக் கொன்றதுமே காரண, காரியங்களை ஆராயும் நிலையை கடந்து விட்டோம் இளவரசே. ஆசானின் மேல் பிழையிருந்தாலும் கரிகாலன் விலகிச் சென்றிருக்க வேண்டும். ஓராண்டுக்கு முன்னர் இருந்தே போரை நடத்துவதற்கு திட்டமிடும் சோழ வேந்தன் ஆசானைக் கொன்றது காந்தளூர் சாலையை அழித்து சேரத்தை பலவீனமாக்கவே. மிக கவனமாக பின்னப்பட்ட சதியின் முடிச்சு இது' என்று அமைச்சர் கூற, வேல்கெழு குட்டுவன் பதில் பேசமுடியாமல் தடுமாறினான்.

சற்று நேரம் சிந்தித்த சேரமான் 'சேர நாட்டின் வீரத்தைக் கொன்றதற்கு கரிகாலனை பழிவாங்குவேன் என்று உறுதி பூண்டவன் நான். அதைச் செயல்படுத்தவும், நாட்டின் நலனுக்காவும் போரில் சேரநாடு இணைய வேண்டியுள்ளது. சிற்றரசர்களிடம் முடிவைத் தெரிவித்து விடு. பாண்டிய வேந்தனிடம் கலந்தாலோசித்து நாம் படை திரட்டிச் செல்ல வேண்டிய நாளைத் தெரிவிக்கச் சொல்' என்றார்.

நல்லினியும், வேல்கெழு குட்டுவன் இடிந்து போக, மற்றவர்கள் அனைவரும் பெருமகிழ்ச்சி அடைந்தனர். சேரமான் தீர்க்கமாக சிந்தித்து முடிவெடுக்கக் கூடியவர் என்பதை அறிந்த நல்லினி, சேரநாடு போரில் இறங்குவதைத் தடுக்க வேறென்ன வழியுள்ளது என்று யோசிக்கத் துவங்கினாள்.

'உத்தரவு' என்ற வேங்கை மார்பன் வணங்கி விட்டு வெளியேறினான். கானகத்தை வேர் வரை அழித்தொழிக்கும் பெருந்தீயாய் போர் நெருப்பு பரவத் துவங்கியது. அரண்மனையினுள் காற்று சீற்றம் கொண்டு வேகமாக வீசத் துவங்கியது.

★★★

நாட்கள் பொன்னி நதியின் புது நீராய் பாய்ந்து சென்று கொண்டிருக்க சோழத்தின் மீதான பகையுணர்வு நாற்புறமும் வளர்ந்து கொண்டிருந்தது. பகையைத் துச்சமென எண்ணிய கரிகாலன் சோழத்தின் வளங்களைப் பெருக்குவதில் முனைப்புடன் இருந்தான்.

சோழ நாட்டில் குறிஞ்சி, முல்லை, மருதம், நெய்தல் எனும் நான்கு நிலங்களும் வளம் பொங்கும் பொன்னிலங்களாய் மாறியிருக்க, பாலையைப் பாழாக்கி திருத்தியிருந்தான். வணிகம் பெருவளர்ச்சி அடைந்தபடி இருக்க துறைமுகங்களில் பண்டங்களை இறுகக் கட்டியிருந்த மூட்டைகள் ஏற்றுமதிக்காக மலையாய் குவிந்து கிடந்தன. அங்காடித் தெருக்களில் மிளகு மூட்டைகள், வடமலையில் பிறந்த மணிக்கற்கள், மேற்கு மலையில் பிறந்த சந்தனமும் அகிலும், தென்கடல் முத்து, மேற்கு கடல் பவளம், கங்கை விளைச்சல்கள், ஈழத்து உணவு, காழகத்து தேக்கு போன்றவவை குவிந்திருந்தன. கடல் வழியே கொண்டு வரப்பட்ட அரபுக் குதிரைகள் பெரும் எண்ணிக்கையில் கொட்டடிகளில் நிறைந்திருந்தன.

சோழ வேந்தனாக இளஞ்சேட் சென்னி இருந்தபோது புலவர்களையும், பாணர்களையும் எதிர் நோக்கி எல்லா நேரங்களிலும் திறந்திருக்கும் வேளாண் வாயிலை கரிகாலன் மீண்டும் திறக்கச் செய்தான்.பாணன், பாடினி, விறலியர், கூத்தர் போன்றோர் பழுத்த மரம் தேடி வந்தடையும் பறவைகள் போல மீண்டும் வரத்துவங்கினர். தன்னை நாடி வந்தவர்களுக்கு இடமும், பொருளும் கொடுத்து மகிழ்ந்தான்.

கரிகாலனின் வெள்ளணி விழாவிற்கு வந்திருந்த புலவர்கள் முடத்தாமக் கண்ணியாரும், கருங்குழலாதனாரும் சோழ நாட்டிலிருந்து அன்றைய காலையில் விடைபெற்றுச் செல்வதாய் இருக்க, அவர்களை வழியனுப்ப அகநகரிலிருந்த புலவர்களின் மாளிகைக்கு கரிகாலன் நிலவனுடன் சென்றான். முடத்தாமக் கண்ணியாரின்

அறையில் குரல்கள் ஒலிப்பதைக் கேட்டதும் அங்கே செல்ல, புலவர்களுடன் மென்னிலாவும், பனிமுகிலும் அறையில் அமர்ந்திருந்தனர். புலவர்களை வணங்கியவாறு கரிகாலன் உள்ளே நுழைய, அனைவரும் எழுந்து நின்றனர்.

பனிமுகிலின் தாழ்ந்து வீழ்ந்திருந்த கருங்குழல் பனிச்சையென பின்னலிடப் பட்டு கருநாகம் ஒன்று அவள் தோள் விட்டிறங்குவது போல தரையைத் தொட முயன்றது. சந்தனக் குழம்பிட்டு, வேங்கைப் பூ மகரந்தம் பூசிய அவள் தோள்களில் வழுக்கியது அந்நாகம். பனிமுகில் பின்னலை முன்னே எடுத்துப் போட, கரிகாலனை விழுங்கத் துடிக்கும் மனமாய் கண்கள் விரித்தது நாகம்.

'வா கரிகாலா' என்று முடத்தாமக் கண்ணியார் வரவேற்க, கரிகாலன் நெருங்குகையில் பனிமுகிலின் கருவிழிகள் ஆவலில் படமெடுத்து நின்றன. கண் சிமிட்டும் அகல் விளக்குகள் அணுக்கள் தோறும் ஒளியேற்ற, உடல் வெப்பமானது.

எப்போதும் அவனருகில் நிழலென இணைந்திருக்க நினைப்பவளின் விருப்பம் புரியாதவனாக சோழத்தை இரும்பென வலுப்படுத்தும் பணிகளை மேற்கொள்வதில் கவனம் கொண்டிருந்தான் கரிகாலன். கனவுகளிலாவது பேசி மகிழ்ந்திருக்கலாம் என்று நினைத்தவளின் உறக்கத்தையும் களவாடிச் சென்றிருந்தான்.

மையல் கொண்ட தன் பொன்னுடலில் சந்தனம், குங்குமம் செம்பஞ்சுக் குழம்பு கொண்டு தொய்யில் வரைந்து களித்திருக்க வேண்டியவன், போருக்கான திட்டங்களை வரைந்து கொண்டு அவளை விட்டு விலகியிருந்தான்.

கண்ணால் கண்டால் மயக்குவது அவள் அணியழகு என்றால், காணும் முன்பே மயக்குவது அவள் மேனி கொண்ட நறுமணங்கள். அவ்வப்போது நேரும் சிறு சிறு பிரிவுகளில் ஏங்கி துவண்டிருந்தவள் பூசியிருந்த செவ்வண்ணக் குழம்பின் மணம் அறையெங்கும் விரவியிருக்க, அந்த மணத்தை நுழைகையிலேயே உணர்ந்த கரிகாலன் 'எனக்கு முன்னரே இவர்கள் வந்து விட்டனரா?' என்று பனிமுகிலைப் பார்த்து புன்முறுவலுடன் வினவினான்.

'நீங்கள் காலையில் வருவீர்கள் என்றனர். உங்களைக் காண முன்னதாக வர வேண்டும் என்பதால் விரைவாக வந்து விட்டோம்' என்று பனிமுகில் குறும்புடன் கூற...

'இவள் குறும்பாய் பேசுவதைப் போலவே உள்ளக் கிடக்கையை வெளிப் படுத்தி விடுகிறாள்' என்றெண்ணினான் நிலவன்.

புலவர்களின் பொருட்கள் யாவும் கட்டப்பட்டு ஓரமாக அடுக்கப்பட்டிருக்க, கரிகாலன் அமர்ந்ததும் மற்றவர்களும் அமர்ந்தனர்.

'தமிழின் ஒலி உச்சரிப்புகளைப் பற்றி பேசிக் கொண்டு இருந்தீர்கள் போல. கூறுங்கள். நானும் தெரிந்து கொள்கிறேன்' என்று கரிகாலன் கூற..

'அரை நொடியில் சொற்களைப் பதம் பிரித்து உணர்ந்தவனுக்குக் கூற என்ன இருக்கிறது' என எண்ணிய முடத்தாமக் கண்ணியார்...

"தமிழ் எழுத்துகள் பிறப்பதற்கு அடிப்படைக் காரணமாக இருப்பவை ஒலியணுக்கள். உயிர் தங்கியுள்ள உடம்பின் உள்ளே எழுகின்ற காற்றானது, மார்பு, கழுத்து, தலை, மூக்கு ஆகியவற்றைப் பொருந்தி உதடு, நாக்கு, பல், மேல்வாய் ஆகிய உறுப்புகளின் முயற்சியால் வெவ்வேறு ஒலிகளாகப் பிறக்கின்றன.

உயிரெழுத்துகள் பன்னிரண்டும் இடையின எழுத்துகள் ஆறும் கழுத்தில் பிறக்கின்றன. மெல்லின எழுத்துகள் ஆறும் மூக்கிலும், வல்லின எழுத்துக்கள் ஆறும் மார்பினை இடமாகக் கொண்டும் பிறக்கின்றன.

உயிர் எழுத்துகளை உச்சரிப்பு முறையில் அடிப்படையில் இதழ் குவிந்த உயிர், இதழ் குவியா உயிர் என இரண்டாகப் பகுக்கலாம்.

உ, ஊ, ஒ, ஓ, ஔ போன்றவை இதழ் குவிந்த உயிர். அ, ஆ, இ, ஈ, எ, ஏ, ஐ போன்றவை இதழ் குவியா உயிர்.

மெய் எழுத்துகளை அவற்றின் உச்சரிப்பு அல்லது பிறப்பு அடிப்படையில் ஏழு வகைப்படுத்தலாம்.

'ப்', 'ம்' ஆகியவவை 'ஈரிதழ் ஒலிகள்'. இரண்டு இதழ்களும் ஒன்றோடு ஒன்று பொருந்த இவை ஒலிக்கின்றன"

முடத்தாமக் கண்ணியார் கூறிக்கொண்டே போக பனிமுகிலின் விழிகள் கரிகாலனை நோக்கியது. 'நான்கு இதழ்கள் இணைகையில் எழும் ஒலி என்னவாக இருக்கும்' என்று வேந்தனைக் கேட்கவேண்டுமென எண்ணினாள். எண்ணங்கள் முகத்தில் நாணத்தைப் பூசிச்செல்ல, சிரிப்பு மலர்ந்தது.

காதல் பாடங்களைப் பயில வேண்டிய வயதில் தமிழ்ப் பாடங்களைக் கற்றுக் கொண்டிருக்கிறான் இவன். எத்தனை முறை நோக்கினாலும் விழிக்குள் நிலைக்காமல் மனதுக்குள் நகர்கிறான். மனதில் அமர்ந்து உடலை ஆட்சி செய்கிறான் என்றெண்ணினாள்.

காதல் கொண்ட மனம் காற்றைப் போல. ஓரிடத்தில் அமைதி கொள்வதில்லை. காதல் கொண்ட பெண் தீயைப் போல. சுவாசத்தில் உருகி மீண்டும் நினைவில் இறுகுகிறாள். கரிகாலனின் நினைவுகள் உயிரோடு உடலையும் உருக்க, வேந்தனிடம் காதலைத் தெரிவிப்பது எப்படியென யோசிக்கத் துவங்கினாள்.

தமிழில் மனம் நெகிழ்ந்து பேசிய இரண்டு புலவர்களும் கரிகாலனிடமும் மற்றவர்களிடமும் விடைபெற்று வெளியே வந்தபோது எண்ணற்ற பரிசுகள் யானைகள், தேர்களின் மேல் நிரப்பப்பட்டு காவிரி ஆற்றைப் போல் நீண்டிருப்பதைக் கண்டதும் அதிர்ந்தனர்.

"ஒரு குடும்பத்திற்கு இத்தனை எதற்கு? எனது தகுதிக்கேற்ப கொண்டு செல்கிறோம்" என்று புலவர்கள் உரைக்க...

'தமிழை ஆளும் வேந்தர்களான உங்களின் தகுதிக்கேற்ப பொருள் அளிக்க என்னால் இயலாது என்பதே உண்மை' என்றான் கரிகாலன்.

இரண்டு புலவர்களுக்கும் மனம் உருகி நிற்க, உணர்வுகள் விழிநீராய் பெருக்கெடுத்து ஓட 'வையம் வாழ்த்துமாறு வாழ்வாங்கு வாழ்வாயாக வேந்தே' என்றனர்.

அதே கணத்தில் சேரத்தின் தலைநகர் வஞ்சியிலிருந்து தென்பொருப்பு மலைத்தொடருக்கு இணையாக நகரும் யானைப்படையுடன் சேரமான் சோழ நாட்டின் மீதான போருக்கு புறப்பட்டார். சேரவீரர்கள் பெரும் முழக்கங்களை எழுப்பியபடி முன்னேற, யானைகள் இடியெனப் பிளிறிய ஓசையில் மலைகளிலிருந்து பெரும் பாறைகள் உருள, விலங்குகள் நடுங்கிப்போய் மலையின் மறுபுறத்தைத் தேடி ஓடின.

வீரம் வளரும்...

62

பாண்டிய நாட்டு விருந்தினர் மாளிகையில் தங்கியிருந்த முள்ளூர் நாட்டின் சிற்றரசன் பேருவகையில் இருந்தான். அவன் மனதில் எண்ணிய திட்டம் மெதுவாக சூல்கொண்டு மலராய் மலர்ந்து கொண்டிருக்க, கனியாய் மாற்றித் தர காலம் கைகட்டிக் காத்திருந்தது.

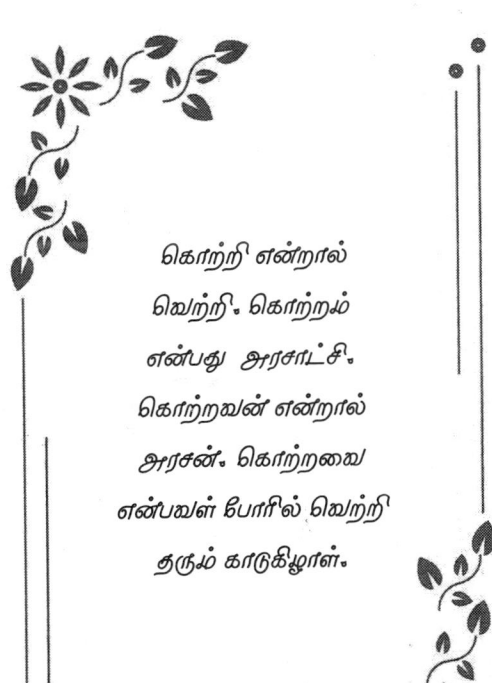

கொற்றி என்றால் வெற்றி. கொற்றம் என்பது அரசாட்சி. கொற்றவன் என்றால் அரசன். கொற்றவை என்பவள் போரில் வெற்றி தரும் காடுகிழாள்.

சேரவேந்தர் கூட்டுப்படையுடன் இணைந்து படையெடுக்க சம்மதித்தவுடன் அவர் புறப்பட வேண்டிய நாளைக் கூறி விட்டு உடனடியாக பாண்டிய நாட்டிற்கு திரும்பியிருந்தான். சேரநாடும் அணி சேர்கிறது என்ற மகிழ்வான தகவலை பாண்டிய வேந்தனிடம் தெரிவித்தவுடன் பாண்டியப் பேரரசின் போருக்கான திட்டங்கள் வடிவம் கொள்ளத் துவங்கின.

'சோழ நாட்டின் மீதான வெற்றி உறுதியென்று எண்ணிய பெருஞ்சாத்தன், சோழத்தின் வளம் சேர, பாண்டிய நாடு களைப் பேரரசுகளாக மாற்றுவது பிற்காலத்தில் சிற்றரசுகளுக்கு இன்னலைத் தரக்கூடும்' என்றெண்ணி மென்மேலும் சிற்றரசுகளைப்

போரில் இணைத்து சோழத்தின் வளங்கள் ஓரிடத்தில் சேர்வதைத் தடுக்க முயன்றான். நம்பியிடம் சொற்களை இன்னியமாய் இசைத்து அதற்கான இசைவைப் பெற்றிருந்தான்.

போருக்குப் புறப்பட வேண்டிய நன்னாளை காலக்கணக்கனிடம் ஏற்கனவே கணித்து, வரிச்சியிடம் நற்சொல் பெற்றிருந்த பாண்டிய வேந்தன் நிலவில்லா நாளிலிருந்து மூன்றாம் நாள் சோழ நாட்டின் மேற்கு எல்லையில் இருந்த உறையூரின் எல்லையில் கூடுமாறு மற்ற சிற்றரசர்களுக்கும் தகவல் அனுப்பினான்.

போருக்குச் செல்லும் வேந்தன் பகை நாட்டின் எல்லைக்கு வெளியே பாசறையை அமைத்துத் தங்குவர். வேனிற்காலத்திலும், கூதிர் காலத்திலும் மட்டுமே போர் நடத்துவது வழக்கமென்பதால் வேனிற் பாசறை, கூதிர் பாசறை என இரண்டு வகையில் பாசறைகள் அமையும். பேரூரைப் போலத் தோன்றும் இவை கட்டூர்.

சோழநாட்டின் மேற்கு எல்லையில் இருந்த பேரூர் உறையூர். இதனையடுத்து சோழ நாடு துவங்கிவிடும் என்பதால் உறையூரில் எல்லையில் பாசறை அமைக்க எண்ணினான் நம்பி. சோழநாட்டின் வடக்கிலிருக்கும் சிற்றரசர்கள் சோழத்தைச் சுற்றி வந்து இணைந்து கொள்ளவும், சேரநாடு பாலக்காட்டு கணவாயிலிருந்து வெளியேறி சேர்ந்து கொள்ளவும் வசதியாக உறையூரைத் தேர்ந்தெடுத்திருந்தான். உறையூரில் நுழைந்து காவிரியின் கரையிலேயே பயணித்து புகாரை அடையத் திட்டமிட்டான். தாய்ப்பாலைப் போல் சோழத்திற்கு வளத்தைக் கொண்டு செல்லும் காவிரி, இம்முறை பேரழிவை அழைத்துச் செல்வாள்.

சோழநாட்டின் மீதான படையெடுப்பை பாண்டிய நாட்டு மக்களுக்கு முரசடித்து அறிவிக்கச் செய்த நம்பி வாளை ஏந்தும் திறன் படைத்த அனைத்து ஆண்களும், சிறுவர்களும் படையில் இணைய வேண்டுமென உத்தரவிட்டான். சிங்கராயனுடன் நிகழ்ந்த பரதவப்போரில் நம்பி சிறிய படையையே பயன்படுத்தியதால், போரில் பங்கேற்க இயலாத வருத்தத்தில் இருந்த பாண்டிய ஆடவர்கள் பெரும் களிப்புற்றனர். போர் முரசின் அழைப்பு நாடெங்கிலும் எதிரொலித்ததும் வீறு கொண்டு மதுரையை நோக்கித் திரண்டு வரத்துவங்கினர்.

போருக்கு செல்லும் படை என்பது ஒரு நகரும் நகரம். போருக்குச் செல்லும் வீரர்களையும், விலங்குகளையும், தேவைகளையும், வண்டிகளையும் கொண்டது. ஒவ்வொரு நாளும் ஆயுதங்களை ஏந்தி பகையைச் சரித்து திரும்புபவனைக் கொண்டாடி அனைத்துத் தேவைகளையும் நிறைவேற்ற வேண்டும். மறுநாள் போரில் வாளையேந்தி முன்னேறுபவனை தேவைகள் திசை திருப்பக் கூடாது. குறைகள் மனஉறுதியை குலைக்க கூடாது. அதற்கு எண்ணற்ற துணைப்படையினர் படையுடன் பயணிக்க வேண்டும்.

போருக்கான தேவைகளை நிவர்த்தி செய்ய, நம்பியிடமிருந்து பாண்டிய நாட்டின் ஆயுதக்கோமான், உணவுக்கோமான், போர்க்கோமான் ஆகியோருக்கு உத்தரவுகள் பறந்தன.

போர்க்களத்தில் தாக்கும் கருவிகளான வில், அம்பு, வாள், வேல், குந்தம், கோல், கைக்கோடரி, எஃகம், முசலம்,

தேக்கும் கருவிகளான இரும்பாலான மெய்யுறைகள், கடுவாத்தோலால் செய்யப்பட்ட சட்டை, கேடயம், உடலில் போர்த்தும் கவசம்,

ஒலிக்கும் இசைக்கருவிகளான கொம்பு, தண்ணுமை, சங்கு, முரசு, பறை, பம்பை, தடாரி, முழவு, முருடு, கரடிகை, திண்டி போன்றவற்றை ஆயுத சாலைகளிலிருந்து போர்க்களத்திற்கு எடுத்துச் சென்று தளபதிகளின் உத்தரவின்படி பிரித்து அளிப்பவர் ஆயுதக்கோமான்.

வீரர்களுக்கு உணவு படைப்பதற்கு எண்ணற்ற வெள்ளாடுகள், மாடுகள், பன்றிகள் ஆகியவற்றுடன், இறைச்சிகளை உப்புடன் காய வைத்துப் பதப்படுத்தி தயாரிக்கப்பட்ட உணங்கல், எண்ணெய், காய்கறிகள், விறகுகள் சேகரிக்கப்பட்டன. மேலும் கிழங்குகள், பழங்கள் போன்றவை மூட்டை மூட்டையாய் திரட்டப்பட்டன.

வீரர்களுக்கு வழங்க கள், அரியல், தோப்பி, காந்தாரம், மட்டு, மட்டம், வேரி, தேறல், மது, பிழி போன்ற பல்வேறு பானங்கள் பெருந்தாழிகளில் ஏற்றப்பட்டன.

பழச்சாறு, அரிசிக் கஞ்சி, தேன் ஆகியவற்றை தசும்பு எனப்படும் பானைகளில் ஊற்றிக் காற்றுப் புகாதவாறு களிமண் பூசி அடைத்து சில நாட்கள் மண்ணில் புதைத்துப் புளிக்க வைப்பதால் சுள்ளாப்பு எனப்படும் மயக்கத்தை உண்டாக்குவது மது.

தென்னை மற்றும் பனையின் பாளைகளைச் சீவி அதிலிருந்து வடியும் சாறை மண்பாண்டத்தில் சேகரித்து அதனைப் புளிக்க வைப்பது கள். இரு பகல் இரண்டு இரவு இவற்றை மண்ணுக்கடியில் புளிக்க வைப்பதால் கிடைப்பது.

நாரால் வடிகட்டி முகம் பார்க்கும் நீர் போல தெளிய வைக்கப்பட்ட கள் தேறல். தெளிய வைத்த கள்ளினைவிட தெளியாத கள்ளில் சுள்ளாப்பு மிகுதியாக இருக்கும்.

மாம்பழம், தேன், பலாச்சுளை போன்றவற்றை புளிக்கவைத்து இல்லத்திலேயே உருவாக்குவது தோப்பி. பாம்பின் நஞ்சு போல் சுள்ளாப்பு தரக்கூடியது.

காரைப் பழத்தின் சாறை புளிக்க வைத்துப் பெறுவது காந்தாரம். திராட்சை பழத்தின் சாறு போல கரிய நிறமுடையது.

பெண்கள் உண்பதற்காக சுள்ளாப்பு குறைவாக உருவான மது வகை மட்டு.

மட்டுவை நெடுநாள் புளிக்க வைத்ததால் நிறம் மாறி நீல மணியின் நிறத்தில் இருப்பது மட்டம். சுள்ளாப்பு மிகுந்திருப்பது.

பசுவின் நெய்போன்ற இளமஞ்சள் நிறமுடையது வேரி. பழங்களைப் புளிக்க வைத்து உருவாக்குவது. அரிசிக் கஞ்சியை புளிக்க வைத்துப் பெறப்படுவது அரியல். பனம்பழத்திலிருந்து பிழிந்து புளிக்கச் செய்வது பிழி. இவற்றுடன் மணம் ஊட்டுவதற்காக குங்குமப்பூ சேர்க்கப்பட்டது.

கள் கலயங்களில் கசிவைத் தடுக்க அவற்றைச் சுற்றிலும் சந்தனம் பூசி, இஞ்சியுடன் மலர்களைக் கோர்த்து மாலையாய் கட்டுவர். வீரர்கள் கள் அருந்தும் போது கள்ளின் நாற்றத்தைப் போக்க மலர்களை முகர்ந்து கொள்வர். சுவையைப் போக்க இஞ்சியை சுவைத்தும் கொள்வர்.

மனிதருக்கு மட்டுமில்லாமல் குதிரை, யானை போன்ற விலங்குகளுக்குமான உணவுகள் மலைமலையாய் தேவைப்பட, கூட்டுப்படையின் உணவுத் தேவையினை தானே நிறைவேற்றுவதாக நம்பி கூறியிருந்தான். பல்லாயிரம் வீரர்கள், விலங்குகளின் உணவுப்பொருட்களை திரட்டும் பணியை உணவுக்கோமான் கவனித்துக் கொண்டார்.

தகுதியான இடத்தைத் தேர்ந்தெடுத்து கட்டூரை உருவாக்கவும், வேந்தர்கள், வீரர்கள், மருத்துவர்கள், சமையல் பணியாளர்கள், மிருகங்களை கவனித்துக் கொள்பவர்கள், நீராதாரத்தை உருவாக்குபவர்கள் ஆகியோருக்கு கூடாரங்கள் அமைக்கவும், அதற்குத் தேவையான பொருட்கள், ஆடைகள் மற்ற பொருட்களை சேகரிக்கும் பொறுப்பினைக் கொண்டவர் போர்க்கோமான்.

மூன்று கோமான்களும் போர்த் தேரினைத் தாங்கும் அச்சைப் போன்றவர்கள். சிறப்பாக செயல்பட்டால் பேரூர்களும், பெரும் மதிப்பும் வெகுமதியாய் கிடைக்கும். அச்சுகள் தடுமாறினால் தலைகள் சரிக்கப் படுமென்பதை அறிந்திருந்ததால் பெருங்கவனத்துடன் செயலாற்றத் துவங்கினர்.

இவையன்றி காலாட்படை, குதிரைப்படை, யானைப்படை, தேர்ப்படைக்கு வீரர்கள் தேர்ந்தெடுப்பதை தளபதிகளே முன்னின்று கவனித்தனர். மதுரையின் பெருந்திடலில் குவிந்த ஆண்களை அவர்களின் திறனுக்கேற்ற படைகளில் இருத்தி ஆயுதம் வழங்கினர். போரில் சிறந்த இனங்களான மறவர், எயினர், வேடர், மழவர், மள்ளர், யவனர், மலையர், ஒளியர், கோசர் போன்றவற்றின் வீரர்களைக் காலாட் படையில் இணைத்து, அவர்களின் குழுவுக்கென்று தனிப்பெயர்களையும், தலைவனையும் தேர்ந்தெடுத்து கடமைகளை வகுத்து அளித்தனர்.

பாண்டியப் படை புறப்படுவதற்கு முதல் நாளில் பாண்டிய வேந்தன் உண்டாட்டு விழாவிற்கு ஏற்பாடு செய்திருந்தான். படையில் இடம்பெறும் முக்கிய தளபதிகளுக்கும், வீரர்களுக்கும் இறைச்சியையும், கள்ளையும் வேந்தன் தனது கையினால் வழங்குவதே உண்டாட்டு விழா. மனிதர்களின் தலைகள் சரிவதற்கு முன்நிமித்தமாக எண்ணற்ற விலங்குகளின் தலைகள் உருண்டன.

மதுரையின் கிழக்குத் திடலில் பெரும் பந்தலொன்று அமைக்கப்பட்டிருக்க ஒருபுறத்தில் நம்பி, தொல்லோன், பெருஞ்சாத்தன், தீச்செல்வன் அமர்ந்திருந்தனர். அருகில் தளபதிகள் தென்னவன், வஞ்சியரசு, ஓங்காரன் ஆகியோர் இருக்க, சற்றுத் தொலைவில் வீரர்கள் கள்ளுடன் இறைச்சியை உண்டு களித்திருந்தனர்.

'சேரப்படை இன்று காலையில் புறப்பட்டு விட்டதாகவும் எண்ணற்ற யானைகள் இடம் பெற்றுள்ளதாகவும் வீரன் கருங்கழுகின் மூலம் தகவல் அனுப்பியுள்ளான். கட்டூரை வந்தடைய இரண்டு நாட்கள் ஆகும்' என்றார் தொல்லோன். ஆயிரக்கணக்கான யானைகள் சோழத்தின் அரண்களை உடைக்க உதவும் என்றெண்ணினான் நம்பி.

'நன்று. நமது படைகள் நாளைக் காலையில் புறப்பட்டால் மாலைக்குள் கட்டூரை சென்றடைந்து விடலாம். தூசுப்படையின் நிலை என்ன?' என்று நம்பி கேட்க...

'நேற்று காலையில் புறப்பட்டவர்கள் சென்றடைந்து விட்டதாகவும், அவர்களுடன் சென்ற போர்க்கோமான் கூடாரங்களை அமைத்துக் கொண்டிருக்கிறார் என்றும் தகவல் வந்துள்ளது.' என்றான் தென்னவன்.

போருக்குச் செல்லும் படைக்கு முன்னால் செல்லும் படைப்பிரிவு தூசிப்படை. இதுவரையில் தென்னகம் கண்டிராத பெரும்போர் என்பதால் அனைவருக்குமான கூடாரங்களை அமைக்க போர்க்கோமான் பணியாட்களை அழைத்துக் கொண்டு தூசிப்படையுடன் சென்றிருந்தார்.

'ஆயுதக்கோமான், உணவுக்கோமானின் பணிகள் நிறைவடைந்ததா?' என்று நம்பி கேட்க, தென்னவன் இருவரையும் வரவழைத்தான். இருவரும் நம்பியை நெருங்கி வணங்கினர்.

'ஏழு நாட்களுக்கான உணவுப் பொருட்கள் வண்டிகளில் ஏற்றி புறப்பட ஆயத்தமாக உள்ளது வேந்தே. சில வண்டிகளை தூசிப்படையுடன் அனுப்பியுள்ளேன்' என்றார் உணவுக்கோமான்.

சேரவேந்தனுடன் கலந்துரையாடிய பின்னர் கரிகாலனுக்கு கட்டூரிலிருந்து போர்த்தூதுவனை அனுப்ப நம்பி எண்ணியிருந்தான். படைகள் கட்டூரைச் சென்றடைந்து

படைகளை ஒருங்கிணைக்க இரண்டு நாட்களும், போர்த்தூதுவன் புகாருக்கு சென்றுவர ஒரு நாளும், கூட்டுப்படைகள் கட்டூரிலிருந்து புகாரைச் சென்றடைய இரண்டு நாட்களுக்கு மேலாகும் என்பதால் ஐந்தாறு நாட்களுக்கு தேவையான உணவுப்பொருட்களைத் திரட்டக் கூறியிருந்தான் நம்பி.

உணவுக்கோமான் எச்சரிக்கையுடன் ஏழு நாட்களுக்கு உணவைத் திரட்டியுள்ளார் என்றெண்ணியவன் களிப்புடன் 'ஐந்து நாட்களில் போர் முடியாதென்று எண்ணு கிறீர்களா?' என்று கேட்டு நகைக்க, மதுவின் சுள்ளாப்பில் அனைவரும் வெடித்து சிரித்தனர்.

'இல்லை வேந்தே. வெற்றியின் களிப்பில் வீரர்களுக்கு அதீத உணவுப் பொருட்கள் தேவைப்படுமென்று எண்ணினேன்' எனப் பதறினார் உணவுக்கோமான்.

கோமான் வெற்றியைக் குறிப்பிட்டதும் நம்பியின் முகம் பெரிதும் மலர்ந்தது. 'உண்மை. உழைப்பும், களிப்பும் பசியைத் தூண்டக்கூடியவை' என்ற நம்பி ஆயுதக்கோமானை கேள்வியுடன் நோக்க

'தேவைப்படும் ஆயுதங்களைத் திரட்டி வண்டிகளில் ஏற்றியாகி விட்டது வேந்தே' என்றார் அவர்.

'நாளைக் காலை கொற்றவை கரட்டிற்கு நான் சென்று திரும்பியவுடன் படைகள் இணைந்து கொள்ள ஆயத்தமாய் இருக்கட்டும். முதல் பொழுதில் திட்டமிட்டபடி புறப்பட்டு விடலாம்' என்று நம்பி கூற 'உத்தரவு' என்றனர் அனைவரும்.

காவல் வீரன் ஒருவன் நம்பிக்கு முன்னால் வந்து வணங்கி 'சிற்றரசர்கள் உங்களைக் காண வந்துள்ளனர்' என்றான்.

'வரச்சொல்' என்று நம்பி கூற, வீரன் மீண்டும் வணங்கி விட்டு விலகினான்.

சில கணங்களில் நம்பியை நெருங்கிய நான்கு சிற்றரசர்கள் வணங்கி நிற்க 'நான் தொண்டை நாட்டு அரசன் பாபநாசன் வேந்தே' என்று ஒருவன் அறிமுகப்படுத்திக் கொண்டான். மற்றொருவன் 'நீடூர் மிழலை நாட்டு அரசன் அணியன் நான்' என்றதும், மூன்றாமவன் 'ஆமூர் எனும் முக்காவல் நாட்டு அரசன் சந்தனக்கோடன்' என்று கூற, நான்காமவன் 'புங்கி நாட்டு அரசன் கடுங்கோண்' என்றான்.

'அமருங்கள்' என்று நம்பி கூறியதும் நால்வரும் இருக்கைகளில் அமர்ந்தனர். பணியாட்கள் அனைவருக்கும் கள் நிரப்பப்பட்ட பொற்கிண்ணங்களை வழங்கினர்.

'தங்களின் தகவல் கிடைத்தது வேந்தே. சோழத்தின் மீதான படையெடுப்பில் இணைந்து கொள்ள நாங்களும் விரும்புகிறோம்' என்று பாபநாசன் கூற...

‘மிக்க மகிழ்ச்சி. உறையூர் எல்லையில் உருவாகும் கட்டூருக்கு படைகளை அழைத்து வாருங்கள்’ என்றான் நம்பி.

‘பெரும் யானையொன்று வீழ்கையில் அதன் இறைச்சியில் ஒரு துண்டு கிடைத்தாலும் களிப்புறும் சிறு விலங்குகள் போல சிற்றரசர்கள் திரளுகின்றனர். பதினோரு சிற்றரசர்கள் முன்னரே இணைந்திருந்தால் சேர, பாண்டியர்களை சேர்த்திருக்க அவசியம் ஏற்பட்டிராது’ என்று ஏமாற்றத்துடன் எண்ணினான் பெருஞ்சாத்தன்.

தனது அமைச்சர் நீறுடைமேனியையும், அதிகாரிகளையும் அழைத்த நம்பி ‘வாரியங்கள் அனைத்தும் நான் போர் முடிந்து திரும்பும் வரை இயங்க வேண்டாம். அவற்றில் பணி புரிபவர்களை மக்களின் குறைகளைக் களையப் பயன்படுத்துங்கள். அங்காடிகளும், அன்னசத்திரங்களும் தொடர்ந்து இயங்கட்டும். எவ்விதத் தேவை ஏற்படினும் கருவூலகத்திலிருந்து எடுத்துக்கொள்ளுங்கள். மக்களுக்கு எந்த குறையும் இருக்க கூடாது’ என்று கூற,

‘உத்தரவு’ என்றார் நீறுடைமேனி.

நாட்டை நிர்வகிக்க பாண்டிய நாட்டில் ஐவகை வாரியங்கள் இயங்கின. நீதி வழங்கவும், அறநிலையங்களை கண்காணிக்கவும் சம்வற் சரவாரியமும், நீர் நிலை, பாசன வசதிகளை ஏற்படுத்தி பாதுகாக்க ஏரிவாரியமும், நிலங்களை அளக்க, பிரித்தளிக்க தோட்ட வாரியமும், நாணயங்களை வெளியிட பொன் வாரியமும், குடிமக்களிடமிருந்து வரி வசூலிக்க பஞ்சவாரியமும் இருந்தன.

‘சோழத்தை வென்ற பின்னர் வரி வசூலிக்கவே அவசியமிருக்காது’ என்று தொல்லோன் கூற, அனைவரும் சிரித்தனர்.

பொழுது மகிழ்வாய் முகிழ்ந்து கொண்டிருக்க, சிற்றரசர்கள் ஒவ்வொருவரும் சோழத்திலிருந்து எதை வேண்டிப் பெறுவதென்ற எண்ணத்தில் மயங்கியிருந்தனர்.

மறுநாள் அறியாமை இருளை அகற்றக் கிளம்பிய அறிவொளியாய் தன் கிரணங்கள் அனைத்தையும் பரப்பி பூமியின் இருளை விலக்கியபடி கதிரவன் மேலெழுந்தபோது, மதுரை போருக்கு ஆயத்தமாகியது. பெருந்திடலில் வீரர்கள் குவிந்த வண்ணமிருக்க பணியாட்கள் அவர்களுக்கு வஞ்சிப்பூவை வழங்கினர். தெருக்களில் யானைகளின் மேலமர்ந்து வலம் வந்த வேலையாட்கள் கூடையிலிருந்த வஞ்சிப்பூவை வீரர்களுக்கு அளிக்க, வீரர்கள் குடுமியில் சூடிக்கொண்டனர்.

போருக்குச் செல்லும் நிகழ்வு மதுரையில் பெரும் விழாவாய் நடத்தப்பட்டது. அனைத்துக் கோவில்களிலும் மங்கல ஒலிகளுடன் பூசைகள் நிறைவேறிக் கொண்டிருந்தன.

பாண்டிய வேந்தன் நம்பி நன்னிமித்தங்கள் பார்த்து அரண்மனையிலிருந்து புறப்பட்டு போர்த் தெய்வமான கொற்றவையின் கோவிலைச் சென்றடைய, ஏராளமான மக்கள் குழுமியிருந்தனர்.

மதுரையின் தெற்கு எல்லையில் கொற்றவைக் கரட்டினடியில் கோவில் பரந்து விரிந்திருக்க, திறந்தவெளியில் கானமர் செல்வி, விறல்கெழு சூலி, நீலி, அணங்கு என்றழைக்கப்படும் கொற்றவை வானுயர சிலையாய் நின்றிருந்தாள். பெருங்காட்டு தேவிக்கு முதல்நாள் இரவிலிருந்தே முக்கனிகளுடன் பூசைகள் துவங்கியிருந்தன.

கொற்றி என்றால் வெற்றி. கொற்றம் என்பது அரசாட்சி. கொற்றவன் என்றால் அரசன். கொற்றவை என்பவள் போரில் வெற்றி தரும் காடுகிழாள். சிங்கக் கொடியை ஏந்திய கொற்றவை பேய்களையும், பூதங்களையும் படையாகக் கொண்டவள். மனம் உருகி வேண்டுபவரின் வில்லுக்கு முன்னே சென்று வெற்றியை பெற்றுத் தருபவள். போரில் வெற்றியைத் தந்ததும் அவிபலி எனப்படும் நாட்டுக்காக உயிரைத் தரும் வீரர்களின் பலியை ஏற்பவள்.

நீண்ட கூந்தலைக் குறுக்கி கரண்ட மகுடமாய் கட்டப்பட்ட நீண்ட சடை முடியும், செவிகளில் பனையோலைக் குண்டலமும், கழுத்தணியாக சரப்பளி, கண்டிகையுடன் வீரசங்கிலியும் எட்டுக் கைகளுடன் சிலை உயர்ந்திருந்தது. இடது கைகளில் சங்கு, கேடயம், வில்லுடன் கிளியும், வலது கைகளில் எறிசக்கரமும், வாளும், மணியும் இருக்க, மற்றொரு கை எழிலுடன் சிற்றிடையைத் தாங்கியிருந்தது.

புலித்தோல் ஆடையுடன், நீளமான முறுக்கிய கொம்புகளையுடைய கலைமான் மேல் நின்ற தேவி மார்பகங்களில் கச்சும், இடையாடையும் அணிந்திருக்க, முழங்காலிலிருந்து கணுக்கால் வரை இரு கால்களிலும் கழல்களும், இடது காலில் சிலம்பும் அணிந்து காலடியில் எருமைத்தலையுடன் நின்றிருந்தாள். சிலையைச் சுற்றிலும் பூதப்படைகள் சிறு சிறு கற்களாய் நடப்பட்டு குங்குமம் பூசப்பட்டிருக்க, அவற்றிற்கும் குருதிப்படையல் சாத்தப்பட்டிருந்தது.

தேவியின் எதிரில் நிணநீரில் ஏற்றப்பட்ட விளக்குகள் வெளிச்சத்துடன் எரிந்து கொண்டிருக்க, நோலை, பொரி, அவரை, துவரை, மொச்சை இவற்றின் புழுக்கல், பிண்டி, நிணம், குருதி, குடர் ஆகியவற்றுடன் கருப்பு ஆடை, காதோலை, கருகமணி, வண்ணக் குழம்பு, சுண்ணப் பொடி, மணமுள்ள சந்தனத்தைக் கொட்டி வைத்திருந்தனர்.

ஒருபுறத்தில் தேங்காய், பழம், வெண்பொங்கலும் மறுபுறத்தில் ஆநிரைகள், சேவல், காட்டுப்பன்றி, ஆகியவற்றின் சுட்ட கறி குன்று போலக் குவிக்கப்

பட்டிருந்தன. கொற்றவைக்குப் படைக்கப்படும் வெற்றிலை, பாக்கு, கருப்புமணி, கற்பூரம், கொழுக்கட்டை எவற்றையும் எண்ணுவதில்லை. தேவியின் பூதப்படைகள் எண்ணிலடங்காதவை என்பதைக் குறிக்க இவை எண்ணாத பொருள்'.

எண்ணற்ற மிருகங்கள் பலியிடப்பட்டிருக்க பலிபீடமெங்கும் அடர் சிவப்பிலான குருதிக் குளமாய் உறைந்து நின்றது. நம்பி தலையசைத்ததும் கொற்றவைக்கு பகல் கால பூசைகள் துவங்கின. வாயைப் புதுத்துணியால் கட்டிக்கொண்டு உச்சக் குரலில் எயினர் கொற்றவையைப் பாடி அழைத்தவுடன் எண்ணற்ற பெண்கள் வெறியாடத் துவங்கினர். சிலையினருகே காற்று வீசுவது நின்று போக பேரமைதி சூழ்ந்து உணர்வுகள் சில்லிட்டன. எயினர் கறுப்புப் பெட்டைக் கோழியின் தலையை அறுத்தெறிந்து விட்டு அதன் குருதியை சோற்றில் வடித்தார். கால்களை உதைத்துக்கொண்டு கோழி துடிக்க, தலை துள்ளியது. நிணச்சோற்றைப் பிசைந்து கோவிலின் நான்கு திசைகளில் வீசி எறிந்தார்.

தனது கையினை இரண்டாய் கீறி தனது குருதியை விலங்குகளின் குருதி நிறைந்திருந்த கலத்தில் கலந்த எயினர், கலத்தினைக் கொற்றவையின் காலடியில் வைத்து விட்டு தீவர்த்தியைக் காட்டி பூசையை நிறைவு செய்ய, ஒரேகணத்தில் பறை, அதிர, சின்னம், கொம்பு, புல்லாங்குழல் முதலான இசைக்கருவிகளின் ஒலிகள் வெடித்து எழுந்தன. அவற்றை மிஞ்சியவையாய் ஒலித்தன மக்களின் பேரொலிகள்.

தேவியின் காலடியில் கிடத்தப்பட்டிருந்த வேப்பம்பூ மாலையை நம்பிக்கு அணிவித்த எயினர், கொற்றவையின் பாதங்களில் இருந்து உடைவாளை எடுத்து வழங்கினார்.

வாளை மேல்நோக்கி உயர்த்திய நம்பி ''சோழத்தை வென்று அரண்மனையை தீக்கிரையாக்குவேன், கழுதைகளை ஏரில் பூட்டி கழனிகளை உழுது பாழ்படுத்துவேன், எனது யானைகளை நீர் நிலைகளில் குளிப்பாட்டி நீரைப் பாழாக்கி, சோழப் பெண்களின் கூந்தலை அறுத்து, ஆடவரின் பற்களைப் பிடுங்குவேன். சோழ நாட்டின் காவல் மரத்தை வெட்டி வீழ்த்துவேன். சோழத்தை வெல்லாமல் மதுரைக்குத் திரும்ப மாட்டேன்'' என்று உச்சக்குரலில் வெறியுடன் சூளுரைக்க, மக்கள் பெரும் ஆரவாரத்தை எழுப்பினர்.

போருக்குச் செல்கையில் வேந்தன் வீரர்களுக்கு பூக்கொள் எனும் மலர்களை வழங்குதல் மரபு என்பதால் நம்பி தளபதிகளுக்கு வஞ்சிப் பூவினை வழங்க, வீரர்களும் மலர்களை அணிந்து கொண்டனர்.

பட்டத்து யானையின் மேல் போர் முரசு, வெண்கொற்றக் குடை, வீர வாளை ஏற்றியதும் மதுரையின் முதன்மைத் தெருக்களின் வழியே யானை வடக்கு நோக்கி முன்னேற, பாண்டியப்படை புறப்பட்டது.

இரண்டு பால்நிறக் குதிரைகள் பூட்டிய தேரில் அமர்ந்து நம்பி முன்னேற, தளபதிகள் குதிரையில் பின்தொடர அடுத்து வெவ்வேறு நிறத்தினாலான வட்டுடை அணிந்த காலாட்படை வீரர்களும் நடக்கத்துவங்கினர். முதலில் விற்படை வீரர்களும் அவர்களைத் தொடர்ந்து வாட்படை வீரர்களும் முழக்கங்களை எழுப்பியபடி நடந்தனர்.

காலாட்படையைத் தொடர்ந்து குதிரைப்படை நகர்ந்தது. இடையில் வாளையும், கையில் வேலையும் பற்றிய வீரர்கள் குதிரை மேலமர்ந்து முன்னேறினர். பாண்டிய நாட்டின் முதன்மைப் படையான வன்படையின் வீரர்கள் முரண் களரி எனப்படும் போர்ப் பயிற்சிப் பட்டறைகளில் எந்நாளும் பயிற்சியில் ஈடுபடுபவர்கள். அவர்கள் இரும்பினாலான கவசங்களை அணிந்திருந்தனர். அவர்களைத் தவிர ஏனைய வீரர்கள் தோலாலான கவசங்களை அணிந்திருந்தனர். கரடித்தோலாலும், புலித்தோலாலும் கேடயங்கள் செய்யப்பட்டிருக்க, வாட்களின் உறைகள் புலித் தோலினால் செய்யப் பட்டிருந்தன.

குதிரைப்படையைத் தொடர்ந்து தேர்ப்படை முன்னேறியது. ஒரு குதிரை பூட்டிய கொடித்தேர், இரண்டு குதிரைகள் பூட்டப்பட்ட நெடுந்தேர், கொடுவஞ்சித்தேர் போன்ற தேர்கள் சத்தத்துடன் உருண்டு கொண்டிருந்தன. சேரவேந்தர் பெருமளவிலான யானைகளின் படையை அழைத்து வருவதால் நம்பி யானைப்படையைத் தவிர்த்திருந்தான்.

தேர்ப்படையைத் தொடர்ந்து மாட்டு வண்டிகளிலும், யானைகள் இழுக்கும் பெரும் வண்டிகளிலும் பொருட்கள் நகர்ந்தன. உணவுப்பொருட்கள் மூட்டை மூட்டையாய் அடுக்கப்பட்டிருக்க வண்டிகள் முனகல் ஒலி ஏற்படுத்தின. பெரும் தாழிகளிலும், குடங்களிலும் கள் நிரம்பியிருந்த கள் வண்டிகள் தொடர்ந்து சென்றன.

படையின் பின்னிருந்து தாக்குதல் நிகழ்வதைத் தடுக்க குதிரை வீரர்களைக் கொண்ட கூழைப்படை இறுதியாகப் பின்தொடர்ந்தது.

பல்லாயிரக்கணக்கான வீரர்கள் பேரதிர்வையும், பெரும் ஓசையையும் எழுப்பியபடி முன்னேற நகரின் மாடமாளிகைகள் அதிர்ந்தன. சாளரங்களில் வண்ணப்பூச்சுடன் பொருத்தப்பட்டிருந்த கண்ணாடிகள் உடைந்து நொறுங்கின. தெருக்களின் இருபுறத்திலிருந்தும் பார்த்திருந்த மக்களின் உடல்கள் அதிர்வினால் நடுங்கின. கால்களில் மிதிபட்டு சூறாவளியாய் மேலெழும்பிய புளுதித் திரள் மேகமாய் விரவி விண்ணை மறைக்க கதிரவனின் ஒளியும் உட்புக முடியாமல் தவித்தது. பூவுலகை உழுதபடி பாண்டியப்படை நகர்ந்தது.

வீரம் வளரும்...

63

மலையும் காடுமாய் பரந்திருந்த அயிரை மலையில் உறைந்திருக்கும் சேரர்களின் போர்த் தெய்வமான அயிரைக்கு மூன்று யானைகளைப் பலியிட்டு முப்பூசைகளை செய்வித்த சேரமான் தனது படைகளுடன் புறப்பட்டிருந்தார். இரண்டாவது நாளாக படைகள் நகர்ந்து கொண்டிருந்தன. பட்டத்து யானையின் மேலிருந்த பொன் அம்பாரியில் இரண்டு புறங்களிலும் சிங்கத்தின் உருவம் அமைக்கப்பட்டிருக்க தலைக்கு வெண்கொற்றக்கொடை குளிர் நிழல் அளித்துக் கொண்டிருந்தது. சேரமானுக்குப் பின்னால் இரண்டு மெய்க்காவலர்கள் அமர்ந்திருந்தனர்.

> ‘இருள் இருப்பதால் தான் வெளிச்சத்திற்கு மதிப்பு. சூது இருப்பதால் தான் அறத்திற்கு மதிப்பு’

சேரமான் உறுதியாக இணைவார் என்று யூகித்திருந்த நம்பி அன்றிலிருந்து பத்தாவது நாள் புறப்பட்டு உறையூர் எல்லைக்கு சேரப்படைகள் வந்து வேண்டுமென்று பெருஞ்சாத்தனிடம் தகவல் கூறி அனுப்பியிருந்தான். சேரநாட்டில் வீரர்கள் குறைவான எண்ணிக்கையில் இருந்ததால் யானைகளைக் கொண்டு ஈடுசெய்வதாக சேரமான் வாக்களித்து இருந்தார். சேரநாடெங்கும் உடனடியாக முரசறிவித்து வீரர்களைத் திரட்டிய சேரமான், சில ஆயிரம் யானைகளும், பத்தாயிரம் வீரர்களுடனும் நகர்ந்து கொண்டிருந்தார்.

யானைகள் வேகமாக நகரும் பேருயிர்கள் அல்ல. அவற்றிற்கு உணவளிக்கவும், தாகம் தணிக்கவும் அடிக்கடி நிறுத்த வேண்டியிருப்பதைத் தவிர்க்க, அவற்றின் கழுத்தில் தோலினாலான பையினைக் கட்டி தழைகளையும், கரும்புகளையும் போடச் செய்திருந்தார். யானைகள் உணவைத் தின்று கொண்டே நடந்து கொண்டிருந்தன. யானைப்பாகன்கள் பழங்களையும், மூங்கில்களையும், கிழங்குகளையும் கொடுத்துக் கொண்டே நடந்தனர்.

சாலையில் தாழ்வாக வளர்ந்திருந்த மரங்களின் கிளைகளை ஒடித்துக்கொண்டும் யானைகள் நகர்ந்தன. அவற்றின் வாய்க்கு தப்பி சிதறி விழுந்த கிழங்குகளும், காய்களும், பழங்களும், தழைகளும் சாலையெங்கும் மிதிபட்டு சிதைந்து கிடக்க, இளம்புயலொன்று சாலையில் நடை பயின்றதைப் போலிருந்தது.

சேரமான் நீர்த்தடங்களை ஒட்டியே படையை நகர்த்திக் கொண்டிருந்தார். காலதாமதத்தை தவிர்க்க காடுகளை ஊடுருவி செல்லுகையில் சேரப்படையின் கூளியர்கள் முன்னேச் சென்று தாவரங்களை அகற்றி படை நகர்வதற்கு வழியேற்படுத்தினர்.

நிலத்தைப் பின்னோக்கி நகர்த்தியபடி யானைகள் நகர்ந்து கொண்டிருக்க, அவரது எண்ணங்களும் அசைந்தாடிக் கொண்டிருந்தன.

எத்தனையோ போர்களை நிகழ்த்தியிருந்தாலும் இப்போரில் சேரமானின் மனம் காற்றில் துடிக்கும் தீபச்சுடராய் நிம்மதியற்று படபடத்துக் கொண்டிருந்தது. உருவமற்ற உள்ளுணர்வு தவறென்று எச்சரித்தது. இச்சையுற்ற இருளொன்று சரியென்று உச்சரித்தது.

நல்லினிக்கும், சிறிய குட்டுவனுக்கும் போரில் பங்கேற்பதில் இசைவில்லை என்பதை அறிந்திருந்தார். பூசையின் போதும் சேரமானின் சொல்லுக்கு மறுப்புத் தெரிவிக்க இயலாமல் இருவரும் மருங்கியதைக் கண்டிருந்தார். அன்றலர்ந்த ஆம்பலாய் வழியனுப்பக்கூடிய நல்லினியின் முகம் கலங்கிய தடாகமாய் சேறு பூத்து இருந்தது.

ஒரு நாட்டின் மீது போர் தொடுக்க எண்ணும் வேந்தன் பகை நாட்டின் ஆநிரைகளை கவர்ந்து போரினை அறிவிப்பது போல சோழ வேந்தன் உச்சிநாதரைக் கொன்று போருக்கு அறைகூவல் விடுத்திருக்கிறான். நாட்டின் குடிகளைக் காக்க முடியா வேந்தனாகி விட்டோமா என்ற எண்ணம் அவரை உறுத்தியது. பாண்டியப் படைகள் கரிகாலனை வீழ்த்தும் முன்னர் உச்சி நாதரை எதற்காகக் கொன்றான் என்ற கேள்விக்கான விடையைக் கேட்டறியத் துடித்தார். அதற்குப் போர்க்களத்தில் அவனை எதிர்கொள்வதே ஒரே வழி என்று எண்ணியே இம்முடிவை எடுத்திருந்தார்.

இருப்பினும் கூட்டுப்படையுடன் இணைந்து அகவையில் சிறியவனை வீழ்த்துவது வீரமா என்ற கேள்வி ஒருபுறம் மனதைத் துளைத்தபடி இருந்தது. கரிகாலன் சிறியவனாக இருந்தபோது சமர் திடலில் நிகழ்த்திய வீரம் கண்ணை விட்டு அகலாமலிருக்க, வீரத்தின் உச்சியில் நின்றிருக்கும் அவனது ஆற்றலுடன் சமரிட விழையும் வேட்கையும் தன்னை செலுத்துகிறதோ என்றெண்ணினார்.

சேரமானுக்கு முன்னால் வலப்புறத்தில் செங்கெழு செங்குட்டுவனும் இடப்புறத்தில் வேல்கெழு குட்டுவனும் குதிரையை நகர்த்திக் கொண்டிருந்தனர். மருத நிலத்தின் வளமையைப் போல் ஒருவனும் பாலையின் வறட்சியாய் மற்றொருவனும் உணர்வுகளின் எதிர் எல்லைகளில் இருந்தனர்.

போர்க்களத்தில் தந்தையின் எதிரே கரிகாலனைக் கொன்று பெரும் பெயரை அடைய வேண்டுமென செங்கெழுவும், என்ன நிகழ்ந்தாலும் கரிகாலனின் உயிரைக் காப்பாற்றியே தீரவேண்டுமென்ற உறுதியுடன் வேல்கெழுவும் எண்ணங்களின் கிழக்கும், மேற்குமாய் முன்னேறினர்.

எண்ணங்கள் நாற்புறமும் இழுக்க மனங்கள் மயங்கியிருந்தன. மனதின் பாரமின்றி நிலங்களை நெகிழச் செய்தபடி யானைகள் நகர்ந்தன.

***

சோழவேந்தன் கருவிலிருந்த போதிலிருந்து அவனைக் கொல்ல முயன்று தோற்ற பகைவர்கள் இப்போது பாண்டிய நாட்டின் தலைமையில் ஒன்றிணைந்து போரிட வரும் வீரமற்ற செயலைக் கண்டு சோழ நாடெங்கும் மக்களிடையே கொப்பளிக்கும் சினம் உருண்டு, திரண்டு கொண்டிருந்தது.

அறமற்ற போரில் ஈடுபடும் அனைவரையும் அழித்தொழிக்க, மக்கள் தொழில்களை நிறுத்தி விட்டுப் போரை எதிர்கொள்ள முழுவீச்சில் இறங்கினர். வீடுகளில் இருந்த வாட்கள் பட்டை தீட்டப்பட்டன. அம்புகளும், ஈட்டிகளும் கூர் தீட்டப்பட்டன. விற்களின் வடிவங்கள் எழிலேந்தி நின்றன. வேளாண் குடியினர் போர்க்குடியினராக மாற, சோழத்தின் தொழில் போர் புரிவது என்றாகியது.

சோழநாட்டிலிருந்த அண்டைய நாட்டு வணிகர்கள் வெளியேறத் துவங்கினர். வெளியூர் மக்கள் தமது அங்காடிகளைத் தாழிட்டு நகரை நீங்கிச் சென்றனர். சோழத்தின் ஆடக மாடம் எனப்படும் சமண கோவிலில் வசித்த சமணர்கள் மக்களுக்கும், வீரர்களுக்கும் மருத்துவ உதவி, உணவுகள் வழங்குவது போன்ற செயல்களுக்கு ஆயத்தமாகத் துவங்கினர்.

புகாரின் அரசவையில் கரிகாலனுடன், இளவெயினியும், இரும்பிடாரும், அமைச்சர்களும் அமர்ந்திருக்க கூட்டுப்படை நகரும் தகவல்கள் பல திசைகளில் இருந்தும் வந்தபடி இருந்தன. சோழநாட்டினைச் சுற்றி உருவாகியிருந்த புழுதிப் புயல்கள் மெதுவாக நகர்ந்து உறையூருக்கு மேற்கில் ஒன்றிணைவதையும் புகாரை புதைகுழியாக்கி அதனுள் சோழத்தினை புதைக்க திட்டங்கள் உருக்கொள்வதையும் தகவல்கள் உறுதி செய்தன.

முகத்தில் அணிவகுக்கும் குழப்ப ரேகைகளுடன் பரஞ்சுடர் அரசவையில் நுழைய 'ஏனிந்த வாட்டம்?' என்றாள் இளவெயினி.

'ஒற்றர் தலைவனிடமிருந்து தகவல். பாண்டியப்படை உறையூருக்கு வெளியில் பாசறை அமைக்கிறது. அதனுடன் இணைய பதினோரு சிற்றரசர்களின் படைகள் உறையூரின் எல்லைக்கு சென்றுள்ளன'

'எதிர் பார்த்தது தானே. இது வரை தென்னகம் கண்டிராத பெரும்படையை வீழ்த்த வாய்ப்பு கிடைத்துள்ளது நமக்கு' என்றான் கரிகாலன்.

கரிகாலன் கூறிக் கொண்டிருக்கும்போதே, வானவன் பதற்றத்துடன் அரசவைக்குள் நுழைய, விரும்பத்தகாத நிகழ்வு அடியெடுத்து வைக்கிறது' என்பதை உணர்ந்தாள் இளவெயினி.

வானவன் கரிகாலனை நெருங்க, தளபதியை அதிர்ச்சியுறச் செய்த தகவல் என்னவாயிருக்கும் என்று யோசித்தபடி "கூறுங்கள்" என்றான் கரிகாலன்.

'கூட்டுப்படையுடன் இணைந்து கொள்ள சேரப்படையும் புறப்பட்டு வருகிறது' என்று வானவன் கூறியதும், கரிகாலனின் முகம் கணப்பொழுது இருண்டு மீண்டது. 'இரும்பிடார் உச்சி நாதரைக் கொன்றதற்கு வஞ்சினம் தீர்க்க சேரமான் போரில் இணைவாரோ என்ற ஐயம் கரிகாலனை உறுத்தியபடி இருந்தது. எது நிகழக் கூடாதென்று எண்ணுகிறோமோ அதனையே நிகழ்த்தி காலம் வேடிக்கை பார்க்கிறது' என்றெண்ணிய கரிகாலன் பெருமூச்சை விடுக்க...

கணநேர மாற்றத்தை உணர்ந்த இளவெயினி 'நாம் எதிர் பார்த்திராதது' என்றாள்.

'குட்டுவனைக் கொல்வதா? கொள்வதா? எதனாலும் இப்பகை தணியுமா?' என்று கரிகாலன் கேட்க, அனைவரும் அதிர்ந்தனர். சேரப்படை இணைந்ததில் இவனுக்கு அச்சமில்லை. நண்பனை வீழ்த்துவது எப்படி என்று விசனமடைகிறான் என்றெண்ணினர்.

‘குட்டுவனை நீ எதிர் கொள்ளத் தேவையில்லை. அவனுக்கு சிறு கீறலையும் ஏற்படுத்தாமல் அவனைச் சிறைபிடிக்கிறேன்’ என்றான் இரும்பிடார்.

‘சேரமானைக் கொன்றாலும், தமையனைக் கொன்றாலும் அதற்கு குட்டுவன் வஞ்சினம் தீர்க்க எண்ணுவான். பகையின் வெம்மையில் நட்பு எவ்வளவு காலம் நீடித்திருக்குமென்று தெரியவில்லை. இதை கரிகாலன் எப்படி சமாளிக்கப் போகிறான்’ என்று இளவெயினி எண்ண...

‘வஞ்சகம் திரட்டிய படையில் பெரும் வீரர் சேரமான் இணைந்தது நான் கனவிலும் கருதாதது’ என்றான் வானவன்.

‘இருள் இருப்பதால் தான் வெளிச்சத்திற்கு மதிப்பு. சூது இருப்பதால் தான் அறத்திற்கு மதிப்பு’ என்றான் கரிகாலன் மனதை மீட்டெடுத்தபடி.

‘நாம் எதிர்பார்த்ததை விட பகைவர்கள் அதிக எண்ணிக்கையில் இணைந்துள்ளனர்’ என்றான் பரஞ்சுடர்.

‘வெல்வோம் எனத் தெரிந்து களம் காணுவதில் வீரமென்ன இருக்கிறது? சோழம் அறத்தை வழிநடத்திச் செல்லும்’

‘சேரவேந்தனையும், குட்டுவனின் சகோதரனையும் எதிர்கொள்ள வேண்டி வரும்’ என்றாள் இளவெயினி. கரிகாலன் வாளேந்தி புறப்படும் முன்னர் அவனிடம் தெளிவைக் காண விரும்பினாள். கலங்கிய நீர் வானத்தைப் பிரதிபலிப்பதில்லை.

நடுக்கடலில் தோன்றும் சிறு அதிர்வும் பேரலைகளாய் உருக்கொண்டு கடற்கரையை உலுக்குவதைப் போல தனது முகத்தில் வெளிப்படும் சிறு சலனமும் தளபதிகளை நிலைகுலையச் செய்யும் என்றெண்ணிய கரிகாலன் ‘அப்படியே ஆகட்டும். அறத்தின் உறுதி செயல்களால் ஆனது. செயல்களை நிலைநிறுத்துவதில் உணர்வுகளுக்கு இடமில்லை’ என்றான் உறுதியுடன். கணீரென்று ஒலித்த குரல் மனங்களில் நிம்மதியையும் நம்பிக்கையையும் ஒளிபெறச் செய்தது.

‘போர்த் தூதுவனை ஓரிரு நாட்களில் எதிர்பார்க்கலாம். சோழநாடு முழுவதும் போரை அறிவியுங்கள். பதினைந்து அகவைக்கு குறைந்தவர்கள், முதியவர்கள், உடல் வளர்ச்சி இல்லாதவர்கள், போரிட விரும்பாதவர்கள் படையில் இணைய வேண்டாம். ஒரு குடும்பத்தில் ஒருவர் போரில் பங்கேற்றால் போதும் என்று முரசறிவியுங்கள்’ என்று கரிகாலன் தொடர...

‘நமது எண்ணிக்கை குறைந்து விடும். பெருமளவிலான படையை எதிர்கொள்ள நமக்கும் எண்ணிக்கை தேவை’ என்று பதிலுரைத்தான் பரஞ்சுடர்.

‘விருப்பமில்லாதவர்களையும், சிறுவர்களையும் பலியிட அவசியமில்லை. முழு ஈடுபாட்டுடன் போரிடும் வீரர்களே நமக்கு தேவை’

‘சோழநாட்டினுள் நுழையும் கூட்டுப்படை புகாரினை நெருங்கித் தாக்க அனுமதிக்கக் கூடாது’ என்றான் வானவன்.

‘புகாரை தாக்க மாட்டார்கள். இது உறுதி’ என்றான் கரிகாலன்.

சூறாவளியாய் சூழ்ந்து சிதைக்கவுள்ள பகையை எண்ணித் தளர்ச்சி அடையாமல் தெளிந்த வானமாய் வெளிவந்த உறுதியான பதில்கள் அவையினரை அதிரச் செய்தது. இவை அனைத்தையும் ஏற்கனவே எதிர்பார்த்துள்ளான் என்பதைக் காட்டியது.

‘சென்னியின் மனவோட்டத்தைக் கூட கணிக்க இயலும். இவன் வானத்திற்கும் வசப்படாத கதிரவனாய் இருக்கிறான்’ என்றெண்ணினான் வானவன். அனைவரின் மனங்களிலும் வெளிச்சம் பாயத் தொடங்கியது.

முதுகை உயர்த்தி சோம்பல் முறித்தெழுந்த வேங்கையானது, பாதங்களை நாக்கால் நக்கித் துடைத்துவிட்டு, குகைக்கு வெளியே வந்து உறுமுவது போல் சோழநாடு சிலிர்த்தெழுந்து தென்னகம் கண்டிராத பெரும்போருக்கு ஆயத்தமாகத் துவங்கியது. காற்றில் பயணித்து திசைகளை ஒடுக்க ஆயுதம் தரித்தது.

★★★

புகாரில் ஆங்காங்கே மலரத் துவங்கிய ஒளியின் துளிகள் காற்றின் இசைக்கு நடனமாடிக் கொண்டிருந்தன. கதிரவனில்லா ஆட்சியை கைக்கொள்ள புறப்பட்ட இருளைத் தடுக்க, வானில் ஏற்றிவைத்த தீபச்சுடராய் விண்மீன்கள் புடைசூழ உலகமெங்கும் வெள்ளொளியைப் பாய்ச்சியபடி உதயமானது வெண்ணிலவு. உணர்வுகளுக்கு அணையிட முடியாமல் மஞ்சத்தில் புரண்டு கொண்டிருந்தது ஒரு பெண்ணிலவு.

கண்களால் காட்சிகளைக் காண முடிந்தாலும் உணர்வுகளை உணர முடியாது. பனிமுகிலுக்குக் கரிகாலனை காட்டிய விழிகள் இமை போர்த்தியிருக்க, உடலின் அணுக்கள் மொத்தத்திலும் உணர்வுகள் வலம் வந்து கொண்டிருந்தன. எண்ணங்கள் மனதைக் கடைந்தபடி இருக்கக் காதல் ஊற்றெடுத்து உடலை தித்திக்கச் செய்தது. தலை உச்சி சில்லிட, உடல் மொத்தமும் உலையெனக் கொதித்தது. காதுகளின் நுனிகள் குழைந்திருக்க, மார்பகங்கள் இறுகி இசைந்தன. இதழ்களில் கள்ளூர, நரம்புகளில் தேனூற, தசைகளில் நறுமணம் ஊறிக் கமழ்ந்தது.

கரிகாலனுடன் நிகழ்ந்த ஒவ்வொரு சந்திப்பையும் மனதில் மீட்டெடுத்து மீட்டிக் கொண்டிருந்தாள். ஒவ்வொரு சந்திப்பும் மன வானில் வண்ண மேகமாய் உலா வர கற்பனையில் மகிழ்ந்திருந்தாள். கனவுலகில் அவனுடன் நீடித்திருக்க, நனவுலகில் இருந்து தன்னை அறுத்துக் கொள்ள இயலுமாவென்று ஏங்கியிருந்தாள்.

தமிழில் கரைபவனிடம் காதலை வெளிப்படுத்துவது எப்படியென்று குழம்பி மஞ்சத்தில் பனிமுகில் படர்ந்திருக்க, அறையினுள் ஓடிவந்த மென்னிலா 'வேந்தர் உன்னிடம் கொடுக்கச் சொன்னதாகக் கூறிக் காவலர் தோலுறையைத் தந்து விட்டுச் செல்கிறார். வாட்களென்று எண்ணுகிறேன்' என்றதும், மனதில் மகிழ்வு வெடித்தெழ கால் முளைத்த கனவாய் பறந்து சென்றாள். அவளின் அன்னையும் பெருமிதத்துடன் தோலுறையை பார்த்துக் கொண்டிருப்பதைக் கண்டதும் முகத்தில் மிளிர்ந்த மகிழ்வை நாண முகிலினால் திரையிட்டு மறைத்தாள்.

தோலுறையைக் கவனமாகப் பிரிக்க உள்ளே அருகம்புல்லைப் போன்ற மெல்லிய, பட்டையான இரண்டு நவிர் வாட்கள் இருந்தன. ஒன்று கதிரவனின் ஒளியால் வார்த்தது போன்று மென்மஞ்சளாய் இருக்க, மற்றொன்று இருளின் வண்ணத்தை உருக்கி இறுக்கியதைப் போன்று கருத்திருக்க, மெல்லிய கைப்பிடிகளும் அதே நிறத்தில் இருந்தன. பல்வேறு ரத்தினங்களைப் பதித்த இடைக்கச்சையும் இருந்தது.

'என்ன இது இரண்டு நிறம்?' என்று பனிமுகிலின் தாய் கேட்க..

'பகலிலோ, இரவிலோ இவற்றை ஏந்தி சமரிடும்போது ஒரு வாள் மட்டுமே கண்களுக்குப் புலனாகும். மற்றொரு வாள் சூழலுடன் கரைந்து விடும்' என்றவாறு ஒரு வாளைப் பனிமுகில் கையிலெடுக்க அன்னத்தின் மென்னிறகு போல் காற்றாய் கனத்தது வாள்.

'உடைவாள் ஒன்றை எடுத்து வா' என்று பனிமுகில் கூற, மென்னிலா மெல்லிய நீள் வாளை எடுத்து வந்தாள்.

'உயர்த்திப் பிடி. இதன் உறுதித்தன்மையை சோதித்து பார்க்கலாம்'

மென்னிலா தலைக்கு மேல் வாளை உயர்த்திப் பிடிக்க, மனதை ஒருமுகப் படுத்திய பனிமுகில் மிக வேகமாக வாளை வீசி மென்னிலாவின் கையிலிருந்த வாளை வெட்டினாள். பாறையிடுக்கில் கீற்றாய் வெளிப்படும் கதிரவனின் ஒளி வாளைப் போல ஆற்றல் முழுதும் வாளின் முனையில் குவிந்தது. மென்னிலாவின் வாள் அசையக் கூட இல்லை. ஒருகணம் எதுவும் நிகழாமலிருக்க, மறுகணம் மென்னிலாவின் கையிலிருந்த வாள் துண்டாகி விழுந்தது. மூவரும் அதிர்ந்து நிற்க...

'கொடியை வெட்டுவது போல வாளை வெட்டுகிறது' என்றாள் பனிமுகில்.

'எனக்கும் ஒரு வாள் வேண்டுமென வேந்தரைக் கேட்கப்போகிறேன்' என்றாள் மென்னிலா.

'வேந்தரைக் கண்டு நன்றி கூறி வருகிறேன்' என்று தாயிடம் கூறிய பனிமுகில், பதிலை எதிர்பார்க்காமல் எண்ணங்களின் வேகத்தை விஞ்சியபடி பாய்ந்து வெளியேறினாள்.

கரிகாலன் இந்நேரத்தில் சரம்புச்சாலையில் இருப்பான் என்ற எண்ணம் வழிநடத்த, மானைப் போல் துள்ளலுடன் விரைந்தாள்.

கரிகாலன் சரம்புச் சாலையில் தனித்து அமர்ந்திருந்தான். குட்டுவனின் முகம் மனதில் தளும்பியபடி இருக்க, வேளாண் குடியாக இருந்த தன் மேல் அவன் பொழிந்த அன்பை எண்ணியிருந்தான். சேர அரண்மனை தனக்காகக் காத்திருக்குமென்று அவன் கூறிய வார்த்தைகள் மனதில் ஒலித்தபடி இருக்க, வீரத்தை உயிராகக் கருதும் சேரமான் 'கூட்டுப்படையினர் பொருளுக்காக சோழத்தை வீழ்த்த எண்ணுகின்றனர்' என்பதை புரிந்து கொள்ளவில்லையா என்று வருந்தினான்.

வெளிச்சத்தை ஒளிர்விடும் விளக்கின் அடியில் இருள் மறைந்திருப்பது போல தானறியாத காரணிகள் சேரமானைத் திசை திருப்பி இருக்குமோ என்றெண்ணினான். இதனால் குட்டுவன் தன்னை வெறுத்திருப்பானோ என்ற எண்ணம் மனதை காயப்படுத்த, அவனைக் கண்டு உண்மையை உணர்த்தும் வாய்ப்புக் கிடைக்காது என்ற எண்ணம் மேலும் ரணப்படுத்தியது.

மெய் தோன்றும் முன்னர் பனிமுகில் வருவதை மெய்க்கலவையின் மணம் அறிவிக்க, கரிகாலன் அவள் வரும் திசையை நோக்கி திரும்பினான். சரம்புச்சாலையில் கரிகாலன் தனித்திருப்பதையும் முகத்தில் துயர் படர்ந்திருப்பதையும் கண்ட பனிமுகில் அதிர்ந்தாள்.

சோழத்தைப் போர்மேகங்கள் சூழ்வதைத் தந்தையின் மூலமாக பனிமுகில் அறிந்திருந்தாள். வேந்தனாகிய சில மாதங்களிலேயே கரிகாலனுக்கு ஏற்பட்டுள்ள பேரிடர் இதுவென்று கூறியதைக் கேட்டு இடிந்து போயிருந்தாள். போரின் எண்ணத்தினாலேயே துவண்டிருக்கிறான் என்றெண்ணியவளின் உயிர் பதைக்க, ஓடிச்சென்று அவனைக் கட்டியணைத்து ஆற்றுப்படுத்தத் துடித்தாள்.

'வா பனிமுகில்' என்றான் கரிகாலன் மலர்ந்தபடி.

தன்னைக் கண்டதும் மலர்ந்தவனைக் கண்டதும் அவளுக்கு ஆறுதலாய் இருக்க 'வாட்கள் கிடைத்தன. மிக்க நன்றி வேந்தரே' என்றவள், மனதின் வேந்தரே என்றெழுந்த சொல்லைத் தட்டி ஒடுக்கினாள்.

பெண்கள் தங்கள் கூந்தலை முடி, கொண்டை, குழல், சுருள், பனிச்சை என ஐந்து வகையில் முடிவர். இது ஐம்பால் எனப்படும். மேகத்திரள் போன்ற கருங்குழலை மலையுச்சியைப் போன்ற தலையுச்சியில் குவிப்பது முடி. மலைச்சரிவைப் போன்று தலையின் புறங்களில் திரட்டி நிறுத்துவது கொண்டை. கூந்தலை நீர்க்குமிழாய் அள்ளி முடிந்தால் குழல். கூந்தலை மலர்ச்சரங்களோடு பின்னிச் செருகுவது சுருள். கூந்தலைச் சடையாகப் பின்னிப் பிணைத்தால் பனிச்சை.

ஒவ்வொரு முறை காணும்போதும் பனிமுகில் ஐவகையையும் குழைத்து புது வகையாய் வடிவமைப்பதை கவனித்தபடி 'அதற்குள் வாளின் திறனை சோதித்து அறிந்து விட்டாய் போல' என்று கேட்க, இவன் எப்படி அறிந்தானென பனிமுகில் அதிர்ந்தாள்.

அவள் அதிர்வதை ரசித்தவன் 'மெல்லிய வாளினைக் கண்டதும் எனக்குமே அவ்வெண்ணம் எழுந்தது. வாள், ஈட்டி, அம்பு என்று அனைத்தையும் வெட்டி சோதித்த பின்னரே உன்னிடம் அனுப்பினேன்' என்று கூறி சிரிக்க, பனிமுகில் முகம் மலர்ந்தாள்.

கால்களால் நிலத்தை அளப்பது போல விழிகளால் கரிகாலனின் முகத்தை அளந்தவள் 'ஏன் தனியே இருக்கிறீர்கள். போரில் தற்காக்கும் முறைகளைக் குறித்த சிந்தனையா?' என்று கேட்க...

'தற்காப்பதை அவர்கள் எண்ணட்டும். நான் வெல்வதை குறித்து எண்ணுகிறேன்' என்றான் கரிகாலன்.

'திசைகளெல்லாம் பகையாய் தளைத்து நிற்கிறது. தாக்குதல் முறையாகுமா?' வார்த்தைகள் சிந்தி விட, தவறாக சொல்லி விட்டோமோவென்று மருண்டாள்.

'திசைகளுக்கு அடங்காதவன் நான். இதனைக் காலம் மெய்ப்பிக்கும்'

தனது வார்த்தைகளை கரிகாலன் தவறாகப் புரிந்து கொள்ளாததை எண்ணி நிம்மதியுற்ற பனிமுகில் 'நமது படையை விட நாலைந்து மடங்கு பெரும்படை வரப்போவதாக தந்தை கூறினார். எப்படி எதிர்கொள்வது?' என்றாள் ஆர்வத்துடன்.

'நாலைந்து மடங்கென்பதால் ஒவ்வொரு சோழவீரனும் நாலைந்து வீரனை வீழ்த்தினால் போதும். வெல்வது எளிது என்று நீயே கூறிவிட்டாய்.. நம்மால் இயலாததா?' கேள்வியை திருப்பினான்.

மற்றவரின் பார்வைக்கும், வேந்தனின் பார்வைக்குமுள்ள வேறுபாட்டைக் கண்டு அதிசயித்தவள்...

'சோழத்தின் ஒவ்வொரு உயிரும் உங்களின் சொல்லுக்காக மடியேந்தி நிற்கிறது. உயிரை அர்ப்பணிக்க காத்திருக்கிறது. பகையை புறமுதுகிட்டு ஓடச் செய்வோம்' என்றாள் கண்களில் வீரம் மின்ன.

'சோழம் பாய்வதற்கும் பதுங்குவதில்லை என்று காட்டுவோம்' என்ற கரிகாலன் புன்னகைக்க, விடை பெறலாமா என்றெண்ணியவள் கரிகாலன் தனித்திருப்பதை உணர்ந்ததும் தனது எண்ணத்தை வெளிப்படுத்த கணப்பொழுதில் முடிவெடுத்தாள்.

கருவளை அணிந்த கண்களில் காதல் மின்ன 'வாள் நீராட்டுதலின்போது நான் வாளெடுத்து தரட்டுமா?' என்றாள் இமைகள் துடிக்க.

போருக்குச் செல்லும் வேந்தனுக்கு தாயோ, மனையாளோ கோவிலில் புனித நீராட்டிய வாளினை எடுத்து வழங்குவது சோழத்தின் வழக்கம். தன் மேலிருக்கும் காதலை வெளிப்படுத்துகிறாள் என்றெண்ணிய கரிகாலன் வருத்தமடைந்தான். பனிமுகிலின் பார்வைகளையும், சொற்களையும் புரிந்திருந்தான். ஏதாவது ஒரு தருணத்தில் ஆதிராவைப் பற்றி தெரிவித்து விட எண்ணியிருந்தான். அதற்குள் பனிமுகில் காதலை வெளிப்படுத்தி விட, இவ்வித எண்ணங்களுக்கு முற்றுப்புள்ளி வைக்கவேண்டியதன் அவசியத்தை உணர்ந்தான்.

சிறிய தயக்கத்திற்குப் பின்னர் 'போருக்கான வாளெடுத்துத் தர சேரநாட்டின் ஆதிரா ஏற்கனவே சொல்லெடுத்துத் தந்து விட்டாள். போருக்குப் பின்னரே அவளை அழைத்து வர எண்ணம்' என்றான் கரிகாலன் நொறுங்கிய மனமும், உடைந்த சொற்களுமாய்.

யானைகளை சரிக்கும் திறன் கொண்ட கரிகாலன் வீசிய சொற்களின் கூர்முனை, இம்முறை பனிமுகிலை வீழ்த்தியது. ஈட்டியை விட அதிக வலியை ஏற்படுத்தியது. கண்களின் மதகுகள் வெடித்துச் சிதற கண்ணீர் ஓடைகள் பீறிட்டுக் கிளம்பின. கணப்பொழுதில் திரும்பியவள் மின்னலாய் வெளியேறி ஓடினாள்.

மனதை ஒருநிலைப் படுத்தி தாக்க வரும் வாளின் வேகம், வலிமை, கூர்மை என எல்லாக் கூறுகளையும் ஆய்ந்து எத்தகைய வீச்சையும் தேக்கி நிறுத்தும் அவள் புலன்களின் இயக்கம், கரிகாலனின் சொல் வீச்சைத் தாங்கும் திறனின்றி பல கூறுகளாக சிதைந்து போயிருந்தது.

தனது பதில் அவள் மனதை வருத்துமென உணர்ந்து மென்சொற்களால் கூறியிருந்தும், மறுக்கும் சொற்கள் மெல்லிதழ்கள் மடல் விரித்தாற்போல மலர்ந்திருந்த அவள் காதலை அனலில் வாட்டின. புகாரில் கரிகாலனின் பாதங்கள் பதிந்த நாளிலிருந்து பனிமுகிலின் பாதங்கள் மண்ணில் பதியவே இல்லை. கற்பனைகளை சுமந்து கால் தரையில் பாவாமல், காற்றில் திரிகின்ற நிலையில் தானிருந்தாள். ஒவ்வொரு சந்திப்பிலும் அவன் பேசும் மொழிகளுக்கு புதுப் புது அர்த்தங்களைக் கற்பித்துக் கொண்டு அவள் மனம் களிப்புற்றது. இளவெயினியிடம் கரிகாலனின் பிள்ளைப் பருவத்துக் கதைகளைப் பலமுறை கேட்டு மகிழ்ந்த போதெல்லாம் அவனுடனே வளர்ந்தது போலவும், நெடுநாட்கள் பழகி மனதுக்கு நெருக்கமான உறவாக மாறியதாயும் உணர்ந்திருந்தாள்.

குறும்பும் நகைப்புமாய் மகிழ்வு பொங்க தன்னிடம் அவன் பேசும்போதெல்லாம் தன் நேசத்தை அவன் அறிந்திருப்பான் என்றெண்ணி நினைவடுக்குகளில் அவனை நிரப்பிக் கொண்டிருந்தாள்.

மின்னும் காதல் சுடரை கண்ணில் தேக்கி, 'வாளெடுத்துத் தர நீயின்றி வேறு யார்?' எனச் சொல்வான் என்று எதிர்பார்த்தவள், அவன் கூறிய பதிலில் இருளில் தொலைந்தது போல் அதிர்ந்து போனாள். அக்கணம் தொட்டு உலகின் வண்ணங்களை இழந்தது போல அவளுக்குத் தோன்றியது.

அவனுக்காகப் பார்த்துப் பார்த்து அணிந்து கொண்ட அணிகளும், மலர்களும் பெரும் சுமையாக மாறி கனக்க, அடியெடுத்து நடப்பதே கடினமாக இருந்தது அவளுக்கு. பழகிய பாதையில் கால்கள் தானாக நகர, மாளிகை நோக்கி மெல்ல நடந்தாள். உணர்வுகள் பேரமைதி கொண்டிருக்க, தரையில் அழுந்தப் பதிந்த கால்களில் அணிந்திருந்த அத்திக்காய் கொலுசுகளின் ஒலி மட்டும் பேரோசையாய் காது மடல்களை அதிரச் செய்து உடலை நடுங்கச் செய்தது.

அவளின் மஞ்சத்தை அடைந்ததும் அதுவரை அடக்கி வைத்த அழுகை விம்மல்களாக வெடித்து கதறலாக வெளிப்பட, வெட்டி வீசிய தளிர்க்கொடி போல தந்தக் கட்டிலின் மீது சரிந்து விழுந்தவள் பஞ்சணையில் முகத்தைப் புதைத்தாள். சற்று முன் அவன் நினைவுகளோடு புரண்டபோது மேகத்திரள் போல மென்மையாயிருந்த அம்மஞ்சம் இப்போது முள் படுக்கையென உறுத்தியது.

காலத்தை வெல்லும் பெரும் புகழ் கொண்டு வாகை சூடத் துடிக்கும் கரிகாலனின் வாளுக்கும் வாழ்வுக்கும் துணையாக தான் இருப்பதாக எண்ணிய கற்பனைகள்

பொருளற்றதாய் போக, கற்கோட்டையென எழுப்பிய காதல், அவளின் கண்ணீர் வெள்ளத்தில் மண்மேடு போல கரைந்து கொண்டிருந்தது. கரிய விழிகளின் அஞ்சனம் கரைந்து அதன் அடர் நிறத்தை மேலும் கரியதாக்க, முகமும் மனமும் இருளில் அமிழ்ந்தன.

ஆற்றாமையும் , தன்னிரக்கமும் அழுத்த , நீண்ட நேரம் அழுது கரைந்த பின் மெல்ல எழுந்து, அகன்ற சாளரத்தின் வழியே வானை நோக்கினாள். பல இரவுகள் காதலின் பால்வெளியில் அவள் கண் விழித்துக் கண்ட பருவக் கனவுகளுக்கு துணை நின்ற நிலவும், தாரகைகளும் இப்போது அவளைப் பரிதாபத்துடன் பார்ப்பதாய் தோன்ற, அவற்றோடு அந்த இருளில் கண்காணாது தொலைந்து விட தோன்றியது.

வெண்நுரைகளை உடுத்திக் கொண்டு பெருந்துயரம் காட்டாறாய் ஓட, ஒரு கரையில் பனிமுகில் அமிழ்ந்து கொண்டிருக்க, மறுகரையில் கரிகாலன் துயரத்தில் தவித்துக் கொண்டிருந்தான். வெம்மையை வெளிப்படுத்திய சிவந்த சொற்களால் இளமொட்டின் கனவுகளைக் கருகச் செய்ததை எண்ணித் துடித்துக் கொண்டிருந்தான். சரம்புச் சாலையில் பனிமுகில் சிந்திய கண்ணீர் முத்துக்கள் தரையில் ஒளிர்ந்தபடி இருக்க, கரிகாலனின் கண்களில் படர்ந்த விழிநீர் பார்வையை மறித்தது. பகைக்கு உடைந்து போகாத சோழ வேந்தன் வாழ்வினை வெறுத்து கணுக்கணுவாய் நொறுங்கிப் போய் அமர்ந்திருந்தான். இருவரையும் எண்ணி நேரம் துடித்துக் கொண்டிருந்தது.

வீரம் வளரும்...

64

கானகத்தில் விடாது பெய்யும் பெருமழைக்குப் பின்னர் துளைகளில் இருந்து உணவுக்காகப் படையெடுக்கும் செவ்வெறும்பு, கட்டெறும்பு, சிற்றெறும்பு, தேனெறும்பு, பருந்தலையெறும்பு, பனங்கட்டியெறும்பு, நிமிண்டி, பேய்க்கால் எறும்பு, ஆயெறும்பு, நாயெறும்பு போன்ற எறும்பின் இனங்களைப் போல பதினோரு நாடுகளில் இருந்து புறப்பட்டிருந்த எண்ணற்ற வீரர்கள் அணிஅணியாய் உறையூருக்கு வெளியில் அமைக்கப்பட்ட கட்டூரை வந்தடைந்திருந்தனர்.

கட்டூரானது ஆம்பலின் வடிவில் கட்டமைக்கப்பட்டு ஆம்பலின் தனித்த இதழைப் போன்று ஒவ்வொரு நாட்டிற்கும் அருகருகே இடம் ஒதுக்கி கூடாரங்கள் அமைக்கப்பட்டிருக்க, நாடுகளின் கொடிகள் கூடாரங்களின் மேல் பறந்து கொண்டிருந்தன.

மலரின் சூலகத்தைப் போன்று நடுவில் பாண்டிய வேந்தனுக்கும், படைகளுக்கும் கூடாரங்களை அமைத்திருந்தனர். பாண்டியப் படைகளுக்கு எதிரே சேரமானுக்கும், சேரப்படைகளுக்கும் கூடாரங்கள் இருந்தன. இரண்டிற்குமிடையே அரசர்கள் அமர்ந்து போரைக் குறித்து விவாதிக்க ஆலோசனைக் கூடமொன்று அமைக்கப்பட்டு இருக்கைகள் பொருத்தப்பட்டிருந்தன.

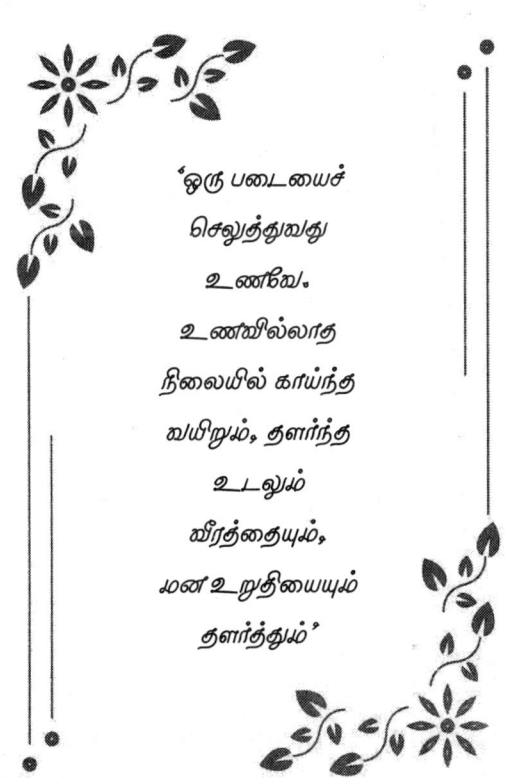

'ஒரு படையைச் செலுத்துவது உணவே. உணவில்லாத நிலையில் காய்ந்த வயிறும், தளர்ந்த உடலும் வீரத்தையும், மன உறுதியையும் தளர்த்தும்'

அனைத்து சிற்றரசர்களும் கட்டூரை வந்தடைந்திருக்க, சேரமானின் படைகள் முதல் நாள் இரவில் வந்து சேர்ந்திருந்தன. இரண்டு வேந்தர்களும் தங்களுக்கு உணவு சமைக்க அடுமகன்களை தனித்தனியே அழைத்து வந்திருந்தனர். சிற்றரசர்களுக்கு தனியாகவும், வீரர்களுக்குப் பல இடங்களிலும் உணவுகள் தயாராகிக் கொண்டிருக்க, நிலம் சுவாசிப்பது போன்று புகைத்திரள்கள் விண்ணேறிக் கொண்டிருந்தன.

படைகளுக்கும், சிற்றரசர்களின் கூடாரத்திற்கும் அந்தந்த நாடுகளின் சிற்றரசர்களே பொறுப்பேற்று பாதுகாவலை அமைத்துக் கொண்டனர். கட்டூரின் நடுவிலும், ஆலோசனைக் கூடத்திற்கும் பாண்டிய வேந்தன் காவலை ஏற்படுத்தியிருந்தான்.

ஆலோசனைக் கூடம் மூன்றடி சுடுகற்களின் மேல் வேல்களாலும், அம்பு களாலும் இறுக்கமாகவும் உயரமாகவும் கட்டப்பட்டு உறுதியான உத்தரமும், சாளரங்களும் அமைக்கப்பட்டிருந்தன. சாளரங்களில் வண்ணத் திரைச்சீலைகள் அசைந்து கொண்டிருக்க, கூடத்தினுள் நீள்வட்டமாய் இருக்கைகள் இடப்பட்டு செந்நிற பட்டுக் கம்பளங்கள் விரிக்கப்பட்டிருந்தன. பாவை விளக்குகளும், கண்ணாடிக் குழல் விளக்குகளும் பொருத்தப்பட்டிருக்க, வேந்தர்கள் இருவருக்கு பொன்னாசனங்களும், மற்றவர்களுக்கு தந்தத்திலான வெண்ணிற இருக்கைகளும் போடப்பட்டிருந்தன.

அன்றைய காலையின் இரண்டாம் பொழுதில் ஆலோசனைக் கூடத்திற்கு வருமாறு அனைவருக்கும் தகவல் தெரிவிக்கப்பட்டிருந்தது. அரசர்களின் மெய்க் காவலர்கள் சற்று தொலைவில் நிறுத்தப்பட, அரசர்கள் தளபதியுடன் கூடாரத்திற்குள் நுழைந்தனர்.

சிற்றரசர்களின் பின்னால் அமைச்சரோ, தளபதியோ நின்றிருக்க, சேரமானின் பின்னால் இரண்டு குட்டுவன்களும் அமர்ந்திருந்தனர்.

மெதுவாக எழுந்த தொல்லோன், வேந்தர்களை வணங்கி விட்டு ‘சோழ வேந்தன் கரிகாலனுக்கு எதிரான படையெடுப்பில் இணைந்து கொள்ள பாண்டிய வேந்தர் அனுப்பிய அழைப்பினை ஏற்று வந்திருக்கும் சேரமானையும், மற்ற சிற்றரசர்களையும் வரவேற்கிறேன். சோழ நாட்டிற்கு போர் தூதுவனை அனுப்புவதை முடிவு செய்யவும், போரை விடுத்து கரிகாலன் சரணடைந்தால் ஏற்பதா என்பதைக் குறித்து விவாதிக்கவும் கூடியுள்ளோம்’ என்று கூறி விட்டு இருக்கையில் அமர்ந்தார்.

அகவையில் மூத்தவர், வீரத்தில் தென்னகத்தின் சிம்மம் என்றழைக்கப்பட்ட சேரமான் முதலில் துவங்கட்டும் என்று நம்பி அமைதி காக்க, கூட்டுப்படையை இணைத்து வழிநடத்துபவன் என்பதால் பாண்டிய வேந்தன் நம்பி முதலில் பேசட்டும் என்று சேரமான் காத்திருக்க, நொடிகள் அமைதியைச் சுமந்தபடி நகர்ந்தன. உள்ளம் துடிப்பது அவர்களுக்கே கேட்டுக்கொண்டிருக்க, சிற்றரசர்கள் உறைந்திருந்தனர்.

மெதுவாக எழுந்த நந்தியன் அனைவரையும் வணங்கி விட்டு 'போரில் சரணடைய கரிகாலன் ஒருபோதும் இசைய மாட்டான். தென்னகத்தை கைக்கொள்ள சோழநாடு பல்லாண்டுகளாகப் போருக்கு ஆயத்தமாகி வந்துள்ளது. எனவே சோழம் பணியாது. போர் ஒன்றே வழி' என்று கூறி விட்டு அமர்ந்தான்.

'இருப்பினும் எண்ணற்ற நாடுகள் அணி திரண்டிருப்பதைக் கண்டு கரிகாலன் சரணடைய இசைந்தால் ஏற்றுக் கொள்வதா?' என்று கேட்டான் அணியன்.

'சரண் அடைபவனைத் தாக்குவது அறமன்று. சோழத்தின் வளங்களையும், கருவூலகத்தில் இருக்கும் பொருட்களையும் எடுத்துக்கொண்டு விலக வேண்டியிருக்கும். ஒவ்வொரு ஆண்டும் சோழநாடு திறையாக ஒரு கோடி மதிப்புடைய பொன்னைப் பாண்டிய நாட்டிற்கு வழங்க வேண்டுமென்ற கட்டுப்பாட்டை விதிப்போம். பாண்டிய வேந்தர் நமக்கு பிரித்தளிப்பார்' என்றார் தொல்லோன்.

அனைவரும் அமைதியாயிருக்க 'புகாரின் பாதுகாவல்களையும், தற்காப்பு உத்திகளையும் தெளிவாகக் கணிக்கக்கூடிய ஒருவனையே போர் தூது செல்ல அனுப்ப வேண்டும்' என்றான் பாபநாசன்.

'புகாரினுள் நுழைந்தால் நமக்கு பெருஞ்சேதம் விளையும்' என்று பெருஞ்சாத்தன் துவங்க, அனைவரும் திடுக்கிட்டனர்.

'எப்படிக் கூறுகிறீர்கள்?' என்றான் நந்தியன்.

'இளஞ்சேட்சென்னியின் சயந்தனங்களைப் பற்றி கேள்விப் பட்டிருப்பீர்கள். போர்க்களத்தில் நுழைந்தால் பகைவரின் தேர்களைப் பிளந்து கொண்டு முன்னேறும் வல்லமை உடையது. ஏராளமான அம்புகளை எய்யக் கூடியது. கரிகாலன் எண்ணற்ற சயந்தனங்களை ஆறு நுழைவு வாயில்களிலும் நிறுத்தியிருப்பதாக தகவல் வந்துள்ளது. மேலும் சோழத்தின் அரண்கள் பெரும் வலிமையுடன் வடிவமைக்கப்பட்டுள்ளன. இவையன்றி எண்ணற்ற மாளிகைகள் பொறிக்கூண்டுகளாக மாற்றப்பட்டுள்ளன. அவற்றின் வாசல்களைத் தாழிட்டுக் கொண்டு வீரர்கள் உள்ளிருந்து தாக்குதல் நிகழ்த்தினால் நம்மால் அரண்மனையை நெருங்க இயலாது. மேலும்....' என்று கூறி பெருஞ்சாத்தன் பீடிகையுடன் நிறுத்த, அனைவரின் கவனமும் அவன் கூறப்போவதை எதிர்பார்த்து இருந்தது.

'மேலும்....'

"வெள்ளணி களியாட்டங்களின் போது சிறை பிடிக்கப்பட்ட பகை நாட்டு ஒற்றர்களை கரிகாலன் விடுவித்தான். ஆனால் உண்மையில் அவர்களின் மூலம் தவறான தகவலை பரப்புவதற்கு முயன்றான்''

'என்ன தகவல்?' என்று கடுங்கோண் கேட்க...

'பகை நாட்டின் ஒற்றர்களை விடுவிக்கும் முன்னால் சோழ வீரர்கள் சிலரை சிறைக்குப் புதிதாய் அனுப்பியுள்ளனர். அவர்கள் கரிகாலன் இவ்வாறு செல்வத்தை வீணடிப்பது மக்களுக்கு பிடிக்கவில்லை என்றும் புகாரிலிருந்த அனைத்து பொறி மாளிகைகளும் அகற்றப்பட்டு விட்டதாகவும் ஒற்றர்களிடம் தெரிவித்துள்ளனர். அதன் பின்னரே ஒற்றர்களை கரிகாலன் விடுவித்துள்ளான். ஒற்றர்கள் தமது நாட்டு மன்னரிடம் இத்தகவலைத் தெரிவிப்பதன் மூலம் சோழ மக்கள் போரில் உதவி செய்வார்கள் என்று பகைவர்களை நம்பச் செய்ய எண்ணியுள்ளான். பொறிகள் அகற்றப்பட்டுள்ளன என்று கூறி பகை நாடுகள் புகாரைத் தாக்க வேண்டும் என்று எதிர்பார்க்கிறான். மேலும் இத்தனை நாட்களாக சோழத்தின் திட்டத்தை என்னால் ஊடுருவிக் காண முடியவில்லை. இன்று காலையிலேயே அவர்களின் சூட்சமத்தைக் கண்டறிந்தேன்'

'என்ன சூட்சமம்?'

''கரிகாலன் ஏராளமான பொன்னை விரயம் செய்ததும் அவனை எதிர்க்கும் பகைவர் அனைவரையும் ஒரே அணியில் கவர்ந்திழுக்கவே. அதன்படி நாம் அனைவரையும் ஒரே அணியில் திரட்டுவதிலும் வெற்றியும் அடைந்து விட்டான்.''

சோழத்தின் திட்டங்களை கரிகாலனே விளக்குவது போல அனைவரும் திகைப்புடன் கேட்டுக் கொண்டிருக்க...

'பகைவர்கள் அனைவரையும் புகாரை நோக்கிப் படையெடுக்கச் செய்வதே கரிகாலனின் மகத்தான உத்தி. அதற்கு நாம் பலியாகக் கூடாது. வெள்ளமாய் முன்னேறும் படைகளுக்காக கரிகாலன் பேரணையாய் காத்திருக்கிறான்' என்றதும் அனைவரும் அதிர்ந்தனர்.

நம்பி பேரதிர்ச்சியுடன் பெருஞ்சாத்தன் கூறியதைக் கவனித்துக் கொண்டிருக்க...

'இவை அனைத்தையும் திட்டமிடுவது கரிகாலனா?' என்றார் சேரமான். காலத்தை கணம் கணமாக பிரித்தெடுத்து, அணுஅணுவாய் ஆராய்ந்து, நுட்பத்துடன் பகைக்கு சுருக்கிடுவது ஒரு சிறுவனா என்றவர் அதிசயிக்க...

''காற்றை இறுக்கி நீராக மாற்றும் திறனுடைய சோழ நாட்டின் பேரரசி இளவெயினி தான் இவற்றைத் திட்டமிடுவது. நாம் என்ன சிந்திக்க வேண்டும் என்பதையும் அவளே முடிவு செய்கிறாள். தகவல் நம்மை வந்தடையும் முன்னர், அதற்கு நாம் ஆற்றக்கூடிய வினையை யூகித்து, அவற்றை எதிர்கொள்ளும் திட்டங்களை வடிவமைக்கிறாள். தென்னகத்தை மாற்றி அமைக்க எண்ணுகிறாள்''

'கழனியிலிருக்கும் கதிர்களை ஒரு கையில் கொத்தாக பறித்தெடுப்பது போல, தென்னகத்தின் அனைத்து மன்னர்களையும் ஒரே வீச்சில் கணித்திருக்கிறாள். அவர்களின் எண்ணங்களை அளவெடுத்திருக்கிறாள். சென்னியைக் கொன்றது யாரென்று அறியாது தென்னகத்தை வஞ்சினம் தீர்க்க விளையும் ஒரு பெண்ணின் கடுங்கோபம் இது' என்றெண்ணிய சேரமான் அதிர்ச்சியுடன் அமர்ந்திருந்தார்.

'இதைத் தவிர்க்க என்ன வழி?' என்று மரைக்காடன் கேட்க...

'இளவெயினி திட்டமிடாததை செயல்படுத்த வேண்டும். கரிகாலனை புகாரை விட்டு வெளியில் வந்து சமவெளியில் போரிடச் செய்யவேண்டும்'

'பெருஞ்சாத்தன் மதியை மதியால் முறியடிக்க முயல்கிறான். இளவெயினி ஏற்படுத்தும் நீர்ச்சுழல்களில் சிக்காமல் வெண்நுரையாய் மிதந்து செல்ல முயல்கிறான்' என்றெண்ணினான் நம்பி.

'நீங்கள் கூறுவது போல கரிகாலன் இத்தகைய ஏற்பாடுகளுடன் புகாரில் நம்மை எதிர்நோக்கி இருந்தால் புகாரை நீங்கி நம்முடன் போரிட ஒருக்காலும் இசைய மாட்டான்' என்றார் தொல்லோன்.

'இசைய மறுத்தால் நமது படைகள் நகரும் வழியிலிருக்கும் அனைத்து பேரூர்களையும் தீக்கிரையாக்கும். சோழ நாட்டினை முற்றாய் எரித்த பின்னரே புகாரை முற்றுகையிடும் என்று எச்சரிக்க வேண்டும். அனைத்து நுழைவு வாயில்கள் வழியாகவும் நுழையும் கூட்டுப்படைகள் புகாரை அழித்து முன்னேற உத்தரவிட வேண்டும். கரிகாலன் புகாருக்கு மட்டும் வேந்தனல்ல. சோழநாடு முழுதையும் காக்கும் பொறுப்பை உடையவன். இதற்கு வார்த்தை குமிழ்களை சரமாய் தொடுத்து சோழத்தின் கைகளில் விலங்கிடக் கூடிய சொல்லாடும் திறன் கொண்ட வித்தகன் ஒருவன் போர்த்தூதுவனாய் செல்வது அவசியம்'.

'நாவண்மை கரிகாலனிடம் எடுபடாது. சொற்களின் கூர்மையில் செயலை கூர்தீட்டக்கூடியவன். அன்பின் குளிர்ச்சியில் மட்டுமே உருகக்கூடியவன். அவனைப் புகாரிலிருந்து வெளியேறி போரிடச் செய்வதற்கு நான் செல்கிறேன்' என்றான் சேரமானின் பின்னால் நின்றிருந்த வேல்கெழு குட்டுவன். அருகிலிருந்த செங்கெழு குட்டுவன் அதிர்ந்தான்.

'போர்த்தூது செல்ல சேரவேந்தரின் மகனா?! இது போல நிகழ்வதுண்டா' என்ற திகைப்பில் அனைவரும் கண்களில் கேள்வியுடன் பார்க்க....

‘காந்தளூர் சாலையில் கரிகாலன் என்னுடன் இணைந்து களரிப்பயிற்சிகளை மேற்கொண்டவன். எனது நண்பன். நான் கூறுவதை செவிமடுப்பான். அவனை சரணடையச் செய்யவோ அல்லது சோழ மக்களைக் காக்க புகாரை நீங்கி போரிடச் செய்யவோ என்னால் மட்டுமே செய்ய இயலும்’

சேரமான் ‘வேண்டாம்’ என்று கூறும் முன்னர், ‘மிக்க நன்று. கரிகாலன் பணிந்தால் எவருக்கும் சேதமில்லை’ என்றான் பெருஞ்சாத்தன்.

‘இல்லை. சேரமானின் மகனை கரிகாலன் சிறைபிடித்தால் நம்மால் தெளிவுடன் போரிட இயலாது’ என்று நம்பி கூற,

‘அறத்திற்கு மீறிய செயல் சேரமானைச் சினமடையவே செய்யும். இதனால் மற்ற நாடுகள் பின்வாங்காது என்பதைக் கரிகாலன் அறிவான். மேலும் சோழத்தின் மதியூகத்தின் மீது எனக்கிருக்கும் அதே நம்பிக்கை அவர்களின் அறம் மீறா பண்பின் மீதும் இருக்கிறது’ என்றான் பெருஞ்சாத்தன்.

குட்டுவனைச் சிறைபிடித்தால் சேரமானின் ஆவேசம் அதிகமாக இருக்கும். கரிகாலன் புகாரை நீங்கிப் போர் தொடுக்க இசைந்தால் கூட்டுப்படை எளிதில் வெல்லும். எப்படியெனினும் தான் எண்ணியது நிறைவேறும் என்று மகிழ்ந்தான் பெருஞ்சாத்தன்.

‘ஆயுதமின்றி செல்லும் போர்த்தூதுவனை சிறைபிடிப்பது இதுவரையில் எங்கும் நடந்திராத செயல். மக்கள் தூற்றும் பெரும் அறமற்ற செயல். எனவே சோழநாடு ஒரு போதும் இத்தகைய செயலைச் செய்யாது. இது குறித்து அச்சமடையத் தேவையில்லை. சேரமான் இசைந்தால் அனுப்பலாம்’ என்றார் தொல்லோன்.

தானே செல்வதாக குட்டுவன் கூறிய பின்னர் தடுப்பது வீரமான செயலாக இருக்காது. இனி தனக்கு வேறுவழியில்லை என்றெண்ணிய சேரமான் ‘சென்று வரட்டும்’ என்று கூற, காந்தளூர் சாலையில் நிகழ்ந்தவற்றைக் கண்டறிந்து சேரமானின் மனதை மாற்ற வாய்ப்புக் கிட்டியுள்ளதென்று குட்டுவன் அகமகிழ்ந்தான்.

‘கரிகாலனை சரணடையவோ அல்லது புகாரை நீங்கி போரிடவோ செய்கிறேன். ஆனால் நீங்கள் எனக்கு ஒரு உறுதி அளிக்க வேண்டும்’

குட்டுவன் என்ன வேண்டப் போகிறான் என்றெண்ணி அனைவரும் சிந்தித்திருக்க,

‘என்னவென்று கூறு’ என்றான் நம்பி.

‘போரில் கரிகாலனைக் கொல்லக் கூடாது. சிறை பிடித்து சேரநாட்டிடம் ஒப்படைக்க வேண்டும். இதற்கு நீங்கள் இசைந்தால் நான் போர்த்தூதுவனாகச் செல்கிறேன்’

போரின் முடிவை மாற்றும் ஆற்றலுடைய கோரிக்கையை குட்டுவன் முன்வைக்க, நிலையைப் பயன்படுத்த எண்ணி பெருஞ்சாத்தனின் மனம் துரிதமாக சிந்தித்தது. காவிரித்தாய் நீரிழந்து வறண்டாலும் கரிகாலன் சரணடைய மாட்டான். சோழநாடு கூட்டுப்படைகளை எதிர்கொள்ள புகாரைக் கொண்டே திட்டங்களை வடிவமைத்திருப்பதால் புகாரை நீங்கவும் சம்மதிக்க மாட்டான்' என்றெண்ணியிருக்க..

'சோழத்தைப் போரில் பணியச்செய்வதே அனைவரின் நோக்கம். கரிகாலனை சிறைபிடிக்க கூட்டுப்படைகள் உறுதியாக முயலும். சிறை பிடித்தால் சேரநாட்டிடம் ஒப்படைப்போம்' என்றான் நம்பி.

'மிக்க மகிழ்ச்சி. உடனடியாக புகாருக்கு புறப்படுகிறேன்' என்றான் குட்டுவன்.

பாண்டியனின் வாக்கு தன்னைக் கட்டுப்படுத்தாது. குட்டுவன் செய்வதாகக் கூறியவற்றில் எது நிகழ்ந்தாலும் சோழ வம்சத்தை போர்க்களத்தில் பலியெடுப்பது உறுதி என்று பெருஞ்சாத்தனின் பின்னே நின்ற இருங்கோவேள் சூளுரைத்தான். பகையின் நிறமும், குணமும் மாறுவதில்லை.

★★★

சோழநாட்டின் அரசவையில் கரிகாலன் சிம்மாசனத்தில் அமர்ந்திருக்க, இளவெயினியுடன் அமைச்சர்களும், தளபதிகளும் உரையாடியபடி இருந்தனர்.

'என்னுடன் சமரிட்டு வெல்ல முடியுமா உன்னால்?' என்ற குரல் கரிகாலனை நோக்கி அரசவையில் கர்ச்சிக்க, பரஞ்சுடரும், வானவனும் சினத்துடன் திரும்பினர். திதியனும், செஞ்சூரியனும் அதிர்ந்தனர். கணப்பொழுதில் மனம் முகிழ்ந்த கரிகாலன் பேருவகையுடன் திரும்ப, வேல்கெழு குட்டுவன் நின்றிருந்தான்.

'குட்டுவா' என்று குரலில் மகிழ்வு பொங்க, கரிகாலன் இருக்கையிலிருந்து எழுந்து வேகமாகச் செல்ல, குட்டுவனும் முன்னேறி கரிகாலனை இறுக தழுவிக்கொண்டான். போர்த்தூதுவன் வந்திருப்பதாக காவலன் சொல்லிச் சென்ற நிலையில் குட்டுவன் எப்படி அரண்மனைக்குள் வந்தான்? குட்டுவன் தான் போர்த்தூதுவனா! என்று இளவெயினி யோசித்திருக்க, 'யாரிவன்' என்ற குழப்பத்தில் மற்றவர்கள் பார்த்துக் கொண்டிருந்தனர்.

இளவெயினியைக் கண்டதும் கரிகாலனின் அன்னை என்பதை யூகித்த குட்டுவன் சோழ அரசியை வணங்கி 'சேரவேந்தனின் இளைய மகன் வேல்கெழு குட்டுவன் நான். உங்களைக் காண பல முறை முயன்றேன். வளவன் என்னை அழைத்து வரவில்லை' என்றான்.

இளவெயினி 'வா குட்டுவா. நாங்கூரில் இருந்தபோது வளவன் உன்னைப் பற்றி பேசாத நாள் இருந்ததில்லை. இப்போது உன்னைப் பற்றி எண்ணாத நாளில்லை' என்றாள். கரிகாலனை வளவன் என்று குறிப்பிட்டு குட்டுவனைப் பொறுத்த வரையில் சோழத்தின் நிலைபாட்டில் எவ்வித மாறுதலுமில்லை என்று உணர்த்த...

'கூட்டுப்படையின் போர்த்தூதுவனாக வந்ததற்கு வருந்துகிறேன். கரிகாலனைக் கண்டு பேச எனக்கு வேறு வழியும் இல்லாமலிருந்தது'

தனக்கு அருகில் இருந்த இருக்கையில் அமரச் செய்த கரிகாலன் 'எப்படியாகினும் உன்னைச் சந்தித்ததில் எனக்கு பெரும் மகிழ்ச்சி' என்றான்.

'போர்த்தூதாக என்ன சொல்லி அனுப்பியுள்ளனர்?' என்று இளவெயினி கேட்க...

'பாண்டிய, சேர நாடுகளுடன் பதினோரு சிற்றரசர்கள் உறையூருக்கு வெளியில் கட்டூரை அமைத்து தங்கியுள்ளனர். சோழ நாட்டினை அடிபணிய கூறுகின்றனர். நீங்கள் அடிபணிந்தால் கூட்டுப்படை புகாருக்குள் அமைதியாக நுழையும்'

'அடிபணிய மறுத்தால்' என்றான் பரஞ்சுடர் குரலில் கடுமையுடன்.

'அடிபணிய விருப்பமில்லையெனில் புகாரை விட்டு வெளியேறி சமவெளியில் போரிட அழைக்கின்றனர்'

'ஏன் புகாருக்குள் நுழைய அச்சமா?' என்றான் வானவன்.

'கரிகாலனின் வெள்ளணி விழாவில் சிறைகளிலிருந்து பகை நாட்டு ஒற்றர்களை விடுவிக்கும்போது புகாரில் பொறி மாளிகைகளை அகற்றியதாகக் கூறியது பொய்த் தகவல் என்றும் புகாருக்குள் கூட்டுப் படைகளை ஈர்த்து அழிக்கும் உத்தியென்றும் சிற்றரசர்கள் கருதுகின்றனர். கூட்டுப்படைகளின் சேதத்தைத் தவிர்க்க சமவெளியில் போரிட அழைக்கின்றனர். மறுத்தால் சோழத்தின் அனைத்து ஊர்களையும் தீக்கிரை யாக்கி விட்டு இறுதியாகத் தலைநகரை வந்தடைவதாக எச்சரிக்கை அளித்துள்ளனர்'

'சரி. நீ கரிகாலனுடன் ஓய்வெடு. நாளைக் காலையில் எங்கள் பதிலுடன் திரும்பிச் செல்வாய்' என்று இளவெயினி கூற...

'நான் இன்றிரவே திரும்புவதாகக் கூறியுள்ளேன்' என்றான் குட்டுவன்.

'கவலையை விடு. நாளை புறப்பட்டு வருவாயென்று தகவல் அனுப்பி விடுகிறேன். வா போகலாம்' என்ற கரிகாலன் குட்டுவனை அழைத்துக் கொண்டு அரண்மனைக்குள் சென்றான்.

‘நமது பதிலை இன்றே தெரிவித்து விடலாமே’ என்றான் வானவன்.

‘ஒரு படையைச் செலுத்துவது உணவே. போர்த்தூதுவன் தாமதமாகத் திரும்பினால் கூட்டுப்படையின் ஒரு நாள் உணவிருப்பு குறையும். எப்படியும் நம்பி நாலைந்து நாட்களுக்கான உணவுடன் மட்டுமே கட்டூரில் தங்கியிருப்பான். உணவில்லாத நிலையில் காய்ந்த வயிறும், தளர்ந்த உடலும் வீரத்தையும், மன உறுதியையும் தளர்த்தும்’ என்றாள் இளவெயினி.

‘நமது திட்டம் என்ன?’ என்று பரஞ்சுடர் கேட்க...

‘சிறையிலிருந்து வெளியேற்றப்பட்ட ஒற்றர்கள் மூலம் அனுப்பும் பொய்த்தகவலை பெருஞ்சாத்தனும், நம்பியும் கண்டறிந்து விடுவார்கள். அதன் பின்னர் புகாரை அணுக அச்சமடைவார்கள் என்று நான் கணித்தவாறே நிகழ்ந்துள்ளது.

கூட்டுப்படையின் எண்ணற்ற வீரர்கள் புகாரில் பல்வேறு வாயில்களில் நுழைந்தால் அவர்களைத் தடுத்து நிறுத்துவது கடினம். நுழைவு வாயில்கள் இல்லாத இடங்களிலும் யானைப்படைகள் நமது பொறிகளை மீறி ஊடுருவ முயலும். இவற்றை எண்ணியே கூட்டுப்படையைப் புகாருக்குள் நுழைய விடக்கூடாது, போர் சமவெளியில் நிகழவேண்டுமென்று நானும் கரிகாலனும் திட்டமிட்டோம். நமது போர்க்கருவிகளை வடிவமைக்கும் வல்லுநர்களும், நிபுணர்களும் சயந்தனத்தை சீர் செய்ய முடியவில்லை என்று கூறிய பின்னரும் அவற்றை நுழைவு வாயிலில் நிறுத்தியதன் காரணம் கூட்டுப்படையை அச்சுறுத்தவே. நம்பியின் அறைகூவலை ஏற்று புகாரை நீங்கி சமவெளியில் போரிடுவோம்’ என்றாள்.

பொறிக்குள் எண்ணற்ற பொறிகளைப் பொருத்தி தேவைக்கேற்ப பொறிகளைத் தூண்டி செயல்படுத்தும் இளவெயினியின் மதிநுட்பத்தைக் கண்டு அவையினர் அதிர...

‘‘சயந்தனங்கள் இன்றி சமவெளியில் எண்ணற்ற படைகளை எதிர்கொள்வது எப்படி?’ என்று கேட்டார் திகழ்செம்மான்.

‘செயல்களை எளிமையாகச் செய்து பழகிய மனது, மீண்டும் கடினமான பணிகளைச் செய்யத் தயங்குகிறது. சயந்தனம் செய்யவேண்டியதை வீரம் பொருந்திய மனங்கள் செய்யட்டும்’

எண் திசை பகைவரின் மனங்களை யூகித்து, சோழத்தின் நால்வகைப் படைகளின் தன்மையை உணர்ந்து, இரண்டு தரப்பின் வல்லமையை நிகரிட்டு சோழம் வெற்றி பெற, போருக்கான திட்டங்களை தனியொருத்தியாய் தீட்டிய இளவெயினியின் மதிநுட்பத்தைக் கண்டு அதிர்ந்த வானவன்...

'கூட்டுப்படைகளை எங்கே எதிர் கொள்ள திட்டம்?' என்று கேட்க...

"நீடாமங்கலத்திற்கு அருகில் உள்ள வெண்ணி வாயில்" என்றாள் இளவெயினி. முதல் சாமம் முடிந்ததை குறிக்கும் வகையில் மணியொலிக்க, காலம் ஆமோதித்தது.

★★★

சோழத்தின் அரண்மனையில் அமைக்கப்பட்டிருந்த மலர்ச்சோலையிலிருந்து சிரிப்பொலிகள் அலையலையாய் நாற்புறமும் பரவியபடி இருக்க, காலம் பின்னோக்கி சுழன்றிருந்தது. மரங்கள் அமைதி சிந்தி நிற்கையில் அவற்றின் இலைகளும், நிழல்களும் காற்றில் களியாடுவதைப் போல இளைஞர்களின் மனங்கள் கூத்தாடிக் கொண்டிருந்தன. இளைஞர்கள் மறைந்து காந்தளூர் சாலையில் ஒருவரை ஒருவர் பகடி செய்து மகிழ்ந்த ஆறு சிறுவர்கள் மட்டுமே புற்களின் மேல் அமர்ந்திருந்தனர். நாடுகளின் கோடுகள் மறைந்து நட்பின் எல்லைகள் பிணைத்திருக்க...

சுடரொளி 'சேரத்தின் தளபதியாக உனக்கு இன்னுமே வாய்ப்புள்ளது' என்று சிரித்தான் நிலவனைப் பார்த்து.

'இப்போது தளபதி ஆசை எனக்கு அகன்று விட்டது' என்றான் நிலவன்.

அனைவரும் சிரித்து அமைதியாக, சற்று நேரம் கழித்து கரிகாலன் 'வீரத்தில் வானமான சேரமான் மடியிலிருக்கும் பால் திரிந்தது போல செல்வத்திற்காக போர் தொடுக்கும் பாண்டிய நாட்டுடன் இணைய சம்மதித்தது எவ்வாறு?' என்று கேள்வியை தொடுத்தான்.

'காந்தளூர் சாலையில் ஆசான் கொல்லப்பட்டது தெரியுமா?' என்றான் குட்டுவன் குரலில் வலியுடன்.

கரிகாலனின் முகம் மெதுவாக இறுக்கமடைந்தது. பாறையில் பட்டு திரும்பி வரும் ஒலி போன்று உணர்ச்சியற்ற குரலில் 'தெரியும்' என்று கூற, குட்டுவனின் மனம் இறுகி மீண்டது.

இளைஞர்களின் முகங்களும் துவள்வதைக் கண்டவன் மனதில் உருண்ட வார்த்தைகளில் சிறந்த முத்துகளைக் கவனமாகத் தேர்ந்தெடுத்து கேள்வியாய் தொடுத்தான்.

'என்ன நடந்தது சாலையில்?'

நீண்ட பெருமூச்சை விடுத்த கரிகாலன் 'அமைதி தவழும் முகங்களும், இனிய வார்த்தைகளும் சில சமயங்களில் உண்மையாய் இருப்பதில்லை. நாம் பார்த்த ஆசான்

வேறு. அவரின் உண்மையான மூகம் வேறு' என்றபடி வீரக்கோனைப் பற்றியும், உச்சிநாதர் காந்தளூர் சாலையின் தலைமையை வஞ்சகமாக அடைந்ததைப் பற்றியும் கூறத்துவங்கினான். வீரக்கோன் உண்மையை வெளிப்படுத்துவதைத் தடுக்க அவரை அழித்தொழிப்பதற்கு காலமெல்லாம் சிந்தையில் வஞ்சத்தை சுமந்து திரிந்ததை கூறினான்.

வீரக்கோனுக்கு நிகழ்ந்த அநீதிக்கு இரும்பிடார் வஞ்சினம் தீர்க்க எண்ணினாலும் கரிகாலனின் ஆசான் என்றமையால் பகையை மறந்து சோழநாடு திரும்ப எண்ணினார். எனினும் மாணவன் ஒருவனை அனுப்பி கரிகாலனை சிறைபிடிக்க உச்சிநாதர் முயல, இரும்பிடார் உச்சிநாதரை கொல்ல நேர்ந்ததை விரிவாக கூறினான். குட்டுவனின் தாய் நல்லினி தன்னை சிறை பிடிக்க முயன்றதைக் கூறாமல் மறைத்தான்.

கரிகாலன் கூறுவதைக் கேட்ட குட்டுவன் கட்டுத்தறி போல கணப்பொழுதும் அதிர்ந்து கொண்டிருந்தான். இரவில் ஒளிரும் ஒற்றை விளக்கு இருளை விலக்குவது போல, கரிகாலன் கூறிய உண்மை குட்டுவனின் மனதில் வெளிச்சத்தை ஏற்படுத்திக் கொண்டிருந்தது. உச்சி நாதரைப் பற்றி சேரத்தில் பலர் ஓரளவு அறிந்திருந்தனர். எவருமில்லா நேரங்களில் இருள் மறைவில் சேரத்தின் உதடுகள் ஓசையின்றி உச்சரித்த சொற்களின் அர்த்தம் குட்டுவனுக்கு விளங்கியது.

குட்டுவன் மெல்லிய குரலில் 'உச்சிநாதரைப் பற்றிய யூகங்கள் பல செவிகளில் புதைந்திருந்தாலும், இந்த தகவல்கள் நாங்கள் அறியாதது. சேரத்தில் அனைவரும் ஆசானை நீ கொன்றதாக எண்ணுகின்றனர். அதற்கு அறம் மீட்கவே எனது தந்தை போரினில் இணைந்தார்' என்று கூற, கரிகாலனும் இளைஞர்களும் அதிர்ந்தனர்.

'சேரமான் அப்போது வேட்டைக்குச் சென்றிருந்தார். நீ காயமடைந்ததாகவும், பகைவர்கள் உன்னைத் தேடுவதாயும் அறிந்த எனது அன்னை உங்கள் அனைவரையும் அழைத்துச் சென்று சேர அரண்மனையில் பாதுகாவலுடன் வைக்க எண்ணினார். உங்களை வலுக்கட்டாயமாக சிறைபிடித்தாவது காக்க எண்ணினார். உங்களைக் கண்டறிய இயலவில்லை. ஆனால் நீங்கள் பளியனூரில் மறைந்திருப்பது உச்சிநாதர் எவ்வாறு அறிவார்?'

சூதின் மற்றொரு நிழல் இதனூடே மறைந்திருப்பதைக் கரிகாலன் உணர்ந்தான். எனினும் இருளின் நிறத்தை பிரித்தெடுப்பது கடினம் என்றெண்ணி 'இதைக் குறித்து நாங்கள் ஏற்கனவே உரையாடினோம். உறுதியாகக் கூற இயலவில்லை' என்றான்.

'உண்மைகள் அனைத்தையும் கூறி எனது தந்தையின் மனதை மாற்ற முயல்கிறேன்'

'காலம் கடந்து விட்டது. தவறான புரிதலினால் முடிவை எடுத்திருந்தாலும் இனி திரும்ப இயலாது. ஆற்றின் நீர் பின்னோக்கிச் செல்வதில்லை'

சேரமானை விலக்கி கரிகாலனை எப்படிப் போரிலிருந்து காப்பது என்று குட்டுவன் யோசிக்க...

'புகாரை நீங்கி சமவெளியில் போரிட வேண்டுமென்று கூட்டுப்படை கூறுவதை ஏற்கிறேன். அதற்கு மாற்றாய் கூட்டுப்படையின் போர் காரணிகராக உன்னை நியமிக்க வேண்டும் என்பதை விதிக்கிறேன். இதற்கு இசைந்தால் சோழம் கூட்டுப்படையை வெண்ணி வாயிலில் சந்திக்க சித்தமாயுள்ளது என்று தெரிவி' என்றான் கரிகாலன் உறுதியான குரலில். திடுக்கிட்ட அனைவரும் கணப்பொழுதில் மகிழ்ந்தனர். சொற்கள் சோழப் பேரரசனுடைய வண்ணத்தைத் தாங்கி வெளிப்பட்டாலும் மனம் நட்பிற்கானதாய் மணம் வீசியது.

போர் துவங்கும் முன்னர் போரிடும் விதிகளையும், நியதிகளையும் வகுக்க இருதரப்பினரும் போர் காரணிகர்களை நியமிப்பது வழக்கம். அறநெறியுடன் போர் நிகழ்வதை இவர்கள் உறுதிப்படுத்துவர். இவர்களின் கூற்றை இருதரப்பினரும் ஏற்றுக்கொள்வதே போரின் அறமாக கருதப்பட்டது.

கரிகாலனின் கோரிக்கையை கூட்டுப்படை எளிதில் ஏற்றுக்கொள்ளும் என்பதால் போரில் தன்னை எதிர்கொள்வதைத் தவிர்த்து விட்டான் என்று நினைத்தான் குட்டுவன்.

போரில் குட்டுவனைக் கொல்வதை தவிர்த்து விட்டான் கரிகாலன் என்று நினைத்தான் நிலவன்.

கூட்டுப்படை விதித்ததைத் தனக்குச் சாதகமாகத் திருப்புகிறான் என்றெண்ணினான் சுடரொளி.

நிகழ்வுகளின் சுழற்சிகளைக் கண்டு அனைவரும் மதிமயங்கி இருக்க, ஒரே வீச்சில் சேரநாட்டின் எதிர்காலத்தை மடை மாற்றியிருந்தான் கரிகாலன்.

வீரம் வளரும்...

65

சோழத்தின் அதிகாலை கதிரவன் நீலக்கடலில் குளித்தெழுந்து கிரணங்களால் உடல் துவட்டி மேலேறுகையில் சோழநாட்டில் உண்டாட்டு விழா துவங்கி இருந்தது. சோழத்தின் மூத்த தளபதிகளான படர்சடையனையும், தழல்மேனியையும் வணங்கிய கரிகாலன் அவர்களுக்கு மலர்ச்சரங்களை அணிவித்து கள் நிரம்பிய பொற்குவளை களை முதலில் வழங்கினான்.

அடுத்து பரஞ்சுடருக்கும், வான வனுக்கும் குவளைகளைத் தர, இருவரும் கரிகாலனை ஆரத் தழுவிக்கொண்டனர். சோழ நாட்டுடன் இணைந்து போர் புரியும் அழுந்தூர்வேள், தில்லைவேள் போன்ற வர்க்கும், குலத்தலைவர்களுக்கும் சுள்ளாப்பு மிகுந்த அரியல் கள்ளையும், யவனத்தின் கொடிமுந்திரி சாறையும் வழங்கினான்.

'சூதினை விதைத்த பகைவர்கள் அதனை அறுவடை செய்வர்'

சோழத்தின் பெரும் வீரர்களை அருகில் அழைத்து தளபதிகள் கரிகாலனுக்கு அறிமுகப்படுத்தினர். அவர்களுடன் உண்டாட்டு விழாவிற்கு வந்திருந்த மற்ற வீரர்களுக்கும் கரிகாலன் கள் நிரம்பிய குவளைகளை அளிக்க, வீரர்கள் பெரும் ஆர்வத்துடன் அவனருகில் நின்று அளவளாவத் துவங்கினர்.

யானைகளைப் போல் கறுத்தும், வெள்ளாட்டு கிடாய் போல இறுகியும் நின்றிருந்த இளைஞர்களுக்கு சோழவேந்தன் தனது கையினால் கள் வழங்குவதைக் கண்ட சோழப் பெண்கள் இத்தகைய வேந்தனைக் காக்கும் பொருட்டு தன் மகன் உயிர் கொடுக்கும் காலம் வந்து விட்டதை எண்ணி மகிழ்ந்தார்கள்.

கள்ளின் மணம் மனதை மயக்க, பெரும் கலயங்களில் உடும்பு இறைச்சி, கடமான் தசை, முள்ளம்பன்றியின் ஊன் சோறு மலையாய் குவிந்திருந்தது.

ஒரு புறத்தில் பறை, பண்லம், பதலை, முழவு, தட்டப்பறை, குளிர் முரசு போன்ற இசைக்கருவிகள் இசையை வெளிப்படுத்தியவாறு இருக்க, ஆடுகள மகள்களும், ஆடுகள மகன்களும் இசைக்கேற்ப அற்புதமாக நடனமாடிக் கொண்டிருந்தனர். வீரர்களின் அருகில் அமர்ந்து பேசி மகிழ்ந்திருந்த கரிகாலனுக்கு பூவும், தேனும் கலந்து சுள்ளாப்பு குறைந்த நறவை நிலவன் அளித்தான். மற்ற இளைஞர்கள் கரிகாலனருகில் அமர்ந்தபடி உரையாடலைக் கவனித்துக் கொண்டிருந்தனர்.

திடலின் மறுபுறத்தில் இரும்பிடாருடன் சங்கருள்நாதன், தளபதிகள் மற்றும் ஐந்து அமைச்சர்கள் அமர்ந்திருந்தனர்.

‘என்ன யோசிக்கிறீர்கள்?’ என்றார் படர்சடையன்.

‘எனது வீட்டிற்கு எதிரிலிருக்கும் சாலையில் ஓங்கி வளர்ந்திருந்த உன்ன மரத்தின் இலைகள் சிலநாட்களாக உதிரத் துவங்கின. உன்ன நிமித்தம் சரியில்லை என்று மனம் வருந்தியிருந்தேன். ஆனால்...’’ என்று தழல்மேனி தயங்க..

‘ஆனால் என்ன?’என்று கேட்டான் பரஞ்சுடர்

‘இன்று அம்மரம் காணவில்லை. அடியோடு வெட்டி அங்கிருந்து விலக்கியுள்ளனர்’

பலமாகச் சிரித்த வானவன் ‘நீங்கள் என்னிடம் கூறியதை வேந்தனிடம் நேற்று காலையில் கூறினேன். இன்று புகாரில் இலைகள் வாடும் அனைத்து மரங்களுக்கும் இதே நிலை ஏற்பட்டிருக்குமென எண்ணுகிறேன்’ என்று கூற அனைவரும் சிரித்தனர்.

‘படைவீரர்கள் எக்காரணத்திலும் மனம் துவளக்கூடாதென்பது வேந்தனின் எண்ணம்’ என்றான் இரும்பிடார்.

சோழத்தின் விற்படையில் பெரும் வில்லாண்மை உடைய தழல்மேனியின் அருகில் அமர்ந்திருந்த முகில் ‘உங்களின் வீரத்தைப் பற்றி சோழ மக்கள் கூறுவதைக் கேட்டிருக்கிறேன். உங்களுடன் இணைந்து வில்லேந்த வேண்டும் என்பது எனது பேராவல்’ என்று கூற, நீண்ட வெண்தாடியைக் கையால் அலைந்தபடி இருந்த தழல்மேனி களிப்படைந்தார்.

'விரைவில் நிகழும். இணைந்து பகையின் குரல் அறுப்போம்'

வீரர்கள் இசைக்கேற்ப ஆடிக்கொண்டிருக்க, கரிகாலன் ஊன்சோற்றினை அனைவரின் தட்டிலும் இட்டு வழங்கினான்.

உண்டாட்டு விழாவில் இளைஞர்களுடன் அமர்ந்து பேசிமகிழ்ந்த குட்டுவன் இரண்டாம் பொழுதின் துவக்கத்தில் கரிகாலனிடமும், மற்றவர்களிடமும் விடைபெற்றுப் புறப்படுகையில்...

'இன்றிரவு நான் கட்டூரைச் சென்றடைந்தவுடன் என்னைப் போர் காரணிகராக நியமிக்க ஒப்புதல் தெரிவிக்கிறார்களா என்பதைக் கலந்துரையாடி உடனடியாகத் தகவல் அனுப்புகிறேன். நாளைக் காலையில் முடிவு உன்னை வந்தடையும்' என்று கூற,

'அதில் எனக்கு ஐயமேதுமில்லை' என்ற கரிகாலன் 'உன்னுடன் சுடரொளியை அழைத்துச் செல். உங்களின் பதிலை அவனிடம் தெரிவியுங்கள்' என்று கூற, குட்டுவன் மேலும் சில நாழிகைகள் நண்பனுடன் ஒன்றாய் இருக்கலாம் என்றெண்ணி மகிழ்வுடன் தலையசைத்தான்.

'கூட்டுப்படையில் வீரர்களின் எண்ணிக்கை மிக அதிகம். போரைத் தவிர்க்க வழியில்லையா?'

நேற்றிரவிலிருந்து பல முறை இக்கேள்வியைக் குட்டுவன் எழுப்பி விட்டான். கரிகாலனையும், நண்பர்களையும் காப்பதற்கு எண்ணும் குட்டுவனின் மனஓட்டம் அனைவருக்கும் விளங்கியது. எனினும் கரிகாலனின் பதில் காலத்தின் ஓட்டத்தைப் போல மாறாமல் இருந்தது. இரவு முழுதும் நண்பர்கள் அமர்ந்து பேசியிருந்தாலும் பேச்சு தீராமலிருக்க, மனதில் வலியொன்று சம்மணமிட்டு அமர்ந்திருந்தது.

'எனது தந்தையைக் கொன்று, என் தாயைக் கொல்ல முயன்று எங்களை நாடுநாடாய் விரட்டியவர்கள் ஒன்றிணைந்து இருக்கிறார்கள். வஞ்சினம் தீர்க்க வீரத்தின் பாதையில் அதன் எல்லை வரை செல்ல இருக்கிறேன். அவர்கள் படையெடுக்க வில்லையெனில் நான் படையெடுத்துச் சென்றிருப்பேன்' என்று கரிகாலன் கூறியதும் அமைதி சூழ்ந்தது.

அமைதியைக் குலைக்கும் சொற்களே சில சமயங்களில் அமைதியை கட்டவிழ்த்து விடுகின்றன.

'விடை பெறுகிறேன்' என்று உடைந்த குரலில் கூறியபோது குட்டுவனின் கண்கள் கலங்கின. அவனை இறுக அணைத்துக் கொண்ட கரிகாலன் ஆறுதல் மொழிகளைக் கூறித் தேற்றினான்.

‘சோழத்தின் சமயப்பெரியோர்களும், சான்றோர்களும் வாதிக்கும் வேதிகை மன்றத்தின் தலைவரான பெருந்தேவனார் எங்களது போர் காரணிகராக இருப்பார் என்பதை நம்பியிடம் தெரிவித்து விடு. இப்போர் படைகளுக்கு இடையேயானது, மனங்களுக்கு இடையேயானதல்ல என்று சேரமானிடம் கூறு. வெண்ணி வாயிலில் சந்திப்போம்’ என்றான் கரிகாலன்.

★★★

பேரெழிலும், பெருவண்ணமும் கொண்டு செல்வபுரியாய் திகழ்ந்த புகாரின் தெருக்களைக் கடந்து குட்டுவனும், சுடரொளியும் செல்கையில் குட்டுவன் கடுந்துயருற்றான். கதிரவனின் ஒளியில் மின்னும் மாளிகைகள், காற்றுடன் கைகோர்த்து அசையும் உப்பரிகைக் கொடிகள், அழகு பூசி நிற்கும் தெருக்கள் அனைத்தும் சில நாட்களில் சிதையும். வாழ்நாள் முழுதும் நிர்க்கதியாய் திரிந்த நண்பன் சோழத்தின் உரிமையேற்று அரியணை ஏறியதும் கூட்டுப்படை படையெடுக்க, அதற்குத் துணையாக தனது தந்தையும் இருப்பதை எண்ணி மனம் நொறுங்கினான்.

கரிகாலன் எனும் வில்லைப் பிரிந்து செல்லும் அம்பாய், குட்டுவன் சென்று கொண்டிருக்க அவனை அரவணைத்து அழைத்துச் செல்லும் காற்றாய் சுடரொளி உடன் சென்றான். போரைக் குறித்துப் பேசாமல் பால்ய பருவத்து நிகழ்வுகளைக் கூறியபடி சுடரொளிச் செல்ல, இருவரும் காற்றாய் பயணித்து உறையூரில் எல்லையிலிருந்த கட்டூரைச் சென்றடைந்தனர். குதிரைகளை நேராக ஆலோசனைக் கூடத்திற்கு செலுத்திய குட்டுவன் பாண்டிய வேந்தனுக்குத் தகவல் அனுப்பினான்.

சுடரொளியை அருகிலிருந்த கூடாரத்தில் ஓய்வெடுக்கக் கூறியவன் ‘பதிலுடன் விரைவில் திரும்புகிறேன். கூட்டுப்படைகளின் எண்ணிக்கையையும், வீரர்களையும் பார். அதன் பிறகாவது கரிகாலனின் மனதை மாற்ற முயற்சி செய்’ என்று கூறி விட்டு நீங்கினான்.

சிலகணங்களில் வேந்தர்களும், சிற்றரசர்களும் ஆலோசனைக் கூடத்தை வந்தடைய ‘புகாரிலிருந்து வெளியேறிப் போரிட வேண்டுமெனில், சேரநாட்டின் போர் காரணிகராக என்னை நியமிக்க வேண்டும். அதற்கு இசைந்தால் சோழப்படைகள் கோவில் வெண்ணியில் போரிட சித்தமாயுள்ளது. பதிலைத் தெரிந்து வர தூதுவன் ஒருவனையும் கரிகாலன் அனுப்பி உள்ளான்’ என்றான் குட்டுவன்.

அனைவரின் மனதிலும் ஏற்பட்ட நிம்மதி, களிப்பாய் மாறத்துவங்க, குட்டுவனை போர் காரணிகராக நியமிக்க கரிகாலன் வேண்டியதில் காரணமேதும் இருக்குமோ என்று பெருஞ்சாத்தன் சிந்தித்தான்.

2-244 A

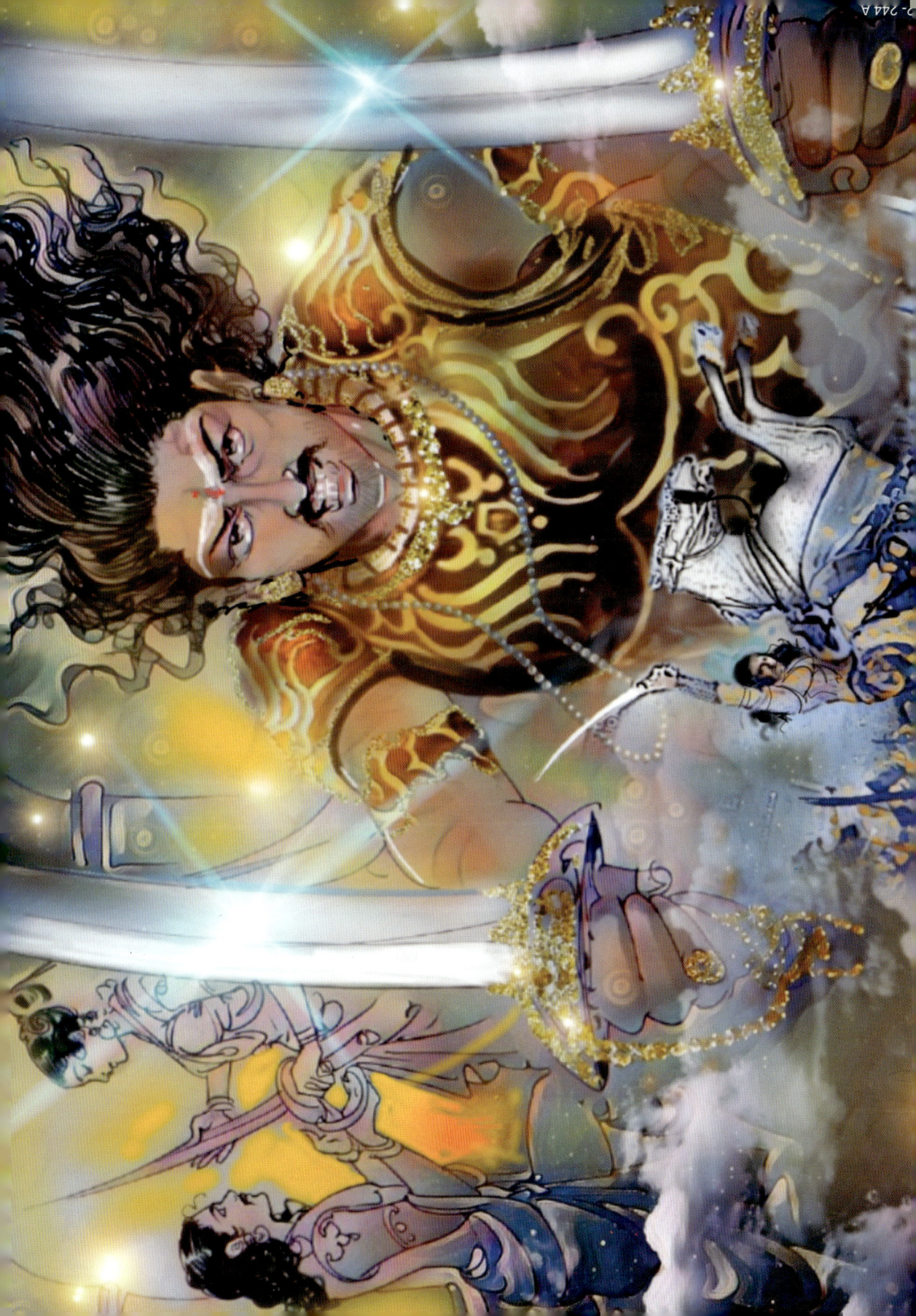

காற்றையும் கட்டுப்படுத்தும் பேரரணாய்த் திகழும் புகாரை நீங்கி சோழ நாட்டுப் படைகள் வெண்ணியில் போர் புரிந்தால் கூட்டுப்படைகள் நாற்புறமும் சூழ்ந்து தானியத்தை செக்கிலிட்டுப் பிழிவது போல பிழிந்து விட இயலும். நிலத்தை நடுங்கச் செய்யும் கூட்டுப்படையைத் திறந்தவெளியில் எதிர்கொள்ள இசைந்தது சோழத்தின் பெருந்தவறு என்றெண்ணிய நம்பி குட்டுவனை காரணிகராய் நியமிக்க உடனடியாக இசைந்தான். அதன் பின்னர் நிகழ்வுகள் வேகமெடுத்தன.

சுடரொளியிடம் சென்ற குட்டுவன் ‘கூட்டுப்படையின் போர்க் காரணிகராக என்னை நியமிக்க ஒப்புதல் தெரிவித்துள்ளனர். கரிகாலனிடம் கூறி நல்ல முடிவை எடுக்கச் சொல்’ என்று கூறி வழியனுப்பி வைத்தான்.

பாண்டிய வேந்தன் நம்பி உடனடியாக புறப்பட உத்தரவிட, கூட்டுப்படைகள் அன்றிரவே நகரத் துவங்கின. மறுநாள் மதியத்தில் வெண்ணியை படைகள் வந்தடைந்தன. பரந்து விரிந்திருந்த நிலவெளியின் இரண்டு புறங்களிலும் காடுகள் அடர்ந்திருக்க, அவற்றின் வடக்கில் வெண்ணாறு ஓடிக்கொண்டிருந்தது. வெண்ணாற்றின் கரையில் சோழப்படைகள் ஏற்கனவே போர்க்களத்தை வடக்கு தெற்காக அமைத்திருப்பதைக் கண்டதும் அனைவரும் அதிர்ந்தனர்.

சோழர்களின் கூடாரங்கள் வடக்கில் அமைந்து தென்திசையைப் பார்த்திருக்க, கூடாரங்களுக்கு முன்னே மூன்றடுக்கு மாடமொன்று போரைக் காணும் வகையில் அமைந்திருந்தது. போர் காரணிகர்கள் அமர்ந்து போரினை நோட்டமிடும் உயர்ந்த மாடங்கள் போர்க்களத்தின் இருபுறங்களிலும் சோழர்கள் அமைத்திருந்தனர். மேலடுக்கில் காரணிகரும், நாழிகைக் கணக்கரும் அமர, இரண்டாம் அடுக்கில் முரசறைபவர், வீரர்கள், புலவர்கள், பாணர்கள் அமர, மூன்றாம் அடுக்கில் ஏவலர்கள் அமர்ந்திருப்பர்.

கூடாரங்களில் வீரர்கள் தென்படாததைக் கண்ட தென்னவன் ‘சோழத்தின் தூசிப்படைகள் இவை. சோழப் படைகள் இன்று நகருமென குட்டுவன் கூறினான்’ என்றான்.

‘குட்டுவனை காரணிகராக்க நாம் உறுதியாக இசைவோமென கரிகாலன் கணித்துள்ளான். தூதுவன் புகாருக்குச் சென்று தகவலைக் கூறும் முன்னர் தூசிப்படைகள் புகாரை நீங்கி வந்துள்ளன. அதனால் தான் இவ்வளவு விரைவாக இவர்களால் கூடாரங்களை உருவாக்க முடிந்துள்ளது. வடக்கு தெற்காக போர்க்களத்தை அமைத்ததில் ஏதேனும் உள்நோக்கம் இருக்கும்’ என்றார் தொல்லோன்.

‘ஆற்று நீரிலிருந்து விலகி நம்மை கூடாரமிடச் செய்கிறான் கரிகாலன். நம்மை எதிர்கொள்ள சோழத்தின் பெருந்திட்டம் இது தான் போலுள்ளது’ என்று நம்பி கூறியதும் தொல்லோனும், தளபதிகளும் சிரித்தனர்.

‘ஒரு நாள் நடக்கப்போகும் போருக்காக போர்க்களத்தை மாற்றச் சொல்லி கரிகாலனிடம் கேட்க வேண்டியதில்லை. தேவையான நீரை தாழிகளில் நிரப்பிக் கொள்ளுங்கள். தென்திசையில் கூடாரங்களை ஏற்படுத்துவோம். தேவை ஏற்படின் நமது படைகள் சற்று தொலைவிலிருந்து நீரைக் கொண்டு வர இயலும்’’ என்று நம்பி கூறியதும், மேற்கிலிருந்து முன்னேறிய படைகள் பாம்பைப்போல வளைந்து திரும்ப, கூட்டுப் படைகளின் கூடாரங்கள் தென்திசையில் அமையத்துவங்கின.

★★★

மறுநாள் அதிகாலையில் கதிரவனின் பொன்னொளி இருளை இதழ் இதழாய் உறித்தெடுக்கும் முன்னரே சுடரொளி கட்டூரிலிருந்து திரும்பி புகாரின் அரண்மனையை அடைந்திருந்தான்.

நேராகக் கரிகாலனைச் சென்றடைந்த சுடரொளி ‘குட்டுவனைப் போர் காரணிகராக்க பாண்டிய வேந்தன் இசைந்துள்ளான். எண்ணிக்கையை அதிகரிக்க சிறுவர்களும் படையில் இடம் பெற்றுள்ளனர். படையை முழுதும் கணிக்க இயலவில்லை. கண்ணுக்கெட்டிய வரையில் பகைவரின் கூடாரங்கள் நிலம் தெரியாமல் முளைத்திருக்கின்றன’ என்றான்.

‘மண்ணில் விளைந்தவற்றை மண்ணிலே புதைப்போம்’ என்ற கரிகாலன் தனது அறையை நீங்கி வெளியேற, இளவெயினி காத்திருந்தாள்.

போரை வென்று சில நாட்களில் திரும்பி விடுவேன் என்று கூறி திகழ்செம்மான், சங்கருள்நாதன் போன்றவர்களைத் தடுத்திருந்த கரிகாலன் ‘போர்க்களம் வர வேண்டாமே அம்மா. நான் பார்த்துக் கொள்கிறேன்’ என்று கூற...

இளவெயினி ‘இல்லை கரிகாலா. இங்கிருப்பின் என் மனம் அமைதியுறாது’ என்று மறுதலித்து விட்டு, தேன் சிந்தும் ஆத்தி மலையை அவன் கழுத்தில் அணிவித்தாள்.

இளவெயினியைக் கைப்பிடித்து அழைத்தபடி கரிகாலன் அரண்மனையை விட்டு வெளியே வந்தான். சோழத்தின் போர்த்தளபதிகளான வானவன், பரஞ்சுடர், இரும்பிடார் ஆகியோர் கவசங்களை அணிந்து காத்திருக்க, முப்படை வீரர்களும் போருக்கான கவசங்களைத் தரித்து பெருந்திரளாய் நின்றிருந்தனர்.

கரிகாலன் பிறந்தபோது கண்ட படைகளின் அணிவகுப்பு மீண்டும் உருவாகி யிருப்பதைக் கண்ட இளவெயினி மகிழ்வுடன் பார்த்திருக்க, போர்முரசுகள் அதிர்ந்து, பேரிகைகளும், துந்துபிகளும் முழங்கின.

பொன்னிறத் துதிக்கை போன்ற இரு கைகள், இரும்புப் பனையென உயர்ந்த உடல், திரண்ட தோள்கள், பிறை போன்ற நெற்றி, அருள் பாலிக்கும் கண்கள், வேங்கையைப் போன்ற வீராவளியுடன் பொற்கவசங்களை அணிந்து கரிகாலன் வெளியே வர, பரவச நிலையை அடைந்த மக்கள் ஆரவாரித்தனர்.

'சோழவேந்தன் கரிகாலன்' என்று ஒருவன் வெடிக்க...

'வாழ்க வாழ்க' என்று வாழ்த்தொலி துவங்கியது.

ஒலிகள் பெருவெள்ளமாய் பெருகியபடி இருக்க, அனைவரையும் வணங்கிய கரிகாலன் அருகிலிருந்த வானவனிடம் 'வெண்ணி வாயிலில் பாடிவீடுகள் அமைக்க தூசிப்படைகள் சென்று விட்டனரா?' என்று கேட்டான்.

'நேற்றே புறப்பட்டு விட்டனர். இந்நேரம் பாசறைகள் உருவாகி இருக்கும்'

இளவேனியை நன்முகையுடன் மயூரத்தேரிலேற்றிய கரிகாலன் குதிரையில் ஏறிக்கொள்ள, தேர் மெதுவாக நகர்ந்தது. இரும்பிடார், தளபதிகள், இளைஞர்கள் அனைவரும் தொடர்ந்தனர்.

போருக்குப் படை புறப்படும்போது வாளைப் புனித நீராட்டி வெண்கொற்றக் குடை, வீர முரசு ஆகியவற்றை பட்டத்து யானையின் மீதேற்றி அணிவகுப்பு நடத்தும் நாட்கோள் துவங்க, சோழத்தின் புலிக்கொடியைத் தாங்கிய பட்டத்து யானை பிடர்த்தலை பீடுநடையுடன் முன்னே செல்ல, வீரத்தைக் கொண்டாட அதன் மேலமர்ந்து வீரமுரசும் பயணித்தது.

நிலமெங்கும் உருவாகி ஓடி வரும் சிற்றாறுகள் பேராற்றுடன் கலப்பதைப் போல, நாடெங்கிலுமிருந்து புறப்பட்டு வந்து புகாரின் திடல்களில் திரண்டிருந்த சோழவீரர்கள் சோழப்படையுடன் இணைந்து கொண்டனர்.. சோழப்படையில் பெருமளவில் குதிரைப்படையே இடம் பெற்றிருந்தது. சிறிய அளவினாலான காலாட்படை முதலில் நகர, குதிரைப்படையும், தேர்ப்படையும் தொடர்ந்தன.

இரவில் சோழத்தின் பாசறைகளுக்கு காவலிருக்க உடல் முழுதையும் வெண்துகிலால் மறைத்து கண்களுக்கு மட்டும் இடைவெளி இருந்த மெய்யாப்பு எனப்படும் மெய்யுறையை அணிந்த பெண்களின் குதிரைப்படை அடுத்து நகர்ந்தது. படைக்குத் தலைமை தாங்கி முன்னேறிய தாரகை திரும்புகையில் கரிகாலனின்

கண்கள் அவளின் கண்களுடன் கலந்தது. கருமின்னல்களாய் சுழியும் மையணிந்த புருவங்களும், இரட்டை நிலவுகளாய் ஒளிவீசும் கண்களையும் கண்ட கரிகாலனின் சிந்தையில் பனிமுகிலின் செம்பஞ்சுக் குழம்பின் மணம் சுரந்தது. மனதின் ஏமாற்றத்திலிருந்து மீண்டு விட்டாள் என்ற எண்ணம் ஆறுதலைத் தந்தது.

பெண்கள் படைக்கு அடுத்து காயமுறும் வீரர்களுக்கு சிகிச்சை அளிக்க மருத்துவர்களும், போரில் பின்னிருந்து உதவும் துணைப்படையினரும் தொடர்ந்து செல்ல, இறுதியில் யானைப்படை இணைந்து கொண்டது.

படைவீரர்கள் சிறுசிறு குழுக்களாக கோலாகலத்துடன் முன்னேறுவதைக் கண்ட கரிகாலன் தான் எண்ணியது போல நட்பினால் பிணைக்கப்பட்ட குழுக்களால் படை பின்னப்பட்டிருப்பதைக் கண்டான். தனித்தியங்கும் உயிர்கள் ஒன்றிணைந்து ஒரே தொகுப்பாய் படையென்னும் பேருயிராய் மாறியிருந்தது.

ஏராளமான பறவைகள் வலமிருந்து இடமாக பறந்து செல்ல 'பறவைகள் இடது புறத்திற்கு செல்கின்றன' என்று இரைந்தான் ஒருவன். 'போரில் வெற்றி உறுதியென்பதற்கு தெய்வ நிமித்தம் கிடைத்து விட்டது' என்றான் ஒருவன். வீரர்கள் பெரும் ஆரவாரத்தை எழுப்ப, வீரர்களின் நரம்புகள் முறுக்கேறி போரை எதிர்கொள்ள தினவெடுத்து நின்றன.

அரண்மனையிலிருந்து புறப்பட்ட மயூரத்தேர் சோலையின் நடுவே துயில் கொண்டிருந்த இளஞ்சேட்சென்னியின் கோவிலுக்கு வந்து நின்றது. தனது அன்னையைத் தேரிலிருந்து கை பிடித்து கரிகாலன் கீழிறக்க, அவளின் கைகள் நடுங்கியது. சோழத்தை பிரிந்ததிலிருந்து முதன் முறையாக சென்னியின் இருப்பிடத்திற்கு வந்திருந்த இளவெயினியின் கண்களில் நீரூற்றெடுக்க, மனம் கதறியது. மனம் துயரமாய் கனிந்திருக்க, விழிநீரை இறுக்கத் தடுமாறினாள்.

கரிகாலன் இளவெயினியை ஆறுதலுடன் பற்றி உள்ளே அழைத்துச் சென்றான். பனைமரம் போல் உயர்ந்த நெடுங்கல் ஒன்று நிறுத்தப்பட்டிருக்க அதில் இளஞ்சேட்சென்னியின் பெயர் பொறிக்கப்பட்டு நுண்ணிய சிற்பங்கள் வடிக்கப்பட்டு கோவிலாக அமைந்திருந்தது. நெடுங்கல்லைச் சுற்றிலும் கற்கள் அடுக்கி அதனைப் பதுக்கையாக மாற்றி, நான்கு தூண்களை எழுப்பி குமிழ் போன்று விதானம் அமைத்திருந்தனர். தரையினில் வெண்பளிங்குக் கற்களும் தூண்களில் செந்நிறக் கற்களும் பதிக்கப்பட்டிருந்தன. வேங்கை மரத்தின் பூங்கொத்துகளைப் பனையோலையில் தொடுத்தும், மரல் நாரில் தொடுக்கப்பட்ட சிவந்த கண்ணிகளைக் கொண்டும் கோவிலை அழகுபடுத்தியிருந்தனர்.

நெடுங்கல்லை நன்னீராட்டி நெய் விளக்கேற்றியிருக்க கோரோசனை, புனுகு, சவ்வாது, சந்தனம், குங்கிலியத்தின் நறுமணம் கமழ்ந்தது. அகிலும் அரக்கும் கலந்த புகை சுருள் சுருளாய் மேலெழுந்து நிலத்தில் நடை பயிலும் மேகமாய் தவழ்ந்தபடி இருந்தது.

நெடுங்கல்லுடன் மயிற்பீலிகளும், நறுமண மலர்ச் சரங்களும் கட்டப்பட்டிருக்க, கனிகளும், தோப்பி கள்ளும், செம்மறியாட்டின் சுட்ட கறியும் படைக்கப்பட்டிருந்தன. இருபுறமும் திருநந்தா விளக்குகள் கண் விழித்து உலகை அளந்திருக்க, தாலங்களில் குவிந்திருந்த நெல்மணிகளை இருகைகளாலும் அள்ளி எடுத்த கரிகாலன் நெடுங்கல்லின் காலடியில் சொரிந்தான். தீவர்த்தியை கையிலெடுத்து நெடுங்கல்லுக்கு காட்டி 'வஞ்சினம் தீர்க்கும் வல்லமையைத் தாருங்கள்' என்று மனமுருகி வேண்டினான்.

சோழத்தின் மண்ணிலும் காற்றிலும் கலந்திருந்த தனது உயிரின் மறுபாதியை உணர்வால் தேடிய இளவெயினி 'போரிடச் செல்லும் உனது மகனைக் காத்தருள முன்னின்று வழிநடத்து' என மனம் துடிக்க இறைஞ்ச, சோலையின் கொடிகளையும், மலர்களையும் வருடி மிதந்து வந்த குளிர்காற்று அனைவரின் உடலையும் தழுவி, சிலிர்க்க வைத்தபடி சென்றது. சிறிது நேரம் உணர்வு வெளியில் தொலைந்திருந்தவர்கள் மனதை மீட்டுக்கொண்டு கோவிலை நீங்கி வெளியே வந்தனர்.

சென்னியின் கோவிலை நீங்கி சோழத்தின் வடக்கு எல்லையில் நிறுவப்பட்டிருந்த நிசும்பசூதனியின் கோவிலுக்கு சென்றனர். நாடுகளை வெல்வதற்கு பிறப்பெடுத்த கரிகாலன் போருக்கு செல்லும் முன்னர் வணங்கிச் செல்ல வசதியாக புகாரின் எல்லையில் நிசும்பசூதனியின் சிலையை ஏற்படுத்த கூறியிருந்தாள் இளவெயினி.

பெருந்திடலின் நடுவில் அழுந்தூர் கோவிலின் வடிவிலேயே நிசும்பசூதனியின் கோவில் அமைந்திருக்க எண்ணற்ற மரங்கள் கானகத்தைப் போல அடர்ந்து வளர்ந்திருந்தன.

மத்தளம் செய்ய பயன்படும் எழு வகை மரங்களான வேங்கை, கருங்காலி, பலா, சிலை, மலையாத்தி, வேம்பு, செம்மரம் போன்றவை வளர்ந்திருக்க அவற்றில் மோதிய காற்று இசையெழுப்பிக் கொண்டிருந்தது. சோழன் சூடும் ஆத்தி மரம் கிளை பரப்பி நின்றிருக்க தமாலத்தின் கொடிகள் அதன்மேல் படர்ந்திருந்தன.

சோலையில் அடர்ந்து படர்ந்திருந்த கொடிகளும், மக்கள் கட்டியிருந்த வண்ணக் கொடிகளும் சோலையை ஊடுருவி கரிகாலனைக் காண முயன்ற கதிரவனின் ஒளிக்கண்களை மறைத்திருக்க, கொடிகளை விலக்க காற்றின் துணை வேண்டி காத்திருந்தான் கதிரவன்.

இரவிலிருந்து கோவிலின் நான்கு மூலைகளிலும் வானளவு பற்றியெரிந்த நெருப்பு ஓரளவு தணிந்து வெண்துகிலை போர்த்தி உள்ளூர கனன்று கொண்டிருக்க, தேவிக்கு படைக்க வெண்சோறு பொங்கியிருந்த அடுப்புகள் கருமை பூசி இருந்தன.

அனைவரும் கோவிலினுள் நுழைய கோவிலானது வெயில் காலத்தில் குளிர்ச்சியாகவும், குளிர்காலத்தில் வெப்பத்துடனும் இருப்பதற்காக சந்திரகாந்த கல்லால் உருவாக்கப்பட்டிருக்க, திருவுண்ணாழிகை எனும் கருவறை தேன் கலந்த சுண்ணாம்பால் வட்ட வடிவில் அமைக்கப்பட்டிருந்தது.

கருவறையில் அரை பனை உயரத்திற்கு பெரும் உக்கிரத்துடன் நிசும்பசூதனி அமர்ந்திருந்தாள். ஏழு கைகளில் படைக்கலன்களான சூலம், வில், மணி, கத்தி, பாசம், கேடயம், கபாலம் ஆகியவற்றை தரித்திருக்க, இடக்கரம் ஒன்று காலின் கீழ் கிடப்பவனை சுட்டிக்காட்டியது. வலது கால் பீடத்திலிருந்து கீழிறங்கி பகைவனின் தலையின் மேல் ஊன்றியிருக்க, இடக்காலை மடக்கி கிடத்தியிருந்தாள். அதன் கீழ் சண்டன், முண்டன், சும்பன், நிசும்பன் எனும் பகைவர்கள் வதைபடும் காட்சி வடிக்கப்பட்டிருந்தது.

தலையில் கேசம் தீப்பிழம்பாய் மேல் நோக்கி எரிய, முகத்தில் ஆவேசம் பற்றியெரிந்தது. வலது காதில் பிரேத குண்டலமும் இடக்காதில் பெரிய குழையும் அணிந்து சதை வற்றிய உடலுடன், மார்பகங்களுக்கு கச்சாக பாம்பைச் சூடி, உடலின் குறுக்கே மண்டை ஓடுகளை பூணூலாக அணிந்து பெரும் உக்கிரத்துடன் நிசும்பசூதனி அமர்ந்திருந்தாள்.

வீரர்கள் தாலங்களில் நெல்மணிகள், மலர்கள், குங்குமம், எலுமிச்சை ஆகியவற்றைக் கொண்டு வந்து தர, அவற்றை இளவெயினி வாங்கிக் கோவில் சித்தரிடம் கொடுத்தாள். தாலங்களை தேவியின் முன்னே வைத்தவர் அகன்ற வெண்சங்கை எடுத்து தேவியைப் பார்த்தபடி ஊதத் தொடங்க கோவில் நடுங்கியது. ஐந்து உலோகங்களால் ஆன ஐந்துமுகப் பறையான குடமுழாவின் வட்டத் தட்டுகளைச் சுற்றிலும் நின்றிருந்த வீரர்கள் ஒரே கணத்தில் முழங்க, வெவ்வேறு ஒலிகள் ஒன்றிணைந்து மலைச்சரிவாய் உருண்டன.

நீண்ட கொடுவாளின் இருமுனைகளையும் இரண்டு கைகளால் பற்றி தலைக்கு மேல் உயர்த்திய சித்தர் வெறியுடன் ஆடியபடி கோவிலுக்கு வெளியே வந்தார். சிலைக்கெதிரே தேவியின் பாதம் வட்டமாக அமைக்கப்பட்டிருந்த இடத்தில் சித்தர் நின்று கொள்ள வீரர்கள் கருவுற்ற ஆட்டினை இழுத்து வந்தனர். நாக்கை இறுகக் கடித்து உறுமலுடன் கொடுவாளை உயர்த்திய சித்தர் ஒரே வீச்சில் ஆட்டின் தலையை வெட்டித்தள்ளினார். தலை உருண்டு செல்ல முன்னங்கால்களை பரப்பிய ஆடு அப்படியே அமர்ந்து கொள்ள, தலையிலிருந்து குருதி நீரூற்றாய் பீச்சியடித்தது.

‘ஏய்‘ என்ற பேரோசையை எழுப்பிய சித்தர் கொடுவாளைப் போட்டுவிட்டு கைகளை முறுக்கி வெறியாடத்துவங்க நாலைந்து வீரர்கள் சித்தரை அழுத்திப் பிடிக்க முயன்றனர். பல்லைக் கடித்து உறுமிய சித்தர் நீண்ட முறுக்கு மீசை துடிக்க அனைவரையும் இழுத்துக்கொண்டு நடந்தார். ‘தாகம்... தாகம் கொண்டா குருதியை’ என்றவர் துடிக்க கோவிலில் பூசை செய்யும் மற்றொரு சித்தர் கொடுவாளை எடுத்துக்கொள்ள வீரர்கள் ஆடுகளை இழுத்து வந்தனர். வாளின் வீச்சில் தலைகள் உருளத் துவங்க குருதி எங்கும் சிதறியது.

‘என் வேந்தனுக்கு போரில் வெற்றியை ஈட்டிக்கொடுப்பாயா?’ என்று சித்தர் இரைய, ஆணுமில்லா, பெண்ணுமில்லா விசித்திரக் குரலில் வெறியாடியவர் ஆவேசத்துடன் சிரித்தார்.

‘சொல் தாயே. என் வேந்தனுக்கு வெற்றியை தேடித் தருவாயா?’ என்று தொடர்ந்து கேட்க...

‘விதைத்தது விளையும்’

‘எனது வேந்தனை காப்பாயா சொல்’ என்றவர் மீண்டும் கேட்க...

‘பெண் சக்தி காத்தருளும். குருதி மழை பொழியும்’ என்று வெறியாடிய சித்தர் அமர்ந்து கொள்ள, அனைவரும் குழப்பத்துடன் பார்த்துக்கொண்டனர்.

‘சூதினை விதைத்த பகைவர்கள் அதனை அறுவடை செய்வர்’ என்று கரிகாலன் உரத்த குரலில் கூற, வீரர்கள் மிகுந்த உற்சாகத்துடன் ஒலியெழுப்பினர்.

கோவிலின் சங்கு ஊதப்பட, பறையும், முழவும் அடிக்கப்பட, கொக்கறைகளும், கொம்பும் ஊதப்பட்டு பேரோசை எழுந்தது.

வெண்சாதத்தில் ஆடு, கோழிகளின் குருதியை சேர்த்து பிணைந்து நாற்திசைகளிலும் எறிந்தனர். பழங்களைப் பிளந்து குங்குமம் தடவி கோவிலைச் சுற்றிலும் வைத்தனர்.

தேவியின் கழுத்திலிருந்த ஆத்தி மாலையை எடுத்து வந்த சித்தர் கரிகாலனுக்கு அணிவித்தார். தேவியின் எதிரில் வைக்கப்பட்டிருந்த பொன் பேழையினுள் இருந்த வாட்களை புனித நீரால் கழுவிய சித்தர் அவற்றை மீண்டும் பேழையினுள் வைத்தார். பேழையை தேவியின் காலடியில் கிடத்தி வணங்கி இளவெயினியிடம் கொண்டு வந்து கொடுக்க, பேழையினுள்ளிருந்த இரண்டு வாட்களை இளவெயினி வெளியிலெடுத்தாள். கைப்பிடியில் பதிக்கப்பட்ட ஒற்றை வைரங்கள் மின்ன, தீபத்தின் கீற்று வாளில் பிரதிபலிக்க, மலை உருள்வதைப்போன்று நகரா அதிரத்துவங்கியது.

‘ஆயுதங்களை வென்ற உனது தந்தையின் வைர வாட்கள் இவை. அன்பை விதைக்க உருவெடுத்த வாட்கள் குருதி வேண்டி மீண்டுள்ளது. பகைவரின் குருதியைக்

கொண்டு குருதியாட்டு விழா நிகழ்த்து. விடியல் என்பது கதிரவன் வெளிப்படுவதல்ல. இருள் நீங்குவது. பகையை அறுத்து சோழத்தில் விடியலை உண்டாக்கு' என்ற இளவெயினி கரிகாலனிடம் வாட்களைத் தர, அன்னையை வணங்கி வாட்களை பெற்றுக் கொண்ட கரிகாலன் நிசும்பசூதனியை வணங்கி விட்டு கோவிலின் வாயிலுக்கு வந்தான்.

பெருந்திரளாய் வீரர்கள் கூடியிருக்க வலது கையின் வாளை உயர்த்தியவன்...

'வீரர்களே, வீரத்தை விட வஞ்சகத்தைப் பெரிதாகக் கருதும் பெரும்படையைச் சந்திக்க இருக்கிறோம். வீரமற்ற வீணர்கள் புற்றீசலாய் கூடியுள்ளனர். எண்ணிக்கை போரை முடிவு செய்வதில்லை. வீரர்களின் வீரமே போரை முடிவு செய்யும். எதிர்த்து நிற்பதாய் இருந்தால் வேங்கைகளாய் நிற்போம். நமது வீரநடையைக் கண்டு பேரண்டம் அதிர வேண்டும். சோழத்தை வீழ்த்த நினைக்கும் அனைத்து சக்திகளையும் கருவறுத்து, எண்ணிக்கையை வீரத்தால் தகர்த்தெறிவோம்' என்று முழக்கமிட, போர்வீரர்கள் ஆயுதங்களை மோதியும், இசைக்கருவிகளை முழங்கியும், குரல்வளை வெடிக்க கத்தியும் ஆரவாரத்தை ஏற்படுத்தினர்.

இரண்டு கைகளிலும் இருந்த வாட்களை உயர்த்தியவன் 'நான் பகையை வேரறுத்து வஞ்சினம் தீர்க்காவிட்டால் எனது குடிமக்கள் என்னைக் கொடியவன் என்று தூற்றுவார்களாக. புலவர்களும், பாணர்களும் என்னைப் பாடாமல் விடுவார்களாக. நான் இரப்போர்க்கு இல்லையென்று உரைக்கும் இழிநிலையை அடைவேனாக' என்று சூளுரைக்க, வீரர்களின் வாழ்த்தொலிகளுடன் யானைகளும் பிளிறின. கோவில் முரசுடன் கண்டா மணிகள் சேர்ந்தொலிக்க, பேரோசையுடன் அசைந்த மரங்களும், பேரிசையை எழுப்பிய பறவைகளும் இணைந்து கொண்டன.

இரும்பினாலான மனதை கொண்டவனல்ல கரிகாலன். எனினும் இரும்பையும் இளக்கும் மனதை கொண்டவன் என்றெண்ணினான் வானவன்.

கரிகாலனின் விழிக்கனிகளில் வெடித்து காற்றில் பரவிய நம்பிக்கை விதைகள் அவன் பார்த்த இடங்களிலெல்லாம் வேர்பிடித்து முளைத்தன. எண்ணத்தில் முளைத்தவைகள் பெருந்தீயாய் மற்றவரிடத்தில் பரவின. கனன்று கொண்டிருந்த எரிமலை ஒன்று சீற்றத்துடன் உறுமத்துவங்கியது.

வைரவாட்களை இடைக்கச்சையில் சொருகிக்கொண்ட கரிகாலன் வெண்ணிறக் குதிரையில் தாவியேறி அமர்ந்தபடி 'தென்னகத்தை கைக்கொள்ளப் புறப்படுங்கள்' என்று முழங்க, இசைக்கருவிகளின் அதிரொலியுடன் சோழப்படை நகரத்துவங்கியது.

வீரம் வளரும்...

66

அடர்த்தியாக முளைத்திருக்கும் நரந்தம் புற்களைப் போல கூட்டுப் படையின் கூடாரங்கள் வெண்ணி வாயிலில் நிலம் சூழ்ந்திருக்க, சேரமானின் கூடாரம் ஒன்றன் உள் ஒன்றாய் அடங்கிய மூன்று வட்டங்களைக் கொண்டிருந்தது. வெளிவட்டத்தில் சேரமானின் மெய்க்காப்பாளர்கள் நின்றிருக்க, நடு அடுக்கில் பணிப்பெண்களும், ஏவலர்களும் இருந்தனர். உள்ளடுக்கில் சேரமான் மனம் குவிந்து அமர்ந்திருக்க, எதிரே செங்கெழு குட்டுவனும், வேல்கெழு குட்டுவனும் அமர்ந்திருந்தனர்.

கதை என்பது காலத்தின் எச்சம். நினைவுகளின் மிச்சம். தொடர்ந்து உச்சரிக்கப்படும் கதைகள் உண்மையாகின்றன. நினைவில் மட்டும் நின்றிருக்கும் கதைகள் காலத்தின் நீர்ச்சூழலில் அமிழ்ந்து விடுகின்றன.

வேல்கெழு குட்டுவன் புகாருக்குச் சென்று திரும்பியவுடன் கூட்டுப் படைகள் நகரத் துவங்கியதால் குட்டுவனால் சேரமானுடன் பேசமுடியாமலிருக்க, வெண்ணியில் கூடாரங்கள் அமைந்ததும் உடனடியாக சேரமானிடம் வந்திருந்தான்.

புகாரில் கரிகாலனை சந்தித்ததையும் உச்சி நாதரைப் பற்றி அவன் உரைத்த உண்மைகளையும் குட்டுவன் எடுத்துரைக்க சேரமான் அதிர்ந்து போனார். கதிரவன் கண் விழித்ததும் இருள் சூழ்ந்த நிலவெளி யெங்கும் படரும் மஞ்சள் ஒளியாய் புதிரின் மற்றொரு பரிமாணம் துலங்க, வாய்மை ஒளிவீசும் மலராய் மலர்ந்திருந்தது.

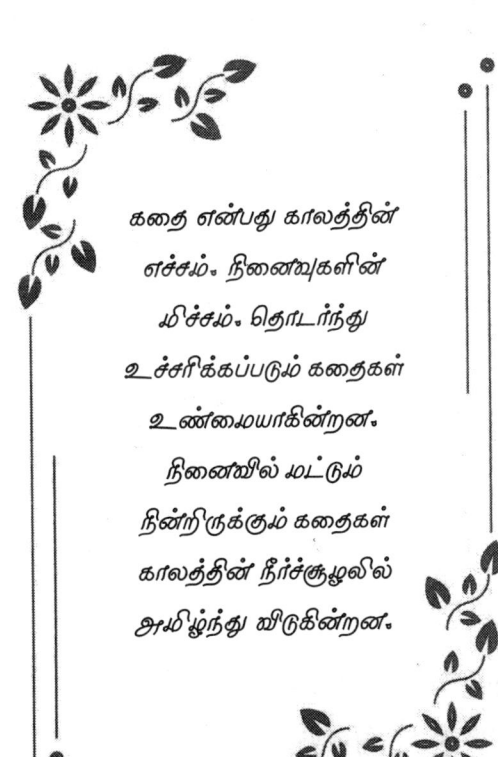

உச்சிநாதரைக் குறித்து மாற்று தகவல்கள் சேரநாட்டில் உலவுவதை அறிந்திருந்தார் சேரமான். ஆயினும் அவை யாவும் நிலவில் தெரியும் கறைகளைப் போல கண்ணோட்டத்தில் ஏற்படும் தவறான புரிதல்கள், கட்டுக்கதைகள் என்று எண்ணியிருந்தார்.

கதை என்பது காலத்தின் எச்சம். நினைவுகளின் மிச்சம். தொடர்ந்து உச்சரிக்கப் படும் கதைகள் உண்மையாகின்றன. நினைவில் மட்டும் நின்றிருக்கும் கதைகள் காலத்தின் நீர்ச்சூழலில் அமிழ்ந்து விடுகின்றன. உச்சிநாதரைப் பற்றிய வீரக்கதைகளால் அவரின் உண்மை முகம் மறைக்கப்பட்டதை உணர்ந்தார். குட்டுவன் கூறிய தகவல்கள் தனது புரிதலின் மறுபாதியாய் நீக்கமற பொருந்த, தெளிவற்ற நீர்நிலையை சூழ்ந்திருந்த பசும்பாசிகளின் படலம் அகன்றிருந்தது.

கூட்டுப்படைகளுடன் தான் இணைந்தது தவறென்று அவருக்குப் புரிந்தது. மனதின் எண்ணங்கள் அவரை இடித்துரைத்து, உள்ளிருந்து சிதைத்துக் கொண்டிருந்தன.

தளர்ந்த நிலையில் இருந்த வேல்கெழுக் குட்டுவன் ''கூட்டுப்படையிலிருந்து நம்மை விலகச் சொல்லி கரிகாலன் வேண்டினான்'' என்று கூற...

''விண்ணிலிருந்து பிரிந்த மழை மீண்டும் விண் ஏறுவதில்லை. கூட்டுப்படையில் இணைந்த பின்னர் பின்னேறுவது வீரமாகாது. வாக்களித்துவிட்டு பின்வாங்கிய சேரநாட்டைப் போல என்று காலமெல்லாம் நம்மை உலகம் உதாரணப்படுத்தும்.''

''கரிகாலன் தனது தந்தையை கொன்றவர்களைப் பழிதீர்க்க எண்ணுகிறான். கொலைபாதகர்களுடன் நாமும் இணைந்து சோழத்தின் மேல் போர் தொடுப்பது அறமான செயல் அல்லவே?''

''போர் என்பதே அறமற்ற செயல் தான். நாட்டை வளப்படுத்த, விரிவு செய்ய, வீரத்தை நிலைநாட்ட உதவினாலும் வேந்தன் ஒருவன் உள்ளத்தில் தோன்றும் இச்சையை தீர்க்கும் கருவி அது.''

எண்ணற்ற போர்களை நிகழ்த்தி வெற்றிகளை ஈட்டிய சேரமானிடமிருந்து இத்தகைய வார்த்தைகளை எதிர்பார்த்திராத செங்கெழு குட்டுவன் வியப்படைந்தான். 'இது போர்களால் நிகழ்ந்த புரிதலா? அல்லது அகவை அளிக்கும் படிப்பினையா?' என்றெண்ணினான்.

அகல்விளக்கின் வெளிச்சத்தில் சேரமானுடைய முகம் ஒருபுறம் ஒளிகொண்டிருக்க, மறுபுறம் இருள் பூசியிருந்தது. அவரின் முகத்தை பார்த்தவாறு ''போர் தவறானது என்றால் தாங்கள் மீண்டும் மீண்டும் நிகழ்த்தியது ஏன்?'' என்றான் செங்கெழு.

சேரமானின் சொல்லுக்கும் செயலுக்கும் பொருத்தமின்றி இருப்பதைக் கூறுவதாய் செங்கெழு குட்டுவனின் கேள்வி இருந்தது.

''ஊர்களில் நுழையும் வனவிலங்குகளை அழிப்பது போன்று அண்டை நாடுகளின் மனதில் பகை சூல் கொள்ளும்போதே உருக்குலைக்க வேண்டியுள்ளது. வேந்தனுக்கு போர் என்பது பகைவரை அச்சுறுத்த உதவும் வலுவான ஆயுதம். ஒரு போரில் வெளிப்படுத்தும் வீரம் மற்றவரின் மனதில் நடுக்கத்தை ஏற்படுத்தி பணியச் செய்யும். போர் தொடுக்க ஆயத்தமாயிருக்கும் வேந்தனைக் கண்டு அனைவரும் அஞ்சுவர்''

''கரிகாலனைக் கொல்லாமல் சிறைபிடிக்க மட்டுமாவது உதவுங்கள்'' என்று இறைஞ்சினான் வேல்கெழு குட்டுவன்.

''அது போரின் போக்கினைப் பொருத்து அமையும். சோழனும் பாண்டியனும் போரிடுகையில் ஒருவர் மற்றவரின் காலனாக அமைவர். மற்றவர்கள் போரிட்டால் குறுக்கிட்டு சிறைபிடிக்க முயல்கிறேன்''

''வஞ்சகத்தால் சென்னி கொல்லப்பட்டதற்கு தீர்வு தான் என்ன?'' அறத்தின் குரலாய் சீற்றத்துடன் ஒலித்தது குட்டுவனின் குரல்.

''காலத்தின் சுழல்கள் கணிக்க இயலாதவை. நம்மால் கடக்க முடியாதவை. அறமற்ற போரில் இணைந்ததற்கு கழுவாயாக இந்தப் போர் முடிந்ததும் சென்னியைக் கொன்றவர்களைக் கண்டறிவேன். கரிகாலனின் வஞ்சினத்தை நான் நிறைவேற்றுவேன். அது பாண்டிய வேந்தன் நம்பியாக இருந்தாலும் கூட'' என்றார் சேரமான் உறுதியான குரலில். கூடாரத்தின் மூலைகளில் சொருகப்பட்டிருந்த தீப்பந்தங்களில் எரிந்த நெருப்பு சடசடத்தது.

★★★

வெண்ணி வாயிலின் எதிரேயிருந்த பெருவெளியில் அமைதி துயின்று கொண்டிருந்தது. போர் நிகழும் முன்னர் அறத்தாறு எனும் போர் எச்சரிக்கையை அருகிலிருந்த சிற்றூர்களில் முரசடித்து அறிவிக்கச் செய்திருந்தான் கரிகாலன். அனைவரும் தாம் வளர்க்கும் உயிர்களோடு பாதுகாப்பான இடங்களுக்கு விலகிச் செல்ல வேண்டினான். ஆனால் போரில் காஞ்சி மலரைச் சூடி படைக்கலமின்றி உதவும் வீரர்களாகவோ, ஏவலாட்களாகவோ, எவ்வகையிலேனும் வேந்தனுக்கு உதவ வேண்டு மென்று மக்கள் ஊர்களை நீங்காமல் காத்திருந்தனர்.

நிசும்பசூதனியின் கோவிலில் படையை நகர்த்திப் புறப்பட்ட கரிகாலன் அன்றைய இரவோ, மறுநாள் அதிகாலையிலோ வந்திருக்க இயலும். எனினும்

மெதுவாகப் படையை நகர்த்தி மறுநாள் மதியத்தில் வெண்ணியை வந்தடைந்தபோது சோழ நாட்டின் கூடாரங்கள் வெண்ணாற்றின் கரையில் வடக்கு திசையில் உருவாக்கப்பட்டிருக்க, செந்நிறப் புலிக்கொடிகள் காற்றில் படபடத்தபடி பாய்வதற்கு துடித்துக் கொண்டிருந்தன. கூட்டுப்படைகள் தெற்கு திசையில் கூடாரங்களை அமைத்திருந்ததைக் கண்டு கரிகாலனின் கண்கள் முறுவலித்தன.

சோழ வேந்தன் போர்ப் பாசறையை வந்தடைந்ததைக் குறிக்கும் விதமாக வீரமுரசு அதிர, பறைகளும், கொக்கறைகளும் முழங்கத் துவங்கின. வீரர்கள் ஆரவாரத்துடன் கூடாரங்களை நோக்கிச் சென்றனர். ஒவ்வொரு படைக்கும் தனித்தனியாக கூடாரங்கள் அமைந்திருந்தன.

தேர்ப்படை வீரர்கள் தமது தேர்களைக் கூடாரத்தின் அருகே நிற்கச் செய்து குதிரைகளுக்கு உணவை வழங்கினர். குதிரைப்படை வீரர்கள் குதிரைகளை நீண்ட கொட்டிலில் தளையுடன் பிணைத்து உணவிட்டு, நீரருந்தச் செய்து விட்டு கூடாரத்திற்குச் சென்றனர். யானைகளை பாகன்கள் அருகிலேயே இருந்து பேணிக் காத்தனர்.

சோழ கூடாரங்களில் முன்பாக மூன்றடுக்கு மாடத்தை இரண்டு சகடங்களின் மேல் நகர்த்திச் செல்லும் தன்மையுடன் வீரர்கள் ஏற்படுத்தியிருந்தனர். கரிகாலன் இளவெயினியுடன் மாடத்தின் மேலேறி உச்சியைச் சென்றடைய மற்றவர்கள் பின்தொடர்ந்தனர்.

மாடத்தின் மேலிருந்து பார்க்கையில் ஒருபுறம் வெண்மேகம் கரைந்தோடுவது போல வெண்ணாற்றின் நீர் தவழ்ந்து கொண்டிருக்க, மறுபுறத்தில் கார்மேகம் நிலமிறங்கியதைப் போல கூட்டுப்படைகளின் கூடாரங்கள் தெரிந்தன.

இருபெரும் நீர் நிலைகளின் வடிவாக, ஒருபுறத்தில் கூட்டுப்படைகள் கடலென அலையாடிக் கொண்டிருக்க, மறுபுறத்தில் சோழப்படைகள் ஏரியைப் போல் சலசலத்துக் கொண்டிருந்தன, இரண்டிற்கும் இடையே குருதியில் நனையப்போகும் பொட்டல் நிலம் பூசந்தியாய் காட்சியளித்தது.

கூட்டுப்படையின் கூடாரங்கள் ஆம்பல் வடிவில் அமைந்திருக்க ஆம்பலின் இதழ்களைப் போல சிறிய இடைவெளியுடன் அமைந்திருந்த கூடாரங்களில் வெவ்வேறு நிறங்களிலான கொடிகள் பறந்து கொண்டிருந்தன. நடுவில் பச்சை நிறத்தில் பாண்டியக்கொடியும், வலது புறத்தில் சேரனின் மஞ்சள் கொடிகளும் தெரிந்தன. பாசறையின் முன்னால் மூன்று கோபுரங்கள் போரைப் பார்வையிட அமைந்திருக்க, எண்திசையிலும் எழுந்திருந்த காவல் மாடங்களில் வீரர்கள் காவலுக்கு நின்றனர்.

கூடாரங்களின் மேற்குப் புறத்தில் போரில் வீரமரணமடையும் வீரர்களைப் புதைக்க அகன்ற இடுகுழியைத் தோண்டி மண்ணை மலையாய் குவித்திருந்தனர்.

''போரில் வேந்தர்களோ, சிற்றரசர்களோ பங்கேற்கப் போவதில்லை. தளபதிகளைக் கொண்டு போரை முடிக்க எண்ணுகின்றனர்'' என்றான் கரிகாலன்.

''எப்படி கூறுகிறாய்?'' என்று இரும்பிடார் கேட்க..

''மூன்று கோபுரங்களின் மேல் அமர்ந்தபடி போரை வழிநடத்த வேந்தர்கள் எண்ணுகின்றனர். கோபுரங்களை சகடத்தின் மேல் ஏற்படுத்தாமல் நிலத்தில் அறைந்துள்ளனர். எனவே நாம் பின்னேற மாட்டோமென்ற உறுதியுடன் இங்கேயே போரிட்டு வெல்ல எண்ணியுள்ளனர்''

கூடாரங்களில் பிற்பகுதியில் அடுகலன்களின் கரும்புகை வெளியேறிக் கொண்டிருக்க ''உறையூர் எல்லைக்கு வீரர்கள் சென்று விட்டனரா?'' என்று வினவினான் கரிகாலன்.

''ஐம்பது விற்படையினர் சென்றுள்ளனர். உதவி வேண்டியோ, உணவை வரவழைக்கவோ இனி கூட்டுப்படை வீரர்கள் சோழத்திலிருந்து பின்னேறிச் செல்ல இயலாது'' என்றான் வானவன்.

'கூலிப்படைகள் வந்து விட்டதாய் தூசிப்படையின் தலைவர் கூறினார்.'

'அவர்கள் களமிறங்க வேண்டாம். காத்திருக்கட்டும்.'

வடக்கிலிருந்து தெற்கு நோக்கிய வீசிய பெருங்காற்று அனைவரின் முதுகிலும் பட்டு கேசங்களைக் கலைத்து கூட்டுப்படையை நோக்கிச் செல்ல ''காற்றின் திசையை உணர்ந்து வடக்கில் முன்னதாகக் கூடாரங்களை அமைத்தது அற்புதமான உத்தி. நமது அம்புகள் உன்மத்தமேறிப் பாயும்'' என்றான் வானவன்.

''போர் நடைபெறும் இடத்தின் சூழலையையும், தன்மையையும், காலத்தையும், கணிக்காதவன் தோல்வியுடன் போரினைத் துவங்குகிறான். இந்த இடத்தில் போர் புரிவதென்ற முடிவு ஒரு வருடத்திற்கு முன்னரே எடுக்கப்பட்டது. சிலந்திப் பின்னலில் இரை இப்போது தான் சிக்கியுள்ளது''

''படைகள் சோழத்திலிருந்து புறப்பட்டதும் பறவைகள் வலமிருந்து இடம் நோக்கி பறந்தது நல்நிமித்தம். வீரர்களைத் தினவேற்றி உள்ளது'' என்று சுடரொளி கூற,

வானவன் சிரித்தபடி ''கரிகாலனின் உத்தி அது. பறவைகளை முதல் நாளே சிறைபிடித்து கூண்டுகளில் உணவு மட்டும் வழங்கி நீர் தராமல் வைத்திருந்தோம். விடுவித்ததும் நீர்நிலையை நோக்கிச் செல்லுமாறு'' என்று கூற, இளம்பரிதி விரிந்த கண்களுடன் கரிகாலனைப் பார்த்தான்.

''சொற்களையும், செயல்களையும் விட நம்பிக்கைகள் மனதை வலுப் படுத்துமென்றால் நிமித்தங்களை உருவாக்குவோம்'' என்றான் கரிகாலன்.

கூட்டுப்படையிலிருந்து விடுபட்ட குதிரையொன்று அம்பு போல் சோழத்தின் கூடாரங்களை நோக்கி புழுதி பறக்க வர ''பகைவர்கள் காத்திருப்பினால் பொறுமை யிழந்து இருக்கிறார்கள். போர் குறித்த திட்டமிடுதலுக்கு தூதுவன் வருகிறான்'' என்றான் இரும்பிடார்.

வேகமாக வந்த வீரன் மாடத்திற்கு சற்று தொலைவில் குதிரையை நிறுத்தி விட்டு கீழிறங்கி வணங்கி நின்றான்.

'தகவல் அறிந்து வா' என்று பரஞ்சுடர் மாடத்திற்குக் கீழே நின்ற வீரனிடம் கூறினான்.

குதிரை வீரனை அணுகி உரையாடி விட்டு மாடத்திற்கு திரும்பிய சோழ வீரன் ''நாளை நிகழவுள்ள போருக்கான முறைமைகளை வகுக்க போர்நெறிக்குழு இன்று நான்காம் பொழுதின் துவக்கத்தில் கூட்ட வேண்டும். சோழத்தின் போர்க் காரணிகருடன், மூவர் நடுக்களத்திற்கு வரவேண்டுமென்று பாண்டிய வேந்தர் தகவல் அனுப்பியுள்ளார்' என்றான்.

''சோழத்தின் போர் காரணிகர் மூவருடன் வருவார் என்று கூறு''

சோழ வீரன் விலகியதும் ''பதின்மூன்று நாடுகள் பல்வேறு திசைகளிலிருந்து தாக்க முயலும். முள்நாறியைப்போல அனைத்து திசைகளையும் எதிர்த்து நிற்க வேண்டியிருக்கும். நமது படைத் தளபதிகளாக பரஞ்சுடரும், வானவனும் இருந்து வழிநடத்துங்கள். அணிபதிகளாக தழல்மேனி, படர்த்தலையன், நிலவன், சுடரொளி, இளம்பரிதி, முகில், திதியன் ஆகியோர் செயல்படுங்கள். நமது போர் காரணிகர் பெருந்தேவனார். பெருந்தேவனாருடன் வானவன், மாமா, நிலவன் மூவரும் போர்நெறி குழுவுக்குச் செல்லுங்கள்'' என்று கூறிய கரிகாலன், உரையாட வேண்டிய விதத்தை கூறத் துவங்கினான். வார்த்தைகளில் சுருக்கிட்டு தகவல்களின் வாசல்களைத் திறக்கும் வித்தைகளை விளக்கத் துவங்கினான்.

கூட்டுப்படைக் கூடாரங்களிலிருந்து போர்க்களத்தின் நடுப்பகுதிக்குப் புறப்பட்டு வந்த வீரர்கள் போர்நெறிக் குழுவிற்காக சிறிய கூடாரத்தை ஏற்படுத்தி விட்டு

திரும்பிச்சென்றனர். சிறிது நேரத்தில் பாண்டியத் தரப்பிலிருந்து நான்கு தேர்கள் முன்னேறி வர, சோழதரப்பிலிருந்து இரண்டு தேர்கள் முன்னேறிச் சென்றன.

தேர்கள் சற்று தொலைவில் நிறுத்தப்பட வானவனும் மற்றவர்களும் கூடாரங் களை நோக்கி நடக்க பெருஞ்சாத்தன், குட்டுவன், வேங்கை மார்பன், தொல்லோன் ஆகிய நால்வரும் கூடாரத்தை நோக்கி வந்தனர். அனைவரும் பேரமைதியுடன் கூடாரத்திற்குள் நுழைந்து அங்கிருந்த இருக்கைகளில் அமர்ந்தனர். குட்டுவனின் முகம் குரலிழந்த பறவையாய் வாடியிருக்க, நிலவன் அவனைத் தேற்றும் வகையில் மென்நகை புரிந்தான்.

இருக்கைகளில் அமர்ந்து மனச்சுழல்களில் சிக்கிச் சுழன்ற ஒவ்வொருவரும் மற்றவரைக் கண்களால் அளவெடுத்துக் கொண்டிருக்க, பெருந்தேவனார் செருமலுடன் துவங்கினார்.

''சோழநாட்டிற்கும், பாண்டிய கூட்டுப்படைகளுக்கும் நாளை துவங்கும் போருக்கான முறைமைகளை வடிவமைக்க இருக்கிறோம். அதற்கு முன்னால் எவரேனும் பேச விழைகிறீர்களா?''

''வந்திருப்பவர்கள் யாரென அறிந்து கொள்ளலாமா? போரில் வீழ்த்துகையில் பயனுள்ளதாய் இருக்கும்'' என்றான் இரும்பிடார்.

முகத்தில் துளிர்த்த சினத்துடன் வேங்கை மார்பன் பதிலுரைக்க முயல, இடையில் குறுக்கிட்ட பெருஞ்சாத்தன் ''நான் முள்ளூர் நாட்டு அரசன் பெருஞ்சாத்தன். நீ யார்?'' என்று கேட்க, இரும்பிடாரின் முகம் இறுகியது.

'பகைவனை வீழ்த்த பகையை அறிந்துகொள்' என்பவன் பெருஞ்சாத்தன். சோழநாட்டின் சார்பாக வந்திருந்த இரும்பிடாரையும் மற்றவர்களையும் முன்பே அறிந்திருந்தான். இளைஞன் கரிகாலனின் நண்பர்களில் ஒருவனாக இருக்குமென்று யூகித்திருந்தான். சொற்களை சொற்களால் தாக்கி முனை மழுங்க செய்ய எண்ணி ''நீ யார்?'' என்று கேள்வியை திருப்பி வீசினான்.

இளவெயினியின் வாழ்வை சிதைத்தவன் இவன் தானென்ற எண்ணம் கனலாய் தகிக்க ''போர்க்களத்தில் இறுதிநாள் வரையில் என் முன்னால் வந்துவிடாதே. கரிகாலன் உனக்காக வைத்திருக்கும் திட்டங்கள் மாறிப்போகும்'' என்று கண்களில் வெறி மின்னியபடி இரும்பிடார் சீற, பெருஞ்சாத்தன் ஒருகணம் அதிர்ந்து போனான்.

''மகரத்தின் தாடைகள் இறுகும் போது தெரியும். சோழத்திற்கு முதல் நாளும் இறுதி நாளும் நாளையே என்று'' வேங்கை மார்பனின் குரல் பதில் சீற்றமாய் வெளிப்பட்டது.

நாளையப் போரில் மகர வியூகத்தை பகைவர்கள் உபயோகிக்கப் போகின்றனர் என்பதைக் கேட்டதும் வானவன் அதிர்ந்தான். வியூகங்களில் கொடூரமானது மகர வியூகம். பகைவனைப் போல பன்மடங்கு வீரர்கள் இருக்கும்போது தனது வீரர்களைப் பற்றி கவலைப்படாமல் வகுக்கக் கூடியது. மகரம் எனும் முதலையின் இரண்டு வலுவான தாடைகள் போல பகைவர் படையின் இருபுறங்களிலும் தேர்ப்படையும், குதிரைப்படையும் கவட்டைக் குச்சிகளைப் போல் முன்னேறும். முதலையின் தாடைகள் இறுகுவதைப் போன்று இருபுறத்திலும் இறுக்கிச் சிதைக்கும்.

வேங்கை மார்பனைக் கையசைத்துத் தடுத்த தொல்லோன் ‘‘நான் காந்தள் நாட்டின் அரசன் தொல்லோன். இவர் சேரத்தளபதி வேங்கை மார்பன். நீங்கள் யார்?’’ என்று கேட்க...

‘‘உனது உடலில் வாட்களைச் சொருகும்போது எனது பெயரை உறுதியாய்க் கூறுவேன்’’ என்றான் நிலவன்.

இரும்பிடார் பலமாகச் சிரிக்க, வேண்டுமென்றே சினத்தைத் தூண்டி தகவலைப் பெற முயல்கின்றனர் என்பதை உணர்ந்த பெருஞ்சாத்தன் மனதை நிலைப்படுத்தினான்.

‘‘பெயர் தெரியாவிட்டாலும் எங்களது வாட்கள் உங்களின் உடலில் இறங்கும்’’ என்ற பெருஞ்சாத்தன் ‘‘வாட்கள் போரிட வந்த இடத்தில் வார்த்தைகளால் போரிட விரும்ப வில்லை. முறைமைகளைக் கூறுங்கள்’’ என்றான் பெருந்தேவனாரைப் பார்த்து.

வெண்பட்டினால் கட்டப்பட்டிருந்த சுவடிக்கட்டை பிரித்த பெருந்தேவனார் ‘‘போர்க்களத்தின் விதிகள். தினமும் காலையில் கதிரவன் உதித்ததும் போர் துவங்கும். மாலையில் மறையும்போது முடிவடையும். நாழிகைக்கணக்கர் கதிரவன் உதிப்பதைக் கணித்து கூறியதும் போர்க்களத்தின் இருபுற மாடங்களின் மேலிருந்து எரியம்புகள் எய்யப்பட்டு முரசுகள் முழங்கியதும் போரைத் துவங்க வேண்டும். கதிரவன் மறையும் தருணத்தில் மீண்டும் எறியம்புகள் எய்யப்பட்டு முரசுகள் ஒலிக்கையில் போரை முடித்து விட வேண்டும். அதன் பின்னர் எய்யும் அம்புகள், சுழலும் வாட்களுக்கு தளபதிகள் பொறுப்பாவர். தளபதிகளுக்கு அரசர்கள் பொறுப்பாவர். உறுப்புக்கு உறுப்பு. உயிருக்கு உயிரென்பது தண்டனையின் நியதியாய் அமையும்.

காலாட்படை காலாட்படையுடனும், குதிரைப்படை பகைவரின் குதிரைப்படையுடன் என்று ஒவ்வொரு படையும் தனது எதிரிணையுடன் மட்டுமே போரிட வேண்டும்.

புறமுதுகிட்டு ஓடும் பகைவரையும், ஆடை கழன்ற நிலையில் நின்றோரையும், மேய்ச்சல் நிலத்தில் வீழ்ந்தோரையும், நீரில் பாய்ந்தோரையும் தாக்கக்கூடாது. படைக்கலமின்றி நிற்போர் மீண்டும் ஆயுதம் கொள்ளும் வரையில் தாக்கக்கூடாது.

போரில் காயம் பட்டு களத்தை நீங்கும் வீரனைத் தாக்கக் கூடாது. காஞ்சி மலர் அணிந்து காயமுற்ற வீரர்களுக்கு உதவுபவர்களையோ, வெண்ணிற ஆடையணிந்து போர் காரணிகருடன் இருக்கும் வீரர்களையோ, போரைக் காண வந்திருக்கும் புலவர்களையோ, பாணர்களையோ தாக்கக் கூடாது. போரில் சரணடைந்தவர்களைக் கொல்லாமல், போரில் வென்றவர்கள் காக்க வேண்டும். போரில் நிகழும் அறமற்ற செயல்கள் பாடல்களால் வெளிப்படும். வெற்றியிலும் இழிவு வந்து சேரும்'' என்று பெருந்தேவனார் கூற ...

'எங்களது வேல்படை எவருடன் மோதுவது?' என்று கேட்டான் வானவன்.

'வேல்படையா?' என்றார் தொல்லோன்.

'காலாட்படையின் பிரிவு'

'எங்களது வாட்படையுடன் சமரிடட்டும்' என்றார் தொல்லோன்.

"போரில் தகவல் அளிக்க முதன்மை இசைக்கருவிகளாக எவற்றை பயன்படுத்து கிறீர்கள்?" என்று பெருந்தேவனார் கேட்க...

"மங்கலத்தைக் குறிக்க வீரமுரசும், அமங்கலத்தைக் குறிக்க சங்கொலியையும் பயன்படுத்துகிறோம்" என்றான் பெருஞ்சாத்தன்.

"தண்ணுமையையும், கொம்பையும் பயன்படுத்துகிறோம்" என்றான் வானவன்.

'ஒருவர் மற்றவர் பயன்படுத்தும் முதன்மை கருவிகளைப் பயன்படுத்த கூடாது. இணைக்கருவிகளை இருதரப்பினரும் பயன்படுத்தலாம்' என்றார் பெருந்தேவனார்.

பல்லாண்டுகளாக ஆயத்தமாகும் சோழம் ஏதேனும் உத்திகளை பெரிதும் நம்பியிருக்குமென்று எண்ணிய பெருஞ்சாத்தன் "வீரத்தை நிலைநாட்டும் போரில் நஞ்சுகளைப் பயன்படுத்தக் கூடாது" என்று கூற, பெருந்தேவனாரும் தலை யசைத்தபடி வானவனைப் பார்க்க...

"சோழம் நன்செய்யை நம்பக்கூடியது. நஞ்சை எண்ணுவதில்லை" என்றான் வானவன்.

"நஞ்சென்பது நச்சுப் பூச்சுகளாகிய உங்கள் குலத்துடன் ஒன்றியிருப்பது" என்றான் இரும்பிடார்.

'நஞ்சை விடக் கொடுமையானது வாள் என்று காட்டுகிறேன்' என்றான் நிலவன்.

"நாளை இவ்வேளையில் எஞ்சி நிற்பவர் கூறட்டும் அதை" என்றான் வேங்கை மார்பன்.

பெருந்தேவனார் ''போர்நெறிக் குழுவின் முறைமைகள் முடிவடைந்தன. நாளை கதிரவன் வெளிப்பட்டதும் போர் துவங்கும்'' என்று முடித்து வைக்க, அனைவரும் எழுந்தனர். கண்களிலும், மனங்களிலும் பகை கனன்று கொண்டிருக்க, கூடாரத்தை விடுத்து தேர்களை நோக்கி நடந்தனர்.

★★★

கூட்டுப்படைகளின் ஆலோசனைக் கூடத்தில் வேந்தர்களுடன் சிற்றரசர்களும் அமர்ந்திருக்க போர்நெறிக் குழுவில் கூறப்பட்ட முறைமைகளை தொல்லோன் அனைவருக்கும் எடுத்துக் கூறினார். சினமேற்படுத்தி தகவல்களைப் பெற இரும்பிடாரும், இளைஞனும் முயன்றதைக் கூறியவர், நாளை மகர வியூகத்தை நாம் பயன்படுத்தப் போவதை வேங்கை மார்பன் வெளிப்படுத்தியதைத் தெரிவித்தார்.

''அதனால் பாதகமேதுமில்லை. மகரப்படையை முறியடிக்கும் வியூகம் இதுவரையில் உண்டாக்கப்படவில்லை'' என்ற நம்பி 'போர்நெறிக்குழுவிற்கு வந்தவர்கள் யார் யார்?' என்று வினவ...

'சோழத்தளபதி வானவன், இரும்பிடர்த்தலையாருடன் கரிகாலனின் நண்பன் ஒருவன்' என்றான் பெருஞ்சாத்தன்.

இரும்பிடர்த்தலையாரின் பெயர் சிற்றரசர்களிடையே சிறிய முணுமுணுப்பை ஏற்படுத்த 'தென்னாட்டின் மிகச் சிறந்த வீரனவன் என்று கூறுவர்' என்றான் முத்துமேனி.

'சோழநாட்டின் போட்டியில் வென்றவனைத் தென்னாட்டின் வீரனென்று கூறுவது அபத்தமானது' என்றான் வேங்கை மார்பன் சினத்துடன்.

'அவனை நானும் கேள்விப்பட்டிருக்கிறேன்' என்ற நம்பியின் மனதில் வெண்ணங்கல் மலையின் நினைவுகள் முளைத்தன. மனதின் வடு பிரிந்து குருதி கசிந்தது.

எண்ணத்தை புறந்தள்ளியவன் ''கூட்டுப்படையின் போர்த்தளபதியாக யாரை நியமிக்கலாம்?'' என்று கேட்டவாறு சேரமானைப் பார்க்க...

''தென்னவன் தளபதியாக இருந்து போரை நடத்தட்டும்'' என்றார் சேரமான். மற்றவர்களும் ஆமோதிக்க, சரியென்பது போல நம்பி தலையசைத்தான்.

''நாளைய வியூகத்தை எவ்வாறு அமைக்க எண்ணுகிறாய்?'' என்று தென்னவனைக் கேட்க..

கூடாரத்தின் ஓரத்தில் நின்றிருந்த தென்னவன் முன்னேறி கூறத் துவங்கினான். ''மகர வியூகத்தின்படி முதலையின் இரு தாடைகளாக இடதுபுற ஓரத்திலும், வலதுபுற

ஓரத்திலும் ஐந்து தேர்கள் சங்கிலித் தொடராய் முன்னேறும். தாடையில் துவங்கும் இவ்வமைப்பு முதலையின் உடலைப்போல வால் வரையில் நீண்டிருக்கும். உள்ளடுக்கில் இருக்கும் தேர்கள் வீழ்த்தப்பட்டால் அதற்கு அடுத்த வரிசையிலிருக்கும் தேர்கள் உள்நோக்கி நகர, வெளி அடுக்கில் புதிய தேர்கள் உடல் பகுதியிலிருந்து முன்னேறி நிரப்பிக் கொள்ளும். தேர்களில் இரண்டிலிருந்து நான்கு விற்படையினர் இடம் பெற்றிருப்பர்.

தேர்களுக்கு உள்ளடுக்கில் குதிரைப் படையினர் பத்து வரிசைகளில் முதலையின் பற்களாக முன்னேறுவர். இவ்வரிசையும் வால் வரையில் நீண்டிருக்கும். இவர்கள் ஈட்டிகளையும், வாட்களையும் தாங்கி சோழர்களைத் தாக்குவர். குதிரை வீரர்கள் வீழ்த்தப்பட்டால் வீரர்கள் வெளி வரிசையிலிருந்து உள்ளடுக்கிற்கு நகர, புதிய குதிரை வீரர்கள் வாய்க்காலின் நீரைப்போல முன்னேறி நிரப்புவர்.

இரண்டு தாடைகளும் இணையும் கழுத்துப் பகுதியில் வாட்படையினர் நிறைந்திருக்க, அவர்களின் பின்னே விற்படையினர் அம்புகளை எய்தபடி முன்னேறுவர். முதலையின் வாயில் சிக்கும் இரையைப்போல சோழர்கள் முற்றிலுமாய் அழிக்கப் படுவர். சேரத்தின் யானைப்படை சோழத்தின் யானைப்படையை எதிர்கொள்ளும்"

"மகரத்தை எதிர்கொள்ள கரிகாலன் எந்த வியூகத்தைப் பயன்படுத்துவான் என்றெண்ணுகிறாய்?" என்று கேட்டார் சேரமான்.

"போர் விதிகளின்படி மகரத்தை எதிர் கொள்ள வேண்டுமென்பதால் கரிகாலனின் தேர்ப்படையும், குதிரைப்படையும் இரண்டாகப் பிரிய வேண்டியிருக்கும். இதற்கு முன்னால் எண்ணிக்கையில் மிகுந்த படைகள் சிறு படையைத் தாக்கும் போர்கள் குறைவாகவே நிகழ்ந்துள்ளன. அவற்றில் மகர வியூகத்தை எதிர்த்தவர்கள் சிறிய மகரத்தை போன்று படையை நிறுத்தியோ அல்லது அணைக்கட்டு போல படைகளை நிறுத்தி தற்காத்துக் கொள்ளவோ முயன்றுள்ளனர். ஆனால் மகரத்தின் பாய்ச்சலை தாங்கி நின்றதில்லை. நிற்கவும் இயலாது"

அனைவரும் உரைக்கும் சொற்களைக் கூர்ந்து கவனித்து வந்த பெருஞ்சாத்தன் ஆழ்ந்த சிந்தனையில் இருந்தான். இரும்பிடாரும் மற்றவர்களும் சிறிதும் அச்சமடையாமல் பேசியது அவனை குழப்பத்தில் ஆழ்த்தி இருந்தது. கரிகாலன் அறத்திற்குப் புறம்பாகத் தாக்க எண்ணியுள்ளானா? எத்தகைய சூதினை பயன்படுத்துவான் என்று திசைகளில்லா எண்ணவோட்டத்தில் தொலைந்திருந்தான்.

"பல்வேறு நாட்டுப் படை வீரர்களை எவ்வாறு பயன்படுத்த எண்ணுகிறாய்?"

"சிற்றரசர்களின் படைவீரர்களின் எண்ணிக்கையையும், தன்மையையும் பொறுத்து அவர்களே கூறட்டும். காலாட்படையெனில் மூவாயிரம் வீரர்களும், தேர்ப்படை, குதிரைப்படை எனில் ஆயிரம் வீரர்கள் தேவைப்படும். மீதமுள்ள வீரர்கள் பாண்டியப்படையிலிருந்து இடம் பெறுவார். சேரமான் மட்டுமே யானைப்படையை அழைத்து வந்திருப்பதால் அதனைப் பயன்படுத்தி அவரின் தளபதிகள் போர் புரியட்டும்"

"தேர்கள் என்னிடம் குறைவாக உள்ளன. நான் காலாட்படை வீரர்களைத் தருகிறேன்" என்றான் நந்தியன்.

"நான் ஐநூறு குதிரை வீரர்களையும் மீதம் காலாட் படையையும் அளிக்கிறேன்" என்றான் மரைக்காடன்.

"சிற்றரசர்கள் அளிக்கும் படைகளுக்கேற்ப நமது வீரர்களை போரில் ஈடுபடுத்து. வேந்தர்களோ, சிற்றரசர்களோ போரிடத் தேவையில்லை. இருபுறங்களிலும் நகரும் தாடைகளுக்கும், மகரத்தின் கழுத்தாக நகரும் காலாட்படைக்கும் சிற்றரசர்களின் தளபதிகளை பயன்படுத்து" என்றான் நம்பி.

"உத்தரவு" என்றான் தென்னவன்.

"மூன்றில் ஒரு பங்கு படைகள் போரிட்டால் போதுமானது. சூரிய உதயத்தில் துவங்கும் சோழத்தின் வீழ்ச்சி, சூரியன் மறைகையில் நிறைவடையும்" என்று நம்பி கூற...

மெதுவாக எழுந்த வேல்கெழு குட்டுவன் அவையை வணங்கி "எனது கோரிக்கையின்படி கரிகாலனை சிறைபிடிக்க வேண்டுகிறேன்" என்றான்.

தலையை அசைத்து ஆமோதித்த நம்பி "வாக்களித்ததைக் காக்க உறுதியாக முயல்வோம். கரிகாலன் சரணடைய இசைந்தால் சோழர்கள் மடிய வேண்டியதில்லை. இல்லாவிடினும் தென்னவன் கரிகாலனைச் சிறையெடுக்க முயல்வான்" என்றான்.

மற்ற நண்பர்களையும், இளவெயினியையும் எண்ணிய குட்டுவன் அனைவரையும் சிறைபிடிக்க வேண்டுவது நடக்கக் கூடிய ஒன்றல்ல என்றெண்ணினான். நண்பர்கள் இன்றி நாளைய இரவு துவங்கும் என்ற எண்ணமே மனதை கிழித்தெறிந்தது. நினைவுப் படிமங்களில் இருந்து வலி குருதியாய் வடிய, நம்பியை வணங்கி விட்டு அமர்ந்தான்.

வீரம் வளரும்...

67

அலகிட முடியாத வான் பரப்பில் கருநீல நிறத்தில் ஒளிர் மேகங்கள் விண்ணோவியங்களாய் மெல்ல மிதந்து கொண்டிருந்தன. இருளைச் சூடிக்கொண்டிருந்த இரவுக்கு அழகு சேர்த்து ஒளித்துண்டுகளாய் விண்மீன் திரள்களும் நட்சத்திரங்களும் தெறித்து விட்டாற்போல் விரவிக்கிடக்க, நிலவும் மெல்ல வெளிப்பட்டு அவற்றோடு கலந்து நின்றது. இருபுறமும் கூடாரமிட்டிருந்த படைகளைக் காவல் காத்திருக்கும் மாய வலையென கவிந்து கிடந்தது இருள்.

வெண்ணியின் வடக்கிலிருந்த சோழப்பாசறைகள் முக்கோண வடிவில் பாய்வதற்கு காத்திருக்கும் ஈட்டி முனையைப் போன்று அமைந்திருந்தன. முன்பகுதியில் வீரர்களின் கூடாரங்கள் அமைந்திருக்க, இருபுறங்களிலும் குதிரைகளின் கட்டுத் தறிக்கான கூடாரங்களும், பின்பகுதியில் யானைகளும் கட்டப்பட்டிருந்தன.

போர்ப்பாசறைகளின் நடுவில் சோழர் களின் ஆலோசனைக்கு கூடம் அமைந்திருக்க தரையில் சிகப்பு கம்பளத்தை விரித்து சிறிய மெத்தைகள், தழுவணைகளுடன் அனைவரும் அமர்ந்திருந்தனர். போருக்கு அவசியமான ஆயுதங்கள், கூடாரங்கள், உணவுப்பொருட்கள், மருந்துகள் போன்ற வற்றை மட்டுமே எடுத்து வர கரிகாலன் கூறியிருந்தான்.

'தீர்வுகள்
இல்லாதது
மரணம்
மட்டுமே'

பாண்டிய வேந்தன் மறுநாள் போரில் மகர வியூகத்தை பயன்படுத்த இருக்கிறான் என்ற தகவலுடன் வானவன் வந்திருக்க, அனைவரின் உள்ளத்திலும் தளர்வு ஏற்பட்டிருந்தது. முகங்கள் வெளிப்படுத்தாததை உடலசைவுகள் வெளிப்படுத்த, விழிகள் காணாததை கரிகாலனின் உணர்வுகள் கண்டன.

வெண்ணாற்றின் நீரில் குளித்து வந்த காற்று கூடாரத்தினுள் நுழைந்ததும் அங்கு நிலவிய வெப்பத்தைத் தணிக்க முடியாமல் வெம்மை பூசி நின்றது.

''மகர வியூகத்தை எதிர்கொள்ள நாமும் அதையே தான் பயன்படுத்த வேண்டியிருக்கும். குறைந்த வீரர்களுடன் மகரத்தை அமைப்பது நம்பிக்கு சாதகமாய் அமையும். அதையே அவனும் எதிர்பார்க்கிறான்'' என்றான் வானவன்.

''நீள்சதுரமாய் படைகளை நிறுத்தலாம்'' என்றான் இரும்பிடார்.

''நமது குதிரைப்படையையும், தேர்ப்படையையும் பிரிப்பது நமக்கு பாதகமாய் அமையும்''

''குதிரைப்படைகளை ஒருபுறமும், தேர்ப்படைகளை மறுபுறத்திலும் நிறுத்தி தாக்குதலை நிகழ்த்தினால் என்ன?'' என்றான் பரஞ்சுடர்.

''இருபுறத்திலும் வீரர்கள் மடிவர். எண்ணிக்கை கூட்டுப்படைக்கு சாதகமாய் அமையும்''. அனைவரின் யோசனைகளையும் வானவன் மறுதலித்தான்.

கூடாரங்களின் துணிகள் காற்றினால் அசைந்து கொண்டிருக்க, இதுவரையில் வீழ்த்தப்படாத வியூகத்தை வெல்வது எப்படி என்ற யோசனையில் இளவெயினி ஆழ்ந்திருந்தாள். கண்டங்களைக் கடந்து வந்த காற்று மலையில் மோதி நிற்பது போல பல்லாண்டுகளைக் கடந்து வந்த பயணம் தடைபட்டு நிற்க அதனைத் தகர்த்தெறியும் விதங்களைத் தேடினாள். எண்ணிக்கை தடையாய் நின்றது.

நாளையப் போரில் பெருஞ்சேதம் விளைவது உறுதியென்று ஒவ்வொருவரின் மனதிலும் எண்ணங்கள் துயரத்தை ஏற்படுத்திக் கொண்டிருக்க, பெருஞ்சூறாவளியின் நடுவில் குடிகொண்டிருக்கும் பேரமைதியாய் கரிகாலன் அமர்ந்திருந்தான். விளக்கின் சுடராய் நிமிர்ந்து அமர்ந்திருந்தான்.

'இதற்குத் தீர்வேதும் இல்லையா?' என்றான் நிலவன்.

'தீர்வுகள் இல்லாதது மரணம் மட்டுமே' கலங்கிய மனங்களைத் தெளிவிக்க கரிகாலன் பேசத்துவங்கினான்.

'என்ன செய்யலாம்?' என்றார் தழல்மேனி.

"நாளை நாம் நிகழ்த்தப் போவது கொல்வதற்கான போரல்ல. காக்கும் போர். நமது வீரர்கள் கொல்லப்படாமல் தாங்கி நிற்கும் போர். மழையாய் பொழியும் அம்புகளை மலையாய் தாங்கி நிற்கும் சோழத்தின் போர்" என்று துவங்கினான்.

"நாளைய போரில் எவரும் இதுவரையில் கண்டிராத புதிய வியூகமொன்றை வகுக்கப் போகிறோம். தானியங்கள் முளைக்கும் பாலிகை வடிவில் படைகள் வட்டமாய் அமையும். ஈர்த்து அழிக்கும் பெருஞ்சுழலாய் படைகள் பாலிகைக்குள் சுழலும். மூன்று சாமங்கள் தாக்குதலைத் தாங்கி நிற்கும் பாலிகையிலிருந்து நான்காவது சாமத்தில் வீரம் முளைத்தெழும்" என்ற கரிகாலன் தனது திட்டத்தை கூறத் துவங்கினான். ஒவ்வொரு படையும் நிற்க வேண்டிய இடத்தைக் கூறினான். ஒவ்வொரு வீரனும் ஆற்ற வேண்டிய பணியைக் கூறினான். அரணைத் தாங்கி நிற்கப் போகும் காவல் மாடங்களான தளபதிகளின் பணியை எடுத்துரைத்தான்.

அழிப்பதை தொழிலாய் கொண்ட ஒருவனின் சிந்தையில் உருவாகும் எண்ணங்களைப் போல போருக்கென பிறப்பெடுத்த ஒருவனின் திட்டங்கள் அனைவரையும் அதிரச் செய்தது.

கத்திமேல் நடப்பது போல, உத்தியைப் பெரிதாய்க் கொண்டு தீட்டப்பட்ட திட்டம். கற்பாறையைத் துளைத்தெழும் இளந்தளிராய் நம்பிக்கை ஒன்று உருக்கொள்ளத் துவங்கியது. நாளைய தினத்தை வென்றெடுக்கும் உறுதி கருக்கொள்ளத் துவங்கியது.

'ஒவ்வொரு வீரனிடமும் உத்திகளைத் தேவையான அளவு தெளிவாகக் கூறி விடுங்கள். போர் நிகழும்போது குரலோசைகள் நெடுந்தூரம் பயணிக்காது. எனவே தாக்கவும், எச்சரிக்கவும், பின்னேறவும் ஒலிக்கும் கருவிகளையும், கை அசைவுகளை தெளிவாக காண இயலாது என்பதால் பயன்படுத்தும் கொடிகளையும் கூறி விடுங்கள்' என்று திட்டத்தைக் கரிகாலன் கூறி முடிக்க...

'உத்திகளில் தவறேதும் ஏற்பட்டால்?' என்றான் பரஞ்சுடர் விரிந்த கண்களுடன்.

'கலக்கமடையத் தேவையில்லை. தவறுகளை சீர் செய்யவே தலைவர்கள் இருக்கிறோம். தேவையெனில் திட்டத்தின் கண்ணிகளை மாற்றிக்கொள்ளலாம். நீரை விடுத்து நிலமேறியிருக்கும் மகரத்தை நாளை கிழித்தெறிவது உறுதி' என்றான் கரிகாலன் உறுதியுடன்.

நம்பிக்கையளிக்கும் சொற்கள் அனைவரின் மனங்களிலும் பெரும் உத்வேகத்தை அளிக்க, இளவெயினி பெரும் மகிழ்வுடன் கேட்டுக் கொண்டிருந்தாள். தரையில் சம்மணமிட்டபடி நிமிர்ந்து அமர்ந்து நெற்றியில் புரளும் சுருள் முடியை விலக்கியபடி பெருஞ்சக்தியாய் சோழத்தை வழிநடத்துபவனை பார்த்துக் கொண்டிருந்தாள்.

அசோக்குமார்

கரிகாலனின் பின்னிருந்த அவனின் நிழல் கூடாரத்தின் துணியில் பேருருவமாய் தோன்ற, காண்பவர்களின் மனதில் அதனினும் பெரிதாக வளர்ந்து கொண்டிருந்தான் கரிகாலன். காக்கும் தெய்வமொன்று வார்த்தைகளை உருட்டி எதிர்காலத்தை கணித்துக் கொண்டிருந்தது. மனங்களுடன் இணைந்து காற்றும் குளிரத் துவங்கியது.

★★★

கதிரவன் தனது பொற்கதிர் அம்புகளைக் கிழக்கு திசையில் எய்து இருளின் மேல் போர் தொடுக்கும் முன்னர் கூட்டுப்படையின் வீரர்களை எழுப்ப கொக்கறைகள் ஒலியிசைக்கத் துவங்கின.

போரிடும் ஆவலிலும், பரபரப்பிலும் உறங்க முடியாமல், இரவில் நிலவினை கண்கொட்டாமல் பார்த்தபடி சலசலத்து விழித்திருக்கும் சுனைநீரைப் போல, தவித்திருந்த வீரர்கள் இசைக்கு முன்னர் விழித்தெழுந்து ஆயுதங்களை உடலில் தரித்து நகரத் துவங்கியிருந்தனர். பொட்டல் வெளியில் நடை பயின்ற அதிகாலைக் காற்று ஓரிரவு மட்டும் உயிர் வாழும் கிழஇருளைக் கிழித்தபடி நகரும் கூட்டுப்படைகளைக் கண்டு, அவர்களை ஊடுருவிப் பார்க்க முனைந்தது.

சோழர்களின் படைகளை எதிர்கொள்ள முன்னேறிய வீரர்கள் தமக்குரிய இடங்களில் அணிவகுக்கத் துவங்கினர். தென்னவன் கூறிய எண்ணிக்கையிலான வீரர்களையும், குதிரைகளையும் சிற்றரசர்கள் அளித்திருக்க மற்றவர்கள் கூடாரங்களில் அருகில் நின்று போர்க்களத்தைப் பார்த்திருந்தனர்.

காலாட்படை வீரர்களை இரண்டு பிரிவுகளாகத் தென்னவன் பிரித்திருந்தான். முதன்மைப் பிரிவு அணிவகுத்திருக்க, இரண்டாம் பிரிவு இருப்புப் படைகளாகக் காத்திருந்தன. பாயத்துடிக்கும் அலைகளாக ஓசையை எழுப்பிக்கொண்டு, சிறிதும் இடைவெளி இல்லாதவாறு வீரர்கள் தோளுடன் தோள் சேர்த்து நெருக்கமாக நின்றனர்.

முதன்மைப் படையின் வலப்புறத்தில் ஐந்து தேர்கள் நின்றிருக்க, அவற்றைத் தொடர்ந்து நிலத்தின் கீறல்களாக பாண்டிய தேர்கள் மீன் கொடிகளுடன் முன்னேற ஆயத்தமாயிருந்தன. தேர்களின் வரிசை நீண்டிருக்க அவற்றிற்கு தலைமை தாங்கி காந்தள் நாட்டுத் தளபதி அமலன் நின்றான். இடப்புறத் தேர்வரிசைகளின் முன்னணியில் எருமை நாட்டுத் தளபதி கவிநேயன் இருந்தான்.

தேர்ப்படைகளின் உட்புறத்தில் குதிரை வீரர்கள் ஒன்றன் பின் ஒன்றாக பத்து வரிசைகளில் அமர்ந்திருக்க, குதிரைகள் தொடர்ந்து நிற்கத் துவங்கின. வலப்புறத்திற்கு வாணர் நாட்டுத் தளபதி கோவிலானும், இடப்புற வரிசைகளுக்கு ஓய்மான் தளபதி சங்கிசையும் தலைமையேற்று இருந்தனர்.

இருபுறத்தின் குதிரைகளுக்கிடையே வெவ்வேறு வண்ணங்களில் வட்டுடை அணிந்த பல்லாயிரக்கணக்கான காலாட்படை வீரர்கள் வரிசையாக நிற்கத் துவங்கினர். வாட்படையினர் முன்னணியில் நிற்க, அதற்கடுத்து விற்படை வீரர்கள் ஆளுயர விற்களைத் தாங்கி நின்றனர். அம்பறாத்தூணியில் அம்புகள் விடுபடும் ஆவலில் துடித்துக் கொண்டிருந்தன. வீரர்கள் தங்கள் நாட்டுக்கொடியை ஏந்தியும், தும்பை, காந்தள், சுரப்புன்னை, வேங்கை மலர், கூவிளங்கண்ணி போன்ற நாடுகளின் அடையாள மலரை சூடியும் நிற்க, சிற்றரசர்களின் வெண்கொற்றக் கொடைகள் காளான்களைப் போல் முளைத்திருந்தன.

வாட்படையினருக்கு தலைமையேற்று தொண்டை நாட்டு சந்தனச்சீரன் முன்னணியில் இருக்க, விற்படையினருக்கு நடுவில் நீடூர் மிழலை தளபதி தங்கன் குதிரையில் அமர்ந்தபடி உத்தரவுகளை பிறப்பித்துக் கொண்டிருந்தான்.

முதல் வரிசையில் நின்ற சிறுவர்களின் முகங்களில் அச்சம் தோன்ற, பின் வரிசைகளுக்கு மெதுவாக நகர்ந்து கொண்டிருந்தனர். படையின் உறுப்புகள் மெதுவாக ஒன்றிணைய நிலவெளியில் பெரும் முதலையொன்று உருவாகியது. முதலையின் முன்னங்கால்களாக மருத்துவர்களும், காஞ்சிப் பூவணிந்த துணைப்படையினர் நின்றனர். கவசமணிந்த வீரர்கள் நீட்டிய வேல்களுடன் பற்களாக உருமாறினர்.

மகர வியூகத்தின் மேற்குப் புறத்தில் சேரத்தின் யானைப்படை சற்று இடைவெளி விட்டு அணிவகுத்தது. இரும்பினாலான முகப்படாம்களை முகத்தில் அணிந்த யானைகள் அசைந்தபடி இருக்க அவற்றின் அம்பாரிகளில் ஐந்து சேர வீரர்கள் வேல்களையும், வில், அம்புகளையும் ஏந்தி நின்றனர். சேரத்தின் விற்கொடிகள் அம்புகளை விடுப்பது போல் முன்னும் பின்னுமாக அசைந்தாடிக் கொண்டிருந்தன.

சேரநாட்டை அனைத்துப் போர்களிலும் திறம்பட வழிநடத்திய அணிபதி வண்ணமதியன் படைக்கு தலைமையேற்றிருந்தார். பகைவரின் படையை கணித்து அதற்கேற்ப தமது யானைகளை நிறுத்தக் கூடியவர். அவருடன் அம்பாரியில் நான்கு வீரர்கள் விற்களுடன் நிற்க, அவர் அமர்வதற்கு இருக்கையும், தவிசும் இடப் பட்டிருந்தன. முதல் வரிசையில் நாப்பது யானைகளை நிற்கச் செய்தவர், அதைத் தொடர்ந்து நெடுக்கில் முப்பது வரிசைகளை நிறுத்தச் செய்தார். மீதமிருந்த யானைகள் பாசறையின் அருகில் நின்றன.

கதிரவன் உதிக்க ஒரு சாமம் இருக்கையில் படையின் முதல் மூன்று வரிசைகளின் யானைகளுக்கு கொடுவேரி மதுவை அளிக்கக் கூறினார். நாகத்தின் சீற்றத்தைப் போல உச்சியை தாக்கும் கொடுவேரியின் சுள்ளாப்பு யானைகளைக் கொந்தளிக்கச் செய்யும்.

வெறியுடன் முன்னேறும் யானைகள் வலியை உணராமல் உயிரற்று விழும் வரையில் சேதத்தை ஏற்படுத்தும். சுள்ளாப்பு ஏறத்துவங்கியதும் யானைகளின் கண்கள் சிவக்க, தலையை வெறியுடன் அசைக்கத் துவங்கின.

பெருந்தேவனார் நாழிகைக் கணக்காளருடன் போர்க்களத்தின் கிழக்கு மாடத்திற்குச் செல்ல, குட்டுவன் யானைப்படைகளுக்கு அருகிலிருந்த மேற்கு மாடத்தின் மேலேறத் துவங்கினான். துயரம் மனதை பெரும் எடையாய் அழுந்தியிருக்க உடலை சுமந்து மேலேறுவது சிரமமாயிருந்தது. அன்றோடு உலகம் அழிந்து விடாதாவென்ற ஏக்கம் ஏற்பட்டது.

போர்த் தூதுவனாக குட்டுவன் புகாருக்குச் சென்ற பொழுது போரில் யானைப் படைக்கு தலைமை தாங்கி நிற்குமாறு கரிகாலனை வேண்டியிருந்தான். கூட்டுப் படைகள் எந்த வியூகத்தில் நிலைகொண்டாலும் யானைப்படைகள் தனித்தே போரிடும். அவற்றிற்கு சேரத்தின் துணைத்தளபதியான வண்ணமதியனே தலைமை தாங்குவார் என்பதால் சோழத்தின் படைகள் முற்றிலும் அழிய நேரிட்டாலும் கரிகாலனைக் காக்க தன்னால் இயலும் என்றெண்ணியே இவ்வாறு கூறியிருந்தான். கூட்டுப்படையின் வியூகத்தைப் பொறுத்து முடிவெடுப்பதாக கரிகாலன் பதில் அளித்திருக்க, நீரைக் கைகளால் அளாவுவது போல மெல்லிருளில் சோழப்படைகளை கண்களால் துளாவினான்.

சேரத்தின் யானைப்படைக்கு எதிரே சோழத்தின் யானைகள் கருங்குன்றைப் போல அசைந்தபடி நின்றிருப்பதைக் குட்டுவன் கவனித்தான். படையின் முதல் வரிசையில் இருபது யானைகள் போதிய இடைவெளியுடன் நின்றிருக்க, அவற்றை இருபது வரிசைகளில் யானைகள் தொடர்ந்திருக்க, யானைப்படையின் முன்னணியில் கரிகாலன் இல்லாததைக் கண்டு ஏமாற்றமடைந்தான்.

யானைப்படைக்கு அடுத்து சற்று தொலைவில் கூட்டுப்படையின் மகர வியூகத்திற்கு எதிராக சோழப்படைகள் வட்டமாய் நிலைகொள்வதைக் கண்டு குழம்பிய குட்டுவன் கூர்ந்து கவனித்தான்.

இரும்புக் கவசங்களைப் பூண்ட சோழ யானை உயர்ந்தும் அகன்றுமிருந்த தேரை இழுத்து வந்து நின்றதும், அதன் பின்னால் மற்றொரு யானை தேருடன் வந்து இடைவெளியின்றி நெருக்கமாய் நின்றது. ஒவ்வொரு யானையாய் நகர்ந்து வட்ட வடிவமாய் தேர் அரணை அமைக்க, மீண்டுமொரு வெளி அடுக்கு உருவாகி இரண்டு வரிசைகளாய் யானை அரண்கள் இறுகி நின்றன. வெளி அடுக்கில் நின்ற யானைகளை விட தேர்கள் உயரமாயிருக்க அவை உள்ளிருந்த அடுக்கின் யானைகளை மறைத்து நின்றன. இஞ்சி அரண்கள் போன்று இரண்டு அடுக்கு அரண்களும் வலிமையாய் உருவாகின.

யானைத் தேர்களின் வெளிப்புறங்கள் வெண்ணிற இரும்புத் தகடுகளால் வேயப்பட்டிருக்க, எண்ணைய் தடவிய தகடுகள் மினுமினுத்தன. அடுக்குகள் இணைந்ததும் நிலத்தைப் பிளந்து மேலெழும்பிய இரும்பு மலைத் தொடர்களாய் தேர்அரண்கள் சோழப்படைகளைப் பாதுகாத்து நின்றன.

அகலமாயிருந்த ஒவ்வொரு தேரினுள்ளும் மேலடுக்கு, கீழடுக்கு என இரண்டு அடுக்குகளில் வீரர்கள் அமர்ந்திருந்தனர். அவர்கள் பாதுகாவலுடன் உள்ளிருந்து அம்பெய்யுமாறு தேர்களில் சல்லடைக்கண்கள் வடிவமைக்கப்பட்டிருந்தன.

தேர்அரணின் மேற்புறத்தில் நான்கு பேர் நடக்குமளவு பரிகம் ஏற்படுத்தப்பட்டு பொறிகளும், சல்லடைத் தடுப்புகளும் அமைந்திருக்க, அரண்களின் மேலிருந்து வில்லியர் அம்பெய்ய சூட்டிஞ்சித் துளைகள் இருந்தன.

அரண்மனையைச் சுற்றி ஏற்படுத்தும் மதிற்சுவர்களின் வடிவில் வலிமை வாய்ந்த நகரும் அரண்களை கரிகாலன் வடிவமைத்திருக்கிறான் என்பதை குட்டுவன் புரிந்து கொண்டான்.

தேர் அரணின் உட்பகுதியில் ஏராளமான குதிரைப்படை வீரர்கள் நிலைகொள்ளத் துவங்கினர். ஒவ்வொருவரும் விற்களையும், வாட்களையும் ஏந்தி இருந்தனர். சோழம் இப்போரில் குதிரைப்படையையும், அம்புகளையும் நம்பியிருப்பதை குட்டுவன் கவனித்தான்.

வட்டமான படையின் கால் பகுதியளவே காலாட்படை வீரர்கள் இருந்தனர். சோழத்தின் அனைத்து வீரர்களும் செந்நிற ஆடைகளுடன் இரும்பினாலான உடல் கவசங்களும், தலைக்கவசங்களும் அணிந்திருக்க, போரை எதிர்பார்த்து சோழநாடு முற்றிலும் ஆயத்தமாயிருந்தது. வீரர்களின் வேல்முனைகளில் கட்டப்பட்டிருந்த கொடிகளில் வெறித்த விழிகளுடன் புலிகள் பாய்வதற்குக் காத்திருந்தன.

பாலிகை வியூகத்தின் கிழக்குப் புறத்தின் முன்பகுதிக்கு இரும்பிடார் தலைமை யேற்க அவனுக்கு உதவியாக முகில் இருந்தான். மேற்கு புறத்தின் முன்னணிப் படைக்கு வானவன் தலைமையேற்க, நிலவன் உடனிருந்தான்.

கிழக்குப் புறத்தின் பிற்பகுதியில் படர்சடையன் தலைமையேற்றிருக்க அவருடன் கபிலன் நின்றான். மேற்குப் புறத்தின் பிற்பகுதியில் தழல்மேனியுடன் செஞ்சூரியன் இருந்தான்.

இரண்டு மூத்த தளபதிகளையும் போரில் பங்கெடுக்க வேண்டாமென்று கரிகாலன் பணிந்து கேட்டிருந்தான். ஆனால் சோழம் போரை எதிர்கொண்டிருக்கும் போது தம்மால் விலகியிருக்க இயலாது என்று இருவரும் மன்றாட, அவர்களைப் பின்புறப்படைக்கு காவலாய் நிற்கச் செய்திருந்தான்.

வியூகத்தின் முன்பகுதியில் நின்ற காலாட்படையை தனது பலவீனமாய் கருதிய கரிகாலன், பகைவரின் தாக்குதலைத் தாங்கி நெருப்பாய் சீறக்கூடிய பரஞ்சுடரை தலைமையாக்கி, இளம்பரிதி, சுடரொளி, திதியன் ஆகியோரை காவலாய் நியமித்தான். தாக்குதலின் வீரியம் இரண்டு படைகளும் சந்திக்குமிடத்தில் அதிகமாய் இருக்குமென்பதால் தனது சிறந்த தளபதிகளை முன்பகுதியில் கரிகாலன் நிறுத்தியிருந்தான்.

காலாட்படை வீரர்கள் விற்களை கைகளில் ஏந்தியும், வாட்களை இடையில் தாங்கியும் நின்றனர். தோலினாலான கச்சையை இடையில் இறுக்கி அவற்றில் குறுங்கத்திகளைச் சொருகியிருந்தனர். நிலைகளைக் காத்து நிற்கும் போரென்பதால் நிலத்தில் நிறுத்தக் கூடிய ஆளுயர இரும்புக் கேடயங்களை பொருத்தியிருந்தனர். கேடயங்களின் உட்புறக் குழிவுகளில் விதவிதமான அம்புகள் இருந்தன.

பயிற்சி பெற்ற வில்லாளிகள் இடதுகையில் அரைவட்டமாக கேடயம் அணிந்து, சிறிய அளவிலான விற்களை ஏந்தி பின்னணியில் நின்றனர். ஒவ்வொருவரும் முதுகில் மெல்லிய தோலினாலான இரண்டு அம்பறாத்தூணிகளை அணிந்திருந்தனர். ஒன்றில் நீண்ட அம்புகளும், மற்றொன்றில் சிறிய அளவினாலான அம்புகளும் நிரம்பியிருந்தன.

கூட்டுப்படைகளின் கூடாரங்களுக்கு எதிரிலிருந்த மாடங்கள் மூங்கிலால் அமைந்திருந்தன. போரினைப் பார்வையிட மேலடுக்கில் அரசர்களுக்கு இருக்கைகள் இடப்பட்டிருக்க, இரண்டாம் அடுக்கில் நாழிகை கணக்கர், முரசடிப்பவருடன் ஏவலர்கள் அமர்ந்திருந்தனர்.

நடுமாடத்தின் மேல் பாண்டிய வேந்தன் நம்பி, பெருஞ்சாத்தன், தொல்லோன், நந்தியன் ஆகியோருடன் அமர்ந்திருந்தான். உதடுகளில் தவழும் இளக்காரப் புன்னகையுடன் சோழப்படையின் புதியதொரு வியூகத்தை சிற்றரசர்கள் கூர்ந்து கவனித்தனர்.

'கரிகாலன் அரண்கள் பெரும் அணைக்கட்டைப் போன்று உருவாக்கியிருக்கிறான். நமது தாக்குதலைத் தாங்கி நிற்கக்கூடிய வியூகமே இது. ஆனால் எத்தனை நாழிகை என்பது தெரியவில்லை' என்றார் தொல்லோன்.

'அரண்மனையைச் சுற்றிலும் ஏற்படுத்துவதைப் போல காப்பு அரணை கரிகாலன் ஏற்படுத்தியிருக்கிறான். திறந்தவெளி போரில் ஈடுபடும் போதே இணைப்படைகளுடன் மோத வேண்டும். அரண்களை காக்கப் போரிடும்போது நெருங்கி வரும் அனைத்துப் படைகளையும் அம்பெய்து தாக்கலாம். சிறந்த உத்தி' என்றான் நம்பி முகத்தில் மிளிரும் திருப்தியுடன். பகைவனின் சிறந்த உத்தியை சிதைக்கப் போவதை எண்ணியபடி.

வேர்களில் தோன்றும் வேர்முடிச்சுகளைப் போல், காலாட்படைகளுக்கு நடுவில் பொறிகள் இருப்பதை கவனித்த பெருஞ்சாத்தன் 'காலாட் படை முன்னேறுவது சிரமமாய் இருக்கும். எண்ணற்ற அம்புப்பொறிகளை கொண்டு வந்துள்ளனர்' என்றான்.

''நமது விற்பொறிகளை முன்னகர்த்தும்படி தென்னவனுக்கு தகவல் அனுப்பு'' என்று நம்பி கூற, பாண்டிய நாட்டின் துணைத்தளபதி வஞ்சியரசு அருகிலிருந்த வீரனிடம் தகவல் கூறி அனுப்பினான்.

இடது புறத்திலிருந்த மாடத்தில் சேரமான் அமர்ந்திருந்தார். அருகில் வேங்கை மார்பன் நின்றிருக்க, சேரமானின் கண்கள் தொலைவில் தெரிந்த சோழத்தின் யானைப்படையை கவனித்துக் கொண்டிருந்தது. சோழத்தின் இரண்டாம் வரிசையில் நின்ற யானைகளின் தந்தங்கள் நீண்டிருப்பதை கவனித்தவர் 'எப்படி இது சாத்தியம்' என்றெண்ணினார். நீண்ட தந்தங்கள் எதிர் யானையை எளிதாக குத்தி கிழித்துவிடும் என்றறிந்தவர் சேரமான்.

'யானைகளின் முன்வரிசையில் சேரப்படையின் எண்ணிக்கைக்கு சமமாக யானைகளை நிறுத்தாமல் அவற்றில் பாதியை மட்டும் இடைவெளி விட்டு நிறுத்தியதன் காரணம் என்னவாயிருக்கும்?' என்று வேங்கை மார்பன் கேட்க....

'சோழத்தின் உத்தி என்பது மட்டும் புரிகிறது' என்றார் சேரமான்.

'தோள் வலிமை கொண்ட கரிகாலன் அனைத்து யானைகளையும் ஈட்டியால் சரிக்கப் போகிறானா?' என்றபடி வேங்கை மார்பன் சிரிக்க..

'அதைக் காணவே ஆவலாயிருக்கிறேன்' என்று பதிலுரைத்த சேரமான், 'சோழத்தைப் போன்று மும்மடங்கு யானைகளைக் கொண்டிருப்பதால் சோழத்தின் உத்தி எதுவாகினும் அணிபதி சமாளித்து விடுவார்' என்றெண்ணினார்.

சோழத்தின் வியூகத்தைக் கண்ட செங்கெழு 'அரணின் அமைப்பு முறை கட்டு விரியன் நாகத்தைப்போல யானையும் தேருமாய் மாறிமாறி இறுகியுள்ளது' என்று கூற,

'வலிமையான வியூகமே. ஐயமில்லை' என்றார் சேரமான்.

வலப்புற மாடத்தின் மேல் சிற்றரசர்கள் அமர்ந்திருக்க அவர்களின் மனதில் மகிழ்வும் பேச்சில் கிண்டலும் தொனித்தது.

'இன்று சோழத்தின் அழிவு உறுதியாகி விட்டது' என்றான் மரைக்காடன்.

'பேரழிவு என்று சொல்' என்று நகைத்தான் தீச்செல்வன். அனைவரும் அவனுடன் இணைந்து சிரிக்க,

‘இத்தகைய சிறிய படையை வைத்துக்கொண்டு கரிகாலன் சரணடைய மறுப்பதன் காரணம் புரியவில்லை’ என்றான் முத்துமேனி.

‘‘அவன் மேல் கொண்டிருக்கும் அதீத நம்பிக்கையே காரணம்’’ என்றான் ஒருவன்.

‘சில சமயங்களில் இளம் வயது இடரின் தன்மையைக் கணிக்க தவறி விடுகிறது’ என்றான் மற்றொருவன்.

‘‘நாட்டை நிர்வகித்த பட்டறிவோ, போரில் நுகர்ச்சியோ இல்லாத ஒருவனிடம் எதிர்பார்க்க கூடியதே. வெள்ளணி விழா முடிந்ததும் தனது நடுகல் விழாவுக்கு வந்துள்ளான்’ என்ற குரல் அனைவரிடமும் பெரும் நகைப்பை ஏற்படுத்தியது.

‘மிகக்குறுகிய காலம் ஆட்சி செய்த சோழவேந்தன் இவனாகத்தான் இருப்பான்’

‘வீரர்கள் அனைவருக்கும் ஒரே நிறத்தில் செந்நிற ஆடையை அளித்தது எவ்வகை உத்தியென தெரியவில்லை’

‘பல்வேறு படையைச் சார்ந்த நமது வீரர்கள் குழப்பமின்றி சோழர்களை அழிக்க அவனே உதவி விட்டான். இளமையின் அறியாமை’

‘சோழம் இன்றோடு முற்றிலும் அழிக்கப்படும். இனி அது நமது அடிமை தேசம் மட்டுமே.’

சிற்றரசர்கள் அவரவரின் ஆசைகளைச் சொற்களாக சமைத்தெடுக்க, சொற்களுக்கு மணமிருப்பதை முகர்ந்து அனைவரும் மகிழ்ந்தனர்.

சோழப் பாசறைக்கு முன்பாக இருந்த மாடத்தின் உச்சியில் நன்முகையுடன் இளவெயினி அமர்ந்திருந்தாள். இளவெயினியின் கண்கள் சோழத்தின் படையையும், முதலும் முடிவுமின்றி பரந்து விரிந்திருந்த கூட்டுப்படைகளையும் வெறித்தபடி இருந்தன. புறவிழிகள் காட்சிகளில் ஆழ்ந்திருக்க, அகவிழிகள் தொலை தூரம் பயணித்திருந்தன.

பழச்சாறை எடுத்துக்கொண்டு மாடத்தின் மேலேறி வந்த பனிமுகில் மெய்யாப்பை விடுத்து முருங்கா கலிங்கத்தை அணிந்திருந்தாள். கேசத்தை சுருட்டி குழலாய் முடிந்திருந்தாள். குழலில் மணிகள் மொய்த்திருக்க, தங்க ஊசி கொண்டு இறுக்கியிருந்தாள். பழச்சாறை சிறு குவளையில் ஊற்றி இளவெயினிக்குத் தர, இளவெயினி வேண்டாமென்பது போல் மறுக்க...

அருகிலிருந்த நன்முகை ‘காலையிலும் உணவுண்ணவில்லை. பழச்சாறை மட்டுமாவது அருந்துங்கள்’ என்று வற்புறுத்தினாள்.

‘போர் முடியட்டும். வீரர்கள் களத்தில் நிற்கையில் உணவுண்ணும் சிந்தனை எழவில்லை’

எதையோ சொல்ல முயன்ற பனிமுகில் மனதை மாற்றிக்கொண்டு போர்க்களத்தை நோக்கித் திரும்பினாள். கூட்டுப்படையின் பல்லாயிரக்கணக்கான வீரர்களைக் கவனித்த பனிமுகிலின் முகம் சோர்ந்து போனது.

அவளின் முகமாற்றத்தை கண்ணுற்ற இளவெயினி ‘தெள்ளிய மலர்முகம் வாடுவது ஏன்?’ என்று கேட்க...

விழிகளின் ஈரம் இமைகளில் கசிய ‘இன்றைய போர் எத்திசையில் பயணிக்குமென்ற அச்சமே காரணம்’ என்றாள் பனிமுகில்.

‘திசையை கணிக்கும் கூழைக்கடா பறவையல்ல கரிகாலன். திசைகளை வரையறுக்க கூடியவன். போர் எப்படி முடியுமென்ற கவலையில்லை. எத்தனை நாட்கள் நீடிக்கும் என்ற கவலை மட்டுமே’

‘செவிகளில் ஒலித்த கரிகாலன் என்ற சொல் கோவிலின் மணியோசையாய் மனதில் அமைதியையும், நம்பிக்கையையும் கமழச்செய்வதை உணர்ந்த பனிமுகில் கரிகாலனை வென்றவள் எப்படி இருப்பாள் என்று யோசித்தாள். போர் முடிவதற்குள் அவளைப் பற்றி கேட்டறிய வேண்டுமென்று ஆவல் கொண்டாள். சூரிய உதயத்திற்கு ஒரு நாழிகை மீதமிருப்பதைக் குறிக்கும் முரசு காரணிகரின் மேற்கு மாடத்தில் ஒலித்தது.

கிழக்கு மாடத்தில் அமர்ந்திருந்த பெருந்தேவனார் கூறியதும் அவருக்கு கீழடுக்கில் இருந்த முரசடிப்பவன் காலத்தை உணர்த்தும் முரசை ஒலித்துவிட்டு நின்றான். பெருந்தேவனாருக்கு அருகில் நாழிகை கணக்கர் குறுநீர்க் கன்னலுடன் அமர்ந்திருந்தார். அவரது அருகிலிருந்த மணல் நிரம்பிய தட்டில் கோலொன்றைப் பதிய வைத்து விட்டு நிழலின் சொல்லுக்கு காத்திருந்தார். அவருக்கு எதிரில் தீவை சூழப்போகும் பெருநீர்வெளியென கூட்டுப்படைகள் அலையாடிக் கொண்டிருக்க, மனம் வாழ்வின் வேர்களை அலசிக்கொண்டிருந்தது.

‘இன்னும் சற்று நேரத்தில் சூரிய உதயம் துவங்கும்’ என்று நாழிகை கணக்கர் உச்சரிக்க, பெருந்தேவனாரின் மனம் நடுங்கியது. மனிதன் பின்பற்ற வேண்டிய அறத்தை பேசியவருக்கு செல்வத்திற்காகவும், நிலத்தை அடிமைப்படுத்தவும் நிகழும் இப்போர் அறமற்றதாய் தோன்றியது. எனினும் பெரும் யானைகள் போரிடுகையில் புற்கள் மிதிபடுவது போல, வேந்தர்கள் நிகழ்த்தும் போரில் மக்கள் மடிவது இயல்பானது. எளியவர்களின் சொற்கள் அவை ஏறாது என்று அமைதியாய் இருந்தார். இனிமேலான சோழத்தின் வாழ்வு மக்களுக்கு பெருந்துயராய் அமையும் என்று மனம் கதறியது.

மேற்கு மாடத்தில் அமர்ந்திருந்த குட்டுவனின் கண்கள் கரிகாலனைத் தொடர்ந்து தேடின. போர் துவங்கும் நேரம் நெருங்கிக் கொண்டிருக்க எவ்விடத்திலும் அவன் தென்படாததைக் கண்டு குழம்பினான். நேரம் துடித்துக் கொண்டிருக்க, பதற்றத்துடன் அவன் விழிகள் தேடிய கணத்தில் பெருங்கடலின் மேல் சறுக்கும் வெண்ணிற அலையைப் போல, சோழப்படையின் இடப்புறத்தில் வெண்குதிரையொன்று கருமணலை சிதைத்தபடி நாற்கால் பாய்ச்சலில் ஓடத்துவங்கியது. அலைஅலையாய் எழுந்த பிடரிமயிர்கள் காற்றில் பறக்க, வாலை உயர்த்தியபடி குதிரை விரைந்தது. காற்றை கிழித்து, நிலத்தை அதிரச் செய்த குதிரை பாலிகை வியூகத்தைச் சுற்றி படையின் முன்பகுதியை வந்தடைந்தது.

குதிரையின் மேல் அமர்ந்திருந்த கரிகாலன் கடிவாளத்தை இழுக்க, முன்னங் கால்களை உயர்த்தி மேலெழுந்த குதிரை பெரும் கனைப்பொலியை வெளிப்படுத்த, போர்க்களம் அமைதியானது.

சோழப்படையை அமைதியுடன் கரிகாலன் கண்களால் அளக்க, வீரர்கள் பேரார்வத்துடன் அவன் முகத்தைப் பார்த்தபடி நின்றனர். கரிகாலனின் கண்கள் வைரத்துண்டுகளாக மிளிர்ந்தன.

பலவகை மணிகள் பதித்த தலைக்கவசத்துடன் முகபடாம் அணிந்த கம்பீரமான பட்டத்து யானையை கரிகாலன் ஒத்திருந்தான். உடலின் மதர்ப்பில் பசித்த புலியின் பாங்கிருந்தது. விழிகளின் சீற்றத்தில் இரை தேடும் கூர்மை இருந்தது.

பச்சிலைச் சாறில் ஊறிய துணிகளை ஒன்றின் மேல் ஒன்றாக பல அடுக்குகளாக தைத்து உருவாக்கப்பட்ட கவச உள்ளுடையை இரும்பை ஒத்த உடலில் அணிந்திருந்தான். அதன் மேல் உடலைக் கவ்வியவாறு, பதப்படுத்திய தோலில் வளையங்கள் கொண்டு இணைக்கப்பட்ட இரும்பு தகடுகள் பொருத்திய மெய்புகு கவசம் அணிந்திருந்தான். ஒன்றன் மீது ஒன்றாக பதிந்திருந்த செம்பொன் அடுக்குகள் முதலையின் செதில்களைப் போன்று வார்க்கப்பட்டு, வேங்கையின் உடலில் இருக்கும் வரிகளை ஒத்திருந்தன. திமிறிய மார்பில் கதிரவனின் முகம் ஒளிச்சுருள்கள் மலர்ந்தவாறு பொன்னில் பொறிக்கப்பட்டிருக்க, தோள்களின் மேல் சிறகு போல் எழுந்திருந்த செம்பொன் தோள்கவசங்கள் உடல் கவசத்துடன் இணைந்திருந்தன. நிறைபூட்டி மறைத்த கவசங்களை மீறித் திமிறிய வன்தோள்கள் சிறுகுன்றுகளாய் திரண்டிருந்தன.

இடையில் அரைப்பட்டிகை கவச உடையை உடலோடு இறுகப் பிடித்திருக்கு மாறு கட்டியிருக்க, அவற்றில் சிறுமணிகள் வளையங்களில் கோர்க்கப் பட்டிருந்தன. காலில் உலோகப் பட்டையில் தோலுறை இணைந்த கனமான பாதணிகள் முழங்கால் வரை உயர்ந்து, இடையாடை விளிம்பை பற்றியிருந்தன.

கவசங்கள் தரித்த பேராயுதமாய் குதிரையில் அமர்ந்திருந்தவனின் உள்ளம் கொண்ட துணிவும் தன்னம்பிக்கையும் முகத்தில் பேரொளியாய் மிளிர்ந்தன. பொன்னொளி வீசிய சோழசூரியனின் இடையில் ஒளிர்ந்த வைரவாட்கள் அவன் கைகளில் விளையாடக் காத்திருந்தன.

குதிரையின் அசைவை அடக்கிய கரிகாலன் உரத்த குரலில் துவங்கினான். 'வீரர்களே, நஞ்சுறைந்த மனங்கள் சோழத்தின் வாயிலுக்குள் காலடி வைத்துள்ளன. பேராசை நெஞ்சங்கள் சோழத்தை கைக்கொள்ள ஆயுதம் தரித்து நிற்கின்றன. அன்று சென்னியை நிமிர்ந்து பார்க்க இயலாக் கோழைகள், வஞ்சித்துக் கொன்ற கயவர்கள் இன்று கைகோர்த்து நிற்கின்றனர்.

பணிந்து போக பாண்டிய நாடல்ல நாம். சகித்துச் செல்ல சேரநாடல்ல நாம். ஒன்று கூடி ஒருவர் முதுகில் ஒளிந்து முன்னேறும் கூட்டுப்படையுமல்ல. கூட்டாய் இணைந்து தாக்க ஓநாய்களும் அல்ல. நாம் சோழர்கள். தனித்து வேட்டையாடும் வேங்கைகள். பகையின் குருதியில் பயிர் வளர்க்க தெரிந்தவர்கள்.

உலகுக்கு உணவளிக்கும் சோழம், உலகை வெல்லும் கதிரவனாய் மாறும் தருணமிது. இந்தப் போர் தென்னகத்தைக் கைப்பற்ற நாம் நிகழ்த்தப்போகும் போர். சென்னிக்காகப் பழி தீர்க்க குருதி கொள்ளும் போர். சோழத்தை அழிக்கத் துடிக்கும் பகைவர்களை அழித்தொழிக்கும் போர். புறப்படுங்கள். ஒரே வானம். ஒரே பூமியை போல இனி ஒரே நாடு. அது சோழ நாடு மட்டுமே. கடல்களை அகழியாக்கி வானை சோழத்தின் எல்லையாக்குவோம். வெண்ணாற்றின் கரையில் குருதியாறு பாயட்டும். சோழத்தின் மூச்சில் தீப்பொறி பறக்கட்டும். புறப்படுங்கள்' என்று இடிமுழக்கமாய் முழங்க,

'சோழவேந்தன் சென்னிக்காக' என்று வெடித்தான் ஒருவன்.

'போர்' என்று வீரர்கள் தொண்டை வெடிக்க ஆவேசத்துடன் இரைந்தனர்.

'கரிகாலனுக்காக' என்று ஒருவன் உறும ...

'போர்' என்று ஒருமித்த குரலில் நிலம் நடுங்கியது.

'சோழத்திற்காக' என்று ஒருவன் குரலெழுப்ப..

'போர்' என்று இடிமுழக்கம் வானெங்கும் எதிரொலித்தது.

வீரர்கள் வெறியுடன் ஆர்ப்பரிக்க, குதிரையை வளைத்த கரிகாலன் யானைப் படையை நோக்கிச் செலுத்தி யானைகளின் முதல் வரிசையை நெருங்கினான்.

குதிரையிலிருந்து குதித்திறங்கி யானையின் தந்தங்களைப் பற்றித் தாவி மேலேறினான். யானையின் மேல் நின்று முகம் நிமிர்த்தி வலப்புற மாடத்திலிருந்த குட்டுவனின் திசை நோக்கி புன்னகைக்க, குட்டுவன் மலர்ந்தான்.

சூரிய வம்சத்து கரிகாலன் யானையிலேற காத்திருந்த கதிரவன் நீலவானின் துகிலை விலக்கியபடி வெளிப்பட, போர் காரணிகரின் கிழக்கு மாடத்திலிருந்து ஐந்து எரியம்புகள் வானத்தை நோக்கி மேலேறிய கணத்தில் மேற்கு மாடத்திலும் முளைத்த எரியம்புகள் விண்ணோக்கிப் பயணிக்க, இரண்டு மாடங்களிலிருந்தும் முரசுகள் டம டமவென்று பேரொலியுடன் அதிர்ந்தன. அற ஒலியை அடியொற்றி கூட்டுப் படைகளின் வீரமுரசுகள் இடியென ஒலிக்க, சோழத்தின் தண்ணுமைகளும், உறுமிகளும் உறுமின.

கடல் அலையைப் போன்ற பேரோசையுடன் கூட்டுப்படைகள் நிலத்தைக் கிழித்தபடி பாய்ந்து சென்றன. போர் துவங்கியது.

வீரம் வளரும்...

68

நீலவானைக் கிழித்துச் செல்லும் எரிகற்களாய், காரணிகர்களின் மாடங்களிலிருந்து எரியம்புகள் புறப்பட்டதும் 'தாக்குங்கள்' என்று வண்ணமதியன் இரைய, கள்வெறி ஏறியிருந்த யானைகள் காளைகளைப்போல சீறிப்பாய்ந்தன. நிலத்தின் புழுதியைக் கிளப்பி பெரும்பிளிறலுடன் யானைகள் முன்னேற, வீரர்கள் உச்சக்குரலில் போர்முழக்கங்களை எழுப்பினர்.

யானைப்போர் மனிதர்களின் போர்களைப் போன்றதன்று. மிருகங்களால் ஆளப்படுவது.

யானைப்படைக்கு கரிகாலன் தலைமையேற்றதும் பெருமகிழ்வு அடைந்த வண்ணமதியன், சோழ வேந்தனை அழிக்கும் வாய்ப்பு தனக்கே கிட்டியிருப்பதாக எண்ணினார். இதுவரையில் போரில் தளபதிகளை வீழ்த்தியவருக்கு வேந்தனை அழிக்கும் வாய்ப்புகிட்டியிருக்க, யானையின் அம்பாரியில் எழுந்து நின்றார்.

மூன்றாவது வரிசையிலிருந்தவர் கரிகாலன் முதல் வரிசை யானையின் மேலிருப்பதைக் கண்டு சிரித்துக் கொண்டார். யானைப்போர் மனிதர்களின் போர்களைப் போன்றதன்று. மிருகங்களால் ஆளப்படுவது.

இரண்டு குன்றுகளாய் யானைகள் மோதும்போது நிலம் நொறுங்கும்.

அம்பாரியிலிருக்கும் வீரர்களும், யானைப்பாகன்களும் தூக்கியெறியப்படுவர். காலில் மிதிபடுவர். மிருகவெறி கொள்ளும் யானைகள் மூர்க்கத்துடன் போரிடும். அவற்றைக் கட்டுப்படுத்துவது சிரமமான காரியம். களத்தில் வீரர்கள் எரியும் வேல்களும், எய்யும் அம்புகளும் காற்றைத் துளைத்து சரமாரியாக பாய்ந்தவாறு இருக்கும்.

தலைமை வீழ்ந்தால் கணப்பொழுதில் படைகள் வீழ்த்தப்படும் என்பதால் முன்னின்று தாக்கும் பேரார்வத்தை விடுத்து தளபதிகள் பின்னிருந்து படையை வழிநடத்துவர். களங்களைக் கண்டிராத கரிகாலன் இவற்றை அறிந்திருக்க வாய்ப்பில்லை. விவேகத்தை விலக்கி ஆர்வம் வழிநடத்துகிறது என்றெண்ணினார்.

'ஆயத்தமாய் இருங்கள். கரிகாலனை வீழ்த்துவது நாமாக இருக்கவேண்டும்' என்று வண்ணமதியன் கூற, சேரவீரர்கள் விற்களில் அம்புகளைப் பொருத்திக்கொண்டு படைகள் நெருங்கக் காத்திருந்தனர்.

சேரயானைகள் ஆவேசத்துடன் பாய்ந்து வர, சோழத்தின் யானைகள் கண்கள் விரிய மெதுவாக நகர்ந்தன. ஆயுதங்களின் எல்லைக்குள் நுழைந்தவுடன் சேரவீரர்கள் அம்பாரிகளிலிருந்து அம்புகளை விடுக்க, கணக்கில்லா அம்புகள் சூரிய ஒளியை மறைத்தவாறு சோழ யானைகளை நோக்கி மேகமாய் விரைந்தன.

சோழ யானைகள் இரும்பிலான முகபடாம்களையும் கவசங்களையும் அணிந்திருக்க மத்தகத்திலும் முன்னங்கால் முட்டிகளிலும் ஈட்டியைப் போன்று கூர்மையான முனைகள் நீட்டியிருந்தன. அம்பாரிகளில் ஆறு வீரர்கள் நின்றிருக்க, முன்னிருந்த வீரன் அகன்ற கேடயத்தால் வீரர்களை மறைத்திருந்தான். மற்ற வீரர்கள் விற்களையும் அம்புகளையும் ஏந்தியிருந்தனர்.

கரிகாலனைச் சுற்றியிருந்த யானைகளில் வேந்தனின் மெய்க்காவலர்களான வேளைக்கார படையினர் நின்றிருந்தனர். கரிகாலன் நின்ற காப்பரணின் நாற்புறமும் வெவ்வேறு எடையுடைய ஈட்டிகள் வைக்கப்பட்டிருந்தன.

கரிகாலன் நின்ற யானையின் கழுத்தருகில் யானைப்பாகன் அமர்ந்திருக்க அவன் பின்னே வேளைக்கார படையின் தலைவர் உத்தமன் அமர்ந்திருந்தார். கரிகாலனை நோக்கி அம்புகள் பாய்ந்து வர, உத்தமன் வாட்களை உருவியபடி எழுந்து கரிகாலனை மறைத்து நின்றார்.

'ஆயுதங்களால் அழிக்க முடியாதவன் நான். அமர்ந்து கொள்ளுங்கள்' என்று கரிகாலன் கூற,

‘மன்னிக்கவும் வேந்தே. எண்ணற்ற அம்புகள் பாய்கின்றன. என்னை ஊடுருவும் அம்பே உங்களை நெருங்க இயலும்’ என்ற உத்தமன், பாய்ந்து வந்த அம்புகளை வாளை சுழற்றி சிதறடித்தார்.

புன்முறுவலித்த கரிகாலன் ‘மகிழ்ச்சி உத்தமரே’ என்றபடி கருமையும், வெண்மையும் கலந்து, பொழுதின் நிறத்தை ஒத்திருந்த எரிமுத்தலை சூலத்தை கையிலெடுத்துக் கொண்டு சேரப்படையை கூர்ந்து கவனித்தான். கண்கள் சிவந்து வாயில் நுரை தள்ள கள்ளின் மயக்கத்தில் யானைகள் ஆவேசத்துடன் ஓடிவந்தன. அம்பாரியிலிருந்த வீரர்கள் அம்புகளால் விண்ணை நிறைக்க, அம்புகள் சீறினாலும் நீலவானம் துயில் கலையாமலிருப்பதைக் கவனித்தான்.

மூச்சை இழுத்து சூலத்தைப் பற்றிய வலது கையை முழுதும் பின்னோக்கி இழுத்தவன் ஒருகணம் தனது தந்தையை மனதில் வேண்டினான். அடுத்து நிசும்பசூதனையை வணங்கினான். மறுகணம் இடது காலை ஓரடி முன்னோக்கி நகர்த்தி விசையுடன் ஊன்ற, யானையின் முன்னங்கால் மடங்கி நிமிர்ந்தது. நிலம் தனக்குள் புதைந்தது.

உடலை முழுதும் வளைத்து அதிவேகமாக சூலத்தை எறிந்தான் கரிகாலன். மின்னல் வெட்டுவது போல சூலம் விடுபட்டு பறக்க, காற்று தொட முடியாமல், கண்கள் தொடர இயலாமல், எண்ணங்களின் வேகத்தில் சூலம் விரைந்தது.

கரிகாலன் சூலத்தை ஏந்தியதைக் கண்டவர்கள் அடுத்து இலக்கில் பாய்ந்ததையே கண்டனர். சோழவீரர்கள் கண்களை நம்பமுடியாமலிருக்க, சேரவீரர்கள் நம்ப மறுத்திருந்தனர்.

அசுர வேகத்தில் பயணித்த ஈட்டி மூன்றாம் வரிசையிலிருந்த வண்ணமதியனின் நெஞ்சில் பாய்ந்து யானையின் அம்பாரியிலிருந்து பெயர்த்தெடுத்து, நான்காம் வரிசையிலிருந்த யானையின் மத்தகத்தில் குத்தி நின்றது. வண்ணமதியனுடன் சேர்ந்து யானையும் சரிந்தது.

பரவசத்தில் அதிர்ந்த சூரியன் சூடேறத் துவங்க, நீலவானம் பதறி எழுந்தது. பறவைகள் கத்தியபடி வானை விடுத்து வெளியேற முயல, நிலத்தின் கதிரவன் கரிகாலன் வடக்கில் எழுந்தான்.

சேரத்தின் அணிபதி கொல்லப்பட்டதைக் குறிக்கும் சங்கொலி போர்க்களத்தை உலுக்க, திகைத்துப் போன சேரமான் மாடத்தில் எழுந்து நின்றார். குட்டுவன் விதிர்த்துப் போனான். அமங்கல ஒலியை செவியுற்ற நம்பியும், சிற்றரசர்களும் பேரிடியால் தாக்கப்பட்டவர்கள் போல அசைவற்றிருந்தனர். கூட்டுப்படை வீரர்கள் பதைத்துப் போயினர். உத்தமர் அதிர்ச்சி விலகாமல் மெதுவாக அமர்ந்து கொண்டார்.

சோழப்படையின் வீரர்களுக்கு சேரத்தின் சங்கொலி இன்னிசையாய் ஒலிக்க, வேங்கை வேட்டையைத் துவங்கிவிட்டது என்றெண்ணினான் படையின் இடப்புறத்திலிருந்த இரும்பிடார்.

'போரின் முதல் கணத்திலேயே அணிபதி வீழ்ந்தது வீரர்களை நிலைகுலையச் செய்யும். மதிக்கொடியை விரைந்து சென்று படைக்கு தலைமை தாங்கச் சொல்' என்று சேரமான் இரைய, வேங்கை மார்பன் மற்றொரு அணிபதி மதிக்கொடியிடம் விரைந்தான்.

சோழத்தின் முதல் தாக்குதலே வீரர்களை தினவேற்றுவதாய் இருக்க வேண்டுமென்று கரிகாலன் எண்ணியிருந்தான். யானைப்படையின் தலையைச் சிதைக்க முதல் வரிசை யானையில் அமர்ந்திருந்தான். யானைப்படையின் மூன்றாம் வரிசையில் இருந்தவன் உரத்த குரலில் உத்தரவுகளைப் பிறப்பித்து யானைப்பாகன்களை விரட்டுவதையும், அவனருகில் இருந்தவர்கள் தன்னை நோக்கி அம்பெய்வதையும் கண்டவுடன் அவனே சேரப்படையை வழிநடத்துபவனாய் இருக்கவேண்டுமென்று முடிவு செய்தான். யானைகள் அணுகும் வரை காத்திருந்தவன் கரும்புக்கட்டில் துவங்கிய தனது வேல்வீச்சை சேரத்தலைவனின் நெஞ்சுக் கூட்டில் சோதிக்க தாக்குதலின் துவக்கப் புள்ளியை குறித்திருந்தான். சேரத்தின் அணிபதியைப் பலி கொடுத்து சோழத்தின் போரை துவக்கியிருந்தான்

எடை பொருந்திய ஈட்டிகளைக் கையிலெடுத்த கரிகாலன் அவற்றை கதிரவனின் ஒளிக்கதிர்களாய் எறியத்துவங்கினான். பாம்பின் சீற்றத்துடன் காற்றை எரித்து சென்ற ஈட்டிகள் யானைகளின் தலையில் பாய்ந்தன. ஒரு யானையின் தலையில் பாய்ந்த ஈட்டி மறுபுறத்தில் வெளியேற, யானை அடியெடுத்து வைக்க இயலாமல் அம்பாரியுடன் சரிந்தது. மற்றொரு யானையின் நெற்றியில் பாய்ந்த ஈட்டி இரும்பிலான கவசத்தைத் துளைத்து ஊடுருவ, சில அடிகள் எடுத்து வைத்த யானை வீழ்ந்தது. பிறைமுகம் கொண்டிருந்த ஈட்டியொன்று யானையின் தலையை வெட்டியெறிந்தது.

வில்லிலிருந்து வெளியேறும் அம்பைப்போல கரிகாலனின் கையிலிருந்து ஈட்டிகள் வெளியேறின. இரண்டு கைகளிலும் மாறி மாறி ஈட்டி மழையை கரிகாலன் பொழிய சிலகணங்களில் முதல் வரிசை யானைகள் அழிக்கப்பட்டன. முதல் வரிசை யானைகளின் உடல்களைத் தரையில் தேய்த்தபடி இரண்டாம் வரிசை யானைகள் வெறியுடன் நெருங்க, கரிகாலன் சீழ்க்கையை எழுப்பி கையசைத்தான். சோழத்தின் முதலிரண்டு வரிசையிலிருந்த யானைகள் நின்று விட, மூன்றாம் வரிசையிலிருந்த யானைகள் வரிசைகளுக்கு இடையிலிருந்த இடைவெளியில் வேகமாக முன்னேறின.

யானைப்படையினூடே நடந்து வந்த கிடுக்குப்படையினர் யானைகளின் தந்தத்தை மூடியிருந்த தோலினாலான உறைகளை விலக்க, யானைகளின் வெண்தந்தங்களில் இரும்பு பூணுடன் பிணைக்கப்பட்டிருந்த நீண்ட பட்டாக்கத்திகள் வெளிப்பட்டன. இருதரப்பின் யானைகளும் மோதிக்கொண்ட கணத்தில் அண்டங்கள் மோதியது போல பேரழிவு வெடித்தது.

யானைகள் தந்தங்களால் முட்டி பகையை பெயர்த்தெறியும் மிருகங்கள். சோழ யானைகள் சேரயானைகளுடன் பெரும் வேகத்தில் மோத பட்டாக்கத்திகள் நெருப்பு உலையில் நுழையும் ஈட்டியைப்போல நுழைந்தன.

அறுபட்டு தரையில் விழுந்த துதிக்கைகள் பல்லியின் வாலாய் துடிக்க, தந்தங்கள் வெட்டப்பட்டு உருண்டன. யானையின் வாயின் நுழைந்த வாட்கள் தலையில் முளைத்தெழ, சோழ யானைகள் தலையை இழுத்ததும் சேரயானைகளின் தலைகள் மூன்றாய் பிளந்தன. சரியும் அம்பாரிகளிலிருந்து விழுந்த சேரவீரர்களின் காலைப்பற்றி வானளாவத் தூக்கி எறிந்தபடி சோழ யானைகள் முன்னேறின. அலறல் இல்லாமல் ஒரு பேரழிவு துவங்கியது.

செங்குருதி வெந்நீர் ஊற்றாய்ப் பீச்சியடிக்க, சேரயானைகள் துடித்தபடி சரிந்தன. தலைகள் துண்டிக்கப்பட்ட யானைகள் குருதியை அருவியாய் பொழிந்தபடி சிறிது தூரம் நடந்து சரிய, குருதியில் குளித்தபடி சோழ யானைகள் முன்னேறின.

அடுத்த வரிசையின் சேரயானைகள் வந்து சேர, மீண்டும் குருதியின் ஊற்றுக்கண்கள் தோண்டப்பட்டன. கிழிக்கப்பட்ட யானையின் வயிற்றிலிருந்து மலையாய் சரியும் குடல்களை மிதித்துக்கொண்டு சோழ யானைகள் நகர, யானைகளின் எலும்புகள் மரக்கொம்புகளாய் ஒடிந்தன.

குதிரையை விரட்டி சேரத்தின் அணிபதி மதிக்கொடி வந்தடையும் முன்னர் சேரத்தின் ஐந்தாறு வரிசைகள் முற்றிலுமாய் அழிந்திருக்க, களமெங்கும் சேர யானைகளின் உறுப்புகள் சிதறிக்கிடந்தன. சேரத்தின் கிடுக்குப் படையில் வீரர்கள் குறைவாயிருக்க, சோழத்தின் கிடுக்குப் படையினர் அம்புகளை எய்து கிடுக்குப் படையினரை வீழ்த்தி விட்டு, அம்பாரிகளில் நின்ற சேரவீரர்களைத் தாக்கினர்.

சோழத்தின் காப்பரணில் நின்ற வீரர்கள் நீள்அம்புகளால் சேரவீரர்களை வீழ்த்த, அம்பாரிகளில் வீரர்களின்றி சேரயானைகள் முன்னேறின. கரிகாலன் தனது படையின் அடுத்த வரிசைகளில் இருந்த சோழ யானைகளை நகர்த்த உத்தரவிட அலையலையாய் யானைகள் முன்னேறின.

யானைப்படையின் முன்பகுதியை வந்தடைந்த மதிக்கொடி சோழ யானைகளின் பட்டாக்கத்திகள், கழனியில் ஏர் உழுவது போல, சேரப்படைகளை ஊடுருவுவதைக் கண்டு பேரதிர்ச்சிக்கு உள்ளானான். சேரயானைகள் முன்னேறி மடிவதைத் தடுக்க கொக்கறையை ஊதச் செய்தான். சேரப்பாகன்கள் யானைகளை அடக்கி மீண்டும் வரிசையை ஏற்படுத்த, ஏற்கனவே முன்னேறியிருந்த யானைகள் துண்டு துண்டாய் சிதறிக் கொண்டிருந்தன.

சோழ யானைகளின் தந்தங்களில் பொருத்தியிருக்கும் வாட்களை எதிர்ப்பது எவ்வாறு என்று மதிக்கொடி சிந்தித்திருக்க, கரிகாலனின் கையசைவில் பின்வரிசையிலிருந்து முன்னேறிய சோழ யானைகள் பிறைவடிவில் சேர யானைப் படைகளுக்குள் நுழைந்தன. மீண்டும் அழிவு ஆரம்பமாக, கிழக்கு புறத்தில் இரண்டு கூட்டுப்படை தளபதிகள் வீழ்த்தப்பட்டதைக் குறிக்க இரட்டைச் சங்கொலி எழுந்தது.

போர் துவங்க எரியம்புகள் புறப்பட்ட அதேசமயத்தில் மகர வியூகத்தை அமைக்கக் காத்திருந்த தேர்களும், குதிரைகளும் கடகடவென்று பேரொலியை எழுப்பியபடி பாய்ந்தன. புற்களை நசுக்கியவாறு தேர்கள் சாரைசாரையாய் உருண்டோட, நிலத்தைக் கீறியபடி குதிரைகள் ஓடின.

முதலையின் தாடையைப் போன்று நீண்டு சென்ற கூட்டுப்படைகள் சோழப்படையின் இறுதியை அடைந்ததும் நின்று சோழப்படையை நோக்கிகத் திரும்பின. கரும்பைச் சாறு பிழியும் எந்திரங்களைப் போல் இருபுறங்களிலிருந்தும் சோழப்படையை நெருக்கத் துவங்கின.

தேர்களில் நின்ற பாண்டிய வீரர்கள் சோழ யானைகள் பிணைந்திருந்த அரண்களின் மேல் அம்பெய்யத் துவங்க, குதிரை வீரர்கள் வேல்களை வீசியபடி வேகமாக நெருங்கினர். தேர் அரணைத் தாண்டி வந்த எண்ணற்ற பாண்டிய அம்புகள் பொய்கையில் பொழியும் ஆலங்கட்டி மழை போல தேர்க்கவசங்களில் கவசங்களில் பட்டு முறிந்தன. நீர்த் துளிகளுக்கு மாற்றாய் நெருப்புத்துளிகள் சிதறின.

சோழ தேர்களின் உள்ளிருந்தும், அரணின் மேலிருந்தும் சோழ வீரர்கள் எய்த அம்புகள் பாண்டிய வீரர்களை வீழ்த்தின. தகிக்கும் கனலை உமிழும் உலையாய் அரண் மாறியிருக்க, முன்னேறிய குதிரைப்படை வீரர்கள் சிலகணங்களில் வீழ்த்தப்பட்டனர். உயிர்களின் ஓலங்கள் போர்க்களமெங்கும் ஒலித்தன.

மகரத்தின் உடல்பகுதியிலிருந்து வெளிஅடுக்கில் தொடர்ந்து முன்னேறிய பாண்டிய குதிரை வீரர்கள் போர் கூச்சலை எழுப்பியபடி சோழ அரணை நெருங்க, ஆயிரக்கணக்கில் பறந்து வந்த அம்புகள் வீரர்களையும், குதிரைகளையும் வீழ்த்தின.

பாண்டிய வீரர்கள் எய்த அம்புகளும் எறிந்த ஈட்டிகளும் யானைத்தேர்களின் இரும்புத் தகடுகளில் பட்டுத் தெறிப்பதைக் கண்ட கூட்டுப்படைத் தளபதிகள் வியூகத்தை நெருங்குவது எவ்வாறு என்று திகைத்தனர்.

சோழத்தேர்களில் அமர்ந்திருந்த வீரர்கள் சல்லடைக் கண்கள் வழியாக அம்புகளை எய்ய, கூட்டுப்படையின் கேடய வீரர்கள் அரணை நெருங்கினர். அரண் மேலிருந்த சோழவீரன் பாண்டிய வீரர்கள் நெருங்குமிடத்தைக் காட்ட சிகப்புக் கொடியை அசைக்க, தேரின் இருபுறத்திலுமிருந்த யானைகளின் மேலேறி சோழர்கள் அம்பெய்தனர்.

வலப்புறத்தில் தேர்ப்படைகளுக்கு தலைமையேற்றிருந்த காந்தள் நாட்டு தளபதி அமலன் 'நான்கு தேர்களை வேகமாக செலுத்தி சோழ தேர்களில் மேல் மோதி வழிகளை உண்டாக்குங்கள்' என்று இரைய, பாண்டிய தேர்கள் திரும்பின. குதிரை வீரர்கள் விலகி வழியேற்படுத்த பெரும் ஓசையுடன் தேர்கள் சோழத் தேர்களை நோக்கி உருளத்துவங்கின.

கூட்டுப்படைத் தேர்கள் நெருங்கிய கணத்தில் முள்ளம்பன்றியின் உடலில் சிலிர்த்தெழும் முட்களைப் போல தேர்களின் சல்லடைக்கண்களின் வழியாக சோழர்கள் இரும்பு ஈட்டிகளை முளைக்கச் செய்ய, வேகமாக வந்த குதிரைகள் ஈட்டிகளில் சொருகி நின்றன. பாண்டியத் தேர்கள் சோழத் தேர்களின் மேல் பேரோசையுடன் மோதின. இத்தகைய தாக்குதல்களை எதிர்பார்த்து வலுவாக அமைக்கப்பட்டிருந்த சோழத் தேர்கள் அதிர்ந்தாலும் சிறிதும் சேதமின்றி நிற்க, தேர்களிலிருந்து தூக்கியெறியப் பட்ட பாண்டிய வீரர்கள் அரண்களில் மோதி சரிய, அம்புகளால் வீழ்த்தப்பட்டனர்.

வீரர்களின் கதறல்களும், குதிரைகளின் முனகல்களும் விண்ணை நிறைக்க, குருதி மண்ணை நிறைத்தது. குதிரைகளின் வேதனையைக் களைய தேரினுள்ளிருந்த சோழ வீரர்கள் அவற்றின் தலையில் அம்பெய்து கொன்றனர். காயமடைந்த பாண்டிய வீரர்கள் தவழ்ந்தபடி பின்னேறினர்.

'அரணின் பிற இடங்களிலும் தாக்கி ஊடுருவ முயலுங்கள்' என்று அமலன் இரைய, சோழத்தேர்களை மோதி சிதறடிக்க, பாண்டியத் தேர்கள் முன்னேறின. அரண்களின் மேலிருந்து பகைவரின் நகர்தலைக் கவனித்த சோழவீரர்கள் கொடிகளை உயர்த்த சோழ வியூகத்தின் அடுக்குகள் உள்ளுக்குள் சுழன்றன. தாக்குதல் வரும் திசைக்கு நகர்ந்த சோழப்படையின் குதிரை வீரர்கள் அம்புகளை விடுத்து பகைவரை வீழ்த்த, பாண்டியத் தேர்கள் சோழத்தின் யானை அரண்கள் மீது மோதிச் சிதறின. அரண்கள் சேதமின்றி நின்றிருக்க, பாண்டிய தேர்களின் சிதிலங்கள் மற்றொரு அடுக்கு பாதுகாவலை சோழத்திற்கு ஏற்படுத்தின. சோழக் குதிரைவீரர்கள் அரணைக் கடந்து கீழிறங்கி உடைந்த தேர்களின் மறைவிலிருந்து அம்பெய்யத் துவங்கினர்.

சோழத்தின் தாக்குதல் வேகமெடுக்க களமெங்கும் வீரர்கள், குதிரைகளின் உடல்கள் சிதற, தேர்கள் நொறுங்கின. மகர வியூகத்தின் வரிசைகளை தொடர்ந்து வீழ்த்தினாலும் முன்னேறிய படைகள் புதுப்பித்துக் கொண்டன. கூட்டுப்படையின் வீரர்களை வீழ்த்துவது கடலை வற்ற செய்யும் முயற்சியாய் பயனற்றிருக்க, சோழ வீரர்கள் கடலை பின்வாங்க செய்தனர்.

பெருங்கூச்சலும், குழப்பமும் நிலவ வாணர் நாட்டு தளபதி கோவிலானை அணுகிய அமலன் 'அரணை உடைக்காமல் சோழர்களின் வியூகத்தை முறியடிக்க இயலாது' என்றான்.

'நமது வீரர்கள் தொலைவிலிருந்து தொடர்ந்து அம்பெய்யட்டும். தேர் அரண்களில் பிணைந்திருக்கும் யானைகளைக் கொன்று உள்ளே நுழைய, குதிரைப்படை வீரர்களை அனுப்புகிறேன். வீரர்கள் உள்ளே நுழைந்ததும் தேர்களை அனுப்பு. வெளிப்புறத்தில் மீண்டும் தாடைகள் உருவாகி நெருக்கட்டும்' என்றான் கோவிலான்.

'சரி' என்று அமலன் கூற, முழவை ஒலிக்கச்செய்த கோவிலான் 'சோழ யானை களைக் கொன்று உள்நுழையுங்கள்' என்று இரைந்தான்.

பத்து வரிசைகளாய் நகர்ந்த பாண்டியக் குதிரைப்படை வீரர்கள் வாட்களை உருவிக்கொண்டு விரைய, அவர்களை வழிநடத்தி கோவிலான் முன்னேறினான். புற்றீசல் போன்று ஏராளமான குதிரை வீரர்கள் வெகுவேகமாக முன்னேறினர்.

பாண்டியக் குதிரை வீரர்கள் அரணை நெருங்கிய கணத்தில் சோழ வீரனொருவன் சச்சரியை ஒலிக்க, சோழத்தேர்களின் மேலடுக்கில் பொருத்தப்பட்டிருந்த இரும்புக் கதவுகள் விலகின. தேரினுள் இருந்த விற்பொறிகள் வெளிப்பட்டன. அதிர்ந்த வீரர்கள் குதிரைகளை நிறுத்த முயல, விற்பொறிகள் நாராசமெனும் இரும்பினாலான நூற்றுக்கணக்கான அம்புகளை சடசடவென்று விடுக்கத்துவங்கின. சோழவீரர்களும் அம்புகளை விடுக்க, நெருப்பில் விழுந்த புற்றீசல்களாய் குதிரை வீரர்கள் சரிந்தனர்.

தொலைவிலிருக்கும் இலக்கைத் தாக்க உறுதியான வில், நீள்அம்புடன் வலுவான தோள்களும் காற்றின் வேகத்தை கணிக்கும் நுட்பமும் தேவை. தேரின் மேலேறிய இரும்பிடார் மூச்சை இறுக்கி, நெஞ்சின் துடிப்பை அடக்கினான். மீன்கொடிகள் வலப்புறமாய் பறந்த வேகத்தில் காற்றின் திசையையும், வேகத்தையும் கணித்து குறியை இலக்கின் இடப்புறத்திற்கு நகர்த்தினான்.

காது வரை இழுத்திருந்த நாணின் அம்பினை விடுவிக்க, நாண் முழங்கியது. பாண்டியக் கொடியினை தவிர்த்து, எகிறிய குதிரையின் தலையை உரசிக்கொண்டு

குருதி வேட்கை கொண்ட பறவையாய் பறந்த அம்பு, கோவிலோனின் தலையில் பாய்ந்து பின்புறம் வெளியேற, கோவிலோனின் உடல் குதிரையிலிருந்து நழுவியது.

பேராற்றின் வளைவாய் திரும்பி முன்னேறிய கூட்டுப்படையின் குதிரை வீரர்கள் உயிரை உதிர்த்து சருகுகளாய் வீழ்வதைக் கண்ட அமலன், குதிரையிலிருந்த கோவிலான் உயிரற்று சாய்வதைக் கண்டு அதிர்ந்தான். குதிரைப்படையினரை நிறுத்த ஒலியெழுப்பினான். கூட்டுப்படை தளபதி வீழ்த்தப்பட்டதை உணர்த்தும் சங்கொலியை ஒருவன் எழுப்பினான்.

இரும்பிடாரின் கண்கள் உறைந்து கவனம் குவிந்திருக்க, வில் அதிர வெளிப்பட்ட அடுத்த அம்பு உயிர் தேடிப் பறந்தது. ஆயிரக்கணக்கான வீரர்களை தவிர்த்துக் கொண்டு ஒலியின் வேகத்தில் பயணித்த அம்பு அமலனின் முகத்தில் பாய்ந்தது. முதல் சங்கொலியுடன் அடுத்த சங்கொலி இணைந்து கொள்ள, இரட்டைச் சங்கொலிகள் களமெங்கும் கைகோர்த்து திரிந்தன. கூட்டுப்படை வீரர்கள் தலைமையின்றி பின்னேறத் துவங்கினர்.

நடுமாடத்தில் அமர்ந்திருந்த பாண்டிய வேந்தன் நம்பி சோழத்தின் தேர் அரண் வலுவுடன் நிற்பதையும், அவற்றை நெருங்க இயலாமல் கூட்டுப்படை வீரர்கள் சரிவதையும் கவனித்தான். போர் துவங்கிய முதல் பொழுதிலேயே மூன்று துணைத் தளபதிகள் வீழ்த்தப்பட்ட சங்கொலியை செவிமடுத்ததும் "கிழக்குப்புற தேர்ப் படைக்கும், குதிரைப்படைக்கும் சிற்றரசர்களின் தளபதிகளை அனுப்பு" என்றான்.

தகவல் சிற்றரசர்களின் மாடத்தை சென்றடைந்ததும் புன்னாட்டு தளபதி எரிகனல் தேர்ப்படையை நோக்கியும், ஆமூர் நாட்டு தளபதி பகழியன் குதிரைப்படைக்கு தலைமையேற்கவும் விரைந்தனர்.

தேர்அரண்களின் வலப்புறத்தில் மோதிச் சிதறியிருந்த தேர்கள், தனது வீரர்கள் முன்னேற இடையூறாகவும், சோழவீரர்களுக்கு மற்றொரு அரணாயும் மாற்றி விட்டதைக் கண்ட தென்னவன், 'ஐந்தாயிரம் வன்படையினரை கேடயங்களுடன் வரச்சொல். சோழவியூகத்தின் இடப்புறத்தில் கடும வியூகத்தில் அணுகி சோழரின் வளைய வியூகத்தை உடைத்தெறியச் சொல்' என்றதும் ஒலிக்குறிப்புகள் விரைந்தன.

சிறிது நேரத்தில் வன்படைத் தலைவன் வீரர்களுடன் மேற்கு திசையை வந்தடைய, கூட்டுப்படையின் இடப்புற தேர்ப்படைக்கு தலைமையேற்றிருந்த எருமை நாட்டு தளபதி கவிநேயனும், குதிரைப்படைக்கு தலைமையேற்றிருந்த ஓய்மான் தளபதி சங்கிசையும் தமது படைகள் போரிடுவதை நிறுத்தினர்.

தேர்ப்படையினரும், குதிரைப்படை வீரர்களும் தொலைவிலிருந்து அம்பெய்ய, வன்படையினர் கேடயங்களை ஒன்றுடன் ஒன்றாக இணைத்து கடமத்தின் ஓட்டினைப் போன்று பிணைத்துக் கொண்டனர். வன்படை முன்னேறத் துவங்க கூட்டுப்படை வீரர்கள் குதிரையிலிருந்து கீழிறங்கி புதிய எழுச்சியுடன் வன்படையினரைப் பின்தொடர்ந்தனர்.

நகரும் கேடயமாக மாறியிருந்த வன்படையினர் தொடர்ந்து முன்னேற, சோழர்கள் எய்த அம்புகள் கேடயங்களில் பட்டுத் தெறித்தன. தேர் அரணின் மேலிருந்து சோழர்கள் அம்பெய்ய இயலாமல் கூட்டுப்படை வீரர்கள் அம்புகளை விடுத்தவாறு இருந்தனர்.

பகைவர்கள் முன்னேறுவதை பரிகத்தின் மேலிருந்து கவனித்த பரஞ்சுடர் மனதின் துடிப்பொலி உடலை முரசாய் அதிரச்செய்தது.

தேர் அரணை நெருங்கிய வன்படையினர் கேடயங்களை தேரின் சல்லடைக் கண்களில் அழுத்தி அம்புகள் வெளியேறும் துளைகளை மூடிக்கொள்ள அவர்களின் மேலேறிய வன்படை வீரர்கள் தேர்களின் உச்சியை அடைந்தனர். மறுகணம் இரண்டாவது தேர் அரணிலிருந்த சோழவீரர்கள் அம்பெய்து வன்படை வீரர்களை சரித்தனர். ஒருகணம் தயங்கிய வன்படை தலைவன் "கேடயங்களுடன் மேலேறுங்கள்' என்று இரைந்தான்.

வீரர்கள் கேடயங்களுடன் மேலேறி இரண்டு வரிசைகளுக்கு இடையேயும் குதித்து நிலை கொள்ள, எறும்புகளை போன்று ஏராளமான வீரர்கள் தேர் அரண்களின் மேலேறி இரண்டாவது வரிசையை கடந்து பாலிகை வியூகத்தினுள் குதித்தனர்.

'வளைய வியூகம் வீழ்ந்தது' என்றான் பெருஞ்சாத்தன் திருப்தியுடன்.

வீரம் வளரும்...

69

நீரடுக்குகளில் விரவும் கதிரவனின் ஒளி அம்புகளைப் போல பாலிகை வியூகம் வீழ்ந்ததும் கூட்டுப்படை வீரர்களிடம் மகிழ்ச்சி பரவ, பரவச ஓலமிட்டவாறு வீரர்கள் முன்னகர்ந்தனர். பரிகத்தின் மேலிருந்த வானவனின் கண்கள் ஒளி சிந்த இரண்டு கைகளையும் உயர்த்தி விரல்களை அம்பு போல் குவித்து முன்னோக்கிச் செலுத்தினான்.

மேற்கிலிருந்த தேர் அரணைப் பாதுகாக்கும்படி சோழ வீரன் உச்ச ஒலியில் சிம்மநாதத்தை எழுப்ப, பாலிகை வியூகத்தின் அடிப்பகுதியிலிருந்து ஆயிரம் குதிரை வீரர்கள் பேரோசையுடன் வெளிப்பட்டனர். பாலிகை வியூகத்தின் மேல்பகுதியும் போர்க்களத்தின் நடுப்பகுதியுமாகவும் இருந்த இடத்திலிருந்து யானைத்தேர் நகர்ந்து வழியேற்படுத்த, ஆயிரம் குதிரை வீரர்கள் பாய்ந்து வெளியேறினர்.

போர் என்பது கணப்பொழுதில் உருவாகும் ஆவேசம். கணம் கணமும் நீடித்து வெறித்தனமாய் மாறுமிடம்.

தேளின் கொடுக்கினைப் போன்று இருபுறத்திலும் வெளிப்பட்ட படைகள் ஒன்றை நோக்கி மற்றொன்றாய் குவியத் தொடங்க, குதிரையிலிருந்த சோழ வீரர்கள் அம்புகளை எய்து வன்படையினரை வீழ்த்தத் துவங்கினர். வீரர்களின்றி நின்ற பாண்டியக் குதிரைகள் கனைத்தபடி மிரண்டு ஓடத்துவங்கின.

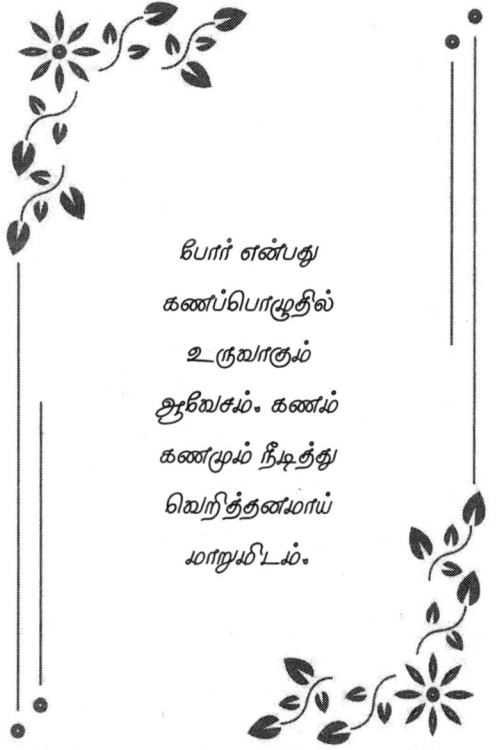

பாலிகையிலிருந்து சோழவீரர்கள் வெளியேறி தாக்குவதைக் கண்டு அதிர்ந்து செயலற்று நின்ற வன்படை வீரர்கள் சிலகணங்களில் சுதாரித்துக் கொண்டனர். அரணை நோக்கிச் சென்ற வன்படையினர் குதிரைப்படைகளை எதிர்கொள்ள திரும்பிய கணத்தில் யானைத்தேர்களின் கதவுகள் திறந்து கொண்டு சோழத்தின் பொறிகள் உச்ச வேகத்தில் அம்புகளைச் செலுத்த, சோழத்தின் தாக்குதல்கள் அனைத்துப் புறங்களிலும் துவங்கின.

‘வலுவான அரணை விடுத்து வெளியேறியிருக்க அவசியமில்லை’ என்றார் தொல்லோன் நடு மாடத்தில்.

‘வெளியேறுவதில் காரணமிருக்கும்’ என்றான் பெருஞ்சாத்தன்.

‘மேலும் படைகளை மேற்கில் முன்னேறச் சொல்’ என்றான் நம்பி.

‘வெளியேறும் படைகள் வண்டு கொல்லி மலரின் இதழ்களாய் இறுகிப் படைகளைப் புசித்து விடும்’ என்றார் சேரமான்.

மேற்கிலிருந்த தேர்ப்படையின் தளபதி கவிநேயன் ‘சோழர்களைத் தாக்குங்கள்’ என்று உத்தரவிட்ட கணத்தில், பாலிகையின் கீழ் பகுதியிலிருந்து இரண்டு உயரமான சயந்தனங்கள் வெளிப்பட்டன. ஏழு குதிரைகள் இழுக்க காற்றுச்சுழலாய் சுழன்ற சயந்தனங்கள் கூட்டுப்படையின் தேர்ப்படையில் நுழைந்தன.

சயந்தனங்களின் அம்பு பொறிகள் இயங்காவிடினும் கடம்ப மரத்தினால் செய்யப்பட்ட தேரும், இரும்பை உருக்கி வார்க்கப்பட்ட சகடங்களும், அவற்றில் பற்களுடன் நீட்டிக்கொண்டிருந்த பட்டாக்கத்திகளும் பாண்டிய கொடுவஞ்சித் தேர்களின் சகடங்களை நொறுக்கித் தள்ளின.

நான்கு வரிசையில் நின்றிருந்த தேர்களினூடே புகுந்த சயந்தனங்கள் கடகடவென்ற பேரோசையுடன் தேர்களை சிதறடித்துச் செல்ல, கூட்டுப்படையின் தேர்கள் நொறுங்கும் சத்தமும், தூக்கியெறியப்பட்ட வீரர்களின் அலறல்களும் காடுகளில் இருந்த விலங்குகளை மிரண்டோடச் செய்தன. கூட்டுப்படையின் தேர்ப்படையினர் அம்புகளை எய்வது நின்றதும், தேர் வியூகத்தினுள் நின்றிருந்த சோழர்கள் வன்படையினரை வெட்டி எறிந்தபடி யானைத் தேர்களின் மேல் ஏறத்துவங்கினர். இரண்டு தேர்களின் வரிசைகளையும் மீட்டெடுத்து தேர் அரணைத் தாண்டி வந்து தாக்குதலைத் துவங்கினர்.

சோழத்தின் இரண்டு குதிரைப் படைகளும் நெருப்பின் நாக்கினைப் போல இருபுறங்களிலும் தொடர்ந்து முன்னேற, இடப்புற நெருப்பலையில் நிலவன் இருந்தான். வலப்புற அலையை தழல்மேனி வழிநடத்தினார்.

அம்புகளைத் தொடர்ந்து செலுத்தி வன்படையினரை வீழ்த்தியபடி இரு படைகளும் இறுகின. சோழத்தின் இரண்டு அலைகளும் நெருங்கிய இடத்தில் வன்படையின் வீரனொருவன் நாலைந்து சோழர்களை எதிர்த்து அடங்கா வெறியுடன் போர்புரிவதை நிலவன் கவனித்தான். அணிந்திருந்த கவசங்கள் தலைவனென்று இனம் காட்ட, வில்லை குதிரையில் மாட்டி விட்டு குதித்திறங்கினான்.

'சோழத்தின் முதல் உத்தி கூட்டுப்படையின் தலைகளை சரிப்பதே. தலைகள் சரியுமிடம் நிலைகுலையும். வீரர்கள் கலக்கமடைவர்' என்ற கரிகாலனின் குரல் ஒலிக்க, வன்படையின் தலைவனை நெருங்குகையில் தனது குறுவாளை உருவினான். நிலவனைக் கண்டதும் சோழ வீரர்கள் விலகினர்.

வன்படை தலைவன் நிலவனைக் கண்டதும் சோழத்தளபதி என்றெண்ணியபடி வெறுப்புடன் பாய்ந்தான். வாளை தலைக்கு மேல் உயர்த்தியபடி பாய, கணப் பொழுதில் இடப்புறம் சுழன்ற நிலவன் தலைவனின் முன்கழுத்தை பிளந்துவிட்டு வாளை உறையிலிட்டு நகர, வெறிக்கூச்சலிட்ட சோழ வீரர்கள் கொடிகளை அசைத்து, வாட்களை மோதிப் பேரொலியை எழுப்பினர்.

தலைவனின் கண்கள் உறைந்திருக்க தடுமாற்றத்துடன் வாள் நழுவி விழ, கைகள் கழுத்தை பற்றியது. நிலவனின் வேகத்தைக் கண்டு ஆர்ப்பரித்த வீரர்கள்,

'வீரத்தின் உருவம் நிலவன்...'

'காற்றை விஞ்சும் வீரன்...' என்று வாழ்த்தொலிகளை எழுப்பினர். குதிரையில் தாவியேறிய நிலவன் சிறு விலங்குகளைப் புறக்கணித்து இணையான விலங்குகளைத் தேடிச்செல்லும் சிம்மமாய் இரைதேடி நகர்ந்தான்.

குதிரைகளும் வீரர்களும் களமெங்கும் நகர்ந்தபடியும் போரிட்டபடியும் இருக்க, நிலவனின் கண்கள் தளபதிகளைத் தேடின. தொலைவில் சங்கிசை வீரர்களுடன் போரிடுவதைக் கண்டதும் கண்கள் நிலையுற, குதிரையை அவனை நோக்கிச் செலுத்தினான். குறுவாளை உருவியபடி குதிரையிலிருந்து நிலவன் குதிக்க, நிலவனின் வாளில் சொட்டும் குருதியை சங்கிசை கவனித்தான்.

இடையில் இரண்டு குறுவாட்களைக் கொண்டிருந்தாலும் ஒரு வாளை மட்டுமே ஏந்தி வருபவனை எச்சரிக்கையுடன் கவனித்த சங்கிசை நிலவனைத் தாக்க, தனது வாளினை கீழ்நோக்கிப் பிடித்தபடி நிலவன் சமாளித்தான். வித்தியாசமான போர்முறையை உணர்ந்த சங்கிசை மேலும் வேகத்துடன் தாக்க, வாள்வீச்சைத் தேக்கி முன்னேறிய நிலவன் நாலைந்து வீச்சில் சங்கிசையின் கவசங்களை உடைத்தெறிந்து நெஞ்சில் வாளைப் பாய்ச்சினான். சங்கிசை சரிய, நிலவன் நகர்ந்தான்.

இம்முறை சயந்தனத்தினால் சிதறும் தேர்களினருகே செம்பிலான கவசங்களை அணிந்த கவிநேயன் அகப்பட, மலரில் தேனெடுக்க வட்டமிடும் தேனீயாய் நிலவன் நெருங்கிய கணத்தில் அவனுக்கு முன்பாக குதிரையொன்று நெருப்பாய் பாய்ந்தது. குதிரையின் மேலிருந்த இளைஞன் கையில் சுழலும் வளைவாட்களுடன் கவிநேயனைத் தாக்கினான்.

வாட்கள் சுழன்று மோத, இளைஞனின் வேகம் அபரிதமாய் இருந்தது. ஆற்றலைச் சுமந்து வந்த கவிநேயனின் வாளை வேகத்தை துணையாக்கி எதிர்கொண்டான் இளைஞன். கவிநேயனின் நீள்வாளை வில் போல வளைந்திருக்கும் இளைஞனின் வளைவாட்கள் எதிர்கொண்டன. கவிநேயன் கால்வட்டமாய் நீள்வாளை மாறி மாறி வீச தனது வாளால் தடுத்துக்கொண்டான். ஆரம் செலுத்திய கால் வட்டத்தின் வீச்சை நேர்கோடுகள் துண்டாக்கின. ஒருகணம் நேராய் வீசிய வாளை மறுகணம் உள்நோக்கி மடக்கித் தேக்கினான். உள்ளங்கையில் வாட்கள் கைகளின் நீட்சியாய் வித்தைகள் புரிந்தன. வாள்வீச்சில் களரியின் அடவுகள் வெளிப்படுவதைக் கண்ட நிலவனின் புருவங்கள் நெறிந்தன.

மெல்லிய உடலுடன் செந்நிறக் கொடியாய் சுழன்றவன் வாட்களின் பின்னலில் கவிநேயனைத் திணறடித்தான். வளைவாட்கள் வெளிப்புறம் வளைந்தவாறு தேக்க, கணப்பொழுதில் உட்புறம் வளைந்த வாளொன்று கவிநேயனின் தற்காப்பை ஊடுருவிக் கழுத்தைச் சிதைக்க, கவிநேயன் சரிந்தான்.

கூட்டுப்படையின் இரட்டைச் சங்கொலிகள் தளபதிகள் வீழ்த்தப்பட்டதை உணர்த்த ஒலியெழுப்ப, பொறியில் சிக்கிக்கொண்ட விலங்குகளாய் கூட்டுப்படை வீரர்கள் பதறத் துவங்கினர்.

குதிரையை முன்னகர்த்திய நிலவன் இளைஞனின் குதிரையை மறித்து நிறுத்தினான். மறவோன் பருவத்தில் இணையற்ற வீரத்தைக் கொண்டிருந்தவனைக் கண்டதும் நிலவனின் கண்கள் விரிய, இவன் சோழ வீரனல்ல என்று தோன்றியது.

'யார் நீ' என்றான்.

'சோழ வேந்தனைக் காண வந்துள்ளேன். ஆதிராவின் இளைய சகோதரன் நான்'

'என்ன காரணம்?'

'தமக்கையின் மடலொன்றை தருவதற்கு வந்தேன். தாமதமாகி விட்டது'

'நீ போரிடுவதைக் கண்டால் கரிகாலன் சினமடைவான்'

வெண்ணிறப் பற்கள் ஒளிர 'என் தமக்கையின் தலைவனைக் காக்க போரிடுவது தவறில்லையே' என்று இளைஞன் மென்னகை புரிய,

மனதிலிருந்த போர் உக்கிரத்தை மீறி புன்னகைத்த நிலவன் 'அதை கரிகாலன் முடிவு செய்யட்டும். கூடாரத்தில் காத்திரு. போர் முடிந்ததும் சந்திப்பாய்' என்றதும் தலையசைக்க சிறுவன் குதிரையைத் திருப்ப...

'உன் பெயரென்ன?' என்றான் நிலவன்.

காற்றின் உரசலில் கேசங்கள் புரண்டன. தலையைத் திருப்பியவனின் கண்களில் மின்னல் கீற்றிட 'நீலன்' என்றான். அந்நேரம் காற்றுவெளியை அசைத்தபடி சிம்மநாதம் முழங்கியது.

நான்கு வரிசைகளில் முன்னேறிய தேர்களை சிதறடித்த சயந்தனங்கள் பாலிகை வியூகத்தின் முன்பகுதியைச் சென்றடைந்ததும் வளைந்து பாலிகைக்குள் நுழைந்தன. இரையை உட்கொண்ட இரண்டு பெரும் முதலைகள் தண்ணீருக்குத் திரும்புவதைப் போல சோழப்படைகள் பாலிகைக்குத் திரும்பியதைக் கண்ட சிற்றரசர்கள் அதிர்ந்தனர்.

சிம்ம நாதம் ஒலித்ததும் வன்படைகளை அழித்திருந்த சோழத்தின் குதிரைப் படைகள் வெள்ளத்தினால் கரைகளை உடைத்து பிரிந்த சிற்றாறுகள் மீண்டும் ஆற்றுடன் இணைவது போல பாலிகை வியூகத்தின் இருபுறங்களிலும் நுழைந்தன.

'முதலையின் தாடைக்குள் அகப்பட்டால் மீள்வது கடினம். ஆனால் ஒரு தாடையை தனியே பற்றி ஒடித்தெறிவது சுலபம்' என்று கரிகாலன் கூறியது போல, மகரத்தின் மேல் தாடை சிதறடிக்கப்பட்டது.

மகர வியூகத்தின் மேற்குப் புறமெங்கும் தேர்களும், குதிரைகளும், வீரர்களும் சிதறிக் கிடக்க, நிகழ்ந்த சேதங்களை உள்வாங்கிய நம்பி 'இரண்டு தளபதிகளை அனுப்பு' என்றான்.

இரண்டாம் சாமம் முடிவடையும் நிலையிலிருக்க, நம்பியின் மனதில் 'போரின் ஒவ்வொரு கணத்தையும் ஒவ்வொரு தாக்குதலையும் சோழர்கள் கணித்திருக்கின்றனர். தற்காப்பில் வியூகங்கள் தாக்குதலை முறித்தெறிகின்றன. இந்தப் போர் எளிதாக இருக்கப் போவதில்லை' என்ற எண்ணம் முதன்முதலாய் தோன்றியது.

போர் துவங்கிய கணத்தில் மகரத்தின் இருபுறங்களிலும் தாடைகள் முன்னேறித் தாக்கிக் கொண்டிருக்க, வாய்பகுதியிலிருந்த காலாட்படை வேறொரு இன்னலை சந்தித்துக் கொண்டிருந்தது. காலாட்படையின் முன்னணியில் கேடயங்களுடன்

வாட்படையினர் இருக்க, அவர்களைத் தொடர்ந்து விற்படையினர் நின்றிருந்தனர். நம்பியின் உத்தரவின்படி விற்பொறிகளை முன்வரிசைக்கு தென்னவன் நகர்த்தியிருக்க, இடையிடையே சிற்றரசர்களின் கொடிகள் பறந்து கொண்டிருந்தன.

அகன்றும் எடை மிகுந்துமிருந்த இரும்பு கேடயங்களை நிலத்தில் நிறுத்திய சோழ வீரர்கள் ஒன்றின் மேல் ஒன்றாய் கேடயங்களை அடுக்கி அரணை ஏற்படுத்தி யிருந்தனர். வரித்தடங்களில் வலுவாகப் பிணைந்த கேடயங்கள் உட்புறத்திலிருந்து மட்டுமே பிரிக்கும் வகையில் பூட்டப்பட்டன. கேடயங்களின் முன்புறத்தில் கூரிய வெட்டும் முனைகள் குறுவாட்களைப்போல நீண்டிருந்தன. நான்கு கேடயங்களின் விளிம்புகள் இணையுமிடத்தில் வேல்களைச் சொருகி பகைவரைத் தாக்கும் வகையில் சிறிய வேல்துளை இருந்தது. முப்புறங்கள் தேர் அரணால் மூடப்பட்டிருந்த பாலிகை அரணின் முன்பகுதியை நேர்கோட்டுக் கேடய அரணால், அடுகலனின் மேல் வைக்கும் பானையின் வாயை தாலம் கொண்டு மூடுவது போல, கேடய அரணைக் கொண்டு சோழ வீரர்கள் பிணைத்திருந்தனர்.

பாலிகையின் நடுநடுவே சிறு இடைவெளியில் இருந்த விற்பொறிகளின் நகரும் மேடைகள் உயர்த்தப்பட்டு அரணைத்தாண்டி அம்புகளை எய்யும் வகையில் நிறுத்தப்பட்டன.

இரும்புச் சுவராய் உருவாகிய கேடய அரணைக்கண்ட சிற்றரசர்கள் 'கரிகாலன் போரிட வரவில்லை. அரணுக்குள் ஒளிந்திருக்க வந்துள்ளான்' என்று கூறி நகைத்தனர்.

'மதிற்சுவரின் உள்ளிருந்து தாக்குவது போல, அரணின் உள்ளிருந்து கரிகாலன் தாக்க முயல்கிறான்' என்றார் தொல்லோன்.

'முதல் நாள் போரை தற்காத்து நிகழ்த்தவே கரிகாலன் விரும்புகிறான். புதைகுழி போன்று இருந்த இடத்திலிருந்து முன்னேறி வருபவர்களைப் புதைக்க விழைகிறான். அதன் மூலம் வீரர்களிடம் நம்பிக்கையை ஏற்படுத்த விழைகிறான்' என்றெண்ணினார் சேரமான்.

பாண்டிய முரசுகள் ஒலித்த கணத்தில் விற்படையினர் வானத்தை நோக்கி எண்ணற்ற அம்புகளை விடுக்க, சிறகு முளைத்த பறவைகள் கூட்டமாய் விண்ணில் பறந்த அம்புகள் மழைத்துளிகளாய் சோழப்படையின் மேல் பொழிந்தன. கைக்கொள் கேடயங்களை உயர்த்தி தற்காத்துக் கொண்ட சோழவீரர்கள் பதிலம்புகளைச் செலுத்த, பாண்டிய வீரர்கள் கேடயங்களால் தேக்கிக் கொண்டனர்.

படையின் முன்வரிசைக்கு பாண்டிய விற்பொறிகளை நகர்த்திய வீரர்கள் சோழத்தின் விற்பொறிகளைக் குறிவைத்து அம்புகளை எய்தனர். மூங்கில் அம்புகளையும், மரஅம்புகளையும் ஒரேகணத்தில் தொடர்ச்சியாகச் செலுத்தினர்.

சோழத்தின் விற்பொறிகள் இறகுகளை விரித்து நிற்கும் கழுகின் வடிவில் வெண்கலத்தால் உருவாக்கப் பட்டிருக்க, நீண்ட தொலைவிற்கு அம்பெய்யும் திறனும், குறிதவறாமல் செலுத்துவதற்கு அம்பு மனையினருகே முள்அமைப்பைக் கொண்டிருந்தது.

விற்பொறிகளின் அருகில் இரும்பினாலான நீள் அம்புகள், பிறை அம்புகள், பகழி அம்புகள் கூர் அம்புகள் அடுக்கப்பட்டிருந்தன. ஒரேகணத்தில் அதனுள் பொருத்து வதற்கு ஐம்பது அம்புகளைக் கொண்ட தட்டடுக்குகள் அருகில் ஆயத்தமாயிருந்தன. விற்பொறிகளை இயக்கும் வீரர்கள் தாக்கப்படாமலிருக்க, இரும்புத்தகடுகள் இறக்கைகளைப் போன்று விரிந்திருந்தன.

பாண்டியர்களின் அம்புகள் சோழத்தின் இரும்புப் பொறிகளில் பட்டு சுக்கு நூறாகத் தெறிக்க, சோழத்தின் விற்பொறிகள் பாண்டியப்பொறிகளைக் குறிவைத்து ஏககாலத்தில் அம்புகளை உமிழ்ந்தன. அசுரவேகத்தில் பயணித்த அம்புகள் நொடிப்பொழுதில் பாண்டியப் பொறிகளையும் அருகில் நின்ற வீரர்களையும் சிதறடிக்க, விற்பொறிகள் பிறை அம்புகளால் வெட்டப்பட்டு நொறுங்கிச் சரிந்தன. மென்மேலும் பாண்டிய விற்பொறிகள் முன்னேறித் தாக்குதலைத் தொடர்ந்தன.

சோழப் பொறிகளின் திறனைக் கண்டு அதிர்ந்த தென்னவன் 'தாக்குங்கள்' என்று இரைய, வாட்படை வீரர்கள் போர்க்கூச்சலுடன் முன்னேறினர்.

சிறு சிறு துளிகளாய் பயணித்து ஒன்றிணைந்த நீர்த்தாரைகள், சிறுகச் சிறுக பேருருவம் கொண்டு காட்டாறாய் விம்மிச் சுழல்வதைப்போல, வேகமாக முன்னேறிய கூட்டுப்படை வீரர்கள் வேல்களினால் குத்தி சோழத்தின் கேடய அரணை சரிக்க முயன்றனர். பெருங்காம்பு கோடரிகளால் கேடய அரணைப் பற்றியும், கொக்கிக் கயிறுகளை அரணின் மீது வீசியும் இழுத்துச் சாய்க்க முயன்றனர். எடைமிகுந்த கேடயங்கள் அறத்தின் எடைகொண்டு அசைய மறுத்தன.

''சோழத்தின் காலாட்படை பகைவரின் தாக்குதலை அரணாய் தாங்கி நின்றால் போதும். தாக்குதல் நிகழ்த்த வேண்டாம். போரின் முடிவை நிர்ணயிக்கப்போவது குதிரைப்படையே'' என்று கரிகாலன் கூறியிருக்க, சோழவீரர்கள் கேடய அரணைப் பாதுகாத்து நின்றனர்.

கூட்டுப்படை வீரர்கள் நெருங்கிய கணத்தில் சோழத்தின் விற்பொறிகளின் ஊற்றுக்கண்கள் திறந்து கொண்டு அம்புகளை வெறுப்புடன் உமிழ்ந்தன. சடசட வென்று பாய்ந்த ஏராளமான அம்புகள் தோல் கவசங்களை ஊடுருவி பாண்டிய வீரர்களை சரித்தன. நிலத்தை அறுத்து முன்னேறும் நீர் அரிப்புகளைப் போல கூட்டுப்படை வீரர்களை ஊடறுத்துச் சென்றன.

போர் என்பது கணப்பொழுதில் உருவாகும் ஆவேசம். கணம் கணமும் நீடித்து வெறித்தனமாய் மாறுமிடம். பெருஞ்சத்தத்துடன் பாய்ந்த கூட்டுப்படையின் வாட்படையினர் சோழத்தின் கேடயங்களைத் தகர்க்க முயல, கேடயங்கள் இடைவெளியிலிருந்து வெளிப்பட்ட வேல்கள் வீரர்களைத் துளைத்தன. உடலில் சொருகி நின்ற வேல்களை கைகளால் பற்றிக்கொண்டு வீரர்கள் தடுமாற, மற்ற வீரர்கள் வேல்களின் மேலும், வீரர்களின் மேலுமேறி கேடய அரணைத் தாண்டி சோழப் படைக்குள் குதித்தனர்.

அரணுக்குள் ஆயத்தமாய் நின்றிருந்த சோழ வீரர்கள் விற்களை விடுத்து வாட்களை உருவிக்கொண்டு வீரர்களைக் கொன்று குவித்தனர். நிலமெங்கும் சிதறிய குருதித்தாரைகள் கருமண்ணை செம்மண்ணாக்கின. வீரர்கள் சரிந்தாலும் கூட்டுப் படையினர் தொடர்ந்து அரணைத் தாண்ட முற்பட, சுழன்ற விற்பொறிகள் வானிலேயே வீரர்களின் உடலில் பாய்ந்து அரணின் மறுபுறத்திற்கு தூக்கியெறிந்தென.

சுவர்களில் படர்ந்திருக்கும் கொடிகள் போல, கேடயங்களின் மேல் வீரர்களின் இறந்த உடல்கள் படர்ந்திருக்க, உடல்களால் வேலியொன்று உருவாகி இருந்தது.

வீரர்களின் உடல்களை மிதித்து அரணைத்தாண்டிய கூட்டுப்படை வீரர்களை, வெள்ளப்பெருக்கை தடுத்து நிற்கும் அணைகளாய் இளம்பரிதி, சுடரொளி, திதியன் போர் புரிந்தனர்.

இளம்பரிதி பத்து வாட்களைக் கொண்டிருந்த உறுமியைக் கையாண்டான். இரும்பு கைப்பிடியில் நுனியில் பத்து வாட்களும் ஒன்றின் மேல் ஒன்றாய் படிந்திருக்க, கைப்பிடியை உதறிய கணத்தில் சுருள்வாட்கள் மயில் தோகையாய் விரிந்தன. கூட்டுப்படையினுள் நுழைந்த இளம்பரிதி உறுமியைகச் சுழற்றிய வேகத்தில் வீரர்கள் வெட்டி வீசப்பட்டனர். ஒன்றன் பின் ஒன்றாய் வாட்கள் சுழன்று வர வீரர்களின் உடல் உறுப்புகளும், சதைத்துண்டங்களும் நாற்புறமும் சிதறின. குருதி கொப்பளிக்க வீரர்களின் ஓலங்கள் அரணைத் தாண்டி கேட்கத் துவங்கின.

சுடரொளியும், திதியனும் இரண்டு நீள்வாட்களை கைக்கொண்டு வீசிய வேகத்தில் வாட்குமிழொன்று உருவாகி கூட்டுப்படை வீரர்களைச் சிதறடித்தன.

திதியனைப் பாதுகாத்துப் போர்புரியும்படி கரிகாலன் சுடரொளியிடம் கூறியிருக்க, சுடரொளியின் கண்கள் திதியனையும் கவனித்துக்கொண்டன. ஆனால் திதியன் எவரும் பாதுகாக்க தேவையின்றி போர்க்களத்தில் பேராண்மையை வெளிப்படுத்திக் கொண்டிருந்தான். நீள்வாட்கள் இரண்டும் மோகம் கொண்ட பாம்புகளாய் பின்னிப் பிணைந்து சுழல, எவராலும் அவனை நெருங்க முடியாமலிருந்தது. அரணைத் தாண்டிய வீரர்கள் புவியில் இப்பிறவியை தாண்டிச் சென்றனர்.

இவர்களின் பின்னிருந்து பரஞ்சுடர் படைவீரர்களை ஒருங்கிணைத்தபடி இருந்தான். விற்பொறிகளைத் தொடர்ந்து பயன்படுத்தாமல் நாகத்தின் சீறலைப் போன்று சிறிய இடைவெளியில் வெவ்வேறு திசைகளில் அம்புகளைச் செலுத்த செய்தான். இருபதற்கும் மேற்பட்ட அம்புமுனைகளைக் கொண்ட அம்புகளில் ஐந்து வகையான அம்புகள் அதிக சேதத்தை ஏற்படுத்தக் கூடியவை.

விற்பொறிகளின் விசையில் பிறையம்புகள் உடல்களைப் பிளந்து செல்ல, ஊசிமுனை அம்புகள் தோல்கவசங்களை ஊடுருவிப் பாய்ந்தன. சிற்றம்புகள் எலும்பு களைத் துளைக்க, ஈட்டிமுனை அம்புகள் கேடயங்களை நொறுக்கிச் சென்றன. கோபுர அம்புகள் தேர்களையும், இரும்பையும் துளைத்துச் செல்லும் ஆற்றலுடையவை. நான்கைந்து விற்பொறிகள் அம்புகளை விடுத்தவாறு ஒரே திசையில் குவிந்தபோது கடலைப் பிளந்து செல்லும் கப்பலாய் அம்புகள் பெருமளவு சேதத்தை விளைவித்தன.

விற்பொறிகளில் விடுபட்ட அம்புகள் காற்றை அணுஅணுவாய்ச் சிதைத்து ஓசையுடன் கடந்து சென்றன. அம்புவெளியாய் உருவாகிய அம்புகள் வீரர்களின் தசைகளைக் கிழித்து, எலும்புகளை உடைத்து குருதிவெளியை உருவாக்க, காலாட்படை பேரழிவை தழுவுவதைக் கண்ட தென்னவன், வீரர்கள் முன்னேறுவதை நிறுத்தி, விற்படையினரைத் தொடர்ந்து அம்புகளை எய்யச் செய்தான். மகரத்தின் தாடைகள் வளைய வியூகத்தை உடைக்கும் தருணத்தில் மூன்று புறங்களிலும் தாக்குதல் நிகழ்த்த முடிவு செய்தான்.

நண்பகலில் கதிரவனின் ஒளி பெருக்கெடுத்து பாயத் துவங்கியதும், வெண்ணிற இரும்பினாலான சோழத்தேர்கள் ஒளியைப் பிரதிபலித்து மின்னத் துவங்க, தேர்களை ஏறெடுத்துப் பார்க்க இயலாமல் கூட்டுப்படை வீரர்கள் தடுமாறினர். அம்புகளைக் குறி வைக்காமல் விடுக்கத் துவங்கினர்.

வடக்கிலிருந்து வீசிய காற்றில் சிறகு முளைத்த சோழ அம்புகள் பெரும் விசையுடன் பாய்ந்து சென்று இருப்பு படைகளின் மேலும் பாய்ந்து வீழ்த்தத் துவங்க, எதிர் காற்றில் விசையிழந்த கூட்டுப்படையின் அம்புகள் வலுவின்றி இலக்கை அடைந்தன.

இரண்டு சாமங்கள் கூட்டுப்படைகளுக்கு பெருஞ்சேதத்துடன் நகர்ந்திருக்க, சோழப்படையை எப்புறத்திலிருந்தும் அணுக இயலாமலிருப்பதை கவனித்த சிற்றரசர்கள் கவலையடையத் துவங்கினர்.

'சேரமானையும், சிற்றரசர்களையும், நடுமாடத்திற்கு அருகே துணைப்படைகள் இருக்குமிடத்திற்கு வரச்சொல்' என்று நம்பி தகவலனுப்பினான்.

அரசர்கள் அமர்வதற்காக கூடாரமொன்றைப் பெரிதாக்கி இருக்கைகளை இருத்தி சிறிய ஆலோசனைக் கூடத்தை போர்க்கோமான் அமைக்க, ஒரு நாழிகையில் அனைவரும் வந்து சேர்ந்தனர்.

'மகர வியூகம் பயனற்று உள்ளது. சோழப்படைகளை ஊடுருவவோ, சேதப் படுத்தவோ இயலவில்லை. நமது அடுத்த திட்டம் என்ன?' என்று கேட்டார் தொல்லோன்.

மகர வியூகம் வீழ்த்த இயலாதது என்று இறுமாந்திருந்த அனைவரும் மாற்று திட்டமொன்றை எண்ணாமலிருக்க, கூடாரத்தை அமைதி சூழ்ந்தது.

'தாக்குதலை அதிகரிக்கச் சொல்லலாம்' என்றான் பெருஞ்சாத்தன்.

'சோழத்தின் யானைத்தேர்களும், இரும்பு பொறிகளும் பேரரண்களாய் தாங்கி நிற்கின்றன. ஊடுருவ இயலாமல் உள்ளது' என்றார் தொல்லோன்.

'மகரத்தின் தாடைகளில் நகரும் தேர்களையும், குதிரைகளையும் அதிகரிக்கலாம்' என்றான் பெருஞ்சாத்தன்.

'நொறுங்கிக் கிடக்கும் நமது தேர்கள் தாடைகள் இறுகுவதற்கு தடையாய் உள்ளன. சோழவீரர்கள் அவற்றிலும் மறைந்திருந்து தாக்குதலை நிகழ்த்துகின்றனர்' என்றார் தொல்லோன்.

'வேறு எவ்வாறு சோழத்தின் அரண்களை உடைப்பது?' என்று கேட்ட நந்தியனின் குரலில் இயலாமை வெளிப்பட,

'அரணை உடைக்க யானைகளை பயன்படுத்துவதில் தவறில்லை. வளையத்தின் இருபுறத்திற்கும் நான்கு யானைகளை அனுப்புகிறேன். யானைத்தேர்கள் தகர்க்கப் பட்டதும் அதனுள் நுழைய தேர்களையும், குதிரைப்படையையும் ஆயத்தப் படுத்துங்கள்' என்றார் சேரமான்.

அனைவரின் கண்களிலும் ஒளி தோன்ற 'அரணை உடைந்தால் போதும். மகரத்தின் உடலிலிருந்து வெள்ளமென முன்னேறும் படைகள் சோழத்தைச் சிதைத்து விடும்' என்றான் நம்பி.

எண்ணற்ற போர்களை நிகழ்த்திய பட்டறிவு சேரமானின் வார்த்தைகளில் வெளிப்பட, அவரின் மதியூகத்தை எண்ணி மகிழ்ந்தனர்.

வேங்கை மார்பனை நோக்கி திரும்பிய சேரமான் 'கவசங்கள் அணிந்த யானைகளை இருபுறங்களுக்கும் அனுப்பு. சோழர்கள் ஏற்படுத்தியிருக்கும் வளைய வியூகத்தின் முன் பகுதியில் தாக்க வேண்டாம். விற்பொறிகள் உள்ளன. பின்புறங்களில் யானைத்தேர்களை உடைத்து வழியேற்படுத்தச் சொல். படைகள் உள் நுழைத்து வியூகத்தை சிதறடிக்கட்டும்' என்றதும்,

'உத்தரவு' என்றபடி வேங்கை மார்பன் விலகினான்.

'சேரத்தின் யானைகள் பேரிழப்பை சந்திக்கின்றனவே' என்று நந்தியன் கவலையுடன் வினவ,

'சோழத்தின் உத்திக்கு கிடைத்த வெற்றியது. அவர்களின் உத்தி வெளிப்பட்டிருக்கும் நிலையில் தாக்குதலை மெதுவாகத் தொடர உத்தரவிட்டுள்ளேன். வளைய வியூகம் வீழும் நிலையில் கரிகாலனின் கவனம் சிதறும். அப்போது முழுத்தாக்குதலை வெளிப்படுத்துவர்'

பேரழிவை எதிர்கொள்ளும் நிலையிலும் அமைதியுடன் வெளிப்பட்ட வார்த்தைகள் மற்றவர்களுக்கு நம்பிக்கையைத் தந்தன.

'ஒரு நாழிகையில் வளைய வியூகம் சிதறும்' என்ற சேரமான் எழுந்து கொள்ள, அனைவரும் எழுந்து அவர்களின் மாடங்களுக்கு திரும்பத் துவங்கினர். மனதின் மயக்கம் மறைந்து மீண்டும் மகிழ்வு அரும்பத் துவங்கியது.

சிறிது நேரத்தில் உடலெங்கும் இரும்புக் கவசங்கள் அணிந்த சேரயானைகள் வளைய வியூகத்தின் இருபுறங்களையும் தகர்க்க முன்னேறின.

மேற்கு மாடத்தில் அமர்ந்திருந்த குட்டுவன் சற்று அமைதியுற்றிருந்தான். கரிகாலனின் உத்திகள் அவனைப் பெரும் வியப்பில் ஆழ்த்தியிருந்தன. கரிகாலன் யானைகளை வதம் செய்த வேகத்தைக் கண்டு எக்களித்த குட்டுவன், தனது நண்பர்கள் வெளிப்படுத்தும் பேராற்றலைக் கண்டு மனமுவந்திருந்தான். கூட்டுப் படைகள் சூறாவளியாய் சுழன்று நெருங்கினாலும் சோழப்படைகள் மேருமலையைப் போன்று தடுத்து நிற்பதைக் கண்டு மகிழ்வடைந்தான். இரண்டு சாமங்கள் இன்னலின்றிக் கடந்து செல்ல மீதமிரண்டு சாமங்கள் சோழத்தின் வியூகங்கள் தாங்கி நிற்கவேண்டுமென்று இறைஞ்சினான்.

சேரத்தின் அணிபதி மதிக்கொடி ‘இரண்டு யானைகள் ஒரு யானையை குறி வைத்து தாக்குங்கள். வீரர்கள் ஊடுருவி யானைகளின் வயிற்றைக் கிழித்தெறியுங்கள்’ என்று உத்தரவிட, சேரத்தின் யானைகள் மீண்டும் நகர்ந்தன.

இரண்டிரண்டாய் பிரியும் யானைகளைக் கண்டதும் சேரத்தின் உத்தியை உணர்ந்த கரிகாலன் யானைகள் நெருங்கும் வரையில் காத்திருந்தான். அருகில் நெருங்கியதும் கையை அசைத்து சீழ்க்கையை எழுப்ப, சோழத்தின் பின்வரிசை யானைகள் முன்னேறி இருமடங்காகின.

சோழத்தின் யானைகள் முன்வரிசையில் இருமடங்காகி விட்டதைக் கண்டு மதிக்கொடி திடுக்கிட, சேரயானைகளின் ஓலங்கள் எழத்துவங்கின. சில சேர யானைகள் சோழத்தின் யானைகளைப் பக்கங்களில் அணுகித் தாக்க முயன்ற போது கரிகாலன் அசுர வேகத்தில் வீசிய பிறை ஈட்டிகள் சேரயானைகளின் கழுத்தை வெட்டிச் சென்றன. சேரத்தின் கரிகளுக்கு காலனாய் நின்றவன் சோழத்தின் கரிகளுக்கு காவலனாய் இருந்தான்.

சோழயானைகள் சேர யானைகளிடத்தில் பேரழிவை உருவாக்கிக் கொண்டிருக்க, பாலிகை வியூகத்தின் பின்புறம் வீழ்ந்ததை உணர்த்த தண்ணுமையும், ஆகுளியும் இணைந்து அதிரத் துவங்கின.

வீரம் வளரும்...

70

வெண்ணி சமவெளியை ஒட்டியிருந்த அடர்ந்த காட்டின் மர உச்சியில் அமைதியாய் அமர்ந்திருந்த கருங்கழுகு யானையொன்றின் பிளிறலைக் கேட்டு எகிறி விண்ணில் பாய்ந்தது. தனது பாதுகாப்பை வானத்தில் உணரும் பறவை கழுகு. வான்வெளியை சிறகுக்குள் கொண்டு அனைத்துப் பறவைகளையும் ஆளக்கூடியது. சிறகுகளை அசைத்து காற்றை அடித்து மேலேறியது. கருநீர் கொண்ட பெரும் ஆறாய் யானைகள் இருபுறத்திலிருந்தும் முன்னேறி மோதிக்கொண்டிருக்க, குதிரைகள் நிலமெங்கும் தாவிக்கொண்டிருந்தன. தேர்கள் எழுப்பிய புழுதித்திரள் மேகமாய் மேலெழுந்து கொண்டிருக்க, பல்லாயிரக் கணக்கான மனிதர்கள் பேரிரைச்சலுடன் நிலவெளியில் போரிட்டுக் கொண்டிருந்தனர். அலையாய் சீறிப்பாய்ந்தவர்களை மற்றொரு அலையாய் எதிர்கொண்டவர்கள் அடித்து வீழ்த்த குருதி வெண்நுரையாய் தெறித்தது.

> *யானை என்பது*
> *நிலத்தை அளக்கும்*
> *பேருருவம்.*
> *ஆற்றலில் நிலத்தை*
> *பெயர்க்கும்*
> *வல்விலங்கு.*

பாலிகை வியூகத்தின் இருபுறங் களையும் யானைகளைக் கொண்டு தகர்க்கும் படி சேரமான் கூறியதும் இரும்புக் கவசங் களை ஆடையாய் பூண்ட சேரத்தின் யானைகள் கிழக்கிலிருந்தும், மேற்கிலிருந்தும் அணுகத் துவங்கின.

பாலிகை வியூகத்தினுள் நீர்க்கோளமாய் சுழன்ற சோழர்கள் தற்காத்து போர் புரிந்தபடியிருக்க, கிழக்குப் புறத்தின் பின்பகுதியை நோக்கி நான்கு யானைகள் முன்னேறுவதைக் கண்ட இரும்பிடார் கூட்டுப்படையின் உத்தியைப் புரிந்து கொண்டான். பாலிகையின் முன்பகுதியைக் காத்து நிற்கும்படி முகிலிடம் கூறிவிட்டு குதிரையில் தாவியேறி பின்பகுதிக்கு விரட்டினான்.

நான்கு யானைகளின் பின்னால் கூட்டுப்படைகளின் தேர்ப்படையும், குதிரைப்படையும் அம்புகளை விடுத்தவாறு தேர்அரணை நெருங்க, குதிரையிலிருந்து குதித்திறங்கிய இரும்பிடார் 'யானைகளின் கண்களை குறிவைத்து அம்பெய்யுங்கள்' என்று இரைந்தபடி சோழத்தின் யானைத்தேர்களின் மேல் பாய்ந்தேறினான்.

சோழ வீரர்கள் அம்புகளையும், ஈட்டிகளையும் எய்து தாக்குதலைத் துவங்க பொறிகள் சடசடவென்ற பேரோசையுடன் அம்புகளை எய்தன. யானைகளின் மேல் பாய்ந்த அம்புகள் சில கவசங்களை ஊடுருவி பாய்ந்தது. கவசங்களை அணிந்திருந்த ஒரு பாகன் வீழ்த்தப்பட்டுச் சரிந்தான்.

தேர் அரணின் மேற்பகுதியை வேகமாகச் சென்றடைந்த இரும்பிடார் சிறியிலை எஃகம் வேலை உச்ச வேகத்தில் முதல் யானையின் கண்ணில் எறிய, வேல் கண்ணில் பாய்ந்து சொருகி நின்றது. ஈட்டி நுழைந்த கணத்தில் உயிரில் தீப்பற்றியது போன்ற வலி உடலெங்கும் வெடித்துச் சிதற, நிலைகுலைந்த யானை வலியால் துடித்தபடி பிளிறியது. கண்ணிலிருந்து குருதி பெருகியோட தலையை ஆட்டி வேலை விடுவிக்க முயன்றது. அசைந்த வேல் மேலும் வலியையும், சினத்தையும் ஏற்படுத்த, பின்னேறிய யானை கூட்டுப்படையின் தேர்களை மோதிச் சரித்தபடி ஓடியது.

இரும்பிடாரைத் தொடர்ந்து தேர்ப்படையின் மேலேறி குதித்த சோழவீரர்கள் நொறுங்கிக் கிடந்த தேர்களின் சிதிலங்களில் மறைந்தபடி, யானைகளின் கண்களைக் குறிவைத்து அம்புகளை எய்யத் துவங்கினர். அம்புகள் முகபடாமில் பட்டுத் தெறிக்க, சில கண்களில் பாய்ந்தன. கண்களில் குருதி வடிய பின்னேறிய யானைகள் துடித்தபடி ஓடத்துவங்கின.

வலியால் ஓலமிட்ட யானைகள் யானைப்பாகன்களுக்கு அடங்காமல் பின்னேறின. யானைகளைப் பின்தொடர்ந்த தேர்களின் சாரதிகள் பதற்றத்துடன் குதிரைகளை இழுத்துத் தேர்களை வளைக்க, தேர்கள் கூட்டுப்படையின் குதிரைப்படையில் நுழைந்தன. தேர்களில் மோதி குதிரைகள் சரிய, வீரர்கள் மிதிபட்டனர். தேர்களில் சிக்கிய சில குதிரைகள் இழுத்துச் செல்லப்பட மிருகங்களின் ஓலமும், வீரர்களின் கதறலும் இணைய, போர்க்களம் திணறியது.

‘நீ கூறுவதைப் பார்த்தால் பாலிகை வியூகத்தை சிதைக்கவே இயலாதா?’ என்று நிலவன் கேட்டபோது..

‘சிதைக்க இயலா வியூகங்களே கிடையாது நிலவா. வியூகங்கள் சிதையக் கூடிய முறைகளை உய்த்துணர்வதிலும், அவற்றை மீண்டும் அமைதியாய் இணைப்பதிலும் தான் மதியூகம் உள்ளது’ என்று கரிகாலன் கூறியிருக்க, பாலிகையைக் கிழக்கில் நெருங்கிய யானைகள் சிதறியோடிக் கொண்டிருந்தன.

கிழக்குப் புறத்தில் சேரயானைகள் நுட்பமாக வீழ்த்தப்பட்டு சோழவீரர்கள் பகையின் குருதியில் சிகை முடிந்து கொண்டிருக்க, மேற்கில் சேரமானின் உத்தி பலித்திருந்தது. சேரயானைகள் நெருங்கியதும் தழல்மேனி யானைகளின் கண்களைக் குறி வைத்து அம்புகளை எய்ய உத்தரவிட, செஞ்சூரியனும் மற்ற வீரர்களும் திசை மறையும்படி அம்புகளை எய்தனர்.

அம்புகள் கண்களைத் தாக்கியதும் வலியில் வசமிழந்த மூன்று யானைகள், மேலும் உக்கிரமடைந்து யானைத்தேர்களில் கட்டப்பட்டிருந்த சோழ யானைகளை மூர்க்கத்தனமாய் தாக்கின. யானைகளுடன் பிணைந்திருந்த தேர்களை வீரர்களுடன் தந்தத்தால் மோதிச் சரித்தன. முதல் வரிசை சிதைந்ததும் சேரயானைகள் உள்நுழைய, இரண்டாவது வரிசையில் நின்ற சோழ யானைகளின் மிருக குணம் தலைதூக்க, வரிசையிலிருந்து விலகி சேர யானைகளை எதிர்கொண்டன. பாலிகை வியூகத்தில் விரிசல்கள் உருவாகின.

அரண் உடைந்ததும் கூட்டுப்படைகளின் தேர்ப்படையினரும், குதிரைப்படையினரும் பெரும் பாய்ச்சலுடன் உள்நுழைய, வியூகத்திலிருந்த சோழவீரர்கள் கூட்டை பாதுகாக்கும் தேனீக்களாய் பெருஞ்சீற்றத்துடன் எதிர்த்து நின்றனர். கேடயங்களை இணைத்து உடல்களால் அரணமைத்தனர். சோழவீரர்களின் மேல் மோதி தூக்கியெறிந்தவாறு, தேர்கள் ஊடுருவின.

பாலிகையின் கிழக்கிலிருந்த சோழவீரர்கள் மேற்கில் நகர்ந்து தாக்குதலைத் துவங்கினர். சேரயானைகளின் கால்களை வெட்டி சரித்தவர்கள், அவற்றின் எயிறுகளை உடைத்தெடுத்து பேரொலியை எழுப்பினர். மற்றவர்கள் கூட்டுப்படையினரை அம்பெய்து தாக்கத் துவங்கினர். அம்புகளால் அரணமைத்து குருதியால் தோரணம் அமைக்க, குதிரைகளையும், வீரர்களையும் அம்புகள் துளைத்துச் சென்றன.

தேர்கள் மோதி நொறுங்கினாலும் இடிபாடுகளைத் தாண்டி கூட்டுப்படை வெள்ளமாய் நுழைந்தது.பாலிகை வியூகத்தை இணைக்க முடியாததைக் கண்ட செஞ்சூரியன் வியூகம் வீழ்ந்ததைத் தெரிவிக்க ஒலியெழுப்பச் செய்தான்.

'சேரமானின் உத்தி பலித்துவிட்டது. இனி வளையம் உள்ளிருந்து சிதையும்' என்று சிற்றரசர்கள் களிப்படைய, சேரமானின் பார்வை நிலத்தை நோக்கி சரிந்திருந்தது.

சோழ மாடத்தில் அமர்ந்திருந்த நன்முகை, பனிமுகில் இருவரின் நெஞ்சுக்கூடுகள் நடுக்கத்தை உணர, இருவரும் பதற்றத்துடன் வியூகம் உடைந்த இடத்தை பார்த்துக்கொண்டிருந்தனர்.

'பாலிகையை எக்காரணம் கொண்டும் திறக்க விடக்கூடாது' என்று கரிகாலன் கூறியதை எண்ணிய இளவெயினி, கூட்டுப்படைகளின் தேர்களும், குதிரைகளும் மேற்கிலிருந்து நேர்க்கோட்டில் பயணித்து திறப்புக்குள் நுழைவதை கண்கொட்டாமல் பார்த்தவாறு இருந்தாள்.

கடலில் சுழலும் கருமீன்களின் நடுவே வெள்ளி மீனாய், யானைப்படையை வதம் செய்து சீற்றத்தில் குளித்திருந்த கரிகாலன் முரசொலியை செவிமடுத்தானா என்றெண்ணி, தொலைவில் கதிரவனாய் சுடரும் ஒளியின் துளியை இளவெயினி உற்று கவனித்தபடி இருந்தாள்.

யானையின் மேலெழுந்து சேரப்படையை எரித்துக் கொண்டிருந்த கரிகாலன் தண்ணுமை வெடிப்பது போல், பாலிகையின் பின்னிருந்து ஒலியெழும்புவதை செவிமடுத்ததும் நெற்றியை சுருக்கினான். சிந்தையுள் உருக்கொண்ட பால்வெளியில் எண்ணங்கள் சுழன்றன. சாதகங்களும், பாதகங்களும் துலாக்கோலில் எடையிடப்பட, நிகர் கொண்ட உத்திகள் கருந்துளையின் அமிழ்ந்து போயின. நிகரிலா உத்தியொன்று எரிகல்லாய் பயணித்து நெற்றிப்பொட்டில் வந்தமர்ந்தது.

கரிகாலனின் கண்கள் சேரத்தின் தேர்கள் முன்னேறும் திசையை அளவெடுக்க, யானையின் கீழே ஈட்டியொன்றை எறிந்து அதன் நிழலிலிருந்து மூன்றாம் சாமம் முடிவடைய இருப்பதைக் கணக்கிட்டான்.

'ஒலியெழுப்பு. பாலிகை முளைக்கட்டும்' என்று ஆணையிட்டான்.

சொற்கள் நெருப்புத் துண்டங்களாக ஒளிர, அருகிலிருந்த வீரன் முழவொலியை எழுப்பினான். காற்றின் நாண்களைச் சிறகுகளால் அதிரச்செய்து, விண்ணில் பாய்ந்த ஒலிப்பறவை, பாலிகை வியூகத்தின் மேற்கு எல்லையில் நின்ற வீரனிடம் சென்றமர, வீரன் ஆகுளியை அதிரச் செய்ததும் மீண்டும் எழுந்து பறந்தது. நடுப்படையில் நின்ற மற்றொருவன் ஒலிப்பறவையை கடத்த, கிழக்கு எல்லையில் நின்ற வேறொருவன் ஆகுளியில் பறவையைச் சடசடக்க செய்து, அதன் அரைவட்ட பாதையை முடித்து வைக்க, பாலிகையின் நடுவிலிருந்து தாக்கும்படி சிம்மநாதம் முழங்கியது.

மறுகணம் ஒலியின் சிற்றலைகள் படையெங்கும் நீரின் சிறுஅலைகளாய் வட்டமிட்டு விரவியது. மழையின் துளிகளால் துடிக்கும் நீர்வெளியாய் சோழவீரர்களின் உள்ளம் சினமேறி அதிரத்துவங்கியது.

பாலிகை வியூகத்தின் முன்பகுதியில் மாற்றங்கள் கணப்பொழுதில் நிகழ்ந்தன. தேர் அரண் கேடய அரணுடன் இணைந்திருந்த இடத்தின் இரு விளிம்புகளிலும் யானைத்தேர்கள் விலகி வழியேற்படுத்தின. முன்பகுதியின் கிழக்கு மூலையிலும், மேற்கு மூலையிலும் குளவிக் கூட்டிலிருந்து வெறியுடன் பறந்து வரும் பெருங்குளவிகளாய், சோழத்தின் குதிரைப்படைகள் பாய்ந்து வெளிப்பட்டன.

சோழப் படையை கூர்ந்து கவனித்த தென்னவன் 'முன்னேறும் தேர்களின் எண்ணிக்கையை அதிகரிக்கும்படி கூறு' என்றதும், முரசொலிகள் உருண்டன.

மேற்கு புறத்தில் வானவன் தலைமையேற்று வழிநடத்த, இரும்பிடார் படையின் பின்னிலையில் இருந்ததால், கிழக்குப் புறத்திற்கு முகில் தலைமையேற்று முன்னேறினான்.

நான்காம் பொழுதில் முளைப்பதாக இருந்த பாலிகையை, யானைத்தேர்கள் மேற்குப் புறத்தில் வீழ்ந்ததால் முன்னதாக வெடித்தெழ செய்திருக்கிறான் கரிகாலன் என்பதைப் புரிந்து கொண்ட இரும்பிடார் குதிரையில் தாவியேறி முன்களத்திற்கு விரைந்தான். பாலிகையினுள்ளிருந்த வீரர்கள் தேவையை அறிந்து முன்பகுதிக்கு விரைந்தனர்.

பாலிகையின் இருமருங்கிலும் மலைப்பாம்பாய் ஊர்ந்து செல்லும் கூட்டுப் படையின் தேர்ப்படையையும், குதிரைப்படையையும் துண்டித்தால் மட்டுமே பாலிகையின் பின்புற திறப்பினூடே நுழையும் படையை தடுக்க முடியுமென்று சோழவீரர்கள் உணர்ந்திருந்தனர்.

வியூகத்தின் பலத்தையும், பலவீனத்தையும் வீரர்கள் அறிவது அவசியமென எண்ணிய கரிகாலன், பாலிகையின் மேல் நிகழக்கூடிய தாக்குதல்களையும் அவற்றை முறியடிக்கும் வழிமுறைகளையும் தளபதிகளிடம் கூறியிருந்தான். தளபதிகள் குறுந்தொகுதியின் தலைவர்களுக்கு தெரிவித்திருக்க இசையின் அதிர்வுகளும், வண்ணக்கொடிகளின் அசைவுகளும் குறிப்புகளாய் வீரர்களை வழிநடத்தின. ஒற்றை அதிர்வெண்ணில் தாக்குதல்கள் ஒன்று குவிந்தன. சோழத்தின் குதிரை வீரர்கள் வெளியேறிய வேகத்தில் பெருவேகத்துடன் கூட்டுப்படையின் குதிரைப்படையுடன் மோதினர். பத்து வரிசைகளில் முன்னேறிய குதிரைகளின் வரிசைகளைத் துண்டாக்கினர்.

வளைய வியூகத்தை பெருஞ்சிரமத்துடன் பின்புறத்தில் பிளந்திருக்கும்போது, வளையத்தின் முன்புறத்தைத் திறந்து கொண்டு சோழக் குதிரைகள் வெளிவருவதைக் கண்ட சிற்றரசர்கள் அதிர்ந்தனர்.

'வளையம் வீழ்ந்ததை சமன் செய்ய சோழர்கள் வெளிப்படுகின்றனர். பாலிகையின் பின்புறத்தில் ஊடுருவியிருக்கும் கூட்டுப்படையினரை வீழ்த்தியதும் பாலிகை இணைந்து கொள்ளும். முன்புறத்தில் வெளிப்பட்டிருக்கும் குதிரை வீரர்கள் மீண்டும் வளையத்திற்குள் சென்று ஒளிந்து கொள்வர்' என்றெண்ணிய நம்பி...

'மேற்கிலிருக்கும் தேர்களைத் தொடர்ந்து முன்னேற்றி வளைய வியூகத்தின் பின்புறத்தில் நுழையச்சொல். சோழர்களின் குதிரைப்படைகளை வீழ்த்த மேலும் குதிரை வீரர்களை அனுப்பு' என்றான்.

சேரமான் 'படைகள் முன்னேறி பாலிகையின் பின்புறத்தில் நுழையாமலிருக்க கரிகாலன் முன்புறத்தில் தாக்குகிறான். முன்னேறும் குதிரைகளின் வரிசைகளை துண்டிப்பதில் வெற்றியும் அடைந்து விட்டான். ஆனால் நெருப்பாறாய் முன்னேறும் தேர்களை எப்படி தடுக்க போகிறான்?' என்றெண்ணியபடி அமர்ந்திருந்தார்.

பாலிகை திறந்ததைக் கண்ட தென்னவன் 'மேலும் குதிரை வீரர்களை முன்னேறச் சொல்லி ஒலியெழுப்பு. சோழர்களை வீழ்த்தி முன்புறத்திலும் நுழையப்போகிறோம்' என்று கத்த, எல்லரியின் பேரோசைகள் தகவலை அலகுகளில் கவ்விக்கொண்டு பறந்து செல்ல, எண்ணற்ற குதிரைகள் முன்னேறி வந்தன.

இருபுறங்களிலும் வெளிப்பட்ட சோழத்தின் குதிரைப்படை கூட்டுப்படை வீரர்களுடன் மோதிய கணத்தில் சோழத்தின் ஆற்றல் முழுமையாக வெளிப்பட்டது. கதிரையும், களத்தையும் வாழ்வாய் கொண்ட வீரர்களின் வாள்வீச்சு அனலாய் வீசியது. கொதிக்கும் மனமும், கொப்பளிக்கும் சினமும் ஒட்டுமொத்தமாய் இறங்கி பகையின் குரல்வளையை முறிக்கத் துவங்கியது.

சோழக்குதிரைகள் கனைப்பொலியுடன் உடல்களையும், தேர் சிதிலங்களையும் தாண்டி நெருப்பாய் முன்னேற, பகைவரின் குதிரைகள் ஒடுங்கின. சோழக் குதிரைகளின் உடலில் போர்த்தியிருந்த மெல்லிய கவசங்களும் அவற்றில் சுனைகளாய் முளைத்திருந்த குறுங்கத்திகளும் கூட்டுப்படை குதிரைகளை கிழிக்க, பகைவரின் குதிரைகள் கட்டுப்பாட்டை இழந்து சிதறியோடின.

மகரத்தின் கிழக்குப் புறத்தில் தேர்கள் தொடர்ந்து முன்னேறுவதைக் கண்ட இரும்பிடார், பகைவரின் குதிரைப்படையை ஊடுருவி முன்னேறினான். இரும்பிடாரைச் சூழ்ந்தபடி முன்னேறிய அணுக்கப்படையினர் பகைவர்கள் இரும்பிடாரை

நெருங்காமல் பார்த்துக் கொள்ள, இரும்பிடார் கையசைத்ததும் வீரர்கள் எறிசகடங்களை உருட்டி விட்டனர். தன்னை நோக்கி உருண்டு வந்த தேர் சகடங்களை நடுவில் பற்றிய இரும்பிடார் பேராற்றலுடன் சுழற்றி எறிந்தான். சுழன்று சென்ற சகடங்கள் தேர்களின் சகடங்களுடன் மோதி பெரும் ஓசையுடன் சிதறடிக்க, தேர்கள் நிலத்தில் சாய்ந்து உருண்டன. குதிரைகளின் மேல் மோதிய சகடங்கள் குதிரைகளின் எலும்புகளை நொறுக்க, தேர்கள் தூக்கியெறியப்பட்டு வானில் சுழன்று சென்றன.

இரும்பிடார் தேர்வரிசையை துண்டிக்க முயல்கையில், பாலிகையின் கிழக்கு புறத்தின் பின்பகுதியிலிருந்து இரண்டு சயந்தனங்கள் வெளிப்பட்டன. மறுகணம் மலையொன்று புரண்டு படுப்பதைப் போன்று பெரும் ஓசையுடன் கூட்டுப்படையின் தேர்களை தூள்தூளாய் நொறுக்கியபடி முன்னேறின.

போர்க்களத்தின் மேற்குப் பகுதியில் சோழயானைகள் சேரயானைகளை கிழித்தெறிந்தவாறு முன்னேற, யானையின் மேலிருந்த கரிகாலன் அம்பறாத்தூணியொன்றை உடலில் இறுக்கிக் கொண்டு, குறுவில்லையேந்தி சேரயானைகளின் மேல் வேங்கையைப் போல தாவி முன்னேறினான். அவனை சூழ்ந்திருந்த வேளைக்கார படையினர் ஒருகணம் அதிர்ந்தாலும் மறுகணம் விற்களுடன் அவனைத் தொடர்ந்து சென்றனர். யானைகளின் மேல் தாவியபடி கரிகாலன் இடப்புறத்தில் நகர, சேரயானைகளின் மேல் நின்ற சேரர்களை அம்பெய்து வீழ்த்தியபடி வேளைக்காரர்கள் கரிகாலனைச் சூழ்ந்து சென்றனர்.

சேரப்படையின் இடப்புறத்தை சென்றடைந்த கரிகாலன் கையசைக்க, சோழ யானைகளினூடே இருந்த கிடுக்குப் படையினர் எண்ணையில் நனைத்த ஈட்டிகளை நெருப்பில் பற்ற வைத்து சேரயானைகளின் முதல் மூன்று வரிசைகளை மறித்தவாறு எறிந்தனர். வேகமாகப் பாய்ந்து வந்து மண்ணில் பதிந்த முழூஈட்டிகளும் தீப்பற்றியெரியத் துவங்கின. மூங்கினாலான வேல்களின் உள்ளிருந்த பெருங்கடுகு ஓசையுடன் வெடிக்க ஈட்டிகள் பிளந்து கொண்டு நெருப்பு மரமாய் விரிந்தன.

நெருப்பின் செந்நாவுகள் ஆவேசமாக சுழல்வதைக் கண்ட யானைகள் தயங்க, கரிகாலன் மின்னல் வேகத்தில் சிற்றம்புகளை எய்யத் துவங்கினான். மூன்று அம்புகளை வில்லில் பொருத்தி, மலர் கண்ணிகளை விரல்களால் பிரித்து சரங்களாய் தொடுப்பது போல, விரல்களால் அம்புகளைப் பிரித்து விடுவிக்க, அம்புகள் சீறிச்சென்று யானைகளின் இடக்கண்ணில் பாய்ந்தன.

உடலைப் பிளக்கும் பெரும் வலி நரம்புகளில் வெடிக்க, சேரயானைகள் பேரொலியெழுப்பிப் பிளிறின. தலையை அசைத்து அம்புகளை விடுவிக்கத்

துடித்தன. தசைகளை எரிக்கும் வலியுடன் வலப்புறக் கண் பார்வையுடன் நகர்ந்தன. யானைகள் முன்னேறாமல் பாய்ந்து வந்த நெருப்பு வேல்கள் வேலியமைக்க உலகை அழிக்கும் வெறியுடன் யானைகள் வலப்புறத்தில் சிதறி ஓடின. ஓடும் பாதையில் கூட்டுப்படையின் தேர்கள் சென்று கொண்டிருந்தன.

யானை என்பது நிலத்தை அளக்கும் பேருருவம். ஆற்றலில் நிலத்தை பெயர்க்கும் வல்விலங்கு. சேரத்தேர்களில் மோதிய யானைகள் தேர்களை அடியோடு பெயர்த்து தூக்கியெறிந்தன. குதிரைகளைக் குத்தி சரித்து தரையில் தேய்த்தன. வீரர்களை சிதைத்தன. யானை தலையை அசைக்க அசைக்க கண்ணில் வலி பெருகியது. வலி பெருக பெருக வெறியும், கட்டுக்கடங்காத ஆவேசமும் யானைகளை மதம் கொள்ளச் செய்தன. வரிசையாய் தொடர்ந்த தேர்களை நொறுக்கிய யானைகள் கூட்டுப்படைகளின் குதிரைப்படையையும், காலாட்படையையும் அழித்தொழிக்கத் துவங்கின. பாலிகையை நோக்கி முன்னேறிய தேர்வரிசைகள் சிதைவுற்று பெருங்குழப்பமும், கூச்சலுக்கும் இடையே பேரழிவு நிகழத் துவங்கியது.

கரிகாலன் சேரயானைகளைத் திசைதிருப்பி கூட்டுப்படைகளுக்குள் அனுப்புவதைக் கண்ட வானவன் அதிசயித்துப் போனான். மலரின் முள்ளில் அமர்ந்து தேன் குடிக்கும் தேனீயைப் போல, முதலையின் வாயிலமர்ந்து இரையெடுக்கும் பறவையைப் போல, பேராபத்தான ஒரு உத்தியை கரிகாலன் நுட்பத்துடன் செயல் படுத்துவதைக் கண்டு பெருமிதம் அடைந்தான். படைக்கு முன்னின்று பேராண்மையுடன் சோழ வேந்தன் வழிநடத்த, வீரர்கள் பன்மடங்கு உக்கிரத்துடன் போரிடத் துவங்கினர். வீரர்களின் வேகம் நொடிக்கு நொடி அதிகரித்தது.

தனது கையினால் வலது தொடையினை ஓங்கி அறைந்த சேரமான், ‘அற்புதமான போர்’ என்று பெருமகிழ்வை வெளிப்படுத்த, குழம்பிப் போன வேங்கை மார்பன்...

‘நமது படைகள் அழிகின்றன’ என்று குறுக்கிட்டான்.

‘அச்சமில்லா இளமை. அடிபணியா ஆற்றல். எதற்கும் கட்டுப்படாத உள்ளம். இணையற்ற வீரத்திடம் உயிர்கள் மண்டியிடுவது உலகின் நியதி. கரிகாலனுடன் களத்தில் சமரிட உள்ளம் துடிக்கிறது’ என்ற சேரமான் ‘நமது யானைகளை அனுப்பி கூட்டுப்படையில் நுழையும் யானைகளை தடுத்து நிறுத்த சொல்’ என்றதும், மறுகோடிக்கு முரசொலியில் தகவல்கள் பறந்தன.

சூசேரத்தின் யானைகள் படையை அழிப்பதைக் கண்ட தென்னவன் ‘யானையை வீழ்த்துங்கள்’ என்று கத்தினான்.

யானைகளை கூட்டுப்படை சூழ்ந்த வீரர்கள் அம்புகளை எய்தும், வேல்களை எரிந்தும் யானைகளை வீழ்த்த முயல, கரிகாலன் யானைகளைத் திசைதிருப்பி அனுப்பிக் கொண்டிருந்தான். சேரயானைகளின் தந்தங்களைக் கொண்டு கூட்டுப் படை வீரர்களின் அழிவை எழுதிக்கொண்டிருந்தான்.

சேரமானிடமிருந்து ஒலிக்குறிப்புகள் வந்ததும், சேரயானைகளை வீழ்த்த யானைகளை மதிக்கொடி பிரித்து அனுப்பினான். சேரபாகன்கள் யானைகளை வேகமாக நகர்த்திச் சென்று கூட்டுப்படைகளை அழிக்கும் யானைகளை மோதி சரித்தனர்.

சேரயானைகள் ஒன்றுடன் ஒன்று மோதியபடி இருக்க, யானைகளை அனுப்பியது போதுமென்று எண்ணிய கரிகாலன் வில்லை விடுத்து விட்டு கைநீட்ட யானையின் அடியில் நின்ற கிடுக்குப் படை வீரனொருவன் ஈட்டிகளை ஒவ்வொன்றாய் மேல்நோக்கி எறிந்தான். கரிகாலனின் கை ஈட்டியைப் பற்றியதும் வில்லாய் வளைந்த உடல் ஈட்டியை அம்பாய் எய்தது. ஒவ்வொரு ஈட்டியும் யானைகளின் உயிர் குடிக்க மதம் பிடித்துப் பறந்தன.

போர் காரணிகரின் மாடத்தில் அமர்ந்திருந்த புலவர்களும், பாணர்களும் பெரும் வியப்பில் குதூகலித்தனர். ‘‘கதிரவனாய் பகையை எரிக்கும் சென்னியின் இளவல் அல்ல இவன். ஐராவதம் மேலேறி பூவுலகை ஆட்கொள்ள வந்த இந்திரன். அணங்குகளுடன் களமிறங்கிய கொற்றவை இவன்’’ என்று கூறி மகிழ்ந்தனர்.

பாணர்கள் மகிழ்வுடன் பாடத்துவங்க, பெருந்தேவனார் களிப்புடன் பார்த்தபடி இருந்தார். எனினும் போரின் பாதை எக்கணமும் மாறக்கூடும் என்றெண்ணி, படைகள் போரிடுவதை கவனித்திருந்தார்.

மேற்கில் உடைந்திருந்த பாலிகை வியூகத்தின் பின்புறத்தில் நுழையும் கூட்டுப்படைகள் நின்றுபோக, வியூகத்திற்குள் நுழைத்தவர்களை வெட்டியெறிந்து வளையத்தை மீண்டும் இணைக்கச் செய்தார் தழல்மேனி.

கூட்டுப்படைகளினுள் புகுந்து பேரழிவை ஏற்படுத்தும் சேரயானைகளை அழிக்க தென்னவன் வீரர்களை விரட்டிக்கொண்டிருக்க, சோழர்களின் குதிரைப்படை வீரர்கள் இருபுறமும் வெறியாடத் துவங்கினர். மகரத்தின் தாடைகளை முறித்தவர்கள் முன்னேறி உடலை கிழித்தெறியத் துவங்கினர்.

நான்காம் சாமம் துவங்கியிருக்க, சோழத்தின் பாலிகை வியூகத்திலிருந்து போர்வெறியூட்டும் கருவிகளான பறையும் பம்பையும், திட்டையும் தடாரியும், முழவும் முருடும், கரடிகையும் திண்டியும் இடியென ஒலிக்கத்துவங்கின. பம்பம் என்று ஒலிப்பது பம்பை. முர்முர் என்று ஒலிப்பது முருடு. கரடிபோல் கத்துவது

கரடிகை. இவையனைத்தும் ஒன்றிணைந்து ஒலித்ததும் வீரர்களின் உடல் துடிக்க, நரம்புகளில் முறுக்கேறியது. ஆதி மனிதனின் குருதி வேட்கை கண்விழிக்க, போர்வெறி பெருக்கெடுத்து, உக்கிரம் தலைக்கேறியது.

திடீரென பாலிகையின் அனைத்துப் புறங்களிலும் இருந்து நாழிகைப்பறைகள் ஒலிக்க, மலைத்தொடர்களாய் இறுகியிருந்த தேர்அரண்கள் அசைந்தன. உயிர் பெற்ற கோட்டையொன்று நகர்வதைப் போல, பேரிரைச்சலுடன் நிலத்தை நடுங்கச் செய்தபடி முன்னேறின. சிற்றரசர்கள் அதிர்ந்து போக, உயர்ந்த அரண்கள் முன்னேறுவதைக் கண்ட வீரர்கள் வெளிறிப்போய் பின்வாங்கினர். தேர் அரண்களை இழுத்துக் கொண்டு யானைகள் முன்னேற, கழுகுப் பொறிகள் வெள்ளமாய் அம்புகளை எய்தன.

அரண்களை தடுத்து நிறுத்த இயலாமல் சேரப்படைகள் பின்னகர, விற்பொறிகளிலிருந்து வெளிப்பட்ட அம்புகள் நாற்புறங்களிலும் பயணித்து கூட்டுப்படை வீரர்களை சிதறடித்தன. காற்றின் துணையுடன் பயணித்த அம்புகள் படையின் பின்பகுதியில் நின்ற இருப்புப் படை வீரர்களின் மேல் சென்று பாய்ந்தன. அம்புகள் பேரருவியின் ஓசையை வெளிப்படுத்த, குருதி கரைபுரண்டோடியது. பெருங்கோட்டையொன்று படையை அரைத்துக் கொண்டு நகர்ந்தது.

அச்சமடைந்த கூட்டுப்படை வீரர்கள் வேகமாய் பின்னேற, சோழத்தின் தேர் அரணும், கேடய அரணும் பல்வேறு இடங்களில் திறந்து கொண்டன. அணைக்கட்டின் மதகுகள் திறந்ததும் வெடித்துக் கிளம்பும் வெள்ளமாய், சோழ வீரர்கள் பெருங் கூச்சலிட்டபடி ஆவேசமாய் வெளிப்பட்டு கூட்டுப்படைகளின் வீரர்களைத் தாக்கினர்.

குறுந்தொகுதியாய் ஒன்றிணைந்து போரிடப் பயின்றிருந்த சோழவீரர்கள் அடுக்குகளாய் முன்னேறினர். பகைவரை நெருங்கிய கணத்தில் எறிபடைகளை வீசி தாக்குதலைத் துவங்கினர். சில வீரர்கள் இடைக்கச்சையில் குறுங்கத்திகளைச் சொருகியிருக்க, சிலர் உடலின் நாற்புறமும் சலிக்கர் எனும் வளைய ஆயுதங்களை கொத்தாக மாட்டியிருந்தனர்.

சீறிய கட்டாரிகள் உயிர்களை ஊடுருவ, கனமாகவும், கூரிய விளிம்புகளையும் கொண்டிருந்த சலிக்கர்கள் வீரர்களின் தலைகளை வெட்டிச்சென்றன. கைவிடும் ஆயுதங்களை விடுத்து முடித்ததும், இரண்டு வாட்களையும் ஏந்தியபடி கூட்டுப்படையினரை வெட்டியெறியத் துவங்க, அவர்களுடன் சோழத்தின் வேல்படையினரும் இணைந்து கொண்டனர்.

வேல்படையினர் புகாரின் பட்டினப் பாக்கத்தில் புதிதாக ஏற்படுத்தப்பட்ட களரிக்கூடத்தில் சுடரொளியாலும், இளம்பரிதியாலும் பயிற்றுவிக்கப்பட்டவர்கள். வல்லயம் எனும் நீண்ட வேல்களில் சிலம்ப வரிசையை வெளிப்படுத்த கற்றவர்கள். வேல் வீரர்களுடன் போரிட்டுப் பயின்றிராத கூட்டுப்படை வீரர்கள் தடுமாற, வேல்கள் உக்கிரத்துடன் சுழன்றன. பகை வீரர்களை அணுகாமல் தொலைவிலிருந்தே உடல்களை வெட்டியெறிந்தன. வாட்கள் மோதிய ஒலியுடன் சதைகள் கிழிபடும் ஓசையும், எலும்புகள் சிதைவுறும் ஒலியும் ஒலிக்க, வீரர்களின் அலறல்கள் தொடர்ந்தன.

மகரத்தின் கிழக்கில் மலையிலிருந்து உருண்டு செல்லும் பெரும்பாறையாய் இரும்பிடார் முன்னேற, மேற்கில் கரிகாலன் காட்டாறாய் பெருக்கெடுத்து யானைகளை உருட்டிச் சென்று கொண்டிருந்தான். இவற்றிற்கு இடையில் இளைஞர்கள் நால்வரும் நிலவனுடன் இணைந்து ஐந்துமுக வேலாய் இணைந்திருக்க, சோழப் படைகளைப் பரஞ்சுடரும், வானவனும் பின்னிருந்து ஒருங்கிணைத்தனர்.

சோழத்தின் தாக்குதலைத் தாங்கி நிற்கும்படி இரைந்து கொண்டிருந்த வாட்படைத் தளபதி சந்தனச்சீரன், கூட்டுப்படைகளை அடுக்குகளாய் முன்னேற்றும் இளைஞனைக் கண்டான். சோழத்தின் காவல்படையை வழிநடத்துபவன் என்றெண்ணியவன், பெருத்த உடலுடன் முன்னேறி இளைஞனை முழுவேகத்தில் வாளால் தாக்கினான்.

அவனது வீச்சிலிருந்து நழுவிய இளைஞன், தனது நீள்வாட்களை சுழற்றியபடி சந்தனச்சீரனின் பருத்த உடலைக் கண்டு நகைக்க, சந்தனச்சீரனின் முகத்தில் சினம் கொப்பளித்தது. வெறியுடன் பாய்ந்த சந்தனச்சீரன் இளைஞனின் உடலில் வாளைப் பாய்ச்ச முயல, மெல்லிய உடலை வேகமாக விலக்கிய இளம்பரிதி, சந்தனச்சீரனின் கழுத்தைச் சிதைத்து விட்டு முன்னேறினான்.

இளம்பரிதிக்கு அருகில் முன்னேறிக் கொண்டிருந்த திதியனிடம் விற்படையின் தளபதி தங்கன் சிக்கினான். சில நொடிகளில் தங்கன் தலையை திதியன் பறக்க விட, கூட்டுப்படையின் சங்கொலிகள் ஓலமிட, சோழத்தின் தாக்குதல் மென்மேலும் உக்கிரமடைந்து கொண்டிருந்தது.

சோழப் படைகள் ஒரே எண்ணத்தைத் தாங்கி முன்னேறின. எண்ணிக்கையை முறியடிக்கும் நம்பிக்கை உருத்திரண்டு கணந்தோறும் பெருகிக்கொண்டிருந்தது. கதிராடும் வீரர்கள் சதிராடிக்கொண்டிருக்க, கொல்லுதல் சுவாசிப்பதைப் போல் எளிதாய் மாறியிருந்தது.

போரில் காயமடைந்த சோழவீரர்களை உடனடியாக மற்றவர்கள் சூழ்ந்து காத்துக் கொண்டனர். அதிர்ந்து நின்றவர்களை அணைத்து தோளோடு தோளாக நானிருப்

பேனென்று தேற்றினர். ஒருவனைக் கூட பறிகொடுக்கக் கூடாதென்று இணைந்திருந்தனர். இழந்தால் அதற்கு மாற்றாய் பன்னிருவரை சிதைத்தனர். வீரர்கள் காயமடைகையில் துணைப்படையாய் நின்ற மருத்துவர்கள் செவ்வரக்கினால் குருதிப் போக்கை நிறுத்தி, மூலிகை மருந்தை துணியால் இறுகிக் கட்ட, வீரர்கள் மீண்டும் போரிடத் துடித்தனர். பலத்த காயமடைந்தவர்களை மருத்துவக் கூடாரத்திற்குச் தூக்கிச் சென்றனர்.

போரில் வீரமரணம் அடைய வேண்டுமென்ற எண்ணம் மறைந்து வெற்றி பெற வேண்டுமென்ற எண்ணம் ஒவ்வொருவரின் மனதில் கொளுந்து விட்டெரிய, ஒவ்வொரு வீரனும் தனது ஆற்றலின் எல்லையைத் தாண்டிக்கொண்டிருந்தான். புதிய எல்லையை வடிவமைத்துக் கொண்டிருந்தான். சோழத்தின் ஆற்றல்வெளி வான்வெளியாய் பரந்து, விரிந்து கொண்டிருந்தது.

போர்க்களமெங்கும் உறுப்புகள் சிதறிக்கொண்டிருக்க, உடல்கள் சரிந்து கொண்டிருந்தன. வலியும், கதறலும் ஆட்சி செய்து கொண்டிருக்க நிகழ்வென்பது மாய நதியாகி உருகி ஓடியது. கண்கள் பார்ப்பதைக் கைகள் வெட்டித் தள்ளின. யாரிவன், எதற்காக வெட்டுகிறோமென்று சிந்தையின்றி சோழ வீரர்கள் களமாடிக் கொண்டிருந்தனர். அச்சங்கள் உதிர்ந்து போய், உயிர்த்திருப்பது மறைந்து போய், அருகில் நின்றிருக்கும் தோழனின் காயமும், கதறலும் சோழ வீரர்களை உந்தும் விசையாய் மாறி நின்றது.

மாடங்களின் மேல் நின்ற கூட்டுப்படையின் வேந்தர்களும், சிற்றரசர்களும் கண்கள் காணுவதை நம்ப முடியாமல் எழுந்து நின்றபடி பார்த்திருந்தனர். அவர்களின் முகத்திலிருந்த மகிழ்வு மறைந்திருக்க, அதிர்ச்சியில் முகத்தின் தசைகள் இறுகியிருந்தன. பெருஞ்சாத்தனின் கைகள் நடுங்கிக் கொண்டிருந்தன.

வானத்தை விடுத்து பகலவன் ஏக்கத்துடன் மறைய, எரியம்புகள் போர் காரணிகர்களின் மாடங்களில் முளைத்து விண்ணேற, முதல் நாளின் போர் முடிவடைந்ததாக முரசுகள் சொல்லெடுத்து விண்ணை அறைந்தன.

வீரம் வளரும்...

71

போர் நிறுத்த முரசுகள் இருபுறமும் பேரதிர்வை வெளிப்படுத்தியதும், போரை நிறுத்துங்கள் என்ற ஒலி நாட்புறமும் சுழன்றெழ, இருதரப்பு வீரர்களும் மூர்க்க நிலையிலிருந்து தணியத்துவங்கினர்.

பாறைகளை உடைக்கும் பெருமழை சடாரென ஓய்ந்தது போலிருக்க, அமைதி மெதுவாக உள்நுழைந்தது. வீரர்களின் முனகலும், விலங்குகளின் அனத்தல்களும் அங்குமிங்கும் ஒலிக்க, வீரர்கள் எச்சரிக்கையுடன் விலகினர். மனங்களில் மதம் குறையத் துவங்க, வாட்படை வீரர்கள் குருதி சொட்டும் வாட்களை உறையிலிட்டனர். விற்படையினர் நாணேறியிருந்த குலை வில்லின் அம்புகளை நிலத்தில் செலுத்தினர். வேல்படையினர் பகைவரின் உடலைத் துளைத்திருந்த வேல்களை உருவியெடுத்துக் கொண்டு திரும்பினர். குதிரைகளின் வாயில் நுரை வழிந்தபடி இருக்க, யானைகள் களைத்திருந்தன. காயமடைந்த வீரர்களைத் தோளில் சுமந்தும், கைகளில் தாங்கியும் மற்றவர்கள் அழைத்து சென்றனர்.

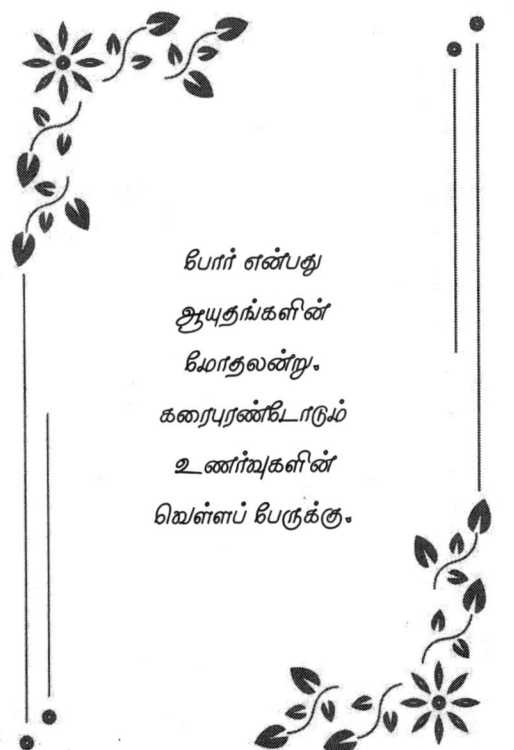

போர் என்பது
ஆயுதங்களின்
மோதலன்று.
கரைபுரண்டோடும்
உணர்வுகளின்
வெள்ளப் பெருக்கு.

அன்றைய நாள் சோழத்திற்கு வெற்றியாக அமைந்ததை உணர்த்த 'கரிகால் சோழன்' என்று ஒருவன் இரைய,

சினத்தின் சுழலில் சுழன்று உக்கிரமேறியிருந்த வீரர்கள் கரையேறி, 'வாழ்க, வாழ்க' என்று உரக்கக் கூறினர்.

நிகழ்த்தவியலாப் போரொன்றை நிகழ்த்திக் காட்டிய வேந்தனை எண்ணி, வாழ்த்தொலிகளை மீண்டும் மீண்டும் கூவி மகிழ்ந்தனர். வீரர்களின் களியாட்டங்கள் துவங்க, ஆயுதங்களை மோதி பேரோசை எழுப்பியபடி பாசறைக்குத் திரும்பினர்.

நிலம் பிளந்ததைப் போன்ற பேரதிர்விலிருந்த கூட்டுப்படையினர் தலை குனிந்தபடி கூடாரங்களுக்குத் திரும்பினர். கடலைப் போன்ற பெரும்படை சோழத்தின் கரையைக் கூட தொட இயலாமல் மண்டியிட்டிருந்தது. சோழ வியூகத்தை உடைக்க முடியாதது மட்டுமன்றி பெருஞ்சேதத்தை அடைந்திருந்தது. போர்க் களமெங்கும் வீரர்களின் உடல்கள் குவிந்து கிடந்தன.

ஒருபுறம் வெற்றியின் களிப்பும் எக்காளமும் ஒலிக்க, மறுபுறம் தோல்வியின் துயரமும், வெறுப்பும் பேரமைதியைப் போர்த்தியிருந்தது.

படைகள் போர்க்களத்தை நீங்கியதும் இருதரப்பின் துணைப்படை வீரர்கள் போர்க்களத்தில் நுழைந்து தமது அணியினரின் உடல்களை மாடுகளும், யானைகளும் இழுக்கும் வண்டிகளில் ஏற்றத் துவங்கினர். சிலர் அம்புகளிலும், வேல்களிலும் பொறிக்கப்பட்டிருந்த சின்னங்களைக் கொண்டு அவற்றை சேகரிக்கத் துவங்கினர். பெண்களும், வயதானவர்களும் களத்தில் தமது உறவுகளைத் தேடி அலைந்து கொண்டிருந்தனர். உடலைக் கண்டடைந்தவர்கள் வீரன் புறமுதுகிடாமல் மார்பில் புண்பட்டு இறந்ததைக் கண்டு ஆறுதல் அடைந்து அவனைப் போற்றும் வகையில் பாமாலைகளைப் பாடினர். களமெங்கும் அழுகைகளும், கதறல்களும் ஒலிக்க, பகலில் குருதியால் நனைந்த நிலம் இரவில் கண்ணீரால் நனைந்தது.

முதல் நாள் போரை முடித்ததும் கரிகாலன் பரஞ்சுடருடன் சோழத்தின் மருத்துவக் கூடாரங்களை நோக்கி குதிரையைச் செலுத்தினான். கூடாரத்தின் நுழைவு வாயிலிலும் அதனைச் சுற்றிலும் இரவம், வேம்பின் இலைகள் சொருகப்பட்டிருக்க, வெண்ணிற சிறுகடுகைக் கூடாரத்தினுள் தூவியிருந்தனர்.

வீரர்களுக்கு உணவும், மருந்தும் அளித்த பின்னர் இரவில் மனச்சோர்வை நீக்கும் வகையில் அவர்களின் வீரத்தைப் புகழ்ந்து பாடுவதற்கு பாணர்களும், ஆடி மகிழ்விக்க விறலியர்களும் காத்திருந்தனர்.

பல்லிசை கசிந்து கொண்டிருக்க, ஆம்பல் குழலின் மெல்லிசை மணியோசையுடன் இணைந்து காஞ்சிப் பண்ணின் வரிகளிலேறி இழைந்து வந்தது. அகில் புகையும், குங்கிலியத்தின் புகையும் காற்றில் நறுமணத்தை கமழச் செய்ய, காயமடைந்த வீரர்கள் நாணல் பாய்களிலும், தென்னம் ஓலையால் பின்னப்பட்ட படுக்கைகளிலும் படுக்க வைக்கப்பட்டிருந்தனர்.

போர்க்களத்தின் முன்னிருந்து வெல்வது ஆயுதமெனில், பின்னிருந்து வெல்வது மருந்துகளே என்பதை அறிந்த இளவெயினி, போர்க்காயங்களுக்குத் தேவையான மருந்துகளை இரண்டாண்டுகளுக்கு முன்பிருந்தே சேகரிக்க உத்தரவிட்டிருந்தாள். கரிகாலன் ஆதுலர் சாலையிலிருந்த சிறந்த மருத்துவர்களையும், மருத்துவிகளையும், உதவியாளர்களையும் அழைத்து வைத்திருந்தான்.

போரை முடித்ததுமே கரிகாலன் நேரில் வந்திருப்பதைக் கண்டு அதிசயித்த வீரர்கள் எழ முயன்றனர். அதிசயம் கணப்பொழுதில் பெருமகிழ்வாய் மூகிழ்ந்தது. பரஞ்சுடர் வீரர்களின் பெயரை கரிகாலனிடம் கூற, எவ்வாறு காயம் ஏற்பட்டதென்று வினவிய கரிகாலன், காயங்களின் தன்மையை மருத்துவியிடம் கேட்டறிந்து, விரைவில் நலம் பெறுவீர்கள் என்று தேற்றினான்.

‘அனைத்து மருந்துகளும் உள்ளனவா’ என கரிகாலன் கேட்க..

‘‘சந்தான கரணி, சல்லிய கரணி, சமனிய கரணி, மிருத சஞ்சீவினி என்ற நால்வித கரணிகளும் போதுமான அளவில் உள்ளன. இவை உடைந்த உறுப்புகளை சேர்க்கவும், வேல் தைத்த புண்களை ஆற்றவும், தழும்பை அகற்றவும், இறந்த கணத்தில் வீரர்களை உயிர்ப்பிக்கவும் உதவக்கூடியன’’ என்றார் மூத்த மருத்துவர்.

ஒரு நாழிகைப் பொழுதை வீரர்களுடன் கழித்த கரிகாலன் அனைவருக்கும் ஆறுதல் கூறிவிட்டு வெளிவந்தான். கரிகாலனும், பரஞ்சுடரும் குதிரைகளை நடத்திச் செல்ல கூடாரங்களில் வீரர்களின் சிரிப்பொலியும், கேளிக்கை ஓசையும் கேட்டபடி இருந்தது. வேந்தனைக் கண்டதும் காவல் வீரர்கள் தலை குனிந்து வணங்கினர்.

சோழப்படையினர் அனைவருக்கும் ஒரே விதமான ஊனும் அரிசியும் குலைத்து வடிக்கும் ஊன் துடி அடிசிலை துணைப்படையினர் சமைத்துக் கொண்டிருக்க, வீரர்கள் கள்ளுண்டு முழவின் ஒலிக்கேற்ப ஆடி மகிழ்ந்து கொண்டிருந்தனர்.

‘நமது வியூகம் பகைவரின் தாக்குதலை தாங்கி நின்றது மட்டுமல்லாமல் இறுதிப்பொழுதில் பெருஞ்சேதத்தை ஏற்படுத்தியுள்ளது’ என்றான் பரஞ்சுடர்.

‘அவர்களின் வியூகம் தற்காப்பு நிலைகளின்றி தாக்குதலுக்கு மட்டுமே வடிவமைக்கப்பட்டது. நாம் வெளிப்பட்டு தாக்குவோமென்று அவர்கள் எதிர்

பார்க்கவில்லை. நம்மை குறைத்து மதிப்பிட்டது அவர்கள் செய்த தவறு. நீர் சுழலில் சிக்கும் வரையில் அதன் வேகம் தெரியாது. சிக்கிய பின்னர் தப்பிக்கும் வழி தெரியாது'

இருவரும் குதிரைகளை வீரனிடம் தந்து விட்டு ஆலோசனைக் கூடத்திற்குள் நுழைய, அவர்களை எதிர்பார்த்து அனைவரும் காத்திருந்தனர்.

கரிகாலனைக் கண்டதும் மனங்கள் பெருங்களிப்பில் திளைக்க, 'இன்று நாம் ஏற்படுத்திய சேதத்தைக் கண்டு கூட்டுப்படையின் அரசர்கள் கதிகலங்கியிருப்பர்' என்றான் சுடரொளி.

'நாளையப் போர் மிகக் கடுமையானதாக இருக்கும். யார் வெற்றி பெறுவார் என்பதை வரையறுப்பதாய் இருக்கும்' என்று கரிகாலன் கூற, அனைவரின் முகத்திலும் மகிழ்ச்சி உதிர்ந்து கவலையின் நிழல் படிந்தது. வாடைக் காற்றின் எடை கூடியது.

★★★

கூட்டுப்படையின் கூடாரங்களில் பெரும் இரைச்சலுடன் வீரர்கள் ஆம்பல் இலையிலும், பனங்குவளைகளிலும் கள்ளை ஊற்றி குடித்து கொண்டிருந்தனர். கள்ளில் துயரத்தை கரைத்தவர்கள் நாளையப் போரில் சோழர்களை கொன்றொழிப்போம் என்று வஞ்சினம் கூறி இரைந்து கொண்டிருந்தனர்.

படை வீரர்கள் தங்கியிருந்த கூடாரங்களில் படுக்கைகள் வீரர்களை இழந்து கசங்கியிருக்க, அருகிலிருந்த சிலர் வெறித்த விழிகளுடன் துயரத்தில் மூழ்கியிருந்தனர். ஒரே நாளில் போர் முடிவடைய வேண்டுமென்ற விருப்பத்தை சிற்றரசர்கள் தங்களது கணிப்பாக தளபதிகளிடம் வெளிப்படுத்தியிருக்க, தளபதிகள் கணிப்பை நடைபெறப்போகும் நிகழ்வாக வீரர்களிடம் கூறியிருந்தனர். ஒரு நாளில் வென்று விடலாமென்ற நம்பிக்கை நொறுங்கிப் போக, சோழர்களின் வேகமும், ஆவேசமும் கலக்கத்தை ஏற்படுத்தியிருந்தது.

வீரர்களின் உடல்களைச் சுமந்து கொண்டு வண்டிகள் இடுகுழியை நோக்கிச் சென்று கொண்டிருக்க, சகடங்களின் ஒலிகளும், யானைகளின் பிளிறல்களும் இருளைத் துவைத்துக் கொண்டிருந்தன.

கோவில் வெண்ணிக்கு அருகிலிருந்த ஊர்களின் மக்கள் கூட்டுப்படையின் காவல் மாடங்களைத் தொலைவில் நின்று பார்த்தவாறு இருக்க, காவல் வீரர்கள் எச்சரிக்கையுடன் நின்றனர்.

வீரர்களுக்கான அடுகலன்களில் வெண்சோறுடன் கறித்துவையல், கறிப் பிரட்டல், கறிச்சோற்றுடன் எண்ணையில் பொரிக்கப்படும் வரால் மீனின் பெரிய

துண்டுகளை அடுமகன்கள் சமைத்துக் கொண்டிருந்தனர். வேந்தர்களுக்கும், சிற்றரசர்களுக்கும் எண்வகை உணவுகள் வெவ்வேறு இடங்களில் இருந்த அடுகலன்களில் உருவாகிக்கொண்டிருக்க, நிலத்தின் தாரகைகளாய் நெருப்புகள் ஒளிர்ந்தன.

ஆலோசனைக் கூடத்தில் நம்பியுடன் அனைவரும் அமர்ந்திருந்தனர். அவர்களுடன் பேரமைதியும் சேர்ந்து அமர்ந்திருந்தது. கரிகாலன் நிகழ்த்திய போரைப் போன்று இதுவரையில் எவரும் கண்டிராமலிருக்க, ஒரு நாளில் போர் முடிவடையும் என்ற கணிப்பு தவிடுபொடி ஆகியிருந்தது.

தளர்ந்த மனம் நம்பிக்கையின்மையை ஏற்படுத்த, தோல்வி பாரமாய் அழுத்தியது. உள்ளத்தின் அயற்சி உறுதியைக் குலைக்கக் கூடாதென்று சேரமான் பேச்சினைத் துவங்கினார்.

'முதல் நாள் போர் சோழத்திற்கு சாதகமாய் இருந்தாலும், சோழப்படையின் உத்திகள் வெளிப்பட்டுள்ளன. இரும்பிலான அம்புப் பொறிகள், யானைத்தந்தத்தில் பொருந்தியிருக்கும் வாட்கள், யானைத்தேர்கள், கேடய அரண்கள் போன்றவை இதுவரையில் எவரும் கண்டிராதது. மேம்படுத்தப்பட்ட ஆயுதங்களுக்குக் கிட்டிய வெற்றி அது. மனம் தளர அவசியமில்லை. நாளையப் போருக்கு உத்தியை மாற்றியமைப்போம்' என்றார் நம்பிக்கையூட்டும் குரலில்.

சேரமானின் குரல் தனது தந்தையின் குரலை ஒத்திருப்பதை நம்பி உணர்ந்தான். 'எந்தவொரு செயலையும் திட்டமிட்டு துவங்கு. துவங்கியதும் அதை முடிப்பதற்கான வழிகளை மட்டும் தேடு' என்பவர் முடத்திருமாறன்.

உள்ளத்தைக் கோர்த்தெடுத்து உறுதியைக் குரலில் வார்த்தெடுத்த நம்பி, "உண்மையே. சோழம் பல்லாண்டுகளாக இப்போருக்கு ஆயத்தமாகி வந்ததை நாம் கருத்தில் கொள்ளாதது பிழையாகி விட்டது. போர்க்கலன்களை மேம்படுத்தி, போரின் ஒவ்வொரு கண்ணியையும் நுட்பத்துடன் வடிவமைத்துள்ளனர். இன்றையத் தவறு நாளைக்கான விழிப்புணர்வை அளித்துள்ளது'' என்றான்.

'சிறந்த ஆயுதங்களுடன் கரிகாலன் வகுத்திருந்த வியூகமும் அபாரமானது. மகர வியூகத்தைத் தாங்கி நின்றது மட்டுமல்லாமல் தாக்கியும் இருக்கிறான்' என்றார் தொல்லோன். அன்றைய நாளின் அதிர்ச்சியிலிருந்து மீண்டிராமல். போர்க்களமெங்கும் சரிந்திருந்த வீரர்களின் உடல்களை அகற்றும்படி துணைப்படையினருக்கு உத்தரவிடும்போது, மண்ணின் துகள்களை விட அதிக எண்ணிக்கையில் தமது வீரர்கள் சரிந்திருப்பதைக் கண்டு உள்ளம் சிதைந்திருந்தார் அவர்.

''பொட்டல்வெளியில் இரும்புக் கோட்டையை உயிரெழுப்பி தற்காத்து போரிடுவதற்கு புதிய இலக்கணத்தை வகுத்து விட்டான் கரிகாலன்'' என்றான் அணியன்.

'பகைவனை கறுவருப்பதை எண்ணாமல் நீங்கள் அவனது புகழை பாடுகிறீர்கள்' என்றான் தீச்செல்வன் வெறுப்புடன்.

'பகைவனின் வீரத்தைப் புரிந்து கொள்தல் அவசியம். இழப்பதற்கு ஏதுமில்லாதவன் பன்மடங்கு வேகத்தை வெளிப்படுத்துவான். பல ஆண்டுகளாக சோழ வீரர்கள் பயிற்சியில் ஈடுபட்டதன் பலனை களத்தில் காண இயல்கிறது'' என்றார் தொல்லோன்.

அன்றைய நாளின் நிகழ்வுகளைக் குறித்து பேசுவதைத் தவிர்க்க விரும்பிய நம்பி 'நாளைய உத்தியைப் பற்றி கூறுங்கள்' என்றான்.

'அனைத்துப் புறங்களிலும் சூழ்ந்து தாக்கும் சக்கர வியூகத்தைப் பயன் படுத்தலாம்' என்றான் நந்தியன்.

'மூன்று புறங்களிலும் தாக்கிய இன்றையத் தாக்குதலே அதற்கு இணையானது தான். ஆனால் சோழத்தை ஊடுருவ இயலவில்லை' என்றான் பெருஞ்சாத்தான்.

'நாளையப் போரிலும் இந்நிலை ஏற்படக்கூடாது. வீரர்கள் நிலைகுலைந்து விடுவர். எனவே சிறந்ததொரு வியூகத்தை ஏற்படுத்துவது அவசியம்' என்று பாபநாசன் கூற, நாகம், வைரம், திரிசூலமென ஒவ்வொருவரும் தமக்கு தெரிந்த வியூகங்களைக் கூறினர்.

சேரமான் அமைதியுடன் இருப்பதைக் கண்ட தொல்லோன் 'தங்களின் எண்ணம் என்ன வேந்தே?' என்று கேட்டார்.

'இந்தப் போர் நாளை முடிவடைய வேண்டுமெனில் ஈடிணையற்ற தாக்குதலை வெளிப்படுத்துதல் அவசியம். அதற்கு யாளி வியூகத்தை பயன்படுத்தலாம்' என்றார் சேரமான்.

'ஆம். நன்மான் எனப்படும் யாளி பெரும் வலிமை வாய்ந்தது. பிறந்து பால் குடிக்கும் குட்டி கூட தனது வேட்டைக்கு யானையை சரிக்கும் என்று மூத்தோர் கூறுவர். யாளி வியூகம் அதனைப் போன்றே வலிமை மிகுந்தது' என்றான் விகுபன். மற்றவர்கள் ஆமோதித்தனர்.

'எப்படி வடிவமைப்பது அதை?' என்று நந்தியன் கேட்க..

'எப்படி அமைக்கலாமென்று தென்னவன் கூறட்டும். மாறுதல் இருப்பின் நான் கூறுகிறேன்' என்றார் சேரமான்.

சில கணங்கள் யோசித்த தென்னவன் ‘யாளி வியூகம் நான்முக தாக்குதலை உள்ளடக்கியது. இரையைக் கடித்துக் குதறும் சிம்மத்தின் முகமாய் நின்று ஒரு தளபதி வழிநடத்த, அதன் முகத்திலிருந்து முன்னேறித் தாக்கும் துதிக்கையாய் மற்றொரு தளபதி இருப்பார். இருபுறமும் பாய்ந்து பகையைக் கிழித்தெறியும் வல்லமையுடைய கைகளாக இரண்டு தளபதிகள் இருப்பர். முகமானது நிலையான போரினை வெளிப்படுத்த முன்னேறித் தாக்கும் அமைப்புகளாக துதிக்கையும், இரண்டு கைகளும் இருக்கும்‘ என்றான்.

‘யாளியின் முகமாக காலாட் படைகள் நிற்கட்டும். யாளியின் முகத்திலிருக்கும் இரண்டு கண்களுக்கு இரண்டு தளபதிகளையும், முன்னேறி தாக்கும் துதிக்கைக்கு ஒரு தளபதியையும் சிற்றரசர்களின் படைகளிலிருந்து நியமித்து விடு. மேற்கு புறத்தில் தாக்கும் இடதுகையாக தேர்ப்படையையும், கிழக்கில் வலதுகையாக குதிரைப் படையையும் நிறுத்து. தேர்ப்படைக்கும், குதிரைப்படைக்கும் பாண்டியத் தளபதிகள் வஞ்சியரசும், ஓங்காரனும் தலைமை தாங்கட்டும். யாளியின் நெஞ்சுப் பகுதியிலிருந்து நீ படைகளை ஒருங்கிணை’ என்று நம்பி கூற, தென்னவன் தலையசைத்தான்.

‘மேற்கில் யானைப்படைகள் போரிடும். கரிகாலன் அவற்றை நாளையும் திசைத் திருப்பி தேர்களைத் தாக்கக்கூடும். எனவே தேர்ப்படைகள் கிழக்கிலும், குதிரைப்படைகள் மேற்கிலும் நிற்கட்டும்’ என்றார் சேரமான்.

‘‘சயந்தனங்களை மீண்டும் கரிகாலன் பயன்படுத்துவான். அவற்றை எதிர்கொள்வது எப்படி?’

‘‘அவற்றில் பலவீனமானவை குதிரைகளே. நமது தேர்களை மோதி குதிரைகளை சரித்து விடலாம். வேறெந்த விதத்திலும் சயந்தனங்களை வீழ்த்த இயலாது’’.

நம்பி ஆமோதிக்க, ‘இந்த தாக்குதலை கரிகாலன் எவ்வாறு எதிர்கொள்வான்?’ என்று தொல்லோன் கேட்டார்.

‘அவனது வியூகங்கள் புதிராக உள்ளன. இன்று சக்கர வடிவில் படைகளை நிறுத்தி தற்காத்துக்கொண்டான். நாளையும் இதே உத்தியை கடைபிடிக்கலாம்’ என்றான் தென்னவன்.

‘இன்றைய வியூகத்தின் பலவீனங்களை நாம் கண்டறிந்து விட்டதால் இதே வியூகத்தை நாளைக் கரிகாலன் பயன்படுத்த மாட்டான். புதிய வியூகத்தை எதிர்கொள்ள வேண்டியிருக்கும்’ என்றார் சேரமான்.

‘இதற்கு முன்னால் யாளியின் தாக்குதலைத் தாங்கி நிற்க பிறை வடிவத்தைப் பயன்படுத்தியுள்ளனர். பலனற்றுப் போனது’ என்றான் முத்துமேனி.

‘வியூகம் எத்தகையதாய் இருப்பினும் களத்தில் வீரர்கள் வெளிப்படுத்தும் வீரத்திலேயே வெற்றி அடங்கியுள்ளது’ என்றான் மரைக்காடன்.

‘நமது வீரர்கள் வீரத்தை வெளிப்படுத்தவில்லை என்று கூறுகிறாயா’ என்று தீச்செல்வன் கேட்க..

‘சோழ வீரர்கள் இன்று வெளிப்படுத்திய வெறியையும், ஆவேசத்தையும் நான் இதுவரையில் எந்தப் போரிலும் கண்டதில்லை’ என்று பெருஞ்சாத்தன் பதிலுரைக்க, தீச்செல்வன் அமைதியானான்.

‘போர் என்பது ஆயுதங்களின் மோதலன்று. கரைபுரண்டோடும் உணர்வுகளின் வெள்ளப் பெருக்கு. சோழர்கள் இன்று விசை கொண்ட திசையாய் மாறியிருந்ததைக் கண்டேன். அதே வீரத்தை நமது வீரர்களிடம் எழுப்ப வேண்டியது அவசியம்’’ என்றார் சேரமான். ‘அறம் தழைத்தோங்குவது இன்றைய காலத்தின் சொல்லாக அமைத்திருக்கிறது போல’ என்று எண்ணியபடி.

கணங்கள் ஓசையுடன் உருண்டு செல்ல அமைதியின் ஒலி ஆலமாய் வளர்ந்து அச்சுறுத்த, ‘யானைப்படையை எவ்வாறு எதிர்கொள்ள எண்ணுகிறீர்கள்?’ என்றார் தொல்லோன்.

‘கரிகாலனின் யானைப்படையை விரைவில் அழித்தால் இணைப்படை இல்லாத காரணத்தால் யானைகளைப் பயன்படுத்தி கரிகாலனின் வியூகத்தை தாக்கலாம்’ என்றான் நந்தியன்.

‘யானைகளின் தந்தங்களில் வாட்களைப் பொருத்தி பேரழிவை உருவாக்குகிறான் கரிகாலன். நம்மிடம் இருக்கும் கொல்லர்களின் எண்ணிக்கை அனைத்து யானைகளுக்கும் உருளையான கைப்பிடியைக் கொண்ட வாட்களை உருவாக்கி பொருத்துவதற்குப் போதாது. வேறு விதமான உத்தியைத் கண்டறிய வேண்டும்’ என்றார் சேரமான்.

சேரமான் கூறுவது முற்றிலும் உண்மையே. கையறு நிலையில் யானைப்படைகள் சிக்கியுள்ளன என்பதைப் புரிந்து கொண்ட சிற்றரசர்கள் யோசிக்க..

‘தந்தங்களில் வாட்களை நாமும் கொடிகளால் இறுக பிணைத்து விடலாம்’ என்றான் பெருஞ்சாத்தன்.

‘யானைகள் மோதும்போது அவைகளின் ஆற்றலின் முன்னால் கொடிகளோ, கயிறுகளோ தாங்கி நிற்காது. அருகிலிருக்கும் காடுகளிலிருந்து அடிமரங்களை வெட்டி வரக் கூறியிருக்கிறேன். யானைகளைக் கொண்டு எறியச்செய்து சோழ யானைகளின் தந்தங்களில் இருக்கும் வாட்களை முறிக்கச் செய்கிறேன். சோழத்தின் கிடுக்கு படையினருடன் போரிட மேலும் வீரர்கள் தேவை’ என்று சேரமான் கூற...

‘பத்தாயிரம் வீரர்களை இணைத்துக் கொள்ளுங்கள். சோழத்தின் யானைகளை வீழ்த்துவது மிக அவசியமானது’ என்றார் தொல்லோன்.

இரவின் நீளம் என்பது உள்ளம் இருப்பது மகிழ்வின் கரையிலா அல்லது அதன் எதிர் கரையிலா என்பதைப் பொருத்தமைய, கூட்டுப்படையின் சிற்றரசர்கள் சோழத்தை வீழ்த்தும் எண்ணங்களில் மீண்டும் மீண்டும் போரிட்டுக்கொண்டிருந்தனர். இரவு வளர்ந்து கொண்டிருந்தது.

★★★

சோழர்களின் ஆலோசனைக் கூடத்தில் கரிகாலன் அமர்ந்திருக்க, அனைவரின் முகங்களிலும் நம்பிக்கை ஒளி பூசியிருந்தது. கரிகாலனின் அருகில் அமர்ந்து அவன் வழிநடத்தும் விதத்தை இளவெயினி கவனித்துக் கொண்டிருந்தாள்.

ஆலோசனையை துவங்கும்போதே ‘மேற்கில் வியூகம் வீழ்ந்தது எவ்வாறு?’ என்று கேள்வியை வீசினான் கரிகாலன். வியூகத்தின் பலவீனத்தையும், பகைவரின் ஆற்றலையும் புரிந்து கொள்வதற்காக.

‘நாம் எண்ணியதற்கு மாறாக கண்களில் அம்பு பாய்ந்த யானைகள் அச்சமடைந்து விலகாமல் மேலும் சினத்துடன் முன்னேறி யானைத்தேர்களை தகர்த்து விட்டன’ என்றான் செஞ்சூரியன்.

‘மனிதர்களை கணிப்பது போல விலங்குகளைக் கணிக்க இயலாது என்பது தெளிவாகிறது. வியூகத்தில் பிழைகள் நேரக்கூடாது. புறக்காரணிகளின் தாக்கத்தை முன்கூட்டியே யூகித்திருக்க வேண்டும்’

‘நாளையப் போர் கடினமானதாக இருக்குமென்று கூறுவதன் காரணமென்ன?’ என்றான் வானவன். கரிகாலனின் எண்ணங்கள் பயணிக்கும் திசையையும் சிந்திக்கும் விதத்தையும் புரிந்து கொள்ள முயல்வது வானவனின் வழக்கம்.

‘நமது ஆயுதங்களையும், வியூகம் அமைக்கும் முறையையும் பகைவர்கள் தெரிந்து கொண்டுள்ளனர். அந்த எச்சரிக்கை உணர்வுடன் நாளைய வியூகத்தை அமைப்பர்’

'நாளை நாம் முன்னேறி தாக்க போகிறோமா?' என்று நிலவன் ஆவலுடன் கேட்க...

'நாளையும் தற்காப்பு போர் மட்டுமே'

'ஏன் தாக்க வேண்டாமென்று கூறுகிறாய்?' என்று முகில் கேட்க..

'பகையை இழப்பின்றி வெல்லவே எண்ணுகிறேன் முகிலா. நாம் சிறிய படையைக் கொண்டுள்ளோம். ஐந்து விரல்களும் பிரிந்திருக்கும்போது வலுவிழக்கும். குவிந்திருக்கும் முட்டி மலைகளை தகர்க்கும். தாங்கியும் நிற்கும்'

'பகைவரின் வியூகம் தெரியாத நிலையில் நமது வியூகம் என்ன?'

'சடாலம் எனும் தேன்கூட்டு வியூகம்'

'மீண்டுமொரு புது வியூகமா?'

'இதுவரை போர்களில் பயன்படுத்தப்பட்ட வியூகங்களைத் தகர்க்கும் விதங்களை பகைவர்கள் அறிந்திருப்பர். புதிய வியூகத்தை அவர்கள் புரிந்து கொள்ளும் முன்னர் நாம் தாக்குதலில் இறங்கியிருப்போம்'

'எப்படி அமைக்க வேண்டும்?'

"தேன்கூட்டின் அறுகோண வடிவில் ஏழு அறைகளை வியூகம் கொண்டிருக்கும். நடுவில் மூன்றும், முன்னும் பின்னும் இரண்டு அறைகளுடன் இறுகி நிற்கும். வியூகத்தின் வெளிப்புற அரண்களை இரு அடுக்கு யானைத்தேர்களினாலும், உட்புற சுவர்களை தேர்அரண், கேடயஅரண் இரண்டினாலும் கலந்து அமையுங்கள்"

'சிறப்பு. எவ்விடத்தில் நுழைந்தாலும் ஒரு அறையின் வீரர்களை மட்டுமே தாக்க இயலும். அதனை சூழ்ந்துள்ள சுவர்களின் மேலிருந்து நம்மால் தாக்குதல் நிகழ்த்த இயலும்'

"ஒரு அறையிலிருந்து மற்றொரு அறைக்கு செல்ல நகரும் தடுக்குகளை உருளைகளின் மேல் பொருத்துங்கள். அனைத்து அறைகளிலும் உயர்த்தக் கூடிய பீடங்களை அமைத்து விற்பொறிகளை பொருத்துங்கள்"

'பாலிகை வியூகத்தை விட இந்த வியூகம் உறுதியாய் இருக்கும்' என்றான் பரஞ்சுடர்.

சிலந்தி வலைப் பின்னுவதைப் போல சடால வியூகத்தின் பொறிகளையும், கண்ணிகளையும் கூறிய கரிகாலன், தளபதிகள் நிலைகொள்ளும் இடங்களையும்,

அவர்களின் பணிகளையும் கூற, அனைவரும் கூர்ந்து கவனித்தனர். ஐயங்கள் நீங்கியதும் முகங்களில் வெளிச்சம் பிறந்தது. தளபதிகளையும், இளைஞர்களையும் சோழப்படையின் திசை தெய்வங்களாய் கரிகாலன் நிறுத்தினான். அனைத்து திசைகளையும் கட்டுப்படுத்தும் பெருஞ்சக்தியாய் குவிந்திருந்தான்.

"படைகளின் முக்கிய வீரர்களுக்கு வியூகத்தின் அடிப்படையைத் தெரிவித்து விடுங்கள். நான் பகைவரின் நாளைய வியூகத்தைக் கண்ட பிறகு மீதமுள்ள மாற்றங்களைக் கூறுகிறேன்"

சிறிய செருமலுடன் கூடாரத்திற்குள் நுழைந்து வணங்கிய துணைப்படை தலைவர் "வீரமரணம் அடைந்த வீரர்களின் உடல்களை வெண்ணிற துணியில் பிணைத்து விட்டோம். நீங்கள் சரியென்று கூறினால் இடுகுழியில் இறக்கி விடலாம்" என்றார்.

"நானும் வருகிறேன். சோழத்திற்காக விண்ணேகிய மறவர்களை வணங்க வேண்டும்" என்ற கரிகாலன் எழ, மற்றவர்களும் கூடாரத்திலிருந்து வெளியே வந்தனர்.

★★★

கூட்டுப்படையில் சிற்றரசர்களின் கூடாரங்கள் ஆம்பலின் தனித்த பிறை இதழாய் அமைந்திருக்க, பெருஞ்சாத்தனின் கூடாரம் உள்ளும், புறமுமாக இரண்டு வளையங்களுடன் இருந்தது. உள்வட்டத்தில் பெருஞ்சாத்தனுடன் தீச்செல்வனும், முத்துமேனியும் அமர்ந்திருக்க, இருங்கோவேள் சற்று தள்ளி அமர்ந்திருந்தான். வெளிவட்டத்தில் மெய்க்காவலர்களான யவன வீரர்கள் முழுக்கை சட்டையணிந்து காவலிருந்தனர்.

'நாளை நானும் போரில் பங்கேற்கட்டுமா?' என்றான் இருங்கோவேள்.

'நாளை இந்த போர் முடிவடையாது. பெருஞ்சேதத்தை மட்டுமே நம்மால் ஏற்படுத்த இயலும். மூன்றாம் நாள் போரில் நீ களமிறங்கு. உனது கையால் கரிகாலனை வெட்டியெறி'

'நாளை இப்போர் முடியாதென்று எவ்வாறு கூறுகிறாய்?' என்றான் தீச்செல்வன்.

'இன்றையப் போரை கவனித்தாயா. சோழ வியூகத்தை இரண்டு முறை உடைத்தும் நம்மால் ஊடுருவ இயலவில்லை. கரிகாலன் நமது அனைத்து உத்திகளையும் எதிர்பார்த்து களமிறங்கி இருக்கிறான். அதற்கேற்ப ஆயுதங்களை மேம்படுத்தி இருக்கிறான்' என்று பெருஞ்சாத்தன் கூற, தீச்செல்வன் பெருமூச்சை விடுத்தான்.

'நமது படைகளை களமிறக்கி கரிகாலனைத் தாக்க முயலலாமா?' என்று முத்துமேனி கேட்க..

'தேவைப்பட்டால் இறுதியாக அனுப்புவோம். பின்னிருந்து பகை முடிக்க முயல்வோம். மற்றவர்களின் படைபலம் குறைவது நமக்கு நன்மையே'

'சென்னியின் வம்சத்தை அழிப்பதாக வஞ்சினம் பூண்டவன் நான். நாளையப் போரில் கரிகாலன் சரணடைந்தால்?' என்று இருங்கோவேள் கேட்க..

'அது உறுதியாக நிகழாது. ஒரு வேளை சரணடைந்தால் அவனை சேரநாட்டிற்கு அழைத்து செல்லும் முன்னர் பலியெடுப்போம்'

'வேல்கெழு குட்டுவன் அதற்கு இசைய மாட்டான்'

'தேவை ஏற்படின் அவனையும் கொல்வோம். தீர்க்காத பகை தொடர்ந்து வரும். கரிகாலன் வீரத்தில் சிறந்தவனாக இருக்கலாம். சூதினை படைக்கலனாய் கொண்டவர் நாம். எவராலும் நம்மை விஞ்ச முடியாது' என்று கூற, அனைவரது சிரிப்பொலிகளும் பேருருவம் கொண்டு இருளில் திரிந்தன.

வீரம் வளரும்...

72

நிலத்தில் வேரூன்றி, கிளை விரித்து, படுத்திருந்த வெண்ணாற்றின் கரையில் இடுகுழிகள் தோண்டப்பட்டிருக்க, சோழ வீரர்கள் தீப்பந்தங்களுடன் நின்றனர். கிராம மக்கள் மலர்களையும், நெல்லையும் தாலங்களில் கொண்டு வந்து குழியருகே வைத்தனர்.

காதலின் உன்னதம்
தொலைவில்
இருப்பதையும்
உணர்வுகளால்
அருகில் இருக்கச்
செய்வது தான்.

பகைவரைக் கொன்று போரில் உயிர் துறக்க ஒவ்வொரு வீரனும் துடித்துக் கொண்டிருந்தாலும், உயிர் பிரிந்து சென்றவர்களை விட எஞ்சி நின்றவர்களே இறப்பின் வலியை அனுபவித்துக் கொண்டிருந்தனர்.

போர்க்களத்திற்கு அருகிலிருந்த சிற்றூர் மக்கள் சோழப்படைக்கு எவ்வகையிலாவது உதவ வேண்டுமென்று தளபதிகளைத் தொடர்ந்து வேண்டியதால் இடுகுழி தோண்டுவது, வெண்ணாற்றிலிருந்து பாசறைக்கு நீர் கொண்டு வருவது, பாசறையின் கொட்டில்களை தூய்மை செய்வது போன்ற பணிகளில் பயன்படுத்திக் கொள்ளுமாறு தூசிப்படை தலைவனிடம் வானவன் பணித்திருந்தான். அவற்றிற்கு ஈடாய் பொற்காசுகளை அளிக்க கூறியிருந்தான்.

சோழ வீரர்களும், மெய்க்காவல் படையினரும் நாற்புறங்களிலும் தீப்பந்தங்களால் வெளிச்சத்தை ஏற்படுத்தியிருக்க, கரிகாலனும் மற்றவர்களும் அமைதியாக நடந்தனர். வேந்தன் செல்வதைக் கண்ட மற்ற வீரர்களும் பின்தொடர்ந்தனர்.

இடுகுழியினருகே வீரர்களின் உடல்கள் வெண்துயில்களால் மூடியிருக்க, வைராவி ஒருவர் காத்திருந்தார். உடலருகே நின்ற சிலர் கதறியழுது கொண்டிருந்தனர். கரிகாலன் வந்ததும், வைராவி மலர்களையும், நீரையும் தெளித்து வீரர்களின் உயிர்கள் அமைதி கொள்ளட்டும் என்று வேண்டி தீவர்த்தியைக் காட்ட, பெண்ணொருத்தி உச்சக் குரலில் குரலெடுத்து பாடத்துவங்கினாள்.

மனங்களை கிழித்து, உயிர்களை உருக்கிய குரல் கண்களில் நீரைத் துளிர்க்க செய்ய, மலர்களையும் நெல்லையும் தூவி அனைவரும் வணங்கினர். உடல்கள் ஒவ்வொன்றாய் இடுகுழியில் இறக்கப்பட்டு மண் தூவப்பட்டது. குழிகளில் மண்ணை நிரப்பி வீரகற்களை நட்டனர். கற்களுக்கு செவ்வண்ண பொட்டிட்டு, மலர் மாலைகள் அணிவித்தனர். பறவையிலொன்று, விலங்கிலொன்றென உயிர்பலிகள் தரப்பட்டு குருதி தெளிக்கப்பட்டது.

நடுகற்களைத் தொட்டு வணங்கிய இளவெயினி 'நம்மைப் பிரிந்து செல்லும் வீரர்கள் போரிடும் உறுதியையும், மனங்களில் வீரத்தையும் விதைத்து சென்றுள்ளனர். சோழத்திற்காக விண்ணேறிய மறவர்கள் நம்மைக் காத்தருளட்டும்' என்று கூற, மற்றவர்களும் மண்ணில் விழுந்து வணங்கினர்.

வீரர்களுடன் இறுதி வரையில் நின்ற கரிகாலன் 'அனைவரும் ஓய்வெடுங்கள்' என்று கூறிவிட்டு தனது கூடாரத்திற்கு திரும்பினான்.

சற்று நேரத்திற்கு பின்னர் கரிகாலனின் கூடாரத்தினுள் நிலவன் நீலனுடன் நுழைய, 'யாரிவன்' என்ற கேள்வியை கரிகாலன் பார்வையால் கேட்க, 'இவன் யாரென உன்னால் கண்டு பிடிக்க இயல்கிறதா?' என்று சொற்களால் கேட்டான் நிலவன்.

'நிலவன் இவ்வாறு அறிமுகப்படுத்துவதால் இருவருக்கும் தெரிந்த ஒருவரின் உறவாய் தானிருக்க வேண்டுமென எண்ணிய கரிகாலன் வேகமாக சிந்தித்தான். களையான முகம், மெல்லிய உடலுடன் உயரமாயிருந்தவனின் விழிகள் பழக்கமானதாய் தோன்ற ஞாபகத்தில் அடுக்குகள் சுழன்றன. அடுக்குகளின் நுனியெங்கும் மையிட்ட ஆதிராவின் கண்கள் பனித்துளிகளாய் அரும்பின.

முகத்தில் ஆச்சரியத்துடன் 'நீலனா?' என்று வினவினான் கரிகாலன்.

இருக்கையில் அமர்ந்திருந்தவனின் அழகும் ஆளுமையும் நீலனை புரட்டிப்போட, ஒருமுறை கூட பார்த்திராத கரிகாலன் நொடிப்பொழுதில் தன்னை கண்டறிந்ததும் நீலன் திகைப்புடன் சிரித்தான்.

நிலவன் சிரித்தவாறு 'அமர்ந்து கொள்' என்றபடி அருகிலிருந்த இருக்கையை காட்டி விட்டு அமர்ந்து கொண்டான். வேந்தருக்கெதிரே அமர்வதா என்று நீலன் தயங்க...

'உட்கார். போர் நடந்து கொண்டிருக்கையில் என் இவ்வளவு தொலைவு?' என்றான் கரிகாலன்.

'நேற்றே வந்திருக்க வேண்டியது. குதிரையின் கால் குறடு விழுந்து விட்டதால் தாமதமாகி விட்டது. ஆதிரா மடல் ஒன்றை அனுப்பி வைத்தாள். தங்களிடம் தரவேண்டுமென பணித்திருந்தாள்' என்ற நீலன் இடைக்கச்சையில் வைத்திருந்த பொன் உருளையை எடுத்து கொடுக்க கரிகாலன் கண்கள் மின்ன, அதனை வாங்கிக்கொண்டான். உடலெங்கும் பரவசம் ஏற்பட ஆதிராவின் மனதைக் கைகளால் தாங்குவது போலிருந்தது.

மடலைப் பிரிக்க மடலேறிய மனதை அடக்கி 'எப்போது வந்தாய்?' என்றான் நீலனைப் பார்த்து.

நீலன் நிலவனைப் பார்க்க, நிலவன் நீலனைப் பார்த்து குறுநகை புரிந்தபடி 'நண்பகலில் வந்தான். கூடாரத்தில் காத்திருக்கும்படி கூறியிருந்தேன்' என்றதும், போர்க்களத்தில் இருந்த நிலவன் எவ்வாறு நீலன் வந்ததை அறிந்தான் என்று கரிகாலனுக்குத் தோன்ற, இருவரும் எதையோ மறைக்கின்றனர் என்பதைப் புரிந்து கொண்டான். நிலவனிடம் பின்னர் கேட்டுக்கொள்ளலாம் என்றெண்ணி,

'அன்னையிடம் அழைத்துச் சென்றாயா?' என்றான்.

'நீலனைக் கண்டதும் மிகவும் மகிழ்ந்தார். நம்முடன் உணவருந்தி இன்றைய இரவை இங்கேயே கழித்து விட்டு காலையில் புறப்பட்டு செல்லட்டும் என்றார். கூடாரமொன்றை ஏற்பாடு செய்து விட்டேன்' என்று நிலவன் கூற, கரிகாலன் ஆமோதித்தான்.

'நீலனை சுடரொளிக்கும் மற்றவர்களுக்கும் அறிமுகம் செய்து வருகிறேன்' என்ற நிலவன், கரிகாலனைப் பார்த்து கண் சிமிட்டிவிட்டு செல்ல, தான் மடலை படிப்பதற்கு நேரம் தருகிறான் என்றெண்ணிய கரிகாலனின் முகம் மலர்ந்தது.

கையிலிருந்த பொன்னுருளையை ஏந்தியவனின் மனமெங்கும் ஒளியலைகள் துள்ளியெழ, உடலின் அணுக்கள் தோறும் தேனூறியது. புரவிகளும், யானைகளும்,

படைவீரர்களும் எழுப்பிய புழுதித் திரளால் மறைந்திருந்த போர்க்களமெங்கும் மலர்கள் மலர்ந்தது போலிருந்தது. உடலின் உக்கிரம் தணிந்து நரம்புகளில் பனியாறு தவழ்ந்தோட, கண்களை மூடி ஆதிராவின் மடலை மார்போடு அணைத்துக் கொண்டான்.

அவளது உள்ளங்கைகளின் மென்சூடு உடலெங்கும் பரவுவதை உணர்ந்தான். கண்கள் பனிக்க மடலை மெல்லப் பிரித்தான். ஆதிராவின் பட்டுக்கன்னத்தில் வைரமென மிளிர்ந்த பருவைப் போல, வெண்ணிற பட்டில் செந்நிற எழுத்துக்கள் அழகாக ஒளிர்ந்தன.

என் உலகென்றான சோழ வேந்தருக்கு...

என்ற வார்த்தைகள் எனது உணர்வுக்கு முழுமை சேர்க்காது. கண் கொண்டு வான்பரப்பை அளவிட இயலாததைப் போல மொழி கொண்டு என் காதலை வடிக்க இயலாது.

பகையழிக்கத் துடிக்கும் வேங்கையென போர்க்களத்தில் நீங்கள் நிற்கும் கடுஞ்சூழலில் இம்மடலை உயிரால் நிரப்பி அனுப்புவது நினைவுகளிலும், உணர்வுகளிலும் நானும் தங்களோடு கலந்திருப்பதை உணர்த்தவே.

வெற்றிக்குச் சொல் கொடுத்து, நெற்றிக்குப் பொட்டிட்டு, வாளெடுத்துத் தந்து, களத்தில் இணையாய் நின்று போரிட துடிக்கும் மனதைக் கட்டுப்படுத்தி வைத்திருப்பது மனதை சிதைப்பதாய் உள்ளது.

பிரிவின் ஆற்றாமை என்னை பனியென சூழ்ந்திருக்கிறது. களித்திருந்த காதல் நொடிகள் அளிக்கும் வெம்மையில் உயிர் உருகுகிறது. மலர்ந்திருக்கும் பருவத்தின் ஊற்றுக்கண்கள் மடைதிறக்க, கண்கள் உங்களைக் காணத் தவமியற்றுகின்றன. இனிய நினைவுகளை ஆடையெனப் போர்த்தி கண்ணுறங்க முயல்கிறேன். இருளை விழுங்கி கண்மூடும் இமைகள் உறங்க மறுத்து பகையாய் நிற்கின்றன.

இருளின் பறவைகள் எழுப்பும் ஓசைகள் தங்கள் வரவுக்கான இரவுக்குறியோ என்றெண்ணி ஒவ்வொரு நாளும் மாளிகை நிலைக்கதவுகளை நீங்கி தேடுகிறேன். அவ்வொலிகள் ஏமாற்றம் தரும் அல்லற்குறிகளாவே இருக்கின்றன. கண்ணீரின் எடையால் சரியும் இமைகள் அதிகாலையில் கனவுகளை உருட்டி மகிழ்கின்றன.

பகலைப் பருகி விழித்தெழும் பறவைகளைக் காண்பது, நிலத்தைச் சுவைத்து மேலெழும் செடிகளை ரசிப்பது அனைத்தும் கனவாய் போய் விட்டது. காலத்தைக் குடிக்கும் எனது பருவம் உடலெங்கும் பசலையைப் படரச் செய்கிறது. நினைவுகளை ஈர்ப்பு விசையாய் கொண்டு நம் உலகம் இயங்க மற்றவையெல்லாம் மாயை என்றாகி விட்டது.

காதலின் உன்னதம் தொலைவில் இருப்பதையும் உணர்வுகளால் அருகில் இருக்கச் செய்வது தான். கணமும் நீங்காமல் நிழலெனத் தொடரும் நேசமும், மெய் தீண்டி என் நரம்புகள் யாவையும் யாழென மீட்டி கிளர்த்தும் உங்கள் மென்விரல்களின் தொடுகையும், ஐம்பொழிலின் எல்லாபுறத்திலும் எதிரொலிக்கும் நம் காதல் மொழிகளும் என்னை தினம் தினம் உயிர்ப்பித்துக் கொண்டிருக்கின்றன.

காற்று கலைத்து விளையாடும் அழகிய சுருள்கேசத்தை நீண்ட விரல்களால் ஒதுக்கிச் சிரிக்கும் உங்கள் முகமும், காதல் ததும்ப என்னை நோக்கும் விழிகளின் ஈர்ப்பும் கண்முன்னே தோன்றி என் தாபத்தை பன்மடங்காக்குகின்றன. மதம் கொண்ட யானைகளை வீழ்த்தும் திறன் கொண்ட தங்களின் கைகளுக்கு மட்டுமே என் மதம் கொண்ட மனதின் தாபம் தீர்க்கும் திறன் உண்டு. நாங்கூரை விட்டு நீங்கள் நீங்கிய நாள் முதல் இந்நிலையே தொடர்கிறது.

நாம் பிரிந்திருக்கும் இந்நேரம் வெடித்த இலவம் காற்றில் பறப்பதுபோல் மனதின் ஆசைகள் உங்களை நோக்கி புறப்படுகின்றன. நீங்கள் காணும் ஏதோவொரு பறவை என் காதலை சுமந்து வந்திருக்கலாம். ஏதோவொரு மலர் என் கவலையை முகர்ந்து வந்திருக்கலாம். ஏதோவொரு தென்றல் என் மணத்தைப் பருகி வந்திருக்கலாம். மனம் திறங்கள். என் காதல் உங்களைத் தொட்டுச் செல்லட்டும்.

காதல் நீல நிறச் சுனையைப் போன்றது. ஆனால் காமத்தின் பரப்பு கடலை விடப் பெரியது. கதிரவன் மறையும் மாலை நேரங்களில் காதல் நோய் மிகுந்து என் உயிர் கரைந்து வருத்துகிறது. அது இரவென்ற பெருந்துன்பத்தின் கரையில் சேர்க்கிறது. கூடவே காற்றில் மிதந்து வரும் தாழை மலர்களின் வாசம் என் வாட்டத்தை பன்மடங்காக்குகிறது. எண்ணங்களை அடக்க மாட்டாமல் மனம் தவிக்கிறது. வேறெதையும் நினைக்க முடியாமல், எந்தச் செயலையும் செய்ய முடியாமல் எனை கையறு நிலையில் வைக்கிறது. இணைந்திருந்த பொழுதுகளின் நினைவலைகளைப் பிடியாகக் கொண்டு இரவை நீந்திக் கடக்கிறேன்.

மனதில் மகிழ்வெனும் ஒளியேற்றும் உங்களது நினைவுகளே துயரத்தையும் நிழலாய் படியச் செய்கின்றன. நினைவுகளைப் புறந்தள்ள முயல்வது வேனிற் காலத்தின் நிலவொளியில் பாலையைக் கடந்து செல்வது போல கொடியதாகிறது. இரவில் வளரும் நிலவின் ஓசையும், வானில் ஊர்வலம் போகும் மேகக்கூட்டத்தின் ஓசையும், மரத்தின் மலர்கள் உதிரும் ஓசையும் கேட்குமளவிற்கு இரவின் தனிமையில் துயிலாத மனமும்,

துவளுகின்ற உள்ளமும் கொண்டவளாய் இருக்கிறேன். வீரத்தின் உருவென களம் நிற்கும் வேங்கையின் காதலி கண்ணீர் சிந்தக் கூடாதென கண்களினுள் கடலைத் தேக்கி வைக்கிறேன்.

காற்றை இசையாய் மாற்றும் நீங்களின்றி ஒளியுமில்லா இருளுமில்லா உலகில் தனித்திருக்கிறேன். உடலின் அணுக்களில் காற்றாய் கலந்துள்ள ஏக்கங்களுடன் மெய்யுமில்லா பொய்யுமில்லா வாழ்வைக் கழித்திருக்கிறேன்.

தங்கள் வீரத்தினாலும், அன்பினாலும் வசப்பட்ட மனது, தாங்கள் சோழத்தின் வேந்தர் என்றும், அடைய வேண்டிய வெற்றியின் இலக்குகள் தொலைவிலுள்ளன, அதை அடையும் வரை காத்திருப்பது அவசியம் என்பதை உணர்ந்தே இருக்கிறது. இந்த சூழலில் தங்களுக்கு சில தகவல்களைத் தெரிவிக்க விழைகிறேன்.

பெரும் போர் முடித்து திரும்பிய சேரமான் படை பலத்திலும், பொருள் பலத்திலும் பேரிழப்பை அடைந்த நிலையில், சோழத்தைத் தாக்க கூட்டுப் படைகளுடன் இணைந்தது சேரநாட்டு மக்களுக்கே வியப்பை அளிப்பதாக உள்ளது.

எந்த விஷயத்தையும் பிறர் பார்வையில் சிந்தித்து அணுகக் கூடியவர் சேரமான். நாங்கூரில் தாங்கள் வளர்ந்த விதத்தையும், மக்களைக் காத்ததால் நாங்கூர் மக்கள் தங்கள் மேல் கொண்ட பேரன்பையும் அறிந்து, தங்களுக்கு எதிராகக் களம் காண்பது நாங்கூர் வீரர்களின் மனதுக்கு ஒவ்வாத செயல் என்று கூறி நாங்கூரைப் போரில் பங்கு பெற வேண்டாமென என் தந்தையிடம் தெரிவித்து விட்டார். அதுவே மனதுக்கு பெரிய ஆறுதலாக இருந்தது.

எனினும் இப்போது தங்களின் எதிர் நிற்கும் கூட்டுப்படை யானது சூதின் வடிவம். அறமென்ற சொல்லுக்குப் பொருள் அறியாதவர்களின் கூட்டம். தங்கள் மதியூகமும், வீரமும் எத்தனை பெரிய படையையும் முறியடிக்கும் என்றாலும், அறம் பிறழ்ந்த சதிகளை நிகழ்த்த காத்திருக்கும் எதிரிகளிடம் எச்சரிக்கை யோடிருக்க வேண்டுகிறேன். வீரத்தில் வளையாதது சதியில் முறிந்ததாகக் கதைகள் உண்டு.

அதேநேரம் பெரும் பலம் கொண்ட யானைப்படையுடன் களரி, வர்மங்கள் பலவும் பயின்று இதுவரையில் தோல்வியைச் சந்தித்திராத சேரமான் போர்க்களத்தில் தங்களுக்கு நிகரான பகையாய் இருப்பார் என்று உள்ளம் கூறுகிறது.

சூழ்ச்சியை வென்றெடுத்து, தந்தையின் இழப்புக்குப் பழி தீர்த்து, தங்கள் அன்னையின் கையில் வெற்றியைச் சமர்ப்பிக்கும் நாள் வரை நம்மிரு குலங்களின் தெய்வமான நிசும்பசூதனி தங்களுக்குத் துணையிருக்கட்டும்.

சோழத்தின் வெற்றியை அறிவிக்கும் முரசுகளின் ஆரவாரம் செவியைத் தீண்டும் அடுத்த கணத்தில், தங்கள் கைகளுக்குள் சிறைப்படும் அந்த கணத்துக்காக ஐம்பொழிலில் உயிர்ச்சிலையென காத்திருக்கிறேன். வானம் திங்கும் மேகமாய், கடலைக் குடிக்கும் சிப்பியாய் எண்ணத்தில் வாழ்ந்திருக்கிறேன்.

வெற்றி நமதென்றாகட்டும். 🌺🌺🌺

மடலைப் படித்து முடித்த கரிகாலன் உடலும் உள்ளமும் மயங்கி அமர்ந்திருந்தான். நரம்புகளில் இசை கமழ, உடலெங்கும் வெம்மை செம்மை பூசியிருந்தது. கூடாரம் முழுதும் ஐம்பொழிலின் வாசம் நிரம்பியிருக்க, காலத்தில் பின்னோக்கிப் பயணித்து காதலில் மலர்ந்த வளவனாய் கட்டுண்டு அமர்ந்திருந்தான்.

மெதுவாக எழுந்தவன் காவல் வீரனை அழைத்து எழுத்தாணி, மைக்கூட்டுடன், பட்டுத் துணியை எடுத்து வரக் கூறினான். உயிரின் தவிப்பை சொற்களாய் வடிக்கத் துவங்கினான்.

என் உயிரென்றான ஆதிராவுக்கு,

அனைத்தும் நீயே என்று உன்னுள் அடைக்கலம் புகுந்த என் மனம் கொண்ட காதலை மொழியாக மட்டும் இல்லாமல் நம் உணர்வாய் விளங்கும் தமிழின் துணை கொண்டு உணர்த்த விழைகிறேன். மடலைப் பிரித்த கணத்திலிருந்து உயிர் உன்னுள் கரைவது போல உணர்கிறேன். பெருக்கெடுக்கும் காதலின் ஊற்று என்னை நனைத்து முழுவதுமாக மூழ்கடிக்கிறது.

மிகவும் நேசிக்கும் ஒருவரைப் பிரிந்திருக்கும் உணர்வென்பது எத்தகைய இன்னலைத் தரும் என்பதை பரிபூரணமாக காலம் எனக்கு உணர்த்திக் கொண்டிருக்கிறது. பெடையைக் கூடும் பறவைகளில் இன்பம் நிறைந்த ஒலிகள், ஈட்டியைப் போல நெஞ்சைத் துளைக்கின்றன.

இன்று உயிர்நதியில் பகலையும் இரவையும் கடக்க உனது நினைவுகளை ஓடமாய் செலுத்திக் கொண்டிருக்கிறேன். மூச்சுக் காற்றினை விட அதிகமாய் உன்னையே வேண்டுகிறேன். படுக்கையை விட போர்க்களம் மிருதுவாயிருக்கிறது. வாளேந்துகையில் கடலின் பெருமீனாய் ஆர்ப்பரிக்கும் மனது இருள் சூழ்கையில் கரையொதுங்கிய பெருமீனாய் உணர்விழந்து இருக்கிறது. காதல்

வசப்படுவது வாழ்வின் வரம் எனில் காதலில் பிரிவு வாழ்வின் வதம். நீயில்லா பின்னிரவு நினைவின் வடுக்களால் உயிர் சிந்துகிறது. விடியல்தான் எனக்கு விடுதலையாய் வருகிறது.

உன்னைத் தொட்ட தென்றலில் மட்டுமல்ல. தொடாமல் இங்கே உலவும் காற்றிலும் உனையே காண்கிறேன். அழகான காட்சிகளைக் காண்கையில் உன்னை போலிருப்பதாய் கூக்குரலிடும் உள்ளம், அழகென்றில்லா காட்சிகளைக் கூட உன் நினைவால் நிறைவானதாக்கி விடுகிறது.

துன்பத்தில் தோன்றும் இன்பம், இன்பத்தில் தோன்றும் இன்பத்தினும் இனிமை மிக்கது. அதுபோலவே வெம்மை வாட்டும் இந்த போர்ச்சூழலில் குளிர்த் தென்றலென வருகை தந்த உன் மடல் புது உற்சாகத்தை என்னுள் பரப்பியுள்ளது.

மடல் கொண்ட சொற்கள் மடலாய் விரிந்து உத்வேக மென்னும் ஒளியைப் பாய்ச்சின.

எனது வாழ்வின் உணர்வும் நீ, பொருளும் நீ. பிரித்தறிய இயலா அனைத்துமாய் நீயே இருக்கிறாய். கண்ணை மூடுகையில் இமையில் உதிக்கிறாய். கண்ணைத் திறக்கையில் இதயத்தில் அமர்கிறாய். உன் நினைவுகள் என் உயிரோடு கலந்தவை. என் விழிப்பு, உறக்கம், சொல், செயல் அனைத்திலும் இரண்டற நிறைந்தவள் நீயென சொல்லித்தான் அறிய வேண்டுமா. வாளெடுக்கும் போதும், வஞ்சினம் உரைக்கும் போதும் என்னில் பாதியாய் நீ நின்றிருப்பதாய் நித்தமும் உணர்கிறேன். எனக்காகத் துடித்த இதயம் இப்போதெல்லாம் உனக்காகவே துடிக்கிறது.

காதல் என்பது அமிர்தமும் ஆலகால நஞ்சும் கலந்த உணர்வு. இன்பத்தின் உச்சநிலையும் அதற்கிணையான துன்பத்தின் உச்சத்திலும் நிறுத்தி விளையாடும். போர்க்களத்தில் தனிமையை உணர்கிறேன். தனித்திருக்கையில் உன்னுடன் இணைந்திருப்பதாய் உணர்கிறேன். கண்கள் விழிக்கையில் பார்வை இழக்கிறேன். கண்கள் மூடுகையில் பாதை இழக்கிறேன்.

இரவின் தனிமையில் காதல் எனும் பேராயுதம் என் மார்பில் இடையறாது நிகழ்த்தும் தாக்குதலில் நிலைகுலைகிறேன். ஆயுதங்களைத் தாங்கி நிற்கும் உள்ளம் பூக்களின் தாக்குதலில் கட்டுடைகிறது. இதழ் கனிகளை மின்னல் வீச்சாய் கொய்து விலகாமல், நிலவொளி நிலத்தைக் கவ்விக்கிடப்பது போல பின்னிக்கிடக்க மனம் மயங்குகிறது

மையிட்ட இரவுகளில் கருநீல வானை நோக்கி வெறித்த பார்வையுடன் விழித்திருக்கிறேன். அங்கே நிலவை மறைத்து தவழும் மேகங்கள் உன் பொன்மேனி மேல் நீலமணியெனப் புரளும் கருங்கூந்தலை நினைவூட்டுகின்றன. அவை விலகியதும் வெளிவரும் பால்நிலவு, பல்லக்கிலிருந்து என்னை முதல்முறை விழிகள்விரியப் பார்த்த உன் மலர்முகமாய் தோன்றுகிறது. உடனே உன்னைக் காணும் பேராவல் எழும்.

நிராசைதரும் பெரும் வலியைத் தாங்கி நெஞ்சம் பிழைத் திருக்க, உனை நாடி உன் விழியீர்ப்பினில் அமிழ்வதே ஒரே வழி. உன்னை அள்ளியெடுத்து ஆரத்தழுவி, வேலெனத் துளைக்கும்

விழிகளையும், அரும்பெனக் குவிந்த இதழ்களையும் பார்த்தபடி, உன் முகத்தை என்னிரு கைகளால் ஏந்தி காலமெல்லாம் காதல் மொழி பேசிக் களிக்கும் ஆசை மேலிடுகிறது.

நாணப்பூக்கள் மலரும் கன்னங்கள், என் காதல் ரகசிய மொழிகள் கேட்டுச் சிவக்கும் உன் காது மடல்கள், அந்நேரம் துடிக்கும் அதி ருசியான இதழ்ச்சுளைகள், அவற்றை என் அணைப்பின் நெருக்கம் தாளாமல் அழுந்திக் கடிக்கும் முல்லைப்பற்கள், வெட்கத்தை விழுங்கும் வெண்கழுத்து, துகில் நழுவியோடும்படி வழுக்கும் கொடியென தோள்கள், மதுவேந்திய கலசங்களுடன் வளைந்து எழும்பும் பொன்னுடல், ஒளித்து வைத்த புதையலைத் தேடும் முனைப்பில் முன்னேறும் என் கைகளைத் தடுக்கவியலாமல் தவிக்கும் தளிர் விரல்கள் முத்த மழை பொழிகையில் பின்னிக்கொள்ளும் இமைகள், கைகள் பற்றித் தழுவத் தோதாய் மெலிந்த சிற்றிடை, இதழ்களின் சங்கமத்தில் எவ்வி நிற்கும் பாதங்கள், அங்கே உலகம் மறந்து சீர்மேவும் நம் காதலென எத்தனை இனிப்பான கணங்களில் இணைந்திருந்தோம். இன்று வாழ்வின் பெரும் கனவை வென்றெடுக்கும் நோக்கில் உடலளவில் மட்டும் பிரிந்திருக்கிறோம்.

இருளில் கரைவதால் நிழல் விலகுவதில்லை. விலகியிருந் தாலும் நிலவை விட்டு பூமி நீங்குவதில்லை. காதலின் மாய விசையில் கட்டுண்ட மனங்களுக்கு தூரம் ஒரு பொருட்டில்லை.

நம்மிடையே அமர்ந்திருக்கும் பிரிவின் துயரை உன் ஒவ்வொரு வார்த்தையும் பளிங்கெனக் காட்டுகிறது. என் நிலையும் அதுவேதான். ஆனால் என் வாழ்வின் குறிக்கோளும், கடமையும்

இடைநின்று ஆசைகளுக்கு தற்காலிகத் திரையிடுகின்றன. சோழநாட்டில் நான் காணும் காட்சிகள் ஒவ்வொன்றும் என் தந்தையை சதிசெய்து கொன்ற கயவரை நினைவு படுத்துகின்றன. நிற்கதியாய் தவிக்கும் மக்களைக் காண்கையில் பகையைப் பலியெடுக்கும் எண்ணம் தீயென மறைமெய்மையாக இருந்து என்னை இப்போரை வழி நடத்தத் தூண்டுகின்றன. அதனை நிறைவேற்றும் காலம் வரை கடலின் அடியாழத்தில் அமிழ்ந்திருக்கும் சுழலெனக் காதல் உணர்வுகளை அடக்கி வைக்கிறேன்.

மணிமுடியும் பொன்னணியும் பூண்டு அரியணை ஏற்பதல்ல என் கனவு என்பது நீ அறிந்ததே ஆதிரா. தாளாண்மையால் வன்னிலத்தை நன்னிலமாக்கி, வேளாண்மையால் வளம் பெருக்கியது என் தாயின் குலம்.

கல்லெனத் திரண்ட தோளும் கட்டமைந்த மேனியும் கொண்டு, வீறிய நடை சீறிய விழியுமாய் களம் கண்டு வாளாண்மையால் பகைவரை வென்ற மனத்திண்மை கொண்ட மாவீரன் என் தந்தை. இருவரின் கனவாய் நின்று பகைவரது வெம்மையைத் தாங்கி நிலைகுலையாது போரிட்டு வீரப் புகழையும் வெற்றிச்சிறப்பையும் ஈட்டுவதே என் முன் காத்திருக்கும் பணி.

நான் நாங்கூரைப் பிரியும்போதே சோழத்தின் வெற்றிக்கு சொல்லெடுத்துக் கொடுத்தவள் நீ தானே. அந்த வார்த்தைகளின் அடித்தளத்தில் தான் போரையும் வெற்றிக்கான பாதையையும் கட்டமைத்துக் கொண்டிருக்கிறேன்.

நம்மைத் தவிர்த்த எல்லாம் மாயை என்றாய். மாயையை மெய்மையாக்க ஓடோடி வருவேன். சோழத்தை இருள் சூழச் செய்த பகைவர் கூட்டத்தை வேரோடு அழித்து, வெற்றியின் ஒளிவெள்ளம் இந்நாட்டைச் சூழ்கையில், வெற்றியின் மகிழ்வோடும் நிறைவோடும் உன்னுடன் கைகோர்த்து அழைத்து வந்து சோழ அரியணையில் அரசியாக உனை வீற்றிருக்கச் செய்வேன்.

சோழநாட்டினை உருவாக்கியதில் பட்டத்து அரசிகளுக்கு பெரும்பங்குண்டு. சோழத்தைக் கண்ணசைவில் கட்டுப்படுத்தும் என் அன்னையைப் போல வீரமும், அறிவும் மிக்கவள் நீ. உனக்குரிய தனிச்சிறப்புகளோடு சோழநாட்டை இன்னும் மேம்படச் செய்யும் கடமையும் உனக்கெனக் காத்திருக்கிறது. வெற்றியை என் தகுதியாக்கிக் கொண்டு விரைவில் உன்னுடன் கைகோர்க்க வருவேன்.

ஒற்றை முத்தத்தில் உயிரை இழந்தவன் நான். இட்ட முத்தம் இடாத முத்தங்களுக்கான முகவரியை தந்து சென்றிருக் கிறது. மொத்தத்தையும் மீட்டெடுக்க விரைவில் வருவேன். காத்திரு கண்மணி. காலம் நமதென்றாகும்.❣❣❣

மடலை பொன்னுருளையில் இட்டு சீல் வைத்த கரிகாலன் நீலனுக்காக காத்திருந்தான். கரிகாலனைத் தழுவிய இளந்தென்றல் அவனைப் பகடி செய்தபடி பார்த்திருந்தது.

வீரம் வளரும்...

73

இரவின் இரண்டாம் சாமம் முடியும் நிலையிலிருக்க, வெண்ணாற்றின் சலசலப்பு இருளின் அமைதியிலேறி வெகுதூரம் பாய்ந்து கொண்டிருந்தது. யானைத் தறியை இழுத்துப் பார்ப்பது போல, காற்று கூடாரத்தை அசைத்துப் பார்த்து கொண்டிருக்க, சோழக்கொடிகள் வெற்றியின் சுள்ளாப்பில் ஆடித் திளைத்துக் கொண்டிருந்தன.

ஐந்து முக விளக்கும், தீபங்களின் ஒளியும் கூடாரத்தின் இருளை எரித்துக் கொண்டிருந்தன. மஞ்சத்தில் இளவெயினி படுத்திருக்க, அவளருகில் அமர்ந்திருந்த கரிகாலன் இளவெயினியின் நெற்றியில் ஈரத் துணியால் ஒற்றியெடுத்துக் கொண்டிருந்தான். நண்பகல் சூரியனாய் உடல் தகித்துக் கொண்டிருக்க, இளவெயினியின் கைகளைத் துடைத்து சுரத்தை தணித்துக் கொண்டிருந்தாள் நன்முகை.

போர் என்பது
எரிதழல் போல.
நாற்புறமும்
சுடக்கூடியது. ஒன்று
அழியாமல்
மற்றொன்று
உருவாவதில்லை.

‘இன்று முழுதும் நீங்கள் நீர் கூட அருந்தவில்லையாமே?’ என்றான் கரிகாலன்.

‘நீரில் குடியிருக்கும் கதிர்களாய் நெடுங்காலம் கழித்து விட்டோம். இப்போது குருதியில் குளித்தெழும் நேரம்’ என்றாள் இளவெயினி.

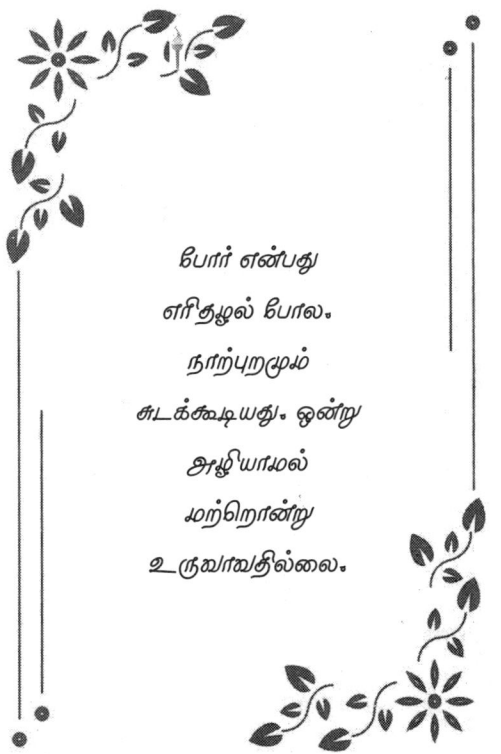

‘போரை என்னால் வெல்ல முடியும். ஆனால் உங்கள் உடல்நிலை மோசமானால் என்னால் தாங்க இயலாது’

‘பசிக்குப் பழகிய அழுந்தூர் மகள் நான். வஞ்சினம் தீர்க்காத சோழ அரசியாய் இருப்பதே உயிர் வருத்துகிறது’

‘விரைவில் தந்தையை வீழ்த்தியவர்களை மண்டியிட வைக்கிறேன். இறப்பு அவர்களுக்கு விடுதலையாய் அமையும். எனவே அவர்களைச் சிறை பிடித்து தந்தைக்கு கோயிலொன்று எழுப்புவேன்’

‘போர் கடுமையானதாக இருக்கிறதே’ என்றாள் நன்முகை. புல்லில் துளிர்க்கும் அதிகாலை பனித்துளியாய் நன்முகையின் முகத்தில் கவலை தெரிந்தது.

‘வெல்லக்கூடிய போர்களை மற்றவர் நடத்தட்டும். வெல்ல இயலாப் போரை நாம் வெல்வோம்’

கரிகாலன் கண்களில் மின்னிய தீர்க்கமும், குரலில் வெளிப்பட்ட உறுதியும் நன்முகைக்கு ஆறுதலைத் தந்தது.

வேளைக்கீரையையும், பால்சோறோடு தேன் கலந்த உணவையும் இளவெயினியை உண்ணச் செய்து, மருத்துவர் அளித்த மூலிகைச்சாறை நன்முகை தர, அதை வாங்கி இளவெயினிக்குப் புகட்டினான் கரிகாலன்.

கதிரவனின் ஒளியைக் கண்டு அஞ்சி விலகும் இருளாய் கரிகாலனின் அணுக்கம் இளவெயினியின் மனதில் துயரத்தையும், குழப்பத்தையும் அண்ட விடாமல் செய்தது. ஓட்டினுள் ஒடுங்கும் மரகதப் பச்சை நத்தையாய் பசும்விழிகளில் தவழ்ந்த கேள்விகள் உள்ளொடுங்கி, இமைகள் தளர்ந்து உறக்கம் உடலைப் போர்த்தியது. இமைகளின் காவலனாய் கரிகாலன் அருகில் அமர்ந்திருந்தான்.

மாபெரும் சோழ நாட்டின் அரசியாய் இருந்தும் சிற்றரசுகளால் அலைக்கழிக்கப் பட்டதையும், குழந்தையுடன் அவள் பட்ட இன்னல்களையும் நினைவு கூர்ந்தான். போரை வென்று பகைவரைக் கருவறுப்பதே அவளின் வன்மத்தைத் தணிக்கும் என்று எண்ணினான். இருளடைந்த நினைவொன்று உடலுக்கு உறுதியைப் புகட்டிக் கொண்டிருந்தது.

‘அன்னையைக் கவனித்துக் கொள்ளுங்கள்’ என்று நன்முகையிடம் கூறிவிட்டு, கூடாரத்தை விட்டு வெளியே வந்தான்.

போர்க்களத்தின் சிந்திய குருதியின் மணம் அருகிலிருந்த காடுகளின் விலங்குகளை ஈர்த்திருக்க, அவை சண்டையிடும் ஓசைகள் கேட்டன. அலையடிக்கும் இருளினூடே கூட்டுப்படைகள் தீப்பந்தங்களின் ஒளியில் உடல்களை எடுத்துச் செல்வது தெரிந்தது. இடையிடையே வீரர்களின் குரல்கள் ஒலித்தன.

தனது கூடாரத்தை நெருங்கிய கரிகாலன் கைகாட்டியதும் வீரனொருவன் குதிரையை அவிழ்த்து கொடுக்க, குதிரையிலேறி பாசறையின் காவல் நிலைகளைச் சுற்றி வரத் துவங்கினான்.

இரவில் காவலுக்கு நின்ற பெண்கள் உடலையும், முகத்தையும் மறைத்து மெய்யாப்பு அணிந்திருந்தனர். இடைக்கச்சையில் வாளையும், தோளில் வில்லையும், முதுகில் அம்பறாத்தூணியையும் சூடியிருந்தனர். கரிகாலனைக் கண்டதும் அவர்கள் வணங்க, முகத்தில் மலர்ச்சியுடன் தலை வணங்கிய கரிகாலன், குதிரையின் குளம்படிகள் அதிக ஓசையை எழுப்பாதவாறு மெதுவாக நகர்த்தினான்.

வீரர்கள் போரிட்ட களைப்பிலும், உண்ட மயக்கத்திலும் ஆழ்ந்த உறக்கத்தில் இருக்க, கூடாரத்தின் நாற்புறத்திலும் தீப்பந்தங்கள் எரிந்து கொண்டிருந்தன. சில கூடாரங்களில் வீரர்கள் தீப்பந்தத்தை அணைத்து விட்டு இருளில் உறங்கிக் கொண்டிருந்தனர். தீப்பூச்சிகள் இருளில் மின்னி மறைந்து கொண்டிருக்க, கூகையின் அலறல் எங்கோ ஒலித்தது.

இரண்டு முறை எல்லையைச் சுற்றி வந்தவன், மூன்றாவது முறை நகர்கையில் குதிரையை மறித்து மெய்யாப்பு அணிந்த பெண்ணொருத்தி குதிரையில் வந்து நிற்க, குதிரையை நிறுத்தினான்.

வட்ட உடலை மறைத்து பிறையை மட்டும் வெளிப்படுத்தும் வெண்ணிலவைப் போல, பொன்னுடலை மறைத்து கண்களில் ஒளிர்ந்தவளின் தலைக்குப் பின்புறத்தில் தீப்பந்தம் எரிந்து கொண்டிருக்க, சுடர்களின் ஒளியில் இருளை அழிக்க வந்த தேவதையாய் தோன்றினாள். கருங்குழலை உயர்த்தி மயிலாய் நின்றவளின் நெற்றியில் ஓரிரண்டு கேசங்கள் கலைந்திருக்க, அவளின் வடிவத்திலும், சிற்றிடையை ஆண்ட வாளுறையிலும் அவளைக் கண்டறிந்த கரிகாலன், செம்பஞ்சுக் குழம்பின் மணம் வராததை எண்ணினான். வெண்ணிற உடையில் இருளில் மலரும் மல்லிகையாய் தோன்றினாள்.

இரவில் மலரும் மலர்கள் பெரும்பாலும் வெண்மை நிறம் உடையனவாகவும் மணம் மிகுந்தவையாகவும் இருக்கும். ஏனெனில் இரவில் வண்டுகளுக்கு தன் இருப்பிடத்தைக் காட்டவே என்பது நினைவில் மூகிழ்ந்தது.

'பாசறையைக் காக்கும் எங்கள் வீரத்தில் வேந்தருக்கு நம்பிக்கை இல்லையா?' என்றாள் பனிமுகில்.

''சோழத்தின் பெண்கள் போரிட்டிருந்தால் இன்றே போர் முடிந்திருக்கும் என்பதை அறிவேன் பனிமுகில்'' என்ற கரிகாலன் குதிரையை நகர்த்த, பனிமுகிலும் குதிரையைத் திருப்பி இணையாக நடத்தினாள்.

'வேந்தர் உத்தரவிட்டால் நாளையே களம் புகுவோம்'

'உங்கள் கையினால் இறப்பெய்யுமளவு மேன்மையானவர்கள் அல்ல அவர்கள். நாங்கள் பகை முடிக்கிறோம்'

'நாளையும் போர் உள்ளது. ஓய்வெடுக்காமல் இருப்பதேன்?'

'என் சொல்லுக்கு இணங்கி உயிரைக் கொடையளிக்கும் வீரர்களுக்காக நான் உறக்கம் தவிர்க்க கூடாதா?'

'கூடாது. நாளையப் போர் இன்னும் கடுமையாக இருக்குமென்று தந்தை கூறினார். நீங்கள் ஓய்வெடுங்கள். உங்கள் கவசமாய் நாங்கள் இருக்கிறோம்' என்று பனிமுகில் உத்தரவாயும், வேண்டுதலாயும் வெளிப்படுத்த, தலையைத் திருப்பி அவளைப் பார்த்தான்.

சில கணங்கள் அவளைப் பார்த்தவன் 'இன்று இடுகுழியில் நடப்பட்ட உடல்கள் மனதைச் சிதைக்கின்றன. எத்தனை இழப்பு' என்று மனம் திறந்தான்.

'நீங்கள் அறியாததல்ல. போர் என்பது எரிதழல் போல. நாற்புறமும் சுடக்கூடியது. ஒன்று அழியாமல் மற்றொன்று உருவாவதில்லை. நீங்கள் நடத்தும் போர் கோவிலில் ஒளி தரும் தீபம் போல. திரியாகவும், எண்ணையாகவும் சிலர் இருந்து தானாக வேண்டும் கோவிலும், நாடும் வெளிச்சம் பெற'

'சிந்தை அறிவதை உள்ளம் ஏற்க மறுக்கிறது. மற்றவர்க்கு துன்பம் நிகழ்கையில் இரண்டும் மாறுபட்டு நிற்கிறது'

குதிரைகள் இரண்டும் போர்ப் பாசறையின் எல்லைகளைச் சுற்றியிருந்த காவல் நிலைகளின் அருகே பயணித்தன.

'உள்ளத்தின் வலிகளே நம்மை மனிதராய் இருக்கச் செய்கின்றன. ஆனால் சிந்தையின் உறுதியே மாமனிதராக்கும். இரண்டும் சமரிடும்போது மற்றவர்க்கு விளையும் நன்மையைக் கொண்டு முடிவெடுங்கள். கூட்டுப்படை புகாரில் நுழைந்தால் ஏற்படக்கூடிய அழிவையும், இறப்பையும் எண்ணிப்பாருங்கள். அதைத் தடுக்கவே

இந்த வீரர்கள் உயிர் துறக்கின்றனர். ஒவ்வொரு இறப்பும் உங்களின் உறுதியை அதிகரிக்கச் செய்யவேண்டும். சோழத்தைக் காக்க உங்களால் மட்டுமே இயலும். இதுவே மக்களின் வேண்டுகோள்'

''மனதை நிலைப்படுத்தும் சொற்கள். சற்று தெளிவடைந்தேன். இனி உறக்கம் இமைகளைத் தழுவும்' என்று விடைபெற்ற கரிகாலன் குதிரையைத் திருப்பி பாசறையின் நடுநிலைக்கு செலுத்தினான்.

மீண்டும் குதிரையை நிறுத்தி 'பாசறையின் எண்திசைகளிலும் உயர்ந்த காவல் மாடங்களை ஏற்படுத்த சொல். மேலிருந்து பார்க்கும் விழிகள் தெய்வத்தின் காவலுக்கு நிகரானவை' என்றதும்,

'உத்தரவு' என்று கூறி பனிமுகில் நகைக்க, கரிகாலன் மென்நகையுடன் குதிரையை செலுத்தினான்.

'நாளையும் வெற்றியைக் கொண்டு வாருங்கள்' என்றாள் பனிமுகில்.

'உத்தரவு' என்றான் கரிகாலன்.

இருவரும் நகைத்தவாறு பிரிய, 'தன்னைக் குறித்த எண்ணங்களை பனிமுகில் விடுத்து இயல்பு நிலைக்குத் திரும்பி எப்போதும் போல குறும்புடன் பேசியது கரிகாலனின் மனதிற்கு மகிழ்வை அளித்தது. அவளின் மனதில் துளிர்த்த கைம்மயக்கம் விலகி விட்டது' என்றெண்ணினான்.

எத்தகைய ஆணாலும் பெண்ணின் மனதைப் புரிந்து கொள்ள இயலுவதில்லை. ஒவ்வொரு ஆணும் தோற்கும் களமது. பெண்ணை கணிப்பதில் வீரமும், மதியூகங்களும், யோகநிலைகளும் பயனற்றுப் போகின்றன. தெய்வத்தைக் கண்டுணரும் சித்தர்களும் கண்டுணர இயலாப் பெருநிலை. பெண்ணின் மனம் கணம் கணமும் உருமாறும் நுண்ணுயிர். காலத்தாலும் கண்டுணர முடியா பெரும்புதிர். சில சமயங்களில் பெண்ணாலும் அவளின் மனதைப் புரிந்து கொள்ள இயலுவதில்லை என்பதே பெரும் விந்தை.

கரிகாலனுடன் உரையாடிய பனிமுகிலின் மனதிலிருந்த ரணம் திறந்து கொண்டது. பெண்ணின் மனதில் தோன்றும் முதல் காதல் நெஞ்சத்தின் துடிப்பில் கலந்து விடுகிறது. உயிருள்ளவரை நீங்குவதில்லை. கண்களில் நீர் கோர்க்க, உயிரை உருவியெடுப்பது போன்ற பெரும் வலி உள்ளத்தைச் சுருக்கிட்டது. விழிநீரை வேகமாகத் துடைத்துக் கொண்டு குதிரையை நகர்த்தினாள். இருவரின் நிலையைப் பார்த்து வருந்திய நிலவு மேகத்தில் மறைந்தது.

★★★

அதிகாலை மையிருளில் பறவைகளின் பேச்சொலிகள் கேட்கும் முன்னர் சோழப்படையினர் எழுந்திருந்தனர். படைகள் முன்னேறி வியூகத்தின் அடிப்படையை வடிவமைக்க, சோழ மாடத்தின் மேல் கரிகாலன் மற்றவர்களுடன் நின்றிருந்தான்.

போர்க்களத்தில் சிதறியிருந்த வீரர்களின் உடல்களையும், விலங்குகளின் உடல்களையும், தேர்களின் சிதிலங்களையும் கூட்டுப்படையின் துணைப்படையினர் அதிகாலை வரை அகற்றியிருந்தனர். வீரர்களின் உடல்களைப் புதைக்க வழியில்லாமல் புதிய இடுகுழிகளை இரவிலேயே தோண்டியிருந்தனர். மீண்டும் இரண்டாம் நாள் உயிரிழக்கும் வீரர்களுக்காக புதிய குழிகளை தோண்டத் துவங்கியிருந்தனர். சோழமண்ணிற்கு உடல்களால் உரமிட்டுக்கொண்டிருந்தனர்.

இறந்த விலங்குகளுக்காக உருவாக்கப்பட்டிருந்த பெருங்குழிகள் நிறைந்திருக்க, மேலும் இரவில் குழித்தோண்டுவது இயலாத காரியம் என்பதால் அவற்றை அருகிலிருந்த காட்டினருகே சேரத்தின் யானைகளைக் கொண்டு இழுத்துச் சென்று கிடத்தியிருந்தனர்.

'இன்றையப் போரை வென்றவுடன் சோழ வீரர்களை அடிமையாய் கைப்பற்றி குழிகளைத் தோண்டுவோம்' என்று தொல்லோன் கூறியிருந்தார்.

காடுகளினருகில் கிடந்த விலங்குகளின் இறந்த உடல்கள் ஓர் அறிவிலிருந்து ஐந்தறிவுடைய உயிர்களை ஈர்த்திருந்தன. பெருங்காற்று வடக்கிலிருந்து தெற்காக வீசிக்கொண்டிருக்க, கூடாரங்கள் சரிந்து, குருதி காய்ந்த நிலத்திலிருந்து புழுதி புரண்டு கொண்டிருந்தது. எண்ணற்ற பறவைகள் வானில் வட்டமிட்டுக் கொண்டிருந்தன.

கூட்டுப் படைகள் போர்க்களத்தில் அணிவகுக்கத் துவங்க, மாடத்தில் நின்ற கரிகாலனின் கண்கள் நிகழ்வதை உள்வாங்கிக் கொண்டிருந்தன. கூட்டுப்படைகளின் தேர்களும், குதிரைகளும் நிலை கொண்டதும் காலாட்படையினர் இரண்டு பிரிவாய் நிற்க,

'யாளி வியூகம்' என்றான்.

'படையின் தோற்றம் உருவாகாத நிலையில் எவ்வாறு கூறுகிறாய்?' என்றான் சுடரொளி.

'படையின் நகர்வில் வியூகத்தைத் தேடாமல், எந்த வியூகத்திற்கு இவ்வாறு படை பிரியுமென்று பின்னிருந்து பார்க்கிறேன். யாளியின் தலையாக காலாட்படை இருக்க, அதன் நடுவிலிருந்து துதிக்கையாக முன்னேறித் தாக்கும் குதிரைப்படைக்கு நடுவில் இடைவெளியை ஏற்படுத்துகின்றனர்' என்ற கரிகாலன் சோழ வியூகத்தில் செய்யவேண்டிய மாற்றங்களைக் கூறத்துவங்கினான். வானவனும், பரஞ்சுடரும் வேகமாக கீழிறங்கிச் சென்றனர்.

இளவெயினி இருக்கையில் அமர்ந்திருக்க, அவளின் உள்ளங்கையுடன் தனது கையைக் கோர்த்து கொண்டான். கைகள் குளிர்ந்திருக்க கரிகாலனின் முகம் மலர்ந்தது.

'யாளி வியூகத்தில் அதிக சேதத்தை ஏற்படுத்தக்கூடியது அதன் துதிக்கையே. திடீர் பாய்ச்சலை வெளிப்படுத்துவதுடன் மீண்டும் மீண்டும் துதிக்கைகள் உருவாகி தாக்கும்' என்றாள் இளவெயினி.

'துதிக்கைகளை அறுத்தெறிகிறேன். நீங்கள் உடலைப் பார்த்துக் கொள்ளுங்கள்''

'உணவுண்ணவில்லையெனில் எனக்கு தகவல் அனுப்புங்கள். நான் வந்து உணவூட்டி செல்கிறேன்' என்று நிலவன் கூற, இளவெயினியும் மற்றவர்களும் சிரித்தனர்.

'மாலையில் நானே வந்து கூடாரத்திற்கு அழைத்துச் செல்கிறேன்' என்று கூறிய கரிகாலன் மற்றவர்களுடன் கீழிறங்கினான்.

வேந்தனுக்கான எந்த மேன்மையையும் இல்லாமல் வளர்ந்த கரிகாலன் முடிசூடியவுடன் சோழத்தை காக்கும் தெய்வமாய் மாறியிருப்பதைக் கண்டு மகிழ்ந்த இளவெயினி சென்னியை நினைத்துக் கொண்டாள். அவன் அருகில் இருந்திருந்தால் எவ்வளவு மகிழ்ந்திருப்பான் என்றெண்ணினாள். முகத்தை உயர்த்தி வானைப் பார்த்தவள், கவசமாய் நின்று மகனைக் காக்கும்படி வேண்டினாள். சோழப்படைக்கு கவசமாய் கரிகாலன் முன்னேறினான்.

வீரம் கதைகளால் ஆனது. இன்று மகன் நிகழ்த்தும் வீரம் மனிதவெளியெங்கும் உயிர் மூச்சாய் கிளைத்துப் பரவும் என்றெண்ணினாள்.

கூட்டுப்படையின் தேர்ப்படைகள் கிழக்கில் அணிவகுக்க, அதற்கு வஞ்சியரசு தலைமை தாங்கி நின்றான். குதிரைப்படைகள் மேற்கில் நிலைகொள்ள அதனை ஓங்காரன் வழி நடத்தினான். நடுவில் இரண்டு வட்டங்களாக காலாட்படையின் இரண்டு பிரிவுகள் நிற்க, அதனைக் கரைகளாக கொண்டு நடுவில் ஊடறுத்து பாயும் ஆறாக மற்றொரு குதிரைப்படை நின்றது. யாளியின் துதிக்கையாய் எகிறிப் பாயும் குதிரைப் படைக்கு ஆமூர் தளபதி பகழியன் பொறுப்பேற்றிருந்தான்.

காலாட்படையின் இடப்புறத்தில் புங்கி நாட்டு தளபதி தீமியனும், வலப்புறத்தில் தோன்றிமலை தளபதி மகிழருவியும் நின்றனர். காலாட் படைகளின் முன்னணியில் வாட்படையும், பின்புறத்தில் விற்படையும் நின்றிருந்தன. கூட்டுப்படையின் விற்பொறிகளை இரும்பிலான அரணங்கள் பாதுகாக்க, விற்பொறிகள் படையின் முன்னிலைக்கு நகர்ந்தன.

சோழ வியூகமான சடாலத்தின் வெளிச்சுவர்களை இரண்டடுக்கு தேர்அரணாலும், நடு சுவர்களை ஓரடுக்குத் தேர் அரணாலும், மற்றொரு அடுக்கு கேடய அரணாலும் பிணைத்தனர். ஒவ்வொரு அறையிலும் சிறிய வழிகளைத் திறந்து, மூடும்படி உருளும் சிறு சகடங்களின் மேல் இரும்புத் தடுக்குகளைப் பொருத்தினர்.

ஒவ்வொரு அறையின் பாதுகாவலுக்கும் படர்சடையன், நிலவன், திதியன், கபிலன், செஞ்சூரியன் போன்றோர் இருந்தனர். பின்புறத்தில் இடப்புறத்தில் தழல்மேனியும், முகிலும் தேர்ப்படையுடன் இருக்க, வலப்புறத்தில் இளம்பரிதியும், சுடரொளியும் குதிரைப்படையுடன் நின்றனர்.

நடு மாடத்தில் அமர்ந்திருந்த நம்பி சோழ வியூகம் சடாலத்தைப் போன்று உருக்கொண்டிருப்பதை கண்டான். ஒவ்வொரு அரணையும் அருகிலிருந்த அரண்கள் தாங்கி நிற்க, அரண்களை உடைக்கையில் பெருஞ்சேதம் நிகழுமெனக் கணக்கிட்டான்.

‘குதிரை வீரர்களை கேடயம் தாங்கி முன்னேறச் சொல்’ என்று கட்டளை யிட்டான்.

‘தேர்அரண்கள் மலைத்தொடர்களாய் இறுகிப் பெரும் வலிமையுடன் உள்ளன. அவற்றை உடைப்பதற்கு யானைகள் தேவைப்படும்’ என்று கூறினான் பெருஞ்சாத்தன்.

’சேரமானுக்கு தகவல் அனுப்புங்கள்’ என்றான் நம்பி.

‘சோழம் நேற்றை விட இன்று வலிமையான வியூகத்தை ஏற்படுத்தி இருக்கிறது. இன்றையப் போர் கடுமையானதாக இருக்குமென்று எதிர்பார்க்கிறான் கரிகாலன்’ என்றான் நந்தியன் வெறுப்புடன்.

‘இன்று உடைத்தே ஆகவேண்டும். இல்லையெனில் கூட்டுப்படையின் வீரத்திற்கு இழுக்காய் அமையும். அதன் பின்னர் கரிகாலன் தோற்றாலும் அவனது வீரத்தை புலவர்கள் கொண்டாடுவர்’ என்றான் நம்பி.

வலப்புற மாடத்திலிருந்த விகுபன் ‘சோழம் இன்றும் புதிய வியூகத்துடன் களம் காணுகிறது’ என்றான்.

‘எத்தகைய வியூகமெனினும் இன்று வீழ்வது உறுதி. பாண்டியப்படையின் இரண்டு பெருந்தளபதிகள் இருபுறத்திலும் தாக்க உள்ளனர். இன்று சோழம் சிதைவதில் மாற்றில்லை’ என்றான் தீச்செல்வன் பற்களைக் கடித்தபடி.

‘நேற்றையப் போரினைக் கண்டதிலிருந்து கரிகாலனைக் குறைத்து மதிப்பிடத் தோன்றவில்லை. வெறும் பெயர்ச்சொல்லாய் நாமறிந்தவன் இன்று வினைச்சொல்லாய் உருவெடுத்துள்ளான்’ என்றான் அணியன்.

‘சோழப்படையில் இருக்கும் வீரர்களைக் காணும்போது நேற்று அவர்களின் தரப்பில் சேதம் குறைவென தெரிகிறது’ என்றான் மரைக்காடன்.

‘நமது சேதம் கணக்கில் அடங்காது’ என்றான் முத்துமேனி.

‘இன்றையப் போரில் சோழத்தின் குருதி காட்டாறாய் பெருகி ஓடும்’ என்று வெறியுடன் சிரித்தான் தீச்செல்வன்.

யாளி வியூகத்திலிருந்து சற்று விலகி யானைப்படைகள் நின்றிருந்தன. சோழ யானைகளைத் தாக்குவதற்கு மேற்கிலும், தெற்கிலும் இரண்டு பிரிவுகளாய் சேரயானைகளை நிறுத்தக் கூறியிருந்தார் சேரமான்.

மதிக்கொடியும் சேரமானும் இரவில் வெகுநேரம் இணைந்து உத்திகளை வகுத்திருக்க, மதிக்கொடி இரண்டு படைகளிலும் ஒரே எண்ணிக்கையிலான யானைகளை நிறுத்தியிருந்தான். முன்பகுதியில் முப்பது யானைகள் நிலைகொள்ள, அவற்றைத் தொடர்ந்து நாப்பது வரிசைகளில் யானைகள் நின்றன.

முதல் மூன்று வரிசையிலிருந்த யானைகளுக்கு முன்னால் அகன்ற அடிமரங்களின் துண்டங்கள் நிலத்தில் கிடந்தன. தந்தங்கள் மரத்தைப் பெயர்த்தெடுக்கும் வலிமையுடையவை. ஆனால் வாட்கள் தந்தங்களுடன் இணைந்திருக்கும் இடம் பலவீனமானது என்பதால் அடிமரங்களை சோழ யானைகளின் வாட்களில் மோதிப் பிணைப்புகளை உடைத்தெறிய எண்ணினார் சேரமான். உயரமான யானைகளை இதற்காக முன்னிலையில் நிறுத்தி அவற்றின் முகத்தையும், கழுத்துப்பகுதியையும் கவசங்களால் பாதுகாக்க செய்திருந்தார்.

மூன்று வரிசைகளுக்குப் பின்னிருந்த அனைத்து யானைகளின் தந்தங்களிலும் பட்டை வாட்கள், உழவாரம் எனும் முனை அகன்ற வேல், சல்லியம் என்னும் கூரிய வேல் போன்றவற்றை கயிறுகளைக் கொண்டு பிணைத்திருக்க, அவை சோழ யானைகளின் தந்தங்களை விட நீண்டிருந்தன.

சேர பாகன்கள் கைகளில் நீண்ட நெடுந்தோட்டிகளைக் கொண்டிருக்க, அம்பாரிகளில் இருந்த வீரர்கள் விற்களை ஏந்தியிருந்தனர். படையினூடே ஏராளமான கிடுக்குப் படையினர் வாட்களுடன் நின்றனர். யானைகள் முன்னேறிப் போரிடும் போது கிடுக்குப்படை வீரர்கள் நீண்ட முட்கம்பிகளை சோழ யானைகளின் கால்களில் வீசி பிணைக்கவும், தந்தங்களை வாளால் வெட்டியெறியவும், சோழ யானைகளின் வயிற்றுப்பகுதியை கிழித்தெறியவும் பணிக்கப்பட்டிருந்தனர். யானைகளை முற்றிலுமாய் வீழ்த்த முடியாவிடினும் காயமுறும் யானைகள் குருதிப்போக்கினால் சரியும்.

சேரத்தின் யானைகள் இரண்டாய் பிரிந்திருப்பதை காணும் கரிகாலன் தனது யானைகளையும் இரண்டாய் பிரித்து இருதிசைகளை நோக்கியும் நிறுத்தி வைப்பான். இரண்டு படைகளுக்கும் இடையே ஏற்படும் இடைவெளியில் ஊடுருவி தாக்குதலை நிகழ்த்த சேரமான் கூறியிருந்தார்.

சேரமான் எண்ணியதைப் போல சோழத்தின் பாகன்கள் யானைகளை இரண்டு படைகளாய் பிரிந்து நிறுத்தியிருந்தனர். முன்புறத்தில் முப்பது யானைகள் இடைவெளியுடன் நின்றிருக்க, அதனைத் தொடர்ந்து நெடுவரிசைகளில் முப்பது யானைகள் நின்றன. இரண்டு படைகளுக்கும் இடையில் சிறிய இடைவெளி யிருப்பதை சேரமான் கவனித்தார். மனிதனின் பேராசை அனைத்து பண்புகளையும் கெடுப்பதைப் போன்று, அரணில் ஏற்படும் சிறிய இடைவெளி அரணையே சரித்து விடும் என்றுணர்ந்த சேரமான் திருப்தியுடன் தலையசைத்துக் கொண்டார்.

சோழ யானைகளின் தந்தங்களில் இருந்த வாட்கள் தோலுறையினால் மூடப்படாமல் பளபளத்தவாறு அச்சத்தை ஏற்படுத்தின. கூரிய வாட்களுக்கு பழக்கப் பட்டிருந்த யானைகள் அவற்றை துதிக்கையால் தொடாமல் விழிப்புடன் நின்றன.

இடப்புற மாடத்தில் இருந்த சேரமான் கரிகாலனின் யானைகளை கூர்ந்து கவனித்தவாறு இருந்தார். சிறிய மாற்றமொன்று கானல் நீரின் ஒளிச்சலனங்களாய் துலங்கியது. கண்கள் காணாததை உள்ளம் கண்டிருந்தாலும் இனம் பிரிக்க இயலாமலிருக்க...

''சோழத்தின் யானைப்படையில் மாற்றமேதும் தென்படுகிறதா?'' என்று கேட்டார்.

'முதல் வரிசையில் முப்பது யானைகளை இடைவெளியுடன் முன்னும் பின்னுமாய் நிறுத்தியிருக்கிறான். வீரர்கள் கொடிகளைத் தாங்கியுள்ளனர். கரிகாலனின் பட்டத்து யானை மூன்றாவது வரிசையில் இருக்கிறது' என்று வேங்கை மார்பன் கூற..

'இல்லை. அவன் படையில் செய்திருக்கும் மாற்றம் புலப்படாமலிருக்க மாறி நிற்கிறான். மலரின் புதைந்திருக்கும் மணத்தைப் போல வியூகத்தினுள் மாற்றத்தை புதைத்திருக்கிறான்'

சோழத்தின் காலாட்படைகள் அமைத்திருந்த தேன்கூட்டு வியூகத்தைக் கண்டவர் அதன் அரண்களை கூர்ந்து கவனித்தார். 'கரிகாலனின் தற்காப்புப் போரே இவ்வளவு புதுமையாய் இருந்தால் தாக்குதல் எவ்வாறு இருக்கும்?' என்று வினவினார்.

‘உண்மை தான். ஆனால் அவன் தாக்குதலை நிகழ்த்த வாய்ப்பிருக்காது. இன்றுடன் போர் முடியும்’ என்றான் செங்கெழு குட்டுவன்.

முகத்தில் சுருக்கங்கள் தோன்ற சேரமான் கண்களை மூடி சிந்தித்தவாறு இருந்தார்.

சோழத்தின் வியூகத்தினைக் கண்ட தென்னவன் ‘மூன்று இடங்களில் சடால வியூகத்தை தகர்க்க வேண்டியிருக்கும். யாளியின் முகத்திலிருக்கும் படைகள் ஊடுருவ முன்பகுதியிலும், யாளியின் கைகள் நுழைய வியூகத்தின் இருபுறங்களிலும் தாக்க வேண்டும். ஒவ்வொரு இடத்திலும் தாக்க பத்து யானைகளைக் கொண்டு வரச்சொல்’ என்று உத்தரவிட்டான்.

சற்று நேரத்தில் சடாலத்தின் மூன்று நிலைகளுக்கு எதிரே கவசங்கள் அணிந்த யானைகள் வந்து நின்றன.

கதிரவன் உதிக்கும் தறுவாயில் கிழக்கிலிருந்து மேற்காக படையின் நிலைகளைக் கவனித்தவாறு கரிகாலன் குதிரையைச் செலுத்தினான். சிறிய துள்ளலுடன் ஒரே சுதியில் குதிரை தாவிச் செல்ல, வியூகத்தின் அரண்களின் மேலிருந்த வீரர்கள் ஆயுதங்களை மோதி ஓசையெழுப்பினர்.

தேர்அரண்களின் மேலிருந்த வீரர்களைப் பார்த்த கரிகாலன் ‘வீரர்களே ஒவ்வொரு நாளும், களமும், போரும் புதியன. நேற்றைய வெற்றி என்பது வீரத்தின் இலக்கணமாய் காலத்தின் குருதியில் உறைந்திருக்கும். இன்று வெளிப்படுத்தும் வீரமே சோழத்தினைக் காத்து நிற்கும். நம்மால் உலகையும் வெல்ல இயலுமென்று நமது குடிகள் காத்திருக்கின்றனர். அவர்களின் நம்பிக்கையை மெய்ப்பிப்போம். சோழத்தின் வீரத்தைப் பகைவருக்கு காண்பிப்போம். இணைந்து நில்லுங்கள். பணிந்திருக்கும் பூமியையும், பகையற்ற வானத்தையும் படைக்க எரிதழலாய் முன்னேறுங்கள். பகையைக் கொளுத்துவோம்’ என்று உறும, படைவீரர்கள் புதிய உத்வேகத்தில் ஆர்ப்பரித்தனர். கரிகாலன் யானைப்படையை நோக்கி குதிரையை விரட்டினான்.

வீரர்கள் ‘சோழ வேந்தன் கரிகாலன்’ என்று இரைந்து ‘வாழ்க வாழ்க’வென்று வாழ்த்தொலியை எழுப்பினர்.

‘‘பாண்டிய வேந்தன் நம்பி நெடுஞ்செழியன் வாழ்க’’ என்றும்,

‘‘சேரமான் நெடுஞ்சேரலாதன் வாழ்க’’ என்றும் கூட்டுப்படை வீரர்கள் முழக்கமிட, இரண்டு பெருங்கடல்கள் சேருமிடத்தில் ஏற்படும் அலைகள் ஒன்றுடன் ஒன்று மோதுவதைப்போல, ஒலி அலைகள் எதிரெதிர் திசையில் பயணித்து மோதின. நிலத்தைப் பிளக்குமாறு எதிரொலித்தன.

யானையின் மேலேறிய கரிகாலன் சேரத்தின் இரண்டு யானைப்படைகளையும் உற்று கவனித்தான். சில கணங்களில் ‘யானைகளை அரைவட்டமாய் மாற்றி நிறுத்து. நடுவிலிருக்கும் யானைகள் பள்ளத்தை நோக்கிப் பயணிக்கும் நீராய் தேவையறிந்து முன்னேறட்டும்’ என்றான்.

முன்வரிசை யானைகள் வளைந்திருக்கும் வில்லாய் உருமாற, அவற்றைத் தொடர்ந்து மற்ற யானைகள் குவளை மலரின் இதழாய் உருக்கொண்டன.

வியூகம் மாறுவதைக் கண்டு அதிர்ந்த சேரமான் ‘நிலத்தடியில் புதைந்திருக்கும் நீரை உணரும் கால்களாய் வியூகத்தில் புதைத்திருக்கும் குறைகளை உணர்கிறான் கரிகாலன்’ என்றார்.

படைகளின் வாழ்த்தொலிகள் தொடர்ந்து ஒலிக்க, அறமாடங்களில் அமர்ந்திருந்த காரணிகர்களும், நாழிகை கணக்கர்களும் கிழக்கில் விழிகளைப் பதித்துக் காத்திருந்தனர். படை வீரர்களின் கண்களும் செம்மையேறும் வானில் தொலைந்திருந்தன.

கரிகாலனின் போரைக் காணும் ஆவலில் தேர்க் குதிரைகளை வேகமாக விரட்டிய கதிரவன் உலகின் முதல் ஒளியாய் வெளிப்பட்டான்.

கிழக்கு மாடத்திலிருந்து எரியம்புகள் முரசொலியுடன் விண்ணில் பாய, மேற்கு வானின் எரியம்புகளும் போட்டியிட்டு மேலெழுந்தன. இரண்டாம் நாள் போர் துவங்கியது.

வீரம் வளரும்...

74

எரியம்புகள் பாய்ந்தவுடன் கூட்டுப்படைகளின் வீரமுரசுகள் அதிர, கூட்டுப்படை வீரர்கள் போர் முழக்கங்களை எழுப்பியபடி முன்னேறினர். சடால வியூகத்தை உடைப்பதற்காக கவசங்களுடன் நின்ற சேரயானைகள் மூன்று பிரிவாய் கடலலைகளின் பேரிரைச்சலைப் போன்ற பிளிறலுடன் முன்னகர்ந்தன. யானை களைப் பின்தொடர்ந்து காலாட்படையினர் சோழ வியூகத்தின் மேல் அம்புகளைச் செலுத்த, அம்புகள் தேர் அரண்களின் சல்லடைக் கண்களில் பட்டு தெறித்தன. அரண்களின் இரண்டு அடுக்குகளுக்குள் இருந்த சோழ வீரர்கள் பதிலம்புகளை எய்து தாக்குதலைத் துவங்கினர்.

சேரயானைகள் நெருங்கியதும் தேர் அரணின் மேலிருந்த சோழத்தின் கழுகுப் பொறிகள் சுழன்று திரும்பின. அம்புகளை எய்யும் தகடுகளை மாற்றி ஈட்டிகளை எறியும் வட்டத் தட்டுகளை சோழர்கள் பொருத்த, சோழப்பொறிகள் உச்ச வேகத்தில் ஈட்டிகளை உமிழ்ந்தன. பேராற்றலுடன் பாயும் ஈட்டி களைக் கண்டு தென்னவன் அதிர, சேரயானை களின் முகபடாமிலும், கவசங்களிலும் எண்ணற்ற ஈட்டிகள் நெருப்பாய் ஊடுருவின. செங்குருதியை பீறிட்டபடி நடந்த யானைகள் அரணை நெருங்குகையில் சரிந்தன.

> மதநீர் பெருக்கெடுக்கும் யானைகளின் உடலில் ஆற்றல் பன்மடங்கு அதிகரித்து, யானைகளின் மூர்க்கத்தனமும் அதிகரிக்கும். யானைகள் கொண்டிருக்கும் ஆற்றலின் உச்ச நிலை அது.

யானைகள் சரிந்ததும், அவற்றின் பின்னிருந்த கூட்டுப்படை வீரர்கள் அச்சமுற்றுப் பின்னேறினர். தேர்அரண்களின் உள்ளிருந்து சோழ வீரர்களும், சோழ பொறிகளும் அம்பெய்து அவர்களை சரிக்க, காலையின் முதல் ஒலி கூட்டுப்படை வீரர்களின் அலறலாய் துவங்கியது.

கழுகுப்பொறிகள் யானைகளை அழித்ததைக் கண்டு உக்கிர வெறியேறிய தென்னவன் 'மேலும் யானைகள் வேண்டுமென்று தகவலனுப்பு'என்று இரைந்தான்.

யானைகள் எளிதாக வீழ்த்தப்பட்டதைக் கண்ட கடுங்கோண் 'வேல்களை எய்யும் பொறிகளை இப்போது தான் காண்கிறேன்' என்றான்.

''இப்போரை மனதளவில் கரிகாலன் பலமுறை நிகழ்த்திப் பார்த்துள்ளான்'' என்று சந்தனக்கோடன் கூற, மற்றவர்கள் பேச்சற்று அமர்ந்திருந்தனர்.

சேரத்தின் நூறு யானைகள் முன்களத்திற்கு விரைந்து வர, அவற்றை மூன்று பிரிவாய் தென்னவன் பிரித்தான் கூட்டுப்படைக்கு எதிரேயிருந்த அறை ஒன்றையும், வலப்புற, இடப்புற அறைகளை காத்து நின்ற அரண்களையும் தாக்கி அழிக்க பாகன்களுக்கு உத்தரவிட்டான். பேருடலை அசைத்தபடி, யானைகள் நிலத்தை நசுக்கி பெரும் வேகத்தில் முன்னேறின.

மூன்று இலக்குகளை நோக்கி யானைகள் கூட்டமாய் முன்னேற சோழ அரணின் மேலிருந்த அனைத்துப் பொறிகளும் ஈட்டிகளை சுழன்றபடி சரமாரியாக எய்தன. ஈட்டிகள் பாய்ந்ததும் யானைகள் துடித்தபடி நிலத்தில் சரிய, அவைகளை தவிர்த்தபடி மற்ற யானைகள் முன்னேறின.

சேரயானைகள் தேர் அரணை நெருங்க, வெளிப்புற தேர் அரணின் உள்ளே அமர்ந்திருந்த சோழ வீரர்கள் அரணின் கதவுகளைத் திறந்து இரண்டு அரண்களுக்கு நடுவில் குதித்தனர். தேருடன் பிணைந்திருந்த சோழ யானைகளின் வடங்களை வெட்டி விட்டு பின்னேறினர். சோழப் பாகன்கள் யானைகளைத் திருப்பி சேரயானைகளை எதிர்கொள்ள, சோழ யானைகளின் தந்தத்தில் பொருத்தப்பட்டிருந்த நீண்ட வாட்கள் காற்றைக் கிழித்து சீறியெழுந்தன.

இதனை எதிர்பார்த்திருந்த சேரப் பாகன்கள் யானைகளை வேகமாக நகர்த்தி சோழ யானைகளுடன் மோதினர். குன்றுகள் மோதி பிளவுறுவதைப் போன்ற பேரொலியுடன் யானைகள் மோத, யானைகளைப் பின்தொடர்ந்த சேரவீரர்கள் சோழத்தின் பாகன்களை அம்பெய்து வீழ்த்தினர்.

சோழ யானைகளின் போர்க்குணமும், மிருகத்தின் உக்கிரமும் ஒன்றிணைய, பாகன்களின்றி முன்னேறிய சோழ யானைகள் சேரயானைகளை மூர்க்கத்துடன்

கிழித்தெறிந்தன. சேரவீரர்கள் ஈட்டிகளை எறிந்தும், சோழ யானைகளின் கால்களைத் துண்டாக்கியும் யானைகளை சரித்தனர். சோழ விற்பொறிகள் எண்ணற்ற அம்புகளை எய்து கொண்டிருக்க யானைகள் சரியும் ஓசையும், வீரர்களின் அலறலும் களத்தை நிரப்பின. எண்ணிக்கையில் குறைந்த சோழ யானைகள் பன்முகத் தாக்குதலால் சரிந்தன.

உடலெங்கும் ஈட்டிகள் தைத்து கழற்சிக்காயைப் போல தோற்றமளித்த சேரயானைகள் குருதியொழுகியபடி சோழத்தின் தேர் அரண்களுடன் மோதின. அரணின் மேல் நின்ற சோழ வீரர்கள் முன்புறத்து அரணை விடுத்து அருகிலிருந்து அரண்களுக்கு மாறிக்கொண்டனர். தேர் அரண் பேரோசையுடன் நிலத்தில் சரிய, கழுகுப் பொறிகள் சிதறின. பொறிகளைத் துதிக்கையால் பற்றி சுழற்றியெறிந்து, இரும்பினாலான சல்லடைத் தடுப்புகளை மிதித்து நசுக்கியபடி சேரயானைகள் உள்ளே நுழைந்தன. யானைகளைத் தொடர்ந்து கூட்டுப்படை வீரர்கள் ஆவேசத்துடன் கத்தியபடி வியூகத்தினுள் நுழைய, சோழ வீரர்கள் வேகமாகப் பின்னேறினர்.

சோழத்தின் இரண்டு அறைகளின் சுவர்கள் விழுந்து நொறுங்க, வலப்புற அரண் சிலகணங்களுக்கு பின்னர் சரிந்தது. சோழ வியூகம் சிதைய, கூட்டுப்படை வீரர்கள் வெற்றியைக் குறிக்க பேரொலியை எழுப்பினர்.

முதல் நாள் ஆலோசனைக் கூடத்தில் நம்பி 'தளபதிகளை இழப்பது வீரர்களை நிலைகுலைய செய்யும். சோழ வியூகத்தில் நமது படைகள் நுழைந்ததும் தளபதிகள் பின்னிருந்து படையை நடத்துங்கள். சோழர்கள் வெளிப்பட்டு போரிடும்போது முன்னேறித் தாக்குங்கள்' என்று கூறியிருந்தான்.

எனவே காலாட்படையின் தளபதிகளும், பாண்டியத் தளபதிகளும் படைகளை முன்னுக்கு அனுப்பியவாறு யாளியின் தலையினருகே நின்றனர்.

சோழத்தின் வியூகம் சிதைந்து யாளியின் தலையாயிருந்த காலாட்படை வீரர்கள் நடு அறையினுள் நுழைந்ததும் தென்னவன் கையசைக்க, யானை பிளிறுவதைப் போன்று உயிர்த்தூம்பு முழங்கியது. மறுகணம் துதிக்கையாயும், இடது கையுமாய் இருந்த குதிரைப்படை புழுதியைக் கிளப்பியபடி பெரும் வேகமெடுத்து ஓடத்துவங்கியது. வலது கையாக இருந்த தேர்ப்படையின் தேர்கள் கடகடவென்ற பெருஞ்சத்தத்துடன் உருளத்துவங்கின. நிலத்தின் மேடு பள்ளங்களில் தாவியிறங்கிய சகடங்களின் ஓசை குதிரைகளின் கனைப்பொலியை விஞ்சின. இருபுறங்களிலும் பாண்டிய நாட்டின் வன்படையினர் முன்சென்றனர்.

உடலின் உள்ளிருந்து உக்கிரம் ஊற்றெடுக்க, வலப்புறத்தில் காலாட்படைக்கு தலைமை தாங்கிய தோன்றிமலைத் தளபதி மகிழருவி நம்பியின் உத்தரவை மீறி

குதிரையை விரட்டி முன்னேறினான். பெருங்களிப்பும், ஆவேசமும் உடலைத் துடுப்பாய்ச் செலுத்த, போர்க்கூச்சலை எழுப்பியபடி கூட்டுப்படை வீரர்களுடன் சடால வியூகத்தினுள் நுழைந்தான்.

போர் துவங்கிய கணத்தில் சேரத்தின் யானைப்படையிலிருந்த யானைகள் அடிமரங்களை தந்தங்களில் தூக்கிக் கொண்டு நகர்ந்தன. சோழ யானைகளைத் தாக்கி சிதைப்பதற்கு இருபுறத்திலிருந்தும் பெரும்பிளிறலுடன் முன்னேறின. யானையின் மேல் அமர்ந்திருந்த கரிகாலன் சீழ்க்கையை எழுப்பியதும், முதல் மூன்று வரிசைகளின் பாகன்கள் நிலையாய் இருக்க, நான்காம் வரிசையிலிருந்த குஞ்சரமல்லர் வெளிப்பட்டனர்.

குஞ்சரமல்லர் என்பவர்கள் யானையாட்கள் என புகழப்படும் சோழநாட்டின் ஒப்பற்ற யானைப்படையினர். ஏற்றமும் தோற்றமும் வாய்ந்த ஒப்பற்ற கொம்புகள் உடைய யானைகளைத் தேர்ந்தெடுத்து எல்லா நாட்களிலும் போர் பயிற்சிகளில் ஈடுபடுத்துபவர்கள். யானையின் மேலமர்ந்து பெரும் வீரத்தை வெளிப்படுத்தக் கூடியவர்கள்.

சேரத்தின் யானைகளைக் கண்ட சோழ யானைகள் தலையை ஆட்டி, காதுகளை விரித்து எச்சரித்தபடி முன்னேறின. ஒரு காலை உயர்த்தி நிலத்தில் உதைத்து சினத்தை வெளிப்படுத்தி, துதிக்கையில் புழுதியை வாரி தலையில் இறைத்துக்கொண்டன. குஞ்சரமல்லரின் தலைவர் யானையின் தலையில் தட்டியதும் இரண்டு கால்களை உயர்த்தி எழுந்த யானை பெரும் பிளிறலை வெளிப்படுத்த, இடிகள் உருள்வதைப் போன்ற பேரோசையில் போர்க்களம் அதிர்ந்தது. மாடங்களில் அமர்ந்திருந்தவர்கள் அதிர்ந்து போயினர்.

நிலத்தைத் தேய்த்துக் கொண்டு யானைகள் நகர, களமெங்கும் புழுதி பறந்தது. சோழ யானைகள் நெருங்கியதும் சேரத்தின் பாகன்கள் யானைகளை காலினால் உதைக்க, சேரயானைகள் மரத்தின் அடிப்பகுதியை தந்தத்தில் சுமந்தபடி சோழயானைகளை தாக்கின.

மரங்களுடன் மோதினால் வாட்கள் முறியுமென்று அறிந்திருந்த குஞ்சரமல்லர் யானைகளைக் கையால் தட்ட, முன்னங்கால்களை உயர்த்தி மேலெழுந்த யானைகள் வெறியுடன் மத்தகத்தால் சேரயானைகளின் நெற்றியில் மோத, சேரயானைகளின் இரும்பிலான பட்டங்கள் நசுங்கின. தந்தங்களில் இருந்த அடிமரங்கள் நழுவி விழுந்தன.

ஆட்டுக்கிடாய்கள் போல ஆவேசத்துடன் மேலெழுந்த சோழ யானைகள் மீண்டும் நெற்றியில் மோத, சேரயானைகளின் பட்டங்கள் கழன்று விழுந்தன. சேரயானைகள் அச்சத்துடன் பின்னகர, சோழ யானைகள் முன்னேறி தந்தங்களில் பிணைந்திருந்த வாட்களை யானைகளின் முகத்தில் சொருகின. சேரயானைகள்

வலியால் துடிக்க, குருதி பொங்கி பேரருவியாய் கொட்டியது. சேரயானைகள் சரியத்துவங்கின. சோழப் பாகன்கள் கைகளின் சமிக்கையால் போர் நடத்த, யானைகள் தந்தங்களினால் நிலத்திற்கு குருதியாட்டைத் துவங்கின.

சேரத்தின் முதல் வரிசை கணப்பொழுதில் சிதைய, அவர்களின் கிடுக்குப் படையினர் இரண்டு பிரிவுகளாய் முன்னேறினர். ஒரு பிரிவினர் சோழ காப்பரண்களின் மேல் அம்பெய்ய, மற்றொரு பிரிவினர் சோழ யானைகளின் துதிக்கைகளை வெட்டவும், வயிற்றைக் கிழிக்கவும் முயன்றனர்.

சோழ காப்பரண்களில் ஈட்டிகளில் சோழக் கொடியை பிணைத்திருந்த வீரர்கள் ஈட்டிகளை பகைவர்களின் மேல் வீசியதும், கொடிகளுக்குப் பின்னால் மறைந்திருந்த முட்டை வடிவ விற்பொறிகள் வெளிப்பட்டு சீறத்துவங்கின. விற்பொறிகள் இடமும், வலமுமாய் அசைந்து அம்புகளை எய்ய சேரத்தின் கிடுக்குப்படையினரும், சேரயானைகளின் அம்பாரிகள் மேலிருந்த வீரர்களும் உடல் துடிக்க நிலத்தில் சரிந்தனர்.

யானைகள் விற்பொறிகளைத் தாங்கியிருப்பதைக் கண்ட சேரமானும், செங்கெழு குட்டுவனும் அதிர்ந்தனர்.

'தாமரை இலைகளில் படிந்திருக்கும் மெழுகு பூச்சைப் போன்று கண்ணெதிரே சோழக்கொடிகளால் பொறிகளை மறைத்திருக்கிறான்' என்றார் சேரமான்.

குஞ்சரமல்லரின் யானைகளுக்கு பாதுகாவலாய் விற்பொறிகளைத் தாங்கிய யானைகளும், சோழத்தின் கிடுக்குப்படை வீரர்களும் சென்றனர். சோழத்தின் கிடுக்கு படையினர் இருவராய் இணைந்து முன்னேறினர். முன்னிருந்த வீரன் கேடயத்தையும், வாளையும் கொண்டு அம்புகளைத் தேக்கியபடி முன்னேற, அவன் பின்னிருந்த வீரன் அம்புகளை எய்தபடி தொடர்ந்தான். சோழத்தின் யானைகள் வரிசைகளைச் சிதைத்து, தரிசு நிலத்தைக் குருதிப் பெருக்கால் நனைத்து, நன்செய் நிலமாய் மாற்றிக் கொண்டிருந்தன.

மரங்களைத் தாங்கியிருந்த யானைகளின் மூன்று வரிசைகளையும் கொன்றொழித்த சோழ யானைகள் ஈட்டிகளைத் தந்தத்துடன் பிணைத்திருந்த சேரயானைகளுடன் மோதின. யானைகள் மோதிக்கொண்ட பேராற்றலில் ஈட்டிகள் கவசங்களில் மோதி வளைந்தன. சேரயானைகள் தாங்கியிருந்த ஈட்டிகள் சோழ யானைகளின் கழுத்தில் கிழிக்க, மேலும் ஆவேசத்துடன் சோழ யானைகள் பாய்ந்தன. சோழ யானைகளின் கன்னங்களில் மதநீர் ஆறாய் பெருக்கெடுத்து ஓடியது.

மதநீர் பெருக்கெடுக்கும் யானைகளின் உடலில் ஆற்றல் பன்மடங்கு அதிகரித்து, யானைகளின் மூர்க்கத்தனமும் அதிகரிக்கும். யானைகள் கொண்டிருக்கும் ஆற்றலின்

உச்ச நிலை அது. தந்தங்களிலிருந்த வாட்கள் சேரயானைகளின் கழுத்தினைப் பிளக்க, சரிந்த யானைகளைத் துதிக்கையில் பற்றி சோழ யானைகள் தூக்கியெறிந்தன.

யானைகளுடன் மோதியதால் சோழ யானைகளின் முகபடாம் சிதைந்து விலகிய இடங்களில் அம்பெய்து சேரவீரர்கள் தாக்க, சேரத்தின் கிடுக்குப் படையினர் சோழ வீரர்களுடன் போரிட்டபடி சோழ யானைகளின் வயிறுகளைக் கிழித்தனர். கீறல்களில் குருதிக் கோடுகள் துளிர்க்க இளஞ்சூடான குருதி வடியத் துவங்கியது. யானையின் வயிற்றில் வாளை சொருகிய ஒருவன் வயலை கலப்பையால் உழுவதைப் போல கிழித்தெறிய, கடற்கரையின் ஈரமணலில் உழுததைப் போல குருதி ஊற்றெடுத்தது.

சேர யானைகளின் முகபடாமில் கண்களிருக்கும் பகுதிகள் மூடப்படாமலிருக்க, அவற்றைக் குறிவைத்து கரிகாலன் ஈட்டிகளை எறிந்து கொண்டிருந்தான். கண்களில் நுழைந்த ஈட்டிகள் தலையை ஊடுருவிச் செல்ல, யானைகள் துடித்தபடி கணப் பொழுதில் சரிந்தன. விற்பொறிகளுக்கு அம்புகளை நிரப்புவது போல, வீரர்கள் அவனது காப்பரணில் ஈட்டிகளை நிறைத்துக் கொண்டிருக்க, ஒவ்வொரு கையிலும் நான்கு ஈட்டிகளை ஒரே கணத்தில் பற்றி எறிந்து யானைகளை வீழ்த்திக் கொண்டிருந்தான்.

சோழத்தின் யானைகள் சேரப்படையை சிதைத்து முன்னேறுவதையும் அதை விட பன்மடங்கு அதிகமாக கரிகாலன் சேதப்படுத்துவதையும் கண்டு சிற்றரசர்கள் இடிந்து போயிருக்க,

சேரமான் 'மூன்று யானைகளை முன்னேற்றி சோழத்தின் ஒரு யானையை தாக்க சொல்' என்றார். சேரத்தின் யானைகள் திரிசூலமாய் உருமாறி ஆவேசத்துடன் முன்னேறின.

அதே கணத்தில் யாளி வியூகத்திற்கு எதிரிலிருந்த சடால வியூகத்தின் மூன்று அரண்களும் விழுந்திருக்க, நம்பி குழப்பத்தில் இருந்தான். சோழத்தின் இரண்டு அரண்கள் முறிந்து விழுகையில், மூன்றாவது அரணின் மேலிருந்த சோழ வீரர்கள் கழுகுப் பொறிகளை வெகுதிறமையுடன் இயக்கி சேரயானைகளை வீழ்த்திக் கொண்டிருந்தனர். ஆனால் திடீரென பொறிகளைக் கைவிட்டு பரிகத்தினூடே மற்ற அரண்களுக்கு விலகி செல்ல, சேரயானைகள் முன்னேறி மூன்றாவது அரணை தகர்த்தன. சிறிய கால இடைவெளிக்குப் பின்னர் அரண் சரிந்தது.

பொறிகளை இயக்கி தாங்கி நிற்காமல் சோழம் அரணை வீழ்த்த ஒப்பு கொடுத்ததன் காரணமென்ன என்ற கேள்வி பதற்றத்தை ஏற்படுத்தியது.

மற்ற இரண்டு அறைகள் வீழ்வதைக் கண்ட சோழத் தளபதி சமிக்கையை ஏற்படுத்தி பொறிகளை இயக்குவதை தடுத்திருக்கிறான். மூன்று அறைகளும் தகர்க்கப்பட வேண்டுமென்று சோழர்கள் விரும்புகின்றனர்.

‘இது சோழத்தின் பொறி’ என்று சிந்தை இரைய, கழுகைக் கண்ட நாகமாய் பதறிய நம்பி ‘படைகள் முன்னேறுவதை நிறுத்த சொல்’ என்று தொண்டை வெடிக்க கத்தினான்.

‘‘ஆனால் வியூகத்தை தகர்த்து விட்டோமே’’ என்றார் தொல்லோன்.

யானைப்படைகள் சரிவதைக் கவனித்துக் கொண்டிருந்த பெருஞ்சாத்தன் ‘ஏனிந்த பதற்றம்?’ என்றெண்ணினான் .

நம்பியின் உத்தரவு ஒலிகளாய் உருப்பெற்று முன்களத்தை அடையும் முன்னர் யாளியின் துதிக்கையாயும், கைகளாகவும் புயலாய் முன்னேறிய படைகள் சடாலத்தின் மூன்று அறைகளுக்குள்ளும் நுழைந்தன. பேரார்வத்துடனும், பெரும் ஓசையுடனும் வரப்பில் ஓடி கழனியை நிரைக்கும் நீர் போல, கூட்டுப்படையினர் அறைகளுக்குள் நுழைந்தனர்.

வியூகத்தினுள் நகர்ந்த சோழ வீரர்கள் நகரும் திறப்புகள் வழியாக சல்லடையில் நிரப்பிய நீராய் மறைய, ‘‘தாக்குங்கள்’’ என்று ஓலமிட்டபடி நுழைந்த தோன்றிமலை தளபதி மகிழருவி கணப்பொழுதில் நொறுங்கிப் போனான். மூன்று அறைகளும் வெறுமை சூழ்ந்திருக்க, கூட்டுப்படையின் வீரர்கள் மட்டுமே தனித்து இருந்தனர். அறைகள் பொறிகளாய் உருமாறியிருந்தன.

மூன்று புறங்களின் அரண்கள் மேலிருந்த பரிகத்தில் திடீரென்று எண்ணற்ற வீரர்கள் விற்களுடன் தோன்றினர். உயரும் அடுக்குகளின் மேல் விற்பொறிகள் முளைத்தன. ஏககாலத்தில் விற்கள் அனைத்தும் பேரோசையுடன் உறுமத்துவங்கின. நாண்களின் இடங்காரம் தேனீக்களின் ஓசையாய் முழங்க சரமாரியாக அம்புகள் சீறிப்பாய்ந்தன.

அறையினுள் சிக்கிக் கொண்ட வீரர்கள் கேடயங்களால் காத்துக் கொள்ள முயல, சுற்றிலுமிருந்து பறந்து வந்த அம்புகள் அவர்களை வீழ்த்தின. வீரர்களின் களிப்பு முகத்தில் உலரும் முன்னர் சதைக்கூடுகள் சல்லடையாகின. வீரர்களின் உடல்கள் ஒன்றன் மேல் ஒன்றாக சரிந்தன. மரங்களின் கொப்புகளைக் கழனியில் இட்டு தழையடிப்பது போல உடல்கள் சிதைய, கழனியில் தேக்கிய நீராய் குருதி தேங்க, நெற்கதிர்களாய் அம்புகள் முளைத்திருந்தன.

போர்க்களம் அதிரும் பேரோலம் நாற்திசைகளிலும் எதிரொலிக்க, மூன்று அறைகளையும் உடைத்து உள்ளே நுழைந்திருந்த அனைத்து உயிர்களும் சரிக்கப் பட்டன. உயிரற்றவைகள் நொறுக்கப்பட்டன. சோழத்தின் இசைக்கருவிகள் உறுமின. மகிழருவி வீழ்ந்ததைக் குறிக்க ஒலியெழுப்ப எவருமின்றி அனைவரும் கொன்றொழிக்கப் பட, சிற்றரசர்கள் உறைந்திருந்தனர்.

குதிரைகளும், யானைகளும் சரிந்து இறுதி மூச்சை வெறித்த கண்களுடன் விடுத்துக் கொண்டிருந்தன. பின்னேற முயன்றவர்கள் துளைக்கப்பட்டு, நீர்க்கொடியாய் வேகமெடுத்து ஓடிய படைகள் குருதிக்கொடியாய் சரிந்திருக்க, உடல்கள் நெற்பயிரின் தாள்களாய் குவிந்து கிடந்தன.

சோழ வியூகத்தின் முன்புறத்திலிருந்த மூன்று அறைகளும் பிணக்குவியலால் நிரம்பியிருக்க, சோழ கூடாரங்களிலிருந்து புதிய யானைத்தேர்கள் வெளிப்பட்டு நகர்ந்து வந்தன. சிலகணங்களில் சடாலத்தின் பின்புறத்தில் மூன்று புதிய அறுகோண அறைகள் உருவாகின.

நம்பி திகைத்த விழிகளுடன் பார்த்திருக்க, சிற்றசர்கள் நிகழ்ந்த கொடூரத்தை கண்டு கதிகலங்கியிருந்தனர்.

'அனைவரையும் ஆலோசனைக் கூடத்திற்கு வரச்சொல். தென்னவனை விலகியிருந்து தாக்கச் சொல்' என்றான் நம்பி.

சற்று நேரத்தில் அரசர்கள் அனைவரும் ஆலோசனைக் கூடத்தைச் சென்றடைந்தனர். தொல்லோனின் கைகள் இன்னும் நடுங்கிக் கொண்டிருக்க, மற்றவர்களின் முகங்கள் வெளிறிப் போயிருந்தன. சடால வியூகத்தினுள் நிகழ்ந்தவற்றை எடுத்துரைத்த நம்பி 'மலையை மறைக்கும் மேகங்களாய் வியூகத்தினுள் புதிர்களை விதைத்திருக்கிறான். பகைவனை நெருங்கும் முன்னரே எண்ணற்ற படைகளை இழந்து விட்டோம்' என்றான்.

'நம்மை நெருங்கித் தாக்காமல் காத்திருந்து கொன்றொழிக்கிறான். புதைகுழி போல' என்றான் பெருஞ்சாத்தன்.

'அரண்மனையின் மதிலில் அமர்ந்து தற்காப்புப் போரை நிகழ்த்துவது போல கரிகாலன் சமவெளியில் போரிட்டுக்கொண்டிருக்கிறான்'

'அரண்களை இரும்பு பொறிகளாக்கியுள்ளான் கரிகாலன்' என்றான் நந்தியன்.

'அவனது வியூகத்தை வீழ்த்தியாக வேண்டும். இல்லையெனில் போரை வெல்ல இயலாது' என்று ஒவ்வொருவரும் பதற்றத்துடன் கூற, 'அரண்களின் சுவர்களைத் துளைத்து ஊடுருவ எண்ணாமல் அரண்கள் மொத்தத்தையும் சரிப்போம். அரண்களின் பின்னே மறைந்திருக்கும் சோழர்களை களத்திற்கு இழுத்து வருவோம். நமது கூடாரங்களினருகே நின்றிருக்கும் இருப்பு யானைப்படை முழுவதையும் கொண்டு வியூகத்தை சிதறடியுங்கள்' என்றார் சேரமான்.

அனைவருக்கும் சரியென்று தோன்ற தலையசைத்து விட்டு வெளியேறினர். சிலகணங்களில் கூட்டுப்படையின் கூடாரங்களினருகே நின்ற இருப்புப் படையிலிருந்த ஐநூறுக்கும் மேற்பட்ட யானைகள் சடாலத்தை நோக்கி கருமேகங்களாய் நகர்ந்தன.

யானைப்படையின் மேலமர்ந்து யானைப்படையை நடுங்கச் செய்து கொண்டிருந்த கரிகாலன் காற்றின் மாற்றத்தில் நீரலைகளின் மெல்லசைவுகள் மாறுவதைப் போன்று, சேர யானைகள் வடிவத்தை மாற்றி திரிசூலமாய் மாறுவதை யூகித்தான்.

'சோழத்தின் இரண்டு யானைகளை ஒன்றாக இருக்கச் சொல். யானைகள் மிகுந்திருக்கும் களத்தில் மேலும் சோழ யானைகள் ஒன்றுபட்டுத் தாக்க இயலாது' என்றதும், சோழத்தின் யானைகள் இருபுரியாய் இறுகின.

இரண்டாய் இணைந்த குஞ்சரமல்லர்கள் பன்மடங்கு வேகத்துடன் தாக்க, சேரப்படைகள் மீண்டும் சிதையத் துவங்கின. காயமுற்ற யானைகளைப் பின்வரிசைக்கு நகர்த்திய கரிகாலன் புதிய வரிசைகளை முன்னகர்த்தினான். யானைகளின் குருதிப் போக்கை நிறுத்தியவுடன் அவற்றிற்கு ஓய்வு கொடுக்கக் கூறினான். ஆனால் உக்கிரமேறியிருந்த யானைகள் ஆவேசத்துடன் மீண்டும் முன்னகர்ந்தன. தண்ணுமையின் ஒலி சடாலத்திலிருந்து சுழன்றெழ மூன்று அறைகளுக்குள் கூட்டுப் படையினரை ஈர்த்து அழிக்கும் உத்தி நிறைவேறியதைப் புரிந்து கொண்டான்.

யானைகளைச் சரித்தபடி, வீரர்களைச் சிதைத்தபடி சோழப்படை முன்னேற, சேரத்தின் கூடாரங்களின் அருகே நின்ற யானைகள் மேகக்கூட்டமாய் நகர்வதைக் கண்ட கரிகாலன் நிகழ்வதைப் புரிந்து கொண்டான்.

'பின்வரிசையிலிருந்து ஐம்பது யானைகளை வியூகத்தைப் பாதுகாக்க அனுப்பு' என்றதும், சோழத்தின் யானைகள் பிரிந்து சென்றன.

சடால வியூகத்தை பிய்த்தெறிய கூட்டுப்படைகளின் தாக்குதல் மீண்டும் துவங்கியது. சோழர்களின் தாக்குதல்களை எதிர்கொண்டு சேரயானைகள் பெருங்கூட்டமாய் முன்னகர, சோழத்தின் யானைகள் எதிர்த்து நின்றன. சேரயானைகள் தந்தங்களில் கட்டப்பட்டிருந்த வேல்களினால் குத்திக் கிழிக்க முற்பட, சோழ யானைகள் விலகி சேரயானைகளின் வயிற்றைக் கிழித்தெறிந்தன.

சேரயானைகள் துதிக்கையை நீட்டி சோழ யானைகளின் துதிக்கையைப் பற்ற முயல்கையில் வாட்கள் துதிக்கைகளை துண்டாக்கின. யானையின் மென்மையான பகுதி துதிக்கைகள். துதிக்கைகள் வெட்டப்படுவது யானையின் உயிரை உடலிலிருந்து

உருவியெடுப்பதைப் போல. துதிக்கை துண்டிக்கப்பட்ட யானைகள் நிலத்தில் புரள, அவற்றை மிதித்தபடி சோழ யானைகள் நடந்தன. கழுகுப்பொறிகளின் ஈட்டிகள் சேரயானைகளைத் தொடர்ந்து வீழ்த்தின.

முன்னேறிய சோழ யானைகளை நாற்புறங்களில் இருந்தும் சேர யானைகள் தாக்கி உருட்டித் தள்ளின. எண்ணிக்கை ஆற்றலை வென்று நகர, சோழத்தின் அரண்கள் பேரோசையுடன் சரியத்துவங்கின. யானைகளின் உடல்களும், பொறிகளும் சிதற, இரும்பினாலான தேர்அரண்கள் நொறுங்கின.

சேரயானைகளைத் தடுக்க இயலாத சோழர்கள் பின்னறைகளுக்கு நகர, தேர் அரண்களையும், கேடய சுவர்களையும் இடித்தெறிந்த சேரயானைகள், தேன்கூட்டை சிதைக்கும் செம்பூச்சிகளாய் முன்னேறின.

சடால வியூகம் நொறுங்க, யாளியின் கைகளும், துதிக்கையும் தாக்குதலில் இறங்க ஆயத்தமாகின. வஞ்சியரசும், ஓங்காரனும் வியூகத்திலிருந்து சோழர்கள் வெளிப்பட இருபுறங்களிலும் காத்திருந்தனர்.

சடாலத்தின் மேலும் மூன்று அறைகள் நிலத்தை அதிரச் செய்து புழுதியைக் கிளப்பியபடி சரிய, வியூகம் சரிந்ததை வேந்தனுக்கு உணர்த்த சடாலத்திலிருந்து தண்ணுமையும், ஆகுளியும் இணைந்து முழங்கின.

ஒலிமுழக்கத்தை செவியுற்ற கரிகாலன் யானையின் நிழலில் காலத்தை உணர்ந்து 'தாங்கி நிற்கும்படி ஒலியெழுப்பு' என்றான். உத்தரவு சொற்களாக இசைப்பவனை சென்றடைய, வீரனொருவன் குறும்பரந்தூம்பை முழங்கி இசையாய் கடத்தினான்.

'எதிர்த்து நில்லுங்கள்' என்று முழக்கமிட்ட சோழ வீரர்கள் பின்னறையிலிருந்து வெளிப்பட்டு கூட்டுப்படை முன்னேறாமல் தற்காத்துப் போர்புரியத் துவங்கினர். அரண்களின் சிதிலங்களைத் தாண்டி அறைகளுக்குள் ஊடுருவ கூட்டுப்படையின் குதிரைகளும், தேர்களும் தடுமாற, காலாட்படை வீரர்கள் சிதிலங்களைத் தாண்டி அறைகளுக்குள் நுழைந்தனர். ஆளுயர கேடயங்களைத் தாங்கிய சோழ வீரர்கள் அறைகளுக்குள் நிலைகொண்டு ஊடுருவி வரும் சேரர்களை தாக்கத் துவங்கினர்.

செந்நிற ஆடைகளை அணிந்த சோழர்கள் வட்டுடை அணிந்த கூட்டுப்படை வீரர்களுடன் சமரிட, பாலில் விழுந்த மாணிக்க கல்லாய், சோழர்கள் தனித்துத் தெரிந்தனர்.

யானைகளின் களத்தில், சேரயானைகள் சோழயானைகளை முப்புறத்திலும் சூழ முயல, சேரயானைகளைக் குத்தித் தள்ளி அவற்றை மிதித்து தேய்த்தபடி சோழ யானைகள் நகர்வதைக் கண்ட சேரமான்,

'நமது யானைகள் அனைத்தையும் இருவரிசைகளில் வட்டமாய் சூழ்ந்து தாக்க சொல்' என்றார்.

உத்தரவு மதிக்கொடியைச் சென்றடைந்ததும், பாறையில் மோதும் ஆற்றுநீர் இருபுறமும் சுழன்று சென்று மறுபுறத்தில் இணைவது போல அசைந்து, நகர்ந்து உருக்கொண்ட சேரயானைகள் இரையை விழுங்கும் மலைப்பாம்பாய் சோழத்தின் யானைப்படையைச் சுற்றி வளைத்து இறுக்கத் துவங்கின.

கரிகாலன் 'சோழ யானைகளை வட்டமாய் நிற்கச் சொல்' என்றவுடன் சோழத்தின் யானைகள் வட்டமாய் நிலைகொண்டன. வட்டத்தைச் சுற்றிலும் இரண்டு வெளிவட்டங்களாய் சூழ்ந்து சேரயானைகள் தாக்கத் துவங்கின.

சோழ யானைகள் சரிந்த இடங்களில் உட்புகுந்த சேரயானைகள் நாற்புறங்களிலும் சோழ யானைகளைச் சூழ்ந்து தாக்க, சோழத்தின் சடால வியூகமும், யானைப்படையும் பின்னடைவைச் சந்திக்கத் துவங்கின.

'யானைப்படையின் போர் இன்றோடு முடியவேண்டும். முழுவீச்சில் உள்நுழைந்து தாக்கச் சொல்' என்றார் சேரமான். ஊளைச்சத்தத்துடன் எழும்பிய காற்று ஆமோதித்து சென்றது.

வீரம் வளரும்...

75

வெண்ணிப்பறந்தலையின் இரண்டாவது நாள் போரில் கூட்டுப்படைகள் சோழப்படைக்கு பெரும் இன்னலை உருவாக்கிக் கொண்டிருக்க, சோழம் சடால வியூகத்தினுள் தற்காத்துப் போர்புரிந்தது. வியூகத்தின் ஆறு அறைகளின் சுவர்கள் முற்றிலும் நொறுங்கிக் கிடக்க, மீதமிருந்த நான்கு அறைகளை நசுக்க முயன்றது யாளி.

மலையிலிருந்து ஏற்படும் நிலச்சரிவில் மண்ணும், பாறைகளும் சரிந்து கிராமங் களைச் சூழ்வது போல கூட்டுப்படை வீரர்கள் சடால வியூகத்தை நாற்புறங் களிலும் நெருக்கி இருந்தனர். சடாலத்தினுள் சரிந்திருந்த தேர் அரண்களையும், யானை களின் உடல்களையும் விலக்கி தேர்களும், குதிரைகளும் நுழைவதற்கு வழியேற்படுத்த கூட்டுப்படையினர் முயன்றனர். சடாலத்தின் அறைகளுக்குள் நுழைந்த வீரர்களைச் சோழ வீரர்கள் இஞ்சி அரணாய் தாங்கி நின்றனர்.

மூன்றாம் சாமம் முடிகையில் 'தாக்குதலுக்கு ஒலியெழுப்பு' என்று கரிகாலன் உத்தரவிட, சோழத்தின் சிம்மநாதம் முழங்கியது. போர்வெளியை அதிரச் செய்த ஒலியலைகள் சோழப்படையைத் தினவேற்றிச் சென்றன.

அம்பெய்வதில் முக்கியமானது அம்பின் பாதை.

சடாலத்தினுள் 'தாக்குங்கள்' என்ற பரஞ்சுடரின் குரல் நகராவைப் போன்று முழங்க, வியூகத்தினுள் தற்காத்துப் போர் புரிந்த சோழவீரர்கள் கணப்பொழுதில் தாக்குதலுக்கு மாறினர்.

செம்மண் புற்றிலிருந்து சீறியபடி வெளிப்படும் எண்ணற்ற நாகங்களாய் சீறிப்பாய்ந்தனர். இடைக்கச்சையிலிருந்த சன்னகம், கவண்டை, விட்டேறு, குந்தம், தோமரம் போன்ற எறிபடை ஆயுதங்களை எறிந்தபடி வெளிப்பட்டனர். காற்று வெளியெங்கும் முளைத்தெழுந்த ஆயுதங்கள் வீரர்களின் சதையை உண்டு, குருதியைக் குடித்தன. குருதியில் மூழ்கி உயிர் தேடின.

கூட்டுப்படை வீரர்கள் கேடயத்தால் தடுத்துக்கொள்ள முயல, தேர்அரண்களின் மேலிருந்து அம்புகள் பாய்ந்து வீரர்களைச் சரித்தன. சிதிலங்களைத் தாண்டி வீரர்களை வெட்டியெறிந்தவாறு அறைகளிலிருந்து சோழர்கள் வெளியேற முயன்றனர்.

வீரர்களை இடப்புறத்தில் பரஞ்சுடர் வழிநடத்த, வலப்புறத்தில் வளவன் பேராற்றலுடன் வழிநடத்தினான். இரண்டு வாட்களைக் கைகளில் ஏந்திய இருவரும் வாட்களில் இடிமுழக்கத்தையும், மின்னல் பொறிகளையும் உருவாக்கி குருதி மழை பெய்வித்து சென்றனர். யானைகள் அரண்களை மோதி சரித்தது போல், இருவரும் வீரர்களை வெட்டி சரித்து முன்னேற, உறுப்புகள் நாற்புறமும் சிதறி வீரர்களின் ஓலங்கள் கதிகலங்கச் செய்தன. சோழத்தின் உக்கிரத் தாக்குதலை எதிர்கொள்ள இயலாமல் எண்ணற்ற கூட்டுப்படை வீரர்கள் மடிந்தனர்.

கடலில் வடிந்திருக்கும் காயலுடன் மோதும் பேராற்று நீராய் சோழப்படைகள் மோதின. காயலை மீட்டெடுக்க களம் புகும் கடலாய் மேலும் கூட்டுப்படைகள் வியூகத்தினுள் புகுந்தன.

சடால வியூகத்தின் பின்னறைகளில் காத்து நின்ற சோழத்தின் குதிரைப்படை வலப்புறத்தில் வெளிப்பட்டு ஓங்காரனின் குதிரைப் படையுடன் மோத, முதல் நாள் போரில் களமிறங்காத சோழத்தின் தேர்ப்படை, இடப்புறத்தில் வெளியேறி வஞ்சியரசுவின் தேர்ப்படையுடன் மோதியது.

குதிரைப்படையை சுடரொளியும், இளம்பரிதியும் வழிநடத்த, தேர்ப்படையை தழல்மேனியுடன் முகில் வழிநடத்தினான்.

சோழக்குதிரைகளின் குறுவாட்கள் சேரக்குதிரைகளைக் கிழிக்க, சோழர்கள் வீரர்களை வாட்களால் சிதைத்துக் கொண்டிருந்தனர். வாட்களின் ஒலியும், குதிரைகளின் கனைப்பொலியும் ஒலிக்க, வீரர்களின் கதறல்களும், கூக்குரல்களும் இடையிடையே ஒலித்தன. சுடரொளியும் இளம்பரிதியும் நீள்வாட்களைக் கொண்டு

வீரர்களை வெட்டியெறிந்தபடி நகர, வீரர்கள் வந்து கொண்டேயிருந்தனர். இருவரின் பின்னல் வீச்சுகளால் சரிந்த வீரர்களை சமன் செய்து முன்னேறியது கூட்டுப் படையினரின் எண்ணிக்கை.

பொங்கும் பேரலையாய் கூட்டுப்படையின் குதிரை வீரர்கள் முன்னேறி சோழ வீரர்களை திணறடித்தனர். சோழத்தின் படைகள் தடுமாறுகையில் மீண்டும் சிம்மநாதம் முழங்கியது.

சிம்மநாதம் கர்ச்சித்த கணத்தில் சோழத்தின் கூடாரங்களிலிருந்து பெரும் இரைச்சலை எழுப்பியபடி கூலிப்படையினர் இரண்டு பிரிவுகளாய் குதிரைகளில் வெளிப்பட்டனர். கூலிக்குப் போரிடும் கலிங்கர், கவுடத்தர், பப்பரர், விதேகர், கேகயர் போன்ற இணையற்ற குலங்கள் நிலத்தைத் துடிக்கச் செய்தபடி பெரும் பாய்ச்சலாய் பாய்ந்து வர போர்க்களம் அதிர்ந்தது. சடால வியூகத்தின் வலப்புறமாய் ஒரு படையும், இடப்புறமாய் மற்றொரு படையும் சூறாவளியாய் சுழன்று முன்னேறின.

குதிரை வீரர்களின் கையிலிருந்த கொடிகளைக் கண்ட நம்பி ‘கூலிப்படைகள்’ என்றான் வெறுப்புடன்.

‘திடீர் தாக்குதலுக்கு இவர்களைப் பயன்படுத்த கரிகாலன் எண்ணியிருக்கிறான்’ என்றார் தொல்லோன்.

‘முதல் நாள் போரில் இவர்களைப் பயன்படுத்தாமல் இரண்டாம் நாளின் போருக்காக தாமதித்து வைத்திருக்கிறான் எனில் கரிகாலனின் திட்டப்படி போர் பயணிக்கிறது என்று அர்த்தம்’ என்றான் பெருஞ்சாத்தன். துணுக்குற்ற அரசர்கள் ஒருவரின் முகத்தை மற்றொருவர் பார்த்துக் கொண்டனர்.

கூலிப்படைகளின் வலப்புற படையை வானவனும், இடப்புற படையை இரும்பிடாரும் வழிநடத்த, சடால வியூகத்தின் இருபுறங்களிலும் தீப்பிழம்பாய் சுற்றி வந்த வீரர்கள், கூட்டுப்படைகள் சடாலத்தை நெருங்குவதைத் துண்டித்தனர்.

வானவனின் படையும், இரும்பிடாரின் படையும் இணைந்து கொள்ள, உக்கிரத் தாக்குதல் துவங்கியது. வியூகத்தினுள் நுழைந்த கூட்டுப்படை வீரர்கள் பின்னேற இயலாமல் தவிக்க, சோழப்படைகள் வீரர்களைக் கொன்றொழித்து முன்னேற, வீரர்களின் உடலெங்கும் உதிரக்குழிகள் தோண்டப்பட்டன.

கூட்டுப்படைகள் முன்னேற முடியாமல் கூலிப்படைகள் அரை வட்டமாய் நிலைகொண்டு தடுப்பதையும், அதற்கு அப்பாலிருந்த வீரர்களை வியூகத்திலிருந்து வெளியேறும் சோழர்கள் கொன்றொழிப்பதையும் கண்ட தென்னவன்,

‘துதிக்கையை முன்னேறி தாக்கச் சொல்’ என்றான்.

கோணத்தாரை பேரதிர்வுடன் ஒலித்ததும் காலாட்படை வீரர்கள் இரண்டாய் பிளந்து வழியை அகலப்படுத்த, யாளியின் முகத்திலிருந்து பெருநாகமாய் சீறிப்பாய்ந்த குதிரைப்படையினர் கூலிப்படையினருடன் மோதினர். ஒருகையில் கேடயத்தையும், மறுகையில் வாளையுமேந்திய வீரர்கள் கரைபுரண்டோடும் காட்டாறாய் முன்னேற, அவர்களை ஆமூர் தளபதி பகழியன் வழிநடத்தினான்.

வீரர்களின் இரைச்சல்களும், ஓலங்களும் போர்க்களத்தை நிறைக்க காற்றின் வேகத்தில் புழுதி பறந்தது. இறந்த வீரர்களின் உடலின் மேல் குதிரைகளும், தேர்களும் ஏறியிறங்கின. காலுடைந்த குதிரைகளின் ஓலங்களை மீறி காயமடைந்த வீரர்களின் கதறல்கள் நிலமெங்கும் ஒலித்தன. வீரர்கள் இல்லாத குதிரைகள் விலகியோட, போரின் வெறித்தனத்திற்கு ஈடுகொடுக்க இயலாதவர்கள் களத்தை நீங்கி ஓடினர்.

வானவனின் கையிலிருந்த அகன்ற வாள் குருதி சொட்டியபடி இருக்க, வீரர்களை சரித்து முன்னேறியவன் காலாட்படையின் இடப்புறத்தில் முன்னேறிய புங்கி நாட்டு தளபதி தீமியனைக் கண்டான். அவனை நோக்கி வேகமாக முன்னேறினான். தீமியனின் அணுக்க படையினர் வானவனை இடைமறித்து, குதிரையின் இருபுறங்களிலும் சூழ்ந்து தாக்க முயன்றனர்.

வானவன் வாளின் கைப்பிடியை திருகி இழுக்க பட்டையான வாள் இரண்டு மெல்லிய வாட்களாக பிரிந்தது. வாட்கள் இரண்டும் மின்னல் கொடிகளாய் மின்னி மறைய, வீரர்களின் தலைகள் உருண்டன. அணுக்கப்படையினரை சிலகணங்களில் சரித்தவன் தீமியனுடன் மோதினான். மெல்லிய உடலுடன் இருந்த தீமியன் இரண்டு கைகளிலிருந்து நீள்வாட்களுடன் வெறியுடன் போரிட்டான். குதிரையை வளைத்து வானவனைச் சுற்றி நகர்ந்தபடி தாக்கினான். தீமியனின் தாக்குதலை எளிதாக சமாளித்த வானவன் கணப்பொழுதில் வாளை வீசி முன்புறக் கழுத்தை சீவித்தள்ளினான்.

கருமண்ணில் ஊடுருவும் வெண்ணிற வேர்களைப்போல செந்நிற உடையணிந்த சோழர்கள் கூட்டுப்படையை ஊடுருவினர்.

குதிரையை நகர்த்திய வானவன் சோழ வீரனை கூட்டுப்படை வீரனொருவன் பின்னிருந்து தாக்க முயல்வதைக் கண்டான். மறுகணம் வானவனின் இடையிலிருந்த கட்டாரி விருட்டென்று பாய்ந்து தலையில் இறங்கியது.

வியூகத்தின் இடப்புறத்தில் தேர்ப்படைகள் பெரும் ஓசையுடன் சுழன்று கொண்டிருந்தன. கூட்டுப்படைகளின் படையில் பொற்றேர், கொடிஞ்சி நெடுந்தேர், கொடித்தேர், அணிகொள்தேர் போன்ற கணைய மரத்தினால் உருவாக்கப்பட்ட தேர்கள், வீரர்களின் தகுதிக்கேற்ப அளிக்கப்பட்டிருந்தன.

இரண்டிலிருந்து மூன்று குதிரைகள் தேரடியிலிருந்த தேர்நுகத்தில் பிணைக்கப் பட்டிருக்க, தேர்களின் அடித்தட்டுகள் சதுரம், அறுகோணம், பதின்கோணம், பன்னிரண்டுகோணம், வட்டம், நீள்வட்டம், நீள் சதுரம், எண்கோணம், முட்டை வடிவம் என ஒன்பது வகைகளில் இருந்தன. தேர் தட்டின் மேல் நாலைந்து வீரர்கள் நின்றனர். தேர்களில் அந்தந்த நாட்டின் இடக்கியங்கள் பறந்து கொண்டிருந்தன.

சோழத்தின் தேர்கள் நெடுந்தேர் வகையில் மட்டும் வடிவமைக்கப்பட்டிருக்க, தேர்த்தட்டின் நடுப்பகுதியான துணைப்பீடத்தில் இரண்டிலிருந்து மூன்று வீரர்கள் நின்று அம்பெய்தனர். சோழத் தேர்களில் கூவிரம் எனும் கைப்பிடிகளுடன் மெல்லிய கம்பிகளை குறுக்கும் நெடுக்குமாக தேரின் பின்புறத்துடன் பிணைத்து கண்களுக்கு புலப்படாமல் வேலியொன்றை ஏற்படுத்தியிருந்தனர். கூட்டுப்படையினர் எய்த அம்புகள் கம்பிகளில் பட்டுத் தெறிக்க, துளைகளின் வழியே சோழர்கள் அம்பெய்தனர். துணைப்பீடத்தின் மேல் போராயுதங்கள் வைக்கப்பட்டிருந்தன.

போர்வெளியெங்கும் பெருஞ்சத்தத்துடன் உருண்ட எண்ணற்ற தேர்களின் மேலிருந்த கூட்டுப்படையினர் சோழத் தேர்களை நான்கு புறத்திலிருந்தும் சூழ்ந்து அம்பெய்து வீழ்த்த முயன்றனர். அவர்களுக்கு சிக்காமல் சோழத் தேர்கள் சுழன்று கொண்டிருந்தன.

வில்லை மடியில் வைத்துக்கொண்டு தழல்மேனி அமைதியாய் அமர்ந்திருந்தார். நீண்ட வெண்ணிறத் தாடி நெஞ்சில் உரசி காற்றில் அசைந்தது. வெண்ணிற கேசத்தை உயர்த்தி தலையின் உச்சியில் கட்டியிருந்தார். அருவியின் நீர்க்கொடியாய் குழல்கள் பின்னங்கழுத்தினைத் தாண்டி முதுகில் புரண்டன. தேர் முன்னேறியபடி இருக்க, இருபுறத்திலும் பாய்ந்து வந்த கூட்டுப்படையின் தேர்வீரர்கள் தழல்மேனியை அம்புகளால் தாக்கினார்கள். அம்புகள் தேர்தட்டிலும், தேர் கூம்பிலும் பட்டுச் சிதறின. தழல்மேனியின் அருகில் உதவிக்காக அமர்ந்திருந்த வீரன் பதற்றமடைய, தழல்மேனி மென்னகை புரிந்தார்.

'எனக்கான அம்பு என்னைத் தேடி வந்தடையும். மற்ற அம்புகளால் என்னைத் தொட இயலாது. போர்க்களத்தில் நான் கண்ட நியதி இது'

விரல்களை கோர்த்து நெட்டி முறித்த தழல்மேனி 'துவங்கலாமா' என்றதும் அவருடைய சாரதி தோலாமொழி மகிழ்வுடன் தலையசைத்தார். கரிகாலனின் தந்தை சென்னியின் காலத்திலிருந்தே தழல்மேனியும், தோலாமொழி இணைந்தே போரில் பங்கேற்பது வழக்கம். தழல்மேனியும் ஒவ்வொரு அசைவையும் தோலாமொழி நன்கறிவார். ஆற்றின் நெளிவை அறியும் கரையைப்போல.

ஒரு அம்பு வேகமாக வீரனை நோக்கி வர, நொடிப்பொழுதில் தனது வில்லை வீசி அம்பை ஒடித்தெறிந்த தழல்மேனி எழுந்தார். விற்களைக் கொண்டு அம்பு மழையை தருவிக்கக் கூடியவர் தழல்மேனி. ஆளுயர கொடுவில்லை அடித்தட்டில் நிறுத்த பாம்பைப் போன்று உயர்ந்து நஞ்சை உமிழ ஆயத்தமானது. வில்லின் வயிற்றில் அம்பைப் பொருத்தியதும் வில்லின் விழிகள் திறந்தன. தழல்மேனி முதல் அம்பை விண்ணோக்கிச் செலுத்த நாணின் இடங்காரம் காதுகளை அதிரச்செய்தது.

அவரின் தேரிற்கு இணையாக வலப்புறத்தில் வந்தடைந்த முகில் இரண்டு அம்புகளை நாணில் பொருத்தி வில்லை உயர்த்தினான். இளந்தளபதிகளில் முகில் வில்வித்தையில் சிறந்தவன் என்பதால் தழல்மேனியுடன் முகிலை அனுப்பியிருந்தான் கரிகாலன்.

இரும்பிடார் கலைகளைக் கற்றுத் தரும்போது முகிலுக்கு மிக எளிதாய் கைகூடியது வில்வித்தையே. வில்லைக் கொண்டு மாயங்கள் புரிபவன். பார்வை படியும் இடங்களை மட்டுமன்றி பார்க்க இயலாத இலக்குகளையும் வளை அம்புகளால் வீழ்த்த இளவெயினியிடம் கற்றவன்.

தழல்மேனியின் வில்லாண்மையை சோழ வீரர்கள் கூறக் கேட்டிருந்த முகில் அவரெதிரே தனது வில்லாற்றலைக் காட்ட விரும்பினான். வில்வித்தையில் முகில் சிறந்தவன் என்றும் வளைந்து பயணிக்கும் அம்புகளை எய்யக்கூடியவன் என்றும் இளைஞர்கள் கூறக் கேட்டிருந்தார் தழல்மேனி. இருவரின் பார்வைகளும் தழுவி மகிழ்ந்தன.

அம்பறாத்தூணியிலிருந்து நான்கு அம்புகளை எடுத்து வில்லேற்றினார் தழல்மேனி. இடப்புறத்தில் வந்த தேர்வீரர்களை நோக்கி அம்புகளை விடுக்க, விம்மிப் புடைத்து காற்றாய் சீறிய அம்புகள் தேரிலிருந்த நால்வரை வீழ்த்தின.

அம்பெய்வதில் முக்கியமானது அம்பின் பாதை. நான்கு வீரர்கள் பாதையில் சிக்கக் காத்திருந்த முகில் அம்புகளை விடுக்க, கூட்டுப்படையில் நின்றிருந்த இருவரின் மேல் பாய்ந்த அம்புகள் அவர்களை ஊடுருவி அடுத்திருந்த இருவரை துளைத்துக் கொண்டு வெளியேறியது.

முகத்தில் பெருமையுடன் தழல்மேனியை முகில் பார்க்க, இரண்டு அம்புகளில் நான்கு வீரர்கள் சரிவதைக் கண்ட தழல்மேனியின் முகம் மலர்ந்தது. முகிலை நோக்கி தலையசைத்து தனது மகிழ்வை வெளிப்படுத்தியவர் வீரன் நீட்டிய அம்புகளிலிருந்து ஒரு அம்பை உருவினார். நாணில் ஏற்றிய கணத்தில் விடுத்தார். பார்வையின் வேகத்தில் பயணித்த அம்பு கூட்டுப்படை தேரில் நின்ற நால்வரை ஊடுருவி அடுத்த தேரிலிருந்த

வீரனைத் தைத்தது. ஐவரும் சரிய முகில் திகைத்தான். அம்பறாத்தூணியிலிருந்து ஒரு அம்பை உருவியெடுத்தவன் அதே முறையில் அம்பெய்ய முயன்றான். சொற்களின்றி பாடமொன்று நிகழ, பயிற்சி இலக்குகளாக கூட்டுப்படை வீரர்களின் கழுத்துகள் உருமாறின.

தழல்மேனியின் அருகில் அமர்ந்த வீரன் அம்புகளைக் கொத்தாய் எடுத்து நீட்ட, அவற்றை இடக்கையில் வாங்கி வில்லோடு வைத்துக்கொண்டார். இருபுறங்களிலும் நகரும் எண்ணற்ற கூட்டுப்படைத் தேர்களை நோக்கி சரமாரியாக அம்புகளை விடுக்கத் துவங்கினார்.

ஒவ்வொரு முறையும் மூன்று, நான்கென தேவைக்கேற்ப அம்புகள் பறந்தன. அம்புகளை விடுக்கையில் வலது கை முன்னேறி மேலும் அம்புகளை அம்பு மனையில் பொருத்தி பின்னேற, நொடிக்கு இரு முறை அம்புகள் வெளிப்பட்டன. வீரன் அம்புகளை எடுத்துத் தந்தபடி இருக்க, வில்லைத் தாழ்த்தி அம்புகளை வாங்குகையில் நாணில் பொருத்தியவாறே வில்லை உயர்த்தினார். அம்பைக் கையாளும் முறைகளான எடுத்தல், தொடுத்தல், விடுத்தல், மீட்டல் என்ற நான்கு வகைகளை உடைத்து தொடுத்தலையும், விடுத்தலையும் மட்டும் நெருப்பாய் இசைத்துக் கொண்டிருந்தார்.

கண்கள் இலக்கினைக் கண்டதும் கைகள் குறிவைக்காமல் அம்புகளைச் செலுத்தின. அம்புகளை விடுக்கும்போதே அடுத்த இலக்கை கண்கள் தேடின. நாற்புறங்களிலும் தழல்மேனி சுழன்று அம்பெய்ய, அம்புகளை வேகமாக எடுத்து தரமுடியாமல் வீரன் தடுமாறினான்.

விடுத்த அம்புகள் கூட்டைத் தேடியடையும் பறவைகளைப் போல உடல் களைத் தேடிச் சென்றன. அம்புகளின் நுனிகள் உயிர்களைப் பறித்துச் செல்ல, ஆற்றலைச் சுமந்து சென்ற அம்புகள் பாய்ந்த வேகத்தில் உடல்களில் தங்க விரும்பாமல் வெறுப்புடன் வெளியேறின. காணும் திசைகளை தழல்மேனி அம்புகளால் நிறைக்க, கூட்டுப்படையின் தேர்கள் வீரர்களின்றி உருண்டோடின.

தழல்மேனியின் வேகத்தையும், குறிவைக்காமல் அம்பெய்வதையும் கண்டு முகில் அதிர்ந்தான். ஒரு முறை முகில் அம்பெய்யும் நேரத்தில் தழல்மேனி இருமுறை அம்பெய்தார். தழல்மேனியின் வேகம் வீரர்களிடையே பிரமிப்பையும், திகைப்பையும் உருவாக்க, சூறைக்காற்றாய் தேரில் களத்தைச் சுற்றி வந்தார். அவருக்கு ஈடு கொடுத்தவாறு முகிலும் நகர்ந்தான். அவரின் தாக்குதல் முறைகளை உள்வாங்கிக் கொண்டிருந்தான் முகில். சூறைக்காற்றைப் பிரதியெடுத்துக் கொண்டிருந்தான்.

தேரின் வலப்புறமிருந்த தட்டில் அம்புகள் குவிந்திருக்க, இடது கையில் வில் உயர்ந்தே நின்றது. வலதுகை மட்டும் அதிவேகமாக மூன்று, நான்கு அம்புகளை தட்டிலிருந்து எடுத்து நாணில் பொருத்தி எய்து கொண்டிருந்தது. சேரவீரர்கள் எய்த அம்புகளைத் தனது அம்புகளால் ஒடித்தெரிந்தவன் மீண்டும் கணப்பொழுதில் அம்பெய்து வீழ்த்தினான். அம்புகள் சரம் சரமாய் புறப்பட்டுச் செல்ல உத்திகளை கணம் கணமும் மேம்படுத்த துவங்கினான். சேரவீரர்களின் அம்புகளை ஒடிக்க தனது அம்பை வீணாக்காமல் அவற்றை உரசி பாதையை மாற்றி விட்டு சேரவீரர்களின் மேல் அம்புகள் பாய்ந்தன. தேர்கள் வேகமாய் நகர்ந்து கொண்டிருக்க, அம்புகள் காற்றைக் கிழித்து புற்றீசல்களாய் பறந்து கொண்டிருந்தன.

வேகத்தை அதிகரித்து வீரர்களை வீழ்த்திய மூகில் கூட்டுப்படையை வழிநடத்திய பாண்டிய தளபதி வஞ்சியரசைக் கண்டதும், அவனை நோக்கி தேரைத் திருப்புமாறு தேர்வலவனிடம் கூறினான். வஞ்சியரசைச் சுற்றிலும் இருந்த தேர்களில் அணுக்க வீரர்கள் நின்றிருக்க, முகிலைத் தடுக்க அம்புகள் பாய்ந்து வந்தன. மூகில் கூட்டுப் படையின் தளபதியை நோக்கி செல்வதைக் கண்ட தழல்மேனி தனது தேரையும் தளபதியை நோக்கி செலுத்த உத்தரவிட்டார். இரண்டு தேர்களும் அருகருகே பயணித்து வஞ்சியரசை நெருங்கின.

முகிலின் எண்ணத்தைப் புரிந்து கொண்ட சோழ வீரர்கள் அவர்களது தாக்குதல்களையும் வஞ்சியரசுவை நோக்கி ஒன்று குவித்தனர். நிகழ்வதை உணர்ந்த வஞ்சியரசுவின் வீரர்கள் பெரும் வலிமையுடன் தாக்கத் துவங்கினர்.

தலைமையை சரிக்க முன்னேறும் செந்நாய்களின் கூட்டத்தைப்போல இரண்டு அணியினரும் நெருங்க அம்புகள் மழைச்சாரலாய் பொழிந்து தேர்களின் அடித்தட்டிலும், தேர்மொட்டிலும் பட்டுத் தெறித்தன. தேர்க்கொடிகள் வெட்டியெறியப்பட்டன. தேரில் நின்ற வீரர்கள் வீழ்த்தப்பட்டதும் தேரோட்டிகள் தேரை விலக்கிச் செல்ல கூட்டுப்படையின் புதிய தேர்கள் சீற்றத்துடன் முன்னகர்ந்தன.

வேட்டையாடுவதைக் குட்டிக்கு கற்பிக்கும் விலங்கைப் போன்று தழல்மேனி பார்த்திருக்க, முகில் வஞ்சியரசைத் தாக்கத் துவங்கினான். முகிலின் அம்புகள் வஞ்சியரசின் தேர்ப்பாரில் குத்தி நின்றன. சில தேர்களின் வெளிப்புற வளைவான கொடுங்கையில் பட்டு முறிந்தன. சில வஞ்சியரசை உரசிச் சென்றன.

எதிரிலிருப்பவன் அம்புகளைத் துல்லியமாய் விடுத்தாலும், அம்புகளில் ஆற்றலில்லாததை உணர்ந்த வஞ்சியரசின் முகத்தில் இளக்காரம் தோன்றியது. தேர்கள்

நகர்ந்தபடி இருக்க, வஞ்சியரசு முகிலைத் தாக்குகையில் பேராற்றலைச் சுமந்து வந்த அம்புகள் கூவிரத்தில் பாய்ந்து அதிர்ந்தன. சில கூவிரத்தை ஊடுருவி மரத்துணுக்குகளை தெறிக்கச் செய்தன.

முகிலை நோக்கிச் செல்லும் அம்புகள் தேரினைச் சுற்றியிருந்த நுண்ணிய வலையில் பட்டு சிதறுவதைக் கண்ட வஞ்சியரசு வலையை அறுத்தெறியும் எண்ணத்துடன் இரும்பினாலான பிறை அம்புகளை விடுக்க, அம்புகளில் வேகமும், ஆற்றலும் ஒன்றிணைந்து தேரின் கம்பிகளைச் சிதறடித்தன.

முகில் விடுத்த அம்பொன்று வஞ்சியரசுவின் மார்புக் கவசத்தை நெருங்கிய கணத்தில் வில்லை வீசி அம்பை ஒடித்தெறிந்த வஞ்சியரசு உரத்த குரலில் நகைத்தான். மீண்டும் முகிலை நோக்கி அம்பெய்தான். கம்பிகளில் மோதிய அம்பு அதிர்வுடன் கம்பியை வெட்டியெறிந்தன.

தனது நெஞ்சை நோக்கி வந்த அம்பிலிருந்து விலகிய முகில் பிறை அம்பை எடுத்து முழு விசையுடன் விடுக்க, இம்முறை அம்பு இரையைத் தாக்க பாயும் கழுகைப் போல அசுர வேகத்தில் பாய்ந்தது. அம்பைத் தடுக்க வஞ்சியரசு வில்லை வீசும் முன்னர் அம்பு கழுத்தில் பாய்ந்து பின்கழுத்தில் வெளியேறியது. தன்னை ஏமாற்றவே சோழ வீரன் விசையற்ற அம்புகளை எய்திருக்கிறான் என்பது புரிகையில் கால்கள் தளர்ந்து தேர்த்தட்டில் சரிந்தான் வஞ்சியரசு. சேரத்தின் நீள்சங்கொலி எழுந்தது. முகிலின் தந்திரத்தை உணர்ந்த தழல்மேனி மென்னகையுடன் தேரை நகர்த்தி விலகிச் சென்றார்.

கூட்டுப்படைகள் வலப்புறத்திலிருந்த தேர்ப்படைகளில் சங்கொலி எழுவதைக் கண்ட வேந்தர்கள் அதிர, படையின் நடுவிலிருந்த தென்னவன் குதிரையை விரட்டி முன்னேறினான். வஞ்சியரசு தேரில் அமர்ந்தபடி இறந்திருப்பதையும், தேரோட்டி தேரைக் கூடாரங்களுக்கு திருப்பிச் செல்வதையும் கவனித்தான்.

குதிரையிலிருந்து தாவித் தேரின் மேலேறியவன், 'முன்னேறுங்கள்' என்று முழக்கமிட, துவண்டிருந்த கூட்டுப்படைகள் மீண்டும் பாய்ந்தன. வீரர்கள் வெறிகொண்டு அம்புகளை விடுத்தபடி சோழத்தை நெருக்கத் துவங்கினர். ஒவ்வொரு தேரையும் எண்ணற்ற அம்புகள் தாக்கத்துவங்கின. சூறைக்காற்றின் ஓசையுடன் அம்புகள் உயிர் தேடி சுழன்றன.

பேராற்றலுடன் முன்னேறிய யாளியின் துதிக்கையை வெட்டியெறிந்த வானவனும், இரும்பிடாரும் மீதமிருந்த குதிரை வீரர்களை வீழ்த்திக் கொண்டிருந்தனர். மீண்டும் கூட்டுப்படையின் கோணத்தாரை அதிர, காலாட்படை வீரர்கள் வழியேற்படுத்தினர்.

பெரும்பாய்ச்சலுடன் யாளியின் துதிக்கையாய் மற்றொரு குதிரைப்படை பாய்ந்து வந்தது. குதிரையை விரட்டி வந்த வீரர்கள் சோழவீரர்களை சிதறடித்தவாறு சோழத்தின் வியூகத்தை நோக்கி காட்டாறாய் பாய்ந்து செல்ல, வெள்ளத்தின் நடுவில் சிக்கிய இரும்பிடாரை எண்ணற்ற வீரர்கள் சுற்றி வளைத்தனர்.

கூட்டுப்படை வீரர்கள் இரும்பிடாரை சூழ்வதைக்கண்ட வானவன் சீழ்க்கையை எழுப்பி, வாளை இரும்பிடாரின் திசையில் உயர்த்திக் காட்டினான்.

வலப்புறத்தில் குதிரைப்படையை வழிநடத்திய சுடரொளியும், இளம்பரிதியும் 'தளபதிக்கு இன்னலெனும்' சீழ்க்கையின் நீள்ஒலியைக் கேட்டுத் திரும்பினர்.

தொலைவில் காலாட்படை வீரர்களை வீழ்த்தியபடி நின்ற பரஞ்சுடரும், நிலவனும் யார் இன்னலில் சிக்கியதென அறியாமல், வானவன் வாள் நீட்டும் திசையை நோக்கி முன்னேறினர். இரும்பிடாரை எவரும் நெருங்க விடாமல் கூட்டுப்படை வீரர்கள் இறுகி நின்றனர். இரும்பிடாரை மீட்டெடுக்க சோழர்கள் வெறியுடன் தாக்குதலைத் துவங்கினர்.

நீண்ட கோல்வாளை வீசி குதிரை வீரர்களை பிளந்தவாறு இரும்பிடார் முன்னேறினான். நாற்புறமும் சூழ்ந்த வீரர்கள் இரும்பிடாரைத் தாக்க, குதிரையைச் சுழற்றி சிறு வட்டத்தை ஏற்படுத்திய இரும்பிடார் எவரையும் நெருங்க விடாமல் வாள்வீச்சில் வேலியொன்றை உருவாக்கினான்.

இரும்பிடாரை நெருங்க இயலாமலிருப்பதைக் கண்ட வீரனொருவன் பின்புறத்திலிருந்து குதிரையின் கால்களைத் துண்டிக்க, குதிரை கனைத்தபடி மடங்கியது. நிலத்தில் சரியும் குதிரையிலிருந்து இரும்பிடார் குதிக்க முயன்றான். குதிரையின் அங்கவடியில் இரும்பிடாரின் கால் சிக்க, நிலைதடுமாறி குதிரையுடன் நிலத்தில் சரிந்தான். கூட்டுப்படையின் வளையம் இறுக, இரும்பிடார் சிக்கியதைக் கவனித்தபடி தனது குதிரையை மெதுவாக நகர்த்தினான் தளபதி பகழியன்.

மாடத்தில் அமர்ந்திருந்த நம்பி தொலைவில் சோழத்தின் தளபதி ஒருவன் வீரர்களால் சூழப்பட்டிருப்பதைக் கவனித்தான். 'நீர்ச்சுழலின் நடுவில் சிக்கியவன் புதைக்கப்படுவான்' என்றெண்ணினான்.

'சோழத்தின் தளபதி ஒருவனை இன்று தலையெடுக்கிறோம்' என்றான் பெருஞ்சாத்தன்.

வீரம் வளரும்...

76

வெண்ணிப் போரில் பெரும் வீரத்தை வெளிப்படுத்தும் வீரர்களுக்கு பெரும்பொருளும் பட்டங்களும் அளிக்கப்படுமென பெருஞ்சாத்தன் அன்றைய காலையில் அறிவித்திருக்க, கூட்டுப்படை வீரர்கள் வீரத்தின் நீள, அகலங்களை நெகிழ்த்திக் கொண்டிருந்தனர். சோழத்தின் வீரர்களையும், தளபதிகளையும் வீழ்த்த முயன்றனர்.

குதிரையின் மேலிருந்து தாவிய கூட்டுப்படையின் வீரன் நிலத்தில் சரிந்திருந்த இரும்பிடாரின் மேல் வாளினைச் சொருக, படுத்திருந்த நிலையிலேயே மேல் நோக்கி கோல்வாளினை வீரனின் நெஞ்சில் சொருகிய இரும்பிடார் காலை உதைத்து அங்கவடியிலிருந்து விடுவித்துக் கொண்டான்.

நிலத்திலிருந்து துள்ளி எழுகையில் குதிரையின் மேலிருந்த வீரன் வாளுடன் பாய, அவனைப்பற்றி மற்றொருவனின் மேல் தூக்கியெறிந்தான். முகத்தை ஒட்டிப் பாய்ந்த வாளை தலையை திருப்பி தவிர்த்தவன், வாள் பற்றியிருந்த கையினைப் பற்றியிழுத்து ஒருவனை நிலத்தில் அடித்தான். அவனை வயிற்றில் எட்டி உதைக்க, குதிரையொன்றின் கால்களை உடைத்தபடி வீரன் பறந்து சென்றான்.

> போர் என்பது பல்லாயிரக்கணக்கான வீரர்கள் வெளிப்படுத்தும் ஒற்றை முகம். படை என்பது ஆற்றலின் ஒருங்கிணைப்பு. எண்ணற்ற கைகள் ஒன்றிணைந்து தேரினை இழுப்பது போல. ஏராளமான வீரர்கள் ஒரே கணத்தில் செயல்பட்டு உத்தியை நிறைவேற்றுவது. எளியவனும், வலியவனும் இணையும் கூட்டுப்புள்ளி. தனித்த வீரத்தினால் படையை வெல்ல இயலாது.

‘முன்னேறித் தாக்குங்கள்’ என்று பகழியன் இரைய, நாற்புறங்களிலிருந்தும் வீரர்கள் பெருந்திரளாய் குவிந்தனர்.

சோழத்தின் இளைஞர்களோ, தளபதிகளோ நெருங்க இயலாத நிலையிலிருக்க, பேரோலத்தை எழுப்பிய படர்சடையான் குதிரைப்படையை பிளந்தபடி தனது குதிரையில் முன்னேறினார். இரண்டு கைகளிலும் சுழன்ற வாட்கள் வீரர்களின் வீச்சு களை தடுத்துக்கொள்ள, சில வாட்கள் அவரின் மெய்யாப்பைத் தாக்கின. தனது உயிரைப் பற்றி சிறிதும் எண்ணாமல் படையை ஊடறுத்து வந்த படர்சடையான், இரும்பிடாரை நெருங்கியவர்களைத் தாக்கியபடி நடுவில் வந்திறங்க, வீரர்கள் பின்னகர்ந்தனர்.

கணப்பொழுதை பயன்படுத்திய இரும்பிடார் நிலத்தில் வீழ்ந்திருந்த தனது குதிரையை நோக்கி பாய்ந்தான். மேலெழுந்தபோது சேணத்திலிருந்த இரும்புக் கழிகள் கைகளில் இருந்தன. கழிகளின் அடிப்பகுதியை முறுக்கி பிணைத்ததும் நீண்ட ஈட்டியான ஓங்காரம் உருப்பெற்றது.

ஓங்காரத்தை நிலத்தில் அடித்து வெறியுடன் உறுமியவன் நெடுங்கம்பு போர்முறையில் சிலம்பாய் சுழற்ற, காற்றைக் கிழித்து அருவி கொட்டும் பேரோசையை ஈட்டி ஏற்படுத்தியது. ஒலியை அறைந்து வீரமுழக்கமிட்டது ஓங்காரம்.

குதிரைப்படை வீரர்கள் தயக்கத்துடன் முன்னேறி சிலம்ப வீச்சைக் குலைக்க முயன்றனர். ஓங்காரத்தின் இரண்டு முனைகளும் உடல்களை உழுது செல்ல, ஈட்டியின் முனைகளில் குருதி சிலம்பமாடியது. இரும்பிடார் ஓங்காரத்தை கீழ்நோக்கி வீச, குதிரைகளின் கால்கள் வெட்டப்பட்டு சரிந்தன. மேல்நோக்கி சுழற்றுகையில் குதிரைகளின் தலைகள் வெட்டப்பட்டன. ஓங்காரத்தால் தாக்கப்பட்ட வீரர்களின் உடல்கள் துண்டாகின. வாட்கள் உடைந்து சிதற, எலும்புகள் வெட்டப்பட்டு குதிரைகள் உருட்டப்பட்டன. படையை ஊடறுத்து இரும்பிடார் முன்னேற குருதியும், உறுப்புகளும் வானை நோக்கிச் சிதறின. உறுப்பிழந்து ஓலமிட்ட வீரர்களை படர்சடையான் வெட்டியெறிந்தார்.

பேரோசையுடன் மோதும் கடல் அலைகளைத் தாங்கி நிற்கும் பாறையாய் இரும்பிடார் படையை எதிர்த்து நிற்பதைக் கண்ட பகழியன் ‘வீழ்த்துங்கள் அவனை’ என்று இரைய, வாட்படை வீரர்கள் பின்னேறி, ஈட்டியைத் தாங்கிய வீரர்கள் வட்டமாய் சூழ்ந்து கொண்டனர்.

ஓங்காரம் இரும்பிடாரின் உடலைக் காற்றாய் சுழன்று வந்து கொண்டிருக்க, கையிலிருந்த ஓங்காரத்தை மேல்நோக்கி விடுத்தான். காற்றிலேறிய ஓங்காரம் சுழன்றவாறு கீழிறங்குகையில் மீண்டும் பற்றி, போர்சிலம்ப முறையிலிருந்து நாகம்

பதினாறு அடிவரிசைக்கு மாற, கணப்பொழுதில் வளையத்தை உடைத்தெறிந்து வெளிப்பட்டான். இலைச்சருகுகளை வானோக்கி வீசியெறிந்து கடக்கும் பெருங்காற்றாய் நகர்ந்தான்.

இரும்பிடார் வெளியேறி விட்டதை கவனித்த வானவன் 'சிறு காற்றைத் தடுக்க இயலும். சூறாவளிக்கு வேலியிட இயலாது' என்றான் பெருமகிழ்வுடன்.

கூட்டுப்படையின் குதிரை வீரர்கள் கடலைக் கைக்கொள்ள துறைமுகத்திலிருந்து வெளியேறும் எண்ணற்ற படகுகளாய் முன்னேற, ஆழிப்பேரலையாய் வீரர்களைச் சுருட்டியெறிந்தபடி இரும்பிடாரும், படர்சடையானும் பகழியனை நெருங்கினர்.

'அம்பெய்யுங்கள்' என்று பகழியன் கத்த, பகழியனின் அணுக்க வீரர்கள் குதிரையிலிருந்தபடி அம்பெய்யத் துவங்கினர். காற்றையும் அணைகட்டி நிறுத்தும் சிலம்ப வீச்சில் அம்புகள் பட்டுத் தெறித்தன. இரும்பிடாரை நோக்கி சோழத்தின் தளபதிகள் முன்னேறியபடி இருக்க, இரும்பிடாரின் அணுக்க வீரர்களும், கூலிப்படை வீரர்களும் வளையங்களை உடைத்து இரும்பிடாரை வந்தடைந்தனர். வில்லவர்கள் அம்புத்திரையை ஏற்படுத்தி கூட்டுப்படையின் வீரர்களை வீழ்த்தத் துவங்கினர்.

குதிரையொன்றில் தாவியேறிய இரும்பிடார் பகழியனை நோக்கி நகர, கச்சபத்தைப் போல பின்னேறிய பகழியன் 'முன்னேறுங்கள்' என்று வீரர்களை முன்னகர்த்தினான்.

இடதுகாலை மடக்கி குதிரையின் மேல் வைத்த இரும்பிடார் சடாரென பறவையாய் தாவி மற்றொரு குதிரையின் மேல் வலது காலை வைத்து எகிறினான். ஓங்காரத்தை தலைக்கு மேல் உயர்த்தி இரும்பிடார் பகழியனை அடித்த வேகத்தில் பகழியனின் உடலும் குதிரையின் உடலும் இரண்டாய் பிளக்க, நான்கு துண்டுகளும் நிலத்தில் சரிந்தன. வீரர்கள் விக்கித்து நிற்க, தரையில் கால்பதித்து நின்ற அனைத்தையும் வெட்டியெறியத் துவங்கினான் இரும்பிடார்.

சடால வியூகத்தினுள் நுழைந்த வீரர்களை வீழ்த்திய சோழப்படையினர் சோழத்தின் கூலிப்படையுடன் இணைந்து கொண்டனர். வீரம் சொட்டும் நெருப்பு வளையமாய் வீரர்களுடன் வானவனும், இரும்பிடாரும் நின்றிருக்க, பரஞ்சுடர் இடப்புறத்திற்கும் நிலவன் வலப்புறத்திற்கும் நகர்ந்தான்.

செந்நிற உடையில் அரணாய் நின்று போரிட்ட சோழ வீரர்கள் கூட்டுப் படையைப் பின்னேறச் செய்த வண்ணமிருந்தனர். வீரர்களின் நடுவில் நிலத்தில் கால்பதித்து வானில் எழும்பி கொன்று குவிக்கும் சோழ வீரன் ஒருவனைக் கண்ட ஓங்காரனின் மனதில் வெறியேறியது.

குதிரையை வேகமாகச் செலுத்திய ஓங்காரன் வெறியுடன் வாளை வீசி நிலத்தில் நின்றிருந்த வீரனைத் தாக்க, இறுதி நொடியில் உடலை விலக்கி நகர்ந்தான் அவன். குதிரையைத் திருப்பிய ஓங்காரன் மீண்டும் வேகமாகக் குதிரையை விரட்டி வலதுகையின் வாளை வீச, காற்றாய் மறுபுறத்திற்கு பாய்ந்த வீரன் வாளை வீசி குதிரையின் தலையை வெட்டியெறிந்தான். குதிரை நிலத்தில் விழுந்து சரியும் இறுதி கணத்தில் குதிரையிலிருந்து குதித்த ஓங்காரன் ஆவேசத்துடன் திரும்பி வீரனைக் கண்களால் அளவெடுத்தான்.

ஓங்காரன் மற்றவனை மதர்ப்புடன் நோக்க, மற்றவன் சற்றும் மதிப்பின்றி கவனித்தான். திண்ணிய உடலுடன் தோலினாலான மெய்யுறை அணிந்தவன் சோழத்தின் அணிபதியாய் இருக்கவேண்டுமென்று ஓங்காரன் எண்ணினான். மீன்கள் துள்ளும் மார்புக்கவசத்தை அணிந்திருந்த ஓங்காரன் தளபதியாய் இருக்க வேண்டுமென்று எண்ணினான் எதிரில் நின்ற நிலவன்.

நிலவனின் வாள் நுட்பத்தைக் கண்டிருந்த ஓங்காரன் சரிந்திருந்த குதிரையிலிருந்து சங்கிலிக் கட்டையை உருவியெடுத்தான். இரும்பினாலான கழியுடன் சங்கிலி இணைக்கப்பட்டு நுனியில் முள் உருளையைக் கொண்டிருந்த சங்கிலிக் கட்டையை ஓங்காரன் வீச, உறுமலுடன் சுழன்றது முள் உருளை. நிலவன் விலகினான்.

நிலவனை விட உயரமாயும் அகன்றுமிருந்த ஓங்காரன் சுழன்று வந்த சங்கிலியை கையுறை அணிந்த இடதுகையினால் பற்றி சுழற்ற இம்முறை இரும்புக்கழி பறந்து வந்து தாக்கியது. நிலவன் விலகினான்.

சங்கிலிக்கட்டையின் இரு முனைகளையும் பற்றி ஓங்காரன் மாறி மாறித் தாக்க, நிலவன் சரியான தருணத்தை எதிர்பார்த்தவாறு நகர்ந்தான்.

ஓங்காரன் கழியைப் பற்றித் தாக்கிய கணத்தில் சடாரென்று முன்னகர்ந்த நிலவன் வாளை வீசி முள்உருளையின் சங்கிலியை துண்டித்தான். முள்உருளை நிலத்தில் விழுந்து உருண்டு செல்ல, ஓங்காரன் கழியால் வேகமாக தாக்கினான். கழியின் ஆற்றல் நிலவனின் உடலை அதிரச்செய்ய, நிலவனின் வேகம் ஓங்காரனை திகைக்கச் செய்தது. அதிவேகத்துடன் ஓங்காரன் தாக்கியும் நிலவனை வீழ்த்த முடியாமலிருக்க, இடையிலிருந்த வாளையும் உருவியெடுத்தான்.

இருவரின் வேகமும் ஆற்றலும் களத்தை அதிரச்செய்ய, நிலவனை தந்திரத்தால் வீழ்த்த எண்ணினான் ஓங்காரன். இடதுகையிலிருந்த கழியினால் தாக்குகையில் கையிலிருந்த கழியினை நிலவனின் முகத்தை நோக்கி வீசினான். இறுதி நொடியில் நிலவன் முகத்தை திருப்ப, ஓங்காரன் பாய்ந்து வாளை நிலவனின் வயிற்றில் பாய்ச்சினான்.

முகத்தை திருப்புகையில் விழியின் விளிம்பில் ஓங்காரன் முன்னேறுவதைக் கவனித்த நிலவன் சுழன்று விலகியபடி வாளைப் பின்னோக்கி செலுத்தி ஓங்காரனின் நெஞ்சில் சொருகினான். கண்களில் அதிர்வும், முகத்தில் வலியும் மிளிர ஓங்காரன் மெதுவாகச் சரிந்தான். வாளை உருவியெடுத்த நிலவன் மற்றவர்களை நோக்கி நகர, குதிரைப்படையின் தளபதி வீழ்த்தப்பட்டதற்கான நீள்சங்கொலி முழங்கியது.

கூட்டுப்படையின் சங்கொலி நிலை திரும்பிய கணத்தில் சோழப்படையிலிருந்து எண்ணற்ற ஒலியம்புகள் சீழ்க்கையொலியை எழுப்பியபடி நாற்புறங்களிலும் முளைத்தெழுந்தன. ஊவென்ற ஒலிப்பாம்புகள் களமெங்கும் பறந்து செல்ல, சிற்றரசர்கள் என்ன நிகழ்கிறதென்று புரியாமல் குழம்பினர்.

நிலத்தின் அடுக்குகளில் முளைத்தெழும் எண்ணற்ற காற்றுச் சுருள்களாய் கூட்டுப்படையினுள் குழப்பங்கள் உருவாகத் துவங்கின. வட்டுடை அணிந்த வீரர்கள் ஒருவரையொருவர் வெட்டியெறிய, கூட்டுப்படையின் முறைமைகளும் கட்டுப் பாடுகளும் மறைந்து பெருங்கூச்சலும், பெருங்கலவரமும் வெடித்தது. பல்வேறு படைகளில் இருந்து வந்திருந்த வீரர்கள் ஒருவரையொருவர் தாக்கத்துவங்கினர்.

செவ்வாடை அணிந்தவர்களை மட்டும் பகையாய் கருதிப் போரிடும் மனநிலையை கரிகாலன் உருவாக்கியிருந்தான். முதல் நாள் போரில் வட்டுடை அணிந்த கூட்டுப்படை வீரர்கள் செவ்வாடை அணிந்த வீரர்களை தெளிவுடன் கண்டறிந்து போரிட்டிருக்க, தங்களுக்குள் இனம் காணுவதற்கான முறைமைகளை ஏற்படுத்தாமல் இருந்தனர்.

திடீரென வட்டுடை அணிந்த வீரர்கள் மற்றவர்களைத் தாக்கத் துவங்க, சூழ்ந்திருக்கும் அனைவரையும் பகைவரென கருதிய வீரர்கள் அனைவரையும் கொன்றொழிக்கத் துவங்கினர்.

வீரர்கள் தமக்குள் சமரிட்டு அழிவதைக் கண்டு அதிர்ந்த தென்னவன் குழம்பிப்போனான். சிலகணங்களுக்குப் பின்னரே சோழ வீரர்கள் செவ்வாடை அணியாமல் வட்டுடையை அணிந்து படையை ஊடுருவியிருக்கின்றனர். ஒலியம்புகள் விண்ணேறியதும் கூட்டுப்படை வீரர்களைத் தாக்குகின்றனர் என்பதை உணர்ந்து இடிந்து போனான்.

'நீளத்தாரையை ஊதிப் படையை பின்னேறச்சொல்' என்று தென்னவன் இரைய, நீளத்தாரை முழங்கியது. அச்சமும், பதற்றமும் அலைக்கழிக்க, வீரர்கள் போரிட்டுக் கொண்டே பின்னேற, மழை மேகம் நகர்வதைப் போல குருதிப் பெருக்கு இடம் பெயர்ந்தது.

இக்கணத்திற்காக காத்திருந்த சோழப்படை முழுவேகத்தில் தாக்குதலைத் துவங்கியது. பேருருவம் கொண்டு களமெங்கும் தாக்குவது அனைத்தும் சோழர்களாய் இருக்க, சரிபவர்கள் அனைவரும் கூட்டுப்படை வீரர்களாய் இருந்தனர். களத்தின் பதற்றம் இருப்பு படைகளுக்கும் பரவி, அவர்களும் தமக்குள் போரிடத்துவங்க மாடங்களின் மேலிருந்த சிற்றரசர்கள் 'நிறுத்துங்கள்' என்று குரல் வெடிக்க இரைந்தனர். களமெங்கும் குருதி ஊற்றுகள் விண்ணேற, உடல்கள் பெருங்குவியலாய் குவிந்தன.

சேரத்தின் யானைகள் வட்டமாய் சூழ்ந்து சோழ யானைகளை கிழித்தெறிவதைக் கண்டு கொடுவெறியேறிய கரிகாலன் ஈட்டியை வேகமாக எறிந்து யானைகளை வீழ்த்திக் கொண்டிருந்தான். கரிகாலன் பெருஞ்சேதத்தை ஏற்படுத்துவதைக் கண்ட மதிக்கொடி ஈட்டியொன்றை கரிகாலனை நோக்கி வேகமாக எறிந்தான். எரிமுத்தலை சூலத்தை கையிலெடுத்திருந்த கரிகாலன் ஒரே வீச்சில் ஈட்டியைத் தட்டியெறிந்து விட்டு மற்றொரு யானையை சரித்தான். யானையின் இருபுறங்களிலும் நின்ற சோழத்தின் கிடுக்கு படை வீரர்கள் ஈட்டிகளை மேல்நோக்கி எறிய, சல்லிய ஈட்டியொன்றைப் பற்றினான்.

தன்னை நோக்கி திரும்பாமல், தன்னை ஒரு பொருட்டாய் மதிக்காமல் யானைகளைக் கொன்று குவிக்கும் கரிகாலனைக் கண்டு வெகுண்ட மதிக்கொடி, இடையிலிருந்த கூர்வாளை உருவிக்கொண்டு கரிகாலனை நோக்கி யானைகளின் மேல் தாவிச்சென்றான். யானைகள் அனைத்தும் படகுத்துறையில் கட்டப்பட்டிருக்கும் கட்டுமரங்கள் போல் அருகருகே நின்றிருக்க, வெறியுடன் ஒவ்வொரு யானையாய் தாவிச் சென்றான்.

கரிகாலன் எறிந்த சல்லிய ஈட்டி யானையின் கழுத்தில் நுழைந்து மறுபுறத்தில் வெளியேறிய பின்னரும், யானை தொடர்ந்து நடப்பதை கரிகாலன் உற்று நோக்கியவாறு நின்றான். மூச்சுக்குழாயில் குருதி நிறைந்ததும் தள்ளாடிய யானை காலை மடக்கி அமர்ந்தது.

வீரனொருவன் மேல்நோக்கி எறிந்த எரிமுத்தலை சூலத்தை கரிகாலனின் கைகள் பற்றியபோது, அருகிலிருந்த யானையிலிருந்து மதிக்கொடி தாவிப்பாய்ந்தான். கால்கள் விண்ணில் மிதக்க, கைகளை விரித்து வாளை உயர்த்தியபடி பறவையைப் போல மதிக்கொடி பேரோலத்துடன் பாய, கணப்பொழுதில் சூலத்தை மதிக்கொடியில் நெஞ்சில் சொருகினான் கரிகாலன். மூன்று முனைகளும் நெஞ்சை கிழித்து ஊடுருவ, மதிக்கொடியை விண்ணில் நிறுத்தினான்.

ஈட்டியின் மறுமுனை கரிகாலனின் முழங்கையின் அடியில் பொருந்தியிருக்க, எடையை திண்தோள்கள் தாங்கி நின்றன. இறைச்சித் துண்டங்களை நெருப்பில் வாட்ட கம்பியில் சொருகி பற்றியிருப்பதைப் போல மதிக்கொடியை கரிகாலன் வானில்

நிறுத்த, வெவ்வேறு மாடங்களில் அமர்ந்திருந்த சிற்றரசர்களும், வேந்தர்களும் உறைந்து போயினர். அறமாடத்தில் இருந்த குட்டுவன் பேரோசையுடன் ஆரவாரித்தான்.

காற்றில் தவழ்ந்த மதிக்கொடி நழுவும் உயிரைக் கையில் பற்றியவாறு கரிகாலனின் கையை வெட்ட மெதுவாக வாளை உயர்த்த, சிறு அசைவுமின்றி கரிகாலன் மதிக்கொடியை உற்று நோக்கியவாறு இருந்தான். மூச்சுக்குழாயில் குருதி நிறைய, உடலின் துடிப்புகள் அடங்க, உயர்ந்த கையிலிருந்து வாள் நழுவ, மதிக்கொடியின் தலை துவண்டது.

கையிலிருந்த சூலத்தை விடுத்த கரிகாலன் ‘மாவசியை கொண்டு வா’ என்று உத்தரவிட, கிடுக்கு படை வீரர்கள் விரைந்தனர்.

மாவசியை வாட்களின் அரசன் என்பர். அரைப்பனை உயரமிருக்கும் மாவசி எளியவர்களால் கைக்கொள்ள இயலாதது. வலியவர்களால் சுழற்ற இயலாதது. கால் அளவிலான உருண்ட கைப்பிடியையும், முக்கால் அளவிலான பட்டையான வெட்டும் பகுதியையும் கொண்ட பெருவாள். இரும்பைப் பிளக்கும் வலிமையுடைய வாள்.

சோழ யானைகள் சரிவதைக் கண்ட கரிகாலன் காப்பரணைத் தாண்டி யானையின் கழுத்திற்கு வந்தான். மாவசியை சுமந்து வந்த இருவர் யானையின் மேலிருந்த கரிகாலனிடம் நீட்ட, அதை ஒரு கையால் பற்றி உயர்த்தினான்.

குறிப்பையுணர்ந்த பாகன் யானையை சேரயானைகளிடம் நகர்த்தினான். மாவசியை உயர்த்தி கரிகாலன் எழுப்பிய போர்க்கூச்சல் நிலத்தில் பட்டு விண்ணில் எதிரொலிக்க, நிலவெளியின் நடுக்கத்தை உணர்ந்த விலங்குகள் மிரண்டோடின. வான்வெளியின் அதிர்வை உணர்ந்த பறவைகள் பறந்தோடின. மறுகணம் மாவசியை இருகைகளாலும் பற்றி தலைக்கு மேல் உயர்த்தி கழுகினைப் போல விண்ணில் எழும்பினான்.

தலைக்கு மேலிருந்து அரைவீச்சாய் இறங்கிய மாவசி சேரயானையின் கழுத்தை வாழையை வெட்டுவது போல் வெட்டித்தள்ளியது. கரிகாலனின் கால்கள் நிலத்தில் பதியும் முன்னர் யானையின் தலை சரிந்திருந்தது. யானையின் உடல் புழுதியை எழுப்பியபடி சரிய, அதன் வயிற்றில் காலை ஊன்றி மீண்டும் விண்ணில் எழுந்தான். மின்னல் கொடியாய் மாவசி பெரும் வீரத்துடன் சுழல, மற்றொரு யானையின் தலை அறுந்து விழுந்தது. மாவசியைச் சுழற்றி தோளில் இருத்திய கரிகாலன் களவெறியுடன் பாய்ந்தான்.

உடலின் அணுக்களில் ஊறிய பேராற்றல் பீறிட்டெழுந்து தோள்களில் திரண்டது. தோள்களில் வெளிப்பட்ட பேராண்மை மாவசியில் வெடிக்க, காற்றில் பயணிக்கும்

கதிரவனின் ஒளிவாளாய் யானைகளின் சதைகளைப் பிளந்தது. இரண்டு வரிசைகளாய் நின்ற யானைகளுக்கு இடையில் நுழைந்தவன் மாவசியை சக்கரமாய் சுழற்றினான். கழுத்தை சுற்றும் துகிலாய் மாவசி சுழன்று வந்தது. சேரயானைகளின் கால்கள் வெட்டப்பட்டுச் சரிந்தன. உறுப்புகளும், குருதியும், சதைகளும் அருவியாய் கொட்டின. கரிகாலனை முட்டுவதற்கு திரும்பிய யானைகளின் துதிக்கையும், தந்தங்களும் வெட்டப்பட்டன. திரும்பாத யானைகளின் கால்கள் உருண்டன. வெள்ளமாய் பெருக்கெடுத்து ஓடிய குருதியில் யானைகள் வழுக்கி விழுந்தன.

மலர்த் தோட்டத்தில் பறக்கும் அம்பு, மலரிதழ்களைச் சிதறடித்து செல்வது போல கரிகாலன் முன்னேற, இருபுறமும் யானைகள் சரிந்தன. கால்களை இழந்த யானைகள் நிலத்தில் சரிந்து வலியால் ஓலமிட, செங்குருதி நுரைத்தபடி வெளியேறியது.

உன்மத்தமேறிய மனமும், பயிற்சி பெற்ற உடலும் இசையின் இரு சுரங்களாய் ஒத்திசைய, கதிரவனின் வெடிப்பைப் போன்ற வேகமும் உக்கிரமும் வெளிப்பட, கரிகாலனின் உடலிலிருந்து பேராற்றல் ஒளிப்பிழம்பாய் கமழ்ந்தது.

போர் என்பது பல்லாயிரக்கணக்கான வீரர்கள் வெளிப்படுத்தும் ஒற்றை முகம். படை என்பது ஆற்றலின் ஒருங்கிணைப்பு. எண்ணற்ற கைகள் ஒன்றிணைந்து தேரினை இழுப்பது போல. ஏராளமான வீரர்கள் ஒரே கணத்தில் செயல்பட்டு உத்தியை நிறைவேற்றுவது. எளியவனும், வலியவனும் இணையும் கூட்டுப்புள்ளி. தனித்த வீரத்தினால் படையை வெல்ல இயலாது.

எனினும் படைகள் தடுமாறுகையில் தனியொருவனின் வீரம் படையை மீட்டெடுக்கும். சோர்ந்து துவளும் மனங்களில் வீரத்தைக் கொந்தளிக்கச் செய்யும். கரிகாலனின் வடிவில் உயிர் கொண்ட தணலொன்று உடல் கொண்ட ஒளியுடன் கனன்று ஆடியது. சதிராடிய தணலின் துளிகள் கங்குகளை உமிழ்ந்தன. தெறித்த கங்குகள் உயிர் கொய்து மலர்ந்தன. களமெங்கும் சோழ உள்ளங்களில் மலர்ந்த நெருப்பு மலர்கள் பகையைப் பற்றியெரிய செய்தன. கரிகாலனின் வீரத்தில் வெண்ணி தீப்பற்றியெரிந்தது.

சுடரெனத் துவங்கிய நெருப்பின் துளி காட்டுத்தீயாய் பற்றியெரிய கரிகாலன் காலனாய் மாறிக்கொண்டிருந்தான். தனக்குள் உறைந்திருந்த தன்னை அறிந்து கொண்டிருந்தான். வீரத்தின் முடிவிலியை நெருங்கிக் கொண்டிருந்தான்.

வானுக்கும் மண்ணுக்குமாய் உருவெடுத்து புற்களைக் களைவது போல யானைகளை வேட்டையாடியவனைக் கண்டு படைகள் ஒடுங்கின. திசைகள் நடுங்கின. ஈரேழு உலகங்களும் மயங்கின.

யானைப்படைகளை ஆட்டு மந்தைகளைப் போல வெட்டியெறியும் கரிகாலனின் வெறியாட்டத்தைக் கண்டு சேரமான் விக்கித்து நின்றார். வேங்கை மார்பன் இடிந்து போயிருந்தான்.

கரிகாலனின் பேராண்மையைக் கண்ட சோழத்தின் யானைப்பாகன்கள் வீறு கொண்டெழுந்து யானைகளை முடுக்கி கூட்டுப்படையின் ஈரடுக்கு வளையங்களை சிதைத்து வெளியேறினர். வேந்தனின் வேளைக்கார படையினர் கரிகாலனைச் சுற்றிலும் நகர்ந்து சேரயானைகளின் மேலிருந்த வீரர்களையும், கிடுக்குப்படை வீரர்களையும் வீழ்த்தினர். வீரர்கள் வீரர்களால் மடிய, யானைகள் கரிகாலனால் முடங்கின.

யானைகளின் ஓலங்கள் அதிரச்செய்ய சில யானைகள் அச்சமுற்று காட்டை நோக்கி ஓடத்துவங்கின. சேரத்தின் யானைகள் முற்றிலும் அழிந்திருக்க, சோழத்தின் கிடுக்குப் படையினர் சேரர்கள் எவரும் எஞ்சியிராமல் சரிந்திருந்தனர். போர்க் களமெங்கும் அறுபட்ட யானைகளின் துதிக்கைகளும், கால்களும் பனைமரத்தின் துண்டுகளாய் இரைந்து கிடக்க, வீரர்களின் உடல்கள் பனையோலைகளாய் குவிந்து கிடந்தன.

கரிகாலனின் களியாட்டத்தைக் கண்டு அச்சமுற்ற கதிரவன் ஒளியாடையை சுருட்டிக்கொண்டு மறைய எரியம்புகள் முரசொலியுடன் விண்ணேறின. இரண்டாம் நாள் போர் முடிந்தது.

வீரம் வளரும்...

77

இரண்டாம் நாளின் போர் முடிந்ததற்கான எரியம்புகள் விண்ணில் தெரிந்ததும் மாவசியை விடுத்த கரிகாலனின் நீள்குழல் கேசங்கள் குருதிக்கற்றைகளாய் இறுகியிருந்தன. முகம் களவெறியின் உச்சத்தில் உக்கிரமாய் இருந்தது. உடலெங்கும் செங்குருதித் துளிகள் தெறித்திருக்க குதிரையை விடுத்து கூடாரத்தை நோக்கி நடக்கத் துவங்கினான்.

கரிகாலனை நாற்புறத்திலும் சூழ்ந்து கொண்ட வீரர்கள் வெறிக்கூச்சலாய் 'கரிகளைக் கொன்ற வேங்கை கரிகாலன் வாழ்க ... வாழ்க...'' என்று முழங்கினர்.

''சோழவேங்கை கரிகாலன்''

''வாழ்க ... வாழ்க...'' என்று வாழ்த்தினர்.

ஆடலும் பாடலுமாய் அவனைச் சூழ்ந்து அழைத்துச் சென்றனர்.

ஒவ்வொரு மனதிலும் வீரத்திற்கான தேடல் இருக்கிறது. வீரத்தை நோக்கிய பயணம் ஒன்றிருக்கிறது. பயணத்தை பாதியில் விட்டவர்கள் வீரத்தின் உச்சமாக ஒளி வீசும் ஒருவனை பெரும் வியப்புடனும், தெய்வ மாகவும் பார்க்கின்றனர். அவனிடம் பணிந்து அவ்வீரத்தை அணுக முயல்கின்றனர்.

ஒவ்வொரு மனதிலும் வீரத்திற்கான தேடல் இருக்கிறது. வீரத்தை நோக்கிய பயணம் ஒன்றிருக்கிறது. பயணத்தை பாதியில் விட்டவர்கள் வீரத்தின் உச்சமாக ஒளி வீசும் ஒருவனை பெரும் வியப்புடனும், தெய்வமாகவும் பார்க்கின்றனர். அவனிடம் பணிந்து அவ்வீரத்தை அணுக முயல்கின்றனர்.

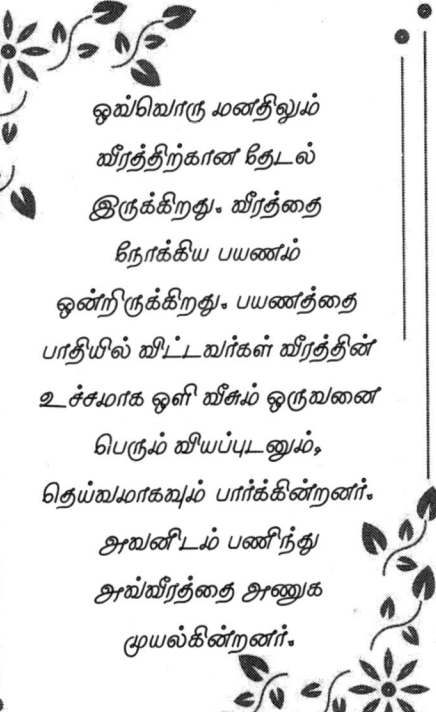

கரிகாலனின் உக்கிரத்தைக் கண்டவர்கள் தாள்பணிந்து பின்தொடர, கரிகாலன் நடந்தான். வீரமெனும் திசையில் உதித்த கதிரவன் இவனென்று மகிழ்ந்தவர் பின்தொடர, கரிகாலன் நடந்தான்.

கனன்று எரியும் நெருப்பு கோளமாய் உக்கிர நிலையில் கரிகாலன் இளவெயினி அமர்ந்திருந்த மாடத்தை நோக்கி நடந்தான். மாடத்தை நெருங்க நெருங்க இரவில் துயிலும் நிலத்தைப் போல குளிரத் துவங்கினான். மாடத்தின் மேலேறி இளவெயினிக்கு அருகில் சென்று அமர்கையில் பனிக்கோளமாய் முற்றிலும் குளிர்ந்திருந்தான்.

நாள் முழுவதும் போரை கவனித்திருந்தவளின் உடல் தளர்ந்திருக்க, கண்களின் ஒளி மட்டும் குறையாமல் இருந்தது. மாலையில் வாடும் ஆம்பலாய் குவிந்து அமர்ந்திருந்தவளின் அருகில் அமர்ந்தவன் இளவெயினியின் கையைப்பற்றி தனது கைக்குள் பொதித்துக் கொண்டான். உடல் மீண்டும் சூடாகியிருக்க கரிகாலனின் மனதில் கவலை சூழ்ந்தது. கரிகாலனின் உடல் வெப்பம் இளவெயினிக்கு புத்தாற்றலை வழங்க, நிமிர்ந்து அமர்ந்தாள்.

பகையின் குருதித்துளிகள் உடலெங்கும் படிந்திருக்க, கரிகாலனின் கன்னத்திலிருந்த ஒற்றை குருதித்துளி முத்துக்குவியலில் விழுந்த மாணிக்கமாய் மின்ன, தனது இடக்கை கட்டை விரலினால் துடைத்தாள்.

நன்முகை இருவருக்கும் பழச்சாறை கொடுக்க ‘இப்போர்க்களம் உனக்கு உணர்த்துவது என்ன?’ என்றாள் இளவெயினி.

உக்கிர நாளொன்றின் எச்சமாய் உயிர்களும், உயிரற்றவைகளும் சிதறிக் கிடந்த அகன்ற போர்க்களத்தை நோக்கிய கரிகாலன் ‘சோழத்தின் எழுச்சியை. உலகிற்கான புது விடியலை’ என்றான்.

மென்மையாக தலையசைத்த இளவெயினி ‘பெரும் அழிவுக்குப் பின்னரே புது உலகங்கள் உருவாகும். இறப்பு மட்டுமே மாற்றமில்லாதது. அது நெருங்கும் வரையில் தாய்மரமாய் நின்று மக்களைக் காப்பது வேந்தனின் கடமை. நெறிதவறிய அரசனால் குடிகள் மடியும். இந்த போருக்குப் பின்னர் நீ உனது குடிகளுக்கு அறம் தவறாத வேந்தனாய் இருக்க வேண்டும்’ என்றவள் தொடர்ந்து ‘இன்றையப் போரினைக் கண்டிருந்தால் உனது தந்தை பெருமகிழ்வு அடைந்திருப்பார்’ என்றாள்.

இளவேனியினியின் விழியோரங்களில் நீர் பூப்பதைக் கண்ட கரிகாலன் மனம் சுருங்கினான். ‘தந்தை உயிருடன் இருந்திருந்தால்’ என்ற எண்ணம் மனதை சிலிர்க்கச் செய்ய ‘அவரின் போர் முறையும் இத்தகையதா?’ என்று கேட்டான்.

‘காட்டாறு போல் அடங்காத பெருவெள்ளம் அவர். கரைகளை உடைத்து பாதைகளை உருவாக்குபவர். அன்றைய போர் சூழல்கள் வேறு. உனது போர்முறை எரிமலையில் வெடிக்கும் தீக்குழம்பை போல ஒருமுகமாய் குவிந்திருக்கிறது. பீறியெழும் எரிகுழம்பின் ஒருமுகம் பன்முகமாய் விரிகிறது’

சிந்தனையில் சில கணங்கள் ஆழ்ந்த இளவெயினி ‘இன்றையப் போரின் இறுதியில் கூட்டுப்படையை ஊடுருவி தாக்குவதற்கு அவர்களைப் போன்று பலநிறங்களில் வட்டுடையணிந்த சோழ வீரர்களை பயன்படுத்தியது தவறு. பின்னேறும் ஒலியை எழுப்பிய பின்னரும் ஆவேசமடங்காமல் தொடர்ந்து தாக்கி பெருஞ்சேதத்தை ஏற்படுத்தி மடிந்துள்ளனர். நமது வீரர்களுக்கு மாற்றாய் கூலிப்படையினரை அனுப்பியிருந்தால் இந்த சேதத்தைத் தவிர்த்திருக்கலாம். கூலிப்படையினர் உணர்வுகளுக்கு அடிபணியாதவர்கள் என்பதால் பின்னேறி இருப்பர். மரத்தின் தன்மைகேற்பவே ஆயுதத்தை உருவாக்க வேண்டும். வீரனைப் பொறுத்தே தாக்குதலுக்கு பயன்படுத்த வேண்டும். மனிதரை அவர்களிடத்தில் இருந்து புரிந்து கொள். உன்னிடத்திலிருந்து புரிந்து கொள்ள எண்ணாதே. ஒரு மரத்தை வீழ்த்த மற்றவர் அடிமரத்தை காண்கையில் நீ மரம் நின்றிருக்கும் மண்ணைக் கண்டுணர்’

கரிகாலன் அமைதியாக செவிமடுத்துக் கொண்டிருந்தான். ஆயுதங்களின் வழியாகக் கண்ட போரினை உணர்வுகளின் தளத்தில் கண்டு கொண்டிருந்தான்.

‘பெருங்கழுகொன்று வான்பரப்பில் வேட்டையை நிகழ்த்தும்போது சிறு பறவைகளால் ஒளிய இயலாது. அங்கு வேகமும், வலிமையுமே கைகொடுக்கும். அது போல நிலப்பரப்பில் உன்னை வெல்ல இயலாதென்பதை பகைவர்கள் இன்று உணர்ந்திருப்பர். நாளையப் போரில் சூதும், வஞ்சகமும் தலை தூக்கும். பகையின் நிறம் மாறும்’

‘சேரமானும், பாண்டியனும் சூதில் இறங்குவார்கள் என்று எண்ணுகிறீர்களா?’

தலையிலும் வாலிலும் நஞ்சினைக் கொண்ட நாகத்தைப் போன்றவன் பெருஞ்சாத்தன். அவனது குணம் மாறாது. சேருமிடத்தையும் கெடுக்கும் நஞ்சவன். இரையைப் பொறுத்தே வேட்டை உத்திகள். பகையைப் பொறுத்தே ஆயத்தங்கள் என்று இளவெயினி கூற, கரிகாலன் தலையசைத்தான். இளவெயினியை அழைத்துக்கொண்டு கீழிறங்கத் துவங்கினான்.

போர் முடிந்ததும் தழல்மேனியுடன் கூடாரத்திற்குச் சென்ற முகில் ‘இலக்கை பார்க்காமல் அம்பை எப்படி எய்கிறீர்கள்? ஓசைகளைக் கொண்டா?’ என்று கேட்க…

'ஓசையைக் கொண்டு அம்பெய்வதற்கு போர்க்களத்தில் சாத்தியங்கள் குறைவு. கண்கள் காணாமல் அம்புகள் நீங்குவதில்லை' என்றார் தழல்மேனி.

'இலக்கை குறிவைக்காமல் அவ்வளவு விரைவாக எப்படி அம்பெய்ய முடிகிறது? குறி வைக்கையில் எனக்கு நேரம் வீணாகிறது'

'ஒரு இலக்கை நோக்கி அம்பை விடுத்த கணத்திலேயே அடுத்த இலக்கை கண்டுணர். இலக்கு நகரும் வேகத்தை உள்ளத்தில் உள்வாங்கு. அடுத்த அம்பை பொருத்தி நிமிர்கையில் நீ எதிர்பார்க்கும் இடத்திற்கு இலக்கு நகர்ந்திருக்கும். மீண்டும் அம்பைச் செலுத்து'

'துல்லியமாக தாக்குவதெப்படி?'

'அம்பென்பது உன் பார்வையின் நீட்சி. கண்களின் தேடுதலை உள்ளம் உணர உடல் இயங்கும். பயிற்சியும் பழக்கமும் ஒன்றிணையும் இடம் அது'

இடது கையை உயர்த்திய முகில், வலது கையினால் நாணை இழுத்து அம்பை விடுப்பதாய் செய்து பார்த்தான். கண்கள் நகர்ந்து வெவ்வேறு இலக்குகளை மனதில் பொருத்த வாயில் ஓசையெழுப்பி நாற்புறங்களிலும் எய்தான். தழல்மேனி நகைத்தார்.

'இடைவிடாது பயிற்சி செய். காற்றில் அம்பை அரைவட்டமாய் செலுத்த பயின்ற உனக்கு அனைத்தும் கைகூடும். அடுத்த போரில் இந்த நுட்பத்தை உன்னிடம் எதிர்பார்க்கிறேன்'

முகில் அவரை வணங்கி விட்டு சிந்தனையுடன் வெளியேறுகையில், 'முகில், வில்லென்பது உலகின் உன்னதமான ஆயுதம். அதில் வீரமே விளைய வேண்டும். தந்திரத்தாலோ, பகையை ஏமாற்றியோ அம்பெய்து வில்லின் மாண்பைக் குறைக்க கூடாது' என்று தழல்மேனி கூற, பாண்டியத்தளபதியை வீழ்த்தியதை குறிப்பிடுகிறார் என்பதை உணர்ந்த முகில்...

'மன்னியுங்கள். மீண்டும் இதுபோல நிகழாது' என்று கூற, தழல்மேனி மகிழ்வுடன் தலையசைத்தார்.

நகரும் இலக்குகளை தழல்மேனி குனிந்தும் நிமிர்ந்தும் அம்பெய்தியதை மனதில் எண்ணியவாறே நடந்த முகில், வெண்ணாற்றின் கரையில் வந்தமர்ந்தான். வெண்ணிற சுருள்களை வெண்ணாற்றுச் சிற்றலைகள் சுருட்டிக் கொண்டிருக்க, முகில் கைகளை உயர்த்தி அவற்றை நோக்கி அம்பெய்யத் துவங்கினான். முகிலின் பார்வைகள் எண்ணற்றவையாய் பிரிய அனைத்து அலைகளையும் கண்டுணரத் துவங்கினான்.

கரிய நாகம் உலகை விழுங்குவது போல இருள் படியத் துவங்க, போர்க்களத்தில் சோழத்தின் துணைப்படையினரும், கிராமத்து மக்களும் சடால வியூகத்தின் சிதிலங்களை அப்புறப்படுத்த துவங்கினர். யானைகளின் உடல்களை புதைப்பதற்காக குழிகளுக்கு இழுத்துச் சென்றனர். வீரர்களின் உடல்களை வெண்துணியினால் போர்த்தி இடுகுழிகளுக்கு எடுத்துச் சென்றனர். போர்க்கலன்களையும், பொறிகளையும் சீர் செய்வதற்காக கொல்லர்களிடம் எடுத்துச் சென்றனர். உலைக்கூடங்கள் தீப்பொறிகளைக் கக்கியபடி பாம்பைப்போல சீறத்துவங்கின.

கூட்டுப்படையின் கூடாரங்களில் கொடிகள் அசைந்தாட, கள்ளுண்ணும் வீரர்களின் குரல்கள் களமாடிக் கொண்டிருந்தன. நாவின் சுவை என்பது மனதை பொருத்தமைவது. துயரமும், சோர்வும் உணவின் ருசியை மழுங்க செய்திருக்க, வீரர்கள் பலர் உணவுண்ணாமல் துயின்று கொண்டிருந்தனர்.

மருத்துவ கூடாரங்கள் காயமடைந்த வீரர்களால் நிறைந்திருக்க, இறந்த வீரர்களின் கூடாரங்களைச் சிகிச்சைக்கு பயன்படுத்தத் துவங்கியிருந்தனர். எண்ணற்ற வீரர்கள் காயமடைந்திருக்க, போதுமான மருத்துவர்கள் இல்லாமல் குருதிப் போக்கினால் பலர் உயிரிழந்து கொண்டிருந்தனர்.

இரவுணவை முடித்தவுடன் அரசர்கள் ஆலோசனைக் கூடத்திற்கு வந்தனர். பாவை விளக்குகளின் சுடர்கள் துயரத்தில் அசைவின்றி எரிந்து கொண்டிருக்க, அமைதி கூடாரத்தில் கூடு கட்டியிருந்தது. சிற்றரசர்கள் சோர்வுடன் அமர்ந்திருக்க, யானைப்படையின் தோல்வியை வெளிக்காட்டாமல் சேரமான் இறுக்கத்துடன் அமர்ந்திருந்தார். சிம்மம் போன்று சேரமான் நிமிர்ந்து அமர்ந்திருந்தாலும் உள்ளத்தில் குருதி வடிப்பதை செங்கெழு அறிவான். தந்தையின் துயர் நீக்க வழியறியாது உள்ளம் குமுறிக் கொண்டிருந்தான்.

தோல்வியின் எடை வார்த்தைகளை அழுத்தாமல் 'தென்னவன் இன்னும் வரவில்லையா?' என்று சலனமற்ற குரலில் நம்பி கேட்க...

'பாண்டியத் தளபதிகளை இடுகுழியில் வைப்பதற்குச் சென்றார். இன்னும் திரும்பவில்லை' என்றார் தொல்லான்.

'பாண்டிய நாட்டை நீங்கி பல நாட்கள் ஆகி விட்டன. உணவு கையிருப்பு உள்ளதா?'

'படை வீரர்களின் எண்ணிக்கை குறைந்து விட்டதால் மேலும் ஒரு நாள் சமாளித்து விடலாம் என்றார் உணவுக்கோமான்'

‘குறைந்து விட்டதால்’ என்ற சொல்லே குறைத்து கூறப்பட்ட ஒன்று. அழிவு, சேதம், நாசம் போன்ற சொற்கள் கடலில் முன்னால் ஒப்பிடும் அலைகளாய் சிறுத்திருந்தன. ஏற்பட்ட இழப்பைச் சொற்களால் வடிக்க இயலாது என்பதை அனைவரும் உணர்ந்திருந்தனர்.

சில கணங்கள் ஒலியின்மை ஓசையுடன் ஒழுகிக்கொண்டிருக்க ‘இன்று போரில் ஏற்பட்ட சேதமென்ன?’ என்று கேட்டான் நம்பி.

‘பாதிப் படைகளுக்கும் அதிகமாய் இழந்துவிட்டோம். யானைப்படை முற்றிலுமாய் அழிந்து விட்டது. சோழர்கள் செவ்வுடை அணியாமல் நமது படையை ஊடுருவி தாக்கியதில் பேரிழப்பை அடைந்துள்ளோம். சோழ வீரர்களுக்கு ஒரே நிறத்தில் ஆடையை அளித்தது இத்தகைய உத்தியை பயன்படுத்துவதற்காக என்பது இப்போது புலனாகிறது’’

‘கரிகாலனின் ஒவ்வொரு செயலும் நீர் பரப்பில் விரவிய எண்ணெய் படலமாய் பொருள் கொண்டு இருந்திருக்கிறது. எண்ணிக்கை தந்த இறுமாப்பில் பொருட்படுத்த தவறிவிட்டோம்’ என்றான் பெருஞ்சாத்தன்.

‘அவனை சிறுவனென்று எண்ணியதன் விளைவு. இன்றவன் யானைகளின் மேல் தொடுத்த தாக்குதல் மனிதர்கள் நிகழ்த்தக்கூடிய ஒன்றல்ல. இயற்கை விதிகளுக்கு உட்பட்டதுமல்ல’ என்றான் மரைக்காடன்.

‘தனது தந்தையைக் கொன்றதற்கு பழி தீர்க்க விழைகிறான் கரிகாலன். போரிடுவதற்கு பழி தீர்க்கும் வெறியைப் போன்று ஆற்றல் மிக்க உணர்வூக்கமே இருக்க இயலாது’ என்றார் சேரமான்.

‘நாளையும் இதே போன்று வட்டுடை அணிந்து சோழர்கள் ஊடுருவினால் எப்படி எதிர்கொள்வது?’ என்று கேட்டான் அணியன்.

அனைவரும் திகைக்க ‘அத்தகைய தாக்குதலை நாளைய இறுதிப்பொழுதில் சோழம் மீண்டும் நிகழ்த்தும். நமது போரின் மரபையொட்டி வீரர்கள் தலையில் அடையாள மலரை அணிந்து கொள்ளட்டும். மலர்களைத் திரட்ட இயலவில்லையெனில் பெண்கள் பயன்படுத்தும் கண் மை, சுண்ணம், செம்பஞ்சுக் குழம்பு, செஞ்சாந்து ஆகியவற்றை நெற்றியில் பெரிதாகத் தீற்றிக்கொள்ளட்டும்’ என்றார் சேரமான்.

‘சிறந்த யோசனை’ என்றான் சந்தனக்கோடன்.

‘சோழத்தளபதி தழல்மேனி தேர்ப்படையில் பெருஞ்சேதத்தை ஏற்படுத்துகிறார். அவரை எதிர்கொள்வதெப்படி?’

'அவரை எதிர்கொள்ள அகன்ற தூண்களைக் கொண்ட தேர்களைப் பயன் படுத்துங்கள்'

'நாளையப் போரில் அவரை நான் வீழ்த்துகிறேன்' என்றான் சிறந்த வில்லாளியான பாபநாசன்.

கூடாரத்தினுள் நுழைந்து வணங்கிய தென்னவனின் முகம் துவண்டிருக்க, கேசம் கலைந்திருந்தது. வார்த்தைகளை வலியின் படிமங்களிலிருந்து பெயர்த்தெடுத்த தென்னவன் 'தளபதிகளை தனியாக இருத்தியிருக்கிறோம். போரை வென்றதும் நடுகல் நடலாம்' என்று கூற, நம்பி தலையசைத்தான்.

'இன்றையப் போரில் நமது உத்தி வீழ்ந்ததன் காரணம் என்ன?' என்று நம்பி அனைவரையும் கேட்க..

'சோழத்தின் புதிய வியூகங்களையும், உத்திகளையும் நம்மால் புரிந்து கொள்ள இயலவில்லை. இன்றையப் போரை எதிர்கொள்ள சோழ வீரர்கள் நெடுங்காலமாய் பயிற்றுவிக்கப்பட்டு போரிடுவதை வாழ்வின் பொருளாய் கொண்டுள்ளனர்' என்றான் நம்பியன்.

'வெவ்வேறு நாடுகளிலிருந்து அணிதிரண்டிருந்த நமது வீரர்களிடம் புரிதலும் ஒருங்கிணைவும் இல்லை' என்றார் தொல்லோன்.

'வியூகத்தை மட்டுமின்றி வீரர்களின் வீரத்தையும் கருத்தில் கொள்வது அவசியமாகிறது. கூட்டுப்படையின் வீரர்கள் சோழ வீரர்களுக்கு இணையானவர்கள் இல்லை' என்றான் தென்னவன்.

'உங்களது வலிமையான வன்படையினரும் வீழ்த்தப் பட்டுள்ளனர். அவர்கள் சோழ வீரர்களுக்கு இணையானவர்கள் இல்லையா' என்றான் முத்துமேனி சற்று சினத்துடன்.

எதிர்மறை வார்த்தைகள் வாழ்வின் வெளிச்சத்தைக் காண விடாமல் உள்ளத்தை மறைக்கக் கூடியதென எண்ணிய சேரமான் 'ஒரு நாளின் வெற்றியோ, தோல்வியோ போரை முடிவு செய்வதில்லை. நாளையப் போரில் போரின் முடிவை நம்மால் மாற்றியமைக்க இயலும்' என்றார்.

'உண்மையே' என்றான் நம்பி.

'நாளை சேரவீரர்களுடன் நானும் களமிறங்குவேன். சோழத்தின் வியூகங்களை முறியடித்து கரிகாலனை சிறைபிடிப்பேன்' என்றான் செங்கெழு. இறக்கை முளைத்து பறக்க துடிக்கும் தும்பியாக. யானைப்படையின் தோல்விக்கு பழிவாங்குவதன் மூலம் சேரமானின் துயரத்தை நீக்க எண்ணினான்.

‘அரசர்கள் களமிறங்கத் தேவையில்லை’ என்றான் விகுபன்.

‘பல சிற்றரசர்களின் தளபதிகள் வீழ்ந்து விட்டனர். நாளை சிற்றரசர்களும் களமிறங்க வேண்டியிருக்கும்’ என்றார் தொல்லோன்.

‘விருப்பமுள்ளவர்கள் போரிடட்டும். தேவையெனில் நான் களம் காண்கிறேன்’ என்ற நம்பி ‘நாளை எந்த வியூகத்தை கடைபிடிப்பது?’ என்ற கேள்வியை எழுப்ப, அனைவரும் அமைதியுடன் இருந்தனர்.

‘புதிய வியூகத்தை உருவாக்குவோம்’ என்றான் நம்பி.

சிற்றரசர்கள் வியப்புடன் பார்க்க, நம்பியின் மனதில் வியூகம் ஒன்று ஏற்கனவே உருவாகி விட்டதை உணர்ந்தார் சேரமான்.

‘புதிய வியூகமா?’ என்று தொல்லோன் கேட்க…

‘ஆம். பகைவனின் சிறப்பியல்பை நாமும் பின்பற்றுவதில் தவறில்லை. இதுவரையில் நிகழ்ந்த போர்களையும், வியூகங்களையும் பகுத்தாய்ந்து அதற்கான மாற்று வியூகங்களுடன் கரிகாலன் களமிறங்கி இருக்கிறான். நாளை வலிமையான புதிய வியூகமொன்றை நாம் உருவாக்குவோம். கரிகாலனைச் சிந்திக்க வைப்போம்’.

‘எத்தகைய வியூகம்?’

‘நீராளி வியூகம்’ என்றான் நம்பி.

நீராளி என்பது எட்டு கால்களைக் கொண்ட கடல்வாழ் விலங்கு என்பதை அறிந்த தொல்லோன் நம்பியின் எண்ண ஓட்டத்தால் ஈர்க்கப்பட்டு ‘அதன் சிறப்பென்ன?’ என்றார்.

‘நீராளியின் தலையாக காலாட் படையையும், ஆறு கைகளாக தேர்ப் படையையும், குதிரைப்படையையும் அமைப்போம். முன்னேறும்போது கைகளை பின்னிழுத்து தலையை மட்டும் நீட்டிச் செல்லும் நீராளியாய் படைகள் பாய்ந்து செல்லட்டும். தாக்கும்போது ஒவ்வொரு கையாய் வெளிப்படட்டும். சோழத்தின் கூலிப்படைகள் நாளையும் திடீரென களம் புகுந்து தாக்கும். அதை எதிர்பார்த்து இரண்டு படைகள் கால்களாக பின்புறத்தில் மறைந்திருக்கட்டும்’ என்று நம்பி கூற, சிற்றரசர்களின் காய்ந்த மனதில் நம்பிக்கை ஊற்றெடுத்தது.

‘புதிய உத்தியால் சோழப்படையில் குழப்பமேற்படுவது உறுதி. காக்கும் கைகள் வீரியத்துடன் பாய்ந்தால் வெற்றி உறுதி’ என்றான் தீச்செல்வன்.

'கரிகாலன் நாளையும் தற்காத்து போரிடும் வியூகத்தையே வடிவமைப்பான். யானைகளை இழந்த நிலையில் தேர் அரண்களை எவ்வாறு உடைப்பது?' என்று தொல்லோன் கேட்க...

அனைவரும் அமைதியுடன் சிந்திக்க 'ஆளுயர கவசங்களை ஏந்திய வீரர்களின் காவலுடன் நீண்ட மரங்களால் அரண்மனைக் கதவுகளை உடைப்பது போல மோதித் தகர்ப்போம்' என்றார் சேரமான்.

சிற்றரசர்கள் ஆமோதிக்க 'வியூகத்தின் கைகளை எவ்வாறு அமைப்பது?' என்று கேட்டான் பாபநாசன்.

'வியூகத்தின் இடப்புறத்தில் குதிரைப்படையின் மூன்று பிரிவுகளை வேங்கை மார்பனுடன், இரண்டு சிற்றரசர்களின் தளபதிகள் வழிநடத்தட்டும். வலப்புறத்தில் தேர்ப்படையின் மூன்று பிரிவுகளை மூன்று சிற்றரசர்கள் வழிநடத்தட்டும். இரண்டு குதிரைப்படைகள் பின்புறத்தில் மறைந்திருக்கட்டும். தலைப்பகுதிக்கு தென்னவன் தலைமை தாங்கட்டும்' என்றான் பெருஞ்சாத்தன்.

'தேர்ப்படைகள் குறைவாக உள்ளன'

'எனில் வலப்புறத்தில் இரண்டு தேர்ப்படையுடன் ஒரு குதிரைப்படையை நிறுத்துங்கள்'

'நீராளி வியூகத்தின் பலவீனங்கள் ஏதுமிருப்பின் அவற்றை கண்டறிந்து தவிர்க்க முயல வேண்டும்' என்றான் கடுங்கோண்.

'இந்த வியூகத்தை மேம்படுத்த இயலுமாவென்று அதிகாலை வரையில் சிந்தியுங்கள்' என்றான் நம்பி.

'நாளைய இறுதிப்பொழுதில் தற்காப்பு வியூகங்களில் இருந்து வெளிப்பட்டு சோழப்படை தாக்குதலை தொடுக்கும். நான் களரிப்படையுடன் களமிறங்குகிறேன்'' என்று சேரமான் கூற...

'இல்லை வேந்தே. நாளையத் தாக்குதலில் சோழத்தை நாங்கள் வீழ்த்துகிறோம்' என்றான் வேங்கை மார்பன்.

'உண்மையே. நீங்கள் போரிடும் நிலை ஏற்படாது' என்று நம்பி கூற,

'நாங்கள் போரிடுகிறோம்' என்று ஒவ்வொரு சிற்றரசராய் முன் வந்தனர்.

'போரின் போக்கை மாற்றி நாளை வெற்றியடைந்தே தீரவேண்டும்' என்றான் அணியன்.

போர்க்களமெங்கும் தீப்பந்தங்கள் முளைத்திருக்க, நம்பியின் துணைப்படைகள் இறந்த வீரர்களைக் கண்டறிந்து உடல்களை அப்புறப்படுத்திக் கொண்டிருந்தனர். இதற்கென ஒதுக்கப்பட்ட யானை வண்டிகளும், மாட்டு வண்டிகளும் உருண்டு கொண்டிருக்க, வீரர்களின் உடல்கள் மலையாய் குவிக்கப்பட்டிருந்தன.

பகலில் தோண்டப்பட்ட இடுகுழிகள் நிறைந்து இரவிலேயே புதிய பள்ளங்கள் தோண்டப்பட்டன. இறந்த யானைகளின் கால்களைச் சங்கிலியால் பிணைத்து மற்ற யானைகளைக் கொண்டு அருகிலிருந்த காட்டிற்கு இழுத்து சென்றனர். முதல் நாள் கிடத்தப்பட்ட யானைகளின் உடல்களைக் காட்டு விலங்குகள் தின்றிருக்க, எலும்புக் கூடுகளும், சதைத் துணுக்குகளும் சிதறிக்கிடந்தன. காற்றில் துர்நாற்றம் அடர்ந்திருந்தது. மிருகங்களின் அனத்தல்களை செவிமடுத்த இலைகள் உதிர்ந்து கொண்டிருந்தன.

உயிர்கள் சோழ வீரர்களுக்கு இரையாக, உடல்கள் சோழ விலங்குகளுக்கு உணவாகின. சகடங்களின் ஓசை இரவெல்லாம் இருளை அரைத்துக் கொண்டிருந்தது. உண்ட களைப்பில் கானுயிர்கள் அமைதி கொண்டிருக்க, வெறும் வயிற்றுடன் காற்று அலைந்து திரிந்தது.

சோழக்கூடாரத்தில் கரிகாலனுடன் அமர்ந்திருந்தவர்களின் முகங்கள் மழையில் நனைந்த மலர்களாய் பளிச்சிட்டன. இரண்டாம் நாளின் வெற்றி புதிய உத்வேகத்தை அளித்திருக்க, உணர்வுகள் மணம் வீசிக்கொண்டிருந்தன. கூடாரத்தின் தீப்பந்தங்கள் மகிழ்வுடன் ஒளிர்ந்து கொண்டிருந்தன.

இளவெயினியைக் கூடாரத்திற்கு அழைத்துச் சென்று உணவருந்தச் செய்து விட்டு, மருத்துவக் கூடாரத்தில் காயமுற்ற வீரர்களைக் கண்டு ஆறுதல் கூறி விட்டு கரிகாலன் திரும்பியிருந்தான்.

‘மிகக்கடுமையான இன்றையப் போரில் கூட்டுப்படைகளுக்கு பேரிழப்பை ஏற்படுத்தியிருக்கிறோம்’ என்றார் தழல்மேனி.

‘பாண்டியத்தளபதிகள் இருவரை வீழ்த்தியிருக்கிறோம்’ என்றார் படர்சடையன்.

‘நமது வீரர்கள் செவ்வுடை அணியாமல் வட்டுடையுடன் கூட்டுப்படையில் நுழைந்து தாக்கியது அற்புதமான உத்தி’ என்றான் பரஞ்சுடர்.

வானவன் அமைதியுடன் இருப்பதை கவனித்த கரிகாலன் ‘நமது இழப்புகள் எத்தனை?’ என்று கேட்க..

'வட்டுடை அணிந்து கூட்டுப்படையை ஊடுருவிய வீரர்கள் வீழ்த்தப் பட்டுள்ளனர். குழப்பத்தை ஏற்படுத்தி விட்டு திரும்ப உத்தரவிட்டு இருந்தோம். ஆனால் ஆவேசம் அடங்காமல் தொடர்ந்து போரிட்டு பகை வீரர்களை வீழ்த்தி யுள்ளனர்' என்றான் வானவன்.

'களவெறி கள்வெறியைப் போன்றது. துவங்குவது மட்டுமே நாம். நிறுத்துவது நம்மிடமில்லை' என்றார் தழல்மேனி.

'கூட்டுப்படையை ஊடுருவ நாளை கூலிப்படையினரை பயன்படுத்துவோம்' என்றான் கரிகாலன்.

'நாளைய வியூகம் என்ன?' என்று கேட்டான் திதியன் ஆர்வத்தை அடக்க இயலாமல்.

'வலம்புரி வியூகம்'

'நாளைத் தாக்குதலை துவங்குகிறோமா?' என்று பேரார்வத்துடன் கேட்டான் நிலவன்.

'இல்லை. தற்காப்பின் நீட்சியாகவே தாக்குதல் இருக்கும்'

'திறந்த வெளியில் பகைவர்களைச் சிதைக்க மனம் விழைகிறது' என்று நிலவன் சிரிக்க...

'விரைவில் நிகழும்' என்றான் கரிகாலன்.

'வியூகத்தை எப்படி அமைக்க வேண்டும்?'

'சங்கை கிடைமட்டமாக நிலத்தில் இருத்தி வாய்ப்பகுதி கூட்டுப்படையைப் பார்ப்பது போல வியூகம் அமைய வேண்டும். வியூகத்தின் அரணாக இரண்டு வரிசை யானைத்தேர் அரண்களும், சங்கின் வாய்ப்பகுதியில் கேடய அரணை நிறுத்தி அதன் பின்னர் காலாட்படைகளை நிறுத்துங்கள்'

'யானை அரண்கள் அதிகமில்லை. பெரும்பாலானவை இன்று நொறுக்கப்பட்டு விட்டன. இரவில் அவற்றை வடிவமைக்க கொல்லர்கள் முயன்று வருகின்றனர்'

'எனில் வியூகத்தின் வெளிவரிசையை யானை அரணால் பிணைத்து உட்புறத்தை கேடய அரணால் அமையுங்கள். சங்கின் வாய்ப்பகுதி, தலைப்பகுதி, அடிப்பகுதிகளைத் திறந்து மூடும் வகையில் நகரும் உருளைகளின் மேல் இரும்புத் தடுக்குகளை அமையுங்கள். சங்கின் வாய்ப்பகுதியில் காலாட் படையினர் நிலை கொள்ளட்டும். இவையன்றி சங்கின் நாற்புறத்தில் தேர்ப்படையும், குதிரைப்படையும் வெளியேற நகரும் திறப்புகளை பொருத்துங்கள்'

பொறியின் நுட்பங்களையும் அவற்றை செயல்படுத்தும் விதங்களையும் கரிகாலன் கூறத்துவங்க, அனைவரும் மனம் குவிந்து அமர்ந்திருந்தனர்.

'நமது யானைப்படையை எப்படி பயன்படுத்துவது?'

''பாதியளவு யானைகளை நாமும் இழந்துள்ளோம். மீதமிருப்பவை காயமுற்று உள்ளன. அவற்றைத் தாக்குதலுக்கு பயன்படுத்த வேண்டாம்''

'நாளையப் போரில் கூட்டுப்படைகள் சதியினில் ஈடுபடவோ, தோல்விகளால் ஏற்பட்ட வெறுப்பின் உச்சத்தில் உயிரை துச்சமாக கருதி பேராற்றலுடன் போரிடவோ வாய்ப்புள்ளது. எச்சரிக்கை அவசியம் என்று அம்மா கருதுகிறார்'

'உண்மையே. இனி பெருஞ்சாத்தன் அறத்துடன் போரிடுவான் என்று எதிர் பார்க்க இயலாது' என்றான் இரும்பிடார்.

'நாளையப் போரில் உங்கள் அனைவருக்கும் மெய்க்காப்பு படையினர் தேவை. பத்து வீரர்கள் உங்களுடனே இருக்க வேண்டும். பகைவர்கள் வஞ்சக தாக்குதலில் ஈடுபட்டால் தக்கையையும், தகுணிச்சத்தையும் முழங்க செய்யுங்கள்'

'சரி'

'தளபதிகள் வீழ்த்தப்பட்டுள்ள நிலையில் நாளைச் சிற்றரசர்களும், வேந்தர்களும் தலைமை தாங்கி வருவர்'

'பெருந்தலைகள் உருளும்' என்றான் கரிகாலன்.

வீரம் வளரும்...

78

இரவின் இரண்டாம் பொழுதிலும் நிலம் வெப்பத்தை உமிழ்ந்தபடி இருக்க, தோளினைத் தழுவியிருந்த வெண்துகிலால் உடலை துடைத்துக்கொண்டார் சேரமான். ஆலமாய் அகன்ற திண்தோள்களில் விழுதுகளாய் கைகள் நீண்டு இறுகியிருந்தன.

அகல் விளக்கின் அனல் தளிர்கள் நிம்மதியின்றி அசைந்து கொண்டிருக்க, சேரமானின் எதிரில் செங்கெழுவும், வேங்கை மார்பனும் அமர்ந்திருந்தனர்.

'நாளையப் போரில் சோழப்படைகளை வெல்வதை விட கரிகாலனை வெல்வது பெருஞ்சிரமமாய் இருக்கும்' என்றார் சேரமான்.

'மாவசியைக் கொண்டு யானைகளை வீழ்த்துவது பெருஞ்செயலன்று. வாளேந்திய கைகளும், உரம் கொண்ட நெஞ்சுமாய் எதிர்த்து நிற்கும் சேரனை எதிர்கொள்வதே சிரமமான ஒன்று' என்றான் செங்கெழு.

சேரவீரர்கள் களரியில் தேர்ச்சியுற்று இருப்பதைக் குறிப்பிடுகிறான் என்றுணர்ந்த சேரமான் 'கரிகாலனும் களரி பயின்றவன். வளர்ந்த இடத்தால் அவனும் சேரனே' என்றார்.

'நாளையப் போரில் நான் அவனை வீழ்த்தி காட்டுகிறேன்' என்றான் வேங்கை மார்பன் மீசையை வலது கையால் நீவியபடி. மூவரின் எதிரிலிருந்த கள் குடுவைகளில் நுரைகள் பொரிந்து கொண்டிருந்தன.

'எடைமிகுந்த மாவசியை கரிகாலன் கைக்கொண்ட ஆற்றலை நினைவில் கொள்' என்றார் சேரமான்.

'வேங்கை மார்பனுடன் நானும் களமிறங்குகிறேன்' என்றான் செங்கெழு.

கூடாது. எனக்குப் பின்னரே நீ களமிறங்க வேண்டும்' என்றார் சேரமான்.

'நான் அகவையில் சிறியவன். என்னால் கரிகாலனை வீழ்த்த இயலாது என்று எண்ணுகிறீர்கள். கரிகாலன் என்னை விட சிறியவன்' என்றான் செங்கெழு சினத்துடன்.

'அப்படியல்ல. நீயும் மிகச்சிறந்த வீரனே''

'நமது தளபதியாலும் அவனை வீழ்த்த இயலாது என்று கருதுகிறீர்களா?'

''சிலம்ப வீச்சை நீங்கள் இருவரும் அறிவீர்கள். படை வீச்சு என்பது என்ன?''

''களிமண்ணைக் குழைத்து இரண்டு முழம் உயரத்தில் சுவரெழுப்பி, நாகவீச்சு சீறலில் உறுதியான காட்டுக் கம்பைச் சுழற்றி, பேராற்றலுடன் அடித்து சுவரை இருதுண்டுகளாய் வெட்டியெறிவதே படை வீச்சு. அப்படி பிரிப்பவனைப் படைவெட்டுக்காரன் என்று புகழ்வர். பெரும் புயவலிமை உடையவனுக்கு மட்டுமே சாத்தியமான ஒன்று'

'இதை எவ்வகையில் அடைகின்றனர்?'

'முழங்கால் வரையிலான நீரிலும், இடுப்பளவு நீரிலும், கழுத்தளவு நீரிலும் சிலம்ப பயிற்சிகளை மேற்கொண்டு தோள்களை வலுப்படுத்த வேண்டும். அத்தகைய வலுவினை கொண்ட படை வெட்டுக்காரன் சிலம்பத்தை வீசி மனித உறுப்புகளை வெட்டியெறிய இயலும்'

'கரிகாலன் அத்தகைய பயிற்சிகளுடன் சிறுவயதிலிருந்தே போருக்காக பயிற்றுவிக்கப்பட்டுள்ளான்'

'நாமிருவருமே படைவெட்டுக்காரர்கள் தானே' என்றான் வேங்கை மார்பன் வீறுடன்.

''போர் என்பது ஒரு மனதில் கருக்கொண்டு இரு மனங்களுக்கிடையே உருவாவது. படைகளும், ஆயுதங்களும் அடுத்து வருவது. உயிர்த்திருப்பதே போரின் முதல் நோக்கம். காடுகளில் மிருகங்கள் மோதும்போது இயற்கை அளித்திருக்கும் ஆயுதங்களை நம்பியே மோதுகின்றன. நகங்களும் பற்களும், எயிரும் கொம்புகளுமென எதிர்த்து நிற்கின்றன. வலிமையுள்ள அரசன் தனது வீரத்தை நம்புகிறான். படை வலிமை குறைந்தவன் தந்திரத்தை நம்புகிறான். இதில் அறம் என்பது அர்த்தமில்லாதது''

இளமையின் வேகம் கண்ணெதிரே தெரியும் வீரத்தைக் கணக்கிட தவறுகிறது என்று யோசித்த சேரமான் 'மனிதர்கள் அனைவரும் இயற்கையில் ஒரே விதமாய் பிறக்கிறார்கள். ஆனால் சிலருக்கு மட்டுமே கவி இயற்றவும், வணிகத்தைத் திறம்பட நடத்தவும் எளிதில் இயல்கிறது. இது மதிசார்ந்த திறன். இன்னும் சிலருக்கு சிற்பம் வடிக்கவோ, ஆயுதங்களை ஆளவோ இயல்பிலேயே கைகூடுகிறது. இது நுட்பம் சார்ந்த திறன். அதே போன்று சிலருக்கு மட்டுமே அபரிதமான ஆற்றல் உடலில் ஊற்றெடுக்கிறது. கரிகாலன் அத்தகையவன். மூன்று ஆற்றலும் ஒன்று குவிந்தவன். சிறுவயதிலிருந்தே அவனைப் பேராயுதமாய் வார்த்துள்ளனர். ஆற்றலைப் பெருக்கி சரியான நேரத்தில் அணுப்பிளவாய் வெடித்தெழச் செய்கிறான். அவனது ஆற்றலை கண்ணால் கண்டீர்கள். அதை உணர்ந்து வீழ்த்துவதை எண்ணுங்கள். பகையைக் குறைத்து மதிப்பிடுவது நமக்கு பாதகமாய் முடியும்''

இருவரும் அமைதியாய் இருக்க 'அவனை வீழ்த்தும் வழியை கூறுகிறேன். முள்ளம்பன்றியைக் கொல்வதற்கு ஆற்றலை விட தேன் வளைக்கரடியின் நுட்பமே அவசியம். யானையைச் சரிக்க சிறு தேனீயால் இயலும். கரிகாலன் பேராற்றலை மட்டுமே கொண்டிருக்கிறான். அவனுடன் போரிடும்போது நுட்பத்தைக் கைக்கொள்ளுங்கள்'

'நாளையப்போரில் நுட்பத்தைக் கொண்டு அவனை வீழ்த்துகிறேன்' என்றான் வேங்கை மார்பன்.

கரிகாலன் வெளிப்படுத்திய வீரத்தை விட, வெளிப்படுத்தப் போகும் வீரத்தை எண்ணிய சேரமான் பெருமூச்சொன்றை வெளிப்படுத்தினார். 'உனக்கு முன்னால் நான் களமிறங்க எண்ணுகிறேன்' என்றார்.

'இல்லை வேந்தே. நாளை நான் பகைமுடிக்கிறேன்'

''நுட்பமான உனது உத்திகள் பாறையைப் பிளந்து ஊடுருவும் வேர்களுக்கு ஒப்பானது. நுட்பத்துடன் நெகிழ்வுத் தன்மையை இணைத்து அவனை எதிர் கொள். உன்னால் வீழ்த்த இயலும்'' என்றார் சேரமான். தொலைவில் விலங்குகள் இறைச்சிக்கு சண்டையிடும் ஓசை கேட்டது.

★★★

சிற்றரசர்கள் கூடாரத்தில் பெருஞ்சாத்தனுடன் தீச்செல்வனும், முத்துமேனியும் அமர்ந்திருக்க, எதிரே இருங்கோவேள் நின்றிருந்தான். சுடரின் வெளிச்சத்தில் பெருஞ்சாத்தனின் முகம் பளபளத்துக் கொண்டிருந்தது.

மொழி தெரியாத யவன வீரர்களைத் தனது பாதுகாவலர்களாக பெருஞ்சாத்தன் நியமித்திருக்க, முழுக்கை சட்டையணிந்த யவன வீரன் உள்ளே நுழைந்து அனைவருக்கும் தேறலையும், வெள்ளாட்டின் தசையையும் வைத்து விட்டு நீங்கினான்.

'நாளையப் போரிலும் நாம் தோற்பது உறுதி' என்றான் பெருஞ்சாத்தன்.

மற்றவர்கள் அதிர 'ஏன் அவ்வாறு கூறுகிறாய்?' என்றான் தீச்செல்வன்.

'இவ்வளவு பெரிய படையை எதிர்த்து பாதுகாத்துக் கொள்ள பெரும் ஆற்றல் வேண்டும். பாதுகாத்துக் கொண்டது மட்டுமல்லாமல் நமது பாதிப் படையை உருக்குலைத்து விட்டான் கரிகாலன். மலையைப் போன்ற இறுகிய வியூகங்களை உருவாக்குகிறான். அவனது அரண்களை நாம் தகர்ப்பதில்லை. நாம் தகர்ப்பதாய் எண்ணச் செய்து உள்ளிருந்து தகர்த்து நம்மை ஈர்க்கிறான். நெருப்பில் கருகும் விட்டில் பூச்சிகளாய் மடியச்செய்கிறான். அவனை வீரத்தாலோ, வியூகத்தாலோ வீழ்த்த இயலாது'.

'வேறென்ன செய்வது? ஆணிவேரை சிதைத்தவுடன் மரத்தினை சாய்த்து விட்டதாக கருதினோம். ஆனால் விழுதாய் மண்ணிறங்கிய கரிகாலன் சோழத்தைத் தாங்கி நிற்கிறான்'

"வாய்ப்புகளுக்கு காத்திருப்பவனைக் காலமும் மதிப்பதில்லை. வாய்ப்புகளை உருவாக்குபவனுடன் தெய்வமும் கைகோர்க்கிறது. நாம் வாய்ப்புகளை உருவாக்குவோம்"

'எப்படி? அறத்தின் வழியில் போரை நடத்துகிறான் நம்பி'

"போர் என்பது ஒரு மனதில் கருக்கொண்டு இரு மனங்களுக்கிடையே உருவாவது. படைகளும், ஆயுதங்களும் அடுத்து வருவது. உயிர்த்திருப்பதே போரின் முதல் நோக்கம். காடுகளில் மிருகங்கள் மோதும்போது இயற்கை அளித்திருக்கும் ஆயுதங்களை நம்பியே மோதுகின்றன. நகங்களும் பற்களும், எயிரும் கொம்புகளுமென எதிர்த்து நிற்கின்றன. வலிமையுள்ள அரசன் தனது வீரத்தை நம்புகிறான். படை வலிமை குறைந்தவன் தந்திரத்தை நம்புகிறான். இதில் அறம் என்பது அர்த்தமில்லாதது"

'வேறன்ன செய்யலாம் என்கிறாய்?'

'நமது ஆயுதத்தை கையிலெடுப்போம். சூதினால் வீழ்த்துவோம். சூழ்ச்சி என்று இவர்கள் பழிப்பது நுண்ணறிவின் உச்சம். அதில் நாம் இணையற்றவர்கள். போரில் ஈடுபட்டு உயிர்களை இழக்காமல் மதியின் நுட்பத்தால் வெற்றியை ஈட்டுபவனே மிகச் சிறந்த அரசன்'

"போர்க்களத்தில் எத்தகைய சூதினை நிகழ்த்துவது?"

'கரிகாலனின் நிழலுக்குள் நுழைந்தவன் உயிருடன் மீளமாட்டான். அவனைத் தொலைவிலிருந்தே வீழ்த்த இயலும். நமது படையின் சிறந்த வில்லவர்களைத் தேர்ந்தெடு. நாளையப் போரில் கூட்டுப்படையால் சோழத்தை வெற்றி கொள்ள இயலாவிட்டால், இறுதிப் பொழுதில் கரிகாலனும், சோழத் தளபதிகளும் போரிடுகையில் மறைந்திருந்து அம்பெய்து வீழ்த்த சொல்'

‘சிறந்த யோசனை. ஆனால் அம்பெய்து வீழ்த்தியவர்கள் எவரென்று காரணிகர் கண்டறிந்தால்?’

‘சோழர்களை வீழ்த்தியவுடன் வில்லவர்கள் மற்ற வீரர்களுடன் இணைந்து கொள்ளட்டும். தேவைப்பட்டால் அவர்களையும் அழித்து விட ஏற்பாடுகள் செய். தலைகளைச் சிதைத்து போரை வென்ற பின் காரண காரியங்களை எவரும் ஆராய மாட்டார்கள்’

திட்டத்தின் சாத்தியக்கூறுகளை மனங்கள் ஆராய, பெருஞ்சாத்தனின் வார்த்தைகளில் இருந்த உண்மையை உணர்ந்த இருங்கோவேள் ‘உத்தரவு’ என்றான்.

‘சிற்றரசர்களின் தளபதிகளில் நீயும், புன்னாட்டுத் தளபதி எரிகனலுமே மிஞ்சி இருக்கிறீர்கள். நாளைய போரில் நீங்கள் களமிறங்க வேண்டியிருக்கும். சோழப் படையை அதிகம் நெருங்காமல் போரிடுங்கள். இறுதிப் பொழுதில் கரிகாலனை வீழ்த்தியதும் முன்னேறி தாக்குங்கள். வெற்றியடைந்தே தீரவேண்டும்’ என்று உறுமினான் பெருஞ்சாத்தன்.

★★★

சோழக் கூடாரத்தில் கரிகாலன் இளைஞர்களுடன் நிலத்தில் அமர்ந்து உணவுண்ண துவங்குகையில், காவல் வீரன் கூடாரத்தினுள் நுழைந்து ‘கூட்டுப்படைகளின் காரணிகர் வேல்கெழு குட்டுவன் தங்களைக் காண வந்திருக்கிறார். பாசறைக்கு வெளியே காத்திருக்கிறார்’ என்றதும், குட்டுவனை அழைத்து வர நிலவன் எழுந்து வேகமாக வெளியேச் செல்ல,

‘வரட்டும்’ என்றான் கரிகாலன்.

சிறிது நேரத்தில் நிலவனைத் தோளோடு தோள் சேர்த்து அணைத்தவாறு வெண்ணிற ஆடையில் சிரித்தபடி வேல்கெழு உள்ளே நுழைய, ‘வாருங்கள் காரணிகரே. எங்கள் மீது முறையீடு ஏதும் உள்ளதா?’ என்றான் இளம்பரிதி.

இளம்பரிதியின் முதுகில் அறைந்த வேல்கெழு ‘நீ உணவின் அளவையும், உடலையும் பெருக்கி சோழ நாட்டின் வளங்களை சூறையாடுவதாய் முறையீடு வந்துள்ளது’ என்று கூற அனைவரும் சிரித்தனர்.

கரிகாலனிடம் சென்ற வேல்கெழு அவனை அணைத்துக் கொண்டான். ‘புதிய வியூகங்கள், சீறியெழும் வீரம் என்று இன்றையப் போரிலும் கூட்டுப்படைகளை அடிபணிய செய்து விட்டாய். கரிகாலன் என்ற பெயருக்கேற்ப யானைகளின் காலனாக மாறி புயல்காற்றென புரட்டி எறிந்து விட்டாய்’ என்று மகிழ்வுடன் கூற..

‘சேரயானைகளை அழித்ததில் அவ்வளவு மகிழ்ச்சியா உனக்கு’ என்று சுடரொளி சிரித்தான்.

‘எனது தந்தை தலைகுனிந்திருப்பார் என்றெண்ணுகையில் சிறிது வருத்தமே. எனினும் இத்தகைய போரினைக் கண்டது பெருமிதம் கொள்ள வைக்கிறது’

‘கூட்டுப்படைகளின் காரணிகர் நீ. இங்கு வந்ததற்கு எவரும் மறுப்பு தெரிவிக்கவில்லையா?’

‘காரணிகராய் நியமிக்கப்பட்டதிலிருந்து நான் அவர்களின் போர் ஆலோசனையில் பங்கேற்பதில்லை. எனது தந்தையையும், சகோதரனையும் கூட காண செல்வதில்லை. எனக்கென அளிக்கப்பட்டுள்ள கூடாரத்தில் தனித்திருக்கிறேன். எனவே அவர்கள் மறுப்பதற்கு காரணம் ஏதுமில்லை. இன்றைய போரினைக்கண்டதும் கரிகாலனைக் கண்டு பாராட்டாமல் இருக்க இயலவில்லை’

‘சேரப்படைகளுக்கு தளபதி வேண்டுமென்றால் நிலவனை அனுப்பி வைக்கிறேன். சேரத்தளபதியாக இப்போதும் ஆர்வத்துடன் இருக்கிறான்’ என்று இளம்பரிதி கூற, மீண்டும் அனைவரும் சிரித்தனர்.

கரிகாலன் ‘அமர்ந்து கொள். உணவருந்தி செல்லலாம்’ என்று கூறி தனக்கருகில் வாழை இலையை இட்டு ஊன்துடி அடிசிலை நிரப்ப, வேல்கெழு அமர்ந்து கொண்டான்.

போரில் இளைஞர்கள் ஒவ்வொருவரும் போரிட்ட முறைகளைக் குறிப்பிட்டு புகழ்ந்த குட்டுவன் சோழத்தின் அச்சுகளாக ஐவரும் இருப்பதைக் கூற, கூடாரத்தில் துணிகள் காற்றில் மகிழ்வுடன் அசைந்தாடின.

சில நாழிகைகள் களித்துரையாடிய வேல்கெழு ‘புறப்படுகிறேன்’ என்று கூறி விட்டு எழ, நால்வரும் அவனுடன் கூடாரத்தை விட்டு வெளியே வந்தனர்.

வேல்கெழு குதிரையை நெருங்குகையில் ‘இப்போரிலிருந்து நீங்கிச் செல்ல உனது தந்தையை வலியுறுத்த இயலுமா?’ என்று கேட்டான் கரிகாலன்.

வார்தைகளின் பொருளை உணர்ந்த வேல்கெழுவின் முகத்தில் வலி துடித்து அடங்க ‘முயன்று விட்டேன். கூட்டுப்படையுடன் இணைந்த பின்னர் பின்வாங்குவதோ, விலகுவதோ வீரமற்ற செயல் என்று மறுத்து விட்டார்’ என்றான்.

குதிரையின் மேலேறிய வேல்கெழுவின் முகம் இறுகியிருக்க ‘எதுவரினும் நீ போரினை வெல்ல வேண்டும். உனது தந்தையைக் கொன்றவர்களை வஞ்சினம் தீர்க்காவிட்டால் உலகில் அறமின்றி போகும்’ என்று கூற, கரிகாலன் மெதுவாக தலையசைத்தான்.

வேல்கெழு விலகிச் செல்வதை பார்த்தபடி இருந்த இளம்பரிதி 'சேரமானையும், செங்கெழுவனையும் என்ன செய்வது?' என்று கவலையுடன் கேட்க...

'சிறை பிடித்து விடலாம்' என்றான் முகில்.

'சேரமானை சிறையெடுக்க இயலாது. வீழும் வரையில் போரிடுவார்' என்றான் நிலவன்.

'அவர்களுடன் போரிட நேர்கையில் சிறையெடுக்க முயல்வோம். வேறெந்த சிந்தனைகளும் வேண்டாம். அமைதியாக சென்று உறங்குங்கள்' என்றான் கரிகாலன்.

நிலவனும் மற்றவர்களும் களைந்து செல்ல, வெண்ணிலவு கண்கொட்டாமல் பார்த்திருந்தது. காற்றின் கைகள் உடலைத் தழுவி ஆறுதல் கூற முயன்றது.

★★★

பெருந்தேவனாரின் கூடாரம் வெண்ணாற்றின் கரையில் அமைந்திருக்க அருகில் புலவர்களுக்கும், பாணர்களுக்கும் தனித்த கூடாரங்கள் இருந்தன. கூடாரங்களின் நாற்புறத்திலும் சோழ வீரர்கள் காவலுக்கு நின்றிருந்தனர்.

நிலவின் பால்வண்ண ஒளி நிலத்தை நனைத்திருக்க, ஆற்று நீர் சலசலத்துக் கொண்டிருந்தது. காற்றின் வருடலால் ஏற்பட்ட சிற்றலைகள் வெள்ளிப் பாம்புகளாய் சுருண்டெழுந்து அமிழ்ந்து கொண்டிருக்க, ஆற்று நீரில் குளித்து வந்த ஈரக்காற்று உடலை தழுவிச் சென்றது.

மணல்வெளியில் மரக்கட்டைகள் எரிந்து கொண்டிருக்க, நெருப்பை சுற்றியமர்ந்து சிலர் அன்றையப் போரில் கரிகாலன் நிகழ்த்திய வீரத்தை வருணித்துக் கொண்டிருந்தனர்.

'போரில் ஆயிரம் யானைகளைக் கொன்ற வீரனை புகழ்ந்து பாடுவது பரணி. பல்லாயிரம் யானைகளை வதம் செய்த கரிகாலனின் மாவீரத்தை இன்றே வெண்ணிப் பரணியாய் துவங்க மனம் விழைகிறது' என்றார் பரணர்.

'உலகம் கண்டிராத புதிய வியூகங்களை உருவாக்கி கூட்டுப்படைகளை வீழ்த்திய விதத்தைப் பற்றி பாக்கள் புனைவேன்' என்றார் மாமூலனார்.

"தற்காப்பில் தாக்குதலையும், தாக்குதலில் தற்காப்பையும் இழைத்த கரிகாலனின் புதிய உத்தியை போர் இலக்கணமாய் படைப்பேன்" என்றார் கழாத்தலையார்.

"கரிகாலன் யானைகளைக் கொன்று குவித்த விதத்தை கூறினால் கற்பனை என்றே உலகம் கூறும். உலகை உலுக்கும் பெரும் உக்கிரத்தை குறைத்து எவ்வாறு எழுதுவது. அரன் ஆடிய அசுர தாண்டவத்தை விஞ்சும் கரிகாலனின் வீரத்தை எழுத்தில் எப்படி வடிப்பது" என்றார் பரணர்.

பாணர்களின் கூடாரத்திற்கு எதிரே 'கொற்றவையாய் களமிறங்கி யானைகளை பந்தாடிய கரிகாலன் நான். பகை முடித்தே சினம் தணிவேன்' என்று பாணன் ஒருவன் கைகளில் நெருப்புக்கட்டைகளை ஏந்தி இங்குமங்கும் தாவி உக்கிரமாக ஆடிக்காட்டினான்.

'சோழமக்களின் தெய்வம் நான். பகையை கருவருப்பேன். மக்களைக் காப்பேன்' என்று விறலியர் ஆடினர்.

அனைவரின் களிப்பையும் கண்டவாறு கூடாரத்திற்கு வெளியிலிருந்த இருக்கையில் பெருந்தேவனார் மனமகிழ்வுடன் அமர்ந்திருந்தார். கரிகாலனின் வியூகங்களும், உத்திகளும் பிரமிக்க செய்வதாய் இருக்க, அன்றைய இறுதிப் பொழுதில் நிகழ்த்திய போர் கண்களை விட்டு அகல மறுத்தது. களத்தின் பிற நிகழ்வுகளைக் காண விடாமல் ஆடுகளைப் போல யானைகளைப் பலியெடுத்தவனைக் கண்டு திகைப்பும், களிப்பும் ஏற்பட்டிருந்தன.

கரிகாலனின் மதியூகத்தை அரங்கில் கண்டு அதிசயித்தவர் அவனது பேராண்மையை களத்தில் கண்டு வியந்திருந்தார். கூட்டுப்படைகளை கரிகாலன் வீழ்த்துவது திண்ணமென்று கருதினார். அனைவரின் ஆட்ட பாட்டங்களும் நள்ளிரவு வரையில் தொடர்ந்து கொண்டிருந்தன. இசையின் வெம்மை நிலத்தை எரிக்க, வெண்ணாறு உருகி ஓடிக்கொண்டிருந்தது.

★★★

மூன்றாவது நாளின் அதிகாலையில் நிலம் குளிர்ந்திருக்க, இரண்டு குதிரைகள் இழுக்கும் தேரில் கிழக்கு புற காரணிகர் மாடத்தை வந்தடைந்த பெருந்தேவனார் கீழிறங்கினார். புலவர்களையும், மற்றவர்களையும் வணங்கியவர் மாடத்தின் மேலடுக்கை அடைந்து இருக்கையில் அமர, எதிரே இரு அணிகளின் படைகளும் நிலைக்கொள்ளத் துவங்கியிருந்தன. கூட்டுப்படை பாதிக்கு மேல் குறைந்திருக்க, சோழப் படையின் அளவில் மாற்றமேதும் தென்படாததைக் கவனித்தார்.

மல்லிகை மொட்டு போல கூட்டுப்படைகள் அணிவகுக்க, சோழப்படை நீள்வட்டமாய் தேர் அரணை அமைக்கத் துவங்கியது. முன்புறத்தில் வாய்பகுதியும், தலைப்பகுதி சங்கு போலவும் உருமாற, இன்றையப் போர் எத்திசையில் பயணிக்குமென்ற எண்ணம் எழுந்தது. சிந்தனையுடன் செவ்வரியோடிய கிழக்கு திசையைக் கவனிக்க துவங்கினார்.

சோழ மாடத்தில் நின்ற கரிகாலன் கூட்டுப்படையின் வியூகத்தைக் கூர்ந்து கவனித்துக் கொண்டிருக்க, மற்றவர்கள் அருகில் இருந்தனர். 'கூட்டுப்படைகளும் புதிய வியூகத்தை அமைக்கிறார்கள்' என்றான் பரஞ்சுடர்.

‘குதிரைப்படைகளும், தேர்ப்படைகளும் பின்பகுதியில் வரிசையாய் நிற்கின்றன. சிலம்பியை போன்று வியூகம் கொள்கின்றனர்’ என்றான் வானவன்.

‘குடுவையைப் போன்று முகமும் விரியும் தசைகளாய் கேடய வீரர்களும் சிலந்திமீனை ஒத்துள்ளது’ என்றான் கரிகாலன்.

‘தேர்ப்படையும், குதிரைப்படையும் எண் கைகளாக பாய்ந்து தாக்குவதற்கு வடிவமைத்திருக்கின்றனர். நீராளியைப் போன்ற வியூகம்’ என்றான் இரும்பிடார்.

கூட்டுப்படைகளின் நடுவே நீண்ட அடிமரங்கள் நிலத்தில் கிடக்க, மரங்களின் இருபுறங்களிலும் வீரர்கள் சுமந்து சென்று அரண்களை தகர்ப்பதற்காக எண்ணற்ற கழிகள் அறையப்பட்டிருப்பதைக் கண்ட பரஞ்சுடர் ‘கோட்டைக் கதவுகளைத் தகர்ப்பது போல இன்று வியூகத்தை தகர்க்க எண்ணுகின்றனர்’ என்றான்.

‘இன்றையப் போரை நீ பின்னிருந்து நடத்து. நீராளியின் முகத்தையும், கைகளையும் நாங்கள் கிழித்தெறிகிறோம்’ என்றான் நிலவன்.

‘நமது வியூகத்தில் மாறுதல்கள் தேவையில்லை. வீரர்களை குறுந்தொகுதியாக இறுகிப் போரிடச் சொல்லுங்கள். கொல்வதை விட உயிர்த்திருப்பதே முக்கியம்’ என்று கரிகாலன் கூற, அனைவரும் மாடத்திலிருந்து கீழிறங்கத் துவங்கினர்.

கூட்டுப்படைகளின் காலாட்படைகள் கோள வடிவில் நின்றிருக்க, கேடய வீரர்கள் முன்புறத்தில் நின்றனர். நடுவில் தென்னவன் இருந்தான். கோளத்தின் பின்புறத்தில் நான்கு குதிரை வரிசைகளும், இரண்டு தேர்வரிசைகளும் உருவாகியிருக்க, இடப்புறத்தின் மூன்று குதிரைப்படைகளுக்கு சேரத் தளபதி வேங்கை மார்பன், முள்ளூர் தளபதி இருங்கோவேள், புன்னாட்டின் தளபதி எரிகனல் தலைமை தாங்கினர்.

வலப்புறத்தின் இரண்டு தேர்ப்படைகளுக்கும், ஒரு குதிரைப்படைக்கும் தொண்டை நாட்டு அரசன் பாபநாசன், நீடூர் மிழலையின் அரசன் அணியன், ஆமூரின் அரசன் சந்தனக்கோடன் ஆகியோர் தலைமை தாங்கினர்.

காலாட்படைகள் சங்கின் அரண்களை உடைத்த பின்னர் தக்க தருணத்தில் ஆறு கைகளும் வெளிப்பட்டு தாக்க நம்பி உத்தரவிட்டிருந்தான்.

இவற்றைத் தவிர நீராளியின் இரண்டு கால்களாக எருமை நாட்டு அரசன் விகுபனும், புங்கி நாட்டு அரசன் கடுங்கோனும் குதிரைப்படைகளுக்குத் தலைமை தாங்கி பின்புறத்தில் இருந்தனர்.

சோழத்தின் வியூகம் வலம்புரிச்சங்கை கிடைமட்டமாக நிலத்தில் இருத்தியது போல உருவாகியது. வலப்புறத்தில் சங்கின் தலைப்பகுதியும், இடப்புறத்தில் அடிப்பகுதியும்

உருவாக முன்புறத்தில் நடுவில் நீள்வட்டமாய் வாய்ப்பகுதி நிலைபெற்றது. வியூகத்தின் உடல் பகுதியை தேர் அரணால் உருவாக்கி வாய்ப்பகுதியை கேடய அரணால் பிணைத்தனர்.

சங்கின் முன்பகுதியில் ஐந்து வாயில்களும், பின்பகுதியில் இரண்டு வாயில்களும் என நிலத்தில் உதித்த வலம்புரியாய் வியூகம் அமைந்தது. வாய்ப்பகுதிக்கு வலப்புறத்திலும், இடப்புறத்திலும் இருந்த வாயில்களை உருளைகளின் மேல் நகரும் இரும்புத் தடுப்புகளால் தேர் அரணுடன் பிணைத்தனர். சங்கின் தலைப்பகுதியிலும், வால்பகுதியிலும் தடுக்குகள் அமைந்து அதனுள்ளும் படைகள் நின்றன. வியூகத்தின் பின்புறத்தில் இரண்டு தடுப்புகளாலான வாயில்கள் இருக்க, அனைத்து திறப்பு களிலிருந்தும் சோழக் குதிரைகள் வெளியேறி தாக்குதல் நிகழ்த்த ஆயத்தமாயிருந்தன.

வலம்புரியின் வாய்ப்பகுதியில் காலாட் படையினர் புலிக்கொடிகளைத் தாங்கி நிற்க, யானைத் தேர்களின் மேலிருந்த கழுகுப் பொறிகள் இரைகளுக்காகக் காத்திருந்த மலைக்கழுகுகளாய் அமர்ந்திருந்தன.

வாயிலின் வலப்புற குதிரைப்படைக்கு வானவனும், சுடரொளியும் பொறுப் பேற்றிருக்க, இடப்புற குதிரைப்படையை இளம்பரிதியும், திதியனும் காத்து நின்றனர்.

தலைப்பகுதியின் உள்ளிருந்த குதிரைப்படைக்கு இரும்பிடாரும், படர்த்தலையனும் பொறுப்பேற்றிருக்க, சங்கின் அடிப்பகுதியிலிருந்த தேர்ப்படைக்கு தழல்மேனியும், முகிலும் தலைமை தாங்கினர்.

சங்கின் வாய்ப்பகுதியில் நிலவனும், பரஞ்சுடரும் இருக்க அவர்களுடன் செஞ்சூரியனும், கபிலனும் இருந்தனர். வீரர்கள் புலிக்கொடிகளை அசைத்தபடி நிற்க, கரிகாலன் யானைத் தேரின் மேல் நின்று படைகளைக் கவனித்தபடி இருந்தான்.

ஐந்து சிற்றரசர்கள் களம் புகுந்திருக்க, மீதமிருந்த சிற்றரசர்கள் நடுமாடத்தில் நம்பியுடன் அமர்ந்திருந்தனர். சோழ வியூகத்தை உற்று கவனித்த நம்பி சோழ வியூகம் யானைத்தேர்களால் சங்கினைப் போன்று உருக்கொள்வதையும், வாய்ப்பகுதி இரும்பு தடுக்கினால் அடைக்கப் படுவதையும் கவனித்தான்.

வியூகமானது தலைப்பகுதி, வாய்ப்பகுதி, அடிப்பகுதியென்று மூன்று பிரிவுகளாய் பிரிந்திருக்க, சங்கின் உடலுக்குள் குதிரைப்படைகளும், தேர்ப்படையும் தேவைக்கேற்ப வெளியேறித் தாக்கும் வகையில் நின்றன.

'இன்று வலம்புரி சங்கைப் போன்ற வியூகம். சங்கின் வாய்ப்பகுதி மிகுந்த வலிமையுடன் உள்ளது. விற்பொறிகளும், தாக்குதலும் அதிகம் உள்ளது. எனவே எச்சரிக்கையுடன் அணுக வேண்டும்' என்றான் நம்பி.

'இரண்டு இடங்களில் தடுக்குகளை உடைத்து ஊடுருவி விட்டால் அரணை சரித்து விடலாம்' என்றார் தொல்லோன்.

'இதற்கு முன்னர் செய்தது போல ஓரிரு இடங்களில் தாக்குதல் நிகழ்த்தினால் மதில்கள் மேலிருக்கும் அனைத்துப் பொறிகளும் நமது படைகளின் மேல் குவியும். எனவே ஏழு வாயில்களிலும் தாக்குதல் நிகழ்த்துவோம்' என்றான் பெருஞ்சாத்தன்.

'சங்கின் வாய்ப்பகுதியில் சோழத்தின் காலாட்படையினர் அணைக்கட்டின் நீரைப் போல தேங்கி நிற்கின்றனர். ஆனால் இன்று கடலின் சீற்றத்தை அணைக்கட்டு தாங்குமா?' என்றான் மரைக்காடன்.

இடப்புற மாடத்தில் சேரமான் அமர்ந்திருக்க, அவரின் பின்னால் செங்கெழு நின்றான். 'வாய்ப்பகுதி வலப்புறத்தில் சுழித்திருக்கும் வலம்புரி வியூகம் இன்று. ஒவ்வொரு நாளும் தற்காப்புக்கான சிறந்த வியூகங்களைக் கரிகாலன் வடிவமைக்கிறான். இரண்டு நாட்களில் அவற்றின் திறனை செயல்படுத்தியும் காட்டி இருக்கிறான்' என்றார் சேரமான்.

'தாக்க அவசியமில்லாமல் தற்காத்துப் போர் புரிய வேண்டிய நிலை அவனுக்கு. ஆனால் முன்னேறித் தாக்க வேண்டிய நிலை நமக்கு' என்றான் செங்கெழு.

'உண்மையே. பலவீனத்தை தனது பலமாக மாற்றிக் கொண்டுள்ளான்'

'கரிகாலன் வேல்கெழுவை காரணிகராக நியமிக்கக் கோரிய காரணத்தை தேடிக் கொண்டிருந்தேன். போரை உறுதியாக வெல்ல முடியுமென்று எண்ணிய கரிகாலன், வேல்கெழுவின் உயிரைக் காப்பதற்காக காரணிகராய் நியமிக்க வேண்டியிருக்கிறான்'

இதனை முதல் நாளே யூகித்திருந்த சேரமான் அமைதியாயிருக்க..

'எனில் வேறு எவரையும் ஒரு பொருட்டாய் கொள்ளவில்லை. உங்களையும், என்னையும் எளிதாக வீழ்த்தி விடலாமென்று எண்ணுகிறான்' என்று முகம் சிவக்க கூறினான் செங்கெழு.

'நண்பனுடன் போரிடும் நிலை ஏற்படக்கூடாதென்று எண்ணி கரிகாலன் இதனை வேண்டியிருக்கிறான். நம்மைப் போரிலிருந்து விலகவும் அவன் வேண்டியதை நினைவில் கொள்'

'அவன் ஆற்றலின் மேல் அவ்வளவு இறுமாப்பு அவனுக்கு'

'அல்ல. தனது தந்தையைக் கொன்ற சிற்றரசர்களைப் பழி தீர்க்கவே விழைகிறான்'

'சேரநாட்டில் காயமுற்றபோதே நமது உதவியை கோரியிருக்கலாமே?'

‘ஒவ்வொரு நாடாய் சென்று மறைந்திருந்தவர்கள் நம்மை அணுக தயங்கியிருக்கலாம்’ என்று சேரமான் கூறும் போதே விடை தெரியாத கேள்விகள் மனதில் பளிச்சிட்டன. வேட்டைக்கு தான் சென்றிருக்கையில் நாட்டில் நிகழ்ந்த நிகழ்வுகளாக ஒற்றர்கள் கூறியிருந்தது நினைவில் தோன்றியது.

‘நல்லினி உச்சிநாதரை தனியாக சந்தித்து பேசியது என்ன? அதனை தன்னிடம் கூறாமல் மறைத்தது ஏன்?’ மழையின் முதல் துளி மற்ற துளிகளை அழைத்து வருவது போல முதல் கேள்வி மற்ற கேள்விகளை இழுத்து வந்தது. போருக்குப் புறப்படும் வரையில் நல்லினி அதைப் பற்றி கூறாதது தீயாய் சுட்டது. எரியும் எண்ணங்களை தணல்விழுங்கியாய் விழுங்கினார்.

போர்க்களத்தின் இரு புறங்களில் இருந்த அறமாடங்களிலிருந்து எரியம்புகள் பாய்ந்து செல்ல, பாண்டிய நாட்டின் வீரமுரசுகள் வெடியோசையை எழுப்பின. கூட்டுப்படை வீரர்கள் சூறைக்காற்றாய் முன்னேற, சோழ வீரர்கள் ஆலமாய் வேர் பிடித்து இறுகி நின்றனர். மூன்றாம் நாள் போர் துவங்கியது.

வீரம் வளரும்...

79

போர் துவங்கியதும் வலம்புரி வியூகத்தின் அனைத்து புறங்களிலிருந்தும் கூட்டுப்படையின் கவசப்படை வீரர்கள் போர்க் கூச்சலை எழுப்பியபடி முன்னேறினர். ஒரே நேரத்தில் ஏழு இடங்களிலும் தாக்கி வலம்புரியைக் கிழித்தெறிய நம்பித் திட்டம் வகுத்திருக்க, காலாட்படை வீரர்கள் பெருஞ்சத்ததுடன் ஓடினர். வியூகம் உடைய காத்திருந்த குதிரைகள் அமைதியிழந்து கால்களைத் தரையில் உதைத்தன.

கூட்டுப்படை வியூகமான நீராளியின் முகமாய் நின்ற நூற்றுக்கணக்கான கேடய வீரர்கள் இரண்டு கைகளிலும் ஆளுயர கேடயங்களைத் தாங்கி நகர, அவர்களின் பாதுகாவலில் வீரர்கள் அரணைத் தகர்க்க மரத்தினைச் சுமந்து சென்றனர். அதற்கடுத்து ஆயிரக்கணக்கான வாட்படை வீரர்களும், விற்படை வீரர்களும் முன்னேறினர். விற்படையினர் அனைவரும் ஒரே நேரத்தில் அம்புகளை விடுக்க, வானில் தாவியெழுந்த அம்புகளின் நிழல் கரும்போர்வையாய் நகர்ந்து சோழத்தை மூடியது. நிழலின் கூரிய நகங்கள் சடசடவென்று கேடயங்களைத் தாக்கி முறிந்து விழுந்தன.

பட்டறிவு என்பது நமக்கு நிகழ்பவற்றில் மட்டும் பாடம் கற்பதன்று. மற்றவர்க்கு நிகழ்பவற்றில் இருந்தும் கற்றுக் கொள்வதே.

வலம்புரியின் வாய்ப்பகுதியில் இருந்தும், அரண்களின் மேலிருந்தும் சோழர்கள் எய்த அம்புகள் கேடயங்களில் பட்டுத் தெறித்தன. மரங்களில் குத்தி நின்றன. வாய்ப் பகுதியின் இடப்புறமும், வலப்புறமும் இருந்த தேர் அரண்களின் மேலிருந்தும் சோழர்கள் மரங்களைச் சுமந்து நெருங்குபவர்களின் மேல் அம்பெய்ய, நீராளியின் விற்படை வீரர்கள் அகன்று, பரவியவாறு தேர் அரணைத் தாக்கி சோழர்களின் கவனத்தைத் திசை திருப்பினர்.

'சேரத்தின் விற்பொறிகளை முன்னே நகர்த்துங்கள்' என்று தென்னவன் கூற…

அம்புப் பொறிகள் முன்வரிசைக்கு உருட்டிச்செல்லப்பட்டன. சோழத்தின் கழுகுப் பொறிகளைக் கண்ட பின்னர் பாண்டிய விற்பொறிகளையும் மறைக்குமாறு அரணங்களை உருவாக்க நம்பி கூறியிருந்தான். விற்பொறிகளை இரும்பினாலான அரணங்கள் பாதுகாத்திருக்க, அதன் மறைவிலிருந்து சேரர்கள் பொறிகளை இயக்கி அம்பு மழை பெய்தனர். வெறியுடன் பாய்ந்த பிறை அம்புகள் தேர் அரண்களின் சல்லடைக் கண்களை வெட்டியெறியத் துவங்கின.

சோழத்தின் கழுகுப் பொறிகள் கூட்டுப்படைகளின் விற்பொறிகளைத் தாக்க, அம்புகள் அரணங்களில் பட்டுத் தெறித்தன. சேரத்தின் அம்புப் பொறிகள் வெள்ளமாய் அம்புகளைப் பாய்ச்சுவதைக் கண்ட கரிகாலன் 'கழுகுப் பொறிகளின் அச்சுகளை மாற்றுங்கள்' என்றான்.

அம்பெய்யும் அச்சுகளை மாற்றிய சோழ வீரர்கள் பொறிகளில் ஈட்டிகளை பொருத்தினர். மறுகணம் ஒவ்வொரு பொறியும் ஐந்து ஈட்டிகளை எய்ய, பெரும் விசையுடன் ஈட்டிகள் காற்றுவெளியில் பறந்து சென்றன.

மூச்சை ஆழ இழுத்து உறுமும் புலியைப் போல, சிறிய இடைவெளியில் சோழப் பொறிகள் உறும, சீறிப்பாய்ந்த ஈட்டிகள் பாண்டிய அரணங்களை ஊடுருவி விற்பொறி களைச் சிதைத்து நின்றன. நீண்ட ஈட்டிகள் தொடர்ந்து பாய, சேரத்தின் விற்பொறிகள் செயலிழந்தன. கழுகுப் பொறிகள் மீண்டும் அம்பெய்யும் பொறிகளாய் உருமாறின.

கூட்டுப்படை வீரர்கள் வாய்ப்பகுதியை நெருங்கியதும் தேரின் மேலிருந்த விற்பொறிகள் சடசடக்க, வீரர்களின் கேடயத்தையும், மெய்யாப்பையும் ஊடுருவி அம்புகள் பாய்ந்தன. வீரர்கள் சரிவதைப் பொருட்படுத்தாமல் அணையின் மதகுகளை நெருங்கும் வெள்ளமாய் வீரர்கள் முன்னேறினர்.

இரண்டு கைகளிலும் ஆளுயரக் கேடயங்களை ஏந்திய வீரர்கள் இரண்டு வரிசைகளாய் கேடயங்களை உயர்த்தி அம்புகள் நுழையாமல் கேடயப் பந்தலை ஏற்படுத்த, அடிமரத்தினைச் சுமந்து வந்த கூட்டுப்படை வீரர்கள் பேராற்றலுடன் மரத்தை தடுப்பினில் மோதினர்.

மறுகணம் எண்ணற்ற சுரைக்காய்கள் பறந்து வந்து கேடயப் பந்தலின் மேல் விழுந்து சிதற, உள்ளிருந்த தாவர எண்ணெய் நீர்க்கோளமாய் வெடித்தது. சோழத்தின் தேர் அரணிலிருந்து பறந்து வந்த நெருப்பு அம்புகள் எண்ணெயை உரசிச்செல்ல, பெரும் தீக்கோளமாய் நெருப்பு வெடித்துச் சிதறியது. கேடயங்களிலும், வீரர்களின் உடல்களின் மேலும் பொழிந்த தழல் விதைகள் கணப்பொழுதில் நெருப்பாய் முளைத்தன. தீக்கொடிகள் உடல்களைப் பின்னலிட்டு ஆவேசமாய் மேலேறின. வீரர்கள் அலறியவாறு கேடயங்களை விடுத்துச் சிதற, உடல் முழுதும் நெருப்புப் பற்றிய பலர் பேரோலத்துடன் இங்குமங்கும் ஓடினர். மேலும் மேலும் வந்து விழுந்த காய்கள் நெருப்பு அரணை ஏற்படுத்தியது.

சோழத்தின் அனைத்துப் புறங்களிலும் வெடித்த காய்கள் நெருப்பு மரங்களை உருவாக்க, காற்றின் வேகத்தில் நெருப்பு கிளை பரப்பி கோட்டையை சூழும் அகழியாய் விரிந்தது. கேடய வீரர்களின் அலறல்கள் களத்தை நிறைக்க, தேர் அரண்களைச் சுற்றிலும் நெருப்புச் சுவரொன்று சுழன்றெழுந்தது. மாடத்தில் பதற்றத்துடன் எழுந்து நின்ற அரசர்கள் சொல்லிழந்து நின்றனர்.

வேகமாக எரிந்த நெருப்பு ஒரு நாழிகை எரிந்து அடங்க, வீரர்களின் ஓலங்கள் எரிந்து அடங்கியது. விற்படையினரை நெருங்கிய தென்னவன் 'சோழர்கள் காய்களை தூக்கியெறிகையில் அம்பெய்து தாக்குங்கள். ஒரு காய் கூட அரணைத் தாண்டி வரக்கூடாது. மீண்டும் முன்னேறுங்கள்' என்றதும் விற்படையினர் தேர் அரணில் காய்கள் எறியும் வீரர்களை எதிர்பார்த்து ஆயத்தமாக...

'முன்னேறுங்கள்' என்று இரைந்தான் தென்னவன்.

கூட்டுப்படையின் விற்படை வீரர்கள் அம்புகளினால் திரை ஏற்படுத்த சோழர்கள் வீசிய காய்கள் அரணுக்குள் விழுந்து சிதறின. சோழர்கள் காய்கள் வீசுவதை நிறுத்திக் கொள்ள, போர்முழக்கத்தை எழுப்பிய கூட்டுப்படை வீரர்கள் மீண்டும் கவச வீரர்களின் பாதுகாப்பில் முன்னேறினர். மரங்களைச் சுமந்து சென்று பெரும் வேகத்துடன் தடுப்புகளில் மோதத் துவங்கினர்.

சோழர்களின் அம்புகள் பயனற்றுப் போக, சில கணங்களில் வாய்ப்புறத்தின் அடுக்கு பேரோசையுடன் சிதறியது. கூட்டுப்படை வீரர்கள் ஆரவாரத்துடன் சங்கினுள் நுழைந்தனர்.

வலம்புரியின் நுழைவாயிலில் நுழைந்த கூட்டுப்படை வீரர்கள் இடமும், வலமுமாய் சிதறி முன்னேற, மனித அரணாய் சோழர்கள் நின்றிருந்தனர். ஒவ்வொரு

சோழவீரனும் இடைக்கச்சையிலிருந்த எறிபடைகளை வீசி பலரை வீழ்த்திய பின்னர் வாட்களை உருவ, கூட்டுப்படை வீரர்கள் காட்டெருமை மந்தையைப் போல் பெரும் வேகத்துடன் நுழைந்தனர்.

சோழ வீரர்கள் நீர்ச்சுழலாய்ச் சுழன்று கூட்டுப்படை வீரர்களைச் சுற்றி வளைக்க, இரண்டு கைகளிலும் நீள்வாட்களை ஏந்திய நிலவனும், பரஞ்சுடரும் கடலை ஆளும் பெருமீன்களாய் முன்னேறினர். குருதியின் நாற்றத்தை உணர்ந்ததும் கடலைக் கலக்கும் பெருமீனாய் உக்கிரமடைந்தனர். நுழைவு வாயிலினுள் நுழைந்த வீரர்களின் உடல் பாகங்களை நாற்புறங்களிலும் சிதறடித்தனர். சரிந்து கிடந்த வீரர்களின் மேலேறி மேலும் பெருந்திரளாய் கூட்டுப்படை வீரர்கள் நுழைய, கணப்பொழுதில் சகடங்களின் மேல் பொருத்தப்பட்டிருந்த இரண்டாவது தடுப்பு நகர்ந்து வாயிலை மூடிக்கொண்டன.

வியூகத்தின் உள்ளடுக்காய் நின்ற யானைத்தேர்களின் மேலிருந்து குதித்திறங்கிய சோழர்கள் நாற்புறங்களிலும் சூழ்ந்து கூட்டுப்படை வீரர்களை வெட்டியெறியத் துவங்கினர்.

நுழைவு வாயிலுக்கு வெளியிலிருந்த வீரர்களைப் பொறிகளின் அம்புகள் தேக்கி நிறுத்த, அரணுக்குள்ளிருந்த வீரர்களை சோழர்கள் கொன்று குவித்தனர். உடல் உறுப்புகள் சிதற, குருதி சொரிந்தது. உடலின் பெருந்தசைகளும், சிறுதசைகளும், நீள்தசைகளும், அகன்ற தசைகளும் துண்டு துண்டாக கிழித்தெறியப் பட்டன.

வலம்புரியின் வாய்ப்பகுதியில் கூட்டுப்படைக்குப் பின்னடைவு ஏற்பட்டவாறு இருக்க,

நெருப்பு அரண் அணைந்ததும் வாய்ப்பகுதிக்கு இருபுறங்களிலும் இருந்த திறப்புகளை நோக்கியும், வியூகத்தின் பின்புறத்திலிருந்து திறப்புகளை நோக்கியும், கேடய வீரர்களின் பாதுகாவலுடன் முன்னேறிய வீரர்கள், சோழத்தின் அம்புகளைக் கேடயங்களால் தேக்கிக் கொண்டு முன்னேறினர்.

அரணை உடைத்தெறிய மரங்கள் நெருங்குவதையும், சோழ அம்புகள் கேடயப்படையினரை வீழ்த்த இயலாமல் இருப்பதையும் கவனித்த கரிகாலன் வாயிலைத் திறக்க உத்தரவிட்டான். சகடங்களின் மேல் பொருத்தப்பட்டிருந்த இரும்பு தடுக்குகள் ஓசையுடன் நகர, பெருஞ்சீற்றத்துடன் சோழத்தின் காலாட்படையினர் இருபுறங்களிலும் வெளியேறினர்.

அரண்களை நெருங்கும் முன்னர் சோழப்படையினர் வெளிப்படுவதைக் கண்டு அதிர்ந்த தென்னவன் உத்தரவிட, வாகை மலராய் சிலிர்த்தெழுந்த நீராளி ஆறு

கைகளையும் விரித்தது. மறுகணம் இரையைப் பற்ற நீரைக் கிழித்துப் பாயும் நீராளியாய், இருபுறத்திலிருந்தும் குதிரைப் படைகளும், தேர்ப்படைகளும் கடும் சீற்றத்துடன் தாவிப்பாய்ந்தன.

கூட்டுப்படையினர் மல்லிகை மொக்குகளைக் கொட்டியது போலப் பிரிந்து முன்னேற, சோழ வீரர்கள் தாழை மலராய் இறுகித் தாக்கினர். சோழவீரன் தடுமாறுகையில் அருகிலிருந்தவன் இடையில் நுழைந்து கூட்டுப்படை வீரனை எதிர்கொண்டான். சோழவீரர்களின் எண்ணிக்கை அதிகமாயிருக்க கூட்டுப்படை வீரர்கள் பின்வாங்கினர். சோழவீரர்கள் மரத்தின் கைப்பிடிகளை வெட்டியெறிந்து மீண்டும் அவற்றைப் பயன்படுத்த இயலாமல் சிதைத்தனர்.

முன்புறத்தில் உத்தியை கைக்கொண்டு வலம்புரியின் பின்புற வாயில்களில் வெளிப்பட்ட சோழப்படையினர் தாக்குதலைத் துவங்க, வியூகத்தின் பின்புறத்தைத் தாக்குவதற்கு இரண்டு தேர்ப்படைகளும், குதிரைப்படையும் பேரொலியுடன் சுழல் கொண்ட கடுங்காற்றாய் விரைந்து வந்தன.

நாற்புறங்களிலும் புழுதி மண்டலம் மேலெழும்பியது. புழுதியை ஊடறுத்து சோழ அம்புகள் பறந்தன. வடக்கிலிருந்து வீசிய வாடைக்காற்றைப் பருகிய அம்புகளின் வேகம் அதிகமாக, அவற்றின் ஆற்றலும் அதிகரித்தது. தேர்அரண்களின் மேலிருந்து சோழர்கள் எய்த அம்புகள் சிறகு முளைத்த மின்னலாய் கூட்டுப்படை வீரர்கள் தொலைதூரத்தில் வரும் போதே வீழ்த்தின.

சோழ அம்புகளுக்கு வீரர்கள் சரிய, முன்புறத்தில் கூட்டுப்படையின் குதிரை வீரர்கள் பெரும் வேகத்தில் நெருங்கினர். வாலினை அதிரச்செய்து குற்றொலி எழுப்பி மற்ற மயில்களை எச்சரிக்கும் ஆண் மயிலைப்போல, வலம்புரியின் உள்ளிருந்து சோழ வீரனொருவன் நெடுவங்கியத்தின் ஒலியெழுப்ப, சோழர்கள் தாக்குதலை விடுத்து பின்னேறத் துவங்கினர்.

பகையைக் கண்டதும் ஓட்டினுள் உடலை இழுத்துக் கொள்ளும் கருநந்துவைப் போல, சோழர்கள் பின்னேறுவதைக் கண்ட சேரவீரர்கள் வீறுகொண்டு தாக்கியபடி முன்னேறினர்.

சோழவீரர்கள் வியூகத்தினுள் சென்றடைய, கூட்டுப்படையின் காலாட்படை வீரர்களும் வீராவேசத்துடன் வியூகத்தினுள் நுழையத் துவங்கினர். குதிரைப்படை நெருங்கும் வரையில் காத்திருந்த சோழ வீரர்கள் குதிரைகள் நெருங்கியதும் இரும்புத் தடுக்குகளை உருட்டி வாயிலை அடைத்தனர்.

தடுக்குகள் இணைந்து கொள்ள, வேகமாக நெருங்கிய கூட்டுப்படையின் குதிரைகள் இரும்புத் தடுக்குகளில் மோதிச் சரிந்தன. ஏனைய குதிரை வீரர்கள் பரிதவித்து நிற்க, அரண்களின் மேலிருந்து அம்புகள் கூட்டுப்படை குதிரை வீரர்களின் மேல் தறிகெட்டுப் பாய்ந்தன. வேகமாகப் பின்னேறிய குதிரைப்படை அம்பு வெளியை நீங்கி, இரை வெளியில் வருவதற்குக் காத்திருக்க, வியூகத்தின் உள்ளிருந்து கூட்டுப்படை வீரர்களின் அலறல்கள் ஒலிக்கத் துவங்கின. பொறியில் சிக்கிய மனிதர்களின் மீதான வேட்டை துவங்கியது.

வலம்புரியின் பின்புறத்தை நெருங்கிய தேர்ப்படை வீரர்கள் வாயில்கள் அடைபட்டதும் திடுக்கிட்டு நின்று விட, வியூகத்தைச் சுற்றிலுமிருந்த படைகளைக் கணக்கிட்டவாறு தேர் அரணின் பரிகத்தில் கரிகாலன் நின்றான்.

வலம்புரியின் முன்பகுதியான வாய்ப்பகுதியினுள் சிக்கிய கூட்டுப்படை வீரர்களின் அலறல்கள் சங்கின் பேரொலியாய் ஒலிக்க நீராளியின் கழுத்தருகே நின்ற தென்னவன்...

'தடுப்பை மீண்டும் தகர்த்தெறியுங்கள்' என்று உச்சக்குரலில் கத்தினான். கூட்டுப்படை வீரர்கள் மரத்தைச் சுமந்தபடி ஓடினர்.

வேகமாக ஓடிய கேடய வீரர்கள் கேடயங்களை உயர்த்தி பாதுகாப்பை ஏற்படுத்த, மரத்தின் அடிப்பாகத்தைச் சுமந்து சென்ற கூட்டுப்படை வீரர்கள் விசையுடன் கேடய அரணில் மோதினர். கொம்பினால் மோதித் தகர்க்கும் மூக்கு கொம்பனின் மூர்க்கத்துடன் கூட்டுப்படை வீரர்கள் மரத்தினால் மோத, இரும்புத் தடுப்புகள் மீண்டும் சிதறின.

வாய்ப்பகுதியினுள் வீரர்களின் உடல்கள் சரிந்து கிடக்க, கேடயத்துடன் உள்ளே நுழைந்த கூட்டுப்படை வீரர்கள் அதிர்ந்தனர். மலர் மொட்டுக்களைப் போல சிறிய அளவில் வடிவமைக்கப்பட்டிருந்த பொறிகள் இம்முறை அடுக்குகளாய் நின்றன. முதல் அடுக்கை வீரர்கள் மண்டியிட்டபடி இயக்க, இரண்டாமடுக்கை வீரர்கள் நின்றபடி இயக்கினர். அரை வட்டங்களாய் சூழ்ந்திருந்த பொறிகளை சோழர்கள் இயக்கத் துவங்க ஏராளமான அம்புகள் கூட்டுப்படை வீரர்களை நோக்கிப் பாய்ந்தன.

வீரர்கள் கேடயங்களால் உடலை காத்துக் கொள்ள முயன்றாலும் பெருவெள்ளமாய் பாய்ந்த அம்புகள் ஒருவனை ஊடுருவி பின்னிருந்தவர்களைச் சரித்துச் சென்றது. விண்ணை இலக்காய் கொண்டு செல்லும் அம்புகள் அனைத்தும் இலக்கில் பாய்வதைப்போல, சோழர்கள் விடுத்த அனைத்து அம்புகளும் உடலைத் துளைத்து குருதி குடித்தன. ஏராளமான வீரர்கள் கணப்பொழுதில் வீழ்த்தப்பட, சூறாவளியில் சிக்குண்ட மரக்கொப்புகளாய் உடல்கள் குவிந்தன.

‘எத்தனை உடல் சரிந்தாலும் இன்று சோழ வியூகத்தை சிதறடித்தாக வேண்டு’மென நம்பி கூறியிருக்க, சரியும் வீரர்களை எண்ணிக் கலங்காமல் வீரர்களை தொடர்ந்து முன்னேற்றினான் தென்னவன்.

நிலவனும், பரஞ்சுடரும் பெருமழையாய்ப் பாய்ந்து வரும் மழைத்துளிகளை விழுங்கும் கடல் போல வீரர்களைப் பழிகொண்டனர் இவர்களுடன் செஞ்சூரியனும், கபிலனும் இணைந்து கூட்டுப்படையின் தாக்குதலை தாங்கி நின்றனர். கணம் கணமும் முளைக்கும் சூறாவளிகளாய் உருக்கொண்டனர்.

நீராளியின் வலது கையாக வலம்புரியின் பின்புறத்தைத் தாக்கச் சென்று பின்னேறியிருந்த ஆமூர் அரசன் சந்தனக்கோடன், அரண்களைத் தகர்க்க முடியாமல் காத்திருக்க நேர்ந்ததை எண்ணி மூர்க்கமடைந்தான்.

குதிரையைத் திருப்பி ‘வியூகத்தின் வாய்ப்பகுதியில் நுழையுங்கள்’ என்று இரைய, குதிரைப்படை வீரர்கள் பெரும் வேகத்துடன் வலம்புரியின் வாய்ப்பகுதிக்கு விரைந்தனர்.

தேர் அரணின் மேலிருந்து நெடுவங்கியம் எச்சரிக்கை ஒலியை முழங்க, வலம்புரியின் வாய்ப்பகுதியில் நின்று போரிட்ட சோழ வீரர்கள் தேர் அரணின் திறப்புகள் வழியாக சங்கின் உள்ளறைகளுக்குப் பின்னேறினர். அவர்களைத் தொடர்ந்து சென்ற கூட்டுப்படை வீரர்கள் வீழ்த்தப்பட, வலம்புரியின் வாய்ப்பகுதியில் நுழைந்த குதிரைப்படையின் மேல் கணக்கில்லா அம்புகள் பாய்ந்தன.

நேற்றையப் போரில் சோழம் கையாண்ட உத்தியை மீண்டும் பயன்படுத்தியதை சந்தனக்கோடன் உணர்ந்தபோது அவனது உடலெங்கும் அம்புகள் துளைத்திருந்தது. நீராளியின் கையொன்று துண்டிக்கப்பட, மாடத்தில் அமர்ந்திருந்த நம்பி கொந்தளிக்கும் உணர்வுகளை அடக்கியபடி அமர்ந்திருந்தான். சிற்றரசர்கள் பதற்றத்துடன் எழுந்து நின்றனர்.

‘பட்டறிவு என்பது நமக்கு நிகழ்பவற்றில் மட்டும் பாடம் கற்பதன்று. மற்றவர்க்கு நிகழ்பவற்றில் இருந்தும் கற்றுக் கொள்வதே. அதை உணராததால் சந்தனக்கோடன் உயிரைப் பறிகொடுத்து விட்டான்’ என்றான் நந்தியன்.

‘கரிகாலன் உத்திகளைக் கதம்பமாய் கோர்த்திருக்கிறான். இரையின் நகர்வைக் கொண்டு பொறியை சுழற்றுகிறான்’ என்றான் பெருஞ்சாத்தன்.

இரண்டாம் சாமம் முடியும் தறுவாயில் வட்டுடை அணிந்த சோழர்கள் ஊடுருவுவார்கள் என்றெண்ணிய கூட்டுப்படையினர் இடைக் கச்சையிலிருந்த வண்ணப்பொடிகளை உடலில் பூசிக்கொள்ளத் துவங்கினர். சிலர் தும்பை பூவினைத் தலையில் சூடிக்கொண்டனர்.

சோழ வியூகத்தின் அரண்கள் மலைத்தொடராய் இறுகியிருப்பதையும், மரங்களால் வாயிலைத் தகர்க்க இயலாமலிருப்பதையும் கவனித்த சேரமான் 'இறந்த உடல்களை அகற்ற உதவும் துணைப்படையின் யானைகளுக்கு கவசங்கள் அணிவித்து வலம்புரி வியூகத்தை தகர்க்கப் பயன்படுத்துங்கள்' என்று நம்பிக்குத் தகவல் அனுப்பினார். சில நாழிகைகளில் கவசங்கள் பூண்ட சேரயானைகள் வலம்புரியின் ஏழு வாயில்களைக் குறி வைத்து நகர்ந்தன.

வலம்புரியைத் தகர்த்ததும் ஊடுருவித் தாக்குவதற்காக யானைகளுக்கு ப்பின்னால் குதிரைப்படைகள் ஆயத்தமாகச் சென்றன. தேர் அரணின் மேல் நின்ற கரிகாலன் நம்பியின் உத்தியைப் புரிந்து கொண்டு வலம்புரியின் முன்புறத்திற்கு விரைந்தான். மதிலின் மேல் நின்ற வீரர்கள் ஈட்டிகளை எறியத் துவங்கினர்.

எடை கொண்டிருந்த ஈட்டிகளை ஒலியின் வேகத்தில் எறிந்து இடப்புறத்தில் முன்னேறிய யானைகளை கரிகாலன் சரிக்க, வலப்புறத்தில் முன்னேறிய யானைகளைப் பொறிகள் சரித்தன. வியூகத்தின் பின்புறத்திலிருந்த தடுப்புகளை யானைகள் மோதி சரிக்க, வலம்புரி உடைந்ததை உணர்த்த தண்ணுமையும், ஆகுளியும் ஒலியெழுப்பின.

வலம்புரியின் பின்புறத்தைத் தாக்குவதற்காக கூட்டுப்படையின் தேர்ப் படைகளை வழிநடத்திய பாசநாசனும், அணியனும் தேர்அரண்களின் மேல் அம்புகளை எய்தவாறு முன்னேறினர். யானைகள் அரண்களைச் சரித்தவுடன் தேர்ப்படைகள் வாயிலுக்குள் நுழைய முயல, சோழத்தின் தேர்ப்படை யானைகளை வீழ்த்தியவாறு வெளியேறியது. திறந்தவெளி போர் துவங்கியது.

கூட்டுப்படையின் இரண்டு தேர்ப்படைகளை எதிர்கொள்ள தழல்மேனியும், முகிலும் படையை இரண்டாய் பிரித்து வழிநடத்த, விரியன் பாம்புகளை விழுங்கும் மாசுணமாக கூட்டுப்படையின் தேர்ப்படைகள் அவர்களைச் சூழ்ந்தன.

நான்கு அணிகளும் காற்றின் கொடிகளாய் சுழல, அம்புகள் விண்ணை நிறைத்தன. தேர்களின் இடக்கியங்கள் வெட்டப்பட, குதிரைகள் சரிய, களமெங்கும் அம்புகளின் பாய்ச்சல் காற்றை திசைமாற்றியது.

கூட்டுப்படையின் தேர்கள் சோழத்தின் தேர்ப்படையைச் சூழ்ந்த கணத்தில் நிலத்தை உலுக்கியபடி வெளிப்பட்ட சோழத்தின் நான்கு சயந்தனங்கள், கூட்டுப் படையின் தேர்களை சிதறடிக்கத் துவங்கின.

'குதிரைகளை வீழ்த்துங்கள்' என்று பாபநாசன் இரைய, கூட்டுப்படையின் தேரொன்று முன்னேறி சயந்தனத்தின் குதிரைகளுடன் மோதியது. குதிரைகள் காலொடிந்து உருள சயந்தனம் பேரோசையுடன் மண்ணில் உருண்டது.

கூட்டுப்படையின் உத்தியைப் புரிந்து கொண்ட மற்ற சயந்தனங்களின் சாரதிகள் குதிரைகளைப் பாதுகாத்தவாறு தேர்சகடங்களை மோதி நொறுக்கினர். தேர்வீரர்கள் அம்புகளால் சயந்தனத்தின் குதிரைகளை வீழ்த்த முயல, குதிரைகளைச் சுற்றிலும் அமைக்கப்பட்டிருந்த கவசங்களில்பட்டு அம்புகள் தெறித்தன. சயந்தனங்கள் மதம் கொண்ட யானைகளாய் போர்க்களத்தில் வலம் வந்தன.

மூன்று சயந்தனங்களும் சுழல்காற்றாய் சுழன்று தேர்களை வீழ்த்த, சயந்தனத்தைச் செலுத்திய ஆரோன் பெருஞ்சீற்றத்துடன் நீராளியின் பின்பகுதி வரை நின்றிருந்த தேர்களை உடைத்தெறிந்தபடி குதிரைகளை விரட்டினான். ஆவேசம் உடலை தீப்பற்றி எரியச் செய்ய, குதிரைகளை அடித்து விரட்டினான். மலர்ச்சோலையில் புகுந்த யானை பூஞ்செடிகளை சிதைத்து செல்வதைப் போல சயந்தனம் விரைய, தேர்களின் நொறுங்கிய பாகங்கள் வானோக்கிச் சிதறுவதை கரிகாலன் கவனித்தான்.

சயந்தனம் சூறாவளியாய் தேர்களை நொறுக்கிச் செல்வதைக் கவனித்த தென்னவன் 'சாரதியையும் குதிரைகளையும் கொல்லுங்கள்' என்று கத்தியபடி வேகமாகக் குதிரையை விரட்டினான். பாண்டிய வீரர்கள் அனைவரும் எண்ணற்ற அம்புகளினால் தாக்க ஆரோனின் கவசங்களில் அம்புகள் பட்டு தெறித்தன. ஒரு அம்பு கழுத்தின் இடைவெளியில் பாய்ந்தது. சில அம்புகள் இடுப்பிற்கு கீழ் பாய்ந்தன.

மண்டியிட்டு அமர்ந்த ஆரோன் கடிவாளத்தை இறுகப் பற்றிக் கொண்டான். உடலிலிருந்து குருதி இளஞ்சூடாய் வெளியேறியபடி இருக்க, கண்களின் ஒளியுள்ளவரை சயந்தனம் சேதத்தை ஏற்படுத்த வேண்டுமென்ற உறுதியுடன் குதிரைகளை விரட்டும் ஓசையை நாவால் வெளிப்படுத்தினான். நீராளியின் உடலை ஊடுருவி சயந்தனம் வெளியேற கூட்டுப்படையின் பாசறைகள் தெரிந்தது. மீண்டும் சயந்தனத்தை திருப்பி படைக்குள் செலுத்தினான். வீரர்களின் அம்புகள் மேகத்திரளாய் மறைத்து நிற்க, அம்புகள் பாய்ந்து குதிரைகள் மடங்கின. சயந்தனம் உருண்டது. தேரிலிருந்து தூக்கியெறியப்பட்ட ஆரோன் உடல் மடங்கி நீலவானத்தை வெறித்தபடி கிடந்தான்.

அலையடிக்கும் மெல்லிய நீலத்தாளில் வண்ணமிடாப் பகுதிகளாய் வெண்ணிற மேகத்திரள்கள் முடிவடையாச் சித்திரமாய் அவனைப் பார்த்திருக்க, ஆரோனின் முகத்தில் களிப்பு மலர்ந்தது. கூட்டுப்படை வீரர்கள் அவனை அணுகி பார்க்கையில் ஆரோனின் கண்கள் மெல்ல மூடின. பெருஞ்சேதத்தை விளைவித்த மற்ற இரண்டு சயந்தனங்களை கூட்டுப்படையினர் மோதிச் சரித்தனர்.

மூன்றாம் சாமம் துவங்குகையில் வலம்புரி சிம்மநாதத்தை எழுப்ப, வியூகத்தின் அனைத்து வாயில்களும் திறந்து கொண்டன. மறுகணம் உறுதியான கால்களையும்,

உயர்ந்த கழுத்தையும், விரிந்த முகத்தையும் கொண்ட சோழத்தின் இணையற்றக் குதிரைகள் பிடரி முடிகள் பறக்க பாய்ந்து வெளியேறின. வேட்டையாட கூட்டமாய் கிளம்பும் மஞ்சள் நவரை மீன்களைப் போல சோழர்கள் புறப்பட்டனர்.

சோழர்கள் தாக்குதலைத் தீவிரப்படுத்துவதை தென்னவன் கவனித்தான். நீராளியின் பின்னால் மீதமிருந்த இரண்டு குதிரைப்படைகளை அழைக்கலாமா என சிந்தனை தோன்ற, கூலிப்படையினர் இன்னும் வெளிப்படாததை உணர்ந்தவன் சற்று காத்திருக்க முடிவு செய்தான்.

இருதரப்பின் குதிரைப்படைகளும் நெருங்க, சோழக் குதிரைகளின் கழுத்தின் இருபுறமும் நீட்டியிருந்த குறுக்கை வாட்கள் கூட்டுப்படை குதிரைகளை கிழிக்க, குதிரைகள் வீரர்களுக்கு அடங்காமல் குருதி வடிய ஓடின. களமெங்கும் வீரர்களும், குதிரைகளும் மண்ணைப் பெயர்த்தவாறு சரிந்து கொண்டிருந்தன.

குதிரையில் அமர்ந்திருந்த வேங்கை மார்பன் போரிடும் சோழர்களைத் தவிர்த்தபடி கரிகாலனைத் தேடி வலம்புரியை நோக்கி முன்னேறுகையில் இடைமறித்தான் இரும்பிடார். இரையைக் கண்ட சிந்தை பசித்திருக்க, கையிலிருந்த வாட்கள் கண் விழித்தன.

வீரம் வளரும்...

80

சோழத்தின் தேர்ப்படைகளை தலைமை தாங்கி நகர்த்திய தழல்மேனியும், முகிலும் அம்புகளை எய்தபடி காற்று வளையங்களாய் சுற்றி வந்தனர். தேர்கள் வேகமாகச் சுழன்று கொண்டேயிருக்க நான்கு, ஐந்தென அம்புகளை ஒரேகணத்தில் விடுத்து தேரின் மேலிருந்த வீரர்களை தழல்மேனி வீழ்த்தினார். எரிமலையின் நெருப்பாறு தடத்தை எரித்து நகருவதைப் போல தழல்மேனி தேரின் இருபுறத்தையும் அம்புகளால் நிறைத்தபடி முன்னேறினார். கையிலிருந்த வில்லானது வில்யாழைப் போன்று இசைமீட்டிக் கொண்டிருந்தது. வெம்மை பூசியெழுந்த இசையம்புகள் நாற்திசைகளையும் நெருப்பாய் எரித்துக் கொண்டிருந்தது.

வில்லாற்றல் என்பது அம்பை விடுப்பது மட்டுமல்ல. உடலும், உள்ளமும் அம்பின் மூலம் புறவெளியில் இணையும் உணர்வு நிலை. இலக்கில் குவியும் மனதின் ஆற்றல் நிலை.

மிடுக்கும் செருக்குமாய் ஆடையணிந்த ஒருவன் படைக்கு உத்தரவுகளை பிறப்பித்தபடி அம்புகளை விடுப்பதை கவனித்த தழல்மேனி தேரினை அவனை நோக்கி செலுத்தும்படி கூறினார். தழல் மேனியின் வில்லாற்றலை அறிந்திருந்த பாபநாசன் அவரை எதிர்கொள்ள நெருங்கினான். அன்றையப் போருக்கு வில்வித்தையில் சிறந்த பாபநாசனும்,

அணியனும் தேர்ப்படைகளுக்கு தலைமையேற்றிருக்க, பாபநாசன் தழல்மேனியின் மேல் அதிவேகமாக அம்புகளைத் தொடுத்து தாக்குதலைத் துவங்கினான்.

இருவரின் விற்களும் எதிர்முழக்கங்களை எழுப்பியபடி அம்பு சரங்களைத் தொடுத்தன. கொத்தாய் அம்புகளை நாணில் பொருத்திய பாபநாசன் ஒரேகணத்தில் அனைத்தையும் எய்தான். விண்ணேறிய அம்புகளை விண்ணிலேயே முறித்தார் தழல்மேனி. தழல்மேனி எய்த அம்புகளை பாபநாசன் சிதைத்தான். தேர்கள் இரண்டும் ஒன்றையொன்று வீழ்த்த கழுகுகளாய் சுழன்றன. அம்புகள் மற்றவரின் தேரை நெருங்காததை இருவரும் உணர்ந்தனர்.

வில்லாற்றல் என்பது அம்பை விடுப்பது மட்டுமல்ல. உடலும், உள்ளமும் அம்பின் மூலம் புறவெளியில் இணையும் உணர்வு நிலை. இலக்கில் குவியும் மனதின் ஆற்றல் நிலை.

இணையாக அம்பெய்யும் பாபநாசனின் வில்லாண்மையைக் கண்டு தழல்மேனியின் உள்ளம் களவெறி பூண்டது. அம்பெய்யும் வேகத்தை அதிகரித்தார். கொத்தாய் அம்புகளை இடக்கையில் பற்றியவர் இரண்டிரண்டாய் எய்யத் துவங்கினார். அம்புகள் துடித்தபடி விம்மிப் பாய, இடைவெளியின்றி அம்புகள் சீற, பாபநாசன் தடுமாறினான். தேரின் கிடுகு, கூவிரம், கொடிஞ்சிப் பகுதிகள் அம்புகளால் துளைக்கப்பட்டு சிதறின. பாபநாசனின் கவசம் நொறுங்க, வில் முறிந்தது. பாபநாசன் அகலமாய் இருந்த பாரின் பின்புறம் மறைந்தவாறு மற்றொரு வில்லை எடுத்தான்.

வளை அம்புகளை பயன்படுத்தலாமா என்றெண்ணிய தழல்மேனி தனது எண்ணத்தைத் தவிர்த்து அம்புகளை நேர்க்கோட்டில் விடுக்க, பாரின் மேலும் கீழும் தடதடவென்று எண்ணற்ற அம்புகள் பாய்ந்தன. தேரின் பாரானது சிம்புகள் தெறிக்க நேர்க்கோடாய் விரிசலோடியது. தழல்மேனி நீள் அம்பொன்றை வில்லில் பொருத்தி நாணை முழுதும் பின்னிழுத்தார். கைகளின் ஆற்றலில் வில் முனகியது. சடாரென்று உயிர் கொண்ட அம்பு மின்னல் துண்டாய் பேராற்றலுடன் பறந்து, பாரை ஊடுருவி, மார்புக்கவசத்தை பொருத்திக் கொண்டிருந்த பாபநாசனின் கழுத்தைத் துளைத்து வெளியேறியது. பாபநாசன் கழுத்தைப் பற்றியபடி சரிய கூட்டுப்படை தேர்கள் உடலின் மேலேறிச் சென்றன.

சோழத் தேர்கள் ஆர்ப்பாட்டத்துடன் நகர, தேரிலிருந்த சோழர்கள் எய்த அம்புகள் கொடுவெறியுடன் பாய்ந்து கொண்டிருந்தன. நாண்களை இழுத்து இழுத்து விரல்களின் தோல் கனிந்திருந்தது. ஒவ்வொரு முறை நாணேற்றும்போதும் குருதி தெறித்தது. கண்களும் காதுகளும் மட்டும் உயிர்த்திருக்க உடல் வீராவேசத்துடன்

அம்புகளை எய்தது. உடலின் பல இடங்களில் அம்புகள் பாய்ந்த பின்னரும் களம் நீங்க மனமின்றி வீரர்கள் தேர்த்தட்டில் நின்றனர். குருதியிழப்பால் மயங்கி சரிந்தால் மட்டும் தேரை விலக்கிச் செல் என்று சாரதியிடம் கூறியிருந்தனர். தாம் வீழ்த்தும் ஒவ்வொரு வீரனும் சோழத்தின் வெற்றிமாலையில் இடம்பெறும் மலர் என்றெண்ணி ஒவ்வொரு சோழனும் உயிர் தாங்கி நின்றான். சோழத்தின் குடிகள் வாழ்வதற்காக ஒவ்வொரு சோழனும் இறப்பின் வாசல் வரை சென்று கொண்டிருந்தான்.

முகிலின் கண்கள் தழல்மேனியின் திசையைப் பார்த்துக்கொண்டன. பல காலமாய் அவர் பட்டறிவால் அடைந்திருந்த வீரத்தின் அளவீட்டை ஆவலாலும், போட்டி மனப்பான்மையுடனும் அணுக முயன்றான்.

முகில் எய்த அம்புகளின் ஓசை அருவியின் ஓசையாய் இடைவிடாது ஒலிக்க, ஒவ்வொரு அம்பும் ஒரு வீரனை பலிகொண்டு மற்றவனை தேடிச்சென்றது. தேரில் நின்றவனின் தலையில் நுழைந்து அடுத்தவனின் கழுத்தில் வெளியேறியது. சில அம்புகள் பலரின் உயிரைக் குடித்துச் சென்றன. இவன் ஒரு இலக்கைக் குறி வைத்து அம்புகளை விடுவதில்லை என்று நினைத்தான் சாரதி.

முகில் வில்லிலிருந்து தறிகெட்டுப் பாய்ந்த அம்புகளின் வேகத்தில் தேர்களின் கைப்பிடிகளும், கொடிகளும் சிதறின. பிறை அம்புகள் சகடங்களை நொறுக்கின. தேர்கள் ஒன்றுடன் ஒன்று மோதிக் கவிழ, காற்றில் ஒதுங்கும் இலைச் சருகுகளாய் தேர்களின் சிதிலங்கள் குவிந்தன.

தேர்ப்படையை சிதறடித்துச் சென்ற முகில் தொலைவிலிருந்து போரிட்ட அணியனைக் கண்டதும் 'அவனை நோக்கிச் செல்' என்று அம்பை நீட்ட, சாரதி தேரினைத் திருப்பி அணியனை நெருங்கினான். அணியனும் பருத்த தூணைக் கைப்பிடியாய் கொண்ட தேரில் நின்றிருக்க, அதன் பின்னிருந்து அணியன் அம்பெய்து கொண்டிருந்தான்.

முகிலின் தேர்த்தட்டில் அனைத்து வகை அம்புகளும் அம்பறாத்தூணிகளில் வரிசையாக வைக்கப்பட்டிருக்க, அம்புகளால் வலைப் பின்னலை நெய்யத் துவங்கினான். அணியனின் அம்பு வீச்சும் துல்லியமாயிருக்க அம்புகள் முகிலின் பீடத்திலும், கைப்பிடிகளிலும் பாய்ந்தன. இரண்டு அம்புகளைத் தொடுத்து முகில் எய்த அம்புகள் தூணின் இருபுறத்தையும் உரசியவாறு தேனீக்களின் ஓசையுடன் செல்ல, அணியன் எச்சரிக்கையுடன் அம்புகளை எய்தான்.

'தூணின் பின்னிருந்து தாக்கும் இவனை வீழ்த்துவதற்கு வாய்ப்பில்லை. தேரினை நேரெதிராக செலுத்துகிறேன்' என்ற முகிலின் சாரதி, தேரினை நகர்த்தி

அணியனின் தேருக்கு எதிரே கொண்டு சென்றான். அவனது உத்தியைப் புரிந்து கொண்ட அணியனின் சாரதி தேரினை பக்கவாட்டில் திருப்பி நிறுத்தினான்.

தனது ஆளுயர வில்லினை தேர்த் தட்டில் வைத்த முகில் சிறு வில்லையும், நடுவில் வளைந்திருந்த வளை அம்புகளையும் கையிலெடுத்தான். அம்பை நேரே விடுக்காமல் அணியனின் வலது புறத்தையும், இடது புறத்தையும் நோக்கி அம்புகளை விடுக்க கயிற்றில் ।ிணைத்து சுழற்றப்படுவதைப் போல அம்புகள் அரை வட்டமாய் சுழன்றன. வளரியைப் போன்று சுழன்று வரும் அம்புகளை சமாளிக்க அணியன் தடுமாற, மரத்தின் பின்னால் நின்ற அணியனின் கழுத்தையும், உடலையும் அம்புகள் ஊடுருவிச் சென்றன. அணியன் சரிய, இருவரின் சாரதிகளும் அதிர்ந்தனர். இரண்டு சிற்றசர்கள் வீழ்த்தப்பட, சங்கொலிகள் வெறியாடின.

கதிரவனிடமிருந்து வெளிப்படும் ஒளிவெள்ளத்தைப் போல, தழல்மேனி நாற்புறத்திலும் அம்புவெளியை உருவாக்கி தலைமையற்ற கூட்டுப்படையை பேரழிவுக்கு உள்ளாக்க, 'இனி இங்கிருக்கத் தேவையில்லை' என்று முகில் எண்ணினான்.

வலம்புரியின் நுழைவு வாயிலை ஊடுருவி ஏராளமான கூட்டுப்படை வீரர்கள் முன்னேறுவதைக் கண்ட முகில் 'தேரினை நுழைவு வாயிலுக்கு செலுத்து' என்று கூற, சாரதி வீரர்களைப் பிளந்தபடி தேரினை செலுத்தி நுழைவு வாயிலை மறித்தவாறு தேரினை நிறுத்தினான். வாளை உருவிய முகில் வியூகத்தின் வாய்ப்பகுதியில் குதித்தான். இருகைகளிலும் வாட்களையேந்தி வாளேந்திய வில்லாய் உள்நுழைந்தான்.

வலம்புரி வியூகத்தின் நான்கு வாயில்களிலும் வெளிப்பட்டிருந்த சோழத்தின் குதிரை வீரர்கள் கையின் விரல்களைப் போல இடைவெளியுடன் வரிசைகளாய் ஊடுருவித் தாக்கினர். இடைவெளியில் நுழைந்த வீரர்கள் கணப்பொழுதில் சரிக்கப்பட்டனர்.

போரைத் தற்காப்பில் துவங்கிய சோழ வீரர்கள் அரணை விடுத்து முன்னேறிக் கொண்டிருக்க, நிலவெளியை மறைத்தபடி வீரர்களின் உடல்கள் ஒன்றன் மேல் ஒன்றாய் விழுந்து கொண்டிருந்தன. கால்வைக்க இடமின்றித் தடுமாறிய குதிரைகள் வீரர்களின் உடல்களின் மேலேறி தாவிக்கொண்டிருந்தன. சோழவீரர்கள் பெருஞ்சத்தத்துடன் முன்னேற, தென்னவன் தனது படைகளைத் தாங்கி நிறுத்த முயன்றான். காணுமிடமெல்லாம் சோழ வீரர்கள் வெள்ளமாய் ஆர்ப்பரித்து முன்னேற, பொழிந்த குருதியில் சுவாசிக்க முடியாமல் நிலம் திணறிக் கொண்டிருந்தது.

படைகள் பின்னடைவதைக் கவனித்த தென்னவன் அழைப்பொலியை விடுக்க, நீராளியின் பின்னிருந்த இரண்டு குதிரைப்படைகள் முன்னேறிப் பாய்ந்தன. நீராளியின்

கால்கள் முன்னேறுவதைக் கண்ட கரிகாலன், இடையிலிருந்த வாட்களை உருவிக் கொண்டு குதிரையில் தாவியேறி வலப்புறத் திறப்பின் வழியே களத்தினுள் நுழைந்தான்.

குதிரை வீரர்கள் போரிட்டபடி இருக்க, குதிரைப்படையை வழிநடத்திய இருங்கோவேள் சாதாரண வீரனைப் போல புலித் தோலினாலான மெய்யாப்பை அணிந்திருந்தான். படையை முன்னின்று வழிநடத்தாமல் பின்தங்கியே இருந்தான். மூன்றாம் சாமம் முடியும் நிலையிலிருக்க இருங்கோவேள் தலையசைத்ததும், அவனுடன் இருந்த வீரர்கள் சோழத்தின் தளபதிகளையும், இளைஞர்களையும் தேடி குதிரையை நகர்த்திச் சென்றனர். அவர்களின் தோளில் வில்லும் முதுகில் அம்புகளும் பதுங்கியிருந்தன.

நீல அல்லியின் குளத்தில் பூத்த செந்தாமரையாய் பொற்கவசங்களுடன் களத்தினுள் புகுந்த கரிகாலன், நீராளியின் குதிரைப்படை ஒன்றை மறித்து நின்றான்.

போரின் முதல் கணத்தில் வீரர்கள் புத்துணர்வுடன் களமிறங்குவதால், வேகமும், உக்கிரமும், தலைசிலிர்த்து நிற்கும். நேரம் செல்ல செல்ல, அதிகாலை புல்நுனியில் வைரமாய் மிளிரும் பனித்துளிகள் கதிரவனின் வெம்மையில் மறைவது போல, உடலின் ஆற்றல் வடிந்து, களைப்பு ஆட்கொள்ளும். நான்காவது சாமத்தில் வீரர்களின் மனத்திண்மையும், நம்பிக்கையும் மட்டுமே அன்றைய நாளை மீட்டெடுக்கும். காற்றுவெளியை ஊடுருவும் மின்னல் அம்பாய் பகையை ஊடறுத்து நுழைந்த கரிகாலன், சோழ வீரர்களின் மனங்களில் வெளிச்சத்தை விதைத்தான். வீரத்தை முளைத்தெழச் செய்தான்.

கரிகாலனின் இருபுறங்களிலும் வேளைக்காரப் படையினர் தொடர்ந்து சென்றாலும், வீரர்களை வெட்டியெறிந்தபடி முன்னேறிய அவனது வேகத்திற்கு ஈடுகொடுக்க முடியாமல் தடுமாற, உத்தமன் சீழ்க்கை ஒலியை வெளிப்படுத்தினர். மறுகணம் கரிகாலனை அம்பின் கூர் முனையாய் கொண்டு வேளைக்காரர்கள் முக்கோணமாய் அகன்று பிரிந்தனர். கரிகாலனைத் தொடர்ந்து உத்தமன் சென்றார்.

இரும்பிடாரை எதிர்கொண்ட வேங்கை மார்பன் ‘கரிகாலன் எங்கே? யானை களுடன் மட்டும் தான் போரிடுவானா’ என்றான் இகழ்ச்சியுடன்.

‘ஆம். உன்னைப்போன்ற சிற்றுயிர்களுடன் அவன் போரிடுவதில்லை’

முகம் சிறுத்த வேங்கை மார்பன் ‘உன்னை சிதைத்த பின் கரிகாலனை பலியெடுக்கிறேன்’ என்றபடி குதிரையை உதைத்து முன்னகர்த்தி தாக்குதலைத் துவங்க, இருவரின் வாட்களும் நெருப்புப் பொறிகளை உமிழ்ந்தன. குதிரைகளை அருகருகே நிறுத்தியவாறு இருவரும் பேராற்றலுடன் மோதினர். இரும்பிடார் வீசிய வாளை

நுட்பத்துடன் வேங்கை மார்பன் திசை திருப்ப, வாளின் வீச்சு குதிரையின் தலையை சிதைத்துச் சென்றது. குதிரை சரிகையில் வேங்கை மார்பன் நிலத்தில் குதித்திறங்கினான். இரும்பிடாரும் கீழே குதித்தான்.

பேருடலைக் கொண்டிருந்த இருவரும் சிறுவட்டமாய் நகர்ந்து ஒருவரையொருவர் கண்களால் அளவெடுத்தனர். வேங்கை மார்பனின் கையில் சேரமானால் வழங்கப்பட்ட தாராங்கம் ஒளிர, இரும்பிடாரின் கையில் கண்டா வாளை விட சிறியதாயும், வாள் முனையின் கைப்பிடி அகன்றுமிருந்த சுரிகை சுழன்றது.

வேங்கைமார்பன் ஒரு கையில் வாளையும் மற்றொரு கையை உயர்த்தியும் பாம்பின் வடிவெடுக்க, இரும்பிடார் களரியின் வடிவத்தை உணர்ந்து கொண்டான். அனைத்து வடிவங்களை அறிந்திருந்தாலும் ஒவ்வொரு வீரனும் தனது ஆளுமைக்கேற்பவே வடிவத்தைத் தெரிந்தெடுப்பான். மனதின் வெளிப்பாடே வீரத்தின் வடிவம் என்றறிந்த இரும்பிடார் வாளை உயர்த்தி வடிவமின்றி நின்றான்.

கணப்பொழுதில் வானில் எகிறிய வேங்கை மார்பன் பேரொலியுடன் இரும்பிடாரின் தலையில் வாளால் அடிக்க, வாளை உயர்த்தி சாய்வாக தேக்கியபடி உடலை நகர்த்தினான் இரும்பிடார். வாட்களின் உரசலில் தீப்பொறிகள் தீப்பூச்சிகளாய் மின்னி மறைந்தன.

வாளை மணிக்கட்டில் சுழற்றி இரும்பிடார் வெட்ட, உடலை வளைத்து விலகினான் வேங்கை மார்பன். இருவரும் வாட்களை வீசி தாக்குதலைத் துவங்கினர். களரியின் நுட்பம் வாள்முனைகளில் வெளிப்பட, உக்கிரம் வீச்சில் ஊறியிருந்தது.

வேங்கை மார்பனின் வாள்வீச்சு பேராற்றலுடன் இருப்பினும் அதற்கு நேரெதிரான நெகிழ்வுத்தன்மையைக் கொண்டிருப்பதைக் கண்டு இரும்பிடார் அதிசயிக்க, இரும்பிடாரின் வீச்சுகள் களரியை ஒத்திருப்பதைக் கண்டு வேங்கை மார்பன் அதிசயித்தான்.

வாட்கள் இடைவிடாமல் சுழன்று செல்ல, உடல் பலத்தைக் கொண்டு ஒருவரையொருவர் தள்ள முயன்றனர். நிலத்தை துணைக்கொண்டு தாவியவர்கள், விண்ணில் பறந்து மோதிக்கொண்டனர். வாட்கள் மறைந்து ஒளிப்பின்னல்கள் ஆவேசத்துடன் உரசிக்கொண்டன.

உடலோடு உடல் பின்னி ஒன்றையொன்று விழுங்கப் போராடும் நாகங்கள் போல, ஒருவரை ஒருவர் வேகத்தாலும், நுட்பத்தாலும் ஊடுருவ முயன்றனர். வேங்கை மார்பனின் வாள்வீச்சு சிறப்பாயிருப்பதை உணர்ந்த இரும்பிடார் தாக்குதலை

அதிகப்படுத்தி வேங்கை மார்பனை பின்னேற்ற முயன்றான். இரும்பிடாரின் வாள்வீச்சு பெரும் வலையாய் தன்னை மூடுவதை உணர்ந்த வேங்கை மார்பன் நிலத்தை உதைத்து முன்னேறி வலையை கிழித்தெறிந்து வெளிப்பட்டான்.

இருவரின் தாக்குதலும் இணையற்று இருக்க, இரும்பிடார் தாக்கும் முறையினை மாற்றினான். வலது கையில் மட்டும் சுழன்ற சுரிகை இடது கைக்கும், வலது கைக்கும் மாறி மாறித் தாக்க, கால்கள் வாளின் நிழலாய் முன்னேறித் தாக்க, வேங்கை மார்பன் பெரும் வியப்புடன் விலகிய போர் புரிந்தான். வாட்கள் இடைவிடாது மோத, எதிராளியின் சிறிய தவறுக்காக இருவரும் காத்திருந்தனர்.

இரும்பிடாரின் வீச்சு தன்னைக் கடக்கையில் தாவி முன்னேறிய வேங்கை மார்பன் வாளைப் பாய்ச்ச, இதற்காகக் காத்திருந்த இரும்பிடார் இடது கையினால் வேங்கைமார்பனின் வாள் அலகினைப் பற்றிக்கொண்டு உயிர்ப்பொழுதில் வேங்கை மார்பனின் வயிற்றில் பாய்ச்சினான்.

வேங்கை மார்பனின் கண்கள் நம்ப முடியாமலிருக்க, வாள் கையிலிருந்து நழுவியது. வயிற்றில் குருதி ஊற்றெடுக்க, முழந்தாளிட்டு அமர்ந்து தலையைச் சாய்த்து நிறுத்தினான். வேங்கை மார்பனின் விருப்பத்தை உணர்ந்த இரும்பிடார் ஒரே வீச்சில் அவனது தலையை சரித்து விட்டு குதிரையில் தாவியேறினான்.

உள்ளங்கைகளால் முகத்தை அழுந்த தேய்த்த சேரமானின் உதடுகள் 'இரும்பிடர்த் தலையார்' என்று முணுமுணுத்தது. 'சேரத்தின் தலைச்சிறந்த களரி வீரனை வீழ்த்துமளவு சிறந்தவனா இரும்பிடார்?' என்றார் சேரமான். பதில் வராததை உணர்ந்து பின்னால் திரும்பிப் பார்த்தவர் செங்கெழு குட்டுவன் இல்லாமலிருப்பதைக் கண்டு அதிர்ந்தார்.

வேகமாக எழுந்தவர் 'எனது மெய்க்கவசங்களை கொண்டு வா' என்று இரைய, வீரன் ஓடினான். தொலைவில் பொன்னாலான கவசங்களை அணிந்த கரிகாலனை நோக்கி வெண்பொன் கவசங்களை அணிந்த செங்கெழு குட்டுவன் குதிரையில் வாளை உயர்த்தியபடி நெருங்குவதைக் கண்டு உயிர் உறைந்து போனார். மாடத்தின் மூங்கில்களை இறுகப் பற்றிய கைமுட்டிகள் குருதியின் நிறமிழந்து வெளிறிப் போக, மூங்கில் நொறுங்கியது.

கரிகாலனை நோக்கி செங்கெழு விரைவதைக் கண்ட வேல்கெழுக் குட்டுவனின் கண்கள் ஈரமாக, நெஞ்சம் பதறியது. உடலில் நடுக்கம் ஏற்பட வலியுடன் எழுந்து கொண்டான்.

காற்றுவெளியை அதிரச் செய்து முழங்கிய 'கரிகாலா' என்ற போர்க்கூச்சல், செங்கெழுவின் அறைகூவலைப் பறைசாற்ற கரிகாலன் திரும்பினான். குதிரைப்படையை

ஊடுருவி செங்கெழு வேகமாக கரிகாலனை நோக்கி விரைந்து வர, குதிரையைக் காலால் தட்டி விரட்டினான் கரிகாலன். இரண்டு குதிரைகளும் ஒன்றையொன்று நோக்கி எதிரெதிர் திசையில் எகிறிப் பாய்ந்தன.

கரிகாலனை நெருங்கிய செங்கெழு தனது நீள்வாளை வீசி கரிகாலனின் கழுத்தை சீவ முயல, கரிகாலன் தனது இடக்கையின் வைரவாளை மேல்நோக்கி சாய்ந்தவாறு தேக்கினான். வாளைத் தாக்கிய செங்கெழுவின் வாள் விசையுடன் உரசிக்கொண்டு மேல்நோக்கிச் செல்ல, தனது வலது கையின் வாளினால் செங்கெழுவின் வயிற்றில் அடித்தான். அடித்த வேகத்தில் செங்கெழு குதிரையிலிருந்து பின்னே தூக்கியெறியப் பட குதிரை தொடர்ந்து ஓடியது.

செங்கெழு நிலத்தில் சரிந்ததைக் கண்ட சேரமானின் கண்களில் நீர் திரையிட, வேல்கெழுவின் கண்களில் கண்ணீர் சொரிந்தது. வேல்கெழு இடிந்து போய் மெதுவாக அமர்ந்தான். ஓருயிருடன் பின்னிய ஈருயிர்கள் துடிதுடித்துக் கொண்டிருந்தன. உயிருடன் இறந்து கொண்டிருந்தன.

வீரம் வளரும்...

81

கோவில் வெண்ணிப் போர்க்களத்தில் அமைதியைக் குலைத்தபடி காற்றின் அலைகள் கொந்தளித்துக் கொண்டிருந்தன. வீரர்களின் ஓலங்களும், அலறல்களும் நுரைத்துக் கரையொதுங்கின. நீராளியின் பின்புறத்திலிருந்து சீறி வந்த மற்றொரு குதிரைப்படையை எருமை நாட்டு அரசன் விகுபன் தலைமை தாங்க, சுடரொளி வீரர்களுடன் எதிர்கொண்டான்.

இருபடைகளும் நெருங்கும் முன்னரே சோழம் அம்புகளை எய்து வீரர்களை சரிக்க, கூட்டுப்படையினர் குதிரைகளின் மேல் படுத்து அம்புகளை தவிர்த்துக் கொண்டனர். எதிரெதிர் திசையில் ஓடிவந்த ஆறுகள் கலப்பது போல படைகள் உக்கிரமாய் மோத, குதிரைகளின் வேதனையான கனைப்பும், வீரர்களின் வெறியேற்றும் ஓலங்களும் களத்தை உலுக்கின.

இரண்டு கைகளிலும் நீள்வாளையேந்தி வீரர்களின் உடலைத் துண்டாடி சுடரொளி நகர, அவனருகிலேயே போரிட்டபடி பாதுகாப்பு வீரர்களும் நகர்ந்தனர்.

வீரர்களைச் சிதைத்து முன்னேறிய சுடரொளியை விகுபன் எதிர்கொண்டான். சோழனின் வேகத்தை விகுபன் காண்கையில்

காற்றில்
அசையும்
மலரின்
மேலமர
சடசடக்கும்
தும்பியைப்போல,

விகுபனின் பருத்த உடலையும், ஆற்றலையும் சுடரொளி கணக்கிட்டான். குதிரையின் அருகில் நெருங்கியவுடன் வாளைப் போன்று அகன்றும் நீண்டுமிருந்த அயில் வேலைக் கொண்டு விகுபன் தாக்க, கையிலிருந்த வாளால் நுட்பத்துடன் தேக்கிக் கொண்டான் சுடரொளி.

விகுபனின் ஆற்றல் பேரதிர்வை ஏற்படுத்த தடுமாறிய சுடரொளி காலால் இடித்து குதிரையை விலக்கினான். கடிவாளத்தை இழுத்து குதிரையைத் திருப்பிய விகுபன் மீண்டும் முன்னேற, சுடரொளி இரண்டு வாட்களினால் தாக்குதலைத் துவங்கினான். இருவாட்களின் வேகம் வேலின் தற்காப்பை ஊடுருவ முயல, சுடரொளி முன்னேறி வாளை வீசுகையில் பின்புறமாய் மடங்கிய விகுபன் நிலத்தில் குதித்தான்.

குதிரையை விடுத்து கீழிறங்கிய சுடரொளியை விகுபன் அரைவட்டமாக வேலை வீசி தாக்கினான். வேலினைத் தேக்காமல் விலகிய சுடரொளி, விகுபனை நெருங்க முயன்றான். அரை வீச்சாய் சுழன்ற வேலின் நீளத்தால் நெருங்க இயலாமலிருக்க, சுடரொளி விலகியும் அணுகியும் சமரிட்டான்.

இடதுகையிலும் வலது கையிலுமாய் மாறி மாறி சுழன்ற அயில்வேல் இடுப்பைச் சுற்றி வர, அதன் வெட்டும் விளிம்புகள் சுடரொளியை நெருங்க விடாமல் துரத்தின. சுடரொளி நெருங்க முயல்வதைக் கண்ட விகுபனின் முகத்தில் இளக்காரமாய் சிரிப்பு மிளிர, மேலும் முன்னேறி சுடரொளியைத் தாக்கினான். அயில்வேல் காற்றை கிழித்தவாறு சீறிச்செல்ல, சுழலும் வேகத்தை மனதில் கணக்கிட்டான் சுடரொளி.

அயில்வேல் சுழன்று வரும் இடைவெளியில் நுழைய முயல்வான் என்பதை யூகித்த விகுபன் வேகத்தை குறைத்தான். மறுகணம் விருட்டென்று உள்நுழைந்தான் சுடரொளி. இதை எதிர்பார்த்திருந்த விகுபன் வேலை மின்னலாய் சுழற்ற, இடது கையால் வேலைப் பற்றிய சுடரொளி வலது கையின் வாளை வீசினான்.

உடலை பின்னிழுத்த விகுபன் வேலை வீச முயல்கையில் வலது கையின் மணிக்கட்டு வெட்டப் பட்டிருப்பதைக் கண்டு அதிர்ந்தான். வேலை இடது கையால் தேக்கிய கணத்தில் மற்றொரு கையால் கையை வெட்டியிருக்கிறான் என்றுணர்ந்த விகுபன் பின்னேர, சுடரொளி வேகமாய் நகர்ந்து விகுபனின் கழுத்தை வெட்டியெறிந்தான்.

வலம்புரியின் அடிப்பகுதியைத் தாக்குவதற்கு புங்கி நாட்டு அரசன் கடுங்கோண் குதிரைப்படையுடன் வந்து கொண்டிருக்க, திதியன் சோழ வீரர்களுடன் குறுக்கிட்டான். திதியனின் அருகிலிருந்தவாறு போரிட்ட படர்ச்சடையன், திதியன் நெருங்குவதை கவனித்தார்.

கடுங்கோணின் அணுக்க வீரர்கள் இருவர் வாளுடன் திதியனைத் தாக்க முயல, திதியனின் இடக்கையில் முளைத்த கட்டாரிகள் பறந்து சென்று அவர்களின் மார்பில் பாய்ந்தன. மேலும் இரண்டு வீரர்கள் நெருங்க மீண்டும் கட்டாரிகள் காற்றை எரித்துச் சென்றன. தந்தையைப் போலவே கட்டாரிகளை பயன்படுத்துகிறான் என்று படர்த்தலையன் எண்ணினார். வீரர்களை வீழ்த்திய திதியன் கடுங்கோனை நெருங்க, இருவரின் வாட்களும் மோதின.

வாட்களின் ஒலிகள் பறை இசையாய்த் துடிக்க, நெருப்புப் பொறிகள் வெறியாட, இருவரும் வேகமாய் போரிட்டனர். கடுங்கோண் இரண்டு வாட்களாலும் உக்கிரமாய் தாக்க, திதியன் நீள்வாளை அதிகம் விலக்காமல் தேக்கிக்கொண்டான். காற்றில் அசையும் மலரின் மேலமர சடசடக்கும் தும்பியைப்போல, கடுங்கோன் முன்னும் பின்னுமாய் பாய்ந்து தாக்க, திதியன் நீள்வாளைச் சுழற்றி கடுங்கோனை நெருங்க விடாமல் சமரிட்டான்.

நீள்வாள் சுழலும் வேகத்தைக் கணக்கிட்ட கடுங்கோன் இடக்கையின் வாளால் நீள்வாளை தேக்கிக்கொண்டு சடாரென்று உள்நுழைந்து மற்றொரு வாளை திதியனின் வயிற்றில் சொருக, திதியனின் நீள்வாள் உள்ளங்கையில் சுழன்றது. கடுங்கோனின் இடக்கையிலிருந்த வாள் பறந்து செல்ல, சோழர்கள் பலகாலமாய் போருக்கு ஆயத்தமாகி வருகின்றனர் என்று பெருஞ்சாத்தன் உரைப்பதன் பொருளைக் கடுங்கோன் முற்றிலும் உணர்ந்தான்.

திதியன் முன்னகர்ந்து நீள்வாளை வீச, கடுங்கோனின் வாளை உரசியபடி முன்னேறிய வாள் கடுங்கோனின் முகத்தைக் கீறிச்சென்றது. அதிர்ந்த கடுங்கோன் மீண்டும் நிமிர்கையில் தாவிய திதியன் வாளை வீசி கழுத்தை சிதைத்தான்.

கரிகாலன் வாளினால் தாக்கியதும் குதிரையிலிருந்து சரிந்து விழுந்த செங்கெழு அதிர்ச்சியுடன் தனது வயிற்றைப் பார்க்க, குருதிப் பெருக்கேதும் இல்லாததைக் கண்டு அதிர்ந்தான்.

வேல்கெழுவின் முகத்தோற்றத்தை ஒத்திருந்த வீரன் வெண்பொன்னாலான கவசங்கள் அணிந்து வருவதைக் கண்ட கரிகாலன் 'இவன் செங்கெழு குட்டுவன்' என்று யூகித்திருந்தான். ஆவேசத்துடன் தன்னைத் தாக்க முயன்றவனை வாளின் பட்டையான பகுதியால் தாக்கி வீழ்த்தினான். நிலத்திலிருந்து எழுந்தவனின் உருவ அமைப்பும் வேல்கெழுக் குட்டுவனைப் போன்றிருக்க கரிகாலனின் எண்ணம் உறுதியானது.

'விலகிச் செல் செங்கெழு குட்டுவா. உன்னுடனோ, உனது தந்தையிடமோ போரிடுவது என் எண்ணமல்ல'

கரிகாலன் தன்னை ஒரே வீச்சில் சரித்து விட்டதை உணர்ந்த செங்கெழு சிறுத்துப் போனான். உடலெங்கும் கடுஞ்சினம் நெருப்பாய் எரிய, வாளை மீண்டும் கையிலெடுத்துக் கொண்டு முன்னேறினான்.

குதிரையின் மேலிருந்த கரிகாலனை நெருங்கியவன் வெறியுடன் தாக்க அவனது தாக்குதலை எளிதாக சமாளித்தான் கரிகாலன். காற்றைப் பிளந்து ஒலியெழுப்பும் வாளை கரிகாலன் அபரிமிதமான வேகத்தில் தடுப்பதைக் கண்ட செங்கெழு, குதிரையிலிருந்து கரிகாலனை சரிக்க, இறந்து கிடந்தவனின் உடலின் மேல் கால் வைத்து விண்ணில் எகிறியபடி வாளை வீசினான். தன்னை நோக்கி தாவிய செங்கெழு குட்டுவனின் வாளிருந்த கையினை ஒரு கையால் பற்றிய கரிகாலன் மறுகையால் இடைக்கச்சையைப் பற்றி மறுபுறத்தில் தூக்கியெறிந்தான்.

செங்கெழுவைக் கொல்ல எண்ணாமல் கரிகாலன் போரிடுவதைக் கண்ட சேரமான் நிம்மதியடைய, கரிகாலன் செங்கெழுவைச் சிறையெடுக்கப் போகிறான் என்பதை வேல்கெழு உணர்ந்து ஆறுதல் அடைந்தான்.

மண்ணில் விழுந்து புரண்ட செங்கெழு அதிர்ச்சியுடன் வாளைத் தேடினான். கரிகாலன் அளப்பரிய ஆற்றலையும், ஈடிணையற்ற வேகத்தையும் ஒருங்கே கொண்டிருப்பதை உணர்ந்தவனின் மனது ரணமாக, தோல்வியின் வலி உடலை நெருக்குறுக்கியது.

'இவனை சிறைபிடித்து செல்லுங்கள்' என்று கரிகாலன் கூற, அருகில் நின்ற வேளைக்காரப் படையினர் முன்னேறினர்.

எங்கிருந்தோ வேகமாக வந்த அம்பு கரிகாலனை நெருங்க மின்னலாய் உடலை வளைத்து அம்பை தவிர்த்தான் கரிகாலன். மீண்டுமொரு அம்பு சீறி வர தனது வாளினால் அம்பை வெட்டியெறிந்தான். தொலைவிலிருந்து அம்பெய்த வீரர்களை வேளைக் காரர்கள் பதிலம்புகளால் வீழ்த்த, கரிகாலனின் உள்ளத்தில் எண்ணங்கள் சுழன்றன.

பேரழிவை அடைந்ததாய் எண்ணிய மனம் அவமானத்தால் சுருங்கிப் போக, கண்கள் கலங்கி, உள்ளம் வெதும்பி உடலெங்கும் புழுதியுடன் எழுந்த செங்கெழு சேரமானின் திசையைப் பார்த்தவாறு நிலத்திலிருந்து வாளை எடுக்க, அவனை அணுக வேளைக்காரர்கள் தயங்கினர். கண்கள் சேரமானின் திசையை வெறித்திருக்க, உள்ளம் குவிந்து தொழுதிருக்க, ஒருகணத்தில் தனது கழுத்தை அறுத்துக்கொண்டான் செங்கெழு குட்டுவன்.

பதறிப்போன கரிகாலன் குதிரையிலிருந்து பாய்ந்திறங்கி செங்கெழு குட்டுவனின் தலையைத் தாங்கிக் கொள்ள கழுத்திலிருந்து குருதி ஊற்றெடுத்தது. குருதிப்போக்கை நிறுத்த கரிகாலன் முயல, வேளைக்காரர்கள் கரிகாலனை சூழ்ந்து நின்றனர்.

கரிகாலனின் கையைப் பற்றிய செங்கெழுவின் முகம் புன்னகையுடன் விரிய, மெதுவாக கண்களை மூடினான். குட்டுவனின் குருதி கரிகாலனின் உள்ளங்கைகளை நனைக்க, இனி இவனை மீட்டெடுப்பது இயலாத ஒன்றென எண்ணினான்.

செங்கெழுவிடமிருந்து எழுந்த கரிகாலன் உணர்வுகளை மீட்டுக் கொண்டு ‘தக்கையையும், தகுணிச்சத்தையும் முழங்கி எச்சரிக்கை செய்யுங்கள். களம் திசைமாறுகிறது’ என்றான்.

கூட்டுப்படையின் முன்புறத்தில் வலப்புற குதிரைப்படைக்கு தலைமை தாங்கிய புன்னாட்டு தளபதி எரிகனல் வானவனிடம் சிக்கியிருக்க, வாளை சுழற்றியவாறு வானவன் முன்னேறினான். எரிகனலைத் தாக்க வாளை உயர்த்திய கணத்தில் தொலைவிலிருந்து பறந்து வந்த அம்பு வயிற்றில் பாய்ந்தது. ஒருகணம் வலியால் துடித்த வானவன் தடுமாற, எரிகனல் முன்னேறித் தாக்கினான். அவனைச் சமாளித்தவாறு வானவன் பின்னேற, மீண்டுமொரு அம்பு வானவனின் முகத்தைக் குறிபார்த்து வர, வானவன் விலகினான்.

வானவனுக்கு அருகிலிருந்து போரிட்ட காவல் வீரர்கள் வானவனை மறைத்தவாறு இடையில் நுழைந்தனர். தொலைவிலிருந்து அம்பெய்யும் முள்ளூர் வீரர்களைக் கண்டவர்கள் அவர்களை நோக்கிச் செல்ல, முள்ளூர் வீரர்கள் குதிரையை விரட்டி விலகிச் சென்றனர்.

எரிகனல் வெறியுடன் பாய வானவனின் இடது கையிலிருந்து புறப்பட்ட கட்டாரி எரிகனலின் கழுத்தில் சொருகி நின்றது. மற்றொரு கட்டாரி வயிற்றில் பாய்ந்தது.

‘சோழமண் விதைப்பதை முளைக்க செய்யும். அறத்திற்கு அறம். நுட்பத்திற்கு நுட்பமென’ என்றான் வானவன்.

வானவனை நெருங்கிய மருத்துவன் அம்பை அகற்றிவிட்டு காயத்திற்கு மருந்திட்டு கட்டினான். எச்சரிக்கை ஒலியினை எழுப்ப வானவன் எண்ணியபோது தக்கையும், தகுணிச்சமும் களத்தின் இடப்புறத்திலிருந்து ஒலிக்க, வேறெவரும் வீழ்த்தப்பட்டனரா என்று கலங்கினான்.

வலம்புரியின் வாயிலைக் காத்து சோழர்கள் போர் புரிந்து கொண்டிருக்க, எண்ணற்ற உடல்கள் வாயிலில் குவிந்து கிடந்தன. உடல்களின் மேலேறி வீரர்கள் செல்ல, காயமடைந்த குதிரைகள் எழுவதற்கு இயலாமல் தடுமாறிக் கொண்டிருந்தன.

தேர்ப்படைகளைச் சிதறடித்து முகில் நுழைவு வாயிலுக்கு வந்திருக்க, இளம்பரிதியும் வலம்புரியின் வாய்ப்பகுதியை நெருங்கினான். கூட்டுப்படையினர்

வஞ்சகத் தாக்குதலில் இறங்கி விட்டனர் என்பதை உணர்த்த சோழத்தின் இசைக் கருவிகள் ஒலியெழுப்ப 'யார் ஒலியை ஒலிக்க செய்தது' என்றெண்ணிய இருவரும் எச்சரிக்கை அடைந்தனர்.

நுழைவு வாயிலின் உள்ளிருந்தவர்களை வீழ்த்திவிட்டு மற்றவர்களுடன் வெளியேறிய நிலவன் தொலைவில் தென்னவன் சோழவீரர்களை சிதைப்பதைக் கண்டு முன்னேறினான். உடையும், தோற்றமும் இவன் தளபதியென்று பறையறிவிக்க, நிலவன் தென்னவனை நோக்கி நடந்தான். ஒருவரையொருவர் கண்களால் அளந்தபடி முன்னேறினர்.

இரண்டு கண்டா வாட்களுடன் நிலவன் நகர, தென்னவன் குருதி பூத்த நாணல் வாட்களை கைகளில் ஏந்தியிருந்தான். உருளும் மழைத்துளியில் வளையும் நாணலைப் போன்றிருந்த வாளினை வியப்புடன் கவனித்தான் நிலவன்.

இருவரும் தாக்கத் துவங்க அகன்ற கண்டா வாட்களை மெல்லிய வாள் தாங்கி நிற்பதைக் கண்டு நிலவன் மேலும் அதிசயித்தான். வேகமான தாக்குதலில் வாட்கள் சுழல, வாட்களுக்கு இணையாக உடல்களும் சுழன்றன. தென்னவனின் வாள்வீச்சு தந்திரத்துடன் இருப்பதைக் கவனித்த நிலவன் அவனை நெருங்க முயன்றான்.

நிலவனின் வாட்களைத் தேக்கி தற்காத்து போர் புரிந்த தென்னவன் நாணல் வாட்களால் தாக்குதலைத் துவங்கினான். மெல்லியதாய் இருந்த வாளின் வலிமையைக் குறித்து நிலவன் வியந்திருக்க, சொடுக்கிட்டு உள்மடங்கிய வாள் நிலவனின் தோளை உரசிச் சென்றது. நிலவன் அதிர்ந்து விலகினான். மெல்லிய வாளின் பட்டையான பக்கத்தில் தாக்குகையில் வாள் உள்மடங்குகிறது என்பதை கணப்பொழுதில் புரிந்து கொண்டான்.

தென்னவனின் வாள்வீச்சு நெருப்பாய் சீறி, நீராய் மடங்கி தாக்க முயல, நிலவன் தடுமாறினாலும் வாளின் நுட்பத்தை உணர்ந்து காத்திருந்தான். உடலை வாளின் நுனி தாக்காமல் விலகியவாறு போர் புரிய, தென்னவனின் முகத்தில் பாராட்டும் விதமாய் சிறிய மென்னகை எழுந்தது.

நாளின் இறுதி சாமம் முடிய அரை நாழிகை மீந்திருக்கையில் சோழப்படையிலிருந்து சீழ்க்கையொலியுடன் ஒலியம்புகள் விண்ணேறின. மறுகணம் கூட்டுப் படையில் குழப்பம் வெடித்தது. கூட்டுப்படை வீரர்கள் ஒருவரை ஒருவர் வெட்டியெறியத் துவங்கினர். வண்ணப்பொடி பூசிய வீரர்கள் தமக்குள் தாக்கிக் கொள்வதைக் கண்டு நம்பி பேரதிர்ச்சிக்கு உள்ளானான். சோழர்கள் மீண்டும் வட்டுடையில் ஊடுருவி விட்டனர் என்பதை புரிந்து கொண்டான்.

கூட்டுப்படை வீரர்கள் உடலில் வண்ணப்பொடிகளைப் பூசுவதை கவனித்த வானவன், கூட்டுப்படையின் உத்தியை கணப்பொழுதில் புரிந்து கொண்டான். போரின் இறுதி நாழிகையில் வட்டுடை அணிந்து கூட்டுப்படையை ஊடுருவி தாக்குவதற்காக சோழப்பாசறையில் காத்திருந்த கூலிப்படையினருக்கு தெரிவிக்கவும், வண்ணப்பொடிகளை கிராமத்து மக்களிடம் கேட்டுப் பெறவும் தகவல் அனுப்பினான். தகவல் கிட்டியதும் கூலிப்படைத் தலைவன் விரைந்து செயலாற்றினான். தனது வீரர்களுடன் கிராமத்து மக்களை குதிரைகளில் அனுப்பினான்.

சில நாழிகைகளில் வண்ணப்பொடி வந்தடைய, அவிழ்ந்த சிகையுடன் உடலில் வண்ணப்பொடியைப் பூசிக்கொண்ட கூலிப்படையினர் பல வண்ணங்களில் வட்டுடை அணிந்து, மூன்றாம் சாமம் முடிகையில் கூட்டுப்படையை ஊடுருவத் துவங்கியிருந்தனர். ஒலியம்புகள் வானில் ஊர்ந்து சென்றதும், அருகிலிருந்த கூட்டுப்படையினரை வெட்டியெறியத் துவங்கினர். நிலம் மூடிய புல்வெளியாய் பிணங்கள் குவியத் துவங்கின.

வீரர்களின் அலறல்கள் திசைகளை செவிடாக்குவதை உணர்ந்த தென்னவன் சோழர்களின் உத்தியை உணர்ந்து பின்னேற முயல, நிலவன் தொடர்ந்து தாக்கினான்.

தாக்குகையில் மட்டுமே வாள் உள்நோக்கி வளைகிறது என்ற வாளின் நுட்பத்தை உணர்ந்த நிலவன் தென்னவன் தாக்குவதற்கு இடம் தராமல் வேகமாகத் தாக்கத் துவங்கினான். நிழலுருக்களை உருவாக்கி எண்ணற்ற வாட்களாய் மடல் பிரிந்த கண்டா வாட்கள் உச்ச வேகத்தில் சுழல, தென்னவன் தற்காத்துக் கொள்ளத் தடுமாறினான்.

கவனத்தைக் குவித்து முன்னேறிய நிலவன் வேகமாக பாய்கையில் பறந்து வந்த அம்பு வயிற்றில் பாய்ந்தது. நிலவன் தடுமாறிய கணத்தில் தென்னவன் முன்னேறி வாளை வீச, நிலவன் வாளினால் தேக்கினான். வாளினால் தேக்கியதும் நாணலாய் உள்மடங்கிய வாள் நிலவனின் கழுத்தைத் துளைத்து வெளியேறியது. கழுத்தை கையால் பற்றிக்கொண்டு நிலவன் சரிய, கழுத்தின் இருபுறத்திலும் குருதி கொப்பளித்தது.

கூட்டுப்படைகளைக் கொன்றொழித்தவாறு நுழைவு வாயிலுக்கு வந்த சுடரொளி, நிலவன் சரிவதைக் கண்டு பதைபதைத்து நிலவனை நோக்கி ஓடினான். தொடர்ந்து வந்த இளம்பரிதி பெரும் கோபாவேசத்துடன் தென்னவனைக் கொன்றொழிக்கப் பாய்ந்தான்.

நிலவன் சரிவதைக் கண்டு அதிர்ந்த முகில் ஓடி வந்து நிலவனின் தலையை தனது மடியில் தாங்கிக் கொண்டு குருதிப் பெருக்கை நிறுத்த முயல, பாய்ந்து வந்த அம்பு முகிலின் தோளில் பாய்ந்தது. அம்பு பாய்ந்ததை கூட உணராமல் முகில் நிலவனை எழுப்ப முயற்சித்தான்.

'முகிலா' என்று அலறிய சுடரொளி இடையில் புகுந்து முகிலைக் காத்து நிற்க,

இளம்பரிதியை எதிர்கொள்ள தென்னவன் வாளை உயர்த்திய கணத்தில், தென்னவனின் பின்புறத்திலிருந்து மேலும் அம்புகள் பாய்ந்து வந்தன. இளம்பரிதி சுழன்று விலகினான். என்ன நடக்கிறதென்று அதிர்ந்த தென்னவன் பின்னால் திரும்பி...

'நிறுத்துங்கள்' என்று உச்ச குரலில் இரைந்தவாறு 'யார் அம்பெய்வது' என்று கண்களால் தேடினான்.

நிலவனுக்கு பாதுகாவலாய் இருந்த வீரர்கள் தொலைவில் குதிரையிலிருந்த முள்ளூர் வீரர்களை நோக்கி அம்பெய்யத் துவங்கினர். கழுத்தின் இருபுறமும் இருந்த துளைகளைக் கைகளால் மூடிய முகில் கண்களில் நீருடன் 'நிலவா' என்று உலுக்கினான். தொண்டையினுள் வழிந்த குருதி மூச்சுக்குழாயில் இறங்க நிலவன் சுவாசிக்கத் தடுமாறினான். முகத்தில் வலியின் கீற்றுகள் பின்னலிட, பேச முற்பட்ட போது வாயில் குருதி வெளிப்பட்டது. குறும்பு குதித்தாடும் கண்களில் நீர் தாரைகள் உருகியோட, மெதுவாய் கண்களை மூடினான்.

தளபதி வீழ்த்தப்பட்டதற்கான சோழத்தின் கொம்பொலி விம்மி எழ, இடி விழுந்தது போன்ற பேரதிர்ச்சிக்கு உள்ளான கரிகாலன் குதிரையை விரட்டி புயலாய் வந்தடைந்தான். அம்பு பாய்ந்து நிலவன் சரிந்திருப்பதையும் எதிரே தென்னவன் நின்றிருப்பதையும் கண்டவன் பெருங்கொந்தளிப்புடன் வாட்களை உருவிக்கொண்டு தாவியிறங்கினான்.

உள்ளம் வெடிக்க, மூர்க்கம் தலைசிலுப்ப, வெறிக்கூச்சலிடும் கண்களுடன் கரிகாலன் வாட்களுடன் பாய, மூன்றாம் நாளின் போர் முடிந்ததற்கான எறியம்புகள் விண்ணேறின. முரசுகள் கதறியபடி ஒலித்தன.

வீரம் வளரும்...

82

எரியம்புகள் மேலேறியதும் உடலின் அணுக்கள் தோறும் ஆர்ப்பரித்து மேலெழும்பிய உக்கிரத்தை அடக்கத் தடுமாறினான் கரிகாலன். நாடி, நரம்புகளில் வெடித்த பெருஞ்சினம் கண்களில் நெருப்பாய் வெளிப்பட்டது. நிலத்தைக் காலால் அறைந்து உறுமும் வேங்கையாய் கரிகாலனின் கண்கள் சீற, தென்னவனின் மனம் சில்லிட்டு போனது. கரையில் மோதிய அலைகள் திரும்புவதைப் போல கூட்டுப் படைகள் விலகிச்சென்றது.

'நிலவா' என்ற முகிலின் ஒலி கரிகாலனை தணல் உலகிலிருந்து மண்ணுலகத்திற்கு அழைத்து வர, வேகமாக நிலவனை நெருங்கினான். ஏராளமான சோழ வீரர்கள் குவியத் துவங்க, இளம்பரிதி ஓடிச்சென்று நிலவனின் கைகளைப் பற்றிக்கொண்டு கதறத் துவங்கினான்.

கொம்பொலியின் காரணம் தேடி குதிரைகள் வேகமாக வந்து நிற்க, பரஞ்சுடரும், வானவனும் இறங்கினர். நிலவன் சரிந்திருப்பதைக் கண்டு அதிர்ந்த பரஞ்சுடர், நிலவனின் வயிற்றில் பாய்ந்திருந்த அம்பினைக் கண்டதும் புரிந்து கொண்டான். தொடர்ந்து வந்திறங்கிய இரும்பிடார் நிலைகுலைந்து போக, முகில் கைகளால் முகத்தை அறைந்து கொண்டு கதறினான்.

நீர்ப்பரப்பின் துளியாக கலந்து விட்டவர்களை கண்டறிதல் கடினம். சாட்சியில்லா உண்மை உருவமில்லா தெய்வத்தை போல. நம்பிக்கைக்கு மட்டுமே உட்பட்டது.

‘நிலவா… நிலவா’ என்று நிலவனின் உடலைக் கட்டிக்கொண்டு எழுப்ப முயல, அவனை அணைத்து ஆறுதல் படுத்த இரும்பிடார் முயன்றான்.

‘வேந்தன் வலியை வெளிப்படுத்தலாகாது. துயரம் இதயத்தின் துடிப்பாய் மறைந்திருந்து ஊனை உருக்கி, உயிரைக் குடித்தாலும் நீர் உண்ட மேகமாய் வெளிக்காட்டாமல் மிதந்திருக்க வேண்டும். வேந்தனின் தளர்வு படைகளை நெகிழச்செய்யும். ஆனால் போருக்கான உறுதியை குலைத்து விடும்’’ எனும் இளவெயினியின் குரல் மனதில் ஒலித்தது.

மனதின் குமுறல் இடிமுழக்கமாய் உருண்டு கொண்டிருக்க ‘நிலவனைத் தூக்கி வாருங்கள்’ என்ற கரிகாலன் தலைகுனிந்தபடி விலகி நடந்தான். உயிரின் வலி திரவ முத்துக்களாய் கண்ணில் வெளிப்பட்டு நிலத்தில் சொட்டியது.

நிலவனின் உடலை இரும்பிடார் கைகளில் ஏந்தி நடக்க, வீரர்கள் அமைதியாக பின்தொடர்ந்தனர். களத்தின் விளிம்புகளில் நின்ற சோழ வீரர்கள் மூன்றாம் நாள் போரை வென்றதைக் குறிக்க பெரும் ஆரவாரத்தை எழுப்பி களியாடியபடி கூடாரங்களுக்கு திரும்பத் துவங்கினர்.

போர்க்களத்திற்கும், சோழப் பாசறைக்கும் இடைப்பட்ட தூரம் வாழ்நாள் தூரமாய்த் தோன்ற தளர்ந்த உடலுடன் கரிகாலன் நடந்தான். உயிரில்லா மனவெளியில் ஞாபக அடுக்குகளைத் தடவியபடி நடந்தான்.

‘அறத்திற்கு புறம்பாக மறைந்திருந்து அம்பெய்து தாக்கியதை காரணிகரிடம் முறையிடுவோம்’ என்றான் பரஞ்சுடர்.

‘பயனேதும் இருக்காது. நீர்ப்பரப்பின் துளியாக கலந்து விட்டவர்களை கண்டறிதல் கடினம். சாட்சியில்லா உண்மை உருவமில்லா தெய்வத்தை போல. நம்பிக்கைக்கு மட்டுமே உட்பட்டது. நம்பிக்கை நோக்கத்தை சார்ந்தது.’

‘நமது தளபதிகளை வீழ்த்தியது யாரென்று கேட்போம்?’

‘குறி தவறிய அம்பென்று முறை தவறி பேசுவர். விடையில்லா விவாதமே விளையும். நிலத்தில் பாய்ந்த ஒவ்வொரு குருதி துளிக்கும் நாளை உடல்களை கதிரறுப்போம்’

பாசறையை நெருங்கியதும் ‘வானவன், முகிலுடன் மற்ற காயமுற்றவர்களை மருத்துவ கூடாரத்திற்கு அழைத்து செல்லுங்கள். ஒரு நாழிகையில் வருகிறேன். நிலவனை அரசியின் கூடாரத்திற்கு எடுத்து செல்லுங்கள்’ என்று கூறி விட்டு மாடம் அமைந்திருந்த இடத்திற்கு நடந்தான்.

நிலவன் வீழ்த்தப்பட்டான் என்ற தகவல் வந்திருக்க இளவெயினி மாடத்திலிருந்து கீழிறங்கி வந்திருந்தாள். விழிநீர் அருவியாய் வழிந்தோட, கரிகாலனின் மார்பில் புதைந்து கொண்டாள். அவளின் உடல் நடுங்கியது. தாய்ப்பறவையின் சிறகில் ஒடுங்கி நடுக்கத்தை புதைக்க வந்த குஞ்சாய் தனது உறுதியைத் தேடி வந்த கரிகாலன் தாயை இறுக அணைத்துக் கொண்டான்.

தாயின் தலையை கரிகாலன் ஆறுதலாய் கோத, இளவெயினியின் உறுதியை மீறி கேவல் வெடித்தது. அவளை தோளோடு அணைத்து கூடாரத்திற்கு அழைத்துச் சென்றான். வெண் துணியில் கிடத்தப்பட்டிருந்த நிலவனைக் கண்டதும் மனம் வெடித்து போகக் கதறியபடி ஓடிச்சென்று அவனைக் கட்டிக் கொண்டாள்.

மனத்தேக்கத்தில் தேக்கியிருந்த துக்கம் தொண்டையில் வெடித்தெழ, கரிகாலன் நிலவனின் கையைப் பற்றிக் கொண்டு கதறினான். கூடாரத்தினுள் இரும்பிடாரும், பரஞ்சுடரும், இளம்பரிதியும், சுடரொளியும் இருக்க அனைவரின் அழுகுரல்களும் பாசறையை நிறைத்தன.

நாழிகைகள் வலியுடன் நகர மெதுவாக எழுந்த கரிகாலன் ‘மருத்துவக் கூடாரங்களுக்கு சென்று வீரர்களைக் கண்டு வருகிறேன்’ என்று கூறிவிட்டு விலக, பரஞ்சுடர் பின்தொடர்ந்தான்.

இருவரும் மருத்துவக் கூடாரத்திற்குள் நுழைந்ததும் மருத்துவர்கள் வேந்தனை வணங்கினர்.

‘எப்படி இருக்கிறார்கள் தளபதியும், முகிலும்?’ என்று கரிகாலன் கேட்க, தலைமை மருத்துவர் இருவரையும் அழைத்துச் சென்றார்.

இருவரும் எலி முடியால் நெய்யப்பட்ட ஆடையை அணிந்திருக்க ‘தளபதியின் காயம் சற்று அதிகம். செம்புக் கத்தியால் காயத்தை அகலப்படுத்தி அம்பின் உலோக துகள்களை காந்தக்கல்லினால் எடுத்து விட்டு, வெள்ளூசியால் இணைத்து விட்டோம். சல்லிக்கரணி கவளத்தை காயத்தில் வைத்து ஈரப்பஞ்சை நெய்ப்பத்தில் நனைத்து கட்டியிருக்கிறோம். காயம் குணமடைய ஒரு திங்கள் ஆகும்’ என்றார்.

‘முகிலின் முப்புரி தசையில் பாய்ந்த அம்பு எலும்பில் பாய்ந்து நின்றுள்ளது. அதையும் தூய்மை செய்து நெய்துணியால் கட்டியிருக்கிறோம். கையை உயர்த்த பதினைந்து நாளாகும்’ என்றாள் மருத்துவி.

வானவனின் உள்ளங்கையை பற்றிய கரிகாலன் ‘ஓய்வெடுங்கள். போரை நான் பார்த்துக் கொள்கிறேன்’ என்று கூற...

'நாளையும் வஞ்சகர்கள் மறைந்திருந்து அம்பெய்யலாம். எச்சரிக்கையுடன் இருங்கள்' என்று வானவன் கூற, கரிகாலன் தலையசைத்தான்.

முகிலிடம் திரும்பியவன் 'வலி குறைந்துள்ளதா?' என்று கேட்க…

'வலிகளால் பின்னப்பட்டது உடல். மரணம் வரை தொடர்ந்து கொண்டு தானிருக்கும். உடலின் வலியை விட உள்ளத்தின் வலியே உயிர் கோருகிறது' என்ற போதே அவன் கண்களில் நீர் வழிந்தது.

குமுறும் மனங்களை எப்படி அமைதி கொள்ளச் செய்வதென்று அறியாத கரிகாலன் 'நிலவன் மரணத்தை எதிர்கொண்டு வீழ்த்தக்கூடியவன். வஞ்சகம் மரணத்தை விட கொடுமையாய் இருக்கிறது' என்றான்.

முகிலிடமிருந்து அழுகை ஒலி நீரூற்றாய் கசிந்து வர, அவனை இறுக அணைத்து தேற்ற முயன்றான். இருவரின் கண்களிலும் கண்ணீர் பெருகியோடியது. முகிலின் உடல் தேம்பியது. சில கணங்களுக்கு பின்னர் விலகிய கரிகாலன் மற்ற வீரர்களை நோக்கி நகர்ந்தான்.

போரில் ஏற்பட்ட காயத்தை பொருட்படுத்தாமல் ஒவ்வொரு சோழ வீரனும் வஞ்சகத் தாக்குதலைக் குறித்து சினத்துடன் பேச, அவர்களை ஆற்றுப்படுத்திய கரிகாலன் கனத்த மனதுடன் வெளியேறினான். வெளிச்சத்தை இறைக்கும் தீப்பந்தம் உள்ளுக்குள் கருகுவதைப் போல மனதுக்குள் கருகிக்கொண்டிருந்தான்.

★★★

இரவின் ஆட்சியைத் துவங்க வானேறி வந்த நிலவு வெண்ணியின் போர்க்களத்தைக் கண்டு அதிர்ந்து போனது. மலையாய் குவிந்திருந்த உடல்களை நம்பியின் துணைப்படைகள் வண்டிகளில் அள்ளிச்சென்று இடுகுழிகளை நிரப்பிக் கொண்டிருந்தனர். மேலும் மேலுமென உடல்கள் வந்து கொண்டிருக்க, இறந்த குதிரைகளையும், யானைகளையும் காடுகளினருகே எறிந்து விடும்படி தென்னவன் கூறியிருந்தான். கூடாரங்களைச் சுற்றிலும் இருளுக்கு போட்டியாய் இறப்பின் நிழல் சூழ்ந்திருந்தது.

செங்கெழுக் குட்டுவனின் உடலுடன் சிற்றரசர்களின் உடல்கள் வைக்கப் பட்டிருந்தன. துயரம் மனதைச் சூழ்கையில் நம்பிக்கையும் நோக்கமும் விலகிச் செல்கிறது. அந்த கணத்தை கடந்து செல்லவே மனம் வழி தேடுகிறது.

சிற்றரசர்களின் உடல்களைக் காண்கையில் தீச்செல்வனின் மனதில் நாளையப் போரை குறித்த நடுக்கங்கள் தோன்ற முகம் வெளுத்திருந்தது. முத்துமேனியின் உடல்

குளிரிலும் வியர்த்தது. மனமென்பது கடலின் நீரைப் போல எண்ணங்களால் ததும்பிக் கொண்டே இருப்பது. அச்சம் என்பது முழுநிலவின் ஈர்ப்பைப் போன்றது. அச்சம் படியும் மனம் கொந்தளிக்கும் கடலாய் மனதின் அமைதியை சிதைத்து நடுக்கத்தை விதைத்து செல்லும்.

சேரமானின் அருகே வேல்கெழுக் குட்டுவனும் நம்பியும் நின்றனர். வீரமே வாழ்வென பிள்ளைகளுக்கு தான் போதித்த நிலைப்பாடே செங்கெழுவைக் கொன்று விட்டதோ என்ற மனஉளைச்சலில் சேரமான் நின்றார்.

வாழ்க்கையின் முதல் போரே செங்கெழுவின் இறுதிப் போராய் அமைந்து விட்டதை எண்ணி வேல்கெழு மனம் குமைந்து கொண்டிருந்தான்.

நம்பி அமைதி காத்திருக்க, சேரமானின் முகம் இறுகியிருந்தது. வேல்கெழுவின் கண்கள் சிவந்திருக்க முகம் களையிழந்து இருந்தது. விண்ணிலிருந்து பொழிந்த கரிய மழைத்துளிகள் உடலை நனைத்து, எரியும் மனதை அணைக்க முயல, எண்ணெய் ஊற்றிய பெருந்தீயாய் சினம் கொளுந்து விட்டெரிந்தது.

கூட்டுப்படையின் சித்தர் இறுதிப் பூசைகளை செய்த பின்னர் செங்கெழுவின் உடல் இடுகுழியில் இறக்கப்பட, சிற்றரசர்களின் உடல்களும் தனித்தனியாக வைக்கப்பட்டன.

மண்ணை இறைத்து மலர்களைச் சொரிந்த அனைவரும் வணங்கி விட்டு விலகுகையில் 'நமது வியூகம் எத்தகையதாக இருந்தாலும் நாளையப் போரில் சேரத்தின் களரிப்படையை நான் வழிநடத்தி இறங்குகிறேன்' என்று சேரமான் கூற, நம்பி தலையசைத்தான்.

உடலின் மேலிருந்த வெண்துகிலை சீர் செய்து கொண்ட சேரமான் கூடாரத்தை நோக்கி நடந்தார். வேல்கெழு பின்தொடர்ந்து செல்ல, மழை வலுக்கத் துவங்கியது.

நம்பியும் மற்றவர்களும் ஆலோசனைக் கூடத்தை நோக்கி நடக்க 'மறைந்திருந்து தாக்கிய வீரர்கள் யாரென கண்டறிந்தாயா?' என்றான் நம்பி.

'இல்லை. நான் பார்த்த வீரர்கள் கொல்லப்பட்டுள்ளனர். அவர்கள் யாரென்று அறிய இயலவில்லை'

'போர்குணமடையக் காரணிகர்கள் முறையிட வந்தார்களா?'

'இல்லை. தாக்கிய வீரர்கள் எவரென்று அறுதியிட்டு கூற இயலாதென்பதால் காரணிகரால் எவ்வித நடவடிக்கையும் எடுக்க இயலாது. திட்டமிட்டவர்கள் இதையே தமக்கு சாதகமாய் பயன்படுத்தி உள்ளனர். சோழத்திலிருந்து எவரும் முறையிடவுமில்லை'

'ஆடைகளை மாற்றிக்கொண்டு ஆலோசனைக் கூடத்தில் ஒரு நாழிகைக்கு பின்னர் கூடுவோம். உணவுக்கோமானை வரச்சொல்' என்று நம்பி கூற, அனைவரும் தலையசைத்துவிட்டு விலகினர்.

★★★

உள்ளத்தின் காயம் உடலை உள்ளிருந்துத் தின்ன நெஞ்சை நிமிர்த்தி, முகத்தை மலர்த்தி கரிகாலன் நடந்தான். அகத்தின் இருள் புறத்தை தீண்டாமல் நிழலில்லா சுடராய் அசைந்தான். காவல் பெண்கள் வணங்க வணங்கியபடி சென்றான்.

இளவெயினியின் கூடாரத்திற்கு வருவதற்கு மனமின்றி கரிகாலன் வந்து சேர்ந்தான். திரும்பவியலா பெரும்பயணத்திற்கு நிலவனை வழியனுப்ப காத்திருந்தனர். நிலவனின் உடல் மஞ்சத்தில் கிடத்தப்பட்டிருக்க சிரிப்பை மட்டுமே அறிந்த முகம் இயல்பு மாறாமல் மலர்ந்திருந்தது. மணம் வீச மட்டும் மலர்ந்த மலரொன்று இறப்பிலும் வாழ்வின் மணத்தை தாங்கியிருந்தது. மனதின் உறுதி உடைந்து கண்களில் குருதி கசிய கரிகாலன் இறுகினான். மனதின் குமுறல்கள் இதயத்தின் சுவர்களில் மோதி நாற்புறமும் எதிரொலிக்க, இயலாமையின் வெளிப்பாடு அழுகையாய் வெடித்தது.

நிலவனின் உடலைக் கைகளில் சுமந்து நெஞ்சோடு அணைத்துக்கொண்டு கரிகாலன் நடக்க விம்மல்கள் ஒலிகொண்டன. பலவீனமாய் இருந்த இளவெயினியை நெஞ்சோடு அணைத்தபடி இரும்பிடார் அழைத்துச் செல்ல, இளைஞர்கள் கதறியபடி பின்தொடர்ந்தனர்.

வீரத்தின் உயர்திணை வஞ்சத்தால் வீழ்த்தப்பட்டதை அறிந்த சோழ வீரர்கள் திரண்டிருக்க, நிலவனின் உடலைக் கண்டதும் அழுகையொலிகள் வெடித்தன. மனதின் வலிகளை கரைத்து கண்ணீராய் வெளியேற்ற கண்கள் முயன்று கொண்டிருக்க, ஓசையாய் வெளியேற்ற குரல்கள் முயன்றன. வெண்ணாற்றின் கரையில் கண்ணீர் ஆறு பெருக்கெடுத்து ஓடியது.

இருளின் அலையில் கரையொதுங்கிய நுரையென இறந்த வீரர்களின் உடல்கள் வெண்ணிறத் துணியால் போர்த்தப்பட்டிருந்தன. நிலவனுக்காக ஏற்படுத்தப் பட்டிருந்த இடுகுழியருகே நிலவனின் உடலை மென்மையாக கரிகாலன் கிடத்தினான்.

வைராவி தீவர்த்தியை காட்டி புனித நீரைத் தெளித்து வணங்கியதும் ஒவ்வொருவராய் முன்னகர்ந்து நிலவனையும் மற்றவர்களையும் வணங்கிச்செல்ல இறுதியாய் உடல்கள் இடுகுழியில் வைக்கப்பட்டன. வீரர்கள் உச்ச குரலில் சொல்லெடுத்து கதற, நிலவு மேகத்திரளில் மறைந்து உலகம் இருண்டது. மீளவியலாப்

பெருவெளி நிலவனுக்காக காத்திருக்க, தளர்ந்திருந்த உடலில் கரிகாலனின் உயிர் துண்டொன்றை நிலவன் சுமந்து சென்றான். விண்ணின் அழுகை மழையாய் வெளிப்பட்டது.

★★★

பொன்னாசனத்தில் அமர்கையில் காலியாக இருந்த இருக்கைகளைக் கண்ட நம்பியின் மனம் துணுக்குற்றது. துயரத்தின் நிழல் முகத்தில் படியாமல் சமாளித்தான்.

சிற்றரசர்கள் அமர்ந்ததும் 'இன்று சோழத் தளபதிகளின் மேல் சிலர் தொலைவிலிருந்து அம்பெய்து வீழ்த்தி இருக்கின்றனர். நீங்கள் எவரும் அறிவீர்களா?' என்று கேட்க, அனைவரும் அமைதி காத்தனர்.

'வஞ்சகமாய் சோழத்தினரை வீழ்த்த முயன்றது இழிவான செயல். இத்தகவல் வெளிப்பட்டால் போரினை வென்றாலும் மேன்மை இருக்காது. செல்வத்திற்காகவோ, நிலப்பரப்பை அடையவோ பாண்டியநாடு இப்போரை நடத்தவில்லை' என்றான் நம்பி சினத்துடன்.

அவனது பார்வை பெருஞ்சாத்தானின் மேல் படிந்தது. பெருஞ்சாத்தனின் முகம் வெண்பளிங்காய் சலனமற்று இருக்க நம்பி பார்வையை நகர்த்தினான். 'இதுபோன்ற செயல் நாளை நடக்க கூடாதென்று அனைத்து வீரர்களுக்கும் உத்தரவிட்டுள்ளேன். விற்படை அல்லாதவரின் மேல் அம்பு தொடுக்கும் விற்படை வீரர்கள் சிறைபிடிக்கப் படுவர். அவர்களை ஏவியவர்கள் எவரெனினும் தண்டிக்கப்படுவர்'

'விற்படையினர் தொலைவிலிருந்து அம்பெய்து தாக்குவது அறமற்ற செயல் அல்லவே' என்று தீச்செல்வன் கேட்க …

'திறந்தவெளிப் போரில் விற்படையினர் விற்படையினருடன் மட்டுமே போரிட வேண்டும். தளபதிகள் போரிடும் போது மறைந்திருந்து தாக்குவதும், தாக்கிய பின்னர் ஓடி ஒளிவதும் ஏன்?' என்று நம்பி கேட்க, தீச்செல்வன் அமைதியானான்.

கூடத்தில் சிறிது நேரம் அமைதி வழிந்தோட, நெருப்பாய் பொரிந்த சினத்தைத் தணிக்க எண்ணிய தொல்லோன் 'போரை இழந்து கொண்டிருக்கிறோம். கரிகாலனை நேரடிப் போரில் வென்றால் மட்டுமே போரை நம்மால் வெல்ல இயலும்' என்றார்.

போர் இறங்குமுகமாக இருப்பதை அறிந்த நம்பி சினத்தை வெளிக்காட்ட வேண்டிய தருணம் அதுவல்ல என்பதை உணர்ந்தான். எத்தகைய வியூகத்தாலும் கரிகாலனின் வியூகங்களை வீழ்த்த முடியாமல் இருப்பதை எண்ணினான்.

சிற்றரசர்கள் இடையே மேகமாய் எழுந்துள்ள நம்பிக்கை இன்மையும் மனத் தளர்வையும் நீக்க விரும்பிய நம்பி 'மனம் தளர அவசியமில்லை. போர் என்பது வலிமை சார்ந்ததல்ல. உறுதி சார்ந்தது. கரிகாலன் சிறிய படையுடன் போரிடுவதை மனதில் கொள்ளுங்கள். மூன்று நாட்களாக போர் நடைபெற்றது என்று எண்ண வேண்டியதில்லை. நாளையே போர் துவங்குகிறது என்றெண்ணுவோம்' என்றான்.

'இப்போதும் சோழப் படையைப் போன்று இருமடங்கு எண்ணிக்கையைக் கொண்டிருப்போம்' என்றார் தொல்லோன்.

பன்மடங்கு இருந்தபோதே சோழத்தை வீழ்த்த இயலாததை எண்ணிய தீச்செல்வன் 'சோழர் தரப்பில் இரண்டு தளபதிகள் காயமுற்றும், ஒரு தளபதி வீழ்த்தப்பட்டும் இருக்கின்றனர். முதன் முறையாக தளபதிகளை வீழ்த்தி இருக்கிறோம். இதை நமக்கு சாதகமாக மாற்ற இயலுமா?'

'வஞ்சத்தால் வீழ்த்தினோம் என்பதே தலைகுனிய செய்கிறது'

'நாளைய வியூகத்தை எப்படி அமைப்பது?'

'நாளையும் கரிகாலன் தற்காப்பு வியூகத்தையே அமைப்பான். யானை அரண்கள் குறைவாக இருக்குமிடத்தில் கேடயங்களால் தடுப்புகள் அமைக்கிறான். மரங்களினால் தடுப்புகளை சிதறடித்து வியூகத்தை ஊடுருவுவோம். இம்முறை காலாட்படையுடன் குதிரைப்படையும் இணைந்து செல்லட்டும். படையை இரண்டாக பிரித்து யானையின் எயிறுகளால் தாக்குவது போல இரண்டு இடங்களில் மட்டும் முழு படையினால் தாக்குவோம்.'

'கோட்டு வியூகம்' என்றான் முத்துமேனி.

'ஆம். படைகளை ஒருங்கிணைத்து இருபுறங்களில் ஊடுருவி சோழவியூகத்தை சிதறடிப்போம்'

இது சாத்தியமெனத் தோன்ற தொல்லோனும், நந்தியனும் தலையசைத்தனர்.

'சேரமான் ஒருபுறத்தில் படையை நடத்தட்டும். தென்னவன் மறுபுறத்திலிருந்து குதிரைப்படையால் தாக்கட்டும். நான் நடுவிலிருந்து வழிநடத்துகிறேன்' என்று நம்பி கூற,

'நாங்களும் களமிறங்குகிறோம்' என்றார் தொல்லோன் மற்ற சிற்றரசர்களை பார்த்தபடி.

'நாமும் களமிறங்குவோம்' என்றான் மரைக்காடன் கூற, நந்தியனும் மற்றவர்களும் தலையசைத்தனர்.

கூடாரத்தில் நுழைந்த காவல் வீரன் 'உணவுக்கோமான் வந்திருக்கிறார்' என்று கூற 'வரச்சொல்' என்றான் நம்பி.

கூடாரத்தினுள் நுழைந்த உணவுக்கோமான் நம்பியை வணங்கி நிற்க 'உணவுப்பொருட்களின் நிலை என்ன?' என்றான் நம்பி.

'கள்ளின் இருப்பு முடிந்து விட்டது. உணவுப்பொருட்கள் குறைவாகவே உள்ளன. வீரர்கள் அனைவருக்கும் உணவளிக்க இயலாது'

'உணவைப் பிரித்து வழங்குங்கள். நாளை போர் முடிந்து விடும்' என்று கூறிய நம்பி 'போகலாம்' என்பது போல கையசைக்க, ஏதோ கூற வந்த உணவுக்கோமான் வணங்கி விட்டு விலகினார்.

'துணைப்படையினர் நிலை பரிதாபத்திற்குரிய ஒன்றாய் உள்ளது. இரவு முழுவதும் இறந்த உடல்களை அகற்றுகின்றனர். பகலில் மீண்டும் இடுகுழிகளைத் தோண்டி விட்டு படைகளுக்காக வெண்ணாற்றிலிருந்து நீரை சுமந்து வருகின்றனர். இன்று ஆற்று நீரை கொண்டு வருவதற்காக இருப்பு படைகளையும் அனுப்பியிருக்கிறேன்' என்றான் தென்னவன்.

'மீண்டும் இடுகுழிகளைத் தோண்ட வேண்டியதில்லை. இன்றிரவு உடல்களை அப்புறப்படுத்தி விட்டு அனைவரையும் ஓய்வெடுக்க கூறு. நாளைய போரில் துணைப்படையினரும் களமிறங்கட்டும்'

'அவர்கள் போர்ப் பயிற்சி இல்லாதவர்கள்'

'எனில் ஆயுதங்களை கொடுத்து முன்புறத்தில் நிறுத்து. இறந்த சிற்றரசர்களின் நிலை மற்றவர்க்கும் நேர்வதை தடுக்க நாளைய போரை வென்றாக வேண்டும்' என்றான் நம்பி இறுக்கத்துடன்.

★★★

இளவெயினியின் கூடாரத்தில் உணவுகள் தொடப்படாமலிருக்க 'பழரசத்தை யாவது பருகுங்கள்' என்று கரிகாலன் இளவெயினியை வற்புறுத்திக் கொண்டிருந்தான். கூடாரத்தில் இரும்பிடாரும் மற்றவர்களும் மெதுவாக நுழைந்தனர். இளைஞர்களின் முகங்கள் சோர்ந்திருக்க கண்கள் சிவந்திருந்தன.

'நாளைய வியூகத்தை குறித்து முடிவெடுக்க வேண்டும்' என்றான் பரஞ்சுடர் மென்மையாக.

இளைஞர்களுடன் நின்ற நிலவன் 'நாளையாவது தாக்குதல் போர் நடக்குமா இல்லையா?' என்று சிரித்தபடி கேட்பதாய் கரிகாலனுக்கு தோன்றியது.

முகத்தை அழுத்தமாக தேய்த்துக் கொண்ட கரிகாலன் 'நாளை வியூகம் ஏதுமில்லை. காலாட்படை, குதிரைப்படை, தேர்ப்படை மூன்றும் தனித்தனியாக களமிறங்கும். சோழத்தின் போர் நாளை துவங்கும்' என்று கூற அனைவரும் திடுக்கிட்டனர்.

'நிலவனின் இறப்பு போரின் வெற்றியை பாதித்து விடக்கூடாது' என்றான் இரும்பிடார்.

'நிலவனுக்காக அனைவரையும் நாம் கொன்றொழித்தே ஆகவேண்டும்' என்றான் சுடரொளி சினத்துடன்.

'பாதிக்காது மாமா. கூட்டுப்படையின் எண்ணிக்கை இன்றைய நிலையை அடைவதற்காக காத்திருந்தேன். இனி நமது தாக்குதலைத் துவங்கலாம்'

'நமது வீரர்கள் குறைவாக உள்ளனர்' என்றான் பரஞ்சுடர்.

'நாளையப் போரில் தாக்கும் விதத்தை கூறுகிறேன்' என்ற கரிகாலன் மனதைக் களைத்து மீண்டும் ஒன்று குவித்தான். தனது திட்டத்தையும், தளபதிகளின் நிலையையும் கூறத்துவங்கினான்.

அனைவரின் மனங்களும் நிம்மதியடைய 'ஓய்வெடுங்கள். நாளை போர் முடியும்' என்று கரிகாலன் கூற, கூடாரத்தை விட்டு நீங்கினர்.

'அனைத்தும் நல்லவிதமாய் நிகழும். குழப்பம் வேண்டாம்' என்று இளவெயினி யிடன் கரிகாலன் கூற,

'உனது முதல் நாள் போரினைக் கண்டபோதே போரைக் குறித்த கவலைகள் நீங்கி விட்டன. அனைவரையும் வீழ்த்திய பின்னர் முழங்கும் சோழத்தின் வெற்றி முரசின் ஒலியை கேட்பதற்காக காத்திருக்கிறேன்' என்றாள் இளவெயினி.

'உறுதியாய் நாளை முழங்கும். உறங்குங்கள்' என்று கூறிய கரிகாலன் அவளின் அருகிலேயே அமர்ந்து கொள்ள இளவெயினி கண்களை மூடினாள்.

சிறிது நேரம் மழையை சொரிந்த கருமேகங்கள் மீண்டும் பொழிவதா வேண்டாமாவென்று யோசித்திருக்க, நாழிகைகள் கரைந்து கொண்டிருந்தன. நிலவின் வெளிச்சம் குறைவாயிருக்க சோழப் பாசறைக்கு காவலிருந்த பெண்கள் போதிய இடைவெளிகளில் நின்று கொண்டிருந்தனர். தீப்பந்தங்களின் ஒளியில் சிலர் நடந்த

போது அவர்கள் அணிந்திருந்த மெய்யாப்பை மீறி உடலின் வளைவுகள் இறுக்கமாய் புலப்பட்டன. இருளின் சோம்பல் அணுகாதிருக்க மெல்லிய குரலில் ஒருத்தி பாடலிசைத்துக் கொண்டிருந்தாள்.

மின்னல் கொடியொன்று விண்ணை கீறிவிட்டுச் செல்கையில் பாசறையின் மேற்கு காடுகளிலிருந்து இருளின் துண்டுகளாய் வீரர்கள் வெளிப்பட்டனர். காடறியாமல் வேட்டையை நிகழ்த்தக்கூடிய வேடர்கள் நிலமறியாமல் சோழப் பாசறையை நெருங்கினர். முதுகில் அம்பறாத்தூணியில் எண்ணற்ற அம்புகள் உறங்கியபடி இருக்க, கையில் குறு வில்லை ஏந்தியிருந்தனர். கரிய நிற ஆடைகளின் மேல் புலித்தோலினாலான மெய்யாப்புகளை அணிந்து அவர்கள் நகர முன்நிலையில் இருங்கோவேள் இருந்தான். இருங்கோவின் சிந்தையில் கரிகாலன் இருந்தான்.

வீரம் வளரும்...

83

இருங்கோவேளின் வேடர்கள் பாறைகளிலும் சிறிய புதர்களிலும் நீராய் படிந்து முன்னேறினர். சோழப் பாசறையை நெருங்கியதும், காவலுக்கு நின்ற பெண்களின் நிலைகளைக் கணக்கிட்டனர். ஒவ்வொரு காவல் பெண்ணிற்கு நேராகவும் வேடனொருவன் படுத்தவாறு நிலை கொண்டு விற்களில் அம்புகளை பொருத்திக்கொண்டு காத்திருந்தான்.

கூகையின் அலறல் கேட்டதும் நிலத்திலிருந்து எழுந்த இருங்கோவேள் கைகளை உயர்த்தியவாறு முன்னேற காவல் பெண்கள் திடுக்கிடலுடன் அவனைப் பார்த்தனர். வாளை உருவியபடி முன்னேறிய ஒரு பெண் 'யார் நீ' என்று கேட்க, இருங்கோவேள் கைகளை கீழிறக்கினான்.

'அறமற்ற போரில் நாம் அறம் காக்க வேண்டிய அவசியமில்லை'

இருளிலிருந்து முன்னேறிய இருங்கோ பெண்களைத் திசை திருப்ப, இருங்கோவேள் கைகளை இறக்கிய கணத்தில் உயர்ந்து முழந்தாளிட்ட வேடர்கள் இருளை ஊடுருவி அம்புகளை விடுத்தனர். நகரும் விலங்குகளை வீழ்த்தி பழகிய கைகள் உள்ளுணர்வின் ஒளியால் அம்பெய்ய பெண்களின் தலையிலும், கழுத்திலும் அம்புகள் பாய்ந்தன. பெண்கள் சரிய, வேகமாக ஓடிய வேடர்கள் பெண்களின் உடல்களை இருளுக்குள் இழுத்துச் சென்று கிடத்தினர்.

தீப்பந்த ஒளியில் இருங்கோவேள் கையசைத்ததும் காடுகளில் நின்றிருந்த மேலும் சில வேடர்கள் அமைதியை ஒலித்து, இருளை ஏந்தியபடி வந்தடைந்தனர். குரல் எழுப்பாமல் சமிக்கையில் பிரிந்து நகர்ந்தனர். கூடாரங்களில் சோழ வீரர்கள் உறங்கியபடி இருக்க, தீப்பந்தங்களின் ஒளியை தவிர்த்தபடி மென்பாதங்களுடன் குனிந்தும், தவழ்ந்தும் ஒருவர் பின் ஒருவராய் நகர்ந்தனர்.

அன்றைய முன்னிரவில் கூட்டுப்படையின் ஆலோசனைக்கூடத்தில் நம்பியுடன் சேர்ந்து வியூகங்களை முடிவெடுத்ததும் பெருஞ்சாத்தன் தனது கூடாரத்தை நோக்கி நடக்க அவன் முகத்தில் சினம் கொப்பளித்துக் கொண்டிருந்தது. அவனுடன் தீச்செல்வனும், முத்துமேனியும் நடக்க நந்தியனும் இணைந்து கொண்டான்.

ஈரக்காற்றையும் மீறி பெருஞ்சாத்தனுக்கு சினத்தால் உடல் வியர்த்தது. உள்ளத்தின் படபடப்பு உடலை அதிரச்செய்ய, அச்சமுற்ற மனப்பாம்பு குழிக்குள் சுருள்வதா, தாக்க முயல்வதா என்று வளைந்து நெளிந்தது.

பெருஞ்சாத்தன் தனது கூடாரத்திற்குள் நுழைய மற்றவர்கள் பின்தொடர்ந்தனர். இருக்கையில் அமர்கையில் பெருஞ்சாத்தனின் மனம் உத்தியை உருவாகியிருக்க நந்தியனை உற்று நோக்கினான்.

‘நாளையப் போரை வெல்வது கடினம். இன்றிரவே விலகி விடலாமாவென்று எண்ணுகிறேன்’ என்றான் நந்தியன் வெறுப்புடன்.

குழியைச் சென்றடைந்த மனமெனும் பாம்பு வாலைக் குழிக்குள் நுழைத்து பின்னேறியபடி தாக்க துணிந்தது. ஒரே நேரத்தில் இருவேறு உலகங்களையும் ஆள எண்ணுபவன் பெருஞ்சாத்தன். அருகே நின்ற இருங்கோவேளை பார்த்தவன் ‘நாளை பாண்டிய வீரர்கள் நம்மை பார்த்திருக்கையில் நம்மால் அம்பெய்து சோழர்களை கொல்ல இயலாது. இன்றிரவு கரிகாலனையும், இளவெயினியையும் சோழப் பாசறையில் கொல்ல இயலுமா?’ என்று கேட்க, சிற்றரசர்கள் அதிர்ந்தனர்.

‘தோப்பி’ என பெருஞ்சாத்தன் உள்நோக்கி சத்தமிட, கூடாரத்தின் இரண்டா மடுக்கில் நின்ற யவன வீரன் உத்தரவைப் புரிந்து கொண்டு அரசர்களுக்கான தோப்பியை தாழியுடன் எடுத்து வந்து தங்க குடுவைகளில் நிரப்பி அனைவருக்கும் அளித்து விட்டு விலகினான்.

‘பாண்டிய வீரர்களின் பார்வையில் நாளை நம்மால் தாக்க இயலாது’ எனில் இன்று அம்பெய்து தாக்கியது பெருஞ்சாத்தனின் சூழ்ச்சியாவென்று நந்தியன் அதிர்ந்தான்.

கூட்டுப்படையை விட்டு விலகத் துணிந்த நந்தியன் தகவலை வெளியிடமாட்டான் என்று கணக்கிட்ட பெருஞ்சாத்தன் மேலுமொரு சிற்றரசனை இணைத்துக்கொள்ள

முடிவெடுத்தான். வெள்ளப்பெருக்கில் கரையேற முயலும் விலங்கின் நிலையிலிருந்த நந்தியன் உறுதியாக இணைந்து கொள்வான் என்பதை கணக்கிட்டான்.

செம்பு தாலங்களில் சுட்ட கறியையும், பழங்களையும் எடுத்து வந்த யவனன் அரசர்களின் எதிரே வைத்தான். எண்ணங்கள் வெள்ளப்பெருக்காய் கரைபுரண்டு ஓடிக்கொண்டிருக்க குடுவையிலிருந்த தோப்பியை ஒரே மூச்சில் குடித்த பெருஞ்சாத்தன் பெருமூச்சுடன் இருக்கையில் சாய்ந்து அமர்ந்தான். இடது கையில் வெறுங்குடுவை இருக்க, கண்களை மூடி தோப்பியின் கிளர்ச்சி நரம்புகளில் கிளைப் பரப்பி முகிழ்வதை துய்த்தவாறு இருந்தான்.

வேங்கையுடன் நேருக்கு நேர் போரிடுவதை விட பொறி வைத்து வீழ்த்துவது சிறந்ததென்பதை அறிந்த இருங்கோ சோழப்பாசறையின் நிலையையும், இரு புறமுமிருந்த காடுகளையும், பின்புறமிருந்த வெண்ணாற்றையும் உள்ளத்தில் வரைந்து அணுகும் விதங்களை எண்ணத் துவங்கினான்.

‘ஒவ்வொரு நாளும் போர் துவங்குவதற்கு முன்பாக கரிகாலன் கிழக்குப் புறத்திலிருந்து வெளிப்படுவதை காண்கையில் வேந்தனின் கூடாரம் உள்ளிருந்தாலும் கிழக்குப் புறத்திற்கு அருகாமையில் இருக்குமென தோன்றுகிறது. கிழக்கிலிருந்து அணுக இயலும். முப்பது வீரர்கள் தேவைப்படும்’

‘எண்ணற்ற படைவீரர்கள் இருக்கும் பாசறையில் நுழைந்து தாக்குவது சாத்தியமான ஒன்றா?’ என்று கேட்டான் தீச்செல்வன்.

‘போரிட்ட களைப்பினால் உறங்கும் வீரர்கள் விழித்தெழ மாட்டார்கள். வெளி வளையத்தில் நின்றிருக்கும் காவல் பெண்கள் திடீர் தாக்குதலை எதிர் பார்க்க மாட்டார்கள். காவலை ஒருபுறத்தில் சிதைத்து ஊடுருவி விட்டால் எதிர்ப்பேதும் இருக்காது’ என்ற பெருஞ்சாத்தன் இருங்கோவை நோக்கி ‘உனது வீரர்களை அழைத்துக்கொண்டு உடனடியாக கிளம்பு. சோழ வேந்தனையும், சோழ அரசியையும் கொன்று விட்டு திரும்பு. ஒருவேளை குறி தவறினால் திரும்பி விடு. கூட்டுப்படையை விட்டு விலகிச்செல்வோம். நம்பி நாளை சோழத்தை எதிர்கொள்ளட்டும்’ என்றான் தாக்குதலையும், தப்பிச் செல்வதையும் ஒரேகணத்தில் சிந்தித்தபடி.

‘உத்தரவு’ என்று கூறிய இருங்கோ விலகிச்செல்ல, ‘ஒருவேளை தாக்கும்போது வீரர்கள் பிடிபட்டு விட்டால் நம்மை வெளிப்படுத்தி விடுவார்களே’ என்றான் நந்தியன் ஐயத்துடன்.

‘இருங்கோவேளின் வீரர்களை முள்ளூர் வீரர்கள் எவரும் அறியமாட்டார்கள். அவர்கள் பச்சமலையில் வசிக்கும் வேடர்கள். எனது படைவீரர்களுடன் இணைக்காமல்

தனித்த கூடாரங்களில் இருக்கச் செய்திருக்கிறேன். இதுவரை போரிலும் ஈடுபடுத்த வில்லை. அவர்கள் இருங்கோவை மட்டுமே அறிவர். என்னையோ மற்றவர் களையோ அறியமாட்டார்கள். அவர்களுக்கு இருங்கோவேளின் பெயர் கூட தெரியாது' என்று கூறியதும் முத்துமேனியே ஒருகணம் திகைத்தான். இது போன்ற சிக்கலான பணிகளில் ஈடுபடுத்துவதற்காக பெருஞ்சாத்தன் சிறு படையையே வைத்திருக்கிறான் என்பதை மற்றவர்களும் உணர்ந்தனர். இந்த திட்டத்தால் எவ்வித பாதகமும் இல்லை என்பதை உணர்ந்ததும் நிம்மதிப் பெருமூச்சை விடுத்தனர்.

'சரி. தாக்குதலைக் குறித்த தகவலை சொல்லியனுப்பு' என்ற நந்தியன் எழ, 'உனது படையில் எத்தனை வீரர்கள் இன்னும் இருக்கின்றனர்?' என்று பெருஞ்சாத்தன் கேட்க, நந்தியன் மீண்டும் அமர்ந்து கொண்டான். தோப்பியின் சுள்ளாப்பில் நால்வரும் பேசத்துவங்கினர்.

சற்று நேரத்தில் முள்ளூர் வீரர்கள் காவலிருந்த நிலைகளிலிருந்து 'வீரர்களுடன் வெளியே சென்று வருகிறேன்' என்று கூறிவிட்டு இருங்கோவேள் வெளியேற, கறுப்பு நிற உடையணிந்த வேடர்கள் இருங்கோவுடன் காடுகளை நோக்கி விரைந்தனர்.

காடுகளினூடே நகர்ந்து சோழப்பாசறை இருக்குமிடத்திற்கு வந்தவுடன் 'கூடாரத்தின் நடுப்பகுதிக்கு எவரும் அறியாமல் முன்னேறி கரிகாலனையும், சோழ அரசியையும் அழிக்க வேண்டும். இடையில் எவர் வந்தாலும் கொன்று விட்டு முன்னேறுவோம். நமது தாக்குதல் வெளிப்பட்டு விட்டால் சமிக்கை தருகிறேன். பின்னேறி தப்பிச்சென்று விடலாம்' என்றான் இருங்கோ. அனைவரும் தலையசைத்தனர்.

சோழப்பாசறையை ஊடுருவியதும் இரண்டு வேடர்கள் இரு எல்லைகளிலும் நின்று கொள்ள மற்றவர்கள் முன்னேறினர். சில கூடாரங்களை தாண்டிய பின்னர் மீண்டும் இருவர் நிலை கொள்ள, மற்றவர்கள் நகர்ந்தனர். பகைவர்கள் பாசறையை ஊடுருவியிருப்பது வெளிப்பட்டால் சோழர்கள் தாக்கத் துவங்குவர். அப்போது பதில் தாக்குதலைத் தொடுத்தவாறு பின்னேறுவதற்கு வாய்ப்பாகவும், பின்புறத்திலிருந்து சோழர்கள் சுற்றி வளைக்காமல் பாதுகாக்கவும் வீரர்களை இரண்டிரண்டாய் நிறுத்தியபடி, முக்கோணமாய் நகர்ந்து பாசறையின் நடுப்பகுதியை நெருங்கினான் இருங்கோ.

ஓசையேதும் எழுப்பாமல் வெண்ணாற்றின் காற்றாய் வேடர்கள் மிதந்து சென்றனர். இருளின் நீரோட்டமாய் விரைந்து சென்றனர். பாசறையின் நடுப்பகுதியில் கேடய அரணை மதிற்சுவராய் கொண்ட இரண்டு பெரிய கூடாரங்கள் கடுங்காவலுடன் இருப்பதைக் கண்ட இருங்கோ பேரதிர்ச்சி அடைந்தான்.

புகாரின் அரண்மனையை ஊடுருவி பகைவர்கள் தாக்கியதில் பாடம் பயின்றிருந்த வானவன் சோழஅரசியின் கூடாரத்தைச் சுற்றிலும் பாதுகாவலை கடுமையாக அமைத்திருந்தான்.

அனைத்து வீரர்களையும் கொண்டு தாக்குதல் நிகழ்த்தினாலும் கேடய அரணை ஊடுருவுவது இயலாத ஒன்று என்பதைப் போரில் கண்டிருந்த இருங்கோ என்ன முடிவெடுப்பதென தடுமாறினான்.

பாசறையின் மேற்கிலிருந்து மூங்கில் குழலின் மெல்லிய ஊதலோசை ஒலிக்க, அடுத்த நொடியில் வடமேற்கில் ஒலி எழுந்தது. சில கணங்களுக்குப் பின்னர் வடக்கு, வடகிழக்கென ஊதலோசை தாவிச்செல்ல கிழக்கில் அமைதி ஒலித்தது. மீண்டும் தென்கிழக்கில் துவங்கி தெற்கு, தென்மேற்கென வளையமாய் சுற்றி வந்தது.

ஊதலொலி வளையமிட, ஒவ்வொரு சாமத்தின் முடிவிலும் எண்திசைகளின் நிலையை அறிந்து கொள்ள இவ்வாறு ஒலியெழுப்புகின்றாரா அல்லது ஊடுருவலை அறிந்து கொண்டு வளையம் உடைந்திருக்கும் இடத்தைக் கண்டடைய ஓசையை எழுப்புகின்றனரா என்று குழம்பிய இருங்கோ, கிழக்கில் ஒலியேதும் வெளிப்படாததால் இன்னல் முளை விட்டுள்ளதை காவல் பெண்கள் அறிந்திருப்பர். இனி காட்டைத் துளாவும் பெருங்காற்றாய் சுழன்று வருவர் என உணர்ந்து ஏமாற்றமடைந்தான்.

தாக்கும் திட்டத்தைக் கைவிட்டு விலக முடிவெடுத்தவன் கையை உயர்த்தி வளையமிட்டு கிழக்கு திசையில் பின்னேறுங்கள் என்று கையை காட்ட, தாக்குதலை எதனால் கைவிடுகிறோமென புரியாமல் வேடர்கள் குழப்பமடைந்தனர். எனினும் உத்தரவிற்கு கீழ்ப்படியும் விலங்குகளென கணப்பொழுதும் தாமதியாமல் பின்னேறத்துவங்கினர்.

இருங்கோவேள் வேகமாக வெளியேறத் துவங்கினான். வேடர்கள் பின்னேறத் துவங்கிய கணத்தில் இருள் எய்யும் அம்புகளாக சடசடவென்று மறைவிலிருந்து வெளிப் பட்ட அம்புகள் வேடர்களின் மேல் பாய்ந்தன. குருதி பீச்சியடிக்க வேடர்கள் சரிந்தனர்.

கூடாரங்களின் மறைவிலிருந்து பிறை வடிவில் வெளிப்பட்ட காவல் பெண்கள் இடதும் வலதும் நகர்ந்தபடி அம்புகளை எய்தனர். இருங்கோ வேகமாக கிழக்கில் நகர, வேடர்களும் பதில் அம்புகளை விடுத்தபடி பின்னேறினர்.

சோழப்பாசறையில் வெளிவளையம் மட்டுமில்லாது வேந்தரும், தளபதிகளும் தங்கியிருக்கும் கூடாரங்களை சுற்றிலும் ஒரு உள்வளையத்தை பனிமுகில்

ஏற்படுத்தியிருந்தாள். தனித்த காவல் நிலைகளை ஏற்படுத்தாமல் கூடாரங்களின் நிழலில் காவலிருக்கச் செய்திருந்தாள். இருங்கோவும், எண்ணற்ற வேடர்களும் பதுங்கியபடி முன்னேறுவதைக் கண்ட காவல் பெண்கள் பனிமுகிலுக்கு தகவல் அனுப்பி விட்டு, வேட்டைக்கு நகரும் சாம்பல் நாய்களை சூழும் பெண் சிங்கங்களாய் இரையின் நகர்வை கவனித்தனர். விற்கள் தோளிலிருந்து கைகளுக்கு இடம் மாறியிருக்க அம்புகள் கூரிய நகங்களாய் முளைத்திருந்தன.

பாசறையின் மறுபுறத்திலிருந்த பனிமுகிலை அடைந்த காவல் பெண்ணொருத்தி தகவலைத் தெரிவிக்க பனிமுகில் நிலையை அமைதியாக உள்வாங்கினாள். பகைவரின் குறி வேந்தனாயிருக்கும் என்பதை யூகித்தவள் வெளிவளையத்திலிருந்த பெண்களை வேந்தனின் கூடாரத்திற்கு காவலிருக்கும் பெண்களை எச்சரிக்கை செய்ய அனுப்பினாள்.

வெளிவளையம் எவ்விடத்தில் தகர்க்கப் பட்டுள்ளதெனக் கண்டறிய மூங்கில் குழலை ஒலிக்கச் செய்தாள். ஒலி வளையம் சுழன்று வர கிழக்கின் ஒலித்துண்டு திரும்பாததைக் கண்டதும் புரிந்து கொண்டாள். வேந்தனின் கூடாரம் அம்புப் பொறிகளைத் தாங்கியிருந்ததால் சிறு குழுவால் கேடய அரணை உடைக்க முடியாதென்று எண்ணியவள், பெண்கள் தாக்கத் துவங்கியதும் பகைவர்கள் கிழக்கில் பின்னேறுவர் என்றெண்ணி குதிரையை முடுக்கி கிழக்கு எல்லைக்கு விரைந்தாள்.

காற்றை குடித்துச் செல்லும் அம்பின் ஓசைகள் செவிகளை அடைந்ததும் உள்ளுணர்வு தலை சிலிர்க்க சடாரென்று எழுந்தான் கரிகாலன். அருகில் உறங்கிக் கொண்டிருக்கும் இளவெயினியைப் பார்த்தவன் ஓசையெழுப்பாமல் வெளியே வந்தான். கூடாரத்தின் இரண்டு உள்ளடுக்குகளைக் கணப்பொழுதில் கடந்தவன் கேடய அரண்களினுள் பெண்கள் வாளேந்தி ஆயத்தமாயிருப்பதையும், உள்ளிருந்து அரண் தாழிடப்பட்டிருப்பதையும் கவனித்தான்.

தவறு நிகழ்ந்துள்ளதென உள்ளம் உறுத்த உடலில் சினம் திமிறியெழுந்தது. உள்ளத்தின் வலி கண்ணிலிருந்து குருதியாய் வடிய, தணலில் பாயும் நீராய் சினத்தின் மேல் அமைதியாய் படர்ந்தான்.

'என்ன நிகழ்ந்தது?' என்றான் மிகுந்த அமைதியுடன்.

'பகைவர்கள் கிழக்குப் புறத்திலிருந்து ஊடுருவி நடுப்பகுதியை வந்தடைந்துள்ளனர். காவல் பெண்கள் அவர்களைத் துரத்தி செல்கின்றனர்' என்று பெண்ணொருத்தி கூற..

'கிழக்கிலிருந்த காவல் பெண்களின் நிலை?' என்ற எண்ணம் எழுந்த கணத்தில், எண்ணத்தை விஞ்சிய வேகத்தில் விற்பொறியின் மேல் கால் வைத்து எகிறி, இடக்கையை

அரணின் மேல் ஊன்றி அரைப்பனை உயரக் கேடய அரணைத் தாண்டினான். வேடர்கள் சிலர் அம்பு பாய்ந்து கிடப்பதைக் கண்டதும் வெறிகொண்ட வேங்கையாய் கிழக்கு நோக்கி ஓடத்துவங்கினான்.

கூடாரத்தைச் சுற்றிலும் எழும் அரவத்தை கேட்டு கண்விழித்த சோழ வீரர்கள் எழுந்து வெளியே வந்தனர். பெண்கள் ஓடுவதைக் கண்டவர்கள் திடுக்கிட்டுப் பின்தொடர்ந்தனர்.

உள்ளத்தின் துடிப்பு எகிற, இரை திரும்பி நிற்பதை உணர்ந்த இருங்கோ எதைப்பற்றியும் கவலைப்படாமல் பின்னடைந்து கொண்டிருந்தான். குறி தவறுகையில் பின்னேறுபவனே சிறந்த வேடன். வேட்டையை வேறொரு நாள் தொடர உயிருடன் எஞ்சியிருப்பது அவசியமான ஒன்று.

வேட்டையில் பின்நிலைகளை காப்பதற்கு இருங்கோ நிறுத்தியிருந்த வேடர்கள் பெண்களின் மேல் அம்பெய்து தாக்க, கூடாரங்களை அம்பெய்தித் தாக்கி விடக்கூடாதென்று எண்ணிய பெண்கள் வேகத்தைக் குறைத்து நகர்ந்தனர். வேடர்கள் அதிவேகமாக பாசறையின் கிழக்கு எல்லையை அடைந்தனர்.

இருங்கோவும் மற்றவர்களும் வெளிப்பட்ட கணத்தில் அங்கு காத்திருந்த காவல் பெண்கள் வாட்களால் தாக்கத்துவங்க, வேடர்கள் விற்களினால் தேக்கிக்கொண்டு இடையிலிருந்த வாட்களை உருவினர். பெண்களும் வேடர்களும் வாட்போரிடத் துவங்கினர். பெண்ணொருத்தியை வீழ்த்திய இருங்கோ வெளியேற முயன்றபோது வேகமாய் வந்து சேர்ந்த பனிமுகில் குதிரையிலிருந்து தாவியிறங்கினாள். இறங்கும் போதே நவிர் வாட்கள் கைகளில் முளைத்திருந்தன.

இருங்கோ தாக்கத்துவங்க நவிர் வாட்கள் காற்றாய் சுழன்றன. வாட்களை கண்ணால் காண இயலாததைக் கண்டு அதிர்ந்த இருங்கோ எதிர்கொள்ளத் தடுமாறினான். வாட்களின் நிறமும், மெல்லியத் தன்மையும் வாட்களைக் காணமுடியாமல் செய்கிறது என்று புரிந்து கொண்டவன் அவளின் கைகளின் அசைவைக்கொண்டு தேக்கத் துவங்கினான். மரமாய் இறுகி இருங்கோ தேக்க, நாற்புறமும் கொடியாய் சுழன்று பனிமுகில் தாக்கினாள்.

இருங்கோ தற்காப்பு வீச்சிலிருந்து தாக்குதலுக்கு மாறி ஆற்றலுடன் மெல்லிய வாட்களை வெட்டியெறிய முயல, நவிர் வாட்கள் இருங்கோவின் வாள் முனைகளை சிதைத்தன. இரண்டு வாட்களையும் தேக்கியபடி இருங்கோ முன்னேற முயல பனிமுகில் நெருப்பாய் பின்னகர்த்தினாள். இருங்கோவின் மெய்ப்பையை பிளந்த நவிர் வாட்கள் சுழன்று இருங்கோவின் மார்பையும், கைகளையும் கீறிச்செல்ல குருதிக்கீற்றுகள் துளிர்த்தன.

கிழக்கு கூடாரத்திற்கும் காடுகளுக்கும் இடையில் படுத்திருந்த இரண்டு வேடர்கள் எழுந்தனர். மறுகணம் இரண்டு அம்புகள் உச்ச வேகத்தில் பயணித்து பனிமுகிலின் கழுத்திலும் நெஞ்சிலும் பாய, பனிமுகில் சுருண்டு விழுந்தாள். இருங்கோ வேகமாக ஓடி இருளுக்குள் மறைய இரண்டு வீரர்கள் தொடர்ந்து ஓடினர். கூடாரங்களிலிருந்து வெளிப்பட்ட கரிகாலன் பாய்ந்தோடி பனிமுகிலைக் கைகளில் ஏந்த, சோழவீரர்கள் வந்தடைந்தனர்.

பெண்கள் கதறியழும் ஓசை கேட்க, பனிமுகில் கண்விழித்தாள். கரிகாலனைக் கண்டதும் பொன்மலராய் மலர்ந்தாள். தன்னைத் தாங்கியிருந்த கைகளின் விரல்களுடன் தனது விரல்களைக் கோர்த்துக் கொண்டாள். முகமும் மனதும் பொற்றாமரையாய் மலர்ந்திருக்க மெதுவாகக் கண்களை மூடினாள். கரிகாலனின் விழிகளிலிருந்து கண்ணீர் கொட்டியது. மனதில் குமுறியெழுந்த அழுகையை அடக்க கரிகாலன் கண்களை மூடிக்கொண்டான்.

சில கணங்களுக்குப் பின்னர் எழுந்தவனின் குரல் கமற, குரல்வளையை செருமி சீர்செய்து கொண்டு 'தளபதிக்கு தகவல் அனுப்புங்கள்' என்றான்.

'கண்ணின் மணியாக வளர்த்த செல்ல மகளை இவ்வாறு காண்கையில் அவர் அடையும் துயரத்தை எவ்வாறு ஆற்றுப்படுத்துவது' என்று எண்ணினான்.

'எத்தனை பெண்கள் வீழ்த்தப்பட்டுள்ளனர்?' என்று கரிகாலன் கேட்க, கூடாரங்களின் இருளில் கிடத்தப்பட்டிருந்த பெண்களின் உடல்களையும், வேடர்களின் உடல்களையும் தூக்கி வந்த வீரர்கள் இருவரிசைகளில் கிடத்தினர். உடல்கள் மீதமிருந்த இரவின் நீளமாய் நீண்டு சென்றன.

அமைதியின் பிறழ்வில் அசாதாரணத்தை கணித்த இரும்பிடாரும் கிழக்கு எல்லைக்கு வந்து சேர, பாசறையில் நிகழ்ந்த தாக்குதலைக் கண்டு கொந்தளித்தான். 'இனி பொறுத்திருக்கத் தேவையில்லை. நாமும் தாக்கத் துவங்குவோம். கூட்டுப் படையின் பாசறையை சிதைத்து நம்பியின் தலையை கொய்து வருவோம்' என்றான் பனிமுகிலின் முகத்தை பார்த்தபடி.

'இத்தாக்குதலை நம்பி அறிந்திருக்க மாட்டான். இது பெருஞ்சாத்தனின் சூதாய் இருக்கும்' என்றான் கரிகாலன்.

'போர் காரணிகரிடம் முறையிட வேண்டும். அறத்திற்குப் புறம்பாக இரவில் எப்படி தாக்குதல் நிகழ்த்தலாம்?' என்று கொதித்தான் ஒரு வீரன்.

‘இரவிலேயே நாமும் தாக்கி அனைவரையும் கொன்றொழிப்போம்’ என்றான் மற்றொருவன்.

வீரர்கள் ஆவேசத்துடன் முழங்க அவர்களை அமைதிப்படுத்திய கரிகாலன் ‘யார் தாக்கினார்கள் எதற்காக ஊடுருவினார்கள் என்பதை நம்மால் அறுதியிட்டு கூற இயலாது. நள்ளிரவில் காரணிகர்களை எழுப்ப வேண்டியதில்லை. பொறுத்திருங்கள். விடியட்டும்’ என்றான்.

அதற்குள் தகவலறிந்து வந்து சேர்ந்த பரஞ்சுடர் பேரதிர்ச்சியுடன் பனிமுகிலின் அருகில் அமர்ந்து உடலை இறுக அணைத்துக்கொண்டார். வெடித்தெழுந்த அழுகையை கட்டுப்படுத்தினாலும் விழிகளுக்குத் திரையிட இயலாததால் கண்ணீர் பாய்ந்தோடியது. துயரமும் சினமும் விழிநீரின் கரைகளாய் இருக்க சொற்களை உதிர்த்து விடக்கூடாதென பரஞ்சுடர் சோழத்தின் தளபதியாய் அமர்ந்திருந்தான். துயரைத் தாங்கும் பக்குவத்தை வயது அளித்திருக்க போர்க்களத்தை எண்ணி கண்களை இறுக்கிக் கொண்டான்.

பாசறையின் கிழக்குப் புறத்தை வந்தடைந்த இளைஞர்கள் பனிமுகிலின் உடலைக் கண்டு பதறினர். பனிமுகிலின் கையைப் பற்றி திதியன் கதறுவதைக் கண்ட வீரர்கள் நொறுங்கிப் போயினர். போரின் கொடிய நாளாக மூன்றாவது நாளிருக்க, அனைவரையும் வஞ்சத்தினால் இழக்க நேர்வதைத் தாளமாட்டாமல் துடித்தனர்.

‘அறமற்ற போரில் நாம் அறம் காக்க வேண்டிய அவசியமில்லை’ என்றான் இளம்பரிதி கொந்தளித்தபடி.

‘படையை அனுப்ப தேவையில்லை. இரும்பிடார், தளபதியுடன் நாங்கள் மூவர் செல்கிறோம்’ என்றான் சுடரொளி.

தனது உணர்வுகளை கட்டுப்படுத்துவதை விட கொதித்த மனங்களை கட்டுப்படுத்துவது சிரமமாயிருக்க ‘தாக்கியது படை வீரர்கள் இல்லை. பழங்குடியினர் போல் உள்ளனர்’ என்றான் கரிகாலன் கிடத்தப்பட்டிருந்த உடல்களை உற்று நோக்கியபடி.

வீரர்களின் உடலருகே அமர்ந்து கூர்ந்து கவனித்த இரும்பிடார் ‘ காதில் இரு துளைகள். கீழுதட்டில் ஒரு துளை. அவற்றில் சொருகியிருக்கும் செப்புக் கம்பி. இவர்கள் பச்சைமலையின் வேடர்கள்’ என்றான்.

‘மலைக்குடியினர் தாமாக வரவில்லை. வரவழைக்கப்பட்டுள்ளனர் அல்லது படையுடன் பயணிக்கின்றனர். இவர்கள் எந்த நாட்டு படையுடன் இணைந்துள்ளனர்

என்பதை அறிந்தால் சூதின் கண்ணை தொட்டு விடலாம். சிற்றரசர்கள் மறுத்தாலும் காரணிகர்களும், புலவர்களும் அறிந்து கொள்ளட்டும். அதுவரையில் பனிமுகிலின் உடலை தளபதியின் கூடாரத்தில் இருக்கட்டும். மற்றவர்களின் உடல்கள் பாதுகாத்திருங்கள். காலையில் காரணிகர் பார்த்ததும் முடிவு செய்வோம்' என்றான் கரிகாலன்.

கொதிக்கும் உலைநீர் தணிந்து குமிழ்கள் குறைவது போல வீரர்கள் விலகிச் சென்றாலும் மனதிற்குள் வெம்மை மேலேறி உறுமிக் கொண்டிருந்தது.

போர்க்களத்தின் மேற்குப்புறத்திலிருந்த காடுகளில் இருள் செறிந்திருக்க, மரங்கள் நள்ளிரவிலும் காற்றில் தலைசீவிக் கொண்டிருக்கன. குன்றுகளாய் கிடந்த யானைகள், குதிரைகளின் உடல்களை இரவிலும் உயிர்கள் தின்று கொண்டிருக்க, வால் ஈ, மிட்சீ, குறுகொசு, குதிரை ஈ, கொல்லீ போன்ற இருசிறகிப் பூச்சிகள் மொய்த்துக் கொண்டிருந்தன. துர்நாற்றம் இருளை விட அதிகமாய் செறிந்திருக்க, பெருஞ்சாத்தனும் மற்றவர்களும் துணியால் நாசியை இறுக மூடிக்கொண்டு நடந்தனர்.

மலரின் நாற்றத்திலும், இறந்த உடல்களின் துர்நாற்றத்திலும் வேறுபாடு கருதாத இருங்கோவேள் செடிகளையும், கொப்புகளையும் வாளால் வெட்டியெறிந்தபடி வீரர்களுடன் முன்னேற, சிற்றரசர்கள் பின்தொடர்ந்தனர். நாற்புறத்திலும் வீரர்கள் தடைகளைக் களைந்தவாறு நகர்ந்தனர். ஒரு தீப்பந்தம் மட்டும் இருளைத் துளையிட்டுக் காட்ட, வண்டுகளின் ரீங்காரமும், சிற்றுயிர்களின் குற்றொலிகளும் அமைதியை திருகிக் கொண்டிருந்தன.

சோழப்பாசறையில் வேந்தனை வீழ்த்தும் திட்டம் முறியடிக்கப்பட்டதை இருங்கோ கூறியவுடன் பெருஞ்சாத்தன் தன்னுடனிருக்கும் சிற்றரசர்களுக்கு தகவல் அனுப்ப, மூவரும் கூடாரத்தை வந்தடைந்தனர்.

'இரவு தாக்குதலை அறிந்தால் பாண்டியனும், சேரனும் சீற்றமடைவர். நாளையப் போரில் கூட்டுப்படைகள் தோற்பது உறுதி. முள்ளூர் அரண்மனைக்குச் சென்று அங்கிருந்து அதிகநாட்டின் வழியாக குதிரைமலையில் நுழைந்துவிட்டால் ஒளியின் நிறமாய் மறைந்து விடலாம். அதன் பின்னர் போரின் முடிவுக்கேற்ப திட்டமிடலாம். அணுக்க வீரர்களை மட்டும் அழைத்துக்கொண்டு புறப்படுங்கள்' என்றான் பெருஞ்சாத்தன்,

'குதிரைகளை அவிழ்க்க இயலாது. நாம் நீங்கிச் செல்வது தெரிந்து விடும். மேற்கில் காடுகளை ஊடுருவிச் சென்று பாலத்தின் வழியாக முள்ளூரை அடைந்து விடலாம்' என்று இருங்கோவேள் கூற, அனைவரும் அரைநாழிகையில் வெளியேறியிருந்தனர்.

போரின் நிலை தலைகீழாய் மாறி விட்டதால் பெருஞ்சாத்தன் மனமுடைந்து இருந்தான். கூட்டுப்படையைக் கொண்டு சோழத்தை வெல்லும் திட்டம் பெருந்தோல்வியை தழுவியிருக்க பல வருடங்களாய் காத்திருந்தது வீண் போனது பெரும் வலியை தந்தது. இதற்கு பின்னர் சோழத்தை கைப்பற்றும் வாய்ப்பு ஏற்படாதென்று எண்ணி ஏமாற்றத்துடன் இருந்தான்.

'கூட்டுப்படை யை வென்று கரிகாலன் புகாருக்குத் திரும்பினாலும் அவனையும் செ‌ன்னியைப் போல கொன்றொழிப்பேன். நான் உயிருடன் இருக்கும்வரையில் புகாரில் அமைதி நிலவாது. ஒவ்வொரு கணமும் மக்களின் மனங்களில் அச்சத்தையும், குழப்பத்தையும் தலைவிரித்தாட செய்வேன்' என்று வஞ்சினம் பூண்டான்.

வீரம் வளரும்...

84

காரிருள் என்பது ஒளி இல்லாமை. கருமை என்பது நிறம் இல்லாமை. காடென்பது ஒளிகுறைந்து கருத்திருப்பது. இரவின் காடு காரிருளின் பரிமாணமாய் கருப்பு நிறத்தில் ஆட்சியமைத்திருக்க, கண்களின்றிச் செல்வது போல இருள் விழிகளை மூடியிருந்தது. வீரனொருவன் தீப்பந்தம் ஒன்றை ஏந்தி முன்னே செல்ல அவனை சிற்றரசர்களும், மற்றவர்களும் பின்தொடர்ந்தனர். எண்ணற்ற தீப்பந்தங்கள் கவனத்தை ஈர்க்குமென்பதால் காட்டைக் கடந்து வெண்ணாற்றுப்பாலத்தை அடையும் வரையில் ஒன்றை மட்டும் ஏந்திச் செல்ல இருங்கோ கூறியிருந்தான்.

வாழ்வென்பது வெறுப்பதல்ல. அன்பு காட்டுவது.

ஒற்றை ஒளியொன்று கிளை தாவிச் செல்ல சிற்றரசர்கள் காடை ஊடறுத்து வெட்டவெளியை அடைந்ததும் வெண்ணாற்றை கடக்கும் பாலத்தை நோக்கி நடந்தனர். பாலத்தை நெருங்கிய கணத்தில் இருளைத் துண்டாடியபடி குதிரைகளின் குளம்படிகள் ஒலிக்க, சில கணங்களில் மண்ணைச் சிதறடித்துப் பாய்ந்து வந்த குதிரைப்படை அதிவேகமாக சுற்றி வளைத்தது.

பெருஞ்சாத்தனும் மற்றவர்களும் பேரதிர்ச்சிக்கு உள்ளாக, குதிரை வீரர்கள்

அம்புகளை வில்லில் நாணேற்றி நிறுத்தினர். குதிரையிலிருந்து இறங்கிய சிலர் முள்ளூர் வீரனின் கையிலிருந்த தீப்பந்தத்தைப் பறித்து மேலும் தீப்பந்தங்களைப் பற்ற வைத்தனர்.

மேகங்கள் விலகியதும் ஒளிரும் விண்மீன்களாய் எண்ணற்ற தீப்பந்தங்கள் வட்டமாய் நிலைகொள்ள, குதிரைப்படையைத் தொடர்ந்து நாலைந்து உருவங்கள் சீரான வேகத்தில் குதிரையில் நெருங்கி வந்தன. நெருப்பின் ஒளியில் பொன்னிறத்தில் குளித்தவனாய் பெரும் கம்பீரத்துடன் அமர்ந்து நெருங்கியவனைக் கண்டதும் சிற்றரசர்கள் அச்சத்தில் உயிர் ஒடுங்கினர். அவனது கம்பீரமே இவன் கரிகாலன் என்றது.

புதிதாய் முளைத்த நெருப்பின் கண்கள் கடுஞ்சினத்துடன் வெம்மையை இரைக்க, காற்றின் வேகத்தில் தீப்பொறிகள் சடசடவென்று பிரிந்து சென்றன. முள்ளூர் வீரர்கள் அச்சத்துடன் வாட்களை உருவினர்.

'கூட்டுப்படையின் பாடிவீட்டை விலகிச் செல்வதை நம்பியே அறியாமலிருக்கும் போது இவன் எப்படி அறிந்தான்' என்று பெருஞ்சாத்தன் திகைத்தான்.

'சிற்றரசர்கள் தப்பிச்செல்வதை அறிந்த கரிகாலன் வெண்ணாற்றின் கரையினூடே தீப்பந்தங்களை ஏற்றாமல் வீரர்களுடன் வந்திருக்கிறான்' என்றெண்ணினான் இருங்கோ.

'வாட்களை உறையிலிடுங்கள். வீரர்களை தாக்க மாட்டோம்' என்று இரும்பிடார் கூற, சிற்றரசர்களின் வீரர்கள் தயங்கினர்.

'சிற்றரசர்களையும் இருங்கோவேளையும் தவிர மற்ற வீரர்கள் விரும்புமிடத்திற்கு செல்லலாம். மீறி நிற்பவர்களை அம்பெய்து வீழ்த்துங்கள்' என்று கரிகாலன் கூற, வீரர்கள் மெதுவாக வாட்களை உறையிலிட்டு விலக முயல,

'நில்லுங்கள் கோழைகளே. தாக்குங்கள் அவர்களை' என்று சீறினான் பெருஞ்சாத்தன்.

'நள்ளிரவில் தாக்கும் உன்னை விடவா கோழைகள் அவர்கள்?' என்றான் கரிகாலன்.

'வீண் பழி சுமத்துகிறீர்கள். உங்கள் பாசறையை நாங்கள் தாக்கவில்லை' என்றான் தீச்செல்வன் வேகமாக.

'பாசறையை தாக்கியதாக நாங்கள் கூறவில்லை. நீயெப்படி அறிந்தாய்?' என்று கேட்டான் இரும்பிடார்.

தீச்செல்வன் தடுமாற, பெருஞ்சாத்தனின் வீரர்கள் நிகழ்ந்ததை புரிந்து கொண்டு விலகிச் செல்ல, சிற்றரசர்களும், இருங்கோவும் தனித்து நின்றனர். அவர்களைச் சூழ்ந்த சோழ வீரர்கள் அவர்களின் இடையிலிருந்த வாட்களையும், குறுங்கத்திகளையும் அகற்றினர்.

'காரணிகர் முன்னிலையில் நீதி விசாரணையை அறத்தின்படி நடத்துங்கள்' என்றான் பெருஞ்சாத்தன்.

'உறுதியாக நிகழும்' என்றபடி குதிரையிலிருந்து இறங்கிய கரிகாலன் 'தேர்ப்போட்டியில் என் தந்தையை கொன்றதற்கும், சதித் திட்டம் தீட்டி நிலவனையும் பனிமுகிலையும் அழித்ததற்கும். ஆனால் காரணிகர் முன்னிலையில் அல்ல. தென்னகத்தின் தலைநகர் புகாரில் நடக்கும். அதன் பின்னர் சோழ நாட்டை ஆளவிரும்பிய நீங்கள் உயிரோடிருக்கும் வரையில் சோழ நாட்டில் வாழலாம். அடிமைகளாக' என்றான்.

'நாங்கள் பாசறையை தாக்கியதற்கு சான்றேது?' என்றான் முத்துமேனி.

'நானிருக்கிறேன்' என்ற நந்தியன் மெதுவாக விலகி கரிகாலனருகே சென்று நிற்க, சிற்றரசர்கள் இடி விழுந்தது போல அதிர்ந்தனர்.

'சோழப்பாசறையில் திட்டமிட்டு தாக்குதலை நிறைவேற்ற உத்தரவிட்டது பெருஞ்சாத்தன். தாக்கியது இருங்கோவேள். தீச்செல்வனும், முத்துமேனியும் துணையிருந்தனர்' என்றான் நந்தியன்.

'நீயும்தான் இத்திட்டத்தில் உடந்தையாக இருந்தாய்' என்றான் முத்துமேனி.

'உடந்தையாய் அல்ல. சாட்சியாய். நான் இல்லையென்றாலும் நீங்கள் திட்டத்தை நிறைவேற்றி இருப்பீர்கள். உங்கள் சதித்திட்டங்களை அறிந்து கொள்ளவே நான் உங்களுடன் இணைந்தேன். போரிலோ, சூழ்ச்சியினாலோ சோழ வேந்தரை வீழ்த்த இயலாது என்பதை அறிவேன். இரவோடிரவாக நீங்கள் தப்பிச்செல்ல முயன்றதால் தகவல் அனுப்ப நேரிட்டது'

'சூழ்ச்சிகளை பின்னுவதில் நிகரற்றவன் நீயென்று இறுமாந்திருந்தாய். அறவழியில் நடப்பவர்கள் சூதினை அறியாதவர்கள் அல்ல. மறவழியில் நடக்க விரும்புவதில்லை. நீங்கள் சிற்றரசர்களைத் திரட்டுவதை அறிந்த கணத்திலேயே சோழ அரசி எங்களுடனிருந்த சிற்றரசரை உங்களுடன் இணைக்க திட்டமிட்டார். அதற்கு நந்தியன் இசைந்தார். நஞ்சின் தன்மையை அறிவது அதற்கு மருந்தை உண்டாக்கவே. அல்லவா?' என்றான் இரும்பிடார்.

'நந்தியனின் தகவல்களைக் கொண்டே கூட்டுப்படைகளை வீழ்த்தினாயா?'

அசோக்குமார் ★ 455

‘இல்லை. சோழத்தின் மதியூகம் அது. வியூகங்களை முதல் நாளிரவில் தான் உறுதி செய்தோம். அப்படி இருக்கையில் வியூகத்தை அறிந்ததும் இத்தகைய அரண்களை உருவாக்க இயலாது’ என்றான் நந்தியன்.

‘சோழ நாட்டில் அடிமைகளாக இருப்பதை விட எங்களைக் கொன்று விடு’ என்றான் பெருஞ்சாத்தன்.

‘உங்கள் மூவரையும் கொல்வதாக இருந்தால் இத்தனைக் காலம் தாமதித்திருக்க மாட்டோம். உணவில் நஞ்சைக் கலந்து கொன்றிருப்போம். உங்களுடனிருக்கும் யவன வீரர்கள், அணுக்க வீரர்களில் சிலர் எங்களின் ஒற்றர்கள். வானவனின் ஒற்றர்கள் உலகில் தலைச்சிறந்தவர்கள்’ என்று கரிகாலன் கூற, சிற்றரசர்கள் திடுக்கிட்டனர்.

சோழத்தின் பொறிகளுக்குள் இத்தனை காலம் வாழ்ந்ததை அறியாமல் கொக்கரித்திருக்கிறோம் என்று பெருஞ்சாத்தான் எண்ண...

‘எனினும் மகளை இழந்த சோழத்தளபதி பரஞ்சுடர் உங்கள் நிலையை முடிவெடுப்பார்’ என்ற கரிகாலன் பரஞ்சுடரை நோக்கி திரும்பி ‘இவர்களை இங்கேயே கொன்றொழிக்க நீங்கள் விரும்பினால் நானும், சோழ அரசியும் தலையிட மாட்டோம்’ என்று கரிகாலன் கூற..

‘‘இல்லை வேந்தே. எனது வேதனையை விட நீங்களும் அரசியும் அனுபவித்த வேதனை மிகக்கொடியது. நீங்கள் கூறியது போல இவர்களைக் கொல்வது இவர்களுக்கு அளித்த பரிசிலாய் அமையும். இவர்களின் சிகையை வழித்து, அடையாளத்தை அழித்து அடிமைகளாய் வைத்திருப்போம்’ என்று கூற, சிற்றரசர்கள் பதறிப்போயினர்.

மனதில் கட்டிய கோட்டைகள் சுக்கு நூறாகிவிட்டதை உணர்ந்த சிற்றரசர்கள் இடிந்து போக, அமைதியாக இருந்த இருங்கோ ‘வீரர்களைக் கொண்டு சிறையெடுப்பது சோழத்திற்கு பெருமையல்ல. என்னுடன் சமரிட்டு அடிமையாகக் கொள்’என்றான்.

இருங்கோவை வெறித்து பார்த்த கரிகாலன் ‘உன்னை சிறை செய்வதாகக் கூறவில்லையே. சோழ வம்சத்தை அழிக்க காளிக்கு நவகண்டம் அளிப்பதாய் வேண்டியனல்லவா நீ. அவனுடைய வாளை அளியுங்கள். நவகண்டத்தை நான் ஏற்கிறேன்’ என்றான்.

வீரனொருவன் வாளை இருங்கோவின் காலருகே எறிய அவமதிப்பினால் சிறுத்துப்போனான் இருங்கோ. வீரர்கள் விலகி நிற்க தீப்பந்தங்களின் ஒளிகள் கைகளை விரித்து இணைத்துக்கொண்டன. கரிகாலன் இடையில் வைரவாட்களுடன் இருங்கோவை அணுகினான்.

வேட்டையை முதலில் துவக்கி பழக்கப்பட்டவன் இருங்கோ. முதலில் தாக்குபவனுக்கே வாய்ப்புகள் அதிகம் என்றறிந்தவன். கரிகாலன் வாளை எடுப்பதற்கு வாய்ப்பளிக்கக் கூடாதென்று எண்ணியவன் தளர்வாய் முன்னேறி குனிந்து வாளை எடுத்தான். வாளையெடுத்த கணத்தில் விருட்டென்று பாய்ந்து கரிகாலனின் வயிற்றில் சொருகினான். இதனை எதிர்பார்த்திருந்த கரிகாலன் காற்றாய் விலகி இருங்கோவின் முதுகில் தட்ட, முன்னேறிய வேகத்தில் கால்கள் பின்னிக் கீழே சரிந்தான் இருங்கோ. வீரர்கள் ஓசையுடன் சிரிக்க, சீற்றத்துடன் எழுந்தவன் மீண்டும் பாய்ந்தான்.

வாளை அரைகோடுகளாய் இருபுறமும் வீசி கரிகாலனைத் தாக்க, எதிர் கோடுகளாய் உடலை விலக்கி நகர்ந்தான் கரிகாலன். வைரவாட்களை கைகள் தொடாமலிருக்க, இருங்கோ அரைவீச்சாய் வெட்டியபோது பின்னகர்ந்தான். இருங்கோ வேகமாக வாளை வீசி வீரர்களை நோக்கி கரிகாலனை பின்னகர்த்த, சுழன்று உள்வந்தான். தன்னுடன் இவன் போரிடவில்லை களியாடுகிறான் என்பதை உணர்ந்த இருங்கோ மேலும் வெறியுடன் வாளை வீசி வெட்டியெறிய முயன்றான். கரிகாலன் தரையில் கால்கள் படாமல் காற்றாய் சுழன்றான்.

இருங்கோ வாளை கரிகாலனின் வயிற்றில் சொருக கணப்பொழுதில் முன்னேறிய கரிகாலன் தலையினால் வேகமாக இருங்கோவின் தலையில் இடிக்க, இடியோசை எழுந்தது. தலை வெடித்ததைப்போல் உணர்ந்த இருங்கோ தரையில் சரிந்தான்.

வாட்களைப் பயன்படுத்தாமல் கரிகாலன் போரிட்டதைக் கண்ட பரஞ்சுடருக்கு இளஞ்சேட்சென்னி மோரியப் பேரரசன் காரவேலனை இதேபோன்று போரிட்டு வீழ்த்தியது நினைவிற்கு வர, கண்களில் நீர் சுரந்தது.

தடுமாறியபடி எழுந்த இருங்கோ கரிகாலனை தந்திரத்தால் வீழ்த்தவேண்டுமென எண்ணி வாள்வீச்சின் உத்தியை மாற்றினான். வலது கையின் வாளை வீசுகையில் தனது இடக்கையையும் உயர்த்தி காற்றில் அசைத்தபடி நெருங்கினான். இரண்டு கைகளும் காற்றில் முன்னகர்ந்து கரிகாலனின் கவனத்தை குலைக்க, வலது கையினால் மேலிருந்து கீழாய் அரைவட்டமாய் வாளை வீசி கையை இறக்கிய தருணத்தில் இடது கையில் வாளை கணப்பொழுதில் மாற்றி கரிகாலனின் உடலில் இடது கையால் வாளை சொருகினான்.

குற்றுழிப் பொழுதில் உடலை விலக்கிய கரிகாலன் தனது வாளை வீச இருங்கோவின் வாள் மணிக்கட்டுடன் துண்டாகி விழுந்தது. கரிகாலன் இடையிலிருந்த வாளை உருவியது கண்களும் காணமுடியா வேகத்திலிருக்க இருங்கோவின் மணிக் கட்டிலிருந்து குருதி பீச்சியடித்தது. வலியை விழுங்கிய இருங்கோ வெஞ்சினத்துடன்

கரிகாலனின் மேல் பாய்ந்தான். கைகளையும், கால்களையும் துண்டு துண்டாய் வெட்டி நவகண்டமாக்க துடித்த மனதை அடக்கிய கரிகாலன் ஒரே வீச்சில் இருங்கோவின் தலையை சரித்து விட்டு வாளை உறையிலிட்டான். இருங்கோவின் உடல் துடித்தபடி இருக்க குதிரையில் தாவியேறியவன் 'இழுத்து வாருங்கள் இவர்களை' என்றபடி குதிரையை நடத்த துவங்கினான்.

கரிகாலனும் மற்றவர்களும் பாசறையை நோக்கிச் செல்ல தொலைவிலேயே இரவில் நிகழ்ந்த தாக்குதலை அறிந்த சோழ வீரர்கள் பெரும் கொந்தளிப்புடன் நிற்பது தெரிந்தது.

'இவர்களை மாமாவின் கூடாரத்திற்கு இழுத்துச் செல்லுங்கள். இவர்கள் சிறையிருப்பது எவருக்கும் தெரியக்கூடாது' என்றான் கரிகாலன்.

இரும்பிடாரும் வீரர்களும் வெண்ணாற்றின் கரையினூடே செல்ல, கரிகாலன் தளபதியுடனும், மற்றவர்களுடனும் பாசறையின் முன்பகுதியை நெருங்கினான்.

'இரவில் நிகழ்ந்ததை காரணிகருக்கு எடுத்துரைத்து கூட்டுப்படையின் சதிகளை வெளிப்படுத்துவோம்' என்றான் ஒருவன்.

'உங்களின் சினத்தை கட்டுப்படுத்துங்கள். நாளைய போரில் பலியெடுப்போம்' என்றான் கரிகாலன்.

வீரர்கள் சினத்தால் கொந்தளித்தபடி இருக்க, 'அறத்தை காரணிகரின் வார்த்தைகள் அளிக்க வேண்டுமா, வாளின் கூர்மையால் அடைய வேண்டுமா' என்று கரிகாலன் கேட்க...

'வாட்களைக் கொண்டு உருவாக்குவோம்' என்று கத்தினான் ஒருவன். மற்றவர்களும் அவனுடன் இணைந்து முழக்கமிட ...

'வஞ்சகத்திற்கு மாற்றாய் வீரத்தை பரிசளிப்போம். உள்ளத்தில் பீறிடும் உக்கிரம் போரை வென்றெடுக்கும். போருக்கு ஆயத்தமாகுங்கள்' என்று கரிகாலன் கூற, வெறிக்கூச்சல்களை எழுப்பியபடி வீரர்கள் ஆயத்தமாகத் துவங்கினர்.

மருத்துவக் கூடாரங்களில் காயமுற்றுப் படுத்திருந்த வீரர்கள் இரவில் நிகழ்ந்த தாக்குதலையும், பலிகளையும் கேள்வியுற்றதும் வெகுண்டெழுந்தனர். அவர்களும் கவசங்களை அணியத் துவங்கினர். கை, கால்களை இழந்தவர்களும் ஆயுதங்களை ஏந்தி நின்றனர். வீரர்களைத் தடுக்க மருத்துவரால் இயலாதிருக்க கரிகாலனுக்கு தகவல் அனுப்பினார். வீரர்களை அமைதியுற செய்வதற்காக கரிகாலன் குதிரையில் விரைந்து வந்தான்.

உடலில் மருந்தைக் கட்டியிருந்த வெண் துணிகளின் நிறம் மாறியிருக்க கூடாரங்களின் வெளியே வீரர்கள் ஆயத்தமாகி நின்றனர்.

'சோழம் ஏற்கனவே எண்ணற்ற வீரர்களை இழந்துள்ளது. உடலில் காயத்துடன் நீங்கள் போரில் பங்கெடுக்க வேண்டாம்' என்றான் கரிகாலன்.

'போரை நீங்கள் வெல்வீர்கள் என்பதில் எங்களுக்கு சிறிதளவும் ஐயமில்லை வேந்தே. நாங்கள் வருவது பொழியும் குருதியில் எங்களின் பங்கை பெறுவதற்கே'

'வீரமோ, வஞ்சகமோ. காற்றோ, மழையோ. பனியோ, புயலோ. எதற்கும் வீழாத சூரியனின் குடியினர் சோழத்தினர் என்பதை உலகுக்கு பறையறிவிக்கவே வருகிறோம்' என்றான் மற்றொருவன்.

வீரர்களை நிறுத்துவது கடினம் என்பதை கரிகாலன் உணர வானவனும், முகிலும் கரிகாலனை நெருங்கினர். வயிற்றிலும், தோளிலும் நெய்க்கட்டு இருக்க, உடலில் தளர்ச்சி இருந்தது.

'உடலில் அம்பு பாய்ந்துள்ளது. ஓய்வெடுங்கள்' என்றான் கரிகாலன் வேண்டும் குரலில்.

'உடலில் தான் அம்பு பாய்ந்துள்ளது. உறுதியில் அல்ல' என்ற முகில் முன்னால் நடந்தான்.

கரிகாலனின் தோளில் கைவைத்த வானவன் 'புறப்படு. பகை முடிப்போம்' என்று சொல்ல, கரிகாலன் உடன் நடந்தான்.

இரும்பிடார் கரிகாலனை நெருங்க 'நம்பியையும், சேரமானையும் வீழ்த்தினால் போர் முடிந்து விடும். நீங்கள் நம்பியை அகற்றுங்கள். உடலில் காயத்துடனிருக்கும் வீரர்கள் காலாட்படையின் பின்னிருந்து தாக்குங்கள்' என்று உத்தரவிட்டான்.

காற்று திசை மாறும் கணத்தில் வீரர்கள் அணிவகுக்க, சோழப்படை மூன்று பிரிவுகளாய் பிரிந்து நின்றது. கிழக்கில் தேர்ப்படை நிற்க, மேற்கில் காலாட்படையும் நடுவில் குதிரைப்படையும் நின்றன.

குதிரைப்படையுடன் இரும்பிடாரும், படர்சடையனும் இருக்க, தேர்ப்படையுடன் தழல்மேனியும், கபிலனும் நின்றனர். குதிரைப்படையின் பிற்பகுதியில் வானவனும், முகிலும் இருந்தனர். களரியில் சிறந்த சேரப்படையினர் காலாட்படையாய் முன்னேறுவர் என்பதால் அவர்களை எதிர்கொள்ள சோழத்தின் காலாட்படையுடன் பரஞ்சுடர், சுடரொளி, இளம்பரிதி, திதியன் ஆகியோரை கரிகாலன் நிறுத்தினான்.

ஒவ்வொரு நாளும் சோழப் படையின் நடுவிலிருந்து போர் முழக்கம் செய்யும் மறவர்கள் இன்று கையில் பறைகளையும், குறுந்தடிகளையும் ஏந்தி படைக்கு முன்னணியில் நின்றனர். வீரர்களை துடிப்பேற்ற அவர்கள் எழுப்பும் முழக்கங்கள் வீரர்களை தினவேற்றி வெறியாடச் செய்யும். மூன்று நாட்களாகத் தொடர்ந்து பறையடித்ததில் உள்ளங்கைகளும், தோள்களும் புண்பட்டிருந்தன. எனினும் இன்று போரை முடித்தாக வேண்டுமென்ற வேகம் வீரர்களின் உள்ளத்தில் நெருப்பாய் எரிந்தது.

குளிர் காற்றிலிருந்தும், வெயிலில் இருந்தும் பாதுகாப்பதற்காக சோழ மாடத்தின் உச்சியில் மூன்று புறங்களிலும் கட்டப்பட்டிருந்த துணிகள் காற்றின் வேகத்தில் படபடத்தன. குளிர் காற்று ஓசையுடன் உடலை தழுவிச் சென்றது. காரிருள் சூழ்ந்திருக்க தீப்பந்தங்கள் காற்றுடன் உராய்ந்து கொண்டிருந்தன. மாடத்தின் மேலிருந்த இளவெயினி உடலைத் துகிலால் போர்த்தியபடி அமர்ந்திருந்தாள். மேலும் ஒரு துகிலை இளவெயினியின் மேல் போர்த்தினாள் நன்முகை.

உடல்நிலை சரியில்லாத இளவெயினியை கூடாரத்தில் ஓய்வெடுக்கும்படி கரிகாலன் கூற, இளவெயினி மறுத்தாள். அவளினருகே அமர்ந்த கரிகாலன் இரவில் பெருஞ்சாத்தனையும் மற்ற இரண்டு சிற்றரசர்களையும் சிறை பிடித்து வந்ததைக் கூற, இளவெயினியின் மையுண்ட கண்கள் கணப்பொழுது ஒளியுமிழ்ந்தன

‘மாமாவின் கூடாரத்தில் கடுங்காவலுடன் சிறை வைத்திருக்கிறேன். அவர்களை காண்கிறீர்களா?’ என்று கேட்டான் கரிகாலன்.

மனதை அழுத்தியிருந்த பெரும்பாரமொன்று நீங்கியது போலிருக்க இளவெயினி பெருமூச்சை விடுத்தாள். ‘என்ன பயன்?’ என்றாள் குரலில் வெறுப்பின்றி.

‘நமது வாழ்வைச் சிதைத்த கொடியவர்கள் அவர்கள். துண்டு துண்டாய் சிதைப்பதென்றாலும் இசைவே’ என்றான் மென்மையாக.

‘இழப்பின் வலியை அவர்கள் அனுபவித்து பார்க்கட்டும். வாழ்வென்பது வெறுப்பதல்ல. அன்பு காட்டுவது என்பதை புரிந்து கொள்ள முயலட்டும்’

‘வலியை உணர அவர்கள் மனிதர்கள் அல்ல. மண்ணாசை கொண்ட மிருகங்கள்’ என்றான் கரிகாலன்.

‘அறம் என்பது நம்மை தொடர்ந்து வரும் நிழலல்ல. நம்மிடமிருக்கும் இருளை உணர்த்தும் ஒளி. மாறுவதும் மாறாததும் மனிதரிடமே உள்ளது’

மென்மையாக தலையசைத்த கரிகாலன் ‘போரை வென்று வருகிறேன்’ என்று கூற,

அவனது தலை கேசத்தை அலைந்த இளவெயினி 'வெற்றி முரசுக்காக காத்திருக்கிறேன்' என்றாள். கரிகாலன் அவளை மார்புடன் இறுக அணைத்துவிட்டு கீழிறங்கினான்.

கூட்டுப்படையின் கூடாரத்தில் தீப்பந்தத்தின் ஒளியால் உறக்கம் கலைந்த பாண்டிய வீரன் போரின் போக்கினை எண்ணியபடி படுத்திருந்தான். முதல் நாளின் களிப்பும் வேகமும் அடங்கியிருக்க சிறிய படையை தோற்கடிக்க இயலாமலிருப்பதை எண்ணி வீரர்கள் மனதளவில் களைத்துப் போயிருந்தனர். உறக்கம் தொலைந்த கண்கள் கருவளையங்களில் சிக்குண்டிருக்க, ஏராளமான வீரர்களை இழந்தது மன உறுதியை குலைத்திருந்தது. நாளை போர் முடிவுக்கு வந்துவிடுமென எண்ணினான். கூடாரத்தை விட்டு வெளியேறி ஆடைகளைத் திருத்திக்கொண்டு கூடாரத்தினருகே எரிந்து கொண்டிருந்த தீப்பந்தத்தை நீர்த்தொட்டியின் அருகில் தேங்கியிருந்த நீரில் எறிந்தான்.

நிலவுடன் மழை மேகங்கள் தவழ்ந்து விளையாடிக் கொண்டிருக்க, விண்மீன்கள் கண்மூடி உறங்கிக் கொண்டிருந்தன. போர்க்களத்தில் ஓசைகள் எழாமலிருக்க, துணைப்படையினர் உடல்களை அகற்றி விட்டனர் போல என்றெண்ணினான். சிதறிய தேர்களின் பாகங்களும், ஒடிந்த ஆயுதங்களும், கேடயங்களும் பரவிக் கிடக்க, இருளுக்கு பழகிய விழிகளின் பார்வைகள் நீட்சியடைய, இருளின் நிழலாய் உருவங்கள் தெரிந்தன. திடுக்கிட்ட வீரன் உற்று கவனிக்க மலைத்தொடராய் சோழத்தின் படைகள் அணிவகுத்திருக்க, 'சோழர்கள் தாக்குகிறார்கள்' என்று கத்தியபடி வெருண்டோடி அதிவேகமாக பெரும்பறையை அடிக்க செவிப்பறைகள் அதிர்ந்தன. உறங்கிக் கொண்டிருந்த உயிர்களனைத்தும் துடித்தெழுந்தன.

வீரம் வளரும்...

85

இதயத்தின் துடிப்பாய் உடலை அதிரச் செய்த பறையின் ஓசைகள் சேரமானைத் தட்டியெழுப்ப, படுக்கையிலிருந்து துள்ளியெழுந்த சேரமான் கூடாரத்தை விட்டு வேகமாக வெளியே வந்தார்.

சேரமானிடம் ஓடிவந்த அணுக்க வீரன் 'சோழர்கள் போர்க்களத்தில் அணி வகுத்து நிற்பதாய் தகவல் வந்துள்ளது' என்று கூற...

'இருள் நீங்கா நிலையில் தாக்குவதற்கு முன்னேறுகிறார்களா?'

'இல்லை. போர்க்களத்தில் அணி வகுத்து நிற்பதாக மட்டும் தகவல்'

'ஒரு சாமம் முன்னரே அணிவகுக்க காரணமென்ன' என்ற எண்ணம் சேரமானின் மனதில் ஓட கூடாரத்தினுள் நுழைந்து இருக்கையில் அமர்ந்தார்.

கரிகாலன் செங்கெழுவைக் கொல்ல எண்ணாமல் சிறைபிடிக்க எண்ணியது கரிகாலனின் மீதான மதிப்பை உயர்த்தி

*போர் என்பது
மனம் நிகழ்த்தும் வீரம்.
உடலென்பது உள்ளத்தின்
சாட்சியே. துவங்கும் வரை
மட்டுமே தயக்கங்கள் மறித்து
நிற்கும். துவங்கிய கணத்தில்
மனம் வேறொன்றாய் மாறும்.
ஆதிவிலங்கின் மூர்க்கம்
உடலில் குடியேறி சிம்மத்தின்
மதர்ப்பைத் தரும். உள்ளத்தின்
உறுதி செவ்வுலையாய்
கொதித்து உடலை
வழிநடத்தும்.*

யிருந்தது.எனினும் சேரமான் போரில் பின்னேறுவதை அறியாதவர். வீரமென்ற ஒற்றை நாடியில் உயிர் வாழ்பவர். தளரும் உள்ளம் சுக்கானில்லாத படகாய் ஆகுமென்பதை அறிந்த சேரமான் எழுந்து போர்க்கவசங்களை அணியத் துவங்கினார்.

போர் என்பது மனம் நிகழ்த்தும் வீரம். உடலென்பது உள்ளத்தின் சாட்சியே. துவங்கும் வரை மட்டுமே தயக்கங்கள் மறித்து நிற்கும். துவங்கிய கணத்தில் மனம் வேறொன்றாய் மாறும். ஆதிவிலங்கின் மூர்க்கம் உடலில் குடியேறி சிம்மத்தின் மதர்ப்பைத் தரும். உள்ளத்தின் உறுதி செவ்வுலையாய் கொதித்து உடலை வழிநடத்தும்.

போர்க்களத்தில் வேகமே சமரை முடிவு செய்யக்கூடியது. ஆற்றலோ, நுட்பமோ குறைவாயிருப்பினும் வேகத்தினால் ஈடுகட்ட இயலும். வேட்டையின் முடிவைத் தீர்மானிப்பது வேகமே. எனவே இரும்பினாலான கவசங்களை சேரமான் தவிர்த்து அரிமாவைப்போல் வெளிர் மஞ்சள் நிறத்தில் எருமைத் தோலினாலான மெய்யாப்பை உருவாக்கச் செய்திருந்தார். உடலின் மீது மற்றொரு தோலாய் படிந்த மெய்யாப்பை பின்புறத்தில் இறுகக் கட்டினார். முடிந்திருந்த கேசத்தை அவிழ்த்ததும் பரந்த குழல்கள் அரிமாவைப் போல விரிந்தன. இடைக்கச்சையை அணிந்தவர் வாளினை இருக்கையில் வைத்து விட்டு தரையில் சம்மணமிட்டு கண்கள் மூடி அமர்ந்தார். எண்ணங்கள் இல்லாத எண்ணவெளியை உருவாக்க முனைந்தார்.

ஆம்பல் வடிவ பாடிவீட்டின் முன்புறத்தில் சோழத்தின் படைகளை வெறித்தபடி நின்றான் நம்பி. முரசொலியைக் கேட்டு கூடாரத்தை விட்டு வெளியில் வந்த நம்பியிடம் சோழப்படைகள் அணிவகுத்து நிற்பதாய் வீரன் கூற, சோழப்படைகள் அமைத் திருக்கும் வியூகத்தைக் காண பாசறையின் முன்புறத்திற்கு வந்திருந்தான்.

இன்றையப் போரில் இரும்பிடாரை மீண்டும் சந்திக்க நேர்கையில் முடிவு வேறாயிருக்கும். வாளின் நுட்பத்தை சார்ந்திராமல் பலவீனங்களை தவிர்த்து தனது வாட்திறனை மேம்படுத்தியிருந்தான் நம்பி. இரும்பிடாரைப் போரிட்டு வெல்ல வேண்டுமென்ற வெறியே அவனை சோழத்தின் மீது படையெடுக்க செய்தது. முழுநேரமும் வாட்பயிற்சியில் ஈடுபட செய்தது. சோழப்படை தற்காப்பு வியூகத்தில் ஈடுபட்டாலும் மூன்றாம் சாமத்தில் வெளிப்பட்டுத் தாக்குவதை வழக்கமாய் கொண்டிருக்க, அதற்கு முன்னதாக சோழ வியூகத்தை சிதறடிக்க வேண்டுமென எண்ணினான்.

ஆனால் வியூகங்கள் ஏதுமின்றி சோழப் படைகள் மூன்று பிரிவுகளாய் பிரிந்து நின்றன. நீரில் உறைந்திருக்கும் பனிப்பாறைகளைப் போல இருள் சோழத்தின் படைகளாய் உறைந்து நின்றது. சிறிய படையாகினும் வீரர்களை ஊக்குவித்து வழிநடத்தும் கரிகாலனின் வீரமும், சோழம் பயன்படுத்திய உத்திகளும் நம்பியை

வியப்பில் ஆழ்த்தியிருந்தன. ‘மூன்று நாட்களாய் தற்காப்பு வியூகங்களை ஏற்படுத்தி பெரும் சேதங்களை ஏற்படுத்திய கரிகாலன் திடீரென தாக்குதல் போரில் ஈடுபட அவசியமென்ன?’ என்று சிந்தித்தான். எண்ணற்ற நுட்பங்களை உள்ளடக்கிய சோழ வியூகங்களை சிதைப்பதை விட நேரில் மோதும் சோழப்படையை எதிர்கொள்வது எளிதென்று முடிவு செய்தான்.

காத்திருக்கும் பொறுமையை இழந்த நம்பி ‘படைகள் ஆயத்தப்படுத்த ஒலியெழுப்பு’ என்று கூறிவிட்டு விலக, நிலத்தைத் துடிக்க செய்தபடி வீரமுரசு டமடமத்தது.

இரவின் நான்காம் சாமம் துவங்கும் முன்னரே முரசுகள் ஒலிப்பதை செவியுற்ற குட்டுவன் துயிலெழுந்திருந்தான். செங்கெழுவை எண்ணி நள்ளிரவு வரை உறக்கத்தை இழந்தவன் எப்போது உறங்கினோமென்று அறியாமல் இருக்க, வீரமுரசின் ஒலி அதிரச்செய்ததும் ஏவலாட்கள் ஏன் எழுப்பவில்லை என்றெண்ணி வேகமாக எழுந்தான்.

நேரத்தைக் காட்ட வைக்கப்பட்டிருந்த குறுநீர்க்கன்னலில் நீர்த்துளிகள் எஞ்சியிருக்க கூட்டுப்படையின் வீரமுரசு இத்தனை விரைவாக ஒலிக்க காரணமென்ன என்று கூடாரத்தை விட்டு வெளியே வந்து கவனித்தான். பாண்டியப்படைகள் ஆயத்தமாகிக் கொண்டிருக்க தொலைவில் சோழப்படைகள் ஏற்கனவே அணிவகுத் திருப்பது தெரிந்தது. மனதில் மெல்லிய குழப்பம் சூழ, இனம் தெரியாத கவலை சுருண்டு படுத்தது. எண்ணங்களைத் தின்று கவலையொன்று உடல் பெருகத் துவங்கியது. விரைவாக புறப்படத் துவங்கினான்.

நம்பியின் கூடாரத்தில் தென்னவன் நின்றிருக்க, நம்பி ஆழ்ந்த சிந்தனையில் இருந்தான். ‘சோழத்தின் படைகள் வியூகங்கள் ஏதுமின்றி மூன்றாய் பிரிந்து அணிவகுத்து நிற்கின்றன. இன்று நேரடித் தாக்குதலில் சோழம் இறங்குகிறது. இனி கோட்டு வியூகம் அமைக்கத் தேவையில்லை. நாமும் நேரடித் தாக்குதலில் இறங்கலாம்’ என்று தென்னவன் கூற..

தலையசைத்த நம்பி ‘சிற்றரசர்களை அழைத்து வர ஆளனுப்பு’ என்றான்.

தென்னவன் வெளியேற, சிறிது நேரத்தில் கூடாரத்தினுள் நுழைந்து வணங்கிய வீரன் ‘சிற்றரசர்கள் தொல்லோனும், மரைக்காடனும் வருவதாய் கூறினர். மற்ற சிற்றரசர்கள் எவரும் கூடாரங்களில் இல்லை என்று தளபதி தகவல் அனுப்பினார்’ என்றான்.

‘சரி. அணுக்க வீரர்களை வரச்சொல்’

வீரன் வெளியேறியதும் இரு அணுக்க வீரர்கள் நுழைய ‘போர் கவசங்களை எடுங்கள்’ என்றான் நம்பி.

யானைத் தந்தத்தில் செய்யப்பட்ட அடைப்பம் பெரிய பேழையின் வடிவிலிருக்க, அதனைத் திறந்து போர்க்கலன்களை வீரர்கள் வெளியிலெடுத்தனர்.

நம்பி எழுந்து நின்றதும் ஒருவன் இடங்கர் தோலினாலான மெய்யாப்பை மார்பில் பொருத்தி பின்புறத்தில் இறுக கட்டினான். மற்றொருவன் தோளிருந்து மணிக்கட்டு வரையில் தோல்களை பொறுத்தி பின்புறத்தில் பிணைத்தான். 'சிற்றரசர்கள் எவரது கூடாரத்திலும் ஆலோசனையில் இருக்கிறார்களா' என்று நம்பி மனம் களைந்து நிற்க, வீரர்கள் பொன்னாலான மார்பு, தோள் கவசங்களை தோலின் மேல் அணிவித்தனர். நெஞ்சில் இரட்டை மீன்கள் துள்ள, அவற்றின் கண்களில் பவளங்கள் மின்னின. தோளிலிருந்த கவசங்கள் பறவையின் இறக்கை போல் விரிந்திருக்க, முழங்கை யிலிருந்து மணிக்கட்டு வரையில் கவசங்களை அணிவித்தனர். நம்பி கையுறைகளை அணிகையில் தென்னவனுடன் தொல்லோனும், மறைக்காடனும் நுழைந்தனர்.

வீரர்கள் வெளியேற, 'பெருஞ்சாத்தனும் மற்றவர்களும் இரவிலேயே பாடிவீட்டை நீங்கிச் சென்றதாய் காவல் வீரர்கள் கூறுகின்றனர்' என்றான் தென்னவன்.

திகைத்த நம்பி சில கணங்களுக்கு பின்னர் 'நாவில் மட்டும் முதுகெலும்பை கொண்டவர்களிடத்தில் எதிர்பார்க்க கூடியதே. படைகளின் நிலை என்ன?' என்று கேட்க...

'குதிரைப்படை பெருமளவில் உள்ளது. தேர்களின் எண்ணிக்கைகள் குறைந்து விட்டன. காலாட்படையை சேரமான் வழிநடத்துவதாய் கூறியுள்ளார்' என்றார் தொல்லோன்.

'சோழப்படை அரண்களை ஏற்படுத்தாததால் நாம் அரண்களை உடைப்பதற்கு வியூகமைக்க வேண்டியதில்லை. நமது படைகள் நான்கு பிரிவாய் நிலைகொள்ளட்டும். குதிரைப் படையின் இருபிரிவுகளுக்கு நானும், தென்னவனும் தலைமையேற்கிறோம். நீங்களும், மரைக்காடனும் தேர்ப்படையுடன் இருங்கள். சோழத்தின் தேர்ப்படையை தழல்மேனி தலைமைத் தாங்கி முன்னேறுவர். அவரை ஊடுருவ விட்டு நாற்புறங் களிலும் சுற்றி வளைத்து வீழ்த்துங்கள். காலாட்படையை சேரமான் வழிநடத்தட்டும். அவரிடம் வீரர்கள் குறைவாக இருப்பதால் நமது வீரர்களை அவருடன் இணைந்து போரிடக் கூறுங்கள்''

'நேற்று நான் சோழத்தின் தளபதியை வீழ்த்தியதும் சோழர்கள் பதைபதைத்து போயினர். எனவே என்னை எதிர்த்து இரும்பிடாரோ, வேறு தளபதியோ நிற்பார்கள்' என்றான் தென்னவன்.

'நீ முன்னேறித் தாக்குதலில் ஈடுபட வேண்டாம். உன்னைத் தூண்டில் மீனாய் கொண்டு அடுத்தவனையும் அழிக்க வேண்டும். சோழத்தளபதி உன்னை நெருங்கும் போது பின்னேறிச் செல். உன்னைச் சுற்றிலும் நமது சிறந்த வீரர்களை நிறுத்துகிறேன்'

தென்னவன் 'சரி' என்றான். கொடுவெறியுடன் மிளிர்ந்த கரிகாலனின் கண்கள் மனதில் தோன்ற உடல் சிலிர்த்தது.

'ஒற்றை மையத்தை நிலையாய் கொண்டு சோழப்படைகள் சுழல்கின்றன. கரிகாலனை வீழ்த்தி இன்று நிலையை தகர்த்தெறிகிறேன். போரை முடித்து வைக்கிறேன்' என்றான் நம்பி கண்களில் உறுதியுடன்.

மெல்லிய ததும்பலில் துவங்கி பேரலையாய் உருவெடுக்கும் கடல் அலையைப் போல கூட்டுப்படைகள் திரண்டு நிலத்தைப் பிரித்து அணிவகுத்தன. சேரவேந்தன் நெடுஞ்சேரலாதனும், பாண்டிய வேந்தன் நம்பி நெடுஞ்செழியனும் தலைமையேற்று நிற்க கூட்டுப்படைகள் புதிய உத்வேகத்துடன் பேரோசையை எழுப்பியபடி நின்றனர்.

போர்க்களத்தின் கிழக்கு எல்லையில் கூட்டுப்படையின் தேர்ப்படையை எதிர்த்து சோழத்தின் தேர்ப்படை நின்றது. அதற்கடுத்து நம்பியின் தலைமையில் ஒரு குதிரைப்படை நின்றிருக்க தன்னை எதிர்த்து இரும்பிடார் நிற்பதை நம்பி கண்டு மகிழ்ந்தான். அவனை வீழ்த்தும் தனது எண்ணம் கைகூடி இருப்பதை உணர்ந்தான். குதிரைப்படைகளை அடுத்து சேரத்தின் களரி வீரர்கள் நிற்க, அவர்களின் எதிரே கேடயம் தாங்கிய சோழ வீரர்கள் நின்றனர். காலாட்படைகளை அடுத்து தென்னவனின் குதிரைப்படை தனித்து நின்றது.

கூட்டுப்படைகள் நிலைகொண்டதும் சோழப்படையின் முன்னால் தனது குதிரையை மெதுவாக நடத்திய கரிகாலனின் கண்கள் தென்னவனைத் தேடின. தீர்க்கப்படாத குருதிக்கணக்கு மீதமிருக்க, குதிரைப்படையை தலைமை தாங்கி தென்னவன் மேற்கு எல்லையில் நிற்பதைக் கண்டான். குதிரையை நடத்திச் சென்று இரும்பிடாரின் அருகே நிறுத்தினான்.

கரிகாலனின் மனம் தென்னவனை எண்ணியபடி இருக்க, 'கூட்டுப்படையின் குதிரைப்படை எதனால் இரண்டாக இருக்கிறது' என்ற எண்ணம் மனதில் உருண்டது.

விழிகளைத் திருப்பி தொலைவிலிருந்த தென்னவனின் படைவீரர்களையும் அவர்களின் உடலசைவுகளை உற்று கவனித்த கரிகாலனின் மனவானில் சுழன்ற எண்ணங்கள் மேகங்களாய் மோதி கேள்வி மின்னலை பளிச்சிடச் செய்ய, பதில்கள் மழைத்துளிகளாய் திரண்டு வந்தன.

இரும்பிடாரை நோக்கி திரும்பிய கரிகாலன் 'மாமா, தென்னவன் நமது குதிரைப் படையை பின்புறத்திலிருந்து தாக்க உத்தேசித்திருக்கிறான்' என்றான்.

'உனது திட்டம் என்ன?'

"நீங்கள் நம்பியை எதிர்கொள்ளுங்கள். நான் குதிரைப்படையின் பின்பகுதிக்கு செல்கிறேன்" என்று கூறி விட்டு விலகினான்.

சோழத்தின் குதிரைப்படையை பின்னிருந்து தாக்கும் திட்டத்தை கரிகாலன் கணித்து விடுவான் என்றெண்ணிய நம்பி கரிகாலன் எத்தகைய எதிர்வினை நிகழ்த்துவான் என்பதைக் காண கரிகாலனைக் கூர்ந்து கவனித்தவாறு இருந்தான். கரிகாலன் இரும்பிடாரிடம் பேசுவதையும், குருதியை நுகர்ந்த விலங்காக தென்னவனைத் தேடி படையின் பின்பகுதிக்கு செல்வதையும் கவனித்தான்.

அருகில் நின்ற தனது அணுக்கப்படையின் தலைவன் கரியனை நோக்கித் திரும்பி 'அணுக்கப்படையின் பாதி வீரர்களை அழைத்துக்கொள். தென்னவனிடம் செல். வன்படையின் ஒப்பற்ற வீரர்களுடன் இணைந்து சோழவேந்தனை வீழ்த்து' என்றான்.

'ஆனால் வேந்தே...' என்று கரியன் தயங்க...

'உனது வெற்றியிலேயே நமது வெற்றி உள்ளது. செல்'

'உத்தரவு' என்ற கரியன் வீரர்களுடன் விலகினான்.

சேரமான் கூடாரத்தில் கண்களை மூடி அமைதியாக அமர்ந்திருந்தார். நாற்புறங் களிலும் விளக்குகள் ஒளிர்ந்திருக்க அகன்றிருந்த சுருள் முடிகளை பின்புறத்தில் இறுக முடிந்திருந்தார். எவற்றையும் எண்ணக்கூடாதென்று அமைதியாய் அமர்ந்தவர் எல்லாவற்றையும் எண்ணியவாறு அமைதியின்றி அமர்ந்திருந்தார்.

சோழத்தின் தற்காப்பு வியூகங்கள் ஒவ்வொன்றும் பெருநெருப்பின் தீக்கொழுந்துகளாய் உயிர்களை எரித்திருக்க, தாக்கும் உத்திகள் எப்படியிருக்குமென்ற எண்ணமே உள்ளுக்குள் ஓடியது. உள்ளத்தின் அமைதி என்பது புறவெளியில் இருப்பதல்ல. அகவெளியில் அமிழ்ந்து இருப்பது. அதனைப் பிறரால் அளிக்கவோ, தடுக்கவோ இயலாது என்று அறிந்த சேரமான் எழுந்து சென்று தென்மேற்கு மூலையில் முழந்தாளிட்டு அமர்ந்தார்.

தெற்குத் திசை ஆற்றலைக் குறிப்பது. மேற்குத் திசை அமைதியைக் குறிப்பது. எனவே அமைதி, ஆற்றல் இரண்டும் சேர்ந்த இடமாகத் தென்மேற்குத் திசையில் களரித் திடலின் பூத்தாரையை அமைப்பது வழக்கம். பூத்தாரையின் ஏழு அடுக்குகளையும்

அவற்றைக் காக்கும் தெய்வங்களையும் மனத்திலேற்றி வணங்கியவர், எதையும் வேண்டாமல் எழுந்து ஈர்வாளை இடைக்கச்சையின் உறையில் சொருகிக்கொண்டார்.

கூடாரத்தை விட்டு சேரமான் வெளியே வருகையில் கிழக்கு வானம் வெளுக்கத் துவங்கியிருந்தது. குதிரையில் தாவியேறிய சேரமான் அணுக்க வீரர்கள் சூழ போர்க்களத்தை நோக்கிப் புறப்பட்டார்.

'பெருந்தோள் ஆதன்' என்று ஒருவன் முழங்க...

'வாழ்க வாழ்க' என்ற ஒலி குரல்களை அதிரச்செய்தன.

'சேரமான் உதியஞ்சேரலாதன்' என்று மற்றவன் குரலெடுக்க..

'வாழ்க வாழ்க' என்று வாழ்த்தொலிகளுடன் குதிரையில் முன்னேறினார்.

கிழக்கு மாடத்தில் அமர்ந்து சேரமானைப் பார்த்துக் கொண்டிருந்த குட்டுவனுக்கு தனது அன்னையின் நினைவு எழுந்தது. கண்களின் நீரில் பார்வை கரைந்தோட இடிந்து போனான்.

இரவின் இருளும், பகலின் ஒளியும் இழைந்து குலவையிட கிழக்கு வானில் கதிரவன் வெளிப்பட்ட கணத்தில் வானை ஒளியேற்றி எரியம்புகள் விண்ணேற, முரசங்கள் பேரோசையை உமிழ்ந்தன. இரண்டு படைகளும் ஒருவரையொருவர் கிழித்தெறிய சீறிப்பாய, நான்காம் நாள் போர் துவங்கியது.

முரசொலிகள் எழுந்ததும் தென்னவனின் குதிரைப்படை வானில் வட்டமிடும் கழுகாய் சோழத்தின் காலாட்படையைச் சுற்றி குதிரைப்படையின் பின்பகுதியை நோக்கிப் பாய்ந்து சென்றது.

போர்க்களத்தின் கிழக்கு புறத்தில் மேகத்தின் நிழலாய் நிலத்தை மறைத்திருந்த தேர்ப்படைகள் மண்ணைக் கிளறியபடி பெருஞ்சீற்றத்துடன் உருண்டன. அம்புகள் நாற்புறங்களிலும் எகிறிப்பாய குதிரைகள் வீழ்த்தப்பட்டு தேர்கள் உருண்டன. சாரதிகள் அம்புகளுக்குப் பலியாக குதிரைகள் தறிகெட்டுப் பாய்ந்தன. தேர்கள் பேரோசையுடன் மோதி விண்ணில் பறக்க, வீரர்கள் தூக்கியெறிப்பட்டனர்.

மலர்களை ஊசியால் கோர்ப்பது போல, பல உயிர்களை ஒரு அம்பினால் வீழ்த்திக்கொண்டு தழல்மேனி காற்றாய் முன்னேற, அவரின் ஆற்றலை அறிந்த தொல்லோனும் மரைக்காடனும் அவரை உள்ளிழுக்கக் காத்திருந்தனர்.

தழல்மேனியின் இருபுறங்களிலும் சோழத்தேர்கள் தாக்கியபடி முன்னேற, தழல்மேனியின் வேகம் இணையற்றதாய் இருந்தது. முதல் நாள் போரில் நிலவன் வீழ்த்தப்பட்டதை அறிந்து தூக்கம் தொலைத்த அவருக்கு இரவில் நடந்த தாக்குதல் அதிகாலையில் தான் தெரிய வந்தது.

சூதின் நகங்கள் அறத்தின் கழுத்தில் பதிவதை உணர்ந்த அவரின் கண்கள் குன்றிமணியைப் போன்று சிவந்திருந்தன. வெறியும் ஆவேசமும் குருதியை கொந்தளிக்கச் செய்ய அவர் கையிலிருந்த வில் இயந்திரப்பொறியாய் உறுமிக் கொண்டிருந்தது. அம்புகள் ஒலியலையாய் சீறிப்பாய, அவரின் காலருகே அமர்ந்திருந்த வீரன் நிமிர்ந்து பார்க்க நேரமில்லாமல் அம்புகளைக் கொத்துக் கொத்தாக அள்ளித் தந்து கொண்டிருந்தான்.

தேரினைச் செலுத்திய தோலாமொழியின் வேகம் ஈடிணையற்று இருந்தது. தேர்களின் சிதிலங்களையும், குதிரைகளின் உடல்களையும் தவிர்த்து தேரைச் செலுத்தினார். கூட்டுப்படையின் தேர்கள் நிறைந்திருந்த இடங்களைப் பிளந்தபடி அவர் தேரினைச் செலுத்த சூறாவளியில் பறக்கும் இலைகளைப் போல வீரர்களின் உயிர்கள் பறந்து கொண்டிருந்தன. தேரில் கட்டப்பட்டிருந்த இரண்டு குதிரைகளும் நிலத்தில் குளம்படிகள் பதியாமல் பாய்ந்து கொண்டிருந்தன.

'செல். முன்னேச் செல்' என்ற சொற்களே தழல்மேனியின் உதட்டிலிருந்து அம்பாய் விடுபட, அம்புகள் வெறியாட்டம் நிகழ்த்திக் கொண்டிருந்தன. இடமும் வலமுமாய் தேர் காற்றைக் கிழித்துச் செல்ல ஒவ்வொரு அம்பும் இலக்கை இல்லாததாக்கிக் கொண்டிருந்தது.

இது போன்ற நிலையில்லாத நிலையில் தழல்மேனியைக் கண்டிராத தோலாமொழி 'அதிகம் முன்னேற வேண்டாம்' என்றுரைக்க எண்ணினார். ஆனால் தழல்மேனியின் சீற்றம் அவரை அமைதியடையச் செய்தது. போர்க்களத்தின் நடுப்பகுதியைத் தாண்டி தேர் தனித்து முன்னேறியது.

தழல்மேனியின் தேரினைச் சில தேர்கள் கழுகாய் வட்டமிட்டுக் கொண்டிருந்தன. கேடயங்களைத் தாங்கிய வீரர்கள் அவற்றில் நின்று கொண்டிருக்க, காத்திருந்த காலம் வந்து விட்டதென்று எண்ணிய தொல்லோன் கிணைப்பறையை ஒலிக்கச் செய்தார். இது வரையில் வட்டமிட்ட தொல்லோனின் அணுக்க வீரர்களும், மரைக்காடனின் அணுக்க வீரர்களும் தேர்களை செலுத்தி உள்நுழைந்தனர். தோலாமொழியின் பாதையை நான்கு தேர்கள் மறித்து நிற்க, மீதமிருந்த மூன்று புறங்களிலிலும் தேர்கள் சூழ்ந்தன. பொறியொன்றில் சிக்கியிருப்பதை தழல்மேனி உணர்ந்தார்.

மரைக்காடனின் தேர் கைப்பிடிகள் மிக அகலமாயிருக்க தழல்மேனி விடுத்த அம்புகள் சடசடவென மரத்தில் பாய்ந்து நின்றன. சோழப்படையின் தேர்களின் ஏற்படுத்தப்பட்டிருந்த பாதுகாப்பு வேலிகளைக் கண்ட தொல்லோன் தனது தேரிலும் கம்பி வேலியை ஏற்படுத்தியிருந்தார்.

கணப்பொழுதில் தேர்கள் சுற்றி வளைக்க மரைக்காடனின் அம்பொன்று தோலாமொழியின் விலாவெலும்பில் பாய்ந்தது. தோலாமொழி சரிய 'எனக்கான அம்பு இறுதியாய் வந்து விட்டது' என்றெண்ணினார் தழல்மேனி. அனைத்து திசைகளிலும் அம்புகள் வானை முத்தமிட்டு எழுந்தன.

போரைத் துவங்குவதற்கான எரியம்புகள் வெளிப்பட்டதும் தென்னவனின் படைகள் சுற்றியபடி பின்புறத்தை வந்தடைய சோழத்தின் பாதிப் படைகள் திரும்பின. கரிகாலனின் குதிரை பாய்ந்து முன்னேற, இரண்டு வாட்களையும் கரிகாலன் உருவினான். கூட்டுப்படையின் குதிரைப்படை வேகமாய் முன்னேற கரிகாலனின் வாட்கள் இரண்டு புறங்களிலும் சுழன்றன. வீரர்கள் வெட்டுப்பட்டு சரிய, இளஞ்சூரியனின் மென்னொளியில் வாளின் வைரங்கள் மின்னின. காற்றாய் சுழன்ற வாட்கள் ஒளிக்கோடுகளை வரைய, கரிகாலனைச் சுற்றி ஒளிக்கீற்றுகள் பின்னலிட்டன. யானையை வீழ்த்தும் தோள்களின் ஆற்றல் வாட்களில் வெடிக்க, வைர வாட்கள் வீரர்களையும், குதிரைகளையும் பிளந்து சென்றன. வீரர்கள் திகைக்க, தடுக்கவியலா மின்னல் அம்பாய் கரிகாலன் முன்னேறினான். மின்னலின் பாதை தென்னவனை நோக்கிக் குவிந்திருந்தது.

கரிகாலனின் வேகத்திற்கு ஈடுகொடுத்துப் பின்தொடர இயலாமல் வேளைக்காரப் படையினர் தடுமாற, உத்தமர் எவரிடமும் போரிடாமல் கரிகாலனைத் தொடர்ந்து சென்றார். போரை வெல்வதோ, வீரர்களை வீழ்த்துவதோ அவரின் மனதில் இல்லை. சென்னி வீழ்ந்த போது அவனருகில் இல்லாத குறை மனதில் செந்தணலாய் எரிந்து கொண்டிருக்க, கரிகாலனை காப்பதொன்றே அவரின் நோக்கமாக இருந்தது.

கரிகாலனின் வேகம் வீரர்களிடையே பெருந்தீயாய் பரவ, சோழ வீரர்கள் ஆர்ப்பரித்தபடி முன்னேறினர். வாட்கள் உரசிய ஒலியை மீறி வீரர்களின் அலறல்கள் ஒலிக்க, மண்ணின் மழையாய் குருதித் துளிகள் விண்ணேறின. தென்னவன் மெதுவாக பின்னகர்வதையும் அவனிடமிருந்து விலகியிருந்த அணுக்க வீரர்களின் பார்வை தன் மீது பதிந்திருப்பதையும் கண்ட கரிகாலன், தென்னவன் தன்னை உள்ளிழுத்துச் செல்வதை உணர்ந்தான்.

புறவெளியைக் கண்ணால் காண்பவர்களின் நடுவில் அகவெளியைக் கண்டுணர்பவன் கரிகாலன். கண்கள் காண்பதை நான்காய் பிரித்து அவற்றில் தொடர்பை மனதில் உணர்ந்தான். காட்சியை நகலிட்ட கண்கள் மறைந்திருந்து தாக்கும் வில்லவர்களைத் தேடியது. வீரர்களின் உடைகளில் எறிபடைகளை உணர்ந்தது.

நிலவனின் முகம் மனதில் தோன்ற நீறு பூத்த கனல் பற்றியெரியத் துவங்கியது. மனதில் மதமேற, வெறி கொண்ட வேங்கையொன்று தலைசிலிர்க்க குதிரையை உதைத்து தென்னவனின் பொறியில் நுழைந்தான்.

போர் துவங்கியதும் சேரத்தின் களரி வீரர்கள் இரண்டு கைகளிலும் வாட்களை யேந்தி வேகமாக முன்னேறினர். ஒரு கையில் கேடயங்களையும் மறுகையில் வாளையும் தாங்கி சோழ வீரர்கள் இரண்டு அடுக்குகளாய் எதிர்த்து நிற்க, உக்கிரத்துடன் போர் மூண்டது.

களரி வீரர்கள் நுட்பத்துடன் வேகத்தைக் கலந்து கேடய அரணைத் தகர்த்து ஊடுருவ முயன்றனர். கேடயங்களின் முன்புறத்தில் கூரிய கத்திகள் இருக்க, வேல்படையினரின் வேல்கள் மேல்நோக்கி நீட்டியிருக்க, முட்கள் சிலுப்பியிருக்கும் ஆமணக்கை போல வீரர்கள் இணைந்து நின்றனர்.

வாட்களும் கேடயங்களும் மோதி ஒலியெழுப்ப சேரவீரர்கள் ஈட்டியை நுழைத்து வரிசைகளை உடைக்க முயல, கேடயத்தைத் தாண்டி வந்த வாட்கள் வேல்களை வெட்டியெறிந்தன. முன்னிருந்த களரி வீரர்கள் மண்டியிட, கணப்பொழுதில் அவர்களின் மேல் காலையூன்றி தாவிய வீரர்கள் கேடய வீரர்களைத் தாண்டி உள்ளிறங்கினர். உள்ளிறங்கிய போதே சோழர்களை வாளால் தாக்கினர். தாவி யிறங்கிய சிலரை சோழர்கள் ஈட்டியை சொருகி தூக்கி நிறுத்தினர். குளத்தில் ஈட்டியைப் பாய்ச்சி மீனை பிடிப்பது போல காற்றில் ஈட்டியைச் சொருகி சேரர்களைப் பிடித்தனர்.

ஈட்டிகளை வெட்டியெறிந்து ஊடுருவிய சேரர்களைச் சுடரொளியும், இளம்பரிதியும் எதிர்கொண்டனர். இருகைகளிலும் நீள்வாட்களைத் தாங்கி சில வீச்சுகளில் வியூகத்தில் நுழைந்தவர்களை சரித்தனர். வரிசை தாண்டியவர்களின் உயிர் உடலைத் தாண்டிச்சென்றது.

களரி வீரர்கள் எறிபடையை வீசித்தாக்குதலை துவங்கினர். காற்றாய் உட்புகுந்த ஆயுதங்கள் கண்ணிமைக்கும் பொழுதில் கேடயங்களின் இடைவெளியில் புகுந்தன. வளரிகள் சில வளைந்து வந்தன. சுழன்ற ஆயுதங்கள் வீரர்களை நுட்பத்துடன் வீழ்த்த, களரி வீரர்கள் வேகமாய் உள்நுழைய முயல்கையில் வேல்படை வீரர்கள் முன்னேறினர். தேளின் கொடுக்குகளாய் எண்ணற்ற வேல்கள் வெளிப்பட்டு சேரர்களை சாய்த்தன.

சோழர்களின் தற்காப்பை உடைக்க முடியாமலிருப்பதைக் கண்ட சேரமான் 'கேடய வீரர்களை முன்னேற்று' என்றார்.

இரண்டு கைகளிலும் வாட்களைத் தாங்கிய வீரர்கள் பின்னேற, ஒரு கையில் ஆளுயர கேடயத்தையும், மறுகையில் வாளையும் ஏந்திய சேரர்கள் முன்நகர்ந்தனர். கேடயங்கள் கேடயங்களுடன் மோத சேரர்களின் வேகமும் ஆற்றலும் சோழர்களைப் பின்னகர்த்த, சோழர்களின் இரண்டாம் வரிசை வீரர்கள் தாங்கி நின்றனர். பேரோசையை எழுப்பியபடி வீரர்கள் தள்ள, இரண்டு கேடயங்களின் அரண்களும் ஒன்றையொன்று நகர்த்த முயன்றன. அரண்கள் நெளிந்தன. நெளிந்த கணத்தில் வரிசைகள் உடைந்தன. சோழ அரணைத் தகர்த்ததும் வாளேந்திய சேரர்கள் பெரும்பாய்ச்சலுடன் உள்நுழைந்தனர்.

வீரம் வளரும்...

86

போர் துவங்குவதற்கு முன்பாக சோழப்படையின் பின்புறத்தைச் சென்றடைந்த கரிகாலனின் கண்கள் தொலைவில் மாடத்தில் அமர்ந்திருந்த இளவெயினியை நோக்கியது. அவள் முகம் பலியேற்கும் நிசும்பசூதனியைப் போல் பெருமகிழ்வு கலந்த பெரும் உக்கிரத்துடன் இருப்பதாய் தோன்றியது. இன்று நிகழ்த்தும் போர் அவள் எதிர்கொண்ட துன்பங்களை நேர்செய்வதாய் இருக்கவேண்டும் என்றெண்ணினான். கரிகாலனின் உத்திகளைக் கண்டு களித்திருந்த உருவமற்ற செவ்வானம் புதிதாய் துளிர்த்த வண்ணமிருந்தது.

தாக்குதலை மட்டும்
அறிந்தவன்
பலவீனமாகிறான்.
பகையின் ஆற்றலை
உணர்ந்து தற்காத்து
தாக்குபவன்
நிலைத்திருக்கிறான்.

குதிரையிலிருந்த வானவன் 'என்ன வாயிற்று?' என்றான்.

'நம்பியின் குதிரைப்படை முன்புறத்தில் போரிடும்போது தென்னவனின் குதிரைப் படை நம்மை பின்புறத்தில் தாக்க உள்ளது'

'எதிர் நின்று தாக்க எண்ணாமல் பின்புறத்தில் தாக்க நினைக்கிறானா நம்பி?' என்றான் அருகிலிருந்த முகில்.

'நமது கூலிப்படையை பின்னேற்றி நமது பாசறையினுள் காத்திருக்க சொல்.

ஒலியெழுப்பியதும் வெளிப்பட்டு காக்கட்டும். சதியை உத்தியால் வெல்லலாம்' என்று கரிகாலன் கூற, உத்திகள் பொறியை விழுங்கும் பொறிகளாய் உருப்பெற்றிருந்தன.

பொறிகளைப் பெயர்த்தெறியும் பெருமாவாய் கூட்டுப்படையின் பொறிக்குள் நுழைந்த கரிகாலன் அதிவேகத்துடன் தென்னவனை நெருங்கி தாக்குதலைத் துவங்கினான். கரிகாலன் வீசிய வாளைத் தேக்கிய தென்னவனின் தோள்கள் அதிர்ந்தன. கைகள் நடுங்கின. வாளைச் சுழற்றிய கரிகாலன் மீண்டும் வாளை வீச, இடியாய் இறங்கிய ஆற்றல் தென்னவனைக் குதிரையிலிருந்து தூக்கியெறிந்தது. நிலத்திலிருந்து துள்ளியெழுந்த தென்னவன் திகைத்து போனான்.

தலையை சாய்த்து தென்னவனைப் பார்த்த கரிகாலன் குதிரையிலிருந்து இறங்க, சுற்றிலுமிருந்த அணுக்கப்படையினர் கரிகாலனை நோக்கிக் கட்டாரிகளை எறிந்தனர். இதை எதிர்பார்த்திருந்த கரிகாலன் இரண்டு கைகளிலும் வாளையேந்திச் சுழல, குறுங்கத்திகள் தெறித்தன. கரியன் அணுக்க வீரர்களுடன் நெருங்கினான். குதிரையை விரட்டி சில அணுக்க வீரர்கள் முன்னேற, சிலர் நிலத்தில் குதித்து ஓடிவந்தனர்.

முதல் குதிரை வீரனை கரிகாலன் அடித்த வேகத்தில் குதிரை கால் ஒடிந்து அமர்ந்தது. வாளைத் தேக்கிய அடுத்தவன் குதிரையிலிருந்து பறந்து சென்றான். மற்றவன் இரண்டாய் வெட்டப்பட்டு விழ, வீரர்கள் அதிர்ந்தனர்.

குதிரையிலிருந்து இறங்கியவர்கள் கரிகாலனைச் சுற்றி வளைக்க, உயிர் கொண்ட வைர வாட்கள் பார்வையின் வேகத்தில் சுழன்றன. முதலில் நெருங்கியவனின் கேடயம் வெட்டப்பட்டு, கவசம் துண்டாடப்பட்டு, நெஞ்சு பிளந்தது. இரண்டாமவனின் மேலுடல் மட்டும் பறந்து சென்றது. வாட்கள் ஒடிக்கப்பட, உலோகங்கள் மலர்களாய் வெட்டப்பட்டன. கரிகாலன் ஒருவனை எட்டி உதைத்த வேகத்தில் நெஞ்செலும்புகள் முறிந்து தூக்கியெறியப்பட்டவன் பின்னிருந்த குதிரையின் மேல் மோத குதிரை சரிந்தது.

எவரிடமும் நேரத்தை வீணாக்க விரும்பாத கரிகாலன் சூறாவளியாய் சுழன்றான். இடமும் வலமும் தாவி உடல்களைச் சரித்து சென்றான். கரியன் வாளை ஓங்கிய கணத்தில் மணிக்கட்டை மட்டும் கரிகாலன் சொடுக்க கையிலிருந்த வாள் அம்பாய் பறந்து கழுத்தில் இறங்கியது. வாளை உருவி குருதியை உதறினான் கரிகாலன்.

பேராற்றலின் மொத்த உருவம் இவனெனப் புரிந்த தென்னவன் ஈட்டிகள் மின்னல் ஒளியாய் யானைகளை ஊடுருவும் காரணத்தை உணர்ந்தான். வளையமாய் சூழ்ந்த வீரர்களைச் சிலகணங்களில் கரிகாலன் துண்டாட, தென்னவன் முன்னேறித் தாக்கினான்.

கரிகாலன் வாளைத் தேக்கியதும் விருட்டென்று மடிந்த வாள் கரிகாலனின் கழுத்தை நெருங்க, வாளின் நுட்பத்தை முதல் நொடியில் கரிகாலன் கண்டுணர்ந்தான். தென்னவன் மீண்டும் வேகமாகத் தாக்க கரிகாலனின் வாட்கள் தேக்கிய கணத்தில் கைகள் நீண்டு தென்னவனின் வாட்களை வெளிப்புறமாய் தள்ளியது. கரிகாலனின் நுட்பத்தைக் கண்ட தென்னவன் வியந்தான்.

இதுவரையில் போரிட்ட பகைவர்கள் வாளால் தேக்கும்போது தென்னவனின் வாட்கள் வளைந்து உள்நுழையும். கரிகாலன் தேக்கியபோது பீறிட்ட ஆற்றல் வாட்களை வெளிப்புறமாய் தள்ளியது. தென்னவனின் வாட்கள் வளைந்தாலும் விலகிச்சென்றது. தென்னவன் வெறியுடன் தாக்க கைகளை முழுதும் நீட்டி தென்னவனின் வாட்களைத் தடுத்தான் கரிகாலன்.

ஒவ்வொரு போரிலும் கரிகாலனின் உடலில் புதிய பரிமாணம் கண் விழித்தது. ஆயுதங்களை அடக்கியவனிடத்தில் உத்திகள் அடிபணிந்தன. தென்னவனின் வாட்கள் நீர் கொடியாய் சுழன்று வர, கரிகாலனின் வாட்கள் காற்றுச் சுருள்களை உருவாக்கிக் கட்டுப்படுத்தியது. தென்னவனின் வாட்களை தேக்கிய கணத்தில் தனது வாளின் பட்டையான பகுதியை கரிகாலன் சொடுக்க, தென்னவனின் வாட்கள் வளையாமல் திரும்பி சென்றது. தென்னவன் அதிர்ந்தான். கைகளின் ஆற்றலை ஒன்று குவித்து வாளின் நுனியில் கரிகாலன் சீறச்செய்ய தென்னவனின் வாட்கள் துண்டாகி விழுந்தன. தென்னவன் உறைந்து போனான்.

கரிகாலனைத் தொடர்ந்து வந்த சோழ வீரர்கள் கரிகாலனை சூழ்ந்து, கடலினடியில் மீன் 'வெளிப்படுத்தும் காற்றுக்குமிழ் போல, வளையத்தை ஏற்படுத்த கரிகாலன் தனது வாட்களை உறையிலிட்டான்.

கரிகாலன் 'ஆயுதமிழந்து நிற்கும் உன்னை வாட்களால் தாக்க விரும்பவில்லை. வா' என்று அழைக்க, தென்னவன் மூர்க்கத்தனமாய் பாய்ந்தான். தனது உள்ளங்கையை அசுர வேகத்தில் செலுத்தி தென்னவனின் நெஞ்சில் கரிகாலன் அடிக்க, தென்னவனின் முதுகுப்புறம் வெடித்துச் சிதறியது. தென்னவன் சரிய, கரிகாலன் குதிரையில் தாவியேறினான்.

வானவனை நெருங்கிய கரிகாலன் 'ஒலிமுழக்கத்தை ஏற்படுத்தி கூலிப்படையினரை வரச்சொல்லுங்கள். முழுஅளவினாலான தாக்குதல் துவங்கட்டும்'' என்று கூறிவிட்டு 'எங்கே முகில்?' என்று வினவினான்.

சுற்றிலும் பார்த்த வானவன் 'களத்தில் இருந்ததைக் கண்டேன்' என்றான்.

சோழத்தின் சிம்மநாதம் முழங்க பாசறைகளிலிருந்த கூலிப்படைகள் கடல் அலையாய் பாய்ந்து வெளிப்பட, கரிகாலன் மூங்கிலைப் பிளந்து செல்லும் கத்தியாய் குதிரைப்படையைப் பிளந்து கொண்டு கிழக்கு திசையில் முன்னேறினான். இம்முறை இலக்கு சேரமானை நோக்கி இருந்தது.

வெண்ணாற்றின் காற்று சோழமாடத்தில் அமர்ந்திருந்த இளவெயினியின் தலைமுடியைப் பரிவோடு வருடிச் செல்ல, இளவெயினி போரைக் கவனித்துக் கொண்டிருந்தாள். சுரத்தின் வேகத்தில் கண்கள் சொருகியது. பொன்னிறக் கவசங்களை அணிந்த கரிகாலன் கூட்டுப்படையினுள் நுழைந்து தென்னவனை வீழ்த்திவிட்டு, வீரர்களைச் சிதறடித்தபடி கிழக்கு திசையை நோக்கி எரிகல்லாய் செல்வதைக் கவனித்தாள்.

இளவெயினியின் அருகில் நின்ற சென்னி கரிகாலனின் போரைக் கண்டு களிப்பதாய் அவளுக்கு தோன்றியது. எதிரெதிராய் நின்று ஒன்றையொன்று தழுவத்துடிக்கும் இரண்டு கயல் கண்களின் விளிம்புகளில் விழிநீர்மொட்டுக்கள் திரண்டன. கண்களில் ஊற்றெடுத்த கண்ணீர் கன்னத்தை நனைத்து நெஞ்சில் சொட்டியது. தனது இரண்டு உள்ளங்கைகளாலும் இளவெயினியின் முகத்தை ஏந்திய சென்னி தனது நெற்றியை இளவெயினியின் நெற்றியுடன் பதித்துக்கொண்டான். கரை மீறிய கண்ணீரை சென்னி பெருவிரலால் துடைக்க, இளவெயினியின் உதடுகள் துடித்தன.

பொன்னாலான வேப்பம்பூ மாலை அணிந்து பாண்டியப்படையை முன்னின்று வழிநடத்திய பாண்டிய வேந்தன் நம்பி திகைப்பில் இருந்தான். சோழ வீரர்களை கூட்டுப் படையின் வீரர்கள் வெல்ல முடியாமலிருந்ததன் காரணம் கண்கூடாய் தெரிந்தது.

போர் துவங்கியவுடன் முன்னேறிய நம்பி சோழத்தின் குதிரை வீரர்களை வெட்டியெறிய முயன்றான். ஆனால் சோழ வீரர்களை எளிதில் வீழ்த்த முடியாமலிருக்க, அவர்களின் மேம்பட்ட போரிடும் திறனை உணர்ந்தான். உள்ளத்தில் அடைகாத்திருந்த பெருஞ்சினம் உக்கிரத்துடன் வெளிப்பட, வீரர்களின் குருதியில் நீராட விரும்பி, மேலும் ஆவேசத்துடன் தாக்கினான்.

ஒவ்வொரு சோழனும் பெரும் வீரத்துடன் எதிர்த்து நிற்க, சோழர்கள் பல்லாண்டுகள் பெற்றிருந்த பயிற்சியின் நுட்பம் தெரிந்தது. சோழ வீரனின் தற்காப்பை உடைத்து நம்பி நெருங்குகையில், நம்பியை வீழ்த்த முடியாதென்று உணர்ந்த வீரன் விலகினான். நம்பி இரையை வீழ்த்த முயல்கையில், அவனை விலக்கி மற்றொரு சோழன் உட்புகுந்தான். மீண்டும் சமர் துவங்கியது. அவனை நெருக்குகையில் மற்றொரு வீரன் இணைந்து கொண்டான். இருவரையும் எதிர்கொண்டு நம்பி முன்னேறுகையில்

வேறொரு வீரன் முன்னேறி நம்பியை எதிர்கொள்ள மற்றவர்கள் விலகினர். ஒரு சாமம் போர் புரிந்தும் சில வீரர்களை மட்டுமே நம்பி வெட்டிச் சரித்திருக்க, சோழர்களின் நுட்பம் அவனைத் திகைக்கச் செய்தது.

சோழப்படையானது வள்ளி மலர்களைப் போல ஒரே தொகுப்பாய் இறுகியிருக்க, சோழர்கள் இருவராய் இணைந்திருந்தனர். ஒருவன் மற்றவனைக் கண்காணித்தவாறு இருந்தான்.

புலிக்குடத்திகள் குழுவாய் முன்னேறி வலிமையற்ற விலங்குகளை வேட்டையாடும். வலிமை மிக்க படைச்சிறுத்தைகளை எதிர்கொள்ளும்போது பார்வையின் வலைப்பின்னலில் ஒன்றிணையும். படைச்சிறுத்தை ஒரு புலிக்குடத்தியைப் பற்றி வீழ்த்த முயல்கையில் எண்ணற்ற புலிக்குடத்திகள் பின்னிருந்து தாக்கும். வெறியுடன் திரும்பும் படைச்சிறுத்தை மற்ற புலிக்குடத்திகளை தாக்குகையில் மீண்டும் மற்றவை பின்னிருந்து தாக்கும். ஒத்திசைவுடன் நிகழும் ஒப்பற்ற உத்தி இது. இறுதியில் படைச்சிறுத்தை எந்த புலிக்குடத்தியையும் வீழ்த்த இயலாமல் காயத்துடன் விலகியோடும். சில பலியாகும். வலிமையை ஒற்றுமையும், நுட்பமும் இணைந்து வேட்டையாடும். இதே உத்தியில் சோழப்படை பன்மடங்கு எண்ணிக்கையை சிதறடித்துள்ளனர் என்று நம்பி உணர்ந்தான். மனதில் பெரும் ஆயாசம் தோன்றியது.

சேரவீரர்கள் உக்கிரத்துடன் வாட்களைச் சுழற்றி சோழ வீரர்களைத் தாக்க, சோழ வீரர்கள் இறுகி நின்றனர். ஒப்பற்ற தற்காப்புடன் தாக்குதலையும் பிணைத்து சோழர்கள் போர் புரிய, சேரர்கள் சிலர் வீழ்ந்தனர்.

தாக்குதலை மட்டும் அறிந்தவன் பலவீனமாகிறான். பகையின் ஆற்றலை உணர்ந்து தற்காத்து தாக்குபவன் நிலைத்திருக்கிறான். எனினும் களரிப்படையின் நுட்பமான பயிற்சி முறைகள் பலவீனத்தை தாங்கி நின்று சேரர்களை வழிநடத்த, சோழர்களும் வீழ்த்தப்பட்டனர்.

'ஒரு சாமம் சேரப்படையை தாங்கி நில்லுங்கள்' என்று கரிகாலன் கூறியிருக்க, வீரர்கள் உயிரை துச்சமாக கருதி எதிர்த்து நின்றனர். ஒரு கையை இழந்தவன் மறுகையினால் போர் புரிந்தான். காலை இழந்தவன் தவழ்ந்து முன்னேற முயன்றான். உயிர் உள்ளவரை எந்த சோழ வீரனும் நிலையை நீங்கவில்லை. உயிர் நீங்கிய பின்னரும் எந்த சோழ வீரனின் உடலும் நிலை நீங்கவில்லை.

பெரும் வேகத்துடன் முன்னேறிய களரி வீரர்களை பரஞ்சுடருடன் இளைஞர்கள் எதிர்த்து நின்றனர். நிலவனின் நினைவு உக்கிரத்தை பன்மடங்காக்கியிருக்க போர்

புரியும் இயந்திரங்களாய் மாறி சுடரொளியும், இளம்பரிதியும் வீரர்களை வீழ்த்தினர். வேகத்தை வேகத்தால் எதிர்கொண்டனர். நேர் வரிசையை எதிர் வரிசைக் களரியால் உடைத்தெறிந்து வீரர்களை வீழ்த்தினர். பரஞ்சுடரும், திதியனும் நீள்வாட்களுடன் வீரர்களை வெட்டியெறிய நான்கு பெரும் அரண்களாக படையைப் பிணைத்து நின்றனர். அவர்களின் வேகத்தையும் வீரத்தையும் குதிரையின் மேலிருந்த சேரமான் கவனித்துக் கொண்டிருந்தார்.

களரி வீரர்கள் சரிந்தாலும் மேலும் மேலும் புதிய வீரர்கள் முன்னேற, எண்ணற்ற களரி வீரர்களை வீழ்த்திய நால்வரும் தளரத் துவங்கினர். மனதின் உறுதி வழி நடத்த நால்வரும் சுழன்றபடி போரிட்டுக்கொண்டிருக்க உடலெங்கும் ஏற்பட்டிருந்த வாள்முனைக் கீறல்களால் குருதி வடிந்தது. சோழப்படை வீரர்கள் தளரத் துவங்கினர்.

சோழத்தின் குதிரைப்படையை தலைமை தாங்கிய இரும்பிடார் போர் துவங்கியதும் நம்பியின் திசையை நோக்கி முன்னேறினான். கனைப்பொலிகளுடன் குதிரைகள் தாவிப்பாய வீரர்களின் வெறிக்கூச்சலும், போர் முழக்கங்களும் பேரழுச்சியை ஏற்படுத்தின. இடையிலிருந்த வாளினை உருவாமல் குதிரையின் வலப்புறத்திலிருந்த நீள்தண்டத்தை உருவியெடுத்தான் இரும்பிடார்.

கூட்டுப்படையின் வீரர்கள் வாளினால் தாக்க, தண்டத்தால் தேக்கிய இரும்பிடார் திருப்பி அடித்த ஆற்றலில் வீரர்களின் கையெலும்புகள் நொறுங்கின. தண்டத்தின் அரைவீச்சில் சிக்கிய குதிரைகளின் எலும்புகள் சிதறின. தண்டத்தை இருபுறத்திலும் சுழற்றி வீரர்களை சரித்தவாறு முன்னேற, சோழ வீரர்கள் பெருஞ்சினத்துடன் போரிட்டனர். இரவில் நிகழ்ந்த சதிக்கு இன்றையப் போரில் பலியெடுக்க வேண்டுமென்ற வேகம் உந்தித் தள்ள, ஒவ்வொரு வீரனும் தனது ஆற்றலின் எல்லையை சினத்தின் உதவியால் தாண்டிக் கொண்டிருந்தான். சினமென்பது உறைந்திருக்கும் நெருப்பை வெடிக்க செய்வது. இங்கு எண்ணற்ற நெருப்புகள் தீக்கங்குகளாய் வெடித்து சிதறிக் கொண்டிருந்தன.

இரும்பிடார் நம்பியை நெருங்குகையில் ஒரு அணுக்கப்படை வீரன் தோமரத்தை எறிந்து இரும்பிடாரைத் தாக்க, இரும்பிடார் நீள்தண்டத்தை வீசி தோமரத்தைத் திசை திருப்பி மற்றொருவனை வீழ்த்தினான். மற்றொரு வீரன் கவண்டையை வீசி இரும்பிடாரின் குதிரையை வீழ்த்தினான். சரியும் குதிரையிலிருந்து நழுவி இறங்கிய இரும்பிடார் நம்பியை நோக்கி நகர, மூன்று குதிரை வீரர்கள் இடைமறித்தனர்.

மூவரின் வாட்களும் சுழன்று வர, இரும்பிடார் உடலை அதிகம் விலக்காமல் நீள்தண்டத்தை நுட்பத்துடன் கையாண்டு வாட்களைத் தேக்கினான். தேக்கிய

கணத்தில் நீள்தண்டத்தை அறைவீச்சாய் இரும்பிடார் சுழற்ற, குதிரையிலிருந்த வீரர்கள் உடலை பின்னகர்த்திக் கொண்டனர். வீரனொருவனின் காலைப் பற்றி தூக்கியெறிந்தான் இரும்பிடார். மற்றொருவனின் முதுகில் நீள்தண்டத்தால் அடிக்க முதுகின் எலும்புகள் சிதறின. மூன்றாமவனின் வாளை தேக்கிக்கொண்டு பெரும்பலத்துடன் குதிரையோடு வீரனை கீழே தள்ளினான். இரும்பிடாரின் பாதுகாப்பு வீரர்கள் வந்தடைய இரையை கண்ணுற்ற மிருகமாய் வேகமாக நம்பியை நெருங்கினான்.

குதிரையிலிருந்து கீழே குதித்த நம்பி இடைக்கச்சையிலிருந்து முனை வளைந்திருந்த கூன்வாளை உருவினான்.

'மீண்டும் வாளை நம்பித்தான் போரிடுகிறாயா?' என்றான் இரும்பிடார்.

'வாட்கள் பேசும் போது தெரியும்' என்றான் நம்பி.

நீள்தண்டத்தை விடுத்த இரும்பிடார் சுரிகையை உருவினான். தாக்குதலை முதலில் துவங்க நம்பி பாய்ந்தான்.

தழல்மேனியை நாற்புறமும் சுற்றி வளைத்த கூட்டுப்படை வீரர்கள் அம்புகளை சரமாரியாக எய்து தாக்க, தேர் கூவிரத்தின் மரத்துணுக்குகள் தெறித்தன. கம்பிகள் அறுந்தன. பகைவர்கள் தன்னைச் சுற்றி வளைத்ததைக் கண்டு வெகுண்ட தழல்மேனி பேருருக் கொண்டு வெள்ளமாய் அம்புகளை செலுத்தினார். அம்புகள் கவசங்களை ஊடுருவி உயிர் முகர்ந்து சென்றன.

வீரர்களை இழந்த தேர்கள் பின்னேற, புதிய தேர்கள் முன்னேறி வளையத்தின் இடைவெளியில் பொருந்தின. விலாவில் அம்புடன் தடுமாறி எழுந்த தோலாமொழி குதிரையின் கடிவாளங்களைப் பற்றிக்கொண்டு சாய்ந்து அமர்ந்தார். அம்பு பாய்ந்த இடத்தில் குருதி கசிந்தது. வலி மின்னியது. தழல்மேனியை வெளியேற்ற வேண்டுமென்ற வெறியே மேலோங்கியது.

'தோலா எப்படி இருக்கிறாய்?' என்றார் தழல்மேனி.

'இடைவெளியை உருவாக்குங்கள். வெளியேறி தாக்குவோம்' என்றார் தோலாமொழி வலியை பொறுத்துக்கொண்டு.

தழல்மேனி உக்கிரத்துடன் அம்புகளை விடுக்க, வீரர்கள் கேடயத்தில் மறைந்து கொண்டனர். வீரர்கள் அம்பெய்ய தடுமாறுவதைக் கண்ட மரைக்காடன் 'தாக்குங்கள்' என்று இரைந்தான் கொடுஞ்சினத்துடன்.

தழல்மேனி விடுத்த நான்கு அம்புகள் ஒரு தேரிலிருந்த வீரர்கள் அனைவரையும் சரிக்க, தேரினை பின்னேற்றினான் சாரதி. அந்த இடைவெளியில் வெளியேற

தோலாமொழி குதிரையை திருப்ப முயல்கையில், வீரர்கள் எண்ணற்ற அம்புகளால் தாக்கினர். தழல்மேனியின் கம்பிகள் அறுந்து சிதற அம்புகள் மெய்யாப்பில் பட்டு தெறித்தன. ஒரு அம்பு அவரின் வில்லை முறிந்தது. மற்றொரு அம்பு தோலை உரசி செந்நிற கீற்றை தீட்டிச்சென்றது. நெஞ்சைக் குறிவைத்து வந்த அம்பை வில்லை வீசி தழல்மேனி விலக்குகையில், அவரருகில் அமர்ந்திருந்த வீரனின் மேல் நாலைந்து அம்புகள் பாய்ந்தன. மற்றொரு வில்லை எடுத்த தழல்மேனி அம்புகளை நாணேற்று வதற்குள் அம்புகள் ஓசையுடன் நெருங்க, வில்லை வீசி அம்புகளை ஒடித்தெறிந்தார்.

தொடையில் வலி துண்டாடிச் செல்வதை உணர்த்த தழல்மேனி கீழே பார்க்க, தொடையில் ஒரு அம்பு தைத்திருந்தது. தழல்மேனியை வீழ்த்த மேலும் மேலுமென அம்புகள் வில் துறந்து, விண்ணெழுந்து மிதந்து வர, தழல்மேனி பெரும் விருப்புடன் அம்புகளின் கண்களை நோக்கியபடி களிப்புடன் நின்றார்.

கணங்கள் துடித்தபடி இருக்க, வடதிசையிலிருந்து புழுதியைச் சுமந்து பெருங்காற்று வீசியது. புழுதியை மறைத்தபடி அம்புகள் பாய்ந்து வர, வளையத்தைச் சிதைத்து பேரோசையுடன் நுழைந்த தேரொன்று தழல்மேனியின் தேரெதிரே வந்து நின்றது.

தேரில் நின்றவனின் வில்லிலிருந்து வெடித்தெழுந்த அம்புகள் விற்பொறியி லிருந்து வெளியேறும் அம்புகளாய் சடசடவென்று அரைவட்டமாய் வெளிப்பட்டு தழல்மேனியை நோக்கி வானெழுந்த அம்புகளின் உடலை முறித்தன.

கேடயத்தை உரசி தீப்பொறிகளை ஏற்படுத்திய அம்புகள் வீரர்களின் மேல் பாய்ந்தன. தேர்க்காலில் உரசி திசை மாறி வீரர்களை ஊடுருவின. குதிரைகளின் மேல் பட்டு வளைந்து வீரர்களைச் சரித்தன. விற்களை உடைத்து, கேடயத்தை ஊடுருவி வீரர்களை வீழ்த்தின.

பேரதிர்ச்சிக்கு உள்ளான தொல்லோன் யாரது என்று பார்க்கையில், கம்பி வேலியை ஊடுருவி வந்த அம்பு தொல்லோனின் நெற்றியில் பாய்ந்து பின்னந்தலையில் வெளியேறியது. விரிந்த கண்களுடன் தொல்லோன் சரிந்தார்.

ஒன்றின் மேல் பட்டு திசைமாறும் அம்புகள் மற்றொன்றை வீழ்த்துவதைக் கண்டு தோலாமொழி திகைக்க, வில்லாண்மையின் உச்சத்தை தழல்மேனி கண்டார். அம்புகளின் பேராற்றலை முழுதும் உணர்ந்தார். பெரும் வியப்புடன் விழிகளை உயர்த்த, மூங்கினாலான சாபம் எனும் ஆளுயர வில்லில் இடியென இடங்காரத்தை ஏற்படுத்தியபடி முகில் நின்றிருந்தான். காற்றை தறியாய் கொண்டு ஒளியாடையை நெய்யும் கதிரவனைப்போல, வில்லைக் கொண்டு அம்புகளால் திசைகளை இறுகக் கட்டத் துவங்கினான்.

ஒவ்வொரு முறை அம்புகளை விடுக்கையிலும் சாபம் முழங்கியது. முகில் விடுக்கும் நேர் அம்புகள் அரைவட்டமாய் வளைவதைக் கண்ட தழல்மேனியின் கண்கள் அதிர, மனம் களிப்புற்று வணங்கி நின்றது. தழல்மேனியைப் போன்று அம்பெய்ய எண்ணியவன் வில்லாற்றலில் அன்று அவரையும் விஞ்சியிருந்தான். ஆசையாலும், போட்டி மனப்பான்மையாலும் அவரின் நிலையை அடைய எண்ணியிருந்தவனின் வேட்கையை இரவில் நிகழ்த்தப்பட்ட அறமற்ற தாக்குதல் பின்தள்ளிவிட, வஞ்சினத்தின் முதுகிலேறி அவனையுமறியாமல் ஆற்றலில் அவரைக் கடந்து கொண்டிருந்தான்.

தேரின் மேல் நின்ற முகில் எண்திசைகளையும் உணர்ந்தான். காட்சிகளை வருடும் விழிகளைப் போல பார்வை பதியும் இடங்களில் அம்புகள் நுழைந்தன. பார்க்கும் நேரமும் அம்பு பாயும் கணமும் ஒன்றாயிருக்க, காற்று குருதி சொட்டியது.

பெருமகிழ்வுடன் அவனைப் பார்த்தவாறு தழல்மேனி நிற்க, முகிலின் பார்வை படிந்த இலக்குகளை நேராகச் சென்ற அம்புகள் தாக்கின. கண்களுக்கு மறைந்திருந்த இலக்குகளைத் தாக்குகையில் வில்லைச் சொடுக்கினான். நேரம்புகள் உயிர் பெற்று விண்ணில் வளைந்து சென்று இலக்குகளைத் தாக்கின. அம்புகளை வழிநடத்தும் காற்றின் கழுத்தைத் திருகியபடி நாட்புறமும் சுழன்றன.

முகிலின் கண்கள் உணர்விழந்து வெறித்திருக்க, உதடுகள் மட்டும் ''இரண்டு, மூன்று'' என்று அம்புகளின் எண்ணிக்கையையும், 'நீள், சிறு' என்று அம்புகளின் வகைகளையும் உச்சரிக்க, அருகில் அமர்ந்திருந்த வீரன் அம்புகளை அளித்துக் கொண்டிருந்தான். இடது தோளில் கட்டப்பட்டிருந்த நெய்த்துணி முகிலின் குருதியை சுவைக்க, வெளியேறிய அம்புகள் பகைவரின் உடலில் குருதியாட்டம் நிகழ்த்தின.

இடதுபுறத்தில் வளைந்து வரும் அம்பைக் கண்டு அச்சமடைந்த மரைக்காடன் பீடத்தின் பின்னால் பதுங்க வலதுபுறத்தில் வளைந்து வந்த அம்பு தலையை துளைத்துச் சென்றது. என்ன நிகழ்ந்ததென்றே அறியாமல் மரைக்காடனின் உடல் சரிந்தது. அம்புகளினால் முகில் காற்றுவெளியை மீட்டிக்கொண்டிருந்தான் . அம்புகள் விழி கொண்டு பகையைத் தேடி சென்றடைந்து கொண்டிருந்தன. அம்புகளால் போர்க்களத்தை அதட்டி ஆளத்துவங்கினான். வானத்தை அம்புகளால் நெய்யும் வித்தையை நிகழ்த்திக்கொண்டிருந்தான்.

ஆவேசத்துடன் பாய்ந்த நம்பி கால்வட்டமாய் வளைந்த கூன்வாளைக் கொண்டு தாக்குதலைத் துவங்க, இரும்பிடாரின் சுரிகை எதிர்த்து நின்றது. இரண்டு வாட்களும் நீளத்தில் குறைவாய் இருக்க இருவரும் நெருங்கிப் போரிட்டனர்.

வாட்கள் பேராற்றலுடன் பாய நம்பியின் வாட்திறன் மேம்பட்டு இருப்பதை இரும்பிடார் உணர்ந்தான். வாளை வீசும்போது ஒருமுறை வெளிப்பக்கமாய் இருந்த கூன்வாள் மறுவீச்சில் உள்நோக்கி இரும்பிடாரை நெருங்கியது. இரும்பிடாரின் வாள் கைப்பிடியின்றி இருக்க, சுரிகை ஒருமுறை மேல் நோக்கி தாக்கினால் மறுமுறை சுழன்று கீழ்நோக்கித் தேக்கியது. வாட்களின் வேகம் இணையற்றதாய் இருக்க ஆண்டுகளின் பயிற்சி நம்பியின் வீச்சில் வெளிப்பட்டது. இரும்பிடார் வேகமாகத் தாக்கியபோது உடலை இடமும், வலமுமாய் விலக்கி வாளின் வீச்சிலிருந்து நகர்ந்த நம்பி இரும்பிடாரின் நெஞ்சை கிழித்தெறிய தாக்கினான். இரும்பிடார் விலகினான்.

வாட்களைத் தேக்குகையில் உடல்கள் நெருங்கிய கணத்தில் ஒருவரை ஒருவர் கைகளால் பற்றி இழுத்தெறிய முயன்றனர். இருவரின் ஆற்றலும் உக்கிரத்துடன் வெளிப்பட உடல் இறுகிச் சுழன்றனர். தோளுடன் தோள் மோதி இரும்பிடாரை சரிக்க முயன்றான் நம்பி. வாளால் தாக்கிய கணத்தில் காலால் பின்னி இரும்பிடாரை வீழ்த்த முயன்றான். வாளை மட்டுமில்லாமல் முழு உடலையும் பயன்படுத்தி நம்பி தாக்கினான். தோளுக்குத் தோள், பின்னலுக்குப் பின்னல் என்று தாங்கி நின்றான் இரும்பிடார்.

களரியின் நுட்பத்தைப் பயன்படுத்தி இரும்பிடாரால் ஒரு நொடியில் நம்பியின் கையை செயலற்றதாய் செய்திருக்க இயலும். உடலின் உறுப்புகளைச் சிதைத்தெறிய இயலும். எனினும் களரியை அறியாத ஒருவனிடம் பயன்படுத்த வேண்டாமென்று எண்ணி வாட்கலையில் களையெடுக்க விரும்பினான்.

கைகளின் சுழற்றலில் ஒருவரின் வாளை மற்றவர் பறிக்க முயன்றனர். இரும்பிடாரை வீழ்த்த இயலாதிருப்பதை உணர்ந்த நம்பி உத்தியை மாற்றினான். நம்பியின் பின்புறம் உடலைச் சுற்றி சென்ற வலது கையின் வாள் இடக்கையில் வெளிப்பட்டுத் தாக்கியது. இடக்கையில் சுற்றி வந்த வாள் சீறியபடி வலக்கையில் வெளிப்பட்டது. உடலின் பின்னிருந்து அரைவீச்சாய் சுழன்ற வாள் பேராற்றலுடன் இரும்பிடாரைத் தாக்கியது. முழுவீச்சையும் வாளால் தேக்கியபடி இரும்பிடார் காத்திருந்தான்.

நம்பியின் பின்புறத்திற்கு வலது கையின் வாள் செல்ல இடது கையில் வெளியேறும் வாளை எதிர்நோக்கி இரும்பிடார் முன்னேறினான். சடாரென நம்பியின் இரண்டு கைகளிலும் வாட்கள் வெளிப்பட்டன. இடது கையின் வாளால் தாக்கிய நம்பி, வலது கையின் வாளை இரும்பிடாரின் வயிற்றில் சொருகினான்.

இரண்டாகப் பிரியும் வாளின் நுட்பத்தை இறுதி கணத்தில் உணர்ந்த இரும்பிடார் நம்பியின் இடக்கைத் தாக்குதலைத் தேக்கியபடி சுழன்றான். வலது கையின் வாள் இரும்பிடாரின் வயிற்றை உராய்ந்து செல்ல, சுழன்ற வேகத்தில் வாளின் கைப்பிடியை நம்பியின் முகத்தில் இடியென இறக்கினான் இரும்பிடார். நம்பியின் தாடை நொறுங்கி குருதி கொட்டியது.

இரும்பிடார் வேகமாக முன்னேறி பின்னலாய் வாளை வீசத் துவங்கினான். இடதும், வலதும், குறுக்கும், நெடுக்குமாக வாள் நெருப்பாய் சுழல, நம்பி தடுமாறியபடி பின்னேற, நம்பியின் கையிலிருந்த வாட்கள் விடுபட்டு பறந்து சென்றன. இரும்பிடாரின் வாள் சினம் கொண்ட அறமாய் மேலுயர்ந்தது.

வீரம் வளரும்...

87

வெண்ணியில் கிழக்குப்புறத்தில் சேரர்களும், சோழர்களும் எதிரெதிர் திசைகளாய் எதிர்த்து நின்றனர். குதிரையிலிருந்த சேரமான் போரினைக் கவனித்துக் கொண்டிருக்க, களரி வீரர்கள் ஆலத்தின் விழுதுகள் நிலத்தை ஊடுருவது போல சோழப்படையை ஊடுருவினர். வாட்கள் குருதிப்பசியுடன் சுழல, களமெங்கும் வலி ஓலமிட்டு திரிந்தது.

பரஞ்சுடருடன் இருந்த சுடரொளி, இளம்பரிதி, திதியன் அரண்களாய் எழும்பி களரி வீரர்கள் முன்னேறுவதைத் தடுத்திருக்க, உடலெங்கும் குருதி விளாறுகள் நரம்புகளைப் போல் உருவாகியிருந்தன. வரிசை வரிசையாய் சேரவீரர்கள் முன்னேற திதியன் தடுமாறினான். இரண்டு வீரர்கள் ஒரே கணத்தில் தாக்க, உடல் வலுவிழந்து வாளினால் தேக்க தடுமாறுகையில் பேரோலத்தை எழுப்பியபடி கரிகாலனின் குதிரை மின்னல் கீற்றாய் உள்நுழைய, பெருங்காற்றின் வேகத்தில் அணைந்து போகும் காட்டுத்தீ போல ஒரு கணம் களம் உறைந்தது. பேரோசையுடன் சூறைக் காற்று உள்நுழைந்தது. வீரர்கள் சமரிடுவதை நிறுத்தினர். களம் இரண்டாகப் பிரிந்தது.

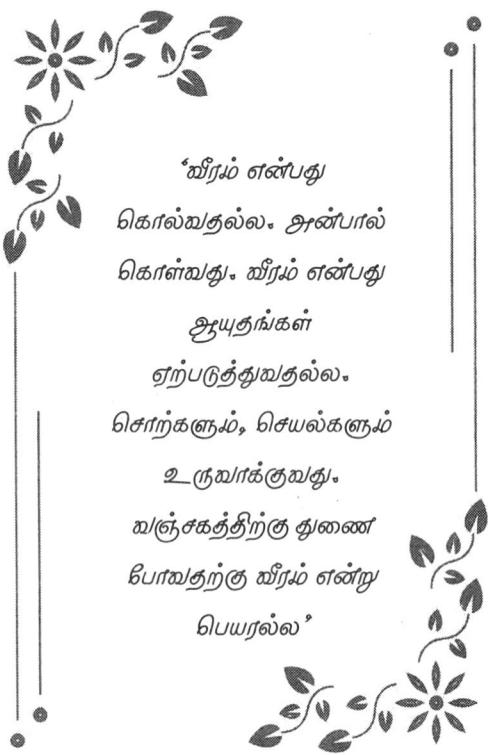

'வீரம் என்பது கொல்வதல்ல. அன்பால் கொள்வது. வீரம் என்பது ஆயுதங்கள் ஏற்படுத்துவதல்ல. சொற்களும், செயல்களும் உருவாக்குவது. வஞ்சகத்திற்கு துணை போவதற்கு வீரம் என்று பெயரல்ல'

நெருப்பின் மணம் கமழும் பேரறமாய், வீரத்தின் நிறம் மிளிரும் பெரும் வாளாய் வீரர்களைப் பிளந்து நிலத்தை எரித்தபடி ஊடுருவிய கரிகாலன் போரின் நிலையை கண்களால் அளவெடுத்தபடி நெருங்கினான். குதிரையில் வலது காலை ஊன்றி மேலெழும்பியவன் நிலமதிரும் பேரோசையுடன் இளைஞர்கள் நின்ற இடத்தில் குதித்திறங்க, நெற்கதிரைக் கட்டடிக்கையில் சிதறும் நெல்மணிகளாய் சேரர்கள் அதிர்ந்தனர். சோழ வீரர்கள் பெரும் களிப்புடன் ஆர்ப்பரித்தனர்.

சென்னியை மனதில் ஏந்திய கரிகாலன் இரண்டு கைகளையும் உயர்த்தி இடியென முழங்க, வானம் அதிர்ந்தது. உடலில் குருதி உருண்டு சுழன்று செங்குழம்பாய் ஆர்ப்பரிக்க, மனதின் எரிமலை பெருஞ்சீற்றத்துடன் புகையத் துவங்கியது. கரிகாலன் வைரவாட்களை உருவினான். அவனெதிரே நின்ற சேரவீரர்கள் மிரட்சியுடன் பின்னேறினர். உள்ளத்தின் உந்துதலில் பிறப்பது ஆற்றல். சோழ இளைஞர்களின் உடலில் மீண்டும் ஆற்றல் துளிர்த்தது.

யானைகளை வேட்டையாடிய கரிகாலனின் வீரம் கூட்டுப்படையின் பாடி வீடுகளில் வாய்க்கும், செவிக்கும் இடையே மெல்லொலியாய் திரிந்து கொண்டிருந்தது. வீரர்களின் மனங்களில் இரவின் நிறமாய் புகைந்து கொண்டிருந்தது. வீரத்தின் வியப்பு மனங்களில் பேரச்சமாய் உருமாறியிருந்தது. படைக்கு நடுவில் கரிகாலன் வந்திறங்கியதும் அச்சத்தின் நிழல் கிளைபரப்பி அனைவரின் மனங்களிலும் வேர்பிடித்தது.

போரின் உக்கிரத்தில் உடல் முறுக்கேறி, அசாதாரண வீரியத்துடன் உத்வேகம் கொண்டிருந்த கரிகாலனைக் குதிரையில் அமர்ந்த சேரமான் கவனித்தபடி இருக்க, கரிகாலனின் வலப்புறத்தில் பரஞ்சுடரும், சுடரொளியும் வந்து நிற்க, இடப்புறத்தில் இளம்பரிதியும், திதியனும் நின்றனர்.

போர் துவங்கியதிலிருந்து உணவும், நீருமின்றி காற்றைக் குடித்து, பகையைத் தின்று சமரிடும் வீரர்கள் மூன்றாம் சாமத்தில் மனதாலும் உடலாலும் தளர்ந்திருந்தனர். சோழ வேந்தன் அவர்களுடன் இணைந்ததும் மனதின் களைப்பு நீங்க, கண்முன்னே அவன் வெளிப்படுத்திய பேராண்மை உடலின் களைப்பைப் புறந்தள்ளியது. மற்றவர்களைத் துடித்தெழ செய்தது. போர்க்களத்தில் சினமும், வீரமும் ஒட்டுண்ணி போல. ஒருவரிடமிருந்து மற்றொருவருக்கு நெருப்பின் கொடிகளாய் பற்றிப் படர்கின்றன. களைப்பின் உறையைக் கிழித்தெறிந்தபடி புதிய உத்வேகம் முளைத்தது.

சோழமாடத்திலிருந்த இளவெயினி 'இறுதிப்போர் துவங்கி விட்டது' என்றாள். பசும் நீர்க்கொடிகளில் மலர்ந்திருந்த நீராம்பலைப் போல கரிகாலன் கதிரவனின் ஒளியை பிரதிபலித்தபடி காலாட்படையில் சென்றிறங்கியதை கவனித்த நன்முகை 'ஆம்' என்றாள். படபடப்பின் உச்சத்தில் மாடத்தின் முங்கிலை இறுகப் பற்றியபடி நின்றாள்.

'குரலில் ஏன் குழப்பம்?' என்றாள் இளவெயினி மெல்லிய குரலில். கேட்கும் போதே மூச்சு வாங்கியது.

"வேந்தரை சேரர்கள் திசைகளாய் சூழ்ந்துள்ளனர் அம்மா" என்றாள் நன்முகை கவலையுடன்.

"கதிரவனைக் கொண்டே திசைகள் உருவாகின்றன. கதிரவனுக்கு ஏது திசை?"

'சேரமான் சிறந்த வீரரென வீரர்கள் கூறுகின்றனர்'

'கலக்கமடையாதே. நெருப்பில் நடந்தவனை வெயில் என்ன செய்யும்'

இளவெயினியின் கைப்பற்றி அருகே அமர்ந்திருந்த சென்னி 'இன்னும் சற்று நேரம்' என்றான். இளவெயினி கண்களில் கனவுடன் முறுவலிக்க, அருகில் நின்றிருந்த மருத்துவி கண்களில் கவலையுடன் இளவெயினியைக் கவனித்தாள்.

சேரவீரர்கள் வாட்களுடன் முன்னேற, கரிகாலன் வேங்கையெனப் பாய்ந்தான். குருதியும், சதையும் இறுகிப் பேராற்றல் எரிமலையாய் வெடித்துச் சிதறியது. இடமும் வலமும் மின்னல் கதிராய் நகர்ந்தவன் வாட்களின் வேகத்திற்குப் புதிய இலக்கணம் படைத்து வீரர்களைச் சிதறடித்தான்.

உள்ளத்தில் பேரோசையுடன் வெடித்தெழுந்த நெருப்பாறு கங்குகளை வான் நோக்கி சிதறடித்து நாற்புறங்களையும் எரியச் செய்ய, உடல் முழுதும் விழிகள் முளைத்தெழ, பன்னிரு தலைகளுடன் பல்லாயிரம் கைகளுடன் பல உருக்களாய் கரிகாலன் பிரிந்தான். தலைக்கேசங்கள் வாளின் இசைக்கு நடனமாட, கூரிய வாள் முனைகள் கால்களின் ஆட்டத்திற்கு சுரம் சேர்க்க வாள் வீச்சுகளின் ஆற்றல் கணம் கணமும் கூடியது. கணங்கள் வெடித்துச் சிதறியது. பார்வையின் வேகத்தில் கரிகாலன் நகர்ந்தான். பார்க்கவியலா வேகத்தில் வாட்களைச் சுழற்றினான்.

வீரர்கள் கூட்டமாய் முன்னேற வீரனொருவனைப் பிளந்து அவன் தோளில் கால்பதித்துத் தாண்டினான். புவிஈர்ப்பு விசையைக் கட்டுடைத்து உடல் விசையால் பறந்து கூட்டத்தில் இறங்கினான். எரிக்கும் தணல் உலகில் காட்டாறாய் உள்நுழைந்தான். நீரின் வீச்சில் நெருப்புயிர்கள் குருதி கக்கியது.

நீரிலுள்ள மீனைக் கொத்துவதற்கு நீரில் பாய்ந்த கணத்தில் நீரை விட்டு மேலேழுந்து பறக்கும் சிரல் பறவையைப் போல வைரவாட்கள் பகைவரின் உடல் தொட்டு நீங்கின. வாட்களின் வேகம் காற்றில் செம்புகையாய் குருதியை வெளிப்படுத்திச் செல்ல சில கணங்களுக்கு பின்னர் நரம்புகள் வெடித்தன. வெடித்த

வர்மப் புள்ளிகள் உடலைச் சிதைக்க வீரர்கள் அசைவிழந்து சரிந்தனர். பேரோலமிடும் அருவியின் நீர்த்திவலைகளாய் குருதி காற்றில் சிதறிய வண்ணமிருந்தது. காற்றும் தீப்பற்றியது.

அமைதியை இழந்த மனம் அனைத்தையும் இழக்கும் என்று அறிந்த கரிகாலனின் உடலெங்கும் குருதி அலைகள் பாய, மனமெங்கும் அமைதி கமழும் சொற்கள் ஒலித்துக் கொண்டிருந்தன. திட்டமிடுகையில் வெறியாடிய மனம், வெறியாடுகையில் அமைதி காத்தது. ஐம்புலன்களும் ஒன்று குவிந்து அமைதியுற்று இருக்க, அருகில் நின்ற வீரனின் இதயத்துடிப்பை உணர்ந்தான். குருதி பாயும் ஓசையைக் கேட்டான். சுவாசித்து விடுத்த காற்றின் ஓசையைக் கடந்தான். மின்னலை உட்கொண்டு மலரும் தாழை மலராய் சமர்கள் தோறும் வளர்ந்தான். அடக்கவியலா பெருங்கடலாய் பெருகினான்.

நடக்கத் துவங்கியதிலிருந்து ஆயுதம் தரித்தவன் கரிகாலன். சமர்களில் வாழ்வைப் பயின்றவன். வாட்களை பயிற்சிகள் வழிநடத்த, இலக்கைப் பார்வைத் தீர்மானிக்க, ஆற்றலின் ஐம்பூதங்களும் வாட்களில் குடி கொண்டன. மிதமிஞ்சிய வேகத்தில் அனைவரையும் சிதறடித்து முன்னேறினான். வீரர்கள் கை உயர்த்தும் போதே கையைச் சிதைத்துச் சென்றான். வாள் நகரும்போதே நெஞ்சைப் பிளந்து சென்றான். ஓராயிரம் நாகங்கள் கொத்துவது போல் வாட்கள் வெறியாட, கரிகாலன் காட்டாற்று பெருவெள்ளமாய் நிலத்தில் நின்ற அனைத்தையும் ஒடித்தெறிந்தான். உடலெங்கும் மதநீர் சுரந்து வெறியேற்ற, உடலில் மதமேறி உக்கிரத்துடன் சுழன்றான்.

மண்ணுக்கும் விண்ணுக்குமாய் கனன்றெழுந்த நெருப்புக் கோளமொன்று திசைகளை எரித்து சுழல்வதைப்போல வீரத்தின் மொத்தமாய் உருக்கொண்ட சோழவேந்தனைக் கண்டு போர்க்களம் கலங்கியது. நிலம் நடுங்கும் பேராண்மையைக் கண்டு கதிகலங்கிய சேரர்கள் சிதறியோடினர்.

எண்ணற்ற உயிர் பலி ஏற்படுவதைக் கண்டு மனம் பதைத்த சேரமான் 'நிறுத்துங்கள்' என்று இரைந்தார். அவர் கையை உயர்த்தியதும் போர் நிறுத்த முரசு ஒலிக்க, அறமாடத்தில் அமர்ந்து கவனித்திருந்த குட்டுவன் குழப்பத்துடன் எழுந்தான்.

'போர் நிறுத்த ஒலியெழுப்பு' என்று குட்டுவன் கூறியதும் அறமாடத்தில் எழுந்த முரசொலியின் ஒலிச்சுருள்கள் காற்றுடன் கைகோர்த்து களமெங்கும் பயணிக்க, வீரர்கள் போரிடுவதை நிறுத்தினர். சேரமான் குதிரையை முன்னகர்த்தி கரிகாலனின் எதிரில் இறங்கினார்.

கரிகாலனின் கண்கள் உறைந்திருக்க, நெஞ்சம் ஏறியிறங்கிக் கொண்டிருந்தது. நீள்மூச்சை இழுத்தவன் கணப்பொழுதில் உடல் அணுக்களின் தேவையை பூர்த்தி செய்து மூச்சை நிலைப்படுத்தினான். கண்கள் சேரமானின் கண்களை எதிர்கொண்டன.

சேரமானின் கேசம் அவிழ்ந்து சுருண்டு அடர்ந்திருந்த தலைமுடிகள் விரிந்து நிற்க, இரையை அணுகும் சிம்மத்தை ஒத்திருந்தார். இருபுறத்திலும் சிலும்புகள் செறிந்திருந்த ஈர்வாளை இடைக்கச்சையிலிருந்து உருவி உயர்த்தியபடி ''வீரர்கள் பலியாகத் தேவையில்லை. 'அறத்தின் மண்டுதல்' நிகழட்டும்'' என்றார்.

படையோடு படைகள் மோதி அழிந்த பின்னரோ, சேதத்தை தவிர்க்கவோ இரு அரசர்கள் தனித்து போரிடுவது 'அறத்தின் மண்டுதல்' என்பதை அறிந்த கரிகாலன் முன்னேறிய கணத்தில் குதிரைப்படையருகே பாண்டிய வேந்தர் வீழ்த்தப்பட்டதை குறிக்கும் நீள் சங்கொலி எழும்ப...

'இனி போரிட அவசியமில்லை. பாண்டிய வேந்தனும் அனைத்து சிற்றரசர்களும் வீழ்த்தப்பட்டனர்' என்றான் கரிகாலன்.

'கரிகாலா, போர் என்பது ஒருவரின் வீழ்ச்சியிலோ, அடிபணிதலிலோ முடிவுக்கு வருவது. கூட்டுப்படைகளுடன் இணைந்து வந்த சேரமான் அனைவரும் அழிந்த பின்னர் சோழனுடன் இணைந்து கொண்டார் என்று உலகம் எள்ளி நகையாடும்'

'நாடுகளை வெற்றி கொள்ள துவங்கிய போரல்ல இது. வீரத்தை வெளிக் காட்டவும் துவங்கியதல்ல. பகைமுடிக்கத் திரட்டிய களமிது. எண்ணம் ஈடேறியது. இத்துடன் விலகிச் செல்லவே விரும்புகிறேன்'

'நான் உடனிருப்பேன் என்று கூட்டுப்படையுடன் வந்த பிறகு விலகிச் செல்ல இயலாது. அது எனது வீரத்திற்கு இழுக்கு'

'வீரம் என்பது கொல்வதல்ல. அன்பால் கொள்வது. வீரம் என்பது ஆயுதங்கள் ஏற்படுத்துவதல்ல. சொற்களும், செயல்களும் உருவாக்குவது. வஞ்சகத்திற்கு துணை போவதற்கு வீரம் என்று பெயரல்ல' கரிகாலனின் குரல் கனிந்து இருந்தாலும் சொற்கள் சேரமானின் தவறை எடுத்துரைத்து மனதை மாற்ற முயன்றது.

'வீரம் என்பது எரிக்கும் நெருப்பைப் போல. அதற்கு அறம், சூது என்ற பேதங்கள் இல்லை. உலகை அடிபணியச் செய்யும் பேராண்மை அது. எனது மகனின் நட்பை மனதில் எண்ணி நீ பேசுகிறாய். என் மனம் இதற்கு ஒருபோதும் இசையாது. சமரைத் துவங்குவோம். வீரத்தை வாட்கள் முடிவு செய்யட்டும்' என்றார். வாழ்வு மொத்தத்தையும் ஒற்றை உணர்வால் கண்டவர் சேரமான். காட்சிகள் அனைத்தையும் வீரமென்ற சொல்லால் அளந்தவர்.

'வீரம் என்பது மனிதனின் உயிரென்று எண்ணுகிறார் சேரமான். வீரத்திற்கு மேலான உணர்வுகளும், பண்புகளும் உலகில் இருப்பதை அறியாமல் இருக்கிறார். சொற்களின் வேகத்தில் வளைபவரல்ல இவர். மரத்தை போன்று உடைபவர்

என்றெண்ணிய கரிகாலன் மரத்தை மண்ணிலிருந்து பிடுங்கியெடுத்து வேறிடத்தில் நடவு செய்ய முடிவெடுத்தான். வீரத்தை வீரத்தால் வளைக்க தீர்மானித்தான்' வைரவாட்கள் உயிர் பெற்று எழுந்தன.

கோவில் வெண்ணி போர்க்களத்தில் வீரர்கள் வளையமாக விலகி நிற்க, அற மாடங்களில் இருந்த பெருந்தேவனாரும், குட்டுவனும் களத்தை வந்தடைந்தனர். இரும்பிடாருடன் மற்ற சோழத்தின் தளபதிகளும் வேகமாக வந்து சேர்ந்தனர். காரணிகர்களும், புலவர்களும், பாணர்களும், போரிடுவதை விடுத்த வீரர்களும் மண்டல் நிகழப் போகிறதென்ற தகவல் அறிந்து சூழ்ந்து நின்றனர். வீரர்கள் அமைதியுடன் நிற்க, இரும்பிடாரும், சோழத்தளபதிகளும் அமைதியுடன் பார்த்துக் கொண்டிருந்தனர்.

கலங்கிய மனதுடன் குட்டுவன் நிற்க, கரிகாலன் அவனை ஆற்றுப் படுத்துவது போல் புன்னகைத்தான். ஒருவரோடு ஒருவர் சமரிடும் வெறுங்கை களரியில் சேரமானின் வீரம் சேரநாடு அறிந்தது. 'செங்கெழுவைக் கொல்லாமல் சிறைபிடிக்க முயன்றது போல் சேரமானைக் கரிகாலன் வீழ்த்தாமல் சிறையெடுக்க முயல்வான்'. அதுவே அவனுக்கு பாதகமாய் மாறி விடக்கூடாது என்று குட்டுவன் அஞ்சினான்.

இருவரின் சமரிடுகையில் ஒருவர் நடுநிலை செய்ய வேண்டுமென்பதால், யாரை நிறுத்துவதென குட்டுவன் எண்ணுகையில் 'தென்னக வீரன் இரும்பிடார் நடுநிலையாய் இருக்கட்டும்' என்று சேரமான் கூற, கரிகாலன் ஏற்றுக்கொண்டான். இரும்பிடார் வளையத்தின் நடுப்பகுதியை நோக்கி நடந்தான்.

சேரமானை நெருங்கிய இரும்பிடார் 'எவ்வகையான மூன்று ஆயுதங்களில் சமரிட விரும்புகிறீர்கள்?' என்று கேட்க, 'வாள், வெறுங்கை பிரயோகம், வேல்' என்றார் சேரமான்.

கரிகாலனை அணுகிய இரும்பிடார் 'சேரமான் வாள், வெறுங்கை பிரயோகம், வேல் கொண்டு சமரிட விரும்புகிறார். உன்னுடைய மூன்று ஆயுதங்கள் என்ன?' என்று கேட்க...

'அவற்றையே நானும் தேர்ந்தெடுக்கிறேன்' என்றான் கரிகாலன்.

ஆயுதங்களை எடுத்து வர இரும்பிடார் கூற, வீரர்கள் பல்வேறு வகையான வாட்களையும், வேல்களையும் எடுத்து வந்தனர்.

'அறத்தின் தண்டலுக்காக சேரமான் அழைத்ததால் முதல் ஆயுதத்தைக் கரிகாலன் தேர்ந்தெடுக்கலாம்' என்று இரும்பிடார் கூற,

‘சேரமான் தேர்ந்தெடுக்கட்டும்’ என்றான் கரிகாலன்.

சேரமான் இரண்டு ஈர்வாட்களை எடுத்துக்கொண்டார். ஒரு வாளைக் கொண்டு சமரிடுகையில் உடலின் ஆற்றல் வெளிப்படும். இரண்டு வாட்களில் வேகமும் நுட்பமும் அவசியம். கரிகாலனின் ஆற்றலைக் கண்டிருந்த சேரமான் இரண்டு ஈர்வாட்களுடன் நெருங்க, கரிகாலன் வைரவாட்களை கையிலேந்தி நடந்தான்.

‘துவங்குங்கள்’ என்றான் இரும்பிடார்.

இருவரும் மெதுவாக நெருங்க புலன்கள் அனைத்தும் ஒன்று குவிந்தன. வானில் வட்டமாய் வலம் வந்தபடி சமரை கவனித்த பொன்னாங்கழுகு கிறீச்சிட, சடாரென்று பாய்ந்த சேரமான் முதல் வீச்சை தொடங்க, கரிகாலன் விலகினான். முன்னேறி வெட்டிய வாட்கள் இரண்டும் சுழன்று பின்னலாய் துள்ளியது. முதல் கணத்திலேயே சேரமானின் வேகம் உச்சத்தை எட்ட, கரிகாலன் வேகமாக தேக்கியபடி சுழன்றான். அரும்பு அரும்புகளாய் வெட்டப்பட்ட சேரமானின் வாள் சிலுக்குகளுடன் வைரவாட்கள் மோதுகையில் பேரோசை எழ, இருவரின் வேகமும் அசாத்தியமாய் இருந்தது.

பேராற்றலுடன் சேரமான் கைகளை சொடுக்கி தாக்குகையில் உடலின் ஆற்றல் தோள்களின் வழியாக பாய்ந்து வாட்களின் முனைகளில் வெடிக்க, கரிகாலனின் வாட்கள் அதிர்ந்தன. வீச்சின் நுட்பத்தை சில கணங்களில் உணர்ந்த கரிகாலன் அதே முறையில் தேக்கி சுழன்றான். இருவரின் வாட்களும் ஆற்றலின் உச்சத்தில் மோத, நிலத்தை மிதித்து பறவைகளாய் விண்ணில் பறந்து தாக்கினர்.

சேரமானின் வீச்சுகளைத் தேக்கி வாளின் நுட்பத்தைக் கணித்த கரிகாலன் தாக்குதலைத் துவங்கினான். வாட்களின் வேகம் காற்றை துகள்களாக்கிச் சென்றன. கரிகாலனின் வேகம் அதிகரிக்க எண்ணற்ற வாட்கள் உருவாகின.

உள்ளங்கைகளில் வாட்கள் சுழல வேகம், ஆற்றல் போன்றவை வெறும் சொற்களாய் எஞ்சி நின்றன. கண்கள் காணவியலா வகையில் வீச்சுகள் விஞ்சி நின்றன. சிலந்தியைப் போன்று எண்ணற்ற கைகளுடன் கரிகாலன் தாக்குவதாய் வீரர்களுக்குத் தோன்றிய நிலையில் கரிகாலனின் வைர வாட்கள் பெருஞ்சத்தத்துடன் சேரமானின் வாட்களை உடைத்தெறிய, வாளின் அலகுகள் பறந்து சென்றன. சேரமான் திகைத்து நிற்க, கரிகாலன் விலகி நடந்தான்.

வாட்களின் கைப்பிடிகளை வீசியெறிந்த சேரமான் வெறுங்கை களரிக்கு ஆயத்தமாய் நிலத்தில் அமர்ந்து சிறிது மண்ணைக் கைகளில் பூசிக் கொண்டார்.

வாட்களை இரும்பிடாரிடம் தந்த கரிகாலன் சேரமானுக்கு எதிரே வந்தான். சிம்மத்தை எதிர்த்து நிற்கும் வேங்கையாய் சேரமானை கரிகாலன் எதிர்த்து நிற்க, வேட்டையைத் துவக்க இருக்கும் விலங்கின் கண்களைப் போல் இருவரின் கண்களும் குவிந்தன. சேரத்தின் சிம்மமும், சோழத்தின் வேங்கையும் சீற்றத்துடன் நெருங்கின.

கால்களை அகட்டி கைகளை விரித்து களரியின் சிம்ம வடிவில் சேரமான் நிற்க, களரியின் அனைத்து வடிவங்களையும் இழைத்து கரிகாலன் நின்றான். இருவரும் பாய்ந்து மோதுகையில் உடல்கள் மோதிய ஓசை மலைகள் மோதுவதாய் ஒலித்தன. சிம்மத்தின் கைகளாய் சேரமான் விரிந்த விரல்களுடன் உள்ளங்கையால் அறைய, கரிகாலன் வேங்கையாய் விலகினான்.

சண்டையின் போது சிம்மம் ஒரு காலால் தாக்கும் விலங்கு. வேங்கை இரண்டு கால்களாலும் தேவையெனில் மூன்று கால்களாலும் தாக்குதல் தொடுக்கும் விலங்கு. சேரமான் இரண்டு கைகளையும் வீசி கரிகாலனை அடித்து ஒடிக்க முயல, கரிகாலனின் உடல் முழுதையும் சுழற்றி சேரமானை எதிர்கொண்டான்.

அடவுகளும், பிடிகளும் இருவரின் கைகளில் சுழல, உக்கிரமும், நுட்பமும் நகர்வுகளில் வெளிப்பட்டன. ஒருவரின் கையை மற்றொருவர் பூட்டினால் இறுக்க முயல மற்றவர் நழுவினர். முள்ளம்பன்றியின் சீற்றத்துடன், சேவலைப் போல் விண்ணில் தாவி, மயிலைப் போல சேரமானின் மேல் பரவினான். பூனையைப் போன்று சீறி, பாம்பினைப் போன்று நெகிழ்ந்து குலைந்து தாக்குகையில் யானையின் ஆற்றலை வெளிப்படுத்தினான். குதிரையின் வேகத்தில் நகர்ந்து சிம்மத்தைப் போன்று அறைந்தான். களரியின் ஒட்டு மொத்த ஆற்றல் கூறுகளை ஒரு புள்ளியில் கரிகாலன் குவித்தான். நெருப்புக் குமிழிகளாய் வெளிப்பட்ட வீரம் எல்லையற்று நின்றது. கணப்பொழுதில் சேரமானின் கைகளைப் பற்றி சுழற்றியெறிந்தான்.

உடல் நிலத்தை தொடுகையில் கைகளால் தாங்கிக்கொண்டு சேரமான் மெதுவாக எழுந்தார். வீரத்தில் ஊறிய அணுக்கள் கரிகாலன் முழுமனதுடன் தாக்கவில்லை என்பதை உணர்ந்தது. கரிகாலனை வீழ்த்த இயலவில்லை என்பதை ஏற்றுக்கொள்ளத் தயங்கியது.

வெறி கொண்ட சேரமான் மீண்டும் எழுந்து வந்தார். இரண்டு கைகளாலும் கரிகாலனைத் தாக்க, கைகளை நாகங்களாய் பிணைத்து தேக்கியவன் சேரமானின் தற்காப்பை உடைத்து உட்புகுந்தான்.

விலகிய சேரமான் இரண்டு உள்ளங்கைகளையும் கரிகாலனின் காதுகளில் அறைய முயல்கையில், கைகளால் தேக்கி கணப்பொழுதில் ஊடுருவி இரண்டு உள்ளங்கைகளிலும் சடசடவென்று நெஞ்சில் அடிக்க, சேரமானின் உடல் துடித்து

பின்னேறியது. பாறைகளை உடைக்கும் இடியோசையாய் இறங்கிய தாக்குதல் சேரமானை நிலைகுலையச்செய்ய, சேரமானின் வலது கையின் மணிக்கட்டைப் பற்றி தூக்கியெறிந்தான்.

அங்கைக்களரியில் சேரமான் வீழ்த்தப்பட்டதை நம்பமுடியாத சேரர்கள் அதிர்ந்திருக்க, சோழர்கள் வெற்றிக்கூச்சலை எழுப்பினர். நிலத்தில் விழுந்த சேரமானின் வெறி உச்சத்தை எட்டியது. வீரனை அணுகியவர் இறுதியாகக் கூர்மையான முனையை கொண்டிருந்த சல்லிய ஈட்டியையும், கேடயத்தையும் வாங்கினார்.

சேரமானின் வாட்கள் வெட்டப்பட்டு வெற்றி தோல்வியின்றி முடிந்திருக்க, அங்கைப் பயிற்சியில் கரிகாலன் சேரமானை வீழ்த்தியதை இரும்பிடார் உணர்ந்தான். எனினும் தோற்றவன் மற்றொரு ஆயுதத்தில் சமரிட அறைகூவலை விடுக்கும்போது ஏற்றுக்கொள்வது எதிர்த்து நிற்பவனைச் சார்ந்தது என்பதால் கரிகாலனைப் பார்க்க, கரிகாலன் வீரனிடமிருந்து ஆயுதங்களை வாங்கினான்.

சேரமான் ஈட்டியைப் பற்றி அதன் இருமுனைகளையும் சுழற்றி கரிகாலனை தாக்கியபடி முன்னேற கரிகாலன் தேக்கியபடி சுழன்றான். சேரமான் ஈட்டியின் முனையை கரிகாலனின் வயிற்றில் பாய்ச்சியபோது கேடயத்தால் தேக்கிக்கொண்டு நகர்ந்தான். இரண்டு அடிகள் யானையைப் போல முன்னேறிய சேரமான் கேடயத்தால் மோதி கரிகாலனைத் தள்ள முயல, கேடயத்தால் தேக்கித் தாங்கி நின்றான் கரிகாலன். அணுவளவும் நகர்த்த முடியாமலிருப்பதைக் கண்டு சேரமான் திகைத்தார்.

ஈட்டியை கரிகாலனின் மேல் பாய்ச்ச முயல்கையில், காலின் பெருவிரலை நிலத்தில் ஊன்றி நிலத்தின் ஈர்ப்பு விசையை முறியடித்து கரிகாலன் சுழல, இரும்பிடார் அதிர்ந்து போனான். களரியின் உச்சம் உடலைச் சருகாய் மாற்றிச் சுழலச் செய்வது. மலையாய் இறுகி நிற்பது. காற்றாய் மிதப்பது, நீராய் நெகிழ்வது. அனைத்தையும் கரிகாலன் வசப்படுத்தி இருப்பதைக் கண்ட இரும்பிடார், தனது ஆசான் கூறும் களரியின் உச்ச நிலையை கரிகாலன் எட்டிவிட்டான் என்று எண்ணினான்.

யோகஞ் செய்வோர் இமயம், நியமம், ஆசனம், வளிநிலை, தொகைநிலை, பொறைநிலை, நினைதல், சமாதி என்று எண் வகைகளின் மூலம் அடையும் மெய்யுணர்வு நிலையை கரிகாலன் வீரத்தின் வழியே நெருங்கியிருப்பதை இரும்பிடார் உணர்ந்தான்.

வைரமென இறுகிய மனது ஐந்து புலன்களை அடக்குகையில் ஐந்தின் அடக்கத்தில் உண்டாகும் உயிர் ஆற்றலை விளக்க இந்திரனே சாட்சி என்பர். உடலின் பொறிகளை அறிந்தவனுக்கு உலகம் அடிபணியும்.

வானில் தாவிப்பாய்ந்த சேரமான் மேலிருந்தபடி கரிகாலனின் மேல் ஈட்டியைச் சொருக முயல, கேடயத்தால் தேக்கியபடி உள்நுழைந்த கரிகாலன் கேடயத்தால் சேரமானின் நெஞ்சில் மோத, நிலை தடுமாறிய சேரமான் நிலத்தில் உருண்டு சென்றார்.

பேரதிர்ச்சிக்கு உள்ளான சேரவீரர்கள் அதிர, சோழவீரர்கள் மகிழ்வுடன் ஆர்ப்பரித்தனர். பெரும் அவமதிப்பை அடைந்ததாய் எண்ணி உள்ளம் சிதைந்த சேரமான் கரிகாலனின் மேல் ஈட்டியை வெறியுடன் வீசினார். கேடயத்தால் தட்டி ஈட்டியை விலக்கிய கரிகாலன் நிலத்தை நோக்கி நீண்டிருந்த ஈட்டியை கையை சிறிதும் உயர்த்தாமல் முன்னோக்கி எறிந்தான். மின்னல் கதிராய் ஈட்டி பாய, சேரமான் கேடயத்தால் தேக்கிக் கொண்டார்.

உள்ளத்தில் மதமேறியிருக்க, கண்களில் களவெறி மிளிர சேரமான் கேடயத்தை விலக்க முயல்கையில் ஈட்டி கேடயத்தை ஊடுருவித் தோளில் பாய்ந்திருப்பதை கண்டார். தோளில் வலி துடித்தெழ, குருதி கசிய, காயத்தைப் பொருட்படுத்தாமல் ஈட்டியைப் பிடுங்க முயல்கையில் ஈட்டி தோளினை ஊடுருவி முதுகில் வெளியேறியிருப்பதைக் கண்டு துடித்துப் போனார். முதுகில் புண்ணேற்படுவது புறமுதுகு காட்டுவதற்கு ஒப்பானது என்றெண்ணும் சேரமான் உள்ளம் வெடிக்க, உடல் நடுங்க, கால்கள் தளர்ந்து மெல்ல அமர்ந்தார்.

கரிகாலன் வெற்றி பெற்றதாய் இரும்பிடார் கை உயர்த்த, சோழத்தின் வெற்றி முரசு டமடமவென்று பேரோசையுடன் வெடித்தெழ, விண்ணில் பறந்த கழுகு கிறீச்சல் ஒலியை எழுப்பியபடி விலகிப் பறந்தது.

முரசின் மகிழ்வொலி சோழமாடத்தை வந்தடைய 'போர் முடிந்தது' என்றான் சென்னி. 'ஆம். முடிந்தது' என்றாள் இளவெயினி பெருமகிழ்வுடன்.

'வென்று விட்டோம்' என்று கூச்சலிட்டபடி பெருமகிழ்வுடன் சிரித்த நன்முகை இளவெயினி கண்கள் மூடியிருப்பதையும் சுரத்தின் வேகத்தில் பிதற்றுவதையும் கண்டு திடுக்கிட்டாள்.

'புறப்படலாம்' என்ற சென்னி கையை நீட்ட

'ஆம். கடனாய் பெற்ற உயிர் திரும்பும் நேரமிது' என்றாள் இளவெயினி.

'அம்மா என்ன கூறுகிறீர்கள்?' என்ற நன்முகை இளவெயினியின் தோளைப் பற்றி உலுக்க, மெதுவாக கண்களைத் திறந்த இளவெயினி நன்முகையை பார்த்து புன்னகைத்தாள். 'மகளாய் வருவேனென்று கரிகாலனிடம் சொல்' என்ற இளவெயினி நன்முகையின் தலை கேசத்தை மென்மையாக தடவ, மணிக்குலை மலரின் தண்டை ஒத்த கைகள் தளர்ந்து சரிந்தன.

வீரம் வளரும்...

௪௮

பதினெட்டு வகையான நீரில் மழை நீரைப் போன்ற தூயவள், நெருப்பின் வகைகளில் விளக்கின் சுடரைப் போன்று ஒளிர்பவள், சோழத்தின் வஞ்சினத்தில் உயிர் தாங்கி நின்றவள், பகை முடித்த நிம்மதியோடு, சென்னியின் கைபற்றி உயிர் உதறிச் சென்றாள்.

சென்னி பிரிந்ததும் இறப்பை நோக்கித் துவங்கிய அவளின் பயணம் இலக்கை எட்டியிருந்தது. மனதின் தனிமைக்குத் துணையாய் இருந்து வாழ்வை வெறுமையால் நிரப்பி இருந்தவள், இறப்பிலும் பிரியேன் என்றவனின் சொல் தடத்தைப் பின்பற்றி அவனை வேறுலகத்திற்குத் தொடர்ந்து சென்றாள்.

இளவெயினியை மீட்டெடுக்க மருத்துவி பெரிதும் முயல, திரும்பும் வேட்கையின்றி உயிர் உதறிச் சென்றாள். முதல் முறை இறப்பை வென்றவள் இம்முறை இறப்பிற்கு உயிர் தந்து பிரிந்து சென்றாள். இறக்கும் தறுவாயில் இறப்பிற்கு கொடையளித்துச் சென்றாள் சோழ அரசி இளவெயினி.

'அம்மா' என்று வீறிட்ட நன்முகை இளவெயினியின் முகத்தை உலுக்கிப் பார்த்துவிட்டு மாடத்தின் கீழிருந்த வீரர்களை சத்தமிட்டு அழைத்தாள். வீரர்கள் வேகமாய் மேலேறி வந்தனர். சோழத்தை உறுத்தும் வலியொன்று உயிர் பெற்றது.

சேரமானின் தோளில் வேல் பாய்ந்து முதுகில் வெளியேறியதால் விதிர்த்துப் போன சேரமான் மனம் நொறுங்கி நிலத்தில் அமர, பதறிப்போன குட்டுவன் சேரமானை நோக்கி ஓடினான்.

'மருத்துவர் எங்கே?' என்று கரிகாலன் இரைந்தான். சோழத்தின் வைத்தியர் சேரமானை வந்தடைய 'அசையாது இருங்கள்' என்று சேரமானிடம் கூறிய இரும்பிடார் ஈட்டியை உருவியெடுத்தான்.

ஈட்டியின் துகள்கள் உடலில் இல்லாததை உறுதி செய்து கொண்ட மருத்துவர் மருந்தினைக் கவளமாய் உட்செலுத்தி, செவ்வரக்கையும் அத்தி பட்டையையும் கொண்டு சிகிச்சை செய்து கொண்டிருக்க சேரமானின் கண்கள் நிலை குத்தி நின்றன. வலியையோ, அனைவரும் தன்னை சூழ்ந்திருப்பதையோ அறியாது இருந்தார்.

'உயிரிழப்பு தவிர்க்கப்பட்டதென கரிகாலனும், இரும்பிடாரும் நின்றிருக்க, வெற்றி முரசுகளின் இடிமுழக்கம் களியாடிக் கொண்டிருப்பதைக் கண்ட கரிகாலன் கையை உயர்த்தி 'நிறுத்துங்கள்' என்றான்.

முரசுகள் ஒலியிழந்து அமைதி திரும்ப, மனதின் அமைதி நீங்கி அதிரும் மனதுடன் இருந்த சேரமான் 'வெற்றி முரசுகள் ஒலிக்கட்டும்' என்றார்.

சேரமானை நோக்கி திரும்பிய கரிகாலன் 'வாருங்கள் கூடாரத்திற்கு செல்வோம்' என்று கூற, அனைவரும் சேரமானின் கூடாரத்தை நோக்கி நடக்க துவங்கினர். கரிகாலனின் வேளைக்கார படையினர் கரைகளாய் சூழ்ந்திருக்க. சோழ வீரர்கள் உடன் செல்ல, கூட்டுப் படையின் ஆம்பல் கூடாரங்களை பொன்னி நதி சூழ்ந்தது.

தனது கூடாரத்திற்கு வெளியில் அனைவரையும் பார்த்தவாறு அமர்ந்த சேரமான் 'வெற்றிக்கு முழுவதும் தகுதியானவன் நீ. வீரர்களின் களிப்பு துவங்கட்டும்' என்றார்.

அவரை வணங்கிய கரிகாலன் 'அனைத்தும் தங்கள் நாட்டில் பயின்றதே' என்றான்.

அம்மா என்பது சொல் அல்ல. சதையும், எலும்பும், உடலும், உயிரும் இட்டு கவசமாய் நின்று வளர்த்தவளை, பிறந்ததும் அழைக்கும் குழந்தையின் முதல் ஒலி. மொழிகளைத் தோற்றுவித்த மனிதனின் முதல் சொல். மொழி பிறக்கையில் சுவாசிக்கும் முதல் மூச்சு. உதடுகளைப் பிரிக்கையில் குழந்தை எளிதாக எழுப்பும் 'அ' என்ற ஒலியும், உதடுகளை பிரிக்காமல் எழுப்பும் 'ம்' என்ற ஒலியும், இணைந்த ஒலியே அம்மா.

'இரும்பை எங்கு வடித்தால் என்ன. வீரம் ஒன்று தான். பறப்பது சிரமமானது. ஆனால் பறவைக்கு எளிதானது. ஆழ்கடலில் நீந்துவது மீனுக்கு எளிதானது. அது

போல் வீரம் உன்னுள் விளைவது. எங்கு பயின்றிருந்தாலும் வீரத்தின் உச்சத்தை தொட்டிருப்பாய். சில தவறான புரிதல்களினால் நான் இணைந்த போரிது. எனினும் உன்னுடன் சமரிட்டதை எனது பிறப்பின் மேன்மையாகக் கருதுகிறேன்'

'பாதை தவறாய் அமைந்துவிட்டதால் உங்கள் கால்களில் தடுமாற்றம் இருந்தது. சோழத்திற்கு வாருங்கள். வீரத்தின் மேடையில் சமரிடுவோம்'

கரிகாலனின் வார்த்தையில் களிப்படைந்த சேரமான் 'இல்லை கரிகாலா. எனது தவறு மனதை சிதைத்துக்கொண்டே இருக்கிறது. மீண்டும் எனது வீரர்களை தவறான போரில் பலிகொடுத்து விட்டேன். முதுகில் புண்பட்டது என் வீரத்திற்கு கறையாய் அமைந்து விட்டது. வடக்கிருந்து உயிர் துறக்க விழைகிறேன்' என்று கூறியதும் அனைவரும் அதிர, ''அய்யோ'' என்ற கூக்குரல்கள் வீரர்களின் தொண்டையை வெடித்து வெளிப்பட்டது.

மானம், வீரம், நட்பு, நோக்கம் நிறைவேறாமை போன்ற காரணங்களுக்காக வடக்கு திசை நோக்கி அமர்ந்த வண்ணம் உண்ணா நோன்பிருந்து உயிர் துறப்பது வடக்கிருத்தல் என்பதை அறிந்த அனைவரும் பதறிப்போயினர்.

'ஏற்க இயலாது' என்று வீரர்கள் பெருங்கூச்சலுடன் இரைய, 'நாங்களும் வடக்கிருப்போம்' என்று கத்தினான் ஒருவன். அனைவரின் கண்களிலும் பெருமழையாய் கண்ணீர் பெருக்கெடுத்தது.

'தயவு கூர்ந்து உங்களின் எண்ணத்தை மாற்றிக் கொள்ள வேண்டும்' என்றான் குட்டுவன்.

'இல்லை. குட்டுவா. மனமே பகையாய் நிற்கும்போது வாழ்வென்பது கொடுந் தண்டனையாய் அமையும். இறப்பில் மட்டுமே எனது மனம் அமைதி கொள்ளும்'

'அண்ணனையும் இழந்து, நீங்களுமின்றி அன்னைக்கு நான் என்ன பதிலுரைக்க இயலும்?'

'சேரமான் காலனுக்கு நிகராய் நின்று போர் புரிந்தார் என்று கூறு. போரில் இறப்பது நமக்கு துயரமான ஒன்றல்ல'

'ஆனால் வடக்கிருந்து உயிரிழப்பது முறையல்ல' சேரமானிடம் மன்றாடியாவது முடிவை மாற்ற எண்ணினான் குட்டுவன்.

வீரர்களை விலக்கியவாறு முன்னேறிய சோழ வீரன் வானவனை நெருங்கி மெல்லிய குரலில் சோழ அரசி இறந்து விட்டாரென்ற தகவலைக் கூற, வானவன் அதிர்ந்தான். வேகமாக இரும்பிடாரை நெருங்கியவன் உடைந்த குரலில் பேச, பேரதிர்ச்சிக்கு உள்ளான இரும்பிடாரின் மனம் சிதறி கண்களில் நீர் கொட்ட, 'கரிகாலா' என்றான்.

திரும்பிய கரிகாலன் இரும்பிடாரின் முகத்தைக் கண்டதும் திடுக்கிட்டான். 'என்ன நிகழ்ந்தது?' என்றான்.

'இளவெயினி....' என்று இரும்பிடார் தடுமாற, கரிகாலனின் உள்ளம் கணப் பொழுதில் வெடித்துச் சிதறியது. கண்ணீர் கன்னங்களில் வழிந்தோட மற்றவர்களும் தகவலை புரிந்து கொண்டு துடித்துப் போயினர். வேந்தனின் கண்களில் வெளிப்பட்டு காற்றில் விரவிய கண்ணீர் விதைகள் மற்றவர்களின் கண்களில் கடலை உருவாக்கின.

சேரமானை வணங்கிய கரிகாலன் 'பின்னர் வருகிறேன்' என்று விடைபெற்று மனம் வெதும்பியபடி சோழப்பாசறையை நோக்கி நடந்தான். சோழ வீரர்களிடம் தகவல் பரவியதும் அழுகுரல்கள் வெடித்தெழ, அனைவரும் பாசறையை நோக்கி விரைந்தனர்.

பாசறையை நோக்கி நடக்கத் தொடங்கியவன் வேகமெடுத்து ஓடத் துவங்கினான். கண்களின் நீர்த்துளிகள் காற்றில் பறந்து செல்ல, காற்றின் கண்ணீர் கலந்து சென்றது. தன்னை பிரிந்து செல்பவளை மீட்டு கொண்டு வர அதிவேகமாக ஓடத்துவங்கினான். உலகை மறந்து, வேந்தனென்பதை மறந்து உயிர் தந்தவளின் உயிரை காலனிடம் போரிட்டு மீட்பதற்காக பாய்ந்தோடினான்.

பாசறையில் நின்றிருந்த வீரர்கள் இளவெயினியின் கூடாரத்தில் குவிந்திருக்க, காற்றாய் சென்றவன் கூடாரத்தினுள் நுழைந்தான். மஞ்சத்தில் படுக்க வைக்கப் பட்டிருந்த இளவெயினியைக் கண்டவுடன் மனம் வெடிக்க 'அம்மா' என்று பெருங்குரலெடுத்து கதறியபடி அவளின் முகத்தினைப் பற்றி உலுக்கினான்.

இது நிகழ்வல்ல. வெறும் கனவென்று தோன்றியது. பகைவர்களின் மற்றொரு சூழ்ச்சி. வெல்வதை மட்டுமே அறிந்தவள் இறப்பை வென்று மீண்டெழுவாள். தெய்வங்களாலும் வீழ்த்த இயலாதவள் உயிருக்கான போரில் காலனை வென்றெழுவாள் என்றெண்ணி அவளை உறக்கத்திலிருந்து எழுப்ப முயன்றான்.

கரிகாலனைத் தொடர்ந்து கூடாரத்தினுள் நுழைந்த இரும்பிடார் கண்களில் நீர் வழிய 'இளா' வென்று குரல் வெடிக்க கத்தியபடி அவள் கையைப் பற்றிக்கொள்ள, கூடாரத்தினுள் நுழைந்த தளபதிகள் காண்பதை நம்ப முடியாமல் நின்றிருந்தனர். 'இளாம்மா' என்று இளைஞர்கள் அலறினர்.

மனித உயிராய்ப் பிறப்பெடுக்கும் பெண், குழந்தை பெறுகையில் உயிர் படைக்கும் தெய்வமாக உருவெடுக்கிறாள். உலகை உருவாக்கும் தெய்வமாக உருமாறுகிறாள். உலகம் உயிர்த்திருப்பது அவளின் கருணையால். உயிர்ப்பாலை மாரியாய்ப் பொழிந்து உயிர்களைப் பேணுகிறாள். அவளின்றி ஓர் உயிரும் பூமியில் பிறப்பதில்லை.

அம்மா என்பது சொல் அல்ல. சதையும், எலும்பும், உடலும், உயிரும் இட்டு கவசமாய் நின்று வளர்த்தவளை, பிறந்ததும் அழைக்கும் குழந்தையின் முதல் ஒலி. மொழிகளைத் தோற்றுவித்த மனிதனின் முதல் சொல். மொழி பிறக்கையில் சுவாசிக்கும் முதல் மூச்சு. உதடுகளைப் பிரிக்கையில் குழந்தை எளிதாக எழுப்பும் அ என்ற ஒலியும், உதடுகளை பிரிக்காமல் எழுப்பும் ம் என்ற ஒலியும், இணைந்த ஒலியே அம்மா. தொடர்ந்து உருவாகிய வார்த்தைகள் பொருளால் உருவானவை. அம்மா என்ற சொல் மட்டுமே உணர்வால் உருவானது. அம்மா என்ற சொல் மட்டுமே உயிர் கொண்டது.

பிறந்ததிலிருந்து தாயாய், தந்தையாய், குருவாய் நின்று வழிநடத்தியவள் கைவிட்டுச் செல்ல, இனி வாழ்வின் பொருளென்ன என்றெண்ணினான் கரிகாலன்.

சோழ வீரர்களின் அழுகைகள் பாசறையெங்கும் ஒலிக்கத் துவங்க, தேற்றுவோர் எவருமின்றி சோழநாடு கதறிக்கொண்டிருந்தது. சோழத்தின் தெய்வத்தை இழந்து பரிதவித்தது.

இளவெயினியைச் சூழ்ந்திருந்த இளைஞர்களிடம் விம்மல் ஓசைகள் எழுந்து கொண்டிருக்க, சோழத் தளபதிகள் உளம் நசிந்திருந்தனர். போர்க்களத்தில் உயிர் தெறிக்க போரிட்டு ஈட்டிய வெற்றியை களியாட நேரமில்லாமல் கணம் கணமும் சோகங்கள் முளைத்தெழ வீரர்கள் மெய்யுருகி நின்றனர்.

வாழ்வின் எண் மெய்ப்பாடுகளான நகை, அழுகை, இளிவரல், மருட்கை, அச்சம், பெருமிதம், வெகுளி, உவகை ஆகியவற்றை துறந்து வஞ்சினத்தை மட்டுமே வாழ்வாய் கொண்டவள். வேந்தனற்ற சோழத்தை விரலில் தாங்கியவள் பிரிந்து சென்றதைத் தாங்காத வெண்ணாறும் கரைபுரண்டு ஓடியது.

அருகில் அமர்ந்திருந்த நன்முகையிடம் ‘எப்படி இது நிகழ்ந்தது?’ என்று கரிகாலன் கேட்க..

சோழ அரசி சென்னியுடன் இருப்பதாய் எண்ணி பேசியவற்றையும், அவளின் இறுதி நொடிகளை நன்முகை விசும்பலுடன் கூறினாள். ‘போரில் வெற்றிபெற்றதை அம்மா அறிவாரா?’ என்று கரிகாலன் கேட்க,

‘அறிவார். பெரும் மகிழ்வுற்றார். உங்களிடம் மகளாய் திரும்புவேன் என்று உறுதி சொன்னார். அதன் பின்னரே இவ்வுலகின் வாழ்வை உதறிச் சென்றார்’ என்று நன்முகை கூற, கரிகாலன் கண்களில் நீர் வழிந்தது.

‘மிருத சஞ்சீவினியைக் கொண்டு ஏன் உயிரெழுப்பவில்லை?’

‘மீள்வதற்கு விரும்பாத உயிரை மீட்டெடுக்க இயலவில்லை வேந்தே’ என்றாள் மருத்துவி.

‘உடலை ஆள்வது உயிர். உயிரை ஆள்வது மனம். பகை முடித்தவுடன் இளவெயினி சென்னியைச் சென்றடைய விளைந்திருக்கிறாள். அதற்காகவே உயிர் தாங்கி இருந்திருக்கிறாள்’ என்று வருந்தினான் வானவன்.

‘வாழ்வை உதறியவள் என்னை வேண்டாமென்று எப்படி விட்டுச் சென்றாள்’ என்று கதறினான் கரிகாலன்.

‘அவளுக்காக பெற்ற வெற்றி அவளின்றி எப்படி நிறைவு கொள்ளும்’ என்று இரும்பிடார் தேம்பினான்.

மனிதர்கள் வருவதும் போவதும் நியதியென்று அறிந்திருந்த காலத்தின் நதி அமைதியாய் ஓடிக்கொண்டிருந்தது. நாழிகைகள் பெரும் வலியாய் துடித்துச் செல்ல, இளவெயினியைக் காண குட்டுவன் பாசறைக்கு வந்தான். அன்று மலர்ந்த மலராய் மஞ்சத்தில் முகிழ்ந்திருந்த இளவெயினியைக் கண்டு மனம் பிறழ்ந்து நின்றான். சோழத்தின் பெண் தெய்வமாய் உலகை எதிர்த்து அறத்தை மீட்டெடுத்தவள் வீழ்ந்ததெப்படி என்று மருவினான். கரிகாலனின் அருகில் அமர்ந்து ஆறுதல் மொழிகளால் தேற்ற முயன்றான்.

‘தந்தை எப்படி இருக்கிறார்?’ என்று கரிகாலன் வினவ,

‘வடக்கிருக்கும் அவரின் முடிவில் மாற்றமில்லை’

‘நீ உணவருந்தினாயா? வீரர்களுக்கு உணவு இருக்கிறதா?’ என்று கரிகாலன் கேட்க, சோகத்தில் நிலையிழந்து இருக்கையிலும் பகை வீரர்களின் நலத்தை கேட்கும் கரிகாலனை கண்டு குட்டுவனின் கண்களில் நீர் பெருகியது.

அருகிலிருந்த சுடரொளியை நோக்கி திரும்பிய கரிகாலன் ‘நம்மிடம் இருக்கும் உணவை சேரவீரர்களுக்கு பிரித்து அளிக்கச் சொல். நாளை இரவு நீங்கிச் செல்கிறோம்’ என்று கூற, சுடரொளி தகவலை தளபதியிடம் தெரிவிக்க எழுந்து சென்றான்.

‘தந்தையின் அருகில் இரு. நாளை வருகிறேன்’ என்றான் கரிகாலன்.

சோழத்தின் கண்ணீரில் நனைந்து மேலெழுந்த ஈரக்காற்று மேகத்திடம் தகவல் கூற, வானின் தூதாய் மழைத்துளிகள் இறங்கி வந்தன. இங்குமங்குமாய் விழுந்த நீர் முத்துக்கள் குருதி படிந்த மண்ணை செந்நிற மலரிதழ்களாய் சிதறடித்தன. தூதாய் வந்த துளிகள் நிலத்தை நனைத்து தகவல் கூறிய சிறிது நேரத்தில் வானின் கண்ணீராய் பெருமழை தொடர்ந்து வந்தது.

வீரம் வளரும்...

89

போரின் உக்கிரத்தில் கொதித்திருந்த நிலவெளி மழையின் குளிர்ச்சியில் அமைதியடைய, வானவன் வீரர்களை ஆற்றுப்படுத்தினான். மலர் விரியும் பொறுமையுடன் சோழத்தை மீட்டெடுக்கத் துவங்கினான். கரிகாலன் கூறியது போல சேரத்தின் கூடாரங்களுக்கு உணவு பொருட்களை அனுப்பி வைத்தான். போரின் மரபாக, போரில் வெற்றி பெற்றதைக் குறிக்க பகைவரின் உடைந்த படைக் கலன்களை கொண்டு போர்க்களத்தின் நடுவே பாடிவீட்டைக் கட்டுவித்தான். சோழ வீரர்களைக் கொண்டு போர்க்களத்தில் சிதறியிருந்த உடல்களை அகற்றுகையில் சேரவீரர்களும் இணைந்து கொண்டனர். இடுகுழிகளைத் தோண்டி உடல்களை வைத்த பின்னர் வைராவிகளைக் கொண்டு முறைப்படி அனைத்து வீரர்களுக்கும் மரியாதைகள் செய்வித்தான்.

இளவெயினியின் அருகே கூடாரத்தில் அமர்ந்திருந்த கரிகாலன் காலத்தில் பின்னோக்கிச் சென்று குழந்தைப் பருவத்தை நினைவிற் கொண்டிருந்தான். நடக்கையில் கீழே விழுந்த வளவன் எழாமல் அமர்ந்திருக்க

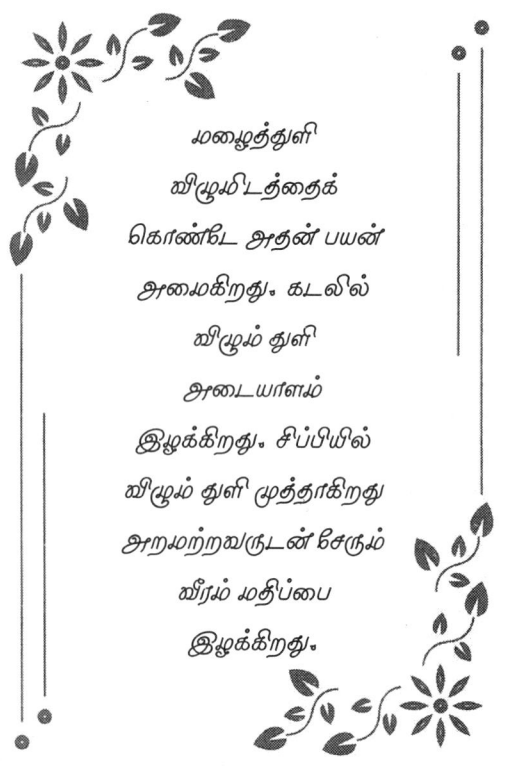

மழைத்துளி விழுமிடத்தைக் கொண்டே அதன் பயன் அமைகிறது. கடலில் விழும் துளி அடையாளம் இழக்கிறது. சிப்பியில் விழும் துளி முத்தாகிறது அறமற்றவருடன் சேரும் வீரம் மதிப்பை இழக்கிறது.

'விழுவதில் தவறில்லை. விழுந்த இடத்திலேயே தேங்கி நிற்பதுதான் பெருந்தவறு. மீண்டும் முயல்பவனிடத்தில் தெய்வங்களும் அடிபணியும்' என்றாள் இளவெயினி.

உறுதியைக் கோர்த்து வளவன் எழுந்து நின்றதும் குதூகலித்து உற்சாகப்படுத்தினாள். ''வாழ்வின் நீண்ட பாதைகள் சிறு அடியிலேயே துவங்கும். அறத்துடன் பயணிக்கையில் உருவாக்கும் பாதைகள் மற்றவர் வாழும் முறையாய் அமையும்'' என்றாள்.

நடக்கத் துவங்கிய சிறுவன் ஓடத்துவங்கினான். ஓடுகையில் மீண்டும் விழுந்தான். விழுந்த வேகத்தில் துள்ளியெழுந்து, உடலின் காயங்கள் வலிக்கிறது என்றான். 'வலியென்பது ஒரு உணர்வு. அதற்கு அடிபணிபவனல்ல நீ. அந்த உணர்வை உற்றுக் கவனி. அதை எதிர்கொண்டு வீழ்த்த இயலும். வலிகள் மனதைத் திடப் படுத்துபவை. வலியே மனதின் வாசல்களைத் திறக்கும்' என்று வழிகாட்டினாள்.

சதுரங்க ஆட்டத்தை கற்றுத் தந்த இளவெயினி 'ஆட்டத்தை இருபுறத்திலும் அணுகக் கற்றுக்கொள்' என்றாள். இளவெயினியிடம் தோற்கையில் 'இம்முறை உனது வியூகங்கள் தவறிழைத்தன. அடுத்த முறை மேலும் சிறந்த வியூகங்களை உருவாக்கு' என்று ஊக்கப்படுத்தினாள்.

போரில் வேந்தர்கள் செயல்படுத்தும் வியூகங்களைக் கதையாய் கூறி 'நீயே பகை வேந்தன். அந்த வியூகங்களை எப்படி உடைப்பாய்?' என்று கேள்வி எழுப்பினாள். சிறந்த பதிலைக் கூறியதும் 'திருமாவளவன் வெற்றி பெற்றான்' என்று இளவெயினி முழங்க, வளவன் உடல் குலுங்க, வாய் விட்டு சிரித்தான்.

சோழத்தின் வேந்தனாய் முடிசூட்டிய பின்னர் 'தலைவனுக்கு வீரமும், கருணையும் இரு கண்களாய் இருக்க வேண்டும். சோழர்கள் உன் மீது கொண்டிருக்கும் அன்பு சென்னியின் மைந்தன் என்பதால் உருவானது. உனது பண்புகளும், குடிகளின் மேல் கொள்ளும் நேசமுமே உன்னை ஒப்பற்றவனாய் உருவாகும். ஆளுமை அடிபணிய செய்யும். அன்பு பின்தொடர செய்யும். உனது மக்களை உனது குழந்தைகளாய் கருது. உன்னை மறுஉலகிற்கும் பின்தொடர்வர். நண்பர்களாய் கருது. உன்னுடன் இறக்கும்வரையில் தோளுடன் தோள் இணைந்து பயணிப்பர்' என்றாள்.

மகிழ்வித்த கணங்கள் இப்போது பகையாய் நின்று மனதைக் கிழித்தெறிய, நிற்பது, நடப்பது, பேசுவது, இருக்குமிடம், காலங்கள், பருவங்கள் என்று உலகத்தின் செயல்கள் அனைத்தும் இளவெயினியை ஞாபகப்படுத்தின.

வலியைத் தந்த அவளின் நினைவுகளே மீண்டெழும் வழியைக் காட்டின. கணந்தோறும் இளவெயினி அளித்திருந்த பயிற்சிகள் கரிகாலனை மெதுவாக மீட்டெடுத்தன. மறுநாள் கரிகாலன் மனம் தெளிந்தான். உலகின் எந்த மூலையி

லிருந்தாலும் சோழத்தைக் காத்து நின்ற இளவெயினியைப் போல, சோழவேந்தன் துணையிருப்பான் என்று நம்பியிருக்கும் சோழ மக்களைக் காப்பது தனது கடமை என்பதை நினைவு கூர்ந்தான். இளவெயினி விரும்பிய தென்னகத்தை உருவாக்கும் பணி மீதமிருப்பதை உணர்ந்தான். சேரமானைக் கண்டு விடைபெற்றுச்செல்ல கூட்டுப்படையின் பாடி வீட்டிற்கு சென்றான்.

கூடாரத்திற்கு வெளியில் புலித்தோலின் மேல் சேரமான் அமர்ந்திருக்க, குட்டுவனும் வீரர்களும் எதிரே அமர்ந்திருந்தனர். சேரமானின் முடிவை மாற்றும் முயற்சிகள் தோல்வியுற்றிருக்க, அனைவரின் முகங்களிலும் தோல்வியின் ஏமாற்றமும், சேரமானின் முடிவினால் ஏற்பட்ட துயரமும் சூழ்ந்திருந்தது. தன்னுடன் சேர்ந்து எவரும் வடக்கிருக்கக் கூடாதென்ற இறுதி உத்தரவை சேரமான் பிறப்பித்திருக்க, வீரர்கள் அமைதியாய் இருந்தனர்.

சேரமானிடம் வந்து வணங்கிய கரிகாலன் ‘உங்கள் முடிவை மாற்றக் கூறும் உரிமை எனக்கில்லை. வேண்டி நிற்கிறேன். நல்லவர்களின் முடிவுகள் காலத்தை உறையச் செய்து தெய்வங்களின் முடிவுகளாக மற்றவர்களை வழிநடத்துகின்றன. வாழ்வின் வழிகாட்டியாகின்றன’ என்றான்.

‘உண்மையே. மழைத்துளி விழுமிடத்தைக் கொண்டே அதன் பயன் அமைகிறது. கடலில் விழும் துளி அடையாளம் இழக்கிறது. சிப்பியில் விழும் துளி முத்தாகிறது அறமற்றவருடன் சேரும் வீரம் மதிப்பை இழக்கிறது. எனது தவறை வேறொருவர் செய்யக்கூடாதென்று காலம் நிலைக்கட்டும். அறம் என்பது இருதரப்பின் கூற்றைக் கொண்டு அளவிடப் படட்டும்’

சிலகணங்கள் காலம் பேச்சிழந்து நிற்க, ‘சோழ அரசியைப் பற்றி அறிந்தேன். மனதை வருத்துவதாய் உள்ளது. அன்பு வடிவான சென்னியைச் சூதினால் இழந்த பின்னர் சோழ நாட்டினை வானமாய் காத்ததும், பகையை ஒன்று திரட்டி மகனின் கையினால் பழிதீர்த்ததும் பெரும் வியப்பாய் உள்ளது. சோழத்தின் காவல் தெய்வம் உனது அன்னையாய் பிறப்பெடுத்ததாய் எண்ணத் தோன்றுகிறது. தென்னகம் உனது வீரத்திற்கு அடிமைப்பட்டுள்ளது. மக்களின் நலனைக் காக்கும் சிறந்த ஆட்சியை வழங்கு.’

‘‘நாடுகளை அடிமையாய் நான் கருதவில்லை. அழுத்தப்படும் அனைத்தும் திமிறியெழும். மற்ற அரசுகள் எங்களுடன் இடையூறின்றி இணைந்து வாழட்டும்’’

‘உன்னைச் சிறந்த வீரனென்று மட்டுமே கருதினேன். மிகச்சிறந்த வேந்தனென்று இப்போது உணர்கிறேன். உனது வெண்கொற்றக் குடை சேரத்திற்கும் நிழல் அளிக்கட்டும்’

'இல்லை வேந்தே. சேரநாடும், பாண்டிய நாடும் அவரவர் கொடியுடன் தனித்திருக்கும். எவரும் எவருக்கும் அடிபணிய வேண்டியதில்லை. சேரநாடு சோழத்துடன் நட்புறவுடன் இருக்க வேண்டுமென்பதே எனது ஆவல். சேரநாட்டின் பொருளாதாரம் வளரும் நிலையில் இருப்பதை அறிவேன். தங்களின் உதியன் அட்டில் அரசை நடத்துவதற்கான முன்மாதிரி. உலகிற்கான கொடை. சேர அரசி இசைந்தால் அதற்குத் தேவையான பொருளை சோழநாடு வழங்கும். காவிரியின் வளம் தென்னாடெங்கும் பாய்ந்து வளப்படுத்தும்'

'வென்ற நாடு பொருளை வழங்குவதா' என்று கணப்பொழுது சேரவீரர்கள் அதிர்ந்தனர். கரிகாலனின் ஒப்பற்ற மனதை உணர்ந்து உள்ளம் கசிந்து நின்றனர்.

பெரும் வியப்படைந்த சேரமான் கரிகாலனை எதிர்த்து போரிட்டதை எண்ணி மேலும் வருத்தமுற்றார். 'கேட்பதைக் கொண்டு முடிவெடுப்பவன் வாழ்வை தொலைக்கிறான். ஆராய்ந்து முடிவெடுப்பவன் மற்றவர்களை வழிநடத்துகிறான்' என்றெண்ணினார்.

'சோழத்திற்கு திரும்புகிறேன்' என்று கூறிய கரிகாலன் சேரமானை வணங்கி விட்டு குட்டுவனை நெருங்கி அவனை இறுக தழுவிக்கொண்டான்.

'இறுதி வரையில் என்னை வளவனாகவே கருதி நட்பு கொண்டிருந்தமைக்கு நன்றி' என்று கரிகாலன் கூற,

'நிலத்திலும், நீரிலும் ஒரே போன்று பொழியக் கூடிய பெருமழை நீ. நிலையாலோ, காலத்தாலோ மாறாதவன் என்பதை நான் அறிவேன்'

சேரனின் கூடாரத்தை நீங்கி இருவரும் நடக்க, புலவர்களும், பாணர்களும் உரையாடிக் கொண்டிருப்பதை கரிகாலன் கவனித்தான். அவர்களை கரிகாலன் நெருங்க அனைவரும் பணிந்து வணங்கினர்.

'தமிழையும், கலைகளையும் ஆளும் உங்கள் அனைவரிடமும் ஒரு வேண்டுகோள்' என்று கரிகாலன் கூற..

'சூறைக்காற்றாய் சுழன்றெழுந்து பதின்மூன்று படைகளை சுழற்றியெறிந்த சோழவேந்தன் எங்களிடம் வேண்டுவதா. உத்தரவிடுங்கள் வேந்தே' என்றார் மாமூலனார்.

'வெண்ணிப்போரைப் பற்றி புலவர்கள் பாடல்கள் புனைய வேண்டாம். பாணர்கள் போரினை ஆடிக்களிக்க வேண்டாம். அதற்கு மாற்றாய் சேரவேந்தனின் வீரத்தையும், வடக்கிருந்த மாண்பையும் குறித்து பாடல் எழுதுங்கள்'

அனைவரும் அதிர 'வெண்ணிப்போரை பாடுகையில் உன்னைக் கூறாமல் பாடல் எப்படி முடிவடையும்' என்று கேள்வி எழுப்பினார் கழாத்தலையார்.

'எனது வெற்றியை கருப்பொருளாய் கொள்ளாமல் சேரமானின் வீரத்தை பாடுபொருளாய் கொள்ளும்படி வேண்டுகிறேன்'

அனைவரும் திகைப்புடன் முணுமுணுக்க 'வெல்வது மட்டுமல்ல. நிலை பிறழாமல் வாழ்வதும் வீரமென்று உலகம் அறியட்டும்' என்று கூறி கரிகாலன் வணங்க, அனைவரும் பணிந்தனர்.

கரிகாலன் குட்டுவனை பார்த்து 'குட்டுவா, நீங்கள் விரும்பும் வரையில் இங்கு தங்கியிருங்கள். உனது படைக்கு உணவளிக்க ஏற்பாடுகள் செய்கிறேன்' என்றான்.

'தந்தைக்கு இங்கு வீரக்கல் அமைக்க விரும்புகிறேன்' என்றான் குட்டுவன் தயக்கத்துடன்.

'என்ன தேவையென்று கூறு. அனுப்பி வைக்கிறேன். தயக்கம் வேண்டாம். சேரநாட்டில் அன்னையை கண்டு விட்டு மீண்டும் அரண்மனைக்கு வா. சோழ நாடு உனது நாடு என்று கொள். இதை உறுதிப்படுத்த எனது வழித்தோன்றல் சேரநாட்டுடன் மணம் முடிப்பான்'

குட்டுவன் மனம் கனிந்து நிற்க, அவனை அணைத்துக்கொண்ட கரிகாலன் 'சேரத்திற்கு தளபதி வேண்டுமென்றாலும் கூறு. வருவதற்கு சித்தமாய் இருக்கிறேன்' என்று உரைக்க, குட்டுவன் கவலையை மறந்து புன்னகைத்தான். தாயை இழந்து இறப்பின் கரையில் இடிந்து நின்றவன், தந்தையின் இழப்பை தடுக்க இயலாமல் கணம் கணமும் துடிப்பவனைத் தேற்ற முயன்றான். இருவரின் எண்ணத்திலும் இறப்பின் மணம் வீசியது.

'சென்று வருகிறேன்' என்று கரிகாலன் விடைபெற,

'நானும் வருகிறேன்' என்று குட்டுவன் இணைந்து நடந்தான். சோழவீரர்களும், சேரவீரர்களும் நட்புடன் சோழப் பாசறையை நோக்கி நடந்தனர்.

சோழ மக்களுக்காக காய்ந்த மாலையாய், சுடும் தென்றலாய், உயிரற்ற வாழ்வினை கடத்திய இளவெயினி இறந்த பின்னராவது சென்னியுடன் ஒன்று சேரட்டுமென்று விரும்பிய கரிகாலன் இளவெயினியின் உடலைச் சோழ நாட்டிற்கு சுமந்து செல்லக் கூறியிருந்தான். சென்னிக்காக உருவாக்கும் கோவிலில் இருவரும் இணைந்திருக்கட்டும் என்று எண்ணினான்.

சோழத்தின் மருத்துவர்கள் மூலிகைச் சாந்தை சோழ அரசியின் உடலெங்கும் பூசி மணமேற்படுத்தி உடலைப் பாதுகாத்திருக்க, ஒருபுறத்தில் அறம் உறங்கியது. மறுபுறத்தில் வீரம் வடக்கிருந்தது.

வெற்றி முரசுகளோ, மேளதாளங்களோ வேண்டாமென்று கரிகாலன் உத்தரவிட, ஒரு நாழிகையில் சோழப்படைகள் அமைதியுடன் புறப்பட்டன. குட்டுவனும், சேரவீரர்களும் வழியனுப்பி நின்றனர்.

வீரர்களின் கைகளில் எண்ணற்ற தீப்பந்தங்கள் ஒளிர, இளவெயினியின் நெடுந்தேர் புறப்பட்டது. வெண்ணிலவு பால் போன்ற வெள்ளொளியை வெண்கொற்றக்கொடையாய் பிடிக்க, சோழத்தின் பெண்ணிலவு தனது வானத்துடன் இணைந்திருக்க புறப்பட்டாள். சோழத்தைத் தாங்கிய ஆலம் தனது வேரினைத்தேடி புறப்பட, காற்றின் சிறகுகள் மென்மையாய் அமைதியின் இசையை மீட்டத் துவங்கியது.

வெண்ணிப்பறந்தலை நிறைவுற்றது.

90

உயர்ந்தோங்கிய வானமலையின் மேலிருந்த வானம் கதிரவனின் ஒளியை சிதறடித்திருக்க, மேகம் நிலத்தைப் பற்றிக்கொள்ள செந்நிற விழுதுகளாய் கீழிறங்கியது.

மலையின் சிகரமாய் உயரத்தில் இருக்கும் மேல்தளம் உயர் மரங்களினால் ஆனது. அதற்குச் சற்றுக் கீழுள்ள தளம் நடுத்தர உயரம் கொண்ட சிறு மரங்களால் ஆனது. அடுத்த தளம் உயரம் குறைவான குறு மரங்களினால் அமையப் பெற்றது. மேலிருந்து நான்காவது நிலையில் உள்ள தளம் செடிவகைகளைக் கொண்டிருக்கும். ஐந்தாவது நிலத்தளம் புல், பூண்டு களினால் உருவாகும் செடித்தளம் மற்றும் பூண்டுத்தளம்.

‘ஒளியிடமிருந்து விலகியிருக்கும் நிழல் பெரிதாவதைப்போல பாணர்களும், புலவர்களும் உரைக்கும் மொழிகள் எப்போதும் மிகைப்படுத்தப்பட்ட ஒன்றாயிருக்கும். ஒளியை நெருங்கிப் பார்க்கையில் தான் உண்மையின் அளவை அறிய இயலும்’

மேலிருந்து விழுந்த கொடியருவி நாலைந்து பிரிவுகளாய் கிளைபிரிந்திருக்க, அருவிநீரின் சாரல் வெண்புகையாய் அனைத்து தளங்களையும் போர்த்தி யிருந்தது. கீழிரண்டு நிலைகளுக்கிடையில் பாறைப் படுகைகளாய் மலை பரவிய இடத்தில் சில குடில்கள் இருந்தன.

இயற்கையின் கொடையாக பருவந் தோறும் மிகுந்து பெய்யும் மழையை உண்டு கரும்பச்சை இலைகளோடு அடர்ந்திருந்த

மரங்களின் செறிவால் அவ்விடம் இருள் கவிழ்க்கும் குடையென மூடப்பட்டிருக்க, மரங்களைச் சுற்றிப் படர்ந்திருந்த பலவகைக் கொடிகள் ஒளி ஊடுருவக் கிடைத்த இடைவெளிகளையும் கூட நிரப்பி விட்டிருந்தன. பெருமரங்களின் கிளைகள் நீண்டு கைகள் கோர்த்து பின்னிப்பிணைந்திருந்தன.

ஈரத்தை உறிஞ்சி நிறைந்திருந்த நிலம், குளிர்ந்து சில்லிட்டிருந்தது. மலையிலிருந்து வழிந்தோடிய மழைநீர் நிலத்தில் வரிகளை எழுதிச் சென்றிருக்க, புற்கள் செழித்து வளர்ந்து வாள் போல நிமிர்ந்து நின்றன. இன்னும் பெயர்கொள்ளாத பல தாவர வகைகள் சூழ்ந்து தரையை மூடியிருக்க, வேரை நனைத்து தளும்பிய நீர் நிலப்பரப்பில் மெல்லிய அலைகளை ஏற்படுத்தியபடி இருந்தது.

தடங்கள் பதியாவண்ணம் நிறைந்திருந்த புற்களை திரை போல மெல்லிய பனிப்புகை சூழ்ந்திருந்தது. அந்தப் பனிப் படலம் ஏற்கனவே அடர்ந்திருந்த மலையடிவாரத்திற்கு மேலும் இருண்ட சூழலை அளித்தது.

பத்துக்கும் மேற்பட்ட குதிரைகள் தளர்ந்த நிலையில் மெதுவாக வந்தடைய, குதிரைகளின் வாயில் நுரை வழிந்து கொண்டிருந்தது. சிற்றரசர்கள் வேட்டையின் போது தங்கியிருக்க உதவும் குடில்கள் வரிசையாக அமைந்திருக்க, வீரர்கள் நின்று கொண்டிருந்தனர்.

தளபதியைப் போன்று தோற்றமளித்த வீரனொருவன் சற்று அச்சத்துடன் முன்வந்து வணங்கினான்.

‘சிற்றரசர்கள் வந்து விட்டனரா?’ என்று குதிரையிலிருந்தவன் கேட்க...

‘அனைவரும் வந்து விட்டனர். குடிலில் காத்திருக்கின்றனர்’ என்றதும் குதிரையை விட்டு கீழிறங்கினான். கீழிறங்கியதும் அவனது மலைக்கச் செய்யும் உயரமும், கணைய மரம் போன்ற உறுதியான உடற்கட்டும் தெரிய அங்கிருந்தவர்களின் விழிகள் விரிந்தன.

அவனுடன் வந்தவர்கள் வேகமாக கீழிறங்கி குதிரையை வாங்கிக்கொள்ள, குடிலை நோக்கி நடந்தான்.

அவன் குடிலினுள் நுழைந்ததும் நீள்வட்டமாய் அமர்ந்திருந்த சிற்றரசர்கள் எழுந்து நின்றனர். அவனுடைய ஆளுமையைக் காண்கையில் அவனை முதன்முறையாக பார்த்தவர்கள் அதிர்ந்தனர். மறுபடியும் கண்டவர்கள் பெருமிதம் கொண்டனர்.

‘வாருங்கள். மதியமே எதிர்பார்த்தோம்’ என்றொருவன் அழைக்க...

‘‘சற்று தாமதமாகி விட்டது?’ என்றபடி அமர்ந்தான் புதியவன்.

'வெண்ணிப்போரைக் குறித்து அறிந்தீர்களா?' மெதுவாக சிற்றரசர்கள் ஒவ்வொருவராய் அமர்ந்தனர்.

'போரை வென்று சில நாட்களுக்கு முன்னர் கரிகாலன் நாடு திரும்பியுள்ளான். அற்புதமான புதிய வியூகங்களையும், உத்திகளையும் கரிகாலன் பயன்படுத்தியதாக பாணர்கள் புகழக் கேட்டேன்'

'அரனைப் போன்று பேருருவம் தாங்கி களத்தில் நின்றதாக புலவர்கள் வருணிக்கின்றனர்'

'ஒளியிடமிருந்து விலகியிருக்கும் நிழல் பெரிதாவதைப்போல பாணர்களும், புலவர்களும் உரைக்கும் மொழிகள் எப்போதும் மிகைப்படுத்தப்பட்ட ஒன்றாயிருக்கும். ஒளியை நெருங்கிப் பார்க்கையில் தான் உண்மையின் அளவை அறிய இயலும்'

'போரை வென்று விட்டாலும் சோழப்படை பெருத்த சேதத்தை அடைந்துள்ளது'

'இதற்கு முன்பாக சோழத்தைத் தாக்குவதற்கு சிற்றரசர்களைத் திரட்ட நான்கைந்து முறைகள் நாங்கள் முயன்றும் எங்களால் முடியாமலிருந்தது. அதுவே இப்போது நமக்கு சாதகமாய் அமைந்து விட்டது. பாண்டியன் நமக்காகப் போரிட்டு சோழப்படையின் எண்ணிக்கையைப் பெரிதும் குறைத்து விட்டான்' என்று கூறி ஒருவன் நகைத்தான்.

'சோழத்தின் மீது போர் தொடுக்க இதுவே சரியான தருணம்' என்றொருவன் கூறியதும் மெல்லிய அமைதி சூழ்ந்தது.

'மேலும் சிற்றரசர்கள் இணைவதற்கு வாய்ப்பு உண்டா?' என்றான் புதியவன்.

'நீங்கள் இணைவதாய் கூறியவுடன் ஓரிருவர் சம்மதித்துள்ளார். நீங்கள் விரைவாக முடிவெடுத்திருந்தால் பெரிய படையை நாமும் திரட்டியிருக்கலாம்'

'இப்போதும் நமது எண்ணிக்கை பன்மடங்காக மாறி விடும். சோழத்தை வீழ்த்தி விட்டால், மேலும் பல சிற்றரசர்கள் நம்முடன் இணைவர். சேர, பாண்டிய நாடுகளையும் வென்று தென்னகம் முழுவதையும் கைப்பற்றி விடலாம்'

'உண்மையே. அனைத்து நாடுகளிலும் வீரர்கள் குறைவான எண்ணிக்கையிலேயே உள்ளனர்'

'எண்ணிக்கையில் அதிகமாயிருந்தும் கூட்டுப்படைகள் தோல்வியுற்றதை நாம் கருத்தில் கொள்ளவேண்டும்'

‘சோழத்தைத் துண்டாட ஒன்றிணைந்த மற்ற சிற்றரசர்களைப் போலல்ல நாம். நாள்தோறும் படைகளுக்கு திறம்பட போர்ப் பயிற்சிகள் அளித்து ஒப்பற்ற படையை உருவாக்கியுள்ளோம்’

‘கரிகாலனை வீழ்த்துவது எப்படி? பெரும் வீரனென்று கூறுகின்றனர்’

இதுவரையில் அனைத்தையும் அமைதியுடன் கேட்ட புதியவன் மெதுவாக எழுந்தான். உடலெங்கும் தழும்பின் ரேகைகள் வரிவரியாய் இருக்க ‘நான் அவனை வீழ்த்துகிறேன்’ என்றான்.

‘உறுதியாக உன்னால் இயலும் தழும்பா. இதுவரையில் நடைபெற்ற எந்த போரிலும் தோல்வி அடையாதவன் நீ’

‘உன்னை வெல்வது மனிதர்களால் இயலாத ஒன்று’

‘வடநாடுகளின் பல போர்களை உனது வாள்முனையால் வடித்தவன் நீ. பல அரசர்கள் அரியணையேற உதவியவன்’

‘இவை மட்டுல்லாமல் நீ இறப்பை வென்றவன்’

தழும்பன் குருதி வெறி கொண்டு போரிடுவதைத் தொழிலாய் செய்பவன். வடநாடுகளில் நடந்த எண்ணற்ற போர்களில் கூலிப்படைத் தலைவனாய் பங்கு பெற்று வெற்றிகளை உறுதி செய்தவன். இறுதியாய் தனது படையுடன் ஒரு சிற்றரசை வீழ்த்தி சிற்றரசனாய் முடிசூடிக் கொண்டவன்.

நோயைத் தவிர்க்கும் நோவா மருந்து, மூதுமையைத் தவிர்க்கும் மூவா மருந்து ஆகியவற்றுடன் இறப்பைத் தவிர்க்கும் சாவா மருந்தென்று மூன்று மருந்துகளை கொல்லி மலையின் ஆதிக்குடிகள் உருவாக்குவதாயும் அவற்றில் சாவா மருந்தெனும் கற்பத்தை உட்கொண்டு உடலை உறுதியாக்கிக் கொண்டவன். வாட்கள் அவனுடைய உடலில் கீறலையே ஏற்படுத்த இயலும். ஊடுருவ இயலாது என்று அவனது வீரர்கள் கூறுவர்.

‘இதுவரையில் நான் ஈடுபட்ட போர்களினால் எனது உடல் முழுதும் தொன்னூற்றி ஒன்பது விழுப்புண்கள் ஏற்பட்டுள்ளன. நூறாவது விழுப்புண்ணை கரிகாலனின் வாளிலிருந்து பெற்றுக் கொண்டு அவனை கொன்றொழிப்பேன்’ என்றான் தழும்பன் வெறியுடன்.

வாகைப்பறந்தலையில் வீரம் வளரும்...

*

குறிப்புகளுக்காக....